T0353969

ਗੁਰੂ ਗ੍ਰੰਥ

Guru Granth Sahib

Volume – ਪੋਥੀ 5

Gurbani Pages : 711 - 875

Steek – English and Punjabi

ਬਾਣੀ ਵਿੱਚ ਕੇਵਲ ਅਕਾਲ ਪੁਰਖ ਦੀ ਮਹਿਮਾਂ ਕੀਤੀ ਗਈ ਹੈ ।
ਜਿਸ ਨੇ ਜਨਮ ਲਿਆ ਹੈ ਅਤੇ ਮਰ ਗਿਆ ਹੈ, ਉਸ ਦੀ ਮਹਿਮਾਂ ਨਹੀਂ ਕੀਤੀ ਗਈ॥

"ਜੇਸੀ ਮੈ ਆਵੇ ਖਸਮ ਕੀ ਬਾਣੀ, ਤੇਸਾ ਕਰੀ ਗਿਆਨ ਵੇ ਲਾਲੋ ।"

- ਗੁਰੂ ਗ੍ਰੰਥ ਸਾਹਿਬ ਜੀ ਨੂੰ 11th ਅਟੱਲ ਗੁਰੂ ਥਾਪਿਆ ਗਿਆ ।
- ਪ੍ਰਭ ਨੇ ਜੀਵਾਂ ਨੂੰ ਸੇਧ ਦੇਣ ਵਾਸਤੇ ਭਗਤਾਂ ਦੀ ਜੀਭ ਤੇ ਸ਼ਬਦ ਬਖਸ਼ੇ ।
- ਜਿਸ ਭਗਤ ਦੀ ਬਾਣੀ ਦਰਜ਼ ਹੋ ਗਈ, ਸਭ ਇੱਕ ਬਰਾਬਰ ਹੀ ਹਨ ।
- ਮਿਲਾਪ ਕੇਵਲ ਪ੍ਰਭ ਦੀ ਰਹਿਮਤ ਨਾਲ ਹੀ ਹੁੰਦਾ ਹੈ।

authorHOUSE®

ਦਾਸ: ਭਾਗ ਸਿੰਘ
bhagbhullar@gmail.com
909-636-1233

AuthorHouse™
1663 Liberty Drive
Bloomington, IN 47403
www.authorhouse.com
Phone: 833-262-8899

Published by AuthorHouse 01/20/2021

ISBN: 978-1-6655-1321-0 (sc)
ISBN: 978-1-6655-1320-3 (e)

Library of Congress Control Number: 2020909064

Print information available on the last page.

This book is printed on acid-free paper.

About the book:

The author picked up some key dialogues from The Guru Granth sahib, The Sikh Holy Scripture. He then compared these teachings with the theme "Mool Mantar" of the Sikh Holy Scripture to convey spiritual meanings. This book rises above the traditional religious rituals. This book highlights the path adopted by saints to conquer three virtues of worldly wealth to become worthy of His consideration. No one can fully describe the true purpose and meanings of any word written in this Holy Scripture. Only, The Omniscient Creator fully knows His creation. All universes are expansion of His Holy Spirit and He remains embedded in each and every creature, nature and events.

Guru Aurjan Dev Ji, 5th guru had compiled the life experience of 25 Prophets from various religions and time periods. The book is the steek in Punjabi and English of Page (151 – 346) of Guru Granth Sahib out of total pages 1430 - Volume 2. The purpose of steek of Guru Granth Sahib in Punjabi and English combined in one book is to guide new generation who may not be able to read Punjabi; may be enlightened with path, blessed souls adopted to be sanctified and to be on the right path of salvation, acceptance in His Court.

Structure / Layout of the book:

Each dialogue is structured for easy understanding for non-Punjabi readers: as follow.

- Poetry dialogue written in Punjabi is a copy from The Guru Granth Sahib with ref. of page number and name of prophet.

- Then it is written in English for reader to recite the Punjabi poetry.

- Then the spiritual meanings based on the central theme of the Holy Scripture is written in Punjabi.

- Then the English translation of the spiritual meanings written in Punjabi for non-Punjabi readers.

Author's Name: Bhag Singh

Audience Level: Adult

Genre/ Category: Religious, Holy Spirit, His Throne

Keyword: The Word, Blessed Soul, Devotee, Ego

About the Author:

Bhag Singh is engineer who studied in India and in The Unites states of America. He has 40 years professional experience in field of Engineering. He belongs to a long list of Sikh devotees dating back to Lakhi Nakaya who honored 9th Sikh guru, Guru Tegh Bahadur ji by cremating his corpse by setting his own house on fire.

His journey started with his grandfather Tara Singh Bhullar who was very close to him. He was well known for his struggle for independence of India. He was the president of the congress party of district Lahore. He was a keen devotee of Sikh teachings. He was my guide to inspire me to accompany him in visit to Sikh shrines like Golden Temple and others.

However, he took a different route in 1994 after the death of his wife Rajwant Kaur. He was disappointed from religious practice in USA. He studied and analyzed various religious Holy Scriptures like The Torah, The New Bible, Buddha, and Hindu Holy Scripture for 3 years. All scriptures were pointing to similar thoughts his great grandfather Arjan Singh instilled in him.

In 1997, he started reading and analyzing The Guru Granth Sahib to create spiritual meanings in Punjabi and English translation to share with new generation. By His grace! The spiritual meanings of The Sikh Holy Scripture were completed in 2017. Reading these spiritual meanings, he compiled key dialogues that brought new light to him that may become a guide to overcome worldly rituals, suspicions created by worldly religions, religious greed. He had published following books:

- The Sikh Holy Scripture Teachings for Mankind.
- Guru Granth Sahib. Volume 1 (page 1-150).

Purpose of Human life – Mankind!

ਚਾਰਿ ਪਦਾਰਥ ਲੈ ਜਗਿ ਜਨਮਿਆ, ਸਿਵ ਸਕਤੀ ਘਰਿ ਵਾਸੁ ਧਰੇ॥
ਲਾਗੀ ਭੂਖ ਮਾਇਆ ਮਗੁ ਜੋਹੈ, ਮੁਕਤਿ ਪਦਾਰਥੁ ਮੋਹਿ ਖਰੇ॥੩॥– P 1014
ਸਤਿਗੁਰ ਕੈ ਵਸਿ ਚਾਰਿ ਪਦਾਰਥ॥ ਤੀਨਿ ਸਮਾਏ ਏਕ ਕ੍ਰਿਤਾਰਥ॥੫॥– P 1345
ਧਰਮ, ਅਰਥ, ਕਾਮ, ਮੋਖ!

ਜੀਵ ਚਾਰ ਪਦਾਰਥ ਪਾਉਣ ਲਈ ਸੰਸਾਰ ਵਿਚ ਆਉਂਦਾ ਹੈ ।
ਸਬਦ ਦੀ ਸੋਝੀ; ਸੁਰਿਤ –ਧਿਆਨ; ਸਬਦ ਦੀ ਪਾਲਨਾ; ਮੁਕਤੀ ।

ਸੰਸਾਰ ਵਿਚ ਆ ਕੇ ਮਇਆ ਦੇ ਜਾਲ ਵਿਚ ਫਸ ਜਾਂਦਾ ਹੈ । ਮਇਆ ਦੀ ਭੁੱਖ ਨਾਲ ਸੰਸਾਰਕ ਧਨ ਨਾਲ ਮੋਹ ਵਧ ਜਾਂਦਾ ਹੈ । ਸੰਸਾਰਕ ਮੋਹ, ਹੈਸੀਅਤ, ਮੁਕਤੀ ਦੀ ਥਾਂ ਲੈ ਲੈਂਦੀ ਹੈ । ਜਦੋਂ ਜੀਵ ਤਿੰਨਾਂ ਤੇ ਕਾਬੂ ਪੱਕਾ ਕਰ ਲੈਂਦਾ ਹੈ ਤਾਂ ਹੀ ਪ੍ਰਭ ਮੁਕਤੀ ਬਖਸ਼ਦਾ ਹੈ ।

ਕਵਣੁ ਸੁ ਅਖਰੁ ਕਵਣੁ ਗੁਣੁ ਕਵਣੁ ਸੁ ਮਣੀਆ ਮੰਤੁ॥
ਕਵਣੁ ਸੁ ਵੇਸੋ ਹਉ ਕਰੀ ਜਿਤੁ ਵਸਿ ਆਵੈ ਕੰਤੁ॥੧੨੬॥– P 1384
ਨਿਵਣੁ ਸੁ ਅਖਰੁ ਖਵਣੁ ਗੁਣੁ ਜਿਹਬਾ ਮਣੀਆ ਮੰਤੁ॥
ਏ ਤ੍ਰੈ ਭੈਣੇ ਵੇਸ ਕਰਿ ਤਾਂ ਵਸਿ ਆਵੀ ਕੰਤੁ॥੧੨੭॥ – P 1384

ਨਿਮਨ ਸੋ ਅੱਖਰ– ਕਿਸ ਨੂੰ ਕੋੜਾ ਨਹੀਂ ਬੋਲਨਾ, ਕਰੋਧ ਤਿਆਗੋ ।
ਖਵਨ ਗੁਣ– ਕੋਈ ਵਧ ਘੱਟ ਬੋਲੇ, ਨਿਮਰਤਾ ਨਾਲ ਸਹਿਣ ਕਰੋ ।
ਜੀਭਾ ਮੰਨੀਆ ਮੰਤ – ਮਿੱਠਾ ਬੋਲਕੇ, ਨਿਮਰਤਾ ਨਾਲ ਸਤਿਕਾਰ ਕਰੋ ।
ਅਗਰ ਕੋਈ ਇਹ ਤਿੰਨੇਂ ਗੁਣ ਹਾਸਿਲ ਕਰ ਲਵੇ ਤਾਂ ਪ੍ਰਭ ਚੌਥਾ ਪਦਾਰਥ ਬਖਸ਼ਦਾ ਹੈ ।

ਅਗਰ ਜੀਵ ਤਿੰਨ ਪਦਾਰਥ – ਸ਼ਬਦ ਦੀ ਸੋਝੀ, ਸ਼ਬਦ ਵਿੱਚ ਧਿਆਨ, ਸ਼ਬਦ ਦੀ ਪਾਲਣਾ!

Three Virtues:Understanding, Concentrate and adopt His Word,
ਉਹ ਸੰਸਾਰਕ ਮਾਇਆ ਦੇ ਤਿੰਨੇਂ ਰੂਪ (ਰਾਜਸ, ਤਾਪਸ, ਸਾਤਸ) ਤਿਆਗ ਦੇਂਦਾ ਹੈ।
Raajas – Taamas – Satvas ::Mind Concentration, Awareness, sanctification.

The Master Key to become worthy of His Consideration!
Salvation! 4th Virtue

Whosoever may adopts His Word with steady and stable belief that the universe is an expansion of The Holy Spirit, he may be enlightened from within and he may be blessed with salvation.

☬ Four Virtues ☬
☬ Arath, Dharam, Kaam, and Mokh ☬

ਅਰਥ; Arath: Adopt His Word in life.

ਧਰਮ; Dharam: Self-discipline, own character!
Conquer selfishness!

ਕਾਮ; Kaam: Conquer sexual desire for strange
woman:

ਮੋਖ; Mokh: Salvation from birth and death cycle

☬ Raajas, Taamas, Satvas, and Salvation! ☬

ਰਜ ਗੁਣ; Raajas: Mind concentration! The quality
of energy and activity!

ਤਮ ਗੁਣ; Taamas: Mind Awareness! The quality of
Darkness and inertia!

ਸਤ ਗੁਣ; Satvas: Purity, of mind! The quality of
purity and light!

ਮੁਕਤ ਅਵਸਥਾ; Salvation; Beyond cycle of birth and
death!

Guru Granth Sahib

Volume – ਪੋਥੀ 5

Gurbani Pages : 711 -875

Steek – English and Punjabi

Index

ਗੁਰੂ ਗ੍ਰੰਥ

The Guru Granth Sahib

Steek – English and Punjabi

ਪੋਥੀ Volume – 5

(Gurbani Page 711 –875)

ਬਾਣੀ ਵਿੱਚ ਕੇਵਲ ਅਕਾਲ ਪੁਰਖ ਦੀ ਮਹਿਮਾਂ ਕੀਤੀ ਗਈ ਹੈ ।
ਜਿਸ ਨੇ ਜਨਮ ਲਿਆ ਹੈ ਅਤੇ ਮਰ ਗਿਆ ਹੈ, ਉਸ ਦੀ ਮਹਿਮਾਂ ਨਹੀਂ ਕੀਤੀ ਗਈ॥

"ਜੇਸੀ ਮੈ ਆਵੇ ਖਸਮ ਕੀ ਬਾਣੀ, ਤੇਸਾ ਕਰੀ ਗਿਆਨ ਵੇ ਲਾਲੋ ।"

- ਗੁਰੂ ਗ੍ਰੰਥ ਸਾਹਿਬ ਜੀ ਨੂੰ 11th ਅਟੱਲ ਗੁਰੂ ਥਾਪਿਆ ਗਿਆ ।
- ਪ੍ਰਭ ਨੇ ਜੀਵਾਂ ਨੂੰ ਸੇਧ ਦੇਣ ਵਾਸਤੇ ਭਗਤਾਂ ਦੀ ਜੀਭ ਤੇ ਸ਼ਬਦ ਬਖਸ਼ੇ ।
- ਜਿਸ ਭਗਤ ਦੀ ਬਾਣੀ ਦਰਜ਼ ਹੋ ਗਈ, ਉਹ ਸਭ ਇੱਕ ਬਰਾਬਰ ਹੀ ਹਨ ।
- ਮਿਲਾਪ ਕੇਵਲ ਪ੍ਰਭ ਦੀ ਰਹਿਮਤ ਨਾਲ ਹੀ ਹੁੰਦਾ ਹੈ, ਵਿਚੋਲੇ ਦੀ ਲੋੜ ਨਹੀਂ ਹੁੰਦੀ ।

ਗੁਰੂ ਗ੍ਰੰਥ

The Guru Granth Sahib

Steek – English and Punjabi Volume 5

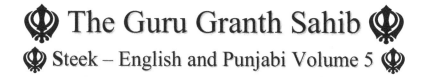

ਪੋਥੀ Volume – 5

Gurbani Page: 711 –875

ਰਾਗੁ ਟੋਡੀ

Gurbani Page: 711 –718

 # 1-35

☬ ਰਾਗੁ ਟੋਡੀ (1 – 35) ☬

1. ਰਾਗੁ ਟੋਡੀ ਮਹਲਾ ੪ ਘਰੁ ੧॥ 711 -2

ਗੁਰੂ ਗ੍ਰੰਥ ਸਾਹਿਬ – ਮੂਲ ਮੰਤਰ ਵਿੱਚ ਪ੍ਰਭ ਦੀ ਅਵਸਥਾ ਦੀ ਸੋਝੀ ਜਾਣਕਰੀ ਦੱਸੀ ਗਈ ਹੈ!

ਮੂਲ ਮੰਤਰ ਦੇ ਪੰਜ ਭਾਗ:: **Five enlightenments of Mool Mantra:**

ਪ੍ਰਭ ਦਾ ਅਕਾਰ, ਸ਼੍ਰਿਸਟੀ ਦਾ ਪ੍ਰਬੰਧ, ਬਣਤਰ, ਮੁਕਤੀ, ਪ੍ਰਭ ਦੀ ਪਛਾਣ! Structure; Function; Creation; Acceptance; Recognition.

ੴ ਸਤਿ ਨਾਮੁ ਕਰਤਾ ਪੁਰਖੁ, ਨਿਰਭਉ ਨਿਰਵੈਰੁ ਅਕਾਲ ਮੂਰਤਿ ਅਜੂਨੀ ਸੈਭੰ ਗੁਰ ਪ੍ਰਸਾਦਿ॥
ik-oNkaar, sat naam, kartaa, purakh, nirbha-o, nirvair, akaal, moorat, ajoonee, saibhaN, gur parsaad.

1) ਪ੍ਰਭ ਦਾ ਅਕਾਰ – Structure

ੴ ik-oNkaar: The One and Only One, God, True Master. No form, shape, color, size, in Spirit only.

God, The Holy Spirit may appear in anything, anyone, anytime at His free Will; beyond any form, shape, size, or color, only Holy Spirit.

2) ਸ਼੍ਰਿਸਟੀ ਦਾ ਪ੍ਰਬੰਧ: Function and His Operation!

ਸਤਿ ਨਾਮੁ sat naam: 'naam – His Word, His command, His existence, 'sat- Omnipresent, Omniscient, Omnipotent, Axiom Unchangeable, Uncompromised, forever.

The One and Only One, God remains embedded in His Nature, in His Word; only His command pervades in the universe and nothing else exist without His mercy and grace.

3) ਸ਼੍ਰਿਸਟੀ ਦੀ ਬਣਤਰ: – Creation of the universe.

ਸੈਭੰ saibhaN: Universe, creation, soul is an expansion of His Holy spirit. Comes out of His spirit to repent, sanctify, and may be absorbed in His Holy Spirit.

The True Master, Creator Himself is The Creation, nothing else exist.

4) ਮੁਕਤੀ Salvation – His acceptance.

ਗੁਰ ਪ੍ਰਸਾਦਿ gur parsaad: Only with His own mercy and grace. No one may counsel nor curse His blessing.

No one may comprehend how, why, and when; He may bestow His mercy and grace or the limits and duration of His blessings.

੫) ਪ੍ਰਭ ਦੀ ਪਛਾਣ – Recognition

ਗੁਣ: – ਕਰਤਾ, ਪੁਰਖੁ, ਨਿਰਭਉ, ਨਿਰਵੈਰੁ, ਅਕਾਲ, ਮੂਰਤਿ, ਅਜੂਨੀ ! Virtues: - kartaa, purakh, nirbha-o nirvair, akaal, moorat, ajoonee

His virtues are unlimited and beyond any comprehension of His Creation. However, no one has ever born nor will ever be born with all these unique virtues. Whosoever may have all above virtues may be worthy to be called The One and Only One, God, True Master and only worthy of worship.

The Master Key to open the door of the right path of acceptance in His Court, salvation may be "saibhaN"! Whosoever may be drenched with the essence that all souls are an expansion of His Holy Spirit; he may realize that mankind as a brotherhood. No one may want to harm and deceive himself; he may be blessed to conquer his mind. With His mercy and grace, his cycle of birth and death may be eliminated!

ਹਰਿ ਬਿਨੁ ਰਹਿ ਨ ਸਕੈ ਮਨੁ ਮੇਰਾ॥	har bin reh na sakai man mayraa.
ਮੇਰੇ ਪ੍ਰੀਤਮ ਪ੍ਰਾਨ ਹਰਿ ਪ੍ਰਭੁ,	mayray pareetam paraan har parabh
ਗੁਰੁ ਮੇਲੇ ਬਹੁਰਿ ਨ ਭਵਜਲਿ ਫੇਰਾ॥੧॥	gur maylay bahur na bhavjal fayraa.
ਰਹਾਉ॥	||1|| rahaa-o.

ਪ੍ਰਭ ਦੇ ਸ਼ਬਦ ਦੇ ਸਿਮਰਨ ਤੋਂ ਬਿਨਾਂ ਮੇਰੇ ਮਨ ਨੂੰ ਚੈਨ ਨਹੀਂ ਆਉਂਦਾ । ਜਦੋਂ ਆਪ ਹੀ ਰਹਿਮਤ ਬਖਸ਼ਕੇ, ਮਨ ਨੂੰ ਸ਼ਬਦ ਦੀ ਪਾਲਨਾ ਵਿੱਚ ਅਡੋਲ ਰਖਦਾ ਹੈ । ਤਾਂ ਹੀ ਜੀਵ ਦਾ ਜੂੰਨਾਂ ਦਾ ਚੱਕਰ ਖਤਮ ਹੋ ਸਕਦਾ, ਜਾਂਦਾ ਹੈ ।

Without meditating on the teachings of His Word with steady and stable belief; my mind remains frustrated in worldly suspicions. Whosoever may be attached to meditate on the teachings of His Word; only with His mercy and grace, his cycle of birth and death may be eliminated.

ਮੇਰੈ ਹੀਅਰੈ ਲੋਚ ਲਗੀ ਪ੍ਰਭ ਕੇਰੀ,	mayrai hee-arai loch lagee parabh kayree
ਹਰਿ ਨੈਨਹੁ ਹਰਿ ਪ੍ਰਭੁ ਹੈਰਾ॥	har nainhu har parabh hayraa.
ਸਤਿਗੁਰਿ ਦਇਆਲ	satgur da-i-aal har
ਹਰਿ ਨਾਮੁ ਦ੍ਰਿੜਾਇਆ,	naam drirh-aa-i-aa
ਹਰਿ ਪਾਧਰੁ ਹਰਿ ਪ੍ਰਭ ਕੇਰਾ॥੧॥	har paaDhar har parabh kayraa. ||1||

ਮੇਰੇ ਮਨ ਵਿੱਚ ਪ੍ਰਭ ਨੂੰ ਮਿਲੱਣ ਦੀ ਸ਼ਰਧਾ, ਭਟਕਣ, ਵਿਛੋੜੇ ਦਾ ਵਿਰਾਗ ਹੈ । ਮੇਰੀਆ ਅੱਖਾਂ ਪ੍ਰਭ ਨੂੰ ਦੇਖਣ ਨੂੰ ਤਰਸ ਦੀਆਂ ਹਨ । ਪ੍ਰਭ ਨੇ ਆਪ ਹੀ ਰਹਿਮਤ ਬਖਸ਼ਕੇ ਮੇਰੇ ਮਨ ਵਿੱਚ ਸ਼ਬਦ ਦੀ ਪਾਲਣਾ ਦੀ ਲਗਨ ਲਾਈ ਹੈ । ਇਹ ਹੀ ਇੱਕੋ ਇੱਕ ਰਸਤਾ ਹੈ! ਜਿਸ ਤੇ ਚੱਲਣ, ਅਡੋਲ ਰਹਿਣ ਨਾਲ ਦਰਬਾਰ ਵਿੱਚ ਪ੍ਰਵਾਨਗੀ ਬਖਸ਼ਿਸ਼ ਹੋ ਸਕਦੀ ਹੈ ।

My mind remains frustrated in renunciation of my separation from His Holy Spirit and I have a deep devotion and anxiety to realize His blessed vision, the essence of the teachings of His Word. With His mercy and grace, The True Master has attached me to meditate on the teachings of His Word. This may be the One and Only One unique path of acceptance in His Court. Whosoever may adopt the teachings of His Word with steady and stable belief in his day-to-day life; with His mercy and grace, he may be accepted in His Court.

ਹਰਿ ਰੰਗੀ ਹਰਿ ਨਾਮੁ ਪ੍ਰਭ ਪਾਇਆ,	har rangee har naam parabh paa-i-aa
ਹਰਿ ਗੋਵਿੰਦ ਹਰਿ ਪ੍ਰਭ ਕੇਰਾ॥	har govind har parabh kayraa.
ਹਰਿ ਹਿਰਦੈ ਮਨਿ ਤਨਿ ਮੀਠਾ ਲਾਗਾ,	har hirdai man tan meethaa laagaa
ਮੁਖਿ ਮਸਤਕਿ ਭਾਗੁ ਚੰਗੇਰਾ॥੨॥	mukh mastak bhaag changayraa. 2

ਪ੍ਰਭ ਦੇ ਸ਼ਬਦ ਨਾਲ ਲਗਨ, ਸ਼ਰਧਾ ਨਾਲ ਹੀ ਪ੍ਰਭ ਦੇ ਸ਼ਬਦ ਦੀ ਸੋਝੀ ਬਖਸ਼ਿਸ਼ ਹੋਈ ਹੈ । ਪ੍ਰਭ ਦੇ ਸ਼ਬਦ ਨਾਲ ਜੀਵਨ ਢਾਲਣ ਨਾਲ, ਸ੍ਰਿਸ਼ਟੀ ਦੇ ਮਾਲਕ ਦਾ ਸ਼ਬਦ ਮੇਰੇ ਤਨ ਅਤੇ ਮਨ ਨੂੰ ਬਹੁਤ ਮਿੱਠਾ ਲੱਗਦਾ ਹੈ । ਮੇਰੇ ਮੱਥੇ ਤੇ ਪ੍ਰਭ ਦੇ ਸ਼ਬਦ ਦਾ ਨੂਰ, ਮੇਰੇ ਭਾਗ ਚਮਕਦੇ ਹਨ ।

With my devotion to meditate on the teachings of His Word; with His mercy and grace, I have been blessed with the enlightenment of the essence of His Word. I have adopted the teachings of His Word with steady and stable belief in my day-to-day life; His Word has become very soothing and comforting to my mind. With my great prewritten destiny, the eternal spiritual glow of the essence of His Word remains shining on my forehead.

ਲੋਭ ਵਿਕਾਰ ਜਿਨਾ ਮਨੁ ਲਾਗਾ,	lobh vikaar jinaa man laagaa
ਹਰਿ ਵਿਸਰਿਆ ਪੁਰਖੁ ਚੰਗੇਰਾ॥	har visri-aa purakh changayraa.
ਓਇ ਮਨਮੁਖ ਮੂੜ	o-ay manmukh moorh

ਅਗਿਆਨੀ ਕਹੀਅਹਿ, agi-aanee kahee-ahi
ਤਿਨ ਮਸਤਕਿ ਭਾਗੁ ਮੰਦੇਰਾ ॥੩॥ tin mastak bhaag mandayraa. ||3||

ਜਿਸ ਦੇ ਮਨ ਵਿੱਚ ਲਾਲਚ ਅਤੇ ਧੋਖਾ ਭਰਿਆਂ ਹੁੰਦਾ ਹੈ । ਉਹ ਚੰਗੇ ਭਾਗ ਲਿਖਣ ਵਾਲੇ ਪ੍ਰਭ ਨੂੰ ਵਿਸਾਰ ਦੇਂਦਾ ਹੈ । ਉਹ ਸ਼ਬਦ ਦੀ ਪਾਲਣਾ ਨਹੀਂ ਕਰਦਾ । ਉਹ ਮਨਮੁਖ, ਅਗਿਆਨੀ, ਅਣਜਾਣ, ਮੂਰਖ, ਮੰਦੇ ਭਾਗਾਂ ਵਾਲੇ ਹੀ ਹੁੰਦਾ ਹੈ । ਮੰਦੇ ਭਾਗ ਉਸ ਦੇ ਮੱਥੇ ਤੇ ਉਕਰੇ ਹੋਏ ਹੁੰਦੇ ਹਨ ।

Whosoever may be dominated by greed and deception, under the intoxication of worldly wealth; he may abandon the teachings of The True Master, who may prewrite his destiny. He may not obey or adopts the teachings of His Word in his day-to-day life. Ignorant, self-minded remains very unfortunate. His misfortune has been engraved on his forehead.

ਬਿਬੇਕ ਬੁਧਿ ਸਤਿਗੁਰ ਤੇ ਪਾਈ, bibayk buDh satgur tay paa-ee
ਗੁਰ ਗਿਆਨੁ ਗੁਰੂ ਪ੍ਰਭ ਕੇਰਾ॥ gur gi-aan guroo parabh kayraa.
ਜਨ ਨਾਨਕ ਨਾਮੁ ਗੁਰੂ ਤੇ ਪਾਇਆ, jan naanak naam guroo tay paa-i-aa
ਧੁਰਿ ਮਸਤਕਿ ਭਾਗੁ ਲਿਖੇਰਾ॥੪॥੧॥ Dhur mastak bhaag likhayraa. ||4||1||

ਅਸਲੀ ਗੁਰੂ, ਪ੍ਰਭ ਦੇ ਸ਼ਬਦ ਦੀ ਪਾਲਣਾ ਨਾਲ, ਧੋਖੇ ਵਿੱਚ ਨਾ ਆਉਣ ਵਾਲੀ ਸਿਆਣਪ ਬਖਸ਼ਿਸ਼ ਹੋਈ ਹੈ । ਪ੍ਰਭ ਨੇ ਆਪ ਹੀ ਸ਼ਬਦ ਦੀ ਸੋਝੀ, ਮੇਰੇ ਮਨ ਵਿੱਚ ਬਖਸ਼ੀ ਹੈ । ਜਿਸ ਦੇ ਭਾਗਾਂ ਵਿੱਚ ਪਹਿਲੇ ਹੀ ਲਿਖਿਆ ਹੁੰਦਾ ਹੈ, ਕੇਵਲ ਉਸ ਬੰਦਗੀ ਕਰਨ ਵਾਲੇ ਨੂੰ ਹੀ ਪ੍ਰਭ ਦੇ ਸ਼ਬਦ ਦੀ ਲਗਨ ਬਖਸ਼ਿਸ਼ ਹੁੰਦੀ ਹੈ ।

Whosoever may adopt the teachings of His Word with steady and stable belief in his day-to-day life; he may be blessed with enlightenment, no one can deceive his wisdom. His true devotee may be blessed everything with his devotion to meditation. Whosoever may have great prewritten destiny, only he may be blessed with such a state of mind.

2. **ਟੋਡੀ ਮਹਲਾ ੫ ਘਰੁ ੧ ਦੁਪਦੇ**–711-12

ੴ ਸਤਿਗੁਰ ਪ੍ਰਸਾਦਿ॥ ik-oNkaar satgur parsaad.
ਸੰਤਨ ਅਵਰ ਨ ਕਾਹੂ ਜਾਨੀ॥ santan avar na kaahoo jaanee.
ਬੇਪਰਵਾਹ ਸਦਾ ਰੰਗਿ ਹਰਿ ਕੈ, bayparvaah sadaa rang har kai
ਜਾ ਕੋ ਪਾਖੁ ਸੁਆਮੀ॥ ਰਹਾਉ॥ jaa ko paakh su-aamee. rahaa-o.

ਬੰਦਗੀ ਕਰਨ ਵਾਲਾ ਸੰਤ, ਪ੍ਰਭ ਤੋ ਬਿਨਾਂ ਹੋਰ ਕਿਸੇ ਨੂੰ ਅਸਲੀ ਮਾਲਕ ਨਹੀਂ ਸਮਝਦਾ, ਪੂਜਾ ਨਹੀਂ ਕਰਦਾ । ਉਸ ਦਾ ਮਨ ਪ੍ਰਭ ਦੇ ਵਿਛੋੜੇ ਦੇ ਵਿਰਾਗ, ਪਿਆਰ ਵਿੱਚ ਹੀ ਰਹਿੰਦਾ ਹੈ । ਪ੍ਰਭ ਸਦਾ ਹੀ ਉਸ ਦਾ ਸਹਾਈ ਹੁੰਦਾ ਹੈ, ਰਖਿਆ ਕਰਦਾ ਹੈ ।

His true devotee, only worships, meditates on the teachings of His Word, The One and Only One True Master. He may not recognize anyone else as worthy of worship. He remains in deep renunciation in the memory of his separation from The Holy Spirit. The True Master always keeps him in His sanctuary and his companion forever.

ਊਚ ਸਮਾਨਾ ਠਾਕੁਰ ਤੇਰੋ, ooch samaanaa thaakur tayro
ਅਵਰ ਨ ਕਾਹੂ ਤਾਨੀ॥ avar na kaahoo taanee.
ਐਸੋ ਅਮਰੁ ਮਿਲਿਓ ਭਗਤਨ ਕਉ, aiso amar mili-o bhagtan ka-o
ਰਾਚਿ ਰਹੇ ਰੰਗਿ ਗਿਆਨੀ॥੧॥ raach rahay rang gi-aanee. ||1||

ਉਹ ਪ੍ਰਭ ਦੇ ਤਖਤ ਨੂੰ ਸਭ ਤੋ ਸ਼ਰੋਮਣੀ ਮੰਨਦਾ ਹੈ । ਉਹ ਹੀ ਅਸਲੀ ਮਾਲਕ ਹੈ, ਉਸ ਦੇ ਤੁਲ ਹੋਰ ਕੋਈ ਨਹੀਂ ਹੈ । ਉਸ ਦਾ ਹੁਕਮ ਹੀ ਸਭ ਉਪਰ ਚਲਦਾ ਹੈ । ਬੰਦਗੀ ਕਰਨ ਵਾਲਾ, ਪ੍ਰਭ ਨੂੰ ਅਮਰ, ਅਟੱਲ ਅਵਸਥਾ ਵਾਲਾ ਹੀ ਮਹਿਸੂਸ ਕਰਦਾ ਹੈ । ਉਹ ਪ੍ਰਭ ਦੇ ਵਿਛੋੜੇ ਦੇ ਵਿਰਾਗ ਵਿੱਚ ਹੀ ਮਸਤ ਰਹਿੰਦਾ ਹੈ ।

His true devotee, always considers His Word, His Court as the ultimate court. He may never consider anyone else, equal, or comparable with His greatness. Only His command prevails over everyone. His true devotee realizes The True Master as an immortal state of mind. He remains in renunciation in the memory of his separation from His Holy Spirit.

ਰੋਗ ਸੋਗ ਦੁਖ ਜਰਾ ਮਰਾ, rog sog dukh jaraa maraa
ਹਰਿ ਜਨਹਿ ਨਹੀ ਨਿਕਟਾਨੀ॥ har janeh nahee niktaanee.
ਨਿਰਭਉ ਹੋਇ ਰਹੇ ਲਿਵ ਏਕੈ, nirbha-o ho-ay rahay liv aykai
ਨਾਨਕ ਹਰਿ ਮਨੁ ਮਾਨੀ॥੨॥੧॥ naanak har man maanee. ||2||1||

ਉਸ ਨਿਮ੍ਰਤਾ ਵਾਲੇ ਦਾਸ ਨੂੰ ਕੋਈ ਦੁਖ ਮਹਿਸੂਸ ਨਹੀਂ ਹੁੰਦਾ, ਨੇੜੇ ਨਹੀ ਆਉਂਦਾ । ਪ੍ਰਭ ਦੇ ਬਖਸ਼ੇ ਤੇ ਭਰੋਸਾ ਅਡੋਲ ਰਖਕੇ, ਆਪਾ ਉਸ ਦੇ ਲੇਖੇ ਲਾ ਦੇਂਦਾ ਹੈ । ਸ਼ਬਦ ਦੀ ਸਮਾਧੀ ਵਿੱਚ ਲੀਨ ਰਹਿੰਦਾ ਹੈ । (ਸੰਸਾਰਕ ਇੱਛਾਂ ਦਾ ਸੋਗ, ਰੋਗ, ਬੁਢੇਪੇ ਦਾ ਦੁਖ)

His humble true devotee may never realize any frustration, miseries of any worldly desires, ups and downs of worldly life. He remains contented with His blessings, with his own worldly environments. He surrenders his mind, body, and worldly status at His sanctuary. He remains in deep meditation in the void of His Word.

3. ਟੋਡੀ ਮਹਲਾ ੫॥ 711-15

ਹਰਿ ਬਿਸਰਤ ਸਦਾ ਖੁਆਰੀ॥ har bisrat sadaa khu-aaree.
ਤਾ ਕਉ ਧੋਖਾ ਕਹਾ ਬਿਆਪੈ, taa ka-o Dhokhaa kahaa bi-aapai
ਜਾ ਕਉ ਓਟ ਤੁਹਾਰੀ॥ਰਹਾਉ॥ jaa ka-o ot tuhaaree. rahaa-o.

ਜਿਹੜਾ ਪ੍ਰਭ ਦੇ ਸ਼ਬਦ ਨੂੰ ਮਨੋ ਵਿਸਾਰਦਾ ਹੈ, ਉਸ ਦਾ ਮਾਨਸ ਜੀਵਨ ਬਿਰਥਾ ਹੀ ਬੀਤ ਜਾਂਦਾ ਹੈ । ਜਿਹੜਾ ਪ੍ਰਭ ਦੇ ਸ਼ਬਦ ਦੀ ਪਾਲਣਾ ਅਡੋਲ ਭਰੋਸਾ ਨਾਲ ਕਰਦਾ, ਮਸਤ ਰਹਿੰਦਾ ਹੈ । ਉਸ ਨੂੰ ਕਿਵੇਂ, ਕੌਣ ਧੋਖਾ ਦੇ ਸਕਦਾ ਹੈ?

Whosoever may abandon the teachings of His Word from his day-to-day life; he may waste his human life opportunity uselessly. Whosoever may obey the teachings of His Word with steady and stable belief and remains intoxicated in meditation in the void of His Word. How and who may deceive or drift him from the right path of acceptance in His Court?

ਬਿਨੁ ਸਿਮਰਨ ਜੋ ਜੀਵਨੁ ਬਲਨਾ, bin simran jo jeevan balnaa
ਸਰਪ ਜੈਸੇ ਅਰਜਾਰੀ॥ sarap jaisay arjaaree.
ਨਵ ਖੰਡਨ ਕੋ ਰਾਜੁ ਕਮਾਵੈ, nav khandan ko raaj kamaavai
ਅੰਤਿ ਚਲੈਗੋ ਹਾਰੀ॥੧॥ ant chalaigo haaree. ||1||

ਜਿਹੜਾ ਪ੍ਰਭ ਦੇ ਸ਼ਬਦ ਦੀ ਪਾਲਣਾ, ਸਿਮਰਨ ਤੋ ਬਿਨਾਂ ਜੀਵਨ ਬਤੀਤ ਕਰਦਾ ਹੈ । ਉਹ ਸੰਸਾਰਕ ਇੱਛਾਂ ਦੀ ਅੱਗ ਵਿੱਚ ਜਲਦਾ ਰਹਿੰਦਾ ਹੈ । ਉਸ ਦਾ ਜੀਵਨ ਸੱਪ ਦੇ ਜੀਵਨ ਵਰਗਾ ਹੀ ਹੁੰਦਾ ਹੈ । ਉਹ ਸੰਸਾਰ ਵਿੱਚ ਭਾਵੇਂ ਰਾਜ ਭਾਗ ਵਾਲਾ, ਵੱਡਾ ਸ਼ੇਨਸਾਹ ਹੋਵੇ । ਅੰਤ ਵਿੱਚ ਸਭ ਕੁਝ ਸੰਸਾਰ ਵਿੱਚ ਛੱਡਕੇ ਖਾਲੀ ਹੱਥ ਹੀ ਵਾਪਸ ਚਲੇ ਜਾਂਦਾ ਹੈ । ਮਾਨਸ ਜਨਮ ਦਾ ਖੇਲ ਹਾਰ ਜਾਂਦਾ ਹੈ ।

Whosoever may not meditate or obey the teachings of His Word with steady and stable belief in day-to-day life; he may remain frustrated with disappoints of worldly desires. His life, his state of mind may be miserable, cursed like a snake. No matter, he may be a great king in the universe; however, he will return empty handed to endure the judgement of his worldly deeds, leaving his worldly possessions on earth. He has lost his human life opportunity uselessly.

ਗੁਣ ਨਿਧਾਨ ਗੁਣ ਤਿਨ ਹੀ ਗਾਏ,	gun niDhaan gun tin hee gaa-ay
ਜਾ ਕਉ ਕਿਰਪਾ ਧਾਰੀ॥	jaa ka-o kirpaa Dhaaree.
ਸੋ ਸੁਖੀਆ ਧੰਨੁ ਉਸੁ ਜਨਮਾ,	so sukhee-aa Dhan us janmaa
ਨਾਨਕ ਤਿਸੁ ਬਲਿਹਾਰੀ॥੨॥੨॥	naanak tis balihaaree. ||2||2||

ਜਿਸ ਤੇ ਪ੍ਰਭ ਆਪ ਹੀ ਰਹਿਮਤ ਬਖਸ਼ਦਾ ਹੈ! ਕੇਵਲ ਉਹ ਹੀ ਗੁਣਾਂ ਦੇ ਦਾਤੇ, ਸਮੁੰਦਰ ਦੇ ਗੁਣ ਗਾਉਂਦਾ ਰਹਿੰਦਾ ਹੈ । ਉਸ ਦੇ ਮਨ ਵਿੱਚ ਪੂਰਨ ਸੰਤੋਖ ਵਸਦਾ ਹੈ, ਉਸ ਦਾ ਮਾਨਸ ਜਨਮ ਸਫਲ ਹੋ ਜਾਂਦਾ ਹੈ । ਬੰਦਗੀ ਕਰਨ ਵਾਲਾ ਸਦਾ ਹੀ ਉਸ ਦੇ ਜੀਵਨ ਤੋ ਕੁਰਬਾਨ, ਹੈਰਾਨ ਹੀ ਰਹਿੰਦਾ ਹੈ ।

Whosoever may be attached to meditate on the teachings of His Word; only he may sing the glory of the virtues of The True Master, the ocean of virtues. He remains completely contented with His blessings, with his own worldly environments. His human life journey may be rewarded. His true devotees remain fascinated and astonished from his way of worldly life.

4. **ਟੋਡੀ ਮਹਲਾ ੫ ਘਰੁ ੨ ਚਉਪਦੇ॥ 712-4**

੧ਓ ਸਤਿਗੁਰ ਪ੍ਰਸਾਦਿ॥	ik-oNkaar satgur parsaad.
ਧਾਇਓ ਰੇ ਮਨ ਦਹ ਦਿਸ ਧਾਇਓ॥	Dhaa-i-o ray man dah dis Dhaa-i-o.
ਮਾਇਆ ਮਗਨ ਸੁਆਦਿ ਲੋਭਿ ਮੋਹਿਓ,	maa-i-aa magan su-aad lobh mohi-o
ਤਿਨਿ ਪ੍ਰਭਿ ਆਪਿ ਭੁਲਾਇਓ॥ਰਹਾਉ॥	tin parabh aap bhulaa-i-o. rahaa-o.

ਸੰਸਾਰਕ ਜੀਵ ਇੱਕ ਤੇ ਭਰੋਸਾ ਅਡੋਲ ਨਹੀਂ ਰਖਦਾ, ਉਸ ਦਾ ਮਨ ਚਾਰੇ ਪਾਸੇ ਘੁੰਮਦਾ ਰਹਿੰਦਾ ਹੈ । ਉਹ ਸੰਸਾਰਕ ਮਾਇਆ ਦੇ ਮੋਹ, ਲਾਲਚ ਵਿੱਚ ਹੀ ਕੰਮ ਕਰਦਾ ਹੈ । ਉਸ ਨੂੰ ਪ੍ਰਭ ਆਪ ਹੀ ਇਸ ਪਾਸੇ ਲਾਈ ਰਖਦਾ ਹੈ ।

Human may not establish steady and stable on the teachings of His Word, The One and Only One, True Master; he remains wandering in all directions from shrine to shrine. He remains a slave of worldly wealth and performs all his worldly deeds in his greed. The True Master keeps his mind distracted on that path in his life.

ਹਰਿ ਕਥਾ ਹਰਿ ਜਸ ਸਾਧਸੰਗਤਿ ਸਿਉ,	har kathaa har jas saaDhsangat si-o
ਇਕੁ ਮੁਹਤੁ ਨ ਇਹੁ ਮਨੁ ਲਾਇਓ॥	ik muhat na ih man laa-i-o.
ਬਿਗਸਿਓ ਪੇਖਿ ਰੰਗੁ ਕਸੁੰਭ ਕੋ,	bigsi-o paykh rang kasumbh ko
ਪਰ ਗ੍ਰਿਹ ਜੋਹਨਿ ਜਾਇਓ॥੧॥	par garih johan jaa-i-o. ||1||

ਉਸ ਦਾ ਮਨ ਇੱਕ ਪਲ ਵੀ ਸ਼ਬਦ ਦੀ ਪਾਲਣਾ, ਸਿਮਰਨ ਵਿੱਚ ਨਹੀਂ ਲੱਗਦਾ । ਉਹ ਬੰਦਗੀ ਕਰਨ ਵਾਲੇ ਦੀ ਸੰਗਤ ਵਿੱਚ ਨਹੀਂ ਲੱਗਦਾ । ਉਹ ਸੰਸਾਰਕ ਮਾਇਆ ਦੇ ਅਨੰਦ ਨੂੰ ਹੀ ਦੇਖਦਾ, ਮਹੱਤਤਾ ਦੇਂਦੇ ਹਨ । ਪਰਾਈ ਔਰਤ ਨਾਲ, ਕਾਮ ਵਾਸ਼ਨਾ ਵਿੱਚ ਹੀ ਲੱਗਾ ਰਹਿੰਦਾ, ਸੋਚਦਾ ਹੈ ।

Whosoever may not meditate or obey the teachings of His Word with steady and stable belief in his day-to-day life. He may never associate with any of His true devotee. He may only give significance to worldly comforts and pleasures of worldly wealth. He may only think and remains in sexual lust for strange women.

ਚਰਨ ਕਮਲ ਸਿਉ ਭਾਉ ਨ ਕੀਨੋ,	charan kamal si-o bhaa-o na keeno
ਨਹ ਸਤ ਪੁਰਖੁ ਮਨਾਇਓ॥	nah sat purakh manaa-i-o.
ਧਾਵਤ ਕਉ ਧਾਵਹਿ ਬਹੁ ਭਾਤੀ,	Dhaavat ka-o Dhaaveh baho bhaatee
ਜਿਉ ਤੇਲੀ ਬਲਦੁ ਭ੍ਰਮਾਇਓ॥੨॥	ji-o taylee balad bharmaa-i-o. ||2||

ਉਹ ਪ੍ਰਭ ਦੇ ਸ਼ਬਦ, ਭਾਣੇ ਦੀ ਕੋਈ ਪ੍ਰਵਾਹ ਨਹੀਂ ਕਰਦਾ, ਪਾਲਣਾ ਨਹੀਂ ਕਰਦਾ । ਨਾ ਹੀ ਕਿਸੇ ਸੰਤ ਦੀ ਸੇਵਾ, ਭਲਾਈ ਦੇ ਕੰਮ ਵਿੱਚ ਹੀ ਧਿਆਨ ਲਾਉਂਦਾ ਹੈ । ਉਹ ਵੱਖਰੇ ਵੱਖਰੇ ਸੰਸਾਰਕ ਪਦਾਰਥ

ਪਾਉਣ ਲਈ ਚਾਰੇ ਪਾਸੇ ਘੁੰਮਦਾ ਰਹਿੰਦਾ ਹੈ । ਸੰਸਾਰਕ ਧੰਦੇ ਕਰਨ ਵਿੱਚ ਜ਼ੋਰ ਰਖਦਾ, ਬਹੁਤ ਯਤਨ ਕਰਦਾ ਹੈ ।

Self-minded may not pay any attention to the teachings of His Word nor obeys the teachings of His Word in his day-to-day life. He may not associate with His true devotee nor have any interest, any deed for the welfare of mankind. He may try various efforts, techniques to collect various worldly materials, possessions. He remains concentrating all his efforts to perform task for worldly comforts or glamor.

ਨਾਮ ਦਾਨੁ ਇਸਨਾਨੁ ਨ ਕੀਓ,	naam daan isnaan na kee-o
ਇਕ ਨਿਮਖ ਨ ਕੀਰਤਿ ਗਾਇਓ॥	ik nimakh na keerat gaa-i-o.
ਨਾਨਾ ਝੂਠਿ ਲਾਇ ਮਨੁ ਤੋਖਿਓ,	naanaa jhooth laa-ay man tokhi-o
ਨਹ ਬੂਝਿਓ ਅਪਨਾਇਓ॥੩॥	nah boojhi-o apnaa-i-o. ||3||

ਉਹ ਪ੍ਰਭ ਦੇ ਸ਼ਬਦ ਦੀ ਪਾਲਣਾ ਨਹੀਂ ਕਰਦਾ, ਨਾ ਹੀ ਸ੍ਰਿਸ਼ਟੀ ਦੀ ਭਲਾਈ ਦੇ ਕੰਮ ਕਰਦਾ ਹੈ । ਆਪਣੀ ਆਤਮਾ ਨੂੰ ਪਵਿੱਤਰ ਕਰਨ ਦੀ ਕੋਸ਼ਿਸ਼ ਹੀ ਨਹੀਂ ਕਰਦਾ । ਪ੍ਰਭ ਦੇ ਬਖਸ਼ੇ ਦਾ ਧੰਨਵਾਦ ਨਹੀਂ ਕਰਦਾ । ਉਹ ਸੰਸਾਰ ਵਿੱਚ ਥੋੜ੍ਹਾ ਸਮਾਂ ਅਨੰਦ ਦੇਣ ਵਾਲੇ ਪਦਾਰਥਾਂ ਵਿੱਚ ਹੀ ਮਸਤ ਰਹਿੰਦਾ ਹੈ । ਨਾ ਤਾਂ ਆਪਣੇ ਮਨ ਦੀ ਭੁੱਖ ਦੂਰ ਕਰਦਾ, ਨਾ ਹੀ ਆਪਣੇ ਆਪ ਨੂੰ ਪਛਾਣਦਾ ਹੈ । ਮਨ ਵਿੱਚ ਕੋਈ ਸੰਤੋਖ ਨਹੀਂ ਆਉਂਦਾ । ਉਹ ਮਾਨਸ ਜਨਮ ਦਾ ਮੰਤਵ ਹੀ ਨਹੀਂ ਸਮਝਦਾ ।

Self-minded may not obey the teachings of His Word nor perform any good deeds for mankind, His Creation. He may never thank God for all blessings in his worldly human life. He remains intoxicated in collecting worldly possessions, short-lived pleasures. He may not control his greed nor recognizes the real purpose of his human life opportunity. He may never have any peace or contentment in his worldly life. He may not recognize the real purpose of his human life opportunity.

ਪਰਉਪਕਾਰ ਨ ਕਬਹੂ ਕੀਏ,	par-upkaar na kabhoo kee-ay
ਨਹੀ ਸਤਿਗੁਰੁ ਸੇਵਿ ਧਿਆਇਓ॥	nahee satgur sayv Dhi-aa-i-o.
ਪੰਚ ਦੂਤ ਰਚਿ ਸੰਗਤਿ ਗੋਸਟਿ,	panch doot rach sangat gosat
ਮਤਵਾਰੋ ਮਦ ਮਾਇਓ॥੪॥	matvaaro mad maa-i-o. ||4||

ਕੋਈ ਸੰਸਾਰਕ ਭਲੇ ਦਾ ਕੰਮ ਨਹੀਂ ਕਰਦਾ, ਨਾ ਹੀ ਸ਼ਬਦ ਦਾ ਸਿਮਰਨ ਹੀ ਕਰਦਾ ਹੈ । ਉਹ ਮਨ ਦੇ ਪੰਜਾਂ ਜਮਦੂਤਾਂ ਦੇ ਇਸ਼ਾਰੇ ਤੇ ਨੱਚਦਾ ਹੈ । ਸੰਸਾਰਕ ਮਾਇਆ ਦੇ ਨਸ਼ੇ ਵਿੱਚ ਹੀ ਮਸਤ ਰਹਿੰਦਾ ਹੈ ।

Self-minded may not do any good deeds for the welfare of mankind nor meditates on the teachings of His Word. He may remain intoxicated with worldly greed and dance at the signal of worldly wealth.

ਕਰਉ ਬੇਨਤੀ ਸਾਧਸੰਗਤਿ,	kara-o bayntee saaDhsangat
ਹਰਿ ਭਗਤਿ ਵਛਲ ਸੁਣਿ ਆਇਓ॥	har bhagat vachhal sun aa-i-o.
ਨਾਨਕ ਭਾਗਿ ਪਰਿਓ ਹਰਿ ਪਾਛੈ,	naanak bhaag pari-o har paachhai
ਰਾਖੁ ਲਾਜ ਅਪੁਨਾਇਓ॥੫॥੧॥੩॥	raakh laaj apunaa-i-o. ||5||1||3||

ਉਹ ਬੰਦਗੀ ਕਰਨ ਵਾਲਾ, ਸੰਤਾਂ ਦੀ ਸੰਗਤ ਕਰਦਾ ਹੈ, ਉਹਨਾਂ ਦੀ ਸਿਖਿਆਂ ਲੈਂਦਾ ਹੈ । ਕੇਵਲ ਪ੍ਰਭ ਅੱਗੇ ਹੀ ਅਰਦਾਸ ਕਰਦਾ ਹੈ । ਪ੍ਰਭ ਸਦਾ ਹੀ ਆਪਣੇ ਬੰਦਗੀ ਕਰਨ ਵਾਲੇ ਦਾ ਪਿਆਰਾ, ਰਖਵਾਲਾ ਰਹਿੰਦਾ ਹੈ । ਬੰਦਗੀ ਕਰਨ ਵਾਲਾ ਪ੍ਰਭ ਦੇ ਸ਼ਬਦ ਦੀ ਸ਼ਰਣ ਵਿੱਚ ਰਹਿੰਦਾ, ਆਉਂਦਾ ਹੈ । ਰਹਿਮਤ ਦੀ ਅਰਦਾਸ ਕਰਦਾ ਹੈ । ਪ੍ਰਭ ਆਪਣਾ ਦਾਸ ਬਣਾਕੇ ਬਚਾ ਲਵੇ !

His true devotee associates with His Holy saints and adopts the life experience teachings of His true devotee. He only prays for His forgiveness, The One and Only One, True Master. The True Master always remains protector of His true devotee. His true devotee may surrender his mind, body, and worldly status at His sanctuary; He always prays and begs for His forgiveness and His refuge.

5. ਟੋਡੀ ਮਹਲਾ ੫॥ 712-12

ਮਾਨੁਖੁ ਬਿਨੁ ਬੂਝੇ ਬਿਰਥਾ ਆਇਆ॥ maanukh bin boojhay birthaa aa-i-aa.
ਅਨਿਕ ਸਾਜ ਸੀਗਾਰ ਬਹੁ ਕਰਤਾ, anik saaj seegaar baho kartaa
ਜਿਉ ਮਿਰਤਕੁ ਓਢਾਇਆ॥ ਰਹਾਉ॥ ji-o mirtak odhaa-i-o. rahaa-o.

ਮਾਨਸ ਜਨਮ ਦੇ ਮੰਤਵ ਦੀ ਸੋਝੀ ਤੋ ਬਿਨਾਂ, ਆਤਮਾ ਦਾ ਮਾਨਸ ਜਨਮ ਬਿਰਥਾ ਹੀ ਹੁੰਦਾ ਹੈ । ਉਹ ਸੰਸਾਰ ਵਿੱਚ ਆ ਕੇ ਸ਼ਿੰਗਾਰ ਕਰਦਾ, ਸ਼ਾਨ ਬਣਾਉਂਦਾ ਹੈ । ਪਰ ਉਸ ਦੀ ਸ਼ਾਨ, ਕੇਵਲ ਉਸ ਪ੍ਰਕਾਰ ਦੀ ਹੀ ਹੁੰਦੀ ਹੈ । ਜਿਵੇਂ ਮੁਰਦੇ ਦੀ ਲਾਛ ਨੂੰ ਸ਼ਿੰਗਾਰਿਆ ਜਾਂਦਾ ਹੈ ।

Self-minded wastes the human life opportunity of his soul, without realizing the real purpose of human life opportunity. He may establish his worldly status, glory, and embellish his human body. His worldly status and embellishment are like decorating a dead body, corpse.

ਧਾਇ ਧਾਇ ਕ੍ਰਿਪਨ ਸ੍ਰਮੁ ਕੀਨੋ, Dhaa-ay Dhaa-ay kirpan saram keeno
ਇਕਤ੍ਰ ਕਰੀ ਹੈ ਮਾਇਆ॥ ikatar karee hai maa-i-aa.
ਦਾਨੁ ਪੁੰਨੁ, ਨਹੀ ਸੰਤਨ ਸੇਵਾ, daan punn nahee santan sayvaa
ਕਿਤ ਹੀ ਕਾਜਿ ਨ ਆਇਆ॥੧॥ kit hee kaaj na aa-i-aa. ||1||

ਉਹ ਸੰਸਾਰ ਵਿੱਚ ਬਹੁਤ ਕਠਨ ਯਤਨ ਕਰਦਾ ਹੈ । ਸੰਸਾਰਕ ਧਨ ਇਕੱਠਾ ਕਰਨ ਦੀ ਕੋਸ਼ਿਸ਼ ਕਰਦਾ ਰਹਿੰਦਾ ਹੈ । ਉਸ ਦੀ ਆਪਣੀ ਹਾਲਤ ਬਹੁਤ ਦਰਦਨਾਕ ਹੀ ਰਹਿੰਦੀ ਹੈ । ਉਹ ਕਿਸੇ ਲੋੜਵੰਦ ਦੀ ਮਦਦ ਨਹੀਂ ਕਰਦਾ । ਸੰਤਾਂ ਦੀ ਸੇਵਾ ਨਹੀਂ ਕਰਦਾ, ਨਾ ਹੀ ਸ੍ਰਿਸ਼ਟੀ ਦੀ ਭਲਾਈ ਦਾ ਹੀ ਕੋਈ ਕੰਮ ਕਰਦਾ ਹੈ । ਸੰਸਾਰਕ ਧਨ ਉਸ ਦੇ ਮਾਨਸ ਜੀਵਨ ਦੇ ਸਫਰ ਵਿੱਚ ਕੋਈ ਮਦਦ ਨਹੀਂ ਕਰਦਾ ।

Self-minded may try very hard to collect worldly wealth and possessions. However, his state of mind may remain very miserable. He may never help any needy nor serves any Holy soul, His true devotee. He may never perform any deed for the welfare of mankind. His worldly wealth may not support him in His Court for the real purpose of human life opportunity.

ਕਰਿ ਆਭਰਣ ਸਵਾਰੀ ਸੇਜਾ, kar aabhran savaaree sayjaa
ਕਾਮਨਿ ਥਾਟੁ ਬਨਾਇਆ॥ kaaman thaat banaa-i-aa.
ਸੰਗੁ ਨ ਪਾਇਓ ਅਪੁਨੇ ਭਰਤੇ, sang na paa-i-o apunay bhartay
ਪੇਖਿ ਪੇਖਿ ਦੁਖੁ ਪਾਇਆ॥੨॥ paykh paykh dukh paa-i-aa. ||2||

ਉਹ ਮਾਨਸ ਜੀਵਨ ਵਿੱਚ ਲੋਕ ਦਿਖਾਵੇ ਦੀ ਬੰਦਗੀ ਦਾ ਆਸਣਾ ਲਾਉਂਦਾ, ਸਜਾਵਟ ਕਰਦਾ, ਪੂਜਾ ਕਰਦਾ ਹੈ । ਇਸ ਨਾਲ ਪ੍ਰਭ ਦੀ ਰਹਿਮਤ ਬਖਸ਼ਿਸ਼ ਨਹੀਂ ਹੁੰਦੀ । ਇਹ ਸਭ ਕੁਝ ਉਸ ਦਾ ਅਹੰਕਾਰ ਹੀ ਵਧਾਉਂਦਾ ਹੈ । ਉਸ ਨਾਲ ਉਹ ਹੋਰ ਪਾਪ ਹੀ ਇਕੱਠੇ ਕਰਦਾ, ਦੁਖ ਹੀ ਪਾਉਂਦਾ, ਪਰੇਸ਼ਾਨੀ ਹੀ ਵਧਦੀ ਹੈ ।

Self-minded may adopt religious robe, baptize with religious disciplines, establishes meditation, and worship throne. With worldly religious rituals, he may not be blessed with His mercy and grace. All his efforts may enhance his ego and worldly fame. All his efforts may increase his burden of sins. He may intensify his frustration of worldly disappointments.

ਸਾਰੋ ਦਿਨਸੁ ਮਜੂਰੀ ਕਰਤਾ, saaro dinas majooree kartaa
ਤੁਹੁ ਮੂਸਲਹਿ ਛਰਾਇਆ॥ tuhu mooslahi chharaa-i-aa.
ਖੇਦੁ ਭਇਓ ਬੇਗਾਰੀ ਨਿਆਈ, khayd bha-i-o baygaaree ni-aa-ee
ਘਰ ਕੈ ਕਾਮਿ ਨ ਆਇਆ॥੩॥ ghar kai kaam na aa-i-aa. ||3||

ਜੀਵ ਸਾਰਾ ਦਿਨ ਸੰਸਾਰ ਧੰਦੇ ਹੀ ਕਰਦਾ, ਚੰਗੇ ਮੰਦੇ ਕੰਮ ਕਰਦਾ ਰਹਿੰਦਾ ਹੈ । ਉਹ ਭਾੜੇ ਦੇ ਮਜ਼ਦੂਰ ਦੀ ਤਰ੍ਹਾਂ ਹੀ ਮਾਯੂਸੀ ਮਹਿਸੂਸ ਕਰਦਾ ਹੈ । ਆਪਣੇ ਮਨ ਵਿੱਚ ਇਸ ਕਮਾਈ ਨਾਲ ਕੋਈ ਸੰਤੋਖ ਬਖਸ਼ਿਸ਼ ਨਹੀਂ ਹੁੰਦਾ ।

He performs worldly chores to support his worldly family by performing good and evil deeds. He always works as a hired labor without any pride of his work and his state of mind remains miserable. He may never be satisfied, contented with his efforts in worldly life.

ਭਇਓ ਅਨੁਗ੍ਰਹੁ ਜਾ ਕਉ ਪ੍ਰਭ ਕੋ,	bha-i-o anoograhu jaa ka-o parabh ko
ਤਿਸੁ ਹਿਰਦੈ ਨਾਮੁ ਵਸਾਇਆ॥	tis hirdai naam vasaa-i-aa.
ਸਾਧਸੰਗਤਿ ਕੈ ਪਾਛੈ ਪਰਿਅਉ,	saaDhsangat kai paachhai pari-a-o
ਜਨ ਨਾਨਕ ਹਰਿ ਰਸੁ ਪਾਇਆ॥੪॥੨॥੪॥	jan naanak har ras paa-i-aa. ||4||2||4||

ਜਿਸ ਤੇ ਪ੍ਰਭ ਆਪ ਹੀ ਰਹਿਮਤ ਦੀ ਨਜ਼ਰ ਬਖਸ਼ਦਾ ਹੈ, ਸ਼ਬਦ ਨਾਲ ਲਗਨ ਲਾਉਂਦਾ ਹੈ । ਉਸ ਦੇ ਮਨ ਵਿੱਚ ਸ਼ਬਦ ਜਾਗਰਤ ਹੁੰਦਾ ਹੈ, ਮਨ ਵਿੱਚ ਸੰਤੋਖ ਬਖਸ਼ਿਸ਼ ਹੋ ਜਾਂਦਾ ਹੈ । ਉਹ ਬੰਦਗੀ ਕਰਨ ਵਾਲੇ ਦੀ ਸੰਗਤ ਕਰਦਾ ਹੈ, ਸਿਖਿਆਂ ਨਾਲ ਜੀਵਨ ਢਾਲਦਾ ਹੈ । ਉਸ ਨੂੰ ਮਾਨਸ ਜਨਮ ਦੇ ਮੰਤਵ ਦੀ ਸੋਝੀ ਬਖਸ਼ਿਸ਼ ਹੋ ਜਾਂਦੀ ਹੈ ।

Whosoever may be attached to a devotional meditation on the teachings of His Word; with His mercy and grace, he may be enlightened with the essence of His Word. He may associate with His Holy saint and adopts his life experience teachings in his own day-to-day life. He remains contented with his worldly environments. With His mercy and grace, he may be blessed with the right path of human life journey, the real purpose of human life opportunity.

6. ਟੋਡੀ ਮਹਲਾ ੫॥ 712-18

ਕ੍ਰਿਪਾ ਨਿਧਿ ਬਸਹੁ ਰਿਦੈ ਹਰਿ ਨੀਤ॥	kirpaa niDh bashu ridai har neet.
ਤੈਸੀ ਬੁਧਿ ਕਰਹੁ ਪਰਗਾਸਾ,	taisee buDh karahu pargaasaa
ਲਾਗੈ ਪ੍ਰਭ ਸੰਗਿ ਪ੍ਰੀਤਿ॥ ਰਹਾਉ॥	laagai parabh sang pareet. rahaa-o.

ਰਹਿਮਤਾਂ ਦੇ ਮਾਲਕ! ਮੇਰੇ ਮਨ ਵਿੱਚ ਸ਼ਬਦ ਨਾਲ ਲਗਨ ਬਖਸ਼ੋ! ਜਿਸ ਦੀ ਪਾਲਣਾ ਕਰਨ ਨਾਲ, ਤੇਰਾ ਸ਼ਬਦ ਮਨ ਵਿੱਚ ਜਾਗਰਤ ਹੋ ਜਾਵੇ । ਮਨ ਵਿੱਚ ਸ਼ਬਦ ਤੇ ਭਰੋਸਾ ਅਡੋਲ ਹੋ ਜਾਵੇ ।

My True Master with Your mercy and grace blesses me devotion to meditate and to obey the teachings of Your Word. By adopting the teachings of Your Word, I may be blessed with the enlightenment of the essence of Your Word. I may become steady and stable on the right path of acceptance in Your Court.

ਦਾਸ ਤੁਮਾਰੇ ਕੀ ਪਾਵਉ ਧੂਰਾ,	daas tumaaray kee paava-o Dhooraa
ਮਸਤਕਿ ਲੇ ਲੇ ਲਾਵਉ॥	mastak lay lay laava-o.
ਮਹਾ ਪਤਿਤ ਤੇ ਹੋਤ ਪੁਨੀਤਾ	mahaa patit tay hot puneetaa
ਹਰਿ ਕੀਰਤਨ ਗੁਨ ਗਾਵਉ॥੧॥	har keertan gun gaava-o. ||1||

ਮੇਰਾ ਪਾਪੀ ਜੀਵ ਦਾ ਮਨ ਤੇਰੇ ਸ਼ਬਦ ਦੇ ਗੁਣ ਗਾਉਣ ਨਾਲ ਪਵਿੱਤਰ ਹੋ ਗਿਆ ਹੈ । ਰਹਿਮਤ ਬਖਸ਼ੋ! ਆਪਣੇ ਬੰਦਗੀ ਕਰਨ ਵਾਲੇ ਦਾਸਾਂ ਦੇ ਚਰਨਾਂ ਦੀ ਧੂੜ ਬਖਸ਼ੋ! ਉਸ ਦੀ ਸਿਖਿਆਂ ਨਾਲ ਮਨ ਸ਼ਬਦ ਦੀ ਸਮਾਧੀ ਵਿੱਚ ਵਸਣ ਲੱਗ ਪਵੇ ।

My True Master, with Your mercy and grace, even my soul of a sinner may be sanctified by singing the glory of Your Word. With Your mercy and grace, blesses me the dust of the feet of Your true devotees. By adopting his life experience teachings in my day-to-day life, I may become intoxicated in the void of Your Word.

ਆਗਿਆ ਤੁਮਰੀ ਮੀਠੀ ਲਾਗਉ, aagi-aa tumree meethee laaga-o
ਕੀਓ ਤੁਹਾਰੋ ਭਾਵਉ॥ kee-o tuhaaro bhaava-o.
ਜੋ ਤੂ ਦੇਹਿ ਤਹੀ ਇਹੁ ਤ੍ਰਿਪਤੈ, jo too deh tahee ih tariptai
ਆਨ ਨ ਕਤਹੂ ਧਾਵਉ॥੨॥ aan na kathoo Dhaava-o. ||2||

ਪ੍ਰਭ ਤੇਰਾ ਭਾਣਾ, ਸ਼ਬਦ ਮਨ ਨੂੰ ਅਨੰਦ ਦੇਂਦਾ ਹੈ । ਜੋ ਵੀ ਤੇਰੇ ਭਾਣੇ ਨਾਲ ਸ੍ਰਿਸ਼ਟੀ ਵਿੱਚ ਵਾਪਰਦਾ ਹੈ । ਮਨ ਨੂੰ ਚੰਗਾ ਲੱਗਦਾ, ਸੰਤੋਖ ਹੀ ਮਹਿਸੂਸ ਹੁੰਦਾ ਹੈ । ਪ੍ਰਭ ਤੇਰੀ ਬਖਸ਼ਿਸ਼ ਨਾਲ ਮਨ ਵਿੱਚ ਸੰਤੋਖ ਵਸਦਾ ਹੈ । ਮੈ ਹੋਰ ਸੰਸਾਰਕ ਪਦਾਰਥਾਂ ਦੇ ਪਿਛੇ ਨਹੀਂ ਲੱਗਾ ਫਿਰਦਾ ।

My True Master the teachings of Your Word are very soothing and comforting to my mind. Whatsoever may happen in the universe with Your command, all becomes comforting to my mind and I may remain contented. With Your mercy and grace, I have complete contentment with my worldly environments and I may never wander after worldly possessions.

ਸਦ ਹੀ ਨਿਕਟਿ ਜਾਨਉ ਪ੍ਰਭ ਸੁਆਮੀ, sad hee nikat jaan-o parabh su-aamee
ਸਗਲ ਰੇਣ ਹੋਇ ਰਹੀਐ॥ sagal rayn ho-ay rahee-ai.
ਸਾਧੂ ਸੰਗਤਿ ਹੋਇ ਪਰਾਪਤਿ, saaDhoo sangat ho-ay paraapat
ਤਾ ਪ੍ਰਭੁ ਅਪੁਨਾ ਲਹੀਐ॥੩॥ taa parabh apunaa lahee-ai.||3||

ਜਿਹੜਾ ਆਪਣੇ ਮਨ ਵਿੱਚ ਨਿਮ੍ਰਤਾ ਧਾਰਨ ਕਰ ਲੈਂਦਾ ਹੈ । ਆਪਣੇ ਆਪ ਨੂੰ ਬਾਕੀ ਜੀਵਾਂ ਦੇ ਚਰਨਾਂ ਦੀ ਧੂੜ ਦੇ ਸਮਾਨ ਹੀ ਸਮਝਦਾ ਹੈ । ਪ੍ਰਭ ਸਦਾ ਹੀ ਉਸ ਦੇ ਨੇੜੇ, ਅੰਗ ਸੰਗ ਸਹਾਈ ਰਹਿੰਦਾ ਹੈ । ਜਿਸ ਨੂੰ ਬੰਦਗੀ ਕਰਨ ਵਾਲੇ ਦੀ ਸੰਗਤ ਬਖਸ਼ਿਸ਼ ਹੋ ਜਾਂਦੀ ਹੈ । ਉਹ ਪ੍ਰਭ ਦੀ ਰਹਿਮਤ, ਪ੍ਰਵਾਨਗੀ ਪਾ ਲੈਂਦਾ ਹੈ, ਬਖਸ਼ਿਸ਼ ਹੋ ਜਾਂਦੀ ਹੈ ।

With His mercy and grace, whosoever may remain humble in his worldly life; he may consider his worldly status as the dust of the feet of His Creation. The True Master always remains his companion and supporter, pillar of strength. Whosoever may be blessed with the association of His true devotee; with His mercy and grace, he may be blessed with the right path of acceptance in His Court.

ਸਦਾ ਸਦਾ ਹਮ ਛੋਹਰੇ ਤੁਮਰੇ, sadaa sadaa ham chhohray tumray
ਤੂ ਪ੍ਰਭ ਹਮਰੋ ਮੀਰਾ॥ too parabh hamro meeraa.
ਨਾਨਕ ਬਾਰਿਕ ਤੁਮ ਮਾਤ ਪਿਤਾ, naanak baarik tum maat pitaa
ਮੁਖਿ ਨਾਮੁ ਤੁਮਾਰੋ ਖੀਰਾ॥੪॥੩॥੫॥ mukh naam tumaaro kheeraa. ||4||3||5||

ਪ੍ਰਭ ਮੈਂ ਸਦਾ ਤੇਰਾ ਚਾਕਰ ਹੀ ਹਾ, ਤੂੰ ਹੀ ਮੇਰਾ ਅਸਲੀ ਮਾਲਕ ਹੈ । ਬੰਦਗੀ ਕਰਨ ਵਾਲਾ ਪ੍ਰਭ ਨੂੰ ਹੀ ਅਸਲੀ ਮਾਲਕ, ਮਾਤਾ ਪਿਤਾ ਦੇ ਸਮਾਨ ਸਮਝਦਾ ਹੈ । ਅਰਦਾਸ ਕਰਦਾ, ਰਹਿਮਤਾਂ ਦੇ ਮਾਲਕ, ਆਪਣੇ ਦਾਸ ਨੂੰ ਸ਼ਬਦ ਦੀ ਪਾਲਣਾ ਦੀ ਲਗਨ ਬਖਸ਼ੋ ! ਜਿਵੇਂ ਮਾਤਾ ਆਪਣੇ ਬੱਚੇ ਦੀ ਪਾਲਣਾ ਪੋਸਨਾ ਕਰਨ ਲਈ ਦੁੱਧ ਦੇਂਦੀ ਹੈ ।

I am always Your slave and only You are my True Master. His true devotee always considers The True Master as respectable as his parents. His true devotee, always has one and only one prayer; blesses me a devotion to meditate on the teachings of Your Word. The True Master nourishes His Creation as mother provides milk to her new born baby.

7. ਟੋਡੀ ਮਹਲਾ ੫ ਘਰੁ ੨ ਦੁਪਦੇ॥ 713-5

ਸਤਿਗੁਰ ਪ੍ਰਸਾਦਿ॥ ik-oNkaar satgur parsaad.
ਮਾਗਉ ਦਾਨੁ ਠਾਕੁਰ ਨਾਮ॥ maaga-o daan thaakur naam.
ਅਵਰੁ ਕਛੂ ਮੇਰੈ ਸੰਗਿ ਨ ਚਾਲੈ, avar kachhoo mayrai sang na chaalai
ਮਿਲੈ ਕ੍ਰਿਪਾ ਗੁਣ ਗਾਮ॥੧॥ ਰਹਾਉ॥ milai kirpaa gun gaam. ||1|| rahaa-o.

ਜੀਵ ਸਦਾ ਹੀ ਪ੍ਰਭ ਤੋਂ ਸ਼ਬਦ ਦੀ ਲਗਨ ਦੀ ਬਖਸ਼ਿਸ਼ ਹੀ ਮੰਗੋ! ਅਰਦਾਸ ਕਰੋ! ਹੋਰ ਕੁਝ ਮੌਤ ਪਿਛੋਂ ਸਾਥ ਨਹੀਂ ਜਾਂਦਾ, ਮਦਦ ਨਹੀਂ ਕਰ ਸਕਦਾ, ਸਹਾਈ ਨਹੀਂ ਹੁੰਦਾ । ਪ੍ਰਭ ਰਹਿਮਤ ਬਖਸ਼ੇ, ਦਿਨ ਰਾਤ ਸ਼ਬਦ ਦੇ ਗੁਣ ਗਾਉਣ ਦੀ ਸਮਰਥਾ ਬਖਸ਼ੇ ।

You should always pray for devotion to meditate on the teachings of His Word. Nothing else may stay with his soul after death to help for the real purpose of his human life journey. He may bless devotion to sing the glory of His Word day and night.

ਰਾਜੁ ਮਾਲੁ ਅਨੇਕ ਭੋਗ ਰਸ,	raaj maal anayk bhog ras
ਸਗਲ ਤਰਵਰ ਕੀ ਛਾਮ॥	sagal tarvar kee chhaam.
ਧਾਇ ਧਾਇ ਬਹੁ ਬਿਧਿ ਕਉ ਧਾਵੈ,	Dhaa-ay Dhaa-ay baho biDh ka-o Dhaavai
ਸਗਲ ਨਿਰਾਰਥ ਕਾਮ॥੧॥	sagal niraarath kaam. ||1||

ਸੰਸਾਰਕ ਧਨ ਦੌਲਤ, ਰਾਜ ਭਾਗ ਸਾਰੇ ਹੀ ਬ੍ਰਿਛ ਦੇ ਪਰਛਾਵੇਂ ਦੀ ਤਰ੍ਹਾਂ ਹੀ ਹੁੰਦੇ, ਬੀਤ ਜਾਂਦੇ, ਢਲ ਜਾਂਦੇ ਹਨ । ਚਾਰੇ ਪਾਸੇ ਘੁੰਮਣ, ਧੋਖੇ, ਫਰੇਬ ਨਾਲ ਇਕੱਠੇ ਕੀਤੇ ਸੰਸਾਰਕ ਪਦਾਰਥ ਮਾਨਸ ਯਾਤਰਾ ਲਈ ਬਿਰਥਾ ਹੀ ਹੈ ।

Worldly wealth, status and royal kingdom may disappear like the shadow of a tree. The charm, fame and glory may faint away. Worldly wealth and possessions collected with clever and devious plans may not help in His Court for the real purpose of human life opportunity.

ਬਿਨੁ ਗੋਵਿੰਦ ਅਵਰੁ ਜੇ ਚਾਹਉ,	bin govind avar jay chaaha-o
ਦੀਸੈ ਸਗਲ ਬਾਤ ਹੈ ਖਾਮ॥	deesai sagal baat hai khaam.
ਕਹੁ ਨਾਨਕ ਸੰਤ ਰੇਨ ਮਾਗਉ,	kaho naanak sant rayn maaga-o
ਮੇਰੋ ਮਨੁ ਪਾਵੈ ਬਿਸ੍ਰਾਮ॥੨॥੧॥੬॥	mayro man paavai bisraam. ||2||1||6||

ਪ੍ਰਭ ਦੀ ਰਹਿਮਤ, ਸ਼ਬਦ ਤੋਂ ਬਿਨਾਂ ਜੋ ਵੀ ਮਾਨਸ ਮੰਗਦਾ, ਚਾਹੁੰਦਾ ਹੈ । ਸਭ ਸੁਪਨੇ ਦੀ ਤਰ੍ਹਾਂ ਹੀ ਬੀਤ ਜਾਂਦਾ ਹੈ । ਜੀਵ ਆਪਣੀ ਅਰਦਾਸ ਵਿੱਚ ਸੰਤਾਂ ਦੇ ਚਰਨਾਂ ਦੀ ਧੂੜ, ਨਿਮ੍ਰਤਾ ਮੰਗੋ! ਜਿਸ ਨਾਲ ਮਨ ਵਿੱਚ ਸੰਤੋਖ, ਅਨੰਦ ਵਸ ਜਾਂਦਾ ਹੈ ।

Whosoever may pray for other than the devotion to meditate on the teachings of His Word. Everything else may disappear like a dream. Whosoever may pray for humility and the dust of the feet of His true devotee; with His mercy and grace, he may remain in pleasure and contented in all his worldly environments.

8. ਟੋਡੀ ਮਹਲਾ ੫॥ 713-9

ਪ੍ਰਭ ਜੀ ਕੋ ਨਾਮੁ ਮਨਹਿ ਸਾਧਾਰੈ॥	parabh jee ko naam maneh saDhaarai.
ਜੀਅ ਪ੍ਰਾਨ ਸੂਖ ਇਸੁ ਮਨ ਕਉ,	jee-a paraan sookh is man ka-o
ਬਰਤਨਿ ਏਹ ਹਮਾਰੈ॥੧॥ ਰਹਾਉ॥	bartan ayh hamaarai. ||1|| rahaa-o.

ਬੰਦਗੀ ਕਰਨ ਵਾਲੇ ਦੇ ਜੀਵਨ ਦਾ ਧੰਦਾ, ਸਵਾਸਾਂ ਦਾ ਆਸਰਾ ਹੀ ਸ਼ਬਦ ਦੀ ਪਾਲਣਾ, ਸਿਮਰਨ ਕਰਨਾ ਹੁੰਦਾ ਹੈ । ਸ਼ਬਦ ਦੀ ਪਾਲਣਾ ਕਰਨ ਨਾਲ ਹੀ ਉਸ ਦੇ ਮਨ ਵਿੱਚ ਸੰਤੋਖ ਖੇੜਾ ਵਸਦਾ ਹੈ । ਪ੍ਰਭ ਦੇ ਸ਼ਬਦ ਦੀ ਪਾਲਣਾ ਕਰਨਾ ਹੀ ਜੀਵਨ ਦਾ ਅਧਾਰ, ਸਿਧਾਂਤ ਹੁੰਦਾ ਹੈ ।

His true devotee makes the purpose of his human life, purpose of his breathes to meditate to obey the teachings of His Word. By obeying the teachings of His Word with steady and stable belief in his day-to-day life; he may remain overwhelmed with peace of mind and contentment in his human life journey.

ਨਾਮੁ ਜਾਤਿ ਨਾਮੁ ਮੇਰੀ ਪਤਿ ਹੈ,	naam jaat naam mayree pat hai
ਨਾਮੁ ਮੇਰੈ ਪਰਵਾਰੈ॥	naam mayrai parvaarai.

ਨਾਮੁ ਸਖਾਈ ਸਦਾ ਮੇਰੈ ਸੰਗਿ, naam sakhaa-ee sadaa mayrai sang
ਹਰਿ ਨਾਮੁ ਮੋ ਕਉ ਨਿਸਤਾਰੈ॥੧॥ har naam mo ka-o nistaarai. ||1||

ਬੰਦਗੀ ਕਰਨ ਵਾਲੇ ਦੀ ਜਾਤ, ਹੈਸੀਅਤ, ਪ੍ਰਵਾਰ ਹੀ ਸ਼ਬਦ ਦੀ ਪਾਲਣਾ ਹੁੰਦਾ ਹੈ । ਪ੍ਰਭ ਦੇ ਸ਼ਬਦ ਦੀ ਕਮਾਈ ਸਦਾ ਹੀ ਉਸ ਦੇ ਸਾਥ ਸਹਾਈ ਹੁੰਦੀ ਹੈ । ਮੁਕਤੀ ਦੇ ਰਸਤੇ ਤੇ ਅਡੋਲ ਰਖਦੀ ਹੈ ।

The earnings of His Word, to obey the teachings of His Word may be the worldly caste, worldly status, and worldly family of His true devotee. Earnings of His Word may always support him in every event in worldly life and after death in His Court. His devotion may keep him steady and stable on the right path of acceptance in His Court.

ਬਿਖੈ ਬਿਲਾਸ ਕਹੀਅਤ ਬਹੁਤੇਰੇ, bikhai bilaas kahee-at bahutayray
ਚਲਤ ਨ ਕਛੂ ਸੰਗਾਰੈ॥ chalat na kachhoo sangaaray.
ਇਸਟੁ ਮੀਤੁ ਨਾਮੁ ਨਾਨਕ ਕੋ, isat meet naam naanak ko har
ਹਰਿ ਨਾਮੁ ਮੇਰੈ ਭੰਡਾਰੈ॥੨॥੨॥੭॥ naam mayrai bhandaarai. ||2||2||7||

ਸੰਸਾਰ ਵਿੱਚ ਕਾਮ ਵਾਸ਼ਨਾ ਦੇ ਅਨੰਦ ਦੀ ਬਹੁਤ ਚਰਚਾ ਹੁੰਦੀ ਹੈ । ਕੋਈ ਵੀ ਅਨੰਦ ਮੌਤ ਪਿਛੋਂ ਮਾਨਸ ਦੀ ਕੋਈ ਮਦਦ ਨਹੀਂ ਕਰ ਸਕਦਾ, ਸਹਾਈ ਨਹੀਂ ਹੁੰਦਾ । ਬੰਦਗੀ ਕਰਨ ਵਾਲੇ ਦੇ ਮਨ ਵਿੱਚ ਸ਼ਬਦ ਨਾਲ ਹੀ ਡੂੰਘੀ ਸ਼ਰਧਾ ਹੁੰਦੀ ਹੈ । ਇਹ ਹੀ ਉਸ ਦਾ ਖਜ਼ਾਨਾ, ਸ਼ਬਦ ਦੀ ਕਮਾਈ ਹੁੰਦੀ ਹੈ ।

The sexual pleasures may play very dominating role in the worldly life of human. No pleasure of worldly wealth may support him for the real purpose of human life opportunity. His true devotee remains intoxicated with his devotion to sing and to obey the teachings of His Word with steady and stable belief in his day-to-day life. The earnings of His Word remain with him as his worldly treasure.

9. ਟੋਡੀ ਮਃ ੫॥ 713 -12

ਨੀਕੇ ਗੁਣ ਗਾਉ ਮਿਟਹੀ ਰੋਗ॥ neekay gun gaa-o mithee rog.
ਮੁਖ ਊਜਲ ਮਨੁ ਨਿਰਮਲ ਹੋਈ ਹੈ, mukh oojal man nirmal ho-ee hai tayro
ਤੇਰੋ ਰਹੈ ਈਹਾ ਊਹਾ ਲੋਗੁ॥੧॥ ਰਹਾਉ॥ rahai eehaa oohaa log. ||1|| rahaa-o.

ਪ੍ਰਭ ਦੇ ਸ਼ਬਦ ਦੇ ਗੁਣ ਗਾਉਣ ਨਾਲ ਮਨ ਵਿਚੋਂ ਇੱਛਾਂ ਦੇ ਦੁਖ ਦੂਰ ਹੋ ਜਾਂਦੇ ਹਨ । ਬੰਦਗੀ ਕਰਨ ਵਾਲੇ ਦੇ ਮੱਥੇ ਤੇ ਸ਼ਬਦ ਦੀ ਸੋਝੀ ਰੂਪੀ ਨੂਰ ਚਮਕਦਾ ਹੈ, ਮਨ ਪਵਿੱਤਰ ਹੋ ਜਾਂਦਾ ਹੈ । ਉਹ ਪ੍ਰਭ ਦੀ ਸ਼ਰਣ ਵਿੱਚ ਪ੍ਰਵਾਨ ਹੋ ਜਾਂਦਾ ਹੈ । ਉਸ ਪਿਛੋਂ ਪ੍ਰਭ ਹੀ ਉਸ ਦਾ ਰਖਵਾਲਾ ਬਣ ਜਾਂਦਾ ਹੈ ।

Whosoever may meditate and sings the glory of His Word with steady and stable belief; with His mercy and grace, all his miseries of worldly desires may be eliminated. The eternal, spiritual glow of the essence of His Word may shine on his forehead. His soul may be sanctified to become worthy of His consideration. With His mercy and grace, he may be accepted in His sanctuary and The True Master may become his protector.

ਚਰਨ ਪਖਾਰਿ ਕਰਉ ਗੁਰ ਸੇਵਾ, charan pakhaar kara-o gur sayvaa
ਮਨਹਿ ਚਰਾਵਉ ਭੋਗ॥ maneh charaava-o bhog.
ਛੋਡਿ ਆਪਤੁ ਬਾਦੁ ਅਹੰਕਾਰਾ, chhod aapat baad aha^{N}kaaraa
ਮਾਨੁ ਸੋਈ ਜੋ ਹੋਗੁ॥੧॥ maan so-ee jo hog. ||1||

ਜੀਵ ਬੰਦਗੀ ਕਰਨ ਵਾਲੇ ਦੀ ਸੇਵਾ ਕਰੋ! ਉਸ ਦੇ ਜੀਵਨ ਦੇ ਅਧਾਰ ਤੇ ਜੀਵਨ ਢਾਲੋ! ਆਪਣਾ ਮਨ, ਆਪਾ, ਖੁਦਗ਼ਰਜ਼ੀ ਪ੍ਰਭ ਦੀ ਭੇਟਾ ਕਰੋ! ਆਪਣੇ ਮਨ ਵਿਚੋਂ ਖੁਦਗ਼ਰਜ਼ੀ ਤਿਆਗੋ! ਬੁਰੇ ਖਿਆਲ ਖਤਮ ਕਰੋ! ਆਪਣੇ ਅਹੰਕਾਰ ਤੇ ਜਿੱਤ ਪਾਵੋ! ਪ੍ਰਭ ਦੇ ਬਖਸ਼ੇ ਤੇ ਕਦੇ ਸੋਗ, ਹਿਰਖ ਨਾ ਕਰੋ, ਸਦਾ ਹੀ ਧੰਨਵਾਦ ਕਰੋ ।

You should serve His true devotee, Holy saint and adopt his life experience teachings in your day-to-day life. You should surrender your mind, body, and selfishness at His sanctuary, The True Master. You should abandon your evil thoughts and conquer your own ego. You may never grievances on any of His blessings nor on your worldly condition. You should always sing the glory and praises of The True Master for His blessings.

ਸੰਤ ਟਹਲ ਸੋਈ ਹੈ ਲਾਗਾ,	sant tahal so-ee hai laagaa
ਜਿਸੁ ਮਸਤਕਿ ਲਿਖਿਆ ਲਿਖੋਗੁ॥	jis mastak likhi-aa likhog.
ਕਹੁ ਨਾਨਕ ਏਕ ਬਿਨੁ ਦੂਜਾ,	kaho naanak ayk bin doojaa
ਅਵਰੁ ਨ ਕਰਣੈ ਜੋਗੁ॥੨॥੩॥੮॥	avar na karnai jog. ||2||3||8||

ਜਿਸ ਦੇ ਭਾਗਾਂ ਵਿੱਚ ਪ੍ਰਭ ਨੇ ਪਹਿਲੇ ਹੀ ਲਿਖਿਆ ਹੁੰਦਾ ਹੈ । ਕੇਵਲ ਉਹ ਹੀ ਸ਼ਬਦ ਦੀ ਪਾਲਣਾ ਵਿੱਚ ਮਸਤ ਰਹਿੰਦਾ ਹੈ । ਜੀਵ ਇੱਕੋ ਇੱਕ ਪ੍ਰਭ ਹੀ ਸਭ ਕੁਝ ਕਰਨ ਵਾਲਾ ਮਾਲਕ ਹੈ । ਉਸ ਤੋ ਬਿਨਾਂ ਹੋਰ ਕੋਈ ਇਹ ਸਮਰਥਾ ਵਾਲਾ ਨਹੀਂ ਹੈ ।

Whosoever may have a great prewritten destiny; with His mercy and grace, only he may obey the teachings of His Word with steady and stable belief in his day-to-day life. He may remain intoxicated in meditation in the void of His Word. The One and Only One, Omnipotent True Master prevails in every event of the universe. Without His mercy and grace, no one else may exist or capable of doing anything.

10. ਟੋਡੀ ਮਹਲਾ ੫॥ 713-16

ਸਤਿਗੁਰ ਆਇਓ ਸਰਣਿ ਤੁਹਾਰੀ॥	satgur aa-i-o saran tuhaaree.
ਮਿਲੈ ਸੂਖੁ ਨਾਮੁ ਹਰਿ ਸੋਭਾ,	milai sookh naam har sobhaa
ਚਿੰਤਾਂ ਲਾਹਿ ਹਮਾਰੀ॥੧॥ ਰਹਾਉ॥	chintaa laahi hamaaree. ||1|| rahaa-o.

ਪ੍ਰਭ ਤੇਰੀ ਸ਼ਰਣ ਵਿੱਚ ਆਇਆ ਹਾ, ਰਹਿਮਤ ਬਖਸ਼ੋ! ਆਪਣੇ ਸ਼ਬਦ ਦੇ ਲੜ ਲਾ ਕੇ ਮਨ ਵਿੱਚ ਧੀਰਜ, ਸੰਤੋਖ ਬਖਸ਼ੋ । ਮਨ ਵਿਚੋਂ ਸੰਸਾਰਕ ਚਿੰਤਾਂ ਦਾ ਨਾਸ ਕਰੋ, ਖਤਮ ਕਰ ਦੇਵੋ!

My True Master, I have surrendered my mind, body, and worldly status at Your sanctuary. With Your mercy and grace, attaches me to a devotional meditation on the teachings of Your Word. I may be blessed with patience and contentment in my day-to-day life. All my frustrations of worldly desires may be vanished, eliminated.

ਅਵਰ ਨ ਸੂਝੈ ਦੂਜੀ ਠਾਹਰ,	avar na soojhai doojee thaahar
ਹਾਰਿ ਪਰਿਓ ਤਉ ਦੁਆਰੀ॥	haar pari-o ta-o du-aaree.
ਲੇਖਾ ਛੋਡਿ ਅਲੇਖੈ ਛੂਟਹ,	laykhaa chhod alaykhai chhootah
ਹਮ ਨਿਰਗੁਨ ਲੇਹੁ ਉਬਾਰੀ॥੧॥	ham nirgun layho ubaaree. ||1||

ਪ੍ਰਭ ਤੇਰੇ ਦਰ ਤੋ ਬਿਨਾਂ, ਮੇਰਾ ਹੋਰ ਕੋਈ ਆਸਰਾ, ਅਰਾਮ ਕਰਨ ਵਾਲਾ ਘਰ ਨਹੀਂ ਹੈ । ਮੈਂ ਬੇਚਾਰ ਹੋ ਗਿਆ ਹਾ, ਤੇਰੀ ਸ਼ਰਣ ਵਿੱਚ ਹੀ ਢਹਿ ਪਿਆ ਹਾ । ਪ੍ਰਭ ਰਹਿਮਤ ਬਖਸ਼ੋ! ਮੈਂ ਅਨੇਕਾਂ ਜਨਮਾਂ ਵਿੱਚ ਅਨੇਕਾਂ ਹੀ ਭੁੱਲਾਂ ਕੀਤੀਆਂ ਹਨ । ਮੇਰਾ ਲੇਖਾ ਨਾ ਚਿਤਰੋ, ਲੇਖਾ ਖਤਮ ਕਰਕੇ, ਇਸ ਨਿਮਾਣੇ ਨੂੰ ਬਖਸ਼ ਲਵੋ!

My True Master, I have no support, help or any comfortable place in the world. I am frustrated from my way of life and I have surrendered my mind, body, and worldly status at Your sanctuary. I may have done so many blunders, sins in many previous lives. With Your mercy and grace, forgives and ignore my sins and satisfy my account of previous lives.

ਸਦ ਬਖਸਿੰਦੁ ਸਦਾ ਮਿਹਰਵਾਨਾ,	sad bakhsind sadaa miharvaanaa
ਸਭਨਾ ਦੇਇ ਅਧਾਰੀ॥	sabhnaa day-ay aDhaaree.
ਨਾਨਕ ਦਾਸ ਸੰਤ ਪਾਛੈ ਪਰਿਓ,	naanak daas sant paachhai pari-o
ਰਾਖਿ ਲੇਹੁ ਇਹ ਬਾਰੀ॥੨॥੪॥੯॥	raakh layho ih baaree. ||2||4||9||

ਪ੍ਰਭ ਤੂੰ ਸਦਾ ਹੀ ਭੁਲਾਂ ਬਖਸ਼ਣ ਹਾਰਾ ਮਾਲਕ ਹੈ । ਤੂੰ ਹੀ ਤਰਸ ਕਰਕੇ, ਸਾਰੇ ਜੀਵਾਂ ਦੀ ਰਖਿਆ ਕਰਦਾ, ਆਸਰਾ ਦੇਂਦਾ ਹੈ । ਬੰਦਗੀ ਕਰਨ ਵਾਲੇ, ਸੰਤਾਂ ਦੇ ਜੀਵਨ ਦੇ ਅਧਾਰ ਤੇ ਜੀਵਨ ਢਾਲਕੇ, ਤੇਰੀ ਸ਼ਰਣ ਵਿੱਚ, ਸ਼ਬਦ ਦੀ ਸਮਾਧੀ ਵਿੱਚ ਵਸਦੇ ਹਨ । ਤੂੰ ਆਪ ਹੀ ਰਹਿਮਤ ਬਖਸ਼ਕੇ ਭਰੋਸਾ ਅਡੋਲ ਰਖਦਾ ਹੈ ।

The Omnipotent True Master, only with Your mercy and grace, may forgive the sins of Your Creation. You are the protector and supporting pillar of all creatures of the universe. I have adopted the life experience teachings of Your true devotee in my day-to-day life. I remain intoxicated in the void of Your Word. I have surrendered my mind, body, and worldly status at Your sanctuary. Only You may keep me steady and stable on the right path of acceptance in Your Court.

11. ਟੋਡੀ ਮਹਲਾ ੫॥ 713-19

ਰਸਨਾ ਗੁਣ ਗੋਪਾਲ ਨਿਧਿ ਗਾਇਣ॥	rasnaa gun gopaal niDh gaa-in.
ਸਾਂਤਿ ਸਹਜੁ ਰਹਸੁ ਮਨਿ ਉਪਜਿਓ,	saaNt sahj rahas man upji-o
ਸਗਲੇ ਦੂਖ ਪਲਾਇਣ॥੧॥ ਰਹਾਉ॥	saglay dookh palaa-in. ||1|| rahaa-o.

ਬੰਦਗੀ ਕਰਨ ਵਾਲਾ ਆਪਣੀ ਜੀਭ ਨਾਲ ਪ੍ਰਭ ਦੇ ਸ਼ਬਦ ਦੇ ਗੁਣ ਗਾਉਂਦਾ ਹੈ । ਉਸ ਦੇ ਮਨ ਵਿੱਚ ਸੰਤੋਖ, ਖੇੜਾ, ਅਨੰਦ ਵਸ ਜਾਂਦਾ ਹੈ । ਮਨ ਵਿਚੋਂ ਸੰਸਾਰਕ ਇੱਛਾਂ ਦੇ ਦੁਖ ਨਾਸ ਹੋ ਜਾਂਦੇ ਹਨ ।

His true devotee sings the glory of His Word with his own tongue. He may be overwhelmed with pleasures, contentment, and blossom. All his miseries of worldly desires may be eliminated from his mind.

ਜੋ ਮਾਗਹਿ ਸੋਈ ਸੋਈ ਪਾਵਹਿ,	jo maageh so-ee so-ee paavahi
ਸੇਵਿ ਹਰਿ ਕੇ ਚਰਣ ਰਸਾਇਣ॥	sayv har kay charan rasaa-in.
ਜਨਮ ਮਰਣ ਦੁਹਹੂ ਤੇ ਛੂਟਹਿ,	janam maran duhhoo tay chhooteh
ਭਵਜਲੁ ਜਗਤੁ ਤਰਾਇਣ॥੧॥	bhavjal jagat taraa-in. ||1||

ਬੰਦਗੀ ਕਰਨ ਵਾਲਾ ਅੰਮ੍ਰਿਤ ਦੇ ਸੋਮੇ, ਪ੍ਰਭ ਦੇ ਸ਼ਬਦ ਦੀ ਪਾਲਣਾ ਕਰਦਾ ਹੈ । ਉਸ ਦੇ ਮਨ ਦੀਆਂ ਬੋਲੀਆਂ ਅਣਬੋਲੀਆਂ ਮੁਰਾਦਾਂ, ਪੂਰੀਆਂ ਹੋ ਜਾਂਦੀਆਂ ਹਨ । ਉਸ ਦੇ ਬੋਲ ਅਟੱਲ, ਪੂਰੇ ਹੋ ਜਾਦੇ, ਪ੍ਰਭ ਦਾ ਭਾਣਾ, ਸ਼ਬਦ ਬਣ ਜਾਂਦੇ ਹਨ । ਉਸ ਦਾ ਸੰਸਾਰਕ ਮੋਹ ਦਾ ਬੰਧਨ ਖਤਮ ਹੋ ਜਾਂਦਾ ਹੈ । ਉਹ ਭਿਆਨਕ ਇੱਛਾਂ ਭਰਿਆਂ ਸਾਗਰ ਪਾਰ ਕਰ ਜਾਂਦਾ ਹੈ ।

His true devotee may obey the teachings of His Word, the fountain of ambrosial nectar of the essence of His Word. With His mercy and grace, all his spoken and unspoken desires may be satisfied. His spoken words may become true forever and may be transformed as His command. All his worldly bonds may be eliminated; with His mercy and grace, he may cross the terrible ocean of worldly desires. He may be accepted in His Court.

ਖੋਜਤ ਖੋਜਤ ਤਤੁ ਬੀਚਾਰਿਓ,	khojat khojat tat beechaari-o
ਦਾਸ ਗੋਵਿੰਦ ਪਰਾਇਣ॥	daas govind paraa-in.
ਅਬਿਨਾਸੀ ਖੇਮ ਚਾਹਹਿ ਜੇ ਨਾਨਕ,	abhinaasee khaym chaaheh jay naanak
ਸਦਾ ਸਿਮਰਿ ਨਾਰਾਇਣ॥੨॥੫॥੧੦॥	sadaa simar naaraa-in. ||2||5||10||

ਬੰਦਗੀ ਕਰਨ ਵਾਲੇ ਦੀ ਸ਼ਰਧਾ ਪ੍ਰਭ ਦੇ ਸ਼ਬਦ ਨਾਲ ਡੂੰਘੀ ਰਹਿੰਦੀ ਹੈ । ਸ਼ਬਦ ਦੀ ਪਾਲਣਾ ਕਰਦੇ, ਵਿਚਾਰ ਕਰਦੇ, ਖੋਜਦੇ ਖੋਜਦੇ ਨੂੰ ਸੋਝੀ ਬਖਸ਼ਿਸ਼ ਹੋ ਜਾਂਦੀ ਹੈ । ਜੀਵ ਅਗਰ ਮਨ ਵਿੱਚ ਪ੍ਰਭ ਦੀ ਰਹਿਮਤ ਪਾਉਣ ਦੀ ਇੱਛਾਂ, ਸ਼ਰਧਾ ਹੈ । ਤਾਂ ਪ੍ਰਭ ਨੂੰ ਸ਼ਬਦ ਦੀ ਪਾਲਣਾ, ਸਿਮਰਨ ਵਿੱਚ ਯਾਦ ਰਖੋ!

His true devotee remains overwhelmed with a devotion to meditate on the teachings of His Word with steady and stable belief in his day-to-day life. He may be obeying the teachings of His Word with steady and stable belief in his day-to-day life; he may remain searching the essence of His Word from within his mind and body; with His mercy and grace, he may be blessed with the enlightenment of the essence of His Word. Whosoever may have deep desire to be blessed with the enlightenment of the real purpose of his human life journey; he should adopt the teachings of His Word with steady and stable belief in his day-to-day life. He must remain in renunciation in the memory of shis eparation from His Holy Spirit.

12. ਟੋਡੀ ਮਹਲਾ ੫॥ 714-4

ਨਿੰਦਕੁ ਗੁਰ ਕਿਰਪਾ ਤੇ ਹਾਟਿਓ॥ nindak gur kirpaa tay haati-o.
ਪਾਰਬ੍ਰਹਮ ਪ੍ਰਭ ਭਏ ਦਇਆਲਾ, paarbarahm parabh bha-ay da-i-aalaa
ਸਿਵ ਕੈ ਬਾਣਿ ਸਿਰੁ ਕਾਟਿਓ॥੧॥ ਰਹਾਉ॥ siv kai baan sir kaati-o. ||1|| rahaa-o.

ਪ੍ਰਭ ਦੀ ਰਹਿਮਤ ਨਾਲ ਨਿੰਦਿਆਂ ਕਰਨ ਵਾਲੇ ਨੂੰ ਉਸ ਦੇ ਜੀਵਨ ਤੋਂ ਦੂਰ ਰਖਦਾ ਹੈ । ਜਿਸ ਤੇ ਪ੍ਰਭ ਰਹਿਮਤ ਬਖਸ਼ਦਾ ਹੈ, ਉਸ ਤੇ ਸਿਰਾਪ ਦੇਣ ਵਾਲੇ ਸੰਤ, ਪੀਰ ਦਾ ਕੋਈ ਜ਼ੋਰ ਨਹੀਂ ਚਲਦਾ । ਪ੍ਰਭ ਉਸ ਦੀ ਤਾਕਤ ਨੂੰ ਰੋਕ ਦੇਂਦਾ ਹੈ ।

With His mercy and grace, self-minded, slanderer may be kept away from the worldly life of His true devotee. His soul may become beyond the curse of any worldly saint. The True Master has restricted his miracle powers.

ਕਾਲੁ ਜਾਲੁ ਜਮੁ ਜੋਹਿ ਨ ਸਾਕੈ, kaal jaal jam johi na saakai
ਸਚ ਕਾ ਪੰਥਾ ਥਾਟਿਓ॥ sach kaa panthaa thaati-o.
ਖਾਤ ਖਰਚਤ ਕਿਛੁ ਨਿਖੁਟਤ ਨਾਹੀ, khaat kharchat kichh nikhutat naahee
ਰਾਮ ਰਤਨੁ ਧਨੁ ਖਾਟਿਓ॥੧॥ raam ratan Dhan khaati-o. ||1||

ਮੈਂ ਬੰਦਗੀ ਕਰਨ ਦੇ ਰਸਤੇ, ਸ਼ਬਦ ਦੀ ਪਾਲਣਾ ਤੇ ਅਡੋਲ ਹੋ ਗਿਆ ਹਾ । ਮੌਤ ਦੇ ਜਮਦੂਤ ਦਾ ਮੇਰੇ ਤੇ ਕੋਈ ਜ਼ੋਰ ਨਹੀਂ ਚਲਦਾ । ਮੇਰੀ ਸ਼ਬਦ ਦੀ ਕਮਾਈ ਪ੍ਰਭ ਦੇ ਦਰਬਾਰ ਵਿੱਚ ਪ੍ਰਵਾਨ ਹੋ ਗਈ ਹੈ । ਇਹ ਦਿਨ ਰਾਤ ਵਧਦੀ ਹੀ ਰਹਿੰਦੀ ਹੈ । ਇਸ ਵਿੱਚ ਕੋਈ ਕਮੀ, ਘਾਟ ਨਹੀਂ ਆਉਂਦੀ ।

With His mercy and grace, I have become steady and stable on the right path of meditation. The devil of death has no control on me! I have become beyond the control of devil of death. My earnings of His Word have been accepted in His Court. My earnings are enhancing day and night. My earnings are not decreasing or being wasted anymore.

ਭਸਮਾ ਭੂਤ ਹੋਆ ਖਿਨ ਭੀਤਰਿ, bhasmaa bhoot ho-aa khin bheetar
ਅਪਨਾ ਕੀਆ ਪਾਇਆ॥ apnaa kee-aa paa-i-aa.
ਆਗਮ ਨਿਗਮੁ ਕਹੈ ਜਨੁ ਨਾਨਕੁ, aagam nigam kahai jan naanak
ਸਭੁ ਦੇਖੈ ਲੋਕੁ ਸਬਾਇਆ॥੨॥੬॥੧੧॥ sabh daykhai lok sabaa-i-aa. ||2||6||11||

ਸ਼ਬਦ ਦੀ ਪਾਲਣਾ ਤੋਂ ਰੋਕਣ ਵਾਲੀਆਂ ਇੱਛਾਂ ਪਲ ਵਿੱਚ ਹੀ ਨਾਸ ਹੋ ਗਈਆਂ ਹਨ । ਨਿੰਦਿਆਂ ਕਰਨ ਵਾਲੇ ਦਾ ਨਾਸ ਹੋ ਗਿਆ ਹੈ, ਉਸ ਨੂੰ ਆਪਣੇ ਕੀਤੇ ਦਾ ਫਲ ਬਖਸ਼ਿਸ਼ ਹੋ ਗਿਆ ਹੈ । ਬੰਦਗੀ ਕਰਨ ਵਾਲਾ ਧਰਮਾਂ ਵਿੱਚ ਲਿਖੀ ਬਾਣੀ, ਅਸੂਲਾਂ ਦਾ ਹੀ ਵਿਚਾਰ ਕਰਦਾ ਹੈ । ਸਾਰੀ ਸ੍ਰਿਸ਼ਟੀ ਹੀ ਪ੍ਰਭ ਦੀਆਂ ਰਹਿਮਤਾਂ, ਕਰਤਬਾਂ ਨੂੰ ਦੇਖਦੀ ਹੈ । ਬਾਣੀ ਦੇ ਵਿੱਚ ਦੱਸੇ ਕਰਤਬ ਗਵਾਹ ਹਨ ।

All my worldly desires, those were restricting me from the right path of obeying the teachings of His Word; with His mercy and grace, all my worldly desires have been eliminated from my mind. All my slanderers have been destroyed and they endure the miseries of their sinful deeds. His true devotee may always adopt the teachings of His Word, the path described in the Holy scriptures. The whole universe may witness His Nature prevailing. All the events of His Nature described in The Holy Scriptures are the witness to support.

13. ਟੋਡੀ ਮਃ ੫॥ 714-7

ਕਿਰਪਨ ਤਨ ਮਨ ਕਿਲਵਿਖ ਭਰੇ॥ kirpan tan man kilvikh bharay.
ਸਾਧਸੰਗਿ ਭਜਨੁ ਕਰਿ ਸੁਆਮੀ, saaDhsang bhajan kar su-aamee
ਢਾਕਨ ਕਉ ਇਕੁ ਹਰੇ॥੧॥ ਰਹਾਉ॥ dhaakan ka-o ik haray. ||1|| rahaa-o.

ਮਾਨਸ ਜੀਵ ਦਾ ਤਨ, ਮਨ ਪਾਪਾਂ ਨਾਲ ਭਰਿਆਂ ਰਹਿੰਦਾ ਹੈ । ਸੰਤਾਂ ਦੇ ਜੀਵਨ ਤੋ ਸਿਖਿਆਂ ਲੇ ਕੇ ਜੀਵਨ ਢਾਲੋ, ਸਿਮਰਨ ਕਰੋ । ਕੇਵਲ ਇੱਕੋ ਇੱਕ ਪ੍ਰਭ ਹੀ ਪਾਪ ਬਖਸ਼ਣ ਵਾਲਾ ਮਾਲਕ ਹੈ ।

Your mind and body remain overwhelmed with sins, worldly desires. You should learn and adopt the life experience teachings of His true devotee in your own day-to-day life. The One and Only One, God, True Master, may forgive sins of His true devotee.

ਅਨਿਕ ਛਿਦ੍ਰ ਬੋਹਿਥ ਕੇ ਛੁਟਕਤ, anik chhidar bohith kay chhutkat
ਥਾਮ ਨ ਜਾਹੀ ਕਰੇ॥ thaam na jaahee karay.
ਜਿਸ ਕਾ ਬੋਹਿਥੁ ਤਿਸੁ ਆਰਾਧੇ, jis kaa bohith tis aaraaDhay
ਖੋਟੇ ਸੰਗਿ ਖਰੇ॥੧॥ khotay sang kharay. ||1||

ਜਿਵੇਂ ਬੇੜੀ ਵਿੱਚ ਬਹੁਤ ਛੇਕ ਹੋ ਜਾਣ! ਕੋਈ ਵੀ ਆਪਣੇ ਹੱਥ ਨਾਲ ਸਾਰੇ ਛੇਕ ਬੰਦ ਨਹੀਂ ਕਰ ਸਕਦਾ, ਡੁੱਬਣ ਤੋ ਬਚਾ ਨਹੀਂ ਸਕਦਾ । ਇਸਤਰ੍ਹਾਂ ਜਦੋਂ ਜੀਵ ਦੇ ਜੀਵਨ ਵਿੱਚ ਬਹੁਤ ਮੁਸ਼ਕਲਾਂ ਆ ਜਾਣ । ਜਿਹਨਾਂ ਦਾ ਉਹ ਆਪ ਨਾ ਹੱਲ ਕਰ ਸਕਦਾ ਹੋਵੇ । ਤਾਂ ਆਪਣੀ ਆਸ, ਭਰੋਸਾ ਉਸ ਮਾਲਕ ਤੇ ਛੱਡ ਦੇਵੋ! ਜਿਸ ਦੇ ਵੱਸ ਵਿੱਚ ਹੀ ਸਭ ਕੁਝ ਹੈ, ਬਚਾ ਹੋ ਜਾਂਦਾ, ਹੱਲ ਲੱਭ ਜਾਂਦਾ ਹੈ । ਪ੍ਰਭ ਆਪ ਹੀ ਰਹਿਮਤ ਬਖਸ਼ਕੇ ਰਖਿਆ ਕਰਦਾ ਹੈ । ਪ੍ਰਭ ਇੱਕ ਬੰਦਗੀ ਵਾਲੇ ਨੂੰ ਬਚਾਉਣ ਲਈ ਕਈ ਪਾਪੀ ਵੀ ਬਚਾ ਲੈਂਦਾ ਹੈ ।

As if too many holes may abrupt in any boat; no one can cover all holes with his hand and saves the boat from sinking. Same way, when too many miseries appears in worldly life; where seems no end or remedy. You should surrender at His sanctuary and hope for His mercy and grace. The True Master may provide patience and tolerance. The True Master may save several sinners to save His one true devotee.

ਗਲੀ ਸੈਲ ਉਠਾਵਤ ਚਾਹੈ, galee sail uthaavat chaahai
ਓਇ ਊਹਾ ਹੀ ਹੈ ਧਰੇ॥ o-ay oohaa hee hai Dharay.
ਜੋਰੁ ਸਕਤਿ ਨਾਨਕ ਕਿਛੁ ਨਾਹੀ, jor sakat naanak kichh naahee
ਪ੍ਰਭ ਰਾਖਹੁ ਸਰਣਿ ਪਰੇ॥੨॥੭॥੧੨॥ parabh raakho saran paray. ||2||7||12||

ਸੰਸਾਰਕ ਜੀਵ ਗੱਲਾਂ ਨਾਲ ਪ੍ਰਬਤ ਨੂੰ ਹਲਾਉਂਦੇ, ਪਾਸੇ ਕਰਦੇ ਹਨ, ਪਰ ਪ੍ਰਬਤ ਉਥੇ ਹੀ ਰਹਿੰਦਾ ਹੈ । ਬੰਦਗੀ ਕਰਨ ਵਾਲਾ ਆਪਣੇ ਆਪ ਵਿੱਚ ਕੋਈ ਸਮਰਥਾ ਨਹੀਂ ਮੰਨਦਾ । ਉਹ ਪ੍ਰਭ ਦੇ ਸ਼ਬਦ ਦੀ ਪਾਲਣ, ਸ਼ਰਣ ਵਿੱਚ ਹੀ ਅਡੋਲ ਰਹਿੰਦਾ ਹੈ ।

In the universe many, may move the mountains, intoxicated in worldly greed and ignorance from His Word. However, the mountain remains at the same place. You may find too many false prophets preach the path of acceptance in His Court; however, no one may adopt the teachings of His Word in his own life. His own life remains overwhelmed with worldly greed. His true devotee, may never believe, claims any capability as his own. He always surrenders at His sanctuary and obeys the teachings of His Word with steady and stable in his day-to-day life.

14. ਟੋਡੀ ਮਹਲਾ ੫॥ 714-11

ਹਰਿ ਕੇ ਚਰਨ ਕਮਲ ਮਨਿ ਧਿਆਉ॥ har kay charan kamal man Dhi-aa-o.
ਕਾਢਿ ਕੁਠਾਰੁ ਪਿਤ ਬਾਤ ਹੰਤਾ, kaadh kuthaar pit baat hantaa
ਅਉਖਧੁ ਹਰਿ ਕੋ ਨਾਉ॥੧॥ ਰਹਾਉ॥ a-ukhaDh har ko naa-o. ||1|| rahaa-o.

ਬੰਦਗੀ ਕਰਨ ਵਾਲਾ ਆਪਣਾ ਧਿਆਨ ਕੇਵਲ ਸ਼ਬਦ ਦੀ ਪਾਲਣਾ, ਸਿਮਰਨ ਵਿੱਚ ਹੀ ਰਖਦਾ ਹੈ । ਪ੍ਰਭ ਦੇ ਸ਼ਬਦ ਦੀ ਪਾਲਣਾ ਹੀ ਇੱਕ ਦਵਾਈ ਹੈ, ਇੱਕ ਤੇਜ਼ ਤਲਵਾਰ ਹੈ । ਜਿਹੜੀ ਮਨ ਵਿਚੋਂ ਕਰੋਧ, ਅਹੰਕਾਰ ਦੇ ਰੋਗ ਦਾ ਨਾਸ ਕਰ ਦੇਂਦੀ, ਕੱਟ ਦੇਂਦੀ ਹੈ ।

His true devotee remains meditating and obeying the teachings of His Word with steady and stable belief in his day-to-day life. To adopt the essence of His Word may be the sharp sword, medicine to cure, destroy, eliminate the intoxication, poison of anger and ego of worldly wealth.

ਤੀਨੇ ਤਾਪ ਨਿਵਾਰਣਹਾਰਾ,	teenay taap nivaaranhaaraa
ਦੁਖ ਹੰਤਾ ਸੁਖ ਰਾਸਿ॥	dukh hantaa sukh raas.
ਤਾ ਕਉ ਬਿਘਨੁ ਨ ਕੋਊ ਲਾਗੈ,	taa ka-o bighan na ko-oo laagai
ਜਾ ਕੀ ਪ੍ਰਭ ਆਗੈ ਅਰਦਾਸਿ॥੧॥	jaa kee parabh aagai ardaas. ||1||

ਸ਼ਬਦ ਹੀ ਸੰਸਾਰਕ ਮਾਇਆ ਦੇ ਤਿੰਨਾਂ ਰੂਪਾਂ ਦੇ ਰੋਗ ਦਾ ਨਾਸ ਕਰ ਸਕਦਾ ਹੈ । ਉਹ ਮਨ ਵਿਚੋਂ ਦੁਖ ਦੇਣ ਵਾਲਾ ਕੇਂਦਰ, ਭੰਡਾਰ, ਇੱਛਾਂ ਦਾ ਹੀ ਨਾਸ ਕਰ ਦੇਂਦਾ ਹੈ । ਮਨ ਇੱਛਾਂ ਰਹਿਤ ਹੋ ਜਾਂਦਾ ਹੈ । ਜਿਹੜਾ ਅਡੋਲ ਭਰੋਸੇ ਨਾਲ ਪ੍ਰਭ ਅੱਗੇ ਅਰਦਾਸ ਕਰਦਾ ਹੈ । ਕੋਈ ਸੰਸਾਰਕ ਇੱਛਾਂ ਉਸ ਦਾ ਰਸਤਾ ਨਹੀਂ ਰੋਕ ਸਕਦੀ, ਕੋਈ ਰੁਕਾਵਟ ਨਹੀਂ ਆਉਂਦੀ ।

Whosoever may adopt the teachings of His Word with steady and stable belief in day-to-day life; with His mercy and grace, he may conquer all three virtues, demons of worldly wealth. The True Master may eliminate all his worldly desires from his mind, the root cause of worldly miseries. His mind may become beyond the reach of worldly desires. Whosoever may pray with steady and stable belief on His command; no worldly desires may restrict, divert him from the right path of acceptance in His Court.

ਸੰਤ ਪ੍ਰਸਾਦਿ ਬੈਦ ਨਾਰਾਇਣ,	sant parsaad baid naaraa-in
ਕਰਣ ਕਾਰਣ ਪ੍ਰਭ ਏਕ॥	karan kaaran parabh ayk.
ਬਾਲ ਬੁਧਿ ਪੂਰਨ ਸੁਖਦਾਤਾ,	baal buDh pooran sukh-daata
ਨਾਨਕ ਹਰਿ ਹਰਿ ਟੇਕ॥੨॥੮॥੧੩॥	naanak har har tayk. ||2||8||13||

ਸੰਤਾਂ ਦੀ ਰਹਿਮਤ ਦੀ ਨਜ਼ਰ ਨਾਲ, ਪ੍ਰਭ ਆਪ ਹੀ ਮੇਰਾ ਹਕੀਮ ਬਣ ਗਿਆ ਹੈ । ਕੇਵਲ ਪ੍ਰਭ ਹੀ ਸਭ ਕੰਮਾਂ ਦਾ ਕਾਰਨ ਬਣਾਉਣ ਵਾਲਾ ਮਾਲਕ ਹੈ । ਉਹ ਨਿਮਾਣੇ ਜੀਵ ਨੂੰ ਸੰਤੋਖ ਬਖਸ਼ਣ ਵਾਲਾ, ਰਖਿਆ ਕਰਨ ਵਾਲਾ ਮਾਲਕ ਹੈ । ਉਹ ਹੀ ਮੇਰਾ ਆਸਰਾ, ਰਖਵਾਲਾ ਹੈ ।

With the prayer of His true devotee, The True Master has become my doctor to cure my miseries of worldly desires. The One and Only One, True Master creates all purposes of worldly events. With His mercy and grace, He may provide patience, tolerance, and contentment to His true devotee. He may become the protector of His true devotee.

15. ਟੋਡੀ ਮਹਲਾ ੫॥ 714-13

ਹਰਿ ਹਰਿ ਨਾਮੁ ਸਦਾ ਸਦ ਜਾਪਿ॥	har har naam sadaa sad jaap.
ਧਾਰਿ ਅਨੁਗ੍ਰਹੁ ਪਾਰਬ੍ਰਹਮ ਸੁਆਮੀ,	Dhaar anoograhu paarbarahm su-aamee
ਵਸਦੀ ਕੀਨੀ ਆਪਿ॥੧॥ ਰਹਾਉ॥	vasdee keenee aap. ||1|| rahaa-o.

ਜੀਵ ਸਦਾ ਹੀ ਪ੍ਰਭ ਦੇ ਸ਼ਬਦ ਦੀ ਪਾਲਣਾ, ਸਿਮਰਨ ਕਰੋ! ਪ੍ਰਭ ਨੇ ਰਹਿਮਤ ਦੀ ਨਜ਼ਰ ਬਖਸ਼ਕੇ ਸਾਰੇ ਨਗਰ ਨੂੰ ਹੀ ਰਹਿਮਤਾਂ ਬਖਸ਼ੀਆ ਹਨ ।

You should always meditate and obey the teachings of His Word with steady and stable belief in day-to-day life. With His mercy and grace, He has bestowed His blessings on the whole universe.

ਜਿਸ ਕੇ ਸੇ ਫਿਰਿ ਤਿਨ ਹੀ ਸਮ੍ਾਲੇ,	jis kay say fir tin hee sam^{H}aalay
ਬਿਨਸੇ ਸੋਗ ਸੰਤਾਪ॥	binsay sog santaap.

ਹਾਥ ਦੇਇ ਰਾਖੇ ਜਨ ਅਪਨੇ, haath day-ay raakhay jan apnay
ਹਰਿ ਹੋਏ ਮਾਈ ਬਾਪ॥੧॥ har ho-ay maa-ee baap. ||1||

ਜਿਸ ਪ੍ਰਭ ਨੇ ਮੈਨੂੰ ਪੈਦਾ ਕੀਤਾ ਹੈ, ਉਹ ਹੀ ਮੇਰਾ ਅਸਲੀ ਮਾਲਕ ਹੈ । ਉਸ ਨੇ ਮੇਰੀ ਰਖਿਆ ਕੀਤੀ ਹੈ! ਮੇਰੇ ਸਾਰੇ ਦੁਖ, ਚਿੰਤਾਂ ਖਤਮ ਹੋ ਗਈਆਂ ਹਨ ।

My True Master, Creator has accepted me in His sanctuary; with His mercy and grace, all my miseries of worldly desires have been eliminated from my mind.

ਜੀਅ ਜੰਤ ਹੋਏ ਮਿਹਰਵਾਨਾ, jee-a jant ho-ay miharvaanaa
ਦਯਾ ਧਾਰੀ ਹਰਿ ਨਾਥ॥ da-yaa Dhaaree har naath.
ਨਾਨਕ ਸਰਨਿ ਪਰੇ ਦੁਖ ਭੰਜਨ, naanak saran paray dukh bhanjan
ਜਾ ਕਾ ਬਡ ਪਰਤਾਪ॥੨॥੯॥੧੪॥ jaa kaa bad partaap. ||2||9||14||

ਸੰਸਾਰ ਦੇ ਸਾਰੇ ਜੀਵ, ਜੰਤ ਹੀ ਮੇਰੇ ਤੇ ਮਿਹਰਬਾਨ ਹੋ ਗਏ ਹਨ । ਇਹ ਮੇਰੇ ਪ੍ਰਭ ਦੀ ਹੀ ਰਹਿਮਤ, ਬਖਸ਼ਿਸ਼ ਹੈ । ਬੰਦਗੀ ਕਰਨ ਵਾਲਾ ਪ੍ਰਭ ਦੀ ਸ਼ਰਣ ਵਿੱਚ, ਸ਼ਬਦ ਦੀ ਸਮਾਧੀ ਵਿੱਚ ਰਹਿੰਦਾ ਹੈ । ਹਰ ਵੇਲੇ, ਹਰ ਕੰਮ ਵਿੱਚ ਉਸ ਦੀ ਹੀ ਜੈਕਾਰ, ਜਿੱਤ ਮਨਾਉਂਦਾ ਹੈ ।

With His mercy and grace, everyone in the universe has become merciful and sympathetic to my cause in my life. Everything has been blessed with His mercy and grace. His true devotee always remains intoxicated in the void of His Word. He always claims His victory in all events in the world.

16. ਟੋਡੀ ਮਹਲਾ ੫॥ 714-17

ਸੁਆਮੀ ਸਰਨਿ ਪਰਿਓ ਦਰਬਾਰੇ॥ savaamee saran pari-o darbaaray.
ਕੋਟਿ ਅਪਰਾਧ ਖੰਡਨ ਕੇ ਦਾਤੇ, kot apraaDh khandan kay daatay
ਤੁਝ ਬਿਨੁ ਕਉਨੁ ਉਧਾਰੇ॥੧॥ ਰਹਾਉ॥ tujh bin ka-un uDhaaray. ||1|| rahaa-o.

ਪ੍ਰਭ ਮੈਂ ਤੇਰੀ ਸ਼ਰਣ ਵਿੱਚ ਢਹਿ ਪਿਆ ਹਾ । ਤੂੰ ਅਨੇਕਾਂ ਦੇ ਪਾਪ ਬਖਸ਼ਣ ਹਾਰਾ ਮਾਲਕ ਹੈ । ਤੇਰੇ ਤੋਂ ਬਿਨਾਂ ਕੌਣ ਮੇਰੀ ਰਖਿਆ ਕਰ ਸਕਦਾ ਹੈ?

My True Master, I have surrendered my mind, body, and worldly status at Your sanctuary. Only You may forgive all sins. Who else may support and protect me in the universe?

ਖੋਜਤ ਖੋਜਤ ਬਹੁ ਪਰਕਾਰੇ, khojat khojat baho parkaaray
ਸਰਬ ਅਰਥ ਬੀਚਾਰੇ॥ sarab arath beechaaray.
ਸਾਧਸੰਗਿ ਪਰਮ ਗਤਿ ਪਾਈਐ, saaDhsang param gat paa-ee-ai
ਮਾਇਆ ਰਚਿ ਬੰਧਿ ਹਾਰੇ॥੧॥ maa-i-aa rach banDh haaray. ||1||

ਆਪਣੇ ਜੀਵਨ ਵਿੱਚ ਧਰਮਾਂ ਦੇ ਸਾਰੇ ਤਰੀਕੇ, ਰੀਤ ਰੀਵਾਜ ਪਰਖਕੇ ਦੇਖ ਲਏ ਹਨ । ਸੰਤਾਂ ਦੀ ਸੰਗਤ, ਜੀਵਨ ਢਾਲਣ ਨਾਲ ਹੀ ਅਮਰ ਅਵਸਥਾ ਬਖਸ਼ਿਸ਼ ਹੁੰਦੀ ਹੈ । ਜਿਹੜਾ ਸੰਸਾਰਕ ਮਾਇਆ ਦੇ ਬੰਧਨ ਵਿੱਚ, ਪਿਛੇ ਲੱਗਾ ਰਹਿੰਦਾ ਹੈ । ਉਹ ਇਹ ਖੇਲ ਹਾਰ ਜਾਂਦਾ ਹੈ ।

My True Master, I have evaluated all religious techniques and rituals. Whosoever may adopt the teachings of His Word with steady and stable belief in day-to-day life; only he may be blessed with the right path of salvation. Whosoever may remain intoxicated with the worldly wealth; he may waste his priceless human life opportunity.

ਚਰਨ ਕਮਲ ਸੰਗਿ ਪ੍ਰੀਤਿ ਮਨਿ ਲਾਗੀ, charan kamal sang pareet man laagee
ਸੁਰਿ ਜਨ ਮਿਲੇ ਪਿਆਰੇ॥ sur jan milay pi-aaray.
ਨਾਨਕ ਅਨਦ ਕਰੇ ਹਰਿ ਜਪਿ ਜਪਿ, naanak anad karay har jap jap
ਸਗਲੇ ਰੋਗ ਨਿਵਾਰੇ॥੨॥੧੦॥੧੫॥ saglay rog nivaaray. ||2||10||15||

ਮੇਰੇ ਮਨ ਵਿੱਚ ਪ੍ਰਭ ਦੇ ਸ਼ਬਦ ਰੂਪੀ ਚਰਨਾਂ ਨਾਲ ਬਹੁਤ ਪਿਆਰ, ਸ਼ਰਧਾ ਹੈ । ਸ਼ਬਦ ਦੀ ਪਾਲਣਾ ਕਰਨ ਨਾਲ ਉਸ ਮਹਾਨ ਸੂਰੇ ਦੀ ਮਨ ਵਿੱਚ ਸੋਝੀ ਬਖਸ਼ਿਸ਼ ਹੋ ਗਈ ਹੈ । ਸ਼ਬਦ ਮਨ ਵਿੱਚ ਜਾਗਰਤ ਹੋ ਗਿਆ ਹੈ । ਬੰਦਗੀ ਵਾਲਾ ਪ੍ਰਭ ਦੀ ਰਹਿਮਤ ਵਿੱਚ ਅਨੰਦ ਮਾਨਦਾ, ਸ਼ਬਦ ਦੇ ਗੁਣ ਗਾਉਂਦਾ ਹੈ । ਉਸ ਦੇ ਮਨ ਵਿਚੋਂ ਸਾਰੇ ਇੱਛਾਂ ਦੇ ਰੋਗ ਖਤਮ ਹੋ ਜਾਂਦੇ ਹਨ ।

I have a deep devotion to obey the teachings of His Word with steady and stable belief in my day-to-day life. By adopting the teachings of His Word with steady and stable belief; I have been blessed with protection of The Greatest warrior, the essence of the teachings of His Word. I am awake and alert in my meditation. His true devotee always remains contented in his own worldly environments and sings the glory of His Word. With His mercy and grace, all his miseries of worldly desires may be eliminated from within his mind.

17. ਟੋਡੀ ਮਹਲਾ ੫ ਘਰੁ ੩ ਚਉਪਦੇ॥ 715-3

ੴ ਸਤਿਗੁਰ ਪ੍ਰਸਾਦਿ॥ ik-oNkaar satgur parsaad.
ਹਾਂ ਹਾਂ ਲਪਟਿਓ ਰੇ ਮੂੜ੍ਹੇ, haaN haaN lapti-o ray moorhHay
ਕਛੂ ਨ ਥੋਰੀ॥ kachhoo na thoree.
ਤੇਰੋ ਨਹੀ ਸੁ ਜਾਨੀ ਮੋਰੀ॥ ਰਹਾਉ॥ tayro nahee so jaanee moree. rahaa-o.

ਅਣਜਾਣ ਜੀਵ ਤੂੰ ਸੰਸਾਰਕ ਮਾਇਆ ਦੇ ਲਾਲਚ ਪਿਛੇ ਲੱਗਾ ਹੈ । ਇਸ ਮਾਮੂਲੀ ਵਸਤੂ ਨੂੰ ਆਪਣੀ ਸਮਝਕੇ, ਅਹੰਕਾਰ ਕਰਦਾ ਹੈ । ਸੰਸਾਰਕ ਮਾਇਆ ਕਿਸੇ ਦੀ ਨਹੀਂ ਹੁੰਦੀ ਨਾ ਹੀ ਤੇਰੀ ਹੈ ।

Ignorant, you have become a slave of worldly wealth. The worldly wealth may be insignificant for the real purpose of human life journey. In your ignorance, you may boast of your worldly possessions and wealth. No one may ever be the master of worldly wealth nor she will become your slave.

ਆਪਨ ਰਾਮੁ ਨ ਚੀਨੋ ਖਿਨੂਆ॥ aapan raam na cheeno khinoo-aa.
ਜੋ ਪਰਾਈ ਸੁ ਅਪਨੀ ਮਨੂਆ॥੧॥ jo paraa-ee so apnee manoo-aa. ||1||

ਤੂੰ ਇੱਕ ਪਲ ਵੀ ਆਪਣੇ ਅਸਲੀ ਮਾਲਕ, ਪ੍ਰਭ ਨੂੰ ਯਾਦ ਨਹੀਂ ਕਰਦਾ । ਕਿਸੇ ਦੇ ਪਰਾਏ ਧਨ ਤੇ ਕਾਬੂ ਪਾਉਣ ਦੀ ਕੋਸ਼ਿਸ਼ ਕਰਦਾ ਹੈ ।

You may never remember the misery of memory of your separation from His Holy Spirit, True Master. You always wish, try to capture, rob the earnest living of others.

ਨਾਮੁ ਸੰਗੀ ਸੋ ਮਨਿ ਨ ਬਸਾਇਓ॥ naam sangee so man na basaa-i-o.
ਛੋਡਿ ਜਾਹਿ ਵਾਹੂ ਚਿਤੁ ਲਾਇਓ॥੨॥ chhod jaahi vaahoo chit laa-i-o. ||2||

ਪ੍ਰਭ ਦਾ ਸ਼ਬਦ ਸਦਾ ਹੀ ਤੇਰੇ ਤਨ ਵਿੱਚ ਵਸਦਾ ਹੈ । ਉਸ ਸ਼ਬਦ ਨੂੰ ਮਨ ਵਿੱਚ ਜਾਗਰਤ ਨਹੀਂ ਕਰਦਾ । ਜਿਹੜੇ ਪਦਾਰਥ ਅੰਤ ਵਿੱਚ, ਮੌਤ ਪਿਛੋਂ ਸੰਸਾਰ ਵਿੱਚ ਹੀ ਤੂੰ ਛੱਡ ਜਾਣੇ ਹਨ । ਤੇਰੀ ਲਗਨ ਉਹਨਾਂ ਸੰਸਾਰਕ ਪਦਾਰਥਾਂ ਨਾਲ ਰਹਿੰਦੀ ਹੈ ।

The Word of The True Master always remains embedded within your soul and your companion forever. You may never try to enlighten from within. All worldly possessions are going to be left behind on earth after death; however, you remain intoxicated to collect in your human life journey.

ਸੋ ਸੰਚਿਓ ਜਿਤੁ ਭੂਖ ਤਿਸਾਇਓ॥ so sanchi-o jit bhookh tisaa-i-o.
ਅੰਮ੍ਰਿਤ ਨਾਮੁ ਤੋਸਾ ਨਹੀ ਪਾਇਓ॥੩॥ amrit naam tosaa nahee paa-i-o. ||3||

ਜੀਵ ਤੂੰ ਉਹ ਸੰਸਾਰਕ ਪਦਾਰਥ ਇਕੱਠੇ ਕਰਦਾ ਹੈ । ਜਿਹਨਾਂ ਪਦਾਰਥਾਂ ਨਾਲ ਤੇਰਾ ਲਾਲਚ, ਭੁੱਖ ਵਧਦੀ ਹੈ । ਤੂੰ ਪ੍ਰਭ ਦੇ ਅਮੋਲਕ ਸ਼ਬਦ ਰੂਪੀ ਅੰਮ੍ਰਿਤ ਦੀ ਇੱਕ ਬੂੰਦ ਵੀ ਇਕੱਠੀ ਨਹੀਂ ਕੀਤੀ ।

You always collect the worldly wealth, possessions; which may enhance your greed. However, you never even think about or collected the earnings of His Word that may stay with you forever even in His Court.

ਕਾਮ ਕ੍ਰੋਧਿ ਮੋਹ ਕੂਪਿ ਪਰਿਆ॥ kaam kroDh moh koop pari-aa.
ਗੁਰ ਪ੍ਰਸਾਦਿ ਨਾਨਕ ਕੋ ਤਰਿਆ॥ gur parsaad naanak ko tari-aa.
੪॥੧॥੧੬॥ ||4||1||16||

ਤੂੰ ਕਾਮ ਵਾਸ਼ਨਾ, ਕਰੋਧ ਸੰਸਾਰਕ ਮੋਹ ਦੇ ਜਾਲ ਵਿੱਚ ਫਸਿਆ ਹੈ । ਕੋਈ ਵਿਰਲਾ ਹੀ ਜੀਵ, ਪ੍ਰਭ ਦੀ ਰਹਿਮਤ ਨਾਲ ਇਸ ਜਾਲ ਵਿਚੋਂ ਬਚਦਾ ਹੈ ।

You have been intoxicated with sexual desires, anger, and attachment to worldly belongings. However, very rare may be saved from the trap of worldly wealth; vicious cycle of sweet poison.

18. ਟੋਡੀ ਮਹਲਾ ੫॥ 715-7

ਹਮਾਰੈ ਏਕੈ ਹਰੀ ਹਰੀ॥ hamaarai aykai haree haree.
ਆਨ ਅਵਰ ਸਿਞਾਣਿ ਨ ਕਰੀ॥ ਰਹਾਉ॥ aan avar sinjaan na karee. rahaa-o.

ਬੰਦਗੀ ਕਰਨ ਵਾਲੇ ਦਾ ਇੱਕੋ ਇੱਕ ਪ੍ਰਭ ਨਾਲ ਹੀ ਵਾਸਤਾ ਹੁੰਦਾ ਹੈ । ਉਹ ਕਿਸੇ ਹੋਰ ਨਾਲ ਸਬੰਧ ਨਹੀਂ ਜੋੜਦਾ ।

His true devotee may only remain intoxicated in meditation on the teachings of His Word. His purpose of life may become the essence of His Word. He may never associate or follows any other religious rituals.

ਵਡੈ ਭਾਗਿ ਗੁਰੁ ਅਪੁਨਾ ਪਾਇਓ॥ vadai bhaag gur apunaa paa-i-o.
ਗੁਰਿ ਮੋ ਕਉ ਹਰਿ ਨਾਮੁ ਦ੍ਰਿੜਾਇਓ॥੧॥ gur mo ka-o har naam darirhaa-i-o. ||1||

ਜਿਸ ਜੀਵ ਦੇ ਵੱਡੇ ਭਾਗ ਹੋਣ ਤਾਂ ਹੀ ਪ੍ਰਭ ਮਨ ਵਿੱਚ ਯਾਦ ਆਉਂਦਾ ਹੈ । ਪ੍ਰਭ ਨੂੰ ਮਨ ਵਿੱਚ ਯਾਦ ਰਖਣ ਨਾਲ, ਪ੍ਰਭ ਹੀ ਮਨ ਵਿੱਚ ਸ਼ਬਦ ਦਾ ਬੀਜ ਲਾਉਂਦਾ, ਸ਼ਬਦ ਦੇ ਲੜ ਲਾਉਂਦਾ ਹੈ ।

Whosoever may have a great prewritten destiny, only he may remain in renunciation in the memory of his separation from The Holy Spirit. Whosoever may keep his memory fresh within his mind; with His mercy and grace, The True Master may sow the seed of mediation within his heart and attaches him to a devotional meditation.

ਹਰਿ ਹਰਿ ਜਾਪ ਤਾਪ ਬ੍ਰਤ ਨੇਮਾ॥ har har jaap taap barat naymaa.
ਹਰਿ ਹਰਿ ਧਿਆਇ har har Dhi-aa-ay
ਕੁਸਲ ਸਭਿ ਖੇਮਾ॥੨॥ kusal sabh khaymaa. ||2||

ਪ੍ਰਭ ਦੇ ਸ਼ਬਦ ਦਾ ਬਾਰ ਬਾਰ ਸਿਮਰਨ ਕਰਨ ਨਾਲ, ਪ੍ਰਭ ਦੀ ਰਹਿਮਤ ਨਾਲ ਮਨ ਵਿੱਚ ਸੰਤੋਖ, ਖੇੜਾ ਵਸ ਗਿਆ ਹੈ । ਮਨ ਸ਼ਬਦ ਦੀ ਸਮਾਧੀ ਵਿੱਚ ਲੀਨ ਹੋ ਗਿਆ ਹੈ ।

Whosoever may meditate over and over on the teachings of His Word; with His mercy and grace, he may be drenched with overwhelmed contentment and blossom in his day-to-day life. He may remain intoxicated in the void of His Word.

ਆਚਾਰ ਬਿਉਹਾਰ ਜਾਤਿ ਹਰਿ ਗੁਨੀਆ॥ aachaar bi-uhaar jaat har gunee-aa.
ਮਹਾ ਅਨੰਦ ਕੀਰਤਨ ਹਰਿ ਸੁਨੀਆ॥੩॥ mahaa anand keertan har sunee-aa. ||3||

ਪ੍ਰਭ ਦੇ ਸ਼ਬਦ ਦੇ ਗੁਣ ਗਾਉਣਾ ਹੀ ਮੇਰਾ ਧੰਦਾ, ਮੇਰੀ ਹੈਸੀਅਤ, ਜਾਤ ਬਣ ਗਈ ਹੈ । ਪ੍ਰਭ ਦੇ ਸ਼ਬਦ ਦੀ ਉਸਤਤ ਸੁਣਨ ਨਾਲ ਮਨ ਵਿੱਚ ਪੂਰਨ ਸ਼ਾਂਤੀ ਵਸ ਗਈ ਹੈ ।

To sing the glory of His Word has become my worldly chores, my worldly caste, and my worldly status. By singing glory and listening to the sermons of His Word; with His mercy and grace, I have been overwhelmed with complete peace and contentment in my worldly life.

ਕਹੁ ਨਾਨਕ ਜਿਨਿ ਠਾਕੁਰੁ ਪਾਇਆ॥	kaho naanak jin thaakur paa-i-aa.
ਸਭੁ ਕਿਛੁ ਤਿਸ ਕੇ	sabh kichh tis kay
ਗ੍ਰਿਹ ਮਹਿ ਆਇਆ॥੪॥੨॥੧੭॥	garih meh aa-i-aa. ‖4‖2‖17‖

ਜਿਸ ਮਨ ਵਿੱਚ ਸ਼ਬਦ ਤੇ ਭਰੋਸਾ ਅਡੋਲ ਹੋ ਜਾਂਦਾ, ਉਸ ਦੇ ਮਨ ਵਿੱਚ ਸ਼ਬਦ ਜਾਗਰਤ ਅਤੇ ਸੁਚੇਤ ਹੋ ਜਾਂਦਾ ਹੈ । ਉਸ ਨੂੰ ਪ੍ਰਭ ਦੀਆਂ ਸਭ ਰਹਿਮਤਾਂ, ਬਖਸ਼ਿਸ਼ ਹੋ ਜਾਂਦੀਆਂ ਹਨ ।

Whosoever may be blessed with the enlightenment of the essence of His Word; he remains awake and alert. He may be overwhelmed with His blessings in his worldly life; he remains on the right path of acceptance in His Court.

19. ਟੋਡੀ ਮਹਲਾ ੫ ਘਰੁ ੪ ਦੁਪਦੇ॥ 715-12

ੴ ਸਤਿਗੁਰ ਪ੍ਰਸਾਦਿ॥	ik-oNkaar satgur parsaad.
ਰੂੜੋ ਮਨੁ ਹਰਿ ਰੰਗੋ ਲੋੜੈ॥	roorho man har rango lorhai.
ਗਾਲੀ ਹਰਿ ਨੀਹੁ ਨ ਹੋਇ॥ ਰਹਾਉ॥	gaalee har neehu na ho-ay. rahaa-o.

ਮੇਰੇ ਨਿਮਾਣੇ, ਨਿਮਰਤਾ ਭਰੇ ਅਮੋਲਕ ਮਨ ਵਿੱਚ ਪ੍ਰਭ ਦੇ ਸ਼ਬਦ ਨਾਲ ਬਹੁਤ ਸ਼ਰਧਾ ਹੈ । ਪ੍ਰਭ ਦੀਆਂ ਰਹਿਮਤਾਂ, ਕੇਵਲ ਸ਼ਬਦ ਦੀ ਕਥਾ, ਕੀਰਤਨ, ਪੜ੍ਹਨ, ਪਾਠ ਕਰਨ ਨਾਲ ਬਖਸ਼ਿਸ਼ ਨਹੀਂ ਹੁੰਦੀਆਂ, ਸ਼ਬਦ ਮਨ ਵਿੱਚ ਜਾਗਰਤ ਨਹੀਂ ਹੁੰਦਾ ।

In my humble mind, I have a deep devotion to meditate on the teachings of His Word. Only by reading the Holy scripture, listening to the sermons of the Holy scripture, no one may ever be blessed with the enlightenment of the right path of acceptance in His Court.

ਹਉ ਢੂਢੇਦੀ ਦਰਸਨ ਕਾਰਣਿ,	ha-o dhoodhaydee darsan kaa ran
ਬੀਥੀ ਬੀਥੀ ਪੇਖਾ॥	beethee beethee paykhaa.
ਗੁਰ ਮਿਲਿ ਭਰਮੁ ਗਵਾਇਆ ਹੈ॥੧॥	gur mil bharam gavaa-i-aa hay. ‖1‖

ਪ੍ਰਭ ਦੇ ਦਰਸ਼ਨ, ਸ਼ਬਦ ਦੀ ਸੋਝੀ ਪਾਉਣ ਲਈ ਚਾਰੇ ਪਾਸੇ ਹੀ ਢੂੰਡਦਾ ਹਾ । ਸ਼ਬਦ ਦੀ ਸੋਝੀ ਹੋਣ, ਅਸਲੀ ਗੁਰੂ ਨਾਲ ਮਿਲਾਪ ਹੋਣ ਨਾਲ ਮਨ ਦੇ ਸਾਰੇ ਭਰਮ ਦੂਰ ਹੋ ਗਏ ਹਨ ।

I have been wandering from shrine to shrine to realize the existence of The Holy Spirit; the enlightenment of the essence of His Word. In the conjugation of His true devotee, with the enlightenment of the essence of His Word; all my suspicions have been eliminated.

ਇਹ ਬੁਧਿ ਪਾਈ ਮੈ ਸਾਧੂ ਕੰਨਹੁ,	ih buDh paa-ee mai saaDhoo kannahu
ਲੇਖੁ ਲਿਖਿਓ ਧੁਰਿ ਮਾਥੈ॥	laykh likhi-o Dhur maathai.
ਇਹ ਬਿਧਿ ਨਾਨਕ ਹਰਿ ਨੈਣ ਅਲੋਇ॥	ih biDh naanak har nain alo-ay.
੨॥੧॥੧੮॥	‖2‖1‖18‖

ਆਪਣੇ ਪਹਿਲੇ ਲਿਖੇ ਭਾਗਾਂ ਨਾਲ ਹੀ ਸੰਤਾਂ ਦੀ ਸੰਗਤ, ਸ਼ਬਦ ਦੀ ਸੋਝੀ ਬਖਸ਼ਿਸ਼ ਹੋਈ ਹੈ । ਇਸਤਰ੍ਹਾਂ ਹੀ ਪ੍ਰਭ ਦਾ ਦਾਸ ਆਪਣੇ ਮਨ ਦੀਆਂ ਅੱਖਾਂ ਨਾਲ ਪ੍ਰਭ ਨੂੰ ਮਹਿਸੂਸ ਕਰ ਸਕਦਾ ਹੈ ।

With great prewritten destiny, I have been blessed with the association of His Holy saints. I have been enlightened with the essence of His Word. His true devotee may witness His Holy spirit prevailing everywhere with the inner eyes of his mind.

20. ਟੋਡੀ ਮਹਲਾ ੫॥ 715-15

ਗਰਬਿ ਗਹਿਲੜੋ ਮੂੜੜੋ ਹੀਓ ਰੇ॥	garab gahilarho moorh-rho hee-o ray.
ਹੀਓ ਮਹਰਾਜ ਰੀ ਮਾਇਓ॥	hee-o mahraaj ree maa-i-o.
ਡੀਹਰ ਨਿਆਈ ਮੋਹਿ ਫਾਕਿਓ ਰੇ॥	deehar ni-aa-ee mohi faaki-o ray.
ਰਹਾਉ॥	rahaa-o.

ਮੇਰਾ ਮੂਰਖ ਮਨ ਅਹੰਕਾਰ ਦੇ ਨਸ਼ੇ ਵਿੱਚ ਮਸਤ ਹੈ । ਪ੍ਰਭ ਦੇ ਹੁਕਮ ਨਾਲ ਹੀ ਸੰਸਾਰਕ ਮਾਇਆ, ਭੂਤਨੀ ਨੇ ਮੇਰੀ ਆਤਮਾ ਨੂੰ ਆਪਣੇ ਵੱਸ ਵਿੱਚ ਕੀਤਾ ਹੈ । ਜਾਲ ਵਿੱਚ ਬੰਧਾ ਹੋਇਆ, ਹੜਪ ਕਰ ਲਿਆ ਹੈ ।

My stubborn mind remains intoxicated with his own ego. With His command, demons of worldly wealth have captured and controlled my soul. I am under their complete control.

ਘਣੋ ਘਣੋ ਘਣੋ ਸਦ ਲੋੜੈ,	ghano ghano ghano sad lorhai
ਬਿਨੁ ਲਹਣੇ ਕੈਠੈ ਪਾਇਓ ਰੇ॥	bin lahnay kaithai paa-i-o ray.
ਮਹਰਾਜ ਰੋ ਗਾਥੁ ਵਾਹੂ ਸਿਉ ਲੁਭੜਿਓ,	mahraaj ro gaath vaahoo si-o lubh-rhi-o
ਨਿਹਭਾਗੜੋ ਭਾਹਿ ਸੰਜੋਇਓ ਰੇ॥੧॥	nihbhaagrho bhaahi sanjo-i-o ray. ||1||

ਜਿਤਨਾ ਜ਼ਿਆਦਾ ਮਨ ਸੰਸਾਰਕ ਮਾਇਆ ਦਾ ਲਾਲਚ ਕਰਦਾ ਹੈ । ਉਤਨੀ ਹੀ ਇਸ ਦੀ ਇੱਛਾਂ, ਭਟਕਣ ਵਧਦੀ ਜਾਂਦੀ ਹੈ । ਜਿਤਨਾ ਚਿਰ ਜੀਵ ਦੇ ਭਾਗਾਂ ਵਿੱਚ ਪ੍ਰਭ ਦੇ ਬਖਸ਼ੇ ਤੇ ਸੰਤੋਖ ਨਹੀਂ ਲਿਖਿਆ ਹੁੰਦਾ । ਇਸ ਮਨ ਨੂੰ ਸੰਤੋਖ ਕਿਵੇਂ ਬਖਸ਼ਿਸ਼ ਹੋ ਸਕਦਾ ਹੈ? ਪ੍ਰਭ ਆਪ ਹੀ ਜੀਵ ਨੂੰ ਸੰਸਾਰਕ ਮਾਇਆ ਦੀ ਅੱਗ ਵਿੱਚ ਧੱਕਦਾ, ਲਗਨ ਲਾਉਂਦਾ ਹੈ । ਮੰਦੇ ਭਾਗਾਂ ਵਾਲਾ ਇੱਛਾਂ ਦੀ ਅੱਗ, ਮਾਇਆ ਦੇ ਲਾਲਚ ਦੇ ਲੜ ਲੱਗਾ ਰਹਿੰਦਾ ਹੈ ।

More one may have greed for worldly wealth within his mind; more his frustration may become intense for worldly wealth. Whosoever may not have prewritten contentment in his destiny; how may he be blessed with contentment with his worldly environment? The True Master may inspire and keeps him intoxicated with the greed of worldly wealth. Whosoever may have prewritten misfortune in his destiny; he may remain intoxicated in worldly wealth.

ਸੁਣਿ ਮਨ ਸੀਖ ਸਾਧੂ ਜਨ ਸਗਲੋ,	sun man seekh saaDhoo jan saglo
ਥਾਰੇ ਸਗਲੇ ਪ੍ਰਾਛਤ ਮਿਟਿਓ ਰੇ॥	thaaray saglay paraachhat miti-o ray.
ਜਾ ਕੋ ਲਹਣੋ ਮਹਰਾਜ ਰੀ ਗਾਠੜੀਓ,	jaa ko lahno mahraaj ree gaath-rhee-o
ਜਨ ਨਾਨਕ ਗਰਭਾਸਿ ਨ ਪਉੜਿਓ ਰੇ॥	jan naanak garbhaas na pa-orhi-o ray.
੨॥੨॥੧੯॥	||2||2||19||

ਜੀਵ ਬੰਦਗੀ ਕਰਨ ਵਾਲੇ ਦੀ ਸਿਖਿਆਂ ਨੂੰ ਸੁਣੋ, ਆਪਣੇ ਜੀਵਨ ਵਿੱਚ ਢਾਲੋ । ਉਸ ਨਾਲੇ ਤੇਰੇ ਸਾਰੇ ਪਾਪ ਧੋਤੇ ਜਾਣਗੇ, ਭੁੱਲਾਂ ਬਖਸ਼ੀਆ ਜਾਣ ਗਈਆਂ । ਜਿਸ ਦੇ ਭਾਗਾਂ ਵਿੱਚ ਹੀ ਪ੍ਰਭ ਦੀ ਰਹਿਮਤ ਲਿਖੀ ਹੁੰਦੀ ਹੈ । ਉਹ ਜੂੰਨਾਂ ਦੇ ਚੱਕਰ ਵਿੱਚ, ਬਾਰ ਬਾਰ ਮਾਤਾ ਦੇ ਗਰਭ ਵਿੱਚ ਨਹੀਂ ਜਾਂਦਾ ।

You should listen to the teachings of His true devotee and adopt his way of life in your own life. With His mercy and grace, your mistakes, sins may be forgiven. Whosoever may have a great prewritten destiny; with His mercy and grace, his cycle of birth and death may be eliminated; he may never enter the womb of mother again.

21. ਟੋਡੀ ਮਹਲਾ ੫ ਘਰੁ ੫ ਦੁਪਦੇ॥ 716-2

੧ਓ ਸਤਿਗੁਰ ਪ੍ਰਸਾਦਿ॥	oNkaar satgur parsaad.
ਐਸੋ ਗੁਨੁ ਮੇਰੋ ਪ੍ਰਭ ਜੀ ਕੀਨ॥	aiso gun mayro parabh jee keen.
ਪੰਚ ਦੋਖ ਅਰੁ ਅਹੰ ਰੋਗ,	panch dokh ar ahaN rog
ਇਹ ਤਨ ਤੇ ਸਗਲ ਦੂਰਿ ਕੀਨ॥ ਰਹਾਉ॥	ih tan tay sagal door keen. rahaa-o.

ਪ੍ਰਭ ਨੇ ਇਸਤਰ੍ਹਾਂ ਦੀ ਰਹਿਮਤ ਬਖਸ਼ੀ ਹੈ । ਮੇਰੇ ਮਨ ਵਿਚੋਂ ਪੰਜਾਂ ਇੱਛਾਂ ਦੇ ਜਮਦੂਤਾਂ ਤੇ ਜਿੱਤ ਬਖਸ਼ੀਸ਼ ਹੋ ਗਈ ਹੈ, ਮਨ ਵਿਚੋਂ ਨਾਸ ਕਰ ਦਿੱਤੇ ਹਨ ।

With His mercy and grace, I have been blessed to conquer my worldly desires. All my demons of worldly desires have been eliminated from within my mind, worldly life.

ਬੰਧਨ ਤੋਰਿ ਛੋਰਿ ਬਿਖਿਆ ਤੇ,	banDhan tor chhor bikhi-aa tay
ਗੁਰ ਕੋ ਸਬਦੁ ਮੇਰੈ ਹੀਅਰੈ ਦੀਨ॥	gur ko sabad mayrai hee-arai deen.
ਰੂਪੁ ਅਨਰੂਪੁ ਮੋਰੋ ਕਛੁ ਨ ਬੀਚਾਰਿਓ,	roop anroop moro kachh na beechaari-o
ਪ੍ਰੇਮ ਗਹਿਓ ਮੋਹਿ ਹਰਿ ਰੰਗ ਭੀਨ॥੧॥	paraym gahi-o mohi har rang bheen. ||1||

ਮੇਰੇ ਮਨ ਵਿਚੋਂ ਸੰਸਾਰਕ ਮੋਹ ਅਤੇ ਲਾਲਚ ਦੇ ਸਾਰੇ ਬੰਧਨ ਨਾਸ ਕਰ ਦਿੱਤੇ ਹਨ । ਮੇਰੇ ਮਨ ਵਿੱਚ ਪ੍ਰਭ ਦਾ ਸ਼ਬਦ ਜਾਗਰਤ ਹੋ ਗਿਆ ਹੈ । ਪ੍ਰਭ ਨੇ ਮੇਰੇ ਰੂਪ, ਰੰਗ, ਅਕਾਰ ਦਾ ਕੋਈ ਵਿਚਾਰ ਨਹੀਂ ਕੀਤਾ । ਮੈਨੂੰ ਆਪਣੇ ਗਲ ਲਾਇਆ ਹੈ । ਸ਼ਬਦ ਦੀ ਸੋਝੀ ਦੇ ਰੰਗ ਵਿੱਚ ਡੋਬ ਦਿੱਤਾ, ਰੋਮ ਰੋਮ ਵਿੱਚ ਰੰਗ ਚੜ੍ਹ ਗਿਆ ਹੈ ।

The True Master with His mercy and grace has eliminated all my bonds of worldly greed and worldly attachments. I have been enlightened with the essence of His Word. The True Master has embraced me without discriminating my color and beauty of my body. I have been drenched with the essence of the teachings of His Word within each fiber of my flesh.

ਪੇਖਿਓ ਲਾਲਨੁ ਪਾਟ ਬੀਚ ਖੋਏ,	paykhi-o laalan paat beech kho-ay
ਅਨਦ ਚਿਤਾ ਹਰਖੇ ਪਤੀਨ॥	anad chitaa harkhay pateen.
ਤਿਸ ਹੀ ਕੋ ਗ੍ਰਿਹੁ ਸੋਈ ਪ੍ਰਭੁ,	tis hee ko garihu so-ee parabh
ਨਾਨਕ, ਸੋ ਠਾਕੁਰੁ ਤਿਸ ਹੀ ਕੋ ਧੀਨ॥	naanak so thaakur tis hee ko Dheen.
੨॥੧॥੨੦॥	||2||1||20||

ਪ੍ਰਭ ਮੇਰੇ ਅੰਗ ਸੰਗ ਸਹਾਈ ਹੋ ਗਿਆ ਹੈ । ਪ੍ਰਭ ਨੇ ਭੇਦ, ਪਰਦਾ ਦੂਰ ਕਰ ਦਿੱਤਾ ਹੈ ਆਪਣੇ ਵਿੱਚ ਅਲੋਪ ਕਰ ਲਿਆ ਹੈ । ਮੇਰੇ ਮਨ ਵਿੱਚ ਪੂਰਨ ਅਨੰਦ ਅਤੇ ਸੰਤੋਖ ਵਸ ਗਿਆ ਹੈ, ਮੇਰਾ ਘਰ, ਤਨ ਪਭ ਦਾ ਤਖਤ ਬਣ ਗਿਆ ਹੈ । ਪ੍ਰਭ ਆਪ ਹੀ ਮੇਰਾ ਅਸਲੀ ਮਾਲਕ ਬਣ ਗਿਆ ਹੈ, ਆਪਣਾ ਦਾਸ ਬਣਾ ਲਿਆ ਹੈ । ਬੰਦਗੀ ਕਰਨ ਵਾਲਾ ਸਦਾ ਹੀ ਪ੍ਰਭ ਦੀ ਸ਼ਰਣ, ਹੁਕਮ ਵਿੱਚ ਹੀ ਵਸਦਾ ਹੈ ।

The True Master has become a companion of each fiber of my body. The True Master has eliminated the curtain of secrecy between my soul and His Holy Spirit. He has immersed my soul into The Holy Spirit. My mind has been overwhelmed with contentment and blossom. His throne, Royal Court has appeared within my mind and body. With His mercy and grace, I have accepted as His true devotee; I remain intoxicated in meditation in the void of His sanctuary.

22. ਟੋਡੀ ਮਹਲਾ ੫॥ 716-5

ਮਾਈ ਮੇਰੇ ਮਨ ਕੀ ਪ੍ਰੀਤਿ॥	maa-ee mayray man kee pareet.
ਏਹੀ ਕਰਮ ਧਰਮ ਜਪ ਏਹੀ,	ayhee karam Dharam jap ayhee
ਰਾਮ ਨਾਮ ਨਿਰਮਲ ਹੈ ਰੀਤਿ॥ ਰਹਾਉ॥	raam naam nirmal hai reet. rahaa-o.

ਮੇਰੇ ਮਨ ਦੀ ਪ੍ਰੀਤ, ਲਗਨ ਪ੍ਰਭ ਦੇ ਸ਼ਬਦ ਨਾਲ ਲੱਗ ਗਈ ਹੈ । ਸ਼ਬਦ ਦੀ ਪਾਲਣਾ, ਸਿਮਰਨ ਹੀ ਮੇਰੇ ਕਰਮ, ਧਰਮ, ਰੀਤੀ ਰੀਵਾਜ ਹਨ । ਸ਼ਬਦ ਦੀ ਪਾਲਣਾ ਕਰਨਾ, ਮਨ ਨੂੰ ਪਵਿੱਤਰ ਕਰਨਾ ਹੀ ਜੀਵਨ ਦਾ ਢੰਗ, ਧੰਦਾ ਬਣ ਗਿਆ ਹੈ ।

I have a deep devotion to meditate and obey the teachings of His Word. To meditate and adopt the teachings of His Word with steady and stable belief has become my worldly chores, religion, and rituals. To adopt the teachings of His Word to sanctify my soul has become the way of my human life, the real purpose of my human life journey.

ਪ੍ਰਾਨ ਅਧਾਰ ਜੀਵਨ ਧਨ ਮੋਰੈ, paraan aDhaar jeevan Dhan morai
ਦੇਖਨ ਕਉ ਦਰਸਨ ਪ੍ਰਭ ਨੀਤਿ॥ daykhan ka-o darsan parabh neet.
ਬਾਟ ਘਾਟ ਤੋਸਾ ਸੰਗਿ ਮੋਰੈ, baat ghaat tosaa sang morai man
ਮਨ ਅਪੁਨੇ ਕਉ ਮੈ ਹਰਿ ਸਖਾ ਕੀਤ॥੧॥ apunay ka-o mai har sakhaa keet. ||1||

ਮੇਰੇ ਸਵਾਸਾਂ ਦਾ ਆਸਰਾ, ਜੀਵਨ ਦਾ ਧਨ ਹੀ ਸ਼ਬਦ ਦੀ ਪਾਲਣਾ, ਜੀਵਨ ਢਾਲਣਾ ਹੈ । ਪ੍ਰਭ ਦੀ ਹੋਂਦ ਨੂੰ ਮਹਿਸੂਸ ਕਰਨਾ ਬਣ ਗਿਆ ਹੈ । ਬੰਦਗੀ ਕਰਨ ਵਾਲਾ ਨਦੀ ਦੇ ਕੰਢੇ, ਜੀਵਨ ਦੇ ਰਸਤੇ ਤੇ, ਪ੍ਰਭ ਨੂੰ ਸਦਾ ਹੀ ਸਾਥ ਵਾਪਰਦਾ ਮਹਿਸੂਸ ਕਰਦਾ ਹੈ । ਮੇਰੇ ਮਨ ਦਾ ਭਰੋਸਾ ਅਡੋਲ ਹੋ ਗਿਆ, ਪ੍ਰਭ ਨੂੰ ਹੀ ਮੈਂ ਆਪਣਾ ਅਸਲੀ ਸਾਥੀ ਬਣਾ ਲਿਆ ਹੈ ।

The purpose of my breaths and my worldly earnings has become to obey and adopt the teachings of His Word in my day-to-day life. The real purpose of my human life journey has become to realize the existence of The Holy Spirit prevailing. His true devotee always realizes The True Master as his companion in all part of his life everywhere. I have become steady and stable in obeying the teachings of His Word. The True Master has accepted me as His true devotee.

ਸੰਤ ਪ੍ਰਸਾਦਿ ਭਏ ਮਨ ਨਿਰਮਲ, sant parsaad bha-ay man nirmal
ਕਰਿ ਕਿਰਪਾ ਅਪੁਨੇ ਕਰਿ ਲੀਤ॥ kar kirpaa apunay kar leet.
ਸਿਮਰਿ ਸਿਮਰਿ ਨਾਨਕ ਸੁਖੁ ਪਾਇਆ, simar simar naanak sukh paa-i-aa
ਆਦਿ ਜੁਗਾਦਿ ਭਗਤਨ ਕੇ ਮੀਤ॥ aad jugaad bhagtan kay meet.
੨॥੨॥੨੧॥ ||2||2||21||

ਸੰਤਾਂ ਦੇ ਜੀਵਨ ਦੀ ਸਿਖਿਆਂ ਨਾਲ ਜੀਵਨ ਢਾਲਣ ਨਾਲ ਮਨ ਪਵਿੱਤਰ ਹੋ ਗਿਆ ਹੈ । ਪ੍ਰਭ ਨੇ ਰਹਿਮਤ ਬਖਸ਼ਕੇ ਮੈਨੂੰ ਆਪਣਾ ਦਾਸ ਬਣਾ ਲਿਆ ਹੈ । ਬੰਦਗੀ ਕਰਨ ਵਾਲਾ ਸਵਾਸ ਸਵਾਸ ਪ੍ਰਭ ਦੇ ਸ਼ਬਦ ਦਾ ਸਿਮਰਨ ਕਰਦਾ ਹੈ । ਮਨ ਵਿੱਚ ਸੰਤੋਖ ਬਖਸ਼ਿਸ਼ ਹੋ ਜਾਂਦਾ ਹੈ । ਯੁਗਾਂ ਯੁਗਾਂ ਤੋ ਪ੍ਰਭ ਬੰਦਗੀ ਕਰਨ ਵਾਲੇ ਦਾਸਾਂ ਦਾ ਸਹਾਈ ਹੁੰਦਾ, ਰਖਿਆ ਕਰਦਾ ਆਇਆ ਹੈ ।

By adopting the life teachings of His true devotee in my day-to-day life; with His mercy and grace, my soul has been sanctified. He has accepted me as His true devotee. Whosoever may meditate with his every breath; he may be blessed with contentment with his own worldly environment. From Ancient Ages; The True Master has been the pillar of support of His true devotees.

23. ਟੋਡੀ ਮਹਲਾ ੫॥ 716-8

ਪ੍ਰਭ ਜੀ ਮਿਲੁ ਮੇਰੇ ਪ੍ਰਾਨ॥ parabh jee mil mayray paraan.
ਬਿਸਰੁ ਨਹੀ ਨਿਮਖ ਹੀਅਰੇ ਤੇ, bisar nahee nimakh hee-aray tay
ਅਪਨੇ ਭਗਤ ਕਉ ਪੂਰਨ ਦਾਨ॥ ਰਹਾਉ॥ apnay bhagat ka-o pooran daan. rahaa-o.

ਪ੍ਰਭ ਰਹਿਮਤ ਬਖਸ਼ੋ! ਆਪਣਾ ਸ਼ਬਦ ਮਨ ਵਿੱਚ ਜਾਗਰਤ ਕਰੋ! ਤੂੰ ਹੀ ਮੇਰੇ ਸਵਾਸਾਂ ਦਾ ਅਸਲੀ ਮਾਲਕ, ਆਸਰਾ ਹੈ । ਰਹਿਮਤ ਦੀ ਨਜ਼ਰ ਬਖਸ਼ੋ! ਮੈ ਇੱਕ ਪਲ ਵੀ ਤੇਰਾ ਸ਼ਬਦ ਮਨ ਵਿਚੋਂ ਨਾ ਵਿਸਾਰਾ । ਤੇਰੇ ਸ਼ਬਦ ਦੀ ਪਾਲਣਾ ਵਿੱਚ ਅਡੋਲ, ਪੂਰਨ ਹੋ ਜਾਵਾ! ਕੋਈ ਕਮੀ ਨਾ ਹੋਵੇ, ਕੋਈ ਦਾਗ਼ ਨਾ ਲੱਗ ਜਾਵੇ ।

The True Master, the pillar of support and purpose of my breaths; with Your mercy and grace, enlightens the essence of His Word within my mind. I may never abandon the teachings of Your Word from my day-to-day life, even for a single moment. My belief may become steady and stable on the essence of the teachings of Your Word. My soul may become blemish free from any worldly desires.

ਖੋਵਹੁ ਭਰਮੁ ਰਾਖੁ ਮੇਰੇ ਪ੍ਰੀਤਮ,	khovhu bharam raakh mayray pareetam
ਅੰਤਰਜਾਮੀ ਸੁਘੜ ਸੁਜਾਨ॥	antarjaamee sugharh sujaan.
ਕੋਟਿ ਰਾਜ ਨਾਮ ਧਨੁ ਮੇਰੈ,	kot raaj naam Dhan mayrai
ਅੰਮ੍ਰਿਤ ਦ੍ਰਿਸਟਿ ਧਾਰਹੁ ਪ੍ਰਭ ਮਾਨ॥੧॥	amrit darisat Dhaarahu parabh maan. ||1||

ਪ੍ਰਭ ਤੂੰ ਅੰਤਰਜਾਮੀ, ਮਨ ਦੀਆਂ ਇੱਛਾਂ ਜਾਣਦਾ ਹੈ । ਮੇਰੇ ਮਨ ਦੇ ਭਰਮ ਦੂਰ ਕਰਕੇ, ਨਾਸ ਕਰਕੇ, ਬਚਾ ਲਵੋ! ਤੇਰੇ ਸ਼ਬਦ ਦਾ ਧਨ, ਕਮਾਈ, ਅਨੇਕਾਂ ਹੀ ਰਾਜ ਭਾਗ ਨਾਲੋਂ ਚੰਗੀ, ਮਹੱਤਵ ਪੂਰਕ ਹੈ । ਰਹਿਮਤ ਬਖਸ਼ੋ! ਅਮੋਲਕ ਸ਼ਬਦ ਦੀ ਸੋਝੀ ਰੂਪੀ ਅੰਮ੍ਰਿਤ ਬਖਸ਼ੋ!

The Omniscient True Master knows the spoken and unspoken desires of my mind. With Your mercy and grace, eliminates may suspicions and saves me from demons of worldly desires. The earnings of Your Word have more significance than the blessings of worldly kingdoms. With Your mercy and grace, blesses me with the nectar of the enlightenment of the essence of teachings Your Word.

ਆਠ ਪਹਰ ਰਸਨਾ ਗੁਨ ਗਾਵੈ,	aath pahar rasnaa gun gaavai
ਜਸੁ ਪੂਰਿ ਅਘਾਵਹਿ ਸਮਰਥ ਕਾਨ॥	jas poor aghaaveh samrath kaan.
ਤੇਰੀ ਸਰਣਿ ਜੀਅਨ ਕੇ ਦਾਤੇ,	tayree saran jee-an kay daatay
ਸਦਾ ਸਦਾ ਨਾਨਕ ਕੁਰਬਾਨ॥	sadaa sadaa naanak kurbaan.
੨॥੩॥੨੨॥	||2||3||22||

ਇਹ ਹੀ ਬਖਸ਼ਿਸ਼ ਮੰਗਦਾ ਹਾ! ਦਿਨ ਰਾਤ, 24 ਘੰਟੇ ਹੀ ਪ੍ਰਭ ਦੇ ਸ਼ਬਦ ਦੇ ਗੁਣ ਗਾਉਂਦਾ ਰਹਾ । ਮੇਰੀ ਬੰਦਗੀ ਤੇ ਪ੍ਰਭ ਪੂਰਨ ਪ੍ਰਸੰਨ ਹੋ ਜਾਵੇ, ਮੇਰੇ ਕੰਨਾਂ ਵਿੱਚ ਪੂਰਨ ਸੰਤੋਖ ਬਖਸ਼ਿਸ਼ ਹੋ ਜਾਵੇ । ਬੰਦਗੀ ਕਰਨ ਵਾਲੇ ਉਸ ਦਾਸ ਤੋ ਸਦਾ ਹੀ ਕੁਰਬਾਨ ਜਾਂਦੇ ਹਨ ।

My True Master, I pray and beg for devotion to sing the glory of Your Word day and night. My meditation becomes acceptable in Your Court and I may be blessed with peace of mind and contentment. His true devotee remains fascinated and astonished from the state of mind of His Holy saint.

24. ਟੋਡੀ ਮਹਲਾ ੫॥ 716-13

ਪ੍ਰਭ ਤੇਰੇ ਪਗ ਕੀ ਧੂਰਿ॥	parabh tayray pag kee Dhoor.
ਦੀਨ ਦਇਆਲ ਪ੍ਰੀਤਮ ਮਨਮੋਹਨ,	deen da-i-aal pareetam manmohan
ਕਰਿ ਕਿਰਪਾ ਮੇਰੀ ਲੋਚਾ ਪੂਰਿ॥ ਰਹਾਉ॥	kar kirpaa mayree lochaa poor. rahaa-o.

ਪ੍ਰਭ ਮੈਂ ਤੇਰੇ ਚਰਨਾਂ ਦੀ ਧੂੜ ਦੇ ਸਮਾਨ ਵੀ ਨਹੀਂ ਹਾ! ਰਹਿਮਤ ਬਖਸ਼ਕੇ ਮੇਰੇ ਮਨ ਵਿੱਚ ਆਪਣਾ ਸ਼ਬਦ ਜਾਗਰਤ ਕਰੋ! ਮੇਰੇ ਮਨ ਦੀਆਂ ਮੁਰਾਦਾਂ ਪੂਰੀ ਕਰੋ!

My True Master my worldly status is much less significant than the dust of Your feet. With Your mercy and grace; You may enlighten the essence of Your Word within my mind and satisfy all hopes of my mind.

ਦਹ ਦਿਸ ਰਵਿ ਰਹਿਆ ਜਸੁ ਤੁਮਾਰਾ,	dah dis rav rahi-aa jas tumraa
ਅੰਤਰਜਾਮੀ ਸਦਾ ਹਜੂਰਿ॥	antarjaamee sadaa hajoor. jo
ਜੋ ਤੁਮਰਾ ਜਸੁ ਗਾਵਹਿ ਕਰਤੇ,	tumraa jas gaavahi kartay say jan
ਸੇ ਜਨ ਕਬਹੁ ਨ ਮਰਤੇ ਝੂਰਿ॥੧॥	kabahu na martay jhoor. ||1||

ਪ੍ਰਭ ਸ੍ਰਿਸ਼ਟੀ ਦੇ ਸਾਰੇ ਪਾਸੇ, ਦਸੇਂ ਪਾਸੇ ਹੀ ਤੇਰੀ ਰਹਿਮਤ ਭਰਪੂਰ ਵਾਪਰਦੀ ਹੈ । ਤੂੰ ਅੰਤਰਜਾਮੀ, ਹਰਇੱਕ ਸਮੇਂ ਹਾਜਰਾ ਹਜ਼ੂਰ ਵਸਦਾ, ਵਾਪਰਦਾ ਹੈ । ਜਿਹੜਾ ਨਿਮਾਣਾ ਦਾਸ ਤੇਰੇ ਸ਼ਬਦ ਦੇ ਗੁਣ ਗਾਉਂਦਾ ਹੈ! ਉਹ ਦਾਸ ਕਦੇ ਸੋਗ ਨਹੀਂ ਕਰਦਾ, ਕਦੇ ਮੌਤ ਦੇ ਜਮਦੂਤ ਦੇ ਹਵਾਲੇ ਨਹੀਂ ਹੁੰਦਾ ।

The True Master, only Your command prevails all around and Your blessings remain overwhelmed. The Omniscient True Master remains embedded with each soul, dwells and prevails everywhere. Whosoever may sing the glory of Your Word; with Your mercy and grace, he may never grievances nor he may be captured by the devil of death.

ਧੰਧ ਬੰਧ ਬਿਨਸੇ ਮਾਇਆ ਕੇ,	DhanDh banDh binsay maa-i-aa kay
ਸਾਧੂ ਸੰਗਤਿ ਮਿਟੇ ਬਿਸੂਰ॥	saaDhoo sangat mitay bisoor.
ਸੁਖ ਸੰਪਤਿ ਭੋਗ ਇਸੁ ਜੀਅ ਕੇ,	sukh sampat bhog is jee-a kay
ਬਿਨੁ ਹਰਿ ਨਾਨਕ ਜਾਨੇ ਕੂਰ॥੨॥੪॥੨੩॥	bin har naanak jaanay koor. ‖2‖4‖23‖

ਸੰਤਾਂ ਦੀ ਸੰਗਤ, ਸਿਖਿਆਂ ਨਾਲ ਜੀਵਨ ਢਾਲਣ ਨਾਲ ਸੰਸਾਰਕ ਮੋਹ, ਮਾਇਆ ਦੇ ਜਾਲ ਨਾਸ ਹੋ ਜਾਂਦੇ ਹਨ । ਮਨ ਵਿਚੋਂ ਸਾਰੇ ਇੱਛਾਂ ਦੇ ਦੁਖ ਦੂਰ ਹੋ ਜਾਂਦੇ ਹਨ, ਮਨ ਇੱਛਾਂ ਰਹਿਤ ਹੋ ਜਾਂਦਾ ਹੈ । ਪ੍ਰਭ ਦੀ ਰਹਿਮਤ ਤੋ ਬਿਨਾਂ ਸੰਸਾਰਕ ਮਾਇਆ ਦੇ ਅਨੰਦ, ਸੁਖ, ਆਤਮਾ ਦੇ ਸਾਰੇ ਅਰਾਮ ਇੱਕ ਸੁਪਨਾ ਦੀ ਤਰ੍ਹਾਂ ਹੀ ਬੀਤ ਜਾਂਦੇ ਹਨ ।

Whosoever may associate with His Holy saint and adopts his life experience in his own day-to-day life; with His mercy and grace, his intoxication of worldly wealth may be eliminated from his day-to-day life. All demons of worldly desires may be eliminated along with his miseries. His soul may become beyond the reach of worldly desires. Without His mercy and grace all worldly comforts, pleasures of worldly wealth may vanish like short-lived dreams.

25. ਟੋਡੀ ਮਃ ੫॥ 716-16

ਮਾਈ ਮੇਰੇ ਮਨ ਕੀ ਪਿਆਸ॥	maa-ee mayray man kee pi-aas.
ਇਕੁ ਖਿਨੁ ਰਹਿ ਨ ਸਕਉ, ਬਿਨੁ ਪ੍ਰੀਤਮ,	ik khin reh na saka-o bin pareetam
ਦਰਸਨ ਦੇਖਨ ਕਉ ਧਾਰੀ ਮਨਿ ਆਸ॥	darsan daykhan ka-o Dhaaree man aas.
ਰਹਾਉ॥	rahaa-o.

ਮਨ ਵਿੱਚ ਪ੍ਰਭ ਨੂੰ ਦੇਖਣ, ਸ਼ਬਦ ਦੀ ਸੋਝੀ ਪਾਉਣ ਦੀ ਡੂੰਘੀ ਪਿਆਸ, ਸ਼ਰਧਾ ਹੈ । ਮੇਰੀ ਲਗਨ, ਸ਼ਰਧਾ ਇਤਨੀ ਡੂੰਘੀ ਹੈ! ਇੱਕ ਪਲ ਵੀ ਸ਼ਬਦ ਦੀ ਪਾਲਣਾ ਤੋ ਬਿਨਾਂ ਮਨ ਵਿੱਚ ਅਰਾਮ ਮਹਿਸੂਸ ਨਹੀਂ ਹੁੰਦਾ ।

I have a deep devotion to realize His existence and the enlightenment of the essence of the teachings of His Word. My devotion remains so intense that I may never feel comfort even for a moment without meditating and obeying the teachings of His Word. I remain frustrated and anxious.

ਸਿਮਰਉ ਨਾਮੁ ਨਿਰੰਜਨ ਕਰਤੇ,	simra-o naam niranjan kartay
ਮਨ ਤਨ ਤੇ ਸਭਿ ਕਿਲਵਿਖ ਨਾਸ॥	man tan tay sabh kilvikh naas.
ਪੂਰਨ ਪਾਰਬ੍ਰਹਮ ਸੁਖਦਾਤੇ,	pooran paarbarahm sukh-daatay
ਅਬਿਨਾਸੀ ਬਿਮਲ ਜਾ ਕੋ ਜਾਸ॥੧॥	abhinaasee bimal jaa ko jaas. ‖1‖

ਪ੍ਰਭ ਨੂੰ ਅਸਲੀ ਮਾਲਕ ਮੰਨਣ, ਸ਼ਬਦ ਦੀ ਪਾਲਣਾ ਕਰਨ ਨਾਲ ਮਨ ਵਿਚੋਂ ਸਾਰੇ ਬੁਰੇ ਖਿਆਲ ਨਾਸ ਹੋ ਜਾਂਦੇ ਹਨ । ਤਨ, ਮਨ ਦੇ ਪਾਪ ਬਖਸ਼ੇ ਜਾਂਦੇ ਹਨ । ਪ੍ਰਭ, ਪ੍ਰਭ ਦਾ ਸ਼ਬਦ ਹੀ ਰੂਹਾਨੀ ਜੋਤ ਹੈ । ਜਿਹੜੀ ਸਦਾ ਅਟੱਲ ਰਹਿੰਦੀ ਹੈ, ਕਦੇ ਨਾਸ ਨਹੀਂ ਹੁੰਦੀ । ਜੀਵ ਨੂੰ ਸੁਖ, ਸੰਤੋਖ ਬਖਸ਼ਣ ਵਾਲੀ ਹੈ । ਕਦੇ ਦਾਗ਼ ਨਹੀਂ ਲੱਗਦਾ, ਸਦਾ ਹੀ ਪਵਿੱਤਰ ਰਹਿੰਦੀ ਹੈ ।

Whosoever may obey the teachings of His Word with steady and stable belief on His ultimate command; all his evil thoughts may be eliminated. With His mercy and grace, all his sins of previous lives may be forgiven. The True Master, eternal, spiritual Spirit, remains true forever. The Holy Spirit may never vanish nor be blemished and always remains sanctified.

ਸੰਤ ਪ੍ਰਸਾਦਿ ਮੇਰੇ ਪੂਰ ਮਨੋਰਥ,	sant parsaad mayray poor manorath
ਕਰਿ ਕਿਰਪਾ ਭੇਟੇ ਗੁਣਤਾਸ॥	kar kirpaa bhaytay guntaas.

ਸਾਂਤਿ ਸਹਜ ਸੂਖ ਮਨਿ ਉਪਜਿਓ, saaNt sahj sookh man upji-o
ਕੋਟਿ ਸੂਰ ਨਾਨਕ ਪਰਗਾਸ॥੨॥੫॥੨੪॥ kot soor naanak pargaas. ||2||5||24||

ਸੰਤਾਂ ਦੀ ਰਹਿਮਤ ਨਾਲ, ਸਿਖਿਆਂ ਨਾਲ ਜੀਵਨ ਢਾਲਣ ਨਾਲ ਸਾਰੀ ਮੁਰਾਦਾਂ ਪੂਰੀਆਂ ਹੋ ਜਾਂਦੀਆਂ ਹਨ । ਗੁਣਾਂ ਦੇ ਭੰਡਾਰੀ ਦਾ ਸ਼ਬਦ ਮਨ ਵਿੱਚ ਜਾਗਰਤ ਹੋ ਜਾਂਦਾ, ਮਨ ਵਿੱਚ ਸੰਤੋਖ ਅਨੰਦ ਖੇੜਾ ਵਸ ਜਾਂਦਾ ਹੈ । ਮਨ ਵਿੱਚ ਹਜ਼ਾਰਾ ਹੀ ਸੂਰਜਾ ਵਰਗੀ ਰੋਸ਼ਨੀ, ਨੂਰ ਚਮਕਦਾ ਹੈ । ਮਨ ਨੂੰ ਜਾਗਰਤ ਕਰਦਾ ਹੈ ।

Whosoever may adopt the life experience of His Holy saints in his own day-to-day life; all his spoken and unspoken desires may be satisfied. The essence of teachings of His Word, the treasure of all virtues may be enlightened. He may remain overwhelmed with blossom and contentment in his worldly life. He remains awake and alert; the spiritual glow of His Holy Spirit may be much more than the glow of thousands of Suns, shining on his forehead.

26. ਟੋਡੀ ਮਹਲਾ ੫॥ 717-1

ਹਰਿ ਹਰਿ ਪਤਿਤ ਪਾਵਨ॥ har har patit paavan.
ਜੀਅ ਪ੍ਰਾਨ ਮਾਨ ਸੁਖਦਾਤਾ, jee-a paraan maan sukh-daata
ਅੰਤਰਜਾਮੀ ਮਨ ਕੋ ਭਾਵਨ॥ਰਹਾਉ॥ antarjaamee man ko bhaavan. rahaa-o.

ਪ੍ਰਭ ਹੀ ਪਾਪੀਆਂ ਨੂੰ ਬਖਸ਼ਣ, ਮਾਫ ਕਰਨ ਵਾਲਾ ਮਾਲਕ ਹੈ । ਉਹ ਹੀ ਸਵਾਸਾਂ ਦਾ ਮਾਲਕ, ਜੀਵ ਨੂੰ ਸੰਤੋਖ, ਸੋਭਾ ਬਖਸ਼ਣ ਵਾਲਾ ਹੈ । ਅੰਤਰਜਾਮੀ ਪ੍ਰਭ ਮੇਰੇ ਮਨ ਨੂੰ ਬਹੁਤ ਭਾਉਂਦਾ ਹੈ । ਉਸ ਦੇ ਸ਼ਬਦ ਨਾਲ ਡੂੰਘੀ ਲਗਨ ਲੱਗੀ ਹੈ ।

The One and Only One, True Master, may forgive all sinners also. The True Master of our breaths; with His mercy and grace, he may bless contentment and honor to His true devotee. The Omniscient True Master remains very comforting to my mind; I have a deep devotion to meditate and obey the teachings of His Word with steady and stable belief in my day-to-day life.

ਸੁੰਦਰੁ ਸੁਘੜੁ ਚਤੁਰੁ ਸਭ ਬੇਤਾ, sundar sugharh chatur sabh baytaa
ਰਿਦ ਦਾਸ ਨਿਵਾਸ ਭਗਤ ਗੁਨ ਗਾਵਨ॥ rid daas nivaas bhagat gun gaavan.
ਨਿਰਮਲ ਰੂਪ ਅਨੂਪ ਸੁਆਮੀ, nirmal roop anoop su-aamee
ਕਰਮ ਭੂਮਿ ਬੀਜਨ ਸੋ ਖਾਵਨ॥੧॥ karam bhoom beejan so khaavan. ||1||

ਉਹ ਬਹੁਤ ਸ਼ਾਨ ਵਾਲਾ, ਸੋਝੀ ਵਾਲਾ, ਚਲਾਕ ਸਭ ਕੁਝ ਜਾਣਨ ਵਾਲਾ ਹੈ । ਉਹ ਬੰਦਗੀ ਕਰਨ ਵਾਲੇ ਦੇ ਤਨ ਵਿੱਚ ਵਸਦਾ, ਮਨ ਵਿੱਚ ਜਾਗਰਤ ਹੋ ਜਾਂਦਾ ਹੈ । ਪ੍ਰਭ ਦਾ ਦਾਸ ਸਦਾ ਹੀ ਸ਼ਬਦ ਦੇ ਗੁਣ ਗਾਉਂਦਾ ਹੈ । ਪਵਿੱਤਰ ਪ੍ਰਭ ਦੀ ਕਿਸੇ ਨਾਲ ਤੁਲਨਾ ਨਹੀਂ ਕੀਤੀ ਜਾ ਸਕਦੀ । ਸਾਰੇ ਜੀਵਾਂ ਨੂੰ ਕੰਮਾਂ ਤੇ ਲਾਉਂਦਾ ਹੈ । ਸਾਰੇ ਧੰਦੇ ਉਸ ਦੇ ਹੀ ਬਣਾਏ ਹਨ । ਉਹ ਹੀ ਜੀਵਾਂ ਦੇ ਖਾਣ ਲਈ ਸਾਰੇ ਪੌਦੇ ਪੈਦਾ ਕਰਦਾ ਹੈ ।

The Omniscient True Master with complete enlightenment and greatest glory. He remains embedded within each soul and dwells in his body. He remains enlightened, awake and alert within the mind of His true devotee. His true devote may sing the glory of the virtues of His Word day and night; His greatness may not be compared with any other worldly power. He assigned everyone specific task to survive. All chores have been created with His mercy and grace. He has created all the plants for the nourishments of mankind.

ਬਿਸਮਨ ਬਿਸਮ ਭਏ ਬਿਸਮਾਦਾ, bisman bisam bha-ay bismaadaa
ਆਨ ਨ ਬੀਓ ਦੂਸਰ ਲਾਵਨ॥ aan na bee-o doosar laavan.
ਰਸਨਾ ਸਿਮਰਿ ਸਿਮਰਿ ਜਸੁ ਜੀਵਾ, rasnaa simar simar jas jeevaa

ਨਾਨਕ ਦਾਸ ਸਦਾ ਬਲਿ ਜਾਵਨ॥ naanak daas sadaa bal jaavan.
੨॥੬॥੨੫॥ ||2||6||25||

ਪ੍ਰਭ ਦੀ ਕੁਦਰਤ ਦੇਖਕੇ ਹੈਰਾਨ ਹੀ ਰਹਿੰਦਾ ਹਾ । ਉਸ ਤੋ ਬਿਨਾਂ ਸ੍ਰਿਸ਼ਟੀ ਵਿੱਚ ਹੋਰ ਕੋਈ, ਕੁਝ ਕਰਨ ਦੀ ਸਮਰਥਾ ਨਹੀਂ ਰਖਦਾ । ਜਿਹੜਾ ਬੰਦਗੀ ਕਰਨ ਵਾਲਾ ਆਪਣੀ ਜੀਭ ਨਾਲ ਗੁਣ ਗਾਉਂਦਾ, ਜੀਵਨ ਬਤੀਤ ਕਰਦਾ ਹੈ । ਬੰਦਗੀ ਕਰਨ ਵਾਲਾ ਉਸ ਦਾਸ ਤੋ ਸਦਾ ਹੀ ਕੁਰਬਾਨ ਜਾਂਦਾ ਹੈ ।

I remain fascinated from His Nature! Without His mercy and grace, no one else may have any capability to accomplish anything in the World. His true devotee may sing the glory of His Word with his tongue. He adopts the teachings of His Word with steady and stable belief in his day-to-day life. His true devotee always remains fascinated from the way of life of His true devotee.

27. **ਟੋਡੀ ਮਹਲਾ ੫॥** 717-5

ਮਾਈ ਮਾਇਆ ਛਲੁ॥ maa-ee maa-i-aa chhal.
ਤ੍ਰਿਣ ਕੀ ਅਗਨਿ ਮੇਘ ਕੀ ਛਾਇਆ, tarin kee agan maygh kee chhaa-i-aa
ਗੋਬਿਦ ਭਜਨ ਬਿਨੁ ਹੜ ਕਾ ਜਲੁ॥ gobid bhajan bin harh kaa jal.
ਰਹਾਉ॥ rahaa-o.

ਸੰਸਾਰਕ ਮਾਇਆ ਇਤਨੀ ਧੋਖੇ ਵਾਲੀ ਹੈ । ਸ਼ਬਦ ਦੇ ਸਿਮਰਨ ਕਰਨ ਤੋ ਬਿਨਾਂ, ਇਹ ਇੱਕ ਅੱਗ ਦੇ ਬਾਲਣ, ਘਾਹ ਵਰਗੀ ਹੈ । ਬੱਦਲਾ ਦੇ ਪਰਛਾਵੇਂ ਵਰਗੀ, ਹੜ ਦੇ ਪਾਣੀ ਵਰਗੀ ਹੀ ਹੈ ।

Worldly wealth is very cunning. Without meditating, the worldly wealth may reveal its true color as wooden fuel for fire; as the shadow of cloud or flood water.

ਛੋਡਿ ਸਿਆਨਪ ਬਹੁ ਚਤੁਰਾਈ, chhod si-aanap baho chaturaa-ee
ਦੁਇ ਕਰ ਜੋੜਿ ਸਾਧ ਮਗਿ ਚਲੁ॥ du-ay kar jorh saaDh mag chal.
ਸਿਮਰਿ ਸੁਆਮੀ ਅੰਤਰਜਾਮੀ, simar su-aamee antarjaamee
ਮਾਨੁਖ ਦੇਹ ਕਾ ਇਹੁ ਊਤਮ ਫਲੁ॥੧॥ maanukh dayh kaa ih ootam fal. ||1||

ਆਪਣੇ ਮਨ ਦੀਆਂ ਚਲਾਕੀਆਂ ਤਿਆਗਕੇ, ਪ੍ਰਭ ਦੇ ਸ਼ਬਦ ਤੇ ਭਰੋਸਾ ਅਡੋਲ ਰਖੋ! ਬੰਦਗੀ ਕਰਨ ਵਾਲੇ ਸੰਤਾਂ ਦੀ ਸਿਖਿਆਂ ਨਾਲ ਜੀਵਨ ਢਾਲੋ! ਅੰਤਰਜਾਮੀ ਦੇ ਸ਼ਬਦ ਦੀ ਪਾਲਣਾ, ਸਿਮਰਨ ਕਰੋ! ਮਾਨਸ ਜਨਮ ਵਿੱਚ ਇਹ ਹੀ ਉਤਮ ਕੰਮ ਧੰਦਾ ਹੈ । ਮਾਨਸ ਜੀਵਨ ਦਾ ਅਸਲੀ ਮੰਤਵ ਹੈ ।

You should abandon the evil, clever tricks of your mind and keep your belief steady and stable on His blessings. You should adopt the life teaching of His true devotee in your own life. You should meditate and obey the teachings of His Word, The Omniscient True Master. This may be the right path, real purpose of human life opportunity.

ਬੇਦ ਬਖਿਆਨ ਕਰਤ ਸਾਧੂ ਜਨ, bayd bakhi-aan karat saaDhoo jan
ਭਾਗਹੀਨ ਸਮਝਤ ਨਹੀ ਖਲੁ॥ bhaagheen samjhat nahee khal.
ਪ੍ਰੇਮ ਭਗਤਿ ਰਾਚੇ ਜਨ ਨਾਨਕ, paraym bhagat raachay jan naanak
ਹਰਿ ਸਿਮਰਨਿ ਦਹਨ ਭਏ ਮਲ॥ har simran dahan bha-ay mal.
੨॥੭॥੨੬॥ ||2||7||26||

ਬੰਦਗੀ ਕਰਨ ਵਾਲਾ, ਸੰਤ, ਵੇਦਾਂ ਵਿੱਚ ਦੱਸੀ ਸਿਖਿਆਂ ਹੀ ਦੇਂਦਾ ਹੈ । ਜੀਵਨ ਦੇ ਢੰਗ ਦੀ ਪ੍ਰੇਰਨਾ ਕਰਦਾ ਹੈ । ਮੰਦੇ ਭਾਗਾਂ ਵਾਲਾ, ਮੂਰਖ ਇਸ ਨੂੰ ਸਮਝਦਾ ਨਹੀਂ, ਆਪਣਾ ਜੀਵਨ ਨਹੀਂ ਢਾਲਦਾ । ਬੰਦਗੀ ਕਰਨ ਵਾਲਾ ਸਦਾ ਹੀ ਸ਼ਬਦ ਦੀ ਪਾਲਣਾ ਵਿੱਚ ਮਸਤ ਰਹਿੰਦਾ ਹੈ । ਪ੍ਰਭ ਦੇ ਸ਼ਬਦ ਦਾ ਸਿਮਰਨ ਕਰਦੇ ਮਨ ਦੇ ਬੁਰੇ ਖਿਆਲ ਨਾਸ ਹੋ ਜਾਂਦੇ ਹਨ, ਮੈਲ ਧੋਤੀ ਜਾਂਦੀ ਹੈ ।

His true devotee may always inspire to adopt the good virtues from the Holy scriptures. However, stub-born, self-minded may not understand nor adopts the teachings in his day-to-day life. His true devotee always obeys the teachings of His Word with steady and stable belief in his day-to-day life. He remains intoxicated in the void of His Word. Whosoever may meditate on the teachings of His Word; with His mercy and grace, all his evil thoughts, blemish of his soul may be eliminated; his soul may be sanctified to become worthy of His consideration.

28. ਟੋਡੀ ਮਹਲਾ ੫॥ 717-9

ਮਾਈ ਚਰਨ ਗੁਰ ਮੀਠੇ॥ — maa-ee charan gur meethay.
ਵਡੈ ਭਾਗਿ ਦੇਵੈ ਪਰਮੇਸਰੁ, — vadai bhaag dayvai parmaysar
ਕੋਟਿ ਫਲਾ ਦਰਸਨ ਗੁਰ ਡੀਠੇ॥ ਰਹਾਉ॥ — kot falaa darsan gur deethay. rahaa-o.

ਪ੍ਰਭ ਦਾ ਸ਼ਬਦ ਮਨ ਨੂੰ ਸੰਤੋਖ ਦੇਣ ਵਾਲਾ ਪਦਾਰਥ ਹੈ । ਵੱਡੇ ਭਾਗਾਂ ਨਾਲ ਹੀ ਪ੍ਰਭ ਸ਼ਬਦ ਦੀ ਪਾਲਣਾ ਦੇ ਲੜ ਲਾਉਂਦਾ ਹੈ । ਪ੍ਰਭ ਦੇ ਸ਼ਬਦ ਦੇ ਸਿਮਰਨ ਕਰਨ ਨਾਲ ਅਨੇਕਾਂ ਹੀ ਰਹਿਮਤਾਂ, ਬਖਸ਼ਿਸ਼ਾਂ ਹੁੰਦੀਆਂ ਹਨ ।

The teachings of His Word are very comforting virtues. Whosoever may have a great prewritten destiny, only he may be attached to meditate on the teachings of His Word. Whosoever may meditate on the teachings of His Word with steady and stable belief; with His mercy and grace, he may be blessed with unlimited blessings in his life.

ਗੁਨ ਗਾਵਤ ਅਚੁਤ ਅਬਿਨਾਸੀ, — gun gaavat achut abhinaasee
ਕਾਮ ਕ੍ਰੋਧ ਬਿਨਸੇ ਮਦ ਢੀਠੇ॥ — kaam kroDh binsay mad dheethay.
ਅਸਥਿਰ ਭਏ ਸਾਚ ਰੰਗਿ ਰਾਤੇ, — asthir bha-ay saach rang raatay
ਜਨਮ ਮਰਨ ਬਾਹੁਰਿ ਨਹੀ ਪੀਠੇ॥੧॥ — janam maran baahur nahee peethay. ||1||

ਸ਼ਬਦ ਦੇ ਗੁਣ ਗਾਉਣ ਨਾਲ ਮਨ ਵਿਚੋਂ ਕਾਮ ਵਾਸ਼ਨਾ, ਕਰੋਧ, ਖੁਦਗ਼ਰਜ਼ੀ, ਅਹੰਕਾਰ ਦਾ ਨਾਸ ਹੋ ਜਾਂਦਾ ਹੈ । ਜਿਹੜਾ ਮਨ ਵਿੱਚ ਭਰੋਸਾ ਅਡੋਲ ਰਖਕੇ ਪ੍ਰਭ ਦੇ ਸ਼ਬਦ ਦੇ ਲੜ ਲੱਗਾ ਰਹਿੰਦਾ ਹੈ । ਉਸ ਤੇ ਰੂਹਾਨੀ ਨੂਰ ਬਖਸ਼ਿਸ਼ ਹੋ ਜਾਂਦਾ ਹੈ । ਉਸ ਨੂੰ ਅਟੱਲ ਪ੍ਰਭ ਦੇ ਘਰ ਥਾਂ ਬਖਸ਼ਿਸ਼ ਹੋ ਜਾਂਦੀ ਹੈ । ਉਸ ਦਾ ਜਨਮ ਮਰਨ ਦਾ ਚੱਕਰ ਸਦਾ ਲਈ ਖਤਮ ਹੋ ਜਾਂਦਾ ਹੈ ।

Whosoever may sing the glory of His Word with steady and stable belief on His blessings; with His mercy and grace, his sexual desire with strange woman, his anger, selfishness, and ego of worldly status may be eliminated. Whosoever may remain attached to meditate on the teachings of His Word with steady and stable belief; with His mercy and grace, he may be blessed with spiritual, eternal glow on his forehead. He may be blessed with a permanent place in His Court. His cycle of birth and death may be eliminated.

ਬਿਨੁ ਹਰਿ ਭਜਨ ਰੰਗ ਰਸ ਜੇਤੇ, — bin har bhajan rang ras jaytay sant
ਸੰਤ ਦਇਆਲ ਜਾਨੇ ਸਭਿ ਝੂਠੇ॥ — da-i-aal jaanay sabh jhoothay.
ਨਾਮ ਰਤਨੁ ਪਾਇਓ ਜਨ ਨਾਨਕ, — naam ratan paa-i-o jan naanak naam
ਨਾਮ ਬਿਹੂਨ ਚਲੇ ਸਭਿ ਮੂਠੇ॥ — bihoon chalay sabh moothay.
੨॥੮॥੨੭॥ — ||2||8||27||

ਸ਼ਬਦ ਦੀ ਬੰਦਗੀ ਤੋ, ਬਖਸ਼ਿਸ ਤੋ ਬਿਨਾਂ ਪ੍ਰਾਪਤ ਕੀਤੇ ਸਾਰੇ ਪਦਾਰਥ ਹੀ ਥੋੜ੍ਹਾ ਸਮਾਂ ਅਨੰਦ ਦੇਣ ਵਾਲੇ, ਬੀਤ ਜਾਂਦੇ ਹਨ । ਸੰਤਾਂ ਦੀ ਸੰਗਤ ਕਰਨ ਨਾਲ ਹੀ ਇਸ ਤੱਤ ਦੀ ਸੋਝੀ ਬਖਸ਼ਿਸ਼ ਹੋਈ ਹੈ । ਬੰਦਗੀ ਕਰਨ ਵਾਲਾ ਪ੍ਰਭ ਦੀ ਰਹਿਮਤ ਨਾਲ ਸ਼ਬਦ ਮਨ ਵਿੱਚ ਜਾਗਰਤ ਕਰ ਲੈਂਦਾ ਹੈ । ਸ਼ਬਦ ਦੀ ਕਮਾਈ ਤੋ ਬਿਨਾਂ ਹੋਰ ਕੁਝ ਸਦਾ ਸਾਥ ਦੇਣ ਵਾਲਾ ਧਨ ਨਹੀਂ ਹੈ ।

Without the earnings of His Word, all other possessions, worldly wealth may provide comforts for limited time and may be vanished. This unique enlightenment may only be blessed in conjugation of His true devotees. With His mercy and grace, His true devotee may be enlightened with the essence of the teachings of His Word. Without the earnings of His Word, no other possessions may stay with his soul forever.

29. ਟੋਡੀ ਮਹਲਾ ੫॥ 717-12

ਸਾਧਸੰਗਿ ਹਰਿ ਹਰਿ ਨਾਮੁ ਚਿਤਾਰਾ॥	saaDhsang har har naam chitaaraa.
ਸਹਜਿ ਅਨੰਦੁ ਹੋਵੈ ਦਿਨੁ ਰਾਤੀ,	sahj anand hovai din raatee
ਅੰਕੁਰੁ ਭਲੋ ਹਮਾਰਾ॥ ਰਹਾਉ॥	ankur bhalo hamaaraa. rahaa-o.

ਬੰਦਗੀ ਕਰਨ ਵਾਲਾ, ਸੰਤਾਂ ਦੀ ਸੰਗਤ ਵਿੱਚ ਰਲਕੇ ਸ਼ਬਦ ਦੇ ਹੀ ਗੁਣ ਗਾਉਂਦਾ ਹੈ । ਉਸ ਦੇ ਮਨ ਵਿੱਚ ਸੰਤੋਖ ਖੇੜਾ ਅਨੰਦ ਘਰ ਕਰ ਜਾਂਦਾ ਹੈ । ਉਸ ਦੇ ਚੰਗੇ ਭਾਗਾਂ ਦਾ ਬੀਜ ਉਗਦਾ, ਵਧਦਾ ਹੈ ।

His true devotee may associate with His Holy saints and sings the glory of His Word. He remains overwhelmed with contentment and blossom within. With His mercy and grace, his great prewritten destiny may be rewarded.

ਗੁਰੁ ਪੂਰਾ ਭੇਟਿਓ ਬਡਭਾਗੀ,	gur pooraa bhayti-o badbhaagee
ਜਾ ਕੋ ਅੰਤੁ ਨ ਪਾਰਾਵਾਰਾ॥	jaa ko ant na paaraavaaraa.
ਕਰੁ ਗਹਿ ਕਾਢਿ ਲੀਓ ਜਨੁ ਅਪੁਨਾ,	kar geh kaadh lee-o jan apunaa
ਬਿਖੁ ਸਾਗਰ ਸੰਸਾਰਾ॥੧॥	bikh saagar sansaaraa. ||1||

ਪ੍ਰਭ ਆਪ ਹੀ ਨਿਮਾਣੇ ਦਾਸ ਦੀ ਬਾਂਹ ਪਕੜ ਕੇ ਮਾਇਆ ਰੂਪੀ ਅੱਗ, ਭਿਆਨਕ ਸੰਸਾਰ ਵਿਚੋਂ ਕੱਢ ਲੈਂਦਾ ਹੈ । ਪ੍ਰਭ ਉਸ ਨੂੰ ਆਪਣਾ ਦਾਸ ਬਣਾ ਲੈਂਦਾ ਹੈ । ਪ੍ਰਭ ਸਦਾ ਅਟੱਲ ਰਹਿਣ ਵਾਲਾ ਹੈ । ਉਸ ਵਿੱਚ ਕੋਈ ਦਾਗ਼, ਕਮੀ ਨਹੀਂ ਹੈ ।

The True Master may save His true devotee from the terrible ocean of fire of worldly wealth. The True Master may accept him as His true devotee. The Omnipotent True Master, His Word remain true forever; He does not have any blemish or deficiency in His power or blessings.

ਜਨਮ ਮਰਨ ਕਾਟੇ ਗੁਰ ਬਚਨੀ,	janam maran kaatay gur bachnee
ਬਹੁੜਿ ਨ ਸੰਕਟ ਦੁਆਰਾ॥	bahurh na sankat du-aaraa.
ਨਾਨਕ ਸਰਨਿ ਗਹੀ ਸੁਆਮੀ ਕੀ,	naanak saran gahee su-aamee kee
ਪੁਨਹ ਪੁਨਹ ਨਮਸਕਾਰਾ॥੨॥੯॥੨੮॥	punah punah namaskaaraa. ||2||9||28||

ਪ੍ਰਭ ਦੇ ਸ਼ਬਦ ਦੀ ਪਾਲਣਾ ਕਰਨ ਨਾਲ ਪ੍ਰਭ ਦੀ ਰਹਿਮਤ ਬਖਸ਼ਿਸ਼ ਹੋ ਜਾਂਦੀ ਹੈ । ਜਨਮ ਮਰਨ ਦਾ ਚੱਕਰ ਖਤਮ ਹੋ ਜਾਂਦਾ ਹੈ । ਉਸ ਆਤਮਾ ਨੂੰ ਮਾਤਾ ਦੇ ਗਰਭ ਵਿੱਚ ਨਹੀਂ ਜਾਣਾ ਪੈਂਦਾ । ਬੰਦਗੀ ਕਰਨ ਵਾਲਾ ਸਦਾ ਹੀ ਪ੍ਰਭ ਦੀ ਸ਼ਰਣ, ਸ਼ਬਦ ਦੀ ਸਮਾਧੀ ਵਿੱਚ ਵਸਦਾ ਹੈ । ਉਹ ਬਾਰ ਬਾਰ ਪ੍ਰਭ ਦੇ ਸ਼ਬਦ ਦੇ ਗੁਣ ਗਾਉਂਦਾ, ਧੰਨਵਾਦ ਹੀ ਕਰਦਾ ਹੈ ।

Whosoever may obey the teachings of His Word with steady and stable belief in his day-to-day life; with His mercy and grace, his cycle of birth and death may be eliminated. His soul may not have to enter the womb of mother again. His true devotee dwells in the void of His Word in His sanctuary. He remains singing the glory of His Word, repeatedly.

30. ਟੋਡੀ ਮਹਲਾ ੫॥ 717-15

ਮਾਈ ਮੇਰੇ ਮਨ ਕੋ ਸੁਖੁ॥	maa-ee mayray man ko sukh.
ਕੋਟਿ ਅਨੰਦ ਰਾਜ ਸੁਖੁ ਭੁਗਵੈ,	kot anand raaj sukh bhugvai har
ਹਰਿ ਸਿਮਰਤ ਬਿਨਸੈ ਸਭ ਦੁਖੁ॥੧॥ ਰਹਾਉ॥	simrat binsai sabh dukh. ||1|| rahaa-o.

ਮੇਰੇ ਮਨ ਵਿੱਚ ਪੂਰਨ ਸੰਤੋਖ ਵਸਦਾ ਹੈ । ਮੈਂ ਅਨੇਕਾਂ ਹੀ ਸ਼ਾਹੀ ਅਨੰਦ, ਸੁਖ ਮਾਨਦਾ ਹਾ । ਸ਼ਬਦ ਨੂੰ ਯਾਦ ਕਰਨ, ਸਿਮਰਨ ਕਰਨ ਨਾਲ ਸਾਰੇ ਦੁਖ ਦੂਰ, ਨਾਸ ਹੋ ਜਾਂਦੇ ਹਨ ।

I am overwhelmed with complete contentment in my worldly life. I enjoy unlimited pleasures and comforts. Whosoever may remain in renunciation in the memory of his separation from The Holy Spirit and keeps his memory fresh within, in his meditation; all his miseries may be eliminated.

ਕੋਟਿ ਜਨਮ ਕੇ ਕਿਲਬਿਖ ਨਾਸਹਿ,	kot janam kay kilbikh naaseh
ਸਿਮਰਤ ਪਾਵਨ ਤਨ ਮਨ ਸੁਖ॥	simrat paavan tan man sukh.
ਦੇਖਿ ਸਰੂਪੁ ਪੂਰਨੁ ਭਈ ਆਸਾ,	daykh saroop pooran bha-ee aasaa
ਦਰਸਨੁ ਭੇਟਤ ਉਤਰੀ ਭੁਖ॥੧॥	darsan bhaytat utree bhukh. ‖1‖

ਸ਼ਬਦ ਦਾ ਸਿਮਰਨ ਕਰਨ ਨਾਲ ਅਨੇਕਾਂ ਜਨਮਾਂ ਦੇ ਪਾਪ ਬਖਸ਼ੇ ਜਾਂਦੇ ਹਨ । ਤਨ, ਮਨ ਪਵਿੱਤਰ ਹੋ ਜਾਂਦਾ ਹੈ, ਮਨ ਵਿੱਚ ਸੰਤੋਖ ਖੇੜਾ ਵਸ ਜਾਂਦਾ ਹੈ । ਸ਼ਬਦ ਦੀ ਸੋਝੀ ਪਾਉਣ, ਬਖਸ਼ਿਸ਼ ਨਾਲ ਮਨ ਦੀਆਂ ਮੁਰਾਦਾਂ ਪੂਰੀਆਂ ਹੋ ਗਈਆ ਹਨ । ਪ੍ਰਭ ਦੀ ਹੋਂਦ ਮਹਿਸੂਸ ਕਰਕੇ ਮਨ ਦੀ ਭੁੱਖ ਪਿਆਸ ਬੁਝ, ਖਤਮ ਹੋ ਗਈ ਹੈ ।

Whosoever may meditate on the teachings of His Word with steady and stable belief in his day-to-day life; with His mercy and grace, his sins of many previous lives may be forgiven. His body, mind and soul may be sanctified and he remains overwhelmed with contentment in his life. With the enlightenment of the teachings of His Word; his spoken and unspoken desires may be satisfied. He may realize the existence of The Holy Spirit prevailing everywhere; his mind may become beyond the reach of worldly desires.

ਚਾਰਿ ਪਦਾਰਥ ਅਸਟ ਮਹਾ ਸਿਧਿ,	chaar padaarath asat mahaa siDh
ਕਾਮਧੇਨੁ ਪਾਰਜਾਤ ਹਰਿ ਹਰਿ ਰੁਖੁ॥	kaamDhayn paarjaat har har rukh.
ਨਾਨਕ ਸਰਨਿ ਗਹੀ ਸੁਖ ਸਾਗਰ,	naanak saran gahee sukh saagar
ਜਨਮ ਮਰਨ ਫਿਰਿ ਗਰਭ ਨ ਧੁਖੁ॥	janam maran fir garabh na Dhukh.
੨॥੧੦॥੨੯॥	‖2‖10‖29‖

ਪ੍ਰਭ ਦੀ ਰਹਿਮਤ, ਬਖਸ਼ਿਸ਼ ਨਾਲ ਚਾਰ ਅਮੋਲਕ ਪਦਾਰਥ, 8 ਰੂਹਾਨੀ ਕਰਾਮਾਤਾਂ ਦੀ ਤਾਕਤ, ਵਰ, ਮਨ ਦੀਆਂ ਇੱਛਾਂ ਪੂਰੀਆਂ ਕਰਨ ਵਾਲੀ ਗਾਂ, ਇੱਛਾਂ ਪੂਰਕ ਬ੍ਰਿਛ ਬਖਸ਼ਿਸ਼ ਹੋ ਜਾਂਦਾ ਹੈ । ਬੰਦਗੀ ਕਰਨ ਵਾਲਾ, ਸੰਤੋਖ ਦੇ ਸਾਗਰ ਦੀ ਸ਼ਰਣ ਵਿੱਚ ਸ਼ਬਦ ਦੀ ਪਾਲਣਾ ਵਿੱਚ ਅਡੋਲ ਰਹਿੰਦਾ ਹੈ । ਉਸ ਦੇ ਜਨਮ ਮਰਨ ਦੇ ਸਾਰੇ ਦੁਖ ਦੂਰ ਹੋ ਜਾਂਦੇ ਹਨ । ਪ੍ਰਭ ਆਪ ਹੀ ਲੇਖਾ ਪੂਰਾ ਕਰ ਦੇਂਦਾ ਹੈ । ਉਸ ਨੂੰ ਬਾਰ ਬਾਰ ਮਾਤਾ ਦੇ ਗਰਭ ਵਿੱਚ ਨਹੀ ਜਾਣਾ ਪੈਂਦਾ ।

Whosoever may adopt the teachings of His Word with steady and stable belief; with His mercy and grace, he may be blessed with four ambrosial virtues, 8 eternal miracle powers, Elysian tree to satisfy all his wishes. His true devotee enters the ocean of comforts, contentment in His sanctuary. All his miseries of birth and death cycle may be eliminated. With His mercy and grace, all his sins of previous lives may be forgiven. He may not have to enter the womb of mother again.

31. ਟੋਡੀ ਮਹਲਾ ੫॥ 718-1

ਹਰਿ ਹਰਿ ਚਰਨ ਰਿਦੈ ਉਰ ਧਾਰੇ॥	har har charan ridai ur Dhaaray.
ਸਿਮਰਿ ਸੁਆਮੀ ਸਤਿਗੁਰੁ ਅਪੁਨਾ,	simar su-aamee satgur apunaa
ਕਾਰਜ ਸਫਲ ਹਮਾਰੇ॥੧॥ ਰਹਾਉ॥	kaaraj safal hamaaray. ‖1‖ rahaa-o.

ਬੰਦਗੀ ਕਰਨ ਵਾਲਾ, ਪ੍ਰਭ ਦੇ ਸ਼ਬਦ ਨੂੰ ਮਨ ਵਿੱਚ ਜਾਗਰਤ ਰਖਦਾ ਹੈ । ਬਾਰ ਬਾਰ ਸਿਮਰਨ ਕਰਨ ਨਾਲ ਉਸ ਦੇ ਮਾਨਸ ਜਨਮ ਦੇ ਸਾਰੇ ਕਾਰਜ ਪੂਰੇ ਹੋ ਜਾਂਦੇ ਹਨ ।

His true devotee may keep the teachings of His Word fresh within his mind in his day-to-day life. By repeatedly meditating on the teachings of His Word, all his worldly chores may be satisfied.

ਪੁੰਨ ਦਾਨ ਪੂਜਾ ਪਰਮੇਸਰੁ,	punn daan poojaa parmaysur
ਹਰਿ ਕੀਰਤਿ ਤਤੁ ਬੀਚਾਰੇ॥	har keerat tat beechaaray.
ਗੁਨ ਗਾਵਤ ਅਤੁਲ ਸੁਖੁ ਪਾਇਆ,	gun gaavat atul sukh paa-i-aa
ਠਾਕੁਰ ਅਗਮ ਅਪਾਰੇ॥੧॥	thaakur agam apaaray. ||1||

ਪੁੰਨ ਦਾਨ, ਪੂਜਾ ਦਾ ਫਲ, ਸ਼ਬਦ ਦੇ ਗੁਣ ਗਾਉਣ ਨਾਲ ਹੀ ਬਖਸ਼ਿਸ਼ ਹੋ ਜਾਂਦਾ ਹੈ । ਇਹ ਹੀ ਸ਼ਬਦ ਦਾ ਸਿਮਰਨ ਕਰਨ ਦਾ ਅਸਲੀ ਮੰਤਵ, ਫਲ ਹੈ । ਪਹੁੰਚ ਤੋਂ ਉਪਰ, ਨਾ ਦੇਖੇ ਜਾਣ ਵਾਲੇ ਪ੍ਰਭ ਦੇ ਸ਼ਬਦ ਦੇ ਸਿਮਰਨ ਨਾਲ, ਅਤੱਟ ਸੰਤੋਖ ਮਨ ਵਿੱਚ ਵਸ ਜਾਂਦਾ ਹੈ ।

Whosoever may meditate on the teachings of His Word with steady and stable belief; with His mercy and grace, he may be blessed with all rewards of charity, worship, and sanctifying bath at The Holy shrine. This may be the real purpose of human life opportunity. Whosoever may have a steady and stable belief on the blessings of beyond visible, beyond reach The True Master; he may be blessed with unlimited contentment and blossom in his day-to-day life.

ਜੋ ਜਨ ਪਾਰਬ੍ਰਹਮਿ ਅਪਨੇ ਕੀਨੇ,	jo jan paarbarahm apnay keenay tin
ਤਿਨ ਕਾ ਬਾਹੁਰਿ ਕਛੁ ਨ ਬੀਚਾਰੇ॥	kaa baahur kachh na beechaaray.
ਨਾਮ ਰਤਨੁ ਸੁਨਿ ਜਪਿ ਜਪਿ ਜੀਵਾ,	naam ratan sun jap jap jeevaa
ਹਰਿ ਨਾਨਕ ਕੰਠ ਮਝਾਰੇ॥੨॥੧੧॥੩੦॥	har naanak kanth majhaaray. 2||11||30

ਜਿਸ ਨੂੰ ਪ੍ਰਭ ਆਪਣਾ ਦਾਸ ਬਣਾ ਲੈਂਦਾ ਹੈ । ਫਿਰ ਉਸ ਦਾ ਲੇਖਾ ਨਹੀਂ ਕਰਦਾ, ਉਸ ਦੇ ਕੰਮਾਂ ਦਾ ਨਿਰਨਾ ਨਹੀਂ ਕਰਦਾ । ਬੰਦਗੀ ਕਰਨ ਵਾਲਾ ਪ੍ਰਭ ਦੇ ਅਮੋਲਕ ਸ਼ਬਦ ਦੇ ਗੁਣ ਗਾਉਂਦਾ, ਸੁਣਦਾ ਹੈ । ਇਹ ਸ਼ਬਦ ਦੀ ਮਾਲ਼ਾ ਹੀ ਉਸ ਦੇ ਮਨ ਵਿੱਚ ਵਸ ਜਾਂਦੀ ਹੈ ।

Whosoever may be accepted as His true devotee; with His mercy and grace, all his accounts of previous lives may be satisfied. No one may ever ask the account of his deeds. All his deeds become as per His command. His true devotee may sing and listen to the sermons of His Word, the rosary of His Word remains drenched within his heart.

32. ਟੋਡੀ ਮਹਲਾ ੯॥ 718-5

ੴ ਸਤਿਗੁਰ ਪ੍ਰਸਾਦਿ॥	ik-oNkaar satgur parsaad.
ਕਹਉ ਕਹਾ ਅਪਨੀ ਅਧਮਾਈ॥	kaha-o kahaa apnee aDhmaa-ee.
ਉਰਝਿਓ ਕਨਕ ਕਾਮਨੀ ਕੇ ਰਸ,	urjhi-o kanak kaamnee kay ras
ਨਹ ਕੀਰਤਿ ਪ੍ਰਭ ਗਾਈ॥੧॥ ਰਹਾਉ॥	nah keerat parabh gaa-ee. ||1|| rahaa-o.

ਮੈਂ ਆਪਣੇ ਮਨ ਦੀ ਅਵਸਥਾ ਦੀ ਹਾਲਤ ਕੀ ਦੱਸ ਸਕਦਾ ਹਾ? ਮੈਂ ਸੰਸਾਰਕ ਮਾਇਆ ਅਤੇ ਕਾਮ ਵਾਸ਼ਨਾ (ਔਰਤ) ਦੇ ਚੱਕਰ ਵਿੱਚ ਲੱਗਾ ਹਾ । ਪ੍ਰਭ ਦੇ ਸ਼ਬਦ ਦਾ ਸਿਮਰਨ ਕਦੇ ਨਹੀਂ ਕੀਤਾ । ਸ਼ਬਦ ਦੀ ਪਾਲਣਾ ਵਿੱਚ ਧਿਆਨ ਨਹੀਂ ਲਾਉਂਦਾ ।

How may I describe my state of mind? I always remain intoxicated with worldly wealth and the sexual desire with strange woman. I have never meditated nor obeyed the teachings of His Word.

ਜਗ ਝੂਠੇ ਕਉ ਸਾਚੁ ਜਾਨਿ ਕੈ,	jag jhoothay ka-o saach jaan kai
ਤਾ ਸਿਉ ਰੁਚ ਉਪਜਾਈ॥	taa sio ruch upjaa-ee.
ਦੀਨ ਬੰਧ ਸਿਮਰਿਓ ਨਹੀ ਕਬਹੂ,	deen banDh simri-o nahee kabhoo
ਹੋਤ ਜੁ ਸੰਗਿ ਸਹਾਈ॥੧॥	hot jo sang sahaa-ee. ||1||

ਮੈਂ ਨਾਸ ਹੋਣ ਵਾਲੇ ਸੰਸਾਰ ਨੂੰ ਸਦਾ ਰਹਿਣ ਵਾਲਾ ਮੰਨਕੇ ਇਸ ਨਾਲ ਪ੍ਰੀਤ ਲਾਈ ਹੈ । ਜਿਹੜਾ ਅੰਤ ਸਮੇਂ, ਸਦਾ ਅਟੱਲ ਰਹਿਣ ਵਾਲਾ ਸਾਥੀ ਹੈ । ਮੈਂ ਕਦੇ ਵੀ ਨਿਮਾਣਿਆਂ ਦੇ ਸਾਥੀ, ਪ੍ਰਭ ਦੇ ਸ਼ਬਦ ਦੀ ਉਸਤਤ ਨਹੀਂ ਕੀਤੀ ।

In my ignorance, I have thought that worldly wealth as permanent and true forever. I have been attached with worldly possessions; all these may not stay with me forever. I may never sing the glory of The True Master, companion of my soul forever.

ਮਗਨ ਰਹਿਓ ਮਾਇਆ ਮੈ ਨਿਸ ਦਿਨਿ,	magan rahi-o maa-i-aa mai nis din
ਛੁਟੀ ਨ ਮਨ ਕੀ ਕਾਈ॥	chhutee na man kee kaa-ee. kahi
ਕਹਿ ਨਾਨਕ ਅਬ ਨਾਹਿ ਅਨਤ ਗਤਿ,	naanak ab naahi anat gat
ਬਿਨੁ ਹਰਿ ਕੀ ਸਰਨਾਈ॥੨॥੧॥੩੧॥	bin har kee sarnaa-ee. ||2||1||31||

ਦਿਨ ਰਾਤ ਮੇਰਾ ਮਨ ਸੰਸਾਰਕ ਮਾਇਆ ਦੇ ਨਸ਼ੇ ਵਿੱਚ ਮਸਤ ਰਹਿੰਦਾ ਹੈ । ਮੇਰੇ ਮਨ ਦੀ ਮੈਲ, ਭੁੱਖ ਖਤਮ ਨਹੀਂ ਹੁੰਦੀ । ਪ੍ਰਭ ਦੇ ਸ਼ਬਦ ਦੀ ਪਾਲਣਾ, ਸ਼ਰਣ ਵਿੱਚ ਆਉਣ ਤੋ ਬਿਨਾਂ ਮੁਕਤੀ ਦੇ ਰਸਤੇ ਦੀ ਸੋਝੀ ਬਖਸ਼ਿਸ਼ ਨਹੀਂ ਹੁੰਦੀ, ਨਹੀਂ ਲੱਭਦਾ ।

I remain intoxicated with the sweet poison of worldly wealth. The blemish of worldly wealth and my hunger may never be satisfied. Without surrendering mind, body, and worldly status at His sanctuary and adopting the teachings of His Word with steady and stable belief; no one may ever be blessed with the right path of acceptance in His Court.

33. ਟੋਡੀ ਬਾਣੀ ਭਗਤ ਨਾਮਦੇਵ ਜੀ॥ 718-10

੧ਓ ਸਤਿਗੁਰ ਪ੍ਰਸਾਦਿ॥	ik-oNkaar satgur parsaad.
ਕੋਈ ਬੋਲੈ ਨਿਰਵਾ ਕੋਈ ਬੋਲੈ ਦੂਰਿ॥	ko-ee bolai nirvaa ko-ee bolai door.
ਜਲ ਕੀ ਮਾਛੁਲੀ ਚਰੈ ਖਜੂਰਿ॥੧॥	jal kee maachhulee charai khajoor. ||1||

ਸੰਸਾਰਕ ਜੀਵ ਪ੍ਰਭ ਦੀ ਹੋਂਦ ਤੋ ਅਣਜਾਣ ਹਨ! ਕੋਈ ਪ੍ਰਭ ਨੂੰ ਦੂਰ, ਕੋਈ ਪ੍ਰਭ ਨੂੰ ਨੇੜੇ ਹੀ ਸਮਝਦਾ ਹੈ । ਇਹ ਵੀ ਆਖ ਸਕਦੇ ਹਾ, ਕਿ ਪਾਣੀ ਦੀ ਮੱਛੀ, ਬ੍ਰਿਛ ਉਪਰ ਰਹਿੰਦੀ ਹੈ ।

Humans remain ignorant from the existence of The True Master, God. Someone may believe, He remains far away from His creation and others may believe, He remains embedded within his soul and dwells within his body. No one may know the reality. It may be easily described; as the fish of the sea lives on tree.

ਕਾਂਇ ਰੇ ਬਕਬਾਦੁ ਲਾਇਓ॥	kaa^{N}-ay ray bakbaad laa-i-o.
ਜਿਨਿ ਹਰਿ ਪਾਇਓ, ਤਿਨਹਿ ਛਪਾਇਓ॥੧॥ ਰਹਾਉ॥	jin har paa-i-o tineh chhapaa-i-o. ||1|| rahaa-o.

ਜੀਵ ਤੂੰ ਕਿਉਂ ਝੂਠ ਬੋਲਦਾ ਹੈ? ਸੰਸਾਰਕ ਜੀਵਾਂ ਨੂੰ ਭੁਲੇਖੇ ਵਿੱਚ ਪਾਉਂਦਾ ਹੈ? ਜਿਸ ਨੇ ਪ੍ਰਭ ਦੀ ਰਹਿਮਤ ਨਾਲ ਇਹ ਜਾਣ ਲਿਆ ਹੈ! ਉਹ ਮੋਨਧਾਰੀ ਹੋ ਗਇਆ ਹੈ, ਉਸ ਦੇ ਸ਼ਬਦ ਵਿੱਚ ਹੀ ਲੀਨ, ਮਸਤ ਰਹਿੰਦਾ ਹੈ ।

Why are you spreading mis-information and creating suspicions? With His mercy and grace, whosoever has been enlightened with the existence of The True Master. He may remain intoxicated in the void of His Word.

ਪੰਡਿਤੁ ਹੋਇ ਕੈ ਬੇਦੁ ਬਖਾਨੈ॥	pandit ho-ay kai bayd bakhaanai.
ਮੂਰਖੁ ਨਾਮਦੇਉ ਰਾਮਹਿ ਜਾਨੈ॥੨॥੧॥	moorakh naamday-o raameh jaanai ||2||1||

ਜਿਹੜੇ ਵਿਦਵਾਨ, ਆਪਣੇ ਆਪ ਨੂੰ ਬੰਦਗੀ ਕਰਨ ਵਾਲੇ, ਸੁਝਵਾਨ ਸਮਝਦੇ, ਉਹ ਵੇਦਾਂ ਦਾ ਪਾਠ ਕਰਦੇ ਹਨ । ਮੈਂ ਅਣਜਾਣ, ਕੇਵਲ ਪ੍ਰਭ ਦੇ ਸ਼ਬਦ ਦਾ ਹੀ ਸਿਮਰਨ ਕਰਦਾ ਹਾ ।

Whosoever may be a scholar; he may read the Holy scriptures and claim to be enlightened about the nature of The True Master. However, I am ignorant; I only meditate on the teachings of His Word with each breath.

34. ਟੋਡੀ ਬਾਣੀ ਭਗਤ ਨਾਮਦੇਵ ਜੀ॥ 718

ਕਉਨ ਕੋ ਕਲੰਕੁ ਰਹਿਓ, ka-un ko kalank rahi-o
ਰਾਮ ਨਾਮੁ ਲੇਤ ਹੀ॥ raam naam layt hee.
ਪਤਿਤ ਪਵਿਤ ਭਏ ਰਾਮੁ ਕਹਤ ਹੀ॥੧॥ patit pavit bha-ay raam kahat hee. ||1||
ਰਹਾਉ॥ rahaa-o.

ਜਿਸ ਦਾ ਸ਼ਬਦ ਤੇ ਭਰੋਸਾ ਅਡੋਲ ਹੁੰਦਾ ਹੈ, ਉਸ ਦੇ ਮਨ ਵਿੱਚ ਪ੍ਰਭ ਜਾਗਰਤ ਹੁੰਦਾ ਹੈ । ਪਾਪੀ ਵੀ ਪ੍ਰਭ ਦੇ ਸ਼ਬਦ ਦੀ ਪਾਲਣਾ, ਸਿਮਰਨ ਕਰਕੇ ਆਪਣੀ ਆਤਮਾ ਨੂੰ ਬੁਰੇ ਕੰਮ ਤੋ ਰੋਕ ਲੈਂਦਾ, ਪਵਿੱਤਰ ਕਰ ਲੈਂਦਾ ਹੈ । ਉਹ ਪ੍ਰਭ ਦੇ ਦਰਬਾਰ ਵਿੱਚ ਪ੍ਰਵਾਨ ਹੋ ਜਾਂਦਾ ਹੈ ।

Whosoever may have a steady and stable belief on His ultimate command; he may remain enlightened with the essence of His Word within his mind. Even the sinners may meditate and obeys the teachings of His Word; with His mercy and grace, he may stop committing sins. His soul may be sanctified and become worthy of His consideration.

ਰਾਮ ਸੰਗਿ ਨਾਮਦੇਵ, raam sang naamdayv
ਜਨ ਕਉ ਪ੍ਰਤਗਿਆ ਆਈ॥ jan ka-o partagi-aa aa-ee.
ਏਕਾਦਸੀ ਬ੍ਰਤੁ ਰਹੈ, aykaadasee barat rahai
ਕਾਹੇ ਕਉ ਤੀਰਥ ਜਾਈਂ॥੧॥ kaahay ka-o tirath jaa-eeN. ||1||

ਸ਼ਬਦ ਦੀ ਪਾਲਣਾ ਕਰਨ ਨਾਲ ਨਿਮਾਣੇ ਸੇਵਕ ਨਾਮਦੇਵ ਦਾ ਭਰੋਸਾ ਅਡੋਲ ਹੋ ਗਿਆ । ਕਿਉਂ ਹਰ ਗਆਰਵੇਂ ਦਿਨ ਵਰਤ ਰਖਾ? ਕਿਉਂ ਪਵਿੱਤਰ ਤੀਰਥਾਂ ਤੇ ਯਾਤਰਾ ਕਰਨ ਜਾਵਾ?

By obeying the teachings of His Word, the belief of His humble slave Nama has become steady and stable. He is challenging the religious rituals; why should he abstain from food on specific day, 11th day of the month? Why should he go to The Holy shrine to take a sanctifying bath?

ਭਨਤਿ ਨਾਮਦੇਉ ਸੁਕ੍ਰਿਤ ਸੁਮਤਿ ਭਏ॥ bhanat naamday-o sukarit sumat bha-ay.
ਗੁਰਮਤਿ ਰਾਮੁ ਕਹਿ ਕੋ, gurmat raam kahi ko
ਕੋ ਨ ਬੈਕੁੰਠਿ ਗਏ॥੨॥੨॥ ko na baikunth ga-ay. ||2||2||

ਪ੍ਰਭ ਦੇ ਸ਼ਬਦ ਦੀ ਪਾਲਣਾ ਕਰਨ ਨਾਲ ਚੰਗੇ ਕੰਮਾਂ, ਖਿਆਲਾਂ ਵਾਲਾ ਬਣ ਗਿਆ ਹਾ । ਕਿਹੜਾ ਜੀਵ ਪ੍ਰਭ ਦੇ ਸ਼ਬਦ ਦਾ ਸਿਮਰਨ ਪਾਲਣਾ ਕਰਨ ਵਾਲਾ ਹੈ, ਪ੍ਰਭ ਦੇ ਦਰਬਾਰ ਵਿੱਚ ਪ੍ਰਵਾਨ ਨਹੀਂ ਹੋਇਆ?

By obeying the teachings of His Word, he has become with good deeds and with good thoughts. Is anyone meditating and obeying the teachings of His Word; who has not been accepted in His Court?

35. ਟੋਡੀ ਬਾਣੀ ਭਗਤ ਨਾਮਦੇਵ ਜੀ॥ 718

ਤੀਨਿ ਛੰਦੇ ਖੇਲੁ ਆਛੈ॥੧॥ ਰਹਾਉ॥ teen chhanday khayl aachhai. ||1|| rahaa-o.

ਸੰਸਾਰ ਇੱਕ ਤਿੰਨਾਂ ਰੂਪਾਂ ਵਾਲਾ ਮਾਇਆ ਦਾ ਖੇਲ ਹੈ ।

The universe is a play of three virtues of worldly wealth.

ਕੁੰਭਾਰ ਕੇ ਘਰ ਹਾਂਡੀ ਆਛੈ, kumbhaar kay ghar haa^{N}dee aachhai
ਰਾਜਾ ਕੇ ਘਰ ਸਾਂਡੀ ਗੋ॥ raajaa kay ghar saa^{N}dee go.
ਬਾਮਨ ਕੇ ਘਰ ਰਾਂਡੀ ਆਛੈ, baaman kay ghar raa^{N}dee aachhai
ਰਾਂਡੀ ਸਾਂਡੀ ਹਾਂਡੀ ਗੋ॥੧॥ raa^{N}dee saa^{N}dee haa^{N}dee go. ||1||

ਜਿਵੇਂ ਘੁੰਮਿਆਰ ਦੇ ਘਰ ਮਿੱਟੀ ਦੇ ਭਾਂਡੇ ਹੁੰਦੇ ਹਨ । ਇਸਤਰ੍ਹਾਂ ਰਾਜੇ ਦੇ ਘਰ ਸਵਾਰੀ ਵਾਲੇ ਘੋੜੇ, ਊਠ, ਹਾਥੀ ਹੁੰਦੇ ਹਨ । ਇਸਤਰ੍ਹਾਂ ਧਰਮ ਦੇ ਪੰਖਡੀ ਦੇ ਘਰ ਮਾਇਆ ਦੇ ਤਿੰਨਾ ਰੂਪਾਂ ਦਾ ਕਾਬੂ ਹੁੰਦਾ ਹੈ । (ਰਾਂਡੀ, ਸਾਂਢੀ, ਹਾਂਡੀ)

As in the house of clay vessel maker, may have clay vessels in his house. Same way in the house of King, may have horses, camels, and elephants to ride. Same way, in the house of self-minded, must have a control of three virtues of worldly wealth.

ਬਾਣੀਏ ਕੇ ਘਰ ਹੀਂਗੁ ਆਛੈ,	baanee-ay kay ghar hee^{N}g aachhai
ਭੈਸਰ ਮਾਥੈ ਸੀਂਗੁ ਗੋ॥	bhaisar maathai see^{N}g go.
ਦੇਵਲ ਮਧੇ ਲੀਗੁ ਆਛੈ,	dayval maDhay leeg aachhai
ਲੀਗੁ ਸੀਗੁ ਹੀਗੁ ਗੋ॥੨॥	leeg seeg heeg go. ||2||

ਬਾਣੀਏ ਦੇ ਘਰ ਵਿੱਚ, ਮਨ ਵਿੱਚ, ਮਾਇਆ ਦੇ ਲਾਲਚ ਦਾ ਕਾਬੂ ਹੁੰਦਾ ਹੈ । ਸਾਰੇ ਕੰਮ, ਸੋਚ, ਵਿਚਾਰ ਸੰਸਾਰਕ ਧਨ ਨਾਲ ਹੀ ਸੰਬਧਤ ਹੁੰਦੇ ਹਨ । ਜਿਵੇਂ ਮੱਝ ਦੇ ਮੱਥੇ ਤੇ ਸਿੰਗ ਹੁੰਦੇ ਹਨ । ਇਸਤਰ੍ਹਾਂ ਸ਼ਿਵਾਂ ਦੇ ਮੰਦਰ ਵਿੱਚ ਮੂਰਤੀ ਪੂਜਾ ਦਾ ਸਮਾਨ, ਢੋਲ ਢਮੰਕਾ, ਨਾਚ, ਆਰਤੀ ਹੁੰਦੀ ਹੈ ।

As in the house, in the mind of a merchant, shopkeeper always awareness and control of greed. He always makes decision on the bases of worldly wealth. As a buffalo may have horns on her forehead; same way in the temple of Shiva may have a material to worship and sing the glory of The True Master.

ਤੇਲੀ ਕੈ ਘਰ ਤੇਲੁ ਆਛੈ,	taylee kai ghar tayl aachhai
ਜੰਗਲ ਮਧੇ ਬੇਲ ਗੋ॥	jangal maDhay bayl go.
ਮਾਲੀ ਕੇ ਘਰ ਕੇਲ ਆਛੈ,	maalee kay ghar kayl aachhai
ਕੇਲ ਬੇਲ ਤੇਲ ਗੋ॥੩॥	kayl bayl tayl go. ||3||

ਤੇਲ ਕੱਢਣ ਵਾਲੇ ਦੇ ਘਰ ਤੇਲ ਹੁੰਦਾ ਹੈ । ਜੰਗਲ ਵਿੱਚ ਬ੍ਰਿਛ, ਝਾੜੀਆਂ ਹੁੰਦੀਆਂ ਹਨ । ਇਸਤਰ੍ਹਾਂ ਬਾਗ਼ ਦੇ ਮਾਲ਼ੀ ਦੇ ਘਰ, ਫਲ, ਸਬਜ਼ੀਆਂ ਹੁੰਦੀਆਂ ਹਨ ।

Whosoever may grind oil from seeds, he may have oil in his house. In the forest, jungle, there are trees and bushes. Same way in the house of a gardener, always has vegetables and fruits.

ਸੰਤਾ ਮਧੇ ਗੋਬਿੰਦੁ ਆਛੈ,	santaa^N maDhay gobind aachhai
ਮਧੇ ਸਿਆਮ ਗੋ॥	gokal maDhay si-aam go.
ਨਾਮੇ ਮਧੇ ਰਾਮੁ ਆਛੈ,	naamay maDhay raam aachhai
ਰਾਮ ਸਿਆਮ ਗੋਬਿੰਦ ਗੋ॥੪॥੩॥	raam si-aam gobind go. ||4||3||

ਬੰਦਗੀ ਕਰਨ ਵਾਲੇ ਦੇ ਮਨ ਵਿੱਚ ਸ਼ਬਦ ਦਾ ਸਿਮਰਨ, ਬਾਣੀ ਦੇ ਵਿਚਾਰ ਹੁੰਦੇ ਹਨ । ਇਸਤਰ੍ਹਾਂ ਨਿਮਾਣੇ ਬੰਦਗੀ ਕਰਨ ਵਾਲੇ ਦੇ ਘਰ ਹਰ ਵੇਲੇ ਸ਼ਬਦ ਦਾ ਸਿਮਰਨ ਹੀ ਹੈ ।

The mind of a devotee may always have thoughts about the teachings of His Word, Gurbani. Same way in the mind of His humble true devotee has meditation on the teachings of His Word with each breath.

*** ***

ਗੁਰੂ ਗ੍ਰੰਥ

The Guru Granth Sahib

Steek – English and Punjabi -Volume 5

ਪੋਥੀ Volume – 5

Gurbani Page: 711 –875

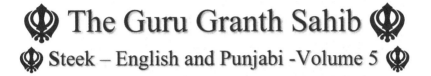

ਰਾਗੁ ਬੈਰਾੜੀ

Gurbani Page: 719 –720

(# 36-42)

☬ ਰਾਗੁ ਬੈਰਾੜੀ (36 – 42) ☬

ਗੁਰੂ ਗ੍ਰੰਥ ਸਾਹਿਬ - ਮੂਲ ਮੰਤਰ ਵਿੱਚ ਪ੍ਰਭ ਦੀ ਅਵਸਥਾ ਦੀ ਸੋਝੀ ਜਾਣਕਰੀ ਦੱਸੀ ਗਈ ਹੈ!

ਮੂਲ ਮੰਤਰ ਦੇ ਪੰਜ ਭਾਗ::
ਪ੍ਰਭ ਦਾ ਅਕਾਰ, ਸ੍ਰਿਸਟੀ ਦਾ ਪ੍ਰਬੰਧ,
ਬਣਤਰ, ਮੁਕਤੀ, ਪ੍ਰਭ ਦੀ ਪਛਾਣ!

Five enlightenments of Mool Mantra:
Structure; Function; Creation;
Acceptance; Recognition.

ੴ ਸਤਿ ਨਾਮੁ ਕਰਤਾ ਪੁਰਖੁ, ਨਿਰਭਉ ਨਿਰਵੈਰੁ ਅਕਾਲ ਮੂਰਤਿ ਅਜੂਨੀ ਸੈਭੰ ਗੁਰ ਪ੍ਰਸਾਦਿ॥

ik-oNkaar, sat naam, kartaa, purakh, nirbha-o, nirvair, akaal, moorat, ajoonee, saibhaN, gur parsaad.

1) **ਪ੍ਰਭ ਦਾ ਅਕਾਰ** - Structure

ੴ ik-oNkaar: The One and Only One, God, True Master. No form, shape, color, size, in Spirit only.

God, The Holy Spirit may appear in anything, anyone, anytime at His free Will; beyond any form, shape, size, or color, only Holy Spirit.

2) **ਸ੍ਰਿਸਟੀ ਦਾ ਪ੍ਰਬੰਧ:** Function and His Operation!

ਸਤਿ ਨਾਮੁ sat naam: 'naam – His Word, His command, His existence. 'sat- Omnipresent, Omniscient, Omnipotent, Axiom Unchangeable, Uncompromised, forever.

The One and Only One, God remains embedded in His Nature, in His Word; only His command pervades in the universe and nothing else exist without His mercy and grace.

3) **ਸ੍ਰਿਸਟੀ ਦੀ ਬਣਤਰ:** - Creation of the universe.

ਸੈਭੰ saibhaN: Universe, creation, soul is an expansion of His Holy spirit. Comes out of His spirit to repent, sanctify, and may be absorbed in His Holy Spirit.

The True Master, Creator Himself is The Creation, nothing else exist.

4) **ਮੁਕਤੀ** Salvation – His acceptance.

ਗੁਰ ਪ੍ਰਸਾਦਿ gur parsaad: Only with His own mercy and grace. No one may counsel nor curse His blessing.

No one may comprehend how, why, and when; He may bestow His mercy and grace or the limits and duration of His blessings.

੫) **ਪ੍ਰਭ ਦੀ ਪਛਾਣ** - Recognition

ਗੁਣ: - ਕਰਤਾ, ਪੁਰਖੁ, ਨਿਰਭਉ, ਨਿਰਵੈਰੁ, ਅਕਾਲ, ਮੂਰਤਿ, ਅਜੂਨੀ !

Virtues: - kartaa, purakh, nirbha-o nirvair, akaal, moorat, ajoonee

His virtues are unlimited and beyond any comprehension of His Creation. However, no one has ever born nor will ever be born with all these unique virtues. Whosoever may have all above virtues may be worthy to be called The One and Only One, God, True Master and only worthy of worship.

The Master Key to open the door of the right path of acceptance in His Court, salvation may be "saibhaN"! Whosoever may be drenched with the essence that all souls are an expansion of His Holy Spirit; he may realize that mankind as a brotherhood. No one may want to harm and deceive himself; he may be blessed to conquer his mind. With His mercy and grace, his cycle of birth and death may be eliminated!

36. ਰਾਗੁ ਬੈਰਾੜੀ ਮਹਲਾ ੪ ਘਰੁ ੧ ਦੁਪਦੇ॥ 719 -1

੧ਓ ਸਤਿਗੁਰ ਪ੍ਰਸਾਦਿ॥	ik-oNkaar satgur parsaad.
ਸੁਨਿ ਮਨ ਅਕਥ ਕਥਾ ਹਰਿ ਨਾਮ॥	sun man akath kathaa har naam.
ਰਿਧਿ ਬੁਧਿ ਸਿਧਿ ਸੁਖ ਪਾਵਹਿ,	riDh buDh siDh sukh paavahi
ਭਜੁ ਗੁਰਮਤਿ ਹਰਿ ਰਾਮ ਰਾਮ॥੧॥	bhaj gurmat har raam raam. ||1||
ਰਹਾਉ॥	rahaa-o.

ਮਨ, ਪ੍ਰਭ ਦੀ ਅਕਥ ਕਥਾ ਸੁਣੋ, ਵਿਚਾਰੋ! ਪ੍ਰਭ ਦੇ ਸ਼ਬਦ ਦੇ ਸਿਮਰਨ ਨਾਲ ਮਨ ਵਿੱਚ ਸਦਾ ਰਹਿਣ ਵਾਲੀ ਧੁਨ ਚਲ ਪੈਂਦੀ, ਸ਼ਬਦ ਦੀ ਸੋਝੀ ਬਖਸ਼ਿਸ਼ ਹੋ ਜਾਂਦੀ ਹੈ । ਪ੍ਰਭ ਦੀ ਕੁਦਰਤ ਦਾ ਗਿਆਨ, ਰਹਿਮਤਾਂ ਬਖਸ਼ਿਸ਼ ਹੋ ਜਾਂਦੀਆਂ ਹਨ ।

You should listen and remain fascinated from the unexplainable nature of The True Master. Whosoever may meditate on the teachings of His Word with steady and stable belief in his day-to-day life; with His mercy and grace, the everlasting echo of His Word may resonate within his heart. He may be enlightened with the essence of the teachings of His Word; the secret of His Nature and overwhelmed with blossom in his life.

ਨਾਨਾ ਖਿਆਨ ਪੁਰਾਨ ਜਸੁ ਊਤਮ,	naanaa khi-aan puraan jas ootam
ਖਟ ਦਰਸਨ ਗਾਵਹਿ ਰਾਮ॥	khat darsan gaavahi raam.
ਸੰਕਰ ਕ੍ਰੋੜਿ ਤੇਤੀਸ ਧਿਆਇਓ,	sankar krorh taytees Dhi-aa-i-o
ਨਹੀ ਜਾਨਿਓ ਹਰਿ ਮਰਮਾਮ॥੧॥	nahee jaani-o har marmaam. ||1||

ਅਨੇਕਾਂ ਮੰਨੇ ਧਰਮ ਦੇ ਗ੍ਰੰਥਾਂ, ਵੇਦਾਂ, 6 ਸ਼ਾਸਤ੍ਰ ਵੀ ਸ਼ਬਦ ਦੀ ਮਹੱਤਤਾ, ਗਾਉਣ ਦੀ ਹੀ ਚਰਚਾ, ਪ੍ਰੇਰਨਾ ਕਰਦੇ ਹਨ । ਸੰਕਰ (ਸ਼ਿਵਾਂ), 33 ਕਰੋੜ ਦੇਵਤੇ ਵੀ ਪ੍ਰਭ ਦੇ ਸ਼ਬਦ ਦਾ ਹੀ ਸਿਮਰਨ ਕਰਦੇ ਹਨ । ਪਰ ਸ਼ਬਦ ਦੀ ਸੋਝੀ, ਪ੍ਰਭ ਦੀ ਕੁਦਰਤ ਦੀ ਜਾਣਕਾਰੀ, ਕੇਵਲ ਪ੍ਰਭ ਦੀ ਆਪਣੀ ਰਹਿਮਤ ਨਾਲ ਹੀ ਬਖਸ਼ਿਸ਼ ਹੁੰਦੀ ਹੈ ।

All worldly Holy scriptures are describing the significance of singing the glory of His Word. Even Shiva and 3.3 million prophets also meditate on the teachings of His Word. However, the enlightenment of the essence of His Word and the secret of His Nature may only be revealed, blessed with His own mercy and grace; no one may be enlightened with his own meditation.

ਸੁਰਿ ਨਰ ਗਣ ਗੰਧ੍ਰਬ ਜਸੁ ਗਾਵਹਿ,	sur nar gan ganDharab jas gaavahi
ਸਭ ਗਾਵਤ ਜੇਤ ਉਪਾਮ॥	sabh gaavat jayt upaam.
ਨਾਨਕ ਕ੍ਰਿਪਾ ਕਰੀ ਹਰਿ ਜਿਨ ਕਉ,	naanak kirpaa karee har jin ka-o
ਤੇ ਸੰਤ ਭਲੇ ਹਰਿ ਰਾਮ॥੨॥੧॥	tay sant bhalay har raam. ||2||1||

ਪ੍ਰਭ ਦੀਆਂ ਪਰੀਆਂ, ਬੰਦਗੀ ਕਰਨ ਵਾਲੇ ਵੀ ਪ੍ਰਭ ਦੇ ਸ਼ਬਦ ਦੇ ਹੀ ਗੁਣ ਗਾਉਂਦੇ ਹਨ । ਪ੍ਰਭ ਦੀਆਂ ਪੈਦਾ ਕੀਤੀਆਂ ਸਾਰੀਆਂ ਸ੍ਰਿਸ਼ਟੀਆਂ ਹੀ ਉਸ ਦੇ ਗੁਣ ਗਾਉਂਦੀਆਂ ਹਨ । ਜਿਸ ਤੇ ਪ੍ਰਭ ਆਪ ਹੀ ਰਹਿਮਤ ਬਖਸ਼ਦਾ ਹੈ । ਕੇਵਲ ਉਸ ਦਾ ਗਾਉਣਾ ਹੀ ਪ੍ਰਭ ਦੇ ਦਰਬਾਰ ਵਿੱਚ ਪ੍ਰਵਾਨ ਹੁੰਦਾ, ਉਹ ਹੀ ਸੋਭਾ ਵਾਲਾ ਬਣਦਾ ਹੈ ।

All angels of God, worldly devotees, saints, gurus are singing the glory of the teachings of His Word. Whosoever may be blessed with His mercy and grace, only his singing, meditation may be accepted and honored in His Court.

37. ਬੈਰਾੜੀ ਮਹਲਾ ੪॥ 719-6

ਮਨ ਮਿਲਿ ਸੰਤ ਜਨਾ ਜਸੁ ਗਾਇਓ॥ man mil sant janaa jas gaa-i-o.
ਹਰਿ ਹਰਿ ਰਤਨੁ ਰਤਨੁ ਹਰਿ ਨੀਕੋ, har har ratan ratan har neeko gur
ਗੁਰਿ ਸਤਿਗੁਰਿ ਦਾਨੁ ਦਿਵਾਇਓ॥੧॥ਰਹਾਉ॥ satgur daan divaa-i-o. ||1|| rahaa-o.

ਮਨ ਸੰਤ ਸਰੂਪ, ਬੰਦਗੀ ਕਰਨ ਵਾਲ ਨਾਲ ਮਿਲਕੇ ਪ੍ਰਭ ਦੇ ਸ਼ਬਦ ਦੇ ਗੁਣ ਗਾਵੋ! ਜਿਸ ਸੰਤ ਸਰੂਪ ਜੀਵ ਤੇ ਪ੍ਰਭ ਦੀ ਰਹਿਮਤ ਨਾਲ ਸ਼ਬਦ ਦੀ ਬਖਸ਼ਿਸ਼ ਹੋ ਜਾਂਦੀ ਹੈ । ਕੇਵਲ ਉਸ ਨੂੰ ਹੀ ਪ੍ਰਭ ਦੇ ਸ਼ਬਦ ਦਾ ਤੱਤ ਬਖਸ਼ਿਸ਼ ਹੁੰਦਾ ਹੈ ।

You should associate with His true devotee and sing the glory of the teachings of His Word. Only with His mercy and grace, His true devotee may be enlightened with the essence of the teachings of His Word.

ਤਿਸੁ ਜਨ ਕਉ ਮਨੁ ਤਨੁ ਸਭੁ ਦੇਵਉ, tis jan ka-o man tan sabh dayva-o
ਜਿਨਿ ਹਰਿ ਹਰਿ ਨਾਮੁ ਸੁਨਾਇਓ॥ jin har har naam sunaa-i-o.
ਧਨੁ ਮਾਇਆ ਸੰਪੈ ਤਿਸੁ ਦੇਵਉ, Dhan maa-i-aa sampai tis dayva-o
ਜਿਨਿ ਹਰਿ ਮੀਤੁ ਮਿਲਾਇਓ॥੧॥ jin har meet milaa-i-o. ||1||

ਜਿਹੜਾ ਪ੍ਰਭ ਦੇ ਸ਼ਬਦ ਨੂੰ ਗਾਉਂਦਾ, ਮਨ ਵਿੱਚ ਵਸਾਉਂਦਾ ਹੈ । ਮੈਂ ਉਸ ਜੀਵ ਤੋ ਤਨ, ਮਨ ਕੁਰਬਾਨ ਕਰ ਦੇਵਾ! ਜਿਹੜਾ ਮੈਨੂੰ ਪ੍ਰਭ ਦੀ ਪ੍ਰਵਾਨਗੀ ਦੇ ਰਸਤੇ ਤੇ ਅਡੋਲ ਕਰ ਦੇਵੇ । ਮੈਂ ਆਪਣਾ ਸੰਸਾਰਕ ਧਨ, ਹੈਸੀਅਤ ਉਸ ਨੂੰ ਸੌਂਪ ਦੇਵਾ ।

Whosoever may sing the glory and remains drenched with the essence of the teachings of His Word within his heart and in his day-to-day life; I may surrender my mind, body, and worldly status at his sanctuary. Whosoever may keep me steady and stable on the right path of meditation, I may surrender my mind, body, and worldly status at his sanctuary.

ਖਿਨੁ ਕਿੰਚਿਤ ਕ੍ਰਿਪਾ ਕਰੀ ਜਗਦੀਸਰਿ, khin kichint kirpaa karee jagdeesar
ਤਬ ਹਰਿ ਹਰਿ ਹਰਿ ਜਸੁ ਧਿਆਇਓ॥ tab har har har jas Dhi-aa-i-o.
ਜਨ ਨਾਨਕ ਕਉ ਹਰਿ ਭੇਟੇ ਸੁਆਮੀ, jan naanak ka-o har bhaytay su-aamee
ਦੁਖੁ ਹਉਮੈ ਰੋਗੁ ਗਵਾਇਓ॥੨॥੨॥ dukh ha-umai rog gavaa-i-o. ||2||2||

ਜਿਸ ਤੇ ਪ੍ਰਭ ਇੱਕ ਪਲ ਵੀ ਰਹਿਮਤ ਦੀ ਨਜ਼ਰ ਬਖਸ਼ ਦੇਂਦਾ ਹੈ, ਕੇਵਲ ਉਹ ਹੀ ਸ਼ਬਦ ਦਾ ਸਿਮਰਨ ਕਰਦਾ, ਸ਼ਬਦ ਦੀ ਪਾਲਣਾ ਕਰਦਾ, ਸ਼ਬਦ ਦੀ ਸਿਖਿਆਂ ਨਾਲ ਜੀਵਨ ਢਾਲ ਸਕਦਾ ਹਾ! ਜਿਸ ਬੰਦਗੀ ਕਰਨ ਵਾਲੇ ਤੇ ਪ੍ਰਭ ਰਹਿਮਤ ਬਖਸ਼ਦਾ ਹੈ । ਉਸ ਦੇ ਦੁਖ ਨਾਸ ਹੋ ਜਾਂਦੇ, ਮਨ ਵਿਚੋਂ ਅਹੰਕਾਰ ਦੀ ਜੜ੍ਹ ਨਾਸ ਹੋ ਜਾਂਦੀ ਹੈ ।

Whosoever may be blessed with His mercy and grace, even for a moment; he may become dedicated to meditate, obey, and adopt the teachings of His Word with steady and stable belief in his day-to-day life. With His mercy and grace, all his frustrations and miseries of worldly desires may be eliminated. He may conquer his own mind along with the root of ego from within.

38. ਬੈਰਾੜੀ ਮਹਲਾ ੪॥ 719-10

ਹਰਿ ਜਨੁ ਰਾਮ ਨਾਮ ਗੁਨ ਗਾਵੈ॥ har jan raam naam gun gaavai.
ਜੇ ਕੋਈ ਨਿੰਦ ਕਰੇ ਹਰਿ ਜਨ ਕੀ, jay ko-ee nind karay har jan kee
ਅਪੁਨਾ ਗੁਨੁ ਨ ਗਵਾਵੈ॥੧॥ ਰਹਾਉ॥ apunaa gun na gavaavai. ||1|| rahaa-o.

ਪ੍ਰਭ ਦਾ ਨਿਮਾਣਾ ਦਾਸ ਪ੍ਰਭ ਦੇ ਸ਼ਬਦ ਦੇ ਗੁਣ ਗਾਉਂਦਾ ਹੈ । ਅਗਰ ਕੋਈ ਉਸ ਦਾਸ ਦੀ ਨਿੰਦਿਆਂ ਕਰਦਾ, ਅਪਮਾਨ ਕਰਦਾ ਹੈ । ਫਿਰ ਵੀ ਉਹ ਦਾਸ ਸ਼ਬਦ ਦਾ ਸਿਮਰਨ ਕਰਨਾ, ਸ਼ਬਦ ਦੀ ਪਾਲਣਾ ਨਹੀਂ ਛੱਡਦਾ । ਉਹ ਆਪਣਾ ਬੰਦਗੀ ਦਾ ਰਸਤਾ ਨਹੀਂ ਬਦਲਦਾ ।

His true devotee may sing the glory and obeys of the teachings of His Word with steady and stable belief in his day-to-day life. Even others may slander and criticize his way of life; he still may never abandon his meditation.

ਜੋ ਕਿਛੁ ਕਰੇ ਸੁ ਆਪੇ ਸੁਆਮੀ, jo kichh karay so aapay su-aamee
ਹਰਿ ਆਪੇ ਕਾਰ ਕਮਾਵੈ॥ har aapay kaar kamaavai. har
ਹਰਿ ਆਪੇ ਹੀ ਮਤਿ ਦੇਵੈ ਸੁਆਮੀ, aapay hee mat dayvai su-aamee
ਹਰਿ ਆਪੇ ਬੋਲਿ ਬੁਲਾਵੈ॥੧॥ har aapay bol bulaavai. ||1||

ਸੰਸਾਰ ਵਿੱਚ ਸਭ ਕੁਝ ਪ੍ਰਭ ਆਪ ਹੀ ਕਰਦਾ ਹੈ, ਉਸ ਦੇ ਹੁਕਮ ਅੰਦਰ ਹੀ ਸਭ ਕੁਝ ਵਾਪਰਦਾ ਹੈ । ਉਹ ਹੀ ਸਾਰੇ ਧੰਦੇ ਕਰਦਾ, ਕਰਵਾਉਂਦਾ ਹੈ । ਪ੍ਰਭ ਆਪ ਹੀ ਸ਼ਬਦ ਦੀ ਸੋਝੀ ਬਖਸ਼ਦਾ ਹੈ । ਆਪ ਹੀ ਜੀਵ ਦੀ ਜੀਭ ਤੋ ਬੋਲ ਬਲਾਉਂਦਾ ਹੈ ।

Only His command may prevail in the universe. Whatsoever may be His command, only that may happen. All worldly chores have been created and assigned by The True Master. Whatsoever may be inspired to anyone, with His mercy and grace; he may only speak that word from his tongue.

ਹਰਿ ਆਪੇ ਪੰਚ ਤਤੁ ਬਿਸਥਾਰਾ, har aapay panch tat bisthaaraa
ਵਿਚਿ ਧਾਤੂ ਪੰਚ ਆਪਿ ਪਾਵੈ॥ vich Dhaatoo panch aap paavai.
ਜਨ ਨਾਨਕ ਸਤਿਗੁਰੁ ਮੇਲੇ ਆਪੇ, jan naanak satgur maylay aapay
ਹਰਿ ਆਪੇ ਝਗਰੁ ਚੁਕਾਵੈ॥੨॥੩॥ har aapay jhagar chukhaavai. ||2||3||

ਪ੍ਰਭ ਆਪ ਹੀ ਇੱਛਾਂ ਦੇ ਪੰਜੇਂ ਜਮਦੂਤ ਪੈਦਾ ਕਰਦਾ ਹੈ । ਆਪ ਹੀ ਇਹਨਾਂ ਨੂੰ ਜੀਵ ਦੀਆਂ ਪੰਜਾਂ ਇਦ੍ਰੀਆਂ ਵਿੱਚ ਰਚਾਉਂਦਾ, ਪੰਜਾਂ ਤੇ ਇਹ ਕਾਬੂ ਪਾਉਂਦਾ ਹੈ । ਆਪ ਹੀ ਜੀਵ ਨੂੰ ਸ਼ਬਦ ਦੇ ਲੜ ਲਾਉਂਦਾ, ਸ਼ਬਦ ਦੀ ਪਾਲਣਾ ਤੇ ਅਡੋਲ ਕਰਦਾ ਹੈ । ਆਪ ਹੀ ਮਨ ਦੀਆਂ ਭਟਕਣਾਂ, ਭਰਮ ਦੂਰ ਕਰਦਾ ਹੈ ।

All five demons of worldly desires have been created by The True Master. He inspires worldly creatures to drench these in their day-to-day life. With His mercy and grace, His true devotee may conquer these demons. His true devotee may be attached to meditate and obey the teachings of His Word in day-to-day life. Only with His mercy and grace, all his suspicions and frustrations may be eliminated.

39. ਬੈਰਾੜੀ ਮਹਲਾ ੪॥ 720-2

ਜਪਿ ਮਨ ਰਾਮ ਨਾਮੁ ਨਿਸਤਾਰਾ॥ jap man raam naam nistaaraa.
ਕੋਟ ਕੋਟੰਤਰ ਕੇ ਪਾਪ ਸਭਿ ਖੋਵੈ, kot kotantar kay paap sabh khovai
ਹਰਿ ਭਵਜਲੁ ਪਾਰਿ ਉਤਾਰਾ॥੧॥ ਰਹਾਉ॥ har bhavjal paar utaaraa. ||1|| rahaa-o.

ਜੀਵ, ਪ੍ਰਭ ਦੇ ਸ਼ਬਦ ਦਾ ਸਿਮਰਨ ਕਰੋ, ਇਸ ਨਾਲ ਪ੍ਰਭ ਦੀ ਰਹਿਮਤ ਦੀ ਨਜ਼ਰ ਬਖਸ਼ਿਸ਼ ਹੋ ਜਾਂਦੀ ਹੈ । ਪ੍ਰਭ ਰਹਿਮਤ ਬਖਸ਼ਕੇ ਅਨੇਕਾਂ ਜਨਮਾਂ ਦੇ ਕੀਤੇ ਪਾਪ ਬਖਸ਼ ਦੇਂਦਾ ਹੈ । ਪ੍ਰਵਾਨਗੀ ਦੇ ਰਸਤੇ ਤੇ ਪਾ ਕੇ ਸੰਸਾਰਕ ਸਾਗਰ ਪਾਰ ਕਰ ਦੇਂਦਾ ਹੈ ।

You should meditate on the teachings of His Word. The Merciful True Master with His mercy and grace, may forgive his sins of many previous lives. He may guide His true devotee on the right path of acceptance in His Court.

ਕਾਇਆ ਨਗਰਿ ਬਸਤ ਹਰਿ ਸੁਆਮੀ, kaa-i-aa nagar basat har su-aamee
ਹਰਿ ਨਿਰਭਉ ਨਿਰਵੈਰੁ ਨਿਰੰਕਾਰਾ॥ har nirbha-o nirvair nirankaaraa.
ਹਰਿ ਨਿਕਟਿ ਬਸਤ ਕਛੁ ਨਦਰਿ ਨ ਆਵੈ, har nikat basat kachh nadar na aavai
ਹਰਿ ਲਾਧਾ ਗੁਰ ਵੀਚਾਰਾ॥੧॥ har laaDhaa gur veechaaraa. ||1||

ਜੀਵ ਦੇ ਮਨ ਵਿੱਚ ਪ੍ਰਭ ਵਸਦਾ ਹੈ । ਪ੍ਰਭ ਕਿਸੇ ਡਰ, ਈਰਖਾ, ਬਦਲੇ ਦੀ ਭਾਵਨਾ ਤੋ, ਅਕਾਰ ਤੋ ਰਹਿਤ ਹੈ । ਪ੍ਰਭ ਜੀਵ ਦੇ ਨੇੜੇ ਹੀ ਤਨ ਵਿੱਚ ਹੀ ਵਸਦਾ ਹੈ, ਪਰ ਦੇਖਿਆ ਨਹੀਂ ਜਾ ਸਕਦਾ । ਪ੍ਰਭ ਦੇ ਸ਼ਬਦ ਦੀ ਪਾਲਣਾ ਨਾਲ ਹੀ ਉਸ ਦੀ ਹੋਂਦ ਮਹਿਸੂਸ ਕੀਤੀ ਜਾ ਸਕਦੀ ਹੈ ।

The True Master remains embedded within every soul and dwells within his Body and mind. He remains beyond any fear, jealousy, urge to revenge or any physical structure, body; however, may not be visualized with our eyes. Whosoever may obey the teachings of His Word with steady and stable belief in his day-to-day life; with His mercy and grace, he may realize the existence of The Holy Spirit prevailing everywhere.

ਹਰਿ ਆਪੇ ਸਾਹੁ ਸਰਾਫੁ ਰਤਨੁ ਹੀਰਾ,	har aapay saahu saraaf ratan heeraa
ਹਰਿ ਆਪਿ ਕੀਆ ਪਾਸਾਰਾ॥	har aap kee-aa paasaaraa.
ਨਾਨਕ ਜਿਸੁ ਕ੍ਰਿਪਾ ਕਰੇ,	naanak jis kirpaa karay
ਸੁ ਹਰਿ ਨਾਮੁ ਵਿਹਾਝੇ,	so har naam vihaajhay
ਸੋ ਸਾਹੁ ਸਚਾ ਵਣਜਾਰਾ॥੨॥੪॥	so saahu sachaa vanjaaraa. ‖2‖4‖

ਪ੍ਰਭ ਆਪ ਹੀ ਸ਼ਬਦ ਪੈਦਾ ਕਰਨ ਵਾਲਾ, ਆਪ ਹੀ ਜੀਵ ਪੈਦਾ ਕਰਨ ਵਾਲਾ ਹੈ । ਆਪ ਹੀ ਜੀਵ ਦੀ ਕਮਾਈ ਪਰਖਣ ਵਾਲਾ ਮਾਲਕ ਹੈ । ਜਿਸ ਤੇ ਪ੍ਰਭ ਆਪ ਹੀ ਰਹਿਮਤ ਬਖਸ਼ਦਾ ਹੈ । ਕੇਵਲ ਉਹ ਹੀ ਪ੍ਰਭ ਦੇ ਸ਼ਬਦ ਦਾ ਵਪਾਰ ਕਰਦਾ, ਉਹ ਹੀ ਅਸਲੀ ਵਪਾਰੀ ਹੈ ।

The True Master, Creator of the universe has also created His Word to control His play of the universe. He evaluates the worldly earnings of His creation. Whosoever may be blessed with His mercy and grace, only he may adopt the teachings of His Word and trades the merchandize of His Word. He may be a true trader of His Word.

40. ਬੈਰਾੜੀ ਮਹਲਾ ੪॥ 720-6

ਜਪਿ ਮਨ ਹਰਿ ਨਿਰੰਜਨੁ ਨਿਰੰਕਾਰਾ॥	jap man har niranjan nirankaaraa.
ਸਦਾ ਸਦਾ ਹਰਿ ਧਿਆਈਐ ਸੁਖਦਾਤਾ,	sadaa sadaa har Dhi-aa-ee-ai sukh-daata
ਜਾ ਕਾ ਅੰਤੁ ਨ ਪਾਰਾਵਾਰਾ॥੧॥	jaa kaa ant na paaraavaaraa. ‖1‖
ਰਹਾਉ॥	rahaa-o.

ਜੀਵ ਉਸ ਪਵਿੱਤਰ, ਅਕਾਰ ਰਹਿਤ ਨਿਰੰਕਾਰ, ਸੁਖਾਂ ਦੇ ਦਾਤੇ ਦੇ ਸ਼ਬਦ ਦਾ ਸਦਾ ਹੀ ਸਿਮਰਨ ਕਰੋ! ਉਸ ਵਿੱਚ ਕੋਈ ਦਾਗ਼, ਖੋਟ ਨਹੀਂ, ਉਸ ਦਾ ਕੋਈ ਅੰਤ ਨਹੀਂ ਹੈ ।

You should always meditate on the teachings of His Word, The bodyless, Holy Spirit, treasures of comforts. He remains beyond the reach of any blemish or any limits of His virtues.

ਅਗਨਿ ਕੁੰਟ ਮਹਿ ਉਰਧ ਲਿਵ ਲਾਗਾ,	agan kunt meh uraDh liv laagaa
ਹਰਿ ਰਾਖੈ ਉਦਰ ਮੰਝਾਰਾ॥	har raakhai udar manjhaaraa.
ਸੋ ਐਸਾ ਹਰਿ ਸੇਵਹੁ ਮੇਰੇ ਮਨ,	so aisaa har sayvhu mayray man
ਹਰਿ ਅੰਤਿ ਛਡਾਵਣਹਾਰਾ॥੧॥	har ant chhadaavanhaaraa. ‖1‖

ਪ੍ਰਭ ਹੀ ਜੀਵ ਨੂੰ ਮਾਤਾ ਦੇ ਗਰਭ ਦੀ ਅੱਗ ਵਿੱਚ ਪੁੱਠਾ ਲੁਟਕਾਈ ਰਖਦਾ ਹੈ । ਉਥੇ ਆਤਮਾ ਦੀ ਰਖਿਆ, ਪਾਲਣਾ ਕਰਦਾ ਹੈ । ਆਪਣੇ ਪਿਆਰ, ਖਿੱਚ ਨਾਲ ਸੰਭਾਲਨਾ ਕਰਦਾ, ਆਪਣੇ ਵਿੱਚ ਸਮਾਈ ਰਖਦਾ ਹੈ ।

The True Master keeps his soul hanging upside down in the womb of mother. He protects his soul in the womb of mother. With His attraction, nourishes, He remains embedded within his soul.

ਜਾ ਕੈ ਹਿਰਦੈ ਬਸਿਆ ਮੇਰਾ ਹਰਿ ਹਰਿ, jaa kai hirdai basi-aa mayraa har har
ਤਿਸੁ ਜਨ ਕਉ ਕਰਹੁ ਨਮਸਕਾਰਾ॥ tis jan ka-o karahu namaskaaraa.
ਹਰਿ ਕਿਰਪਾ ਤੇ ਪਾਈਐ, har kirpaa tay paa-ee-ai
ਹਰਿ ਜਪੁ ਨਾਨਕ ਨਾਮੁ ਅਧਾਰਾ॥੨॥੫॥ har jap naanak naam aDhaaraa. ||2||5||

ਜਿਸ ਦੇ ਮਨ ਵਿੱਚ ਪ੍ਰਭ ਦਾ ਸ਼ਬਦ ਵਸਦਾ ਹੈ, ਪ੍ਰਭ ਦੀ ਜੋਤ ਜਾਗਰਤ ਹੋ ਜਾਂਦੀ ਹੈ । ਉਹ ਪੂਜਣ ਯੋਗ ਹੋ ਜਾਂਦਾ ਹੈ, ਉਸ ਨੂੰ ਪ੍ਰਨਾਮ ਕਰੋ! ਪ੍ਰਭ ਦੀ ਰਹਿਮਤ ਨਾਲ ਹੀ ਦਾਸ ਸ਼ਬਦ ਦੀ ਪਾਲਣਾ ਵਿੱਚ ਅਡੋਲ ਰਹਿੰਦਾ ਹੈ । ਪ੍ਰਭ ਹੀ ਉਸ ਦੀ ਬੰਦਗੀ, ਸਿਮਰਨ ਦਾ ਆਸਰਾ, ਅਧਾਰ ਹੁੰਦਾ ਹੈ ।

Whosoever may remain drenched with the essence of the teachings of His Word. With His mercy and grace, he may be enlightened with the essence of His Word. He may become worthy of worship and honor. Only with His mercy and grace, His true devotee may remain steady and stable in adopting the teachings of His Word. The earnings of His Word may become the only supporting pillar and real purpose of his human life opportunity.

41. ਬੈਰਾੜੀ ਮਹਲਾ ੪॥ 720-10

ਜਪਿ ਮਨ ਹਰਿ ਹਰਿ ਨਾਮੁ ਨਿਤ ਧਿਆਇ॥ jap man har har naam nit Dhi-aa-ay.
ਜੋ ਇਛਹਿ ਸੋਈ ਫਲੁ ਪਾਵਹਿ, jo ichheh so-ee fal paavahi
ਫਿਰਿ ਦੂਖੁ ਨ ਲਾਗੈ ਆਇ॥੧॥ ਰਹਾਉ॥ fir dookh na laagai aa-ay. ||1|| rahaa-o.

ਮਨ ਬਾਰ ਬਾਰ, ਲਗਾਤਾਰ, ਸਵਾਸ ਸਵਾਸ ਪ੍ਰਭ ਦੇ ਸ਼ਬਦ ਦਾ ਸਿਮਰਨ ਕਰੋ! ਇਸ ਨਾਲ ਮਨ ਦੀਆਂ ਮੁਰਾਦਾਂ ਪੂਰੀਆਂ ਹੋ ਜਾਂਦੀਆਂ ਹਨ । ਸੰਸਾਰਕ ਇੱਛਾਂ ਕਦੇ ਪਰੇਸ਼ਾਨ ਨਹੀਂ ਕਰਦੀਆਂ ।

You should continuously meditate on the teachings of His Word with each breath with steady and stable belief in day-to-day life. With His mercy and grace, all your spoken and unspoken desires may be satisfied. Worldly desires may never frustrate His true devotee.

ਸੋ ਜਪੁ ਸੋ ਤਪੁ ਸਾ ਬ੍ਰਤ ਪੂਜਾ, so jap so tap saa barat poojaa
ਜਿਤੁ ਹਰਿ ਸਿਉ ਪ੍ਰੀਤਿ ਲਗਾਇ॥ jit har si-o pareet lagaa-ay.
ਬਿਨੁ ਹਰਿ ਪ੍ਰੀਤਿ ਹੋਰ ਪ੍ਰੀਤਿ ਸਭ ਝੂਠੀ, bin har pareet hor pareet sabh jhoothee
ਇਕ ਖਿਨ ਮਹਿ ਬਿਸਰਿ ਸਭ ਜਾਇ॥੧ ik khin meh bisar sabh jaa-ay. ||1||

ਉਹ ਜਪ, ਤਪ, ਵਰਤ, ਸਿਮਰਨ, ਬੰਦਗੀ ਸਭ ਹੀ ਭਲੇ ਕੰਮ, ਸ਼ਬਦ ਦੀ ਕਮਾਈ ਹੈ । ਜਿਸ ਨਾਲ ਸ਼ਬਦ ਨਾਲ ਲਗਨ ਲੱਗਦੀ, ਸ਼ਬਦ ਮਨ ਵਿੱਚ ਵਸ ਜਾਂਦਾ ਹੈ । ਪ੍ਰਭ ਦੇ ਸ਼ਬਦ ਨਾਲ ਪ੍ਰੀਤ, ਸ਼ਬਦ ਮਨ ਵਿੱਚ ਵਸਾਉਣ ਤੋ ਬਿਨਾਂ ਹੋਰ ਸਾਰੀਆਂ ਪ੍ਰੀਤਾਂ ਥੋੜ੍ਹਾ ਸਮਾਂ ਹੀ ਰਹਿਣ ਵਾਲੀਆਂ ਹਨ, ਭੁਲ ਜਾਂਦੀਆਂ ਹਨ ।

Meditation, rigid disciplines in life, good deeds for mankind all are earnings of His Word. With His mercy and grace, he may be attached to meditate on the teachings of His Word. He may remain drenched with the essence of His Word. Without attachment to the teachings of His Word all other attachments may be short-lived and one may forget over time.

ਤੂ ਬੇਅੰਤੁ ਸਰਬ ਕਲ ਪੂਰਾ, too bay-ant sarab kal pooraa
ਕਿਛੁ ਕੀਮਤਿ ਕਹੀ ਨ ਜਾਇ॥ kichh keemat kahee na jaa-ay.
ਨਾਨਕ ਸਰਣਿ ਤੁਮ੍ਹਾਰੀ ਹਰਿ ਜੀਉ, naanak saran tumHaaree har jee-o
ਭਾਵੈ ਤਿਵੈ ਛਡਾਇ॥੨॥੬॥ bhaavai tivai chhadaa-ay. ||2||6||

ਪ੍ਰਭ ਤੂੰ ਹੀ ਸਭ ਤਾਕਤਾਂ, ਸ਼ਕਤੀਆਂ ਦਾ ਮਾਲਕ, ਅਥਾਹ ਹੈ । ਤੇਰੀ ਕਿਸੇ ਕਰਤਬ ਦੀ ਕੀਮਤ ਜਾਣੀ ਨਹੀਂ ਜਾ ਸਕਦੀ । ਨਿਮਾਣਾ ਦਾਸ, ਤੇਰੇ ਸ਼ਬਦ ਦਾ ਸਿਮਰਨ ਕਰਦਾ, ਤੇਰੀ ਸ਼ਰਣ ਵਿੱਚ ਆਇਆ ਹੈ । ਰਹਿਮਤ ਬਖਸ਼ੋ! ਪ੍ਰਵਾਨਗੀ ਦੇ ਰਸਤੇ ਤੇ ਪਾਵੋ! ਰਖਿਆ ਕਰੋ!

The Omnipotent True Master, treasure of unlimited powers; the significance of Your events remains beyond the imagination and comprehension of Your Creation. I am Your humble true devotee meditates on the teachings of Your Word. I have surrendered my mind, body, and worldly status at Your sanctuary, praying for your forgiveness. With Your mercy and grace, guides me on the right path of acceptance in Your Court and protects my honor.

42. ਰਾਗੁ ਬੈਰਾੜੀ ਮਹਲਾ ੫ ਘਰੁ ੧॥ 720-15

ੴ ਸਤਿਗੁਰ ਪ੍ਰਸਾਦਿ॥	ik-oNkaar satgur parsaad.
ਸੰਤ ਜਨਾ ਮਿਲਿ ਹਰਿ ਜਸੁ ਗਾਇਓ॥	sant janaa mil har jas gaa-i-o.
ਕੋਟਿ ਜਨਮ ਕੇ ਦੂਖ ਗਵਾਇਓ॥੧॥ ਰਹਾਉ॥	kot janam kay dookh gavaa-i-o. ||1|| rahaa-o.

ਜਿਹੜਾ ਬੰਦਗੀ ਕਰਨ ਵਾਲੇ, ਸੰਤਾਂ ਦੀ ਸੰਗਤ ਵਿੱਚ ਰਲਕੇ ਸ਼ਬਦ ਦੇ ਗੁਣ ਗਾਉਂਦਾ ਹੈ । ਆਪਣਾ ਜੀਵਨ ਸ਼ਬਦ ਨਾਲ ਢਾਲਦਾ ਹੈ । ਉਸ ਦੇ ਅਨੇਕਾਂ ਜਨਮਾਂ ਦੇ ਕੀਤੇ ਪਾਪ ਬਖਸ਼ੇ ਜਾਂਦੇ ਹਨ ।

Whosoever may associate with His true devotee; he may sing the glory and adopts the teachings of His Word with steady and stable belief in his day-to-day life. With His mercy and grace, his sins of many previous lives may be forgiven.

ਜੋ ਚਾਹਤ ਸੋਈ ਮਨਿ ਪਾਇਓ॥	jo chaahat so-ee man paa-i-o.
ਕਰਿ ਕਿਰਪਾ ਹਰਿ ਨਾਮੁ ਦਿਵਾਇਓ॥੧॥	kar kirpaa har naam divaa-i-o. ||1||

ਜਿਸ ਦਾਸ ਨੂੰ ਆਪ ਹੀ ਰਹਿਮਤ ਬਖਸ਼ਕੇ, ਸ਼ਬਦ ਦੀ ਪਾਲਣਾ ਦੇ ਲੜ ਲਾਉਂਦਾ, ਅਡੋਲ ਰਖਦਾ ਹੈ । ਉਸ ਦੇ ਮਨ ਦੀਆਂ ਅਣਬੋਲੀਆਂ ਮੁਰਾਦਾਂ ਵੀ ਪੂਰੀਆਂ ਹੋ ਜਾਂਦੀਆਂ ਹਨ ।

Whosoever may be attached to meditate on the teachings of His Word with steady and stable belief in his day-to-day life; with His mercy and grace, he may remain steady and stable on the right path of meditation. His spoken and unspoken desires may be satisfied.

ਸਰਬ ਸੂਖ ਹਰਿ ਨਾਮਿ ਵਡਾਈ॥	sarab sookh har naam vadaa-ee.
ਗੁਰ ਪ੍ਰਸਾਦਿ ਨਾਨਕ ਮਤਿ ਪਾਈ॥ ੨॥੧॥੭॥	gur parsaad naanak mat paa-ee. ||2||1||7||

ਜੀਵਨ ਦੇ ਸਾਰੇ ਸੁਖ, ਸੋਭਾ ਸ਼ਬਦ ਦੀ ਪਾਲਣਾ ਕਰਨ ਨਾਲ ਬਖਸ਼ਿਸ਼ ਹੋ ਜਾਂਦੀ ਹੈ । ਪ੍ਰਭ ਦੀ ਰਹਿਮਤ ਨਾਲ ਹੀ ਇਹ ਸੋਝੀ ਬਖਸ਼ਿਸ਼ ਹੋ ਜਾਂਦੀ ਹੈ ।

Whosoever may obey the teachings of His Word with steady and stable belief in his day-to-day life. With His mercy and grace, he may be blessed with the enlightenment of the essence of His Word. He may be blessed with all comforts, honor in worldly life,

*** ***

ਗੁਰੂ ਗ੍ਰੰਥ

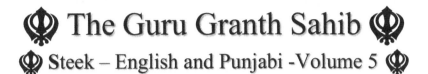

The Guru Granth Sahib

Steek – English and Punjabi -Volume 5

ਪੋਥੀ Volume – 5

Gurbani Page: 711 –875

ਰਾਗੁ ਤਿਲੰਗ

Gurbani Page: 721 –727

(# 43-62)

☬ ਰਾਗੁ ਤਿਲੰਗ (43 – 62) ☬

ਗੁਰੂ ਗ੍ਰੰਥ ਸਾਹਿਬ – ਮੂਲ ਮੰਤਰ ਵਿੱਚ ਪ੍ਰਭ ਦੀ ਅਵਸਥਾ ਦੀ ਸੋਝੀ ਜਾਣਕਰੀ ਦੱਸੀ ਗਈ ਹੈ!

ਮੂਲ ਮੰਤਰ ਦੇ ਪੰਜ ਭਾਗ:: ਪ੍ਰਭ ਦਾ ਅਕਾਰ, ਸ਼੍ਰਿਸਟੀ ਦਾ ਪ੍ਰਬੰਧ, ਬਣਤਰ, ਮੁਕਤੀ, ਪ੍ਰਭ ਦੀ ਪਛਾਣ!

Five enlightenments of Mool Mantra: Structure; Function; Creation; Acceptance; Recognition.

ੴ ਸਤਿ ਨਾਮੁ ਕਰਤਾ ਪੁਰਖੁ, ਨਿਰਭਉ ਨਿਰਵੈਰੁ ਅਕਾਲ ਮੂਰਤਿ ਅਜੂਨੀ ਸੈਭੰ ਗੁਰ ਪ੍ਰਸਾਦਿ॥

ik-oNkaar, sat naam, kartaa, purakh, nirbha-o, nirvair, akaal, moorat, ajoonee, saibhaN, gur parsaad.

1) ਪ੍ਰਭ ਦਾ ਅਕਾਰ – Structure

ੴ ik-oNkaar: The One and Only One, God, True Master. No form, shape, color, size, in Spirit only.

God, The Holy Spirit may appear in anything, anyone, anytime at His free Will; beyond any form, shape, size, or color, only Holy Spirit.

2) ਸ਼੍ਰਿਸਟੀ ਦਾ ਪ੍ਰਬੰਧ: Function and His Operation!

ਸਤਿ ਨਾਮੁ sat naam: 'naam – His Word, His command, His existence. 'sat- Omnipresent, Omniscient, Omnipotent, Axiom Unchangeable, Uncompromised, forever.

The One and Only One, God remains embedded in His Nature, in His Word; only His command pervades in the universe and nothing else exist without His mercy and grace.

3) ਸ਼੍ਰਿਸਟੀ ਦੀ ਬਣਤਰ: – Creation of the universe.

ਸੈਭੰ saibhaN: Universe, creation, soul is an expansion of His Holy spirit. Comes out of His spirit to repent, sanctify, and may be absorbed in His Holy Spirit.

The True Master, Creator Himself is The Creation, nothing else exist.

4) ਮੁਕਤੀ Salvation – His acceptance.

ਗੁਰ ਪ੍ਰਸਾਦਿ gur parsaad: Only with His own mercy and grace. No one may counsel nor curse His blessing.

No one may comprehend how, why, and when; He may bestow His mercy and grace or the limits and duration of His blessings.

੫) ਪ੍ਰਭ ਦੀ ਪਛਾਣ – Recognition

ਗੁਣ: – ਕਰਤਾ, ਪੁਰਖੁ, ਨਿਰਭਉ, ਨਿਰਵੈਰੁ, ਅਕਾਲ, ਮੂਰਤਿ, ਅਜੂਨੀ ! Virtues: - kartaa, purakh, nirbha-o nirvair, akaal, moorat, ajoonee

His virtues are unlimited and beyond any comprehension of His Creation. However, no one has ever born nor will ever be born with all these unique virtues. Whosoever may have all above virtues may be worthy to be called The One and Only One, God, True Master and only worthy of worship.

The Master Key to open the door of the right path of acceptance in His Court, salvation may be "saibhaN"! Whosoever may be drenched with the essence that all souls are an expansion of His Holy Spirit; he may realize that mankind as a brotherhood. No one may want to harm and deceive himself; he may be blessed to conquer his mind. With His mercy and grace, his cycle of birth and death may be eliminated!

43. ਤਿਲੰਗ ਮਹਲਾ ੧ ਘਰੁ ੧॥ 721-1

ੴ ਸਤਿ ਨਾਮੁ ਕਰਤਾ ਪੁਰਖੁ, ਨਿਰਭਉ ਨਿਰਵੈਰੁ ਅਕਾਲ ਮੂਰਤਿ ਅਜੂਨੀ ਸੈਭੰ ਗੁਰ ਪ੍ਰਸਾਦਿ॥

ik-oNkaar, sat naam, kartaa, purakh, nirbha-o, nirvair, akaal, moorat, ajoonee, saibhaN, gur parsaad.

ਯਕ ਅਰਜ, ਗੁਫਤਮ ਪੇਸਿ ਤੋ,	yak araj guftam pays to
ਦਰ ਗੋਸ, ਕੁਨ ਕਰਤਾਰ॥	dar gos kun kartaar.
ਹਕਾ ਕਬੀਰ ਕਰੀਮ ਤੂ,	hakaa kabeer kareem too
ਬੇਐਬ ਪਰਵਦਗਾਰ॥੧॥	bay-aib parvardagaar. ||1||

ਤਰਸਵਾਨ, ਪਵਿੱਤਰ ਪ੍ਰਭ, ਹੀ ਸ੍ਰਿਸ਼ਟੀ ਨੂੰ ਪੈਦਾ ਕਰਨ ਵਾਲਾ, ਸਦਾ ਅਟੱਲ ਰਹਿਣ ਵਾਲਾ ਮਾਲਕ ਹੈ । ਮੈਂ ਤੇਰੇ ਅੱਗੇ ਅਰਦਾਸ ਕਰਦਾ ਹੈ, ਮੇਰੀ ਬੇਨਤੀ ਸੁਣੋ!

The Merciful True Master, Creator remains sanctified and true forever. I wholeheartedly surrendered my mind, body, and worldly status at Your sanctuary; I pray and beg for His forgiveness and refuge.

ਦੁਨੀਆ ਮੁਕਾਮੇ ਫਾਨੀ,	dunee-aa mukaamay faanee
ਤਹਕੀਕ ਦਿਲ ਦਾਨੀ॥	tehkeek dil daanee.
ਮਮ ਸਰ ਮੂਇ ਅਜਰਾਈਲ,	mam sar moo-ay ajraa-eel
ਗਿਰਫਤਹ ਦਿਲ ਹੈਚਿ ਨ ਦਾਨੀ॥੧॥	girafteh dil haych na daanee. ||1||
ਰਹਾਉ॥	rahaa-o.

ਪ੍ਰਭ ਨੇ ਸੰਸਾਰ ਨੂੰ ਜੂੰਨਾਂ ਬਦਲਨ ਵਾਲੀ ਥਾਂ ਹੀ ਬਣਾਇਆ ਹੈ । ਮੌਤ ਮੇਰੇ ਸਿਰ ਤੇ ਖੜੀ ਹੈ, ਮੈਨੂੰ ਇਸ ਦੀ ਕੋਈ ਸੋਝੀ ਨਹੀਂ ।

The True Master has established universe as a platform to change one body to another body for soul. My death may be knocking at my door and I have no understanding or awareness.

ਜਨ ਪਿਸਰ ਪਦਰ ਬਿਰਾਦਰਾਂ,	jan pisar padar biraadaraaN
ਕਸ ਨੇਸ ਦਸਤੰਗੀਰ॥	kas nays dastaNgeer.
ਆਖਿਰ ਬਿਅਫਤਮ, ਕਸ ਨ ਦਾਰਦ,	aakhir bi-aftam kas na daarad
ਚੂੰ ਸਵਦ ਤਕਬੀਰ॥੨॥	chooN savad takbeer. ||2||

ਮੇਰਾ ਪ੍ਰਵਾਰ, ਬੱਚੇ ਸਾਰੇ ਮੇਰੇ ਕੋਲ ਹਨ! ਉਹ ਕੋਈ ਵੀ ਯਤਨ ਕਰਨ, ਸਮੇਂ ਨੂੰ ਟਾਲ, ਬਦਲ ਨਹੀਂ ਸਕਦੇ । ਜਦੋਂ ਮੇਰੇ ਸਵਾਸ ਖਤਮ ਹੋ ਗਏ! ਮੇਰੀ ਆਖਰੀ ਅਰਦਾਸ ਸਮੇਂ ਮੇਰਾ ਸਾਥ ਦੇਣ ਵਾਲਾ ਕੋਈ ਨਹੀਂ ਹੁੰਦਾ ਹੈ ।

My family and my children are all around and with me. However, no one may help or alter the time of my death. When the capital of my breath may be exhausted, no one would be my companion to stand with me in my last prayer.

ਸਬ ਰੋਜ ਗਸਤਮ ਦਰ ਹਵਾ,	sab roj gastam dar havaa
ਕਰਦੇਮ ਬਦੀ ਖਿਆਲ॥	kardaym badee khi-aal.
ਗਾਹੈ ਨ ਨੇਕੀ ਕਾਰ ਕਰਦਮ,	gaahay na naykee kaar kardam
ਮਮ ਈਂ ਚਿਨੀ ਅਹਵਾਲ॥੩॥	mam eeN chinee ahvaal. ||3||

ਮੈਂ ਆਪਣੇ ਜੀਵਨ ਵਿੱਚ ਦਿਨ ਰਾਤ ਲਾਲਚ, ਚਲਾਕੀ ਵਿੱਚ ਹੀ ਮਸਤ ਰਹਿੰਦਾ ਹਾ । ਕੋਈ ਚੰਗਾ ਕੰਮ ਨਹੀਂ ਕੀਤਾ, ਇਹ ਹੀ ਮੇਰੀ ਜੀਵਨ ਦੀ ਕਮਾਈ ਹੈ ।

I remain intoxicated with greed and evil, devious plans. I have not done any good deeds for mankind and that is my earnings of human life journey.

ਬਦਬਖਤ ਹਮ ਚੁ ਬਖੀਲ,	badbakhat ham cho bakheel
ਗਾਫਿਲ ਬੇਨਜਰ ਬੇਬਾਕ॥	gaafil baynajar baybaak.
ਨਾਨਕ ਬੁਗੋਯਦ ਜਨੁ ਤੁਰਾ,	naanak bugoyad jan turaa
ਤੇਰੇ ਚਾਕਰਾਂ ਪਾ ਖਾਕ॥੪॥੧॥	tayray chaakraa^{N} paa khaak. ||4||1||

ਮੈਂ ਮੰਦੇ ਭਾਗਾਂ ਵਾਲਾ, ਬੇਸ਼ਰਮ, ਪ੍ਰਭ ਦੇ ਡਰ ਤੋ ਬਿਨਾਂ ਜੀਵਨ ਬਤੀਤ ਕਰਦਾ ਹਾ । ਮੇਰੀ ਕੀਮਤ ਤੇਰੇ ਦਾਸਾਂ ਦੇ ਪੈਰਾਂ ਦੀ ਮਿੱਟੀ ਤੋਂ ਵੀ ਥੋੜ੍ਹੀ ਹੈ ।

I am unfortunate, shameless; I spends my day-to-day life without recognizing and remembering the power of The True Master. His true devotee always remains humble and considers his worldly status less significant than the dust of the feet of His Creation.

44. ਤਿਲੰਗ ਮਹਲਾ ੧ ਘਰੁ ੨॥ 721-10

ੴ ਸਤਿਗੁਰ ਪ੍ਰਸਾਦਿ॥	ik-oNkaar satgur parsaad.
ਭਉ ਤੇਰਾ ਭਾਂਗ ਖਲੜੀ ਮੇਰਾ ਚੀਤੁ॥	bha-o tayraa bhaaNg khalrhee mayraa cheet.
ਮੈ ਦੇਵਾਨਾ ਭਇਆ ਅਤੀਤੁ॥	mai dayvaanaa bha-i-aa ateet.
ਕਰ ਕਾਸਾ ਦਰਸਨ ਕੀ ਭੂਖ॥	kar kaasaa darsan kee bhookh.
ਮੈ ਦਰਿ ਮਾਗਉ ਨੀਤਾ ਨੀਤ॥੧॥	mai dar maaga-o neetaa neet. ||1||

ਪ੍ਰਭ ਦੇ ਵਿਛੋੜੇ ਦਾ ਵਿਰਾਗ ਹੀ ਬੰਦਗੀ ਹੈ! ਮੇਰਾ ਮਨ ਤੇਰ ਬਖਸ਼ੇ ਤਨ ਵਿੱਚ ਹੀ ਤੇਰੀ ਜੋਤ ਨੂੰ ਢੂੰਡਦਾ ਹੈ । ਤੇਰੇ ਸ਼ਬਦ ਦਾ ਦਿਵਾਨਾ, ਨਸ਼ੇ ਵਿੱਚ ਪਾਗਲ ਹੋ ਗਿਆ ਹਾ ।

The renunciation in the memory of his separation from His Holy Spirit may be the true mediation that may earn the wealth of His Word. My mind remains searching Your Holy Spirit within Your blessed body. I remain intoxicated and anxious to realize Your existence.

ਤਉ ਦਰਸਨ ਕੀ ਕਰਉ ਸਮਾਇ॥	ta-o darsan kee kara-o samaa-ay.
ਮੈ ਦਰਿ ਮਾਗਤੁ ਭੀਖਿਆ ਪਾਇ॥੧॥	mai dar maagat bheekhi-aa paa-ay. ||1||
ਰਹਾਉ॥	rahaa-o.

ਦਿਨ ਰਾਤ ਤੇਰੇ ਦਰ ਤੇ ਹੱਥ ਜੋੜਕੇ, ਦਰਸ਼ਨ ਦੀ ਭਿੱਖਿਆ ਮੰਗਦਾ ਰਹਿੰਦਾ ਹਾ । ਕ੍ਰਿਪਾ ਕਰਕੇ ਇਸ ਭਿਖਾਰੀ ਨੂੰ ਭਿੱਖਿਆ ਪਾਵੋਂ ।

I remain standing humbly with patience at Your door and begging for your blessed vision. With Your mercy and grace, bestows alms to humble beggar at Your door.

ਕੇਸਰਿ ਕੁਸਮ ਮਿਰਗਮੈ ਹਰਣਾ,	kaysar kusam mirgamai harnaa
ਸਰਬ ਸਰੀਰੀ ਚੜ੍ਹਣਾ॥	sarab sareeree charh^{H}naa.
ਚੰਦਨ ਭਗਤਾ ਜੋਤਿ ਇਨੇਹੀ,	chandan bhagtaa jot inayhee
ਸਰਬੇ ਪਰਮਲੁ ਕਰਣਾ॥੨॥	sarbay parmal karnaa. ||2||

ਜਿਵੇਂ ਸੰਧੂਰ, ਕਸਤੂਰੀ, ਕਿਸੇ ਵੀ ਸਰੀਰ ਨੂੰ ਵੀ ਖੁਸ਼ਬੂ ਵਾਲਾ ਕਰ ਦੇਂਦੀ ਹੈ । ਇਸਤਰ੍ਹਾਂ ਬੰਦਗੀ ਵਾਲਾ ਸੰਦਲ ਦੀ ਲੱਕੜੀ ਵਰਗ ਹੁੰਦਾ ਹੈ । ਉਹ ਪ੍ਰਭ ਦੇ ਦਰਬਾਰ ਨੂੰ ਖੁਸ਼ਬੂ ਨਾਲ ਭਰ ਦੇਂਦਾ ਹੈ ।

As vermilion may make body of any creature overwhelmed with pleasant aroma. Same way, His true devotee may be like a sandalwood. His true devotee may overwhelm His Court with aroma.

ਘਿਅ ਪਟ ਭਾਂਡਾ ਕਹੈ ਨ ਕੋਇ॥	ghi-a pat bhaa^{N}daa kahai na ko-ay.
ਐਸਾ ਭਗਤੁ ਵਰਨ ਮਹਿ ਹੋਇ॥	aisaa bhagat varan meh ho-ay.
ਤੇਰੈ ਨਾਮਿ ਨਿਵੇ ਰਹੇ ਲਿਵ ਲਾਇ॥	tayrai naam nivay rahay liv laa-ay.
ਨਾਨਕ ਤਿਨ ਦਰਿ ਭੀਖਿਆ ਪਾਇ॥	naanak tin dar bheekhi-aa paa-ay.
੩॥੧॥੨॥	||3||1||2||

ਜਿਵੇਂ ਘਿਓ ਜਾ ਰੇਸ਼ਮੀ ਕਪੜੇ ਨੂੰ ਕੋਈ ਗੰਦਾ ਜਾ ਮੈਲਾ ਨਹੀਂ ਕਹਿੰਦਾ । ਇਸਤਰ੍ਹਾਂ ਬੰਦਗੀ ਕਰਨ ਵਾਲੇ ਨੂੰ ਕੋਈ ਪਾਪੀ, ਨੀਚ ਨਹੀਂ ਕਹਿੰਦਾ! ਭਾਵੇਂ ਉਹ ਕਿਸੇ ਵੀ ਉੱਚ ਜਾ ਨੀਚ ਜਾਤ ਦਾ ਹੋਵੇ ।

As no one may call ghee or silk filthy; same way no one may call His true devotee a sinner or untouchable. No matter, he may belong to any worldly caste, high or low.

45. ਤਿਲੰਗ ਮਹਲਾ ੧ ਘਰੁ ੩॥ 721-16

੧ੳ ਸਤਿਗੁਰ ਪ੍ਰਸਾਦਿ॥	ik-oNkaar satgur parsaad.
ਇਹੁ ਤਨੁ ਮਾਇਆ ਪਾਹਿਆ ਪਿਆਰੇ,	ih tan maa-i-aa paahi-aa pi-aaray
ਲੀਤੜਾ ਲਬਿ ਰੰਗਾਏ॥	leet-rhaa lab rangaa-ay.
ਮੇਰੈ ਕੰਤ ਨ ਭਾਵੈ ਚੋਲੜਾ ਪਿਆਰੇ,	mayrai kant na bhaavai cholrhaa
ਕਿਉ ਧਨ ਸੇਜੈ ਜਾਏ॥੧॥	pi-aaray ki-o Dhan sayjai jaa-ay. ||1||

ਸਰੀਰ ਦੀ ਬਣਤਰ ਹੀ ਸੰਸਾਰਕ ਮਾਇਆ ਵਾਸਤੇ ਬਣਾਈ ਗਈ ਹੈ । ਜੀਵ ਇਸ ਨੂੰ ਲਾਲਚ ਦਾ ਰੰਗ ਚੜ੍ਹਾ ਦੇਂਦਾ ਹੈ । ਪਰ ਪ੍ਰਭ ਨੂੰ ਲਾਲਚ ਵਾਲਾ ਸਰੀਰ ਨਹੀਂ ਭਾਉਂਦਾ । ਇਸ ਨੂੰ ਕਿਸਤਰ੍ਹਾਂ ਪ੍ਰਭ ਦੇ ਪ੍ਰਵਾਨ ਹੋਣ ਵਾਲਾ ਜਾਮਾ ਪਾਵਾ?

The True Master has created the body structure attracted to worldly wealth. However, human has drenched his body with greed. Any soul intoxicated with greed may not be acceptable to The True Master. How may I transform my body to become acceptable in His Court?

ਹੰਉ ਕੁਰਬਾਨੈ ਜਾਉ ਮਿਹਰਵਾਨਾ,	haN-u kurbaanai jaa-o miharvaanaa
ਹੰਉ ਕੁਰਬਾਨੈ ਜਾਉ॥	haN-u kurbaanai jaa-o.
ਹੰਉ ਕੁਰਬਾਨੈ ਜਾਉ ਤਿਨਾ ਕੈ,	haN-u kurbaanai jaa-o tinaa kai
ਲੈਨਿ ਜੋ ਤੇਰਾ ਨਾਉ॥	lain jo tayraa naa-o.
ਲੈਨਿ ਜੋ ਤੇਰਾ ਨਾਉ ਤਿਨਾ ਕੈ,	lain jo tayraa naa-o tinaa kai
ਹੰਉ ਸਦ ਕੁਰਬਾਨੈ ਜਾਉ॥੧॥ਰਹਾਉ॥	haN-u sad kurbaanai jaa-o. ||1|| rahaa-o.

ਉਸ ਤੋਂ ਕਰਬਾਨ ਜਾਵਾ, ਜਿਹੜਾ ਤੇਰੇ ਸ਼ਬਦ ਦੀ ਪਾਲਣਾ ਤੇ ਅਡੋਲ ਰਹਿੰਦਾ ਹੈ । ਆਪਣੇ ਮਨ ਨੂੰ ਲਾਲਚ ਦੇ ਜਾਲ ਵਿੱਚ ਨਹੀਂ ਫਸਾਉਂਦਾ । ਮੈਂ ਉਸ ਬੰਦਗੀ ਕਰਨ ਵਾਲੇ ਦੇ ਜੀਵਨ ਤੋਂ ਹੈਰਾਨ ਹੀ ਰਹਿੰਦਾ ਹਾ ।

I remain fascinated from His true devotee, who may remain steady and stable on the teachings of Your Word. Who may not fall into the trap of worldly greed? I remain astonished from his day-to-day life.

ਕਾਇਆ ਰੰਙਣਿ ਜੇ ਥੀਐ ਪਿਆਰੇ,	kaa-i-aa ranyan jay thee-ai pi-aaray
ਪਾਈਐ ਨਾਉ ਮਜੀਠ॥	paa-ee-ai naa-o majeeth.
ਰੰਙਣ ਵਾਲਾ ਜੇ ਰੰਙੈ ਸਾਹਿਬੁ,	ranyan vaalaa jay ranyai saahib
ਐਸਾ ਰੰਗੁ ਨ ਡੀਠ॥੨॥	aisaa rang na deeth. ||2||

ਅਗਰ ਤਨ, ਰੰਗ ਚੜ੍ਹਾਉਣ ਵਾਲੀ ਭੱਠੀ ਹੋਵੇ! ਉਸ ਵਿੱਚ ਪ੍ਰਭ ਦਾ ਸ਼ਬਦ ਪਾਇਆ ਜਾਵੇ । ਅਗਰ ਪ੍ਰਭ ਹੀ ਰੰਗ ਲਾਉਣ ਵਾਲਾ ਲਲਾਰੀ ਵੀ ਆਪ ਹੀ ਹੋਵੇ । ਤਾਂ ਇੱਕ ਅਨੋਖਾ ਰੰਗ ਹੀ ਚੜ੍ਹ ਜਾਂਦਾ ਹੈ, ਜਿਹੜਾ ਪਹਿਲੇ ਕਦੇ ਦੇਖਿਆ ਵੀ ਨਾ ਹੋਵੇ ।

Whosoever may make his human body a tub, oven to dye different color; he may add the color of the essence of His Word in this dyeing tub. The True Master may act as a dexter to dye different color; only then his soul may be dyed with an astonishing crimson color. No one may have ever seen that unique color.

ਜਿਨ ਕੇ ਚੋਲੇ ਰਤੜੇ ਪਿਆਰੇ,	jin kay cholay rat-rhay pi-aaray
ਕੰਤੁ ਤਿਨਾ ਕੈ ਪਾਸਿ॥	kant tinaa kai paas.

ਧੂੜਿ ਤਿਨਾ ਕੀ ਜੇ ਮਿਲੈ ਜੀ, Dhoorh tinaa kee jay milai jee
ਕਹੁ ਨਾਨਕ ਕੀ ਅਰਦਾਸਿ॥੩॥ kaho naanak kee ardaas. ||3||

ਜਿਸ ਮਨ ਤੇ ਪ੍ਰਭ ਦਾ ਰੰਗ ਚੜ੍ਹਿਆ ਹੋਵੇ, ਪ੍ਰਭ ਉਸ ਦੇ ਸੰਗ ਹੀ ਵਸਦਾ ਹੈ । ਜਿਸ ਨੂੰ ਉਸ ਦੀ ਸੰਗਤ ਬਖਸ਼ਿਸ਼ ਹੋ ਜਾਵੇ ! ਤਾਂ ਜੀਵ ਬੰਦਗੀ ਦੇ ਰਸਤੇ ਤੇ ਚਲਕੇ ਪ੍ਰਵਾਨ ਹੋ ਜਾਂਦਾ ਹੈ ।

Whosoever may remain drenched with the essence of the teachings of His Word; The True Master remains awake and alert within his body and mind. He always remains a supporting pillar of His true devotee. Whosoever may be blessed with his conjugation; he may become steady and stable on the path of acceptance in His Court.

ਆਪੇ ਸਾਜੇ ਆਪੇ ਰੰਗੇ, aapay saajay aapay rangay
ਆਪੇ ਨਦਰਿ ਕਰੇਇ॥ aapay nadar karay-i.
ਨਾਨਕ ਕਾਮਣਿ ਕੰਤੈ ਭਾਵੈ, naanak kaaman kantai bhaavai
ਆਪੇ ਹੀ ਰਾਵੇਇ॥੪॥੧॥੩॥ aapay hee raavay-ay. ||4||1||3||

ਪ੍ਰਭ ਆਪ ਹੀ ਜੀਵ ਨੂੰ ਪੈਦਾ ਕਰਦਾ, ਆਪ ਹੀ ਬੰਦਗੀ ਤੇ ਲਾਉਂਦਾ ਹੈ । ਆਪ ਹੀ ਰਹਿਮਤ ਦੀ ਨਜ਼ਰ ਬਖਸ਼ਦਾ ਹੈ । ਜਿਸ ਦੀ ਬੰਦਗੀ ਪ੍ਰਭ ਨੂੰ ਭਾਉਂਦੀ ਹੈ, ਉਹ ਪ੍ਰਵਾਨ ਹੋ ਜਾਂਦਾ ਹੈ ।

The True Master, Creator with His mercy and grace, may attach His true devotee to meditate on the teachings of His Word. Whose meditation may be acceptable in His Court; with His mercy and grace, he may be accepted in His Court.

46. ਤਿਲੰਗ ਮਃ ੧॥ 722-6

ਇਆਨੜੀਏ ਮਾਨੜਾ ਕਾਇ ਕਰੇਹਿ॥ i-aanrhee-ay maanrhaa kaa-ay karayhi.
ਆਪਨੜੈ ਘਰਿ ਹਰਿ ਰੰਗੋ, aapnarhai ghar har rango
ਕੀ ਨ ਮਾਣੇਹਿ॥ kee na maaneh.
ਸਹੁ ਨੇੜੈ ਧਨ ਕੰਮਲੀਏ, saho nayrhai Dhan kammlee-ay
ਬਾਹਰੁ ਕਿਆ ਢੂਢੇਹਿ॥ baahar ki-aa dhoodhayhi.
ਭੈ ਕੀਆ ਦੇਹਿ ਸਲਾਈਆ, bhai kee-aa deh salaa-ee-aa
ਨੈਣੀ ਭਾਵ ਕਾ ਕਰਿ ਸੀਗਾਰੋ॥ nainee bhaav kaa kar seegaaro. taa
ਤਾ ਸੋਹਾਗਣਿ ਜਾਣੀਐ, sohagan jaanee-ai
ਲਾਗੀ ਜਾ ਸਹੁ ਧਰੇ ਪਿਆਰੋ॥੧॥ laagee jaa saho Dharay pi-aaro. ||1||

ਅਣਜਾਣ ਜੀਵ ਤੂੰ ਇਤਨਾ ਅਹੰਕਾਰ ਕਿਉਂ ਕਰਦਾ ਹੈ? ਜਿਹੜਾ ਆਪਣੇ ਆਪ ਨੂੰ ਪਛਾਣਦਾ ਨਹੀਂ ! ਉਸ ਨੂੰ ਪ੍ਰਭ ਦੇ ਦਰਬਾਰ ਵਿੱਚ ਪ੍ਰਵਾਨਗੀ ਬਖਸ਼ਿਸ਼ ਨਹੀਂ ਹੋ ਸਕਦੀ । ਪ੍ਰਭ ਤੇਰੇ ਨੇੜੇ, ਤੇਰੇ ਅੰਦਰ ਹੀ ਹੈ, ਉਸ ਨੂੰ ਉਥੇ ਕਿਉਂ ਨਹੀਂ ਢੂੰਡਦਾ? ਆਪਣੇ ਮਨ ਤੇ ਉਸ ਦੇ ਵਿਛੋੜੇ ਦਾ ਵਿਰਾਗ ਕਰੋ ! ਆਪਣੀਆਂ ਅੱਖਾਂ ਨਾਲ ਆਪਣੇ ਕੰਮਾਂ ਨੂੰ ਪਰਖੋ ! ਇਸਤਰ੍ਹਾਂ ਸ਼ਬਦ ਦੀ ਸੋਝੀ ਬਖਸ਼ਿਸ਼ ਹੋ ਜਾਂਦੀ ਹੈ । ਜਿਸ ਦੇ ਮਨ ਅੰਦਰ ਪ੍ਰਭ ਦੀ ਜੋਤ ਜਾਗਰਤ ਹੋ ਜਾਂਦੀ ਹੈ । ਉਹ ਹੀ ਪ੍ਰਭ ਦਾ ਅਸਲੀ ਦਾਸ ਬਣ ਜਾਂਦਾ ਹੈ ।

Why are you boasting about your worldly status? Whosoever may not recognize the real purpose of human life opportunity; he may never be accepted in His Court. The True Master remains embedded within your soul and dwells within your body. Why are you not searching within your body? You should remain in renunciation in your memory of separation from His Holy Spirit. You should evaluate your worldly deeds with your own eyes. The Merciful True Master may enlighten the essence of His Word from within. Whosoever may remain awake and alert within his meditation about the real purpose of human life opportunity; he may be accepted as His true devotee.

ਇਆਣੀ ਬਾਲੀ ਕਿਆ ਕਰੇ, i-aanee baalee ki-aa karay
ਜਾ ਧਨ ਕੰਤ ਨ ਭਾਵੈ॥ jaa Dhan kant na bhaavai.
ਕਰਣ ਪਲਾਹ ਕਰੇ ਬਹੁਤੇਰੇ, karan palaah karay bahutayray
ਸਾ ਧਨ ਮਹਲੁ ਨ ਪਾਵੈ॥ saa Dhan mahal na paavai.
ਵਿਣੁ ਕਰਮਾ ਕਿਛੁ ਪਾਈਐ ਨਾਹੀ, vin karmaa kichh paa-ee-ai naahee
ਜੇ ਬਹੁਤੇਰਾ ਧਾਵੈ॥ jay bahutayraa Dhaavai.
ਲਬ ਲੋਭ ਅਹੰਕਾਰ ਕੀ ਮਾਤੀ, lab lobh aha^{N}kaar kee maatee
ਮਾਇਆ ਮਾਹਿ ਸਮਾਣੀ॥ maa-i-aa maahi samaanee.
ਇਨੀ ਬਾਤੀ ਸਹੁ ਪਾਈਐ, inee baatee saho paa-ee-ai
ਨਾਹੀ ਭਈ ਕਾਮਣਿ ਇਆਣੀ॥੨॥ naahee bha-ee kaaman i-aanee. ||2||

ਜਿਸ ਦੇ ਜੀਵਨ ਦਾ ਰਸਤਾ ਪ੍ਰਭ ਦੇ ਸ਼ਬਦ ਅਨੁਸਾਰ ਨਾ ਹੋਵੇ, ਉਹ ਅਣਜਾਣ ਜੀਵ ਕੀ ਕਰ ਸਕਦਾ ਹੈ? ਉਸ ਦੀ ਕੀਤੀ ਬੰਦਗੀ ਨਾਲ ਪ੍ਰਵਾਨਗੀ ਬਖਸ਼ਿਸ਼ ਨਹੀਂ ਹੁੰਦੀ । ਜਿਤਨਾ ਚਿਰ ਪਿਛਲੇ ਜਨਮ ਦੇ ਭਾਗਾਂ ਵਿੱਚ ਨਾ ਹੋਵੇ! ਮਨ ਬੰਦਗੀ ਵਿੱਚ ਨਹੀਂ ਟਿਕਦਾ, ਜੀਵ ਭਾਵੇਂ ਕਿਤਨੇ ਯਤਨ ਕਰ ਲਵੇਂ । ਮਨ ਵਿੱਚ ਸੰਸਾਰਕ ਇੱਛਾਂ, ਲਾਲਚ, ਮੋਹ, ਹੈਸੀਅਤ ਦਾ ਜਾਲ ਨਹੀਂ ਟੁੱਟਦਾ । ਇਹਨਾਂ ਨਾਲ ਸੰਜੋਗ ਰਖਣ ਨਾਲ ਸ਼ਬਦ ਦੀ ਪਾਲਣਾ ਨਹੀਂ ਹੋ ਸਕਦੀ, ਪ੍ਰਵਾਨਗੀ ਬਖਸ਼ਿਸ਼ ਨਹੀਂ ਹੋ ਸਕਦੀ ।

What may an ignorant human accomplish at his own? Whosoever may not adopt the teachings of His Word with steady and stable belief in his day-to-day life; his meditation may not be accepted in His Court. Whosoever may not have prewritten destiny to meditate on the teachings of His Word; he may not remain steady and stable on obeying the teachings of His Word. No matter he may try his best. His bonds of worldly greed, desires and worldly status may not be broken. Whosoever may remain intoxicated with worldly temptations, he may never remain on the right path of meditation. His meditation may never be accepted in His Court.

ਜਾਇ ਪੁਛਹੁ ਸੋਹਾਗਣੀ ਵਾਹੈ, jaa-ay puchhahu sohaaganee vaahai
ਕਿਨੀ ਬਾਤੀ ਸਹੁ ਪਾਈਐ॥ kinee baatee saho paa-ee-ai.
ਜੋ ਕਿਛੁ ਕਰੇ ਸੋ ਭਲਾ ਕਰਿ ਮਾਨੀਐ, jo kichh karay so bhalaa kar maanee-ai
ਹਿਕਮਤਿ ਹੁਕਮੁ ਚੁਕਾਈਐ॥ hikmat hukam chukhaa-ee-ai.
ਜਾ ਕੈ ਪ੍ਰੇਮਿ ਪਦਾਰਥੁ ਪਾਈਐ, jaa kai paraym padaarath paa-ee-ai
ਤਉ ਚਰਣੀ ਚਿਤੁ ਲਾਈਐ॥ ta-o charnee chit laa-ee-ai.
ਸਹੁ ਕਹੈ ਸੋ ਕੀਜੈ ਤਨੁ ਮਨੋ ਦੀਜੈ, saho kahai so keejai tan mano deejai
ਐਸਾ ਪਰਮਲੁ ਲਾਈਐ॥ aisaa parmal laa-ee-ai.
ਏਵ ਕਹਹਿ ਸੋਹਾਗਣੀ ਭੈਣੇ, ayv kaheh sohaaganee bhainay
ਇਨੀ ਬਾਤੀ ਸਹੁ ਪਾਈਐ॥੩॥ inee baatee saho paa-ee-ai. ||3||

ਜੀਵ ਉਹਨਾਂ ਬੰਦਗੀ ਕਰਨ ਵਲਿਆ ਨੂੰ ਪਛੋ! ਕਿਸਤਰ੍ਹਾਂ ਆਪਣੇ ਮਨ ਤੇ ਕਾਬੂ, ਸ਼ਬਦ ਦੀ ਪਾਲਣ ਤੇ ਅਡੋਲ ਰਖਿਆ ਹੈ? ਭਾਣਾ ਨੂੰ ਸਤਿ ਕਰਕੇ ਮੰਨਣ, ਮਰਜ਼ੀ ਨੂੰ ਤਿਆਗਣ ਨਾਲ ਮਨ ਟਿਕ ਜਾਂਦਾ ਹੈ । ਜਿਸ ਪ੍ਰਭ ਦੀਆਂ ਦਾਤਾਂ ਜੀਵ ਪਾਉਂਦਾ ਹੈ, ਉਸ ਦਾ ਧੰਨਵਾਦ ਕਰਨਾ ਚਾਹੀਦਾ ਹੈ । ਸ਼ਬਦ ਦੀ ਪਾਲਣਾ ਮਨ, ਤਨ ਲਾ ਕੇ ਕਰੋ, ਉਸ ਦੇ ਲੇਖੇ ਲਾ ਦੇਵੋ । ਸ਼ਬਦ ਦੀ ਉਸਤਤ ਕਰੋ, ਉਸ ਦਾ ਰੰਗ ਆਪਣੇ ਮਨ ਤੇ ਚੜ੍ਹਾਵੋ । ਇਸਤਰ੍ਹਾਂ ਦੇ ਜੀਵਨ ਦੇ ਢੰਗ ਨਾਲ ਹੀ ਪ੍ਰਭ ਰਹਿਮਤ ਦੀ ਨਜ਼ਰ ਬਖਸ਼ਦਾ ਹੈ । ਜੀਵ ਦਾ ਮਨ ਸ਼ਬਦ ਦੀ ਪਾਲਣਾ ਤੇ ਅਡੋਲ ਹੋ ਜਾਂਦਾ ਹੈ ।

You should learn from His true devotee. How has he conquered his ego of worldly desires? How may he remain steady and stable in obeying the teachings of His Word? Whosoever may renounce the imagination of his own mind; with His mercy and grace, his mind may remain steady and stable on His blessings. You should always sing the glory of The True Master, who has blessed all virtues and pleasure in worldly life. You should surrender your mind, body, and worldly status at His sanctuary. You should drench the teachings of His Word on your day-to-day life. With His mercy and grace, you may become steady and stable on the right path of obeying the teachings of His Word.

ਆਪੁ ਗਵਾਈਐ ਤਾ ਸਹੁ ਪਾਈਐ,	aap gavaa-ee-ai taa saho paa-ee-ai
ਅਉਰੁ ਕੈਸੀ ਚਤੁਰਾਈ॥	a-or kaisee chaturaa-ee.
ਸਹੁ ਨਦਰਿ ਕਰਿ ਦੇਖੈ ਸੋ ਦਿਨੁ ਲੇਖੈ,	saho nadar kar daykhai so din laykhai
ਕਾਮਣਿ ਨਉ ਨਿਧਿ ਪਾਈ॥	kaaman na-o niDh paa-ee.
ਆਪਣੇ ਕੰਤ ਪਿਆਰੀ ਸਾ ਸੋਹਾਗਣਿ,	aapnay kant pi-aaree saa sohagan
ਨਾਨਕ ਸਾ ਸਭਰਾਈ॥	naanak saa sabhraa-ee.
ਐਸੇ ਰੰਗਿ ਰਾਤੀ ਸਹਜ ਕੀ ਮਾਤੀ,	aisay rang raatee sahj kee maatee
ਅਹਿਨਿਸਿ ਭਾਇ ਸਮਾਣੀ॥	ahinis bhaa-ay samaanee.
ਸੁੰਦਰਿ ਸਾਇ ਸਰੂਪ ਬਿਚਖਣਿ,	sundar saa-ay saroop bichkhan
ਕਹੀਐ ਸਾ ਸਿਆਣੀ॥੪॥੨॥੪॥	kahee-ai saa si-aanee. ‖4‖2‖4‖

ਆਪਣੇ ਆਪ ਨੂੰ ਮਿੱਟਾ ਦੇਣ ਨਾਲ ਹੀ ਰਹਿਮਤ ਦੀ ਨਜ਼ਰ ਬਖਸ਼ਿਸ਼ ਹੁੰਦੀ ਹੈ । ਹੋਰ ਕੋਈ ਚਲਾਕੀ, ਜਾ ਸਿਆਣਪ ਕੰਮ ਨਹੀਂ ਆਉਂਦੀ । ਜਦੋਂ ਦੀ ਰਹਿਮਤ, ਸ਼ਬਦ ਦੀ ਸੋਝੀ ਦੇ ਨੌਂ ਖਜ਼ਾਨੇਂ ਹਾਸਿਲ ਹੋ ਜਾਂਦੇ ਹਨ । ਉਹ ਸਮਾਂ ਵੱਡਭਾਗਾਂ ਬਣ ਜਾਂਦਾ ਹੈ! ਜਿਸ ਦੀ ਬੰਦਗੀ ਪ੍ਰਵਾਨ ਹੋ ਜਾਂਦੀ ਹੈ, ਉਹ ਜੀਵ ਪ੍ਰਭ ਦਾ ਸੇਵਕ ਬਣ ਜਾਂਦਾ ਹੈ । ਇਸ ਨਾਲ ਜੀਵ ਦੇ ਮਨ ਤੇ ਪ੍ਰਭ ਦਾ ਨੂਰ ਚੜ੍ਹ ਜਾਂਦਾ ਹੈ । ਉਹ ਸ਼ਬਦ ਦੀ ਪਾਲਣਾ ਵਿੱਚ ਦਿਨ ਰਾਤ ਮਸਤ ਰਹਿੰਦਾ ਹੈ । ਉਹ ਜੀਵ ਸੰਤ ਸਰੂਪ ਬਣ ਜਾਂਦਾ ਹੈ । ਸੰਸਾਰਕ ਜੀਵ ਵੀ ਉਸ ਨੂੰ ਸਿਆਣਾ, ਦਾਸ, ਭਗਤ ਕਹਿੰਦੇ ਹਨ ।

Whosoever may surrender his mind, body, and worldly status at His sanctuary; only he may be blessed with His mercy and grace. No other wisdom or clever tricks may help anyone for the real purpose of human life journey. When His true devotee may be blessed with nine treasures of enlightenment; that time becomes very fortunate. Whose meditation may be accepted in His Court; he may be accepted as His true devotee. The spiritual glow of The Holy Spirit may shine on his forehead. His true devotee remains intoxicated in meditation in the void of His Word day and night. He may become the symbol of The True Master. His Creation may also respect and worships His true devotee.

47. ਤਿਲੰਗ ਮਹਲਾ ੧॥ 722-16

ਜੈਸੀ ਮੈ ਆਵੈ ਖਸਮ ਕੀ ਬਾਣੀ,	jaisee mai aavai khasam kee banee
ਤੈਸੜਾ ਕਰੀ ਗਿਆਨੁ ਵੇ ਲਾਲੋ॥	taisrhaa karee gi-aan vay laalo.
ਪਾਪ ਕੀ ਜੰਞ ਲੈ ਕਾਬਲਹੁ ਧਾਇਆ,	paap kee janj lai kaablahu Dhaa-i-aa
ਜੋਰੀ ਮੰਗੈ ਦਾਨੁ ਵੇ ਲਾਲੋ॥	joree mangai daan vay laalo.
ਸਰਮੁ ਧਰਮੁ ਦੁਇ ਛਪਿ ਖਲੋਏ,	saram Dharam du-ay chhap khalo-ay
ਕੂੜੁ ਫਿਰੈ ਪਰਧਾਨੁ ਵੇ ਲਾਲੋ॥	koorh firai parDhaan vay laalo.
ਕਾਜੀਆ ਬਾਮਣਾ ਕੀ ਗਲ ਥਕੀ,	kaajee-aa baamnaa kee gal thakee
ਅਗਦੁ ਪੜੈ ਸੈਤਾਨੁ ਵੇ ਲਾਲੋ॥	agad parhai saitaan vay laalo.
ਮੁਸਲਮਾਨੀਆ ਪੜਹਿ ਕਤੇਬਾ,	musalmaanee-aa parheh kataybaa
ਕਸਟ ਮਹਿ ਕਰਹਿ ਖੁਦਾਇ ਵੇ ਲਾਲੋ॥	kasat meh karahi khudaa-ay vay laalo.
ਜਾਤਿ ਸਨਾਤੀ ਹੋਰਿ ਹਿਦਵਾਣੀਆ,	jaat sanaatee hor hidvaanee-aa

ਏਹਿ ਭੀ ਲੇਖੈ ਲਾਇ ਵੇ ਲਾਲੋ॥	ayhi bhee laykhai laa-ay vay laalo.
ਖੂਨ ਕੇ ਸੋਹਿਲੇ ਗਾਵੀਅਹਿ ਨਾਨਕ,	khoon kay sohilay gavee-ah naanak
ਰਤੁ ਕਾ ਕੁੰਗੂ ਪਾਇ ਵੇ ਲਾਲੋ॥੧॥	rat kaa kungoo paa-ay vay laalo. ||1||

ਸੰਸਾਰ ਵਿੱਚ ਸਭ ਕੁਝ ਪ੍ਰਭ ਦੇ ਹੁਕਮ ਅਨੁਸਾਰ ਹੀ ਵਾਪਰਦਾ ਹੈ । ਜਿਵੇਂ ਕੋਈ ਜ਼ਾਲਮ (ਬਾਬਰ) ਕਿਸੇ ਦੂਸਰੇ ਤੇ ਹਮਲਾ ਕਰਦਾ । ਉਹ ਆਪਣੇ ਨਾਲ ਤਾਕਤ ਵਾਰ ਸਾਥੀਆਂ ਨੂੰ ਲਾਉਂਦਾ ਹੈ । ਸਭ ਕੁਝ ਤੇ ਕਬਜ਼ਾ ਕਰ ਲੈਂਦਾ ਹੈ । ਉਸ ਦੇ ਮਨ ਵਿੱਚ ਕਿਸੇ ਦੀ ਭਲਾਈ ਜਾ ਇਖਲਾਕ ਦੀ ਕੋਈ ਮਹੱਤਤਾ ਨਹੀਂ ਹੁੰਦੀ । ਸਭ ਕੁਝ ਖਤਮ ਹੋ ਜਾਂਦਾ ਹੈ, ਕੇਵਲ ਇੱਕੋ ਮੰਤਵ ਹੀ ਰਹਿੰਦਾ ਹੈ । ਜਿਹੜਾ ਆਦਮੀ ਦਾ ਔਰਤ ਨਾਲ ਸ੍ਰਿਸ਼ਟੀ ਅਨੁਸਾਰ ਸੰਬਧ ਹੁੰਦਾ ਹੈ । ਉਸ ਨੂੰ ਕੇਵਲ ਕਾਮ ਵਾਸ਼ਨਾ ਵਿੱਚ ਹੀ ਬਦਲ ਦੇਂਦਾ ਹੈ । ਉਸ ਸਮੇਂ ਨਿਮਾਣੇ ਜੀਵ ਆਪਣੇ ਸੰਸਾਰਕ ਤਰੀਕੇ ਨਾਲ ਤੇਰੇ ਪਾਸੋਂ ਰਹਿਮਤ ਦੀ ਭਿੱਖਿਆਂ ਮੰਗਦੇ ਹਨ । ਸਾਰੇ ਸੰਸਾਰਕ ਜੀਵ ਹੀ ਰੋਣ ਕਰਲਾਉਣ ਵਿੱਚ ਹੀ ਰਹਿੰਦੇ ਹਨ । ਕੋਈ ਤੇਰੇ ਸ਼ਬਦ ਵਿੱਚ ਧਿਆਨ ਨਹੀਂ ਲਾ ਸਕਦਾ ।

In the universe every event may happen under His command. As a tyrant, powerful, King may attack on another kingdom; he may bring his strong powerful army and captures everything in the other kingdom. He may not have any concern about the welfare of the citizen of other country. The rule of law may be thrashed and have no significance. Whatsoever a woman may have relationship with a man as a reproduction of His Creation; all may be converted into sexual lust of powerful men with helpless women. All the helpless creature may be begging for Your mercy and grace. Everyone may be crying in miseries and no one may be able to meditate on the teachings of Your Word.

ਸਾਹਿਬ ਕੇ ਗੁਣ ਨਾਨਕੁ ਗਾਵੈ,	saahib kay gun naanak gaavai
ਮਾਸ ਪੁਰੀ ਵਿਚਿ ਆਖੁ ਮਸੋਲਾ॥	maas puree vich aakh masolaa.
ਜਿਨਿ ਉਪਾਈ ਰੰਗਿ ਰਵਾਈ,	jin upaa-ee rang ravaa-ee
ਬੈਠਾ ਵੇਖੈ ਵਖਿ ਇਕੇਲਾ॥	baithaa vaykhai vakh ikaylaa.
ਸਚਾ ਸੋ ਸਾਹਿਬੁ ਸਚੁ ਤਪਾਵਸੁ,	sachaa so saahib sach tapaavas
ਸਚੜਾ ਨਿਆਉ ਕਰੇਗੁ ਮਸੋਲਾ॥	sachrhaa ni-aa-o karayg masolaa.
ਕਾਇਆ ਕਪੜੁ ਟੁਕੁ ਟੁਕੁ ਹੋਸੀ,	kaa-i-aa kaparh tuk tuk hosee
ਹਿਦੁਸਤਾਨੁ ਸਮਾਲਸੀ ਬੋਲਾ॥	hindusataan samaalsee bolaa. aavan
ਆਵਨਿ ਅਠਤਰੈ ਜਾਨਿ ਸਤਾਨਵੈ,	ath-tarai jaan sataanvai
ਹੋਰੁ ਭੀ ਉਠਸੀ ਮਰਦ ਕਾ ਚੇਲਾ॥	hor bhee uthsee marad kaa
ਸਚ ਕੀ ਬਾਣੀ ਨਾਨਕੁ ਆਖੈ,	chaylaa.sach kee banee naanak aakhai
ਸਚੁ ਸੁਣਾਇਸੀ ਸਚ ਕੀ ਬੇਲਾ॥੨॥੩॥੫	sach sunaa-isee sach kee baylaa.|2||3||5

ਬੰਦਗੀ ਕਰਨ ਵਾਲਾ ਇਸ ਹਲਾਤ ਵਿੱਚ ਵੀ ਅਡੋਲ ਰਹਿੰਦਾ ਹੈ । ਸ਼ਬਦ ਦੀ ਪਾਲਣਾ, ਉਸਤਤ ਦੇ ਗੀਤ ਹੀ ਗਾਉਂਦਾ ਹੈ । ਉਸ ਦਾ ਭਰੋਸਾ ਅਡੋਲ ਰਹਿੰਦਾ ਹੈ, ਕਿ ਜਿਸ ਪ੍ਰਭ ਨੇ ਸ੍ਰਿਸ਼ਟੀ ਸਾਜੀ ਹੈ! ਉਸ ਦੇ ਹੁਕਮ ਨਾਲ ਹੀ ਹੋ ਰਹਿੰਆ ਹੈ, ਆਪ ਹੀ ਦੇਖਦਾ, ਵਾਪਰਦਾ ਹੈ । ਪ੍ਰਭ ਸੰਸਾਰਕ ਜੀਵਾਂ ਦੇ ਟੋਟੋ ਹੁੰਦੇ ਦੇਖਦਾ ਹੈ! ਇਹ ਵੀ ਸੰਸਾਰਕ ਜੀਵਾਂ ਲਈ ਮਸਾਲ ਹੀ ਬਣਾਉਂਦਾ ਹੈ । ਜਿਸਤਰ੍ਹਾਂ ਉਹ ਹਮਲਾ ਕਰਨ ਵਾਲਾ ਪੈਦਾ ਕਰਦਾ ਹੈ । ਇਸਤਰ੍ਹਾਂ ਹੀ ਉਸ ਨੂੰ ਖਤਮ ਕਰਨ ਵਾਲਾ ਵੀ ਪੈਦਾ ਕਰਦਾ, ਆਪ ਹੀ ਉਸ ਦਾ ਸਮਾਂ ਮਿਥਦਾ ਹੈ । ਸ਼ਬਦ ਦੀ ਪਾਲਣਾ ਵਿੱਚ ਹੀ ਇਸ ਦੀ ਸੋਝੀ ਬਖਸ਼ੀ ਹੈ । ਸੰਸਾਰ ਵਿੱਚ ਵਾਪਰਨ ਵਾਲੀ ਹਰਇੱਕ ਘਟਨਾ ਹੀ ਬੀਤ ਜਾਂਦੀ ਹੈ । ਇਹ ਪ੍ਰਭ ਦੇ ਸਦਾ ਅਟੱਲ ਰਹਿਣ ਵਾਲੇ ਕਰਤਬ ਹਨ ।

Your true devotee may remain steady and stable on the teachings of Your Word; he believes that Your command is always for the welfare of mankind. He remains singing the glory of Your Word with a steady and stable belief that everything can happen only under the command of The Creator; He witnesses and monitors all events of His Nature. He witnesses worldly creatures are being slaughtered into pieces. He creates an example and symbol of His unpredictable nature. He may create another stronger warrior to crush and to destroy the invader. He predetermines the time and duration of all events of His Nature. The enlightenment of the essence of His Nature remains embedded in obeying the teachings of His Word. All worldly events may pass over after predetermined time. All His miracles and events are unavoidable, unchanged.

48. ਤਿਲੰਗ ਮਹਲਾ ੪ ਘਰੁ ੨॥ 723 -6

੧ੳ ਸਤਿਗੁਰ ਪ੍ਰਸਾਦਿ॥	ik-oNkaar satgur parsaad.
ਸਭਿ ਆਏ ਹੁਕਮਿ ਖਸਮਾਹੁ,	sabh aa-ay hukam khasmaahu
ਹੁਕਮਿ ਸਭ ਵਰਤਨੀ॥	hukam sabh vartanee.
ਸਚੁ ਸਾਹਿਬੁ, ਸਾਚਾ ਖੇਲੁ,	sach saahib saachaa khayl
ਸਭੁ ਹਰਿ ਧਨੀ॥੧॥	sabh har Dhanee. ॥1॥

ਹਰਇੱਕ ਜੀਵ ਪ੍ਰਭ ਦੇ ਹੁਕਮ ਨਾਲ ਹੀ ਸ੍ਰਿਸ਼ਟੀ (ਸੰਸਾਰ) ਵਿੱਚ ਪੈਦਾ ਹੁੰਦਾ ਹੈ । ਹਰਇੱਕ ਹੀ ਉਸ ਦੇ ਹੁਕਮ ਅੰਦਰ ਚਲ ਸਕਦਾ ਹੈ । ਉਹ ਹੀ ਸਾਰਿਆਂ ਦਾ ਅਸਲੀ ਮਾਲਕ ਹੈ, ਉਸ ਦਾ ਕੀਤਾ ਹੋਇਆ ਹੀ ਖੇਲ ਚਲਦਾ ਹੈ ।

The True Master, Creator of the universe and everyone may only function under His command. The whole universe remains only His trust and only His command may prevail in all event.

ਸਾਲਾਹਿਹੁ ਸਚੁ ਸਭ ਊਪਰਿ, ਹਰਿ ਧਨੀ॥	saalaahihu sach sabh oopar har Dhanee.
ਜਿਸੁ ਨਾਹੀ ਕੋਇ ਸਰੀਕੁ,	jis naahee ko-ay sareek
ਕਿਸੁ ਲੇਖੈ ਹਉ ਗਨੀ॥ ਰਹਾਉ॥	kis laykhai ha-o ganee. rahaa-o.

ਜੀਵ ਪ੍ਰਭ ਦੇ ਸ਼ਬਦ ਦਾ ਸਿਮਰਨ, ਸ਼ਬਦ ਦੀ ਪਾਲਣਾ ਕਰੋ! ਉਹ ਹੀ ਸਭ ਦਾ ਮਾਲਕ ਹੈ, ਉਸ ਦੇ ਬਰਾਬਰ ਦਾ ਹੋਰ ਕੋਈ ਨਹੀਂ ਹੈ । ਕੋਈ ਵੀ ਮਾਨਸ, ਕੋਈ ਹੈਸੀਅਤ ਨਹੀਂ ਰਖਦਾ । ਪ੍ਰਭ ਹੀ ਕਿਸੇ ਮਾਨਸ ਦੀ ਹੈਸੀਅਤ ਬਣਾਉਂਦਾ ਹੈ ।

You should meditate and obey the teachings of His Word. No one may be equal or greater than The True Master, creator of the universe. No human has any worldly status; only He may bless any worldly status to anyone.

ਪਉਣ ਪਾਣੀ ਧਰਤੀ ਆਕਾਸੁ,	pa-un paanee Dhartee aakaas
ਘਰ ਮੰਦਰ ਹਰਿ ਬਨੀ॥	ghar mandar har banee.
ਵਿਚਿ ਵਰਤੈ ਨਾਨਕ ਆਪਿ,	vich vartai naanak aap
ਝੂਠੁ ਕਹੁ ਕਿਆ ਗਨੀ॥੨॥੧॥	jhooth kaho ki-aa ganee. ॥2॥1॥

ਪ੍ਰਭ ਹੀ ਹਵਾ, ਪਾਣੀ, ਧਰਤੀ, ਅਕਾਸ਼, ਘਰ, ਮੰਦਰ ਬਣਾਉਂਦਾ ਹੈ, ਹਰ ਥਾਂ ਤੇ ਵਾਪਰਦਾ ਹੈ । ਉਸ ਦੇ ਕਿਸੇ ਕਰਤਬ ਨੂੰ ਝੂਠਾ, ਗਲਤ ਨਹੀਂ ਕਹਿਆ ਜਾ ਸਕਦਾ ।

The Omnipotent True Master has created air, water, earth, sky, houses, and Holy shrines. The Omnipresent prevails everywhere all time. His miracles may never be called illusion or imaginary.

49. ਤਿਲੰਗ ਮਹਲਾ ੪॥ 723-9

ਨਿਤ ਨਿਹਫਲ ਕਰਮ ਕਮਾਇ,	nit nihfal karam kamaa-ay
ਬਫਾਵੈ ਦੁਰਮਤੀਆ॥	bafaavai durmatee-aa.
ਜਬ ਆਣੈ ਵਲਵੰਚ ਕਰਿ ਝੂਠੁ,	jab aanai valvanch kar jhooth
ਤਬ ਜਾਣੈ ਜਗੁ ਜਿਤੀਆ॥੧॥	tab jaanai jag Jitee-aa. ॥1॥

ਬੁਰੇ ਖਿਆਲਾਂ ਵਾਲਾ ਜੀਵ ਬਾਰ ਬਾਰ ਬਿਰਥੇ ਹੀ ਕੰਮ ਕਰਦਾ ਰਹਿੰਦਾ ਹੈ । ਉਹ ਆਪਣੇ ਕੀਤੇ ਕੰਮਾਂ ਦਾ ਅਹੰਕਾਰ, ਅਭਿਮਾਨ ਕਰਦਾ ਰਹਿੰਦਾ ਹੈ । ਜਿਹੜਾ ਧੋਖੇ ਦੇ ਕੰਮਾਂ ਦੀ ਕਮਾਈ ਨੂੰ ਆਪਣੇ ਘਰ ਵਿੱਚ ਲਿਆਉਂਦਾ ਹੈ । ਉਹ ਮਨ ਵਿੱਚ ਅਹੰਕਾਰ ਕਰਦਾ, ਉਸ ਨੇ ਸੰਸਾਰ ਤੇ ਜਿੱਤ ਪਾ ਲਈ ਹੈ ।

Whosoever may have evil thoughts within his mind, he may repeatedly perform useless deeds. He may boast about his own accomplishments. Whosoever may collect and brings the wealth of deception in his house. He enhances his ego as if he has won over the whole world.

ਐਸਾ ਬਾਜੀ ਸੈਸਾਰੁ, — aisaa baajee saisaar
ਨ ਚੇਤੈ ਹਰਿ ਨਾਮਾ॥ — na chaytai har naamaa.
ਖਿਨ ਮਹਿ ਬਿਨਸੈ ਸਭੁ ਝੂਠੁ, — khin meh binsai sabh jhooth
ਮੇਰੇ ਮਨ ਧਿਆਇ ਰਾਮਾ॥ ਰਹਾਉ॥ — mayray man Dhi-aa-ay raamaa. rahaa-o.

ਇਸਤਰ੍ਹਾਂ ਦਾ ਹੀ ਸੰਸਾਰ ਦਾ ਖੇਲ ਹੈ । ਮਾਨਸ ਨੂੰ ਪ੍ਰਭ ਦੀ ਕੁਦਰਤ ਦਾ ਕੋਈ ਵਿਚਾਰ, ਖਿਆਲ ਨਹੀਂ ਹੁੰਦਾ, ਪ੍ਰਭ ਨੂੰ ਯਾਦ ਨਹੀਂ ਕਰਦਾ । ਜੀਵ ਇੱਕ ਪਲ ਵਿੱਚ ਹੀ ਇਹ ਝੂਠਾ ਦਿਖਾਵੇ ਵਾਲ ਖੇਲ ਖਤਮ ਹੋ ਜਾਣਾ ਹੈ । ਪ੍ਰਭ ਦੇ ਸ਼ਬਦ ਦਾ ਸਿਮਰਨ ਕਰੋ, ਪ੍ਰਭ ਨੂੰ ਸਦਾ ਯਾਦ ਰਖੋ!

How unique may be the play of His Nature, universe? Human may never think about His Nature nor remembers his misery of separation from The Holy spirit. The play of your false ego may be over in a twinkle of eyes. You should always remember the misery of your separation from The Holy Spirit. You should always meditate on the teachings of His Word with steady and stable belief in your day-to-day life.

ਸਾ ਵੇਲਾ ਚਿਤਿ ਨ ਆਵੈ, — saa vaylaa chit na aavai
ਜਿਤੁ ਆਇ ਕੰਟਕੁ ਕਾਲੁ ਗ੍ਰਸੈ॥ — Jit aa-ay kantak kaal garsai.
ਤਿਸੁ ਨਾਨਕ ਲਏ ਛਡਾਇ, — tis naanak la-ay chhadaa-ay
ਜਿਸੁ ਕਿਰਪਾ ਕਰਿ ਹਿਰਦੈ ਵਸੈ॥੨॥੨॥ — Jis kirpaa kar hirdai vasai. ||2||2||

ਜੀਵ ਉਸ ਵੇਲੇ ਦਾ ਖਿਆਲ ਨਹੀਂ ਕਰਦਾ । ਜਦੋਂ ਮੌਤ ਦਾ ਜਮਦੂਤ ਆਤਮਾ ਨੂੰ ਨਾਲ ਲੈ ਜਾਂਦਾ, ਮੌਤ ਆ ਜਾਂਦੀ ਹੈ । ਜਿਸ ਦੇ ਮਨ ਵਿੱਚ ਪ੍ਰਭ ਦਾ ਸ਼ਬਦ ਵਸਦਾ ਹੈ । ਪ੍ਰਭ ਉਸ ਦੀ ਰਖਿਆ ਕਰਦਾ ਹੈ, ਮੌਤ ਤੋਂ ਛੁਟਕਾਰਾ ਬਖਸ਼ਦਾ ਹੈ ।

Self-mind may never think about death; until the devil of death may knock at his door and captures his soul. Whosoever may be drenched with the essence of His Word; The True Master may become his protector, he may be save from the devil of death.

50. ਤਿਲੰਗ ਮਹਲਾ ੫ ਘਰੁ ੧॥ 723-13

ੴ ਸਤਿਗੁਰ ਪ੍ਰਸਾਦਿ॥ — o[N]kaar satgur parsaad.
ਖਾਕ ਨੂਰ ਕਰਦੰ, ਆਲਮ ਦੁਨੀਆਇ॥ — khaak noor karda[N] aalam dunee-aa-ay.
ਅਸਮਾਨ ਜਿਮੀ ਦਰਖਤ, — asmaan Jimee darkhat
ਆਬ ਪੈਦਾਇਸਿ ਖੁਦਾਇ॥੧॥ — aab paidaa-is khudaa-ay. ||1||

ਪ੍ਰਭ ਨੇ ਆਪਣੀ ਜੋਤ ਦੀ ਰੋਸ਼ਨੀ, ਤਾਕਤ, ਗੂਦ ਮਿੱਟੀ ਵਿੱਚ ਪਾ ਕੇ ਧਰਤੀ ਪੈਦਾ ਕਰ ਦਿੱਤੀ ਹੈ । ਅਕਾਸ਼, ਧਰਤੀ, ਬ੍ਰਿਛ, ਪਾਣੀ ਸਾਰੇ ਪ੍ਰਭ ਦੇ ਪੈਦਾ ਕੀਤੇ ਹੋਏ ਹਨ ।

The Omnipotent True Master has infused His light, power as glue in dirt and He has created earth. He has created sky, earth, water, and trees.

ਬੰਦੇ ਚਸਮ ਦੀਦੰ ਫਨਾਇ॥ — banday chasam deeda[N] fanaa-ay.
ਦੁਨੀਆ ਮੁਰਦਾਰ, — dunee[N]-aa murdaar
ਖੁਰਦਨੀ ਗਾਫਲ ਹਵਾਇ॥ ਰਹਾਉ॥ — khurdanee gaafal havaa-ay. rahaa-o.

ਮਾਨਸ ਜੀਵ ਜੋ ਕੁਝ ਵੀ ਤੂੰ ਆਪਣੀਆ ਅੱਖਾਂ ਨਾਲ ਦੇਖਦਾ ਹੈ । ਇਹ ਸਭ ਸਮਾਂ ਪਾ ਕੇ ਖਤਮ ਹੋ ਜਾਂਦਾ, ਇਸ ਦਾ ਅੰਤ ਆ ਜਾਂਦਾ, ਨਾਸ ਹੋ ਜਾਂਦਾ ਹੈ । ਸੰਸਾਰਕ ਜੀਵ ਧੋਖੇ ਦੀ ਕਮਾਈ, ਲਾਲਚ ਵਿੱਚ ਜੀਵਨ ਬਤੀਤ ਕਰ ਜਾਂਦਾ ਹੈ । ਇਹ ਮੁਰਦੇ ਦਾ ਮਾਸ ਖਾਣ ਦੇ ਬਰਾਬਰ ਹੀ ਹੈ ।

Whatsoever may be visible to your eyes; everything may vanish over a period. Self-minded may remain intoxicated in greed, deception and wastes his human life opportunity. This may be just like eating the flesh of corpse.

ਗੈਬਾਨ ਹੈਵਾਨ ਹਰਾਮ ਕੁਸਤਨੀ,	gaibaan haivaan haraam kustanee
ਮੁਰਦਾਰ ਬਖੋਰਾਇ॥	murdaar bakhoraa-ay.
ਦਿਲ ਕਬਜ ਕਬਜਾ ਕਾਦਰੋ,	dil kabaj kabjaa kaadro
ਦੋਜਕ ਸਜਾਇ॥੨॥	dojak sajaa-ay. ||2||

ਸੰਸਾਰਕ ਜੀਵ ਜਾਨਵਰਾਂ ਦੀ ਤਰ੍ਹਾ ਬਾਕੀ ਜੀਵ ਨੂੰ ਮਾਰ ਕੇ ਖਾਂਦਾ, ਹਰਾਮ ਦੀ ਕਮਾਈ ਖਾਂਦਾ ਹੈ । ਜਿਹੜੇ ਕੰਮ ਮਾਨਸ ਜਨਮ ਵਿੱਚ ਕਰਨੇ ਨਹੀਂ ਚਾਹੀਦੇ, ਉਹਨਾਂ ਵਿੱਚ ਹੀ ਧਿਆਨ ਲਾਉਂਦਾ ਹੈ । ਜੀਵ ਆਪਣੇ ਮਨ ਦੀਆਂ ਇੱਛਾਂ ਨੂੰ ਕਾਬੂ ਵਿੱਚ ਰਖੋ! ਜਿਹੜਾ ਸ਼ਬਦ ਦੀ ਸਿਖਿਆਂ ਨਾਲ ਜੀਵਨ ਨਹੀਂ ਢਾਲਦਾ । ਉਸ ਨੂੰ ਪ੍ਰਭ ਦੇ ਹੁਕਮ ਨਾਲ, ਨਰਕ, ਜੂੰਨਾਂ ਦੇ ਚੱਕਰ ਵਿੱਚ ਹੀ ਜਾਣਾ ਪੈਂਦਾ ਹੈ ।

Human, like other beasts may kill other creatures to eat. He may rob the earnest living of others. Whatsoever may be banned in the universe; he may enjoy doing those tasks. You should keep a tight control on your worldly desires. Whosoever may not adopt the teachings of His Word in his day-to-day life; he may endure the misery in hell, in the cycle of birth and death.

ਵਲੀ ਨਿਆਮਤਿ ਬਿਰਾਦਰਾ,	valee ni-aamat biraadaraa
ਦਰਬਾਰ ਮਿਲਕ ਖਾਨਾਇ॥	darbaar milak khaanaa-ay.
ਜਬ ਅਜਰਾਈਲੁ ਬਸਤਨੀ,	jab ajraa-eel bastanee
ਤਬ ਚਿ ਕਾਰੇ ਬਿਦਾਇ॥੩॥	tab chay kaaray bidaa-ay. ||3||

ਸੰਸਾਰ ਵਿੱਚ ਆਪਣੇ ਮਾਂ ਬਾਪ ਦੀ ਕਮਾਈ ਪਾ ਕੇ ਸੰਸਾਰਕ ਅਨੰਦ ਮਾਨਦਾ ਹੈ । ਅੰਤ ਵਿੱਚ ਜਦੋਂ ਮੌਤ ਦਾ ਸਦਾ ਆਉਂਦਾ ਹੈ । ਇਸ ਸੰਸਾਰਕ ਧਨ ਦਾ ਤੇਰੇ ਮਾਨਸ ਜਨਮ ਸਫਰ ਵਿੱਚ ਕੀ ਲਾਭ ਹੋਵੇ ਗਾ? ਇਹ ਸਭ ਬਿਰਥਾ ਹੀ ਹੈ, ਤੇਰੇ ਸਾਥ ਨਹੀਂ ਜਾਂਦਾ ।

Self-minded may enjoy worldly life by taking over the worldly possessions of his parents. After death, what may be the benefit of worldly wealth for the real purpose of human life? All worldly possessions are useless and nothing may stay with you after death.

ਹਵਾਲ ਮਾਲੂਮੁ ਕਰਦੰ, ਪਾਕ ਅਲਾਹ॥	havaal maaloom karda^{N} paak alaah.
ਬੁਗੋ ਨਾਨਕ ਅਰਦਾਸਿ ਪੇਸਿ,	bugo naanak ardaas pays
ਦਰਵੇਸ ਬੰਦਾਹ॥੪॥੧॥	darvays bandaah. ||4||1||

ਅਟੱਲ ਪ੍ਰਭ ਤੇਰੇ ਮਨ ਦੀ ਹਾਲਤ, ਇੱਛਾ ਜਾਣਦਾ ਹੈ । ਬੰਦਗੀ ਕਰਨ ਵਾਲੇ ਦੀ ਸੰਗਤ ਕਰੋ! ਪ੍ਰਭ ਦੇ ਸ਼ਬਦ ਦੀ ਪਾਲਣਾ ਕਰੋ! ਆਪਣੇ ਜੀਵਨ ਦਾ ਢੰਗ ਬਣਾਵੋ!

The Omniscient True Master knows the hopes and desires of your mind. You should associate with His true devotee, obey, and adopt the teachings of His Word with steady and stable belief in your day-to-day life.

51. ਤਿਲੰਗ ਘਰੁ ੨ ਮਹਲਾ ੫॥ 723-18

ਤੁਧੁ ਬਿਨੁ ਦੂਜਾ ਨਾਹੀ ਕੋਇ॥	tuDh bin doojaa naahee ko-ay.
ਤੂ ਕਰਤਾਰੁ ਕਰਹਿ ਸੋ ਹੋਇ॥	too kartaar karahi so ho-ay.
ਤੇਰਾ ਜੋਰੁ ਤੇਰੀ ਮਨਿ ਟੇਕ॥	tayraa jor tayree man tayk.
ਸਦਾ ਸਦਾ ਜਪਿ ਨਾਨਕ ਏਕ॥੧॥	sadaa sadaa jap naanak ayk. ||1||

ਪ੍ਰਭ ਤੇਰੇ ਤੋ ਬਿਨਾਂ ਹੋਰ ਕੋਈ ਮਾਲਕ ਨਹੀਂ ਹੈ । ਤੂੰ ਹੀ ਸ੍ਰਿਸ਼ਟੀ ਪੈਦਾ ਕੀਤੀ ਹੈ, ਤੇਰਾ ਕੀਤਾ ਹੀ ਸਭ ਕੁਝ ਵਾਪਰਦਾ ਹੈ । ਪ੍ਰਭ ਮੇਰੇ ਪਾਸ ਤੇਰੀ ਬਖਸ਼ੀ ਕੰਮ ਕਰਨ ਦੀ ਸਮਰਥਾ ਹੈ । ਮੇਰੇ ਜੀਵਨ ਦਾ ਆਸਰਾ ਤੇਰਾ ਸ਼ਬਦ ਹੀ ਹੈ । ਰਹਿਮਤ ਬਖਸ਼ੋ! ਮੈਂ ਸਦਾ ਹੀ ਤੇਰੇ ਸ਼ਬਦ ਦਾ ਸਿਮਰਨ, ਗੁਣ ਗਾਉਂਦਾ ਰਹਾ! ਸ਼ਬਦ ਦੀ ਸਮਾਧੀ ਵਿੱਚ ਲੀਨ ਹੋ ਜਾਵਾ ।

The One and Only One, True Master; no one else may exist without Your Command. The True Master, Creator, the whole universe has been created with Your command and only Your command prevails in all events. Only with Your blessed strength; I may accomplish anything in the universe. The teachings of Your Word are the supporting pillar of my human life journey. I only pray for a devotion to meditate, sing the glory of Your Word; with Your mercy and grace, I may remain intoxicated in the void of Your Word.

ਸਭ ਊਪਰਿ ਪਾਰਬ੍ਰਹਮੁ ਦਾਤਾਰੁ॥ sabh oopar paarbarahm daataar.
ਤੇਰੀ ਟੇਕ ਤੇਰਾ ਆਧਾਰੁ॥ ਰਹਾਉ॥ tayree tayk tayraa aaDhaar. rahaa-o.

ਪ੍ਰਭ ਸਾਰੇ ਜੀਵਾਂ ਨੂੰ ਹੀ ਤੂੰ ਦਾਤਾਂ, ਰਹਿਮਤਾਂ ਬਖਸ਼ਦਾ ਹੈ । ਸਭ ਦੀ ਆਪ ਹੀ ਪਾਲਣਾ ਪੋਸਨਾ ਕਰਦਾ ਹੈ । ਸਾਰੇ ਤੇਰੇ ਆਸਰੇ ਤੇ ਜੀਵਨ ਬਤੀਤ ਕਰਦੇ ਹਨ ।

The Omnipotent True Master, always bestows His Virtues on His Creation and nourishes everyone in the universe. Everyone may survive and enjoy worldly life with Your mercy and grace.

ਹੈ ਤੂਹੈ ਤੂ ਹੋਵਨਹਾਰ॥ hai toohai too hovanhaar.
ਅਗਮ ਅਗਾਧਿ ਊਚ ਆਪਾਰ॥ agam agaaDh ooch aapaar.
ਜੋ ਤੁਧੁ ਸੇਵਹਿ, ਤਿਨ ਭਉ ਦੁਖੁ ਨਾਹਿ॥ jo tuDh sayveh tin bha-o dukh naahi.
ਗੁਰ ਪਰਸਾਦਿ ਨਾਨਕ ਗੁਣ ਗਾਹਿ॥੨॥ gur parsaad naanak gun gaahi. ||2||

ਪ੍ਰਭ ਤੂੰ ਸ੍ਰਿਸ਼ਟੀ ਤੋ ਪਹਿਲੇ, ਹੁਣ, ਸ੍ਰਿਸ਼ਟੀ ਤੋ ਪਿਛੋਂ ਵੀ ਅਟੱਲ ਰਹਿਣ ਵਾਲਾ ਮਾਲਕ ਹੈ । ਤੂੰ ਸ੍ਰਿਸ਼ਟੀ ਦੇ ਜੀਵਾਂ ਦੀ ਪਹੁੰਚ, ਜਾਣਕਾਰੀ, ਅੰਦਾਜ਼ਾ ਲਾਉਣ ਵਿੱਚ ਨਹੀਂ ਹੈ । ਜਿਹੜਾ ਤੇਰੇ ਸ਼ਬਦ ਦੀ ਪਾਲਣਾ, ਸਿਮਰਨ ਕਰਦਾ ਹੈ । ਉਸ ਨੂੰ ਕੋਈ ਸੰਸਾਰਕ ਇੱਛਾਂ ਦਾ ਦੁਖ, ਮੌਤ ਦਾ ਡਰ ਮਹਿਸੂਸ ਨਹੀਂ ਹੁੰਦਾ । ਤੇਰੀ ਰਹਿਮਤ ਨਾਲ ਹੀ ਬੰਦਗੀ ਕਰਨ ਵਾਲਾ, ਸ਼ਬਦ ਦੇ ਗੁਣ ਗਾਉਂਦਾ, ਸਿਮਰਨ ਕਰਦਾ ਅਡੋਲ ਰਹਿੰਦਾ ਹੈ ।

The True Master was unchanged before the creation of the universe, in present time, environment and even after the destruction, elimination of the universe. The True Master remains beyond the reach, imagination, and comprehension of His Creation. Whosoever may meditate and sing the glory of His Word; he may not endure any misery of worldly desires or the fear of devil of death. With His mercy and grace; His true devotee may remain meditating and singing the glory of Your Word with steady and stable belief in his day-to-day life.

ਜੋ ਦੀਸੈ ਸੋ ਤੇਰਾ ਰੂਪੁ॥ jo deesai so tayraa roop.
ਗੁਣ ਨਿਧਾਨ ਗੋਵਿੰਦ ਅਨੂਪ॥ gun niDhaan govind anoop.
ਸਿਮਰਿ ਸਿਮਰਿ, ਸਿਮਰਿ ਜਨ ਸੋਇ॥ simar simar simar jan so-ay.
ਨਾਨਕ ਕਰਮਿ ਪਰਾਪਤਿ ਹੋਇ॥੩॥ naanak karam paraapat ho-ay. ||3||

ਪ੍ਰਭ, ਸ੍ਰਿਸ਼ਟੀ ਵਿੱਚ ਜੋ ਕੁਝ ਵੀ ਨਜ਼ਰ ਆਉਂਦਾ ਹੈ! ਸਭ ਵਿੱਚ ਤੇਰੀ ਹੀ ਜੋਤ, ਤੇਰੇ ਰੂਪ ਹੀ ਹਨ । ਤੂੰ ਹੀ ਗੁਣਾਂ ਦਾ ਖਜ਼ਾਨਾ ਹੈ । ਤੇਰੀ ਸ਼ਾਨ ਦੀ ਕਿਸੇ ਨਾਲ ਤੁਲਨਾ ਨਹੀਂ ਕੀਤੀ ਜਾ ਸਕਦੀ । ਪ੍ਰਭ ਤੇਰਾ ਦਾਸ, ਸ਼ਬਦ ਦਾ ਸਿਮਰਨ ਕਰਦਾ, ਤੇਰਾ ਹੀ ਰੂਪ ਬਣ ਜਾਂਦਾ ਹੈ, ਉਸ ਦਾ ਆਪਾ ਖਤਮ ਹੋ ਜਾਂਦਾ ਹੈ । ਪ੍ਰਭ ਤੇਰੀ ਬਖਸ਼ਿਸ਼ ਨਾਲ ਹੀ ਸ਼ਬਦ ਦੀ ਪਾਲਣਾ ਵਿੱਚ ਅਡੋਲ ਹੋਇਆ ਜਾ ਸਕਦਾ ਹੈ ।

Whatsoever may be visible in the universe; Your Holy Spirit remains embedded within each soul. Everyone may be the symbol of Your existence; only You are The Treasure of all virtues. No one may be compared or equal to Your greatness. Whosoever may meditate on the teachings of Your Word with steady and stable belief; with Your mercy and grace, his own identity may be eliminated and he may become Your symbol. Only with Your mercy and grace; Your true devotee may obey the teachings of Your Word with steady and stable belief in day-to-day life.

ਜਿਨਿ ਜਪਿਆ ਤਿਸ ਕਉ ਬਲਿਹਾਰ॥ jin japi-aa tis ka-o balihaar.
ਤਿਸ ਕੈ ਸੰਗਿ ਤਰੈ ਸੰਸਾਰ॥ tis kai sang tarai sansaar.
ਕਹੁ ਨਾਨਕ ਪ੍ਰਭ ਲੋਚਾ ਪੂਰਿ॥ kaho naanak parabh lochaa poor.
ਸੰਤ ਜਨਾ ਕੀ ਬਾਛਉ ਧੂਰਿ॥੪॥੨॥ sant janaa kee baachha-o Dhoor. ||4||2||

ਜਿਹੜਾ ਨਿਮਾਣਾ ਦਾਸ ਤੇਰੇ ਸ਼ਬਦ ਦੀ ਪਾਲਣਾ, ਸਿਮਰਨ ਕਰਦਾ ਹੈ । ਮੈਂ ਉਸ ਦੇ ਮਨ ਦੀ ਅਵਸਥਾ ਤੋਂ ਸਦਾ ਹੀ ਹੈਰਾਨ, ਕੁਰਬਾਨ ਜਾਂਦਾ ਹਾ । ਉਸ ਦੀ ਸਿਖਿਆਂ ਨੂੰ ਜੀਵਨ ਵਿੱਚ ਢਾਲਣ ਨਾਲ ਸਾਰੀ ਸ੍ਰਿਸ਼ਟੀ ਹੀ ਤਰ ਜਾਂਦੀ, ਚੰਗੇ ਕੰਮ ਕਰਨ ਲੱਗ ਪੈਂਦੀ ਹੈ । ਬੰਦਗੀ ਕਰਨ ਵਾਲਾ, ਕੇਵਲ ਪ੍ਰਭ ਦਾ ਧੰਨਵਾਦ ਹੀ ਗਾਉਂਦਾ ਹੈ । ਸਦਾ ਇੱਕੋ ਇੱਕ ਅਰਦਾਸ ਹੀ ਕਰਦਾ ਹੈ! ਰਹਿਮਤਾਂ ਦੇ ਮਾਲਕ ਬੰਦਗੀ ਕਰਨ ਵਾਲੇ ਸੰਤਾਂ ਦੇ ਚਰਨਾਂ ਦੀ ਧੂੜ ਬਖਸ਼ੋ!

Whosoever humble devotee may meditate and obey the teachings of Your Word with steady and stable belief in day-to-day life. I remain fascinated and astonished from his state of mind. By following his life experience teaching, the whole universe may be saved and performs good deeds for mankind. Your true devotee may only sing the glory of Your Word in all worldly conditions. He only prays for Your forgiveness and begs for the dust of the feet of Your Holy Saint; the association of Your true devotee.

52. ਤਿਲੰਗ ਮਹਲਾ ੫ ਘਰੁ ੩॥ 724-5

ਮਿਹਰਵਾਨੁ ਸਾਹਿਬੁ ਮਿਹਰਵਾਨੁ॥ miharvaan saahib miharvaan.
ਸਾਹਿਬੁ ਮੇਰਾ ਮਿਹਰਵਾਨੁ॥ saahib mayraa miharvaan.
ਜੀਅ ਸਗਲ ਕਉ ਦੇਇ ਦਾਨੁ॥ ਰਹਾਉ॥ jee-a sagal ka-o day-ay daan. rahaa-o.

ਪ੍ਰਭ ਬਹੁਤ ਤਰਸਵਾਨ ਹੈ । ਸਾਰੀ ਸ੍ਰਿਸ਼ਟੀ ਦੇ ਜੀਵਾਂ ਨੂੰ ਦਾਤਾਂ ਬਖਸ਼ਦਾ ਰਹਿੰਦਾ ਹੈ ।

The Merciful True Master may overwhelm His whole creation with virtues to make worldly life worthy of living and to make his soul worthy of His considerations.

ਤੂ ਕਾਹੇ ਡੋਲਹਿ ਪ੍ਰਾਣੀਆ, too kaahay doleh paraanee-aa
ਤੁਧੁ ਰਾਖੈਗਾ ਸਿਰਜਣਹਾਰੁ॥ tuDh raakhaigaa sirjanhaar.
ਜਿਨਿ ਪੈਦਾਇਸਿ ਤੂ ਕੀਆ, jin paidaa-is too kee-aa
ਸੋਈ ਦੇਇ ਆਧਾਰੁ॥੧॥ so-ee day-ay aaDhaar. ||1||

ਮਾਨਸ ਜੀਵ ਤੂੰ ਕਿਉਂ ਡੋਲਦਾ ਹੈ? ਸੰਸਾਰਕ ਮੁਸ਼ਕਲ ਪੈਣ ਤੇ ਬੰਦਗੀ ਦਾ ਰਸਤਾ ਛੱਡ ਦੇਂਦਾ ਹੈ । ਪ੍ਰਭ ਹੀ ਸ੍ਰਿਸ਼ਟੀ ਨੂੰ ਪੈਂਦਾ ਕਰਦਾ ਹੈ, ਸਭ ਕੁਝ ਉਸ ਦੇ ਵੱਸ ਵਿੱਚ ਹੀ ਹੁੰਦਾ ਹੈ । ਮਨ ਦਾ ਭਰੋਸਾ ਅਡੋਲ ਰਖਕੇ, ਸ਼ਬਦ ਦੀ ਪਾਲਣਾ ਕਰਦੇ ਰਹੋ! ਜਿਸ ਪ੍ਰਭ ਨੇ ਸ੍ਰਿਸ਼ਟੀ ਪੈਦਾ ਕੀਤੀ ਹੈ । ਉਹ ਹੀ ਇਸ ਦੀ ਰਖਿਆ ਕਰਦਾ, ਪਾਲਣਾ ਪੋਸਨਾ ਕਰਦਾ ਹੈ ।

Human may abandon the right, tedious path of meditation with worldly hardships created by the demons of worldly desires. Why are you renouncing your belief on His blessings, His command? Everything in the universe may only happen under the command of The Omnipotent True Master, Creator of the universe. You should obey the teachings of His Word with steady and stable belief in your day-to-day life. The True Creator nourishes and protects His Creation, nothing may happen without His command nor beyond His reach, command.

ਜਿਨਿ ਉਪਾਈ ਮੇਦਨੀ,	jin upaa-ee maydnee
ਸੋਈ ਕਰਦਾ ਸਾਰ॥	so-ee kardaa saar.
ਘਟਿ ਘਟਿ ਮਾਲਕੁ ਦਿਲਾ ਕਾ,	ghat ghat maalak dilaa kaa
ਸਚਾ ਪਰਵਦਗਾਰੁ॥੨॥	sachaa parvardagaar. ||2||

ਜਿਹੜਾ ਪ੍ਰਭ ਸ੍ਰਿਸ਼ਟੀ ਨੂੰ ਪੈਦਾ ਕਰਦਾ ਹੈ । ਜਿਹੜੀ ਵੀ ਕੋਈ ਮੁਸ਼ਕਲ ਸੰਸਾਰਕ ਜੀਵਨ ਵਿੱਚ ਆਉਂਦੀ ਹੈ । ਉਸ ਦੇ ਹੁਕਮ ਨਾਲ ਹੀ ਆਉਂਦੀ ਹੈ । ਉਸ ਵਿਚੋਂ ਕੱਢਣ ਦੀ ਵਿਧੀ ਵੀ ਆਪ ਹੀ ਬਖਸ਼ਦਾ ਹੈ, ਜੀਵ ਨੂੰ ਰਸਤਾ ਦੇਂਦਾ ਹੈ । ਪ੍ਰਭ ਹਰਇੱਕ ਮਨ ਵਿੱਚ, ਦਿਲ ਵਿੱਚ ਆਪ ਹੀ ਵਸਦਾ ਹੈ, ਅਨੰਦ ਬਖਸ਼ਦਾ ਹੈ ।

The True Master has created the whole universe with His own imagination. Even all the hardships created by the worldly wealth are also under His command to check the sincerity of his belief. Whosoever may remain obeying the teachings of His Word with steady and stable belief; with His mercy and grace, he may be provided with the right path to endure the miseries and comes out stronger and better. The True Master remains embedded within his soul, monitors, and prevails within each body.

ਕੁਦਰਤਿ ਕੀਮ ਨ ਜਾਣੀਐ,	kudrat keem na jaanee-ai
ਵਡਾ ਵੇਪਰਵਾਹੁ॥	vadaa vayparvaahu.
ਕਰਿ ਬੰਦੇ ਤੂ ਬੰਦਗੀ,	kar banday too bandagee
ਜਿਚਰੁ ਘਟ ਮਹਿ ਸਾਹੁ॥੩॥	jichar ghat meh saahu. ||3||

ਬੇਪ੍ਰਵਾਹ, ਮਹਾਨ, ਦਿਆਲ ਪ੍ਰਭ ਦੀ ਕੁਦਰਤ, ਕਰਾਮਾਤਾਂ ਦੀ ਕੀਮਤ ਦਾ ਅੰਦਜ਼ਾ ਨਹੀਂ ਲਾਇਆ ਜਾ ਸਕਦਾ । ਜਿਤਨਾ ਚਿਰ ਇਸ ਤਨ ਵਿੱਚ ਸਵਾਸ ਚਲਦੇ ਹਨ । ਉਸ ਪ੍ਰਭ ਦੇ ਸ਼ਬਦ ਦੀ ਪਾਲਣਾ, ਸਿਮਰਨ ਕਰੋ! ਉਸ ਪ੍ਰਭ ਉਪਰ ਸਭ ਚਿੰਤਾਂ ਛੱਡ ਦੇਵੋ!

The significance of the events of His Nature, miracles remains beyond the imagination and comprehension of His Creation. He remains carefree, very merciful, generous and the greatest of All. You should meditate and obey the teachings of His Word with steady and stable with each breath in your day-to-day life. You should surrender all hopes on His mercy and grace.

ਤੂ ਸਮਰਥੁ ਅਕਥੁ ਅਗੋਚਰੁ,	too samrath akath agochar
ਜੀਉ ਪਿੰਡੁ ਤੇਰੀ ਰਾਸਿ॥	jee-o pind tayree raas.
ਰਹਮ ਤੇਰੀ ਸੁਖੁ ਪਾਇਆ,	raham tayree sukh paa-i-aa
ਸਦਾ ਨਾਨਕ ਕੀ ਅਰਦਾਸਿ॥੪॥੩॥	sadaa naanak kee ardaas. ||4||3||

ਪ੍ਰਭ ਕੇਵਲ ਤੂੰ ਹੀ ਸਭ ਕੁਝ ਕਰਨ ਕਰਵਾਉਣ ਵਾਲਾ ਮਾਲਕ ਹੈ । ਜੀਵ ਦਾ ਤਨ, ਮਨ ਸਭ ਤੇਰੀ ਅਮਾਨਤ ਹੀ ਹੈ । ਸਭ ਕੁਝ ਤੇਰੇ ਵੱਸ ਅੰਦਰ ਹੀ ਚਲਦਾ, ਹੁੰਦਾ ਹੈ । ਬੰਦਗੀ ਕਰਨ ਵਾਲਾ ਸਦਾ ਹੀ ਅਰਦਾਸ ਕਰਦਾ ਹੈ! ਮਾਲਕ ਰਹਿਮਤ ਬਖਸ਼ੋ! ਮਨ ਵਿੱਚ ਬਖਸ਼ੇ ਤੇ ਸੰਤੋਖ, ਧੀਰਜ ਘਰ ਕਰ ਜਾਵੇ ।

The Omnipotent True Master, everything happens under Your command. The body, mind and worldly status is only Your trust. Everything may remain under Your control, command. Your true devotee always prays for Your forgiveness and begs patience and contentment on Your blessings.

53. **ਤਿਲੰਗ ਮਹਲਾ ੫ ਘਰੁ ੩॥** 724-10

ਕਰਤੇ ਕੁਦਰਤੀ ਮੁਸਤਾਕੁ॥	kartay kudratee mustaak.
ਦੀਨ ਦੁਨੀਆ ਏਕ ਤੂਹੀ,	deen dunee-aa ayk toohee
ਸਭ ਖਲਕ ਹੀ ਤੇ ਪਾਕੁ॥ਰਹਾਉ॥	sabh khalak hee tay paak. rahaa-o.

ਪ੍ਰਭ ਤੇਰੀ ਰਹਿਮਤ, ਕੁਦਰਤ ਨਾਲ ਹੀ ਮੇਰੀ ਤੇਰੇ ਸ਼ਬਦ ਦੀ ਪਾਲਣਾ ਵਿੱਚ ਲਗਨ ਲੱਗੀ ਹੈ । ਪ੍ਰਭ ਤੇਰੀ ਹੀ ਰੂਹਾਨੀ ਜੋਤ ਸਭ ਜੀਵਾਂ ਅੰਦਰ ਵਸਦੀ ਹੈ । ਫਿਰ ਵੀ ਤੂੰ ਉਸ ਦੀਆਂ ਸੰਸਾਰਕ ਇੱਛਾਂ ਤੋ ਅਲੱਗ ਹੀ ਰਹਿੰਦਾ ਹੈ । ਤੇਰੀ ਜੋਤ ਤੇ ਸੰਸਾਰਕ ਇੱਛਾਂ ਦਾ ਕੋਈ ਪ੍ਰਭਾਵ ਨਹੀਂ ਪੈਂਦਾ ।

Only, with Your mercy and grace, anyone may obey the teachings of Your Word with steady and stable belief in his day-to-day life. The whole creation may be an expansion of Your Holy Spirit. Your Word remains embedded within each soul. You remain beyond the reach of his worldly emotions, attachments, and miseries of day-to-day life.

ਖਿਨ ਮਾਹਿ ਥਾਪਿ ਉਥਾਪਦਾ,	khin maahi thaap uthaapadaa
ਆਚਰਜ ਤੇਰੇ ਰੂਪ॥	aacharaj tayray roop.
ਕਉਣੁ ਜਾਣੈ ਚਲਤ ਤੇਰੇ,	ka-un jaanai chalat tayray
ਅੰਧਿਆਰੇ ਮਹਿ ਦੀਪ॥੧॥	anDhi-aaray meh deep. ||1||

ਪ੍ਰਭ ਇੱਕ ਪਲ ਵਿੱਚ ਅਨੇਕਾਂ ਹੀ ਜੀਵ ਪੈਦਾ ਕਰਦਾ, ਨਾਸ ਕਰਦਾ, ਕਰ ਸਕਦਾ ਹੈ । ਪ੍ਰਭ ਇਹ ਸ੍ਰਿਸ਼ਟੀ ਦਾ ਖੇਲ ਕੇਵਲ ਤੂੰ ਆਪ ਹੀ ਜਾਣਦਾ ਹੈ । ਤੇਰਾ ਸ਼ਬਦ ਹੀ ਅਗਿਆਨਤਾ ਭਰੇ ਸੰਸਾਰ ਵਿੱਚ ਰੋਸ਼ਨੀ, ਆਸ ਦਾ ਮੁਨਾਰਾ ਹੈ ।

The True Master may create or destroy unlimited creatures in a twinkle of eyes. Only, The Omniscient True Master may know the whole play of the universe. The operation of the universe remains beyond the comprehension of Your Creation. The teachings of Your Words remain the only pillar of enlightenment and hopes for Your Creation.

ਖੁਦਿ ਖਸਮ ਖਲਕ ਜਹਾਨ,	khud khasam khalak jahaan
ਅਲਹ ਮਿਹਰਵਾਨ ਖੁਦਾਇ॥	alah miharvaan khudaa-ay.
ਦਿਨਸੁ ਰੈਣਿ ਜਿ ਤੁਧੁ ਅਰਾਧੇ,	dinas rain je tuDh araaDhay
ਸੋ ਕਿਉ ਦੋਜਕਿ ਜਾਇ॥੨॥	so ki-o dojak jaa-ay. ||2||

ਪ੍ਰਭ ਤੂੰ ਹੀ ਸਾਰੀ ਸ੍ਰਿਸ਼ਟੀ ਨੂੰ ਪੈਦਾ ਕਰਨ ਵਾਲਾ ਮਾਲਕ ਹੈ । ਤੂੰ ਬਹੁਤ ਦਿਆਲ, ਤਰਸਵਾਨ ਮਾਲਕ ਹੈ । ਪ੍ਰਭ, ਜਿਹੜਾ ਦਿਨ ਰਾਤ ਤੇਰੇ ਸ਼ਬਦ ਦੀ ਪਾਲਣਾ ਕਰਦਾ ਹੈ । ਉਸ ਨੂੰ ਫਿਰ ਕਿਉਂ ਨਰਕ ਵਿੱਚ ਜਾਣਾ ਪੈਂਦਾ ਹੈ ?

The merciful, generous True Master is The Creator of the universe! Whosoever may obey the teachings of Your Word with steady and stable belief in his day-to-day life; why has he still endure the miseries in hell, in the cycle of birth and death?

ਅਜਰਾਈਲੁ ਯਾਰੁ ਬੰਦੇ,	ajraa-eel yaar banday
ਜਿਸੁ ਤੇਰਾ ਆਧਾਰੁ॥	Jis tayraa aaDhaar.
ਗੁਨਹ ਉਸ ਕੇ ਸਗਲ ਆਫੂ,	gunah us kay sagal aafoo
ਤੇਰੇ ਜਨ ਦੇਖਹਿ ਦੀਦਾਰੁ॥੩॥	tayray jan daykheh deedaar. ||3||

ਜਿਹੜਾ ਤੇਰੀ ਸ਼ਰਣ ਵਿੱਚ ਪ੍ਰਵਾਨ ਹੋ ਜਾਂਦਾ ਹੈ । ਮੌਤ ਦਾ ਜਮਦੂਤ ਉਸ ਦਾ ਦਾਸ, ਮਿੱਤਰ, ਸਾਥੀ ਬਣ ਜਾਂਦਾ ਹੈ । ਉਸ ਦੇ ਸਾਰੇ ਪਾਪ ਬਖਸ਼ੇ ਜਾਂਦੇ ਹਨ । ਤੇਰੇ ਸ਼ਬਦ ਦੀ ਪਾਲਣਾ ਹੀ ਉਸ ਦੇ ਸਵਾਸਾਂ ਦਾ ਅਧਾਰ, ਮੰਤਵ ਬਣ ਜਾਂਦਾ ਹੈ ।

Whosoever may be accepted in Your sanctuary; the devil of death may become his slave and remains under his command. All sins of his previous lives may be forgiven. To obey the teachings of Your Word may become the only purpose of his breaths, human life journey.

ਦੁਨੀਆ ਚੀਜ ਫਿਲਹਾਲ ਸਗਲੇ,	dunee-aa cheej filhaal saglay
ਸਚੁ ਸੁਖੁ ਤੇਰਾ ਨਾਉ॥	sach sukh tayraa naa-o.

ਗੁਰ ਮਿਲਿ ਨਾਨਕ ਬੂਝਿਆ, gur mil naanak boojhi-aa
ਸਦਾ ਏਕਸੁ ਗਾਉ॥੪॥੪॥ sadaa aykas gaa-o. ||4||4||

ਸੰਸਾਰਕ ਪਦਾਰਥਾਂ ਨਾਲ ਕੇਵਲ ਵਰਤਮਾਨ ਸਮੇਂ ਵਿੱਚ ਮਨ ਨੂੰ ਸੁਖ, ਅਨੰਦ ਮਹਿਸੂਸ ਹੋ ਸਕਦਾ ਹੈ । ਕੇਵਲ ਸ਼ਬਦ ਦੀ ਪਾਲਣਾ ਨਾਲ ਹੀ ਸਦਾ ਰਹਿਣ ਵਾਲਾ ਖੇੜਾ, ਅਨੰਦ ਬਖਸ਼ਿਸ਼ ਹੁੰਦਾ ਹੈ । ਬੰਦਗੀ ਕਰਨ ਵਾਲਾ, ਸੰਤਾਂ ਦੀ ਸੰਗਤ ਕਰਦਾ, ਸ਼ਬਦ ਨਾਲ ਜੀਵਨ ਢਾਲਦਾ ਹੈ! ਉਸ ਨੂੰ ਸ਼ਬਦ ਦੀ ਸੋਝੀ ਬਖਸ਼ਿਸ਼ ਹੋ ਜਾਂਦੀ ਹੈ । ਉਹ ਸਦਾ ਹੀ ਸ਼ਬਦ ਦੀ ਸਮਾਧੀ ਵਿੱਚ ਲੀਨ ਹੋ ਜਾਂਦਾ ਹੈ ।

Worldly wealth, possessions may only provide a short-lived comforts and pleasures in present worldly life. Only by adopting the teachings of His Word with steady and stable belief in day-to-day life; with His mercy and grace, His true devotee may be blessed with permanent pleasure, blossom, and contentment in his day-to-day life. His true devotee may associate with His Holy saints and adopts his life experience teachings in his own life. With Your mercy and grace, he may be blessed with the enlightenment of the essence of His Word. He may remain intoxicated in the void of His Word.

54. ਤਿਲੰਗ ਮਹਲਾ ੫॥ 724-15

ਮੀਰਾਂ ਦਾਨਾਂ ਦਿਲ ਸੋਚ॥ meeraa^N daanaa^N dil soch.
ਮੁਹਬਤੇ ਮਨਿ ਤਨਿ ਬਸੈ, muhabtay man tan basai
ਸਚੁ ਸਾਹ ਬੰਦੀ ਮੋਚ॥੧॥ਰਹਾਉ॥ sach saah bandee moch. ||1|| rahaa-o.

ਜੀਵ ਤੂੰ ਆਪਣੇ ਆਪ ਨੂੰ ਬਹੁਤ ਸਿਆਣਾ ਚਲਾਕ ਸਮਝਦਾ ਹੈ । ਆਪਣੇ ਮਨ ਵਿੱਚ ਪ੍ਰਭ ਦੀਆਂ ਰਹਿਮਤਾਂ ਵੱਲ ਧਿਆਨ ਲਾਵੋ! ਪ੍ਰਭ ਦੇ ਸ਼ਬਦ ਨੂੰ ਮਨ ਵਿੱਚ ਵਸਾਵੋ! ਜਾਗਰਤ ਕਰੋ! ਪ੍ਰਭ ਹੀ ਮੁਕਤੀ ਬਖਸ਼ਣ ਵਾਲਾ ਅਸਲੀ ਮਾਲਕ ਹੈ ।

You may think, you are very clever and wise. You should always imagine, think about His blessings. You should drench the teachings of His Word within your heart and remain awake and alert in the meditation of the teachings of His Word. Only, The True Master may accept your soul in His Court and blesses with salvation.

ਦੀਦਨੇ ਦੀਦਾਰ ਸਾਹਿਬ, deednay deedaar saahib
ਕਛੁ ਨਹੀ ਇਸ ਕਾ ਮੋਲੁ॥ kachh nahee is kaa mol.
ਪਾਕ ਪਰਵਦਗਾਰ ਤੂ ਖੁਦਿ, paak parvardagaar too khud
ਖਸਮੁ ਵਡਾ ਅਤੋਲੁ॥੧॥ khasam vadaa atol. ||1||

ਪ੍ਰਭ ਦੀਆਂ ਰਹਿਮਤਾਂ, ਬਖਸ਼ਿਸ਼ਾਂ ਦੀ ਕੀਮਤ ਦਾ ਅੰਦਾਜ਼ਾ ਨਹੀਂ ਲਾਇਆ ਜਾ ਸਕਦਾ । ਪ੍ਰਭ ਤੂੰ ਪਵਿੱਤਰ ਜੋਤ, ਪਾਲਣਾ ਪੋਸਨਾ ਕਰਨ ਵਾਲਾ ਮਾਲਕ ਹੈ । ਤੂੰ ਹੀ ਅਟੱਲ ਮਾਲਕ, ਤੇਰੀ ਮਹਾਨਤਾ, ਵਡਿਆਈ ਦਾ ਅੰਦਾਜ਼ਾ, ਮਾਨਸ ਦੀ ਸਮਝ ਵਿੱਚ ਨਹੀਂ ਹੈ ।

The significance of Your blessings remains beyond the comprehension of Your Creation. The Holy Spirit, True Master; You nourish Your Creation. You are everlasting truth and exist unchanged forever. Your greatness may remain beyond the comprehension of Your Creation.

ਦਸੋਗੀਰੀ ਦੇਹਿ ਦਿਲਾਵਰ dastgeeree deh dilaavar
ਤੂਹੀ, ਤੂਹੀ ਏਕ॥ toohee toohee ayk.
ਕਰਤਾਰ ਕੁਦਰਤਿ ਕਰਣ ਖਾਲਕ, kartaar kudrat karan khaalak
ਨਾਨਕ ਤੇਰੀ ਟੇਕ॥੨॥੫॥ naanak tayree tayk. ||2||5||

ਪ੍ਰਭ ਤੂੰ ਇੱਕੋ ਇੱਕ ਬਹੁਤ ਰਹਿਮਤਾਂ ਦਾ ਅਸਲੀ ਮਾਲਕ ਹੈ । ਰਹਿਮਤ ਬਖਸ਼ਕੇ ਸ਼ਬਦ ਦੇ ਲੜ ਲਾਵੋ! ਤੇਰੀ ਹੀ ਕੁਦਰਤ, ਕਰਾਮਤ ਨਾਲ ਸ੍ਰਿਸ਼ਟੀ ਦੀ ਸਾਜਨਾ ਹੋਈ ਹੈ । ਬੰਦਗੀ ਕਰਨ ਵਾਲਾ ਤੇਰੀ ਸ਼ਰਣ ਵਿੱਚ ਸ਼ਬਦ ਦੀ ਪਾਲਣਾ ਵਿੱਚ ਅਡੋਲ ਰਹਿੰਦਾ ਹੈ ।

The One and Only One True Master, remains the treasure of unlimited virtues, blessings. You may attach Your true devotee to a devotional meditation on the teachings of Your Word. The whole universe has been created with Your imagination; with Your mercy and grace! Your true devotee may remain intoxicated in meditation on the teachings of Your Word with steady and stable belief in Your sanctuary.

55. ਤਿਲੰਗ ਮਹਲਾ ੧ ਘਰੁ ੨॥ 724-19

ੴ ਸਤਿਗੁਰ ਪ੍ਰਸਾਦਿ॥	ik-oNkaar satgur parsaad.
ਜਿਨਿ ਕੀਆ ਤਿਨਿ ਦੇਖਿਆ,	Jin kee-aa tin daykhi-aa
ਕਿਆ ਕਹੀਐ ਰੇ ਭਾਈ॥	ki-aa kahee-ai ray bhaa-ee.
ਆਪੇ ਜਾਣੈ ਕਰੇ ਆਪਿ,	aapay jaanai karay aap
ਜਿਨਿ ਵਾੜੀ ਹੈ ਲਾਈ॥੧॥	Jin vaarhee hai laa-ee. ||1||

ਪ੍ਰਭ ਦੀ ਕੁਦਰਤ ਬਾਬਤ ਇਹ ਹੀ ਕਹਿਆ ਜਾ ਸਕਦਾ ਹੈ । ਪ੍ਰਭ ਨੇ ਸ੍ਰਿਸ਼ਟੀ ਸਾਜੀ ਹੈ ਅਤੇ ਆਪ ਹੀ ਸਭ ਕੁਝ ਦੇਖਦਾ ਹੈ । ਉਸ ਨੂੰ ਸਾਰੀ ਜਾਣਕਾਰੀ ਹੈ, ਕੀ ਕਰਨਾ ਹੈ, ਉਹ ਕੁਝ ਹੀ ਕਰਦਾ ਹੈ ।

What may be described, explained about His Nature? The One and Only One True Master, Creator of the universe monitors all the events of His Creation. Only, He may comprehend the real purpose of all events.

ਰਾਇਸਾ ਪਿਆਰੇ ਕਾ ਰਾਇਸਾ,	raa-isaa pi-aaray kaa raa-isaa
ਜਿਤੁ ਸਦਾ ਸੁਖੁ ਹੋਈ॥ ਰਹਾਉ॥	Jit sadaa sukh ho-ee. rahaa-o.

ਉਸ ਦੀ ਰਜ਼ਾ ਨੂੰ ਮੰਨਣ ਨਾਲ ਸਦਾ ਰਹਿਣ ਵਾਲਾ ਅਨੰਦ ਬਖਸ਼ਿਸ਼ ਹੋ ਜਾਂਦਾ ਹੈ ।

Whosoever may surrender his mind, body, and worldly status at His sanctuary; with His mercy and grace, he may be blessed with pleasure, contentment, and blossom forever.

ਜਿਨਿ ਰੰਗਿ ਕੰਤੁ ਨ ਰਾਵਿਆ,	Jin rang kant na raavi-aa
ਸੋ ਪਛੋ ਰੇ ਤਾਣੀ॥	saa pachho ray taanee.
ਹਾਥ ਪਛੋੜੈ ਸਿਰੁ ਧੁਣੈ,	haath pachhorhay sir Dhunai
ਜਬ ਰੈਣਿ ਵਿਹਾਣੀ॥੨॥	jab rain vihaanee. ||2||

ਜਿਹੜਾ ਪ੍ਰਭ ਦੀ ਰਜ਼ਾ ਕਬੂਲ ਨਹੀਂ ਕਰਦਾ, ਸ਼ਬਦ ਦੀ ਪਾਲਣਾ ਨਹੀਂ ਕਰਦਾ । ਉਸ ਨੂੰ ਮੌਤ ਤੇ ਪਛਤਾਵਾ ਹੀ ਕਰਨਾ ਪੈਂਦਾ ਹੈ । ਮੌਤ ਪਿਛੋਂ ਪਛਤਾਵਾ ਕਰਨ ਦਾ ਕੋਈ ਲਾਭ ਨਹੀਂ ਹੁੰਦਾ ।

Whosoever may not surrender and obeys the teachings of His Word with steady and stable belief in his day-to-day life. He may regret and repents after death in His Court. After wasting his opportunity, his regretting and repenting may not have any significance.

ਪਛੋਤਾਵਾ ਨਾ ਮਿਲੈ,	pachhotaavaa naa milai
ਜਬ ਚੂਕੈਗੀ ਸਾਰੀ॥	jab chookaigee saaree.
ਤਾ ਫਿਰਿ ਪਿਆਰਾ ਰਾਵੀਐ,	taa fir pi-aaraa raavee-ai
ਜਬ ਆਵੈਗੀ ਵਾਰੀ॥੩॥	jab aavaigee vaaree. ||3||

ਸਮਾਂ ਲੰਘਣ ਤੋ ਪਿਛੋਂ ਪਛਤਾਵਾ ਕਰਨ ਨਾਲ ਕੁਝ ਹੱਥ ਨਹੀਂ ਆਉਂਦਾ । ਅਗਰ ਫਿਰ ਮੌਕਾ ਬਖਸ਼ਿਸ਼ ਹੋਵੇ, ਤਾਂ ਹੀ ਸ਼ਬਦ ਦੀ ਪਾਲਣਾ ਕਰਨ ਨਾਲ ਕੁਝ ਬਖਸ਼ਿਸ਼ ਹੋ ਸਕਦਾ ਹੈ ।

Whosoever may waste his opportunity, he may not benefit by repenting. Whosoever may be blessed with another opportunity of human life; he may obey the teachings of His Word to sanctify his soul; with His mercy and grace, his soul may become worthy of His considerations.

ਕੰਤੁ ਲੀਆ ਸੋਹਾਗਣੀ,	kant lee-aa sohaaganee
ਮੈ ਤੇ ਵਧਵੀ ਏਹ॥	mai tay vaDhvee ayh.
ਸੇ ਗੁਣ ਮੁਝੈ ਨ ਆਵਨੀ,	say gun mujhai na aavnee
ਕੈ ਜੀ ਦੋਸੁ ਧਰੇਹ॥੪॥	kai jee dos Dharayh. ||4||

ਜਿਸ ਨੂੰ ਸ਼ਬਦ ਦੀ ਪਾਲਣਾ ਕਰਨ ਨਾਲ, ਪ੍ਰਭ ਦੀ ਰਹਿਮਤ ਬਖਸ਼ਿਸ਼ ਹੋ ਜਾਂਦੀ ਹੈ । ਉਸ ਦਾ ਜੀਵਨ ਚੰਗਾ ਬਣ ਜਾਂਦਾ ਹੈ । ਉਹ ਗੁਣ ਬਾਕੀ ਜੀਵਾਂ ਵਿੱਚ ਨਹੀਂ ਹੁੰਦੇ, ਹੋਰ ਕੋਈ ਕਸੂਰਵਾਰ ਨਹੀਂ ਹੈ ।

Whosoever may obey the teachings of His Word with steady and stable belief in his day-to-day life; with His mercy and grace, he may be overwhelmed with good virtues. His state of mind may become superb. Others may lack those good virtues. He may not blame anyone else for his miseries or worldly conditions.

ਜਿਨੀ ਸਖੀ ਸਹੁ ਰਾਵਿਆ,	Jinee sakhee saho raavi-aa
ਤਿਨ ਪੂਛਉਗੀ ਜਾਏ॥	tin poochh-ugee jaa-ay.
ਪਾਇ ਲਗਉ ਬੇਨਤੀ ਕਰਉ,	paa-ay laga-o bayntee kara-o
ਲੇਉਗੀ ਪੰਥੁ ਬਤਾਏ॥੫॥	lay-ugee panth bataa-ay. ||5||

ਜਿਸ ਨੂੰ ਪ੍ਰਭ ਦੀ ਰਹਿਮਤ ਬਖਸ਼ਿਸ਼ ਹੋ ਜਾਂਦੀ ਹੈ, ਉਸ ਦੀ ਸੰਗਤ ਕਰੋ । ਉਸ ਦੇ ਜੀਵਨ ਦੇ ਰਸਤੇ ਤੇ ਚਲਕੇ, ਪ੍ਰਭ ਦੀ ਰਹਿਮਤ ਹਾਸਿਲ ਕਰੋ ।

Whosoever has been accepted in His sanctuary; you should associate in his conjugation. You should adopt the teachings of his life experience in your life to sanctify your soul to become worthy of His consideration.

ਹੁਕਮੁ ਪਛਾਣੈ ਨਾਨਕਾ,	hukam pachhaanai naankaa
ਭਉ ਚੰਦਨੁ ਲਾਵੈ॥	bha-o chandan laavai.
ਗੁਣ ਕਾਮਣ ਕਾਮਣਿ ਕਰੈ,	gun kaaman kaaman karai
ਤਉ ਪਿਆਰੇ ਕਉ ਪਾਵੈ॥੬॥	ta-o pi-aaray ka-o paavai. ||6||

ਜਿਹੜਾ ਪ੍ਰਭ ਦੇ ਸ਼ਬਦ ਦੀ ਪਾਲਣਾ ਕਰਦਾ ਹੈ । ਉਹ ਪ੍ਰਭ ਦੇ ਵਿਛੋੜੇ ਦਾ ਵਿਰਾਗ ਆਪਣੇ ਮਨ ਵਿੱਚ ਰਖਦਾ ਹੈ । ਅਮੋਲਕ ਰਤਨ, ਵਿਰਾਗ ਨਾਲ ਹੀ ਸ਼ਬਦ ਤੇ ਭਰੋਸਾ ਅਡੋਲ ਰਹਿੰਦਾ ਹੈ । ਜਿਹੜਾ ਇਹ ਗੁਣ ਹਾਸਿਲ ਕਰ ਲੈਂਦਾ ਹੈ, ਉਹ ਪ੍ਰਵਾਨ ਹੋ ਜਾਂਦਾ ਹੈ ।

Whosoever may obey the teachings of His Word with steady and stable belief in his day-to-day life; with His mercy and grace, he may remain in renunciation in the memory of his separation from The Holy Spirit. The renunciation may be the ambrosial virtue to keep his belief steady and stable on His blessings. Whosoever may remain drenched with the memory of his separation, he may be accepted in His Court.

ਜੋ ਦਿਲਿ ਮਿਲਿਆ ਸੁ ਮਿਲਿ ਰਹਿਆ,	jo dil mili-aa so mil rahi-aa
ਮਿਲਿਆ ਕਹੀਐ ਰੇ ਸੋਈ॥	mili-aa kahee-ai ray so-ee.
ਜੇ ਬਹੁਤੇਰਾ ਲੋਚੀਐ,	jay bahutayraa lochee-ai
ਬਾਤੀ ਮੇਲੁ ਨ ਹੋਈ॥੭॥	baatee mayl na ho-ee. ||7||

ਜਿਹੜਾ ਸ਼ਬਦ ਦੀ ਪਾਲਣਾ ਕਰਕੇ ਆਪਣੇ ਅੰਦਰੋਂ ਹੀ ਸ਼ਬਦ ਜਾਗਰਤ ਕਰ ਲੈਂਦਾ ਹੈ । ਉਸ ਨੂੰ ਹੀ ਪ੍ਰਵਾਨ ਹੋਇਆ ਕਹਿਆ ਜਾ ਸਕਦਾ ਹੈ । ਇਹ ਸੰਜੋਗ ਕੇਵਲ ਸ਼ਬਦ ਨੂੰ ਪੜ੍ਹਨ ਜਾ ਸੋਝੀ ਪਾਉਣ ਨਾਲ ਬਖਸ਼ਿਸ਼ ਨਹੀਂ ਹੁੰਦਾ । ਆਪਣੇ ਜੀਵਨ ਨੂੰ ਉਸ ਨਾਲ ਢਾਲਣ ਨਾਲ ਹੀ ਬਖਸ਼ਿਸ਼ ਹੁੰਦਾ ਹੈ ।

Whosoever may be enlightened with the essence of His Word from within by obeying the teachings of His Word. He may become worthy to be called

His blessed soul. This state of mind may not be bestowed by reading or comprehending the essence of His Word; however, such a state of mind may be blessed by adopting the teachings with steady and stable belief in own day-to-day life.

ਧਾਤੁ ਮਿਲੈ ਫੁਨਿ ਧਾਤੁ ਕਉ,	Dhaat milai fun Dhaat ka-o
ਲਿਵ ਲਿਵੈ ਕਉ ਧਾਵੈ॥	liv livai ka-o Dhaavai.
ਗੁਰ ਪਰਸਾਦੀ ਜਾਣੀਐ,	gur parsaadee jaanee-ai
ਤਉ ਅਨਭਉ ਪਾਵੈ॥੮॥	ta-o anbha-o paavai. ||8||

ਜਿਵੇਂ ਇੱਕ ਧਾਤ ਦੇ ਦੋ ਟੁੱਟੇ ਇਕੱਠੇ ਪਿੰਘਲ ਜਾਣ ਤਾਂ ਉਹ ਇੱਕ ਹੋ ਜਾਂਦੇ ਹਨ! ਫਿਰ ਵਖਰੇ ਨਹੀਂ ਕੀਤੇ ਜਾ ਸਕਦੇ । ਇਸਤਰ੍ਹਾਂ ਹੀ ਪ੍ਰਭ ਦੀ ਰਹਿਮਤ ਨਾਲ ਜਦੋਂ ਜੀਵ ਸ਼ਬਦ ਦੀ ਪਾਲਣਾ ਕਰਦਾ ਹੈ, ਉਸ ਨੂੰ ਸੋਝੀ ਬਖਸ਼ਿਸ਼ ਹੋ ਜਾਂਦੀ ਹੈ । ਉਹ ਸ਼ਬਦ ਦੇ ਰਸਤੇ ਨੂੰ ਆਪਣੇ ਜੀਵਨ ਦਾ ਰਸਤਾ ਬਣਾ ਲੈਂਦਾ ਹੈ । ਉਸ ਦੀ ਜੋਤ, ਪ੍ਰਭ ਦੀ ਜੋਤ ਵਿੱਚ ਅਲੋਪ ਹੋ ਜਾਂਦੀ ਹੈ ।

As two pieces of same metal may be melted and molded as one piece; same pieces may not be separated. Same way, whosoever may obey the teachings of His Word with steady and stable belief in his day-to-day life; with His mercy and grace, he may be blessed with the essence of His Word. Whosoever may adopt the teachings of His Word, the right path of His acceptance; with His mercy and grace, his soul may be immersed within The Holy Spirit; his soul may not be separated, she loses her identity.

ਪਾਨਾ ਵਾੜੀ ਹੋਇ ਘਰਿ,	paanaa vaarhee ho-ay ghar
ਖਰੁ ਸਾਰ ਨ ਜਾਣੈ॥	khar saar na jaanai.
ਰਸੀਆ ਹੋਵੈ ਮੁਸਕ ਕਾ,	rasee-aa hovai musak kaa
ਤਬ ਫੂਲੁ ਪਛਾਣੈ॥੯॥	tab fool pachhaanai. ||9||

ਜਿਵੇਂ ਕਿਸੇ ਬਾਗ਼ ਵਿੱਚ ਕੀਮਤੀ, ਅਮੋਲਕ ਫਲ ਹੋਣ, ਹਰਇੱਕ ਜੀਵ ਆਪਣੀ ਸੋਝੀ ਨਾਲ ਹੀ ਫਲ ਚੁਗਦਾ ਹੈ । ਜਿਹੜੇ ਉਸ ਦੇ ਮਨ ਨੂੰ ਭਾਉਂਦੇ ਹਨ । ਇਸਤਰ੍ਹਾਂ ਕੇਵਲ ਬੰਦਗੀ ਕਰਨ ਵਾਲਾ ਹੀ ਸ਼ਬਦ ਦੀ ਪਾਲਣਾ ਅਡੋਲ ਭਰੋਸੇ ਨਾਲ ਕਰਦਾ ਹੈ । ਬਾਕੀ ਥੋੜ੍ਹੀ ਮੁਸ਼ਕਲ ਆਉਣ ਤੇ ਸਾਥ ਛੱਡ ਜਾਂਦੇ ਹਨ ।

Imagine, the garden may have ambrosial fruits; however, everyone may pick fruit with his own wisdom, expertise. Whatsoever may be comforting to his mind. Same way, His true devotee may remain on the right path, obeying the teachings of His Word with steady and stable in his day-to-day life. Everyone else may abandon the path of meditation with minor disappointments of worldly life.

ਅਪਿਉ ਪੀਵੈ ਜੋ ਨਾਨਕਾ,	api-o peevai jo naankaa
ਭ੍ਰਮੁ ਭ੍ਰਮਿ ਸਮਾਵੈ॥	bharam bharam samaavai.
ਸਹਜੇ ਸਹਜੇ ਮਿਲਿ ਰਹੇ,	sehjay sehjay mil rahai
ਅਮਰਾ ਪਦੁ ਪਾਵੈ॥ ੧੦॥੧॥	amraa pad paavai. ||10||1||

ਜਿਵੇਂ ਜਿਵੇਂ ਜੀਵ ਸ਼ਬਦ ਦੀ ਪਾਲਣਾ ਕਰਦਾ ਹੈ, ਉਸ ਦਾ ਭਰੋਸਾ ਅਡੋਲ ਹੁੰਦਾ ਹੈ । ਜਿਸ ਦਾ ਮਨ ਪਵਿੱਤਰ ਹੋ ਜਾਂਦਾ ਹੈ, ਸੰਸਾਰਕ ਇੱਛਾਂ ਤੋ ਰਹਿਤ ਹੋ ਜਾਂਦਾ ਹੈ । ਉਸ ਨੂੰ ਉਤਮ ਪਦਵੀ ਬਖਸ਼ਿਸ਼ ਹੋ ਜਾਂਦੀ ਹੈ, ਪ੍ਰਵਾਨ ਹੋ ਜਾਂਦਾ ਹੈ ।

Whosoever may obey the teachings of His Word with steady and stable belief, slowly, his belief may become unshakable. Whosoever may conquer his worldly desires, his soul may be sanctified. With His mercy and grace, he may be blessed with superb state of mind and he may be accepted in His Court.

56. ਤਿਲੰਗ ਮਹਲਾ ੪॥ 725 -10

ਹਰਿ ਕੀਆ ਕਥਾ ਕਹਾਣੀਆ, har kee-aa kathaa kahaanee-aa
ਗੁਰਿ ਮੀਤਿ ਸੁਣਾਈਆ॥ gur meet sunaa-ee-aa.
ਬਲਿਹਾਰੀ ਗੁਰ ਆਪਣੇ, balihaaree gur aapnay
ਗੁਰ ਕਉ ਬਲਿ ਜਾਈਆ॥੧॥ gur ka-o bal jaa-ee-aa. ||1||

ਸੰਤ ਸਰੂਪ, ਬੰਦਗੀ ਕਰਨ ਵਾਲੇ ਸਾਥੀ ਨੇ ਪ੍ਰਭ ਦੀਆਂ ਕਥਾਂ, ਕਹਾਣੀਆਂ ਸੁਣਾਇਆ । ਮੈਂ ਉਸ ਗੁਰੂ ਤੋ ਕਰਬਾਣ ਜਾਵਾ ।

His true devotee recited the sermons of the virtues of His Word, The True Master. I remain fascinated, astonished from the virtues of The Merciful True Master, Creator of the universe.

ਆਇ ਮਿਲੁ ਗੁਰਸਿਖ ਆਇ ਮਿਲੁ, aa-ay mil gursikh aa-ay mil
ਤੂ ਮੇਰੇ ਗੁਰੂ ਕੇ ਪਿਆਰੇ॥ ਰਹਾਉ॥ too mayray guroo kay pi-aaray. rahaa-o.

ਸਾਥੀਉ ਬੰਦਗੀ ਕਰਨ ਵਾਲੇ ਦਾਸ, ਸਿਮਰਨ ਕਰੀਏ, ਤੂੰ ਪ੍ਰਭ ਦਾ ਪਿਆਰਾ ਹੈ ।

His true devotee, let us meditate on the teachings of His Word; you are a blessed soul.

ਹਰਿ ਕੇ ਗੁਣ ਹਰਿ ਭਾਵਦੇ, har kay gun har bhaavday
ਸੇ ਗੁਰੂ ਤੇ ਪਾਏ॥ say guroo tay paa-ay.
ਜਿਨ ਗੁਰ ਕਾ ਭਾਣਾ ਮੰਨਿਆ, jin gur kaa bhaanaa mani-aa
ਤਿਨ ਘੁਮਿ ਘੁਮਿ ਜਾਏ॥੨॥ tin ghum ghum jaa-ay. ||2||

ਪ੍ਰਭ ਦੇ ਸ਼ਬਦ ਦੀ ਪਾਲਣਾ ਤੋਂ ਹੀ ਪ੍ਰਭ ਦੇ ਗੁਣਾ ਦੀ ਸੋਝੀ ਬਖਸ਼ਿਸ਼ ਹੁੰਦੀ ਹੈ, ਪ੍ਰਭ ਦੇ ਗੁਣਾਂ ਦੀ ਉਸਤਤ ਗਾਉਣੀ ਪ੍ਰਭ ਨੂੰ ਭਾਉਂਦੀ ਹੈ । ਜਿਹੜਾ ਆਪਾ ਪ੍ਰਭ ਦੇ ਸ਼ਬਦ ਦੀ ਪਾਲਣਾ ਤੋ ਵਾਰ ਦੇਂਦਾ, ਲੇਖੇ ਲਾ ਦੇਂਦਾ ਹੈ । ਉਸ ਜੀਵਾਂ ਤੋ ਕਰਬਾਣਾ ਜਾਵਾ ।

Whosoever may obey the teachings of His Word with steady and stable belief in his day-to-day life; with His mercy and grace, he may be blessed with enlightenment of the essence of His virtues. By singing the glory of His Word wholeheartedly, The True Master may become very generous on His true devotee. Whosoever may surrender his mind, body, and worldly status at His sanctuary; His true devotee remains fascinated from his state of mind and his way of life.

ਜਿਨ ਸਤਿਗੁਰੁ ਪਿਆਰਾ ਦੇਖਿਆ, jin satgur pi-aaraa daykhi-aa
ਤਿਨ ਕਉ ਹਉ ਵਾਰੀ॥ tin ka-o ha-o vaaree.
ਜਿਨ ਗੁਰ ਕੀ ਕੀਤੀ ਚਾਕਰੀ, jin gur kee keetee chaakree
ਤਿਨ ਸਦ ਬਲਿਹਾਰੀ॥੩॥ tin sad balihaaree. ||3||

ਮੈਂ ਉਸ ਜੀਵ ਦੀ ਸੇਵਾ, ਚਾਕਰੀ ਕਰਾ, ਦਾਸ ਬਣ ਜਾਵਾ । ਜਿਸ ਤੇ ਪ੍ਰਭ ਦੀ ਰਹਿਮਤ ਨਾਲ ਸ਼ਬਦ ਮਨ ਵਿੱਚ ਵਸ ਜਾਂਦਾ ਹੈ । ਜਿਹੜਾ ਸ਼ਬਦ ਦੀ ਪਾਲਣਾ ਕਰਦਾ, ਸ੍ਰਿਸ਼ਟੀ ਦੀ ਸੇਵਾ ਕਰਦਾ ਹੈ । ਉਸ ਦਾਸ ਤੋ ਕਰਬਾਣਾ ਜਾਵਾ!

I may surrender at the sanctuary of His true devotee; with His mercy and grace, whosoever may remain drenched with the essence of His Word. Whosoever may obey the teachings of His Word and serves His Creation; I remain fascinated and astonished from his devotion and his way of life.

ਹਰਿ ਹਰਿ ਤੇਰਾ ਨਾਮੁ ਹੈ, har har tayraa naam hai
ਦੁਖ ਮੇਟਣਹਾਰਾ॥ dukh maytanhaaraa.
ਗੁਰ ਸੇਵਾ ਤੇ ਪਾਈਐ, gur sayvaa tay paa-ee-ai
ਗੁਰਮੁਖਿ ਨਿਸਤਾਰਾ॥੪॥ gurmukh nistaaraa. ||4||

ਪ੍ਰਭ ਤੇਰਾ ਸ਼ਬਦ ਹੀ ਦੁਖ ਨਾਸ ਕਰਨ ਵਾਲ ਮਾਲਕ ਹੈ । ਪ੍ਰਭ ਦੇ ਸ਼ਬਦ ਦੀ ਪਾਲਣਾ ਕਰਨ ਨਾਲ ਗੁਰਮਖ ਨੂੰ ਸ਼ਬਦ ਦੀ ਸੋਝੀ ਬਖਸ਼ਿਸ਼ ਹੋ ਜਾਂਦੀ ਹੈ । ਪ੍ਰਭ ਦੇ ਦਰਬਾਰ ਵਿੱਚ ਪ੍ਰਵਾਨ ਹੋ ਜਾਂਦਾ ਹੈ ।

The True Master, the teaching of Your Word may be true destroyer of the miseries of demons of worldly desires. Your true devotee may obey the teachings of Your Word with steady and stable belief in his day-to-day life; with Your mercy and grace, he may be enlightened with the essence of Your Word and accepted in Your Court.

ਜੋ ਹਰਿ ਨਾਮੁ ਧਿਆਇਦੇ,	jo har naam Dhi-aa-iday
ਤੇ ਜਨ ਪਰਵਾਨਾ॥	tay jan parvaanaa.
ਤਿਨ ਵਿਟਹੁ ਨਾਨਕੁ ਵਾਰਿਆ,	tin vitahu naanak vaari-aa
ਸਦਾ ਸਦਾ ਕੁਰਬਾਨਾ॥੫॥	sadaa sadaa kurbaanaa. ‖5‖

ਜਿਹੜਾ ਸ਼ਬਦ ਦਾ ਸਿਮਰਨ ਕਰਦਾ ਹੈ, ਉਹ ਪ੍ਰਭ ਦੀ ਰਹਿਮਤ ਨਾਲ ਦਰਬਾਰ ਵਿੱਚ ਪ੍ਰਵਾਨ ਹੋ ਜਾਂਦਾ ਹੈ । ਬੰਦਗੀ ਕਰਨ ਵਾਲਾ ਸਦਾ ਹੀ ਉਸ ਤੋ ਕੁਰਬਾਨ ਜਾਂਦਾ ਹੈ, ਉਸ ਦਾ ਕਰਜ਼ਾਈ ਰਹਿੰਦਾ ਹੈ ।

Whosoever may meditate on the teachings of His Word with steady and stable belief in his day-to-day life; with His mercy and grace, he may be accepted in His Court. His true devotee always remains fascinated from his way of life and considers him worthy of worship.

ਸਾ ਹਰਿ ਤੇਰੀ ਉਸਤਤਿ ਹੈ,	saa har tayree ustat hai
ਜੋ ਹਰਿ ਪ੍ਰਭ ਭਾਵੈ॥	jo har parabh bhaavai.
ਜੋ ਗੁਰਮੁਖਿ ਪਿਆਰਾ ਸੇਵਦੇ,	jo gurmukh pi-aaraa sayvday
ਤਿਨ ਹਰਿ ਫਲੁ ਪਾਵੈ॥੬॥	tin har fal paavai. ‖6‖

ਜਿਹੜਾ ਗੁਰਮਖ ਪ੍ਰਭ ਦੇ ਸ਼ਬਦ ਦੀ ਪਾਲਣਾ ਕਰਦਾ ਹੈ । ਉਸ ਨੂੰ ਸ਼ਬਦ ਦੀ ਕਮਾਈ ਦਾ ਫਲ ਬਖਸ਼ਿਸ਼ ਹੋ ਜਾਂਦਾ ਹੈ, ਉਸ ਦੀ ਕਮਾਈ ਪ੍ਰਵਾਨ ਹੋ ਜਾਂਦੀ ਹੈ । ਜਿਹੜੀ ਉਸਤਤ ਤੇਰੇ ਦਰਬਾਰ ਵਿੱਚ ਪ੍ਰਵਾਨ ਹੋ ਜਾਂਦੀ ਹੈ, ਕੇਵਲ ਉਹ ਹੀ ਤੇਰੀ ਉਸਤਤ ਹੈ ।

Whosoever may obey the teachings of Your Word with steady and stable belief; with Your mercy and grace, his earnings may be accepted in Your Court. Which meditation, singing the glory of Your Word may be accepted in Your Court; only that meditation may be the true worship.

ਜਿਨਾ ਹਰਿ ਸੇਤੀ ਪਿਰਹੜੀ,	jinaa har saytee pirharhee
ਤਿਨਾ ਜੀਅ ਪ੍ਰਭ ਨਾਲੇ॥	tinaa jee-a parabh naalay.
ਓਇ ਜਪਿ ਜਪਿ ਪਿਆਰਾ ਜੀਵਦੇ,	o-ay jap jap pi-aaraa jeevday
ਹਰਿ ਨਾਮੁ ਸਮਾਲੇ॥੭॥	har naam samaalay. ‖7‖

ਜਿਹੜਾ ਸਦਾ ਹੀ ਪ੍ਰਭ ਦੇ ਵਿਛੋੜੇ ਦੇ ਵਿਰਾਗ ਵਿੱਚ ਰਹਿੰਦਾ ਹੈ । ਪ੍ਰਭ ਦੀਆਂ ਬਖਸ਼ਿਸ਼ਾਂ ਦਾ ਧੰਨਵਾਦ ਕਰਦਾ ਹੈ । ਉਹ ਸਦਾ ਲਈ ਹੀ ਪ੍ਰਭ ਦੇ ਨਾਲ ਮਿਲ ਜਾਂਦਾ, ਅਲੋਪ ਹੋ ਜਾਂਦਾ ਹੈ ।

Whosoever may always remain in renunciation in the memory of his separation from The Holy Spirit and sings the praises of His blessings. With His mercy and grace, he may immerse within His Holy Spirit.

ਜਿਨ ਗੁਰਮੁਖਿ ਪਿਆਰਾ ਸੇਵਿਆ,	jin gurmukh pi-aaraa sayvi-aa
ਤਿਨ ਕਉ ਘੁਮਿ ਜਾਇਆ॥	tin ka-o ghum jaa-i-aa.
ਓਇ ਆਪਿ ਛੁਟੇ ਪਰਵਾਰ ਸਿਉ,	o-ay aap chhutay parvaar si-o
ਸਭੁ ਜਗਤੁ ਛਡਾਇਆ॥੮॥	sabh jagat chhadaa-i-aa. ‖8‖

ਜਿਹੜਾ ਗੁਰਮਖ ਸ਼ਬਦ ਦੀ ਪਾਲਣਾ, ਸਿਮਰਨ ਕਰਦਾ ਹੈ, ਉਸ ਤੋ ਕੁਰਬਾਨ ਜਾਵਾ । ਉਹ ਆਪ ਅਮਰ ਹੋ ਜਾਂਦਾ, ਆਪਣੇ ਪ੍ਰਵਾਰ ਨੂੰ ਇਸ ਰਸਤੇ ਤੇ ਪਾ ਕੇ ਤਾਰ ਜਾਂਦਾ ਹੈ । ਉਹ ਸ੍ਰਿਸ਼ਟੀ ਵਿੱਚ ਵੀ ਇਹ ਪ੍ਰੇਰਨਾ ਕਰਕੇ ਸੰਸਾਰ ਨੂੰ ਤਾਰ ਜਾਂਦਾ ਹੈ ।

Whosoever may meditate and adopt the teachings of His Word with steady and stable belief and inspires others to meditate. I remain fascinated from his state of mind. With His mercy and grace, he may be blessed with immortal state of mind. He may inspire his family and associated on the right path of acceptance in His Court. He may become a pillar of enlightenment of the whole world.

ਗੁਰਿ ਪਿਆਰੈ ਹਰਿ ਸੇਵਿਆ,	gur pi-aarai har sayvi-aa
ਗੁਰੁ ਧੰਨੁ ਗੁਰੁ ਧੰਨੋ॥	gur Dhan gur Dhanno.
ਗੁਰਿ ਹਰਿ ਮਾਰਗੁ ਦਸਿਆ,	gur har maarag dasi-aa
ਗੁਰ ਪੁੰਨੁ ਵਡ ਪੁੰਨੋ॥੯॥	gur punn vad punno. ||9||

ਪੂਰਨ ਗੁਰੂ ਵੀ ਪ੍ਰਭ ਦੇ ਸ਼ਬਦ ਦੀ ਪਾਲਣਾ ਕਰਦਾ, ਸੇਵਾ ਕਰਦਾ ਹੈ । ਉਸ ਤੇ ਪ੍ਰਭ ਦੀ ਰਹਿਮਤ ਰਹਿੰਦੀ ਹੈ । ਜਿਹੜਾ ਗੁਰੁ, ਪ੍ਰਭ ਦੀ ਬੰਦਗੀ, ਪ੍ਰਵਾਨਗੀ ਦੇ ਰਸਤੇ ਤੇ ਪਾਉਂਦਾ ਹੈ । ਵੱਡੀ ਕਮਾਈ ਕਰ ਜਾਂਦਾ ਹੈ ।

Worldly guru also meditates and obeys the teachings of His Word and serves His Creation. He may remain overwhelmed with His mercy and grace. Whosoever may inspire others to meditate and serve His Creation; he may earn the treasure of His Word, rewarded, and honored in His Court.

ਜੋ ਗੁਰਸਿਖ ਗੁਰੁ ਸੇਵਦੇ,	jo gursikh gur sayvday
ਸੇ ਪੁੰਨ ਪਰਾਣੀ॥	say punn paraanee.
ਜਨੁ ਨਾਨਕੁ ਤਿਨ ਕਉ ਵਾਰਿਆ,	jan naanak tin ka-o vaari-aa sadaa
ਸਦਾ ਸਦਾ ਕੁਰਬਾਨੀ॥੧੦॥	sadaa kurbaanee. ||10||

ਜਿਹੜਾ ਬੰਦਗੀ ਕਰਨ ਵਾਲਾ, ਪ੍ਰਭ ਦੇ ਸ਼ਬਦ ਦੀ ਪਾਲਣਾ, ਸੇਵਾ ਕਰਦਾ ਹੈ, ਉਸ ਤੇ ਪ੍ਰਭ ਦੀ ਰਹਿਮਤ ਰਹਿੰਦੀ ਹੈ । ਬੰਦਗੀ ਕਰਨ ਵਾਲਾ, ਉਸ ਤੋ ਕੁਰਬਾਨ ਜਾਂਦਾ, ਉਸ ਨੂੰ ਪ੍ਰਨਾਮ ਕਰਦਾ ਹੈ ।

Whosoever may obey the teachings of His Word and serves His Creation. He may remain overwhelmed with His mercy and grace. His true devotee remains fascinated from his way of life and considers him worthy of worship.

ਗੁਰਮੁਖਿ ਸਖੀ ਸਹੇਲੀਆ,	gurmukh sakhee sahaylee-aa
ਸੇ ਆਪਿ ਹਰਿ ਭਾਈਆ॥	say aap har bhaa-ee-aa.
ਹਰਿ ਦਰਗਹ ਪੈਨਾਈਆ,	har dargeh painaa-ee-aa
ਹਰਿ ਆਪਿ ਗਲਿ ਲਾਈਆ॥੧੧॥	har aap gal laa-ee-aa. ||11||

ਪ੍ਰਭ ਜਿਸ ਗੁਰਮਖ ਦੀ ਕਮਾਈ ਪ੍ਰਵਾਨ ਕਰ ਲੈਂਦਾ ਹੈ । ਪ੍ਰਭ ਆਪ ਹੀ ਉਸ ਦਾ ਸੰਗੀ, ਸਾਥੀ ਬਣ ਜਾਂਦਾ ਹੈ । ਪ੍ਰਭ ਦੇ ਦਰਬਾਰ ਵਿੱਚ ਉਸ ਨੂੰ ਸੋਭਾ ਬਖਸ਼ਦਾ ਹੈ । ਪ੍ਰਭ ਆਪ ਉਸ ਨੂੰ ਆਪਣੇ ਗਲੇ ਲਾਉਂਦਾ ਹੈ ।

Whose earnings of His Word may be accepted in His Court. The True Master becomes his companion and keeps him in His sanctuary. He may be honored and embraced in His Court by The True Master.

ਜੋ ਗੁਰਮੁਖਿ ਨਾਮੁ ਧਿਆਇਦੇ,	jo gurmukh naam Dhi-aa-iday
ਤਿਨ ਦਰਸਨੁ ਦੀਜੈ॥	tin darsan deejai.
ਹਮ ਤਿਨ ਕੇ ਚਰਣ ਪਖਾਲਦੇ,	ham tin kay charan pakhaalday
ਧੂੜਿ ਘੋਲਿ ਘੋਲਿ ਪੀਜੈ॥੧੨॥	Dhoorh ghol ghol peejai. ||12||

ਪ੍ਰਭ ਰਹਿਮਤ ਬਖਸ਼ੋ! ਉਸ ਗੁਰਮਖ ਦੀ ਸੰਗਤ ਬਖਸ਼ੋ । ਜਿਹੜਾ ਤੇਰੇ ਸ਼ਬਦ ਦੀ ਪਾਲਣਾ, ਸਿਮਰਨ ਕਰਦਾ ਹੈ । ਉਸ ਦੀ ਸੇਵਾ ਕਰਾ, ਉਸ ਦੇ ਜੀਵਨ ਦੇ ਅਧਾਰ ਤੇ ਆਪਣਾ ਜੀਵਨ ਢਾਲ ਲਵਾ ।

With Your mercy and grace blesses the association of Your true devotee; whosoever may be meditating and obeying the teachings of Your Word with steady and stable belief in his day-to-day life. I may serve and adopt the teachings of his life in my own life.

ਪਾਨ ਸੁਪਾਰੀ ਖਾਤੀਆ, paan supaaree khaatee-aa
ਮੁਖਿ ਬੀੜੀਆ ਲਾਈਆ॥ mukh beerhee-aa laa-ee-aa.
ਹਰਿ ਹਰਿ ਕਦੇ ਨ ਚੇਤਿਓ, har har kaday na chayti-o
ਜਮਿ ਪਕੜਿ ਚਲਾਈਆ॥੧੩॥ jam pakarh chalaa-ee-aa. ||13||

ਜਿਹੜਾ ਸੰਸਾਰਕ ਮਾਇਆ ਦੇ ਨਸ਼ਾ ਵਿੱਚ ਰਹਿੰਦਾ ਹੈ, ਪ੍ਰਭ ਦੇ ਸ਼ਬਦ ਦੀ ਪਾਲਣਾ ਨਹੀਂ ਕਰਦਾ, ਮੌਤ ਦਾ ਜਮਦੂਤ ਉਸ ਨੂੰ ਸਜ਼ਾ ਦੇਂਦਾ ਹੈ ।

Whosoever may remain intoxicated with worldly wealth and pleasures. The righteous judge may punish him in the cycle of birth and death in hell.

ਜਿਨ ਹਰਿ ਨਾਮਾ ਹਰਿ ਚੇਤਿਆ, Jin har naamaa har chayti-aa
ਹਿਰਦੈ ਉਰਿ ਧਾਰੇ॥ hirdai ur Dhaaray.
ਤਿਨ ਜਮੁ ਨੇੜਿ ਨ ਆਵਈ, tin jam nayrh na aavee
ਗੁਰਸਿਖ ਗੁਰ ਪਿਆਰੇ॥੧੪॥ gursikh gur pi-aaray. ||14||

ਜਿਹੜਾ ਪ੍ਰਭ ਦੇ ਸ਼ਬਦ ਦੀ ਪਾਲਣਾ ਕਰਦਾ ਹੈ, ਉਹ ਪ੍ਰਭ ਦਾ ਦਾਸ ਬਣ ਜਾਂਦਾ ਹੈ । ਮੌਤ ਦਾ ਫਰਿਸ਼ਤਾ ਉਸ ਨੂੰ ਛੋਹ ਵੀ ਨਹੀਂ ਸਕਦਾ ।

Whosoever may obey the teachings of His Word with steady and stable belief in his day-to-day life; with His mercy and grace, he may be accepted as His true devotee. His soul may become beyond the reach of devil of death.

ਹਰਿ ਕਾ ਨਾਮੁ ਨਿਧਾਨੁ ਹੈ, har kaa naam niDhaan hai
ਕੋਈ ਗੁਰਮੁਖਿ ਜਾਣੈ॥ ko-ee gurmukh jaanai.
ਨਾਨਕ ਜਿਨ ਸਤਿਗੁਰੁ ਭੇਟਿਆ, naanak Jin satgur bhayti-aa
ਰੰਗਿ ਰਲੀਆ ਮਾਣੈ॥੧੫॥ rang ralee-aa maanai. ||15||

ਪ੍ਰਭ ਦਾ ਸ਼ਬਦ ਹੀ ਸੋਝੀ ਦਾ ਖਜ਼ਾਨਾ ਹੈ, ਕੇਵਲ ਗੁਰਮਖ ਨੂੰ ਹੀ ਸ਼ਬਦ ਦੀ ਸੋਝੀ ਬਖਸ਼ਿਸ਼ ਹੁੰਦੀ ਹੈ । ਜਿਸ ਤੇ ਪ੍ਰਭ ਦੀ ਰਹਿਮਤ ਹੋ ਜਾਂਦੀ ਹੈ, ਉਹ ਸਦਾ ਹੀ ਖੇੜੇ ਵਿੱਚ ਵਸਦਾ ਹੈ ।

The teachings of His Word are the treasure of enlightenment of the essence of His Word; with His mercy and grace, only His true devotee may be blessed with the enlightenment of the essence of His Word. Whosoever may be blessed with His mercy and grace, he always remains in blossom.

ਸਤਿਗੁਰੁ ਦਾਤਾ ਆਖੀਐ, satgur daataa aakhee-ai
ਤੁਸਿ ਕਰੇ ਪਸਾਓ॥ tus karay pasaa-o.
ਹਉ ਗੁਰ ਵਿਟਹੁ ਸਦ ਵਾਰਿਆ, ha-o gur vitahu sad vaari-aa
ਜਿਨਿ ਦਿਤੜਾ ਨਾਓ॥੧੬॥ Jin ditrhaa naa-o. ||16||

ਪ੍ਰਭ ਨੂੰ ਹੀ ਸੁਖਾਂ ਦਾ ਦਾਤਾ ਅਖਿਆ ਜਾਂਦਾ ਹੈ । ਉਹ ਹੀ ਆਪਣਾ ਤਰਸ, ਰਹਿਮਤ ਬਖਸ਼ਦਾ ਹੈ । ਉਸ ਪ੍ਰਭ ਤੋ ਕੁਰਬਾਨ ਜਾਂਦਾ, ਸਦਾ ਧੰਨਵਾਦ ਹੀ ਕਰਦਾ ਹਾ! ਜਿਸ ਨੇ ਰਹਿਮਤ ਬਖਸ਼ੀ ਹੈ ।

The One and Only One True Master may be worthy to be called the treasure of comforts. Only, The Merciful True Master may bless His mercy and grace on His Creation. I may always sing His praises for His blessings.

ਸੋ ਧੰਨੁ ਗੁਰੂ ਸਾਬਾਸਿ ਹੈ, so Dhan guroo saabaas hai
ਹਰਿ ਦੇਇ ਸਨੇਹਾ॥ har day-ay sanayhaa.
ਹਉ ਵੇਖਿ ਵੇਖਿ ਗੁਰੂ ਵਿਗਸਿਆ, ha-o vaykh vaykh guroo vigsi-aa
ਗੁਰ ਸਤਿਗੁਰ ਦੇਹਾ॥੧੭॥ gur satgur dayhaa. ||17||

ਉਹ ਗੁਰੂ (ਸ਼ਬਦ) ਧਨ ਹੈ ਜਿਹੜਾ ਪ੍ਰਭ ਦਾ ਸੁਨੇਹਾ ਲਿਆਉਂਦਾ ਹੈ । ਸ਼ਬਦ ਦੀ ਪਾਲਣਾ, ਸ਼ਬਦ ਦੀ ਸੋਝੀ ਬਖਸ਼ਿਸ਼ ਹੋਣ ਨਾਲ, ਮਨ ਵਿੱਚ ਖੇੜਾ ਵਸ ਜਾਂਦਾ ਹੈ ।

Whosoever may inspire the teachings of His Word; he may be great teacher, guru. Whosoever may obey the teachings of His Word; with His mercy and grace, he may be blessed with enlightenment and blossom in his life.

ਗੁਰ ਰਸਨਾ ਅੰਮ੍ਰਿਤੁ ਬੋਲਦੀ,	gur rasnaa amrit boldee
ਹਰਿ ਨਾਮਿ ਸੁਹਾਵੀ॥	har naam suhaavee.
ਜਿਨ ਸੁਣਿ ਸਿਖਾ ਗੁਰੁ ਮੰਨਿਆ,	Jin sun sikhaa gur mani-aa
ਤਿਨਾ ਭੁਖ ਸਭ ਜਾਵੀ॥੧੮॥	tinaa bhukh sabh jaavee. ||18||

ਗੁਰੂ ਦੀ ਜੀਭ ਪ੍ਰਭ ਦੇ ਸ਼ਬਦ ਦੀ ਰਸਨਾ ਕਰਦੀ ਹੈ । ਉਸ ਤੇ ਪ੍ਰਭ ਦਾ ਨੂਰ, ਰਸ ਬਖਸ਼ਿਸ਼ ਹੁੰਦਾ ਹੈ । ਜਿਹੜਾ ਦਾਸ ਪ੍ਰਭ ਦਾ ਸ਼ਬਦ ਸੁਣਕੇ ਮਨ ਵਿੱਚ ਵਸਾ ਲੈਂਦਾ ਹੈ । ਉਹ ਦੇ ਮਨ ਦੀਆਂ ਸਾਰੀਆਂ ਇੱਛਾਂ ਖਤਮ ਹੋ ਜਾਂਦੀਆਂ ਹਨ ।

The tongue of His true devotee remains drenched with the praises of His Word. He may remain overwhelmed with the spiritual glow of the teachings of His Word. Whosoever may listen the sermons of His Word and adopts the teachings of His Word in his day-to-day life. All his spoken and unspoken desires may be satisfied, eliminated.

ਹਰਿ ਕਾ ਮਾਰਗੁ ਆਖੀਐ,	har kaa maarag aakhee-ai
ਕਹੁ ਕਿਤੁ ਬਿਧਿ ਜਾਈਐ॥	kaho kit biDh jaa-ee-ai.
ਹਰਿ ਹਰਿ ਤੇਰਾ ਨਾਮੁ ਹੈ,	har har tayraa naam hai
ਹਰਿ ਖਰਚੁ ਲੈ ਜਾਈਐ॥੧੯॥	har kharach lai jaa-ee-ai. ||19||

ਕਈ ਪ੍ਰਭ ਦੇ ਮਾਰਗ ਦੀ ਗੱਲ ਕਰਦੇ, ਕਥ ਕਰਦੇ ਹਨ । ਦੱਸੋ ! ਕਿਵੇਂ ਉਸ ਮਾਰਗ ਤੇ ਚਲਾ? ਪ੍ਰਭ ਦਾ ਸ਼ਬਦ ਹੀ ਮੇਰਾ ਕੀਮਤੀ ਸਮਾਨ ਹੈ, ਇਹ ਹੀ ਮੇਰੇ ਨਾਲ ਰਹਿੰਦਾ ਹੈ ।

Some worldly saints, preachers may preach the right path of His acceptance. How may I find and stay steady and stable on that path? His Word may be my capital to trade in the universe and the earnings of His Word may only be the everlasting wealth that may remain with me in His Court after death.

ਜਿਨ ਗੁਰਮੁਖਿ ਹਰਿ ਆਰਾਧਿਆ,	Jin gurmukh har aaraaDhi-aa
ਸੇ ਸਾਹ ਵਡ ਦਾਣੇ॥	say saah vad daanay.
ਹਉ ਸਤਿਗੁਰ ਕਉ ਸਦ ਵਾਰਿਆ,	ha-o satgur ka-o sad vaari-aa
ਗੁਰ ਬਚਨਿ ਸਮਾਣੇ॥੨੦॥	gur bachan samaanay. ||20||

ਜਿਹੜਾ ਗੁਰਮਖ ਪ੍ਰਭ ਦੇ ਸ਼ਬਦ ਦੀ ਪਾਲਣਾ ਕਰਦਾ ਹੈ, ਉਹ ਪ੍ਰਭ ਨੂੰ ਭਾਉਂਦਾ ਹੈ । ਉਹ ਬਹੁਤ ਸੋਝੀਵਾਲਾ ਅਤੇ ਸ਼ਬਦ ਦੀ ਕਮਾਈ ਦਾ ਧੰਨਡ ਹੁੰਦਾ ਹੈ । ਉਸ ਅਸਲੀ ਗੁਰੂ ਤੋਂ ਕਰਬਾਣ ਜਾਵਾ! ਜਿਹੜਾ ਸਦਾ ਹੀ ਉਸ ਦੇ ਸ਼ਬਦ ਵਿੱਚ ਲੀਨ ਰਹਿੰਦਾ ਹਾ ।

Whosoever may obey the teachings of His Word with steady and stable belief; his meditation may become acceptable in His Court. He becomes enlightened and wise. I remain fascinated from worldly guru; who may remain intoxicated in the void of His Word.

ਤੂ ਠਾਕੁਰੁ ਤੂ ਸਾਹਿਬੋ,	too thaakur too saahibo
ਤੂਹੈ ਮੇਰਾ ਮੀਰਾ॥	toohai mayraa meeraa.
ਤੁਧੁ ਭਾਵੈ ਤੇਰੀ ਬੰਦਗੀ,	tuDh bhaavai tayree bandagee
ਤੂ ਗੁਣੀ ਗਹੀਰਾ॥੨੧॥	too gunee gaheeraa. ||21||

ਪ੍ਰਭ ਤੂੰ ਹੀ ਮੇਰਾ ਠਾਕਰ, ਮਾਲਕ, ਬਾਦਸ਼ਾਹ, ਹਾਕਮ ਹੈ । ਅਗਰ ਤੇਰੀ ਰਹਿਮਤ ਹੋ ਜਾਵੇ ਤਾਂ ਹੀ ਮੈਂ ਤੇਰੀ ਸੇਵਾ ਕਰ ਸਕਦਾ ਹਾ । ਤੂੰ ਹੀ ਗੁਣਾਂ ਦਾ ਖਜ਼ਾਨਾ ਹੈ ।

My True Master; You are my Master, king, and commander. Only with Your mercy and grace, I may serve Your Creation. Only You are The Treasure of unlimited virtues.

ਆਪੇ ਹਰਿ ਇਕ ਰੰਗੁ ਹੈ,	aapay har ik rang hai
ਆਪੇ ਬਹੁ ਰੰਗੀ॥	aapay baho rangee.
ਜੋ ਤਿਸੁ ਭਾਵੈ ਨਾਨਕਾ,	jo tis bhaavai naankaa
ਸਾਈ ਗਲ ਚੰਗੀ॥ ੨੨॥੨॥	saa-ee gal changee.||22||2||

ਇੱਕੋ ਇੱਕ ਪ੍ਰਭ ਹੀ ਸਭ, ਅਨੇਕਾਂ ਅਕਾਰਾਂ ਵਿੱਚ ਸਮਾਇਆ ਹੋਇਆ ਹੈ । ਤੇਰਾ ਹੁਕਮ, ਸ਼ਬਦ ਸਦਾ ਹੀ ਸ੍ਰਿਸ਼ਟੀ ਦੀ ਭਲਾਈ ਵਾਲਾ ਹੀ ਹੁੰਦਾ ਹੈ ।

Raab, The One and Only One, The True Master, Creator remains embedded within the whole universe. The universe remains as an expansion of His Holy Spirit. He may appear in any physical structure at his own discretion. Your command is always for the welfare of Your Creation; You command remains beyond the comprehension of Your Creation.

57. ਤਿਲੰਗ ਮਹਲਾ ੯ ਕਾਫੀ॥ 726-14

ੴ ਸਤਿਗੁਰ ਪ੍ਰਸਾਦਿ॥	ik-oNkaar satgur parsaad.
ਚੇਤਨਾ ਹੈ ਤਉ ਚੇਤ ਲੈ,	chaytnaa hai ta-o chayt lai
ਨਿਸਿ ਦਿਨਿ ਮੈ ਪ੍ਰਾਨੀ॥	nis din mai paraanee.
ਛਿਨੁ ਛਿਨੁ ਅਉਧ ਬਿਹਾਤੁ ਹੈ,	chhin chhin a-oDh bihaat hai
ਫੂਟੈ ਘਟ ਜਿਉ ਪਾਨੀ॥੧॥ ਰਹਾਉ॥	footai ghat ji-o paanee. ||1|| rahaa-o.

ਜੀਵ ਦਿਨ ਰਾਤ ਪ੍ਰਭ ਦੇ ਸ਼ਬਦ ਦਾ ਸਿਮਰਨ ਕਰੋ, ਉਸ ਦੀ ਯਾਦ ਤਾਜ਼ਾ ਰਖੋ । ਤੇਰੀ ਜ਼ਿੰਦਗੀ ਬੀਤ ਦੀ ਜਾਂਦੀ ਹੈ, ਖਤਮ ਹੁੰਦੀ ਜਾਂਦੀ ਹੈ । ਜਿਵੇਂ ਤੇੜ ਵਾਲੇ ਭਾਂਡੇ ਵਿਚੋਂ ਪਾਣੀ ਸਿੰਮਦਾ ਰਹਿੰਦਾ ਹੈ ।

You should meditate and keep the memory of your separation from The Holy Spirit fresh within your mind day and night. Your opportunity of human life may be passing away and being wasted every moment; as water may be oozing out of a cracked vessel.

ਹਰਿ ਗੁਨ ਕਾਹਿ ਨ ਗਾਵਹੀ,	har gun kaahi na gaavhee
ਮੂਰਖ ਅਗਿਆਨਾ॥	moorakh agi-aanaa.
ਝੂਠੈ ਲਾਲਚਿ ਲਾਗਿ ਕੈ,	jhoothai laalach laag kai
ਨਹਿ ਮਰਨੁ ਪਛਾਨਾ॥੧॥	neh maran pachhaanaa. ||1||

ਮੂਰਖ, ਅਣਜਾਣ ਜੀਵ ਪ੍ਰਭ ਦੇ ਸ਼ਬਦ ਦਾ ਸਿਮਰਨ ਕਿਉਂ ਨਹੀਂ ਕਰਦਾ? ਤੂੰ ਝੂਠੇ ਲਾਲਚ ਦੇ ਮਗਰ ਲੱਗਾ ਹੈ, ਮੌਤ ਨੂੰ ਯਾਦ ਨਹੀਂ ਰਖਦਾ । ਮੌਤ ਦਾ ਖੋਫ ਖਾਵੋ ।

Ignorant why are you not meditating on the teachings of His Word? You remain intoxicated in the short-lived pleasures of worldly wealth. You have forgotten the unpredictable death. You do not remember the misery of separation of your soul from The Holy Spirit.

ਅਜਹੂ ਕਛੁ ਬਿਗਰਿਓ ਨਹੀ,	ajhoo kachh bigri-o nahee
ਜੋ ਪ੍ਰਭ ਗੁਨ ਗਾਵੈ॥	jo parabh gun gaavai.
ਕਹੁ ਨਾਨਕ ਤਿਹ ਭਜਨ ਤੇ,	kaho naanak tih bhajan tay
ਨਿਰਭੈ ਪਦੁ ਪਾਵੈ॥ ੨॥੧॥	nirbhai pad paavai. ||2||1||

ਅਜੇ ਵੀ ਮੌਕਾ ਹੈ, ਕੁਝ ਵਿਗੜਿਆ ਨਹੀਂ, ਸ਼ਬਦ ਦੀ ਪਾਲਣਾ, ਸਿੱਧੇ ਰਸਤੇ ਤੇ ਚਲੋ । ਮਨੋ ਸ਼ਬਦ ਦੀ ਪਾਲਣਾ ਨਾਲ, ਪ੍ਰਭ ਦੀ ਪ੍ਰਵਾਨਗੀ ਦਾ ਰਸਤਾ ਬਖਸ਼ਿਸ਼ ਹੋ ਜਾਂਦਾ ਹੈ ।

You still have time in your hand; your opportunity has not been lost yet. You should adopt the right path, the teachings of His Word with steady and stable in your day-to-day life. With His mercy and grace, The True Master may bless you the right path of acceptance in His Court.

58. ਤਿਲੰਗ ਮਹਲਾ ੯॥ 726-18

ਜਾਗ ਲੇਹੁ ਰੇ ਮਨਾ, ਜਾਗ ਲੇਹੁ,	jaag layho ray manaa jaag layho
ਕਹਾ ਗਾਫਲ ਸੋਇਆ॥	kahaa gaafal so-i-aa.
ਜੋ ਤਨੁ ਉਪਜਿਆ ਸੰਗ ਹੀ,	jo tan upJi-aa sang hee
ਸੋ ਭੀ ਸੰਗਿ ਨ ਹੋਇਆ॥੧॥ਰਹਾਉ॥	so bhee sang na ho-i-aa. ||1|| rahaa-o.

ਜਾਗ, ਸੁਚੇਤ ਹੋ, ਕਿਉਂ ਮੌਤ ਨੂੰ ਵਿਸਾਰ ਕੇ ਸੁੱਤਾ ਪਿਆ ਹੈ? ਜਿਹੜਾ ਤਨ ਲੈ ਕੇ ਜਨਮ ਲਿਆ ਸੀ! ਉਹ ਤਨ ਵੀ ਅੰਤ ਵਿੱਚ ਤੇਰੇ ਸਾਥ ਨਹੀਂ ਜਾਣਾ ।

Wakes up ignorant creature; where have you been lost, sleeping? Always remember! even the body you were blessed in the world; your perishable body may not stay with you forever.

ਮਾਤ ਪਿਤਾ ਸੁਤ ਬੰਧ,	maat pitaa sut banDh
ਜਨ ਹਿਤੁ ਜਾ ਸਿਉ ਕੀਨਾ॥	jan hit jaa si-o keenaa.
ਜੀਉ ਛੂਟਿਓ ਜਬ ਦੇਹ ਤੇ,	jee-o chhooti-o jab dayh tay
ਡਾਰਿ ਅਗਨਿ ਮੈ ਦੀਨਾ॥੧॥	daar agan mai deenaa. ||1||

ਜਿਹਨਾਂ ਸੰਸਾਰ ਪ੍ਰਵਾਰ, ਮਾਤਾ, ਪਿਤਾ, ਬੱਚੇ, ਨਾਲ ਪ੍ਰੀਤ ਲਾਉਂਦਾ, ਅਭਿਮਾਨ ਕਰਦਾ ਹੈ । ਜਦੋਂ ਸਵਾਸ ਖਤਮ ਹੋ ਗਏ, ਤੇਰੇ ਤਨ ਨੂੰ ਅੱਗ ਵਿੱਚ ਜਲਾ ਦੇਣਾ ਹੈ ।

You are boasting with false pride of your worldly family, like mother, father, spouse, and children. As soon as, your capital of breaths may be exhausted, no one is going to care about or keeps your body in your house; they are going to cremate your body.

ਜੀਵਤ ਲਉ ਬਿਉਹਾਰੁ ਹੈ,	jeevat la-o bi-uhaar hai
ਜਗ ਕਉ ਤੁਮ ਜਾਨਉ॥	jag ka-o tum jaan-o.
ਨਾਨਕ ਹਰਿ ਗੁਨ ਗਾਇ ਲੈ,	naanak har gun gaa-ay lai
ਸਭ ਸੁਫਨ ਸਮਾਨਉ॥੨॥੨॥	sabh sufan samaana-o. ||2||2||

ਜਿਤਨਾਂ ਚਿਰ ਤੇਰੇ ਵਿੱਚ ਸਵਾਸ ਹਨ । ਉਤਨਾਂ ਚਿਰ ਹੀ ਸੰਸਾਰ ਦੇ ਧੰਦੇ, ਸੰਬਧ ਹਨ । ਇਹ ਸੰਸਾਰਕ ਜੀਵਨ ਇੱਕ ਸੁਪਨਾ ਹੀ ਹੈ । ਕੇਵਲ ਪ੍ਰਭ ਦਾ ਸ਼ਬਦ ਸਦਾ ਸਾਥ ਜਾਣਵਾਲਾ ਹੈ । ਉਸ ਦੇ ਸ਼ਬਦ ਦੀ ਪਾਲਣਾ, ਸਿਮਰਨ ਕਰੋ ।

Whosoever may be breathing and alive, all the worldly chores, possessions and worldly relationship may have some significance. All passes away like a sweet or salty dream. Only the earnings of His Word remain your companion forever to help in His Court. You should meditate and obey the teachings of His Word with steady and stable belief in your day-to-day life.

59. ਤਿਲੰਗ ਮਹਲਾ ੯॥ 727-2

ਹਰਿ ਜਸੁ ਰੇ ਮਨਾ ਗਾਇ ਲੈ,	har jas ray manaa gaa-ay lai
ਜੋ ਸੰਗੀ ਹੈ ਤੇਰੋ॥	jo sangee hai tayro.
ਅਉਸਰੁ ਬੀਤਿਓ ਜਾਤੁ ਹੈ,	a-osar beeti-o jaat hai
ਕਹਿਓ ਮਾਨ ਲੈ ਮੇਰੋ॥੧॥ ਰਹਾਉ॥	kahi-o maan lai mayro. ||1|| rahaa-o.

ਜੀਵ ਇਸ ਵਿਚਾਰ ਵਿੱਚ ਧਿਆਨ ਲਾਵੋ, ਮਨ ਵਿੱਚ ਯਾਦ ਰਖੋ! ਪ੍ਰਭ ਦੇ ਸ਼ਬਦ ਦਾ ਸਿਮਰਨ ਕਰੋ! ਉਹ ਹੀ ਸਦਾ ਸਾਥ ਦੇਣ ਵਾਲਾ ਸਾਥੀ ਹੈ ।

You should always remember one unique essence of His Nature! You should meditate and obey the teachings of His Word; only the earnings of His Word may be your companion forever to support in His Court.

ਸੰਪਤਿ ਰਥ ਧਨ ਰਾਜ ਸਿਉ, sampat rath Dhan raaj si-o
ਅਤਿ ਨੇਹੁ ਲਗਾਇਓ॥ at nayhu lagaa-i-o.
ਕਾਲ ਫਾਸ ਜਬ ਗਲਿ ਪਰੀ, kaal faas jab gal paree
ਸਭ ਭਇਓ ਪਰਾਇਓ॥੧॥ sabh bha-i-o paraa-i-o. ||1||

ਜੀਵ ਸੰਸਾਰਕ ਧਨ, ਮਾਲਕੀਅਤ, ਸ਼ਾਨ ਸੋਭਾ, ਹੈਸੀਅਤ ਨੂੰ ਬਹੁਤ ਮਹੱਤਤਾ ਦੇਂਦਾ ਹੈ । ਜਦੋਂ ਮੌਤ ਦੇ ਫਰਿਸ਼ਤੇ ਨੇ ਘੇਰਾ ਪਾਇਆ, ਸਵਾਸ ਖਤਮ ਹੋ ਗਏ । ਜਿਸ ਦਾ ਤੂੰ ਅਭਿਮਾਨ ਕਰਦਾ ਸੀ ਸਭ ਕੁਝ ਹੋਰ ਕਿਸੇ ਦਾ ਹੋ ਜਾਣੇ ਹਨ ।

Human may consider worldly wealth, possessions, worldly status, and glory very significant assets for his human life journey. When the devil of death may knock at his door and captured his soul; whatsoever worldly possessions, he may be boasting, all would be lost, left on earth, nothing may not company in His Court after death. All his worldly possessions may be captured by someone else. His soul may endure the judgement of his sinful worldly deeds.

ਜਾਨਿ ਬੂਝ ਕੈ ਬਾਵਰੇ, jaan boojh kai baavray
ਤੈ ਕਾਜੁ ਬਿਗਾਰਿਓ॥ tai kaaj bigaari-o.
ਪਾਪ ਕਰਤ ਸੁਕਚਿਓ ਨਹੀ, paap karat sukchi-o nahee
ਨਹ ਗਰਬੁ ਨਿਵਾਰਿਓ॥੨॥ nah garab nivaari-o. ||2||

ਸਮਝ ਹੋਣ ਤੇ ਵੀ ਆਪਣੇ ਕਾਰਜ ਵਿੱਚ ਵਿਘਨ ਪਾਉਂਦਾ, ਗਲਤ ਰਸਤੇ ਤੇ ਚਲਦਾ ਹੈ । ਆਪਣੇ ਮਨ ਨੂੰ ਬੁਰੇ, ਪਾਪਾਂ ਵਾਲੇ ਕੰਮ ਤੋ ਰੋਕਦਾ ਨਹੀਂ । ਨਾ ਹੀ ਆਪਣੇ ਮਨ ਦੀ ਅਹੰਕਾਰ ਅਤੇ ਹੈਸੀਅਤ ਨੂੰ ਹੀ ਮਨ ਵਿਚੋਂ ਕੱਢਦਾ ਹੈ ।

Even though, he may realize the world is not a permanent resting place for his soul; still, he may not follow the right path, to meditate on the teachings of His Word. He may not restrict his mind from sinful deeds with the intoxication of sweet poison of worldly desires nor abandon the ego and pride of worldly status from his mind.

ਜਿਹ ਬਿਧਿ ਗੁਰ ਉਪਦੇਸਿਆ, Jih biDh gur updaysi-aa
ਸੋ ਸੁਨੁ ਰੇ ਭਾਈ॥ so sun ray bhaaee.
ਨਾਨਕ ਕਹਤ ਪੁਕਾਰਿ ਕੈ, naanak kahat pukaar kai
ਗਹੁ ਪ੍ਰਭ ਸਰਨਾਈ॥੩॥੩॥ gahu parabh sarnaa-ee. ||3||3||

ਅਸਲੀ ਗੁਰੂ, ਸ਼ਬਦ ਦੀ ਸਿਖਿਆਂ ਵਿੱਚ ਧਿਆਨ ਰਖੋ! ਪ੍ਰਭ ਦੀ ਸ਼ਰਣ ਵਿੱਚ ਆਉਣ, ਸ਼ਬਦ ਦੀ ਪਾਲਣਾ, ਸਿਮਰਨ ਕਰਨ ਨਾਲ ਹੀ, ਪ੍ਰਭ ਦੀ ਰਹਿਮਤ ਬਖਸ਼ਿਸ਼ ਹੁੰਦੀ ਹੈ, ਪ੍ਰਭ ਦੀ ਰਖਿਆ ਵਿੱਚ ਪ੍ਰਵਾਨ ਹੋ ਜਾਂਦਾ ਹੈ ।

You should concentrate on the teachings of True Guru, His embedded Word within your soul. You should remember the real purpose of human life opportunity. Whosoever may surrender his mind, body, and worldly status at His sanctuary; with His mercy and grace, he may be accepted in His sanctuary and The True Master may become his protector.

60. ਤਿਲੰਗ ਬਾਣੀ ਭਗਤਾ ਕੀ ਕਬੀਰ ਜੀ॥ 727-7

ੴ ਸਤਿਗੁਰ ਪ੍ਰਸਾਦਿ॥ ik-oNkaar satgur parsaad.
ਬੇਦ ਕਤੇਬ ਇਫਤਰਾ ਭਾਈ, bayd katayb iftaraa bhaa-ee
ਦਿਲ ਕਾ ਫਿਕਰੁ ਨ ਜਾਇ॥ dil kaa fikar na jaa-ay.
ਟੁਕੁ ਦਮੁ ਕਰਾਰੀ ਜਉ ਕਰਹੁ, tuk dam karaaree ja-o karahu
ਹਾਜਿਰ ਹਜੂਰਿ ਖੁਦਾਇ॥੧॥ haajir hajoor khudaa-ay. ||1||

ਧਾਰਮਕ ਗ੍ਰੰਥ ਪੜ੍ਹਨ, ਨਿਯਮਾਂ ਤੇ ਚੱਲਣ ਨਾਲ ਮਨ ਦੇ ਭਰਮ ਦੂਰ ਨਹੀਂ ਹੁੰਦੇ । ਮਨ ਦੀਆਂ ਚਿੰਤਾਂ ਦੂਰ ਨਹੀਂ ਹੁੰਦੀਆਂ । ਅਗਰ ਜੀਵ ਇੱਕ ਪਲ ਵੀ ਆਪਣਾ ਧਿਆਨ ਪ੍ਰਭ ਦੇ ਸ਼ਬਦ ਵਿੱਚ ਲਾਵੇ! ਤਾਂ ਰਹਿਮਤ ਮਹਿਸੂਸ ਹੋ ਜਾਂਦੀ ਹੈ, ਜਿਵੇਂ ਪ੍ਰਭ ਜੀਵ ਦੇ ਸਾਮ੍ਹਣੇ ਹੀ ਹੈ ।

Whosoever may read religious scriptures and adopts the religious principles rigidly in his day-to-day life; his suspicions and frustrations of worldly desires may not be eliminated. Whosoever may concentrate on His Word, the real purpose of his human life opportunity; he may realize the existence of The Holy Spirit. With His mercy and grace, he may be blessed with the right path of acceptance in His Court.

ਬੰਦੇ ਖੋਜੁ ਦਿਲ ਹਰ ਰੋਜ਼,	banday khoj dil har roj
ਨਾ ਫਿਰੁ ਪਰੇਸਾਨੀ ਮਾਹਿ॥	naa fir paraysaanee maahi.
ਇਹ ਜੁ ਦੁਨੀਆ ਸਿਹਰੁ ਮੇਲਾ,	ih jo dunee-aa sihar maylaa
ਦਸਤਗੀਰੀ ਨਾਹਿ॥੧॥ਰਹਾਉ॥	dasatgeeree naahi. ||1|| rahaa-o.

ਜੀਵ ਹਰ ਰੋਜ਼ ਆਪਣੇ ਦਿਲ, ਮਨ ਅੰਦਰੋਂ ਹੀ ਉਸ ਦੀ ਖੋਜ ਕਰੋ । ਹੋਰ ਕਿਸੇ ਥਾਂ ਤੇ ਭਟਕਣ ਦੀ ਕੋਈ ਜਰੂਰਤ ਨਹੀਂ । ਇਹ ਸੰਸਾਰ ਇੱਕ ਜਾਦੂਗਰ ਦੇ ਖੇਲ ਵਰਗਾ ਹੈ । ਇਸ ਵਿੱਚ ਕੋਈ ਤੈਨੂੰ ਹੱਥ ਪਕੜ ਕੇ ਪਾਰ ਨਹੀਂ ਲੰਘਾਵੇਗਾ ।

You should concentrate and search within your heart, the real purpose of your human life opportunity every moment in day-to-day life. You should not wander shrine to shrine in frustration to find the right path of acceptance in His Court. The worldly life may be like a play of juggler; no one may hold your hand and carries to His Court. No worldly saint or Guru may be blessed to guide you on the right path of acceptance in His Court.

ਦਰੋਗੁ ਪੜਿ ਪੜਿ ਖੁਸੀ ਹੋਇ,	darog parh parh khusee ho-ay
ਬੇਖਬਰ ਬਾਦੁ ਬਕਾਹਿ॥	baykhabar baad bakaahi.
ਹਕੁ ਸਚੁ ਖਾਲਕੁ ਖਲਕ ਮਿਆਨੇ,	hak sach khaalak khalak mi-aanay
ਸਿਆਮ ਮੂਰਤਿ ਨਾਹਿ॥੨॥	si-aam moorat naahi. ||2||

ਜੀਵ ਅਣਜਾਣਤਾ ਵਿੱਚ ਝੂਠੀਆਂ ਲਿਖਤਾਂ, ਗ੍ਰੰਥ ਪੜ੍ਹ ਕੇ ਹੀ ਖੁਸ਼ੀ ਮਨਾਉਂਦਾ ਹੈ । ਮਨ ਘੜਤ ਹੀ ਵਿਆਖਿਆ ਕਰਦਾ ਹੈ । ਪ੍ਰਭ ਆਪਣੀ ਪੈਦਾ ਕੀਤੀ ਹੋਈ ਸ੍ਰਿਸ਼ਟੀ ਵਿੱਚ ਆਪ ਹੀ ਸਮਾਇਆ ਹੈ । ਉਹ ਕਿਸੇ ਮੂਰਤੀ ਵਿੱਚ ਨਹੀਂ ਹੈ ।

Ignorant human, may read worldly religious scriptures; he may baptize with a belief that religious path may enlighten him with the right path of his human life journey and celebrates. The religious saint, preacher may explain his own belief of the spiritual teachings of the scripture. The Omnipotent True Creator remains embedded within your soul; with His mercy and grace, His true devotee may bless with the right path of acceptance in His Court.

ਅਸਮਾਨ ਮ੍ਹਿਾਨੇ ਲਹੰਗ ਦਰੀਆ,	asmaan mi-yaanay lahang daree-aa
ਗੁਸਲ ਕਰਦਨ ਬੂਦ॥	gusal kardan bood.
ਕਰਿ ਫਕਰੁ ਦਾਇਮ ਲਾਇ ਚਸਮੇ,	kar fakar daa-im laa-ay chasmay
ਜਹ ਤਹਾ ਮਉਜੂਦੁ॥੩॥	jah tahaa ma-ujood. ||3||

ਜੀਵ ਤੇਰੇ ਮਨ ਦੇ ਦਸਵੇਂ ਘਰ ਵਿਚੋਂ ਅੰਮ੍ਰਿਤ ਦਾ ਸੋਮਾ ਵਗਦਾ ਹੈ । ਉਸ ਵਿੱਚ ਇਸ਼ਨਾਨ ਕਰਕੇ ਆਤਮਾ ਨੂੰ ਪਵਿੱਤਰ ਕਰੋ । ਸਦਾ ਰਹਿਣ ਵਾਲੇ ਪ੍ਰਭ ਦੇ ਸ਼ਬਦ ਦੀ ਬੰਦਗੀ ਕਰੋ । ਆਪਣੀ ਅੱਖਾਂ ਨਾਲ ਦੇਖੋ! ਉਹ ਹਰ ਥਾਂ, ਹਰ ਜੀਵ ਵਿੱਚ, ਹਰ ਵੇਲੇ ਹੀ ਵਾਪਰਦਾ ਹੈ ।

The fountain of the nectar of the essence of His Word may be oozing out of the 10th castle of your mind. You should take a sanctifying bath of your soul in the nectar of the essence of His Word. You should always meditate on the teachings of His forever true Word; with His mercy and grace, you may realize the existence of The Holy Spirit prevailing everywhere.

ਅਲਾਹ ਪਾਕੰ ਪਾਕ ਹੈ,	alaah paakaN paak hai
ਸਕ ਕਰਉ, ਜੇ ਦੂਸਰ ਹੋਇ॥	sak kara-o jay doosar ho-ay.
ਕਬੀਰ ਕਰਮੁ ਕਰੀਮ ਕਾ,	kabeer karam kareem kaa
ਉਹੁ ਕਰੈ ਜਾਨੈ ਸੋਇ॥੪॥੧॥	uho karai jaanai so-ay. ||4||1||

ਪ੍ਰਭ ਅਮੋਲਕ, ਪਵਿੱਤਰ ਹੈ! ਜੀਵ ਭਰਮਾਂ ਵਿੱਚ ਪੈ ਕੇ ਹੀ ਹੋਰ ਪਾਸੇ ਢੂੰਡਦਾ ਹੈ, ਹੋਰ ਸਮਝਦਾ ਹੈ । ਉਸ ਤਰਸਵਾਨ ਅੰਤਰਜਾਮੀ ਪ੍ਰਭ ਵਿਚੋਂ ਸਦਾ ਹੀ ਰਹਿਮਤਾਂ ਦੀ ਵਰਖਾ ਹੁੰਦੀ ਹੈ । ਉਹ ਆਪ ਹੀ ਸਭ ਕੁਝ ਜਾਣਦਾ ਹੈ, ਕੋਈ ਜੀਵ ਕੀ ਕੰਮ ਕਰਦਾ ਹੈ ।

The teachings of His Word are the sanctifying nectar. Ignorant human becomes slave of worldly religious suspicions; he remains wandering shrine to shrine searching for peace of mind and contentment. His Virtues are raining continuously on His Creation. The Omniscient True Master remains awake and alert; He monitors all the activities of His Creation.

61. ਤਿਲੰਗ ਬਾਣੀ ਨਾਮਦੇਵ ਜੀ॥ 727-12

ਮੈ ਅੰਧੁਲੇ ਕੀ ਟੇਕ,	mai anDhulay kee tayk
ਤੇਰਾ ਨਾਮੁ ਖੁੰਦਕਾਰਾ॥	tayraa naam khundkaaraa.
ਮੈ ਗਰੀਬ, ਮੈ ਮਸਕੀਨ,	mai gareeb mai maskeen
ਤੇਰਾ ਨਾਮੁ ਹੈ ਅਧਾਰਾ॥੧॥ਰਹਾਉ॥	tayraa naam hai aDhaaraa. ||1|| rahaa-o.

ਪ੍ਰਭ ਮੈਂ ਅਣਜਾਣ, ਅੰਨ੍ਹਾ ਹਾ! ਤੇਰਾ ਸ਼ਬਦ ਹੀ ਮੇਰੇ ਜੀਵਨ ਦਾ ਅਧਾਰ, ਆਸਰਾ, ਥੰਮਾ ਹੈ । ਮੈਂ ਗ਼ਰੀਬ, ਨਿਮਾਣਾ ਤੇਰਾ ਦਾਸ ਹਾ, ਤੇਰਾ ਸ਼ਬਦ ਹੀ ਮੇਰੇ ਜੀਵਨ ਦਾ ਅਧਾਰ ਹੈ ।

My True Master, I am ignorant from the real purpose of human life opportunity. The teachings of Your Word are the supporting pillar of my human life journey. I am helpless, humble, blesses me with the right path of human life journey.

ਕਰੀਮਾਂ ਰਹੀਮਾਂ,	kareemaaN raheemaaN
ਅਲਾਹ ਤੂ ਗਨੀਂ॥	alaah too ganeeN.
ਹਾਜਰਾ ਹਜੂਰਿ ਦਰਿ,	haajraa hajoor dar
ਪੇਸਿ ਤੂੰ ਮਨੀਂ॥੧॥	pays tooN maneeN. ||1||

ਪ੍ਰਭ ਤੂੰ ਬਹੁਤ ਵਿਸ਼ਾਲ, ਦਿਆਲੂ, ਤਰਸਵਾਨ, ਧੰਨਾਡ ਅਤੇ ਵੱਡੇ ਦਿਲ ਵਾਲਾ ਹੈ । ਤੂੰ ਸਦਾ ਹਰ ਥਾਂ ਹਾਜਰਾ ਹਜ਼ੂਰ ਹੈ । ਮੇਰੇ ਵਿੱਚ ਵੀ ਅਤੇ ਮੇਰੇ ਸਾਮ੍ਹਣੇ ਵਾਲੇ ਵਿੱਚ ਵੀ ਤੂੰ ਹੀ ਮੌਜੂਦ, ਵਾਪਰਦਾ ਹੈ ।

The merciful True Master; You are very generous a treasure of virtues and very forgiving our weakness and deficiencies. You remain embedded within each soul and prevails everywhere. No one may exist without Your Holy Spirit.

ਦਰੀਆਉ ਤੂ ਦਿਹੰਦ ਤੂ,	daree-aa-o too dihand too
ਬਿਸੀਆਰ ਤੂ ਧਨੀ॥	bisee-aar too Dhanee.
ਦੇਹਿ ਲੇਹਿ ਏਕੁ ਤੂੰ, ਦਿਗਰ ਕੋ ਨਹੀ॥੨॥	deh layhi ayk tooN digar ko nahee. ||2||

ਪ੍ਰਭ ਤੂੰ ਹੀ ਜੀਵਨ ਦਾ ਸੋਮਾ, ਸਵਾਸਾਂ, ਦਾਤਾਂ ਦਾ ਭੰਡਾਰੀ, ਬਹੁਤ ਧਨੰਡ ਹੈ । ਕੇਵਲ ਤੂੰ ਕੁਝ ਬਖਸ਼ਦਾ, ਖੋਹਦਾ, ਜਨਮ ਦੇਂਦਾ, ਮੌਤ ਦੇਂਦਾ ਹੈ । ਹੋਰ ਕੋਈ ਨਹੀਂ ਹੈ ਜੋ ਇਹ ਕਰ ਸਕਦਾ ਹੈ ।

Only, The True Master remains the fountain of breaths, The True Owner of all treasures of virtues, enlightenment and the richest of All. Only You may bless any virtue and snatch, take away any virtue from Your Creation. The cycle of death and birth remains only under Your command. No one else has any power or capability without Your mercy and grace.

ਤੂੰ ਦਾਨਾਂ ਤੂੰ ਬੀਨਾਂ,	tooN daanaaN tooN beenaaN
ਮੈ ਬੀਚਾਰੁ ਕਿਆ ਕਰੀ॥	mai beechaar ki-aa karee.
ਨਾਮੇ ਚੇ ਸੁਆਮੀ,	naamay chay su-aamee
ਬਖਸੰਦ ਤੂੰ ਹਰੀ॥੩॥੧॥੨॥	bakhsand tooN haree. ||3||1||2||

ਪ੍ਰਭ ਤੂੰ ਹੀ ਸਾਰੇ ਗਿਆਨਾ ਦਾ ਮਾਲਕ, ਸਭ ਤੋ ਵੱਡਾ ਹੈ । ਮੈਂ ਕਿਵੇਂ ਤੇਰੀ ਕੁਦਰਤ ਦਾ ਵਖਿਆਣ ਕਰ ਸਕਦਾ ਹਾ? ਪ੍ਰਭ ਤੂੰ ਹੀ ਜੀਵ ਦਾ ਅਸਲੀ ਮਾਲਕ, ਤਰਸਵਾਨ, ਭੁੱਲਾਂ ਬਖਸ਼ਣ ਵਾਲਾ ਹੈ ।

The True Master; You are the greatest of All and the True Owner of all enlightenment of Your Nature. How may I comprehend or explain Your Nature? The Merciful True Master, only You may bless or forgives sins of any creature.

62. ਤਿਲੰਗ ਬਾਣੀ ਨਾਮਦੇਵ ਜੀ॥ 727-16

ਹਲੇ ਯਾਰਾਂ, ਹਲੇ ਯਾਰਾਂ,	halay yaaraaN halay yaaraaN
ਖੁਸਿਖਬਰੀ॥	khusikhabree.
ਬਲਿ ਬਲਿ ਜਾਂਉ,	bal bal jaaN-o
ਹਉ ਬਲਿ ਬਲਿ ਜਾਂਉ॥	ha-o bal bal jaaN-o.
ਨੀਕੀ ਤੇਰੀ ਬਿਗਾਰੀ,	neekee tayree bigaaree
ਆਲੇ ਤੇਰਾ ਨਾਉ॥੧॥ ਰਹਾਉ॥	aalay tayraa naa-o. ||1|| rahaa-o.

ਪ੍ਰਭ ਤੂੰ ਹੀ ਮੇਰਾ ਮਿੱਤਰ ਹੈ । ਮੈਂ ਤੇਰੇ ਤੋ ਕੁਰਬਾਨ ਜਾਵਾ! ਮੈਂ ਤੇਰੇ ਸ਼ਬਦ ਦੀ ਪਾਲਣਾ, ਸਿਮਰਨ ਕਰਦਾ ਹਾ । ਤੇਰੀ ਰਹਿਮਤ ਨਾਲ ਹੀ ਕੋਈ ਤੇਰਾ ਦਾਸ ਬਣ ਸਕਦਾ, ਤੇਰੀ ਸੇਵਾ ਕਰ ਸਕਦਾ ਹੈ । ਤੂੰ ਬਹੁਤ ਮਹਾਨ ਹੈ, ਮੁਕਤੀ ਦਾ ਦਾਤਾ ਹੈ ।

My True companion Master, I remain fascinated, astonished from Your Word, Nature. I only meditate and obey the teachings of Your Word with steady and stable belief with each breath. With Your mercy and grace, anyone may serve Your Creation; he may be accepted as Your true devotee. The Greatest of All, True Master only You may bless salvation.

ਕੁਜਾ ਆਮਦ ਕੁਜਾ ਰਫਤੀ,	kujaa aamad kujaa raftee
ਕੁਜਾ ਮੇ ਰਵੀ॥	kujaa may ravee.
ਦੁਾਰਿਕਾ ਨਗਰੀ, ਰਾਸਿ ਬੁਗੋਈ॥੧॥	davaarikaa nagree raas bugo-ee. ||1||

ਪ੍ਰਭ ਮੈਂ ਕਿਥੋਂ ਆਇਆ ਹੈ? ਕਿਥੇ ਪਹਿਲੇ ਰਹਿੰਦਾ ਸੀ? ਕਿਥੇ ਜਾਣਾ ਹੈ? ਸੋਝੀ ਬਖਸ਼ੋ! ਤੇਰਾ ਦਾਸ ਤੇਰੀ ਪਵਿੱਤਰ ਅਸਥਾਨ, ਦਵਾਰਕਾ ਨਗਰੀ ਵਿੱਚ ਸੇਵਾ ਕਰਦਾ ਹੈ ।

My True Master; Your humble slave is residing in Your **Davaarikaa** town on earth. With Your mercy and grace, enlighten me, where have I came from? Where have I been living before my stay in human body? Where may I go after my journey on earth?

***** Guru Arjan Dev Ji—Page 736:**
As an actor may play a different role, dress-up differently and performs various acts on stage. However, as the show may be finished, he remains the same. Same way The Holy Spirit remains embedded within each soul; his soul plays different role in the body of different creatures. When the perishable body may be destroyed; his soul must return to face judgement. The Holy Spirit remains unchanged, unaffected. The whole creation is an expansion of Your Holy Spirit.

ਖੂਬੁ ਤੇਰੀ ਪਗਰੀ, ਮੀਠੇ ਤੇਰੇ ਬੋਲ॥ khoob tayree pagree meethay tayray bol.
ਦੁਆਰਿਕਾ ਨਗਰੀ, ਕਾਹੇ ਕੇ ਮਗੋਲ॥੨॥ davaarikaa nagree kaahay kay magol. ||2||

ਪ੍ਰਭ ਕਿਤਨਾ ਸੋਭਾ ਵਾਲਾ ਤੇਰਾ ਤਾਜ ਹੈ, ਕਿਤਨੇ ਮਿੱਠੇ ਤੇਰੇ ਬੋਲ, ਸ਼ਬਦ ਹਨ । ਤੇਰੀ ਪਵਿੱਤਰ ਦਵਾਰਕਾ ਪੂਰੀ ਵਿੱਚ ਧੋਖਾ ਕਰਨ ਵਾਲੇ, ਜ਼ਾਲਮ ਕਿਉਂ ਵਸਦੇ ਹਨ?

How glamorous is Your crown? How melodious is Your tone, speech? Why may the robbers and cheaters be dwelling in Your Holy city of Davaarikaa?

ਚੰਦੀਂ ਹਜਾਰ ਆਲਮ, ਏਕਲ ਖਾਨਾਂ॥ chandeeN hajaar aalam aykal khaanaaN.
ਹਮ ਚਿਨੀ ਪਾਤਿਸਾਹ, ham chinee paatisaah
ਸਾਂਵਲੇ ਬਰਨਾਂ॥੩॥ saaNvlay barnaaN. ||3||

ਪ੍ਰਭ ਤੂੰ ਹੀ ਕੇਵਲ ਸਾਰੀਆਂ ਸ੍ਰਿਸ਼ਟੀਆਂ ਦਾ ਅਸਲੀ ਮਾਲਕ ਹੈ । ਪ੍ਰਭ ਤੂੰ ਹੀ ਮੇਰਾ ਅਸਲੀ ਮਾਲਕ ਹੈ । ਤੂੰ ਹੀ ਮੇਰਾ ਕਾਲੇ ਰੰਗ ਵਾਲਾ ਕ੍ਰਿਸ਼ਨਾ ਹੈ ।

My True Master, only You are The True Master of universes. Only You are my True Master. You are my Ancient prophet Krishna.

ਅਸਪਤਿ ਗਜਪਤਿ, ਨਰਹ ਨਰਿੰਦ॥ aspat gajpat narah narind.
ਨਾਮੇ ਕੇ ਸੁਾਮੀ, naamay kay savaamee
ਮੀਰ ਮੁਕੰਦ॥੪॥੨॥੩॥ meer mukand. ||4||2||3||

ਪ੍ਰਭ ਤੂੰ ਹੀ ਸੂਰਜ, ਇੰਦ੍ਰ, ਬ੍ਰਹਮਾ ਦਾ ਮਾਲਕ ਅਤੇ ਸਾਰੀ ਸ੍ਰਿਸ਼ਟੀ ਦਾ ਮਾਲਕ ਹੈ । ਪ੍ਰਭ ਤੂੰ ਹੀ ਇਸ ਨਿਮਾਣੇ ਜੀਵ ਦਾ ਮਾਲਕ ਹੈ, ਤੂੰ ਹੀ ਮੁਕਤੀ ਦਾ ਦਾਤਾ ਹੈ ।

The True Master is The Guru of all worldly prophets, **Sun, Inder, Bhrama** and all universes. You are also Master of Your humble helpless devotee and only You may bless salvation to any creature.

*** ☬ ***

ਗੁਰੂ ਗ੍ਰੰਥ

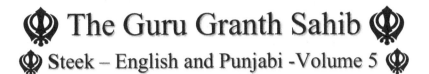

The Guru Granth Sahib

Steek – English and Punjabi -Volume 5

ਪੋਥੀ Volume – 5

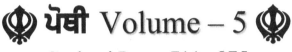

Gurbani Page: 711 –875

ਰਾਗੁ ਸੂਹੀ

Gurbani Page: 728 –794

(# 63-222)

☬ ਰਾਗੁ ਸੂਹੀ (63-222) ☬

ਗੁਰੂ ਗ੍ਰੰਥ ਸਾਹਿਬ – ਮੂਲ ਮੰਤਰ ਵਿੱਚ ਪ੍ਰਭ ਦੀ ਅਵਸਥਾ ਦੀ ਸੋਝੀ ਜਾਣਕਰੀ ਦੱਸੀ ਗਈ ਹੈ!

ਮੂਲ ਮੰਤਰ ਦੇ ਪੰਜ ਭਾਗ:: **Five enlightenments of Mool Mantra:**

ਪ੍ਰਭ ਦਾ ਅਕਾਰ, ਸ੍ਰਿਸਟੀ ਦਾ ਪ੍ਰਬੰਧ, ਬਣਤਰ, ਮੁਕਤੀ, ਪ੍ਰਭ ਦੀ ਪਛਾਣ! Structure; Function; Creation; Acceptance; Recognition.

ੴ ਸਤਿ ਨਾਮੁ ਕਰਤਾ ਪੁਰਖੁ, ਨਿਰਭਉ ਨਿਰਵੈਰੁ ਅਕਾਲ ਮੂਰਤਿ ਅਜੂਨੀ ਸੈਭੰ ਗੁਰ ਪ੍ਰਸਾਦਿ॥

ik-oNkaar, sat naam, kartaa, purakh, nirbha-o, nirvair, akaal, moorat, ajoonee, saibhaN, gur parsaad.

1) **ਪ੍ਰਭ ਦਾ ਅਕਾਰ** – Structure

ੴ ik-oNkaar: The One and Only One, God, True Master. No form, shape, color, size, in Spirit only.

God, The Holy Spirit may appear in anything, anyone, anytime at His free Will; beyond any form, shape, size, or color, only Holy Spirit.

2) **ਸ੍ਰਿਸਟੀ ਦਾ ਪ੍ਰਬੰਧ:** Function and His Operation!

ਸਤਿ ਨਾਮੁ sat naam: 'naam – His Word, His command, His existence. 'sat- Omnipresent, Omniscient, Omnipotent, Axiom Unchangeable, Uncompromised, forever.

The One and Only One, God remains embedded in His Nature, in His Word; only His command pervades in the universe and nothing else exist without His mercy and grace.

3) **ਸ੍ਰਿਸਟੀ ਦੀ ਬਣਤਰ:** – Creation of the universe.

ਸੈਭੰ saibhaN: Universe, creation, soul is an expansion of His Holy spirit. Comes out of His spirit to repent, sanctify, and may be absorbed in His Holy Spirit.

The True Master, Creator Himself is The Creation, nothing else exist.

4) **ਮੁਕਤੀ** Salvation – His acceptance.

ਗੁਰ ਪ੍ਰਸਾਦਿ gur parsaad: Only with His own mercy and grace. No one may counsel nor curse His blessing.

No one may comprehend how, why, and when; He may bestow His mercy and grace or the limits and duration of His blessings.

੫) **ਪ੍ਰਭ ਦੀ ਪਛਾਣ** – Recognition

ਗੁਣ: – ਕਰਤਾ, ਪੁਰਖੁ, ਨਿਰਭਉ, ਨਿਰਵੈਰੁ, ਅਕਾਲ, ਮੂਰਤਿ, ਅਜੂਨੀ ! Virtues: - kartaa, purakh, nirbha-o nirvair, akaal, moorat, ajoonee

His virtues are unlimited and beyond any comprehension of His Creation. However, no one has ever born nor will ever be born with all these unique virtues. Whosoever may have all above virtues may be worthy to be called The One and Only One, God, True Master and only worthy of worship.

The Master Key to open the door of the right path of acceptance in His Court, salvation may be "saibhaN"! Whosoever may be drenched with the essence that all souls arc an expansion of His Holy Spirit; he may realize that mankind as a brotherhood. No one may want to harm and deceive himself; he may be blessed to conquer his mind. With His mercy and grace, his cycle of birth and death may be eliminated!

63. ਰਾਗੁ ਸੂਹੀ ਮਹਲਾ ੧ ਚਉਪਦੇ ਘਰੁ ੧॥ 728-1

ੴ ਸਤਿ ਨਾਮੁ ਕਰਤਾ ਪੁਰਖੁ, ਨਿਰਭਉ ਨਿਰਵੈਰੁ ਅਕਾਲ ਮੂਰਤਿ ਅਜੂਨੀ ਸੈਭੰ ਗੁਰ ਪ੍ਰਸਾਦਿ॥

ik-oNkaar, sat naam, kartaa, purakh, nirbha-o, nirvair, akaal, moorat, ajoonee, saibhaN, gur parsaad.

ਭਾਂਡਾ ਧੋਇ ਬੈਸਿ ਧੂਪੁ ਦੇਵਹੁ, bhaa^{N}daa Dho-ay bais Dhoop
ਤਉ ਦੂਧੈ ਕਉ ਜਾਵਹੁ॥ dayvhu ta-o dooDhai ka-o jaavhu.
ਦੂਧੁ ਕਰਮ ਫੁਨਿ ਸੁਰਤਿ ਸਮਾਇਣੁ, dooDh karam fun surat samaa-in
ਹੋਇ ਨਿਰਾਸ ਜਮਾਵਹੁ॥੧॥ ho-ay niraas jamaavahu. ||1||

ਜੀਵ, ਆਪਣੇ ਮਨ ਨੂੰ ਚੰਗੇ ਕੰਮਾਂ ਵੱਲ ਲਾਵੇ! ਮਨ ਦੀਆਂ ਸੰਸਾਰਕ ਇੱਛਾਂ ਤੇ ਕਾਬੂ ਪਾਵੇ । ਤਾਂ ਹੀ ਸ਼ਬਦ ਦੀ ਪਾਲਣਾ ਦੇ ਰਸਤੇ ਤੇ ਚਲਿਆ ਜਾ ਸਕਦਾ ਹੈ ।

Whosoever may control his worldly desires and concentrates on good deeds to serve His Creation; with His mercy and grace, only he may be blessed with the right path of acceptance in His Court. He may be able to remain steady and stable on the right path.

ਜਪਹੁ ਤ ਏਕੋ ਨਾਮਾ॥ japahu ta ayko naamaa.
ਅਵਰਿ ਨਿਰਾਫਲ ਕਾਮਾ॥੧॥ ਰਹਾਉ॥ avar niraafal kaamaa. ||1|| rahaa-o.

ਇੱਕੋ ਇੱਕ ਪ੍ਰਭ ਦੇ ਸ਼ਬਦ ਦੀ ਅਡੋਲ ਭਰੋਸੇ ਨਾਲ ਪਾਲਣਾ ਕਰੋ! ਹੋਰ ਜੀਵਨ ਦੇ ਸਭ ਰਸਤੇ ਬਿਰਥੇ ਹੀ ਹਨ ।

You should meditate and adopt the teachings of His Word with steady and stable belief in your day-to-day life. All other meditations, worship, sanctifying bath at Holy shrines may be useless for the real purpose of human life opportunity.

ਇਹੁ ਮਨੁ ਈਟੀ ਹਾਥਿ ਕਰਹੁ, ih man eetee haath karahu fun
ਫੁਨਿ ਨੇਤ੍ਰਉ ਨੀਦ ਨ ਆਵੈ॥ naytara-o need na aavai.
ਰਸਨਾ ਨਾਮੁ ਜਪਹੁ ਤਬ ਮਥੀਐ, rasnaa naam japahu tab mathee-ai
ਇਨ ਬਿਧਿ ਅੰਮ੍ਰਿਤੁ ਪਾਵਹੁ॥੨॥ in biDh amrit paavhu. ||2||

ਆਪਣੇ ਮਨ ਨੂੰ ਪ੍ਰਭ ਦੇ ਸ਼ਬਦ ਦੀ ਸਿਖਿਆਂ ਦੇ ਦੁੱਧ ਵਿੱਚ ਮਧਾਣੀ ਪਾਵੋ! ਸਵਾਸ ਗਰਾਸ ਪ੍ਰਭ ਦੇ ਸ਼ਬਦ ਦੀ ਉਸਤਤ ਗਾਵੇ । ਜਿਸ ਦਾ ਭਰੋਸਾ ਪ੍ਰਭ ਦੇ ਬਖਸ਼ੇ ਤੇ ਅਡੋਲ ਹੋ ਜਾਂਦਾ ਹੈ, ਉਸ ਨੂੰ ਹੀ ਸ਼ਬਦ ਦੀ ਸੋਝੀ ਬਖਸ਼ਿਸ਼ ਹੋ ਸਕਦੀ ਹੈ ।

You should churn the essence of the teachings of His Word within your mind. You should sing the glory of His Word with steady and stable belief with each breath. Whosoever may have unshakeable belief on His blessings; with His mercy and grace, he may be blessed with the enlightenment of the essence of His Word.

ਮਨੁ ਸੰਪਟੁ ਜਿਤੁ ਸਤ ਸਰਿ ਨਾਵਣੁ, man sampat Jit sat sar naavan
ਭਾਵਨ ਪਾਤੀ ਤ੍ਰਿਪਤਿ ਕਰੇ॥ bhaavan paatee taripat karay.
ਪੂਜਾ ਪ੍ਰਾਣ ਸੇਵਕੁ ਜੇ ਸੇਵੇ, poojaa paraan sayvak jay sayvay
ਇਨ੍ਹ ਬਿਧਿ ਸਾਹਿਬੁ ਰਵਤੁ ਰਹੈ॥੩॥ in^{H} biDh saahib ravat rahai. ||3||

ਮਨ ਨੂੰ ਸੰਸਾਰਕ ਇੱਛਾਂ ਰਹਿਤ ਰਖਕੇ, ਮਨ ਨੂੰ ਹੀ ਪ੍ਰਭ ਦੇ ਭੇਟਾ ਕਰੋ! ਇਸ ਨੂੰ ਹੀ ਪੂਜਾ ਦਾ ਆਸਣ ਬਣਾਵੋ । ਇਸਤਰ੍ਹਾਂ ਜੀਵਨ ਬਤੀਤ ਕਰਨ ਨਾਲ ਮਨ ਵਿੱਚ ਭਰੋਸਾ ਅਡੋਲ ਰਹਿੰਦਾ ਹੈ ।

You should control your demons of worldly desires. You should surrender your mind, body, and worldly status at His sanctuary, to serve His Creation. You should establish your mind, body as a throne of meditation. With His mercy and grace, you may remain steady and stable on the right path of acceptance in His Court.

ਕਹਦੇ ਕਹਹਿ ਕਹੈ ਕਹਿ ਜਾਵਹਿ, kahday kaheh kahay kahi jaaveh
ਤੁਮ ਸਰਿ ਅਵਰੁ ਨ ਕੋਈ॥ tum sar avar na ko-ee.
ਭਗਤਿ ਹੀਣੁ ਨਾਨਕੁ ਜਨੁ ਜੰਪੈ, bhagat heen naanak jan jampai
ਹਉ ਸਾਲਾਹੀ ਸਚਾ ਸੋਈ॥੪॥੧॥ ha-o saalaahee sachaa so-ee. ||4||1||

ਸੰਸਾਰਕ ਪ੍ਰਚਾਰਕ, ਪ੍ਰਚਾਰ ਕਰਦੇ ਮਰ ਜਾਂਦੇ ਹਨ । ਪ੍ਰਭ ਤੇਰੇ ਵਰਗਾ ਸੂਝ ਦੇਣ ਵਾਲਾ ਹੋਰ ਕੋਈ ਨਹੀਂ ਹੈ । ਰਹਿਮਤ ਬਖਸ਼ਕੇ, ਨਿਮਾਣੇ ਦਾਸ ਨੂੰ ਸ਼ਬਦ ਦੀ ਸੋਝੀ ਬਖਸ਼ੋ ! ਮੈਨੂੰ ਸ਼ਬਦ ਦੀ ਪਾਲਣਾ ਵਿੱਚ ਹੀ ਲੀਨ ਰਖੋ ।

Worldly saints, preachers may be preaching the right path of human life journey; after predetermined time may face the devil of death. No one else may be true forever, enlightened guide like You. With Your mercy and grace, enlightens Your humble, helpless slave and keeps me intoxicated in the void of Your Word.

64. ਸੂਹੀ ਮਹਲਾ ੧ ਘਰੁ ੨॥ 728-10

ੴ ਸਤਿਗੁਰ ਪ੍ਰਸਾਦਿ॥ ik-oNkaar satgur parsaad.
ਅੰਤਰਿ ਵਸੈ ਨ ਬਾਹਰਿ ਜਾਇ॥ antar vasai na baahar jaa-ay.
ਅੰਮ੍ਰਿਤੁ ਛੋਡਿ ਕਾਹੇ ਬਿਖੁ ਖਾਇ॥੧॥ amrit chhod kaahay bikh khaa-ay. ||1||

ਪ੍ਰਭ ਤੇਰੇ ਤਨ ਅੰਦਰ ਹੀ ਵਸਦਾ ਹੈ, ਉਸ ਨੂੰ ਅੰਦਰੋਂ ਹੀ ਢੂੰਡ, ਬਾਹਰ ਕਿਉਂ ਢੂੰਡਦਾ ਹੈ? ਤੂੰ ਅਮੋਲਕ ਅੰਮ੍ਰਿਤ, ਸ਼ਬਦ ਛੱਡਕੇ, ਸੰਸਾਰਕ ਇੱਛਾਂ ਦੇ ਜ਼ਹਿਰ ਨੂੰ ਕਿਉਂ ਪੀਂਦਾ, ਉਸ ਰਸਤੇ ਤੇ ਕਿਉਂ ਚਲਦਾ ਹੈ?

The True Master remains embedded within your soul and dwells within your body. You should search the enlightenment of the essence of His Word from within your mind and body. Why are you wandering from shrine to shrine to searching for the enlightenment of His Word? Why have you abandoned the ambrosial nectar of His Word? Why are You intoxicated with sweet poison of worldly wealth, short-lived pleasures of worldly wealth? Why have you adopted this wrong path in your day-to-day life?

ਐਸਾ ਗਿਆਨੁ ਜਪਹੁ ਮਨ ਮੇਰੇ॥ aisaa gi-aan japahu man mayray.
ਹੋਵਹੁ ਚਾਕਰ ਸਾਚੇ ਕੇਰੇ॥੧॥ hovhu chaakar saachay kayray. ||1||
ਰਹਾਉ॥ rahaa-o.

ਜੀਵ ਸਦਾ ਰਹਿਣ ਵਾਲੇ ਪ੍ਰਭ ਦੇ ਸ਼ਬਦ ਦੀ ਬੰਦਗੀ ਕਰੋ । ਪ੍ਰਭ ਹੀ ਸ਼ਬਦ ਦੀ ਸੋਝੀ ਦੇਣ ਵਾਲਾ ਗਿਆਨੀ ਹੈ ।

You should always meditate and adopt the teachings of His Word, ever-living True Master, with steady and stable belief in your day-to-day life. Only, The True Master may bless the enlightenment of the essence of His Word, the real path of human life journey.

ਗਿਆਨੁ ਧਿਆਨੁ ਸਭੁ ਕੋਈ ਰਵੈ॥ gi-aan Dhi-aan sabh ko-ee ravai.
ਬਾਂਧਨਿ ਬਾਂਧਿਆ ਸਭੁ ਜਗੁ ਭਵੈ॥੨॥ baaNDhan baaNDhi-aa sabh jag bhavai.2

ਸਾਰੇ ਜੀਵ ਪ੍ਰਭ ਦੇ ਸ਼ਬਦ ਦੀ ਸੋਝੀ ਦੀ ਗੱਲ ਕਰਦੇ ਹਨ । ਪਰ, ਸੰਸਾਰਕ ਇੱਛਾਂ ਦੇ ਜਾਲ ਵਿੱਚ ਫਸੇ ਹੋਏ ਭਰਮਾਂ ਵਿੱਚ ਭਉਦੇ ਫਿਰਦੇ ਹਨ ।

All worldly saints, preachers inspire others to meditate on the teachings of His Word to sanctify soul to become worthy of His considerations. However, everyone remains intoxicated with sweet poison of worldly desires, greed, suspicions and performs religious rituals.

ਸੇਵਾ ਕਰੇ ਸੁ ਚਾਕਰੁ ਹੋਇ॥ sayvaa karay so chaakar ho-ay.
ਜਲਿ ਥਲਿ ਮਹੀਅਲਿ ਰਵਿ ਰਹਿਆ ਸੋਇ॥੩ jal thal mahee-al rav rahi-aa so-ay.3

ਜਿਹੜਾ ਸ਼ਬਦ ਦੀ ਪਾਲਣਾ ਕਰਦਾ ਹੈ, ਉਹ ਹੀ ਪ੍ਰਭ ਦਾ ਸੇਵਕ ਬਣ ਜਾਂਦਾ ਹੈ । ਪ੍ਰਭ ਜਲ, ਥਲ, ਅਤੇ ਅਕਾਸ਼ ਵਿੱਚ ਹਾਜਰਾ ਹਜ਼ੂਰ ਵਸਦਾ, ਵਾਪਰਦਾ ਹੈ ।

Whosoever may adopt the teachings of His Word with steady and stable belief in his day-to-day life; with His mercy and grace, he may be blessed with a state of mind as His true devotee. The Omnipresent True Master prevails in water, on, in, under earth and sky all time.

ਹਮ ਨਹੀ ਚੰਗੇ ਬੁਰਾ ਨਹੀ ਕੋਇ॥ ham nahee changay buraa nahee ko-ay.
ਪ੍ਰਣਵਤਿ ਨਾਨਕੁ ਤਾਰੇ ਸੋਇ॥੪॥੧॥੨॥ paranvat naanak taaray so-ay. ||4||1||2||

ਜੀਵ, ਸੰਸਾਰ ਵਿੱਚ ਕਿਸੇ ਨੂੰ ਬੁਰਾ ਜਾ ਭਲਾ ਕਿਵੇਂ ਕਹਿੰਦੇ ਹਨ? ਸਭ ਜੀਵਾਂ ਦੀ ਰਖਿਆ, ਭਲਾਈ ਕਰਨ ਵਾਲ ਇੱਕੋ ਇੱਕ ਪ੍ਰਭ ਹੀ ਹੈ ।

How may anyone be called good or sinner? The One and Only One, True Master may be protector and care for the welfare of everyone.

65. ਸੂਹੀ ਮਹਲਾ ੧ ਘਰੁ ੬॥ 729-1

ੴ ਸਤਿਗੁਰ ਪ੍ਰਸਾਦਿ॥ ik-oNkaar satgur parsaad.
ਉਜਲੁ ਕੈਹਾ ਚਿਲਕਣਾ, ujal kaihaa chilkanaa
ਘੋਟਿਮ ਕਾਲੜੀ ਮਸੁ॥ ghotim kaalrhee mas.
ਧੋਤਿਆ ਜੂਠਿ ਨ ਉਤਰੈ, Dhoti-aa jooth na utrai
ਜੇ ਸਉ ਧੋਵਾ ਤਿਸੁ॥੧॥ jay sa-o Dhovaa tis. ||1||

ਜਿਵੇਂ ਕੇਹ ਦਾ ਭਾਂਡਾ ਸਾਫ ਅਤੇ ਚਮਕਣਾ ਦੇਖਾਈ ਦੇਂਦਾ ਹੈ । ਅਗਰ ਇਸ ਨੂੰ ਥੋੜ੍ਹਾ ਚਿਰ ਰਗੜੋ ਤਾਂ ਇਸ ਦੀ ਕਾਲਖ ਦੇਖਾਈ ਦੇਂਦੀ ਹੈ । ਉਸ ਨੂੰ ਭਾਵੇਂ ਅਨੇਕਾਂ ਬਾਰ ਕਿਉਂ ਨਾ ਧੋਤਾ ਜਾਵੇ? ਇਸਤਰ੍ਹਾਂ ਜਿਸ ਦਾ ਮਨ ਮਾਇਆ ਮੋਹ, ਲਾਲਚ ਦੇ ਜਾਲ ਵਿੱਚ ਫਸਿਆ ਹੋਵੇ । ਅਗਰ ਕੋਈ ਚੰਗਾ ਕੰਮ ਕਰਨ ਲੱਗੇ, ਭਾਵੇਂ ਦੇਖਣ ਨੂੰ ਚੰਗਾ ਕੰਮ ਹੀ ਲੱਗਦਾ ਹੋਵੇ । ਉਸ ਪਿਛੇ ਕੋਈ ਨਾ ਕੋਈ ਧੋਖੇ ਵਾਲੀ ਸਕੀਮ, ਚਾਲ ਹੀ ਹੁੰਦੀ ਹੈ ।

As brass vessel may look clean and shining; however, by rubbing little more, one may find dark spots. No matter, brass vessel may be washed thousands of times. Same way, whosoever may be intoxicated with the greed of worldly wealth; all his deeds may appear to be for the welfare of His Creation. However, his motto may remain devious and overwhelmed with greed.

ਸਜਣ ਸੇਈ ਨਾਲਿ ਮੈ, sajan say-ee naal mai
ਚਲਦਿਆ ਨਾਲਿ ਚਲੰਨਿ੍॥ chaldi-aa naal chalaNniH.
ਜਿਥੈ ਲੇਖਾ ਮੰਗੀਐ, Jithai laykhaa mangee-ai
ਤਿਥੈ ਖੜੇ ਦਿਸੰਨਿ॥੧॥ ਰਹਾਉ॥ tithai kharhay disann. ||1|| rahaa-o.

ਜਿਹੜਾ ਹਰਇੱਕ ਕੰਮ ਵਿੱਚ ਸਾਥ ਦੇਂਦਾ ਹੈ, ਉਹ ਹੀ ਅਸਲੀ ਸਾਥੀ ਹੁੰਦਾ ਹੈ । ਜਿਥੇ ਵੀ ਲੋੜ ਪਵੇ ਉਹ ਗਵਾਹੀ ਦੇਵੇ, ਕਦੇ ਪਿਛੇ ਨਾ ਹੱਟੇ ।

Whosoever may stand by in all circumstances, all worldly environments pleasures, and miseries. He may be worthy to be called as true friend. He may never abandon you at the time of need.

ਕੋਠੇ ਮੰਡਪ ਮਾੜੀਆ, kothay mandap maarhee-aa
ਪਾਸਹੁ ਚਿਤਵੀਆਹਾ॥ paashu chitvee-aahaa.
ਢਠੀਆ ਕੰਮਿ ਨ ਆਵਨ੍ਹੀ, dhathee-aa kamm na aavnHee
ਵਿਚਹੁ ਸਖਣੀਆਹਾ॥੨॥ vichahu sakh-nee-aahaa. ||2||

ਜਿਵੇਂ ਪੱਕੇ ਘਰ, ਮਹਿਲ ਜੋ ਅੰਦਰੋਂ ਬਾਹਰੋਂ ਰੰਗ ਕੀਤੇ, ਸਜਾਵਟ ਵਾਲੇ ਹੁੰਦੇ ਹਨ । ਉਹ ਬਹੁਤ ਸ਼ਾਨਦਾਰ ਲੱਗਦੇ ਹਨ । ਜਦੋਂ ਢਹਿ ਜਾਂਦੇ, ਉਜੜ ਜਾਂਦੇ, ਕਿਸੇ ਕੰਮ ਨਹੀਂ ਆਉਂਦੇ, ਕੋਈ ਕੀਮਤ ਨਹੀਂ ਪੈਂਦੀ ।

As the strong castles, Holy shrines, when these are decorated and someone may be inhabitant; these appear very elegant. However, when these are abandoned; these looks like ghost town and may not have any assets, value.

ਬਗਾ ਬਗੇ ਕਪੜੇ,	bagaa bagay kaprhay
ਤੀਰਥ ਮੰਝਿ ਵਸੰਨ੍ਹਿ॥	tirath manjh vasaNniH.
ਘੁਟਿ ਘੁਟਿ ਜੀਆ ਖਾਵਣੇ,	ghut ghut jee-aa khaavnay
ਬਗੇ ਨਾ ਕਹੀਅਨ੍ਹਿ॥੩॥	bagay naa kahee-aniH. ||3||

ਜਿਵੇਂ ਬੱਗਲਾ ਤੀਰਥ ਦੇ ਸਰੋਵਰ ਕੰਢੇ ਬੈਠਦਾ ਹੈ । ਉਹ ਜੀਵਾਂ ਦੀ ਤਾੜ ਰਖਦਾ ਹੈ, ਉਹਨਾਂ ਨੂੰ ਮਾਰ ਕੇ ਖਾਂਦਾ ਹੈ । ਉਸ ਨੂੰ ਹੰਸ ਨਹੀਂ ਕਹਿਆ ਜਾ ਸਕਦਾ, ਭਾਵੇਂ ਉਹ ਹੰਸਾ ਵਰਗਾ ਹੀ ਲੱਗਦਾ ਹੈ । ਇਸਤਰ੍ਹਾਂ ਜਿਹੜਾ ਜੀਵ ਤੀਰਥ ਤੇ ਵਸਦਾ, ਸੰਤਾਂ ਵਾਲਾ ਬਾਣਾ ਪਾਉਂਦਾ ਹੈ । ਅਣਜਾਣ ਜੀਵਾਂ ਨੂੰ ਧੋਖੇ ਨਾਲ ਲੁੱਟਦਾ, ਭਰਮਾਂ ਵਿੱਚ ਪਾਉਂਦਾ ਹੈ । ਉਹ ਭਗਤ, ਬੰਦਗੀ ਕਰਨ ਵਾਲਾ ਨਹੀਂ ਬਣ ਸਕਦਾ ।

As a flamingo may stand in Holy water on one leg; he appears like a swan. He preys on fish to catch and eat. He may not be called swan. Same way, whosoever may dwell in Holy shrine, gurdwara; he may adopt religious robe, his outlook may be like a Holy saint. He may mislead others with suspicions, to rob the innocents in the name of religion, Gurbani. He may not be called a Holy saint or religious, His true devotee.

ਸਿੰਮਲ ਰੁਖੁ ਸਰੀਰੁ ਮੈ,	simmal rukh sareer
ਮੈਜਨ ਦੇਖਿ ਭੁਲੰਨ੍ਹਿ॥	mai maijan daykh bhulaNniH.
ਸੇ ਫਲ ਕੰਮਿ ਨ ਆਵਨ੍ਹੀ,	say fal kamm na aavnHee
ਤੇ ਗੁਣ ਮੈ ਤਨਿ ਹੰਨ੍ਹਿ॥੪॥	tay gun mai tan haNniH. ||4||

ਜਿਹੜਾ ਧਰਮ ਦੇ ਬਾਣੇ ਨਾਲ ਤਨ ਨੂੰ ਸਜਾਉਂਦਾ ਹੈ, ਉਹ ਸਿਮਲ ਦੇ ਬ੍ਰਿਛ ਵਰਗਾ ਹੀ ਹੁੰਦਾ ਹੈ । ਅਣਜਾਣ ਉਸ ਨੂੰ ਬੰਦਗੀ ਕਰਨ ਵਾਲਾ, ਨਿਮਾਣੇ ਦੀ ਰਖਿਆ ਕਰਨ ਵਾਲਾ ਸਮਝ ਲੈਂਦਾ ਹੈ । ਪਰ ਲੋੜ ਸਮੇਂ ਉਸ ਦੀ ਅਸਲੀਅਤ ਪ੍ਰਗਟ ਹੋ ਜਾਂਦੀ ਹੈ । ਉਹ ਧੋਖੇ ਬਾਜ ਕਿਸੇ ਕੰਮ ਨਹੀਂ ਆਉਂਦਾ ।

Whosoever may adopt the religious robe or even baptize for worldly greed. Innocent may believe! he may be a saint, protector of innocent and helpless. At the time of need, his reality may become obvious. The devious sinner may be useless.

ਅੰਧੁਲੈ ਭਾਰੁ ਉਠਾਇਆ,	anDhulai bhaar uthaa-i-aa
ਡੂਗਰ ਵਾਟ ਬਹੁਤੁ॥	doogar vaat bahut.
ਅਖੀ ਲੋੜੀ ਨਾ ਲਹਾ,	akhee lorhee naa lahaa
ਹਉ ਚੜਿ ਲੰਘਾ ਕਿਤੁ॥੫॥	ha-o charh langhaa kit. ||5||

ਮਾਨਸ ਇਸ ਸੰਸਾਰ ਵਿੱਚ ਅੰਨ੍ਹੇ ਜੀਵ ਵਰਗਾ ਹੈ । ਉਹ ਸੰਸਾਰਕ ਇੱਛਾਂ ਦਾ ਵੱਡਾ ਭਾਰ ਚੁੱਕੀ ਫਿਰਦਾ ਹੈ । ਉਹ ਦੇਖਦਾ, ਜਾਣਦਾ ਹੈ, ਕਿ ਉਸ ਨੂੰ ਕੀ ਕਰਨਾ ਚਾਹੀਦਾ ਹੈ । ਪਰ ਅਸਲੀ ਰਸਤਾ ਨਹੀਂ ਜਾਣਦਾ, ਸੰਸਾਰਕ ਪ੍ਰਬਤ ਤੇ ਕਿਵੇਂ ਚੜ੍ਹਨਾ ਹੈ ।

Human may remain ignorant, blind from the right path of human life. He may carry the heavy burden of sins of worldly desires. He may witness and remains aware, what he should be doing in his human life journey. However, he may not know the right path of human life journey. How may he climb the mountain of human life; His court?

ਚਾਕਰੀਆ ਚੰਗਿਆਈਆ,	chaakree-aa chang-aa-ee-aa
ਅਵਰ ਸਿਆਣਪ ਕਿਤੁ॥	avar si-aanap kit.
ਨਾਨਕ ਨਾਮੁ ਸਮਾਲਿ ਤੂੰ,	naanak naam samaal tooN
ਬਧਾ ਛੁਟਹਿ ਜਿਤੁ॥੬॥੧॥੩॥	baDhaa chhuteh Jit. ||6||1||3||

ਅਗਰ ਜੀਵ ਦੇ ਮਨ ਇਹ ਧੋਖਾ ਅਤੇ ਚਲਾਕੀ ਹੈ । ਉਸ ਦੇ ਸੰਸਾਰਕ ਭਲਾਈ ਦੇ ਚੰਗੇ ਕੰਮ, ਬੰਦਗੀ ਦੀ ਕੋਈ ਮਹੱਤਤਾ ਨਹੀਂ ਹੁੰਦੀ । ਪ੍ਰਭ ਦੇ ਦਰਬਾਰ ਵਿੱਚ ਪ੍ਰਵਾਨ ਨਹੀਂ ਹੁੰਦੀ । ਜਿਹੜਾ ਪ੍ਰਭ ਦੇ ਸ਼ਬਦ ਦੀ ਪਾਲਣਾ ਅਡੋਲ ਭਰੋਸੇ ਨਾਲ ਕਰਦਾ ਹੈ, ਉਸ ਦੇ ਸੰਸਾਰਕ ਇੱਛਾਂ ਦੇ ਬੰਧਨ ਖਤਮ ਹੋ ਜਾਂਦੇ ਹਨ ।

Whosoever may have greed or evil thoughts, devious plans within his mind, intentions; even his charity, good deeds may not have any significance. Even his good deeds may not be rewarded in His Court. Whosoever may obey the teachings of His Word with steady and stable belief in his day-to-day life; with His mercy and grace, his worldly bonds may be eliminated along with his cycle of birth and death.

66. ਸੂਹੀ ਮਹਲਾ ੧॥ 729-8

ਜਪ ਤਪ ਕਾ ਬੰਧੁ ਬੇੜੁਲਾ,	jap tap kaa banDh bayrhulaa
ਜਿਤੁ ਲੰਘਹਿ ਵਹੇਲਾ॥	jit langheh vahaylaa.
ਨਾ ਸਰਵਰੁ ਨਾ ਊਛਲੈ,	naa sarvar naa oochhlai
ਐਸਾ ਪੰਥੁ ਸੁਹੇਲਾ॥੧॥	aisaa panth suhaylaa. ||1||

ਜਿਹੜਾ ਜੀਵ ਮਨ ਦੀਆਂ ਇੱਛਾਂ ਨੂੰ ਕਾਬੂ ਵਿੱਚ ਰਖਕੇ ਸ਼ਬਦ ਦੀ ਪਾਲਣਾ ਕਰਦਾ ਹੈ । ਉਸ ਦਾ ਸੰਸਾਰਕ ਸਾਗਰ ਪਾਰ ਕਰਨ ਦਾ ਰਸਤਾ ਸਹਿਲਾ ਬਣ ਜਾਂਦਾ, ਕੋਈ ਰੁਕਾਵਟ ਨਹੀਂ ਪੈਂਦੀ ।

Whosoever may control his worldly desires and obeys the teachings of His Word with steady and stable belief in his day-to-day life. With His mercy and grace, he may be blessed with the right path of acceptance in His Court. His path of human life journey may become easy, free of hurdles or restrictions.

ਤੇਰਾ ਏਕੋ ਨਾਮੁ ਮੰਜੀਠੜਾ,	tayraa ayko naam manjeeth-rhaa
ਰਤਾ ਮੇਰਾ ਚੋਲਾ ਸਦ ਰੰਗ ਢੋਲਾ॥੧॥	rataa mayraa cholaa sad rang dholaa.
ਰਹਾਉ॥	||1|| rahaa-o.

ਮੇਰੇ ਸਰੀਰ ਰੂਪੀ ਚੋਲੇ ਤੇ ਪ੍ਰਭ ਦੇ ਸ਼ਬਦ ਦਾ ਰੰਗ ਚੜ੍ਹਿਆ ਹੈ । ਉਸ ਤੇ ਹੋਰ ਕੋਈ ਰੰਗ ਨਹੀਂ ਚੜ੍ਹ ਸਕਦਾ ।

My mind and body have been drenched with the deep crimson color of the nectar of the teachings of Your Word. No other color of worldly wealth may have any effect on my state of mind.

ਸਾਜਨ ਚਲੇ ਪਿਆਰਿਆ,	saajan chalay pi-aari-aa
ਕਿਉ ਮੇਲਾ ਹੋਈ॥	ki-o maylaa ho-ee.
ਜੇ ਗੁਣ ਹੋਵਹਿ ਗੰਠੜੀਐ,	jay gun hoveh ganth-rhee-ai
ਮੇਲੇਗਾ ਸੋਈ॥੨॥	maylaygaa so-ee. ||2||

ਪ੍ਰਭ ਮੇਰੀ ਮੌਤ ਦਾ ਸਮਾਂ ਆ ਗਿਆ ਹੈ, ਹੁਣ ਤੇਰੇ ਨਾਮ ਮਿਲਾਪ ਕਦੋਂ ਹੋਵੇਗਾ? ਜੀਵ ਅਗਰ ਸ਼ਬਦ ਦੀ ਕਮਾਈ ਤੇਰੇ ਸਾਥ ਹੋਵੇਗੀ! ਤਾਂ ਉਹ ਪ੍ਰਭ ਨੂੰ ਪ੍ਰਵਾਨ ਹੋ ਜਾਵੇਗੀ ਤਾਂ ਹੀ ਮਿਲਾਪ ਹੋ ਸਕਦਾ ਹੈ ।

My True Master, the devil of death is knocking at my door to reap my soul. When may I be able to witness Your Holy Spirit? Whosoever may carry the earnings of His Word with him after death; with His mercy and grace, his earnings of His Word may be accepted in His Court. He may immerse within The Holy Spirit.

ਮਿਲਿਆ ਹੋਇ ਨ ਵੀਛੁੜੈ, mili-aa ho-ay na veechhurhai
ਜੇ ਮਿਲਿਆ ਹੋਈ॥ jay mili-aa ho-ee.
ਆਵਾ ਗਉਣੁ ਨਿਵਾਰਿਆ, aavaa ga-on nivaari-aa
ਹੈ ਸਾਚਾ ਸੋਈ॥੩॥ hai saachaa so-ee. ||3||

ਅਗਰ ਕੋਈ ਸ਼ਬਦ ਦੀ ਪਾਲਣਾ ਕਰੇ ਅਤੇ ਉਸ ਦੀ ਬੰਦਗੀ ਪ੍ਰਵਾਨ ਹੋ ਜਾਵੇ । ਤਾਂ ਉਸ ਦਾ ਮਿਲਾਪ ਪ੍ਰਭ ਨਾਲ ਹੋ ਜਾਂਦਾ ਹੈ । ਕਦੇ ਵਿਛੋੜਾ ਨਹੀਂ ਹੁੰਦਾ, ਜੂੰਨਾਂ ਦਾ ਚੱਕਰ ਖਤਮ ਹੋ ਜਾਂਦਾ ਹੈ ।

Whosoever may obey the teachings of His Word with steady and stable belief in his day-to-day life; with His mercy and grace, his meditation may be accepted in His Court. He may be saved and immersed within The Holy Spirit. His soul may never be separated from His Holy Spirit; his cycle of birth and death may be eliminated.

ਹਉਮੈ ਮਾਰਿ ਨਿਵਾਰਿਆ, ha-umai maar nivaari-aa
ਸੀਤਾ ਹੈ ਚੋਲਾ॥ seetaa hai cholaa.
ਗੁਰ ਬਚਨੀ ਫਲੁ ਪਾਇਆ, gur bachnee fal paa-i-aa
ਸਹ ਕੇ ਅੰਮ੍ਰਿਤ ਬੋਲਾ॥੪॥ sah kay amrit bolaa. ||4||

ਜਿਹੜਾ ਆਪਣੇ ਅਹੰਕਾਰ ਨੂੰ ਖਤਮ ਕਰਕੇ ਸ਼ਬਦ ਦੀ ਬੰਦਗੀ ਕਰਦਾ ਹੈ । ਉਸ ਤੇ ਸ਼ਬਦ ਦਾ ਗੂੜ੍ਹਾ ਰੰਗ ਚੜ੍ਹ ਜਾਂਦਾ ਹੈ । ਅਮੋਲਕ ਰਤਨ ਸ਼ਬਦ ਦੀ ਸੋਝੀ ਪਾ ਕੇ ਜੀਵਨ ਵਿੱਚ ਢਾਲ ਲੈਂਦਾ ਹੈ ।

Whosoever may conquer his ego and obeys the teachings of His Word with steady and stable belief in his day-to-day life. He may be drenched with a deep crimson color of the nectar of the essence of His Word. He may be blessed with ambrosial jewel, the enlightenment of the teachings of His Word and transforms his way of life.

ਨਾਨਕੁ ਕਹੈ ਸਹੇਲੀਹੋ, naanak kahai sahayleeho
ਸਹੁ ਖਰਾ ਪਿਆਰਾ॥ saho kharaa pi-aaraa.
ਹਮ ਸਹ ਕੇਰੀਆ ਦਾਸੀਆ, ham sah kayree-aa daasee-aa
ਸਾਚਾ ਖਸਮੁ ਹਮਾਰਾ॥੫॥੨॥੪॥ saachaa khasam hamaaraa. ||5||2||4||

ਜੀਵ ਪ੍ਰਭ ਦੇ ਸ਼ਬਦ ਨੂੰ ਮਨੋ ਪਿਆਰ ਕਰੋ, ਉਸ ਦਾ ਅਸਲੀ ਸੇਵਕ, ਦਾਸ ਬਣੋ! ਉਹ ਹੀ ਇੱਕੋ ਇੱਕ ਤੇਰਾ ਮਾਲਕ ਹੈ, ਪੂਜਣ ਯੋਗ ਹੈ ।

You should wholeheartedly adopt the teachings of His Word with steady and stable belief in day-to-day life. You should keep your belief, devotion unshakable. You should sanctify your soul to become worthy of His consideration, The One and Only One True Master may be worthy of worship.

67. ਸੂਹੀ ਮਹਲਾ ੧॥ 729-14

ਜਿਨ ਕਉ ਭਾਂਡੈ ਭਾਉ, jin ka-o bhaaNdai bhaa-o
ਤਿਨਾ ਸਵਾਰਸੀ॥ tinaa savaarasee.
ਸੂਖੀ ਕਰੈ ਪਸਾਉ, sookhee karai pasaa-o
ਦੂਖ ਵਿਸਾਰਸੀ॥ dookh visaarasee.
ਸਹਸਾ ਮੂਲੇ ਨਾਹਿ, sahsaa moolay naahi
ਸਰਪਰ ਤਾਰਸੀ॥੧॥ sarpar taarsee. ||1||

ਜਿਸ ਦਾ ਮਨ ਪ੍ਰਭ ਦੇ ਵਿਛੋੜੇ ਦੇ ਵਿਰਾਗ ਨਾਲ ਭਰਿਆਂ ਹੈ । ਉਸ ਤੇ ਪ੍ਰਭ ਦੀ ਰਹਿਮਤ ਬਖਸ਼ਿਸ਼ ਹੋ ਜਾਂਦੀ ਹੈ, ਉਸ ਦੇ ਮਨ ਵਿੱਚ ਸ਼ਾਂਤੀ ਵਸਦੀ ਹੈ । ਉਸ ਦਾ ਸੰਸਾਰਕ ਇੱਛਾਂ ਦਾ ਦੁਖ ਖਤਮ ਹੋ ਜਾਂਦਾ ਹੈ । ਉਸ ਨੂੰ ਪ੍ਰਭ ਦੇ ਦਰਬਾਰ ਵਿੱਚ ਪ੍ਰਵਾਨਗੀ ਬਖਸ਼ਿਸ਼ ਹੋ ਜਾਂਦੀ ਹੈ ।

Whosoever may remain in renunciation in the memory of his separation from The Holy Spirit; with His mercy and grace, he may remain overwhelmed with peace of mind and contentment in his worldly life. All his miseries of demons of worldly desires may be eliminated; with His mercy and grace, he may be accepted in His Court.

ਤਿਨ੍ਹਾ ਮਿਲਿਆ ਗੁਰੁ ਆਇ,	tinHaa mili-aa gur aa-ay
ਜਿਨ ਕਉ ਲੀਖਿਆ॥	jin ka-o leekhi-aa.
ਅੰਮ੍ਰਿਤੁ ਹਰਿ ਕਾ ਨਾਉ,	amrit har kaa naa-o
ਦੇਵੈ ਦੀਖਿਆ॥	dayvai deekhi-aa.
ਚਾਲਹਿ ਸਤਿਗੁਰ ਭਾਇ,	chaaleh satgur bhaa-ay
ਭਵਹਿ ਨ ਭੀਖਿਆ॥੨॥	bhaveh na bheekhi-aa. ||2||

ਜਿਸ ਦੇ ਭਾਗ ਵਿੱਚ ਪਹਿਲੇ ਹੀ ਲਿਖਿਆ ਹੁੰਦਾ ਹੈ । ਕੇਵਲ ਉਹ ਹੀ ਸ਼ਬਦ ਦੀ ਪਾਲਣਾ ਵਿੱਚ ਅਡੋਲ ਰਹਿੰਦਾ ਹੈ । ਉਹ ਸ਼ਬਦ ਅਨੁਸਾਰ ਜੀਵਨ ਬਤੀਤ ਕਰਦਾ ਹੈ । ਪ੍ਰਭ ਤੋ ਬਿਨਾਂ ਕਦੇ ਹੋਰ ਕਿਸੇ ਤੋ ਭਿੱਖਿਆ ਨਹੀਂ ਮੰਗਦਾ ।

Whosoever may have a great prewritten destiny, only he may be blessed with a devotion to obey His Word. He may obey the teachings of His Word with steady and stable belief in his day-to-day life. He may never pray or begs from any worldly, religious, incarnated Guru.

ਜਾ ਕਉ ਮਹਲੁ ਹਜੂਰਿ,	jaa ka-o mahal hajoor
ਦੂਜੇ ਨਿਵੈ ਕਿਸੁ॥	doojay nivai kis.
ਦਰਿ ਦਰਵਾਣੀ ਨਾਹਿ,	dar darvaanee naahi
ਮੂਲੇ ਪੁਛ ਤਿਸੁ॥	moolay puchh tis.
ਛੁਟੈ ਤਾ ਕੈ ਬੋਲਿ,	chhutai taa kai bol
ਸਾਹਿਬ ਨਦਰਿ ਜਿਸੁ॥੩॥	saahib nadar jis. ||3||

ਜਿਹੜਾ ਦਰਬਾਰ ਵਿੱਚ ਪ੍ਰਵਾਨ ਹੋ ਜਾਂਦਾ, ਵਸਦਾ ਹੈ, ਉਹ ਹੋਰ ਕਿਸੇ ਤੋ ਕਿਉਂ ਮੰਗਣ ਜਾਵੇ? ਉਸ ਨੂੰ ਪ੍ਰਭ ਦੇ ਦਰਬਾਰ ਵਿੱਚ ਕੋਈ ਰੁਕਾਵਟ ਨਹੀਂ ਹੁੰਦੀ । ਉਸ ਦੀ ਅਰਦਾਸ ਨਾਲ ਕਈ ਜੀਵਾਂ ਨੂੰ ਪ੍ਰਭ ਦੀ ਰਹਿਮਤ ਬਖਸ਼ਿਸ਼ ਹੋ ਜਾਂਦੀ ਹੈ ।

With His mercy and grace, whosoever may be accepted in His Court. Why may he be begging from anyone else or worldly Guru? He may not have any restriction in His Court. With his prayer, many innocents, ignorant may be blessed with the right path of human life opportunity.

ਘਲੇ ਆਣੇ ਆਪਿ ਜਿਸੁ,	ghalay aanay aap
ਨਾਹੀ ਦੂਜਾ ਮਤੈ ਕੋਇ॥	Jis naahee doojaa matai ko-ay.
ਢਾਹਿ ਉਸਾਰੇ ਸਾਜਿ,	dhaahi usaaray saaj
ਜਾਣੈ ਸਭ ਸੋਇ॥	jaanai sabh so-ay.
ਨਾਉ ਨਾਨਕ ਬਖਸੀਸ,	naa-o naanak bakhsees
ਨਦਰੀ ਕਰਮੁ ਹੋਇ॥ ੪॥੩॥੫॥	nadree karam ho-ay. ||4||3||5||

ਪ੍ਰਭ ਆਪ ਹੀ ਆਪਣੇ ਭਗਤਾਂ ਨੂੰ ਸੰਸਾਰ ਵਿੱਚ ਭੇਜਦਾ ਹੈ । ਆਪ ਹੀ ਵਾਪਸ ਬਲਾਉਂਦਾ ਹੈ, ਇਸ ਵਿੱਚ ਕਿਸੇ ਦੀ ਸਲਾਹ ਨਹੀਂ ਲੈਂਦਾ । ਉਹ ਆਪ ਹੀ ਉਸ ਨੂੰ ਬਣਾਉਂਦਾ, ਵੱਡਾ ਕਰਦਾ, ਖਤਮ ਕਰਦਾ, ਪੈਦਾ ਕਰਦਾ ਹੈ, ਉਹ ਸਭ ਕੁਝ ਜਾਣਦਾ ਹੈ । ਜਿਸ ਤੇ ਰਹਿਮਤ ਬਖਸ਼ਦਾ ਹੈ । ਉਹ ਹੀ ਸ਼ਬਦ ਦੀ ਪਾਲਣਾ ਵਿੱਚ ਅਡੋਲ ਰਹਿੰਦਾ ਹੈ ।

The True Master, with His mercy and grace, may send His blessed soul on earth to enlighten His Creation. He may create miracles to make His devotee as a lightening pillar of faith, belief for His Creation. He may never ask or counsel from anyone. He may bless anyone with greatness or honor in the universe. The birth and death cycle remain solely under His command. Whosoever may be blessed with a devotion, only he may remain steady and stable in obeying the teachings of His Word.

68. ਸੂਹੀ ਮਹਲਾ ੧॥ 730- 1

ਭਾਂਡਾ ਹਛਾ ਸੋਇ,	bhaaNdaa hachhaa so-ay
ਜੋ ਤਿਸੁ ਭਾਵਸੀ॥	jo tis bhaavsee.
ਭਾਂਡਾ ਅਤਿ ਮਲੀਣੁ,	bhaaNdaa at maleen
ਧੋਤਾ ਹਛਾ ਨ ਹੋਇਸੀ॥	Dhotaa hachhaa na ho-isee.
ਗੁਰੂ ਦੁਆਰੈ ਹੋਇ,	guroo du-aarai ho-ay
ਸੋਝੀ ਪਾਇਸੀ॥	sojhee paa-isee.
ਏਤੁ ਦੁਆਰੈ ਧੋਇ,	ayt du-aarai Dho-ay
ਹਛਾ ਹੋਇਸੀ॥	hachhaa ho-isee.
ਮੈਲੇ ਹਛੇ ਕਾ ਵੀਚਾਰੁ,	mailay hachhay kaa veechaar
ਆਪਿ ਵਰਤਾਇਸੀ॥	aap vartaa-isee.
ਮਤੁ ਕੋ ਜਾਣੈ ਜਾਇ,	mat ko jaanai jaa-ay
ਅਗੈ ਪਾਇਸੀ॥	agai paa-isee.
ਜੇਹੇ ਕਰਮ ਕਮਾਇ,	jayhay karam kamaa-ay
ਤੇਹਾ ਹੋਇਸੀ॥	tayhaa ho-isee.
ਅੰਮ੍ਰਿਤੁ ਹਰਿ ਕਾ ਨਾਉ,	amrit har kaa naa-o
ਆਪਿ ਵਰਤਾਇਸੀ॥	aap vartaa-isee.
ਚਲਿਆ ਪਤਿ ਸਿਉ ਜਨਮੁ ਸਵਾਰਿ,	chali-aa pat si-o janam savaar
ਵਾਜਾ ਵਾਇਸੀ॥	vaajaa vaa-isee.
ਮਾਣਸੁ ਕਿਆ ਵੇਚਾਰਾ,	maanas ki-aa vaychaaraa
ਤਿਹੁ ਲੋਕ ਸੁਣਾਇਸੀ॥	tihu lok sunaa-isee.
ਨਾਨਕ ਆਪਿ ਨਿਹਾਲ,	naanak aap nihaal
ਸਭਿ ਕੁਲ ਤਾਰਸੀ॥੧॥ ੪॥ ੬॥	sabh kul taarsee. ||1||4||6||

ਉਹ ਹੀ ਭਾਂਡਾ, ਜੀਵ ਪਵਿੱਤਰ ਹੈ, ਜਿਹੜਾ ਪ੍ਰਭ ਨੂੰ ਭਾਉਂਦਾ ਹੈ । ਕੋਈ ਤੀਰਥ ਇਸ਼ਨਾਨ ਕਰਕੇ ਆਪਣੇ ਆਪ ਨੂੰ ਪਵਿੱਤਰ ਨਹੀਂ ਕਰ ਸਕਦਾ । ਪ੍ਰਭ ਦੇ ਸ਼ਬਦ ਦੀ ਪਾਲਣਾ ਕਰਨ ਨਾਲ ਹੀ ਜੀਵ ਨੂੰ ਸ਼ਬਦ ਦੀ ਸੋਝੀ ਬਖਸ਼ਿਸ਼ ਹੁੰਦੀ ਹੈ । ਉਸ ਨੂੰ ਅਪਣਾਉਣ ਨਾਲ ਹੀ, ਆਪਣੇ ਮਨ ਨੂੰ ਪਵਿੱਤਰ ਕਰ ਸਕਦਾ ਹੈ । ਜਿਹੜਾ ਸ਼ਬਦ ਦੀ ਪਾਲਣਾ ਤੇ ਅਡੋਲ ਰਹਿੰਦਾ ਹੈ, ਉਹ ਪ੍ਰਵਾਨ ਹੋ ਜਾਂਦਾ ਹੈ । ਉਸ ਦੇ ਮੈਲੇ ਹਛੇ ਦਾ ਕੋਈ ਅੰਤਰ ਨਹੀਂ ਹੁੰਦਾ, ਉਹ ਇੱਕ ਬਰਾਬਰ ਹੋ ਜਾਂਦੇ ਹਨ । ਕੋਈ ਜੀਵ ਆਪਣੀ ਸੰਸਾਰਕ ਹੈਸੀਅਤ ਨਾਲ ਇਹ ਨਾ ਸਮਝ ਲਵੇਂ! ਕਿ ਉਹ ਪ੍ਰਭ ਨੂੰ ਪ੍ਰਵਾਨ ਹੋ ਜਾਵੇਗਾ । ਜਿਸਤਰ੍ਹਾਂ ਦੀ ਕਮਾਈ ਕਰਦਾ ਹੈ, ਉਸ ਦਾ ਹੀ ਫਲ ਬਖਸ਼ਿਸ਼ ਹੁੰਦਾ ਹੈ । ਪ੍ਰਭ ਦਾ ਸ਼ਬਦ ਅਮੋਲਕ ਅੰਮ੍ਰਿਤ ਹੈ । ਜਿਸ ਤੇ ਆਪ ਹੀ ਰਹਿਮਤ ਬਖਸ਼ਦਾ ਹੈ, ਉਹ ਜੀਵ ਹੀ ਸ਼ਬਦ ਦੀ ਪਾਲਣਾ ਕਰ ਸਕਦਾ ਹੈ । ਜਿਹੜਾ ਸੰਸਾਰ ਵਿੱਚ ਸ਼ਬਦ ਦੀ ਕਮਾਈ ਕਰਕੇ ਮਰਨ ਤੇ ਨਾਲ ਲੈ ਜਾਂਦਾ ਹੈ । ਉਸ ਨੂੰ ਦਰਬਾਰ ਵਿੱਚ ਮਾਣ ਬਖਸ਼ਿਸ਼ ਹੁੰਦਾ ਹੈ । ਜਿਸ ਤੇ ਪ੍ਰਭ ਆਪ ਹੀ ਰਹਿਮਤ ਬਖਸ਼ਦਾ ਹੈ! ਉਸ ਜੀਵ ਦੀਆਂ ਕੁਲਾਂ ਵੀ ਬੰਦਗੀ ਕਰਨ ਤੇ ਲੱਗ ਪੈਂਦੀਆਂ, ਤਰ ਜਾਂਦੀਆਂ ਹਨ ।

Whose meditation, earnings of His Word may be accepted in His Court; only his soul may be sanctified. No one may ever sanctify his soul by taking a sanctifying bath at any worldly Holy shrines. Whosoever may obey the teachings of His Word; with His mercy and grace, he may be blessed with the enlightenment of the essence of His Word. Whosoever may adopt the teachings of His Word with steady and stable belief in his day-to-day life; with His mercy and grace, his soul may be sanctified. Whosoever may remain steady and stable on the right path; with His mercy and grace, he may be accepted in His Court. Whosoever may be accepted in His Court, all become sanctified and become His slave and no distinction. You should never assume that anyone, worldly Guru, may be accepted in His Court with his worldly status, or devotion of his followers. Everyone may be rewarded for his worldly deeds, no distinction, he may be rich, poor, saint, guru, or follower, religious warriors, or murderer. The essence of the teachings of His Word may be priceless, ambrosial nectar. Whosoever may be blessed with His mercy and grace, only he may obey the teachings of His Word. Whosoever may earn the wealth of His Word in his human life journey; his earnings remain his companion in His Court. He may be honored in His Court with salvation. He may inspire his family, associates, and next generations on the right path of meditation to become worthy of His consideration.

69. ਸੂਹੀ ਮਹਲਾ ੧॥ 730- 5

ਜੋਗੀ ਹੋਵੈ ਜੋਗਵੈ, ਭੋਗੀ ਹੋਵੈ ਖਾਇ॥ jogee hovai jogvai bhogee hovai khaa-ay.
ਤਪੀਆ ਹੋਵੈ ਤਪੁ ਕਰੇ, tapee-aa hovai tap karay
ਤੀਰਥਿ ਮਲਿ ਮਲਿ ਨਾਇ॥੧॥ tirath mal mal naa-ay. ||1||

ਜਿਹੜਾ ਜੀਵ ਜੋਗੀ ਹੁੰਦਾ ਹੈ, ਉਹ ਜੋਗ ਵਿੱਚ ਮਸਤ ਰਹਿੰਦਾ ਹੈ । ਜਿਹੜਾ ਖਾਣ ਪੀਣ ਵਿੱਚ ਲੱਗਾ ਹੁੰਦਾ, ਉਹ ਇਸ ਵਿੱਚ ਹੀ ਮਸਤ ਰਹਿੰਦਾ ਹੈ । ਜਿਹੜਾ ਤਪ ਕਰਦਾ, ਉਹ ਤੀਰਥ ਤੇ ਇਸ਼ਨਾਨ ਕਰਨ ਨੂੰ ਹੀ ਪਵਿੱਤਰ ਸਮਝਦਾ ਹੈ ।

Whosoever may meditate on the teachings of His Word, he may adopt the teachings of His Word with steady and stable belief. He may remain intoxicated in meditation in the void of His Word. Whosoever may remain intoxicated with the sweet poison of worldly wealth; he may enjoy worldly delicacy. Whosoever may meditate on the teachings of religious scriptures; he reads the scripture and visit Holy shrine for sanctifying bath.

ਤੇਰਾ ਸਦੜਾ ਸੁਣੀਜੈ ਭਾਈ, tayraa sad-rhaa suneejai bhaa-ee
ਜੇ ਕੋ ਬਹੈ ਅਲਾਇ॥੧॥ ਰਹਾਉ॥ jay ko bahai alaa-ay. ||1|| rahaa-o.

ਅਗਰ ਕੋਈ ਮੈਨੂੰ ਉਸ ਦੀ ਖਬਰ ਦੱਸੇ । ਮੈਂ ਪ੍ਰਭ ਦਾ ਸ਼ਬਦ ਤਾਂ ਹੀ ਜਾਣ ਸਕਦਾ ਹਾ ।

Only if someone may enlighten me; only then I may know His Word or comprehend His teachings.

ਜੈਸਾ ਬੀਜੈ ਸੋ ਲੁਣੇ, jaisaa beejai so lunay
ਜੋ ਖਟੇ ਸੁ ਖਾਇ॥ jo khatay so khaa-ay.
ਅਗੈ ਪੁਛ ਨ ਹੋਵਈ, agai puchh na hova-ee
ਜੇ ਸਣੁ ਨੀਸਾਣੈ ਜਾਇ॥੨॥ jay san neesaanai jaa-ay. ||2||

ਜੀਵ, ਸੰਸਾਰ ਵਿੱਚ ਜੋ ਕੁਝ ਵੀ ਕਰਦਾ ਹੈ, ਉਹ ਹੀ ਕਮਾਉਂਦਾ, ਖਾਂਦਾ ਹੈ । ਮੌਤ ਤੋ ਪਿਛੋਂ ਉਸ ਨੂੰ ਸ਼ਬਦ ਦੀ ਕਮਾਈ ਦਾ ਹੀ ਫਲ ਬਖਸ਼ਿਸ਼ ਹੁੰਦਾ ਹੈ ।

Whatsoever one may sow in the world, he may enjoy the fruit of his worldly earnings, worldly possessions. After death, only his earnings of His Word may be rewarded.

ਤੈਸੋ ਜੈਸਾ ਕਾਢੀਐ,	taiso jaisaa kaadhee-ai
ਜੈਸੀ ਕਾਰ ਕਮਾਇ॥	jaisee kaar kamaa-ay.
ਜੋ ਦਮੁ ਚਿਤਿ ਨ ਆਵਈ,	jo dam chit na aavee
ਸੋ ਦਮੁ ਬਿਰਥਾ ਜਾਇ॥੩॥	so dam birthaa jaa-ay. ||3||

ਸੰਸਾਰ ਵਿੱਚ ਜੀਵ ਜਿਸਤਰ੍ਹਾਂ ਦੇ ਕੰਮ ਕਰਦਾ ਹੈ, ਉਸ ਨੂੰ ਉਹ ਕੁਝ ਹੀ ਕਹਿੰਦੇ ਹਨ । ਆਪਣੇ ਕੰਮ ਦਾ ਨਾਮ ਹੀ ਦਿੱਤਾ ਜਾਂਦਾ ਹੈ । ਜੀਵ ਦਾ ਜਿਹੜਾ ਵੀ ਸਵਾਸ ਸ਼ਬਦ ਦੀ ਬੰਦਗੀ ਤੋ ਬਿਨਾਂ ਹੁੰਦਾ ਹੈ । ਉਹ ਅਗਲੀ ਦਰਗਾਹ ਦੀ ਕਮਾਈ ਲਈ ਬਿਰਥਾ ਹੀ ਹੈ ।

In the world, one may be recognized by the type of work or profession in his worldly life. Any breath may be without meditating on the teachings of His Word; all his breaths may be useless for the purpose of human life opportunity.

ਇਹੁ ਤਨੁ ਵੇਚੀ ਬੈ ਕਰੀ,	ih tan vaychee bai karee
ਜੇ ਕੋ ਲਏ ਵਿਕਾਇ॥	jay ko la-ay vikaa-ay.
ਨਾਨਕ ਕੰਮਿ ਨ ਆਵਈ,	naanak kamm na aavee
ਜਿਤੁ ਤਨਿ ਨਾਹੀ ਸਚਾ ਨਾਉ॥੪॥੫॥੭॥	Jit tan naahee sachaa naa-o. ||4||5||7||

ਜਿਸ ਤਨ ਵਿੱਚ ਸ਼ਬਦ ਦੀ ਕਮਾਈ ਨਹੀਂ ਹੁੰਦੀ, ਉਸ ਤਨ ਦੀ ਪ੍ਰਭ ਦੇ ਦਰਬਾਰ ਵਿੱਚ ਕੋਈ ਕੀਮਤ ਨਹੀਂ ਪੈਂਦੀ । ਪ੍ਰਭ ਅਗਰ ਕੋਈ ਸਰੀਰ ਦਾ ਖਰੀਦਦਾਰ ਹੋਵੇ ਤਾਂ ਮੈਂ ਤਨ ਵੇਚ ਦੇਵਾ ।

Whosoever may not meditate nor earns the wealth of His Word; his body may not have any value in His Court. If there may be any buyer of my body, I may sell my body.

70. ਸੂਹੀ ਮਹਲਾ ੧ ਘਰੁ ੭॥ 730-11

੧ਓ ਸਤਿਗੁਰ ਪ੍ਰਸਾਦਿ॥	ik-oNkaar satgur parsaad.
ਜੋਗੁ ਨ ਖਿੰਥਾ ਜੋਗੁ ਨ ਡੰਡੈ,	jog na khinthaa jog na dandai
ਜੋਗੁ ਨ ਭਸਮ ਚੜਾਈਐ॥	jog na bhasam charhaa-ee-ai.
ਜੋਗੁ ਨ ਮੁੰਦੀ ਮੂੰਡਿ ਮੁਡਾਇਐ,	jog na mundee moond mudaa-i-ai
ਜੋਗੁ ਨ ਸਿਙੀ ਵਾਈਐ॥	jog na sinyee vaa-ee-ai.
ਅੰਜਨ ਮਾਹਿ ਨਿਰੰਜਨਿ ਰਹੀਐ,	anjan maahi niranjan rahee-ai
ਜੋਗ ਜੁਗਤਿ ਇਵ ਪਾਈਐ॥੧॥	jog jugat iv paa-ee-ai.||1||

ਜੋਗ ਕੇਵਲ ਬਾਣਾ ਪਾਉਣ, ਤੁਰਨ ਵਾਲੀ ਡਗੋਰੀ, ਤਨ ਨੂੰ ਭਸਮ ਲਾਉਣਾ, ਕੰਨਾਂ ਵਿੱਚ ਮੰਦ੍ਰਾਂ ਪਾਉਣ, ਸਿਰ ਦੇ ਵਾਲ ਪੁੱਟਣ, ਨਿਤਨੇਮ, ਸੰਖ ਵਜਾਉਣ ਨਾਲ ਨਹੀਂ ਪਾਇਆ ਜਾ ਸਕਦਾ ਹੈ । ਆਪਣੇ ਮਨ ਨੂੰ ਸੰਸਾਰਕ ਇੱਛਾਂ ਤੋ ਰਹਿਤ ਰਹਿਣਾ ਨਾਲ ਹੀ ਬਖਸ਼ਿਸ਼ ਹੋ ਸਕਦਾ ਹੈ । ਪ੍ਰਭ ਦੇ ਸ਼ਬਦ ਦੀ ਅਡੋਲ ਭਰੋਸੇ ਨਾਲ ਪਾਲਣਾ ਕਰਨ ਨਾਲ ਹੀ ਬਖਸ਼ਿਸ਼ ਹੋ ਸਕਦਾ ਹੈ ।

The state of mind as His true devotee may not be blessed by adopting, baptizing with any religious rituals. Whosoever may obey the teachings of His Word with steady and stable belief in his day-to-day life; with His mercy and grace, he may conquer the demons of his worldly desires. He may be blessed with a state of mind as His true devotee.

ਗਲੀ ਜੋਗੁ ਨ ਹੋਈ॥	galee jog na ho-ee.
ਏਕ ਦ੍ਰਿਸਟਿ ਕਰਿ ਸਮਸਰਿ ਜਾਣੈ,	ayk darisat kar samsar jaanai
ਜੋਗੀ ਕਹੀਐ ਸੋਈ॥੧॥ ਰਹਾਉ॥	jogee kahee-ai so-ee. ||1|| rahaa-o.

ਗੱਲਾਂ ਨਾਲ ਜਾ ਬਾਣਾ ਪਾਉਣ ਨਾਲ ਜੋਗੀ ਨਹੀਂ ਬਣਾਇਆ ਜਾ ਸਕਦਾ । ਜੋਗ ਤਾ ਕੇਵਲ ਸ੍ਰਿਸ਼ਟੀ ਨੂੰ ਇੱਕ ਸਮਾਨ ਪ੍ਰਭ ਦੀ ਜੋਤ ਸਮਝਣ ਅਤੇ ਵਰਤਾਉ ਕਰਨ ਨਾਲ ਹੀ ਹੁੰਦਾ ਹੈ ।

No one may be blessed with a state of mind as His true devotee, by preaching the teachings of Holy Scripture, reading, reciting, writing the spiritual meaning of The Holy Scripture. Whosoever may drench the essence of the teachings of His Word, the universe is an expansion of The Holy Spirit and treats His Creation as a symbol of The True Master. With His mercy and grace, he may be blessed with a state of mind as His true devotee.

ਜੋਗੁ ਨ ਬਾਹਰਿ ਮੜੀ ਮਸਾਣੀ, jog na baahar marhee masaanee
ਜੋਗੁ ਨ ਤਾੜੀ ਲਾਈਐ॥ jog na taarhee laa-ee-ai.
ਜੋਗੁ ਨ ਦੇਸਿ ਦਿਸੰਤਰਿ ਭਵਿਐ, jog na days disantar bhavi-ai
ਜੋਗੁ ਨ ਤੀਰਥਿ ਨਾਈਐ॥ jog na tirath naa-ee-ai.
ਅੰਜਨ ਮਾਹਿ ਨਿਰੰਜਨਿ ਰਹੀਐ, anjan maahi niranjan rahee-ai
ਜੋਗ ਜੁਗਤਿ ਇਵ ਪਾਈਐ॥੨॥ jog jugat iv paa-ee-ai. ||2||

ਜੋਗ ਮੜੀ, ਮਸੀਤ ਤੇ ਬੈਠਣ, ਮੌਨ, ਸਮਾਧੀ ਲਾਉਣ, ਤੀਰਥ ਇਸ਼ਨਾਨ ਨਾਲ ਨਹੀਂ ਪਾਇਆ ਜਾ ਸਕਦਾ ਹੈ । ਇਹ ਤਾਂ ਕੇਵਲ ਆਪਣੇ ਮਨ ਨੂੰ ਸੰਸਾਰ ਵਿੱਚ ਰਹਿੰਦੇ, ਸੰਸਾਰਕ ਇੱਛਾਂ ਤੋ ਰਹਿਤ ਰਹਿਣ, ਸ਼ਬਦ ਨਾਲ ਜੀਵਨ ਢਾਲਣ, ਬਖਸ਼ੇ ਤੇ ਸੰਤੋਖ ਰਖਣ ਨਾਲ ਹੀ ਬਖਸ਼ਿਸ਼ ਹੋ ਸਕਦਾ ਹੈ ।

State of mind as His true devotee may not be blessed by meditating at any cremation ground of Ancient prophet, any temple, gurdwara, Holy shrine, becoming quiet saint or taking sanctifying bath at all Holy shrines. Whosoever may dwell in the universe in his blessed worldly condition, performs day-to-day chores of life, remains beyond the reach of worldly desires, and adopts the teachings of His Word; with His mercy and grace, only he may be blessed with a state of mind as His true devotee.

ਸਤਿਗੁਰੁ ਭੇਟੈ ਤਾ ਸਹਸਾ ਤੂਟੈ, satgur bhaytai taa sahsaa tootai
ਧਾਵਤੁ ਵਰਜਿ ਰਹਾਈਐ॥ Dhaavat varaj rahaa-ee-ai.
ਨਿਝਰੁ ਝਰੈ ਸਹਜ ਧੁਨਿ ਲਾਗੈ, nijhar jharai sahj Dhun laagai
ਘਰ ਹੀ ਪਰਚਾ ਪਾਈਐ॥ ghar hee parchaa paa-ee-ai.
ਅੰਜਨ ਮਾਹਿ ਨਿਰੰਜਨਿ ਰਹੀਐ, anjan maahi niranjan rahee-ai
ਜੋਗ ਜੁਗਤਿ ਇਵ ਪਾਈਐ॥੩॥ jog jugat iv paa-ee-ai. ||3||

ਸ਼ਬਦ ਦੀ ਪਾਲਣਾ ਕਰਨ ਨਾਲ, ਪ੍ਰਭ ਦੀ ਰਹਿਮਤ, ਬਖਸ਼ਿਸ਼ ਹੋ ਜਾਂਦੀ ਹੈ । ਸ਼ਬਦ ਦੀ ਸੋਝੀ ਪਾ ਕੇ ਇਸ ਤੇ ਅਮਲ ਕਰਨ ਨਾਲ ਭਰਮ ਦੂਰ ਹੋ ਜਾਂਦੇ ਹਨ । ਇਸ ਨਾਲ ਮਨ ਅੰਦਰੋਂ ਹੀ ਪ੍ਰਭ ਦੀ ਜੋਤ ਜਾਗਰਤ ਹੋ ਜਾਂਦੀ ਹੈ । ਉਸ ਦੇ ਸ਼ਬਦ ਦੀ ਧੁਨ ਮਨ ਵਿੱਚ ਚਲ ਪੈਂਦੀ ਹੈ ।

Whosoever may obey the teachings of His Word with steady and stable belief; with His mercy and grace, he may be blessed with the enlightenment of the essence of His Word. Whosoever may adopt the teachings of His Word with steady and stable belief, all his suspicions may be eliminated. With His mercy and grace, the spiritual glow of the enlightenment of His Word may shine from within his heart. The everlasting echo of His Word may resonate within His heart.

ਨਾਨਕ ਜੀਵਤਿਆ ਮਰਿ ਰਹੀਐ, naanak jeevti-aa mar rahee-ai
ਐਸਾ ਜੋਗੁ ਕਮਾਈਐ॥ aisaa jog kamaa-ee-ai.
ਵਾਜੇ ਬਾਝਹੁ ਸਿਙੀ ਵਾਜੈ, aajay baajhahu sinyee vaajai
ਤਉ ਨਿਰਭਉ ਪਦੁ ਪਾਈਐ॥ ta-o nirbha-o pad paa-ee-ai.

ਅੰਜਨ ਮਾਹਿ ਨਿਰੰਜਨਿ ਰਹੀਐ,	anjan maahi niranjan rahee-ai
ਜੋਗ ਜੁਗਤਿ ਤਉ ਪਾਈਐ॥੪॥੧॥੮॥	jog jugat ta-o paa-ee-ai. ‖4‖1‖8‖

ਸੰਸਾਰ ਵਿੱਚ ਰਹਿੰਦੇ ਹੋਏ, ਸੰਸਾਰਕ ਇੱਛਾਂ ਤੋ ਰਹਿਤ ਰਹਿਣ ਨਾਲ ਹੀ ਉਹ ਅਵਸਥਾਂ ਬਖਸ਼ਿਸ਼ ਹੋ ਜਾਂਦੀ ਹੈ । ਜਦੋਂ ਬਿਨ ਬੋਲੇ ਹੀ ਸ਼ਬਦ ਦੀ ਧੁਨ ਮਨ ਵਿੱਚ ਚਲ ਪੈਂਦੀ ਹੈ । ਤਾਂ ਹੀ ਮਨ ਅੰਦਰ ਪ੍ਰਭ ਦੀ ਜੋਤ ਜਾਗਰਤ ਹੋ ਜਾਂਦੀ ਹੈ ।

Whosoever may remain beyond the reach of worldly desires, while performing day-to-day life chores, responsibilities. The everlasting echo of His Word may resonate within his mind. He remains intoxicated in the void of The Holy Spirit.

71. ਸੂਹੀ ਮਹਲਾ ੧॥ 730-18

ਕਉਣ ਤਰਾਜੀ ਕਵਣੁ ਤੁਲਾ,	ka-un taraajee kavan tulaa
ਤੇਰਾ ਕਵਣੁ ਸਰਾਫੁ ਬੁਲਾਵਾ॥	tayraa kavan saraaf bulaavaa.
ਕਉਣੁ ਗੁਰੂ ਕੈ ਪਹਿ ਦੀਖਿਆ,	ka-un guroo kai peh deekhi-aa
ਲੇਵਾ ਕੈ ਪਹਿ ਮੁਲੁ ਕਰਾਵਾ॥੧॥	layvaa kai peh mul karaavaa. ‖1‖

ਕਿਹੜੇ ਕੰਡੇ ਤੇ, ਕਿਸ ਕਸਵਟੀ ਨਾਲ ਤੇਰੀ ਵਡਿਆਈ, ਕਿਸੇ ਕਰਤਬ ਨੂੰ ਪਰਖਾ? ਕਿਹੜੇ ਗੁਰੂ ਪੀਰ ਤੋ ਮੈਂ ਉਹ ਸਿਖਿਆਂ ਲਵਾ? ਕਿਹੜੇ ਸੰਤ, ਪੀਰ ਤੋ ਤੇਰੀ ਕੀਮਤ ਦਾ ਅਨੁਮਾਨ ਲਗਾਵਾ?

What worldly scale may I use to evaluate the significance of Your greatness? From whom, worldly guru may I pray for enlightenment of Your Nature? From whom may I comprehend the significance of Your Nature or Your miracles?

ਮੇਰੇ ਲਾਲ ਜੀਉ, ਤੇਰਾ ਅੰਤੁ ਨ ਜਾਣਾ॥	mayray laal jee-o tayraa ant na jaanaa.
ਤੂੰ ਜਲਿ ਥਲਿ ਮਹੀਅਲਿ ਭਰਿਪੁਰਿ ਲੀਣਾ,	tooN jal thal mahee-al bharipur leenaa
ਤੂੰ ਆਪੇ ਸਰਬ ਸਮਾਣਾ॥੧॥	tooN aapay sarab samaanaa. ‖1‖
ਰਹਾਉ॥	rahaa-o.

ਪ੍ਰਭ ਤੇਰੇ ਕਿਸੇ ਕਰਤਬ ਦਾ ਕਿਸੇ ਜੀਵ ਨੂੰ ਪੂਰਨ ਗਿਆਨ ਨਹੀਂ ਹੈ । ਤੂੰ ਤਿੰਨਾ ਸ੍ਰਿਸ਼ਟੀਆਂ ਵਿੱਚ ਆਪ ਹੀ ਸਮਾਇਆ ਹੋਇਆ ਹੈ, ਹਾਜਰਾ ਹਜ਼ੂਰ, ਹਰ ਥਾਂ ਆਪ ਹੀ ਭਰਪੂਰ ਵਾਪਰਦਾ ਹੈ ।

My True Master, the enlightenment of Your Nature remains beyond the comprehension of Your Creation. You remain overwhelmed in all three universes and prevails everywhere all time.

ਮਨੁ ਤਾਰਾਜੀ ਚਿਤੁ ਤੁਲਾ,	man taaraajee chit tulaa
ਤੇਰੀ ਸੇਵ ਸਰਾਫੁ ਕਮਾਵਾ॥	tayree sayv saraaf kamaavaa.
ਘਟ ਹੀ ਭੀਤਰਿ ਸੋ ਸਹੁ ਤੋਲੀ,	ghat hee bheetar so saho tolee
ਇਨ ਬਿਧਿ ਚਿਤੁ ਰਹਾਵਾ॥੨॥	in biDh chit rahaavaa. ‖2‖

ਆਪਣੇ ਮਨ ਨੂੰ ਹੀ ਤੋਲਨ ਵਾਲਾ ਕੰਡਾ ਬਣਾਉਂਦਾ, ਆਪਣੇ ਮਨ ਦੇ ਧਿਆਨ ਨੂੰ ਤੋਲਨ ਵਾਲਾ ਵੱਟਾ ਬਣਾਉਂਦਾ ਹਾ । ਸ਼ਬਦ ਦੀ ਬੰਦਗੀ ਨੂੰ ਪਰਖਣ ਵਾਲਾ ਬਣਾਉਂਦਾ, ਇਸ ਨਾਲ ਆਪਣੇ ਮਨ ਵਿਚੋਂ ਤੇਰੇ ਸ਼ਬਦ ਦੀ ਢੂੰਡ ਕਰਦਾ ਹਾ । ਆਪਣੇ ਕੀਤੇ ਕੰਮਾਂ ਦੀ ਪਰਖ ਕਰਦਾ ਹਾ । ਇਹ ਹੀ ਮੇਰਾ, ਤੇਰੇ ਸ਼ਬਦ ਦੀ ਪਾਲਣਾ ਵਿੱਚ ਧਿਆਨ ਹੈ, ਇਸ ਵਿੱਚ ਹੀ ਲੀਨ ਰਹਿੰਦਾ ਹਾ ।

The True Master, I have established my own mind as a measuring scale; I have made my concentration on the teachings of Your Word as a standard of measurement. I evaluate my earning of Your Word; with my dedication and deep concentration, I am scarching the enlightenment of Your Word from within my own mind, body. I may evaluate my own day-to-day deeds with the essence of Your Word. This has become my mediation, dedication, concentration on the teachings of Your Word. I remain intoxicated in meditation in the void of Your Word.

ਆਪੇ ਕੰਡਾ ਤੋਲੁ ਤਰਾਜੀ, aapay kandaa tol taraajee
ਆਪੇ ਤੋਲਣਹਾਰਾ॥ aapay tolanhaaraa.
ਆਪੇ ਦੇਖੈ ਆਪੇ ਬੂਝੈ, aapay daykhai aapay boojhai
ਆਪੇ ਹੈ ਵਣਜਾਰਾ॥੩॥ aapay hai vanjaaraa. ||3||

ਪ੍ਰਭ ਤੂੰ ਆਪ ਹੀ ਜੀਵ ਨੂੰ ਸ਼ਬਦ ਦੀ ਬੰਦਗੀ ਤੇ ਲਾਉਂਦਾ ਹੈ । ਆਪ ਹੀ ਇਸ ਦੀ ਪਰਖ ਕਰਦਾ, ਕੀਮਤ ਪਾਉਂਦਾ, ਫਲ ਬਖਸ਼ਦਾ ਹੈ । ਪ੍ਰਭ ਤੂੰ ਆਪ ਹੀ ਸਭ ਕੁਝ ਦੇਖਦਾ, ਸਮਝਦਾ ਹੈ, ਆਪ ਹੀ ਬੰਦਗੀ ਕਰਨ ਵਾਲੇ ਦੀ ਬੰਦਗੀ ਵਿੱਚ ਵਾਪਰਦਾ ਹੈ ।

My True Master; You are the measuring scale and You have Your own standard. You evaluate the meditation of everyone with Your own scale and rewards. You witness and comprehend his all activities, intentions. You prevail in the meditation and in all activities of Your devotee.

ਅੰਧੁਲਾ ਨੀਚ ਜਾਤਿ ਪਰਦੇਸੀ, anDhulaa neech jaat pardaysee
ਖਿਨੁ ਆਵੈ ਤਿਲੁ ਜਾਵੈ॥ khin aavai til jaavai.
ਤਾ ਕੀ ਸੰਗਤਿ ਨਾਨਕੁ ਰਹਦਾ, taa kee sangat naanak rahdaa
ਕਿਉ ਕਰਿ ਮੂੜਾ ਪਾਵੈ॥੪॥੨॥੯॥ ki-o kar moorhaa paavai. ||4||2||9||

ਨਿਮਾਣੀ ਆਤਮ ਥੋੜ੍ਹੇ ਸਮੇਂ ਲਈ ਸੰਸਾਰ ਵਿੱਚ ਆਉਂਦੀ ਹੈ । ਫਿਰ ਮੌਤ ਦੇ ਹਵਾਲੇ ਹੋ ਜਾਂਦੀ ਹੈ । ਅਗਰ ਸ਼ਬਦ ਦੀ ਪਾਲਣਾ ਨਾ ਕਰੇ ! ਤਾਂ ਗੁਣਾਂ ਤੋ ਰਹਿਤ ਹੀ ਵਾਪਸ ਚਲੇ ਜਾਂਦੀ ਹੈ ।

Helpless soul may be blessed with human body for predetermined interval to be sanctified to become worthy of His consideration. Whosoever may not obey the teachings of His Word with steady and stable belief in his day-to-day life; his soul may return empty handed carrying burden of sins of worldly deeds.

72. ਰਾਗੁ ਸੂਹੀ ਮਹਲਾ ੪ ਘਰੁ ੧॥ 731-6

ੴ ਸਤਿਗੁਰ ਪ੍ਰਸਾਦਿ॥ ik-oNkaar satgur parsaad.
ਮਨਿ ਰਾਮ ਨਾਮੁ ਆਰਾਧਿਆ, man raam naam aaraaDhi-aa
ਗੁਰ ਸਬਦਿ ਗੁਰੂ ਗੁਰ ਕੇ॥ gur sabad guroo gur kay.
ਸਭਿ ਇਛਾ ਮਨਿ ਤਨਿ ਪੂਰੀਆ, sabh ichhaa man tan pooree-aa
ਸਭੁ ਚੂਕਾ ਡਰੁ ਜਮ ਕੇ॥੧॥ sabh chookaa dar jam kay. ||1||

ਜੀਵ ਮਨ ਵਿੱਚ ਭਰੋਸਾ ਅਡੋਲ ਰਖਕੇ, ਬਾਣੀ ਨੂੰ ਪ੍ਰਭ ਦਾ ਸ਼ਬਦ ਮੰਨਕੇ, ਪਾਲਣਾ ਕਰੋ ! ਉਸ ਨਾਲ ਮਨ ਦੀਆਂ ਸਾਰੀਆਂ ਹੀ ਮੁਰਾਦਾਂ ਪੂਰੀਆਂ ਹੋ ਜਾਂਦੀਆਂ ਹਨ । ਮਨ ਵਿਚੋਂ ਮੌਤ ਦਾ ਡਰ ਖਤਮ ਹੋ ਜਾਂਦਾ ਹੈ ।

You should assume the teachings of Gurbani as His Word and obey the teachings of Gurbani with steady and stable in your day-to-day life. With His mercy and grace, all spoken and unspoken desires of your mind may be fully satisfied. The fear of death may be eliminated.

** Remember! His Word cannot be written on piece of paper with ink by any human born with flesh and blood! Only blessed and engraved on your soul with inkless pen by The Creator, True Master.

ਮੇਰੇ ਮਨ ਗੁਣ ਗਾਵਹੁ, mayray man gun gaavhu
ਰਾਮ ਨਾਮ ਹਰਿ ਕੇ॥ raam naam har kay.
ਗੁਰਿ ਤੁਠੈ ਮਨੁ ਪਰਬੋਧਿਆ, gur tuthai man parboDhi-aa
ਹਰਿ ਪੀਆ ਰਸੁ ਗਟਕੇ॥੧॥ ਰਹਾਉ॥ har pee-aa ras gatkay. ||1|| rahaa-o.

ਪ੍ਰਭ ਦੇ ਸ਼ਬਦ ਦੇ ਗੁਣ ਗਾਵੋ ! ਜਿਸ ਦਾ ਸ਼ਬਦ ਦਾ ਸਿਮਰਨ ਪ੍ਰਭ ਪ੍ਰਵਾਨ ਕਰ ਲੈਂਦਾ ਹੈ । ਉਸ ਨੂੰ ਸ਼ਬਦ ਦੀ ਸੋਝੀ ਰੂਪੀ ਅੰਮ੍ਰਿਤ ਬਖਸ਼ਦਾ ਹੈ, ਉਸ ਦੇ ਮਨ ਵਿੱਚ ਸੰਤੋਖ, ਖੇੜਾ ਭਰ ਜਾਂਦਾ ਹੈ ।

You should sing the glory of His virtues and blessings. Whose meditation may be accepted by The True Master; with His mercy and grace, he may be overwhelmed with contentment and blossom in his life.

ਸਤਸੰਗਤਿ ਊਤਮ ਸਤਿਗੁਰ ਕੇਰੀ,	satsangat ootam satgur kayree
ਗੁਨ ਗਾਵੈ ਹਰਿ ਪ੍ਰਭ ਕੇ॥	gun gaavai har parabh kay.
ਹਰਿ ਕਿਰਪਾ ਧਾਰਿ ਮੇਲਹੁ ਸਤਸੰਗਤਿ,	har kirpaa Dhaar maylhu satsangat
ਹਮ ਧੋਵਹ ਪਗ ਜਨ ਕੇ॥੨॥	ham Dhovah pag jan kay. ‖2‖

ਜਿਹੜਾ ਸੰਤ ਸਰੂਪ, ਪ੍ਰਭ ਦੇ ਸ਼ਬਦ ਦੀ ਪਾਲਣਾ ਸਿਮਰਨ ਕਰਦਾ ਹੈ । ਉਸ ਦੀ ਸੰਗਤ ਕਰਨੀ ਬਹੁਤ ਉਤਮ ਹੈ । ਉਸ ਦੇ ਜੀਵਨ ਦੀ ਸਿਖਿਆਂ, ਮਨ ਨੂੰ ਪ੍ਰਭ ਦੇ ਸ਼ਬਦ ਦੀ ਪਾਲਣਾ ਤੇ ਲਾਉਂਦੀ ਹੈ । ਪ੍ਰਭ ਰਹਿਮਤ ਬਖਸ਼ੋ! ਸੰਤ ਸਰੂਪ ਦੀ ਸੰਗਤ ਬਖਸ਼ੋ! ਮੈਂ ਉਸ ਦਾ ਦਾਸ ਬਣ ਜਾਵਾ, ਆਪਣਾ ਜੀਵਨ ਉਸ ਦੀ ਸਿਖਿਆਂ ਨਾਲ ਢਾਲ ਲਵਾ ।

Whosoever may meditate and adopt the teachings of His Word with steady and stable belief in his day-to-day life; to associate with His true devotee of such a way of life may be very significant for the purpose of human life journey. His life experience teachings may inspire his followers to obey the teachings of His Word. With His mercy and grace, I may be blessed with the association of His true devotee; I may adopt the teachings of his life in my own day-to-day life.

ਰਾਮ ਨਾਮੁ ਸਭੁ ਹੈ,	raam naam sabh hai
ਰਾਮ ਨਾਮਾ ਰਸੁ ਗੁਰਮਤਿ ਰਸੁ ਰਸਕੇ॥	raam naamaa ras gurmat ras raskay.
ਹਰਿ ਅੰਮ੍ਰਿਤੁ ਹਰਿ ਜਲੁ ਪਾਇਆ,	har amrit har jal paa-i-aa
ਸਭ ਲਾਥੀ ਤਿਸ ਤਿਸ ਕੇ॥੩॥	sabh laathee tis tis kay. ‖3‖

ਸਾਰੀ ਸ੍ਰਿਸ਼ਟੀ ਹੀ ਪ੍ਰਭ ਦੇ ਸ਼ਬਦ, ਭਾਣੇ ਦੇ ਅਧਾਰ ਤੇ ਚਲਦੀ ਹੈ । ਪ੍ਰਭ ਦੇ ਸ਼ਬਦ ਵਿੱਚ ਹੀ ਪ੍ਰਭ ਦੀਆਂ ਸਾਰੀਆਂ ਸਿਖਿਆਂ ਹਨ । ਇਹ ਹੀ ਜੀਵਨ ਸੰਵਾਰਨ ਵਾਲਾ ਤੱਤ, ਅੰਮ੍ਰਿਤ ਹੈ । ਜਿਸ ਨੂੰ ਸ਼ਬਦ ਦੀ ਸੋਝੀ ਬਖਸ਼ਿਸ਼ ਹੋ ਜਾਂਦੀ ਹੈ, ਜਿਹੜਾ ਇਹ ਸ਼ਬਦ ਦੀ ਸੋਝੀ ਰੂਪੀ ਅੰਮ੍ਰਿਤ ਪੀ ਲੈਂਦਾ ਹੈ । ਉਸ ਦੇ ਮਨ ਵਿਚੋਂ ਇੱਛਾਂ ਦੀ ਪਿਆਸ ਬੁਝ ਜਾਂਦੀ ਹੈ ।

The whole universe function according to the guidelines of His Word. All the virtues of His Nature, teachings for the real path of human life journey remain embedded within adopting the teachings of His Word with steady and stable belief in own day-to-day life. This may be the unique sanctifying nectar for his soul. Whosoever may be blessed with the essence of His Word, sanctifying nectar. He may remain drenched with the nectar of the essence of His Word, his thirst of worldly desires may be quenched.

ਹਮਰੀ ਜਾਤਿ ਪਾਤਿ ਗੁਰੁ ਸਤਿਗੁਰੁ,	hamree jaat paat gur satgur
ਹਮ ਵੇਚਿਓ ਸਿਰੁ ਗੁਰ ਕੇ॥	ham vaychi-o sir gur kay.
ਜਨ ਨਾਨਕ ਨਾਮੁ ਪਰਿਓ ਗੁਰ ਚੇਲਾ,	jan naanak naam pari-o gur chaylaa
ਗੁਰ ਰਾਖਹੁ ਲਾਜ ਜਨ ਕੇ॥੪॥੧॥	gur raakho laaj jan kay. ‖4‖1‖

ਬੰਦਗੀ ਕਰਨ ਵਾਲੇ ਦੀ ਜਾਤ, ਹੈਸੀਅਤ ਪ੍ਰਭ ਦੇ ਸ਼ਬਦ ਦੀ ਪਾਲਣਾ, ਕਮਾਈ ਹੀ ਹੁੰਦੀ ਹੈ । ਉਹ ਆਪਣਾ ਤਨ, ਮਨ ਪ੍ਰਭ ਦੇ ਸ਼ਬਦ ਦੀ ਪਾਲਣਾ ਦੀ ਭੇਟਾ ਕਰ ਦੇਂਦਾ ਹੈ । ਬੰਦਗੀ ਵਾਲਾ ਆਪਣੇ ਆਪ ਨੂੰ ਪ੍ਰਭ ਦਾ ਦਾਸ ਹੀ ਬਣਾਉਣ ਦੀ ਇੱਛਾ ਰਖਦਾ ਹੈ । ਪ੍ਰਭ ਆਪ ਹੀ ਉਸ ਦੀ ਲਾਜ ਰਖਦਾ, ਰਖਿਆ ਕਰਦਾ ਹੈ ।

The meditation and the earnings of His Word become the worldly caste and status of His true devotee. He may surrender his mind, body, and worldly status at His sanctuary to obey the teachings of His Word. He may only have one intense desire to be accepted as His true devotee. The True Master always protects and honors His true devotee.

73. ਸੂਹੀ ਮਹਲਾ ੪॥ 731-12

ਹਰਿ ਹਰਿ ਨਾਮੁ ਭਜਿਓ ਪੁਰਖੋਤਮੁ,	har har naam bhaji-o purkhotam
ਸਭਿ ਬਿਨਸੇ ਦਾਲਦ ਦਲਘਾ॥	sabh binsay daalad dalghaa.
ਭਉ ਜਨਮ ਮਰਣਾ ਮੇਟਿਓ	bha-o janam marnaa mayti-o
ਗੁਰ ਸਬਦੀ,	gur sabdee
ਹਰਿ ਅਸਥਿਰੁ ਸੇਵਿ ਸੁਖਿ ਸਮਘਾ॥੧॥	har asthir sayv sukh samghaa. ||1||

ਜਿਹੜਾ ਮਨ ਲਾ ਕੇ ਪ੍ਰਭ ਦੇ ਸ਼ਬਦ ਦੀ ਪਾਲਣਾ, ਸਿਮਰਨ ਕਰਦਾ ਹੈ । ਉਸ ਦੇ ਮਨ ਦੀ ਭੁੱਖ, ਇੱਛਾਂ ਦੀ ਭਟਕਣ ਖਤਮ ਹੋ ਜਾਂਦੀ ਹੈ । ਸ਼ਬਦ ਦੀ ਪਾਲਣਾ, ਭਰੋਸਾ ਅਡੋਲ ਰਖਣ ਨਾਲ ਮੌਤ ਦਾ ਡਰ ਖਤਮ ਹੋ ਜਾਂਦਾ ਹੈ । ਉਹ ਅਟੱਲ ਪ੍ਰਭ ਦੇ ਸ਼ਬਦ ਦੀ ਸਮਾਧੀ ਵਿੱਚ ਹੀ ਮਸਤ ਰਹਿੰਦਾ, ਵਸਦਾ ਹੈ ।

Whosoever may meditate and obey the teachings of His Word with steady and stable belief in his day-to-day life; with His mercy and grace, all his frustrations of worldly desires may be eliminated. His fear of death may be eliminated. He remains intoxicated in meditation in the void of His Word.

ਮੇਰੇ ਮਨ ਭਜੁ ਰਾਮ ਨਾਮ ਅਤਿ ਪਿਰਘਾ॥	mayray man bhaj raam naam at pirghaa.
ਮੈ ਮਨੁ ਤਨੁ ਅਰਪਿ ਧਰਿਓ ਗੁਰ ਆਗੈ,	mai man tan arap Dhari-o gur aagai
ਸਿਰੁ ਵੇਚਿ ਲੀਓ ਮੁਲਿ ਮਹਘਾ॥੧॥	sir vaych lee-o mul mahghaa.
ਰਹਾਉ॥	||1|| rahaa-o.

ਪ੍ਰਭ ਦੇ ਸ਼ਬਦ ਦੀ ਧੁਨ ਆਪਣੇ ਮਨ ਵਿੱਚ ਚਲਾਵੋ । ਪ੍ਰਭ ਦਾ ਸ਼ਬਦ ਦੀ ਧੁਨ ਮਨ ਨੂੰ ਬਹੁਤ ਪਿਆਰੀ ਲੱਗਦੀ ਹੈ । ਮੈਂ ਆਪਣਾ ਤਨ, ਮਨ ਪ੍ਰਭ ਦੀ ਭੇਟਾ ਕਰ ਦਿੱਤਾ ਹੈ । ਪ੍ਰਭ ਨੇ ਇਸ ਦੀ ਬਹੁਤ ਅਮੋਲਕ ਕੀਮਤ, ਆਪਣੀ ਰਹਿਮਤ ਬਖਸ਼ੀ ਹੈ ।

You should resonate the everlasting echo of His Word within your mind. The echo of His Word may be very comforting to eliminated all anxieties of mind. I have surrendered my mind, body, and worldly status at His sanctuary. The True Master has rewarded me with ambrosial blessing, the sanctifying nectar of the essence of His Word.

ਨਰਪਤਿ ਰਾਜੇ ਰੰਗ ਰਸ ਮਾਣਹਿ,	narpat raajay rang ras maaneh
ਬਿਨੁ ਨਾਵੈ ਪਕੜਿ ਖੜੇ ਸਭਿ ਕਲਘਾ॥	bin naavai pakarh kharhay sabh kalghaa.
ਧਰਮ ਰਾਇ ਸਿਰਿ ਡੰਡੁ ਲਗਾਨਾ,	Dharam raa-ay sir dand lagaanaa
ਫਿਰਿ ਪਛੁਤਾਨੇ ਹਥ ਫਲਘਾ॥੨॥	fir pachhutaanay hath falghaa. ||2||

ਸੰਸਾਰਕ ਹਾਕਮ, ਰਾਜੇ, ਅਨੰਦ, ਖਸ਼ੀਆਂ ਮਾਨਦੇ ਹਨ । ਸ਼ਬਦ ਦੀ ਪਾਲਣਾ ਤੋ ਬਿਨਾਂ ਸਾਰੇ ਹੀ ਮੌਤ ਤੇ ਜਮਦੂਤ ਦੇ ਵੱਸ ਵਿੱਚ ਚਲੇ ਜਾਂਦੇ ਹਨ । ਜਦੋਂ ਧਰਮਰਾਜ ਉਹਨਾਂ ਦੇ ਕੀਤੇ ਕੰਮ ਦਾ ਲੇਖਾ ਕਰਦਾ ਹੈ, ਉਸ ਦਾ ਫਲ ਬਖਸ਼ਦਾ ਹੈ । ਉਹਨਾਂ ਨੂੰ ਉਦਾਸੀ ਅਤੇ ਪਛਤਾਵਾ ਹੀ ਕਰਨਾ ਪੈਂਦਾ ਹੈ ।

Most of worldly kings may cherish short-lived pleasures with worldly wealth. Without the earnings of wealth of His Word, he may be captured by the devil of death. The righteous judge evaluates his earnings of good deeds for mankind and rewards his earnings. He may regret and repent for wasting his priceless human life opportunity.

ਹਰਿ ਰਾਖੁ ਰਾਖੁ ਜਨ ਕਿਰਮ ਤੁਮਾਰੇ,	har raakh raakh jan kiram tumaaray
ਸਰਣਾਗਤਿ ਪੁਰਖ ਪ੍ਰਤਿਪਲਘਾ॥	sarnaagat purakh partipalaghaa.
ਦਰਸਨੁ ਸੰਤ ਦੇਹੁ ਸੁਖੁ ਪਾਵੈ,	darsan sant dayh sukh paavai
ਪ੍ਰਭ ਲੋਚ ਪੂਰਿ ਜਨੁ ਤੁਮਘਾ॥੩॥	parabh loch poor jan tumghaa. ||3||

ਪ੍ਰਭ ਰਹਿਮਤ ਬਖਸ਼ੋ! ਮੈਂ ਤੇਰਾ ਨਿਮਾਣਾ ਦਾਸ, ਤੇਰੀ ਸ਼ਰਣ ਵਿੱਚ ਆਇਆ ਹਾ । ਤੂੰ ਹੀ ਸਾਰੇ ਜੀਵਾਂ ਦੀ ਪਾਲਣਾ ਪੋਸਨਾ ਕਰਦਾ ਹੈ । ਪ੍ਰਭ ਰਹਿਮਤ ਬਖਸ਼ਕੇ ਬੰਦਗੀ ਕਰਨ ਵਾਲੇ ਸੰਤ ਸਰੂਪ ਦੇ ਦਰਸ਼ਨ ਬਖਸ਼ੋ! ਜਿਸ ਨਾਲ ਮੇਰੇ ਮਨ ਵਿੱਚ ਸੰਤੋਖ ਆ ਜਾਵੇ । ਮੇਰੇ ਮਨ ਦੀਆਂ ਮੁਰਾਦਾਂ ਪੂਰੀਆਂ ਕਰੋ!

The True Master nourishes and protects all creatures of the universe. Your humble creature has surrendered at Your sanctuary. With Your mercy and grace, blesses me the association of Your true devotee. By adopting his life experience teachings in my own life; with Your mercy and grace, I may be contented and all spoken and desires may be satisfied.

ਤੁਮ ਸਮਰਥ ਪੁਰਖ	tum samrath purakh
ਵਡੇ ਪ੍ਰਭ ਸੁਆਮੀ,	vaday parabh su-aamee
ਮੋ ਕਉ ਕੀਜੈ ਦਾਨੁ ਹਰਿ ਨਿਮਘਾ॥	mo ka-o keejai daan har nimghaa.
ਜਨ ਨਾਨਕ ਨਾਮੁ ਮਿਲੈ ਸੁਖੁ ਪਾਵੈ,	jan naanak naam milai sukh paavai
ਹਮ ਨਾਮ ਵਿਟਹੁ ਸਦ ਘੁਮਘਾ॥੪॥੨॥	ham naam vitahu sad ghumghaa. ||4||2||

ਪ੍ਰਭ ਤੂੰ ਸਰਬ ਕਲਾ ਸਮਰਥ ਹੈ! ਆਪਣੀ ਰਹਿਮਤ ਨਾਲ ਨਿਮ੍ਰਤਾ ਦਾ ਦਾਨ ਬਖਸ਼ੋ! ਆਪਣੇ ਆਪ ਨੂੰ ਨਿਮਾਣਾ ਬਣਾਉਣ ਦੀ ਦਾਤ ਬਖਸ਼ੋ! ਪ੍ਰਭ ਦੇ ਸ਼ਬਦ ਦੀ ਪਾਲਣਾ ਕਰਦੇ ਦਾਸ ਨੂੰ ਸ਼ਬਦ ਦੀ ਸੋਝੀ ਬਖਸ਼ਿਸ਼ ਹੋ ਜਾਂਦੀ ਹੈ । ਉਸ ਦੇ ਮਨ ਵਿੱਚ ਸੰਤੋਖ ਬਖਸ਼ਿਸ਼ ਹੋ ਜਾਂਦਾ ਹੈ । ਉਹ ਸਦਾ ਹੀ ਪ੍ਰਭ ਦੇ ਸ਼ਬਦ ਦਾ ਧੰਨਵਾਦ ਗਾਉਂਦਾ ਰਹਿੰਦਾ ਹੈ ।

The Omnipotent True Master with Your mercy and grace, blesses me with humility. Whosoever may obey the teachings of Your Word with steady and stable belief in his day-to-day life; with Your mercy and grace, he may be blessed with the enlightenment of the essence of Your Word. He may be blessed with the contentment in his worldly environments. He remains intoxicated in singing the glory and praises of Your blessings.

74. ਸੂਹੀ ਮਹਲਾ ੪॥ 731-19

ਹਰਿ ਨਾਮਾ ਹਰਿ ਰੰਞੁ ਹੈ,	har naamaa har rany hai
ਹਰਿ ਰੰਞੁ ਮਜੀਠੈ ਰੰਞੁ॥	har rany majeethai rany.
ਗੁਰਿ ਤੁਠੈ ਹਰਿ ਰੰਗੁ ਚਾੜਿਆ,	gur tuthai har rang chaarhi-aa
ਫਿਰਿ ਬਹੁੜਿ ਨ ਹੋਵੀ ਭੰਞੁ॥੧॥	fir bahurh na hovee bhany. ||1||

ਪ੍ਰਭ ਦਾ ਅਟੱਲ ਸ਼ਬਦ ਹੀ ਪ੍ਰਭ ਦਾ ਸੁਨੇਹਾ, ਪਿਆਰ ਹੁੰਦਾ ਹੈ । ਜਿਸ ਦੀ ਸ਼ਬਦ ਦੀ ਕਮਾਈ ਪ੍ਰਭ ਪ੍ਰਵਾਨ ਕਰ ਲੈਂਦਾ ਹੈ । ਉਸ ਦੇ ਜੀਵਨ ਵਿੱਚ ਅਨੋਖਾ ਹੀ ਸ਼ਬਦ ਦਾ ਰੰਗ ਚੜ੍ਹ ਜਾਂਦਾ ਹੈ, ਜਿਹੜਾ ਕਦੇ ਫਿਕਾ ਨਹੀਂ ਹੰਦਾ । ਉਸ ਦੀ ਸ਼ਬਦ ਦੀ ਪਾਲਣਾ ਵਿੱਚ ਲਗਨ, ਭਰੋਸਾ ਅਡੋਲ ਰਹਿੰਦਾ ਹੈ ।

The teachings of His Word may be true forever and a unique message, blessings of the right path human life, path of salvation of his soul. Whose earnings of His Word may be accepted in His Court; with His mercy and grace, he may be drenched with the teachings of His Word, the sanctifying nectar of His Word. The crimson color of the essence of His Word may never be diminished from his way of life. His devotion in meditation may never become shaky, unstable.

ਮੇਰੇ ਮਨ ਹਰਿ ਰਾਮ ਨਾਮਿ ਕਰਿ ਰੰਞੁ॥	mayray man har raam naam kar rany.
ਗੁਰਿ ਤੁਠੈ ਹਰਿ ਉਪਦੇਸਿਆ,	gur tuthai har updaysi-aa
ਹਰਿ ਭੇਟਿਆ ਰਾਉ ਨਿਸੰਞੁ॥੧॥	har bhayti-aa raa-o nisany. ||1||
ਰਹਾਉ॥	rahaa-o.

ਪ੍ਰਭ ਦੇ ਸ਼ਬਦ ਨੂੰ ਮਨ ਵਿੱਚ ਵਸਾਵੋ! ਜਿਸ ਦੀ ਸ਼ਬਦ ਦੀ ਕਮਾਈ ਪ੍ਰਭ ਪ੍ਰਵਾਨ ਕਰਦਾ ਹੈ । ਉਸ ਨੂੰ ਸ਼ਬਦ ਦੀ ਸੋਝੀ ਬਖਸ਼ਿਸ਼ ਹੋ ਜਾਂਦੀ, ਪ੍ਰਭ ਦੀ ਜੋਤ ਉਸ ਦੇ ਮਨ ਵਿਚੋਂ ਹੀ ਜਾਗਰਤ ਹੋ ਜਾਂਦੀ ਹੈ ।

You should drench the teachings of His Word in your day-to-day life. Whose meditation may be accepted in His Court; he may be blessed with the enlightenment of the essence of His Word from within his own mind.

ਮੁੰਧ ਇਆਣੀ ਮਨਮੁਖੀ, munDh i-aanee manmukhee
ਫਿਰਿ ਆਵਣ ਜਾਣਾ ਅੰਙੁ॥ fir aavan jaanaa any.
ਹਰਿ ਪ੍ਰਭੁ ਚਿਤਿ ਨ ਆਇਓ, har parabh chit na aa-i-o
ਮਨਿ ਦੂਜਾ ਭਾਉ ਸਹਲੰਙੁ॥੨॥ man doojaa bhaa-o sahlanny. ||2||

ਮਨਮੁਖ, ਮਨਮਰਜ਼ੀ ਕਰਨ ਵਾਲੀ ਆਤਮਾ ਅਣਜਾਣ, ਮੂਰਖ ਹੀ ਹੁੰਦੀ ਹੈ । ਉਸ ਨੂੰ ਪ੍ਰਭ ਦੇ ਸ਼ਬਦ ਦੀ ਕੋਈ ਸੋਝੀ ਨਹੀਂ ਹੁੰਦੀ । ਉਹ ਜਨਮ ਮਰਨ ਦੇ ਚੱਕਰ ਵਿੱਚ ਹੀ ਰਹਿੰਦੀ ਹੈ । ਉਸ ਵਾਸਤੇ ਧਰਤੀ ਜੂੰਨਾਂ ਬਦਲਨ ਵਾਲ ਅਸਥਾਨ ਹੀ ਬਣ ਜਾਂਦਾ ਹੈ । ਪ੍ਰਭ ਦਾ ਸ਼ਬਦ ਉਸ ਦੇ ਮਨ ਵਿੱਚ ਘਰ ਨਹੀਂ ਕਰਦਾ । ਮਨ ਭਰਮਾਂ ਵਿੱਚ, ਧਰਮ ਦੇ ਰੀਤੋਂ ਰੀਵਾਜ ਕਰਨ ਵਿੱਚ ਹੀ ਮਸਤ ਰਹਿੰਦਾ ਹੈ ।

Self-minded remains ignorant and stubborn from the real purpose of human life opportunity. He may never be blessed with the essence of His Word. He remains frustrated in the cycle of birth and death. World may remain as a place for change one body of creature to another for his soul. He may never comprehend the teachings of His Word. He remains intoxicated in religious suspicions and rituals.

ਹਮ ਮੈਲੁ ਭਰੇ ਦੁਹਚਾਰੀਆ, ham mail bharay duhchaaree-aa
ਹਰਿ ਰਾਖਹੁ ਅੰਗੀ ਅੰਙੁ॥ har raakho angee any.
ਗੁਰਿ ਅੰਮ੍ਰਿਤ ਸਰਿ ਨਵਲਾਇਆ, gur amrit sar navlaa-i-aa
ਸਭਿ ਲਾਥੇ ਕਿਲਵਿਖ ਪੰਙੁ॥੩॥ sabh laathay kilvikh pany. ||3||

ਮੇਰੇ ਮਨ ਵਿੱਚ ਕਈ ਬੁਰੇ ਖਿਆਲ ਹਨ, ਅਨੇਕਾਂ ਹੀ ਮੰਦੇ ਕੰਮ ਕਰਦਾ ਹਾ । ਰਹਿਮਤ ਬਖਸ਼ਕੇ ਸ਼ਬਦ ਦੇ ਲੜ ਲਾਵੋ! ਪ੍ਰਵਾਨਗੀ ਦਾ ਰਸਤਾ ਬਖਸ਼ੋ ! ਆਪਣੀ ਸ਼ਰਣ ਵਿੱਚ ਪਨਾਹ ਬਖਸ਼ੋ! ਜਿਸ ਤੇ ਪ੍ਰਭ ਰਹਿਮਤ ਦੀ ਨਜ਼ਰ ਬਖਸ਼ਦਾ ਹੈ, ਉਹ ਹੀ ਜੀਵ ਸ਼ਬਦ ਦੀ ਪਾਲਣਾ ਵਿੱਚ ਲੱਗਦਾ ਹੈ । ਉਸ ਦੇ ਮਨ ਦੇ ਬੁਰੇ ਖਿਆਲ ਦੂਰ ਹੋ ਜਾਂਦੇ, ਮਨ ਦੇ ਪਾਪ ਧੋਤੇ ਜਾਂਦੇ ਹਨ । ਉਸ ਦਾ ਮਨ ਸ਼ਬਦ ਦੀ ਸੋਝੀ ਰੂਪੀ ਸਰੋਵਰ ਵਿੱਚ ਇਸ਼ਨਾਨ ਕਰ ਲੈਂਦਾ ਹੈ । ਉਸ ਦੀਆਂ ਭੁੱਲਾਂ ਬਖਸ਼ੀਆ ਜਾਂਦੀਆਂ ਹਨ ।

Self-minded remains dominated with the burden of sinful deeds. With Your mercy and grace, blesses me the right path of acceptance in Your Court. Whosoever may be blessed with His mercy and grace, all evil thoughts of his mind may be eliminated and his sins may be forgiven. His soul takes a sanctifying bath in the pond of the nectar of the essence of His Word. All his sins, mistakes of previous lives may be forgiven.

ਹਰਿ ਦੀਨਾ ਦੀਨ ਦਇਆਲ ਪ੍ਰਭੁ, har deenaa deen da-i-aal parabh
ਸਤਸੰਗਤਿ ਮੇਲਹੁ ਸੰਙੁ॥ satsangat maylhu sany.
ਮਿਲਿ ਸੰਗਤਿ ਹਰਿ ਰੰਗੁ ਪਾਇਆ, mil sangat har rang paa-i-aa
ਜਨ ਨਾਨਕ ਮਨਿ ਤਨਿ ਰੰਙੁ॥੪॥੩॥ jan naanak man tan rany. ||4||3||

ਪ੍ਰਭ ਤੂੰ ਹੀ ਨਿਮਾਣਿਆਂ ਦਾ ਰਖਵਾਲਾ ਹੈ । ਰਹਿਮਤ ਬਖਸ਼ੋ, ਸੰਤ ਸੰਗਤ ਬਖਸ਼ੋ! ਸ਼ਬਦ ਦੇ ਲੜ ਲਾਵੋ! ਸ਼ਬਦ ਦੀ ਪਾਲਣਾ ਨਾਲ ਮਨ ਵਿੱਚ ਪ੍ਰਭ ਦੇ ਸ਼ਬਦ ਨਾਲ ਪਿਆਰ, ਸ਼ਰਧਾ ਵਧਦੀ ਹੈ । ਜਿਹੜਾ ਸ਼ਬਦ ਦੀ ਪਾਲਣਾ ਅਡੋਲ ਭਰੋਸੇ ਨਾਲ ਕਰਦਾ ਹੈ, ਉਸ ਦੇ ਮਨ, ਤਨ ਤੇ ਸ਼ਬਦ ਦਾ ਪ੍ਰਭਾਵ, ਗੂੜ੍ਹਾ ਰੰਗ ਚੜ੍ਹ ਜਾਂਦਾ ਹੈ ।

The True Master, the protector of helpless creature; with Your mercy and grace, blesses me a devotion to meditate and to obey the teachings of Your Word. Whosoever may obey the teachings of His Word with steady and stable belief; with His mercy and grace, his devotion may be enhanced with

His blessings. His mind and body may remain drenched with the color of the essence of His Word.

75. ਸੂਹੀ ਮਹਲਾ ੪॥ 732-5

ਹਰਿ ਹਰਿ ਕਰਹਿ ਨਿਤ ਕਪਟੁ ਕਮਾਵਹਿ,	har har karahi nit kapat kamaaveh
ਹਿਰਦਾ ਸੁਧੁ ਨ ਹੋਈ॥	hirdaa suDh na ho-ee.
ਅਨਦਿਨੁ ਕਰਮ ਕਰਹਿ ਬਹੁਤੇਰੇ,	an-din karam karahi bahutayray
ਸੁਪਨੈ ਸੁਖੁ ਨ ਹੋਈ॥੧॥	supnai sukh na ho-ee. ‖1‖

ਜਿਹੜਾ ਜੀਵ ਸਵਾਸ ਸਵਾਸ ਪ੍ਰਭ ਦੇ ਸ਼ਬਦ ਗਾਉਂਦਾ ਹੈ । ਪਰ ਮਨ ਵਿੱਚ ਲਾਲਚ, ਧੋਖੇ ਦੇ ਕੰਮ ਨਹੀਂ ਛੱਡਦਾ, ਉਸ ਦਾ ਮਨ ਕਦੇ ਸਾਫ ਨਹੀਂ ਹੁੰਦਾ । ਪ੍ਰਭ ਦੀ ਰਹਿਮਤ ਕਦੇ ਬਖਸ਼ਿਸ਼ ਨਹੀਂ ਹੁੰਦੀ । ਉਹ ਭਾਵੇਂ ਦਿਨ ਰਾਤ ਧਰਮ ਦੇ ਰੀਤੋ ਰੀਵਾਜ ਕਰੇ, ਪੁੰਨ ਦਾਨ, ਗ਼ਰੀਬਾਂ ਦੀ ਸੇਵਾ ਕਰੇ, ਭੁੱਖੇ ਨੂੰ ਭੋਜਨ ਦੇਵੇ । ਫਿਰ ਵੀ ਉਸ ਦੇ ਮਨ ਵਿੱਚ, ਸੁਪਨੇ ਵਿੱਚ ਵੀ ਕਦੇ ਸੰਤੋਖ ਬਖਸ਼ਿਸ਼ ਨਹੀਂ ਹੁੰਦਾ ।

Whosoever may meditate on the teachings of His Word day and night with each breath; however, may not abandon, greed, deception plans from his mind, his soul may never be sanctified. He may never be contented in his life with his worldly environments. No matter, he may perform religious ritual rigidly, charities, helps poor and helpless, provides free kitchen for hungry and less fortunate. He may never be blessed with contentment and blossom with any worldly accomplishments even in his dream.

ਗਿਆਨੀ ਗੁਰ ਬਿਨੁ ਭਗਤਿ ਨ ਹੋਈ॥	gi-aanee gur bin bhagat na ho-ee.
ਕੋਰੈ ਰੰਗੁ ਕਦੇ ਨ ਚੜੈ,	korai rang kaday na charhai
ਜੇ ਲੋਚੈ ਸਭੁ ਕੋਈ॥੧॥ ਰਹਾਉ॥	jay lochai sabh ko-ee. ‖1‖ rahaa-o.

ਜਿਵੇਂ ਕੋਰੇ ਕਪੜੇ ਤੇ ਕਦੇ ਨਵਾਂ ਰੰਗ ਨਹੀਂ ਚੜ੍ਹਦਾ, ਸ਼ਬਦ ਦੀ ਪਾਲਣਾ ਤੋ ਬਿਨਾਂ ਸ਼ਬਦ ਦੀ ਸੋਝੀ ਬਖਸ਼ਿਸ਼ ਨਹੀਂ ਹੁੰਦੀ । ਇਸਤਰ੍ਹਾਂ ਸ਼ਬਦ ਦੀ ਪਾਲਣਾ ਤੋ ਬਿਨਾਂ ਮਨ ਤੇ ਸ਼ਬਦ ਦਾ ਕੋਈ ਪ੍ਰਭਾਵ ਨਹੀਂ ਹੁੰਦਾ ।

As a new cloth may not be dyed with different color with one-time dyeing. Same way without repeated practice with each breath; he may not remain drenched with essence of the teachings of His Word.

ਜਪੁ ਤਪ ਸੰਜਮ ਵਰਤ ਕਰੇ,	jap tap sanjam varat karay
ਪੂਜਾ ਮਨਮੁਖ ਰੋਗੁ ਨ ਜਾਈ॥	poojaa manmukh rog na jaa-ee.
ਅੰਤਰਿ ਰੋਗੁ ਮਹਾ ਅਭਿਮਾਨਾ,	antar rog mahaa abhimaanaa
ਦੂਜੈ ਭਾਇ ਖੁਆਈ॥੨॥	doojai bhaa-ay khu-aa-ee. ‖2‖

ਮਨਮੁਖ ਜੀਵ ਭਾਵੇਂ ਸੰਸਾਰਕ ਧਰਮ ਦੇ ਕਈ ਯਤਨ ਕਰੇ । ਜਪ, ਤਪ, ਪੂਜਾ, ਵਰਤ, ਆਪਣੇ ਮਨ ਤੇ ਕਾਬੂ ਰਖਕੇ ਦਰਬਾਰ ਲਾਵੇ । ਇਹਨਾਂ ਨਾਲ ਮਨ ਵਿਚੋਂ ਲਾਲਚ, ਸੰਸਾਰਕ ਮਾਇਆ ਦਾ ਰੋਗ ਖਤਮ ਨਹੀਂ ਹੁੰਦਾ । ਮਨ ਦੇ ਅੰਦਰ ਡੂੰਘਾਂ ਅਹੰਕਾਰ ਅਤੇ ਹੈਸੀਅਤ ਦਾ ਰੋਗ ਹੁੰਦਾ ਹੈ । ਉਹ ਧਰਮ ਦੇ ਪਾਏ ਭਰਮ ਵਿੱਚ ਹੀ ਜਲਦਾ ਰਹਿੰਦਾ ਹੈ ।

Self-minded may adopt religious rituals, techniques like, meditation with rigid disciplines, abstaining from food on specific day, routine reciting Holy Scripture, baptize by religious rituals and adopt religious robe or way of life. With any of the technique of religious disciplines, the greed and intoxication of worldly wealth may not be eliminated from his mind. He remains in deep intoxicated with the ego of his worldly status. He remains burning, performing his religious rituals.

ਬਾਹਰਿ ਭੇਖ ਬਹੁਤੁ ਚਤੁਰਾਈ,	baahar bhaykh bahut chaturaa-ee
ਮਨੂਆ ਦਹ ਦਿਸਿ ਧਾਵੈ॥	manoo-aa dah dis Dhaavai.
ਹਉਮੈ ਬਿਆਪਿਆ ਸ਼ਬਦੁ ਨ ਚੀਨ੍ਹੈ,	ha-umai bi-aapi-aa sabad na cheen^{H}ai

ਫਿਰਿ ਫਿਰਿ ਜੂਨੀ ਆਵੈ॥੩॥ fir fir joonee aavai. ||3||

ਉਹ ਦਿਖਾਵੇ ਲਈ ਸੰਤਾਂ ਵਾਲਾ ਬਾਣਾ ਪਾਉਂਦਾ ਹੈ । ਉਸ ਦੇ ਮਨ ਵਿੱਚ ਧੋਖੇ ਦੀਆਂ ਚਾਲਾਂ ਹੁੰਦੀਆਂ ਹਨ । ਉਸ ਦਾ ਮਨ ਇੱਕੋ ਇੱਕ ਪ੍ਰਭ ਦੇ ਬਖਸ਼ੇ ਤੇ ਨਹੀਂ ਟਿਕਦਾ, ਦਸ ਪਾਸੇ ਘੁੰਮਦਾ ਰਹਿੰਦਾ ਹੈ ।

Self-minded may baptize with religious rituals and even adopt a robe like Holy saint, starts his own followers. However, his mind remains deeply intoxicated with deceptive thoughts and plans to rob innocents. He may never be contented with any of His blessings, or his own worldly accomplishments either; he may remain wandering in all directions.

ਨਾਨਕ ਨਦਰਿ ਕਰੇ ਸੋ ਬੂਝੈ, naanak nadar karay so boojhai
ਸੋ ਜਨੁ ਨਾਮੁ ਧਿਆਏ॥ so jan naam Dhi-aa-ay.
ਗੁਰ ਪਰਸਾਦੀ ਏਕੋ ਬੂਝੈ, gur parsaadee ayko boojhai
ਏਕਸੁ ਮਾਹਿ ਸਮਾਏ॥੪॥੪॥ aykas maahi samaa-ay. ||4||4||

ਜਿਸ ਤੇ ਪ੍ਰਭ ਰਹਿਮਤ ਦੀ ਨਜ਼ਰ ਬਖਸ਼ਦਾ ਹੈ । ਉਹ ਨਿਮਾਣਾ ਦਾਸ ਸਮਝ ਜਾਂਦਾ, ਉਸ ਨੂੰ ਭਾਣੇ ਦੀ ਸੋਝੀ ਬਖਸ਼ਿਸ਼ ਹੋ ਜਾਂਦੀ ਹੈ । ਉਹ ਪ੍ਰਭ ਦੇ ਸ਼ਬਦ ਦੀ ਪਾਲਣਾ ਵਿੱਚ ਲੀਨ ਹੋ ਜਾਂਦਾ ਹੈ । ਪ੍ਰਭ ਦੀ ਰਹਿਮਤ ਨਾਲ ਪ੍ਰਭ ਦੇ ਸ਼ਬਦ ਦੀ ਸੋਝੀ ਬਖਸ਼ਿਸ਼ ਹੋ ਜਾਂਦੀ, ਸ਼ਬਦ ਦੀ ਸਮਾਧੀ ਵਿੱਚ ਵਸਣ ਲੱਗ ਪੈਂਦਾ ਹੈ ।

Whosoever may be blessed with His mercy and grace; His humble devotee may realize the right path of acceptance in His Court; the real purpose of priceless human life opportunity. He may remain intoxicated in obeying the teachings of His Word with steady and stable belief in his day-to-day life. With His mercy and grace, he may be blessed with the enlightenment of the essence of His Word. He may remain intoxicated in the void of His Word, His sanctuary

76. ਸੂਹੀ ਮਹਲਾ ੪ ਘਰੁ ੨॥ 732-12

ੴ ਸਤਿਗੁਰ ਪ੍ਰਸਾਦਿ॥ ik-oNkaar satgur parsaad.
ਗੁਰਮਤਿ ਨਗਰੀ ਖੋਜਿ ਖੋਜਾਈ॥ gurmat nagree khoj khojaa-ee.
ਹਰਿ ਹਰਿ ਨਾਮੁ ਪਦਾਰਥੁ ਪਾਈ॥੧॥ har har naam padaarath paa-ee. ||1||

ਸ਼ਬਦ ਦੀ ਸੋਝੀ ਹੋਣ ਨਾਲ ਮਨ ਨੇ ਆਪਣੇ ਅੰਦਰੋਂ ਹੀ ਖੋਜ ਕਰਨੀ ਆਰੰਭ ਕਰਦਾ ਹੈ । ਉਸ ਨੂੰ ਆਪਣੇ ਮਨ ਅੰਦਰੋਂ ਹੀ ਪ੍ਰਭ ਦੀ ਜੋਤ, ਸ਼ਬਦ ਦੇ ਗਿਆਨਾ ਦਾ ਖਜ਼ਾਨਾ ਬਖਸ਼ਿਸ਼ ਹੋ ਜਾਂਦਾ ਹੈ ।

Whosoever may be blessed with enlightenment of the essence of the teachings of His Word; he may search the enlightenments from within. The echo of His Word may remain resonating within his mind and heart; he may be blessed with the enlightenment from within.

ਮੇਰੈ ਮਨਿ ਹਰਿ ਹਰਿ ਸਾਂਤਿ ਵਸਾਈ॥ mayrai man har har saaNt vasaa-ee.
ਤਿਸਨਾ ਅਗਨਿ ਬੁਝੀ ਖਿਨ ਅੰਤਰਿ, tisnaa agan bujhee khin antar
ਗੁਰਿ ਮਿਲਿਐ ਸਭ ਭੁਖ ਗਵਾਈ॥੧॥ gur mili-ai sabh bhukh gavaa-ee. ||1||
ਰਹਾਉ॥ rahaa-o.

ਪ੍ਰਭ ਦੇ ਸ਼ਬਦ ਦਾ ਸਿਮਰਨ ਕਰਨ ਨਾਲ ਮਨ ਵਿੱਚ ਸੰਤੋਖ ਵਸ ਗਿਆ । ਮਨ ਅੰਦਰੋਂ ਇੱਛਾਂ ਦੀ ਭਟਕਣ ਖਤਮ ਹੋ ਗਈ ਹੈ । ਜਿਸ ਨੂੰ ਪ੍ਰਭ ਦੇ ਸ਼ਬਦ ਦੀ ਸੋਝੀ ਬਖਸ਼ਿਸ਼ ਹੋ ਜਾਂਦੀ ਹੈ, ਉਸ ਦੇ ਮਨ ਵਿੱਚ ਸੰਤੋਖ, ਸ਼ਾਂਤੀ ਵਸ ਜਾਂਦੀ ਹੈ ।

Whosoever may meditate on the teachings of His Word with steady and stable belief in his day-to-day life; with His mercy and grace, all his frustrations of worldly desires may be eliminated. Whosoever may be blessed with the enlightenment of the teachings of His Word; he may remain overwhelmed with peace and contentment within his mind.

ਹਰਿ ਗੁਣ ਗਾਵਾ ਜੀਵਾ ਮੇਰੀ ਮਾਈ॥ har gun gaavaa jeevaa mayree maa-ee.
ਸਤਿਗੁਰਿ ਦਇਆਲਿ satgur da-i-aal
ਗੁਣ ਨਾਮੁ ਦ੍ਰਿੜਾਈ॥ ੨॥ gun naam darirhaa-ee. ||2||

ਮੈਂ ਪ੍ਰਭ ਦੇ ਸ਼ਬਦ ਦੀ ਪਾਲਣਾ ਵਿੱਚ ਹੀ ਜੀਵਨ ਬਤੀਤ ਕਰਦਾ, ਸ਼ਬਦ ਦੀ ਉਸਤਤ ਗਾਉਂਦਾ ਹਾ। ਪ੍ਰਭ ਨੇ ਮਨ ਵਿੱਚ ਸ਼ਬਦ ਦੀ ਪਾਲਣਾ, ਗੁਣ ਗਾਉਣ ਦੀ ਲਗਨ ਬਖਸ਼ੀ ਹੈ ।

I am singing the glory and obey the teachings of His Word with steady and stable belief in day-to-day life. With His mercy and grace, The True Master has blessed me with a devotion to obey and sing the glory of His Word.

ਹਉ ਹਰਿ ਪ੍ਰਭੁ ਪਿਆਰਾ, ha-o har parabh pi-aaraa
ਢੂਢਿ ਢੂਢਾਈ॥ dhoodh dhoodhaa-ee.
ਸਤਸੰਗਤਿ ਮਿਲਿ ਹਰਿ ਰਸੁ ਪਾਈ॥੩॥ satsangat mil har ras paa-ee. ||3||

ਮੇਰਾ ਮਨ, ਪ੍ਰਭ ਦੀ ਖੋਜ ਵਿੱਚ, ਸ਼ਬਦ ਦੀ ਸੋਝੀ ਦੀ ਖੋਜ ਕਰਦਾ ਹੈ । ਬੰਦਗੀ ਕਰਨ ਵਾਲਿਆਂ ਦੀ ਸੰਗਤ ਵਿੱਚ ਮਿਲਕੇ, ਪ੍ਰਭ ਦੇ ਸ਼ਬਦ ਦਾ ਸਿਮਰਨ ਕਰਨ ਨਾਲ ਪ੍ਰਭ ਦੇ ਸ਼ਬਦ ਦੀ ਸੋਝੀ ਹੋ ਗਈ ਹੈ ।

I am searching the real purpose of human life opportunity, the essence of His Word within my mind. Whosoever may associate with His true devotee and sings the glory of His Word; with His mercy and grace, he may be blessed with the enlightenments of the essence of His Word.

ਧੁਰਿ ਮਸਤਕਿ ਲੇਖ ਲਿਖੇ ਹਰਿ ਪਾਈ॥ Dhur mastak laykh likhay har paa-ee.
ਗੁਰੁ ਨਾਨਕੁ ਤੁਠਾ ਮੇਲੈ ਹਰਿ ਭਾਈ॥ gur naanak tuthaa maylai har bhaa-ee.
੪॥੧॥੫॥ ||4||1||5||

ਧੁਰ ਤੋਂ ਲਿਖੇ ਭਾਗਾਂ ਨਾਲ ਹੀ ਪ੍ਰਭ ਦੀ ਰਹਿਮਤ ਦੀ ਨਜ਼ਰ ਬਖਸ਼ਿਸ਼ ਹੋ ਗਈ । ਸ਼ਬਦ ਦੀ ਸੋਝੀ ਹੋਣ ਨਾਲ ਮਨ ਵਿੱਚ ਖੇੜਾ, ਅਨੰਦ, ਸੰਤੋਖ ਘਰ ਕਰ ਗਿਆ ।

With my great prewritten destiny, I have been blessed with the essence of enlightenment of His Word. With His mercy and grace, I remain overwhelmed with contentment, pleasure, and blossom in my life.

77. ਸੂਹੀ ਮਹਲਾ ੪॥ 732-17

ਹਰਿ ਕ੍ਰਿਪਾ ਕਰੇ, ਮਨਿ ਹਰਿ ਰੰਗੁ ਲਾਏ॥ har kirpaa karay man har rang laa-ay.
ਗੁਰਮੁਖਿ ਹਰਿ ਹਰਿ ਨਾਮਿ ਸਮਾਏ॥੧॥ gurmukh har har naam samaa-ay. ||1||

ਪ੍ਰਭ ਆਪ ਹੀ ਰਹਿਮਤ ਬਖਸ਼ਦਾ, ਮਨ ਸ਼ਬਦ ਦੀ ਪਾਲਣਾ ਵਿੱਚ ਲਾਉਂਦਾ ਹੈ । ਗੁਰਮਖ ਸ਼ਬਦ ਦੀ ਪਾਲਣਾ ਕਰਦਾ, ਸ਼ਬਦ ਦੀ ਸਮਾਧੀ ਵਿੱਚ ਵਸਣ ਲੱਗ ਪੈਂਦਾ ਹੈ ।

Whosoever may be blessed with a devotion to meditate on the teachings of His Word. He may obey the teachings of His Word with steady and stable belief in his day-to-day life. He may remain intoxicated in the void of His Word.

ਹਰਿ ਰੰਗਿ ਰਾਤਾ, ਮਨੁ ਰੰਗ ਮਾਣੇ॥ har rang raataa man rang maanay.
ਸਦਾ ਅਨੰਦਿ ਰਹੇ ਦਿਨ ਰਾਤੀ, sadaa anand rahai din raatee pooray
ਪੂਰੇ ਗੁਰ ਕੈ ਸਬਦਿ ਸਮਾਣੇ॥੧॥ ਰਹਾਉ॥ gur kai sabad samaanay. ||1|| rahaa-o.

ਪ੍ਰਭ ਦੇ ਸ਼ਬਦ ਦੀ ਮਸਤੀ, ਖੇੜੇ ਵਿੱਚ ਮਨ ਅਨੰਦ ਮਾਨਦਾ ਹੈ । ਉਹ ਦਿਨ ਰਾਤ ਖੇੜੇ ਵਿੱਚ ਸ਼ਬਦ ਦੀ ਸਮਾਧੀ ਵਿੱਚ ਹੀ ਲੀਨ ਰਹਿੰਦਾ ਹੈ ।

His true devote remains intoxicated in meditation on the teachings of His Word; with His mercy and grace, he remains overwhelmed with the pleasures and blossom in his day-to-day life.

ਹਰਿ ਰੰਗ ਕਉ ਲੋਚੈ, ਸਭੁ ਕੋਈ॥ har rang ka-o lochai sabh ko-ee.
ਗੁਰਮੁਖਿ ਰੰਗੁ ਚਲੂਲਾ ਹੋਈ॥੨॥ gurmukh rang chaloolaa ho-ee. ||2||

ਹਰਇੱਕ ਜੀਵ ਹੀ ਪ੍ਰਭ ਦੀ ਰਹਿਮਤ ਚਾਹੁੰਦਾ, ਮਨ ਵਿੱਚ ਆਸ ਰਖਦਾ ਹੈ । ਗੁਰਮਖ ਸ਼ਬਦ ਦੀ ਪਾਲਣਾ ਕਰਦਾ, ਸ਼ਬਦ ਦੇ ਪ੍ਰਭਾਵ ਵਿੱਚ ਰੰਗਿਆ ਰਹਿੰਦਾ ਹੈ ।

Whosoever may think about meditating or doing any good deed; he may become hopeful and anxious to be accepted in His Court. He wishes to be blessed with the enlightenment of the real purpose of his human life. His true devotee may adopt the teachings of His Word and he may remain drenched with the essence of His Word.

ਮਨਮੁਖਿ ਮੁਗਧੁ ਨਰੁ ਕੋਰਾ ਹੋਇ॥ manmukh mugaDh nar koraa ho-ay.
ਜੇ ਸਉ ਲੋਚੈ, ਰੰਗੁ ਨ ਹੋਵੈ ਕੋਇ॥੩॥ jay sa-o lochai rang na hovai ko-ay. ||3||

ਮੂਰਖ ਮਨਮੁਖ ਜੀਵ ਦੇ ਮਨ ਤੇ ਕੋਈ ਰੌਣਕ, ਕੋਈ ਖੇੜਾ ਨਹੀਂ ਹੁੰਦਾ । ਉਹ ਭਾਵੇਂ ਹਜ਼ਾਰ ਵਾਰ ਪ੍ਰਭ ਦੀ ਪਾਉਣ ਦੀ ਆਸ ਕਰੇ । ਫਿਰ ਵੀ ਉਸ ਨੂੰ ਪ੍ਰਭ ਦੀ ਰਹਿਮਤ ਬਖਸ਼ਿਸ਼ ਨਹੀਂ ਹੁੰਦੀ ।

Self-mind may not have any contentment, peace, or blossom in his life. He may have deep desire to be blessed with His mercy and grace; he may never be blessed with the right path of acceptance in His Court.

ਨਦਰਿ ਕਰੇ ਤਾ ਸਤਿਗੁਰੁ ਪਾਵੈ॥ nadar karay taa satgur paavai.
ਨਾਨਕ ਹਰਿ ਰਸਿ ਹਰਿ ਰੰਗਿ ਸਮਾਵੈ॥ naanak har ras har rang samaavai.
੪॥੨॥੬॥ ||4||2||6||

ਜਿਸ ਨੂੰ ਪ੍ਰਭ ਆਪ ਹੀ ਰਹਿਮਤ ਬਖਸ਼ਦਾ ਹੈ, ਉਹ ਹੀ ਸ਼ਬਦ ਦੀ ਪਾਲਣਾ ਤੇ ਅਡੋਲ ਹੋ ਜਾਂਦਾ ਹੈ, ਉਸ ਨੂੰ ਸ਼ਬਦ ਦੀ ਸੋਝੀ ਬਖਸ਼ਿਸ਼ ਹੋ ਸਕਦੀ ਹੈ ।

Whosoever may be blessed with a devotion to meditate on the teachings of His Word. Only he may remain steady and stable obeying the teachings of His Word in his day-to-day life; with His mercy and grace, he may be enlightened and accepted in His Court.

78. ਸੂਹੀ ਮਹਲਾ ੪॥ 733-2

ਜਿਹਵਾ ਹਰਿ ਰਸਿ ਰਹੀ ਅਘਾਇ॥ jihvaa har ras rahee aghaa-ay.
ਗੁਰਮੁਖਿ ਪੀਵੈ ਸਹਜਿ ਸਮਾਇ॥੧॥ gurmukh peevai sahj samaa-ay. ||1||

ਜਿਸ ਦੀ ਜੀਭ, ਪ੍ਰਭ ਦੇ ਸ਼ਬਦ ਦੇ ਰਸ ਨਾਲ ਸੰਤੋਖ ਵਿੱਚ ਰਹਿੰਦੀ ਹੈ । ਉਸ ਦਾ ਪ੍ਰਭ ਦੇ ਸ਼ਬਦ ਨਾਲ ਪਿਆਰ ਗੂੜ੍ਹਾ ਰਹਿੰਦਾ ਹੈ । ਗੁਰਮਖ ਸ਼ਬਦ ਦੀ ਸੋਝੀ ਰੂਪੀ ਅੰਮ੍ਰਿਤ ਨਾਲ ਪ੍ਰਭ ਦੀ ਜੋਤ ਵਿੱਚ ਸੰਤੋਖ ਨਾਲ ਵਸਦਾ ਹੈ ।

Whose tongue remains drenched with the nectar of the essence of His Word; he may remain overwhelmed with contentment in his worldly life. He may remain drenched with the crimson color of devotion with the essence of His Word. His true devotee remains overwhelmed with ambrosial nectar and he remains intoxicated in the void of His Holy Spirit.

ਹਰਿ ਰਸੁ ਜਨ ਚਾਖਹੁ ਜੇ ਭਾਈ॥ har ras jan chaakhahu jay bhaa-ee.
ਤਉ ਕਤ ਅਨਤ ਸਾਦਿ ਲੋਭਾਈ॥੧॥ ta-o kat anat saad lobhaa-ee. ||1||
ਰਹਾਉ॥ rahaa-o.

ਨਿਮਾਣੇ ਜੀਵ ਅਗਰ ਤੂੰ ਪ੍ਰਭ ਦੇ ਸ਼ਬਦ ਦਾ ਰਸ ਪੀਣਾ ਚਾਹੁੰਦਾ ਹੈ । ਤਾਂ ਤੇਰੇ ਮਨ ਵਿੱਚ ਹੋਰ ਕੋਈ ਰਸ ਪੀਣ ਦੀ ਇੱਛਾਂ ਕਿਵੇਂ ਆ ਸਕਦੀ ਹੈ?

Whosoever may have a sincere desire to be drench with the nectar of the essence of His Word. How may he even think about any other flavor?

ਗੁਰਮਤਿ ਰਸੁ ਰਾਖਹੁ ਉਰ ਧਾਰਿ॥ gurmat ras raakho ur Dhaar.
ਹਰਿ ਰਸਿ ਰਾਤੇ ਰੰਗਿ ਮੁਰਾਰਿ॥੨॥ har ras raatay rang muraar. ||2||

ਸ਼ਬਦ ਦੀ ਸਿਖਿਆਂ ਨੂੰ, ਇਸ ਰਸ ਨੂੰ ਦਿਲ ਵਿੱਚ ਹੀ ਰਖੋ! ਸ਼ਬਦ ਨੂੰ ਮਨ ਵਿੱਚ ਜਾਗਰਤ ਰਖੋ! ਜਿਹੜਾ ਇਸ ਰਸ ਵਿੱਚ ਲੀਨ ਹੋ ਜਾਂਦਾ ਹੈ, ਉਹ ਪ੍ਰਭ ਦੀ ਸਮਾਧੀ ਵਿੱਚ ਵਸਦਾ ਹੈ ।

With the teachings of His Word, you must keep the taste of the nectar of His Word within the core of your heart. You should keep the essence of His Word fresh and enlightened within your heart. Whosoever may remain intoxicated with the essence of the nectar of His Word; with His mercy and grace, he may dwell in the void of His Word.

ਮਨਮੁਖਿ ਹਰਿ ਰਸੁ ਚਾਖਿਆ ਨ ਜਾਇ॥ manmukh har ras chaakhi-aa na jaa-ay.
ਹਉਮੈ ਕਰੈ ਬਹੁਤੀ ਮਿਲੈ ਸਜਾਇ॥੩॥ ha-umai karai bahutee milai sajaa-ay.3

ਮਨਮੁਖ ਸ਼ਬਦ ਦੀ ਪਾਲਣਾ ਨਹੀਂ ਕਰ ਸਕਦਾ, ਉਸ ਨੂੰ ਰਸ ਦਾ ਸਵਾਦ ਬਖਸ਼ਿਸ਼ ਨਹੀਂ ਹੁੰਦਾ । ਉਹ ਆਪਣੇ ਅਹੰਕਾਰ ਦੀ ਅੱਗ ਵਿੱਚ ਜਲਦਾ, ਸਜ਼ਾ ਭੋਗਦਾ ਹੈ ।

Self-minded may not obey the teachings of His Word in his day-to-day life. He may not be blessed with the nectar of the essence of His Word. He remains frustrated in his ego and endures misery of his worldly deeds.

ਨਦਰਿ ਕਰੇ ਤਾ ਹਰਿ ਰਸੁ ਪਾਵੈ॥ nadar karay taa har ras paavai.
ਨਾਨਕ ਹਰਿ ਰਸਿ ਹਰਿ ਗੁਣ ਗਾਵੈ॥ naanak har ras har gun gaavai.
੪॥੩॥੭॥ ||4||3||7||

ਜਿਸ ਤੇ ਪ੍ਰਭ ਆਪ ਹੀ ਰਹਿਮਤ ਬਖਸ਼ਦਾ ਹੈ, ਉਹ ਹੀ ਸ਼ਬਦ ਦੀ ਪਾਲਣਾ ਕਰ ਸਕਦਾ ਹੈ । ਉਸ ਨੂੰ ਸ਼ਬਦ ਦੀ ਸੋਝੀ ਰੂਪੀ ਰਸ ਬਖਸ਼ਿਸ਼ ਹੋ ਸਕਦਾ ਹੈ । ਬੰਦਗੀ ਕਰਨ ਵਾਲਾ, ਸ਼ਬਦ ਦੀ ਪਾਲਣਾ ਵਿੱਚ ਲੀਨ ਹੋਇਆ, ਸ਼ਬਦ ਦੇ ਗੁਣ ਗਾਉਂਦਾ ਰਹਿੰਦਾ ਹੈ ।

Whosoever may be blessed with a devotion to His Word, only he may obey the teachings of His Word with steady and stable belief in his day-to-day life. With His mercy and grace, he may be blessed with the nectar of the enlightenment of His Word. His true devotee remains intoxicated in meditation in the void of His Word.

79. ਸੂਹੀ ਮਹਲਾ ੪ ਘਰੁ ੬॥ 733-6

ੴ ਸਤਿਗੁਰ ਪ੍ਰਸਾਦਿ॥ ik-oNkaar satgur parsaad.
ਨੀਚ ਜਾਤਿ, ਹਰਿ ਜਪਤਿਆ, neech jaat har japti-aa
ਉਤਮ ਪਦਵੀ ਪਾਇ॥ utam padvee paa-ay.
ਪੂਛਹੁ ਬਿਦਰ ਦਾਸੀ ਸੁਤੈ, poochhahu bidar daasee sutai kisan
ਕਿਸਨੁ ਉਤਰਿਆ ਘਰਿ ਜਿਸੁ ਜਾਇ॥੧॥ utri-aa ghar jis jaa-ay. ||1||

ਜਿਹੜਾ ਜੀਵ ਸੰਸਾਰ ਵਿੱਚ ਨੀਵੀਂ ਜਾਤ ਵਾਲਾ ਵੀ ਸ਼ਬਦ ਵਿੱਚ ਭਰੋਸਾ ਰਖਦਾ, ਸਿਮਰਨ ਕਰਦਾ ਹੈ! ਉਸ ਨੂੰ ਸੰਸਾਰ ਵਿੱਚ ਵੀ ਉਤਮ ਹੈਸੀਅਤ ਬਖਸ਼ਿਸ਼ ਹੋ ਜਾਂਦੀ ਹੈ । ਬਿਦਰ ਭਗਤ ਦੀ ਮਾਂ ਇੱਕ ਨੌਕਰ, ਗੁਲਾਮ ਹੀ ਸੀ । ਭਗਤ ਕ੍ਰਿਸ਼ਨ ਜੀ ਉਸ ਦੇ ਘਰ ਵਿੱਚ ਆਪ ਆਏ ਸਨ ।

Whosoever may obey the teachings of His Word with steady and stable belief; he may be of any worldly low or high caste; with His mercy and grace, he may be honored and blessed with superb status in His Court. Remember, bhagat Bidar, a son of a slave woman, with his devotion and meditation, prophet Krishna came to his house to honor him.

ਹਰਿ ਕੀ ਅਕਥ, ਕਥਾ har kee akath kathaa
ਸੁਨਹੁ ਜਨ ਭਾਈ, sunhu jan bhaa-ee
ਜਿਤੁ ਸਹਸਾ ਦੁਖ ਭੂਖ jit sahsaa dookh bhookh
ਸਭ ਲਹਿ ਜਾਇ॥੧॥ ਰਹਾਉ॥ sabh leh jaa-ay. ||1|| rahaa-o.

ਜਿਹੜਾ ਅਡੋਲ ਭਰੋਸੇ ਨਾਲ, ਪ੍ਰਭ ਦੇ ਸ਼ਬਦ ਦੀ ਅਕਥ ਕਥਾ ਸੁਣਦਾ, ਜੀਵਨ ਢਾਲਦਾ ਹੈ । ਉਸ ਦੇ ਮਨ ਦੀਆਂ ਸਾਰੀਆਂ ਹੀ ਚਿੰਤਾਂ, ਭਰਮ ਦੂਰ ਹੋ ਜਾਂਦੇ ਹਨ ।

Whosoever may listen to the sermons and adopts the teachings of His Word with steady and stable belief in his own day-to-day life. With His mercy and grace, all his suspicions and miseries of worldly desires may be eliminated.

ਰਵਿਦਾਸੁ ਚਮਾਰੁ ਉਸਤਿਤ ਕਰੇ,	ravidaas chamaar ustat karay
ਹਰਿ ਕੀਰਤਿ ਨਿਮਖ ਇਕ ਗਾਇ॥	har keerat nimakh ik gaa-ay.
ਪਤਿਤ ਜਾਤਿ ਉਤਮੁ ਭਇਆ,	patit jaat utam bha-i-aa
ਚਾਰਿ ਵਰਨ ਪਏ ਪਗਿ ਆਇ॥੨॥	chaar varan pa-ay pag aa-ay. ||2||

ਰਵੀਦਾਸ ਨੀਵੀਂ ਜਾਤ ਵਾਲਾ (ਚਮਿਆਰ) ਪ੍ਰਭ ਦੇ ਸ਼ਬਦ ਦੇ ਗੁਣ ਗਾਉਂਦਾ ਸੀ । ਹੁਣ ਸਾਰੇ ਸੰਸਾਰ ਵਿੱਚ, ਮਾਨਸ ਉਸ ਦੇ ਗੁਣ ਗਾਉਂਦੇ, ਪੂਜਾ ਕਰਦੇ ਹਨ । ਭਾਵੇਂ ਉਹ ਨੀਚ ਜਾਤ ਦਾ ਹੀ ਸੀ ਫਿਰ ਵੀ ਉਸ ਨੂੰ ਸੰਸਾਰ ਵਿੱਚ ਸੋਭਾ, ਦਰਬਾਰ ਵਿੱਚ ਪ੍ਰਵਾਨਗੀ ਬਖਸ਼ਿਸ਼ ਹੋ ਗਈ । ਹੁਣ ਚਾਰੇ ਵਰਨਾਂ ਦੇ ਜੀਵ ਉਸ ਦੀ ਪੂਜਾ ਕਰਦੇ, ਪ੍ਰਨਾਮ ਕਰਦੇ ਹਨ ।

Ravi Das from low worldly caste was singing the glory of His Word with steady and stable belief; with His mercy and grace, his meditation was accepted in His Court. Now, the whole universe sings his glory and worship him. Even though, he was born in low worldly caste, he was accepted and honored in His Court. Now everyone from all worldly castes low and high, worship and honor him.

ਨਾਮਦੇਅ ਪ੍ਰੀਤਿ ਲਗੀ ਹਰਿ ਸੇਤੀ,	naamday-a pareet lagee har saytee
ਲੋਕੁ ਛੀਪਾ ਕਹੈ ਬੁਲਾਇ॥	lok chheepaa kahai bulaa-ay.
ਖਤ੍ਰੀ ਬ੍ਰਾਹਮਣ ਪਿਠਿ ਦੇ ਛੋਡੇ,	khatree baraahman pith day chhoday
ਹਰਿ ਨਾਮਦੇਉ ਲੀਆ ਮੁਖਿ ਲਾਇ॥੩॥	har naamday-o lee-aa mukh laa-ay.||3||

ਨਾਮਦੇਵ ਛੀਬਾ, ਨੀਚ ਜਾਤ ਦਾ ਸੀ । ਉਸ ਨੂੰ ਉਚੀ ਜਾਤ ਦੇ ਲੋਕ ਮੰਦਰ ਵਿੱਚ ਦਾਖਲ ਨਹੀਂ ਹੋਣ ਦੇਂਦਾ ਸਨ । ਪ੍ਰਭ ਨੇ ਉਹਨਾਂ ਉੱਚੀ ਜਾਤ ਦੇ ਲੋਕਾ ਵੱਲੋ ਮੂੰਹ ਮੋੜ ਕੇ ਨਾਮੇ ਨੂੰ ਦਰਸ਼ਨ ਬਖਸ਼ੇ ।

Naam dev was from a low worldly caste; he was rebuked from entering the temple by the priest of high worldly caste. He started singing the glory of The True Master, outside the temple; with His mercy and grace, everyone gathered around him and worshipped him as a Holy saint.

ਜਿਤਨੇ ਭਗਤ ਹਰਿ ਸੇਵਕਾ ਮੁਖਿ,	jitnay bhagat har sayvkaa mukh
ਅਠਸਠਿ ਤੀਰਥ ਤਿਨ ਤਿਲਕੁ ਕਢਾਇ॥	athsath tirath tin tilak kadhaa-ay.
ਜਨੁ ਨਾਨਕੁ ਤਿਨ ਕਉ ਅਨਦਿਨੁ ਪਰਸੇ,	jan naanak tin ka-o an-din parsay
ਜੇ ਕ੍ਰਿਪਾ ਕਰੇ ਹਰਿ ਰਾਇ॥੪॥੧॥੮॥	jay kirpaa karay har raa-ay. ||4||1||8||

ਜਿਤਨੇ ਵੀ ਪਵਿੱਤਰ ਤੀਰਥਾਂ ਤੇ ਆਪਣੇ ਮੱਥੇ ਤੇ ਰਹਿਮਤ ਰੂਪੀ ਤਿਲਕ ਲਾਉਂਦੇ ਹਨ । ਬਾਕੀ ਜੀਵਾਂ ਤੋਂ ਪੂਜਾ ਕਰਵਾਉਂਦੇ ਹਨ । ਜਿਸ ਬੰਦਗੀ ਕਰਨ ਵਾਲੇ ਤੇ ਪ੍ਰਭ ਆਪ ਰਹਿਮਤ ਬਖਸ਼ਦਾ ਹੈ, ਉਹ ਸਾਰੇ ਜੀਵ ਹੀ ਦਿਨ ਰਾਤ ਉਸ ਸੇਵਕ, ਦਾਸ ਦੇ ਪੈਰੀ ਪੈਂਦੇ ਹਨ ।

All priest of Holy Shrines puts a mark of purity on forehead and beg for charity, offering from others. He may bestow His mercy and grace, on any of His true devotee, all worldly saints may bow and worship him.

80. ਸੂਹੀ ਮਹਲਾ ੪॥ 733-12

ਤਿਨ੍ਹੀ ਅੰਤਰਿ ਹਰਿ ਆਰਾਧਿਆ,	tinHee antar har aaraaDhi-aa
ਜਿਨ ਕਉ ਧੁਰਿ ਲਿਖਿਆ	jin ka-o Dhur likhi-aa
ਲਿਖਤੁ ਲਿਲਾਰਾ॥	likhat lilaaraa.
ਤਿਨ ਕੀ ਬਖੀਲੀ ਕੋਈ ਕਿਆ ਕਰੇ,	tin kee bakheelee ko-ee ki-aa karay

ਜਿਨ ਕਾ ਅੰਗੁ ਕਰੇ | jin kaa ang karay
ਮੇਰਾ ਹਰਿ ਕਰਤਾਰਾ॥੧॥ | mayraa har kartaaraa. ||1||

ਜਿਸ ਦੇ ਜਨਮ ਤੇ, ਧੁਰ ਤੋਂ ਹੀ ਲਿਖਿਆ ਹੁੰਦਾ ਹੈ । ਕੇਵਲ ਉਹ ਹੀ ਇਕਾਗਰ ਚਿੰਤ ਹੋ ਕੇ ਸ਼ਬਦ ਦੀ ਪਾਲਣਾ, ਸਿਮਰਨ ਕਰਦਾ ਹੈ । ਪ੍ਰਭ ਆਪ ਹੀ ਉਸ ਦਾ ਰਖਵਾਲਾ ਬਣ ਜਾਂਦਾ ਹੈ । ਸੰਸਾਰ ਦਾ ਕੋਈ ਵੀ ਜੀਵ ਉਸ ਦਾ ਕੁਝ ਵੀ ਨੁਕਸਾਨ ਨਹੀਂ ਕਰ ਸਕਦਾ ।

Whosoever may have great prewritten destiny, only he may meditate and obey the teachings of His Word. The True Master may become his savior, protector; no power in the universe may harm or hurt him.

ਹਰਿ ਹਰਿ ਧਿਆਇ ਮਨ ਮੇਰੇ, | har har Dhi-aa-ay man mayray
ਮਨ ਧਿਆਇ, ਹਰਿ ਜਨਮ ਜਨਮ | man Dhi-aa-ay har janam janam
ਕੇ ਸਭਿ ਦੁਖ ਨਿਵਾਰਣਹਾਰਾ॥੧॥ | kay sabh dookh nivaaranhaaraa. ||1||
ਰਹਾਉ॥ | rahaa-o.

ਜੀਵ ਪ੍ਰਭ ਦੇ ਸ਼ਬਦ ਦੀ ਪਾਲਣਾ, ਸਿਮਰਨ ਕਰੋ ! ਪ੍ਰਭ ਹੀ ਜਨਮ ਮਰਨ ਦੇ ਦੁਖਾਂ ਦਾ ਨਾਸ ਕਰਨ ਵਾਲਾ, ਜੂੰਨਾਂ ਦਾ ਚੱਕਰ ਖਤਮ ਕਰਨ ਵਾਲਾ ਮਾਲਕ ਹੈ ।

You should meditate and obey the teachings of His Word with steady and stable belief in day-to-day life. The Omnipotent True Master may eliminate all his worldly miseries along with his cycle of birth and death.

ਧੁਰਿ ਭਗਤ ਜਨਾ ਕਉ ਬਖਸਿਆ, | Dhur bhagat janaa ka-o bakhsi-aa
ਹਰਿ ਅੰਮ੍ਰਿਤ ਭਗਤਿ ਭੰਡਾਰਾ॥ | har amrit bhagat bhandaaraa.
ਮੂਰਖੁ ਹੋਵੈ ਸੁ ਉਨ ਕੀ ਰੀਸ ਕਰੇ, | moorakh hovai so un kee rees karay
ਤਿਸੁ ਹਲਤਿ ਪਲਤਿ ਮੁਹੁ ਕਾਰਾ॥੨॥ | tis halat palat muhu kaaraa. ||2||

ਸ੍ਰਿਸ਼ਟੀ ਦੇ ਅੰਰਭ ਤੋਂ ਹੀ ਪ੍ਰਭ, ਭਗਤਾਂ ਨੂੰ ਬਖਸ਼ਦਾ, ਰਖਿਆ ਕਰਦਾ, ਭਰੋਸੇ ਤੇ ਅਡੋਲ ਰਖਦਾ ਆਇਆ ਹੈ । ਭਗਤਾਂ ਨੂੰ ਸ਼ਬਦ ਦੀ ਸੋਝੀ ਰੂਪੀ ਖਜ਼ਾਨਾ ਬਖਸ਼ਦਾ ਹੈ । ਜਿਹੜਾ ਮੂਰਖ ਜੀਵ ਭਗਤਾਂ ਦੀ ਰੀਸ ਕਰਦਾ ਹੈ । ਉਸ ਨੂੰ ਸੰਸਾਰ ਵਿੱਚ ਅਤੇ ਮੌਤ ਪਿਛੋਂ ਵੀ ਲਾਨ੍ਹਤਾਂ ਹੀ ਪੈਂਦੀਆਂ ਹਨ ।

The True Master has been protecting the honor of His true devotee from Ancient Ages. With His mercy and grace, His true devotee may remain steady and stable on the right path of acceptance in His Court. He may be blessed with the treasure of enlightenments to His Word. Sometimes street smart, self-minded may adopt saintly robe to influence innocents; he may be rebuked in the universe and after death in His Court.

ਸੇ ਭਗਤ ਸੇ ਸੇਵਕਾ, | say bhagat say sayvkaa
ਜਿਨਾ ਹਰਿ ਨਾਮੁ ਪਿਆਰਾ॥ | jinaa har naam pi-aaraa.
ਤਿਨ ਕੀ ਸੇਵਾ ਤੇ ਹਰਿ ਪਾਈਐ, | tin kee sayvaa tay har paa-ee-ai
ਸਿਰਿ ਨਿੰਦਕ ਕੈ ਪਵੈ ਛਾਰਾ॥੩॥ | sir nindak kai pavai chhaaraa.||3||

ਜਿਹੜਾ ਖੁਦਗ਼ਰਜ਼ੀ ਤੋਂ ਬਿਨਾਂ ਹੀ ਪ੍ਰਭ ਦੇ ਸ਼ਬਦ ਦੀ ਪਾਲਣਾ, ਸਿਮਰਨ ਕਰਦਾ ਹੈ । ਕੇਵਲ ਉਹ ਹੀ ਪ੍ਰਭ ਦਾ ਅਸਲੀ ਦਾਸ, ਭਗਤ ਹੁੰਦਾ ਹੈ, ਪ੍ਰਭ ਦੀ ਰਹਿਮਤ ਬਖਸ਼ਿਸ਼ ਹੁੰਦੀ ਹੈ । ਜਿਹੜਾ ਸੰਸਾਰਕ ਜੀਵ ਉਸ ਦੀ ਨਿੰਦਿਆਂ ਕਰਦਾ, ਅਪਮਾਣ ਕਰਦਾ ਰਹਿੰਦਾ ਹੈ । ਉਹ ਬੰਦਗੀ ਕਰਨ ਵਾਲਾ ਆਪਣਾ ਰਸਤਾ ਨਹੀਂ ਛੱਡਦਾ ।

Whosoever may meditate and obeys the teachings of His Word without any worldly greed; only he may become worthy to be called His true devotee. Self-minded may slander or rebuke him; however, he may never abandon the right path of acceptance in His Court.

ਜਿਸੁ ਘਰਿ ਵਿਰਤੀ ਸੋਈ ਜਾਣੈ ਜਗਤ | jis ghar virtee so-ee jaanai jagat
ਗੁਰ ਨਾਨਕ ਪੂਛਿ ਕਰਹੁ ਬੀਚਾਰਾ॥ | gur naanak poochh karahu beechaaraa.

ਚਹੁ ਪੀੜੀ ਆਦਿ ਜੁਗਾਦਿ ਬਖੀਲੀ, chahu peerhee aad jugaad bakheelee
ਕਿਨੈ ਨ ਪਾਇਓ ਹਰਿ kinai na paa-i-o har
ਸੇਵਕ ਭਾਇ ਨਿਸਤਾਰਾ॥੪॥ ੨॥੯॥ sayvak bhaa-ay nistaaraa. ||4||2||9||

ਜਿਸ ਨੂੰ ਇਹ ਅਵਸਥਾ ਬਖਸ਼ਿਸ਼ ਹੋ ਜਾਂਦੀ ਹੈ, ਕੇਵਲ ਉਹ ਹੀ ਇਸ ਦਾ ਅਨੰਦ ਜਾਣਦਾ ਹੈ । ਉਸ ਦੇ ਮਨ ਵਿੱਚ ਪ੍ਰਭ ਦਾ ਸ਼ਬਦ ਵਸਦਾ, ਨੂਰ ਚਮਕਦਾ, ਪ੍ਰਭਾਵ ਨਜ਼ਰ ਆਉਂਦਾ ਹੈ । ਚਾਰੇ ਜੁਗਾਂ ਵਿੱਚ, ਸ੍ਰਿਸ਼ਟੀ ਦੇ ਆਰੰਭ ਤੋ ਹੀ ਚਲਾਕੀ, ਨਿੰਦਿਆਂ ਨਾਲ ਕਦੇ ਪ੍ਰਭ ਦੀ ਰਹਿਮਤ ਬਖਸ਼ਿਸ਼ ਨਹੀਂ ਹੋਈ । ਕੇਵਲ ਅਡੋਲ ਭਰੋਸੇ ਨਾਲ ਸ਼ਬਦ ਦੀ ਪਾਲਣਾ, ਸਿਮਰਨ ਨਾਲ ਹੀ ਰਹਿਮਤ ਬਖਸ਼ਿਸ਼ ਹੁੰਦੀ ਹੈ ।

Whosoever may be blessed with the enlightenment, state of mind as His true devotee; only he may realize the significance of His blessings. He may remain drenched with the essence of His Word; the spiritual glow of His Word may shine on his forehead. From Ancient Ages, no one has ever been blessed with His mercy and grace with clever, deceptive tricks, rebuking His true devotee or with own meditation. Whosoever may meditate and adopt the teachings of His Word with steady and stable belief; only he may be accepted in His Court.

81. ਸੂਹੀ ਮਹਲਾ ੪॥ 733-19

ਜਿਥੈ ਹਰਿ ਆਰਾਧੀਐ, jithai har aaraaDhee-ai
ਤਿਥੈ ਹਰਿ ਮਿਤੁ ਸਹਾਈ॥ tithai har mit sahaa-ee.
ਗੁਰ ਕਿਰਪਾ ਤੇ ਹਰਿ ਮਨਿ ਵਸੈ, gur kirpaa tay har man vasai
ਹੋਰਤੁ ਬਿਧਿ ਲਇਆ ਨ ਜਾਈ॥੧॥ horat biDh la-i-aa na jaa-ee. ||1||

ਜਿਥੇ ਵੀ ਕੋਈ ਪ੍ਰਭ ਦੇ ਸ਼ਬਦ ਦੀ ਪਾਲਣਾ, ਸਿਮਰਨ ਕਰਦਾ ਹੈ । ਉਥੇ ਹੀ ਪ੍ਰਭ ਸਹਾਈ ਹੁੰਦਾ, ਸਾਥੀ ਬਣਕੇ ਸਹਾਇਤਾ ਕਰਦਾ ਹੈ । ਪ੍ਰਭ ਆਪਣੀ ਰਹਿਮਤ ਨਾਲ ਆਪ ਹੀ ਜੀਵ ਦੇ ਮਨ ਵਿੱਚ ਜਾਗਰਤ ਹੁੰਦਾ ਹੈ । ਹੋਰ ਕਿਸੇ ਵਿਧੀ, ਰੀਤੋਂ ਰੀਵਾਜ ਨਾਲ ਪ੍ਰਭ ਦੀ ਰਹਿਮਤ ਬਖਸ਼ਿਸ਼ ਨਹੀਂ ਹੋ ਸਕਦੀ ।

Wherever, His true devote may remember the misery of his separation from The Holy Spirit; with His mercy and grace, The True Master may provide patience, tolerance. The True Master remains awake and alert within the mind of His true devotee. The acceptance in His Court may never be blessed with any other meditation, clever trick, charity, or sanctifying bath at Holy shrine.

ਹਰਿ ਧਨੁ ਸੰਚੀਐ ਭਾਈ॥ har Dhan sanchee-ai bhaa-ee.
ਜਿ ਹਲਤਿ ਪਲਤਿ ਹਰਿ je halat palat har
ਹੋਇ ਸਖਾਈ॥੧॥ਰਹਾਉ॥ ho-ay sakhaa-ee. ||1|| rahaa-o.

ਪ੍ਰਭ ਦੇ ਸ਼ਬਦ ਦੀ ਕਮਾਈ ਕਰੋ! ਮਾਨਸ ਜੀਵਨ ਵਿੱਚ, ਮੌਤ ਪਿਛੋਂ ਵੀ ਤੇਰੀ ਸਹਾਈ, ਸਾਥੀ ਬਣਕੇ ਤੇਰੀ ਰਖਿਆ ਕਰੇ ।

You should meditate and earn the wealth of His Word. Your earnings may remain as your companion in worldly life and after death in His Court.

ਸਤਸੰਗਤੀ ਸੰਗਿ ਹਰਿ ਧਨੁ ਖਟੀਐ, satsangtee sang har Dhan khatee-ai
ਹੋਰ ਥੈ ਹੋਰਤੁ ਉਪਾਇ hor thai horat upaa-ay
ਹਰਿ ਧਨੁ, ਕਿਤੈ ਨ ਪਾਈ॥ har Dhan kitai na paa-ee.
ਹਰਿ ਰਤਨੈ ਕਾ ਵਾਪਾਰੀਆ, har ratnai kaa vapaaree-aa
ਹਰਿ ਰਤਨ ਧਨੁ ਵਿਹਾਝੇ, har ratan Dhan vihaajhay
ਕਚੈ ਕੇ ਵਾਪਾਰੀਏ ਵਾਕਿ, kachai kay vaapaaree-ay vaak
ਹਰਿ ਧਨੁ ਲਇਆ ਨ ਜਾਈ॥੨॥ har Dhan la-i-aa na jaa-ee. ||2||

ਸੰਤ ਸਰੂਪਾਂ ਦੇ ਜੀਵਨ ਦੇ ਅਧਾਰ ਤੇ ਆਪਣਾ ਜੀਵਨ ਢਾਲਕੇ, ਸਿਮਰਨ ਕਰੋ! ਸ਼ਬਦ ਦੀ ਪਾਲਣਾ ਨਾਲ ਹੀ ਸ਼ਬਦ ਦਾ ਸਦਾ ਸਾਥ ਰਹਿਣ ਵਾਲਾ ਧਨ ਬਖਸ਼ਿਸ਼ ਹੁੰਦਾ ਹੈ, ਹੋਰ ਕੋਈ ਤਰੀਕਾ, ਵਿਧੀ ਨਹੀਂ ਹੈ । ਜਿਹੜਾ ਪ੍ਰਭ ਦੇ ਸ਼ਬਦ ਦੀ ਪਾਲਣਾ ਕਰਦਾ ਹੈ, ਕੇਵਲ ਉਸ ਨੂੰ ਹੀ ਸ਼ਬਦ ਦੀ ਕਮਾਈ ਰੂਪੀ ਧਨ ਬਖਸ਼ਿਸ਼ ਹੁੰਦਾ ਹੈ, ਸ਼ਬਦ ਰੂਪੀ ਰਤਨ ਕੋਈ ਖਰੀਦ ਨਹੀਂ ਸਕਦਾ । ਜਿਹੜਾ ਮਨਮੁਖ ਕੇਵਲ ਬਾਣੀ ਦੇ ਸ਼ਬਦ ਬੋਲਦਾ, ਸਿਮਰਨ ਕਰਦਾ, ਧਰਮ ਦੇ ਰੀਤੋ ਰੀਵਾਜ ਕਰਦਾ ਹੈ । ਉਸ ਨੂੰ ਸ਼ਬਦ ਰੂਪੀ ਧਨ ਬਖਸ਼ਿਸ਼ ਨਹੀਂ ਹੁੰਦਾ ।

You should adopt the life experience teachings of His true devotee in your own day-to-day life. Whosoever may adopt the teachings of His Word with steady and stable belief; only he may be blessed with the earnings of His Word. No one may ever be blessed with the earnings of His Word with any other meditation or following any religious scripture. Whosoever may meditate, sings the glory, or obeys the teachings of His Word; only he may remain intoxicated in the void of His Word. All other religious saints or preachers are only meditating to win worldly fame, or for worldly greed.

ਹਰਿ ਧਨੁ ਰਤਨੁ ਜਵੇਹਰੁ ਮਾਣਕੁ,	har Dhan ratan javayhar maanak
ਹਰਿ ਧਨੈ ਨਾਲਿ ਅੰਮ੍ਰਿਤ ਵੇਲੈ ਵਤੈ,	har Dhanai naal amrit vaylai vatai
ਹਰਿ ਭਗਤੀ ਹਰਿ ਲਿਵ ਲਾਈ॥	har bhagtee har liv laa-ee.
ਹਰਿ ਧਨੁ ਅੰਮ੍ਰਿਤ ਵੇਲੈ ਵਤੈ ਕਾ	har Dhan amrit vaylai vatai kaa
ਬੀਜਿਆ, ਭਗਤ ਖਾਇ	beeji-aa bhagat khaa-ay
ਖਰਚਿ ਰਹੇ ਨਿਖੁਟੈ ਨਾਹੀ॥	kharach rahay nikhutai naahee.
ਹਲਤਿ ਪਲਤਿ ਹਰਿ ਧਨੈ ਕੀ,	halat palat har Dhanai kee
ਭਗਤਾ ਕਉ ਮਿਲੀ ਵਡਿਆਈ॥੩॥	bhagtaa ka-o milee vadi-aa-ee. ||3||

ਪ੍ਰਭ ਦੇ ਸ਼ਬਦ ਦੀ ਪਾਲਣਾ ਹੀ ਪ੍ਰਭ ਦੀ ਰਹਿਮਤ ਰੂਪੀ ਰਤਨ, ਕਮਾਈ ਹੈ । ਜਿਸ ਦੇ ਮਨ ਵਿੱਚ ਕੋਈ ਸੰਸਾਰਕ ਲਾਲਚ, ਸੰਾਰਕ ਇੱਛਾਂ ਦੀ ਪਰੇਸ਼ਾਨੀ ਨਹੀਂ ਹੁੰਦੀ, ਕੇਵਲ ਉਸ ਨੂੰ ਹੀ ਸ਼ਬਦ ਦੀ ਸੋਝੀ ਰੂਪੀ ਬਖਸ਼ਿਸ਼ ਹੁੰਦੀ ਹੈ । ਬੰਦਗੀ ਕਰਨ ਵਾਲਾ ਅੰਮ੍ਰਿਤ ਵੇਲੇ, ਸੰਸਾਰਕ ਧੰਦੇ ਕਰਨ ਤੋ ਪਹਿਲੇ ਹੀ ਪ੍ਰਭ ਦੇ ਸ਼ਬਦ ਦੀ ਕਮਾਈ ਕਰਦਾ ਹੈ । ਉਹ ਸ਼ਬਦ ਦੀ ਓਟ ਲੈਂਦਾ, ਕਦੇ ਥਕਦਾ, ਬੇਵਸ ਨਹੀਂ ਹੁੰਦਾ । ਅੰਮ੍ਰਿਤ ਵੇਲੇ ਦੇ ਸਮੇਂ ਦੀ ਬੰਦਗੀ ਕਰਨ ਦਾ ਧਨ, ਭਗਤ ਜਨ ਬੀਜਦਾ, ਵਧਾਉਂਦਾ, ਖਾਂਦਾ, ਖਰਚਦਾ ਹੈ । ਇਸ ਧਨ ਵਿੱਚ ਕਦੇ ਤੋਟ, ਘਾਟਾ ਨਹੀਂ ਹੁੰਦਾ । ਸ਼ਬਦ ਦੀ ਪਾਲਣਾ ਕਰਨ ਵਾਲੇ ਨੂੰ ਸੰਸਾਰ ਵਿੱਚ, ਮੌਤ ਤੋ ਪਿਛੋਂ ਵੀ ਸੋਭਾ ਬਖਸ਼ਿਸ਼ ਹੁੰਦੀ ਹੈ ।

To obey the teachings of His Word may be the ambrosial jewel, earnings of His Word. Whosoever may not have any greed or frustration of worldly desires within his mind; only he may be blessed with the enlightenment of the essence of His Word. His true devotee may wake up early before the hustle bustle of worldly life. He may meditate and concentrates on The Holy Spirit, regrets and repents. The memory of his separation starts working on transforming his way of life. He may never become frustrated or tired, praying for His forgiveness and counsel. In the early mornings, His true devotee may sow the seed of renunciation within his mind and starts his day. His earnings may never be diminished or have any deficiency. His true devotee may be blessed with honor in his worldly life and after death in His Court.

ਹਰਿ ਧਨੁ ਨਿਰਭਉ ਸਦਾ ਸਦਾ	har Dhan nirbha-o sadaa sadaa
ਅਸਥਿਰੁ ਹੈ, ਸਾਚਾ ਇਹੁ ਹਰਿ ਧਨੁ,	asthir hai saachaa ih har Dhan
ਅਗਨੀ ਤਸਕਰੈ ਪਾਣੀਐ, ਜਮਦੂਤੈ	agnee taskarai paanee-ai jamdootai
ਕਿਸੈ ਕਾ ਗਵਾਇਆ ਨ ਜਾਈ॥	kisai kaa gavaa-i-aa na jaa-ee.

ਹਰਿ ਧਨ ਕਉ ਉਚਕਾ ਨੇੜਿ	har Dhan ka-o uchkaa nayrh
ਨ ਆਵਈ, ਜਮੁ	na aavee jam
ਜਾਗਾਤੀ ਡੰਡੁ ਨ ਲਗਾਈ॥੪॥	jaagaatee dand na lagaa-ee. ||4||

ਪ੍ਰਭ ਦੇ ਸ਼ਬਦ ਦੀ ਕਮਾਈ ਦਾ ਧਨ ਸਦਾ ਸਾਥ ਰਹਿਣ ਵਾਲਾ, ਅਟੱਲ ਹੈ । ਇਹ ਧਨ ਕਿਸੇ ਕਿਸਮ ਦੀ ਅੱਗ, ਪਾਣੀ, ਪੀਰ ਦੇ ਸਿਰਾਪ ਨਾਲ ਘਟਦਾ, ਨਾਸ ਨਹੀਂ ਹੁੰਦਾ । ਮੌਤ ਦਾ ਜਮੂਦਤ ਵੀ ਇਸ ਨੂੰ ਨਾਸ ਨਹੀਂ ਕਰ ਸਕਦਾ । ਇਸ ਧਨ ਨੂੰ ਕੋਈ ਚੋਰ, ਮੌਤ ਵੀ ਛੋਹ ਨਹੀਂ ਸਕਦੀ । ਨਾ ਹੀ ਕੋਈ ਹਾਕਮ, ਗੁਰੂ ਪੀਰ ਦਾ ਸਿਰਾਪ ਵੀ ਨਾਸ ਕਰ ਸਕਦਾ ਹੈ ।

The earnings of His Word always remain true companion forever. His earnings may never be destroyed, reduced with any worldly disasters or the curse of any worldly saint or prophet or guru. The earnings of His Word remain beyond the reach of the devil of death. No one may be able to rob; even death may not vanish nor any worldly ruler or curse of any prophet.

ਸਾਕਤੀ ਪਾਪ ਕਰਿ ਕੈ ਬਿਖਿਆ	saaktee paap kar kai bikhi-aa
ਧਨੁ ਸੰਚਿਆ,	Dhan sanchi-aa
ਤਿਨਾ ਇਕ ਵਿਖ ਨਾਲਿ ਨ ਜਾਈ॥	tinaa ik vikh naal na jaa-ee.
ਹਲਤੈ ਵਿਚਿ ਸਾਕਤ ਦੁਹੇਲੇ ਭਏ,	haltai vich saakat duhaylay bha-ay
ਹਥਹੁ ਛੁੜਕਿ ਗਇਆ,	hathahu chhurhak ga-i-aa
ਅਗੈ ਪਲਤਿ ਸਾਕਤੁ	agai palat saakat
ਹਰਿ ਦਰਗਹ ਢੋਈ ਨ ਪਾਈ॥੫॥	har dargeh dho-ee na paa-ee. ||5||

ਪ੍ਰਭ ਦੇ ਬਖਸ਼ੇ ਤੇ ਭਰੋਸਾ ਨਾ ਕਰਨ ਵਾਲਾ ਪਾਪਾਂ ਦੇ ਕੰਮ ਕਰਕੇ ਧਨ ਇਕੱਠਾ ਕਰਦਾ ਹੈ । ਪਰ ਉਹ ਧਨ ਮੌਤ ਤੋਂ ਪਿਛੋਂ ਉਸ ਦੇ ਸਾਥ ਨਹੀਂ ਜਾਂਦਾ, ਕੋਈ ਲਾਭ ਨਹੀਂ ਦੇਂਦਾ । ਪ੍ਰਭ ਦੇ ਸ਼ਬਦ ਤੇ ਭਰੋਸਾ ਨਾ ਰਖਣ ਵਾਲੇ ਦੀ ਹਾਲਤ ਬਹੁਤ ਦਰਦਨਾਕ ਹੁੰਦੀ ਹੈ । ਉਸ ਦੇ ਸਾਮ੍ਹਣੇ ਹੀ ਹੱਥ ਵਿਚੋਂ ਇਹ ਨਿਕਲ ਜਾਂਦਾ ਹੈ । ਮੌਤ ਤੋਂ ਪਿਛੋਂ, ਪ੍ਰਭ ਦੀ ਪ੍ਰਵਾਨਗੀ ਦੇ ਰਸਤੇ ਤੇ ਕੋਈ ਕੀਮਤ ਨਹੀਂ ਪੈਂਦੀ ।

Non-believer may earn the worldly wealth by devious plans, clever tricks. However, his worldly wealth may not accompany with him after death to benefit for the purpose of his human life journey. His condition remains very miserable; his priceless human life opportunity may slip from him, in front of his own eyes. After death his worldly wealth has no value, significance in His Court.

ਇਸੁ ਹਰਿ ਧਨ ਕਾ ਸਾਹੁ ਹਰਿ ਆਪਿ ਹੈ	is har Dhan kaa saahu har aap hai
ਸੰਤਹੁ, ਜਿਸ ਨੋ ਦੇਇ	santahu jis no day-ay
ਸੁ ਹਰਿ ਧਨੁ ਲਦਿ ਚਲਾਈ॥	so har Dhan lad chalaa-ee.
ਇਸੁ ਹਰਿ ਧਨੈ ਕਾ ਤੋਟਾ	is har Dhanai kaa totaa
ਕਦੇ ਨ ਆਵਈ,	kaday na aavee
ਜਨ ਨਾਨਕ ਕਉ ਗੁਰਿ ਸੋਝੀ ਪਾਈ॥	jan naanak ka-o gur sojhee paa-ee.
੬॥੩॥੧੦॥	||6||3||10||

ਪ੍ਰਭ ਆਪ ਹੀ ਸ਼ਬਦ ਦੀ ਕਮਾਈ ਦੇ ਧਨ ਦਾ ਅਸਲੀ ਮਾਲਕ ਹੁੰਦਾ ਹੈ । ਜਿਸ ਨੂੰ ਬਖਸ਼ਦਾ, ਕੇਵਲ ਉਹ ਹੀ ਪਾ ਸਕਦਾ ਹੈ । ਪ੍ਰਭ ਆਪ ਹੀ ਪਾਪਾਂ ਦੇ ਰਸਤੇ ਤੇ ਪਾ ਕੇ ਇਹ ਧਨ ਮਾਨਸ ਤੋਂ ਖੋਹ ਲੈਂਦਾ ਹੈ । ਪ੍ਰਭ ਦੇ ਧਨ ਦੇ ਖਜ਼ਾਨੇਂ ਵਿੱਚ ਕਦੇ ਤੋਟ ਨਹੀਂ ਆ ਸਕਦੀ, ਆਉਂਦੀ । ਪ੍ਰਭ ਦੇ ਸ਼ਬਦ ਦੀ ਬਾਣੀ ਵਿੱਚ ਪ੍ਰਭ ਨੇ ਇਸ ਦੀ ਸੋਝੀ ਬਖਸ਼ੀ ਹੈ । ਬੰਦਗੀ ਕਰਨ ਵਾਲੇ ਨੂੰ ਸੋਝੀ ਬਖਸ਼ਦਾ ਹੈ ।

The earnings of His Word are only the trust of The True Master; only with His mercy and grace, His true devotee may be blessed. Non-believer, self-minded may be inspired to perform sinful acts; he may lose his earnings of His Word. His treasure may never have any shortage or deficiency. The

True Master has blessed the enlightenment of His Nature to His true devotee in the meditation of His Word.

82. ਸੂਹੀ ਮਹਲਾ ੪॥ 734-11

ਜਿਸ ਨੋ ਹਰਿ ਸੁਪ੍ਰਸੰਨੁ ਹੋਇ,	jis no har suparsan ho-ay
ਸੋ ਹਰਿ ਗੁਣਾ ਰਵੈ,	so har gunaa ravai
ਸੋ ਭਗਤੁ ਸੋ ਪਰਵਾਨੁ॥	so bhagat so parvaan.
ਤਿਸ ਕੀ ਮਹਿਮਾ ਕਿਆ ਵਰਨੀਐ,	tis kee mahimaa ki-aa varnee-ai
ਜਿਸ ਕੈ ਹਿਰਦੈ ਵਸਿਆ	jis kai hirdai vasi-aa
ਹਰਿ ਪੁਰਖੁ ਭਗਵਾਨੁ॥੧॥	har purakh bhagvaan. ||1||

ਜਿਸ ਦੀ ਸ਼ਬਦ ਦੀ ਕਮਾਈ ਪ੍ਰਭ ਪ੍ਰਵਾਨ ਕਰਦਾ ਹੈ । ਕੇਵਲ ਉਹ ਹੀ ਪ੍ਰਭ ਦੇ ਦਰਬਾਰ ਵਿੱਚ ਪ੍ਰਵਾਨ ਹੁੰਦਾ, ਉਸ ਨੂੰ ਹੀ ਅਸਲੀ ਦਾਸ ਅਵਸਥਾ ਬਖਸ਼ਿਸ਼ ਹੁੰਦੀ ਹੈ । ਪ੍ਰਭ ਦੀ ਮਹਿਮਾਂ, ਉਸਤਤ ਕਿਵੇਂ ਕੀਤੀ ਜਾਵੇ? ਉਸ ਦੀ ਅਵਸਥਾ ਕਿਵੇਂ ਵਖਿਆਣ ਕੀਤੀ ਜਾਵੇ? ਜਿਸ ਦੇ ਮਨ ਵਿੱਚ ਪ੍ਰਭ ਦਾ ਸ਼ਬਦ ਵਸ ਜਾਂਦਾ ਹੈ, ਉਸ ਦੇ ਦਸਵੇਂ ਘਰ ਵਿੱਚ ਪ੍ਰਭ ਜਾਗਰਤ ਅਤੇ ਸੁਚੇਤ ਹੁੰਦਾ ਹੈ ।

Whose earnings of His Word may be accepted in His Court; only he may be accepted in His Court and he may be blessed with a state of mind as His true devotee. How may I completely sing the glory of His virtues? How may I comprehend and explain His state of mind, His Nature? Whosoever may remain drenched with the teachings of His Word; his 10th door of His castle may open for his soul and he may remain awake and alert.

ਗੋਵਿੰਦ ਗੁਣ ਗਾਈਐ, ਜੀਉ ਲਾਇ	govind gun gaa-ee-ai jee-o laa-ay
ਸਤਿਗੁਰੂ ਨਾਲਿ ਧਿਆਨੁ॥੧॥ ਰਹਾਉ॥	satguroo naal Dhi-aan. ||1|| rahaa-o.

ਜੀਵ ਆਪਨੇ ਮਨ ਦਾ ਭਰੋਸਾ ਅਡੋਲ ਰਖਕੇ, ਪ੍ਰਭ ਦੇ ਸ਼ਬਦ ਦੀ ਪਾਲਣਾ, ਸਿਮਰਨ, ਕਮਾਈ ਕਰੋ!

You should meditate and sing the glory of His Word with steady and stable belief in your day-to-day life.

ਸੋ ਸਤਿਗੁਰੂ,	so satguroo
ਸਾ ਸੇਵਾ ਸਤਿਗੁਰ ਕੀ ਸਫਲ ਹੈ,	saa sayvaa satgur kee safal hai
ਜਿਸ ਤੇ ਪਾਈਐ ਪਰਮ ਨਿਧਾਨੁ॥	jis tay paa-ee-ai param niDhaan.
ਜੋ ਦੂਜੈ ਭਾਇ, ਸਾਕਤ ਕਾਮਨਾ	jo doojai bhaa-ay saakat kaamnaa
ਅਰਥਿ ਦੁਰਗੰਧ ਸਰੇਵਦੇ,	arath durganDh sarayvday
ਸੋ ਨਿਹਫਲ ਸਭੁ ਅਗਿਆਨੁ॥੨॥	so nihfal sabh agi-aan. ||2||

ਜਿਹੜੇ ਗੁਰੂ ਦੀ ਸਿਖਿਆ ਨਾਲ ਜੀਵਨ ਢਾਲਣ ਨਾਲ ਮਾਨਸ ਜੀਵਨ ਸਫਲ ਹੋ ਜਾਂਦਾ ਹੈ, ਪ੍ਰਭ ਦੇ ਸ਼ਬਦ ਦੀ ਸੋਝੀ ਬਖਸ਼ਿਸ਼ ਹੋ ਜਾਂਦੀ ਹੈ, ਉਹ ਹੀ ਪ੍ਰਭ ਦਾ ਰੂਪ, ਅਸਲੀ ਦਾਸ, ਗੁਰੂ ਹੁੰਦਾ ਹੈ । ਜਿਹੜਾ ਸ਼ਬਦ ਦੀ ਪਾਲਣਾ ਛੱਡਕੇ, ਹੋਰ ਧਰਮ ਦੇ ਰੀਤੋ ਰੀਵਾਜ ਕਰਦਾ ਰਹਿੰਦਾ ਹੈ । ਉਸ ਦੀ ਕਮਾਈ ਸੰਸਾਰਕ ਇੱਛਾਂ ਦੀ ਕਾਮਨਾ ਕਾਰਨ ਹੁੰਦੀ, ਉਸ ਵਿੱਚ ਲਾਲਚ ਹੀ ਨਜ਼ਰ ਆਉਂਦਾ ਹੈ । ਉਸ ਦਾ ਮਾਨਸ ਜਨਮ ਬਿਰਥਾ ਹੀ ਅਗਿਆਨਤਾ ਵਿੱਚ ਬੀਤ ਜਾਂਦਾ ਹੈ ।

Whosoever may obey the teachings of His Word; his human life journey may be rewarded; he may be accepted in His Court. He may be blessed with the treasure of enlightenment of the essence of His Word. The teaching of His Word may be the True Guru to guide His creation on the right path of acceptance in His Court. Whosoever may abandon to obey the teachings of His Word and he may remain rigidly performing religious rituals. His earnings remain dominating with greed and selfishness. He may waste his human life opportunity uselessly.

ਜਿਸ ਨੋ ਪਰਤੀਤਿ ਹੋਵੈ	jis no parteet hovai
ਤਿਸ ਕਾ ਗਾਵਿਆ ਥਾਇ ਪਵੈ,	tis kaa gaavi-aa thaa-ay pavai

ਸੋ ਪਾਵੈ ਦਰਗਹ ਮਾਨੁ॥	so paavai dargeh maan.
ਜੋ ਬਿਨੁ ਪਰਤੀਤੀ,	jo bin parteetee
ਕਪਟੀ ਕੂੜੀ ਕੂੜੀ ਅਖੀ ਮੀਟਦੇ,	kaptee koorhee koorhee akhee meetday
ਉਨ ਕਾ ਉਤਰਿ ਜਾਇਗਾ ਝੂਠੁ ਗੁਮਾਨੁ॥੩॥	un kaa utar jaa-igaa jhooth gumaan. ||3||

ਜਿਸ ਦਾ ਭਰੋਸਾ ਪ੍ਰਭ ਦੇ ਬਖਸ਼ੇ ਤੇ ਅਡੋਲ ਹੁੰਦਾ ਹੈ । ਉਸ ਦੀ ਪ੍ਰਭ ਦੇ ਸ਼ਬਦ ਕੀਤੀ ਉਸਤਤ ਦਰਬਾਰ ਵਿੱਚ ਪ੍ਰਵਾਨ ਹੁੰਦੀ, ਦਰਬਾਰ ਵਿੱਚ ਸੋਭਾ ਬਖਸ਼ਿਸ਼ ਹੁੰਦੀ ਹੈ । ਜਿਸ ਦਾ ਪ੍ਰਭ ਦੇ ਸ਼ਬਦ ਤੇ, ਬਖਸ਼ੇ ਤੇ ਭਰੋਸਾ ਅਡੋਲ ਨਹੀਂ ਹੁੰਦਾ । ਉਸ ਦਾ ਅੱਖਾਂ ਮੀਟ ਕੇ ਸਿਮਰਨ ਕਰਨਾ, ਕੇਵਲ ਲੋਕ ਦਿਖਾਵਾ ਹੀ ਹੁੰਦਾ ਹੈ । ਥੋੜ੍ਹੀ ਹੀ ਲਾਲਚ ਦੀ ਝਲਕ ਨਾਲ ਸਾਮ੍ਹਣੇ ਆ ਜਾਂਦਾ ਹੈ ।

Whosoever may have a steady and stable belief on His Word, His blessings; his meditation, singing the glory of His virtues may be accepted in His Court. He may be accepted and honored in His Court. Whosoever may not have a steady and stable belief on His Word, His blessings; his meditation, Simran by closing eyes may be an ignorance, and greed for worldly fame. With a slight temptation of worldly wealth, his reality may become obvious.

ਜੇਤਾ ਜੀਉ ਪਿੰਡੁ ਸਭੁ ਤੇਰਾ,	jaytaa jee-o pind sabh tayraa
ਤੂੰ ਅੰਤਰਜਾਮੀ ਪੁਰਖੁ ਭਗਵਾਨੁ॥	tooN antarjaamee purakh bhagvaan.
ਦਾਸਨਿ ਦਾਸੁ ਕਹੈ ਜਨੁ ਨਾਨਕੁ,	daasan daas kahai jan naanak
ਜੇਹਾ ਤੂੰ ਕਰਾਇਹਿ	jayhaa tooN karaa-ihi
ਤੇਹਾ ਹਉ ਕਰੀ ਵਖਿਆਨੁ॥੪॥ ੪॥੧੧॥	tayhaa ha-o karee vakhi-aan. ||4||4||11||

ਇੱਕੋ ਇੱਕ ਅੰਤਰਜਾਮੀ ਪ੍ਰਭ ਹੀ ਸ੍ਰਿਸ਼ਟੀ ਦਾ ਅਸਲੀ ਮਾਲਕ ਹੈ! ਮਾਨਸ ਦਾ ਤਨ, ਮਨ ਪ੍ਰਭ ਦੀ ਹੀ ਅਮਾਨਤ ਹੈ । ਬੰਦਗੀ ਕਰਨ ਵਾਲੇ ਦਾ ਪ੍ਰਭ ਦੇ ਸ਼ਬਦ ਤੇ, ਬਖਸ਼ੇ ਤੇ ਭਰੋਸਾ ਅਡੋਲ ਰਹਿੰਦਾ ਹੈ । ਉਹ ਜੋ ਵੀ ਬੋਲਦਾ ਹੈ, ਪ੍ਰਭ ਆਪ ਹੀ ਬਲਾਉਂਦਾ, ਗਿਆਨ, ਸੋਝੀ, ਰਹਿਮਤ ਬਖਸ਼ਦਾ ਹੈ ।

The One and Only One, God, Omniscient True Master of the universe! My mind, body has been blessed and only His trust. His true devotee always obeys the teachings of His Word with steady and stable belief in his day-to-day life; with His mercy and grace, he remains contented with His blessings. He may only speak His blessed words; he may never claim any enlightenment on his own.

83. ਸੂਹੀ ਮਹਲਾ ੪ ਘਰੁ ੭॥ 735 -1

ੴ ਸਤਿਗੁਰ ਪ੍ਰਸਾਦਿ॥	ik-oNkaar satgur parsaad.
ਤੇਰੇ ਕਵਨ ਕਵਨ ਗੁਣ	tayray kavan kavan gun
ਕਹਿ ਕਹਿ ਗਾਵਾ,	kahi kahi gaavaa
ਤੂ ਸਾਹਿਬ ਗੁਣੀ ਨਿਧਾਨਾ॥	too saahib gunee niDhaanaa.
ਤੁਮਰੀ ਮਹਿਮਾ ਬਰਨਿ ਨ ਸਾਕਉ,	tumree mahimaa baran na saaka-o
ਤੂੰ ਠਾਕੁਰ ਊਚ ਭਗਵਾਨਾ॥੧॥	tooN thaakur ooch bhagvaanaa. ||1||

ਪ੍ਰਭ ਤੇਰੇ ਕਿਹੜੇ ਕਿਹੜੇ ਗੁਣ ਗਾਵਾਂ, ਕਿਹੜੇ ਕਿਹੜੇ ਗੁਣਾਂ ਦਾ ਵਖਿਆਣ ਕਰਾ? ਪ੍ਰਭ ਤੂੰ ਬੇਅੰਤ, ਅਣਗਿਣਤ ਗੁਣਾਂ ਦਾ ਭੰਡਾਰੀ ਮਾਲਕ ਹੈ । ਮਾਨਸ ਤੇਰੀ ਮਹਿਮਾਂ ਪੂਰਨ ਤਰ੍ਹਾਂ ਵਖਿਆਣ ਨਹੀਂ ਕਰ ਸਕਦਾ । ਤੂੰ ਹੀ ਸਭ ਤੋ ਵੱਡਾ ਮੇਰਾ ਅਸਲੀ ਮਾਲਕ, ਠਾਕਰ ਹੈ ।

My True Master, the treasure of unlimited virtues, I am ignorant from Your Nature and I may not fully comprehend Your greatness. Which of your virtue may I sing the glory or explain to Your Creation? Your greatness, complete description remains beyond the comprehension of Your Creation. You are the greatest of All, The True Master, Creator of the universe.

ਮੈ ਹਰਿ ਹਰਿ ਨਾਮੁ ਧਰ ਸੋਈ॥ mai har har naam Dhar so-ee.
ਜਿਉ ਭਾਵੈ ਤਿਉ ਰਾਖੁ ਮੇਰੇ ਸਾਹਿਬ, ji-o bhaavai ti-o raakh mayray saahib
ਮੈ ਤੁਝ ਬਿਨੁ ਅਵਰੁ ਨ ਕੋਈ॥੧॥ਰਹਾਉ॥ mai tujh bin avar na ko-ee. ||1|| rahaa-o.

ਪ੍ਰਭ ਤੇਰਾ ਸ਼ਬਦ ਹੀ ਮੇਰਾ ਇੱਕੋ ਇੱਕ ਆਸਰਾ ਹੈ । ਜਿਸਤਰ੍ਹਾਂ ਤੈਨੂੰ ਭਾਉਂਦਾ ਹੈ, ਉਸ ਹਾਲਤ, ਅਵਸਥਾ ਵਿੱਚ ਰਖੋ! ਤੇਰੇ ਤੋ ਬਿਨਾਂ ਹੋਰ ਕੋਈ ਮੇਰਾ ਵਾਰਸ, ਮਾਲਕ, ਆਸਰਾ ਨਹੀਂ ਹੈ ।

The One and only One, True Master remains my support, protector, savior. With Your mercy and grace, blesses me virtues in worldly life; whatsoever may be acceptable in Your Court and keeps me in that state of mind. I do not have any other support, savior, helper in the universe.

ਮੈ ਤਾਣੁ ਦੀਬਾਣੁ, mai taan deebaan
ਤੂਹੈ ਮੇਰੇ ਸੁਆਮੀ, toohai mayray su-aamee
ਮੈ ਤੁਧੁ ਆਗੈ ਅਰਦਾਸਿ॥ mai tuDh aagai ardaas.
ਮੈ ਹੋਰੁ ਥਾਉ ਨਾਹੀ, mai hor thaa-o naahee
ਜਿਸੁ ਪਹਿ ਕਰਉ ਬੇਨੰਤੀ, jis peh kara-o baynantee
ਮੇਰਾ ਦੁਖੁ ਸੁਖੁ ਤੁਝ ਹੀ ਪਾਸਿ॥੨॥ mayraa dukh sukh tujh hee paas. ||2||

ਪ੍ਰਭ ਤੂੰ ਹੀ ਮੇਰੀ ਕੋਈ ਕੰਮ ਕਰਨ ਦੀ ਸਮਰਥਾ, ਤਾਕਤ, ਮੇਰਾ ਅਸਲੀ ਮਾਲਕ ਹੈ । ਮੇਰੀ ਹਰ ਅਰਦਾਸ, ਮੰਗ ਤੇਰੇ ਅੱਗੇ ਹੀ ਹੈ । ਪ੍ਰਭ ਤੇਰੇ ਤੋ ਬਿਨਾਂ ਹੋਰ ਕੋਈ ਨਜ਼ਰ ਨਹੀਂ ਆਉਂਦਾ, ਜਿਸ ਅੱਗੇ ਕੋਈ ਅਰਦਾਸ ਕਰ ਸਕਦਾ ਹਾ । ਆਪਣੇ ਦੁਖ, ਸੁਖ ਤੇਰੇ ਅੱਗੇ ਹੀ ਰਖਦਾ ਹਾ ।

Only with Your blessed strength, wisdom, I may perform any worldly task in the universe; only You are my True Master. I may only pray and beg for Your forgiveness and refuge. I do not have any other master, whom may I pray for protection? I may always pray for Your mercy and grace.

ਵਿਚੇ ਧਰਤੀ ਵਿਚੇ ਪਾਣੀ, vichay Dhartee vichay paanee
ਵਿਚਿ ਕਾਸਟ ਅਗਨਿ ਧਰੀਜੈ॥ vich kaasat agan Dhareejai.
ਬਕਰੀ ਸਿੰਘੁ ਇਕਤੈ ਥਾਇ ਰਾਖੇ, bakree singh iktai thaa-ay raakhay
ਮਨ ਹਰਿ ਜਪਿ ਭ੍ਰਮੁ, man har jap bharam
ਭਉ ਦੂਰਿ ਕੀਜੈ॥੩॥ bha-o door keejai. ||3||

ਤੇਰੇ ਹੁਕਮ ਨਾਲ ਪਾਣੀ ਧਰਤੀ ਵਿੱਚ ਅਤੇ ਅੱਗ ਲੱਕੜੀ ਵਿੱਚ ਹੀ ਸਮਾਈ ਰਹਿੰਦੀ ਹੈ । ਪ੍ਰਭ ਤੂੰ ਹੀ ਬੱਕਰੀ ਅਤੇ ਸ਼ੇਰ ਨੂੰ, ਇੱਕ ਥਾਂ ਤੇ ਰਖ ਸਕਦਾ ਹੈ । ਤਾਕਤਵਾਨ ਅਤੇ ਨਿਮਾਣੇ ਦੋਨੋਂ ਅਰਾਮ ਕਰਦੇ ਹਨ । ਜਿਹੜਾ ਤੇਰੇ ਸ਼ਬਦ ਦਾ ਭਰੋਸੇ ਨਾਲ ਸਿਮਰਨ ਕਰਦਾ ਹੈ, ਉਸ ਦੇ ਭਰਮ ਦੂਰ ਹੋ ਜਾਂਦੇ ਹਨ ।

With Your astonishing greatness; You have kept earth within water; fire remains embedded within wood and may not consume the wood. You may keep both humble and tyrant co-exist in the universe and both remain contented in their own worldly environment. Whosoever may obey the teachings of Your Word with steady and stable belief in his day-to-day life; with Your mercy and grace, all his suspicions may be eliminated.

ਹਰਿ ਕੀ ਵਡਿਆਈ ਦੇਖਹੁ ਸੰਤਹੁ, har kee vadi-aa-ee daykhhu santahu
ਹਰਿ ਨਿਮਾਣਿਆ ਮਾਣੁ ਦੇਵਾਏ॥ har nimaani-aa maan dayvaa-ay.
ਜਿਉ ਧਰਤੀ ਚਰਣ ਤਲੇ ji-o Dhartee charan talay
ਤੇ ਊਪਰਿ ਆਵੈ, tay oopar aavai
ਤਿਉ ਨਾਨਕ ਸਾਧ ਜਨਾ, ti-o naanak saaDh janaa
ਜਗਤੁ ਆਨਿ ਸਭੁ ਪੈਰੀ ਪਾਏ॥੪॥੧॥੧੨॥ jagat aan sabh pairee paa-ay. ||4||1||12

ਪ੍ਰਭ ਆਪ ਹੀ ਨਿਮਾਣਿਆ ਦੀ ਸੋਭਾ ਵਧਾਉਂਦਾ, ਸੋਭਾ ਬਖਸ਼ਦਾ ਹੈ । ਜਿਵੇਂ ਧਰਤੀ ਦੀ ਧੂੜ ਮਾਨਸ ਤੇ ਮੌਤ ਪਿਛੋਂ ਉਪਰ ਆ ਜਾਂਦੀ ਹੈ । ਇਸਤਰ੍ਹਾਂ ਹੀ ਪ੍ਰਭ, ਜੀਵਾਂ ਨੂੰ ਬੰਦਗੀ ਕਰਨ ਵਾਲੇ ਦੇ ਚਰਨਾਂ ਤੇ ਲੈ ਆਉਂਦਾ ਹੈ ।

The True Master, greatest of All! He bestows honor on His true devotee in the universe and after death in His Court. As earth remains under the feet of human; however, after death, his body goes under dust, earth. Whosoever may boast with his worldly status and rebuke His humble true devotee; The True Master make him realize the reality; he may fall on the feet of His humble devotee.

84. ਸੂਹੀ ਮਹਲਾ ੪॥ 735-8

ਤੂੰ ਕਰਤਾ ਸਭੁ ਕਿਛੁ ਆਪੇ ਜਾਣਹਿ,	tooN kartaa sabh kichh aapay jaaneh
ਕਿਆ ਤੁਧੁ ਪਹਿ ਆਖਿ ਸੁਣਾਈਐ॥	ki-aa tuDh peh aakh sunaa-ee-ai.
ਬੁਰਾ ਭਲਾ ਤੁਧੁ ਸਭੁ ਕਿਛੁ ਸੂਝੈ,	buraa bhalaa tuDh sabh kichh soojhai
ਜੇਹਾ ਕੋ ਕਰੇ ਤੇਹਾ ਕੋ ਪਾਈਐ॥੧॥	jayhaa ko karay tayhaa ko paa-ee-ai. ||1||

ਅੰਤਰਜਾਮੀ ਪ੍ਰਭ ਆਪ ਹੀ ਸ੍ਰਿਸ਼ਟੀ ਪੈਦਾ ਕਰਨ ਵਾਲਾ, ਜੀਵ ਦੇ ਕੰਮਾਂ ਦੀ ਪੂਰਨ ਜਾਣਕਾਰੀ ਵਾਲਾ ਹੈ । ਤੈਨੂੰ ਕਿਹੜੀ ਨਵੀਂ ਗੱਲ ਦੱਸ ਸਕਦਾ ਹਾ? ਜਿਹੜਾ ਕੋਈ ਬੁਰਾ ਜਾ ਭਲਾ ਕੰਮ ਕਰਦਾ, ਆਪਣੇ ਕੀਤੇ ਦਾ ਹੀ ਫਲ ਬਖਸ਼ਿਸ਼ ਹੁੰਦਾ ਹੈ ।

The Omniscient True Master, Creator has a complete knowledge of all activities of Your Creation. What new information may I provide You? Everyone may be rewarded for his own worldly good or evil deeds.

ਮੇਰੇ ਸਾਹਿਬ	mayray saahib
ਤੂੰ ਅੰਤਰ ਕੀ ਬਿਧਿ ਜਾਣਹਿ॥	tooN antar kee biDh jaaneh.
ਬੁਰਾ ਭਲਾ ਤੁਧੁ ਸਭੁ ਕਿਛੁ ਸੂਝੈ,	buraa bhalaa tuDh sabh kichh soojhai
ਤੁਧੁ ਭਾਵੈ ਤਿਵੈ ਬੁਲਾਵਹਿ॥੧॥ ਰਹਾਉ॥	tuDh bhaavai tivai bulaaveh. ||1|| rahaa-o.

ਪ੍ਰਭ ਤੂੰ ਜੀਵ ਦੇ ਅੰਦਰ ਦੀ ਅਵਸਥਾ ਜਾਣਦਾ, ਜੀਵ ਦੇ ਸਾਰੇ ਬੁਰੇ, ਭਲੇ ਕੰਮ ਤੇਰੇ ਅੱਗੇ ਹੀ ਹਨ । ਜੋ ਤੈਨੂੰ ਭਾਉਂਦਾ ਹੈ, ਉਹ ਹੀ ਜੀਵ ਦੀ ਜੀਭ ਤੋਂ ਬਲਾਉਂਦਾ ਹੈ ।

My Omniscient True Master; You know all intentions and motives of all deeds of Your Creation. No one may hide any good or evil intention from You. Your Creation may only speak the word blessed with Your command.

ਸਭੁ ਮੋਹੁ ਮਾਇਆ ਸਰੀਰੁ ਹਰਿ ਕੀਆ,	sabh moh maa-i-aa sareer har kee-aa
ਵਿਚਿ ਦੇਹੀ ਮਾਨੁਖ ਭਗਤਿ ਕਰਾਈ॥	vich dayhee maanukh bhagat karaa-ee.
ਇਕਨਾ ਸਤਿਗੁਰੁ ਮੇਲਿ ਸੁਖੁ ਦੇਵਹਿ,	iknaa satgur mayl sukh dayveh
ਇਕਿ ਮਨਮੁਖਿ ਧੰਧੁ ਪਿਟਾਈ॥੨॥	ik manmukh DhanDh pitaa-ee. ||2||

ਪ੍ਰਭ ਆਪ ਹੀ ਸੰਸਾਰਕ ਮਾਇਆ ਦਾ ਮੋਹ, ਲਗਨ ਤਨ ਵਿੱਚ ਲਾਉਂਦਾ ਹੈ । ਤਨ ਵਿੱਚ ਹੀ ਪ੍ਰਭ ਦੇ ਸ਼ਬਦ ਦੀ ਪਾਲਣਾ ਦੀ ਸਮਰਥਾ, ਮੌਕਾ ਹੁੰਦਾ ਹੈ । ਪ੍ਰਭ ਆਪ ਹੀ ਕਿਸੇ ਜੀਵ ਨੂੰ ਸ਼ਬਦ ਦੀ ਪਾਲਣਾ ਤੇ ਲਾਉਂਦਾ, ਪ੍ਰਵਾਨਗੀ ਦੇ ਰਸਤੇ ਤੇ ਅਡੋਲ ਰਖਦਾ ਹੈ । ਮਨਮੁਖ ਨੂੰ ਸੰਸਾਰਕ ਮਾਇਆ ਦੇ ਲਾਲਚ ਵਿੱਚ ਹੀ ਲਾਈ ਰਖਦਾ ਹੈ ।

The True Master has created the human body and the attachment to worldly wealth. He has also infused strength, an opportunity, devotion to obey the teachings of His Word within his body also. All opportunities to obey the teachings of His Word remains within his body and mind. His true devotee may be blessed with a devotion to obey the teachings of His Word With steady and stable belief. He may be kept on the right path of acceptance in His Court. Self-minded may remain intoxicated with the sweet poison of worldly desires, worldly wealth.

ਸਭੁ ਕੋ ਤੇਰਾ — sabh ko tayraa
ਤੂੰ ਸਭਨਾ ਕਾ ਮੇਰੇ ਕਰਤੇ, — tooN sabhnaa kaa mayray kartay
ਤੁਧੁ ਸਭਨਾ ਸਿਰਿ ਲਿਖਿਆ ਲੇਖੁ॥ — tuDh sabhnaa sir likhi-aa laykh.
ਜੇਹੀ ਤੂੰ ਨਦਰਿ ਕਰਹਿ ਤੇਹਾ ਕੋ ਹੋਵੈ, — jayhee tooN nadar karahi tayhaa ko hovai
ਬਿਨੁ ਨਦਰੀ ਨਾਹੀ ਕੋ ਭੇਖੁ॥੩॥ — bin nadree naahee ko bhaykh. ||3||

ਪ੍ਰਭ ਸਾਰੀ ਸ੍ਰਿਸ਼ਟੀ ਦੇ ਜੀਵ ਹੀ ਤੇਰੀ ਅਮਾਨਤ ਹਨ, ਤੂੰ ਹੀ ਸਭ ਦਾ ਰਖਵਾਲਾ ਹੈ । ਸਾਰਿਆਂ ਦੇ ਮੱਥੇ ਤੇ ਭਾਗ, ਲੇਖਾ ਲਿਖਿਆ ਹੈ । ਜਿਸਤਰ੍ਹਾਂ ਦੀ ਨਜ਼ਰ ਬਖਸ਼ਦਾ, ਉਸ ਤਰ੍ਹਾਂ ਦੀ ਅਵਸਥਾ ਬਣ ਜਾਂਦੀ ਹੈ । ਤੇਰੀ ਰਹਿਮਤ ਤੋ ਬਿਨਾਂ ਕੋਈ ਜੀਵ ਕੋਈ ਅਵਸਥਾ ਧਾਰਨ ਨਹੀਂ ਕਰ ਸਕਦਾ ।

The Omnipotent True Master protector of the universe, the whole creation remains only Your trust. You have prewritten destiny of every creature before birth. Whatsoever may be bestowed with Your mercy and grace, he may only adopt that state of mind. Without Your mercy and grace, no one can adopt any state of mind in the universe.

ਤੇਰੀ ਵਡਿਆਈ ਤੂੰਹੈ ਜਾਣਹਿ, — tayree vadi-aa-ee tooNhai jaaneh
ਸਭ ਤੁਧਨੋ ਨਿਤ ਧਿਆਏ॥ — sabh tuDhno nit Dhi-aa-ay.
ਜਿਸ ਨੋ ਤੁਧੁ ਭਾਵੈ ਤਿਸ ਨੋ ਤੂੰ ਮੇਲਹਿ, — jis no tuDh bhaavai tis no tooN mayleh
ਜਨ ਨਾਨਕ ਸੋ ਥਾਇ ਪਾਏ॥ — jan naanak so thaa-ay paa-ay.
੪॥੨॥੧੩॥ — ||4||2||13||

ਪ੍ਰਭ ਆਪ ਹੀ ਆਪਣੀ ਵਡਿਆਈ ਪੂਰਨ ਤਰ੍ਹਾਂ ਜਾਣਦਾ ਹੈ । ਸਾਰੇ ਤੇਰਾ ਹੀ ਸਿਮਰਨ ਕਰਦੇ ਰਹਿੰਦੇ ਹਨ । ਜਿਸ ਦੀ ਸ਼ਬਦ ਦੀ ਕਮਾਈ ਪ੍ਰਵਾਨ ਹੋ ਜਾਂਦੀ ਹੈ, ਉਹ ਤੇਰੇ ਦਰਬਾਰ ਵਿੱਚ ਪ੍ਰਵਾਨ ਹੋ ਜਾਂਦਾ ਹੈ । ਕੇਵਲ ਉਹ ਹੀ ਦਰਬਾਰ ਵਿੱਚ ਸੋਭਦਾ, ਤੇਰੇ ਵਿੱਚ ਅਲੋਪ ਹੋ ਸਕਦਾ ਹੈ ।

The greatness of Omnipotent, Omniscient True Master remains beyond the comprehension of Your Creation. Only You may know greatness and extent of Your miracles. Everyone meditates and sings the glory of Your Word. Whose earnings of Your Word may be accepted in Your Court; with Your mercy and grace, only he may be honored and immersed within Your Holy Spirit.

85. ਸੂਹੀ ਮਹਲਾ ੪॥ 735-14

ਜਿਨ ਕੈ ਅੰਤਰਿ ਵਸਿਆ ਮੇਰਾ ਹਰਿ ਹਰਿ, — jin kai antar vasi-aa mayraa har har
ਤਿਨ ਕੇ ਸਭਿ ਰੋਗ ਗਵਾਏ॥ — tin kay sabh rog gavaa-ay.
ਤੇ ਮੁਕਤ ਭਏ — tay mukat bha-ay
ਜਿਨ ਹਰਿ ਨਾਮੁ ਧਿਆਇਆ, — jin har naam Dhi-aa-i-aa
ਤਿਨ ਪਵਿਤੁ ਪਰਮ ਪਦੁ ਪਾਏ॥੧॥ — tin pavit param pad paa-ay. ||1||

ਜਿਸ ਦੇ ਮਨ ਵਿੱਚ ਪ੍ਰਭ ਦੇ ਸ਼ਬਦ ਦਾ ਤੱਤ ਵਸ ਜਾਂਦਾ ਹੈ । ਉਸ ਦੇ ਮਨ ਦੇ ਸਾਰੇ ਸੰਸਾਰਕ ਇੱਛਾਂ ਦੇ ਰੋਗ ਖਤਮ ਹੋ ਜਾਂਦੇ ਹਨ । ਜਿਹੜਾ ਪ੍ਰਭ ਦੇ ਸ਼ਬਦ ਦੀ ਪਾਲਣਾ ਕਰਦਾ ਹੈ, ਕੇਵਲ ਉਸ ਨੂੰ ਹੀ ਮੁਕਤੀ ਦਾ ਰਸਤਾ, ਗੁਰਮਖ ਅਵਸਥਾ, ਅਮਰ ਅਵਸਥਾ ਬਖਸ਼ਿਸ਼ ਹੁੰਦੀ ਹੈ ।

Whosoever may remain drenched with the essence of the teachings of His Word; all his miseries of worldly desires and frustration of his mind may be eliminated. Whosoever may adopt the teachings of His Word with steady and stable belief in his day-to-day life; with His mercy and grace, he may be blessed with the right path of acceptance, state of mind as His true devotee and immortal, salvation state of mind.

ਮੇਰੇ ਰਾਮ ਹਰਿ ਜਨ ਆਰੋਗ ਭਏ॥ — mayray raam har jan aarog bha-ay.
ਗੁਰ ਬਚਨੀ ਜਿਨਾ ਜਪਿਆ — gur bachnee jinaa japi-aa

ਮੇਰਾ ਹਰਿ ਹਰਿ, mayraa har har
ਤਿਨ ਕੇ ਹਉਮੈ ਰੋਗ ਗਏ॥੧॥ ਰਹਾਉ॥ tin kay ha-umai rog ga-ay. ||1|| rahaa-o.

ਜਿਹੜਾ ਪ੍ਰਭ ਦੇ ਸ਼ਬਦ ਨਾਲ ਆਪਣਾ ਜੀਵਨ ਢਾਲ ਲੈਂਦਾ ਹੈ, ਉਸ ਦੇ ਮਨ ਦੇ ਰੋਗ ਖਤਮ ਹੋ ਜਾਂਦੇ ਹਨ । ਉਹ ਬੰਦਗੀ ਕਰਨ ਵਾਲਾ, ਨਿਮਾਣਾ ਦਾਸ ਸੰਸਾਰਕ ਇੱਛਾਂ ਦੇ ਰੋਗ ਤੋ ਰਹਿਤ ਹੋ ਜਾਂਦਾ ਹੈ ।

Whosoever may adopt the teachings of His Word with steady and stable belief in his day-to-day life; with His mercy and grace, all his miseries, frustrations of worldly desires may be eliminated. His humble true devotee becomes beyond the reach of temptation of worldly desires, worldly wealth.

ਬ੍ਰਹਮਾ ਬਿਸਨੁ ਮਹਾਦੇਉ barahmaa bisan mahaaday-o
ਤ੍ਰੈ ਗੁਣ ਰੋਗੀ, tarai gun rogee
ਵਿਚਿ ਹਉਮੈ ਕਾਰ ਕਮਾਈ॥ vich ha-umai kaar kamaa-ee.
ਜਿਨਿ ਕੀਏ ਤਿਸਹਿ ਨ ਚੇਤਹਿ ਬਪੁੜੇ, jin kee-ay tiseh na cheeteh bapurhay
ਹਰਿ ਗੁਰਮੁਖਿ ਸੋਝੀ ਪਾਈ॥੨॥ har gurmukh sojhee paa-ee. ||2||

ਬ੍ਰਹਮਾ, ਵਿਸ਼ਨੂੰ ਸ਼ਿਵਾਂ ਤਿੰਨੇਂ ਹੀ ਮਾਇਆ ਦੇ ਤਿੰਨਾਂ ਗੁਣਾਂ ਦੇ ਜਾਲ ਵਿੱਚ ਫਸੇ ਹਨ । ਆਪਣੇ ਮਨ ਦੇ ਅਹੰਕਾਰ ਵਿੱਚ ਹੀ ਕੰਮ ਕਰਦੇ ਰਹਿੰਦੇ ਹਨ । ਜਿਹੜਾ ਪ੍ਰਭ ਇਹ ਸਾਰਾ ਖੇਲ, ਕਰਾਮਾਤਾਂ ਕਰਦਾ, ਮਾਨਸ ਅਣਜਾਣ, ਮੂਰਖ ਉਸ ਨੂੰ ਯਾਦ ਨਹੀਂ ਰਖਦਾ । ਸ਼ਬਦ ਦੀਆਂ ਕਰਾਮਾਤਾਂ ਦੀ ਸੋਝੀ ਕੇਵਲ ਗੁਰਮਖ ਅਵਸਥਾ ਨਾਲ ਹੀ ਬਖਸ਼ਿਸ਼ ਹੁੰਦੀ ਹੈ ।

Worldly wealth remains dominating in the universe from the beginning; even the renowned worldly prophets like Brahma, Vishnu and, Mahaaday-o fall into the temptation of three virtues of worldly wealth and performed their deeds in ego. Even they become the symbol of Worldly wealth, **Raajas, Taamas, Satvas**. The ignorant prophets forget The True Master, who controls even the worldly wealth. With His mercy and grace, only His true devotee may be enlightened with the weakness of worldly wealth.

Three Virtues of worldly wealth: – Raajas, Taamas, Satvas!
ਰਜ ਗੁਣ; Raajas: Mind concentration! The quality of energy and activity!
ਤਮ ਗੁਣ; Taamas: Mind Awareness! The quality of Darkness and inertia!
ਸਤ ਗੁਣ; Satvas: Purity, of mind! The quality of purity and light!

** **Three Virtues of worldly wealth: Arath, Dharam, Kaam!**
ਅਰਥ;Arath: Adopt His Word in life.
ਧਰਮ; Dharam: Self-discipline, own character! Conquer selfishness!
ਕਾਮ; Kaam: Conquer sexual desire for strange woman:

ਹਉਮੈ ਰੋਗਿ ਸਭੁ ਜਗਤੁ ਬਿਆਪਿਆ, ha-umai rog sabh jagat bi-aapi-aa
ਤਿਨ ਕਉ ਜਨਮ ਮਰਣ ਦੁਖੁ ਭਾਰੀ॥ tin ka-o janam maran dukh bhaaree.
ਗੁਰ ਪਰਸਾਦੀ ਕੋ ਵਿਰਲਾ ਛੂਟੈ, gur parsaadee ko virlaa chhootai
ਤਿਸੁ ਜਨ ਕਉ ਹਉ ਬਲਿਹਾਰੀ॥੩॥ tis jan ka-o ha-o balihaaree. ||3||

ਸਾਰੀ ਸ੍ਰਿਸ਼ਟੀ ਹੀ ਅਹੰਕਾਰ ਦੇ ਰੋਗ ਦੀ ਸ਼ਿਕਾਰ ਹੋਈ ਹੈ । ਉਹ ਬਹੁਤ ਦਰਦਨਾਕ, ਜਨਮ ਮਰਨ ਦਾ ਦੁਖ ਪਾਉਂਦੀ ਹੈ । ਕੋਈ ਵਿਰਲਾ ਹੀ ਜੀਵ ਇਸ ਜੂੰਨਾਂ ਦੇ ਚੱਕਰ ਤੋ ਬਚਦਾ ਹੈ । ਉਸ ਜੀਵ ਤੋ ਕੁਰਬਾਨ ਜਾਵਾ! ਜਿਸ ਤੇ ਪ੍ਰਭ ਦੀ ਰਹਿਮਤ ਬਖਸ਼ਿਸ਼ ਹੁੰਦੀ ਹੈ । ਪ੍ਰਭ ਆਪ ਹੀ ਰਹਿਮਤ ਬਖਸ਼ਕੇ ਸ਼ਬਦ ਦੀ ਪਾਲਣਾ ਤੇ ਲਾਉਂਦਾ ਹੈ ।

The whole universe remains intoxicated with the sweet poison of worldly wealth, ego of his own worldly status. Everyone may endure the misery of birth and death. However, very rare may be saved from the cycle of birth and death. I remain fascinated and astonished from the state of mind of His true devotee, who may remain overwhelmed with contentment in his worldly environments. With His mercy and grace, The True Master keeps him steady and stable in obeying the teachings of His Word.

ਜਿਨਿ ਸਿਸਟਿ ਸਾਜੀ ਸੋਈ ਹਰਿ ਜਾਣੈ,	jin sisat saajee so-ee har jaanai
ਤਾ ਕਾ ਰੂਪੁ ਅਪਾਰੋ॥	taa kaa roop apaaro.
ਨਾਨਕ ਆਪੇ ਵੇਖਿ ਹਰਿ ਬਿਗਸੈ,	naanak aapay vaykh har bigsai
ਗੁਰਮੁਖਿ ਬ੍ਰਹਮ ਬੀਚਾਰੋ॥੪॥੩॥੧੪॥	gurmukh barahm beechaaro. ||4||3||14||

ਜਿਸ ਨੇ ਸਾਰੀ ਸ੍ਰਿਸ਼ਟੀ ਸਾਜੀ ਹੈ, ਕੇਵਲ ਉਹ ਹੀ ਸਭ ਕੁਝ ਜਾਣਦਾ ਹੈ । ਉਸ ਦਾ ਰੂਪ, ਅਕਾਰ, ਅਨੋਖਾ ਹੈ, ਕਿਸੇ ਨਾਲ ਤੁਲਨਾ ਨਹੀਂ ਕੀਤੀ ਜਾ ਸਕਦੀ । ਬੰਦਗੀ ਕਰਨ ਵਾਲੇ ਤੇ ਪ੍ਰਭ ਆਪ ਹੀ ਰਹਿਮਤ ਦੀ ਨਜ਼ਰ ਬਖਸ਼ਦਾ ਹੈ । ਉਹ ਹੀ ਗੁਰਮਖ ਅਵਸਥਾ ਪਾਉਂਦਾ, ਸਵਾਸ ਸਵਾਸ ਪ੍ਰਭ ਦਾ ਸ਼ਬਦ ਵਿਚਾਰ ਕਰਦਾ, ਯਾਦ ਰਖਦਾ ਹੈ ।

The Omniscient True Master, Creator knows the functioning and purpose of creation of the universe. His glory, beauty, structure, figure remains astonishing and He may not be compared with anyone else. His true devotee may be blessed with His mercy and grace. He may be blessed with a state of mind as His true devotee. He remains in renunciation in the memory of his separation from The True Master.

86. ਸੂਹੀ ਮਹਲਾ ੪॥ 736 -3

ਕੀਤਾ ਕਰਣਾ ਸਰਬ ਰਜਾਈ,	keetaa karnaa sarab rajaa-ee
ਕਿਛੁ ਕੀਚੈ ਜੇ ਕਰਿ ਸਕੀਐ॥	kichh keechai jay kar sakee-ai.
ਆਪਣਾ ਕੀਤਾ ਕਿਛੂ ਨ ਹੋਵੈ,	aapnaa keetaa kichhoo na hovai
ਜਿਉ ਹਰਿ ਭਾਵੈ ਤਿਉ ਰਖੀਐ॥੧॥	ji-o har bhaavai ti-o rakhee-ai. ||1||

ਜਿਸ ਜੀਵ ਨੂੰ ਪ੍ਰਭ ਕੁਝ ਕਰਨ ਦੀ ਸਮਰਥਾ ਬਖਸ਼ੇ, ਤਾਂ ਮਾਨਸ ਕੁਝ ਕਰਦਾ ਹੈ । ਸ੍ਰਿਸ਼ਟੀ ਵਿੱਚ ਜੋ ਕੁਝ ਵੀ ਹੁੰਦਾ ਹੈ, ਜੋ ਕੁਝ ਵੀ ਹੋਣਾ, ਸਭ ਕੁਝ ਪ੍ਰਭ ਦਾ ਕੀਤਾ ਹੀ ਹੁੰਦਾ ਹੈ । ਮਾਨਸ ਦਾ ਆਪਣਾ ਕੀਤਾ ਕੁਝ ਨਹੀਂ ਹੁੰਦਾ । ਪ੍ਰਭ ਦੇ ਕੀਤੇ ਤੇ ਹੀ ਭਰੋਸਾ ਰਖਕੇ ਅਨੰਦ ਮਾਣੋ!

Whosoever may be blessed with wisdom and strength to perform any deed in the universe; only he may perform any deed. In the universe, whatsoever may happen or going to happen; only may happen under His command. No one has any wisdom or capability to perform any good or evil deed at his own. You should remain contented with his blessings and obey the teachings of His Word with steady and stable belief in day-to-day life.

ਮੇਰੇ ਹਰਿ ਜੀਉ, ਸਭੁ ਕੋ ਤੇਰੈ ਵਸਿ॥	mayray har jee-o sabh ko tayrai vas.
ਅਸਾ ਜੋਰੁ ਨਾਹੀ	asaa jor naahee
ਜੇ ਕਿਛੁ ਕਰਿ ਹਮ ਸਾਕਹ,	jay kichh kar ham saakah
ਜਿਉ ਭਾਵੈ ਤਿਵੈ ਬਖਸਿ॥੧॥ ਰਹਾਉ॥	ji-o bhaavai tivai bakhas. ||1|| rahaa-o.

ਮਾਨਸ ਵਿੱਚ ਕੋਈ ਸਮਰਥਾ, ਸ਼ਕਤੀ ਨਹੀਂ ਕਿ ਕੁਝ ਆਪਣੇ ਆਪ ਕਰ ਸਕਦਾ ਹੈ । ਪ੍ਰਭ ਜੋ ਵੀ ਤੇਰੀ ਰਹਿਮਤ ਹੈ, ਉਹ ਹੀ ਬਖਸ਼ੋ! ਸਭ ਕੁਝ ਤੇਰੇ ਵੱਸ ਵਿੱਚ ਹੀ ਹੈ ।

My True Master, I have no strength or wisdom to accomplish anything at my own. With Your mercy and grace, keeps me contented in my worldly environments and Your blessings. I may remain steady and stable on the right path of meditation.

ਸਭੁ ਜੀਉ ਪਿੰਡੁ ਦੀਆ ਤੁਧੁ ਆਪੇ,	sabh jee-o pind dee-aa tuDh aapay
ਤੁਧੁ ਆਪੇ ਕਾਰੈ ਲਾਇਆ॥	tuDh aapay kaarai laa-i-aa.

ਜੇਹਾ ਤੂੰ ਹੁਕਮੁ ਕਰਹਿ ਤੇਹੈ	jayhaa too^N hukam karahi tayhay
ਕੋ ਕਰਮ ਕਮਾਵੈ,	ko karam kamaavai
ਜੇਹਾ ਤੁਧੁ ਧੁਰਿ ਲਿਖਿ ਪਾਇਆ॥੨॥	jayhaa tuDh Dhur likh paa-i-aa. ‖2‖

ਪ੍ਰਭ ਤੂੰ ਆਪ ਹੀ ਇਹ ਤਨ, ਆਤਮਾ, ਮਨ ਦੀਆਂ ਭਾਵਨਾਂ ਬਖਸ਼ੀਆਂ ਹਨ । ਆਪ ਹੀ ਸੰਸਾਰਕ ਧੰਦੇ ਤੇ ਲਾਉਂਦਾ ਹੈ । ਪ੍ਰਭ ਤੇਰਾ ਹੀ ਭਾਣਾ ਵਾਪਰਦਾ ਹੈ । ਜੀਵ ਆਪਣੀ ਪਹਿਲੇ ਲਿਖੀ ਕਿਸਮਤ, ਭਾਗ ਨਾਲ ਹੀ ਸੰਸਾਰਕ ਧੰਦੇ ਕਰਦਾ ਹਾ ।

My True Master; You have blessed my soul with human body and various desires, hopes and expectation within my mind. You inspire everyone on unique task in worldly life and everything only happen under Your command. Everyone preforms worldly deeds as prewritten with Your inkless pen.

ਪੰਚ ਤਤੁ ਕਰਿ ਤੁਧੁ ਸ੍ਰਿਸਟਿ ਸਭ ਸਾਜੀ,	panch tat kar tuDh sarisat sabh saajee
ਕੋਈ ਛੇਵਾ ਕਰਿਉ	ko-ee chhayvaa kari-o
ਜੇ ਕਿਛੁ ਕੀਤਾ ਹੋਵੈ॥	jay kichh keetaa hovai.
ਇਕਨਾ ਸਤਿਗੁਰੁ ਮੇਲਿ ਤੂੰ ਬੁਝਾਵਹਿ,	iknaa satgur mayl too^N bujhaaveh
ਇਕਿ ਮਨਮੁਖਿ ਕਰਹਿ ਸਿ ਰੋਵੈ॥੩॥	ik manmukh karahi se rovai. ‖3‖

ਪ੍ਰਭ ਤੂੰ ਆਪ ਹੀ ਪੰਜ ਧਾਤਾਂ ਦਾ ਸੰਜੋਗ ਬਣਾਕੇ ਤਨ ਦੀ ਸਾਜਨਾ ਕੀਤੀ ਹੈ । ਅਗਰ ਕੋਈ ਹੋਰ ਤੱਤ ਹੋਵੇ, ਪ੍ਰਭ ਨੇ ਉਸ ਦੀ ਸੋਝੀ ਨਹੀਂ ਬਖਸ਼ੀ! ਕਿਸੇ ਜੀਵ ਨੂੰ ਬੰਦਗੀ ਦੇ ਰਸਤੇ ਤੇ ਪਾ ਕੇ ਦਾਸ ਬਣਾ ਲੈਂਦਾ, ਪ੍ਰਵਾਨ ਕਰ ਲੈਂਦਾ ਹੈ । ਕਿਸੇ ਨੂੰ ਮਨਮੁਖ ਬਣਾਕੇ ਸੰਸਾਰਕ ਮਾਇਆ ਦੇ ਜਾਲ ਵਿੱਚ ਪਾ ਦੇਂਦਾ ਹੈ । ਉਹ ਚਿੰਤਾਂ ਵਿੱਚ ਹੀ ਰੋਂਦਾ ਕਰਲਾਉਂਦਾ ਮਰ ਜਾਂਦਾ ਹੈ ।

The True Master has combined five unique elements in such a way to create an astonishing body and flesh. There may be any other element, way of creation of body; I have not been blessed with the enlightenment.You may inspire Your true devotee to obey the teachings of Your Word and keeps him steady and stable on the right path of acceptance in Your Court. You may inspire self-minded to remain intoxicated in the sweet poison of worldly wealth. He may remain in miseries of the cycle of birth and death.

ਹਰਿ ਕੀ ਵਡਿਆਈ	har kee vadi-aa-ee
ਹਉ ਆਖਿ ਨ ਸਾਕਾ,	ha-o aakh na saakaa,
ਹਉ ਮੂਰਖੁ ਮੁਗਧੁ ਨੀਚਾਣੁ॥	ha-o moorakh mugaDh neechaan.
ਜਨ ਨਾਨਕ ਕਉ ਹਰਿ ਬਖਸਿ ਲੈ	jan naanak ka-o har bakhas lai
ਮੇਰੇ ਸੁਆਮੀ,	mayray su-aamee
ਸਰਣਾਗਤਿ ਪਇਆ ਅਜਾਣੁ॥	sarnaagat pa-i-aa ajaan.
੪॥੪॥੧੫॥੨੪॥	‖4‖4‖15‖24‖

ਪ੍ਰਭ ਮੈਂ ਅਨਾਜਣ, ਥੋੜ੍ਹੀ ਸਮਝ ਵਾਲਾ ਹੀ ਮਾਨਸ ਹਾ । ਤੇਰੀ ਵਡਿਆਈ ਪੂਰਨ ਤਰ੍ਹਾਂ ਵਖਿਆਣ ਨਹੀਂ ਕਰ ਸਕਦਾ । ਪ੍ਰਭ ਮੈਂ ਅਣਜਾਣ ਤੇਰੀ ਸ਼ਰਣ ਵਿੱਚ ਆਇਆ ਹਾ! ਤੇਰੇ ਸ਼ਬਦ ਦੀ ਪਾਲਣਾ ਕਰਦਾ ਹਾ, ਰਹਿਮਤ ਬਖਸ਼ੋ! ਭੁੱਲਾਂ ਬਖਸ਼ਕੇ ਪ੍ਰਵਾਨਗੀ ਦੇ ਰਸਤੇ ਤੇ ਪਾਵੋ!

My True Master! I am ignorant with insignificant enlightenment of Your Nature. I may not be able to comprehend and explain the extent of Your greatness. I have surrendered my mind, body, and worldly status at Your sanctuary for Your forgiveness. I only obey the teachings of Your Word. With Your mercy and grace, forgives my sins and attaches me to adopt the teachings of Your Word and keeps me on the right path of acceptance in Your Court.

87. ਰਾਗੁ ਸੂਹੀ ਮਹਲਾ ੫ ਘਰੁ ੧॥ 736-1

੧ਓ ਸਤਿਗੁਰ ਪ੍ਰਸਾਦਿ॥	ik-oNkaar satgur parsaad
ਬਾਜੀਗਰਿ ਜੈਸੇ ਬਾਜੀ ਪਾਈ॥	baajeegar jaisay baajee paa-ee.
ਨਾਨਾ ਰੂਪ ਭੇਖ ਦਿਖਲਾਈ॥	naanaa roop bhaykh dikhlaa-ee.
ਸਾਂਗੁ ਉਤਾਰਿ ਥੰਮ੍ਹਿਓ ਪਾਸਾਰਾ॥	saaNg utaar thamiHa-o paasaaraa.
ਤਬ ਏਕੋ ਏਕੰਕਾਰਾ॥੧॥	tab ayko aykankaaraa. ||1||

ਜਿਵੇਂ ਕਲਾਕਾਰ, ਵੱਖਰੇ ਡਰਾਮੇ ਵਿੱਚ ਵੱਖਰਾ ਭੇਸ ਬਣਾਉਂਦਾ, ਵੱਖਰੇ, ਵੱਖਰੇ ਕੰਮ ਕਰਦਾ ਹੈ । ਅੰਤ ਵਿੱਚ ਜਦੋਂ ਖੇਲ ਖਤਮ ਹੋ ਜਾਂਦਾ, ਆਪਣੇ ਅਸਲੀ ਰੂਪ ਵਿੱਚ ਆ ਜਾਂਦਾ ਹੈ । ਸਾਰੇ ਭੇਸਾਂ ਵਿੱਚ ਇੱਕੋ ਇੱਕ ਪ੍ਰਭ ਦੀ ਜੋਤ ਹੀ ਹੁੰਦੀ ਹੈ । ਇਸਤਰ੍ਹਾਂ ਸਾਰੇ ਜੀਵਾਂ, ਰੂਪਾਂ ਵਿੱਚ ਇੱਕੋ ਇੱਕ ਪ੍ਰਭ ਹੀ ਵਸਦਾ, ਵਾਪਰਦਾ ਹੈ ।

As an actor may play a different role, dress-up differently and performs various acts on stage. However, as the show may be finished, he remains the same. Same way The Holy Spirit remains embedded within each soul; his soul plays different role in the body of different creatures. When the perishable body may be destroyed; his soul must return to face judgement. The Holy Spirit remains unchanged, unaffected. The whole creation is an expansion of Your Holy Spirit.

ਕਵਨ ਰੂਪ ਦ੍ਰਿਸਟਿਓ ਬਿਨਸਾਇਓ॥	kavan roop daristi-o binsaa-i-o.
ਕਤਹਿ ਗਇਓ, ਉਹੁ ਕਤ ਤੇ ਆਇਓ॥੧॥	kateh ga-i-o uho kat tay aa-i-o. ||1||
ਰਹਾਉ॥	rahaa-o.

ਸ੍ਰਿਸ਼ਟੀ ਵਿੱਚ ਕਿਤਨੇ ਹੀ ਰੂਪ ਆਉਂਦੇ, ਬਣਦੇ, ਨਾਸ ਹੋ ਜਾਂਦੇ ਹਨ । ਸਾਰੇ ਰੂਪ ਕਿਥੋਂ ਆਉਂਦੇ ਹਨ, ਕਿਥੇਂ ਚਲੇ ਜਾਂਦੇ ਹਨ?

Unlimited structures of different colors, elegance may be created and all may vanish over a predetermined time. Where may all these structures come from? Where may these disappear after the destruction of the body?

ਜਲ ਤੇ ਊਠਹਿ ਅਨਿਕ ਤਰੰਗਾ॥	jal tay ootheh anik tarangaa.
ਕਨਿਕ ਭੂਖਨ ਕੀਨੇ ਬਹੁ ਰੰਗਾ॥	kanik bhookhan keenay baho rangaa.
ਬੀਜੁ ਬੀਜਿ ਦੇਖਿਓ ਬਹੁ ਪਰਕਾਰਾ॥	beej beej daykhi-o baho parkaaraa.
ਫਲ ਪਾਕੇ ਤੇ ਏਕੰਕਾਰਾ॥੨॥	fal paakay tay aykankaaraa. ||2||

ਜਿਵੇਂ ਪਾਣੀ ਵਿਚੋਂ ਅਨੇਕਾਂ ਹੀ ਲਹਿਰਾਂ ਉਠਦੀਆਂ ਹਨ । ਇਸਤਰ੍ਹਾਂ ਇੱਕ ਸੋਨੇ ਤੋ ਅਨੇਕਾਂ ਕਿਸਮ ਦੇ ਗਹਿਣੇ ਬਣਾਏ ਜਾਂਦੇ ਹਨ । ਇਸਤਰ੍ਹਾਂ ਅਨੇਕਾਂ ਕਿਸਮਾਂ ਦੇ ਬੀਜ ਦੇਖੇ ਹਨ, ਉਹ ਫਲ ਦੇਂਦੇ ਹਨ । ਅੰਤ ਵਿੱਚ ਉਹਨਾਂ ਵਿਚੋਂ ਪਹਿਲਾ, ਅਸਲੀ ਬੀਜ ਹੀ ਨਜ਼ਰ ਆਉਂਦਾ ਹੈ ।

As many waves may raise out of ocean, water. Same way different kind of jewelry may be crafted out of a piece of gold. Same way different kinds of flowers and fruits appears in the universe. In the end, the same kind, like original seed may be produced.

ਸਹਸ ਘਟਾ ਮਹਿ ਏਕੁ ਆਕਾਸੁ॥	sahas ghataa meh ayk aakaas.
ਘਟ ਫੂਟੇ ਤੇ ਓਹੀ ਪ੍ਰਗਾਸੁ॥	ghat footay tay ohee pargaas.
ਭਰਮ ਲੋਭ ਮੋਹ ਮਾਇਆ ਵਿਕਾਰ॥	bharam lobh moh maa-i-aa vikaar.
ਭ੍ਰਮ ਛੂਟੇ ਤੇ ਏਕੰਕਾਰ॥੩॥	bharam chhootay tay aykankaar. ||3||

ਜਿਵੇਂ ਇੱਕ ਅਕਾਸ਼ ਵਿੱਚ ਅਨੇਕਾਂ ਹੀ ਪਾਣੀ ਦੇ ਭਰੇ ਬੱਦਲ ਹੁੰਦੇ ਹਨ । ਜਦੋਂ ਬੱਦਲ ਖਿੱਲਰਦੇ ਹਨ, ਮੀਂਹ ਪੈਂਦਾ, ਅੰਤ ਵਿੱਚ ਬੱਦਲ ਅਕਾਸ਼ ਵਿੱਚ ਹੀ ਰਹਿੰਦੇ ਹਨ । ਮਨ ਵਿੱਚ ਲਾਲਚ, ਮੋਹ ਸਭ ਸੰਸਾਰਕ ਮਾਇਆ ਦੀ ਖਾਹਿਸ਼ ਨਾਲ ਹੀ ਪੈਦਾ ਹੁੰਦਾ ਹੈ । ਕੇਵਲ ਪ੍ਰਭ ਦੀ ਰਹਿਮਤ ਨਾਲ ਹੀ ਇਹਨਾਂ ਤੋ ਛੁਟਕਾਰਾ ਬਖਸ਼ਿਸ਼ ਹੁੰਦਾ ਹੈ ।

As many clouds overwhelmed with water may fly in the sky. As these spreads, it rains on earth; these clouds remain in the sky. Same way the greed and worldly attachments may be created with desires, intoxication of sweet poison of worldly wealth. Only with His mercy and grace, His true devotee may conquer his demons of worldly desires.

ਓਹੁ ਅਬਿਨਾਸੀ ਬਿਨਸਤ ਨਾਹੀ॥	oh abhinaasee binsat naahee.
ਨਾ ਕੋ ਆਵੈ ਨਾ ਕੋ ਜਾਹੀ॥	naa ko aavai naa ko jaahee.
ਗੁਰਿ ਪੂਰੈ ਹਉਮੈ ਮਲੁ ਧੋਈ॥	gur poorai ha-umai mal Dho-ee.
ਕਹੁ ਨਾਨਕ	kaho naanak
ਮੇਰੀ ਪਰਮ ਗਤਿ ਹੋਈ॥੪॥੧॥	mayree param gat ho-ee. ||4||1||

ਪ੍ਰਭ ਦੀ ਜੋਤ ਅਮਰ, ਸਦਾ ਰਹਿਣ ਵਾਲੀ ਹੈ । ਪ੍ਰਭ ਦੀ ਜੋਤ, ਸ਼ਬਦ ਨਾਸ ਨਹੀਂ ਹੁੰਦਾ, ਆਤਮਾ ਵਿਚੋਂ ਕਦੇ ਦੂਰ ਨਹੀਂ ਜਾਂਦਾ । ਜਨਮ ਮਰਨ ਦੇ ਚੱਕਰ ਤੋ ਰਹਿਤ, ਆਵਾਗਉਣ ਵਿੱਚ ਨਹੀਂ ਹੈ । ਪੂਰਨ ਗੁਰੂ, ਸ਼ਬਦ ਦੀ ਪਾਲਣਾ ਨਾਲ ਹੀ ਮਨ ਦੀ ਮੈਲ ਧੋਤੀ ਜਾਂਦੀ ਹੈ । ਸ਼ਬਦ ਨਾਲ ਜੀਵਨ ਢਾਲਣ ਨਾਲ ਹੀ ਇਹ ਅਵਸਥਾ ਬਖਸ਼ਿਸ਼ ਹੋ ਜਾਂਦੀ ਹੈ ।

The Holy Spirit remains immortal and unchanged forever. The Holy Spirit, His Word remains embedded within his soul; His Word may never be destroyed nor abandons his soul. The Holy Spirit remains beyond any cycle of birth and death. Whosoever may adopt the teachings of His Word with steady and stable belief; his soul may be sanctified. Only he may be blessed with that state of mind as His true devotee.

88. ਸੂਹੀ ਮਹਲਾ ੫॥ 736-16

ਕੀਤਾ ਲੋੜਹਿ ਸੋ ਪ੍ਰਭ ਹੋਇ॥	keetaa lorheh so parabh ho-ay.
ਤੁਝ ਬਿਨੁ ਦੂਜਾ ਨਾਹੀ ਕੋਇ॥	tujh bin doojaa naahee ko-ay. jo
ਜੋ ਜਨੁ ਸੇਵੇ, ਤਿਸੁ ਪੂਰਨ ਕਾਜ॥	jan sayvay tis pooran kaaj.
ਦਾਸ ਅਪੁਨੇ ਕੀ ਰਾਖਹੁ ਲਾਜ॥੧॥	daas apunay kee raakho laaj. ||1||

ਪ੍ਰਭ ਤੋ ਬਿਨਾਂ ਸ੍ਰਿਸ਼ਟੀ ਵਿੱਚ ਹੋਰ ਕੋਈ ਕੁਝ ਕਰਨ ਦੀ ਸਮਰਥਾ ਨਹੀਂ ਰਖਦਾ । ਸਭ ਕੁਝ ਪ੍ਰਭ ਦਾ ਕੀਤਾ ਹੀ ਹੁੰਦਾ ਹੈ । ਜਿਹੜਾ ਪ੍ਰਭ ਦੇ ਸ਼ਬਦ ਤੇ ਭਰੋਸਾ ਅਡੋਲ ਰਖਦਾ, ਸੇਵਾ ਕਰਦਾ, ਜੀਵਨ ਢਾਲਦਾ ਹੈ, ਉਸ ਦੇ ਮਾਨਸ ਜਨਮ ਦੇ ਸਾਰੇ ਕਾਰਜ ਪੂਰੇ ਹੋ ਜਾਂਦੇ ਹਨ । ਪ੍ਰਭ ਆਪ ਹੀ ਆਪਣੇ ਬੰਦਗੀ ਕਰਨ ਵਾਲੇ ਦੀ ਲਾਜ ਰਖਦਾ ਹੈ ।

The One and Only One, True Master prevails in the universe and no one else may exist without His command. Whosoever may adopt the teachings of His Word with steady and stable belief in his day-to-day life; with His mercy and grace, his human life journey may be rewarded. The True Master always protect the honor of His true devotee.

ਤੇਰੀ ਸਰਣਿ ਪੂਰਨ ਦਇਆਲਾ॥	tayree saran pooran da-i-aalaa.
ਤੁਝ ਬਿਨੁ ਕਵਨੁ ਕਰੇ ਪ੍ਰਤਿਪਾਲਾ॥੧॥	tujh bin kavan karay partipaalaa. ||1||
ਰਹਾਉ॥	rahaa-o.

ਪ੍ਰਭ ਤੂੰ ਤਰਸਵਾਨ ਮਾਲਕ ਹੈ, ਮੈਂ ਤੇਰੀ ਸ਼ਰਣ ਵਿੱਚ ਆਇਆ ਹਾ । ਤੇਰੇ ਤੋ ਬਿਨਾਂ ਹੋਰ ਕੌਣ ਮੇਰੀ ਰਖਿਆ, ਪਾਲਣ ਪੋਸਨਾ, ਪਿਆਰ ਕਰਦਾ ਹੈ?

My Merciful True Master, I have surrendered my mind, body, and worldly status at Your sanctuary. Who else may nourish, cares for, protects, and my savior without Your mercy and grace?

ਜਲਿ ਥਲਿ ਮਹੀਅਲਿ ਰਹਿਆ ਭਰਪੂਰਿ॥	jal thal mahee-al rahi-aa bharpoor.
ਨਿਕਟਿ ਵਸੈ ਨਾਹੀ ਪ੍ਰਭੁ ਦੂਰਿ॥	nikat vasai naahee parabh door.
ਲੋਕ ਪਤੀਆਰੈ ਕਛੂ ਨ ਪਾਈਐ॥	lok patee-aarai kachhoo na paa-ee-ai.

ਸਾਚਿ ਲਗੈ ਤਾ ਹਉਮੈ ਜਾਈਐ॥੨॥ saach lagai taa ha-umai jaa-ee-ai. ||2||

ਜਲ, ਥਲ ਵਿੱਚ ਹਰ ਵੇਲੇ ਪ੍ਰਭ ਹਾਜਰਾ ਹਜ਼ੂਰ ਵਸਦਾ, ਵਾਪਰਦਾ ਹੈ । ਉਹ ਆਪਣੇ ਪੈਦਾ ਕੀਤੇ ਜੀਵ ਦੇ ਨੇੜੇ ਤਨ ਵਿੱਚ ਹੀ ਵਸਦਾ, ਦੂਰ ਨਹੀਂ ਹੈ । ਜਿਹੜਾ ਲੋਕ ਦਿਖਾਵੇ ਦੇ ਕੰਮ, ਸੰਸਾਰਕ ਜੀਵ ਨੂੰ ਖੁਸ਼ ਕਰਨ ਲਈ ਧਰਮ ਦੇ ਰੀਤ ਰੀਵਾਜ ਕਰਦਾ ਹੈ । ਉਹ ਕੁਝ ਵੀ ਨਹੀਂ ਪਾਉਂਦਾ, ਰਹਿਮਤ ਬਖਸ਼ਿਸ਼ ਨਹੀਂ ਹੁੰਦੀ । ਜਿਹੜਾ ਪ੍ਰਭ ਦੇ ਸ਼ਬਦ ਦੀ ਪਾਲਣਾ ਵਿੱਚ ਅਡੋਲ ਰਹਿੰਦਾ ਹੈ, ਉਸ ਦੇ ਮਨ ਵਿਚੋਂ ਅਹੰਕਾਰ ਨਾਸ ਹੋ ਜਾਂਦਾ ਹੈ ।

The Omnipresent True Master dwells, prevails in water, in, on, under earth and in sky all time. He remains embedded within the soul of every creature. Whosoever may meditate and performs worldly rituals to win worldly favor; he may never be rewarded the right path of acceptance in His Court. Whosoever may adopt the teachings of His Word with steady and stable belief in his day-to-day life; with His mercy and grace, he may conquer the ego of his worldly status.

ਜਿਸ ਨੋ ਲਾਇ ਲਏ ਸੋ ਲਾਗੈ॥ jis no laa-ay la-ay so laagai.
ਗਿਆਨ ਰਤਨੁ ਅੰਤਰਿ ਤਿਸੁ ਜਾਗੈ॥ gi-aan ratan antar tis jaagai.
ਦੁਰਮਤਿ ਜਾਇ ਪਰਮ ਪਦੁ ਪਾਏ॥ durmat jaa-ay param pad paa-ay.
ਗੁਰ ਪਰਸਾਦੀ ਨਾਮੁ ਧਿਆਏ॥੩॥ gur parsaadee naam Dhi-aa-ay. ||3||

ਜਿਸ ਤੇ ਪ੍ਰਭ ਆਪ ਹੀ ਰਹਿਮਤ ਬਖਸ਼ਕੇ ਸ਼ਬਦ ਦੇ ਲੜ ਲਾਉਂਦਾ ਹੈ । ਕੇਵਲ ਉਹ ਹੀ ਸ਼ਬਦ ਦਾ ਸਿਮਰਨ ਕਰਦਾ, ਸ਼ਬਦ ਦੀ ਸਿਖਿਆਂ ਨਾਲ ਜੀਵਨ ਢਾਲਦਾ ਹੈ । ਉਸ ਦੇ ਅੰਦਰ ਅਮੋਲਕ ਰਤਨ ਸ਼ਬਦ ਜਾਗਰਤ ਹੋ ਜਾਂਦਾ ਹੈ । ਉਸ ਦੇ ਮਨ ਵਿਚੋਂ ਬੁਰੇ ਖਿਆਲ ਨਾਸ ਹੋ ਜਾਂਦੇ, ਅਮਰ ਅਵਸਥਾ ਬਖਸ਼ਿਸ਼ ਹੋ ਜਾਂਦੀ ਹੈ । ਉਹ ਪ੍ਰਭ ਦੀ ਰਹਿਮਤ ਨਾਲ ਸ਼ਬਦ ਦੀ ਪਾਲਣ ਵਿੱਚ ਲੀਨ ਹੋ ਜਾਂਦਾ ਹੈ ।

Whosoever may be attached to a devotional meditation with His mercy and grace; only he may meditate and adopts the teachings of His Word with steady and stable belief in his day-to-day life. The essence of His Word, ambrosial jewel, may be enlightened within his heart. All his evil thoughts may be eliminated; with His mercy and grace, he may be blessed with immortal state of mind. He remains intoxicated in meditation in the void of His Word.

ਦੁਇ ਕਰ ਜੋੜਿ ਕਰਉ ਅਰਦਾਸਿ॥ du-ay kar jorh kara-o ardaas.
ਤੁਧੁ ਭਾਵੈ ਤਾ ਆਣਹਿ ਰਾਸਿ॥ tuDh bhaavai taa aaneh raas.
ਕਰਿ ਕਿਰਪਾ ਅਪਨੀ ਭਗਤੀ ਲਾਇ॥ kar kirpaa apnee bhagtee laa-ay.
ਜਨ ਨਾਨਕ ਪ੍ਰਭੁ ਸਦਾ ਧਿਆਇ॥੪॥੨॥ jan naanak parabh sadaa Dhi-aa-ay. 4.2

ਜੀਵ, ਮਨ ਦਾ ਭਰੋਸਾ ਅਡੋਲ ਕਰਕੇ ਪ੍ਰਭ ਅੱਗੇ ਅਰਦਾਸ ਕਰੋ! ਰਹਿਮਤ ਬਖਸ਼ੋ! ਜੋ ਵੀ ਤੇਰਾ ਭਾਣਾ ਹੋਵੇ, ਉਹ ਹੀ ਮਨ ਨੂੰ ਚੰਗਾ ਲੱਗੇ । ਪ੍ਰਭ ਆਪ ਹੀ ਰਹਿਮਤ ਬਖਸ਼ਕੇ ਜੀਵ ਨੂੰ ਸ਼ਬਦ ਦੀ ਪਾਲਣਾ ਦੇ ਲੜ ਲਾਉਂਦਾ ਹੈ । ਬੰਦਗੀ ਕਰਨ ਵਾਲਾ ਸਦਾ ਹੀ ਸ਼ਬਦ ਦੇ ਸਿਮਰਨ ਵਿੱਚ ਮਸਤ ਰਹਿੰਦਾ ਹੈ ।

With steady and stable belief on His blessings, His judgement; you should pray! Your command may become my wish, desire of my mind. The True Master with His mercy and grace, may attach His true devotee to meditate on the teachings of His Word. His true devotee remains intoxicated in meditation in the void of His Word.

89. ਸੂਹੀ ਮਹਲਾ ੫॥ 737-4

ਧਨੁ ਸੋਹਾਗਨਿ ਜੋ ਪ੍ਰਭੂ ਪਛਾਨੈ॥ Dhan sohaagan jo parabhoo pachhaanai.
ਮਾਨੈ ਹੁਕਮੁ ਤਜੈ ਅਭਿਮਾਨੈ॥ maanai hukam tajai abhimaanai.
ਪ੍ਰਿਅ ਸਿਉ ਰਾਤੀ ਰਲੀਆ ਮਾਨੈ॥੧॥ pari-a si-o raatee ralee-aa maanai. ||1||

ਜਿਹੜੀ ਆਤਮਾਂ ਪ੍ਰਭ ਦੇ ਹੁਕਮ ਨੂੰ ਪਛਾਣ ਜਾਂਦੀ ਹੈ । ਆਪਣੀ ਖੁਦਗ਼ਰਜ਼ੀ ਖਤਮ ਕਰ ਲੈਂਦੀ ਹੈ । ਉਹ ਆਤਮਾ ਵੱਡੇ ਭਾਗਾਂ ਵਾਲੀ ਹੁੰਦੀ ਹੈ । ਸ਼ਬਦ ਦੀ ਸੋਝੀ ਪਾਉਂਦੀ, ਸ਼ਬਦ ਦੀ ਸਮਾਧੀ ਵਿੱਚ ਖੇੜੇ ਵਿੱਚ ਵਸਦੀ ਹੈ ।

Whosoever may recognize the real purpose of his human life opportunity, His command; with His mercy and grace, he may conquer his selfishness and ego. He becomes very fortunate. He may be enlightened with the essence of His Word; he may remain overwhelmed with blossom in the void of His Word.

ਸੁਨਿ ਸਖੀਏ ਪ੍ਰਭ ਮਿਲਣ ਨੀਸਾਨੀ॥ sun sakhee-ay parabh milan neesaanee.
ਮਨੁ ਤਨੁ ਅਰਪਿ ਤਜਿ ਲਾਜ ਲੋਕਾਨੀ॥ man tan arap taj laaj lokaanee. ||1||
੧॥ ਰਹਾਉ॥ rahaa-o.

ਜਿਸ ਤੇ ਪ੍ਰਭ ਦੀ ਰਹਿਮਤ ਦੀ ਨਜ਼ਰ ਬਖਸ਼ਿਸ਼ ਹੁੰਦੀ ਹੈ, ਉਸ ਦੀ ਇਹ ਨਿਸ਼ਾਨੀ ਹੁੰਦੀ ਹੈ । ਉਹ ਸ਼ਬਦ ਦੀ ਪਾਲਣਾ ਤੇ ਅਡੋਲ ਰਹਿੰਦਾ ਹੈ । ਸੰਸਾਰਕ ਲੋਕਾ ਨੂੰ ਖੁਸ਼ ਕਰਨ ਲਈ ਧਰਮ ਦੇ ਰੀਤੀ ਰੀਵਜ ਨੂੰ ਮਹੱਤਤਾ ਨਹੀਂ ਦੇਂਦਾ ।

His blessed soul may have a unique identification, way of life. He may obey the teachings of His Word with steady and stable belief in his day-to-day life. He may never give any significance to the religious rituals.

ਸਖੀ ਸਹੇਲੀ ਕਉ ਸਮਝਾਵੈ॥ sakhee sahaylee ka-o samjhaavai.
ਸੋਈ ਕਮਾਵੈ ਜੋ ਪ੍ਰਭ ਭਾਵੈ॥ so-ee kamaavai jo parabh bhaavai.
ਸਾ ਸੋਹਾਗਣਿ ਅੰਕਿ ਸਮਾਵੈ॥੨॥ saa sohagan ank samaavai. ||2||

ਉਹ ਆਤਮਾ, ਸਾਥੀਆਂ ਨੂੰ ਸ਼ਬਦ ਨਾਲ ਜੀਵਨ ਢਾਲਣ ਦੀ ਪ੍ਰੇਰਨਾ ਹੀ ਕਰਦੀ ਹੈ । ਇਸ ਅਵਸਥਾ ਵਾਲੀ ਆਤਮਾ ਪ੍ਰਭ ਦੇ ਦਰਬਾਰ ਵਿੱਚ ਪ੍ਰਵਾਨ ਹੋ ਜਾਂਦੀ ਹੈ ।

His true devotee may inspire other on the teachings of His Word with his own way of life. With His mercy and grace, his soul may be sanctified and becomes worthy of His consideration.

ਗਰਬਿ ਗਹੇਲੀ ਮਹਲੁ ਨ ਪਾਵੈ॥ garab gahaylee mahal na paavai.
ਫਿਰਿ ਪਛੁਤਾਵੈ ਜਬ ਰੈਣਿ ਬਿਹਾਵੈ॥ fir pachhutaavai jab rain bihaavai.
ਕਰਮਹੀਣਿ ਮਨਮੁਖਿ ਦੁਖੁ ਪਾਵੈ॥੩॥ karamheen manmukh dukh paavai. ||3||

ਜਿਹੜੀ ਆਤਮਾ ਵਿੱਚ ਅਹੰਕਾਰ ਹੁੰਦਾ ਹੈ, ਦਰਬਾਰ ਵਿੱਚ ਪ੍ਰਵਾਨ ਨਹੀਂ ਹੋ ਸਕਦੀ । ਉਹ ਪ੍ਰਭ ਦੇ ਸ਼ਬਦ ਦੀ ਪਾਲਣਾ ਦੇ ਰਸਤੇ ਤੇ ਨਹੀਂ ਚਲ ਸਕਦਾ । ਉਹ ਮੌਤ ਤੇ ਸੋਗ, ਪਛਤਾਵਾ ਹੀ ਕਰਦਾ ਹੈ । ਇਸਤਰ੍ਹਾਂ ਮਨਮਰਜ਼ੀ, ਮੰਦੇ ਭਾਗਾਂ ਵਾਲੀ ਆਤਮਾ ਦੁਖ ਪਾਉਂਦੀ ਹੈ ।

Whosoever may remain overwhelmed with his ego, his soul may never be accepted in His Court. Self-minded may never remain steady and stable on the path of obeying the teachings of His Word. After death, his soul may only regret, repents and she remains miserable and unfortunate.

ਬਿਨਉ ਕਰੀ ਜੇ ਜਾਣਾ ਦੂਰਿ॥ bin-o karee jay jaanaa door.
ਪ੍ਰਭੁ ਅਬਿਨਾਸੀ ਰਹਿਆ ਭਰਪੂਰਿ॥ parabh abhinaasee rahi-aa bharpoor.
ਜਨੁ ਨਾਨਕੁ ਗਾਵੈ ਦੇਖਿ ਹਦੂਰਿ॥੪॥੩॥ jan naanak gaavai daykh hadoor. ||4||3||

ਜਿਹੜਾ ਪ੍ਰਭ ਨੂੰ ਆਤਮਾ ਤੋਂ ਦੂਰ ਸਮਝਦਾ ਹੈ, ਉਹ ਹੀ ਪ੍ਰਭ ਨੂੰ ਪੁਕਾਰਦਾ, ਅਰਦਾਸ ਕਰਦਾ ਹੈ । ਰੂਹਾਨੀ ਜੋਤ ਪ੍ਰਭ, ਹਰ ਥਾਂ ਹਾਜਰਾ ਹਜ਼ੂਰ ਹੈ ਵਸਦਾ, ਵਾਪਰਦਾ ਹੈ । ਉਹ ਨਾ–ਨਾਸ ਹੋਣ ਵਾਲਾ, ਸਦਾ ਸਾਥ ਰਹਿਣ ਵਾਲਾ ਮਾਲਕ ਹੈ । ਬੰਦਗੀ ਕਰਨ ਵਾਲਾ ਪ੍ਰਭ ਦੇ ਸ਼ਬਦ ਦੇ ਗੁਣ ਗਾਉਂਦਾ ਹੈ । ਉਸ ਨੂੰ ਹਰ ਥਾਂ ਤੇ ਵਾਪਰਦਾ ਮਹਿਸੂਸ ਕਰਦਾ ਹੈ ।

Whosoever may consider His Word, The True Master is far away from his soul; he may pray for His forgiveness, blessing loudly. The Holy Spirit remains embedded within each soul and prevails in every action in the universe. His true devotee sings the glory of His Word with steady and stable belief on His blessings, His Nature. He may realize His existence prevailing everywhere in His Nature.

90. ਸੂਹੀ ਮਹਲਾ ੫॥ 737-9

ਗ੍ਰਿਹੁ ਵਸਿ ਗੁਰਿ ਕੀਨਾ,	garihu vas gur keenaa
ਹਉ ਘਰ ਕੀ ਨਾਰਿ॥	ha-o ghar kee naar.
ਦਸ ਦਾਸੀ ਕਰਿ ਦੀਨੀ ਭਤਾਰਿ॥	das daasee kar deenee bhataar.
ਸਗਲ ਸਮਗ੍ਰੀ ਮੈ ਘਰ ਕੀ ਜੋੜੀ॥	sagal samagree mai ghar kee jorhee.
ਆਸ ਪਿਆਸੀ ਪਿਰ ਕਉ ਲੋੜੀ॥੧॥	aas pi-aasee pir ka-o lorhee. ||1||

ਆਤਮਾ ਦੇ ਅਸਲੀ ਮਾਲਕ ਨੇ ਮੈਨੂੰ ਆਪਣੇ ਘਰ, ਤਨ ਦਾ ਮਾਲਕ ਬਣਾਇਆ ਹੈ । ਮੈਂ ਹੁਣ ਪ੍ਰਭ ਦਾ ਦਾਸ ਬਣ ਗਿਆ ਹਾ । ਉਸ ਨੇ ਮੈਨੂੰ ਸੋਝੀ ਦੇ ਦਸ ਖਜ਼ਾਨੇਂ ਬਖਸ਼ੇ, ਤਨ ਦੀਆਂ ਇੰਦ੍ਰੀਆਂ ਨੂੰ ਮੇਰੇ ਗੁਲਾਮ ਬਣਾਇਆ ਹੈ । ਆਪਣੇ ਤਨ ਦੀ ਸਾਰੀ ਸਮਗਰੀ ਇਕੱਠੀ ਕੀਤੀ ਹੈ । ਮੇਰੇ ਮਨ ਵਿੱਚ ਪ੍ਰਭ ਨੂੰ ਮਿਲੱਣ ਦੀ ਬਹੁਤ ਡੂੰਘੀ ਸ਼ਰਧਾ ਹੈ ।

The True Master has blessed me the ownership of my own body. He has accepted me as His true devotee. He has blessed ten treasures of enlightenments of His Word. With His mercy and grace, all senses of my mind have become my follower and remain under my command, my slave. I have gathered all the capital of my mind; I have a deep desire anxiety to be enlightened with the essence of His Word.

ਕਵਨ ਕਹਾ ਗੁਨ ਕੰਤ ਪਿਆਰੇ॥	kavan kahaa gun kant pi-aaray.
ਸੁਘੜ ਸਰੂਪ ਦਇਆਲ ਮੁਰਾਰੇ॥੧॥	sugharh saroop da-i-aal muraaray.
ਰਹਾਉ॥	||1|| rahaa-o.

ਪ੍ਰਭ ਦੇ ਕਿਹੜੇ ਕਿਹੜੇ ਗੁਣਾਂ ਦੀ ਵਿਆਖਿਆ ਕਰਾ? ਉਹ ਅੰਤਰਜਾਮੀ, ਸਭ ਤੋ ਵੱਡਾ ਤਰਸਵਾਨ, ਸ਼ਾਨ ਵਾਲਾ ਹੈ । ਮਨ ਵਿਚੋਂ ਅਹੰਕਾਰ ਦਾ ਨਾਸ ਕਰਨ ਵਾਲਾ ਅਸਲੀ ਮਾਲਕ ਹੈ ।

The Omniscient True Master, the most elegant and the greatest of All has unlimited virtues. Which of His virtue may I praise or sing the glory? With His mercy and grace, He may destroy the ego of my mind.

ਸਤੁ ਸੀਗਾਰੁ ਭਉ ਅੰਜਨੁ ਪਾਇਆ॥	sat seegaar bha-o anjan paa-i-aa.
ਅੰਮ੍ਰਿਤ ਨਾਮੁ ਤੰਬੋਲੁ ਮੁਖਿ ਖਾਇਆ॥	amrit naam tambol mukh khaa-i-aa.
ਕੰਗਨ ਬਸਤ੍ਰ ਗਹਨੇ ਬਨੇ ਸੁਹਾਵੇ॥	kangan bastar gahnay banay suhaavay.
ਧਨ ਸਭ ਸੁਖ ਪਾਵੈ	Dhan sabh sukh paavai
ਜਾਂ ਪਿਰੁ ਘਰਿ ਆਵੈ॥੨॥	jaaN pir ghar aavai. ||2||

ਪ੍ਰਭ ਨੇ ਸ਼ਬਦ ਦੀ ਸੋਝੀ ਬਖਸ਼ੀ ਹੈ । ਪ੍ਰਭ ਦੇ ਸ਼ਬਦ ਦੀ ਸੋਝੀ ਰੂਪੀ, ਡਰ ਨੂੰ ਅੱਖਾਂ ਤੇ ਬਾਮ ਦੀ ਤਰ੍ਹਾਂ ਲਾਇਆ ਹੈ । ਪ੍ਰਭ ਦੇ ਸ਼ਬਦ ਨੂੰ ਪਾਨ ਦੇ ਪੱਤੇ ਦੀ ਤਰ੍ਹਾਂ ਆਪ ਚਬਾ ਲਿਆ ਹੈ । ਮਨ ਵਿੱਚ ਉਸ ਦਾ ਰੰਗ ਚੜ੍ਹਾ ਲਿਆ ਹੈ । ਜਿਸ ਨੂੰ ਪ੍ਰਭ ਦੀ ਹਜ਼ੂਰੀ ਵਿੱਚ ਥਾਂ ਬਖਸ਼ਿਸ਼ ਹੋ ਜਾਂਦੀ ਹੈ । ਉਸ ਦੇ ਮਨ ਵਿੱਚ ਪੂਰਨ ਸੰਤੋਖ ਖੇੜਾ ਵਸਦਾ ਹੈ । ਸ਼ਬਦ ਦੀ ਪਾਲਣਾ ਰੂਪੀ ਗਹਿਣੇ, ਕਪੜੇ ਤਨ ਤੇ ਬਹੁਤ ਸੋਭਦੇ ਹਨ ।

The True Master has blessed me with enlightenment of the essence of His Word. I have rubbed the bam of enlightenment of the essence of His Word on my eyes of my mind. I have chewed the teachings of His Word as the betel leave; I have been drenched with the essence of His Word. Whosoever may be blessed a place in His Court in His presence. He may remain overwhelmed with blossom and the enlightenment. The robe of obeying the teachings of His Word may look very elegant on him.

ਗੁਣ ਕਾਮਣ ਕਰਿ ਕੰਤੁ ਰੀਝਾਇਆ॥ gun kaaman kar kant reejhaa-i-aa.
ਵਸਿ ਕਰਿ ਲੀਨਾ ਗੁਰਿ ਭਰਮੁ ਚੁਕਾਇਆ॥ vas kar leenaa gur bharam chukaa-i-aa.
ਸਭ ਤੇ ਊਚਾ ਮੰਦਰੁ ਮੇਰਾ॥ sabh tay oochaa mandar mayraa.
ਸਭ ਕਾਮਣਿ ਤਿਆਗੀ sabh kaaman ti-aagee
ਪ੍ਰਿਉ ਪ੍ਰੀਤਮੁ ਮੇਰਾ॥੩॥ pari-o pareetam mayraa. ||3||

ਮੈਨੂੰ ਪ੍ਰਭ ਨੇ ਸ਼ਬਦ ਦੀ ਸ਼ਰਧਾ, ਪ੍ਰਭ ਨੂੰ ਮਿਲੱਣ ਦੀ ਆਸ ਨਾਲ ਮੋਹ ਲਿਆ ਹੈ । ਹੁਣ ਪ੍ਰਭ ਦੀ ਰਹਿਮਤ ਦੀ ਨਜ਼ਰ ਬਖਸ਼ਿਸ ਹੋ ਗਈ ਹੈ । ਮੈਨੂੰ ਮਨ ਤੇ ਜਿੱਤ ਬਖਸ਼ਿਸ਼ ਹੋ ਗਈ, ਮਨ ਵਿਚੋਂ ਭਰਮ ਦੂਰ ਹੋ ਗਏ ਹਨ । ਮੇਰੇ ਮਨ ਵਿੱਚ ਪ੍ਰਭ ਦਾ ਤਖਤ, ਮੰਦਰ ਹੀ ਸਭ ਤੋ ਉੱਚਾ, ਸ਼ਾਨ ਵਾਲਾ ਹੈ । ਆਪਣੀ ਰਹਿਮਤ ਬਖਸ਼ਕੇ, ਪ੍ਰਭ ਨੇ ਬਾਕੀ ਸਾਰੇ ਬੰਦਗੀ ਵਾਲਿਆ ਵਿਚੋਂ ਮੈਨੂੰ ਪ੍ਰਵਾਨ ਕੀਤਾ ਹੈ ।

I have deep devotion with the teachings of His Word and profound anxiety to be enlightened with the teachings of His Word. With His mercy and grace, I have conquered my ego and all suspicions of worldly desires have been eliminated from within my mind. His Royal Court has appeared within. The True Master has honored me from all other devotees.

ਪ੍ਰਗਟਿਆ ਸੂਰੁ ਜੋਤਿ ਉਜੀਆਰਾ॥ pargati-aa soor jot ujee-aaraa. sayj
ਸੇਜ ਵਿਛਾਈ ਸਰਧ ਅਪਾਰਾ॥ vichhaa-ee saraDh apaaraa.
ਨਵ ਰੰਗ ਲਾਲੁ ਸੇਜ ਰਾਵਣ ਆਇਆ॥ nav rang laal sayj raavan aa-i-aa.
ਜਨ ਨਾਨਕ ਪਿਰ ਧਨ ਮਿਲਿ ਸੁਖੁ ਪਾਇਆ jan naanak pir Dhan mil sukh paa-i-aa.
॥ ੪॥੪॥ ||4||4||

ਮੇਰੇ ਮਨ ਵਿੱਚ ਪ੍ਰਭ ਦੇ ਸ਼ਬਦ ਦੀ ਸੋਝੀ ਰੂਪੀ ਸੂਰਜ ਚੜ੍ਹਿਆ ਹੈ, ਨੂਰ ਚਮਕਦਾ ਹੈ । ਆਪਣੇ ਮਨ ਵਿੱਚ ਪ੍ਰਭ ਦਾ ਤਖਤ ਬਹੁਤ ਪ੍ਰੀਤ, ਸ਼ਰਧਾ ਨਾਲ ਸ਼ਿੰਗਾਰਿਆ ਹੈ । ਮੇਰਾ ਪ੍ਰਭ ਨਵੇਂ ਰੰਗ, ਸ਼ਾਨ ਨਾਲ ਮੇਰੇ ਮਨ ਵਿੱਚ ਜਾਗਰਤ ਹੋਇਆ ਹੈ । ਤਖਤ ਤੇ ਬਿਰਾਜਮਾਨ ਹੋਇਆ ਹੈ । ਬੰਦਗੀ ਕਰਨ ਵਾਲਾ, ਸ਼ਬਦ ਨੂੰ ਮਨ ਵਿੱਚ ਜਾਗਰਤ ਕਰਕੇ ਸੰਤੋਖ ਅਨੰਦ, ਖੇੜੇ ਵਿੱਚ ਵਸਦਾ ਹੈ ।

The glow, Sun of the enlightenment of His Word is shining within my mind. I have embellished my mind with deep devotion. My True Master has appeared within my mind with rejuvenation and He remains awake and alert. His presence has glorified the throne within my mind and body. His true devotee remains awake and alert with enlightenment of His Word; he remains overwhelmed with blossom and contentment.

91. ਸੂਹੀ ਮਹਲਾ ੫॥ 737-15

ਉਮਕਿਓ ਹੀਉ ਮਿਲਨ ਪ੍ਰਭ ਤਾਈ॥ umki-o hee-o milan parabh taa-ee.
ਖੋਜਤ ਚਰਿਓ ਦੇਖਉ ਪ੍ਰਿਅ ਜਾਈ॥ khojat chari-o daykh-a-u pari-a jaa-ee.
ਸੁਨਤ ਸਦੇਸਰੋ ਪ੍ਰਿਅ sunat sadaysro pari-a
ਗ੍ਰਿਹਿ ਸੇਜ ਵਿਛਾਈ॥ garihi sayj vichhaa-ee.
ਭ੍ਰਮਿ ਭ੍ਰਮਿ ਆਇਓ bharam bharam aa-i-o
ਤਉ ਨਦਰਿ ਨ ਪਾਈ॥੧॥ ta-o nadar na paa-ee. ||1||

ਮੇਰੇ ਮਨ ਵਿੱਚ ਪ੍ਰਭ ਨੂੰ ਮਿਲੱਣ ਦੀ ਡੂੰਘੀ ਸ਼ਰਧਾ ਹੈ । ਆਪਣੇ ਮਾਲਕ ਨੂੰ ਲੱਭਣ, ਰਹਿਮਤ ਪਾਉਣ ਦੇ ਯਤਨ ਕਰਦਾ, ਰਸਤੇ ਦੀ ਖੋਜ ਕਰਦਾ ਹਾ । ਚਾਰੇ ਪਾਸੇ ਧਰਮਾਂ ਦੇ ਪਾਏ ਭਰਮਾਂ ਨਾਲ, ਪ੍ਰਭ ਦੀ ਬਖਸ਼ਿਸ਼ ਪਾਉਣ ਲਈ ਰੀਤੀ ਰੀਵਾਜ ਕਰਦਾ ਹਾ । ਪਰ ਇਹਨਾਂ ਧਰਮਾਂ ਦੇ ਰੀਤੀ ਰੀਵਾਜ ਨਾਲ ਪ੍ਰਭ ਦੀ ਰਹਿਮਤ ਬਖਸ਼ਿਸ਼ ਨਹੀਂ ਹੋਈ ।

I have deep desire, anxiety to be enlightened with the essence of His Word. I am searching for the right path of His castle, for His mercy and grace. I have adopted various religious paths and performs all religious disciplines to become worthy of His consideration. However, with religious rituals, my soul has not been blessed with the right path of acceptance in His Court.

ਕਿਨ ਬਿਧਿ ਹੀਅਰੋ ਧੀਰੈ ਨਿਮਾਨੋ॥ kin biDh hee-aro Dheerai nimaano.
ਮਿਲੁ ਸਾਜਨ ਹਉ ਤੁਝੁ ਕੁਰਬਾਨੋ॥੧॥ mil saajan ha-o tujh kurbaano. ||1||
ਰਹਾਉ॥ rahaa-o.

ਤੇਰੇ ਕਰਤਬਾਂ ਤੋ ਕੁਰਬਾਨ ਜਾਂਦਾ ਹਾ! ਰਹਿਮਤ ਬਖਸ਼ੋ! ਕਿਸ ਰਸਤੇ ਤੇ ਚੱਲਣ ਨਾਲੇ ਤੇਰੇ ਪ੍ਰਵਾਨਗੀ ਦੇ ਰਸਤੇ ਦੀ ਸੋਝੀ ਬਖਸ਼ਿਸ਼ ਹੋਵੇਗੀ? ਮਨ ਵਿੱਚ ਸੰਤੋਖ, ਸ਼ਾਂਤੀ ਬਖਸ਼ਿਸ਼ ਹੋਵੇਗੀ?

My True Master, I remain fascinated, astonished from Your greatness. What way of life, may I adopt to be enlightened with the right path of acceptance in Your Court? How may I be blessed with peace and contentment within?

ਏਕਾ ਸੇਜ ਵਿਛੀ ਧਨ ਕੰਤਾ॥ aykaa sayj vichhee Dhan kantaa.
ਧਨ ਸੂਤੀ ਪਿਰੁ ਸਦ ਜਾਗੰਤਾ॥ Dhan sootee pir sad jaagantaa.
ਪੀਓ ਮਦਰੋ ਧਨ ਮਤਵੰਤਾ॥ pee-o madro Dhan matvantaa.
ਧਨ ਜਾਗੈ ਜੇ ਪਿਰੁ ਬੋਲੰਤਾ॥੨॥ Dhan jaagai jay pir bolantaa. ||2||

ਆਪਣੇ ਮਨ ਵਿੱਚ ਪ੍ਰਭ ਦਾ ਤਖਤ, ਆਸਣਾ ਲਾਉਂਦਾ ਹਾ । ਮਨ ਇਸ ਆਸਣਾ ਵਿੱਚ ਪ੍ਰਭ ਦੇ ਸ਼ਬਦ ਦੀ ਪਾਲਣਾ ਕਰਨਾ ਭੁਲ ਜਾਂਦਾ ਹੈ । ਪ੍ਰਭ ਦਾ ਸ਼ਬਦ ਸਦਾ ਹੀ ਜਾਗਦਾ ਰਹਿੰਦਾ ਹੈ । ਪਰ ਮੇਰੇ ਮਨ ਤੇ ਸੰਸਾਰਕ ਮਾਇਆ ਦਾ ਨਸ਼ਾ ਰਹਿੰਦਾ ਹੈ । ਜਿਸ ਤੇ ਪ੍ਰਭ ਆਪ ਹੀ ਰਹਿਮਤ ਬਖਸ਼ਕੇ ਸ਼ਬਦ ਦੀ ਪਾਲਣਾ ਤੇ ਮਨ ਨੂੰ ਅਡੋਲ ਰਖਦਾ ਹੈ । ਕੇਵਲ ਉਸ ਦਾ ਮਨ ਹੀ ਜਾਗਰਤ ਰਹਿੰਦਾ ਹੈ!

I may establish meditation throne within my heart; however, I may forget to meditate with steady and stable belief on His Word, His blessings. His Word remains awake and alert within my mind; however, I remain intoxicated with the sweet poison of worldly wealth. With His mercy and grace, whosoever may be kept on the right path; he may meditate, obey the teachings of His Word with steady and stable belief in his day-to-day life. Only he may remain awake and alert in his meditation.

ਭਈ ਨਿਰਾਸੀ ਬਹੁਤੁ ਦਿਨ ਲਾਗੇ॥ bha-ee niraasee bahut din laagay.
ਦੇਸ ਦਿਸੰਤਰ ਮੈ ਸਗਲੇ ਝਾਗੇ॥ days disantar mai saglay jhaagay.
ਖਿਨੁ ਰਹਨੁ ਨ ਪਾਵਉ ਬਿਨੁ ਪਗ ਪਾਗੇ॥ khin rahan na paava-o bin pag paagay.
ਹੋਇ ਕ੍ਰਿਪਾਲੁ ਪ੍ਰਭ ਮਿਲਹ ਸਭਾਗੇ॥੩॥ ho-ay kirpaal parabh milah sabhaagay.||3||

ਮਨ ਅਨੇਕਾਂ ਮੰਦਰਾਂ, ਜੰਗਲਾਂ ਵਿੱਚ ਪ੍ਰਭ ਨੂੰ ਢੂੰਡਦਾ, ਬੇਚਾਰ ਹੋ ਗਿਆ ਹੈ । ਇੱਕ ਪਲ ਵੀ ਸ਼ਬਦ ਦੀ ਪਾਲਣਾ ਤੋ ਬਿਨਾਂ ਅਰਾਮ ਨਹੀਂ ਕਰ ਸਕਦਾ । ਜਿਸ ਤੇ ਪ੍ਰਭ ਆਪ ਹੀ ਰਹਿਮਤ ਬਖਸ਼ਕੇ ਸਿਮਰਨ ਤੇ ਅਡੋਲ ਰਖਦਾ ਹੈ, ਉਸ ਦੇ ਭਾਗ ਖੁੱਲ੍ਹ ਜਾਂਦੇ ਹਨ, ਮਨ ਸ਼ਬਦ ਦੀ ਪਾਲਣਾ ਤੇ ਅਡੋਲ ਹੋ ਜਾਂਦਾ ਹੈ ।

I have been frustrated, wandering from shrine to shrine, searching for peace of mind. However, without obeying the teachings of His Word with steady and stable belief, my mind does not realize any peace and contentment even for a moment. Whosoever may remain meditating on the teachings of His Word with steady and stable belief in his day-to-day life; only his prewritten destiny may be rejuvenated. He may obey the teachings of His Word with steady and stable belief in his day-to-day life.

ਭਇਓ ਕ੍ਰਿਪਾਲੁ ਸਤਸੰਗਿ ਮਿਲਾਇਆ॥ bha-i-o kirpaal satsang milaa-i-aa.
ਬੂਝੀ ਤਪਤਿ ਘਰਹਿ ਪਿਰੁ ਪਾਇਆ॥ boojhee tapat ghareh pir paa-i-aa.
ਸਗਲ ਸੀਗਾਰ ਹੁਣਿ ਮੁਝਹਿ ਸੁਹਾਇਆ॥ sagal seegaar hun mujheh suhaa-i-aa.
ਕਹੁ ਨਾਨਕ ਗੁਰ ਭਰਮੁ ਚੁਕਾਇਆ॥੪॥ kaho naanak gur bharam chukaa-i-aa. 4|

ਪ੍ਰਭ ਨੇ ਰਹਿਮਤ ਬਖਸ਼ਕੇ ਬੰਦਗੀ ਕਰਨ ਵਾਲੇ ਸੰਤਾਂ ਦੀ ਸੰਗਤ ਦੇ ਲੜ ਲਾਇਆ ਹੈ । ਮਨ ਵਿਚੋਂ ਇੱਛਾਂ ਦੀ ਪਿਆਸ ਖਤਮ ਹੋ ਗਈ, ਪ੍ਰਭ ਦੀ ਜੋਤ ਜਾਗਰਤ ਹੋ ਗਈ ਹੈ । ਹੁਣ ਮੈਂ ਪ੍ਰਭ ਦਾ ਆਸਣਾ ਅਨੇਕਾਂ ਹੀ ਤਰੀਕਿਆ ਨਾਲ ਸ਼ਿੰਗਾਰਦਾ ਹਾ । ਅਡੋਲ ਭਰੋਸੇ ਨਾਲ ਸ਼ਬਦ ਦੀ ਪਾਲਣਾ ਕਰਨ ਨਾਲ, ਮਨ ਵਿਚੋਂ ਭਰਮ ਦੂਰ ਹੋ ਗਏ, ਮਨ ਵਿੱਚ ਅਨੰਦ, ਖੇੜਾ ਵਸਦਾ ਹੈ ।

With His mercy and grace, He has attached me with the conjugation of His Holy saint, His true devotee. All my worldly desires have been eliminated from within; I have been rejuvenated, awake and alert. I have embellished His throne of meditation within my mind with various elegant ways. I have adopted the teachings of His Word with steady and stable belief in my day-to-day life; with His mercy and grace, all my religious suspicions have been eliminated and I remain overwhelmed with pleasures and blossom.

ਜਹ ਦੇਖਾ ਤਹ ਪਿਰੁ ਹੈ ਭਾਈ॥	jah daykhaa tah pir hai bhaa-ee.
ਖੋਲ੍ਹਿਓ ਕਪਾਟੁ ਤਾ ਮਨੁ ਠਹਰਾਈ॥੧॥	kholHi-o kapaat taa man thahraa-ee. ||1||
ਰਹਾਉ ਦੂਜਾ॥੫॥	rahaa-o doojaa. ||5||

ਜਦੋਂ ਮਨ ਦੇ ਚਾਰੇ ਦਰਵਾਜੇ ਖੁੱਲ੍ਹ ਜਾਂਦੇ ਹਨ, ਮਨ ਤੇ ਜਿੱਤ ਬਖਸ਼ਿਸ਼ ਹੋ ਜਾਂਦੀ, ਮਨ ਅਡੋਲ ਹੋ ਜਾਂਦਾ ਹੈ । ਮਨ ਚਾਰੇ ਪਾਸੇ ਹੀ ਪ੍ਰਭ ਦੀ ਕੁਦਰਤ ਵਾਪਰਦੀ ਮਹਿਸੂਸ ਕਰਦਾ ਹੈ ।

With His mercy and grace, whose all four doors may be opened, his curtain may be removed; he may conquer his own mind. His mind becomes steady and stable on one right path of acceptance. He may realize His Holy Spirit, His Nature prevailing everywhere all time.

92. ਸੂਹੀ ਮਹਲਾ ੫॥ 738-4

ਕਿਆ ਗੁਣ ਤੇਰੇ ਸਾਰਿ ਸਮ੍ਹਾਲੀ,	ki-aa gun tayray saar samHaalee
ਮੋਹਿ ਨਿਰਗੁਨ ਕੇ ਦਾਤਾਰੇ॥	mohi nirgun kay daataaray.
ਬੈ ਖਰੀਦੁ ਕਿਆ ਕਰੇ ਚਤੁਰਾਈ,	bai khareed ki-aa karay chaturaa-ee
ਇਹੁ ਜੀਉ ਪਿੰਡੁ ਸਭੁ ਥਾਰੇ॥੧॥	ih jee-o pind sabh thaaray. ||1||

ਪ੍ਰਭ ਤੇਰੇ ਅਨੇਕਾਂ ਹੀ ਗੁਣ ਹਨ, ਮੈਂ ਕਿਹੜੇ ਕਿਹੜੇ ਗੁਣ ਦੀ ਚਰਚਾ ਕਰਾ? ਇਹ ਮਾਨਸ ਅਉਗਣਾਂ ਨਾਲ ਭਰਿਆਂ, ਕੋਈ ਵੀ ਗੁਣ ਨਹੀਂ ਹੈ । ਪ੍ਰਭ, ਇਹ ਆਤਮਾਂ, ਤਨ ਸਾਰੀ ਤੇਰੀ ਅਮਾਨਤ, ਤੇਰਾ ਹੀ ਗੁਲਾਮ ਹੈ! ਮੈਂ ਕਿਹੜੀ ਚਲਾਕੀ, ਚੁਤਰਾਈ, ਸਿਆਣਪ ਵਾਲਾ ਢੰਗ ਅਪਣਾ ਸਕਦਾ ਹਾ?

Human mind remains dominated with the blemish of unlimited intoxication of sweet poison of worldly wealth. The True Master, treasure of unlimited virtues! which of Your virtue, may I sing and adopt in my day-to-day life to become worthy of Your consideration? My mind, soul, and body have been created with Your mercy and grace and remain only Your trust, Your slave. What clever plan, my own wisdom may I adopt to become worthy of Your consideration?

ਲਾਲ ਰੰਗੀਲੇ ਪ੍ਰੀਤਮ ਮਨਮੋਹਨ,	laal rangeelay pareetam manmohan
ਤੇਰੇ ਦਰਸਨ ਕਉ ਹਮ ਬਾਰੇ॥੧॥	tayray darsan ka-o ham baaray. ||1||
ਰਹਾਉ॥	rahaa-o.

ਰਹਿਮਤਾਂ ਭਰੇ, ਖੇੜੇ ਵਿੱਚ ਵਸਣ ਵਾਲੇ ਮਾਲਕ, ਮੈਂ ਤੇਰੇ ਤੋ ਕੁਰਬਾਨ ਜਾਵਾ! ਮੇਰੇ ਮਨ ਵਿੱਚ ਕੇਵਲ ਤੇਰੀ ਰਹਿਮਤ ਪਾਉਣ ਦੀ ਹੀ ਇੱਛਾ ਹੈ ।

The Merciful, overwhelmed with forever blossom, True Master; I remain fascinated, astonished from Your greatness. I have one and only one desire, anxiety to sanctify my soul to become worthy of Your consideration.

ਪ੍ਰਭੁ ਦਾਤਾ ਮੋਹਿ ਦੀਨੁ ਭੇਖਾਰੀ,	parabh daataa mohi deen bhaykhaaree
ਤੁਮ੍ ਸਦਾ ਸਦਾ ਉਪਕਾਰੇ॥	tumH sadaa sadaa upkaaray.

ਸੋ ਕਿਛੁ ਨਾਹੀ ਜਿ ਮੈ ਤੇ ਹੋਵੈ, so kichh naahee je mai tay hovai
ਮੇਰੇ ਠਾਕੁਰ ਅਗਮ ਅਪਾਰੇ॥੨॥ mayray thaakur agam apaaray. ||2||

ਰਹਿਮਤਾਂ ਦੇ ਮਾਲਕ, ਮੈਂ ਤੇਰੇ ਦਰ ਦਾ ਮੰਗਤਾ ਹੀ ਹਾ । ਸਦਾ ਹੀ ਤੇਰੇ ਬਖਸ਼ੇ ਦਾ ਧੰਨਵਾਦ ਕਰਦਾ ਰਹਿੰਦਾ ਹਾ । ਅੰਤ ਰਹਿਤ, ਪ੍ਰਭ ਤੂੰ ਜੀਵ ਦੀ ਪਹੁੰਚ ਵਿੱਚ ਨਹੀਂ ਹੈ । ਮੇਰੇ ਵਿੱਚ ਕੁਝ ਕਰਨ ਦੀ ਸਮਰਥਾ ਨਹੀਂ ਹੈ ।

The True Treasure of all blessings; I am a humble, helpless beggar at Your door. I always remain gratitude for Your blessings and sing the glory of Your virtues. Your virtues are beyond any limits, beyond the reach or comprehension of Your Creation. I have no strength, capability, wisdom of my own to accomplish anything in the universe.

ਕਿਆ ਸੇਵ ਕਮਾਵਉ, ki-aa sayv kamaava-o
ਕਿਆ ਕਹਿ ਰੀਝਾਵਉ, ki-aa kahi reejhaava-o
ਬਿਧਿ ਕਿਤੁ ਪਾਵਉ ਦਰਸਾਰੇ॥ biDh kit paava-o darsaaray.
ਮਿਤਿ ਨਹੀ ਪਾਈਐ, ਅੰਤੁ ਨ ਲਹੀਐ, mit nahee paa-ee-ai ant na lahee-ai
ਮਨੁ ਤਰਸੈ ਚਰਨਾਰੇ॥੩॥ man tarsai charnaaray. ||3||

ਪ੍ਰਭ ਮੈਂ ਕਿਹੜਾ ਧੰਦਾ ਕਰਾ, ਕਿਹੜੇ ਬੋਲ ਬੋਲਾ, ਤੇਰੇ ਗੁਣ ਗਾਵਾ? ਜਿਸ ਨਾਲ ਤੇਰੀ ਰਹਿਮਤ ਦੀ ਨਜ਼ਰ ਬਖਸ਼ਿਸ਼ ਹੋ ਜਾਵੇ । ਮੇਰੇ ਮਨ ਵਿੱਚ ਕੋਈ ਮਤ, ਸੋਝੀ ਨਹੀਂ ਹੈ । ਤੇਰੇ ਕਿਸੇ ਕਰਤਬ ਦਾ ਅੰਤ ਨਹੀਂ ਪਾ ਸਕਦਾ, ਨਾ ਹੀ ਜਾਣਨਾ ਚਾਹੁੰਦਾ । ਕੇਵਲ ਤੇਰੀ ਸ਼ਰਣ ਵਿੱਚ ਪਨਾਹ ਹੀ ਮੰਗਦਾ ਹਾ ।

What may I adopt in my life and how politely may I sing the glory of Your greatness to become worthy of Your consideration? I have no wisdom or enlightenment of the right path of human life. Your miracles, blessings are beyond my comprehension nor I wish to investigate the limit of Your greatness. I am only anxious for Your forgiveness and Your refuge.

ਪਾਵਉ ਦਾਨੁ ਢੀਠੁ ਹੋਇ ਮਾਗਉ, paava-o daan dheeth ho-ay maaga-o
ਮੁਖਿ ਲਾਗੈ ਸੰਤ ਰੇਨਾਰੇ॥ mukh laagai sant raynaaray.
ਜਨ ਨਾਨਕ ਕਉ ਗੁਰਿ ਕਿਰਪਾ ਧਾਰੀ, jan naanak ka-o gur kirpaa Dhaaree
ਪ੍ਰਭਿ ਹਾਥ ਦੇਇ ਨਿਸਤਾਰੇ॥੪॥੬॥ parabh haath day-ay nistaaray. ||4||6||

ਜੀਵ ਸਵਾਸ ਸਵਾਸ ਪ੍ਰਭ ਅੱਗੇ ਅਰਦਾਸ ਕਰੋ! ਬੰਦਗੀ ਕਰਨ ਵਾਲੇ ਇੱਕੋ ਇੱਕ ਹੀ ਮੰਗ, ਸੰਤਾਂ ਦੇ ਚਰਨਾਂ ਦੀ ਧੂੜ ਹੀ ਮੰਗੋ! ਬੰਦਗੀ ਕਰਨ ਵਾਲਾ, ਪ੍ਰਭ ਦੇ ਸ਼ਬਦ ਦੀ ਪਾਲਣਾ ਤੇ ਭਰੋਸਾ ਅਡੋਲ ਰਖਦਾ ਹੈ । ਅੰਤ ਵਿੱਚ ਪ੍ਰਭ ਆਪ ਹੀ ਰਹਿਮਤ ਦੀ ਨਜ਼ਰ ਬਖਸ਼ਦਾ ਹੈ ।

You should pray and beg for forgiveness with each breath. His true devotee, has one and only one anxiety to be blessed with the dust of the feet of His Holy saint. He may obey the teachings of His Word with steady and stable unconditional belief, without any reservation or judgement on His blessings. The Merciful True Master may melt down like wax and embraces His humble slave and makes him a limb of The Holy Spirit.

93. ਸੂਹੀ ਮਹਲਾ ੫ ਘਰੁ ੩॥ 738-10

ੴ ਸਤਿਗੁਰ ਪ੍ਰਸਾਦਿ॥ ik-oNkaar satgur parsaad.
ਸੇਵਾ ਥੋਰੀ ਮਾਗਨੁ ਬਹੁਤਾ॥ sayvaa thoree maagan bahutaa.
ਮਹਲੁ ਨ ਪਾਵੈ ਕਹਤੋ ਪਹੁਤਾ॥੧॥ mahal na paavai kahto pahutaa. ||1||

ਜਿਹੜਾ ਆਪਣਾ ਭਰੋਸਾ ਪ੍ਰਭ ਦੇ ਸ਼ਬਦ ਦੀ ਪਾਲਣਾ ਤੇ ਅਡੋਲ ਨਹੀਂ ਰਖਦਾ, ਉਹ ਵੀ ਪਭ ਦੀ ਸ਼ਰਣ ਵਿੱਚ ਪਨਾਹ ਹੀ ਮੰਗਦਾ ਹੈ । ਉਸ ਦੀ ਬੰਦਗੀ ਪ੍ਰਵਾਨ ਨਹੀਂ ਹੁੰਦੀ, ਉਸ ਤੇ ਸੰਸਾਰਕ ਮਾਇਆ ਦਾ ਜ਼ੋਰ ਹੀ ਹੁੰਦਾ ਹੈ । ਉਹ ਮਾਇਆ ਦੇ ਲਾਲਚ ਲਈ, ਲੋਕ ਦਿਖਾਵਾ ਕਰਦਾ ਹੈ । ਲੋਕਾਂ ਨੂੰ ਦੱਸਦਾ ਹੈ, ਉਸ ਤੇ ਪ੍ਰਭ ਦੀ ਰਹਿਮਤ ਭਰਪੂਰ ਹੈ ।

Self-minded also meditates and prays for forgiveness and beg for His sanctuary; however, he may not meditate on the teachings of His Word with steady and stable belief in his day-to-day life. His meditation may not be accepted in His Court. He remains intoxicated with the sweet poison of worldly wealth. His meditation throne may be more embellished with worldly splendors and shows the gesture of blessings to impress his followers.

ਜੋ ਪ੍ਰਿਅ ਮਾਨੇ ਤਿਨ ਕੀ ਰੀਸਾ॥ jo pari-a maanay tin kee reesaa.
ਕੂੜੇ ਮੂਰਖ ਕੀ ਹਾਠੀਸਾ॥੧॥ koorhay moorakh kee haatheesaa. ||1||
ਰਹਾਉ॥ rahaa-o.

ਜਿਹੜਾ ਸੰਸਾਰਕ ਗੁਰੂ ਪੀਰ, ਪ੍ਰਭ ਦੇ ਦਾਸ, ਦੀ ਰੀਸ ਕਰਦਾ ਹੈ । ਉਹ ਮਨਮਰਜ਼ੀ ਵਾਲਾ, ਮੂਰਖ ਅਗਿਆਨੀ ਹੀ ਹੁੰਦਾ ਹੈ ।

Whosoever may adopt the robe and pretends to be enlightened with the essence of His Word. Self-minded remains ignorant from the real purpose of human life opportunity.

ਭੇਖ ਦਿਖਾਵੈ ਸਚੁ ਨ ਕਮਾਵੈ॥ bhaykh dikhaavai sach na kamaavai.
ਕਹਤੋ ਮਹਲੀ ਨਿਕਟਿ ਨ ਆਵੈ॥੨॥ kahto mahlee nikat na aavai. ||2||

ਉਹ ਲੋਕ ਦਿਖਾਵੇ ਲਈ ਸੰਤਾਂ ਵਾਲਾ ਬਾਣਾ ਪਾਉਂਦਾ ਹੈ । ਉਸ ਨੂੰ ਪ੍ਰਭ ਦੀ ਪ੍ਰਵਾਨਗੀ ਦੇ ਰਸਤੇ ਦੀ ਸੋਝੀ ਨਹੀਂ ਹੁੰਦੀ, ਬੰਦਗੀ ਦੇ ਰਸਤੇ ਨਹੀਂ ਚਲਦਾ ।

He may adopt the religious robe, baptize, and establish meditation throne to impress innocent followers. He may never be enlightened with the right path of acceptance in His Court nor he may remain on one path for long.

ਅਤੀਤੁ ਸਦਾਏ, ਮਾਇਆ ਕਾ ਮਾਤਾ॥ ateet sadaa-ay maa-i-aa kaa maataa.
ਮਨਿ ਨਹੀ ਪ੍ਰੀਤਿ, ਕਹੈ ਮੁਖਿ ਰਾਤਾ॥੩॥ man nahee pareet kahai mukh raataa.|3||

ਉਹ ਲੋਕ ਦਿਖਾਵਾ ਕਰਦਾ ਹੈ । ਕਿ ਉਸ ਤੇ ਸੰਸਾਰਕ ਮਾਇਆ ਦਾ ਕੋਈ ਪ੍ਰਭਾਵ, ਲਾਲਚ ਨਹੀਂ ਹੈ । ਪਰ ਉਹ ਸੰਸਾਰਕ ਮਾਇਆ ਦੇ ਨਸ਼ੇ ਵਿੱਚ ਹੀ ਮਸਤ ਰਹਿੰਦਾ ਹੈ । ਉਸ ਦੇ ਮਨ ਵਿੱਚ ਪ੍ਰਭ ਦੇ ਸ਼ਬਦ ਦੀ ਪਾਲਣਾ ਕਰਨ ਦੀ ਕੋਈ ਲਗਨ ਨਹੀਂ ਹੁੰਦੀ । ਪਰ ਲੋਕ ਦਿਖਾਵੇ ਲਈ ਧਰਮ ਦੇ ਦੱਸੇ ਨਿੱਤਨੇਮ ਕਰਦਾ ਹੈ ।

Self-minded may pretend to be above the attachment to worldly wealth. However, he remains intoxicated with the sweet poison of worldly wealth. He may expand or embellish worldly shrine, gurdwaras. He may not have any devotion to meditate or obey the teachings of His Word. However, he may follow all the religious disciplines and rituals as a gesture.

ਕਹੁ ਨਾਨਕ ਪ੍ਰਭ ਬਿਨਉ ਸੁਨੀਜੈ॥ kaho naanak parabh bin-o suneejai.
ਕੁਚਲੁ ਕਠੋਰੁ ਕਾਮੀ ਮੁਕਤੁ ਕੀਜੈ॥੪॥ kuchal kathor kaamee mukat keejai. ||4||

ਬੰਦਗੀ ਕਰਨ ਵਾਲਾ, ਸਦਾ ਹੀ ਪ੍ਰਭ ਅੱਗੇ ਅਰਦਾਸ ਕਰਦਾ ਹੈ । ਰਹਿਮਤ ਬਖਸ਼ੋ! ਸ਼ਬਦ ਦੇ ਲੜ ਲਵੋ! ਮੈਂ ਮਾਨਸ, ਕਾਮ ਵਾਸ਼ਨਾ, ਮਨਮਰਜ਼ੀ ਕਰਨ ਵਾਲਾ ਮੂਰਖ ਹੀ ਹਾ ।

His true devotee, always humbly prays and begs for His forgiveness. I am ignorant and dominated by demons of worldly desires like, sexuality, greed, anger, attachments. With Your mercy and grace, I may be blessed with the right path of acceptance in Your Court; saves me from the jaws of worldly wealth.

ਦਰਸਨ ਦੇਖੇ ਕੀ ਵਡਿਆਈ॥ darsan daykhay kee vadi-aa-ee.
ਤੁਮ੍ ਸੁਖਦਾਤੇ ਪੁਰਖ ਸੁਭਾਈ॥੧॥ tumH sukh-daatay purakh subhaa-ee. ||1||
ਰਹਾਉ ਦੂਜਾ॥੧॥੭॥ rahaa-o doojaa. ||1||7||

ਪ੍ਰਭ ਤੂੰ ਹੀ ਸੁਖ ਬਖਸ਼ਣ ਵਾਲਾ, ਰਹਿਮਤਾਂ ਦਾ ਸਾਗਰ ਹੈ । ਤੇਰੇ ਦਰਸ਼ਨ, ਸ਼ਬਦ ਦੀ ਪਾਲਣਾ ਕਰਦਾ ਅਨੰਦ ਖੇੜੇ ਵਿੱਚ ਹੀ ਵਸਦਾ ਹਾ ।

My True Master, the ocean of comforts and blessings; I always remain overwhelmed with pleasure, contentment, and blossom by obeying the teachings of Your Word with steady and stable belief in my day-to-day life.

94. ਸੂਹੀ ਮਹਲਾ ੫॥ 738-15

ਬੁਰੇ ਕਾਮ ਕਉ ਊਠਿ ਖਲੋਇਆ॥ buray kaam ka-o ooth khalo-i-aa.
ਨਾਮ ਕੀ ਬੇਲਾ ਪੈ ਪੈ ਸੋਇਆ॥੧॥ naam kee baylaa pai pai so-i-aa. ||1||

ਮਾਨਸ ਜੀਵ ਬੁਰੇ ਕੰਮ ਕਰਨ ਲਈ, ਸੰਸਾਰਕ ਮਾਇਆ ਇਕੱਠੀ ਕਰਨ ਲਈ ਅਨੇਕਾਂ ਹੀ ਯਤਨ ਕਰਦਾ ਹੈ । ਪਰ ਸ਼ਬਦ ਦੀ ਪਾਲਣਾ, ਸੰਸਾਰਕ ਭਲਾਈ ਦੇ ਕੰਮ ਵਿੱਚ ਕੋਈ ਮਨ ਨਹੀਂ ਲਾਉਂਦਾ ।

Human remains intoxicated with the sweet poison of worldly desires. He tries all efforts to collect worldly wealth with good or evil plans. However, he may not have any devotion, dedication to obey the teachings of His Word nor serves His Creation.

ਅਉਸਰੁ ਅਪਨਾ ਬੂਝੈ ਨ ਇਆਨਾ॥ a-osar apnaa boojhai na i-aanaa.
ਮਾਇਆ ਮੋਹ ਰੰਗਿ ਲਪਟਾਨਾ॥੧॥ ਰਹਾਉ॥ maa-i-aa moh rang laptaanaa. ||1|| rahaa-o.

ਅਣਜਾਣ, ਮਾਨਸ ਜੀਵਨ ਦੇ ਅਮੋਲਕ ਮੌਕੇ ਦਾ ਕੋਈ ਲਾਹਾ ਨਹੀਂ ਖੱਟਦਾ । ਸੰਸਾਰਕ ਮਾਇਆ ਦੇ ਲਾਲਚ ਵਿੱਚ ਹੀ ਧਿਆਨ, ਲੜ ਲੱਗਾ ਰਹਿੰਦਾ ਹੈ ।

Ignorant remains intoxicated with the sweet poison of worldly wealth. Without adopting the teachings of His Word; he may not benefit from his priceless human life opportunity.

ਲੋਭ ਲਹਰਿ ਕਉ, ਬਿਗਸਿ ਫੂਲਿ ਬੈਠਾ॥ lobh lahar ka-o bigas fool baithaa.
ਸਾਧ ਜਨਾ ਕਾ ਦਰਸੁ ਨ ਡੀਠਾ॥੨॥ saaDh janaa kaa daras na deethaa. ||2||

ਸੰਸਾਰਕ ਮਾਇਆ ਦੇ ਲਾਲਚ ਵਿੱਚ ਕੰਮ ਕਰਦਾ, ਬਹੁਤ ਅਨੰਦ ਮਹਿਸੂਸ ਕਰਦਾ ਹੈ । ਉਸ ਦਾ ਮਨ ਬੰਦਗੀ ਕਰਨ ਵਾਲੇ ਦੀ ਸੰਗਤ, ਸ਼ਬਦ ਦੀ ਪਾਲਣਾ ਵਿੱਚ ਨਹੀਂ ਲੱਗਦਾ ।

Self-minded may feel very comfortable performing deeds with the intoxication of worldly wealth. He may not feel comfortable in the association of His true devotee nor obeys the teachings of His Word with steady and stable belief in his day-to-day life.

ਕਬਹੂ ਨ ਸਮਝੈ ਅਗਿਆਨੁ ਗਵਾਰਾ॥ kabhoo na samjhai agi-aan gavaaraa.
ਬਹੁਰਿ ਬਹੁਰਿ ਲਪਟਿਓ ਜੰਜਾਰਾ॥੧॥ ਰਹਾਉ॥ bahur bahur lapti-o janjaaraa. ||1|| rahaa-o.

ਉਹ ਮੂਰਖ ਬਾਰ ਬਾਰ ਲਾਲਚ, ਧੋਖੇ ਦੇ ਕੰਮ ਹੀ ਕਰਦਾ ਰਹਿੰਦਾ ਹੈ । ਉਹ ਕਦੇ ਵੀ ਸ਼ਬਦ ਦੀ ਪਾਲਣਾ ਨਹੀਂ ਕਰਦਾ, ਮਾਨਸ ਜਨਮ ਦਾ ਮੰਤਵ ਸਮਝਣ ਦੀ ਕੋਸ਼ਿਸ਼ ਨਹੀਂ ਕਰਦਾ ।

Ignorant, self-minded may remain intoxicated with worldly greed and repeatedly think about evil, deceptive plans. He may never obey the teachings of His Word nor ever comprehend the right purpose of human life opportunity.

ਬਿਖੈ ਨਾਦ ਕਰਨ ਸੁਣਿ ਭੀਨਾ॥ bikhai naad karan sun bheenaa.
ਹਰਿ ਜਸੁ ਸੁਨਤ ਆਲਸੁ ਮਨਿ ਕੀਨਾ॥੩॥ har jas sunat aalas man keenaa. ||3||

ਪਾਪਾਂ ਦੇ ਕੰਮਾਂ ਦੀ ਸੋਚ, ਲਾਲਚ ਦੇ ਕੰਮਾਂ ਨਾਲ ਬਹੁਤ ਅਨੰਦ ਮਹਿਸੂਸ ਕਰਦਾ ਹੈ । ਉਸ ਦੇ ਮਨ ਵਿੱਚ ਸ਼ਬਦ, ਗੁਣ ਸੁਣਨ ਦੀ ਕੋਈ ਸ਼ਰਧਾ ਨਹੀਂ ਹੁੰਦੀ, ਆਲਸ ਹੀ ਕਰਦਾ ਹੈ ।

He may enjoy pleasure and comforts in thinking and performing deeds for worldly greed. He may never have any devotion or desire to listen to the sermons of His Word or real purpose of human life opportunity.

ਦ੍ਰਿਸਟਿ ਨਾਹੀ ਰੇ ਪੇਖਤ ਅੰਧੇ॥ darisat naahee ray paykhat anDhay.
ਛੋਡਿ ਜਾਹਿ ਝੂਠੇ ਸਭਿ ਧੰਧੇ॥੧॥ chhod jaahi jhoothay sabh DhanDhay.
ਰਹਾਉ॥ ||1|| rahaa-o.

ਉਸ ਨੂੰ ਆਪਣੀ ਅੱਖਾਂ ਨਾਲ ਇਹ ਦਿੱਸਦਾ ਨਹੀਂ । ਅਗਰ ਦਿੱਸਦਾ ਹੋਵੇ ਤਾਂ ਇਹ ਰਸਤਾ ਛੱਡਕੇ ਬੰਦਗੀ ਵਾਲੇ ਪਾਸੇ ਲੱਗ ਪਵੇ ।

He may not comprehend his path of human opportunity. Whosoever may comprehend his path, he may abandon the wrong path and adopts the teachings of His Word in his day-to-day life.

ਕਹੁ ਨਾਨਕ ਪ੍ਰਭ ਬਖਸ ਕਰੀਜੈ॥ kaho naanak parabh bakhas kareejai.
ਕਰਿ ਕਿਰਪਾ ਮੋਹਿ ਸਾਧਸੰਗੁ ਦੀਜੈ॥੪॥ kar kirpaa mohi saaDhsang deejai. ||4||

ਬੰਦਗੀ ਕਰਨ ਵਾਲਾ, ਪ੍ਰਭ ਅੱਗੇ ਅਰਦਾਸ ਕਰਦਾ ਹੈ ! ਰਹਿਮਤਾਂ ਦੇ ਮਾਲਕ ਭੁੱਲਾਂ ਬਖਸ਼ ਲਵੋ ! ਰਹਿਮਤ ਬਖਸ਼ੋ ! ਬੰਦਗੀ ਕਰਨ ਵਾਲੇ ਸੰਤਾਂ ਦੇ ਚਰਨਾਂ ਦੀ ਧੂੜ ਬਖਸ਼ੋ !

His true devotee may always pray and begs for His forgiveness. With Your mercy and grace, blesses me with the dust of the feet of Your Holy saint.

ਤਉ ਕਿਛੁ ਪਾਈਐ, ਜਉ ਹੋਈਐ ਰੇਨਾ॥ ta-o kichh paa-ee-ai ja-o ho-ee-ai raynaa.
ਜਿਸਹਿ ਬੁਝਾਏ ਤਿਸੁ ਨਾਮੁ ਲੈਨਾ॥੧॥ jisahi bujhaa-ay tis naam lainaa. ||1||
ਰਹਾਉ॥੨॥੮॥ rahaa-o. ||2||8||

ਇਹ ਅਵਸਥਾ ਕੇਵਲ ਉਸ ਦਾਸ ਨੂੰ ਹੀ ਬਖਸ਼ਿਸ ਹੁੰਦੀ ਹੈ । ਜਿਸ ਦੇ ਮਨ ਵਿੱਚ ਇਤਨੀ ਨਿਮ੍ਰਤਾ ਆ ਜਾਂਦੀ, ਉਹ ਆਪ ਹੀ ਸੰਤਾਂ ਦੇ ਚਰਨਾਂ ਦੀ ਧੂੜ ਬਣ ਜਾਂਦਾ ਹੈ । ਕੇਵਲ ਉਹ ਹੀ ਪ੍ਰਭ ਦੇ ਸ਼ਬਦ ਦਾ ਸਵਾਸ ਸਵਾਸ ਸਿਮਰਨ ਕਰਦਾ, ਪ੍ਰਭ ਆਪ ਹੀ ਇਸ ਰਸਤੇ ਤੇ ਲਾਉਂਦਾ ਹੈ ।

His true devotee may be blessed with such a humble state of mind; who may think his worldly status is less significant than the dust of the feet of His Creation. He may meditate with each breath; with His mercy and grace, he may be blessed with the right path of acceptance in His Court.

95. ਸੂਹੀ ਮਹਲਾ ੫॥ 739-2

ਘਰ ਮਹਿ ਠਾਕੁਰੁ ਨਦਰਿ ਨ ਆਵੈ॥ ghar meh thaakur nadar na aavai.
ਗਲ ਮਹਿ ਪਾਹਣੁ ਲੈ ਲਟਕਾਵੈ॥੧॥ gal meh paahan lai latkaavai. ||1||

ਧਰਮ ਦੇ ਪਖੰਡੀ ਗੁਰੂ, ਨੂੰ ਮਨ ਵਿੱਚ ਵਸਦੇ ਪ੍ਰਭ ਦੀ ਜੋਤ ਨਜ਼ਰ ਨਹੀਂ ਆਉਦੀ । ਮਾਇਆ ਦੇ ਲਾਲਚ ਵਿੱਚ ਆਪਣੇ ਗਲ ਵਿੱਚ ਪੱਥਰ, ਮਾਲ਼ਾ ਪਾਈ ਰਖਦਾ ਹੈ ।

Religious saint, guru devotee may not recognize His Holy Spirit, His Word dwelling within his own mind and body. However, the greedy may adopt the religious robe, baptize with specific religion.

ਭਰਮੇ ਭੂਲਾ ਸਾਕਤੁ ਫਿਰਤਾ॥ bharmay bhoolaa saakat firtaa.
ਨੀਰੁ ਬਿਰੋਲੈ ਖਪਿ ਖਪਿ ਮਰਤਾ॥੧॥ neer birolai khap khap martaa. ||1||
ਰਹਾਉ॥ rahaa-o.

ਉਹ ਅਗਿਆਨੀ, ਮੂਰਖ ਨੂੰ ਸ਼ਬਦ ਤੇ ਕੋਈ ਭਰੋਸਾ ਨਹੀਂ ਹੁੰਦਾ, ਉਹ ਆਪਣਾ ਰਸਤਾ ਭੁਲ ਗਿਆ ਹੈ । ਉਹ ਆਪਣੇ ਜੀਵਨ ਵਿੱਚ ਪਾਣੀ ਰਿੜਕਦਾ, ਮਾਨਸ ਜੀਵਨ ਬਿਰਥਾ ਹੀ ਗਵਾ ਜਾਂਦਾ ਹੈ ।

Ignorant, self-minded may not have any belief on His blessings, His Word. He has lost the right path, the real purpose of human life opportunity. He may waste his human life journey, wandering after religious rituals and following religious disciplines, just churning water only.

ਜਿਸੁ ਪਾਹਣ ਕਉ ਠਾਕੁਰੁ ਕਹਤਾ॥ jis paahan ka-o thaakur kahtaa.
ਓਹੁ ਪਾਹਣੁ ਲੈ ਉਸ ਕਉ ਡੁਬਤਾ॥੨॥ oh paahan lai us ka-o dubtaa. ||2||

ਜਿਸ ਪੱਥਰ ਨੂੰ ਉਹ ਪ੍ਰਭ ਦਾ ਰੂਪ ਮੰਨਦਾ ਹੈ । ਇਹ ਪੱਥਰ, ਮਾਇਆ ਦਾ ਲਾਲਚ ਨਾਲ ਸੰਸਾਰਕ ਸਾਗਰ ਵਿੱਚ ਡੁੱਬ ਜਾਂਦਾ ਹੈ ।

He may believe the carved idol of Ancient prophet or Holy Scripture compiled by Ancient prophet as Guru as the symbol of God. However, he may never comprehend the life teachings of prophet to sanctify his soul. His intoxication of worldly wealth, may drown him in ocean of worldly greed.

ਗੁਨਹਗਾਰ ਲੂਣ ਹਰਾਮੀ॥ gunahgaar loon haraamee.
ਪਾਹਣ ਨਾਵ ਨ ਪਾਰਗਿਰਾਮੀ॥੩॥ paahan naav na paargiramee. ||3||

ਅਣਜਾਣ ਮਾਨਸ, ਆਪਣੇ ਮਾਲਕ ਦੇ ਬਖਸ਼ੇ ਤੇ ਭਰੋਸਾ ਨਹੀਂ ਰਖਦਾ । ਇਸ ਪੱਥਰ ਦੀ ਭਾਰੀ ਬੇੜੀ ਤੇ ਸਵਾਰ ਹੁੰਦਾ, ਸੰਸਾਰਕ ਮਾਇਆ ਦੇ ਲਾਲਚ ਨਾਲ ਜੀਵਨ ਬੀਤਤ ਕਰਦਾ ਹੈ । ਇਹ ਹੀ ਉਸ ਨੂੰ ਜੂੰਨਾਂ ਦੇ ਚੱਕਰ ਵਿੱਚ ਪਾਉਂਦੀ ਹੈ ।

Ignorant human may not remain loyal to His True Master; he may not establish steady and stable belief on His blessings. He may aboard a heavy stone boat, greed to cross the worldly ocean overwhelmed with worldly desires. His ignorance and greed keep him in the cycle of birth and death.

ਗੁਰ ਮਿਲਿ ਨਾਨਕ ਠਾਕੁਰੁ ਜਾਤਾ॥ gur mil naanak thaakur jaataa.
ਜਲਿ ਥਲਿ ਮਹੀਅਲਿ ਪੂਰਨ ਬਿਧਾਤਾ॥ jal thal mahee-al pooran biDhaataa.
੪॥੩॥੯॥ ||4||3||9||

ਪ੍ਰਭ ਦੇ ਸ਼ਬਦ ਦੀ ਪਾਲਣਾ ਤੇ ਭਰੋਸਾ ਅਡੋਲ ਰਖਣ ਨਾਲ ਹੀ, ਮਾਨਸ ਜੀਵਨ ਦੇ ਅਸਲੀ ਮੰਤਵ ਦੀ ਸੋਝੀ ਬਖਸ਼ਿਸ਼ ਹੁੰਦੀ ਹੈ । ਕਿ ਉਹ ਪ੍ਰਭ, ਜਲ, ਥਲ ਵਿੱਚ ਆਪ ਹੀ ਵਸਦਾ, ਵਾਪਰਦਾ ਹੈ ।

Whosoever may obey the teachings of His Word with steady and stable belief in his day-to-day life; with His mercy and grace, he may be blessed with the right path of human life journey. He may realize that The Omnipresent True Master dwells and prevails everywhere in water, earth, and sky.

96. ਸੂਹੀ ਮਹਲਾ ੫॥ 739-6

ਲਾਲਨੁ ਰਾਵਿਆ ਕਵਨ ਗਤੀ ਰੀ॥ laalan raavi-aa kavan gatee ree.
ਸਖੀ ਬਤਾਵਹੁ ਮੁਝਹਿ ਮਤੀ ਰੀ॥੧॥ sakhee bataavhu mujheh matee ree. ||1||

ਬੰਦਗੀ ਕਰਨ ਵਾਲੇ ਸੰਤ, ਦਾਸ, ਮਿੱਤਰ, ਸੋਝੀ ਪਾਵੋ! ਕਿਹੜੀ ਬੰਦਗੀ ਨਾਲ ਤੂੰ ਪ੍ਰਭ ਦੀ ਰਹਿਮਤ ਪਾਈ ਹੈ?

His true devotee, I beg for your advice, counsel. With what meditation, way of life, have you been blessed with His mercy and grace?

ਸੂਹਬ ਸੂਹਬ ਸੂਹਵੀ॥ soohab soohab soohvee.
ਅਪਨੇ ਪ੍ਰੀਤਮ ਕੈ ਰੰਗਿ ਰਤੀ॥੧॥ apnay pareetam kai rang ratee. ||1||
ਰਹਾਉ॥ rahaa-o.

ਜਿਹੜੀ ਆਤਮਾ ਪ੍ਰਭ ਦੇ ਸ਼ਬਦ ਦੀ ਪਾਲਣਾ ਵਿੱਚ ਅਡੋਲ ਹੋ ਜਾਂਦੀ ਹੈ । ਉਸ ਤੇ ਪ੍ਰਭ ਦੀਆਂ ਰਹਿਮਤਾਂ ਦਾ ਨੂਰ ਚਮਕਦਾ ਹੈ ।

Whosoever may adopt the teachings of His Word with steady and stable belief in his day-to-day life. His soul may be blessed with the enlightenment of the essence of His Word.

ਪਾਵ ਮਲੋਵਉ ਸੰਗਿ ਨੈਨ ਭਤੀਰੀ॥ paav malova-o sang nain bhateeree.
ਜਹਾ ਪਠਾਵਉ ਜਾਂਉ ਤਤੀ ਰੀ॥੨॥ jahaa pathaavhu jaaN-o tatee ree. ||2||

ਮੈਂ ਅਡੋਲ ਭਰੋਸੇ, ਸ਼ਰਧਾ ਨਾਲ ਤੇਰੇ ਸ਼ਬਦ ਦੀ ਪਾਲਣਾ ਕਰਦਾ ਹਾ । ਜਿਹੜਾ ਧੰਦਾ, ਕੰਮ ਬਖਸ਼ਦਾ, ਉਹ ਹੀ ਕਰਦਾ ਹਾ ।

I have adopted the teachings of His Word with steady and stable belief in my day-to-day life. I may perform all worldly tasks with a devotion and patience as His blessings, an ultimate command.

ਜਪ ਤਪ ਸੰਜਮ ਦੇਉ ਜਤੀ ਰੀ॥ jap tap sanjam day-o jatee ree.
ਇਕ ਨਿਮਖ ਮਿਲਾਵਹੁ ik nimakh milaavhu
ਮੋਹਿ ਪ੍ਰਾਨਪਤੀ ਰੀ॥ ੩॥ mohi paraanpatee ree. ||3||

ਅਗਰ ਉਸ ਰਸਤੇ ਦੀ ਸੋਝੀ ਹੋ ਜਾਵੇ! ਜਿਸ ਨਾਲ ਭਾਵੇਂ ਇੱਕ ਪਲ ਲਈ ਹੀ ਰਹਿਮਤ ਦੀ ਨਜ਼ਰ ਬਖਸ਼ ਹੋ ਜਾਵੇ । ਸਾਰੇ ਜਪ, ਤਮ ਛੱਡਕੇ, ਉਸ ਸ਼ਬਦ ਦੀ ਪਾਲਣਾ ਵਿੱਚ ਮਨ, ਤਨ, ਧਨ ਭੇਟਾ ਕਰ ਦੇਵਾ ।

I may be blessed with right path to be enlightened with the essence of His Word, even for a moment. I may abandon all my meditation, religious disciplines and surrender my mind, body, and worldly status to adopt that path; to make my soul worthy of Your consideration.

ਮਾਨੁ ਤਾਨੁ ਅਹੰਬੁਧਿ ਹਤੀ ਰੀ॥ maan taan ahaN-buDh hatee ree.
ਸਾ ਨਾਨਕ ਸੋਹਾਗਵਤੀ ਰੀ॥ saa naanak sohaagvatee ree.
੪॥੪॥੧੦॥ ||4||4||10||

ਜਿਹੜਾ ਮਨ ਵਿਚੋਂ ਖੁਦਗ਼ਰਜ਼ੀ, ਅਹੰਕਾਰ, ਤਿਆਗਕੇ ਆਪਣੀ ਸਮਰਥਾ ਪ੍ਰਭ ਦੇ ਸ਼ਬਦ ਦੀ ਪਾਲਣਾ ਤੇ ਲਾਵੇ । ਉਹ ਹੀ ਅਸਲੀ ਦਾਸ ਬਣ ਜਾਂਦਾ ਹੈ, ਰਹਿਮਤ ਦੀ ਨਜ਼ਰ ਬਖਸ਼ਿਸ਼ ਹੋ ਜਾਂਦੀ ਹੈ ।

Whosoever may abandon his selfishness, ego and surrender his mind, body at His sanctuary; with His mercy and grace, he may be blessed with the right path of acceptance in His Court.

97. ਸੂਹੀ ਮਹਲਾ ੫॥ 739-9

ਤੂੰ ਜੀਵਨੁ ਤੂੰ ਪ੍ਰਾਨ ਅਧਾਰਾ॥ tooN jeevan tooN paraan aDhaaraa.
ਤੁਝ ਹੀ ਪੇਖਿ ਪੇਖਿ ਮਨੁ ਸਾਧਾਰਾ॥੧॥ tujh hee paykh paykh man saaDhaaraa.1

ਪ੍ਰਭ ਤੇਰੇ ਸ਼ਬਦ ਦੀ ਪਾਲਣਾ ਕਰਨਾ ਹੀ ਮੇਰੇ ਜੀਵਨ ਦਾ ਮੰਤਵ, ਸਵਾਸਾਂ ਦਾ ਆਸਰਾ ਹੈ । ਤੇਰੇ ਸ਼ਬਦ ਦੀ ਪਾਲਣਾ ਕਰਦੇ ਮਨ ਵਿੱਚ ਸੰਤੋਖ ਵਸ ਜਾਂਦਾ ਹੈ ।

My True Master, to obey the teachings of Your Word is the real purpose of my human life opportunity, support of my breaths. Whosoever may obey the teachings of Your Word with steady and stable belief in his day-to-day life; with His mercy and grace, he may remain overwhelmed with contentment.

ਤੂੰ ਸਾਜਨੁ ਤੂੰ ਪ੍ਰੀਤਮੁ ਮੇਰਾ॥ tooN saajan tooN pareetam mayraa.
ਚਿਤਹਿ ਨ ਬਿਸਰਹਿ, ਕਾਹੂ ਬੇਰਾ॥੧॥ chiteh na bisrahi kaahoo bayraa.
ਰਹਾਉ॥ ||1||rahaa-o.

ਪ੍ਰਭ ਤੂੰ ਹੀ ਮੇਰਾ ਸਾਥੀ ਹੈ, ਮਾਲਕ ਹੈ । ਤੇਰਾ ਸ਼ਬਦ ਦੀ ਪਾਲਣਾ ਕਰਨਾ ਕਦੇ ਭੁਲ ਨਾ ਜਾਵਾ ।

My True Master, companion; I may never abandon or forget to obey the teachings of Your Word.

ਬੈ ਖਰੀਦੁ ਹਉ ਦਾਸਰੋ ਤੇਰਾ॥ bai khareed ha-o daasro tayraa.
ਤੂੰ ਭਾਰੋ ਠਾਕੁਰੁ ਗੁਣੀ ਗਹੇਰਾ॥੨॥ tooN bhaaro thaakur gunee gahayraa. ||2||

ਪ੍ਰਭ ਤੂੰ ਹੀ ਮੇਰਾ ਮਾਲਕ ਹੈ, ਮੈਂ ਤੇਰਾ ਗੁਲਾਮ ਹਾ । ਤੇਰੇ ਸ਼ਬਦ ਨੇ ਮੇਰੇ ਮਨ ਨੂੰ ਮੋਹ ਲਿਆ ਹੈ, ਕਾਬੂ ਪਾ ਲਿਆ ਹੈ । ਤੂੰ ਹੀ ਗੁਣਾਂ ਦਾ ਖਜ਼ਾਨਾ, ਦਾਤਾਂ ਬਖਸ਼ਣ ਵਾਲਾ ਮਾਲਕ ਹੈ ।

My True Master, I am Your humble slave. The teachings of Your Word have intoxicated and controlled my mind. You are the treasure of virtues and only You may bestow Your virtues to any creature.

ਕੋਟਿ ਦਾਸ ਜਾ ਕੈ ਦਰਬਾਰੇ॥ kot daas jaa kai darbaaray.
ਨਿਮਖ ਨਿਮਖ ਵਸੈ ਤਿਨ੍ ਨਾਲੇ॥੩॥ nimakh nimakh vasai tinH naalay. ||3||

ਪ੍ਰਭ ਤੇਰੇ ਅਨੇਕਾਂ ਹੀ ਦਾਸ, ਸੇਵਕ, ਤੇਰੇ ਦਰਬਾਰ ਦੇ ਚਾਕਰ ਹਨ । ਤੂੰ ਪਲ, ਪਲ ਆਪਣੇ ਸੇਵਕ ਦੇ ਮਨ ਵਿੱਚ ਜਾਗਰਤ ਵਸਦਾ, ਰਹਿੰਦਾ ਹੈ ।

The True Master; several true devotees are dwelling and serving in Your Court. You remain enlightened within the mind and body of Your devotees.

ਹਉ ਕਿਛੁ ਨਾਹੀ ਸਭੁ ਕਿਛੁ ਤੇਰਾ॥ ha-o kichh naahee sabh kichh
ਓਤਿ ਪੋਤਿ ਨਾਨਕ ਸੰਗਿ ਬਸੇਰਾ॥ tayraa. ot pot naanak sang basayraa.
੪॥੫॥੧੧॥ ||4||5||11||

ਪ੍ਰਭ ਮੇਰੀ ਕੋਈ ਸਮਰਥਾ ਨਹੀਂ, ਕੁਝ ਹੈਸੀਅਤ, ਧਨ ਨਹੀਂ ਹੈ । ਸਭ ਕੁਝ ਤੇਰੀ ਹੀ ਅਮਾਨਤ ਹੈ, ਤੇਰਾ ਹੀ ਬਖਸ਼ਿਆ ਹੋਇਆ ਹੈ ।

I do not have any wisdom, strength, worldly status of my own. Everything has been blessed with Your mercy and grace.

98. ਸੂਹੀ ਮਹਲਾ ੫॥ 739-13

ਸੂਖ ਮਹਲ ਜਾ ਕੇ ਊਚ ਦੁਆਰੇ॥ sookh mahal jaa kay ooch du-aaray.
ਤਾ ਮਹਿ ਵਾਸਹਿ ਭਗਤ ਪਿਆਰੇ॥੧॥ taa meh vaaseh bhagat pi-aaray. ||1||

ਪ੍ਰਭ ਤੇਰਾ ਦਰਬਾਰ ਬਹੁਤ ਸ਼ਾਨ ਵਾਲਾ ਹੈ । ਤੇਰੀ ਰਹਿਮਤ ਨਾਲ ਤੇਰੇ ਸੇਵਕ ਤੇਰੇ ਦਰਬਾਰ ਵਿੱਚ ਵਸਦੇ, ਸੇਵਾ ਕਰਦੇ ਹਨ ।

With Your mercy and grace, Your true devotees may dwell and serve in Your royal, elegant castle.

ਸਹਜ ਕਥਾ ਪ੍ਰਭ ਕੀ ਅਤਿ ਮੀਠੀ॥ sahj kathaa parabh kee at meethee.
ਵਿਰਲੈ ਕਾਹੂ ਨੇਤ੍ਰਹੁ ਡੀਠੀ॥੧॥ virlai kaahoo naytarahu deethee. ||1||
ਰਹਾਉ॥ rahaa-o.

ਪ੍ਰਭ ਤੇਰੇ ਸ਼ਬਦ ਦੀ ਕਥਾ ਬਹੁਤ ਮਿੱਠੀ ਹੈ, ਮਨ ਨੂੰ ਮੋਹਣ ਵਾਲੀ ਹੈ । ਕੋਈ ਵਿਰਲਾ ਹੀ ਤੇਰੀ ਰਹਿਮਤ ਨਾਲ ਮਹਿਸੂਸ ਕਰਦਾ, ਆਪਣੇ ਮਨ ਦੀਆਂ ਅੱਖਾਂ ਨਾਲ ਦੇਖਦਾ ਹੈ ।

The teaching and sermons of Your virtues are very comforting, intoxicating to mind of Your Creation. However, very rare may realize and witness Your Holy Spirit prevailing everywhere in the universe with the eyes of his mind.

ਤਹ ਗੀਤ ਨਾਦ ਅਖਾਰੇ ਸੰਗਾ॥ tah geet naad akhaaray sangaa.
ਊਹਾ ਸੰਤ ਕਰਹਿ ਹਰਿ ਰੰਗਾ॥੨॥ oohaa sant karahi har rangaa. ||2||

ਪ੍ਰਭ ਤੇਰੇ ਦਰਬਾਰ ਵਿੱਚ ਮਨ ਨੂੰ ਮੋਹਣ ਵਾਲੀ ਸ਼ਬਦ ਦੀ ਧੁਨ, ਗੂੰਜ ਚਲਦੀ ਹੈ । ਜਿਸ ਵਿੱਚ ਤੇਰੇ ਬੰਦਗੀ ਕਰਨ ਵਾਲੇ ਦਾਸ, ਸੰਤ ਮਸਤ ਰਹਿੰਦੇ, ਸਮਾਧੀ ਵਿੱਚ ਵਸਦੇ ਹਨ ।

The comforting everlasting echo of Your Word may be resonating in Your Court all time. Your true devotees may remain intoxicated in meditation in the void of Your sanctuary.

ਤਹ ਮਰਣੁ ਨ ਜੀਵਣੁ ਸੋਗੁ ਨ ਹਰਖਾ॥ tah maran na jeevan sog na harkhaa.
ਸਾਚ ਨਾਮ ਕੀ ਅੰਮ੍ਰਿਤ ਵਰਖਾ॥੩॥ saach naam kee amrit varkhaa. ||3||

ਤੇਰੇ ਦਰਬਾਰ ਵਿੱਚ ਕੋਈ ਹਿਰਖ, ਸੋਗ, ਜਨਮ ਮਰਨ ਦਾ ਦੁਖ ਨਹੀਂ ਹੁੰਦਾ । ਕੇਵਲ ਤੇਰੇ ਸ਼ਬਦ ਦੀ ਸੋਝੀ ਰੂਪੀ ਅੰਮ੍ਰਿਤ ਦੀ ਵਰਖਾ ਹੀ ਹੁੰਦੀ ਹੈ ।

There may not be any regret, repentance or miseries of birth or death in Your Court. Only the nectar of the essence of the enlightenment of Your Word may be raining continuously in Your Royal Castle.

ਗੁਹਜ ਕਥਾ ਇਹ ਗੁਰ ਤੇ ਜਾਣੀ॥ guhaj kathaa ih gur tay jaanee.
ਨਾਨਕੁ ਬੋਲੈ ਹਰਿ ਹਰਿ ਬਾਣੀ॥੪॥੬॥੧੨॥ naanak bolai har har banee. 4-6-12

ਸ਼ਬਦ ਦੀ ਪਾਲਣਾ ਕਰਨ ਵਾਲੇ ਨੂੰ ਸਦਾ ਅਟੱਲ ਕਥਾ ਦੀ ਸੋਝੀ ਬਖਸ਼ਿਸ਼ ਹੋ ਜਾਂਦੀ ਹੈ । ਉਹ ਪ੍ਰਭ ਦੇ ਸ਼ਬਦ ਦੇ ਗੁਣ ਹੀ ਗਾਉਂਦਾ, ਧੰਨਵਾਦ ਹੀ ਕਰਦਾ ਰਹਿੰਦਾ ਹੈ ।

With Your mercy and grace; Your true devotee may be blessed with enlightenment of everlasting truth of Your Word. He remains gratitude and sings the glory of Your blessings and virtues.

99. ਸੂਹੀ ਮਹਲਾ ੫॥ 739-16

ਜਾ ਕੈ ਦਰਸਿ ਪਾਪ ਕੋਟਿ ਉਤਾਰੇ॥ jaa kai daras paap kot utaaray.
ਭੇਟਤ ਸੰਗਿ ਇਹੁ ਭਵਜਲੁ ਤਾਰੇ॥੧॥ bhaytat sang ih bhavjal taaray. ||1||

ਜਿਹੜਾ ਤੇਰੇ ਬੰਦਗੀ ਕਰਨ ਵਾਲੇ ਦੀ ਸੰਗਤ ਕਰਦਾ, ਉਸ ਦੇ ਜੀਵਨ ਦੀ ਸਿਖਿਆ ਆਪਣੇ ਜੀਵਨ ਵਿੱਚ ਢਾਲਦਾ ਹੈ । ਉਸ ਦੇ ਅਨੇਕਾਂ ਜਨਮਾਂ ਦੇ ਪਾਪ ਬਖਸ਼ੇ ਜਾਂਦੇ ਹਨ ।

Whosoever may associate and adopt the life experience teachings of Your true devotee in his own day-to-day life; with Your mercy and grace, his sins of many previous lives may be forgiven. His soul may be sanctified to become worthy of Your consideration.

ਓਇ ਸਾਜਨ ਓਇ ਮੀਤ ਪਿਆਰੇ॥ o-ay saajan o-ay meet pi-aaray.
ਜੋ ਹਮ ਕਉ, ਹਰਿ ਨਾਮੁ ਚਿਤਾਰੇ॥੧॥ ਰਹਾਉ॥ jo ham ka-o har naam chitaaray. ||1|| rahaa-o.

ਜਿਹੜਾ ਪ੍ਰਭ ਦੇ ਸ਼ਬਦ ਦੀ ਪਾਲਣਾ ਕਰਨ ਦੀ ਪ੍ਰੇਰਨਾ ਕਰਦਾ, ਅਡੋਲ ਰਖਦਾ ਹੈ । ਉਹ ਹੀ ਮੇਰਾ ਅਸਲੀ ਸਾਥੀ, ਮਿੱਤਰ ਪਿਆਰ ਹੈ ।

Whosoever may inspire and keeps me steady and stable on the path of obeying the teachings of His Word in my day-to-day life. Only, he may be my true companion, friend.

ਜਾ ਕਾ ਸਬਦੁ ਸੁਨਤ ਸੁਖ ਸਾਰੇ॥ jaa kaa sabad sunat sukh saaray.j
ਜਾ ਕੀ ਟਹਲ ਜਮਦੂਤ ਬਿਦਾਰੇ॥੨॥ aa kee tahal jamdoot bidaaray. ||2||

ਉਸ ਦੇ ਸ਼ਬਦ ਦੀ ਕਥਾ ਸੁਣਨ ਨਾਲ ਮਨ ਵਿੱਚ ਪੂਰਨ ਸੰਤੋਖ, ਖੇੜਾ ਵਸ ਜਾਂਦਾ ਹੈ । ਜਿਹੜਾ ਪ੍ਰਭ ਦੇ ਸ਼ਬਦ ਦੀ ਪਾਲਣਾ ਵਿੱਚ ਅਡੋਲ ਹੋ ਜਾਂਦੇ ਹਨ । ਉਸ ਤੋ ਮੌਤ ਦਾ ਜਮਦੂਤ ਟਲ ਜਾਂਦਾ ਹੈ । ਉਸ ਨੂੰ ਪ੍ਰਭ ਦੇ ਫਰਿਸ਼ਤੇ ਲੈਣ ਆਉਂਦੇ ਹਨ ।

Whosoever may listen to the sermons of His Word from His true devotee, he may remain overwhelmed with contentment and blossom. Whosoever may obey the teachings of His Word with steady and stable belief in his day-to-day life. His soul may become beyond the reach of the devil of death; His eternal angels may come to receive his soul to accompany to His Court.

ਜਾ ਕੀ ਧੀਰਕ ਇਸੁ ਮਨਹਿ ਸਧਾਰੇ॥ jaa kee Dheerak is maneh saDhaaray.
ਜਾ ਕੈ ਸਿਮਰਣਿ ਮੁਖ ਉਜਲਾਰੇ॥੩॥ jaa kai simran mukh ujlaaray. ||3||

ਉਸ ਦੇ ਮਨ ਵਿੱਚ ਧੀਰਜ, ਪ੍ਰਭ ਦੇ ਬਖਸ਼ੇ ਤੇ ਸੰਤੋਖ ਬਖਸ਼ਿਸ਼ ਹੋ ਜਾਂਦਾ ਹੈ । ਉਸ ਦੇ ਮਨ ਵਿੱਚ ਪ੍ਰਭ ਦੇ ਸ਼ਬਦ ਦੀ ਸੋਝੀ ਦਾ ਨੂਰ ਚਮਕਦਾ, ਬਖਸ਼ਿਸ਼ ਹੋ ਹੈ ।

He may remain patience and contented with His blessings, his own worldly environments. The eternal spiritual glow of the essence of His Word may shine on his forehead.

ਪ੍ਰਭ ਕੇ ਸੇਵਕ, ਪ੍ਰਭਿ ਆਪਿ ਸਵਾਰੇ॥ parabh kay sayvak parabh aap savaaray.
ਸਰਣਿ ਨਾਨਕ ਤਿਨ੍ ਸਦ ਬਲਿਹਾਰੇ॥ saran naanak tinH sad balihaaray.
੪॥੭॥੧੩॥ ||4||7||13||

ਪ੍ਰਭ ਆਪਣੇ ਦਾਸ ਦਾ ਮਨ ਆਪ ਹੀ ਅਡੋਲ ਰਖਦਾ, ਉਸ ਨੂੰ ਸ਼ਰਣ ਵਿੱਚ ਪਨਾਹ ਬਖਸ਼ਦਾ ਹੈ । ਉਸ ਦਾ ਦਾਸ, ਸਦਾ ਹੀ ਰਹਿਮਤਾਂ ਦਾ ਧੰਨਵਾਦ ਕਰਦਾ ਜੈਕਾਰ ਹੀ ਕਰਦਾ ਹੈ ।

The True Master may keep His true devotee steady and stable on the right path of meditation; with His mercy and grace, he may be accepted in His sanctuary. His true devotee always remains gratitude and sings the glory of His Word, blessings.

100. ਸੂਹੀ ਮਹਲਾ ੫॥ 740-1

ਰਹਣੁ ਨ ਪਾਵਹਿ ਸੁਰਿ ਨਰ ਦੇਵਾ॥ rahan na paavahi sur nar dayvaa.
ਊਠਿ ਸਿਧਾਰੇ ਕਰਿ ਮੁਨਿ ਜਨ ਸੇਵਾ॥੧॥ ooth siDhaaray kar mun jan sayvaa. ||1||

ਪ੍ਰਭ ਦੇ ਫਰਿਸ਼ਤਿਆਂ ਤੇ ਵੀ ਸਦਾ ਪ੍ਰਭ ਦੀ ਰਹਿਮਤ ਨਹੀਂ ਰਹਿੰਦੀ । ਮੋਨੀ ਸੰਤ ਪ੍ਰਭ ਦੀ ਰਹਿਮਤ ਪਾ ਲੈਂਦੇ ਹਨ । ਅਗਰ ਰਸਤਾ ਤੋ ਡੋਲ ਜਾਣ ਤਾ ਰਹਿਮਤ ਉਠ ਜਾਂਦੀ ਹੈ ।

His mercy and grace may not even remain permanent on His spiritual angels forever. The quiet saints with his way of life and control on worldly desires may be blessed with His mercy and grace. Whosoever may abandon or drift away from the right path of His Word; he may be deprived from His blessings.

ਜੀਵਤ ਪੇਖੇ ਜਿਨ੍ਹੀ jeevat paykhay jinHee
ਹਰਿ ਹਰਿ ਧਿਆਇਆ॥ har har Dhi-aa-i-aa.
ਸਾਧਸੰਗਿ ਤਿਨ੍ਹੀ ਦਰਸਨੁ ਪਾਇਆ॥੧॥ saaDhsang tinHee darsan paa-i-aa.
ਰਹਾਉ॥ ||1|| rahaa-o.

ਜਿਹੜਾ ਸ਼ਬਦ ਦੀ ਪਾਲਣਾ ਤੇ ਅਡੋਲ, ਸੰਤ ਦੀ ਸਿਖਿਆਂ ਨਾਲ ਜੀਵਨ ਢਾਲਦਾ ਹੈ । ਕੇਵਲ ਉਸ ਦਾਸ ਤੇ ਹੀ ਸਦਾ ਰਹਿਣ ਵਾਲਾ ਖੇੜਾ ਬਖਸ਼ਿਸ਼ ਹੁੰਦਾ ਹੈ । ਪ੍ਰਭ ਦੇ ਦਰਬਾਰ ਵਿੱਚ, ਹਜ਼ੂਰੀ ਵਿੱਚ ਥਾਂ ਬਖਸ਼ਿਸ਼ ਹੁੰਦਾ ।

Whosoever may adopt the teachings of His Word, the life experience with steady and stable belief in His day-to-day life and remains unchanged from his path; with His mercy and grace, only he may be blessed with everlasting blossom, contentment and a permanent resting place in His castle.

ਬਾਦਿਸਾਹ ਸਾਹ ਵਾਪਾਰੀ ਮਰਨਾ॥ baadisaah saah vaapaaree marnaa.
ਜੋ ਦੀਸੈ ਸੋ ਕਾਲਹਿ ਖਰਨਾ॥੨॥ jo deesai so kaaleh kharnaa. ||2||

ਸੰਸਾਰ ਵਿੱਚ ਪੈਦਾ ਹੋਏ ਸਾਰੇ ਛੋਟੇ ਵੱਡੇ ਜੀਵ ਅੰਤ ਵਿੱਚ ਮਰ ਜਾਂਦੇ ਹਨ । ਜੋ ਵੀ ਸੰਸਾਰ ਵਿੱਚ ਦਿੱਸਦਾ, ਅੰਤ ਵਿੱਚ ਖਤਮ ਹੋ ਜਾਂਦਾ, ਨਾਸ ਹੋ ਜਾਂਦਾ ਹੈ ।

Whatsoever may be visible, ever born or created in the universe; he may have a predetermined life span, irrespective of his worldly status or level of spiritual enlightenment.

ਕੂੜੈ ਮੋਹਿ ਲਪਟਿ ਲਪਟਾਨਾ॥ koorhai mohi lapat laptaanaa.
ਛੋਡਿ ਚਲਿਆ ਤਾ ਫਿਰਿ ਪਛੁਤਾਨਾ॥੩॥ chhod chali-aa taa fir pachhutaanaa. ||3||

ਮਾਨਸ ਥੋੜ੍ਹਾ ਸਮਾਂ ਅਨੰਦ ਦੇਣ ਵਾਲੇ ਪਦਾਰਥਾਂ ਨਾਲ ਮੋਹ ਲਾਈ ਰਖਦਾ ਹੈ । ਅੰਤ ਵਿੱਚ ਇਹ ਸਭ ਕੁਝ ਇਥੇ ਸੰਸਾਰ ਵਿੱਚ ਛੱਡਕੇ ਹੀ ਮਰ ਜਾਂਦਾ ਹੈ । ਕੁਝ ਸਾਥ ਨਹੀਂ ਜਾਂਦਾ, ਉਸ ਨੂੰ ਪਛਤਾਵਾ ਹੀ ਕਰਨਾ ਪੈਂਦਾ ਹੈ ।

Ignorant human remains attached to short-lived worldly pleasures, possessions. After death, he must abandon his worldly possession on earth and return to face the judgement of his worldly deeds. He may only regret and repents for wasting his human life opportunity.

ਕ੍ਰਿਪਾ ਨਿਧਾਨ ਨਾਨਕ	kirpaa niDhaan naanak
ਕਉ ਕਰਹੁ ਦਾਤਿ॥	ka-o karahu daat.
ਨਾਮੁ ਤੇਰਾ ਜਪੀ ਦਿਨੁ ਰਾਤਿ॥੪॥੮॥੧੪॥	naam tayraa japee din raat. ||4||8||14||

ਰਹਿਮਤਾਂ ਦਾ ਮਾਲਕ ਜਿਸ ਨੂੰ ਆਪ ਹੀ ਸ਼ਬਦ ਦੀ ਪਾਲਣਾ ਦੇ ਲੜ ਲਾਉਂਦਾ ਹੈ । ਉਹ ਦਿਨ ਰਾਤ, ਸਵਾਸ ਸਵਾਸ ਪ੍ਰਭ ਦੇ ਗੁਣ ਗਾਉਂਦਾ, ਮਸਤ ਰਹਿੰਦਾ ਹੈ ।

Whosoever may be attached to a devotional meditation and to adopt the teachings of His Word with steady and stable belief in his day-to-day life. Only he may remain intoxicated singing the glory in the void of His Word.

101. ਸੂਹੀ ਮਹਲਾ ੫॥ 740-5

| ਘਟ ਘਟ ਅੰਤਰਿ ਤੁਮਹਿ ਬਸਾਰੇ॥ | ghat ghat antar tumeh basaaray. |
| ਸਗਲ ਸਮਗ੍ਰੀ ਸੂਤਿ ਤੁਮਾਰੇ॥੧॥ | sagal samagree soot tumaaray. ||1|| |

ਪ੍ਰਭ ਤੂੰ ਹੀ ਹਰਇੱਕ ਤਨ, ਮਨ ਵਿੱਚ ਵਸਦਾ ਹੈ । ਸਾਰੀਆਂ ਆਤਮਾਂ ਹੀ ਤੇਰੀ ਡੋਰੀ ਵਿੱਚ ਬੰਧੀਆਂ, ਤੇਰੇ ਵੱਸ ਵਿੱਚ ਹੀ ਹਨ ।

The True Master remains embedded within each soul and He prevails within the mind and body of each creature. Every soul is an expansion of Your Holy Spirit and remains under Your control and command.

ਤੂੰ ਪ੍ਰੀਤਮ ਤੂੰ ਪ੍ਰਾਨ ਅਧਾਰੇ॥	tooN pareetam tooN paraan aDhaaray.
ਤੁਮ ਹੀ ਪੇਖਿ ਪੇਖਿ ਮਨੁ ਬਿਗਸਾਰੇ॥੧॥	tum hee paykh paykh man bigsaaray.
ਰਹਾਉ॥	||1|| rahaa-o.

ਪ੍ਰਭ ਤੂੰ ਹੀ ਮੇਰੇ ਮਨ ਨੂੰ ਪਿਆਰਾ ਲੱਗਦਾ ਹੈ । ਤੂੰ ਹੀ ਮੇਰੇ ਸਵਾਸਾਂ ਦਾ ਅਧਾਰ, ਆਸਰਾ ਹੈ । ਤੇਰੇ ਸ਼ਬਦ ਦੀ ਪਾਲਣਾ ਕਰਦੇ ਮਨ ਵਿੱਚ ਖੇੜਾ ਵਸਦਾ ਹੈ ।

The True Master! You are very comforting and intoxicating to my mind. The teachings of Your Word are the pillar of support of my breaths and purpose of my human opportunity. Whosoever may obey the teachings of Your Word; he may remain fully contented and in blossom.

| ਅਨਿਕ ਜੋਨਿ ਭ੍ਰਮਿ ਭ੍ਰਮਿ ਭ੍ਰਮਿ ਹਾਰੇ॥ | anik jon bharam bharam bharam haaray. |
| ਓਟ ਗਹੀ ਅਬ ਸਾਧ ਸੰਗਾਰੇ॥੨॥ | ot gahee ab saaDh sangaaray. ||2|| |

ਪ੍ਰਭ ਮੈਂ ਅਨੇਕਾਂ ਹੀ ਜੂੰਨਾਂ ਵਿੱਚ ਭਉਦਾ ਹੋਇਆ ਬੇਚਾਰ ਹੋ ਗਿਆ ਹਾ । ਹੁਣ ਮੈਂ ਬੰਦਗੀ ਕਰਨ ਵਾਲੇ ਜੀਵ ਦੀ ਸੰਗਤ ਵਿੱਚ ਆਇਆ ਹੈ । ਉਸ ਦੇ ਲੜ ਲੱਗਾ ਹਾ, ਮਨ ਸ਼ਬਦ ਦੀ ਪਾਲਣ ਵਿੱਚ ਅਡੋਲ ਹੋ ਗਿਆ ਹੈ ।

My True Master, my soul has been wandering in many life cycles of various creatures. I have become miserable, frustrated from these cycles of life. I have surrendered my mind, body, and worldly status at the sanctuary of Your true devotee. I obey the teachings of Your Word with steady and stable belief in my day-to-day life.

| ਅਗਮ ਅਗੋਚਰ ਅਲਖ ਅਪਾਰੇ॥ | agam agochar alakh apaaray. |
| ਨਾਨਕੁ ਸਿਮਰੈ ਦਿਨੁ ਰੈਨਾਰੇ॥੩॥੯॥੧੫॥ | naanak simrai din rainaaray. ||3||9||15|| |

ਅਥਾਹ ਪ੍ਰਭ ਪਹੁੰਚ, ਅੰਤ ਤੋ ਰਹਿਤ ਹੈ । ਬੰਦਗੀ ਕਰਨ ਵਾਲਾ ਸਦਾ ਹੀ ਸ਼ਬਦ ਦਾ ਸਿਮਰਨ, ਸ਼ਬਦ ਦੀ ਪਾਲਣਾ ਕਰਦਾ ਹੈ।

The virtues, nature of The Omnipotent True Master remains beyond the comprehension of His Creation. His true devotee may remain intoxicated meditating and obeying the teachings of His Word in his day-to-day life.

102.ਸੂਹੀ ਮਹਲਾ ੫॥ 740-8

ਕਵਨ ਕਾਜ ਮਾਇਆ ਵਡਿਆਈ॥ kavan kaaj maa-i-aa vadi-aa-ee.
ਜਾ ਕਉ ਬਿਨਸਤ ਬਾਰ ਨ ਕਾਈ॥੧॥ jaa ka-o binsat baar na kaa-ee. ||1||

ਸੰਸਾਰਕ ਮਾਇਆ ਦੀ ਕੀ ਸੋਭਾ, ਵਡਿਆਈ ਕੀਤੀ ਜਾਵੇ? ਇਹ ਥੋੜ੍ਹੇ ਸਮੇਂ ਵਿੱਚ ਹੀ ਖਤਮ ਹੋ ਜਾਂਦੀ ਹੈ, ਇਸ ਦਾ ਖੇੜਾ, ਖੇਲ ਖਤਮ ਹੋ ਜਾਂਦਾ ਹੈ ।

What may I sing the glory, greatness of worldly wealth, possessions, or honor? All the glory, honor or possession may not remain with my soul forever to support in His Court for the purpose of human life.

ਇਹੁ ਸੁਪਨਾ ਸੋਵਤ ਨਹੀ ਜਾਨੈ॥ ih supnaa sovat nahee jaanai.
ਅਚੇਤ ਬਿਵਸਥਾ ਮਹਿ ਲਪਟਾਨੈ॥੧॥ ਰਹਾਉ॥ achayt bivasthaa meh laptaanai. ||1|| rahaa-o.

ਅਗਿਆਨੀ ਜੀਵ ਨੂੰ ਸੋਝੀ ਨਹੀਂ ਹੁੰਦੀ, ਸੰਸਾਰਕ ਮਾਇਆ ਇਕ ਸੁਪਨਾ ਹੀ ਹੈ । ਅਗਿਆਨਤਾ ਵਿੱਚ ਹੀ ਇਸ ਨਾਲ ਲੱਗਾ ਰਹਿੰਦਾ, ਮੋਹ ਕਰਦਾ ਹੈ ।

Ignorant self-minded may not realize that the pleasure of worldly wealth may be a short-lived dream. In his ignorance, he remains intoxicated with sweet poison, short-lived dream.

ਮਹਾ ਮੋਹਿ ਮੋਹਿਓ ਗਾਵਾਰਾ॥ mahaa mohi mohi-o gaavaaraa.
ਪੇਖਤ ਪੇਖਤ ਊਠਿ ਸਿਧਾਰਾ॥੨॥ paykhat paykhat ooth siDhaaraa. ||2||

ਅਣਜਾਣ, ਨਿਮਾਣਾ, ਗ਼ਰੀਬ, ਅਮੀਰ ਇਸ ਨਾਲ ਮੋਹ ਲਾਈ ਰਖਦਾ ਹੈ । ਸਾਰੇ ਸੰਸਾਰ ਨੂੰ ਹੀ ਆਪਣੇ ਜਾਲ ਵਿੱਚ ਫਸਾ ਲੈਂਦੀ ਹੈ । ਸੰਸਾਰਕ ਮਾਇਆ ਕਿਸੇ ਦੇ ਸਾਥ ਨਹੀਂ ਜਾਂਦੀ, ਸਾਰੇ ਦੇਖਦੇ, ਦੇਖਦੇ ਮਰ ਜਾਂਦੇ ਹਨ ।

Ignorant, humble, poor, rich all remain attached to the short-lived comforts of worldly wealth. The whole creation remains a slave of the worldly wealth. He may witness the various comforts and wastes his human life opportunity; she may never accompany after death to support in His Court.

ਊਚ ਤੇ ਊਚ ਤਾ ਕਾ ਦਰਬਾਰਾ॥ ooch tay ooch taa kaa darbaaraa.
ਕਈ ਜੰਤ ਬਿਨਾਹਿ ਉਪਾਰਾ॥੩॥ ka-ee jant binaahi upaaraa. ||3||

ਪ੍ਰਭ ਦਾ ਦਰਬਾਰ ਸਭ ਤੋਂ ਉੱਚਾ ਹੈ, ਸਭ ਕੁਝ ਪ੍ਰਭ ਦੇ ਵੱਸ ਵਿੱਚ ਹੀ ਹੁੰਦਾ ਹੈ । ਉਹ ਅਨੇਕਾਂ ਹੀ ਜੀਵ ਪੈਦਾ ਕਰਦਾ, ਨਾਸ ਕਰਦਾ ਹੈ, ਮੌਤ ਦੇਂਦਾ ਹੈ ।

His throne, Court may be the greatest of All; everything remains under His control. He may create many creatures in the universe. He may eliminate all after a predetermined period. His Nature remains beyond comprehension of His Creation.

ਦੂਸਰ ਹੋਆ ਨ ਕੋ ਹੋਈ॥ doosar ho-aa naa ko ho-ee.
ਜਪਿ ਨਾਨਕ ਪ੍ਰਭ ਏਕੋ ਸੋਈ॥ ੪॥੧੦॥੧੬॥ jap naanak parabh ayko so-ee. ||4||10||16||

ਬੰਦਗੀ ਕਰਨ ਵਾਲਾ ਇੱਕੋ ਇੱਕ ਪ੍ਰਭ ਦੇ ਸ਼ਬਦ ਦੀ ਪਾਲਣਾ ਕਰਦਾ ਹੈ । ਸ਼ਬਦ ਦੇ ਹੀ ਗੁਣ ਗਾਉਂਦਾ, ਧੰਨਵਾਦ ਕਰਦਾ ਹੈ । ਪ੍ਰਭ ਦੇ ਬਰਾਬਰ ਦਾ ਹੋਰ ਕੋਈ ਨਹੀਂ ਹੈ, ਨਾ ਹੀ ਹੋਵੇਗਾ ।

His true devotee always obeys the teachings of His Word, The One and Only One True Master. He remains gratitude and sings the glory of His Word. No one equal or comparable to the greatness of The True Master ever born nor will walk on the earth.

103. ਸੂਹੀ ਮਹਲਾ ੫॥ 740-11

ਸਿਮਰਿ ਸਿਮਰਿ ਤਾ ਕਉ ਹਉ ਜੀਵਾ॥ simar simar taa ka-o ha-o jeevaa.
ਚਰਣ ਕਮਲ ਤੇਰੇ charan kamal tayray
ਧੋਇ ਧੋਇ ਪੀਵਾ॥੧॥ Dho-ay Dho-ay peevaa. ||1||

ਪ੍ਰਭ ਤੇਰੇ ਸ਼ਬਦ ਦਾ ਸਿਮਰਨ ਕਰਦਾ ਹੀ ਸਵਾਸ ਲੈਂਦਾ ਹਾ । ਤੇਰੇ ਸ਼ਬਦ ਦੀ ਸੇਵਾ, ਸ਼ਬਦ ਦੀ ਪਾਲਣਾ ਕਰਦਾ ਹਾ ।

My True Master, I am meditating on the teachings of Your Word with each breath. To obey the teachings of Your Word and serving Your Creation has become the only purpose of my human life journey.

ਸੋ ਹਰਿ ਮੇਰਾ ਅੰਤਰਜਾਮੀ॥ so har mayraa antarjaamee.
ਭਗਤ ਜਨਾ ਕੈ ਸੰਗਿ ਸੁਆਮੀ॥੧॥ bhagat janaa kai sang su-aamee. ||1||
ਰਹਾਉ॥ rahaa-o.

ਅੰਤਰਜਾਮੀ ਪ੍ਰਭ ਬੰਦਗੀ ਕਰਨ ਵਾਲੇ ਦਾਸਾਂ ਦੇ ਮਨ ਵਿੱਚ ਜਾਗਰਤ ਰਹਿੰਦਾ ਹੈ ।

The Omniscient True Master always remains companion and supporting pillar of His true devotee. He remains awake within his mind and body.

ਸੁਣਿ ਸੁਣਿ ਅੰਮ੍ਰਿਤ ਨਾਮੁ ਧਿਆਵਾ॥ sun sun amrit naam Dhi-aavaa.
ਆਠ ਪਹਰ ਤੇਰੇ ਗੁਣ ਗਾਵਾ॥੨॥ aath pahar tayray gun gaavaa. ||2||

ਪ੍ਰਭ ਤੇਰੇ ਸ਼ਬਦ ਦੀ ਧੁਨ ਸੁਣਕੇ ਮਨ ਉਸ ਵਿੱਚ ਹੀ ਲੀਨ ਰਹਿੰਦਾ ਹੈ । ਦਿਨ ਰਾਤ ਤੇਰੇ ਸ਼ਬਦ ਦੇ ਗੁਣ ਗਾਉਂਦਾ ਹਾ ।

My True Master, I remain intoxicated in the everlasting echo of Your Word. I sing the glory of Your Word day and night.

ਪੇਖਿ ਪੇਖਿ ਲੀਲਾ ਮਨਿ ਆਨੰਦਾ॥ paykh paykh leelaa man aanandaa.
ਗੁਣ ਅਪਾਰ ਪ੍ਰਭ ਪਰਮਾਨੰਦਾ॥੩॥ gun apaar parabh parmaanandaa. ||3||

ਪ੍ਰਭ ਤੇਰੇ ਅਨੋਖੇ ਕਰਤਬ ਦੇਖਕੇ ਮੇਰੇ ਮਨ ਵਿੱਚ ਅਨੰਦ, ਖੇੜਾ ਵਸਦਾ ਹੈ । ਤੇਰੇ ਅਨੇਕਾਂ, ਬੇਅੰਤ ਹੀ ਗੁਣ ਹਨ, ਤੇਰੀ ਰਹਿਮਤ ਹੀ ਸਭ ਤੋਂ ਉਤਮ ਹੈ ।

My True Master, I remain fascinated and astonished from the miracles of Your Nature. Your unlimited virtues are beyond the imagination of Your Creation. Your blessings are the most superb and supreme.

ਜਾ ਕੈ ਸਿਮਰਨਿ ਕਛੁ ਭਉ ਨ ਬਿਆਪੈ॥ jaa kai simran kachh bha-o na bi-aapai.
ਸਦਾ ਸਦਾ ਨਾਨਕ ਹਰਿ ਜਾਪੈ॥ sadaa sadaa naanak har jaapai.
੪॥੧੧॥੧੭॥ ||4||11||17||

ਜਿਸ ਪ੍ਰਭ ਦੇ ਸ਼ਬਦ ਦੀ ਪਾਲਣਾ ਕਰਨ ਨਾਲ ਮੌਤ ਦਾ ਡਰ ਪਰੇਸ਼ਾਨ ਨਹੀ ਕਰਦਾ । ਬੰਦਗੀ ਕਰਨ ਵਾਲਾ ਉਸ ਪ੍ਰਭ ਦੇ ਸ਼ਬਦ ਦਾ ਸਿਮਰਨ, ਪਾਲਣਾ ਸਵਾਸ ਸਵਾਸ ਕਰਦਾ ਰਹਿੰਦਾ ਹੈ ।

Whosoever may obey the teachings of His Word with steady and stable belief; the fear of death may not frustrate or scare him. His true devotee always meditates and obey the teachings of His Word with each breath.

104. ਸੂਹੀ ਮਹਲਾ ੫॥ 740-15

ਗੁਰ ਕੈ ਬਚਨਿ ਰਿਦੈ ਧਿਆਨੁ ਧਾਰੀ॥ gur kai bachan ridai Dhi-aan Dhaaree.
ਰਸਨਾ ਜਾਪੁ ਜਪਉ ਬਨਵਾਰੀ॥੧॥ rasnaa jaap japa-o banvaaree. ||1||

ਆਪਣੇ ਮਨ ਵਿੱਚ ਪ੍ਰਭ ਦੇ ਸ਼ਬਦ ਨੂੰ ਜਾਗਰਤ ਕਰਕੇ, ਸ਼ਬਦ ਦੀ ਪਾਲਣਾ ਕਰਦਾ ਹਾ । ਜੀਭ ਨਾਲ ਪ੍ਰਭ ਦੇ ਸ਼ਬਦ ਦੇ ਗੁਣ ਗਾਉਂਦਾ ਹਾ ।

I keep the memory of my separation from The Holy Spirit fresh within my mind and obey the teachings of His Word with steady and stable belief in my day-to-day life. I am singing the glory of His Word with my tongue with gratitude.

ਸਫਲ ਮੂਰਤਿ ਦਰਸਨ ਬਲਿਹਾਰੀ॥ safal moorat darsan balihaaree.
ਚਰਣ ਕਮਲ ਮਨ ਪ੍ਰਾਣ ਅਧਾਰੀ॥੧॥ ਰਹਾਉ॥ charan kamal man paraan aDhaaree. ||1|| rahaa-o.

ਪ੍ਰਭ ਦੇ ਸ਼ਬਦ ਰੂਪੀ ਕਮਲ ਚਰਨ ਮੇਰੇ ਮਨ, ਸਵਾਸਾਂ ਦਾ ਆਸਰਾ ਹਨ । ਪ੍ਰਭ ਦੇ ਸ਼ਬਦ ਤੋ ਕੁਰਬਾਨ ਜਾਂਦਾ ਹਾ । ਪ੍ਰਭ ਦੇ ਸ਼ਬਦ ਦੀ ਸੋਝੀ ਰੂਪੀ ਦਰਸ਼ਨ ਕਰਨ ਨਾਲ ਜੀਵਨ ਸਫਲ ਹੋ ਜਾਂਦਾ ਹੈ ।

The teachings of His Word, the feet of The Holy Spirit are the supporting pillar of my human life opportunity. I remain fascinated and astonished from His greatness. With the enlightenment of the essence of His Word, the human life journey may be concluded successfully.

ਸਾਧਸੰਗਿ ਜਨਮ ਮਰਣ ਨਿਵਾਰੀ॥ saaDhsang janam maran nivaaree.
ਅੰਮ੍ਰਿਤ ਕਥਾ ਸੁਣਿ ਕਰਨ ਅਧਾਰੀ॥੨॥ amrit kathaa sun karan aDhaaree. ||2

ਜਿਹੜਾ ਬੰਦਗੀ ਵਾਲੇ ਸੰਤਾਂ ਦੀ ਸੰਗਤ ਵਿੱਚ ਸ਼ਬਦ ਦੀ ਕਥਾ ਸੁਣਦਾ ਹੈ । ਉਸ ਦਾ ਜੂੰਨਾਂ ਦਾ ਚੱਕਰ ਖਤਮ ਹੋ ਜਾਂਦਾ ਹੈ । ਉਸ ਜੀਵ ਦੇ ਕੰਨਾਂ ਦਾ ਉਧਾਰ ਹੋ ਜਾਂਦਾ ਹੈ ।

Whosoever may listen to the sermons of His Word in the conjugation of His true devotee; his cycle of birth and death may be eliminated. His ears may be sanctified and become blessed, fortunate.

ਕਾਮ ਕ੍ਰੋਧ ਲੋਭ ਮੋਹ ਤਜਾਰੀ॥ kaam kroDh lobh moh tajaaree.
ਦ੍ਰਿੜੁ ਨਾਮ ਦਾਨੁ ਇਸਨਾਨੁ ਸੁਚਾਰੀ॥੩॥ darirh naam daan isnaan suchaaree. ||3||

ਮਨ ਵਿਚੋਂ ਕਾਮ, ਕਰੋਧ, ਲੋਭ ਮੋਹ ਨੂੰ ਤਿਆਗ ਦਿੱਤਾ ਹੈ । ਆਪਣੇ ਮਨ ਤੇ ਜਿੱਤ ਪਾ ਕੇ ਆਪਣੇ ਮਨ ਦਾ ਪਵਿੱਤਰਤਾ ਵਾਲਾ ਇਸ਼ਨਾਨ ਕੀਤਾ ਹੈ । ਪ੍ਰਭ ਦੇ ਸ਼ਬਦ ਤੇ ਅਡੋਲ ਭਰੋਸੇ ਨਾਲ ਸ੍ਰਿਸ਼ਟੀ ਦੀ ਭਲਾਈ ਦੇ ਕੰਮ ਕਰਦਾ ਹਾ ।

I have abandoned the sexual anxiety, anger, greed, and attachment to worldly belongings. I have conquered my ego of worldly status with a sanctifying bath of my soul. I obey the teachings of His Word with steady and stable belief and serve His Creation.

ਕਹੁ ਨਾਨਕ ਇਹੁ ਤਤੁ ਬੀਚਾਰੀ॥ kaho naanak ih tat beechaaree.
ਰਾਮ ਨਾਮ ਜਪਿ ਪਾਰਿ ਉਤਾਰੀ॥ ੪॥੧੨॥੧੮॥ raam naam jap paar utaaree. ||4||12||18||

ਮੈਂ ਪ੍ਰਭ ਦੇ ਸ਼ਬਦ ਦੇ ਤੱਤ ਦਾ ਵਿਚਾਰ ਕਰਦਾ, ਸੋਝੀ ਪਾ ਕੇ ਜੀਵਨ ਢਾਲਦਾ ਹਾ । ਸ਼ਬਦ ਦੇ ਗੁਣ ਗਾਉਣ ਵਾਲਾ ਜੀਵ ਸੰਸਾਰਕ ਸਾਗਰ ਨੂੰ ਪਾਰ ਕਰ ਜਾਂਦੇ ਹਨ ।

I may concentrate and adopt the teachings of His Word with steady and stable belief in my day-to-day life. Whosoever may sing the glory of His Word with steady and stable belief; with His mercy and grace, he may be accepted in His sanctuary.

105.ਸੂਹੀ ਮਹਲਾ ੫॥ 740-19

ਲੋਭਿ ਮੋਹਿ ਮਗਨ ਅਪਰਾਧੀ॥ lobh mohi magan apraaDhee.
ਕਰਣਹਾਰ ਕੀ ਸੇਵ ਨ ਸਾਧੀ॥੧॥ karanhaar kee sayv na saaDhee. ||1||

ਮਾਨਸ ਲਾਲਚ ਅਤੇ ਸੰਸਾਰਕ ਪਦਾਰਥਾਂ ਦੇ ਮੋਹ ਦੇ ਨਸ਼ੇ ਵਿੱਚ ਮਸਤ ਰਹਿੰਦਾ ਹੈ । ਉਹ ਪੈਦਾ ਕਰਨ ਵਾਲੇ ਮਾਲਕ ਦੇ ਸ਼ਬਦ ਦੀ ਪਾਲਣਾ ਨਹੀਂ ਕਰਦਾ । ਉਸ ਨੂੰ ਕੋਈ ਸ਼ਬਦ ਦੀ ਸੋਝੀ ਬਖਸ਼ਿਸ਼ ਨਹੀਂ ਹੁੰਦੀ ।

Human may remain intoxicated in sweet poison of worldly possessions. He may not obey the teachings of His Word with steady and stable belief in his day-to-day life. He may not be blessed with the essence of His Word.

ਪਤਿਤ ਪਾਵਨ ਪ੍ਰਭ ਨਾਮ ਤੁਮਾਰੇ॥	patit paavan parabh naam tumaaray.
ਰਾਖਿ ਲੇਹੁ ਮੋਹਿ ਨਿਰਗੁਨੀਆਰੇ॥੧॥ ਰਹਾਉ॥	raakh layho mohi nirgunee-aaray. ||1|| rahaa-o.

ਪ੍ਰਭ ਤੇਰਾ ਸ਼ਬਦ ਹੀ ਮਨ ਦੇ ਪਾਪ, ਬੁਰੇ ਖਿਆਲ ਦੂਰ ਕਰਨ ਵਾਲਾ ਹੈ । ਰਹਿਮਤਾਂ ਦੇ ਮਾਲਕ ਇਸ ਅਉਗੁਣਾਂ ਭਰੇ ਜੀਵ ਨੂੰ ਸਿੱਧੇ ਰਸਤੇ ਤੇ ਪਾ ਕੇ ਬਚਾ ਲਵੋ!

My True Master, the teachings of Your Word are the cure to eliminate the burden of my sins of worldly deeds. With Your mercy and grace; You may bless the right path to ignorant overwhelmed with sins and save from the demons of worldly desires.

ਤੂੰ ਦਾਤਾ ਪ੍ਰਭ ਅੰਤਰਜਾਮੀ॥	tooN daataa parabh antarjaamee.
ਕਾਚੀ ਦੇਹ ਮਾਨੁਖ ਅਭਿਮਾਨੀ॥੨॥	kaachee dayh maanukh abhimaanee. ||2||

ਮੇਰਾ ਮਾਨਸ ਤਨ ਨਾਸ ਹੋ ਜਾਣ ਵਾਲਾ, ਅੰਤ ਵਿੱਚ ਮੌਤ ਆ ਜਾਂਦੀ ਹੈ । ਪ੍ਰਭ ਤੂੰ ਅੰਤਰਜਾਮੀ, ਦਾਤਾਂ ਬਖਸ਼ਣ ਵਾਲਾ ਮਾਲਕ ਹੈ ।

My human body is perishable and after predetermined time my soul may be captured by the devil of death. Only, The Omniscient True Master may bless virtues and save my soul.

ਸੁਆਦ ਬਾਦ ਈਰਖ ਮਦ ਮਾਇਆ॥	su-aad baad eerakh mad maa-i-aa.
ਇਨ ਸੰਗਿ ਲਾਗਿ ਰਤਨ ਜਨਮੁ ਗਵਾਇਆ॥	in sang laag ratan janam gavaa-i-aa. 3

ਮੇਰੀ ਜੀਭ ਵਿੱਚ ਸਵਾਦ, ਵਿਰੋਧ, ਈਰਖਾ, ਸੰਸਾਰਕ ਮਾਇਆ ਦਾ ਪ੍ਰਭਾਵ ਹੈ । ਇਹਨਾਂ ਪਿਛੇ ਲੱਗਕੇ ਮਾਨਸ ਜੀਵਨ ਬਿਰਥਾ ਹੀ ਗਵਾ ਲੈਂਦਾ ਹੈ ।

My tongue remains intoxicated with the taste of worldly delicacies, anger of disappointments, jealousy and with sweet poison of worldly wealth. I have wasted my human life opportunity uselessly following worldly wealth.

ਦੁਖ ਭੰਜਨ ਜਗਜੀਵਨ ਹਰਿ ਰਾਇਆ॥	dukh bhanjan jagjeevan har raa-i-aa.
ਸਗਲ ਤਿਆਗਿ ਨਾਨਕੁ ਸਰਣਾਇਆ॥ ੪॥੧੩॥੧੯॥	sagal ti-aag naanak sarnaa-i-aa. ||4||13||19||

ਪ੍ਰਭ ਹੀ ਮਾਨਸ ਦੇ ਦੁਖ ਦੂਰ ਕਰਨ ਵਾਲਾ, ਨਾਸ ਕਰਨ ਵਾਲਾ ਮਾਲਕ ਹੈ । ਬੰਦਗੀ ਕਰਨ ਵਾਲਾ ਸੰਸਾਰਕ ਮੋਹ ਤਿਆਗਕੇ ਪ੍ਰਭ ਦੀ ਸ਼ਰਣ ਵਿੱਚ ਪਨਾਹ ਲੈਂਦਾ ਹੈ । ਸ਼ਬਦ ਦੀ ਪਾਲਣਾ ਵਿੱਚ ਅਡੋਲ ਰਹਿੰਦਾ ਹੈ ।

Only, The True Master may destroy, eliminate, cure all the miseries of worldly desires of mind. His true devotee may abandon, the attachment to worldly possessions and surrender his mind, body, and worldly status at His sanctuary. He may obey the teachings of His Word with steady and stable belief in his day-to-day life.

106.ਸੂਹੀ ਮਹਲਾ ੫॥ 741-4

ਪੇਖਤ ਚਾਖਤ ਕਹੀਅਤ ਅੰਧਾ,	paykhat chaakhat kahee-at anDhaa
ਸੁਨੀਅਤ ਸੁਨੀਐ ਨਾਹੀ॥	sunee-at sunee-ai naahee.
ਨਿਕਟਿ ਵਸਤੁ ਕਉ ਜਾਣੈ ਦੂਰੇ,	nikat vasat ka-o jaanai dooray
ਪਾਪੀ ਪਾਪ ਕਮਾਹੀ॥੧॥	paapee paap kamaahee. ||1||

ਮਾਨਸ ਜੀਵ ਸਭ ਕੁਝ ਆਪਣੀਆ ਅੱਖਾਂ ਨਾਲ ਦੇਖਦਾ, ਪਰ ਇਸ ਦੀ ਸੋਝੀ ਤੋ ਅਗਿਆਨੀ, ਅੰਨ੍ਹਾ ਹੈ । ਆਪਣੇ ਕੰਨਾਂ ਨਾਲ ਸਭ ਕੁਝ ਸੁਣਦਾ ਹੈ, ਪਰ ਉਸ ਦੇ ਸਮਝ ਵਿੱਚ ਕੁਝ ਨਹੀਂ ਆਉਂਦਾ । ਜਿਹੜਾ

ਪ੍ਰਭ ਉਸ ਦੇ ਨੇੜੇ ਤਨ ਵਿੱਚ ਹੀ ਵਸਦਾ ਹੈ, ਉਸ ਨੂੰ ਬਹੁਤ ਦੂਰ ਸਮਝਦਾ ਹੈ । ਬੁਰੇ ਕੰਮ, ਪਾਪ ਹੀ ਕਰਦਾ ਰਹਿੰਦਾ ਹੈ ।

Human may witness everything with his own eyes; however, he may remain ignorant from the understanding, enlightenment of His Nature. He may hear everything with his ears; however, he may not hear the everlasting echo of His Word or understands the message, the real purpose of human life opportunity. The True Master remains embedded within his soul; however, he may commit sins in His presence.

ਸੋ ਕਿਛੁ ਕਰਿ ਜਿਤੁ ਛੁਟਹਿ ਪਰਾਨੀ॥	so kichh kar jit chhuteh paraanee.
ਹਰਿ ਹਰਿ ਨਾਮੁ ਜਪਿ ਅੰਮ੍ਰਿਤ ਬਾਨੀ॥੧॥	har har naam jap amrit baanee. ||1||
ਰਹਾਉ॥	rahaa-o.

ਜੀਵ ਉਹ ਕੰਮ ਹੀ ਕਰੋ! ਜਿਸ ਨਾਲ ਮਾਨਸ ਜੀਵਨ ਸਫਲ ਹੋ ਜਾਵੇ । ਪ੍ਰਭ ਦੇ ਸ਼ਬਦ ਦਾ ਸਿਮਰਨ ਕਰੋ! ਸ਼ਬਦ ਨੂੰ ਮਨ ਵਿੱਚ ਜਾਗਰਤ ਕਰੋ!

You should only perform any worldly deeds that may help for the purpose of human life journey. You should meditate on the teachings of His Word and keep the memory of your separation from The Holy Spirit fresh within your mind.

ਘੋਰ ਮਹਲ ਸਦਾ ਰੰਗਿ ਰਾਤਾ॥	ghor mahal sadaa rang raataa.
ਸੰਗਿ ਤੁਮ੍ਾਰੈ ਕਛੂ ਨਾ ਜਾਤਾ॥੨॥	sang tumHaarai kachhoo na jaataa. ||2||

ਸੰਸਾਰ ਵਿੱਚ ਤੂੰ ਵੱਡੇ ਘਰ, ਘੋੜੇ, ਦੌਲਤ ਇਕੱਠੀ ਕਰਨ ਵਿੱਚ ਲੱਗਾ ਰਹਿੰਦਾ ਹੈ । ਇਸ ਵਿਚੋਂ ਕੁਝ ਵੀ ਤੇਰੇ ਸਾਥ ਨਹੀਂ ਜਾਂਦਾ ।

You may waste human life collecting worldly possessions, big house, horses, and wealth; nothing may go along with you after death.

ਰਖਹਿ ਪੋਚਾਰਿ ਮਾਟੀ ਕਾ ਭਾਂਡਾ॥	rakheh pochaar maatee kaa bhaaNdaa.
ਅਤਿ ਕੁਚੀਲ ਮਿਲੈ ਜਮ ਡਾਂਡਾ॥੩॥	at kucheel milai jam daaNdaa. ||3||

ਮਾਨਸ ਇਸ ਨਾਸ ਹੋ ਜਾਣ ਵਾਲੇ ਕੱਚੇ ਭਾਡੇ ਨੂੰ ਸੰਭਾਲ ਕੇ ਸ਼ਿੰਗਾਰ ਕੇ ਰਖਦਾ ਹੈ । ਇਸ ਵਿੱਚ ਇਤਨਾ ਪਾਪ ਦਾ ਭਾਰ ਹੁੰਦਾ ਹੈ । ਇਸ ਨੂੰ ਅੰਤ ਵਿੱਚ ਮੌਤ ਦਾ ਜਮਦੂਤ ਸਜ਼ਾ ਦੇਂਦਾ ਹੈ ।

Human may embellish his perishable body. He may remain overwhelmed with sins. His soul may be captured and punished by the devil of death.

ਕਾਮ ਕ੍ਰੋਧਿ ਲੋਭਿ ਮੋਹਿ ਬਾਧਾ॥	kaam kroDh lobh mohi baaDhaa.
ਮਹਾ ਗਰਤ ਮਹਿ ਨਿਘਰਤ ਜਾਤਾ॥੪॥	mahaa garat meh nighrat jaataa. ||4||

ਮਾਨਸ ਕਾਮ ਵਾਸ਼ਨਾ, ਕਰੋਧ, ਲੋਭ, ਮੋਹ ਦੇ ਜਾਲ ਵਿੱਚ ਫਸਿਆ ਰਹਿੰਦਾ ਹੈ । ਦਿਨ ਰਾਤ ਪਾਪ ਦਾ ਭਾਰ ਵਧਦਾ ਰਹਿੰਦਾ ਹੈ ।

Ignorant, human remains overwhelmed with sexual desires, greed, anger of disappointments and attachments to worldly possessions. He may enhance his burden of sins day and night.

ਨਾਨਕ ਕੀ ਅਰਦਾਸਿ ਸੁਣੀਜੈ॥	naanak kee ardaas suneejai. doobat
ਡੂਬਤ ਪਾਹਨ ਪ੍ਰਭ ਮੇਰੇ ਲੀਜੈ॥	paahan parabh mayray leejai.
੫॥੧੪॥੨੦॥	||5||14||20||

ਬੰਦਗੀ ਕਰਨ ਵਾਲਾ ਪ੍ਰਭ ਅੱਗੇ ਇੱਕ ਹੀ ਅਰਦਾਸ ਕਰਦਾ ਹੈ । ਰਹਿਮਤਾਂ ਦੇ ਮਾਲਕ ਇਸ ਪੱਥਰ ਮਾਨਸ ਨੂੰ ਸ਼ਬਦ ਦੀ ਪਾਲਣਾ ਦੇ ਲੜ ਲਾਵੋ! ਸੰਸਾਰਕ ਸਾਗਰ ਵਿੱਚ ਡੁੱਬਦੇ ਨੂੰ ਪ੍ਰਵਾਨ ਕਰ ਲਵੋ!

His true devotee may have only one prayer. The Merciful True Master attaches Your humble slave to meditation on the teachings of Your Word and save from the ocean of desires.

107. ਸੂਹੀ ਮਹਲਾ ੫॥ 741-9

ਜੀਵਤ ਮਰੈ ਬੁਝੈ ਪ੍ਰਭੁ ਸੋਇ॥ jeevat marai bujhai parabh so-ay.
ਤਿਸੁ ਜਨ ਕਰਮਿ ਪਰਾਪਤਿ ਹੋਇ॥੧॥ tis jan karam paraapat ho-ay. ||1||

ਜਿਹੜਾ ਮਾਨਸ ਜੀਵਨ ਵਿੱਚ ਨਿਮ੍ਰਤਾ, ਨਿਮਾਣਾ ਬਣਕੇ ਜੀਵਨ ਬਤੀਤ ਕਰਦਾ ਹੈ । ਉਸ ਨੂੰ ਆਪਣੇ ਪਿਛਲੇ ਜਨਮ ਦੇ ਕੀਤੇ ਦਾ ਫਲ ਬਖਸ਼ਿਸ਼ ਹੋ ਜਾਂਦਾ ਹੈ ।

Whosoever may remain humble and polite in his human life journey. His prewritten destiny may be rewarded.

ਸੁਣਿ ਸਾਜਨ ਇਉ ਦੁਤਰੁ ਤਰੀਐ॥ sun saajan i-o dutar taree-ai.
ਮਿਲਿ ਸਾਧੂ ਹਰਿ ਨਾਮੁ ਉਚਰੀਐ॥੧॥ ਰਹਾਉ॥ mil saaDhoo har naam uchree-ai. ||1|| rahaa-o.

ਬੰਦਗੀ ਕਰਨ ਵਾਲੇ ਸੰਤਾਂ ਦੀ ਸੰਗਤ ਵਿੱਚ ਪ੍ਰਭ ਦੇ ਸ਼ਬਦ ਦਾ ਸਿਮਰਨ ਕਰੋ, ਸ਼ਬਦ ਨਾਲ ਜੀਵਨ ਢਾਲੋ! ਇਸ ਵਿਧੀ ਨਾਲ ਹੀ ਸੰਸਾਰਕ ਸਾਗਰ ਪਾਰ ਕੀਤਾ ਜਾ ਸਕਦਾ ਹੈ ।

You should associate with His true devotee and meditate, adopt the teachings of His Word with steady and stable belief in your day-to-day life. With His mercy and grace, you may be saved and crosses worldly ocean.

ਏਕ ਬਿਨਾ ਦੂਜਾ ਨਹੀ ਜਾਨੈ॥ ayk binaa doojaa nahee jaanai.
ਘਟ ਘਟ ਅੰਤਰਿ ਪਾਰਬ੍ਰਹਮੁ ਪਛਾਨੈ॥ ੨ ghat ghat antar paarbarahm pachhaanai.2

ਜਿਹੜਾ ਪ੍ਰਭ ਤੋ ਬਿਨਾਂ ਹੋਰ ਕਿਸੇ ਨੂੰ ਅਸਲੀ ਮਾਲਕ ਨਹੀਂ ਸਮਝਦਾ । ਉਸ ਦੇ ਰੋਮ ਰੋਮ ਵਿੱਚ ਪ੍ਰਭ ਦਾ ਸ਼ਬਦ ਵਸਦਾ, ਜਾਗਰਤ ਹੋ ਜਾਂਦਾ ਹੈ ।

Whosoever may recognize The One and Only One, God The Creator of the universe. He may remain drenched with the essence of His Word within each fiber of his body.

ਜੋ ਕਿਛੁ ਕਰੈ ਸੋਈ ਭਲ ਮਾਨੈ॥ jo kichh karai so-ee bhal maanai.
ਆਦਿ ਅੰਤ ਕੀ ਕੀਮਤਿ ਜਾਨੈ॥੩॥ aad ant kee keemat jaanai. ||3||

ਉਹ ਪ੍ਰਭ ਦੇ ਬਖਸ਼ੇ ਤੇ ਸੰਤੋਖ, ਅਨੰਦ, ਖੇੜੇ ਵਿੱਚ ਵਸਦਾ ਹੈ । ਆਪਣਾ ਜੀਵਨ ਸ਼ਬਦ ਅਨੁਸਾਰ ਬਤੀਤ ਕਰਦਾ ਹੈ । ਉਸ ਨੂੰ ਮਾਨਸ ਜੀਵਨ ਦੇ ਅਸਲੀ ਮੰਤਵ ਦੀ ਸੋਝੀ ਬਖਸ਼ਿਸ਼ ਹੋ ਜਾਂਦੀ ਹੈ ।

Whosoever may remain contented with his own worldly environment, His blessings. He may adopt the teachings of His Word in his day-to-day life; with His mercy and grace, he may be blessed with the right path of acceptance in His Court.

ਕਹੁ ਨਾਨਕ ਤਿਸੁ ਜਨ ਬਲਿਹਾਰੀ॥ kaho naanak tis jan balihaaree.
ਜਾ ਕੈ ਹਿਰਦੈ ਵਸਹਿ ਮੁਰਾਰੀ॥ ੪॥੧੫॥੨੧॥ jaa kai hirdai vaseh muraaree. ||4||15||21||

ਜਿਸ ਦੇ ਮਨ ਅੰਦਰ ਪ੍ਰਭ ਦਾ ਸ਼ਬਦ ਜਾਗਰਤ ਰਹਿੰਦਾ ਹੈ । ਬੰਦਗੀ ਕਰਨ ਵਾਲੇ ਉਸ ਦਾਸ ਤੋ ਸਦਾ ਹੀ ਕੁਰਬਾਨ ਜਾਂਦਾ ਹੈ ।

Whosoever may remain awake and alert in meditation on the teachings of His Word. His true devotee remains fascinated, astonished from his way of life.

108.ਸੂਹੀ ਮਹਲਾ ੫॥ 741-12

ਗੁਰੁ ਪਰਮੇਸਰੁ ਕਰਣੈਹਾਰੁ॥ gur parmaysar karnaihaar.
ਸਗਲ ਸ੍ਰਿਸਟਿ ਕਉ ਦੇ ਆਧਾਰੁ॥੧॥ sagal sarisat ka-o day aaDhaar. ||1||

ਪ੍ਰਭ ਹੀ ਸ੍ਰਿਸ਼ਟੀ ਦੇ ਜੀਵਾਂ ਨੂੰ ਪੈਦਾ ਕਰਦਾ, ਸਾਰੀ ਸ੍ਰਿਸ਼ਟੀ ਹੀ ਉਸ ਦੇ ਆਸਰੇ ਤੇ ਵਸਦੀ ਹੈ ।

The One and Only One, God, True Master, Creator of the universe! The universe remains on His support and hope for His mercy and grace.

ਗੁਰ ਕੇ ਚਰਣ ਕਮਲ ਮਨ ਧਿਆਇ॥ gur kay charan kamal man Dhi-aa-ay.
ਦੂਖੁ ਦਰਦੁ ਇਸੁ ਤਨ ਤੇ ਜਾਇ॥੧॥ dookh darad is tan tay jaa-ay. ||1||
ਰਹਾਉ॥ rahaa-o.

ਜਿਹੜਾ ਪ੍ਰਭ ਦੇ ਸ਼ਬਦ ਰੂਪੀ ਚਰਨਾਂ ਨੂੰ ਮਨ ਵਿੱਚ ਵਸਾ ਲੈਂਦਾ, ਸ਼ਬਦ ਨਾਲ ਜੀਵਨ ਢਾਲਦਾ ਹੈ । ਸੰਸਾਰਕ ਇੱਛਾਂ ਦਾ ਦੁਖ ਉਸ ਦੇ ਤਨ ਵਿਚੋਂ ਖਤਮ, ਨਾਸ ਹੋ ਜਾਂਦਾ ਹੈ ।

Whosoever may adopt the teachings of His Word with steady and stable belief in his day-to-day life; with His mercy and grace, he remains drenched with the essence of His Word. All worldly desires may be eliminated from his mind and body.

ਭਵਜਲਿ ਡੂਬਤ ਸਤਿਗੁਰੁ ਕਾਢੈ॥ bhavjal doobat satgur kaadhai.
ਜਨਮ ਜਨਮ ਕਾ ਟੂਟਾ ਗਾਢੈ॥੨॥ janam janam kaa tootaa gaadhai. ||2||

ਪ੍ਰਭ, ਸ਼ਬਦ ਦੀ ਪਾਲਣਾ ਕਰਨ ਵਾਲੇ ਡੁੱਬਦੇ ਜਾਂਦੇ ਨੂੰ ਵੀ ਪ੍ਰਵਾਨ ਕਰ ਲੈਂਦਾ ਹੈ । ਸੰਸਾਰਕ ਸਾਗਰ ਵਿਚੋਂ ਪਾਰ ਕੱਢ ਲੈਂਦਾ ਹੈ । ਕਈ ਜਨਮਾਂ ਤੋ ਵਿਛੜੀਆਂ ਆਤਮਾਂ ਨੂੰ ਆਪਣੇ ਨਾਲ ਮਿਲਾ ਲੈਂਦਾ ਹੈ ।

Whosoever may obey the teachings of His Word with steady and stable belief in his day-to-day life; with His mercy and grace, he may be blessed with the right path of acceptance in His Court. His separated soul from many life cycles may be accepted and immersed within His Holy Spirit.

ਗੁਰ ਕੀ ਸੇਵਾ ਕਰਹੁ ਦਿਨੁ ਰਾਤਿ॥ gur kee sayvaa karahu din raat.
ਸੂਖ ਸਹਜ ਮਨਿ ਆਵੈ ਸਾਂਤਿ॥੩॥ sookh sahj man aavai saaNt. ||3||

ਜਿਹੜਾ ਦਿਨ ਰਾਤ ਪ੍ਰਭ ਦੇ ਸ਼ਬਦ ਦਾ ਸਿਮਰਨ ਕਰਦਾ ਹੈ । ਜੀਵਨ ਸ਼ਬਦ ਅਨੁਸਾਰ ਬਤੀਤ ਕਰਦਾ ਹੈ, ਉਸ ਦੇ ਮਨ ਵਿੱਚ ਸੰਤੋਖ, ਧੀਰਜ, ਖੇੜਾ ਵਸ ਜਾਂਦਾ ਹੈ ।

Whosoever may meditate, adopt the teachings of His Word with steady and stable belief in his day-to-day life; with His mercy and grace, he may be blessed with patience, contentment, and blossom in his worldly life.

ਸਤਿਗੁਰ ਕੀ ਰੇਣੁ ਵਡਭਾਗੀ ਪਾਵੈ॥ satgur kee rayn vadbhaagee paavai.
ਨਾਨਕ ਗੁਰ ਕਉ ਸਦ ਬਲਿ ਜਾਵੈ॥ naanak gur ka-o sad bal jaavai.
੪॥੧੬॥੨੨॥ ||4||16||22||

ਜੀਵ ਦੇ ਵੱਡਾ ਭਾਗਾਂ ਨਾਲ ਹੀ ਪ੍ਰਭ ਦੇ ਚਰਨਾਂ ਦੀ ਧੂੜ ਬਖਸ਼ਿਸ਼ ਹੁੰਦੀ, ਸ਼ਬਦ ਮਨ ਵਿੱਚ ਜਾਗਰਤ ਹੁੰਦਾ ਹੈ । ਬੰਦਗੀ ਕਰਨ ਵਾਲਾ ਸਦਾ ਹੀ ਸ਼ਬਦ ਦੀ ਪਾਲਣਾ ਵਿੱਚ ਅਡੋਲ ਰਹਿੰਦਾ ਹੈ ।

Only with great prewritten destiny, His true devotee may be blessed with the association of His Holy saint. He may be enlightened with the essence of His Word from within. His true devotee may remain steady and stable on the right path of obeying the teachings of His Word.

109.ਸੂਹੀ ਮਹਲਾ ੫॥ 741-16

ਗੁਰ ਅਪੁਨੇ ਊਪਰਿ ਬਲਿ ਜਾਈਐ॥ gur apunay oopar bal jaa-ee-ai.
ਆਠ ਪਹਰ ਹਰਿ ਹਰਿ ਜਸੁ ਗਾਈਐ॥੧॥ aath pahar har har jas gaa-ee-ai. ||1||

ਮੈਂ ਸਦਾ ਹੀ ਪ੍ਰਭ ਦੀ ਰਹਿਮਤਾਂ ਤੋ ਕੁਰਬਾਨ ਜਾਂਦਾ, ਹੈਰਾਨ ਹੀ ਰਹਿੰਦਾ ਹਾ । ਮੈਂ ਦਿਨ ਰਾਤ ਪ੍ਰਭ ਦੇ ਸ਼ਬਦ ਦੀ ਪਾਲਣਾ ਕਰਦਾ, ਗੁਣ ਗਾਉਂਦਾ ਹਾ ।

I remain fascinated and astonished from the blessings and miracles of The True Master. I may remain singing the glory and obeying the teachings of His Word with steady and stable belief in my day-to-day life.

ਸਿਮਰਉ ਸੋ ਪ੍ਰਭੁ ਅਪਨਾ ਸੁਆਮੀ॥ simra-o so parabh apnaa su-aamee.
ਸਗਲ ਘਟਾ ਕਾ ਅੰਤਰਜਾਮੀ॥੧॥ sagal ghataa kaa antarjaamee. ||1||
ਰਹਾਉ॥ rahaa-o.

ਅੰਤਰਜਾਮੀ ਪ੍ਰਭ ਹੀ ਅਸਲੀ ਮਾਲਕ ਹੈ, ਉਸ ਦੇ ਸ਼ਬਦ ਦਾ ਸਿਮਰਨ, ਪਾਲਣਾ ਕਰੋ!

You should meditate and obey the teachings of His Word with steady and stable belief in day-to-day life. The Omniscient True Master knows all the hopes and desire of His Creation.

ਚਰਣ ਕਮਲ ਸਿਉ ਲਾਗੀ ਪ੍ਰੀਤਿ॥ charan kamal si-o laagee pareet.
ਸਾਚੀ ਪੂਰਨ ਨਿਰਮਲ ਰੀਤਿ॥੨॥ saachee pooran nirmal reet. ||2||

ਜਿਹੜਾ ਪ੍ਰਭ ਦੇ ਸ਼ਬਦ ਦੇ ਲੜ ਲੱਗਾ ਰਹਿੰਦਾ ਹੈ, ਉਸ ਦੇ ਮਨ ਵਿੱਚ ਸ਼ਬਦ ਜਾਗਰਤ ਹੋ ਜਾਂਦਾ ਹੈ । ਉਹ ਸ਼ਬਦ ਨਾਲ ਜੀਵਨ ਢਾਲ ਲੈਂਦਾ ਹੈ, ਉਸ ਦਾ ਮਨ ਪਵਿੱਤਰ ਰਹਿੰਦਾ ਹੈ ।

Whosoever may remain meditating and singing the glory of His Word; with His mercy and grace, he may be enlightened with the essence of His Word. He may adopt the teachings of His Word with steady and stable belief in day-to-day life; his soul may be sanctified and become worthy of His consideration.

ਸੰਤ ਪ੍ਰਸਾਦਿ ਵਸੈ ਮਨ ਮਾਹੀ॥ sant parsaad vasai man maahee.
ਜਨਮ ਜਨਮ ਕੇ ਕਿਲਵਿਖ ਜਾਹੀ॥੩॥ janam janam kay kilvikh jaahee. ||3||

ਪ੍ਰਭ ਦੀ ਰਹਿਮਤ ਨਾਲ ਹੀ ਸ਼ਬਦ ਮਨ ਵਿੱਚ ਜਾਗਰਤ ਹੁੰਦਾ ਹੈ । ਜਿਹੜਾ ਜੀਵ ਸ਼ਬਦ ਦੇ ਰਸਤੇ ਤੇ ਚਲਦਾ, ਅਨੇਕਾਂ ਹੀ ਜਨਮਾਂ ਦੇ ਕੀਤੇ ਪਾਪ ਬਖਸ਼ੇ ਜਾਂਦੇ ਹਨ ।

Whosoever may be enlightened with the essence of His Word; with His mercy and grace, he may be blessed with the right path of meditation. Whosoever may stay steady and stable on the right path, his sins of many previous lives may be forgiven.

ਕਰਿ ਕਿਰਪਾ ਪ੍ਰਭ ਦੀਨ ਦਇਆਲਾ॥ kar kirpaa parabh deen da-i-aalaa.
ਨਾਨਕੁ ਮਾਗੈ ਸੰਤ ਰਵਾਲਾ॥ naanak maagai sant ravaalaa.
੪॥੧੭॥੨੩॥ ||4||17||23||

ਰਹਿਮਤਾਂ ਦੇ ਮਾਲਕ, ਰਹਿਮਤ ਦੀ ਨਜ਼ਰ ਬਖਸ਼ੋ! ਆਪਣੇ ਬੰਦਗੀ ਕਰਨ ਵਾਲੇ ਦਾਸ ਨੂੰ ਸੰਤਾਂ ਦੇ ਚਰਨਾਂ ਦੀ ਧੂੜ ਬਖਸ਼ੋ! ਸ਼ਬਦ ਮਨ ਵਿੱਚ ਜਾਗਰਤ ਰਖੋ!

The Merciful True Master, blesses me with the association of Your Holy saints, the dust of the feet of Your true devotee. With Your mercy and grace, I may remain, enlightened, awake and alert in meditation in the void of Your Word.

110.ਸੂਹੀ ਮਹਲਾ ੫॥ 742 -1

ਦਰਸਨੁ ਦੇਖਿ ਜੀਵਾ ਗੁਰ ਤੇਰਾ॥ darsan daykh jeevaa gur tayraa.
ਪੂਰਨ ਕਰਮੁ ਹੋਇ ਪ੍ਰਭ ਮੇਰਾ॥੧॥ pooran karam ho-ay parabh mayraa. ||1||

ਪ੍ਰਭ ਤੇਰੇ ਦਰਸ਼ਨ, ਸ਼ਬਦ ਦੀ ਪਾਲਣਾ ਹੀ ਮੇਰੇ ਜੀਵਨ ਦਾ ਅਧਾਰ ਹੈ । ਤੇਰੇ ਸ਼ਬਦ ਦੀ ਪਾਲਣਾ ਕਰਨ ਨਾਲ ਹੀ ਜੀਵ ਦੇ ਭਾਗ ਜਾਗਦੇ ਹਨ ।

My True Master to obey the teachings of Your Word has become the guiding principle and purpose of my human life journey. Whosoever may adopt the teachings of Your Word; his prewritten destiny may be rewarded.

ਇਹ ਬੇਨੰਤੀ ਸੁਣਿ ਪ੍ਰਭ ਮੇਰੇ॥ ih baynantee sun parabh mayray.
ਦੇਹਿ ਨਾਮੁ ਕਰਿ ਅਪਣੇ ਚੇਰੇ॥੧॥ deh naam kar apnay chayray. ||1||
ਰਹਾਉ॥ rahaa-o.

ਰਹਿਮਤਾਂ ਦੇ ਮਾਲਕ, ਮੇਰੇ ਅਸਲੀ ਮਾਲਕ ਮੇਰੀ ਅਰਦਾਸ ਸੁਣੋ! ਆਪਣੇ ਸ਼ਬਦ ਦੇ ਲੜ ਲਾਵੋ!

The Merciful True Master blesses me the conjugation of Your true devotee and blesses me the devotion and dedication to obey the teachings of Your Word.

ਅਪਣੀ ਸਰਣਿ ਰਾਖੁ ਪ੍ਰਭ ਦਾਤੇ॥ apnee saran raakh parabh daatay.
ਗੁਰ ਪ੍ਰਸਾਦਿ ਕਿਨੈ ਵਿਰਲੈ ਜਾਤੇ॥੨॥ gur parsaad kinai virlai jaatay. ||2||

ਪ੍ਰਭ ਰਹਿਮਤ ਬਖਸ਼ੋ, ਆਪਣੀ ਸ਼ਰਣ ਵਿੱਚ ਪਨਾਹ ਬਖਸ਼ੋ! ਕੋਈ ਵਿਰਲਾ ਹੀ ਜੀਵ ਤੇਰ ਸ਼ਬਦ ਦੀ ਪਾਲਣਾ ਵਿੱਚ ਅਡੋਲ ਰਹਿੰਦਾ ਹੈ ।

With Your mercy and grace, accepts me in Your sanctuary. However, very rare devotee may remain on the right path of obeying the teachings of Your Word with steady and stable belief in his day-to-day life.

ਸੁਨਹੁ ਬਿਨਉ ਪ੍ਰਭ ਮੇਰੇ ਮੀਤਾ॥ sunhu bin-o parabh mayray meetaa.
ਚਰਣ ਕਮਲ ਵਸਹਿ ਮੇਰੈ ਚੀਤਾ॥੩॥ charan kamal vaseh mayrai cheetaa. ||3||

ਪ੍ਰਭ ਮੇਰੀ ਅਰਦਾਸ ਸੁਣੋ! ਰਹਿਮਤ ਬਖਸ਼ੋ! ਤੇਰਾ ਸ਼ਬਦ ਮਨ ਵਿੱਚ ਜਾਗਰਤ ਅਤੇ ਸੁਚੇਤ ਹੋ ਜਾਵੇ ।

The Merciful True Master, blesses me with the enlightenment of the essence of Your Word within. I may remain awake and alert in my meditation in the void of Your Word.

ਨਾਨਕੁ ਏਕ ਕਰੈ ਅਰਦਾਸਿ॥ naanak ayk karai ardaas.
ਵਿਸਰੁ ਨਾਹੀ ਪੂਰਨ ਗੁਣਤਾਸਿ॥ visar naahee pooran guntaas.
੪॥੧੮॥੨੪॥ ||4||18||24||

ਬੰਦਗੀ ਕਰਨ ਵਾਲਾ ਦਾਸ ਸਦਾ ਹੀ ਇੱਕੋ ਇੱਕ ਅਰਦਾਸ ਕਰਦਾ ਹੈ । ਰਹਿਮਤਾਂ ਦੇ ਮਾਲਕ ਰਹਿਮਤ ਬਖਸ਼ੋ! ਮੇਰੇ ਮਨ ਵਿਚੋਂ ਤੇਰਾ ਸ਼ਬਦ ਇੱਕ ਪਲ ਵੀ ਵਿਸਰ ਨਾ ਜਾਵੇ ।

His true devotee may have only one prayer! The Merciful Master, I may never abandon the teachings of Your Word from my day-to-day life.

111. ਸੂਹੀ ਮਹਲਾ ੫॥ 742-4

ਮੀਤੁ ਸਾਜਨੁ ਸੁਤ ਬੰਧਪ ਭਾਈ॥ meet saajan sut banDhap bhaa-ee.
ਜਤ ਕਤ ਪੇਖਉ ਹਰਿ ਸੰਗਿ ਸਹਾਈ॥੧॥ jat kat paykha-o har sang sahaa-ee. ||1||

ਪ੍ਰਭ ਹੀ ਬੰਦਗੀ ਕਰਨ ਵਾਲੇ ਦਾ ਪ੍ਰਵਾਰ, ਭੈਣ, ਭਾਈ, ਮਾਈ, ਬਾਪ, ਸੰਜੋਗੀ ਹੁੰਦਾ ਹੈ । ਬੰਦਗੀ ਵਾਲਾ ਹਰ ਸਮੇਂ ਹੀ ਪ੍ਰਭ ਨੂੰ ਆਪਣੇ ਸਾਥ ਹੀ ਹਾਜਰਾ ਹਜ਼ੂਰ ਹੀ ਮਹਿਸੂਸ ਕਰਦਾ ਹੈ ।

The teachings of His Word remain as the family, brother, sister, mother, father, spouse, and supporter of His true devotee. He may always realize The Holy Spirit prevailing in every event in the universe.

ਜਤਿ ਮੇਰੀ ਪਤਿ ਮੇਰੀ ਧਨੁ ਹਰਿ ਨਾਮੁ॥ jat mayree pat mayree Dhan har naam.
ਸੂਖ ਸਹਜ ਆਨੰਦ ਬਿਸਰਾਮ॥੧॥ sookh sahj aanand bisraam. ||1||
ਰਹਾਉ॥ rahaa-o.

ਪ੍ਰਭ ਹੀ ਬੰਦਗੀ ਕਰਨ ਵਾਲੇ ਦੀ ਜਾਤ, ਧਨ, ਦੌਲਤ, ਹੈਸੀਅਤ ਹੀ ਸ਼ਬਦ ਦੀ ਪਾਲਣਾ ਹੁੰਦੀ ਹੈ । ਮਨ ਵਿੱਚ ਸ਼ਬਦ ਨੂੰ ਜਾਗਰਤ ਕਰਨ ਨਾਲ ਹੀ ਸੰਤੋਖ ਅਨੰਦ ਮਹਿਸੂਸ ਹੁੰਦਾ ਹੈ ।

To obey the teachings of His Word becomes the worldly caste, wealth, possession, and status of His true devotee. With the enlightenment of the essence of His Word; he remains in pleasure and contented with his worldly environment, His blessings.

ਪਾਰਬ੍ਰਹਮੁ ਜਪਿ ਪਹਿਰਿ ਸਨਾਹ॥ paarbarahm jap pahir sanaah.
ਕੋਟਿ ਆਵਧ ਤਿਸੁ ਬੇਧਤ ਨਾਹਿ॥੨॥ kot aavaDh tis bayDhat naahi. ||2||

ਬੰਦਗੀ ਕਰਨ ਵਾਲਾ, ਸ਼ਬਦ ਦੀ ਪਾਲਣਾ ਨੂੰ ਹੀ ਆਪਣੀ ਢਾਲ, ਰਖਿਆ ਕਰਨ ਵਾਲੀ ਦਿਵਾਰ ਬਣਾ ਲੈਂਦਾ ਹੈ । ਸੰਸਾਰਕ ਇੱਛਾਂ ਇਸ ਵਿਚੋਂ ਪਾਰ ਨਹੀਂ ਹੋ ਸਕਦੀਆਂ, ਮਾਨਸ ਤੇ ਕੋਈ ਪ੍ਰਭਾਵ ਨਹੀਂ ਪਾ ਸਕਦੀਆਂ ।

His true devotee makes obeying the teachings of His Word with steady and stable belief as his shield from worldly temptations, desires. No worldly desire may pass through his shield and blemish his soul.

ਹਰਿ ਚਰਨ ਸਰਣ ਗੜ ਕੋਟ ਹਮਾਰੈ॥ har charan saran garh kot hamaarai.
ਕਾਲੁ ਕੰਟਕੁ ਜਮੁ ਤਿਸੁ ਨ ਬਿਦਾਰੈ॥੩॥ kaal kantak jam tis na bidaarai. ||3||

ਬੰਦਗੀ ਕਰਨ ਵਾਲਾ ਸ਼ਬਦ ਦੀ ਪਾਲਣਾ ਦੀ ਸ਼ਰਣ ਵਿੱਚ ਵਸਦਾ ਹੈ । ਮੌਤ ਦਾ ਜਮਦੂਤ ਉਸ ਨੂੰ ਛੋਹ ਵੀ ਨਹੀਂ ਸਕਦਾ, ਕੋਈ ਦੁਖ ਨਹੀਂ ਦੇ ਸਕਦਾ ।

His true devotee dwells in the sanctuary of obeying His Word; with His mercy and grace, his soul may become beyond the reach of devil of death. No worldly misery or temptation may frustrate him.

ਨਾਨਕ ਦਾਸ ਸਦਾ ਬਲਿਹਾਰੀ॥ naanak daas sadaa balihaaree.
ਸੇਵਕ ਸੰਤ ਰਾਜਾ ਰਾਮ ਮੁਰਾਰੀ॥ sayvak sant raajaa raam muraaree.
੪॥੧੯॥੨੫॥ ||4||19||25||

ਬੰਦਗੀ ਕਰਨ ਵਾਲਾ ਦਾਸ ਸਦਾ ਹੀ, ਹਰਇੱਕ ਕੰਮ ਵਿੱਚ ਪ੍ਰਭ ਦਾ ਜੈਕਾਰ ਕਰਦਾ, ਜਿੱਤ ਮੰਨਦਾ ਹੈ । ਉਹ ਆਪਣੇ ਮਨ ਦੀ ਖੁਦਗ਼ਰਜ਼ੀ ਮਿਟਾਕੇ, ਆਪਾ ਖਤਮ ਕਰਦਾ ਹੈ । ਅਹੰਕਾਰ ਦਾ ਨਾਸ ਕਰਨ ਵਾਲੇ ਮਾਲਕ ਦੀ ਸ਼ਰਣ ਵਿੱਚ ਵਸਦਾ ਹੈ ।

His true devotee always believes that only His command may prevail and succeed in the universe. He may surrender his selfishness, own identity at His sanctuary. He may be accepted in His sanctuary, The Omnipotent True Master; who may destroy ego of his worldly status.

112.ਸੂਹੀ ਮਹਲਾ ੫॥ 742-8

ਗੁਣ ਗੋਪਾਲ ਪ੍ਰਭ ਕੇ ਨਿਤ ਗਾਹਾ॥ gun gopaal parabh kay nit gaahaa.
ਅਨਦ ਬਿਨੋਦ ਮੰਗਲ ਸੁਖ ਤਾਹਾ॥੧॥ anad binod mangal sukh taahaa. ||1||

ਬੰਦਗੀ ਕਰਨ ਵਾਲਾ ਸਵਾਸ ਸਵਾਸ ਪ੍ਰਭ ਦੇ ਸ਼ਬਦ ਦੇ ਗੁਣ ਗਾਉਂਦਾ ਹੈ । ਪ੍ਰਭ ਦੇ ਸ਼ਬਦ ਦੇ ਸਿਮਰਨ ਵਿੱਚ ਹੀ ਅਨੰਦ ਖੇੜੇ ਵਿੱਚ ਵਸਦਾ ਹੈ ।

His true devotee may sing the glory of His Word with each breath in his day-to-day life. He remains in blossom in his meditation.

ਚਲੁ ਸਖੀਏ ਪ੍ਰਭੁ ਰਾਵਣ ਜਾਹਾ॥ chal sakhee-ay parabh raavan jaahaa.
ਸਾਧ ਜਨਾ ਕੀ ਚਰਣੀ ਪਾਹਾ॥੧॥ saaDh janaa kee charnee paahaa. ||1||
ਰਹਾਉ॥ rahaa-o.

ਬੰਦਗੀ ਕਰਨ ਵਾਲਾ ਸਦਾ ਹੀ ਪ੍ਰਭ ਦੇ ਸ਼ਬਦ ਦੀ ਪਾਲਣਾ ਕਰਦਾ ਹੈ । ਬੰਦਗੀ ਕਰਨ ਵਾਲੇ ਦੀ ਸੰਗਤ ਵਿੱਚ ਸ਼ਬਦ ਦੇ ਗੁਣ ਗਾਉਂਦਾ ਰਹਿੰਦਾ ਹੈ ।

His true devotee remains in the conjugation of His Holy saint. He remains intoxicated in meditation and obeying the teachings of His Word.

ਕਰਿ ਬੇਨਤੀ ਜਨ ਧੂਰਿ ਬਾਛਾਹਾ॥ kar bayntee jan Dhoor baachhaahaa.
ਜਨਮ ਜਨਮ ਕੇ ਕਿਲਵਿਖ ਲਾਹਾਂ॥੨॥ janam janam kay kilvikh laahaaN. ||2||

ਬੰਦਗੀ ਕਰਨ ਵਾਲਾ ਸਦਾ ਹੀ ਬੰਦਗੀ ਵਾਲੇ ਸੰਤਾਂ ਦੇ ਚਰਨਾਂ ਦੀ ਧੂੜ ਹੀ ਮੰਗਦਾ ਹੈ । ਜਿਹੜਾ ਸੰਤਾਂ ਦੀ ਸਿਖਿਆਂ ਨਾਲ ਜੀਵਨ ਢਾਲਦਾ ਹੈ, ਉਸ ਦੇ ਕਈ ਜਨਮਾਂ ਦੇ ਪਾਪ ਬਖਸ਼ਾ ਲੈਂਦਾ ਹੈ ।

His true devotee always prays for the dust of the feet of His Holy saints. Whosoever may adopt the life experience teachings of His true devotee in his day-to-day life; with His mercy and grace, his sins of many previous lives may be forgiven.

ਮਨੁ ਤਨੁ ਪ੍ਰਾਣ ਜੀਉ ਅਰਪਾਹਾ॥ man tan paraan jee-o arpaahaa. har
ਹਰਿ ਸਿਮਰਿ ਸਿਮਰਿ ਮਾਨੁ ਮੋਹੁ ਕਟਾਹਾਂ॥੩ simar simar maan moh kataahaaN. 3

ਪ੍ਰਭ ਦੇ ਸ਼ਬਦ ਦੀ ਪਾਲਣਾ ਹੀ ਉਸ ਦੇ ਮਨ, ਤਨ, ਆਤਮਾ ਦਾ ਆਸਰਾ, ਮਾਨਸ ਜੀਵਨ ਦਾ ਮੰਤਵ ਹੁੰਦਾ ਹੈ । ਸ਼ਬਦ ਦਾ ਸਿਮਰਨ ਕਰਦੇ, ਮਨ ਵਿਚੋਂ ਅਹੰਕਾਰ ਨਾਸ, ਖਤਮ ਹੋ ਜਾਂਦਾ ਹੈ ।

To obey the teachings of His Word with steady and stable belief becomes the supporting pillar of his mind, body, soul, and the purpose of human life journey. Whosoever may adopt the teachings of His Word with steady and stable belief in his day-to-day life; with His mercy and grace, he may conquer his ego of worldly status.

ਦੀਨ ਦਇਆਲ ਕਰਹੁ ਉਤਸਾਹਾ॥ deen da-i-aal karahu utsaahaa.
ਨਾਨਕ ਦਾਸ ਹਰਿ ਸਰਣਿ ਸਮਾਹਾ॥ naanak daas har saran samaahaa.
੪॥੨੦॥੨੬॥ ||4||20||26||

ਉਹ ਇੱਕੋ ਇੱਕ ਹੀ ਅਰਦਾਸ ਕਰਦਾ ਹੈ । ਸ੍ਰਿਸ਼ਟੀ ਦੇ ਮਾਲਕ, ਰਹਿਮਤ ਬਖਸ਼ੋ, ਮਨ ਦਾ ਭਰੋਸਾ ਅਡੋਲ ਰਖੋ! ਤੇਰੇ ਸ਼ਬਦ ਦੀ ਪਾਲਣਾ ਵਿੱਚ ਅਡੋਲ ਹੋ ਜਾਵਾ, ਤੇਰੀ ਸ਼ਰਣ ਵਿੱਚ ਪ੍ਰਵਾਨ ਹੋ ਜਾਵਾ ।

His true devotee has one and only one prayer; with Your mercy and grace, I may remain obeying the teachings of His Word with steady and stable belief and I may become worthy of His consideration.

113.ਸੂਹੀ ਮਹਲਾ ੫॥ 742-12

ਬੈਕੁੰਠ ਨਗਰੁ ਜਹਾ ਸੰਤ ਵਾਸਾ॥ baikunth nagar jahaa sant vaasaa.
ਪ੍ਰਭ ਚਰਣ ਕਮਲ parabh charan kamal
ਰਿਦ ਮਾਹਿ ਨਿਵਾਸਾ॥੧॥ rid maahi nivaasaa. ||1||

ਜਿਥੇ ਬੰਦਗੀ ਕਰਨ ਵਾਲਾ ਸ਼ਬਦ ਨੂੰ ਮਨ ਵਿੱਚ ਜਾਗਰਤ ਕਰਦਾ, ਰਖਦਾ ਹੈ । ਉਹ ਥਾਂ ਹੀ ਪ੍ਰਭ ਦਾ ਤਖਤ, ਆਸਣ, ਸਵਰਗ ਬਣ ਜਾਂਦਾ ਹੈ ।

Wherever, His true devotee remembers the memory of his separation from His Holy Spirit; with His mercy and grace, that place becomes His Holy Throne, Court, Castle, and heaven on earth.

ਸੁਣਿ ਮਨ ਤਨ ਤੁਝੁ ਸੁਖੁ ਦਿਖਲਾਵਉ॥ sun man tan tujh sukh dikhlaava-o.
ਹਰਿ ਅਨਿਕ ਬਿੰਜਨ ਤੁਝੁ har anik binjan tujh
ਭੋਗ ਭੁੰਚਾਵਉ॥੧॥ ਰਹਾਉ॥ bhog bhunchaava-o. ||1|| rahaa-o.

ਮੇਰੇ ਅਣਜਾਣ ਮਨ, ਮੇਰਾ ਸਾਥ ਦੇਵੋ! ਤੈਨੂੰ ਪ੍ਰਭ ਦੀ ਪ੍ਰਵਾਨਗੀ ਦੇ ਰਸਤੇ ਦੀ ਸੋਝੀ ਪਾਵਾ! ਜਿਸ ਤੇ ਚਲਕੇ ਤੂੰ ਪ੍ਰਭ ਦੀਆਂ ਰਹਿਮਤਾਂ ਦਾ ਅਨੰਦ ਮਾਨ ਸਕਦਾ ਹੈ ।

My ignorant mind comes out of the intoxication of the worldly wealth. I may guide you on the right path of the human life journey, purpose of human life opportunity. By adopting the path of obeying the teachings of His Word; with His mercy and grace, you may be blessed with pleasure and contentment in worldly life.

ਅੰਮ੍ਰਿਤ ਨਾਮੁ ਭੁੰਚੁ ਮਨ ਮਾਹੀ॥ amrit naam bhunch man maahee.
ਅਚਰਜ ਸਾਦ ਤਾ ਕੇ ਬਰਨੇ ਨ ਜਾਹੀ॥੨॥ achraj saad taa kay barnay na jaahee. ||2||

ਪ੍ਰਭ ਦਾ ਅਮੋਲਕ ਸ਼ਬਦ ਰੂਪੀ ਅੰਮ੍ਰਿਤ ਤੇਰੇ ਮਨ ਵਿੱਚ ਰਚ ਜਾਵੇਗਾ । ਇਸ ਨਾਲ ਤੇਰੇ ਮਨ ਵਿੱਚ ਅਨੇਕਾਂ ਹੀ ਸਵਾਦ, ਅਨੰਦ ਮਹਿਸੂਸ ਹੋਣਗੇ । ਜਿਸ ਦਾ ਤੂੰ ਕੋਈ ਅੰਤ ਨਹੀਂ ਜਾਣ ਸਕਦਾ ।

With the meditation on the teachings of His Word! your mind may be drenched with the ambrosial nectar of the essence of His Word. You may realize many pleasures of His Nature in worldly life. His virtues are beyond any imagination and comprehension of His Creation.

ਲੋਭੁ ਮੂਆ ਤ੍ਰਿਸਨਾ ਬੁਝਿ ਥਾਕੀ॥ lobh moo-aa tarisnaa bujh thaakee.
ਪਾਰਬ੍ਰਹਮ ਕੀ ਸਰਣਿ ਜਨ ਤਾਕੀ॥੩॥ paarbarahm kee saran jan taakee. ||3||

ਜਿਹੜਾ ਪ੍ਰਭ ਦੀ ਸ਼ਰਣ ਮੰਗਦਾ, ਸ਼ਬਦ ਦੀ ਪਾਲਣਾ ਕਰਦਾ ਹੈ । ਉਸ ਦੇ ਮਨ ਵਿਚੋਂ ਲੋਭ, ਮੋਹ ਦੀ ਪਿਆਸ ਖਤਮ ਹੋ ਜਾਂਦੀ ਹੈ ।

Whosoever may adopt the teachings of His Word with steady and stable belief in his day-to-day life and prays for His sanctuary. With His mercy and grace, he may conquer his selfishness, greed, and attachment to worldly belongings.

ਜਨਮ ਜਨਮ ਕੇ ਭੈ ਮੋਹ ਨਿਵਾਰੇ॥	janam janam kay bhai moh nivaaray.
ਨਾਨਕ ਦਾਸ ਪ੍ਰਭ ਕਿਰਪਾ ਧਾਰੇ॥	naanak daas parabh kirpaa Dhaaray.
੪॥੨੧॥੨੭॥	||4||21||27||

ਪ੍ਰਭ ਆਪਣੇ ਬੰਦਗੀ ਕਰਨ ਵਾਲੇ ਦਾਸ ਤੇ ਰਹਿਮਤ ਦੀ ਨਜ਼ਰ ਬਖਸ਼ਦਾ ਹੈ । ਉਸ ਦੇ ਅਨੇਕਾਂ ਜਨਮਾਂ ਦੇ ਬੰਧਨ ਖਤਮ ਕਰ ਦੇਂਦਾ, ਮਨ ਨੂੰ ਇੱਛਾਂ ਰਹਿਤ ਕਰ ਦੇਂਦਾ ਹੈ ।

The Merciful True Master may eliminate the bonds of worldly attachments of many previous lives of His true devotee. He may conquer his demons of worldly desires; the intoxication of worldly wealth from his day-to-day life.

114. ਸੂਹੀ ਮਹਲਾ ੫॥ 742-16

| ਅਨਿਕ ਬੀਂਗ ਦਾਸ ਕੇ ਪਰਹਰਿਆ॥ | anik beeNg daas kay parhari-aa. |
| ਕਰਿ ਕਿਰਪਾ ਪ੍ਰਭਿ ਅਪਨਾ ਕਰਿਆ॥੧॥ | kar kirpaa parabh apnaa kari-aa. ||1|| |

ਪ੍ਰਭ ਆਪਣੇ ਬੰਦਗੀ ਕਰਨ ਵਾਲੇ ਦਾਸ ਦੀਆਂ ਅਨੇਕਾਂ ਭੁੱਲਾਂ ਬਖਸ਼ ਦੇਂਦਾ ਹੈ । ਉਸ ਤੇ ਰਹਿਮਤ ਬਖਸ਼ਕੇ ਆਪਣਾ ਦਾਸ ਬਣਾ ਲੈਂਦਾ ਹੈ ।

The Merciful True Master may forgive many sins of His true devotee; with His mercy and grace, He may bless him state of mind as His true devotee.

ਤੁਮਹਿ ਛਡਾਇ ਲੀਓ ਜਨੁ ਅਪਨਾ॥	tumeh chhadaa-ay lee-o jan apnaa.
ਉਰਝਿ ਪਰਿਓ ਜਾਲੁ ਜਗੁ ਸੁਪਨਾ॥੧॥	urajh pari-o jaal jag supnaa. ||1||
ਰਹਾਉ॥	rahaa-o.

ਆਪਣੇ ਬੰਦਗੀ ਕਰਨ ਵਾਲੇ ਨੂੰ ਆਪਣੀ ਰਖਿਆ ਵਿੱਚ ਰਖਦਾ ਹੈ । ਉਸ ਨੂੰ ਸੁਪਨੇ ਦੇ ਸੰਸਾਰ ਵਿਚੋਂ ਜਾਗਰਤ ਕਰਦਾ, ਮੌਤ ਦੇ ਜਮਦੂਤ ਤੋਂ ਬਚਾ ਲੈਂਦਾ ਹੈ ।

The True Master keeps His true devotee in His sanctuary. He may enlighten him from the illusion of worldly wealth; with His mercy and grace, he may be saved from the devil of death.

| ਪਰਬਤ ਦੋਖ ਮਹਾ ਬਿਕਰਾਲਾ॥ | parbat dokh mahaa bikraalaa. |
| ਖਿਨ ਮਹਿ ਦੂਰਿ ਕੀਏ ਦਇਆਲਾ॥੨॥ | khin meh door kee-ay da-i-aalaa. ||2|| |

ਉਸ ਤੋਂ ਪਾਪਾਂ ਦਾ ਪਹਾੜ ਵਰਗਾ ਭਾਰ ਖਤਮ ਕਰ ਦੇਂਦਾ ਹੈ । ਪ੍ਰਭ, ਉਸ ਦਾ ਸੰਸਾਰਕ ਮੋਹ ਇੱਕ ਪਲ ਵਿੱਚ ਹੀ ਖਤਮ ਕਰ ਦੇਂਦਾ ਹੈ ।

He may eliminate the heavy burden of sins of previous lives. With His mercy and grace, his worldly bonds may be eliminated in a twinkle of eyes.

| ਸੋਗ ਰੋਗ ਬਿਪਤਿ ਅਤਿ ਭਾਰੀ॥ | sog rog bipat at bhaaree. |
| ਦੂਰਿ ਭਈ ਜਪਿ ਨਾਮੁ ਮੁਰਾਰੀ॥੩॥ | door bha-ee jap naam muraaree. ||3|| |

ਸ਼ਬਦ ਦਾ ਸਿਮਰਨ ਕਰਨ ਨਾਲ, ਸੰਸਾਰਕ ਇੱਛਾਂ ਦੇ ਰੋਗ, ਮੁਸ਼ਕਲਾਂ ਇੱਕ ਪਲ ਵਿੱਚ ਦੂਰ ਹੋ ਜਾਂਦੀਆਂ ਹਨ ।

Whosoever may meditate on the teachings of His Word with steady and stable belief; with His mercy and grace; his miseries of worldly desires may be eliminated in a twinkle of eyes.

ਦ੍ਰਿਸਟਿ ਧਾਰਿ ਲੀਨੋ ਲੜਿ ਲਾਇ॥ darisat Dhaar leeno larh laa-ay.
ਹਰਿ ਚਰਣ ਗਹੈ ਨਾਨਕ ਸਰਣਾਇ॥ har charan gahay naanak sarnaa-ay.
੪॥੨੨॥੨੮॥ 4-22-28

ਜਿਹੜਾ ਪ੍ਰਭ ਦੇ ਸ਼ਬਦ ਤੇ ਭਰੋਸਾ ਅਡੋਲ ਰਖਦਾ ਹੈ । ਪ੍ਰਭ ਉਸ ਨੂੰ ਆਪਣੇ ਲੜ ਲਾਉਂਦਾ ਹੈ, ਸੰਗੀ ਬਣਾ ਲੈਂਦਾ ਹੈ । ਉਹ ਸ਼ਬਦ ਦੀ ਪਾਲਣਾ ਕਰਦਾ, ਸ਼ਬਦ ਦੀ ਸਮਾਧੀ ਵਿੱਚ ਵਸਦਾ ਹੈ ।

Whosoever may obey the teachings of His Word with steady and stable belief in his day-to-day life. With His mercy and grace, he may be accepted in His sanctuary. He may remain intoxicated in meditation in the void of His Word.

115. ਸੂਹੀ ਮਹਲਾ ੫॥ 743-1

ਦੀਨੁ ਛਡਾਇ ਦੁਨੀ ਜੋ ਲਾਏ॥ deen chhadaa-ay dunee jo laa-ay.
ਦੁਹੀ ਸਰਾਈ ਖੁਨਾਮੀ ਕਹਾਏ॥੧॥ duhee saraa-ee khunaamee kahaa-ay. ||1||

ਜਿਹੜਾ ਪ੍ਰਭ ਦੀ ਬੰਦਗੀ ਦਾ ਰਸਤਾ ਛੱਡ ਦੇਂਦਾ ਹੈ । ਸੰਸਾਰਕ ਧਰਮਾਂ ਦੇ ਰੀਤੀ ਰੀਵਾਜ ਪਿਛੇ ਲੱਗ ਜਾਂਦਾ ਹੈ । ਉਹ ਦੋਨਾਂ ਦੀ ਪਾਸੇ, ਸੰਸਾਰ ਅਤੇ ਮੌਤ ਪਿਛੋਂ ਵੀ ਪਾਪੀ ਹੀ ਮੰਨਿਆ ਜਾਂਦਾ ਹੈ ।

Whosoever may abandon the path of meditation with steady and stable belief in his day-to-day life. He may remain intoxicated with sweet poison of worldly desires. He may rigidly follow religious rituals, celebrates the memory of events of Ancient prophets as way of mediation. He may be considered sinner at both places in worldly life intoxicated in worldly greed and after death rebuked in His Court.

ਜੋ ਤਿਸੁ ਭਾਵੈ ਸੋ ਪਰਵਾਣੁ॥ jo tis bhaavai so parvaan.
ਆਪਣੀ ਕੁਦਰਤਿ ਆਪੇ ਜਾਣੁ॥੧॥ aapnee kudrat aapay jaan. ||1||
ਰਹਾਉ॥ rahaa-o.

ਬੰਦਗੀ ਕਰਨ ਵਾਲਾ ਸਦਾ ਹੀ ਅਰਦਾਸ ਕਰਦਾ ਹੈ । ਪ੍ਰਭ ਤੇਰਾ ਭਾਣਾ, ਸ਼ਬਦ ਹੀ ਅਸਲੀ ਜੀਵਨ ਦਾ ਰਸਤਾ ਹੈ । ਤੂੰ ਆਪ ਹੀ ਹਰ ਕੰਮ ਦਾ ਕਰਨ ਕਰਵਾਉਣ ਵਾਲਾ ਮਾਲਕ ਹੈ ।

His true devotee always believes that the teachings of His Word may be the only right path of meditation, acceptance in His Court. He believes that only His Word, may prevail and He creates the purpose of every events.

ਸਚਾ ਧਰਮੁ, ਪੁੰਨੁ ਭਲਾ ਕਰਾਏ॥ sachaa Dharam punn bhalaa karaa-ay.
ਦੀਨ ਕੈ ਤੋਸੈ, ਦੁਨੀ ਨ ਜਾਏ॥੨॥ deen kai tosai dunee na jaa-ay. ||2||

ਜਿਹੜਾ ਸ਼ਬਦ ਦੀ ਪਾਲਣਾ ਕਰਦਾ, ਸ੍ਰਿਸ਼ਟੀ ਦੀ ਭਲਾਈ ਦੇ ਕੰਮ, ਪੁੰਨ ਦਾਨ, ਚੰਗੇ ਕੰਮ ਕਰਦਾ ਹੈ । ਉਹ ਪ੍ਰਭ ਦੀ ਪ੍ਰਵਾਨਗੀ ਦੇ ਰਸਤੇ ਤੇ ਚਲਦਾ ਹੈ । ਉਸ ਤੇ ਸੰਸਾਰਕ ਸੋਭਾ ਦਾ ਕੋਈ ਅਹੰਕਾਰ, ਪ੍ਰਭਾਵ ਨਹੀਂ ਹੁੰਦਾ ।

Whosoever may obey the teachings of His Word; he may perform deeds for the welfare of His Creation, charity, and good deeds; he remains on the right path of human life journey, acceptance in His Court. His state of mind may remain above the influence of worldly honor and rebuke.

ਸਰਬ ਨਿਰੰਤਰਿ ਏਕੋ ਜਾਗੈ॥ sarab nirantar ayko jaagai.
ਜਿਤੁ ਜਿਤੁ ਲਾਇਆ ਤਿਤੁ ਤਿਤੁ ਕੋ ਲਾਗੈ॥੩॥ jit jit laa-i-aa tit tit ko laagai. ||3||

ਉਸ ਦੇ ਤਨ, ਮਨ ਵਿੱਚ ਇੱਕੋ ਇੱਕ ਪ੍ਰਭ ਦਾ ਸ਼ਬਦ ਜਾਗਰਤ ਰਹਿੰਦਾ ਹੈ । ਜਿਸ ਤੇ ਪ੍ਰਭ ਆਪ ਹੀ ਰਹਿਮਤ ਬਖਸ਼ਦਾ! ਕੇਵਲ ਉਹ ਹੀ ਇਸ ਰਸਤੇ ਤੇ ਅਡੋਲ ਰਹਿੰਦਾ ਹੈ ।

The essence of His Word remains enlightened within his mind and body. Whosoever may be blessed with His mercy and grace, only he may remain steady and stable on the right path of meditation, acceptance in His Court.

ਅਗਮ ਅਗੋਚਰੁ ਸਚੁ ਸਾਹਿਬੁ ਮੇਰਾ॥ agam agochar sach saahib mayraa.
ਨਾਨਕੁ ਬੋਲੈ ਬੋਲਾਇਆ ਤੇਰਾ॥ naanak bolai bolaa-i-aa tayraa.
੪॥੨੩॥੨੯॥ ||4||23||29||

ਪ੍ਰਭ ਜੀਵ ਦੀ ਪਹੁੰਚ, ਜਾਣਕਾਰੀ ਤੋਂ ਉਪਰ ਹੈ, ਉਹ ਹੀ ਅਸਲੀ ਮਾਲਕ ਹੈ । ਉਹ ਹੀ ਬੰਦਗੀ ਕਰਨ ਵਾਲੇ ਦੀ ਜੀਭ ਤੇ ਅਮੋਲਕ ਬੋਲ ਬਖਸ਼ਦਾ ਹੈ ।

The True Master remains above the reach and comprehension of His true devotee. With His mercy and grace, he may be blessed with the melodious, ambrosial sound on his tongue.

116. ਸੂਹੀ ਮਹਲਾ ੫॥ 743-5

ਪ੍ਰਾਤਹਕਲਿ ਹਰਿ ਨਾਮੁ ਉਚਾਰੀ॥ paraatehkaal har naam uchaaree.
ਈਤ ਊਤ ਕੀ ਓਟ ਸਵਾਰੀ॥੧॥ eet oot kee ot savaaree. ||1||

ਬੰਦਗੀ ਕਰਨ ਵਾਲੇ ਦੀ ਜੀਭ ਵਿਚੋਂ ਸਵੇਰੇ ਉਠਦੇ ਪਹਿਲਾ ਬੋਲ, ਪ੍ਰਭ ਦਾ ਧੰਨਵਾਦ ਹੀ ਨਿਕਲਦਾ ਹੈ । ਪ੍ਰਭ ਹੀ ਉਸ ਦੇ ਜੀਵਨ ਵਿੱਚ ਅਤੇ ਮੌਤ ਪਿਛੋਂ ਸਹਾਈ ਹੁੰਦਾ ਹੈ, ਉਸ ਦੀ ਹੀ ਓਟ ਲੈਂਦਾ ਹੈ ।

The first word on the tongue of His true devotee in the morning may be of gratitude of The True Master for His unlimited blessings. He always seeks His support and refuge in all worldly deeds. The True Master may remain his companion and supporter in worldly life and after death in His Court.

ਸਦਾ ਸਦਾ ਜਪੀਐ ਹਰਿ ਨਾਮ॥ sadaa sadaa japee-ai har naam.
ਪੂਰਨ ਹੋਵਹਿ ਮਨ ਕੇ ਕਾਮ॥੧॥ pooran hoveh man kay kaam. ||1||
ਰਹਾਉ॥ rahaa-o.

ਜਿਹੜਾ ਸਵਾਸ ਸਵਾਸ, ਸਦਾ ਹੀ ਪ੍ਰਭ ਦੇ ਸ਼ਬਦ ਦਾ ਸਿਮਰਨ ਕਰਦਾ ਹੈ । ਉਸ ਦੇ ਮਨ ਦੀਆਂ ਮੁਰਾਦਾਂ ਪੂਰੀਆਂ ਹੋ ਜਾਂਦੀਆਂ ਹਨ ।

Whosoever may meditate on the teachings of His Word with steady and stable belief in his day-to-day life. With His mercy and grace, all his desires and hopes of his mind may be satisfied.

ਪ੍ਰਭੁ ਅਬਿਨਾਸੀ ਰੈਣਿ ਦਿਨੁ ਗਾਉ॥ parabh abhinaasee rain din gaa-o.
ਜੀਵਤ ਮਰਤ ਨਿਹਚਲੁ ਪਾਵਹਿ ਥਾਉ॥੨॥ jeevat marat nihchal paavahi thaa-o. 2

ਸ਼ਬਦ ਦਾ ਦਿਨ ਰਾਤ ਸਿਮਰਨ ਕਰਦੀ ਆਤਮਾਂ ਨੂੰ ਸਦਾ ਅਟੱਲ ਰਹਿਣ ਵਾਲੇ ਘਰ ਵਿੱਚ ਥਾਂ ਬਖਸ਼ਿਸ਼ ਹੋ ਜਾਂਦੀ ਹੈ ।

Whosoever may remain meditating on the teachings of His Word with steady and stable belief in his day-to-day life. With His mercy and grace, his soul may be blessed with permanent resting place in His Court.

ਸੋ ਸਾਹੁ ਸੇਵਿ ਜਿਤੁ ਤੋਟਿ ਨ ਆਵੈ॥ so saahu sayv jit tot na aavai.
ਖਾਤ ਖਰਚਤ ਸੁਖਿ ਅਨਦਿ ਵਿਹਾਵੈ॥੩॥ khaat kharchat sukh anad vihaavai. ||3||

ਜੀਵ ਉਸ ਮਾਲਕ ਦੀ ਸੇਵਾ ਕਰੋ, ਸ਼ਬਦ ਦੀ ਪਾਲਣਾ ਕਰੋ! ਜਿਸ ਦੇ ਘਰ ਵਿੱਚ ਕੋਈ ਕਮੀ ਨਹੀਂ ਹੁੰਦੀ । ਸ਼ਬਦ ਦੀ ਪਾਲਣਾ ਕਰਦੇ ਮਨ ਨੂੰ ਸਦਾ ਹੀ ਸੰਤੋਖ, ਅਨੰਦ ਬਖਸ਼ਿਸ਼ ਹੁੰਦਾ ਹੈ ।

You should always obey the teaching of His Word, serve His Creation; The True Master may not have any deficiencies in His blessings, power. Whosoever may adopt the teachings of His Word with steady and stable belief in his day-to-day life; with His mercy and grace, he may be blessed with pleasure and contentment.

ਜਗਜੀਵਨ ਪੁਰਖੁ ਸਾਧਸੰਗਿ ਪਾਇਆ॥ jagjeevan purakh saaDhsang paa-i-aa.
ਗੁਰ ਪ੍ਰਸਾਦਿ ਨਾਨਕ ਨਾਮੁ ਧਿਆਇਆ॥ gur parsaad naanak naam Dhi-aa-i-aa.
੪॥੨੪॥੩੦॥ ||4||24||30||

ਬੰਦਗੀ ਕਰਨ ਵਾਲਾ, ਪ੍ਰਭ ਦਾ ਹੀ ਧੰਨਵਾਦ ਗਾਉਂਦਾ ਹੈ । ਪ੍ਰਭ ਤੇਰੀ ਰਹਿਮਤ ਨਾਲ ਹੀ ਬੰਦਗੀ ਕਰਨ ਵਾਲੇ ਸੰਤਾਂ ਦੀ ਸੰਗਤ ਬਖਸ਼ਿਸ ਹੋਈ ਹੈ । ਦਿਨ ਰਾਤ ਸਵਾਸ ਸਵਾਸ ਤੇਰੇ ਸ਼ਬਦ ਦੇ ਹੀ ਗੁਣ ਗਾਉਂਦਾ ਹਾ ।

His true devotee always sings the glory of His Word. He remains gratitude to The True Master, only with His mercy and grace, the association of His Holy saints has been blessed. He may sing the glory of His Word, blessings day and night with each breath.

117.ਸੂਹੀ ਮਹਲਾ ੫॥ 743-9

ਗੁਰ ਪੂਰੇ ਜਬ ਭਏ ਦਇਆਲ॥ gur pooray jab bha-ay da-i-aal.
ਦੁਖ ਬਿਨਸੇ ਪੂਰਨ ਭਈ ਘਾਲ॥੧॥ dukh binsay pooran bha-ee ghaal. ||1||

ਜਿਸ ਤੇ ਪ੍ਰਭ ਰਹਿਮਤ ਬਖਸ਼ਦਾ ਹੈ! ਉਸ ਦੀ ਸੰਸਾਰਕ ਇੱਛਾਂ ਦੀ ਭਟਕਣ ਦੂਰ ਹੋ ਜਾਂਦੀ ਹੈ । ਉਹ ਮਾਨਸ ਪ੍ਰਵਾਨਗੀ ਦੇ ਰਸਤੇ ਤੇ ਅਡੋਲ ਹੋ ਜਾਂਦਾ ਹੈ ।

Whosoever may be blessed with His mercy and grace; all his frustrations of worldly desires may be eliminated. He may remain steady and stable on the right path of acceptance in His Court.

ਪੇਖਿ ਪੇਖਿ ਜੀਵਾ ਦਰਸੁ ਤੁਮ੍ਹਾਰਾ॥ paykh paykh jeevaa daras tumHaaraa.
ਚਰਣ ਕਮਲ ਜਾਈ ਬਲਿਹਾਰਾ॥ charan kamal jaa-ee balihaaraa.
ਤੁਝ ਬਿਨੁ ਠਾਕੁਰ ਕਵਨੁ ਹਮਾਰਾ॥੧॥ ਰਹਾਉ॥ tujh bin thaakur kavan hamaaraa. ||1|| rahaa-o.

ਪ੍ਰਭ ਤੇਰੇ ਸ਼ਬਦ ਦੀ ਪਾਲਣਾ ਕਰਨਾ ਹੀ ਮੇਰੇ ਸਵਾਸਾਂ ਦਾ ਆਸਰਾ ਹੈ । ਸਦਾ ਹੀ ਤੇਰੇ ਸ਼ਬਦ ਤੋ ਕੁਰਬਾਨ ਜਾਂਦਾ ਹਾ । ਪ੍ਰਭ ਤੇਰੇ ਤੋ ਬਿਨਾਂ ਮੇਰਾ ਹੋਰ ਕੋਈ ਮਾਲਕ ਨਹੀਂ, ਆਸਰਾ ਨਹੀਂ ਹੈ ।

My Ture Master, to obey the teachings of Your Word may be the only support of my breaths and purpose of my human life opportunity. I remain fascinating and astonished from the teachings of Your Word. I may not have any other support nor anyone as My True Master.

ਸਾਧਸੰਗਤਿ ਸਿਉ ਪ੍ਰੀਤਿ ਬਣਿ ਆਈ॥ saaDhsangat si-o pareet ban aa-ee.
ਪੂਰਬ ਕਰਮਿ ਲਿਖਤ ਧੁਰਿ ਪਾਈ॥੨॥ poorab karam likhat Dhur paa-ee. ||2||

ਤੇਰੀ ਰਹਿਮਤ ਨਾਲ ਮਨ ਬੰਦਗੀ ਕਰਨ ਵਾਲੇ ਸੰਤਾਂ ਦੀ ਸੰਗਤ ਵਿੱਚ ਆਇਆ ਹੈ । ਸਿਖਿਆਂ ਨਾਲ ਜੀਵਨ ਢਾਲਣ ਨਾਲ, ਪਿਛਲੇ ਕਰਮਾਂ ਦੇ ਭਾਗ ਖੁੱਲ੍ਹ ਗਏ ਹਨ ।

With Your mercy and grace, I have surrendered my mind, body, and worldly status at the sanctuary of Your Holy saint, true devotee. By adopting his life experience teachings in my own day-to-day life; my prewritten destiny has been rewarded.

ਜਪਿ ਹਰਿ ਹਰਿ ਨਾਮੁ ਅਚਰਜੁ ਪਰਤਾਪ॥ jap har har naam achraj partaap.
ਜਾਲਿ ਨ ਸਾਕਹਿ ਤੀਨੇ ਤਾਪ॥੩॥ jaal na saakeh teenay taap. ||3||

ਪ੍ਰਭ ਦੇ ਸ਼ਬਦ ਦੀ ਇਹ ਵਡਿਆਈ ਹੈ, ਜੀਵ ਦਾ ਮਨ ਅਡੋਲ ਹੋ ਜਾਂਦਾ ਹੈ । ਸ਼ਬਦ ਦੀ ਪਾਲਣਾ ਕਰਦਾ ਮਨ ਡੋਲਦਾ ਨਹੀਂ, ਤਿੰਨਾਂ ਸੰਸਾਰਕ ਮਾਇਆ ਦਾ ਕੋਈ ਜ਼ੋਰ ਨਹੀਂ ਹੁੰਦਾ ।

The teachings of His Word have a unique greatness; whosoever may remain steady and stable on the teachings of His Word, he remains unchanged from the right path of acceptance in His Court. He may become beyond the control of all three virtues of worldly wealth.

ਨਿਮਖ ਨ ਬਿਸਰਹਿ ਹਰਿ ਚਰਣ ਤੁਮ੍ਹਾਰੇ॥ nimakh na bisrahi har charan tumHaaray.
ਨਾਨਕ ਮਾਗੈ ਦਾਨੁ ਪਿਆਰੇ॥੪॥੨੫॥੩੧॥ naanak maagai daan pi-aaray.4||25||31

ਬੰਦਗੀ ਕਰਨ ਵਾਲਾ ਦਾਸ ਇੱਕੋ ਇੱਕ ਹੀ ਅਰਦਾਸ ਕਰਦਾ ਹੈ! ਰਹਿਮਤਾਂ ਦੇ ਮਾਲਕ ਤੇਰਾ ਸ਼ਬਦ ਮਨ ਵਿਚੋਂ ਕਦੇ ਵਿਸਰ ਨਾ ਜਾਵੇ ।

His true devotee may have only one desire, hope and prayer. With Your mercy and grace, I may never abandon to meditate or obey the teachings of Your Word.

118.ਸੂਹੀ ਮਹਲਾ ੫॥ 743-13

ਸੇ ਸੰਜੋਗ ਕਰਹੁ ਮੇਰੇ ਪਿਆਰੇ॥ say sanjog karahu mayray pi-aaray.
ਜਿਤੁ ਰਸਨਾ ਹਰਿ ਨਾਮੁ ਉਚਾਰੇ॥੧॥ jit rasnaa har naam uchaaray. ||1||

ਉਹ ਸਮਾਂ ਹੀ ਸੁਭਾਗਾ ਹੋ ਜਾਂਦਾ ਹੈ । ਜਦੋਂ ਮੇਰੀ ਜੀਭ ਵਿਚੋਂ ਸ਼ਬਦ ਦੀ ਉਸਤਤ ਦੇ ਬੋਲ, ਸ਼ਬਦ ਨਿਕਲਦੇ ਹਨ, ਤੇਰੇ ਸ਼ਬਦ ਦੇ ਗੁਣ ਗਾਉਂਦਾ ਹਾ ।

Any moment, time my tongue may sing the glory of Your Word; that moment, time becomes very fortunate in my worldly life.

ਸੁਣਿ ਬੇਨਤੀ ਪ੍ਰਭ ਦੀਨ ਦਇਆਲਾ॥ sun bayntee parabh deen da-i-aalaa.
ਸਾਧ ਗਾਵਹਿ ਗੁਣ ਸਦਾ ਰਸਾਲਾ॥੧॥ saaDh gaavahi gun sadaa rasaalaa. ||1||
ਰਹਾਉ॥ rahaa-o.

ਬੰਦਗੀ ਕਰਨ ਵਾਲਾ ਦਾਸ ਸਦਾ ਹੀ ਪ੍ਰਭ ਅੱਗੇ ਰਹਿਮਤ ਦੀ ਅਰਦਾਸ ਕਰਦਾ ਹੈ । ਸਵਾਸ ਸਵਾਸ ਪ੍ਰਭ ਦੇ ਸ਼ਬਦ ਦੇ ਗੁਣ ਹੀ ਗਾਉਂਦਾ ਹੈ ।

His true devotee always prays for His forgiveness and His refuge. He may sing the glory of His Word, day, and night with each breath.

ਜੀਵਨ ਰੂਪੁ ਸਿਮਰਣੁ ਪ੍ਰਭ ਤੇਰਾ॥ jeevan roop simran parabh tayraa.
ਜਿਸੁ ਕ੍ਰਿਪਾ ਕਰਹਿ ਬਸਹਿ ਤਿਸੁ ਨੇਰਾ॥੨॥ jis kirpaa karahi baseh tis nayraa. ||2||

ਸ਼ਬਦ ਹੀ ਬੰਦਗੀ ਕਰਨ ਵਾਲੇ ਦੇ ਸਵਾਸਾਂ ਦਾ ਆਸਰਾ, ਜੀਵਨ ਦਾ ਮੰਤਵ ਹੀ ਸ਼ਬਦ ਦੀ ਪਾਲਣਾ ਹੁੰਦਾ ਹੈ । ਜਿਸ ਤੇ ਤੇਰੀ ਰਹਿਮਤ ਦੀ ਨਜ਼ਰ ਬਖਸ਼ਿਸ ਹੁੰਦੀ ਹੈ । ਉਸ ਦੇ ਮਨ ਵਿੱਚ ਤੇਰਾ ਸ਼ਬਦ ਜਾਗਰਤ ਹੋ ਜਾਂਦਾ ਹੈ ।

The real purpose of human life blessings of His true devotee may be to sing the glory and to obey the teachings of His Word. With His mercy and grace; he may be enlightened with the essence of His Word.

ਜਨ ਕੀ ਭੂਖ ਤੇਰਾ ਨਾਮੁ ਅਹਾਰੁ॥ jan kee bhookh tayraa naam ahaar.
ਤੂੰ ਦਾਤਾ ਪ੍ਰਭ ਦੇਵਣਹਾਰੁ॥੩॥ tooN daataa parabh dayvanhaar. ||3||

ਪ੍ਰਭ ਤੂੰ ਹੀ ਦਾਤਾਂ, ਰਹਿਮਤਾਂ ਬਖਸ਼ਣ ਵਾਲਾ ਅਸਲੀ ਮਾਲਕ ਹੈ । ਮਨ ਦੀਆਂ ਇੱਛਾਂ ਸ਼ਬਦ ਦਾ ਸਿਮਰਨ ਕਰਨ ਨਾਲ ਹੀ ਪੂਰੀਆਂ ਹੋ ਜਾਂਦੀਆ ਹਨ, ਭੁੱਖ ਖਤਮ ਹੁੰਦੀ ਹੈ । ਮਨ ਵਿੱਚ ਸੰਤੋਖ ਬਖਸ਼ਿਸ਼ ਹੋ ਜਾਂਦਾ ਹੈ ।

My Omnipotent True Master, treasure of all virtues, blessings! Whosoever may meditate on the teachings of Your Word with steady and stable belief; with Your mercy and grace, he may conquer all his worldly desires. He may be overwhelmed with contentment on his worldly environment.

ਰਾਮ ਰਮਤ ਸੰਤਨ ਸੁਖੁ ਮਾਨਾ॥ raam ramat santan sukh maanaa.
ਨਾਨਕ ਦੇਵਨਹਾਰ ਸੁਜਾਨਾ॥ naanak dayvanhaar sujaanaa.
੪॥੨੬॥੩੨॥ ||4||26||32||

ਅੰਤਰਜਾਮੀ ਮਾਲਕ, ਬੰਦਗੀ ਕਰਨ ਵਾਲੇ ਦੇ ਮਨ ਵਿੱਚ ਬਾਰ ਬਾਰ ਸ਼ਬਦ ਦਾ ਸਿਮਰਨ ਕਰਨ ਨਾਲ ਅਨੰਦ, ਖੇੜਾ ਬਖਸ਼ਦਾ ਹੈ ।

The Omniscient True Master remains generous, merciful on His true devotee. He may enjoy pleasure and blossom with repeatedly sing the glory of His Word.

119.ਸੂਹੀ ਮਹਲਾ ੫॥ 743-17

ਬਹਤੀ ਜਾਤ ਕਦੇ ਦ੍ਰਿਸਟਿ ਨ ਧਾਰਤ॥ bahtee jaat kaday darisat na Dhaarat.
ਮਿਥਿਆ ਮੋਹ ਬੰਧਹਿ ਨਿਤ ਪਾਰਚ॥੧॥ mithi-aa moh banDheh nit paarach. ||1||

ਜੀਵ ਤੇਰਾ ਮਾਨਸ ਜੀਵਨ ਦਾ ਸਮਾਂ ਘਟਦਾ, ਬੀਤਦਾ ਜਾਂਦਾ, ਇਸ ਦਾ ਕਦੇ ਮਨ ਵਿੱਚ ਵਿਚਾਰ ਨਹੀਂ ਕਰਦਾ । ਤੂੰ ਹਰ ਵੇਲੇ ਸੰਸਾਰਕ ਇੱਛਾਂ ਦੇ ਪਿਛੇਂ ਹੀ ਲੱਗਾ ਰਹਿੰਦਾ, ਮੋਹ ਜੋੜੀ ਰਖਦਾ ਹੈ ।

Your predetermined time of human life is being wasted; however, you may never worry about the real purpose of your human life opportunity. You may always remain intoxicated with the sweet poison of worldly wealth.

ਮਾਧਵੇ ਭਜੁ ਦਿਨ ਨਿਤ ਰੈਣੀ॥ maaDhvay bhaj din nit rainee.
ਜਨਮੁ ਪਦਾਰਥੁ ਜੀਤਿ ਹਰਿ ਸਰਣੀ॥੧॥ ਰਹਾਉ॥ janam padaarath jeet har sarnee. ||1|| rahaa-o.

ਜੀਵ ਪ੍ਰਭ ਦੇ ਸ਼ਬਦ ਦਾ ਸਿਮਰਨ ਕਰੋ! ਸ਼ਬਦ ਦੀ ਪਾਲਣਾ ਵਿੱਚ ਅਡੋਲ ਹੋ ਜਾਵੋ! ਸ਼ਰਣ ਵਿੱਚ ਵਸਦੇ ਜੀਵ ਦਾ ਅਮੋਲਕ ਮਾਨਸ ਜੀਵਨ ਸਫਲ ਹੋ ਜਾਂਦੇ ਹਨ ।

You should meditate and obey the teachings of His Word with steady and stable belief in day-to-day life. Whosoever may be accepted in His sanctuary; his ambrosial human life journey may be rewarded.

ਕਰਤ ਬਿਕਾਰ ਦੋਊ ਕਰ ਝਾਰਤ॥ karat bikaar do-oo kar jhaarat.
ਰਾਮ ਰਤਨੁ ਰਿਦ ਤਿਲੁ ਨਹੀ ਧਾਰਤ॥੨॥ raam ratan rid til nahee Dhaarat. ||2||

ਜੀਵ ਤੂੰ ਬਹੁਤ ਜ਼ੋਰ ਨਾਲ ਬੁਰੇ ਕੰਮ, ਲਾਲਚ ਨਾਲ ਮਾਇਆ ਇਕੱਠੀ ਕਰਦਾ ਹੈ । ਇੱਕ ਪਲ ਵੀ ਪ੍ਰਭ ਦੇ ਸ਼ਬਦ ਦੀ ਪਾਲਣਾ ਵਿੱਚ ਧਿਆਨ ਨਹੀਂ ਲਾਉਂਦਾ, ਪਾਲਣਾ ਨਹੀਂ ਕਰਦਾ ।

You may remain intoxicated with the sweet poison of worldly wealth and remain in greed collecting worldly wealth. You may never concentrate nor obey the teachings of His Word with steady and stable belief in your day-to-day life.

ਭਰਣ ਪੋਖਣ ਸੰਗਿ ਅਉਧ ਬਿਹਾਣੀ॥ bharan pokhan sang a-oDh bihaanee.
ਜੈ ਜਗਦੀਸ ਕੀ ਗਤਿ ਨਹੀ ਜਾਣੀ॥੩॥ jai jagdees kee gat nahee jaanee. ||3||

ਮਾਨਸ ਤਨ ਨੂੰ ਸੰਵਾਰਦਾ, ਪਾਲਣਾ ਪੋਸਨਾ ਕਰਦਾ ਜੀਵਨ ਦਾ ਸਮਾਂ ਬਤੀਤ ਕਰਦਾ ਜਾਂਦਾ ਹੈ । ਤੂੰ ਮਾਨਸ ਜੀਵਨ ਬਖਸ਼ਣ ਵਾਲੇ ਦਾ ਧੰਨਵਾਦ ਨਹੀਂ ਕਰਦਾ । ਮਾਨਸ ਜੀਵਨ ਦਾ ਮੰਤਵ ਸਮਝਣ ਦੀ ਕੋਸ਼ਿਸ਼ ਨਹੀਂ ਕਰਦਾ ।

You may remain concentrated on nourishing and embellishing your body and waste your time. You may never sing the glory of The True Master for His blessing of human life opportunity. He may never try to understand the real purpose of human life blessings.

ਸਰਣਿ ਸਮਰਥ ਅਗੋਚਰ ਸੁਆਮੀ॥ saran samrath agochar su-aamee.
ਉਧਰੁ ਨਾਨਕ ਪ੍ਰਭ ਅੰਤਰਜਾਮੀ॥ ੪॥੨੭॥੩੩॥ uDhar naanak parabh antarjaamee. ||4||27||33||

ਬੰਦਗੀ ਕਰਨ ਵਾਲਾ ਪ੍ਰਭ ਦੇ ਸ਼ਬਦ ਦੀ ਪਾਲਣਾ ਕਰਦਾ, ਸ਼ਰਣ ਵਿੱਚ ਆਉਂਦਾ ਹੈ । ਪ੍ਰਭ ਅੱਗੇ ਰਹਿਮਤ ਦੀ ਅਰਦਾਸ ਕਰਦਾ ਹੈ! ਰਹਿਮਤਾਂ ਦੇ ਮਾਲਕ ਪ੍ਰਵਾਨਗੀ ਦੇ ਰਸਤੇ ਤੇ ਅਡੋਲ ਰਖਕੇ ਪ੍ਰਵਾਨ ਕਰ ਲਵੋ!

His true devotee may surrender his mind, body, and worldly status at His sanctuary and obeys the teachings of His Word. He always prays for His forgiveness; with Your mercy and grace, keeps me steady and stable on the right path of acceptance in Your Court.

120.ਸੂਹੀ ਮਹਲਾ ੫॥ 744-2

ਸਾਧਸੰਗਿ ਤਰੈ ਭੈ ਸਾਗਰੁ॥ saaDhsang tarai bhai saagar.
ਹਰਿ ਹਰਿ ਨਾਮੁ ਸਿਮਰਿ ਰਤਨਾਗਰੁ॥੧॥ har har naam simar ratnaagar. ||1||

ਬੰਦਗੀ ਕਰਨ ਵਾਲਾ ਪ੍ਰਭ ਦੇ ਸ਼ਬਦ ਦੀ ਪਾਲਣਾ ਕਰਦਾ, ਗੁਣ ਗਾਉਂਦਾ ਹੈ । ਸੰਤਾਂ ਦੀ ਸੰਗਤ ਵਿੱਚ ਵਸਦਾ, ਸੰਸਾਰਕ ਸਾਗਰ ਪਾਰ ਕਰ ਜਾਂਦਾ ਹੈ ।

His true devotee may sing the glory and obey the teachings of His Word with steady and stable belief in day-to-day life. He remains in the conjugation of His true devotee; with His mercy and grace, he may cross the worldly ocean of desires.

ਸਿਮਰਿ ਸਿਮਰਿ ਜੀਵਾ ਨਾਰਾਇਣ॥ simar simar jeevaa naaraa-in.
ਦੂਖ ਰੋਗ ਸੋਗ ਸਭਿ ਬਿਨਸੇ, dookh rog sog sabh binsay
ਗੁਰ ਪੂਰੇ ਮਿਲਿ ਪਾਪ ਤਜਾਇਣ॥੧॥ gur pooray mil paap tajaa-in. ||1||
ਰਹਾਉ॥ rahaa-o.

ਸ਼ਬਦ ਦਾ ਸਿਮਰਨ ਕਰਦੇ ਮਨ ਦੇ ਬੁਰੇ ਕੰਮਾਂ ਦੇ ਖਿਆਲ ਖਤਮ ਹੋ ਜਾਂਦੇ ਹਨ । ਮਨ ਦੇ ਭਰਮ ਦੂਰ ਹੋ ਜਾਂਦੇ, ਪਾਪ ਬਖਸ਼ੇ ਜਾਂਦੇ ਹਨ ।

Whosoever may meditate on the teachings of His Word; with His mercy and grace, all his evil thoughts may be eliminated. His religious suspicions may be eliminated and his sins of many previous lives may be forgiven.

ਜੀਵਨ ਪਦਵੀ ਹਰਿ ਕਾ ਨਾਉ॥ jeevan padvee har kaa naa-o.
ਮਨੁ ਤਨੁ ਨਿਰਮਲੁ ਸਾਚੁ ਸੁਆਉ॥੨॥ man tan nirmal saach su-aa-o. ||2||

ਪ੍ਰਭ ਦੇ ਸ਼ਬਦ ਦੀ ਪਾਲਣਾ ਕਰਦੇ ਮਨ ਵਿੱਚ ਸ਼ਬਦ ਜਾਗਰਤ ਹੋ ਜਾਂਦਾ ਹੈ । ਅਮਰ ਅਵਸਥਾ ਬਖਸ਼ਿਸ਼ ਹੋ ਜਾਂਦੀ, ਜੀਵ ਦਾ ਤਨ, ਮਨ ਪਵਿੱਤਰ ਹੋ ਜਾਂਦਾ ਹੈ ।

Whosoever may obey the teachings of His Word with steady and stable belief in his day-to-day life; with His mercy and grace, he may be enlightened with the essence of His Word. His soul may be sanctified and he may be blessed with immortal state of mind.

ਆਠ ਪਹਰ ਪਾਰਬ੍ਰਹਮੁ ਧਿਆਈਐ॥ aath pahar paarbarahm Dhi-aa-ee-ai.
ਪੂਰਬਿ ਲਿਖਤੁ ਹੋਇ ਤਾ ਪਾਈਐ॥੩॥ poorab likhat ho-ay taa paa-ee-ai. ||3||

ਦਿਨ ਰਾਤ ਪ੍ਰਭ ਦੇ ਸ਼ਬਦ ਦਾ ਸਿਮਰਨ ਕਰਦੇ ਮਨ ਵਿੱਚ ਸ਼ਬਦ ਜਾਗਰਤ ਹੋ ਜਾਂਦਾ ਹੈ । ਉਸ ਨੂੰ ਪਿਛਲੇ ਜਨਮ ਦੇ ਕੀਤੇ ਚੰਗੇ ਕੰਮਾਂ ਦਾ ਫਲ ਬਖਸ਼ਿਸ਼ ਹੋ ਜਾਂਦਾ ਹੈ ।

Whosoever may meditate on the teachings of His Word with steady and stable belief in his day-to-day life; with His mercy and grace, he may be enlightened with the essence of His Word. His prewritten destiny may be rewarded.

ਸਰਣਿ ਪਏ ਜਪਿ ਦੀਨ ਦਇਆਲਾ॥ saran pa-ay jap deen da-i-aalaa.
ਨਾਨਕੁ ਜਾਚੈ ਸੰਤ ਰਵਾਲਾ॥ naanak jaachai sant ravaalaa.
੪॥੨੮॥੩੪॥ ||4||28||34||

ਬੰਦਗੀ ਕਰਨ ਵਾਲਾ ਸ਼ਬਦ ਦੀ ਪਾਲਣਾ ਵਿੱਚ ਅਡੋਲ ਰਹਿੰਦਾ, ਸ਼ਰਣ ਵਿੱਚ ਵਸਦਾ ਹੈ । ਸਦਾ ਹੀ ਰਹਿਮਤ ਦੀ ਅਰਦਾਸ ਕਰਦਾ ਹੈ । ਰਹਿਮਤਾਂ ਦੇ ਮਾਲਕ ਬੰਦਗੀ ਕਰਨ ਵਾਲੇ ਸੰਤਾਂ ਦੇ ਚਰਨਾਂ ਦੀ ਧੂੜ ਬਖਸ਼ੋ !

His true devotee may obey the teachings of His Word with steady and stable belief in his day-to-day life. He may be accepted in the sanctuary of The True Master. He always prays for the dust of the feet of His true devotee.

121. ਸੂਹੀ ਮਹਲਾ ੫॥ 744-6

ਘਰ ਕਾ ਕਾਜੁ ਨ ਜਾਣੀ ਰੂੜਾ॥ ghar kaa kaaj na jaanee roorhaa.
ਝੂਠੈ ਧੰਧੈ ਰਚਿਓ ਮੂੜਾ॥੧॥ jhoothai DhanDhai rachi-o moorhaa. ||1||

ਜੀਵ ਆਪਣੇ ਮਾਨਸ ਜਨਮ ਲੈਣ ਦਾ ਮੰਤਵ ਨਹੀਂ ਜਾਣਦਾ । ਪਰ ਸੰਸਾਰਕ ਮਾਇਆ ਦੇ ਮੋਹ ਦੇ ਪਿਛੇ ਲੱਗਾ ਰਹਿੰਦਾ ਹੈ ।

Self-minded remains ignorant from the real purpose of human life blessings. However, he remains intoxicated in the greed of worldly wealth.

ਜਿਤੁ ਤੂੰ ਲਾਵਹਿ ਤਿਤੁ ਤਿਤੁ ਲਗਨਾ॥ jit tooN laaveh tit tit lagnaa. jaa
ਜਾ ਤੂੰ ਦੇਹਿ ਤੇਰਾ ਨਾਉ ਜਪਨਾ॥੧॥ tooN deh tayraa naa-o japnaa. ||1||
ਰਹਾਉ॥ rahaa-o.

ਪ੍ਰਭ ਜਿਸ ਜੀਵ ਨੂੰ ਸੰਸਾਰਕ ਮਾਇਆ ਦੇ ਪਿਛੇ ਲਾਉਂਦਾ, ਉਹ ਹੀ ਜਾਲ ਵਿੱਚ ਫਸਦਾ ਹੈ । ਜਿਸ ਜੀਵ ਨੂੰ ਤੂੰ ਸ਼ਬਦ ਦੇ ਲੜ ਲਾਉਂਦਾ, ਉਹ ਸ਼ਬਦ ਦੀ ਪਾਲਣਾ, ਸ਼ਬਦ ਦੇ ਗੁਣ ਗਾਉਂਦਾ ਹੈ ।

Whosoever may be attached to the worldly wealth, he remains intoxicated with the sweet poison of worldly wealth. Whosoever may be attached to His Word; he may sing the glory and adopts the teachings of His Word with steady and stable belief in his day-to-day life.

ਹਰਿ ਕੇ ਦਾਸ ਹਰਿ ਸੇਤੀ ਰਾਤੇ॥ har kay daas har saytee raatay.
ਰਾਮ ਰਸਾਇਣਿ ਅਨਦਿਨੁ ਮਾਤੇ॥੨॥ raam rasaa-in an-din maatay. ||2||

ਬੰਦਗੀ ਕਰਨ ਵਾਲਾ ਪ੍ਰਭ ਦੇ ਵਿਛੋੜੇ ਦੇ ਵਿਰਾਗ ਵਿੱਚ, ਸ਼ਰਧਾ ਨਾਲ ਗੁਣ ਗਾਉਂਦਾ ਹੈ । ਦਿਨ ਰਾਤ ਸ਼ਬਦ ਦੇ ਨਸ਼ੇ ਵਿੱਚ ਮਸਤ, ਸ਼ਬਦ ਦੀ ਸਮਾਧੀ ਵਿੱਚ ਵਸਦਾ ਹੈ ।

His true devotee may remain in renunciation of the memory of his separation from The Holy Spirit. He may meditate, sing the glory of His Word, and remains intoxicated in the void of His Word.

ਬਾਹ ਪਕਰਿ ਪ੍ਰਭਿ ਆਪੇ ਕਾਢੇ॥ baah pakar parabh aapay kaadhay.
ਜਨਮ ਜਨਮ ਕੇ ਟੂਟੇ ਗਾਢੇ॥੩॥ janam janam kay tootay gaadhay. ||3||

ਜਿਸ ਨੂੰ ਪ੍ਰਭ ਆਪ ਹੀ ਆਪਣਾ ਆਸਰਾ ਬਖਸ਼ਦਾ ਹੈ । ਉਸ ਦੀ ਬਾਂਹ ਪਕੜ ਕੇ ਸੰਸਾਰਕ ਸਾਗਰ ਵਿਚੋਂ ਕੱਢ ਲੈਂਦਾ ਹੈ । ਅਨੇਕਾਂ ਜਨਮਾਂ ਦੀ ਵਿਛੜੀ ਆਤਮਾ ਦਾ ਪ੍ਰਭ ਨਾਲ ਸੰਜੋਗ ਹੋ ਜਾਂਦਾ ਹੈ ।

Whosoever may be blessed with His mercy and grace; He may hold by his arm and pull him out of the worldly ocean of desires. His soul separated from many lives may be accepted in His Court.

ਉਧਰੁ ਸੁਆਮੀ ਪ੍ਰਭ ਕਿਰਪਾ ਧਾਰੇ॥ uDhar su-aamee parabh kirpaa Dhaaray.
ਨਾਨਕ ਦਾਸ ਹਰਿ ਸਰਣਿ ਦੁਆਰੇ॥ naanak daas har saran du-aaray.
੪॥੨੯॥੩੫॥ ||4||29||35||

ਬੰਦਗੀ ਕਰਨ ਵਾਲਾ, ਪ੍ਰਭ ਦੇ ਸ਼ਬਦ ਦੀ ਪਾਲਣਾ ਕਰਦਾ, ਸ਼ਰਣ ਵਿੱਚ ਵਸਦਾ ਹੈ । ਰਹਿਮਤ ਦੀ ਅਰਦਾਸ ਕਰਦਾ! ਰਹਿਮਤਾਂ ਦੇ ਮਾਲਕ ਆਪਣੇ ਸ਼ਬਦ ਦੀ ਪਾਲਣਾ ਵਿੱਚ ਅਡੋਲ ਰਖੋ! ਆਪਣੀ ਸ਼ਰਣ ਵਿੱਚ ਪਨਾਹ ਬਖਸ਼ੋ!

His true devotee may obey the teachings of His Word with steady and stable belief in his day-to-day life. He always prays for His forgiveness to keep him obeying the teaching of His Word with steady and stable belief in His sanctuary.

122.ਸੂਹੀ ਮਹਲਾ ੫॥ 744-9

ਸੰਤ ਪ੍ਰਸਾਦਿ ਨਿਹਚਲੁ ਘਰੁ ਪਾਇਆ॥ ant parsaad nihchal ghar paa-i-aa.
ਸਰਬ ਸੂਖ ਫਿਰਿ ਨਹੀ ਡੋੁਲਾਇਆ॥੧॥ sarab sookh fir nahee dolaa-i-aa. ||1||

ਬੰਦਗੀ ਕਰਨ ਵਾਲੇ ਸੰਤਾਂ ਦੀ ਰਹਿਮਤ ਦੀ ਨਜ਼ਰ ਨਾਲ ਮਨ ਵਿੱਚ ਰੂਹਾਨੀ ਸੰਤੋਖ ਬਖਸ਼ਿਸ਼ ਹੋ ਗਿਆ ਹੈ । ਹੁਣ ਮੇਰਾ ਮਨ ਸ਼ਬਦ ਦੀ ਪਾਲਣਾ ਤੇ ਅਡੋਲ ਹੋ ਗਿਆ ਹੈ । ਮਨ ਵਿੱਚ ਪੂਰਨ ਸੰਤੋਖ ਅਤੇ ਪ੍ਰਭ ਦੇ ਬਖਸ਼ੇ ਤੇ ਪੂਰਨ ਭਰੋਸਾ ਹੋ ਗਿਆ ਹੈ ।

With the mercy and grace of His true devotee; I have been blessed with eternal contentment. I am obeying the teachings of His Word with steady and stable in my day-to-day life. I am overwhelmed with contentment on His blessings.

ਗੁਰੂ ਧਿਆਇ ਹਰਿ	guroo Dhi-aa-ay har
ਚਰਨ ਮਨਿ ਚੀਨ੍ਹੇ॥	charan man cheenHay.
ਤਾ ਤੇ ਕਰਤੈ ਅਸਥਿਰੁ ਕੀਨ੍ਹੇ॥੧॥	taa tay kartai asthir keenHay. ||1||
ਰਹਾਉ॥	rahaa-o.

ਅਡੋਲ ਭਰੋਸੇ ਨਾਲ ਸ਼ਬਦ ਦੀ ਪਾਲਣਾ ਕਰਦੇ ਮਨ ਵਿੱਚ ਸ਼ਬਦ ਜਾਗਰਤ ਹੋ ਗਿਆ ਹੈ । ਪ੍ਰਭ ਨੇ ਰਹਿਮਤ ਬਖਸ਼ਕੇ ਮਨ ਨੂੰ ਸ਼ਬਦ ਦੀ ਪਾਲਣਾ ਤੇ ਅਡੋਲ ਰਖਿਆ ਹੈ ।

By obeying the teachings of His Word with steady and stable belief in day-to-day life; with His mercy and grace, I remain steady and stable on the right path of acceptance in His Court. He has blessed the enlightenment, essence of His Word.

ਗੁਣ ਗਾਵਤ ਅਚੁਤ ਅਬਿਨਾਸੀ॥	gun gaavat achut abhinaasee.
ਤਾ ਤੇ ਕਾਟੀ ਜਮ ਕੀ ਫਾਸੀ॥੨॥	taa tay kaatee jam kee faasee. ||2||

ਜਿਹੜਾ ਜੀਵ ਰੂਹਾਨੀ ਜੋਤ, ਪ੍ਰਭ ਦੇ ਸ਼ਬਦ ਦੀ ਪਾਲਣਾ ਕਰਦਾ ਗੁਣ ਗਾਉਂਦਾ ਹੈ । ਉਸ ਦਾ ਬਾਰ ਬਾਰ ਜਨਮ ਮਰਨ ਦਾ ਚੱਕਰ ਖਤਮ ਹੋ ਜਾਂਦਾ, ਮੌਤ ਦਾ ਡਰ ਦੂਰ ਹੋ ਜਾਂਦਾ ਹੈ ।

Whosoever may sing the glory and obeys the teachings of His Word; with His mercy and grace, his cycle of birth and death may be eliminated.

ਕਰਿ ਕਿਰਪਾ ਲੀਨੇ ਲੜਿ ਲਾਏ॥	kar kirpaa leenay larh laa-ay.
ਸਦਾ ਅਨਦੁ ਨਾਨਕ ਗੁਣ ਗਾਏ॥	sadaa anad naanak gun gaa-ay.
੩॥੩੦॥੩੬॥	||3||30||36||

ਆਪ ਹੀ ਰਹਿਮਤ ਬਖਸ਼ਦਾ ! ਬੰਦਗੀ ਕਰਨ ਵਾਲੇ ਜੀਵ ਨੂੰ ਆਪਣੇ ਸ਼ਬਦ ਦੀ ਪਾਲਣ ਵਿੱਚ ਅਡੋਲ ਰਖਦਾ ਹੈ । ਉਹ ਖੇੜੇ ਵਿੱਚ ਵਸਦਾ ਸ਼ਬਦ ਦੇ ਗੁਣ ਗਾਉਂਦਾ ਰਹਿੰਦਾ ਹੈ ।

With His mercy and grace, His true devotee may obey the teachings of His Word with steady and stable belief in his day-to-day life. He remains in blossom, intoxicated singing the glory of His Word.

123.ਸੂਹੀ ਮਹਲਾ ੫॥ 744-13

ਅੰਮ੍ਰਿਤ ਬਚਨ ਸਾਧ ਕੀ ਬਾਣੀ॥	amrit bachan saaDh kee banee.
ਜੋ ਜੋ ਜਪੈ ਤਿਸ ਕੀ ਗਤਿ ਹੋਵੈ,	jo jo japai tis kee gat hovai har
ਹਰਿ ਹਰਿ ਨਾਮੁ ਨਿਤ ਰਸਨ ਬਖਾਨੀ॥੧॥	har naam nit rasan bakhaanee.
ਰਹਾਉ॥	||1|| rahaa-o.

ਪ੍ਰਭ ਦਾ ਸ਼ਬਦ ਹੀ ਉਹ ਅਮੋਲਕ ਬਾਣੀ ਹੈ । ਜਿਹੜਾ ਵੀ ਅਡੋਲ ਭਰੋਸੇ ਨਾਲ ਸ਼ਬਦ ਦਾ ਸਿਮਰਨ, ਪਾਲਣਾ ਕਰਦਾ, ਜੀਭ ਨਾਲ ਗੁਣ ਗਾਉਂਦਾ ਹੈ । ਉਸ ਨੂੰ ਮੁਕਤ ਅਵਸਥਾ ਬਖਸ਼ਿਸ਼ ਹੋ ਜਾਂਦੀ ਹੈ ।

The spoken word of His true devotee may become the ambrosial Gurbani. Whosoever may sing the glory with His tongue, meditates, obeys the teachings of His Word with steady and stable belief in his day-to-day life; with His mercy and grace, he may be blessed with immortal state of mind.

ਕਲੀ ਕਾਲ ਕੇ ਮਿਟੇ ਕਲੇਸਾ॥	kalee kaal kay mitay kalaysaa.
ਏਕੋ ਨਾਮੁ ਮਨ ਮਹਿ ਪਰਵੇਸਾ॥੧॥	ayko naam man meh parvaysaa. ||1||

ਬੰਦਗੀ ਕਰਨ ਵਾਲੇ ਦੀਆਂ ਸੰਸਾਰਕ ਚਿੰਤਾਂ, ਭਟਕਣਾਂ ਖਤਮ ਹੋ ਜਾਂਦੀਆਂ, ਭਰਮ ਦੂਰ ਹੋ ਜਾਂਦੇ ਹਨ । ਪ੍ਰਭ ਦਾ ਸ਼ਬਦ ਮਨ ਵਿੱਚ ਜਾਗਰਤ ਹੋ ਜਾਂਦਾ ਹੈ ।

With His mercy and grace, all worldly frustrations, and miseries of worldly disappoints of His true devotee may be eliminated. He may be enlightened with the essence of the teachings of His Word.

ਸਾਧੂ ਧੂਰਿ ਮੁਖਿ ਮਸਤਕਿ ਲਾਈ॥ saaDhoo Dhoor mukh mastak laa-ee.
ਨਾਨਕ ਉਧਰੇ ਹਰਿ ਗੁਰ ਸਰਣਾਈ॥ naanak uDhray har gur sarnaa-ee.
੨॥੩੧॥੩੭॥ ||2||31||37||

ਉਹ ਸੰਤਾਂ ਦੇ ਚਰਨਾਂ ਦੀ ਧੂੜ ਆਪਣੇ ਮਸਤਕ ਤੇ ਲਾਉਂਦਾ, ਸਿਖਿਆਂ ਨਾਲ ਜੀਵਨ ਢਾਲਦਾ ਹੈ । ਉਹ ਪ੍ਰਭ ਦੀ ਸ਼ਰਣ ਵਿੱਚ ਪ੍ਰਵਾਨ ਹੋ ਜਾਂਦੇ ਹਨ ।

He may adopt the life experience teachings of His Holy saint in his day-to-day life. With His mercy and grace, he may be accepted in His sanctuary.

124.ਸੂਹੀ ਮਹਲਾ ੫ ਘਰ ੩॥ 744-15

ਗੋਬਿੰਦਾ ਗੁਣ ਗਾਉ ਦਇਆਲਾ॥ gobindaa gun gaa-o da-i-aalaa.
ਦਰਸਨੁ ਦੇਹੁ ਪੂਰਨ ਕਿਰਪਾਲਾ॥ ਰਹਾਉ॥ darsan dayh pooran kirpaalaa. rahaa-o.

ਸ੍ਰਿਸ਼ਟੀ ਦੇ ਮਾਲਕ, ਤਰਸਵਾਨ ਪ੍ਰਭ, ਮੈਂ ਤੇਰੇ ਸ਼ਬਦ ਦੇ ਗੁਣ ਗਾਉਂਦਾ ਹਾ । ਰਹਿਮਤ ਬਖਸ਼ਕੇ, ਆਪਣਾ ਸ਼ਬਦ ਮਨ ਵਿੱਚ ਜਾਗਰਤ ਕਰੋ !

The Merciful True Master of the universe, I am singing the glory of Your Word with steady and stable belief in my day-to-day life. With Your mercy and grace, enlightens the essence of Your Word within my mind.

ਕਰਿ ਕਿਰਪਾ ਤੁਮ ਹੀ ਪ੍ਰਤਿਪਾਲਾ॥ kar kirpaa tum hee partipaalaa.
ਜੀਉ ਪਿੰਡੁ ਸਭੁ ਤੁਮਰਾ ਮਾਲਾ॥੧॥ jee-o pind sabh tumraa maalaa. ||1||

ਪ੍ਰਭ ਰਹਿਮਤ ਬਖਸ਼ਕੇ ਮੇਰੀ ਪਾਲਣਾ ਪੋਸਨਾ, ਰਖਿਆ ਕਰੋ । ਇਹ ਤਨ, ਮਨ, ਆਤਮਾ ਕੇਵਲ ਤੇਰੀ ਹੀ ਅਮਾਨਤ ਹੈ ।

My True Master, my mind, body, and soul are only Your Trust; with Your mercy and grace, nourishes and protects me in the universe.

ਅੰਮ੍ਰਿਤ ਨਾਮੁ ਚਲੈ ਜਪਿ ਨਾਲਾ॥ amrit naam chalai jap naalaa.
ਨਾਨਕੁ ਜਾਚੈ ਸੰਤ ਰਵਾਲਾ॥ naanak jaachai sant ravaalaa.
੨॥੩੨॥੩੮॥ ||2||32||38||

ਪ੍ਰਭ ਦੇ ਸ਼ਬਦ ਦਾ ਅਮੋਲਕ ਧਨ ਸਦਾ ਹੀ ਆਤਮਾ ਦੇ ਸਾਥ ਰਹਿੰਦਾ ਹੈ । ਮੌਤ ਪਿਛੋਂ ਵੀ ਦਰਬਾਰ ਵਿੱਚ ਸਹਾਈ ਹੁੰਦਾ ਹੈ । ਬੰਦਗੀ ਕਰਨ ਵਾਲਾ ਸਦਾ ਪ੍ਰਭ ਦੀ ਸ਼ਰਣ ਵਿੱਚ ਪਨਾਹ ਹੀ ਮੰਗਦਾ ਹੈ ।

The ambrosial earnings of His Word remain his companion and support in His Court after death also. His true devotee always prays for His refuge.

125.ਸੂਹੀ ਮਹਲਾ ੫॥ 744-18

ਤਿਸੁ ਬਿਨੁ ਦੂਜਾ ਅਵਰੁ ਨ ਕੋਈ॥ tis bin doojaa avar na ko-ee.
ਆਪੇ ਥੰਮੈ ਸਚਾ ਸੋਈ॥੧॥ aapay thammai sachaa so-ee. ||1||

ਪ੍ਰਭ ਤੇਰੇ ਤੋ ਬਿਨਾਂ ਹੋਰ ਕੋਈ ਵੀ ਸ੍ਰਿਸ਼ਟੀ ਦਾ ਰਖਵਾਲਾ, ਮਾਲਕ ਨਹੀਂ ਹੈ । ਸਾਰੀ ਸ੍ਰਿਸ਼ਟੀ ਨੂੰ ਕੇਵਲ ਤੇਰਾ ਹੀ ਆਸਰਾ ਹੈ ।

My Omnipotent True Master, no one else may be the true protector, savior of the universe. Everyone may remain praying and hoping for Your support.

ਹਰਿ ਹਰਿ ਨਾਮੁ ਮੇਰਾ ਆਧਾਰੁ॥ har har naam mayraa aaDhaar.
ਕਰਣ ਕਾਰਣ ਸਮਰਥੁ ਅਪਾਰੁ॥੧॥ karan kaaran samrath apaar. ||1||
ਰਹਾਉ॥ rahaa-o.

ਬੰਦਗੀ ਕਰਨ ਵਾਲੇ ਜੀਵ ਦਾ ਧੰਦਾ ਹੀ ਪ੍ਰਭ ਦੇ ਸ਼ਬਦ ਦੀ ਪਾਲਣਾ ਬਣ ਜਾਂਦਾ ਹੈ । ਸਭ ਕੁਝ ਕਰਨ ਕਰਵਾਉਣ ਵਾਲਾ ਇੱਕੋ ਇੱਕ ਪ੍ਰਭ ਹੀ ਰਖਵਾਲਾ ਹੈ ।

His true devotee makes obeying the teachings of His Word as the sole purpose of the human life opportunity. The Omnipotent True Master, Creator may create the purpose and prevails in every event. The One and Only One, True Master may be the true protector or savior of His Creation.

ਸਭ ਰੋਗ ਮਿਟਾਵੇ ਨਵਾ ਨਿਰੋਆ॥ sabh rog mitaavay navaa niro-aa.
ਨਾਨਕ ਰਖਾ ਆਪੇ ਹੋਆ॥੨॥੩੩॥੩੯॥ naanak rakhaa aapay ho-aa.||2||33||39||

ਪ੍ਰਭ ਹੀ ਜੀਵ ਦੇ ਮਨ ਦੇ ਸਾਰੇ ਸੰਸਾਰਕ ਚਿੰਤਾਂ ਦੇ ਰੋਗ ਦੂਰ ਕਰਦਾ ਹੈ । ਉਹ ਹੀ ਬੰਦਗੀ ਕਰਨ ਵਾਲੇ ਦਾ ਰਖਵਾਲਾ ਹੁੰਦਾ, ਉਸ ਨੂੰ ਸ਼ਬਦ ਦੀ ਪਾਲਣਾ ਤੇ ਅਡੋਲ ਰਖਦਾ ਹੈ ।

The True Master may eliminate all miseries of worldly desires of His true devotee. With His mercy and grace, He may keep his true devotee steady and stable on obeying the teachings of His Word. He may accept His true devotee in His sanctuary and becomes his protector and savior.

126.ਸੂਹੀ ਮਹਲਾ ੫॥ 745-1

ਦਰਸਨ ਕਉ ਲੋਚੈ ਸਭੁ ਕੋਈ॥ darsan ka-o lochai sabh ko-ee.
ਪੂਰੈ ਭਾਗਿ ਪਰਾਪਤਿ ਹੋਈ॥ ਰਹਾਉ॥ poorai bhaag paraapat ho-ee. rahaa-o.

ਸਾਰੀ ਸ੍ਰਿਸ਼ਟੀ ਦੇ ਜੀਵ ਹੀ ਪ੍ਰਭ ਦੇ ਦਰਸ਼ਨ ਕਰਨ ਲਈ ਲੋਚਦੇ, ਸ਼ਰਧਾ ਰਖਦੇ ਹਨ । ਜਿਸ ਜੀਵ ਦੇ ਵੱਡੇ ਭਾਗ ਹੀ ਹੁੰਦੇ ਹਨ । ਕੇਵਲ ਉਸ ਨੂੰ ਹੀ ਪ੍ਰਭ ਦੀ ਰਹਿਮਤ ਦੀ ਨਜ਼ਰ ਬਖਸ਼ਿਸ਼ ਹੁੰਦੀ ਹੈ ।

All creatures of the universe may have deep desire to be blessed with the enlightenment of the essence of His Word. Whosoever may have great prewritten destiny, only he may be blessed with His blessed vision.

ਸਿਆਮ ਸੁੰਦਰ ਤਜਿ ਨੀਦ ਕਿਉ ਆਈ॥ si-aam sundar taj need ki-o aa-ee.
ਮਹਾ ਮੋਹਨੀ ਦੂਤਾ ਲਾਈ॥੧॥ mahaa mohnee dootaa laa-ee. ||1||

ਮਾਨਸ ਜੀਵ ਸ਼ਬਦ ਦੀ ਪਾਲਣਾ, ਸਿਮਰਨ ਛੱਡਕੇ, ਕਿਵੇਂ ਜੀਵਨ ਬਤੀਤ ਕਰਦਾ ਹੈ? ਸੰਸਾਰਕ ਮਾਇਆ ਦੇ ਜਾਲ ਵਿੱਚ, ਨਸ਼ੇ ਵਿੱਚ ਪਾਪ, ਬੁਰੇ ਕੰਮ ਹੀ ਕਰਦਾ ਹੈ ।

Self-minded may abandon the teachings of His Word from his day-to-day life; how may he be spending his human life opportunity? He may remain intoxicated in sweet poison of worldly wealth and performs sinful deeds.

ਪ੍ਰੇਮ ਬਿਛੋਹਾ ਕਰਤ ਕਸਾਈ॥ paraym bichhohaa karat kasaa-ee.
ਨਿਰਦੈ ਜੰਤੁ ਤਿਸੁ ਦਇਆ ਨ ਪਾਈ॥੨॥ nirdai jant tis da-i-aa na paa-ee. ||2||

ਜ਼ਾਲਮ ਸੰਸਾਰਕ ਮਾਇਆ ਨੇ ਮਾਨਸ ਨੂੰ ਪ੍ਰਭ ਨਾਲੋ ਵਿਛੋੜ ਦਿੱਤਾ, ਦੂਰ ਕੀਤਾ ਹੈ । ਜ਼ਾਲਮ ਮਾਇਆ ਕਿਸੇ ਤੇ ਵੀ ਤਰਸ ਨਹੀਂ ਕਰਦੀ, ਕਿਸੇ ਨੂੰ ਵੀ ਛੱਡ ਦੀ ਨਹੀਂ ।

The cunning worldly wealth has separated his soul away from The Holy Spirit. She may never spare anyone in the universe.

ਅਨਿਕ ਜਨਮ ਬੀਤੀਅਨ ਭਰਮਾਈ॥ anik janam beetee-an bharmaa-ee.
ਘਰਿ ਵਾਸੁ ਨ ਦੇਵੈ ਦੁਤਰ ਮਾਈ॥੩॥ ghar vaas na dayvai dutar maa-ee. ||3||

ਜੀਵ ਦੇ ਕਈ ਜਨਮ ਹੀ ਜੂੰਨਾਂ ਵਿੱਚ ਭਉਦੇ ਬੀਤ ਜਾਂਦੇ ਹਨ । ਇਹ ਧੋਖੇ ਬਾਜ ਮਾਇਆ, ਉਸ ਨੂੰ ਆਪਣੇ ਤਨ ਦਾ ਖਿਆਲ ਵੀ ਨਹੀਂ ਕਰਨ ਦੇਂਦੀ, ਆਪਣੇ ਘਰ ਵਸਣ ਨਹੀਂ ਦੇਂਦੀ ।

His soul may waste wandering in various life cycles. The cunning worldly wealth may not let her dwell and think about the welfare of her own body.

ਦਿਨੁ ਰੈਨਿ ਅਪਨਾ ਕੀਆ ਪਾਈ॥ din rain apnaa kee-aa paa-ee.
ਕਸੁ ਦੋਸੁ ਨ ਦੀਜੈ ਕਿਰਤੁ ਭਵਾਈ॥੪॥ kis dos na deejai kirat bhavaa-ee. ||4||

ਜੀਵ ਦਿਨ ਰਾਤ ਆਪਣੇ ਕੀਤੇ ਕੰਮ ਦਾ ਫਲ ਭੁਗਤਦਾ, ਪਾਉਂਦਾ ਹੈ । ਉਹ ਇਸ ਦਰਦਨਾਕ ਹਾਲਤ ਦਾ ਕਿਸੇ ਹੋਰ ਨੂੰ ਦੋਸ ਨਹੀਂ ਦੇ ਸਕਦਾ । ਉਸ ਦੇ ਆਪਣੇ ਕੀਤੇ ਕੰਮ ਹੀ ਇਸ ਪਾਸੇ ਲੈ ਜਾਂਦੇ ਹਨ ।

Everyone may endure the reward of his own worldly deeds of his previous lives. He may not blame anyone else for his miserable worldly condition. His own worldly deeds drive him on that path of miseries.

ਸੁਣਿ ਸਾਜਨ ਸੰਤ ਜਨ ਭਾਈ॥	sun saajan sant jan bhaa-ee.
ਚਰਣ ਸਰਣ ਨਾਨਕ ਗਤਿ ਪਾਈ॥	charan saran naanak gat paa-ee.
੫॥੩੪॥੪੦॥	||5||34||40||

ਮਾਨਸ ਜੀਵ ਸੰਤਾਂ ਦੀ ਕਥਾ ਸੁਣੋ! ਸਿਖਿਆਂ ਨਾਲ ਜੀਵਨ ਢਾਲੋ! ਸ਼ਬਦ ਦੀ ਪਾਲਣਾ ਤੇ ਮਨ ਅਡੋਲ ਰਖਣ ਨਾਲ ਹੀ ਮੁਕਤੀ ਬਖਸ਼ਿਸ਼ ਹੁੰਦੀ ਹੈ ।

You should listen to the sermons of His true devotees. Only by adopting the teachings of His Word with steady and stable belief; with His mercy and grace, he may be blessed with a state of salvation.

127.ਰਾਗੁ ਸੂਹੀ ਮਹਲਾ ੫ ਘਰੁ ੪॥ 745-6

੧ੴ ਸਤਿਗੁਰ ਪ੍ਰਸਾਦਿ॥	ik-oNkaar satgur parsaad.
ਭਲੀ ਸੁਹਾਵੀ ਛਾਪਰੀ,	bhalee suhaavee chhaapree
ਜਾ ਮਹਿ ਗੁਨ ਗਾਏ॥	jaa meh gun gaa-ay.
ਕਿਤ ਹੀ ਕਾਮਿ ਨ ਧਉਲਹਰ,	kit hee kaam na Dha-ulhar
ਜਿਤੁ ਹਰਿ ਬਿਸਰਾਏ॥੧॥ਰਹਾਉ॥	jit har bisraa-ay. ||1|| rahaa-o.

ਉਹ ਗ਼ਰੀਬ ਖਾਨਾ, ਨਿਮਾਣੇ ਦਾ ਘਰ, ਪ੍ਰਭ ਦਾ ਤਖਤ, ਦਰਬਾਰ ਬਣ ਜਾਂਦਾ ਹੈ । ਜਿਥੇ ਬੰਦਗੀ ਕਰਨ ਵਾਲਾ ਅਡੋਲ ਭਰੋਸੇ ਨਾਲ ਸ਼ਬਦ ਦੀ ਉਸਤਤ ਗਾਉਂਦਾ ਹੈ ।ਜਿਸ ਵਿੱਚ ਪ੍ਰਭ ਦੇ ਸ਼ਬਦ ਦਾ ਵਿਚਾਰ, ਪਾਲਣਾ ਨਹੀਂ ਕੀਤੀ ਜਾਂਦੀ । ਉਹ ਮਹਿਲ, ਸੁੰਨੇ ਜੰਗਲ ਦੀ ਤਰ੍ਹਾਂ ਹੀ ਡਰਾਉਣੇ ਬਣ ਜਾਂਦੇ ਹਨ ।

Wherever His true devotee may sing the glory of His Word with steady and stable belief on His blessings; that place may become His throne. Wherever self-minded may abandon the teachings of His Word and may not think about His greatness; even that Holy shrine, castle may become like a ghost house, a horrible.

ਅਨਦੁ ਗਰੀਬੀ ਸਾਧਸੰਗਿ,	anad gareebee saaDhsang
ਜਿਤੁ ਪ੍ਰਭ ਚਿਤਿ ਆਏ॥	jit parabh chit aa-ay.
ਜਲਿ ਜਾਉ ਏਹੁ ਬਡਪਨਾ,	jal jaa-o ayhu badpanaa
ਮਾਇਆ ਲਪਟਾਏ॥੧॥	maa-i-aa laptaa-ay. ||1||

ਜਿਸ ਸੰਸਾਰਕ ਹਾਲਤ ਵਿੱਚ, ਜੀਵ ਦੇ ਮਨ ਵਿੱਚ ਪ੍ਰਭ ਦੇ ਵਿਛੋੜੇ ਦਾ ਵਿਰਾਗ ਭਰਿਆ ਰਹਿੰਦਾ ਹੈ, ਉਸ ਸੰਸਾਰਕ ਗ਼ਰੀਬ ਅਵਸਥਾ ਵਿੱਚ ਵੀ ਉਸ ਦੇ ਮਨ ਵਿੱਚ ਅਨੰਦ, ਸੰਤੋਖ ਭਰਪੂਰ ਰਹਿੰਦਾ ਹੈ । ਉਸ ਨੂੰ ਸੰਸਾਰਕ ਸੋਭਾ ਦੀ ਕੋਈ ਮਹੱਤਤਾ ਨਹੀਂ ਹੁੰਦੀ । ਜਿਸ ਸੋਭਾ ਨਾਲ ਜੀਵ ਸੰਸਾਰਕ ਮਾਇਆ ਦੇ ਜਾਲ ਵਿੱਚ ਫਸਦਾ, ਬੁਰੇ ਕੰਮ ਕਰਨ ਲੱਗ ਪੈਂਦਾ ਹੈ ।

Any worldly condition, his true devotee may remain overwhelmed with renunciation of his separation from The Holy Spirit; even that simple, worldly poor condition may keep him contented and in blossom. Any worldly greatness, honor or worldly fame may be insignificant that may drive him to commit sins and enhances his intoxication of the sweet poison of worldly wealth.

ਪੀਸਨੁ ਪੀਸਿ ਓਢਿ ਕਾਮਰੀ,	peesan pees odh kaamree
ਸੁਖੁ ਮਨੁ ਸੰਤੋਖਾਏ॥	sukh man santokhaa-ay.
ਐਸੋ ਰਾਜੁ ਨ ਕਿਤੈ ਕਾਜਿ,	aiso raaj na kitai kaaj
ਜਿਤੁ ਨਹ ਤ੍ਰਿਪਤਾਏ॥੨॥	jit nah tariptaa-ai. ||2||

ਜਿਸ ਜੀਵ ਦੀ ਕਮਾਈ ਨਾਲ ਮਨ ਵਿੱਚ ਸੰਤੋਖ, ਅਨੰਦ ਬਖਸ਼ਿਸ਼ ਹੋ ਜਾਵੇ । ਉਸ ਗ਼ਰੀਬ ਦੀ ਕਮਾਈ, ਉਸ ਬਾਦਸ਼ਾਹ ਦੀ ਕਮਾਈ ਨਾਲੋ ਚੰਗੀ ਹੁੰਦੀ ਹੈ । ਜਿਸ ਨਾਲ ਮਨ ਵਿੱਚ ਸੰਸਾਰਕ ਇੱਛਾਂ, ਭਟਕਣਾਂ ਵਧਦੀਆਂ, ਮਨ ਵਿੱਚ ਸੰਤੋਖ ਨਹੀਂ ਆਉਂਦਾ ।

The earnings of His humble, poor devotee may be more significant in His Court that may bring a contentment and pleasure in life. However, the earnings of a worldly king may be worthless that may enhance his worldly desires, frustrations and may not bring any contentment.

ਨਗਨ ਫਿਰਤ ਰੰਗਿ ਏਕ ਕੈ,	nagan firat rang ayk kai
ਓਹੁ ਸੋਭਾ ਪਾਏ॥	oh sobhaa paa-ay.
ਪਾਟ ਪਟੰਬਰ ਬਿਰਥਿਆ,	paat patambar birthi-aa
ਜਿਹ ਰਚਿ ਲੋਭਾਏ॥੩॥	jih rach lobhaa-ay. ||3||

ਅਗਰ ਜੀਵ ਦੇ ਮਨ ਵਿੱਚ ਪ੍ਰਭ ਦੇ ਸ਼ਬਦ ਨਾਲ ਲਗਨ ਹੋਵੇ, ਸ਼ਰਧਾ ਹੋਵੇ । ਉਹ ਭਾਵੇਂ ਸੰਸਾਰ ਵਿੱਚ ਪਾਟੇ ਕਪੜੇ ਪਾ ਕੇ, ਨੰਗਾ ਵੀ ਫਿਰਦਾ ਹੋਵੇ । ਉਸ ਨੂੰ ਪ੍ਰਭ ਦੇ ਦਰਬਾਰ ਵਿੱਚ ਸੋਭਾ ਬਖਸ਼ਿਸ਼ ਹੋ ਜਾਂਦੀ ਹੈ । ਅਗਰ ਉਸ ਨਾਲ ਮਨ ਵਿੱਚ ਲਾਲਚ ਵਧ ਜਾਵੇ, ਅਹੰਕਾਰ ਆ ਜਾਵੇ । ਉਹ ਰੇਸ਼ਮੀ ਕਪੜੇ, ਬਿਸਤਰ ਬਿਰਥੇ ਹੀ ਹਨ, ਕੋਈ ਲਾਭ ਨਹੀਂ ਦੇਂਦੇ ।

Whosoever may have a devotion with the teachings of His Word; even he may be poor without cloths, he may be honored in His Court. Whose earnings may enhance ego and greed in life; no matter, he may be embellished with silky cloths; he may be rebuked in His Court.

ਸਭੁ ਕਿਛੁ ਤੁਮ੍ਰੈ ਹਾਥਿ ਪ੍ਰਭ,	sabh kichh tumHrai haath parabh
ਆਪਿ ਕਰੇ ਕਰਾਏ॥	aap karay karaa-ay.
ਸਾਸਿ ਸਾਸਿ ਸਿਮਰਤ ਰਹਾ,	saas saas simrat rahaa
ਨਾਨਕ ਦਾਨੁ ਪਾਏ॥੪॥੧॥੪੧॥	naanak daan paa-ay. ||4||1||41||

ਪ੍ਰਭ ਸਭ ਕੁਝ ਤੇਰਾ ਕੀਤਾ ਹੀ ਹੁੰਦਾ ਹੈ, ਤੇਰੇ ਵੱਸ ਵਿੱਚ ਹੀ ਹੈ । ਬੰਦਗੀ ਕਰਨ ਵਾਲਾ ਸਵਾਸ ਸਵਾਸ ਸ਼ਬਦ ਦਾ ਸਿਮਰਨ, ਰਹਿਮਤਾਂ ਦਾ ਹੀ ਧੰਨਵਾਦ ਗਾਉਂਦਾ ਹੈ ।

The Omnipotent True Master, everything in the universe remains under Your command, control. Your true devotee always sings the glory of Your blessings with each breath and remains gratitude of Your mercy and grace.

128.ਸੂਹੀ ਮਹਲਾ ੫॥ 745-11

ਹਰਿ ਕਾ ਸੰਤੁ ਪਰਾਨ ਧਨ,	har kaa sant paraan Dhan
ਤਿਸ ਕਾ ਪਨਿਹਾਰਾ॥	tis kaa panihaaraa.
ਭਾਈ ਮੀਤ ਸੁਤ ਸਗਲ ਤੇ,	bhaa-ee meet sut sagal tay
ਜੀਅ ਹੂੰ ਤੇ ਪਿਆਰਾ॥੧॥ ਰਹਾਉ॥	jee-a hooN tay pi-aaraa. ||1|| rahaa-o.

ਪ੍ਰਭ ਦੇ ਸ਼ਬਦ ਦੀ ਪਾਲਣਾ ਕਰਨ ਵਾਲਾ ਸੰਤ ਹੀ ਮੇਰੇ ਸਵਾਸਾਂ ਦਾ ਆਸਰਾ ਹੈ । ਉਸ ਦੀ ਸਿਖਿਆਂ ਤੇ ਜੀਵਨ ਢਾਲਣਾ ਹੀ ਮੇਰਾ ਧਨ, ਸ਼ਬਦ ਦੀ ਕਮਾਈ ਹੈ । ਮੈਂ ਉਸ ਸੰਤ ਦਾ ਚਾਕਰ, ਗੁਲਾਮ ਹਾ । ਉਹ ਮੈਨੂੰ ਆਪਣੇ ਪ੍ਰਵਾਰ, ਬੱਚੇ, ਜੀਵਨ ਸਾਥੀ, ਮਾਂ ਬਾਪ ਨਾਲੋ ਪਿਆਰਾ ਹੈ ।

His true devotee, whosoever may obey the teachings of His Word; he may be the support of my breaths. To adopt the teachings of his life, may be my worldly wealth and earnings of His Word. I may remain at serve of His true devotee. He remains dear to me more than my worldly family like parents, siblings, children and suppose.

ਕੇਸਾ ਕਾ ਕਰਿ ਬੀਜਨਾ,	kaysaa kaa kar beejnaa
ਸੰਤ ਚਉਰੁ ਢੁਲਾਵਉ॥	sant cha-ur dhulaava-o.
ਸੀਸੁ ਨਿਹਾਰਉ ਚਰਣ,	sees nihaara-o charan
ਤਲਿ ਧੂਰਿ ਮੁਖਿ ਲਾਵਉ॥੧॥	tal Dhoor mukh laava-o. ||1||

ਆਪਣੇ ਸਿਰ ਦੇ ਵਾਲਾ ਦਾ ਝੋਰ ਬਣਾਕੇ ਉਸ ਨੂੰ ਅਰਾਮ ਦੇਣ ਲਈ ਪੱਖਾ ਝੱਲਦਾ ਹਾ । ਉਸ ਦੇ ਚਰਨਾਂ ਦੀ ਧੂੜ ਦਾ ਮੱਥੇ ਤੇ ਪਵਿੱਤਰਤਾ ਦਾ ਤਿਲਕ ਲਾਉਂਦਾ ਹਾ ।

I may make a fan of my hairs to provide comfort to His true devotee. I consider the dust of his feet as vermilion on my forehead as a symbol of purity.

ਮਿਸਟ ਬਚਨ ਬੇਨਤੀ ਕਰਉ,	misat bachan bayntee kara-o
ਦੀਨ ਕੀ ਨਿਆਈ॥	deen kee ni-aa-ee.
ਤਜਿ ਅਭਿਮਾਨੁ ਸਰਣੀ ਪਰਉ,	taj abhimaan sarnee para-o
ਹਰਿ ਗੁਣ ਨਿਧਿ ਪਾਈ॥੨॥	har gun niDh paa-ee. ||2||

ਬਹੁਤ ਨਿਮਾਣਾ ਬਣਕੇ, ਨਿਮ੍ਰਤਾ ਨਾਲ ਪ੍ਰਭ ਅੱਗੇ ਰਹਿਮਤ ਦੀ ਅਰਦਾਸ ਕਰਦਾ ਹਾ । ਆਪਣੇ ਮਨ ਦਾ ਅਹੰਕਾਰ ਤਿਆਗਕੇ ਉਸ ਦੀ ਸਿਖਿਆਂ ਤੇ ਚਲਦਾ, ਉਸ ਦੀ ਸ਼ਰਣ ਵਿੱਚ ਆਇਆ ਹੈ । ਉਸ ਦੀ ਸਿਖਿਆਂ ਨਾਲ ਜੀਵਨ ਬਤੀਤ ਕਰਨ ਨਾਲ ਹੀ ਪ੍ਰਵਾਨਗੀ ਦੇ ਰਸਤੇ ਦੀ ਸੋਝੀ ਬਖਸ਼ਿਸ਼ ਹੋਈ ਹੈ ।

I have humbly and politely prayed for His mercy and grace. I have renounced and surrendered my ego of worldly status at His sanctuary. I have adopted the life experience teachings of His true devotee in my own day-to-day life. With His mercy and grace, I have been blessed with the enlightenment of the essence of His Word.

ਅਵਲੋਕਨ ਪੁਨਹ ਪੁਨਹ ਕਰਉ,	avlokan punah punah kara-o
ਜਨ ਕਾ ਦਰਸਾਰੁ॥	jan kaa darsaar.
ਅੰਮ੍ਰਿਤ ਬਚਨ ਮਨ ਮਹਿ ਸਿੰਚਉ,	amrit bachan man meh sincha-o
ਬੰਦਉ ਬਾਰ ਬਾਰ॥੩॥	banda-o baar baar. ||3||

ਨਿਮਾਣਾ ਬਣਕੇ, ਨਿਮ੍ਰਤਾ ਨਾਲ ਬਾਰ ਬਾਰ ਸ਼ਬਦ ਦੀ ਪਾਲਣਾ ਕਰਦਾ ਹਾ । ਪ੍ਰਭ ਦੇ ਅਮੋਲਕ ਸ਼ਬਦ ਰੂਪੀ ਅੰਮ੍ਰਿਤ ਦਾ ਅਨੰਦ ਮਾਨਦਾ ਹਾ । ਆਪਣਾ ਸਿਰ ਉਸ ਅੱਗੇ ਝੁਕਾਉਂਦਾ, ਪ੍ਰਨਾਮ ਕਰਦਾ ਹਾ ।

I am humbly and politely obeying the teachings of His Word with steady and stable belief repeatedly. I enjoy the ambrosial nectar of the essence of His Word. I bow in honor and gratitude in front of The True Master.

ਚਿਤਵਉ ਮਨਿ ਆਸਾ ਕਰਉ,	chitva-o man aasaa kara-o
ਜਨ ਕਾ ਸੰਗੁ ਮਾਗਉ॥	jan kaa sang maaga-o.
ਨਾਨਕ ਕਉ ਪ੍ਰਭ ਦਇਆ ਕਰਿ,	naanak ka-o parabh da-i-aa kar
ਦਾਸ ਚਰਣੀ ਲਾਗਉ॥੪॥੨॥੪੨॥	daas charnee laaga-o. ||4||2||42

ਆਪਣੇ ਮਨ ਵਿੱਚ ਆਸ ਲੈ ਕੇ, ਸ਼ਰਧਾ ਨਾਲ ਉਸ ਅੱਗੇ ਅਰਦਾਸ ਕਰਦਾ ਹਾ । ਰਹਿਮਤਾਂ ਦੇ ਮਾਲਕ ਬੰਦਗੀ ਕਰਨ ਵਾਲੇ ਦਾਸਾਂ ਦੀ ਸੰਗਤ ਬਖਸ਼ੋ! ਪ੍ਰਭ ਆਪ ਹੀ ਰਹਿਮਤ ਬਖਸ਼ਕੇ ਬੰਦਗੀ ਕਰਨ ਵਾਲੇ ਦੀ ਸੰਗਤ ਬਖਸ਼ਦਾ ਹੈ ।

With a devotion and hope, I am praying for Your forgiveness; with Your mercy and grace blesses me the conjugation of Your true devotee. The Merciful True Master may bless the conjugation of His true devotee.

129.ਸੂਹੀ ਮਹਲਾ ੫॥ 745-17

ਜਿਨਿ ਮੋਹੇ ਬ੍ਰਹਮੰਡ ਖੰਡ	jin mohay barahmand khand
ਤਾਹੂ ਮਹਿ ਪਾਉ॥	taahoo meh paa-o.
ਰਾਖਿ ਲੇਹੁ ਇਹੁ ਬਿਖਈ	raakh layho ih bikh-ee
ਜੀਉ ਦੇਹੁ ਅਪੁਨਾ ਨਾਉ॥੧॥ ਰਹਾਉ॥	jee-o dayh apunaa naa-o. ||1|| rahaa-o.

ਜਿਸ ਪ੍ਰਭ ਨੇ ਸ੍ਰਿਸ਼ਟੀ ਦੀ ਸਾਜਨਾ ਕੀਤੀ ਹੈ, ਸਾਰੇ ਖੰਡ ਬ੍ਰਹਮੰਡ ਬਣਾਏ ਹਨ । ਮੈਂ ਉਸ ਦੇ ਚਰਨਾਂ ਵਿਚ ਆ ਗਿਆ ਹਾ । ਰਹਿਮਤਾਂ ਦੇ ਮਾਲਕ ਮੇਰੀ ਲਾਲਚੀ ਆਤਮਾ ਨੂੰ ਸਿੱਧਾ ਰਸਤਾ ਬਖਸ਼ੋ!

I have surrendered my mind, body, and worldly status at the sanctuary of The True Master, Creator of the universe. With Your mercy and grace, blesses me the right path of meditation and protects my honor.

ਜਾ ਤੇ ਨਾਹੀ ਕੋ ਸੁਖੀ	jaa tay naahee ko sukhee
ਤਾ ਕੈ ਪਾਛੈ ਜਾਉ॥	taa kai paachhai jaa-o.
ਛੋਡਿ ਜਾਹਿ ਜੋ ਸਗਲ ਕਉ	chhod jaahi jo sagal ka-o
ਫਿਰਿ ਫਿਰਿ ਲਪਟਾਉ॥੧॥	fir fir laptaa-o. ||1||

ਸੰਸਾਰਕ ਮਾਇਆ ਨੇ ਕਦੇ ਕਿਸੇ ਜੀਵ ਦੇ ਮਨ ਵਿਚ ਸੰਤੋਖ ਨਹੀਂ ਆਉਣ ਦਿੱਤਾ । ਫਿਰ ਵੀ ਸਾਰੇ ਸੰਸਾਰਕ ਜੀਵ ਉਸ ਪਿਛੇ ਹੀ ਲੱਗੇ ਫਿਰਦੇ ਹਨ । ਉਹ ਸਾਰੇ ਜੀਵਾਂ ਦਾ ਸਾਥ ਛੱਡ ਜਾਂਦੀ ਹੈ । ਫਿਰ ਵੀ ਮੈਂ ਉਸ ਦੇ ਪਿਛੇ ਲੱਗਾ ਹਾ । ਉਸ ਦੇ ਇਸ਼ਾਰੇ ਤੇ ਜੀਵਨ ਬਤੀਤ ਕਰਦਾ ਹਾ ।

No one may ever be contented with worldly wealth or have any peace of mind. However, everyone remains intoxicated with the sweet poison of worldly wealth. She may abandon everyone at the time of need. However, everyone remains intoxicated with short-lived pleasures and dances at the signal of worldly wealth

ਕਰਹੁ ਕ੍ਰਿਪਾ ਕਰੁਣਾਪਤੇ	karahu kirpaa karunaapatay
ਤੇਰੇ ਹਰਿ ਗੁਣ ਗਾਉ॥	tayray har gun gaa-o.
ਨਾਨਕ ਕੀ ਪ੍ਰਭ ਬੇਨਤੀ	naanak kee parabh bayntee
ਸਾਧਸੰਗਿ ਸਮਾਉ॥ ੨॥੩॥੪੩॥	saaDhsang samaa-o. ||2||3||43||

ਰਹਿਮਤਾਂ ਦੇ ਮਾਲਕ, ਰਹਿਮਤ ਬਖਸ਼ੋ! ਮੈਂ ਸਦਾ ਹੀ ਤੇਰੇ ਸ਼ਬਦ ਦੇ ਗੁਣ ਗਾਵਾ । ਬੰਦਗੀ ਕਰਨ ਵਾਲੇ ਦੀ ਅਰਦਾਸ ਪ੍ਰਭ ਆਪ ਸੁਣਦਾ ਹੈ । ਰਹਿਮਤਾਂ ਬਖਸ਼ਦਾ, ਸੰਤਾਂ ਦੀ ਸੰਗਤ ਬਖਸ਼ਦਾ ਹੈ ।

The Merciful True Master, blesses me a devotion that I may remain singing the glory of Your Word. The True Master may heed prayers of His true devotee and blesses him with the conjugation of His Holy saints.

130.ਰਾਗੁ ਸੂਹੀ ਮਹਲਾ ੫ ਘਰੁ ੫ ਪੜਤਾਲ॥ 746-2

੧ੴ ਸਤਿਗੁਰ ਪ੍ਰਸਾਦਿ॥	oNkaar satgur parsaad.
ਪ੍ਰੀਤਿ ਪ੍ਰੀਤਿ ਗੁਰੀਆ ਮੋਹਨ ਲਾਲਨਾ॥	pareet pareet guree-aa mohan laalnaa
ਜਪਿ ਮਨ ਗੋਬਿੰਦ ਏਕੈ ਅਵਰੁ ਨਹੀਂ ਕੋ	jap man gobind aykai avar nahee ko
ਲੇਖੈ ਸੰਤ ਲਾਗੁ ਮਨਹਿ ਛਾਡੁ	laykhai sant laag maneh chhaad
ਦੁਬਿਧਾ ਕੀ ਕੁਰੀਆ॥੧॥ ਰਹਾਉ॥	dubiDhaa kee kuree-aa. ||1|| rahaa-o.

ਪ੍ਰਭ ਦੇ ਸ਼ਬਦ ਦੀ ਸ਼ਰਧਾ ਨਾਲ ਪਾਲਣਾ ਕਰਨ ਨਾਲ ਬਹੁਤ ਰਹਿਮਤਾਂ ਬਖਸ਼ਿਸ਼ ਹੁੰਦੀਆਂ ਹਨ । ਜਿਹੜਾ ਸ਼ਬਦ ਦੀ ਪਾਲਣਾ ਕਰਦਾ ਹੈ, ਉਸ ਦੇ ਮਨ ਨੂੰ ਕੋਈ ਸੰਸਾਰਕ ਇੱਛਾ ਦੀ ਮੈਲ ਨਹੀ ਲੱਗਦੀ, ਕੋਈ ਬੁਰੇ ਖਿਆਲ ਮਨ ਵਿੱਚ ਨਹੀਂ ਆਉਂਦੇ। ਸੰਤਾਂ ਦੀ ਸੰਗਤ ਕਰਨ ਨਾਲ ਉਸ ਦਾ ਮਨ ਚਾਰੇ ਪਾਸੇ ਘੁੰਮਣ ਤੋ ਰੁਕ ਜਾਂਦਾ ਹੈ । ਇੱਕੋ ਇੱਕ ਤੇ ਭਰੋਸਾ ਅਡੋਲ ਹੋ ਜਾਂਦਾ ਹੈ ।

Whosoever may obey the teachings of His Word with steady and stable belief in his day-to-day life; with His mercy and grace, he may remain with overwhelming blessings, virtues. Whosoever may adopt the teachings of His Word with steady and stable belief in his day-to-day life; his soul may never be blemished with worldly desires and evil thoughts. Whosoever may associate and adopt the life teachings of His Holy saint in his own life; with His mercy and grace, he may become steady and stable on His blessings and stops wandering from shrine to shrine.

ਨਿਰਗੁਨ ਹਰੀਆ ਸਰਗੁਨ ਧਰੀਆ	nirgun haree-aa sargun Dharee-aa
ਅਨਿਕ ਕੋਠਰੀਆ ਭਿੰਨ ਭਿੰਨ	anik khothree-aa bhinn bhinn
ਭਿੰਨ ਭਿਨ ਕਰੀਆ॥	bhinn bhin karee-aa.
ਵਿਚਿ ਮਨ ਕੋਟਵਰੀਆ॥	vich man kotvaree-aa.
ਨਿਜ ਮੰਦਰਿ ਪਿਰੀਆ॥	nij mandar piree-aa.
ਤਹਾ ਆਨਦ ਕਰੀਆ॥	tahaa aanad karee-aa.
ਨਹ ਮਰੀਆ ਨਹ ਜਰੀਆ॥੧॥	nah maree-aa nah jaree-aa. ||1||

ਪ੍ਰਭ ਦਾ ਸ਼ਬਦ ਮਨ ਵਿਚੋਂ ਦੁਖ, ਅਉਗੁਣ ਦੂਰ ਕਰਨ ਵਾਲਾ, ਗੁਣ ਮਨ ਵਿੱਚ ਵਸਾਉਣ ਵਾਲਾ ਹੈ । ਇਹ ਮਨ ਨੂੰ ਅਨੇਕਾਂ ਹੀ ਤਰੀਕੇ ਨਾਲ ਸੰਤੋਖ, ਧੀਰਜ, ਖੇੜਾ ਬਖਸ਼ਦਾ ਹੈ । ਇਹਨਾਂ ਵੱਖਰੇ ਵੱਖਰੇ ਤਰੀਕਿਆਂ ਨਾਲ ਮਨ ਸਿੱਧੇ ਰਸਤੇ ਤੇ ਅਡੋਲ ਰਹਿੰਦਾ ਹੈ । ਮਨ ਵਿੱਚ ਹੀ ਪ੍ਰਭ ਦਾ ਮੰਦਰ, ਤਖਤ ਪ੍ਰਗਟ ਹੋ ਜਾਂਦਾ ਹੈ । ਉਸ ਦੀ ਆਤਮਾ ਨੂੰ ਅਮਰ ਅਵਸਥਾ ਬਖਸ਼ਿਸ਼ ਹੋ ਜਾਂਦੀ ਹੈ, ਉਸ ਦਾ ਜਨਮ ਮਰਨ ਦਾ ਚੱਕਰ ਖਤਮ ਹੋ ਜਾਂਦਾ ਹੈ ।

The teachings of His Word may eliminate all miseries of worldly desires and evil thoughts from his mind. He may be overwhelmed with good virtues for welfare of His Creation. The teachings of His Word may provide patience, blossom, and contentment with many techniques. He may remain steady and stable on the right path of acceptance in His Court. The Holy shrine, the 10th castle may appear within his mind. His soul may become immortal. His cycle of birth and death may be eliminated.

ਕਿਰਤਨਿ ਜੁਰੀਆ ਬਹੁ ਬਿਧਿ ਫਿਰੀਆ	kirtan juree-aa baho biDh firee-aa
ਪਰ ਕਉ ਹਿਰੀਆ॥	par ka-o hiree-aa.
ਬਿਖਨਾ ਘਿਰੀਆ॥	bikhnaa ghiree-aa.
ਅਬ ਸਾਧੂ ਸੰਗਿ ਪਰੀਆ॥	ab saaDhoo sang paree-aa.
ਹਰਿ ਦੁਆਰੈ ਖਰੀਆ॥	har du-aarai kharee-aa.
ਦਰਸਨੁ ਕਰੀਆ॥	Darsan karee-aa.
ਨਾਨਕ ਗੁਰ ਮਿਰੀਆ॥	naanak gur miree-aa.
ਬਹੁਰਿ ਨ ਫਿਰੀਆ॥੨॥੧॥੪੪॥	bahur na firee-aa. ||2||1||44||

ਸੰਸਾਰਕ ਧੰਦੇ, ਇੱਛਾ ਪਿਛੇ ਲੱਗਾ ਮਨ ਚਾਰੇ ਪਾਸੇ ਘੁੰਮਦਾ ਹੈ । ਪਰਾਇਆ ਧਨ ਪਾਉਣ ਦੀ ਕੋਸ਼ਿਸ਼ ਕਰਦਾ ਹੈ । ਆਪਣੇ ਜੀਵਨ ਵਿੱਚ ਧੋਖੇ ਦੀਆਂ ਚਾਲਾਂ, ਪਾਪ ਹੀ ਕਰਦਾ ਹੈ । ਜਿਹੜਾ ਬੰਦਗੀ ਕਰਨ ਵਾਲੇ ਸੰਤਾਂ ਦੀ ਸ਼ਰਣ ਵਿੱਚ ਆ ਜਾਂਦਾ ਹੈ, ਉਹ ਆਪਣਾ ਜੀਵਨ ਸ਼ਬਦ ਨਾਲ ਢਾਲਦਾ ਹੈ । ਉਸ ਦੇ ਮਨ ਵਿੱਚ ਹੀ ਪ੍ਰਭ ਦਾ ਤਖਤ ਪ੍ਰਗਟ ਹੋ ਜਾਂਦਾ, ਮਨ ਖੇੜੇ ਵਿੱਚ ਵਸਦਾ ਹੈ । ਉਸ ਦਾ ਮਨ ਸ਼ਬਦ ਦੀ ਪਾਲਣਾ ਵਿੱਚ ਅਡੋਲ ਹੋ ਜਾਂਦਾ ਹੈ ।

Self-minded remains a slave of worldly chores and wanders in all direction; he may collect worldly wealth by all good or evil means. He may perform sinful deeds and he remains intoxicated with evil plans. Whosoever may be blessed with the association of His true devotee; he may adopt the teachings of His Word in his day-to-day life. His throne may appear from within his own mind and body. He may obey the teachings of His Word with steady and stable belief in his day-to-day life.

131.ਸੂਹੀ ਮਹਲਾ ੫॥ 746-8

ਰਾਸਿ ਮੰਡਲੁ ਕੀਨੋ ਆਖਾਰਾ॥	raas mandal keeno aakhaaraa.
ਸਗਲੋ ਸਾਜਿ ਰਖਿਓ ਪਾਸਾਰਾ॥੧॥	saglo saaj rakhi-o paasaaraa. ||1||
ਰਹਾਉ॥	rahaa-o.

ਪ੍ਰਭ ਨੇ ਸ੍ਰਿਸ਼ਟੀ, ਇਕ ਖੇਲ ਦਾ ਮੈਦਾਨ ਹੀ ਬਣਾਇਆ ਹੈ । ਪ੍ਰਭ ਨੇ ਆਪ ਹੀ ਇਸ ਸ੍ਰਿਸ਼ਟੀ ਨੂੰ ਵਧਾਇਆ ਹੈ ।

The True Master has expanded His own Holy Spirit to create the universe. He has created a unique play of the universe with His own imagination.

ਬਹੁ ਬਿਧਿ ਰੂਪ ਰੰਗ ਆਪਾਰਾ॥	baho biDh roop rang aapaaraa.
ਪੇਖੈ ਖੁਸੀ ਭੋਗ ਨਹੀ ਹਾਰਾ॥	paykhai khusee bhog nahee haaraa.
ਸਭਿ ਰਸ ਲੈਤ ਬਸਤ ਨਿਰਾਰਾ॥੧॥	sabh ras lait basat niraaraa. ||1||

ਇਸ ਵਿੱਚ ਵੱਖਰੇ ਵੱਖਰੇ ਕਿਸਮ ਦੇ ਜੀਵ ਜੰਤ ਪੈਦਾ ਕੀਤੇ ਹਨ । ਹਰਇੱਕ ਦਾ ਖਾਸ ਮੰਤਵ ਹੈ । ਪ੍ਰਭ ਆਪ ਹੀ ਅਨੰਦ ਮਾਨਦਾ ਇਹ ਖੇਲ ਦੇਖਦਾ ਹੈ । ਉਹ ਕਦੇ ਇਸ ਖੇਲ ਤੋ ਥੱਕਦਾ ਨਹੀਂ । ਉਹ ਸਾਰੇ ਖੇਲਾਂ ਵਿੱਚ ਆਪ ਹੀ ਵਾਪਰਦਾ, ਅਨੰਦ ਮਾਨਦਾ ਹੈ । ਫਿਰ ਵੀ ਆਪਣੇ ਆਪ ਨੂੰ ਜੀਵ ਦੀ ਮਨ ਦੀ ਭਾਵਨਾਂ ਤੋ ਅਲੱਗ ਹੀ ਰਖਦਾ ਹੈ । ਕਿਸੇ ਨਾਲ ਮੋਹ ਨਹੀਂ ਜੋੜਦਾ ।

The True Master has created various kinds of creature as per the previous deeds of their soul. Every creature has a unique purpose of his worldly life. The True Master monitors and enjoys the play of the universe; He may never get tired from the play. He prevails in the worldly play in his life; however, He remain beyond the reach of his emotional attachments. He may never be influenced by any emotions.

ਬਰਨੁ ਚਿਹਨੁ ਨਾਹੀ ਮੁਖੁ ਨ ਮਾਸਾਰਾ॥	baran chihan naahee mukh na maasaaraa.
ਕਹਨੁ ਨ ਜਾਈ ਖੇਲੁ ਤੁਹਾਰਾ॥	kahan na jaa-ee khayl tuhaaraa.
ਨਾਨਕ ਰੇਣ ਸੰਤ ਚਰਨਾਰਾ॥੨॥੨॥੪੫॥	naanak rayn sant charnaaraa.||2||2||45||

ਪ੍ਰਭ ਦਾ ਕੋਈ ਅਕਾਰ, ਰੰਗ, ਕੋਈ ਮੂੰਹ, ਕੋਈ ਵਾਲ ਨਹੀਂ ਹਨ । ਕੋਈ ਜੀਵ ਉਸ ਦੇ ਖੇਲ ਦੀ ਪੂਰਨ ਵਿਆਖਿਆ ਨਹੀਂ ਕਰ ਸਕਦਾ । ਬੰਦਗੀ ਕਰਨ ਵਾਲੇ ਉਸ ਦੇ ਦਾਸਾਂ ਦੇ ਚਰਨਾਂ ਦੀ ਧੂੜ ਬਣਕੇ ਜੀਵਨ ਬਤੀਤ ਕਰਦੇ ਹਨ ।

The True Master has no unique physical structure, color, mouth, or hair; The Omnipresent Holy Spirit forever. His play of the universe remains beyond imagination, comprehension, and explanation of His Creation. His true devotee remains humble like the dust of the feet of His Creation.

132.ਸੂਹੀ ਮਹਲਾ ੫॥ 746-11

ਤਉ ਮੈਂ ਆਇਆ ਸਰਨੀ ਆਇਆ॥	ta-o mai aa-i-aa sarnee aa-i-aa.
ਭਰੋਸੈ ਆਇਆ ਕਿਰਪਾ ਆਇਆ॥	bharosai aa-i-aa kirpaa aa-i-aa.
ਜਿਉ ਭਾਵੈ ਤਿਉ ਰਾਖਹੁ ਸੁਆਮੀ	ji-o bhaavai ti-o raakho su-aamee
ਮਾਰਗੁ ਗੁਰਹਿ ਪਠਾਇਆ॥੧॥ ਰਹਾਉ॥	maarag gureh pathaa-i-aa. ||1|| rahaa-o.

ਪ੍ਰਭ ਮੈਂ ਆਪਣੇ ਮਨ ਦਾ ਭਰੋਸਾ ਤੇਰੇ ਸ਼ਬਦ ਤੇ ਅਡੋਲ ਕਰਕੇ ਤੇਰੀ ਸ਼ਰਣ ਵਿੱਚ ਆਇਆ ਹਾ । ਤੇਰੀ ਰਹਿਮਤ ਦੀ ਅਰਦਾਸ ਕਰਦਾ ਹਾ । ਸਿੱਧੇ ਰਸਤੇ ਤੇ ਪਾਵੋ! ਪ੍ਰਭ ਆਪ ਹੀ ਅਡੋਲ ਭਰੋਸੇ ਨਾਲ ਬੰਦਗੀ ਕਰਨ ਵਾਲੇ ਦਾਸ ਤੇ ਰਹਿਮਤ ਬਖਸ਼ਦਾ ਹੈ । ਉਸ ਨੂੰ ਸ਼ਰਣ ਵਿੱਚ ਪਨਾਹ ਬਖਸ਼ਦਾ ਹੈ ।

The True Master, I have surrendered my mind, body, and worldly status at Your sanctuary with steady and stable belief on Your blessings. I am praying for Your forgiveness; with Your mercy and grace, attaches me to the right path of meditation and accepts me in Your sanctuary.

ਮਹਾ ਦੁਤਰੁ ਮਾਇਆ॥ mahaa dutar maa-i-aa.
ਜੈਸੇ ਪਵਨੁ ਝੁਲਾਇਆ॥੧॥ jaisay pavan jhulaa-i-aa. ||1||

ਸੰਸਾਰਕ ਮਾਇਆ ਬਹੁਤ ਧੋਖੇ ਬਾਜ ਹੈ । ਇਸ ਵਿਚੋਂ ਬਚਣਾ ਬਹੁਤ ਮੁਸ਼ਕਲ ਹੀ ਹੈ । ਇਹ ਇੱਕ ਤੁਫਾਨ, ਜੰਗਲ ਦੀ ਅੱਗ ਵਰਗੀ ਜ਼ਾਲਮ ਹੈ ।

Worldly wealth is a very devious, cunning sweet poison. It may be very difficult to escape the sweet, glamorous temptation of worldly wealth. It may be uncontrollable like a tornado, or a wild fire.

ਸੁਨਿ ਸੁਨਿ ਹੀ ਡਰਾਇਆ॥ sun sun hee daraa-i-aa.
ਕਰਰੋ ਧ੍ਰਮਰਾਇਆ॥੨॥ karro Dharamraa-i-aa. ||2||

ਸੰਤਾਂ ਦੇ ਕਥਨ, ਧਰਮਰਾਜ, ਮੌਤ ਦਾ ਜਮਦੂਤ ਬਹੁਤ ਕੰਠਨ ਨਿਯਮਾਂ ਵਾਲਾ, ਅਡੋਲ ਹੈ । ਮੇਰੇ ਮਨ ਵਿੱਚ ਬਹੁਤ ਡਰ ਲੱਗਦਾ ਹੈ ।

By listening the sermons of His true devotee; the righteous judge, devil of death may follow very strict rules. I am very nervous and terrified.

ਗ੍ਰਿਹ ਅੰਧ ਕੂਪਾਇਆ॥ garih anDh koopaa-i-aa.
ਪਾਵਕੁ ਸਗਰਾਇਆ॥੩॥ paavak sagraa-i-aa. ||3||

ਸੰਸਾਰ ਮਾਇਆ ਰੁਪੀ ਅੱਗ ਦਾ ਭਰਿਆਂ ਡੂੰਘਾਂ ਖੂਹ ਹੈ ।

Worldly wealth may be like lava of fire, a deep well.

ਗਹੀ ਓਟ ਸਾਧਾਇਆ॥ gahee ot saDhaa-i-aa.
ਨਾਨਕ ਹਰਿ ਧਿਆਇਆ॥ naanak har Dhi-aa-i-aa.
ਅਬ ਮੈਂ ਪੂਰਾ ਪਾਇਆ॥੪॥੩॥੪੬॥ ab mai pooraa paa-i-aa. ||4||3||46||

ਜਿਹੜਾ ਬੰਦਗੀ ਕਰਨ ਵਾਲੇ ਸੰਤਾਂ ਦੇ ਲੜ ਲੱਗਾ ਰਹਿੰਦਾ ਹੈ, ਉਸ ਦੀ ਸਿਖਿਆਂ ਨਾਲ ਜੀਵਨ ਬਤੀਤ ਕਰਦਾ, ਪ੍ਰਭ ਦੇ ਸ਼ਬਦ ਦੀ ਪਾਲਣਾ ਕਰਦਾ ਹੈ । ਪ੍ਰਭ ਆਪ ਹੀ ਰਹਿਮਤ ਦੀ ਨਜ਼ਰ ਨਾਲ ਸ਼ਰਣ ਵਿੱਚ ਪਨਾਹ ਬਖਸ਼ਦਾ ਹੈ ।

Whosoever may remain in conjugation of His true devotee; he may adopt his life experience teachings in his own day-to-day life; with His mercy and grace, he may be accepted in His sanctuary.

133.ਰਾਗੁ ਸੂਹੀ ਮਹਲਾ ੫ ਘਰੁ ੬॥ 746-16

ੴ ਸਤਿਗੁਰ ਪ੍ਰਸਾਦਿ॥ oNkaar satgur parsaad.
ਸਤਿਗੁਰ ਪਾਸਿ ਬੇਨੰਤੀਆ satgur paas banantee-aa
ਮਿਲੈ ਨਾਮੁ ਆਧਾਰਾ॥ milai naam aaDhaaraa.
ਤੁਠਾ ਸਚਾ ਪਾਤਿਸਾਹੁ tuthaa sachaa paatisaahu
ਤਾਪੁ ਗਇਆ ਸੰਸਾਰਾ॥੧॥ taap ga-i-aa sansaaraa. ||1||

ਮੈਂ ਪ੍ਰਭ ਅੱਗੇ ਅਰਦਾਸ ਕੀਤੀ । ਰਹਿਮਤਾਂ ਦੇ ਮਾਲਕ ਸ਼ਬਦ ਦੀ ਸੋਝੀ ਬਖਸ਼ੋ! ਜਿਸ ਦੀ ਬੰਦਗੀ ਪ੍ਰਭ ਪ੍ਰਵਾਨ ਕਰਦਾ ਹੈ, ਤਾਂ ਉਸ ਦੇ ਮਨ ਵਿਚੋਂ ਇੱਛਾਂ ਦੇ ਰੋਗ ਖਤਮ ਕਰ ਦੇਂਦਾ, ਨਾਸ ਕਰ ਦੇਂਦਾ ਹੈ ।

I have prayed wholeheartedly for His forgiveness; with Your mercy and grace, blesses me the enlightenment of the essence of Your Word. Whose meditation may be accepted in Your Court; with Your mercy and grace, all his worldly desires may be eliminated from his mind.

ਭਗਤਾ ਕੀ ਟੇਕ ਤੂੰ ਸੰਤਾ ਕੀ ਓਟ bhagtaa kee tayk tooN santaa kee ot
ਤੂੰ ਸਚਾ ਸਿਰਜਨਹਾਰਾ॥੧॥ ਰਹਾਉ॥ tooN sachaa sirjanhaaraa. ||1|| rahaa-o.

ਪ੍ਰਭ ਤੂੰ ਹੀ ਬੰਦਗੀ ਕਰਨ ਵਾਲੇ ਦਾਸਾ ਦਾ ਆਸਾਰਾ ਹੈ, ਰਖਿਆ ਕਰਨ ਵਾਲਾ ਮਾਲਕ ਹੈ ।

The True Master, remains the pillar of support and protector, savior of His true devotee.

ਸਚੁ ਤੇਰੀ ਸਾਮਗਰੀ	sach tayree saamagree
ਸਚੁ ਤੇਰਾ ਦਰਬਾਰਾ॥	sach tayraa darbaaraa.
ਸਚੁ ਤੇਰੇ ਖਾਜੀਨਿਆ	sach tayray khaajni-aa
ਸਚੁ ਤੇਰਾ ਪਾਸਾਰਾ॥੨॥	sach tayraa paasaaraa. ||2||

ਪ੍ਰਭ, ਤੇਰਾ ਸ਼ਬਦ ਸਦਾ ਹੀ ਅਟੱਲ ਰਹਿਣ ਵਾਲਾ ਹੈ, ਤੇਰਾ ਦਰਬਾਰ ਹੀ ਸਭ ਤੋਂ ਉੱਚਾ, ਸ਼ਰੋਮਣੀ ਹੈ । ਤੇਰੇ ਸ਼ਬਦ ਦੀ ਸੋਝੀ, ਗੁਣਾਂ ਦਾ ਖਜ਼ਾਨ ਅਮੋਲਕ ਸਦਾ ਰਹਿਣ ਵਾਲਾ ਹੈ । ਤੇਰਾ ਸ੍ਰਿਸ਼ਟੀ ਦਾ ਪਸਾਰਾ ਵੀ ਬਹੁਤ ਅਮੋਲਕ ਅਟੱਲ ਹੈ ।

The True Master! the teachings of Your Word remain true forever and Your command remains unavoidable. Your Court is the highest of All. The enlightenment of Your Word may be an ambrosial treasure. The creation of the universe, expansion of Your Holy Spirit may be fascinating, astonishing beyond the imagination and comprehension of Your Creation.

ਤੇਰਾ ਰੂਪੁ ਅਗੰਮੁ ਹੈ	tayraa roop agamm hai
ਅਨੂਪੁ ਤੇਰਾ ਦਰਸਾਰਾ॥	anoop tayraa darsaaraa.
ਹਉ ਕੁਰਬਾਣੀ ਤੇਰਿਆ ਸੇਵਕਾ	ha-o kurbaanee tayri-aa sayvkaa
ਜਿਨ੍ਹ ਹਰਿ ਨਾਮੁ ਪਿਆਰਾ॥੩॥	jinH har naam pi-aaraa. ||3||

ਪ੍ਰਭ ਤੇਰਾ ਰੂਪ ਜੀਵ ਦੀ ਪਹੁੰਚ, ਜਾਣਕਾਰੀ ਤੋਂ ਉਪਰ ਹੈ । ਤੇਰੇ ਦਰਸ਼ਨ, ਸ਼ਬਦ ਦੀ ਸੋਝੀ ਦੀ ਕਿਸੇ ਦਾਤ ਨਾਲ ਤੁਲਨਾ ਨਹੀਂ ਕੀਤੀ ਜਾ ਸਕਦੀ ।

The True Master! Your glory, glamor remains beyond the reach and comprehension of Your Creation. Your blessed vision, the essence of Your Word may not be compared with any worldly accomplishment.

ਸਭੇ ਇਛਾ ਪੂਰੀਆ	sabhay ichhaa pooree-aa
ਜਾ ਪਾਇਆ ਅਗਮ ਅਪਾਰਾ॥	jaa paa-i-aa agam apaaraa.
ਗੁਰੁ ਨਾਨਕੁ ਮਿਲਿਆ ਪਾਰਬ੍ਰਹਮੁ	gur naanak mili-aa paarbarahm
ਤੇਰਿਆ ਚਰਣਾ ਕਉ ਬਲਿਹਾਰਾ॥	tayri-aa charnaa ka-o balihaaraa.
੪॥੧॥੪੭॥	||4||1||47||

ਪ੍ਰਭ ਜਿਸ ਤੇ ਤੂੰ ਰਹਿਮਤ ਦੀ ਨਜ਼ਰ ਬਖਸ਼ਦਾ ਹੈ । ਉਸ ਦੇ ਮਨ ਵਿੱਚ ਸੰਤੋਖ ਬਖਸ਼ਿਸ਼ ਹੋ ਜਾਂਦਾ ਹੈ, ਸਾਰੀਆਂ ਇੱਛਾਂ ਪੂਰੀਆਂ ਹੋ ਜਾਂਦੀਆਂ ਹਨ । ਬੰਦਗੀ ਕਰਨ ਵਾਲੇ ਤੇ ਪ੍ਰਭ ਦੀ ਰਹਿਮਤ ਦੀ ਬਖਸ਼ਿਸ਼ ਹੋ ਜਾਂਦੀ ਹੈ । ਉਹ ਪ੍ਰਭ ਦੇ ਚਰਨਾਂ ਵਿੱਚ, ਸ਼ਬਦ ਦੀ ਸਮਾਧੀ ਵਿੱਚ ਲੀਨ ਹੋ ਜਾਂਦਾ ਹੈ ।

Whosoever may be blessed with Your mercy and grace; all his spoken and unspoken desires may be satisfied. He may remain overwhelmed with contentment. He may remain intoxicated in meditation in the void of His Word.

134.ਰਾਗੁ ਸੂਹੀ ਮਹਲਾ ੫ ਘਰੁ ੭॥ 747-3

੧ੴ ਸਤਿਗੁਰ ਪ੍ਰਸਾਦਿ॥	ik-oNkaar satgur parsaad.
ਤੇਰਾ ਭਾਣਾ ਤੂਹੈ ਮਨਾਇਹਿ	tayraa bhaanaa toohai manaa-ihi
ਜਿਸ ਨੋ ਹੋਹਿ ਦਇਆਲਾ॥	jis no hohi da-i-aalaa.
ਸਾਈ ਭਗਤਿ ਜੋ ਤੁਧੁ ਭਾਵੈ	saa-ee bhagat jo tuDh bhaavai
ਤੂੰ ਸਰਬ ਜੀਆ ਪ੍ਰਤਿਪਾਲਾ॥੧॥	tooN sarab jee-aa partipaalaa. ||1||

ਪ੍ਰਭ ਕੇਵਲ ਉਹ ਹੀ ਬੰਦਗੀ ਕਰਨ ਵਾਲਾ ਸ਼ਬਦ ਦੀ ਪਾਲਣਾ ਵਿੱਚ ਅਡੋਲ ਰਹਿੰਦਾ ਹੈ । ਜਿਸ ਤੇ ਆਪ ਹੀ ਰਹਿਮਤ ਬਖਸ਼ਦਾ ਹੈ । ਜਿਹੜੀ ਬੰਦਗੀ ਤੇਰੇ ਪਰਵਾਨ ਹੋ ਜਾਂਦੀ ਹੈ, ਉਹ ਹੀ ਅਸਲੀ ਬੰਦਗੀ, ਪ੍ਰਵਾਨਗੀ ਦਾ ਰਸਤਾ ਹੈ । ਤੂੰ ਹੀ ਸਾਰੀ ਸ੍ਰਿਸ਼ਟੀ ਦੀ ਪਾਲਣਾ ਪੋਸਨਾ ਕਰਦਾ ਹੈ ।

The True Master; whosoever may be blessed with Your mercy and grace; only he may remain steady and stable obeying the teachings of Your Word.

Whose meditation may be accepted in Your Court; his meditation may be the true worship and his way of life may be the right path of acceptance in Your Court. Only You may nourish and protect Your Creation.

ਮੇਰੇ ਰਾਮ ਰਾਇ	mayray raam raa-ay
ਸੰਤਾ ਟੇਕ ਤੁਮ੍ਾਰੀ॥	santaa tayk tumHaaree.
ਜੋ ਤੁਧੁ ਭਾਵੈ ਸੋ ਪਰਵਾਣੁ	jo tuDh bhaavai so parvaan
ਮਨਿ ਤਨਿ ਤੂਹੈ ਅਧਾਰੀ॥੧॥ ਰਹਾਉ॥	man tan toohai aDhaaree. ||1|| rahaa-o

ਪ੍ਰਭ ਬੰਦਗੀ ਕਰਨ ਵਾਲਾ, ਤੇਰੇ ਸ਼ਬਦ ਦੀ ਪਾਲਣਾ ਹੀ ਕਰਦਾ ਹੈ । ਉਸ ਦਾ ਆਸਰਾ ਲੈਂਦਾ ਹੈ । ਜੋ ਵੀ ਤੈਨੂੰ ਭਉਂਦਾ ਹੈ, ਤੇਰੇ ਬਖਸ਼ੇ ਦਾ ਧੰਨਵਾਦ ਹੀ ਕਰਦਾ ਹੈ । ਤੇਰਾ ਸ਼ਬਦ ਹੀ ਉਸ ਦੇ ਮਨ ਵਿੱਚ ਜਾਗਰਤ ਅਤੇ ਸੁਚੇਤ ਰਹਿੰਦਾ ਹੈ ।

Your true devotee remains intoxicated in meditating and obeying the teachings of Your Word. He always prays for Your forgiveness and Your refuge. He may obey Your command as an ultimate blessing without any grievances. He remains gratitude and sing the glory of Your Word. He remains drenched with the essence of Your Word.

ਤੂੰ ਦਇਆਲੁ ਕ੍ਰਿਪਾਲੁ, ਕ੍ਰਿਪਾ ਨਿਧਿ,	tooN da-i-aal kirpaal kirpaa niDh
ਮਨਸਾ ਪੂਰਣਹਾਰਾ॥	mansaa pooranhaaraa.
ਭਗਤ ਤੇਰੇ ਸਭਿ ਪ੍ਰਾਣਪਤਿ ਪ੍ਰੀਤਮ	bhagat tayray sabh faraanpat pareetam
ਤੂੰ ਭਗਤਨ ਕਾ ਪਿਆਰਾ॥੨॥	tooN bhagtan kaa pi-aaraa. ||2||

ਪ੍ਰਭ ਤੂੰ ਬਹੁਤ ਦਿਆਲ, ਤਰਸਵਾਨ ਹੈ, ਰਹਿਮਤਾਂ ਬਖਸ਼ਣ ਵਾਲਾ, ਆਸਾਂ ਪੁਰੀਆਂ ਕਰਨ ਵਾਲਾ ਮਾਲਕ ਹੈ । ਪ੍ਰਭ ਤੂੰ ਹੀ ਆਪਣੇ ਬੰਦਗੀ ਕਰਨ ਵਾਲੇ ਦੇ ਸਵਾਸਾਂ ਦਾ ਆਸਰਾ, ਪਿਆਰਾ ਹੈ ।

The Merciful True Master; You remain very generous on Your true devotee and satisfies all his spoken and unspoken desires. You remain the supporting pillar of Your true devotee; his devotion and hope remain on Your blessings unchanged.

ਤੂ ਅਥਾਹੁ ਅਪਾਰੁ ਅਤਿ ਊਚਾ	too athaahu apaar at oochaa
ਕੋਈ ਅਵਰੁ ਨ ਤੇਰੀ ਭਾਤੇ॥	ko-ee avar na tayree bhaatay.
ਇਹ ਅਰਦਾਸਿ ਹਮਾਰੀ ਸੁਆਮੀ	ih ardaas hamaaree su-aamee
ਵਿਸਰੁ ਨਾਹੀ ਸੁਖਦਾਤੇ॥੩॥	visar naahee sukh-daatay. ||3||

ਪ੍ਰਭ ਤੂੰ ਅਤਾਹ, ਬੇਅੰਤ ਪਹੁੰਚ, ਜਾਣਕਾਰੀ ਤੋਂ ਉਪਰ, ਸਦਾ ਖੇੜੇ ਵਿੱਚ ਵਸਦਾ ਹੈ । ਤੇਰੇ ਵਰਗਾ ਹੋਰ ਕੋਈ ਨਹੀਂ ਹੈ । ਪ੍ਰਭ ਮੇਰੀ ਇਹ ਇੱਕੋ ਇੱਕ ਅਰਦਾਸ ਹੈ । ਮੈਂ ਕਦੇ ਤੇਰੇ ਸ਼ਬਦ ਦੀ ਪਾਲਣਾ ਕਰਨਾ ਨਾ ਭੁਲ ਜਾਵਾ । ਕੇਵਲ ਤੂੰ ਹੀ ਸੰਤੋਖ ਬਖਸ਼ਣ ਵਾਲਾ ਮਾਲਕ ਹੈ ।

The Merciful True Master; Your unlimited treasure of virtues, remains beyond the imagination and comprehension of Your Creation; You always remain in blossom. No one else may be compared with Your greatness. I have only one prayer; I may never forget or abandon the teachings of Your Word, the misery of memory of my separation from The Holy Spirit. Only You may bless contentment to Your Creation.

ਦਿਨੁ ਰੈਣਿ ਸਾਸਿ ਸਾਸਿ ਗੁਣ ਗਾਵਾ	din rain saas saas gun gaavaa
ਜੇ ਸੁਆਮੀ ਤੁਧੁ ਭਾਵਾ॥	jay su-aamee tuDh bhaavaa.
ਨਾਮੁ ਤੇਰਾ ਸੁਖੁ ਨਾਨਕੁ ਮਾਗੈ	naam tayraa sukh naanak maagai
ਸਾਹਿਬ ਤੁਠੈ ਪਾਵਾ॥੪॥੧॥੪੮॥	saahib tuthai paavaa. ||4||1||48||

ਪ੍ਰਭ ਅਗਰ ਤੇਰੀ ਰਹਿਮਤ ਦੀ ਨਜ਼ਰ ਬਖਸ਼ਿਸ਼ ਹੋ ਜਾਵੇ, ਮੈਂ ਦਿਨ ਰਾਤ ਤੇਰੇ ਸ਼ਬਦ ਦੇ ਹੀ ਗੁਣ ਗਾਵਾ । ਮੇਰੀ ਇੱਕੋ ਇੱਕ ਹੀ ਅਰਦਾਸ ਹੈ, ਮੈਂ ਤੇਰੀ ਸ਼ਰਣ ਵਿੱਚ ਪ੍ਰਵਾਨ ਹੋ ਜਾਵਾ ।

The Merciful True Master, whosoever may be attaches to obey the teachings of Your Word; he may sing the glory of Your Word day and night. I have only one wish, I may pray; with Your mercy and grace, I may be accepted in Your Court.

135.ਸੂਹੀ ਮਹਲਾ ੫॥ 747-9

ਵਿਸਰਹਿ ਨਾਹੀ ਜਿਤੁ ਤੂ ਕਬਹੂ	visrahi naahee jit too kabhoo
ਸੋ ਥਾਨੁ ਤੇਰਾ ਕੇਹਾ॥	so thaan tayraa kayhaa.
ਆਠ ਪਹਰ ਜਿਤੁ ਤੁਧੁ ਧਿਆਈ	aath pahar jit tuDh Dhi-aa-ee
ਨਿਰਮਲ ਹੋਵੈ ਦੇਹਾ॥੧॥	nirmal hovai dayhaa. ||1||

ਪ੍ਰਭ ਉਹ ਕਿਹੜਾ ਥਾਂ, ਘਰ ਹੈ, ਜਿਥੇ ਸਦਾ ਹੀ ਤੇਰੇ ਸ਼ਬਦ ਦੀ ਧੁਨ ਚਲਦੀ ਹੈ । ਤੇਰੀ ਵਿਛੋੜੇ ਦੀ ਯਾਦ ਕਦੇ ਭੁਲਦੀ ਨਹੀਂ । ਜਿਹੜਾ ਦਿਨ ਰਾਤ, ਅੱਠੇ ਪਹਿਰ ਤੇਰੇ ਸ਼ਬਦ ਦਾ ਸਿਮਰਨ ਕਰਦਾ ਹੈ । ਉਸ ਦਾ ਤਨ, ਮਨ ਪਵਿਤ੍ਰ, ਦਾਗ਼ ਰਹਿਤ ਹੋ ਜਾਂਦਾ ਹੈ ।

The True Master; is there any place; where may the everlasting echo of You Word resonate nonstop forever? Our soul may never forget the memory of our separation from Your Holy Spirit. Whosoever may meditate on the teachings of Your Word with steady and stable belief day and night; with Your mercy and grace, his mind, body, and soul may become blemish free and sanctified worthy of Your consideration.

ਮੇਰੇ ਰਾਮ ਹਉ	mayray raam ha-o
ਸੋ ਥਾਨੁ ਭਾਲਣ ਆਇਆ॥	so thaan bhaalan aa-i-aa.
ਖੋਜਤ ਖੋਜਤ ਭਇਆ ਸਾਧਸੰਗੁ	khojat khojat bha-i-aa saaDhsang
ਤਿਨ੍ਹ ਸਰਣਾਈ ਪਾਇਆ॥੧॥ ਰਹਾਉ॥	tinH sarnaa-ee paa-i-aa. ||1|| rahaa-o.

ਉਸ ਥਾਂ ਦੀ ਖੋਜ ਕਰਦੇ, ਕਰਦੇ ਨੂੰ ਪ੍ਰਭ ਨੇ ਬੰਦਗੀ ਕਰਨ ਵਾਲੇ ਸੰਤਾਂ ਦੀ ਸੰਗਤ, ਸ਼ਰਣ ਬਖਸ਼ੀ ਹੈ ।

Whosoever may be searching the place; where the everlasting echo of His Word may be resonating forever; with His mercy and grace, The True Master has blessed me the conjugation of His Holy saint, His true devotee.

ਬੇਦ ਪੜੇ ਪੜਿ ਬ੍ਰਹਮੇ ਹਾਰੇ,	bayd parhay parh barahmay haaray
ਇਕੁ ਤਿਲੁ ਨਹੀ ਕੀਮਤਿ ਪਾਈ॥	ik til nahee keemat paa-ee.
ਸਾਧਿਕ ਸਿਧ ਫਿਰਹਿ ਬਿਲਲਾਤੇ	saaDhik siDh fireh billaatay
ਤੇ ਭੀ ਮੋਹੇ ਮਾਈ॥੨॥	tay bhee mohay maa-ee. ||2||

ਸੰਸਾਰ ਵਿੱਚ ਅਨੇਕਾਂ ਹੀ ਵਿਦਵਾਨ, ਗਿਆਨੀ ਧਰਮ ਦੇ ਗ੍ਰੰਥ ਪੜ੍ਹਕੇ ਬੇਚਾਰ ਹੋ ਗਏ ਹਨ । ਉਹਨਾਂ ਨੂੰ ਤੇਰੇ ਕਿਸੇ ਕਰਤਬ ਦੀ ਤਿਲ ਭਰ ਵੀ ਸੋਝੀ ਬਖਸ਼ਿਸ਼ ਨਹੀਂ ਹੋਈ । ਅਨੇਕਾਂ ਹੀ ਬੰਦਗੀ ਕਰਨ ਵਾਲੇ ਸੋਝੀਵਾਨ, ਸਿਧ ਚਾਰੇ ਪਾਸੇ ਘੁੰਮਦੇ ਸੰਸਾਰਕ ਮਾਇਆ ਦੇ ਜਾਲ ਵਿੱਚ ਫਸੇ ਹੋਏ ਹਨ ।

Many worldly religious scholars, religious saints, devotees have been reading and search the limit of Your Nature; they have been frustrated and have given up hopes. No one could find any significant comprehension of Your Nature, any of Your events. Several religious wisemen have been searching the enlightenment of Your Nature; however, they have been trapped with the sweet poison of worldly wealth. They have diverted their path of human life.

ਦਸ ਅਉਤਾਰ ਰਾਜੇ ਹੋਇ	das a-utaar raajay ho-ay
ਵਰਤੇ ਮਹਾਦੇਵ ਅਉਧੂਤਾ॥	vartay mahaadayv a-uDhootaa.
ਤਿਨ੍ਹ ਭੀ ਅੰਤੁ ਨ ਪਾਇਓ	tinH bhee ant na paa-i-o
ਤੇਰਾ ਲਾਇ ਥਕੇ ਬਿਭੂਤਾ॥੩॥	tayraa laa-ay thakay bibhootaa. ||3||

ਵਿਸ਼ਨੂੰ ਅਤੇ ਉਸ ਦੇ ਦਸ ਦਾਸ, ਸਿਵਾ ਦੇ ਦਾਸ ਸਾਰੇ ਹੀ ਤੇਰੀ ਖੋਜ ਕਰਦੇ ਕਰਦੇ, ਤਨ ਤੇ ਭਸਮ ਮੱਲ ਕੇ ਮਸਤ ਰਹਿੰਦੇ ਹਨ । ਉਹਨਾਂ ਵੀ ਤੇਰਾ ਕੋਈ ਭੇਦ ਨਹੀਂ ਪਇਆ ।

Worldly renowned prophets and their followers remain searching the mystery of Your Nature. They remain intoxicated in meditation performing religious rituals like rubbing ashes on their own human body, in ignorance. No one has ever been enlightened with the mystery of Your Nature.

ਸਹਜ ਸੂਖ ਆਨੰਦ ਨਾਮ ਰਸ,	sahj sookh aanand naam ras har
ਹਰਿ ਸੰਤੀ ਮੰਗਲੁ ਗਾਇਆ॥	santee mangal gaa-i-aa.
ਸਫਲ ਦਰਸਨੁ ਭੇਟਿਓ ਗੁਰ ਨਾਨਕ	safal darsan bhayti-o gur naanak
ਤਾ ਮਨਿ ਤਨਿ ਹਰਿ ਹਰਿ ਧਿਆਇਆ॥	taa man tan har har Dhi-aa-i-aa.
੪॥੨॥੪੯॥	||4||2||49||

ਜਿਹੜਾ ਬੰਦਗੀ ਕਰਨ ਵਾਲੇ ਸੰਤਾ ਦੀ ਸੰਗਤ ਵਿੱਚ ਪ੍ਰਭ ਦੇ ਸ਼ਬਦ ਦੇ ਗੁਣ ਗਾਉਂਦਾ ਹੈ, ਉਸ ਦੇ ਮਨ ਵਿੱਚ ਸੰਤੋਖ, ਅਨੰਦ ਬਖਸ਼ਿਸ਼ ਹੋ ਜਾਂਦਾ ਹੈ । ਪ੍ਰਭ ਦੇ ਸ਼ਬਦ ਗਾਉਂਦੇ ਦਾ ਮਨ, ਤਨ ਪਵਿਤ੍ਰ ਹੋ ਜਾਂਦਾ ਹੈ, ਪ੍ਰਭ ਦੀ ਰਹਿਮਤ ਬਖਸ਼ਿਸ਼ ਹੋ ਜਾਂਦੀ ਹੈ ।

Whosoever may associate with His Holy saint, true devotee and sings the glory of His Word with steady and stable belief; with His mercy and grace, he may be blessed with pleasure and contentment. Whosoever may be singing the glory of His Word; his mind, body, and soul be may be sanctified.

136.ਸੂਹੀ ਮਹਲਾ ੫॥ 747-15

ਕਰਮ ਧਰਮ ਪਾਖੰਡ ਜੋ ਦੀਸਹਿ	karam Dharam pakhand jo deeseh
ਤਿਨ ਜਮੁ ਜਾਗਾਤੀ ਲੂਟੈ॥	tin jam jaagaatee lootai.
ਨਿਰਬਾਣ ਕੀਰਤਨੁ ਗਾਵਹੁ ਕਰਤੇ ਕਾ	nirbaan keertan gaavhu kartay kaa
ਨਿਮਖ ਸਿਮਰਤ ਜਿਤੁ ਛੂਟੈ॥੧॥	nimakh simrat jit chhootai. ||1||

ਜਿਹੜਾ ਧਰਮਾਂ ਦੇ ਰੀਤੀ ਰੀਵਾਜ ਕਰਦਾ, ਨਿਤਨੇਮ ਨੂੰ ਬੰਦਗੀ ਦਾ ਰਸਤਾ ਮੰਨਦਾ ਹੈ । ਉਹ ਸਾਰੇ ਹੀ ਜਮਦੂਤ ਦੇ ਹਵਾਲੇ ਹੀ ਹੋ ਜਾਂਦੇ ਹਨ । ਜੂੰਨਾਂ ਦੇ ਚੱਕਰ ਵਿੱਚ ਹੀ ਰਹਿੰਦੇ ਹਨ । ਜਿਹੜਾ ਪ੍ਰਭ ਦੇ ਸ਼ਬਦ ਦੇ ਗੁਣ ਗਾਉਂਦਾ, ਸ਼ਬਦ ਦੀ ਪਾਲਣਾ ਅਡੋਲ ਭਰੋਸੇ ਨਾਲ ਕਰਦਾ ਹੈ । ਪ੍ਰਭ ਦੀ ਰਹਿਮਤ ਨਾਲ ਉਹ ਪ੍ਰਵਾਨ ਹੋ ਜਾਂਦਾ ਹੈ । ਉਸ ਦੇ ਮਨ ਵਿੱਚ ਸ਼ਬਦ ਜਾਗਰਤ ਹੋ ਜਾਂਦਾ ਹੈ ।

Whosoever may perform religious rituals and believes that routine prayer may be the right path of meditation; he may remain under the control of devil of death and he remains in the cycle of birth and death. Whosoever may sing the glory and obey the teachings of His Word with steady and stable belief in his day-to-day life; with His mercy and grace, his meditation may be accepted in His Court. He may remain awake and alert with the enlightenment of the essence of His Word.

ਸੰਤਹੁ ਸਾਗਰੁ ਪਾਰਿ ਉਤਰੀਐ॥	santahu saagar paar utree-ai.
ਜੇ ਕੋ ਬਚਨੁ ਕਮਾਵੈ ਸੰਤਨ ਕਾ	jay ko bachan kamaavai santan kaa
ਸੋ ਗੁਰ ਪਰਸਾਦੀ ਤਰੀਐ॥੧॥ ਰਹਾਉ॥	so gur parsaadee taree-ai. ||1|| rahaa-o.

ਜਿਹੜਾ ਬੰਦਗੀ ਕਰਨ ਵਾਲੇ ਦੀ ਸਿਖਿਆਂ ਨਾਲ ਜੀਵਨ ਢਾਲਦਾ, ਬਤੀਤ ਕਰਦਾ ਹੈ । ਉਹ ਇੱਛਾਂ ਭਰਿਆਂ ਸੰਸਾਰਕ ਸਾਗਰ ਪਾਰ ਕਰ ਜਾਂਦੇ ਹਨ ।

Whosoever may adopt the life experience teachings of His true devotee in his own life; with His mercy and grace, he may be saved and accepted in His Court.

ਕੋਟਿ ਤੀਰਥ ਮਜਨ ਇਸਨਾਨਾ	kot tirath majan isnaanaa
ਇਸੁ ਕਲਿ ਮਹਿ ਮੈਲੁ ਭਰੀਜੈ॥	is kal meh mail bhareejai.
ਸਾਧਸੰਗਿ ਜੋ ਹਰਿ ਗੁਣ ਗਾਵੈ	saaDhsang jo har gun gaavai
ਸੋ ਨਿਰਮਲੁ ਕਰਿ ਲੀਜੈ॥੨॥	so nirmal kar leejai. ||2||

ਜਿਹੜਾ ਤੀਰਥ ਯਾਤਰਾ ਕਰਦਾ, ਤੀਰਥ ਇਸ਼ਨਾਨ ਨੂੰ ਪਵਿਤ੍ਰਤਾ ਦਾ ਅੰਮ੍ਰਿਤ ਮੰਨਦਾ ਹੈ, ਉਹ ਆਪਣੇ ਤਨ, ਮਨ ਤੇ ਕਲਯੁਗ ਦੀ ਸੰਸਾਰਕ ਇੱਛਾਂ ਦੀ ਮੈਲ ਨਾਲ ਭਰ ਲੈਂਦਾ ਹੈ । ਜਿਹੜਾ ਸ਼ਬਦ ਦੀ ਪਾਲਣਾ ਕਰਦਾ, ਬੰਦਗੀ ਕਰਨ ਵਾਲੇ ਸੰਤਾਂ ਦੀ ਸੰਗਤ ਵਿੱਚ ਸ਼ਬਦ ਦੇ ਗੁਣ ਗਾਉਂਦਾ ਹੈ । ਉਸ ਦਾ ਤਨ, ਮਨ, ਆਤਮਾ ਪਵਿਤ੍ਰ ਹੋ ਜਾਂਦੀ ਹੈ । ਕੋਈ ਦਾਗ਼ ਨਹੀਂ ਲੱਗਦਾ ।

Whosoever may worship shrine to shrine and considers the sanctifying bath at Holy shrine may be the right path of acceptance in His Court. His mind, body may remain overwhelmed with the blemish of worldly wealth. Whosoever may sing the glory and obeys the teachings of His Word with steady and stable belief in the association of His true devotee; with His mercy and grace, his mind, body, and soul may be sanctified. He remains beyond the reach of the blemish of worldly desires.

ਬੇਦ ਕਤੇਬ ਸਿਮ੍ਰਿਤਿ ਸਭਿ ਸਾਸਤ	bayd katayb simrit sabh saasat
ਇਨ੍ ਪੜਿਆ ਮੁਕਤਿ ਨ ਹੋਈ॥	inH parhi-aa mukat na ho-ee.
ਏਕੁ ਅਖਰੁ ਜੋ ਗੁਰਮੁਖਿ ਜਾਪੈ	ayk akhar jo gurmukh jaapai
ਤਿਸ ਕੀ ਨਿਰਮਲ ਸੋਈ॥੩॥	tis kee nirmal so-ee. ||3||

ਸੰਸਾਰਕ ਧਰਮਾਂ ਦੇ ਗ੍ਰੰਥ ਪੜ੍ਹਨ ਨਾਲ ਕਦੇ ਕਿਸੇ ਜੀਵ ਨੂੰ ਮੁਕਤੀ ਬਖਸ਼ਿਸ਼ ਨਹੀਂ ਹੋਈ । ਜਿਹੜਾ ਆਪਣਾ ਮਨ ਅਡੋਲ ਰਖਕੇ ਸ਼ਬਦ ਦਾ ਸਿਮਰਨ, ਪਾਲਣਾ ਕਰਦਾ ਹੈ । ਉਸ ਨੂੰ ਗੁਰਮੁਖ ਅਵਸਥਾ ਬਖਸ਼ਿਸ਼ ਹੋ ਜਾਂਦੀ ਹੈ । ਉਸ ਦਾ ਤਨ, ਮਨ, ਆਤਮਾ ਪਵਿਤ੍ਰ, ਦਾਗ਼ ਰਹਿਤ ਹੋ ਜਾਂਦੀ ਹੈ ।

No one has ever been blessed with a state of salvation, enlightenment of the right path of acceptance of His Court by reading religious Holy Scripture. Whosoever may wholeheartedly obey the teachings of His Word with steady and stable belief in his day-to-day life; with His mercy and grace, he may be blessed with a state of mind as His true devotee. His mind, body, and soul may be sanctified and becomes beyond the reach of blemish of worldly wealth.

ਖਤ੍ਰੀ ਬ੍ਰਾਹਮਣ ਸੂਦ ਵੈਸ	khatree baraahman sood vais
ਉਪਦੇਸੁ ਚਹੁ ਵਰਨਾ ਕਉ ਸਾਝਾ॥	updays chahu varnaa ka-o saajhaa.
ਗੁਰਮੁਖਿ ਨਾਮੁ ਜਪੈ ਉਧਰੈ	gurmukh naam japai uDhrai
ਸੋ ਕਲਿ ਮਹਿ ਘਟਿ ਘਟਿ ਨਾਨਕ ਮਾਝਾ॥ ੪॥੩॥੫੦॥	so kal meh ghat ghat naanak maajhaa. ||4||3||50||

ਪ੍ਰਭ ਦੇ ਸ਼ਬਦ ਦੀ ਮਹੱਤਤਾ ਗ਼ਰੀਬ, ਅਮੀਰ, ਉੱਚੀ ਜਾ ਨਵੀਂ ਜਾਤ ਵਾਸਤੇ ਇੱਕ ਬਰਾਬਰ ਹੀ ਹੁੰਦੀ ਹੈ । ਜਿਹੜਾ ਸ਼ਬਦ ਦੀ ਭਰੋਸੇ ਨਾਲ ਪਾਲਣਾ ਕਰਦਾ ਹੈ, ਉਸ ਨੂੰ ਗੁਰਮਖ ਅਵਸਥਾ ਬਖਸ਼ਿਸ਼ ਹੋ ਜਾਂਦੀ ਹੈ । ਪ੍ਰਭ ਦਾ ਸ਼ਬਦ ਉਸ ਦੇ ਮਨ ਵਿੱਚ ਜਾਗਰਤ ਹੋ ਜਾਂਦਾ ਹੈ । ਉਹ ਪ੍ਰਭ ਦੀ ਸ਼ਰਣ ਵਿੱਚ ਪ੍ਰਵਾਨ ਹੋ ਜਾਂਦੇ ਹਨ ।

The significance of teachings of His Word remains same for rich, poor, high and low worldly caste. Whosoever may obey the teachings of His Word with steady and stable belief in his day-to-day life; with His mercy and grace, he may be blessed with a state of mind as His true devotee. The essence of His Word may be enlightened within his heart. He may be accepted in His sanctuary.

137.ਸੂਹੀ ਮਹਲਾ ੫॥ 748-2

ਜੋ ਕਿਛੁ ਕਰੈ ਸੋਈ ਪ੍ਰਭ ਮਾਨਹਿ	jo kichh karai so-ee parabh maaneh
ਓਇ ਰਾਮ ਨਾਮ ਰੰਗਿ ਰਾਤੇ॥	o-ay raam naam rang raatay.
ਤਿਨ੍ ਕੀ ਸੋਭਾ ਸਭਨੀ ਥਾਈ	tinH kee sobhaa sabhnee thaa-ee
ਜਿਨ੍ ਪ੍ਰਭ ਕੇ ਚਰਣ ਪਰਾਤੇ॥੧॥	jinH parabh kay charan paraatay. ||1||

ਜਿਹੜਾ ਪ੍ਰਭ ਦੇ ਸ਼ਬਦ ਦੀ ਪਾਲਣਾ ਕਰਦਾ ਹੈ । ਪ੍ਰਭ ਦੇ ਬਖਸ਼ੇ ਤੇ ਭਰੋਸਾ ਅਡੋਲ ਰਖਦਾ ਹੈ । ਉਹ ਪ੍ਰਭ ਦੇ ਬਖਸ਼ੇ ਦਾ ਧੰਨਵਾਦ ਹੀ ਕਰਦਾ ਹੈ । ਸਭ ਉਸ ਦੀ ਰਹਿਮਤ ਹੀ ਮੰਨਦਾ ਹੈ । ਉਸ ਤੇ ਪ੍ਰਭ ਦੀ ਰਹਿਮਤ ਬਖਸ਼ਿਸ਼ ਹੋ ਜਾਂਦੀ ਹੈ । ਜਿਹੜਾ ਪ੍ਰਭ ਦੀ ਸ਼ਰਣ ਵਿੱਚ ਪ੍ਰਵਾਨ ਹੋ ਜਾਂਦਾ ਹੈ । ਉਸ ਦੀ ਸਾਰੇ ਸੰਸਾਰ ਵਿੱਚ ਸੋਭਾ ਹੁੰਦੀ ਹੈ ।

Whosoever may obey the teachings of His Word with steady and stable belief in his day-to-day life. He remains grateful for His blessings and always sings the glory of His Word. He believes that everything has been blessed with His mercy and grace and only His trust. He may be accepted in His sanctuary; the whole world may honor and sing his praises.

ਮੇਰੇ ਰਾਮ ਹਰਿ ਸੰਤਾ	mayray raam har santaa
ਜੇਵਡੁ ਨ ਕੋਈ॥	jayvad na ko-ee.
ਭਗਤਾ ਬਣਿ ਆਈ ਪ੍ਰਭ ਅਪਨੇ	bhagtaa ban aa-ee parabh apnay
ਸਿਉ ਜਲਿ ਥਲਿ ਮਹੀਅਲਿ ਸੋਈ॥	si-o jal thal mahee-al so-ee. ||1||
੧॥ ਰਹਾਉ॥	rahaa-o.

ਤੇਰੇ ਬੰਦਗੀ ਕਰਨ ਵਾਲੇ ਸੰਤ ਦੇ ਬਰਾਬਰ ਦਾ ਹੋਰ ਕੋਈ ਨਹੀਂ, ਕਿਸੇ ਦੀ ਸੰਤਾ ਨਾਲ ਤੁਲਨਾ ਨਹੀਂ ਕੀਤੀ ਜਾ ਸਕਦੀ । ਤੇਰਾ ਸੰਤ ਸਦਾ ਹੀ ਤੇਰੇ ਸ਼ਬਦ ਦੀ ਸ਼ਰਣ ਵਿੱਚ ਵਸਦਾ, ਸ਼ਬਦ ਅਨੁਸਾਰ ਜੀਵਨ ਬਤੀਤ ਕਰਦਾ ਹੈ । ਪ੍ਰਭ ਤੂੰ ਹੀ ਜਲ, ਥਲ, ਅਕਾਸ਼ ਵਿੱਚ ਹਾਜਰਾ ਹਜ਼ੂਰ ਵਸਦਾ, ਵਾਪਰਦਾ ਹੈ ।

My True Master, no one may be equal or greater than Your Holy saint, true devotee. No one may be compared with his greatness. Your true devotee adopts the teachings of Your Word with steady and stable belief in his day-to-day life. You are Omnipresent in water, in on, under earth and in sky.

ਕੋਟਿ ਅਪ੍ਰਾਧੀ ਸੰਤਸੰਗਿ ਉਧਰੈ	kot apraaDhee satsang uDhrai
ਜਮੁ ਤਾ ਕੈ ਨੇੜਿ ਨ ਆਵੈ॥	jam taa kai nayrh na aavai.
ਜਨਮ ਜਨਮ ਕਾ ਬਿਛੁੜਿਆ ਹੋਵੈ	janam janam kaa bichhurhi-aa hovai
ਤਿਨ੍ ਹਰਿ ਸਿਉ ਆਣਿ ਮਿਲਾਵੈ॥੨॥	tinH har si-o aan milaavai. ||2||

ਅਨੇਕਾਂ ਹੀ ਪਾਪੀ ਸੰਤਾਂ ਦੀ ਸੰਗਤ ਵਿੱਚ ਆ ਕੇ, ਬੁਰੇ ਕੰਮ ਤਿਆਗਕੇ ਸ਼ਬਦ ਨਾਲ ਜੀਵਨ ਢਾਲ ਲੈਂਦੇ ਹਨ । ਤੇਰੀ ਪ੍ਰਵਾਨਗੀ ਦੇ ਰਸਤੇ ਤੇ ਅਡੋਲ ਹੋ ਜਾਂਦੇ ਹਨ । ਉਹਨਾਂ ਨੂੰ ਮੌਤ ਦਾ ਜਮਦੂਤ ਛੋਹ ਵੀ ਨਹੀਂ ਸਕਦਾ । ਜਿਹੜਾ ਅਨੇਕਾਂ ਜਨਮਾ ਦਾ ਪ੍ਰਭ ਤੋ ਵਿਛੜਿਆ ਹੁੰਦਾ ਹੈ । ਉਹ ਵੀ ਸ਼ਬਦ ਨਾਲ ਜੀਵਨ ਢਾਲਕੇ, ਪ੍ਰਭ ਦੇ ਦਰਬਾਰ ਵਿੱਚ ਪ੍ਰਵਾਨ ਹੋ ਜਾਂਦਾ ਹੈ ।

Many sinners may also surrender at the sanctuary of Your true saints; whosoever may abandon evil, sinful deeds and adopts the teachings of Your Word in his day-to-day life. With Your mercy and grace, he may remain steady and stable on the right path of acceptance in Your Court. His soul may become beyond the reach of devil of death. His soul might have been separated from many lives, by adopting the teachings of Your Word; she may be accepted in Your Court.

ਮਾਇਆ ਮੋਹ ਭਰਮੁ ਭਉ ਕਾਟੈ,	maa-i-aa moh bharam bha-o kaatai
ਸੰਤ ਸਰਣਿ ਜੋ ਆਵੈ॥	sant saran jo aavai.
ਜੇਹਾ ਮਨੋਰਥੁ ਕਰਿ ਆਰਾਧੇ	jayhaa manorath kar aaraaDhay
ਸੋ ਸੰਤਨ ਤੇ ਪਾਵੈ॥੩॥	so santan tay paavai. ||3||

ਜਿਹੜਾ ਜੀਵ ਬੰਦਗੀ ਕਰਨ ਵਾਲਾ ਸੰਤ ਦੀ ਸ਼ਰਣ ਵਿੱਚ ਆ ਜਾਂਦਾ ਹੈ । ਉਸ ਦੇ ਮਨ ਦੇ ਭਰਮ, ਮੌਤ ਦਾ ਡਰ, ਸੰਸਾਰਕ ਮਾਇਆ ਦਾ ਮੋਹ ਖਤਮ ਹੋ ਜਾਂਦਾ, ਮਨ ਵਿਚੋਂ ਦੂਰ ਹੋ ਜਾਂਦਾ ਹੈ । ਉਸ ਦੇ ਮਨ ਦੀਆਂ ਮੁਰਾਦਾਂ ਸੰਤਾਂ ਦੀ ਅਸ਼ੀਰਵਾਦ ਨਾਲ ਪੂਰੀਆਂ ਹੋ ਜਾਂਦੀਆਂ ਹਨ ।

Whosoever may surrender at the sanctuary of Your Holy saint, true devotee; with Your mercy and grace, his suspicions, fear of death and attachment to worldly wealth may be eliminated. With the blessings of Your Holy Saint, his spoken and unspoken desires may be satisfied.

ਜਨ ਕੀ ਮਹਿਮਾ ਕੇਤਕ ਬਰਨਉ	jan kee mahimaa kaytak barna-o jo
ਜੋ ਪ੍ਰਭ ਅਪਨੇ ਭਾਣੇ॥	parabh apnay bhaanay.
ਕਹੁ ਨਾਨਕ ਜਿਨ ਸਤਿਗੁਰੁ ਭੇਟਿਆ	kaho naanak jin satgur bhayti-aa
ਸੇ ਸਭ ਤੇ ਭਏ ਨਿਕਾਣੇ॥੪॥੪॥੫੧॥	say sabh tay bha-ay nikaanay. ||4||4||51||

ਜਿਹੜਾ ਪ੍ਰਭ ਦੇ ਸ਼ਬਦ ਅਨੁਸਾਰ ਜੀਵਨ ਬਤੀਤ ਕਰਦਾ ਹੈ । ਉਸ ਦੀ ਵਡਿਆਈ, ਸੋਭਾ, ਮਨ ਦੀ ਅਵਸਥਾ ਦੀ ਕੌਣ ਵਿਆਖਿਆ ਕਰ ਸਕਦਾ ਹੈ? ਜਿਹੜੇ ਜੀਵ ਤੇ ਪ੍ਰਭ ਦੀ ਰਹਿਮਤ ਦੀ ਨਜ਼ਰ ਬਖਸ਼ਿਸ ਹੋ ਜਾਂਦੀ, ਸ਼ਰਣ ਵਿੱਚ ਪ੍ਰਵਾਨ ਹੋ ਜਾਂਦਾ ਹੈ । ਉਸ ਦੇ ਸਾਰੇ ਸੰਸਾਰਕ ਇੱਛਾਂ ਦੇ ਬੰਧਨ ਖਤਮ ਹੋ ਜਾਂਦੇ ਹਨ ।

Whosoever may adopt the teachings of Your Word with steady and stable belief in his day-to-day life; Who may explain, comprehend his greatness, glory? Whosoever may be accepted in His sanctuary, with His mercy and grace. All his bonds of worldly wealth, attachments may be eliminated.

138.ਸੂਹੀ ਮਹਲਾ ੫॥ 748-8

ਮਹਾ ਅਗਨਿ ਤੇ ਤੁਧੁ ਹਾਥ ਦੇ ਰਾਖੇ	mahaa agan tay tuDh haath day raakhay
ਪਏ ਤੇਰੀ ਸਰਣਾਈ॥	pa-ay tayree sarnaa-ee.
ਤੇਰਾ ਮਾਣੁ ਤਾਣੁ ਰਿਦ ਅੰਤਰਿ	tayraa maan taan rid antar
ਹੋਰ ਦੂਜੀ ਆਸ ਚੁਕਾਈ॥੧॥	hor doojee aas chukaa-ee. ||1||

ਪ੍ਰਭ, ਜਿਹੜਾ ਨਿਮਾਣਾ ਦਾਸ ਤੇਰੀ ਸ਼ਰਣ ਵਿੱਚ ਆ ਜਾਂਦਾ, ਸ਼ਬਦ ਨਾਲ ਜੀਵਨ ਢਾਲ ਲੈਂਦਾ ਹੈ । ਤੂੰ ਆਪ ਹੀ ਰਹਿਮਤ ਬਖਸ਼ਕੇ, ਉਸ ਨੂੰ ਸੰਸਾਰਕ ਮਾਇਆ ਰੂਪੀ ਅੱਗ ਤੋ ਬਚਾਕੇ ਰਖਦਾ ਹੈ, ਸ਼ਬਦ ਵਿੱਚ ਭਰੋਸਾ ਅਡੋਲ ਰਖਦਾ ਹੈ । ਉਸ ਦੇ ਮਨ ਵਿੱਚ ਕੇਵਲ ਤੇਰੇ ਬਖਸ਼ੇ ਤੇ ਭਰੋਸਾ ਅਡੋਲ ਰਹਿੰਦਾ, ਹੋਰ ਕਿਸ ਤੇ ਆਸਾ ਨਹੀਂ ਰਖਦਾ । ਕੋਈ ਧਰਮ ਦੇ ਰੀਤ ਰੀਵਾਜ, ਭਰਮਾਂ ਵਿੱਚ ਨਹੀਂ ਪੈਂਦਾ ।

Whosoever may surrender at Your sanctuary and adopts the teachings of Your Word in his day-to-day life; with Your mercy and grace, he may be saved and protected from the lava of demons of worldly wealth. He may remain on the right path of obeying the teachings of Your Word with steady and stable belief in his day-to-day life. He may never beg from any other worldly guru. He may not believe in religious rituals or suspicions.

ਮੇਰੇ ਰਾਮ ਰਾਇ	mayray raam raa-ay
ਤੁਧੁ ਚਿਤਿ ਆਇਐ ਉਬਰੇ॥	tuDh chit aa-i-ai ubray.
ਤੇਰੀ ਟੇਕ ਭਰਵਾਸਾ ਤੁਮ੍ਰਾ	tayree tayk bharvaasaa tumHraa jap
ਜਪਿ ਨਾਮੁ ਤੁਮ੍ਾਰਾ ਉਧਰੇ॥੧॥ ਰਹਾਉ॥	naam tumHaaraa uDhray. ||1|| rahaa-o.

ਪ੍ਰਭ, ਜਿਹੜਾ ਤੇਰੀ ਸ਼ਰਣ ਵਿੱਚ ਆ ਜਾਂਦਾ ਹੈ । ਉਹ ਪ੍ਰਵਾਨਗੀ ਦੇ ਰਸਤੇ ਤੇ ਅਡੋਲ ਹੋ ਜਾਂਦਾ ਹੈ । ਉਹ ਕੇਵਲ ਤੇਰੇ ਸ਼ਬਦ ਦਾ ਅਡੋਲ ਭਰੋਸੇ ਨਾਲ ਸਿਮਰਨ, ਪਾਲਣਾ ਕਰਦਾ ਹੈ । ਤੂੰ ਆਪ ਹੀ ਉਸ ਦਾ ਭਰੋਸਾ ਅਡੋਲ ਰਖਦਾ, ਬਚਾ ਲੈਂਦਾ ਹੈ ।

Whosoever may surrender at Your sanctuary; with Your mercy and grace, he may become a steady and stable on the right path of acceptance in Your Court. He may only meditate and obey the teachings of Your Word in his day-to-day life. With Your mercy and grace; You may keep him steady and stable on the right path and protect from the demons of worldly wealth.

ਅੰਧ ਕੂਪ ਤੇ ਕਾਢਿ ਲੀਏ	anDh koop tay kaadh lee-ay
ਤੁਮ੍ ਆਪਿ ਭਏ ਕਿਰਪਾਲਾ॥	tumH aap bha-ay kirpaalaa.
ਸਾਰਿ ਸਮ੍ਾਲਿ ਸਰਬ ਸੁਖ ਦੀਏ	saar samHaal sarab sukh dee-ay
ਆਪਿ ਕਰੇ ਪ੍ਰਤਿਪਾਲਾ॥੨॥	aap karay partipaalaa. ||2||

ਪ੍ਰਭ ਜਿਸ ਤੇ ਤੇਰੀ ਰਹਿਮਤ ਦੀ ਨਜ਼ਰ ਬਖਸ਼ਿਸ਼ ਹੋ ਜਾਂਦੀ ਹੈ । ਉਸ ਨੂੰ ਭਰਮਾਂ ਦੀ ਅਗਿਆਨਤਾ ਵਿਚੋਂ ਕੱਢ ਲੈਂਦਾ ਹੈ । ਤੂੰ ਬਹੁਤ ਤਰਸਵਾਨ ਹੋ ਜਾਂਦਾ ਹੈ । ਉਸ ਦੇ ਮਨ ਵਿੱਚ ਸੁਖ, ਸੰਤੋਖ ਅਨੰਦ ਬਖਸ਼ਿਸ਼ ਹੋ ਜਾਂਦਾ ਹੈ । ਤੂੰ ਆਪ ਹੀ ਉਸ ਦੀ ਪਾਲਣਾ ਪੋਸਨਾ, ਰਖਿਆ ਕਰਦਾ ਹੈ ।

Whosoever may be blessed with Your mercy and grace; he may be saved from the ignorance of religious suspicions. The Merciful True Master with Your blessings, he may be overwhelmed with comforts, pleasures, and contentment with his worldly environments. You nourish and protect him in worldly life.

ਆਪਣੀ ਨਦਰਿ ਕਰੇ ਪਰਮੇਸਰੁ	aapnee nadar karay parmaysar
ਬੰਧਨ ਕਾਟਿ ਛਡਾਏ॥	banDhan kaat chhadaa-ay.
ਆਪਣੀ ਭਗਤਿ ਪ੍ਰਭਿ ਆਪਿ ਕਰਾਈ	aapnee bhagat parabh aap karaa-ee
ਆਪੇ ਸੇਵਾ ਲਾਏ॥੩॥	aapay sayvaa laa-ay. ||3||

ਜਿਸ ਤੇ ਪ੍ਰਭ ਆਪ ਹੀ ਰਹਿਮਤ ਬਖਸ਼ਕੇ ਸ਼ਬਦ ਦੇ ਲੜ ਲਾਉਂਦਾ ਹੈ । ਉਹ ਹੀ ਸ਼ਬਦ ਦਾ ਸਿਮਰਨ, ਪਾਲਣਾ ਕਰਦਾ ਹੈ । ਉਸ ਤੇ ਆਪ ਹੀ ਰਹਿਮਤ ਬਖਸ਼ਕੇ ਸੰਸਾਰਕ ਮਾਇਆ, ਇੱਛਾਂ ਦੇ ਬੰਧਨ ਖਤਮ ਕਰ ਦੇਂਦਾ ਹੈ । ਉਸ ਦਾ ਮਨ ਇੱਛਾਂ ਰਹਿਤ ਹੋ ਜਾਂਦਾ ਹੈ ।

Whosoever may be attached to meditate on the teachings of His Word; only he may meditate and obey the teachings of His Word with steady and stable belief in his day-to-day life. With His mercy and grace; all his bonds and desires of worldly wealth may be eliminated.

ਭਰਮੁ ਗਇਆ ਭੈ ਮੋਹ ਬਿਨਾਸੇ	bharam ga-i-aa bhai moh binaasay
ਮਿਟਿਆ ਸਗਲ ਵਿਸੂਰਾ॥	mitiaa sagal visooraa.
ਨਾਨਕ ਦਇਆ ਕਰੀ ਸੁਖਦਾਤੈ	naanak da-i-aa karee sukh-daatai
ਭੇਟਿਆ ਸਤਿਗੁਰੁ ਪੂਰਾ॥੪॥੫॥੫੨॥	bhayti-aa satgur pooraa. ||4||5||52||

ਉਸ ਦੇ ਮਨ ਵਿਚੋਂ ਭਰਮ ਨਾਸ ਹੋ ਜਾਂਦੇ ਹਨ । ਉਸ ਦੇ ਮਨ ਵਿਚੋਂ ਸੰਸਾਰਕ ਇੱਛਾਂ ਦੇ ਦੁਖ ਦੂਰ ਹੋ ਜਾਂਦੇ ਹਨ । ਬੰਦਗੀ ਕਰਨ ਵਾਲੇ ਦਾਸ ਤੇ ਰਹਿਮਤਾਂ ਦਾ ਮਾਲਕ ਆਪ ਤਰਸ ਬਖਸ਼ਦਾ ਹੈ । ਉਸ ਦੇ ਮਨ ਵਿੱਚ ਪੂਰਨ ਗੁਰੂ ਦਾ ਸ਼ਬਦ ਜਾਗਰਤ ਹੋ ਜਾਂਦਾ ਹੈ ।

Whosoever may conquer all his suspicions of worldly religion; with His mercy and grace, all his miseries of worldly desires may be eliminated. The Merciful True Master remains very generous on His true devotee; he may be enlightened with the essence of the teachings of His Word.

139.ਸੂਹੀ ਮਹਲਾ ੫॥ 748-14

ਜਬ ਕਛੁ ਨ ਸੀਓ, ਤਬ ਕਿਆ ਕਰਤਾ	jab kachh na see-o tab ki-aa kartaa
ਕਵਨ ਕਰਮ ਕਰਿ ਆਇਆ॥	kavan karam kar aa-i-aa.
ਅਪਨਾ ਖੇਲੁ ਆਪਿ ਕਰਿ ਦੇਖੈ	apnaa khayl aap kar daykhai
ਠਾਕੁਰਿ ਰਚਨੁ ਰਚਾਇਆ॥੧॥	thaakur rachan rachaa-i-aa. ||1||

ਜਦੋਂ ਸ੍ਰਿਸ਼ਟੀ ਵਿੱਚ ਕੁਝ ਵੀ ਨਹੀਂ ਸੀ ਤਾਂ ਕਿਹੜੇ ਕਰਮ ਕੀਤੇ ਜਾ ਸਕਦੇ ਸਨ? ਕਿਹੜੇ ਮੰਦੇਂ ਕਰਮਾਂ ਕਰਕੇ ਆਤਮਾ ਨੂੰ ਸ੍ਰਿਸ਼ਟੀ ਵਿੱਚ, ਮਾਤਾ ਦੇ ਗ਼ਰਬ ਵਿੱਚ ਜਾਣਾ ਪੈਂਦਾ ਸੀ, ਜਨਮ ਲੈਂਣਾ ਪੈਦਾ ਸੀ? ਪ੍ਰਭ ਆਪ ਹੀ ਸ੍ਰਿਸ਼ਟੀ ਦੇ ਖੇਲ ਕਰਦਾ, ਰਚਾਉਂਦਾ ਹੈ । ਆਪ ਹੀ ਇਸ ਬਾਬਤ ਜਾਣਦਾ ਹੈ । ਆਪ ਹੀ ਸ੍ਰਿਸ਼ਟੀ ਦੀ ਸਾਜਨਾ ਕਰਦਾ ਹੈ ।

Before the creation of the universe, what kinds of deeds could be done? What kind of evil deeds his soul might have done; she may enter the womb of mother or born in the universe? The True Master, Creator creates the play of the universe and only he may comprehend the purpose of His creation.

ਮੇਰੇ ਰਾਮ ਰਾਇ	mayray raam raa-ay
ਮੁਝ ਤੇ ਕਛੂ ਨ ਹੋਈ॥	mujh tay kachhoo na ho-ee.
ਆਪੇ ਕਰਤਾ ਆਪਿ ਕਰਾਏ	aapay kartaa aap karaa-ay
ਸਰਬ ਨਿਰੰਤਰਿ ਸੋਈ॥੧॥ ਰਹਾਉ॥	sarab nirantar so-ee. ||1|| rahaa-o.

ਪ੍ਰਭ ਸ੍ਰਿਸ਼ਟੀ ਵਿੱਚ ਮਾਨਸ ਆਪਣੇ ਆਪ ਕੁਝ ਨਹੀਂ ਕਰ ਸਕਦਾ, ਕੋਈ ਸਮਰਥਾ ਨਹੀਂ ਹੈ । ਪ੍ਰਭ ਤੂੰ ਆਪ ਹੀ ਸਭ ਕੁਝ ਕਰਦਾ, ਕਰਨ ਦਾ ਕਾਰਨ ਬਣਾਉਂਦਾ ਹੈ । ਹਰਇੱਕ ਕੰਮ ਵਿੱਚ ਆਪ ਹੀ ਵਾਪਰਦਾ, ਕੇਵਲ ਤੇਰਾ ਕੀਤਾ ਹੀ ਸਭ ਕੁਝ ਹੁੰਦਾ ਹੈ ।

The True Master, what may anyone accomplish at his own strength or wisdom? He has no strength or wisdom. You have created all purposes and prevail in every event; everything may only happen under Your command.

ਗਣਤੀ ਗਣੀ ਨ ਛੂਟੈ ਕਤਹੂ	gantee ganee na chhootai kathoo
ਕਾਚੀ ਦੇਹ ਇਆਣੀ॥	kaachee dayh i-aanee.
ਕ੍ਰਿਪਾ ਕਰਹੁ ਪ੍ਰਭ ਕਰਣੈਹਾਰੇ	kirpaa karahu parabh karnaihaaray
ਤੇਰੀ ਬਖਸ ਨਿਰਾਲੀ॥੨॥	tayree bakhas niraalee. ||2|

ਅਗਰ ਕੋਈ ਮਾਨਸ ਇਹ ਸਮਝ ਲਵੇ ਕਿ ਉਹ ਬੰਦਗੀ ਕਰਨ ਨਾਲ, ਚੰਗੇ ਕੰਮ ਕਰਨ ਨਾਲ ਲੇਖਾ ਖਤਮ ਕਰ ਸਕਦਾ ਹੈ । ਉਸ ਨੂੰ ਮੁਕਤੀ ਬਖਸ਼ਿਸ਼ ਹੋ ਸਕਦੀ ਹੈ । ਉਸ ਦਾ ਲੇਖਾ ਕਦੇ ਖਤਮ ਨਹੀਂ ਹੋ ਸਕਦਾ । ਅਨਜਾਣ ਮਾਨਸ, ਧਰਤੀ ਤਾਂ ਕੇਵਲ ਆਤਮਾ ਦੇ ਜੂੰਨਾਂ ਬਦਲਨ ਵਾਲਾ ਹੀ ਅਸਥਾਨ ਹੈ । ਜਿਸ ਤੇ ਪ੍ਰਭ ਆਪ ਹੀ ਰਹਿਮਤ ਬਖਸ਼ਦਾ ਹੈ, ਕੇਵਲ ਉਸ ਦਾ ਲੇਖਾ, ਜਨਮ ਮਰਨ ਦਾ ਚੱਕਰ ਖਤਮ ਹੋ ਸਕਦਾ ਹੈ ।

Whosoever may believe that he may clear his account of previous lives deeds with his own meditation or good deeds; he may be able to eliminate his cycle of birth and death, he remains ignorant from His Nature! The True Master has created universe to repent, regret, and sanctify his soul to become worthy of His consideration. The universe is a platform to change one creature body to other body for his soul. Whose meditation may be accepted in His Court; with His mercy and grace, only his sins may be forgiven and his cycle of birth and death may be eliminated.

ਜੀਅ ਜੰਤ ਸਭ ਤੇਰੇ ਕੀਤੇ	jee-a jant sabh tayray keetay
ਘਟਿ ਘਟਿ ਤੁਹੀ ਧਿਆਈਐ॥	ghat ghat tuhee Dhi-aa-ee-ai.
ਤੇਰੀ ਗਤਿ ਮਿਤਿ ਤੂਹੈ ਜਾਣਹਿ	tayree gat mit toohai jaaneh
ਕੁਦਰਤਿ ਕੀਮ ਨ ਪਾਈਐ॥੩॥	kudrat keem na paa-ee-ai. ||3||

ਪ੍ਰਭ ਸਾਰੇ ਜੀਵ ਜੰਤ ਤੇਰੇ ਪੈਦਾ ਕੀਤੇ ਹੋਏ ਹਨ । ਹਰਇੱਕ ਦੇ ਤਨ ਵਿੱਚ ਤੂੰ ਆਪ ਹੀ ਵਸਦਾ ਹੈ, ਹਰਇੱਕ ਤੇਰੇ ਸ਼ਬਦ ਦਾ ਸਿਮਰਨ ਕਰਦਾ ਹੈ । ਕੇਵਲ ਪ੍ਰਭ ਆਪ ਹੀ ਆਪਣੀ ਕੁਦਰਤ ਜਾਣਦਾ ਹੈ । ਤੇਰੇ ਕਿਸੇ ਕਰਤਬ, ਰਹਿਮਤ ਦਾ ਕੋਈ ਅੰਦਾਜ਼ਾ ਨਹੀਂ ਲਾ ਸਕਦਾ ।

The True Master, Creator, Your Word remains embedded within each soul and dwell in the body of every creature. Everyone may be meditating on the teachings of Your Word and prays for Your forgiveness. Your Nature remains beyond the imagination or comprehend of Your Creation. Only You know Your Nature and the limits of any of Your miracles.

ਨਿਰਗੁਣੁ ਮੁਗਧੁ ਅਜਾਣੁ ਅਗਿਆਨੀ	nirgun mugaDh ajaan agi-aanee
ਕਰਮ ਧਰਮ ਨਹੀ ਜਾਣਾ॥	karam Dharam nahee jaanaa.
ਦਇਆ ਕਰਹੁ ਨਾਨਕੁ ਗੁਣ ਗਾਵੈ	da-i-aa karahu naanak gun gaavai
ਮਿਠਾ ਲਗੈ ਤੇਰਾ ਭਾਣਾ॥੪॥੬॥੫੩॥	mithaa lagai tayraa bhaanaa. ‖4‖6‖53‖

ਮਾਨਸ ਜੀਵ ਅਨਜਾਣ, ਅਗਿਆਨੀ, ਮੂਰਖ, ਉਸ ਨੂੰ ਕੋਈ ਸੋਝੀ ਨਹੀਂ, ਕਿਹੜਾ ਕੰਮ ਚੰਗਾ ਹੈ, ਕਿਸਤਰ੍ਹਾਂ ਦਾ ਜੀਵਨ ਸ਼ਬਦ ਅਨੁਸਾਰ ਹੈ । ਜਿਸ ਤੇ ਆਪ ਰਹਿਮਤ ਦੀ ਨਜ਼ਰ ਬਖਸ਼ਦਾ ਹੈ । ਉਹ ਹੀ ਸ਼ਬਦ ਦੇ ਗੁਣ ਗਾਉਂਦਾ, ਤੇਰੇ ਮਨ ਨੂੰ ਭਉਂਦਾ ਹੈ । ਤੇਰੀ ਪ੍ਰਵਾਨਗੀ ਦੇ ਰਸਤੇ ਤੇ ਚਲਦਾ ਹੈ ।

Ignorant human may not be enlightened; what may be good deed or how to transform his life as per the teachings of Your Word. Whosoever may remain intoxicated in singing the glory of Your Word; with Your mercy and grace, he may become acceptable in Your Court. He may remain steady and stable on the right path of acceptance in Your Court.

140.ਸੂਹੀ ਮਹਲਾ ੫॥ 748-19

ਭਾਗਠੜੇ ਹਰਿ ਸੰਤ ਤੁਮ੍ਾਰੇ	bhaagtharhay har sant tumHaaray
ਜਿਨ੍ ਘਰਿ ਧਨੁ ਹਰਿ ਨਾਮਾ॥	jinH ghar Dhan har naamaa.
ਪਰਵਾਣੁ ਗਣੀ ਸੇਈ ਇਹ ਆਏ	parvaan ganee say-ee ih aa-ay
ਸਫਲ ਤਿਨਾ ਕੇ ਕਾਮਾ॥੧॥	safal tinaa kay kaamaa. ‖1‖

ਪ੍ਰਭ ਤੇਰੇ ਸ਼ਬਦ ਦੀ ਬੰਦਗੀ ਕਰਨ ਵਾਲਾ ਸੰਤ ਵੱਡੇ ਭਾਗਾਂ ਵਾਲਾ ਹੈ । ਜਿਸ ਦਾ ਮਨ ਤੇਰੇ ਸ਼ਬਦ ਦੀ ਕਮਾਈ ਨਾਲ ਭਰਿਆਂ ਹੁੰਦਾ ਹੈ । ਉਸ ਨੂੰ ਸ਼ਬਦ ਦੀ ਕਮਾਈ ਦਾ ਫਲ ਬਖਸ਼ਿਸ਼ ਹੋ ਜਾਂਦਾ, ਮਾਨਸ ਜਨਮ ਲੈਣਾ ਸਫਲ ਹੋ ਜਾਂਦਾ ਹੈ ।

Your true devotee may be very fortunate; whosoever may remain overwhelmed with the earnings of Your Word. He may remain drenched with the essence of Your Word. His earnings of Your Word may be rewarded and accepted in Your Court. His human life journey may become successful.

ਮੇਰੇ ਰਾਮ ਹਰਿ ਜਨ ਕੈ	mayray raam har jan kai
ਹਉ ਬਲਿ ਜਾਈ॥	ha-o bal jaa-ee.
ਕੇਸਾ ਕਾ ਕਰਿ ਚਵਰੁ ਢੁਲਾਵਾ	kaysaa kaa kar chavar dhulaavaa
ਚਰਣ ਧੂੜਿ ਮੁਖਿ ਲਾਈ॥੧॥ ਰਹਾਉ॥	charan Dhoorh mukh laa-ee. ‖1‖ rahaa-o.

ਪ੍ਰਭ ਮੈਂ ਉਸ ਸੰਤ ਦੇ ਜੀਵਨ ਤੋਂ ਕੁਰਬਾਨ ਜਾਂਦਾ ਹਾ । ਜਿਹੜਾ ਆਪਣੇ ਸਿਰ ਦੇ ਵਾਲਾ ਦਾ ਝੋਰ ਬਣਾਕੇ, ਪ੍ਰਭ ਦੇ ਦਾਸ ਨੂੰ ਅਰਾਮ ਦੇਣ ਲਈ ਪੱਖਾ ਝੱਲਦਾ ਹਾ । ਉਸ ਦੇ ਚਰਨਾਂ ਦੀ ਧੂੜ ਨੂੰ ਮੱਥਾ ਤੇ ਪਵਿਤ੍ਰਤਾ ਦਾ ਤਿਲਕ, ਸੰਧੂਰ ਲਾਉਂਦਾ ਹਾ ।

I remain fascinated astonished from the life and state of mind of Your true devotee. Who may make a fan of his hairs to provide comfort to Your Holy saints and serve him? I may surrender my mind, body, and worldly status at his sanctuary. I consider the dust of his feet as a vermilion, a symbol of purity, sanctification of my soul on my forehead.

ਜਨਮ ਮਰਣ ਦੁਹਹੂ ਮਹਿ ਨਾਹੀ	janam maran duhhoo meh naahee
ਜਨ ਪਰਉਪਕਾਰੀ ਆਏ॥	jan par-upkaaree aa-ay.
ਜੀਅ ਦਾਨੁ ਦੇ ਭਗਤੀ ਲਾਇਨਿ	jee-a daan day bhagtee laa-in
ਹਰਿ ਸਿਉ ਲੈਨਿ ਮਿਲਾਏ॥੨॥	har si-o lain milaa-ay. ‖2‖

ਉਸ ਦੀ ਆਤਮਾ ਜਨਮ ਮਰਨ ਦੇ ਚੱਕਰ ਵਿੱਚ ਨਹੀਂ ਜਾਂਦੀ, ਉਹ ਬਾਕੀ ਆਤਮਾਂ ਨੂੰ ਬੰਦਗੀ ਕਰਨ ਦੇ ਰਸਤੇ ਦੀ ਪ੍ਰੇਰਨਾ ਕਰਦਾ, ਸੋਝੀ ਪਾਉਂਦਾ, ਸ਼ਬਦ ਦੀ ਪਾਲਣਾ ਤੇ ਅਡੋਲ ਰਖਦਾ ਹੈ ।

His soul may become beyond the cycle of birth and death. He may inspire other to meditate and adopt the teachings of His Word; he may keep them motivated on the right path of acceptance in His Court.

ਸਚਾ ਅਮਰੁ ਸਚੀ ਪਾਤਿਸਾਹੀ	sachaa amar sachee paatisaahee
ਸਚੇ ਸੇਤੀ ਰਾਤੇ॥	sachay saytee raatay.
ਸਚਾ ਸੁਖੁ ਸਚੀ ਵਡਿਆਈ,	sachaa sukh sachee vadi-aa-ee
ਜਿਸ ਕੇ ਸੇ ਤਿਨਿ ਜਾਤੇ॥੩॥	jis kay say tin jaatay. ‖3‖

ਉਸ ਦਾਸ ਦੇ ਬੋਲ ਅਟੱਲ ਹੋ ਜਾਂਦੇ ਹਨ, ਉਸ ਦੇ ਜੀਵਨ ਦਾ ਢੰਗ ਹੀ ਪ੍ਰਵਾਨਗੀ ਦਾ ਰਸਤਾ ਬਣ ਜਾਂਦਾ ਹੈ । ਉਹ ਸਦਾ ਹੀ ਸ਼ਬਦ ਦੀ ਸਮਾਧੀ ਵਿੱਚ ਵਸਦਾ ਹੈ, ਉਸ ਦੇ ਮਨ ਵਿੱਚ ਸੰਤੋਖ ਖੇੜਾ ਵਸਦਾ ਹੈ । ਉਸ ਨੂੰ ਅਸਲੀ ਮਾਲਕ ਦੀ ਸੋਝੀ ਬਖਸ਼ਿਸ਼ ਹੋ ਜਾਂਦੀ ਹੈ, ਉਹ ਕਿਸ ਦਾ ਗੁਲਾਮ ਹੈ ।

With His mercy and grace, the spoken words of His true devotee may become true forever, His Word. His way of life may become the right path of acceptance in His Court. He remains intoxicated in meditation in the void of His Word; he may remain overwhelmed with contentment. He may be enlightened, who may be his True Master? Whose slave or servant may he be in the universe?

ਪਖਾ ਫੇਰੀ ਪਾਣੀ ਢੋਵਾ,	pakhaa fayree paanee dhovaa
ਹਰਿ ਜਨ ਕੈ ਪੀਸਣੁ ਪੀਸਿ ਕਮਾਵਾ॥	har jan kai peesan pees kamaavaa.
ਨਾਨਕ ਕੀ ਪ੍ਰਭ ਪਾਸਿ ਬੇਨਤੀ,	naanak kee parabh paas baynantee
ਤੇਰੇ ਜਨ ਦੇਖਣੁ ਪਾਵਾ॥੪॥੭॥੫੪॥	tayray jan daykhan paavaa. ‖4‖7‖54‖

ਬੰਦਗੀ ਕਰਨ ਵਾਲਾ ਦਾਸ, ਉਸ ਸੰਤ ਦੀ ਚਾਕਰੀ ਕਰਦਾ ਹੈ । ਉਸ ਦੇ ਅਰਾਮ ਦੇਣ ਲਈ ਆਪਣਾ ਜੀਵਨ ਉਸ ਦੇ ਲੇਖੇ ਲਾ ਦੇਂਦਾ ਹੈ । ਬੰਦਗੀ ਕਰਨ ਵਾਲਾ ਸਦਾ ਹੀ ਪ੍ਰਭ ਅੱਗੇ ਇੱਕ ਹੀ ਅਰਦਾਸ ਕਰਦਾ ਹੈ । ਰਹਿਮਤਾਂ ਦੇ ਮਾਲਕ, ਉਸ ਸੰਤਾ ਦੀ ਸੰਗਤ, ਉਸ ਦੀ ਸ਼ਰਣ ਬਖਸ਼ੋ!

His true devotee may serve His Holy saint with such a state of mind. He may surrender his human life to serve and comfort him. He always has one prayer! The True Master blesses me with the association and sanctuary of Your Holy saint.

141.ਸੂਹੀ ਮਹਲਾ ੫॥ 749-6

ਪਾਰਬ੍ਰਹਮ ਪਰਮੇਸਰ ਸਤਿਗੁਰ,	paarbarahm parmaysar satgur
ਆਪੇ ਕਰਣੈਹਾਰਾ॥	aapay karnaihaaraa.
ਚਰਣ ਧੂੜਿ ਤੇਰੀ ਸੇਵਕੁ ਮਾਗੈ	charan Dhoorh tayree sayvak maagai
ਤੇਰੇ ਦਰਸਨ ਕਉ ਬਲਿਹਾਰਾ॥੧॥	tayray darsan ka-o balihaaraa. ‖1‖

ਅਸਲੀ ਮਾਲਕ, ਸ੍ਰਿਸ਼ਟੀ ਨੂੰ ਪੈਦਾ ਕਰਨ ਵਾਲਾ, ਆਪ ਹੀ ਸਭ ਕੁਝ ਕਰਨ ਕਰਵਾਉਣ ਵਾਲਾ ਹੈ । ਬੰਦਗੀ ਕਰਨ ਵਾਲਾ, ਉਸ ਦਾਸ ਦੇ ਚਰਨਾਂ ਦੀ ਧੂੜ ਹੀ ਮੰਗਦਾ ਰਹਿੰਦਾ ਹੈ । ਉਹ ਪ੍ਰਭ ਦੀ ਕੁਦਰਤ, ਸ਼ਬਦ ਤੋ ਕੁਰਬਾਣ ਜਾਦਾ ਹੈ ।

The Omnipotent True Master, Creator performs all miracles of His Nature. His true devotee only prays for the dust of the feet of His Holy Saint, true devotee. He remains fascinated, astonished from His Nature.

ਮੇਰੇ ਰਾਮ ਰਾਇ	mayray raam raa-ay
ਜਿਉ ਰਾਖਹਿ ਤਿਉ ਰਹੀਐ॥	Ji-o raakhahi ti-o rahee-ai.
ਤੁਧੁ ਭਾਵੈ ਤਾ ਨਾਮੁ ਜਪਾਵਹਿ,	tuDh bhaavai taa naam japaaveh
ਸੁਖੁ ਤੇਰਾ ਦਿਤਾ ਲਹੀਐ॥੧॥ ਰਹਾਉ॥	sukh tayraa ditaa lahee-ai. ‖1‖ rahaa-o.

ਪ੍ਰਭ ਤੂੰ ਹੀ ਅਸਲੀ ਮਾਲਕ, ਜਿਸ ਅਵਸਥਾ ਵਿੱਚ ਤੂੰ ਮਾਨਸ ਨੂੰ ਰਖਦਾ ਹੈ, ਉਸ ਅਵਸਥਾ ਵਿੱਚ ਹੀ ਉਹ ਜੀਵਨ ਬਤੀਤ ਕਰ ਸਕਦਾ ਹੈ । ਤੇਰੀ ਰਹਿਮਤ ਦੀ ਬਖਸ਼ਿਸ਼ ਨਾਲ ਹੀ ਤੂੰ ਸ਼ਬਦ ਦੇ ਲੜ ਲਾਉਂਦਾ ਹੈ, ਉਸ ਨੂੰ ਤੇਰੇ ਸ਼ਬਦ ਦਾ ਸਿਮਰਨ ਕਰਨ ਨਾਲ ਸੰਤੋਖ ਬਖਸ਼ਿਸ਼ ਹੁੰਦਾ ਹੈ ।

The Omnipotent True Master, whatsoever the state of mind and worldly environment You may bless Your creature; he may only spend his worldly life performing those chores. Whosoever may be attached to adopt the teachings of Your Word; only he may adopt the teachings with steady and stable belief; he may be blessed with contentment in his day-to-day life.

ਮੁਕਤਿ ਭੁਗਤਿ ਜੁਗਤਿ ਤੇਰੀ ਸੇਵਾ	mukat bhugat jugat tayree sayvaa
ਜਿਸੁ ਤੂੰ ਆਪਿ ਕਰਾਇਹਿ॥	jis too^N aap karaa-ihi.
ਤਹਾ ਬੈਕੁੰਠੁ ਜਹ ਕੀਰਤਨੁ ਤੇਰਾ	tahaa baikunth jah keertan tayraa
ਤੂੰ ਆਪੇ ਸਰਧਾ ਲਾਇਹਿ॥੨॥	too^N aapay sarDhaa laa-ihi. ‖2‖

ਪ੍ਰਭ ਤੂੰ ਆਪ ਹੀ ਜੀਵ ਤੋ ਸਭ ਕੁਝ ਕਰਵਾਉਂਦਾ ਹੈ, ਸ਼ਬਦ ਦਾ ਸਿਮਰਨ, ਸ਼ਬਦ ਨਾਲ ਜੀਵਨ ਢਾਲਣਾ, ਮੁਕਤੀ ਸਭ ਤੇਰੀ ਰਹਿਮਤ ਨਾਲ ਹੀ ਬਖਸ਼ਿਸ਼ ਹੁੰਦੀ ਹੈ । ਜਿਥੇ ਤੇਰਾ ਦਾਸ ਸ਼ਬਦ ਦਾ ਕੀਰਤਨ ਕਰਦਾ, ਸ਼ਬਦ ਦੇ ਗੁਣ ਗਾਉਂਦਾ ਹੈ, ਉਹ ਹੀ ਤੇਰਾ ਤਖਤ, ਸਵਰਗ ਬਣ ਜਾਂਦਾ ਹੈ । ਤੂੰ ਆਪ ਹੀ ਜੀਵ ਦੇ ਮਨ ਵਿੱਚ ਭਰੋਸਾ ਅਡੋਲ ਰਖਦਾ ਹੈ ।

My True Master, whosoever may be attached to meditate and adopt the teachings of Your Word with steady and stable belief in his day-to-day life. His way of life and salvation of his soul, all remain with Your mercy and grace. Wherever Your true devotee may sing the glory and praises of Your Word; that place may be transformed to Your throne, heaven on earth. With Your mercy and grace; Your true devotee may remain steady and stable on the right path of meditation and acceptance in Your Court.

ਸਿਮਰਿ ਸਿਮਰਿ ਸਿਮਰਿ ਨਾਮੁ ਜੀਵਾ	simar simar simar naam jeevaa
ਤਨੁ ਮਨੁ ਹੋਇ ਨਿਹਾਲਾ॥	tan man ho-ay nihaalaa.
ਚਰਣ ਕਮਲ ਤੇਰੇ	charan kamal tayray
ਧੋਇ ਧੋਇ ਪੀਵਾ	Dho-ay Dho-ay peevaa
ਮੇਰੇ ਸਤਿਗੁਰ ਦੀਨ ਦਇਆਲਾ॥੩॥	mayray satgur deen da-i-aalaa. ‖3‖

ਪ੍ਰਭ ਤੇਰੇ ਸ਼ਬਦ ਦਾ ਬਾਰ ਬਾਰ ਸਿਮਰਨ ਕਰਨ ਨਾਲ ਹੀ ਮਨ ਵਿੱਚ ਅਨੰਦ, ਖੇੜਾ ਵਸਦਾ, ਘਰ ਕਰ ਜਾਂਦਾ ਹੈ । ਪ੍ਰਭ ਤੇਰੀ ਬੰਦਗੀ ਕਰਨ ਵਾਲਾ ਦਾਸ, ਤੇਰੇ ਸ਼ਬਦ ਰੂਪੀ ਚਰਨਾਂ ਦਾ ਅੰਮ੍ਰਿਤ ਪਾਨ ਕਰਦਾ ਹੈ । ਉਹ ਨਿਮਾਣਾ ਤੇਰੀ ਸ਼ਰਣ ਵਿੱਚ ਹੀ ਵਸਦਾ ਹੈ ।

Whosoever may be meditating repeatedly on the teachings of Your Word; with Your mercy and grace, he may be blessed with pleasure and blossom. Your true devotee takes the dust of the feet of Your Holy saint as a sanctifying nectar. He remains intoxicated in Your sanctuary.

ਕੁਰਬਾਣੁ ਜਾਈ ਉਸੁ ਵੇਲਾ ਸੁਹਾਵੀ	kurbaan jaa-ee us vaylaa suhaavee
ਜਿਤੁ ਤੁਮਰੈ ਦੁਆਰੈ ਆਇਆ॥	jit tumrai du-aarai aa-i-aa.
ਨਾਨਕ ਕਉ ਪ੍ਰਭ ਭਏ ਕ੍ਰਿਪਾਲਾ	

ਸਤਿਗੁਰੁ ਪੂਰਾ ਪਾਇਆ॥੪॥੮॥੫੫॥ naanak ka-o parabh bha-ay kirpaalaa satgur pooraa paa-i-aa. ||4||8||55||

ਪ੍ਰਭ ਮੈਂ ਉਸ ਸਮੇਂ ਤੋਂ ਕੁਰਬਾਣ ਜਾਵਾ, ਜਿਸ ਸਮੇਂ ਤੇਰੀ ਰਹਿਮਤ ਨਾਲ ਤੇਰੇ ਸ਼ਬਦ ਦੀ ਪਾਲਣਾ, ਸਿਮਰਨ ਵਿੱਚ ਆਇਆ ਹਾ । ਪ੍ਰਭ ਆਪ ਹੀ ਬੰਦਗੀ ਕਰਨ ਵਾਲੇ ਦਾਸ ਤੇ ਰਹਿਮਤ ਦੀ ਨਜ਼ਰ ਬਖਸ਼ਕੇ, ਉਸ ਨੂੰ ਸ਼ਬਦ ਦੀ ਪਾਲਣਾ ਬੰਦਗੀ ਦੇ ਰਸਤੇ ਤੇ ਅਡੋਲ ਰਖਦਾ ਹੈ ।

My True Master, I remain grateful from the moment; with Your mercy and grace, I have surrendered to meditate and obey the teachings of Your Word. The True Master may keep His true devotee steady and stable on the right path of meditation and acceptance in His Court.

142.ਸੂਹੀ ਮਹਲਾ ੫॥ 749-12

ਤੁਧੁ ਚਿਤਿ ਆਏ ਮਹਾ ਅਨੰਦਾ ਜਿਸੁ ਵਿਸਰਹਿ ਸੋ ਮਰਿ ਜਾਏ॥ tuDh chit aa-ay mahaa anandaa jis visrahi so mar jaa-ay.
ਦਇਆਲੁ ਹੋਵਹਿ ਜਿਸੁ ਊਪਰਿ ਕਰਤੇ ਸੋ ਤੁਧੁ ਸਦਾ ਧਿਆਏ॥੧॥ da-i-aal hoveh jis oopar kartay so tuDh sadaa Dhi-aa-ay. ||1||

ਜਿਹੜਾ ਤੇਰਾ ਸ਼ਬਦ ਦਾ ਵਿਚਾਰ ਕਰਦਾ, ਸ਼ਬਦ ਦੀ ਪਾਲਣਾ ਕਰਦਾ ਹੈ, ਉਸ ਦੇ ਮਨ ਵਿੱਚ ਖੇੜਾ ਬਖਸ਼ਿਸ਼ ਹੋ ਜਾਂਦਾ ਹੈ । ਜਿਸ ਦੇ ਮਨ ਵਿਚੋਂ ਸ਼ਬਦ ਵਿਸਰ ਜਾਂਦਾ ਹੈ, ਉਸ ਦੇ ਮਨ ਵਿੱਚ ਸੰਸਾਰਕ ਇੱਛਾਂ ਦੀਆਂ ਭਟਕਣਾਂ, ਦੁਖ ਘੇਰਾ ਪਾ ਲੈਂਦਾ ਹੈ । ਜਿਸ ਤੇ ਰਹਿਮਤ ਬਖਸ਼ਕੇ ਸ਼ਬਦ ਦੇ ਲੜ ਲਾਉਂਦਾ ਹੈ । ਕੇਵਲ ਉਹ ਹੀ ਸ਼ਬਦ ਦੀ ਪਾਲਣਾ ਤੇ ਅਡੋਲ ਰਹਿੰਦਾ ਹੈ ।

Whosoever may think about the teachings of Your Word; he may be blessed with blossom in his day-to-day life. Whosoever may abandon the teachings of Your Word; he may be surrounded with frustrations and miseries of worldly desires. With Your mercy and grace, whosoever may be attached to a devotional meditation on the teachings of Your Word; only he may adopt the teachings of Your Word with steady and stable belief in day-to-day life.

ਮੇਰੇ ਸਾਹਿਬ ਤੂੰ ਮੈ ਮਾਣੁ ਨਿਮਾਣੀ॥ mayray saahib tooN mai maan nimaanee.
ਅਰਦਾਸਿ ਕਰੀ ਪ੍ਰਭ ਅਪਨੇ ਆਗੈ ਸੁਣਿ ਸੁਣਿ ਜੀਵਾ ਤੇਰੀ ਬਾਣੀ॥੧॥ ਰਹਾਉ॥ ardaas karee parabh apnay aagai sun sun jeevaa tayree banee. ||1|| rahaa-o.

ਪ੍ਰਭ ਤੂੰ ਹੀ ਨਿਮਾਣੇ, ਬੰਦਗੀ ਕਰਨ ਵਾਲੇ ਦਾਸ ਦਾ ਮਾਣ ਬਣਾਉਣ ਵਾਲਾ, ਰਖਿਆ ਕਰਨ ਵਾਲਾ ਮਾਲਕ ਹੈ । ਉਹ ਸ਼ਬਦ ਦਾ ਸਿਮਰਨ ਕਰਦਾ, ਗੁਣ ਗਾਉਂਦਾ ਸੰਤੋਖ ਨਾਲ ਜੀਵਨ ਬਤੀਤ ਕਰਦਾ ਹੈ, ਸ਼ਬਦ ਦੀ ਸਮਾਧੀ ਵਿੱਚ ਵਸਦਾ ਹੈ ।

My True Master; You enhance, protect the honor and glory of Your true devotee. He may meditate and sing the glory of Your virtues; with Your mercy and grace, he may be overwhelmed with contentment. He remains intoxicated in meditation in the void of Your Word.

ਚਰਣ ਧੂੜਿ ਤੇਰੇ ਜਨ ਕੀ ਹੋਵਾ ਤੇਰੇ ਦਰਸਨ ਕਉ ਬਲਿ ਜਾਈ॥ charan Dhoorh tayray jan kee hovaa tayray darsan ka-o bal jaa-ee.
ਅੰਮ੍ਰਿਤ ਬਚਨ ਰਿਦੈ ਉਰਿ ਧਾਰੀ ਤਉ ਕਿਰਪਾ ਤੇ ਸੰਗੁ ਪਾਈ॥੨॥ amrit bachan ridai ur Dhaaree ta-o kirpaa tay sang paa-ee. ||2||

ਪ੍ਰਭ ਤੇਰੇ ਸ਼ਬਦ ਦੀ ਪਾਲਣਾ ਕਰਕੇ, ਮੈਂ ਆਪਣੇ ਮਨ ਵਿੱਚ ਸ਼ਬਦ ਜਾਗਰਤ ਕਰਦਾ ਹਾ । ਤੇਰੀ ਰਹਿਮਤ ਨਾਲ ਹੀ ਬੰਦਗੀ ਕਰਨ ਵਾਲੇ ਸੰਤਾਂ ਦੀ ਸੰਗਤ ਬਖਸ਼ਿਸ਼ ਹੋਈ ਹੈ । ਮੈਂ ਆਪਣੇ ਮਨ ਵਿਚੋਂ ਅਹੰਕਾਰ ਨਾਸ ਕਰਕੇ, ਉਸ ਸੰਤਾ ਦੇ ਚਰਨਾਂ ਦੀ ਧੂੜ ਸਮਾਨ ਆਪਣੀ ਹੈਸੀਅਤ ਬਣਾਈ ਹੈ । ਮੈਂ ਤੇਰੀ ਰਹਿਮਤ ਦੀ ਨਜ਼ਰ ਤੋ ਕੁਰਬਾਣ ਜਾਂਦਾ ਹਾ ।

With Your mercy and grace, I have been blessed with the conjugation of Your true devotee. I meditate on the teachings of Your Word to enlighten the essence of Your Word. I have conquered my ego and considers my worldly status less than the dust of his feet. I remain astonished fascinated from the greatness of Your blessings.

ਅੰਤਰ ਕੀ ਗਤਿ ਤੁਧੁ ਪਹਿ ਸਾਰੀ	antar kee gat tuDh peh saaree
ਤੁਧੁ ਜੇਵਡੁ ਅਵਰੁ ਨ ਕੋਈ॥	tuDh jayvad avar na ko-ee.
ਜਿਸ ਨੋ ਲਾਇ ਲੈਹਿ ਸੋ ਲਾਗੈ	jis no laa-ay laihi so laagai
ਭਗਤੁ ਤੁਹਾਰਾ ਸੋਈ॥੩॥	bhagat tuhaaraa so-ee. ||3||

ਅੰਤਰਜਾਮੀ ਮਾਲਕ, ਪ੍ਰਭ ਮੈਂ ਆਪਣੇ ਮਨ ਦੀ ਅਵਸਥਾ ਤੇਰੇ ਅੱਗੇ ਹੀ ਰਖਦਾ ਹਾ, ਤੇਰੇ ਤੋ ਵੱਡਾ ਹੋਰ ਕੋਈ ਨਹੀਂ ਹੈ । ਜਿਸ ਤੇ ਰਹਿਮਤ ਬਖਸ਼ਕੇ ਸ਼ਬਦ ਦੀ ਪਾਲਣਾ ਤੇ ਲਾਉਂਦਾ ਹੈ, ਉਹ ਹੀ ਸ਼ਬਦ ਨਾਲ ਜੀਵਨ ਢਾਲਦਾ ਹੈ । ਉਹ ਹੀ ਤੇਰਾ ਬੰਦਗੀ ਕਰਨ ਵਾਲਾ ਦਾਸ ਹੁੰਦਾ ਹੈ ।

My Omniscient True Master, I have surrendered my worldly condition at Your mercy and grace; no one else may be equal and greater than Your greatness. Whosoever may be attached to obey the teachings of Your Word; with Your mercy and grace, only he may adopt the teachings of Your Word with steady and stable belief in his day-to-day life. Only he may be worthy to be called Your true devotee.

ਦੁਇ ਕਰ ਜੋੜਿ ਮਾਗਉ ਇਕੁ ਦਾਨਾ,	du-ay kar jorh maaga-o ik daanaa
ਸਾਹਿਬਿ ਤੁਠੈ ਪਾਵਾ॥	saahib tuthai paavaa.
ਸਾਸਿ ਸਾਸਿ ਨਾਨਕੁ ਆਰਾਧੇ,	saas saas naanak aaraaDhay
ਆਠ ਪਹਰ ਗੁਣ ਗਾਵਾ॥੪॥੯॥੫੬॥	aath pahar gun gaavaa. ||4||9||56||

ਬੰਦਗੀ ਕਰਨ ਵਾਲਾ ਦਾਸ, ਮਨ ਦਾ ਭਰੋਸਾ ਅਡੋਲ ਕਰਕੇ, ਪ੍ਰਭ ਤੋ ਸਦਾ ਇੱਕੋ ਇੱਕ ਹੀ ਬਖਸ਼ਿਸ਼ ਮੰਗਦਾ ਹੈ । ਰਹਿਮਤਾਂ ਦੇ ਮਾਲਕ, ਸ਼ਬਦ ਦੇ ਲੜ ਲਾਈ ਰਖੋ! ਮੈਂ ਸਵਾਸ ਸਵਾਸ ਤੇਰੇ ਸ਼ਬਦ ਦੇ ਗੁਣ ਗਾਵਾ, ਭਰੋਸਾ ਅਡੋਲ ਰਖਕੇ, ਸ਼ਬਦ ਦੀ ਪਾਲਣਾ ਵਿੱਚ ਅਡੋਲ ਹੋ ਜਾਵਾ ।

His true devotee always has one and only one prayer! With Your mercy and grace, keeps me steady and stable on meditation on the teachings of Your Word in my day-to-day life. I may sing the glory of Your Word with each breath and adopt the teachings of Your Word with steady and stable belief in my day-to-day life.

143.ਸੂਹੀ ਮਹਲਾ ੫॥ 749-18

ਜਿਸ ਕੇ ਸਿਰ ਊਪਰਿ ਤੂੰ ਸੁਆਮੀ	jis kay sir oopar tooN su-aamee
ਸੋ ਦੁਖੁ ਕੈਸਾ ਪਾਵੈ॥	so dukh kaisaa paavai.
ਬੋਲਿ ਨ ਜਾਣੈ ਮਾਇਆ ਮਦਿ ਮਾਤਾ,	bol na jaanai maa-i-aa mad
ਮਰਣਾ ਚੀਤਿ ਨ ਆਵੈ॥੧॥	maataa marnaa cheet na aavai. ||1||

ਪ੍ਰਭ ਜਿਸ ਨੂੰ ਤੂੰ ਆਪਣੀ ਸ਼ਰਣ ਵਿੱਚ ਪਨਾਹ ਬਖਸ਼ਦਾ ਹੈ, ਆਪ ਹੀ ਰਖਵਾਲਾ ਬਣ ਜਾਂਦਾ ਹੈ । ਉਸ ਦੇ ਮਨ ਵਿੱਚ ਸੰਸਾਰਕ ਇੱਛਾਂ ਦਾ ਕੋਈ ਦੁਖ, ਭਟਕਣ ਨਹੀਂ ਹੁੰਦੀ । ਜਿਹੜਾ ਮਾਨਸ ਜੀਵ ਸੰਸਾਰਕ ਮਾਇਆ ਦੇ ਨਸ਼ੇ ਵਿੱਚ ਜੀਵਨ ਬਤੀਤ ਕਰਦਾ ਹੈ । ਉਸ ਨੂੰ ਤੇਰੇ ਸ਼ਬਦ ਦਾ ਸਿਮਰਨ, ਪਾਲਣਾ ਕਰਨ, ਗੁਣ ਗਾਉਣ ਦੀ ਕੋਈ ਸੋਝੀ, ਮਹੱਤਤਾ ਨਹੀਂ ਹੁੰਦੀ । ਉਸ ਦੇ ਮਨ ਵਿੱਚ ਮੌਤ ਦਾ ਖਿਆਲ ਵੀ ਨਹੀਂ ਆਉਂਦਾ ।

Whosoever may be accepted in Your sanctuary; with Your mercy and grace, he may not have any frustration, miseries of worldly desires. Whosoever may remain intoxicated with sweet poison of worldly wealth; he may not have any understanding of meditation, obeying the teachings of Your Word or significance of singing Your glory. He may not have even thoughts of unpredictable death.

ਮੇਰੇ ਰਾਮ ਰਾਇ	mayray raam raa-ay
ਤੂੰ ਸੰਤਾ ਕਾ ਸੰਤ ਤੇਰੇ॥	tooN santaa kaa sant tayray.
ਤੇਰੇ ਸੇਵਕ ਕਉ ਭਉ ਕਿਛੁ ਨਾਹੀ,	tayray sayvak ka-o bha-o kichh naahee
ਜਮੁ ਨਹੀ ਆਵੈ ਨੇਰੇ॥੧॥ ਰਹਾਉ॥	jam nahee aavai nayray. ||1|| rahaa-o.

ਪ੍ਰਭ ਤੇਰੇ ਸ਼ਬਦ ਦੀ ਬੰਦਗੀ ਕਰਨ ਵਾਲਾ, ਕੇਵਲ ਤੇਰੇ ਸ਼ਬਦ ਦੀ ਪਾਲਣਾ ਕਰਦਾ, ਜੀਵਨ ਢਾਲਦਾ ਹੈ, ਕੇਵਲ ਤੇਰੇ ਬਖਸ਼ੇ ਤੇ ਭਰੋਸਾ ਅਡੋਲ ਰਖਦਾ ਹੈ । ਪ੍ਰਭ ਆਪ ਹੀ ਉਸ ਦਾ ਰਖਵਾਲਾ ਬਣਦਾ, ਰਖਿਆ ਕਰਦਾ, ਦਾਸ ਬਣਾਉਂਦਾ ਹੈ ।

Your true devotee may obey and adopt the teachings of Your Word with steady and stable belief in his day-to-day life; with Your mercy and grace, he may remain contented with Your blessings. The True Master may become his protector, savior; he may be accepted as His true devotee.

ਜੋ ਤੇਰੈ ਰੰਗਿ ਰਾਤੇ ਸੁਆਮੀ,	jo tayrai rang raatay su-aamee
ਤਿਨ੍ ਕਾ ਜਨਮ ਮਰਣ ਦੁਖੁ ਨਾਸਾ॥	tinH kaa janam maran dukh naasaa.
ਤੇਰੀ ਬਖਸ ਨ ਮੇਟੈ ਕੋਈ	tayree bakhas na maytai ko-ee
ਸਤਿਗੁਰ ਕਾ ਦਿਲਾਸਾ॥੨॥	satgur kaa dilaasaa. ||2||

ਪ੍ਰਭ ਜਿਹੜਾ ਸ਼ਬਦ ਦੀ ਸਮਾਧੀ ਵਿੱਚ ਵਸਦਾ, ਸ਼ਬਦ ਮਨ ਵਿੱਚ ਜਾਗਰਤ ਰਖਦਾ ਹੈ । ਉਸ ਦਾ ਜਨਮ ਮਰਨ ਦਾ ਚੱਕਰ ਖਤਮ ਹੋ ਜਾਂਦਾ ਹੈ । ਤੇਰੀ ਬਖਸ਼ਿਸ਼ ਨੂੰ ਕੋਈ ਰੋਕ ਨਹੀਂ ਸਕਦਾ । ਉਸ ਜੀਵ ਤੇ ਕਿਸੇ ਗੁਰੂ ਪੀਰ ਦਾ ਸਿਰਾਪ ਅਸਰ ਨਹੀਂ ਕਰਦਾ ।

Whosoever may remain intoxicated in the void of Your Word; he may remain drenched with the teachings of Your Word. With Your mercy and grace, his cycle of birth and death may be eliminated. No one may restrict or remove Your blessings from Your true devotee. He may become beyond the curse of any worldly guru.

ਨਾਮੁ ਧਿਆਇਨਿ ਸੁਖ ਫਲ ਪਾਇਨਿ,	naam Dhi-aa-in sukh fal paa-in
ਆਠ ਪਹਰ ਆਰਾਧਹਿ॥	aath pahar aaraaDheh.
ਤੇਰੀ ਸਰਣਿ ਤੇਰੈ ਭਰਵਾਸੈ	tayree saran tayrai bharvaasai
ਪੰਚ ਦੁਸਟ ਲੈ ਸਾਧਹਿ॥੩॥	panch dusat lai saaDheh. ||3||

ਜਿਹੜਾ ਦਿਨ ਰਾਤ, ਸਵਾਸ ਸਵਾਸ ਤੇਰੇ ਸ਼ਬਦ ਦਾ ਸਿਮਰਨ ਕਰਦਾ ਹੈ । ਉਸ ਨੂੰ ਸ਼ਬਦ ਦੀ ਕਮਾਈ ਦਾ ਫਲ ਬਖਸ਼ਦਾ ਜੋ ਜਾਂਦਾ ਹੈ । ਜਿਹੜਾ ਸ਼ਬਦ ਦੀ ਪਾਲਣਾ ਅਡੋਲ ਭਰੋਸੇ ਨਾਲ ਕਰਦਾ ਹੈ । ਮਨ ਦੇ ਪੰਜਾਂ ਜਮਦੂਤਾਂ ਤੇ ਜਿੱਤ ਬਖਸ਼ਿਸ਼ ਹੋ ਜਾਂਦੀ ਹੈ ।

Whosoever may meditate on the teachings of Your Word with each breath; with Your mercy and grace, he may be blessed with the reward of his meditation. Whosoever may surrender his mind, body, and worldly status at His sanctuary; with Your mercy and grace; he may conquer his five demons of worldly desires.

ਗਿਆਨੁ ਧਿਆਨੁ ਕਿਛੁ ਕਰਮੁ ਨ ਜਾਣਾ,	gi-aan Dhi-aan kichh karam na jaanaa
ਸਾਰ ਨ ਜਾਣਾ ਤੇਰੀ॥	saar na jaanaa tayree.
ਸਭ ਤੇ ਵਡਾ ਸਤਿਗੁਰੁ ਨਾਨਕੁ	sabh tay vadaa satgur naanak
ਜਿਨਿ ਕਲ ਰਾਖੀ ਮੇਰੀ॥੪॥੧੦॥੫੭॥	jin kal raakhee mayree. ||4||10||57||

ਪ੍ਰਭ, ਮੇਰੇ ਆਪਣੇ ਵਿੱਚ ਕੋਈ ਸੋਝੀ, ਸਮਰਥਾ, ਬੰਦਗੀ ਦੀ ਵਿਧੀ ਨਹੀਂ ਹੈ । ਤੇਰੀ ਕਿਸੇ ਅਵਸਥਾ, ਕਰਤਬ ਦੀ ਕੋਣ ਸੋਝੀ, ਗਿਆਨ ਨਹੀਂ ਹੈ । ਪ੍ਰਭ ਤੂੰ ਹੀ ਸਭ ਤੋ ਵੱਡਾ ਮਾਲਕ ਹੈ । ਤੂੰ ਹੀ ਆਪਣੇ ਬੰਦਗੀ ਕਰਨ ਵਾਲੇ ਦੀ ਰਖਿਆ ਕਰਦਾ ਹੈ । ਸ਼ਬਦ ਦੀ ਪਾਲਣਾ ਤੇ ਅਡੋਲ ਰਖਦਾ ਹੈ ।

My Omnipotent True Master; You are the greatest of All; I have no enlightenment, strength, wisdom, or technique of meditation. Your Nature, miracles, events are beyond my comprehension and understanding. With Your mercy and grace; You may attach Your true devotee to obey the teachings of Your Word and protect him in the Worldly life.

144.ਮਹਲਾ ੫॥ 750-5

ਸਗਲ ਤਿਆਗਿ ਗੁਰ ਸਰਨੀ ਆਇਆ,
    ਰਾਖਹੁ ਰਾਖਨਹਾਰੇ॥
ਜਿਤੁ ਤੂ ਲਾਵਹਿ ਤਿਤੁ ਹਮ ਲਾਗਹ,
    ਕਿਆ ਏਹਿ ਜੰਤ ਵਿਚਾਰੇ॥੧॥

sagal ti-aag gur sarnee aa-i-aa raakho raakhanhaaray.
jit too laaveh tit ham laagah ki-aa ayhi jant vichaaray. ||1||

ਸਭ ਕੁਝ, ਬਾਕੀ ਸਾਰੇ ਰਸਤੇ ਛੱਡਕੇ ਸ਼ਬਦ ਦੀ ਪਾਲਣਾ ਵਿੱਚ ਭਰੋਸਾ ਰਖਦਾ ਹਾ । ਤੇਰੇ ਦਰ ਤੇ ਆਇਆ ਹਾ, ਸ਼ਰਣ ਵਿੱਚ ਆਇਆ ਹਾ । ਜਿਸ ਹਾਲਤ ਵਿੱਚ ਹੀ ਤੂੰ ਰਖਦਾ ਹੈ, ਤੇਰੀ ਬਖ਼ਸ਼ਿਸ਼ ਦਾ ਧੰਨਵਾਦ ਹੀ ਕਰਦਾ ਹੈ । ਹੋਰ ਮੇਰੇ ਮਨ ਵਿੱਚ ਕੋਈ ਇੱਛਾਂ, ਸ਼ਰਧਾ ਨਹੀਂ ਹੈ ।

I have renounced all religious rituals and I am obeying the teachings of Your Word with steady and stable belief in my day-to-day life. I have surrendered my mind, body, and worldly status at Your sanctuary. Whatsoever worldly condition may be blessed; I sing the glory of Your Word and remain grateful. I do not have any other desire within my mind.

ਮੇਰੇ ਰਾਮ ਜੀ ਤੂੰ ਪ੍ਰਭ ਅੰਤਰਜਾਮੀ॥
ਕਰਿ ਕਿਰਪਾ ਗੁਰਦੇਵ ਦਇਆਲਾ,
    ਗੁਣ ਗਾਵਾ ਨਿਤ ਸੁਆਮੀ॥੧॥
    ਰਹਾਉ॥

mayray raam jee tooN parabh antarjaamee.
kar kirpaa gurdayv da-i-aalaa gun gaavaa nit su-aamee. ||1||
rahaa-o.

ਅੰਤਰਜਾਮੀ ਪ੍ਰਭ ਬਹੁਤ ਤਰਸਵਾਨ, ਰਹਿਮਤਾਂ ਦਾ ਮਾਲਕ ਹੈ । ਰਹਿਮਤ ਬਖਸ਼ਕੇ ਸ਼ਬਦ ਦੇ ਲੜ ਲਾਵੋ! ਸਵਾਸ ਸਵਾਸ ਤੇਰੇ ਸ਼ਬਦ ਦੇ ਗੁਣ ਗਾਉਂਦਾ ਰਹਾ, ਸਿਮਰਨ ਕਰਾ ।

The Merciful, Omniscient True Master knows all the condition and state of mind of Your Creation. With Your mercy and grace, attaches me to a devotional meditation on the teachings of Your Word. I may meditate and sing the glory of Your Word with each breath.

ਆਠ ਪਹਰ ਪ੍ਰਭੁ ਅਪਨਾ ਧਿਆਈਐ,
ਗੁਰ ਪ੍ਰਸਾਦਿ ਭਉ ਤਰੀਐ॥
ਆਪੁ ਤਿਆਗਿ ਹੋਈਐ ਸਭ ਰੇਣਾ,
ਜੀਵਤਿਆ ਇਉ ਮਰੀਐ॥੨॥

aath pahar parabh apnaa Dhi-aa-ee-ai gur parsaad bha-o taree-ai.
aap ti-aag ho-ee-ai sabh raynaa jeevti-aa i-o maree-ai. ||2||

ਜਿਹੜਾ ਅੱਠੇ ਪਹਿਰ, ਸਵਾਸ ਸਵਾਸ ਪ੍ਰਭ ਦੇ ਸ਼ਬਦ ਦਾ ਸਿਮਰਨ ਕਰਦਾ ਹੈ । ਉਹ, ਪ੍ਰਭ ਦੀ ਰਹਿਮਤ ਨਾਲ ਪ੍ਰਵਾਨਗੀ ਦੇ ਰਸਤੇ ਤੇ ਅਡੋਲ ਹੋ ਜਾਂਦਾ ਹੈ । ਸੰਸਾਰਕ ਇੱਛਾਂ ਭਰਿਆਂ ਸਾਗਰ ਪਾਰ ਕਰ ਜਾਂਦੇ ਹਨ । ਆਪਣੇ ਮਨ ਦੀ ਖੁਦਗਰਜ਼ੀ ਤਿਆਗਕੇ, ਅਹੰਕਾਰ ਤੇ ਜਿੱਤ ਪਾ ਲੈਂਦਾ, ਨਿਮਾਣਾ ਬਣਕੇ, ਜੀਵਨ ਬਤੀਤ ਕਰਦਾ ਹੈ ।

Whosoever may meditate on the teachings of His Word with steady and stable belief day and night. With His mercy and grace, he may become steady and stable on the right path of acceptance in His Court. He may conquer his demons of worldly desires and crosses the worldly ocean of desires. He may abandon his selfishness and conquer his ego of worldly status; he may adopt simple and humble living in his human life journey.

ਸਫਲ ਜਨਮੁ ਤਿਸ ਕਾ ਜਗ ਭੀਤਰਿ,
ਸਾਧਸੰਗਿ ਨਾਉ ਜਾਪੇ॥
ਸਗਲ ਮਨੋਰਥ ਤਿਸ ਕੇ ਪੂਰਨ,

safal janam tis kaa jag bheetar saaDhsang naa-o jaapay. sagal manorath tis kay pooran

ਜਿਸੁ ਦਇਆ ਕਰੇ ਪ੍ਰਭੁ ਆਪੇ॥੩॥ jis da-i-aa karay parabh aapay. ||3||

ਜਿਹੜਾ ਬੰਦਗੀ ਕਰਨ ਵਾਲਾ ਸੰਤਾਂ ਦੀ ਸਿਖਿਆਂ ਨਾਲ ਜੀਵਨ ਢਾਲ ਲੈਂਦਾ ਹੈ । ਉਸ ਬੰਦਗੀ ਕਰਨ ਵਾਲੇ ਦਾ ਮਾਨਸ ਜਨਮ ਸਫਲ ਹੋ ਜਾਂਦਾ ਹੈ । ਉਸ ਤੇ ਪ੍ਰਭ ਰਹਿਮਤ ਦੀ ਨਜ਼ਰ ਬਖਸ਼ਦਾ, ਮਨ ਦੀਆਂ ਮੁਰਾਦਾਂ ਪੂਰੀਆਂ ਕਰਦਾ ਹੈ ।

Whosoever may adopt the life experience teachings of His true devotee in his own day-to-day life. His human life journey may be rewarded. With His mercy and grace, all his spoken and unspoken desires may be satisfied.

ਦੀਨ ਦਇਆਲ ਕ੍ਰਿਪਾਲ ਪ੍ਰਭ ਸੁਆਮੀ, deen da-i-aal kirpaal parabh su-aamee

ਤੇਰੀ ਸਰਣਿ ਦਇਆਲਾ॥ tayree saran da-i-aalaa.

ਕਰਿ ਕਿਰਪਾ ਅਪਨਾ ਨਾਮੁ ਦੀਜੈ, kar kirpaa apnaa naam deejai

ਨਾਨਕ ਸਾਧ ਰਵਾਲਾ॥੪॥੧੧॥੫੮॥ naanak saaDh ravaalaa. ||4||11||58||

ਪ੍ਰਭ ਤੂੰ ਰਹਿਮਤਾਂ ਦਾ ਮਾਲਕ, ਨਿਮਾਣੇ ਦਾ ਮਾਣ ਰਖਣ ਵਾਲਾ ਮਾਲਕ ਹੈ । ਤੇਰੀ ਸ਼ਰਣ ਵਿੱਚ ਆਇਆ ਹਾ । ਰਹਿਮਤ ਬਖਸ਼ੋ ! ਆਪਣੇ ਬੰਦਗੀ ਕਰਨ ਵਾਲੇ ਦਾਸਾਂ ਦੇ ਚਰਨਾਂ ਦੀ ਧੂੜ ਬਖਸ਼ੋ !

The Merciful True Master; I have surrendered my mind, body, and worldly status at Your sanctuary. You are the protector of honor of Your true devotee; with Your mercy and grace, blesses me the association of Your true devotee.

145.ਰਾਗੁ ਸੂਹੀ ਅਸਟਪਦੀਆ ਮਹਲਾ ੧ ਘਰੁ ੧॥ 750-12

ੴ ਸਤਿਗੁਰ ਪ੍ਰਸਾਦਿ॥ ik-oNkaar satgur parsaad.

ਸਭਿ ਅਵਗਣ ਮੈ ਗੁਣੁ ਨਹੀਂ ਕੋਈ॥ sabh avgan mai gun nahee ko-ee.

ਕਿਉ ਕਰਿ ਕੰਤ ਮਿਲਾਵਾ ਹੋਈ॥੧॥ ki-o kar kant milaavaa ho-ee. ||1||

ਮੇਰਾ ਮਨ ਅਉਗੁਣਾਂ ਨਾਲ ਭਰਿਆਂ ਹੋਇਆਂ ਹੈ, ਕੋਈ ਗੁਣ ਨਹੀਂ ਹੈ । ਮੇਰੀ ਆਤਮਾ ਤੇਰੇ ਦਰਬਾਰ ਵਿੱਚ ਪ੍ਰਵਾਨਗੀ ਕਿਵੇਂ ਹੋ ਸਕਦੀ ਹੈ?

The Merciful True Master, my mind remains overwhelmed with evil, sinful thoughts. I have no good virtues, thoughts. How may my soul be sanctified to become worthy of Your consideration?

ਨਾ ਮੈ ਰੂਪੁ ਨ ਬੰਕੇ ਨੈਣਾ॥ naa mai roop na bankay nainaa.

ਨਾ ਕੁਲ ਢੰਗੁ ਨ ਮੀਠੇ ਬੈਣਾ॥੧॥ naa kul dhang na meethay bainaa. ||1||

ਰਹਾਉ॥ rahaa-o.

ਮੇਰੀ ਸੂਰਤ ਕੋਈ ਸੁੰਦਰ, ਅਨੋਖੀ ਨਹੀਂ, ਨਾ ਹੀ ਅੱਖਾਂ ਵਿੱਚ ਹੀ ਕੋਈ ਖਿੱਚ ਹੈ । ਨਾ ਹੀ ਕੋਈ ਖਾਨਦਾਨੀ, ਜਾਤ ਹੀ ਉੱਚੀ, ਮਹੱਤਵ ਪੂਰਕ ਹੈ । ਨਾ ਹੀ ਜੀਵਨ ਦਾ ਢੰਗ ਹੀ ਅਮੋਲਕ ਸ਼ਬਦ ਅਨੁਸਾਰ ਹੈ । ਨਾ ਹੀ ਅਵਾਜ, ਰਸਨਾ ਹੀ ਮਨ ਨੂੰ ਮੋਹਣਵਾਲੀ ਹੈ ।

The Merciful True Master, my body structure, features are not astonishing nor any deep intoxicating attraction in my eyes either. I have no unique distinguish family genealogy, worldly distinguished caste. My way of life may not be as per the teaching of Your ambrosial Word nor my sound, tone may be intoxicating to mind.

ਸਹਜਿ ਸੀਗਾਰ ਕਾਮਣਿ ਕਰਿ ਆਵੈ॥ sahj seegaar kaaman kar aavai.

ਤਾ ਸੋਹਾਗਣਿ ਜਾ ਕੰਤੈ ਭਾਵੈ॥੨॥ taa sohagan jaa kantai bhaavai. ||2||

ਅਗਰ ਪ੍ਰਭ ਜੀਵ ਦੀ ਸ਼ਰਧਾ, ਲਗਨ ਤੇ ਰਹਿਮਤ ਬਖਸ਼ਕੇ ਸ਼ਰਣ ਵਿੱਚ ਪਨਾਹ ਬਖਸ਼ੇ । ਆਤਮਾ ਨੂੰ ਸੰਤੋਖ, ਖੇੜਾ ਤਾਂ ਹੀ ਨਸੀਬ ਹੁੰਦਾ ਹੈ ।

Whose meditation and devotion may be accepted by The Merciful True Master; with His mercy and grace, he may be accepted in His sanctuary. His soul may be blessed with contentment and blossom in his day-to-day life.

ਨਾ ਤਿਸੁ ਰੂਪੁ ਨ ਰੇਖਿਆ ਕਾਈ॥ naa tis roop na raykh-i-aa kaa-ee.
ਅੰਤਿ ਨ ਸਾਹਿਬੁ ਸਿਮਰਿਆ ਜਾਈ॥੩॥ ant na saahib simri-aa jaa-ee. ||3||

ਜਿਸ ਦੇ ਜੀਵਨ ਦਾ ਢੰਗ ਸ਼ਬਦ ਅਨੁਸਾਰ ਨਾ ਹੋਵੇ, ਸ਼ਬਦ ਦੀ ਪਾਲਣਾ ਨਾ ਕਰਦਾ ਹੋਵੇ । ਅਚਾਨਕ ਉਸ ਤੇ ਪ੍ਰਭ ਦੀ ਰਹਿਮਤ ਦੀ ਨਜ਼ਰ ਨਹੀਂ ਬਖਸ਼ਿਸ਼ ਹੋ ਜਾਂਦੀ ।

Whosoever may not obey or adopt the teachings of His Word with steady and stable belief in his day-to-day life; his soul may never become worthy of His consideration. Devilish soul may never suddenly be bestowed honor.

ਸੁਰਤਿ ਮਤਿ ਨਾਹੀ ਚਤੁਰਾਈ॥ surat mat naahee chaturaa-ee.
ਕਰਿ ਕਿਰਪਾ ਪ੍ਰਭ ਲਾਵਹੁ ਪਾਈ॥੪॥ kar kirpaa parabh laavhu paa-ee. ||4||

ਪ੍ਰਭ ਮੇਰੇ ਵਿੱਚ ਕੋਈ ਸਿਆਣਪ, ਚੁਤਰਾਈ ਨਹੀਂ, ਧਿਆਨ ਵੀ ਇੱਕੋ ਇੱਕ ਤੇ ਅਡੋਲ ਨਹੀਂ ਹੁੰਦਾ । ਆਪ ਹੀ ਰਹਿਮਤ ਬਖਸ਼ਕੇ ਸ਼ਬਦ ਦੇ ਲੜ ਲਾਵੋ! ਸ਼ਬਦ ਦੀ ਪਾਲਨਾ ਤੇ ਭਰੋਸਾ ਅਡੋਲ ਰਖੋ!

The Merciful True Master, I may not have any wisdom, clever plans nor I have steady and stable belief on the teachings of Your Word. With Your mercy and grace; You may attach me to obey the teachings of Your Word with steady and stable; You may keep me on the right path of acceptance in Your Court.

ਖਰੀ ਸਿਆਣੀ ਕੰਤ ਨ ਭਾਣੀ॥ kharee si-aanee kant na bhaanee.
ਮਾਇਆ ਲਾਗੀ ਭਰਮਿ ਭੁਲਾਣੀ॥੫॥ maa-i-aa laagee bharam bhulaanee. ||5||

ਕੋਈ ਜੀਵ ਭਾਵੇਂ ਕਿਤਨਾ ਵੀ ਸੋਝੀਵਾਨ, ਗਿਆਨਵਾਨ, ਵਿਦਵਾਨ ਕਿਉਂ ਨਾ ਹੋਵੇ? ਅਗਰ ਉਹ ਸੰਸਾਰਕ ਮਾਇਆ ਦੇ ਪਿਛੇ ਲੱਗ ਜਾਵੇ, ਪ੍ਰਭ ਦੇ ਸ਼ਬਦ ਦੀ ਸੋਝੀ ਨਹੀਂ ਪਾ ਸਕਦਾ । ਸ਼ਬਦ ਮਨ ਵਿੱਚ ਜਾਗਰਤ ਨਹੀਂ ਕਰ ਸਕਦਾ, ਪ੍ਰਵਾਨਗੀ ਦੇ ਰਸਤੇ ਤੇ ਅਡੋਲ ਨਹੀਂ ਹੋ ਸਕਦਾ ।

Whosoever may remain intoxicated with sweet poison of worldly wealth; he may be very knowledgeable, wise worldly scholar, he may never be blessed with the enlightenment of the essence of His Word. He may never be drenched with the essence of His Word within his heart nor he may remain steady and stable on the right path of acceptance in His Court.

ਹਉਮੈ ਜਾਈ ਤਾ ਕੰਤ ਸਮਾਈ॥ ha-umai jaa-ee taa kant samaa-ee.
ਤਉ ਕਾਮਣਿ ਪਿਆਰੇ ta-o kaaman pi-aaray
ਨਵ ਨਿਧਿ ਪਾਈ॥੬॥ nav niDh paa-ee. ||6||

ਜਿਹੜਾ ਆਪਣੇ ਮਨ ਦੇ ਅਹੰਕਾਰ ਤੇ ਜਿੱਤ ਪਾ ਲੈਂਦਾ, ਤਿਆਗ ਦੇਂਦਾ ਹੈ। ਉਹ ਪ੍ਰਵਾਨਗੀ ਦੇ ਰਸਤੇ, ਸ਼ਬਦ ਦੀ ਪਾਲਣਾ ਤੇ ਅਡੋਲ ਹੋ ਜਾਂਦਾ, ਰਹਿਮਤ ਬਖਸ਼ਿਸ਼ ਹੋ ਜਾਂਦੀ ਹੈ ।

Whosoever may abandon his ego and conquers his worldly desires; with His mercy and grace, he may remain steady and stable in obeying the teachings of His Word. He may be acceptance in His Court.

ਅਨਿਕ ਜਨਮ ਬਿਛੁਰਤ ਦੁਖੁ ਪਾਇਆ॥ anik janam bichhurat dukh paa-i-aa.
ਕਰੁ ਗਹਿ ਲੇਹੁ ਪ੍ਰੀਤਮ ਪ੍ਰਭ ਰਾਇਆ॥੭॥ kar geh layho pareetam parabh raa-i-aa. ||7||

ਪ੍ਰਭ ਮੇਰੀ ਆਤਮਾ ਅਨੇਕਾਂ ਜਨਮਾਂ ਤੋਂ ਤੇਰੇ ਘਰ ਵਿਚੋਂ ਵਿਛੜੀ, ਸੰਸਾਰਕ ਇੱਛਾਂ ਦੇ ਦੁਖ ਸਹਿੰਦੀ ਹੈ । ਰਹਿਮਤ ਬਖਸ਼ਕੇ ਸ਼ਬਦ ਦੇ ਲੜ ਲਾਵੋ! ਤੂੰ ਹੀ ਸ੍ਰਿਸ਼ਟੀ ਨੂੰ ਰਹਿਮਤਾਂ ਬਖਸ਼ਣ ਵਾਲਾ ਮਾਲਕ ਹੈ ।

The Merciful True Master, my soul has been separated from Your Holy Spirit from many life cycles. I am enduring the miseries of my worldly desires. With Your mercy and grace, attaches me to meditate on the teachings of Your Word. Only You are The True Master; who may forgive my sins of previous worldly lives.

ਭਣਤਿ ਨਾਨਕੁ ਸਹੁ ਹੈ ਭੀ ਹੋਸੀ॥ bhanat naanak saho hai bhee hosee.
ਜੈ ਭਾਵੈ ਪਿਆਰਾ ਤੈ ਰਾਵੇਸੀ॥੮॥੧॥ jai bhaavai pi-aaraa tai raavaysee. ||8||1||

ਪ੍ਰਭ ਸਦਾ ਹੀ ਰਹਿਮਤਾਂ ਬਖਸ਼ਦਾ ਹੈ, ਉਸ ਦਾ ਭਾਣਾ ਅਟੱਲ ਵਾਪਰਦਾ ਹੈ । ਜਿਸ ਤੇ ਰਹਿਮਤ ਦੀ ਨਜ਼ਰ ਬਖਸ਼ਦਾ, ਬੰਦਗੀ ਪ੍ਰਵਾਨ ਕਰਦਾ, ਪ੍ਰਵਾਨਗੀ ਦੇ ਰਸਤੇ ਤੇ ਅਡੋਲ ਰਖਦਾ ਹੈ ।

The Merciful True Master always bestows His mercy and grace on His Creation. His command prevails unavoidable. Whose meditation may be accepted in His Court; with His mercy and grace, he may remain steady and stable on the right path of acceptance in His Court.

146.ਸੂਹੀ ਮਹਲਾ ੧ ਘਰੁ ੯ ਅਸਟਪਦੀਆ॥ 751-1

੧ਓ ਸਤਿਗੁਰ ਪ੍ਰਸਾਦਿ॥	ik-oNkaar satgur parsaad.
ਕਚਾ ਰੰਗੁ ਕਸੁੰਭ ਕਾ,	kachaa rang kasumbh kaa
ਥੋੜੜਿਆ ਦਿਨ ਚਾਰਿ ਜੀਉ॥	thorh-rhi-aa din chaar jee-o.
ਵਿਣੁ ਨਾਵੈ ਭ੍ਰਮਿ ਭੁਲੀਆ,	vin naavai bharam bhulee-aa
ਠਗਿ ਮੁਠੀ ਕੂੜਿਆਰਿ ਜੀਉ॥	thag muthee koorhi-aar jee-o.
ਸਚੇ ਸੇਤੀ ਰਤਿਆ,	sachay saytee rati-aa
ਜਨਮੁ ਨ ਦੂਜੀ ਵਾਰ ਜੀਉ॥੧॥	janam na doojee vaar jee-o. ||1||

ਮਾਨਸ ਜਨਮ ਅਵਸਥਾ ਵਿੱਚ ਜੂੰਨਾਂ ਦਾ ਚੱਕਰ ਖਤਮ ਹੋ ਸਕਦਾ ਹੈ । ਇਸ ਅਵਸਥਾ ਦਾ ਸਮਾਂ ਮਿਥਿਆ ਹੋਇਆ, ਥੋੜ੍ਹਾ ਹੀ ਹੈ । ਜਿਹੜਾ ਸ਼ਬਦ ਦੀ ਪਾਲਣਾ ਨਹੀਂ ਕਰਦਾ, ਉਹ ਭਰਮਾਂ ਵਿੱਚ ਪੈ ਕੇ ਬਿਰਥਾ ਹੀ ਗਵਾ ਲੈਂਦਾ ਹੈ । ਜਿਹੜਾ ਇਸ ਜਨਮ ਵਿੱਚ ਸ਼ਬਦ ਦੀ ਪਾਲਣਾ ਕਰਦਾ, ਜੀਵਨ ਪ੍ਰਭ ਦੇ ਲੇਖੇ ਲਾ ਦੇਂਦਾ ਹੈ । ਉਹ ਜਨਮ ਮਰਨ ਦਾ ਚੱਕਰ ਖਤਮ ਕਰ ਜਾਂਦਾ ਹੈ ।

Human life journey may be the opportunity for soul to eliminate the cycle of birth and death. The opportunity may be blessed with great prewritten destiny for a predetermined time for his soul to regret, repent, and sanctify to become worthy of His consideration. Whosoever may not adopt the teachings in His Word with steady and stable belief in his day-to-day life. He may remain intoxicated with worldly religious suspicions and waste his opportunity. Whosoever may surrender his mind, body, and worldly status at His sanctuary and obeys the teachings of His Word with steady and sable belief in his day-to-day life; with His mercy and grace, his cycle of birth and death may be eliminated.

ਰੰਗੇ ਕਾ ਕਿਆ ਰੰਗੀਐ,	rangay kaa ki-aa rangee-ai jo
ਜੋ ਰਤੇ ਰੰਗੁ ਲਾਇ ਜੀਉ॥	ratay rang laa-ay jee-o.
ਰੰਗਣ ਵਾਲਾ ਸੇਵੀਐ,	rangan vaalaa sayvee-ai
ਸਚੇ ਸਿਉ ਚਿਤੁ ਲਾਇ ਜੀਉ॥੧॥	sachay si-o chit laa-ay jee-o. ||1||
ਰਹਾਉ॥	rahaa-o.

ਜਿਹੜਾ ਜੀਵ ਸ਼ਬਦ ਦੇ ਸਿਮਰਨ ਵਿੱਚ ਪਹਿਲੇ ਹੀ ਰੰਗਿਆ ਹੋਵੇ, ਉਸ ਤੇ ਹੋਰ ਕੋਈ ਰੰਗ ਨਹੀਂ ਚੜ੍ਹਦਾ, ਉਸ ਦਾ ਭਰੋਸਾ ਅਡੋਲ ਹੀ ਰਹਿੰਦਾ ਹੈ । ਜੀਵ ਮਾਨਸ ਜਨਮ ਵਿੱਚ ਆਪਣੇ ਮਨ ਤੇ ਸ਼ਬਦ ਦਾ ਰੰਗ ਚੜ੍ਹਾਵੇ! ਭਰੋਸਾ ਅਡੋਲ ਰਖੋ! ਪ੍ਰਭ ਹੀ ਅਸਲੀ ਮਾਲਕ ਹੈ ।

Whosoever may be drenched with essence of His Word; no other color, religious suspicions, teachings may affect his belief on the teachings of His Word. His belief on His Word, blessings remain steady and stable, unchanged. You should be drenched with the teachings of His Word and keep your belief steady and stable; The One and Only One True Master.

ਚਾਰੇ ਕੁੰਡਾ ਜੇ ਭਵਹਿ,	chaaray kundaa jay bhaveh
ਬਿਨੁ ਭਾਗਾ ਧਨੁ ਨਾਹਿ ਜੀਉ॥	bin bhaagaa Dhan naahi jee-o.
ਅਵਗਣਿ ਮੁਠੀ ਜੇ ਫਿਰਹਿ,	avgan muthee jay fireh
ਬਧਿਕ ਥਾਇ ਨ ਪਾਹਿ ਜੀਉ॥	baDhik thaa-ay na paahi jee-o.

ਗੁਰਿ ਰਾਖੇ ਸੇ ਉਬਰੇ, gur raakhay say ubray
ਸਬਦਿ ਰਤੇ ਮਨ ਮਾਹਿ ਜੀਉ॥੨॥ sabad ratay man maahi jee-o. ||2||

ਜਿਸ ਤੇ ਪ੍ਰਭ ਦੀ ਰਹਿਮਤ ਬਖਸ਼ਿਸ਼ ਨਹੀਂ ਹੁੰਦੀ, ਉਸ ਨੂੰ ਚਾਰੇ ਪਾਸੇ ਢੂੰਡਣ ਨਾਲ ਸ਼ਬਦ ਦੀ ਸੋਝੀ ਦਾ ਧਨ ਬਖਸ਼ਿਸ਼ ਨਹੀਂ ਹੁੰਦਾ । ਜਿਹੜਾ ਸੰਸਾਰਕ ਇੱਛਾਂ ਦੇ ਜਾਲ ਵਿੱਚ ਫਸਿਆ, ਲਾਲਚ ਦੇ ਅਧਾਰ ਤੇ ਜੀਵਨ ਬਤੀਤ ਕਰਦਾ ਹੈ, ਉਸ ਦੇ ਮਨ ਨੂੰ ਕਦੇ ਸੰਤੋਖ, ਧੀਰਜ ਬਖਸ਼ਿਸ਼ ਨਹੀਂ ਹੁੰਦਾ । ਜਿਹੜਾ ਸ਼ਬਦ ਦੀ ਭਰੋਸੇ ਨਾਲ ਪਾਲਣਾ ਕਰਦਾ ਹੈ! ਉਹ ਪ੍ਰਭ ਦੀ ਸ਼ਰਣ ਵਿੱਚ, ਰਖਵਾਲੀ ਵਿੱਚ ਪ੍ਰਵਾਨ ਹੋ ਜਾਂਦਾ ਹੈ, ਮਨ ਅਡੋਲ ਹੋ ਜਾਂਦਾ ਹੈ ।

Whosoever may not be blessed with His mercy and grace; he may wander from shrine to shrine, religion to religion, he may never be enlightened with the essence of His Word or blessed with the earnings of His Word. He may remain intoxicated with worldly wealth; he may remain in religious rituals, suspicions. He may never be blessed with patience, contentment with any accomplishments. Whosoever may adopt the teachings of His Word with steady and stable belief in his day-to-day life; with His mercy and grace, he remains steady and stable on right path of acceptance in His Court. He may be accepted in His sanctuary.

ਚਿਟੇ ਜਿਨ ਕੇ ਕਪੜੇ, chitay jin kay kaprhay
ਮੈਲੇ ਚਿਤ ਕਠੋਰ ਜੀਉ॥ mailay chit kathor jee-o.
ਤਿਨ ਮੁਖਿ ਨਾਮੁ ਨ ਊਪਜੈ, tin mukh naam na oopjai
ਦੂਜੈ ਵਿਆਪੇ ਚੋਰ ਜੀਉ॥ doojai vi-aapay chor jee-o.
ਮੂਲੁ ਨ ਬੂਝਹਿ ਆਪਣਾ, mool na boojheh aapnaa
ਸੇ ਪਸੂਆ ਸੇ ਢੋਰ ਜੀਉ॥੩॥ say pasoo-aa say dhor jee-o. ||3||

ਜਿਸ ਦੇ ਮਨ ਵਿੱਚ ਹੋਰ ਜੀਵਾਂ ਲਈ ਤਰਸ ਨਹੀਂ ਹੁੰਦਾ, ਕੇਵਲ ਭਗਤਾਂ ਵਾਲਾ, ਧਰਮ ਦਾ ਬਾਣਾ ਹੀ ਪਾਉਂਦਾ ਹੈ । ਉਹ ਭਾਵੇਂ ਮੂੰਹ ਤੋ ਪ੍ਰਭ ਦੇ ਸ਼ਬਦ ਦੀ ਉਸਤਤ ਗਾਉਂਦਾ ਹੋਵੇ, ਉਸ ਦਾ ਮਨ, ਜੀਵਨ ਦਾ ਢੰਗ ਕਦੇ ਸ਼ਬਦ ਅਨੁਸਾਰ ਨਹੀਂ ਹੁੰਦਾ । ਜਿਸ ਦੇ ਮਨ ਵਿੱਚ ਸ਼ਬਦ ਘਰ ਕਰ ਜਾਂਦਾ, ਜੀਵਨ ਸ਼ਬਦ ਅਨੁਸਾਰ ਹੁੰਦਾ ਹੈ । ਉਹ ਸੁਖਾਂ ਅਤੇ ਦੁਖਾਂ ਦੇ ਮਾਲਕ ਦੀ ਮਰਜ਼ੀ ਕਬੂਲ ਕਰ ਲੈਂਦਾ ਹੈ । ਉਸ ਨੂੰ ਹੋਰ ਕੋਈ ਯਤਨ ਕਰਨ ਦੀ ਲੋੜ ਨਹੀਂ ਰਹਿੰਦੀ ।

Whosoever may not have any sympathy, mercy for any other, less fortunate; he may wear a saintly robe, sings the glory, praises of His Word, his way of life may never be as per the teachings of His Word. Whosoever may be drenched with the essence of His Word; he may adopt the teachings of His Word with steady and stable belief in his day-to-day life. He has already accepted the decree of The True Master of all pleasures and miseries of the universe. He may not need any other enlightenment.

ਨਿਤ ਨਿਤ ਖੁਸੀਆ ਮਨੁ ਕਰੇ, nit nit khusee-aa man karay
ਨਿਤ ਨਿਤ ਮੰਗੈ ਸੁਖ ਜੀਉ॥ nit nit mangai sukh jee-o.
ਕਰਤਾ ਚਿਤਿ ਨ ਆਵਈ, kartaa chit na aavee
ਫਿਰਿ ਫਿਰਿ ਲਗਹਿ ਦੁਖ ਜੀਉ॥ fir fir lageh dukh jee-o.
ਸੁਖ ਦੁਖ ਦਾਤਾ ਮਨਿ ਵਸੈ, sukh dukh daataa man vasai
ਤਿਤੁ ਤਨਿ ਕੈਸੀ ਭੁਖ ਜੀਉ॥੪॥ tit tan kaisee bhukh jee-o. ||4||

ਜੀਵ ਸਵਾਸ ਸਵਾਸ ਸੁਖ ਅਤੇ ਰਹਿਮਤ ਦੀ ਅਰਦਾਸ ਕਰਦਾ ਰਹਿੰਦਾ ਹੈ । ਪਰ ਆਪਣੇ ਜੀਵਨ ਦਾ ਢੰਡ ਸ਼ਬਦ ਅਨੁਸਾਰ ਨਹੀਂ ਢਾਲਦਾ, ਸੰਸਾਰਕ ਇੱਛਾਂ ਦੀ ਭਟਕਣ ਹੀ ਮਨ ਵਿੱਚ ਰਹਿੰਦੀ ਹੈ । ਜਿਸ ਦੇ ਮਨ ਵਿੱਚ ਪ੍ਰਭ ਦਾ ਸ਼ਬਦ ਘਰ ਕਰ ਜਾਂਦਾ ਹੈ । ਉਸ ਨੂੰ ਕੋਈ ਸੰਸਾਰਕ ਇੱਛ ਤੰਗ ਨਹੀਂ ਕਰ ਸਕਦੀ, ਪ੍ਰਭ ਦੀ ਬਖਸ਼ਿਸ਼ ਦਾ ਮਨ ਵਿੱਚ ਹੀ ਅਨੰਦ ਮਾਣਦਾ ਹੈ ।

Human my pray for His forgiveness, mercy and grace with each breath day and night. Whosoever may not adopt the teachings of His Word with steady and stable belief in his day-to-day life; he remains frustrated with worldly desires. Whosoever may remain drenched with the essence of His Word; no worldly desire may frustrate him. He may enjoy pleasure, contentment, and blossom with His blessings.

ਬਾਕੀ ਵਾਲਾ ਤਲਬੀਐ,	baakee vaalaa talbee-ai
ਸਿਰਿ ਮਾਰੇ ਜੰਦਾਰੁ ਜੀਉ॥	sir maaray jandaar jee-o.
ਲੇਖਾ ਮੰਗੈ ਦੇਵਣਾ,	laykhaa mangai dayvnaa
ਪੁਛੈ ਕਰਿ ਬੀਚਾਰੁ ਜੀਉ॥	puchhai kar beechaar jee-o.
ਸਚੇ ਕੀ ਲਿਵ ਉਬਰੈ,	sachay kee liv ubrai
ਬਖਸੇ ਬਖਸਣਹਾਰੁ ਜੀਉ॥੫॥	bakhsay bakhsanhaar jee-o. ||5||

ਮੌਤ ਤੋ ਪਿਛੋਂ ਪ੍ਰਭ ਦੇ ਦਰਬਾਰ ਵਿੱਚ ਸ਼ਬਦ ਅਨੁਸਾਰ ਕੰਮਾਂ ਦੀ ਪਰਖ ਕੀਤੀ ਜਾਂਦੀ, ਕੀਮਤ ਪਾਈ ਜਾਂਦੀ ਹੈ । ਉਸ ਦੇ ਆਪਣੇ ਕੀਤੇ, ਚੰਗੇ, ਮੰਦੇ ਕੰਮਾਂ ਦਾ ਫਲ ਜਾ ਸਜ਼ਾ ਬਖਸ਼ਿਸ਼ ਹੁੰਦੀ ਹੈ । ਜਿਹੜਾ ਸ਼ਬਦ ਦੀ ਪਾਲਣਾ ਕਰਦਾ, ਜੀਵਨ ਢਾਲਦਾ ਹੈ । ਉਹ ਪ੍ਰਭ ਦੀ ਸ਼ਰਣ ਵਿੱਚ ਪ੍ਰਵਾਨ ਹੋ ਜਾਂਦਾ, ਲੇਖਾ ਖਤਮ ਹੋ ਜਾਂਦਾ ਹੈ ।

After death, all worldly deeds of her blessed body may be judged in His Court. Whosoever may have committed sinful deeds, he may endure the punishment. Whosoever may obey and adopt the teachings of His Word in his day-to-day life; with His mercy and grace, he may be accepted in His sanctuary and his cycle of birth and death may be eliminated.

ਅਨ ਕੋ ਕੀਜੈ ਮਿਤੜਾ,	an ko keejai mit-rhaa
ਖਾਕੁ ਰਲੈ ਮਰਿ ਜਾਇ ਜੀਉ॥	khaak ralai mar jaa-ay jee-o.
ਬਹੁ ਰੰਗ ਦੇਖਿ ਭੁਲਾਇਆ,	baho rang daykh bhulaa-i-aa
ਭੁਲਿ ਭੁਲਿ ਆਵੈ ਜਾਇ ਜੀਉ॥	bhul bhul aavai jaa-ay jee-o.
ਨਦਰਿ ਪ੍ਰਭੂ ਤੇ ਛੁਟੀਐ,	nadar parabhoo tay chhutee-ai
ਨਦਰੀ ਮੇਲਿ ਮਿਲਾਇ ਜੀਉ॥੬॥	nadree mayl milaa-ay jee-o. ||6||

ਜਿਹੜਾ ਆਪਣੀ ਸੰਸਾਰਕ ਹੈਸੀਅਤ ਦਾ ਅਭਿਮਾਨ ਕਰਦਾ ਹੈ, ਉਹ ਆਪਣਾ ਮਾਨਸ ਜਨਮ ਬਿਰਥਾ ਹੀ ਬੀਤ ਕਰ ਜਾਂਦਾ, ਉਸ ਦਾ ਤਨ ਕੇਵਲ ਭਸਮ ਹੋ ਕੇ ਮਿੱਟੀ ਵਿੱਚ ਮਿਲ ਜਾਂਦਾ ਹੈ । ਉਹ ਸੰਸਾਰਕ ਮੌਜ ਮੇਲੇ ਵਿੱਚ, ਜੂੰਨਾਂ ਦੇ ਚੱਕਰ ਵਿੱਚ ਹੀ ਰਹਿੰਦਾ ਹੈ । ਪ੍ਰਭ ਦੀ ਰਹਿਮਤ ਨਾਲ, ਸ਼ਬਦ ਦੀ ਪਾਲਣਾ, ਸੋਝੀ ਨਾਲ ਜੀਵਨ ਢਾਲੋ! ਕੇਵਲ ਪ੍ਰਭ ਦੀ ਰਹਿਮਤ ਨਾਲ ਹੀ ਪ੍ਰਵਾਨਗੀ ਬਖਸ਼ਿਸ਼ ਹੁੰਦੀ ਹੈ ।

Whosever may remain intoxicated with the pride of his worldly status, worldly wealth; he may waste his priceless human life opportunity uselessly; his body is going to become ashes after death. He remains intoxicated with the short-lived pleasures of worldly wealth and wanders in the cycle of birth and death. You should obey and adopt the teachings of His Word with steady and stable in his day-to-day life. The Merciful True Master may bless your soul with acceptance in His Court.

ਗਾਫਲ ਗਿਆਨ ਵਿਹੂਣਿਆ,	gaafal gi-aan vihooni-aa
ਗੁਰ ਬਿਨੁ ਗਿਆਨੁ ਨ ਭਾਲਿ ਜੀਉ॥	gur bin gi-aan na bhaal jee-o.
ਖਿੰਚੋਤਾਣਿ ਵਿਗੁਚੀਐ,	khinchotaan viguchee-ai
ਬੁਰਾ ਭਲਾ ਦੁਇ ਨਾਲਿ ਜੀਉ॥	buraa bhalaa du-ay naal jee-o.
ਬਿਨੁ ਸ਼ਬਦੈ ਭੈ ਰਤਿਆ,	bin sabdai bhai rati-aa
ਸਭ ਜੋਹੀ ਜਮਕਾਲਿ ਜੀਉ॥੭॥	sabh johee jamkaal jee-o. ||7||

ਅਣਜਾਣ ਮਾਨਸ ਨੂੰ ਸਮਝ ਨਹੀਂ, ਸ਼ਬਦ ਦੀ ਪਾਲਣਾ ਤੋ ਬਿਨਾਂ ਸ਼ਬਦ ਦੀ ਸੋਝੀ ਬਖਸ਼ਿਸ਼ ਨਹੀਂ ਹੁੰਦੀ । ਸੰਸਾਰਕ ਇੱਛਾਂ ਦੀ ਭਟਕਣ ਮਨ ਨੂੰ ਸ਼ਬਦ ਦੀ ਪਾਲਣਾ ਤੇ ਅਡੋਲ ਨਹੀਂ ਹੋਣ ਦੇਂਦੀ । ਅਡੋਲ ਭਰੋਸੇ ਨਾਲ ਸ਼ਬਦ ਦੀ ਪਾਲਣਾ ਤੋ ਬਿਨਾਂ, ਪ੍ਰਭ ਦੀ ਸ਼ਰਣ ਵਿੱਚ ਪਨਾਹ ਬਖਸ਼ਿਸ਼ ਨਹੀਂ ਹੁੰਦੀ । ਜਮਦੂਤਾਂ ਦੇ ਹਵਾਲੇ ਹੀ ਜਾਣਾ ਪੈਂਦਾ ਹੈ ।

Ignorant, self-minded may not comprehend that without obey the teachings of His Word with steady and stable belief in day-to-day life; no one may be blessed with the enlightenment of the essence of His Word. He remains frustrated with worldly desires, temptations; he may never stay steady and stable on one path for long. Whosoever may adopt the teachings of His Word with steady and stable belief in his day-to-day life; he may never be accepted in His sanctuary. His soul may be captured by the devil of death.

ਜਿਨਿ ਕਰਿ ਕਾਰਣੁ ਧਾਰਿਆ, — jin kar kaaran Dhaari-aa
ਸਭਸੈ ਦੇਇ ਆਧਾਰੁ ਜੀਉ॥ — sabhsai day-ay aaDhaar jee-o.
ਸੋ ਕਿਉ ਮਨਹੁ ਵਿਸਾਰੀਐ, — so ki-o manhu visaaree-ai
ਸਦਾ ਸਦਾ ਦਾਤਾਰੁ ਜੀਉ॥ — sadaa sadaa daataar jee-o.
ਨਾਨਕ ਨਾਮੁ ਨ ਵੀਸਰੈ, — naanak naam na veesrai
ਨਿਧਾਰਾ ਆਧਾਰੁ ਜੀਉ॥੮॥੧॥੨॥ — niDhaaraa aaDhaar jee-o. ||8||1||2||

ਜਿਹੜਾ ਪ੍ਰਭ, ਜੀਵ ਨੂੰ ਮਾਨਸ ਜਨਮ ਬਖਸ਼ਦਾ, ਪਾਲਣਾ ਕਰਦਾ ਹੈ । ਉਹ ਆਪ ਹੀ ਜੀਵ ਨੂੰ ਪ੍ਰਵਾਨਗੀ ਦੇ ਰਸਤਾ ਦੀ ਸੋਝੀ ਬਖਸ਼ਦਾ ਹੈ । ਉਸ ਦੇ ਸ਼ਬਦ ਦੇ ਰਸਤੇ ਨੂੰ ਕਿਵੇਂ ਭੁੱਲ ਗਿਆ ਹੈ? ਉਹ ਸਦਾ ਹੀ ਦਾਤਾਂ ਬਖਸ਼ਦਾ ਹੈ! ਕਦੇ ਉਸ ਦੇ ਸ਼ਬਦ ਨੂੰ ਮਨੋ ਨਾ ਵਿਸਾਰੋ! ਇਹ ਹੀ ਮਾਨਸ ਜੀਵਨ ਦਾ ਮੰਤਵ ਹੈ ।

The True Master, Creator has blessed your soul with human life opportunity and nourished your body. He inspires and enlightens the right path of acceptance in His Court. How have you abandoned the teachings of His Word, the right path of acceptance in His Court? The Merciful True Master always remains blessings His Creation. You should never abandon the teachings of His Word from your day-to-day life. This may be the real purpose of human life opportunity.

147.ਸੂਹੀ ਮਹਲਾ ੧ ਕਾਫੀ ਘਰੁ ੧੦ ਅਸਟਪਦੀਆ॥ 751-16

ੴ ਸਤਿਗੁਰ ਪ੍ਰਸਾਦਿ॥ — ik-oNkaar satgur parsaad.
ਮਾਣਸ ਜਨਮੁ ਦੁਲੰਭੁ — maanas janam dulambh
ਗੁਰਮੁਖਿ ਪਾਇਆ॥ — gurmukh paa-i-aa.
ਮਨੁ ਤਨੁ ਹੋਇ ਚੁਲੰਭੁ — man tan ho-ay chulambh
ਜੇ ਸਤਿਗੁਰ ਭਾਇਆ॥੧॥ — jay satgur bhaa-i-aa. ||1||

ਮਾਨਸ ਜਨਮ ਬਹੁਤ ਮੁਸ਼ਕਲ ਨਾਲ ਮਿਲਦਾ ਹੈ! ਇਸ ਅਮੋਲਕ ਜਨਮ ਵਿੱਚ ਜੀਵ ਨੂੰ ਗੁਰਮਖ ਅਵਸਥਾ ਬਖਸ਼ਿਸ਼ ਹੋ ਸਕਦੀ ਹੈ । ਜਿਹੜਾ ਆਪਣੇ ਤਨ, ਮਨ ਤੇ ਸ਼ਬਦ ਦਾ ਰੰਗ ਚੜ੍ਹਾ ਲੈਂਦਾ ਹੈ । ਉਹ ਪ੍ਰਭ ਦੇ ਦਰਬਾਰ ਵਿੱਚ ਪ੍ਰਵਾਨ ਹੋ ਸਕਦਾ ਹੈ ।

The priceless human life opportunity may rarely be blessed to his soul. He may sanctify his soul by adopting the teachings of His Word with steady and stable belief in his day-to-day life. With His mercy and grace, he may be drenched with the essence of His Word. His soul may be blessed with acceptance in His Court.

ਚਲੈ ਜਨਮੁ ਸਵਾਰਿ ਵਖਰੁ ਸਚੁ ਲੈ॥ — chalai janam savaar vakhar sach lai.
ਪਤਿ ਪਾਏ ਦਰਬਾਰਿ — pat paa-ay darbaar
ਸਤਿਗੁਰ ਸਬਦਿ ਭੈ॥੧॥ ਰਹਾਉ॥ — satgur sabad bhai. ||1|| rahaa-o.

ਜਿਹੜਾ ਇਸ ਜਨਮ ਵਿੱਚ ਸ਼ਬਦ ਦੀ ਪਾਲਣਾ ਕਰਦਾ, ਭਰੋਸਾ ਅਡੋਲ ਰਖਦਾ ਹੈ । ਉਸ ਦਾ ਮਾਨਸ ਜਨਮ ਸਫਲ ਹੋ ਜਾਂਦਾ ਹੈ । ਉਹ ਸ਼ਬਦ ਦੀ ਕਮਾਈ ਆਪਣੇ ਨਾਲ ਲੈ ਜਾਂਦਾ ਹੈ । ਉਸ ਨੂੰ ਦਰਬਾਰ ਵਿੱਚ ਪ੍ਰਵਾਨਗੀ ਬਖਸ਼ਿਸ਼ ਹੋ ਜਾਂਦੀ ਹੈ ।

Whosoever may adopt the teachings of His Word with steady and stable belief in his human life journey; with His mercy and grace, his human life opportunity may be rewarded. After death, the earnings of His Word may support him in His Court. He may be accepted in His Court.

ਮਨਿ ਤਨਿ ਸਚੁ ਸਲਾਹਿ,	man tan sach salaahi
ਸਾਚੇ ਮਨਿ ਭਾਇਆ॥	saachay man bhaa-i-aa.
ਲਾਲਿ ਰਤਾ ਮਨੁ ਮਾਨਿਆ,	laal rataa man maani-aa
ਗੁਰੁ ਪੂਰਾ ਪਾਇਆ॥੨॥	gur pooraa paa-i-aa. ||2||

ਜਿਹੜਾ ਮਨੋ ਸ਼ਬਦ ਦੀ ਪਾਲਣਾ ਕਰਦਾ ਹੈ, ਉਸ ਦੀ ਬੰਦਗੀ ਪ੍ਰਭ ਨੂੰ ਭਾਉਂਦੀ ਹੈ । ਉਸ ਦੇ ਮਨ ਤੇ ਪ੍ਰਭ ਦਾ ਸ਼ਬਦ ਘਰ ਕਰ ਜਾਂਦਾ ਹੈ । ਉਸ ਨੂੰ ਪ੍ਰਭ ਦੇ ਦਰਬਾਰ ਵਿੱਚ ਥਾਂ ਬਖਸ਼ਿਸ਼ ਹੋ ਸਕਦੀ ਹੈ ।

Whosoever may wholeheartedly obey the teachings of His Word with steady and stable belief in his day-to-day life; his meditation may be accepted in His Court. He may remain drenched with the essence of His Word; with His mercy and grace, he may be accepted in His Court.

ਹਉ ਜੀਵਾ ਗੁਣ ਸਾਰਿ,	ha-o jeevaa gun saar
ਅੰਤਰਿ ਤੂ ਵਸੈ॥	antar too vasai.
ਤੂੰ ਵਸਹਿ ਮਨ ਮਾਹਿ,	tooN vaseh man maahi
ਸਹਜੇ ਰਸਿ ਰਸੈ॥੩॥	sehjay ras rasai. ||3||

ਮੈਂ ਸ਼ਬਦ ਦਾ ਸਿਮਰਨ, ਉਸਤਤ ਕਰਦਾ ਜੀਵਨ ਬਤੀਤ ਕਰਦਾ ਹਾ । ਜਿਸ ਪਲ ਪ੍ਰਭ ਦਾ ਸ਼ਬਦ ਮਨ ਵਿੱਚ ਵਸ ਜਾਂਦਾ ਹੈ, ਉਹ ਪਲ ਹੀ ਖੁਸ਼ੀ, ਅਨੰਦ ਵਾਲਾ ਬਣ ਜਾਂਦਾ ਹੈ ।

I meditate and sing the glory of His Word with steady and stable belief in my day-to-day life. With His mercy and grace; any moment, my mind may be drenched with the essence of Word. That moment may become very fortunate and overwhelmed with pleasure and contentment.

ਮੂਰਖ ਮਨ ਸਮਝਾਇ,	moorakh man samjhaa-ay
ਆਖਉ ਕੇਤੜਾ॥	aakha-o kayt-rhaa.
ਗੁਰਮੁਖਿ ਹਰਿ ਗੁਣ ਗਾਇ,	gurmukh har gun gaa-ay
ਰੰਗਿ ਰੰਗੇਤੜਾ॥੪॥	rang rangayt-rhaa. ||4||

ਮਨ ਤੂੰ ਅਣਜਾਣ ਹੈ, ਮੈਂ ਕਿਵੇਂ ਤੈਨੂੰ ਸਮਝਾਵਾ? ਗੁਰਮਖ ਜੀਵ ਸਵਾਸ ਗਰਾਸ ਉਸ ਦਾ ਧੰਨਵਾਦ ਕਰਦਾ ਹੈ । ਉਹ ਸ਼ਬਦ ਦੀ ਪਾਲਣਾ ਅਡੋਲ ਭਰੋਸੇ ਨਾਲ ਕਰਦਾ ਰਹਿੰਦਾ ਹੈ ।

How may I enlighten my ignorant mind about His Nature? His true devotee may sing the praises and glory of His Word with each breath. He may obey and adopt the teachings of His Word with steady and stable belief in his day-to-day life.

ਨਿਤ ਨਿਤ ਰਿਦੈ ਸਮਾਲਿ,	nit nit ridai samaal
ਪ੍ਰੀਤਮੁ ਆਪਣਾ॥	pareetam aapnaa.
ਜੇ ਚਲਹਿ ਗੁਣ ਨਾਲਿ,	jay chaleh gun naal
ਨਾਹੀ ਦੁਖੁ ਸੰਤਾਪਣਾ॥੫॥	naahee dukh santaapanaa. ||5||

ਜੀਵ ਸਵਾਸ ਗਰਾਸ ਪ੍ਰਭ ਦੇ ਸ਼ਬਦ ਦੀ ਉਸਤਤ, ਧੰਨਵਾਦ ਕਰੋ । ਇਸਤਰ੍ਹਾਂ ਜੀਵਨ ਬਤੀਤ ਕਰਨ ਨਾਲ ਸਦਾ ਸਾਥ ਰਹਿਣ ਵਾਲੀ ਸ਼ਬਦ ਦੀ ਕਮਾਈ, ਧਨ ਬਖਸ਼ਿਸ਼ ਹੁੰਦਾ ਹੈ । ਇਹ ਧਨ, ਗੁਣ ਜੀਵ ਦੀ ਆਤਮਾ ਦੇ ਸਾਥ ਜਾਂਦਾ ਹੈ । ਉਸ ਨੂੰ ਪ੍ਰਭ ਦੇ ਦਰਬਾਰ ਵਿੱਚ ਕੋਈ ਮੁਸ਼ਕਲ ਨਹੀਂ ਆਉਂਦੀ ।

You should sing the glory, praises of His Word with steady and stable belief and always remain grateful. Whosoever may adopt the teachings of His Word in day-to-day life; with His mercy and grace, he may be blessed with the earnings of His Word that may remain with him forever. Whosoever may be blessed with the earnings of His Word; with His mercy and grace, he may not face any restriction in His Court.

ਮਨਮੁਖ ਭਰਮਿ ਭੁਲਾਣਾ, manmukh bharam bhulaanaa
ਨਾ ਤਿਸੁ ਰੰਗੁ ਹੈ॥ naa tis rang hai.
ਮਰਸੀ ਹੋਇ ਵਿਡਾਣਾ, marsee ho-ay vidaanaa
ਮਨਿ ਤਨਿ ਭੰਗੁ ਹੈ॥੬॥ man tan bhang hai. ||6||

ਮਨਮਰਜ਼ੀ ਕਰਨ ਵਾਲਾ ਭਰਮਾਂ ਵਿੱਚ ਹੀ ਭਟਕਦਾ ਰਹਿੰਦਾ ਹੈ । ਉਹ ਪ੍ਰਭ ਦਾ ਧੰਨਵਾਦ ਨਹੀਂ ਕਰਦਾ, ਸ਼ਬਦ ਦੀ ਪ੍ਰਵਾਹ ਨਹੀਂ ਕਰਦਾ । ਉਹ ਆਪਣੇ ਤਨ ਵਿੱਚ ਹੀ ਅਜਨਬੀ ਹੋਇਆ ਮਰ ਜਾਂਦਾ, ਮਾਨਸ ਜਨਮ ਬਿਰਥਾ ਹੀ ਗਵਾ ਜਾਂਦਾ ਹੈ ।

Self-minded may not obey the teachings of His Word with steady and stable belief in his day-to-day life. He may remain frustrated in religious suspicions and rituals. He may remain strange in his own body, without understanding the real purpose of human life opportunity. He wastes his human life opportunity uselessly.

ਗੁਰ ਕੀ ਕਾਰ ਕਮਾਇ, gur kee kaar kamaa-ay
ਲਾਹਾ ਘਰਿ ਆਣਿਆ॥ laahaa ghar aani-aa.
ਗੁਰਬਾਣੀ ਨਿਰਬਾਣੁ gurbaanee nirbaan
ਸਬਦਿ ਪਛਾਣਿਆ॥੭॥ sabad pachhaani-aa. ||7||

ਜਿਹੜਾ ਭਰੋਸੇ ਨਾਲ ਸ਼ਬਦ ਦੀ ਪਾਲਣਾ ਕਰਦਾ, ਉਹ ਸ਼ਬਦ ਦੀ ਕਮਾਈ ਨਾਲ ਲੈ ਜਾਂਦਾ ਹੈ । ਉਸ ਨੂੰ ਸ਼ਬਦ ਦੀ ਸੋਝੀ ਬਖਸ਼ਿਸ਼ ਹੋ ਜਾਂਦੀ, ਮਨ ਵਿੱਚ ਪੂਰਨ ਧੀਰਜ, ਸੰਤੋਖ ਬਖਸ਼ਿਸ਼ ਹੋ ਜਾਂਦਾ ਹੈ ।

Whosoever may obey the teachings of His Word with steady and stable belief in his day-to-day life; with His mercy and grace, after death, his earnings of His Word remain with him to support in His Court. He may be enlightened with the essence of His Word. He may be blessed with patience and complete contentment in his own worldly environment.

ਇਕ ਨਾਨਕ ਕੀ ਅਰਦਾਸਿ, ik naanak kee ardaas
ਜੇ ਤੁਧੁ ਭਾਵਸੀ॥ jay tuDh bhaavsee.
ਮੈ ਦੀਜੈ ਨਾਮ ਨਿਵਾਸੁ mai deejai naam nivaas
ਹਰਿ ਗੁਣ ਗਾਵਸੀ॥੮॥੧॥੩॥ har gun gaavsee. ||8||1||3||

ਪ੍ਰਭ ਕੋਲ ਇੱਕੋ ਇੱਕ ਅਰਦਾਸ ਕਰੋ! ਪ੍ਰਭ ਅਗਰ ਤੈਨੂੰ ਭਾਉਂਦਾ ਹੈ ਤਾਂ ਰਹਿਮਤ ਬਖਸ਼ੋ! ਸ਼ਬਦ ਦੀ ਪਾਲਣਾ ਕਰਦਾ, ਸਵਾਸ ਗਰਾਸ ਧੰਨਵਾਦ ਗਵਾ ।

You should only pray for His forgiveness, mercy, and grace. I may sing Your glory and obey the teachings of Your; with Your mercy and grace, my soul may become worthy of Your consideration.

148.ਸੂਹੀ ਮਹਲਾ ੧ ਅਸਟਪਦੀਆ॥ 752-7

ਜਿਉ ਆਰਣਿ ਲੋਹਾ ਪਾਇ Ji-o aaran lohaa paa-ay
ਭੰਨਿ ਘੜਾਈਐ॥ bhann gharhaa-ee-ai.
ਤਿਉ ਸਾਕਤੁ ਜੋਨੀ ਪਾਇ, ti-o saakat jonee paa-ay
ਭਵੈ ਭਵਾਈਐ॥੧॥ bhavai bhavaa-ee-ai. ||1||

ਜਿਵੇਂ ਲੋਹੇ ਨੂੰ ਆਰਣਿ ਤੇ ਸੱਟਾ ਮਾਰ ਕੇ ਅਕਾਰ ਬਦਲਿਆ ਜਾਂਦਾ ਹੈ । ਇਸਤਰ੍ਹਾਂ ਸ਼ਬਦ ਦੀ ਪਾਲਣਾ ਨਾ ਕਰਨ ਵਾਲੇ ਜੀਵ ਨੂੰ ਵੱਖਰੀਆ ਵੱਖਰੀਆ ਜੂੰਨਾਂ ਵਿੱਚ ਜਾਣਾ ਪੈਂਦਾ ਹੈ ।

As Iron may be place on an Iron block and hammered to mold to a different figure, shape. Same way self-minded, who may not obey the teachings of His Word; he may be cycled through the life cycle of different creatures.

ਬਿਨੁ ਬੂਝੇ ਸਭੁ ਦੁਖੁ,	bin boojhay sabh dukh
ਦੁਖੁ ਕਮਾਵਣਾ॥	dukh kamaavanaa.
ਹਉਮੈ ਆਵੈ ਜਾਇ,	ha-umai aavai jaa-ay
ਭਰਮਿ ਭੁਲਾਵਣਾ॥੧॥ ਰਹਾਉ॥	bharam hulaavanaa. ‖1‖ rahaa-o.

ਸ਼ਬਦ ਦੀ ਸੋਝੀ ਪਾਉਣ ਤੋ ਬਿਨਾਂ ਬਾਕੀ ਕੰਮਾਂ ਨਾਲ ਦੁਖ ਹੀ ਵਧਦੇ ਹਨ । ਜੀਵ ਅਹੰਕਾਰ ਵਿੱਚ, ਭਰਮਾਂ ਵਿੱਚ ਹੀ ਭਟਕਦਾ ਰਹਿੰਦਾ ਹੈ ।

Without the enlightenment of the teachings of His Word, the real purpose of human life opportunity, all other worldly deeds may enhance the greed and miseries in worldly life. He may remain frustrated in suspicions and ego of his worldly status.

ਤੂੰ ਗੁਰਮੁਖਿ ਰਖਣਹਾਰੁ,	tooN gurmukh rakhanhaar
ਹਰਿ ਨਾਮੁ ਧਿਆਈਐ॥	har naam Dhi-aa-ee-ai.
ਮੇਲਹਿ ਤੁਝਹਿ ਰਜਾਇ	mayleh tujheh rajaa-ay
ਸ਼ਬਦੁ ਕਮਾਈਐ॥੨॥	sabad kamaa-ee-ai. ‖2‖

ਗੁਰਮਖ ਜੀਵ ਤੇਰੇ ਸ਼ਬਦ ਦੀ ਪਾਲਣਾ ਕਰਦਾ ਹੈ । ਆਪਣੇ ਭਰੋਸੇ ਨੂੰ ਅਡੋਲ ਰਖਕੇ ਤੇਰਾ ਧੰਨਵਾਦ ਹੀ ਕਰਦਾ ਰਹਿੰਦਾ ਹੈ । ਪ੍ਰਭ ਆਪਣੀ ਰਹਿਮਤ ਬਖਸ਼ਕੇ ਉਸ ਦੀ ਬੰਦਗੀ ਪ੍ਰਵਾਨ ਕਰ ਲੈਂਦਾ ਹੈ । ਉਸ ਦਾ ਲੇਖਾ ਖਤਮ ਕਰ ਦੇਂਦਾ ਹੈ ।

Your true devotee may always sing the glory and obey the teachings of Your Word with steady and stable belief in his day-to-day life. With Your mercy and grace, his meditation may be accepted in Your Court. His sins of previous lives may be forgiven, eliminated.

ਤੂੰ ਕਰਿ ਕਰਿ ਵੇਖਹਿ ਆਪਿ,	tooN kar kar vaykheh aap
ਦੇਹਿ ਸੁ ਪਾਈਐ॥	deh so paa-ee-ai.
ਤੂ ਦੇਖਹਿ ਥਾਪਿ ਉਥਾਪਿ,	too daykheh thaap uthaap
ਦਰਿ ਬੀਨਾਈਐ॥੩॥	dar beenaa-ee-ai. ‖3‖

ਪ੍ਰਭ ਤੂੰ ਹੀ ਸਾਰੀ ਸ੍ਰਿਸ਼ਟੀ ਸਾਜਦਾ, ਉਸ ਦੀ ਸੰਭਾਲ, ਪਾਲਣਾ ਕਰਦਾ ਹੈ । ਤੇਰੀ ਬਖਸ਼ਿਸ਼ ਹੀ ਜੀਵ ਪਾਉਂਦਾ ਹੈ । ਪ੍ਰਭ ਆਪ ਹੀ ਉਸ ਦੇ ਜਨਮ ਅਤੇ ਮੌਤ ਨੂੰ ਦੇਖਦਾ ਹੈ । ਇਸ ਦੀ ਸਾਰੀ ਜਾਣਕਾਰੀ ਆਪਣੇ ਸਾਮ੍ਹਣੇ ਰਖਦਾ ਹੈ ।

The True Master, Creator nourishers and protectors His Creation. His creation may only receive; whatsoever may be blessed with His mercy and grace. His cycle of birth and death and worldly life remains under Your command and protection.

ਦੇਹੀ ਹੋਵਗਿ ਖਾਕੁ,	dayhee hovag khaak
ਪਵਣੁ ਉਡਾਈਐ॥	pavan udaa-ee-ai.
ਇਹੁ ਕਿਥੈ ਘਰੁ ਅਉਤਾਕੁ,	ih kithai ghar a-utaak
ਮਹਲੁ ਨ ਪਾਈਐ॥੪॥	mahal na paa-ee-ai. ‖4‖

ਜਦੋਂ ਮੌਤ ਹੋ ਜਾਂਦੀ ਹੈ, ਤਨ ਭਸਮ ਹੋ ਜਾਂਦਾ ਹੈ, ਆਤਮਾ ਵਾਪਸ ਜਾਂਦੀ ਹੈ । ਜਿਹੜੀ ਆਤਮਾ ਤੇਰੇ ਦਰਬਾਰ ਵਿੱਚ ਪ੍ਰਵਾਨ ਨਹੀਂ ਹੁੰਦੀ । ਉਸ ਦਾ ਅਰਾਮ ਕਰਨ ਵਾਲ ਕਿਹੜਾ ਥਾਂ ਹੈ?

After death, his perishable body may become dust and his soul return to face the judgement of her worldly deeds. Any soul may not be accepted in Your Court. Where may be the resting place for his soul?

ਦਿਹੁ ਦੀਵੀ ਅੰਧ ਘੋਰੁ,	dihu deevee anDh ghor
ਘਬੁ ਮੁਹਾਈਐ॥	ghab muhaa-ee-ai.
ਗਰਬਿ ਮੁਸੈ ਘਰੁ ਚੋਰੁ,	garab musai ghar chor
ਕਿਸੁ ਰੂਆਈਐ॥੫॥	kis roo-aa-ee-ai. ||5||

ਦਿਨ ਦੇ ਚਨਣ ਵਿੱਚ ਵੀ ਉਸ ਵਾਸਤੇ ਅੰਧੇਰ ਹੋ ਜਾਂਦਾ ਹੈ । ਉਸ ਦਾ ਸੰਸਾਰ ਵਿੱਚ ਇਕੱਠਾ ਧਨ ਲੁੱਟਿਆ ਜਾਂਦਾ ਹੈ । ਉਸ ਦਾ ਅਹੰਕਾਰ, ਸੰਸਾਰਕ ਧਨ ਨੂੰ ਚੋਰ ਦੀ ਤਰ੍ਹਾਂ ਦੇਖਦਾ ਹੈ । ਉਹ ਕਿਸ ਅੱਗੇ ਆਪਣੀ ਸ਼ਕਾਇਤ ਕਰੇ?

At the time of death, the universe becomes dark for her soul. His worldly possessions may be robed. His ego may be watching like a frustrated robber. Whom may he complain for his misery?

ਗੁਰਮੁਖਿ ਚੋਰੁ ਨ ਲਾਗਿ,	gurmukh chor na laag
ਹਰਿ ਨਾਮਿ ਜਗਾਈਐ॥	har naam jagaa-ee-ai.
ਸਬਦਿ ਨਿਵਾਰੀ ਆਗਿ,	sabad nivaaree aag
ਜੋਤਿ ਦੀਪਾਈਐ॥੬॥	jot deepaa-ee-ai. ||6||

ਗੁਰਮਖ ਜੀਵ ਦੀ ਸ਼ਬਦ ਦੀ ਕਮਾਈ ਨਾਲ ਜਾਂਦੀ ਹੈ, ਕੋਈ ਚੋਰ ਖੋਂਅ ਨਹੀਂ ਸਕਦਾ । ਸ਼ਬਦ ਵਿੱਚ ਲੀਨ ਹੋਏ ਸਵਾਸਾਂ ਤੋਂ ਬਿਨਾਂ ਹੀ ਜਾਗਦਾ ਰਹਿੰਦਾ ਹੈ । ਸ਼ਬਦ ਦੀ ਸੋਝੀ ਹੀ ਇੱਛਾਂ ਦੀ ਅੱਗ ਖਤਮ ਕਰ ਦੇਂਦੀ ਹੈ । ਉਸ ਦੇ ਮਨ ਵਿੱਚ ਗਿਆਨ ਦੀ ਜੋਤ ਜਾਗਰਤ ਹੀ ਰਹਿੰਦੀ ਹੈ ।

The earnings of His Word remain with His true devotee to support in His Court. No one can rob or steal his earnings. He remains intoxicated in the void of His Word and he may remain awake and alert even without breathing. The enlightenment of the teachings of His Word may extinguished the fire of his worldly desires. The spiritual glow of enlightenment may remain shining within his heart.

ਲਾਲੁ ਰਤਨੁ ਹਰਿ ਨਾਮੁ,	laal ratan har naam
ਗੁਰਿ ਸੁਰਤਿ ਬੁਝਾਈਐ॥	gur surat bujhaa-ee-ai.
ਸਦਾ ਰਹੇ ਨਿਹਕਾਮੁ,	sadaa rahai nihkaam
ਜੇ ਗੁਰਮਤਿ ਪਾਈਐ॥੭॥	jay gurmat paa-ee-ai. ||7||

ਸ਼ਬਦ ਅਮੋਲਕ ਰਤਨ ਹੈ! ਜਿਸ ਤੇ ਆਪ ਹੀ ਰਹਿਮਤ ਬਖਸ਼ਦਾ ਹੈ, ਕੇਵਲ ਉਸ ਨੂੰ ਹੀ ਗਿਆਨ, ਸੋਝੀ ਬਖਸ਼ਿਸ਼ ਹੁੰਦੀ ਹੈ । ਜਿਹੜਾ ਜੀਵ ਸ਼ਬਦ ਦੀ ਪਾਲਣਾ ਅਡੋਲ ਭਰੋਸੇ ਨਾਲ ਕਰਦਾ ਹੈ, ਉਹ ਸਦਾ ਹੀ ਇੱਛਾਂ ਤੋਂ ਰਹਿਤ ਰਹਿੰਦਾ ਹੈ ।

His Word is an ambrosial jewel. Whosoever may be blessed with His mercy and grace, only he may be blessed with enlightenment of the essence of His Word. Whosoever may adopt the teachings of His Word with steady and stable belief in his day-to-day life; with His mercy and grace, he may remain beyond the reach of worldly desires.

ਰਾਤਿ ਦਿਹੈ ਹਰਿ ਨਾਉ,	raat dihai har naa-o
ਮੰਨਿ ਵਸਾਈਐ॥	man vasaa-ee-ai.
ਨਾਨਕ ਮੇਲਿ ਮਿਲਾਇ,	naanak mayl milaa-ay
ਜੇ ਤੁਧੁ ਭਾਈਐ॥ ੮॥੨॥੪॥	jay tuDh bhaa-ee-ai. ||8||2||4||

ਜੀਵ ਦਿਨ ਰਾਤ ਸ਼ਬਦ ਦਾ ਸਿਮਰਨ, ਪਾਲਣਾ ਕਰੋ, ਮਨ ਵਿੱਚ ਜੋਤ ਜਾਗਰਤ ਰਖੋ । ਅਗਰ ਬੰਦਗੀ ਪ੍ਰਵਾਨ ਹੋ ਜਾਵੇਗੀ ਤਾਂ ਆਪਣੇ ਵਿੱਚ ਅਲੋਪ ਕਰ ਲਵੇਗਾ ।

You should meditate and obey the teachings of His Word with steady and stable belief in your day-to-day life. You should remain in renunciation in the memory of your separation from the Holy Spirit fresh within. Whose meditation may become worthy of His consideration, accepted; with His mercy and grace, his soul may be immersed within His Holy Spirit.

149.ਸੂਹੀ ਮਹਲਾ ੧ ਅਸਟਪਦੀਆ॥ 752-15

ਮਨਹੁ ਨ ਨਾਮੁ ਵਿਸਾਰਿ,	manhu na naam visaar
ਅਹਿਨਿਸਿ ਧਿਆਈਐ॥	ahinis Dhi-aa-ee-ai.
ਜਿਉ ਰਾਖਹਿ ਕਿਰਪਾ ਧਾਰਿ,	Ji-o raakhahi kirpaa Dhaar
ਤਿਵੈ ਸੁਖੁ ਪਾਈਐ॥੧॥	tivai sukh paa-ee-ai. ||1||

ਜੀਵ ਪ੍ਰਭ ਦੇ ਸ਼ਬਦ ਦੀ ਪਾਲਣਾ, ਸਿਮਰਨ ਦਿਨ ਰਾਤ ਕਰੋ! ਉਸ ਦੀ ਰਹਿਮਤ ਤੇ ਕਦੇ ਹਿਰਖ ਨਾ ਕਰੋ, ਸ਼ਬਦ ਨੂੰ ਕਦੇ ਮਨੋ ਨਾ ਵਿਸਾਰੋ । ਉਸ ਦੇ ਬਖਸ਼ੇ, ਸੁਖ ਜਾ ਦੁਖ ਨੂੰ ਰਹਿਮਤ ਸਮਝਕੇ ਕਬੂਲ ਕਰਕੇ ਸਦਾ ਹੀ ਅਨੰਦ ਮਾਨੋ । ਇਸ ਨਾਲ ਹੀ ਮਨ ਵਿੱਚ ਸ਼ਾਂਤੀ ਸੰਤੋਖ ਬਖਸ਼ਿਸ਼ ਹੁੰਦਾ ਹੈ ।

You should meditate and obey the teachings of His Word with steady and stable belief in your day-to-day life. You should never abandon the teachings of His Word from your day-to-day life nor grievances on His blessings. You should always remain contented and in blossom with His blessings, pleasures, and miseries of worldly life. With His mercy and grace, you may be blessed with peace of mind and contentment.

ਮੈ ਅੰਧੁਲੇ ਹਰਿ ਨਾਮੁ, ਲਕੁਟੀ ਟੋਹਣੀ॥	mai anDhulay har naam lakutee tohnee.
ਰਹਉ ਸਾਹਿਬ ਕੀ ਟੇਕ	raha-o saahib kee tayk
ਨ ਮੋਹੈ ਮੋਹਣੀ॥੧॥ ਰਹਾਉ॥	na mohai mohnee. ||1|| rahaa-o.

ਜੀਵ ਮਾਨਸ ਜੀਵਨ ਦੇ ਮੰਤਵ ਤੋ ਅੰਨ੍ਹਾ ਹੈ, ਪ੍ਰਭ ਦਾ ਸ਼ਬਦ ਹੀ ਸੂਝ ਦੇਣ ਵਾਲੀ, ਰਸਤਾ ਦੱਸਣ ਵਾਲੀ ਡਗੋਰੀ ਹੈ । ਜਿਹੜਾ ਪ੍ਰਭ ਦੀ ਸ਼ਰਣ ਵਿੱਚ, ਉਸ ਦੀ ਰਖਿਆ ਵਿੱਚ ਪ੍ਰਵਾਨ ਹੋ ਜਾਂਦਾ ਹੈ । ਉਸ ਤੇ ਸੰਸਾਰਕ ਇੱਛਾਂ, ਮਾਇਆ, ਮੋਹ ਕਦੇ ਕਾਬੂ ਨਹੀਂ ਪਾ ਸਕਦਾ ।

Human remains ignorant, blind from the real purpose, path of human life. The teachings of His Word remain the guiding stick to show the right path of human life. Whosoever may surrender his mind, body, and worldly status at His sanctuary; with His mercy and grace, no worldly desires may frustrate him.

ਜਹ ਦੇਖਉ ਤਹ ਨਾਲਿ	jah daykh-a-u tah naal
ਗੁਰਿ ਦੇਖਾਲਿਆ॥	gur daykhaali-aa.
ਅੰਤਰਿ ਬਾਹਰਿ ਭਾਲਿ	antar baahar bhaal
ਸਬਦਿ ਨਿਹਾਲਿਆ॥੨॥	sabad nihaali-aa. ||2||

ਸ਼ਬਦ ਦੀ ਪਾਲਣਾ ਕਰਨ ਨਾਲ ਪ੍ਰਭ ਆਪ ਹੀ ਰਸਤਾ ਬਖਸ਼ਦਾ ਹੈ । ਸ਼ਬਦ ਦੀ ਸੋਝੀ ਅੰਦਰੋਂ ਹੀ ਬਖਸ਼ਿਸ਼ ਹੋ ਜਾਂਦੀ ਹੈ । ਉਹ ਮਨ ਆਪਣੇ ਅੰਦਰ ਦੀ ਖਬਰ ਲੈਂਦਾ ਹੈ, ਹੋਰ ਕਿਸੇ ਪਾਸੇ ਢੂੰਡਣਾ ਨਹੀਂ ਪੈਂਦਾ । ਸ਼ਬਦ ਦੀ ਸੋਝ ਹੋ ਜਾਂਦੀ, ਪ੍ਰਭ ਸ਼ਰਣ ਵਿੱਚ ਆਏ ਦੀ ਆਪ ਹੀ ਰਾਖੀ ਕਰਦਾ ਹੈ ।

Whosoever may obey the teachings of His Word with steady and stable belief in his day-to-day life; with His mercy and grace; he may be blessed with the right path of acceptance in His Court. He may be enlightened from within. He may search within and he may not have to search anywhere or wander from shrine to shrine. Whosoever may be accepted in His sanctuary; The True Master protects the honor of His true devotee.

ਸੇਵੀ ਸਤਿਗੁਰ ਭਾਇ ਨਾਮੁ ਨਿਰੰਜਨਾ॥	sayvee satgur bhaa-ay naam niranjanaa.
ਤੁਧੁ ਭਾਵੈ ਤਿਵੈ ਰਜਾਇ,	tuDh bhaavai tivai rajaa-ay

ਭਰਮੁ ਭਉ ਭੰਜਨਾ॥੩॥ bharam bha-o bhanjnaa. ||3||

ਪ੍ਰਭ ਤੂੰ ਹੀ ਮਨ ਦੇ ਸਾਰੇ ਡਰ ਦੂਰ ਕਰਨ ਵਾਲਾ ਹੈ, ਮੇਰੀ ਤੇਰੇ ਤੇ ਹੀ ਟੇਕ ਹੈ । ਜਿਸਤਰ੍ਹਾਂ ਤੈਨੂੰ ਭਾਉਂਦਾ ਹੈ, ਉਸ ਤਰ੍ਹਾਂ ਹੀ ਰਖੋ । ਮੇਰਾ ਤੇਰੇ ਸ਼ਬਦ ਦੀ ਪਾਲਣਾ ਤੇ ਭਰੋਸਾ ਅਡੋਲ ਹੈ, ਸ਼ਬਦ ਦੇ ਸਿਮਰਨ ਵਿੱਚ ਹੀ ਮਸਤ ਹਾ ।

The Omnipotent True Master may eliminate all fears of mind. I have only hope and pray for Your support. Whatsoever may be acceptable in Your Court, keeps me in that state of mind. I remain intoxicated in meditating and obeying the teachings of Your Word with steady and stable belief in my day-to-day life.

ਜਨਮਤ ਹੀ ਦੁਖੁ ਲਾਗੈ, janmat hee dukh laagai
ਮਰਣਾ ਆਇ ਕੈ॥ marnaa aa-ay kai.
ਜਨਮੁ ਮਰਣੁ ਪਰਵਾਣੁ janam maran parvaan
ਹਰਿ ਗੁਣ ਗਾਇ ਕੈ॥੪॥ har gun gaa-ay kai. ||4||

ਜੀਵ ਜਨਮ ਤੋ ਮਰਨ ਤੀਕ ਦੁਖ ਹੀ ਭੋਗਦਾ ਹੈ । ਜੀਵ ਇਸ ਦੁਖ ਨੂੰ, ਜਨਮ ਮਰਨ ਨੂੰ ਪ੍ਰਭ ਦਾ ਭਾਣਾ ਮੰਨਕੇ ਪ੍ਰਵਾਨ ਕਰੋ । ਪ੍ਰਭ ਦੀ ਉਸਤਤ ਕਰਦਾ ਜਾਵੋ ।

In the cycle of birth and death, his soul may endure miseries of worldly life. You should accept pleasures and miseries as his blessings and sing the glory of His greatness.

ਹਉ ਨਾਹੀ, ਤੂ ਹੋਵਹਿ, ha-o naahee too hoveh
ਤੁਧ ਹੀ ਸਾਜਿਆ॥ tuDh hee saaji-aa.
ਆਪੇ ਥਾਪਿ ਉਥਾਪਿ, aapay thaap uthaap
ਸਬਦਿ ਨਿਵਾਜਿਆ॥੫॥ sabad nivaaji-aa. ||5||

ਜਿਸ ਦੇ ਮਨ ਵਿਚੋਂ ਅਹੰਕਾਰ ਦੂਰ ਹੋ ਜਾਂਦਾ, ਉਸ ਦੇ ਮਨ ਵਿੱਚ ਪ੍ਰਭ ਆਪ ਹੀ ਪ੍ਰਗਟ ਹੋ ਜਾਂਦਾ ਹੈ । ਪ੍ਰਭ ਨੇ ਸਾਰੇ ਜੀਵ ਹੀ ਇਸ ਅਧਾਰ ਤੇ ਬਣਾਏ ਹਨ, ਆਪ ਹੀ ਜੀਵ ਨੂੰ ਪੈਦਾ ਕਰਦਾ, ਮੌਤ ਦੇਂਦਾ ਹੈ । ਪ੍ਰਭ ਨੇ ਪ੍ਰਵਾਨਗੀ ਦਾ ਰਸਤਾ ਵੀ ਸ਼ਬਦ ਦੀ ਸੋਝੀ ਵਿੱਚ ਹੀ ਬਖਸ਼ਿਆ ਹੈ ।

Whosoever may conquer his ego of worldly status; with His mercy and grace, The Holy Spirit may appear within his mind. You have created the cycle of birth and death, based on this unique principle. You have embedded the right path of enlightenment and acceptance in Your Court within the essence of Your Word.

ਦੇਹੀ ਭਸਮ ਰੁਲਾਇ, dayhee bhasam rulaa-ay
ਨ ਜਾਪੀ ਕਹ ਗਇਆ॥ na jaapee kah ga-i-aa.
ਆਪੇ ਰਹਿਆ ਸਮਾਇ, aapay rahi-aa samaa-ay
ਸੋ ਵਿਸਮਾਦੁ ਭਇਆ॥੬॥ so vismaad bha-i-aa. ||6||

ਮੌਤ ਤੇ ਜੀਵ ਦਾ ਤਨ ਭਸਮ ਹੋ ਜਾਂਦਾ ਹੈ, ਪਤਾ ਨਹੀਂ ਉਸ ਦੀ ਆਤਮਾ ਕਿਥੇ ਚਲੀ ਜਾਂਦੀ ਹੈ? ਪ੍ਰਭ ਆਪ ਹੀ ਸਭ ਕੁਝ ਕਰਦਾ, ਜਾਣਦਾ ਹੈ, ਇਹ ਅਨੋਖਾ ਹੀ ਖੇਲ ਹੈ । ਆਪ ਹੀ ਆਤਮਾ ਵਿੱਚ ਸਮਾਇਆ ਰਹਿੰਦਾ ਹੈ ।

After death, the perishable body may become dust. Who may know, where his soul disappears? You have created an astonishing play of the universe and only You fully know the function of Your Nature.

ਤੂੰ ਨਾਹੀ ਪ੍ਰਭ ਦੂਰਿ, tooN naahee parabh door
ਜਾਣਹਿ ਸਭ ਤੂ ਹੈ॥ jaaneh sabh too hai.
ਗੁਰਮੁਖਿ ਵੇਖਿ ਹਦੂਰਿ gurmukh vaykh hadoor
ਅੰਤਰਿ ਭੀ ਤੂ ਹੈ॥੭॥ antar bhee too hai. ||7||

ਪ੍ਰਭ ਤੂੰ ਜੀਵ ਦੇ ਮਨ ਤੋ ਦੂਰ ਨਹੀਂ ਤੂੰ ਸਭ ਕੁਝ ਦੇਖਦਾ ਹੈ । ਜਿਸ ਜੀਵ ਨੂੰ ਗੁਰਮਖ ਅਵਸਥਾ ਬਖਸ਼ਿਸ਼ ਹੋ ਜਾਂਦੀ ਹੈ, ਉਹ ਤੇਰੀ ਹੋਂਦ ਹਰ ਵੇਲੇ ਆਪਣੇ ਅੰਦਰ ਹੀ ਮਹਿਸੂਸ ਕਰਦਾ ਹੈ ।

The True Master remains embedded within each soul; He dwells within his body and watch all functions. Whosoever may be blessed with a state of mind as His true devotee; with His mercy and grace, he may realize His existence and Holy Spirit prevailing everywhere.

ਮੈ ਦੀਜੈ ਨਾਮ ਨਿਵਾਸੁ,	mai deejai naam nivaas
ਅੰਤਰਿ ਸਾਂਤਿ ਹੋਇ॥	antar saaNt ho-ay.
ਗੁਣ ਗਾਵੈ ਨਾਨਕ ਦਾਸੁ,	gun gaavai naanak daas
ਸਤਿਗੁਰੁ ਮਤਿ ਦੇਇ॥ ੮॥੩॥੫॥	satgur mat day-ay. ||8||3||5||

ਪ੍ਰਭ ਰਹਿਮਤ ਬਖਸ਼ੋ! ਮੇਰੇ ਮਨ ਵਿੱਚ ਜੋਤ ਜਾਗਰਤ ਹੋ ਜਾਵੇ! ਸ਼ਾਂਤੀ, ਸੰਤੋਖ ਹਾਸਿਲ ਹੋ ਜਾਵੇ । ਸ਼ਬਦ ਦੀ ਸੋਝੀ ਪਾਵੋ! ਮੈਂ ਤੇਰੇ ਸ਼ਬਦ ਦਾ ਸਿਮਰਨ ਕਰਦਾ ਜਾਵਾ ।

The True Master, with Your mercy and grace, I may be enlightened with essence of Your Word within. I may remain with peace and contentment in my worldly environment. With the enlightenment of the essence of Your Word, I may remain intoxicated in the void of Your Word.

150.ਰਾਗੁ ਸੂਹੀ ਮਹਲਾ ੩ ਘਰੁ ੧ ਅਸਟਪਦੀਆ॥ 753-5

ੴ ਸਤਿਗੁਰ ਪ੍ਰਸਾਦਿ॥	ik-oNkaar satgur parsaad.
ਨਾਮੈ ਹੀ ਤੇ ਸਭੁ ਕਿਛੁ ਹੋਆ,	naamai hee tay sabh kichh ho-aa
ਬਿਨੁ ਸਤਿਗੁਰ ਨਾਮੁ ਨ ਜਾਪੈ॥	bin satgur naam na jaapai.
ਗੁਰ ਕਾ ਸਬਦੁ ਮਹਾ ਰਸੁ ਮੀਠਾ,	gur kaa sabad mahaa ras meethaa
ਬਿਨੁ ਚਾਖੇ ਸਾਦੁ ਨ ਜਾਪੈ॥	bin chaakhay saad na jaapai.
ਕਉਡੀ ਬਦਲੈ ਜਨਮੁ ਗਵਾਇਆ,	ka-udee badlai janam gavaa-i-aa
ਚੀਨਸਿ ਨਾਹੀ ਆਪੈ॥	cheenas naahee aapai.
ਗੁਰਮੁਖਿ ਹੋਵੈ ਤਾ ਏਕੋ ਜਾਣੈ,	gurmukh hovai taa ayko jaanai
ਹਉਮੈ ਦੁਖੁ ਨ ਸੰਤਾਪੈ॥੧॥	ha-umai dukh na santaapai. ||1||

ਪ੍ਰਭ ਦੇ ਸਬਦ ਤੋਂ ਹੀ ਸਭ ਕੁਝ, ਪੈਦਾ ਹੋਇਆ, ਉਤਪੰਨ ਹੋਇਆ ਹੈ । ਪ੍ਰਭ ਦੇ ਹੁਕਮ ਤੋ ਬਿਨਾਂ ਸ੍ਰਿਸ਼ਟੀ ਵਿੱਚ ਕੁਝ ਵੀ ਵਾਪਰਦਾ ਨਹੀਂ ਸਕਦਾ । ਪ੍ਰਭ ਦੇ ਸ਼ਬਦ ਦੀ ਸੋਝੀ ਤੋ ਬਿਨਾਂ ਸ਼ਬਦ ਦੀ ਮਹਿਮਾ, ਕੀਮਤ ਜਾਣੀ ਨਹੀਂ ਜਾ ਸਕਦੀ । ਪ੍ਰਭ ਦਾ ਸ਼ਬਦ ਮਨ ਨੂੰ ਭਾਉਣ ਵਾਲਾ, ਮਿੱਠਾ ਹੈ । ਸ਼ਬਦ ਦੀ ਪਾਲਣਾ ਕਰਨ ਤੋ ਬਿਨਾਂ ਇਸ ਦੀ ਸੋਝੀ ਨਹੀਂ ਹੁੰਦੀ । ਜੀਵ ਥੋੜ੍ਹਾ ਸਮਾਂ ਰਹਿਣ ਵਾਲੇ ਅਨੰਦ ਲਈ ਸੰਸਾਰਕ ਇੱਛਾਂ ਪਿਛੇ ਭਓਂਦਾ ਫਿਰਦਾ ਹੈ । ਸ਼ਬਦ ਵਿੱਚ ਲਗਨ ਨਾ ਲਾਉਣ ਕਰਕੇ ਆਪਣੇ ਆਪ ਨੂੰ ਪਛਾਣ ਨਹੀਂ ਸਕਦਾ । ਗੁਰਮਖ ਅਵਸਥਾ ਪਾ ਕੇ ਜੀਵ ਪ੍ਰਭ ਦੇ ਸ਼ਬਦ ਦੀ ਸੋਝੀ ਪਾ ਲੈਂਦਾ ਹੈ । ਆਪਣੇ ਮਨ ਦੇ ਅਹੰਕਾਰ ਤੇ ਜਿੱਤ ਪਾ ਲੈਂਦਾ ਹੈ, ਅਹੰਕਾਰ ਦੀ ਮੈਲ ਨਹੀਂ ਲੱਗਦੀ ।

The universe has been created by His command. Nothing may happen without His command; only His Word prevails in the universe in every thought, event within the body, mind of any creature and in the universe. Without the enlightenment, no one may comprehend the significance of His Word, His Nature. His Word may be very comforting to the mind of all creatures. Without adopting the teachings of His Word, no one may be enlightened with the essence of His Word. Self-minded, without the enlightenment of His Word, may remain intoxicated with short-lived comforts of worldly wealth. Without devotion to obey the teachings of His Word; no one may recognize the real purpose of his human life opportunity. Whosoever may be blessed with a state of mind as His true devotee; with

His mercy and grace, he may conquer his own ego and his soul may become beyond the reach of blemish of worldly wealth.

ਬਲਿਹਾਰੀ ਗੁਰ ਅਪਣੇ ਵਿਟਹੁ,	balihaaree gur apnay vitahu
ਜਿਨਿ ਸਾਚੇ ਸਿਉ ਲਿਵ ਲਾਈ॥	jin saachay si-o liv laa-ee.
ਸਬਦੁ ਚੀਨਿ੍ ਆਤਮੁ ਪਰਗਾਸਿਆ,	sabad cheeneh aatam pargaasi-aa
ਸਹਜੇ ਰਹਿਆ ਸਮਾਈ॥੧॥ ਰਹਾਉ॥	sehjay rahi-aa samaa-ee. ||1|| rahaa-o.

ਪ੍ਰਭ ਤੋਂ ਕੁਰਬਾਨ ਜਾਵਾ! ਜਿਸ ਨੇ ਰਹਿਮਤ ਬਖਸ਼ਕੇ ਸ਼ਬਦ ਨਾਲ ਲਗਨ, ਧਿਆਨ ਲਾਇਆ ਹੈ । ਸ਼ਬਦ ਦੀ ਪਾਲਣਾ ਕਰਦੇ ਮਨ ਵਿੱਚ ਜਾਗਰਤੀ ਆ ਗਈ, ਮਨ ਦਾ ਭਰੋਸਾ ਅਡੋਲ ਹੋ ਗਿਆ ਹੈ । ਮਨ ਦੀ ਲਿਵ ਪ੍ਰਭ ਦੇ ਚਰਨਾਂ ਵਿੱਚ, ਸ਼ਬਦ ਵਿੱਚ ਲੱਗ ਗਈ ।

I may remain fascinated and grateful to The True Master; with His mercy and grace, I have been attached to a devotional meditation on the teachings of His Word. By obeying the teachings of His Word; my belief has become steady and stable. I have been enlightened with the essence of His Word. I may remain intoxicated in meditation in the void of His Word, in the spiritual feet of The True Master.

ਗੁਰਮੁਖਿ ਗਾਵੈ ਗੁਰਮੁਖਿ ਬੂਝੈ,	gurmukh gaavai gurmukh boojhai
ਗੁਰਮੁਖਿ ਸਬਦੁ ਬੀਚਾਰੇ॥	gurmukh sabad beechaaray.
ਜੀਉ ਪਿੰਡੁ ਸਭੁ ਗੁਰ ਤੇ ਉਪਜੈ,	jee-o pind sabh gur tay upjai
ਗੁਰਮੁਖਿ ਕਾਰਜ ਸਵਾਰੇ॥	gurmukh kaaraj savaaray.
ਮਨਮੁਖਿ ਅੰਧਾ ਅੰਧੁ ਕਮਾਵੈ,	manmukh anDhaa anDh kamaavai
ਬਿਖੁ ਖਟੇ ਸੰਸਾਰੇ॥	bikh khatay sansaaray.
ਮਾਇਆ ਮੋਹਿ ਸਦਾ ਦੁਖੁ ਪਾਏ,	maa-i-aa mohi sadaa dukh paa-ay
ਬਿਨੁ ਗੁਰ ਅਤਿ ਪਿਆਰੇ॥੨॥	bin gur at pi-aaray. ||2||

ਗੁਰਮਖ ਦੇ ਮਨ ਦੀ ਅਵਸਥਾ ਹੀ ਇਸਤਰ੍ਹਾਂ ਦੀ ਹੋ ਜਾਂਦੀ ਹੈ । ਉਹ ਪ੍ਰਭ ਦਾ ਸ਼ਬਦ ਪੜ੍ਹਦਾ, ਉਸਤਤ ਗਾਉਂਦਾ, ਸੋਝੀ ਪਾਉਂਦਾ ਹੈ, ਵਿਚਾਰ ਕਰਦਾ ਹੈ । ਉਸ ਦੇ ਤਨ, ਮਨ ਤੇ ਨਵਾਂ ਜੀਵਨ ਬਖਸ਼ਿਸ਼ ਹੋ ਜਾਂਦਾ ਹੈ । ਪ੍ਰਭ ਦੇ ਸ਼ਬਦ ਦੀ ਪਾਲਣਾ ਕਰਨ ਨਾਲ, ਮਨ ਦੇ ਸਾਰੇ ਕਾਰਜ ਪੂਰੇ ਹੋ ਜਾਂਦੇ ਹਨ । ਮਨਮੁਖ ਅਗਿਆਨਤਾ ਵਿੱਚ ਭਉਦਾ, ਮੰਦੇ ਕੰਮ ਕਰਦਾ ਪਾਪ ਦਾ ਭਾਰ ਵਧਾਉਂਦਾ ਹੈ । ਪ੍ਰਭ ਦੇ ਬਖਸ਼ੇ ਤੇ ਭਰੋਸ ਅਡੋਲ ਕਰਨ ਤੋਂ ਬਿਨਾਂ, ਸੰਸਾਰਕ ਮਾਇਆ ਦੇ ਜਾਲ ਵਿੱਚ ਫਸਿਆ, ਦੁਖ ਹੀ ਪਾਉਂਦਾ, ਪਰੇਸ਼ਾਨ ਹੋਇਆ ਰਹਿੰਦਾ ਹੈ ।

The state of mind of His true devotee may be transformed; he may read His Word, recites the praises of His Word, enlightened with the essence of His Word, and explain the real purpose of human life opportunity to others. He may be rejuvenated in his human life journey. By obeying the teachings of His Word; with His mercy and grace, all his spoken and unspoken desires of his mind may be satisfied. Self-minded may wander in his ignorance from the real purpose of human life opportunity. He may commit sinful deeds and enhances his burden of sins. Without establishing steady and stable belief on His Word, His blessings; he may remain intoxicated with the sweet poison of worldly wealth and endure miseries and frustrations in his human life journey.

ਸੋਈ ਸੇਵਕੁ ਜੇ ਸਤਿਗੁਰ ਸੇਵੇ,	so-ee sayvak jay satgur sayvay
ਚਾਲੈ ਸਤਿਗੁਰ ਭਾਏ॥	chaalai satgur bhaa-ay.
ਸਾਚਾ ਸਬਦੁ ਸਿਫਤਿ ਹੈ ਸਾਚੀ,	saachaa sabad sifat hai saachee
ਸਾਚਾ ਮੰਨਿ ਵਸਾਏ॥	saachaa man vasaa-ay.
ਸਚੀ ਬਾਣੀ ਗੁਰਮੁਖਿ ਆਖੈ,	sachee banee gurmukh aakhai

ਹਉਮੈ ਵਿਚਹੁ ਜਾਏ॥	ha-umai vichahu jaa-ay.
ਆਪੇ ਦਾਤਾ ਕਰਮੁ ਹੈ ਸਾਚਾ,	aapay daataa karam hai saachaa
ਸਾਚਾ ਸਬਦੁ ਸੁਣਾਏ॥੩॥	saachaa sabad sunaa-ay. ||3||

ਜਿਹੜਾ ਸ਼ਬਦ ਦੀ ਪਾਲਣਾ ਕਰਦਾ, ਸ਼ਬਦ ਨਾਲ ਜੀਵਨ ਢਾਲ ਲੈਂਦਾ, ਉਹ ਹੀ ਅਸਲੀ ਸੇਵਕ ਹੈ । ਪ੍ਰਭ ਦਾ ਸ਼ਬਦ ਹੀ ਸਦਾ ਰਹਿਣ ਵਾਲਾ, ਵਾਪਰਨ ਵਾਲਾ ਹੈ । ਪ੍ਰਭ ਦੇ ਸ਼ਬਦ ਦੀ ਉਸਤਤ ਗਾਉਣਾ ਹੀ ਪ੍ਰਭ ਦਾ ਸਿਮਰਨ ਹੈ । ਮਨ ਵਿੱਚ ਇਸ ਤੇ ਅਡੋਲ ਭਰੋਸਾ ਰਖੋ! ਪ੍ਰਭ ਦਾ ਸੇਵਕ ਪ੍ਰਭ ਦੇ ਅਟੱਲ ਸ਼ਬਦ, ਬੋਲ ਹੀ ਬੋਲਦਾ ਹੈ । ਸ਼ਬਦ ਦੀ ਪਾਲਣਾ ਕਰਨ ਨਾਲ ਹੀ ਮਨ ਵਿਚੋਂ ਅਹੰਕਾਰ ਤੇ ਜਿੱਤ ਬਖਸ਼ਿਸ਼ ਹੋ ਸਕਦੀ ਹੈ । ਇੱਕੋ ਇੱਕ ਪ੍ਰਭ ਹੀ ਦਾਤਾਂ ਬਖਸ਼ਣ ਵਾਲਾ ਮਾਲਕ ਹੈ, ਉਸ ਦਾ ਕੀਤਾ ਹੋਇਆ ਅਟੱਲ ਹੈ, ਸਦਾ ਇਨਸਾਫ ਹੀ ਕਰਦਾ ਹੈ । ਪ੍ਰਭ ਦਾ ਸ਼ਬਦ ਕੇਵਲ ਪ੍ਰਭ ਤੋ ਹੀ, ਬਖਸ਼ਿਸ਼ ਹੁੰਦਾ ਹੈ ।

Whosoever may obey and adopts the teachings of His Word with steady and stable belief in his day-to-day life; with His mercy and grace, only he may be blessed with a state of mind as His true devotee. The teachings of His Word may remain true forever and only His command may prevail in the universe. To sing the praises, glory of His Word may be the true meditation, Simran. You should keep a steady and stable belief on His blessings. His true devotee may only speak the essence of His Word. Whosoever may obey the teachings of His Word with steady and stable belief in his day-to-day life; with His mercy and grace, he may conquer his own ego, his own mind. The One and Only One, God may bless any virtue, His Word to His Creation and only justice prevails in His command. His Word may only be blessed by The True Master to His true devotee; no worldly guru can bless His Word to any of his follower.

ਗੁਰਮੁਖਿ ਘਾਲੇ ਗੁਰਮੁਖਿ ਖਟੇ,	gurmukh ghaalay gurmukh khatay
ਗੁਰਮੁਖਿ ਨਾਮੁ ਜਪਾਏ॥	gurmukh naam japaa-ay.
ਸਦਾ ਅਲਿਪਤੁ ਸਾਚੈ ਰੰਗਿ ਰਾਤਾ,	sadaa alipat saachai rang raataa
ਗੁਰ ਕੈ ਸਹਜਿ ਸੁਭਾਏ॥	gur kai sahj subhaa-ay.
ਮਨਮੁਖੁ ਸਦ ਹੀ ਕੂੜੋ ਬੋਲੈ,	manmukh sad hee koorho bolai
ਬਿਖੁ ਬੀਜੈ ਬਿਖੁ ਖਾਏ॥	bikh beejai bikh khaa-ay.
ਜਮਕਾਲਿ ਬਾਧਾ ਤ੍ਰਿਸਨਾ ਦਾਧਾ,	jamkaal baaDhaa tarisnaa daaDhaa
ਬਿਨੁ ਗੁਰ ਕਵਣੁ ਛਡਾਏ॥੪॥	bin gur kavan chhadaa-ay. ||4||

ਗੁਰਮਖ ਆਪ ਆਪਣੇ ਪੇਟ ਭਰਨ ਲਈ ਕੰਮ ਕਰਦਾ, ਕਮਾਈ ਕਰਦਾ ਹੈ । ਸ਼ਬਦ ਦੀ ਕਮਾਈ ਕਰਦਾ ਹੈ, ਸਾਥੀਆਂ ਨੂੰ ਸਿਮਰਨ ਦੀ ਪ੍ਰੇਰਨਾ ਕਰਦਾ ਹੈ । ਉਸ ਦੀ ਲਗਨ ਪ੍ਰਭ ਦੇ ਸ਼ਬਦ ਦੀ ਪਾਲਣਾ ਵਿੱਚ ਅਡੋਲ ਰਹਿੰਦੀ, ਸੰਸਾਰਕ ਇੱਛਾਂ ਤੋ ਰਹਿਤ ਰਹਿੰਦਾ ਹੈ । ਮਨਮੁਖ ਜੀਵ ਹਰ ਵੇਲੇ ਧੋਖੇ, ਫਰੇਬ, ਝੂਠ ਨੂੰ ਹੀ ਜੀਵਨ ਦਾ ਅਧਾਰ ਬਣਾਉਂਦਾ ਹੈ । ਇਹ ਹੀ ਉਸ ਦੇ ਵਿਚਾਰ ਹੁੰਦੇ, ਉਸ ਦੀ ਕਮਾਈ ਹੁੰਦੀ, ਉਸ ਦੇ ਪੇਟ ਭਰਨ ਦਾ ਸਾਧਨ ਹੁੰਦਾ ਹੈ । ਉਹ ਸੰਸਾਰਕ ਇੱਛਾਂ ਦੀ ਭਟਕਣ ਵਿੱਚ ਜਲਦਾ ਮੌਤ ਦੇ ਹਵਾਲੇ ਹੋ ਜਾਂਦਾ ਹੈ । ਸ਼ਬਦ ਦੀ ਪਾਲਣਾ ਤੋ ਬਿਨਾਂ ਉਸ ਦਾ ਕਿਵੇਂ ਪਾਰ ਉਤਾਰਾ ਹੋ ਸਕਦਾ ਹੈ?

His true devotee may work to earning his living to satisfy his hunger of stomach. He may inspire his followers to meditate and obey the teachings of His Word. He remains intoxicated in meditation in the void of His Word; with His mercy and grace, he may remain beyond the reach of worldly desires. Self-minded may always have evil thoughts, fabricates devious plans, lies as the guiding principle of his human life journey. This remains his state of mind, his worldly earnings, and his source of feeding his stomach. He may remain burning in the lava of worldly frustrations. He may be captured by the devil of death. Without obeying the teachings of His Word; how may he be saved or enter His Court?

ਸਚਾ ਤੀਰਥੁ ਜਿਤੁ ਸਤ ਸਰਿ ਨਾਵਣੁ,	sachaa tirath jit sat sar naavan
ਗੁਰਮੁਖਿ ਆਪਿ ਬੁਝਾਏ॥	gurmukh aap bujhaa-ay.
ਅਠਸਠਿ ਤੀਰਥੁ ਗੁਰ ਸਬਦਿ ਦਿਖਾਏ,	athsath tirath gur sabad dikhaa-ay
ਤਿਤੁ ਨਾਤੈ ਮਲੁ ਜਾਏ॥	tit naatai mal jaa-ay.
ਸਚਾ ਸਬਦੁ ਸਚਾ ਹੈ ਨਿਰਮਲੁ,	sachaa sabad sachaa hai nirmal
ਨਾ ਮਲੁ ਲਗੈ ਨ ਲਾਏ॥	naa mal lagai na laa-ay.
ਸਚੀ ਸਿਫਤਿ ਸਚੀ ਸਾਲਾਹ,	sachee sifat sachee saalaah
ਪੂਰੇ ਗੁਰ ਤੇ ਪਾਏ॥੫॥	pooray gur tay paa-ay. ||5||

ਉਹ ਹੀ ਅਸਲੀ ਤੀਰਥ ਹੈ! ਜਿਸ ਵਿੱਚ ਇਸ਼ਨਾਨ ਕਰਨ ਨਾਲ ਆਪਣੇ ਆਪ ਹੀ ਸ਼ਬਦ ਦੀ ਸੋਝੀ ਬਖਸ਼ਿਸ਼ ਹੋ ਜਾਂਦੀ ਹੈ । ਉਹ ਹੀ ਗੁਰਮਖ ਅਵਸਥਾ ਹੈ! ਜਿਸ ਵਿੱਚ ਜੀਵ ਆਪਣੇ ਆਪ ਦੀ ਪਛਾਣ ਕਰ ਲੈਂਦਾ ਹੈ । ਸ਼ਬਦ ਦੀ ਪਾਲਣਾ ਕਰਨ ਨਾਲ ਮਨ ਦੇ ਅੰਦਰ 68 ਤੀਰਥਾਂ ਦੀ ਸੋਝੀ ਬਖਸ਼ਿਸ਼ ਹੋ ਜਾਂਦੀ ਹੈ । ਜਿਸ ਵਿੱਚ ਇਸ਼ਨਾਨ ਕਰਨ ਵਾਲੀ ਆਤਮਾ ਦੀ ਮੈਲ ਧੋਤੀ ਜਾਂਦੀ ਹੈ । ਪ੍ਰਭ ਦਾ ਸ਼ਬਦ ਦੀ ਅਸਲੀ ਨਿਰਮਲ ਅੰਮ੍ਰਿਤ ਹੈ, ਜਿਸ ਵਿੱਚ ਕਦੇ ਮੈਲ, ਮਿਲਾਵਟ ਨਹੀਂ ਹੋ ਸਕਦੀ । ਪ੍ਰਭ ਦੇ ਸ਼ਬਦ ਦੀ ਪਾਲਣਾ ਕਰਨ ਦੀ ਲਗਨ ਵੀ ਕੇਵਲ ਪ੍ਰਭ ਦੀ ਰਹਿਮਤ ਨਾਲ ਹੀ ਬਖਸ਼ਿਸ਼ ਹੋ ਸਕਦੀ ਹੈ ।

Only the place may be worthy to be called a real Holy shrine; by dipping in The Holy pond, one may be blessed with the enlightenment of the teachings of His Word. Whosoever may realize the real purpose of his human life opportunity; he may be worthy to be called as His true devotee. Whosoever may obey the teachings of His Word with steady and stable belief in his day-to-day life; with His mercy and grace, 68 Holy shrines may appear within his own mind and body. By dipping in that Holy pond, his soul may be sanctified; the blemish of worldly desires may be washed. The teachings of His Word are the true, pure nectar and beyond any blemish of worldly desires. Only with His mercy and grace, the devotion to obey and sing the glory of His Word may only be blessed to His true devotee.

ਤਨੁ ਮਨੁ ਸਭੁ ਕਿਛੁ ਹਰਿ ਤਿਸੁ ਕੇਰਾ,	tan man sabh kichh har tis kayraa
ਦੁਰਮਤਿ ਕਹਣੁ ਨ ਜਾਏ॥	durmat kahan na jaa-ay.
ਹੁਕਮੁ ਹੋਵੈ ਤਾ ਨਿਰਮਲੁ ਹੋਵੈ,	hukam hovai taa nirmal hovai
ਹਉਮੈ ਵਿਚਹੁ ਜਾਏ॥	ha-umai vichahu jaa-ay.
ਗੁਰ ਕੀ ਸਾਖੀ ਸਹਜੇ ਚਾਖੀ,	gur kee saakhee sehjay chaakhee
ਤ੍ਰਿਸਨਾ ਅਗਨਿ ਬੁਝਾਏ॥	tarisnaa agan bujhaa-ay.
ਗੁਰ ਕੈ ਸਬਦਿ ਰਾਤਾ ਸਹਜੇ ਮਾਤਾ,	gur kai sabad raataa sehjay maataa
ਸਹਜੇ ਰਹਿਆ ਸਮਾਏ॥੬॥	sehjay rahi-aa samaa-ay. ||6||

ਜੀਵ ਦਾ ਮਨ, ਤਨ ਸਭ ਪ੍ਰਭ ਦੀ ਅਮਾਨਤ ਹੈ, ਉਸ ਦਾ ਬਖਸ਼ਿਆ ਹੋਇਆ ਹੈ । ਮਨਮੁਖ ਜੀਵ ਇਹ ਵੀ ਮੰਨਣ ਲਈ ਤਿਆਰ ਨਹੀਂ ਹੁੰਦਾ । ਅਗਰ ਪ੍ਰਭ ਰਹਿਮਤ ਬਖਸ਼ੇ ਤਾਂ ਮਨ ਇੱਕ ਪਲ ਵਿੱਚ ਹੀ ਨਿਰਮਲ ਹੋ ਜਾਂਦਾ ਹੈ । ਉਸ ਵਿਚੋਂ ਅਹੰਕਾਰ ਦੀ ਜੜ੍ਹ ਨਾਸ ਹੋ ਜਾਂਦੀ ਹੈ । ਪ੍ਰਭ ਦੇ ਸ਼ਬਦ ਦੀ ਪਾਲਣਾ, ਵਿਚਾਰ ਕਰਨ ਨਾਲ ਤ੍ਰਿਸ਼ਨਾ ਦੀ ਅੱਗ ਬੁਝ ਜਾਂਦੀ ਹੈ । ਅਡੋਲ ਭਰੋਸੇ ਨਾਲ ਸ਼ਬਦ ਦੀ ਪਾਲਣਾ ਨਾਲ ਮਨ ਤੇ ਸ਼ਬਦ ਦਾ ਨਸ਼ਾ ਬਖਸ਼ਿਸ਼ ਹੋ ਜਾਂਦਾ ਹੈ । ਇਸ ਮਸਤੀ ਵਿੱਚ ਹੀ ਜੀਵ ਪ੍ਰਭ ਦੀ ਜੋਤ ਵਿੱਚ ਅਭੇਦ ਹੋ ਜਾਂਦਾ ਹੈ ।

The human body and mind have been blessed with His mercy and grace and only His trust. Self-minded may not even be ready to believe that aspect of His Nature. Whosoever may be blessed with His mercy and grace; his soul may be sanctified in a twinkle of eyes. By obeying the teachings of His Word with steady and stable belief in day-to-day life; with His mercy and grace, the fire of worldly desires may be extinguished from within his mind. Whosoever may obey the teachings of His Word with steady and stable belief; he may remain intoxicated in the void of His Word. His soul may be immersed within The Holy Spirit.

ਹਰਿ ਕਾ ਨਾਮੁ ਸਤਿ ਕਰਿ ਜਾਣੈ,	har kaa naam sat kar jaanai
ਗੁਰ ਕੈ ਭਾਇ ਪਿਆਰੇ॥	gur kai bhaa-ay pi-aaray.
ਸਚੀ ਵਡਿਆਈ ਗੁਰ ਤੇ ਪਾਈ,	sachee vadi-aa-ee gur tay paa-ee
ਸਚੈ ਨਾਇ ਪਿਆਰੇ॥	sachai naa-ay pi-aaray.
ਏਕੋ ਸਚਾ ਸਭ ਮਹਿ ਵਰਤੈ,	ayko sachaa sabh meh vartai
ਵਿਰਲਾ ਕੋ ਵੀਚਾਰੇ॥	virlaa ko veechaaray.
ਆਪੇ ਮੇਲਿ ਲਏ ਤਾ ਬਖਸੇ,	aapay mayl la-ay taa bakhsay
ਸਚੀ ਭਗਤਿ ਸਵਾਰੇ॥੭॥	sachee bhagat savaaray. ||7||

ਜਿਹੜਾ ਪ੍ਰਭ ਦੇ ਸ਼ਬਦ ਤੇ ਭਰੋਸਾ ਅਡੋਲ ਰਖਦਾ ਹੈ । ਉਸ ਦੀ ਸ਼ਬਦ ਵਿੱਚ ਲਗਨ ਲੱਗ ਜਾਂਦੀ ਹੈ । ਪ੍ਰਭ ਦੇ ਸ਼ਬਦ ਦੀ ਪਾਲਣਾ ਨਾਲ ਹੀ ਪ੍ਰਵਾਨਗੀ ਦੇ ਰਸਤੇ ਦੀ ਸੋਝੀ ਬਖਸ਼ਿਸ਼ ਹੁੰਦੀ ਹੈ । ਇੱਕੋ ਇੱਕ ਪ੍ਰਭ ਦੀ ਜੋਤ ਹੀ ਸਭ ਵਿੱਚ ਚਲਦੀ ਹੈ । ਕੋਈ ਵਿਰਲਾ ਹੀ ਇਸ ਦਾ ਅਸਾਸ ਕਰਦਾ ਹੈ, ਦਿਲ ਵਿੱਚ ਵਸਾਉਂਦਾ ਹੈ । ਅਗਰ ਪ੍ਰਭ ਆਪ ਹੀ ਰਹਿਮਤ ਬਖਸ਼ੇ ਤਾਂ ਹੀ ਜੀਵ ਉਸ ਦੇ ਸ਼ਬਦ ਤੇ ਭਰੋਸਾ ਅਡੋਲ ਕਰਕੇ ਪਾਲਣਾ ਕਰਦਾ ਹੈ । ਪ੍ਰਵਾਨਗੀ ਦੇ ਰਸਤੇ ਤੇ ਅਡੋਲ ਰਹਿੰਦਾ ਹੈ, ਪ੍ਰਵਾਨ ਹੋ ਜਾਂਦਾ ਹੈ ।

Whosoever may obey the teachings of His Word with steady and stable belief in his day-to-day life; with His mercy and grace, he may remain intoxicated in the void of His Word. He may be blessed with the right path of acceptance in His Court. He may be enlightened with the essence that universe is an expansion of The Holy Spirit and only His Holy Spirit remains embedded within each soul. However, very rare may remain drenched this essence of His Nature within his own mind or transforms his way of life in the universe. Whosoever may be blessed with His mercy and grace, only he may obey the teachings of His Word with steady and stable belief in his day-to-day life. He may remain on the right path of acceptance in His Court; with His mercy and grace, he may be accepted in His Court.

ਸਭੋ ਸਚੁ ਸਚੁ ਸਚੁ ਵਰਤੈ,	sabho sach sach sach vartai
ਗੁਰਮੁਖਿ ਕੋਈ ਜਾਣੈ॥	gurmukh ko-ee jaanai.
ਜੰਮਣ ਮਰਣਾ ਹੁਕਮੋ ਵਰਤੈ,	jaman marnaa hukmo vartai
ਗੁਰਮੁਖਿ ਆਪੁ ਪਛਾਣੈ॥	gurmukh aap pachhaanai.
ਨਾਮੁ ਧਿਆਏ ਤਾ ਸਤਿਗੁਰੁ ਭਾਏ,	naam Dhi-aa-ay taa satgur bhaa-ay
ਜੋ ਇਛੈ ਸੋ ਫਲੁ ਪਾਏ॥	jo ichhai so fal paa-ay.
ਨਾਨਕ ਤਿਸ ਦਾ ਸਭੁ ਕਿਛੁ ਹੋਵੈ,	naanak tis daa sabh kichh hovai
ਜਿ ਵਿਚਹੁ ਆਪੁ ਗਵਾਏ॥੮॥੧॥	je vichahu aap gavaa-ay. ||8||1||

ਇੱਕੋ ਇੱਕ ਅਟੱਲ ਪ੍ਰਭ ਹੀ ਹਰਇੱਕ ਜੀਵ ਦੇ ਅੰਦਰ ਵਸਦਾ, ਵਾਪਰਦਾ ਹੈ । ਕੋਈ ਵਿਰਲਾ ਜੀਵ ਹੀ ਇਹ ਮਨ ਵਿੱਚ ਵਸਾਉਂਦਾ ਹੈ । ਜਿਹੜਾ ਗੁਰਮਖ ਆਪਣੇ ਆਪ ਨੂੰ ਪਛਾਣ ਜਾਂਦਾ ਹੈ । ਉਸ ਨੂੰ ਸੋਝੀ ਬਖਸ਼ਿਸ਼ ਹੋ ਜਾਂਦੀ ਹੈ ਕਿ ਜਨਮ ਮਰਨ ਪ੍ਰਭ ਦੇ ਹੁਕਮ ਨਾਲ ਹੀ ਹੁੰਦਾ ਹੈ । ਕਿਸੇ ਮਾਨਸ ਦਾ ਜ਼ੋਰ ਨਹੀਂ ਹੈ । ਜਿਸ ਦੀ ਸ਼ਬਦ ਦੀ ਕਮਾਈ ਪ੍ਰਭ ਨੂੰ ਪ੍ਰਵਾਨ ਹੋ ਜਾਂਦੀ ਹੈ । ਉਸ ਦੇ ਮਨ ਦੀਆਂ ਅਨਬੋਲੀਆਂ ਇੱਛਾਂ ਵੀ ਪੂਰੀਆਂ ਹੋ ਜਾਂਦੀਆਂ ਹਨ । ਜਿਹੜਾ ਆਪਣਾ ਆਪਾ ਪ੍ਰਭ ਦੇ ਭੇਟਾ ਕਰ ਦੇਂਦਾ ਹੈ ! ਉਸ ਦਾ ਸਭ ਕੁਝ ਹੀ ਸਫਲ ਹੋ ਜਾਂਦਾ ਹੈ, ਉਹ ਪ੍ਰਭ ਦਾ ਰੂਪ ਹੀ ਬਣ ਜਾਂਦਾ ਹੈ ।

The universe is an expansion of The Holy Spirit; His Holy Spirit remains embedded within each soul. However, very rare may recognize and drenches this essence of His Word, nature within his own heart. Whosoever may recognize the real purpose of human life opportunity, his own identity; with His mercy and grace, he may be enlightened that birth and death may only happen under His command. No one else has any control or power to change, alter or avoid His command. Whose earnings of His Word may be accepted in His Court; with His mercy and grace, his spoken and unspoken desires may be satisfied. He may be blessed with everything, every control of the universe, he may become the symbol of The True Master.

151.ਸੂਹੀ ਮਹਲਾ ੩ ਅਸਟਪਦੀਆ॥ 754-5

ਕਾਇਆ ਕਾਮਣਿ ਅਤਿ ਸੁਆਲਿੑਉ,	kaa-i-aa kaaman at su-aaliha-o
ਪਿਰੁ ਵਸੈ ਜਿਸੁ ਨਾਲੇ॥	pir vasai jis naalay.
ਪਿਰ ਸਚੇ ਤੇ ਸਦਾ ਸੁਹਾਗਣਿ,	pir sachay tay sadaa suhaagan
ਗੁਰ ਕਾ ਸਬਦੁ ਸਮ੍ਾਲੇ॥	gur kaa sabad samHaalay.
ਹਰਿ ਕੀ ਭਗਤਿ ਸਦਾ ਰੰਗਿ ਰਾਤਾ,	har kee bhagat sadaa rang raataa
ਹਉਮੈ ਵਿਚਹੁ ਜਾਲੇ॥੧॥	ha-umai vichahu jaalay. ‖1‖

ਉਹ ਤਨ ਸੁਭਾਗਾ ਬਣ ਜਾਂਦਾ ਹੈ, ਜਿਸ ਦੇ ਅੰਦਰ ਪ੍ਰਭ ਦੀ ਜੋਤ ਜਾਗਰਤ ਹੋ ਜਾਂਦੀ ਹੈ । ਸ਼ਬਦ ਮਨ ਵਿੱਚ ਘਰ ਕਰ ਜਾਂਦਾ ਹੈ । ਸ਼ਬਦ ਦੀ ਪਾਲਣਾ ਕਰਦੀ ਆਤਮਾ, ਪ੍ਰਭ ਦੀ ਰਹਿਮਤ ਨਾਲ ਸਦਾ ਹੀ ਖੇੜੇ ਵਿੱਚ ਰਹਿੰਦੀ ਹੈ । ਪ੍ਰਭ ਦੇ ਸ਼ਬਦ ਨਾਲ ਜੀਵਨ ਢਾਲਣ ਨਾਲ, ਆਪਣੇ ਅੰਦਰੋਂ ਅਹੰਕਾਰ ਨਾਸ ਕਰ ਲੈਂਦੀ ਹੈ ।

Whosoever may be enlightened with the essence of His Word, his body may become very fortunate. Whosoever may remain drenched with the essence of His Word; with His mercy and grace, his soul may remain contented and in blossom forever. Whosoever may adopt the teachings of His Word with steady and stable belief in his day-to-day life; he may eliminate his own ego from within his mind.

ਵਾਹੁ ਵਾਹੁ ਪੂਰੇ ਗੁਰ ਕੀ ਬਾਣੀ॥	vaahu vaahu pooray gur kee banee.
ਪੂਰੇ ਗੁਰ ਤੇ ਉਪਜੀ ਸਾਚਿ ਸਮਾਣੀ॥੧॥	pooray gur tay upjee saach samaanee.
ਰਹਾਉ॥	‖1‖ rahaa-o.

ਪ੍ਰਭ ਦਾ ਸ਼ਬਦ, ਬਾਣੀ ਰਹਿਮਤ ਵਾਲੀ, ਸੋਹਾਵਨੀ ਹੈ, ਮਨ ਨੂੰ ਭਾਉਣ ਵਾਲੀ ਹੈ । ਪ੍ਰਭ ਦੀ ਜੋਤ ਵਿਚੋਂ ਹੀ ਉਤਪੰਨ ਹੋਈ ਹੈ ਅਤੇ ਪ੍ਰਭ ਦੀ ਜੋਤ ਵਿੱਚ ਹੀ ਅਲੋਪ ਹੋ ਜਾਂਦੀ, ਸਮਾ ਜਾਂਦੀ ਹੈ ।

The teachings of His Word are very soothing to the mind of His true devotee and overwhelmed with His blessings. His Word is an expansion of His Holy Spirit and His Word may be absorbed within The Holy Spirit.

ਕਾਇਆ ਅੰਦਰਿ ਸਭੁ ਕਿਛੁ ਵਸੈ,	kaa-i-aa andar sabh kichh vasai
ਖੰਡ ਮੰਡਲ ਪਾਤਾਲਾ॥	khand mandal paataalaa.
ਕਾਇਆ ਅੰਦਰਿ ਜਗਜੀਵਨ ਦਾਤਾ ਵਸੈ	kaa-i-aa andar jagjeevan daataa vasai
ਸਭਨਾ ਕਰੇ ਪ੍ਰਤਿਪਾਲਾ॥	sabhnaa karay partipaalaa.
ਕਾਇਆ ਕਾਮਣਿ ਸਦਾ ਸੁਹੇਲੀ,	kaa-i-aa kaaman sadaa suhaylee
ਗੁਰਮੁਖਿ ਨਾਮੁ ਸਮ੍ਾਲਾ॥੨॥	gurmukh naam samHaalaa. ‖2‖

ਜੀਵ ਦੇ ਤਨ ਵਿੱਚ ਹੀ ਸਵਾਸਾਂ ਦਾ ਮਾਲਕ, ਪ੍ਰਭ ਜਾਗਰਤ ਹੋ ਜਾਂਦਾ ਹੈ । ਉਸ ਦੇ ਅੰਦਰ ਹੀ ਸਭ ਖੰਡ, ਮੰਡਲ ਅਤੇ ਪਤਾਲ ਵਸਦੇ, ਪ੍ਰਗਟ ਹੋ ਜਾਂਦੇ ਹਨ । ਉਹ ਹੀ ਜੀਵ ਦੀ ਪਾਲਣਾ ਪੋਸਨਾ ਕਰਦਾ ਹੈ । ਜਿਹੜਾ ਗੁਰਮਖ ਪ੍ਰਭ ਦੇ ਸ਼ਬਦ ਨਾਲ ਜੀਵਨ ਢਾਲਦਾ ਹੈ । ਉਸ ਦਾ ਤਨ ਸਦਾ ਖੇੜੇ ਵਿੱਚ ਰਹਿੰਦਾ, ਅਨੰਦ ਮਾਨਦਾ ਹੈ ।

Whosoever may be enlightened with the essence of His Word, The True Master of our breath; he may remain awake and alert in his meditation. All islands, under world and all three universes and His Word, may appear within his body. He nourishes and protects his soul. Whosoever may adopt the teachings of His Word with steady and stable belief in his day-to-day life; with His mercy and grace, he may enjoy the pleasure and everlasting blossom in his worldly life.

ਕਾਇਆ ਅੰਦਰਿ ਆਪੇ ਵਸੈ,	kaa-i-aa andar aapay vasai
ਅਲਖੁ ਨ ਲਖਿਆ ਜਾਈ॥	alakh na lakhi-aa jaa-ee.
ਮਨਮੁਖੁ ਮੁਗਧੁ ਬੂਝੈ ਨਾਹੀ,	manmukh mugaDh boojhai naahee
ਬਾਹਰਿ ਭਾਲਣਿ ਜਾਈ॥	baahar bhaalan jaa-ee.
ਸਤਿਗੁਰੁ ਸੇਵੇ ਸਦਾ ਸੁਖੁ ਪਾਏ,	satgur sayvay sadaa sukh paa-ay
ਸਤਿਗੁਰਿ ਅਲਖੁ ਦਿਤਾ ਲਖਾਈ॥੩॥	satgur alakh ditaa lakhaa-ee. ||3||

ਤਨ ਵਿੱਚ ਪ੍ਰਭ ਆਪ ਹੀ ਵਸਦਾ ਹੈ, ਉਸ ਨੂੰ ਦੇਖਿਆ ਨਹੀਂ ਜਾ ਸਕਦਾ, ਉਹ ਜੀਵ ਦੇ ਦੇਖਣ ਵਿੱਚ ਨਹੀਂ ਆਉਂਦਾ । ਮਨਮੁਖ ਜੀਵ ਨੂੰ ਇਸ ਦੀ ਸੋਝੀ ਨਹੀਂ ਹੁੰਦੀ, ਉਹ ਬਾਹਰ, ਜੰਗਲਾਂ, ਮੰਦਰਾਂ ਵਿੱਚ ਢੂੰਡਾ ਰਹਿੰਦਾ ਹੈ । ਜਿਹੜਾ ਪ੍ਰਭ ਦੇ ਸ਼ਬਦ ਦੀ ਪਾਲਣਾ ਕਰਦਾ, ਉਹ ਸਦਾ ਹੀ ਸੰਤੋਖ, ਖੇੜੇ ਵਿੱਚ ਰਹਿੰਦਾ ਹੈ । ਪ੍ਰਭ ਆਪਣੇ ਬੰਦਗੀ ਕਰਨ ਵਾਲੇ ਨੂੰ ਆਪ ਹੀ ਮਹਿਸੂਸ ਹੁੰਦਾ ਹੈ ।

The True Master, His Word remains embedded within his soul and remains beyond the visibility of the soul of any creature. Self-minded may not be enlightened with the essence of His Nature; he may wander from shrine to shrine or in wild forests searching for the enlightenment of His Nature. Whosoever may adopt the teachings of His Word with steady and stable belief in his day-to-day life; with His mercy and grace, he may remain overwhelmed with contentment and blossom forever. With His mercy and grace, His true devotee may realize His existence.

ਕਾਇਆ ਅੰਦਰਿ ਰਤਨ ਪਦਾਰਥ,	kaa-i-aa andar ratan padaarath
ਭਗਤਿ ਭਰੇ ਭੰਡਾਰਾ॥	bhagat bharay bhandaaraa.
ਇਸੁ ਕਾਇਆ ਅੰਦਰਿ ਨਉਖੰਡ	is kaa-i-aa andar na-ukhand
ਪ੍ਰਿਥਮੀ, ਹਾਟ ਪਟਣ ਬਾਜਾਰਾ॥	parithmee haat patan baajaaraa.
ਇਸੁ ਕਾਇਆ ਅੰਦਰਿ	is kaa-i-aa andar
ਨਾਮੁ ਨਉ ਨਿਧਿ ਪਾਈਐ,	naam na-o niDh paa-ee-ai
ਗੁਰ ਕੈ ਸਬਦਿ ਵੀਚਾਰਾ॥੪॥	gur kai sabad veechaaraa. ||4||

ਤਨ ਵਿੱਚ ਪ੍ਰਭ ਦੇ ਸਿਮਰਨ, ਬੰਦਗੀ ਦੇ, ਸ਼ਬਦ ਦੀ ਸੋਝੀ ਦੇ ਬੇਅੰਤ ਹੀ ਭੰਡਾਰ ਹਨ । ਇਹ ਰਤਨਾਂ, ਜਵਾਹਾਰਾਂ ਨਾਲ ਭਰਿਆਂ ਰਹਿੰਦਾ ਹੈ । ਇਸ ਤਨ ਅੰਦਰ ਹੀ ਧਰਤੀ ਦੇ ਨੌਂ ਖੰਡ, ਉਸ ਦੇ ਸ਼ਹਿਰ, ਬਜ਼ਾਰ ਹਨ । ਇਸ ਤਨ ਅੰਦਰ ਹੀ ਸ਼ਬਦ ਦੀ ਸੋਝੀ ਦੇ ਨੌਂ ਖਜ਼ਾਨੇਂ ਹਨ । ਸ਼ਬਦ ਦੀ ਪਾਲਣਾ ਕਰਨ ਨਾਲ ਹੀ ਬਖਸ਼ਿਸ਼ ਹੋ ਸਕਦੇ ਹਨ ।

The body of a creature remains overwhelmed with unlimited treasure of the enlightenment of His Word. His body remains overwhelmed with priceless pearls and diamond of enlightenment of His Word. All nine regions of universe, earth, all cities, and markets are within the body of every creature. His body may be the real treasure of enlightenment of the essence of His Word. Whosever may adopt the teachings of His Word with steady and stable belief in his day-to-day life; with His mercy and grace, only he may be blessed with His virtues.

ਕਾਇਆ ਅੰਦਰਿ ਤੋਲਿ ਤੁਲਾਵੈ, | kaa-i-aa andar tol tulaavai
ਆਪੇ ਤੋਲਣਹਾਰਾ॥ | aapay tolanhaaraa.
ਇਹੁ ਮਨੁ ਰਤਨੁ ਜਵਾਹਰ ਮਾਣਕੁ, | ih man ratan javaahar maanak
ਤਿਸ ਕਾ ਮੋਲੁ ਅਫਾਰਾ॥ | tis kaa mol afaaraa.
ਮੋਲਿ ਕਿਤ ਹੀ ਨਾਮੁ ਪਾਈਐ ਨਾਹੀ, | mol kit hee naam paa-ee-ai naahee
ਨਾਮੁ ਪਾਈਐ ਗੁਰ ਬੀਚਾਰਾ॥੫॥ | naam paa-ee-ai gur beechaaraa. ||5||

ਇਸ ਤਨ ਅੰਦਰ ਹੀ ਪ੍ਰਭ, ਜੀਵ ਦੇ ਕੀਤੇ ਕੰਮ ਦੀ ਪਰਖ ਕਰਦਾ ਹੈ, ਤੋਲਦਾ ਹੈ । ਪ੍ਰਭ ਆਪ ਹੀ ਤੋਲਨਵਾਲਾ, ਪਰਖਣ ਵਾਲਾ ਹੈ । ਜੀਵ ਦਾ ਮਨ ਹੀ ਅਸਲੀ ਅਮੋਲਕ ਰਤਨ ਜਵਾਹਰ ਹੈ । ਇਸ ਦੀ ਕੀਮਤ ਮਾਪੀ, ਜਾਣੀ ਨਹੀਂ ਜਾ ਸਕਦੀ । ਸ਼ਬਦ ਦੀ ਸੋਝੀ, ਪ੍ਰਭ ਦੀ ਰਹਿਮਤ, ਖਰੀਦੀ ਨਹੀਂ ਜਾ ਸਕਦੀ । ਪ੍ਰਭ ਦੇ ਸ਼ਬਦ ਦੀ ਪਾਲਣਾ ਕਰਨ ਨਾਲ ਹੀ ਬਖਸ਼ਿਸ਼ ਹੋ ਸਕਦੀ ਹੈ ।

The righteous judge evaluates his earning of worldly life, with the burden of his sins and provide the judgement. The mind of a creature is the priceless true diamond. No one may ever imagine the significant of contribution of mind to his soul. The enlightenment of the essence of His Word or His mercy and grace, may never be purchased with any worldly wealth. Whosoever may obey the teachings of His Word with steady and stable belief in his day-to-day life; only he may be blessed.

ਗੁਰਮੁਖਿ ਹੋਵੈ ਸੁ ਕਾਇਆ ਖੋਜੈ | gurmukh hovai so kaa-i-aa khojai
ਹੋਰ ਸਭ ਭਰਮਿ ਭੁਲਾਈ॥ | hor sabh bharam bhulaa-ee.
ਜਿਸ ਨੋ ਦੇਇ ਸੋਈ ਜਨੁ ਪਾਵੈ, | jis no day-ay so-ee jan paavai
ਹੋਰ ਕਿਆ ਕੋ ਕਰੇ ਚਤੁਰਾਈ॥ | hor ki-aa ko karay chaturaa-ee.
ਕਾਇਆ ਅੰਦਰਿ ਭਉ ਭਾਉ ਵਸੈ, | kaa-i-aa andar bha-o bhaa-o vasai
ਗੁਰ ਪਰਸਾਦੀ ਪਾਈ॥੬॥ | gur parsaadee paa-ee. ||6||

ਜਿਸ ਨੂੰ ਗੁਰਮਖ ਅਵਸਥਾ ਬਖਸ਼ਿਸ਼ ਹੋ ਜਾਂਦੀ ਹੈ, ਉਹ ਹੀ ਮਨ ਅੰਦਰ ਖੋਜ ਕਰਦਾ, ਝਾਂਤੀ ਮਾਰਦਾ ਹੈ । ਉਸ ਨੂੰ ਆਪਣੇ ਮਨ ਅੰਦਰੋਂ ਸੋਝੀ ਬਖਸ਼ਿਸ਼ ਹੋ ਜਾਂਦੀ ਹੈ, ਬਾਕੀ ਸਾਰੀ ਸ੍ਰਿਸ਼ਟੀ ਭਰਮਾਂ ਵਿੱਚ ਹੀ ਭਉਦੀ ਫਿਰਦੀ ਹੈ । ਜਿਸ ਨੂੰ ਪ੍ਰਭ ਹੀ ਸੋਝੀ ਬਖਸ਼ਦਾ ਹੈ । ਕੇਵਲ ਉਹ ਹੀ ਸ਼ਬਦ ਦੀ ਪਾਲਣਾ ਕਰਦਾ ਹੈ । ਹੋਰ ਕਿਹੜੀ ਵਿਧੀ, ਚਲਾਕੀ, ਸਿਆਣਪ ਹੈ? ਜੀਵ ਦੇ ਤਨ ਅੰਦਰ ਹੀ ਪ੍ਰਭ ਦੇ ਸ਼ਬਦ ਨਾਲ ਪਿਆਰ, ਵਿਛੋੜੇ ਦਾ ਡਰ ਵਸਦਾ ਹੈ । ਇਹ ਪ੍ਰਭ ਦੀ ਰਹਿਮਤ ਨਾਲ ਹੀ ਬਖਸ਼ਿਸ਼ ਹੁੰਦਾ ਹੈ ।

Whosoever may be blessed with a state of mind as His true devotee; he may search within his own mind and body. With His mercy and grace, he may be enlightened from within; everyone else remains wandering in religious suspicions. Whosoever may be blessed with His mercy and grace, only he may obey the teachings of His Word with steady and stable belief in his day-to-day life. What else may anyone accomplish with his clever tricks, meditation, or wisdom? He may remain overwhelmed with a devotion to meditate, fear of separation from The Holy Spirit. This state of mind may only be blessed with His mercy and grace.

ਕਾਇਆ ਅੰਦਰਿ ਬ੍ਰਹਮਾ ਬਿਸਨੁ ਮਹੈਸਾ, | kaa-i-aa andar barahmaa bisan mahaysaa
ਸਭ ਓਪਤਿ ਜਿਤੁ ਸੰਸਾਰਾ॥ | sabh opat jit sansaaraa.
ਸਚੈ ਆਪਣਾ ਖੇਲੁ ਰਚਾਇਆ, | sachai aapnaa khayl rachaa-i-aa
ਆਵਾ ਗਉਣੁ ਪਾਸਾਰਾ॥ | aavaa ga-on paasaaraa.
ਪੂਰੈ ਸਤਿਗੁਰਿ ਆਪਿ ਦਿਖਾਇਆ, | poorai satgur aap dikhaa-i-aa
ਸਚਿ ਨਾਮਿ ਨਿਸਤਾਰਾ॥੭॥ | sach naam nistaaraa. ||7||

ਤਨ ਦੇ ਅੰਦਰ ਹੀ ਬ੍ਰਹਮਾ, ਵਿਸ਼ਨੂੰ, ਮਹੇਸ਼ ਵਸਦੇ ਹਨ । ਜਿਹਨਾਂ ਤੋ ਸਾਰੀ ਸ੍ਰਿਸ਼ਟੀ ਉਤਪੰਨ ਹੋਈ ਹੈ । ਅਟੱਲ ਪ੍ਰਭ ਨੇ ਆਪਣਾ ਸ੍ਰਿਸ਼ਟੀ ਦਾ ਖੇਲ ਬਣਾਇਆ ਹੈ । ਇਸ ਵਿੱਚ ਜਨਮ ਮਰਨ, ਆਉਣਾ ਜਾਣਾ ਇਸ ਖੇਲ ਦਾ ਭਾਗ ਹੀ ਹੈ । ਪ੍ਰਭ ਨੇ ਇਸ ਦੀ ਸੋਝੀ ਆਪਣੇ ਸ਼ਬਦ ਦੀ ਪਾਲਣਾ ਵਿੱਚ ਹੀ ਬਖਸ਼ੀ ਹੈ ।

The three symbols of three virtues of worldly wealth dwell within the body of a creature. The True Master has created the three angels of worldly wealth and the play of the universe. The cycle of birth and death may be a process of sanctification of his soul to become worthy of His consideration. The enlightenment of the essence of His Nature has been embedded within obeying the teachings of His Word.

ਸਾ ਕਾਇਆ ਜੋ ਸਤਿਗੁਰੁ ਸੇਵੈ,	saa kaa-i-aa jo satgur sayvai
ਸਚੈ ਆਪਿ ਸਵਾਰੀ॥	sachai aap savaaree.
ਵਿਣੁ ਨਾਵੈ ਦਰਿ ਢੋਈ ਨਾਹੀ,	vin naavai dar dho-ee naahee
ਤਾ ਜਮੁ ਕਰੇ ਖੁਆਰੀ॥	taa jam karay khu-aaree.
ਨਾਨਕ ਸਚੁ ਵਡਿਆਈ ਪਾਏ,	naanak sach vadi-aa-ee paa-ay
ਜਿਸ ਨੋ ਹਰਿ ਕਿਰਪਾ ਧਾਰੀ॥੮॥੨॥	jis no har kirpaa Dhaaree. ||8||2||

ਜਿਹੜਾ ਤਨ ਪ੍ਰਭ ਦੇ ਸ਼ਬਦ ਦੀ ਪਾਲਣਾ ਕਰਦਾ ਹੈ । ਉਹ ਆਪਣੇ ਅੰਦਰ ਪ੍ਰਭ ਦੀ ਜੋਤ ਜਾਗਰਤ ਕਰ ਲੈਂਦਾ ਹੈ । ਪ੍ਰਭ ਦੇ ਸ਼ਬਦ ਦੀ ਪਾਲਣਾ ਕਰਨ ਤੋ ਬਿਨਾਂ ਦਰਬਾਰ ਵਿੱਚ ਕੋਈ ਥਾਂ, ਅਰਾਮ ਬਖਸ਼ਿਸ਼ ਨਹੀਂ ਹੁੰਦਾ । ਉਹ ਮੌਤ ਦੇ ਜਮਦੂਤ ਦੇ ਹਵਾਲੇ ਹੋ ਜਾਂਦਾ ਹੈ, ਜੂੰਨਾਂ ਵਿੱਚ ਭਉਦਾ ਹੈ । ਜਿਸ ਤੇ ਪ੍ਰਭ ਆਪ ਤਰਸ ਕਰਕੇ, ਰਹਿਮਤ ਬਖਸ਼ਦਾ ਹੈ । ਕੇਵਲ ਉਸ ਨੂੰ ਹੀ ਪ੍ਰਭ ਦੇ ਸ਼ਬਦ ਦੀ ਪਾਲਣਾ ਕਰਨ ਦੀ ਵਡਿਆਈ ਬਖਸ਼ਿਸ਼ ਹੁੰਦੀ ਹੈ ।

Whosoever may obey the teachings of His Word with steady and stable belief in his day-to-day life; with His mercy and grace, he may be enlightened with the essence of His Word. Without adopting the teachings of His Word with steady and stable belief in his day-to-day life; no one may ever be blessed with any resting place in His Royal Castle. He may be captured by devil of death and he may remain in the cycle of birth and death. Whosoever may be blessed with a devotion to His Word, only he may be honored to adopt the teachings of His Word.

152.ਰਾਗੁ ਸੂਹੀ ਮਹਲਾ ੩ ਘਰੁ ੧੦ ॥ 755-1

੧ਓ ਸਤਿਗੁਰ ਪ੍ਰਸਾਦਿ॥	ik-oNkaar satgur parsaad.
ਦੁਨੀਆ ਨ ਸਾਲਾਹਿ	dunee-aa na saalaahi
ਜੋ ਮਰਿ ਵੰਞਸੀ॥	jo mar vanjsee.
ਲੋਕਾ ਨ ਸਾਲਾਹਿ	lokaa na saalaahi
ਜੋ ਮਰਿ ਖਾਕੁ ਥੀਈ॥੧॥	jo mar khaak thee-ee. ||1||

ਜੀਵ, ਸੰਸਾਰ, ਸ੍ਰਿਸ਼ਟੀ ਦੀ ਉਸਤਤ ਨਾ ਕਰੋ! ਪੂਜਾ ਨਾ ਕਰੋ! ਇਹ ਤਾਂ ਬੀਤ ਜਾਣੀ ਹੈ । ਹੋਰ ਕਿਸੇ ਮਾਨਸ ਦੀ ਉਸਤਤ ਨਾ ਕਰੋ! ਪੂਜਾ ਨਾ ਕਰੋ! ਉਹ ਤਾਂ ਥੋੜ੍ਹੇ ਸਮੇਂ ਪਿਛੋਂ ਮਰਕੇ, ਭਸਮ ਵਿੱਚ ਹੀ ਰਲ ਜਾਣੇ ਹਨ ।

You should not worship or sing the praises of the worldly beauty of His Creation; everything may be perishable and passes away in a short period of time. Nor worship any human guru, he may die after predetermined time and his body may become ashes.

ਵਾਹੁ ਮੇਰੇ ਸਾਹਿਬਾ ਵਾਹੁ॥	vaahu mayray saahibaa vaahu.
ਗੁਰਮੁਖਿ ਸਦਾ ਸਲਾਹੀਐ,	gurmukh sadaa salaahee-ai

ਸਚਾ ਵੇਪਰਵਾਹੁ॥੧॥ਰਹਾਉ॥ sachaa vayparvaahu. ||1|| rahaa-o.

ਪ੍ਰਭ ਬੇਫਿਕਰਾ ਅਤੇ ਕਿਸ ਦੇ ਮੁਹਤਾਜ, ਗੁਲਾਮ ਨਹੀਂ, ਪ੍ਰਭ ਦੀ ਕੁਦਰਤ ਅਨੋਖੀ ਹੀ ਹੈ । ਗੁਰਮਖ ਸਦਾ ਹੀ ਅਟੱਲ ਰਹਿਣ ਵਾਲੇ ਦੇ ਸ਼ਬਦ ਦੀ ਪਾਲਣਾ, ਸਿਮਰਨ ਕਰਦਾ ਹੈ ।

The True Master remains worry-free and He is not a slave of any other power. His Nature and creation are astonishing and remain beyond the comprehension of His Creation. His true devotee always meditates and obeys the teachings of His Word; forever True Master.

ਦੁਨੀਆ ਕੇਰੀ ਦੋਸਤੀ, dunee-aa kayree dostee
ਮਨਮੁਖ ਦਝਿ ਮਰੰਨਿ॥ manmukh dajh marann.
ਜਮ ਪੁਰਿ ਬਧੇ ਮਾਰੀਅਹਿ, jam pur baDhay maaree-ah
ਵੇਲਾ ਨ ਲਾਹੰਨਿ॥੨॥ vaylaa na lahann. ||2||

ਮਨਮੁਖ ਜੀਵ ਸੰਸਾਰਕ ਜੀਵ ਨੂੰ ਸਾਥੀ ਬਣਾਉਂਦਾ ਹੈ । ਜਿਹੜਾ ਮਨ ਦੀਆਂ ਇੱਛਾਂ ਵਿੱਚ ਜਲਕੇ ਮਰ ਜਾਂਦਾ ਹੈ । ਉਹ ਮੌਤ ਦੇ ਫੰਧੇ ਵਿੱਚ ਆ ਜਾਂਦਾ, ਜੂੰਨਾਂ ਦੇ ਚੱਕਰ ਵਿੱਚ ਚਲੇ ਜਾਂਦਾ ਹੈ । ਇਹ ਮੌਕਾ, ਮਾਨਸ ਜਨਮ ਬਾਰ ਬਾਰ ਬਖਸ਼ਿਸ਼ ਨਹੀਂ ਹੁੰਦਾ ।

Self-minded may remain associated with worldly creatures as his companion; worldly guru as his guide in human life. Whosoever may remain frustrated with his own worldly desires and dies while satisfying his worldly desires. He may be captured by the devil of death and he may remain in the cycle of birth and death. The priceless human life opportunity may not be blessed repeatedly.

ਗੁਰਮੁਖਿ ਜਨਮੁ ਸਕਾਰਥਾ, gurmukh janam sakaarthaa
ਸਚੈ ਸਬਦਿ ਲਗੰਨਿ॥ sachai sabad lagann.
ਆਤਮ ਰਾਮੁ ਪ੍ਰਗਾਸਿਆ aatam raam pargaasi-aa
ਸਹਜੇ ਸੁਖਿ ਰਹੰਨਿ॥੩॥ sehjay sukh rahann. ||3||

ਗੁਰਮਖ ਜੀਵ ਪ੍ਰਭ ਦੇ ਸ਼ਬਦ ਨਾਲ ਜੀਵਨ ਬਤੀਤ ਕਰਦਾ ਹੈ । ਉਹ ਆਪਣਾ ਮਾਨਸ ਜਨਮ ਸਫਲ ਕਰ ਜਾਂਦਾ ਹੈ । ਉਸ ਦੇ ਅੰਦਰ ਪ੍ਰਭ ਦੀ ਜੋਤ, ਸ਼ਬਦ ਦੀ ਧੁਨ ਚਲ ਪੈਂਦੀ ਹੈ । ਓਹ ਸਦਾ ਰਹਿਣ ਵਾਲੇ ਖੇੜੇ ਵਿੱਚ ਚਲੇ ਜਾਂਦਾ ਹੈ ।

His true devotee may adopt the teachings of His Word with steady and stable belief in his day-to-day life. His human life journey may become rewarding; the everlasting echo of His Word may resonate within his mind. He may be enlightened with the essence of His Word. He may remain intoxicated in the void of His Word in the everlasting blossom.

ਗੁਰ ਕਾ ਸਬਦੁ ਵਿਸਾਰਿਆ, gur kaa sabad visaari-aa
ਦੂਜੈ ਭਾਇ ਰਚੰਨਿ॥ doojai bhaa-ay rachann.
ਤਿਸਨਾ ਭੁਖ ਨ ਉਤਰੈ, tisnaa bhukh na utrai
ਅਨਦਿਨੁ ਜਲਤ ਫਿਰੰਨਿ॥੪॥ an-din jalat firann. ||4||

ਜਿਹੜਾ ਆਪਣੇ ਮਨ ਵਿਚੋਂ ਪ੍ਰਭ ਦਾ ਸ਼ਬਦ ਵਿਸਾਰ ਲੈਂਦਾ ਹੈ । ਉਹ ਧਰਮ ਦੇ ਭਰਮਾਂ ਵਿੱਚ ਪਇਆ ਰਹਿੰਦਾ ਹੈ । ਉਸ ਦਾ ਪਿਆਰ, ਲਗਨ ਸੰਸਾਰਕ ਇੱਛਾਂ ਵਿੱਚ ਲੱਗੀ ਰਹਿੰਦੀ ਹੈ । ਉਸ ਦੀ ਸੰਸਾਰਕ ਇੱਛਾਂ ਦੀ ਭੁੱਖ, ਭਟਕਣ ਕਦੇ ਖਤਮ ਨਹੀਂ ਹੁੰਦੀ । ਉਹ ਦਿਨ ਰਾਤ ਇੱਛਾਂ ਦੀ ਅੱਗ ਵਿੱਚ ਹੀ ਜਲਦਾ ਰਹਿੰਦਾ ਹੈ ।

Whosoever may abandon the teachings of His Word from his day-to-day life; he may remain frustrated in religious suspicions and rituals. He remains intoxicated with the sweet poison of worldly wealth and slave of worldly desires. His ego of worldly expectations may never be satisfied. He wastes his human life opportunity and remains burning in worldly desires.

ਦੁਸਟਾ ਨਾਲਿ ਦੋਸਤੀ, dustaa naal dostee
ਨਾਲਿ ਸੰਤਾ ਵੈਰੁ ਕਰੰਨਿ॥ naal santaa vair karann.
ਆਪਿ ਡੁਬੇ ਕੁਟੰਬ ਸਿਉ, aap dubay kutamb si-o
ਸਗਲੇ ਕੁਲ ਡੋਬੰਨਿ॥੫॥ saglay kul dobann. ||5||

ਉਹ ਬੁਰੇ ਕੰਮਾਂ ਵਾਲਿਆਂ ਨਾਲ ਦੋਸਤੀ, ਬੰਦਗੀ ਕਰਨ ਵਾਲੇ ਦੀ ਵਿਰੋਧਤਾ ਕਰਦਾ ਹੈ । ਉਹ ਜੂੰਨਾਂ ਦੇ ਚੱਕਰ ਵਿੱਚ ਪੈਂਦਾ ਹੈ । ਸਾਥੀਆਂ, ਪ੍ਰਵਾਰ ਨੂੰ ਵੀ ਇਸ ਰਸਤੇ ਤੇ ਪਾ ਕੇ ਬਰਬਾਦ ਕਰ ਦੇਂਦਾ ਹੈ ।

Self-minded may associate with evil doers, tyrant and always rebuke His true devotee or anyone, who may try to follow that path of meditation. He remains in the cycle of birth and death. He may inspire his family and associates on the path of destruction; wrong path.

ਨਿੰਦਾ ਭਲੀ ਕਿਸੈ ਕੀ ਨਾਹੀ, nindaa bhalee kisai kee naahee
ਮਨਮੁਖ ਮੁਗਧ ਕਰੰਨਿ॥ manmukh mugaDh karann.
ਮੁਹ ਕਾਲੇ ਤਿਨ ਨਿੰਦਕਾ, muh kaalay tin nindkaa
ਨਰਕੇ ਘੋਰਿ ਪਵੰਨਿ॥੬॥ narkay ghor pavann. ||6||

ਸਾਰੇ ਮਾਨਸ ਜਾਣਦੇ ਹਨ, ਕਿਸੇ ਦੀ ਨਿੰਦਿਆਂ ਕਰਨੀ ਚੰਗੀ ਨਹੀਂ, ਮੁਰਖਤਾ ਹੀ ਹੈ । ਪਰ ਫਿਰ ਵੀ ਮਨਮੁਖ ਜੀਵ ਨਿੰਦਿਆਂ, ਚੁਗਲੀ ਕਰਦਾ ਰਹਿੰਦਾ ਹੈ । ਨਿੰਦਿਆਂ ਕਰਨ ਵਾਲੇ ਦੀ ਪ੍ਰਭ ਦੇ ਦਰਬਾਰ ਵਿੱਚ ਬੇਅਬਦੀ ਹੁੰਦੀ, ਲਾਨ੍ਹਤਾਂ ਹੀ ਪੈਂਦੀਆਂ ਹਨ । ਉਹ ਦੁਖਾਂ ਵਾਲੀਆਂ ਜੂੰਨਾਂ ਵਿੱਚ ਹੀ ਜਾਂਦਾ ਹੈ ।

Everyone may understand that slandering, and back-biting may be foolishness and ignorance from the teachings of His Word. However, self-minded remains back-biting and slandering others without realizing his mistakes. He may be disrespected and rebuked in His Court. He may be cycled through miserable life cycle of creature.

ਏ ਮਨ ਜੈਸਾ ਸੇਵਹਿ ਤੈਸਾ ਹੋਵਹਿ ay man jaisaa sayveh taisaa hoveh
ਤੇਹੇ ਕਰਮ ਕਮਾਇ॥ tayhay karam kamaa-ay.
ਆਪਿ ਬੀਜਿ ਆਪੇ ਹੀ ਖਾਵਣਾ, aap beej aapay hee khaavnaa
ਕਹਣਾ ਕਿਛੂ ਨ ਜਾਇ॥੭॥ kahnaa kichhoo na jaa-ay. ||7||

ਜੀਵ ਜਿਸ ਤੇ ਭਰੋਸੇ ਬਣਾਉਂਦਾ ਹੈ, ਉਸ ਤਰ੍ਹਾਂ ਦੇ ਹੀ ਕੰਮ ਕਰਦਾ ਹੈ । ਆਪਣੇ ਜੀਵਨ ਦਾ ਅਧਾਰ ਬਣਾਉਂਦਾ ਹੈ । ਜਿਸਤਰ੍ਹਾਂ ਦੇ ਉਹ ਕੰਮ ਕਰਦਾ ਹੈ, ਉਸ ਤਰ੍ਹਾਂ ਦਾ ਹੀ ਬਣ ਜਾਂਦਾ ਹੈ । ਉਸ ਤਰ੍ਹਾਂ ਦਾ ਹੀ ਫਲ ਪਾਉਂਦਾ, ਸਜ਼ਾ ਭੋਗਦਾ ਹੈ । ਇਸ ਬਾਬਤ ਹੋਰ ਕੁਝ ਕਿਹਾ ਨਹੀਂ ਜਾ ਸਕਦਾ ।

Whatsoever may be the understanding and belief of anyone; he may perform deeds to accomplish his expectations. He establishes the guiding principle of life on his own belief. Whatsoever deeds he may perform, his state of mind may be transformed accordingly. He may be rewarded or punished for his own deeds. Nothing more could be explained about His Nature.

ਮਹਾ ਪੁਰਖਾ ਕਾ ਬੋਲਣਾ, mahaa purkhaa kaa bolnaa
ਹੋਵੈ ਕਿਤੈ ਪਰਥਾਇ॥ hovai kitai parthaa-ay.
ਓਇ ਅੰਮ੍ਰਿਤ ਭਰੇ ਭਰਪੂਰ ਹਹਿ, o-ay amrit bharay bharpoor heh
ਓਨਾ ਤਿਲੁ ਨ ਤਮਾਇ॥੮॥ onaa til na tamaa-ay. ||8||

ਬੰਦਗੀ ਕਰਨ ਵਾਲੇ ਦੇ ਕਥਨ ਮਹੱਤਵ ਪੂਰਕ, ਪ੍ਰਭ ਦੇ ਘਰ ਦੀ ਸੋਝੀ ਦੇ ਹੁੰਦੇ ਹਨ । ਉਸ ਦੇ ਮਨ ਦਾ ਭਾਂਡਾ ਪ੍ਰਭ ਦੇ ਅਮੋਲਕ ਅੰਮ੍ਰਿਤ ਨਾਲ ਭਰਿਆਂ ਹੁੰਦਾ ਹੈ । ਮਨ ਵਿੱਚ ਕੋਈ ਲਾਲਚ ਨਹੀਂ ਹੁੰਦਾ ।

The teachings of His true devotee may be very significant and overwhelmed with the essence of His Nature. His mind remains drenched with the nectar of the essence of His Word. He may never have any greed within his life.

ਗੁਣਕਾਰੀ ਗੁਣ ਸੰਘਰੈ,	gunkaaree gun sanghrai
ਅਵਰਾ ਉਪਦੇਸੇਨਿ॥	avraa updaysayn.
ਸੇ ਵਡਭਾਗੀ ਜਿ ਓਨਾ ਮਿਲਿ ਰਹੇ,	say vadbhaagee je onaa mil rahay
ਅਨਦਿਨੁ ਨਾਮੁ ਲਏਨਿ॥੯॥	an-din naam la-ayn. ||9||

ਉਸ ਦਾ ਮਨ ਪ੍ਰਭ ਦੇ ਸ਼ਬਦ ਦੀ ਸੋਝੀ ਦੇ ਗੁਣਾਂ ਨਾਲ ਭਰਿਆਂ ਹੁੰਦਾ ਹੈ । ਉਹ ਜੋ ਆਪ ਕਰਦਾ, ਉਸ ਦਾ ਹੀ ਉਪਦੇਸ਼ ਕਰਦਾ ਹੈ । ਜਿਸ ਜੀਵ ਨੂੰ ਉਸ ਦੀ ਸੰਗਤ ਬਖਸ਼ਿਸ਼ ਹੋ ਜਾਂਦੀ ਹੈ । ਉਸ ਦੇ ਜੀਵਨ ਤੋਂ ਸਿਖਿਆਂ ਲੈ ਕੇ ਜੀਵਨ ਬਤੀਤ ਕਰਦਾ ਹੈ, ਉਹ ਵੱਡਭਾਗੀ ਹੋ ਜਾਂਦਾ ਹੈ । ਉਹ ਦਿਨ ਰਾਤ ਪ੍ਰਭ ਦੇ ਸ਼ਬਦ ਦੀ ਹੀ ਉਸਤਤ ਕਰਦਾ ਹੈ ।

The mind of His true devotee may remain overwhelmed with essence of the enlightenment of His virtues. Whatsoever way of life, he may adopt in his day-to-day life; he may inspire others to follow in their life. Whosoever may be blessed with his association and adopts his life experience teachings in his own life; with His mercy and grace, he may become very fortunate. He may sing the glory of His Word day and night.

ਦੇਸੀ ਰਿਜਕੁ ਸੰਬਾਹਿ,	daysee rijak sambaahi
ਜਿਨਿ ਉਪਾਈ ਮੇਦਨੀ॥	jin upaa-ee maydnee.
ਏਕੋ ਹੈ ਦਾਤਾਰੁ	ayko hai daataar
ਸਚਾ ਆਪਿ ਧਣੀ॥੧੦॥	sachaa aap Dhanee. ||10||

ਜਿਸ ਪ੍ਰਭ ਨੇ ਸ੍ਰਿਸ਼ਟੀ ਸਾਜੀ ਹੈ, ਆਪ ਹੀ ਇਸ ਦੀ ਦੇਖ ਭਾਲ ਦਾ ਪ੍ਰਬੰਧ ਕਰਦਾ ਹੈ । ਕੇਵਲ ਪ੍ਰਭ ਹੀ ਦਾਤਾਂ ਦਾ ਮਾਲਕ, ਦਾਤਾਂ ਬਖਸ਼ਦਾ ਹੈ । ਉਹ ਹੀ ਅਸਲੀ ਸ੍ਰਿਸ਼ਟੀ ਦਾ ਮਾਲਕ ਹੈ ।

The True Master, Creator of the universe also creates the sources for nourishment and protection for His Creation. The True Master remains the only owner of all treasure of virtues. Only He may bestow His blessings to any creature.

ਸੋ ਸਚੁ ਤੇਰੈ ਨਾਲਿ ਹੈ,	so sach tayrai naal hai
ਗੁਰਮੁਖਿ ਨਦਰਿ ਨਿਹਾਲਿ॥	gurmukh nadar nihaal.
ਆਪੇ ਬਖਸੇ ਮੇਲਿ ਲਏ,	aapay bakhsay mayl la-ay
ਸੋ ਪ੍ਰਭੁ ਸਦਾ ਸਮਾਲਿ॥੧੧॥	so parabh sadaa samaal. ||11||

ਪ੍ਰਭ ਸਦਾ ਹੀ ਗੁਰਮਖ ਦੇ ਨਾਲ ਚਲਦਾ ਹੈ, ਹਰ ਥਾਂ ਸਹਾਈ ਹੁੰਦਾ ਹੈ, ਸੇਧ ਦੇਂਦਾ ਹੈ । ਪ੍ਰਭ ਆਪ ਹੀ ਜੀਵ ਦੀਆਂ ਭੁੱਲਾਂ ਬਖਸ਼ਦਾ, ਪ੍ਰਵਾਨਗੀ ਦੇ ਰਸਤੇ ਤੇ ਅਡੋਲ ਰਖਦਾ ਹੈ । ਜੀਵ, ਸਦਾ ਹੀ ਉਸ ਦੇ ਸ਼ਬਦ ਦੀ ਪਾਲਣਾ ਕਰੋ !

The True Master remains companion and supporter of His true devotee in all affairs of worldly life and guide him on the right path. He may ignore and forgive his mistakes and keeps him steady and stable on the right path of acceptance in His Court. You should always obey the teachings of His Word with steady and stable belief in day-to-day life.

ਮਨੁ ਮੈਲਾ ਸਚੁ ਨਿਰਮਲਾ,	man mailaa sach nirmalaa
ਕਿਉ ਕਰਿ ਮਿਲਿਆ ਜਾਇ॥	ki-o kar mili-aa jaa-ay.
ਪ੍ਰਭੁ ਮੇਲੇ ਤਾ ਮਿਲਿ ਰਹੇ,	parabh maylay taa mil rahai
ਹਉਮੈ ਸਬਦਿ ਜਲਾਇ॥੧੨॥	ha-umai sabad jalaa-ay. ||12||

ਜੀਵ ਦਾ ਮਨ ਮੈਲਾ ਹੈ, ਕੇਵਲ ਪ੍ਰਭ ਅਤੇ ਪ੍ਰਭ ਦਾ ਸ਼ਬਦ ਹੀ ਪਵਿੱਤਰ ਹੈ । ਪ੍ਰਭ ਨਾਲ ਮਿਲਾਪ ਕਿਸਤਰ੍ਹਾਂ ਹੋ ਸਕਦਾ ਹੈ? ਪ੍ਰਭ ਆਪ ਹੀ ਜੀਵ ਨੂੰ ਆਪਣੇ ਵਿੱਚ ਅਭੇਦ ਕਰਦਾ ਹੈ, ਤਾਂ ਹੀ ਆਤਮਾ, ਪ੍ਰਭ ਦੀ ਜੋਤ ਵਿੱਚ ਅਭੇਦ ਹੋਈ ਰਹਿੰਦੀ ਹੈ । ਪ੍ਰਭ ਦੇ ਸ਼ਬਦ ਨਾਲ ਜੀਵਨ ਢਾਲਣ ਨਾਲ ਮਨ ਦਾ ਅਹੰਕਾਰ ਨਾਸ ਹੋ ਜਾਂਦਾ ਹੈ ।

The soul, mind of a creature remains blemish with worldly desires; only The True Master and His Word may sanctify his soul. How may his blemish soul be immersed within The Holy Spirit? Only with His mercy and grace, He may attach His true devotee to adopt the teachings of His Word; only then his soul may be immersed and remain immersed within the Holy Spirit. Whosoever may adopt the teachings of His Word with steady and stable belief in his day-to-day life; only he may conquer his own ego.

ਸੋ ਸਹੁ ਸਚਾ ਵੀਸਰੈ,	so saho sachaa veesrai
ਧ੍ਰਿਗੁ ਜੀਵਣੁ ਸੰਸਾਰਿ॥	Dharig jeevan sansaar.
ਨਦਰਿ ਕਰੇ ਨਾ ਵੀਸਰੈ,	nadar karay naa veesrai
ਗੁਰਮਤੀ ਵੀਚਾਰਿ॥੧੩॥	gurmatee veechaar. ||13||

ਅਗਰ ਕੋਈ ਪ੍ਰਭ ਦਾ ਸ਼ਬਦ ਮਨ ਵਿਚੋਂ ਵਿਸਾਰ ਦੇਵੇ । ਉਸ ਦਾ ਮਾਨਸ ਜੀਵਨ ਬਿਰਥਾ ਹੀ ਬੀਤ ਜਾਂਦਾ ਹੈ । ਜਿਹੜਾ ਜੀਵ ਪ੍ਰਭ ਦੇ ਸ਼ਬਦ ਦੀ ਪਾਲਣਾ, ਸਿਮਰਨ ਕਰਦਾ ਹੈ, ਪ੍ਰਭ ਆਪ ਹੀ ਰਹਿਮਤ ਬਖਸ਼ਦਾ ਹੈ । ਉਸ ਦੇ ਮਨ ਵਿੱਚ ਸ਼ਬਦ ਦੀ ਲਗਨ ਅਡੋਲ ਹੋ ਜਾਂਦੀ ਹੈ, ਕਦੇ ਵਿਛੋੜਾ ਨਹੀਂ ਹੁੰਦਾ ।

Whosoever may abandon the teachings of His Word; he may waste his human life opportunity. Whosoever may meditate and obeys the teachings of His Word with steady and stable belief in his day-to-day life; with His mercy and grace. he may remain steady and stable on the right path and he may never be separated from The Holy Spirit.

ਸਤਿਗੁਰੁ ਮੇਲੇ ਤਾ ਮਿਲਿ ਰਹਾ,	satgur maylay taa mil rahaa
ਸਾਚੁ ਰਖਾ ਉਰ ਧਾਰਿ॥	saach rakhaa ur Dhaar.
ਮਿਲਿਆ ਹੋਇ ਨ ਵੀਛੁੜੈ,	mili-aa ho-ay na veechhurhai
ਗੁਰ ਕੈ ਹੇਤਿ ਪਿਆਰਿ॥੧੪॥	gur kai hayt pi-aar. ||14||

ਅਗਰ ਪ੍ਰਭ ਰਹਿਮਤ ਬਖਸ਼ੇ ਤਾਂ ਹੀ ਮਨ ਪ੍ਰਵਾਨਗੀ ਦੇ ਰਸਤੇ ਅਡੋਲ ਰਹਿੰਦਾ ਹੈ । ਸ਼ਬਦ ਦੀ ਪਾਲਣਾ ਕਰਨ ਨਾਲ ਹੀ ਸ਼ਬਦ ਜੀਵ ਦੇ ਮਨ ਵਿੱਚ ਘਰ ਕਰਦਾ ਹੈ । ਇਸਤਰ੍ਹਾਂ ਦਾ ਮਿਲਾਪ ਹੋਣ ਨਾਲ ਫਿਰ ਕਦੇ ਵਿਛੋੜਾ ਨਹੀਂ ਹੁੰਦਾ । ਮਨ ਸ਼ਬਦ ਵਿੱਚ ਅਡੋਲ ਰਹਿੰਦਾ ਹੈ ।

Whosoever may be blessed to a devotional meditation, only he may remain steady and stable on the path of acceptance in His Court. He may remain drenched with the essence of the teachings of His Word. With such a union, he may remain steady and stable on the right path and his soul may never be separated.

ਪਿਰੁ ਸਾਲਾਹੀ ਆਪਣਾ,	pir saalaahee aapnaa
ਗੁਰ ਕੈ ਸਬਦਿ ਵੀਚਾਰਿ॥	gur kai sabad veechaar.
ਮਿਲਿ ਪ੍ਰੀਤਮ ਸੁਖੁ ਪਾਇਆ,	mil pareetam sukh paa-i-aa
ਸੋਭਾਵੰਤੀ ਨਾਰਿ॥੧੫॥	sobhaavantee naar. ||15||

ਜੀਵ ਪ੍ਰਭ ਦੇ ਸ਼ਬਦ ਦੀ ਪਾਲਣਾ ਕਰਦਾ ਹੋਇਆ ਉਸ ਪ੍ਰਭ ਦਾ ਧੰਨਵਾਦ ਕਰੋ ! ਜਿਸ ਨੇ ਇਹ ਸ਼ਬਦ ਬਖਸ਼ਿਆ ਹੈ । ਪ੍ਰਭ ਦੇ ਸ਼ਬਦ ਦੀ ਪਾਲਣਾ ਕਰਨ ਨਾਲ ਮਨ ਵਿੱਚ ਪੂਰਨ ਸੰਤੋਖ ਬਖਸ਼ਿਸ਼ ਹੋ ਜਾਂਦਾ ਹੈ । ਮਨ ਸੀਤਲ ਹੋ ਜਾਂਦਾ ਹੈ, ਉਹ ਪ੍ਰਭ ਦਾ ਸਭ ਤੋ ਪਿਆਰਾ ਦਾਸ ਬਣ ਜਾਂਦਾ ਹੈ ।

While obeying the teachings of His Word; you should always remain grateful to The True Master, who has blessed the attachment to His Word. By obeying the teachings of His Word, he may be blessed with complete contentment in his worldly environments. He may become humble and his soul may be sanctified; he may become the dearest to The True Master.

ਮਨਮੁਖ ਮਨੁ ਨ ਭਿਜਈ,	manmukh man na bhij-ee
ਅਤਿ ਮੈਲੇ ਚਿਤਿ ਕਠੋਰ॥	at mailay chit kathor.

ਸਪੈ ਦੁਧੁ ਪੀਆਈਐ, sapai duDh pee-aa-ee-ai
ਅੰਦਰਿ ਵਿਸੁ ਨਿਕੋਰ॥੧੬॥ andar vis nikor. ||16||

ਮਨਮੁਖ ਦੇ ਮਨ ਤੇ ਸ਼ਬਦ ਦਾ ਕੋਈ ਪ੍ਰਭਾਵ ਨਹੀਂ ਪੈਂਦਾ, ਉਹ ਪੱਥਰ ਵਰਗਾ ਕਠੋਰ ਹੀ ਰਹਿੰਦਾ ਹੈ । ਜਿਵੇਂ ਅਗਰ ਕੋਈ ਸੱਪ ਨੂੰ ਦੁੱਧ ਪਿਆਉਂਦਾ ਹੈ । ਫਿਰ ਵੀ ਸੱਪ ਦਾ ਜ਼ਹਿਰ ਖਤਮ ਨਹੀਂ ਹੁੰਦਾ ।

Self-minded may not have any influence of the teachings of His Word; his mind remains unchanged like a stone. This may be classified as; by feeding the snake with milk, his poison may not be eliminated.

ਆਪਿ ਕਰੇ ਕਿਸੁ ਆਖੀਐ, aap karay kis aakhee-ai
ਆਪੇ ਬਖਸਣਹਾਰੁ॥ aapay bakhsanhaar.
ਗੁਰ ਸਬਦੀ ਮੈਲੁ ਉਤਰੈ, gur sabdee mail utrai
ਤਾ ਸਚੁ ਬਣਿਆ ਸੀਗਾਰੁ॥ ੧੭॥ taa sach bani-aa seegaar. ||17||

ਪ੍ਰਭ ਆਪ ਹੀ ਭੁੱਲਾਂ ਬਖਸ਼ਣ ਵਾਲ ਮਾਲਕ ਹੈ । ਸਭ ਕੁਝ ਉਹ ਆਪ ਹੀ ਕਰਦਾ ਹੈ । ਹੋਰ ਕੀ ਕਿਹਾ ਜਾ ਸਕਦਾ ਹੈ? ਪ੍ਰਭ ਦੇ ਸ਼ਬਦ ਨਾਲ ਜੀਵਨ ਢਾਲਣ ਨਾਲ ਮਨ ਦੀ ਮੈਲ ਧੋਤੀ ਜਾਂਦੀ ਹੈ । ਤਾਂ ਹੀ ਸ਼ਬਦ ਦਾ ਰੰਗ ਮਨ ਤੇ ਚੜ੍ਹਦਾ ਹੈ, ਪ੍ਰਭਾਵ ਹੁੰਦਾ ਹੈ ।

The True Master prevails in all events in the universe; only True Master, may forgive the sinful deeds of any creature. What else may be explained about His Nature? By adopting the teachings of His Word with steady and stable belief; with His mercy and grace, the blemish of his soul may be washed and soul may be sanctified. Only then his mind may be drenched with the teachings of His Word.

ਸਚਾ ਸਾਹੁ ਸਚੇ ਵਣਜਾਰੇ, sachaa saahu sachay vanjaaray
ਓਥੈ ਕੂੜੇ ਨ ਟਿਕੰਨਿ॥ othai koorhay na tikann.
ਓਨਾ ਸਚੁ ਨ ਭਾਵਈ, onaa sach na bhaav-ee
ਦੁਖ ਹੀ ਮਾਹਿ ਪਚੰਨਿ॥੧੮॥ dukh hee maahi pachann. ||18||

ਪ੍ਰਭ ਆਪ ਹੀ ਪਵਿੱਤਰ ਵਪਾਰ ਕਰਨ ਵਾਲਾ ਪਵਿੱਤਰ ਵਪਾਰੀ ਹੈ । ਦਰਬਾਰ ਵਿੱਚ ਕੋਈ ਮੈਲਾ, ਚਲਾਕੀ ਵਾਲਾ ਕੋਈ ਕੀਮਤ ਨਹੀਂ ਪਾਉਂਦਾ । ਜਿਹੜਾ ਪ੍ਰਭ ਦੇ ਸ਼ਬਦ ਦੀ ਪਾਲਣਾ ਨਹੀਂ ਕਰਦਾ । ਉਹ ਸੰਸਾਰਕ ਇੱਛਾਂ ਦੀ ਭਟਕਣ ਵਿੱਚ ਹੀ ਦੁਖ ਪਾਉਂਦਾ ਰਹਿੰਦਾ ਹੈ ।

The True Master is a merchant of sanctified soul only. No blemish soul may ever be accepted in His Court with any clever tricks or prayer of worldly saint or guru. Whosoever may not obey the teachings of His Word with steady and stable belief in his day-to-day life; he may remain frustrated in worldly desires.

ਹਉਮੈ ਮੈਲਾ ਜਗੁ ਫਿਰੈ, ha-umai mailaa jag firai
ਮਰਿ ਜੰਮੈ ਵਾਰੋ ਵਾਰ॥ mar jammai vaaro vaar.
ਪਇਐ ਕਿਰਤਿ ਕਮਾਵਣਾ, pa-i-ai kirat kamaavanaa
ਕੋਇ ਨ ਮੇਟਣਹਾਰ॥੧੯॥ ko-ay na maytanhaar. ||19||

ਸਾਰਾ ਸੰਸਾਰ ਹੀ ਅਹੰਕਾਰ ਦੀ ਮੈਲ ਨਾਲ ਭਰਿਆਂ ਹੋਇਆਂ ਹੈ । ਇਸ ਕਰਕੇ ਹੀ ਜੀਵ ਜੂੰਨਾਂ ਦੇ ਚੱਕਰ ਵਿੱਚ ਰਹਿੰਦਾ ਹੈ । ਉਹ ਆਪਣੇ ਪਿਛਲੇ ਕੀਤੇ ਕੰਮਾਂ ਦੀ ਸਜ਼ਾ ਹੀ ਭੋਗਦਾ ਹੈ । ਉਹ ਭਾਗਾਂ ਅਨੁਸਾਰ ਹੀ ਕੰਮ ਕਰਦਾ ਹੈ, ਉਸ ਨੂੰ ਕੋਈ ਮਿੱਟਾ ਨਹੀਂ ਸਕਦਾ ।

The whole universe remains overwhelmed with blemish of ego. His ego may be the root cause of his cycle of birth and death. He may endure the miseries of his prewritten destiny. No one may eliminate, change, or alter his own prewritten destiny except The True Master.

ਸੰਤਾ ਸੰਗਤਿ ਮਿਲਿ ਰਹੇ, santaa sangat mil rahai
ਤਾ ਸਚਿ ਲਗੈ ਪਿਆਰੁ॥ taa sach lagai pi-aar.
ਸਚੁ ਸਲਾਹੀ ਸਚੁ ਮਨਿ, sach salaahee sach man
ਦਰਿ ਸਚੈ ਸਚਿਆਰੁ॥੨੦॥ dar sachai sachiaar. ||20||

ਅਗਰ ਕੋਈ ਬੰਦਗੀ ਕਰਨ ਵਾਲੇ ਦੀ ਸੰਗਤ ਵਿੱਚ ਆ ਜਾਵੇ । ਤਾਂ ਉਸ ਦੀ ਲਗਨ ਸ਼ਬਦ ਦੀ ਪਾਲਣਾ ਵਿੱਚ ਲੱਗ ਜਾਂਦੀ ਹੈ । ਪ੍ਰਭ ਦੇ ਸ਼ਬਦ ਦੀ ਉਸਤਤ, ਜੀਵਨ ਢਾਲਣ ਨਾਲ ਦਰਬਾਰ ਵਿੱਚ ਪ੍ਰਵਾਨ ਹੋ ਜਾਂਦਾ ਹੈ ।

Whosoever may surrender at the sanctuary of His true devotee, His Holy saint; he may become steady and stable in obeying the teachings of His Word. By singing the glory and adopting the teachings of His Word with steady and stable belief in day-to-day life; with His mercy and grace, his soul may be sanctified to become worthy of His consideration.

ਗੁਰ ਪੂਰੇ ਪੂਰੀ ਮਤਿ ਹੈ, gur pooray pooree mat hai
ਅਹਿਨਿਸਿ ਨਾਮੁ ਧਿਆਇ॥ ahinis naam Dhi-aa-ay.
ਹਉਮੈ ਮੇਰਾ ਵਡ ਰੋਗੁ ਹੈ, ha-umai mayraa vad rog hai
ਵਿਚਹੁ ਠਾਕਿ ਰਹਾਇ॥੨੧॥ vichahu thaak rahaa-ay. ||21||

ਜੀਵ ਪ੍ਰਭ ਦਾ ਸ਼ਬਦ ਪੂਰਨ ਹੈ, ਉਸ ਦਾ ਸਿਮਰਨ ਕਰੋ ! ਦਿਨ ਰਾਤ ਸ਼ਬਦ ਦੀ ਪਾਲਣਾ ਕਰੋ ! ਅਹੰਕਾਰ ਅਤੇ ਆਪਣੀ ਹੈਸੀਅਤ ਦਾ ਮਨ ਸਭ ਤੋ ਵੱਡਾ ਰੋਗ ਹੈ । ਜੀਵ ਨੂੰ ਸੰਤੋਖ, ਧੀਰਜ ਆਪਣੇ ਮਨ ਅੰਦਰੋਂ ਹੀ ਬਖਸ਼ਿਸ਼ ਹੁੰਦਾ ਹੈ ।

You should obey the teachings of His Word with steady and stable belief in day-to-day life. His Word may be perfect and all teachings of His Word may be for sanctification of his soul. The ego of mind may be the most terrible disease; the patience and contentment may only be blessed from within.

ਗੁਰੁ ਸਾਲਾਹੀ ਆਪਣਾ gur saalaahee aapnaa
ਨਿਵਿ ਨਿਵਿ ਲਾਗਾ ਪਾਇ ॥ niv niv laagaa paa-ay.
ਤਨੁ ਮਨੁ ਸਉਪੀ ਆਗੈ ਧਰੀ tan man sa-upee aagai Dharee
ਵਿਚਹੁ ਆਪੁ ਗਵਾਇ ॥੨੨॥ vichahu aap gavaa-ay. ||22||

ਜੀਵ ਨਿਮ੍ਰਤਾ ਨਾਲ ਪ੍ਰਭ ਦੇ ਸਬਦ ਦੀ ਪਾਲਨਾ ਕਰਦੇ ਰਹੋ! ਬਾਰ ਬਾਰ ਸਿਮਰਨ ਕਰੋ! ਆਪਣਾ ਮਨ, ਤਨ ਪ੍ਰਭ ਦੇ ਅੱਗੇ ਭੇਟਾ ਕਰੋ, ਆਪਣੇ ਮਨ ਵਿਚ ਅਹੰਕਾਰ ਅਤੇ ਖੁਦਗ਼ਰਜ਼ੀ ਤੇ ਜਿੱਤ ਪਾਵੋ।

You should humbly with each breath meditate and obey the teachings of His Word in day-to-day life. You should conquer your selfishness and ego of worldly status. You should surrender your mind, body, and worldly status at His sanctuary.

ਖਿੰਚੋਤਾਨਿ ਵਿਗੁਚੀਐ, khinchotaan viguchee-ai
ਏਕਸੁ ਸਿਉ ਲਿਵ ਲਾਇ॥ aykas si-o liv laa-ay.
ਹਉਮੈ ਮੇਰਾ ਛਡਿ ਤੂ, ha-umai mayraa chhad too
ਤਾ ਸਚਿ ਰਹੇ ਸਮਾਇ॥੨੩॥ taa sach rahai samaa-ay. ||23||

ਜੀਵ ਨਿਮ੍ਰਤਾ ਨਾਲ ਪ੍ਰਭ ਦੇ ਸ਼ਬਦ ਦੀ ਪਾਲਣਾ ਕਰੋ, ਬਾਰ ਬਾਰ ਸਿਮਰਨ ਕਰੋ! ਆਪਣੇ ਮਨ ਦੀਆਂ ਇਛਾਂ ਤੇ ਕਾਬੂ ਪਾ ਕੇ, ਮਨ, ਤਨ ਪ੍ਰਭ ਦੇ ਅੱਗੇ ਭੇਟਾ ਕਰੋ! ਆਪਣੇ ਮਨ ਵਿੱਚ ਅਹੰਕਾਰ ਅਤੇ ਖੁਦਗ਼ਰਜ਼ੀ ਤੇ ਜਿੱਤ ਪਾਵੋ । ਪ੍ਰਭ ਦੇ ਸ਼ਬਦ ਦੀ ਪਾਲਣਾ ਅਡੋਲ ਭਰੋਸੇ ਨਾਲ ਕਰੋ।

You should humbly with each breath meditate and obey the teachings of His Word in day-to-day life. By controlling your worldly desires, you may surrender your mind, body, and worldly status at His sanctuary. By abandoning your selfishness and ego; you should obey the teachings of His Word with steady and stable belief in your day-to-day life.

ਸਤਿਗੁਰ ਨੋ ਮਿਲੇ ਸਿ ਭਾਇਰਾ,	satgur no milay se bhaa-iraa
ਸਚੈ ਸਬਦਿ ਲਗੰਨਿ॥	sachai sabad lagann.
ਸਚਿ ਮਿਲੇ ਸੇ ਨ ਵਿਛੁੜਹਿ,	sach milay say na vichhurheh
ਦਰਿ ਸਚੈ ਦਿਸੰਨਿ॥੨੪॥	dar sachai disann. ||24||

ਮਨ ਦੀ ਪਰੇਸ਼ਾਨੀ ਹੀ ਮਨ ਨੂੰ ਬਰਬਾਦ ਕਰ ਦੇਂਦੀ ਹੈ । ਮਨ ਦਾ ਧਿਆਨ ਇੱਕੋ ਇੱਕ ਪ੍ਰਭ ਦੀਆਂ ਰਹਿਮਤਾਂ ਵਿੱਚ ਲਾਵੋ! ਜਿਸ ਦੇ ਮਨ ਵਿਚੋਂ ਅਹੰਕਾਰ, ਖੁਦਗ਼ਰਜ਼ੀ ਦਾ ਨਾਸ ਹੋ ਜਾਂਦੀ ਹੈ, ਉਸ ਦੇ ਮਨ ਦੀ ਲਗਨ ਪ੍ਰਭ ਦੇ ਸ਼ਬਦ ਵਿੱਚ ਸਮਾਧੀ ਲੱਗ ਜਾਂਦੀ ਹੈ । ਉਸ ਦੀ ਆਤਮਾ, ਪ੍ਰਭ ਦੀ ਜੋਤ ਵਿੱਚ ਅਭੇਦ ਹੋ ਜਾਂਦੀ ਹੈ ।

The frustration of worldly desires may ruin the concentration of mind. You should focus on the blessings of The One and Only One True Master. Whosoever may conquer his selfishness and ego of his mind; with His mercy and grace, he may remain intoxicated in meditation in the void of His Word. His soul may immerse within The Holy Spirit.

ਸੇ ਭਾਈ ਸੇ ਸਜਣਾ,	say bhaa-ee say sajnaa
ਜੋ ਸਚਾ ਸੇਵੰਨਿ॥	jo sachaa sayvann.
ਅਵਗਣ ਵਿਕਣਿ ਪਲ੍ਰਨਿ,	avgan vikan pulHran
ਗੁਣ ਕੀ ਸਾਝ ਕਰੰਨ੍ਹਿ॥੨੫॥	gun kee saajh karaNniH. ||25||

ਜਿਹੜਾ ਪ੍ਰਭ ਦੇ ਸ਼ਬਦ ਦੀ ਪਾਲਣਾ ਕਰਦਾ ਹੈ, ਉਹ ਵੱਡੇ ਭਾਗਾਂ ਵਾਲੇ ਹੋ ਜਾਂਦਾ ਹੈ । ਉਸ ਦੀ ਲਗਨ ਸ਼ਬਦ ਵਿੱਚ ਲੱਗ ਜਾਂਦੀ ਹੈ । ਜਿਹੜਾ ਸ਼ਬਦ ਦੀ ਸਮਾਧੀ ਵਿੱਚ ਵਸਦਾ ਹੈ । ਉਸ ਦਾ ਫਿਰ ਕਦੀ ਵਿਛੋੜਾ ਨਹੀਂ ਹੁੰਦਾ, ਪ੍ਰਭ ਦੇ ਦਰਬਾਰ ਵਿੱਚ ਪ੍ਰਵਾਨ ਹੋ ਜਾਂਦਾ ਹੈ । ਜਿਹੜਾ ਪ੍ਰਭ ਦੇ ਸ਼ਬਦ ਦੀ ਪਾਲਣਾ ਕਰਦਾ ਹੈ । ਉਹ ਹੀ ਇੱਕ ਦੂਸਰੇ ਦੇ ਭਾਈ, ਅਸਲੀ ਸਾਥੀ ਹਨ । ਉਹ ਆਪਣੇ ਮਨ ਵਿਚੋਂ ਬੁਰੇ ਖਿਆਲ, ਕੰਮ ਕੱਢ ਦੇਂਦੇ ਹਨ । ਸ਼ਬਦ ਦੇ ਚੰਗੇ ਖਿਆਲ ਇੱਕ ਦੂਸਰੇ ਤੋ ਧਾਰਨ ਕਰਦੇ ਹਨ ।

Whosoever may obey the teachings of His Word; he may become very fortunate. He may remain intoxicated in meditation in the void of His Word. His soul may be accepted and she may never be separated from The Holy Spirit. Whosoever may obey the teachings of His Word, only he may be his true friend. He may eliminate, abandon evil thoughts from his mind and they may adopt good virtues from each other.

ਗੁਣ ਕੀ ਸਾਝ ਸੁਖੁ ਊਪਜੈ,	gun kee saajh sukh oopjai
ਸਚੀ ਭਗਤਿ ਕਰੇਨਿ॥	sachee bhagat karayn.
ਸਚੁ ਵਣੰਜਹਿ ਗੁਰ ਸਬਦ ਸਿਉ,	sach vanaNjahi gur sabad si-o
ਲਾਹਾ ਨਾਮੁ ਲਏਨਿ॥੨੬॥	laahaa naam la-ayn. ||26||

ਪ੍ਰਭ ਦੇ ਗੁਣਾਂ ਨੂੰ ਅਪਣਾਉਣ, ਸਾਂਝੇ ਕਰਨ ਨਾਲ ਮਨ ਵਿੱਚ ਸੰਤੋਖ ਵਸ ਜਾਂਦਾ ਹੈ । ਇਹ ਹੀ ਅਸਲੀ ਬੰਦਗੀ ਹੈ । ਜਿਹੜਾ ਸ਼ਬਦ ਦੀ ਪਾਲਣਾ ਕਰਦਾ, ਉਹ ਗੁਣ ਅਪਣਾਉਂਦਾ, ਸ਼ਬਦ ਦਾ ਧਨ ਇਕੱਠ ਕਰਦਾ, ਮਾਨਸ ਜਨਮ ਦਾ ਲਾਹਾ ਖੱਟਦਾ ਹੈ ।

Whosoever may adopt the teachings of His Word and shares with others, he may be overwhelmed with contentment. This may be the real meditation. Whosoever may obey and adopt the teachings in his day-to-day life. He may earn the wealth of His Word and profit from his human life journey

ਸੁਇਨਾ ਰੁਪਾ ਪਾਪ ਕਰਿ,	su-inaa rupaa paap kar
ਕਰਿ ਸੰਚੀਐ	kar sanchee-ai
ਚਲੈ ਨ ਚਲਦਿਆ ਨਾਲਿ॥	chalai na chaldi-aa naal.

ਵਿਣੁ ਨਾਵੈ ਨਾਲਿ ਨ ਚਲਸੀ, vin naavai naal na chalsee
ਸਭ ਮੁਠੀ ਜਮਕਾਲਿ॥੨੭॥ sabh muthee jamkaal. ||27||

ਜਿਹੜਾ ਸੰਸਾਰਕ ਧਨ, ਮੰਦੇ ਕੰਮ ਕਰਕੇ, ਪਾਪਾਂ ਨਾਲ ਇਕੱਠਾ ਕੀਤਾ ਜਾਂਦਾ ਹੈ । ਇਹ ਮਰਨ ਤੇ ਜੀਵ ਦੇ ਸਾਥ ਨਹੀਂ ਜਾਂਦਾ । ਸ਼ਬਦ ਦੀ ਕਮਾਈ ਤੋ ਬਿਨਾਂ ਮੌਤ ਪਿਛੋਂ ਹੋਰ ਕੁਝ ਵੀ ਜੀਵ ਦੇ ਸਾਥ ਨਹੀਂ ਜਾਂਦਾ । ਉਹ ਸਾਰੇ ਹੀ ਮੌਤ ਦੇ ਜਮਦੂਤ ਦੇ ਹਵਾਲੇ ਹੋ ਜਾਂਦੇ ਹਨ ।

Whatsoever worldly wealth may be collected with evil deeds; his worldly wealth may not stay with him after death to support in His Court. Without the earnings of His Word, nothing else may support him in His Court. He may be captured by the devil of death.

ਮਨ ਕਾ ਤੋਸਾ ਹਰਿ ਨਾਮੁ ਹੈ, man kaa tosaa har naam hai
ਹਿਰਦੈ ਰਖਹੁ ਸਮ੍ਹਾਲਿ॥ hirdai rakhahu samHaal.
ਏਹੁ ਖਰਚੁ ਅਖੁਟੁ ਹੈ, ayhu kharach akhut hai
ਗੁਰਮੁਖਿ ਨਿਬਹੈ ਨਾਲਿ॥੨੮॥ gurmukh nibhai naal. ||28||

ਮਨ ਦਾ ਭੋਜਨ, ਖਰਾਕ ਕੇਵਲ ਪ੍ਰਭ ਦੇ ਸ਼ਬਦ ਦੀ ਕਮਾਈ ਹੀ ਹੈ । ਇਸ ਵਿਚਾਰ ਨੂੰ ਆਪਣੇ ਮਨ ਵਿੱਚ ਰਖੋ! ਇਸ ਸ਼ਬਦ ਦੀ ਪਾਲਣਾ ਮਨ ਲਾ ਕੇ ਕਰੋ! ਇਹ ਕਮਾਈ ਕਦੇ ਖਤਮ ਨਹੀਂ ਹੁੰਦੀ, ਇਹ ਗੁਰਮਖ ਦੇ ਸਦਾ ਹੀ ਸਾਥ ਰਹਿੰਦੀ ਹੈ । ਸੰਸਾਰ ਵਿੱਚ ਅਤੇ ਮੌਤ ਤੋਂ ਪਿਛੋਂ ਵੀ ਉਸ ਦੇ ਦਰਬਾਰ ਵਿੱਚ ਕੰਮ ਆਉਂਦੀ ਹੈ ।

The earnings of His Word are the true nourishment of mind of creature. You should keep that essence within your mind and obey the teachings of His Word. The earnings of His Word may never be wasted and remains companion with His true devotee. The earnings of His Word may support him in worldly life and after death in His Court.

ਏ ਮਨ ਮੂਲਹੁ ਭੁਲਿਆ, ay man moolhu bhuli-aa
ਜਾਸਹਿ ਪਤਿ ਗਵਾਇ॥ jaaseh pat gavaa-ay.
ਇਹੁ ਜਗਤੁ ਮੋਹਿ ਦੂਜੈ ਵਿਆਪਿਆ ih jagat mohi doojai vi-aapi-aa
ਗੁਰਮਤੀ ਸਚੁ ਧਿਆਇ॥੨੯॥ gurmatee sach Dhi-aa-ay. ||29||

ਜਿਹੜਾ ਪ੍ਰਭ ਦੇ ਸ਼ਬਦ ਨੂੰ ਭੁਲਾ ਕੇ ਮਰ ਜਾਂਦਾ ਹੈ, ਉਹ ਆਪਣਾ ਮਾਣ ਗਵਾ ਜਾਂਦਾ ਹੈ । ਦਰਬਾਰ ਵਿੱਚ ਕੋਈ ਥਾਂ ਬਖਸ਼ਿਸ਼ ਨਹੀਂ ਹੁੰਦੀ । ਉਹ ਸੰਸਾਰ ਇੱਛਾਂ ਨਾਲ ਭਰਿਆਂ, ਮੋਹ ਦੇ ਜਾਲ ਵਿੱਚ ਫਸਿਆ ਹੋਇਆ ਹੈ । ਸ਼ਬਦ ਦੀ ਸੋਝੀ ਪਾ ਕੇ ਸ਼ਬਦ ਦੀ ਪਾਲਣਾ, ਸਿਮਰਨ ਕਰੋ!

Whosoever may abandon the teachings of His Word; he may lose his honor in His Court. He may not be blessed with any place in His Royal Castle. The whole universe remains overwhelmed with worldly desires; everyone may remain intoxicated with worldly attachments. You should understand, meditate, and obey the teachings of His Word with steady and stable belief in your day-to-day life.

ਹਰਿ ਕੀ ਕੀਮਤਿ ਨ ਪਵੈ har kee keemat na pavai
ਹਰਿ ਜਸੁ ਲਿਖਣੁ ਨ ਜਾਇ॥ har jas likhan na jaa-ay.
ਗੁਰ ਕੈ ਸਬਦਿ ਮਨੁ ਤਨੁ ਰਪੈ, gur kai sabad man tan rapai
ਹਰਿ ਸਿਉ ਰਹੇ ਸਮਾਇ॥੩੦॥ har si-o rahai samaa-ay. ||30||

ਪ੍ਰਭ ਦੇ ਸ਼ਬਦ ਦੀ, ਪ੍ਰਭ ਦੀ ਰਹਿਮਤ ਦੀ ਕੀਮਤ ਜਾਣੀ ਨਹੀਂ ਜਾ ਸਕਦੀ । ਪ੍ਰਭ ਦੀ ਪੂਰਨ ਉਸਤਤ ਲਿਖੀ ਨਹੀਂ ਜਾ ਸਕਦੀ । ਜਦੋਂ ਕਿਸੇ ਦਾ ਮਨ, ਤਨ ਪ੍ਰਭ ਦੇ ਸ਼ਬਦ ਦੀ ਸਮਾਧੀ ਵਿੱਚ ਮਸਤ ਰਹਿੰਦਾ ਹੈ ਤਾਂ ਉਹ ਪ੍ਰਭ ਦੀ ਜੋਤ ਵਿੱਚ ਅਭੇਦ ਹੋ ਜਾਂਦਾ ਹੈ ।

The significance of His Word and His blessings remains beyond any imagination of His Creation. His complete praises, glory can not be completely written on a piece of paper. Whosoever may remain intoxicated in meditation in the void of His Word; with His mercy and grace, his soul may immerse within The Holy Spirit.

ਸੋ ਸਹੁ ਮੇਰਾ ਰੰਗੁਲਾ,	so saho mayraa rangulaa
ਰੰਗੇ ਸਹਜਿ ਸੁਭਾਇ॥	rangay sahj subhaa-ay.
ਕਾਮਣਿ ਰੰਗੁ ਤਾ ਚੜੈ,	kaaman rang taa charhai
ਜਾ ਪਿਰ ਕੈ ਅੰਕਿ ਸਮਾਇ॥੩੧॥	jaa pir kai ank samaa-ay. ||31||

ਪ੍ਰਭ ਸਦਾ ਹੀ ਖੇੜੇ ਵਿੱਚ ਰਹਿਣ ਵਾਲਾ ਹੈ । ਦਾਸ ਨੂੰ ਸ਼ਬਦ ਦੀ ਪਾਲਣਾ ਤੇ ਅਡੋਲ ਕਰਕੇ, ਅਸਾਨੀ ਨਾਲ ਹੀ ਖੇੜੇ ਵਿੱਚ ਲੈ ਜਾਂਦਾ ਹੈ । ਉਹ ਸ਼ਬਦ ਦੇ ਰੰਗ ਵਿੱਚ ਰਗਿਆ ਹੋਇਆ ਜੀਵ ਪ੍ਰਭ ਦੀ ਜੋਤ ਵਿੱਚ ਹੀ ਸਮਾ ਜਾਂਦਾ ਹੈ ।

The True Master remains in blossom forever. Whosoever may obey the teachings of His Word with steady and stable belief in his day-to-day life; with His mercy and grace, he may be blessed with blossom in his life. Whosoever may remain drenched with the essence of His Word, he may immerse within The Holy Spirit.

ਚਿਰੀ ਵਿਛੁੰਨੇ ਭੀ ਮਿਲਨਿ	chiree vichhunay bhee milan
ਜੋ ਸਤਿਗੁਰੁ ਸੇਵੰਨਿ॥	jo satgur sayvann.
ਅੰਤਰਿ ਨਵ ਨਿਧਿ ਨਾਮੁ ਹੈ,	antar nav niDh naam hai
ਖਾਨਿ ਖਰਚਨਿ ਨ ਨਿਖੁਟਈ,	khaan kharchan na nikhuta-ee
ਹਰਿ ਗੁਣ ਸਹਜਿ ਰਵੰਨਿ॥੩੨॥	har gun sahj ravann. ||32||

ਜਿਹੜਾ ਚਿਰਾ ਤੋਂ ਵਿਛੜਿਆ ਵੀ ਪ੍ਰਭ ਦੇ ਸ਼ਬਦ ਦੀ ਪਾਲਣਾ ਕਰਨ ਲੱਗ ਪੈਂਦਾ ਹੈ । ਉਹ ਵੀ ਪ੍ਰਭ ਦੇ ਦਰਬਾਰ ਵਿੱਚ ਪ੍ਰਵਾਨ ਹੋ ਜਾਂਦੇ ਹਨ । ਪ੍ਰਭ ਦੇ ਸ਼ਬਦ ਦੀ ਸੋਝੀ ਦੇ ਨੌਂ ਖਜ਼ਾਨੇਂ, ਜੀਵ ਦੇ ਮਨ ਦੇ ਅੰਦਰ ਹੀ ਹਨ । ਇਹਨਾਂ ਨੂੰ ਜਿਤਨਾ ਵੀ ਵਰਤੋਂ ਇਹ ਕਦੇ ਘਟਦੇ ਨਹੀਂ, ਵਧਦੇ ਹੀ ਜਾਂਦੇ ਹਨ । ਸ਼ਬਦ ਦਾ ਸਿਮਰਨ ਕਰਦਾ, ਜੀਵ ਅਸਾਨੀ ਨਾਲ ਹੀ ਪ੍ਰਵਾਨ ਹੋ ਜਾਂਦਾ ਹੈ ।

Even the soul separated from many lives may obey the teachings of His Word; she may be blessed with the right path of acceptance in His Court. All the nine treasures of enlightenment of His Words remain embedded within his soul, mind, and body. These virtues may never be decreased by utilizing, sharing with others rather enhances. Whosoever may meditate on the teachings of His Word, he may be easily accepted in His Court.

ਨਾ ਓਇ ਜਨਮਹਿ ਨਾ ਮਰਹਿ,	naa o-ay janmeh naa mareh
ਨਾ ਓਇ ਦੁਖ ਸਹੰਨਿ॥	naa o-ay dukh sahann.
ਗੁਰਿ ਰਾਖੇ ਸੇ ਉਬਰੇ,	gur raakhay say ubray
ਹਰਿ ਸਿਉ ਕੇਲ ਕਰੰਨਿ॥੩੩॥	har si-o kayl karann. ||33||

ਉਹ ਜੀਵ ਜੂੰਨਾਂ ਦੇ ਚੱਕਰ ਵਿੱਚ ਨਹੀਂ ਜਾਂਦਾ, ਕੋਈ ਇੱਛਾਂ ਦੀ ਚਿੰਤਾਂ ਵੀ ਸਤਾਉਂਦੀ ਨਹੀਂ ਹੈ । ਜਿਹੜਾ ਪ੍ਰਭ ਦੀ ਰਖਵਾਲੀ ਵਿੱਚ ਆ ਜਾਂਦਾ, ਬਚ ਜਾਂਦਾ ਹੈ । ਉਹ ਪ੍ਰਭ ਨਾਲ ਮਿਲਕੇ ਅਨੰਦ ਹੀ ਮਾਨਦਾ ਹੈ ।

He may not remain in the cycle of birth and death nor any worldly desire may frustrate him. Whosoever may be accepted in His sanctuary; he may be saved and enjoy pleasures in His Court.

ਸਜਣ ਮਿਲੇ ਨ ਵਿਛੁੜਹਿ,	sajan milay na vichhurheh
ਜਿ ਅਨਦਿਨੁ ਮਿਲੇ ਰਹੰਨਿ॥	je an-din milay rahann.
ਇਸੁ ਜਗ ਮਹਿ ਵਿਰਲੇ ਜਾਣੀਅਹਿ,	is jag meh virlay jaanee-ahi
ਨਾਨਕ ਸਚੁ ਲਹੰਨਿ॥੩੪॥੧॥੩॥	naanak sach lahann. ||34||1||3||

ਜਿਹਨਾਂ ਦਾ ਅਸਲੀ ਸਾਥੀ, ਪ੍ਰਭ ਨਾਲ ਮਿਲਾਪ ਹੋ ਜਾਂਦਾ ਹੈ । ਉਸ ਦਾ ਫਿਰ ਕਦੇ ਵਿਛੋੜਾ ਨਹੀਂ ਹੁੰਦਾ, ਉਸ ਵਿੱਚ ਹੀ ਅਲੋਪ ਰਹਿੰਦੇ ਹਨ । ਸ੍ਰਿਸ਼ਟੀ ਵਿੱਚ ਵਿਰਲੇ ਹੀ ਜੀਵ ਨੂੰ ਇਹ ਅਵਸਥਾ ਬਖਸ਼ਿਸ਼ ਹੁੰਦੀ ਹੈ ।

Whosoever may be blessed with the union with The True Master; his soul may never be separated. She may remain absorbed within The Holy Spirit. However, very rare devotee may be blessed with such a state of mind.

153.ਸੂਹੀ ਮਹਲਾ ੩॥ 756-18

ਹਰਿ ਜੀ ਸੂਖਮੁ ਅਗਮੁ ਹੈ,	har jee sookham agam hai
ਕਿਤੁ ਬਿਧਿ ਮਿਲਿਆ ਜਾਇ॥	kit biDh mili-aa jaa-ay.
ਗੁਰ ਕੈ ਸਬਦਿ ਭ੍ਰਮੁ ਕਟੀਐ,	gur kai sabad bharam katee-ai
ਅਚਿੰਤੁ ਵਸੈ ਮਨਿ ਆਇ॥੧॥	achint vasai man aa-ay. ||1||

ਸੂਖਮ ਪ੍ਰਭ ਜੀਵ ਦੀ ਪਹੁੰਚ ਵਿੱਚ ਨਹੀਂ, ਉਸ ਨਾਲ ਸੰਜੋਗ ਕਿਵੇਂ ਹੋ ਸਕਦਾ ਹੈ? ਪ੍ਰਭ ਦੇ ਸ਼ਬਦ ਦੀ ਪਾਲਣਾ ਕਰਨ ਨਾਲ ਮਨ ਵਿਚੋਂ ਭਰਮ ਨਾਸ ਹੋ ਜਾਂਦੇ ਹਨ । ਉਹ ਮਨ ਦੇ ਅੰਦਰ ਆਪ ਹੀ ਜਾਗਰਤ ਹੋ ਜਾਂਦਾ ਹੈ, ਵਸਣ ਲੱਗ ਪੈਂਦਾ ਹੈ ।

The Omnipotent, subtle, and inaccessible True Master remains beyond the reach of His Creation; How may I be blessed with His union? Whosoever may obey the teachings of His Word with steady and stable belief in his day-to-day life; with His mercy and grace, all his suspicions may be eliminated. The True Master may appear from within and enlightens the essence of His Word within.

ਗੁਰਮੁਖਿ ਹਰਿ ਹਰਿ ਨਾਮੁ ਜਪੰਨਿ॥	gurmukh har har naam japann.
ਹਉ ਤਿਨ ਕੈ ਬਲਿਹਾਰਣੈ,	ha-o tin kai balihaarnai
ਮਨਿ ਹਰਿ ਗੁਣ ਸਦਾ ਰਵੰਨਿ॥੧॥	man har gun sadaa ravann. ||1||
ਰਹਾਉ॥	rahaa-o.

ਗੁਰਮਖ ਜੀਵ ਪ੍ਰਭ ਦੇ ਸ਼ਬਦ ਦੀ ਉਸਤਤ ਗਾਉਂਦਾ ਹੈ । ਉਸ ਜੀਵ ਤੋਂ ਕੁਰਬਾਨ ਜਾਵਾ! ਜਿਹੜਾ ਸਵਾਸ ਗਰਾਸ, ਹਰ ਵੇਲੇ ਹੀ ਸ਼ਬਦ ਦੀ ਉਸਤਤ ਗਾਉਂਦਾ ਰਹਿੰਦਾ ਹੈ ।

His true devotee may sing the glory of The True Master day and night. I remain fascinated, astonished from the state of mind of His true devotee, who may sing the glory of His Word with each breath.

ਗੁਰੁ ਸਰਵਰੁ ਮਾਨ ਸਰੋਵਰੁ ਹੈ,	gur sarvar maan sarovar hai
ਵਡਭਾਗੀ ਪੁਰਖ ਲਹੰਨ੍ਹਿ॥	vadbhaagee purakh lahaNniH.
ਸੇਵਕ ਗੁਰਮੁਖਿ ਖੋਜਿਆ,	sayvak gurmukh khoji-aa
ਸੇ ਹੰਸੁਲੇ ਨਾਮੁ ਲਹੰਨਿ॥੨॥	say hansulay naam lahann. ||2||

ਪ੍ਰਭ, ਪ੍ਰਭ ਦਾ ਸ਼ਬਦ ਇੱਕ ਹੰਸ ਹੈ । ਵੱਡੇ ਭਾਗਾਂ ਵਾਲਾ ਜੀਵ ਹੀ ਮਨ ਦੇ ਸਰੋਵਰ ਵਿੱਚ ਅਨੰਦ ਮਾਨਦਾ ਹੈ । ਜਿਹੜਾ ਗੁਰਮਖ ਜੀਵ ਖੁਦਗ਼ਰਜ਼ੀ ਮਿਟਾ ਕੇ ਸ਼ਬਦ ਨੂੰ ਖੋਜ ਲੈਂਦਾ ਹੈ । ਉਹ ਹੰਸ ਨਾਲ ਮਿਲਕੇ ਅਨੰਦ ਮਾਨਦਾ ਹੈ ।

The True Master is like a swan and the teachings of His Word may be like a pond of nectar of the essence of His Word. Whosoever may be fortunate, he may enjoy the pleasure of the nectar in the pond of His nectar. Whosoever may eliminate his selfishness and searches the essence from within; with His mercy and grace, he may be blessed with a union with Swan, he may immerse within The Holy Spirit.

ਨਾਮੁ ਧਿਆਇਨ੍ਹਿ ਰੰਗ ਸਿਉ,	naam Dhi-aa-eeniH rang si-o
ਗੁਰਮੁਖਿ ਨਾਮਿ ਲਗੰਨ੍ਹਿ॥	gurmukh naam lagaNniH.

ਧੁਰਿ ਪੂਰਬਿ ਹੋਵੈ ਲਿਖਿਆ, Dhur poorab hovai likhi-aa
ਗੁਰ ਭਾਣਾ ਮੰਨਿ ਲਏਨ੍ਹਿ॥੩॥ gur bhaanaa man la-ayniH. ||3||

ਗੁਰਮਖ ਜੀਵ ਪ੍ਰਭ ਦੇ ਸ਼ਬਦ ਦੀ ਪਾਲਣਾ ਕਰਦਾ, ਸ਼ਬਦ ਵਿੱਚ ਹੀ ਰੰਗਿਆ ਰਹਿੰਦਾ ਹੈ । ਪ੍ਰਭ ਦੇ ਭਾਣਾ ਨੂੰ ਆਪਣੇ ਭਾਗਾਂ ਦਾ ਫਲ ਮੰਨਕੇ ਖੇੜੇ ਵਿੱਚ ਰਹਿੰਦਾ ਹੈ ।

His true devotee may obey the teachings of His Word with steady and stable belief. He may remain drenched with the essence of the teachings of His Word. He considers His blessing as a reward of his prewritten destiny and he remains in blossom.

ਵਡਭਾਗੀ ਘਰੁ ਖੋਜਿਆ, vadbhaagee ghar khoji-aa
ਪਾਇਆ ਨਾਮੁ ਨਿਧਾਨੁ॥ paa-i-aa naam niDhaan.
ਗੁਰਿ ਪੂਰੈ ਵੇਖਾਲਿਆ, gur poorai vaykhaali-aa
ਪ੍ਰਭੁ ਆਤਮ ਰਾਮੁ ਪਛਾਨੁ॥੪॥ parabh aatam raam pachhaan. ||4||

ਵੱਡੇ ਭਾਗ ਨਾਲ ਹੀ ਕੋਈ ਆਪਣੇ ਮਨ ਨੂੰ ਖੋਜਕੇ ਸ਼ਬਦ ਦਾ ਖਜ਼ਾਨਾ ਪਾਉਂਦਾ, ਸ਼ਬਦ ਦੀ ਸੋਝੀ ਬਖਸ਼ਿਸ਼ ਹੋ ਜਾਂਦੀ ਹੈ । ਸ਼ਬਦ ਦੀ ਸੋਝੀ ਨਾਲ ਹੀ ਪ੍ਰਭ ਦੀ ਹੋਂਦ ਮਨ ਵਿੱਚ ਅਨੁਭਵ ਹੋ ਜਾਂਦੀ ਹੈ । ਆਤਮਾ ਆਪਣੇ ਆਪ ਨੂੰ ਜਾਣ ਜਾਂਦੀ ਹੈ ।

Whosoever may have great prewritten destiny, only he may search the enlightenment of the essence of His Word from within; with His mercy and grace, he may realize the existence of The Holy Spirit prevailing everywhere. His soul recognizes the real purpose of her human life opportunity.

ਸਭਨਾ ਕਾ ਪ੍ਰਭੁ ਏਕੁ ਹੈ, sabhnaa kaa parabh ayk hai
ਦੂਜਾ ਅਵਰੁ ਨ ਕੋਇ॥ doojaa avar na ko-ay.
ਗੁਰ ਪਰਸਾਦੀ ਮਨਿ ਵਸੈ, gur parsaadee man vasai
ਤਿਤੁ ਘਟਿ ਪਰਗਟੁ ਹੋਇ॥੫॥ tit ghat pargat ho-ay. ||5||

ਸਾਰੀ ਸ੍ਰਿਸ਼ਟੀ ਦਾ ਇੱਕੋ ਇੱਕ ਹੀ ਪ੍ਰਭ ਹੈ, ਹੋਰ ਕੋਈ ਦੂਸਰਾ ਪ੍ਰਭ ਦੇ ਬਰਾਬਰ ਦਾ ਨਹੀਂ ਹੈ । ਪ੍ਰਭ ਆਪਣੀ ਰਹਿਮਤ ਨਾਲ ਹੀ ਮਨ ਵਿੱਚ ਘਰ ਕਰ ਜਾਂਦਾ ਹੈ । ਜੀਵ ਨੂੰ ਆਪਣੇ ਅੰਦਰੋਂ ਹੀ ਸੋਝੀ, ਜਾਗਰਤੀ ਬਖਸ਼ਿਸ਼ ਹੋ ਜਾਂਦੀ ਹੈ ।

The One and Only One, Creator, True Master of the whole universe; on one else may be comparable with His greatness. With His mercy and grace, His true devotee may remain drenched with the essence of His Word. He may be blessed with enlightenment from within.

ਸਭੁ ਅੰਤਰਜਾਮੀ ਬ੍ਰਹਮੁ ਹੈ, sabh antarjaamee barahm hai
ਬ੍ਰਹਮੁ ਵਸੈ ਸਭ ਥਾਇ॥ barahm vasai sabh thaa-ay.
ਮੰਦਾ ਕਿਸ ਨੋ ਆਖੀਐ, mandaa kis no aakhee-ai
ਸਬਦਿ ਵੇਖਹੁ ਲਿਵ ਲਾਇ॥੬॥ sabad vaykhhu liv laa-ay. ||6||

ਅੰਤਰਜਾਮੀ ਪ੍ਰਭ ਸਭ ਵਿੱਚ ਆਪ ਹੀ ਵਸਦਾ, ਵਾਪਰਦਾ ਹੈ । ਕਿਸੇ ਜੀਵ ਨੂੰ ਮੰਦਾ ਕਿਵੇਂ ਆਖਿਆ ਜਾ ਸਕਦਾ ਹੈ? ਜੀਵ ਮਨ ਲਾ ਕੇ ਸ਼ਬਦ ਦੀ ਪਾਲਣਾ ਕਰੋ, ਸ਼ਬਦ ਨਾਲ ਜੀਵਨ ਢਾਲੋ!

The One and Only One, Omniscient True Master dwells and pervades within each creature. How may anyone be called as evil or devil? You should obey and adopt the teachings of His Word with steady and stable belief in your day-to-day life.

ਬੁਰਾ ਭਲਾ ਤਿਚਰੁ ਆਖਦਾ, buraa bhalaa tichar aakh-daa
ਜਿਚਰੁ ਹੈ ਦੁਹੁ ਮਾਹਿ॥ jichar hai duhu maahi.
ਗੁਰਮੁਖਿ ਏਕੋ ਬੁਝਿਆ, gurmukh ayko bujhi-aa

ਏਕਸੁ ਮਾਹਿ ਸਮਾਇ॥੭॥ aykas maahi samaa-ay. ||7||

ਜਿਸ ਦੇ ਮਨ ਵਿੱਚ ਪ੍ਰਭ ਦੇ ਸ਼ਬਦ ਤੇ ਅਡੋਲ ਭਰੋਸਾ ਨਹੀਂ ਹੁੰਦਾ, ਉਹ ਚਾਰੇ ਪਾਸੇ ਘੁੰਮਦਾ ਰਹਿੰਦਾ ਹੈ। ਉਹ ਜੀਵ ਕਿਸੇ ਨੂੰ ਮੰਦਾ ਜਾ ਭਲਾ ਕਹਿੰਦਾ ਹੈ। ਗੁਰਮਖ ਜੀਵ ਨੂੰ ਸੋਝੀ ਹੋ ਜਾਂਦੀ ਹੈ, ਕਿ ਪ੍ਰਭ ਹੀ ਹਰਇੱਕ ਵਿੱਚ ਵਸਦਾ ਹੈ। ਉਸ ਦੇ ਸ਼ਬਦ ਦੀ ਪਾਲਣਾ ਵਿੱਚ ਹੀ ਮਸਤ ਰਹਿੰਦਾ ਹੈ।

Whosoever may not have steady and stable belief on His blessings, His command; he may wander in all directions. He may call someone good or evil person. His true devotee may be enlightened with the essence that The One and Only One True Master dwells within everyone; he remains intoxicated in meditation in the void of His Word.

ਸੇਵਾ ਸਾ ਪ੍ਰਭ ਭਾਵਸੀ, sayvaa saa parabh bhaavsee
ਜੋ ਪ੍ਰਭੁ ਪਾਏ ਥਾਇ॥ jo parabh paa-ay thaa-ay.
ਜਨ ਨਾਨਕ ਹਰਿ ਆਰਾਧਿਆ, jan naanak har aaraaDhi-aa
ਗੁਰ ਚਰਣੀ ਚਿਤੁ ਲਾਇ॥੮॥੨॥੪॥੯॥ gur charnee chit laa-ay. ||8||2||4||9||

ਬਿਨਾਂ ਕਿਸੇ ਲਾਲਚ ਤੋਂ ਪ੍ਰਭ ਦੇ ਸ਼ਬਦ ਦੀ ਪਾਲਣਾ ਕਰਨ ਨਾਲ ਹੀ ਪ੍ਰਭ ਪ੍ਰਸੰਨ ਹੁੰਦਾ ਹੈ। ਉਹ ਹੀ ਕਮਾਈ ਪ੍ਰਭ ਦੇ ਪ੍ਰਵਾਨ ਹੁੰਦੀ ਹੈ। ਬੰਦਗੀ ਕਰਨ ਵਾਲਾ ਸ਼ਰਧਾ ਨਾਲ ਪ੍ਰਭ ਦੇ ਸ਼ਬਦ ਦੀ ਪਾਲਣਾ ਕਰਦਾ, ਆਪਣਾ ਧਿਆਨ ਪ੍ਰਭ ਦੇ ਸ਼ਬਦ ਵਿੱਚ, ਪ੍ਰਭ ਦੇ ਚਰਨਾਂ ਵਿੱਚ ਹੀ ਰਖਦਾ ਹੈ।

Whosoever may meditate and obey the teachings of His Word with steady and stable belief, without any selfishness, greed; The True Master may be pleased with his state of mind. With His mercy and grace, his earnings may be accepted in His Court. He always remains focused on the teachings of His Word in his day-to-day life.

154.ਰਾਗੁ ਸੂਹੀ ਮਹਲਾ ੪ ਅਸਟਪਦੀਆ ਘਰੁ ੨॥ 757-9

ੴ ਸਤਿਗੁਰ ਪ੍ਰਸਾਦਿ॥ ik-oNkaar satgur parsaad.
ਕੋਈ ਆਣਿ ਮਿਲਾਵੈ ko-ee aan milaavai
ਮੇਰਾ ਪ੍ਰੀਤਮੁ ਪਿਆਰਾ, mayraa pareetam pi-aaraa
ਹਉ ਤਿਸੁ ਪਹਿ ਆਪੁ ਵੇਚਾਈ॥੧॥ ha-o tis peh aap vaychaa-ee. ||1||

ਅਗਰ ਕੋਈ ਮੈਨੂੰ ਪ੍ਰਭ ਦੀ ਪ੍ਰਵਾਨਗੀ ਦੇ ਰਸਤੇ ਦੀ ਸੋਝੀ ਪਾ ਦੇਵੇ। ਮੈਂ ਆਪਣਾ ਆਪਾ ਉਸ ਦੀ ਗ੍ਰਿਹੀ ਕਰ ਦੇਵਾ।

Whosoever may enlighten me with the right path of acceptance in His Court. I may surrender my mind, body, and worldly status as his feet and become his slave.

ਦਰਸਨੁ ਹਰਿ ਦੇਖਣ ਕੈ ਤਾਈ॥ darsan har daykhan kai taa-ee.
ਕ੍ਰਿਪਾ ਕਰਹਿ ਤਾ ਸਤਿਗੁਰੁ ਮੇਲਹਿ, kirpaa karahi taa satgur mayleh har
ਹਰਿ ਹਰਿ ਨਾਮੁ ਧਿਆਈ॥੧॥ ਰਹਾਉ॥ har naam Dhi-aa-ee. ||1|| rahaa-o.

ਮੇਰੇ ਮਨ ਵਿੱਚ ਪ੍ਰਭ ਦੇ ਦਰਸ਼ਨ ਕਰਨ ਦੀ ਬਹੁਤ ਇੱਛਾਂ ਹੈ। ਜਿਸ ਤੇ ਪ੍ਰਭ ਆਪ ਹੀ ਰਹਿਮਤ ਬਖਸ਼ਦਾ, ਤਰਸ ਕਰਦਾ ਹੈ। ਉਸ ਜੀਵ ਦੀ ਲਗਨ ਸ਼ਬਦ ਦੀ ਪਾਲਣਾ ਤੇ ਲੱਗਦੀ ਹੈ। ਉਹ ਹੀ ਪ੍ਰਭ ਦੇ ਸ਼ਬਦ ਦੀ ਪਾਲਣਾ ਕਰ ਸਕਦਾ ਹੈ।

I have a deep desire to witness His blessed vision, the enlightenment of the teachings of His Word. Whosoever may be blessed with a devotion to meditate; only he may remain steady and stable on obeying and adopting the teachings of His Word in his day-to-day life.

ਜੇ ਸੁਖੁ ਦੇਹਿ ਤ ਤੁਝਹਿ ਅਰਾਧੀ, jay sukh deh ta tujheh araaDhee
ਦੁਖਿ ਭੀ ਤੁਝੈ ਧਿਆਈ॥੨॥ dukh bhee tujhai Dhi-aa-ee. ||2||

ਅਗਰ ਸੰਸਾਰ ਵਿੱਚ ਕੋਈ ਦੁਖ ਆਵੇ, ਫਿਰ ਵੀ ਤੇਰੇ ਅੱਗੇ ਹੀ ਅਰਦਾਸ ਕਰਨੀ ਹੈ । ਅਗਰ ਕੋਈ ਸੁਖ, ਅਨੰਦ ਹੋਵੇ ਫਿਰ ਵੀ ਤੇਰਾ ਹੀ ਧੰਨਵਾਦ ਕਰਨਾ ਹੈ ।

Whosoever may only pray and begs for His mercy and grace at the time of worldly miseries and at the time of worldly pleasure, he remains gratitude to The True Master and sings His praises; with His mercy and grace, he may be blessed with a state of mind as His true devotee.

ਜੇ ਭੁਖ ਦੇਹਿ ਤ ਇਤ ਹੀ ਰਾਜਾ, jay bhukh deh ta it hee raajaa
ਦੁਖ ਵਿਚਿ ਸੂਖ ਮਨਾਈ॥੩॥ dukh vich sookh manaa-ee. ||3||

ਪ੍ਰਭ ਅਗਰ ਤੂੰ ਸੰਸਾਰ ਵਿੱਚ ਹੱਥ ਤੰਗ ਕਰਦਾ ਹੈ, ਤਾਂ ਵੀ ਮੈਂ ਸੰਤੋਖ ਰਖਦਾ ਹਾ । ਅਗਰ ਕੋਈ ਦੁਖ ਵੀ ਆਉਂਦਾ ਹੈ, ਤਾਂ ਵੀ ਤੇਰੀ ਰਹਿਮਤ ਦਾ ਹੀ ਧੰਨਵਾਦ ਕਰਦਾ, ਤੇਰਾ ਭਾਣਾ ਹੀ ਸਮਝਦਾ ਹਾ ।

His true devotee remains contented with His blessings at the time deficiency in the bare necessities of life. Even he may endure miseries, he remains grateful and sings the glory for His blessings.

ਤਨੁ ਮਨੁ ਕਾਟਿ ਕਾਟਿ ਸਭੁ ਅਰਪੀ, tan man kaat kaat sabh arpee
ਵਿਚਿ ਅਗਨੀ ਆਪੁ ਜਲਾਈ॥੪॥ vich agnee aap jalaa-ee. ||4||

ਆਪਣਾ ਤਨ ਦਾ ਅੰਗ ਵੀ ਕੱਟ ਕੇ ਤੇਰੇ ਭੇਟਾ ਕਰ ਦੇਵਾ, ਆਪਾ ਤੇਰੇ ਲੇਖੇ ਲਾ ਦੇਵਾ ।

His true devotee remains willing and ready to sacrifice his body, mind, and worldly status at His service. He remains ready to sacrifice his limbs to uphold His glory.

ਪਖਾ ਫੇਰੀ ਪਾਣੀ ਢੋਵਾ, pakhaa fayree paanee dhovaa
ਜੋ ਦੇਵਹਿ ਸੋ ਖਾਈ॥੫॥ jo dayveh so khaa-ee. ||5||

ਪ੍ਰਭ ਤੇਰੇ ਸ਼ਬਦ ਦੀ ਪਾਲਣਾ ਕਰਦਾ ਤੇਰੇ ਦਾਸਾਂ ਦੀ ਸੇਵਾ ਕਰਾ । ਪੱਖਾ ਫੇਰਾ, ਪਾਣੀ ਢੋਵਾ, ਜੋ ਵੀ ਬਖਸ਼ੇ, ਤੇਰਾ ਧੰਨਵਾਦ ਹੀ ਕਰਾ ।

His true devotee always obeys the teachings of His Word and prays to be blessed to serve His Holy Saint. His desire remains intense to provide comforts to His true devotee. He always sings His glory with each breath.

ਨਾਨਕੁ ਗਰੀਬੁ ਢਹਿ ਪਇਆ ਦੁਆਰੈ, naanak gareeb dheh pa-i-aa du-aarai
ਹਰਿ ਮੇਲਿ ਲੈਹੁ ਵਡਿਆਈ॥੬॥ har mayl laihu vadi-aa-ee. ||6||

ਤੇਰੇ ਸ਼ਬਦ ਦੀ ਪਾਲਣਾ ਕਰਨ ਵਾਲਾ ਨਿਮਾਣਾ ਜੀਵ ਹੀ ਹਾ । ਰਹਿਮਤ ਬਖਸ਼ੋ! ਆਪਣੇ ਸ਼ਬਦ ਦੀ ਪਾਲਣਾ ਤੇ ਅਡੋਲ ਰਖੋ! ਤੇਰੀ ਸੋਭਾ ਹੀ ਗਾਵਾ ।

I am Your humble devotee obeying the teachings of Your Word with steady and stable belief in my day-to-day life. With Your mercy and grace, keeps me steady and stable on the path of obeying the teachings of Your Word and singing Your glory with each breath.

ਅਖੀ ਕਾਢਿ ਧਰੀ ਚਰਣਾ ਤਲਿ, akhee kaadh Dharee charnaa tal
ਸਭ ਧਰਤੀ ਫਿਰਿ ਮਤ ਪਾਈ॥੭॥ sabh Dhartee fir mat paa-ee. ||7||

ਮੇਰੀਆਂ ਅੱਖਾਂ ਤੇਰੇ ਚਰਨਾਂ ਦੇ ਵਿੱਚ ਹੀ ਲਗੀਆ ਰਹਿੰਦੀਆਂ ਹਨ । ਮੈਂ ਇਹ ਕੱਢ ਕੇ ਤੇਰੇ ਚਰਨਾਂ ਵਿੱਚ ਭੇਟ ਕਰ ਦੇਵਾ । ਪ੍ਰਭ, ਮੈਂ ਧਰਤੀ ਤੇ ਘੁੰਮਕੇ, ਢੂੰਡਕੇ ਦੇਖ ਲਿਆ, ਇਹ ਹੀ ਸੋਝੀ ਪਾਈ ਹੈ ।

I have wandered and searched all over the universe and enlightened. Now, my eyes are only on Your feet and I have devotion with the teachings of Your Word. I have surrendered my mind, body, and worldly status at Your Sanctuary.

ਜੇ ਪਾਸਿ ਬਹਾਲਹਿ ਤਾ ਤੁਝਹਿ ਅਰਾਧੀ, jay paas bahaaleh taa tujheh araaDhee
ਜੇ ਮਾਰਿ ਕਢਹਿ ਭੀ ਧਿਆਈ॥੮॥ jay maar kadheh bhee Dhi-aa-ee. ||8||

ਅਗਰ ਰਹਿਮਤ ਬਖਸ਼ਕੇ ਸ਼ਬਦ ਦੇ ਲੜ ਲਾਵੇ ਤਾਂ ਵੀ ਤੇਰੀ ਹੀ ਬੰਦਗੀ ਕਰਦਾ ਹਾ । ਅਗਰ ਝਿੜਕੇ ਤਾਂ ਵੀ ਤੇਰੀ ਹੀ ਬੰਦਗੀ ਕਰਦਾ, ਧੰਨਵਾਦ ਹੀ ਕਰਦਾ ਹਾ ।

Only with Your mercy and grace; You may attach me to obey the teachings of Your Word; I may remain singing Your glory. Even if You rebuke my way of worldly life, I remain grateful and sings Your glory, and praises.

ਜੇ ਲੋਕੁ ਸਲਾਹੇ ਤਾ ਤੇਰੀ ਉਪਮਾ, jay lok salaahay taa tayree upmaa
ਜੇ ਨਿੰਦੈ ਤ ਛੋਡਿ ਨ ਜਾਈ॥੯॥ jay nindai ta chhod na jaa-ee. ||9||

ਅਗਰ ਸੰਸਾਰਕ ਜੀਵ ਮੇਰੀ ਸੋਭਾ ਕਰਦੇ ਹਨ, ਇਹ ਤੇਰੀ ਹੀ ਸੋਭਾ ਹੈ । ਅਗਰ ਨਿੰਦਿਆਂ ਕਰਦੇ, ਫਿਰ ਵੀ ਮੈਂ ਸ਼ਬਦ ਦੀ ਪਾਲਣਾ ਤੋ ਨਾ ਹਟਾ, ਨਾ ਛੱਡਾ ।

When others may praise me that all is Your greatness, blessings. When others may rebuke, slander me; I may never abandon meditating and obeying the teachings of Your Word.

ਜੇ ਤੁਧੁ ਵਲਿ ਰਹੈ, jay tuDh val rahai
ਤਾ ਕੋਈ ਕਿਹੁ ਆਖਉ, taa ko-ee kihu aakha-o
ਤੁਧੁ ਵਿਸਰਿਐ ਮਰਿ ਜਾਈ॥੧੦॥ tuDh visri-ai mar jaa-ee. ||10||

ਜਦੋਂ ਤੂੰ ਮੇਰੇ ਵੱਲੇ ਹੈ, ਰਹਿਮਤ ਦੀ ਨਜ਼ਰ ਹੈ ਤਾ ਕੋਈ ਵਿਘਨ ਨਹੀਂ ਪਾ ਸਕਦਾ । ਅਗਰ ਸ਼ਬਦ ਮਨ ਵਿਚੋਂ ਵਿਸਰ ਜਾਵੇ ਤਾਂ ਮਨ ਨੂੰ ਸੰਤੋਖ ਨਹੀਂ ਆਉਂਦਾ, ਮੌਤ ਵਰਗਾ ਡਰ ਹੀ ਲੱਗਦਾ ਹੈ ।

My True Master, I remain concentrated on the teachings of Your Word; I do not realize any frustration of worldly desires. When my mind abandons the teachings of Your Word, all miseries attack and overpower my mind.

ਵਾਰਿ ਵਾਰਿ ਜਾਈ ਗੁਰ ਊਪਰਿ, vaar vaar jaa-ee gur oopar
ਪੈ ਪੈਰੀ ਸੰਤ ਮਨਾਈ॥੧੧॥ pai pairee sant manaa-ee. ||11||

ਮੈਂ ਉਸ ਪ੍ਰਭ ਦੇ ਸ਼ਬਦ ਦੀ ਸਿਖਿਆਂ ਦੇਣ ਵਾਲੇ ਤੋ ਵਾਰੀ ਜਾਵਾ! ਉਸ ਦੀ ਮੰਨਤ ਕਰਕੇ ਉਸ ਨੂੰ ਮੰਨਵਾ, ਉਸ ਦੀ ਨਰਾਜ਼ਗੀ ਦੂਰ ਕਰਾ ।

I may remain fascinated and astonished from Your true devotee who has inspired me on meditating on Your Word. I may surrender my worldly status at his feet to keep him as my associate.

ਨਾਨਕੁ ਵਿਚਾਰਾ ਭਇਆ ਦਿਵਾਨਾ, naanak vichaaraa bha-i-aa divaanaa
ਹਰਿ ਤਉ ਦਰਸਨ ਕੈ ਤਾਈ॥੧੨॥ har ta-o darsan kai taa-ee. ||12||

ਪ੍ਰਭ ਮੈਂ ਤੇਰੀ ਰਹਿਮਤ ਪਾਉਣ ਲਈ ਦਿਵਾਨਾ, ਬੇਚੈਨ ਹੋਇਆ ਫਿਰਦਾ ਹਾ ।

My True Master, I remain anxious to obey the teachings of Your Word and to be blessed with the enlightenment of Your Word.

ਝਖੜੁ ਝਾਗੀ ਮੀਹੁ ਵਰਸੈ, jhakharh jhaagee meehu varsai
ਭੀ ਗੁਰੁ ਦੇਖਣ ਜਾਈ॥੧੩॥ bhee gur daykhan jaa-ee. ||13||

ਪ੍ਰਭ ਅਗਰ ਝੱਖੜ, ਮੀਂਹ ਵੀ ਵਰਸੇ, ਤਾਂ ਵੀ ਤੇਰੀ ਦਰਸ਼ਨ ਕਰਨ ਲਈ ਜਾਵਾ । ਅਗਰ ਸੰਸਾਰਕ ਮੁਸੀਬਤ ਵੀ ਆ ਜਾਵੇ, ਸ਼ਬਦ ਦੀ ਪਾਲਣਾ ਕਰਦਾ ਜਾਵਾ ।

I may sacrifice all my comforts to meet the teacher of Your path. Even in the face of worldly tragedy, I may never abandon to obey the teachings of Your Word.

ਸਮੁੰਦੁ ਸਾਗਰੁ ਹੋਵੈ ਬਹੁ ਖਾਰਾ, samund saagar hovai baho khaaraa
ਗੁਰਸਿਖੁ ਲੰਘਿ ਗੁਰ ਪਹਿ ਜਾਈ॥੧੪॥ gursikh langh gur peh jaa-ee. ||14||

ਅਗਰ ਡੂੰਘਾਂ ਸਾਗਰ ਵੀ ਹੋਵੇ ਫਿਰ ਵੀ ਉਸ ਨੂੰ ਪਾਰ ਕਰਕੇ ਤੇਰੇ ਦਰਸ਼ਨ ਲਈ ਜਾਵਾ ।

Even there may be a deep river on my way to meet the teacher of Your Word; I may not hesitate to take a risk to meet Your true devotee.

ਜਿਉ ਪ੍ਰਾਣੀ ਜਲ ਬਿਨੁ ਹੈ ਮਰਤਾ, Ji-o paraanee jal bin hai martaa
ਤਿਉ ਸਿਖੁ ਗੁਰ ਬਿਨੁ ਮਰਿ ਜਾਈ॥੧੫॥ ti-o sikh gur bin mar jaa-ee. ||15||

ਜਿਵੇਂ ਮਾਨਸ, ਜੀਵ, ਜਲ ਬਿਨਾਂ ਮਰ ਜਾਂਦਾ ਹੈ । ਇਸਤਰ੍ਹਾਂ ਬੰਦਗੀ ਕਰਨ ਵਾਲਾ ਪ੍ਰਭ ਦੇ ਸ਼ਬਦ ਦੀ ਪਾਲਣਾ ਤੋ ਬਿਨਾਂ ਮਰ ਜਾਂਦਾ ਹੈ । ਚੈਨ ਵਿੱਚ ਨਹੀਂ ਰਹਿੰਦਾ ।

As any creature may not survive without water for long period. Same way Your true devotee may not feel any comfort or contentment without meditating, obeying, and singing the glory of Your Word.

ਜਿਉ ਧਰਤੀ ਸੋਭ ਕਰੇ ਜਲੁ ਬਰਸੈ, Ji-o Dhartee sobh karay jal barsai
ਤਿਉ ਸਿਖੁ ਗੁਰ ਮਿਲਿ ਬਿਗਸਾਈ॥੧੬॥ ti-o sikh gur mil bigsaa-ee. ||16||

ਜਿਵੇਂ ਧਰਤੀ ਤੇ ਵਰਖਾ ਹੋਣ ਨਾਲ ਹਰਿਆਵਲੀ ਹੋ ਜਾਂਦੀ । ਇਸਤਰ੍ਹਾਂ ਸ਼ਬਦ ਦੀ ਬੰਦਗੀ ਕਰਨ ਵਾਲੇ ਦੇ ਮਨ ਵਿੱਚ ਸੰਤੋਖ ਆ ਜਾਂਦਾ, ਮਨ ਖੁਸ਼ ਹੋ ਜਾਂਦਾ ਹੈ ।

Same way, as the earth may blossom with rain; Your true devotee may enjoy pleasure and comforts obeying and singing the glory of Your Word.

ਸੇਵਕ ਕਾ ਹੋਇ ਸੇਵਕੁ ਵਰਤਾ, sayvak kaa ho-ay sayvak vartaa
ਕਰਿ ਕਰਿ ਬਿਨਉ ਬੁਲਾਈ॥੧੭॥ kar kar bin-o bulaa-ee. ||17||

ਪਭ ਮੈਂ ਸਦਾ ਹੀ ਤੇਰੇ ਅੱਗੇ ਅਰਦਾਸ ਕਰਦਾ ਹਾ । ਮਨ ਵਿੱਚ ਤੇਰਾ ਦਾਸਾਂ ਦਾ ਦਾਸ ਬਣਨ ਦੀ ਬਹੁਤ ਸ਼ਰਧਾ ਹੈ ।

My True Master, I always pray for Your mercy and grace. I have a deep desire, anxiety to become a slave of Your slaves.

ਨਾਨਕ ਕੀ ਬੇਨੰਤੀ ਹਰਿ ਪਹਿ, naanak kee baynantee har peh
ਗੁਰ ਮਿਲਿ ਗੁਰ ਸੁਖੁ ਪਾਈ॥੧੮॥ gur mil gur sukh paa-ee. ||18||

ਪ੍ਰਭ ਤੇਰੀ ਸ਼ਬਦ ਦੀ ਬੰਦਗੀ ਕਰਨ ਵਾਲਾ, ਸਿਮਰਨ ਕਰਨ ਵਾਲਾ ਅਰਦਾਸ ਕਰਦਾ ਹੈ । ਰਹਿਮਤ ਬਖਸ਼ੋ! ਆਪਣੇ ਦਾਸ ਦੇ ਲੜ ਲਾਵੋ! ਜਿਹੜਾ ਸ਼ਬਦ ਦੀ ਸੋਝੀ ਪਾ ਦੇਵੇ । ਉਸ ਦੇ ਲੜ ਲੱਗਣ ਨਾਲ ਤੇਰੇ ਸ਼ਬਦ ਦੀ ਸਮਾਧੀ ਵਿੱਚ ਲੀਨ ਹੋ ਜਾਵਾ ।

My True Master, I am Your humble devotee meditates and prays for Your forgiveness. With Your mercy and grace, blesses me the association of Your Holy saint. Who may enlighten me the right path of acceptance in Your Court? I may remain intoxicated in the void of Your Word.

ਤੂ ਆਪੇ ਗੁਰੁ ਚੇਲਾ ਹੈ, ਆਪੇ too aapay gur chaylaa hai aapay
ਗੁਰ ਵਿਚੁ ਦੇ ਤੁਝਹਿ ਧਿਆਈ॥੧੯॥ gur vich day tujheh Dhi-aa-ee. ||19||

ਪ੍ਰਭ ਤੂੰ ਆਪ ਹੀ ਸਿਖਿਆਂ ਦੇਣ ਵਾਲਾ ਗੁਰੂ, ਆਪ ਹੀ ਬੰਦਗੀ ਕਰਨ ਵਾਲੇ ਦਾਸ ਅੰਦਰ ਜਾਗਰਤ ਹੋ ਕੇ ਬੰਦਗੀ ਕਰਦਾ ਹੈ । ਤੇਰੇ ਸ਼ਬਦ ਦੀ ਪਾਲਣਾ ਕਰਦਾ, ਤੇਰੇ ਸ਼ਬਦ ਵਿੱਚ ਹੀ ਲੀਨ ਹੋ ਜਾਵਾ ।

My True Master; You may enlighten the right path of acceptance in Your Court. You also prevail within the mind of Your true devotee to meditate and sing the glory of Your Word. I have a devotion to obey the teachings and to be intoxicated in the void of Your Word.

ਜੋ ਤੁਧੁ ਸੇਵਹਿ ਸੋ ਤੂਹੈ ਹੋਵਹਿ, jo tuDh sayveh so toohai hoveh
ਤੁਧੁ ਸੇਵਕ ਪੈਜ ਰਖਾਈ॥੨੦॥ tuDh sayvak paij rakhaa-ee. ||20||

ਜਿਹੜਾ ਮਨੋ ਸ਼ਬਦ ਦੀ ਪਾਲਣਾ ਕਰਦਾ, ਉਸ ਦੇ ਮਨ ਵਿੱਚ ਸ਼ਬਦ ਵਸ ਜਾਂਦਾ ਹੈ । ਉਹ ਤੇਰਾ ਹੀ ਦਾਸ ਬਣ ਜਾਂਦਾ ਹੈ, ਤੇਰਾ ਹੀ ਰੂਪ ਬਣ ਜਾਂਦਾ ਹੈ ।

Whosoever may obey the teachings of Your Word with steady and stable belief in his day-to-day life; with Your mercy and grace, he may be drenched with the teachings of Your Word. He may be blessed with superb state of mind and he may become a symbol of Your glory.

ਭੰਡਾਰ ਭਰੇ ਭਗਤੀ ਹਰਿ ਤੇਰੇ, bhandaar bharay bhagtee har tayray
ਜਿਸੁ ਭਾਵੈ ਤਿਸੁ ਦੇਵਾਈ॥੨੧॥ jis bhaavai tis dayvaa-ee. ||21||

ਪ੍ਰਭ ਤੇਰੇ ਕੋਲ ਸ਼ਬਦ ਦੀ ਸੋਝੀ ਦਾ ਖਜ਼ਾਨਾ ਭਰਿਆਂ ਹੈ । ਜਿਸ ਤੇ ਰਹਿਮਤ ਦੀ ਨਜ਼ਰ ਪਾਉਂਦਾ ਹੈ, ਉਸ ਨੂੰ ਹੀ ਬਖਸ਼ਦਾ ਹੈ ।

My True Master; You have an unlimited treasure of enlightenment of the essence of Your Word; with Your mercy and grace; You may bless to Your true devotee.

ਜਿਸੁ ਤੂੰ ਦੇਹਿ ਸੋਈ ਜਨੁ ਪਾਏ, jis tooN deh so-ee jan paa-ay
ਹੋਰ ਨਿਹਫਲ ਸਭ ਚਤੁਰਾਈ॥੨੨॥ hor nihfal sabh chaturaa-ee. ||22||

ਪ੍ਰਭ ਜਿਸ ਤੇ ਰਹਿਮਤ ਬਖਸ਼ਦਾ ਹੈ, ਕੇਵਲ ਉਹ ਹੀ ਤੇਰੇ ਸ਼ਬਦ ਦੇ ਲੜ ਲੱਗਦਾ ਹੈ । ਸੋਝੀ ਪਾਉਂਦਾ ਹੈ, ਹੋਰ ਬਾਕੀ ਸਾਰੇ ਯਤਨ ਬਿਰਥਾ ਹੀ ਹਨ ।

Whosoever may be blessed with Your mercy and grace, only he may remain attached to meditate. He may be enlightened with the essence of Your Word; all other worships, charities and meditations may be useless for the real purpose of human life.

ਸਿਮਰਿ ਸਿਮਰਿ ਸਿਮਰਿ ਗੁਰੁ ਅਪੁਨਾ, simar simar simar gur apunaa
ਸੋਇਆ ਮਨੁ ਜਾਗਾਈ॥੨੩॥ so-i-aa man jaagaa-ee. ||23||

ਪ੍ਰਭ ਦੇ ਸ਼ਬਦ ਦਾ ਬਾਰ ਬਾਰ ਸਿਮਰਨ ਕਰਨ, ਗੁਣ ਗਾਉਣ ਨਾਲ , ਇਹ ਸੁੱਤਾ ਹੋਇਆ ਮਨ ਜਾਗਰਤ ਹੋ ਜਾਂਦਾ ਹੈ ।

Whosoever may repeatedly meditate and sing the glory of His Word; his sleeping mind, wandering in religious suspicions may become awake and alert on the right path.

ਇਕੁ ਦਾਨੁ ਮੰਗੈ ਨਾਨਕੁ ਵੇਚਾਰਾ, ik daan mangai naanak vaychaaraa
ਹਰਿ ਦਾਸਨਿ ਦਾਸੁ ਕਰਾਈ॥੨੪॥ har daasan daas karaa-ee. ||24||

ਪ੍ਰਭ ਤੇਰੀ ਬੰਦਗੀ ਕਰਨ ਵਾਲਾ ਸਦਾ ਇੱਕ ਹੀ ਅਰਦਾਸ ਕਰਦਾ ਹੈ । ਰਹਿਮਤ ਬਖਸ਼ੋ ! ਆਪਣੇ ਦਾਸਾਂ ਦਾ ਦਾਸ ਬਣਾਵੋ !

Your true devotee may have only one prayer. He prays for Your forgiveness to be accepted as a slave of Your slaves.

ਜੇ ਗੁਰੁ ਝਿੜਕੇ ਤ ਮੀਠਾ ਲਾਗੈ, jay gur jhirhkay ta meethaa laagai
ਜੇ ਬਖਸੇ ਤ ਗੁਰ ਵਡਿਆਈ॥੨੫॥ jay bakhsay ta gur vadi-aa-ee. ||25||

ਅਗਰ ਤੇਰੇ ਸ਼ਬਦ ਦੀ ਪਾਲਣਾ ਕਰਦੇ ਮਨ ਨੂੰ ਕੋਈ ਦੁਖ ਆਉਂਦਾ ਹੈ । ਉਹ ਵੀ ਤੇਰੀ ਰਹਿਮਤ ਸਮਝਕੇ ਮਿੱਠਾ ਲੱਗਦਾ ਹੈ । ਅਗਰ ਸੰਸਾਰ ਵਿੱਚ ਸੋਭਾ ਹੁੰਦੀ ਹੈ, ਇਹ ਤੇਰੀ ਹੀ ਵਡਿਆਈ ਹੈ ।

Your true devotee may endure misery to obey the teachings of Your Word as Your ultimate command. If anyone honor or praises, he only sings the glory of Your Word, as Your greatness.

ਗੁਰਮੁਖਿ ਬੋਲਹਿ ਸੋ ਥਾਇ ਪਾਏ, gurmukh boleh so thaa-ay paa-ay
ਮਨਮੁਖਿ ਕਿਛੁ ਥਾਇ ਨ ਪਾਈ॥੨੬॥ manmukh kichh thaa-ay na paa-ee. ||26||

ਜਿਹੜਾ ਬੋਲ ਬੰਦਗੀ ਕਰਨ ਵਾਲਾ ਬੋਲਦਾ ਹੈ, ਉਹ ਪ੍ਰਭ ਦੀ ਬਖਸ਼ਿਸ਼ ਬਣ ਜਾਂਦਾ ਹੈ । ਜਿਹੜਾ ਬੋਲ ਮਨਮੁਖ ਬੋਲਦਾ ਹੈ, ਕੇਵਲ ਝਖ ਹੀ ਮਾਰਦਾ ਹੈ, ਕੋਈ ਮੰਤਵ ਨਹੀਂ ਹੁੰਦਾ ।

The blessings of His true devotee may become His blessings, the right path of meditation. The advice or counsel of other self-minded may have no significance for the real purpose of human life opportunity.

ਪਾਲਾ ਕਕਰੁ ਵਰਫ ਵਰਸੈ, paalaa kakar varaf varsai
ਗੁਰਸਿਖੁ ਗੁਰ ਦੇਖਣ ਜਾਈ॥੨੭॥ gursikh gur daykhan jaa-ee. ||27||

ਅਗਰ ਜੀਵਨ ਵਿਚ ਮੁਸ਼ਕਲਾਂ ਵੀ ਆਉਣ, ਕੱਕਰ, ਬਰਫ ਵੀ ਪਵੇ । ਤਾਂ ਵੀ ਬੰਦਗੀ ਕਰਨ ਵਾਲਾ ਸ਼ਬਦ ਦੀ ਪਾਲਣਾ ਤੇ ਅਡੋਲ ਰਹਿੰਦਾ ਹੈ । ਪ੍ਰਭ ਦੇ ਦਰਸ਼ਨ ਦੀ ਆਸ ਵਿੱਚ ਲੱਗਾ ਰਹਿੰਦਾ ਹੈ ।

His true devotee may not abandon his path of meditating and obeying the teachings of His Word in the face of worldly tragedies, hardships. He may always keep his hope alive and remains steady and stable on the right path.

ਸਭੁ ਦਿਨਸੁ ਰੈਣਿ ਦੇਖਉ ਗੁਰੁ ਅਪੁਨਾ,	sabh dinas rain daykh-a-u gur apunaa
ਵਿਚਿ ਅਖੀ ਗੁਰ ਪੈਰ ਧਰਾਈ॥੨੮॥	vich akhee gur pair Dharaa-ee. ||28||

ਆਪਣੇ ਮਨ ਦੀਆਂ ਅੱਖਾਂ ਪ੍ਰਭ ਦੇ ਚਰਨਾਂ ਵਿੱਚ, ਸ਼ਬਦ ਦੀ ਪਾਲਣਾ ਵਿੱਚ ਹੀ ਰਖਦਾ ਹੈ । ਦਿਨ ਰਾਤ ਪ੍ਰਭ ਦੇ ਸ਼ਬਦ ਦੀ ਪਾਲਣਾ ਕਰਦਾ ਹੈ ।

I keep my mind focused on meditating on the teachings of His Word with steady and stable in my day-to-day life. I remain meditating on the essence of His Word day and night.

ਅਨੇਕ ਉਪਾਵ ਕਰੀ ਗੁਰ ਕਾਰਣਿ,	anayk upaav karee gur kaaran
ਗੁਰ ਭਾਵੈ ਸੋ ਥਾਇ ਪਾਈ॥੨੯॥	gur bhaavai so thaa-ay paa-ee. ||29||

ਮੈਂ ਅਨੇਕਾਂ ਯਤਨ ਹੀ ਕਰਦਾ ਰਹਿੰਦਾ ਹਾ । ਅਗਰ ਮੇਰੀ ਸ਼ਬਦ ਦੀ ਕਮਾਈ ਤੈਨੂੰ ਭਾਉਂਦੀ ਹੈ, ਤਾਂ ਹੀ ਪ੍ਰਵਾਨ ਕਰਦਾ ਹੈ, ਬਖਸ਼ਦਾ ਹੈ ।

My True Master, I remain trying various efforts to meditate; only with Your mercy and grace, my meditation may be rewarded in Your Court.

ਰੈਣਿ ਦਿਨਸੁ ਗੁਰ ਚਰਣ ਅਰਾਧੀ,	rain dinas gur charan araaDhee
ਦਇਆ ਕਰਹੁ ਮੇਰੇ ਸਾਈ॥੩੦॥	da-i-aa karahu mayray saa-ee. ||30||

ਪ੍ਰਭ ਮੈਂ ਦਿਨ ਰਾਤ ਤੇਰੇ ਸ਼ਬਦ ਦਾ ਹੀ ਸਿਮਰਨ ਕਰਦਾ ਹਾ । ਰਹਿਮਤ ਬਖਸ਼ੋ! ਤੂੰ ਹੀ ਬਖਸ਼ਣ ਹਾਰਾ ਮਾਲਕ ਹੈ ।

My True Master, I am meditating on the teaching of Your Word with steady and stable belief in my day-to-day life. With Your mercy and grace forgives my sins of previous lives. Only You may pardon anyone in the universe.

ਨਾਨਕ ਕਾ ਜੀਉ ਪਿੰਡੁ ਗੁਰੂ ਹੈ,	naanak kaa jee-o pind guroo hai
ਗੁਰ ਮਿਲਿ ਤ੍ਰਿਪਤਿ ਅਘਾਈ॥੩੧॥	gur mil taripat aghaa-ee. ||31||

ਤੇਰੀ ਰਹਿਮਤ ਨਾਲ ਹੀ, ਸ਼ਬਦ ਦੀ ਪਾਲਣਾ ਨਾਲ ਹੀ ਮਨ ਨੂੰ ਸ਼ਾਂਤੀ ਬਖਸ਼ਿਸ਼ ਹੁੰਦੀ ਹੈ । ਪ੍ਰਭ ਮੇਰਾ ਤਨ, ਮਨ ਆਤਮਾ ਤੂੰ ਹੀ ਬਖਸ਼ੀ ਹੈ ।

His true devotee only realizes comforts and contentment obeying the teachings of His Word with each breath. He surrenders his mind, body, and ego at His sanctuary. He believes that all His Trust only.

ਨਾਨਕ ਕਾ ਪ੍ਰਭੁ ਪੂਰਿ ਰਹਿਓ ਹੈ,	naanak kaa parabh poor rahi-o hai
ਜਤ ਕਤ ਤਤ ਗੋਸਾਈ॥੩੨॥੧॥	jat kat tat gosaa-ee. ||32||1||

ਪ੍ਰਭ ਆਪਣੇ ਆਪ ਵਿੱਚ ਪੂਰਨ ਹੈ, ਹਰ ਥਾਂ ਵਸਦਾ ਹੈ । ਸਦਾ ਅਟੱਲ ਰਹਿਣ ਵਾਲਾ, ਸਾਰੀ ਸ੍ਰਿਸ਼ਟੀ ਵਿੱਚ ਹੀ ਵਾਪਰਦਾ ਹੈ ।

The Omnipresent True Master remains perfect in all respects, dwells and prevails everywhere in every event. His command remains true forever and unchangeable, unavoidable and prevails in the whole universe.

155.ਰਾਗੁ ਸੂਹੀ ਮਹਲਾ ੪ ਅਸਟਪਦੀਆ ਘਰੁ ੧੦॥ 758-13

੧ੴ ਸਤਿਗੁਰ ਪ੍ਰਸਾਦਿ॥	ik-oNkaar satgur parsaad.
ਅੰਦਰਿ ਸਚਾ ਨੇਹੁ ਲਾਇਆ	andar sachaa nayhu laa-i-aa
ਪ੍ਰੀਤਮ ਆਪਣੈ॥	pareetam aapnai.
ਤਨੁ ਮਨੁ ਹੋਇ ਨਿਹਾਲੁ,	tan man ho-ay nihaal jaa

ਜਾ ਗੁਰੁ ਦੇਖਾ ਸਾਮ੍ਹਣੇ॥੧॥ gur daykhaa saamHnay. ||1||

ਮੇਰੇ ਅੰਦਰ, ਮਨ ਦੇ ਦਸਵੇਂ ਘਰ ਵਿੱਚ ਅਸਲੀ ਮਾਲਕ ਪ੍ਰਭ ਨਾਲ ਡੂੰਘੀ ਸ਼ਰਧਾ ਹੈ । ਜਦੋਂ ਆਪਣੇ ਅੰਦਰੋਂ ਹੀ ਪ੍ਰਭ ਨੂੰ ਜਾਗਰਤ ਕਰ ਲਿਆ, ਤਨ, ਮਨ ਵਿੱਚ ਖੇੜਾ ਆ ਗਿਆ ਹੈ ।

Whosoever may keep deep devotion to meditate and to obey the teaching of His Word with steady and stable belief in his day-to-day life; with His mercy and grace, The Holy Spirit may be enlightened from within. He may be blessed with contentment and blossom in his worldly life.

ਮੈ ਹਰਿ ਹਰਿ ਨਾਮੁ ਵਿਸਾਹੁ॥ mai har har naam visaahu.
ਗੁਰ ਪੂਰੇ ਤੇ ਪਾਇਆ, gur pooray tay paa-i-aa
ਅੰਮ੍ਰਿਤੁ ਅਗਮ ਅਥਾਹੁ॥ ੧॥ਰਹਾਉ॥ amrit agam athaahu. ||1|| rahaa-o.

ਪ੍ਰਭ ਅਥਾਹ, ਪਹੁੰਚ ਤੋਂ ਉਪਰ ਹੈ, ਉਸ ਨੇ ਸ਼ਬਦ ਦੀ ਪਾਲਣਾ ਵਿੱਚ ਹੀ ਅਮੋਲਕ ਅੰਮ੍ਰਿਤ ਬਖਸ਼ਿਆ ਹੈ । ਮੈਂ ਅਟੱਲ ਪ੍ਰਭ ਦੇ ਸ਼ਬਦ ਦਾ ਹੀ ਵਪਾਰ ਕੀਤਾ ਹੈ ।

The Omnipotent True Master, the treasure of unlimited virtues, remains beyond the reach of His Creation. Whosoever may obey the teachings of His Word with steady and stable belief in day-to-day life; with His mercy and grace, he may be blessed with the nectar of the essence of His Word from within. I am only trading the merchandize of His Word.

ਹਉ ਸਤਿਗੁਰੁ ਵੇਖਿ ਵਿਗਸੀਆ, ha-o satgur vaykh vigsee-aa
ਹਰਿ ਨਾਮੇ ਲਗਾ ਪਿਆਰੁ॥ har naamay lagaa pi-aar.
ਕਿਰਪਾ ਕਰਿ ਕੈ ਮੇਲਿਅਨੁ, kirpaa kar kai mayli-an
ਪਾਇਆ ਮੋਖ ਦੁਆਰੁ॥੨॥ paa-i-aa mokh du-aar. ||2||

ਪ੍ਰਭ ਦੀ ਜੋਤ ਨੂੰ ਆਪਣੇ ਅੰਦਰ ਜਾਗਰਤ ਕਰਕੇ, ਸ਼ਬਦ ਦੀ ਪਾਲਣਾ ਕਰਨ ਨਾਲ ਪ੍ਰਭ ਨਾਲ ਡੂੰਘੀ ਸ਼ਰਧਾ ਬਣ ਜਾਂਦੀ ਹੈ । ਆਪ ਹੀ ਰਹਿਮਤ ਬਖਸ਼ਕੇ, ਪ੍ਰਵਾਨਗੀ ਦੇ ਰਸਤੇ ਤੇ ਅਡੋਲ ਰਖਦਾ ਹੈ ।

Whosoever may keep the memory of his separation fresh within and obeys the teachings of His Word with steady and stable belief in day-to-day life. With His mercy and grace, his devotion may become intense. The merciful True Master keeps His true devotee steady and stable on the right path of acceptance in His Court.

ਸਤਿਗੁਰੁ ਬਿਰਹੀ ਨਾਮ ਕਾ, satgur birhee naam kaa
ਜੇ ਮਿਲੈ, ਤ ਤਨੁ ਮਨੁ ਦੇਉ॥ jay milai ta tan man day-o.
ਜੇ ਪੂਰਬਿ ਹੋਵੈ ਲਿਖਿਆ, jay poorab hovai likhi-aa taa
ਤਾ ਅੰਮ੍ਰਿਤੁ ਸਹਜਿ ਪੀਏਉ॥੩॥ amrit sahj pee-ay-o. ||3||

ਪ੍ਰਭ ਸ਼ਬਦ ਦੀ ਪਾਲਣਾ ਕਰਨ ਵਾਲੇ ਦਾਸ ਦਾ ਪ੍ਰੇਮੀ ਬਣ ਜਾਂਦਾ ਹੈ । ਮੈਂ ਸ਼ਬਦ ਦੀ ਸੋਝੀ ਪਾ ਕੇ ਤਨ, ਮਨ ਸ਼ਬਦ ਦੀ ਪਾਲਣਾ ਦੇ ਲੇਖੇ ਲਾ ਦਿੱਤਾ ਹੈ । ਅਗਰ ਭਾਗਾਂ ਵਿੱਚ ਪਹਿਲੇ ਹੀ ਲਿਖਿਆ ਹੋਵੇ, ਤਾਂ ਹੀ ਸ਼ਬਦ ਦੀ ਸੋਝੀ ਰੂਪੀ ਅੰਮ੍ਰਿਤ ਬਖਸ਼ਿਸ਼ ਹੁੰਦਾ ਹੈ ।

The True Master becomes lover of His true devotee, who may remain intoxicated in meditation in the void of His Word. With the enlightenment of the essence of His Word; I have surrendered my mind, body, and worldly status at His sanctuary. Whosoever may have a great prewritten destiny, only he may be blessed with the nectar of the essence of His Word.

ਸੁਤਿਆ ਗੁਰੁ ਸਾਲਾਹੀਐ, suti-aa gur salaahee-ai
ਉਠਦਿਆ ਭੀ ਗੁਰੁ ਆਲਾਉ॥ uth-di-aa bhee gur aalaa-o.
ਕੋਈ ਐਸਾ ਗੁਰਮੁਖਿ ਜੇ ਮਿਲੈ, ko-ee aisaa gurmukh jay milai
ਹਉ ਤਾ ਕੇ ਧੋਵਾ ਪਾਉ॥੪॥ ha-o taa kay Dhovaa paa-o. ||4||

ਅਗਰ ਕੋਈ ਇਸਤਰ੍ਹਾਂ ਦਾ ਗੁਰਮਖ ਮਿਲ ਜਾਵੇ । ਜਿਹੜਾ ਸਾਉਂਦੇ, ਜਾਗਦੇ ਪ੍ਰਭ ਦੇ ਸ਼ਬਦ ਦੇ ਗੁਣ ਗਾਉਂਦਾ ਹੋਵੇ । ਮੈਂ ਉਸ ਦਾ ਦਾਸ, ਗੁਲਾਮ ਬਣ ਜਾਵਾ, ਆਪਾ ਉਸ ਨੂੰ ਭੇਟਾ ਕਰ ਦੇਵਾ ।

With His mercy and grace, I may be blessed with the association of His true devotee; who may be singing the glory of His Word day and night, while awake or in sleep. I may surrender my mind, body, and worldly status at his service and I may become his slave.

ਕੋਈ ਐਸਾ ਸਜਣੁ ਲੋੜਿ ਲਹੁ,	ko-ee aisaa sajan lorh lahu
ਮੈ ਪ੍ਰੀਤਮੁ ਦੇਇ ਮਿਲਾਇ॥	mai pareetam day-ay milaa-ay.
ਸਤਿਗੁਰਿ ਮਿਲਿਐ ਹਰਿ ਪਾਇਆ,	satgur mili-ai har paa-i-aa
ਮਿਲਿਆ ਸਹਜਿ ਸੁਭਾਇ॥੫॥	mili-aa sahj subhaa-ay. ||5||

ਅਗਰ ਕੋਈ ਇਸਤਰ੍ਹਾਂ ਦਾ ਸਾਥੀ ਮਿਲ ਜਾਵੇ! ਜਿਹੜਾ ਪ੍ਰਭ ਦੀ ਪ੍ਰਵਾਨਗੀ ਦੇ ਰਸਤੇ ਤੇ ਪਾ ਦੇਵੇ । ਮੈਂ ਸ਼ਬਦ ਦੀ ਪਾਲਣਾ ਕਰਦਾ, ਸ਼ਬਦ ਦੀ ਸਮਾਧੀ ਵਿੱਚ ਵਸਣ ਲੱਗ ਪਵਾ ।

With His mercy and grace, I may be blessed with the association of His true devotee; who may guide me on the right path of acceptance in His Court. I may adopt the teachings of His Word and I may remain intoxicated in the void of His Word.

ਸਤਿਗੁਰੁ ਸਾਗਰੁ ਗੁਣ ਨਾਮ ਕਾ,	satgur saagar gun naam kaa
ਮੈ ਤਿਸੁ ਦੇਖਣ ਕਾ ਚਾਉ॥	mai tis daykhan kaa chaa-o.
ਹਉ ਤਿਸੁ ਬਿਨੁ ਘੜੀ ਨ ਜੀਵਊ,	ha-o tis bin gharhee na jeev-oo
ਬਿਨੁ ਦੇਖੇ ਮਰਿ ਜਾਉ॥੬॥	bin daykhay mar jaa-o. ||6||

ਪ੍ਰਭ ਦਾ ਸ਼ਬਦ ਹੀ ਸੋਝੀ, ਗਿਆਨ ਭਰਿਆਂ ਸਾਗਰ ਹੈ । ਮੇਰੇ ਮਨ ਵਿੱਚ ਉਸ ਨੂੰ ਮਿਲੱਣ ਦੀ ਸ਼ਰਧਾ ਹੈ । ਉਸ ਨੂੰ ਦੇਖਣ ਤੋ ਬਿਨਾਂ ਘੜੀ ਵੀ ਮਨ ਵਿੱਚ ਚੈਨ ਨਹੀਂ ਆਉਂਦਾ । ਇਸਤਰ੍ਹਾਂ ਲੱਗਦਾ ਹੈ, ਜਿਵੇਂ ਮੌਤ ਆ ਗਈ ਹੈ । ਮੈਂ ਇੱਕ ਪਲ ਵੀ ਜਿਉਂਦਾ ਨਹੀਂ ਰਹੇ ਸਕਦਾ ।

The teachings of His Word are the ocean overwhelmed with the essence of His Nature. I have a deep anxiety to be the enlightenment of the essence of His Word; without meditating on the teachings of His Word. I may not feel any comfort or contentment in my life. I feel like drowning in a deep hell; I may not breath comfortably.

ਜਿਉ ਮਛੁਲੀ ਵਿਣੁ ਪਾਣੀਐ,	Ji-o machhulee vin paanee-ai
ਰਹੇ ਨ ਕਿਤੈ ਉਪਾਇ॥	rahai na kitai upaa-ay.
ਤਿਉ ਹਰਿ ਬਿਨੁ ਸੰਤੁ ਨ ਜੀਵਈ,	ti-o har bin sant na jeev-ee
ਬਿਨੁ ਹਰਿ ਨਾਮੈ ਮਰਿ ਜਾਇ॥੭॥	bin har naamai mar jaa-ay. ||7||

ਜਿਵੇਂ ਮਛਲੀ ਪਾਣੀ ਤੋ ਬਿਨਾਂ ਬਚ ਨਹੀਂ ਸਕਦੀ । ਇਸਤਰ੍ਹਾਂ ਹੀ ਬੰਦਗੀ ਕਰਨ ਵਾਲਾ, ਸ਼ਬਦ ਦੀ ਪਾਲਣਾ ਤੋ ਬਿਨਾਂ ਨਹੀਂ ਰਹਿੰਦਾ । ਮਨ ਵਿੱਚ ਚੈਨ ਨਹੀਂ ਆਉਂਦਾ ।

As a fish may not be able to survive without water; same way His true devotee may not feel contented or comfortable without meditating on the teachings of His Word.

ਮੈ ਸਤਿਗੁਰ ਸੇਤੀ ਪਿਰਹੜੀ,	mai satgur saytee pirharhee
ਕਿਉ ਗੁਰ ਬਿਨੁ ਜੀਵਾ ਮਾਉ॥	ki-o gur bin jeevaa maa-o.
ਮੈ ਗੁਰਬਾਣੀ ਆਧਾਰੁ ਹੈ,	mai gurbaanee aaDhaar hai
ਗੁਰਬਾਣੀ ਲਾਗਿ ਰਹਾਉ॥੮॥	gurbaanee laag rahaa-o. ||8||

ਪ੍ਰਭ ਨਾਲ ਇਤਨੀ ਪ੍ਰੀਤ ਹੈ, ਮਿਲੱਣ ਤੋ ਬਿਨਾਂ ਕਿਵੇਂ ਜਿਉਂਦਾ ਰਹੇ ਸਕਦਾ ਹਾ? ਮੇਰੇ ਮਨ ਵਿੱਚ ਪ੍ਰਭ ਦੇ ਸ਼ਬਦ, ਬਾਣੀ ਦਾ ਆਸਰਾ ਹੈ । ਸ਼ਬਦ ਦੇ ਲੜ ਲੱਗਕੇ ਚੈਨ ਵਿੱਚ ਰਹਿੰਦਾ ਹਾ ।

I have such an intense devotion with the essence of His Word; How may I remain comfortable, contented without the enlightenment of the teachings of His Word? My mind has only support of the teachings of His Word; I may remain comfortable and contented with meditation on the teachings of His Word.

ਹਰਿ ਹਰਿ ਨਾਮੁ ਰਤੰਨੁ ਹੈ,	har har naam ratann hai
ਗੁਰੁ ਤੁਠਾ ਦੇਵੈ ਮਾਇ॥	gur tuthaa dayvai maa-ay.
ਮੈ ਧਰ ਸਚੇ ਨਾਮ ਕੀ,	mai Dhar sachay naam kee
ਹਰਿ ਨਾਮਿ ਰਹਾ ਲਿਵ ਲਾਇ॥੯॥	har naam rahaa liv laa-ay. ||9||

ਪ੍ਰਭ ਦਾ ਸ਼ਬਦ ਹੀ ਅਮੋਲਕ ਰਤਨ ਹੈ, ਆਪਣੀ ਰਹਿਮਤ ਨਾਲ ਹੀ ਬਖਸ਼ਦਾ ਹੈ । ਪ੍ਰਭ ਦਾ ਸ਼ਬਦ ਹੀ ਮੇਰੇ ਮਨ ਦਾ ਆਸਰਾ ਹੈ । ਪ੍ਰਭ ਦੇ ਸ਼ਬਦ ਦੀ ਪਾਲਣਾ ਕਰਦਾ ਹੀ ਉਸ ਵਿੱਚ ਲੀਨ ਰਹਿੰਦਾ ਹਾ ।

Only with His mercy and grace, the ambrosial jewel, the devotion to obey His Word may be blessed to His true devotee. Obeying the teachings of His Word remains the supporting pillar of my mind, worldly life. I remain intoxicated in obeying the teachings in the void of His Word.

ਗੁਰ ਗਿਆਨੁ ਪਦਾਰਥੁ ਨਾਮੁ ਹੈ,	gur gi-aan padaarath naam hai
ਹਰਿ ਨਾਮੋ ਦੇਇ ਦ੍ਰਿੜਾਇ॥	har naamo day-ay drirh-aa-ay.
ਜਿਸੁ ਪਰਾਪਤਿ ਸੋ ਲਹੈ,	jis paraapat so lahai
ਗੁਰ ਚਰਣੀ ਲਾਗੈ ਆਇ॥੧੦॥	gur charnee laagai aa-ay. ||10||

ਪ੍ਰਭ ਦਾ ਸ਼ਬਦ ਹੀ ਗਿਆਨ ਦਾ, ਸੋਝੀ ਦਾ ਖਜ਼ਾਨਾ ਹੈ । ਪ੍ਰਭ ਨੇ ਮੇਰੇ ਮਨ ਵਿੱਚ ਸ਼ਬਦ ਦੀ ਪਾਲਣਾ ਦਾ ਬੀਜ ਬੀਜਿਆ ਹੈ । ਜਿਹੜਾ ਆਪਣਾ ਭਰੋਸਾ ਪ੍ਰਭ ਦੇ ਭਾਣੇ ਤੇ ਅਡੋਲ ਰਖਦਾ, ਸ਼ਰਣ ਵਿੱਚ ਆ ਜਾਂਦਾ ਹੈ । ਕੇਵਲ ਉਹ ਹੀ ਸ਼ਬਦ ਦੇ ਲੜ ਲੱਗਦਾ ਹੈ, ਸ਼ਬਦ ਦੀ ਪਾਲਣਾ ਕਰਦਾ ਹੈ ।

The teachings of His Word are the treasure of enlightenment. The Master has sowed the seed of obeying the teachings of His Word within the mind of His creation. Whosoever may obey the teachings of His Word with steady and stable belief in his day-to-day life; with His mercy and grace, he may be accepted in His sanctuary. Only he may remain steady and stable on the right path of obeying the teachings of His Word.

ਅਕਥ ਕਹਾਣੀ ਪ੍ਰੇਮ ਕੀ,	akath kahaanee paraym kee
ਕੋ ਪ੍ਰੀਤਮੁ ਆਖੈ ਆਇ॥	ko pareetam aakhai aa-ay.
ਤਿਸੁ ਦੇਵਾ ਮਨੁ ਆਪਣਾ,	tis dayvaa man aapnaa
ਨਿਵਿ ਨਿਵਿ ਲਾਗਾ ਪਾਇ॥੧੧॥	niv niv laagaa paa-ay. ||11||

ਅਗਰ ਕੋਈ ਪ੍ਰਭ ਦਾ ਦਾਸ, ਪ੍ਰਭ ਦੀ ਅਕਥ ਕਹਾਣੀ ਸੁਣਾਵੇ । ਮੈਂ ਆਪਣਾ ਮਨ ਉਸ ਦੀ ਸੇਵਾ ਵਿੱਚ, ਚਾਕਰੀ ਵਿੱਚ ਲਾ ਦੇਵਾ ।

His Nature remains astonishing and beyond comprehension of His Creation! Whosoever may enlighten me with the unexplainable nature of The True Master; I may surrender my mind, body, and worldly status at His service.

ਸਜਣੁ ਮੇਰਾ ਏਕੁ ਤੂੰ,	sajan mayraa ayk tooN
ਕਰਤਾ ਪੁਰਖੁ ਸੁਜਾਣੁ॥	kartaa purakh sujaan.
ਸਤਿਗੁਰਿ ਮੀਤਿ ਮਿਲਾਇਆ,	satgur meet milaa-i-aa
ਮੈ ਸਦਾ ਸਦਾ ਤੇਰਾ ਤਾਣੁ॥੧੨॥	mai sadaa sadaa tayraa taan. ||12||

ਸ਼ਕਤੀਵਾਨ ਕਰਤਾ, ਤੂੰ ਅੰਤਰਜਾਮੀ, ਤੂੰ ਹੀ ਮੇਰਾ ਇੱਕੋ ਇੱਕ ਅਸਲੀ ਮਿੱਤਰ ਹੈ । ਪ੍ਰਭ ਤੂੰ ਹੀ ਰਹਿਮਤ ਬਖਸ਼ਕੇ, ਸ਼ਬਦ ਦੇ ਲੜ ਲਾਇਆ ਹੈ । ਤੂੰ ਹੀ ਮੇਰਾ ਸਦਾ ਰਹਿਣ ਵਾਲਾ ਆਸਰਾ ਹੈ ।

The Omnipotent, Omniscient True Master, only You are my true friend. With Your mercy and grace; You have attached me to obey the teachings of Your Word. Only You are my supporting pillar in the universe.

ਸਤਿਗੁਰੁ ਮੇਰਾ ਸਦਾ ਸਦਾ, satgur mayraa sadaa sadaa
ਨਾ ਆਵੈ ਨ ਜਾਇ॥ naa aavai na jaa-ay.
ਓਹੁ ਅਬਿਨਾਸੀ ਪੁਰਖੁ ਹੈ, oh abhinaasee purakh hai
ਸਭ ਮਹਿ ਰਹਿਆ ਸਮਾਇ॥੧੩॥ sabh meh rahi-aa samaa-ay. ||13||

ਪ੍ਰਭ ਸਦਾ ਹੀ ਅਟੱਲ ਰਹਿਣ ਵਾਲਾ ਮਾਲਕ, ਜਨਮ ਮਰਨ ਦੇ ਚੱਕਰ ਵਿੱਚ ਨਹੀਂ ਆਉਂਦਾ । ਉਹ ਨਾ ਨਾਸ ਹੋਣ ਵਾਲਾ ਮਾਲਕ, ਹਰਇੱਕ ਵਿੱਚ ਵਸਦਾ, ਹਰ ਥਾਂ ਵਾਪਰਦਾ ਹੈ ।

My True Master lives forever, beyond the cycle of birth and death. The unperishable True Master remains embedded within the soul of every creature and prevails in every action in the universe.

ਰਾਮ ਨਾਮ ਧਨੁ ਸੰਚਿਆ, raam naam Dhan sanchi-aa
ਸਾਬਤੁ ਪੂੰਜੀ ਰਾਸਿ॥ saabat poonjee raas.
ਨਾਨਕ ਦਰਗਹ ਮੰਨਿਆ, naanak dargeh mani-aa
ਗੁਰ ਪੂਰੇ ਸਾਬਾਸਿ॥੧੪॥੧॥੨॥੧੧॥ gur pooray saabaas. ||14||1||2||11||

ਮੈਂ ਪ੍ਰਭ ਦੇ ਸ਼ਬਦ ਦੀ ਕਮਾਈ ਇਕੱਠੀ ਕੀਤੀ ਹੈ । ਮੇਰੀ ਸਾਰੀ ਕਮਾਈ ਸਦਾ ਹੀ ਮੇਰੇ ਸਾਥ ਜਾਣ ਵਾਲੀ ਹੈ । ਇਸ ਨਾਲ ਹੀ ਪ੍ਰਭ ਦੇ ਦਰਬਾਰ ਵਿੱਚ ਪ੍ਰਵਾਨਗੀ, ਸੋਭਾ ਬਖਸ਼ਿਸ਼ ਹੁੰਦੀ ਹੈ ।

I have earned the wealth of His Word. My earnings always remain with me even after death in His Court. With His mercy and grace, I may be accepted and honored in His Court.

156. ਰਾਗੁ ਸੂਹੀ ਅਸਟਪਦੀਆ ਮਹਲਾ ੫ ਘਰੁ ੧॥ 759-11

ੴ ਸਤਿਗੁਰ ਪ੍ਰਸਾਦਿ॥ ik-oNkaar satgur parsaad.
ਉਰਝਿ ਰਹਿਓ ਬਿਖਿਆ ਕੈ ਸੰਗਾ॥ urajh rahi-o bikhi-aa kai sangaa.
ਮਨਹਿ ਬਿਆਪਤ ਅਨਿਕ ਤਰੰਗਾ॥੧॥ maneh bi-aapat anik tarangaa. ||1||

ਮਾਨਸ ਅਨੇਕਾਂ ਹੀ ਧੋਖੇ ਦੇ ਖਿਆਲਾਂ ਪਿਛੇ ਲੱਗਾ ਰਹਿੰਦਾ, ਪਾਪ ਕਰਦਾ ਰਹਿੰਦਾ ਹੈ । ਉਸ ਦੇ ਮਨ ਵਿੱਚ ਅਨੇਕਾਂ ਹੀ ਖਿਆਲ ਆਉਂਦੇ, ਮਨ ਇੱਕ ਤੇ ਭਰੋਸਾ ਅਡੋਲ ਨਹੀਂ ਰਖਦਾ ।

Human may follow many devious plans and commits sinful deeds. He may not establish steady and stable belief on any one path; he may wander in many thoughts.

ਮੇਰੇ ਮਨ ਅਗਮ ਅਗੋਚਰ॥ mayray man agam agochar. kat paa-
ਕਤ ਪਾਈਐ ਪੂਰਨ ਪਰਮੇਸਰ॥੧॥ ਰਹਾਉ॥ ee-ai pooran parmaysar. ||1|| rahaa-o.

ਪੂਰਨ ਪਵਿੱਤਰ ਪ੍ਰਭ, ਜੀਵ ਦੀ ਜਾਣਕਾਰੀ, ਪਹੁੰਚ ਤੋਂ ਉਪਰ ਹੈ । ਉਸ ਦੀ ਰਹਿਮਤ ਕਿਵੇਂ ਪਾਈ ਜਾ ਸਕਦੀ ਹੈ?

The perfect transcendent True Master remains beyond the reach and comprehension of His creation. How may I become worthy of His consideration?

ਮੋਹ ਮਗਨ ਮਹਿ ਰਹਿਆ ਬਿਆਪੇ॥ moh magan meh rahi-aa bi-aapay.
ਅਤਿ ਤ੍ਰਿਸਨਾ ਕਬਹੂ ਨਹੀ ਧ੍ਰਾਪੇ॥੨॥ at tarisnaa kabhoo nahee Dharaapay. ||2||

ਮਾਨਸ ਜੀਵ ਸੰਸਾਰਕ ਮੋਹ ਦੇ ਨਸ਼ੇ ਵਿੱਚ ਮਸਤ ਰਹਿੰਦਾ ਹੈ । ਉਸ ਦੇ ਮਨ ਵਿਚੋਂ ਇੱਛਾਂ ਦੀ ਪਿਆਸ ਕਦੇ ਖਤਮ ਨਹੀਂ ਹੁੰਦੀ ।

Whosoever may remain intoxicated with the worldly attachments and wealth. His thirst for worldly desires may never be quenched.

ਬਸਇ ਕਰੋਧੁ ਸਰੀਰਿ ਚੰਡਾਰਾ॥ bas-i karoDh sareer chandaaraa.

ਅਗਿਆਨਿ ਨ ਸੂਝੈ ਮਹਾ ਗੁਬਾਰਾ॥੩॥ agi-aan na soojhai mahaa gubaaraa. ||3||

ਉਹ ਦੇ ਮਨ ਵਿੱਚ ਕਰੋਧ ਭਰਿਆਂ ਰਹਿੰਦਾ ਹੈ । ਉਸ ਨੂੰ ਮਾਨਸ ਜਨਮ ਦੇ ਮੰਤਵ ਦੀ ਕੋਈ ਸੋਝੀ, ਗਿਆਨ ਬਖਸ਼ਿਸ਼ ਨਹੀਂ ਹੁੰਦਾ ।

Whosoever may remain overwhelmed with anger. He may never understand, realize the real purpose of human life blessings.

ਭ੍ਰਮਤ ਬਿਆਪਤ ਜਰੇ ਕਿਵਾਰਾ॥ bharmat bi-aapat jaray kivaaraa.

ਜਾਣੁ ਨ ਪਾਈਐ ਪ੍ਰਭ ਦਰਬਾਰਾ॥੪॥ jaan na paa-ee-ai parabh darbaaraa. ||4||

ਉਹ ਧਰਮਾਂ ਦੇ ਪਾਏ ਭਰਮਾਂ ਦੇ ਜਾਲ ਵਿੱਚ ਫਸਇਆ ਹੁੰਦਾ ਹੈ । ਉਸ ਨੂੰ ਪ੍ਰਭ ਦੇ ਸ਼ਬਦ ਦੀ ਬੰਦਗੀ ਕਰਨ ਦੇ ਰਸਤੇ ਦੀ ਕੋਈ ਸੋਝੀ ਨਹੀਂ ਹੁੰਦੀ ।

He may remain intoxicated in religious rituals and suspicions. He may never be blessed with the right path of meditation, acceptance in His Court.

ਆਸਾ ਅੰਦੇਸਾ ਬੰਧਿ ਪਰਾਨਾ॥ aasaa andaysaa banDh paraanaa.

ਮਹਲੁ ਨ ਪਾਵੈ ਫਿਰਤ ਬਿਗਾਨਾ॥੫॥ mahal na paavai firat bigaanaa. ||5||

ਉਹ ਮਨ ਵਿੱਚ ਇੱਛਾਂ ਦੇ ਬੰਧਨ ਵਿੱਚ ਬੰਧਾ ਰਹਿੰਦਾ ਹੈ । ਮਨ ਵਿੱਚ ਡਰ ਭਰਿਆਂ ਰਹਿੰਦਾ ਹੈ । ਉਸ ਨੂੰ ਇਹਨਾਂ ਵਿਚੋਂ ਨਿਕਲਨ ਦੀ ਕੋਈ ਸੋਝੀ ਨਹੀਂ ਹੁੰਦੀ । ਉਹ, ਅਜਨਬੀ ਦੀ ਤਰ੍ਹਾਂ ਚਾਰੇ ਪਾਸੇ ਘੁੰਮਦਾ ਹੀ ਜੀਵਨ ਬਤੀਤ ਕਰਦਾ ਹੈ ।

He remains trapped with the bonds of worldly desires and expectations. He remains overwhelmed with fear of disappointments. He may wander like stranger in all directions and wastes his human life opportunity uselessly.

ਸਗਲ ਬਿਆਧਿ ਕੈ ਵਸਿ ਕਰਿ ਦੀਨਾ॥ sagal bi-aaDh kai vas kar deenaa.

ਫਿਰਤ ਪਿਆਸ ਜਿਉ ਜਲ ਬਿਨੁ ਮੀਨਾ॥੬॥ firat pi-aas Ji-o jal bin meenaa. ||6||

ਉਹ ਮਨ ਨੂੰ ਨਿਰਾਸ ਕਰਨ ਵਾਲੇ ਖਿਆਲਾਂ ਦਾ ਹੀ ਸੋਚਦਾ, ਮਨ ਵਿੱਚ ਨਿਰਾਸਾ ਦਾ ਹੀ ਡਰ ਰਹਿੰਦਾ ਹੈ । ਉਹ ਆਪਣਾ ਜੀਵਨ ਪਿਆਸਾ ਹੀ ਬਤੀਤ ਕਰਦਾ ਹੈ । ਉਸ ਦੀ ਇਸਤਰ੍ਹਾਂ ਦੀ ਹੀ ਹਾਲਤ ਰਹਿੰਦੀ ਹੈ । ਜਿਵੇਂ ਮਛਲੀ ਪਾਣੀ ਤੋ ਬਿਨਾਂ ਮਹਿਸੂਸ ਕਰਦੀ ਹੈ ।

He may always think about the disappointments in his life and he remains fearful of disappointments. His life remains overwhelmed with anxiety. His worldly condition remains like a fish without water.

ਕਛੂ ਸਿਆਨਪ ਉਕਤਿ ਨ ਮੋਰੀ॥ kachhoo si-aanap ukat na moree.

ਏਕ ਆਸ ਠਾਕੁਰ ਪ੍ਰਭ ਤੋਰੀ॥੭॥ ayk aas thaakur parabh toree. ||7||

ਪ੍ਰਭ ਮੇਰੇ ਵਿੱਚ ਕੋਈ ਚਲਾਕੀ, ਸਿਆਣਪ ਨਹੀਂ । ਮੇਰੀ ਕੇਵਲ ਤੇਰੇ ਤੇ ਹੀ ਆਸ ਹੈ, ਤੇਰੇ ਸ਼ਬਦ ਦੀ ਪਾਲਣਾ ਤੇ ਹੀ ਭਰੋਸਾ ਹੈ, ਤੂੰ ਹੀ ਅਸਲੀ ਮਾਲਕ ਹੈ ।

My True Master, I have no wisdom or clever tricks of my own. I have only hope on Your mercy and grace. I only obey the teachings of Your Word with steady and stable belief in my life; only You are my True Master.

ਕਰਉ ਬੇਨਤੀ ਸੰਤਨ ਪਾਸੇ॥ kara-o bayntee santan paasay.

ਮੇਲਿ ਲੈਹੁ ਨਾਨਕ ਅਰਦਾਸੇ॥੮॥ mayl laihu naanak ardaasay. ||8||

ਬੰਦਗੀ ਕਰਨ ਵਾਲਾ ਕੇਵਲ ਇੱਕੋ ਇੱਕ ਹੀ ਅਰਦਾਸ ਕਰਦਾ ਹੈ । ਰਹਿਮਤਾਂ ਦੇ ਮਾਲਕ, ਰਹਿਮਤ ਬਖਸ਼ੋ! ਸੰਤਾਂ ਦੀ ਸ਼ਰਣ ਵਿੱਚ ਪਨਾਹ ਬਖਸ਼ੋ! ਆਪਣਾ ਦਾਸ ਬਣਾ ਲਵੋ!

His true devotee may have one and only one prayer; with Your mercy and grace, blesses me the association of Your Holy saints. By adopting his way of life, my soul may become worthy of Your consideration.

ਭਇਓ ਕ੍ਰਿਪਾਲੁ ਸਾਧਸੰਗੁ ਪਾਇਆ॥ bha-i-o kirpaal saaDhsang paa-i-aa.

ਨਾਨਕ ਤ੍ਰਿਪਤੇ ਪੂਰਾ ਪਾਇਆ॥੧॥ naanak tariptai pooraa paa-i-aa. ||1||

ਰਹਾਉ ਦੂਜਾ॥੧॥ rahaa-o doojaa. ||1||

ਜਦੋਂ ਪ੍ਰਭ ਆਪ ਹੀ ਰਹਿਮਤ ਬਖਸ਼ਦਾ ਹੈ । ਤਾਂ ਹੀ ਬੰਦਗੀ ਕਰਨ ਵਾਲੇ ਸੰਤਾਂ ਦੀ ਸੰਗਤ ਬਖਸ਼ਿਸ਼ ਹੁੰਦੀ ਹੈ । ਉਸ ਨਾਲ ਹੀ ਮਨ ਵਿੱਚ ਸੰਤੋਖ, ਸਦਾ ਰਹਿਣ ਵਾਲਾ ਖੇੜਾ ਵਸਦਾ ਹੈ । ਪ੍ਰਭ ਦੀ ਸ਼ਰਣ ਵਿੱਚ ਪਨਾਹ ਬਖਸ਼ਿਸ਼ ਹੁੰਦੀ ਹੈ ।

Whosoever may be blessed with His mercy and grace, he may be blessed with the association of His true devotee. He may remain overwhelmed with contentment and blossom forever. He may be accepted in His sanctuary.

157.ਰਾਗੁ ਸੂਹੀ ਮਹਲਾ ੫ ਘਰੁ ੩॥ 760-1

ੴ ਸਤਿਗੁਰ ਪ੍ਰਸਾਦਿ॥ ik-oNkaar satgur parsaad.

ਮਿਥਨ ਮੋਹ ਅਗਨਿ ਸੋਕ ਸਾਗਰ॥ mithan moh agan sok saagar.

ਕਰਿ ਕਿਰਪਾ ਉਧਰੁ ਹਰਿ ਨਾਗਰ॥੧॥ kar kirpaa uDhar har naagar. ||1||

ਸੰਸਾਰ ਵਿੱਚ ਕਾਮ ਵਾਸ਼ਨਾ, ਮੋਹ ਦਾ, ਇੱਕ ਅੱਗ ਦਾ ਭਰਿਆਂ, ਦੁਖਾਂ ਦਾ ਸਾਗਰ ਹੈ । ਆਪ ਹੀ ਰਹਿਮਤ ਬਖਸ਼ਕੇ ਮਨ ਨੂੰ ਅਡੋਲ ਰਖੋ! ਇਸ ਵਿਚੋਂ ਬਚਾ ਲਵੋ!

My True Master, the world may be a terrible ocean overwhelmed with lava of worldly attachments, sexual desire, and miseries of worldly desires. With Your mercy and grace, keeps Your humble devotee to remain steady and stable on the teachings of Your Word and save me from the demons of worldly desires.

ਚਰਣ ਕਮਲ ਸਰਣਾਇ ਨਰਾਇਣ॥ charan kamal sarnaa-ay naraa-in.

ਦੀਨਾ ਨਾਥ ਭਗਤ ਪਰਾਇਣ॥ ੧॥ deenaa naath bhagat paraa-in.

ਰਹਾਉ॥ ||1||rahaa-o.

ਤੇਰੀ ਸ਼ਰਣ ਵਿੱਚ ਆਇਆ, ਪਨਾਹ ਮੰਗਦਾ ਹਾ । ਰਹਿਮਤ ਬਖਸ਼ੋ! ਤੂੰ ਹੀ ਨਿਮਾਣੇ ਦਾਸਾਂ ਦਾ ਰਖਵਾਲਾ, ਆਸਰਾ ਹੈ ।

I have surrendered my mind, body, and worldly status and praying for Your sanctuary. The Merciful True Master, only You are the supporting pillar and protector of Your humble true devotee.

ਅਨਾਥਾ ਨਾਥ ਭਗਤ ਭੈ ਮੇਟਨ॥ anaathaa naath bhagat bhai maytan.

ਸਾਧਸੰਗਿ ਜਮਦੂਤ ਨ ਭੇਟਨ॥੨॥ saaDhsang jamdoot na bhaytan. ||2||

ਪ੍ਰਭ ਤੂੰ ਹੀ ਗੁਰੂਾਂ ਦਾ ਗੁਰੂ ਹੈ, ਤੂੰ ਹੀ ਭੁੱਲਾਂ ਬਖਸ਼ਣ ਹਾਰਾ ਮਾਲਕ ਹੈ । ਤੇਰੇ ਸ਼ਬਦ ਦੀ ਬੰਦਗੀ ਕਰਨ ਵਾਲੇ ਨੂੰ ਮੌਤ ਦਾ ਜਮਦੂਤ ਛੋਹ ਵੀ ਨਹੀਂ ਸਕਦਾ ।

The True Master, King of kings and only You may forgive the sins of Your Creation. Whosoever may obey the teachings of Your Word with steady and stable belief in his day-to-day life; with Your mercy and grace, his soul may become beyond the reach of devil of death.

ਜੀਵਨ ਰੂਪ ਅਨੂਪ ਦਇਆਲਾ॥ jeevan roop anoop da-i-aalaa.

ਰਵਣ ਗੁਣਾ ਕਟੀਐ ਜਮ ਜਾਲਾ॥੩॥ ravan gunaa katee-ai jam jaalaa. ||3||

ਪ੍ਰਭ ਤੂੰ ਹੀ ਰਹਿਮਤਾਂ ਦਾ ਮਾਲਕ, ਤਰਸਵਾਨ, ਜੀਵ ਦੇ ਸਵਾਸਾਂ ਦਾ ਮਾਲਕ ਹੈ । ਸ਼ਬਦ ਦੀ ਪਾਲਣਾ ਕਰਦੇ, ਗੁਣ ਗਾਉਂਦੇ ਨੂੰ ਮੌਤ ਦਾ ਜਮਦੂਤ ਛੋਹ ਵੀ ਨਹੀਂ ਸਕਦਾ ।

The Merciful True Master may be the treasure of all virtues and the controller of breaths of Your Creation. Whosoever may be singing the glory and obeying the teachings of Your Word; with Your mercy and grace, his soul may become beyond the reach of devil of death.

ਅੰਮ੍ਰਿਤ ਨਾਮੁ ਰਸਨ ਨਿਤ ਜਾਪੈ॥ amrit naam rasan nit jaapai.

ਰੋਗ ਰੂਪ ਮਾਇਆ ਨ ਬਿਆਪੈ॥੪॥ rog roop maa-i-aa na bi-aapai. ||4||

ਜਿਹੜਾ ਸਦਾ ਹੀ ਤੇਰੇ ਸ਼ਬਦ ਦੇ ਆਪਣੀ ਜੀਭ ਨਾਲ ਗੁਣ ਗਾਉਂਦਾ ਹੈ । ਉਸ ਦੇ ਮਨ ਤੇ ਸੰਸਾਰਕ ਮਾਇਆ ਦਾ ਕੋਈ ਜ਼ੋਰ ਨਹੀ ਚਲਦਾ, ਕੋਈ ਪ੍ਰਭਾਵ ਨਹੀਂ ਹੁੰਦਾ, ਇੱਛਾਂ ਰੂਪੀ ਰੋਗ ਨਹੀਂ ਲੱਗਦਾ ।

Whosoever may sing the glory of Your Word with his tongue; with Your mercy and grace, he may become beyond the reach of worldly wealth.

ਜਪਿ ਗੋਬਿੰਦ ਸੰਗੀ ਸਭਿ ਤਾਰੇ॥ jap gobind sangee sabh taaray.

ਪੋਹਤ ਨਾਹੀ ਪੰਚ ਬਟਵਾਰੇ॥੫॥ pohat naahee panch batvaaray. ||5||

ਸ਼ਬਦ ਦੀ ਪਾਲਣਾ ਕਰਨ, ਜੀਵਨ ਵਿੱਚ ਢਾਲਣ ਨਾਲ ਸਾਰੇ ਸੰਗੀ ਹੀ ਪ੍ਰਵਾਨਗੀ ਦੇ ਰਸਤੇ ਤੇ ਅਡੋਲ ਹੋ ਜਾਂਦੇ ਹਨ । ਮਨ ਦੀਆਂ ਇੱਛਾਂ ਦੇ ਪੰਜੇਂ ਜਮਦੂਤ ਉਸ ਦੇ ਨੇੜੇ ਨਹੀ ਆਉਂਦੇ ।

Whosoever may obey and adopts the teachings of His Word with steady and stable belief in his day-to-day life; his followers and associates may adopt the right path of meditation. The demons of five worldly desires may never come close to him.

ਮਨ ਬਚ ਕ੍ਰਮ ਪ੍ਰਭੁ ਏਕੁ ਧਿਆਏ॥ man bach karam parabh ayk Dhi-aa-ay.

ਸਰਬ ਫਲਾ ਸੋਈ ਜਨੁ ਪਾਏ॥੬॥ sarab falaa so-ee jan paa-ay. ||6||

ਜਿਹੜਾ ਪ੍ਰਭ ਦੇ ਸ਼ਬਦ ਦੀ ਪਾਲਣਾ ਮਨੋ ਕਰਦਾ, ਸ਼ਬਦ ਨਾਲ ਜੀਵਨ ਢਾਲਦਾ, ਬਤੀਤ ਕਰਦਾ ਹੈ । ਉਸ ਨੂੰ ਆਪਣੀ ਸ਼ਬਦ ਦੀ ਕਮਾਈ ਦਾ ਫਲ ਬਖਸ਼ਿਸ਼ ਹੋ ਜਾਂਦਾ ਹੈ ।

Whosoever may wholeheartedly obey and adopts the teachings His Word with steady and stable belief in his day-to-day life; with His mercy and grace, his earnings of His Word may be rewarded.

ਧਾਰਿ ਅਨੁਗ੍ਰਹੁ ਅਪਨਾ ਪ੍ਰਭਿ ਕੀਨਾ॥ Dhaar anoograhu apnaa parabh keenaa.

ਕੇਵਲ ਨਾਮੁ ਭਗਤਿ ਰਸੁ ਦੀਨਾ॥੭॥ kayval naam bhagat ras deenaa. ||7||

ਜਿਸ ਤੇ ਪਭ ਆਪ ਰਹਿਮਤ ਬਖਸ਼ਕੇ ਆਪਣਾ ਦਾਸ ਬਣਾ ਲੈਂਦਾ ਹੈ । ਉਸ ਜੀਵ ਨੂੰ ਪ੍ਰਭ ਦੇ ਸ਼ਬਦ ਦੀ ਸੋਝੀ ਬਖਸ਼ਿਸ਼ ਹੋ ਜਾਂਦੀ ਹੈ । ਸ਼ਬਦ ਮਨ ਵਿੱਚ ਜਾਗਰਤ ਹੋ ਜਾਂਦਾ ਹੈ ।

Whosoever may be accepted as His true devotee; with His mercy and grace, he may be blessed with the enlightenment of the essence of His Word. He may remain awake and alert.

ਆਦਿ ਮਧਿ ਅੰਤਿ ਪ੍ਰਭੁ ਸੋਈ॥ aad maDh ant parabh so-ee.

ਨਾਨਕ ਤਿਸੁ ਬਿਨੁ ਅਵਰੁ ਨ ਕੋਈ॥ ੮॥੧॥੨॥ naanak tis bin avar na ko-ee. ||8||1||2||

ਕੇਵਲ ਪ੍ਰਭ ਹੀ ਜੀਵ ਦੇ ਜਨਮ ਤੋ ਪਹਿਲੇ, ਜੀਵਨ ਵਿੱਚ, ਮੌਤ ਪਿਛੋਂ ਸਹਾਈ ਹੁੰਦਾ ਹੈ । ਉਸ ਤੋ ਬਿਨਾਂ ਹੋਰ ਕੋਈ ਸਦਾ ਸਾਥ ਦੇਣ ਵਾਲਾ, ਰਖਵਾਲਾ, ਅਸਲੀ ਮਾਲਕ ਨਹੀਂ ਹੁੰਦਾ ।

The One and Only One True Master remains the supporter of the newborn creature before birth in the womb of mother, in his worldly life and after death in His Court. No one else may be his true protector, companion, and his True Mmaster.

158.ਰਾਗੁ ਸੂਹੀ ਮਹਲਾ ੫ ਅਸਟਪਦੀਆ ਘਰੁ ੯॥ 760-9

ੴ ਸਤਿਗੁਰ ਪ੍ਰਸਾਦਿ॥ ik-oNkaar satgur parsaad.

ਜਿਨ ਡਿਠਿਆ ਮਨੁ ਰਹਸੀਐ, jin dithi-aa man rehsee-ai

ਕਿਉ ਪਾਈਐ ਤਿਨ੍ਹ ਸੰਗੁ ਜੀਉ॥ ki-o paa-ee-ai tinH sang jee-o.

ਸੰਤ ਸਜਨ ਮਨ ਮਿਤ੍ਰ ਸੇ, sant sajan man mitar say

ਲਾਇਨਿ ਪ੍ਰਭ ਸਿਉ ਰੰਗੁ ਜੀਉ॥ laa-in parabh si-o rang jee-o.

ਤਿਨ੍ਹ ਸਿਉ ਪ੍ਰੀਤਿ ਨ ਤੁਟਈ, tinH si-o pareet na tut-ee

ਕਬਹੁ ਨ ਹੋਵੈ ਭੰਗੁ ਜੀਉ॥੧॥ kabahu na hovai bhang jee-o. ||1||

ਪ੍ਰਭ ਦੇ ਦਰਸ਼ਨ ਕਰਨ ਨਾਲ, ਸ਼ਬਦ ਨੂੰ ਮਨ ਵਿੱਚ ਜਾਗਰਤ ਕਰਨ ਨਾਲ ਮਨ ਵਿੱਚ ਸੰਤੋਖ, ਖੇੜਾ ਵਸ ਜਾਂਦਾ ਹੈ । ਪ੍ਰਭ ਦੀ ਸ਼ਰਣ ਵਿੱਚ ਪ੍ਰਵਾਨਗੀ ਕਿਵੇਂ ਹੋ ਸਕਦੀ ਹੈ? ਜਿਹੜਾ ਮੈਨੂੰ ਸ਼ਬਦ ਦੀ ਪਾਲਣਾ ਕਰਨ ਦੀ ਪ੍ਰੇਰਨਾ ਕਰਦਾ, ਅਡੋਲ ਰਖਦਾ ਹੈ । ਉਹ ਬੰਦਗੀ ਕਰਨ ਵਾਲਾ ਹੀ ਮੇਰਾ ਅਸਲੀ ਮਿੱਤਰ, ਸਾਥੀ ਹੈ । ਮੇਰੀ ਸ਼ਰਧਾ, ਪ੍ਰੀਤ ਪ੍ਰਭ ਦੇ ਸ਼ਬਦ ਨਾਲ ਕਦੇ ਖਤਮ ਨਹੀਂ ਹੁੰਦੀ । ਮੇਰੇ ਭਰੋਸਾ ਕਦੇ ਸ਼ਬਦ ਦੀ ਪਾਲਣਾ ਤੋ ਡੋਲਦਾ ਨਹੀਂ।

With His blessed vision, with the enlightenment of His Word, my mind may remain overwhelmed with contentment and blossom. How may I be accepted in His sanctuary? Whosoever may inspire and keeps me steady and stable on the path of obeying the teachings of His Word; only he may be my true friend and companion. My devotion with the teachings of His Word may never be diminished. My faith on His blessings may never be shaken, or become unstable.

ਪਾਰਬ੍ਰਹਮ ਪ੍ਰਭ ਕਰਿ ਦਇਆ,	paarbarahm parabh kar da-i-aa
ਗੁਣ ਗਾਵਾ ਤੇਰੇ ਨਿਤ ਜੀਉ॥	gun gaavaa tayray nit jee-o.
ਆਇ ਮਿਲਹੁ ਸੰਤ ਸਜਣਾ,	aa-ay milhu sant sajnaa
ਨਾਮੁ ਜਪਹ ਮਨ ਮਿਤ ਜੀਉ॥੧॥ ਰਹਾਉ॥	naam japah man mit jee-o. ||1|| rahaa-o.

ਰਹਿਮਤਾਂ ਦੇ ਮਾਲਕ, ਰਹਿਮਤ ਬਖਸ਼ੋ! ਮੈਂ ਸਦਾ, ਸਵਾਸ ਸਵਾਸ ਤੇਰੇ ਸ਼ਬਦ ਦੇ ਗੁਣ ਗਾਵਾ । ਮੇਰੇ ਬੰਦਗੀ ਕਰਨ ਵਾਲੇ ਸਾਥੀ, ਰਲਕੇ ਪ੍ਰਭ ਦੇ ਸ਼ਬਦ ਦਾ ਸਿਮਰਨ ਕਰੀਏ । ਉਹ ਹੀ ਆਤਮਾ ਦਾ ਸਦਾ ਸਾਥ ਦੇਣ ਵਾਲਾ ਸਾਥੀ ਹੈ ।

With Your mercy and grace, I may sing the glory of Your Word with each breath. My associate, let us join to meditate on the teachings of His Word. The True Master remains as the true companion of our soul forever.

ਦੇਖੈ ਸੁਣੇ ਨ ਜਾਣਈ,	daykhai sunay na jaan-ee
ਮਾਇਆ ਮੋਹਿਆ ਅੰਧੁ ਜੀਉ॥	maa-i-aa mohi-aa anDh jee-o.
ਕਾਚੀ ਦੇਹਾ ਵਿਣਸਣੀ,	kaachee dayhaa vinsanee
ਕੂੜੁ ਕਮਾਵੈ ਧੰਧੁ ਜੀਉ॥	koorh kamaavai DhanDh jee-o.
ਨਾਮੁ ਧਿਆਵਹਿ ਸੇ ਜਿਣਿ ਚਲੇ,	naam Dhi-aavahi say jin chalay
ਗੁਰ ਪੂਰੇ ਸਨਬੰਧੁ ਜੀਉ॥੨॥	gur pooray san-banDh jee-o. ||2||

ਜਿਹੜਾ ਜੀਵ ਸੰਸਾਰਕ ਮਾਇਆ ਦੇ ਨਸ਼ੇ ਵਿੱਚ ਅੰਨ੍ਹਾ ਹੋ ਜਾਂਦਾ ਹੈ । ਉਸ ਦੀ ਮੱਤ ਮਾਰੀ ਜਾਂਦੀ ਹੈ, ਕਿਸੇ ਦੀ ਸਿਖਿਆਂ ਵੀ ਨਹੀਂ ਸੁਣਦਾ । ਉਸ ਦੀ ਆਤਮਾ ਨੂੰ ਥੋੜ੍ਹਾ ਸਮਾਂ ਰਹਿਣ ਵਾਲਾ ਸੁਖ ਬਖਸ਼ਿਸ਼ ਹੋਇਆ ਹੈ । ਜਿਹੜਾ ਸੁਖ ਥੋੜ੍ਹਾ ਸਮਾਂ ਪਾ ਕੇ ਨਾਸ ਹੋ ਜਾਣਾ ਹੈ । ਫਿਰ ਵੀ ਉਹ ਸੰਸਾਰਕ ਥੋੜ੍ਹਾ ਸਮਾਂ ਰਹਿਣ ਵਾਲੇ ਅਨੰਦ, ਅਰਾਮ ਪਾਉਣ ਦੇ ਯਤਨ ਕਰਦਾ ਰਹਿੰਦਾ ਹੈ । ਜਿਹੜਾ ਜੀਵ ਪ੍ਰਭ ਦੇ ਸ਼ਬਦ ਦਾ ਸਿਮਰਨ ਕਰਦਾ, ਸ਼ਬਦ ਨਾਲ ਜੀਵਨ ਢਾਲਦਾ ਹੈ । ਸ਼ਬਦ ਦੀ ਕਮਾਈ ਸਦਾ ਹੀ ਉਸ ਦੇ ਸਾਥ ਰਹਿੰਦੀ ਹੈ ।

Whosoever may remain intoxicated with the sweet poison of worldly wealth. His wisdom for long term concept of life may be lost, disappeared. He may not heed any advice of others. He may be blessed with short-lived comforts in worldly life. His comforts, glory of worldly wealth may vanish over a short period. However, everyone may try very hard to achieve short-lived comforts in worldly life. Whosoever may meditate and adopts the teachings of His Word with steady and stable belief in his day-to-day life; his earnings of His Word may remain with him forever.

ਹੁਕਮੇ ਜੁਗ ਮਹਿ ਆਇਆ,	hukmay jug meh aa-i-aa
ਚਲਣੁ ਹੁਕਮਿ ਸੰਜੋਗਿ ਜੀਉ॥	chalan hukam sanjog jee-o.

ਹੁਕਮੇ ਪਰਪੰਚੁ ਪਸਰਿਆ,	hukmay parpanch pasri-aa
ਹੁਕਮਿ ਕਰੇ ਰਸ ਭੋਗ ਜੀਉ॥	hukam karay ras bhog jee-o.
ਜਿਸ ਨੋ ਕਰਤਾ ਵਿਸਰੈ,	jis no kartaa visrai tiseh
ਤਿਸਹਿ ਵਿਛੋੜਾ ਸੋਗੁ ਜੀਉ॥੩॥	vichhorhaa sog jee-o. ||3||

ਜੀਵ ਸੰਸਾਰ ਵਿੱਚ ਪ੍ਰਭ ਦੇ ਹੁਕਮ ਨਾਲ ਹੀ ਜਨਮ ਲੈਂਦਾ, ਹੁਕਮ ਨਾਲ ਹੀ ਮੌਤ ਆਉਂਦੀ ਹੈ । ਉਸ ਦੇ ਹੁਕਮ ਨਾਲ ਹੀ ਸੰਸਾਰ ਵਿੱਚ ਸੁਖ, ਅਨੰਦ ਬਖਸ਼ਿਸ਼ ਹੁੰਦਾ ਹੈ । ਜਿਹੜਾ ਪ੍ਰਭ ਦੇ ਹੁਕਮ ਨੂੰ ਮਨੋ ਵਿਸਾਰ ਲੈਂਦਾ ਹੈ, ਉਹ ਸ਼ਬਦ ਦੀ ਪਾਲਣਾ ਨਹੀਂ ਕਰਦਾ । ਉਹ ਵਿਛੋੜੇ ਵਿੱਚ ਹੀ ਰਹਿੰਦਾ, ਪਛਤਾਵਾ ਕਰਦਾ, ਦੁਖ ਪਾਉਂਦਾ ਹੈ ।

The birth and death of anyone may be under His command. All worldly comforts may be blessed with His command. Whosoever may ignore His command, he may not obey the teachings of His Word. His soul may remain separated from The Holy Spirit for a long period. He may endure miseries in worldly life and repents.

ਆਪਨੜੇ ਪ੍ਰਭ ਭਾਨਿਆ,	aapnarhay parabh bhaani-aa
ਦਰਗਹ ਪੈਧਾ ਜਾਇ ਜੀਉ॥	dargeh paiDhaa jaa-ay jee-o.
ਐਥੈ ਸੁਖੁ ਮੁਖੁ ਉਜਲਾ,	aithai sukh mukh ujlaa
ਇਕੋ ਨਾਮੁ ਧਿਆਇ ਜੀਉ॥	iko naam Dhi-aa-ay jee-o.
ਆਦਰੁ ਦਿਤਾ ਪਾਰਬ੍ਰਹਮਿ,	aadar ditaa paarbarahm
ਗੁਰੁ ਸੇਵਿਆ ਸਤ ਭਾਇ ਜੀਉ॥੪॥	gur sayvi-aa sat bhaa-ay jee-o. ||4||

ਜਿਹੜਾ ਪ੍ਰਭ ਦੇ ਭਾਣੇ ਅੰਦਰ ਚਲਦਾ ਹੈ, ਸ਼ਬਦ ਦੀ ਪਾਲਣਾ ਕਰਦਾ ਹੈ । ਉਸ ਨੂੰ ਸ਼ਰਣ ਵਿੱਚ ਪਨਾਹ ਬਖਸ਼ਿਸ਼ ਹੋ ਜਾਂਦੀ ਹੈ । ਜਿਹੜਾ ਪ੍ਰਭ ਦੇ ਸ਼ਬਦ ਦਾ ਸਿਮਰਨ ਕਰਦਾ ਹੈ । ਉਸ ਨੂੰ ਸੰਸਾਰਕ ਜੀਵਨ ਵਿੱਚ ਸੁਖ, ਸੰਤੋਖ ਬਖਸ਼ਿਸ਼ ਹੁੰਦਾ ਹੈ । ਸ਼ਬਦ ਦੀ ਸੋਝੀ, ਨੂਰ ਉਸ ਦੇ ਚਿਹਰੇ ਤੇ ਚਮਕਦਾ ਹੈ । ਜਿਹੜਾ ਪ੍ਰਭ ਦੇ ਸ਼ਬਦ ਦੀ ਅਡੋਲ ਭਰੋਸੇ ਨਾਲ ਪਾਲਣਾ ਕਰਦਾ ਹੈ, ਉਸ ਨੂੰ ਪ੍ਰਭ ਦੇ ਦਰਬਾਰ ਵਿੱਚ ਸੋਭਾ, ਪ੍ਰਵਾਨਗੀ ਬਖਸ਼ਿਸ਼ ਹੋ ਜਾਂਦੀ ਹੈ ।

Whosoever may obey and adopt the teachings of His Word with steady and stable belief in his day-to-day life; with His mercy and grace, he may be accepted in His sanctuary. Whosever may meditate on the teachings of His Word; he may be blessed with comforts and contentment in worldly life. The eternal spiritual glow may be shining on his forehead. Whosoever may obey the teachings of His Word with steady and stable belief; with His mercy and grace, he may be accepted and honored in His Court.

ਥਾਨ ਥਨੰਤਰਿ ਰਵਿ ਰਹਿਆ,	thaan thanantar rav rahi-aa
ਸਰਬ ਜੀਆ ਪ੍ਰਤਿਪਾਲ ਜੀਉ॥	sarab jee-aa partipaal jee-o.
ਸਚੁ ਖਜਾਨਾ ਸੰਚਿਆ,	sach khajaanaa sanchi-aa
ਏਕੁ ਨਾਮੁ ਧਨੁ ਮਾਲ ਜੀਉ॥	ayk naam Dhan maal jee-o.
ਮਨ ਤੇ ਕਬਹੁ ਨ ਵੀਸਰੈ,	man tay kabahu na veesrai
ਜਾ ਆਪੇ ਹੋਇ ਦਇਆਲ ਜੀਉ॥੫॥	jaa aapay ho-ay da-i-aal jee-o. ||5||

ਪ੍ਰਭ ਹਰ ਥਾਂ ਤੇ ਸਾਰੇ ਬ੍ਰਹਮੰਡ ਵਿੱਚ ਵਾਪਰਦਾ ਹੈ । ਉਹ ਆਪਣੇ ਪੈਦਾ ਕੀਤੇ ਜੀਵਾਂ ਦੀ ਪਾਲਣਾ ਕਰਦਾ ਰਖਿਆ ਕਰਦਾ ਹੈ । ਸ਼ਬਦ ਦੀ ਪਾਲਣਾ ਕਰਨ ਵਾਲੇ ਨੂੰ ਸ਼ਬਦ ਦੀ ਸੋਝੀ, ਖਜ਼ਾਨਾ ਬਖਸ਼ਿਸ਼ ਹੋ ਜਾਂਦਾ ਹੈ । ਸ਼ਬਦ ਮਨ ਵਿੱਚ ਜਾਗਰਤ ਹੋ ਜਾਂਦਾ ਹੈ । ਉਸ ਤੇ ਪ੍ਰਭ ਦੀ ਰਹਿਮਤ ਭਰਪੂਰ ਰਹਿੰਦੀ ਹੈ । ਉਸ ਦੇ ਮਨ ਵਿਚੋਂ ਪ੍ਰਭ ਦਾ ਸ਼ਬਦ ਕਦੇ ਵੀ ਵਿਸਰਦਾ ਨਹੀਂ ।

The Omnipresent True Master prevails in all universes. He nourishes and protects His Creation. Whosoever may obey the teachings of His Word with steady and stable belief in His day-to-day life; with His mercy and grace, he may be blessed with the treasure of enlightenment of the essence of His Word. He remains overwhelmed with His mercy and grace; he may never abandon the teachings of His Word from his day-to-day life.

ਆਵਣੁ ਜਾਣਾ ਰਹਿ ਗਏ,	aavan jaanaa reh ga-ay
ਮਨਿ ਵੁਠਾ ਨਿਰੰਕਾਰੁ ਜੀਉ॥	man vuthaa nirankaar jee-o.
ਤਾ ਕਾ ਅੰਤੁ ਨ ਪਾਈਐ,	taa kaa ant na paa-ee-ai
ਊਚਾ ਅਗਮ ਅਪਾਰੁ ਜੀਉ॥	oochaa agam apaar jee-o.
ਜਿਸੁ ਪ੍ਰਭੁ ਅਪਣਾ ਵਿਸਰੈ,	jis parabh apnaa visrai
ਸੋ ਮਰਿ ਜੰਮੈ ਲਖ ਵਾਰ ਜੀਉ॥੬॥	so mar jammai lakh vaar jee-o. ||6||

ਜਿਸ ਦੇ ਮਨ ਵਿੱਚ ਅਟੱਲ, ਅਥਾਹ ਪ੍ਰਭ ਦੀ ਜੋਤ ਜਾਗਰਤ ਹੋ ਜਾਦੀ ਹੈ । ਉਸ ਦਾ ਜਨਮ ਮਰਨ ਦਾ ਚੱਕਰ ਖਤਮ ਹੋ ਜਾਂਦਾ ਹੈ । ਪ੍ਰਭ ਅਥਾਹ, ਅਗਮ, ਪਹੁੰਚ ਵਿੱਚ ਨਹੀਂ ਹੈ । ਉਸ ਦੇ ਕਿਸੇ ਕਰਤਬ ਦੀ ਹੱਦ ਜਾਣੀ ਨਹੀਂ ਜਾ ਸਕਦੀ । ਜਿਹੜਾ ਪ੍ਰਭ ਦੇ ਸ਼ਬਦ ਨੂੰ ਮਨੋ ਵਿਸਾਰ ਲੈਂਦਾ ਹੈ । ਉਹ ਜੂੰਨਾਂ ਦੇ ਚੱਕਰ ਵਿੱਚ ਹੀ ਭਉਦਾ ਰਹਿੰਦਾ ਹੈ ।

Whosoever may be enlightened with teachings of His Word, the spiritual glow may shine from within. With His mercy and grace, his cycle of birth and death may be eliminated. His Nature, extent of His miracles and virtues remain beyond any comprehension of His Creation. Whosoever may abandon the teachings of His Word from his day-to-day life; he may remain in the cycle of birth and death.

ਸਾਚੁ ਨੇਹੁ ਤਿਨ ਪ੍ਰੀਤਮਾ,	saach nayhu tin pareetamaa jin
ਜਿਨ ਮਨਿ ਵੁਠਾ ਆਪਿ ਜੀਉ॥	man vuthaa aap jee-o.
ਗੁਣ ਸਾਝੀ ਤਿਨ ਸੰਗਿ ਬਸ,	gun saajhee tin sang basay aath
ਆਠ ਪਹਰ ਪ੍ਰਭ ਜਾਪਿ ਜੀਉ॥	pahar parabh jaap jee-o.
ਰੰਗਿ ਰਤੇ ਪਰਮੇਸਰੈ,	rang ratay parmaysrai binsay
ਬਿਨਸੇ ਸਗਲ ਸੰਤਾਪ ਜੀਉ॥੭॥	sagal santaap jee-o. ||7||

ਜਿਸ ਜੀਵ ਦੇ ਮਨ ਅੰਦਰ, ਪ੍ਰਭ ਆਪ ਹੀ ਸ਼ਬਦ ਨੂੰ ਜਾਗਰਤ ਕਰਦਾ, ਪ੍ਰਭ ਦੀ ਜੋਤ ਜਾਗਰਤ ਰਹਿੰਦੀ ਹੈ । ਕੇਵਲ ਉਹ ਹੀ ਪ੍ਰਭ ਦਾ ਅਸਲੀ ਦਾਸ ਬਣਦਾ ਹੈ । ਜਿਹੜਾ ਆਪਣੇ ਗੁਣ ਸਾਥੀਆਂ ਨਾਲ ਸਾਂਝੇ ਕਰਦਾ ਹੈ । ਪ੍ਰਭ ਉਸ ਦੇ ਮਨ ਵਿੱਚ ਹੀ ਵਸਦਾ ਹੈ । ਉਹ ਦਿਨ ਰਾਤ, ਸਵਾਸ ਸਵਾਸ ਪ੍ਰਭ ਦੇ ਸ਼ਬਦ ਦੇ ਗੁਣ ਗਾਉਂਦਾ ਹੈ । ਜਿਹੜਾ ਸ਼ਬਦ ਦੀ ਸਮਾਧੀ ਵਿੱਚ ਵਸਦਾ ਹੈ, ਉਸ ਦੇ ਸਾਰੇ ਸੰਸਾਰਕ ਇੱਛਾਂ ਦੇ ਦੁਖ ਦੂਰ ਹੋ ਜਾਂਦੇ, ਸੰਸਾਰਕ ਬੰਧਨ ਖਤਮ ਹੋ ਜਾਂਦੇ ਹਨ ।

Whosoever may be enlightened with the teachings of His Word from within; with His mercy and grace, only he may be blessed with the state of mind as His true devotee. Whosoever may share the teachings of His Word with others, he remains awake and alert with the enlightenment of the essence of His Word. He may sing the glory of His Word with each breath day and night. Whosoever may remain intoxicated in the void of His Word, all his miseries of worldly desires and worldly bonds may be eliminated.

ਤੂੰ ਕਰਤਾ ਤੂੰ ਕਰਣਹਾਰੁ,	tooN kartaa tooN karanhaar
ਤੂਹੈ ਏਕੁ ਅਨੇਕ ਜੀਉ॥	toohai ayk anayk jee-o.
ਤੂ ਸਮਰਥੁ ਤੂ ਸਰਬ ਮੈ,	too samrath too sarab mai toohai
ਤੂਹੈ ਬੁਧਿ ਬਿਬੇਕ ਜੀਉ॥	buDh bibayk jee-o.
ਨਾਨਕ ਨਾਮੁ ਸਦਾ ਜਪੀ,	naanak naam sadaa japee bhagat
ਭਗਤ ਜਨਾ ਕੀ ਟੇਕ ਜੀਉ॥੮॥੧॥੩॥	janaa kee tayk jee-o. ||8||1||3||

ਇੱਕੋ ਇੱਕ ਪ੍ਰਭ ਹੀ ਸ੍ਰਿਸ਼ਟੀ ਨੂੰ ਪੈਦਾ ਕਰਨ ਵਾਲਾ, ਸਭ ਕੰਮ ਕਰਨ ਕਰਵਾਉਣ ਵਾਲਾ ਮਾਲਕ ਹੈ । ਪ੍ਰਭ ਹਰ ਥਾਂ ਤੇ ਹਾਜਰਾ ਹਜ਼ੂਰ ਵਸਦਾ ਵਾਪਰਦਾ, ਸਭ ਸਿਆਣਪਾ ਦਾ ਮਾਲਕ ਹੈ । ਤੇਰੀ ਬੰਦਗੀ ਕਰਨ ਵਾਲਾ ਦਾਸ ਸਦਾ ਹੀ ਤੇਰੇ ਸ਼ਬਦ ਦਾ ਸਿਮਰਨ ਕਰਦਾ ਹੈ । ਤੇਰੇ ਤੇ ਭਰੋਸਾ ਅਡੋਲ ਰਖਦਾ, ਤੇਰੇ ਆਸਰੇ ਹੀ ਜੀਵਨ ਬਤੀਤ ਕਰਦਾ ਹੈ ।

The One and only One True Master, Creator of all universes also creates the purpose of each event and prevails in all events. The Omnipresent True Master prevails everywhere and the true treasure of all enlightenments. Your true devotee always meditates on the teachings of Your Word with steady and stable belief and he always seeks His support and refuge.

159.ਰਾਗੁ ਸੂਹੀ ਮਹਲਾ ੫॥ ਅਸਟਪਦੀਆ ਘਰੁ ੧੦ ਕਾਫੀ॥ 761-6

੧ਓ ਸਤਿਗੁਰ ਪ੍ਰਸਾਦਿ॥	ik-oNkaar satgur parsaad.
ਜੇ ਭੁੱਲੀ ਜੇ ਚੁਕੀ ਸਾਈਂ,	jay bhulee jay chukee saa-eeN
ਭੀ ਤਹਿੰਜੀ ਕਾਢੀਆ॥	bhee tahinjee kaadhee-aa.
ਜਿਨ੍ਹਾ ਨੇਹੁ ਦੂਜਾਣੇ ਲਗਾ,	jinHaa nayhu doojaanay lagaa
ਝੂਰਿ ਮਰਹੁ ਸੇ ਵਾਢੀਆ॥੧॥	jhoor marahu say vaadhee-aa. ||1||

ਮੈਂ ਜੀਵਨ ਵਿੱਚ ਕਈ ਭੁੱਲਾਂ ਕੀਤੀਆਂ ਹਨ । ਅਣਜਾਣ, ਕਈ ਗਲਤੀਆਂ ਕਰਦਾ ਰਹਿੰਦਾ ਹਾ । ਤੈਨੂੰ ਹੀ ਅਸਲੀ ਮਾਲਕ, ਬਖਸ਼ਣਾ ਹਾਰਾ ਮੰਨਦਾ, ਹੋਰ ਕਿਸੇ ਦੀ ਪੂਜਾ ਨਹੀਂ ਕਰਦਾ । ਜਿਹੜਾ ਹੋਰ ਕਿਸੇ ਨੂੰ ਅਸਲੀ ਮਾਲਕ ਸਮਝਦਾ, ਪੂਜਾ ਕਰਦਾ ਹੈ । ਉਹ ਨਿਰਾਸਾ ਨਾਲ ਹੀ ਮਰਦਾ ਹੈ, ਅੰਤ ਵਿੱਚ ਪਛਤਾਵਾ ਹੀ ਕਰਦਾ ਹੈ ।

I have made many mistakes in my life and still make many mistakes in my ignorance in my day-to-day life. I believe that You are The One and only One True Master of the universe and only You may forgive mistakes of Your Creation. I may never worship anyone else as a master of the universe. Whosoever may worship any worldly guru or Ancient prophet as the savior, The True Master; he may remain disappointed and repents after death.

ਹਉ ਨਾ ਛੋਡਉ ਕੰਤ ਪਾਸਰਾ॥	ha-o naa chhoda-o kant paasraa.
ਸਦਾ ਰੰਗੀਲਾ ਲਾਲੁ ਪਿਆਰਾ,	sadaa rangeelaa laal pi-aaraa
ਏਹੁ ਮਹਿੰਜਾ ਆਸਰਾ॥੧॥ਰਹਾਉ॥	ayhu mahinjaa aasraa. ||1|| rahaa-o.

ਮੈਂ ਆਪਣੇ ਮਾਲਕ ਦਾ ਦਰ ਕਦੇ ਨਹੀਂ ਛੱਡਦਾ, ਸ਼ਬਦ ਦਾ ਹੀ ਸਿਮਰਨ ਕਰਦਾ ਹਾ । ਮੇਰਾ ਤਰਸਵਾਨ ਪ੍ਰਭ ਸਦਾ ਰਹਿਮਤਾਂ ਹੀ ਬਖਸ਼ਦਾ ਹੈ । ਮੇਰੀ ਸਦਾ ਹੀ ਆਸਾ, ਭਰੋਸਾ ਪ੍ਰਭ ਦੇ ਸ਼ਬਦ ਦੀ ਪਾਲਣਾ ਤੇ ਹੀ ਹੁੰਦਾ ਹੈ ।

I always meditate on the teachings of His Word with steady and stable belief and I may never abandon His Word from my day-to-day life. My Merciful True Master always bestows virtues on His Creation. I always have my hopes, faith on obeying the teachings of His Word.

ਸਜਣੁ ਤੂਹੈ ਸੈਣੁ ਤੂ,	sajan toohai sain too
ਮੈ ਤੁਝ ਉਪਰਿ ਬਹੁ ਮਾਣੀਆ॥	mai tujh upar baho maanee-aa.
ਜਾ ਤੂ ਅੰਦਰਿ ਤਾ ਸੁਖੇ,	jaa too andar taa sukhay
ਤੂੰ ਨਿਮਾਣੀ ਮਾਣੀਆ॥੨॥	tooN nimaanee maanee-aa. ||2||

ਪ੍ਰਭ ਤੂੰ ਹੀ ਮੇਰਾ ਸਾਥੀ, ਪ੍ਰਵਾਰ, ਲਾਜ ਰਖਣ ਵਾਲਾ ਮਾਲਕ ਹੈ । ਤੇਰੀ ਰਹਿਮਤ ਨਾਲ ਹੀ ਮੇਰੇ ਮਨ ਵਿੱਚ ਸੰਤੋਖ, ਅਨੰਦ, ਖੇੜਾ ਵਸਦਾ ਹੈ । ਕੇਵਲ ਤੂੰ ਹੀ ਨਿਮਾਣੇ ਦਾ ਮਾਣ ਰਖਣ ਵਾਲਾ ਮਾਲਕ ਹੈ ।

Only, The True Master may be my true companion, supporter, and protector of my honor. Only with Your mercy and grace, I enjoy pleasure, blossom, and contentment in my day-to-day life. Only You are the protector of poor and humble creature.

ਜੇ ਤੂ ਤੁਠਾ ਕ੍ਰਿਪਾ ਨਿਧਾਨ, jay too tuthaa kirpaa niDhaan
ਨਾ ਦੂਜਾ ਵੇਖਾਲਿ॥ naa doojaa vaykhaal.
ਏਹਾ ਪਾਈ ਮੂ ਦਾਤੜੀ, ayhaa paa-ee moo daat-rhee
ਨਿਤ ਹਿਰਦੈ ਰਖਾ ਸਮਾਲਿ॥੩॥ nit hirdai rakhaa samaal. ||3||

ਜਿਸ ਤੇ ਪ੍ਰਭ ਦੀ ਰਹਿਮਤ ਬਖਸ਼ਿਸ ਹੋ ਜਾਂਦੀ ਹੈ! ਉਸ ਦੇ ਮਨ ਵਿੱਚ ਕੋਈ ਸੰਸਾਰਕ ਚਿੰਤਾਂ ਨਹੀਂ ਰਹਿੰਦੀ, ਇੱਛਾਂ ਖਤਮ ਹੋ ਜਾਂਦੀਆਂ ਹਨ । ਰਹਿਮਤ ਬਖਸ਼ੋ! ਤੇਰਾ ਸ਼ਬਦ ਸਦਾ ਹੀ ਮੇਰੇ ਮਨ ਵਿੱਚ ਜਾਗਰਤ ਰਹੇ । ਤੇਰੇ ਸ਼ਬਦ ਤੇ ਭਰੋਸਾ ਅਡੋਲ ਰਹੇ ।

Whosoever may be blessed with Your mercy and grace; all his frustration of worldly desires may be eliminated. With Your mercy and grace, my belief may remain steady and stable on Your blessings. The essence of Your Word may remain fresh within my mind.

ਪਾਵ ਜੁਲਾਈ ਪੰਧ ਤਉ, paav julaa-ee panDh ta-o
ਨੈਣੀ ਦਰਸੁ ਦਿਖਾਲਿ॥ nainee daras dikhaal.
ਸ੍ਰਵਣੀ ਸੁਣੀ ਕਹਾਣੀਆ, sarvanee sunee kahaanee-aa
ਜੇ ਗੁਰੁ ਥੀਵੈ ਕਿਰਪਾਲਿ॥੪॥ jay gur theevai kirpaal. ||4||

ਰਹਿਮਤ ਬਖਸ਼ੋ! ਮੇਰੇ ਕਦਮ ਤੇਰੇ ਬੰਦਗੀ ਦੇ ਰਸਤੇ ਤੇ ਚੱਲਣ, ਮੇਰੀਆ ਅੱਖਾਂ ਵਿੱਚ ਤੇਰੇ ਦਰਸ਼ਨ ਕਰਨ ਦੀ ਸਦਾ ਦੀ ਆਸ ਜਾਗਰਤ ਰਹੇ। ਅਗਰ ਪ੍ਰਭ ਆਪ ਹੀ ਰਹਿਮਤ ਬਖਸ਼ੇ ! ਤਾਂ ਮੇਰੇ ਕੰਨ ਤੇਰੀ ਕਥਾ, ਸ਼ਬਦ ਦਾ ਕੀਰਤਨ ਸਰਵਨ ਕਰਦੇ ਹਨ ।

The True Master with Your mercy and grace, my feet may always walk on the right path of meditation; my eyes may always remain awake with a hope to witness Your glory, existence. Only with Your mercy and grace, my ears may listen to the glory of Your Word.

ਕਿਤੀ ਲਖ ਕਰੋੜਿ ਪਿਰੀਏ, kitee lakh karorh piree-ay
ਰੋਮ ਨ ਪੁਜਨਿ ਤੇਰਿਆ॥ rom na pujan tayri-aa.
ਤੂ ਸਾਹੀ ਹੂ ਸਾਹੁ ਹਉ, too saahee hoo saahu ha-o
ਕਹਿ ਨ ਸਕਾ ਗੁਣ ਤੇਰਿਆ॥੫॥ kahi na sakaa gun tayri-aa. ||5||

ਲਖਾਂ ਕਰੋੜਾਂ ਦਾਨ ਪੁੰਨ ਵੀ ਤੇਰੇ ਸ਼ਬਦ ਦੀ ਇੱਕ ਧੁਨ ਦੇ ਤੁਲ ਨਹੀਂ ਹਨ । ਤੂੰ ਸ਼ੇਨਸਾਹਾਂ ਦਾ ਸ਼ੇਨਸਾਹ ਹੈ । ਮੈ ਤੇਰੀ ਸ਼ਾਨ ਦੀ ਅਵਸਥਾ ਦੀ ਕੀ ਵਿਆਖਿਆ ਕਰ ਸਕਦਾ ਹਾ?

Even the charity of millions may not be equal to the significance of the echo of Your Word. The King of kings! how, what may I explain, sing the glory of Your greatness?

ਸਹੀਆ ਤਊ ਅਸੰਖ, sahee-aa ta-oo asaNkh
ਮੰਞਹੁ ਹਭਿ ਵਧਾਣੀਆ॥ manjahu habh vaDhaanee-aa.
ਹਿਕ ਭੋਰੀ ਨਦਰਿ ਨਿਹਾਲਿ, hik bhoree nadar nihaal
ਦੇਹਿ ਦਰਸੁ ਰੰਗੁ ਮਾਣੀਆ॥੬॥ deh daras rang maanee-aa. ||6||

ਪ੍ਰਭ ਤੂੰ ਅਨੇਕਾਂ ਹੀ ਆਤਮਾਂ ਨੂੰ ਪ੍ਰਵਾਨ ਕੀਤਾ, ਬਖਸ਼ਿਆ ਹੈ । ਉਹ ਸਭ ਮੇਰੇ ਨਾਲੋ ਵੱਡੇ ਭਾਗਾਂ ਵਾਲੀਆਂ ਹੀ ਸਨ । ਰਹਿਮਤ ਬਖਸ਼ੋ! ਮੇਰੇ ਤੇ ਇੱਕ ਪਲ ਰਹਿਮਤ ਦੀ ਨਜ਼ਰ ਬਖਸ਼ੋ! ਦਰਸ਼ਨ ਬਖਸ਼ੋ! ਮੈਂ ਤੇਰੇ ਸ਼ਬਦ ਦੀ ਸਮਾਧੀ ਵਿੱਚ ਲੀਨ ਹੋ ਜਾਵਾ, ਵਸ ਜਾਵਾ ।

The True Master, with Your mercy and grace! You have accepted many souls in Your sanctuary. All souls were more fortunate than my soul. Even for a moment, bestows Your mercy and grace; I may remain intoxicated in the void of Your Word.

ਜੈ ਡਿਠੇ ਮਨੁ ਧੀਰੀਐ, jai dithay man Dheeree-ai
ਕਿਲਵਿਖ ਵੰਞਨਿ੍ ਦੂਰੇ॥ kilvikh vaNnjniH dooray.

ਸੋ ਕਿਉ ਵਿਸਰੈ ਮਾਉ ਮੈ, so ki-o visrai maa-o mai
ਜੋ ਰਹਿਆ ਭਰਪੂਰੇ॥੭॥ jo rahi-aa bharpooray. ||7||

ਤੇਰੇ ਦਰਸ਼ਨ ਪਾਉਣ, ਸ਼ਬਦ ਦੀ ਸੋਝੀ ਪਾਉਣ ਨਾਲ ਮਨ ਵਿੱਚ ਸੰਤੋਖ ਵਸ ਜਾਂਦਾ ਹੈ, ਸਾਰੇ ਪਾਪ ਬਖਸ਼ੇ ਜਾਂਦੇ ਹਨ । ਜੀਵ ਉਸ ਪ੍ਰਭ ਨੂੰ ਮਨ ਵਿਚੋਂ ਕਿਵੇਂ ਵਿਸਾਰਿਆ ਜਾ ਸਕਦਾ ਹੈ? ਉਹ ਹਰ ਥਾਂ ਤੇ ਵਸਦਾ, ਵਾਪਰਦਾ, ਹਾਜਰਾ ਹਜ਼ੂਰ ਹੈ ।

With Your blessed vision and the enlightenment of Your Word, all sins of previous lives may be forgiven; with Your mercy and grace; Your true devotee may remain overwhelmed with contentment. How may anyone abandon the teachings of Your Word from within? The Omnipresent True Master dwells and prevails everywhere and in every task.

ਹੋਇ ਨਿਮਾਣੀ ਢਹਿ ਪਈ, ho-ay nimaanee dheh pa-ee
ਮਿਲਿਆ ਸਹਜਿ ਸੁਭਾਇ॥ mili-aa sahj subhaa-ay.
ਪੂਰਬਿ ਲਿਖਿਆ ਪਾਇਆ, poorab likhi-aa paa-i-aa
ਨਾਨਕ ਸੰਤ ਸਹਾਇ॥੮॥੧॥੪॥ naanak sant sahaa-ay. ||8||1||4||

ਜਿਹੜਾ ਨਿਮਾਣਾ ਬਣਕੇ ਪ੍ਰਭ ਦੀ ਸ਼ਰਣ ਵਿੱਚ ਆ ਜਾਂਦਾ ਹੈ । ਪ੍ਰਭ ਆਪ ਹੀ ਰਹਿਮਤ ਬਖਸ਼ਕੇ ਬਚਾ ਲੈਂਦਾ ਹੈ । ਉਸ ਜੀਵ ਨੂੰ ਆਪਣੇ ਪਿਛਲੇ ਜਨਮ ਦੇ ਕੀਤੇ ਕੰਮਾਂ ਦਾ ਫਲ ਬਖਸ਼ਿਸ਼ ਹੋ ਜਾਂਦਾ ਹੈ । ਉਸ ਦੇ ਭਾਗ ਜਾਗ ਪੈਂਦੇ ਹਨ ।

Whosoever may humbly surrender his mind, body, and worldly status at His sanctuary; with His mercy and grace, he may be saved from demons of worldly desires. His great prewritten destiny may be rewarded.

160.ਸੂਹੀ ਮਹਲਾ ੫॥ 761-15

ਸਿਮ੍ਰਿਤਿ ਬੇਦ ਪੁਰਾਣ, ਪੁਕਾਰਨਿ ਪੋਥੀਆ॥ simrit bayd puraan pukaaran pothee-aa.
ਨਾਮ ਬਿਨਾ ਸਭਿ ਕੂੜੁ, naam binaa sabh
ਗਾਲ੍ਹੀ ਹੋਛੀਆ॥੧॥ koorh gaalHee hochhee-aa. ||1||

ਧਰਮ ਦੇ ਸਾਰੇ ਗ੍ਰੰਥ ਹੀ ਇਹ ਸਿਖਿਆਂ ਦੇਂਦੇ ਹਨ । ਸ਼ਬਦ ਦੀ ਪਾਲਣਾ ਤੋ ਬਿਨਾਂ ਸਾਰੇ ਬੰਦਗੀ ਦੇ ਰਸਤੇ ਫਰੇਬ, ਗਲਤ ਹੀ ਹਨ ।

All religious Holy scripture agree on one essence of His Nature. Without adopting the teachings of His Word with steady and stable belief in day-to-day life; all other meditation, worship, charity, service to mankind remains embedded with greed and fraud.

ਨਾਮੁ ਨਿਧਾਨੁ ਅਪਾਰੁ, naam niDhaan apaar
ਭਗਤਾ ਮਨਿ ਵਸੈ॥ bhagtaa man vasai.
ਜਨਮ ਮਰਣ ਮੋਹੁ ਦੁਖੁ, janam maran moh dukh
ਸਾਧੂ ਸੰਗਿ ਨਸੈ॥੧॥ ਰਹਾਉ॥ saaDhoo sang nasai. ||1|| rahaa-o.

ਬੰਦਗੀ ਕਰਨ ਵਾਲੇ ਦੇ ਮਨ ਵਿੱਚ ਪ੍ਰਭ ਦਾ ਸ਼ਬਦ ਜਾਗਰਤ ਰਹਿੰਦਾ, ਵਸਦਾ ਹੈ । ਉਸ ਦੀ ਸੰਗਤ ਵਿੱਚ ਸ਼ਬਦ ਦਾ ਸਿਮਰਨ ਕਰਦੇ ਜੀਵ ਦਾ ਜਨਮ ਮਰਨ, ਮੋਹ ਦੇ ਸਾਰੇ ਦੁਖ ਖਤਮ ਹੋ ਜਾਂਦੇ ਹਨ ।

His true devotee may remain drenched with the essence of the teachings of His Word; he remains intoxicated in the void of His Word. Whosoever may join the conjugation of His true devotee and adopt his life experience teachings in his day-to-day life; with His mercy and grace, his cycle of birth and death, worldly bonds and the miseries may be eliminated.

ਮੋਹਿ ਬਾਦਿ ਅਹੰਕਾਰਿ, ਸਰਪਰ ਰੁੰਨਿਆ॥ mohi baad ahaNkaar sarpar runni-aa.
ਸੁਖੁ ਨ ਪਾਇਨ੍ਹਿ sukh na paa-iniH
ਮੂਲਿ ਨਾਮ ਵਿਛੁੰਨਿਆ॥੨॥ mool naam vichhunni-aa. ||2||

ਜਿਹੜਾ ਜੀਵ ਸੰਸਾਰਕ ਮੋਹ, ਲਾਲਚ ਅਹੰਕਾਰ ਪਿਛੇ ਲੱਗਕੇ ਜੀਵਨ ਬਤੀਤ ਕਰਦਾ ਹੈ । ਉਹ ਸੰਸਾਰਕ ਇੱਛਾਂ ਵਿੱਚ ਭਟਕਦਾ, ਦੁਖ ਪਾਉਂਦਾ ਹੈ । ਜਿਹੜਾ ਪ੍ਰਭ ਦੇ ਸ਼ਬਦ ਦਾ ਸਿਮਰਨ, ਪਾਲਣਾ ਨਹੀਂ ਕਰਦਾ, ਉਸ ਦੇ ਮਨ ਵਿੱਚ ਕਦੇ ਸੰਤੋਖ ਬਖਸ਼ਿਸ਼ ਨਹੀਂ ਹੁੰਦਾ ।

Whosoever may remain intoxicated in worldly attachment, greed, ego in his worldly life; he may remain frustrated with worldly desires and endures miseries. Whosoever may not meditate or obey the teachings of His Word with steady and stable belief in his day-to-day life; he may never be contented with his worldly accomplishments or worldly environments.

ਮੇਰੀ ਮੇਰੀ ਧਾਰਿ, — mayree mayree Dhaar
ਬੰਧਨਿ ਬੰਧਿਆ॥ — banDhan banDhi-aa.
ਨਰਕਿ ਸੁਰਗਿ ਅਵਤਾਰ, — narak surag avtaar
ਮਾਇਆ ਧੰਧਿਆ॥੩॥ — maa-i-aa DhanDhi-aa. ||3||

ਜਿਹੜਾ ਸੰਸਾਰਕ ਮਾਇਆ ਦੇ ਜਾਲ ਵਿੱਚ, ਮੇਰੀ ਮੇਰੀ ਕਰਦਾ, ਜੀਵਨ ਬਤੀਤ ਕਰਦਾ ਹੈ । ਉਹ ਸੰਸਾਰਕ ਮਾਇਆ ਦੇ ਜਾਲ ਵਿੱਚ, ਜੂੰਨਾਂ ਦੇ ਚੱਕਰ ਵਿੱਚ ਹੀ ਭਉਦਾ ਰਹਿੰਦਾ ਹੈ ।

Whosoever may remain intoxicated with sweet poison of worldly wealth and claims everything should belong to him. He may remain slave of worldly wealth and in the cycle of birth and death.

ਸੋਧਤ ਸੋਧਤ ਸੋਧਿ, ਤਤੁ ਬੀਚਾਰਿਆ॥ — soDhat soDhat soDh tat beechaari-aa.
ਨਾਮ ਬਿਨਾ ਸੁਖੁ ਨਾਹਿ, — naam binaa sukh naahi
ਸਰਪਰ ਹਾਰਿਆ॥੪॥ — sarpar haari-aa. ||4||

ਪ੍ਰਭ ਦੇ ਸ਼ਬਦ ਦੀ ਖੋਜ, ਪਾਲਣਾ ਕਰਦੇ ਨੂੰ ਪ੍ਰਭ ਦੀ ਰਹਿਮਤ ਨਾਲ ਸ਼ਬਦ ਦੀ ਸੋਝੀ ਬਖਸ਼ਿਸ਼ ਹੋ ਗਈ ਹੈ । ਸ਼ਬਦ ਮਨ ਵਿੱਚ ਜਾਗਰਤ ਹੋ ਗਿਆ । ਪ੍ਰਭ ਦੇ ਸ਼ਬਦ ਦੀ ਪਾਲਣਾ ਤੋ ਬਿਨਾਂ ਮਨ ਵਿੱਚ ਕਦੇ ਸੰਤੋਖ ਬਖਸ਼ਿਸ਼ ਨਹੀਂ ਹੁੰਦਾ । ਅੰਤ ਵਿੱਚ ਜੀਵ ਜੂੰਨਾਂ ਦੇ ਚੱਕਰ ਵਿੱਚ ਹੀ ਭਉਦਾ ਰਹਿੰਦਾ ਹੈ ।

By searching within my mind and obeying the teachings of His Word; with His mercy and grace, I have been blessed with the enlightenment of the essence of His Word. Without obeying the teachings of His Word with steady and stable belief; no one may be blessed with the contentment in his day-to-day life. In the end, he may remain in the cycle of birth and death.

ਆਵਹਿ ਜਾਹਿ ਅਨੇਕਾਂ, — aavahi jaahi anayk
ਮਰਿ ਮਰਿ ਜਨਮਤੇ॥ — mar mar janmatay.
ਬਿਨੁ ਬੂਝੇ ਸਭੁ ਵਾਦਿ, — bin boojhay sabh vaad
ਜੋਨੀ ਭਰਮਤੇ॥੫॥ — jonee bharmatay. ||5||

ਅਨੇਕਾਂ ਜੀਵ ਹੀ ਜੂੰਨਾਂ ਦੇ ਚੱਕਰ ਵਿੱਚ ਭਉਦੇ ਰਹਿੰਦੇ ਹਨ । ਪ੍ਰਭ ਦੇ ਸ਼ਬਦ ਦੀ ਸੋਝੀ ਤੋ ਬਿਨਾਂ ਮਾਨਸ ਜੀਵਨ ਬਿਰਥਾ ਹੀ ਹੈ । ਆਤਮਾ ਜੂੰਨਾਂ ਹੀ ਬਦਲਦੀ ਰਹਿੰਦੀ ਹੈ ।

Unlimited souls may remain in the cycle of birth and death. Without the enlightenment of the teachings of His Word, the human life opportunity may be wasted uselessly. His soul may only change one body of creature to another body of creature.

ਜਿਨ੍ ਕਉ ਭਏ ਦਇਆਲ, — jinH ka-o bha-ay da-i-aal
ਤਿਨ੍ ਸਾਧੂ ਸੰਗੁ ਭਇਆ॥ — tinH saaDhoo sang bha-i-aa.
ਅੰਮ੍ਰਿਤੁ ਹਰਿ ਕਾ ਨਾਮੁ, — amrit har kaa naam
ਤਿਨ੍ਹੀ ਜਨੀ ਜਪਿ ਲਇਆ॥੬॥ — tinHee janee jap la-i-aa. ||6||

ਜਿਸ ਤੇ ਪ੍ਰਭ ਆਪ ਹੀ ਰਹਿਮਤ ਬਖਸ਼ਕੇ ਬੰਦਗੀ ਕਰਨ ਵਾਲੇ ਦੇ ਲੜ ਲਾਉਂਦਾ ਹੈ । ਕੇਵਲ ਉਹ ਹੀ ਸ਼ਬਦ ਦੀ ਪਾਲਣਾ ਕਰਦਾ, ਸ਼ਬਦ ਦੀ ਸਮਾਧੀ ਵਿੱਚ ਵਸਦਾ ਹੈ ।

Whosoever may be attached to a devotional meditation on the teachings of His Word; only he may obey the teachings of His Word with steady and stable belief in his day-to-day life. He may remain intoxicated in the void of His Word.

ਖੋਜਹਿ ਕੋਟਿ ਅਸੰਖ, ਬਹੁਤੁ ਅਨੰਤ ਕੇ॥ khojeh kot asaNkh bahut anant kay.
ਜਿਸੁ ਬੁਝਾਏ ਆਪਿ, ਨੇੜਾ ਤਿਸੁ ਹੈ॥੭॥ jis bujhaa-ay aap nayrhaa tis hay. ||7||

ਅਨੇਕਾਂ ਹੀ ਪ੍ਰਭ ਦੀ ਖੋਜ ਕਰਦੇ ਰਹਿੰਦੇ, ਪ੍ਰਵਾਨਗੀ ਦਾ ਰਸਤਾ ਢੂੰਡਦੇ ਹਨ । ਜਿਹੜਾ ਆਪਣੇ ਆਪ ਨੂੰ ਪਛਾਣ ਲੈਂਦਾ ਹੈ, ਕੇਵਲ ਉਸ ਨੂੰ ਹੀ ਸੋਝੀ ਬਖਸ਼ਿਸ਼ ਹੁੰਦੀ ਹੈ । ਉਹ ਹੀ ਪ੍ਰਭ ਨੂੰ ਨੇੜੇ, ਤਨ ਅੰਦਰ ਹੀ ਮਹਿਸੂਸ ਕਰਦਾ ਹੈ ।

Several devotees may remain searching the right path of acceptance in His Court. Whosoever may recognize the real purpose of his human life opportunity; only he may be blessed with the right path of acceptance in His Court. He may realize the existence of His Holy Spirit within his body and witnesses prevailing everywhere in the universe.

ਵਿਸਰੁ ਨਾਹੀ ਦਾਤਾਰ, ਆਪਣਾ ਨਾਮੁ ਦੇਹੁ॥ visar naahee daataar aapnaa naam dayh.
ਗੁਣ ਗਾਵਾ ਦਿਨੁ ਰਾਤਿ, gun gaavaa din raat
ਨਾਨਕ ਚਾਉ ਏਹੁ॥੮॥੨॥੫॥੧੬॥ naanak chaa-o ayhu. ||8||2||5||16||

ਪ੍ਰਭ ਰਹਿਮਤ ਬਖਸ਼ੋ, ਆਪਣੇ ਸ਼ਬਦ ਦੇ ਲੜ ਲਾਵੋ ! ਤੇਰਾ ਸ਼ਬਦ ਕਦੇ ਮੇਰੇ ਮਨ ਵਿਚੋਂ ਵਿਸਰ ਨਾ ਜਾਵੇ । ਬੰਦਗੀ ਕਰਨ ਵਾਲੇ ਦੇ ਮਨ ਵਿੱਚ ਇਹ ਹੀ ਸ਼ਰਧਾ ਰਹਿੰਦੀ ਹੈ । ਉਹ ਸਵਾਸ ਸਵਾਸ ਪ੍ਰਭ ਦੇ ਸ਼ਬਦ ਦੇ ਗੁਣ ਗਾਉਂਦਾ, ਰਹਿਮਤਾਂ ਦਾ ਧੰਨਵਾਦ ਹੀ ਕਰਦਾ ਹੈ ।

With Your mercy and grace blesses me a devotion to meditate on the teachings of Your Word. I may never abandon the essence of Your Word from my day-to-day life. His true devotee remains overwhelmed with his devotion and dedication to obey the teachings of His Word. He may always remain grateful singing the glory of His Word with each breath.

161.ਰਾਗੁ ਸੂਹੀ ਮਹਲਾ ੧ ਕੁਚਜੀ॥ 762-5

ੴ ਸਤਿਗੁਰ ਪ੍ਰਸਾਦਿ॥ ik-oNkaar satgur parsaad.
ਮੰਞੁ ਕੁਚਜੀ ਅੰਮਾਵਣਿ ਡੋਸੜੇ ਹਉ, manj kuchjee ammaavan dosrhay ha-o
ਕਿਉ ਸਹੁ ਰਾਵਣਿ ਜਾਉ ਜੀਉ॥ ki-o saho raavan jaa-o jee-o.
ਇਕ ਦੂ ਇਕਿ ਚੜੰਦੀਆ, ik doo ik charhandee-aa
ਕਉਣੁ ਜਾਣੈ ਮੇਰਾ ਨਾਉ ਜੀਉ॥ ka-un jaanai mayraa naa-o jee-o.
ਜਿਨ੍ਹੀ ਸਖੀ ਸਹੁ ਰਾਵਿਆ, jinHee sakhee saho raavi-aa
ਸੇ ਅੰਬੀ ਛਾਵੜੀਏਹਿ ਜੀਉ॥ say ambee chhaavrhee-ayhi jee-o.
ਸੇ ਗੁਣ ਮੰਞੁ ਨ ਆਵਨੀ, say gun manj na aavnee
ਹਉ ਕੈ ਜੀ ਦੋਸ ਧਰੇਉ ਜੀਉ॥ ha-o kai jee dos Dharay-o jee-o.
ਕਿਆ ਗੁਣ ਤੇਰੇ ਵਿਥਰਾ ਹਉ ਕਿਆ, ki-aa gun tayray vithraa ha-o ki-aa
ਕਿਆ ਘਿਨਾ ਤੇਰਾ ਨਾਉ ਜੀਉ॥ ki-aa ghinaa tayraa naa-o jee-o.
ਇਕਤੁ ਟੋਲਿ ਨ ਅੰਬੜਾ ਹਉ, ikat tol na ambrhaa ha-o
ਸਦ ਕੁਰਬਾਣੈ ਤੇਰੈ ਜਾਉ ਜੀਉ॥ sad kurbaanai tayrai jaa-o jee-o.
ਸੁਇਨਾ ਰੁਪਾ ਰੰਗੁਲਾ, su-inaa rupaa rangulaa
ਮੋਤੀ ਤੈ ਮਾਣਿਕੁ ਜੀਉ॥ motee tai maanik jee-o.
ਸੇ ਵਸਤੂ ਸਹਿ ਦਿਤੀਆ, say vastoo seh ditee-aa
ਮੈ ਤਿਨ੍ ਸਿਉ ਲਾਇਆ ਚਿਤੁ ਜੀਉ॥ mai tinH si-o laa-i-aa chit jee-o.
ਮੰਦਰ ਮਿਟੀ ਸੰਦੜੇ, mandar mitee sand-rhay

ਪਥਰ ਕੀਤੇ ਰਾਸਿ ਜੀਉ॥ pathar keetay raas jee-o.
ਹਉ ਏਨੀ ਟੋਲੀ ਭੁਲੀਅਸੁ, ha-o aynee tolee bhulee-as
ਤਿਸੁ ਕੰਤ ਨ ਬੈਠੀ ਪਾਸਿ ਜੀਉ॥ tis kant na baithee paas jee-o.
ਅੰਬਰਿ ਕੂੰਜਾ ਕੁਰਲੀਆ, ambar koonjaa kurlee-aa
ਬਗ ਬਹਿਠੇ ਆਇ ਜੀਉ॥ bag bahithay aa-ay jee-o.
ਸਾ ਧਨ ਚਲੀ ਸਾਹੁਰੈ, saa Dhan chalee saahurai
ਕਿਆ ਮੁਹੁ ਦੇਸੀ ਅਗੈ ਜਾਇ ਜੀਉ॥ ki-aa muhu daysee agai jaa-ay jee-o.
ਸੁਤੀ ਸੁਤੀ ਝਾਲੁ ਥੀਆ, sutee sutee jhaal thee-aa
ਭੁਲੀ ਵਾਟੜੀਆਸੁ ਜੀਉ॥ bhulee vaatrhee-aas jee-o.
ਤੈ ਸਹ ਨਾਲਹੁ ਮੁਤੀਅਸੁ, tai sah naalahu mutee-as
ਦੁਖਾ ਕੂੰ ਧਰੀਆਸੁ ਜੀਉ॥ dukhaa kooN Dharee-aas jee-o.
ਤੁਧੁ ਗੁਣ ਮੈ ਸਭਿ ਅਵਗਣਾ, tuDh gun mai sabh avganaa
ਇਕ ਨਾਨਕ ਕੀ ਅਰਦਾਸਿ ਜੀਉ॥ ik naanak kee ardaas jee-o.
ਸਭਿ ਰਾਤੀ ਸੋਹਾਗਣੀ, sabh raatee sohaaganee
ਮੈ ਡੋਹਾਗਣਿ ਕਾਈ ਰਾਤਿ ਜੀਉ॥੧॥ mai dohaagan kaa-ee raat jee-o. ||1||

ਮੈਂ ਪਾਪੀ, ਸ਼ਬਦ ਦੀ ਪ੍ਰਵਾਹ ਨਾ ਕਰਨ ਵਾਲਾ ਜੀਵ ਹਾ । ਕਿਵੇਂ ਮਾਨਸ ਜਨਮ ਵਿੱਚ ਪ੍ਰਵਾਨਗੀ ਦੇ ਰਸਤੇ ਤੇ ਅਡੋਲ ਹੋ ਸਕਦਾ ਹਾ? ਸੰਸਾਰ ਵਿੱਚ ਵੱਡੇ ਵੱਡੇ ਬੰਦਗੀ ਕਰਨ ਵਾਲੇ ਹਨ । ਮੇਰਾ ਤਾਂ ਕੋਈ ਨਾਮ ਵੀ ਨਹੀਂ ਜਾਣਦਾ । ਜਿਹੜਾ ਬੰਦਗੀ ਕਰਦਾ, ਸ਼ਬਦ ਦੀ ਪਾਲਣਾ ਕਰਦਾ ਹੈ । ਉਹ ਪ੍ਰਭ ਦੀ ਰਹਿਮਤ ਵਿੱਚ, ਸ਼ਰਣ ਵਿੱਚ ਅਨੰਦ ਮਾਨਦਾ ਹੈ । ਮੇਰੇ ਵਿੱਚ ਕੋਈ ਗੁਣ ਨਹੀਂ, ਮੈਂ ਇਸ ਦਾ ਦੋਸ਼ ਕਿਸ ਨੂੰ ਦੇਵਾ? ਪ੍ਰਭ, ਤੇਰੇ ਕਿਹੜੇ ਗੁਣ ਦੀ ਉਸਤਤ ਕਰਾ? ਕਿਸ ਨਾਮ ਨਾਲ ਤੇਰੇ ਅੱਗੇ ਅਰਦਾਸ ਕਰਾ? ਤੇਰੇ ਬੰਦਗੀ ਕਰਨ ਵਾਲਾ ਇੱਕ ਵੀ ਗੁਣ ਪੂਰੀ ਤਰ੍ਹਾਂ ਅਪਣਾ ਨਹੀਂ ਸਕਦਾ । ਤੇਰੇ ਗੁਣਾਂ ਨੂੰ ਵਾਹ ਵਾਹ ਹੀ ਕਹਿੰਦਾ, ਹੈਰਾਨ ਹੁੰਦਾ ਹੈ । ਸੋਨਾ, ਧਨ, ਹੀਰੇ ਮੋਤੀਆਂ ਵਿੱਚ ਹੀ ਆਪਣਾ ਮਨ ਰਖਦਾ ਹਾ । ਪ੍ਰਭ ਤੂੰ ਇਤਨੀਆਂ ਦਾਤਾਂ ਬਖਸ਼ੀਆਂ, ਇਹਨਾਂ ਦਾ ਧਿਆਨ ਨਹੀਂ ਕਰਦਾ । ਮੈਂ ਵੱਡੇ ਵੱਡੇ ਮੰਦਰ, ਇਹਨਾਂ ਦੀ ਸਜਾਵਟ, ਦੇਖਦਾ ਹਾ । ਮੈਂ ਇਹਨਾਂ ਕੋਲ, ਇਹਨਾਂ ਅੰਦਰ ਨਹੀਂ ਜਾ ਸਕਦਾ । ਅਕਾਸ਼ ਵਿੱਚ ਕੂੰਜਾਂ ਕੂਕ ਦੀਆਂ ਹਨ ਅਤੇ ਅਰਾਮ ਕਰਨ ਲਈ ਬੈਠ ਦੀਆਂ ਹਨ । ਮੌਤ ਪਿਛੋਂ ਜਦੋਂ ਮੈਂ ਤੇਰੇ ਘਰ ਜਾਵਾਗਾ ਤਾਂ ਮੈਂ ਕਿਹੜਾ ਮੂੰਹ ਲੇ ਕੇ ਜਾਵਾਗਾ? ਜਦੋਂ ਜੀਵਨ ਵਿੱਚ ਮੌਕਾ ਸੀ, ਸ਼ਬਦ ਦੀ ਬੰਦਗੀ ਵਿੱਚ ਧਿਆਨ ਨਹੀਂ ਲਾਇਆ । ਹੋਰ ਅਰਾਮ ਵਿੱਚ ਹੀ ਲੱਗਾ ਰਿਹਾ, ਹੁਣ ਦੁਖਾਂ ਹੀ ਮਿਲਦੇ ਹਨ । ਦਰਬਾਰ ਵਿੱਚ ਨਹੀਂ ਜਾ ਸਕਦਾ, ਆਪਣੇ ਪ੍ਰੀਤਮ ਨੂੰ ਮਿਲ ਨਹੀਂ ਸਕਦਾ । ਪ੍ਰਭ ਮੈਂ ਅਰਦਾਸ ਕਰਦਾ, ਮੈਂ ਪਾਪੀ ਦੋਸ਼ੀ ਹਾ! ਤੂੰ ਬੰਦਗੀ ਕਰਨ ਵਾਲੀਆਂ ਨੂੰ ਰਾਤ ਦਿਨ ਰਹਿਮਤਾਂ ਨਾਲ ਨਿਹਾਲ ਕਰਦਾ ਹੈ । ਕੀ ਤੇਰੇ ਕੋਲ ਮੇਰੇ ਤੇ ਰਹਿਮਤ ਕਰਨ ਲਈ ਪਲ ਬਾਕੀ ਹੈ?

My True Master, I am a sinner and I do not obey the teachings of Your Word in my day-to-day life. How may I become steady and stable on the right path of acceptance in Your Court? There are so many true devotees remain intoxicated in meditation in the void of Your Word; no one may even know my name or recognize my existence. Whosoever may meditate, obey the teachings of You Word with steady and stable belief in his day-to-day life; with Your mercy and grace, he may enjoy the pleasures and comfort in Your sanctuary. I have no virtue in my day-to-day life; whom may I blame for my state of mind, my way of life? I may not adopt even one virtue of meditation in my day-to-day life. I remain wonder stuck by listening to Your virtues; however, I remain intoxicated with the glamor of precious metal of worldly wealth. I may never appreciate all Your blessings. I witness the glamorous beauty of Holy shrines in the universe; however, I may never enter these shrines. I see flying bird in the sky and may sit to rest and recharge for next day. I wonder! with what face, may I be able to enter Your Court for judgement after death? I have not realized the significance of meditation; I have wasted may opportunity to meditate. I remain intoxicated in short-lived worldly comforts in life. I may never be able to enter in Your Court nor I may have a union with my True Master. Your true devotees remain overwhelmed with virtues day and night. I am a sinner praying for Your forgiveness; may You spare any pity for a sinner?

162.ਸੂਹੀ ਮਹਲਾ ੧ ਸੁਚਜੀ॥ 762-14

ਜਾ ਤੂ ਤਾ ਮੈ ਸਭੁ ਕੋ,	jaa too taa mai sabh ko
ਤੂ ਸਾਹਿਬੁ ਮੇਰੀ ਰਾਸਿ ਜੀਉ॥	too saahib mayree raas jee-o.
ਤੁਧੁ ਅੰਤਰਿ ਹਉ ਸੁਖਿ ਵਸਾ,	tuDh antar ha-o sukh vasaa
ਤੂੰ ਅੰਤਰਿ ਸਾਬਾਸਿ ਜੀਉ॥	tooN antar saabaas jee-o.
ਭਾਣੈ ਤਖਤਿ ਵਡਾਈਆ,	bhaanai takhat vadaa-ee-aa
ਭਾਣੈ ਭੀਖ ਉਦਾਸਿ ਜੀਉ॥	bhaanai bheekh udaas jee-o.
ਭਾਣੈ ਥਲ ਸਿਰਿ ਸਰੁ ਵਹੈ,	bhaanai thal sir sar vahai
ਕਮਲੁ ਫੁਲੈ ਆਕਾਸਿ ਜੀਉ॥	kamal fulai aakaas jee-o.
ਭਾਣੈ ਭਵਜਲੁ ਲੰਘੀਐ,	bhaanai bhavjal langhee-ai
ਭਾਣੈ ਮੰਝਿ ਭਰੀਆਸਿ ਜੀਉ॥	bhaanai manjh bharee-aas jee-o.
ਭਾਣੈ ਸੋ ਸਹੁ ਰੰਗੁਲਾ,	bhaanai so saho rangulaa
ਸਿਫਤਿ ਰਤਾ ਗੁਣਤਾਸਿ ਜੀਉ॥	sifat rataa guntaas jee-o.
ਭਾਣੈ ਸਹੁ ਭੀਹਾਵਲਾ,	bhaanai saho bheehaavalaa
ਹਉ ਆਵਣਿ ਜਾਣਿ ਮੁਈਆਸਿ ਜੀਉ॥	ha-o aavan jaan mu-ee-aas jee-o.
ਤੂ ਸਹੁ ਅਗਮੁ ਅਤੋਲਵਾ ਹਉ,	too saho agam atolvaa ha-o
ਕਹਿ ਕਹਿ ਢਹਿ ਪਈਆਸਿ ਜੀਉ॥	kahi kahi dheh pa-ee-aas jee-o.
ਕਿਆ ਮਾਗਉ ਕਿਆ ਕਹਿ ਸੁਣੀ,	ki-aa maaga-o ki-aa kahi sunee mai
ਮੈ ਦਰਸਨ ਭੂਖ ਪਿਆਸਿ ਜੀਉ॥	darsan bhookh pi-aas jee-o.
ਗੁਰ ਸ਼ਬਦੀ ਸਹੁ ਪਾਇਆ,	gur sabdee saho paa-i-aa
ਸਚੁ ਨਾਨਕ ਕੀ ਅਰਦਾਸਿ ਜੀਉ॥੨॥	sach naanak kee ardaas jee-o. ‖2‖

ਪ੍ਰਭ ਜਦੋਂ ਤੂੰ ਮੇਰੇ ਵੱਲ ਹੈ, ਤਾਂ ਮੇਰੇ ਕੋਲ ਸਭ ਕੁਝ ਹੈ, ਸਾਰੇ ਕੰਮ ਰਾਸ ਹਨ । ਤੂੰ ਮੇਰੇ ਅੰਦਰ ਜਾਗਰਤ ਹੈ, ਤੇਰੇ ਘਰ ਵਿੱਚ ਵਸਦਾ, ਸਭ ਕੁਝ ਖੇੜੇ ਵਿੱਚ ਹੀ ਹੈ । ਅਗਰ ਤੇਰਾ ਭਾਣਾ ਹੋਵੇ ਤਾਂ ਤੂੰ ਕਿਸੇ ਨੂੰ ਤਖਤ ਬਖਸ਼ ਦੇਂਦਾ ਹੈ । ਅਗਰ ਭਾਣਾ ਹੋਵੇ ਤਾਂ ਰਾਜੇ ਤੋਂ ਭਿਖਾਰੀ ਬਣਾ ਸਕਦਾ ਹੈ । ਆਪਣੇ ਭਾਣੇ ਨਾਲ ਰੇਗਸਤਾਨ ਵਿੱਚ ਫੁੱਲਾਂ ਦੇ ਬਾਗ ਬਣਾ ਦੇਵੇ । ਅਕਾਸ਼ ਵਿੱਚ ਖੇੜਾ ਲੈ ਆਵੇ । ਅਗਰ ਤੇਰਾ ਭਾਣਾ ਹੋਵੇ ਤਾਂ ਕੋਈ ਇਹ ਭਿਆਨਕ ਸਾਗਰ ਅਰਾਮ ਨਾਲ ਪਾਰ ਕਰ ਸਕਦਾ ਹੈ । ਅਗਰ ਤੇਰਾ ਭਾਣਾ ਹੋਵੇ ਤਾਂ ਮਜਬੂਤ ਬੇੜੀ ਵੀ ਡੁੱਬ ਜਾਂਦੀ ਹੈ । ਬੰਦਗੀ ਕਰਨ ਵਾਲੇ ਵੀ ਡੁੱਬ ਜਾਂਦੇ ਹਨ । ਤੇਰੀ ਰਹਿਮਤ ਨਾਲ, ਸ਼ਬਦ ਦੀ ਪਾਲਣਾ ਕਰਦੇ, ਗਿਆਨ ਦੇ ਨੌਂ ਖਜ਼ਾਨੇਂ ਬਖਸ਼ਿਸ਼ ਹੋ ਗਏ ਹਨ । ਤੇਰੇ ਸ਼ਬਦ ਦੇ ਸਿਮਰਨ ਵਿੱਚ ਹੀ ਲੀਨ ਹੋਇਆ ਰਹਿੰਦਾ ਹਾ । ਅਗਰ ਤੇਰਾ ਭਾਣੇ ਹੋਵੇ ਤਾਂ ਮੈਂ ਤੇਰਾ ਨਾਮ ਲੈਣ ਤੋਂ ਵੀ ਡਰਾ, ਜੂੰਨਾਂ ਦੇ ਚੱਕਰ ਵਿੱਚ ਪੈ ਜਾਵਾ । ਪ੍ਰਭ ਤੂੰ ਨਿਮਾਣੇ ਜੀਵ ਦੀ ਪਹੁੰਚ, ਜਾਣਕਾਰੀ, ਸਮਝ ਤੋਂ ਬਾਹਰ ਹੈ । ਮੈਂ ਤੇਰੇ ਸ਼ਬਦ ਦੀ ਉਸਤਤ ਕਰਦਾ ਕਰਦਾ ਤੇਰੇ ਸ਼ਰਣ ਵਿੱਚ ਆਇਆ ਹਾ । ਮੇਰੀ ਸਮਝ ਵਿੱਚ ਕੁਝ ਨਹੀਂ ਆਉਂਦਾ, ਮੈਂ ਤੇਰੇ ਕੋਲੋ ਕੀ ਮੰਗਾ? ਮੈਨੂੰ ਕੇਵਲ ਤੇਰੇ ਦਰਸ਼ਨ ਦੀ ਹੀ ਪਿਆਸ ਹੈ । ਸ਼ਬਦ ਦੀ ਪਾਲਣਾ ਕਰਨ ਨਾਲ ਮੈਨੂੰ ਸ਼ਬਦ ਦੀ ਸੋਝੀ ਬਖਸ਼ਿਸ਼ ਹੋਈ ਹੈ । ਇਸ ਨਾਲ ਤੇਰੇ ਦਰਬਾਰ ਦੇ ਰਸਤੇ ਤੇ ਚਲਦਾ ਹਾ । ਰਹਿਮਤ ਬਖਸ਼ੋ, ਸ਼ਬਦ ਦੀ ਸੋਝੀ ਪਾਵੋ ।

Whosoever may have The True Master as his protector, savior; all his purpose of human life opportunity may be satisfied. You have been enlightened within my heart and I am dwelling in the void of Your Word, blossom prevails in my life. With Your mercy and grace; You may bless a humble beggar a royal throne in the world and worldly mighty king may be transformed into a beggar. You may bring a garden of flower in dessert and blossom in the sky. With Your mercy and grace; Your humble devotee may cross the terrible ocean of worldly desires comfortable; even a strongest ship may drown. You have attached me to meditate on the teachings of Your Word and You have blessed me nine treasures of enlightenments. I am intoxicated in meditation in the void of Your Word. You may change everything in a twinkle of eyes; I may even be scared to utter Your Word and remain in the cycle of birth and death. You remain beyond the reach and comprehension of Your Creation. My True Master, I have surrendered my mind, body, and worldly status at Your sanctuary. I am wonder stuck! I even do not know what may I beg from You? I am only anxious, thirsty for Your blessed vision, the enlightenment of Your Word; the right path of acceptance in Your Court. With Your mercy and grace, by obeying the teachings of Your Word, I have been blessed with the right path of acceptance in Your Court. I have adopted the teachings of Your Word with steady and stable belief in my day-to-day life. With Your mercy and grace, keeps me steady and stable on the right path of acceptance in Your Court.

163.ਰਾਗੁ ਸੂਹੀ ਮਹਲਾ ੫ ਗੁਣਵੰਤੀ ॥ 763-1

ਜੋ ਦੀਸੈ ਗੁਰਸਿਖੜਾ	jo deesai gursikh-rhaa
ਤਿਸੁ ਨਿਵਿ ਨਿਵਿ ਲਾਗਉ ਪਾਇ ਜੀਉ ॥	tis niv niv laaga-o paa-ay jee-o.
ਆਖਾ ਬਿਰਥਾ ਜੀਅ ਕੀ	aakhaa birthaa jee-a kee
ਗੁਰੁ ਸਜਣੁ ਦੇਹਿ ਮਿਲਾਇ ਜੀਉ ॥	gur sajan deh milaa-ay jee-o.
ਸੋਈ ਦਸਿ ਉਪਦੇਸੜਾ ਮੇਰਾ ਮਨੁ	so-ee das updaysrhaa mayraa man
ਅਨਤ ਨ ਕਾਹੂ ਜਾਇ ਜੀਉ ॥	anat na kaahoo jaa-ay jee-o.
ਇਹੁ ਮਨੁ ਤੈ ਕੂੰ ਡੇਵਸਾ	ih man tai kooN dayvsaa
ਮੈ ਮਾਰਗੁ ਦੇਹੁ ਬਤਾਇ ਜੀਉ ॥	mai maarag dayh bataa-ay jee-o.
ਹਉ ਆਇਆ ਦੂਰਹੁ ਚਲਿ ਕੈ	ha-o aa-i-aa Dhoorahu chal kai
ਮੈ ਤਕੀ ਤਉ ਸਰਣਾਇ ਜੀਉ ॥	mai takee ta-o sarnaa-ay jee-o.
ਮੈ ਆਸਾ ਰਖੀ ਚਿਤਿ ਮਹਿ	mai aasaa rakhee chit meh
ਮੇਰਾ ਸਭੋ ਦੁਖੁ ਗਵਾਇ ਜੀਉ ॥	mayraa sabho dukh gavaa-ay jee-o.
ਇਤੁ ਮਾਰਗਿ ਚਲੇ ਭਾਈਅੜੇ	it maarag chalay bhaa-ee-arhay
ਗੁਰੁ ਕਹੈ ਸੁ ਕਾਰ ਕਮਾਇ ਜੀਉ ॥	gur kahai so kaar kamaa-ay jee-o.
ਤਿਆਗੇਂ ਮਨ ਕੀ ਮਤੜੀ	ti-aagayN man kee mat-rhee
ਵਿਸਾਰੇਂ ਦੂਜਾ ਭਾਉ ਜੀਉ ॥	visaarayN doojaa bhaa-o jee-o.
ਇਉ ਪਾਵਹਿ ਹਰਿ ਦਰਸਾਵੜਾ	i-o paavahi har darsaavarhaa
ਨਹ ਲਗੈ ਤਤੀ ਵਾਉ ਜੀਉ ॥	nah lagai tatee vaa-o jee-o.
ਹਉ ਆਪਹੁ ਬੋਲਿ ਨ ਜਾਣਦਾ	ha-o aaphu bol na jaandaa
ਮੈ ਕਹਿਆ ਸਭੁ ਹੁਕਮਾਉ ਜੀਉ ॥	mai kahi-aa sabh hukmaa-o jee-o.
ਹਰਿ ਭਗਤਿ ਖਜਾਨਾ ਬਖਸਿਆ	har bhagat khajaanaa bakhsi-aa
ਗੁਰਿ ਨਾਨਕਿ ਕੀਆ ਪਸਾਉ ਜੀਉ ॥	gur naanak kee-aa pasaa-o jee-o.
ਮੈ ਬਹੁੜਿ ਨ ਤ੍ਰਿਸਨਾ ਭੁਖੜੀ	mai bahurh na tarisnaa bhukh-rhee
ਹਉ ਰਜਾ ਤ੍ਰਿਪਤਿ ਅਘਾਇ ਜੀਉ ॥	ha-o rajaa taripat aghaa-ay jee-o.
ਜੋ ਗੁਰ ਦੀਸੈ ਸਿਖੜਾ	jo gur deesai sikh-rhaa

ਤਿਸੁ ਨਿਵਿ ਨਿਵਿ ਲਾਗਉ ਪਾਇ ਜੀਉ ॥੩॥ tis niv niv laaga-o paa-ay jee-o. ||3||

ਅਗਰ ਪ੍ਰਭ ਦੀ ਰਹਿਮਤ ਨਾਲ ਮੇਰਾ ਸੰਜੋਗ, ਪ੍ਰਭ ਦੇ ਬੰਦਗੀ ਕਰਨਵਾਲੇ ਦਾਸ ਨਾਲ ਹੋ ਜਾਵੇ । ਮੈਂ ਉਸ ਦੇ ਚਰਨਾਂ ਵਿੱਚ ਆਪਾ ਵਾਰ ਦੇਵਾਂ । ਮੈਂ ਆਪਣੀ ਆਤਮਾ ਦੇ ਪ੍ਰਭ ਨਾਲੋ ਵਿਛੋੜੇ ਦਾ ਦਰਦ ਉਸ ਨਾਲ ਸਾਂਝਾ ਕਰਾ । ਉਸ ਤੋ ਪ੍ਰਭ ਨੂੰ ਮਿਲਣ ਦੇ ਰਸਤੇ ਦੀ ਸੋਝੀ ਦੀ ਭਿਖਿਆ ਮੰਗਾ । ਮੈਂ ਉਸ ਤੋ ਮਾਨਸ ਜੀਵਨ ਦੇ ਰਸਤੇ ਦੀ ਭਿਖਿਆ ਮੰਗਾ, ਜਿਸ ਨਾਲ ਮੇਰਾ ਮਨ ਹੋਰ ਪਾਸੇ ਭਟਕਣ ਤੋ ਰੁਕ ਜਾਵੇ । ਜਿਹੜਾ ਮੈਨੂੰ ਪ੍ਰਭ ਦੇ ਦਰਬਾਰ ਵਿੱਚ ਪ੍ਰਵਾਨਗੀ ਦੇ ਰਸਤੇ ਦੀ ਸੋਝੀ ਪਾਵੇ । ਮੈਂ ਉਸ ਨੂੰ ਆਪਣਾ ਸਿਖਿਆਂ ਦੇਣ ਵਾਲਾ ਗੁਰੂ ਧਾਰਨ ਕਰ ਲਵਾ, ਉਸ ਦੇ ਜੀਵਨ ਦੀ ਸਿਖਿਆ ਨਾਲ ਜੀਵਨ ਢਾਲਾ, ਆਪਣਾ ਮਨ, ਤਨ ਉਸ ਦੀ ਭੇਟਾ ਕਰ ਦੇਵਾ । ਪ੍ਰਭ ਮੈਂ ਬਹੁਤ ਚਿਰ ਤੋ ਤੇਰੇ ਨਾਲੋ ਵਿਛੜਿਆ ਹੋਇਆ ਹਾ, ਮੈ ਤੇਰੀ ਸ਼ਰਨ ਵਿੱਚ ਬਹੁਤ ਆਸ ਲੈ ਕੇ ਆਇਆ ਹਾ, ਮੈਨੂੰ ਪ੍ਰਵਾਨਗੀ ਦੇ ਰਸਤੇ ਦੀ ਸੋਝੀ ਬਖਸ਼ੋ, ਮੇਰੀ ਆਤਮਾ ਦੇ ਵਿਛੋੜੇ ਦੇ ਸਾਰੇ ਦੂਖ ਦੂਰ ਹੋ ਜਾਣ । ਜੀਵ ਪ੍ਰਭ ਦੇ ਸ਼ਬਦ ਦੀ ਸਿਖਿਆਂ ਨੂੰ ਆਪਣੇ ਜੀਵਨ ਵਿੱਚ ਢਾਲੋ, ਸ਼ਬਦ ਦੀ ਕਮਾਈ ਕਰੋ । ਆਪਣੇ ਮਨ ਦੀ ਸੰਸਾਰਕ ਇੱਛਾਂ ਨੂੰ ਤਿਆਗਕੇ, ਮਨ ਵਿਚੋਂ ਸੰਸਾਰਕ ਗੁਰੂਾਂ ਦੇ ਰਸਤੇ ਤਿਆਗ ਦੇਵੋ । ਸ਼ਬਦ ਨਾਲ ਜੀਵਨ ਢਾਲਣ ਨਾਲ ਹੀ ਪ੍ਰਭ ਦੀ ਪ੍ਰਵਾਨਗੀ ਦਾ ਰਸਤਾ ਬਖਸ਼ਿਸ਼ ਹੋ ਸਕਦਾ ਹੈ । ਜਿਸ ਰਸਤੇ ਤੇ ਚਲਦੇ ਜੀਵ ਨੂੰ ਕੋਈ ਸੰਸਾਰਕ ਇੱਛਾ ਪਰੇਸ਼ਨ ਨਹੀਂ ਕਰ ਸਕਦੀ । ਮੈਨੂੰ ਕੁਝ ਕਰਨ, ਬੋਲਣ ਦੀ ਸੋਝੀ ਨਹੀਂ, ਪ੍ਰਭ ਦੀ ਰਹਿਮਤ ਨਾਲ ਹੀ ਮੇਰੇ ਜੀਵਨ ਦਾ ਢੰਗ, ਬੋਲ ਬਣ ਜਾਂਦੇ ਹਨ । ਪ੍ਰਭ ਨੇ ਰਹਿਮਤ ਬਖਸ਼ਕੇ, ਸ਼ਬਦ ਦੀ ਬੰਦਗੀ ਦਾ ਖਜ਼ਾਨਾ ਬਖਸ਼ਿਆ ਹੈ, ਮੇਰੇ ਜੀਵਨ ਵਿੱਚ ਹਰਇੱਕ ਪਾਸੇ ਹੀ ਸੰਤੋਖ, ਖੇੜਾ ਭਰਪੂਰ ਵਸਦਾ ਹੈ । ਮੇਰੇ ਮਨ ਵਿੱਚ ਹੋਰ ਕੋਈ ਤ੍ਰਿਸ਼ਨਾ, ਭਟਕਣ ਨਹੀਂ ਹੈ, ਮੇਰੇ ਮਨ ਵਿੱਚ ਪੂਰਨ ਸੰਤੋਖ ਵਸਦਾ ਹੈ । ਅਗਰ ਪ੍ਰਭ ਦੀ ਰਹਿਮਤ ਨਾਲ ਮੇਰਾ ਸੰਜੋਗ, ਪ੍ਰਭ ਦੇ ਬੰਦਗੀ ਕਰਨਵਾਲੇ ਦਾਸ ਨਾਲ ਹੋ ਜਾਵੇ । ਮੈਂ ਓਸ ਦੇ ਚਰਨਾਂ ਵਿੱਚ ਆਪਾ ਵਾਰ ਦੇਵਾ ।

With His mercy and grace, I may be blessed with the association of His true devotee; I may surrender my body, mind, and worldly status at His service. I may share my pain, misery, renunciation of my memory of separation from His Holy Spirit. I may pray and beg his counsel to be enlightened with the right path of acceptance in His Court. My mind may stop wandering in all direction, following worldly gurus. Whosoever may enlighten me with the right path of acceptance in His Court; I may surrender my body, mind, and worldly status at his service. I may adopt his life teaching in my day-to-day life. My True Master my soul has been separated from long time; with Your mercy and grace, all my miseries of separation from Your Holy spirit may be eliminated. You should adopt the teachings of His Word with steady and stable belief in day-to-day life. You should earn the wealth of His Word. You should renounce your worldly desires and abandon the path of worldly gurus, overwhelmed with worldly greed. Whosoever may adopt the teachings of His Word with steady and stable belief in his day-to-day life; with His mercy and grace, his soul may become beyond the reach of demons of worldly desires. My True Master, I do not have any wisdom to speak or explain Your Nature. Whatsoever may be inspired to me; I may only speak and adopt in my day-to-day life. The True Master has blessed me an unlimited treasure of meditation, the enlightenment of His Word. I am overwhelmed with pleasure, contentment, and blossom in my day-to-day life. I may not have any frustration or worldly desires within my mind; I am overwhelmed with complete contentment. With His mercy and grace, I may be blessed with the association of His true devotee; I may surrender my body, mind, and worldly status at His service.

164.ਰਾਗੁ ਸੂਹੀ ਛੰਤ ਮਹਲਾ ੧ ਘਰੁ ੧॥ 763-9

੧ੳ ਸਤਿਗੁਰ ਪ੍ਰਸਾਦਿ॥	ik-oNkaar satgur parsaad.
ਭਰਿ ਜੋਬਨਿ ਮੈ ਮਤ ਪੇਈਅੜੈ,	bhar joban mai mat pay-ee-arhai
ਘਰਿ ਪਾਹੁਣੀ ਬਲਿ ਰਾਮ ਜੀਉ॥	ghar paahunee bal raam jee-o.
ਮੈਲੀ ਅਵਗਣਿ ਚਿਤਿ ਬਿਨੁ ਗੁਰ,	mailee avgan chit bin gur
ਗੁਣ ਨ ਸਮਾਵਨੀ ਬਲਿ ਰਾਮ ਜੀਉ॥	gun na samaavanee bal raam jee-o.
ਗੁਣ ਸਾਰ ਨ ਜਾਣੀ ਭਰਮਿ ਭੁਲਾਣੀ,	gun saar na jaanee bharam bhulaanee
ਜੋਬਨੁ ਬਾਦਿ ਗਵਾਇਆ॥	joban baad gavaa-i-aa.
ਵਰੁ ਘਰੁ ਦਰੁ ਦਰਸਨੁ ਨਹੀ ਜਾਤਾ,	var ghar dar darsan nahee jaataa
ਪਿਰ ਕਾ ਸਹਜੁ ਨ ਭਾਇਆ॥	pir kaa sahj na bhaa-i-aa.
ਸਤਿਗੁਰ ਪੂਛਿ ਨ ਮਾਰਗਿ ਚਾਲੀ,	satgur poochh na maarag chaalee
ਸੂਤੀ ਰੈਣਿ ਵਿਹਾਣੀ॥	sootee rain vihaanee.
ਨਾਨਕ ਬਾਲਤਣਿ ਰਾਡੇਪਾ,	naanak baaltan raadaypaa
ਬਿਨੁ ਪਿਰ ਧਨ ਕੁਮਲਾਣੀ॥੧॥	bin pir Dhan kumlaanee. ||1||

ਜਵਾਨੀ ਦੀ ਮਸਤੀ ਵਿੱਚ ਇਹ ਸਮਝ ਨਹੀਂ ਆਈ, ਮੈਂ ਸੰਸਾਰ ਵਿੱਚ ਯਾਤਰੀ ਦੀ ਤਰ੍ਹਾਂ ਹੀ ਆਇਆ ਹਾ । ਸੰਸਾਰਕ ਇੱਛਾਂ ਦੇ ਜਾਲ ਵਿੱਚ ਫਸੇ ਮੰਦੇ ਕੰਮ ਕਰਕੇ ਆਪਣੀ ਆਤਮਾ ਨੂੰ ਮੈਲ, ਦਾਗ਼ ਲਾ ਲਿਆ ਹੈ । ਪ੍ਰਭ ਦੀ ਰਹਿਮਤ ਤੋਂ ਬਿਨਾਂ ਸਿੱਧਾ ਰਸਤਾ ਬਖਸ਼ਿਸ਼ ਨਹੀਂ ਹੁੰਦਾ । ਮੈਨੂੰ ਚੰਗੇ ਕੰਮਾਂ ਦੀ ਕੀਮਤ ਦਾ ਪਤਾ ਨਹੀਂ ਸੀ । ਮੈਂ ਭਰਮਾਂ ਵਿੱਚ ਹੀ ਆਪਣੀ ਜਵਾਨੀ ਦਾ ਸਮਾਂ ਗਵਾ ਲਿਆ ਹੈ । ਮੈਨੂੰ ਸ਼ਬਦ ਦੀ ਬੰਦਗੀ ਕਰਨ ਦੀ ਵਿਧੀ ਬਖਸ਼ਿਸ਼ ਨਹੀਂ ਹੋਈ । ਮੈਨੂੰ ਸ਼ਬਦ ਦੀ ਕੋਈ ਸੋਝੀ ਨਹੀਂ, ਇਸ ਦੀ ਪਾਲਣਾ ਕਿਵੇਂ ਕੀਤੀ ਜਾ ਸਕਦੀ ਹੈ? ਕਿਸ ਬੰਦਗੀ ਦੇ ਰਸਤਾ ਤੇ ਚੱਲਣ ਨਾਲ ਪ੍ਰਭ ਦੇ ਦਰਸ਼ਨ ਬਖਸ਼ਿਸ਼ ਹੋ ਸਕਦੇ ਹਨ? ਪ੍ਰਭ ਦੇ ਸ਼ਬਦ ਦਾ ਪਾਲਣਾ, ਪ੍ਰਵਾਹ ਨਹੀਂ ਕੀਤੀ । ਇਸਤਰ੍ਹਾਂ ਹੀ ਮੈਂ ਆਪਣਾ ਜੀਵਨ ਖਤਮ ਕਰ ਲਿਆ ਹੈ । ਮੈਂ ਆਪਣੀ ਜਵਾਨੀ ਦੇ ਸਮੇਂ ਤੇ ਹੀ ਸ਼ਬਦ ਦੇ ਰਸਤੇ ਤੋਂ ਉਲਝ ਗਿਆ ਹਾ । ਆਪਣੇ ਮਾਨਸ ਜਨਮ ਦਾ ਮੰਤਵ ਗਵਾ ਬੈਠਾ ਹਾ । ਪਛਤਾਵੇ ਵਿੱਚ ਹੀ ਮੌਕਾ ਗਵਾਈ ਜਾਂਦਾ ਹਾ ।

I remain intoxicated in the ignorance of my youth; I did not realize that I have come to the world as a visitor with unique mission. I remain intoxicated with sweet poison of worldly desires; by committing sinful, evil deeds, I have blemished my soul with sins. Without His mercy and grace, the right path may not be blessed. I do not realize the significance of good deeds in human life journey. I have wasted my youth in religious rituals, suspicions. I have not found the right technique to meditate and sing the glory of His Word. I have no comprehension of His Word, purpose of my human life opportunity; How may I obey the teachings of His Word to become worthy of His Consideration? How may I become worthy of the enlightenment of the essence of His Word? I have not obeyed nor comprehend any significance of the teachings of His Word. I had wasted my human life opportunity such a way of life. I have been drifted from the right path in the beginning of my youth. I have lost the real purpose of my human life opportunity.

ਬਾਬਾ ਮੈ ਵਰੁ ਦੇਹਿ ਮੈ ਹਰਿ ਵਰੁ ਭਾਵੈ,	baabaa mai var deh mai har var bhaavai
ਤਿਸ ਕੀ ਬਲਿ ਰਾਮ ਜੀਉ॥	tis kee bal raam jee-o.
ਰਵਿ ਰਹਿਆ ਜੁਗ ਚਾਰਿ,	rav rahi-aa jug chaar
ਤ੍ਰਿਭਵਣ ਬਾਣੀ,	taribhavan banee
ਜਿਸ ਕੀ ਬਲਿ ਰਾਮ ਜੀਉ॥	jis kee bal raam jee-o.

ਤ੍ਰਿਭਵਣ ਕੰਤੁ ਰਵੈ ਸੋਹਾਗਣਿ	taribhavan kant ravai sohagan
ਅਵਗਣਵੰਤੀ ਦੂਰੇ॥	avganvantee dooray.
ਜੈਸੀ ਆਸਾ ਤੈਸੀ ਮਨਸਾ,	jaisee aasaa taisee mansaa
ਪੂਰਿ ਰਹਿਆ ਭਰਪੂਰੇ॥	poor rahi-aa bharpooray.
ਹਰਿ ਕੀ ਨਾਰਿ ਸੁ ਸਰਬ ਸੁਹਾਗਣਿ,	har kee naar so sarab suhaagan
ਰਾਂਡ ਨ ਮੈਲੈ ਵੇਸੇ॥	raaNd na mailai vaysay.
ਨਾਨਕ ਮੈ ਵਰੁ ਸਾਚਾ ਭਾਵੈ,	naanak mai var saachaa bhaavai
ਜੁਗਿ ਜੁਗਿ ਪ੍ਰੀਤਮ ਤੈਸੇ॥੨॥	jug jug pareetam taisay. ‖2‖

ਪ੍ਰਭ ਰਹਿਮਤ ਬਖਸ਼ੋਂ! ਸ਼ਬਦ ਦੇ ਲੜ ਲਾਵੋਂ । ਸ਼ਬਦ ਦੀ ਪਾਲਣਾ ਕਰਕੇ, ਪ੍ਰਭ ਦੀ ਪ੍ਰਵਾਨਗੀ ਦੇ ਰਸਤੇ ਤੇ ਅਡੋਲ ਹੋ ਜਾਵਾ । ਪ੍ਰਭ ਜੁਗਾਂ ਜੁਗਾਂ ਤੋ ਹੀ ਚਾਰੇ ਜੁਗਾਂ ਵਿੱਚ ਹੀ ਵਾਪਰਦਾ ਆਇਆ ਹੈ । ਉਸ ਦਾ ਭਾਣਾ ਹੀ ਤਿੰਨਾਂ ਸ੍ਰਿਸ਼ਟੀਆਂ ਵਿੱਚ ਚਲਦਾ, ਵਾਪਰਦਾ ਹੈ । ਪ੍ਰਭ ਆਪ ਹੀ ਤਿੰਨਾਂ ਸ੍ਰਿਸ਼ਟੀਆਂ ਵਿੱਚ ਜੀਵਾਂ ਨੂੰ ਦਾਤਾਂ ਬਖਸ਼ਦਾ ਹੈ । ਮਨਮਰਜ਼ੀ ਕਰਨ ਵਾਲਿਆਂ ਨੂੰ ਬੰਦਗੀ ਦੇ ਰਸਤੇ ਤੋ ਦੂਰ ਹੀ ਰਖਦਾ ਹੈ । ਜਿਸਤਰ੍ਹਾਂ ਦੀ ਮਨ ਵਿੱਚ ਆਸ, ਅਵਸਥਾ ਹੁੰਦੀ ਹੈ । ਉਸ ਤਰ੍ਹਾਂ ਦੀ ਮਨ ਵਿੱਚ ਇੱਛਾਂ ਬਣ ਜਾਂਦੀ ਹੈ । ਮਨ ਉਸ ਤਰ੍ਹਾਂ ਦੇ ਕੰਮ ਕਰਨ ਲੱਗ ਪੈਂਦਾ ਹੈ । ਪ੍ਰਭ ਉਸ ਨੂੰ ਉਸ ਰਸਤੇ ਤੇ ਅਡੋਲ ਕਰਕੇ ਉਸ ਦੀ ਆਸ ਪੂਰੀ ਕਰਦਾ ਹੈ । ਜਿਹੜਾ ਸ਼ਬਦ ਦੀ ਪਾਲਣਾ ਅਡੋਲ ਮਨ ਨਾਲ ਕਰਦਾ ਹੈ । ਉਹ ਕਦੇ ਇੱਛਾਂ ਦੇ ਜਾਲ ਵਿੱਚ ਨਹੀਂ ਫਸਦਾ । ਉਹ ਪ੍ਰਭ ਦੀ ਬਖਸ਼ ਤੇ ਅਨੰਦ ਮਾਨਦਾ ਰਹਿੰਦਾ ਹੈ । ਇਹ ਪੁਰਣੇ ਸਮੇਂ ਤੋ ਹੀ ਹੁੰਦਾ ਆਉਂਦਾ ਹੈ ।

The True Master, with Your mercy and grace attaches me to obey the teachings of Your Word. I may become steady and stable on the right path of Your acceptance. The True Master has been prevailing in four Ancient Ages. His command prevails and hold true in all three universes. He has been blessing good virtues to His Creations in three universes. Self-minded remains far away from the right path of meditation. Whatsoever may be the hope in his mind, same types of desires become dominating within his mind. The True Master, may inspire him on that path to accomplish his desires, expectation of his mind. Whosoever may wholeheartedly obey the teachings of His Word with steady and stable belief in his day-to-day life; with His mercy and grace, his mind may become beyond the reach of demons of worldly desire. He may remain contented with His blessings, his own worldly environment. This has been happening from Ancient Ages.

ਬਾਬਾ ਲਗਨੁ ਗਣਾਇ ਹੰ ਭੀ ਵੰਞਾ	baabaa lagan ganaa-ay haN bhee vanjaa
ਸਾਹੁਰੈ ਬਲਿ ਰਾਮ ਜੀਉ॥	saahurai bal raam jee-o.
ਸਾਹਾ ਹੁਕਮੁ ਰਜਾਇ ਸੋ ਨ ਟਲੈ,	saahaa hukam rajaa-ay so na talai
ਜੋ ਪ੍ਰਭੁ ਕਰੈ ਬਲਿ ਰਾਮ ਜੀਉ॥	jo parabh karai bal raam jee-o.
ਕਿਰਤੁ ਪਇਆ ਕਰਤੈ ਕਰਿ ਪਾਇਆ,	kirat pa-i-aa kartai kar paa-i-aa
ਮੇਟਿ ਨ ਸਕੈ ਕੋਈ॥	mayt na sakai ko-ee.
ਜਾਞੀ ਨਾਉ ਨਰਹ ਨਿਹਕੇਵਲੁ,	jaanjee naa-o narah nihkayval
ਰਵਿ ਰਹਿਆ ਤਿਹੁ ਲੋਈ॥	rav rahi-aa tihu lo-ee.
ਮਾਇ ਨਿਰਾਸੀ ਰੋਇ ਵਿਛੁੰਨੀ,	maa-ay niraasee ro-ay vichhunnee
ਬਾਲੀ ਬਾਲੈ ਹੇਤੇ॥	baalee baalai haytay.
ਨਾਨਕ ਸਾਚ ਸਬਦਿ ਸੁਖ ਮਹਲੀ,	naanak saach sabad sukh mahlee
ਗੁਰ ਚਰਣੀ ਪ੍ਰਭੁ ਚੇਤੇ॥੩॥	gur charnee parabh chaytay. ‖3‖

ਪ੍ਰਭ ਮੈਂ ਬੜਾ ਆਤਵਲਾ ਹੋ ਕੇ ਉਸ ਸਮੇਂ ਦੀ ਉਡੀਕ ਕਰਦਾ ਹਾ! ਕਦੋਂ ਤੇਰੇ ਦਰ ਤੋ ਸੱਦਾ ਆਵੇਗਾ, ਤੇਰ ਸੱਦੇ ਦਾ ਸਮਾਂ ਜਨਮ ਤੇ ਹੀ ਮਿਥਿਆ ਜਾਂਦਾ ਹੈ । ਉਹ ਤੇਰੇ ਭਾਣੇ ਨਾਲ ਹੀ ਹੈ, ਕੋਈ ਬਦਲ

ਨਹੀਂ ਸਕਦਾ । ਜਿਹੜੀ ਪ੍ਰਭ ਨੇ ਆਪ ਹੀ ਜੀਵ ਦੇ ਕਰਮਾਂ ਦੀ ਕੀਮਤ ਬਖਸ਼ੀ ਹੈ, ਉਸ ਨੂੰ ਕੋਈ ਮੇਟ ਨਹੀਂ ਸਕਦਾ, ਖਤਮ ਨਹੀਂ ਕਰ ਸਕਦਾ । ਪ੍ਰਭ ਮਰਜ਼ੀ ਦਾ ਮਾਲਕ ਹੈ, ਤਿੰਨਾਂ ਸ੍ਰਿਸ਼ਟੀਆਂ ਵਿੱਚ ਹੀ ਹਾਜਰਾ ਹਜ਼ੂਰ ਵਾਪਰਦਾ ਹੈ । ਜਿਹੜਾ ਸੰਸਾਰਕ ਇੱਛਾਂ ਤੇ ਕਾਬੂ ਪਾ ਕੇ ਪ੍ਰਭ ਦੇ ਸ਼ਬਦ ਦੀ ਪਾਲਣਾ ਤੇ ਅਡੋਲ ਹੋ ਜਾਂਦਾ ਹੈ । ਉਸ ਦੀਆਂ ਸੰਸਾਰਕ ਇੱਛਾਂ ਨਾਸ ਹੋ ਜਾਂਦੀਆਂ ਹਨ । ਦਰਬਾਰ ਵਿੱਚ, ਸ਼ਬਦ ਦੀ ਸੋਝੀ ਨਾਲ, ਜੀਵਨ ਢਾਲਣ ਨਾਲ ਹੀ ਥਾਂ ਬਖਸ਼ਿਸ਼ ਹੋ ਸਕਦੀ ਹੈ । ਮਨ ਅਡੋਲ ਹੋ ਕੇ ਪ੍ਰਭ ਦੀ ਸ਼ਰਣ ਵਿੱਚ ਲੀਨ ਹੋ ਜਾਂਦਾ ਹੈ ।

The True Master I am anxiously waiting for the invitation from Your Court. The time of death; Your invitation has been predetermined at birth. No one may alter, change Your command. Whatsoever the reward may be blessed to Your true devotee for his meditation; no one can change or eliminate by any curse. His command remains unpredictable and beyond comprehension of His Creation. The Omnipresent, True Master prevails in all three universes, everywhere all time. Whosoever may conquer his own worldly desires and he may remain steady and stable on obeying the teachings of His Word; with His mercy and grace, all his worldly desires may be eliminated. Only with the enlightenment of the essence of His Word, his soul may be blessed with a place in His castle. His mind may remain intoxicated in the void of His sanctuary.

ਬਾਬੁਲਿ ਦਿਤੜੀ ਦੂਰਿ ਨ ਆਵੈ,	baabul dit-rhee door naa aavai
ਘਰਿ ਪੇਈਐ ਬਲਿ ਰਾਮ ਜੀਉ॥	ghar pay-ee-ai bal raam jee-o.
ਰਹਸੀ ਵੇਖਿ ਹਦੂਰਿ ਪਿਰਿ ਰਾਵੀ,	rahsee vaykh hadoor pir raavee
ਘਰਿ ਸੋਹੀਐ ਬਲਿ ਰਾਮ ਜੀਉ॥	ghar sohee-ai bal raam jee-o.
ਸਾਚੇ ਪਿਰ ਲੋੜੀ ਪ੍ਰੀਤਮ ਜੋੜੀ,	saachay pir lorhee pareetam jorhee
ਮਤਿ ਪੂਰੀ ਪਰਧਾਨੇ॥	mat pooree parDhaanay.
ਸੰਜੋਗੀ ਮੇਲਾ ਥਾਨਿ ਸੁਹੇਲਾ,	sanjogee maylaa thaan suhaylaa
ਗੁਣਵੰਤੀ ਗੁਰ ਗਿਆਨੇ॥	gunvantee gur gi-aanay.
ਸਤੁ ਸੰਤੋਖੁ ਸਦਾ ਸਚੁ ਪਲੈ,	sat santokh sadaa sach palai
ਸਚੁ ਬੋਲੈ ਪਿਰ ਭਾਏ॥	sach bolai pir bhaa-ay.
ਨਾਨਕ ਵਿਛੁੜਿ ਨਾ ਦੁਖੁ ਪਾਏ,	naanak vichhurh naa dukh paa-ay
ਗੁਰਮਤਿ ਅੰਕਿ ਸਮਾਏ॥੪॥੧॥	gurmat ank samaa-ay. ‖4‖1‖

ਪ੍ਰਭ ਦੀ ਰਹਿਮਤ ਨਾਲ ਸ਼ਬਦ ਦੀ ਪਾਲਣਾ ਕਰਕੇ ਸ਼ਬਦ ਦੀ ਸੋਝੀ ਬਖਸ਼ਿਸ਼ ਹੋਈ ਹੈ । ਸ਼ਬਦ ਨਾਲ ਜੀਵਨ ਢਾਲਕੇ ਸੰਸਾਰ ਤੋਂ ਬਹੁਤ ਦੂਰ, ਅਸਲੀ ਮਾਲਕ ਦੇ ਘਰ ਜਾ ਰਹਿਆ ਹਾ । ਮੈਂ ਬਹੁਤ ਅਨੰਦ ਵਿੱਚ ਹਾ, ਦਰਬਾਰ ਵਿੱਚ ਪ੍ਰਵਾਨ ਹੋ ਗਿਆ ਹਾ । ਪ੍ਰਭ ਦੀ ਰਹਿਮਤ ਨਾਲ ਸ਼ਬਦ ਦੀ ਸੋਝੀ ਬਖਸ਼ੀ ਹੋਈ ਹੈ । ਮੇਰਾ ਮਨ ਸ਼ਬਦ ਦੀ ਪਾਲਣਾ ਵਿੱਚ ਸਫਲ ਹੋ ਗਿਆ ਹੈ । ਮੇਰੇ ਵੱਡੇ ਭਾਗ ਹੋਏ ਹਨ, ਪ੍ਰਭ ਨੇ ਬੰਦਗੀ ਪ੍ਰਵਾਨ ਕਰ ਲਈ ਹੈ, ਸ਼ਬਦ ਦੀ ਸੋਝੀ ਨਾਲ ਸੰਤੋਖ, ਧੀਰਜ ਬਖਸ਼ਿਸ਼ ਹੋ ਗਿਆ ਹੈ । ਮਨ ਦੇ ਭਰਮ ਦੂਰ ਹੋ ਗਏ । ਮੇਰੀ ਬੰਦਗੀ ਉਸ ਨੂੰ ਭਾਉਣ ਲੱਗ ਪਈ ਹੈ । ਹੁਣ ਕਦੇ ਵਿਛੋੜਾ ਨਹੀਂ ਹੋਵੇਗਾ, ਆਤਮਾ, ਪ੍ਰਭ ਦੀ ਜੋਤ ਵਿੱਚ ਹੀ ਲੀਨ ਹੋ ਜਾਵੇਗੀ ।

By obeying the teachings of His Word; with His mercy and grace, I have been blessed with the enlightenment of the essence of His Word. I have adopted the teachings of His Word in my day-to-day life. I am departing the world and going far away to my permanent resting place in the castle of my True Master. I have been accepted in His Court and I am overwhelmed with pleasures. With His mercy and grace, I have been blessed with the enlightenment of His Word; He has accepted my earnings of His Word. With great fortune, I have been blessed with contentment, patience; all suspicions of my mind have been eliminated. My way of life, meditation has become acceptable in His Court. My soul may never be separated from His Holy spirit and she may remain immersed within His Holy Spirit.

165.ਰਾਗੁ ਸੂਹੀ ਮਹਲਾ ੧ ਛੰਤੁ ਘਰੁ ੨॥ 764-5

ੴ ਸਤਿਗੁਰ ਪ੍ਰਸਾਦਿ॥	ik-oNkaar satgur parsaad.
ਹਮ ਘਰਿ ਸਾਜਨ ਆਏ॥	ham ghar saajan aa-ay.
ਸਾਚੈ ਮੇਲਿ ਮਿਲਾਏ॥	saachai mayl milaa-ay.
ਸਹਜਿ ਮਿਲਾਏ ਹਰਿ ਮਨਿ ਭਾਏ,	sahj milaa-ay har man bhaa-ay
ਪੰਚ ਮਿਲੇ ਸੁਖੁ ਪਾਇਆ॥	panch milay sukh paa-i-aa.
ਸਾਈ ਵਸਤੁ ਪਰਾਪਤਿ ਹੋਈ,	saa-ee vasat paraapat ho-ee
ਜਿਸੁ ਸੇਤੀ ਮਨੁ ਲਾਇਆ॥	jis saytee man laa-i-aa.
ਅਨਦਿਨੁ ਮੇਲੁ ਭਇਆ ਮਨੁ ਮਾਨਿਆ,	an-din mayl bha-i-aa man maani-aa
ਘਰ ਮੰਦਰ ਸੋਹਾਏ॥	ghar mandar sohaa-ay.
ਪੰਚ ਸਬਦ ਧੁਨਿ ਅਨਹਦ ਵਾਜੇ,	panch sabad Dhun anhad vaajay
ਹਮ ਘਰਿ ਸਾਜਨ ਆਏ॥੧॥	ham ghar saajan aa-ay. ||1||

ਪ੍ਰਭ ਦੀ ਰਹਿਮਤ ਨਾਲ ਮੇਰਾ ਮਨ ਸ਼ਬਦ ਦੀ ਬੰਦਗੀ ਕਰਨ ਵਿੱਚ ਲੱਗਾ ਹੈ । ਇਸ ਨਾਲ ਸ਼ਬਦ ਦੀ ਸੋਝੀ ਬਖਸ਼ਿਸ਼ ਹੋ ਗਈ । ਪ੍ਰਭ ਦੀ ਰਹਿਮਤ ਨਾਲ ਸ਼ਬਦ ਦੀ ਬੰਦਗੀ ਕਰਨ ਵਾਲੇ ਜੀਵਾਂ ਨਾਲ ਸੰਜੋਗ ਹੋ ਗਿਆ ਹੈ । ਮੈਨੂੰ ਸ਼ਾਂਤੀ ਦਾ ਰਸਤਾ ਬਖਸ਼ਿਸ਼ ਹੋ ਗਿਆ ਹੈ । ਪ੍ਰਭ ਦੀ ਜੋਤ ਮੇਰੇ ਅੰਦਰ ਜਾਗਰਤ ਹੋ ਗਈ । ਦਿਨ ਰਾਤ, ਮੇਰਾ ਮਨ ਸ਼ਬਦ ਦੀ ਪਾਲਣਾ ਵਿੱਚ ਹੀ ਲੀਨ ਹੋਇਆ ਰਹਿੰਦਾ ਹੈ । ਮੇਰੇ ਮਨ ਵਿੱਚ ਸੰਸਾਰਕ ਇੱਛਾਂ ਤੇ ਕਾਬੂ ਹੋ ਗਿਆ ਹੈ । ਮੇਰੇ ਅੰਦਰ ਦਾ ਮੰਦਰ ਬਹੁਤ ਸੋਹਣਾ ਲੱਗਦਾ ਹੈ । ਜਿਹੜੀ ਪੰਜੇਂ ਇੱਛਾਂ ਮੇਰੇ ਮਨ ਤੇ ਕਾਬੂ ਪਾ ਕੇ ਆਪਣਾ ਕੰਮ ਕਰਵਾਉਂਦੀਆਂ ਸਨ । ਹੁਣ ਉਹ ਹੀ ਮੇਰੇ ਮਨ ਨੂੰ ਸ਼ਬਦ ਦੇ ਸਿਮਰਨ ਵਿੱਚ ਅਡੋਲ ਰਖਦੀਆਂ ਹਨ ।

With His mercy and grace, I am attached to meditate on the teachings of His Word. I have been blessed with the enlightenment of the essence of His Word. I have been blessed with the association of His true devotee. With His mercy and grace, I am blessed with the right path meditation, peace of mind. The eternal spiritual glow of The Holy Spirit has been enlightened within. I remain intoxicated in obeying the teachings of His Word day and night. My body has been transformed into an elegant temple of The True Master. The demons of worldly desires were used to inspire me to do evil deeds; now these have become my slaves and help me to remain steady and stable on the right path of acceptance in His Court.

ਆਵਹੁ ਮੀਤ ਪਿਆਰੇ॥	aavhu meet pi-aaray.
ਮੰਗਲ ਗਾਵਹੁ ਨਾਰੇ॥	mangal gaavhu naaray.
ਸਚੁ ਮੰਗਲੁ ਗਾਵਹੁ	sach mangal gaavhu
ਤਾ ਪ੍ਰਭ ਭਾਵਹੁ,	taa parabh bhaavahu
ਸੋਹਿਲੜਾ ਜੁਗ ਚਾਰੇ॥	sohilrhaa jug chaaray.
ਅਪਨੈ ਘਰਿ ਆਇਆ ਥਾਨਿ ਸੁਹਾਇਆ,	apnai ghar aa-i-aa thaan suhaa-i-aa
ਕਾਰਜ ਸਬਦਿ ਸਵਾਰੇ॥	kaaraj sabad savaaray.
ਗਿਆਨ ਮਹਾ ਰਸੁ ਨੇਤ੍ਰੀ ਅੰਜਨੁ,	gi-aan mahaa ras naytree anjan
ਤ੍ਰਿਭਵਣ ਰੂਪੁ ਦਿਖਾਇਆ॥	taribhavan roop dikhaa-i-aa.
ਸਖੀ ਮਿਲਹੁ ਰਸਿ ਮੰਗਲੁ ਗਾਵਹੁ,	sakhee milhu ras mangal gaavhu
ਹਮ ਘਰਿ ਸਾਜਨੁ ਆਇਆ॥੨॥	ham ghar saajan aa-i-aa. ||2||

ਪ੍ਰਭ ਜੁਗਾਂ ਜੁਗਾਂ ਤੋ ਰਹਿਮਤਾਂ ਬਖਸ਼ਦਾ ਆਇਆ ਹੈ! ਆਵੋ ਮੇਰੇ ਸਾਥੀਓ! ਰਲਕੇ ਸ਼ਬਦ ਦਾ ਸਿਮਰਨ ਕਰੀਏ, ਜੋ ਪ੍ਰਭ ਨੂੰ ਭਾਉਂਦਾ ਹੈ । ਪ੍ਰਭ ਦਾ ਸ਼ਬਦ ਮੇਰੇ ਮਨ ਤੇ ਘਰ ਕਰ ਗਿਆ ਹੈ । ਜਿਸ ਨਾਲ ਮੇਰੇ ਸਾਰੇ ਕਾਰਜ ਸਫਲ ਹੋ ਗਏ ਹਨ । ਮੈਂ ਆਪਣੀਆਂ ਅੱਖਾਂ ਤੇ ਪ੍ਰਭ ਦੇ ਸ਼ਬਦ ਦੀ ਸੋਝੀ ਦੀ ਬਾਮ ਲਾਈ ਹੈ । ਜਿਸ ਨਾਲ ਮੈਨੂੰ ਤਿੰਨਾਂ ਸ੍ਰਿਸ਼ਟੀਆਂ ਦੀ ਸੋਝੀ ਹੋ ਗਈ ਹੈ । ਮੇਰੇ ਸਾਥੀਓ! ਮਿਲਕੇ ਉਸ ਦੇ ਧੰਨਵਾਦ ਦੇ ਸ਼ਬਦ ਗਾਈਏ । ਉਸ ਦੀ ਜੋਤ ਸਾਡੇ ਅੰਦਰ ਜਾਗਰਤ ਹੋ ਜਾਵੇ, ਮਨ ਸ਼ਬਦ ਦੀ ਪਾਲਣਾ ਵਿੱਚ ਅਡੋਲ ਜਾਵੇ ।

The True Master has been blessing virtues to His Creation from Ancient Ages. Let us meditate on the teachings of His Word, whatsoever may be acceptable to The True Master. My mind has been drenched with the essence of His Word; with His mercy and grace, all purpose of my human life opportunity has been concluded successfully. I have rubbed the bam of the essence of His Word on my eyes. I have been blessed with the enlightenment of the nature of all three universes. Let us sing the praises of The True Master for His blessings. With His mercy and grace, The Holy Spirit may remain enlightened within; I may remain steady and stable on obeying the teachings of His Word in our day-to-day life.

ਮਨੁ ਤਨੁ ਅੰਮ੍ਰਿਤਿ ਭਿੰਨਾ॥	man tan amrit bhinnaa.
ਅੰਤਰਿ ਪ੍ਰੇਮੁ ਰਤੰਨਾ॥	antar paraym ratannaa.
ਅੰਤਰਿ ਰਤਨੁ ਪਦਾਰਥੁ ਮੇਰੈ,	antar ratan padaarath mayrai
ਪਰਮ ਤਤੁ ਵੀਚਾਰੋ॥	param tat veechaaro.
ਜੰਤ ਭੇਖ ਤੂ ਸਫਲਿਓ ਦਾਤਾ,	jant bhaykh too safli-o daataa
ਸਿਰਿ ਸਿਰਿ ਦੇਵਣਹਾਰੋ॥	sir sir dayvanhaaro.
ਤੂ ਜਾਨੁ ਗਿਆਨੀ ਅੰਤਰਜਾਮੀ,	too jaan gi-aanee antarjaamee
ਆਪੇ ਕਾਰਣੁ ਕੀਨਾ॥	aapay kaaran keenaa.
ਸੁਨਹੁ ਸਖੀ ਮਨੁ ਮੋਹਨਿ ਮੋਹਿਆ,	sunhu sakhee man mohan mohi-aa
ਤਨੁ ਮਨੁ ਅੰਮ੍ਰਿਤਿ ਭੀਨਾ॥੩॥	tan man amrit bheenaa. ||3||

ਮੇਰੇ ਮਨ, ਤਨ ਤੇ ਪ੍ਰਭ ਦੇ ਸ਼ਬਦ ਦਾ ਰੰਗ ਚੜ੍ਹ ਗਿਆ, ਅੰਦਰ ਪ੍ਰਭ ਦੀ ਜੋਤ ਜਾਗਰਤ ਹੈ । ਅੰਦਰੋਂ ਹੀ ਸ਼ਬਦ ਦੀ ਸੋਝੀ ਹੋ ਗਈ, ਮਨਸ ਜਨਮ ਦੇ ਤੱਤ ਦੀ ਜਾਣਕਾਰੀ ਹੋ ਗਈ । ਪ੍ਰਭ ਸਾਰੇ ਮਾਨਸ ਤੇਰੇ ਦਰ ਦੇ ਮੰਗਤੇ ਹੀ ਹਨ । ਕੇਵਲ ਤੂੰ ਹੀ ਇੱਕੋ ਇੱਕ ਦਾਤਾਂ ਬਖਸ਼ਣ ਵਾਲਾ, ਸਦਾ ਅਟੱਲ ਰਹਿਣ ਵਾਲਾ ਮਾਲਕ ਹੈ । ਮਨ ਦੀਆਂ ਖਾਹਿਸ਼ਾਂ ਦਾ ਅੰਤਰਜਾਮੀ ਹੈ, ਤੂੰ ਹੀ ਸਾਰੀ ਸ੍ਰਿਸ਼ਟੀ ਪੈਦਾ ਕੀਤੀ ਹੈ । ਤੇਰੀ ਰਹਿਮਤ ਨਾਲ ਹੀ ਮੈਨੂੰ ਸ਼ਬਦ ਦੀ ਸੋਝੀ ਬਖਸ਼ਿਸ਼ ਹੋਈ ਹੈ । ਮਨ ਦਾ ਭਰੋਸਾ ਅਡੋਲ ਰਹਿੰਦਾ ਹੈ ।

With Your mercy and grace, my mind, and body has been enlightened and drenched with the essence of Your Word. I have been enlightened with the real purpose of human life opportunity. All worldly creature are beggars at Your door; only The One and only One may bless all virtues to His Creation. The Omniscient Creator of universes remains aware of all hopes and desires of their mind. I have been blessed with enlightenment of the essence of Your Word; with Your mercy and grace, my belief may remain steady and stable on Your blessings.

ਆਤਮ ਰਾਮੁ ਸੰਸਾਰਾ॥	aatam raam sansaaraa.
ਸਾਚਾ ਖੇਲੁ ਤੁਮ੍ਹਾਰਾ॥	saachaa khayl tumHaaraa.
ਸਚੁ ਖੇਲੁ ਤੁਮ੍ਹਾਰਾ ਅਗਮ ਅਪਾਰਾ,	sach khayl tumHaaraa agam apaaraa
ਤੁਧੁ ਬਿਨੁ ਕਉਣੁ ਬੁਝਾਏ॥	tuDh bin ka-un bujhaa-ay.
ਸਿਧ ਸਾਧਿਕ ਸਿਆਣੇ ਕੇਤੇ,	siDh saaDhik si-aanay kaytay
ਤੁਝ ਬਿਨੁ ਕਵਣੁ ਕਹਾਏ॥	tujh bin kavan kahaa-ay.

ਕਾਲੁ ਬਿਕਾਲੁ ਭਏ ਦੇਵਾਨੇ,
ਮਨੁ ਰਾਖਿਆ ਗੁਰਿ ਠਾਏ॥
ਨਾਨਕ ਅਵਗਣ ਸਬਦਿ ਜਲਾਏ,
ਗੁਣ ਸੰਗਮਿ ਪ੍ਰਭੁ ਪਾਏ॥੪॥੧॥੨॥

kaal bikaal bha-ay dayvaanay
man raakhi-aa gur thaa-ay.
naanak avgan sabad jalaa-ay
gun sangam parabh paa-ay. ||4||1||2||

ਸਾਰੀ ਸ੍ਰਿਸ਼ਟੀ ਵਿੱਚ ਤੇਰੀ ਜੋਤ ਚਲਦੀ ਹੈ, ਤੇਰਾ ਖੇਲ ਸਦਾ ਅਟੱਲ ਰਹਿਣ ਵਾਲਾ ਹੈ । ਪ੍ਰਭ ਤੇਰਾ ਖੇਲ ਬਹੁਤ ਅਨੋਖਾ ਹੈ, ਤੂੰ ਜੀਵ ਦੀ ਜਾਣਕਾਰੀ ਅਤੇ ਪਹੁੰਚ ਤੋ ਬਾਹਰ ਹੈ । ਤੇਰੀ ਰਹਿਮਤ ਤੋ ਬਿਨਾਂ, ਸ਼ਬਦ ਦੀ ਸੋਝੀ ਨਹੀਂ ਹੁੰਦੀ, ਮਨ ਡੋਲ ਜਾਂਦਾ ਹੈ । ਤੂੰ ਅਨੇਕਾਂ ਹੀ ਬੰਦਗੀ ਕਰਨ ਵਾਲੇ ਭਗਤ ਪੈਦਾ ਕੀਤੇ ਹਨ । ਉਹ ਤੈਨੂੰ ਇੱਕੋ ਇੱਕ ਹੀ ਕਹਿੰਦੇ ਹਨ । ਸਾਰੀਆਂ ਸ੍ਰਿਸ਼ਟੀਆਂ ਹੀ ਜਨਮ ਮਰਨ ਦੀਆਂ ਭਟਕਣਾਂ ਵਿੱਚ ਰਹਿੰਦੀਆਂ ਹਨ । ਕੇਵਲ ਇੱਕੋ ਇੱਕ ਦਾ ਹੀ ਇਸ ਤੇ ਕਾਬੂ ਹੈ, ਇਹ ਖਤਮ ਕਰ ਸਕਦਾ ਹੈ । ਪ੍ਰਭ ਤੂੰ ਹੀ ਜੀਵ ਦੇ ਪਾਪ ਬਖਸ਼ਕੇ, ਸ਼ਬਦ ਦੀ ਪਾਲਣਾ ਦੇ ਲੜ ਲਾਉਂਦਾ, ਸੋਝੀ ਬਖਸ਼ਦਾ, ਜੀਵ ਨੂੰ ਪ੍ਰਵਾਨਗੀ ਦੇ ਰਸਤੇ ਤੇ ਅਡੋਲ ਰਖਦਾ ਹੈ ।

The whole universe is an expansion of Your Holy Spirit. Your play of creation of universe remains unchanged and permanent forever. Your play of universe remains astonishing and beyond the reach and comprehension of Your Creation. Without Your mercy and grace, no one may remain steady and stable on the right path of meditation nor he may be enlightened with the essence of Your Word. You have blessed many creatures with a state of mind as Your true devotee. Everyone may claim You as The One and Only One True Master. Everyone may remain in the worries and frustration of the cycle of birth and death. The One and Only One, may control and eliminate the cycle of birth and death. Only You may forgive the sins of Your Creation. Only You may enlighten the right path of meditation to become worthy of Your consideration. You may keep Your true devotee steady and stable on that path of meditation.

166. ਰਾਗੁ ਸੂਹੀ ਮਹਲਾ ੧ ਘਰੁ ੩॥ 764-17

ੴ ਸਤਿਗੁਰ ਪ੍ਰਸਾਦਿ॥
ਆਵਹੁ ਸਜਣਾ ਹਉ ਦੇਖਾ,
ਦਰਸਨੁ ਤੇਰਾ ਰਾਮ॥
ਘਰਿ ਆਪਨੜੈ ਖੜੀ ਤਕਾ ਮੈ,
ਮਨਿ ਚਾਉ ਘਨੇਰਾ ਰਾਮ॥
ਮਨਿ ਚਾਉ ਘਨੇਰਾ ਸੁਣਿ ਪ੍ਰਭ ਮੇਰਾ,
ਮੈ ਤੇਰਾ ਭਰਵਾਸਾ॥
ਦਰਸਨੁ ਦੇਖਿ ਭਈ ਨਿਹਕੇਵਲ,
ਜਨਮ ਮਰਣ ਦੁਖੁ ਨਾਸਾ॥
ਸਗਲੀ ਜੋਤਿ ਜਾਤਾ ਤੂ,
ਸੋਈ ਮਿਲਿਆ ਭਾਇ ਸੁਭਾਏ॥
ਨਾਨਕ ਸਾਜਨ ਕਉ ਬਲਿ ਜਾਈਐ,
ਸਾਚਿ ਮਿਲੇ ਘਰਿ ਆਏ॥੧॥

ik-oNkaar satgur parsaad.
aavhu sajnaa ha-o daykhaa
darsan tayraa raam.
ghar aapnarhai kharhee takaa mai
man chaa-o ghanayraa raam.
man chaa-o ghanayraa sun parabh mayraa
mai tayraa bharvaasaa.
darsan daykh bha-ee nihkayval
janam maran dukh naasaa.
saglee jot jaataa too
so-ee mili-aa bhaa-ay subhaa-ay.
naanak saajan ka-o bal jaa-ee-ai
saach milay ghar aa-ay. ||1||

ਪ੍ਰਭ ਰਹਿਮਤ ਬਖਸ਼ੋ! ਆਪਣੇ ਸ਼ਬਦ ਦੀ ਸੋਝੀ ਬਖਸ਼ੋ । ਮੇਰੇ ਮਨ ਵਿੱਚ ਤੇਰੇ ਵਿਛੋੜੇ ਦੀ ਭਟਕਣ ਹੈ, ਤੇਰੇ ਸ਼ਬਦ ਦੀ ਪਾਲਣਾ ਕਰਦਾ ਹਾ । ਮੇਰੇ ਮਨ ਵਿੱਚ ਅਨੰਦ ਭਰਿਆਂ ਹੈ, ਮੇਰਾ ਭਰੋਸਾ ਅਡੋਲ ਹੈ । ਤੂੰ ਆਪਣੇ ਦਾਸਾਂ ਤੇ ਰਹਿਮਤ ਬਖਸ਼ਦਾ, ਦਰਸ਼ਨ ਦੇਂਦਾ ਹੈ । ਤੇਰੀ ਰਹਿਮਤ ਨਾਲ ਹੀ ਜੀਵ ਦਾ ਮਨ ਇੱਛਾਂ ਤੋ ਰਹਿਤ ਹੋ ਜਾਂਦਾ ਹੈ । ਜਨਮ ਮਰਨ ਦਾ ਡਰ ਦੂਰ ਹੋ ਜਾਂਦਾ ਹੈ । ਤੇਰੀ ਜੋਤ ਹਰਇੱਕ ਜੀਵ ਦੇ ਅੰਦਰ ਹੈ! ਮਨ ਦੀ ਪ੍ਰੀਤ ਅਡੋਲ ਕਰਨ ਨਾਲ, ਤੇਰੇ ਦਰ ਤੇ ਪ੍ਰਵਾਨਗੀ ਬਖਸ਼ਿਸ਼ ਹੁੰਦੀ ਹੈ । ਉਸ

ਤੋ ਕਰਬਾਣ ਜਾਵਾ! ਜੋ ਆਪਣੇ ਬੰਦਗੀ ਕਰਨ ਵਾਲੇ ਦੀ ਲਾਜ ਰਖਦਾ ਹੈ । ਉਸ ਦੀ ਬੰਦਗੀ ਪ੍ਰਵਾਨ ਕਰਦਾ ਹੈ ।

With Your mercy and grace, blesses me the enlightenment of the essence of Your Word. I may meditate on the teachings of Your Word and I may remain in renunciation in the memory of my separation from Your Holy Spirit. My mind remains overwhelmed with pleasure and belief on Your blessings. With Your mercy and grace, your true devotee may be blessed with the enlightenment of the essence of Your Word. His soul may remain free from the blemish of worldly desires; his fear of birth and death cycle may be eliminated. Your Holy Spirit, Your Word may remain embedded within the soul of everyone. Whosoever may keep his belief steady and stable on Your blessings; he may be blessed with the right path of acceptance in Your Court. I remain fascinated and astonished from Your greatness. The True Master protects the honor of His true devotee and He may accept his meditation in His Court.

ਘਰਿ ਆਇਅੜੇ ਸਾਜਨਾ,	ghar aa-i-arhay saajnaa
ਤਾ ਧਨ ਖਰੀ ਸਰਸੀ ਰਾਮ॥	taa Dhan kharee sarsee raam.
ਹਰਿ ਮੋਹਿਅੜੀ ਸਾਚ ਸਬਦਿ,	har mohi-arhee saach sabad
ਠਾਕੁਰ ਦੇਖਿ ਰਹੰਸੀ ਰਾਮ॥	thaakur daykh rahansee raam.
ਗੁਣ ਸੰਗਿ ਰਹੰਸੀ ਖਰੀ ਸਰਸੀ,	gun sang rahansee kharee sarsee
ਜਾ ਰਾਵੀ ਰੰਗਿ ਰਾਤੈ॥	jaa raavee rang raatai.
ਅਵਗਣ ਮਾਰਿ ਗੁਣੀ ਘਰੁ ਛਾਇਆ,	avgan maar gunee ghar chhaa-i-aa
ਪੂਰੈ ਪੁਰਖਿ ਬਿਧਾਤੈ॥	poorai purakh biDhaatai.
ਤਸਕਰ ਮਾਰਿ ਵਸੀ ਪੰਚਾਇਣਿ,	taskar maar vasee panchaa-in
ਅਦਲੁ ਕਰੇ ਵੀਚਾਰੇ॥	adal karay veechaaray.
ਨਾਨਕ ਰਾਮ ਨਾਮਿ ਨਿਸਤਾਰਾ,	naanak raam naam nistaaraa
ਗੁਰਮਤਿ ਮਿਲਹਿ ਪਿਆਰੇ॥੨॥	gurmat mileh pi-aaray. ||2||

ਜਿਸ ਜੀਵ ਨੂੰ ਸ਼ਬਦ ਦੀ ਸੋਝੀ ਹੋ ਜਾਂਦੀ ਹੈ । ਉਸ ਦਾ ਮਨ ਰਹਿਮਤ, ਖੇੜੇ ਨਾਲ ਭਰ ਜਾਂਦਾ ਹੈ । ਮਨ ਸ਼ਬਦ ਦੇ ਨਸ਼ੇ ਵਿੱਚ ਹੀ ਮਸਤ ਰਹਿੰਦਾ ਹੈ । ਉਸ ਦੇ ਮਨ ਤੇ ਹੋਰ ਕਿਸੇ ਇੱਛਾਂ ਦਾ ਕੋਈ ਪ੍ਰਭਾਵ ਨਹੀਂ ਹੁੰਦਾ । ਉਸ ਦੇ ਮਨ ਵਿਚੋਂ ਬੁਰੇ ਖਿਆਲ ਖਤਮ ਹੋ ਜਾਂਦੇ ਹਨ । ਮਨ ਸ੍ਰਿਸ਼ਟੀ ਦੀ ਭਲਾਈ ਨਾਲ ਭਰ ਜਾਂਦਾ ਹੈ । ਆਪ ਹੀ ਭਾਗ ਲਿਖਦਾ, ਮਨ ਨੂੰ ਪੰਜਾਂ ਇਛਾਂ ਤੇ ਜਿੱਤ ਬਖਸ਼ਕੇ ਸਿਆਣੀ ਬਣਾ ਦੇਂਦਾ ਹੈ । ਜਿਸ ਦਾ ਮਨ ਸ਼ਬਦ ਦੀ ਪਾਲਣਾ, ਸਿਮਰਨ ਕਰਨ ਨਾਲ ਅਡੋਲ ਹੋ ਜਾਂਦਾ ਹੈ । ਉਸ ਦੀ ਬੰਦਗੀ ਪ੍ਰਵਾਨ ਹੋ ਜਾਂਦੀ ਹੈ ।

Whosoever may be blessed with essence of His Word, his may be overwhelmed with His blessings, contentment, and blossom. With Your mercy and grace, he may remain intoxicated with the teachings of Your Word and no other worldly desire may have any influence on his state of mind. All evil thoughts of his mind may be eliminated and he may remain overwhelmed with thoughts and desire to perform deeds for the welfare of His Creation. Whosoever may have great prewrite destiny, only he may be blessed with victory on five demons of worldly desires and his soul may be transformed to become wise. Whosoever may meditate and obey the teachings of His Word with steady and stable in his day-to-day life; with His mercy and grace, his meditation may be accepted in His Court.

ਵਰੁ ਪਾਇਅੜਾ ਬਾਲੜੀਏ,	var paa-i-arhaa baalrhee-ay
ਆਸਾ ਮਨਸਾ ਪੂਰੀ ਰਾਮ॥	aasaa mansaa pooree raam.
ਪਿਰਿ ਰਾਵਿਅੜੀ ਸਬਦਿ ਰਲੀ,	pir raavi-arhee sabad ralee
ਰਵਿ ਰਹਿਆ ਨਹ ਦੂਰੀ ਰਾਮ॥	rav rahi-aa nah dooree raam.
ਪ੍ਰਭੁ ਦੂਰਿ ਨ ਹੋਈ ਘਟਿ ਘਟਿ ਸੋਈ,	parabh door na ho-ee ghat ghat so-ee
ਤਿਸ ਕੀ ਨਾਰਿ ਸਬਾਈ॥	tis kee naar sabaa-ee.
ਆਪੇ ਰਸੀਆ ਆਪੇ ਰਾਵੇ,	aapay rasee-aa aapay raavay
ਜਿਉ ਤਿਸ ਦੀ ਵਡਿਆਈ॥	ji-o tis dee vadi-aa-ee.
ਅਮਰ ਅਡੋਲੁ ਅਮੋਲੁ ਅਪਾਰਾ,	amar adol amol apaaraa
ਗੁਰਿ ਪੂਰੈ ਸਚੁ ਪਾਈਐ॥	gur poorai sach paa-ee-ai.
ਨਾਨਕ ਆਪੇ ਜੋਗ ਸਜੋਗੀ,	naanak aapay jog sajogee
ਨਦਰਿ ਕਰੇ ਲਿਵ ਲਾਈਐ॥੩॥	nadar karay liv laa-ee-ai. ||3||

ਜਿਸ ਜੀਵ ਨੂੰ ਸ਼ਬਦ ਦੀ ਸੋਝੀ ਬਖਸ਼ਿਸ਼ ਹੋ ਜਾਂਦੀ ਹੈ । ਉਸ ਦਾ ਮਨ ਨਿਮ੍ਰਤਾ ਨਾਲ ਭਰ ਜਾਂਦਾ ਹੈ । ਉਸ ਦੇ ਮਨ ਦੀਆਂ ਆਸਾਂ ਪੂਰੀਆਂ ਹੋ ਜਾਂਦੀਆਂ ਹਨ । ਉਹ ਸ਼ਬਦ ਦੀ ਪਾਲਣਾ ਕਰਕੇ ਪ੍ਰਭ ਦੀ ਰਹਿਮਤ ਵਿੱਚ ਹੀ ਅਨੰਦ ਮਾਨਦਾ ਹੈ । ਮਨ ਵਿੱਚ ਪ੍ਰਭ ਦੀ ਜੋਤ, ਸ਼ਬਦ ਜਾਗਰਤ ਹੋ ਜਾਂਦਾ ਹੈ । ਉਹ ਪ੍ਰਭ ਨੂੰ ਹਰ ਵੇਲੇ ਸਾਥ ਹੀ ਸਮਝਕੇ ਕੰਮ ਕਰਦਾ ਹੈ । ਪ੍ਰਭ ਆਪ ਹੀ ਜੀਵ ਤੋਂ ਚੰਗੇ ਕੰਮ ਕਰਵਾਉਂਦਾ ਹੈ । ਉਸ ਨੂੰ ਵਡਿਆਈ ਬਖਸ਼ਣ ਦਾ ਬਹਾਨਾ ਬਣਾਉਂਦਾ ਹੈ । ਪ੍ਰਭ ਸਦਾ ਹੀ ਅਟੱਲ ਰਹਿਣ ਵਾਲਾ, ਜੀਵ ਦੀ ਜਾਣਕਾਰੀ, ਪਹੁੰਚ, ਤੋਂ ਬਹਾਰ ਹੈ । ਕੇਵਲ ਸ਼ਬਦ ਦੀ ਪਾਲਣਾ ਕਰਨ ਨਾਲ ਹੀ ਉਸ ਦੀ ਰਹਿਮਤ ਬਖਸ਼ਿਸ਼ ਹੁੰਦੀ ਹੈ । ਉਹ ਆਪ ਹੀ ਸਭ ਕਾਰਨਾਂ ਦਾ ਕਾਰਨ ਹੈ । ਆਪ ਹੀ ਰਹਿਮਤ ਬਖਸ਼ਕੇ ਬੰਦਗੀ ਤੇ ਲਾਉਂਦਾ, ਅਡੋਲ ਰਖਦਾ ਹੈ ।

Whosoever may be blessed with the enlightenment of the essence of His Word; he may be overwhelmed with humility and politeness. All his spoken and unspoken hopes and desires may be satisfied. By adopting the teachings of His Word with steady and stable belief, he remains contented with the pleasures in his worldly life. He remains awake and alert with the essence of His Word. He always realizes the existence of The Holy Spirit in all aspects of his life; he performs all his worldly deeds in His presence, supervision. The True Master may inspire and motivate him to perform good deeds to bestow worldly honor on His true devotee. The True forever Master remains beyond reach and comprehension of His Creation. Whosoever may obey the teachings of His Word with steady and stable belief; with His mercy and grace, only he may be blessed with the enlightenment of the right path of acceptance in His Court. He creates all purposes, reasons for all events in the universe. With His mercy and grace, He may bless devotion to meditate and keeps His true devotee steady and stable on the right path of acceptance in His Court.

ਪਿਰੁ ਉਚੜੀਐ ਮਾੜੜੀਐ,	pir uchrhee-ai maarh-rhee-ai
ਤਿਹੁ ਲੋਆ ਸਿਰਤਾਜਾ ਰਾਮ॥	tihu lo-aa sirtaajaa raam.
ਹਉ ਬਿਸਮ ਭਈ ਦੇਖਿ ਗੁਣਾ,	ha-o bisam bha-ee daykh gunaa
ਅਨਹਦ ਸਬਦ ਅਗਾਜਾ ਰਾਮ॥	anhad sabad agaajaa raam.
ਸਬਦੁ ਵੀਚਾਰੀ ਕਰਣੀ ਸਾਰੀ,	sabad veechaaree karnee saaree
ਰਾਮ ਨਾਮੁ ਨੀਸਾਣੋ॥	raam naam neesaano.
ਨਾਮ ਬਿਨਾ ਖੋਟੇ ਨਹੀ ਠਾਹਰ,	naam binaa khotay nahee thaahar
ਨਾਮੁ ਰਤਨੁ ਪਰਵਾਣੋ॥	naam ratan parvaano.

ਪਤਿ ਮਤਿ ਪੂਰੀ ਪੂਰਾ ਪਰਵਾਨਾ, pat mat pooree pooraa parvaanaa
ਨਾ ਆਵੈ ਨਾ ਜਾਸੀ॥ naa aavai naa jaasee.
ਨਾਨਕ ਗੁਰਮੁਖਿ ਆਪੁ ਪਛਾਣੈ, naanak gurmukh aap pachhaanai
ਪ੍ਰਭ ਜੈਸੇ ਅਵਿਨਾਸੀ॥੪॥੧॥੩॥ parabh jaisay avinaasee. ||4||1||3||

ਪ੍ਰਭ ਤਿੰਨਾਂ ਸ੍ਰਿਸ਼ਟੀਆਂ ਦਾ ਮਾਲਕ, ਸ਼ਾਨਦਾਰ ਮਾੜੀ ਵਿੱਚ ਰਹਿੰਦਾ ਹੈ । ਉਸ ਦੇ ਦਰ ਤੇ ਸ਼ਬਦ ਦੀ ਅਨੋਖੀ ਗੂੰਜ ਚਲਦੀ ਰਹਿੰਦੀ ਹੈ । ਸ਼ਬਦ ਦੀ ਪਾਲਣਾ, ਉਸਤਤ ਕਰਨਾ ਹੀ ਦਾਸ ਦੀ ਨਿਸ਼ਾਨੀ ਹੈ । ਸ਼ਬਦ ਦੀ ਪਾਲਣਾ ਤੋ ਬਿਨਾਂ ਸਾਰੇ ਕੰਮ ਹੀ ਬਿਰਥੇ ਹਨ । ਕੇਵਲ ਸ਼ਬਦ ਦੀ ਪਾਲਣਾ, ਬੰਦਗੀ ਨਾਲ ਹੀ ਪ੍ਰਵਾਨਗੀ ਦਾ ਰਸਤਾ ਬਖਸ਼ਿਸ਼ ਹੁੰਦਾ ਹੈ । ਜਿਸ ਦੀ ਬੰਦਗੀ ਪ੍ਰਵਾਨ ਹੋ ਜਾਂਦੀ ਹੈ । ਉਸ ਦਾ ਜਨਮ ਮਰਨ ਦਾ ਚੱਕਰ ਖਤਮ ਹੋ ਜਾਂਦਾ ਹੈ । ਜਿਹੜਾ ਗੁਰਮਖ ਆਪਣੇ ਆਪ ਨੂੰ ਪਛਾਣ ਲੈਂਦਾ ਹੈ । ਉਸ ਨੂੰ ਪ੍ਰਭ ਦੀ ਸ੍ਰਿਸ਼ਟੀ ਦੀ ਜਾਣਕਾਰੀ, ਪ੍ਰਭ ਦੀ ਰਹਿਮਤ ਬਖਸ਼ਿਸ਼ ਹੋ ਜਾਂਦੀ ਹੈ ।

The True Master of all three universes remains in an elegant castle. The everlasting echo of His Word may resonate forever in His Royal Castle. The true symbol or recognition, distinction of His true devotee, blessed soul may be his devotion, dedication to obey the teachings of His Word with steady and stable belief in his day-to-day life. Without obeying the teachings of His Word, all other tasks, deeds in the universe may be useless for the real purpose of human life opportunity. Whosoever may meditate and obey the teachings of His Word with steady and stable belief; with His mercy and grace, only he may be blessed with the right path of acceptance in His Court. Whose meditation may be accepted in His Court; with His mercy and grace, his cycle of birth and death may be eliminated. Whosoever may recognize the real purpose of his human life opportunity; with His mercy and grace, he may be blessed with the enlightenment of the nature of three universes, weakness of three virtues of worldly wealth and acceptance in His Court.

167.ਰਾਗੁ ਸੂਹੀ ਛੰਤ ਮਹਲਾ ੧ ਘਰੁ ੪॥ 765-12

ੴ ਸਤਿਗੁਰ ਪ੍ਰਸਾਦਿ॥ ik-oNkaar satgur parsaad.
ਜਿਨਿ ਕੀਆ ਤਿਨਿ ਦੇਖਿਆ, jin kee-aa tin daykhi-aa
ਜਗੁ ਧੰਧੜੈ ਲਾਇਆ॥ jag DhanDh-rhai laa-i-aa.
ਦਾਨਿ ਤੇਰੈ ਘਟਿ ਚਾਨਣਾ, daan tayrai ghat chaannaa
ਤਨਿ ਚੰਦੁ ਦੀਪਾਇਆ॥ tan chand deepaa-i-aa.
ਚੰਦੋ ਦੀਪਾਇਆ ਦਾਨਿ ਹਰਿ ਕੈ, chando deepaa-i-aa daan har kai
ਦੁਖੁ ਅੰਧੇਰਾ ਉਠਿ ਗਇਆ॥ dukh anDhayraa uth ga-i-aa.
ਗੁਣ ਜੰਞ ਲਾੜੇ ਨਾਲਿ ਸੋਹੈ, gun janj laarhay naal sohai
ਪਰਖਿ ਮੋਹਣੀਐ ਲਇਆ॥ parakh mohnee-ai la-i-
ਵੀਵਾਹੁ ਹੋਆ ਸੋਭ ਸੇਤੀ, aa.veevaahu ho-aa sobh saytee
ਪੰਚ ਸਬਦੀ ਆਇਆ॥ panch sabdee aa-i-aa.
ਜਿਨਿ ਕੀਆ ਤਿਨਿ ਦੇਖਿਆ, jin kee-aa tin daykhi-aa
ਜਗੁ ਧੰਧੜੈ ਲਾਇਆ॥੧॥ jag DhanDh-rhai laa-i-aa. ||1||

ਪ੍ਰਭ ਹੀ ਜੀਵ ਨੂੰ ਪੈਦਾ ਕਰਦਾ, ਪਾਲਣਾ ਕਰਦਾ, ਹਰਇੱਕ ਨੂੰ ਧੰਦੇ ਤੇ ਲਾਉਂਦਾ ਹੈ । ਪ੍ਰਭ ਤੇਰੀ ਜੋਤ ਉਸ ਦੇ ਮਨ ਵਿੱਚ ਚਲਦੀ ਹੈ । ਤੇਰੀ ਜੋਤ ਨਾਲ ਹੀ ਉਸ ਦੇ ਤਨ ਤੇ ਰੌਣਕ ਬਣਦੀ, ਨੂਰ ਬਖਸ਼ਿਸ਼ ਹੁੰਦਾ ਹੈ । ਤੇਰੀ ਜੋਤ, ਰਹਿਮਤ, ਬਖਸ਼ਿਸ਼ ਨਾਲ ਹੀ ਜੀਵ ਦੇ ਭਰਮ ਦੂਰ ਹੁੰਦੇ ਹਨ । ਪ੍ਰਭ ਆਪ ਹੀ ਆਪਣੀ ਪਰਖ ਨਾਲ ਉਸ ਨੂੰ ਸੰਸਾਰ ਵਿੱਚ ਜੀਵਨ ਸਾਥੀ, ਸੰਜੋਗੀ ਬਖਸ਼ਦਾ ਹੈ । ਉਹ ਆਪਣੇ ਮਾਨਸ ਜੀਵਨ ਵਿੱਚ ਸੰਜੋਗੀਆ ਨਾਲ ਰਲਕੇ, ਮਨ ਵਿੱਚ ਪੰਜ ਨਾਦ, ਉਸ ਦੇ ਸ਼ਬਦ ਦੀ ਧੁਨ ਚਲਾਉਂਦਾ ਹੈ ।

ਪ੍ਰਭ ਆਪ ਹੀ ਜੀਵ ਦੇ ਸੰਸਾਰਕ ਕੰਮ ਦੇਖਦਾ, ਪਰਖਦਾ, ਰਹਿਮਤ ਬਖਸ਼ਦਾ ਹੈ । ਉਹ ਪ੍ਰਭ ਦੇ ਸ਼ਬਦ ਦੀ ਸ਼ਾਨ ਵਧਾਉਂਦਾ ਹੈ । ਉਹ ਦੇ ਸ਼ਬਦ ਦੀ ਪਾਲਣਾ ਕਰਦਾ, ਕਰਦਾ ਇੱਛਾਂ ਤੇ ਕਾਬੂ ਪਾ ਲੈਂਦਾ ਹੈ । ਤੂੰ ਆਪ ਹੀ ਸਭ ਕੁਝ ਕਰਦਾ, ਨਿਗਰਾਨੀ ਰਖਦਾ, ਰਸਤੇ ਤੇ ਪਾਉਂਦਾ ਹੈ ।

** (ਚੰਦ ਕੇਵਲ ਰੋਸ਼ਨੀ ਦਾ ਸੋਮਾ ਕਰਕੇ ਹੀ ਵਰਤਿਆ ਗਿਆ ਹੈ)

The True Master, Creator nourishes, protects, and assigns everyone on unique task in worldly life to survive and creates source of nourishment. His Holy Spirit remains embedded within his soul and prevails within his mind. The glow of His Holy Spirit provides light, enlightenment within his mind, and body; with His mercy and grace, all his suspicions may be eliminated from his mind. He may be blessed with companionship and worldly associations as a reward of previous lives deeds. His true devotee may remain contented and singing the glory of His Word. The everlasting echo of His Word, five eternal, spiritual sounds may resonate within his mind. The True Master may monitor, evaluate and blesses His mercy and grace; His true devotee may only enhance the glory of His Word. While obeying the teachings of His Word; with His mercy and grace, he may conquer his ego, worldly desires. Everything happens with His mercy and grace and under His supervision. He may keep him on the right path of acceptance in His Court.

ਹਉ ਬਲਿਹਾਰੀ ਸਾਜਨਾ,	ha-o balihaaree saajnaa
ਮੀਤਾ ਅਵਰੀਤਾ॥	meetaa avreetaa.
ਇਹੁ ਤਨੁ ਜਿਨ ਸਿਉ ਗਾਡਿਆ,	ih tan jin si-o gaadi-aa
ਮਨੁ ਲੀਅੜਾ ਦੀਤਾ॥	man lee-arhaa deetaa.
ਲੀਆ ਤ ਦੀਆ ਮਾਨੁ ਜਿਨ੍ਹ ਸਿਉ,	lee-aa ta dee-aa maan jinH si-o
ਸੇ ਸਜਨ ਕਿਉ ਵੀਸਰਹਿ॥	say sajan ki-o veesrahi.
ਜਿਨ੍ਹ ਦਿਸਿ ਆਇਆ ਹੋਹਿ ਰਲੀਆ,	jinH dis aa-i-aa hohi ralee-aa
ਜੀਅ ਸੇਤੀ ਗਹਿ ਰਹਹਿ॥	jee-a saytee geh raheh.
ਸਗਲ ਗੁਣ ਅਵਗਣੁ ਨ ਕੋਈ	sagal gun avgan na ko-ee
ਹੋਹਿ ਨੀਤਾ ਨੀਤਾ॥	hohi neetaa neetaa.
ਹਉ ਬਲਿਹਾਰੀ ਸਾਜਨਾ,	ha-o balihaaree saajnaa
ਮੀਤਾ ਅਵਰੀਤਾ॥੨॥	meetaa avreetaa. ||2||

ਜਿਸ ਦਾ ਮਨ ਇਸਤਰ੍ਹਾਂ ਪਵਿੱਤਰ ਹੋ ਜਾਂਦਾ, ਉਹ ਸੰਤ ਸਰੂਪ, ਪੂਜਣ ਯੋਗ ਹੋ ਜਾਂਦਾ ਹੈ । ਉਸ ਦੀ ਆਤਮਾਂ ਤਾਂ ਤਨ ਵਿੱਚ ਰਹਿੰਦੀ ਹੈ । ਪਰ ਉਸ ਦਾ ਮਨ, ਮਾਲਕ ਦੇ ਚਰਨਾਂ ਵਿੱਚ ਰਹਿੰਦਾ ਹੈ । ਜਿਸ ਨੇ ਮਨ ਅਤੇ ਤਨ ਬਖਸ਼ਿਆ ਹੈ, ਉਸ ਨੂੰ ਕਿਉਂ ਮਨੋ ਵਿਸਾਰੀਏ? ਜਿਸ ਦੇ ਮਨ ਵਿੱਚ ਪ੍ਰਭ ਦੀ ਜੋਤ ਜਾਗਰਤ ਹੋ ਜਾਂਦੀ ਹੈ । ਉਸ ਦੀ ਆਤਮਾ ਸ਼ਬਦ ਦੇ ਸਿਮਰਨ ਵਿੱਚ ਹੀ ਲੀਨ, ਮਸਤ ਰਹਿੰਦੀ ਹੈ । ਉਸ ਦੇ ਕੰਮਾਂ ਵਿੱਚ ਸਾਰੀ ਸ੍ਰਿਸ਼ਟੀ ਦੀ ਭਲਾਈ ਹੀ ਹੁੰਦੀ ਹੈ । ਕੋਈ ਮੰਦਾ ਖਿਆਲ, ਭਾਵਨਾ ਨਹੀਂ ਹੁੰਦੀ । ਜਿਸ ਦਾ ਮਨ ਪਵਿੱਤਰ ਹੋ ਜਾਂਦਾ ਹੈ, ਉਹ ਜੀਵ ਪੂਜਣ ਯੋਗ ਹੋ ਜਾਂਦਾ ਹੈ ।

Whosoever may sanctify his soul such a way; he may become a symbol of The True Master and worthy of worship. His soul remains within his body; however, his mind remains intoxicated with the teachings of His Word, in the sanctuary of His Word. The True Master may bless his soul with human life opportunity and mind to guide; how may you abandon the teachings of His Word from your day-to-day life? Whosoever may be enlightened and remains drenched with the essence of His Word; with His mercy and grace, his soul remains intoxicated in meditation in the void of His Word. All his deeds become for the welfare of His Creation. He may never have any evil thoughts, intention, or blemish of worldly wealth. His soul may be sanctified to become worthy of His consideration; he may become worthy of worship in the universe.

ਗੁਣਾ ਕਾ ਹੋਵੈ ਵਾਸੁਲਾ,	gunaa kaa hovai vaasulaa
ਕਢਿ ਵਾਸੁ ਲਈਜੈ॥	kadh vaas la-eejai.
ਜੇ ਗੁਣ ਹੋਵਨ੍ਹਿ ਸਾਜਨਾ,	jay gun hovniH saajnaa
ਮਿਲਿ ਸਾਝ ਕਰੀਜੈ॥	mil saajh kareejai.
ਸਾਝ ਕਰੀਜੈ ਗੁਣਹ ਕੇਰੀ,	saajh kareejai gunah kayree
ਛੋਡਿ ਅਵਗਣ ਚਲੀਐ॥	chhod avgan chalee-ai.
ਪਹਿਰੇ ਪਟੰਬਰ ਕਰਿ ਅਡੰਬਰ,	pahiray patambar kar adambar
ਆਪਣਾ ਪਿੜੁ ਮਲੀਐ॥	aapnaa pirh malee-ai.
ਜਿਥੈ ਜਾਇ ਬਹੀਐ ਭਲਾ ਕਹੀਐ,	jithai jaa-ay bahee-ai bhalaa
ਝੋਲਿ ਅੰਮ੍ਰਿਤੁ ਪੀਜੈ॥	kahee-ai jhol amrit peejai.
ਗੁਣਾ ਕਾ ਹੋਵੈ ਵਾਸੁਲਾ,	gunaa kaa hovai vaasulaa
ਕਢਿ ਵਾਸੁ ਲਈਜੈ॥੩॥	kadh vaas la-eejai. ||3||

ਜਿਹੜਾ ਨੇਕੀ ਦੇ ਕੰਮ ਕਰਦਾ ਹੈ, ਉਹ ਉਸ ਵਿੱਚ ਹੀ ਅਨੰਦ ਮਾਨਦਾ ਹੈ । ਆਪਣੇ ਚੰਗੇ ਗੁਣ ਸਾਰੇ ਜੀਵਾਂ ਨਾਲ ਸਾਂਝੇ ਕਰਦਾ, ਪ੍ਰੇਰਨਾ ਕਰਦਾ ਹੈ । ਉਹ ਆਪ ਵੀ ਇਸਤਰ੍ਹਾਂ ਜੀਵਨ ਬਤੀਤ ਕਰਦਾ ਹੈ । ਆਪਣੇ ਮਨ ਦੇ ਅਉਗਣ ਤਿਆਗਕੇ ਚੰਗੇ ਕੰਮ ਹੀ ਕਰਦਾ ਹੈ । ਸਾਥੀਆਂ ਨੂੰ ਵੀ ਇਸ ਰਸਤੇ ਤੇ ਪਾਉਂਦਾ ਹੈ । ਉਹ ਆਪਣੇ ਮਨ ਨੂੰ ਪਵਿੱਤਰ ਰਖਦਾ ਹੈ । ਜਿਹੜਾ ਉਸ ਦੀ ਸੰਗਤ ਕਰਦਾ ਹੈ, ਉਹ ਕੇਵਲ ਪ੍ਰਭ ਦੇ ਸ਼ਬਦ ਦੀ ਹੀ ਉਸਤਤ ਕਰਦਾ ਹੈ, ਕਦੇ ਬੁਰਾ ਨਹੀਂ ਕਰਦਾ, ਸੋਚਦਾ, ਸਿੱਧੇ ਰਸਤੇ ਤੇ ਹੀ ਪਾਉਂਦਾ ਹੈ । ਜਿਸ ਤੇ ਰਹਿਮਤ ਬਖਸ਼ਦਾ ਹੈ, ਉਹ ਬੰਦਗੀ ਤੇ ਅਡੋਲ ਰਹਿੰਦਾ ਹੈ ।

Whosoever may perform good deeds for His Creation, he may remain in peace and contented in his way of life. He may share his good virtues and inspires others to follow the same path in life. He may abandon all evil thoughts and deeds from his mind; he may inspire his followers to keep their soul blemish free from worldly desires. He may only associate with His true devotee, who may only guide on the path of meditation. He may never have evil, devious desire within his mind. He may always guide on the path of meditation. With His mercy and grace, he may remain steady and stable on meditation on the teachings of His Word.

ਆਪਿ ਕਰੇ ਕਿਸੁ ਆਖੀਐ,	aap karay kis aakhee-ai
ਹੋਰੁ ਕਰੇ ਨ ਕੋਈ॥	hor karay na ko-ee.
ਆਖਣ ਤਾ ਕਉ ਜਾਈਐ,	aakhan taa ka-o jaa-ee-ai
ਜੇ ਭੂਲੜਾ ਹੋਈ॥	jay bhoolrhaa ho-ee.
ਜੇ ਹੋਇ ਭੂਲਾ ਜਾਇ ਕਹੀਐ,	jay ho-ay bhoolaa jaa-ay kahee-ai
ਆਪਿ ਕਰਤਾ ਕਿਉ ਭੁਲੈ॥	aap kartaa ki-o bhulai.
ਸੁਣੇ ਦੇਖੇ ਬਾਝੁ ਕਹਿਐ,	sunay daykhay baajh kahi-ai
ਦਾਨੁ ਅਣਮੰਗਿਆ ਦਿਵੈ॥	daan anmangi-aa divai.
ਦਾਨੁ ਦੇਇ ਦਾਤਾ ਜਗਿ ਬਿਧਾਤਾ,	daan day-ay daataa jag biDhaataa
ਨਾਨਕਾ ਸਚੁ ਸੋਈ॥	naankaa sach so-ee.
ਆਪਿ ਕਰੇ ਕਿਸੁ ਆਖੀਐ,	aap karay kis aakhee-ai
ਹੋਰੁ ਕਰੇ ਨ ਕੋਈ॥੪॥੧॥੪॥	hor karay na ko-ee. ||4||1||4||

ਸਾਰੇ ਕੰਮ ਪ੍ਰਭ ਆਪ ਹੀ ਕਰਦਾ ਹੈ । ਸਭ ਕੋਈ ਚੰਗਾ, ਮੰਦਾ ਉਸ ਦਾ ਹੀ ਕੀਤਾ ਹੁੰਦਾ ਹੈ, ਕੋਈ ਹੋਰ ਕਰਨ ਵਾਲਾ ਨਹੀਂ ਹੈ । ਉਸ ਦੇ ਕੀਤੇ ਤੇ ਕਦੇ ਨਿਰਾਸ ਨਾ ਹੋਵੋ! ਉਹ ਕਦੇ ਗਲਤੀ ਨਹੀਂ ਕਰਦਾ, ਸਭ ਚੰਗਾ ਹੀ ਕਰਦਾ ਹੈ । ਅਗਰ ਕੋਈ ਸੰਸਾਰੀ ਕੁਝ ਕਰਨ ਵਾਲਾ ਹੋਵੇ ਤਾਂ ਉਸ ਨੂੰ ਸਮਝਿਆ ਜਾ ਸਕਦਾ ਹਾ । ਪ੍ਰਭ ਦੇ ਭਾਣੇ ਨੂੰ ਸਦਾ ਸਤਿ ਸਮਝਕੇ ਮੰਨਣ ਵਿੱਚ ਭਲਾ ਹੀ ਹੈ । ਉਹ ਜੀਵ ਦੀ ਅਰਦਾਸ ਸੁਣਦਾ ਹੈ, ਕੀਤੇ ਕੰਮਾਂ ਨੂੰ ਦੇਖਦਾ, ਜਾਣਦਾ ਹੈ । ਜੋ ਲੋੜ ਹੁੰਦੀ ਹੈ, ਬਿਨਾਂ ਮੰਗਿਆ ਹੀ ਦਾਤਾਂ ਬਖਸ਼ਦਾ ਹੈ, ਡੋਲਣ ਨਹੀਂ ਦੇਂਦਾ । ਜਿਹੜਾ ਸਾਰੀ ਸ੍ਰਿਸ਼ਟੀ ਨੂੰ ਬਖਸ਼ਿਸ਼ਾਂ ਨਾਲ ਭਰਪੂਰ ਕਰਦਾ ਹੈ, ਉਹ ਹੀ ਅਸਲੀ ਮਾਲਕ ਹੈ । ਪ੍ਰਭ ਆਪ ਹੀ ਸਭ ਕੁਝ ਕਰਦਾ ਹੈ, ਹੋਰ ਕਿਸੇ ਦੇ ਹੁਕਮ ਵਿੱਚ ਨਹੀਂ ਹੈ ।

The True Master prevails in all worldly good or evil deeds; no one may ever prevail in the universe without His command. You should never grievance on His Nature, His blessings, or any natural disaster in the universe. He may never make any mistake or miscalculations. If anyone else, worldly power may command something, you may disagree and counsel him on another path as right path. His command always remains for the welfare of the universe; we must accept and honor as an ultimate command. He always heeds to the prayer of His Creation; He always evaluate his deeds and rewards even without praying. He may never let His true devotee lose his faith on His blessings. Whosoever may nourish and blesses everyone irrespective of any kind of creature, creed; only He may be worthy to be called The True Master. Everything in the universe happens under His command and no one has any control on His blessings.

168.ਸੂਹੀ ਮਹਲਾ ੧॥ 766-6

ਮੇਰਾ ਮਨੁ ਰਾਤਾ ਗੁਣ ਰਵੈ,	mayraa man raataa gun ravai
ਮਨਿ ਭਾਵੈ ਸੋਈ॥	man bhaavai so-ee.
ਗੁਰ ਕੀ ਪਉੜੀ	gur kee pa-orhee
ਸਾਚ ਕੀ ਸਾਚਾ ਸੁਖੁ ਹੋਈ॥	saach kee saachaa sukh ho-ee.
ਸੁਖਿ ਸਹਜਿ ਆਵੈ ਸਾਚ ਭਾਵੈ,	sukh sahj aavai saach bhaavai
ਸਾਚ ਕੀ ਮਤਿ ਕਿਉ ਟਲੈ॥	saach kee mat ki-o talai.
ਇਸਨਾਨੁ ਦਾਨੁ ਸੁਗਿਆਨੁ ਮਜਨੁ,	isnaan daan sugi-aan majan
ਆਪਿ ਅਛਲਿਓ ਕਿਉ ਛਲੈ॥	aap achhli-o ki-o chhalai.
ਪਰਪੰਚ ਮੋਹ ਬਿਕਾਰ ਥਾਕੇ,	parpanch moh bikaar thaakay
ਕੂੜੁ ਕਪਟੁ ਨ ਦੋਈ॥	koorh kapat na do-ee.
ਮੇਰਾ ਮਨੁ ਰਾਤਾ ਗੁਣ ਰਵੈ,	mayraa man raataa gun ravai
ਮਨਿ ਭਾਵੈ ਸੋਈ॥੧॥	man bhaavai so-ee. ||1||

ਮੇਰੇ ਮਨ ਤੇ ਸ਼ਬਦ ਦਾ ਗੂੜ੍ਹਾ ਰੰਗ ਚੜ੍ਹਿਆ ਹੈ । ਉਸ ਦੀ ਉਸਤਤ ਗਾਉਣ ਵਿੱਚ ਹੀ ਅਨੰਦ ਮਾਨਦਾ ਹਾ । ਪ੍ਰਭ ਦੇ ਸ਼ਬਦ ਦੀ ਪਾਲਣਾ ਹੀ ਪ੍ਰਵਾਨਗੀ ਦਾ ਅਸਲੀ ਰਸਤਾ ਹੈ । ਉਸ ਨਾਲ ਮਨ ਨੂੰ ਧੀਰਜ, ਸੰਤੋਖ ਬਖਸ਼ਿਸ਼ ਹੁੰਦਾ ਹੈ । ਜੀਵ ਕਿਵੇਂ ਸ਼ਬਦ ਦੀ ਪਾਲਣਾ ਨੂੰ ਛੱਡ ਸਕਦਾ ਹੈ? ਪ੍ਰਭ ਕਿਸੇ ਦੇ ਧੋਖੇ ਵਿੱਚ ਨਹੀਂ ਆ ਸਕਦਾ । ਫਿਰ ਤੀਰਥ ਇਸ਼ਨਾਨ, ਪੁੰਨ ਦਾਨ, ਨਾਲ ਕਿਵੇਂ ਧੋਖੇ ਵਿੱਚ ਆ ਸਕਦਾ ਹੈ? ਜੀਵ ਸੰਸਾਰਕ ਇੱਛਾਂ, ਲਾਲਚ, ਫਰੇਬ, ਮੋਹ, ਹੈਸੀਅਤ, ਭਰਮ ਨਾਲ ਦਰ ਤੋਂ ਛੇਕੇ ਗਏ ਹਨ । ਜੀਵ ਸ਼ਬਦ ਦੀ ਪਾਲਣਾ ਦਾ ਰੰਗ ਆਪਣੇ ਮਨ ਤੇ ਰਖੋ! ਉਸ ਦੇ ਸ਼ਬਦ ਦੀ ਓਸਤਤ ਕਰੋ ।

My mind remains drenched with the essence of the teachings of His Word. I enjoy worldly pleasures singing the glory of His Word. To obey the teachings of His Word with steady and stable belief in day-to-day life, may be the right path of acceptance in His Court. How may anyone abandon the teachings of His Word from his day-to-day life? No one may be able to deceive The True Master or be accepted in His Court with clever tricks or religious rituals. How may anyone with sanctifying bath at Holy Shrine, charity, deceive Him or be accepted in His Court.? Worldly creatures with worldly desires, greed, fraud, attachment, ego of worldly status and religious rituals, suspicions have been restricted, rebuked from His Court. You should always remain drenched with the essence of His Word and sing the glory of His Word.

ਸਾਹਿਬੁ ਸੋ ਸਾਲਾਹੀਐ,	saahib so salaahee-ai
ਜਿਨਿ ਕਾਰਣੁ ਕੀਆ॥	jin kaaran kee-aa.
ਮੈਲੁ ਲਾਗੀ ਮਨਿ ਮੈਲਿਐ,	mail laagee man maili-ai
ਕਿਨੈ ਅੰਮ੍ਰਿਤੁ ਪੀਆ॥	kinai amrit pee-aa.
ਮਥਿ ਅੰਮ੍ਰਿਤੁ ਪੀਆ ਇਹੁ ਮਨੁ ਦੀਆ,	math amrit pee-aa ih man dee-aa
ਗੁਰ ਪਹਿ ਮੋਲੁ ਕਰਾਇਆ॥	gur peh mol karaa-i-aa.
ਆਪਨੜਾ ਪ੍ਰਭੁ ਸਹਜਿ ਪਛਾਤਾ,	aapnarhaa parabh sahj pachhaataa
ਜਾ ਮਨੁ ਸਾਚੈ ਲਾਇਆ॥	jaa man saachai laa-i-aa.
ਤਿਸੁ ਨਾਲਿ ਗੁਣ ਗਾਵਾ	tis naal gun gaavaa
ਜੇ ਤਿਸੁ ਭਾਵਾ,	jay tis bhaavaa
ਕਿਉ ਮਿਲੈ ਹੋਇ ਪਰਾਇਆ॥	ki-o milai ho-ay paraa-i-aa.
ਸਾਹਿਬੁ ਸੋ ਸਾਲਾਹੀਐ,	saahib so salaahee-ai
ਜਿਨਿ ਜਗਤੁ ਉਪਾਇਆ॥੨॥	jin jagat upaa-i-aa. ||2||

ਪ੍ਰਭ ਦੇ ਸ਼ਬਦ ਦੀ ਉਸਤਤ ਕਰੋ! ਜਿਸ ਨੇ ਸਾਰੀ ਸ੍ਰਿਸ਼ਟੀ ਪੈਦਾ ਕੀਤੀ ਹੈ । ਜਿਸ ਦੇ ਮਨ ਤੇ ਇੱਛਾਂ ਦਾ ਕਾਬੂ ਹੋਵੇ! ਉਹ ਮੈਲਾ ਹੋ ਜਾਂਦਾ ਹੈ । ਵਿਰਲਾ ਹੀ ਇੱਛਾਂ ਨੂੰ ਤਿਆਗਕੇ ਸ਼ਬਦ ਦੀ ਪਾਲਣਾ ਕਰਨ ਤੇ ਲੱਗਦਾ ਹੈ । ਜਿਹੜਾ ਜੀਵ ਇੱਛਾਂ ਤਿਆਗਕੇ ਮਨ ਨੂੰ ਸ਼ਬਦ ਦੀ ਪਾਲਣ ਤੇ ਲਾਉਂਦਾ ਹੈ । ਪ੍ਰਭ ਆਪ ਉਸ ਦੀ ਬੰਦਗੀ ਦੀ ਕੀਮਤ ਪਾਉਂਦਾ ਹੈ । ਜਿਹੜਾ ਆਪਣੇ ਆਪ ਨੂੰ ਪਰਖਦਾ ਹੈ, ਉਹ ਪ੍ਰਭ ਨੂੰ ਜਾਣ ਜਾਂਦਾ ਹੈ । ਅਗਰ ਪ੍ਰਭ ਰਹਿਮਤ ਬਖਸ਼ੇ ਤਾਂ ਹੀ ਉਸ ਦਾ ਦਾਸ ਬਣਕੇ ਗਾਉਂਦਾ ਹੈ । ਪ੍ਰਭ ਦੀ ਰਹਿਮਤ ਤੋ ਬਿਨਾਂ ਕੋਈ ਉਸ ਦੇ ਸ਼ਬਦ ਦੇ ਗੁਣ ਨਹੀਂ ਗਾਉਂਦਾ । ਉਸ ਸਿਰਜਣ ਹਾਰੇ ਦੇ ਸ਼ਬਦ ਦੀ ਪਾਲਣਾ ਕਰੋ!

You should always sing the glory, praises of The True Master, Creator of the universe. Whosoever may remain intoxicated with his worldly desires, his mind and soul may be blemished. However, very rare may abandon his worldly desires and obeys the teachings of His Word; with His mercy and grace, his earnings may be rewarded and accepted in His Court. Whosoever may evaluate his own deeds with the teachings of His Word; with His mercy and grace, he may be enlightened with the essence of His Word, His Nature. He may sing the glory of His Word with steady and stable belief as His true devotee. Without His mercy and grace, no one may sing the glory of His Word. You should always obey the teachings of His Word; The Creator of the universe.

ਆਇ ਗਇਆ ਕੀ ਨ ਆਇਓ,	aa-ay ga-i-aa kee na aa-i-o
ਕਿਉ ਆਵੈ ਜਾਤਾ॥	ki-o aavai jaataa.
ਪ੍ਰੀਤਮ ਸਿਉ ਮਨੁ ਮਾਨਿਆ,	pareetam si-o man maani-aa
ਹਰਿ ਸੇਤੀ ਰਾਤਾ॥	har saytee raataa.
ਸਾਹਿਬ ਰੰਗਿ ਰਾਤਾ ਸਚ ਕੀ ਬਾਤਾ,	saahib rang raataa sach kee baataa
ਜਿਨਿ ਬਿੰਬ ਕਾ ਕੋਟੁ ਉਸਾਰਿਆ॥	jin bimb kaa kot usaari-aa.

ਪੰਚ ਭੂ ਨਾਇਕੋ ਆਪਿ ਸਿਰੰਦਾ,	panch bhoo naa-iko aap sirandaa
ਜਿਨਿ ਸਚ ਕਾ ਪਿੰਡੁ ਸਵਾਰਿਆ॥	jin sach kaa pind savaari-aa.
ਹਮ ਅਵਗਣਿਆਰੇ ਤੂ ਸੁਣਿ ਪਿਆਰੇ,	ham avgani-aaray too sun pi-aaray
ਤੁਧੁ ਭਾਵੈ ਸਚੁ ਸੋਈ॥	tuDh bhaavai sach so-ee.
ਆਵਣ ਜਾਣਾ ਨਾ ਥੀਐ,	aavan jaanaa naa thee-ai
ਸਾਚੀ ਮਤਿ ਹੋਈ॥੩॥	saachee mat ho-ee. ||3||

ਜਿਸ ਦਾ ਮਨ, ਆਤਮਾ ਪ੍ਰਭ ਦੀ ਜੋਤ ਵਿੱਚ ਅਲੋਪ ਹੋ ਜਾਂਦਾ ਹੈ ਤਾਂ ਬਾਕੀ ਕੁਝ ਨਹੀਂ ਬਚਦਾ । ਉਸ ਦੀ ਆਤਮਾ ਤਾਂ ਪ੍ਰਭ ਦੀ ਜੋਤ ਵਿੱਚ ਅਭੇਦ ਹੋ ਗਈ, ਜਨਮ ਮਰਨ ਕਿਸ ਦਾ ਹੋਣਾ ਹੈ? ਜਿਹੜਾ ਪ੍ਰਭ ਦੇ ਸ਼ਬਦ ਵਿੱਚ ਲੀਨ ਹੋ ਜਾਦਾ ਹੈ, ਉਸ ਦੇ ਬੋਲ ਅਟੱਲ ਹੋ ਜਾਂਦਾ ਹੈ । ਉਸ ਦਾ ਦਾਸ ਬਣ ਜਾਂਦਾ ਹੈ, ਜਿਸ ਨੇ ਇੱਕ ਬੁਲਬਲੇ ਤੋਂ ਜੀਵ ਪੈਦਾ ਕੀਤਾ ਹੈ । ਪ੍ਰਭ ਨੇ ਪੰਜਾਂ ਧਾਤਾਂ ਨੂੰ ਮਿਲਾਕੇ ਤਨ ਦਾ ਮਾਸ, ਸਰੀਰ ਬਣਾਇਆ ਹੈ । ਇੱਕ ਪਛਾਣੇ ਜਾਣ ਵਾਲੀ ਮੂਰਤ ਬਣਾਈ ਹੈ । ਮਾਨਸ ਜੀਵ ਗਲਤੀਆਂ ਕਰਦਾ ਰਹਿੰਦਾ ਹੈ, ਜੋ ਤੈਨੂੰ ਭਾਉਂਦਾ, ਉਹ ਹੀ ਚੰਗਾ ਕੰਮ ਹੈ । ਜਿਸ ਜੀਵ ਨੂੰ ਤੇਰੀ ਰਹਿਮਤ ਨਾਲ ਸ਼ਬਦ ਦੀ ਸੋਝੀ ਬਖਸ਼ਿਸ਼ ਹੋ ਜਾਂਦੀ ਹੈ । ਉਸ ਦਾ ਜਨਮ ਮਰਨ ਦਾ ਚੱਕਰ ਖਤਮ ਹੋ ਜਾਂਦਾ ਹੈ ।

With His mercy and grace, whose soul may be absorbed within The Holy Spirit; what may be left of his identity? The unique identity of his soul may be eliminated, absorbed in The Holy Spirit; who may remain in the cycle of birth and death? Whosoever may remain intoxicated in the void of His Word; with His mercy and grace, his spoken words may transform into His Word and true forever. He may be blessed with the state of mind as His true devotee. His cycle of birth and death may be eliminated.

ਅੰਜਨੁ ਤੈਸਾ ਅੰਜੀਐ, ਜੈਸਾ ਪਿਰ ਭਾਵੈ॥	anjan taisaa anjee-ai jaisaa pir bhaavai.
ਸਮਝੈ ਸੂਝੈ ਜਾਣੀਐ,	samjhai soojhai jaanee-ai
ਜੇ ਆਪਿ ਜਾਣਾਵੈ॥	jay aap jaanaavai.
ਆਪਿ ਜਾਣਾਵੈ ਮਾਰਗਿ ਪਾਵੈ,	aap jaanaavai maarag paavai
ਆਪੇ ਮਨੂਆ ਲੇਵਏ॥	aapay manoo-aa layv-ay.
ਕਰਮ ਸੁਕਰਮ ਕਰਾਏ ਆਪੇ,	karam sukaram karaa-ay aapay
ਕੀਮਤਿ ਕਉਣ ਅਭੇਵਏ॥	keemat ka-un abhayva-ay.
ਤੰਤੁ ਮੰਤੁ ਪਾਖੰਡੁ ਨ ਜਾਣਾ,	tant mant pakhand na jaanaa
ਰਾਮੁ ਰਿਦੈ ਮਨੁ ਮਾਨਿਆ॥	raam ridai man maani-aa.
ਅੰਜਨੁ ਨਾਮੁ ਤਿਸੈ ਤੇ ਸੂਝੈ,	anjan naam tisai tay soojhai
ਗੁਰ ਸਬਦੀ ਸਚੁ ਜਾਨਿਆ॥੪॥	gur sabdee sach jaani-aa. ||4||

ਪ੍ਰਭ ਉਹ ਬਾਮ ਬਖਸ਼ੋ, ਜਿਹੜੀ ਆਪਣੀਆ ਅੱਖਾਂ ਤੇ ਲਾਉਣ ਨਾਲ, ਮੇਰੇ ਕੰਮ ਤੇਰੇ ਦਰਬਾਰ ਵਿੱਚ ਪ੍ਰਵਾਨ ਹੋ ਜਾਣ । ਜਿਤਨੀ ਰਹਿਮਤ ਬਖਸ਼ਿਸ਼ ਹੁੰਦੀ ਹੈ, ਜੀਵ ਉਤਨਾ ਹੀ ਜਾਣ ਸਕਦਾ ਹੈ । ਪ੍ਰਭ ਆਪ ਹੀ ਜੀਵ ਨੂੰ ਸ਼ਬਦ ਦੀ ਪਾਲਣਾ ਤੇ ਲਾਉਂਦਾ, ਭਰੋਸਾ ਅਡੋਲ ਰਖਦਾ ਹੈ । ਪ੍ਰਭ ਆਪ ਹੀ ਜੀਵ ਤੋ ਚੰਗੇ, ਮੰਦੇ ਕੰਮ ਕਰਵਾਉਂਦਾ ਹੈ! ਉਸ ਦੀ ਕੁਦਰਤ ਦਾ ਭੇਦ ਕੌਣ ਜਾਣ ਸਕਦਾ ਹੈ? ਮੈਂ ਕੋਈ ਮੰਤ੍ਰ, ਜਾਦੂ ਟੂਣਾ, ਨਿਤਨੇਮ, ਧਾਰਮਕ ਰੀਤੋਂ ਰਵਾਜ ਨਹੀਂ ਜਾਣਦਾ! ਕੇਵਲ ਸ਼ਬਦ ਦੀ ਪਾਲਣਾ ਨਾਲ ਹੀ ਮੇਰੇ ਮਨ ਵਿੱਚ ਸੰਤੋਖ ਰਹਿੰਦਾ ਹੈ । ਜਿਸ ਤੇ ਉਹ ਆਪ ਰਹਿਮਤ ਬਖਸ਼ਦਾ ਹੈ, ਕੇਵਲ ਉਹ ਹੀ ਸ਼ਬਦ ਦੀ ਪਾਲਣਾ ਕਰਦਾ, ਉਸ ਨੂੰ ਹੀ ਸ਼ਬਦ ਦੀ ਸੋਝੀ ਬਖਸ਼ਿਸ਼ ਹੁੰਦੀ ਹੈ ।

My True Master blesses me the bam that I may rub on my eyes that my deeds become acceptable in Your Court. Only with Your mercy and grace, anyone may comprehend and explain Your Nature. The True Master may inspire and attaches His true devotee on meditating on the teachings of His Word and keeps his belief steady and stable in his day-to-day life. He inspires worldly creatures to perform all worldly good and evil deeds. Who may discover, explains the secret of His Nature? My True Master, I do not have any miracle power, unique mantra, unique meditation routine nor any religious rituals. Only by drenching the teachings of Your Word, I remain contented day and night. Only with His mercy and grace, His true devotee may adopt the teachings of His Word with steady and stable belief in his day-to-day life. He may be blessed with the essence of His Word.

ਸਾਜਨ ਹੋਵਨਿ ਆਪਣੇ, saajan hovan aapnay
ਕਿਉ ਪਰ ਘਰ ਜਾਹੀ॥ ki-o par ghar jaahee.
ਸਾਜਨ ਰਾਤੇ ਸਚ ਕੇ, saajan raatay sach kay
ਸੰਗੇ ਮਨ ਮਾਹੀ॥ sangay man maahee.
ਮਨ ਮਾਹਿ ਸਾਜਨ ਕਰਹਿ ਰਲੀਆ, man maahi saajan karahi ralee-aa
ਕਰਮ ਧਰਮ ਸਬਾਇਆ॥ karam Dharam sabaa-i-aa.
ਅਠਸਠਿ ਤੀਰਥ ਪੁੰਨ ਪੂਜਾ, athsath tirath punn poojaa
ਨਾਮੁ ਸਾਚਾ ਭਾਇਆ॥ naam saachaa bhaa-i-aa.
ਆਪਿ ਸਾਜੇ ਥਾਪਿ ਵੇਖੈ, aap saajay thaap vaykhai
ਤਿਸੈ ਭਾਣਾ ਭਾਇਆ॥ tisai bhaanaa bhaa-i-aa.
ਸਾਜਨ ਰਾਂਗਿ ਰੰਗੀਲੜੇ, saajan raaNg rangeelrhay
ਰੰਗੁ ਲਾਲੁ ਬਣਾਇਆ॥੫॥ rang laal banaa-i-aa. ||5||

ਅਗਰ ਕਿਸੇ ਜੀਵ ਦਾ ਕੋਈ ਮਿੱਤਰ ਹੋਵੇ ਤਾਂ ਉਹ ਕਿਸੇ ਪਰਾਏ ਦੇ ਘਰ ਕਿਉਂ ਜਾਵੇਗਾ? ਅਗਰ ਮਨ ਵਿੱਚ ਸ਼ਬਦ ਹੋਵੇ ਤਾਂ ਉਹ ਹੋਰ ਕਿਸੇ ਪੀਰ ਕੋਲ ਕਿਉਂ ਜਾਵੇਗਾ? ਜਿਸ ਦੇ ਮਨ ਵਿੱਚ ਪ੍ਰਭ ਦਾ ਸ਼ਬਦ ਘਰ ਕਰ ਜਾਂਦਾ ਹੈ । ਸ਼ਬਦ ਦੀ ਪਾਲਣਾ ਵਿੱਚ ਹੀ ਪੁੰਨ ਦਾਨ, ਤੀਰਥ ਇਸ਼ਨਾਨ ਹੋ ਜਾਂਦੇ ਹਨ । ਭਾਣੇ ਨਾਲ ਹੀ ਸਾਰੇ ਜੀਵ ਪੈਦਾ ਹੁੰਦੇ ਹਨ । ਪ੍ਰਭ ਹੀ ਸਭ ਦੀ ਦੇਖ ਭਾਲ ਕਰਦਾ ਹੈ । ਬੰਦਗੀ ਕਰਨ ਵਾਲਾ ਸ਼ਬਦ ਦੀ ਪਾਲਣਾ ਵਿੱਚ ਹੀ ਅਨੰਦ ਮਾਨਦਾ ਹੈ । ਇਸ ਪ੍ਰੀਤ ਨੂੰ ਮਨ ਦਾ ਭਰੋਸਾ ਅਡੋਲ ਕਰਕੇ ਪਾਲਦਾ ਹੈ ।

Whosoever may have any real friend; why may he go to someone else for help? Same way, whosoever may be drenched with the teachings of His ambrosial Word: why should he follow any worldly guru? Whosoever may be drenched with the teachings of His Word; he may be rewarded the fruit of worldly charity, sanctifying bath at The Holy Shrine, all in obeying the teachings of His Word with steady and stable belief in his day-to-day life. The One and Only One True Creator of the universe nourishes and protects His Creation. His true devotee remains intoxicated in the void of His Word and enjoys all pleasures in the void of His Word. His belief remains steady and stable in obeying the teachings of His Word.

ਅੰਧਾ ਆਗੂ ਜੇ ਥੀਐ, anDhaa aagoo jay thee-ai
ਕਿਉ ਪਾਧਰੁ ਜਾਣੈ॥ ki-o paaDhar jaanai.
ਆਪਿ ਮੁਸੈ ਮਤਿ ਹੋਛੀਐ, aap musai mat hochhee-ai
ਕਿਉ ਰਾਹੁ ਪਛਾਣੈ॥ ki-o raahu pachhaanai.
ਕਿਉ ਰਾਹਿ ਜਾਵੈ ਮਹਲੁ ਪਾਵੈ, ki-o raahi jaavai mahal paavai
ਅੰਧ ਕੀ ਮਤਿ ਅੰਧਲੀ॥ anDh kee mat anDhlee.
ਵਿਣੁ ਨਾਮ ਹਰਿ ਕੇ ਕਛੁ ਨ ਸੂਝੈ, vin naam har kay kachh na soojhai
ਅੰਧੁ ਬੂਡੌ ਧੰਧਲੀ॥ anDh boodou DhanDhlee.
ਦਿਨੁ ਰਾਤਿ ਚਾਨਣੁ ਚਾਉ ਉਪਜੈ, din raat chaanan chaa-o upjai
ਸਬਦੁ ਗੁਰ ਕਾ ਮਨਿ ਵਸੈ॥ sabad gur kaa man vasai.

ਕਰ ਜੋੜਿ ਗੁਰ ਪਹਿ ਕਰਿ ਬਿਨੰਤੀ,	kar jorh gur peh kar binantee
ਰਾਹੁ ਪਾਧਰੁ ਗੁਰੁ ਦਸੈ॥੬॥	raahu paaDhar gur dasai. ||6||

ਅਗਰ ਅੰਨ੍ਹੇ ਨੂੰ ਰਸਤਾ ਦੱਸਣ ਵਾਲਾ ਬਣਾਵੇ! ਤਾਂ ਉਹ ਕਿਵੇਂ ਰਸਤਾ ਦੱਸ ਸਕਦਾ ਹੈ? ਉਸ ਨੂੰ ਆਪ ਤਾਂ ਰਸਤੇ ਦਾ ਪਤਾ ਨਹੀਂ, ਹੋਰ ਕਿਸੇ ਨੂੰ ਕੀ ਦੱਸੇਗਾ? ਜਿਹੜਾ ਸ਼ਬਦ ਦੀ ਸੋਝੀ ਤੋ ਬਿਨਾਂ ਵਾਲੇ ਜੀਵ ਨੂੰ ਆਪਣਾ ਗੁਰੂ ਧਾਰਨ ਕਰੇ । ਉਸ ਦਾ ਗੁਰੂ ਆਪ ਤਾਂ ਉਸ ਰਸਤੇ ਨਹੀਂ ਚਲਦਾ । ਉਹ ਕਿਵੇਂ ਜੀਵ ਨੂੰ ਪ੍ਰਵਾਨਗੀ ਤੇ ਪਾਵੇਗਾ? ਸ਼ਬਦ ਦੀ ਪਾਲਣਾ ਤੋ ਬਿਨਾਂ ਜੀਵ ਮਾਇਆ ਦੇ ਜਾਲ ਵਿੱਚ ਹੀ ਫਸਿਆ ਰਹਿੰਦਾ ਹੈ । ਜਿਹੜਾ ਦਿਨ ਰਾਤ ਸ਼ਬਦ ਦਾ ਸਿਮਰਨ ਕਰਦਾ ਹੈ । ਉਸ ਦਾ ਮਨ ਸ਼ਬਦ ਦੀ ਸੋਝੀ ਨਾਲ ਖੇੜੇ ਵਿੱਚ ਆ ਜਾਂਦਾ ਹੈ । ਜੀਵ ਮਨੋ, ਤਨੋ ਪ੍ਰਭ ਅੱਗੇ ਅਰਦਾਸ ਕਰੋ ! ਕਿ ਉਹ ਸ਼ਬਦ ਦੀ ਸੋਝੀ ਬਖਸ਼ੇ ।

Whosoever may establish a blind as guide to help others to follow the right path; he may not be aware about the right path himself. How may he guide others on the right path? Same way, whosoever may adopt any incarnated religious guru to guide him on the right path of acceptance. Whose incarnated Guru may not have adopted the teachings of His Word in his day-to-day life; how may he guide anyone else on the right path of acceptance in His Court? Without adopting the teachings of His Word with steady and stable belief; human may remain intoxicated in the sweet poison of worldly wealth. Whosoever may meditate day and night on the teachings of His Word; with His mercy and grace, he may be blessed with the enlightenment of the essence of His Word and blossom in his day-to-day life. You should wholeheartedly pray for His forgiveness and the enlightenment of the essence of His Word.

ਮਨੁ ਪਰਦੇਸੀ ਜੇ ਥੀਐ,	man pardaysee jay thee-ai
ਸਭੁ ਦੇਸੁ ਪਰਾਇਆ॥	sabh days paraa-i-aa.
ਕਿਸੁ ਪਹਿ ਖੋਲ੍ਉ ਗੰਠੜੀ,	kis peh kholHa-o ganth-rhee
ਦੂਖੀ ਭਰਿ ਆਇਆ॥	dookhee bhar aa-i-aa.
ਦੁਖੀ ਭਰਿ ਆਇਆ ਜਗਤੁ ਸਬਾਇਆ,	dookhee bhar aa-i-aa jagat sabaa-i-aa
ਕਉਣੁ ਜਾਣੈ ਬਿਧਿ ਮੇਰੀਆ॥	ka-un jaanai biDh mayree-aa.
ਆਵਣੇ ਜਾਵਣੇ ਖਰੇ ਡਰਾਵਣੇ,	aavnay jaavnay kharay daraavanay
ਤੋਟਿ ਨ ਆਵੈ ਫੇਰੀਆ॥	tot na aavai fayree-aa.
ਨਾਮ ਵਿਹੂਣੇ ਊਣੇ ਝੂਣੇ,	naam vihoonay oonay jhoonay
ਨਾ ਗੁਰਿ ਸ਼ਬਦੁ ਸੁਣਾਇਆ॥	naa gur sabad sunaa-i-aa.
ਮਨੁ ਪਰਦੇਸੀ ਜੇ ਥੀਐ,	man pardaysee jay thee-ai
ਸਭੁ ਦੇਸੁ ਪਰਾਇਆ॥੭॥	sabh days paraa-i-aa. ||7||

ਜਿਹੜਾ ਸ਼ਬਦ ਦੀ ਪਾਲਣਾ ਨਹੀਂ ਕਰਦਾ, ਕ੍ਰਿਪਾ ਦੀ ਨਜ਼ਰ ਉਸ ਉਪਰ ਨਹੀਂ ਹੁੰਦੀ । ਉਹ ਆਪਣੇ ਮਨ ਦੀ ਅਵਸਥਾ ਕਿਸ ਨੂੰ ਨਹੀਂ ਦੱਸ ਸਕਦਾ । ਉਹ ਜਿਥੇ ਵੱਖਦਾ ਹੈ, ਹਰਇੱਕ ਜੀਵ ਆਪਣੀ ਮੁਸੀਬਤ ਵਿੱਚ ਹੀ ਫਸਿਆ ਹੈ । ਜਮਨ ਮਰਨ ਬਹੁਤ ਭਿਆਨਕ, ਨਾ ਖਤਮ ਹੋਣ ਵਾਲਾ ਚੱਕਰ ਹੈ । ਜਿਹੜਾ ਪ੍ਰਭ ਦੇ ਸ਼ਬਦ ਨੂੰ ਨਹੀਂ ਸੁਣਦਾ, ਉਹ ਖਾਲੀ ਹੈ, ਕੋਈ ਗੁਣ ਨਹੀਂ ਕਰ ਸਕਦਾ । ਉਸ ਨੂੰ ਸ਼ਬਦ ਦੀ ਸੋਝੀ ਨਹੀਂ ਹੋ ਸਕਦੀ । ਜੀਵ ਆਪਣੇ ਮਾਲਕ ਦੇ ਘਰ ਪਰਦੇਸ਼ੀ ਨਾ ਬਣੋ, ਰਹਿਮਤ ਪਾਉਣ ਦੇ ਯੋਗ ਬਣੋ ।

Whosoever may not obey the teachings of His Word with steady and stable belief; he may not be blessed with His mercy and grace. He may not be able to tell his state of mind or misery to anyone else. Wherever, he may look in the universe, he feels everyone may be enduring his own miseries. The cycle of birth and death may be a very terrible vicious non ending cycle.

Whosoever may not listen to the sermons of the teachings of His Word, he may remain deprived from any good virtues in his day-to-day life. He may never be blessed with the enlightenment of the essence of His Word. You should not become strange in the house of Your True Master, companion. You should sanctify your soul to become worthy of His consideration.

ਗੁਰ ਮਹਲੀ ਘਰਿ ਆਪਣੈ,	gur mahlee ghar aapnai
ਸੋ ਭਰਪੁਰਿ ਲੀਣਾ॥	so bharpur leenaa.
ਸੇਵਕੁ ਸੇਵਾ ਤਾਂ ਕਰੇ,	sayvak sayvaa taaN karay
ਸਚ ਸਬਦਿ ਪਤੀਣਾ॥	sach sabad pateenaa.
ਸਬਦੇ ਪਤੀਜੈ ਅੰਕੁ ਭੀਜੈ,	sabday pateejai ank bheejai
ਸੁ ਮਹਲੁ ਮਹਲਾ ਅੰਤਰੇ॥	so mahal mehlaa antray.
ਆਪਿ ਕਰਤਾ ਕਰੇ ਸੋਈ,	aap kartaa karay so-ee
ਪ੍ਰਭੁ ਆਪਿ ਅੰਤਿ ਨਿਰੰਤਰੇ॥	parabh aap ant nirantray.
ਗੁਰ ਸਬਦਿ ਮੇਲਾ ਤਾਂ ਸੁਹੇਲਾ,	gur sabad maylaa taaN suhaylaa
ਬਾਜੰਤ ਅਨਹਦ ਬੀਣਾ॥	baajant anhad beenaa.
ਗੁਰ ਮਹਲੀ ਘਰਿ ਆਪਣੈ,	gur mahlee ghar aapnai
ਸੋ ਭਰਿਪੁਰਿ ਲੀਣਾ॥੮॥	so bharipur leenaa. ||8||

ਜਿਹੜਾ ਆਪਣੇ ਆਪ ਨੂੰ ਪਛਾਣ ਲੈਂਦਾ ਹੈ, ਉਹ ਪ੍ਰਭ ਦੀ ਹੋਂਦ ਜਾਣ ਜਾਂਦਾ ਹੈ । ਉਹ ਸਭ ਥਾਂ ਵਾਪਰਨ ਵਾਲੇ ਵਿੱਚ ਹੀ ਲੀਨ ਹੋ ਜਾਂਦਾ ਹੈ । ਅਸਲੀ ਦਾਸ, ਸੇਵਕ ਉਹ ਹੀ ਹੁੰਦਾ ਹੈ । ਜਿਸ ਦੇ ਕੰਮ ਦਾ ਆਧਰ ਕੇਵਲ ਆਪਣੇ ਆਪ ਦੀ ਭਲਾਈ ਹੀ ਨਾ ਹੋਵੇ । ਜੀਵ ਸ਼ਬਦ ਦੀ ਪਾਲਣਾ ਕਰੋ ਆਪਣੇ ਅੰਦਰ ਨਿਮ੍ਰਤਾ ਹਾਸਿਲ ਕਰੋ! ਮਨ ਉਸ ਦੇ ਚਰਨਾਂ ਵਿੱਚ ਹੀ ਰਖੋਂ, ਫਲ ਦੀ ਆਸ ਪ੍ਰਭ ਤੇ ਛੱਡੋ । ਆਪ ਹੀ ਸਭ ਕੁਝ ਕਰਦਾ ਹੈ, ਜੀਵ ਉਸ ਦੇ ਕਰਤਬਾਂ ਦਾ ਅੰਤ ਨਹੀਂ ਜਾਣ ਸਕਦਾ । ਸ਼ਬਦ ਦੀ ਪਾਲਣਾ ਕਰਦੇ ਜੀਵ ਨੂੰ ਪ੍ਰਭ ਦੀ ਪ੍ਰਵਾਨਗੀ ਬਖਸ਼ਿਸ਼ ਹੋ ਜਾਂਦੀ ਹੈ । ਉਸ ਅੰਦਰ ਸ਼ਬਦ ਦੀ ਧੁਨ ਚਲ ਪੈਂਦੀ ਹੈ । ਜਿਹੜਾ ਆਪਣੇ ਆਪ ਨੂੰ ਪਛਾਣ ਲੈਂਦਾ ਹੈ । ਉਸ ਨੂੰ ਹਰ ਥਾਂ ਵਾਪਰਨ ਵਾਲੇ ਪ੍ਰਭ ਦੀ ਪ੍ਰਵਾਨਗੀ ਬਖਸ਼ਿਸ਼ ਹੋ ਜਾਂਦੀ ਹੈ ।

Whosoever may recognize the real purpose of his human life opportunity; he may be enlightened with the essence of His existence. He remains intoxicated in meditation in the void of His Word. The Omnipotent, Omnipresent True Master prevails everywhere. Whose worldly deeds may not only be limited to his own rather for the welfare of His Creation; only he may be called His true devotee. You should humbly obey the teachings of His Word, adopt simple living, humility, and politeness in your life. You should remain focused on the teachings of His Word; you may not expect any reward; rather leave your faith on His blessings. Only, The True Master prevails in all events; all his miracles remain beyond the comprehension of His Creation. Whosoever may obey the teachings of His Word with steady and stable belief in day-to-day life; with His mercy and grace, the everlasting echo of His Word may resonate within his heart. Whosoever may recognize the real purpose of his human life opportunity; he may be enlightened with the essence of His existence.

ਕੀਤਾ ਕਿਆ ਸਾਲਾਹੀਐ,	keetaa ki-aa salaahee-ai
ਕਰਿ ਵੇਖੈ ਸੋਈ॥	kar vaykhai so-ee.
ਤਾ ਕੀ ਕੀਮਤਿ ਨ ਪਵੈ,	taa kee keemat na pavai
ਜੇ ਲੋਚੈ ਕੋਈ॥	jay lochai ko-ee.
ਕੀਮਤਿ ਸੋ ਪਾਵੈ ਆਪਿ ਜਾਣਾਵੈ,	keemat so paavai aap jaanaavai

ਆਪਿ ਅਭੁਲੁ ਨ ਭੁਲਏ॥	aap abhul na bhul-ay.
ਜੈ ਜੈ ਕਾਰੁ ਕਰਹਿ ਤੁਧੁ ਭਾਵਹਿ,	jai jai kaar karahi tuDh bhaaveh
ਗੁਰ ਕੈ ਸਬਦਿ ਅਮੁਲਏ॥	gur kai sabad amula-ay.
ਹੀਣਉ ਨੀਚੁ ਕਰਉ ਬੇਨੰਤੀ,	heena-o neech kara-o baynantee
ਸਾਚੁ ਨ ਛੋਡਉ ਭਾਈ॥	saach na chhoda-o bhaa-ee.
ਨਾਨਕ ਜਿਨਿ ਕਰਿ ਦੇਖਿਆ,	naanak jin kar daykhi-aa
ਦੇਵੈ ਮਤਿ ਸਾਈ॥੯॥੨॥੫॥	dayvai mat saa-ee. ||9||2||5||

ਜੀਵ ਸ੍ਰਿਸ਼ਟੀ ਦੀ ਸਾਜਨਾ ਦੇਖਕੇ ਕਿਉਂ ਹੈਰਾਨ ਹੁੰਦਾ ਹੈ? ਜਿਸ ਨੇ ਇਹ ਸਾਜੀ ਹੈ, ਉਸ ਦੇ ਸ਼ਬਦ ਦੀ ਪਾਲਣਾ ਕਰੋ । ਉਸ ਦੇ ਕਰਤਬਾਂ ਤੇ ਹੈਰਾਨ ਹੋਵੋ, ਉਸਤਤ ਕਰੋ ! ਉਸ ਦੇ ਕਰਤਬਾਂ ਦੀ ਕੋਈ ਕੀਮਤ ਨਹੀਂ ਜਾਣ ਸਕਦਾ । ਭਾਵੇਂ ਕੋਈ ਕਿਤਨਾ ਵੀ ਯਤਨ ਕਿਉਂ ਨਾ ਕਰ ਲਵੇ? ਕੇਵਲ ਉਹ ਹੀ ਕੀਮਤ ਪਾ ਸਕਦਾ, ਜਿਸ ਨੂੰ ਆਪ ਸੋਝੀ ਬਖਸ਼ਦਾ ਹੈ । ਜਿਹੜਾ ਸ਼ਬਦ ਦੀ ਪਾਲਣਾ ਕਰਦਾ ਕਰਦਾ, ਸ਼ਬਦ ਦਾ ਜੈਕਾਰ ਕਰਦਾ ਹੈ, ਆਪਣੇ ਆਪ ਤੇ ਕੋਈ ਵਡਿਆਈ ਨਹੀਂ ਲੈਂਦਾ । ਪ੍ਰਭ ਆਪ ਹੀ ਉਸ ਜੀਵ ਨੂੰ ਲੱਭਦਾ ਹੈ । ਪ੍ਰਭ, ਕਦੇ ਗਲਤੀ ਨਹੀਂ ਕਰਦਾ । ਪ੍ਰਭ ਦੇ ਦਰ ਤੇ ਨਿਮਾਣਾ ਬਣਕੇ ਅਰਦਾਸ ਕਰੋ! ਉਸ ਦੀ ਰਹਿਮਤ ਨਾਲ ਸ਼ਬਦ ਤੇ ਅਡੋਲ ਭਰੋਸਾ ਰਖੋ । ਪ੍ਰਭ ਆਪ ਹੀ ਜੀਵ ਨੂੰ ਪੈਦਾ ਕਰਦਾ, ਪਾਲਣਾ ਕਰਦਾ ਹੈ ਅਤੇ ਸਭ ਕੁਝ ਦੇਖਦਾ ਹੈ ।

Why are you fascinated and astonished from the creation of the universe and His Nature? Rather, you should obey the teachings of His Word, The True Creator of the universe and You should remain fascinated and astonished from His miracles? No one may comprehend the significance of His events, miracles. No matter, how much may one try? Whosoever may be blessed with the enlightenment, only he may comprehend His events. He may never make any mistakes. Who may meditate and sanctify his soul to become worthy of His consideration; The True Master always remains anxious to reward, His true devotee? He may bestow greatness on His true devotee. You should always humbly pray for His forgiveness to keep You steady and stable on obeying the teachings of His Word. The True Master, Creator nourishes and protects His Creation.

169.ਰਾਗੁ ਸੂਹੀ ਛੰਤ ਮਹਲਾ ੩ ਘਰੁ ੨॥ 767-15

੧ੳ ਸਤਿਗੁਰ ਪ੍ਰਸਾਦਿ॥	ik-oNkaar satgur parsaad.
ਸੁਖ ਸੋਹਿਲੜਾ ਹਰਿ ਧਿਆਵਹੁ॥	sukh sohilrhaa har Dhi-aavahu.
ਗੁਰਮੁਖਿ ਹਰਿ ਫਲੁ ਪਾਵਹੁ॥	gurmukh har fal paavhu.
ਗੁਰਮੁਖਿ ਫਲੁ ਪਾਵਹੁ	gurmukh fal paavhu
ਹਰਿ ਨਾਮੁ ਧਿਆਵਹੁ,	har naam Dhi-aavahu
ਜਨਮ ਜਨਮ ਕੇ ਦੁਖ ਨਿਵਾਰੇ॥	janam janam kay dookh nivaaray.
ਬਲਿਹਾਰੀ ਗੁਰ ਅਪਣੇ ਵਿਟਹੁ,	balihaaree gur apnay vitahu
ਜਿਨਿ ਕਾਰਜ ਸਭਿ ਸਵਾਰੇ॥	jin kaaraj sabh savaaray.
ਹਰਿ ਪ੍ਰਭੁ ਕ੍ਰਿਪਾ ਕਰੇ ਹਰਿ ਜਾਪਹੁ	har parabh kirpaa karay har jaapahu
ਸੁਖ ਫਲ ਹਰਿ ਜਨ ਪਾਵਹੁ॥	sukh fal har jan paavhu.
ਨਾਨਕੁ ਕਹੈ ਸੁਣਹੁ ਜਨ ਭਾਈ,	naanak kahai sunhu jan bhaa-ee
ਸੁਖ ਸੋਹਿਲੜਾ ਹਰਿ ਧਿਆਵਹੁ॥੧॥	sukh sohilrhaa har Dhi-aavahu. ||1||

ਪ੍ਰਭ ਦੇ ਸ਼ਬਦ ਦੇ ਗੀਤ ਗਾਵੋ, ਉਸ ਨਾਲ ਮਨ ਵਿੱਚ ਸੰਤੋਖ ਬਖਸ਼ਿਸ਼ ਹੁੰਦਾ ਹੈ । ਪ੍ਰਭ ਦੀ ਰਹਿਮਤ ਨਾਲ ਗੁਰਮਖ ਅਵਸਥਾ ਬਖਸ਼ਿਸ਼ ਹੋ ਜਾਂਦੀ ਹੈ । ਜਿਹੜਾ ਪ੍ਰਭ ਦੇ ਸ਼ਬਦ ਦੀ ਪਾਲਣਾ ਕਰਦਾ ਹੈ । ਪ੍ਰਭ ਦੀ ਰਹਿਮਤ ਨਾਲ ਕਈ ਜਨਮਾਂ ਦੇ ਪਾਪ ਮਾਫ ਹੋ ਜਾਂਦੇ ਹਨ । ਪ੍ਰਭ ਤੋ ਕੁਰਬਾਨ ਜਾਵਾ! ਉਹ ਆਪ ਹੀ ਪ੍ਰਵਾਨਗੀ ਦੇ ਰਸਤੇ ਤੇ ਅਡੋਲ ਰਖਦਾ ਹੈ । ਜਿਸ ਤੇ ਪ੍ਰਭ ਆਪ ਹੀ ਰਹਿਮਤ ਬਖਸ਼ਦਾ ਹੈ,

। ਕੇਵਲ ਉਹ ਹੀ ਪ੍ਰਭ ਦੇ ਸ਼ਬਦ ਦੀ ਪਾਲਣਾ ਕਰਦਾ, ਮਨ ਨੂੰ ਸ਼ਾਂਤੀ, ਸੰਤੋਖ ਦਾ ਫਲ ਬਖਸ਼ਿਸ਼ ਹੁੰਦਾ ਹੈ । ਜੀਵ ਨਿਮ੍ਰਤਾ ਨਾਲ ਪ੍ਰਭ ਦੇ ਸ਼ਬਦ ਦੀ ਪਾਲਣਾ, ਸਿਮਰਨ ਕਰੋ ! ਇਸ ਨਾਲ ਮਨ ਵਿੱਚ ਸੰਤੋਖ, ਧੀਰਜ ਅਤੇ ਅਨੰਦ ਬਖਸ਼ਿਸ਼ ਹੋ ਜਾਂਦਾ ਹੈ ।

You should sing the glory of virtues of The True Master; you may be blessed with contentment with your worldly environment. With His mercy and grace, he may be blessed with a state of mind as His true devotee. Whosoever may obey the teachings of His Word steady and stable belief; with His mercy and grace, his sins of many previous lives may be forgiven. I remain fascinated and astonished from The True Master, He may keep His true devotee steady and stable on the right path of acceptance in His Court. Only with His mercy and grace, he may obey the teachings of His Word and he may be blessed with peace of mind and contentment in his life. You should humbly meditate and obey the teachings of His Word in your day-to-day life; you may be blessed with pleasure, patience, and contentment in your day-to-day life.

ਸੁਣਿ ਹਰਿ ਗੁਣ ਭੀਨੇ, ਸਹਜਿ ਸੁਭਾਏ॥	sun har gun bheenay sahj subhaa-ay.
ਗੁਰਮਤਿ ਸਹਜੇ ਨਾਮੁ ਧਿਆਏ॥	gurmat sehjay naam Dhi-aa-ay.
ਜਿਨ ਕਉ ਧੁਰਿ ਲਿਖਿਆ	jin ka-o Dhur likhi-aa
ਤਿਨ ਗੁਰੁ ਮਿਲਿਆ,	tin gur mili-aa
ਤਿਨ ਜਨਮ ਮਰਣ ਭਉ ਭਾਗਾ॥	tin janam maran bha-o bhaagaa.
ਅੰਦਰਹੁ ਦੁਰਮਤਿ ਦੂਜੀ ਖੋਈ,	andrahu durmat doojee kho-ee
ਸੋ ਜਨੁ ਹਰਿ ਲਿਵ ਲਾਗਾ॥	so jan har liv laagaa.
ਜਿਨ ਕਉ ਕ੍ਰਿਪਾ ਕੀਨੀ ਮੇਰੈ ਸੁਆਮੀ,	jin ka-o kirpaa keenee mayrai su-aamee
ਤਿਨ ਅਨਦਿਨੁ ਹਰਿ ਗੁਣ ਗਾਏ॥	tin an-din har gun gaa-ay.
ਸੁਣਿ ਮਨ ਭੀਨੇ ਸਹਜਿ ਸੁਭਾਏ॥੨॥	sun man bheenay sahj subhaa-ay. ||2||

ਪ੍ਰਭ ਦੇ ਸ਼ਬਦ, ਰਹਿਮਤ ਦੇ ਗੁਣ ਸੁਣਕੇ, ਮਨ ਵਿੱਚ ਸਬਦ ਨਾਲ ਲਗਨ ਪ੍ਰਫੁੱਲਤ ਹੋ ਜਾਂਦੀ ਹੈ । ਉਸ ਦਾ ਮਨ ਪ੍ਰਭ ਦੇ ਸਬਦ ਦੀ ਪਾਲਣਾ ਵਿੱਚ ਅਡੋਲ ਹੋ ਜਾਂਦਾ ਹੈ । ਜਿਸ ਦੇ ਭਾਗਾਂ ਵਿੱਚ ਪਹਿਲੇ ਹੀ ਲਿਖਿਆ ਹੁੰਦਾ ਹੈ । ਉਸ ਦਾ ਹੀ ਮਨ ਪ੍ਰਭ ਦੇ ਸ਼ਬਦ ਦੀ ਬੰਦਗੀ ਵਿੱਚ ਲੱਗਦਾ ਹੈ । ਉਸ ਦਾ ਮੌਤ ਦਾ ਡਰ ਖਤਮ ਹੋ ਜਾਂਦਾ ਹੈ । ਜਿਸ ਦੀ ਲਗਨ ਪ੍ਰਭ ਦੇ ਸ਼ਬਦ ਨਾਲ ਲੱਗ ਜਾਂਦੀ ਹੈ । ਉਸ ਦੇ ਮਨ ਵਿਚੋਂ ਬੁਰੇ ਖਿਆਲ ਨਾਸ ਜਾਂਦੇ, ਭਰਮ ਦੂਰ ਹੋ ਜਾਂਦੇ, ਭਰੋਸਾ ਅਡੋਲ ਹੋ ਜਾਂਦਾ ਹੈ । ਜਿਸ ਤੇ ਪਭ ਆਪ ਰਹਿਮਤ ਬਖਸ਼ਦਾ ਹੈ । ਉਹ ਦਿਨ ਰਾਤ, ਸਵਾਸ ਗਰਾਸ ਪ੍ਰਭ ਦੇ ਸ਼ਬਦ ਦੇ ਗੁਣ ਗਾਉਂਦਾ ਹੈ । ਸ਼ਬਦ ਦੇ ਗੁਣ ਸੁਣਨ ਨਾਲ ਮਨ ਵਿੱਚ ਪ੍ਰਭ ਨਾਲ ਲਗਨ ਅਡੋਲ ਹੋਣ ਲੱਗ ਪੈਂਦੀ ਹੈ ।

Whosoever may listen to the virtues, sermons of His Word, His blessings; his devotion, dedication may become steady and stable on the teachings of His Word. His mind may become steady and stable on the path of the teachings of His Word. Whosoever may have prewritten destiny, only he may remain steady and stable on the path of meditation; with His mercy and grace, his fear of death may be eliminated. Whosoever may remain intoxicated in the void of His Word, his evil thoughts may be eliminated and his belief becomes steady and stable on His blessings. Only with His mercy and grace, he may sing the glory of His Word with each breath day and night. By listening to the sermons of His Word, the mind of His true devotee may be intoxicated in meditation in the void of His Word.

ਜੁਗ ਮਹਿ ਰਾਮ ਨਾਮੁ ਨਿਸਤਾਰਾ॥	jug meh raam naam nistaaraa.
ਗੁਰ ਤੇ ਉਪਜੈ ਸਬਦੁ ਵੀਚਾਰਾ॥	gur tay upjai sabad veechaaraa.

ਗੁਰ ਸਬਦੁ ਵੀਚਾਰਾ, gur sabad veechaaraa
ਰਾਮ ਨਾਮੁ ਪਿਆਰਾ, raam naam pi-aaraa
ਜਿਸੁ ਕਿਰਪਾ ਕਰੇ ਸੁ ਪਾਏ॥ jis kirpaa karay so paa-ay.
ਸਹਜੇ ਗੁਣ ਗਾਵੈ ਦਿਨੁ ਰਾਤੀ, sehjay gun gaavai din raatee
ਕਿਲਵਿਖ ਸਭਿ ਗਵਾਏ॥ kilvikh sabh gavaa-ay.
ਸਭੁ ਕੋ ਤੇਰਾ ਤੂ ਸਭਨਾ ਕਾ, sabh ko tayraa too sabhnaa
ਹਉ ਤੇਰਾ ਤੂ ਹਮਾਰਾ॥ kaa ha-o tayraa too hamaaraa.
ਜੁਗ ਮਹਿ ਰਾਮ ਨਾਮੁ ਨਿਸਤਾਰਾ॥੩॥ jug meh raam naam nistaaraa. ||3||

ਮਨ ਵਿੱਚ ਸੰਤੋਖ, ਮੁਕਤੀ, ਕੇਵਲ ਪ੍ਰਭ ਦੇ ਸ਼ਬਦ ਦੀ ਪਾਲਣਾ ਤੋਂ ਹੀ ਬਖਸ਼ਿਸ਼ ਹੁੰਦੀ ਹੈ । ਪ੍ਰਭ ਦਾ ਸ਼ਬਦ, ਪ੍ਰਭ ਵਿਚੋਂ ਹੀ ਉਤਪੰਨ ਹੁੰਦਾ ਹੈ । ਜਿਸ ਤੇ ਆਪ ਰਹਿਮਤ ਬਖਸ਼ਦਾ ਹੈ । ਉਸ ਦੇ ਮਨ ਵਿੱਚ ਹੀ ਸ਼ਬਦ ਦੀ ਪਾਲਣਾ ਨਾਲ ਲਗਨ, ਭਰੋਸੇ ਅਡੋਲ ਰਹਿੰਦਾ ਹੈ । ਉਹ ਜੀਵ ਸ਼ਬਦ ਤੇ ਭਰੋਸਾ ਅਡੋਲ ਰਖਦਾ, ਸੰਤੋਖ, ਧੀਰਜ ਨਾਲ ਦਿਨ ਰਾਤ ਸ਼ਬਦ ਦਾ ਸਿਮਰਨ ਕਰਦਾ ਹੈ । ਉਸ ਦੇ ਪਾਪ ਧੋਤੇ ਜਾਂਦੇ ਹਨ । ਪ੍ਰਭ ਸਾਰੀ ਸ੍ਰਿਸ਼ਟੀ ਦੇ ਜੀਵ ਹੀ ਤੇਰੇ ਹਨ, ਤੂੰ ਹੀ ਸਾਰਿਆਂ ਦਾ ਪੂਜਣ ਵਾਲਾ ਹੈ । ਪ੍ਰਭ ਤੂੰ ਹੀ ਮੇਰਾ ਅਸਲੀ ਮਾਲਕ ਹੈ । ਮੇਰਾ ਮਨ, ਤਨ ਤੇਰੀ ਹੀ ਅਮਾਨਤ ਹੈ । ਮੁਕਤੀ ਦਾ ਰਸਤਾ ਕੇਵਲ ਤੇਰੇ ਸ਼ਬਦ ਦੀ ਪਾਲਣਾ ਤੋਂ ਹੀ ਬਖਸ਼ਿਸ਼ ਹੁੰਦਾ ਹੈ ।

Whosoever may obey the teachings of His Word with steady and stable belief; with His mercy and grace, only he may be blessed with contentment and salvation. His Word comes out of The Holy Spirit as a road map for the worldly life of soul and remains unique for each soul. Whosoever may be blessed with His mercy and grace, only he may obey the teachings of His Word with steady and stable belief in his day-to-day life. He remains contented and patience for His blessings; with His mercy and grace, his sins of previous lives may be forgiven. All creatures of the universe are only Your trust and You are The True Master, Protector of Your Creation; only You are worthy of worship in the universe. The right path of salvation may only be blessed by obeying the teachings of Your Word.

ਸਾਜਨ ਆਇ ਵੁਠੇ ਘਰ ਮਾਹੀ॥ saajan aa-ay vuthay ghar maahee.
ਹਰਿ ਗੁਣ ਗਾਵਹਿ ਤ੍ਰਿਪਤਿ ਅਘਾਹੀ॥ har gun gaavahi taripat aghaahee.
ਹਰਿ ਗੁਣ ਗਾਇ ਸਦਾ ਤ੍ਰਿਪਤਾਸੀ, har gun gaa-ay sadaa tariptaasee
ਫਿਰਿ ਭੂਖ ਨ ਲਾਗੈ ਆਏ॥ fir bhookh na laagai aa-ay.
ਦਹ ਦਿਸਿ ਪੂਜ ਹੋਵੈ ਹਰਿ ਜਨ ਕੀ, dah dis pooj hovai har jan kee
ਜੋ ਹਰਿ ਹਰਿ ਨਾਮੁ ਧਿਆਏ॥ jo har har naam Dhi-aa-ay.
ਨਾਨਕ ਹਰਿ ਆਪੇ ਜੋੜਿ ਵਿਛੋੜੇ, naanak har aapay jorh vichhorhay
ਹਰਿ ਬਿਨੁ ਕੋ ਦੂਜਾ ਨਾਹੀ॥ har bin ko doojaa naahee.
ਸਾਜਨ ਆਇ ਵੁਠੇ ਘਰ ਮਾਹੀ॥੪॥੧॥ saajan aa-ay vuthay ghar maahee. ||4||1||

ਜਿਹੜਾ ਆਪਣੇ ਤਨ ਅੰਦਰ ਖੋਜ ਕਰਦਾ ਹੈ, ਉਹ ਆਪਣੇ ਤਨ ਵਿੱਚ ਹੀ ਵਸਦਾ ਹੈ । ਉਹ ਸ਼ਬਦ ਦੀ ਪਾਲਣਾ ਕਰਦਾ, ਗੁਣ ਗਾਉਂਦਾ ਹਾ । ਸ਼ਬਦ ਦੀ ਪਾਲਣਾ, ਸਿਮਰਨ ਕਰਨ ਨਾਲ ਮਨ ਵਿੱਚ ਸੰਤੋਖ, ਧੀਰਜ ਭਰ ਜਾਂਦਾ ਹੈ । ਮਨ ਵਿੱਚ ਸੰਸਾਰਕ ਤ੍ਰਿਸ਼ਨਾ ਦੀ ਭਟਕਣ ਨਹੀਂ ਰਹਿੰਦੀ । ਜਿਹੜਾ ਨਿਮਾਣਾ ਪ੍ਰਭ ਦੇ ਸ਼ਬਦ ਦੀ ਪਾਲਣਾ ਕਰਦਾ । ਉਸ ਦੀ ਪੂਜਾ ਚਾਰੇ ਪਾਸੇ, ਦਸਾ ਦ੍ਰਿਸ਼ਾਂ ਵਿੱਚ ਹੁੰਦੀ ਹੈ । ਪ੍ਰਭ ਆਪ ਹੀ ਜੀਵ ਨੂੰ ਪ੍ਰਵਨਗੀ ਦੇ ਰਸਤੇ ਤੇ ਅਡੋਲ ਰਖਦਾ, ਆਪਣੇ ਨਾਲ ਜੋੜਦਾ ਹੈ । ਆਪ ਹੀ ਭਰਮਾਂ ਵਿੱਚ ਪਾ ਕੇ ਆਪਣੇ ਨਾਲੋ ਦੂਰ ਕਰਦਾ ਹੈ । ਹੋਰ ਕੋਈ ਇਹ ਸਮਰਥਾ ਵਾਲਾ ਨਹੀਂ ਹੁੰਦਾ ਹੈ । ਬੰਦਗੀ ਕਰਨ ਵਾਲੇ ਦੇ ਮਨ ਵਿੱਚ ਪ੍ਰਭ ਆਪ ਹੀ ਜਾਗਰਤ ਰਹਿੰਦਾ ਹੈ, ਉਸ ਦੇ ਮਨ ਵਿੱਚ ਸ਼ਬਦ ਘਰ ਕਰ ਜਾਂਦਾ ਹੈ ।

Whosoever may search within his own mind, he dwells within his own mind and body; with His mercy and grace, he may be overwhelmed with patience and contentment. He may meditate, sings, and obeys the teachings of His Word with steady and stable belief in his day-to-day life; with His mercy and grace, all his frustrations of worldly desires may be eliminated. Whosoever may humbly obey the teachings of His Word; he may be worshipped in the universe. The True Master may keep His true devotee steady and stable on the path of acceptance in His Court; self-minded may wander in suspicions and remains away from the right path; no one else has any capability. His true devotee remains drenched with the essence of His Word.

170.ਰਾਗੁ ਸੂਹੀ ਮਹਲਾ ੩ ਘਰ ੩॥ 768-9

੧ਓ ਸਤਿਗੁਰ ਪ੍ਰਸਾਦਿ॥	ik-oNkaar satgur parsaad.
ਭਗਤ ਜਨਾ ਕੀ ਹਰਿ ਜੀਉ ਰਾਖੈ,	bhagat janaa kee har jee-o raakhai
ਜੁਗਿ ਜੁਗਿ ਰਖਦਾ ਆਇਆ ਰਾਮ॥	jug jug rakh-daa aa-i-aa raam.
ਸੋ ਭਗਤੁ ਜੋ ਗੁਰਮੁਖਿ ਹੋਵੈ,	so bhagat jo gurmukh hovai
ਹਉਮੈ ਸਬਦਿ ਜਲਾਇਆ ਰਾਮ॥	ha-umai sabad jalaa-i-aa raam.
ਹਉਮੈ ਸਬਦਿ ਜਲਾਇਆ	ha-umai sabad jalaa-i-aa
ਮੇਰੇ ਹਰਿ ਭਾਇਆ,	mayray har bhaa-i-aa
ਜਿਸ ਦੀ ਸਾਚੀ ਬਾਣੀ॥	jis dee saachee banee.
ਸਚੀ ਭਗਤਿ ਕਰਹਿ ਦਿਨੁ ਰਾਤੀ,	sachee bhagat karahi din raatee
ਗੁਰਮੁਖਿ ਆਖਿ ਵਖਾਣੀ॥	gurmukh aakh vakhaanee.
ਭਗਤਾ ਕੀ ਚਾਲ ਸਚੀ,	bhagtaa kee chaal sachee
ਅਤਿ ਨਿਰਮਲ ਨਾਮੁ,	at nirmal naam
ਸਚਾ ਮਨਿ ਭਾਇਆ॥	sachaa man bhaa-i-aa.
ਨਾਨਕ ਭਗਤ ਸੋਹਹਿ ਦਰਿ ਸਾਚੈ,	naanak bhagat soheh dar saachai
ਜਿਨੀ ਸਚੋ ਸਚੁ ਕਮਾਇਆ॥੧॥	jinee sacho sach kamaa-i-aa. ||1||

ਬੰਦਗੀ ਕਰਨ ਵਾਲੇ, ਸ਼ਬਦ ਦੀ ਪਾਲਣਾ ਕਰਨ ਵਾਲੇ ਦੀ ਰਖਿਆ ਪ੍ਰਭ ਆਪ ਕਰਦਾ ਹੈ । ਉਹ ਜੁਗਾਂ ਜੁਗਾਂ ਤੋ ਕਰਦਾ ਆਇਆ ਹੈ । ਜਿਸ ਦਾਸ ਨੂੰ ਸ਼ਬਦ ਦੀ ਪਾਲਣਾ ਕਰਦੇ ਨੂੰ, ਗੁਰਮਖ ਅਵਸਥਾ ਬਖਸ਼ਿਸ਼ ਹੋ ਜਾਂਦੀ ਹੈ । ਉਸ ਦੇ ਮਨ ਵਿਚੋਂ ਸ਼ਬਦ ਦੀ ਪਾਲਣਾ ਕਰਦੇ ਅਹੰਕਾਰ ਨਾਸ ਹੋ ਜਾਂਦਾ ਹੈ । ਜਿਹੜਾ ਪ੍ਰਭ ਦੇ ਸ਼ਬਦ ਦੀ ਪਾਲਣਾ ਕਰਦਾ ਹੋਇਆ, ਅਹੰਕਾਰ ਤੇ ਜਿੱਤ ਪਾ ਲੈਂਦਾ ਹੈ । ਉਸ ਦੇ ਬੋਲ, ਸਿਮਰਨ ਪ੍ਰਭ ਨੂੰ ਪ੍ਰਵਾਨ ਹੋ ਜਾਂਦਾ, ਉਸ ਦੇ ਕਥਨ ਹੀ ਪ੍ਰਭ ਦਾ ਸ਼ਬਦ ਬਣ ਜਾਂਦੇ ਹਨ । ਉਹ ਦਿਨ ਰਾਤ ਪ੍ਰਭ ਦੇ ਸ਼ਬਦ ਦੀ ਪਾਲਣਾ ਵਿੱਚ ਲਗਨ ਲਾਈ ਰਖਦਾ ਹੈ । ਆਪਣਾ ਜੀਵਨ ਪ੍ਰਭ ਦੇ ਹੁਕਮ, ਸ਼ਬਦ ਨਾਲ ਢਾਲਦਾ ਹੈ । ਪ੍ਰਭ ਦੇ ਭਗਤ ਦਾ ਜੀਵਨ ਪ੍ਰਭ ਦੇ ਸ਼ਬਦ ਅਨੁਸਾਰ, ਪਵਿੱਤਰ ਹੁੰਦਾ ਹੈ । ਉਸ ਦੇ ਮਨ ਨੂੰ ਸ਼ਬਦ ਬਹੁਤ ਸ਼ਾਹਾਨਾ ਲੱਗਦਾ ਹੈ । ਜਿਹੜਾ ਆਪਣਾ ਜੀਵਨ ਸ਼ਬਦ ਨਾਲ ਢਾਲਦਾ, ਬਤੀਤ ਕਰਦਾ ਹੈ । ਉਹ ਪ੍ਰਭ ਦੇ ਦਰਬਾਰ ਵਿੱਚ ਸੋਭਦਾ ਹੈ ।

The True Master has been protecting the honor of His true devotee from Ancient Ages? Who may remain intoxicated in the void of His Word? Whosoever may be blessed with a state of mind as His true devotee by obeying the teachings of His Word; with His mercy and grace, he may conquer his ego. His spoken words may be accepted in His Court and transformed as His Word. He may remain intoxicated in meditation and adopts the teachings of His Word in his day-to-day life; with His mercy and grace, his soul may be sanctified to become worthy of His consideration. The teachings of His Word become very comforting to his mind.

Whosoever may adopt the teachings of His Word; with His mercy and grace, he may be honored in His Court.

ਹਰਿ ਭਗਤਾ ਕੀ ਜਾਤਿ ਪਤਿ ਹੈ,	har bhagtaa kee jaat pat hai
ਭਗਤ ਹਰਿ ਕੈ ਨਾਮਿ ਸਮਾਣੇ ਰਾਮ॥	bhagat har kai naam samaanay raam.
ਹਰਿ ਭਗਤਿ ਕਰਹਿ	har bhagat karahi
ਵਿਚਹੁ ਆਪੁ ਗਵਾਵਹਿ,	vichahu aap gavaaveh
ਜਿਨ ਗੁਣ ਅਵਗਣ ਪਛਾਣੇ ਰਾਮ॥	jin gun avgan pachhaanay raam.
ਗੁਣ ਅਉਗਣ ਪਛਾਣੈ	gun a-ugan pachhaanai
ਹਰਿ ਨਾਮੁ ਵਖਾਣੈ,	har naam vakhaanai
ਭੈ ਭਗਤਿ ਮੀਠੀ ਲਾਗੀ॥	bhai bhagat meethee laagee.
ਅਨਦਿਨੁ ਭਗਤਿ ਕਰਹਿ ਦਿਨੁ ਰਾਤੀ,	an-din bhagat karahi din raatee
ਘਰ ਹੀ ਮਹਿ ਬੈਰਾਗੀ॥	ghar hee meh bairaagee.
ਭਗਤੀ ਰਾਤੇ ਸਦਾ ਮਨੁ ਨਿਰਮਲੁ,	bhagtee raatay sadaa man nirmal
ਹਰਿ ਜੀਉ ਵੇਖਹਿ ਸਦਾ ਨਾਲੇ॥	har jee-o vaykheh sadaa naalay.
ਨਾਨਕ ਸੇ ਭਗਤ ਹਰਿ ਕੈ ਦਰਿ ਸਾਚੇ,	naanak say bhagat har kai dar saachay
ਅਨਦਿਨੁ ਨਾਮੁ ਸਮ੍ਾਲੇ॥੨॥	an-din naam samHaalay. ‖2‖

ਬੰਦਗੀ ਕਰਨ ਵਾਲੇ ਦੀ ਹੈਸੀਅਤ ਹੀ ਪ੍ਰਭ ਦੇ ਸ਼ਬਦ ਦੀ ਪਾਲਣਾ ਕਰਨੀ ਹੁੰਦੀ ਹੈ । ਉਹ ਪ੍ਰਭ ਦੇ ਸ਼ਬਦ ਵਿੱਚ ਹੀ ਲੀਨ ਹੋਇਆ, ਉਸ ਵਿੱਚ ਅਭੇਦ ਹੋ ਜਾਂਦਾ ਹੈ । ਜਿਹੜਾ ਜੀਵ ਸ਼ਰਧਾ ਨਾਲ ਪ੍ਰਭ ਦੇ ਸ਼ਬਦ ਦੀ ਪਾਲਣਾ ਕਰਦਾ ਹੈ । ਉਹ ਆਪਣੀ ਖੁਦਗ਼ਰਜ਼ੀ, ਆਪਾ ਮਿਟਾ ਲੈਂਦਾ, ਚੰਗੇ ਅਤੇ ਮੰਦੇ ਕੰਮ ਵਿੱਚ ਅੰਤਰ, ਭੇਦ ਜਾਣਦਾ ਹੈ । ਜਿਹੜਾ ਦਿਨ ਰਾਤ ਪ੍ਰਭ ਦੇ ਸ਼ਬਦ ਦੀ ਪਾਲਣਾ ਕਰਦਾ ਹੈ । ਉਹ ਦਿਨ ਰਾਤ ਆਪਣੇ ਮਨ ਵਿੱਚ ਹੀ ਪ੍ਰਭ ਦੀ ਖੋਜ ਕਰਦਾ ਹੈ । ਆਪਣੇ ਤਨ ਵਿੱਚ ਰਹਿੰਦਾ ਹੋਇਆ ਹੀ ਸੰਸਾਰਕ ਇੱਛਾਂ ਤੋ ਰਹਿਤ ਹੋ ਜਾਂਦਾ ਹੈ । ਸੰਸਾਰਕ ਇੱਛਾਂ ਦਾ ਮਨ ਤੇ ਕੋਈ ਪ੍ਰਭਾਵ ਨਹੀਂ ਰਹਿੰਦਾ । ਉਹ ਪ੍ਰਭ ਦੇ ਵਿਛੋੜੇ ਦੇ ਵਿਰਾਗ ਵਿੱਚ ਹੀ ਰਹਿੰਦਾ ਹੈ । ਸ਼ਬਦ ਦੀ ਪਾਲਣਾ ਕਰਦਾ, ਮਨ ਨੂੰ ਹਮੇਸ਼ਾਂ ਹੀ ਪਵਿੱਤਰ ਰਖਦਾ ਹੈ । ਉਸ ਨੂੰ ਪ੍ਰਭ ਸਦਾ ਹੀ ਸਾਥ ਮਹਿਸੂਸ ਹੰਦਾ ਹੈ । ਇਸਤਰ੍ਹਾਂ ਬੰਦਗੀ ਕਰਨ ਵਾਲਾ ਸ਼ਰਧਾਲੂ ਪ੍ਰਭ ਦੇ ਦਰਬਾਰ ਵਿੱਚ ਸੋਭਦਾ ਹੈ । ਪ੍ਰਭ ਦਾ ਸ਼ਬਦ ਉਸ ਦੇ ਮਨ ਵਿੱਚ ਵਸਦਾ, ਜਾਗਰਤ ਰਹਿੰਦਾ ਹੈ ।

The worldly identity and status of His true devotee becomes obeying the teachings of His Word. He remains intoxicated in meditation in the void of His Word; with His mercy and grace, he may be immersed within The Holy Spirit. Whosoever may remain devoted to obey the teachings of His Word with steady and stable belief in his day-to-day life; with His mercy and grace, he may conquer and eliminate his selfishness. He may distinguish the difference between good and evil deed. He may search the essence of His Word from within his mind; with His mercy and grace, he may become beyond the reach of worldly desires. He remains in the renunciation in the memory of his separation from His Holy Spirit. By obeying the teachings of His Word, he always keeps his soul sanctified. He may realize that The Holy Spirit remains his companion everywhere. His true devotee with such a state of mind remains awake and alert in his meditation; with His mercy and grace, he may be honored in His Court.

ਮਨਮੁਖ ਭਗਤਿ ਕਰਹਿ, ਬਿਨੁ ਸਤਿਗੁਰ,	manmukh bhagat karahi bin satgur
ਵਿਣੁ ਸਤਿਗੁਰ ਭਗਤਿ ਨ ਹੋਈ ਰਾਮ॥	vin satgur bhagat na ho-ee raam.
ਹਉਮੈ ਮਾਇਆ ਰੋਗਿ ਵਿਆਪੇ,	ha-umai maa-i-aa rog vi-aapay
ਮਰਿ ਜਨਮਹਿ ਦੁਖੁ ਹੋਈ ਰਾਮ॥	mar janmeh dukh ho-ee raam.

ਮਰਿ ਜਨਮਹਿ ਦੁਖੁ ਹੋਈ,	mar janmeh dukh ho-ee
ਦੂਜੈ ਭਾਇ ਪਰਜ ਵਿਗੋਈ,	doojai bhaa-ay paraj vigo-ee
ਵਿਣੁ ਗੁਰ ਤਤੁ ਨ ਜਾਨਿਆ॥	vin gur tat na jaani-aa.
ਭਗਤਿ ਵਿਹੂਣਾ ਸਭੁ ਜਗੁ ਭਰਮਿਆ,	bhagat vihoonaa sabh jag bharmi-aa
ਅੰਤਿ ਗਇਆ ਪਛੁਤਾਨਿਆ॥	ant ga-i-aa pachhutaani-aa.
ਕੋਟਿ ਮਧੇ ਕਿਨੈ ਪਛਾਣਿਆ,	kot maDhay kinai pachhaani-aa
ਹਰਿ ਨਾਮਾ ਸਚੁ ਸੋਈ॥	har naamaa sach so-ee.
ਨਾਨਕ ਨਾਮਿ ਮਿਲੈ ਵਡਿਆਈ,	naanak naam milai vadi-aa-ee
ਦੂਜੈ ਭਾਇ ਪਤਿ ਖੋਈ॥੩॥	doojai bhaa-ay pat kho-ee. ||3||

ਮਨਮੁਖ ਜੀਵ ਪ੍ਰਭ ਦੇ ਬਖਸ਼ੇ ਤੇ ਭਰੋਸਾ ਅਡੋਲ ਨਹੀਂ ਰਖਦਾ, ਧਰਮ ਦੇ ਰੀਤੋਂ ਰੀਵਜ ਨੂੰ ਹੀ ਭਗਤੀ ਸਮਝਦਾ ਹੈ । ਬਖਸ਼ੇ ਤੇ ਭਰੋਸਾ ਅਡੋਲ ਕਰਨ ਤੋਂ ਬਿਨਾਂ ਕੀਤੀ ਬੰਦਗੀ ਪ੍ਰਭ ਦੇ ਪ੍ਰਵਾਨ ਨਹੀਂ ਹੁੰਦੀ । ਉਸ ਦੀ ਲਗਨ, ਹੈਸੀਅਤ ਅਤੇ ਸੰਸਾਰਕ ਮਾਇਆ ਨਾਲ ਹੁੰਦੀ, ਇਹ ਬਿਮਾਰੀ ਚੰਬੜੀ ਰਹਿੰਦੀ ਹੈ । ਉਹ ਜਨਮ ਮਰਨ ਦੇ ਦੁਖ, ਜੂੰਨਾਂ ਵਿੱਚ ਭਉਦਾ ਰਹਿੰਦਾ ਹੈ । ਜਨਮ ਮਰਨ ਦਾ ਦੁਖ ਸਹਿੰਦਾ, ਦਸ ਪਾਸੇ ਘੁੰਮਦਾ, ਮਾਨਸ ਜਨਮ ਬਿਰਥਾ ਹੀ ਗਵਾ ਲੈਂਦਾ ਹੈ । ਉਸ ਨੂੰ ਪ੍ਰਭ ਦੀ ਰਹਿਮਤ ਪਾਉਣ ਦਾ ਰਸਤਾ ਬਖਸ਼ਿਸ਼ ਨਹੀਂ ਹੁੰਦਾ । ਸ਼ਰਧਾ ਨਾਲ ਸ਼ਬਦ ਦੀ ਪਾਲਣਾ ਤੋਂ ਬਿਨਾਂ, ਸਾਰਾ ਸੰਸਾਰ ਹੀ ਅਗਿਆਨਤਾ ਵਿੱਚ ਦਿਵਾਨਾ ਹੋਇਆ ਫਿਰਦਾ ਹੈ । ਅੰਤ ਵਿੱਚ ਖਾਲੀ ਹੱਥ ਹੀ ਵਾਪਸ ਚਲੇ ਜਾਂਦਾ ਹੈ, ਪਛਤਾਵਾ ਹੀ ਕਰਦਾ ਹੈ । ਕੋਈ ਵਿਰਲਾ ਹੀ ਸ਼ਰਧਾ ਨਾਲ ਸ਼ਬਦ ਦੀ ਪਾਲਣਾ ਕਰਦਾ ਹੈ । ਸ਼ਬਦ ਦੀ ਪਾਲਣਾ ਕਰਨ ਨਾਲ ਪ੍ਰਭ ਦੇ ਦਰਬਾਰ ਵਿੱਚ ਸੋਭਾ, ਪ੍ਰਵਾਨਗੀ ਬਖਸ਼ਿਸ਼ ਹੁੰਦੀ ਹੈ । ਹੋਰ ਰਸਤੇ ਤੇ ਮਨ ਚਾਰੇ ਪਾਸੇ ਘੁੰਮਦਾ, ਭਰਮਾਂ ਵਿੱਚ ਹੀ ਫਸ ਜਾਂਦਾ ਹੈ ।

Self-minded may not remain contented with His blessings nor satisfied with any worldly accomplishment. In his ignorance from the essence of His Word, he may believe that performing worldly rituals, daily routine prayer may be meditation of the teachings of His Word. Whosoever may not meditate on the teachings His Word with steady and stable belief on His blessing in his day-to-day life; his meditation may not be accepted, rewarded in His Court. He remains intoxicated with sweet poison of worldly wealth and his concentration remains on worldly wealth and worldly status. He may waste his human life opportunity and he remains in the cycle of birth and death. He may never be blessed with the right path of acceptance in His Court. Without devotion, dedication and steady and stable belief on His blessings, teachings of His Word; the whole universe remains insanely attached to worldly wealth. He may return empty handed, repenting to endure the judgement of his worldly deeds. However, very rare may obey the teachings of His Word with a devotion and dedication. Whosoever may obey the teachings of His With steady and stable belief in his day-to-day life, he may be honored in His Court. Everyone else may remain intoxicated in suspicions and worldly religious rituals.

ਭਗਤਾ ਕੈ ਘਰਿ ਕਾਰਜੁ ਸਾਚਾ,	bhagtaa kai ghar kaaraj saachaa
ਹਰਿ ਗੁਣ ਸਦਾ ਵਖਾਣੇ ਰਾਮ॥	har gun sadaa vakhaanay raam.
ਭਗਤਿ ਖਜਾਨਾ ਆਪੇ ਦੀਆ,	bhagat khajaanaa aapay dee-aa
ਕਾਲੁ ਕੰਟਕੁ ਮਾਰਿ ਸਮਾਣੇ ਰਾਮ॥	kaal kantak maar samaanay raam.
ਕਾਲੁ ਕੰਟਕੁ ਮਾਰਿ ਸਮਾਣੇ,	kaal kantak maar samaanay
ਹਰਿ ਮਨਿ ਭਾਣੇ,	har man bhaanay
ਨਾਮੁ ਨਿਧਾਨੁ ਸਚੁ ਪਾਇਆ॥	naam niDhaan sach paa-i-aa.
ਸਦਾ ਅਖੁਟੁ ਕਦੇ ਨ ਨਿਖੁਟੈ,	sadaa akhut kaday na nikhutai

ਹਰਿ ਦੀਆ ਸਹਜਿ ਸੁਭਾਇਆ॥ har dee-aa sahj subhaa-i-aa.
ਹਰਿ ਜਨ ਊਚੇ ਸਦ ਹੀ ਊਚੇ, har jan oochay sad hee oochay
ਗੁਰ ਕੈ ਸਬਦਿ ਸੁਹਾਇਆ॥ gur kai sabad suhaa-i-aa.
ਨਾਨਕ ਆਪੇ ਬਖਸਿ ਮਿਲਾਏ, naanak aapay bakhas milaa-ay
ਜੁਗਿ ਜੁਗਿ ਸੋਭਾ ਪਾਇਆ॥੪॥੧॥੨॥ jug jug sobhaa paa-i-aa. ||4||1||2||

ਭਗਤਾ ਦੇ ਜੀਵਨ ਦਾ ਧੰਦਾ ਹੀ ਸ਼ਬਦ ਦੀ ਪਾਲਣਾ, ਗੁਣ ਗਾਉਣਾ ਹੁੰਦਾ ਹੈ । ਆਪ ਹੀ ਆਪਣੇ ਬੰਦਗੀ ਕਰਨ ਵਾਲੇ ਨੂੰ ਸੋਝੀ ਦਾ ਖਜ਼ਾਨਾ ਬਖਸ਼ਦਾ ਹੈ । ਉਹ ਮੌਤ ਦੇ ਦੁਖਾਂ ਵਾਲੇ ਰਸਤੇ ਤੇ ਜਿੱਤ ਪਾ ਲੈਂਦਾ, ਬੰਦਗੀ ਕਰਦਾ ਹੀ ਪ੍ਰਭ ਵਿੱਚ ਅਭੇਦ ਹੋ ਜਾਂਦਾ ਹੈ । ਉਹ ਮੌਤ ਤੇ ਜਿੱਤ ਪਾ ਕੇ, ਸ਼ਬਦ ਦੀ ਸਮਾਧੀ ਵਿੱਚ ਲੀਨ ਹੋਏ, ਪ੍ਰਭ ਨੂੰ ਭਾਉਂਦਾ ਹੈ । ਪ੍ਰਭ ਦੀ ਰਹਿਮਤ ਨਾਲ ਸ਼ਬਦ ਦਾ ਧਨ ਬਖਸ਼ਿਸ਼ ਹੁੰਦਾ ਹੈ । ਆਪ ਹੀ ਉਸ ਨੂੰ ਬੇਅੰਤ, ਨਾ ਘਾਟੇ ਵਾਲਾ ਸ਼ਬਦ ਦਾ ਖਜ਼ਾਨਾ ਬਖਸ਼ਦਾ, ਮਨ ਅਡੋਲ ਰਖਦਾ ਹੈ । ਸ਼ਬਦ ਦੀ ਪਾਲਣਾ ਕਰਨ ਵਾਲੇ ਦਾ ਮਨ ਸੰਸਾਰਕ ਜੀਵਾਂ ਨਾਲੋ ਉੱਚਾ ਉਠ ਜਾਂਦਾ ਹੈ । ਮਨ ਵਿੱਚ ਕੇਵਲ ਪ੍ਰਭ ਦੇ ਘਰ ਦੀ ਹੀ ਸੋਚ ਰਹਿੰਦੀ ਹੈ । ਉਹ ਸ਼ਬਦ ਦੀ ਸਮਾਧੀ ਵਿੱਚ ਹੀ ਮਸਤ ਰਹਿੰਦਾ ਹੈ । ਜਿਸ ਤੇ ਪ੍ਰਭ ਆਪ ਰਹਿਮਤ ਬਖਸ਼ਕੇ ਸ਼ਬਦ ਦੀ ਪਾਲਣਾ ਤੇ ਅਡੋਲ ਰਖਦਾ ਹੈ । ਉਸ ਦੀ ਜੁਗਾਂ ਜੁਗਾਂ ਵਿੱਚ ਸੋਭਾ ਹੁੰਦੀ ਹੈ ।

The purpose of human life journey, worldly tasks of His true devotee remains singing the glory and obeying the teachings of His Word. With His mercy and grace, he may be blessed with the treasure of enlightenment of the teachings of His Word. He may conquer his fear of death and he may be immersed in The Holy Spirit. He remains intoxicated in meditation in the void of His Word. With His mercy and grace, he may be blessed with unlimited treasure of essence of His Word. He may remain steady and stable on the right path of acceptance in His Court. By obeying the teachings of His Word, his state of mind may be uplifted and his worldly bonds may be eliminated. His mind only thinks about the teachings of His Word and he remains intoxicated in the void of His Word. With His mercy and grace, he may remain intoxicated in obeying the teachings of His Word. His true devotees have been honored from Ancient Ages.

171. ਸੂਹੀ ਮਹਲਾ ੩॥ 769-6

ਸਬਦਿ ਸਚੈ ਸਚੁ ਸੋਹਿਲਾ, sabad sachai sach sohilaa
ਜਿਥੈ ਸਚੇ ਕਾ ਹੋਇ ਵੀਚਾਰੋ ਰਾਮ॥ jithai sachay kaa ho-ay veechaaro raam.
ਹਉਮੈ ਸਭਿ ਕਿਲਵਿਖ ਕਾਟੇ, ha-umai sabh kilvikh kaatay
ਸਾਚੁ ਰਖਿਆ ਉਰਿ ਧਾਰੇ ਰਾਮ॥ saach rakhi-aa ur Dhaaray raam.
ਸਚੁ ਰਖਿਆ ਉਰ ਧਾਰੇ ਦੁਤਰੁ ਤਾਰੇ, sach rakhi-aa ur Dhaaray dutar taaray
ਫਿਰਿ ਭਵਜਲੁ ਤਰਣੁ ਨ ਹੋਈ॥ fir bhavjal taran na ho-ee.
ਸਚਾ ਸਤਿਗੁਰੁ ਸਚੀ ਬਾਣੀ, sachaa satgur sachee banee
ਜਿਨਿ ਸਚੁ ਵਿਖਾਲਿਆ ਸੋਈ॥ jin sach vikhaali-aa so-ee.
ਸਾਚੇ ਗੁਣ ਗਾਵੈ ਸਚਿ ਸਮਾਵੈ, saachay gun gaavai sach samaavai
ਸਚੁ ਵੇਖੈ ਸਭੁ ਸੋਈ॥ sach vaykhai sabh so-ee.
ਨਾਨਕ ਸਾਚਾ ਸਾਹਿਬੁ ਸਾਚੀ ਨਾਈ, naanak saachaa saahib saachee naa-ee
ਸਚੁ ਨਿਸਤਾਰਾ ਹੋਈ॥੧॥ sach nistaaraa ho-ee. ||1||

ਜਿਥੇ ਅਟੱਲ ਪ੍ਰਭ ਦੇ ਸ਼ਬਦ ਦਾ ਵਿਚਾਰ, ਪਾਲਣਾ ਹੁੰਦੀ ਹੈ । ਉਥੇ ਪ੍ਰਭ ਦੀਆਂ ਰਹਿਮਤਾਂ, ਖੁਸ਼ੀਆਂ ਭਰਪੂਰ ਨਜ਼ਰ ਆਉਂਦੀਆਂ ਹਨ । ਜਿਹੜਾ ਪ੍ਰਭ ਦੇ ਸ਼ਬਦ ਨਾਲ ਜੀਵਨ ਢਾਲਦਾ ਹੈ, ਸ਼ਬਦ ਨੂੰ ਮਨ ਵਿੱਚ ਵਸਾਉਂਦਾ ਹੈ । ਉਸ ਦੇ ਮਨ ਵਿਚੋਂ ਅਹੰਕਾਰ, ਬੁਰੇ ਖਿਆਲ ਦੂਰ ਹੋ ਜਾਂਦੇ, ਪਾਪ ਧੋਤੇ ਜਾਂਦੇ ਹਨ । ਜਿਹੜਾ ਪ੍ਰਭ ਦਾ ਸ਼ਬਦ ਮਨ ਵਿੱਚ ਯਾਦ ਰਖਦਾ, ਉਹ ਸੰਸਾਰਕ ਸਾਗਰ ਪਾਰ ਕਰ ਜਾਂਦਾ ਹੈ ।

ਉਸ ਨੂੰ ਫਿਰ ਇਹ ਤਰਨਾ ਨਹੀਂ ਪੈਂਦਾ, ਉਸ ਦੀ ਬਾਰ ਬਾਰ ਮੌਤ ਨਹੀਂ ਹੁੰਦੀ । ਸ਼ਬਦ, ਬਾਣੀ ਅਟੱਲ ਰਹਿਣ ਵਾਲੀ ਹੈ, ਇਹ ਪ੍ਰਭ ਦੇ ਗੁਣਾਂ ਦੀ ਹੀ ਮਹਿਮਾਂ ਕਰਦੀ ਹੈ । ਇਸ ਨਾਲ ਜੀਵਨ ਢਾਲਣ ਨਾਲ ਹੀ ਪ੍ਰਭ ਦੇ ਦਰਬਾਰ ਦਾ ਰਸਤਾ ਨਜ਼ਰ ਆਉਂਦਾ ਹੈ । ਜਿਹੜਾ ਪ੍ਰਭ ਦੇ ਸ਼ਬਦ ਦੀ ਉਸਤਤ ਗਾਉਂਦਾ ਹੈ, ਸ਼ਬਦ ਦੀ ਪਾਲਣਾ ਕਰਦਾ ਹੈ । ਉਹ ਪ੍ਰਭ ਵਿੱਚ ਹੀ ਅਭੇਦ ਹੋ ਜਾਂਦਾ ਹੈ, ਉਸ ਨੂੰ ਹਰਇੱਕ ਥਾਂ ਤੇ ਪ੍ਰਭ ਵਾਪਰਦਾ ਮਹਿਸੂਸ ਹੁੰਦਾ ਹੈ । ਪ੍ਰਭ ਦਾ ਸ਼ਬਦ, ਪ੍ਰਭ ਦੀ ਹੋਂਦ ਸਦਾ ਰਹਿਣ ਵਾਲੀ ਹੈ । ਇਸ ਦੇ ਵਿਚਾਰ ਕਰਨ ਨਾਲ ਹੀ ਮਨ ਨੂੰ ਜਾਗਰਤੀ, ਸ਼ਬਦ ਦੀ ਸੋਝੀ ਬਖਸ਼ਿਸ਼ ਹੁੰਦੀ ਹੈ ।

Whosoever may be thinking, preaching, and adopting the teachings of His Word in his day-to-day life; with His mercy and grace, His blessings and pleasure may remain overwhelmed in his day-to-day life. He may remain drenched with the essence of His Word. His sins may be forgiven, his evil thoughts of his mind may be eliminated and he may conquer his ego. Whosoever may remain drenched with the teachings of His Word within his heart; with His mercy and grace, he may be accepted in His Court. He may not enter the womb of mother again; his cycle of birth and death may be eliminated. The teachings of all Holy scriptures may always highlight the significance and praises of His Word and Nature. Whosoever may sing and adopt the teachings of His Word with steady and stable belief in his day-to-day life; with His mercy and grace, he may be blessed with the right path of acceptance in His Court. He may realize His Holy Spirit prevailing everywhere; with His mercy and grace, his soul may immerse within The Holy Spirit. His Word and His existence remain true forever. Whosoever may concentrate on the teachings of His Word; he may be enlightened and remains awake and alert in his meditation.

ਸਾਚੈ ਸਤਿਗੁਰਿ ਸਾਚੁ ਬੁਝਾਇਆ, ਪਤਿ ਰਾਖੈ ਸਚੁ ਸੋਈ ਰਾਮ॥	saachai satgur saach bujhaa-i-aa pat raakhai sach so-ee raam.
ਸਚਾ ਭੋਜਨੁ ਭਾਉ ਸਚਾ ਹੈ, ਸਚੈ ਨਾਮਿ ਸੁਖੁ ਹੋਈ ਰਾਮ॥	sachaa bhojan bhaa-o sachaa hai sachai naam sukh ho-ee raam.
ਸਾਚੈ ਨਾਮਿ ਸੁਖੁ ਹੋਈ ਮਰੈ ਨ ਕੋਈ, ਗਰਭਿ ਨ ਜੂਨੀ ਵਾਸਾ॥	saachai naam sukh ho-ee marai na ko-ee garabh na joonee vaasaa.
ਜੋਤੀ ਜੋਤਿ ਮਿਲਾਈ ਸਚਿ ਸਮਾਈ, ਸਚਿ ਨਾਇ ਪਰਗਾਸਾ॥	jotee jot milaa-ee sach samaa-ee sach naa-ay pargaasaa.
ਜਿਨੀ ਸਚੁ ਜਾਤਾ ਸੇ ਸਚੇ ਹੋਏ, ਅਨਦਿਨੁ ਸਚੁ ਧਿਆਇਨਿ॥	jinee sach jaataa say sachay ho-ay an-din sach Dhi-aa-in.
ਨਾਨਕ ਸਚੁ ਨਾਮੁ ਜਿਨ ਹਿਰਦੈ ਵਸਿਆ, ਨ ਵੀਛੁੜਿ ਦੁਖੁ ਪਾਇਨਿ॥੨॥	naanak sach naam jin hirdai vasi-aa naa veechhurh dukh paa-in. ||2||

ਸ਼ਬਦ ਦੀ ਪਾਲਣਾ ਕਰਨ ਨਾਲ ਹੀ ਪ੍ਰਭ ਦੀ ਜਾਣਕਾਰੀ, ਸ਼ਬਦ ਦੀ ਸੋਝੀ ਹੁੰਦੀ ਹੈ । ਪ੍ਰਭ ਆਪ ਹੀ, ਉਸ ਦੀ ਰਖਵਾਲੀ ਕਰਦਾ ਹੈ, ਉਸ ਦਾ ਮਾਣ ਰਖਦਾ ਹੈ । ਪ੍ਰਭ ਦੇ ਸ਼ਬਦ ਦੀ ਪਾਲਣਾ ਹੀ, ਜੀਵ ਦੇ ਖਾਨ ਵਾਲਾ ਅਸਲੀ ਭੋਜਨ ਹੁੰਦਾ ਹੈ । ਜਿਹੜਾ ਸ਼ਬਦ ਦੀ ਪਾਲਣਾ, ਸ਼ਰਧਾ, ਅਡੋਲ ਭਰੋਸੇ ਨਾਲ ਕਰਦਾ ਹੈ, ਉਸ ਦੇ ਮਨ ਨੂੰ ਸੰਤੋਖ, ਸ਼ਾਂਤੀ ਬਖਸ਼ਿਸ਼ ਹੁੰਦੀ ਹੈ । ਉਸ ਨੂੰ ਬਾਰ ਬਾਰ ਮਰਨਾ ਨਹੀਂ ਪੈਂਦਾ, ਉਸ ਦਾ ਜੂੰਨਾਂ ਦਾ ਚੱਕਰ ਖਤਮ ਹੋ ਜਾਂਦਾ ਹੈ । ਜੀਵ ਦੀ ਜੋਤ ਪ੍ਰਭ ਦੀ ਜੋਤ ਵਿੱਚ ਅਲੋਪ ਹੋ ਜਾਂਦੀ ਹੈ । ਪ੍ਰਭ ਦੀ ਰੁਹਾਨੀ ਜੋਤ ਉਸ ਦੇ ਮੱਥੇ ਤੇ ਚਮਕਦੀ ਹੈ । ਜਿਸ ਨੂੰ ਪ੍ਰਭ ਦੇ ਸ਼ਬਦ ਦੀ ਸੋਝੀ ਬਖਸ਼ਿਸ਼ ਹੋ ਜਾਂਦੀ ਹੈ, ਉਹ ਪ੍ਰਭ ਦਾ ਹੀ ਰੂਪ ਬਣ ਜਾਂਦਾ ਹੈ । ਉਸ ਦਿਨ ਰਾਤ ਪ੍ਰਭ ਦੇ ਸ਼ਬਦ ਦੀ ਹੀ

ਉਸਤਤ ਗਾਉਂਦਾ ਹੈ । ਜਿਸ ਦਾ ਮਨ, ਸ਼ਬਦ ਦੀ ਲਗਨ, ਸੋਝੀ, ਪ੍ਰਭ ਦੀਆਂ ਰਹਿਮਤਾਂ ਨਾਲ ਭਰਿਆਂ ਹੁੰਦਾ ਹੈ । ਉਸ ਨੂੰ ਫਿਰ ਕਦੇ ਵੀ ਪ੍ਰਭ ਤੋ ਵਿਛੋੜਾ ਨਹੀਂ ਹੁੰਦਾ ।

Whosoever may obey the teachings of His Word with steady and stable belief in his day-to-day life; with His mercy and grace, he may be enlightened with the essence of His Word and Nature. The True Master may accept him in His sanctuary and protects his honor. The teachings of His Word may be the real food for the soul of His true devotee. Whosoever may obey the teachings of His Word with steady and stable belief in his day-to-day life; with His mercy and grace, he may be blessed with peace of mind and contentment. His cycle of birth and death may be eliminated and he may never enter the womb of mother again. His soul may be immersed in The Holy Spirit; the eternal glow of The Holy Spirit may shine on his forehead. He may become a symbol of The True Master. He may sing the glory of His Word day and night. He remains overwhelmed with His blessings. His soul may never be separated from The Holy Spirit.

ਸਚੀ ਬਾਣੀ ਸਚੇ ਗੁਣ ਗਾਵਹਿ,	sachee banee sachay gun gaavahi tit
ਤਿਤੁ ਘਰਿ ਸੋਹਿਲਾ ਹੋਈ ਰਾਮ॥	ghar sohilaa ho-ee raam.
ਨਿਰਮਲ ਗੁਣ ਸਾਚੇ ਤਨੁ ਮਨੁ ਸਾਚਾ,	nirmal gun saachay tan man saachaa
ਵਿਚਿ ਸਾਚਾ ਪੁਰਖੁ ਪ੍ਰਭੁ ਸੋਈ ਰਾਮ॥	vich saachaa purakh parabh so-ee raam.
ਸਭੁ ਸਚੁ ਵਰਤੈ ਸਚੋ ਬੋਲੈ,	sabh sach vartai sacho bolai
ਜੋ ਸਚੁ ਕਰੈ ਸੋ ਹੋਈ॥	jo sach karai so ho-ee.
ਜਹ ਦੇਖਾ ਤਹ ਸਚੁ ਪਸਰਿਆ,	jah daykhaa tah sach pasri-aa
ਅਵਰੁ ਨ ਦੂਜਾ ਕੋਈ॥	avar na doojaa ko-ee.
ਸਚੇ ਉਪਜੈ ਸਚਿ ਸਮਾਵੈ,	sachay upjai sach samaavai
ਮਰਿ ਜਨਮੈ ਦੂਜਾ ਹੋਈ॥	mar janmai doojaa ho-ee.
ਨਾਨਕ ਸਭੁ ਕਿਛੁ ਆਪੇ ਕਰਤਾ,	naanak sabh kichh aapay kartaa
ਆਪਿ ਕਰਾਵੈ ਸੋਈ॥੩॥	aap karaavai so-ee. ‖3‖

ਜਿਸ ਜੀਵ ਦੇ ਮਨ ਵਿੱਚ ਪ੍ਰਭ ਦੇ ਸ਼ਬਦ ਦਾ ਵਿਚਾਰ, ਉਸਤਤ ਹੁੰਦੀ ਹੈ । ਉਸ ਦੇ ਮਨ ਵਿੱਚ ਪ੍ਰਭ ਦੇ ਸ਼ਬਦ ਦੀ ਗੂੰਜ ਚਲਦੀ ਹੈ । ਪ੍ਰਭ ਦੇ ਨਿਰਮਲ ਗੁਣ ਗਾਉਣਾਂ ਨਾਲ ਮਨ, ਤਨ ਨਿਰਮਲ ਹੋ ਜਾਂਦਾ ਹੈ । ਉਥੇ ਨਿਰਮਲ ਪ੍ਰਭ ਦਾ ਵਾਸਾ ਹੋ ਜਾਂਦਾ ਹੈ, ਜੋਤ ਜਾਗਰਤ ਹੋ ਜਾਂਦੀ ਹੈ । ਪ੍ਰਭ ਦੇ ਸ਼ਬਦ ਨਾਲ ਜੀਵਨ ਬਤੀਤ ਕਰਦਾ, ਸ਼ਬਦ ਦੀ ਪ੍ਰੇਰਨਾ ਕਰਦਾ ਹੈ । ਉਹ ਅਟੱਲ ਪ੍ਰਭ ਦੇ ਸ਼ਬਦ, ਭਾਣੇ ਨੂੰ ਸਤ ਮੰਨਕੇ ਕਬੂਲ ਕਰਦਾ ਹੈ । ਜਿਹੜਾ ਪ੍ਰਭ ਦਾ ਭਾਣਾ ਵਾਪਰਦਾ ਹੈ, ਟਾਲਿਆ ਨਹੀਂ ਜਾ ਸਕਦਾ, ਬੀਤ ਜਾਂਦਾ ਹੈ । ਉਹ ਜਿਥੇ ਵੀ ਦੇਖਦਾ ਹੈ! ਕੇਵਲ ਇੱਕੋ ਇੱਕ ਪ੍ਰਭ ਹੀ ਦਿਖਾਈ ਦੇਂਦਾ, ਹੋਰ ਕੋਈ ਨਜ਼ਰ ਨਹੀਂ ਆਉਂਦਾ । ਅਟੱਲ ਪ੍ਰਭ ਵਿਚੋਂ ਹੀ ਜੀਵ ਦੀ ਆਤਮਾ ਉਤਪੰਨ ਹੁੰਦੀ ਹੈ । ਜੀਵ ਦਾ ਭਰੋਸਾ ਡੋਲਣ, ਭਰਮਾਂ ਵਿੱਚ ਪੈਣ ਕਰਕੇ ਹੀ ਜਨਮ, ਮਰਨ ਦੇ ਚੱਕਰ ਵਿੱਚ ਰਹਿੰਦਾ ਹੈ । ਪ੍ਰਭ ਆਪ ਹੀ ਸਭ ਕਾਰਨਾਂ ਦਾ ਕਾਰਨ, ਆਪ ਹੀ ਸਭ ਕੁਝ ਕਰਦਾ ਕਰਾਉਂਦਾ ਹੈ ।

Whosoever may remain overwhelmed with the praises of the essence of His Word; with His mercy and grace, the everlasting echo of His Word may resonate within his mind. With immaculate virtues of His Word, he remains drenched with the teachings of His Word and the spiritual, eternal glow of The Holy Spirit may shine on his forehead. He may adopt the teachings of His Word with steady and stable belief in his day-to-day life; he may remain contented with His blessing. His command may always prevail and passes on and may not be altered or avoided by any human efforts. He may realize, The One and Only One, Holy spirit prevailing everywhere and nothing else exist. His separated soul from The Holy Spirit may be absorbed in The Holy Spirit. Whosoever may remain in worldly suspicions, religious rituals, he may remain in the cycle of birth and death. The True Master creates purpose of all events and only He prevails in every event.

ਸਚੇ ਭਗਤ ਸੋਹਹਿ ਦਰਵਾਰੇ,	sachay bhagat soheh darvaaray
ਸਚੋ ਸਚੁ ਵਖਾਣੇ ਰਾਮ॥	sacho sach vakhaanay raam.
ਘਟ ਅੰਤਰੇ ਸਾਚੀ ਬਾਣੀ,	ghat antray saachee banee
ਸਾਚੋ ਆਪਿ ਪਛਾਣੇ ਰਾਮ॥	saacho aap pachhaanay raam.
ਆਪੁ ਪਛਾਣਹਿ ਤਾ ਸਚੁ ਜਾਣਹਿ,	aap pachhaaneh taa sach jaaneh
ਸਾਚੇ ਸੋਝੀ ਹੋਈ॥	saachay sojhee ho-ee.
ਸਚਾ ਸਬਦੁ ਸਚੀ ਹੈ ਸੋਭਾ,	sachaa sabad sachee hai sobhaa
ਸਾਚੇ ਹੀ ਸੁਖੁ ਹੋਈ॥	saachay hee sukh ho-ee.
ਸਾਚਿ ਰਤੇ ਭਗਤ ਇਕ ਰੰਗੀ,	saach ratay bhagat ik rangee
ਦੂਜਾ ਰੰਗੁ ਨ ਕੋਈ॥	doojaa rang na ko-ee.
ਨਾਨਕ ਜਿਸ ਕਉ ਮਸਤਕਿ ਲਿਖਿਆ,	naanak jis ka-o mastak likhi-aa
ਤਿਸੁ ਸਚੁ ਪਰਾਪਤਿ ਹੋਈ॥੪॥੨॥੩॥	tis sach paraapat ho-ee. ‖4‖2‖3‖

ਪ੍ਰਭ ਦੇ ਸ਼ਬਦ ਦੀ ਬੰਦਗੀ ਕਰਨ ਵਾਲਾ ਦਾਸ ਪ੍ਰਭ ਦੇ ਦਰਬਾਰ ਵਿੱਚ ਸੋਭਦਾ ਹੈ । ਉਹ ਪ੍ਰਭ ਦੇ ਸ਼ਬਦ ਦੀ ਉਸਤਤ ਹੀ ਗਾਉਂਦਾ ਹੈ । ਮਨ ਦੇ ਕੇਂਦਰ ਵਿੱਚ ਹੀ ਪ੍ਰਭ ਦੇ ਸ਼ਬਦ ਦੀ ਸੋਝੀ ਹੈ । ਸ਼ਬਦ ਦੀ ਪਾਲਣਾ ਕਰਨ ਨਾਲ ਹੀ ਇਹ ਸੋਝੀ ਜੀਵ ਨੂੰ ਬਖਸ਼ਿਸ਼ ਹੁੰਦੀ ਹੈ । ਜਿਹੜਾ ਜੀਵ ਆਪਣੇ ਆਪ ਨੂੰ ਪਛਾਣ ਜਾਂਦਾ ਹੈ, ਉਹ ਪ੍ਰਭ ਨੂੰ ਜਾਣ ਜਾਂਦਾ ਹੈ । ਸ਼ਬਦ ਦੀ ਪਾਲਣਾ ਕਰਨ ਨਾਲ ਹੀ ਮਨ ਨੂੰ ਸ਼ਾਂਤੀ ਸੰਤੋਖ ਬਖਸ਼ਿਸ਼ ਹੁੰਦਾ ਹੈ । ਪ੍ਰਭ ਦਾ ਸ਼ਬਦ, ਸ਼ਬਦ ਦੀ ਉਸਤਤ, ਸਦਾ ਅਟੱਲ ਰਹਿਣ ਵਾਲੀ ਹੈ । ਸ਼ਬਦ ਦੀ ਪਾਲਣਾ ਕਰਨ ਨਾਲ ਹੀ ਮਨ ਵਿੱਚ ਅਨੰਦ ਸ਼ਾਂਤੀ ਬਖਸ਼ਿਸ਼ ਹੁੰਦੀ ਹੈ । ਬੰਦਗੀ ਕਰਨ ਵਾਲੇ ਤੇ ਕੇਵਲ ਪ੍ਰਭ ਦੇ ਸ਼ਬਦ ਦਾ ਹੀ ਰੰਗ ਚੜ੍ਹਿਆ ਹੋਇਆ ਹੁੰਦਾ ਹੈ । ਹੋਰ ਕੋਈ ਰੰਗ ਨਹੀਂ ਚੜ੍ਹਦਾ, ਸੰਸਾਰਕ ਇੱਛਾਂ ਦਾ ਕੋਈ ਪ੍ਰਭਾਵ ਨਹੀਂ ਹੁੰਦਾ । ਜਿਸ ਦੇ ਭਾਗ ਵਿੱਚ ਇਹ ਪਹਿਲੇ ਹੀ ਲਿਖਿਆ ਹੁੰਦਾ ਹੈ । ਕੇਵਲ ਉਸ ਨੂੰ ਹੀ ਰਹਿਮਤ ਬਖਸ਼ਿਸ਼ ਹੁੰਦੀ ਹੈ ।

Whosoever may meditate on the teachings of His Word with steady and stable belief in his day-to-day life; with His mercy and grace, he may be honored in His Court. He may remain drenched with the essence of His Word. Whosoever may obey the teachings of His Word with steady and stable belief in his day-to-day life; with His mercy and grace, he may be enlightened with the essence of His Word and the real purpose of his human life opportunity. Only by obeying the teachings of His Word with steady and stable belief in day-to-day life; with His mercy and grace, his mind may be blessed with peace of mind and contentment. His Word, virtues remain true forever. His true devotee may remain drenched with the essence of the teachings of His Word. His soul and mind remain beyond the reach of any influence, intoxication of worldly wealth. Whosoever may have great prewritten destiny; only he may be blessed with such a state of mind.

172.ਸੂਹੀ ਮਹਲਾ ੩॥ 769-19

ਜੁਗ ਚਾਰੇ ਧਨ ਜੇ ਭਵੈ,	jug chaaray Dhan jay bhavai
ਬਿਨੁ ਸਤਿਗੁਰ ਸੋਹਾਗੁ ਨ ਹੋਈ ਰਾਮ॥	bin satgur sohaag na ho-ee raam.
ਨਿਹਚਲੁ ਰਾਜੁ ਸਦਾ ਹਰਿ ਕੇਰਾ,	nihchal raaj sadaa har kayraa
ਤਿਸੁ ਬਿਨੁ ਅਵਰੁ ਨ ਕੋਈ ਰਾਮ॥	tis bin avar na ko-ee raam.
ਤਿਸੁ ਬਿਨੁ ਅਵਰੁ ਨ ਕੋਈ,	tis bin avar na ko-ee

ਸਦਾ ਸਚੁ ਸੋਈ,	sadaa sach so-ee
ਗੁਰਮੁਖਿ ਏਕੋ ਜਾਣਿਆ॥	gurmukh ayko jaani-aa.
ਧਨ ਪਿਰ ਮੇਲਾਵਾ ਹੋਆ,	Dhan pir maylaavaa ho-aa
ਗੁਰਮਤੀ ਮਨੁ ਮਾਨਿਆ॥	gurmatee man maani-aa.
ਸਤਿਗੁਰੁ ਮਿਲਿਆ ਤਾ ਹਰਿ ਪਾਇਆ,	satgur mili-aa taa har paa-i-aa
ਬਿਨੁ ਹਰਿ ਨਾਵੈ ਮੁਕਤਿ ਨ ਹੋਈ॥	bin har naavai mukat na ho-ee.
ਨਾਨਕ ਕਾਮਣਿ ਕੰਤੈ ਰਾਵੇ,	naanak kaaman kantai raavay
ਮਨਿ ਮਾਨਿਐ ਸੁਖੁ ਹੋਈ॥੧॥	man maanee-ai sukh ho-ee. ||1||

ਸ਼ਬਦ ਦੀ ਪਾਲਣਾ ਤੋ ਬਿਨਾਂ ਪ੍ਰਵਾਨਗੀ ਦਾ ਰਸਤਾ ਬਖਸ਼ਿਸ਼ ਨਹੀਂ ਹੁੰਦਾ । ਜੀਵ ਦੀ ਆਤਮਾ ਭਾਵੇਂ ਚਾਰੇ ਜੁਗਾਂ ਵਿੱਚ ਵੱਖਰੇ ਵੱਖਰੇ ਯਤਨ ਕਰੇ । ਪ੍ਰਭ ਦਾ ਤਖਤ, ਰਾਜ ਸਦਾ ਰਹਿਣ ਵਾਲਾ ਹੈ । ਸਦਾ ਹੀ ਸ਼ਬਦ ਦੇ ਗੁਣ ਗਾਵੋ! ਪ੍ਰਭ ਤੋ ਬਿਨਾਂ ਹੋਰ ਕੋਈ ਰਖਵਾਲਾ ਨਹੀਂ ਹੈ । ਇੱਕੋ ਇੱਕ ਪ੍ਰਭ ਹੀ ਸਦਾ ਅਟੱਲ ਰਹਿਣ ਵਾਲਾ ਹੈ । ਬਾਕੀ ਸਾਰੇ ਥੋੜ੍ਹਾ ਸਮਾਂ ਪਾ ਕੇ ਨਾਸ ਹੋ ਜਾਣ ਵਾਲੇ ਹਨ । ਗੁਰਮਖ ਨੂੰ ਇਸ ਤੱਤ ਦੀ ਸੋਝੀ ਬਖਸ਼ਦਾ ਹੈ । ਜਿਹੜੀ ਆਤਮਾ ਪ੍ਰਭ ਦੇ ਸ਼ਬਦ ਨੂੰ ਅਟੱਲ ਸਮਝਕੇ ਮੰਨਦੀ, ਕਬੂਲ ਕਰ ਲੈਂਦੀ ਹੈ । ਓਹ ਪ੍ਰਭ ਦੀ ਪ੍ਰਵਾਨਗੀ ਦੇ ਰਸਤੇ ਅਡੋਲ ਹੋ ਜਾਂਦੀ ਹੈ । ਜਿਹੜਾ ਸ਼ਰਧਾ ਨਾਲ ਸ਼ਬਦ ਦੀ ਪਾਲਣਾ ਕਰਦਾ, ਮਨ ਵਿੱਚ ਵਸਾ ਲੈਂਦਾ ਹੈ । ਉਸ ਨੂੰ ਪ੍ਰਵਾਨਗੀ ਦਾ ਰਸਤਾ ਬਖਸ਼ਿਸ਼ ਹੋ ਜਾਂਦਾ ਹੈ । ਉਸ ਦੇ ਰਸਤੇ ਤੇ ਅਡੋਲ ਰਹਿਣ ਨਾਲ ਹੀ ਦਰਬਾਰ ਵਿੱਚ ਪ੍ਰਵਾਨਗੀ ਬਖਸ਼ਿਸ਼ ਹੁੰਦੀ ਹੈ । ਸ਼ਬਦ ਦੀ ਪਾਲਣਾ ਕਰਦੀ ਆਤਮਾ ਪ੍ਰਭ ਦੀ ਰਹਿਮਤ ਦਾ ਅਨੰਦ ਮਾਨਦੀ ਹੈ । ਸ਼ਬਦ ਮਨ ਵਿੱਚ ਵਸਣ ਨਾਲ ਮਨ ਵਿੱਚ ਸ਼ਾਂਤੀ, ਸੰਤੋਖ ਬਖਸ਼ਿਸ਼ ਹੋ ਜਾਂਦਾ ਹੈ ।

Without obeying the teachings of His Word, no one may be blessed with the right path of acceptance in His Court; no matter he may try various technique of meditation. You should sing the glory of His Word, true forever. The One and Only One, True Master lives forever and unchanged; everyone, everything may remain for limited predetermined time and vanish over a period. His true devotee may be blessed with the enlightenment of this unique essence of His Word. Whosoever may accept His Word as an ultimate, unavoidable command; he may remain contented in all his worldly environment. He may remain steady and stable on the right path of acceptance of His Word. Whosoever may wholeheartedly obey the teachings of His Word with steady and stable belief; with His mercy and grace, he may remain drenched with the essence of His Word. He may be blessed with the right path of acceptance in His Court. Whosoever may remain steady and stable on the right path, he may be accepted in His Court. His soul may enjoy the pleasure and blossom of His blessings. He may be drenched with the essence of His Word; with His mercy and grace, he may be blessed with peace of mind and contentment.

ਸਤਿਗੁਰੁ ਸੇਵਿ ਧਨ ਬਾਲੜੀਏ,	satgur sayv Dhan baalrhee-ay
ਹਰਿ ਵਰੁ ਪਾਵਹਿ ਸੋਈ ਰਾਮ॥	har var paavahi so-ee raam.
ਸਦਾ ਹੋਵਹਿ ਸੋਹਾਗਣੀ,	sadaa hoveh sohaaganee
ਫਿਰਿ ਮੈਲਾ ਵੇਸੁ ਨ ਹੋਈ ਰਾਮ॥	fir mailaa vays na ho-ee raam.
ਫਿਰਿ ਮੈਲਾ ਵੇਸੁ ਨ ਹੋਈ	fir mailaa vays na ho-ee
ਗੁਰਮੁਖਿ ਬੂਝੈ ਕੋਈ,	gurmukh boojhai ko-ee
ਹਉਮੈ ਮਾਰਿ ਪਛਾਣਿਆ॥	ha-umai maar pachhaani-aa.
ਕਰਣੀ ਕਾਰ ਕਮਾਵੈ	karnee kaar kamaavai
ਸਬਦਿ ਸਮਾਵੈ,	sabad samaavai

ਅੰਤਰਿ ਏਕੋ ਜਾਣਿਆ॥	antar ayko jaani-aa.
ਗੁਰਮੁਖਿ ਪ੍ਰਭੁ ਰਾਵੇ ਦਿਨੁ ਰਾਤੀ,	gurmukh parabh raavay din raatee
ਆਪਣਾ ਸਾਚੀ ਸੋਭਾ ਹੋਈ॥	aapnaa saachee sobhaa ho-ee.
ਨਾਨਕ ਕਾਮਣਿ ਪਿਰੁ ਰਾਵੇ ਆਪਣਾ,	naanak kaaman pir raavay aapnaa
ਰਵਿ ਰਹਿਆ ਪ੍ਰਭੁ ਸੋਈ॥੨॥	rav rahi-aa parabh so-ee. ‖2‖

ਅਣਜਾਣ ਜੀਵ ਪ੍ਰਭ ਦੇ ਸ਼ਬਦ ਦੀ ਪਾਲਣਾ ਕਰੋ! ਉਸ ਦੀ ਪਾਲਣਾ ਕਰਨ ਨਾਲ ਹੀ ਪ੍ਰਵਾਨਗੀ ਦੇ ਰਸਤੇ ਤੇ ਅਡੋਲ ਹੋਇਆ ਜਾ ਸਕਦਾ ਹੈ । ਆਤਮਾ ਵਿੱਚ ਸ਼ਬਦ ਦੇ ਗੁਣ ਭਰ ਜਾਂਦੇ ਹਨ, ਮਨ ਪਵਿੱਤਰ ਹੋ ਜਾਂਦਾ ਹੈ । ਸ਼ਬਦ ਦੀ ਪਾਲਣਾ ਕਰਨ ਨਾਲ ਮਨ ਕਦੇ ਸੰਸਾਰਕ ਇੱਛਾਂ ਨਾਲ ਮੈਲਾ ਨਹੀਂ ਹੁੰਦਾ, ਫਿਰ ਮਨ ਵਿੱਚ ਬੁਰੇ ਖਿਆਲ ਨਹੀਂ ਆਉਂਦੇ । ਕੋਈ ਵਿਰਲਾ ਹੀ ਇਸਤਰ੍ਹਾਂ ਭਰੋਸਾ ਅਡੋਲ ਰਖਕੇ, ਮਨ ਤੇ ਜਿੱਤ ਪਾਉਂਦਾ ਹੈ । ਜੀਵ ਮਨੋ ਸ਼ਬਦ ਦੀ ਪਾਲਣਾ ਕਰੋ! ਸੰਸਾਰਕ ਭਲਾਈ ਦੇ ਕੰਮ ਕਰੋ! ਸ਼ਬਦ ਦੀ ਸਮਾਧੀ ਵਿੱਚ ਜਾਣ ਨਾਲ ਹੀ ਪ੍ਰਭ ਦੀ ਹੌਂਦ ਮਹਿਸੂਸ ਹੁੰਦੀ ਹੈ । ਗੁਰਮਖ ਪ੍ਰਭ ਦੇ ਭਾਣੇ ਵਿੱਚ, ਸ਼ਬਦ ਵਿੱਚ ਦਿਨ ਰਾਤ ਖੇੜੇ ਵਿੱਚ ਰਹਿੰਦਾ ਹੈ । ਉਸ ਨੂੰ ਪ੍ਰਭ ਦੇ ਦਰਬਾਰ ਵਿੱਚ ਸੋਭਾ ਬਖਸ਼ਿਸ਼ ਹੁੰਦੀ ਹੈ । ਜੀਵ ਪ੍ਰਭ ਦੇ ਸ਼ਬਦ ਦੀ ਪਾਲਣਾ ਕਰਕੇ, ਪ੍ਰਭ ਦੀ ਰਹਿਮਤ ਪਾਵੋ! ਪ੍ਰਭ ਹੀ ਹਰ ਥਾਂ ਵਸਦਾ, ਵਾਪਰਦਾ ਹੈ ।

Ignorant mind, you should obey the teachings of His Word. Whosoever may obey the teachings of His Word; with His mercy and grace, he may become steady and stable on the right path of acceptance in His Court. His soul may be overwhelmed with the virtues of His Word and she may be sanctified to become worthy of His acceptance. His mind may not be blemished with worldly desires and no evil thoughts may dominate within his mind. However, very rare may conquer ego of his own mind. You should obey the teachings of His Word and perform good deeds for His Creation. Whosoever may remain intoxicated in the void of His Word; with His mercy and grace, he may realize the existence of His Word. His true devotee remains intoxicated in meditating and he remains contented and in blossom day and night. He may be honored in His Court. You should obey the teachings of His Word to become worthy of His consideration. The Omnipresent True Master remains overwhelming everywhere in all actions.

ਗੁਰ ਕੀ ਕਾਰ ਕਰੇ ਧਨ ਬਾਲੜੀਏ,	gur kee kaar karay Dhan baalrhee-ay
ਹਰਿ ਵਰੁ ਦੇਇ ਮਿਲਾਏ ਰਾਮ॥	har var day-ay milaa-ay raam.
ਹਰਿ ਕੈ ਰੰਗਿ ਰਤੀ ਹੈ ਕਾਮਣਿ,	har kai rang ratee hai kaaman
ਮਿਲਿ ਪ੍ਰੀਤਮ ਸੁਖੁ ਪਾਏ ਰਾਮ॥	mil pareetam sukh paa-ay raam.
ਮਿਲਿ ਪ੍ਰੀਤਮ ਸੁਖੁ ਪਾਏ	mil pareetam sukh paa-ay
ਸਚਿ ਸਮਾਏ,	sach samaa-ay
ਸਚੁ ਵਰਤੈ ਸਭ ਥਾਈ॥	sach vartai sabh thaa-ee.
ਸਚਾ ਸੀਗਾਰੁ ਕਰੇ ਦਿਨੁ ਰਾਤੀ,	sachaa seegaar karay din raatee
ਕਾਮਣਿ ਸਚਿ ਸਮਾਈ॥	kaaman sach samaa-ee.
ਹਰਿ ਸੁਖਦਾਤਾ ਸਬਦਿ ਪਛਾਤਾ,	har sukh-daata sabad pachhaataa
ਕਾਮਣਿ ਲਇਆ ਕੰਠਿ ਲਾਏ॥	kaaman la-i-aa kanth laa-ay.
ਨਾਨਕ ਮਹਲੀ ਮਹਲੁ ਪਛਾਣੈ,	naanak mahlee mahal pachhaanai
ਗੁਰਮਤੀ ਹਰਿ ਪਾਏ॥੩॥	gurmatee har paa-ay. ‖3‖

ਸ਼ਬਦ ਦੀ ਪਾਲਣਾ ਕਰਨ ਨਾਲ, ਆਪ ਹੀ ਰਹਿਮਤ ਬਖਸ਼ਦਾ, ਪ੍ਰਵਾਨਗੀ ਦੇ ਰਸਤੇ ਤੇ ਅਡੋਲ ਰਖਦਾ ਹੈ । ਸ਼ਬਦ ਦੀ ਪਾਲਣਾ ਕਰਦਾ ਮਨ, ਪ੍ਰਭ ਦੀ ਰਹਿਮਤ ਪਾ ਲੈਂਦਾ, ਮਨ ਵਿੱਚ ਸ਼ਾਂਤੀ, ਸੰਤੋਖ ਵਸ ਜਾਂਦਾ ਹੈ । ਅਡੋਲ ਭਰੋਸੇ ਨਾਲ ਸ਼ਬਦ ਦੀ ਪਾਲਣਾ ਨਾਲ ਪ੍ਰਭ ਦੀ ਜੋਤ ਵਿੱਚ ਲੀਨ ਹੋ ਜਾਂਦਾ ਹੈ ।

ਹਰ ਥਾਂ ਵਸਣ ਵਾਲੇ ਪ੍ਰਭ ਦੀ ਮੌਜੂਦਗੀ ਮਹਿਸੂਸ ਹੁੰਦੀ ਹੈ । ਉਹ ਜੀਵ, ਪ੍ਰਭ ਦੇ ਸ਼ਬਦ ਦੀ ਪਾਲਣਾ ਨੂੰ ਹੀ ਆਪਣੀ ਸਜਾਵਟ ਬਣਾ ਲੈਂਦਾ ਹੈ । ਦਿਨ ਰਾਤ ਸ਼ਬਦ ਵਿੱਚ ਲੀਨ ਰਹਿੰਦਾ ਹੋਇਆ, ਸ਼ਬਦ ਦਾ ਅਨੰਦ ਮਾਨਦਾ ਹੈ । ਸੁਖਾਂ ਦੇ ਦਾਤੇ ਦੀ ਰਹਿਮਤ, ਸ਼ਬਦ ਦੀ ਪਾਲਣਾ ਕਰਨ ਨਾਲ ਹੀ ਬਖਸ਼ਿਸ਼ ਹੋ ਸਕਦੀ ਹੈ । ਬੰਦਗੀ ਕਰਨ ਵਾਲੇ ਤੇ ਪ੍ਰਭ ਆਪ ਹੀ ਰਹਿਮਤ ਦੀ ਨਜ਼ਰ ਬਖਸ਼ਦਾ ਹੈ । ਸ਼ਬਦ ਨਾਲ ਜੀਵਨ ਢਾਲਣ ਨਾਲ ਹੀ ਦਰਬਾਰ, ਹਜ਼ੂਰੀ ਵਿੱਚ ਆਸਣ, ਥਾਂ ਬਖੀਸ਼ਸ਼ ਹੁੰਦਾ ਹੈ ।

Whosoever may obey the teachings of His Word; with His mercy and grace, He may keep His true devotee steady and stable on the right path of acceptance in His Court. He may remain overwhelmed with peace of mind and contentment. Whosoever may obey the teachings of His Word with steady and stable belief; he may remain intoxicated in the void of His Word. He may realize the existence of The Holy Spirit prevailing everywhere. Obeying the teachings of His Word may become his embellishment and glory. He remains intoxicated in the void of His Word and enjoys the pleasures of His Word. Whosoever may obey the teachings of His Word with steady and stable belief; with His mercy and grace, he may be blessed with a place in His presence.

ਸਾ ਧਨ ਬਾਲੀ ਧੁਰਿ ਮੇਲੀ,	saa Dhan baalee Dhur maylee
ਮੇਰੈ ਪ੍ਰਭਿ ਆਪਿ ਮਿਲਾਈ ਰਾਮ॥	mayrai parabh aap milaa-ee raam.
ਗੁਰਮਤੀ ਘਟਿ ਚਾਨਣੁ ਹੋਆ,	gurmatee ghat chaanan ho-aa
ਪ੍ਰਭੁ ਰਵਿ ਰਹਿਆ ਸਭ ਥਾਈ ਰਾਮ॥	parabh rav rahi-aa sabh thaa-ee raam.
ਪ੍ਰਭੁ ਰਵਿ ਰਹਿਆ ਸਭੁ ਥਾਈ	parabh rav rahi-aa sabh thaa-ee
ਮੰਨਿ ਵਸਾਈ,	man vasaa-ee
ਪੂਰਬਿ ਲਿਖਿਆ ਪਾਇਆ॥	poorab likhi-aa paa-i-aa.
ਸੇਜ ਸੁਖਾਲੀ ਮੇਰੇ ਪ੍ਰਭ ਭਾਣੀ,	sayj sukhaalee mayray parabh bhaanee
ਸਚੁ ਸੀਗਾਰੁ ਬਣਾਇਆ॥	sach seegaar banaa-i-aa.
ਕਾਮਣਿ ਨਿਰਮਲ ਹਉਮੈ ਮਲੁ ਖੋਈ,	kaaman nirmal ha-umai mal kho-ee
ਗੁਰਮਤਿ ਸਚਿ ਸਮਾਈ॥	gurmat sach samaa-ee.
ਨਾਨਕ ਆਪਿ ਮਿਲਾਈ ਕਰਤੈ,	naanak aap milaa-ee kartai
ਨਾਮੁ ਨਵੈ ਨਿਧਿ ਪਾਈ॥੪॥੩॥੪॥	naam navai niDh paa-ee. ‖4‖3‖4‖

ਪ੍ਰਭ ਆਪ ਹੀ ਅਣਜਾਣ ਬੰਦਗੀ ਕਰਨ ਵਾਲੇ ਨੂੰ ਸ਼ਬਦ ਦੀ ਪਾਲਣਾ ਤੇ ਅਡੋਲ ਰਖਕੇ ਪ੍ਰਵਾਨਗੀ ਬਖਸ਼ਦਾ ਹੈ । ਪ੍ਰਭ ਦੇ ਸ਼ਬਦ ਦੀ ਪਾਲਣਾ ਕਰਨ ਨਾਲ ਹੀ ਮਨ ਵਿੱਚ ਜਾਗਰਤੀ ਹੁੰਦੀ ਹੈ । ਕਿ ਪ੍ਰਭ ਹਰ ਥਾਂ ਆਪ ਹੀ ਵਸਦਾ, ਵਾਪਰਦਾ ਹੈ? ਪ੍ਰਭ ਹਰ ਥਾਂ ਵਸਦਾ ਹੈ, ਵਾਪਰਦਾ ਹੈ, ਉਹ ਹਰਇੱਕ ਜੀਵ ਦੇ ਅੰਦਰ ਵੀ ਵਸਦਾ ਹੈ । ਜੀਵ ਦੇ ਜਨਮ ਤੋਂ ਪਹਿਲੇ ਲਿਖੇ ਭਾਗਾਂ ਨਾਲ ਹੀ ਮਹਿਸੂਸ ਹੁੰਦਾ ਹੈ । ਜਿਸ ਦੀ ਬੰਦਗੀ ਤੇ ਪ੍ਰਭ ਪ੍ਰਸੰਨ ਹੋ ਜਾਂਦਾ, ਉਸ ਦੇ ਮਨ ਵਿੱਚ ਖੇੜਾ ਬਖਸ਼ਦਾ ਹੈ । ਪ੍ਰਭ ਦੇ ਸ਼ਬਦ ਦੀ ਪਾਲਣਾ ਹੀ ਉਸ ਦਾ ਸ਼ਿੰਗਾਰ ਬਣ ਜਾਂਦਾ ਹੈ । ਆਤਮਾ ਨੂੰ ਸ਼ਬਦ ਦੀ ਪਾਲਣਾ ਕਰਨ ਨਾਲ ਮਨ ਵਿੱਚ ਅਹੰਕਾਰ ਤੇ ਜਿੱਤ ਬਖਸ਼ਿਸ਼ ਹੋ ਜਾਂਦੀ ਹੈ । ਉਸ ਦੀ ਆਤਮਾ ਪਵਿੱਤਰ ਹੋ ਜਾਂਦੀ ਹੈ, ਆਪਣੇ ਪਾਪ ਧੋਅ ਲੈਂਦੀ ਹੈ । ਫਿਰ ਉਸ ਨੂੰ ਕਦੇ ਮੈਲ ਨਹੀਂ ਲੱਗਦੀ । ਪ੍ਰਭ ਆਪ ਹੀ ਉਸ ਨੂੰ ਆਪਣੇ ਵਿੱਚ ਅਲੋਪ ਕਰ ਲੈਂਦਾ ਹੈ । ਉਸ ਨੂੰ ਸ਼ਬਦ ਦੀ ਸੋਝੀ ਦੇ ਨੌਂ ਖਜ਼ਾਨੇਂ ਬਖਸ਼ਿਸ਼ ਹੋ ਜਾਂਦੇ ਹਨ ।

The True Master may keep His ignorant true devotee steady and stable on the path of His acceptance. He may be enlightened that The True Master dwells and prevails everywhere in every action, within mind and body of every creature and in the universe. Whosoever may have a great prewritten destiny, only he may realize the existence of The Holy Spirit. Whose meditation may be accepted in His Court; with His mercy and grace, he may be blessed with blossom in His Court. Obeying the teachings of His

Word may become his embellishment, glory. He may be blessed to conquer his ego. All his sins may be forgiven and his soul may be sanctified to become worthy of His acceptance. He may never be blemished by worldly wealth. With His mercy and grace, his soul may be absorbed within The Holy Spirit, he may be blessed with nine treasures of enlightenment.

173.ਸੂਹੀ ਮਹਲਾ ੩॥ 770-14

ਹਰਿ ਹਰੇ ਹਰਿ ਗੁਣ ਗਾਵਹੁ,	har haray har gun gaavhu
ਹਰਿ ਗੁਰਮੁਖੇ ਪਾਏ ਰਾਮ॥	har gurmukhay paa-ay raam.
ਅਨਦਿਨੋ ਸਬਦਿ ਰਵਹੁ,	andino sabad ravhu
ਅਨਹਦ ਸਬਦ ਵਜਾਏ ਰਾਮ॥	anhad sabad vajaa-ay raam.
ਅਨਹਦ ਸਬਦ ਵਜਾਏ	anhad sabad vajaa-ay
ਹਰਿ ਜੀਉ ਘਰਿ ਆਏ,	har jee-o ghar aa-ay
ਹਰਿ ਗੁਣ ਗਾਵਹੁ ਨਾਰੀ॥	har gun gaavhu naaree.
ਅਨਦਿਨੁ ਭਗਤਿ ਕਰਹਿ ਗੁਰ ਆਗੈ,	an-din bhagat karahi gur aagai
ਸਾ ਧਨ ਕੰਤ ਪਿਆਰੀ॥	saa Dhan kant pi-aaree.
ਗੁਰ ਕਾ ਸਬਦੁ ਵਸਿਆ ਘਟ ਅੰਤਰਿ,	gur kaa sabad vasi-aa ghat antar
ਸੇ ਜਨ ਸਬਦਿ ਸੁਹਾਏ॥	say jan sabad suhaa-ay.
ਨਾਨਕ ਤਿਨ ਘਰਿ ਸਦ ਹੀ ਸੋਹਿਲਾ,	naanak tin ghar sad hee sohilaa
ਹਰਿ ਕਰਿ ਕਿਰਪਾ ਘਰਿ ਆਏ॥੧॥	har kar kirpaa ghar aa-ay. ||1||

ਗੁਰਮਖ ਨੂੰ ਪ੍ਰਭ ਦੇ ਸਬਦ ਦੀ ਉਸਤਤ ਗਾਉਂਦੇ ਨੂੰ ਪ੍ਰਭ ਦੀ ਰਹਿਮਤ ਬਖਸ਼ਿਸ਼ ਹੋ ਜਾਂਦੀ ਹੈ । ਉਹ ਦਿਨ ਰਾਤ ਪ੍ਰਭ ਦੇ ਸ਼ਬਦ ਦੀ ਪਾਲਣਾ ਕਰਦਾ, ਗੁਣ ਗਾਉਂਦਾ ਹੈ । ਸ਼ਬਦ ਦੇ ਗੁਣ ਗਾਉਣ ਨਾਲ, ਸਦਾ ਅਡੋਲ ਰਹਿਣ ਵਾਲੀ ਧੁਨ ਮਨ ਵਿੱਚ ਦਿਨ ਰਾਤ ਚਲ ਪੈਂਦੀ ਹੈ । ਉਸ ਦੇ ਮਨ ਵਿੱਚ ਪ੍ਰਭ ਦੀ ਜੋਤ ਜਾਗਰਤ ਹੋ ਜਾਂਦੀ ਹੈ । ਜਿਹੜੀ ਆਤਮਾ ਸ਼ਰਧਾ ਨਾਲ ਦਿਨ ਰਾਤ ਸ਼ਬਦ ਦੀ ਪਾਲਣਾ ਕਰਦੀ, ਗੁਣ ਗਾਉਂਦੀ ਹੈ । ਉਹ ਪ੍ਰਭ ਦੇ ਨੇੜੇ ਆ ਜਾਂਦੀ ਹੈ, ਉਸ ਨੂੰ ਪਿਆਰੀ ਲੱਗਣ ਲੱਗ ਪੈਂਦੀ ਹੈ । ਜਿਸ ਦਾ ਮਨ ਪ੍ਰਭ ਦੇ ਸ਼ਬਦ ਦੀ ਸੋਝੀ ਨਾਲ ਭਰਿਆਂ ਹੋਇਆ ਹੁੰਦਾ ਹੈ । ਪ੍ਰਭ ਦੇ ਸ਼ਬਦ ਦੀ ਪਾਲਣਾ ਹੀ ਉਸ ਦਾ ਸ਼ਿੰਗਾਰ ਬਣ ਜਾਂਦੀ ਹੈ । ਉਸ ਦਾ ਮਨ ਸਦਾ ਹੀ ਖੇੜੇ ਨਾਲ ਭਰਿਆਂ ਰਹਿੰਦਾ ਹੈ । ਪ੍ਰਭ ਦੀ ਰਹਿਮਤ ਉਸ ਦੇ ਮਨ ਅੰਦਰ ਵਸਣ ਲੱਗ ਪੈਂਦੀ ਹੈ ।

Whosoever may be singing the glory with a devotion, he may be blessed with His mercy and grace. He remains singing and obeying the teachings with steady and stable belief in his day-to-day life. With His mercy and grace, the everlasting echo of His Word may resonate within his heart; he may be enlightened with the essence of His Word. Whosoever may sing the glory of His Word with a devotion and obey the teachings day and night; his soul becomes favorite to The True Master. Whosoever may remain overwhelmed with the essence of His Word; the everlasting echo of His Word within his heart may become his embellishment. He remains overwhelmed with blossom in intoxication in the void of His Word, His sanctuary.

ਭਗਤਾ ਮਨਿ ਆਨੰਦੁ ਭਇਆ,	bhagtaa man aanand bha-i-aa
ਹਰਿ ਨਾਮਿ ਰਹੇ ਲਿਵ ਲਾਏ ਰਾਮ॥	har naam rahay liv laa-ay raam.
ਗੁਰਮੁਖੇ ਮਨੁ ਨਿਰਮਲੁ ਹੋਆ,	gurmukhay man nirmal ho-aa
ਨਿਰਮਲ ਹਰਿ ਗੁਣ ਗਾਏ ਰਾਮ॥	nirmal har gun gaa-ay raam.
ਨਿਰਮਲ ਗੁਣ ਗਾਏ	nirmal gun gaa-ay
ਨਾਮੁ ਮੰਨਿ ਵਸਾਏ,	naam man vasaa-ay

ਹਰਿ ਕੀ ਅੰਮ੍ਰਿਤ ਬਾਣੀ॥	har kee amrit banee.
ਜਿਨ੍ ਮਨਿ ਵਸਿਆ	JinH man vasi-aa
ਸੇਈ ਜਨ ਨਿਸਤਰੇ,	say-ee jan nistaray
ਘਟਿ ਘਟਿ ਸਬਦਿ ਸਮਾਣੀ॥	ghat sabad samaanee.
ਤੇਰੇ ਗੁਣ ਗਾਵਹਿ ਸਹਜਿ ਸਮਾਵਹਿ,	tayray gun gaavahi sahj samaaveh
ਸਬਦੇ ਮੇਲਿ ਮਿਲਾਏ॥	sabday mayl milaa-ay.
ਨਾਨਕ ਸਫਲ ਜਨਮੁ ਤਿਨ ਕੇਰਾ,	naanak safal janam tin kayraa
ਜਿ ਸਤਿਗੁਰਿ ਹਰਿ ਮਾਰਗਿ ਪਾਏ॥੨॥	je satgur har maarag paa-ay. ‖2‖

ਬੰਦਗੀ ਕਰਨ ਵਾਲੇ ਦਾ ਮਨ ਪ੍ਰਭ ਦੀ ਰਹਿਮਤ ਨਾਲ ਭਰਿਆਂ ਰਹਿੰਦਾ ਹੈ । ਉਹ ਨਿਮ੍ਰਤਾ ਨਾਲ ਪ੍ਰਭ ਦੇ ਸ਼ਬਦ ਵਿੱਚ ਹੀ ਲੀਨ ਰਹਿੰਦਾ ਹੈ । ਗੁਰਮਖ ਦਾ ਮਨ ਸ਼ਬਦ ਦੀ ਪਾਲਣਾ, ਗੁਣ ਗਾਉਣ ਨਾਲ ਪਵਿੱਤਰ ਰਹਿੰਦਾ ਹੈ । ਮਨ ਨੂੰ ਇੱਛਾਂ ਰਹਿਤ ਕਰਕੇ, ਸ਼ਬਦ ਰੂਪੀ ਅੰਮ੍ਰਿਤ ਦਾ ਰਸ ਮਾਨਦਾ ਹੈ । ਜਿਸ ਮਨ ਵਿੱਚ ਸ਼ਬਦ ਘਰ ਕਰ ਜਾਂਦਾ ਹੈ, ਉਸ ਮਨ ਵਿੱਚ ਜਾਗਰਤੀ ਬਖਸ਼ਿਸ਼ ਹੋ ਜਾਂਦੀ ਹੈ । ਉਸ ਨੂੰ ਪ੍ਰਭ ਹਰਇੱਕ ਜੀਵ ਦੇ ਹਿਰਦੇ ਵਿੱਚ ਵਸਦਾ ਮਹਿਸੂਸ ਹੁੰਦਾ ਹੈ । ਪ੍ਰਭ ਦਾ ਦਾਸ, ਸ਼ਬਦ ਦੇ ਗੁਣ ਗਾਉਂਦਾ ਪ੍ਰਭ ਵਿੱਚ ਹੀ ਸਮਾ ਜਾਂਦਾ ਹੈ । ਤੇਰੇ ਸ਼ਬਦ ਦੀ ਪਾਲਣਾ ਕਰਦਾ, ਤੇਰੇ ਨਾਲ ਸੰਜੋਗ ਬਣਾ ਲੈਂਦਾ ਹੈ । ਉਸ ਦਾ ਮਨ ਸ਼ਬਦ ਦੀ ਪਾਲਣਾ ਕਰਦਾ ਹੈ । ਆਪ ਹੀ ਰਹਿਮਤ ਬਖਸ਼ਕੇ ਉਸ ਨੂੰ ਸ਼ਬਦ ਦੀ ਪਾਲਣਾ ਤੇ ਅਡੋਲ ਰਖਦਾ ਹੈ ।

Whosoever may remain overwhelmed with His mercy and grace, he may remain humble, intoxicated in the void of His Word. His true devotee may sanctify his soul by sing the glory of His Word and obeying the teachings of His Word. His mind becomes free from worldly desires and enjoys the nectar of the essence of His Word. He may be drenched with the essence of the enlightenment of the teachings of His Word. He may realize His Holy Spirit dwells within each soul. Your true devotee may remain intoxicated singing the glory of Your Word. His soul may immerse within Your Holy Spirit. He remains obeying the teachings of Your Word; with Your mercy and grace, he may be blessed with the conjugation of Your Holy saint. He may keep His true devotee steady and stable on right path of acceptance in His Court.

ਸੰਤਸੰਗਤਿ ਸਿਉ ਮੇਲੁ ਭਇਆ,	santsangat si-o mayl bha-i-aa
ਹਰਿ ਹਰਿ ਨਾਮਿ ਸਮਾਏ ਰਾਮ॥	har har naam samaa-ay raam.
ਗੁਰ ਕੈ ਸਬਦਿ ਸਦ ਜੀਵਨ ਮੁਕਤ ਭਏ,	gur kai sabad sad jeevan mukat bha-ay
ਹਰਿ ਕੈ ਨਾਮਿ ਲਿਵ ਲਾਏ ਰਾਮ॥	har kai naam liv laa-ay raam.
ਹਰਿ ਨਾਮਿ ਚਿਤੁ ਲਾਏ,	har naam chit laa-ay
ਗੁਰਿ ਮੇਲਿ ਮਿਲਾਏ,	gur mayl milaa-ay
ਮਨੂਆ ਰਤਾ ਹਰਿ ਨਾਲੇ॥	manoo-aa rataa har naalay.
ਸੁਖਦਾਤਾ ਪਾਇਆ ਮੋਹੁ ਚੁਕਾਇਆ,	sukh-daata paa-i-aa moh chukaa-i-aa
ਅਨਦਿਨੁ ਨਾਮੁ ਸਮ੍ਾਲੇ॥	an-din naam samHaalay.
ਗੁਰ ਸਬਦੇ ਰਾਤਾ ਸਹਜੇ ਮਾਤਾ,	gur sabday raataa sehjay maataa
ਨਾਮੁ ਮਨਿ ਵਸਾਏ॥	naam man vasaa-ay.
ਨਾਨਕ ਤਿਨ ਘਰਿ ਸਦ ਹੀ ਸੋਹਿਲਾ,	naanak tin ghar sad hee sohilaa
ਜਿ ਸਤਿਗੁਰ ਸੇਵਿ ਸਮਾਏ॥੩॥	je satgur sayv samaa-ay. ‖3‖

ਜਿਹੜਾ ਬੰਦਗੀ ਕਰਨ ਵਾਲੇ ਦੀ ਸੰਗਤ ਕਰਦਾ ਹੈ । ਉਹ ਪ੍ਰਭ ਦੇ ਸ਼ਬਦ ਦੀ ਪਾਲਣਾ ਵਿੱਚ ਹੀ ਮਸਤ ਰਹਿੰਦਾ ਹੈ । ਸ਼ਬਦ ਦੀ ਪਾਲਣਾ ਕਰਦਾ ਹੋਇਆ ਇਸ ਮਾਨਸ ਜਨਮ ਵਿੱਚ ਹੀ ਅਮਰ ਹੋ ਜਾਂਦਾ ਹੈ । ਉਹ ਸੰਸਾਰਕ ਜੀਵਨ ਵਿੱਚ ਹੀ ਪ੍ਰਭ ਦਾ ਰੂਪ ਬਣ ਜਾਂਦਾ ਹੈ । ਉਸ ਦੇ ਮਨ ਵਿੱਚ ਪ੍ਰਭ ਦੇ ਸ਼ਬਦ

ਨਾਲ, ਪ੍ਰਭ ਨਾਲ ਗੂੜ੍ਹਾ ਸੰਜੋਗ ਬਣ ਜਾਂਦਾ ਹੈ । ਉਸ ਦਾ ਧਿਆਨ ਪ੍ਰਭ ਦੇ ਸ਼ਬਦ ਵਿੱਚ ਹੀ ਅਡੋਲ ਰਹਿੰਦਾ ਹੈ । ਪ੍ਰਭ ਆਪ ਹੀ ਉਸ ਨੂੰ ਅਡੋਲ ਰਖਦਾ ਹੈ, ਆਪਣੇ ਨਾਲ ਮਿਲਾਪ ਕਰਵਾਉਂਦਾ ਹੈ । ਉਸ ਨੂੰ ਸੁਖਾਂ ਦੇ ਦਾਤੇ ਦੀ ਰਹਿਮਤ ਮਹਿਸੂਸ ਹੋ ਜਾਂਦੀ ਹੈ । ਉਹ ਦਿਨ ਰਾਤ ਸ਼ਬਦ ਦੇ ਵਿਚਾਰ, ਪਾਲਣਾ ਵਿੱਚ ਹੀ ਮਸਤ ਰਹਿੰਦਾ ਹੈ । ਉਸ ਦੇ ਮਨ ਤੇ ਸ਼ਬਦ ਦਾ ਨਸ਼ਾ, ਮਸਤੀ, ਸਦਾ ਰਹਿਣ ਵਾਲਾ ਖੇੜਾ ਰਹਿੰਦਾ ਹੈ । ਜਿਹੜਾ ਜੀਵ ਪ੍ਰਭ ਦੇ ਸ਼ਬਦ ਦੀ ਕਮਾਈ ਕਰਦਾ ਹੈ । ਉਸ ਦੇ ਮਨ ਵਿੱਚ, ਜੀਵਨ ਵਿੱਚ ਸਦਾ ਹੀ ਅਨੰਦ, ਖੇੜਾ ਹੀ ਰਹਿੰਦਾ ਹੈ ।

Whosoever may associate with the conjugation of His true devotee, he may remain intoxicated in meditation in the void of His Word. He may be blessed with immortal state of mind in his human life journey. He may become a symbol of The True Master in his human life. He may be blessed with a deep devotion with His Word; he remains intoxicated in obeying the teachings of His Word. The True Master may keep him steady and stable on the right path of acceptance in His Court; with His mercy and grace, he may be accepted in His sanctuary. He may realize the existence of The True Master of all comforts. He may remain intoxicated in meditation and obeying the teachings of His Word; with His mercy and grace, he may be blessed with everlasting blossom in his life. Whosoever may earn the wealth of His Word; with His mercy and grace, he may be blessed with everlasting pleasure and blossom.

ਬਿਨੁ ਸਤਿਗੁਰ ਜਗੁ ਭਰਮਿ ਭੁਲਾਇਆ,	bin satgur jag bharam bhulaa-i-aa
ਹਰਿ ਕਾ ਮਹਲੁ ਨ ਪਾਇਆ ਰਾਮ॥	har kaa mahal na paa-i-aa raam.
ਗੁਰਮੁਖੇ ਇਕਿ ਮੇਲਿ ਮਿਲਾਇਆ,	gurmukhay ik mayl milaa-i-aa
ਤਿਨ ਕੇ ਦੁਖ ਗਵਾਇਆ ਰਾਮ॥	tin kay dookh gavaa-i-aa raam.
ਤਿਨ ਕੇ ਦੁਖ ਗਵਾਇਆ	tin kay dookh gavaa-i-aa
ਜਾ ਹਰਿ ਮਨਿ ਭਾਇਆ,	jaa har man bhaa-i-aa
ਸਦਾ ਗਾਵਹਿ ਰੰਗਿ ਰਾਤੇ॥	sadaa gaavahi rang raatay.
ਹਰਿ ਕੇ ਭਗਤ ਸਦਾ ਜਨ ਨਿਰਮਲ,	har kay bhagat sadaa jan nirmal
ਜੁਗਿ ਜੁਗਿ ਸਦ ਹੀ ਜਾਤੇ॥	jug jug sad hee jaatay.
ਸਾਚੀ ਭਗਤਿ ਕਰਹਿ ਦਰਿ ਜਾਪਹਿ,	saachee bhagat karahi dar jaapeh
ਘਰਿ ਦਰਿ ਸਚਾ ਸੋਈ॥	ghar dar sachaa so-ee.
ਨਾਨਕ ਸਚਾ ਸੋਹਿਲਾ	naanak sachaa sohilaa
ਸਚੀ ਸਚੁ ਬਾਣੀ,	sachee sach bane
ਸਬਦੇ ਹੀ ਸੁਖੁ ਹੋਈ॥੪॥੪॥੫॥	sabday hee sukh ho-ee. ||4||4||5||

ਸ਼ਬਦ ਦੀ ਪਾਲਣਾ ਤੋਂ ਬਿਨਾਂ ਸਾਰਾ ਸੰਸਾਰ ਹੀ ਭਰਮਾਂ ਵਿੱਚ ਭਉਦਾ ਫਿਰਦਾ ਹੈ । ਸ਼ਬਦ ਦੀ ਪਾਲਣਾ ਤੋਂ ਬਿਨਾਂ, ਪ੍ਰਵਾਨਗੀ ਦਾ ਰਸਤਾ ਬਖਸ਼ਿਸ਼ ਨਹੀਂ ਹੁੰਦਾ । ਗੁਰਮਖ ਜੀਵ ਨੂੰ ਪ੍ਰਭ ਆਪ ਹੀ ਪ੍ਰਵਾਨਗੀ ਦੇ ਰਸਤੇ ਤੇ ਅਡੋਲ ਰਖਦਾ ਹੈ । ਉਸ ਦੇ ਦੁਖ, ਸੰਸਾਰਕ ਇੱਛਾਂ ਦੇ ਭਰਮ ਦੂਰ ਕਰ ਦੇਂਦਾ ਹੈ । ਜਿਹੜਾ ਪ੍ਰਭ ਦੇ ਭਾਣੇ ਨੂੰ ਕਬੂਲ ਕਰ ਲੈਂਦਾ, ਸ਼ਬਦ ਦੀ ਪਾਲਣਾ ਕਰਦਾ ਹੈ । ਉਸ ਦੀ ਇੱਛਾਂ ਦੀ ਭਟਕਣ ਖਤਮ ਹੋ ਜਾਂਦੀ ਹੈ । ਉਹ ਪ੍ਰਭ ਦੇ ਸ਼ਬਦ ਦੀ ਉਸਤਤ ਗਾਉਂਦਾ ਹੈ । ਸ਼ਬਦ ਦੀ ਬੰਦਗੀ ਕਰਨ ਵਾਲੇ ਦਾ ਮਨ ਸਦਾ ਹੀ ਬੁਰੇ ਖਿਆਲਾਂ ਤੋਂ ਰਹਿਤ ਰਹਿੰਦਾ ਹੈ । ਮਨ ਪਵਿੱਤਰ ਰਹਿੰਦਾ, ਉਸ ਦੇ ਕੰਮ ਸ਼ਬਦ ਅਨੁਸਾਰ ਹੀ ਹੁੰਦੇ ਹਨ । ਜੁਗਾਂ ਜੁਗਾਂ ਵਿੱਚ ਉਸ ਦੀ ਸੋਭਾ ਹੁੰਦੀ ਹੈ । ਜਿਹੜਾ ਸ਼ਰਧਾ ਨਾਲ ਸ਼ਬਦ ਦੀ ਪਾਲਣਾ ਕਰਦਾ ਹੈ, ਉਹ ਪ੍ਰਭ ਦੇ ਦਰਬਾਰ ਵਿੱਚ ਸੋਭਦਾ ਹੈ । ਉਸ ਦੇ ਮਨ ਵਿੱਚ ਪ੍ਰਭ ਦਾ ਸ਼ਬਦ ਜਾਗਰਤ ਹੋ ਜਾਂਦਾ ਹੈ । ਪ੍ਰਭ ਹੀ ਉਸ ਦੇ ਸਰੀਰ, ਮਨ ਦੀ ਤੰਦਰੁਸਤੀ, ਅਨੰਦ ਵਾਲਾ ਘਰ ਹੁੰਦਾ ਹੈ । ਉਸ ਦਾ ਕੀਰਤਨ, ਸ਼ਬਦ ਦੀ ਸੋਭਾ ਉਸ ਦੇ ਮਨ ਵਿਚੋਂ ਹੀ ਆਉਂਦੀ ਹੈ । ਬੋਲ ਅਟੱਲ ਹੋ ਜਾਂਦੇ, ਸ਼ਬਦ ਦੀ ਪਾਲਣਾ ਵਿਚੋਂ ਹੀ ਸੰਤੋਖ ਬਖਸ਼ਿਸ਼ ਹੋ ਜਾਂਦਾ ਹੈ ।

Without obeying the teachings of His Word, His whole creation remains in worldly suspicions; no one may be blessed with the right path of acceptance in His Court. With His mercy and grace, His true devotee may be blessed with the right path of acceptance in His Court. All his religious suspicions and his miseries of worldly desires may be eliminated. Whosoever may accept His Word as an ultimate command; he may adopt the teachings of His Word with steady and stable belief in his day-to-day life. All his frustrations of worldly desires and evil thoughts may be eliminated. His mind, soul may remain sanctified, his life remains as per His Word and he may be honored in Ages. Whosoever may obey the teachings of His Word with a devotion; he may be accepted in His Court and he may remain drenched with the essence of His Word. His body, mind may become the house of pleasure and comforts. He may sing the glory of His Word from the core of His heart. His spoken words may become everlasting truth; with His mercy and grace, he may be blessed with contentment by obeying the teachings of His Word.

174. ਸੂਹੀ ਮਹਲਾ ੩॥ 771-10

ਜੇ ਲੋੜਹਿ ਵਰੁ ਬਾਲੜੀਏ,	jay lorheh var baalrhee-ay
ਤਾ ਗੁਰ ਚਰਣੀ ਚਿਤੁ ਲਾਏ ਰਾਮ॥	taa gur charnee chit laa-ay raam.
ਸਦਾ ਹੋਵਹਿ ਸੋਹਾਗਣੀ ਹਰਿ ਜੀਉ,	sadaa hoveh sohaaganee har jee-o
ਮਰੈ ਨ ਜਾਏ ਰਾਮ॥	marai na jaa-ay raam.
ਹਰਿ ਜੀਉ ਮਰੈ ਨ ਜਾਏ	har jee-o marai na jaa-ay
ਗੁਰ ਕੈ ਸਹਜਿ ਸੁਭਾਏ,	gur kai sahj subhaa-ay
ਸਾ ਧਨ ਕੰਤ ਪਿਆਰੀ॥	saa Dhan kant pi-aaree.
ਸਚਿ ਸੰਜਮਿ ਸਦਾ ਹੈ ਨਿਰਮਲ,	sach sanjam sadaa hai nirmal
ਗੁਰ ਕੈ ਸਬਦਿ ਸੀਗਾਰੀ॥	gur kai sabad seegaaree.
ਮੇਰਾ ਪ੍ਰਭੁ ਸਾਚਾ	mayraa parabh saachaa
ਸਦ ਹੀ ਸਾਚਾ,	sad hee saachaa
ਜਿਨਿ ਆਪੇ ਆਪੁ ਉਪਾਇਆ॥	jin aapay aap upaa-i-aa.
ਨਾਨਕ ਸਦਾ ਪਿਰੁ ਰਾਵੇ ਆਪਣਾ,	naanak sadaa pir raavay aapnaa
ਜਿਨਿ ਗੁਰ ਚਰਣੀ ਚਿਤੁ ਲਾਇਆ॥੧॥	Jin gur charnee chit laa-i-aa. ||1||

ਜੀਵ ਅਗਰ ਮਨ ਵਿੱਚ ਪ੍ਰਭ ਨੂੰ ਮਿਲੱਣ ਦੀ, ਦਰਬਾਰ ਵਿੱਚ ਪ੍ਰਵਾਨਗੀ ਦੀ ਇੱਛਾਂ ਹੈ । ਤਾਂ ਸ਼ਰਧਾ ਨਾਲ ਪ੍ਰਭ ਦੇ ਸ਼ਬਦ ਵਿੱਚ ਧਿਆਨ ਲਾਵੇ! ਤੈਨੂੰ ਉਸ ਸਦਾ ਅਟੱਲ ਰਹਿਣ ਵਾਲੇ ਪ੍ਰਭ ਨਾਲ ਸੰਜੋਗ ਹੋ ਸਕਦਾ ਹੈ । ਸ਼ਬਦ ਦੀ ਭਰੋਸੇ ਨਾਲ ਪਾਲਣਾ ਕਰਨ ਨਾਲ ਹੀ ਜਨਮ, ਮਰਨ ਤੋ ਰਹਿਤ ਪ੍ਰਭ ਨਾਲ ਸੰਜੋਗ ਬਖਸ਼ਿਸ਼ ਹੁੰਦਾ ਹੈ । ਆਪਣੀ ਖੁਦਗ਼ਰਜ਼ੀ ਖਤਮ ਕਰਕੇ, ਸ਼ਬਦ ਦੀ ਪਾਲਣਾ ਕਰਨ ਨਾਲ ਮਨ ਪਵਿੱਤਰ ਹੋ ਜਾਂਦਾ ਹੈ, ਮਨ ਤੇ ਸ਼ਬਦ ਦਾ ਨੂਰ ਬਖਸ਼ਿਸ਼ ਹੋ ਜਾਂਦਾ ਹੈ । ਪ੍ਰਭ ਸਦਾ ਹੀ ਅਟੱਲ ਰਹਿਣ ਵਾਲਾ ਹੈ, ਆਪਣੇ ਆਪ ਵਿਚੋਂ ਹੀ ਉਤਪੰਨ ਹੋਇਆ ਹੈ । ਜਿਹੜਾ ਆਪਣਾ ਧਿਆਨ ਪ੍ਰਭ ਦੇ ਸ਼ਬਦ ਦੀ ਪਾਲਣਾ ਵਿੱਚ ਰਖਦਾ ਹੈ । ਉਹ ਪ੍ਰਭ ਦੇ ਦਰਬਾਰ ਵਿੱਚ ਸੋਭਦਾ, ਪ੍ਰਵਾਨ ਹੋ ਜਾਂਦਾ ਹੈ ।

Whosoever may have a deep desire to be accepted in His sanctuary; he should remain focused and obeys the teachings of His Word with steady and stable belief in his day-to-day life. With His mercy and grace, he may be blessed with the right path of acceptance in His Court. The True Master, everlasting Holy Spirit, remains beyond the cycle of birth and death. Whosoever may obey the teachings of His Word with steady and stable belief in day-to-day life, only he may be blessed with the right path of acceptance in His sanctuary. He may conquer his selfishness and sanctify his soul; with His mercy and grace, he may be blessed with eternal glow on his forehead. Whosoever may wholeheartedly obey the teachings of His Word with steady and stable belief in his day-to-day life; with His mercy and grace, he may be accepted in His Court.

ਪਿਰੁ ਪਾਇਅੜਾ ਬਾਲੜੀਏ,	pir paa-i-arhaa baalrhee-ay an-din
ਅਨਦਿਨੁ ਸਹਜੇ ਮਾਤੀ ਰਾਮ॥	sehjay maatee raam.
ਗੁਰਮਤੀ ਮਨਿ ਅਨਦੁ ਭਇਆ,	gurmatee man anad bha-i-aa tit
ਤਿਤੁ ਤਨਿ ਮੈਲੁ ਨ ਰਾਤੀ ਰਾਮ॥	tan mail na raatee raam.
ਤਿਤੁ ਤਨਿ ਮੈਲੁ ਨ ਰਾਤੀ,	tit tan mail na raatee
ਹਰਿ ਪ੍ਰਭਿ ਰਾਤੀ,	har parabh raatee
ਮੇਰਾ ਪ੍ਰਭੁ ਮੇਲਿ ਮਿਲਾਏ॥	mayraa parabh mayl milaa-ay.
ਅਨਦਿਨੁ ਰਾਵੇ ਹਰਿ ਪ੍ਰਭੁ ਅਪਣਾ,	an-din raavay har parabh apnaa
ਵਿਚਹੁ ਆਪੁ ਗਵਾਏ॥	vichahu aap gavaa-ay.
ਗੁਰਮਤਿ ਪਾਇਆ ਸਹਜਿ ਮਿਲਾਇਆ,	gurmat paa-i-aa sahj milaa-i-aa
ਅਪਣੇ ਪ੍ਰੀਤਮ ਰਾਤੀ॥	apnay pareetam raatee.
ਨਾਨਕ ਨਾਮੁ ਮਿਲੈ ਵਡਿਆਈ,	naanak naam milai vadi-aa-ee
ਪ੍ਰਭੁ ਰਾਵੇ ਰੰਗਿ ਰਾਤੀ॥੨॥	parabh raavay rang raatee. ||2||

ਜਿਸ ਦੀ ਆਤਮਾ ਪ੍ਰਭ ਦੀ ਹੋਂਦ ਮਹਿਸੂਸ ਕਰ ਲੈਂਦੀ ਹੈ । ਉਹ ਦਿਨ ਰਾਤ ਪ੍ਰਭ ਦੇ ਸ਼ਬਦ ਦੇ ਨਸ਼ੇ ਵਿੱਚ ਹੀ ਲੀਨ ਹੋ ਜਾਂਦਾ ਹੈ । ਪ੍ਰਭ ਦੇ ਸ਼ਬਦ ਦੀ ਪਾਲਣਾ ਕਰਨ ਨਾਲ, ਉਸ ਦੀ ਆਤਮਾ, ਮਨ ਪਵਿੱਤਰ ਹੋ ਜਾਂਦਾ ਹੈ । ਉਸ ਨੂੰ ਰਤਾ ਭਰ ਵੀ ਮੈਲ ਨਹੀਂ ਲੱਗਦੀ, ਖੇੜਾ ਬਖਸ਼ਿਸ਼ ਹੋ ਜਾਂਦਾ ਹੈ । ਬੰਦਗੀ ਕਰਨ ਵਾਲੇ ਦੀ ਆਤਮਾ ਪਵਿੱਤਰ ਹੋ ਜਾਂਦੀ, ਕਦੇ ਇੱਛਾਂ ਦੀ ਮੈਲ ਨਹੀਂ ਲੱਗਦੀ । ਉਹ ਪ੍ਰਭ ਦੇ ਸ਼ਬਦ ਵਿੱਚ ਹੀ ਮਸਤ ਰਹਿੰਦੀ ਹੈ । ਪ੍ਰਭ ਆਪ ਹੀ ਉਸ ਨੂੰ ਪ੍ਰਵਾਨਗੀ ਦੇ ਰਸਤੇ ਤੇ ਅਡੋਲ ਰਖਦਾ, ਪ੍ਰਵਾਨ ਕਰ ਲੈਂਦਾ ਹੈ । ਉਹ ਦਿਨ ਰਾਤ ਪ੍ਰਭ ਦੇ ਸ਼ਬਦ ਦੀ ਪਾਲਣਾ ਵਿੱਚ ਲੀਨ ਰਹਿੰਦਾ ਹੈ । ਮਨ ਵਿਚੋਂ ਆਪਾ ਮਿਟਾ ਦੇਂਦਾ ਹੈ । ਸ਼ਬਦ ਦੀ ਪਾਲਣਾ, ਸੋਝੀ ਨਾਲ ਆਤਮਾ ਅਸਾਨੀ ਨਾਲ ਹੀ ਪ੍ਰਵਾਨ ਹੋ ਜਾਂਦੀ ਹੈ । ਪ੍ਰਭ ਦੇ ਸ਼ਬਦ ਦੀ ਪਾਲਣਾ ਕਰਨ ਵਾਲੇ ਨੂੰ ਦਰਬਾਰ ਵਿੱਚ ਸੋਭਾ ਬਖਸ਼ਿਸ਼ ਹੁੰਦੀ ਹੈ । ਪ੍ਰਭ ਦੇ ਦਰਬਾਰ, ਹਜ਼ੂਰੀ ਵਿੱਚ, ਸ਼ਬਦ ਦੀ ਲਗਨ ਵਿੱਚ ਲੀਨ ਰਹਿੰਦਾ ਹੈ ।

Whosoever may realize the existence of The Holy Spirit; with His mercy and grace, he may remain intoxicated in obeying the teachings of His Word. Whosoever may obey the teachings of His Word with steady and stable belief in his day-to-day life, his soul may be sanctified to become worthy of His consideration. His soul may become beyond the reach of blemish of worldly desires; with His mercy and grace, he may be blessed with blossom. He may remain intoxicated in meditation in the void of His Word. The True Master may keep him steady and stable on the right path of meditation and he may conquer his own selfishness; with His mercy and grace, his soul may be accepted in His Court. He may be blessed with a permanent resting place in the presence of The True Master.

ਪਿਰੁ ਰਾਵੇ ਰਾਤੜੀਏ,	pir raavay rang raat-rhee-ay
ਪਿਰ ਕਾ ਮਹਲੁ ਤਿਨ ਪਾਇਆ ਰਾਮ॥	pir kaa mahal tin paa-i-aa raam.
ਸੋ ਸਹੋ ਅਤਿ ਨਿਰਮਲੁ ਦਾਤਾ,	so saho at nirmal daataa
ਜਿਨਿ ਵਿਚਹੁ ਆਪੁ ਗਵਾਇਆ ਰਾਮ॥	Jin vichahu aap gavaa-i-aa raam.
ਵਿਚਹੁ ਮੋਹੁ ਚੁਕਾਇਆ	vichahu moh chukaa-i-aa
ਜਾ ਹਰਿ ਭਾਇਆ,	jaa har bhaa-i-aa

ਹਰਿ ਕਾਮਣਿ ਮਨਿ ਭਾਣੀ॥	har kaaman man bhaanee.
ਅਨਦਿਨੁ ਗੁਣ ਗਾਵੈ ਨਿਤ ਸਾਚੇ,	an-din gun gaavai nit saachay
ਕਥੇ ਅਕਥ ਕਹਾਣੀ॥	kathay akath kahaanee.
ਜੁਗ ਚਾਰੇ ਸਾਚਾ ਏਕੋ ਵਰਤੈ,	jug chaaray saachaa ayko vartai
ਬਿਨੁ ਗੁਰ ਕਿਨੈ ਨ ਪਾਇਆ॥	bin gur kinai na paa-i-aa.
ਨਾਨਕ ਰੰਗਿ ਰਵੈ ਰੰਗਿ ਰਾਤੀ,	naanak rang ravai rang raatee
ਜਿਨਿ ਹਰਿ ਸੇਤੀ ਚਿਤੁ ਲਾਇਆ॥੩॥	Jin har saytee chit laa-i-aa. ||3||

ਜਿਹੜਾ ਸ਼ਬਦ ਦੇ ਰੰਗ ਵਿੱਚ ਰੰਗਿਆ ਰਹਿੰਦਾ ਹੈ, ਦਰਬਾਰ ਵਿੱਚ ਪ੍ਰਵਾਨ ਹੋ ਜਾਂਦਾ ਹੈ । ਉਸ ਦਾ ਮਨ ਨਿਰਮਲ ਹੋ ਜਾਂਦਾ ਹੈ, ਪਵਿੱਤਰ ਹੋ ਜਾਂਦਾ ਹੈ । ਪ੍ਰਭ ਆਪ ਹੀ ਰਹਿਮਤ ਬਖਸ਼ਕੇ, ਉਸ ਦੇ ਮਨ ਵਿਚੋਂ ਖੁਦਗ਼ਰਜ਼ੀ, ਆਪਾ ਨਾਸ ਕਰ ਦੇਂਦਾ ਹੈ । ਜਿਸ ਦੀ ਬੰਦਗੀ ਪ੍ਰਭ ਨੂੰ ਭਾਉਂਦੀ ਹੈ, ਉਸ ਦੇ ਮਨ ਵਿਚੋਂ ਸੰਸਾਰਕ ਮੋਹ ਖਤਮ ਹੋ ਜਾਂਦਾ ਹੈ । ਉਸ ਦੀ ਆਤਮਾ ਵਿੱਚ ਕੇਵਲ ਪ੍ਰਭ ਦੇ ਸ਼ਬਦ ਨਾਲ ਹੀ ਲਗਨ, ਮੋਹ ਅਡੋਲ ਹੋ ਜਾਂਦਾ ਹੈ । ਉਹ ਦਿਨ ਰਾਤ ਪ੍ਰਭ ਦੇ ਸ਼ਬਦ ਦੇ ਗੁਣ ਗਾਉਂਦਾ, ਪਾਲਣਾ ਕਰਦਾ ਹੈ । ਪ੍ਰਭ ਦੀਆਂ ਅਕਥ ਕਰਤਬਾਂ ਦਾ ਵਖਿਆਣ ਕਰਦਾ ਹੈ । ਚਾਰੇ ਜੁਗਾਂ ਵਿੱਚ ਇੱਕੋ ਇੱਕ ਪ੍ਰਭ ਆਪ ਹੀ ਵਸਦਾ, ਵਾਪਰਦਾ ਹੈ । ਸ਼ਬਦ ਦੀ ਪਾਲਣਾ ਤੋ ਬਿਨਾਂ ਪ੍ਰਭ ਦੀ ਰਹਿਮਤ ਬਖਸ਼ਿਸ਼ ਨਹੀਂ ਹੋ ਸਕਦੀ । ਜਿਹੜਾ ਆਪਣਾ ਧਿਆਨ ਪ੍ਰਭ ਦੇ ਸ਼ਬਦ ਵਿੱਚ ਹੀ ਰਖਦਾ ਹੈ । ਉਸ ਤੇ ਪ੍ਰਭ ਦੇ ਸ਼ਬਦ ਦਾ ਰੰਗ ਚੜ੍ਹਿਆ ਰਹਿੰਦਾ ਹੈ ।

Whosoever may remain drenched with the essence of His Word; with His mercy and grace, he may be accepted in His Court. His mind and soul may be sanctified, he may conquer his selfishness from within. Whose meditation may be accepted in His Court; with His mercy and grace, his worldly bonds may be eliminated. His soul may remain intoxicated in meditation on the teachings of His Word. He may sing and obey the teachings of His Word with steady and stable belief day and night, He may be enlightened with the events of His Nature. The One and only One True Master dwells and prevails in all four Ages. Without obeying the teachings of His Word with steady and stable belief in day-to-day life; no one may be blessed with His mercy and grace. Whosoever may obey the teachings of His Word with steady and stable belief in his day-to-day life. He may remain drenched with the essence of His Word.

ਕਾਮਣਿ ਮਨਿ ਸੋਹਿਲੜਾ ਸਾਜਨ,	kaaman man sohilrhaa saajan
ਮਿਲੇ ਪਿਆਰੇ ਰਾਮ॥	milay pi-aaray raam.
ਗੁਰਮਤੀ ਮਨੁ ਨਿਰਮਲੁ ਹੋਆ,	gurmatee man nirmal ho-aa
ਹਰਿ ਰਾਖਿਆ ਉਰਿ ਧਾਰੇ ਰਾਮ॥	har raakhi-aa ur Dhaaray raam.
ਹਰਿ ਰਾਖਿਆ ਉਰਿ ਧਾਰੇ	har raakhi-aa ur Dhaaray
ਅਪਨਾ ਕਾਰਜੁ ਸਵਾਰੇ,	apnaa kaaraj savaaray
ਗੁਰਮਤੀ ਹਰਿ ਜਾਤਾ॥	gurmatee har jaataa.
ਪ੍ਰੀਤਮਿ ਮੋਹਿ ਲਇਆ ਮਨੁ ਮੇਰਾ,	pareetam mohi la-i-aa man mayraa
ਪਾਇਆ ਕਰਮ ਬਿਧਾਤਾ॥	paa-i-aa karam biDhaataa.
ਸਤਿਗੁਰੁ ਸੇਵਿ ਸਦਾ ਸੁਖੁ ਪਾਇਆ,	satgur sayv sadaa sukh paa-i-aa
ਹਰਿ ਵਸਿਆ ਮੰਨਿ ਮੁਰਾਰੇ॥	har vasi-aa man muraaray.
ਨਾਨਕ ਮੇਲਿ ਲਈ ਗੁਰਿ ਅਪੁਨੈ,	naanak mayl la-ee gur apunai
ਗੁਰ ਕੈ ਸਬਦਿ ਸਵਾਰੇ॥੪॥੫॥੬॥	gur kai sabad savaaray. ||4||5||6||

ਜਿਸ ਨੂੰ ਪ੍ਰਭ ਦੇ ਸ਼ਬਦ ਦੀ ਸੋਝੀ ਬਖਸ਼ਿਸ਼ ਹੋ ਜਾਂਦੀ ਹੈ, ਪ੍ਰਭ ਨਾਲ ਮਿਲਾਪ ਹੋ ਜਾਂਦਾ ਹੈ । ਉਸ ਦੇ ਮਨ ਵਿੱਚ ਬਹੁਤ ਅਨੰਦ ਭਰ ਜਾਂਦਾ ਹੈ । ਸ਼ਬਦ ਦੀ ਪਾਲਣਾ ਨਾਲ ਮਨ ਨਿਰਮਲ, ਪਵਿੱਤਰ ਹੋ

ਜਾਂਦਾ, ਜਾਗਰਤ ਹੋ ਜਾਂਦਾ ਹੈ । ਪ੍ਰਭ ਦਾ ਸ਼ਬਦ ਮਨ ਵਿੱਚ ਘਰ ਕਰ ਜਾਂਦਾ ਹੈ । ਜਿਸ ਦੇ ਮਨ ਵਿੱਚ ਪ੍ਰਭ ਦਾ ਸ਼ਬਦ ਘਰ ਕਰ ਜਾਂਦਾ ਹੈ । ਉਸ ਦੀ ਸੰਸਾਰਕ ਕਾਰਜਾਂ ਦੀ ਚਿੰਤਾਂ ਖਤਮ, ਆਪੇ ਹੀ ਪੂਰੀ ਹੋ ਜਾਂਦੀ ਹਨ । ਜਿਸ ਦਾ ਭਾਗ ਲਿਖਣ ਵਾਲੇ ਦਾਤਾਂ ਦੇ ਮਾਲਕ ਨਾਲ ਸੰਜੋਗ ਬਣ ਜਾਂਦਾ ਹੈ । ਪ੍ਰਭ ਦੇ ਸ਼ਬਦੀ ਸੋਝੀ ਨਾਲ ਹੀ ਉਸ ਨੂੰ ਪ੍ਰਭ ਦੀ ਜਾਣਕਾਰੀ ਹੋ ਜਾਂਦੀ ਹੈ । ਮਨ ਪ੍ਰਭ ਦੇ ਸ਼ਬਦ ਨਾਲ ਮੋਹਿਤ ਹੋ ਜਾਂਦਾ ਹੈ । ਸ਼ਬਦ ਦੀ ਪਾਲਣਾ ਕਰਨ ਨਾਲ ਮਨ ਵਿੱਚ ਸ਼ਾਂਤੀ, ਸੰਤੋਖ, ਧੀਰਜ ਭਰ ਜਾਂਦਾ ਹੈ । ਪ੍ਰਭ ਆਪ ਹੀ ਰਹਿਮਤ ਬਖਸ਼ਕੇ, ਮਨ ਵਿਚੋਂ ਅਹੰਕਾਰ ਨਾਸ ਕਰ ਦੇਂਦਾ ਹੈ । ਆਪ ਹੀ ਮਨ ਵਿੱਚ ਵਸਣ ਲੱਗ ਪੈਂਦਾ ਹੈ । ਸ਼ਰਧਾ ਨਾਲ ਸ਼ਬਦ ਦੀ ਪਾਲਣਾ ਕਰਦਾ ਜੀਵ, ਪ੍ਰਭ ਦੀ ਜੋਤ ਵਿੱਚ ਸਮਾ ਜਾਂਦਾ ਹੈ ।

Whosoever may be enlightened with the essence of His Word; with His mercy and grace, he may be overwhelmed with pleasures in his worldly life. His soul may be sanctified and he may remain awake and alert; he may be drenched with the essence of His Word. All his worries and frustrations of worldly disappoints may be eliminated. Whosoever may be accepted in His sanctuary, The True Master, who prewrites the destiny; he may be blessed with the comprehension of His Nature. He may remain intoxicated in meditation in the void of His Word. He may remain overwhelmed with peace of mind, patience, and contentment. With His mercy and grace, he may conquer his ego. He may start dwelling within his own body, mind in the 10th castle; he remains intoxicated in the voids of His Word. With His mercy and grace, he may be absorbed within The Holy Spirit.

175.ਸੂਹੀ ਮਹਲਾ ੩॥ 772-5

ਸੋਹਿਲੜਾ ਹਰਿ ਰਾਮ ਨਾਮੁ,	sohilrhaa har raam naam
ਗੁਰ ਸਬਦੀ ਵੀਚਾਰੇ ਰਾਮ॥	gur sabdee veechaaray raam.
ਹਰਿ ਮਨੁ ਤਨੋ ਗੁਰਮੁਖਿ ਭੀਜੈ,	har man tano gurmukh bheejai
ਰਾਮ ਨਾਮੁ ਪਿਆਰੇ ਰਾਮ॥	raam naam pi-aaray raam.
ਰਾਮ ਨਾਮੁ ਪਿਆਰੇ ਸਭਿ ਕੁਲ ਉਧਾਰੇ,	raam naam pi-aaray sabh kul uDhaaray
ਰਾਮ ਨਾਮੁ ਮੁਖਿ ਬਾਣੀ॥	raam naam mukh Banee.
ਆਵਣ ਜਾਣ ਰਹੇ ਸੁਖੁ ਪਾਇਆ,	aavan jaan rahay sukh paa-i-aa
ਘਰਿ ਅਨਹਦ ਸੁਰਤਿ ਸਮਾਣੀ॥	ghar anhad surat samaanee.
ਹਰਿ ਹਰਿ ਏਕੋ ਪਾਇਆ ਹਰਿ,	har har ayko paa-i-aa har parabh
ਪ੍ਰਭੁ ਨਾਨਕ ਕਿਰਪਾ ਧਾਰੇ॥	naanak kirpaa Dhaaray.
ਸੋਹਿਲੜਾ ਹਰਿ ਰਾਮ ਨਾਮੁ,	sohilrhaa har raam naam
ਗੁਰ ਸਬਦੀ ਵੀਚਾਰੇ॥੧॥	gur sabdee veechaaray. ||1||

ਸ਼ਬਦ ਦੀ ਪਾਲਣਾ ਨਾਲ ਹੀ ਸ਼ਬਦ ਦੀ ਉਸਤਤ ਦਾ ਮਨ ਵਿੱਚ ਅਨੰਦ ਬਖਸ਼ਿਸ਼ ਹੁੰਦਾ ਹੈ । ਗੁਰਮਖ ਦਾ ਤਨ, ਮਨ ਸ਼ਬਦ ਦੀ ਲਗਨ, ਪਿਆਰ ਨਾਲ ਭਰਿਆਂ ਹੁੰਦਾ ਹੈ । ਸ਼ਬਦ ਦੀ ਪਾਲਣਾ ਕਰਨ ਵਾਲਾ ਆਪਣੀਆਂ ਕੁਲਾਂ ਨੂੰ ਤਾਰ ਜਾਂਦਾ ਹੈ । ਪ੍ਰਭ ਦੇ ਸ਼ਬਦ ਦੇ ਗੁਣ ਆਪਣੀ ਜੀਭ ਨਾਲ ਗਾਵੋ! ਮਨ ਵਿੱਚ ਸੰਤੋਖ ਬਖਸ਼ਿਸ਼ ਹੋ ਜਾਂਦਾ ਹੈ, ਜੀਵ ਦਾ ਜੂੰਨਾਂ ਦਾ ਚੱਕਰ ਖਤਮ ਹੋ ਜਾਂਦਾ ਹੈ । ਮਨ ਵਿੱਚ ਸ਼ਬਦ ਦੀ ਸੋਝੀ, ਜਾਗਰਤੀ ਬਖਸ਼ਿਸ਼ ਹੋ ਜਾਂਦੀ ਹੈ । ਮਨ ਸ਼ਬਦ ਦੀ ਸਦਾ ਚੱਲਣ ਵਾਲੀ ਧੁਨ ਦੀ ਸਮਾਧੀ ਵਿੱਚ ਵਸਦਾ ਹੈ । ਜਿਸ ਤੇ ਪ੍ਰਭ ਆਪ ਹੀ ਤਰਸ ਬਖਸ਼ਦਾ ਹੈ! ਉਸ ਦਾ ਇੱਕੋ ਇੱਕ ਸਦਾ ਅਟੱਲ ਰਹਿਣ ਵਾਲੇ ਪ੍ਰਭ ਨਾਲ ਸੰਜੋਗ ਬਣ ਜਾਂਦਾ ਹੈ । ਪ੍ਰਭ ਦਾ ਸ਼ਬਦ ਹੀ ਸੁਖਾਂ ਦਾ ਅਮੋਲਕ ਖਜ਼ਾਨਾ ਹੈ । ਸ਼ਬਦ ਦੀ ਪਾਲਣਾ ਕਰਨ ਨਾਲ ਹੀ ਬਖਸ਼ਿਸ਼ ਹੋ ਜਾ ਸਕਦਾ ਹੈ ।

Whosoever may sing the glory and obeys the teachings of His Word; with His mercy and grace, he may be blessed with pleasures in his way of life. His true devotee remains overwhelmed with a devotion and dedication to obey the teaching of His Word. Whosoever may obey the teachings of His Word; he may save his generations by inspiring to adopt the path of meditation. You should sing the glory of His Word with your tongue; with His mercy and grace, you may be blessed with contentment in your life. Your cycle of birth and death may be eliminated. He may be enlightened with the essence of His Word and the everlasting echo of His Word may resonate within his heart. With His mercy and grace, he may be blessed with the treasure of ambrosial virtues. This state of mind may only be blessed by obeying the teachings of His Word.

ਹਮ ਨੀਵੀ ਪ੍ਰਭੁ ਅਤਿ ਊਚਾ,	ham neevee parabh at oochaa
ਕਿਉ ਕਰਿ ਮਿਲਿਆ ਜਾਏ ਰਾਮ॥	ki-o kar mili-aa jaa-ay raam.
ਗੁਰਿ ਮੇਲੀ ਬਹੁ ਕਿਰਪਾ ਧਾਰੀ,	gur maylee baho kirpaa Dhaaree
ਹਰਿ ਕੈ ਸਬਦਿ ਸੁਭਾਏ ਰਾਮ॥	har kai sabad subhaa-ay Raam.
ਮਿਲੁ ਸਬਦਿ ਸੁਭਾਏ ਆਪੁ ਗਵਾਏ,	sil sabad subhaa-ay aap gavaa-ay
ਰੰਗ ਸਿਉ ਰਲੀਆ ਮਾਣੇ॥	rang si-o ralee-aa Maanay.
ਸੇਜ ਸੁਖਾਲੀ ਜਾ ਪ੍ਰਭੁ ਭਾਇਆ,	sayj sukhaalee jaa parabh bhaa-i-
ਹਰਿ ਹਰਿ ਨਾਮਿ ਸਮਾਣੇ॥	aa har har naam samaanay.
ਨਾਨਕ ਸੋਹਾਗਣਿ ਸਾ ਵਡਭਾਗੀ,	naanak sohagan saa vadbhaagee
ਜੇ ਚਲੈ ਸਤਿਗੁਰ ਭਾਏ॥	jay chalai satgur bhaa-ay.
ਹਮ ਨੀਵੀ ਪ੍ਰਭੁ ਅਤਿ ਊਚਾ,	ham neevee parabh at oochaa
ਕਿਉ ਕਰਿ ਮਿਲਿਆ ਜਾਏ ਰਾਮ॥੨॥	ki-o kar mili-aa jaa-ay raam. ||2||

ਮੇਰੀ ਆਤਮਾ ਅਉਗੁਣਾਂ ਨਾਲ ਭਰੀ ਹੈ, ਪ੍ਰਭ, ਤੇਰੇ ਨਾਲ ਮਿਲਾਪ ਕਿਵੇਂ ਹੋ ਸਕਦਾ ਹੈ? ਜਿਸ ਤੇ ਆਪ ਹੀ ਰਹਿਮਤ ਬਖਸ਼ਦਾ, ਉਸ ਦਾ ਮਨ ਸ਼ਬਦ ਦੀ ਪਾਲਣਾ ਵਿੱਚ ਅਡੋਲ ਹੋ ਜਾਂਦਾ ਹੈ । ਸ਼ਬਦ ਦੀ ਪਾਲਣਾ ਕਰਨ ਨਾਲ ਹੀ ਪ੍ਰਭ ਨਾਲ ਸੰਜੋਗ ਬਣਦਾ ਹੈ । ਜਿਹੜਾ ਆਪਾ ਗਵਾ ਲੈਂਦਾ ਹੈ, ਉਸ ਨੂੰ ਅਹੰਕਾਰ ਤੇ ਜਿੱਤ ਬਖਸ਼ਿਸ਼ ਹੋ ਜਾਂਦੀ ਹੈ, ਪ੍ਰਭ ਨਾਲ ਲਗਨ ਅਡੋਲ ਹੋ ਜਾਂਦੀ ਹੈ । ਜਿਸ ਤੇ ਪ੍ਰਭ ਰਹਿਮਤ ਬਖਸ਼ਦਾ ਹੈ, ਉਸ ਦਾ ਸੰਸਾਰਕ ਸਫਰ ਅਨੰਦ ਵਾਲਾ ਹੋ ਜਾਂਦਾ ਹੈ । ਮਨ ਪ੍ਰਭ ਦੇ ਸ਼ਬਦ ਦੀ ਸਮਾਧੀ ਵਿੱਚ ਹੀ ਲੀਨ ਰਹਿੰਦਾ ਹੈ । ਜਿਹੜੀ ਆਤਮਾਂ ਪ੍ਰਭ ਦੇ ਸ਼ਬਦ ਅਨੁਸਾਰ ਚਲਦੀ, ਬਹੁਤ ਅਨੰਦ ਮਾਨਦੀ ਹੈ । ਅਉਗੁਣਾਂ ਭਰੀ ਆਤਮਾ ਦਾ ਪ੍ਰਭ ਨਾਲ ਮਿਲਾਪ ਇਸਤਰ੍ਹਾਂ ਹੋ ਸਕਦਾ ਹੈ ।

My soul has been overwhelmed with evil, sinful thoughts and deeds; how may I be accepted in His sanctuary? Whosoever may be blessed with His mercy and grace; he may become steady and stable in obeying the teachings of His Word. Whosoever may surrender his mind, body, and selfishness at His sanctuary; with His mercy and grace, he may be enlightened with the essence of His Word. He may conquer his ego and remains intoxicated in meditation in void of His Word. With His mercy and grace, his human life opportunity may be rewarded. He may remain intoxicated in the void of His Word. Whosoever may adopt the teachings of His Word with steady and stable belief; he may enjoy blossom in his life. Overwhelmed soul with evil thoughts and deeds may also be sanctified to become worthy of His consideration and acceptance in His Court.

ਘਟਿ ਘਟੇ ਸਭਨਾ ਵਿਚਿ ਏਕੋ,	ghat ghatay sabhnaa vich
ਏਕੋ ਰਾਮ ਭਤਾਰੋ ਰਾਮ॥	ayko ayko raam bhataaro raam.
ਇਕਨਾ ਪ੍ਰਭੁ ਦੂਰਿ ਵਸੈ,	iknaa parabh door vasai iknaa
ਇਕਨਾ ਮਨਿ ਆਧਾਰੋ ਰਾਮ॥	man aadhaaro raam.
ਇਕਨਾ ਮਨ ਆਧਾਰੋ ਸਿਰਜਣਹਾਰੋ,	iknaa man aadhaaro sirjanhaaro

ਵਡਭਾਗੀ ਗੁਰੁ ਪਾਇਆ॥	vadbhaagee gur paa-i-aa.
ਘਟਿ ਘਟਿ ਹਰਿ ਪ੍ਰਭੁ ਏਕੋ ਸੁਆਮੀ,	ghat ghat har parabh ayko su-aamee
ਗੁਰਮੁਖਿ ਅਲਖੁ ਲਖਾਇਆ॥	gurmukh alakh lakhaa-i-aa.
ਸਹਜੇ ਅਨਦੁ ਹੋਆ ਮਨੁ ਮਾਨਿਆ,	sehjay anad ho-aa man maani-aa
ਨਾਨਕ ਬ੍ਰਹਮ ਬੀਚਾਰੋ॥	naanak barahm beechaaro.
ਘਟਿ ਘਟੇ ਸਭਨਾ ਵਿਚਿ ਏਕੋ,	ghat ghatay sabhnaa vich ayko ayko
ਏਕੋ ਰਾਮ ਭਤਾਰੋ ਰਾਮ॥੩॥	raam bhataaro raam. ||3||

ਸਭ ਜੀਵਾਂ ਦੇ ਅੰਦਰ ਇੱਕੋ ਇੱਕ ਅਸਲੀ ਮਾਲਕ, ਪ੍ਰਭ ਹੀ ਵਸਦਾ ਹੈ । ਜੀਵਾਂ ਦੀ ਪਹੁੰਚ ਵਿੱਚ ਨਹੀਂ, ਹਰ ਵੇਲੇ ਸਭ ਦਾ ਆਸਰਾ, ਰਖਵਾਲਾ ਹੁੰਦਾ ਹੈ । ਜਿਸ ਜੀਵ ਦੇ ਮਨ ਦਾ ਅਧਾਰ, ਆਸਰਾ ਪ੍ਰਭ ਆਪ ਹੀ ਹੁੰਦਾ ਹੈ । ਇਹ ਅਵਸਥਾ ਵੱਡੇ ਭਾਗਾਂ ਨਾਲ, ਸ਼ਬਦ ਦੀ ਪਾਲਣਾ ਕਰਨ ਨਾਲ ਹੀ ਬਖਸ਼ਿਸ਼ ਹੁੰਦੀ ਹੈ । ਇੱਕੋ ਇੱਕ ਅਸਲੀ ਮਾਲਕ ਸਭ ਜੀਵਾਂ ਅੰਦਰ ਵਸਦਾ, ਵਾਪਰਦਾ ਹੈ । ਕੇਵਲ ਗੁਰਮਖ ਹੀ, ਨਾ ਦੇਖੇ ਜਾਣੇ ਵਾਲੇ ਪ੍ਰਭ ਨੂੰ ਮਹਿਸੂਸ ਕਰਦਾ, ਵਾਪਰਦਾ ਦੇਖਦਾ ਹੈ । ਸ਼ਬਦ ਦੀ ਪਾਲਣਾ, ਵਿਚਾਰ ਕਰਨ ਨਾਲ ਮਨ ਵਿੱਚ ਭਰੋਸਾ ਅਡੋਲ ਰਹਿੰਦਾ ਹੈ । ਸਭ ਜੀਵ ਦੇ ਅੰਦਰ ਇੱਕੋ ਇੱਕ ਪ੍ਰਭ, ਅਸਲੀ ਮਾਲਕ ਹੀ ਵਸਦਾ ਹੈ ।

The One and only One True Master remains embedded within the soul of each creature. The True Master, protector of soul, remains beyond the reach, comprehension of His Creation. His Word remains the basis and supporting pillar of His true devotee. Whosoever may have great prewritten destiny, only he may realize The Holy Spirit prevailing within each creature. Whosoever may obey the teachings of His Word and concentrates on the essence of His Word; he may be blessed with contentment in his worldly life. The One and only One True Master remains embedded within each soul and dwells within the body of each creature.

ਗੁਰੁ ਸੇਵਨਿ ਸਤਿਗੁਰੁ ਦਾਤਾ	gur sayvan satgur daataa
ਹਰਿ, ਹਰਿ ਨਾਮਿ ਸਮਾਇਆ ਰਾਮ॥	har har naam samaa-i-aa raam.
ਹਰਿ ਧੂੜਿ ਦੇਵਹੁ ਮੈ ਪੂਰੇ ਗੁਰ ਕੀ,	har dhoorh dayvhu mai pooray gur kee
ਹਮ ਪਾਪੀ ਮੁਕਤੁ ਕਰਾਇਆ ਰਾਮ॥	ham paapee mukat karaa-i-aa raam.
ਪਾਪੀ ਮੁਕਤੁ ਕਰਾਏ ਆਪੁ ਗਵਾਏ,	paapee mukat karaa-ay aap gavaa-ay
ਨਿਜ ਘਰਿ ਪਾਇਆ ਵਾਸਾ॥	nij ghar paa-i-aa vaasaa.
ਬਿਬੇਕ ਬੁਧੀ ਸੁਖਿ ਰੈਣਿ ਵਿਹਾਣੀ,	bibayk budhee sukh rain vihaanee
ਗੁਰਮਤਿ ਨਾਮਿ ਪ੍ਰਗਾਸਾ॥	gurmat naam pargaasaa.
ਹਰਿ ਹਰਿ ਅਨਦੁ ਭਇਆ ਦਿਨੁ ਰਾਤੀ,	har har anad bha-i-aa din raatee
ਨਾਨਕ ਹਰਿ ਮੀਠ ਲਗਾਏ॥	naanak har meeth lagaa-ay.
ਗੁਰੁ ਸੇਵਨਿ ਸਤਿਗੁਰੁ ਦਾਤਾ,	gur sayvan satgur daataa
ਹਰਿ ਹਰਿ ਨਾਮਿ ਸਮਾਏ॥	har har naam samaa-ay.
੪॥੬॥੭॥੫॥੭॥੧੨॥	||4||6||7||5||7||12||

ਜਿਹੜਾ ਸ਼ਬਦ ਦੀ ਪਾਲਣਾ ਅਡੋਲ ਭਰੋਸੇ, ਸ਼ਰਧਾ ਨਾਲ ਕਰਦਾ ਹੈ । ਉਹ ਪ੍ਰਭ ਦੀ ਜੋਤ ਦੀ ਸਮਾਧੀ ਵਿੱਚ ਚਲੇ ਜਾਂਦਾ ਹੈ । ਪ੍ਰਭ ਰਹਿਮਤ ਬਖਸ਼ੋ! ਆਪਣੇ ਦਾਸਾਂ ਦੇ ਚਰਨਾਂ ਦੀ ਧੂੜ ਬਖਸ਼ੋ! ਜਿਸ ਦੇ ਜੀਵਨ ਨੂੰ ਅਧਾਰ ਬਣਾਕੇ, ਇਹ ਨਿਮਾਣਾ ਜੀਵ ਵੀ ਪ੍ਰਵਾਨਗੀ ਦੇ ਰਸਤੇ ਤੇ ਅਡੋਲ ਹੋ ਜਾਵੇ, ਤੇਰ ਦਰ ਤੇ ਪ੍ਰਵਾਨ ਹੋ ਜਾਵੇ । ਜਿਹੜਾ ਆਪਣੇ ਅਹੰਕਾਰ ਤੇ ਜਿੱਤ ਪਾ ਕੇ ਆਪਣੇ ਅੰਦਰ ਪ੍ਰਭ ਦਾ ਸ਼ਬਦ ਵਸਾ ਲੈਂਦਾ ਹੈ । ਉਸ ਪਾਪ ਕਰਨ ਵਾਲੇ ਜੀਵ ਨੂੰ ਵੀ ਪ੍ਰਭ ਦੀ ਰਹਿਮਤ, ਮੁਕਤੀ ਬਖਸ਼ਿਸ਼ ਹੋ ਸਕਦੀ ਹੈ । ਉਹ ਇੱਕ ਮਨ ਹੋ ਕੇ ਪ੍ਰਭ ਦੇ ਬਖਸ਼ੇ ਤੇ ਸੰਤੋਖ ਰਖਕੇ ਜੀਵਨ ਬਤੀਤ ਕਰਦਾ ਹੈ । ਪ੍ਰਭ ਦੇ ਸ਼ਬਦ ਦੀ ਪਾਲਣਾ ਕਰਦਾ ਹੋਇਆ ਸ਼ਬਦ ਦੀ ਸੋਝੀ ਪਾ ਲੈਂਦਾ ਹੈ । ਉਸ ਦੇ ਮਨ ਵਿੱਚ ਦਿਨ ਰਾਤ, ਸਵਾਸ

ਗਰਾਸ ਸ਼ਬਦ ਦੀ ਗੂੰਜ ਚਲਦੀ ਹੈ, ਮਨ ਵਿੱਚ ਖੇੜਾ ਰਹਿੰਦਾ ਹੈ । ਜਿਹੜਾ ਸ਼ਬਦ ਦੀ ਪਾਲਣਾ ਅਡੋਲ ਭਰੋਸੇ, ਸ਼ਰਧਾ ਨਾਲ ਕਰਦਾ ਹੈ । ਉਹ ਪ੍ਰਭ ਦੀ ਜੋਤ ਦੀ ਸਮਾਧੀ ਵਿੱਚ ਵਸਦਾ ਹੈ ।

Whosoever may obey the teachings of His Word with steady and stable; with His mercy and grace, he may remain intoxicated in meditation in the void of His Word. The True Master blesses the association of Your true devotee; I may adopt his life experience teachings in my day-to-day life. My soul may be sanctified to become worthy of Your consideration. Whosoever may conquer his ego and remains drenched with the essence of teachings of His Word; with His mercy and grace, even the sinner may be accepted in His Court. He may adopt the teachings of His Word with steady and stable belief in his day-to-day life; with His mercy and grace, he may be blessed with enlightenment of the essence of His Word. The everlasting echo of His Word may resonate within his heart. Whosoever may obey the teachings of His Word with steady and stable; with His mercy and grace, he may remain intoxicated in meditation in the void of His Word.

176. ਰਾਗੁ ਸੂਹੀ ਮਹਲਾ ੪ ਛੰਤ ਘਰੁ ੧॥ 773-1

੧ੳ ਸਤਿਗੁਰ ਪ੍ਰਸਾਦਿ॥	ik-oNkaar satgur parsaad.
ਸਤਿਗੁਰੁ ਪੁਰਖੁ ਮਿਲਾਇ	satgur purakh milaa-ay
ਅਵਗਣ ਵਿਕਣਾ,	avgan viknaa
ਗੁਣ ਰਵਾ ਬਲਿ ਰਾਮ ਜੀਉ॥	gun ravaa bal raam jee-o.
ਹਰਿ ਹਰਿ ਨਾਮੁ ਧਿਆਇ	har har naam Dhi-aa-ay
ਗੁਰਬਾਣੀ ਨਿਤ,	gurbaanee nit
ਨਿਤ ਚਵਾ ਬਲਿ ਰਾਮ ਜੀਉ॥	nit chavaa bal raam jee-o.
ਗੁਰਬਾਣੀ ਸਦ ਮੀਠੀ ਲਾਗੀ,	gurbaanee sad meethee laagee
ਪਾਪ ਵਿਕਾਰ ਗਵਾਇਆ॥	paap vikaar gavaa-i-aa.
ਹਉਮੈ ਰੋਗੁ ਗਇਆ ਭਉ ਭਾਗਾ,	ha-umai rog ga-i-aa bha-o
ਸਹਜੇ ਸਹਜਿ ਮਿਲਾਇਆ॥	bhaagaa sehjay sahj milaa-i-aa.
ਕਾਇਆ ਸੇਜ ਗੁਰ ਸਬਦਿ ਸੁਖਾਲੀ,	kaa-i-aa sayj gur sabad sukhaalee
ਗਿਆਨ ਤਤਿ ਕਰਿ ਭੋਗੋ॥	gi-aan tat kar bhogo.
ਅਨਦਿਨੁ ਸੁਖਿ ਮਾਣੇ ਨਿਤ ਰਲੀਆ,	an-din sukh maanay nit ralee-aa
ਨਾਨਕ ਧੁਰਿ ਸੰਜੋਗੋ॥੧॥	naanak Dhur sanjogo. ||1||

ਸਦਾ ਅਟੱਲ ਰਹਿਣ ਵਾਲੇ ਗੁਰੂ (ਸ਼ਬਦ ਦੀ ਸੋਝੀ) ਮਿਲੱਣ ਨਾਲ ਮਨ ਦੇ ਬੁਰੇ ਖਿਆਲ ਦੂਰ ਹੋ ਜਾਂਦੇ ਹਨ । ਜੀਵ ਪ੍ਰਭ ਦੇ ਸ਼ਬਦ ਦੇ ਗੁਣ ਆਪਣੇ ਜੀਵਨ ਵਿੱਚ ਢਾਲ ਲੈਂਦਾ ਹੈ । ਸ਼ਬਦ ਦੀ ਪਾਲਣਾ, ਬਾਰ ਬਾਰ ਸਿਮਰਨ ਨਾਲ ਸ਼ਬਦ ਮਨ ਵਿੱਚ ਵਸ ਜਾਂਦਾ ਹੈ । ਪ੍ਰਭ ਦਾ ਸ਼ਬਦ ਮਨ ਨੂੰ ਮਿੱਠਾ ਲਗਨ ਲੱਗ ਪੈਂਦਾ ਹੈ । ਪ੍ਰਭ ਦਾ ਸ਼ਬਦ ਜੀਵਨ ਦਾ ਅਧਾਰ ਬਣ ਜਾਂਦਾ ਹੈ । ਪ੍ਰਭ ਦੇ ਸ਼ਬਦ ਵਿੱਚ ਲੀਨ ਹੋਣ ਨਾਲ ਮਨ ਵਿਚੋਂ ਅਹੰਕਾਰ ਖਤਮ ਹੋ ਜਾਂਦਾ ਹੈ । ਮਨ ਸ਼ਬਦ ਦੀ ਸਮਾਧੀ ਵਿੱਚ ਵਸਣ ਲੱਗ ਪੈਂਦਾ ਹੈ । ਪ੍ਰਭ ਦੇ ਸ਼ਬਦ ਦੀ ਸੋਝੀ ਹੋਣ ਨਾਲ, ਸ਼ਬਦ ਮਨ ਵਿੱਚ ਵਸ ਜਾਂਦਾ ਹੈ । ਮਨ ਵਿੱਚ ਜਾਗਰਤੀ ਬਖਸ਼ਿਸ਼ ਹੋ ਜਾਂਦੀ, ਤਨ, ਮਨ ਆਪਣੇ ਆਪ ਨੂੰ ਚੰਗਾ ਲਗਨ ਲੱਗ ਪੈਂਦਾ ਹੈ । ਮਨ ਸ਼ਬਦ ਦੀ ਸੋਝੀ ਦਾ ਅਨੰਦ ਮਾਣਦਾ, ਦਿਨ ਰਾਤ ਮਨ ਸੰਤੋਖ ਅਤੇ ਖੇੜੇ ਵਿੱਚ ਵਸਣ ਲੱਗ ਪੈਂਦਾ ਹੈ । ਇਹ ਹੀ ਉਸ ਦੇ ਭਾਗ ਬਣ ਜਾਂਦੇ ਹਨ ।

** (ਸ਼ਬਦ ਦੀ ਪਾਲਣਾ ਕਰਨਾ, ਸ਼ਬਦ ਸੋਝੀ ਹੀ ਗੁਰੂ, ਪ੍ਰਭ ਦੇ ਦਰਸ਼ਨ ਹਨ)

Whosoever may be blessed with the enlightenment of the everlasting Guru, His Word; all his evil thoughts may be eliminated. He may adopt the teachings of His Word with steady and stable belief in his day-to-day life.

By repeated meditation, he may be drenched with the essence of His Word. The teachings of His Word may become soothing to his mind and the guiding principle of his day-to-day life. He may be blessed to conquer his ego and he may dwell in the void of His Word in his meditation. With the enlightenment of His Word, he may be drenched with the essence of His Word. He becomes awake and alert and he may be enlightened with real purpose of human life. He may enjoy the pleasure and blossom with the enlightenment and he may remain drenched with the essence of His Word. This state of mind may become his destiny.

**** Note: The enlightenment of His Word, the right path of human life may be called His blessed vision.**

ਸਤੁ ਸੰਤੋਖੁ ਕਰਿ ਭਾਉ	sat santokh kar bhaa-o
ਕੁੜਮੁ ਕੁੜਮਾਈ,	kurham kurhmaa-ee
ਆਇਆ ਬਲਿ ਰਾਮ ਜੀਉ॥	aa-i-aa bal raam jee-o.
ਸੰਤ ਜਨਾ ਕਰਿ ਮੇਲੁ, ਗੁਰਬਾਣੀ	sant janaa kar mayl gurbaanee
ਗਾਵਾਈਆ ਬਲਿ ਰਾਮ ਜੀਉ॥	gaavaa-ee-aa bal raam jee-o.
ਬਾਣੀ ਗੁਰ ਗਾਈ ਪਰਮ ਗਤਿ ਪਾਈ,	banee gur gaa-ee param gat paa-ee
ਪੰਚ ਮਿਲੇ ਸੋਹਾਇਆ॥	panch milay sohaa-i-aa.
ਗਇਆ ਕਰੋਧੁ ਮਮਤਾ ਤਨਿ ਨਾਠੀ,	ga-i-aa karoDh mamtaa tan naathee
ਪਾਖੰਡੁ ਭਰਮੁ ਗਵਾਇਆ॥	pakhand bharam gavaa-i-aa.
ਹਉਮੈ ਪੀਰ ਗਈ ਸੁਖੁ ਪਾਇਆ,	ha-umai peer ga-ee sukh paa-i-aa
ਆਰੋਗਤ ਭਏ ਸਰੀਰਾ॥	aarogat bha-ay sareeraa.
ਗੁਰ ਪਰਸਾਦੀ ਬ੍ਰਹਮੁ ਪਛਾਤਾ,	gur parsaadee barahm pachhaataa
ਨਾਨਕ ਗੁਣੀ ਗਹੀਰਾ॥੨॥	naanak gunee gaheeraa. ‖2‖

ਉਸ ਦੇ ਮਨ ਵਿੱਚ ਧੀਰਜ, ਸੰਤੋਖ ਵਸਣ ਲੱਗ ਪੈਂਦਾ ਹੈ । ਅਸਲੀ ਮਾਲਕ, ਮਨ ਦਾ ਦਸਵਾਂ ਦਰ ਖੁੱਲ੍ਹ ਕੇ ਸੰਜੋਗ ਬਣਾਉਣ ਲਈ ਆਉਂਦਾ ਹੈ । ਉਸ ਦਾ ਮਨ ਸੰਤ ਸਰੂਪ ਦੀ ਸੰਗਤ ਵਿੱਚ ਅਨੰਦ ਮਹਿਸੂਸ ਕਰਦਾ, ਉਸ ਦਾ ਮਨ ਲੱਗਦਾ ਹੈ । ਉਸ ਦੀ ਸੰਗਤ ਵਿੱਚ ਮਿਲਕੇ, ਸ਼ਬਦ ਦੇ ਗੁਣ ਗਾਉਣ ਨਾਲ ਮਨ ਸ਼ਬਦ ਦੀ ਸਮਾਧੀ ਵਿੱਚ ਵਸਣ ਲੱਗ ਪੈਂਦਾ ਹੈ । ਉਸ ਦੇ ਮਨ ਵਿਚੋਂ ਕਰੋਧ, ਵੈਰ ਵਿਰੋਧ, ਈਰਖਾ ਦੂਰ ਹੋ ਜਾਂਦੀ ਹੈ । ਇਸ ਦੇ ਨਾਲ ਹੀ ਮਨ ਦੇ ਭਰਮ ਦੂਰ ਹੋ ਜਾਂਦੇ ਹਨ । ਮਨ ਵਿਚੋਂ ਅਹੰਕਾਰ ਦੀ ਜੜ੍ਹ ਨਾਸ ਹੋ ਜਾਂਦੀ ਹੈ । ਉਸ ਦਾ ਤਨ, ਮਨ ਸ਼ਾਂਤ, ਸੰਸਾਰ ਚਿੰਤਾਂ ਰਹਿਤ ਹੋ ਜਾਂਦਾ ਹੈ । ਪ੍ਰਭ ਦੀ ਰਹਿਮਤ ਨਾਲ ਉਸ ਨੂੰ ਸ਼ਬਦ ਦੀ ਸੋਝੀ ਬਖਸ਼ਿਸ਼ ਹੋ ਜਾਂਦੀ ਹੈ । ਅਮੋਲਕ ਗੁਣਾਂ ਦਾ ਖਜ਼ਾਨਾ ਢੂੰਡ ਲੈਂਦਾ, ਬਖਸ਼ਿਸ਼ ਹੋ ਜਾਂਦਾ ਹੈ ।

His mind may be overwhelmed with patience and contentment. The True Master may open the 10th door of his mind to bless him with union. His mind enjoys pleasures in the conjugation of The Holy Spirit. By singing the glory of His Word in the 10th castle in the presence of The Holy Spirit; he may remain intoxicated in the void of The Holy Spirit. With His mercy and grace, his ego, anger, jealousy may be eliminated. The root of ego may be eliminated from his mind and he may be overwhelmed with contentment and free from worries of worldly desires. Only with His mercy and grace, His true devotee may be blessed with the enlightenment of His Word and the treasure of unlimited virtues.

ਮਨਮੁਖਿ ਵਿਛੁੜੀ ਦੂਰਿ	manmukh vichhurhee door
ਮਹਲੁ ਨ ਪਾਏ,	mahal na paa-ay
ਬਲਿ ਗਈ ਬਲਿ ਰਾਮ ਜੀਉ॥	bal ga-ee bal raam jee-o.

ਅੰਤਰਿ ਮਮਤਾ ਕੂਰਿ ਕੂੜੁ ਵਿਹਾਝੇ,	antar mamtaa koor koorh vihaajhay
ਕੂੜਿ ਲਈ ਬਲਿ ਰਾਮ ਜੀਉ॥	koorh la-ee bal raam jee-o.
ਕੂੜੁ ਕਪਟੁ ਕਮਾਵੈ	koorh kapat kamaavai
ਮਹਾ ਦੁਖੁ ਪਾਵੈ,	mahaa dukh paavai
ਵਿਣੁ ਸਤਿਗੁਰ ਮਗੁ ਨ ਪਾਇਆ॥	vin satgur mag na paa-i-aa.
ਉਝੜ ਪੰਥਿ ਭ੍ਰਮੈ ਗਾਵਾਰੀ,	ujharh panth bharmai gaavaaree
ਖਿਨੁ ਖਿਨੁ ਧਕੇ ਖਾਇਆ॥	khin khin Dhakay khaa-i-aa.
ਆਪੇ ਦਇਆ ਕਰੇ ਪ੍ਰਭੁ ਦਾਤਾ,	aapay da-i-aa karay parabh
ਸਤਿਗੁਰੁ ਪੁਰਖੁ ਮਿਲਾਏ॥	daataa satgur purakh milaa-ay.
ਜਨਮ ਜਨਮ ਕੇ ਵਿਛੁੜੇ	janam janam kay vichhurhay
ਜਨ ਮੇਲੇ,	jan maylay
ਨਾਨਕ ਸਹਜਿ ਸੁਭਾਏ॥੩॥	naanak sahj subhaa-ay. ||3||

ਮਨਮੁਖ ਜੀਵ ਸ਼ਬਦ ਦੀ ਸੋਝੀ ਤੋ ਬਹੁਤ ਦੂਰ ਰਹਿੰਦਾ ਹੈ । ਉਸ ਨੂੰ ਪ੍ਰਭ ਦੀ ਪ੍ਰਵਾਨਗੀ ਦਾ ਰਸਤਾ ਬਖਸ਼ਿਸ਼ ਨਹੀਂ ਹੁੰਦਾ । ਉਸ ਦੇ ਮਨ ਵਿੱਚ ਅਹੰਕਾਰ, ਹੈਸੀਅਤ ਦਾ ਅਭਿਮਾਨ ਭਰਿਆਂ ਰਹਿੰਦਾ ਹੈ । ਉਸ ਦੇ ਸਾਰੇ ਕੰਮ, ਸਿਮਰਨ ਦਿਖਾਵੇ ਦੇ ਹੀ ਹੁੰਦੇ ਹਨ । ਦਿਖਾਵੇ ਦੀ ਬੰਦਗੀ, ਰੀਤੋ ਰੀਵਾਜ ਨਾਲ ਪ੍ਰਵਾਨਗੀ ਦੇ ਰਸਤੇ ਦੀ ਸੋਝੀ ਬਖਸ਼ਿਸ਼ ਨਹੀਂ ਹੁੰਦੀ । ਮਨ ਵਿੱਚ ਸ਼ਬਦ ਦਾ ਵਿਚਾਰ ਨਹੀਂ ਆਉਂਦਾ । ਉਹ ਸੰਸਾਰਕ ਚਿੰਤਾਂ ਵਿੱਚ ਹੀ ਦੁਖ ਪਾਉਂਦਾ ਹੈ । ਬੇਵਸ ਹੋਇਆ ਵੱਖਰੇ ਵੱਖਰੇ ਧਰਮ ਦੇ ਰਸਤੇ ਤੇ ਭਉਦਾ, ਉਦਾਸ ਹੀ ਰਹਿੰਦਾ, ਪਲ ਪਲ ਠੋਕਰਾ ਖਾਂਦਾ ਹੈ । ਅਗਰ ਪ੍ਰਭ ਆਪ ਹੀ ਰਹਿਮਤ ਦੀ ਨਜ਼ਰ ਬਖਸ਼ੇ, ਤਾਂ ਹੀ ਉਹ ਸ਼ਬਦ ਦੇ ਲੜ ਲੱਗਦਾ ਹੈ, ਸ਼ਬਦ ਦੀ ਪਾਲਣਾ ਕਰਦਾ ਹੈ । ਉਸ ਦਾ ਪ੍ਰਭ ਦੇ ਬਖਸ਼ੇ ਤੇ ਭਰੋਸਾ ਅਡੋਲ ਹੋਣ ਲੱਗ ਪੈਂਦਾ ਹੈ । ਜਿਸ ਦਾ ਭਰੋਸਾ ਅਡੋਲ ਹੋ ਜਾਂਦਾ ਹੈ । ਪ੍ਰਭ ਆਪ ਹੀ ਰਹਿਮਤ ਬਖਸ਼ਦਾ ਪ੍ਰਵਾਨਗੀ ਦੇ ਰਸਤੇ ਤੇ ਅਡੋਲ ਰਖਦਾ ਹੈ । ਆਪਣੀ ਸਮਾਧੀ ਵਿੱਚ ਲੀਨ ਕਰ ਲੈਂਦਾ ਹੈ । ਉਹ ਸ਼ਬਦ ਦੀ ਸਮਾਧੀ ਵਿੱਚ ਵਸਣ ਲੱਗ ਪੈਂਦਾ ਹੈ ।

Self-minded may remain far away from the enlightenment of His Word; he may never be blessed with the right path of acceptance in His Court. He may remain overwhelmed with the ego of his worldly status. All his worldly good deeds for His Creation and meditation may not be sincere; only to win worldly favor. With all religious rituals, routine prayers, he may never be blessed with the enlightenment of the essence of His Word. He may never have even thoughts of His Word; he remains frustrated with the miseries of worldly wealth. He remains wandering in various religious paths and he may remain disappointed and rebuked. Whosoever may be blessed with His mercy and grace, only he may obey the teachings of His Word with steady and stable belief in his day-to-day life. He may remain contented on His blessings. Whosoever may obey the teachings of His Word with steady and stable belief in his day-to-day life; with His mercy and grace, he may be blessed with the right path of acceptance in His Court. He may dwell in the void of His Word.

ਆਇਆ ਲਗਨੁ ਗਣਾਇ ਹਿਰਦੈ,	aa-i-aa lagan ganaa-ay hirdai
ਧਨ ਓਮਾਹੀਆ ਬਲਿ ਰਾਮ ਜੀਉ॥	Dhan omaahee-aa bal raam jee-o.
ਪੰਡਿਤ ਪਾਧੇ ਆਣਿ ਪਤੀ,	pandit paaDhay aan patee bahi
ਬਹਿ ਵਾਚਾਈਆ ਬਲਿ ਰਾਮ ਜੀਉ॥	vaachaa-ee-aa bal raam jee-o.
ਪਤੀ ਵਾਚਾਈ ਮਨਿ ਵਜੀ ਵਧਾਈ,	patee vaachaa-ee man vajee vaDhaa-ee
ਜਬ ਸਾਜਨ ਸੁਣੇ ਘਰਿ ਆਏ॥	jab saajan sunay ghar aa-ay.
ਗੁਣੀ ਗਿਆਨੀ ਬਹਿ ਮਤਾ ਪਕਾਇਆ,	gunee gi-aanee bahi mataa pakaa-i-aa

ਫੇਰੇ ਤਤੁ ਦਿਵਾਏ॥ fayray tat divaa-ay.
ਵਰੁ ਪਾਇਆ ਪੁਰਖੁ ਅਗੰਮੁ ਅਗੋਚਰੁ, var paa-i-aa purakh agamm agochar
ਸਦ ਨਵਤਨੁ ਬਾਲ ਸਖਾਈ॥ sad navtan baal sakhaa-ee.
ਨਾਨਕ ਕਿਰਪਾ ਕਰਿ ਕੈ ਮੇਲੇ naanak kirpaa kar kai maylay
ਵਿਛੁੜਿ ਕਦੇ ਨ ਜਾਈ॥੪॥੧॥ vichhurh kaday na jaa-ee. ||4||1||

ਸ਼ਬਦ ਵਿੱਚ ਲਗਨ ਲਾਉਣ ਨਾਲ, ਇੱਕ ਅਨੋਖਾ ਸਮਾਂ ਆ ਜਾਂਦਾ ਹੈ । ਉਸ ਦੇ ਮਨ ਵਿੱਚ ਜਾਗਰਤੀ ਬਖਸ਼ਿਸ਼ ਹੋ ਜਾਂਦੀ ਹੈ, ਮਨ ਸੁਚੇਤ ਹੋ ਜਾਂਦਾ, ਸ਼ਬਦ ਮਨ ਵਿੱਚ ਵਸ ਜਾਂਦਾ ਹੈ । ਸੰਸਾਰਕ ਸੂਝਵਾਨ ਉਸ ਨੂੰ ਬੰਦਗੀ ਕਰਨ ਵਾਲਾ ਸਮਝਣ ਲਗ ਪੈਂਦੇ ਹਨ । ਆਪਣਾ ਸਾਥੀ, ਸਲਾਹਕਾਰ ਮੰਨਦੇ ਹਨ । ਬੰਦਗੀ ਕਰਨ ਵਾਲੇ ਨਾਲ ਮਿਲਕੇ, ਸ਼ਬਦ ਦੇ ਗੁਣ ਗਾਉਣ ਨਾਲ ਖੇੜਾ ਬਖਸ਼ਿਸ਼ ਹੋ ਜਾਂਦਾ ਹੈ । ਜਿਸ ਦੇ ਮਨ ਵਿੱਚ ਸ਼ਬਦ ਦੀ ਗੂੰਜ ਚਲਦੀ ਹੈ । ਸੰਸਾਰਕ ਸਿਆਣੇ ਜੀਵ, ਉਸ ਬੰਦਗੀ ਕਰਨ ਵਾਲੇ ਨੂੰ ਸੰਤ ਮੰਨਦੇ ਹਨ । ਉਸ ਨਾਲ ਸ਼ਬਦ ਦਾ ਵਿਚਾਰ ਕਰਦੇ ਰਹਿੰਦੇ ਹਨ । ਉਸ ਤੇ ਅਥਾਹ, ਨਾ ਅੰਦਾਜ਼ੇ ਵਾਲੇ ਪ੍ਰਭ ਦੀ ਰਹਿਮਤ ਦਾ ਨੂਰ ਬਖਸ਼ਿਸ਼ ਹੋ ਜਾਂਦਾ ਹੈ । ਉਸ ਦੇ ਮਨ ਵਿੱਚ ਨਵਾਂ ਜੋਸ਼ ਬਖਸ਼ਿਸ਼ ਹੋ ਜਾਂਦਾ ਹੈ, ਹਰਇੱਕ ਧੰਦੇ ਵਿੱਚ ਪ੍ਰਭ ਨੂੰ ਸਾਥੀ ਮਹਿਸੂਸ ਕਰਦਾ ਹੈ । ਜਿਸ ਤੇ ਆਪ ਹੀ ਰਹਿਮਤ ਬਖਸ਼ਦਾ, ਉਹ ਜੀਵ ਪ੍ਰਵਾਨਗੀ ਦੇ ਰਸਤੇ ਤੇ ਅਡੋਲ ਹੋ ਜਾਂਦਾ ਹੈ । ਪ੍ਰਭ ਦੇ ਸ਼ਬਦ ਦੀ ਸਮਾਧੀ ਵਿੱਚ ਵਸਣ ਲੱਗ ਪੈਂਦਾ ਹੈ । ਫਿਰ ਉਸ ਨੂੰ ਕਦੇ ਵਿਛੋੜੇ ਦਾ ਵਿਰਾਗ ਨਹੀਂ ਹੁੰਦਾ ।

Whosoever may remain intoxicated in meditation in the void of His Word; with His mercy and grace, his state of mind may have an astonishing transformation. He may be enlightened with the essence of His Word; he may remain awake and alert. He may remain drenched with the essence of His Word. Worldly wisemen consider him, as His true devotee; they may associate and counsel with him. By singing the glory of His Word in association with His true devotee; one may be blessed with blossom. The everlasting echo of His Word may resonate within his heart. Other devotees may counsel with him on the teachings of His Word and regard him as blessed soul. He may be blessed with the spiritual glow of The Holy Spirit on his forehead. He may remain rejuvenated and realizes the presence of The True Master in all his worldly deeds. With His mercy and grace, he may remain steady and stable on the right path of acceptance in His Court. He may remain intoxicated in the void of His Word and his soul may never be separated from The Holy Spirit.

*** ***

Sikh Marriage

177.ਸੂਹੀ ਮਹਲਾ ੪॥ 773-16

** ਬਾਣੀ ਵਿੱਚ ਸੇਵਕ ਦੇ ਸੰਜੋਗ ਨੂੰ ਚਾਰ ਅਵਸਥਾਂ ਵਿੱਚ ਵਿਆਖਿਆ ਕਰਦੇ ਹਨ ।

** Sikh religion has adopted these four stages of devotion, understanding of the path of worldly family life as marriage ceremony.

ਹਰਿ ਪਹਿਲੜੀ ਲਾਵ ਪਰਵਿਰਤੀ,	har pahilarhee laav parvirtee
ਕਰਮ ਦ੍ਰਿੜਾਇਆ ਬਲਿ ਰਾਮ ਜੀਉ॥	karam drirh-aa-i-aa bal raam jee-o.
ਬਾਣੀ ਬ੍ਰਹਮਾ ਵੇਦੁ ਧਰਮੁ ਦ੍ਰਿੜਹੁ,	banee barahmaa vayd Dharam darirhHu
ਪਾਪ ਤਜਾਇਆ ਬਲਿ ਰਾਮ ਜੀਉ॥	paap tajaa-i-aa bal raam jee-o.
ਧਰਮੁ ਦ੍ਰਿੜਹੁ ਹਰਿ ਨਾਮੁ ਧਿਆਵਹੁ,	Dharam darirhHu har naam Dhi-aavahu
ਸਿਮ੍ਰਿਤਿ ਨਾਮੁ ਦ੍ਰਿੜਾਇਆ॥	simrit naam drirh-aa-i-aa.
ਸਤਿਗੁਰੁ ਗੁਰੁ ਪੂਰਾ ਆਰਾਧਹੁ,	satgur gur pooraa aaraaDhahu
ਸਭਿ ਕਿਲਵਿਖ ਪਾਪ ਗਵਾਇਆ॥	sabh kilvikh paap gavaa-i-aa.
ਸਹਜ ਅਨੰਦੁ ਹੋਆ ਵਡਭਾਗੀ,	sahj anand ho-aa vadbhaagee
ਮਨਿ ਹਰਿ ਹਰਿ ਮੀਠਾ ਲਾਇਆ॥	man har har meethaa laa-i-aa.
ਜਨੁ ਕਹੈ ਨਾਨਕੁ ਲਾਵਾਂ ਪਹਿਲੀ,	jan kahai naanak laav pahilee
ਆਰੰਭੁ ਕਾਜੁ ਰਚਾਇਆ॥੧॥	aarambh kaaj rachaa-i-aa. ||1||

ਗ੍ਰਸਤੀ ਜੀਵਨ ਦੀ ਪਹਿਲੀ ਲਾਵ! ਜੀਵ ਨੂੰ ਗ੍ਰਸਤੀ ਦੀ ਜ਼ੁੰਮੇਵਾਰੀ ਦੇ ਕੰਮ, ਫਰਜ਼ ਦੀ ਯਾਦ ਕਰਵਾਉਂਦੀ ਹੈ । ਬਾਣੀ ਦੇ ਨਿਯਮਾਂ ਦੇ ਨਾਲ ਬੁਰੇ ਕੰਮਾਂ ਨੂੰ ਤਿਆਗਣ ਦੀ ਵਿਧੀ, ਪ੍ਰੇਰਨਾ ਹੈ । ਸ੍ਰਿਸ਼ਟੀ ਦੀ ਭਲਾਈ ਦੇ ਕੰਮਾਂ ਦੇ ਨਾਲ ਨਾਲ ਸਿਮਰਨ ਦੀ ਸਿਖਿਆਂ ਦੇਂਦੀ ਹੈ । ਸ਼ਬਦ ਦੀ ਪਾਲਣਾ ਕਰਦਾ ਮਨ, ਬੁਰੇ ਕੰਮਾਂ ਦੀ ਭਾਵਨਾਂ ਤੋ ਰਹਿਤ ਹੋ ਜਾਂਦਾ ਹੈ । ਪ੍ਰਭ ਦੀ ਰਹਿਮਤ ਨਾਲ, ਇੱਕ ਦੂਜੇ ਨਾਲ ਪਿਆਰ, ਪ੍ਰਭ ਦਾ ਧੰਨਵਾਦ ਗਾਉਂਦਾ ਹੈ ।

** ਇਹ ਗ੍ਰਸਤੀ ਜੀਵਨ ਦੀ ਪਹਿਲੀ ਪੌੜੀ ਹੈ, ਜੋ ਲੜਕੀ ਅਤੇ ਲੜਕਾ ਨੂੰ ਸਮਝਾਉਂਦੀ ਹੈ ।

In the first stage of relationship, family life (stage of marriage ceremony); Gurbani teaches both boy and girl the responsibility of married life, relationship. The worldly Holy Scripture describes the way of life, behavior in civilized society. Both should abandon the childish and mischievous habits of youth. Both should consider the path of family life with clear conscious; as His true devotee may have a dedication to adopt the teachings of His Word. With clear conscious and trust on each other and eliminates any evil, malice intention from mind. With His mercy and grace, both develop a deep love, affection, and dedication to become a family and both are looking forward to each other's company. Both believes with clear conscious, with a belief that their union has been prewritten in destiny before birth by The True Master, Creator.

ਹਰਿ ਦੂਜੜੀ ਲਾਵ	har doojrhee laav
ਸਤਿਗੁਰੁ ਪੁਰਖੁ ਮਿਲਾਇਆ,	satgur purakh milaa-i-aa
ਬਲਿ ਰਾਮ ਜੀਉ॥	bal raam jee-o.
ਨਿਰਭਉ ਭੈ ਮਨੁ ਹੋਇ,	nirbha-o bhai man ho-ay
ਹਉਮੈ ਮੈਲੁ ਗਵਾਇਆ,	ha-umai mail gavaa-i-aa
ਬਲਿ ਰਾਮ ਜੀਉ॥	bal raam jee-o.
ਨਿਰਮਲੁ ਭਉ ਪਾਇਆ	nirmal bha-o paa-i-aa

ਹਰਿ ਗੁਣ ਗਾਇਆ,	har gun gaa-i-aa
ਹਰਿ ਵੇਖੈ ਰਾਮੁ ਹਦੂਰੇ॥	har vaykhai raam hadooray.
ਹਰਿ ਆਤਮ ਰਾਮੁ ਪਸਾਰਿਆ,	har aatam raam pasaari-aa
ਸੁਆਮੀ, ਸਰਬ ਰਹਿਆ ਭਰਪੂਰੇ॥	su-aamee, sarab rahi-aa bharpooray.
ਅੰਤਰਿ ਬਾਹਰਿ ਹਰਿ ਪ੍ਰਭੁ ਏਕੋ,	antar baahar har parabh ayko
ਮਿਲਿ ਹਰਿ ਜਨ ਮੰਗਲ ਗਾਏ॥	mil har jan mangal gaa-ay.
ਜਨ ਨਾਨਕ ਦੂਜੀ ਲਾਵ ਚਲਾਈ,	jan naanak doojee laav chalaa-ee
ਅਨਹਦ ਸਬਦ ਵਜਾਏ॥੨॥	anhad sabad vajaa-ay. ||2||

ਵਿਆਹ ਦੀ ਦੂਜੀ ਲਾਵ ਨਾਲ, ਪ੍ਰਭ ਦੀ ਰਹਿਮਤ ਜੋੜੀ ਤੇ ਬਖਸ਼ਿਸ਼ ਹੁੰਦੀ ਹੈ । ਪ੍ਰਭ ਜੋੜੀ ਦਾ ਇੱਕ ਦੂਸਰੇ ਤੋ ਡਰ ਦੂਰ ਕਰਦੀ, ਦੋਨਾਂ ਵਿੱਚ ਅਹੰਕਾਰ ਦੀ ਜੜ੍ਹ ਟੁੱਟ ਜਾਂਦੀ ਹੈ । ਉਹ ਇੱਕ ਦੂਜੇ ਨੂੰ ਬਰਾਬਰ ਸਮਝਦੇ ਹਨ, ਦੋਨਾਂ ਵਿੱਚ ਨਿਮ੍ਰਤਾ ਬਖਸ਼ਿਸ਼ ਹੋ ਜਾਂਦੀ ਹੈ । ਉਹਨਾਂ ਨੂੰ ਪ੍ਰਭ ਸਾਥ ਨਜ਼ਰ ਆਉਂਦਾ, ਮਹਿਸੂਸ ਹੁੰਦਾ ਹੈ । ਉਹਨਾਂ ਤੇ ਪ੍ਰਭ ਦੀ ਰਹਿਮਤ ਭਰਪੂਰ ਹੁੰਦੀ, ਇੱਕ ਦੂਸਰੇ ਲਈ ਮਨ ਵਿੱਚ ਪਿਆਰ ਉਛਲਦਾ ਹੈ । ਉਹ ਪ੍ਰਭ ਦੀ ਰਹਿਮਤ ਹਰਇੱਕ ਥਾਂ, ਹਰਇੱਕ ਜਗ੍ਹਾ ਤੇ ਮਹਿਸੂਸ ਕਰਦੇ ਹਨ । ਪ੍ਰਭ ਦੇ ਗੁਣ ਗਾਉਂਦੇ ਰਹਿੰਦੇ ਹਨ । ਦੂਜੀ ਲਾਵ ਵਿੱਚ ਪ੍ਰਭ ਦੇ ਇਸ ਅਚੰਭੇ ਖੇਲਦਾ, ਸੰਜੋਗ ਦਾ ਖਿਆਲ, ਸ਼ਬਦ ਹੀ ਮਨ ਵਿੱਚ ਗੂੰਜਦਾ ਹੈ ।

The second stage of marriage; both feels blessed that The True Master has initiated the play of their family life. Both conquer own ego and fear of shortcoming; both accepts the weakness of each other's. Both may become humble and respect of the feeling of each other's. Both may feel The Master remains as companion and supporter. His mercy and grace, remains overwhelming on their path of family life. Both with their clear conscious signs the praise, thanks, and feels His presence in the ceremony. The second stage the echo, sound, scene of play remains overwhelmed in their heart.
*In this stage, His true devotee feels The True Master may be inspiring and keeping him steady and stable on the right path of acceptance in His Court.

ਹਰਿ ਤੀਜੜੀ ਲਾਵ ਮਨਿ ਚਾਉ ਭਇਆ,	har teejrhee laav man chaa-o bha-i-aa
ਬੈਰਾਗੀਆ ਬਲਿ ਰਾਮ ਜੀਉ॥	bairaagee-aa bal raam jee-o.
ਸੰਤ ਜਨਾ ਹਰਿ ਮੇਲੁ ਹਰਿ ਪਾਇਆ,	sant janaa har mayl har paa-i-aa
ਵਡਭਾਗੀਆ ਬਲਿ ਰਾਮ ਜੀਉ॥	vadbhaagee-aa bal raam jee-o.
ਨਿਰਮਲੁ ਹਰਿ ਪਾਇਆ	nirmal har paa-i-aa
ਹਰਿ ਗੁਣ ਗਾਇਆ,	har gun gaa-i-aa
ਮੁਖਿ ਬੋਲੀ ਹਰਿ ਬਾਣੀ॥	mukh bolee har banee.
ਸੰਤ ਜਨਾ ਵਡਭਾਗੀ ਪਾਇਆ,	sant janaa vadbhaagee paa-i-aa
ਹਰਿ ਕਥੀਐ ਅਕਥ ਕਹਾਣੀ॥	har kathee-ai akath kahaanee.
ਹਿਰਦੈ ਹਰਿ ਹਰਿ ਹਰਿ ਧੁਨਿ ਉਪਜੀ,	hirdai har har har Dhun upjee
ਹਰਿ ਜਪੀਐ ਮਸਤਕਿ ਭਾਗੁ ਜੀਉ॥	har japee-ai mastak bhaag jee-o.
ਜਨੁ ਨਾਨਕੁ ਬੋਲੇ ਤੀਜੀ ਲਾਵੈ,	jan naanak bolay teejee laavai
ਹਰਿ ਉਪਜੈ ਮਨਿ ਬੈਰਾਗੁ ਜੀਉ॥੩॥	har upjai man bairaag jee-o. ||3||

ਵਿਆਹ ਦੀ ਤੀਜੀ ਲਾਵ ਨਾਲ, ਮਨ ਵਿੱਚ ਖਾਹਿਸ਼ਾਂ, ਇੱਛਾਂ ਭਰ ਜਾਂਦੀਆਂ ਹਨ । ਮਨ ਵਿੱਚ ਇੱਕ ਦੂਜੇ ਦਾ ਵਿਛੋੜਾ ਮਹਿਸੂਸ ਹੋਣ ਲੱਗਦਾ ਹੈ । ਉਹ ਪ੍ਰਭ ਦੀ ਰਹਿਮਤ ਨਾਲ ਆਪਣੇ ਆਪ ਨੂੰ ਵੱਡਭਾਗੀ ਸਮਝਦੇ, ਮਨ ਨ੍ਰਿਮਲ ਹੋ ਜਾਂਦਾ, ਨਿਮ੍ਰਤਾ ਆਉਂਦੀ ਹੈ । ਉਹ ਪ੍ਰਭ ਦਾ ਸ਼ੁਕਰ ਗੁਜ਼ਾਰਦੇ, ਧੰਨਵਾਦ ਹੀ ਕਰਦੇ ਹਨ । ਉਹਨਾਂ ਦੀ ਬੋਲੀ ਸਤਿਕਾਰ ਵਾਲੀ, ਮਿੱਠਤ ਵਾਲੀ ਬਣ ਜਾਂਦੀ ਹੈ । ਉਹਨਾਂ ਦੇ ਮਨ ਦੀ ਅਵਸਥਾ ਹਰਜਨਾਂ ਵਰਗੀ ਬਣ ਜਾਂਦੀ ਹੈ । ਮਨ ਵਿੱਚ ਪ੍ਰਭ ਦੀ ਪੂਰਨ ਤਰ੍ਹਾਂ ਨਾ

ਕਥਨੀ ਜਾਣ ਵਾਲੀ ਕਥਾ ਮਨ ਵਿੱਚ ਚਲਦੀ ਹੈ । ਪ੍ਰਭ ਦੇ ਸ਼ਬਦ ਦਾ ਰੰਗ ਉਹਨਾਂ ਉਪਰ ਭਰਪੂਰ ਰਹਿੰਦਾ, ਸਿਮਰਨ ਕਰਦੇ ਹਨ । ਉਹ ਆਪਣੇ ਆਪ ਨੂੰ ਵੱਡਭਾਗੀ ਸਮਝਦੇ ਹਨ । ਕਿ ਇਹ ਸਜੋਗ ਜਨਮ ਤੋ ਪਹਿਲੇ ਹੀ ਲਿਖਿਆ ਸੀ, ਹੁਣ ਉਹ ਪ੍ਰਗਟ ਹੋਣ ਤੇ ਆਇਆ ਹੈ । ਦਿਲ ਵਿੱਚ ਇੱਕ ਦੂਜੇ ਦਾ ਵਿਛੋੜਾ ਮਹਿਸੂਸ ਹੋਣ ਲੱਗ ਪੈਂਦਾ ਹੈ ।

The third stage of marriage ceremony; the desires, affection, and love for each other become overwhelming. In their subconscious both feeling renunciation and the imagination of laughing together as a family.
Both feels separation from each other uncomforting. With His mercy and grace, both feel very fortunate, both have clear conscious, humble and polite. Both remain grateful and sing the glory of The True Master. Their speech becomes very respectful and polite. Their state of mind becomes very sincere, clear, and pure without any secrets as His true devotee. The unexplainable astonishing everlasting echo may resonate within their heart. The crimson color of His blessings remains overwhelmed and both feel very fortunate. Both remain grateful that prewritten destiny, union has been rewarded by The True Master.
** This may be compared with a sanctified soul of His true devote; becoming worthy of His consideration.

ਹਰਿ ਚਉਥੜੀ ਲਾਵ	har cha-utharhee laav
ਮਨਿ ਸਹਜੁ ਭਇਆ,	man sahj bha-i-aa
ਹਰਿ ਪਾਇਆ ਬਲਿ ਰਾਮ ਜੀਉ॥	har paa-i-aa bal raam jee-o.
ਗੁਰਮੁਖਿ ਮਿਲਿਆ ਸੁਭਾਇ ਹਰਿ,	gurmukh mili-aa subhaa-ay har
ਮਨਿ ਤਨਿ ਮੀਠਾ ਲਾਇਆ	man tan meethaa laa-i-aa
ਬਲਿ ਰਾਮ ਜੀਉ॥	bal raam jee-o.
ਹਰਿ ਮੀਠਾ ਲਾਇਆ	har meethaa laa-i-aa
ਮੇਰੇ ਪ੍ਰਭ ਭਾਇਆ,	mayray parabh bhaa-i-aa
ਅਨਦਿਨੁ ਹਰਿ ਲਿਵ ਲਾਈ॥	an-din har liv laa-ee.
ਮਨ ਚਿੰਦਿਆ ਫਲੁ ਪਾਇਆ ਸੁਆਮੀ,	man chindi-aa fal paa-i-aa su-aamee
ਹਰਿ ਨਾਮਿ ਵਜੀ ਵਾਧਾਈ॥	har naam vajee vaaDhaa-ee.
ਹਰਿ ਪ੍ਰਭਿ ਠਾਕੁਰਿ ਕਾਜੁ ਰਚਾਇਆ,	har parabh thaakur kaaj rachaa-i-aa
ਧਨ ਹਿਰਦੈ ਨਾਮਿ ਵਿਗਾਸੀ॥	Dhan hirdai naam vigaasee.
ਜਨੁ ਨਾਨਕੁ ਬੋਲੇ ਚਉਥੀ ਲਾਵੈ,	jan naanak bolay cha-uthee laavai
ਹਰਿ ਪਾਇਆ ਪ੍ਰਭੁ ਅਵਿਨਾਸੀ॥੪॥੨॥	har paa-i-aa parabh avinaasee. ‖4‖2‖

ਵਿਆਹ ਦੀ ਚੌਥੀ ਲਾਵ ਨਾਲ, ਮਨ ਵਿੱਚ ਸ਼ਾਂਤੀ, ਸੰਤੋਖ ਬਖਸ਼ਿਸ਼ ਹੋ ਜਾਂਦਾ ਹੈ । ਪ੍ਰਭ ਦੀ ਰਹਿਮਤ ਭਰਪੂਰ ਹੋ ਜਾਂਦੀ ਹੈ । ਲੜਕੀ ਅਤੇ ਲੜਕੇ ਦਾ ਮਨ ਭਰ ਜਾਂਦਾ ਹੈ । ਕਿ ਪ੍ਰਭ ਦੀ ਕ੍ਰਿਪਾ ਨਾਲ ਆਪਣਾ ਅਸਲੀ ਜੀਵਨ ਸਾਥੀ ਬਖਸ਼ਿਸ਼ ਹੋਇਆ ਹੈ । ਉਹਨਾਂ ਦਾ ਮਨ ਇੱਕ ਦੂਜੇ ਲਈ ਪਿਆਰ ਨਾਲ ਭਰ ਜਾਂਦਾ ਹੈ । ਉਹਨਾਂ ਦਾ ਮਨ ਪ੍ਰਭ ਦੇ ਧੰਨਵਾਦ ਨਾਲ ਭਰ ਜਾਂਦਾ ਹੈ । ਉਹਨਾਂ ਨੂੰ ਮਨ ਪਸੰਦ ਦਾ ਸਾਥੀ ਮਿਲ ਗਿਆ ਹੈ । ਪ੍ਰਭ ਦਾ ਭਾਣਾ ਮਿੱਠਾ ਲੱਗਦਾ, ਰਹਿਮਤ ਨਾਲ ਮਨ ਸਿਮਰਨ ਵਿੱਚ ਲੱਗਦਾ ਹੈ । ਮਨ ਵਿੱਚ ਉਤਸਾਹ ਭਰ ਜਾਂਦਾ ਹੈ, ਹਰ ਪਾਸੋ ਹੀ ਵਧਾਈਆਂ ਦੀ ਅਵਾਜ ਆਉਂਦੀ ਹੈ । ਉਹ ਸੋਚਦੇ ਹਨ, ਕਿ ਪ੍ਰਭ ਨੇ ਆਪ ਹੀ ਇਹ ਵਿਆਹ ਦਾ ਕਾਰਜ ਰਚਾਇਆ ਹੈ । ਹਿਰਦੇ ਵਿੱਚ ਸ਼ਬਦ ਵਸ ਜਾਂਦਾ, ਪ੍ਰਭ ਦੀ ਰਜ਼ਾ ਨਾਲ ਹੀ ਇਹ ਗ੍ਰਸਤੀ ਜੀਵਨ ਆਰੰਭ ਕਰਦੇ ਹਨ ।

With the fourth stage, both feels very fortunate and remain grateful; with His mercy and grace, peace and contentment prevail in their heart. Both becomes overwhelmed with love, excitement. The True Master has blessed them with the true love, soul-mate in this worldly union, family life. They remain overwhelmed with excitement and congratulations are pouring from all directions. Their faith on His Word, blessings becomes intense and firm. With His mercy and grace, the new phase of family life has begun.

** The fourth stage of marriage is like the same as His true devotee may be accepted in His Court.

178.ਰਾਗੁ ਸੂਹੀ ਛੰਤ ਮਹਲਾ ੪ ਘਰੁ ੨॥ 774 -15

ੴ ਸਤਿਗੁਰ ਪ੍ਰਸਾਦਿ॥	ik-oNkaar satgur parsaad.
ਗੁਰਮੁਖਿ ਹਰਿ ਗੁਣ ਗਾਏ॥	gurmukh har gun gaa-ay.
ਹਿਰਦੈ ਰਸਨ ਰਸਾਏ॥	hirdai rasan rasaa-ay.
ਹਰਿ ਰਸਨ ਰਸਾਏ	har rasan rasaa-ay
ਮੇਰੇ ਪ੍ਰਭ ਭਾਏ,	mayray parabh bhaa-ay
ਮਿਲਿਆ ਸਹਜਿ ਸੁਭਾਏ॥	mili-aa sahj subhaa-ay.
ਅਨਦਿਨੁ ਭੋਗ ਭੋਗੇ ਸੁਖਿ ਸੋਵੈ,	an-din bhog bhogay sukh sovai
ਸਬਦਿ ਰਹੈ ਲਿਵ ਲਾਏ॥	sabad rahai liv laa-ay.
ਵਡੈ ਭਾਗਿ ਗੁਰੁ ਪੂਰਾ ਪਾਈਐ,	vadai bhaag gur pooraa paa-ee-ai
ਅਨਦਿਨੁ ਨਾਮੁ ਧਿਆਏ॥	an-din naam Dhi-aa-ay.
ਸਹਜੇ ਸਹਜਿ ਮਿਲਿਆ ਜਗਜੀਵਨੁ,	sehjay sahj mili-aa jagjeevan
ਨਾਨਕ ਸੁੰਨਿ ਸਮਾਏ॥੧॥	naanak sunn samaa-ay. ||1||

ਗੁਰਮਖ ਸਵਾਸ ਗਰਾਸ ਪ੍ਰਭ ਦੇ ਸ਼ਬਦ ਦੇ ਗੁਣ ਗਾਉਂਦਾ ਹੈ । ਉਸ ਦੇ ਹਿਰਦੇ, ਮਨ ਵਿੱਚ, ਜੀਭ ਤੇ ਪ੍ਰਭ ਦੇ ਧੰਨਵਾਦ ਦੇ ਸ਼ਬਦ ਹੀ ਰਹਿੰਦੇ ਹਨ । ਉਹ ਪ੍ਰਭ ਦੇ ਸ਼ਬਦ ਦੀ ਪਾਲਣਾ ਵਿੱਚ ਮਸਤ ਰਹਿੰਦਾ ਹੈ । ਉਸ ਦੀ ਸ਼ਬਦ ਦੀ ਕਮਾਈ ਪ੍ਰਭ ਨੂੰ ਭਾਉਂਦੀ ਹੈ । ਉਸ ਨੂੰ ਪ੍ਰਵਾਨਗੀ ਦੇ ਰਸਤੇ ਤੇ ਕੋਈ ਉਲਝਣ ਨਹੀਂ ਆਉਂਦੀ । ਉਸ ਦਾ ਮਨ ਸ਼ਬਦ ਦੀ ਸਮਾਧੀ ਵਿੱਚ ਵਸਦਾ ਹੈ । ਉਸ ਦਾ ਮਨ ਦਿਨ ਰਾਤ ਸੰਤੋਖ ਵਿੱਚ ਸੰਸਾਰਕ ਚਿੰਤਾਂ ਤੋਂ ਰਹਿਤ ਰਹਿੰਦਾ ਹੈ । ਵੱਡੇ ਭਾਗਾਂ ਨਾਲ ਹੀ ਪ੍ਰਭ ਦੀ ਰਹਿਮਤ ਜੀਵ ਤੇ ਬਖਸ਼ਿਸ਼ ਹੁੰਦੀ ਹੈ । ਉਸ ਦੇ ਮਨ ਨੂੰ ਇਸਤਰ੍ਹਾਂ ਦੀ ਅਵਸਥਾ ਬਖਸ਼ਿਸ਼ ਹੋ ਜਾਂਦੀ ਹੈ । ਉਹ ਦਿਨ ਰਾਤ ਪ੍ਰਭ ਦੇ ਸ਼ਬਦ ਦੀ ਬੰਦਗੀ ਵਿੱਚ ਮਸਤ ਰਹਿੰਦਾ ਹੈ । ਜੀਵਨ ਸ਼ਬਦ ਨਾਲ ਢਾਲ ਲੈਂਦਾ, ਅਸਾਨੀ ਨਾਲ ਹੀ ਪ੍ਰਭ ਦੇ ਦਰਬਾਰ ਵਿੱਚ ਪ੍ਰਵਾਨ ਹੋ ਜਾਂਦਾ ਹੈ ।

His true devotee may sing the glory of His Word with each breath. His mind and his tongue remain drenched with the praises and gratitude of The True Master, virtues of His Word. He remains intoxicated in obeying the teachings of His Word with steady and stable belief in his day-to-day life; with His mercy and grace, he may earn the wealth of His Word. His earnings of His Word may become acceptable in His Court; with His mercy and grace, all restriction for his soul to enters and remain on the right path of acceptance may be removed. His mind remains intoxicated in meditation in the void of His Word; he remains contented without any blemish of worldly desires and temptations. Whosoever may have great prewritten destiny, only he may be blessed with such a state of mind. With His mercy and grace, his mind remains intoxicated in meditation. Whosoever may adopt the teachings of His Word with steady and stable belief in his day-to-day life; with His mercy and grace, he may easily be accepted in His Court.

ਸੰਗਤਿ ਸੰਤ ਮਿਲਾਏ॥	sangat sant milaa-ay.
ਹਰਿ ਸਰਿ ਨਿਰਮਲਿ ਨਾਏ॥	har sar nirmal naa-ay.
ਨਿਰਮਲਿ ਜਲਿ ਨਾਏ ਮੈਲੁ ਗਵਾਏ,	nirmal jal naa-ay mail gavaa-ay
ਭਏ ਪਵਿਤੁ ਸਰੀਰਾ॥	bha-ay pavit sareeraa.
ਦੁਰਮਤਿ ਮੈਲੁ ਗਈ ਭ੍ਰਮੁ ਭਾਗਾ,	durmat mail ga-ee bharam bhaagaa
ਹਉਮੈ ਬਿਨਠੀ ਪੀਰਾ॥	ha-umai binthee peeraa.
ਨਦਰਿ ਪ੍ਰਭੂ ਸਤਸੰਗਤਿ ਪਾਈ,	nadar parabhoo satsangat paa-ee
ਨਿਜ ਘਰਿ ਹੋਆ ਵਾਸਾ॥	nij ghar ho-aa vaasaa.
ਹਰਿ ਮੰਗਲ ਰਸਿ ਰਸਨ ਰਸਾਏ,	har mangal ras rasan rasaa-ay

ਨਾਨਕ ਨਾਮੁ ਪ੍ਰਗਾਸਾ॥੨॥	naanak naam pargaasaa. ‖2‖

ਬੰਦਗੀ ਕਰਨ ਵਾਲੇ ਨਾਲ ਸੰਜੋਗ ਬਣਨ ਨਾਲ, ਮਨ ਸ਼ਬਦ ਦੇ ਅੰਮ੍ਰਿਤ ਰੂਪੀ ਸਰੋਵਰ ਵਿੱਚ ਇਸ਼ਨਾਨ ਕਰਦਾ ਹੈ । ਪਵਿੱਤਰਤਾ ਦੇ ਇਸ਼ਨਾਨ, ਸ਼ਬਦ ਦੀ ਪਾਲਣਾ ਨਾਲ, ਮਨ ਵਿਚੋਂ ਬੁਰੇ ਖਿਆਲ, ਭਰਮ ਦੂਰ ਹੋ ਜਾਂਦੇ, ਪਾਪ ਧੋਤੇ ਜਾਂਦੇ ਹਨ । ਉਸ ਦੇ ਮਨ ਵਿਚੋਂ ਅਹੰਕਾਰ ਦੀ ਜੜ੍ਹ ਨਾਸ ਹੋ ਜਾਂਦੀ ਹੈ । ਪ੍ਰਭ ਦੀ ਰਹਿਮਤ ਨਾਲ ਬੰਦਗੀ ਕਰਨ ਵਾਲੇ ਨਾਲ ਸੰਜੋਗ ਬਣ ਜਾਂਦਾ ਹੈ । ਸ਼ਬਦ ਮਨ ਵਿੱਚ ਵਸ ਜਾਂਦਾ ਹੈ । ਉਸ ਦੀ ਜੀਭ ਤੇ ਸ਼ਬਦ ਦੇ ਗੁਣ ਰਚ ਜਾਂਦੇ ਹਨ, ਗੂੜ੍ਹਾ ਰੰਗ ਚੜ੍ਹ ਜਾਂਦਾ ਹੈ । ਉਸੁ ਦੇ ਮੱਥੇ ਤੇ ਸ਼ਬਦ ਦਾ ਨੂਰ ਚਮਕਦਾ ਹੈ ।

Whosoever may be blessed with the association with His true devotee; his mind may be having a sanctifying bath in the nectar of the essence of His Word. Whosoever may obey the teachings of His Word with steady and stable belief, all his evil thoughts, religious suspicions may be eliminated; his sins may be forgiven. He may conquer the ego of his worldly status; with His mercy and grace, he may be blessed with the association of His true devotee. He may be drenched with essence of His Word. His tongue may remain overwhelmed with glory of His Word. With His mercy and grace; The eternal Spiritual glow may be shining on his forehead.

ਅੰਤਰਿ ਰਤਨੁ ਬੀਚਾਰੇ॥	antar ratan beechaaray.
ਗੁਰਮੁਖਿ ਨਾਮੁ ਪਿਆਰੇ॥	gurmukh naam pi-aaray.
ਹਰਿ ਨਾਮੁ ਪਿਆਰੇ ਸਬਦਿ ਨਿਸਤਾਰੇ,	har naam pi-aaray sabad nistaaray
ਅਗਿਆਨੁ ਅਧੇਰੁ ਗਵਾਇਆ॥	agi-aan aDhayr gavaa-i-aa.
ਗਿਆਨੁ ਪ੍ਰਚੰਡੁ ਬਲਿਆ,	gi-aan parchand bali-aa ghat
ਘਟਿ ਚਾਨਣੁ ਘਰ ਮੰਦਰ ਸੋਹਾਇਆ॥	chaanan ghar mandar sohaa-i-aa.
ਤਨੁ ਮਨੁ ਅਰਪਿ ਸੀਗਾਰ ਬਣਾਏ,	tan man arap seegaar banaa-ay
ਹਰਿ ਪ੍ਰਭ ਸਾਚੇ ਭਾਇਆ॥	har parabh saachay bhaa-i-aa.
ਜੋ ਪ੍ਰਭੁ ਕਹੈ ਸੋਈ ਪਰੁ ਕੀਜੈ,	jo parabh kahai so-ee par keejai
ਨਾਨਕ ਅੰਕਿ ਸਮਾਇਆ॥੩॥	naanak ank samaa-i-aa. ‖3‖

ਗੁਰਮਖ ਦੇ ਮਨ ਅੰਦਰ ਪ੍ਰਭ ਦੇ ਸ਼ਬਦ ਨਾਲ ਲਗਨ, ਸ਼ਰਧਾ ਰਹਿੰਦੀ ਹੈ । ਉਸ ਨੂੰ ਸ਼ਬਦ ਨਾਲ ਜੀਵਨ ਢਾਲਣ ਨਾਲ ਇਹ ਰਤਨ ਬਖਸ਼ਿਸ਼ ਹੁੰਦਾ ਹੈ । ਜਿਹੜਾ ਇਕਾਗਰ ਮਨ ਹੋ ਕੇ ਸ਼ਬਦ ਦੀ ਪਾਲਣਾ ਕਰਦਾ ਹੈ । ਉਸ ਦਾ ਅਗਿਆਨਤਾ ਰੂਪੀ ਅੰਧੇਰਾ ਦੂਰ ਹੋ ਜਾਂਦਾ ਹੈ । ਸ਼ਬਦ ਦੀ ਸੋਝੀ ਨਾਲ ਮਨ ਵਿੱਚ ਜਾਗਰਤੀ ਬਖਸ਼ਿਸ਼ ਹੋ ਜਾਂਦੀ ਹੈ । ਜੀਵ ਦੇ ਮਨ ਦੇ ਦਸਵੇਂ ਦਰ ਵਿਚੋਂ ਹੀ ਰਹਿਮਤਾਂ ਦਾ ਸੋਮਾ ਸਿੰਮਦਾ, ਰਹਿਮਤਾਂ ਦਾ ਨੂਰ ਬਖਸ਼ਿਸ਼ ਹੋ ਜਾਂਦਾ ਹੈ । ਸ਼ਬਦ ਦੀ ਪਾਲਣਾ ਕਰਨਾ ਹੀ ਉਸ ਦੇ ਤਨ, ਮਨ ਦਾ ਸ਼ਿੰਗਾਰ ਬਣ ਜਾਂਦਾ ਹੈ । ਉਸ ਦੀ ਲਗਨ ਪ੍ਰਭ ਦੇ ਸ਼ਬਦ ਨਾਲ ਲੱਗੀ ਰਹਿੰਦੀ ਹੈ । ਪ੍ਰਭ ਆਪ ਹੀ ਰਹਿਮਤਾਂ ਬਖਸ਼ਦਾ! ਉਹ ਪ੍ਰਭ ਦੇ ਭਾਣੇ ਨੂੰ ਸਤਿ ਸਮਝਕੇ ਪਰਵਾਨ ਕਰਦਾ ਹੈ । ਇਹ ਹੀ ਉਸ ਦੇ ਜੀਵਨ ਦਾ ਅਧਾਰ ਬਣ ਜਾਂਦਾ ਹੈ ।

His true devotee may have a deep devotion, desire to obey the teachings of His Word with steady and stable belief. Whosoever may adopt the teachings of His Word with steady and stable belief; with His mercy and grace, only he may be blessed with the ambrosial jewel, the devotion with His Word. The ignorance of his mind from the essence of His Word may be eliminated and he remains awake and alert. The fountain of His blessings, virtues may erupt from 10th house his own mind. To obey the teachings of His Word may become an embellishment of his mind and body. He may remain intoxicated with the essence of His Word in meditation in the void of His Word. He may remain contented with His blessings; with His mercy and grace, adopting the teachings of His Word may become the real purpose of his human life opportunity.

ਹਰਿ ਪ੍ਰਭਿ ਕਾਜੁ ਰਚਾਇਆ॥	har parabh kaaj rachaa-i-aa.
ਗੁਰਮੁਖਿ ਵੀਆਹਣਿ ਆਇਆ॥	gurmukh vèe-aahan aa-i-aa.
ਵੀਆਹਣਿ ਆਇਆ	vee-aahan aa-i-aa
ਗੁਰਮੁਖਿ ਹਰਿ ਪਾਇਆ,	gurmukh har paa-i-aa
ਸਾ ਧਨ ਕੰਤ ਪਿਆਰੀ॥	saa Dhan kant pi-aaree.
ਸੰਤ ਜਨਾ ਮਿਲਿ ਮੰਗਲ ਗਾਏ,	sant janaa mil mangal gaa-ay
ਹਰਿ ਜੀਉ ਆਪਿ ਸਵਾਰੀ॥	har jee-o aap savaaree.
ਸੁਰਿ ਨਰ ਗਣ ਗੰਧਰਬ ਮਿਲਿ ਆਏ,	sur nar gan ganDharab mil aa-ay
ਅਪੂਰਬ ਜੰਞ ਬਣਾਈ॥	apoorab janj banaa-ee.
ਨਾਨਕ ਪ੍ਰਭੁ ਪਾਇਆ ਮੈ ਸਾਚਾ,	naanak parabh paa-i-aa mai saachaa
ਨਾ ਕਦੇ ਮਰੈ ਨ ਜਾਈ॥੪॥੧॥੩॥	naa kaday marai na jaa-ee. ‖4‖1‖3‖

ਜੀਵ ਦੀ ਪ੍ਰਵਾਨਗੀ ਦਾ ਖੇਲ ਪ੍ਰਭ ਆਪ ਹੀ ਆਰੰਭ ਕਰਦਾ ਹੈ । ਆਪ ਹੀ ਮਨ ਨੂੰ ਸ਼ਬਦ ਦੀ ਪਾਲਣਾ ਤੇ ਅਡੋਲ ਰਖਕੇ ਪ੍ਰਵਾਨ ਕਰਦਾ ਹੈ । ਆਪ ਹੀ ਗੁਰਮਖ ਨੂੰ ਦਰਬਾਰ ਵਿੱਚ ਪ੍ਰਵਾਨ ਕਰਦਾ, ਆਪਣਾ ਦਾਸ ਬਣਾਉਂਦਾ ਹੈ । ਜੀਵ ਦੀ ਪ੍ਰਭ ਦੇ ਸ਼ਬਦ ਨਾਲ ਲਗਨ ਡੂੰਘੀ ਲੱਗ ਜਾਂਦੀ ਹੈ । ਬੰਦਗੀ ਕਰਨ ਵਾਲੇ ਨਾਲ ਮਿਲਕੇ ਪ੍ਰਭ ਦੀ ਉਸਤਤ ਦੇ, ਧੰਨਵਾਦ ਦੇ ਸ਼ਬਦ ਗਾਉਂਦਾ ਹੈ । ਪ੍ਰਭ ਆਪ ਹੀ ਆਤਮਾ ਦੀ ਸੋਭਾ ਵਧਾਉਂਦਾ ਹੈ । ਸਵਰਗ ਦੇ ਫਰਿਸ਼ਤੇ, ਬੰਦਗੀ ਕਰਨ ਵਾਲੀਆਂ ਆਤਮਾਂ ਮਿਲਕੇ ਸਾਧ ਸੰਗਤ ਦਾ ਰੂਪ ਬਣ ਜਾਂਦੀਆਂ ਹਨ । ਉਸ ਦੀ ਆਤਮਾ ਦਾ ਪ੍ਰਭ ਨਾਲ ਸੰਜੋਗ ਬਣ ਜਾਂਦਾ ਹੈ । ਜਿਹੜਾ ਫਿਰ ਕਦੇ ਵਿਛੋੜਾ ਨਹੀਂ ਹੁੰਦਾ, ਮਨ ਵਿੱਚ ਵਿਰਾਗ ਨਹੀਂ ਆਉਂਦਾ ।

With His mercy and grace, the play of acceptance of the soul of His true devotee may be initiated. He keeps His true devotee steady and stable on the right path of acceptance in His Court. He may accept his meditation and his soul in His Court. His true devotee has a deep devotion to obey the teachings of His Word. He may associate with other His true devotees and sing the glory of His Word. The True Master may enhance the glory, greatness of his soul in the universe. All heavenly angels, other blessed souls may join and become the conjugation of His Holy saints. His soul may immerse and becomes an indistinguishable part of The Holy Spirit. His soul may never be separated.

179.ਰਾਗੁ ਸੂਹੀ ਛੰਤ ਮਹਲਾ ੪ ਘਰੁ ੩॥ 775-8

੧ਓ ਸਤਿਗੁਰ ਪ੍ਰਸਾਦਿ ॥	ik-oNkaar satgur parsaad.
ਆਵਹੋ ਸੰਤ ਜਨਹੁ	aavho sant janhu
ਗੁਣ ਗਾਵਹ ਗੋਵਿੰਦ ਕੇਰੇ ਰਾਮ ॥	gun gaavah govind kayray raam.
ਗੁਰਮੁਖਿ ਮਿਲਿ ਰਹੀਐ	gurmukh mil rahee-ai
ਘਰਿ ਵਾਜਹਿ ਸਬਦ ਘਨੇਰੇ ਰਾਮ ॥	ghar vaajeh sabad ghanayray raam.
ਸਬਦ ਘਨੇਰੇ ਹਰਿ ਪ੍ਰਭ ਤੇਰੇ	sabad ghanayray har parabh tayray
ਤੂ ਕਰਤਾ ਸਭ ਥਾਈ ॥	too kartaa sabh thaa-ee.
ਅਹਿਨਿਸਿ ਜਪੀ ਸਦਾ ਸਾਲਾਹੀ	ahinis japee sadaa saalaahee
ਸਾਚ ਸਬਦਿ ਲਿਵ ਲਾਈ ॥	saach sabad liv laa-ee.
ਅਨਦਿਨੁ ਸਹਜਿ ਰਹੈ ਰੰਗਿ ਰਾਤਾ	an-din sahj rahai rang raataa
ਰਾਮ ਨਾਮੁ ਰਿਦ ਪੂਜਾ ॥	raam naam rid poojaa.
ਨਾਨਕ ਗੁਰਮੁਖਿ ਏਕੁ ਪਛਾਣੈ	naanak gurmukh ayk pachhaanai
ਅਵਰੁ ਨ ਜਾਣੈ ਦੂਜਾ ॥ ੧॥	avar na jaanai doojaa. ‖1‖

ਆਵੋ ਬੰਦਗੀ ਕਰਨ ਵਾਲੇ ਸਾਥੀਓ! ਮਿਲਕੇ ਪ੍ਰਭ ਦੇ ਸ਼ਬਦ ਦੇ ਗੁਣ ਗਾਵੋ! ਗੁਰਮਖ ਅਵਸਥਾ ਪਾ ਕੇ ਆਪਣੇ ਮਨ ਵਿੱਚ ਵਸਦੇ ਸ਼ਬਦ ਦੀ ਧੁਨ ਚਲਾਵੋ । ਮਨ ਵਿਚੋਂ ਸ਼ਬਦ ਦੀ ਗੂੰਜ ਆਵੇ । ਪ੍ਰਭ ਤੇਰੇ ਅਨੇਕਾਂ ਹੀ ਗੁਣ, ਅਨੇਕਾਂ ਹੀ ਰਾਗਾਂ ਨਾਲ ਹੀ ਗੁਣ ਗਾਏ ਜਾਂਦੇ ਹਨ । ਤੂੰ ਹੀ ਸ੍ਰਿਸ਼ਟੀ ਨੂੰ ਪੈਦਾ ਕਰਨ ਵਾਲਾ, ਹਰ ਥਾਂ ਤੇ ਵਸਦਾ, ਵਾਪਰਦਾ ਹੈ । ਮੈਂ ਦਿਨ ਰਾਤ ਤੇਰੇ ਸ਼ਬਦ ਦੇ ਗੁਣ ਗਾਉਂਦਾ, ਆਪਣਾ ਧਿਆਨ ਸ਼ਬਦ ਵਿੱਚ ਹੀ ਰਖਦਾ ਹਾ । ਜਿਹੜਾ ਦਿਨ ਰਾਤ ਸ਼ਬਦ ਦੇ ਹੀ ਗੁਣ ਗਾਉਂਦਾ, ਸਿਮਰਨ ਕਰਦਾ, ਪੂਜਾ ਕਰਦਾ ਹੈ, ਉਹ ਪ੍ਰਭ ਦੇ ਸ਼ਬਦ ਦੀ ਸਮਾਧੀ ਵਿੱਚ ਲੀਨ ਰਹਿੰਦਾ ਹੈ । ਗੁਰਮਖ ਜੀਵ ਇੱਕੋ ਇੱਕ ਤੇ ਭਰੋਸਾ ਰਖਦਾ ਹੈ । ਹੋਰ ਕਿਸੇ ਭਰਮ ਵਿੱਚ, ਰੀਤੋ ਰੀਵਾਜ ਵਿੱਚ ਨਹੀਂ ਪੈਂਦਾ ।

Let us join to sing the glory of His Word; with His mercy and grace, we may resonate the everlasting echo of His Word within our heart. My True Master! many of Your true devotees may sing, many of Your virtues with various music to please You. The One and Only One, Omnipresent Creator of the universe, dwells and prevails everywhere. I may sing the glory of Your Word day and night and concentrate on the teachings of Your Word. I worship, meditate, and remain intoxicated in the void of Your Word day and night. Whosoever may adopt the teachings of His Word with a steady and stable belief on The One and Only One, True Master. He may never become slave of religious rituals and suspicions.

ਸਭ ਮਹਿ ਰਵਿ ਰਹਿਆ,	sabh meh rav rahi-aa
ਸੋ ਪ੍ਰਭੁ ਅੰਤਰਜਾਮੀ ਰਾਮ॥	so parabh antarjaamee raam.
ਗੁਰ ਸਬਦਿ ਰਵੈ ਰਵਿ ਰਹਿਆ,	gur sabad ravai rav rahi-aa
ਸੋ ਪ੍ਰਭੁ ਮੇਰਾ ਸੁਆਮੀ ਰਾਮ॥	so parabh mayraa su-aamee raam.
ਪ੍ਰਭੁ ਮੇਰਾ ਸੁਆਮੀ ਅੰਤਰਜਾਮੀ,	parabh mayraa su-aamee antarjaamee
ਘਟਿ ਘਟਿ ਰਵਿਆ ਸੋਈ॥	ghat ghat ravi-aa so-ee.
ਗੁਰਮਤਿ ਸਚੁ ਪਾਈਐ	gurmat sach paa-ee-ai
ਸਹਜਿ ਸਮਾਈਐ,	sahj samaa-ee-ai
ਤਿਸੁ ਬਿਨੁ ਅਵਰੁ ਨ ਕੋਈ॥	tis bin avar na ko-ee.
ਸਹਜੇ ਗੁਣ ਗਾਵਾ ਜੇ ਪ੍ਰਭ ਭਾਵਾ,	sehjay gun gaavaa jay parabh bhaavaa
ਆਪੇ ਲਏ ਮਿਲਾਏ॥	aapay la-ay milaa-ay.
ਨਾਨਕ ਸੋ ਪ੍ਰਭੁ ਸਬਦੇ ਜਾਪੈ,	naanak so parabh sabday jaapai
ਅਹਿਨਿਸਿ ਨਾਮੁ ਧਿਆਏ॥੨॥	ahinis naam Dhi-aa-ay. ||2||

ਅੰਤਰਜਾਮੀ ਪ੍ਰਭ, ਮਨ ਵਿੱਚ ਦਸਵੇਂ ਘਰ ਵਸਦਾ ਹੈ । ਪ੍ਰਭ ਦੇ ਸ਼ਬਦ ਦੀ ਪਾਲਣਾ ਕਰਨਾ ਹੀ ਦਸਵੇਂ ਘਰ ਵਿੱਚ ਵਸਣਾ ਹੈ । ਪ੍ਰਭ ਹਰ ਥਾਂ ਤੇ ਹਰਇੱਕ ਕਰਤਬ ਵਿੱਚ ਆਪ ਹੀ ਵਾਪਰਦਾ ਹੈ । ਪ੍ਰਭ ਹੀ ਅਸਲੀ ਮਾਲਕ ਹੈ, ਉਹ ਹੀ ਹਰਇੱਕ ਮਨ ਵਿੱਚ ਵਸਦਾ ਹੈ, ਵਾਪਰਦਾ ਹੈ । ਸ਼ਬਦ ਦੇ ਗੁਣ ਮਨ ਵਿੱਚ ਵਸਾਉਣ ਨਾਲ, ਪ੍ਰਵਾਨਗੀ ਦੇ ਰਸਤੇ ਤੇ ਅਡੋਲ ਰਹਿੰਦਾ ਹੈ । ਇਸ ਤੋ ਬਿਨਾਂ ਹੋਰ ਕੋਈ ਪ੍ਰਵਾਨਗੀ ਦਾ ਰਸਤਾ ਨਹੀਂ ਹੈ । ਸ਼ਬਦ ਦੀ ਪਾਲਣਾ, ਸਿਮਰਨ ਕਰਨ ਨਾਲ ਪ੍ਰਭ ਦੀ ਰਹਿਮਤ ਦੀ ਨਜ਼ਰ ਬਖਸ਼ਿਸ਼ ਹੋ ਜਾਂਦੀ ਹੈ । ਪ੍ਰਭ, ਸ਼ਬਦ ਦੀ ਕੀਤੀ ਕਮਾਈ ਪ੍ਰਵਾਨ ਕਰ ਲੈਂਦਾ ਹੈ । ਸ਼ਬਦ ਦੀ ਪਾਲਣਾ ਕਰਨ ਨਾਲ ਹੀ ਸ਼ਬਦ ਦੀ ਸੋਝੀ, ਪ੍ਰਭ ਦੀ ਜਾਣਕਾਰੀ ਬਖਸ਼ਿਸ਼ ਹੁੰਦੀ ਹੈ । ਜੀਵ ਦਿਨ ਰਾਤ ਪ੍ਰਭ ਦੇ ਸ਼ਬਦ ਦੀ ਪਾਲਣਾ ਕਰੋ!

The Omniscient True Master dwells in the 10th castle in the body of every creature. Obeying the teachings of His Word with steady and stable belief may be called, dwelling in the 10th castle. The One and only One, True Master, dwells and prevails in the mind and body of everyone. Whosoever may be drenched with the essence of His Word within his mind; with His mercy and grace, he remains steady and stable on the right path of acceptance in His Court. Without obeying the teachings of His Word with steady and stable belief; there may not be any other right path of acceptance in His Court. Whosoever may meditate and obey the teachings of His Word; with His mercy and grace, his earnings of His Word may be accepted in His Court. He may be enlightened with the essence of the teachings of His Word and the real purpose of human life opportunity. You should obey the teachings of His Word day and night.

ਇਹੁ ਜਗੋ ਦੁਤਰੁ,	ih jago dutar
ਮਨਮੁਖੁ ਪਾਰਿ ਨ ਪਾਈ ਰਾਮ॥	manmukh paar na paa-ee raam.
ਅੰਤਰੇ ਹਉਮੈ ਮਮਤਾ,	antray ha-umai mamtaa kaam kroDh
ਕਾਮੁ ਕ੍ਰੋਧੁ ਚਤੁਰਾਈ ਰਾਮ॥	chaturaa-ee raam.
ਅੰਤਰਿ ਚਤੁਰਾਈ ਥਾਇ ਨ ਪਾਈ,	antar chaturaa-ee thaa-ay na paa-ee
ਬਿਰਥਾ ਜਨਮੁ ਗਵਾਇਆ॥	birthaa janam gavaa-i-aa.
ਜਮ ਮਗਿ ਦੁਖੁ ਪਾਵੈ ਚੋਟਾ ਖਾਵੈ,	jam mag dukh paavai chotaa khaavai
ਅੰਤਿ ਗਇਆ ਪਛੁਤਾਇਆ॥	ant ga-i-aa pachhutaa-i-aa.
ਬਿਨੁ ਨਾਵੈ ਕੋ ਬੇਲੀ ਨਾਹੀ,	bin naavai ko baylee naahee
ਪੁਤੁ ਕੁਟੰਬੁ ਸੁਤੁ ਭਾਈ॥	put kutamb sut bhaa-ee.
ਨਾਨਕ ਮਾਇਆ ਮੋਹੁ ਪਸਾਰਾ,	naanak maa-i-aa moh pasaaraa
ਆਗੈ ਸਾਥਿ ਨ ਜਾਈ॥੩॥	aagai saath na jaa-ee. ‖3‖

ਇਹ ਸੰਸਾਰਕ ਸਾਗਰ ਮੁਸ਼ਕਲਾਂ ਦਾ ਭਰਿਆਂ, ਕਰੋਪੀ ਦਾ ਸਾਗਰ ਹੈ । ਮਨਮੁਖ, ਮਨਮਰਜ਼ੀ ਕਰਨ ਵਾਲਾ ਇਸ ਵਿਚੋਂ ਪਾਰ ਨਹੀਂ ਹੋ ਸਕਦਾ । ਮਨ ਅਹੰਕਾਰ, ਨਰਾਜ਼ਗੀ, ਕਰੋਧ, ਕਾਮ ਵਾਸ਼ਨਾ, ਚਲਾਕੀ, ਮਨਮਰਜ਼ੀ ਦੀ ਭਾਵਾਨਾਂ ਨਾਲ ਭਰਿਆਂ ਹੁੰਦਾ ਹੈ । ਮਨ ਦੀ ਕਿਸੇ ਚੁਤਰਾਈ ਨਾਲ ਪ੍ਰਭ ਦੀ ਪ੍ਰਵਾਨਗੀ ਦਾ ਰਸਤਾ ਬਖਸ਼ਿਸ਼ ਨਹੀਂ ਹੁੰਦਾ । ਉਸ ਦੀ ਬੰਦਗੀ ਬਿਰਥਾ ਹੀ ਜਾਂਦੀ ਹੈ, ਉਹ ਘਾਟਾ ਹੀ ਪਾਉਂਦਾ ਹੈ । ਉਹ ਸੰਸਾਰ ਵਿੱਚ ਚੋਟਾਂ, ਠੋਕਰਾਂ, ਦੁਖ ਪਾਉਂਦਾ ਮਰ ਜਾਂਦਾ ਹੈ । ਉਸ ਦੇ ਮਨ ਵਿੱਚ ਉਦਾਸੀ, ਪਛਤਾਵਾ ਹੀ ਰਹਿੰਦਾ ਹੈ । ਸ਼ਬਦ ਦੀ ਕਮਾਈ ਤੋ ਬਿਨਾਂ ਹੋਰ ਕੁਝ ਸਾਥ ਦੇਣ ਵਾਲਾ, ਕੋਈ ਬੱਚਾ, ਪ੍ਰਵਾਰ ਨਹੀਂ ਹੁੰਦਾ । ਸੰਸਾਰਕ ਪ੍ਰਵਾਰ, ਇਹ ਸਭ ਸੰਸਾਰਕ ਮਾਇਆ ਦੇ ਜਾਲ ਹਨ । ਇਹ ਮੌਤ ਪਿਛੋਂ ਕੋਈ ਆਸਰਾ ਨਹੀਂ ਦੇਂਦੇ, ਗਵਾਈ ਨਹੀਂ ਦੇ ਸਕਦੇ ।

The universe may be a terrible ocean, overwhelmed with miseries and curse. Self-minded may not be saved with his own efforts or clever plans. His mind may remain overwhelmed with ego, disappointment, anger, sexual desire, clever plan, and self-determination. No one may be blessed with the right path of acceptance with any unique clever plans. His meditation may not be rewarded in His Court; he wastes his human life opportunity. He may remain in worldly frustrations, mysteries, disappoints, regretting and repenting. Without the earnings of His Word, no worldly family may support in His Court; all worldly relations are a unique trap of worldly wealth. No one may be able to support or becomes a witness of your good deed for His Creation.

ਹਉ ਪੂਛਉ ਅਪਨਾ ਸਤਿਗੁਰੁ ਦਾਤਾ,	ha-o poochha-o apnaa satgur daataa
ਕਿਨ ਬਿਧਿ ਦੁਤਰੁ ਤਰੀਐ ਰਾਮ॥	kin biDh dutar taree-ai raam.
ਸਤਿਗੁਰ ਭਾਇ ਚਲਹੁ,	satgur bhaa-ay chalhu
ਜੀਵਤਿਆ ਇਵ ਮਰੀਐ ਰਾਮ॥	jeevti-aa iv maree-ai raam.
ਜੀਵਤਿਆ ਮਰੀਐ ਭਉਜਲੁ ਤਰੀਐ,	jeevti-aa maree-ai bha-ojal taree-ai
ਗੁਰਮੁਖਿ ਨਾਮਿ ਸਮਾਵੈ॥	gurmukh naam samaavai.
ਪੂਰਾ ਪੁਰਖੁ ਪਾਇਆ ਵਡਭਾਗੀ,	pooraa purakh paa-i-aa vadbhaagee

ਸਚਿ ਨਾਮਿ ਲਿਵ ਲਾਵੈ॥	sach naam liv laavai.
ਮਤਿ ਪਰਗਾਸੁ ਭਈ ਮਨੁ ਮਾਨਿਆ,	mat pargaas bha-ee man maani-aa
ਰਾਮ ਨਾਮਿ ਵਡਿਆਈ॥	raam naam vadi-aa-ee.
ਨਾਨਕ ਪ੍ਰਭੁ ਪਾਇਆ	naanak parabh paa-i-aa
ਸਬਦਿ ਮਿਲਾਇਆ,	sabad milaa-i-aa
ਜੋਤੀ ਜੋਤਿ ਮਿਲਾਈ॥੪॥੧॥੪॥	jotee jot milaa-ee. ||4||1||4||

ਆਪਣੇ ਸਿਖਿਆਂ ਦੇਣ ਵਾਲੇ ਗੁਰੂ ਤੋਂ ਪੁਛਿਆ । ਇਸ ਭਿਆਨਕ, ਦੁਖਾਂ ਦੇ ਭਰੇ ਸਾਗਰ ਨੂੰ ਕਿਵੇਂ ਪਾਰ ਕੀਤਾ ਜਾ ਸਕਦਾ ਹੈ? ਜੀਵ ਪ੍ਰਭ ਦੇ ਸ਼ਬਦ ਨਾਲ ਜੀਵਨ ਢਾਲਣ ਨਾਲ ਮਨ ਇੱਛਾਂ ਰਹਿਤ ਹੋ ਜਾਂਦਾ ਹੈ । ਸੰਸਾਰਕ ਚਿੰਤਾਂ, ਮਾਇਆ ਦੇ ਪ੍ਰਭਾਵ ਤੋਂ ਰਹਿਤ ਰਹਿਣ ਨਾਲ ਇਹ ਸਾਗਰ ਪਾਰ ਕੀਤਾ ਜਾ ਸਕਦਾ ਹੈ । ਗੁਰਮਖ ਦੇ ਜੀਵਨ ਦੀ ਅਵਸਥਾ ਹੀ ਇਹ ਹੋ ਜਾਂਦੀ ਹੈ । ਸ਼ਬਦ ਦੀ ਪਾਲਣਾ ਕਰਦਾ ਹੀ ਸ਼ਬਦ ਦੀ ਸਮਾਧੀ ਵਿੱਚ ਵਸਣ ਲੱਗ ਪੈਂਦਾ ਹੈ । ਵੱਡੇ ਭਾਗਾਂ ਨਾਲ ਹੀ ਜੀਵ ਦੀ ਸੂਰਤੀ, ਲਗਨ ਸ਼ਬਦ ਦੀ ਪਾਲਣਾ ਵਿੱਚ ਲੱਗਦੀ ਹੈ । ਮਨ ਸ਼ਬਦ ਦੀ ਪਾਲਣਾ ਵਿੱਚ ਲੀਨ ਹੋ ਜਾਂਦਾ ਹੈ । ਸ਼ਬਦ ਦੀ ਸੋਝੀ ਹੋ ਜਾਂਦੀ ਹੈ, ਮਨ ਜਾਗਰਤ ਹੋ ਜਾਂਦਾ ਹੈ, ਸੰਤੋਖ ਵਿੱਚ ਰਹਿੰਦਾ ਹੈ । ਇਹ ਸਭ ਕੁਝ ਸ਼ਬਦ ਦੀ ਪਾਲਣਾ ਦੀ ਹੀ ਵਡਿਆਈ, ਰਹਿਮਤ ਹੈ । ਸ਼ਬਦ ਦੀ ਸਮਾਧੀ ਵਿੱਚ ਵਸਦੀ ਆਤਮਾ ਪ੍ਰਭ ਦੀ ਜੋਤ ਵਿੱਚ ਅਲੋਪ ਹੋ ਸਕਦੀ ਹੈ ।

I pray and beg from my worldly teacher, guide, guru. How may I be saved from the terrible, misery infested worldly ocean? Whosoever may adopt the teachings of His Word with steady and stable belief in his day-to-day life; with His mercy and grace, he may become beyond the reach of worldly desires. He may be blessed with a state of mind as His true devotee. He may remain intoxicated in his meditation in the void of His Word. Whosoever may have great prewritten destiny, he may concentrate and with a devotion obeys the teachings of His Word. He remains intoxicated in obeying the teachings of His Word; he may be enlightened, he may remain contented, awake, and alert. This greatness remains embedded in obeying the teachings of His Word. Whosoever may remain intoxicated in the void of His Word; with His mercy and grace, his soul may immerse within The Holy Spirit.

180.ਸੂਹੀ ਮਹਲਾ ੪ ਘਰੁ ੫॥ 776-4

੧ਓ ਸਤਿਗੁਰ ਪ੍ਰਸਾਦਿ॥	ik-oNkaar satgur parsaad
ਗੁਰੁ ਸੰਤ ਜਨੋ ਪਿਆਰਾ ਮੈ ਮਿਲਿਆ,	gur sant jano pi-aaraa mai mili-aa
ਮੇਰੀ ਤ੍ਰਿਸਨਾ ਬੁਝਿ ਗਈਆਸੇ॥	mayree tarisnaa bujh ga-ee-aasay.
ਹਉ ਮਨੁ ਤਨੁ ਦੇਵਾ ਸਤਿਗੁਰੈ,	ha-o man tan dayvaa satigurai
ਮੈ ਮੇਲੇ ਪ੍ਰਭ ਗੁਣਤਾਸੇ॥	mai maylay parabh guntaasay.
ਧਨੁ ਧੰਨੁ ਗੁਰੂ ਵਡ ਪੁਰਖੁ ਹੈ,	Dhan Dhan guroo vad purakh hai
ਮੈ ਦਸੇ ਹਰਿ ਸਾਬਾਸੇ॥	mai dasay har saabaasay.
ਵਡਭਾਗੀ ਹਰਿ ਪਾਇਆ,	vadbhaagee har paa-i-aa
ਜਨ ਨਾਨਕ ਨਾਮਿ ਵਿਗਾਸੇ॥੧॥	jan naanak naam vigaasay. ||1||

ਪ੍ਰਭ ਦੇ ਸ਼ਬਦ ਦੀ ਪਾਲਣਾ ਕਰਨ ਨਾਲ ਸ਼ਬਦ ਦੀ ਸੋਝੀ ਹੋ ਗਈ, ਪ੍ਰਭ ਨਾਲ ਮਿਲਾਪ ਹੋ ਗਿਆ ਹੈ । ਆਪਣਾ ਮਨ, ਤਨ ਪ੍ਰਭ ਦੇ ਸ਼ਬਦ ਦੀ ਪਾਲਣਾ ਤੇ ਲਾ ਦਿੱਤਾ ਹੈ । ਮਨ ਦੀਆਂ ਸੰਸਾਰਕ ਇੱਛਾਂ ਦੀ ਅੱਗ ਬੁਝ ਗਈ, ਖਤਮ ਹੋ ਗਈ ਹੈ । ਅਰਦਾਸ ਕਰਦਾ ਹੈ! ਪ੍ਰਭ ਪ੍ਰਵਾਨਗੀ ਦੇ ਰਸਤੇ ਤੇ ਅਡੋਲ ਰਖੇ । ਉਸ ਗੁਰੂ ਤੋਂ, ਸਿਖਿਆਂ ਦੇਣ ਵਾਲੇ ਤੋਂ ਕੁਰਬਾਨ ਜਾਵਾ! ਜਿਹੜਾ ਪ੍ਰਵਾਨਗੀ ਦੇ ਰਸਤੇ ਦੀ ਸੋਝੀ ਪਾਉਂਦਾ ਹੈ । ਵੱਡੇ ਭਾਗਾਂ ਨਾਲ ਸ਼ਬਦ ਦੀ ਸੋਝੀ ਹੋ ਗਈ, ਮਨ ਵਿੱਚ ਖੇੜਾ ਆ ਗਿਆ ਹੈ ।

By obeying the teachings of His Word, I have been enlightened with the essence of His Word; I have been blessed with His union. I have surrendered my mind, body, and worldly status at His sanctuary; with His mercy and grace, the lava of worldly desires of my mind has been extinguished, all my worldly desires have been eliminated. I pray for His forgiveness to keep me steady and stable on the right path of acceptance in His Court. I remain fascinated and grateful to the teacher, who has inspired me to adopt the right path of acceptance. With great prewritten destiny, I have been blessed with contentment and blossom in my day-to-day life.

ਗੁਰੁ ਸਜਣੁ ਪਿਆਰਾ ਮੈ ਮਿਲਿਆ,	gur sajan pi-aaraa mai mili-aa
ਹਰਿ ਮਾਰਗੁ ਪੰਥੁ ਦਸਾਹਾ॥	har maarag panth dasaahaa.
ਘਰਿ ਆਵਹੁ ਚਿਰੀ ਵਿਛੁੰਨਿਆ,	ghar aavhu chiree vichhunni-aa
ਮਿਲੁ ਸਬਦਿ ਗੁਰੂ ਪ੍ਰਭ ਨਾਹਾ॥	mil sabad guroo parabh naahaa.
ਹਉ ਤੁਝੁ ਬਾਝਹੁ ਖਰੀ ਉਡੀਣੀਆ,	ha-o tujh baajhahu kharee udeenee-aa
ਜਿਉ ਜਲ ਬਿਨੁ ਮੀਨੁ ਮਰਾਹਾ॥	Ji-o jal bin meen maraahaa.
ਵਡਭਾਗੀ ਹਰਿ ਧਿਆਇਆ,	vadbhaagee har Dhi-aa-i-aa
ਜਨ ਨਾਨਕ ਨਾਮਿ ਸਮਾਂਹਾ॥੨॥	jan naanak naam samaahaa. ॥2॥

ਸੰਜੋਗ ਉਸ ਸਾਥੀ ਨਾਲ ਹੋ ਗਿਆ, ਜਿਸ ਨੇ ਮੈਨੂੰ ਪ੍ਰਵਾਨਗੀ ਦੇ ਰਸਤੇ ਤੇ ਪਾਇਆ ਹੈ । ਪ੍ਰਭ ਮੈਂ ਬਹੁਤ ਚਿਰ ਦਾ ਵਿੱਛੜਿਆ ਹੋਇਆ ਹਾ । ਰਹਿਮਤ ਬਖਸ਼ੋ! ਅਸਲੀ ਘਰ ਵਿੱਚ ਥਾਂ ਬਖਸ਼ੋ! ਤੇਰੇ ਸ਼ਬਦ ਦੀ ਪਾਲਣਾ ਕਰਦਾ, ਜੀਵਨ ਬਤੀਤ ਕਰਦਾ ਹਾ । ਤੇਰੇ ਮਿਲੱਣ ਤੋ ਬਿਨਾਂ, ਤੇਰੀ ਰਹਿਮਤ ਤੋ ਬਿਨਾਂ ਮਨ ਬਹੁਤ ਬੇਚੈਨ ਰਹਿੰਦਾ ਹੈ, ਜਿਵੇਂ ਮਛਲੀ ਪਾਣੀ ਤੋ ਬਿਨਾਂ ਭਟਕਦੀ, ਮਰ ਜਾਂਦੀ ਹੈ । ਕੋਈ ਵੱਡੇ ਭਾਗਾਂ ਵਾਲਾ ਹੀ ਪ੍ਰਭ ਦੇ ਸ਼ਬਦ ਨਾਲ ਜੀਵਨ ਢਾਲਦਾ ਹੈ । ਉਹ ਹੀ ਪ੍ਰਭ ਦੇ ਦਰਬਾਰ ਵਿੱਚ ਪ੍ਰਵਾਨ ਹੋ ਸਕਦਾ, ਜਾਂਦਾ ਹੈ ।

With His mercy and grace, I have been blessed with the association of His true devotee, who has guided me on the right path of His acceptance. My True Master, my soul has been separated from long time; I have surrendered my mind, body, and worldly status at Your Sanctuary. I have adopted the teachings of Your Word with steady and stable belief in my day-to-day life. Without Your mercy and grace, I remain frustrated, miserable, just like fish remains without water. Whosoever may have a great prewritten destiny, only he may adopt the teachings of His Word with steady and stable belief in his day-to-day life. His soul may become worthy of His consideration.

ਮਨੁ ਦਹ ਦਿਸਿ ਚਲਿ ਚਲਿ ਭਰਮਿਆ,	man dah dis chal chal bharmi-aa
ਮਨਮੁਖੁ ਭਰਮਿ ਭੁਲਾਇਆ॥	manmukh bharam bhulaa-i-aa.
ਨਿਤ ਆਸਾ ਮਨਿ ਚਿਤਵੈ,	nit aasaa man chitvai
ਮਨ ਤ੍ਰਿਸਨਾ ਭੁਖ ਲਗਾਇਆ॥	man tarisnaa bhukh lagaa-i-aa.
ਅਨਤਾ ਧਨੁ ਧਰਿ ਦਬਿਆ,	antaa Dhan Dhar dabi-aa
ਫਿਰਿ ਬਿਖੁ ਭਾਲਣ ਗਇਆ॥	fir bikh bhaalan ga-i-aa.
ਜਨ ਨਾਨਕ ਨਾਮੁ ਸਲਾਹਿ ਤੂ,	jan naanak naam salaahi too
ਬਿਨੁ ਨਾਵੈ ਪਚਿ ਪਚਿ ਮੁਇਆ॥੩॥	bin naavai pach pach mu-i-aa. ॥3॥

ਮਨਮੁਖ ਜੀਵ ਦਾ ਮਨ ਦਸ ਦਿਸ਼ਾਂ ਵਿੱਚ ਭਉਦਾ, ਘੁੰਮਦਾ ਰਹਿੰਦਾ ਹੈ । ਮਨਮੁਖ ਜੀਵ ਧਰਮ ਦੇ ਪਾਏ ਭਰਮਾਂ ਵਿੱਚ ਹੀ ਰਹਿੰਦਾ ਹੈ । ਉਸ ਦੇ ਮਨ ਵਿੱਚ ਸਦਾ ਹੀ ਆਸਾਂ ਰਹਿੰਦੀਆਂ ਹਨ । ਮਨ ਵਿੱਚ ਸੰਸਾਰਕ ਇੱਛਾਂ ਪਾਉਣ ਦੀ ਭੁੱਖ, ਪਿਆਸ, ਲਾਲਚ ਰਹਿੰਦਾ ਹੈ । ਮਨ ਵਿੱਚ ਬੇਅੰਤ ਹੀ ਗੁਣਾਂ ਦਾ ਖਜ਼ਾਨਾ, ਧਨ ਦੱਬਿਆ, ਲੁਕਿਆ ਹੋਇਆ ਹੈ । ਫਿਰ ਵੀ ਉਹ ਇਸ ਦੀ ਭਾਲ ਵਿੱਚ ਬਹਾਰ ਘੁੰਮਦਾ ਫਿਰਦਾ ਹੈ । ਜੀਵ ਪ੍ਰਭ ਦੇ ਸ਼ਬਦ ਦੀ ਪਾਲਣਾ, ਸਿਮਰਨ ਕਰੋ! ਸ਼ਬਦ ਦੀ ਕਮਾਈ ਤੋ ਬਿਨਾਂ ਮਾਨਸ ਜਨਮ ਬਿਰਥਾ ਹੀ ਬਰਬਾਦ ਹੋ ਜਾਂਦਾ, ਮੌਤ ਦੇ ਘਰ ਚਲੇ ਜਾਂਦਾ ਹੈ ।

Self-minded remains wandering in many directions, intoxicated with religious rituals and suspicions. He always remains anxious to achieve worldly desires and overwhelmed with greed. All virtues of enlightenment may remain embedded, hidden within his mind, body; however, he remains wandering from shrine to shrine. You should meditate and obey the teachings of His Word! Without earnings of His Word, human life opportunity may be wasted and captured by the devil of death.

ਗੁਰੁ ਸੁੰਦਰੁ ਮੋਹਨੁ ਪਾਇ ਕਰੇ,	gur sundar mohan paa-ay karay
ਹਰਿ ਪ੍ਰੇਮ ਬਾਣੀ ਮਨੁ ਮਾਰਿਆ॥	har paraym banee man maari-aa.
ਮੇਰੇ ਹਿਰਦੈ ਸੁਧਿ ਬੁਧਿ ਵਿਸਰਿ ਗਈ,	mayrai hirdai suDh buDh visar ga-ee
ਮਨ ਆਸਾ ਚਿੰਤ ਵਿਸਾਰਿਆ॥	man aasaa chint visaari-aa.
ਮੈ ਅੰਤਰਿ ਵੇਦਨ ਪ੍ਰੇਮ ਕੀ,	mai antar vaydan paraym kee
ਗੁਰ ਦੇਖਤ ਮਨੁ ਸਾਧਾਰਿਆ॥	gur daykhat man saaDhaari-aa.
ਵਡਭਾਗੀ ਪ੍ਰਭ ਆਇ ਮਿਲੁ,	vadbhaagee parabh aa-ay mil
ਜਨੁ ਨਾਨਕੁ ਖਿਨੁ ਖਿਨੁ ਵਾਰਿਆ॥	jan naanak khin khin vaari-aa.
੪॥੧॥੫॥	||4||1||5||

ਸ਼ਬਦ ਦੀ ਪਾਲਣਾ ਤੇ ਭਰੋਸਾ ਅਡੋਲ ਰਖਣ ਨਾਲ ਸੁੰਦਰ ਗੁਰੂ, ਸ਼ਬਦ ਦੀ ਸੋਝੀ ਹੋ ਗਈ ਹੈ । ਜਿਸ ਨਾਲ ਮਨ ਦੀਆਂ ਇੱਛਾਂ ਤੇ ਜਿੱਤ ਬਖਸ਼ਿਸ਼ ਹੋ ਗਈ ਹੈ । ਮੇਰੇ ਮਨ ਵਿਚੋਂ ਸਾਰੀਆਂ ਚਲਾਕੀਆਂ ਖਤਮ ਹੋ ਗਈਆਂ ਹਨ । ਇਸ ਨਾਲ ਮਨ ਵਿਚੋਂ ਆਸਾਂ, ਤ੍ਰਿਸ਼ਨਾਂ ਦਾ ਵੀ ਨਾਸ ਹੋ ਗਈਆਂ ਹਨ । ਮੇਰੇ ਮਨ ਦੇ ਡੂੰਘੇ ਥਾਂ ਤੇ ਪ੍ਰਭ ਦੇ ਵਿਛੋੜੇ ਦਾ ਵਿਰਾਗ ਹੈ । ਸ਼ਬਦ ਦੀ ਪਾਲਣਾ ਕਰਨ ਨਾਲ ਮਨ ਵਿੱਚ ਧੀਰਜ, ਸੰਤੋਖ ਭਰ ਜਾਂਦਾ ਹੈ । ਪ੍ਰਭ ਰਹਿਮਤਾਂ ਦੇ ਮਾਲਕ ਮੇਰੇ ਭਾਗਾਂ ਨੂੰ ਜਾਗ, ਸ਼ਬਦ ਦੇ ਲੜ ਲਾਵੋ । ਪਲ ਪਲ ਤੇਰੇ ਤੋ ਕੁਰਬਾਨ ਜਾਵਾ, ਤੇਰੇ ਸ਼ਬਦ ਦੇ ਗੁਣ ਗਾਵਾ ।

By obeying the teachings of His Word with steady and stable belief, I have been blessed with the enlightenment of His Word. All devious plans of my mind have been eliminated along with my hopes, desires for worldly wealth. In deep center of my mind, I am in renunciation in the memory of my separation from The Holy Spirit. I am overwhelmed with patience and contentment by obeying the teachings of His Word. The Merciful True Master of all virtues, with Your mercy and grace, awakens my destiny and attaches me to Your Word. I may sing the glory and remain fascinated from Your Nature with each breath.

181.ਸੂਹੀ ਛੰਤ ਮਹਲਾ ੪॥ 776-14

ਮਾਰੇਹਿਸੁ ਵੇ ਜਨ ਹਉਮੈ ਬਿਖਿਆ,	maarayhis vay jan ha-umai bikhi-aa
ਜਿਨਿ ਹਰਿ ਪ੍ਰਭ ਮਿਲਣ ਨ ਦਿਤੀਆ॥	Jin har parabh milan na ditee-aa.
ਦੇਹ ਕੰਚਨ ਵੇ ਵੰਨੀਆ,	dayh kanchan vay vannee-aa
ਇਨਿ ਹਉਮੈ ਮਾਰਿ ਵਿਗੁਤੀਆ॥	in ha-umai maar vigutee-aa.
ਮੋਹੁ ਮਾਇਆ ਵੇ ਸਭ ਕਾਲਖਾ,	moh maa-i-aa vay sabh kaalkhaa
ਇਨਿ ਮਨਮੁਖਿ ਮੂੜਿ ਸਜੁਤੀਆ॥	in manmukh moorh sajutee-aa.
ਜਨ ਨਾਨਕ ਗੁਰਮੁਖਿ ਉਬਰੇ,	jan naanak gurmukh ubray
ਗੁਰ ਸ਼ਬਦੀ ਹਉਮੈ ਛੁਟੀਆ॥੧॥	gur sabdee ha-umai chhutee-aa. ||1||

ਜੀਵ ਆਪਣੇ ਮਨ ਵਿਚੋਂ ਅਹੰਕਾਰ ਦੀ ਜੜ੍ਹ ਨਾਸ ਕਰੋ! ਇਹ ਹੀ ਤੇਰੀ ਪ੍ਰਭ ਦੇ ਦਰਬਾਰ ਦੀ ਪ੍ਰਵਾਨਗੀ ਵਿੱਚ ਰੁਕਾਵਟ ਪਾਉਂਦੀ ਹੈ । ਤੇਰਾ ਕੀਮਤੀ, ਸੋਨੇ ਵਰਗਾ ਤਨ, ਅਹੰਕਾਰ ਨਾਲ ਬੇਸੂਰਤ ਹੋਇਆ ਹੈ, ਸੰਸਾਰਕ ਮਾਇਆ ਦਾ ਹੀ ਇਸ ਮਨ ਤੇ ਦਾਗ਼ ਲੱਗਾ ਹੈ । ਮਨਮੁਖ ਸੰਸਾਰਕ ਮਾਇਆ ਪਿਛੇ ਹੀ ਲੱਗਾ ਰਹਿੰਦਾ ਹੈ । ਗੁਰਮਖ ਜੀਵ ਸ਼ਬਦ ਦੀ ਪਾਲਣਾ ਕਰਦਾ ਬਚ ਜਾਂਦਾ, ਅਹੰਕਾਰ ਤੇ ਜਿੱਤ ਪੈ ਜਾਂਦੀ ਹੈ ।

You should eliminate the root of ego from your mind; ego of worldly status may be the cause of all restriction, curtain of secrecy between your soul and The Holy Spirit. You have disgraced your precious human body, with your ego of worldly status. Your mind, soul has been blemished with greed of worldly wealth. Self-minded remains intoxicated in sweet poison of worldly wealth. His true devotee may be saved by conquering his own ego.

ਵਸਿ ਆਣਿਹੁ ਵੇ ਜਨ ਇਸੁ ਮਨ ਕਉ,	vas aanihu vay jan is man ka-o
ਮਨੁ ਬਾਸੇ ਜਿਉ ਨਿਤ ਭਉਦਿਆ॥	man baasay Ji-o nit bha-udi-aa.
ਦੁਖਿ ਰੈਣਿ ਵੇ ਵਿਹਾਣੀਆ,	dukh rain vay vihaanee-aa
ਨਿਤ ਆਸਾ ਆਸ ਕਰੇਦਿਆ॥	nit aasaa aas karaydi-aa.
ਗੁਰੁ ਪਾਇਆ ਵੇ ਸੰਤ ਜਨੋ,	gur paa-i-aa vay sant jano
ਮਨਿ ਆਸ ਪੂਰੀ ਹਰਿ ਚਉਦਿਆ॥	man aas pooree har cha-udi-aa.
ਜਨ ਨਾਨਕ ਪ੍ਰਭ ਦੇਹੁ ਮਤੀ,	jan naanak parabh dayh matee
ਛਡਿ ਆਸਾ ਨਿਤ ਸੁਖਿ ਸਉਦਿਆ॥੨॥	chhad aasaa nit sukh sa-udi-aa. ||2||

ਮਨ ਤੇ ਜਿੱਤ ਪਾਉਣ ਨਾਲ ਮਨ ਸ਼ਬਦ ਦੀ ਪਾਲਣਾ ਵਿੱਚ ਅਡੋਲ ਹੋ ਜਾਂਦਾ ਹੈ । ਮਾਨਸ ਦੀ ਆਸਾਂ, ਚਿੰਤਾਂ ਦੀ ਰਾਤ ਬੀਤ ਜਾਂਦੀ ਹੈ । ਸ਼ਬਦ ਦੀ ਪਾਲਣਾ ਨਾਲ ਮਨ ਵਿਚੋਂ ਹੀ ਪੂਰਨ ਸੰਤ ਨਾਲ ਸੰਜੋਗ, ਸ਼ਬਦ ਦੀ ਸੋਝੀ ਬਖਸ਼ਿਸ਼ ਹੋ ਜਾਂਦੀ ਹੈ । ਮਨ ਦੀਆਂ ਆਸਾਂ, ਮੁਰਾਦਾਂ ਪੂਰੀਆਂ ਹੋ ਜਾਂਦੀਆਂ, ਮਨ ਪ੍ਰਭ ਦੀ ਉਸਤਤ ਗਾਉਂਦਾ ਹੈ । ਪ੍ਰਭ ਰਹਿਮਤ ਬਖਸ਼ੋ! ਜਿਸ ਨਾਲ ਮਨ ਵਿਚੋਂ ਝੂਠੀਆਂ ਆਸਾਂ ਖਤਮ ਹੋ ਜਾਣ, ਸੋਝੀ ਬਖਸ਼ਿਸ਼ ਹੋ ਜਾਵੇ, ਮਨ ਵਿੱਚ ਸੰਤੋਖ, ਧੀਰਜ ਵਸ ਜਾਵੇ ।

Whosoever may conquer the worldly desires of his mind; with His mercy and grace, he may become steady and stable in obeying the teachings of His Word. His night in hopes and worries may be over, eliminated from his mind. Whosoever may obey the teachings of His Word with steady and stable belief in his day-to-day life; with His mercy and grace, he may be blessed with association of His true saint, His Word from within. All his hopes and desires may be satisfied, eliminated. He may remain intoxicated in singing the glory of His Word. With Your mercy and grace, all my worldly desires, false hopes may be eliminated from within. I have been blessed with the essence of Your Word, patience, and contentment.

ਸਾ ਧਨ ਆਸਾ ਚਿਤਿ ਕਰੇ	saa Dhan aasaa chit karay
ਰਾਮ ਰਾਜਿਆ,	raam raaJi-aa
ਹਰਿ ਪ੍ਰਭ ਸੇਜੜੀਐ ਆਈ॥	har parabh sayjrhee-ai aa-ee.
ਮੇਰਾ ਠਾਕੁਰੁ ਅਗਮ ਦਇਆਲੁ ਹੈ,	mayraa thaakur agam da-i-aal hai
ਰਾਮ ਰਾਜਿਆ	raam raaJi-aa kar
ਕਰਿ ਕਿਰਪਾ ਲੇਹੁ ਮਿਲਾਈ॥	kirpaa layho milaa-ee.
ਮੇਰੈ ਮਨਿ ਤਨਿ ਲੋਚਾ	mayrai man tan lochaa
ਗੁਰਮੁਖੇ ਰਾਮ ਰਾਜਿਆ,	gurmukhay raam raaJi-aa
ਹਰਿ ਸਰਧਾ ਸੇਜ ਵਿਛਾਈ॥	har sarDhaa sayj vichhaa-ee.
ਜਨ ਨਾਨਕ ਹਰਿ ਪ੍ਰਭ ਭਾਣੀਆ,	jan naanak har parabh bhaanee-aa
ਰਾਮ ਰਾਜਿਆ ਮਿਲਿਆ ਸਹਜਿ ਸੁਭਾਈ॥੩	raam raaJi-aa mili-aa sahj subhaa-ee. 3

ਮਨ ਵਿੱਚ ਇੱਕ ਹੀ ਆਸ ਰਹਿੰਦੀ ਹੈ । ਪ੍ਰਭ ਦੇ ਦਰਬਾਰ ਵਿੱਚ ਪ੍ਰਵਾਨਗੀ, ਰਹਿਮਤ ਦੀ ਨਜ਼ਰ ਦੀ ਆਸ ਚਮਕਦੀ ਹੈ । ਪ੍ਰਭ ਬਹੁਤ ਤਰਸਵਾਨ, ਦਿਆਲੂ ਹੈ । ਆਪ ਹੀ ਰਹਿਮਤ ਬਖਸ਼ਕੇ, ਆਪਣੀ ਸਮਾਧੀ ਵਿੱਚ ਅਲੋਪ ਕਰ ਲਵੇਗਾ । ਮੇਰੇ ਮਨ ਵਿੱਚ ਪਭ ਨੂੰ ਮਿਲੱਣ ਦੀ ਸ਼ਰਧਾ ਅਡੋਲ ਰਹਿੰਦੀ ਹੈ ।

ਮਨ, ਤਨ ਪ੍ਰਭ ਦੇ ਲੇਖੇ ਹੀ ਲਾਈ ਰਖਦਾ, ਭੇਟਾ ਕਰਦਾ ਹੈ । ਸ਼ਬਦ ਤੇ ਭਰੋਸਾ ਅਡੋਲ ਰਖਣ ਨਾਲ ਪ੍ਰਭ ਰਹਿਮਤ ਬਖਸ਼ਦਾ ਹੈ । ਉਸ ਦੇ ਮਨ ਵਿੱਚ ਜਾਗਰਤੀ ਬਖਸ਼ਦਾ, ਮਨ ਸੁਚੇਤ ਹੋ ਜਾਂਦਾ ਹੈ ।

I have only one hope, desire in my mind; with His mercy and grace, I may be accepted in His Court. The Merciful True Master, may absorb His true devotee in void of His Word. I have surrendered my body, mind, and worldly status at the service of His Creation. I have very intense anxiety to be blessed with the enlightenment of His Word. Whosoever may obey the teachings of His Word with steady and stable belief in his day-to-day life; with His mercy and grace, he may be accepted in His sanctuary. He may be enlightened with the essence of His Word. He remains awake and alert in his meditation.

ਇਕਤੁ ਸੇਜੈ ਹਰਿ ਪ੍ਰਭੋ	ikat sayjai har parabho
ਰਾਮ ਰਾਜਿਆ,	raam raaJi-aa
ਗੁਰੁ ਦਸੇ ਹਰਿ ਮੇਲੇਈ॥	gur dasay har maylay-ee.
ਮੈ ਮਨਿ ਤਨਿ ਪ੍ਰੇਮ ਬੈਰਾਗੁ ਹੈ	mai man tan paraym bairaag hai
ਰਾਮ ਰਾਜਿਆ,	raam raaJi-aa
ਗੁਰੁ ਮੇਲੇ ਕਿਰਪਾ ਕਰੇਈ॥	gur maylay kirpaa karay-ee.
ਹਉ ਗੁਰ ਵਿਟਹੁ ਘੋਲਿ ਘੁਮਾਇਆ	ha-o gur vitahu ghol ghumaa-i-aa
ਰਾਮ ਰਾਜਿਆ,	raam raaJi-aa
ਜੀਉ ਸਤਿਗੁਰ ਆਗੈ ਦੇਈ॥	jee-o satgur aagai day-ee.
ਗੁਰੁ ਤੁਠਾ ਜੀਉ	gur tuthaa jee-o
ਰਾਮ ਰਾਜਿਆ,	raam raaJi-aa
ਜਨ ਨਾਨਕ ਹਰਿ ਮੇਲੇਈ॥	jan naanak har maylay-ee.
੪॥੨॥੬॥੫॥੭॥੬॥੧੮॥	||4||2||6||5||7||6||18||

ਪ੍ਰਭ ਆਪਣੇ ਤਖਤ, ਦਸਵੇਂ ਘਰ ਵਿੱਚ ਖੇੜੇ ਵਿੱਚ ਵਸਦਾ, ਰਹਿੰਦਾ ਹੈ । ਉਸ ਦੇ ਦਰਬਾਰ ਵਿੱਚ ਕਿਵੇਂ ਦਾਖਲ ਹੋਇਆ ਜਾ ਸਕਦਾ ਹੈ? ਸ਼ਬਦ ਦੀ ਪਾਲਣਾ ਕਰਨ ਨਾਲ ਮਨ ਵਿੱਚ ਸੋਝੀ ਬਖਸ਼ਿਸ਼ ਹੋ ਜਾਂਦੀ ਹੈ । ਜੀਵ ਦਾ ਤਨ, ਮਨ ਪ੍ਰਭ ਦੇ ਵਿਛੋੜੇ ਦੇ ਵਿਰਾਗ ਨਾਲ ਭਰਿਆਂ ਰਹਿੰਦਾ ਹੈ । ਪ੍ਰਭ ਆਪ ਹੀ ਰਹਿਮਤ ਬਖਸ਼ਕੇ, ਭਰੋਸਾ ਅਡੋਲ ਰਖਦਾ, ਸੰਜੋਗ ਬਣਾਉਂਦਾ ਹੈ । ਬੰਦਗੀ ਕਰਨ ਵਾਲਾ ਦਾਸ ਪ੍ਰਭ ਦੀ ਰਹਿਮਤ ਤੋਂ ਕਰਬਾਣਾ ਜਾਂਦਾ ਹੈ । ਆਪਣਾ ਤਨ, ਮਨ ਪ੍ਰਭ ਦੇ ਲੇਖੇ ਲਾ ਦੇਂਦਾ, ਵਾਰ ਦੇਂਦਾ ਹੈ । ਜਿਸ ਤੇ ਪ੍ਰਭ ਆਪ ਹੀ ਰਹਿਮਤ ਬਖਸ਼ਦਾ, ਪੂਰਨ ਖੁਸ਼ ਹੋ ਜਾਂਦਾ ਹੈ । ਉਸ ਦੀ ਆਤਮਾ ਦੀ ਜੋਤ ਨੂੰ ਆਪਣੀ ਜੋਤ ਵਿੱਚ ਅਲੋਪ ਕਰ ਲੈਂਦਾ ਹੈ ।

The True Master dwells in blossom on the royal throne of 10th castle within the body of each creature. How may I enter His castle? Whosoever may adopt the teachings of His Word with steady and stable belief in his day-to-day life; with His mercy and grace, he may be enlightened with the essence of His Word from within. His mind and body remain overwhelmed with renunciation of his separation from The Holy Spirit; with His mercy and grace, he may be blessed with conjugation of His Holy Saints. His true devotee remains fascinated, gratitude from The True Master. He may surrender his mind, body at His sanctuary. With His mercy and grace, his soul may immerse within The Holy Spirit.

182.ਰਾਗੁ ਸੂਹੀ ਛੰਤ ਮਹਲਾ ੫ ਘਰੁ ੧॥ 777-6

੧ੳ ਸਤਿਗੁਰ ਪ੍ਰਸਾਦਿ॥	ik-oNkaar satgur parsaad.
ਸੁਣਿ ਬਾਵਰੇ ਤੂ ਕਾਏ ਦੇਖਿ ਭੁਲਾਨਾ॥	sun baavray too kaa-ay daykh bhulaanaa.
ਸੁਣਿ ਬਾਵਰੇ ਨੇਹੁ ਕੂੜਾ ਲਾਇਓ ਕੁਸੰਭ ਰੰਗਾਨਾ॥	sun baavray nayhu koorhaa laa-i-o kusambh rangaanaa.
ਕੂੜੀ ਡੇਖਿ ਭੁਲੋ ਅਢੁ ਲਹੈ, ਨ ਮੁਲੋ ਗੋਵਿਦ ਨਾਮੁ ਮਜੀਠਾ॥	koorhee daykh bhulo adh lahai na mulo govid naam majeethaa.
ਥੀਵਹਿ ਲਾਲਾ ਅਤਿ ਗੁਲਾਲਾ, ਸਬਦੁ ਚੀਨਿ ਗੁਰ ਮੀਠਾ॥	theeveh laalaa at gulaalaa sabad cheen gur meethaa.
ਮਿਥਿਆ ਮੋਹਿ ਮਗਨੁ ਥੀ ਰਹਿਆ, ਝੂਠ ਸੰਗਿ ਲਪਟਾਨਾ॥	mithi-aa mohi magan thee rahi-aa jhooth sang laptaanaa.
ਨਾਨਕ ਦੀਨ ਸਰਣਿ ਕਿਰਪਾ ਨਿਧਿ, ਰਾਖੁ ਲਾਜ ਭਗਤਾਨਾ॥੧॥	naanak deen saran kirpaa niDh raakh laaj bhagtaanaa. ||1||

ਮੂਰਖ ਜੀਵ ਤੂੰ ਸੰਸਾਰਕ ਪਦਾਰਥ ਦੇਖਕੇ ਕਿਉਂ ਦਿਵਾਨਾ ਹੋ ਗਿਆ ਹੈ? ਇਹ ਥੋੜ੍ਹਾ ਸਮਾਂ ਅਨੰਦ ਦੇਣ ਵਾਲੇ ਤਨ ਨਾਲ ਮੋਹ ਲਾਇਆ ਹੈ । ਇਸ ਮੋਹ ਕਰਕੇ ਹੀ ਸੰਸਾਰਕ ਮਾਇਆ ਦੇ ਜਾਲ ਵਿੱਚ ਫਸਿਆ ਗਿਆ ਹੈ । ਇਹ ਕੱਚੇ ਰੰਗ ਦੀ ਤਰ੍ਹਾਂ ਫਿੱਕਾ ਹੋ ਜਾਂਦਾ ਹੈ । ਤੂੰ ਇਸ ਝੂਠੇ, ਥੋੜ੍ਹਾ ਸਮਾਂ ਰਹਿਣ ਵਾਲੇ ਤਨ ਨੂੰ ਦੇਖਕੇ ਭੁਲ ਗਿਆ ਹੈ, ਪ੍ਰਭ ਦੇ ਸ਼ਬਦ ਦਾ ਧਨ ਹੀ ਸਦਾ ਸਾਥ ਦੇਣ ਵਾਲਾ, ਸਦਾ ਅਟੱਲ ਰਹਿਣ ਵਾਲਾ ਹੈ । ਪ੍ਰਭ ਦੇ ਸ਼ਬਦ ਰੂਪੀ ਸੁਭਾਗਾ ਰੰਗ ਚੜ੍ਹਾਵੋ, ਸ਼ਬਦ ਨੂੰ ਮਨ ਵਿਚੋਂ ਜਾਗਰਤ ਕਰੋ! ਤੂੰ ਥੋੜ੍ਹਾ ਸਮਾਂ ਰਹਿਣ ਵਾਲੇ ਸੰਸਾਰਕ ਮੋਹ ਦੇ ਪਿਛੇ ਲੱਗਾ ਹੈ । ਇਹ ਪਦਾਰਥ ਵੀ ਝੂਠੇ ਹਨ, ਤੇਰੀ ਲਗਨ ਵੀ ਇਹਨਾਂ ਨਾਲ ਝੂਠੀ, ਸਦਾ ਸਾਥ ਰਹਿਣ ਵਾਲੇ ਨਹੀਂ ਹੈ । ਬੰਦਗੀ ਕਰਨ ਵਾਲਾ, ਕੇਵਲ ਪ੍ਰਭ ਦੀ ਸ਼ਰਣ ਵਿੱਚ ਹੀ ਪਨਾਹ ਮੰਗਦਾ ਹੈ । ਪ੍ਰਭ ਆਪ ਹੀ ਆਪਣੇ ਬੰਦਗੀ ਕਰਨ ਵਾਲੇ ਦਾਸਾਂ ਦੀ ਲਾਜ ਰਖਦਾ ਹੈ ।

Self-minded ignorant! why have you insanely intoxicated with the attachments to worldly wealth? You have been blessed with human life opportunity for a short-predetermined time. With your attachment to short-lived worldly glamours, you may become a slave of worldly wealth. Your worldly glory, status may faint away like unbaked color. With your attachment to short-lived human body, you have forgotten that the earnings of His Word remain with you forever even after death in His Court. You should wake up and drench your soul with a permanent color of the essence of His Word. All worldly material, wealth may only be illusion, false and your attachment with the possession may not be permanent. His true devotee only prays for His forgiveness and refuge; The True Master always protects the honor of His true devotee.

ਸੁਣਿ ਬਾਵਰੇ ਸੇਵਿ ਠਾਕੁਰੁ ਨਾਥੁ ਪਰਾਣਾ॥	sun baavray sayv thaakur naath paraanaa.
ਸੁਣਿ ਬਾਵਰੇ ਜੋ ਆਇਆ ਤਿਸੁ ਜਾਣਾ॥	sun baavray jo aa-i-aa tis jaanaa.
ਨਿਹਚਲੁ ਹਭ ਵੈਸੀ ਸੁਣਿ ਪਰਦੇਸੀ, ਸੰਤਸੰਗਿ ਮਿਲਿ ਰਹੀਐ॥	nihchal habh vaisee sun pardaysee satsang mil rahee-ai.
ਹਰਿ ਪਾਈਐ ਭਾਗੀ ਸੁਣਿ ਬੈਰਾਗੀ, ਚਰਣ ਪ੍ਰਭੂ ਗਹਿ ਰਹੀਐ॥	har paa-ee-ai bhaagee sun bairaagee charan parabhoo geh rahee-ai.
ਏਹੁ ਮਨੁ ਦੀਜੈ ਸੰਕ ਨ ਕੀਜੈ, ਗੁਰਮੁਖਿ ਤਜਿ ਬਹੁ ਮਾਣਾ॥	ayhu man deejai sank na keejai gurmukh taj baho maanaa.
ਨਾਨਕ ਦੀਨ ਭਗਤ ਭਵ ਤਾਰਣ ਤੇਰੇ, ਕਿਆ ਗੁਣ ਆਖਿ ਵਖਾਣਾ॥੨॥	naanak deen bhagat bhav taaran tayray ki-aa gun aakh vakhaanaa. ||2||

ਦਿਵਾਨੇ, ਪਾਗਲ ਮਾਨਸ ਸੁਣੋ! ਜਿਹੜਾ ਸੰਸਾਰ ਵਿੱਚ ਜਨਮ ਲੈਂਦਾ, ਉਸ ਨੂੰ ਮੌਤ ਆਉਣੀ ਹੈ । ਪ੍ਰਭ ਦੇ ਸ਼ਬਦ ਦੀ ਪਾਲਣਾ ਕਰੋ! ਪ੍ਰਭ ਹੀ ਸਵਾਸਾਂ ਦਾ ਮਾਲਕ ਹੈ । ਅਜਨਬੀ ਜੀਵ ਜਿਹੜਾ ਕੁਝ ਤੂੰ ਸਦਾ ਰਹਿਣ ਵਾਲਾ ਸਮਝਦਾ ਹੈ! ਸਭ ਸਮਾਂ ਪਾ ਕੇ ਬੀਤ ਜਾਂਦਾ, ਖਤਮ ਹੋ ਜਾਂਦਾ ਹੈ । ਸ਼ਬਦ ਦੇ ਸਿਮਰਨ, ਸੰਤਾਂ ਦੀ ਸੰਗਤ ਵਿੱਚ ਅਡੋਲ ਹੋ ਜਾਵੋ! ਵਿਰਾਗੀ, ਤੇਰੀ ਵੱਡੇ ਭਾਗਾਂ ਨਾਲ ਹੀ ਸ਼ਬਦ ਦੀ ਪਾਲਣਾ ਵਿੱਚ ਲਗਨ ਲੱਗੀ ਹੈ । ਸ਼ਬਦ ਦੀ ਸਮਾਧੀ ਵਿੱਚ ਹੀ ਲੀਨ ਹੋ ਜਾਵੋ! ਮਨ ਦੇ ਭਰਮ ਦੂਰ ਕਰਕੇ ਆਪਣੀ ਖੁਦਗ਼ਰਜ਼ੀ ਤਿਆਗੋ । ਆਪਣੇ ਮਨ ਦੇ ਅਹੰਕਾਰ ਤੇ ਜਿੱਤ ਪਾਵੋ । ਗੁਰਮਖ ਅਵਸਥਾ ਪਾਵੋ! ਪ੍ਰਭ ਨਿਮਾਣੇ ਦਾਸ ਨੂੰ ਸ਼ਬਦ ਦੇ ਲੜ ਲਾ ਕੇ ਭਿਆਨਕ ਸਾਗਰ ਪਾਰ ਲੈ ਜਾਂਦਾ ਹੈ । ਉਸ ਪ੍ਰਭ ਦੇ ਕਿਹੜੇ ਕਿਹੜੇ ਗੁਣਾਂ ਦੀ ਵਿਆਖਿਆ ਕਰਾ?

Ignorant, whosoever may take a birth in the universe, he must face a death after predetermined time. You should obey the teachings of His Word; The True Master may be the only trustee of your breaths. Stanger! whatsoever you may think is visible and appears permanent; everything may vanish over a period. You should remain steady and stable meditating in the association of His true devotee. With great prewritten destiny, you have been attached to His Word. You should abandon your selfishness, eliminate your suspicions, and remain intoxicated in meditation in the void of His Word. Whosoever may conquer his own ego; with His mercy and grace, he may be blessed with a state of mind as His true devotee. The True Master may attach His humble true devotee with the teachings of His Word. He may be saved from the terrible ocean of desires. Which of His virtues may I explain to you?

ਸੁਣਿ ਬਾਵਰੇ	sun baavray
ਕਿਆ ਕੀਚੈ ਕੂੜਾ ਮਾਨੋ॥	ki-aa keechai koorhaa maano.
ਸੁਣਿ ਬਾਵਰੇ ਹਭੁ ਵੈਸੀ	sun baavray habh vaisee
ਗਰਬੁ ਗੁਮਾਨੋ॥	garab gumaano.
ਨਿਹਚਲੁ ਹਭ ਜਾਣਾ ਮਿਥਿਆ ਮਾਣਾ,	nihchal habh jaanaa mithi-aa maanaa
ਸੰਤ ਪ੍ਰਭੂ ਹੋਇ ਦਾਸਾ॥	sant parabhoo ho-ay daasaa.
ਜੀਵਤ ਮਰੀਐ ਭਉਜਲੁ ਤਰੀਐ,	jeevat maree-ai bha-ojal taree-ai
ਜੇ ਥੀਵੈ ਕਰਮਿ ਲਿਖਿਆਸਾ॥	jay theevai karam likhi-aasaa.
ਗੁਰੁ ਸੇਵੀਜੈ ਅੰਮ੍ਰਿਤੁ ਪੀਜੈ,	gur sayveejai amrit peejai
ਜਿਸੁ ਲਾਵਹਿ ਸਹਜਿ ਧਿਆਨੋ॥	Jis laaveh sahj Dhi-aano.
ਨਾਨਕੁ ਸਰਣਿ ਪਇਆ ਹਰਿ ਦੁਆਰੈ,	naanak saran pa-i-aa har du-aarai
ਹਉ ਬਲਿ ਬਲਿ ਸਦ ਕੁਰਬਾਨੋ॥੩॥	ha-o bal bal sad kurbaano. ||3||

ਮੂਰਖ, ਤੂੰ ਕਿਉਂ ਝੂਠਾ ਅਹੰਕਾਰ ਕਰਦਾ ਹੈ? ਇਸ ਤੇ ਜਿੱਤ ਪਾਈ ਜਾ ਸਕਦੀ, ਪਾਉਣੀ ਪੈਂਦੀ ਹੈ । ਜੋ ਤੂੰ ਸੋਚਦਾ ਹੈ, ਸਦਾ ਰਹਿਣ ਵਾਲਾ ਹੈ, ਬੀਤ ਜਾਵੇਗਾ । ਅਹੰਕਾਰ ਵੀ ਝੂਠਾ ਹੈ, ਥੋੜ੍ਹਾ ਸਮਾਂ ਅਭਿਮਾਨ ਦੇਣ ਵਾਲਾ ਹੀ ਹੈ । ਸ਼ਬਦ ਦੀ ਪਾਲਣਾ ਕਰੋ! ਬੰਦਗੀ ਕਰਨ ਵਾਲੇ ਸੰਤਾਂ ਦੀ ਸ਼ਰਣ ਵਿੱਚ ਰਹੋ! ਅਗਰ ਤੇਰੇ ਭਾਗਾਂ ਵਿੱਚ ਲਿਖਿਆ ਹੈ, ਨਿਮ੍ਰਤਾ ਵਾਲਾ ਜੀਵਨ ਦਾ ਢੰਗ ਬਣਾਵੋ! ਨਿਮਾਣੇ ਬਣਕੇ ਜੀਵਨ ਢਾਲਣ ਨਾਲ ਸੰਸਾਰਕ ਸਾਗਰ ਪਾਰ ਕੀਤਾ ਜਾ ਸਕਦਾ ਹੈ । ਜਿਸ ਤੇ ਪ੍ਰਭ ਆਪ ਹੀ ਰਹਿਮਤ ਦੀ ਨਜ਼ਰ ਬਖਸ਼ਦਾ ਹੈ । ਕੇਵਲ ਉਹ ਹੀ ਪ੍ਰਭ ਦੇ ਸ਼ਬਦ ਦੀ ਪਾਲਣਾ ਕਰਦਾ, ਸ਼ਬਦ ਰੂਪੀ ਅੰਮ੍ਰਿਤ ਪੀਂਦਾ ਹੈ । ਬੰਦਗੀ ਕਰਨ ਵਾਲਾ ਪ੍ਰਭ ਦੀ ਸ਼ਰਣ ਵਿੱਚ ਵਸਦਾ ਹੈ । ਸਦਾ ਹੀ ਪ੍ਰਭ ਦੀਆਂ ਰਹਿਮਤਾਂ ਦਾ ਧੰਨਵਾਦ ਕਰਦਾ, ਕੁਰਬਾਨ ਜਾਂਦਾ ਹੈ ।

Ignorant, why are you boasting with false pride? You must control and conquer your ego. Whatsoever you may think remain permanent, that may vanish away; same way your ego may provide short-lived fame. You should surrender at the sanctuary of His true devotee and obey the teachings of His Word. With your prewritten destiny, adopt humility and simplicity in your day-to-day life. Whosoever may humbly adopt the teachings of His Word with steady and stable belief; with His mercy and grace, he may be saved. With His mercy and grace, only he may obey the teachings of His Word and he may be blessed with the nectar of the essence of His Word. His true devotee always remains intoxicated in meditation in the void of His Word; he remains fascinating and gratitude for His blessings.

ਸੁਣਿ ਬਾਵਰੇ ਮਤੁ ਜਾਣਹਿ,	sun baavray mat jaaneh
ਪ੍ਰਭੁ ਮੈ ਪਾਇਆ॥	parabh mai paa-i-aa.
ਸੁਣਿ ਬਾਵਰੇ ਥੀਉ ਰੇਣੁ,	sun baavray thee-o rayn
ਜਿਨੀ ਪ੍ਰਭੁ ਧਿਆਇਆ॥	Jinee parabh Dhi-aa-i-aa.
ਜਿਨਿ ਪ੍ਰਭੁ ਧਿਆਇਆ	Jin parabh Dhi-aa-i-aa
ਤਿਨਿ ਸੁਖੁ ਪਾਇਆ,	tin sukh paa-i-aa
ਵਡਭਾਗੀ ਦਰਸਨੁ ਪਾਈਐ॥	vadbhaagee darsan paa-ee-ai.
ਥੀਉ ਨਿਮਾਣਾ ਸਦ ਕੁਰਬਾਣਾ,	thee-o nimaanaa sad kurbaanaa
ਸਗਲਾ ਆਪੁ ਮਿਟਾਈਐ॥	saglaa aap mitaa-ee-ai.
ਓਹੁ ਧਨੁ ਭਾਗ ਸੁਧਾ	oh Dhan bhaag suDhaa
ਜਿਨਿ ਪ੍ਰਭੁ ਲਧਾ,	Jin parabh laDhaa
ਹਮ ਤਿਸੁ ਪਹਿ ਆਪੁ ਵੇਚਾਇਆ॥	ham tis peh aap vaychaa-i-aa.
ਨਾਨਕ ਦੀਨ ਸਰਣਿ ਸੁਖ ਸਾਗਰ,	naanak deen saran sukh saagar
ਰਾਖੁ ਲਾਜ ਅਪਨਾਇਆ॥੪॥੧॥	raakh laaj apnaa-i-aa. ||4||1||

ਦਿਵਾਨੇ, ਇਹ ਨਾ ਸੋਝ ਕਿ ਤੈਨੂੰ ਪ੍ਰਭ ਦੇ ਸ਼ਬਦ ਦੀ ਸੋਝੀ ਹੋ ਗਈ, ਤੂੰ ਪ੍ਰਭ ਦੀ ਰਹਿਮਤ ਪਾ ਲਈ ਹੈ । ਆਪਣੇ ਆਪ ਨੂੰ ਸੰਤਾਂ ਦੇ ਚਰਨਾਂ ਦੀ ਧੂੜ ਦੇ ਸਮਾਨ, ਇਤਨਾ ਨਿਮ੍ਰਤਾ ਵਾਲਾ ਜੀਵਨ ਦਾ ਢੰਗ ਬਣਾਵੋ! ਜਿਹੜਾ ਪ੍ਰਭ ਦੇ ਸ਼ਬਦ ਨਾਲ ਜੀਵਨ ਬਤੀਤ ਕਰਦਾ ਹੈ, ਉਸ ਨੂੰ ਹੀ ਰਹਿਮਤ ਬਖਸ਼ਿਸ਼ ਹੁੰਦੀ ਹੈ । ਵੱਡੇ ਭਾਗਾਂ ਨਾਲ ਹੀ ਓਸ ਦੇ ਦਰਸ਼ਨ, ਸੰਗਤ ਬਖਸ਼ਿਸ਼ ਹੁੰਦੀ ਹੈ । ਆਪਣੇ ਜੀਵਨ ਵਿੱਚ ਨਿਮ੍ਰਤਾ ਧਾਰਨ ਕਰੋ! ਸਦਾ ਪ੍ਰਭ ਦੀਆਂ ਬਖਸ਼ਿਸ਼ਾਂ ਦਾ ਧੰਨਵਾਦ ਕਰੋ । ਇਸ ਨਾਲ ਮਨ ਵਿਚੋਂ ਖੁਦਗ਼ਰਜ਼ੀ ਦਾ ਨਾਸ ਹੋ ਜਾਂਦੀ ਹੈ । ਜਿਸ ਨੂੰ ਵੱਡੇ ਭਾਗਾਂ ਨਾਲ ਸੋਝੀ ਬਖਸ਼ਿਸ਼ ਹੋ ਜਾਂਦੀ ਹੈ, ਕਿ ਪ੍ਰਭ ਪੂਰਨ ਪਵਿੱਤਰ ਹੈ । ਮੈਂ ਆਪਣਾ ਜੀਵਨ ਉਸ ਦੇ ਲੇਖੇ ਲਾ ਦੇਵਾ । ਪ੍ਰਭ ਦੀ ਸ਼ਰਣ ਹੀ ਸੰਤੋਖ ਦਾ ਸਾਗਰ ਹੈ । ਉਹ ਹੀ ਬੰਦਗੀ ਕਰਨ ਵਾਲੇ ਨੂੰ ਆਪਣਾ ਦਾਸ ਬਣਾਉਂਦਾ, ਉਸ ਦੀ ਲਾਜ ਰਖਦਾ ਹੈ ।

Ignorant, you may never think that you are enlightened with the essence of His Word; rather be humble and think your worldly status may be less significant that the dust of the feet of His true devotee. Whosoever may adopt the teachings of His Word with steady and stable belief in his day-to-day life, he may be blessed with His mercy and grace. Only with great prewritten destiny, the association of His true devotee may be blessed. You should adopt simple living, humility and sing the glory of His blessings; He may eliminate your selfishness. Whosoever may have great prewritten destiny, he may be enlightened that True Master is a sanctified Holy Spirit; he may surrender his mind, body, and worldly status at His sanctuary. Only His sanctuary is an ocean of contentment. The Merciful True Master may accept His true devotee in His Court and protects his honor.

183.ਸੂਹੀ ਮਹਲਾ ੫॥ 777-19

ਹਰਿ ਚਰਣ ਕਮਲ ਕੀ ਟੇਕ,	har charan kamal kee tayk
ਸਤਿਗੁਰਿ ਦਿਤੀ,	satgur ditee
ਤੁਸਿ ਕੈ ਬਲਿ ਰਾਮ ਜੀਉ॥	tus kai bal raam jee-o.
ਹਰਿ ਅੰਮ੍ਰਿਤਿ ਭਰੇ ਭੰਡਾਰ,	har amrit bharay bhandaar
ਸਭੁ ਕਿਛੁ ਹੈ	sabh kichh hai
ਘਰਿ ਤਿਸ ਕੈ ਬਲਿ ਰਾਮ ਜੀਉ॥	ghar tis kai bal raam jee-o.
ਬਾਬੁਲੁ ਮੇਰਾ ਵਡ ਸਮਰਥਾ,	baabul mayraa vad samrathaa
ਕਰਣ ਕਾਰਣ ਪ੍ਰਭੁ ਹਾਰਾ॥	karan kaaran parabh haaraa.
ਜਿਸੁ ਸਿਮਰਤ ਦੁਖੁ ਕੋਈ ਨ ਲਾਗੈ,	jis simrat dukh ko-ee na laagai
ਭਉਜਲੁ ਪਾਰਿ ਉਤਾਰਾ॥	bha-ojal paar utaaraa.
ਆਦਿ ਜੁਗਾਦਿ ਭਗਤਨ ਕਾ ਰਾਖਾ,	aad jugaad bhagtan kaa raakhaa
ਉਸਤਤਿ ਕਰਿ ਕਰਿ ਜੀਵਾ॥	ustat kar kar jeevaa.
ਨਾਨਕ ਨਾਮੁ ਮਹਾ ਰਸੁ ਮੀਠਾ,	naanak naam mahaa ras meethaa
ਅਨਦਿਨੁ ਮਨਿ ਤਨਿ ਪੀਵਾ॥੧॥	an-din man tan peevaa. ||1||

ਮੈਂ ਪ੍ਰਭ ਦੀ ਰਹਿਮਤ ਤੋਂ ਕੁਰਬਾਨ ਜਾਂਦਾ ਹਾ । ਪ੍ਰਭ ਨੇ ਰਹਿਮਤ ਬਖਸ਼ਕੇ ਸ਼ਬਦ ਦੇ ਲੜ ਲਾਇਆ ਹੈ । ਪ੍ਰਭ ਦੇ ਘਰ ਵਿੱਚ ਸ਼ਬਦ ਦਾ ਬੇਅੰਤ ਖਜ਼ਾਨਾ, ਭੰਡਾਰ ਹੈ । ਉਸ ਦੇ ਘਰ ਵਿੱਚ ਕੋਈ ਕਮੀ ਨਹੀਂ ਹੈ । ਪ੍ਰਭ ਹੀ ਸਭ ਤੋਂ ਵੱਡਾ, ਤਾਕਤਵਾਰ, ਸਭ ਕੁਝ ਉਸ ਦਾ ਕੀਤਾ ਹੀ ਹੁੰਦਾ ਹੈ । ਸ਼ਬਦ ਦੀ ਪਾਲਣਾ ਨਾਲ ਮਨ ਵਿੱਚ ਕੋਈ ਸੰਸਾਰਕ ਇੱਛਾਂ ਦੀ ਭਟਕਣ ਨਹੀਂ ਰਹਿੰਦੀ । ਸ਼ਬਦ ਦੀ ਸਮਾਧੀ ਵਿੱਚ ਵਸਦਾ ਜੀਵ, ਸੰਸਾਰਕ ਸਾਗਰ ਪਾਰ ਕਰ ਜਾਂਦਾ ਹੈ । ਪ੍ਰਭ ਆਰੰਭ ਤੋਂ ਹੀ ਆਪਣੇ ਬੰਦਗੀ ਕਰਨ ਵਾਲੇ ਦਾਸ ਦੀ ਰਖਿਆ ਕਰਦਾ ਆਇਆ ਹੈ । ਬੰਦਗੀ ਕਰਨ ਵਾਲਾ ਸਦਾ ਹੀ ਭਰੋਸਾ ਅਡੋਲ ਰਖਕੇ ਸ਼ਬਦ ਦੀ ਪਾਲਣਾ ਕਰਦਾ ਹੈ । ਇਹ ਹੀ ਉਸ ਦੇ ਜੀਵਨ ਦਾ ਧੰਦਾ ਹੁੰਦਾ ਹੈ । ਬੰਦਗੀ ਕਰਨ ਵਾਲਾ ਪ੍ਰਭ ਦੇ ਸ਼ਬਦ ਨੂੰ ਅਨੰਦ ਮਾਨਣ ਵਾਲਾ ਅੰਮ੍ਰਿਤ ਸਮਝ ਕੇ ਪੀਂਦਾ ਹੈ । ਦਿਨ ਰਾਤ ਸ਼ਬਦ ਦੀ ਪਾਲਣਾ ਕਰਦਾ, ਸਮਾਧੀ ਵਿੱਚ ਲੀਨ ਰਹਿੰਦਾ ਹੈ ।

I remain fascinated from His greatness! I have been attached to a devotional meditation on the teachings of His Word. His Word may be an unlimited treasure of virtues; there may not be any deficiency in His treasure or in His power. The Omnipotent, greatest of All True Master, only His command may prevail in every event in the universe. Whosoever may obey the teachings of His Word with steady and stable belief in his day-to-day life; with His mercy and grace, he may not have any frustrations of worldly desires. He may remain intoxicated in the void of His Word and he may be saved from the worldly ocean of desires. The True Master remains protector of His true devotee from Ancient Ages. To obeys the teachings of His Word with steady and stable belief, may become the real purpose of human life opportunity of His true devotee. He enjoys an ambrosial nectar of the essence of His Word in his day-to-day life. He remains intoxicated in meditation in void of His Word.

ਹਰਿ ਆਪੇ ਲਏ ਮਿਲਾਇ,	har aapay la-ay milaa-ay
ਕਿਉ ਵੇਛੋੜਾ ਥੀਵਈ,	ki-o vaychhorhaa theev-ee
ਬਲਿ ਰਾਮ ਜੀਉ॥	bal raam jee-o.
ਜਿਸ ਨੋ ਤੇਰੀ ਟੇਕ,	jis no tayree tayk
ਸੋ ਸਦਾ ਸਦ ਜੀਵਈ,	so sadaa sad jeev-ee
ਬਲਿ ਰਾਮ ਜੀਉ॥	bal raam jee-o.

ਤੇਰੀ ਟੇਕ ਤੁਝੈ ਤੇ ਪਾਈ,	tayree tayk tujhai tay paa-ee
ਸਾਚੇ ਸਿਰਜਣਹਾਰਾ॥	saachay sirjanhaaraa.
ਜਿਸ ਤੇ ਖਾਲੀ ਕੋਈ ਨਾਹੀ,	jis tay khaalee ko-ee naahee
ਐਸਾ ਪ੍ਰਭੂ ਹਮਾਰਾ॥	aisaa parabhoo hamaaraa.
ਸੰਤ ਜਨਾ ਮਿਲਿ ਮੰਗਲੁ ਗਾਇਆ,	sant janaa mil mangal gaa-i-aa
ਦਿਨੁ ਰੈਨਿ ਆਸ ਤੁਮ੍ਾਰੀ॥	din rain aas tumHaaree.
ਸਫਲੁ ਦਰਸੁ ਭੇਟਿਆ ਗੁਰੁ ਪੂਰਾ,	safal daras bhayti-aa gur pooraa
ਨਾਨਕ ਸਦ ਬਲਿਹਾਰੀ॥੨॥	naanak sad balihaaree. ||2||

ਜਿਸ ਨੂੰ ਪ੍ਰਭ ਆਪ ਹੀ ਆਪਣੇ ਨਾਲ ਸੰਜੋਗ ਬਣਾਉਂਦਾ, ਉਸ ਨੂੰ ਵਿਛੋੜਾ ਕਿਵੇਂ ਹੋ ਸਕਦਾ ਹੈ? ਉਹ ਸਦਾ ਹੀ ਪ੍ਰਭ ਦੇ ਸ਼ਬਦ ਦਾ ਧੰਨਵਾਦ ਹੀ ਗਾਉਂਦਾ ਰਹਿੰਦਾ ਹੈ । ਜਿਸ ਨੂੰ ਤੇਰੀ ਸ਼ਰਣ ਬਖਸ਼ਿਸ਼ ਹੋ ਜਾਂਦੀ, ਉਹ ਸਦਾ ਹੀ ਤੇਰੇ ਸ਼ਬਦ ਦੀ ਪਾਲਨਾ ਵਿੱਚ ਅਡੋਲ ਰਹਿੰਦਾ ਹੈ । ਉਹ ਕੇਵਲ ਇੱਕੋ ਇੱਕ ਪ੍ਰਭ ਦਾ ਆਸਰਾ ਲੈਂਦੇ, ਸ਼ਬਦ ਅਨੁਸਾਰ ਹੀ ਜੀਵਨ ਬਤੀਤ ਕਰਦਾ ਹੈ । ਪ੍ਰਭ ਸਭ ਜੀਵਾਂ ਦੀ ਹੀ ਪਾਲਣਾ ਪੋਸਨਾ ਕਰਦਾ ਰਖਿਆ ਕਰਦਾ ਹੈ । ਉਸ ਦੀ ਰਹਿਮਤ ਤੋ ਬਿਨਾਂ ਕੋਈ ਜੀਵ ਸ੍ਰਿਸ਼ਟੀ ਵਿੱਚ ਪੈਦਾ ਨਹੀਂ ਹੋ ਸਕਦਾ । ਬੰਦਗੀ ਕਰਨ ਵਾਲਾ, ਸੰਤਾਂ ਦੀ ਸੰਗਤ ਵਿੱਚ ਸ਼ਬਦ ਦੇ ਗੁਣ ਗਾਉਂਦਾ ਹੈ । ਦਿਨ ਰਾਤ ਪ੍ਰਭ ਦੇ ਬਖਸ਼ੇ ਤੇ ਭਰੋਸਾ ਅਡੋਲ ਰਖਦਾ ਹੈ । ਬੰਦਗੀ ਕਰਨ ਵਾਲੇ ਤੇ ਸਦਾ ਹੀ ਪ੍ਰਭ ਦੀ ਰਹਿਮਤ ਭਰਪੂਰ ਰਹਿੰਦੀ ਹੈ । ਉਹ ਸਦਾ ਹੀ ਪ੍ਰਭ ਦੀ ਕੁਦਰਤ ਤੋ ਹੈਰਾਨ ਹੀ ਰਹਿੰਦਾ ਹੈ ।

With His mercy and grace, whosoever may be attached to obey the teachings of His Word; how may he be separated from The Holy Spirit? He may remain singing the glory of His Word. Whosoever may be accepted in His sanctuary; he may obey the teachings of His Word with steady and stable belief in his day-to-day life. He may only pray for the refuge of The One and Only One, True Master. He always nourishes and protects all His Creations; no one may ever be created in the universe without His command, without His blessings. His true devotee may always sing the glory of His Word in the conjugation of His true devotees. He always has a steady and stable belief on His blessings, His command, His Word. He may always remain overwhelmed with His mercy and grace; he remains fascinated, astonished from His Nature.

ਸੰਮ੍ਲਿਆ ਸਚੁ ਥਾਨੁ ਮਾਨੁ ਮਹਤੁ,	sammHli-aa sach thaan maan mahat
ਸਚੁ ਪਾਇਆ ਬਲਿ ਰਾਮ ਜੀਉ॥	sach paa-i-aa bal raam jee-o.
ਸਤਿਗੁਰੁ ਮਿਲਿਆ ਦਇਆਲੁ,	satgur mili-aa da-i-aal
ਗੁਣ ਅਬਿਨਾਸੀ ਗਾਇਆ	gun abhinaasee gaa-i-aa
ਬਲਿ ਰਾਮ ਜੀਉ॥	bal raam jee-o.
ਗੁਣ ਗੋਵਿੰਦ ਗਾਉ ਨਿਤ,	gun govind gaa-o nit
ਨਿਤ ਪ੍ਰਾਣ ਪ੍ਰੀਤਮ ਸੁਆਮੀਆ॥	nit paraan pareetam su-aamee-aa.
ਸੁਭ ਦਿਵਸ ਆਏ ਗਹਿ ਕੰਠਿ ਲਾਏ,	subh divas aa-ay geh kanth laa-ay
ਮਿਲੇ ਅੰਤਰਜਾਮੀਆ॥	milay antarjaamee-aa.
ਸਤੁ ਸੰਤੋਖੁ ਵਜਹਿ ਵਾਜੇ,	sat santokh vajeh vaajay
ਅਨਹਦਾ ਝੁਣਕਾਰੇ॥	anhadaa jhunkaaray.
ਸੁਣਿ ਭੈ ਬਿਨਾਸੇ ਸਗਲ,	sun bhai binaasay sagal
ਨਾਨਕ ਪ੍ਰਭ ਪੁਰਖ ਕਰਣੈਹਾਰੇ॥੩॥	naanak parabh purakh karnaihaaray. ||3||

ਬੰਦਗੀ ਕਰਨ ਵਾਲਾ ਅਡੋਲ ਭਰੋਸੇ ਨਾਲ ਸ਼ਬਦ ਦੀ ਪਾਲਣਾ ਕਰਦਾ ਹੈ । ਪ੍ਰਭ ਦੇ ਸ਼ਬਦ ਨਾਲ ਜੀਵਨ ਬਤੀਤ ਕਰਦੇ ਨੂੰ ਸੋਭਾ ਬਖਸ਼ਿਸ਼ ਹੋ ਜਾਂਦੀ ਹੈ । ਉਹ ਸਦਾ ਹੀ ਪ੍ਰਭ ਦਾ ਧੰਨਵਾਦ ਹੀ ਕਰਦਾ ਹੈ । ਉਹ ਸਦਾ ਅਟੱਲ ਰਹਿਣ ਵਾਲੇ ਪ੍ਰਭ ਦੇ ਸ਼ਬਦ ਦੇ ਹੀ ਗੁਣ ਗਾਉਂਦਾ, ਪਾਲਣਾ ਕਰਦਾ ਹੈ । ਪ੍ਰਭ ਦਾ

ਸ਼ਬਦ ਹੀ ਉਸ ਦੇ ਸਵਾਸਾਂ ਦਾ ਆਸਰਾ, ਅਧਾਰ ਹੁੰਦਾ ਹੈ । ਪ੍ਰਭ ਆਪ ਹੀ ਉਸ ਨੂੰ ਸੱਦਾ ਭੇਜਦਾ, ਆਪਣੇ ਵਿੱਚ ਅਭੇਦ ਕਰ ਲੈਂਦਾ ਹੈ । ਉਹ ਦਿਨ ਸੁਭਾਗਾ ਬਣ ਜਾਂਦਾ ਹੈ । ਉਸ ਦੇ ਮਨ ਵਿੱਚ ਸੰਤੋਖ ਭਰਿਆਂ ਰਹਿੰਦਾ ਹੈ । ਉਸ ਦੇ ਮਨ ਵਿੱਚ ਸਦਾ ਚੱਲਣ ਵਾਲੀ ਸ਼ਬਦ ਦੀ ਧੁਨ ਗੂੰਜਦੀ ਹੈ । ਸ਼ਬਦ ਦੀ ਧੁਨ ਨਾਲ ਮੌਤ ਦਾ ਡਰ, ਸੰਸਾਰਕ ਇੱਛਾਂ ਦੀਆਂ ਭਟਕਣਾਂ ਖਤਮ ਹੋ ਜਾਂਦੀਆਂ ਹਨ । ਇੱਕੋ ਇੱਕ ਪ੍ਰਭ ਹੀ ਉਸ ਦਾ ਅਸਲੀ ਮਾਲਕ ਹੁੰਦਾ ਹੈ ।

His true devotee obeys and adopts the teachings of His Word with steady and stable belief; with His mercy and grace, he may be honored in the universe. He remains gratitude, singing the glory and obeying the teachings of His Word, forever True Master. To obey the teachings of His Word, may remain his supporting pillar and the real purpose of human life opportunity. The moment True Master invites, honors and accepts him in His Court that moment, day becomes very fortunate for his soul. He remains overwhelmed with contentment and everlasting echo of His Word resonates within his heart. With His mercy and grace, all his frustrations of worldly desires and fear of death may be eliminated. He considers The One and Only One, Creator as his True Master.

ਉਪਜਿਆ ਤਤੁ ਗਿਆਨੁ ਸਾਹੁਰੈ ਪੇਈਐ,	upji-aa tat gi-aan saahurai pay-ee-ai
ਇਕੁ ਹਰਿ ਬਲਿ ਰਾਮ ਜੀਉ॥	ik har bal raam jee-o.
ਬ੍ਰਹਮੈ ਬ੍ਰਹਮੁ ਮਿਲਿਆ,	barahmai barahm mili-aa
ਕੋਇ ਨ ਸਾਕੈ ਭਿੰਨ,	ko-ay na saakai bhinn
ਕਰਿ ਬਲਿ ਰਾਮ ਜੀਉ॥	kar bal raam jee-o.
ਬਿਸਮੁ ਪੇਖੈ ਬਿਸਮੁ ਸੁਣੀਐ,	bisam paykhai bisam sunee-ai
ਬਿਸਮਾਦੁ ਨਦਰੀ ਆਇਆ॥	bismaad nadree aa-i-aa.
ਜਲਿ ਥਲਿ ਮਹੀਅਲਿ ਪੂਰਨ ਸੁਆਮੀ,	jal thal mahee-al pooran su-aamee
ਘਟਿ ਘਟਿ ਰਹਿਆ ਸਮਾਇਆ॥	ghat ghat rahi-aa samaa-i-aa.
ਜਿਸ ਤੇ ਉਪਜਿਆ ਤਿਸੁ ਮਾਹਿ ਸਮਾਇਆ,	jis tay upji-aa tis maahi samaa-i-aa
ਕੀਮਤਿ ਕਹਣੁ ਨ ਜਾਏ॥	keemat kahan na jaa-ay.jis kay
ਜਿਸ ਕੇ ਚਲਤ ਨ ਜਾਹੀ ਲਖਣੇ,	chalat na jaahee lakh-nay
ਨਾਨਕ ਤਿਸਹਿ ਧਿਆਏ॥੪॥੨॥	naanak tiseh Dhi-aa-ay. ||4||2||

ਜਿਸ ਦੇ ਮਨ ਅੰਦਰ ਪ੍ਰਭ ਦਾ ਸ਼ਬਦ ਜਾਗਰਤ ਹੋ ਜਾਂਦਾ ਹੈ । ਉਸ ਨੂੰ ਸੰਸਾਰ ਵਿੱਚ ਅਤੇ ਮੌਤ ਪਿਛੋਂ ਵੀ ਪ੍ਰਭ ਹੀ ਵਾਪਰਦਾ ਮਹਿਸੂਸ ਹੁੰਦਾ ਹੈ । ਉਹ ਸਦਾ ਹੀ ਪ੍ਰਭ ਦੇ ਬਖਸ਼ੇ ਦਾ ਧੰਨਵਾਦ ਹੀ ਗਾਉਂਦਾ ਹੈ । ਉਸ ਦੀ ਆਤਮਾਂ ਦੀ ਜੋਤ, ਪ੍ਰਭ ਦੀ ਜੋਤ ਵਿੱਚ ਅਲੋਪ ਹੋ ਜਾਂਦੀ ਹੈ । ਫਿਰ ਉਸ ਜੋਤ ਨੂੰ ਕੋਈ ਵਖਰਾ ਨਹੀਂ ਕਰ ਸਕਦਾ । ਉਹ ਪ੍ਰਭ ਦੇ ਸ਼ਬਦ ਦੇ ਗੁਣ ਗਾਉਂਦਾ, ਕਥਾ ਸੁਣਦਾ, ਪ੍ਰਭ ਦੀ ਹੋਂਦ ਹੀ ਹਰ ਥਾਂ ਮਹਿਸੂਸ ਕਰਦਾ ਹੈ । ਪ੍ਰਭ ਹੀ ਜਲ, ਥਲ, ਅਕਾਸ਼ ਵਿੱਚ ਅਤੇ ਹਰਇੱਕ ਜੀਵ ਦੇ ਅੰਦਰ ਵਸਦਾ, ਵਾਪਰਦਾ ਹੈ । ਜੀਵ ਦੀ ਜੋਤ, ਜਿਸ ਜੋਤ ਵਿਚੋਂ ਪੈਦਾ ਹੋਈ ਸੀ ਉਸ ਜੋਤ ਵਿੱਚ ਹੀ ਜਾ ਮਿਲਦੀ ਹੈ । ਬੰਦਗੀ ਕਰਨ ਵਾਲਾ, ਪ੍ਰਭ ਦੇ ਸ਼ਬਦ ਦਾ ਸਿਮਰਨ ਕਰਦਾ ਹੈ । ਜਿਸ ਦੇ ਕਰਤਬਾਂ ਦੀ ਪੂਰਨ ਵਿਆਖਿਆ ਨਹੀਂ ਕੀਤੀ ਜਾ ਸਕਦੀ ।

With His mercy and grace, whosoever may be enlightened with the essence of His Word; he may realize The Holy Spirit prevailing everywhere in the universe and after death in His Court. He may always sing the glory of His Word with each breath; with His mercy and grace, his soul may immerse within The Holy Spirit. No one may separate his soul from The Holy Spirit. He always sings the glory of His Word, listens to the sermons of His virtues, and realizes His Holy Spirit prevailing everywhere. The True Master remains embedded within the soul of each creature, also dwells, and prevails in water, earth, sky, in the universe. His soul has been separated from The Holy Spirit and may re-immerse within the same Holy Spirit. His true devotee sings the glory of The True Master; who remains beyond any imagination and comprehension of His Creation.

184.ਰਾਗੁ ਸੂਹੀ ਛੰਤ ਮਹਲਾ ੫ ਘਰੁ ੨॥ 778-15

੧ੴ ਸਤਿਗੁਰ ਪ੍ਰਸਾਦਿ॥	ik-oNkaar satgur parsaad.
ਗੋਬਿੰਦ ਗੁਣ ਗਾਵਣ ਲਾਗੇ॥	gobind gun gaavan laagay.
ਹਰਿ ਰੰਗਿ ਅਨਦਿਨੁ ਜਾਗੇ॥	har rang an-din jaagay.
ਹਰਿ ਰੰਗਿ ਜਾਗੇ ਪਾਪ ਭਾਗੇ,	har rang jaagay paap bhaagay
ਮਿਲੇ ਸੰਤ ਪਿਆਰਿਆ॥	milay sant pi-aari-aa.
ਗੁਰ ਚਰਣ ਲਾਗੇ ਭਰਮ ਭਾਗੇ,	gur charan laagay bharam bhaagay
ਕਾਜ ਸਗਲ ਸਵਾਰਿਆ॥	kaaj sagal savaari-aa.
ਸੁਣਿ ਸ੍ਰਵਣ ਬਾਣੀ ਸਹਜਿ ਜਾਣੀ,	sun sarvan banee sahj jaanee
ਹਰਿ ਨਾਮੁ ਜਪਿ ਵਡਭਾਗੈ॥	har naam jap vadbhaagai
ਬਿਨਵੰਤਿ ਨਾਨਕ ਸਰਣਿ ਸੁਆਮੀ,	binvant naanak saran su-aamee
ਜੀਉ ਪਿੰਡੁ ਪ੍ਰਭ ਆਗੈ॥੧॥	jee-o pind parabh aagai. ||1||

ਮੇਰਾ ਮਨ ਦਿਨ ਰਾਤ ਸੁਚੇਤ ਰਹਿੰਦਾ ਹੈ, ਪ੍ਰਭ ਦੇ ਸ਼ਬਦ ਦੇ ਗੁਣ ਗਾਉਂਦਾ ਹੈ । ਸ਼ਬਦ ਜਾਗਰਤ ਹੋਣ ਨਾਲ ਮਨ ਵਿਚੋਂ ਬੁਰੇ ਖਿਆਲ, ਕੰਮ ਦੂਰ ਹੋ ਜਾਂਦੇ ਹਨ । ਜਿਹੜਾ ਪ੍ਰਭ ਦੇ ਸ਼ਬਦ ਦੀ ਪਾਲਣਾ ਕਰਦਾ, ਲੜ ਲੱਗ ਜਾਂਦਾ ਹੈ । ਉਸ ਦੇ ਮਨ ਦੇ ਭਰਮ ਦੂਰ ਹੋ ਜਾਂਦੇ, ਮਾਨਸ ਜੀਵਨ ਦੇ ਸਾਰੇ ਕਾਰਜ ਸਿੱਧੇ ਹੋ ਜਾਂਦੇ ਹਨ । ਪ੍ਰਭ ਦੇ ਸ਼ਬਦ ਦੇ ਗੁਣ ਆਪਣੇ ਕੰਨਾਂ ਨਾਲ ਸੁਣਨ ਨਾਲ ਭਾਗਾਂ ਨੂੰ ਜਾਗ ਲੱਗ ਜਾਂਦੀ ਹੈ । ਮਨ ਸ਼ਬਦ ਦੀ ਪਾਲਣਾ ਵਿੱਚ ਲੀਨ ਹੋ ਜਾਂਦਾ ਹੈ । ਬੰਦਗੀ ਕਰਨ ਵਾਲਾ ਮਨ ਦਾ ਭਰੋਸਾ ਅਡੋਲ ਰਖਕੇ ਸ਼ਰਣ ਵਿੱਚ ਆਉਂਦਾ ਹੈ । ਆਪਣਾ ਮਨ, ਤਨ ਆਤਮਾ ਪ੍ਰਭ ਦੇ ਲੇਖੇ ਲਾ ਦੇਂਦਾ ਹੈ ।

I remain awake and alert day and night singing the glory of His Word; with His mercy and grace, all the evil thoughts, temptation to do sinful deeds may be eliminated. Whosoever may obey the teachings of His Word with steady and stable belief; with His mercy and grace, the real purpose of human life opportunity may be successfully concluded. Whosoever may hear the sermons of His Word with his ears and adopts the teachings of His Word with steady and stable belief in his day-to-day life; with His mercy and grace, his prewritten destiny may be rewarded. He may remain in meditation in the void of His Word. His true devotee may surrender his mind, body, and worldly status at His sanctuary.

ਅਨਹਤ ਸਬਦੁ ਸੁਹਾਵਾ॥	anhat sabad suhaavaa.
ਸਚੁ ਮੰਗਲੁ ਹਰਿ ਜਸੁ ਗਾਵਾ॥	sach mangal har jas gaavaa.
ਗੁਣ ਗਾਇ ਹਰਿ ਹਰਿ ਦੂਖ ਨਾਸੇ,	gun gaa-ay har har dookh naasay
ਰਹਸੁ ਉਪਜੈ ਮਨਿ ਘਣਾ॥	rahas upjai man ghanaa.
ਮਨੁ ਤੰਨੁ ਨਿਰਮਲੁ ਦੇਖਿ ਦਰਸਨੁ,	man tann nirmal daykh darsan
ਨਾਮੁ ਪ੍ਰਭ ਕਾ ਮੁਖਿ ਭਣਾ॥	naam parabh kaa mukh bhanaa.
ਹੋਇ ਰੇਣ ਸਾਧੂ ਪ੍ਰਭ ਅਰਾਧੂ,	ho-ay rayn saaDhoo parabh
ਆਪਣੇ ਪ੍ਰਭ ਭਾਵਾ॥	araaDhoo aapnay parabh bhaavaa.
ਬਿਨਵੰਤਿ ਨਾਨਕ ਦਇਆ ਧਾਰਹੁ,	binvant naanak da-i-aa Dhaarahu
ਸਦਾ ਹਰਿ ਗੁਣ ਗਾਵਾ॥੨॥	sadaa har gun gaavaa. ||2||

ਪ੍ਰਭ ਦੇ ਸ਼ਬਦ ਦੀ ਸਦਾ ਚੱਲਣ ਵਾਲੀ ਧੁਨ ਦੀ ਗੂੰਜ ਮਨ ਨੂੰ ਮੋਹਣ ਵਾਲੀ ਹੁੰਦੀ ਹੈ । ਪ੍ਰਭ ਦੇ ਸ਼ਬਦ ਦੇ ਗੁਣ ਗਾਉਣ ਨਾਲ ਮਨ ਵਿੱਚ ਸੰਤੋਖ ਅਨੰਦ ਵਸ ਜਾਂਦਾ ਹੈ । ਪ੍ਰਭ ਦੇ ਸ਼ਬਦ ਦੇ ਗੁਣ ਗਾਉਂਦੇ ਮਨ

ਵਿਚੋਂ ਭਰਮ ਦੂਰ ਹੋ ਜਾਂਦੇ ਹਨ, ਮਨ ਵਿੱਚ ਸੰਤੋਖ, ਖੇੜਾ ਵਸ ਜਾਂਦਾ ਹੈ । ਪ੍ਰਭ ਦੇ ਸ਼ਬਦ ਦੀ ਸੋਝੀ ਬਖਸ਼ਿਸ਼ ਹੋਣ ਨਾਲ ਮਨ, ਤਨ ਪਵਿੱਤਰ ਹੋ ਜਾਂਦਾ ਹੈ । ਜੀਵ ਸ਼ਬਦ ਦੀ ਸਮਾਧੀ ਵਿੱਚ ਲੀਨ ਹੋ ਜਾਂਦਾ, ਜੀਵਨ ਵਿੱਚ ਨਿਮ੍ਰਤਾ ਭਰ ਜਾਂਦੀ ਹੈ । ਪ੍ਰਭ ਦੀ ਰਹਿਮਤ ਨਾਲ ਮੈਂ ਆਪਣੇ ਮਨ ਦੀ ਹੈਸੀਅਤ ਨੂੰ ਸੰਤਾਂ ਦੇ ਚਰਨਾਂ ਦੇ ਧੂੜ ਦੇ ਸਮਾਨ ਹੀ ਸਮਝਦਾ ਹਾ । ਬੰਦਗੀ ਕਰਨ ਵਾਲਾ ਸਦਾ ਹੀ ਅਰਦਾਸ ਕਰਦਾ ਹੈ! ਰਹਿਮਤ ਬਖਸ਼ੋ । ਮੈਂ ਸਦਾ ਹੀ ਸ਼ਬਦ ਦੀ ਪਾਲਣਾ ਕਰਦਾ, ਗੁਣ ਗਾਉਂਦਾ ਰਹਾ ।

The everlasting echo of His Word may be very intoxicating to the mind of any creature. Whosoever may sing the glory of His Word with steady and stable belief; with His mercy and grace, all his suspicions of religious rituals may be eliminated. He may be drenched with overwhelming contentment and blossom in his life. With His mercy and grace, he may be enlightened with the essence of His Word, his soul may be sanctified. He may remain intoxicated in the void of His Word and he may become humble in his way of life. I have been blessed with such a humility; I feel may worldly status may be less significant than the dust of the feet of His true devotee. He always prays for His forgiveness that he may always obey and sing the glory of Your Word.

ਗੁਰ ਮਿਲਿ ਸਾਗਰੁ ਤਰਿਆ॥	gur mil saagar tari-aa.
ਹਰਿ ਚਰਣ ਜਪਤ ਨਿਸਤਰਿਆ॥	har charan japat nistari-aa.
ਹਰਿ ਚਰਣ ਧਿਆਏ ਸਭਿ ਫਲ ਪਾਏ,	har charan Dhi-aa-ay sabh fal paa-ay
ਮਿਟੇ ਆਵਣ ਜਾਣਾ॥	mitay aavan jaanaa.
ਭਾਇ ਭਗਤਿ ਸੁਭਾਇ ਹਰਿ ਜਪਿ,	bhaa-ay bhagat subhaa-ay har jap
ਆਪਣੇ ਪ੍ਰਭ ਭਾਵਾ॥	aapnay parabh bhaavaa.
ਜਪਿ ਏਕੁ ਅਲਖ ਅਪਾਰ ਪੂਰਨ,	jap ayk alakh apaar pooran
ਤਿਸੁ ਬਿਨਾ ਨਹੀ ਕੋਈ॥	tis binaa nahee ko-ee.
ਬਿਨਵੰਤਿ ਨਾਨਕ ਗੁਰਿ ਭਰਮੁ ਖੋਇਆ,	binvant naanak gur bharam kho-i-aa
ਜਤ ਦੇਖਾ ਤਤ ਸੋਈ॥੩॥	jat daykhaa tat so-ee. ||3||

ਪ੍ਰਭ ਦੇ ਸ਼ਬਦ ਦੀ ਪਾਲਣਾ ਕਰਨ ਨਾਲ ਸੰਸਾਰਕ ਸਾਗਰ ਪਾਰ ਹੋ ਗਿਆ ਹੈ । ਸ਼ਬਦ ਮਨ ਵਿੱਚ ਜਾਗਰਤ ਹੋਣ ਨਾਲ ਮੁਕਤ ਅਵਸਥਾ ਬਖਸ਼ਿਸ਼ ਹੋ ਗਈ ਹੈ । ਸ਼ਰਣ ਵਿੱਚ ਪਨਾਹ ਬਖਸ਼ਿਸ਼ ਹੋਣ ਨਾਲ, ਬੰਦਗੀ ਦਾ ਫਲ ਬਖਸ਼ਿਸ਼ ਹੋ ਗਿਆ ਹੈ । ਮੇਰਾ ਜਨਮ ਮਰਨ ਦਾ ਚੱਕਰ ਖਤਮ ਹੋ ਗਿਆ, ਪ੍ਰਭ ਦੀ ਰਹਿਮਤ ਦੀ ਨਜ਼ਰ ਬਖਸ਼ਿਸ਼ ਹੋ ਗਈ ਹੈ । ਮਨ ਦੇ ਅਡੋਲ ਭਰੋਸੇ ਨਾਲ ਮੈਂ ਸ਼ਬਦ ਦੀ ਪਾਲਣਾ ਕਰਦਾ ਹਾ! ਜੀਵ ਨਾ ਦੇਖੇ ਜਾਣ ਵਾਲੇ, ਅੰਤ ਰਹਿਤ, ਪੂਰਨ ਪ੍ਰਭ ਦੇ ਸ਼ਬਦ ਦੀ ਪਾਲਣਾ ਕਰੋ! ਉਸ ਤੋ ਬਿਨਾਂ ਹੋਰ ਕੋਈ ਸ੍ਰਿਸ਼ਟੀ ਦਾ ਅਸਲੀ ਮਾਲਕ ਨਹੀਂ ਹੈ । ਪ੍ਰਭ ਆਪ ਹੀ ਬੰਦਗੀ ਕਰਨ ਵਾਲੇ ਦੇ ਮਨ ਦੇ ਭਰਮ ਖਤਮ ਕਰ ਦੇਂਦਾ ਹੈ । ਉਸ ਨੂੰ ਪ੍ਰਭ ਹਰ ਥਾਂ ਤੇ ਵਾਪਰਦਾ ਮਹਿਸੂਸ ਹੁੰਦਾ ਹੈ ।

I have crossed the terrible ocean of worldly desire by obeying the teachings of His Word. I have been enlightened with the essence of His Word; with His mercy and grace, I have been blessed with a state of salvation. With His mercy and grace, I have been accepted in His sanctuary; my earnings have been accepted and rewarded in His Court. With His mercy and grace, my cycle of birth and death has been eliminated. I remain concentrated in meditation on the teachings of His Word with steady and stable belief. You should obey the teachings of His Word. The True Master of the universe remain beyond any limits, comprehension. With His mercy and grace, all suspicions of my mind may be eliminated. I may realize His existence, The Holy Spirit prevailing everywhere.

ਪਤਿਤ ਪਾਵਨ ਹਰਿ ਨਾਮਾ॥	patit paavan har naamaa.
ਪੂਰਨ ਸੰਤ ਜਨਾ ਕੇ ਕਾਮਾ॥	pooran sant janaa kay kaamaa.
ਗੁਰੁ ਸੰਤੁ ਪਾਇਆ ਪ੍ਰਭੁ ਧਿਆਇਆ,	gur sant paa-i-aa parabh Dhi-aa-i-aa
ਸਗਲ ਇਛਾ ਪੁੰਨੀਆ॥	sagal ichhaa punnee-aa.
ਹਉ ਤਾਪ ਬਿਨਸੇ ਸਦਾ ਸਰਸੇ,	ha-o taap binsay sadaa sarsay
ਪ੍ਰਭ ਮਿਲੇ ਚਿਰੀ ਵਿਛੁੰਨਿਆ॥	parabh milay chiree vichhunni-aa.
ਮਨਿ ਸਾਤਿ ਆਈ ਵਜੀ ਵਧਾਈ,	man saat aa-ee vajee vaDhaa-ee
ਮਨਹੁ ਕਦੇ ਨ ਵੀਸਰੈ॥	manhu kaday na veesrai.
ਬਿਨਵੰਤਿ ਨਾਨਕ ਸਤਿਗੁਰਿ ਦ੍ਰਿੜਾਇਆ,	binvant naanak satgur drirh-aa-i-aa
ਸਦਾ ਭਜੁ ਜਗਦੀਸਰੈ॥੪॥੧॥੩॥	sadaa bhaj jagdeesrai. ‖4‖1‖3‖

ਪ੍ਰਭ ਹੀ ਪਾਪ ਬਖਸ਼ਣ ਵਾਲਾ, ਜੀਵ ਦੇ ਮਨ ਨੂੰ ਪਵਿੱਤਰ ਕਰਨ ਵਾਲਾ ਮਾਲਕ ਹੈ । ਉਹ ਹੀ ਬੰਦਗੀ ਕਰਨ ਵਾਲੇ ਦੇ ਸਾਰੇ ਸੰਸਾਰਕ ਬੰਧਨ ਖਤਮ ਕਰਦਾ, ਮਨ ਇੱਛਾਂ ਰਹਿਤ ਹੋ ਜਾਂਦਾ ਹੈ । ਬੰਦਗੀ ਕਰਨ ਵਾਲੇ ਦੇ ਮਨ ਵਿੱਚ ਪ੍ਰਭ ਦਾ ਸ਼ਬਦ ਜਾਗਰਤ ਹੋ ਜਾਂਦਾ ਹੈ । ਉਸ ਦੇ ਮਨ ਦੀਆਂ ਸਾਰੀਆਂ ਮੁਰਾਦਾਂ ਪੂਰੀਆਂ ਹੋ ਜਾਂਦੀਆਂ ਹਨ । ਮਨ ਵਿੱਚ ਅਹੰਕਾਰ ਤੇ ਜਿੱਤ ਬਖਸ਼ਿਸ਼ ਹੋ ਗਈ ਹੈ । ਮਨ ਵਿੱਚ ਖੇੜਾ ਵਸ ਗਿਆ ਹੈ । ਮੇਰੀ ਬਹੁਤ ਸਮੇਂ ਤੋਂ ਵਿਛੜੀ ਆਤਮਾ ਦਾ ਪ੍ਰਭ ਦੀ ਜੋਤ ਨਾਲ ਮਿਲਾਪ ਬਖਸ਼ਿਸ਼ ਹੋ ਗਿਆ ਹੈ । ਮੇਰੇ ਮਨ ਵਿੱਚ ਪੂਰਨ ਸੰਤੋਖ ਵਸਦਾ, ਚਾਰੇ ਪਾਸੇ ਹੀ ਸੋਭਾ ਹੁੰਦੀ ਹੈ । ਬੰਦਗੀ ਕਰਨ ਵਾਲੇ ਦੇ ਮਨ ਵਿਚੋਂ ਪ੍ਰਭ ਦਾ ਸ਼ਬਦ ਕਦੇ ਵਿਸਰਦਾ ਨਹੀਂ । ਬੰਦਗੀ ਕਰਨ ਵਾਲਾ ਸਦਾ ਹੀ ਪ੍ਰਭ ਦੇ ਸ਼ਬਦ ਦੀ ਪਾਲਣਾ, ਸਿਮਰਨ ਕਰਨ ਦੀ ਪ੍ਰੇਰਨਾ ਕਰਦਾ ਹੈ ।

The One and only One True Master, with His mercy and grace may sanctify the soul of His true devotee. He may eliminate all worldly emotional bonds and worldly desires of His true devotee. He may be enlightened with the essence of His Word and all his spoken and unspoken desires may be satisfied. He may conquer his own ego and he may be overwhelmed with blossom in his life. His separated soul from many life cycles may be immersed within The Holy Spirit. He may be overwhelmed with complete contentment and honored in the universe. He may never abandon the teachings of His Word from his day-to-day life. His true devotee may always inspire to meditate on the teachings of His Word.

185.ਰਾਗੁ ਸੂਹੀ ਛੰਤ ਮਹਲਾ ੫ ਘਰੁ ੩॥ 779-9

ੴ ਸਤਿਗੁਰ ਪ੍ਰਸਾਦਿ॥	ik-oNkaar satgur parsaad.
ਤੂ ਠਾਕੁਰੋ ਬੈਰਾਗਰੋ,	too thaakuro bairaagro
ਮੈ ਜੇਹੀ ਘਣ ਚੇਰੀ ਰਾਮ॥	mai jayhee ghan chayree raam.
ਤੂੰ ਸਾਗਰੋ ਰਤਨਾਗਰੋ,	tooN saagro ratnaagro
ਹਉ ਸਾਰ ਨ ਜਾਣਾ ਤੇਰੀ ਰਾਮ॥	ha-o saar na jaanaa tayree raam.
ਸਾਰ ਨ ਜਾਣਾ ਤੂ ਵਡ ਦਾਣਾ,	saar na jaanaa too vad daanaa
ਕਰਿ ਮਿਹਰੰਮਤਿ ਸਾਂਈ॥	kar mihramat saaN-ee.
ਕਿਰਪਾ ਕੀਜੈ ਸਾ ਮਤਿ ਦੀਜੈ,	kirpaa keejai saa mat deejay
ਆਠ ਪਹਰ ਤੁਧੁ ਧਿਆਈ॥	aath pahar tuDh Dhi-aa-ee.
ਗਰਬੁ ਨ ਕੀਜੈ ਰੇਣ ਹੋਵੀਜੈ,	garab na keejai rayn hoveejai
ਤਾ ਗਤਿ ਜੀਅਰੇ ਤੇਰੀ॥	taa gat jee-aray tayree.
ਸਭ ਊਪਰਿ ਨਾਨਕ ਕਾ ਠਾਕੁਰੁ	sabh oopar naanak kaa thaakur
ਮੈ ਜੇਹੀ ਘਣ ਚੇਰੀ ਰਾਮ॥੧॥	mai jayhee ghan chayree raam. ‖1‖

ਪ੍ਰਭ ਤੇਰੇ ਅਨੇਕਾਂ ਹੀ ਮੇਰੇ ਵਰਗੇ ਗੁਲਾਮ, ਦਾਸ ਹਨ । ਤੂੰ ਸ਼ਬਦ ਦੀ ਸੋਝੀ ਭਰਿਆਂ ਰਤਨਾਂ ਦਾ ਸਾਗਰ ਹੈ । ਮੈਂ ਤੇਰੇ ਕਰਤਬਾਂ, ਰਹਿਮਤਾਂ ਦੀ ਕੀਮਤ ਨਹੀਂ ਜਾਣਦਾ, ਤੇਰੀ ਅਵਸਥਾ, ਤੇਰੀ

ਸਿਆਣਪ, ਸੋਝੀ ਦੀ ਹੱਦ, ਸੀਮਾ ਨਹੀਂ ਜਾਣਦਾ । ਰਹਿਮਤ ਬਖਸ਼ਕੇ! ਮੈਨੂੰ ਪ੍ਰਵਾਨਗੀ ਦੇ ਰਸਤੇ ਦੀ ਸੋਝੀ ਬਖਸ਼ੋ! ਮੇਰੇ ਮਨ ਵਿੱਚ ਸ਼ਬਦ ਨਾਲ ਲਗਨ ਲਾਵੋ! ਸ਼ਬਦ ਦੀ ਸੋਝੀ ਬਖਸ਼ੋ! ਮੈਂ 24 ਘੰਟੇ, ਤੇਰੇ ਸ਼ਬਦ ਦੀ ਪਾਲਣਾ ਕਰਦਾ ਰਹਾ! ਜੀਵ ਅਹੰਕਾਰ ਨੂੰ ਤਿਆਗਕੇ, ਆਪਣੇ ਜੀਵਨ ਵਿੱਚ ਨਿਮ੍ਰਤਾ ਧਾਰਨ ਕਰੋ! ਨਿਮਾਣਾ ਬਣਕੇ ਜੀਵਨ ਬਤੀਤ ਕਰੋ! ਪ੍ਰਭ ਆਪ ਹੀ ਰਹਿਮਤ ਬਖਸ਼ੇਗਾ । ਭਗਤਾਂ ਦੇ ਮਾਲਕ ਦੇ ਅਨੇਕਾਂ ਹੀ ਸੇਵਕ, ਦਾਸ, ਬੰਦਗੀ ਕਰਨ ਵਾਲੇ ਹਨ ।

My True Master! You have several devotees like me praying for Your forgiveness and refuge. You are an ocean overwhelmed with precious jewels. Your miracles, nature, significance of Your virtues, wisdom, extent of Your enlightenments, all are beyond any comprehension of Your creation. With Your mercy and grace, blesses me the right path of acceptance in Your Court. I may remain steady and stable on the right path of enlightened with the essence of Your Word. I may obey the teachings of Your Word day and night. You should abandon your ego, and adopt the humility in your day-to-day life. His many true devotees may be praying for His forgiveness; The True Master may remain merciful on His true devotee.

ਤੁਮ੍ ਗਉਹਰ ਅਤਿ ਗਹਿਰ ਗੰਭੀਰਾ,	tumH ga-uhar at gahir gambheeraa
ਤੁਮ ਪਿਰ ਹਮ ਬਹੁਰੀਆ ਰਾਮ॥	tum pir ham bahuree-aa raam.
ਤੁਮ ਵਡੇ ਵਡੇ ਵਡ ਊਚੇ,	tum vaday vaday vad oochay
ਹਉ ਇਤਨੀਕ ਲਹੁਰੀਆ ਰਾਮ॥	ha-o itneek lahuree-aa raam.
ਹਉ ਕਿਛੁ ਨਾਹੀ ਏਕੋ ਤੂਹੈ,	ha-o kichh naahee ayko toohai
ਆਪੇ ਆਪਿ ਸੁਜਾਨਾ॥	aapay aap sujaanaa.
ਅੰਮ੍ਰਿਤ ਦ੍ਰਿਸਟਿ ਨਿਮਖ ਪ੍ਰਭ ਜੀਵਾ,	amrit darisat nimakh parabh jeevaa
ਸਰਬ ਰੰਗ ਰਸ ਮਾਨਾ॥	sarab rang ras maanaa.
ਚਰਣਹ ਸਰਨੀ ਦਾਸਹ ਦਾਸੀ,	charnah sarnee daasah daasee
ਮਨਿ ਮਉਲੈ ਤਨੁ ਹਰੀਆ॥	man ma-ulai tan haree-aa.
ਨਾਨਕ ਠਾਕੁਰੁ ਸਰਬ ਸਮਾਣਾ,	naanak thaakur sarab samaanaa
ਆਪਨ ਭਾਵਨ ਕਰੀਆ॥੨॥	aapan bhaavan karee-aa. ||2||

ਪ੍ਰਭ ਤੇਰੀ ਸਿਆਣਪ ਬਹੁਤ ਡੂੰਘੀ, ਦੂਰ ਦ੍ਰਿਸ਼ਟੀ ਵਾਲੀ ਹੈ । ਤੂੰ ਹੀ ਮੇਰਾ ਮਾਲਕ ਹੈ । ਮੈਂ ਤੇਰਾ ਹੀ ਦਾਸ ਹਾ । ਪ੍ਰਭ ਤੂੰ ਬਹੁਤ ਵੱਡਾ, ਮਹਾਨ ਹੈ । ਮੈਂ ਤਾਂ ਕੇਵਲ ਬਹੁਤ ਛੋਟਾ, ਨਾ ਮਾਤਰਾ, ਮਾਮੂਲੀ ਹੀ ਜੀਵ ਹਾ । ਅੰਤਰਜਾਮੀ ਪ੍ਰਭ ਮੇਰੀ ਕੋਈ ਹੈਸੀਅਤ ਨਹੀਂ ਹੈ । ਤੇਰੀ ਇੱਕ ਪਲ ਰਹਿਮਤ ਦੀ ਨਜ਼ਰ ਨਾਲ ਮੈਂ ਸੰਤੋਖ, ਖੇੜੇ ਵਿੱਚ ਵਸ ਜਾਂਦਾ ਹੈ । ਪ੍ਰਭ ਮੈਂ ਤੇਰੇ ਦਾਸਾਂ ਦਾ ਦਾਸ, ਤੇਰੀ ਸ਼ਰਣ ਵਿੱਚ ਆਇਆ ਹਾ । ਤੇਰੇ ਸ਼ਬਦ ਦੀ ਪਾਲਣਾ ਕਰਨ ਨਾਲ ਮੇਰੇ ਮਨ ਵਿੱਚ ਸ਼ਬਦ ਨਾਲ ਸ਼ਰਧਾ ਵਧਦੀ ਹੈ, ਨਵਾਂ ਜੋਸ਼ ਆਉਂਦਾ, ਨਵਾਂ ਜੀਵਨ ਬਖਸ਼ਿਸ਼ ਹੁੰਦਾ ਹੈ । ਪ੍ਰਭ ਹਰਇੱਕ ਤਨ ਵਿੱਚ ਹੀ ਸਮਾਇਆ ਹੋਇਆ ਹੈ । ਉਹ ਆਪਣੀ ਰਜ਼ਾ ਨਾਲ ਹੀ ਸਭ ਕੁਝ ਕਰਦਾ, ਬਖਸ਼ਦਾ ਹੈ ।

The True Master! Your deep wisdom, miracles are foresighted. You are the greatest of All and I am Your slave; I may be very insignificant creature, worm of Your Creation, I have no worldly status. With the glimpse of Your mercy, I may be overwhelmed with contentment and blossom in life. I am a slave of Your slaves and I have surrendered my mind, body, and status at Your sanctuary for forgiveness. By obeying the teachings of Your Word, my motivation has been enhanced to meditate on the teachings of Your Word. I have been rejuvenated with new purpose of human life. His Word remains embedded within each soul and prevails with His own good WILL.

ਤੁਝੁ ਊਪਰਿ ਮੇਰਾ ਹੈ ਮਾਣਾ,	tujh oopar mayraa hai maanaa
ਤੂਹੈ ਮੇਰਾ ਤਾਣਾ ਰਾਮ॥	toohai mayraa taanaa raam.

ਸੁਰਤਿ ਮਤਿ ਚਤੁਰਾਈ ਤੇਰੀ,	surat mat chaturaa-ee tayree
ਤੂ ਜਾਣਾਇਹਿ ਜਾਣਾ ਰਾਮ॥	too jaanaa-ihi jaanaa raam.
ਸੋਈ ਜਾਣੈ ਸੋਈ ਪਛਾਣੈ,	so-ee jaanai so-ee pachhaanai
ਜਾ ਕਉ ਨਦਰਿ ਸਿਰੰਦੇ॥	jaa ka-o nadar siranday.
ਮਨਮੁਖਿ ਭੂਲੀ ਬਹੁਤੀ ਰਾਹੀ,	manmukh bhoolee bahutee raahee
ਫਾਥੀ ਮਾਇਆ ਫੰਦੇ॥	faathee maa-i-aa fanday.
ਠਾਕੁਰ ਭਾਣੀ ਸਾ ਗੁਣਵੰਤੀ,	thaakur bhaanee saa gunvantee
ਤਿਨ ਹੀ ਸਭ ਰੰਗ ਮਾਣਾ॥	tin hee sabh rang maanaa.
ਨਾਨਕ ਕੀ ਧਰ ਤੂਹੈ ਠਾਕੁਰ,	naanak kee Dhar toohai thaakur
ਤੂ ਨਾਨਕ ਕਾ ਮਾਣਾ॥੩॥	too naanak kaa maanaa. ||3||

ਤੇਰੀ ਰਹਿਮਤ, ਬਖਸ਼ਿਸ਼ ਤੇ ਬਹੁਤ ਮਾਣ ਕਰਦਾ, ਆਸਾ ਰਖਦਾ ਹਾ । ਤੂੰ ਹੀ ਮੇਰਾ ਤਾਨ, ਬਲ, ਕੁਝ ਕਰਨ ਦੀ ਸਮਰਥਾ ਹੈ । ਪ੍ਰਭ ਤੂੰ ਹੀ ਮੈਨੂੰ ਗਿਆਨ, ਸਮਝ, ਸੋਝੀ ਬਖਸ਼ਣ ਵਾਲਾ ਮਾਲਕ ਹੈ । ਮੈਂ ਉਹ ਕੁਝ ਹੀ ਕਰ ਸਕਦਾ, ਜਾਣ ਸਕਦਾ ਹਾ । ਜਿਸ ਤੇ ਰਹਿਮਤ ਨਾਲ ਸੋਝੀ ਬਖਸ਼ਦਾ ਹੈ, ਕੇਵਲ ਉਹ ਜੀਵ ਹੀ ਸਭ ਕੁਝ ਜਾਣ ਸਕਦਾ ਹੈ । ਮਨਮਰਜ਼ੀ ਵਾਲਾ ਸੰਸਾਰਕ ਮਾਇਆ ਦੇ ਜਾਲ ਵਿੱਚ ਚਾਰੇ ਪਾਸੇ ਘੁੰਮਦਾ ਰਹਿੰਦਾ ਹੈ । ਜਿਸ ਦੀ ਕਮਾਈ ਪ੍ਰਭ ਪ੍ਰਵਾਨ ਕਰ ਲੈਂਦਾ, ਕੇਵਲ ਉਹ ਹੀ ਗੁਣਾਂ ਵਾਲਾ ਬਣ ਜਾਂਦਾ, ਅਨੰਦ, ਖੇੜਾ ਮਾਨਦਾ ਹੈ । ਬੰਦਗੀ ਕਰਨ ਵਾਲੇ ਦਾ ਭਰੋਸਾ, ਆਸਰਾ ਕੇਵਲ ਇੱਕੋ ਇੱਕ ਪ੍ਰਭ ਦੇ ਬਖਸ਼ੇ ਤੇ ਹੀ ਹੁੰਦਾ ਹੈ ।

My True Master, I have great hopes and belief on Your blessings. You are my strength, capability to perform any deed in the universe. With Your mercy and grace, I have been blessed with knowledge, wisdom, and enlightenment. Whatsoever may be bestowed with Your mercy and grace, I may only know or perform in the universe. Whosoever may be blessed with Your mercy and grace, only he may comprehend Your Nature. Self-minded may remain intoxicated in worldly wealth and wanders all around. Whose earning of His Word may be accepted in Your Court; he may be drenched with overwhelming virtues and blossom in his day-to-day life. His true devotee has only hope, support on His blessings and His forgiveness.

ਹਉ ਵਾਰੀ ਵੰਞਾ ਘੋਲੀ ਵੰਞਾ,	ha-o vaaree vanjaa gholee vanjaa
ਤੂ ਪਰਬਤੁ ਮੇਰਾ ਓਲ੍ਹਾ ਰਾਮ॥	too parbat mayraa olHaa raam.
ਹਉ ਬਲਿ ਜਾਈ ਲਖ ਲਖ,	ha-o bal jaa-ee lakh lakh
ਲਖ ਬਰੀਆ	lakh baree-aa
ਜਿਨਿ ਭ੍ਰਮੁ ਪਰਦਾ ਖੋਲ੍ਹਾ ਰਾਮ॥	Jin bharam pardaa kholHaa raam.
ਮਿਟੇ ਅੰਧਾਰੇ ਤਜੇ ਬਿਕਾਰੇ,	mitay anDhaaray tajay bikaaray
ਠਾਕੁਰ ਸਿਉ ਮਨੁ ਮਾਨਾ॥	thaakur si-o man maanaa.
ਪ੍ਰਭ ਜੀ ਭਾਣੀ ਭਈ ਨਿਕਾਣੀ,	parabh jee bhaanee bha-ee nikaanee
ਸਫਲ ਜਨਮੁ ਪਰਵਾਨਾ॥	safal janam parvaanaa.
ਭਈ ਅਮੋਲੀ ਭਾਰਾ ਤੋਲੀ,	bha-ee amolee bhaaraa tolee
ਮੁਕਤਿ ਜੁਗਤਿ ਦਰੁ ਖੋਲ੍ਹਾ॥	mukat jugat dar kholHaa.
ਕਹੁ ਨਾਨਕ ਹਉ ਨਿਰਭਉ ਹੋਈ,	kaho naanak ha-o nirbha-o ho-ee
ਸੋ ਪ੍ਰਭੁ ਮੇਰਾ ਓਲ੍ਹਾ॥੪॥੧॥੪॥	so parabh mayraa olHaa. ||4||1||4||

ਮੈਂ ਆਪਣਾ ਜੀਵਨ ਪ੍ਰਭ ਦੇ ਲੇਖੇ ਲਾਉਂਦਾ ਹਾ, ਕੁਰਬਾਨ ਜਾਂਦਾ ਹਾ । ਪ੍ਰਭ ਹੀ ਮੇਰੀ ਤਾਕਤ ਦਾ ਪ੍ਰਬਤ, ਥੰਮਾ ਹੈ । ਪ੍ਰਭ ਤੋ ਲਖ ਵਾਰ ਕੁਰਬਾਨ ਜਾਵਾ! ਉਸ ਨੇ ਮੇਰਾ ਭਰਮਾਂ ਦਾ ਪਰਦਾ ਖੁੱਲ੍ਹ ਦਿੱਤਾ ਹੈ । ਪ੍ਰਭ ਨੇ ਮੇਰੇ ਮਨ ਵਿਚੋਂ ਅੰਧੇਰਾ, ਅਗਿਆਨਤਾ ਦੂਰ ਕਰ ਦਿੱਤੀ ਹੈ । ਮੇਰੇ ਮਨ ਵਿਚੋਂ ਲੋਭ, ਲਾਲਚ, ਬੁਰੇ ਖਿਆਲ ਖਤਮ ਹੋ ਗਏ ਹਨ । ਮੇਰਾ ਮਨ ਪ੍ਰਭ ਦੀ ਸ਼ਰਣ ਵਿੱਚ ਆ ਗਿਆ ਹੈ । ਸ਼ਬਦ

ਨਾਲ ਜੀਵਨ ਢਾਲ ਲਿਆ ਹੈ । ਮੇਰੀ ਬੰਦਗੀ, ਸ਼ਬਦ ਦੀ ਕਮਾਈ, ਪ੍ਰਭ ਨੇ ਪ੍ਰਵਾਨ ਕਰ ਲਈ ਹੈ । ਮੇਰੇ ਮਨ ਵਿਚੋਂ ਚਿੰਤਾਂ ਦੂਰ ਹੋ ਗਈਆਂ, ਮਨ ਦੀਆਂ ਮੁਰਾਦਾਂ ਪੂਰੀਆਂ ਹੋ ਗਈਆਂ ਹਨ । ਮੇਰਾ ਸ਼ਬਦ ਦੀ ਕਮਾਈ ਦਾ ਬਹੁਤ ਧਨ ਇਕੱਠਾ ਹੋ ਗਿਆ, ਗੁਣ ਭਰ ਗਏ ਹਨ । ਪ੍ਰਭ ਦਾ ਮੁਕਤੀ ਦਾ ਦਰਵਾਜ਼ਾ ਖੁੱਲ੍ਹ ਗਿਆ ਹੈ । ਬੰਦਗੀ ਕਰਨ ਵਾਲੇ ਦੇ ਮਨ ਦੇ ਡਰ ਦੂਰ ਹੋ ਜਾਂਦੇ ਹਨ । ਉਸ ਨੂੰ ਸ਼ਰਣ ਵਿੱਚ ਪਨਾਹ ਬਖਸ਼ਿਸ਼ ਹੋ ਜਾਂਦੀ ਹੈ ।

I have surrendered my mind, body, and status at His sanctuary; I remain fascinated from His miracles. He may be the only everlasting pillar of my support. He has eliminated may curtain of suspicions and all my ignorance from the purpose of human life opportunity has been eliminated. All my greed, evil thoughts have been eliminated. I have surrendered my mind, body, and worldly status at His sanctuary. I have adopted the teachings of His Word with steady and stable belief in my day-to-day life. My earnings of His Word have been accepted in His Court. All my frustrations of worldly miseries have been eliminated; with His mercy and grace, all my spoken and unspoken desires have been satisfied. I have collected the earnings of His Word and I am overwhelmed with virtues. With His mercy and grace, the door of salvation has been opened for my soul. All fears of His true devotee may be eliminated; he may be accepted in His sanctuary.

186.ਸੂਹੀ ਮਹਲਾ ੫॥ 780-3

ਸਾਜਨੁ ਪੁਰਖੁ ਸਤਿਗੁਰੁ ਮੇਰਾ ਪੂਰਾ,	saajan purakh satgur mayraa pooraa
ਤਿਸੁ ਬਿਨੁ ਅਵਰੁ ਨ ਜਾਣਾ ਰਾਮ॥	tis bin avar na jaanaa raam.
ਮਾਤ ਪਿਤਾ ਭਾਈ ਸੁਤ ਬੰਧਪ,	maat pitaa bhaa-ee sut banDhap
ਜੀਅ ਪ੍ਰਾਣ ਮਨਿ ਭਾਣਾ ਰਾਮ॥	jee-a paraan man bhaanaa raam.
ਜੀਉ ਪਿੰਡੁ ਸਭੁ ਤਿਸ ਕਾ ਦੀਆ,	jee-o pind sabh tis kaa dee-aa
ਸਰਬ ਗੁਣਾ ਭਰਪੂਰੇ॥	sarab gunaa bharpooray.
ਅੰਤਰਜਾਮੀ ਸੋ ਪ੍ਰਭੁ ਮੇਰਾ,	antarjaamee so parabh mayraa
ਸਰਬ ਰਹਿਆ ਭਰਪੂਰੇ॥	sarab rahi-aa bharpooray.
ਤਾ ਕੀ ਸਰਣ ਸਰਬ ਸੁਖ ਪਾਏ,	taa kee saran sarab sukh paa-ay
ਹੋਏ ਸਰਬ ਕਲਿਆਣਾ॥	ho-ay sarab kali-aanaa.
ਸਦਾ ਸਦਾ ਪ੍ਰਭ ਕਉ ਬਲਿਹਾਰੈ,	sadaa sadaa parabh ka-o balihaarai
ਨਾਨਕ ਸਦ ਕੁਰਬਾਣਾ॥੧॥	naanak sad kurbaanaa. ‖1‖

ਪੂਰਨ ਪ੍ਰਭ ਹੀ ਮੇਰਾ ਅਸਲੀ ਮਿੱਤਰ ਹੈ । ਉਸ ਬਿਨਾਂ ਜੀਵ ਦਾ ਸਦਾ ਸਾਥ ਦੇਣ ਵਾਲਾ ਹੋਰ ਕੋਈ ਆਸਰਾ ਨਹੀਂ ਹੁੰਦਾ । ਉਹ ਹੀ ਮਾਤਾ, ਪਿਤਾ, ਭੈਣ, ਭਾਈ, ਪ੍ਰਵਾਰ ਦੀ ਤਰ੍ਹਾਂ ਮੇਰਾ ਸਾਥੀ, ਸਵਾਸਾਂ ਦੇ ਸੁਖ ਬਖਸ਼ਣ ਵਾਲਾ ਅਸਲੀ ਮਾਲਕ ਹੈ । ਮੇਰੇ ਮਨ ਨੂੰ ਬਹੁਤ ਪਿਆਰਾ ਲੱਗਦਾ, ਰਹਿਮਤ ਪਾਉਣ, ਉਸ ਨੂੰ ਖੁਸ਼ ਕਰਨ ਦੀ ਡੂੰਘੀ ਸ਼ਰਧਾ ਰਹਿੰਦੀ ਹੈ । ਮੇਰਾ ਤਨ, ਮਨ, ਆਤਮਾ, ਸਾਰੇ ਗੁਣ ਉਸ ਦੇ ਬਖਸ਼ੇ ਹੋਏ ਹਨ । ਉਸ ਦੀ ਰਹਿਮਤ ਨਾਲ ਸ਼ਬਦ ਮਨ ਵਿੱਚ ਜਾਗਰਤ, ਭਰਪੂਰ ਰਹਿੰਦਾ ਹੈ । ਅੰਤਰਜਾਮੀ ਪ੍ਰਭ ਹਰ ਥਾਂ ਤੇ, ਹਰ ਕੰਮ ਵਿੱਚ ਭਰਪੂਰ ਵਸਦਾ ਵਾਪਰਦਾ ਹੈ । ਸ਼ਬਦ ਦੀ ਪਾਲਣਾ ਕਰਦਾ, ਸ਼ਰਣ ਵਿੱਚ ਵਸਦਾ ਅਨੰਦ ਮਾਨਦਾ ਖੇੜੇ ਵਿੱਚ ਵਸਦਾ ਹਾ । ਸਦਾ ਹੀ ਰਹਿਮਤਾਂ ਦਾ ਧੰਨਵਾਦ ਕਰਦਾ, ਉਸ ਦੇ ਬਖਸ਼ੇ ਤੋ ਕੁਰਬਾਨ ਹੀ ਜਾਂਦਾ ਹਾ ।

The perfect True Master is my real friend. I do not have any other helper or support in the universe. The True Master is like my mother, father, sibling, brother, sister, and companion; only He blesses breaths and comforts. His Word may be very comforting to my mind and I have deep desire anxiety to be blessed with the enlightenment of the essence of His Word. My mind, body, soul, and all virtues have been blessed with His mercy and grace. I remain overwhelmed with the enlightenment of the essence of His Word. The Omniscient True Master dwells and prevails everywhere and every event in the universe. I dwell in His sanctuary, obeying the teachings and enjoying blossom in my worldly life. I always sing the glory of His Word and remain fascinated and astonished from His blessings.

ਐਸਾ ਗੁਰੁ ਵਡਭਾਗੀ ਪਾਈਐ,	aisaa gur vadbhaagee paa-ee-ai
ਜਿਤੁ ਮਿਲਿਐ ਪ੍ਰਭੁ ਜਾਪੈ ਰਾਮ॥	Jit mili-ai parabh jaapai raam.
ਜਨਮ ਜਨਮ ਕੇ ਕਿਲਵਿਖ ਉਤਰਹਿ,	janam janam kay kilvikh utreh
ਹਰਿ ਸੰਤ ਧੂੜੀ ਨਿਤ ਨਾਪੈ ਰਾਮ॥	har sant Dhoorhee nit naapai raam.
ਹਰਿ ਧੂੜੀ ਨਾਈਐ	har Dhoorhee naa-ee-ai
ਪ੍ਰਭੂ ਧਿਆਈਐ,	parabhoo Dhi-aa-ee-ai
ਬਾਹੁੜਿ ਜੋਨਿ ਨ ਆਈਐ॥	baahurh jon na aa-ee-ai.
ਗੁਰ ਚਰਣੀ ਲਾਗੇ	gur charnee laagay
ਭ੍ਰਮ ਭਉ ਭਾਗੇ,	bharam bha-o bhaagay
ਮਨਿ ਚਿੰਦਿਆ ਫਲੁ ਪਾਈਐ॥	man chindi-aa fal paa-ee-ai.
ਹਰਿ ਗੁਣ ਨਿਤ ਗਾਏ ਨਾਮੁ ਧਿਆਏ,	har gun nit gaa-ay naam Dhi-aa-ay
ਫਿਰਿ ਸੋਗੁ ਨਾਹੀ ਸੰਤਾਪੈ॥	fir sog naahee santaapai.
ਨਾਨਕ ਸੋ ਪ੍ਰਭੁ ਜੀਅ ਕਾ ਦਾਤਾ,	naanak so parabh jee-a kaa daataa
ਪੂਰਾ ਜਿਸੁ ਪਰਤਾਪੈ॥੨॥	pooraa Jis partaapai. ||2||

ਵੱਡੇ ਭਾਗਾਂ ਨਾਲ ਹੀ ਪ੍ਰਭ ਦਾ ਸ਼ਬਦ ਮਨ ਵਿੱਚ ਜਾਗਰਤ ਹੁੰਦਾ ਹੈ । ਇਸ ਅਵਸਥਾ ਵਾਲੇ ਗੁਰੂ, ਸੰਤ ਨਾਲ ਸੰਜੋਗ ਹੁੰਦਾ । ਸ਼ਬਦ ਦੀ ਪਾਲਣਾ ਕਰਨ ਨਾਲ ਮਾਨਸ ਜੀਵਨ ਦੇ ਮੰਤਵ ਦੀ ਸੋਝੀ ਬਖਸ਼ਿਸ਼ ਹੁੰਦੀ, ਪ੍ਰਭ ਦੀ ਰਹਿਮਤ ਦੀ ਪਛਾਣ ਹੁੰਦੀ ਹੈ । ਬੰਦਗੀ ਕਰਨ ਵਾਲੇ ਸੰਤਾਂ ਦੀ ਸਿਖਿਆਂ ਨਾਲ ਜੀਵਨ ਢਾਲਣ ਨਾਲ ਅਨੇਕਾਂ ਜਨਮਾਂ ਦੇ ਪਾਪ ਬਖਸ਼ੇ ਜਾਂਦੇ ਹਨ । ਸ਼ਬਦ ਅਨੁਸਾਰ ਜੀਵਨ ਬਤੀਤ ਕਰਦੀ ਆਤਮਾ, ਮਾਤਾ ਦੇ ਗਰਭ ਵਿੱਚ, ਜੂੰਨਾਂ ਦੇ ਚੱਕਰ ਵਿੱਚ ਨਹੀਂ ਜਾਂਦੀ । ਸ਼ਬਦ ਨੂੰ ਮਨ ਵਿੱਚ ਜਾਗਰਤ, ਪਾਲਣਾ ਕਰਨ ਨਾਲ ਮੌਤ ਦਾ ਡਰ, ਧਰਮ ਦੇ ਪਾਏ ਭਰਮ ਦੂਰ ਹੋ ਜਾਂਦੇ ਹਨ । ਸ਼ਬਦ ਦੀ ਕਮਾਈ ਦਾ ਫਲ ਬਖਸ਼ਿਸ਼ ਹੋ ਜਾਂਦਾ ਹੈ । ਸਵਾਸ ਸਵਾਸ ਸ਼ਬਦ ਦੇ ਸਿਮਰਨ, ਗੁਣ ਗਾਉਂਦੇ ਮਨ ਨੂੰ ਕਦੇ ਇੱਛਾਂ ਦੀ ਭਟਕਣ, ਦੁਖ ਮਹਿਸੂਸ ਨਹੀਂ ਹੁੰਦਾ । ਬੰਦਗੀ ਕਰਨ ਵਾਲਾ, ਪ੍ਰਭ ਨੂੰ ਹੀ ਰਹਿਮਤਾਂ ਬਖਸ਼ਣ ਵਾਲਾ ਮਾਲਕ ਮੰਨਦਾ ਹੈ । ਉਸ ਤੇ ਪ੍ਰਭ ਦੇ ਸ਼ਬਦ ਦੀ ਸੋਝੀ ਦਾ ਨੂਰ ਚਮਕਦਾ ਹੈ ।

Whosoever may have great prewritten destiny, only he may be blessed with the enlightenment of His Word. He may be blessed with the association of a saint of such a state of mind. This may be a unique recognition of the blessed soul. Whosoever may adopt the life teachings of His true devotee; his sins of many previous lives may be forgiven. His cycle of birth and death may be eliminated and his soul may never enter the womb of mother again. Whosoever may obey the teachings of His Word, he may be enlightened; his fear of death and all suspicions may be eliminated. His earnings of His Word may be rewarded. Whosoever may meditate and sing the glory of His Word, he may not endure any misery or frustrations. His true devotee believes that only The True Master may bless virtues to any creature. The eternal spiritual glow may shine on his forehead.

ਹਰਿ ਹਰੇ ਹਰਿ ਗੁਣ ਨਿਧੇ,	har haray har gun niDhay
ਹਰਿ ਸੰਤਨ ਕੈ ਵਸਿ ਆਏ ਰਾਮ॥	har santan kai vas aa-ay raam.
ਸੰਤ ਚਰਣ ਗੁਰ ਸੇਵਾ ਲਾਗੇ,	sant charan gur sayvaa laagay
ਤਿਨੀ ਪਰਮ ਪਦ ਪਾਏ ਰਾਮ॥	tinee param pad paa-ay raam.

ਪਰਮ ਪਦੁ ਪਾਇਆ ਆਪੁ ਮਿਟਾਇਆ,	param pad paa-i-aa aap mitaa-i-aa
ਹਰਿ ਪੂਰਨ ਕਿਰਪਾ ਧਾਰੀ॥	har pooran kirpaa Dhaaree.
ਸਫਲ ਜਨਮੁ ਹੋਆ ਭਉ ਭਾਗਾ,	safal janam ho-aa bha-o bhaagaa
ਹਰਿ ਭੇਟਿਆ ਏਕੁ ਮੁਰਾਰੀ॥	har bhayti-aa ayk muraaree.
ਜਿਸ ਕਾ ਸਾ ਤਿਨ ਹੀ ਮੇਲਿ ਲੀਆ,	Jis kaa saa tin hee mayl lee-aa
ਜੋਤੀ ਜੋਤਿ ਸਮਾਇਆ॥	jotee jot samaa-i-aa.
ਨਾਨਕ ਨਾਮੁ ਨਿਰੰਜਨ ਜਪੀਐ,	naanak naam niranjan japee-ai
ਮਿਲਿ ਸਤਿਗੁਰ ਸੁਖੁ ਪਾਇਆ॥੩॥	mil satgur sukh paa-i-aa. ||3||

ਪ੍ਰਭ ਦਾ ਸ਼ਬਦ ਹੀ ਗੁਣਾਂ ਦਾ ਖਜ਼ਾਨਾ ਭੰਡਾਰ ਹੈ । ਪ੍ਰਭ ਬੰਦਗੀ ਕਰਨ ਵਾਲੇ ਸੰਤਾਂ ਦੀ ਸ਼ਰਧਾ, ਪ੍ਰੀਤ ਨਾਲ ਮੋਹਿਤ ਰੀਹੰਦਾ ਹੈ । ਸੰਤਾਂ ਦੇ ਬੋਲ ਪ੍ਰਭ ਦਾ ਸ਼ਬਦ ਬਣ ਜਾਂਦੇ ਹਨ । ਜਿਹੜਾ ਬੰਦਗੀ ਕਰਨ ਵਾਲੇ ਦੀ ਸਿਖਿਆਂ ਤੇ ਚਲਦਾ, ਸ਼ਬਦ ਨਾਲ ਜੀਵਨ ਢਾਲਦਾ, ਸ਼ਬਦ ਦੀ ਪਾਲਣਾ ਵਿੱਚ ਅਡੋਲ ਰਹਿੰਦਾ ਹੈ । ਉਸ ਨੂੰ ਅਮਰ ਅਵਸਥਾ ਬਖਸ਼ਿਸ਼ ਹੋ ਜਾਂਦੀ ਹੈ । ਉਸ ਦੇ ਮਨ ਵਿਚੋਂ ਖੁਦਗ਼ਰਜ਼ੀ ਦਾ ਨਾਸ ਹੋ ਜਾਂਦਾ ਹੈ । ਪ੍ਰਭ ਦੀਆਂ ਰਹਿਮਤਾਂ ਦੀ ਨਜ਼ਰ ਬਖਸ਼ਿਸ਼ ਹੋ ਜਾਂਦੀ ਹੈ । ਉਸ ਦੇ ਜੀਵਨ ਦਾ ਰਸਤਾ, ਪ੍ਰਭ ਦੀ ਪ੍ਰਵਾਨਗੀ ਵਾਲਾ ਬਣ ਜਾਂਦਾ ਹੈ । ਉਸ ਦਾ ਮੌਤ ਦਾ ਡਰ ਦੂਰ ਹੋ ਜਾਂਦਾ ਹੈ । ਰਹਿਮਤ ਨਾਲ ਅਹੰਕਾਰ ਤੇ ਜਿੱਤ ਬਖਸ਼ਿਸ਼ ਹੋ ਜਾਂਦੀ ਹੈ । ਉਹ ਆਤਮਾ ਪ੍ਰਭ ਦਾ ਹੀ ਰੂਪ ਬਣ ਜਾਂਦੀ ਹੈ । ਜਿਸ ਵਿਚੋਂ ਪੈਦਾ ਹੋਈ ਸੀ, ਉਸ ਪ੍ਰਭ ਦੀ ਜੋਤ ਵਿੱਚ ਅਲੋਪ ਹੋ ਜਾਂਦੀ ਹੈ ।

His Word remains a treasure of virtues. The True Master remains intoxicated with a devotion of His true devotee. The spoken word of His true devotee may be transformed as His Word. Whosoever may adopt the life teachings of His true devotee and remains steady and stable on the right path; with His mercy and grace, he may be blesses with immortal state of mind. His selfishness may be eliminated. With His mercy and grace; his way of life may become as per His Word. He may conquer his ego and he may become a symbol of The True Master. His soul may be immersed within The Holy Spirit from where she was separated.

ਗਾਉ ਮੰਗਲੋ ਨਿਤ ਹਰਿ ਜਨਹੁ,	gaa-o manglo nit har janhu
ਪੁੰਨੀ ਇਛ ਸਬਾਈ ਰਾਮ॥	punnee ichh sabaa-ee raam.
ਰੰਗਿ ਰਤੇ ਆਪੁਨੇ ਸੁਆਮੀ ਸੇਤੀ,	rang ratay apunay su-aamee saytee
ਮਰੈ ਨ ਆਵੈ ਜਾਈ ਰਾਮ॥	marai na aavai jaa-ee raam.
ਅਬਿਨਾਸੀ ਪਾਇਆ ਨਾਮੁ ਧਿਆਇਆ	abhinaasee paa-i-aa naam Dhi-aa-i-aa
ਸਗਲ ਮਨੋਰਥ ਪਾਏ॥	sagal manorath paa-ay.
ਸਾਂਤਿ ਸਹਜ ਆਨੰਦ ਘਨੇਰੇ,	saaNt sahj aanand ghanayray
ਗੁਰ ਚਰਣੀ ਮਨੁ ਲਾਏ॥	gur charnee man laa-ay.
ਪੂਰਿ ਰਹਿਆ ਘਟਿ ਘਟਿ ਅਬਿਨਾਸੀ,	poor rahi-aa ghat ghat abhinaasee
ਥਾਨ ਥਨੰਤਰਿ ਸਾਈ॥	thaan thanantar saa-ee.
ਕਹੁ ਨਾਨਕ ਕਾਰਜ ਸਗਲੇ ਪੂਰੇ,	kaho naanak kaaraj saglay pooray
ਗੁਰ ਚਰਣੀ ਮਨੁ ਲਾਈ॥੪॥੨॥੫॥	gur charnee man laa-ee. ||4||2||5||

ਸਵਾਸ ਸਵਾਸ ਸ਼ਬਦ ਦੇ ਗੁਣ ਗਾਉਣ ਨਾਲ, ਮਨ ਦੀਆਂ ਸਾਰੀਆਂ ਇੱਛਾਂ, ਮੁਰਾਦਾਂ ਪੂਰੀਆਂ ਹੋ ਜਾਂਦੀਆਂ ਹਨ । ਜਿਸ ਦੇ ਮਨ ਵਿੱਚ ਪ੍ਰਭ ਦਾ ਸ਼ਬਦ ਜਾਗਰਤ, ਸੁਚੇਤ ਹੋ ਜਾਂਦਾ ਹੈ । ਉਹ ਕਦੇ ਜਨਮ ਨਹੀਂ ਲੈਂਦੇ, ਜੂੰਨਾਂ ਦਾ ਚੱਕਰ ਖਤਮ ਹੋ ਜਾਂਦਾ ਹੈ । ਉਸ ਨੂੰ ਪ੍ਰਭ ਦੀ ਹਜ਼ੂਰੀ ਬਖਸ਼ਿਸ਼ ਹੋ ਜਾਂਦੀ ਹੈ । ਉਸ ਦਾ ਮਨ ਇੱਛਾਂ ਰਹਿਤ ਹੋ ਜਾਂਦਾ, ਮਨ ਦੀਆਂ ਮੁਰਾਦਾਂ ਪੂਰੀਆਂ ਹੋ ਜਾਂਦੀਆਂ ਹਨ । ਸ਼ਬਦ ਦੀ ਪਾਲਣਾ ਅਡੋਲ ਭਰੋਸੇ ਨਾਲ ਕਰਨ ਨਾਲ, ਮਨ ਵਿੱਚ ਸੰਤੋਖ, ਰੂਹਾਨੀ ਖੇੜਾ ਬਖਸ਼ਿਸ਼ ਹੋ ਜਾਂਦਾ ਹੈ । ਪੂਰਨ ਅਬਿਨਾਸੀ ਪ੍ਰਭ ਜਲ, ਥਲ, ਅਕਾਸ਼, ਬ੍ਰਹਮੰਡ ਵਿੱਚ ਹਰਇੱਕ ਮਨ ਵਿੱਚ ਹਾਜਰਾ ਹਜ਼ੂਰ

ਵਾਪਰਦਾ ਹੈ । ਬੰਦਗੀ ਕਰਨ ਵਾਲੇ ਜੀਵ ਦਾ ਧੰਦਾ ਹੀ ਪ੍ਰਭ ਦੇ ਸ਼ਬਦ ਦੀ ਪਾਲਣਾ ਕਰਨਾ ਬਣ ਜਾਂਦਾ ਹੈ । ਉਸ ਦੇ ਸਾਰੇ ਸੰਸਾਰਕ ਧੰਦੇ ਸਫਲ ਹੋ ਜਾਂਦੇ, ਮਨ ਇੱਛਾਂ ਰਹਿਤ ਹੋ ਜਾਂਦਾ ਹੈ ।

Whosoever may sing the glory of His Word with each breath; all his spoken and unspoken desires may be fulfilled. He becomes awake and alert. His cycle of birth and death may be eliminated. He may never enter the womb of mother and his cycle of birth and death may be eliminated; with His mercy and grace, he may be blessed with a place in the presence of The True Master. He may be blessed with blossom and spiritual glow on his forehead. The imperishable, Omnipresent True Master dwells and prevails in water, earth, sky, and all universes. His true devotee considers obeying the teachings of His Word may be the only real purpose of his human life journey. All his chores of human life may be concluded successfully and his soul may become beyond the reach of worldly desires.

187. ਸੂਹੀ ਮਹਲਾ ੫॥ 780-17

ਕਰਿ ਕਿਰਪਾ ਮੇਰੇ ਪ੍ਰੀਤਮ ਸੁਆਮੀ,	kar kirpaa mayray pareetam su-aamee
ਨੇਤ੍ਰ ਦੇਖਹਿ ਦਰਸੁ ਤੇਰਾ ਰਾਮ॥	naytar daykheh daras tayraa raam.
ਲਾਖ ਜਿਹਵਾ ਦੇਹੁ ਮੇਰੇ ਪਿਆਰੇ,	laakh jihvaa dayh mayray pi-aaray
ਮੁਖੁ ਹਰਿ ਆਰਾਧੇ ਮੇਰਾ ਰਾਮ॥	mukh har aaraaDhay mayraa raam.
ਹਰਿ ਆਰਾਧੇ ਜਮ ਪੰਥੁ ਸਾਧੇ,	har aaraaDhay jam panth saaDhay
ਦੂਖੁ ਨ ਵਿਆਪੈ ਕੋਈ॥	dookh na vi-aapai ko-ee.
ਜਲਿ ਥਲਿ ਮਹੀਅਲਿ ਪੂਰਨ ਸੁਆਮੀ,	jal thal mahee-al pooran su-aamee
ਜਤ ਦੇਖਾ ਤਤ ਸੋਈ॥	jat daykhaa tat so-ee.
ਭਰਮ ਮੋਹ ਬਿਕਾਰ ਨਾਠੇ,	bharam moh bikaar naathay
ਪ੍ਰਭੁ ਨੇਰ ਹੂ ਤੇ ਨੇਰਾ॥	parabh nayr hoo tay nayraa.
ਨਾਨਕ ਕਉ ਪ੍ਰਭ ਕਿਰਪਾ ਕੀਜੈ,	naanak ka-o parabh kirpaa keejai
ਨੇਤ੍ਰ ਦੇਖਹਿ ਦਰਸੁ ਤੇਰਾ॥੧॥	naytar daykheh daras tayraa. ||1||

ਪ੍ਰਭ ਰਹਿਮਤ ਬਖਸ਼ੋ! ਮੇਰੀਆਂ ਅੱਖਾਂ ਤੇਰੇ ਦਰਸ਼ਨ ਕਰਨ, ਮਨ ਦੀਆਂ ਅੱਖਾਂ ਨਾਲ ਦੇਖ ਸਕਾ । ਰਹਿਮਤ ਬਖਸ਼ੋ! ਮੈਨੂੰ ਹਜ਼ਾਰਾਂ ਹੀ ਜੀਭਾ ਬਖਸ਼ੋ! ਮੈਂ ਉਹਨਾਂ ਸਾਰੀਆਂ ਨਾਲ ਸਵਾਸ ਸਵਾਸ ਤੇਰੇ ਗੁਣ ਗਾਵਾ । ਸ਼ਰਧਾ ਨਾਲ ਸਿਮਰਨ ਕਰਨ ਨਾਲ, ਮੌਤ ਦੇ ਡਰ ਤੇ ਜਿੱਤ ਬਖਸ਼ਿਸ਼ ਹੋ ਜਾਂਦੀ ਹੈ । ਮਨ ਵਿੱਚ ਕੋਈ ਇੱਛਾਂ ਦੀ ਭਟਕਣ ਨਹੀਂ ਰਹਿੰਦੀ । ਸ੍ਰਿਸ਼ਟੀ ਦਾ ਮਾਲਕ ਜਲ, ਥਲ, ਅਕਾਸ਼ ਵਿੱਚ ਹਾਜਰਾ ਹਜ਼ੂਰ ਵਾਪਰਦਾ ਹੈ । ਜਿਥੇ ਵੀ ਮੈਂ ਦੇਖਦਾ ਹਾ । ਹਰ ਪਾਸੇ ਪ੍ਰਭ ਹੀ ਨਜ਼ਰ ਆਉਂਦਾ ਹੈ । ਮਨ ਵਿਚੋਂ ਭਰਮ, ਲੋਭ, ਲਾਲਚ ਧੋਖੇ ਦੇ ਖਿਆਲ ਖਤਮ ਹੋ ਗਏ ਹਨ । ਪ੍ਰਭ ਬਹੁਤ ਨੇੜੇ, ਸਾਥ ਹੀ ਮਹਿਸੂਸ ਹੁੰਦਾ ਹੈ । ਰਹਿਮਤਾਂ ਦੇ ਮਾਲਕ ਆਪਣੇ ਬੰਦਗੀ ਕਰਨ ਵਾਲੇ ਦਾਸ ਤੇ ਰਹਿਮਤਾਂ ਬਖਸ਼ੋ । ਮੈਂ ਆਪਣੇ ਮਨ ਦੀਆਂ ਅੱਖਾਂ ਨਾਲ ਤੇਰੇ ਦਰਸ਼ਨ, ਮਹਿਸੂਸ ਕਰਦਾ ਰਹਾ ।

His true devotee always prays! With Your mercy and grace, the eyes of mind may witness Your glory. My one tongue may be transformed to thousands of tongues and I may sing the glory of Your Word with each tongue with each breath. Whosoever may meditate with a devotion with steady and stable belief; with Your mercy and grace, he may conquer the fear of his death and frustration of worldly desires. The Omnipresent True Master prevails in water, earth, and sky. I may only witness The Holy Spirit prevailing everywhere. All my suspicion, evil thoughts, greed, and deception have been eliminated. I realize the existence of His Holy Spirit prevailing everywhere. The Merciful True Master, blesses Your humble slave that I may witness Your glory with my eyes of mind.

ਕੋਟਿ ਕਰਨ ਦੀਜਹਿ ਪ੍ਰਭ ਪ੍ਰੀਤਮ,
ਹਰਿ ਗੁਣ ਸੁਣੀਅਹਿ ਅਬਿਨਾਸੀ ਰਾਮ॥
ਸੁਣਿ ਸੁਣਿ ਇਹੁ ਮਨੁ ਨਿਰਮਲੁ ਹੋਵੈ,
ਕਟੀਐ ਕਾਲ ਕੀ ਫਾਸੀ ਰਾਮ॥
ਕਟੀਐ ਜਮ ਫਾਸੀ ਸਿਮਰਿ ਅਬਿਨਾਸੀ,
ਸਗਲ ਮੰਗਲ ਸੁਗਿਆਨਾ॥
ਹਰਿ ਹਰਿ ਜਪੁ ਜਪੀਐ ਦਿਨੁ ਰਾਤੀ,
ਲਾਗੈ ਸਹਜਿ ਧਿਆਨਾ॥
ਕਲਮਲ ਦੁਖ ਜਾਰੇ ਪ੍ਰਭੂ ਚਿਤਾਰੇ,
ਮਨ ਕੀ ਦੁਰਮਤਿ ਨਾਸੀ॥
ਕਹੁ ਨਾਨਕ ਪ੍ਰਭ ਕਿਰਪਾ ਕੀਜੈ,
ਹਰਿ ਗੁਣ ਸੁਣੀਅਹਿ ਅਵਿਨਾਸੀ॥੨॥

kot karan deejeh parabh pareetam
har gun sunee-ah abhinaasee raam.
sun sun ih man nirmal hovai
katee-ai kaal kee faasee raam.
katee-ai jam faasee simar abhinaasee
sagal mangal sugi-aanaa.
har har jap japee-ai din raatee
laagai sahj Dhi-aanaa.
kalmal dukh jaaray parabhoo chitaaray
man kee durmat naasee.
kaho naanak parabh kirpaa keejai
har gun sunee-ah avinaasee. ||2||

ਪ੍ਰਭ ਮੈਨੂੰ ਹਜ਼ਾਰਾਂ ਹੀ ਸੁਣਨ ਵਾਲੇ ਕੰਨ ਬਖਸ਼ੋ! ਜਿਹਨਾਂ ਨਾਲ ਮੈਂ ਤੇਰੇ ਸ਼ਬਦ ਦੇ ਗੁਣ ਸੁਣਦਾ ਮਸਤ ਹੋ ਜਾਵਾ । ਬਾਰ ਬਾਰ ਪ੍ਰਭ ਦੇ ਸ਼ਬਦ ਦੇ ਗੁਣ ਸੁਣਨ ਨਾਲ ਮਨ ਪਵਿੱਤਰ ਹੋ ਜਾਂਦਾ, ਮੌਤ ਦਾ ਡਰ ਖਤਮ ਹੋ ਜਾਂਦਾ ਹੈ । ਪ੍ਰਭ ਦੇ ਸ਼ਬਦ ਦੇ ਗੁਣ ਗਾਉਣ ਨਾਲ ਮੌਤ ਦਾ ਚੱਕਰ ਖਤਮ ਹੋ ਜਾਂਦਾ ਹੈ । ਮਨ ਵਿੱਚ ਅਨੰਦ, ਖੇੜਾ ਵਸ ਜਾਂਦਾ, ਪ੍ਰਭ ਦਾ ਸ਼ਬਦ ਮਨ ਵਿੱਚ ਜਾਗਰਤ ਹੋ ਜਾਂਦਾ ਹੈ । ਜੀਵ ਦਿਨ ਰਾਤ ਸ਼ਬਦ ਦੀ ਪਾਲਣਾ, ਸਿਮਰਨ ਕਰੋ! ਹਰ ਸਮੇਂ ਪ੍ਰਭ ਨੂੰ ਅਸਲੀ ਮਾਲਕ ਮੰਨਕੇ ਉਸ ਦੇ ਸ਼ਬਦ ਵਿੱਚ ਧਿਆਨ ਰਖੋ! ਸ਼ਬਦ ਵਿੱਚ ਧਿਆਨ ਰਖਣ ਨਾਲ ਮਨ ਵਿਚੋਂ ਬੁਰੇ ਖਿਆਲ, ਕੰਮ ਨਾਸ ਹੋ ਜਾਂਦੇ, ਪਾਪ ਬਖਸ਼ੇ ਜਾਂਦੇ ਹਨ । ਬੰਦਗੀ ਕਰਨ ਵਾਲਾ ਸਦਾ ਹੀ ਅਰਦਾਸ ਕਰਦਾ ਹੈ । ਰਹਿਮਤ ਬਖਸ਼ੋ! ਸਦਾ ਹੀ ਸ਼ਬਦ ਦੇ ਗੁਣ ਗਾਉਂਦਾ ਰਿਹਾ, ਸ਼ਬਦ ਦੀ ਧੁਨ ਮਨ ਵਿੱਚ ਚਲਦੀ ਰਹੇ ।

With Your mercy and grace, blesses me thousands of ears to hear the everlasting echo of Your Word. I may remain intoxicated in the void of Your Word. Whosoever may hear the everlasting echo with his ears; he may conquer his fear of death. By singing the glory of His Word repeatedly with each breath; with Your mercy and grace, he may be blessed with the enlightenment, pleasures, blossom. His cycle of birth and death may be eliminated. You should meditate, obey the teachings of His Word with steady and stable belief as an ultimate command. With His mercy and grace, all his evil thoughts may be eliminated and sins of previous lives may be forgiven. His true devotee always prays for His forgiveness and blessings that he may sing the glory of His Word forever. The everlasting echo of His Word may resonate within his heart forever.

ਕਰੋੜਿ ਹਸਤ ਤੇਰੀ ਟਹਲ ਕਮਾਵਹਿ,
ਚਰਣ ਚਲਹਿ ਪ੍ਰਭ ਮਾਰਗਿ ਰਾਮ॥
ਭਵ ਸਾਗਰ ਨਾਵ ਹਰਿ ਸੇਵਾ,
ਜੋ ਚੜੈ ਤਿਸੁ ਤਾਰਗਿ ਰਾਮ॥
ਭਵਜਲੁ ਤਰਿਆ ਹਰਿ ਹਰਿ ਸਿਮਰਿਆ,
ਸਗਲ ਮਨੋਰਥ ਪੂਰੇ॥
ਮਹਾ ਬਿਕਾਰ ਗਏ ਸੁਖ ਉਪਜੇ,
ਬਾਜੇ ਅਨਹਦ ਤੂਰੇ॥
ਮਨ ਬਾਂਛਤ ਫਲ ਪਾਏ,
ਸਗਲੇ ਕੁਦਰਤਿ ਕੀਮ ਅਪਾਰਗਿ॥
ਕਹੁ ਨਾਨਕ ਪ੍ਰਭ ਕਿਰਪਾ ਕੀਜੈ,
ਮਨੁ ਸਦਾ ਚਲੈ ਤੇਰੈ ਮਾਰਗਿ॥੩॥

karorh hasat tayree tahal kamaaveh
charan chaleh parabh maarag raam.
bhav saagar naav har sayvaa
jo charhai tis taarag raam.
bhavjal tari-aa har har simri-aa
sagal manorath pooray.
mahaa bikaar ga-ay sukh upjay
baajay anhad tooray.
man baaNchhat fal paa-ay
saglay kudrat keem apaarag.
kaho naanak parabh kirpaa keejai
man sadaa chalai tayrai maarag. ||3||

ਪ੍ਰਭ ਮੈਨੂੰ ਅਨੇਕਾਂ ਹੀ ਹੱਥ ਬਖਸ਼ੋ! ਜਿਹਨਾਂ ਨਾਲ ਮੈਂ ਤੇਰੀ ਸੇਵਾ ਕਰਾ । ਰਹਿਮਤ ਬਖਸ਼ੋ! ਮੇਰੇ ਕਦਮ ਤੇਰੇ ਰਸਤੇ ਤੇ ਚਲਦੇ ਰਹਿਣ। ਪ੍ਰਭ ਦੇ ਸ਼ਬਦ ਦੀ ਪਾਲਣਾ, ਸੇਵਾ ਹੀ ਉਹ ਬੇੜੀ ਹੈ । ਜਿਸ ਤੇ ਸਵਾਰ ਹੋ ਕੇ ਜੀਵ ਸੰਸਾਰਕ ਸਾਗਰ ਪਾਰ ਕਰ ਜਾਂਦਾ ਹੈ । ਜਿਹੜਾ ਪ੍ਰਭ ਦੇ ਸ਼ਬਦ ਦਾ ਸਿਮਰਨ ਕਰਦਾ ਹੈ । ਉਹ ਮਨ ਦੀਆਂ ਮੁਰਾਦਾਂ ਪੂਰੀਆਂ ਕਰ ਲੈਂਦਾ ਹੈ । ਉਸ ਦੇ ਮਨ ਵਿਚੋਂ ਬੁਰੇ ਖਿਆਲ, ਪਾਪਾਂ ਵਾਲੇ ਕੰਮ ਨਾਸ ਹੋ ਜਾਂਦੇ ਹਨ । ਮਨ ਵਿੱਚ ਸ਼ਬਦ ਜਾਗਰਤ ਹੋ ਜਾਂਦਾ, ਸਦਾ ਚੱਲਣ ਵਾਲੀ ਸ਼ਬਦ ਦੀ ਧੁਨ ਚਲ ਪੈਂਦੀ ਹੈ । ਪ੍ਰਭ ਦੀਆਂ ਰਹਿਮਤਾਂ ਦਾ ਖਜ਼ਾਨਾ ਅਥਾਹ, ਬੇਅੰਤ ਹੈ । ਬੰਦਗੀ ਕਰਨ ਵਾਲੇ ਦੀਆਂ ਮਨ ਦੀਆਂ ਇੱਛਾਂ ਪੂਰੀਆਂ ਹੋ ਜਾਂਦੀਆਂ ਹੈ । ਬੰਦਗੀ ਕਰਨ ਵਾਲਾ ਸਦਾ ਹੀ ਪ੍ਰਭ ਅੱਗੇ ਰਹਿਮਤ ਦੀ ਹੀ ਅਰਦਾਸ ਕਰਦਾ ਹੈ । ਰਹਿਮਤਾਂ ਦੇ ਮਾਲਕ ਰਹਿਮਤ ਬਖਸ਼ੋ! ਮਨ ਸਦਾ ਹੀ ਤੇਰੇ ਸ਼ਬਦ ਦੀ ਪਾਲਣਾ ਵਿੱਚ ਲੀਨ, ਸਮਾਧੀ ਵਿੱਚ ਵਸ ਜਾਵੇ ।

His true devotee always prays! with Your mercy and grace, blesses me many hands and I may only serve Your Creation; I may always walk on the right path of Your acceptance. Whosoever may aboard an ultimate ship of His Word; with His mercy and grace, he may cross the terrible ocean of worldly desires. Whosoever may meditate, all his spoken and unspoken desires may be satisfied; all his evil thoughts may be eliminated; his sins may be forgiven. He may be blessed with enlightenment and the everlasting echo of His Word may resonate within his heart. He may be blessed with unlimited treasures of virtues. His true devotee only prays for one hope; he may remain intoxicated in the void of His Word forever.

ਏਹੋ ਵਰੁ ਏਹਾ ਵਡਿਆਈ,	ayho var ayhaa vadi-aa-ee
ਇਹੁ ਧਨੁ ਹੋਇ ਵਡਭਾਗਾ ਰਾਮ॥	ih Dhan ho-ay vadbhaagaa raam.
ਏਹੋ ਰੰਗੁ ਏਹੋ ਰਸ ਭੋਗਾ,	ayho rang ayho ras bhogaa
ਹਰਿ ਚਰਣੀ ਮਨੁ ਲਾਗਾ ਰਾਮ॥	har charnee man laagaa raam.
ਮਨੁ ਲਾਗਾ ਚਰਣੇ ਪ੍ਰਭ ਕੀ ਸਰਣੇ,	man laagaa charnay parabh kee sarnay
ਕਰਣ ਕਾਰਣ ਗੋਪਾਲਾ॥	karan kaaran gopaalaa.
ਸਭੁ ਕਿਛੁ ਤੇਰਾ ਤੂ ਪ੍ਰਭੁ ਮੇਰਾ,	sabh kichh tayraa too parabh mayraa
ਮੇਰੇ ਠਾਕੁਰ ਦੀਨ ਦਇਆਲਾ॥	mayray thaakur deen da-i-aalaa.
ਮੋਹਿ ਨਿਰਗੁਣ ਪ੍ਰੀਤਮ ਸੁਖ ਸਾਗਰ,	mohi nirgun pareetam sukh saagar
ਸੰਤਸੰਗਿ ਮਨੁ ਜਾਗਾ॥	satsang man jaagaa.
ਕਹੁ ਨਾਨਕ ਪ੍ਰਭਿ ਕਿਰਪਾ ਕੀਨ੍ਹੀ,	kaho naanak parabh kirpaa keenHee
ਚਰਣ ਕਮਲ ਮਨੁ ਲਾਗਾ॥੪॥ ੩॥੬॥	charan kamal man laagaa. ||4||3||6||

ਪ੍ਰਭ ਦੀਆਂ ਰਹਿਮਤਾਂ, ਸ਼ਬਦ ਦੀ ਕਮਾਈ, ਵੱਡੇ ਭਾਗਾਂ ਨਾਲ ਹੀ ਬਖਸ਼ਿਸ਼ ਹੁੰਦੀ ਹੈ । ਜਿਸ ਦਾ ਮਨ ਸ਼ਬਦ ਦੀ ਪਾਲਣਾ ਵਿੱਚ ਅਡੋਲ, ਸ਼ਰਣ ਵਿੱਚ ਪ੍ਰਵਾਨ ਹੋ ਜਾਂਦਾ ਹੈ । ਉਸ ਦੇ ਮਨ ਵਿੱਚ ਇਹ ਅਨੰਦ, ਸੰਤੋਖ, ਖੇੜੇ ਘਰ ਕਰ ਜਾਂਦਾ ਹੈ । ਪ੍ਰਭ ਹੀ ਸ੍ਰਿਸ਼ਟੀ ਦੀ ਸਾਜਨਾ ਕਰਨ ਵਾਲਾ, ਪਾਲਣਾ ਪੋਸਨਾ ਕਰਨ, ਸਭ ਕੰਮ ਕਰਨ ਕਰਵਾਉਣ ਵਾਲਾ ਮਾਲਕ ਹੈ । ਬੰਦਗੀ ਕਰਨ ਵਾਲੇ ਦਾ ਮਨ ਸ਼ਬਦ ਦੀ ਪਾਲਣਾ ਵਿੱਚ ਅਡੋਲ ਰਹਿੰਦਾ ਹੈ । ਉਹ ਸ਼ਬਦ ਦੀ ਸਮਾਧੀ ਵਿੱਚ ਹੀ ਵਸਦਾ ਹੈ । ਪ੍ਰਭ ਤੂੰ ਹੀ ਨਿਮਾਣੇ ਦਾਸਾਂ ਦੀ ਰਖਿਆ ਕਰਨ ਵਾਲਾ ਮਾਲਕ ਹੈ । ਜੀਵ ਦੀਆਂ ਆਤਮਾਂ, ਤਨ, ਮਨ, ਹੈਸੀਅਤ ਸਭ ਤੇਰੀ ਹੀ ਅਮਾਨਤ ਹੈ । ਪ੍ਰਭ ਮੇਰੇ ਵਿੱਚ ਕੋਈ ਗੁਣ ਨਹੀਂ, ਤੂੰ ਹੀ ਸੰਤੋਖ, ਖੇੜੇ ਦਾ ਸਾਗਰ ਹੈ । ਮੇਰਾ ਮਨ ਸੰਤਾਂ ਦੀ ਸੰਗਤ ਵਿੱਚ ਕੀਰਤਨ ਵਿੱਚ ਜਾਗਰਤ ਅਤੇ ਸੁਚੇਤ ਰਹਿੰਦਾ ਹੈ । ਪ੍ਰਭ ਆਪ ਹੀ ਬੰਦਗੀ ਕਰਨ ਵਾਲੇ ਤੇ ਰਹਿਮਤ ਬਖਸ਼ਦਾ ਹੈ । ਉਸ ਦਾ ਮਨ ਸ਼ਬਦ ਦੀ ਪਾਲਣਾ ਤੇ ਅਡੋਲ ਰਖਦਾ ਹੈ, ਉਹ ਸ਼ਬਦ ਦੀ ਸਮਾਧੀ ਵਿੱਚ ਵਸਦਾ ਹੈ ।

Whosoever may have great prewritten destiny; only he may be blessed to collect the earnings of His Word. Whosoever may remain obeying the teachings of His Word with steady and stable in his day-to-day life; with

His mercy and grace, he may be accepted in His sanctuary. He may remain overwhelmed with pleasures, blossom, and contentment in his day-to-day life. The True Master, creates, nourishes, protects His Creation. He creates the causes of all events and prevails in all events. His true devotee remains steady and stable in obeying the teachings of His Word; with His mercy and grace, he may remain intoxicated in the void of His Word. His true devotee may always pray! You are the only protector of Your humble and helpless devotee; my soul, body, mind, and worldly status remain as Your trust only. I have no virtues of my own, only You are an ocean of comforts and contentment. My mind remains awake and alert singing the glory of Your Word in the conjugation of Your Holy saints. With Your mercy and grace; I may remain steady and stable on the right path of meditation in the void of Your Word.

188.ਸੂਹੀ ਮਹਲਾ ੫॥ 781-12

ਹਰਿ ਜਪੇ ਹਰਿ ਮੰਦਰੁ ਸਾਜਿਆ,	har japay har mandar saaji-aa
ਸੰਤ ਭਗਤ ਗੁਣ ਗਾਵਹਿ ਰਾਮ॥	sant bhagat gun gaavahi raam.
ਸਿਮਰਿ ਸਿਮਰਿ ਸੁਆਮੀ ਪ੍ਰਭੁ ਅਪਨਾ,	simar simar su-aamee parabh apnaa
ਸਗਲੇ ਪਾਪ ਤਜਾਵਹਿ ਰਾਮ॥	saglay paap tajaaveh raam.
ਹਰਿ ਗੁਣ ਗਾਇ ਪਰਮ ਪਦੁ ਪਾਇਆ,	har gun gaa-ay param pad paa-i-aa
ਪ੍ਰਭ ਕੀ ਊਤਮ ਬਾਣੀ॥	parabh kee ootam banee.
ਸਹਜ ਕਥਾ ਪ੍ਰਭ ਕੀ ਅਤਿ ਮੀਠੀ,	sahj kathaa parabh kee at meethee
ਕਥੀ ਅਕਥ ਕਹਾਣੀ॥	kathee akath kahaanee.
ਭਲਾ ਸੰਜੋਗੁ ਮੂਰਤੁ ਪਲੁ ਸਾਚਾ,	bhalaa sanjog moorat pal saachaa
ਅਬਿਚਲ ਨੀਵ ਰਖਾਈ॥	abichal neev rakhaa-ee.
ਜਨ ਨਾਨਕ ਪ੍ਰਭ ਭਏ ਦਇਆਲਾ,	jan naanak parabh bha-ay da-i-aalaa
ਸਰਬ ਕਲਾ ਬਨਿ ਆਈ॥੧॥	sarab kalaa ban aa-ee. ‖1‖

ਸ਼ਬਦ ਦੀ ਬੰਦਗੀ ਕਰਨ ਵਾਲਾ ਆਪਣੇ ਤਨ, ਮਨ ਅੰਦਰ ਹੀ ਪ੍ਰਭ ਦਾ ਮੰਦਰ, ਤਖਤ, ਆਸਣ ਸਜਾਉਂਦਾ ਹੈ । ਉਸ ਮੰਦਰ ਵਿੱਚ ਪ੍ਰਭ ਦੇ ਸ਼ਬਦ ਦੇ ਗੁਣ ਗਾਉਂਦਾ ਹੈ । ਸ਼ਬਦ ਦੀ ਪਾਲਣਾ ਵਿੱਚ ਅਡੋਲ ਹੋਏ, ਮਨ ਦੇ ਬੁਰੇ ਖਿਆਲ ਨਾਸ ਹੋ ਜਾਂਦੇ ਹਨ । ਅਡੋਲ ਭਰੋਸੇ ਨਾਲ ਸ਼ਬਦ ਦੀ ਪਾਲਣਾ ਨਾਲ ਮਨ ਵਿੱਚ ਅਮਰ, ਗੁਰਮਖ ਅਵਸਥਾ ਬਖਸ਼ਿਸ਼ ਹੋ ਜਾਂਦੀ ਹੈ । ਪ੍ਰਭ ਦਾ ਸ਼ਬਦ ਮਨ ਵਿੱਚ ਜਾਗਰਤ ਹੋ ਜਾਂਦਾ ਹੈ । ਸ਼ਬਦ ਦੀ ਕਥਾ, ਉਸਤਤ ਮਨ ਵਿੱਚ ਸੰਤੋਖ ਖੇੜਾ ਬਖਸ਼ਣ ਵਾਲੀ ਧੁਨ ਬਣ ਜਾਂਦੀ । ਪ੍ਰਭ ਦੇ ਸ਼ਬਦ ਦੀ ਅਕਥਾ ਕਥਾ ਮਨ ਵਿੱਚ ਅਨੁਭਵ ਹੋ ਜਾਂਦੀ ਹੈ । ਜਿਸ ਦਾ ਮਨ ਪ੍ਰਭ ਦੇ ਸ਼ਬਦ ਦੇ ਲੜ ਲੱਗ ਜਾਂਦਾ ਹੈ । ਉਹ ਸਮਾਂ, ਘੜੀ ਸੁਭਾਗਾਂ ਵਾਲੀ ਬਣ ਜਾਂਦੀ ਹੈ । ਬੰਦਗੀ ਕਰਨ ਵਾਲੇ ਦਾਸ ਤੇ ਪ੍ਰਭ ਰਹਿਮਤ ਬਖਸ਼ਦਾ ਹੈ । ਉਸ ਨੂੰ ਸਭ ਕੁਝ ਕਰਨ ਦੀ ਸਮਰਥਾ ਬਖਸ਼ਦਾ ਹੈ ।

His true devotee may establish and embellishes His throne, His Holy shrine within his mind, body. He may sing the glory, obeys the teachings of His Word on His throne within his own mind; with His mercy and grace, all his evil thoughts may be eliminated. He may be enlightened, blessed with immortal state of mind. With singing the glory of His Word; the everlasting echo of His Word may resonate within his heart and becomes comforting. He may be enlightened to comprehension the unexplainable nature of His events. His mind remains intoxicated in the void of His Word that moment may become very fortunate. The Merciful True Master may bless His true devotee to perform unimaginable deeds in the universe.

ਆਨੰਦਾ ਵਜਹਿ ਨਿਤ ਵਾਜੇ,	aanandaa vajeh nit vaajay
ਪਾਰਬ੍ਰਹਮੁ ਮਨਿ ਵੂਠਾ ਰਾਮ॥	paarbarahm man voothaa raam.
ਗੁਰਮੁਖੇ ਸਚੁ ਕਰਣੀ ਸਾਰੀ,	gurmukhay sach karnee saaree
ਬਿਨਸੇ ਭ੍ਰਮ ਭੈ ਝੂਠਾ ਰਾਮ॥	binsay bharam bhai jhoothaa raam.
ਅਨਹਦ ਬਾਣੀ ਗੁਰਮੁਖਿ ਵਖਾਣੀ,	anhad banee gurmukh vakhaanee
ਜਸੁ ਸੁਣਿ ਸੁਣਿ ਮਨੁ ਤਨੁ ਹਰਿਆ॥	jas sun sun man tan hari-aa.
ਸਰਬ ਸੁਖਾ ਤਿਸ ਹੀ ਬਣਿ ਆਏ,	sarab sukhaa tis hee ban aa-ay
ਜੋ ਪ੍ਰਭਿ ਅਪਨਾ ਕਰਿਆ॥	jo parabh apnaa kari-aa.
ਘਰ ਮਹਿ ਨਵ ਨਿਧਿ ਭਰੇ ਭੰਡਾਰਾ,	ghar meh nav niDh bharay bhandaaraa
ਰਾਮ ਨਾਮਿ ਰੰਗੁ ਲਾਗਾ॥	raam naam rang laagaa.
ਨਾਨਕ ਜਨ ਪ੍ਰਭੁ ਕਦੇ ਨ ਵਿਸਰੈ,	naanak jan parabh kaday na visrai
ਪੂਰਨ ਜਾ ਕੇ ਭਾਗਾ॥੨॥	pooran jaa kay bhaagaa. ||2||

ਉਸ ਦੇ ਮਨ ਵਿੱਚ ਸਦਾ ਚੱਲਣ ਵਾਲੀ ਪ੍ਰਭ ਦੇ ਸ਼ਬਦ ਦੀ ਗੂੰਜ ਚਲ ਪੈਂਦੀ ਹੈ । ਉਸ ਦੇ ਮਨ ਵਿੱਚ ਪ੍ਰਭ ਦਾ ਸ਼ਬਦ ਜਾਗਰਤ ਹੋ ਜਾਂਦਾ ਹੈ । ਗੁਰਮਖ ਦੇ ਜੀਵਨ ਦਾ ਢੰਗ ਪ੍ਰਭ ਦੇ ਸ਼ਬਦ ਅਨੁਸਾਰ ਪਵਿੱਤਰ ਹੋ ਜਾਂਦਾ ਹੈ । ਮਨ ਵਿਚੋਂ ਸੰਸਾਰਕ ਥੋੜ੍ਹਾ ਸਮਾਂ ਅਨੰਦ ਦੇਣ ਵਾਲੀਆਂ ਇੱਛਾਂ ਦੂਰ ਹੋ ਜਾਂਦੀਆਂ ਹਨ । ਉਸ ਦੇ ਮਨ ਵਿੱਚ ਸਦਾ ਚੱਲਣ ਵਾਲੀ ਪ੍ਰਭ ਦੇ ਸ਼ਬਦ ਦੀ ਧੁਨ ਚਲ ਪੈਂਦੀ ਹੈ । ਉਸ ਧੁਨ ਨੂੰ ਸੁਣਕੇ ਮਨ ਵਿੱਚ ਨਵਾਂ ਉਤਸਾਹ, ਜੋਸ਼ ਭਰ ਜਾਂਦਾ ਹੈ । ਜਿਸ ਬੰਦਗੀ ਕਰਨ ਵਾਲੇ ਨੂੰ ਪ੍ਰਭ ਆਪਣਾ ਦਾਸ ਬਣਾ ਲੈਂਦਾ ਹੈ । ਉਸ ਨੂੰ ਸਾਰੀਆਂ ਰਹਿਮਤਾਂ ਬਖੀਸ਼ਸ ਹੋ ਜਾਂਦੀਆਂ ਹਨ । ਜਿਸ ਦੇ ਮਨ ਵਿੱਚ ਸੋਝੀ, ਗਿਆਨ ਦੇ ਨੌਂ ਖਜ਼ਾਨੇਂ ਜਾਗਰਤ ਹੋ ਜਾਂਦੇ ਹਨ । ਉਹ ਪ੍ਰਭ ਦੀ ਸਮਾਧੀ ਵਿੱਚ ਵਸਦਾ, ਸ਼ਬਦ ਦੀ ਪਾਲਣਾ ਵਿੱਚ ਲੀਨ ਹੋ ਜਾਂਦਾ ਹੈ । ਬੰਦਗੀ ਕਰਨ ਵਾਲੇ ਆਪਣੇ ਮਨ ਵਿੱਚ ਪ੍ਰਭ ਦੇ ਸ਼ਬਦ, ਰਹਿਮਤਾਂ ਦਾ ਧੰਨਵਾਦ ਕਰਨਾ ਕਦੇ ਨਹੀਂ ਭੁਲਦੇ । ਉਸ ਦੇ ਭਾਗ ਖੁੱਲ੍ਹ ਜਾਂਦੇ ਹਨ ।

The everlasting echo of His Word may resonate within the mind of His true devotee. With His mercy and grace, he may be enlightened and his way of life may be transformed as per His Word. All short-lived worldly desires may be eliminated from within his mind; with His mercy and grace, the everlasting echo of His Word may resonate with in his mind. He may be rejuvenated with the real purpose of human life opportunity. He may be accepted as His true devotee; with His mercy and grace, he may be blessed with unlimited treasures of His virtues. He may remain intoxicated in the void of His Word. His prewritten destiny may be rewarded and he may remain intoxicated singing the glory of His Word.

ਛਾਇਆ ਪ੍ਰਭਿ ਛਤ੍ਰਪਤਿ ਕੀਨ੍ਹੀ,	chhaa-i-aa parabh chhatarpat keenHee
ਸਗਲੀ ਤਪਤਿ ਬਿਨਾਸੀ ਰਾਮ॥	saglee tapat binaasee raam.
ਦੂਖ ਪਾਪ ਕਾ ਡੇਰਾ ਢਾਠਾ,	dookh paap kaa dayraa dhaathaa
ਕਾਰਜੁ ਆਇਆ ਰਾਸੀ ਰਾਮ॥	kaaraj aa-i-aa raasee raam.
ਹਰਿ ਪ੍ਰਭਿ ਫੁਰਮਾਇਆ	har parabh furmaa-i-aa
ਮਿਟੀ ਬਲਾਇਆ,	mitee balaa-i-aa
ਸਾਚੁ ਧਰਮੁ ਪੁੰਨੁ ਫਲਿਆ॥	saach Dharam punn fali-aa.
ਸੋ ਪ੍ਰਭੁ ਅਪੁਨਾ ਸਦਾ ਧਿਆਈਐ,	so parabh apunaa sadaa Dhi-aa-ee-ai
ਸੋਵਤ ਬੈਸਤ ਖਲਿਆ॥	sovat baisat khali-aa.
ਗੁਣ ਨਿਧਾਨ ਸੁਖ ਸਾਗਰ ਸੁਆਮੀ,	gun niDhaan sukh saagar su-aamee
ਜਲਿ ਥਲਿ ਮਹੀਅਲਿ ਸੋਈ॥	jal thal mahee-al so-ee.
ਜਨ ਨਾਨਕ ਪ੍ਰਭ ਕੀ ਸਰਣਾਈ,	jan naanak parabh kee sarnaa-ee
ਤਿਸੁ ਬਿਨੁ ਅਵਰੁ ਨ ਕੋਈ॥੩॥	tis bin avar na ko-ee. ||3||

ਉਹ ਬੰਦਗੀ ਕਰਨ ਵਾਲਾ ਪ੍ਰਭ ਦੀ ਸ਼ਰਣ ਵਿੱਚ ਪ੍ਰਵਾਨ ਹੋ ਜਾਂਦਾ, ਪ੍ਰਭ ਦੀ ਰਖਿਆ ਵਿੱਚ ਆ ਜਾਂਦਾ ਹੈ । ਉਸ ਦੇ ਮਨ ਵਿਚੋਂ ਇੱਛਾਂ ਦੀ ਅੱਗ ਸਦਾ ਲਈ ਬੁਝ ਜਾਂਦੀ ਹੈ । ਉਸ ਦੇ ਮਨ ਵਿਚੋਂ ਬੁਰੇ ਪਾਪਾਂ ਵਾਲੇ ਕੰਮ, ਖਿਆਲ, ਨਾਸ ਹੋ ਜਾਂਦੇ ਹਨ । ਜਿਸ ਤੇ ਆਪ ਹੀ ਰਹਿਮਤ ਬਖਸ਼ਦਾ ਹੈ, ਉਸ ਦੇ ਮੰਦੇ ਭਾਗ, ਮੁਸ਼ਕਲਾਂ ਦੂਰ ਹੋ ਜਾਂਦੀਆਂ ਹਨ । ਉਸ ਦੇ ਮਾਨਸ ਜੀਵਨ ਦੇ ਸਾਰੇ ਕਾਰਜ ਸਫਲ ਹੋ ਜਾਂਦੇ ਹਨ । ਮਨ ਸ਼ਬਦ ਦੀ ਪਾਲਣਾ ਅਤੇ ਸ੍ਰਿਸ਼ਟੀ ਦੀ ਭਲਾਈ ਦੇ ਕੰਮਾਂ ਦੇ ਲੜ ਲੱਗ ਜਾਂਦਾ ਹੈ । ਜੀਵ ਦਿਨ ਰਾਤ, ਸੌਂਦੇ, ਜਾਗਦੇ ਪ੍ਰਭ ਦੇ ਸ਼ਬਦ ਦਾ ਸਿਮਰਨ ਕਰੋ! ਉਸ ਨੂੰ ਆਪਣੇ ਮਨ ਵਿੱਚ ਜਾਗਰਤ ਰਖੋ! ਪ੍ਰਭ ਗੁਣਾਂ, ਸੰਤੋਖ ਦਾ ਸਾਗਰ ਹੈ । ਜਲ, ਥਲ, ਅਕਾਸ਼ ਸਭ ਥਾਂ ਤੇ ਹਾਜਰਾ ਹਜ਼ੂਰ ਵਾਪਰਦਾ ਹੈ । ਬੰਦਗੀ ਕਰਨ ਵਾਲਾ ਪ੍ਰਭ ਦੀ ਸ਼ਰਣ ਵਿੱਚ ਪਨਾਹ ਦੀ ਅਰਦਾਸ ਕਰਦਾ ਹੈ । ਹੋਰ ਕਿਸੇ ਨੂੰ ਰਹਿਮਤਾਂ ਬਖਸ਼ਣ ਵਾਲਾ ਮਾਲਕ ਨਹੀਂ ਮੰਨਦਾ, ਪੂਜਾ ਨਹੀਂ ਕਰਦਾ।

His true devotee may be accepted in His sanctuary and comes under His protection. His frustration, fire of worldly desires may be extinguished from his mind forever. All his evil thoughts may be eliminated and his sins may be forgiven; all his misfortune and worldly miseries may be eliminated. All the chores of his human life opportunity may be concluded; he may remain intoxicated in obeying the teachings of His Word and serving His Creation. You should meditate day and night, sleeping and waking up and keeps your mind awake and alert. The Omnipresent True Master of all treasures remains prevailing in water, in, on, under earth, in sky and in all universes. His true devotee only prays for His forgiveness and refuge; he may never worship any worldly guru or religious rituals as source of blessings.

ਮੇਰਾ ਘਰੁ ਬਨਿਆ ਬਨੁ ਤਾਲੁ ਬਨਿਆ,	mayraa ghar bani-aa ban taal bani-aa
ਪ੍ਰਭ ਪਰਸੇ ਹਰਿ ਰਾਇਆ ਰਾਮ॥	parabh parsay har raa-i-aa raam.
ਮੇਰਾ ਮਨੁ ਸੋਹਿਆ ਮੀਤ ਸਾਜਨ ਸਰਸੇ,	mayraa man sohi-aa meet saajan sarsay
ਗੁਣ ਮੰਗਲ ਹਰਿ ਗਾਇਆ ਰਾਮ॥	gun mangal har gaa-i-aa raam.
ਗੁਣ ਗਾਇ ਪ੍ਰਭੂ ਧਿਆਇ ਸਾਚਾ,	gun gaa-ay parabhoo Dhi-aa-ay saachaa
ਸਗਲ ਇਛਾ ਪਾਈਆ॥	sagal ichhaa paa-ee-aa.
ਗੁਰ ਚਰਣ ਲਾਗੇ ਸਦਾ ਜਾਗੇ,	gur charan laagay sadaa jaagay
ਮਨਿ ਵਜੀਆ ਵਾਧਾਈਆ॥	man vajee-aa vaaDhaa-ee-aa.
ਕਰੀ ਨਦਰਿ ਸੁਆਮੀ ਸੁਖਹ ਗਾਮੀ,	karee nadar su-aamee sukhah gaamee
ਹਲਤੁ ਪਲਤੁ ਸਵਾਰਿਆ॥	halat palat savaari-aa.
ਬਿਨਵੰਤਿ ਨਾਨਕ ਨਿਤ ਨਾਮੁ ਜਪੀਐ,	binvant naanak nit naam japee-ai
ਜੀਉ ਪਿੰਡੁ ਜਿਨਿ ਧਾਰਿਆ॥੪॥੪॥੭॥	jee-o pind jin Dhaari-aa. ||4||4||7||

ਮੇਰੇ ਮਨ ਵਿੱਚ ਪ੍ਰਭ ਦਾ ਤਖਤ, ਘਰ ਬਣ ਗਿਆ ਹੈ । ਪ੍ਰਭ ਦਾ ਸ਼ਬਦ ਮਨ ਵਿੱਚ ਜਾਗਰਤ ਹੋ ਗਿਆ ਹੈ । ਮੇਰਾ ਮਨ ਪ੍ਰਭ ਦੀ ਰਹਿਮਤ ਮਹਿਸੂਸ ਕਰਦਾ, ਮੇਰੇ ਸਾਰੇ ਸਾਥੀ ਅਨੰਦ ਖੇੜੇ ਵਿੱਚ ਰਹਿੰਦੇ ਹਨ । ਪ੍ਰਭ ਦੇ ਸ਼ਬਦ ਦੇ ਗੁਣ ਗਾਉਂਦਾ, ਸ਼ਬਦ ਦੀ ਸਮਾਧੀ ਵਿੱਚ ਲੀਨ ਹੋਇਆ ਹਾ । ਪ੍ਰਭ ਦੇ ਗੁਣ ਗਾਉਣ ਨਾਲ ਮਨ ਦੀਆਂ ਸਾਰੀਆਂ ਮੁਰਾਦਾਂ ਪੂਰੀਆਂ ਹੋ ਗਈਆਂ ਹਨ । ਜਿਹੜਾ ਪ੍ਰਭ ਦੇ ਸ਼ਬਦ ਰੂਪੀ ਚਰਨਾਂ ਦੇ ਲੜ ਲੱਗਾ ਰਹਿੰਦਾ, ਸ਼ਬਦ ਦੀ ਪਾਲਣਾ ਵਿੱਚ ਭਰੋਸਾ ਅਡੋਲ ਰਖਦਾ ਹੈ । ਉਸ ਦੇ ਮਨ ਵਿੱਚ ਸ਼ਬਦ ਸਦਾ ਹੀ ਜਾਗਰਤ ਅਤੇ ਸੁਚੇਤ ਰਹਿੰਦਾ ਹੈ । ਉਸ ਦੇ ਮਨ ਵਿੱਚ ਸਦਾ ਚੱਲਣ ਵਾਲੀ ਸ਼ਬਦ ਦੀ ਧੁਨ ਚਲ ਪੈਂਦੀ ਹੈ । ਸੰਤੋਖ ਦੇ ਅਸਲੀ ਮਾਲਕ ਦੀ ਰਹਿਮਤ ਦੀ ਨਜ਼ਰ ਬਖਸ਼ਿਸ਼ ਹੋ ਗਈ ਹੈ । ਪ੍ਰਭ ਹੀ ਜੀਵ ਦੇ ਸੰਸਾਰ ਵਿੱਚ ਅਤੇ ਮੌਤ ਪਿਛੋਂ ਦੇ ਧੰਦੇ ਸਫਲ ਕਰ ਦੇਂਦਾ ਹੈ । ਬੰਦਗੀ ਕਰਨ ਵਾਲਾ ਸਦਾ ਹੀ ਪ੍ਰਭ ਦੇ ਸ਼ਬਦ ਦੇ ਗੁਣ ਗਾਉਂਦਾ ਸਿਮਰਨ ਕਰਦਾ ਹੈ । ਪ੍ਰਭ ਹੀ ਉਸ ਦੇ ਤਨ ਦਾ ਅਤੇ ਆਤਮਾ ਦਾ ਆਸਰਾ ਹੁੰਦਾ ਹੈ । ਹਰਇੱਕ ਕੰਮ ਵਿੱਚ ਪ੍ਰਭ ਅੱਗੇ ਹੀ ਅਰਦਾਸ ਕਰਦਾ ਹੈ ।

My mind has been enlightened with the essence of His Word and transformed as His Royal Castle. I remain drenched with the essence of His

Word; with His mercy and grace, all my companions remain in blossom. All my spoken and unspoken desires have been satisfied. My mind remains awake and alert, intoxicated in the void of His Word with steady and stable belief. The everlasting echo of His Word resonates within my heart. The True Master, ocean of contentment has concluded all my chores, purpose of human life opportunity. His true devotee always meditates, sings the glory of His Word; earnings of His Word remains the pillar of support and refuge for his body and soul. He only seeks His support in all deeds of his human life journey.

189. ਸੂਹੀ ਮਹਲਾ ੫॥ 782-7

ਭੈ ਸਾਗਰੋ ਭੈ ਸਾਗਰੁ ਤਰਿਆ,	bhai saagro bhai saagar tari-aa
ਹਰਿ ਹਰਿ ਨਾਮੁ ਧਿਆਏ ਰਾਮ॥	har har naam Dhi-aa-ay raam.
ਬੋਹਿਥੜਾ ਹਰਿ ਚਰਣ ਅਰਾਧੇ,	bohithrhaa har charan araaDhay
ਮਿਲਿ ਸਤਿਗੁਰ ਪਾਰਿ ਲਘਾਏ ਰਾਮ॥	mil satgur paar laghaa-ay raam.
ਗੁਰ ਸਬਦੀ ਤਰੀਐ, ਬਹੁੜਿ ਨ ਮਰੀਐ,	gur sabdee taree-ai bahurh na maree-ai
ਚੂਕੈ ਆਵਣ ਜਾਣਾ॥	chookai aavan jaanaa.
ਜੋ ਕਿਛੁ ਕਰੈ ਸੋਈ ਭਲ ਮਾਨਉ,	jo kichh karai so-ee bhal maan-o
ਤਾ ਮਨੁ ਸਹਜਿ ਸਮਾਣਾ॥	taa man sahj samaanaa.
ਦੂਖ ਨ ਭੂਖ ਨ ਰੋਗੁ ਨ ਬਿਆਪੈ,	dookh na bhookh na rog na bi-aapai
ਸੁਖ ਸਾਗਰ ਸਰਣੀ ਪਾਏ॥	sukh saagar sarnee paa-ay.
ਹਰਿ ਸਿਮਰਿ ਸਿਮਰਿ ਨਾਨਕ ਰੰਗਿ ਰਾਤਾ,	har simar simar naanak rang raataa
ਮਨ ਕੀ ਚਿੰਤ ਮਿਟਾਏ॥੧॥	man kee chint mitaa-ay. ||1||

ਸੰਸਾਰ ਇਕ ਬਹੁਤ ਭਿਆਨਕ, ਡੂੰਘਾਂ, ਗਭੀਰ ਸਾਗਰ ਹੈ । ਬੰਦਗੀ ਕਰਨ ਵਾਲਾ ਸ਼ਬਦ ਦਾ ਸਿਮਰਨ, ਪਾਲਣਾ ਕਰਦਾ ਪਾਰ ਕਰ ਜਾਂਦਾ ਹੈ । ਪ੍ਰਭ ਤੇ ਭਰੋਸਾ ਅਡੋਲ ਰਖਣ ਨਾਲ, ਸ਼ਬਦ ਰੂਪੀ ਬੇੜੀ ਤੇ ਸਵਾਰ ਹੋ ਜਾਂਦਾ ਹੈ । ਬੰਦਗੀ ਕਰਨ ਵਾਲਾ ਭਰੋਸਾ ਅਡੋਲ ਰਖਕੇ ਪ੍ਰਭ ਦੇ ਸ਼ਬਦ ਦਾ ਸਿਮਰਨ, ਪਾਲਣਾ ਕਰਦਾ ਹੈ । ਪ੍ਰਭ ਦੀ ਪ੍ਰਵਾਨਗੀ ਦੇ ਰਸਤੇ ਤੇ ਅਡੋਲ ਰਹਿੰਦਾ, ਪ੍ਰਵਾਨ ਹੋ ਜਾਂਦਾ ਹੈ । ਉਸ ਨੂੰ ਬਾਰ ਬਾਰ ਮਰਨਾ ਨਹੀਂ ਪੈਂਦਾ, ਜਨਮ ਮਰਨ ਦਾ ਚੱਕਰ ਖਤਮ ਹੋ ਜਾਂਦਾ ਹੈ । ਮਨ ਅਡੋਲ ਭਰੋਸੇ ਨਾਲ ਪ੍ਰਭ ਦੇ ਕੀਤੇ ਵਿੱਚ ਸੰਤੋਖ ਅਨੰਦ ਮਾਨਦਾ ਹੈ । ਉਸ ਦੇ ਮਨ ਵਿੱਚ ਪੂਰਨ ਅਮਰ ਅਵਸਥਾ ਬਖਸ਼ਿਸ਼ ਹੋ ਜਾਂਦੀ ਹੈ । ਉਹ ਪ੍ਰਭ ਦੀ ਸ਼ਰਣ ਵਿੱਚ ਪੂਰਨ ਸੰਤੋਖ ਖੇੜੇ ਵਿੱਚ ਵਸਦਾ ਹੈ । ਸ਼ਬਦ ਦਾ ਸਿਮਰਨ ਕਰਦੇ ਮਨ ਵਿੱਚ ਸ਼ਬਦ ਦਾ ਰੰਗ ਚੜ੍ਹਾ ਲੈਂਦਾ ਹੈ । ਉਸ ਦੇ ਮਨ ਵਿਚੋਂ ਭਰਮ, ਇੱਛਾਂ ਦੂਰ ਹੋ ਜਾਂਦੀਆਂ ਹਨ ।

The universe may be a terrible, mysterious ocean dominated by worldly wealth. His true devotee may be saved by meditating and obeying the teachings with steady and stable belief in his day-to-day life. With His mercy and grace, he may aboard the ship of His Word and accepted in His Court. His cycle of birth and death may be eliminated; he may never enter the womb of mother again. He remains contented with his worldly environment and accepted in His sanctuary; he may be honored with immortal state of mind. He remains drenched with the essence of His Word and all his worldly desires may be eliminated; he becomes desireless.

ਸੰਤ ਜਨਾ ਹਰਿ ਮੰਤ੍ਰੁ ਦ੍ਰਿੜਾਇਆ,	sant janaa har mantar drirh-aa-i-aa
ਹਰਿ ਸਾਜਨ ਵਸਗਤਿ ਕੀਨੇ ਰਾਮ॥	har saajan vasgat keenay raam.
ਆਪਨੜਾ ਮਨੁ ਆਗੈ ਧਰਿਆ,	aapnarhaa man aagai Dhari-aa
ਸਰਬਸੁ ਠਾਕੁਰਿ ਦੀਨੇ ਰਾਮ॥	sarbas thaakur deenay raam.
ਕਰਿ ਅਪੁਨੀ ਦਾਸੀ ਮਿਟੀ ਉਦਾਸੀ,	kar apunee daasee mitee udaasee

ਹਰਿ ਮੰਦਰਿ ਥਿਤਿ ਪਾਈ॥	har mandar thit paa-ee.
ਅਨਦ ਬਿਨੋਦ ਸਿਮਰਹੁ ਪ੍ਰਭੁ ਸਾਚਾ,	anad binod simrahu parabh saachaa
ਵਿਛੁੜਿ ਕਬਹੂ ਨ ਜਾਈ॥	vichhurh kabhoo na jaa-ee.
ਸਾ ਵਡਭਾਗਣਿ ਸਦਾ ਸੋਹਾਗਣਿ,	saa vadbhaagan sadaa sohagan
ਰਾਮ ਨਾਮ ਗੁਣ ਚੀਨ੍ੇ॥	raam naam gun cheenHay.
ਕਹੁ ਨਾਨਕ ਰਵਹਿ ਰੰਗਿ ਰਾਤੇ,	kaho naanak raveh rang raatay
ਪ੍ਰੇਮ ਮਹਾ ਰਸਿ ਭੀਨੇ॥੨॥	paraym mahaa ras bheenay. ||2||

ਬੰਦਗੀ ਕਰਨ ਵਾਲੇ ਦੀ ਸੰਗਤ ਵਿੱਚ, ਉਸ ਦਾ ਮਨ ਸ਼ਬਦ ਦੇ ਸਿਮਰਨ ਵਿੱਚ ਲੱਗ ਜਾਂਦਾ ਹੈ । ਉਹ ਆਪਣਾ ਮਨ, ਤਨ ਪ੍ਰਭ ਦੇ ਅੱਗੇ ਭੇਟਾ ਕਰਦਾ ਹੈ । ਪ੍ਰਭ ਦੀ ਰਹਿਮਤ ਮਹਿਸੂਸ ਹੋਣ ਲੱਗ ਪੈਂਦੀ ਹੈ । ਪ੍ਰਭ ਰਹਿਮਤ ਬਖਸ਼ਕੇ ਉਸ ਦਾ ਭਰੋਸਾ ਅਡੋਲ ਰਖਦਾ, ਮਨ ਵਿੱਚ ਸੰਤੋਖ ਬਖਸ਼ਦਾ ਹੈ । ਉਸ ਨੂੰ ਆਪਣਾ ਦਾਸ ਬਣਾ ਲੈਂਦਾ, ਉਸ ਦੇ ਮਨ ਵਿਚੋਂ ਉਦਾਸੀ ਖਤਮ ਹੋ ਜਾਂਦੀ, ਮਨ ਵਿੱਚ ਧੀਰਜ ਬਖਸ਼ਦਾ ਹੈ । ਪ੍ਰਭ ਦੇ ਸ਼ਬਦ ਦੇ ਗੁਣ ਗਾਉਣ ਨਾਲ ਮਨ ਵਿੱਚ ਸੰਤੋਖ ਖੇੜਾ ਵਸ ਜਾਂਦਾ ਹੈ । ਸ਼ਬਦ ਦੇ ਸਿਮਰਨ ਤੋ ਕਦੇ ਵਿਛੋੜਾ ਨਹੀ ਹੁੰਦਾ, ਕਦੇ ਧੰਨਵਾਦ ਕਰਨਾ ਨਹੀਂ ਛੱਡਦਾ । ਜਿਹੜਾ ਹਰ ਸਮੇਂ ਪ੍ਰਭ ਦੇ ਸ਼ਬਦ ਵਿੱਚ ਧਿਆਨ ਰਖਕੇ ਕੰਮ ਕਰਦਾ ਹੈ! ਉਹ ਬਹੁਤ ਵੱਡੇ ਭਾਗਾਂ ਵਾਲਾ ਹੋ ਜਾਂਦਾ ਹੈ । ਜਿਹੜਾ ਪ੍ਰਭ ਦੇ ਸ਼ਬਦ ਨੂੰ ਮਨ ਵਿੱਚ ਜਾਗਰਤ ਰਖਦਾ ਹੈ । ਸ਼ਬਦ ਦੇ ਰੰਗ ਵਿੱਚ ਰੰਗਿਆ ਰਹਿੰਦਾ, ਉਸ ਨੂੰ ਅਮਰ ਅਵਸਥਾ ਬਖਸ਼ਿਸ ਹੋ ਜਾਂਦੀ ਹੈ ।

Whosoever may be blessed with the conjugation of His true devotee; he may remain steady and stable in meditation. He may surrender his mind, body, and worldly status at His sanctuary; he may realize His Holy Spirit prevailing everywhere. With His mercy and grace, he may be blessed with contentment and patience in his day-to-day life. He may be accepted as His true devotee and all his sadness; miseries may be eliminated. He may never abandon meditation, singing the glory and thanking for His blessings. Whosoever may remain concentrated on the essence of His Word, he may become very fortunate. Whosoever may remain awake and alert in his meditation. He may remain drenched with the essence of His Word. He may be honored in His Court with salvation.

ਅਨਦ ਬਿਨੋਦ ਭਏ ਨਿਤ ਸਖੀਏ,	anad binod bha-ay nit sakhee-ay
ਮੰਗਲ ਸਦਾ ਹਮਾਰੈ ਰਾਮ॥	mangal sadaa hamaarai raam.
ਆਪਨੜੈ ਪ੍ਰਭਿ ਆਪਿ ਸੀਗਾਰੀ,	aapnarhai parabh aap seegaaree
ਸੋਭਾਵੰਤੀ ਨਾਰੇ ਰਾਮ॥	sobhaavantee naaray raam.
ਸਹਜ ਸੁਭਾਏ ਭਏ ਕਿਰਪਾਲਾ,	sahj subhaa-ay bha-ay kirpaalaa
ਗੁਣ ਅਵਗਣ ਨ ਬੀਚਾਰਿਆ॥	gun avgan na beechaari-aa.
ਕੰਠਿ ਲਗਾਇ ਲੀਏ ਜਨ ਅਪੁਨੇ,	kanth lagaa-ay lee-ay jan apunay
ਰਾਮ ਨਾਮ ਉਰਿ ਧਾਰਿਆ॥	raam naam ur Dhaari-aa.
ਮਾਨ ਮੋਹ ਮਦ ਸਗਲ ਬਿਆਪੀ,	maan moh mad sagal bi-aapee
ਕਰਿ ਕਿਰਪਾ ਆਪਿ ਨਿਵਾਰੇ॥	kar kirpaa aap nivaaray.
ਕਹੁ ਨਾਨਕ ਭੈ ਸਾਗਰੁ ਤਰਿਆ,	kaho naanak bhai saagar tari-aa
ਪੂਰਨ ਕਾਜ ਹਮਾਰੇ॥੩॥	pooran kaaj hamaaray. ||3||

ਮੇਰੇ ਮਨ ਵਿੱਚ ਪ੍ਰਭ ਦੀ ਰਹਿਮਤ ਦਾ ਖੇੜਾ ਵਸਦਾ ਹੈ । ਮੈਂ ਦਿਨ ਰਾਤ ਪ੍ਰਭ ਦੇ ਸ਼ਬਦ ਦੇ ਗੁਣ ਗਾਉਂਦਾ ਰਹਿੰਦਾ ਹਾ । ਪ੍ਰਭ ਆਪ ਹੀ ਰਹਿਮਤ ਬਖਸ਼ਕੇ ਆਤਮਾ ਨੂੰ ਸ਼ਬਦ ਦੇ ਲੜ ਲਾਉਂਦਾ, ਆਪਣੀ ਸ਼ਰਣ ਵਿੱਚ ਪਨਾਹ ਬਖਸ਼ਦਾ ਹੈ । ਪ੍ਰਭ ਉਸ ਬੰਦਗੀ ਕਰਨ ਵਾਲੀ ਆਤਮਾ ਤੇ ਤਰਸ ਬਖਸ਼ਦਾ ਹੈ । ਉਸ ਦੇ ਪਿਛਲੇ ਕੀਤੇ ਮੰਦੇ ਕੰਮ ਭੁਲਾਕੇ, ਉਸ ਨੂੰ ਸਿੱਧੇ ਰਸਤੇ ਤੇ ਪਾਉਂਦਾ ਹੈ । ਉਹ ਆਪਣੇ ਬੰਦਗੀ ਕਰਨ ਵਾਲੇ ਦਾਸ ਦੇ ਅੰਗ ਸੰਗ ਸਹਾਰੀ ਹੁੰਦਾ ਹੈ । ਉਸ ਦੇ ਮਨ ਵਿੱਚ ਸ਼ਬਦ

ਜਾਗਰਤ, ਅਤੇ ਸੁਚੇਤ ਕਰ ਦੇਂਦਾ ਹੈ । ਅਗਿਆਨੀ ਮਾਨਸ ਥੋੜ੍ਹਾ ਸਮਾਂ ਅਨੰਦ ਦੇਣ ਵਾਲੇ ਪਦਾਰਥਾਂ ਪਿਛੇ ਲੱਗਾ, ਹੈਸੀਅਤ ਦਾ ਅਹੰਕਾਰ ਕਰਦਾ ਹੈ । ਪ੍ਰਭ ਆਪਣੀ ਰਹਿਮਤ ਨਾਲ ਉਸ ਦੇ ਮਨ ਦੀਆਂ ਇੱਛਾਂ ਤੇ ਜਿੱਤ ਬਖਸ਼ਦਾ ਹੈ । ਉਸ ਨੂੰ ਸ਼ਬਦ ਦੀ ਪਾਲਣਾ ਵਿੱਚ ਅਡੋਲ ਰਖਦਾ, ਉਸ ਦਾ ਮਾਨਸ ਜਨਮ ਸਫਲ ਹੋ ਜਾਂਦਾ ਹੈ । ਉਹ ਪ੍ਰਭ ਦੇ ਦਰਬਾਰ ਵਿੱਚ ਪ੍ਰਵਾਨ ਹੋ ਜਾਂਦੇ ਹਨ ।

My mind remains overwhelmed with the blossom of His blessings. I remain singing the glory of His Word day and night. He keeps His true devotee steady and stable on meditating; with His mercy and grace, he may be accepted in His Court. The Merciful True Master may ignore his sins of previous lives and guides him on the right path of acceptance in His Court. The Omnipotent True Master always remain supporter and companion of His true devotee in all tasks of his day-to-day life; he remains awake and alert in his meditation. Ignorant, self-minded remains intoxicated with short-lived pleasures of worldly wealth and boasts in ego of his worldly possessions. His true devotee may conquer his worldly desires; with His mercy and grace, He keeps him steady and stable on the right path of acceptance. His human life journey may be rewarded; he may be honored with acceptance in His Court.

ਗੁਣ ਗੋਪਾਲ ਗਾਵਹੁ ਨਿਤ ਸਖੀਹੋ,	gun gopaal gaavhu nit sakheeho
ਸਗਲ ਮਨੋਰਥ ਪਾਏ ਰਾਮ॥	sagal manorath paa-ay raam.
ਸਫਲ ਜਨਮੁ ਹੋਆ ਮਿਲਿ ਸਾਧੂ,	safal janam ho-aa mil saaDhoo
ਏਕੰਕਾਰੁ ਧਿਆਏ ਰਾਮ॥	aykankaar Dhi-aa-ay raam.
ਜਪਿ ਏਕ ਪ੍ਰਭੂ ਅਨੇਕ ਰਵਿਆ,	jap ayk parabhoo anayk ravi-aa
ਸਰਬ ਮੰਡਲਿ ਛਾਇਆ॥	sarab mandal chhaa-i-aa.
ਬ੍ਰਹਮੋ ਪਸਾਰਾ ਬ੍ਰਹਮੁ ਪਸਰਿਆ,	barahmo pasaaraa barahm pasri-aa
ਸਭੁ ਬ੍ਰਹਮੁ ਦ੍ਰਿਸਟੀ ਆਇਆ॥	sabh barahm daristee aa-i-aa.
ਜਲਿ ਥਲਿ ਮਹੀਅਲਿ ਪੂਰਿ ਪੂਰਨ,	jal thal mahee-al poor pooran
ਤਿਸੁ ਬਿਨਾ ਨਹੀ ਜਾਏ॥	tis binaa nahee jaa-ay.
ਪੇਖਿ ਦਰਸਨੁ ਨਾਨਕ ਬਿਗਸੇ,	paykh darsan naanak bigsay
ਆਪਿ ਲਏ ਮਿਲਾਏ॥੪॥੫॥੮॥	aap la-ay milaa-ay. ||4||5||8||

ਬਾਰ ਬਾਰ ਸ਼ਬਦ ਦਾ ਸਿਮਰਨ, ਦਿਨ ਰਾਤ ਉਸਤਤ ਗਾਉਣ ਨਾਲ ਮਨ ਦੀਆਂ ਮੁਰਾਦਾਂ ਪੂਰੀਆਂ ਹੋ ਜਾਂਦੀਆਂ ਹਨ । ਬੰਦਗੀ ਕਰਨ ਵਾਲੇ ਸੰਤਾਂ ਦੀ ਸਿਖਿਆਂ ਨਾਲ ਜੀਵਨ ਢਾਲੋ । ਸ਼ਬਦ ਦੀ ਪਾਲਣਾ ਕਰਨ ਨਾਲ ਆਤਮਾ ਪਵਿੱਤਰ ਜੋ ਜਾਂਦੀ, ਜੀਵਨ ਦਾ ਰਸਤਾ ਸ਼ਬਦ ਅਨੁਸਾਰ ਬਣ ਜਾਂਦਾ ਹੈ । ਇੱਕੋ ਇੱਕ ਪ੍ਰਭ ਦੇ ਸ਼ਬਦ ਦਾ ਸਿਮਰਨ ਕਰੋ! ਉਹ ਹੀ ਹਰਇੱਕ ਜੀਵ ਦੇ ਤਨ ਵਿੱਚ ਵਸਦਾ, ਵਾਪਰਦਾ, ਸਾਰੇ ਬ੍ਰਹਮੰਡਾਂ ਵਿੱਚ ਛਾਇਆ ਹੈ । ਪ੍ਰਭ ਨੇ ਸਾਰੇ ਖੰਡ, ਬ੍ਰਹਮੰਡ ਸਾਜੇ ਹਨ, ਹਰਇੱਕ ਵਿੱਚ ਵਸਦਾ ਵਾਪਰਦਾ ਹੈ । ਬੰਦਗੀ ਕਰਨ ਵਾਲਾ ਹਰ ਥਾਂ ਤੇ ਪ੍ਰਭ ਦੀ ਹੋਂਦ ਮਹਿਸੂਸ ਕਰਦਾ ਹੈ । ਪ੍ਰਭ ਹੀ ਜਲ ਥਲ, ਅਕਾਸ਼, ਬ੍ਰਹਮੰਡ ਵਿੱਚ ਹਾਜਰਾ ਹਜ਼ੂਰ ਵਾਪਰਦਾ ਹੈ । ਪ੍ਰਭ ਤੋਂ ਬਿਨਾਂ ਹੋਰ ਕੋਈ ਕੁਝ ਕਰਨ ਦੀ ਸਮਰਥਾ ਨਹੀਂ ਰਖਦਾ । ਬੰਦਗੀ ਕਰਨ ਵਾਲੇ ਤੇ ਰਹਿਮਤ ਭਰਪੂਰ ਰਹਿੰਦੀ ਹੈ । ਪ੍ਰਭ ਆਪ ਹੀ ਉਸ ਨੂੰ ਸ਼ਬਦ ਦੀ ਸਮਾਧੀ ਵਿੱਚ ਰਖਦਾ ਹੈ, ਆਪਣੇ ਵਿੱਚ ਅਲੋਪ ਕਰ ਲੈਂਦਾ ਹੈ ।

Whosoever may meditate and sings the glory of His Word; with His mercy and grace, all his spoken and unspoken desires may be satisfied. You should adopt the life experience teachings of His true devotee in your day-to-day life. Whosoever may obey the teachings of His Word with steady and stable belief in his day-to-day life; with His mercy and grace, his soul may be sanctified to become worthy of His consideration. You should meditate on the teachings of His Word; The One and only One True Master. His Word remains embedded within the soul of every creature and prevails in all universes. His true devotee may realize the existence of His Holy Spirit prevailing everywhere. He prevails in water, in, on, under earth, sky and in the universe and no one else have any capability of his own. His true devotee may remain overwhelmed, intoxicated in the void of His Word and he may be immersed within His Holy spirit.

190. ਸੂਹੀ ਮਹਲਾ ੫॥ 783-1

ਅਬਿਚਲ ਨਗਰੁ ਗੋਬਿੰਦ ਗੁਰੂ ਕਾ,	abichal nagar gobind guroo kaa
ਨਾਮੁ ਜਪਤ ਸੁਖੁ ਪਾਇਆ ਰਾਮ॥	naam japat sukh paa-i-aa raam.
ਮਨ ਇਛੇ ਸੇਈ ਫਲ ਪਾਏ,	man ichhay say-ee fal paa-ay
ਕਰਤੈ ਆਪਿ ਵਸਾਇਆ ਰਾਮ॥	kartai aap vasaa-i-aa raam.
ਕਰਤੈ ਆਪਿ ਵਸਾਇਆ,	kartai aap vasaa-i-aa
ਸਰਬ ਸੁਖ ਪਾਇਆ,	sarab sukh paa-i-aa
ਪੁਤ ਭਾਈ ਸਿਖ ਬਿਗਾਸੇ॥	put bhaa-ee sikh bigaasay.
ਗੁਣ ਗਾਵਹਿ ਪੂਰਨ ਪਰਮੇਸਰੁ,	gun gaavahi pooran parmaysur
ਕਾਰਜੁ ਆਇਆ ਰਾਸੇ॥	kaaraj aa-i-aa raasay.
ਪ੍ਰਭੁ ਆਪਿ ਸੁਆਮੀ ਆਪੇ ਰਖਾ,	parabh aap su-aamee aapay rakhaa
ਆਪਿ ਪਿਤਾ ਆਪਿ ਮਾਇਆ॥	aap pitaa aap maa-i-aa.
ਕਹੁ ਨਾਨਕ ਸਤਿਗੁਰ ਬਲਿਹਾਰੀ,	kaho naanak satgur balihaaree
ਜਿਨਿ ਏਹੁ ਥਾਨੁ ਸੁਹਾਇਆ॥੧॥	jin ayhu thaan suhaa-i-aa. ||1||

ਪ੍ਰਭ ਦਾ ਤਖਤ ਸਦਾ ਰਹਿਣ ਅਟੱਲ ਵਾਲਾ, ਰੂਹਾਨੀ ਅਨੋਖਾ ਹੀ ਹੈ । ਉਸ ਦੇ ਸ਼ਬਦ ਦੇ ਗੁਣ ਗਾਉਣ ਨਾਲ ਮਨ ਵਿੱਚ ਸੰਤੋਖ ਬਖਸ਼ਿਸ਼ ਹੁੰਦਾ ਹੈ । ਜਿਸ ਦੇ ਮਨ ਵਿੱਚ ਪ੍ਰਭ ਆਪਣਾ ਸ਼ਬਦ ਵਸਾਉਂਦਾ ਹੈ, ਸ਼ਬਦ ਦੇ ਲੜ ਲਾਉਂਦਾ ਹੈ । ਉਹ ਆਪਣੀ ਸ਼ਬਦ ਦੀ ਕਮਾਈ ਦਾ ਫਲ ਪਾਉਂਦਾ ਹੈ । ਜਿਸ ਦੇ ਮਨ ਵਿੱਚ ਪ੍ਰਭ ਸੰਤੋਖ ਬਖਸ਼ਦਾ ਹੈ । ਉਸ ਦਾ ਪ੍ਰਵਾਰ, ਸਾਥੀ ਵੀ ਸ਼ਬਦ ਦੀ ਪਾਲਣਾ ਕਰਦੇ ਖੇੜੇ ਵਿੱਚ ਵਸਦੇ ਹਨ । ਸ਼ਬਦ ਦੇ ਗੁਣ ਗਾਉਂਦੇ ਮਨ ਦੇ ਸਾਰੇ ਮਾਨਸ ਜੀਵਨ ਦੇ ਕਾਰਜ ਸਫਲ ਹੋ ਜਾਂਦੇ ਹਨ । ਪ੍ਰਭ ਹੀ ਜੀਵਾਂ ਦਾ ਅਸਲੀ ਰਖਿਆ ਕਰਨ ਵਾਲਾ, ਮਾਤਾ, ਪਿਤਾ ਦੀ ਤਰ੍ਹਾਂ ਪਾਲਣਾ ਪੋਸਨਾ ਕਰਨ ਵਾਲਾ ਮਾਲਕ ਹੈ । ਬੰਦਗੀ ਕਰਨ ਵਾਲਾ ਸਦਾ ਹੀ ਪ੍ਰਭ ਦਾ ਧੰਨਵਾਦ ਕਰਦਾ, ਕੁਰਬਾਨ ਜਾਂਦਾ ਹੈ । ਜਿਸ ਦੀ ਰਹਿਮਤ ਨਾਲ ਉਸ ਦਾ ਮਨ ਸ਼ਬਦ ਦੀ ਪਾਲਣਾ ਵਿੱਚ ਅਡੋਲ ਰਹਿੰਦਾ ਹੈ ।

The throne of The True Master is eternal, astonishing forever. Whosoever may sing the glory of His Word with steady and stable belief in his day-to-day life; with His mercy and grace, he may be blessed with contentment in his worldly environments. Whosoever may be attached to meditate on the teachings of His Word; his earnings of His Word may be rewarded. Whosoever may sing the glory of His Word; with His mercy and grace, all his chores of human life opportunity may become successful. The True Master, Creator, protector of His Creation, nourishes and protects His creation; just like worldly father and mother. His true devotee remains fascinated and sings the glory of His Word. With His mercy and grace, he may remain steady and stable on obeying the teachings of His Word.

ਘਰ ਮੰਦਰ ਹਟਨਾਲੇ ਸੋਹੈ,	ghar mandar hatnaalay sohay
ਜਿਸੁ ਵਿਚਿ ਨਾਮੁ ਨਿਵਾਸੀ ਰਾਮ॥	jis vich naam nivaasee raam.
ਸੰਤ ਭਗਤ ਹਰਿ ਨਾਮੁ ਅਰਾਧਹਿ,	sant bhagat har naam araaDheh
ਕਟੀਐ ਜਮ ਕੀ ਫਾਸੀ ਰਾਮ॥	katee-ai jam kee faasee raam.
ਕਾਟੀ ਜਮ ਫਾਸੀ ਪ੍ਰਭਿ ਅਬਿਨਾਸੀ,	kaatee jam faasee parabh abhinaasee
	har har naam Dhi-aa-ay.

ਹਰਿ ਹਰਿ ਨਾਮੁ ਧਿਆਏ॥
ਸਗਲ ਸਮਗ੍ਰੀ ਪੂਰਨ ਹੋਈ,
ਮਨ ਇਛੇ ਫਲ ਪਾਏ॥
ਸੰਤ ਸਜਨ ਸੁਖਿ ਮਾਣਹਿ ਰਲੀਆ,
ਦੂਖ ਦਰਦ ਭ੍ਰਮ ਨਾਸੀ॥
ਸਬਦਿ ਸਵਾਰੇ ਸਤਿਗੁਰਿ ਪੂਰੈ,
ਨਾਨਕ ਸਦ ਬਲਿ ਜਾਸੀ॥੨॥

sagal samagree pooran ho-ee
man ichhay fal paa-ay.
sant sajan sukh maaneh ralee-aa
dookh darad bharam naasee.
sabad savaaray satgur poorai
naanak sad bal jaasee. ||2||

ਜਿਸ ਦੇ ਮਨ ਵਿੱਚ ਪ੍ਰਭ ਦਾ ਸ਼ਬਦ ਜਾਗਰਤ ਹੋ ਜਾਂਦਾ ਹੈ । ਉਸ ਨੂੰ ਸੰਸਾਰਕ ਘਰ, ਮੰਦਰ, ਬਜ਼ਾਰ ਸਭ ਬਹੁਤ ਸੁਭਾਗੇ ਲੱਗਦੇ ਹਨ । ਬੰਦਗੀ ਕਰਨ ਵਾਲਾ ਸ਼ਰਧਾ ਨਾਲ ਸ਼ਬਦ ਦਾ ਸਿਮਰਨ ਕਰਦਾ ਹੈ, ਉਸ ਦਾ ਮੌਤ ਦਾ ਡਰ ਖਤਮ ਹੋ ਜਾਂਦਾ ਹੈ । ਸ਼ਬਦ ਦੇ ਸਿਮਰਨ ਨਾਲ ਆਤਮਾ ਬਾਰ ਬਾਰ ਜੂੰਨਾਂ ਦੇ ਚੱਕਰ ਵਿੱਚ ਨਹੀਂ ਜਾਂਦੀ । ਉਸ ਦੇ ਜੀਵਨ ਵਿੱਚ ਸਭ ਕੁਝ ਪਵਿੱਤਰ ਹੋ ਜਾਂਦਾ ਹੈ । ਉਸ ਦੇ ਮਨ ਦੀਆਂ ਮੁਰਾਦਾਂ ਪੂਰੀਆਂ ਹੋ ਜਾਂਦੀਆਂ ਹਨ । ਬੰਦਗੀ ਕਰਨ ਵਾਲਾ ਆਪਣੇ ਸਾਥੀਆਂ ਨਾਲ ਰਲਕੇ ਸ਼ਬਦ ਦੇ ਗੁਣ ਗਾਉਂਦਾ ਹੈ । ਉਸ ਦੇ ਮਨ ਵਿੱਚ ਸੰਤੋਖ ਖੇੜਾ ਵਸਦਾ, ਮਨ ਦੇ ਭਰਮ ਦੂਰ ਹੋ ਜਾਂਦੇ ਹਨ । ਸ਼ਬਦ ਦੀ ਪਾਲਣਾ ਕਰਨ ਨਾਲ ਸ਼ਬਦ ਵਿਚੋਂ ਹੀ ਪ੍ਰਭ ਦੀ ਜੋਤ ਪ੍ਰਗਟ ਹੋ ਜਾਂਦੀ ਹੈ । ਬੰਦਗੀ ਕਰਨ ਵਾਲਾ ਸਦਾ ਹੀ ਸ਼ਬਦ ਤੋਂ ਕੁਰਬਾਨ ਜਾਂਦਾ, ਧੰਨਵਾਦ ਹੀ ਗਾਉਂਦਾ ਰਹਿੰਦਾ ਹੈ ।

With His mercy and grace, whosoever may be enlightened with the essence of His Word; all worldly houses, temples, bazar, market places become very pleasant to his mind. Whosoever may meditate on the teachings of His Word with a devotion; his cycle of birth and death may be eliminated. With His mercy and grace, his soul may not enter the womb of mother again. Everything in his life may become sanctified and his spoken and unspoken desires may be fully satisfied. His true devotee may associate with His Holy saint and sings the glory of His Word. All his suspicions may be eliminated and he may remain overwhelmed with blossom and contentment in his day-to-day life. Whosoever may obey the teachings of His Word with steady and stable; he may be enlightened from within. His true devotee always sings the glory of His Word, blessings; he remains fascinating and astonished from His Nature, His miracles.

ਦਾਤਿ ਖਸਮ ਕੀ ਪੂਰੀ ਹੋਈ,
ਨਿਤ ਨਿਤ ਚੜੈ ਸਵਾਈ ਰਾਮ॥
ਪਾਰਬ੍ਰਹਮਿ ਖਸਮਾਨਾ ਕੀਆ,
ਜਿਸ ਦੀ ਵਡੀ ਵਡਿਆਈ ਰਾਮ॥
ਆਦਿ ਜੁਗਾਦਿ ਭਗਤਨ ਕਾ ਰਾਖਾ,
ਸੋ ਪ੍ਰਭੁ ਭਇਆ ਦਇਆਲਾ॥
ਜੀਆ ਜੰਤ ਸਭਿ ਸੁਖੀ ਵਸਾਏ,
ਪ੍ਰਭਿ ਆਪੇ ਕਰਿ ਪ੍ਰਤਿਪਾਲਾ॥
ਦਹ ਦਿਸ ਪੂਰਿ ਰਹਿਆ ਜਸੁ ਸੁਆਮੀ,
ਕੀਮਤਿ ਕਹਣੁ ਨ ਜਾਈ॥
ਕਹੁ ਨਾਨਕ ਸਤਿਗੁਰ ਬਲਿਹਾਰੀ,
ਜਿਨਿ ਅਬਿਚਲ ਨੀਵ ਰਖਾਈ॥੩॥

daat khasam kee pooree ho-ee
nit nit charhai savaa-ee raam.
paarbarahm khasmaanaa kee-aa
jis dee vadee vadi-aa-ee raam.
aad jugaad bhagtan kaa raakhaa
so parabh bha-i-aa da-i-aalaa.
jee-a jant sabh sukhee vasaa-ay
parabh aapay kar partipaalaa.
dah dis poor rahi-aa jas su-aamee
keemat kahan na jaa-ee.
kaho naanak satgur balihaaree
jin abichal neev rakhaa-ee. ||3||

ਪ੍ਰਭ ਦੀ ਰਹਿਮਤ, ਬਖਸ਼ਿਸ਼ ਪੂਰਨ, ਸਭ ਕਾਰਜ ਸਫਲ ਕਰਨ ਵਾਲੀ ਹੁੰਦੀ, ਦਿਨ ਰਾਤ ਵਧਦੀ ਰਹਿੰਦੀ ਹੈ । ਪ੍ਰਭ ਨੇ ਇੱਕ ਅਨੋਖਾ ਹੀ ਕਰਤਬ ਕੀਤਾ ਹੈ । ਬੰਦਗੀ ਕਰਨ ਵਾਲੇ ਦਾਸ ਨੂੰ ਆਪਣਾ ਬਣਾ ਲਿਆ ਹੈ । ਜਿਹੜਾ ਪ੍ਰਭ ਸਦਾ ਹੀ ਭਗਤਾ ਦੀ ਰਖਿਆ ਕਰਦਾ ਆਇਆ ਹੈ । ਇਹ ਉਸ ਦੀ ਹੀ ਵਡਿਆਈ ਹੈ । ਉਹ ਹੀ ਆਪਣੇ ਬੰਦਗੀ ਕਰਨ ਵਾਲੇ ਤੇ ਦਿਆਲ, ਤਰਸਵਾਨ ਹੋ ਗਿਆ ਹੈ ।

ਸ੍ਰਿਸ਼ਟੀ ਦੇ ਸਾਰੇ ਜੀਵ ਜੰਤ ਸੰਜੋਗ ਨਾਲ ਵਸਦੇ ਹਨ । ਪ੍ਰਭ ਆਪ ਹੀ ਉਸ ਦੀ ਪਾਲਣਾ ਪੋਸਨਾ ਕਰਦਾ ਹੈ । ਪ੍ਰਭ ਦੀ ਮਹਿਮਾਂ ਦੀ ਚਰਚਾ ਸਾਰੇ ਸੰਸਾਰ ਵਿੱਚ ਹੁੰਦੀ ਹੈ । ਉਸ ਦੀ ਵਡਿਆਈ ਦੀ ਵਿਆਖਿਆ ਨਹੀਂ ਕੀਤੀ ਜਾ ਸਕਦੀ । ਬੰਦਗੀ ਕਰਨ ਵਾਲਾ ਪ੍ਰਭ ਤੋਂ ਸਦਾ ਹੀ ਕੁਰਬਾਣ ਜਾਂਦਾ ਹੈ । ਜਿਸ ਨੇ ਰਹਿਮਤ ਬਖਸ਼ਕੇ, ਮਨ ਵਿੱਚ ਸ਼ਬਦ ਦੀ ਪਾਲਣਾ ਦੀ ਲਗਨ ਬਖਸ਼ੀ ਹੈ ।

The teachings of His Word, blessings are perfect to conclude all tasks successfully and His blessings enhance day and night. The True Master has revealed an astonishing miracle; with His mercy and grace, His true devotee has been accepted in His court. The Merciful True Master, Protector of the universe remains gracious on His humble true devotee. He nourishes every creature and everyone may sing the glory of His Word and His whole creation may co-exist in harmony. His greatness remains beyond comprehension of His Creation. His true devotee remains fascinated from His Nature. With His mercy and grace, he remains on the right path of obeying the teachings of His Word.

ਗਿਆਨ ਧਿਆਨ ਪੂਰਨ ਪਰਮੇਸਰੁ,	gi-aan Dhi-aan pooran parmaysur
ਹਰਿ ਹਰਿ ਕਥਾ ਨਿਤ ਸੁਣੀਐ ਰਾਮ॥	har har kathaa nit sunee-ai raam.
ਅਨਹਦ ਚੋਜ ਭਗਤ ਭਵ ਭੰਜਨ,	anhad choj bhagat bhav bhanjan
ਅਨਹਦ ਵਾਜੇ ਧੁਨੀਐ ਰਾਮ॥	anhad vaajay Dhunee-ai raam.
ਅਨਹਦ ਝੁਣਕਾਰੇ ਤਤੁ ਬੀਚਾਰੇ,	anhad jhunkaaray tat beechaaray
ਸੰਤ ਗੋਸਟਿ ਨਿਤ ਹੋਵੈ॥	sant gosat nit hovai.
ਹਰਿ ਨਾਮੁ ਅਰਾਧਹਿ ਮੈਲੁ ਸਭ ਕਾਟਹਿ,	har naam araaDheh mail sabh kaateh
ਕਿਲਵਿਖ ਸਗਲੇ ਖੋਵੈ॥	kilvikh saglay khovai.
ਤਹ ਜਨਮ ਨ ਮਰਣਾ ਆਵਣ ਜਾਣਾ,	tah janam na marnaa aavan jaanaa
ਬਹੁੜਿ ਨ ਪਾਈਐ ਜੂਨੀਐ॥	bahurh na paa-ee-ai jonee-ai.
ਨਾਨਕ ਗੁਰੁ ਪਰਮੇਸਰੁ ਪਾਇਆ,	naanak gur parmaysar paa-i-aa
ਜਿਸੁ ਪ੍ਰਸਾਦਿ ਇਛ ਪੁਨੀਐ॥੪॥੬॥੯॥	jis parsaad ichh punee-ai. ‖4‖6‖9‖

ਪ੍ਰਭ ਦੇ ਸ਼ਬਦ ਦੀ ਰੂਹਾਨੀ ਸੋਝੀ, ਸਿਮਰਨ ਦੀ ਚਰਚਾ ਲਗਾਤਰਾ ਹੁੰਦੀ ਹੈ । ਬੰਦਗੀ ਕਰਨ ਵਾਲਾ ਸ਼ਬਦ ਦੇ ਗੁਣ ਗਾਉਂਦਾ ਹੈ । ਦੁਖਾਂ ਦਾ ਨਾਸ ਕਰਨ ਵਾਲੇ ਦੇ ਸ਼ਬਦ ਦੇ ਗੁਣ ਗਾਉਂਦਾ, ਸ਼ਬਦ ਦੀ ਧੁਨ ਮਨ ਵਿੱਚ ਚਲਾ ਲੈਂਦਾ ਹੈ । ਜਿਸ ਦੇ ਮਨ ਵਿੱਚ ਸ਼ਬਦ ਦੀ ਧੁਨ ਚਲ ਪੈਂਦੀ ਹੈ । ਉਸ ਨੂੰ ਸ਼ਬਦ ਦੇ ਤੱਤ ਦੀ ਸੋਝੀ ਬਖਸ਼ਿਸ਼ ਹੋ ਜਾਂਦੀ, ਉਹ ਮਾਨਸ ਜੀਵਨ ਦਾ ਮੰਤਵ ਸਮਝ ਜਾਂਦਾ ਹੈ । ਇਹ ਉਸ ਦੇ ਜੀਵਨ ਦਾ ਧੰਦਾ ਬਣ ਜਾਂਦਾ ਹੈ । ਬੰਦਗੀ ਕਰਨ ਵਾਲੇ ਦੇ ਮਨ ਦੇ ਬੁਰੇ ਖਿਆਲ ਖਤਮ ਹੋ ਜਾਂਦੇ, ਪਾਪ ਧੋਤੇ ਜਾਂਦੇ ਹਨ । ਉਸ ਦਾ ਜੂੰਨਾਂ ਦਾ ਚੱਕਰ ਖਤਮ ਹੋ ਜਾਂਦਾ, ਬਾਰ ਬਾਰ ਮਾਤਾ ਦੇ ਗਰਭ ਵਿੱਚ ਨਹੀਂ ਜਾਣਾ ਪੈਂਦਾ । ਬੰਦਗੀ ਕਰਨ ਵਾਲੇ ਦੇ ਤਨ, ਮਨ ਵਿੱਚ ਸ਼ਬਦ ਜਾਗਰਤ, ਸੇਚੇਤ ਹੋ ਜਾਂਦਾ ਹੈ । ਉਸ ਦੇ ਮਨ ਦੀਆਂ ਮੁਰਾਦਾਂ ਪੂਰੀਆਂ ਹੋ ਜਾਂਦੀਆਂ ਹਨ ।

From Ancient Ages, His Creation has been singing the glory of His eternal enlightenment. His true devotee sings the glory of His Word with steady and stable belief; with His mercy and grace, the everlasting echo of His Word may resonate within his heart. With the enlightenment of the essence of His Word, he may be blessed with the right path of acceptance in His court. He may adopt the teachings of His Word and the real path of his human life journey. With His mercy and grace, all his sins may be forgiven along with evil thoughts of his mind. His cycle of birth and death may be eliminated, he may not enter the womb of mother again. His true devotee remains awake and alert with the enlightenment; with His mercy and grace, his spoken and unspoken desires may be satisfied.

191.ਸੂਹੀ ਮਹਲਾ ੫॥ 783-15

ਸੰਤਾ ਕੇ ਕਾਰਜਿ ਆਪਿ ਖਲੋਇਆ,	santaa kay kaaraj aap khalo-i-aa
ਹਰਿ ਕੰਮੁ ਕਰਾਵਣਿ ਆਇਆ ਰਾਮ॥	har kamm karaavan aa-i-aa raam.
ਧਰਤਿ ਸੁਹਾਵੀ ਤਾਲੁ ਸੁਹਾਵਾ,	Dharat suhaavee taal suhaavaa
ਵਿਚਿ ਅੰਮ੍ਰਿਤ ਜਲੁ ਛਾਇਆ ਰਾਮ॥	vich amrit jal chhaa-i-aa raam.
ਅੰਮ੍ਰਿਤ ਜਲੁ ਛਾਇਆ	amrit jal chhaa-i-aa
ਪੂਰਨ ਸਾਜੁ ਕਰਾਇਆ,	pooran saaj karaa- i-aa
ਸਗਲ ਮਨੋਰਥ ਪੂਰੇ॥	sagal manorath pooray.
ਜੈ ਜੈ ਕਾਰੁ ਭਇਆ ਜਗ ਅੰਤਰਿ,	jai jai kaar bha-i-aa jag antar
ਲਾਥੇ ਸਗਲ ਵਿਸੂਰੇ॥	laathay sagal visooray.
ਪੂਰਨ ਪੁਰਖ ਅਚੁਤ ਅਬਿਨਾਸੀ,	pooran purakh achut abhinaasee
ਜਸੁ ਵੇਦ ਪੁਰਾਣੀ ਗਾਇਆ॥	jas vayd puraanee gaa-i-aa.
ਅਪਨਾ ਬਿਰਦੁ ਰਖਿਆ ਪਰਮੇਸਰਿ,	apnaa birad rakhi-aa parmaysar
ਨਾਨਕ ਨਾਮੁ ਧਿਆਇਆ॥੧॥	naanak naam Dhi-aa-i-aa. ||1||

ਬੰਦਗੀ ਕਰਨ ਵਾਲੇ ਦੇ ਸੰਸਾਰਕ ਧੰਦੇ ਵਿੱਚ ਪ੍ਰਭ ਆਪ ਸਹਾਈ ਹੁੰਦਾ ਹੈ । ਉਸ ਦੇ ਜੀਵਨ ਵਿੱਚ ਧੰਦੇ ਕਰਨ ਦੇ ਆਪ ਹੀ ਕਾਰਨ ਬਣਾਉਂਦਾ, ਸਫਲ ਕਰਦਾ ਹੈ । ਜਿਥੇ ਬੰਦਗੀ ਕਰਨ ਵਾਲੇ ਸ਼ਬਦ ਦੀ ਸੋਝੀ ਰੂਪੀ ਅੰਮ੍ਰਿਤ ਪਾਨ ਕਰਦਾ ਹੈ । ਉਹ ਥਾਂ, ਘਰ ਮੰਦਰ, ਸਰੋਵਰ ਸੁਭਾਗਾ ਬਣ ਜਾਂਦਾ ਹੈ । ਉਸ ਦੇ ਮਨ ਦੇ ਸਰੋਵਰ ਵਿੱਚ ਅੰਮ੍ਰਿਤ ਭਰਪੂਰ, ਭਰਿਆਂ ਰਹਿੰਦਾ ਹੈ । ਉਸ ਦੇ ਮਨ ਦੀਆਂ ਇੱਛਾਂ ਪੂਰੀਆਂ ਹੋ ਜਾਂਦੀਆਂ ਹਨ । ਉਸ ਦੇ ਮਨ ਦੇ ਸੰਸਾਰਕ ਇੱਛਾਂ ਦੇ ਦੁਖ, ਚਿੰਤਾਂ ਦੂਰ ਹੋ ਜਾਂਦੀਆਂ, ਚਾਰੇ ਪਾਸੇ ਹੀ ਸੋਭਾ ਹੁੰਦੀ ਹੈ । ਬੰਦਗੀ ਕਰਨ ਵਾਲਾ ਅਡੋਲ ਭਰੋਸੇ ਨਾਲ ਧਰਮ ਦੇ ਗ੍ਰੰਥਾਂ ਵਿੱਚ ਦੱਸੇ ਹੋਏ ਪ੍ਰਭ ਦੇ ਗੁਣਾਂ ਦੀ ਉਸਤਤ ਗਾਉਂਦਾ ਹੈ । ਉਹ ਪ੍ਰਭ ਸਦਾ ਅਟੱਲ ਰਹਿਣ ਵਾਲਾ ਰਹਿਮਤਾਂ ਦਾ ਮਾਲਕ ਹੈ । ਪ੍ਰਭ ਦਾ ਅਟੱਲ ਭਾਣਾ, ਰਹਿਮਤਾਂ ਦੀ ਵਰਖਾ ਸਦਾ ਹੀ ਹੁੰਦੀ ਰਹਿੰਦੀ ਹੈ । ਬੰਦਗੀ ਕਰਨ ਵਾਲਾ ਸ਼ਬਦ ਦੇ ਸਿਮਰਨ ਵਿੱਚ ਅਡੋਲ ਰਹਿੰਦਾ ਹੈ ।

The True Master becomes helper, supporter in worldly deeds of His true devotee. He creates the purpose of his worldly chores and He prevails to make all successful. Wherever His true devotee may meditate, preaches, and obeys the teachings of His Word; with His mercy and grace that place may become a Holy Shrine and very fortunate. All his spoken and unspoken desires may be fully satisfied; with His mercy and grace, all his worldly desires may be eliminated and he may be honored in the universe. He may sing the glory of the virtues of The True Master as described in worldly Holy scriptures. The Merciful ever-living True Master is the treasure of all virtues. His Word is an ultimate, unavoidable command and He always bestows His virtues like rain. His true devotee remains steady and stable in his meditation in the void of His Word.

ਨਵ ਨਿਧਿ ਸਿਧਿ ਰਿਧਿ ਦੀਨੇ ਕਰਤੇ,	nav niDh siDh riDh deenay kartay
ਤੋਟਿ ਨ ਆਵੈ ਕਾਈ ਰਾਮ॥	tot na aavai kaa-ee raam.
ਖਾਤ ਖਰਚਤ ਬਿਲਛਤ ਸੁਖੁ ਪਾਇਆ,	khaat kharchat bilchhat sukh paa-i-aa
ਕਰਤੇ ਕੀ ਦਾਤਿ ਸਵਾਈ ਰਾਮ॥	kartay kee daat savaa-ee raam.
ਦਾਤਿ ਸਵਾਈ ਨਿਖੁਟਿ ਨ ਜਾਈ,	daat savaa-ee nikhut na jaa-ee
ਅੰਤਰਜਾਮੀ ਪਾਇਆ॥	ntarjaamee paa-i-aa.
ਕੋਟਿ ਬਿਘਨ ਸਗਲੇ ਉਠਿ ਨਾਠੇ,	kot bighan saglay uth naathay
ਦੂਖੁ ਨ ਨੇੜੈ ਆਇਆ॥	dookh na nayrhai aa-i-aa.

ਸਾਂਤਿ ਸਹਜ ਆਨੰਦ ਘਨੇਰੇ, saaNt sahj aanand ghanayray
ਬਿਨਸੀ ਭੂਖ ਸਬਾਈ॥ binsee bhookh sabaa-ee.
ਨਾਨਕ ਗੁਣ ਗਾਵਹਿ ਸੁਆਮੀ ਕੇ, naanak gun gaavahi su-aamee kay
ਅਚਰਜੁ ਜਿਸੁ ਵਡਿਆਈ ਰਾਮ॥੨॥ achraj jis vadi-aa-ee raam. ||2||

ਬੰਦਗੀ ਕਰਨ ਵਾਲੇ ਤੇ ਰਹਿਮਤ ਬਖਸ਼ਦਾ ਹੈ । ਸ਼ਬਦ ਦੀ ਸੋਝੀ, ਪ੍ਰਭ ਦੀਆਂ ਕਰਾਮਾਤਾਂ ਦਾ ਗਿਆਨ ਬਖਸ਼ਦਾ ਹੈ । ਉਸ ਦੇ ਘਰ ਵਿੱਚ ਕਦੇ ਕਿਸੇ ਕਿਸਮ ਦੀ ਕਮੀ ਨਹੀਂ ਹੁੰਦੀ । ਸ਼ਬਦ ਦੇ ਗੁਣਾਂ ਨੂੰ ਸਾਥੀਆਂ ਨਾਲ ਸਾਂਝੀ ਕਰਨ ਨਾਲ ਗਿਆਨ ਵਿੱਚ ਕੋਈ ਘਟਾ, ਕਮੀ ਨਹੀਂ ਆਉਂਦੀ । ਸ਼ਬਦ ਦੀ ਸੋਝੀ ਸਾਥੀਆਂ ਨਾਲ ਸਾਝੀ ਕਰਨ ਨਾਲ ਵਾਧਾ ਹੀ ਹੁੰਦਾ ਹੈ । ਬੰਦਗੀ ਕਰਨ ਵਾਲਾ ਅੰਤਰਜਾਮੀ ਪ੍ਰਭ ਦੀ ਹੋਂਦ ਮਹਿਸੂਸ ਕਰਦਾ ਹੈ । ਉਹ ਆਪਣੇ ਘਰ ਵਿੱਚ ਰਹਿਮਤ ਦੀ ਕਮੀ ਨਹੀਂ ਮਹਿਸੂਸ ਕਰਦਾ । ਦਾਸ ਦੇ ਜੀਵਨ ਵਿੱਚ ਆਉਣ ਵਾਲੀਆਂ ਅਨੇਕਾਂ ਹੀ ਮੁਸ਼ਕਲਾਂ ਦੂਰ ਹੋ ਜਾਂਦੀਆਂ ਹਨ । ਉਸ ਨੂੰ ਕੋਈ ਸੰਸਾਰਕ ਚਿੰਤਾਂ ਪਰੇਸ਼ਾਨ ਨਹੀਂ ਕਰ ਸਕਦੀ । ਉਸ ਦੇ ਮਨ ਵਿੱਚ ਸੰਤੋਖ, ਖੇੜਾ ਵਸ ਜਾਂਦਾ, ਮਨ ਵਿੱਚ ਕੋਈ ਸੰਸਾਰਕ ਇੱਛਾਂ ਦੀ ਭੁੱਖ ਨਹੀਂ ਰਹਿੰਦੀ । ਬੰਦਗੀ ਕਰਨ ਵਾਲਾ ਪ੍ਰਭ ਦੇ ਸ਼ਬਦ ਦੇ ਗੁਣ ਗਾਉਂਦਾ ਰਹਿੰਦਾ ਹੈ । ਪ੍ਰਭ ਦੀਆਂ ਅਨੋਖੀਆਂ ਹੀ ਵਡਿਆਈਆਂ ਹਨ ।

The True Master may bestow unique enlightenment of His virtues and comprehension of His Nature. His Treasure may never have any shortage or deficiency of virtues. Whosoever may share the essence of enlightenment of His Word with others; with His mercy and grace, his enlightenment may be enhanced to next, deeper level. He may always realize The True Master remains with him in day-to-day activities. He may never realize any deficiency; all his frustrations and miseries may be avoided. He may remain overwhelmed with contentment; he may never have any hunger for worldly desires. His true devotee remains intoxicated in singing the glory of His Word. The True Master has astonishing virtues, greatness beyond the comprehension of His Creation.

ਜਿਸ ਕਾ ਕਾਰਜੁ ਤਿਨ ਹੀ ਕੀਆ, jis kaa kaaraj tin hee kee-aa
ਮਾਣਸੁ ਕਿਆ ਵੇਚਾਰਾ ਰਾਮ॥ maanas ki-aa vaychaaraa raam.
ਭਗਤ ਸੋਹਨਿ ਹਰਿ ਕੇ ਗੁਣ ਗਾਵਹਿ, bhagat sohan har kay gun gaavahi
ਸਦਾ ਕਰਹਿ ਜੈਕਾਰਾ ਰਾਮ॥ sadaa karahi jaikaaraa raam.
ਗੁਣ ਗਾਇ ਗੋਬਿੰਦ ਅਨਦ ਉਪਜੇ, gun gaa-ay gobind anad upjay
ਸਾਧਸੰਗਤਿ ਸੰਗਿ ਬਨੀ॥ saaDhsangat sang banee.
ਜਿਨਿ ਉਦਮੁ ਕੀਆ ਤਾਲ ਕੇਰਾ, jin udam kee-aa taal kayraa
ਤਿਸ ਕੀ ਉਪਮਾ ਕਿਆ ਗਨੀ॥ tis kee upmaa ki-aa ganee.
ਅਠਸਠਿ ਤੀਰਥ ਪੁੰਨ ਕਿਰਿਆ, athsath tirath punn kiri-aa
ਮਹਾ ਨਿਰਮਲ ਚਾਰਾ॥ mahaa nirmal chaaraa.
ਪਤਿਤ ਪਾਵਨੁ ਬਿਰਦੁ ਸੁਆਮੀ, patit paavan birad su-aamee
ਨਾਨਕ ਸਬਦ ਅਧਾਰਾ॥੩॥ naanak sabad aDhaaraa. ||3||

ਮਾਨਸ ਜੀਵਨ ਦੇ ਧੰਦੇ ਪ੍ਰਭ ਆਪ ਹੀ ਜੀਵ ਨੂੰ ਬਖਸ਼ਦਾ ਹੈ । ਆਪ ਹੀ ਕੰਮ ਕਰਨ ਤੇ ਲਾਉਂਦਾ ਹੈ, ਮਾਨਸ ਦੇ ਵੱਸ ਵਿੱਚ ਕੁਝ ਨਹੀਂ ਹੈ । ਬੰਦਗੀ ਕਰਨ ਵਾਲਾ ਸ਼ਰਧਾ ਨਾਲ, ਭਰੋਸਾ ਅਡੋਲ ਰਖਕੇ ਸ਼ਬਦ ਦੇ ਗੁਣ ਗਾਉਂਦਾ ਹੈ । ਹਰ ਕੰਮ ਵਿੱਚ ਪ੍ਰਭ ਦੀ ਹੀ ਜੈਕਾਰ ਕਰਦਾ ਹੈ । ਉਸ ਦਾ ਹੀ ਧੰਨਵਾਦ ਕਰਦਾ ਹੈ । ਸੰਗਤ ਵਿੱਚ ਪ੍ਰਭ ਦੇ ਸ਼ਬਦ ਦੇ ਗੁਣ ਗਾਉਂਦੇ ਜੀਵ ਦੇ ਮਨ ਵਿੱਚ ਸ਼ਬਦ ਨਾਲ ਸ਼ਰਧਾ ਵਧਦੀ ਹੈ । ਜਿਹੜਾ ਸ਼ਬਦ ਦੀ ਪਾਲਣਾ ਅਡੋਲ ਭਰੋਸੇ ਨਾਲ ਕਰਦਾ ਹੈ । ਉਸ ਦੀ ਉਪਮਾ, ਮਨ ਦੀ ਅਵਸਥਾ ਕਿਵੇਂ ਵਖਿਆਨ ਕੀਤੀ ਜਾ ਸਕਦੀ ਹੈ? ਸ਼ਬਦ ਦੀ ਬੰਦਗੀ ਕਰਨ ਵਾਲੇ ਦੇ ਜੀਵਨ ਵਿਚੋਂ ਹੀ ਪਵਿੱਤਰ ਤੀਰਥਾਂ ਦੇ ਇਸ਼ਨਾਨਾਂ ਦਾ ਫਲ ਬਖਸ਼ਿਸ਼ ਹੁੰਦਾ ਹੈ । ਇਸਤਰ੍ਹਾਂ ਦੀ ਪਵਿੱਤਰ ਅਵਸਥਾ

ਰਹਿਮਤਾਂ ਦੇ ਮਾਲਕ, ਬਖਸ਼ਣ ਹਾਰੇ ਪ੍ਰਭ ਦੀ ਹੁੰਦੀ ਹੈ । ਬੰਦਗੀ ਕਰਨ ਵਾਲਾ ਸਦਾ ਹੀ ਸ਼ਬਦ ਦੀ ਪਾਲਣਾ ਨੂੰ ਹੀ ਜੀਵਨ ਦਾ ਅਧਾਰ ਬਣਾਉਂਦਾ ਹੈ ।

All worldly chores have been created and inspired by The True Master; worldly creature may not comprehend the reason nor have anything under his control. His true devotee may surrender his mind, body at His sanctuary and sings the glory of The True Master. He may only claim His victory in all tasks of the universe. Whosoever may sing the glory of His Word in conjugation with His true devotee; with His mercy and grace, his devotion may become more intense. Whosoever may obey the teachings of His Word with steady and stable belief; how may his state of mind, devotion be comprehended? Whosoever may adopt the teachings of His Word with steady and stable belief in his day-to-day life; with His mercy and grace, he may be blessed with the reward of sanctifying bath at Holy shrines. The True Master has such a unique greatness. His true devotee may adopt the teachings of His Word as the guiding principle of his way of worldly life.

ਗੁਣ ਨਿਧਾਨ ਮੇਰਾ ਪ੍ਰਭੁ ਕਰਤਾ,	gun niDhaan mayraa parabh kartaa
ਉਸਤਤਿ ਕਉਨੁ ਕਰੀਜੈ ਰਾਮ॥	ustat ka-un kareejai raam.
ਸੰਤਾ ਕੀ ਬੇਨੰਤੀ ਸੁਆਮੀ,	santaa kee baynantee su-aamee
ਨਾਮੁ ਮਹਾ ਰਸੁ ਦੀਜੈ ਰਾਮ॥	naam mahaa ras deejai raam.
ਨਾਮੁ ਦੀਜੈ ਦਾਨੁ ਕੀਜੈ,	naam deejai daan keejai
ਬਿਸਰੁ ਨਾਹੀ ਇਕ ਖਿਨੋ॥	bisar naahee ik khino.
ਗੁਣ ਗੋਪਾਲ ਉਚਰੁ ਰਸਨਾ,	gun gopaal uchar rasnaa
ਸਦਾ ਗਾਈਐ ਅਨਦਿਨੋ॥	sadaa gaa-ee-ai andino.
ਜਿਸੁ ਪ੍ਰੀਤਿ ਲਾਗੀ ਨਾਮ ਸੇਤੀ,	jis pareet laagee naam saytee
ਮਨੁ ਤਨੁ ਅੰਮ੍ਰਿਤ ਭੀਜੈ॥	man tan amrit bheejai.
ਬਿਨਵੰਤਿ ਨਾਨਕ ਇਛ ਪੁੰਨੀ,	binvant naanak ichh punnee
ਪੇਖਿ ਦਰਸਨੁ ਜੀਜੈ॥੪॥੭॥੧੦॥	paykh darsan jeejai.||4||7||10||

ਪ੍ਰਭ ਤੂੰ ਹੀ ਗੁਣਾਂ ਦਾ, ਰਹਿਮਤਾਂ ਦਾ ਸਾਗਰ, ਖਜ਼ਾਨਾ ਹੈ । ਕਿਹੜੇ ਕਿਹੜੇ ਗੁਣ ਦੀ ਉਸਤਤ ਕਰਾ? ਬੰਦਗੀ ਕਰਨ ਵਾਲਾ ਸਦਾ ਇੱਕੋ ਇੱਕ ਹੀ ਅਰਦਾਸ ਕਰਦਾ ਹੈ । ਰਹਿਮਤਾਂ ਦੇ ਮਾਲਕ ਸ਼ਬਦ ਦੇ ਲੜ ਲਾਵੋ! ਸ਼ਬਦ ਦੀ ਸੋਝੀ ਬਖਸ਼ੋ! ਸ਼ਬਦ ਦੀ ਪਾਲਣਾ, ਸਿਮਰਨ ਕਰਦੇ, ਇੱਕ ਪਲ ਵੀ ਸ਼ਬਦ ਨੂੰ ਮਨ ਵਿਚੋਂ ਨਾ ਵਿਸਾਰਾ । ਮੇਰੀ ਜੀਭ ਸਦਾ ਹੀ ਦਿਨ ਰਾਤ ਤੇਰੇ ਸ਼ਬਦ ਦੀ ਉਸਤਤ ਗਾਵੇ, ਕਦੇ ਮਨੋ ਨਾ ਵਿਸਾਰੇ । ਜਿਸ ਦੇ ਮਨ ਵਿੱਚ ਪ੍ਰਭ ਦਾ ਸ਼ਬਦ ਜਾਗਰਤ ਹੋ ਜਾਂਦਾ ਹੈ । ਉਸ ਦੇ ਤਨ, ਮਨ ਤੇ ਰਹਿਮਤਾਂ ਦਾ ਨੂਰ ਚਮਕਦਾ, ਰਹਿਮਤ ਭਰਪੂਰ ਰਹਿੰਦੀ ਹੈ । ਜਿਸ ਮਨ ਵਿੱਚ ਪ੍ਰਭ ਦਾ ਸ਼ਬਦ ਜਾਗਰਤ ਹੋ ਜਾਂਦਾ ਹੈ । ਉਸ ਦੇ ਮਨ ਦੀਆਂ ਮੁਰਾਦਾਂ ਪੂਰੀਆਂ ਹੋ ਜਾਂਦੀਆਂ ਹਨ ।

My True Master remains treasure and ocean of virtues. Which of Your virtue may I sing? His true devotee may always pray for His forgiveness to be attached to His Word and he may never abandon His Word. My tongue may sing the glory of Your Word and I may never abandon Yours Word. Whosoever may be enlightened with the essence of His Word; with His mercy and grace, his mind, body may remain overwhelmed with spiritual glow of His Word. All his spoken and unspoken desires may be satisfied.

192.ਰਾਗੁ ਸੂਹੀ ਮਹਲਾ ੫ ਛੰਤ॥ 784-11

੧ੴ ਸਤਿਗੁਰ ਪ੍ਰਸਾਦਿ॥	ik-oNkaar satgur parsaad.
ਮਿਠ ਬੋਲੜਾ ਜੀ,	mith bolrhaa jee
ਹਰਿ ਸਜਣੁ ਸੁਆਮੀ ਮੋਰਾ॥	har sajan su-aamee moraa.
ਹਉ ਸੰਮਲਿ ਥਕੀ ਜੀ,	ha-o sammal thakee jee
ਓਹੁ ਕਦੇ ਨ ਬੋਲੈ ਕਉਰਾ॥	oh kaday na bolai ka-uraa.
ਕਉੜਾ ਬੋਲਿ ਨ ਜਾਨੈ	ka-urhaa bol na jaanai
ਪੂਰਨ ਭਗਵਾਨੈ,	pooran bhagvaanai
ਅਉਗਣੁ ਕੋ ਨ ਚਿਤਾਰੇ॥	a-ugan ko na chitaaray.
ਪਤਿਤ ਪਾਵਨੁ ਹਰਿ ਬਿਰਦੁ ਸਦਾਏ,	patit paavan har birad sadaa-ay
ਇਕੁ ਤਿਲੁ ਨਹੀ ਭੰਨੈ ਘਾਲੇ॥	ik til nahee bhannai ghaalay.
ਘਟ ਘਟ ਵਾਸੀ ਸਰਬ ਨਿਵਾਸੀ,	ghat ghat vaasee sarab nivaasee
ਨੇਰੈ ਹੀ ਤੇ ਨੇਰਾ॥	nayrai hee tay nayraa.
ਨਾਨਕ ਦਾਸੁ ਸਦਾ ਸਰਣਾਗਤਿ,	naanak daas sadaa sarnaagat
ਹਰਿ ਅੰਮ੍ਰਿਤ ਸਜਣੁ ਮੇਰਾ॥੧॥	har amrit sajan mayraa. ||1||

ਜਿਹੜੀ ਜੀਭ ਪ੍ਰਭ ਦੇ ਸ਼ਬਦ ਦੇ ਗੁਣ ਗਾਉਂਦੀ ਹੈ । ਉਸ ਦੀ ਰਸਨਾ ਨਿਮ੍ਰਤਾ ਵਾਲੀ ਬਣ ਜਾਂਦੀ ਹੈ । ਉਸ ਦੇ ਮਨ ਵਿੱਚ ਕਦੇ ਕਰੋਧ ਨਹੀਂ ਆਉਂਦਾ । ਮਨ ਕਦੇ ਕਿਸੇ ਦੀ ਗਲਤੀ ਤੇ ਗੁੱਸੇ ਨਾਲ ਨਹੀਂ ਬੋਲਦਾ । ਜਿਹੜਾ ਜੀਵ ਆਪਣੀ ਗਲਤੀ ਮੰਨਕੇ ਸਿੱਧੇ ਰਸਤੇ ਤੇ ਚਲ ਪੈਂਦਾ ਹੈ । ਪ੍ਰਭ ਉਸ ਦੀਆਂ ਭੁੱਲਾਂ ਬਖਸ਼ ਦੇਂਦਾ ਹੈ । ਪ੍ਰਭ, ਰਹਿਮਤਾਂ ਦਾ ਮਾਲਕ ਕਰੋਧ ਨਾਲ ਨਹੀਂ ਬੋਲਦਾ । ਉਸ ਦੇ ਪਿਛਲੇ ਅਉਗੁਣ ਨਹੀਂ ਚੁਤਾਰਦਾ, ਉਸ ਦੀ ਸ਼ਬਦ ਦੀ ਕਮਾਈ ਦਾ ਫਲ ਬਖਸ਼ਦਾ ਹੈ । ਉਹ ਹਰਇੱਕ ਜੀਵ ਦੇ ਨੇੜੇ ਤਨ, ਮਨ ਵਿੱਚ ਵਸਦਾ, ਵਾਪਰਦਾ ਹੈ । ਬੰਦਗੀ ਕਰਨ ਵਾਲਾ ਉਸ ਨੂੰ ਹੀ ਆਪਣਾ ਅਸਲੀ ਸਾਥੀ ਮੰਨਦਾ ਹੈ । ਉਸ ਦੇ ਸ਼ਬਦ ਦੀ ਪਾਲਣਾ ਵਿੱਚ ਅਡੋਲ ਰਹਿੰਦਾ ਹੈ ।

Whosoever may sing the glory of His Word with his own tongue; he may remain overwhelmed with humility and politeness in his life. He may never have any anger in his mind nor becomes angry on others mistakes or evil deeds of others. Whosoever may recognize his own mistakes and adopts the right path of human life journey; with His mercy and grace, He may ignore his mistakes. The True Master may never treat him with anger; He may ignore his previous mistakes and rewards his earnings of His Word. The True Master remains embedded within his soul and He remains awake and alert within his mind and body. His true devotee considers The True Master as his true companion; he may obey the teachings of His Word with steady and stable belief in his day-to-day life.

ਹਉ ਬਿਸਮੁ ਭਈ ਜੀ,	ha-o bisam bha-ee jee
ਹਰਿ ਦਰਸਨੁ ਦੇਖਿ ਅਪਾਰਾ॥	har darsan daykh apaaraa.
ਮੇਰਾ ਸੁੰਦਰੁ ਸੁਆਮੀ ਜੀ,	mayraa sundar su-aamee jee
ਹਉ ਚਰਨ ਕਮਲ ਪਗ ਛਾਰਾ॥	ha-o charan kamal pag chhaaraa.
ਪ੍ਰਭ ਪੇਖਤ ਜੀਵਾ ਠੰਢੀ ਥੀਵਾ,	parabh paykhat jeevaa thadhee theevaa
ਤਿਸੁ ਜੇਵਡੁ ਅਵਰੁ ਨ ਕੋਈ॥	tis jayvad avar na ko-ee
ਆਦਿ ਅੰਤਿ ਮਧਿ ਪ੍ਰਭੁ ਰਵਿਆ,	aad ant maDh parabh ravi-aa
ਜਲਿ ਥਲਿ ਮਹੀਅਲਿ ਸੋਈ॥	jal thal mahee-al so-ee.
ਚਰਨ ਕਮਲ ਜਪਿ ਸਾਗਰੁ ਤਰਿਆ,	charan kamal jap saagar tari-aa
ਭਵਜਲ ਉਤਰੇ ਪਾਰਾ॥	bhavjal utray paaraa.
ਨਾਨਕ ਸਰਣਿ ਪੂਰਨ ਪਰਮੇਸਰੁ,	naanak saran pooran parmaysur

ਤੇਰਾ ਅੰਤੁ ਨ ਪਾਰਾਵਾਰਾ॥੨॥ tayraa ant na paaraavaaraa. ||2||

ਜਿਸ ਜੀਵ ਦੇ ਮਨ ਵਿੱਚ ਪ੍ਰਭ ਦਾ ਸ਼ਬਦ ਜਾਗਰਤ ਹੋ ਜਾਂਦਾ ਹੈ । ਉਸ ਦੇ ਮਨ ਵਿੱਚ ਅਨੋਖਾ ਹੀ ਨੂਰ ਬਖਸ਼ਿਸ਼ ਹੋ ਜਾਂਦਾ ਹੈ । ਪ੍ਰਭ ਦੀ ਰਹਿਮਤ ਨਾਲ ਮਨ ਵਿੱਚ ਨਿਮ੍ਰਤਾ ਘਰ ਕਰ ਜਾਂਦੀ, ਮਨ ਵਿੱਚ ਸੰਤੋਖ ਭਰ ਜਾਂਦਾ ਹੈ । ਪ੍ਰਭ ਦੀ ਵਡਿਆਈ ਦੀ ਹੋਰ ਕਿਸੇ ਨਾਲ ਤੁਲਨਾ ਨਹੀਂ ਕੀਤੀ ਜਾ ਸਕਦੀ । ਉਹ ਪ੍ਰਭ ਨੂੰ ਹੀ ਸਭ ਤੋ ਵੱਡਾ ਮਾਲਕ ਮੰਨਦਾ ਹੈ । ਪ੍ਰਭ ਹੀ ਜੀਵ ਦੇ ਜੀਵਨ ਤੋ ਪਹਿਲੇ, ਜੀਵਨ ਵਿੱਚ ਅਤੇ ਮੌਤ ਪਿਛੋਂ ਸਹਾਈ ਹੁੰਦਾ ਹੈ । ਉਹ ਹੀ ਜਲ, ਥਲ, ਅਕਾਸ਼, ਸਮੁੰਦਰ ਵਿੱਚ ਹਾਜਰਾ ਹਜ਼ੂਰ ਵਾਪਰਦਾ ਹੈ । ਬੰਦਗੀ ਕਰਨ ਵਾਲਾ ਸ਼ਬਦ ਦੀ ਪਾਲਣਾ ਕਰਦਾ, ਸੰਸਾਰਕ ਸਾਗਰ ਪਾਰ ਕਰ ਜਾਂਦਾ ਹੈ । ਬੰਦਗੀ ਕਰਨ ਵਾਲਾ ਪ੍ਰਭ ਦੀ ਸ਼ਰਣ ਦੀ ਅਰਦਾਸ ਕਰਦਾ ਹੈ । ਜਿਸ ਦੇ ਘਰ ਵਿੱਚ ਕੋਈ ਕਮੀ ਨਹੀਂ, ਕੋਈ ਦਾਗ਼ ਨਹੀਂ ਲੱਗ ਸਕਦਾ ।

Whosoever may be enlightened with essence of His Word; he may have unique, astonishing spiritual glow within his mind. The True Master, Treasure of all virtues, blessings may bless overwhelming humility and contentment to His true devotee. His greatness may not be compared with anyone. His true devotee believes that The True Master, the greatest of All, remains companion of his soul before birth in the womb of mother, in worldly life and after death in His Court. The Omnipresent prevails in water, in, on, under earth, sky and in ocean. His true devotee may obey the teachings of His Word; with His mercy and grace, he may cross the terrible worldly ocean of desires. His true devotee, only prays for His refuge; He may never have any shortage, deficiency, or blemish of worldly desires in His Court..

ਹਉ ਨਿਮਖ ਨ ਛੋਡਾ ਜੀ,	ha-o nimakh na chhodaa jee
ਹਰਿ ਪ੍ਰੀਤਮ ਪ੍ਰਾਨ ਅਧਾਰੋ॥	har pareetam paraan aDhaaro.
ਗੁਰਿ ਸਤਿਗੁਰ ਕਹਿਆ ਜੀ,	gur satgur kahi-aa jee
ਸਾਚਾ ਅਗਮ ਬੀਚਾਰੋ॥	saachaa agam beechaaro.
ਮਿਲਿ ਸਾਧੂ ਦੀਨਾ ਤਾ ਨਾਮੁ ਲੀਨਾ,	mil saaDhoo deenaa taa naam leenaa
ਜਨਮ ਮਰਣ ਦੁਖ ਨਾਠੇ॥	janam maran dukh naathay.
ਸਹਜ ਸੂਖ ਆਨੰਦ ਘਨੇਰੇ,	sahj sookh aanand ghanayray
ਹਉਮੈ ਬਿਨਠੀ ਗਾਠੇ॥	ha- umai binthee gaathay.
ਸਭ ਕੈ ਮਧਿ ਸਭ ਹੂ ਤੇ ਬਾਹਰਿ,	sabh kai maDh sabh hoo tay baahar
ਰਾਗ ਦੋਖ ਤੇ ਨਿਆਰੋ॥	raag dokh tay ni-aaro.
ਨਾਨਕ ਦਾਸ ਗੋਬਿੰਦ ਸਰਣਾਈ,	naanak daas gobind sarnaa-ee
ਹਰਿ ਪ੍ਰੀਤਮੁ ਮਨਹਿ ਸਧਾਰੋ॥੩॥	har pareetam maneh saDhaaro. ||3||

ਬੰਦਗੀ ਕਰਨ ਵਾਲਾ ਇੱਕ ਪਲ ਵੀ ਉਸ ਦੇ ਸ਼ਬਦ ਨੂੰ ਮਨੋ ਨਹੀਂ ਵਿਸਾਰਦਾ । ਉਹ ਹੀ ਉਸ ਦੇ ਸਵਾਸਾਂ ਦਾ ਆਸਰਾ, ਅਧਾਰ ਹੁੰਦਾ ਹੈ । ਪ੍ਰਭ ਆਪ ਹੀ ਜੀਵ ਨੂੰ ਸ਼ਬਦ ਦੇ ਲੜ ਲਾਉਂਦਾ, ਸ਼ਬਦ ਦੀ ਪਾਲਣਾ ਤੇ ਅਡੋਲ ਰਖਦਾ ਹੈ । ਬੰਦਗੀ ਵਾਲੇ ਸੰਤਾਂ ਦੀ ਸੰਗਤ, ਸਿਖਿਆਂ ਨਾਲ ਜੀਵਨ ਢਾਲਣ ਨਾਲ ਜਨਮ, ਮਰਨ ਦਾ ਦੁਖ ਖਤਮ ਹੋ ਜਾਂਦਾ ਹੈ । ਪ੍ਰਭ ਦੀ ਰਹਿਮਤ ਨਾਲ ਬੰਦਗੀ ਕਰਨ ਵਾਲੇ ਦੇ ਮਨ ਵਿਚੋਂ ਅਹੰਕਾਰ ਖਤਮ ਹੋ ਜਾਂਦਾ, ਸ਼ਰਣ ਵਿੱਚ ਪਨਾਹ ਬਖਸ਼ਿਸ਼ ਹੋ ਜਾਂਦੀ ਹੈ । ਪ੍ਰਭ ਹੀ ਜੀਵ ਦੇ ਅੰਦਰ ਅਤੇ ਸੰਸਾਰ ਵਿੱਚ ਵਾਪਰਦਾ ਹੈ, ਫਿਰ ਵੀ ਜੀਵ ਦੇ ਮੋਹ ਤੋ ਅਲੱਗ, ਰਹਿਤ ਰਹਿੰਦਾ ਹੈ । ਦਾਸ ਸ਼ਬਦ ਦੀ ਪਾਲਣਾ ਕਰਦਾ, ਸ਼ਬਦ ਦੀ ਸਮਾਧੀ ਵਿੱਚ ਵਸਣ ਲੱਗ ਪੈਂਦਾ ਹੈ । ਪ੍ਰਭ ਦਾ ਸ਼ਬਦ ਹੀ ਉਸ ਦੇ ਸਵਾਸਾਂ ਦਾ ਆਸਰਾ ਹੁੰਦਾ ਹੈ ।

His true devotee may never abandon His Word, even for a moment from his mind. The True Master remains the sole support and basis of his breaths. With His mercy and grace, His true devotee may be attached to meditate on the teachings of His Word; he may remain steady and stable on the right path of acceptance in His Court. His true devotee may adopt the life experience of His Holy saint in his day-to-day life, his cycle of birth and death may be eliminated. With His mercy and grace, he may conquer his own ego; he may be accepted in His sanctuary. The True Master dwells and prevails within the body of a creature and in the universe. However, He remains beyond the reach of his emotions to worldly possessions and relationships. His true devotee may remain intoxicated in the void of His Word. His Word becomes the basis and supporting pillar of his breaths.

ਮੈ ਖੋਜਤ ਖੋਜਤ ਜੀ,	mai khojat khojat jee
ਹਰਿ ਨਿਹਚਲੁ ਸੁ ਘਰੁ ਪਾਇਆ॥	har nihchal so ghar paa-i-aa.
ਸਭਿ ਅਧ੍ਰੁਵ ਡਿਠੇ ਜੀਉ ਤਾ,	sabh aDhruv dithay jee-o taa
ਚਰਨ ਕਮਲ ਚਿਤੁ ਲਾਇਆ॥	charan kamal chit laa-i-aa.
ਪ੍ਰਭੁ ਅਬਿਨਾਸੀ ਹਉ ਤਿਸ ਕੀ ਦਾਸੀ,	parabh abhinaasee ha-o tis kee daasee
ਮਰੈ ਨ ਆਵੈ ਜਾਏ॥	marai na aavai jaa-ay.
ਧਰਮ ਅਰਥ ਕਾਮ ਸਭਿ ਪੂਰਨ,	Dharam arath kaam sabh pooran
ਮਨਿ ਚਿੰਦੀ ਇਛ ਪੁਜਾਏ॥	man chindee ichh pujaa-ay.
ਸ੍ਰੁਤਿ ਸਿਮ੍ਰਿਤਿ ਗੁਨ ਗਾਵਹਿ ਕਰਤੇ,	sarut simrit gun gaavahi kartay
ਸਿਧ ਸਾਧਿਕ ਮੁਨਿ ਜਨ ਧਿਆਇਆ॥	siDh saaDhik mun jan Dhi-aa-i-aa.
ਨਾਨਕ ਸਰਨਿ ਕ੍ਰਿਪਾ ਨਿਧਿ ਸੁਆਮੀ,	naanak saran kirpaa niDh su-aamee
ਵਡਭਾਗੀ ਹਰਿ ਹਰਿ ਗਾਇਆ॥	vadbhaagee har har gaa-i-aa.
੪॥੧॥੧੧॥	||4||1||11||

ਜਿਹੜਾ ਸ਼ਬਦ ਦੀ ਪਾਲਣਾ ਕਰਦਾ, ਸ਼ਬਦ ਉਸ ਦੇ ਮਨ ਵਿੱਚ ਜਾਗਰਤ ਹੋ ਜਾਂਦਾ ਹੈ । ਉਸ ਨੂੰ ਅਟੱਲ ਪ੍ਰਭ ਦੀ ਹੋਂਦ ਮਹਿਸੂਸ ਹੁੰਦੀ ਹੈ । ਮਨ ਅੰਦਰ ਹੀ, ਪ੍ਰਭ ਦੀ ਜੋਤ ਪ੍ਰਗਟ ਹੋ ਜਾਂਦੀ ਹੈ । ਪ੍ਰਭ ਰਹਿਮਤ ਬਖਸ਼ਕੇ ਉਸ ਨੂੰ ਆਪਣਾ ਦਾਸ ਬਣਾ ਲੈਂਦਾ ਹੈ । ਉਸ ਦਾ ਜੂੰਨਾਂ ਦਾ ਚੱਕਰ ਖਤਮ ਹੋ ਜਾਂਦਾ ਹੈ । ਉਸ ਦੇ ਮਨ ਵਿੱਚ ਸ਼ਬਦ ਤੇ ਭਰੋਸਾ ਅਡੋਲ ਹੋ ਜਾਂਦਾ, ਮਨ ਦੀਆਂ ਮੁਰਾਦਾਂ ਪੂਰੀਆਂ ਹੋ ਜਾਂਦੀਆਂ ਹਨ । ਸਾਰੇ ਧਰਮਾਂ ਦੇ ਗ੍ਰੰਥ ਹੀ ਪ੍ਰਭ ਦੇ ਸ਼ਬਦ ਦੀ ਉਸਤਤ ਦੀ ਚਰਚਾ ਕਰਦੇ ਹਨ । ਬੰਦਗੀ ਕਰਨ ਵਾਲੇ, ਸਾਰੇ ਧਰਮਾਂ ਦੇ ਸੇਵਕ ਹੀ ਪ੍ਰਭ ਦੇ ਸ਼ਬਦ ਦੀ ਬੰਦਗੀ ਕਰਦੇ ਹਨ । ਪ੍ਰਭ ਦੀ ਰਹਿਮਤ ਦੀ ਖੋਜ ਕਰਦੇ ਹਨ । ਬੰਦਗੀ ਕਰਨ ਵਾਲਾ, ਸ਼ਬਦ ਦੀ ਪਾਲਣਾ ਕਰਦਾ, ਸ਼ਬਦ ਦੀ ਸਮਾਧੀ ਵਿੱਚ ਵਸ ਜਾਂਦਾ ਹੈ । ਵੱਡੇ ਭਾਗਾਂ ਨਾਲ ਹੀ ਇਹ ਅਵਸਥਾ ਬਖਸ਼ਿਸ਼ ਹੁੰਦੀ ਹੈ ।

Whosoever may obey the teachings of His Word with steady and stable belief in his day-to-day life; with His mercy and grace, he may be enlightened with the essence of His Word. He may realize His Holy spirit prevailing everywhere; with His mercy and grace, His Holy Spirit may be shining within and on his forehead. He may be accepted as His true devotee and his cycle of birth and death may be eliminated. With His mercy and grace, his spoken and unspoken desires may by satisfied. All Holy Scripture describes the glory, greatness of the virtues of His Word. All true followers of all religions, meditate on the teachings of His Word and search the enlightenment of the essence of His Word. His true devotee remains intoxicated in meditating in the void of His Word. Only with great prewritten destiny, this state of mind may be blessed.

ਵਾਰ ਸੂਹੀ ਕੀ ਸਲੋਕਾ ਨਾਲਿ ਮਹਲਾ ੩॥ 785-6

193.ਸਲੋਕੁ ਮਃ ੩॥ 785-6

ੴ ਸਤਿਗੁਰ ਪ੍ਰਸਾਦਿ ॥	ik-oNkaar satgur parsaad.
ਸੂਹੈ ਵੇਸਿ ਦੋਹਾਗਣੀ	soohai vays duhaaganee
ਪਰ ਪਿਰੁ ਰਾਵਣ ਜਾਇ॥	par pir raavan jaa-ay.
ਪਿਰੁ ਛੋਡਿਆ ਘਰਿ ਆਪਣੈ	pir chhodi-aa ghar aapnai
ਮੋਹੀ ਦੂਜੈ ਭਾਇ॥	mohee doojai bhaa-ay.
ਮਿਠਾ ਕਰਿ ਕੈ ਖਾਇਆ	mithaa kar kai khaa-i-aa
ਬਹੁ ਸਾਦਹੁ ਵਧਿਆ ਰੋਗੁ॥	baho saadahu vaDhi-aa rog.
ਸੁਧੁ ਭਤਾਰੁ ਹਰਿ ਛੋਡਿਆ	suDh bhataar har chhodi-aa
ਫਿਰਿ ਲਗਾ ਜਾਇ ਵਿਜੋਗੁ॥	fir lagaa jaa-ay vijog.
ਗੁਰਮੁਖਿ ਹੋਵੈ ਸੁ ਪਲਟਿਆ	gurmukh hovai so palti-aa
ਹਰਿ ਰਾਤੀ ਸਾਜਿ ਸੀਗਾਰਿ॥	har raatee saaj seegaar.
ਸਹਜਿ ਸਚੁ ਪਿਰੁ ਰਾਵਿਆ	sahj sach pir raavi-aa
ਹਰਿ ਨਾਮਾ ਉਰ ਧਾਰਿ॥	har naamaa ur Dhaar.
ਆਗਿਆਕਾਰੀ ਸਦਾ ਸੋੁਹਾਗਣਿ	aagi-aakaaree sadaa sohagan
ਆਪਿ ਮੇਲੀ ਕਰਤਾਰਿ॥	aap maylee kartaar.
ਨਾਨਕ ਪਿਰੁ ਪਾਇਆ ਹਰਿ ਸਾਚਾ	naanak pir paa-i-aa har saachaa
ਸਦਾ ਸੋੁਹਾਗਣਿ ਨਾਰਿ॥੧॥	sadaa sohagan naar. ||1||

ਜਿਹੜਾ ਪ੍ਰਭ ਦੇ ਸਬਦ ਦੀ ਪਾਲਣਾ ਵਿਸਾਰਕੇ, ਹੋਰ ਧਰਮਾਂ ਦੇ ਰੀਤੋ ਰੀਵਾਜ ਕਰਦਾ, ਰਹਿਮਤਾਂ ਦੀ ਆਸ ਰਖਦਾ ਹੈ । ਧਾਰਮਕ ਬਾਣੇ ਦੀ ਸਜਾਵਟ ਸੰਸਾਰ ਵਿੱਚ ਬਹੁਤ ਸੁੰਦਰ ਲੱਗਦੀ, ਸੋਭਾ ਵਧਾਉਂਦੀ ਹੈ । ਇਹ ਹੀ ਸਾਰੇ ਰੋਗਾਂ ਦੀ ਜੜ੍ਹ ਬਣ ਜਾਂਦੀ ਹੈ । ਪ੍ਰਭ ਦੇ ਸਬਦ ਦੀ ਪਾਲਣਾ ਦਾ ਰਸਤਾ ਛੱਡਕੇ, ਰੀਤ ਰੀਵਾਜ ਕਰਨ ਨਾਲ ਪ੍ਰਭ ਦੀ ਰਹਿਮਤ ਦੂਰ ਹੋ ਜਾਂਦੀ ਹੈ । ਜਿਹੜੀ ਆਤਮਾ ਨੂੰ ਗੁਰਮਖ ਅਵਸਥਾ ਬਖਸ਼ਿਸ਼ ਹੋ ਜਾਂਦੀ ਹੈ । ਉਹ ਆਤਮਾ ਲਾਲਚ ਤਿਆਗਕੇ, ਸਬਦ ਦੀ ਪਾਲਣਾ ਵਿੱਚ ਅਡੋਲ ਹੋ ਜਾਂਦੀ ਹੈ । ਉਸ ਦੇ ਮਨ ਵਿੱਚ ਸ਼ਾਂਤੀ, ਸੰਤੋਖ, ਪ੍ਰਭ ਦਾ ਸ਼ਬਦ ਵਸ ਜਾਂਦਾ ਹੈ । ਉਸ ਦੇ ਮਨ ਵਿੱਚ ਨਿਮ੍ਰਤਾ, ਪ੍ਰਭ ਦੇ ਸ਼ਬਦ ਦੇ ਗੁਣ ਆ ਜਾਂਦੇ ਹਨ । ਉਹ ਪ੍ਰਭ ਦੇ ਪ੍ਰਵਾਨਗੀ ਦੇ ਰਸਤੇ ਤੇ ਅਡੋਲ ਹੋ ਜਾਂਦੀ ਹੈ । ਪ੍ਰਭ ਆਪ ਹੀ ਰਹਿਮਤ ਬਖਸ਼ਕੇ ਆਪਣੇ ਦਰਬਾਰ ਵਿੱਚ ਪ੍ਰਵਾਨ ਕਰ ਲੈਂਦਾ ਹੈ । ਜਿਹੜੀ ਆਤਮਾ ਪ੍ਰਭ ਦੀ ਰਹਿਮਤ ਪਾ ਕੇ ਦਰਬਾਰ ਵਿੱਚ ਪ੍ਰਵਾਨ ਹੋ ਜਾਂਦੀ ਹੈ । ਉਹ ਸਦਾ ਰਹਿਣ ਵਾਲੇ ਖੇੜੇ ਵਿੱਚ ਚਲੇ ਜਾਂਦੀ ਹੈ ।

Whosoever may abandon the teachings of His Word and performs religious ritual and hopes for His blessings. He may baptize and adopts religious robe; that may enhance his worldly status, fame. His religious robe may be the root cause of all worldly miseries. By only performing religious rituals, the right path of acceptance in His Court may remain beyond his reach. Whosoever may be blessed with a state of mind as His true devotee. He may abandon his worldly greed and adopts the teachings of His Word with steady and stable belief in his day-to-day life. With His mercy and grace, he may remain drenched with the essence of His Word and he may be blessed with contentment, peace of mind. He may remain humble, steady, and stable on the path of acceptance in His Court; with His mercy and grace, he may be accepted in His Court. His soul may remain in everlasting blossom.

ਮਃ ੩ ॥	mehlaa 3.
ਸੂਹਵੀਏ ਨਿਮਾਣੀਏ	soohvee-ay nimaanee-ay
ਸੋ ਸਹੁ ਸਦਾ ਸਮ੍ਹਾਲਿ ॥	so saho sadaa samHaal.
ਨਾਨਕ ਜਨਮੁ ਸਵਾਰਹਿ ਆਪਣਾ	naanak janam savaareh aapnaa
ਕੁਲੁ ਭੀ ਛੁਟੀ ਨਾਲਿ ॥੨॥	kul bhee chhutee naal. ||2||

ਬੰਦਗੀ ਕਰਨ ਵਾਲੇ ਜੀਵ, ਪ੍ਰਭ ਦੇ ਸ਼ਬਦ ਵਿਚ ਸਦਾ ਹੀ ਧਿਆਨ ਰੱਖੋ। ਜਿਹੜਾ ਪ੍ਰਭ ਦੇ ਸ਼ਬਦ ਦੀ ਪਾਲਨਾ ਕਰਕੇ ਆਪ ਪ੍ਰਵਾਨਗੀ ਦੇ ਰਸਤੇ ਤੇ ਚਲਦਾ ਹੈ । ਉਹ ਆਪ ਤਾ ਪ੍ਰਵਾਨ ਹੋ ਜਾਦਾ ਹੈ, ਆਪਣੇ ਸਾਥੀਆਂ, ਪ੍ਰਵਾਰ ਨੂੰ ਇਸ ਰਸਤੇ ਦੀ ਪ੍ਰਰਨਾ ਕਰਦਾ ਤਾਰ ਜਾਦਾ ਹੈ ।

Religious follower, devotee! You should always focus on the teachings of His Word in your day-to-day life. Whosoever may adopt the teachings of His Word with steady and stable belief in his day-to-day life; with His mercy and grace, he may be accepted in His Court. He may inspire his family and associates on the path of meditation and guides them on the right path of acceptance in His Court.

ਪਉੜੀ॥	pa-orhee.
ਆਪੇ ਤਖਤੁ ਰਚਾਇਓਨੁ	aapay takhat rachaa-i-on
ਆਕਾਸ ਪਤਾਲਾ॥	aakaas pataalaa.
ਹੁਕਮੇ ਧਰਤੀ ਸਾਜੀਅਨੁ	hukmay Dhartee saajee-an
ਸਚੀ ਧਰਮ ਸਾਲਾ॥	sachee Dharam saalaa.
ਆਪਿ ਉਪਾਇ ਖਪਾਇਦਾ	aap upaa-ay khapaa-idaa
ਸਚੇ ਦੀਨ ਦਇਆਲਾ॥	sachay deen da-i-aalaa.
ਸਭਨਾ ਰਿਜਕੁ ਸੰਬਾਹਿਦਾ	sabhnaa rijak sambaahidaa
ਤੇਰਾ ਹੁਕਮੁ ਨਿਰਾਲਾ॥	tayraa hukam niraalaa.
ਆਪੇ ਆਪਿ ਵਰਤਦਾ	aapay aap varatdaa
ਆਪੇ ਪ੍ਰਤਿਪਾਲਾ॥੧॥	aapay partipaalaa. ||1||

ਪ੍ਰਭ ਨੇ ਆਪਣਾ ਤਖਤ ਆਪ ਹੀ ਰਚਾਇਆ ਹੈ! ਪ੍ਰਭ ਦਾ ਤਖਤ ਨਾ ਤਾਂ ਅਕਾਸ਼ ਵਿੱਚ ਹੈ ਨਾ ਹੀ ਪਤਾਲ ਵਿੱਚ ਹੈ । ਉਹ ਨੇ ਆਪਣੀ ਰਹਿਮਤ ਨਾਲ, ਰਜ਼ਾ ਨਾਲ ਹੀ ਬ੍ਰਹਮੰਡ ਬਣਾਇਆ ਹੈ । ਇਸ ਨੂੰ ਹੀ ਜੂੰਨਾਂ ਬਦਲਨ ਵਾਲਾ ਆਸਣ, ਧਰਮ ਬਣਾਇਆ ਹੈ । ਪ੍ਰਭ ਆਪ ਹੀ ਜੀਵ ਨੂੰ ਪੈਦਾ ਕਰਦਾ ਹੈ, ਆਪ ਹੀ ਨਾਸ ਕਰਦਾ ਹੈ । ਆਪ ਹੀ ਆਪਣੇ ਦਾਸਾਂ ਤੇ ਤਰਸ ਬਖਸ਼ਦਾ ਹੈ । ਪ੍ਰਭ ਤੂੰ ਸਭਨਾਂ ਦੀ ਹੀ ਪਾਲਨਾ ਪੋਸਨਾ (ਧੰਦੇ ਤੇ ਲਾਉਂਦਾ ਹੈ) ਕਰਦਾ ਹੈ । ਤੇਰਾ ਭਾਣਾ, ਹੁਕਮ ਅਨੋਖਾ ਹੀ ਹੈ, ਜੀਵ ਦੇ ਸਮਝ ਵਿੱਚ ਨਹੀਂ ਆਉਂਦਾ । ਪ੍ਰਭ ਤੂੰ ਆਪ ਹੀ ਹਰ ਥਾਂ ਵਸਦਾ, ਵਾਪਰਦਾ ਹੈ, ਸਭ ਦੀ ਰਖਿਆ ਕਰਦਾ ਹੈ ।

The True Master has established His own throne, castle, court. His throne may not be in sky nor under earth. He has established the body of each creature as a platform for soul to endure judgement of her deeds and He has established universe to change body from one creature to the body of another creature. He has created a cycle of birth and death of a creature. With His mercy and grace, The True Master nourishes every creature and assigns worldly tasks to create source of nourishment. Your command remains beyond the comprehension of Your Creation. The Omnipresent True Master remains prevailing everywhere and protects His Creation.

194. ਸਲੋਕੁ ਮਃ ੩॥ 785-14

ਸੂਹਬ ਤਾ ਸੋਹਾਗਣੀ,	soohab taa sohaaganee
ਜਾ ਮੰਨਿ ਲੈਹਿ ਸਚੁ ਨਾਉ॥	jaa man laihi sach naa-o.
ਸਤਿਗੁਰੁ ਅਪਣਾ ਮਨਾਇ ਲੈ ਰੂਪੁ ਚੜੀ,	satgur apnaa manaa-ay lai roop charhee
ਤਾ ਅਗਲਾ ਦੂਜਾ ਨਾਹੀ ਥਾਉ॥	taa aglaa doojaa naahee thaa-o.
ਐਸਾ ਸੀਗਾਰੁ ਬਣਾਇ ਤੂ,	aisaa seegaar banaa-ay too
ਮੈਲਾ ਕਦੇ ਨ ਹੋਵਈ,	mailaa kaday na hova-ee
ਅਹਿਨਿਸਿ ਲਾਗੈ ਭਾਉ॥	ahinis laagai bhaa-o.
ਨਾਨਕ ਸੋਹਾਗਣਿ ਕਾ ਕਿਆ ਚਿਹਨੁ ਹੈ,	naanak sohagan kaa ki-aa chihan hai
ਅੰਦਰਿ ਸਚੁ ਮੁਖੁ ਉਜਲਾ	andar sach mukh ujlaa
ਖਸਮੈ ਮਾਹਿ ਸਮਾਇ॥੧॥	khasmai maahi samaa-ay. ||1||

ਜਿਸ ਦਾ ਭਰੋਸਾ, ਪ੍ਰਭ ਦੇ ਬਖਸ਼ੇ ਤੇ ਅਡੋਲ ਹੋ ਜਾਂਦਾ ਹੈ । ਉਹ ਬੰਦਗੀ ਕਰਨ ਵਾਲਾ ਜੀਵ ਹੀ ਪ੍ਰਵਾਨਗੀ ਦੇ ਰਸਤੇ ਤੇ ਚਲ ਸਕਦਾ ਹੈ । ਪ੍ਰਭ ਦੇ ਚਰਨਾਂ ਵਿੱਚ ਮਨ ਨੂੰ ਭੇਟਾ ਕਰਨ ਨਾਲ ਅਨੋਖਾ ਹੀ ਨੂਰ ਬਖਸ਼ਿਸ਼ ਹੋ ਜਾਂਦਾ ਹੈ । ਇਸ ਤੋ ਬਿਨਾਂ ਮਨ ਵਿੱਚ ਭਟਕਣਾਂ ਹੀ ਚਲਦੀਆਂ ਰਹਿੰਦੀਆਂ ਹਨ । ਸ਼ਬਦ ਦੀ ਪਾਲਣਾ ਕਰਕੇ, ਆਪਣੇ ਜੀਵਨ ਦਾ ਢੰਗ ਇਸਤਰ੍ਹਾਂ ਦਾ ਬਣਾਵੋ! ਸੰਸਾਰਕ ਮੋਹ, ਲਾਲਚ ਦੀ ਮੈਲ਼ ਨਾ ਲੱਗੇ, ਮਨ ਸਦਾ ਲਈ ਪਵਿੱਤਰ ਹੋ ਜਾਵੇ । ਜਿਹੜੀ ਆਤਮਾ ਸਦਾ ਹੀ ਖੇੜੇ ਵਿੱਚ ਰਹਿੰਦੀ ਹੈ, ਉਸ ਆਤਮਾ ਦੀ ਕੀ ਨਿਸ਼ਾਨੀ ਹੈ? ਉਸ ਦੇ ਮਨ ਵਿੱਚ ਪ੍ਰਭ ਦੇ ਸ਼ਬਦ ਦੀ ਜੋਤ ਜਾਗਰਤ ਹੁੰਦੀ ਹੈ । ਪ੍ਰਭ ਦੇ ਸ਼ਬਦ ਦੀ ਪਾਲਣਾ ਵਿੱਚ ਲੀਨ ਰਹਿੰਦੀ, ਅਨੋਖਾ ਹੀ ਨੂਰ ਹੁੰਦਾ ਹੈ ।

Whosoever may obey the teachings of His Word with steady and stable belief in his day-to-day life; with His mercy and grace, he may remain steady and stable on the right path of acceptance in His Court. Whosoever may surrender his mind, body, and worldly status at His sanctuary; with His mercy and grace, he may be blessed with astonishing spiritual glow on his forehead. Without surrendering his identity at His sanctuary, everyone remains frustrated with worldly miseries. You should transform your way of life to remain beyond the reach of worldly temptations and your soul may remain sanctified forever. What may be the distinction of a forever contented blessed soul? He may remain enlightened with the essence of His Word and the spiritual glow shines on his forehead. He remains intoxicated in meditation in the void of His Word and astonishing glow shines on his forehead.

ਮਃ ੩॥	**mehlaa 3.**
ਲੋਕਾ ਵੇ ਹਉ ਸੂਹਵੀ	lokaa vay ha-o soohvee
ਸੂਹਾ ਵੇਸੁ ਕਰੀ॥	soohaa vays karee.
ਵੇਸੀ ਸਹੁ ਨ ਪਾਈਐ,	vaysee saho na paa-ee-ai
ਕਰਿ ਕਰਿ ਵੇਸ ਰਹੀ॥	kar kar vays rahee.
ਨਾਨਕ ਤਿਨੀ ਸਹੁ ਪਾਇਆ,	naanak tinee saho paa-i-aa
ਜਿਨੀ ਗੁਰ ਕੀ ਸਿਖ ਸੁਣੀ॥	jinee gur kee sikh sunee.
ਜੋ ਤਿਸੁ ਭਾਵੈ ਸੋ ਥੀਐ	jo tis bhaavai so thee-ai
ਇਨ ਬਿਧਿ ਕੰਤ ਮਿਲੀ॥੨॥	in biDh kant milee. ||2||

ਮੈਂ ਸੰਤਾਂ ਵਾਲਾ, ਬੰਦਗੀ ਕਰਨ ਵਾਲਾ, ਧਰਮ ਦਾ ਬਾਣਾ ਪਾਉਂਦਾ, ਧਰਮ ਦੀ ਰਹਿਤ ਵਿੱਚ ਰਹਿੰਦਾ ਹਾ । ਇਸ ਨਾਲ ਮਨ ਨੂੰ ਸ਼ਾਂਤੀ ਸੰਤੋਖ ਬਖਸ਼ਿਸ਼ ਨਹੀਂ ਹੋਇਆ । ਪ੍ਰਭ ਦੀ ਰਹਿਮਤ ਬਖਸ਼ਿਸ਼ ਨਹੀਂ ਹੋਈ, ਮੈਂ ਬਾਣੇ ਪਾਉਣ ਤੋ ਤੰਗ ਹੋ ਕੇ ਇਸ ਨੂੰ ਤਿਆਗ ਦਿੱਤਾ ਹੈ । ਜਿਹੜਾ ਪ੍ਰਭ ਦਾ ਸ਼ਬਦ ਸੁਣਕੇ ਆਪਣੇ ਮਨ ਵਿੱਚ ਵਸਾਉਂਦਾ ਹੈ । ਕੇਵਲ ਉਸ ਨੂੰ ਹੀ ਪ੍ਰਭ ਦੀ ਰਹਿਮਤ ਬਖਸ਼ਿਸ਼ ਹੁੰਦੀ, ਮਨ ਵਿੱਚ

ਸੰਤੋਖ ਬਖਸ਼ਿਸ਼ ਹੁੰਦਾ ਹੈ । ਪ੍ਰਭ ਦਾ ਕੀਤਾ, ਬਖਸ਼ਿਆ ਹੀ ਸੰਸਾਰ ਵਿੱਚ ਵਾਪਰਦਾ, ਹੋ ਕੇ ਹੀ ਰਹਿੰਦਾ ਹੈ । ਪ੍ਰਭ ਦੀ ਰਹਿਮਤ ਨਾਲ ਹੀ ਪ੍ਰਵਾਨਗੀ ਦਾ ਰਸਤਾ, ਪ੍ਰਵਾਨਗੀ ਬਖਸ਼ਿਸ਼ ਹੁੰਦੀ ਹੈ ।

I have adopted the religious robe like Holy saint and performs all religious rituals. I have not realized any contentment in my life and I am frustrated from religious disciplines, these act like prison. I have not been blessed with His mercy and grace; I have abandoned the religious robe. Whosoever may hear the sermons of His Word, comprehends, and adopts in his day-to-day life; with His mercy and grace, only he may be blessed with contentment. Only His un-avoidable Command may prevail in the universe. Only with His mercy and grace, His true devotee may be blessed with the right path of acceptance and he may be accepted in His Court.

ਪਉੜੀ॥	**pa-orhee.**
ਹੁਕਮੀ ਸ੍ਰਿਸਟਿ ਸਾਜੀਅਨੁ,	hukmee sarisat saajee-an
ਬਹੁ ਭਿਤਿ ਸੰਸਾਰਾ॥	baho bhit sansaaraa.
ਤੇਰਾ ਹੁਕਮੁ ਨ ਜਾਪੀ ਕੇਤੜਾ,	tayraa hukam na jaapee kayt-rhaa
ਸਚੇ ਅਲਖ ਅਪਾਰਾ॥	sachay alakh apaaraa.
ਇਕਨਾ ਨੋ ਤੂ ਮੇਲਿ ਲੈਹਿ,	iknaa no too mayl laihi
ਗੁਰ ਸਬਦਿ ਬੀਚਾਰਾ॥	gur sabad beechaaraa.
ਸਚਿ ਰਤੇ ਸੇ ਨਿਰਮਲੇ,	sach ratay say nirmalay
ਹਉਮੈ ਤਜਿ ਵਿਕਾਰਾ॥	ha-umai taj vikaaraa.
ਜਿਸੁ ਤੂ ਮੇਲਹਿ ਸੋ ਤੁਧੁ ਮਿਲੈ,	jis too mayleh so tuDh milai
ਸੋਈ ਸਚਿਆਰਾ॥੨॥	so-ee sachi-aaraa. ||2||

ਪ੍ਰਭ ਆਪਣੇ ਹੁਕਮ ਨਾਲ ਹੀ ਸ੍ਰਿਸ਼ਟੀ ਸਾਜਦਾ ਹੈ । ਉਸ ਵਿੱਚ ਕਈ ਕਿਸਮਾਂ ਦੇ ਜੀਵ ਪੈਦਾ ਕਰਦਾ ਹੈ । ਪ੍ਰਭ ਦੇ ਹੁਕਮ ਦੀ ਪੂਰਨ ਜਾਣਕਾਰੀ, ਸੋਝੀ ਨਹੀਂ ਪਾਈ ਜਾ ਸਕਦੀ । ਇਸ ਦਾ ਅੰਤ ਨਹੀਂ ਲਿਆ ਜਾ ਸਕਦਾ, ਇਹ ਕਿਤਨਾ ਮਹਾਨ ਹੈ । ਪ੍ਰਭ ਅਨੇਕਾਂ ਜੀਵਾਂ ਤੇ ਰਹਿਮਤ ਬਖਸ਼ਕੇ ਸ਼ਬਦ ਦੀ ਪਾਲਣਾ ਤੇ ਲਾਉਂਦਾ ਹੈ । ਉਹਨਾਂ ਨੂੰ ਪ੍ਰਵਾਨਗੀ ਦੇ ਰਸਤੇ ਤੇ ਪਾਉਂਦਾ ਹੈ । ਜਿਹੜਾ ਤੇਰੇ ਸ਼ਬਦ ਦੀ ਪਾਲਣਾ ਤੇ ਭਰੋਸਾ ਅਡੋਲ ਕਰ ਲੈਂਦਾ ਹੈ । ਉਸ ਦੀ ਆਤਮਾ, ਅਹੰਕਾਰ ਅਤੇ ਮੋਹ ਤੇ ਜਿੱਤ ਪਾ ਕੇ ਪਵਿੱਤਰ ਹੋ ਜਾਂਦੀ ਹੈ । ਜਿਸ ਤੇ ਆਪ ਰਹਿਮਤ ਬਖਸ਼ਦਾ ਹੈ । ਕੇਵਲ ਉਹ ਹੀ ਪਵਿੱਤਰ ਹੁੰਦਾ, ਦਰਬਾਰ ਵਿੱਚ ਪ੍ਰਵਾਨ ਹੋ ਸਕਦਾ ਹੈ ।

The True Master has created universe with His command. He has created various kinds of creatures. His command, remains beyond comprehension of His Creation. His greatness remains beyond imagination of any limit by His Creation. He may inspire many creatures to meditate and obey the teachings of His Word. He may be blessed with the right path of meditation. Whosoever may remain steady and stable on obeying the teachings of His Word; with His mercy and grace, he may conquer his ego and sanctify his soul. Only his soul may be sanctified and accepted in His Court.

195.ਸਲੋਕੁ ਮਃ ੩॥ 786-3

ਸੂਹਵੀਏ ਸੂਹਾ ਸਭੁ ਸੰਸਾਰੁ ਹੈ,	soohvee-ay soohaa sabh sansaar hai
ਜਿਨ ਦੁਰਮਤਿ ਦੂਜਾ ਭਾਉ॥	jin durmat doojaa bhaa-o.
ਖਿਨ ਮਹਿ ਝੂਠੁ ਸਭੁ ਬਿਨਸਿ ਜਾਇ,	khin meh jhooth sabh binas jaa-ay
ਜਿਉ ਟਿਕੈ ਨ ਬਿਰਖ ਕੀ ਛਾਉ॥	ji-o tikai na birakh kee chhaa-o.
ਗੁਰਮੁਖਿ ਲਾਲੋ ਲਾਲੁ ਹੈ,	gurmukh laalo laal hai
ਜਿਉ ਰੰਗਿ ਮਜੀਠ ਸਚੜਾਉ॥	ji-o rang majeeth sachrhaa-o.

ਉਲਟੀ ਸਕਤਿ ਸਿਵੈ ਘਰਿ ਆਈ,	ultee sakat sivai ghar aa-ee
ਮਨਿ ਵਸਿਆ ਹਰਿ ਅੰਮ੍ਰਿਤ ਨਾਉ॥	man vasi-aa har amrit naa-o.
ਨਾਨਕ ਬਲਿਹਾਰੀ ਗੁਰ ਆਪਣੇ,	naanak balihaaree gur aapnay
ਜਿਤੁ ਮਿਲਿਐ ਹਰਿ ਗੁਣ ਗਾਉ॥੧॥	jit mili-ai har gun gaa-o. ||1||

ਸਾਰੀ ਸ੍ਰਿਸ਼ਟੀ ਹੀ ਮੋਹ, ਲਾਲਚ ਦੇ ਰੰਗ ਨਾਲ ਰੰਗੀ ਹੈ, ਜਾਲ ਵਿੱਚ ਫਸੀ ਹੈ । ਮਨ ਦੇ ਲਾਲਚ, ਲੋਕ ਦਿਖਾਵੇ ਦੀ ਕਮਾਈ, ਇੱਕ ਪਲ ਵਿੱਚ ਹੀ ਨਾਸ ਹੋ ਜਾਂਦੀ ਹੈ, ਥੋੜ੍ਹਾ ਚਿਰ ਹੀ ਰਹਿੰਦੀ ਹੈ । ਜਿਵੇਂ ਬਿਰਛ ਦਾ ਪਰਛਾਵਾਂ ਢਲ ਜਾਂਦਾ ਹੈ । ਗੁਰਮਖ ਤੇ ਸ਼ਬਦ ਦਾ ਅਨੋਖਾ ਹੀ ਸ਼ਾਹਾਨਾ, ਪੱਕਾ ਰੰਗ ਚੜ੍ਹਿਆ ਰਹਿੰਦਾ ਹੈ । ਉਹ ਪ੍ਰਭ ਦੇ ਵਿਛੋੜੇ ਦੇ ਵਿਰਾਗ ਵਿੱਚ ਰਹਿੰਦਾ ਹੈ । ਆਤਮਾ ਸੰਸਾਰਕ ਮਾਇਆ ਨਾਲੋ ਮੂੰਹ ਮੋੜਕੇ, ਪ੍ਰਭ ਦੇ ਸ਼ਬਦ ਦੇ ਘਰ ਆ ਜਾਂਦੀ ਹੈ । ਪ੍ਰਭ ਦਾ ਸ਼ਬਦ ਹੀ ਮਨ ਤੇ ਕਾਬੂ ਪਾ ਲੈਂਦਾ ਹੈ । ਪ੍ਰਭ ਤੋਂ, ਸ਼ਬਦ ਤੋ, ਕੁਰਬਾਨ ਜਾਵਾ ! ਜਿਸ ਦੀ ਰਹਿਮਤ ਨਾਲ ਮਨ ਸ਼ਬਦ ਦੇ ਗੁਣ ਗਾਉਂਦਾ ਹੈ ।

The whole universe remains intoxicated with greed and attachment to worldly possessions and worldly wealth. His earnings of worldly greed, the glamor of worldly wealth may vanish in glimpse of eyes; as the shadow of tree may disappear. His true devotee remains drenched with the crimson permanent color, essence of His Word. He remains in renunciation in the memory of his separation from His Holy Spirit. His soul may shun the path of worldly wealth and she remains intoxicated with the teachings of His Word. His Word may conquer his mind and control the direction of day-to-day activities of his soul. I remain fascinated from God and His Word; with His mercy and grace, I remain singing the glory of His Word.

ਮਃ ੩॥	**mehlaa 3.**
ਸੂਹਾ ਰੰਗੁ ਵਿਕਾਰੁ ਹੈ,	soohaa rang vikaar hai
ਕੰਤੁ ਨ ਪਾਇਆ ਜਾਇ॥	kant na paa-i-aa jaa-ay.
ਇਸੁ ਲਹਦੇ ਬਿਲਮ ਨ ਹੋਵਈ,	is lahday bilam na hova-ee
ਰੰਡ ਬੈਠੀ ਦੂਜੈ ਭਾਇ॥	rand baithee doojai bhaa-ay.
ਮੁੰਧ ਇਆਣੀ ਦੁੰਮਣੀ,	munDh i-aanee dummnee
ਸੂਹੈ ਵੇਸਿ ਲੋਭਾਇ॥	soohai vays lobhaa-ay.
ਸਬਦਿ ਸਚੈ ਰੰਗੁ ਲਾਲੁ ਕਰਿ,	sabad sachai rang laal kar
ਭੈ ਭਾਇ ਸੀਗਾਰੁ ਬਣਾਇ॥	bhai bhaa-ay seegaar banaa-ay.
ਨਾਨਕ ਸਦਾ ਸੋਹਾਗਣੀ,	naanak sadaa sohaaganee
ਜਿ ਚਲਨਿ ਸਤਿਗੁਰ ਭਾਇ॥੨॥	je chalan satgur bhaa-ay. ||2||

ਕੇਵਲ ਧਰਮ ਦਾ ਬਾਣਾ ਪਾਉਣ ਨਾਲ ਕਦੇ ਪ੍ਰਭ ਦੀ ਰਹਿਮਤ ਬਖਸ਼ਿਸ਼ ਨਹੀਂ ਹੁੰਦੀ, ਮਨ ਵਿੱਚ ਸ਼ਬਦ ਨਾਲ ਲਗਨ ਨਹੀਂ ਲੱਗਦੀ । ਇਸ ਦਾ ਪ੍ਰਭਾਵ ਥੋੜ੍ਹੇ ਸਮੇਂ ਵਿੱਚ ਹੀ ਖਤਮ ਹੋ ਜਾਂਦਾ ਹੈ । ਕੇਵਲ ਸੂਹਾ ਰੰਗ, ਧਰਮ ਦਾ ਬਾਣਾ ਪਾਉਣਾ, ਬਿਰਥਾ ਹੀ ਹੈ । ਇਸ ਨਾਲ ਮਨ ਪਰੇਸ਼ਾਨੀ, ਸੰਸਾਰਕ ਇੱਛਾਂ ਦੀਆਂ ਭਟਕਣਾਂ, ਭਰਮਾਂ ਵਿੱਚ ਹੀ ਰਹਿੰਦਾ ਹੈ । ਜਿਹੜਾ ਬਾਣਾ ਪਾਉਣ ਵਿੱਚ ਭਰੋਸਾ ਰਖਦਾ, ਧਰਮ ਦੇ ਰਹਿਤਨਾਮੇ ਵੱਲ ਲੱਗਾ ਰਹਿੰਦਾ ਹੈ । ਉਹ ਮੂਰਖ ਅਤੇ ਅਣਜਾਣ ਹੁੰਦਾ ਹੈ । ਜੀਵ ਪ੍ਰਭ ਦੇ ਸ਼ਬਦ ਦੀ ਪਾਲਣਾ ਨੂੰ ਆਪਣਾ ਬਾਣਾ ਬਣਾਵੋ । ਪ੍ਰਭ ਦੇ ਵਿਛੋੜੇ ਦੇ ਵਿਰਾਗ ਦੀ ਸ਼ਰਧਾ ਨੂੰ ਆਪਣਾ ਸ਼ਿੰਗਾਰ, ਸਜਾਵਟ, ਬਣਾਵੋ । ਜਿਹੜੀ ਆਤਮਾ ਸ਼ਬਦ ਨੂੰ ਅਟੱਲ ਮੰਨਦੀ, ਭਰੋਸਾ ਅਡੋਲ ਰਖਦੀ ਹੈ । ਉਹ ਆਤਮਾ ਸਦਾ ਹੀ ਖੇੜੇ ਵਿੱਚ ਰਹਿੰਦੀ ਹੈ ।

Only baptizing and wearing the religious robe may be useless for the real purpose of human life opportunity. Only with religious robe, no one may ever remain steady and stable in meditation nor may be blessed with His mercy and grace. The influence, the worldly fame of baptism may be short-lived and vanishes. He may remain in worldly frustrations and suspicions. Whosoever may believe in baptism and wearing religious robe, he may be ignorant from the teachings of His Word, the right path of acceptance. You should consider, obeying the teachings of His Word as your robe. You should embellish yourselves with your renunciation of your separation from His Holy Spirit. Whosoever may obey the teachings of His Word, an ultimate command with steady and stable belief in his day-to-day life; with His mercy and grace, his soul may be blessed with blossom forever.

ਪਉੜੀ॥	**pa-orhee.**
ਆਪੇ ਆਪਿ ਉਪਾਇਅਨੁ,	aapay aap upaa-i-an
ਆਪਿ ਕੀਮਤਿ ਪਾਈ॥	aap keemat paa-ee.
ਤਿਸ ਦਾ ਅੰਤੁ ਨ ਜਾਪਈ,	tis daa ant na jaap-ee
ਗੁਰ ਸਬਦਿ ਬੁਝਾਈ॥	gur sabad bujhaa-ee.
ਮਾਇਆ ਮੋਹੁ ਗੁਬਾਰੁ ਹੈ,	maa-i-aa moh gubaar hai
ਦੂਜੈ ਭਰਮਾਈ॥	doojai bharmaa-ee.
ਮਨਮੁਖ ਠਉਰ ਨ ਪਾਇਨੑੀ,	manmukh tha-ur na paa-inHee
ਫਿਰਿ ਆਵੈ ਜਾਈ॥	fir aavai jaa-ee.
ਜੋ ਤਿਸੁ ਭਾਵੈ ਸੋ ਥੀਐ,	jo tis bhaavai so thee-ai
ਸਭ ਚਲੈ ਰਜਾਈ॥੩॥	sabh chalai rajaa-ee. ‖3‖

ਪ੍ਰਭ ਆਪ ਹੀ ਆਪਣੇ ਆਪ ਵਿਚੋਂ ਪੈਦਾ ਹੁੰਦਾ, ਆਪਣੀ ਕੀਮਤ, ਵਡਿਆਈ ਆਪ ਹੀ ਜਾਣਦਾ ਹੈ । ਉਸ ਦੇ ਕਿਸੇ ਕਰਤਬ ਦੀ ਪੂਰੀ ਜਾਣਕਾਰੀ ਨਹੀਂ ਹੋ ਸਕਦੀ । ਸ਼ਬਦ ਦੀ ਪਾਲਣਾ ਕਰਨ ਨਾਲ ਉਸ ਦੇ ਭਾਣੇ ਦੀ ਸਮਝ ਆ ਜਾਂਦੀ ਹੈ । ਸੰਸਾਰਕ ਮਾਇਆ ਦੇ ਮੋਹ, ਅਗਿਆਨਤਾ ਵਿੱਚ ਜੀਵ ਭਰਮਾਂ ਵਿੱਚ ਪੈ ਜਾਂਦਾ ਹੈ । ਮਨਮੁਖ ਜੀਵ ਨੂੰ ਅਰਾਮ ਕਰਨ ਵਾਲੀ ਕੋਈ ਥਾਂ ਬਖਸ਼ਿਸ਼ ਨਹੀਂ ਹੁੰਦੀ। ਉਹ ਸੰਸਾਰ ਭਟਕਣਾਂ, ਜੂੰਨਾਂ ਦੇ ਚੱਕਰ ਵਿੱਚ ਭਉਦਾ ਫਿਰਦਾ ਹੈ । ਪ੍ਰਭ ਦਾ ਭਾਣਾ ਵਾਪਰ ਕੇ ਹੀ ਰਹਿੰਦਾ ਹੈ । ਸਾਰੇ ਜੀਵ ਤੇਰੇ ਹੁਕਮ ਅੰਦਰ ਹੀ ਚਲ ਸਕਦੇ ਹਨ ।

The True Master may appear from Himself; only He may comprehend His own greatness and significance of His miracles. The limits of His miracles, nature remains beyond the comprehension of His Creation. Whosoever may obey the teachings of His Word with steady and stable belief in his day-to-day life; with His mercy and grace, he may be enlightened with the intent of His message. Ignorant, self-minded may remain intoxicated with worldly wealth and in suspicions. He may not be blessed with any permanent resting place. He remains in worldly frustrations and wanders in the cycle of birth and death. Only His unavoidable command always prevails in the whole universe.

196. ਸਲੋਕੁ ਮਃ ੩॥ 786-11

ਸੂਹੈ ਵੇਸਿ ਕਾਮਣਿ ਕੁਲਖਣੀ,	soohai vays kaaman kulkhanee
ਜੋ ਪ੍ਰਭ ਛੋਡਿ	jo parabh chhod
ਪਰ ਪੁਰਖ ਧਰੇ ਪਿਆਰੁ॥	par purakh Dharay pi-aar.
ਓਸੁ ਸੀਲੁ ਨ ਸੰਜਮੁ ਸਦਾ ਝੂਠੁ ਬੋਲੈ,	os seel na sanjam sadaa jhooth bolai
ਮਨਮੁਖਿ ਕਰਮ ਖੁਆਰੁ॥	manmukh karam khu-aar.
ਜਿਸੁ ਪੂਰਬਿ ਹੋਵੈ ਲਿਖਿਆ,	jis poorab hovai likhi-aa
ਤਿਸੁ ਸਤਿਗੁਰੁ ਮਿਲੈ ਭਤਾਰੁ॥	tis satgur milai bhataar.
ਸੂਹਾ ਵੇਸੁ ਸਭੁ ਉਤਾਰਿ ਧਰੇ,	soohaa vays sabh utaar Dharay
ਗਲਿ ਪਹਿਰੈ ਖਿਮਾ ਸੀਗਾਰੁ॥	gal pahirai khimaa seegaar.

ਪੇਈਐ ਸਾਹੁਰੈ ਬਹੁ ਸੋਭਾ ਪਾਏ, pay-ee-ai saahurai baho sobhaa paa-ay
ਤਿਸੁ ਪੂਜ ਕਰੇ ਸਭੁ ਸੈਸਾਰੁ॥ tis pooj karay sabh saisaar.
ਓਹ ਰਲਾਈ ਕਿਸੈ ਦੀ ਨਾ ਰਲੈ, oh ralaa-ee kisai dee naa ralai
ਜਿਸੁ ਰਾਵੇ ਸਿਰਜਨਹਾਰੁ॥ jis raavay sirjanhaar.
ਨਾਨਕ ਗੁਰਮੁਖਿ ਸਦਾ ਸੁਹਾਗਣੀ, naanak gurmukh sadaa suhaaganee
ਜਿਸੁ ਅਵਿਨਾਸੀ ਪੁਰਖੁ ਭਰਤਾਰੁ॥੧॥ jis avinaasee purakh bhartaar. ||1||

ਜਿਹੜਾ ਧਾਰਮਕ ਬਾਣਾ ਪਾ ਕੇ, ਸੰਸਾਰਕ ਗੁਰੂਾਂ ਮਗਰ ਲੱਗਾ ਰਹਿੰਦਾ ਹੈ । ਉਹ ਜਵਾਨ ਲੜਕੀ ਵਾਂਗ ਹੁੰਦਾ ਹੈ, ਜਿਹੜੀ ਉਪਰੋ ਪਤੀਵੰਤ ਬਣਦੀ ਹੈ । ਜਿਹੜੀ ਆਪਣੇ ਪਤੀ ਦੇ ਹੁੰਦਿਆ ਹੋਇਆ, ਦੂਸਰੇ ਮਰਦ ਨਾਲ ਆਪਣੀ ਪਤ ਸਾਂਝੀ ਕਰਦੀ ਹੈ । ਉਸ ਦੇ ਸਾਰੇ ਕੰਮ ਮਨਮਰਜ਼ੀ ਦੇ ਹੁੰਦੇ ਹਨ । ਮਨ ਵਿੱਚ ਉਸ ਨਾਲ ਕੋਈ ਸਾਂਝ ਨਹੀਂ ਹੁੰਦੀ, ਝੂਠੀ, ਮਨਮੁਖ ਹੀ ਹੁੰਦੀ ਹੈ । ਜਿਸ ਦੇ ਪਹਿਲੇ ਹੀ ਭਾਗਾਂ ਵਿੱਚ ਲਿਖਿਆ ਹੁੰਦਾ ਹੈ! ਉਹ ਹੀ ਸ਼ਬਦ ਦੀ ਪਾਲਣਾ, ਸਿਮਰਨ ਕਰਦਾ ਹੈ । ਜਿਹੜਾ ਬਿਨਾਂ ਲੋਭ, ਇੱਛਾਂ ਦੇ, ਮੋਹ ਨੂੰ ਤਿਆਗਕੇ ਆਪਣੀ ਗਲਤੀ ਪਛਾਣਕੇ, ਪ੍ਰਭ ਦੇ ਦਰ ਆਉਂਦਾ ਹੈ । ਰਹਿਮਤਾਂ ਦਾ ਮਾਲਕ ਉਸ ਦੇ ਕੀਤੇ ਕੰਮ, ਪਾਪ ਬਖਸ਼ ਦੇਂਦਾ, ਸ਼ਬਦ ਦੀ ਪਾਲਣਾ ਤੇ ਲਾਉਂਦਾ ਹੈ । ਉਹ ਆਪਾ ਤਿਆਗਕੇ ਪੂਜਣ ਯੋਗ ਹੋ ਜਾਂਦਾ ਹੈ । ਜਿਸ ਤੇ ਪ੍ਰਭ ਦੀ ਰਹਿਮਤ ਬਖਸ਼ਿਸ਼ ਹੋ ਜਾਂਦੀ ਹੈ । ਉਸ ਤੇ ਰੱਬੀ ਨੂਰ ਬਖਸ਼ਿਸ਼ ਹੋ ਜਾਂਦਾ, ਉਹ ਸੰਸਾਰ ਵਿੱਚ ਹੀ ਪਛਾਣਿਆ ਜਾਂਦਾ ਹੈ । ਉਸ ਨੂੰ ਗੁਰਮਖ ਅਵਸਥਾ ਬਖਸ਼ਿਸ਼ ਹੋ ਜਾਂਦੀ ਹੈ, ਉਹ ਸ਼ਬਦ ਦੇ ਸਿਮਰਨ ਵਿੱਚ ਹੀ ਲੀਨ ਰਹਿੰਦਾ ਹੈ ।

Whosoever may abandon the teachings of His Word and follows the worldly religious guru; he is like a young lady, who may seem like a well respect wife, however, she may share her private, body with strange men for sexual pleasures. All her deeds are selfish, she may not have any love or devotion, respect for anyone, she remains self-minded. Whosoever may have a great prewritten destiny, only he may meditate and obeys the teachings of His Word with steady and stable belief in day-to-day life. Whosoever may renounce his worldly desires, recognizes his mistakes; he may surrender his mind, body, and worldly status at His sanctuary. The Merciful True Master may forgive his past sins and blesses the right path of acceptance in His court. He may become worthy of worship. With His mercy and grace, the spiritual glow of His Word may be shining on his forehead; he may be recognized in the world. He may be blessed with a state of mind as His true devotee; he may remain intoxicated in meditation in the void of His Word.

ਮਃ ੧॥ **mehlaa 1.**

ਸੂਹਾ ਰੰਗੁ ਸੁਪਨੈ ਨਿਸੀ, soohaa rang supnai nisee
ਬਿਨੁ ਤਾਗੇ ਗਲਿ ਹਾਰੁ॥ bin taagay gal haar.
ਸਚਾ ਰੰਗੁ ਮਜੀਠ ਕਾ, sachaa rang majeeth kaa
ਗੁਰਮੁਖਿ ਬ੍ਰਹਮ ਬੀਚਾਰੁ॥ gurmukh barahm beechaar.
ਨਾਨਕ ਪ੍ਰੇਮ ਮਹਾ ਰਸੀ, naanak paraym mahaa rasee
ਸਭਿ ਬੁਰਿਆਈਆ ਛਾਰੁ॥੨॥ sabh buri-aa-ee-aa chhaar. ||2||

ਔਰਤ ਵਾਸਤੇ ਲਾਲ ਰੰਗ, ਰਾਤ ਦਾ ਸ਼ਿਗਾਰ ਹੁੰਦਾ ਹੈ । ਇਹ ਜਿਵੇਂ ਡੋਰੀ ਤੋ ਬਿਨਾਂ ਹੀ ਹਾਰ ਪਾਇਆ ਹੋਵੇ । ਗੁਰਮਖ ਸ਼ਬਦ ਦੀ ਪਾਲਣਾ ਦਾ ਪੱਕਾ ਰੰਗ ਹੀ ਆਤਮਾ ਤੇ ਚੜ੍ਹਾਉਂਦਾ ਹੈ । ਪ੍ਰਭ ਦੇ ਸ਼ਬਦ ਤੇ ਭਰੋਸਾ ਅਡੋਲ ਰਖਣ ਨਾਲ ਮਨ ਦੇ ਬੁਰੇ ਖਿਆਲ ਖਤਮ ਹੋ ਜਾਂਦੇ ਹਨ ।

The crimson color dress, outfit may become the embellishment of a women on her wedding night. This is a like garland without the need of thread. His true devotee may always drench his soul with permanent crimson color of the essence of His Word. With His mercy and grace; all his evil thoughts may be eliminated from his mind forever.

ਪਉੜੀ॥	**pa-orhee.**
ਇਹੁ ਜਗੁ ਆਪਿ ਉਪਾਇਓਨੁ,	ih jag aap upaa-i-on
ਕਰਿ ਚੋਜ ਵਿਡਾਨੁ॥	kar choj vidaan.
ਪੰਚ ਧਾਤੁ ਵਿਚਿ ਪਾਈਅਨੁ,	panch Dhaat vich paa-ee-an
ਮੋਹੁ ਝੂਠੁ ਗੁਮਾਨੁ॥	moh jhooth gumaan.
ਆਵੈ ਜਾਇ ਭਵਾਈਐ,	aavai jaa-ay bhavaa-ee-ai
ਮਨਮੁਖੁ ਅਗਿਆਨੁ॥	manmukh agi-aan.
ਇਕਨਾ ਆਪਿ ਬੁਝਾਇਓਨੁ,	iknaa aap bujhaa-i-on
ਗੁਰਮੁਖਿ ਹਰਿ ਗਿਆਨੁ॥	gurmukh har gi-aan.
ਭਗਤਿ ਖਜਾਨਾ ਬਖਸਿਓਨੁ,	bhagat khajaanaa bakhsi-on
ਹਰਿ ਨਾਮੁ ਨਿਧਾਨੁ॥੪॥	har naam niDhaan. ‖4‖

ਪ੍ਰਭ ਨੇ ਸ੍ਰਿਸ਼ਟੀ ਸਾਜਕੇ ਇੱਕ ਅਨੋਖਾ ਹੀ ਖੇਲ ਬਣਾਇਆ ਹੈ! ਉਸ ਨੇ ਪੰਜ ਧਾਤਾਂ ਮਿਲਾਕੇ ਸਰੀਰ ਬਣਾ ਦਿੱਤਾ ਹੈ । ਇਸ ਵਿੱਚ ਮੋਹ, ਫਰੇਬ, ਅਤੇ ਹੈਸੀਅਤ ਮਿਲਾ ਦਿੱਤੀ ਹੈ । ਮਨਮਰਜ਼ੀ ਕਰਨ ਵਾਲਾ ਇਸ ਪਿਛੇ ਲੱਗਾ, ਜੂੰਨਾਂ ਵਿੱਚ ਭਉਂਦਾ ਫਿਰਦਾ ਹੈ । ਜਿਸ ਤੇ ਰਹਿਮਤ ਬਖਸ਼ਦਾ! ਉਸ ਨੂੰ ਸ਼ਬਦ ਦੀ ਸੋਝੀ ਦੇ ਨੌਂ ਖਜ਼ਾਨੇਂ ਬਖਸ਼ਦਾ ਹੈ । ਉਸ ਨੂੰ ਗੁਰਮਖ ਅਵਸਥਾ ਬਖਸ਼ਦਾ ਹੈ ।

The Omnipotent True Master has created an astonishing play of the universe. He has created a body of a creature, by combining five unique elements. He infused his body with attachments, deception, and ego of worldly status. Self-minded may remain attached to gimmicks of worldly wealth and he may remain intoxicated with short-lived pleasure of worldly wealth. He remains wandering in the cycle of birth and death. Whosoever may be attached to His Word; with His mercy and grace, he may be blessed with nine treasures of enlightenment. He may be blessed with the enlightenment of the essence of the teachings of His Word. He may be blessed with a state of mind as His true devotee.

197.ਸਲੋਕੁ ਮਃ ੩॥ 786-19

ਸੂਹਵੀਏ ਸੂਹਾ ਵੇਸੁ ਛਡਿ ਤੂ,	soohvee-ay soohaa vays chhad too
ਤਾ ਪਿਰ ਲਗੀ ਪਿਆਰੁ॥	taa pir lagee pi-aar.
ਸੂਹੈ ਵੇਸਿ ਪਿਰੁ ਕਿਨੈ ਨ ਪਾਇਓ,	soohai vays pir kinai na paa-i-o
ਮਨਮੁਖਿ ਦਝਿ ਮੁਈ ਗਾਵਾਰਿ॥	manmukh dajh mu-ee gaavaar.
ਸਤਿਗੁਰਿ ਮਿਲਿਐ ਸੂਹਾ ਵੇਸੁ ਗਇਆ,	satgur mili-ai soohaa vays ga-i-aa
ਹਉਮੈ ਵਿਚਹੁ ਮਾਰਿ॥	ha-umai vichahu maar.
ਮਨੁ ਤਨੁ ਰਤਾ ਲਾਲੁ ਹੋਆ,	man tan rataa laal ho-aa
ਰਸਨਾ ਰਤੀ ਗੁਣ ਸਾਰਿ॥	rasnaa ratee gun saar.
ਸਦਾ ਸੋਹਾਗਣਿ ਸਬਦੁ ਮਨਿ,	sadaa sohagan sabad man
ਭੈ ਭਾਇ ਕਰੇ ਸੀਗਾਰੁ॥	bhai bhaa-ay karay seegaar.
ਨਾਨਕ ਕਰਮੀ ਮਹਲੁ ਪਾਇਆ,	naanak karmee mahal paa-i-aa
ਪਿਰੁ ਰਾਖਿਆ ਉਰ ਧਾਰਿ॥੧॥	pir raakhi-aa ur Dhaar. ‖1‖

ਦਿਖਾਵੇ ਦੀ ਬੰਦਗੀ ਕਰਨ ਵਾਲੇ, ਦਿਖਾਵੇ ਦਾ ਬਾਣਾ ਛੱਡੋ! ਤਾਂ ਹੀ ਤੇਰੀ ਪ੍ਰਭ ਦੇ ਸ਼ਬਦ ਵਿੱਚ ਲਗਨ ਲੱਗ ਸਕਦੀ ਹੈ । ਬਾਣਾ ਪਾਉਣ ਨਾਲ ਕਦੇ ਕਿਸੇ ਨੂੰ ਪ੍ਰਭ ਦੀ ਰਹਿਮਤ ਬਖਸ਼ਿਸ਼ ਨਹੀਂ ਹੋਈ । ਸ਼ਬਦ ਤੇ ਭਰੋਸਾ ਅਡੋਲ ਨਹੀਂ ਹੋਇਆ । ਮਨਮੁਖ ਪਾਖੰਡੀ ਬਾਣਾ ਪਾ ਕੇ, ਅਹੰਕਾਰ ਵਿੱਚ ਹੀ ਜਲ ਜਾਂਦਾ ਹੈ । ਸ਼ਬਦ ਤੇ ਭਰੋਸਾ ਅਡੋਲ ਕਰਨ ਨਾਲ, ਬਾਣੇ ਦਾ ਭਰਮ ਮਨ ਵਿਚੋਂ ਦੂਰ ਹੋ ਜਾਂਦਾ ਹੈ । ਇਸ

ਨਾਲ ਹੀ ਮਨ ਵਿਚੋਂ ਅਹੰਕਾਰ ਖਤਮ ਹੋ ਜਾਂਦਾ ਹੈ । ਉਸ ਦੇ ਤਨ, ਮਨ ਤੇ ਪ੍ਰਭ ਦੇ ਸ਼ਬਦ ਦੀ ਲਗਨ ਦਾ ਗੂੜ੍ਹਾ ਰੰਗ ਚੜ੍ਹ ਜਾਂਦਾ ਹੈ । ਜੀਭ ਤੇ ਪ੍ਰਭ ਦੀ ਉਸਤਤ ਦਾ ਰੰਗ ਨਜ਼ਰ ਆਉਂਦਾ, ਰਸਨਾ ਹੁੰਦੀ ਹੈ । ਉਸ ਦੇ ਮਨ ਤੇ ਸਦਾ ਰਹਿਣ ਵਾਲਾ ਪ੍ਰਭ ਦੇ ਸ਼ਬਦ ਦਾ ਪ੍ਰਭਾਵ ਰਹਿੰਦਾ ਹੈ । ਪ੍ਰਭ ਦੇ ਵਿਛੋੜੇ ਦਾ ਵਿਰਾਗ, ਸ਼ਬਦ ਦੀ ਲਗਨ ਦਾ ਨੂਰ ਬਣ ਜਾਂਦਾ ਹੈ । ਬੰਦਗੀ ਕਰਨ ਵਾਲਾ ਪ੍ਰਭ ਦੇ ਤਰਸ ਸਦਕਾ ਹੀ ਹਜ਼ੂਰੀ ਵਿੱਚ ਥਾਂ ਪ੍ਰਾਪਤ ਕਰ ਲੈਂਦਾ ਹੈ । ਉਸ ਦੇ ਮਨ ਵਿੱਚ ਪ੍ਰਭ ਦਾ ਸ਼ਬਦ ਵਸਦਾ ਹੈ ।

You should abandon superficial meditation with baptism and religious robe; only then you may remain on the right path of meditation, obeying His Word with steady and stable belief in day-to-day life. From Ancient Ages! by baptism, adopting religious robe, no one had ever been blessed with acceptance in His Court nor anyone had remained steady and stable on the right path of obeying His Word. Self-minded may enhance his ego by baptizing and with religious robe. Whosoever may obey the teachings of His Word, all his suspicion created by religious rituals may be eliminated from his mind; with His mercy and grace, he may conquer his ego. He may be drenched with the crimson color of the nectar, essence of His Word. His tongue may be overwhelmed with praises and gratitude of His blessings, Word. His mind may be overwhelmed with everlasting glow of the essence of His Word. He remains intoxicated in renunciation and his renunciation may be transformed to the spiritual glow of His Word. With His mercy and grace, he may be accepted in His Court, he may remain drenched with the essence of His Word.

ਮਃ ੩॥	**mehlaa 3.**
ਮੁੰਧੇ ਸੂਹਾ ਪਰਹਰਹੁ,	munDhay soohaa parahrahu
ਲਾਲੁ ਕਰਹੁ ਸੀਗਾਰੁ॥	laal karahu seegaar.
ਆਵਣ ਜਾਣਾ ਵੀਸਰੈ,	aavan jaanaa veesrai
ਗੁਰ ਸਬਦੀ ਵੀਚਾਰੁ॥	gur sabdee veechaar.
ਮੁੰਧ ਸੁਹਾਵੀ ਸੋਹਣੀ,	munDh suhaavee
ਜਿਸੁ ਘਰਿ ਸਹਜਿ ਭਤਾਰੁ॥	sohnee jis ghar sahj bhataar.
ਨਾਨਕ ਸਾ ਧਨ ਰਾਵੀਐ,	naanak saa Dhan raavee-ai
ਰਾਵੇ ਰਾਵਣਹਾਰੁ॥੨॥	raavay ravanhaar. ‖2‖

ਧਰਮ ਦੇ ਬਾਣੇ ਨਾਲ ਪ੍ਰੀਤ ਨਾ ਲਾਵੋ, ਮਨ, ਤਨ ਨੂੰ ਸ਼ਬਦ ਦੇ ਰੰਗ ਨਾਲ ਸਜਾਵੋ! ਜੂੰਨਾਂ ਦਾ ਚੱਕਰ ਸ਼ਬਦ ਦੀ ਪਾਲਣਾ, ਧਿਆਨ ਨਾਲ ਹੀ ਖਤਮ ਹੋ ਸਕਦਾ ਹੈ । ਜਿਸ ਦੇ ਮਨ ਵਿੱਚ ਸ਼ਬਦ ਵਸਦਾ ਹੈ, ਉਸ ਦੀ ਆਤਮਾ ਬਹੁਤ ਸੁੰਦਰ ਅਤੇ ਸੁਭਾਗਾਂ ਵਾਲੀ ਹੁੰਦੀ ਹੈ । ਉਹ ਆਤਮਾ ਸ਼ਬਦ ਦੀ ਕਮਾਈ ਕਰਦੀ ਹੈ । ਉਸ ਤੇ ਸਦਾ ਹੀ ਪ੍ਰਭ ਦੀ ਰਹਿਮਤ ਰਹਿੰਦੀ ਹੈ ।

You should not be attached to the significance of religious robe rather drench your mind, body with the nectar of the essence of His Word. Whosoever may obey the teachings of His Word with steady and stable belief in his day-to-day life; with His mercy and grace, his cycle of birth and death may be eliminated. Whosoever may remain drenched with the essence of His Word; his soul may become very fortunate. He may remain intoxicated in the void of His Word and he may remain overwhelmed with contentment and His blessings.

ਪਉੜੀ॥	**pa-orhee.**
ਮੋਹੁ ਕੂੜੁ ਕੁਟੰਬੁ ਹੈ,	moh koorh kutamb hai
ਮਨਮੁਖੁ ਮੁਗਧੁ ਰਤਾ॥	manmukh ugaDh rataa.
ਹਉਮੈ ਮੇਰਾ ਕਰਿ ਮੁਏ,	ha-umai mayraa kar mu-ay
ਕਿਛੁ ਸਾਥਿ ਨ ਲਿਤਾ॥	kichh saath na litaa.
ਸਿਰ ਉਪਰਿ ਜਮਕਾਲੁ ਨ ਸੁਝਈ,	sir upar jamkaal na sujh-ee
ਦੂਜੈ ਭਰਮਿਤਾ॥	doojai bharmitaa.
ਫਿਰਿ ਵੇਲਾ ਹਥਿ ਨ ਆਵਈ,	fir vaylaa hath na aavee
ਜਮਕਾਲਿ ਵਸਿ ਕਿਤਾ॥	jamkaal vas kitaa.
ਜੇਹਾ ਧੁਰਿ ਲਿਖਿ ਪਾਇਓਨੁ	jayhaa Dhur likh paa-i-on
ਸੇ ਕਰਮ ਕਮਿਤਾ॥੫॥	say karam kamitaa. ||5||

ਅਣਜਾਣ ਜੀਵ ਪ੍ਰਵਾਰ ਨਾਲ ਮੋਹ ਦੇ ਜਾਲ ਵਿੱਚ ਫਸਿਆ ਰਹਿੰਦਾ ਹੈ । ਇਹ ਸਦਾ ਸੰਸਾਰਕ ਮਾਇਆ ਦਾ ਧੋਖੇ ਵਾਲਾ ਜਾਲ ਹੈ । ਮੇਰੀ ਮੇਰੀ ਕਰਦਾ ਮਰ ਜਾਂਦਾ, ਸੰਸਾਰ ਵਿੱਚ ਕੀਤਾ ਕੰਮ, ਮੌਤ ਤੇ ਸਾਥ ਨਹੀਂ ਦੇਂਦਾ । ਉਸ ਨੂੰ ਮੌਤ ਦੇ ਫਰਿਸ਼ਤੇ ਦੀ ਕੋਈ ਸੋਝੀ ਨਹੀਂ ਹੁੰਦੀ । ਜਿਹੜਾ ਉਸ ਦੇ ਸਿਰ ਉਪਰ ਘੇਰਾ ਪਾਈ ਰਖਦਾ, ਉਸ ਦੇ ਕੰਮਾਂ ਤੇ ਨਜ਼ਰ ਰਖਦਾ ਹੈ । ਉਹ ਇਹ ਮਾਨਸ ਜਨਮ ਦਾ ਅਮੋਲਕ ਮੌਕਾ, ਸਮਾਂ ਬਿਰਥਾ ਹੀ ਗਵਾ ਲੈਂਦਾ ਹੈ । ਉਹ ਮੌਤ ਦੇ ਹਵਾਲੇ ਹੋ ਜਾਂਦਾ ਹੈ । ਉਹ ਆਪਣੇ ਪਿਛਲੇ ਲਿਖੇ ਦੇ ਅਨੁਸਾਰ ਹੀ ਕੰਮ ਕਰਦਾ ਰਹਿੰਦਾ ਹੈ ।

Ignorant remains intoxicated in worldly attachment of possessions and family. This is a unique sweet poison and trap of worldly wealth. He remains selfish, intoxicated in his worldly possessions. No earning of worldly wealth may stay with him and supports in His Court. He remains unaware of the unpredictable death. The devil of death remains hovering over and monitor his day-to-day worldly deeds. He may waste his human life opportunity uselessly. He may be captured by the devil of death. He performs his worldly deeds as per his prewritten destiny.

198.ਸਲੋਕੁ ਮਃ ੩॥ 787-8

ਸਤੀਆ ਏਹਿ ਨ ਆਖੀਅਨਿ,	satee-aa ayhi na aakhee-an
ਜੋ ਮੜਿਆ ਲਗਿ ਜਲੰਨ੍ਹਿ॥	jo marhi-aa lag jalaNniH.
ਨਾਨਕ ਸਤੀਆ ਜਾਣੀਅਨ੍ਹਿ,	naanak satee-aa jaanee-aniH
ਜਿ ਬਿਰਹੇ ਚੋਟ ਮਰੰਨ੍ਹਿ॥੧॥	je birhay chot maraNniH. ||1||

ਜਿਹੜੀ ਔਰਤ ਆਪਣੇ ਜੀਵਨ ਸਾਥੀ ਨਾਲ ਮੌਤ ਤੇ ਜਿਉਂਦੀ ਹੀ ਜਲ ਜਾਂਦੀ ਹੈ । ਉਸ ਨੂੰ ਸਤੀ ਨਹੀਂ ਆਖਿਆ ਜਾ ਸਕਦਾ । ਜਿਹੜੀ ਆਤਮਾ ਸ਼ਬਦ ਨਾਲ ਲਗਨ ਭੰਗ ਹੋਣ ਤੇ ਹੀ ਆਪਣੇ ਆਪ ਨੂੰ ਮੰਦੇ ਭਾਗਾਂ ਵਾਲੀ ਸਮਝਦੀ ਹੈ! ਪ੍ਰਭ ਦੇ ਵਿਛੋੜੇ ਦੇ ਵਿਰਾਗ ਵਿੱਚ ਚਲੇ ਜਾਵੇ, ਉਹ ਆਤਮਾ ਅਸਲੀ ਸਤੀ ਹੁੰਦੀ ਹੈ ।

Whosoever may sacrifice her life at the death of her husband; she may not be rewarded, accepted in His Court, or called Satie. Whosoever may consider herself very unfortunate by losing her concentration from the teachings of His Word. Whosoever may remain in renunciation in her memory of separation from His Holy Spirit; only her soul may be worthy to be called Satie, blessed. With His mercy and grace, she may be accepted in His Court.

ਮਃ ੩॥	**mehlaa 3.**
ਭੀ ਸੋ ਸਤੀਆ ਜਾਣੀਅਨਿ,	bhee so satee-aa jaanee-an
ਸੀਲ ਸੰਤੋਖਿ ਰਹੰਨਿ੍॥	seel santokh rahaNniH.
ਸੇਵਨਿ ਸਾਈ ਆਪਣਾ,	sayvan saa-ee aapnaa
ਨਿਤ ਉਠਿ ਸੰਮ੍ਾਲੰਨਿ੍॥੨॥	nit uth samHaalaNniH. ||2||

ਜਿਹੜਾ ਸਦਾ, ਨਿਮ੍ਰਤਾ ਨਾਲ ਕੰਮ ਕਰਦਾ, ਪ੍ਰਭ ਦੇ ਬਖਸ਼ੇ ਤੇ ਸੰਤੋਖ ਨਾਲ ਅਨੰਦ, ਖੇੜੇ ਵਿੱਚ ਜੀਵਨ ਬਤੀਤ ਕਰਦਾ ਹੈ । ਉਹ ਸਦਾ ਹੀ ਸਵਾਸ ਗਰਾਸ ਆਪਣੇ ਸ਼ਬਦ ਦੀ ਪਾਲਣਾ ਵਿੱਚ ਮਸਤ ਰਹਿੰਦਾ ਹੈ । ਉਸ ਦੀ ਆਤਮਾ ਨੂੰ, ਜੀਵ ਨੂੰ ਸਤੀ ਆਖਿਆ ਜਾ ਸਕਦਾ ਹੈ ।

Whosoever may live a simple, humble life and remains contented with His blessings, in all his worldly environments. He remains intoxicated with each breath in meditating and obeying the teachings of His Word with steady and stable belief in his day-to-day life. His soul may become worthy to be called sanctified, blessed soul, the real Satie.

ਮਃ ੩॥	**mehlaa 3.**
ਕੰਤਾ ਨਾਲਿ ਮਹੇਲੀਆ,	kantaa naal mahaylee-aa
ਸੇਤੀ ਅਗਿ ਜਲਾਹਿ॥	saytee ag jalaahi.
ਜੇ ਜਾਣਹਿ ਪਿਰੁ ਆਪਣਾ,	jay jaaneh pir aapnaa
ਤਾ ਤਨਿ ਦੁਖ ਸਹਾਹਿ॥	taa tan dukh sahaahi.
ਨਾਨਕ ਕੰਤ ਨ ਜਾਣਨੀ,	naanak kant na jaannee
ਸੇ ਕਿਉ ਅਗਿ ਜਲਾਹਿ॥	say ki-o ag jalaahi.
ਭਾਵੈ ਜੀਵਉ ਕੈ ਮਰਉ,	bhaavai jeeva-o kai mara-o
ਦੂਰਹੁ ਹੀ ਭਜਿ ਜਾਹਿ॥੩॥	Dhoorahu hee bhaj jaahi. ||3||

ਜਿਹੜੀ ਰੰਡੀ, ਪਤੀ ਦੇ ਮਰਨ ਤੇ, ਆਪਣੇ ਪਤੀ ਦੇ ਤਨ ਨਾਲ ਹੀ ਜਲ ਜਾਂਦੀ ਹੈ । ਜਿਸ ਨੇ ਆਪਣੇ ਪਤੀ ਨੂੰ ਪੂਰਨ ਤਰ੍ਹਾਂ ਜਾਣਿਆ ਹੋਵੇ, ਉਸ ਦਾ ਦੁਖ ਬਹੁਤ ਡੂੰਘਾਂ ਹੁੰਦਾ ਹੈ । ਜਿਹੜੀ ਆਪਣੇ ਜੀਵਨ ਸਾਥੀ ਨੂੰ ਪੂਰਨ ਤਰ੍ਹਾਂ ਜਾਣਦੀ ਹੀ ਨਹੀਂ । ਉਹ ਉਸ ਦੀ ਮੌਤ ਤੇ ਉਸ ਨਾਲ ਕਿਉਂ ਜਲਦੀ ਹੈ? ਭਾਵੇਂ ਉਸ ਦਾ ਪਤੀ ਜੀਉਂਦਾ, ਜਾ ਮਰਿਆ ਹੋਵੇ, ਉਸ ਦਾ ਮਨ ਸਦਾ ਹੀ ਉਸ ਤੋਂ ਦੂਰ ਰਹਿੰਦਾ ਹੈ ।

In Ancient Hindu ritual, to burn the wife, widow alive with the corpse of her husband was cruel and not as per His Word. Whosoever may have fully understood her husband, she may have deep remorse, renunciation of his death. Whosoever may not fully understand her husband; why may she be burned or disposed with the corpse of her husband? No matter, her husband may be alive or dead; she was mental far away from his soul.

ਪਉੜੀ॥	**pa-orhee.**
ਤੁਧੁ ਦੁਖੁ ਸੁਖੁ ਨਾਲਿ ਉਪਾਇਆ,	tuDh dukh sukh naal upaa-i-aa
ਲੇਖੁ ਕਰਤੈ ਲਿਖਿਆ॥	laykh kartai likhi-aa.
ਨਾਵੈ ਜੇਵਡ ਹੋਰ ਦਾਤਿ ਨਾਹੀ,	naavai jayvad hor daat naahee
ਤਿਸੁ ਰੂਪੁ ਨ ਰਿਖਿਆ॥	tis roop na rikhi-aa.
ਨਾਮੁ ਅਖੁਟੁ ਨਿਧਾਨੁ ਹੈ,	naam akhut niDhaan hai
ਗੁਰਮੁਖਿ ਮਨਿ ਵਸਿਆ॥	gurmukh man vasi-aa.
ਕਰਿ ਕਿਰਪਾ ਨਾਮੁ ਦੇਵਸੀ,	kar kirpaa naam dayvsee
ਫਿਰਿ ਲੇਖੁ ਨ ਲਿਖਿਆ॥	fir laykh na likhi-aa.
ਸੇਵਕ ਭਾਇ ਸੇ ਜਨ ਮਿਲੇ,	sayvak bhaa-ay say jan milay
ਜਿਨ ਹਰਿ ਜਪੁ ਜਪਿਆ॥੬॥	jin har jap japi-aa. ||6||

ਪ੍ਰਭ ਨੇ ਜੀਵਨ ਦੇ ਦੁਖ, ਸੁਖ ਆਪਣੀ ਰਜ਼ਾ, ਮਰਜ਼ੀ ਨਾਲ ਹੀ ਇਕੱਠੇ ਰਖੇ ਹਨ । ਪ੍ਰਭ ਦੇ ਸ਼ਬਦ ਨਾਲ ਲਗਨ ਤੋ ਵੱਡੀ ਕੋਈ ਹੋਰ ਪ੍ਰਭ ਦੀ ਬਖਸ਼ਿਸ਼ ਨਹੀਂ ਹੁੰਦੀ । ਪ੍ਰਭ ਦੇ ਸ਼ਬਦ ਦਾ ਕੋਈ ਅਕਾਰ ਨਹੀਂ, ਇਸ ਦਾ ਕੋਈ ਨਿਸ਼ਾਨ ਨਹੀਂ । ਪ੍ਰਭ ਦੇ ਸ਼ਬਦ ਦੀ ਸੋਝੀ ਦਾ ਖਜ਼ਾਨਾ ਨਾ ਖਤਮ ਹੋਣ ਵਾਲਾ ਹੈ । ਇਹ ਗੁਰਮਖ ਦੇ ਮਨ ਵਿੱਚ ਹੀ ਵਸਦਾ ਹੈ । ਜਿਸ ਤੇ ਪ੍ਰਭ ਆਪ ਹੀ ਰਹਿਮਤ ਬਖਸ਼ਕੇ ਸ਼ਬਦ ਨਾਲ ਲਗਨ ਲਾਉਂਦਾ ਹੈ । ਉਸ ਤੇ ਦੁਖ, ਸੁਖ ਦਾ ਕੋਈ ਅਸਰ ਨਹੀਂ ਹੁੰਦਾ, ਸਦਾ ਹੀ ਅਨੰਦ ਮਹਿਸੂਸ ਕਰਦਾ ਹੈ । ਜਿਹੜਾ ਸ਼ਬਦ ਦੀ ਪਾਲਨਾ ਕਰਦਾ, ਲਗਨ ਲਾਉਂਦਾ ਹੈ । ਉਹ ਪ੍ਰਭ ਦੇ ਦਰਬਾਰ ਵਿੱਚ ਪ੍ਰਵਾਨ ਹੋ ਜਾਂਦਾ ਹੈ । ਉਹ ਸ਼ਬਦ ਦੇ ਗੁਣ ਹੀ ਗਾਉਂਦਾ ਰਹਿੰਦਾ ਹੈ ।

The True Master has created both pleasures and miseries as part of worldly life. No other blessing has more significance than the devotion to meditate on the teachings of His Word. His Word has no imaginable size, structure, identification, or recognition. The treasure of enlightenment of His Word remains inexhaustible and undiminishable. His true devotee remains drenched within the treasure of essence of His Word. Whosoever may be blessed with a devotion to meditate and obey the teachings of His Word with steady and stable belief in his day-to-day life; with His mercy and grace, he may remain beyond the influence of pleasures and miseries of worldly environment on his state of mind. He may enjoy both as His blessings and sings His glory. Whosoever may wholeheartedly obey the teachings of His Word with steady and stable belief; with His mercy and grace, he may be accepted in His Court. He may remain intoxicated in singing the glory of His Word in the void of His Word.

199.ਸਲੋਕੁ ਮਃ ੨॥ 787-15

ਜਿਨੀ ਚਲਣੁ ਜਾਣਿਆ,	jinee chalan jaani-aa
ਸੇ ਕਿਉ ਕਰਹਿ ਵਿਥਾਰ॥	say ki-o karahi vithaar.
ਚਲਣ ਸਾਰ ਨ ਜਾਣਨੀ,	chalan saar na jaannee
ਕਾਜ ਸਵਾਰਣਹਾਰ॥੧॥	kaaj savaaranhaar. ||1||

ਜਦੋਂ ਜੀਵ ਨੂੰ ਸੋਝੀ ਹੈ, ਕਿ ਉਸ ਨੇ ਥੋੜ੍ਹਾ ਚਿਰ ਹੀ ਸੰਸਾਰ ਵਿੱਚ ਰਹਿਣਾ ਹੈ । ਤਾਂ ਉਹ ਜੀਵਨ ਵਿੱਚ ਦਿਖਾਵਾ ਕਿਉਂ ਕਰਦਾ ਹੈ? ਕਿਉਂ ਲੰਮੇ ਸਮੇਂ ਰਹਿਣ ਵਾਲੀਆਂ ਸਕੀਮਾਂ, ਬਣਾਉਂਦਾ ਰਹਿੰਦਾ ਹੈ?

Everyone may realize that his stay in the universe may be predetermined for a short period. Why may he remain intoxicated with false pretension of meditation? Why may he be planning for long stay in the universe?

ਮਃ ੨॥	**mehlaa 2.**
ਰਾਤਿ ਕਾਰਣਿ ਧਨੁ ਸੰਚੀਐ,	raat kaaran Dhan sanchee-ai
ਭਲਕੇ ਚਲਣੁ ਹੋਇ॥	bhalkay chalan ho-ay.
ਨਾਨਕ ਨਾਲਿ ਨ ਚਲਈ,	naanak naal na chal-ee fir
ਫਿਰਿ ਪਛੁਤਾਵਾ ਹੋਇ॥੨॥	pachhutaavaa ho-ay. ||2||

ਮਾਨਸ ਸਾਰੀ ਉਮਰ ਹੀ ਸੰਸਾਰਕ ਧੰਨ, ਮਾਇਆ ਮੋਹ ਇੱਕੱਠਾ ਕਰਦਾ ਰਹਿੰਦਾ, ਸੰਸਾਰਕ ਧਨ ਉਸ ਦੇ ਨਾਲ ਨਹੀਂ ਜਾਂਦਾ । ਜਦੋਂ ਮੌਤ ਹੋ ਜਾਂਦੀ ਹੈ, ਖਾਲੀ ਹੱਥੀ ਜਾਣਾ ਪੈਂਦਾ ਹੈ ਤਾਂ ਉਹ ਪਛਤਾਵਾਂ ਕਰਦਾ ਹੈ ।

Self-minded remains intoxicated in collecting worldly wealth in his useful life; after death his worldly possessions does not remain with his soul. He must return to face His judgement empty handed. He regrets and repents for his worldly deeds.

ਮਃ ੨॥	**mehlaa 2.**
ਬਧਾ ਚਟੀ ਜੋ ਭਰੇ,	baDhaa chatee jo bharay
ਨਾ ਗੁਣੁ ਨਾ ਉਪਕਾਰੁ॥	naa gun naa upkaar.
ਸੇਤੀ ਖੁਸੀ ਸਵਾਰੀਐ,	saytee khusee savaaree-ai
ਨਾਨਕ ਕਾਰਜੁ ਸਾਰੁ॥੩॥	naanak kaaraj saar. ||3||

ਜਿਹੜਾ ਸੰਸਾਰਕ ਬੰਧਨਾਂ, ਧਰਮ ਦੇ ਬੰਧਨਾਂ ਵਿੱਚ ਕੋਈ ਕੰਮ ਕਰਦਾ ਹੈ । ਉਸ ਦੀ ਕੋਈ ਸਾਥ ਜਾਣ ਵਾਲੀ ਕਮਾਈ ਨਹੀਂ ਹੁੰਦੀ, ਨਾ ਹੀ ਪ੍ਰਭ ਨੂੰ ਭਾਉਂਦੀ ਹੈ । ਜਿਹੜੀ ਸ਼ਬਦ ਦੀ ਕਮਾਈ, ਲੋਕ ਦਿਖਾਵੇ ਜਾ ਲਾਲਚ ਤੋ ਬਿਨਾਂ ਕਰਦਾ ਹੈ । ਉਹ ਹੀ ਸਾਥ ਜਾਣ ਵਾਲੀ ਕਮਾਈ ਹੁੰਦੀ ਹੈ ।

Whosoever may perform worldly religious ritual and he remains bonded with worldly family. His earnings may not remain with him after death nor acceptable in His Court. Whosoever may perform his worldly deeds without any greed of any worldly reward or expectations; with His mercy and grace, he may be blessed with wealth of His Word. His earnings remain with him forever to support in His Court.

ਮਃ ੨॥	**mehlaa 2.**
ਮਨਹਠਿ ਤਰਫ ਨ ਜਿਪਈ,	manhath taraf na
ਜੇ ਬਹੁਤਾ ਘਾਲੇ॥	jip-ee jay bahutaa ghaalay.
ਤਰਫ ਜਿਣੈ ਸਤ ਭਾਉ ਦੇ,	taraf jinai sat bhaa-o day
ਜਨ ਨਾਨਕ ਸਬਦੁ ਵੀਚਾਰੇ॥੪॥	jan naanak sabad veechaaray. ||4||

ਮਨਮਰਜ਼ੀ ਵਾਲੇ ਨੂੰ ਰਹਿਮਤ ਬਖਸ਼ਿਸ਼ ਨਹੀਂ ਹੋ ਸਕਦੀ, ਭਾਵੇਂ ਉਹ ਕਿਤਨੇ ਵੀ ਯਤਨ ਕਰਦਾ ਹੋਵੇ । ਜਿਹੜਾ ਮਨੋ ਤਨੋ ਪ੍ਰਭ ਦੇ ਸ਼ਬਦ ਨੂੰ ਯਾਦ ਰਖਦਾ, ਸ਼ਬਦ ਦੀ ਪਾਲਣਾ ਕਰਦਾ ਹੈ । ਉਸ ਨੂੰ ਪ੍ਰਭ ਦੀ ਰਹਿਮਤ ਬਖਸ਼ਿਸ਼ ਹੋ ਜਾਂਦੀ ਹੈ ।

Self-minded may meditation with his own determination; without His mercy and grace, he may never be blessed with the right path of acceptance in His Court. Whosoever may wholeheartedly serve and obeys the teachings of His Word with steady and stable belief in his day-to-day life; with His mercy and grace, he may be accepted in His Court.

ਪਉੜੀ॥	**pa-orhee.**
ਕਰਤੈ ਕਾਰਣੁ ਜਿਨਿ ਕੀਆ,	kartai kaaran jin kee-aa
ਸੋ ਜਾਣੈ ਸੋਈ॥	so jaanai so-ee.
ਆਪੇ ਸ੍ਰਿਸਟਿ ਉਪਾਈਅਨੁ,	aapay sarisat upaa-ee-an
ਆਪੇ ਫੁਨਿ ਗੋਈ॥	aapay fun go-ee.
ਜੁਗ ਚਾਰੇ ਸਭ ਭਵਿ ਥਕੀ,	jug chaaray sabh bhav thakee
ਕਿਨਿ ਕੀਮਤਿ ਹੋਈ॥	kin keemat ho-ee.
ਸਤਿਗੁਰਿ ਏਕੁ ਵਿਖਾਲਿਆ,	satgur ayk vikhaali-aa
ਮਨਿ ਤਨਿ ਸੁਖੁ ਹੋਈ॥	man tan sukh ho-ee.
ਗੁਰਮੁਖਿ ਸਦਾ ਸਲਾਹੀਐ,	gurmukh sadaa salaahee-ai
ਕਰਤਾ ਕਰੇ ਸੁ ਹੋਈ॥੭॥	kartaa karay so ho-ee. ||7||

ਜਿਸ ਨੇ ਸ੍ਰਿਸ਼ਟੀ ਸਾਜੀ ਹੈ, ਕੇਵਲ ਉਹ ਹੀ ਖਤਮ ਕਰਦਾ, ਕਰ ਸਕਦਾ ਹੈ । ਕੇਵਲ ਉਹ ਹੀ ਸਭ ਕੁਝ ਜਾਣਦਾ ਹੈ, ਕਿਉਂ ਹੁੰਦਾ ਹੈ? ਮੈਂ ਚਾਰੇ ਪਾਸੇ ਹੀ ਢੂੰਡਕੇ ਦੇਖਿਆ ਹੈ! ਕੋਈ ਵੀ ਪ੍ਰਭ ਦੀ ਕੁਦਰਤ ਦੀ ਪੂਰਨ ਜਾਣਕਾਰੀ ਨਹੀਂ ਜਾਣਦਾ । ਜਿਸ ਤੇ ਆਪ ਹੀ ਰਹਿਮਤ ਬਖਸ਼ਕੇ ਇਸ ਦੀ ਸੋਝੀ, ਸ਼ਬਦ ਦੀ ਸੋਝੀ ਬਖਸ਼ਦਾ ਹੈ, ਉਸ ਜੀਵ ਨੂੰ ਸੰਤੋਖ, ਸ਼ਾਂਤੀ ਬਖਸ਼ਿਸ਼ ਹੁੰਦੀ ਹੈ । ਗੁਰਮਖ ਭਾਣੇ ਨੂੰ ਸਤਿ ਕਰਕੇ ਮੰਨਦਾ ਹੈ । ਉਸ ਦਾ ਭਰੋਸਾ ਅਡੋਲ ਰਹਿੰਦਾ, ਪ੍ਰਭ ਸਭ ਕੁਝ ਚੰਗਾ ਹੀ ਕਰਦਾ ਹੈ ।

The One and One, True Master Creator of the universe may destroy or eliminate His Creation. Only He may know, why and what may happen in the universe? I have searched in the universe, no one may fully comprehend His Nature. Whosoever may be blessed with the enlightenment of His Word; with His mercy and grace, he may be blessed with peace of mind and contentment in his worldly life. His true devotee believes that only His command may prevail and always best for His Creation.

200.ਸਲੋਕ ਮਹਲਾ ੨॥ 788-2

ਜਿਨਾ ਭਉ ਤਿਨ੍ ਨਾਹਿ ਭਉ,	jinaa bha-o tinH naahi bha-o
ਮੁਚੁ ਭਉ ਨਿਭਵਿਆਹ॥	much bha-o nibhvi-aah.
ਨਾਨਕ ਏਹੁ ਪਟੰਤਰਾ,	naanak ayhu patantaraa
ਤਿਤੁ ਦੀਬਾਣਿ ਗਇਆਹ॥੧॥	tit deebaan ga-i-aah. ||1||

ਜਿਸ ਜੀਵ ਨੂੰ ਪ੍ਰਭ ਦੇ ਵਿਛੋੜਾ ਦਾ ਡਰ ਮਨ ਵਿੱਚ ਰਹਿੰਦਾ ਹੈ । ਉਸ ਨੂੰ ਹੋਰ ਕੋਈ ਡਰ ਤੰਗ ਨਹੀਂ ਕਰਦਾ । ਜਿਸ ਮਨ ਵਿੱਚ ਪ੍ਰਭ ਦੇ ਵਿਛੋੜੇ ਦਾ ਡਰ ਨਹੀਂ ਹੁੰਦਾ, ਉਸ ਦੀ ਪ੍ਰਵਾਹ ਨਹੀਂ ਕਰਦਾ । ਉਸ ਨੂੰ ਸੰਸਾਰਕ ਇੱਛਾਂ ਦੇ ਡਰ, ਮੌਤ, ਜੂੰਨਾਂ ਦੇ ਡਰ ਤੰਗ ਕਰਦੇ ਰਹਿੰਦਾ ਹੈ । ਇਸ ਦੀ ਸੋਝੀ, ਆਪ ਹੀ ਸ਼ਬਦ ਦੀ ਸੋਝੀ ਵਿੱਚ ਅਨੁਭਵ ਕਰਾਉਂਦਾ ਹੈ ।

Whosoever may remain in renunciation in the memory of his separation from The Holy Spirit; he may not have any fear of worldly frustration, miseries. Whosoever may not have the memory of his separation from The Holy Spirit fresh or abandons his hopes. He may endure fear of worldly miseries and death. The True Master has embedded the enlightenment of His Nature within the teachings of His Word.

ਮਃ ੨॥	mehlaa 2.
ਤੁਰਦੇ ਕਉ ਤੁਰਦਾ ਮਿਲੈ,	turday ka-o turdaa milai
ਉਡਤੇ ਕਉ ਉਡਤਾ॥	udtay ka-o udtaa.
ਜੀਵਤੇ ਕਉ ਜੀਵਤਾ ਮਿਲੈ,	jeevtay ka-o jeevtaa milai
ਮੂਏ ਕਉ ਮੂਆ॥	moo-ay ka-o moo-aa.
ਨਾਨਕ ਸੋ ਸਾਲਾਹੀਐ,	naanak so salaahee-ai
ਜਿਨਿ ਕਾਰਣੁ ਕੀਆ॥੨॥	jin kaaran kee-aa. ||2||

ਜਿਸਤਰ੍ਹਾਂ ਦਾ ਮਨ ਸੋਚਦਾ, ਕੰਮ ਕਰਦਾ, ਉਸਤਰ੍ਹਾਂ ਦੀ ਹੀ ਸੰਗਤ ਲੱਭ ਲੈਂਦਾ ਹੈ । ਜਿਹੜਾ ਜੀਵ ਉਡਦਾ ਹੈ! ਉਹ ਆਪਣੇ ਸਫਰ ਵਿੱਚ ਉਡਨ ਵਾਲੇ ਜੀਵ ਨੂੰ ਮਿਲਦਾ, ਸਾਥ ਦੇਂਦਾ ਹੈ । ਜਿਹੜਾ ਮਾਯੂਸੀ ਵਿੱਚ ਹੁੰਦਾ ਹੈ, ਉਸ ਦੀ ਸੰਗਤ ਮਾਯੂਸੀ ਵਾਲਾ ਕਰਦਾ ਹੈ । ਜਿਹੜਾ ਜੀਵਨ ਵਿੱਚ ਅਨੰਦ ਮਾਨਦਾ ਹੈ, ਉਹ ਖੇੜੇ ਵਾਲੀ ਸੰਗਤ ਲੱਭ ਲੈਂਦਾ ਹੈ । ਜੀਵ ਸਾਰੀ ਸ੍ਰਿਸ਼ਟੀ ਪੈਦਾ ਕਰਨ, ਪਾਲਣਾ ਕਰਨ ਵਾਲੇ ਪ੍ਰਭ ਨੂੰ ਢੂੰਡ ਲਵੋ ।

Whatsoever thoughts, imagination may be within mind of anyone. He may be attracted to the association of a person with similar thoughts and interest. Whosoever may fly or travel, he may associate with person of similar interest. Whosoever may be depressed and miserable in his human life; he may find a comfort in the company of desperate or loser in life. You should only think about and search; The Omnipotent True Master, Creator of the universe, who nourishes and protects the whole universe.

ਪਉੜੀ॥	pa-orhee.
ਸਚੁ ਧਿਆਇਨਿ ਸੇ ਸਚੇ,	sach Dhi-aa-in say sachay
ਗੁਰ ਸਬਦਿ ਵੀਚਾਰੀ॥	gur sabad veechaaree.
ਹਉਮੈ ਮਾਰਿ ਮਨੁ ਨਿਰਮਲਾ,	ha-umai maar man nirmalaa

ਹਰਿ ਨਾਮੁ ਉਰਿ ਧਾਰੀ॥	har naam ur Dhaaree.
ਕੋਠੇ ਮੰਡਪ ਮਾੜੀਆ,	kothay mandap maarhee-aa
ਲਗਿ ਪਏ ਗਾਵਾਰੀ॥	lag pa-ay gaavaaree.
ਜਿਨ੍ਹਿ ਕੀਏ ਤਿਸਹਿ ਨ ਜਾਣਨੀ,	jiniH kee-ay tiseh na jaannee
ਮਨਮੁਖਿ ਗੁਬਾਰੀ॥	manmukh gubaaree.
ਜਿਸੁ ਬੁਝਾਇਹਿ ਸੋ ਬੁਝਸੀ,	jis bujhaa-ihi so bujhsee
ਸਚਿਆ ਕਿਆ ਜੰਤ ਵਿਚਾਰੀ॥੮॥	sachi-aa ki-aa jant vichaaree. ‖8‖

ਜਿਹੜਾ ਜੀਵ ਪ੍ਰਭ ਦੀ ਸੇਵਾ, ਬੰਦਗੀ ਕਰਦਾ ਹੈ । ਉਸ ਨੂੰ ਸ਼ਬਦ ਦੀ ਪਾਲਣਾ ਕਰਦੇ ਨੂੰ ਸ਼ਬਦ ਦੀ ਸੋਝੀ ਬਖਸ਼ਿਸ਼ ਹੋ ਜਾਂਦੀ ਹੈ । ਉਹ ਆਪਣੇ ਮਨ ਦੇ ਅਹੰਕਾਰ ਤੇ ਜਿੱਤ ਪਾ ਕੇ ਮਨ ਨੂੰ ਪਵਿੱਤਰ ਕਰ ਲੈਂਦਾ ਹੈ । ਮੂਰਖ, ਅਣਜਾਣ ਸੰਸਾਰਕ ਹੈਸੀਅਤ ਨਾਲ ਹੀ ਮੋਹ ਰਖਦਾ ਹੈ । ਜਿਹੜਾ ਮਨਮਰਜ਼ੀ ਕਰਦਾ, ਉਹ ਸ੍ਰਿਸ਼ਟੀ ਨੂੰ ਪੈਦਾ ਕਰਨ ਵਾਲੇ ਦੇ ਸ਼ਬਦ ਨੂੰ ਜਾਣਦਾ ਨਹੀਂ, ਪ੍ਰਵਾਹ ਨਹੀਂ ਕਰਦਾ । ਜਿਸ ਨੂੰ ਆਪਣੀ ਰਹਿਮਤ ਨਾਲ ਸੋਝੀ ਬਖਸ਼ਦਾ ਹੈ । ਕੇਵਲ ਉਸ ਨੂੰ ਹੀ ਸ਼ਬਦ ਦੀ ਸੋਝੀ ਹੁੰਦੀ ਹੈ । ਹੋਰ ਕੋਈ ਸੰਸਾਰੀ ਜੀਵ ਕੁਝ ਨਹੀਂ ਕਰ ਸਕਦਾ ਹੈ ।

Whosoever may meditate and serves His Creation; he may obey the teachings of His Word with steady and stable belief in his day-to-day life. With His mercy and grace, he may be blessed with enlightenment of the essence of His Word. Self-minded remains ignorance from the teachings of His Word. He remains intoxicated in the ego of his worldly status. He may not comprehend the teachings of His Word, His Nature; he has already given up on his human life opportunity. Only with His mercy and grace, His true devotee may be blessed with the enlightenment of the essence of His Word. No worldly guru, saint have any power or wisdom to do anything.

201.ਸਲੋਕ ਮਃ ੩॥ 788-7

ਕਾਮਣਿ ਤਉ ਸੀਗਾਰੁ ਕਰਿ,	kaaman ta-o seegaar kar
ਜਾ ਪਹਿਲਾਂ ਕੰਤੁ ਮਨਾਇ॥	jaa pahilaaN kant manaa-ay.
ਮਤੁ ਸੇਜੈ ਕੰਤੁ ਨ ਆਵਈ,	mat sayjai kant na aavee
ਏਵੈ ਬਿਰਥਾ ਜਾਇ॥	ayvai birthaa jaa-ay.
ਕਾਮਣਿ ਪਿਰ ਮਨੁ ਮਾਨਿਆ,	kaaman pir man maani-aa
ਤਉ ਬਣਿਆ ਸੀਗਾਰੁ॥	ta-o bani-aa seegaar.
ਕੀਆ ਤਉ ਪਰਵਾਣੁ ਹੈ,	kee-aa ta-o parvaan hai
ਜਾ ਸਹੁ ਧਰੇ ਪਿਆਰੁ॥	jaa saho Dharay pi-aar.
ਭਉ ਸੀਗਾਰੁ ਤਬੋਲ ਰਸੁ,	bha-o seegaar tabol ras
ਭੋਜਨੁ ਭਾਉ ਕਰੇਇ॥	bhojan bhaa-o karay-i.
ਤਨੁ ਮਨੁ ਸਉਪੇ ਕੰਤ ਕਉ,	tan man sa-upay kant ka-o
ਤਉ ਨਾਨਕ ਭੋਗੁ ਕਰੇਇ॥੧॥	ta-o naanak bhog karay-i. ‖1‖

ਜਿਹੜਾ ਸ਼ਬਦ ਤੇ ਭਰੋਸਾ ਰਖਦਾ ਹੈ, ਕੇਵਲ ਉਹ ਹੀ ਪ੍ਰਭ ਦੇ ਸ਼ਬਦ ਦੀ ਬੰਦਗੀ ਕਰ ਸਕਦਾ ਹੈ । ਅਡੋਲ ਭਰੋਸੇ ਤੋਂ ਬਿਨਾਂ ਬੰਦਗੀ ਦੇ ਆਸਣ, ਸ਼ਬਦ ਦੀ ਪਾਲਣਾ ਵਿੱਚ ਮਨ ਅਡੋਲ ਨਹੀਂ ਹੋ ਸਕਦਾ । ਬੰਦਗੀ ਕਰਨੀ ਬਿਰਥੀ ਹੀ ਹੁੰਦੀ ਹੈ । ਜਿਸ ਦਾ ਭਰੋਸਾ ਪ੍ਰਭ ਦੇ ਬਖਸ਼ੇ ਤੇ ਅਡੋਲ ਹੁੰਦਾ ਹੈ, ਉਸ ਦੀ ਸ਼ਬਦ ਦੀ ਕਮਾਈ ਪ੍ਰਭ ਦੇ ਦਰਬਾਰ ਵਿੱਚ ਪ੍ਰਵਾਨ ਹੋ ਜਾਂਦੀ ਹੈ । ਜਿਸ ਤੇ ਪ੍ਰਭ ਰਹਿਮਤ ਬਖਸਦਾ ਹੈ, ਕੇਵਲ ਉਸ ਜੀਵ ਦੀ ਸ਼ਬਦ ਦੀ ਕੀਤੀ ਕਮਾਈ ਹੀ ਸਫਲ ਹੁੰਦੀ ਹੈ । ਤਾਂ ਹੀ ਬੰਦਗੀ, ਆਸਣ, ਬਾਣਾ ਸ਼ਬਦ ਅਨੁਸਾਰ ਹੁੰਦਾ ਹੈ । ਉਸ ਦੇ ਵਿਛੋੜੇ ਦੇ ਡਰ ਨੂੰ ਆਪਣਾ ਸ਼ਿੰਗਾਰ, ਸਜਾਵਟ ਬਣਾਵੋ! ਉਸ ਦੇ ਸ਼ਬਦ ਦੀ ਉਸਤਤ ਨੂੰ ਆਪਣਾ ਕੀਰਤਨ, ਸਾਜ ਬਣਾਵੋ! ਸ਼ਬਦ ਦੀ ਪਾਲਣਾ ਦੀ ਕਮਾਈ ਨੂੰ ਭੋਜਨ

ਬਣਾਵੋ! ਜੀਵ ਆਪਣਾ ਮਨ, ਤਨ ਪ੍ਰਭ ਦੇ ਸ਼ਬਦ ਦੀ ਪਾਲਣਾ ਤੇ ਭੇਟਾ ਕਰ ਦੇਵੋ! ਤਾਂ ਹੀ ਪ੍ਰਭ ਦੀ ਰਹਿਮਤ ਬਖਸ਼ਿਸ਼ ਹੋ ਸਕਦੀ ਹੈ ।

Whosoever may have steady and stable belief on His Word, blessings, only he may meditate, obey the teachings of His Word with steady and stable belief in his day-to-day life. No one may remain steady and stable on meditating and obeying the teachings of His Word; without steady and stable belief on His judgement, His command. His meditation may be useless, wastage of time. Whosoever may obey the teachings of His Word with steady and stable belief in his day-to-day life; with His mercy and grace, his earnings of His Word may be accepted in His Court. His meditation throne becomes as per His Word. You should make the anxiety of your separation, the renunciation from His Holy Spirit as your embellishment. You should consider singing the glory of His Word as your embellishment; the earnings of His Word as the food for your soul. Whosoever may surrender his mind, body, and worldly status at His sanctuary; only he may be blessed with His mercy and grace.

ਮਃ ੩॥	**mehlaa 3.**
ਕਾਜਲ ਫੂਲ ਤੰਬੋਲ ਰਸੁ,	kaajal fool tambol ras
ਲੇ ਧਨ ਕੀਆ ਸੀਗਾਰੁ॥	lay Dhan kee-aa seegaar.
ਸੇਜੈ ਕੰਤੁ ਨ ਆਇਓ,	sayjai kant na aa-i-o
ਏਵੈ ਭਇਆ ਵਿਕਾਰੁ॥੨॥	ayvai bha-i-aa vikaar. ||2||

ਜੀਵ ਧੂੰਪ ਜਗਾਕੇ, ਆਸਣ ਸਜਾਕੇ, ਫੁੱਲ ਰਖਕੇ, ਸ਼ਬਦ ਪੜ੍ਹਦਾ, ਸਿਮਰਨ ਕਰਦਾ ਹੈ । ਜਿਸ ਦਾ ਭਰੋਸਾ ਅਡੋਲ ਨਹੀਂ ਹੁੰਦਾ, ਉਸ ਦਾ ਮਨ ਸ਼ਬਦ ਦੀ ਸਿਖਿਆਂ ਵਿੱਚ ਨਹੀਂ ਲੱਗਦਾ । ਉਸ ਦੀ ਬੰਦਗੀ, ਕੋਸ਼ਿਸ਼ ਬਿਰਥਾ ਹੀ ਜਾਂਦੀ ਹੈ ।

One may ignite incense stick, embellishes meditation throne, offering of flowers and meditates on the teachings of His Word. However, without steady and stable belief on His Word, His judgement; he may not stay focused on meditating and adopting the teachings of His Word. All his meditations and efforts may remain fruitless.

ਮਃ ੩॥	**mehlaa 3.**
ਧਨ ਪਿਰੁ ਏਹਿ ਨ ਆਖੀਅਨਿ,	Dhan pir ayhi na aakhee-an
ਬਹਨਿ ਇਕਠੇ ਹੋਇ॥	bahan ikthay ho-ay.
ਏਕ ਜੋਤਿ ਦੁਇ ਮੂਰਤੀ,	ayk jot du-ay moortee
ਧਨ ਪਿਰੁ ਕਹੀਐ ਸੋਇ॥੩॥	Dhan pir kahee-ai so-ay. ||3||

ਜਿਹੜੇ ਪਵਿੱਤਰ ਇਸ਼ਨਾਨ ਕਰਕੇ, ਬੰਦਗੀ ਦਾ ਸ਼ਬਦ ਪੜ੍ਹਨ ਲਈ ਇਕੱਠੇ ਹੁੰਦੇ ਹਨ । ਉਹਨਾਂ ਜੀਵਾਂ ਨੂੰ ਬੰਦਗੀ ਕਰਨ ਵਾਲੇ, ਦਾਸ ਨਹੀਂ ਅਖਿਆ ਜਾ ਸਕਦਾ । ਜਿਹੜਾ ਬੰਦਗੀ ਕਰਦਾ ਪ੍ਰਭ ਦੇ ਸ਼ਬਦ ਦੀ ਸਮਾਧੀ ਵਿੱਚ ਚਲੇ ਜਾਂਦਾ ਹੈ । ਅਸਲੀ ਬੰਦਗੀ ਕਰਨ ਵਾਲਾ ਉਹ ਹੀ ਹੁੰਦਾ ਹੈ । ਉਸ ਦੀ ਜੋਤ ਪ੍ਰਭ ਦੀ ਜੋਤ ਵਿੱਚ ਰਲ ਜਾਂਦੀ, ਅਭੇਦ ਹੋ ਜਾਂਦੀ ਹੈ ।

Whosoever may take a sanctifying bath at Holy shrine and conjugation to read and recite the glory of His Word; he may not be considered as His true devotees. Whosoever may remain intoxicated in the void of His Word, only he may be worthy to be called His true devotee. With His mercy and grace, his soul may be immersed within His Holy Spirit forever.

ਪਉੜੀ॥	**pa-orhee.**
ਭੈ ਬਿਨੁ ਭਗਤਿ ਨ ਹੋਵਈ,	bhai bin bhagat na hova-ee
ਨਾਮਿ ਨ ਲਗੈ ਪਿਆਰੁ॥	naam na lagai pi-aar.
ਸਤਿਗੁਰਿ ਮਿਲਿਐ ਭਉ ਊਪਜੈ,	satgur mili-ai bha-o oopjai
ਭੈ ਭਾਇ ਰੰਗੁ ਸਵਾਰਿ॥	bhai bhaa-ay rang savaar.
ਤਨੁ ਮਨੁ ਰਤਾ ਰੰਗ ਸਿਉ,	tan man rataa rang si-o
ਹਉਮੈ ਤ੍ਰਿਸਨਾ ਮਾਰਿ॥	ha-umai tarisnaa maar.
ਮਨੁ ਤਨੁ ਨਿਰਮਲੁ ਅਤਿ ਸੋਹਣਾ,	man tan nirmal at sohnaa
ਭੇਟਿਆ ਕ੍ਰਿਸਨ ਮੁਰਾਰਿ॥	bhayti-aa krisan muraar.
ਭਉ ਭਾਉ ਸਭੁ ਤਿਸ ਦਾ,	bha-o bhaa-o sabh tis daa
ਸੋ ਸਚੁ ਵਰਤੈ ਸੰਸਾਰਿ॥੯॥	so sach vartai sansaar. ||9||

ਅਗਰ ਮਨ ਵਿੱਚ ਪ੍ਰਭ ਦੇ ਵਿਛੋੜੇ ਦਾ ਡਰ, ਵਿਰਾਗ ਨਾ ਹੋਵੇ । ਪ੍ਰਭ ਦੇ ਸ਼ਬਦ ਦੀ ਪਾਲਣਾ ਲਗਨ ਨਾਲ ਨਹੀਂ ਕੀਤੀ ਜਾ ਸਕਦੀ । ਸ਼ਬਦ ਦੀ ਪਾਲਣਾ ਕਰਨ ਨਾਲ ਪ੍ਰਭ ਨਾਲ ਪਿਆਰ, ਵਿਛੋੜੇ ਦਾ ਵਿਰਾਗ ਵਧਦਾ ਹੈ । ਉਸ ਦੀ ਆਤਮਾ ਪ੍ਰਭ ਦੀ ਜੋਤ ਵਿੱਚ ਹੀ ਸਮਾ ਜਾਂਦੀ ਹੈ । ਜਿਸ ਜੀਵ ਦਾ ਤਨ, ਮਨ ਪ੍ਰਭ ਦੇ ਸ਼ਬਦ ਵਿੱਚ ਰੰਗਿਆ ਜਾਂਦਾ ਹੈ । ਉਸ ਨੂੰ ਮਨ ਦੇ ਅਹੰਕਾਰ, ਮਨ ਦੀਆਂ ਇੱਛਾਂ ਤੇ ਜਿੱਤ ਬਖਸ਼ਿਸ਼ ਹੋ ਜਾਂਦੀ ਹੈ । ਜਿਸ ਜੀਵ ਦੇ ਮਨ ਵਿਚੋਂ ਅਹੰਕਾਰ ਦਾ ਨਾਸ ਹੋ ਜਾਂਦਾ, ਉਹ ਨ੍ਰਿਮਲ ਹੋ ਜਾਂਦਾ ਹੈ । ਨਿਰਮਲ, ਪਵਿੱਤਰ ਮਨ, ਪ੍ਰਭ ਦੇ ਚਰਨਾਂ ਵਿੱਚ ਭੇਟਣ ਯੋਗ ਹੋ ਜਾਂਦਾ ਹੈ । ਪ੍ਰਭ ਹੀ ਡਰ, ਵਿਰਾਗ, ਪਿਆਰ ਸਭ ਬਖਸ਼ਦਾ ਹੈ । ਅਸਲੀ ਮਾਲਕ, ਆਪ ਹੀ ਸਭ ਕੁਝ ਦੇਖਦਾ, ਵਾਪਰਦਾ ਹੈ । ਸਾਰੀ ਸ੍ਰਿਸ਼ਟੀ ਉਸ ਦੇ ਇਸ਼ਾਰੇ ਤੇ ਹੀ ਚਲਦੀ ਹੈ ।

Whosoever may not have a renunciation of the memory of his separation from The Holy Spirit; he may not stay focused obeying the teachings of His Word with steady and stable belief in his day-to-day life. Whosoever may obey the teachings of His Word with steady and stable belief in his day-to-day life; with His mercy and grace, his renunciation of the memory of his separation may become more intense, fresh, and enhanced. His soul may be absorbed in The Holy Spirit. His mind and body may remain drenched with the essence of His Word. He may be blessed to conquer his ego and worldly desires. His soul may be immaculate and sanctified. His mind and soul may become worthy of offering at His sanctuary. The renunciation, fear all may be initiated, created by His command. The One and Only One True Master, Creator monitors and prevails in every event. Everyone in the universe may only dance at His signal, His command.

202.ਸਲੋਕ ਮਃ ੧॥ 788-15

ਵਾਹੁ ਖਸਮ ਤੂ ਵਾਹੁ,	vaahu khasam too vaahu
ਜਿਨਿ ਰਚਿ ਰਚਨਾ ਹਮ ਕੀਏ॥	jin rach rachnaa ham kee-ay.
ਸਾਗਰ ਲਹਰਿ ਸਮੁੰਦ ਸਰ,	saagar lahar samund sar
ਵੇਲਿ ਵਰਸ ਵਰਾਹੁ॥	vayl varas varaahu.
ਆਪਿ ਖੜੋਵਹਿ ਆਪਿ ਕਰਿ,	aap kharhoveh aap kar
ਆਪੀਣੈ ਆਪਾਹੁ॥	aapeenai aapaahu.
ਗੁਰਮੁਖਿ ਸੇਵਾ ਥਾਇ ਪਵੈ,	gurmukh sayvaa thaa-ay pavai
ਉਨਮਨਿ ਤਤੁ ਕਮਾਹੁ॥	unman tat kamaahu.
ਮਸਕਤਿ ਲਹਹੁ ਮਜੂਰੀਆ,	maskat lahhu majooree-aa mang
ਮੰਗਿ ਮੰਗਿ ਖਸਮ ਦਰਾਹੁ॥	mang khasam daraahu.
ਨਾਨਕ ਪੁਰ ਦਰ ਵੇਪਰਵਾਹ ਤਉ,	naanak pur dar vayparvaah ta-o

ਦਰਿ ਊਣਾ ਨਾਹਿ, dar oonaa naahi
ਕੋ ਸਚਾ ਵੇਪਰਵਾਹੁ॥੧॥ ko sachaa vayparvaahu. ||1||

ਸਦਾ ਅਟੱਲ ਮਾਲਕ ਬਹੁਤ ਦਿਆਲੂ, ਮਿਹਰਬਾਨ ਹੈ । ਤੂੰ ਹੀ ਸਾਰੀ ਸ੍ਰਿਸ਼ਟੀ ਸਾਜੀ, ਜੀਵ ਜੰਤ ਪੈਦਾ ਕੀਤੇ ਹਨ । ਤੂੰ ਹੀ ਪਾਣੀ, ਸਮੁੰਦਰ, ਪ੍ਰਬਤ, ਨਦੀਆਂ, ਟੋਬੇ, ਬੱਦਲ, ਬ੍ਰਿਛ ਬਣਏ ਹਨ । ਆਪ ਹੀ ਸਭ ਵਿੱਚ ਵਸਦਾ ਹੈ । ਜਿਸ ਗੁਰਮਖ ਨੂੰ ਪ੍ਰਵਾਨਗੀ ਦਾ ਰਸਤਾ ਬਖਸ਼ਦਾ ਹੈ । ਉਸ ਨੂੰ ਸ਼ਬਦ ਦੀ ਪਾਲਣਾ ਤੇ ਅਡੋਲ ਰਖਦਾ, ਸੋਝੀ ਬਖਸ਼ਦਾ ਹੈ । ਉਹ ਤੇਰੇ ਦਰ ਤੇ ਅਰਦਾਸ ਕਰਦਾ ਹੈ । ਤੂੰ ਉਸ ਨੂੰ ਸ਼ਬਦ ਦੀ ਕਮਾਈ ਦੀ ਬਖਸ਼ਿਸ਼ ਨਾਲ ਨਿਹਾਲ ਕਰਦਾ ਹੈ । ਤੇਰੀਆਂ ਦਾਤਾਂ ਦਾ ਕੋਈ ਅੰਤ ਨਹੀਂ ਹੈ । ਤੇਰੇ ਦਰ ਤੋ ਕੋਈ ਖਾਲੀ ਨਹੀਂ ਜਾਂਦਾ, ਮਨੋ ਮੰਗੀ ਅਰਦਾਸ ਪੂਰੀ ਕਰਦਾ ਹੈ ।

The merciful True Master, Creator of the universe remains very generous and forgiving. You have created, various creatures, water, ocean, rivers, deep ditches, clouds, and trees. You dwell and prevail within each of Your Creation. Whosoever may be blessed and kept steady and stable on the right path of acceptance in Your Court; with Your mercy and grace, he may be enlightened and blessed with state of mind as Your devotee. He may pray at Your door! You always reward the meditation of Your Word. Your virtues, blessings may be beyond imagination and comprehension of Your Creation. Whosoever may surrender his mind, body, and worldly status at Your sanctuary; he may never come back empty handed from Your door. With Your mercy and grace, all his spoken and unspoken desires may be satisfied.

ਮਹਲਾ ੧॥ **mehlaa 1.**
ਉਜਲ ਮੋਤੀ ਸੋਹਣੇ, ujal motee sohnay
ਰਤਨਾ ਨਾਲਿ ਜੁੜੰਨਿ॥ ratnaa naal jurhann.
ਤਿਨ ਜਰੁ ਵੈਰੀ ਨਾਨਕਾ, tin jar vairee naankaa
ਜਿ ਬੁਢੇ ਥੀਇ ਮਰੰਨਿ॥ ੨॥ je budhay thee-ay marann. ||2||

ਜਿਸ ਦੀ ਸੁਰਤੀ ਪ੍ਰਭ ਦੇ ਚਰਨਾਂ ਵਿੱਚ ਲੱਗੀ ਰਹਿੰਦੀ ਹੈ । ਉਹ ਅਮੋਲਕ ਰਤਨਾਂ ਦੀ ਤਰ੍ਹਾਂ ਜਵਾਨੀ ਮਾਨਦਾ ਹੈ । ਉਸ ਦੇ ਕੰਮ ਮੋਤੀਆਂ ਵਰਗੇ ਅਮੋਲਕ ਹੁੰਦੇ ਹਨ । ਜਿਹੜਾ ਸ਼ਬਦ ਦੀ ਪਾਲਣਾ ਨਹੀਂ ਕਰਦਾ, ਉਹ ਬਿਰਥਾ ਹੀ ਜੀਵਨ ਗਵਾ ਜਾਂਦਾ ਹੈ । ਉਹ ਜੀਵਨ ਭੋਗਦਾ, ਬੁੱਢਾ ਹੋ ਜਾਂਦਾ ਹੈ । ਇਹ ਲੰਮੀ ਉਮਰ ਹੀ ਉਸ ਦਾ ਵੈਰੀ ਬਣ ਜਾਂਦੀ ਹੈ, ਜਮਦੂਤਾਂ ਦੇ ਹਵਾਲੇ ਹੋ ਜਾਂਦਾ ਹੈ ।

Whosoever may remain focused on the teachings of His Word; he may enjoy his worldly life like ambrosial jewels. All his deeds may be very significant like precious jewels. Whosoever may not obey the teachings of His Word with steady and stable belief; he may waste his human life opportunity. He may waste his time on earth to get old. Even his long life may become curse. He may be captured by the devil of death.

ਪਉੜੀ॥ **pa-orhee.**
ਹਰਿ ਸਾਲਾਹੀ ਸਦਾ ਸਦਾ, har saalaahee sadaa sadaa
ਤਨੁ ਮਨੁ ਸਉਪਿ ਸਰੀਰੁ॥ tan man sa-up sareer.
ਗੁਰ ਸਬਦੀ ਸਚੁ ਪਾਇਆ, gur sabdee sach paa-i-aa
ਸਚਾ ਗਹਿਰ ਗੰਭੀਰੁ॥ sachaa gahir gambheer.
ਮਨਿ ਤਨਿ ਹਿਰਦੈ ਰਵਿ ਰਹਿਆ man tan hirdai rav rahi-aa
ਹਰਿ ਹੀਰਾ ਹੀਰੁ॥ har heeraa heer.
ਜਨਮ ਮਰਣ ਕਾ ਦੁਖੁ ਗਇਆ, janam maran kaa dukh ga-i-aa
ਫਿਰਿ ਪਵੈ ਨ ਫੀਰੁ॥ fir pavai na feer.

ਨਾਨਕ ਨਾਮੁ ਸਲਾਹਿ ਤੂ, naanak naam salaahi too
ਹਰਿ ਗੁਣੀ ਗਹੀਰੁ॥੧੦॥ har gunee gaheer. ||10||

ਜੀਵ ਮਨ, ਤਨ ਲਾ ਕੇ ਪ੍ਰਭ ਦੇ ਸ਼ਬਦ ਦੀ ਪਾਲਣਾ, ਉਸਤਤ ਕਰੋ! ਸ਼ਬਦ ਦੀ ਪਾਲਣਾ ਕਰਨ ਨਾਲ ਹੀ ਆਪਣੇ ਆਪ ਦੀ ਸੋਝੀ, ਪ੍ਰਭ ਦੀ ਸੋਝੀ ਬਖਸ਼ਿਸ਼ ਹੋਵੇਗੀ । ਜਿਸ ਦੇ ਮਨ ਵਿੱਚ ਪ੍ਰਭ ਦਾ ਸ਼ਬਦ ਜਾਗਰਤ ਹੋ ਜਾਂਦਾ ਹੈ, ਉਸ ਦੇ ਮਨ ਵਿੱਚ ਹਰ ਥਾਂ ਵਾਪਰਨ ਵਾਲਾ ਪ੍ਰਭ ਘਰ ਕਰ ਜਾਂਦਾ ਹੈ । ਉਸ ਦਾ ਜਨਮ ਮਰਨ ਦਾ ਦੁਖ, ਜੂੰਨਾਂ ਦਾ ਚੱਕਰ ਖਤਮ ਹੋ ਜਾਂਦਾ ਹੈ । ਪ੍ਰਭ ਦੇ ਸ਼ਬਦ ਦੀ ਪਾਲਣਾ, ਸਿਮਰਨ ਕਰਨ ਨਾਲ ਮਨ ਵਿੱਚ ਸੰਤੋਖ ਬਖਸ਼ਿਸ਼ ਹੋ ਜਾਂਦਾ ਹੈ ।

You should surrender your body, mind at His service to obey and sing the glory His Word. Whosever may obey the teachings of His Word with steady and stable belief in his day-to-day life; with His mercy and grace, he may recognize the real purpose human life opportunity and His Nature. Whosoever may be enlightened with the essence of His Word; he may remain drenched with the essence of His Word. His cycle of birth and death may be eliminated. Whosoever may meditate and obeys the teachings of His Word with steady and stable belief; with His mercy and grace, he may be blessed with contentment in his day-to-day life.

203.ਸਲੋਕ ਮਃ ੧॥ 789-3

ਨਾਨਕ ਇਹੁ ਤਨੁ ਜਾਲਿ, naanak ih tan jaal
ਜਿਨਿ ਜਲਿਐ ਨਾਮੁ ਵਿਸਾਰਿਆ॥ jin jali-ai naam visaari-aa.
ਪਉਦੀ ਜਾਇ ਪਰਾਲਿ pa-udee jaa-ay paraal
ਪਿਛੈ ਹਥੁ ਨ ਅੰਬੜੈ, pichhai hath na ambrhai
ਤਿਤੁ ਨਿਵੰਧੈ ਤਾਲਿ॥੧॥ tit nivanDhai taal. ||1||

ਜੀਵ ਜਿਸ ਦੇ ਮਨ ਵਿੱਚ ਪ੍ਰਭ ਦਾ ਸ਼ਬਦ ਦੀ ਪਾਲਣਾ ਦੀ ਲਗਨ ਨਹੀਂ, ਸ਼ਬਦ ਦੀ ਸੋਝੀ ਨਹੀਂ । ਉਸ ਦੇ ਤਨ ਨੂੰ ਜਲਾ ਦੇਵੋ, ਤੇਰਾ ਮਨ ਪਾਪ ਨਾਲ ਭਰਦਾ ਜਾਂਦਾ ਹੈ । ਤੈਨੂੰ ਸ਼ਬਦ ਦੀ ਕੋਈ ਸੋਝੀ ਨਹੀਂ ਹੈ, ਮਨ ਨੂੰ ਕਿਵੇਂ ਪਵਿੱਤਰ ਕਰਨਾ ਹੈ, ਉਹ ਰਸਤਾ ਨਹੀਂ ਲੱਭਦਾ?

Whosoever may not have a devotion to meditate or the enlightenment of the essence of His Word. His mind and soul may be intoxicated with evil thoughts and burden of sins; his useless body should be burned. He may not have any enlightenment of the essence of His Word. How may he find the right path to sanctify his soul?

ਮਃ ੧॥ **mehlaa 1.**

ਨਾਨਕ ਮਨ ਕੇ ਕੰਮ ਫਿਟਿਆ, naanak man kay kamm fiti-aa
ਗਣਤ ਨ ਆਵਹੀ॥ ganat na aavhee.
ਕਿਤੀ ਲਹਾ ਸਹੰਮ, kitee lahaa sahamm
ਜਾ ਬਖਸੇ ਤਾ ਧਕਾ ਨਹੀ॥੨॥ jaa bakhsay taa Dhakaa nahee. ||2||

ਜਿਸ ਦਾ ਮਨ ਸੰਸਾਰਕ ਸੰਸਾਰਕ ਇੱਛਾਂ ਪਿਛੇ ਲੱਗ ਜਾਂਦਾ ਹੈ, ਉਹ ਅਣਗਿਣਤ ਸੋਚਾ ਵਿੱਚ ਹੀ ਰਹਿੰਦਾ ਹੈ । ਉਸ ਨੂੰ ਬਹੁਤ ਦੁਖ ਹੀ ਸਹਿਣੇ ਪੈਂਦੇ ਹਨ । ਜਿਸ ਤੇ ਰਹਿਮਤ ਬਖਸ਼ਦਾ, ਉਸ ਨੂੰ ਸ਼ਬਦ ਦੇ ਲੜ ਲਾਉਂਦਾ ਹੈ, ਉਸ ਦਾ ਮਨ ਪਵਿੱਤਰ ਹੋ ਸਕਦਾ ਹੈ ।

Whosoever may remain intoxicated with worldly desires; he may become a slave of unlimited evil thoughts and endures miseries in his human life. Whosoever may be attached to obey His Word; with His mercy and grace, only he may adopt the right path to sanctify his soul.

ਪਉੜੀ॥	**pa-orhee.**
ਸਚਾ ਅਮਰੁ ਚਲਾਇਓਨੁ,	sachaa amar chalaa-i-on
ਕਰਿ ਸਚੁ ਫੁਰਮਾਣੁ॥	kar sach furmaan.
ਸਦਾ ਨਿਹਚਲੁ ਰਵਿ ਰਹਿਆ,	sadaa nihchal rav rahi-aa
ਸੋ ਪੁਰਖੁ ਸੁਜਾਣੁ॥	so purakh sujaan.
ਗੁਰ ਪਰਸਾਦੀ ਸੇਵੀਐ,	gur parsaadee sayvee-ai
ਸਚੁ ਸਬਦਿ ਨੀਸਾਣੁ॥	sach sabad neesaan.
ਪੂਰਾ ਥਾਟੁ ਬਣਾਇਆ,	pooraa thaat banaa-i-aa
ਰੰਗੁ ਗੁਰਮਤਿ ਮਾਣੁ॥	rang gurmat maan.
ਅਗਮ ਅਗੋਚਰੁ ਅਲਖੁ ਹੈ,	agam agochar alakh hai
ਗੁਰਮੁਖਿ ਹਰਿ ਜਾਣੁ॥੧੧॥	gurmukh har jaan. ||11||

ਪ੍ਰਭ ਹਰਇੱਕ ਥਾਂ, ਹਰ ਵੇਲੇ ਹਾਜਰਾ ਹਜ਼ੂਰ, ਆਪ ਹੀ ਵਾਪਰਦਾ, ਸਭ ਕੁਝ ਕਰਦਾ ਹੈ । ਉਸ ਦਾ ਹੁਕਮ ਸਦਾ ਹੀ ਅਟੱਲ ਅਤੇ ਸ੍ਰਿਸ਼ਟੀ ਦੀ ਭਲਾਈ ਦਾ ਹੁੰਦਾ ਹੈ । ਉਸ ਦੀ ਰਹਿਮਤ ਨਾਲ ਹੀ ਜੀਵ ਸ਼ਬਦ ਦੀ ਪਾਲਣਾ ਵਿੱਚ ਲੱਗਦਾ ਹੈ । ਇਸ ਨਾਲ ਉਸ ਤੇ ਰੱਬੀ ਨੂਰ ਬਖਸ਼ਿਸ਼ ਹੁੰਦਾ ਹੈ । ਸ਼ਬਦ ਦੀ ਪਾਲਣਾ ਕਰਦਾ ਕਰਦਾ ਜੀਵ ਅਡੋਲ ਹੋ ਜਾਂਦਾ ਹੈ । ਉਸ ਦੀ ਆਪਣੀ ਸੇਵਾ ਪ੍ਰਭ ਦੀ ਪ੍ਰਵਨਗੀ ਦੇ ਯੋਗ ਹੋ ਜਾਂਦੀ ਹੈ । ਪ੍ਰਭ ਜੀਵ ਦੀ ਜਾਣਕਾਰੀ ਪਹੁੰਚ ਤੋਂ ਬਾਹਰ ਹੈ । ਜਿਸ ਤੇ ਰਹਿਮਤ ਬਖਸ਼ਦਾ ਹੈ, ਉਸ ਨੂੰ ਗੁਰਮਖ ਅਵਸਥਾ ਬਖਸ਼ਦਾ, ਇਸ ਦਾ ਗਿਆਨ ਬਖਸ਼ਦਾ ਹੈ ।

The Omnipresent True Master always prevails in every event all times. Every event may happen only under His unavoidable command. His command may always be for the welfare of His Creation. Whosoever may be attached to obey the teachings of His Word with steady and stable belief; with His mercy and grace, he may be blessed with spiritual glow on his forehead. Whosoever may consistently obey the teachings of His Word, his belief may become steady and stable over a period. His earnings may become worthy of His consideration. The True Master remains beyond the reach and comprehension of His Creation. Whosoever may be blessed with His mercy and grace, he may be blessed with a state of mind as His true devotee and he may be enlightened with the essence of His Word.

204.ਸਲੋਕ ਮਃ ੧॥ 789-8

ਨਾਨਕ ਬਦਰਾ ਮਾਲ ਕਾ,	naanak badraa maal kaa
ਭੀਤਰਿ ਧਰਿਆ ਆਣਿ॥	bheetar Dhari-aa aan.
ਖੋਟੇ ਖਰੇ ਪਰਖੀਅਨਿ,	khotay kharay parkhee-an
ਸਾਹਿਬ ਕੈ ਦੀਬਾਣਿ॥੧॥	saahib kai deebaan. ||1||

ਸਾਰੇ ਜੀਵ ਮੌਤ ਤੋ ਪਿਛੋਂ ਲੇਖਾ ਕਰਨ ਵਾਲੇ ਦਰਬਾਰ ਵਿੱਚ ਜਾਂਦੇ ਹਨ । ਉਥੇ ਸ੍ਰਿਸ਼ਟੀ ਦੀ ਕੀਤੀ ਕਮਾਈ ਦੀ ਪਰਖ ਹੁੰਦੀ ਹੈ । ਸ਼ਬਦ ਦੀ ਕਮਾਈ ਵਾਲੇ ਬਾਕੀਆ ਨਾਲੋ ਵਖਰੇ ਕੀਤੇ ਜਾਂਦੇ ਹਨ ।

After death his soul may face the righteous judge for evaluation of his worldly earnings. Whosoever may have earnings of His Word, he may be separated from others.

ਮਃ ੧॥	**mehlaa 1.**
ਨਾਵਣ ਚਲੇ ਤੀਰਥੀ,	naavan chalay teerthee
ਮਨਿ ਖੋਟੈ ਤਨਿ ਚੋਰ॥	man khotai tan chor.
ਇਕੁ ਭਾਉ ਲਥੀ ਨਾਤਿਆ,	ik bhaa-o lathee naati-aa
ਦੁਇ ਭਾ ਚੜੀਅਸੁ ਹੋਰ॥	du-ay bhaa charhee-as hor.
ਬਾਹਰਿ ਧੋਤੀ ਤੂਮੜੀ,	baahar Dhotee toomrhee

ਅੰਦਰਿ ਵਿਸੁ ਨਿਕੋਰ॥	andar vis nikor.
ਸਾਧ ਭਲੇ ਅਣਨਾਤਿਆ,	saaDh bhalay annaati-aa
ਚੋਰ ਸਿ ਚੋਰਾ ਚੋਰ॥੨॥	chor se choraa chor. ‖2‖

ਜਿਹੜਾ ਸ਼ਬਦ ਦੀ ਪਾਲਣਾ ਨਹੀਂ ਕਰਦਾ, ਉਹ ਤੀਰਥ ਤੇ ਇਸ਼ਨਾਨ ਕਰਨ ਜਾਂਦਾ ਹੈ । ਉਹ ਆਪਣੇ ਮਨ ਵਿੱਚ ਕੋਈ ਚੰਗਾ ਖਿਆਲ ਨਹੀਂ ਸੋਚਦਾ, ਪਛਤਾਵਾਂ ਨਹੀਂ ਕਰਦਾ । ਉਸ ਦਾ ਮਨ ਮੰਦੇ ਕੰਮਾਂ ਵਿੱਚ ਹੀ ਲੱਗਾ ਰਹਿੰਦਾ ਹੈ । ਇਸ਼ਨਾਨ ਨਾਲ ਕੁਝ ਪਾਪ ਧੋ ਲੈਂਦਾ ਹੈ । ਪਰ ਅਹੰਕਾਰ ਨਾਲ ਪਾਪ ਵਧਾ ਲੈਂਦਾ ਹੈ । ਜਿਵੇਂ ਵਜਾਉਣ ਵਾਲੀ ਤੂਮੜੀ ਬਾਹਰੋ ਧੋਣ ਨਾਲ ਸਾਫ ਜਾਪਦੀ ਹੈ । ਅਗਰ ਉਸ ਨੂੰ ਚੱਬਕੇ ਦੇਖੋ, ਤਾਂ ਉਸ ਦੀ ਕੁੜੱਤਣ ਉਸ ਤਰ੍ਹਾਂ ਦਾ ਹੀ ਰਹਿੰਦੀ ਹੈ । ਬੰਦਗੀ ਕਰਨ ਵਾਲੇ ਨੂੰ ਇਸ਼ਨਾਨ ਤੋਂ ਬਿਨਾਂ ਹੀ ਰਹਿਮਤ ਬਖਸ਼ਿਸ਼ ਹੋ ਜਾਂਦੀ ਹੈ । ਪਾਪੀ ਕਦੇ ਰਹਿਮਤ ਨਹੀਂ ਪਾਉਂਦਾ, ਭਾਵੇਂ ਉਹ ਸੰਸਾਰਕ ਦਿਖਾਵੇ ਵਾਲੇ ਕਿਤਨੇ ਵੀ ਯਤਨ ਕਰ ਲਵੇ ।

Whosoever may not obey the teachings on His Word with steady and stable belief in his day-to-day life. He may remain worshipping at Holy shrines and hopes for His mercy and grace by sanctifying bath at Holy Shrines. He may never think about any good thoughts nor regrets or repents for his mistakes. He remains intoxicated in evil thoughts. His sanctifying bath may clear few of his sins with His mercy and grace; however, he may enhance his burden with his ego. Just as toomrhee, singing pipe, may look very clean from outside; however, the bitterness of his wood may never be eliminated. His true devotee may be blessed with His mercy and grace without any sanctifying bath at any Holy shrine. Sinner may never be accepted in His Court, no matter, he may perform any kind of charity and worship.

ਪਉੜੀ॥	**pa-orhee.**
ਆਪੇ ਹੁਕਮੁ ਚਲਾਇਦਾ,	aapay hukam chalaa-idaa
ਜਗੁ ਧੰਧੈ ਲਾਇਆ॥	jag DhanDhai laa-i-aa.
ਇਕਿ ਆਪੇ ਹੀ ਆਪਿ ਲਾਇਅਨੁ,	ik aapay hee aap laa-i-an
ਗੁਰ ਤੇ ਸੁਖੁ ਪਾਇਆ॥	gur tay sukh paa-i-aa.
ਦਹ ਦਿਸ ਇਹੁ ਮਨੁ ਧਾਵਦਾ,	dah dis ih man Dhaavdaa
ਗੁਰਿ ਠਾਕਿ ਰਹਾਇਆ॥	gur thaak rahaa-i-aa.
ਨਾਵੈ ਨੋ ਸਭ ਲੋਚਦੀ,	naavai no sabh lochdee
ਗੁਰਮਤੀ ਪਾਇਆ॥	gurmatee paa-i-aa.
ਧੁਰਿ ਲਿਖਿਆ ਮੇਟਿ ਨ ਸਕੀਐ,	Dhur likhi-aa mayt na sakee-ai
ਜੋ ਹਰਿ ਲਿਖਿ ਪਾਇਆ॥੧੨॥	jo har likh paa-i-aa. ‖12‖

ਪ੍ਰਭ ਦੇ ਭਾਣੇ ਨਾਲ ਹੀ ਸਾਰੇ ਜੀਵ ਧੰਦੇ ਕਰਦੇ ਹਨ । ਜਿਸ ਤੇ ਰਹਿਮਤ ਬਖਸ਼ਦਾ ਹੈ, ਉਹ ਸ਼ਬਦ ਦੀ ਪਾਲਣਾ ਕਰਦਾ, ਪ੍ਰਵਾਨਗੀ ਦੇ ਰਸਤੇ ਚਲ ਪੈਂਦਾ ਹੈ । ਉਸ ਨੂੰ ਸੰਤੋਖ, ਧੀਰਜ ਬਖਸ਼ਿਸ਼ ਹੋ ਜਾਂਦਾ ਹੈ । ਉਸ ਦਾ ਮਨ ਵੀ ਦਸ ਪਾਸੇ ਘੁੰਮਦਾ ਹੈ, ਪਰ ਪ੍ਰਭ ਆਪ ਹੀ ਉਸ ਦੀ ਲਗਨ ਸ਼ਬਦ ਵਿੱਚ ਅਡੋਲ ਰਖਦਾ ਹੈ । ਸਾਰੇ ਜੀਵ ਹੀ ਸ਼ਬਦ ਦੀ ਸੋਝੀ ਪਾਉਣਾ ਲੋਚਦੇ, ਇੱਛਾਂ ਰਖਦੇ ਹਨ! ਪਰ ਇਹ ਤਾਂ ਕੇਵਲ ਸ਼ਬਦ ਦੀ ਪਾਲਣਾ ਕਰਨ ਨਾਲ ਹੀ ਨਸੀਬ ਹੁੰਦੀ ਹੈ । ਜੀਵ ਦੇ ਜਨਮ ਤੋ ਪਹਿਲੇ ਭਾਗਾਂ ਵਿੱਚ ਲਿਖਿਆ ਹੁੰਦਾ ਹੈ, ਉਹ ਬਦਲ ਨਹੀਂ ਸਕਦਾ ।

Everyone may be assigned with various worldly task by The True Master. Whosoever may adopt the teachings of His Word with steady and stable belief in his day-to-day life; with His mercy and grace, he may be blessed with patience and contentment in his life. His mind may also wander in different directions, 10 directions; however, the essence of His Word, may keep His true devotee on the right path of acceptance in His Court. Everyone may hope, desires to be blessed with the enlightenment of His

Word. Whosoever may obey the teachings of His Word with steady and stable belief; with His mercy and grace, only he may be fortunate to be blessed with state of mind as His true devotee. The prewritten destiny of anyone, may never be altered by any worldly power.

205.ਸਲੋਕ ਮਃ ੧॥ 789-13

ਦੁਇ ਦੀਵੇ ਚਉਦਹ ਹਟਨਾਲੇ॥	du-ay deevay cha-odah hatnaalay.
ਜੇਤੇ ਜੀਅ ਤੇਤੇ ਵਣਜਾਰੇ॥	jaytay jee-a taytay vanjaaray.
ਖੁਲ੍ਹੇ ਹਟ ਹੋਆ ਵਾਪਾਰੁ॥	khulHay hat ho-aa vaapaar.
ਜੋ ਪਹੁਚੈ ਸੋ ਚਲਣਹਾਰੁ॥	jo pahuchai so chalanhaar.
ਧਰਮੁ ਦਲਾਲੁ ਪਾਏ ਨੀਸਾਣੁ॥	Dharam dalaal paa-ay neesaan.
ਨਾਨਕ ਨਾਮੁ ਲਾਹਾ ਪਰਵਾਣੁ॥	naanak naam laahaa parvaan.
ਘਰਿ ਆਏ ਵਜੀ ਵਾਧਾਈ॥	ghar aa-ay vajee vaaDhaa-ee.
ਸਚ ਨਾਮ ਕੀ ਮਿਲੀ ਵਡਿਆਈ॥੧॥	sach naam kee milee vadi-aa-ee. ||1||

ਜੀਵ ਦੀਆਂ ਦੋ ਅੱਖਾਂ ਹਨ, ਪਰ ਮਨ ਚੌਦਾਂ ਰਸਤੇ ਦੇਖਦਾ, ਵਿਚਾਰਦਾ ਹੈ । ਜਿਤਨੇ ਜੀਵ ਪੈਦਾ ਕੀਤੇ ਹਨ, ਸਾਰੇ ਹੀ ਕੁਝ ਪਾਉਣਾ ਚਾਹੁੰਦੇ ਹਨ । ਆਪਣੇ ਮਨ ਦੀ ਸੋਚ ਨਾਲ ਕੰਮ ਕਰਦੇ ਹਨ, ਸਾਰੀਆਂ ਨੂੰ ਹੀ ਮੌਤ ਆਉਣੀ ਹੈ । ਹਰਇੱਕ ਜੀਵ ਦੀ ਕਮਾਈ ਪ੍ਰਭ ਆਪ ਹੀ ਪਰਖ ਕਰਦਾ ਹੈ । ਜਿਸ ਦੀ ਕਮਾਈ, ਪ੍ਰਭ ਪ੍ਰਵਾਨ ਕਰ ਲੈਂਦਾ, ਮਾਨਸ ਜਨਮ ਦਾ ਲਾਹਾ ਬਖਸ਼ਦਾ ਹੈ । ਉਹ ਪ੍ਰਭ ਦੇ ਦਰਬਾਰ ਵਿੱਚ ਪ੍ਰਵਾਨ ਹੋ ਜਾਂਦਾ ਹੈ । ਉਸ ਦੇ ਮਨ ਵਿੱਚ ਸਦਾ ਚੱਲਣ ਵਾਲੀ ਗੂੰਜ ਚਲ ਪੈਂਦੀ ਹੈ ।

Every creature has only two eyes; however, his mind may think and wander in 14 different directions. Everyone wants to accomplish or benefit from his human life opportunity. Everyone may perform his worldly deeds with his own wisdom and everyone must face devil of death. The Righteous Judge, True Master evaluates the worldly earnings of everyone. Whose earnings may be accepted in His Court; he may be rewarded for his human life opportunity. He may be accepted in His Court. The everlasting echo of His Word may resonate within his heart.

ਮਃ ੧॥	**mehlaa 1.**
ਰਾਤੀ ਹੋਵਨਿ ਕਾਲੀਆ,	raatee hovan kaalee-aa
ਸੁਪੇਦਾ ਸੇ ਵੰਨ॥	supaydaa say vann.
ਦਿਹੁ ਬਗਾ ਤਪੈ,	dihu bagaa tapai
ਘਣਾ ਕਾਲਿਆ ਕਾਲੇ ਵੰਨ॥	ghanaa kaali-aa kaalay vann.
ਅੰਧੇ ਅਕਲੀ ਬਾਹਰੇ,	anDhay aklee baahray
ਮੂਰਖ ਅੰਧ ਗਿਆਨੁ॥	moorakh anDh gi-aan.
ਨਾਨਕ ਨਦਰੀ ਬਾਹਰੇ,	naanak nadree baahray
ਕਬਹਿ ਨ ਪਾਵਹਿ ਮਾਨੁ॥੨॥	kabeh na paavahi maan. ||2||

ਜਿਵੇਂ ਰਾਤ ਦੇ ਅੰਧੇਰ ਵਿੱਚ ਵੀ ਚਿੱਟਾ ਕਪੜਾ ਪਛਾਣੀਆ ਜਾਂਦਾ ਹੈ । ਇਸਤਰ੍ਹਾਂ ਦਿਨ ਦੀ ਰੋਸ਼ਨੀ ਵਿੱਚ ਵੀ ਕਾਲਾ, ਜਾ ਮੈਲਾ ਕਪੜਾ ਮੈਲਾ ਹੀ ਰਹਿੰਦਾ ਹੈ । ਇਸਤਰ੍ਹਾਂ ਸ਼ਬਦ ਦੀ ਸੂਝ ਤੋ ਬਿਨਾਂ ਜੀਵ ਅਣਜਾਣ ਹੀ ਰਹਿੰਦਾ ਹੈ । ਪ੍ਰਭ ਦੀ ਰਹਿਮਤ ਤੋ ਬਿਨਾਂ ਕੋਈ ਵੀ ਜੀਵ, ਸ਼ਬਦ ਵਿੱਚ ਲਗਨ ਨਹੀਂ ਲਾ ਸਕਦਾ ।

As a white cloth may be recognized in the darkness of night. Same way whatsoever may be dirty, remains dirty even in the light of day. Same way whosoever may be ignorant from the teachings of His Word; he may remain ignorant from the real purpose of human life opportunity. Without His mercy and grace, no one may remain steady and stable in meditating and obeying the teachings of His Word.

ਪਉੜੀ॥	**pa-orhee.**
ਕਾਇਆ ਕੋਟੁ ਰਚਾਇਆ	kaa-i-aa kot rachaa-i-aa
ਹਰਿ ਸਚੈ ਆਪੇ॥	har sachai aapay.
ਇਕਿ ਦੂਜੈ ਭਾਇ ਖੁਆਇਅਨੁ,	ik doojai bhaa-ay khu-aa-i-an
ਹਉਮੈ ਵਿਚਿ ਵਿਆਪੇ॥	ha-umai vich vi-aapay.
ਇਹੁ ਮਾਨਸ ਜਨਮੁ ਦੁਲੰਭੁ,	ih maanas janam dulambh
ਸਾ ਮਨਮੁਖ ਸੰਤਾਪੇ॥	saa manmukh santaapay.
ਜਿਸੁ ਆਪਿ ਬੁਝਾਏ ਸੋ ਬੁਝਸੀ,	jis aap bujhaa-ay so bujhsee
ਜਿਸੁ ਸਤਿਗੁਰੁ ਥਾਪੇ॥	jis satgur thaapay.
ਸਭੁ ਜਗੁ ਖੇਲੁ ਰਚਾਇਓਨੁ,	sabh jag khayl rachaa-i-on
ਸਭ ਵਰਤੈ ਆਪੇ॥੧੩॥	sabh vartai aapay. ||13||

ਪ੍ਰਭ ਨੇ ਆਪ ਹੀ ਜੀਵਾਂ ਦਾ, ਸ੍ਰਿਸ਼ਟੀ ਦਾ ਜੰਗਲ ਪੈਦਾ ਕੀਤਾ ਹੈ । ਇਸ ਵਿੱਚ ਕਈ ਭਰਮਾਂ ਵਿੱਚ ਲੱਗਕੇ, ਅਹੰਕਾਰ ਨੂੰ ਵਧਾਉਂਦੇ ਰਹਿੰਦੇ ਹਨ । ਇਸ ਵਿੱਚ ਹੀ ਜਨਮ ਗਵਾ ਲੈਂਦੇ ਹਨ । ਮਾਨਸ ਜਨਮ ਇੱਕ ਅਮੋਲਕ ਮੌਕਾ ਹੈ, ਬਹੁਤ ਮੁਸ਼ਕਲ ਨਾਲ ਹੀ ਬਖਸ਼ਿਸ਼ ਹੁੰਦਾ ਹੈ । ਮਨਮੁਖ ਜੂੰਨਾਂ ਦੇ ਚੱਕਰ ਵਿੱਚ ਹੀ ਪਇਆ ਰਹਿੰਦਾ ਹੈ । ਜਿਸ ਤੇ ਪ੍ਰਭ ਆਪ ਹੀ ਰਹਿਮਤ ਬਖਸ਼ਦਾ ਹੈ, ਉਸ ਨੂੰ ਸ਼ਬਦ ਦੀ ਪਾਲਣਾ ਤੇ ਲਾਉਂਦਾ ਹੈ, ਸ਼ਬਦ ਦੀ ਸੋਝੀ ਬਖਸ਼ਦਾ ਹੈ । ਪ੍ਰਭ ਨੇ ਇਹ ਸਾਰਾ ਖੇਲ ਆਪ ਹੀ ਬਣਾਇਆ ਹੈ । ਹਰਇੱਕ ਕੰਮ ਵਿੱਚ ਆਪ ਹੀ ਵਾਪਰਦਾ ਹੈ ।

The True Master has created a jungle of worldly mankind. Whosoever many remain intoxicated in worldly suspicions; he may enhance his ego. He may waste his human life opportunity. Priceless human life opportunity may only be blessed with great sacrifices. Self-minded may remain in the cycle of birth and death. Whosoever may be attaches to obey His Word with steady and stable belief in his day-to-day; with His mercy and grace; he may be enlightened. The whole play of universe has been created by The True Master and only His command prevails in each event.

206.ਸਲੋਕ ਮਃ ੧॥ 790-1

ਚੋਰਾ ਜਾਰਾ ਰੰਡੀਆ,	choraa jaaraa randee-aa
ਕੁਟਣੀਆ ਦੀਬਾਣੁ॥	kutnee-aa deebaan.
ਵੇਦੀਨਾ ਕੀ ਦੋਸਤੀ,	vaydeenaa kee dostee
ਵੇਦੀਨਾ ਕਾ ਖਾਣੁ॥	vaydeenaa kaa khaan.
ਸਿਫਤੀ ਸਾਰ ਨ ਜਾਣਨੀ,	siftee saar na jaannee
ਸਦਾ ਵਸੈ ਸੈਤਾਨੁ॥	sadaa vasai saitaan.
ਗਦਹੁ ਚੰਦਨਿ ਖਉਲੀਐ,	gadahu chandan kha-ulee-ai
ਭੀ ਸਾਹੂ ਸਿਉ ਪਾਣੁ॥	bhee saahoo si-o paan.
ਨਾਨਕ ਕੂੜੈ ਕਤਿਐ,	naanak koorhai kati-ai
ਕੂੜਾ ਤਣੀਐ ਤਾਣੁ॥	koorhaa tanee-ai taan.
ਕੂੜਾ ਕਪੜੁ ਕਛੀਐ,	koorhaa kaparh kachhee-ai
ਕੂੜਾ ਪੈਨਣੁ ਮਾਣੁ॥੧॥	koorhaa painan maan. ||1||

ਜਿਹੜਾ ਪਾਪਾਂ ਵਾਲੇ ਕੰਮ ਕਰਦਾ ਹੈ, ਉਹ ਪਾਪੀਆਂ ਦੀ ਸੰਗਤ ਕਰਦਾ ਹੈ । ਉਹਨਾਂ ਵਾਂਗ ਖਾਂਦਾ, ਜੀਵਨ ਬਤੀਤ ਕਰਦਾ ਹੈ । ਉਸ ਨੂੰ ਸ਼ਬਦ ਦੀ ਕੋਈ ਮਹੱਤਤਾ ਨਹੀਂ ਹੁੰਦੀ । ਉਸ ਉਪਰ ਜਮਦੂਤਾਂ ਦਾ ਪੂਰਾ ਕਾਬੂ ਰਹਿੰਦਾ ਹੈ । ਉਹ ਆਪਣੇ ਸਾਰੇ ਕੰਮ, ਪਾਪਾਂ ਦੇ ਕਰਦਾ, ਹਰਇੱਕ ਕੰਮ ਨੂੰ ਪਾਪ ਦੇ

ਕੱਡੇ ਨਾਲ ਹੀ ਮਾਪਦਾ ਹੈ । ਪ੍ਰਭ ਉਸ ਨੂੰ ਸੰਸਾਰਕ ਹੈਸੀਅਤ, ਅਹੰਕਾਰ ਦੀ ਕਮਾਈ ਹੀ ਬਖਸ਼ਦਾ ਹੈ । ਉਸ ਦੀ ਕਮਾਈ ਵਿੱਚ ਸ਼ਬਦ ਦੀ ਕੋਈ ਮਹੱਤਤਾ, ਪ੍ਰਵਾਹ ਨਹੀਂ ਹੁੰਦੀ ।

Whosoever may commit sinful acts, he may associate with sinners. He may behave, eats and lives like a sinner. He may not have any significance of His Word in his day-to-day life. The devil, demons of worldly desires keep a complete grip on him. He may weigh his earnings with the scale of sin. He may be blessed with ego of worldly status and the earnings of ego. His earnings have no significance of the teachings of His Word.

ਮਃ ੧॥	**mehlaa 1.**
ਬਾਂਗਾ ਬੁਰਗੂ ਸਿੰਙੀਆ,	baaNgaa burgoo sinyee-aa
ਨਾਲੇ ਮਿਲੀ ਕਲਾਣ॥	naalay milee kalaan.
ਇਕਿ ਦਾਤੇ ਇਕਿ ਮੰਗਤੇ,	ik daatay ik mangtay
ਨਾਮੁ ਤੇਰਾ ਪਰਵਾਣੁ॥	naam tayraa parvaan.
ਨਾਨਕ ਜਿਨ੍ਹੀ ਸੁਣਿ ਕੈ ਮੰਨਿਆ,	naanak jinHee sun kai mani-aa
ਹਉ ਤਿਨਾ ਵਿਟਹੁ ਕੁਰਬਾਣੁ॥੨॥	ha-o tinaa vitahu kurbaan. ||2||

ਜਦੋਂ ਸ਼ਬਦ ਦੀ ਅਵਾਜ ਆਉਂਦੀ ਹੈ, ਇਸ ਨਾਲ ਸ੍ਰਿਸ਼ਟੀ ਵਿੱਚ ਸ਼ਬਦ ਦੀ ਗੂੰਜ ਚਲਦੀ ਹੈ । ਬੰਦਗੀ ਕਰਨ ਵਾਲਾ ਸ਼ਬਦ ਦੀ ਉਸਤਤ ਕਰਦਾ ਹੈ । ਪ੍ਰਭ ਆਪ ਹੀ ਉਸ ਵਿੱਚ ਦਾਤੇ ਦੇ ਰੂਪ, ਆਪ ਹੀ ਮੰਗਤੇ ਦੇ ਰੂਪ ਵਿੱਚ ਆਉਂਦਾ ਹੈ । ਉਸ ਦੀ ਬੰਦਗੀ, ਸ਼ਬਦ ਦੀ ਪਾਲਣਾ ਦੇ ਅਧਾਰ ਤੇ ਹੁੰਦੀ ਹੈ । ਜਿਸ ਦਾ ਸ਼ਬਦ ਦੀ ਪਾਲਣਾ ਕਰਨ ਨਾਲ ਸ਼ਬਦ ਤੇ ਭਰੋਸਾ ਅਡੋਲ ਹੋ ਜਾਂਦਾ ਹੈ, ਉਹ ਪੂਜਣ ਯੋਗ ਬਣ ਜਾਂਦਾ ਹੈ ।

Whosever may be blessed with the enlightenment of the essence of His Word; with His mercy and grace, the everlasting echo of His Word may resonate within his heart. His true devotee may sing the glory of His Word. The True Master may prevail within the mind, body of His true devotee as a master to give charities and prevails as a bagger. His way of worldly life may be on the principles of the essence of the teachings of His Word. Whosoever may obey the teachings of His Word with steady and stable in his day-to-day life; with His mercy and grace, he may become worthy of worship.

ਪਉੜੀ॥	**pa-orhee.**
ਮਾਇਆ ਮੋਹੁ ਸਭੁ ਕੂੜੁ ਹੈ,	maa-i-aa moh sabh koorh hai
ਕੂੜੋ ਹੋਇ ਗਇਆ॥	koorho ho-ay ga-i-aa.
ਹਉਮੈ ਝਗੜਾ ਪਾਇਓਨੁ,	ha-umai jhagrhaa paa-i-on
ਝਗੜੈ ਜਗੁ ਮੁਇਆ॥	jhagrhai jag mu-i-aa.
ਗੁਰਮੁਖਿ ਝਗੜੁ ਚੁਕਾਇਓਨੁ,	gurmukh jhagarh chukaa-i-on
ਇਕੋ ਰਵਿ ਰਹਿਆ॥	iko rav rahi-aa.
ਸਭੁ ਆਤਮ ਰਾਮੁ ਪਛਾਣਿਆ,	sabh aatam raam pachhaani-aa
ਭਉਜਲੁ ਤਰਿ ਗਇਆ॥	bha-ojal tar ga-i-aa.
ਜੋਤਿ ਸਮਾਣੀ ਜੋਤਿ ਵਿਚਿ,	jot samaanee jot vich
ਹਰਿ ਨਾਮਿ ਸਮਾਇਆ॥੧੪॥	har naam sam-i-aa. ||14||

ਸੰਸਾਰ ਵਿੱਚ ਮਾਇਆ ਮੋਹ ਦਾ ਜਾਲ, ਫਰੇਬ ਹੈ । ਜਿਹੜਾ ਇਸ ਰਸਤੇ ਤੇ ਚਲਦਾ ਹੈ, ਉਹ ਅਹੰਕਾਰ ਦੀ ਜੜ੍ਹ ਨੂੰ ਪੱਕਾ ਕਰਦਾ ਹੈ । ਅਹੰਕਾਰ ਹੀ ਸਾਰੇ ਝਗੜਿਆਂ ਦੀ ਜੜ੍ਹ ਹੈ, ਇਸ ਵਿੱਚ ਹੀ ਜੀਵਨ ਤਬਾਹ ਕਰਦਾ ਹੈ । ਗੁਰਮਖ ਜੀਵ ਇਹਨਾਂ ਝਗੜਿਆਂ ਤੋਂ ਦੂਰ ਰਹਿੰਦਾ ਹੈ । ਉਹ ਹਰਇੱਕ ਵਿੱਚ ਹੀ ਪ੍ਰਭ ਨੂੰ ਵਾਪਰਦਾ ਦੇਖਦਾ ਹੈ । ਉਹ, ਪ੍ਰਭ ਨੂੰ ਸਾਰੀ ਸ੍ਰਿਸ਼ਟੀ ਵਿੱਚ ਵਸਦਾ, ਵਾਪਰਦਾ ਦੇਖਦਾ ਹੈ ।

ਉਸ ਦੇ ਜੀਵਨ ਦੇ ਕੰਮ, ਪ੍ਰਭ ਦੇ ਸ਼ਬਦ ਅਨੁਸਾਰ ਹੁੰਦੇ ਹਨ, ਪ੍ਰਭ ਨੂੰ ਭਾਉਂਦੇ, ਪ੍ਰਵਾਨ ਹੋ ਜਾਂਦੇ ਹਨ । ਉਸ ਦੀ ਆਤਮਾ ਪ੍ਰਭ ਦੀ ਜੋਤ ਵਿੱਚ ਹੀ ਸਮਾ ਜਾਂਦੀ ਹੈ ।

The world remains dominated with sweet poison of attachments, worldly wealth, fraud, and deception. Whosoever may remain intoxicated and adopts the path of worldly wealth, he may re-enforce the root of ego. The ego of worldly status may be the root cause of all miseries, disagreement, quarrels in the world. Ego may ruin his memory of the real purpose of human life opportunity. His true devotee remains far away from worldly attachments, wealth, and quarrels of ego. He may realize and observes the same Holy Spirit prevailing within every creature and in the whole universe. He worldly deeds may remain as per the teachings of His Word; with His mercy and grace, his earnings of His Word may be accepted in His Court; his soul may be absorbed within The Holy spirit.

207.ਸਲੋਕ ਮਃ ੧॥ 790-8

ਸਤਿਗੁਰ ਭੀਖਿਆ ਦੇਹਿ ਮੈ,	satgur bheekhi-aa deh mai
ਤੂੰ ਸੰਮ੍ਰਥੁ ਦਾਤਾਰੁ॥	tooN samrath daataar.
ਹਉਮੈ ਗਰਬੁ ਨਿਵਾਰੀਐ,	ha-umai garab nivaaree-ai
ਕਾਮੁ ਕ੍ਰੋਧੁ ਅਹੰਕਾਰੁ॥	kaam kroDh ahaNkaar.
ਲਬੁ ਲੋਭੁ ਪਰਜਾਲੀਐ,	lab lobh parjaalee-ai
ਨਾਮੁ ਮਿਲੈ ਆਧਾਰੁ॥	naam milai aaDhaar.
ਅਹਿਨਿਸਿ ਨਵਤਨ ਨਿਰਮਲਾ,	ahinis navtan nirmalaa
ਮੈਲਾ ਕਬਹੂੰ ਨ ਹੋਇ॥	mailaa kabahooN na ho-ay.
ਨਾਨਕ ਇਹ ਬਿਧਿ ਛੁਟੀਐ,	naanak ih biDh chhutee-ai
ਨਦਰਿ ਤੇਰੀ ਸੁਖੁ ਹੋਇ॥੧॥	nadar tayree sukh ho-ay. ||1||

ਪ੍ਰਭ ਤੂੰ ਸਭ ਤੋ ਵੱਡਾ ਦਾਤਾਂ ਦੇਣ ਵਾਲਾ ਮਾਲਕ ਹੈ । ਰਹਿਮਤ ਬਖਸ਼ੋ! ਮੈਨੂੰ ਭਿੱਖਿਆ ਦੇਵੋ ! ਮੈਂ ਆਪਣੇ ਮਨ ਦੇ ਅਹੰਕਾਰ, ਹੈਸੀਅਤ, ਕਾਮ ਵਾਸ਼ਨਾ, ਕਰੋਧ, ਲਾਲਚ ਨੂੰ ਖਤਮ, ਭਸਮ ਕਰ ਦੇਵਾਂ । ਤੇਰਾ ਸ਼ਬਦ ਹੀ ਮੇਰੇ ਜੀਵਨ ਦਾ ਅਧਾਰ, ਨਿਯਮ ਬਣ ਜਾਵੇ । ਦਿਨ ਰਾਤ ਸ਼ਬਦ ਵਿੱਚ ਹੀ ਲੀਨ ਹੋ ਕੇ ਆਤਮਾ ਨੂੰ ਪਵਿੱਤਰ ਰਖ ਸਕਾ । ਜਿਸ ਦਾ ਜੀਵਨ ਦਾ ਢੰਗ ਇਸਤਰ੍ਹਾਂ ਦਾ ਬਣਾ ਜਾਂਦਾ ਹੈ, ਉਸ ਨੂੰ ਰਹਿਮਤ ਬਖਸ਼ਿਸ਼ ਹੋ ਜਾਂਦੀ ਹੈ, ਮਨ ਵਿੱਚ ਸੰਤੋਖ ਬਖਸ਼ਿਸ਼ ਹੋ ਜਾਂਦਾ ਹੈ ।

The Omnipotent True Master, greatest of All; You are the treasure of all virtues, blessings. With Your mercy and grace, blesses me the wisdom and the strength to conquer my sexual desire, anger of my mind, greed, and worldly religious suspicions. The teachings of Your Word may become the guiding principles of my worldly life. I may remain intoxicated in meditation in the void of Your Word; with Your mercy and grace, my soul may be sanctified to become worthy of Your consideration. Whosoever may adopt such a way of life; with His mercy and grace, he may be blessed with contentment in all worldly environments.

ਮਃ ੧॥	**mehlaa 1.**
ਇਕੋ ਕੰਤੁ ਸਬਾਈਆ,	iko kant sabaa-ee-aa
ਜਿਤੀ ਦਰਿ ਖੜੀਆਹ॥	jitee dar kharhee-aah.
ਨਾਨਕ ਕੰਤੈ ਰਤੀਆ,	naanak kantai ratee-aa
ਪੁਛਹਿ ਬਾਤੜੀਆਹ॥੨॥	puchheh baat-rhee-aah. ||2||

ਇੱਕੋ ਇੱਕ ਪ੍ਰਭ ਹੀ ਸਭ ਦਾ ਮਾਲਕ ਹੈ, ਬਾਕੀ ਸਾਰੇ ਉਸ ਦੇ ਦਰ ਤੇ ਰਹਿਮਤ ਦੀ ਭਿੱਖਿਆਂ ਮੰਗਦੇ ਹਨ । ਹਰ ਜੀਵ ਬੰਦਗੀ ਕਰਨ ਵਾਲੇ ਸੰਤ ਸਰੂਪ ਤੋ ਉਸ ਦੀ ਖਬਰ ਹੀ ਪੁੱਛਦਾ ਹੈ । ਉਸ ਨੂੰ ਕਿਸਤਰ੍ਹਾਂ ਖੁਸ਼ ਕੀਤਾ ਜਾ ਸਕਦਾ ਹੈ?

The One and only One True Master remains the treasure of all blessings. Everyone else may be a beggar, praying for His forgiveness and refuge. Everyone may enquire from His true devotee; how may he become worthy of His consideration and blessings?

ਮਃ ੧॥	**mehlaa 1.**
ਸਭੇ ਕੰਤੈ ਰਤੀਆ,	sabhay kantai ratee-aa
ਮੈ ਦੋਹਾਗਣਿ ਕਿਤੁ॥	mai dohaagan kit.
ਮੈ ਤਨਿ ਅਵਗਣ ਏਤੜੇ,	mai tan avgan -ayt-rhay
ਖਸਮੁ ਨ ਫੇਰੇ ਚਿਤੁ॥੩॥	khasam na fayray chit. ||3||

ਸਾਰੇ ਬੰਦਗੀ ਕਰਨ ਵਾਲੇ ਪ੍ਰਭ ਦੇ ਸ਼ਬਦ ਵਿੱਚ ਲੀਨ ਹੋਏ ਰਹਿੰਦੇ ਹਨ । ਮੇਰਾ ਮਨ ਭਟਕਦਾ ਹੈ! ਮੇਰੇ ਮਨ ਵਿੱਚ ਇਤਨੀਆਂ ਸੰਸਾਰਕ ਇੱਛਾਂ ਹਨ । ਕਿ ਪ੍ਰਭ ਦੀ ਰਹਿਮਤ ਦੀ ਨਜ਼ਰ ਇਸ ਪਾਸੇ ਨਹੀਂ ਆਉਂਦੀ ।

All His true devotees remain intoxicated in meditation in the void of His Word. However, I remain frustrated with the demons of worldly desires; I remain intoxicated with sweet poison of worldly wealth. The True Master may never turn His blessed vison on my miseries.

ਮਃ ੧॥	**mehlaa 1.**
ਹਉ ਬਲਿਹਾਰੀ ਤਿਨ ਕਉ,	ha-o balihaaree tin ka-o
ਸਿਫਤਿ ਜਿਨਾ ਦੈ ਵਾਤਿ॥	sifat jinaa dai vaat.
ਸਭਿ ਰਾਤੀ ਸੋਹਾਗਣੀ,	sabh raatee sohaaganee
ਇਕ ਮੈ ਦੋਹਾਗਣਿ ਰਾਤਿ॥੪॥	ik mai dohaagan raat. ||4||

ਉਸ ਬੰਦਗੀ ਕਰਨ ਵਾਲੇ ਤੋ ਕਰਬਾਨ ਜਾਵਾ! ਜਿਹੜਾ ਪ੍ਰਭ ਦੇ ਸ਼ਬਦ ਦੀ ਆਪਣੀ ਜੀਭ ਨਾਲ ਉਸਤਤ ਗਾਉਂਦਾ ਹੈ । ਉਹ ਦਿਨ ਰਾਤ ਪ੍ਰਭ ਦੇ ਸ਼ਬਦ ਵਿੱਚ ਹੀ ਲੀਨ ਰਹਿੰਦਾ ਹੈ । ਮੈਂ ਕਿਤਨਾ ਮੰਦੇ ਭਾਗਾਂ ਵਾਲਾ ਹਾ? ਮੇਰਾ ਮਨ ਇੱਕ ਪਲ ਵੀ ਸ਼ਬਦ ਤੇ ਟਿਕਦਾ ਨਹੀਂ ।

I always remain fascinated from His true devotee; who may sing the glory of His Word with his own tongue. He may remain intoxicated in the void of His Word day and night. How misfortunate may I be? I may never obey the teachings of His Word with steady and stable even for a moment in my day-to-day life.

ਪਉੜੀ॥	**pa-orhee.**
ਦਰਿ ਮੰਗਤੁ ਜਾਚੈ ਦਾਨੁ,	dar mangat jaachai daan
ਹਰਿ ਦੀਜੈ ਕ੍ਰਿਪਾ ਕਰਿ॥	har deejai kirpaa kar.
ਗੁਰਮੁਖਿ ਲੇਹੁ ਮਿਲਾਇ,	gurmukh layho milaa-ay
ਜਨੁ ਪਾਵੈ ਨਾਮੁ ਹਰਿ॥	jan paavai naam har.
ਅਨਹਦ ਸਬਦੁ ਵਜਾਇ,	anhad sabad vajaa-ay
ਜੋਤੀ ਜੋਤਿ ਧਰਿ॥	jotee jot Dhar.
ਹਿਰਦੈ ਹਰਿ ਗੁਣ ਗਾਇ,	hirdai har gun gaa-ay
ਜੈ ਜੈ ਸਬਦੁ ਹਰਿ॥	jai jai sabad har.
ਜਗ ਮਹਿ ਵਰਤੈ ਆਪਿ,	jag meh vartai aap
ਹਰਿ ਸੇਤੀ ਪ੍ਰੀਤਿ ਕਰਿ॥੧੫॥	har saytee pareet kar. ||15||

ਤੇਰੇ ਦਰ ਦਾ ਮੰਗਤਾ ਹਾ, ਰਹਿਮਤ ਬਖਸ਼ੋ! ਮੇਰੀ ਸ਼ਬਦ ਵਿੱਚ ਲਗਨ ਲਾਵੋ! ਮੈਂ ਨਿਮਾਣਾ, ਗੁਰਮਖ ਬਣਕੇ ਤੇਰੇ ਸ਼ਬਦ ਦੀ ਸੋਝੀ ਪਾਵਾ । ਸ਼ਬਦ ਦੀ ਪਾਲਣਾ ਕਰਨ ਨਾਲ ਮਨ ਵਿੱਚ ਤੇਰੇ ਸ਼ਬਦ ਦੀ ਗੂੰਜ ਚਲ ਪਵੇ । ਮੇਰੀ ਆਤਮਾ ਤੇਰੀ ਜੋਤ ਵਿੱਚ ਅਭੇਦ ਹੋ ਜਾਵੇ । ਮੇਰੇ ਮਨ ਵਿੱਚ ਤੇਰਾ ਸ਼ਬਦ ਘਰ ਕਰ ਜਾਵੇ, ਸਦਾ ਰਹਿਣ ਵਾਲਾ ਸੰਗੀਤ ਚਲ ਪਵੇ । ਜਿਹੜਾ ਸਾਰੀ ਸ੍ਰਿਸ਼ਟੀ ਵਿੱਚ ਵਾਪਰਦਾ ਹੈ, ਉਹ ਮੇਰਾ ਪ੍ਰੀਤਮ ਬਣ ਜਾਵੇ ।

My True Master, I am a beggar at Your door; with Your mercy and grace, I may be blessed with a devotion to meditate on the teachings of Your Word. I may become Your humble true devotee, enlightened with the essence of Your Word. I may obey the teachings of Your Word with steady and stable belief in my day-to-day life; with Your mercy and grace, the everlasting echo of Your Word may resonate within my heart. My soul may be sanctified to become worthy of Your consideration. I may remain drench with the essence of Your Word. I may remain intoxicated in the everlasting echo of Your Word. The One and only One, True Master prevails within the whole universe; He may become my beloved?

208.ਸਲੋਕ ਮਃ ੧॥ 790-16

ਜਿਨੀ ਨ ਪਾਇਓ ਪ੍ਰੇਮ ਰਸੁ,	jinee na paa-i-o paraym ras
ਕੰਤ ਨ ਪਾਇਓ ਸਾਉ॥	kant na paa-i-o saa-o.
ਸੁੰਞੇ ਘਰ ਕਾ ਪਾਹੁਣਾ,	sunjay ghar kaa paahunaa
ਜਿਉ ਆਇਆ ਤਿਉ ਜਾਉ॥੧॥	ji-o aa-i-aa ti-o jaa-o. ||1||

ਜਿਸ ਜੀਵ ਦੀ ਸ਼ਬਦ ਵਿੱਚ ਲਗਨ ਨਹੀਂ ਹੁੰਦੀ । ਉਸ ਦਾ ਹਾਲ, ਸੁੰਨੇ ਘਰ ਦੇ ਮਹਿਮਾਨ ਵਾਂਗ ਹੁੰਦਾ ਹੈ । ਉਥੇ ਕੋਈ ਉਸ ਦਾ ਆਦਰ ਕਰਨ ਵਾਲਾ, ਜੀ ਆਇਆ ਕਹਿਣ ਵਾਲਾ ਨਹੀਂ ਹੁੰਦਾ ।

Whosoever may not have any devotion to meditate on the teachings of His Word; his emotional condition may be like a guest in empty house. No one may honor him and bestows him warm welcome, reception.

ਮਃ ੧॥	**mehlaa 1.**
ਸਉ ਓਲਾਮ੍ਹੇ ਦਿਨੈ ਕੇ,	sa-o olaamHay dinai kay
ਰਾਤੀ ਮਿਲਨ੍ਹਿ ਸਹੰਸ॥	raatee milniH sahaNs.
ਸਿਫਤਿ ਸਲਾਹਣੁ ਛਡਿ ਕੈ,	sifat salaahan chhad kai
ਕਰੰਗੀ ਲਗਾ ਹੰਸੁ॥	karangee lagaa hans.
ਫਿਟੁ ਇਵੇਹਾ ਜੀਵਿਆ,	fit ivayhaa jeevi-aa
ਜਿਤੁ ਖਾਇ ਵਧਾਇਆ ਪੇਟੁ॥	jit khaa-ay vaDhaa-i-aa payt.
ਨਾਨਕ ਸਚੇ ਨਾਮ ਵਿਣੁ,	naanak sachay naam vin
ਸਭੋ ਦੁਸਮਨੁ ਹੇਤੁ॥੨॥	sabho dusman hayt. ||2||

ਜਿਹੜਾ ਜੀਵ ਸ਼ਬਦ ਦੀ ਬੰਦਗੀ ਛੱਡਕੇ ਸੰਸਾਰਕ ਮਾਇਆ ਨਾਲ ਮੋਹ ਲਾਉਂਦਾ ਹੈ । ਉਸ ਨੂੰ ਦਿਨ ਰਾਤ ਅਨੇਕਾਂ ਹੀ ਮੰਦੇ ਕੰਮ ਕਰਨ ਦੀਆਂ ਸ਼ਕਾਇਤ ਮਿਲਦੀਆਂ ਹਨ । ਜਿਹੜਾ ਸੰਸਾਰ ਵਿੱਚ ਖਾਣ ਪੀਣ ਨੂੰ ਜੀਵਨ ਦਾ ਅਧਾਰ ਬਣਾਉਂਦਾ ਹੈ । ਉਸ ਦਾ ਮਾਨਸ ਜਨਮ ਲੈਣਾ ਬਿਰਥਾ ਹੀ ਹੁੰਦਾ ਹੈ । ਸ਼ਬਦ ਦੀ ਪਾਲਣਾ ਤੋਂ ਬਿਨਾਂ ਸਾਰੇ ਸੰਸਾਰਕ ਮਿੱਤਰ ਵੀ ਮੁਸੀਬਤ ਸਮੇਂ, ਵੈਰੀ ਬਣ ਜਾਂਦੇ ਹਨ ।

Whosoever may remain intoxicated with sweet poison of worldly wealth and abandons the teachings of His Word in his day-to-day life. He may have evil thoughts within his mind and he may commit sins day and night. Whosoever may remain obsessed with worldly delicacies of food; he may waste his human life uselessly. Without obeying the teachings of His Word with steady and stable belief in day-to-day life; even his close friends, associates may become his enemy at the time of miseries of worldly life.

ਪਉੜੀ॥ **pa-orhee.**
ਢਾਢੀ ਗੁਣ ਗਾਵੈ ਨਿਤ, dhaadhee gun gaavai nit
ਜਨਮੁ ਸਵਾਰਿਆ॥ janam savaari-aa.
ਗੁਰਮੁਖਿ ਸੇਵਿ ਸਲਾਹਿ, gurmukh sayv salaahi
ਸਚਾ ਉਰ ਧਾਰਿਆ॥ sachaa ur Dhaari-aa.
ਘਰੁ ਦਰੁ ਪਾਵੈ ਮਹਲੁ, ghar dar paavai mahal
ਨਾਮੁ ਪਿਆਰਿਆ॥ naam pi-aari-aa.
ਗੁਰਮੁਖਿ ਪਾਇਆ ਨਾਮੁ, gurmukh paa-i-aa naam
ਹਉ ਗੁਰ ਕਉ ਵਾਰਿਆ॥ ha-o gur ka-o vaari-aa.
ਤੂ ਆਪਿ ਸਵਾਰਹਿ, too aap savaareh
ਆਪਿ ਸਿਰਜਨਹਾਰਿਆ॥੧੬॥ aap sirjanhaari-aa. ||16||

ਜਿਹੜਾ ਸ਼ਬਦ ਦੀ ਉਸਤਤ ਗਾਉਂਦਾ ਹੈ, ਉਹ ਮਾਨਸ ਜਨਮ ਸਫਲ ਕਰ ਜਾਂਦਾ ਹੈ । ਗੁਰਮਖ ਜੀਵ ਸ਼ਬਦ ਦੀ ਪਾਲਣਾ ਕਰਦਾ, ਸ਼ਬਦ ਦੀ ਉਸਤਤ ਗਾਉਂਦਾ ਹੈ । ਪ੍ਰਭ ਦੀ ਜੋਤ ਆਪਣੇ ਅੰਦਰ ਜਾਗਰਤ ਕਰ ਲੈਂਦਾ ਹੈ । ਉਸ ਨੂੰ ਪ੍ਰਭ ਦੇ ਘਰ ਵਿੱਚ ਥਾਂ ਬਖਸ਼ਿਸ਼ ਹੋ ਜਾਂਦਾ ਹੈ । ਗੁਰਮਖ ਆਪਣਾ ਮਨ, ਤਨ ਪ੍ਰਭ ਦੇ ਲੇਖੇ ਲਾਉਂਦਾ ਹੈ, ਉਸ ਨੂੰ ਸ਼ਬਦ ਦੀ ਸੋਝੀ ਬਖਸ਼ਿਸ਼ ਹੋ ਜਾਂਦੀ ਹੈ । ਪ੍ਰਭ ਤੂੰ ਹੀ ਸਭ ਦੀ ਰਖਿਆ ਕਰਦਾ ਹੈ, ਸ਼ਬਦ ਦੇ ਲੜ ਲਾਉਂਦਾ ਹੈ । ਤੂੰ ਹੀ ਸ੍ਰਿਸ਼ਟੀ ਨੂੰ ਪੈਦਾ ਕਰਨ ਵਾਲਾ ਮਾਲਕ ਹੈ ।

Whosoever may sing the glory of His Word with steady and stable belief; with His mercy and grace, his human life opportunity may be rewarded. His true devotee may sing the glory and obeys the teachings of His Word with steady and stable belief in his day-to-day life. The Holy Spirit may be enlightened within his heart. With His mercy and grace, he may be blessed with a place in His Court. His true devotee may surrender his mind, body at His sanctuary; he may be blessed with the enlightenment of the essence of His Word. The Omnipotent True Master, Creator, protector of the universe, may attach anyone to meditate on the teaching of His Word.

209. ਸਲੋਕ ਮਃ ੧॥ 791-2

ਦੀਵਾ ਬਲੈ ਅੰਧੇਰਾ ਜਾਇ॥ deevaa balai anDhayraa jaa-ay.
ਬੇਦ ਪਾਠ ਮਤਿ ਪਾਪਾ ਖਾਇ॥ bayd paath mat paapaa khaa-ay.
ਉਗਵੈ ਸੂਰੁ ਨ ਜਾਪੈ ਚੰਦੁ॥ ugvai soor na jaapai chand.
ਜਹ ਗਿਆਨ ਪ੍ਰਗਾਸੁ ਅਗਿਆਨੁ ਮਿਟੰਤੁ॥ jah gi-aan pargaas agi-aan mitant.
ਬੇਦ ਪਾਠ ਸੰਸਾਰ ਕੀ ਕਾਰ॥ bayd paath sansaar kee kaar.
ਪੜ੍ਹਿ ਪੜ੍ਹਿ ਪੰਡਿਤ ਕਰਹਿ ਬੀਚਾਰ॥ parhH parhH pandit karahi beechaar.
ਬਿਨੁ ਬੂਝੇ ਸਭ ਹੋਇ ਖੁਆਰ॥ bin boojhay sabh ho-ay khu-aar.
ਨਾਨਕ ਗੁਰਮੁਖਿ ਉਤਰਸਿ ਪਾਰਿ॥੧॥ naanak gurmukh utras paar. ||1||

ਜਿਵੇਂ ਦੀਵੇ ਦੀ ਰੋਸ਼ਨੀ ਹੋਣ ਨਾਲ ਅੰਧੇਰਾ ਦੂਰ ਹੋ ਜਾਂਦਾ ਹੈ । ਇਸਤਰ੍ਹਾਂ ਬਾਣੀ ਪੜ੍ਹਿਆ, ਸ਼ਬਦ ਦੀ ਪਾਲਣਾ ਨਾਲ, ਮਨ ਬੁਰੇ ਕੰਮਾਂ ਤੋ ਬਦਲ ਜਾਂਦਾ, ਰੁਕ ਜਾਂਦਾ ਹੈ । ਜਿਵੇਂ ਸੂਰਜ ਚੜ੍ਹਨ ਤੇ ਚੰਦ ਦਿਖਾਈ ਨਹੀਂ ਦੇਂਦਾ । ਇਸਤਰ੍ਹਾਂ ਸ਼ਬਦ ਦੀ ਸੋਝੀ ਹੋਣ ਨਾਲ ਮਨ ਬੁਰੇ ਕੰਮਾਂ ਵੱਲ ਨਹੀਂ ਜਾਂਦਾ । ਇਸਤਰ੍ਹਾਂ ਪਾਠ ਪੂਜਾ ਕਰਨਾ, ਸੰਸਾਰਕ ਧੰਦਾ ਬਣ ਗਿਆ ਹੈ । ਗਿਆਨੀ ਪਾਠ ਪੜ੍ਹਕੇ, ਕਥਾ ਕਰਦਾ, ਵਿਚਾਰ ਕਰਦਾ ਹੈ । ਪਰ ਜਿਤਨਾ ਚਿਰ ਸ਼ਬਦ ਦੀ ਪਾਲਣਾ ਨਾ ਕੀਤੀ ਜਾਵੇ! ਕੋਈ ਲਾਹਾ ਬਖਸ਼ਿਸ਼ ਨਹੀਂ ਹੁੰਦਾ । ਜਿਹੜਾ ਜੀਵ ਸ਼ਬਦ ਦੀ ਸੋਝੀ ਨਾਲ ਆਪਣਾ ਜੀਵਨ ਢਾਲਦਾ ਹੈ । ਉਹ ਪ੍ਰਭ ਦੇ ਦਰਬਾਰ ਵਿੱਚ ਪ੍ਰਵਾਨ ਹੋ ਜਾਂਦੇ ਹਨ ।

As with a lamp, source of light, the darkness of room may be eliminated. Same way be reading and obeying the teachings of His Word with steady and stable belief in day-to-day life; with His mercy and grace, his mind may abandon the evil thoughts and sinful deeds from his day-to-day life. As in the presence of Sun light, moon may not be visible to naked eyes. Same way with the enlightenment of the essence of His Word; his mind may not even think about evil thoughts, deeds. Worldly educated, scholar may read The Holy Scripture and explain the intent of His Word. The Holy Scripture readings has become a worldly profession to support worldly family and not a meditation. However, without adopting the teachings of His Word with steady and stable in own day-to-day life; no one may be rewarded in His Court. Whosoever may adopt the teachings of His Word in his day-to-day life; with His mercy and grace, he may be accepted in His Court.

ਮਃ ੧॥	**mehlaa 1.**
ਸਬਦੈ ਸਾਦੁ ਨ ਆਇਓ,	sabdai saad na aa-i-o
ਨਾਮਿ ਨ ਲਗੋ ਪਿਆਰੁ॥	naam na lago pi-aar.
ਰਸਨਾ ਫਿਕਾ ਬੋਲਣਾ,	rasnaa fikaa bolnaa
ਨਿਤ ਨਿਤ ਹੋਇ ਖੁਆਰੁ॥	nit nit ho-ay khu-aar.
ਨਾਨਕ ਪਇਐ ਕਿਰਤਿ ਕਮਾਵਣਾ,	naanak pa-i-ai kirat kamaavanaa
ਕੋਇ ਨ ਮੇਟਣਹਾਰੁ॥੨॥	ko-ay na maytanhaar. ||2||

ਜਿਹੜਾ ਸ਼ਬਦ ਦੀ ਪਾਲਣਾ ਨਹੀਂ ਕਰਦਾ, ਉਸ ਦੇ ਮਨ ਤੇ ਸ਼ਬਦ ਦਾ ਕੋਈ ਪ੍ਰਭਾਵ ਨਹੀਂ ਹੁੰਦਾ । ਜਿਹੜਾ ਜੀਵ ਕੌੜਾ ਬੋਲਦਾ ਹੈ! ਉਹ ਦਰਬਾਰ ਵਿਚੋਂ ਧੱਕਿਆ ਜਾਂਦਾ ਹੈ । ਆਪਣੇ ਪਿਛਲੇ ਜਨਮ ਦੇ ਕੀਤੇ ਕਰਮਾਂ ਨਾਲ ਹੀ ਜੀਵਨ ਬਤੀਤ ਕਰਦਾ ਹੈ । ਉਹ ਕਰਮ ਮੇਟੇ ਨਹੀਂ ਜਾ ਸਕਦੇ ।

Whosoever may not obey the teachings of His Word with steady and stable belief in his day-to-day life. He may not have any influence of the teachings of His Word on his day-to-day life. Whosoever may speak rude or with anger, he may be restricted from His Court. He may spend his human life as per his prewritten destiny. His prewritten destiny may not be erased.

ਪਉੜੀ॥	**pa-orhee.**
ਜਿ ਪ੍ਰਭੁ ਸਲਾਹੇ ਆਪਣਾ,	je parabh saalaahay aapnaa
ਸੋ ਸੋਭਾ ਪਾਏ॥	so sobhaa paa-ay.
ਹਉਮੈ ਵਿਚਹੁ ਦੂਰਿ ਕਰਿ,	ha-umai vichahu door kar
ਸਚੁ ਮੰਨਿ ਵਸਾਏ॥	sach man vasaa-ay.
ਸਚੁ ਬਾਣੀ ਗੁਣ ਉਚਰੈ,	sach banee gun uchrai
ਸਚਾ ਸੁਖੁ ਪਾਏ॥	sachaa sukh paa-ay.
ਮੇਲੁ ਭਇਆ ਚਿਰੀ ਵਿਛੁੰਨਿਆ,	mayl bha-i-aa chiree vichhunni-aa
ਗੁਰ ਪੁਰਖਿ ਮਿਲਾਏ॥	gur purakh milaa-ay.
ਮਨੁ ਮੈਲਾ ਇਵ ਸੁਧੁ ਹੈ,	man mailaa iv suDh hai
ਹਰਿ ਨਾਮੁ ਧਿਆਏ॥੧੭॥	har naam Dhi-aa-ay. ||17||

ਜਿਹੜਾ ਪ੍ਰਭ ਦੇ ਸ਼ਬਦ ਦੀ ਉਸਤਤ ਕਰਦਾ ਹੈ, ਉਸ ਨੂੰ ਪ੍ਰਭ ਦੀ ਰਹਿਮਤ ਬਖਸ਼ਿਸ਼ ਹੋ ਜਾਂਦੀ ਹੈ । ਉਹ ਆਪਣੇ ਮਨ ਵਿਚੋਂ ਅਹੰਕਾਰ ਖਤਮ ਕਰਕੇ ਸ਼ਬਦ ਨੂੰ ਮਨ ਵਿੱਚ ਵਸਾ ਲੈਂਦਾ ਹੈ । ਸ਼ਬਦ ਦੀ ਪਾਲਣਾ ਕਰਦੇ, ਉਸਤਤ ਗਾਉਂਦੇ ਨੂੰ ਸੰਤੋਖ ਬਖਸ਼ਿਸ਼ ਹੋ ਜਾਂਦਾ ਹੈ । ਚਿਰ ਤੋ ਵਿੱਛੜੇ ਦਾ ਮਾਲਕ ਨਾਲ ਮਿਲਾਪ ਹੋ ਜਾਂਦਾ, ਦਰਬਾਰ ਵਿੱਚ ਪ੍ਰਵਾਨ ਹੋ ਜਾਂਦਾ ਹੈ । ਇਸਤਰ੍ਹਾਂ ਮਨ ਦੀ ਮੈਲ ਧੋਤੀ ਜਾਂਦੀ ਹੈ! ਸ਼ਬਦ ਦੀ ਪਾਲਣਾ ਵਿੱਚ ਮਨ ਅਡੋਲ ਰਹਿੰਦਾ ਹੈ ।

Whosoever may sing the glory of His Word with steady and stable belief in his day-to-day life; he may be blessed with His mercy and grace. He may conquer his ego and he may remain drenched with the essence of His Word.

Whosoever may sing the glory and obeys the teachings of His Word; with His mercy and grace, he may be blessed with contentment. His long-separated soul may be accepted in His Court. The blemish of his mind may be cleaned and his sins may be forgiven. He may meditate and obeys the teachings of His Word with steady and stable belief in his day-to-day life.

210.ਸਲੋਕ ਮਃ ੧॥ 791-9

ਕਾਇਆ ਕੂਮਲ ਫੁਲ ਗੁਣ,	kaa-i-aa koomal ful gun naanak
ਨਾਨਕ ਗੁਪਸਿ ਮਾਲ॥	gupas maal.
ਏਨੀ ਫੁਲੀ ਰਉ ਕਰੇ,	aynee fulee ra-o karay
ਅਵਰ ਕਿ ਚੁਣੀਅਹਿ ਡਾਲ॥੧॥	avar ke chunee-ah daal. ||1||

ਜਿਹੜਾ ਜੀਵ ਆਪਣੇ ਤਨ ਨੂੰ ਮਨ ਦੇ ਕੀਤੇ ਗੁਣਾਂ ਦੇ ਹਾਰ ਨਾਲ ਸ਼ਿੰਗਾਰਦਾ ਹੈ । ਉਸ ਨੂੰ ਪ੍ਰਭ ਦੀ ਰਹਿਮਤ ਬਖਸ਼ਿਸ਼ ਹੋ ਜਾਂਦੀ ਹੈ । ਉਸ ਨੂੰ ਹੋਰ ਕੁਝ ਇਕੱਠਾ ਕਰਨ ਦੀ ਕੋਈ ਲੋੜ ਨਹੀਂ ਰਹਿੰਦੀ ।

Whosoever may embellish his body with the garland of his good deeds. With His mercy and grace, he may be blessed with the right path of acceptance in His Court. He may not need to collect, any other fruit, meditation for the real purpose of human life journey.

ਮਹਲਾ ੨॥	**mehlaa 2.**
ਨਾਨਕ ਤਿਨਾ ਬਸੰਤੁ ਹੈ,	naanak tinaa basant hai
ਜਿਨ੍ ਘਰਿ ਵਸਿਆ ਕੰਤੁ॥	jinH ghar vasi-aa kant.
ਜਿਨ ਕੇ ਕੰਤ ਦਿਸਾਪੁਰੀ,	jin kay kant disaapuree
ਸੇ ਅਹਿਨਿਸਿ ਫਿਰਹਿ ਜਲੰਤ॥੨॥	say ahinis fireh jalant. ||2||

ਜਿਸ ਦੇ ਹਿਰਦੇ ਵਿੱਚ ਸ਼ਬਦ ਘਰ ਕਰ ਜਾਂਦਾ ਹੈ, ਉਹ ਸਦਾ ਹੀ ਖੇੜੇ ਵਿੱਚ ਰਹਿੰਦਾ ਹੈ । ਜਿਸ ਦਾ ਮਨ ਸ਼ਬਦ ਦੀ ਪਾਲਣਾ ਵਿੱਚ ਨਹੀਂ ਲੱਗਦਾ । ਉਹ ਪ੍ਰਭ ਦੀ ਰਹਿਮਤ ਤੋਂ ਦੂਰ ਹੀ ਰਹਿੰਦਾ, ਜੂੰਨਾਂ ਵਿੱਚ ਭਟਕਦਾ ਰਹਿੰਦਾ ਹੈ ।

Whosoever may remain drenched with the essence of His Word; with His mercy and grace, he may remain overwhelmed with blossom in his day-to-day life. Whosoever may not obey the teachings of His Word in his day-to-day life. He may remain away from His mercy and grace and he remains in the cycle of birth and death.

ਪਉੜੀ॥	**pa-orhee.**
ਆਪੇ ਬਖਸੇ ਦਇਆ ਕਰਿ,	aapay bakhsay da-i-aa kar
ਗੁਰ ਸਤਿਗੁਰ ਬਚਨੀ॥	gur satgur bachnee.
ਅਨਦਿਨੁ ਸੇਵੀ ਗੁਣ ਰਵਾ,	an-din sayvee gun ravaa
ਮਨੁ ਸਚੈ ਰਚਨੀ॥	man sachai rachnee.
ਪ੍ਰਭੁ ਮੇਰਾ ਬੇਅੰਤੁ ਹੈ,	parabh mayraa bay-ant hai
ਅੰਤੁ ਕਿਨੈ ਨ ਲਖਨੀ॥	ant kinai na lakhnee.
ਸਤਿਗੁਰ ਚਰਣੀ ਲਗਿਆ,	satgur charnee lagi-aa
ਹਰਿ ਨਾਮੁ ਨਿਤ ਜਪਨੀ॥	har naam nit japnee.
ਜੋ ਇਛੈ ਸੋ ਫਲੁ ਪਾਇਸੀ,	jo ichhai so fal paa-isee
ਸਭਿ ਘਰੈ ਵਿਚਿ ਜਚਨੀ॥੧੮॥	sabh gharai vich jachnee. ||18||

ਜਿਹੜਾ ਸ਼ਬਦ ਦੀ ਪਾਲਣਾ ਤੇ ਭਰੋਸਾ ਅਡੋਲ ਰਖਦਾ ਹੈ, ਉਸ ਤੇ ਆਪ ਹੀ ਰਹਿਮਤ ਬਖਸ਼ਦਾ ਹੈ । ਉਹ ਦਿਨ ਰਾਤ ਸ਼ਬਦ ਦੀ ਉਸਤਤ, ਸਿਮਰਨ ਵਿੱਚ ਮਸਤ, ਲੀਨ ਰਹਿੰਦਾ ਹੈ । ਪ੍ਰਭ ਦੀਆਂ ਦਾਤਾਂ ਦਾ ਕੋਈ ਪੂਰਨ ਅੰਤ ਨਹੀਂ ਜਾਣ ਸਕਦਾ । ਪ੍ਰਭ ਦੇ ਸ਼ਬਦ ਦੀ ਪਾਲਣਾ ਭਰੋਸੇ ਨਾਲ ਕਰੋ! ਮਨ ਉਸ ਦੇ ਚਰਨਾਂ ਵਿੱਚ ਰਖੋ । ਅੰਤਰਜਾਮੀ ਮਨ ਦੀਆਂ ਇੱਛਾਂ ਜਾਣਦਾ ਹੈ ਅਤੇ ਨਿਹਾਲ ਕਰਦਾ ਰਹਿੰਦਾ ਹੈ ।

Whosoever may obey the teachings of His Word with steady and stable belief in his day-to-day life; he may be blessed with His mercy and grace. He may remain intoxicated in meditating and singing the glory of His Word. The extent and significance of His blessing may remain beyond the comprehension of His Creation. You should always obey the teachings of His Word with steady and stable belief in day-to-day life. You should always focus on the real purpose of the human life opportunity, the essence of the teachings of His Word. The Omniscient True Master always remains aware of the hopes and desire of His Creation. He may overwhelm His true devotee with virtues.

211.ਸਲੋਕ ਮ: ੧॥ 791-13

ਪਹਿਲ ਬਸੰਤੈ ਆਗਮਨਿ,	pahil basantai aagman
ਪਹਿਲਾ ਮਉਲਿਓ ਸੋਇ॥	pahilaa ma-uli-o so-ay.
ਜਿਤੁ ਮਉਲਿਐ ਸਭ ਮਉਲੀਐ,	jit ma-uli-ai sabh ma-ulee-ai
ਤਿਸਹਿ ਨ ਮਉਲਿਹੁ ਕੋਇ॥ ੧॥	tiseh na ma-ulihu ko-ay. ||1||

ਬਸੰਤ ਦੀ ਰੁੱਤ ਵਿੱਚ ਪਹਿਲਾ ਖੇੜਾ ਆਉਂਦਾ ਹੈ । ਪਰ ਸ਼ਬਦ ਦਾ ਖੇੜਾ ਇਸ ਤੋਂ ਵੀ ਪਹਿਲੇ ਆਉਂਦਾ ਹੈ । ਜਿਸ ਦੀ ਕੁਦਰਤ ਨਾਲ ਸਾਰੇ ਸੰਸਾਰ ਵਿੱਚ ਖੇੜਾ ਆਉਂਦਾ ਹੈ । ਉਸ ਨੂੰ ਖੇੜੇ ਵਿੱਚ ਲਿਆਉਣ ਵਾਲਾ ਕੋਈ ਹੋਰ ਨਹੀਂ, ਪ੍ਰਭ ਆਪ ਹੀ ਹੈ ।

The Spring may be the season for first blossom in the universe. However, the blossom of His Word may come before the blossom of the universe. Whose command may bring blossom in the universe; to bring Him in blossom, may be The True Master Himself.

ਮ: ੨॥	**mehlaa 2.**
ਪਹਿਲ ਬਸੰਤੈ ਆਗਮਨਿ,	pahil basantai aagman
ਤਿਸ ਕਾ ਕਰਹੁ ਬੀਚਾਰੁ॥	tis kaa karahu beechaar.
ਨਾਨਕ ਸੋ ਸਾਲਾਹੀਐ,	naanak so salaahee-ai
ਜਿ ਸਭਸੈ ਦੇ ਆਧਾਰੁ॥੨॥	je sabhsai day aaDhaar. ||2||

ਜਿਹੜਾ ਖੇੜਾ ਬਸੰਤ ਤੋਂ ਪਹਿਲੇ ਆਉਂਦਾ ਹੈ, ਉਸ ਖੇੜੇ ਦਾ ਵਿਚਾਰ ਕਰੋ! ਉਸ ਸ਼ਬਦ ਦੀ ਪਾਲਣਾ ਕਰੋ । ਉਸ ਹੀ ਸਾਰੀ ਸ੍ਰਿਸ਼ਟੀ ਦਾ ਅਧਾਰ ਹੈ ।

Whose blossom comes before the blossom of spring in the universe. You should think about that blossom. You should obey the teachings of His Word with steady and stable belief in your day-to-day life. He remains the foundation, pillar of the universe.

ਮ: ੨॥	**mehlaa 2.**
ਮਿਲਿਐ ਮਿਲਿਆ ਨਾ ਮਿਲੈ,	mili-ai mili-aa naa milai
ਮਿਲੈ ਮਿਲਿਆ ਜੇ ਹੋਇ॥	milai mili-aa jay ho-ay.
ਅੰਤਰ ਆਤਮੈ ਜੋ ਮਿਲੈ,	antar aatmai jo milai
ਮਿਲਿਆ ਕਹੀਐ ਸੋਇ॥੩॥	mili-aa kahee-ai so-ay. ||3||

ਕੋਈ ਮਾਨਸ, ਗੁਰੂ, ਪੀਰ ਕਿਸੇ ਦੂਸਰੇ ਨੂੰ ਪ੍ਰਭ ਨਾਲ ਮਿਲਾ ਨਹੀਂ ਸਕਦਾ । ਉਸ ਨੂੰ ਪ੍ਰਵਾਨਗੀ ਨਹੀਂ ਦੇ ਸਕਦਾ । ਜਿਸ ਤੇ ਪ੍ਰਭ ਆਪ ਹੀ ਰਹਿਮਤ ਬਖਸ਼ਦਾ ਹੈ, ਕੇਵਲ ਆਪ ਹੀ ਉਸ ਨਾਲ ਨਾਲ ਸੰਜੋਗ ਬਣਾਉਂਦਾ ਹੈ । ਜਿਸ ਦਾ ਮਿਲਾਪ ਹੋ ਜਾਂਦਾ ਹੈ, ਉਸ ਦੇ ਅੰਦਰ ਪ੍ਰਭ ਦੇ ਸ਼ਬਦ ਦੀ ਧੁਨ ਚਲ ਪੈਂਦੀ ਹੈ, ਉਸ ਦੀ ਸਮਾਧੀ ਅਡੋਲ ਹੋ ਜਾਂਦਾ ਹੈ ।

No human saint, Guru, prophet may be blessed with any spiritual power to guide anyone on the path of acceptance in His Court nor anyone may be accepted in His Court with his recommendations. Whosoever may be blessed with His mercy and grace, only he may be blessed with the right path of acceptance in His Court. Whosoever may be accepted in His Court; the everlasting echo of His Word may resonate within his heart. He may remain intoxicated in the void of His Word.

ਪਉੜੀ॥	**pa-orhee.**
ਹਰਿ ਹਰਿ ਨਾਮੁ ਸਲਾਹੀਐ,	har har naam salaahee-ai
ਸਚੁ ਕਾਰ ਕਮਾਵੈ॥	sach kaar kamaavai.
ਦੂਜੀ ਕਾਰੈ ਲਗਿਆ,	doojee kaarai lagi-aa
ਫਿਰਿ ਜੋਨੀ ਪਾਵੈ॥	fir jonee paavai.
ਨਾਮਿ ਰਤਿਆ ਨਾਮੁ ਪਾਈਐ,	naam rati-aa naam paa-ee-ai
ਨਾਮੇ ਗੁਣ ਗਾਵੈ॥	naamay gun gaavai.
ਗੁਰ ਕੈ ਸਬਦਿ ਸਲਾਹੀਐ,	gur kai sabad salaahee-ai
ਹਰਿ ਨਾਮਿ ਸਮਾਵੈ॥	har naam samaavai.
ਸਤਿਗੁਰ ਸੇਵਾ ਸਫਲ ਹੈ,	satgur sayvaa safal hai
ਸੇਵਿਐ ਫਲ ਪਾਵੈ॥੧੯॥	sayvi-ai fal paavai. ||19||

ਪ੍ਰਭ ਦੇ ਸ਼ਬਦ ਦਾ ਜਾਪ, ਸ਼ਬਦ ਦੀ ਪਾਲਣਾ, ਸ੍ਰਿਸ਼ਟੀ ਭਲਾਈ ਦੇ ਕੰਮ ਕਰੋ । ਜਿਹੜਾ ਬਾਕੀ ਹੋਰ ਸੰਸਾਰਕ ਇੱਛਾਂ ਮਗਰ ਲੱਗਦਾ ਹੈ, ਉਹ ਜੰਨੂਾਂ ਦੇ ਚੱਕਰ ਵਿੱਚ ਹੀ ਰਹਿੰਦਾ ਹੈ । ਜਿਸ ਦੇ ਮਨ ਤੇ ਸ਼ਬਦ ਦਾ ਰੰਗ ਚੜ੍ਹ ਜਾਂਦਾ ਹੈ । ਉਹ ਸ਼ਬਦ ਦੀ ਪਾਲਣਾ ਵਿੱਚ ਹੀ ਮਸਤ, ਲੀਨ ਰਹਿੰਦਾ ਹੈ । ਉਹ ਸ਼ਬਦ ਦੀ ਉਸਤਤ ਕਰਦਾ, ਪ੍ਰਭ ਦੀ ਜੋਤ ਵਿੱਚ ਅਭੇਦ ਹੋ ਜਾਂਦਾ ਹੈ । ਪ੍ਰਭ ਦੇ ਸ਼ਬਦ ਦੀ ਪਾਲਣਾ, ਉਸਤਤ ਗਾਉਣਾ ਹੀ ਉਤਮ ਕੰਮ ਹੈ । ਇਸ ਨਾਲ ਪ੍ਰਭ ਦੀ ਰਹਿਮਤ ਦਾ ਫਲ ਬਖਸ਼ਿਸ਼ ਹੁੰਦਾ ਹੈ ।

You should meditate, obey the teachings of His Word with steady and stable belief in your day-to-day life and serve His Creation. Whosoever may remain intoxicated with the sweet poison of worldly wealth. He may remain in the cycle of birth and death. Whosoever may remain drenched with the essence of His Word; with His mercy and grace, he may remain intoxicated in meditation in the void of His Word. He may remain singing the glory of His Word; with His mercy and grace, he may immerse within The Holy Spirit. The meditation, obeying the teachings of His Word may be the most supreme task of human life journey. With His mercy and grace, his earnings of His Word may be rewarded.

212.ਸਲੋਕ ਮਃ ੨॥ 791-19

ਕਿਸ ਹੀ ਕੋਈ,	kis hee ko-ee
ਕੋਇ ਮੰਞੁ ਨਿਮਾਣੀ ਇਕੁ ਤੂ॥	ko-ay manj nimaanee ik too.
ਕਿਉ ਨ ਮਰੀਜੈ ਰੋਇ,	ki-o na mareejai ro-ay
ਜਾ ਲਗੁ ਚਿਤਿ ਨ ਆਵਹੀ॥੧॥	jaa lag chit na aavhee. ||1||

ਪ੍ਰਭ ਕਈ ਜੀਵਾਂ ਦੇ ਹੋਰ ਬਹੁਤ ਸਿਖਿਆਂ ਦੇਣ ਵਾਲੇ ਗੁਰੂ ਹੁੰਦੇ ਹਨ । ਪਰ ਮੈਨੂੰ ਤਾਂ ਸਭ ਨੇ ਹੀ ਠੁਕਰਾ ਦਿੱਤਾ ਹੈ । ਮੈਂ ਨਿਮਾਣਾ ਕੇਵਲ ਤੇਰੇ ਤੇ ਆਸਰ, ਭਰੋਸਾ ਰਖਦਾ ਹਾ, ਭਾਵੇਂ ਤੇਰੇ ਮਿਲੱਣ ਦੀ ਭਟਕਣ ਵਿੱਚ ਹੀ ਮਰ ਜਾਵਾ । ਮੈਂ ਤੇਰਾ ਦਰ ਨਹੀਂ ਛੋੜਨਾ, ਭਰੋਸੇ ਨੂੰ ਡੋਲਣ ਨਹੀਂ ਦੇਣਾ ।

The True Master, many humans may have many teachers, guides, supporter, or gurus in the universe. However, every worldly teacher has rebuked me. I am helpless and have only hope, faith on Your mercy and grace. I may die in the anxiety and frustration; however, I may never abandon the path of meditation or lose my belief on Your judgement, Word.

ਮਃ ੨॥	mehlaa 2.
ਜਾਂ ਸੁਖੁ ਤਾ ਸਹੁ ਰਾਵਿਓ,	jaaN sukh taa saho raavi-o
ਦੁਖਿ ਭੀ ਸੰਮ੍ਹਾਲਿਓਇ॥	dukh bhee sammHaali-o-i.
ਨਾਨਕੁ ਕਹੈ ਸਿਆਣੀਏ,	naanak kahai si-aanee-ay
ਇਉ ਕੰਤ ਮਿਲਾਵਾ ਹੋਇ॥੨॥	i-o kant milaavaa ho-ay. ||2||

ਜਿਸ ਦੇ ਜੀਵਨ ਵਿੱਚ ਸੁਖ ਹੁੰਦਾ ਹੈ, ਉਸ ਸਮੇਂ ਉਸ ਦੇ ਬਹੁਤ ਸਾਥੀ ਹੰਦੇ ਹਨ । ਜਿਹੜਾ ਮੁਸੀਬਤ ਸਮੇਂ ਸਾਥ ਖੜ੍ਹਾ ਹੁੰਦਾ ਹੈ, ਉਹ ਹੀ ਅਸਲੀ ਸਾਥੀ ਹੁੰਦਾ ਹੈ । ਇਸਤਰ੍ਹਾਂ ਪ੍ਰਭ ਦੇ ਸ਼ਬਦ ਦੀ ਪਾਲਣਾ ਕਰਨ ਨਾਲ ਹੀ ਪ੍ਰਭ ਦੀ ਰਹਿਮਤ ਬਖਸ਼ਿਸ਼ ਹੁੰਦੀ ਹੈ । ਦਰਬਾਰ ਵਿੱਚ ਪ੍ਰਵਾਨਗੀ ਬਖਸ਼ਿਸ਼ ਹੁੰਦੀ ਹੈ ।

Whosoever may have pleasures and prosperity in life; many may remain his associate, friend well-wishers. Whosoever may stand, in the time of need, miseries in life; only he may be well-wisher and worthy to be called real friend. Same way obeying the teachings of His Word, earnings of His Word remains with his soul forever even after death in His Court.

ਪਉੜੀ॥	pa-orhee.
ਹਉ ਕਿਆ ਸਾਲਾਹੀ ਕਿਰਮ ਜੰਤੁ,	ha-o ki-aa saalaahee kiram jant
ਵਡੀ ਤੇਰੀ ਵਡਿਆਈ॥	vadee tayree vadi-aa-ee.
ਤੂ ਅਗਮ ਦਇਆਲੁ ਅਗੰਮੁ ਹੈ,	too agam da-i-aal agamm hai
ਆਪਿ ਲੈਹਿ ਮਿਲਾਈ॥	aap laihi milaa-ee.
ਮੈ ਤੁਝ ਬਿਨੁ ਬੇਲੀ ਕੋ ਨਹੀ,	mai tujh bin baylee ko nahee
ਤੂ ਅੰਤਿ ਸਖਾਈ॥	too ant sakhaa-ee.
ਜੋ ਤੇਰੀ ਸਰਣਾਗਤੀ,	jo tayree sarnaagatee
ਤਿਨ ਲੈਹਿ ਛਡਾਈ॥	tin laihi chhadaa-ee.
ਨਾਨਕ ਵੇਪਰਵਾਹੁ ਹੈ,	naanak vayparvaahu hai
ਤਿਸੁ ਤਿਲੁ ਨ ਤਮਾਈ॥ ੨੦॥੧॥	tis til na tamaa-ee. ||20||1||

ਪ੍ਰਭ ਮੇਰੀ ਕੋਈ ਹੈਸੀਅਤ ਨਹੀਂ, ਮੈਂ ਤੇਰੀ ਕਿਸਤਰ੍ਹਾਂ ਉਸਤਤ ਕਰਾ? ਤੇਰੀਆਂ ਵਡਿਆਈਆਂ ਦਾ ਕੋਈ ਅੰਤ ਨਹੀਂ ਆਉਂਦਾ । ਤੂੰ ਜੀਵ ਦੀ ਜਾਣਕਾਰੀ, ਪਹੁੰਚ ਤੋ ਬਾਹਰ ਹੈ । ਅਗਰ ਆਪ ਹੀ ਰਹਿਮਤ ਬਖਸ਼ੇ, ਦਰਬਾਰ ਵਿੱਚ ਸੱਦੇ, ਤਾਂ ਹੀ ਦਾਖਲਾ ਬਖਸ਼ਿਸ਼ ਹੁੰਦਾ ਹੈ । ਮੇਰਾ ਤੇਰੇ ਤੋ ਬਿਨਾਂ ਕੋਈ ਹੋਰ ਸਾਥੀ, ਆਸਰਾ ਦੇਣ ਵਾਲਾ ਨਹੀਂ ਹੈ । ਤੂੰ ਹੀ ਰਹਿਮਤ ਬਖਸ਼ਕੇ, ਮੇਰੀ ਰਖਿਆ ਕਰੋ । ਜਿਹੜਾ ਤੇਰੀ ਰਹਿਮਤ ਨਾਲ ਤੇਰੀ ਸ਼ਰਣ ਵਿੱਚ ਪ੍ਰਵਾਨ ਹੋ ਜਾਂਦਾ ਹੈ, ਤੂੰ ਆਪ ਹੀ ਉਸ ਦੀ ਰਖਿਆ ਕਰਦਾ ਹੈ । ਤੂੰ ਬਹੁਤ ਦਿਆਲੂ ਹੈ, ਤੈਨੂੰ ਕਿਸੇ ਦਾ ਲਾਲਚ ਜਾ ਫਿਕਰ ਨਹੀਂ । ਤੇਰੇ ਵਿੱਚ ਕੋਈ ਜੀਵ ਤੋ ਸੰਸਾਰਕ ਮੰਗ ਨਹੀਂ ਹੈ, ਤੂੰ ਹੀ ਸਭ ਦਾ ਰਖਵਾਲਾ ਹੈ ।

My True Master, I have no distinctive status; how may I sing Your glory? Your greatness, virtues are beyond reach and comprehension of Your Creation. Whosoever may be invited in Your Court; with Your mercy and grace, only he may enter Your Court. I do not have any other supporter in the universe. With Your mercy and grace; You may protect of Your humble devotee. Whosoever may be accepted in Your sanctuary; You may become his protector. The Merciful, Generous True Master may not have any greed or worry. You may not have any greed or desire for any charity; You are the protector of the whole universe.

213.ਰਾਗੁ ਸੂਹੀ ਬਾਣੀ ਸ੍ਰੀ ਕਬੀਰ ਜੀਉ। 792-6

ੴ ਸਤਿਗੁਰ ਪ੍ਰਸਾਦਿ॥ ik-oNkaar satgur parsaad.
ਅਵਤਰਿ ਆਇ ਕਹਾ ਤੁਮ ਕੀਨਾ॥ avtar aa-ay kahaa tum keenaa.
ਰਾਮ ਕੋ ਨਾਮੁ ਨ ਕਬਹੂ ਲੀਨਾ॥੧॥ raam ko naam na kabhoo leenaa. ||1||

ਜੀਵ ਜਦੋਂ ਦਾ ਮਾਨਸ ਜਨਮ ਲਿਆ ਹੈ ਤੂੰ ਕੀ ਕੰਮ ਕੀਤਾ ਹੈ? ਪ੍ਰਭ ਦੇ ਸ਼ਬਦ ਨੂੰ ਕਦੇ ਯਾਦ ਨਹੀਂ ਕੀਤਾ, ਸਿਮਰਨ ਨਹੀਂ ਕੀਤਾ।

You have been blessed with human life opportunity; what have you done to become worthy of His consideration? You have never remembered the real purpose of human life opportunity nor you have meditated on the teachings of His Word.

ਰਾਮ ਨ ਜਪਹੁ ਕਵਨ ਮਤਿ ਲਾਗੇ॥ raam na japahu kavan mat laagay.
ਮਰਿ ਜਇਬੇ ਕਉ mar ja-ibay ka-o
ਕਿਆ ਕਰਹੁ ਅਭਾਗੇ॥੧॥ ਰਹਾਉ॥ ki-aa karahu abhaagay. ||1|| rahaa-o.

ਪ੍ਰਭ ਦੇ ਸ਼ਬਦ ਦਾ ਸਿਮਰਨ ਨਹੀਂ ਕਰਦਾ, ਤੇਰੇ ਮਨ ਵਿੱਚ ਕੀ ਵਿਚਾਰ ਹਨ? ਮੌਤ ਤੋ ਪਿਛੋਂ ਨਾਲ ਲੈ ਜਾਣ ਲਈ ਕੀ ਤਿਆਰੀ ਕਰਦਾ ਹੈ?

You do not meditate or obey the teachings of His Word in your day-to-day life. What may be your thoughts about the real purpose of your human life blessings? What may you be preparing to carry along, after death to support in His Court?

ਦੁਖ ਸੁਖ ਕਰਿ ਕੈ ਕੁਟੰਬੁ ਜੀਵਾਇਆ॥ dukh sukh kar kai kutamb jeevaa-i-aa.
ਮਰਤੀ ਬਾਰ ਇਕਸਰ ਦੁਖੁ ਪਾਇਆ॥੨॥ martee baar iksar dukh paa-i-aa. ||2||

ਜੀਵ ਆਪ ਦੁਖ, ਸੁਖ, ਭੁੱਖ ਵਿੱਚ ਰਹਿੰਦਾ, ਆਪਣੇ ਪ੍ਰਵਾਰ ਦੀ ਰਖਿਆ, ਪਾਲਣਾ ਕੀਤੀ ਹੈ। ਮੌਤ ਤੋ ਪਿਛੋਂ ਆਪਣੇ ਕੀਤੇ ਦਾ ਤੂੰ ਹੀ ਜਵਾਬ ਦੇਣਾ ਹੈ।

You may sacrifice your comforts to nourish, protect your family. However, after death, only you are going to endure the judgement of your worldly deeds.

ਕੰਠ ਗਹਨ ਤਬ ਕਰਨ ਪੁਕਾਰਾ॥ kanth gahan tab karan pukaaraa.
ਕਹਿ ਕਬੀਰ ਆਗੇ ਤੇ ਨ ਸੰਮ੍ਹਾਰਾ॥੩॥੧ kahi kabeer aagay tay na samHaaraa.3||1

ਜਦੋਂ ਤੈਨੂੰ ਮੌਤ ਨੇ ਗਲੇ ਤੋ ਪਕੜ ਲਿਆ ਤਾਂ ਮਦਦ ਵਾਸਤੇ ਕਿਸ ਨੂੰ ਪੁਕਾਰੇਗਾ? ਕਿਉਂ ਨਾ ਮੌਤ ਦੇ ਸਮੇਂ ਤੋ ਪਹਿਲੇ ਹੀ ਪ੍ਰਭ ਦੇ ਸ਼ਬਦ ਦੀ ਪਾਲਣਾ, ਸਿਮਰਨ ਕਰੋ?

When the devil of death may capture you; whom may you pray for forgiveness? Why don't you be ready before the time of death? You should meditate and obey the teachings of His Word with steady and stable belief in your day-to-day life.

214. ਸੂਹੀ ਕਬੀਰ ਜੀ॥ 792

ਥਰਹਰ ਕੰਪੈ ਬਾਲਾ ਜੀਉ॥ tharhar kampai baalaa jee-o.
ਨਾ ਜਾਨਉ ਕਿਆ ਕਰਸੀ ਪੀਉ॥੧॥ naa jaan-o ki-aa karsee pee-o. ||1||

ਮੇਰੀ ਅਣਜਾਣ ਆਤਮਾ ਡਰਦੀ ਹੈ। ਮੌਤ ਪਿਛੋਂ ਪ੍ਰਭ ਦੇ ਦਰਬਾਰ ਵਿੱਚ ਕੀ ਹਾਲ ਹੋਵੇਗਾ?

My True Master, my ignorant soul remains worried and anxious; what may be the condition and treatment of my soul in Your Court after death?

ਰੈਨਿ ਗਈ ਮਤ ਦਿਨੁ ਭੀ ਜਾਇ॥ rain ga-ee mat din bhee jaa-ay.
ਭਵਰ ਗਏ ਬਗ ਬੈਠੇ ਆਇ॥੧॥ bhavar ga-ay bag baithay aa-ay. ||1||
ਰਹਾਉ॥ rahaa-o.

ਮੇਰੀ ਜਵਾਨੀ ਦੀ ਰਾਤ ਬੀਤ ਗਈ ਹੈ, ਮੇਰੇ ਬੁਢੇਪੇ ਦੇ ਦਿਨ ਵੀ ਬੀਤ ਜਾਣਗੇ ਹਨ । ਮੇਰੇ ਸਿਰ ਦੇ ਕਾਲੇ ਵਾਲ ਭੂਰੇ ਹੋ ਕੇ ਝੜ ਗਏ ਹਨ । ਚਿੱਟੇ ਵਾਲ ਟਾਵੇ ਟਾਵੇ ਹੀ ਮੇਰੇ ਸਿਰ ਤੇ ਹਨ ।

My youth has been wasted and my old age may be passing away fast and being wasted. My black hairs have turned gray and I have shed most of my hairs.

ਕਾਚੈ ਕਰਵੈ ਰਹੈ ਨ ਪਾਨੀ॥ kaachai karvai rahai na paanee.
ਹੰਸੁ ਚਲਿਆ ਕਾਇਆ ਕੁਮਲਾਨੀ॥੨॥ hans chali-aa kaa-i-aa kumlaanee. ||2||

ਜਿਵੇਂ ਕੱਚੇ ਭਾਂਡੇ ਵਿੱਚ ਜ਼ਿਆਦਾ ਚਿਰ ਪਾਣੀ ਨਹੀਂ ਰਹਿੰਦਾ, ਭਾਂਡਾ ਟੁੱਟ ਜਾਂਦਾ ਹੈ । ਇਸਤਰ੍ਹਾਂ ਆਤਮਾ, ਨਾਸ ਹੋ ਜਾਣ ਵਾਲੇ ਤਨ ਵਿੱਚ ਜ਼ਿਆਦਾ ਚਿਰ ਟਿਕਦੀ ਨਹੀਂ ।

As water may not be stored in raw vessel for a long period. Same way my soul may not stay in my perishable body for a long period.

ਕੁਆਰ ਕੰਨਿਆ ਜੈਸੇ ਕਰਤ ਸੀਗਾਰਾ॥ ku-aar kanniaa jaisay karat seegaaraa.
ਕਿਉ ਰਲੀਆ ਮਾਨੈ ਬਾਝੁ ਭਤਾਰਾ॥੩॥ ki-o ralee-aa maanai baajh bhataaraa. |3||

ਜਿਵੇਂ ਕੁਵਾਰੀ ਲੜਕੀ ਸ਼ਿੰਗਾਰ ਕਰਦੀ ਹੈ । ਪਰ ਪਤੀ ਤੋ ਬਿਨਾਂ ਉਸ ਸ਼ਿੰਗਾਰ ਦਾ ਕਿਵੇਂ ਅਸਲੀ ਅਨੰਦ ਮਾਨੇ?

As a virgin may embellish and enhance her beauty. How may she enjoy the pleasure of her beauty without her husband, lover?

ਕਾਗ ਉਡਾਵਤ ਭੁਜਾ ਪਿਰਾਨੀ॥ kaag udaavat bhujaa piraanee.
ਕਹਿ ਕਬੀਰ ਇਹ ਕਥਾ ਸਿਰਾਨੀ॥੪॥੨॥ kahi kabeer ih kathaa siraanee. ||4||2||

ਮੇਰੀਆ ਬਾਂਹਵਾਂ ਵਿੱਚ ਹਿੰਮਤ ਨਹੀਂ ਕਿ ਆਪਣੇ ਤਨ ਤੇ ਬੈਠੇ ਕਾਂ ਨੂੰ ਉਡਾ ਲਵਾ । ਇਸਤਰ੍ਹਾਂ ਦਾ ਮੇਰਾ ਜੀਵਨ ਬਣ ਗਿਆ ਹੈ ।

My arms have no strength to prevent crow from sitting on my head. I have such a miserable life now.

215.ਸੂਹੀ ਕਬੀਰ ਜੀਉ॥ 792

ਅਮਲੁ ਸਿਰਾਨੋ ਲੇਖਾ ਦੇਨਾ॥ amal siraano laykhaa daynaa.
ਆਏ ਕਠਿਨ ਦੂਤ ਜਮ ਲੇਨਾ॥ aa-ay kathin doot jam laynaa.
ਕਿਆ ਤੈ ਖਟਿਆ ਕਹਾ ਗਵਾਇਆ॥ ki-aa tai khati-aa kahaa gavaa-i-aa.
ਚਲਹੁ ਸਿਤਾਬ ਦੀਬਾਨਿ ਬੁਲਾਇਆ॥੧॥ chalhu sitaab deebaan bulaa-i-aa. ||1||

ਜੀਵ ਤੇਰਾ ਸੰਸਾਰ ਵਿੱਚ ਕੰਮ ਕਰਨ ਦਾ ਸਮਾਂ ਖਤਮ ਹੋ ਗਿਆ ਹੈ । ਹੁਣ ਤੈਨੂੰ ਆਪਣੇ ਕੀਤੇ ਦਾ ਲੇਖਾ ਦੇਣਾ ਪੈਣਾ ਹੈ । ਮੌਤ ਦਾ ਫਰਿਸ਼ਤਾ ਤੈਨੂੰ ਵਾਪਸ ਲੈ ਜਾਣ ਲਈ ਆ ਗਿਆ ਹੈ । ਤੂੰ ਇਸ ਸੰਸਾਰ ਵਿੱਚ ਕੀ ਖਟਿਆ, ਜਾ ਕੀ ਗਵਾਇਆ ਹੈ? ਹੁਣ ਤੈਨੂੰ ਦਰਬਾਰ ਵਿੱਚ ਲੇਖਾ ਦੇਣਾ ਪੈਣਾ ਹੈ ।

Your time to perform any worldly deed has long wasted. You must face the judgement of your worldly deeds. The devil of death is knocking at your door, to capture your soul to face the judgement of your worldly deeds. What have you earned the wealth of His Word or collected more burden of sins? You must endure the judgement of your worldly deeds.

ਚਲੁ ਦਰਹਾਲੁ ਦੀਵਾਨਿ ਬੁਲਾਇਆ॥ chal darhaal deevaan bulaa-i-aa.
ਹਰਿ ਫੁਰਮਾਨੁ ਦਰਗਹ ਕਾ ਆਇਆ॥੧॥ har furmaan dargeh kaa aa-i-aa.
ਰਹਾਉ॥ ||1|| rahaa-o.

ਤੇਰੀ ਸਵਾਸਾਂ ਦੀ ਪੂੰਜੀ ਖਤਮ ਹੋ ਗਈ ਹੈ । ਜੋ ਕੁਝ ਵੀ ਕਰਦਾ ਹੈ, ਇਸ ਨੂੰ ਇਥੇ ਛੱਡ ਦੇਵੋ । ਇਹ ਹੀ ਹੁਕਮ ਪ੍ਰਭ ਦੇ ਦਰਬਾਰ ਵਿਚੋਂ ਆਇਆ ਹੈ ।

Your capital of breaths has been exhausted. Whatsoever you may be doing drop or stop. This is the ultimate command of The True Master.

ਕਰਉ ਅਰਦਾਸਿ ਗਾਵ ਕਿਛੁ ਬਾਕੀ॥	kara-o ardaas gaav kichh baakee.
ਲੇਉ ਨਿਬੇਰਿ ਆਜੁ ਕੀ ਰਾਤੀ॥	lay-o nibayr aaj kee raatee.
ਕਿਛੁ ਭੀ ਖਰਚੁ ਤੁਮ੍ਹਾਰਾ ਸਾਰਉ॥	kichh bhee kharach tumHaaraa saara-o.
ਸੁਬਹ ਨਿਵਾਜ ਸਰਾਇ ਗੁਜਾਰਉ॥੨॥	subah nivaaj saraa-ay gujaara-o. ||2||

ਜੀਵ ਤੂੰ ਮੌਤ ਦੇ ਫਰਿਸ਼ਤੇ ਅੱਗੇ ਅਰਦਾਸ ਕਰਦਾ ਹੈ । ਤੇਰਾ ਕੁਝ ਕੰਮ ਬਾਕੀ ਹੈ, ਤੂੰ ਇੱਕ ਪਲ ਹੀ ਉਹ ਖਤਮ ਕਰ ਲਵੇਗਾ । ਇਹ ਸਮਾਂ ਦੇਣ ਦਾ ਖਰਚਾ ਵੀ ਦੇਵੇਗਾ । ਮੌਤ ਦਾ ਫਰਿਸ਼ਤਾ! ਇਹ ਅਰਦਾਸ ਵਾਪਸ ਜਾਂਦੇ ਰਸਤੇ ਵਿੱਚ ਹੀ ਕਰੀ, ਹੋਰ ਸਮਾਂ ਨਹੀਂ ਦੇ ਸਕਦਾ ।

His soul may pray to the devil of death to grant her few more moments. She has few loose ends and she may wrap up in few moments. She is willing to compensate for that precious moments. The devil of death command her to continue her prayer on her way back; he has no power to grant any more breaths.

ਸਾਧਸੰਗਿ ਜਾ ਕਉ ਹਰਿ ਰੰਗੁ ਲਾਗਾ॥	saaDhsang jaa ka-o har rang laagaa.
ਧਨੁ ਧਨੁ ਸੋ ਜਨੁ ਪੁਰਖੁ ਸੁਭਾਗਾ॥	Dhan Dhan so jan purakh sabhaagaa.
ਈਤ ਊਤ ਜਨ ਸਦਾ ਸੁਹੇਲੇ॥	eet oot jan sadaa suhaylay.
ਜਨਮੁ ਪਦਾਰਥੁ ਜੀਤਿ ਅਮੋਲੇ॥੩॥	janam padaarath jeet amolay. ||3||

ਜਿਹੜਾ ਸ਼ਬਦ ਵਿੱਚ ਹੀ ਲੀਨ ਰਹਿੰਦਾ ਹੈ, ਉਹ ਜੀਵ ਵੱਡੇ ਭਾਗਾਂ ਵਾਲਾ ਹੁੰਦਾ ਹੈ । ਉਹ ਸੰਤ ਸਰੂਪ ਜੀਵ ਦੀ ਸੰਗਤ ਵਿੱਚ ਪ੍ਰਭ ਦੇ ਸ਼ਬਦ ਦਾ ਸਿਮਰਨ ਕਰਦਾ ਹੈ । ਉਹ ਸੰਸਾਰ ਵਿੱਚ ਅਤੇ ਮੌਤ ਤੋਂ ਪਿਛੋਂ ਵੀ ਭਾਣੇ ਵਿੱਚ ਮਸਤ ਰਹਿੰਦਾ ਹੈ । ਉਸ ਨੂੰ ਮਾਨਸ ਜਨਮ ਦਾ ਲਾਹਾ, ਅਸਲੀ ਅਮੋਲਕ ਫਲ ਬਖਸ਼ਿਸ਼ ਹੋ ਜਾਂਦਾ ਹੈ ।

Whosoever may remain intoxicated in meditation in the void of His Word; he may become very fortunate. He may remain in the conjugation of His true devotee and meditates on the teachings of His Word. He may remain intoxicated in meditation in worldly life and after death in His Court. He may profit from the human life opportunity. With His mercy and grace, he may be blessed with ambrosial jewels, acceptance in His Court.

ਜਾਗਤੁ ਸੋਇਆ ਜਨਮੁ ਗਵਾਇਆ॥	jaagat so-i-aa janam gavaa-i-aa.
ਮਾਲੁ ਧਨੁ ਜੋਰਿਆ ਭਇਆ ਪਰਾਇਆ॥	maal Dhan jori-aa bha-i-aa paraa-i-aa.
ਕਹੁ ਕਬੀਰ ਤੇਈ ਨਰ ਭੂਲੇ॥	kaho kabeer tay-ee nar bhoolay.
ਖਸਮੁ ਬਿਸਾਰਿ ਮਾਟੀ ਸੰਗਿ ਰੂਲੇ॥੪॥੩॥	khasam bisaar maatee sang roolay.4||3

ਜਿਹੜਾ ਜੀਵ ਜਾਗਦੇ ਹੋਏ, ਸੁਚੇਤ ਹੁੰਦੇ ਵੀ ਸ਼ਬਦ ਦੀ ਪਾਲਣਾ ਨਹੀਂ ਕਰਦਾ! ਉਸ ਮਾਨਸ ਜਨਮ ਬਿਰਥਾ ਹੀ ਗਵਾ ਲੈਂਦਾ ਹੈ । ਉਸ ਦੀ ਸੰਸਾਰ ਵਿੱਚ ਇਕੱਠੀ ਕੀਤੀ ਦੌਲਤ ਕਿਸੇ ਹੋਰ ਨੂੰ ਮਿਲ ਜਾਂਦੀ ਹੈ । ਉਹ ਜੀਵ ਆਪਣਾ ਅਸਲੀ ਰਸਤਾ ਭੁਲ ਗਿਆ ਹੈ । ਉਸ ਨੇ ਆਪਣੇ ਅਸਲੀ ਮਾਲਕ, ਪ੍ਰਭ ਦੀ ਰਹਿਮਤ ਗਵਾ ਲਈ ਹੈ । ਉਹ ਮਿੱਟੀ ਵਿੱਚ ਹੀ ਰਲ ਜਾਂਦਾ ਹੈ । ਜੂੰਨਾਂ ਦੇ ਚੱਕਰ ਵਿੱਚ ਡੂੰਘਾਂ ਚਲੇ ਜਾਂਦਾ ਹੈ ।

Whosoever may not meditate and obey the teachings of His Word; he may not remain awake and alert. He has wasted his human life opportunity. Someone else may capture his worldly wealth. He has lost the real path, purpose of his priceless human life opportunity.

216. ਸੂਹੀ ਕਬੀਰ ਜੀਉ ਲਲਿਤ॥ 793

ਥਾਕੇ ਨੈਨ ਸ੍ਰਵਨ ਸੁਨਿ ਥਾਕੇ,	thaakay nain sarvan sun thaakay
ਥਾਕੀ ਸੁੰਦਰਿ ਕਾਇਆ॥	thaakee sundar kaa-i-aa.
ਜਰਾ ਹਾਕ ਦੀ ਸਭ ਮਤਿ ਥਾਕੀ,	jaraa haak dee sabh mat thaakee
ਏਕ ਨ ਥਾਕਸਿ ਮਾਇਆ॥੧॥	ayk na thaakas maa-i-aa. ||1||

ਮੇਰੀਆਂ ਅੱਖਾਂ ਥਕ ਗਈਆਂ ਹਨ, ਦਿੱਸਦਾ ਨਹੀਂ । ਕੰਨ ਵੀ ਥਕ ਗਏ ਹਨ, ਕੁਝ ਸੁਣਦਾ ਨਹੀਂ । ਇਹ ਤਨ ਵੀ ਥਕ ਗਿਆ ਹੈ, ਕਮਜ਼ੋਰ ਹੋ ਗਿਆ ਹੈ । ਇਸ ਬੁਢੇਪੇ ਵਿੱਚ ਸਰੀਰ ਦੇ ਸਾਰੇ ਅੰਗ ਹੀ ਥੱਕ ਗਏ, ਕਮਜ਼ੋਰ ਹੋ ਗਏ ਹਨ । ਪਰ ਮੇਰਾ ਮਾਇਆ ਨਾਲ ਲਗਨ, ਪਿਆਰ, ਮੋਹ ਨਹੀਂ ਥਕਦਾ, ਵਧਦਾ ਹੀ ਜਾਂਦਾ ਹੈ ।

My eyes and ears are tired; I may not see or hear properly. My body and all limbs have become feeble helpless in my old age. However, my attachment to worldly wealth, anxiety for worldly possession have not contented; my desire has become more intense.

ਬਾਵਰੇ ਤੈ — baavray tai
ਗਿਆਨ ਬੀਚਾਰੁ ਨ ਪਾਇਆ॥ — gi-aan beechaar na paa-i-aa.
ਬਿਰਥਾ ਜਨਮੁ ਗਵਾਇਆ॥੧॥ਰਹਾਉ॥ — birthaa janam gavaa-i-aa. ||1|| rahaa-o.

ਜੀਵ ਤੂੰ ਪ੍ਰਭ ਦੇ ਸ਼ਬਦ ਦੀ ਕੋਈ ਸੋਝੀ ਨਹੀਂ ਪਾਈ, ਬੰਦਗੀ, ਸਿਮਰਨ ਨਹੀਂ ਕੀਤਾ । ਤੂੰ ਆਪਣਾ ਮਾਨਸ ਜੀਵਨ ਬਿਰਥਾ ਹੀ ਬਰਬਾਦ ਕਰ ਲਿਆ ਹੈ ।

You have not meditated or obeyed the teachings of His Word; you have not been blessed with the enlightenment of the essence of His Word. You have wasted your human life opportunity uselessly.

ਤਬ ਲਗੁ ਪ੍ਰਾਨੀ ਤਿਸੈ ਸਰੇਵਹੁ, — tab lag paraanee tisai sarayvhu
ਜਬ ਲਗੁ ਘਟ ਮਹਿ ਸਾਸਾ॥ — jab lag ghat meh saasaa.
ਜੇ ਘਟੁ ਜਾਇ ਤ ਭਾਉ ਨ ਜਾਸੀ, — jay ghat jaa-ay ta bhaa-o na jaasee
ਹਰਿ ਕੇ ਚਰਨ ਨਿਵਾਸਾ॥੨॥ — har kay charan nivaasaa. ||2||

ਜੀਵ ਜਿਤਨਾ ਚਿਰ ਤੇਰੇ ਵਿੱਚ ਸਵਾਸ ਚਲਦੇ ਹਨ, ਪ੍ਰਭ ਦੇ ਸ਼ਬਦ ਦਾ ਸਿਮਰਨ ਕਰੋ । ਜਦੋਂ ਤਨ ਨਾਸ ਵੀ ਹੋ ਜਾਵੇਗਾ ਤਾਂ ਤੇਰੀ ਲਗਨ ਪ੍ਰਭ ਨਾਲੋ ਨਹੀਂ ਟੁੱਟੇਗੀ । ਇਸਤਰ੍ਹਾਂ ਤੇਰਾ ਪ੍ਰਭ ਦੇ ਚਰਨਾਂ ਵਿੱਚ ਨਿਵਾਸਾ ਹੋ ਜਾਵੇਗਾ ।

You should meditate on the teachings of His Word, up to the last breath. Even your breaths may be exhausted; however, your devotion and dedication may never be disturbed. With His mercy and grace, you may remain dwelling in the void of His sanctuary.

ਜਿਸ ਕਉ ਸਬਦੁ ਬਸਾਵੈ ਅੰਤਰਿ, — jis ka-o sabad basaavai antar
ਚੂਕੈ ਤਿਸਹਿ ਪਿਆਸਾ॥ — chookai tiseh pi-aasaa.
ਹੁਕਮੈ ਬੂਝੈ ਚਉਪੜਿ ਖੇਲੈ, — hukmai boojhai cha-uparh khaylai
ਮਨੁ ਜਿਣਿ ਢਾਲੇ ਪਾਸਾ॥੩॥ — man jin dhaalay paasaa. ||3||

ਜਿਸ ਜੀਵ ਤੇ ਪ੍ਰਭ ਦੀ ਰਹਿਮਤ ਨਾਲ ਪ੍ਰਭ ਦਾ ਸ਼ਬਦ ਘਰ ਕਰ ਜਾਂਦਾ ਹੈ । ਉਸ ਦੇ ਮਨ ਦੀਆਂ ਤ੍ਰਿਸ਼ਨਾ ਖਤਮ ਹੋ ਜਾਂਦੀਆਂ, ਉਸ ਜੀਵ ਨੂੰ ਪ੍ਰਭ ਦੇ ਸ਼ਬਦ ਦੀ ਸੋਝੀ ਬਖਸ਼ਿਸ਼ ਹੋ ਜਾਂਦੀ ਹੈ । ਉਹ ਪ੍ਰਭ ਦਾ ਰਚਿਆ ਖੇਲ ਖੇਲਦਾ ਹੈ । ਇਸ ਨਾਲ ਆਪਣੇ ਮਨ ਤੇ ਕਾਬੂ ਪਾ ਲੈਂਦਾ ਹੈ ।

Whosoever may be blessed with His mercy and grace, he may remain drenched with the essence of His Word. All his worldly desires may be eliminated from his mind. With His mercy and grace, he may be blessed with the enlightenment of the essence of His Word. He may play along in the function of His Creation. He may subdue, control his worldly desires.

ਜੋ ਜਨ ਜਾਨਿ ਭਜਹਿ ਅਬਿਗਤ ਕਉ, — jo jan jaan bhajeh abigat ka-o
ਤਿਨ ਕਾ ਕਛੂ ਨ ਨਾਸਾ॥ — tin kaa kachhoo na naasaa.
ਕਹੁ ਕਬੀਰ ਤੇ ਜਨ ਕਬਹੁ ਨ ਹਾਰਹਿ, — kaho kabeer tay jan kabahu na haareh
ਢਾਲਿ ਜੁ ਜਾਨਹਿ ਪਾਸਾ॥੪॥੪॥ — dhaal jo jaaneh paasaa. ||4||4||

ਜਿਹੜਾ ਨਿਮਾਣਾ ਬਣਕੇ ਸ਼ਬਦ ਨੂੰ ਪਛਾਣ ਲੈਂਦਾ ਹੈ । ਉਸ ਦੀ ਪ੍ਰੀਤ ਪ੍ਰਭ ਨਾਲ ਕਦੇ ਨਾਸ ਨਹੀਂ ਹੁੰਦੀ । ਉਹ ਜੀਵਨ ਦਾ ਅਸਲੀ ਮੰਤਵ, ਢੰਗ ਜਾਣ ਜਾਂਦਾ ਹੈ । ਉਹ ਮਾਨਸ ਜਨਮ ਦਾ ਖੇਲ ਕਦੇ ਨਹੀਂ ਹਾਰਦਾ, ਮੁਕਤੀ ਬਖਸ਼ਿਸ਼ ਹੋ ਜਾਂਦੀ ਹੈ ।

Whosoever may remain humble, he may recognize the real purpose of human life opportunity. His devotion to obey the teachings of His Word may never be vanished, eliminated. He may be blessed to recognize the real path of acceptance in His court, the real purpose of human life opportunity. He may never lose the play of human life; with His mercy and grace, he may be acceptance in His Court, salvation from the cycle of birth and death.

217.ਸੂਹੀ ਲਲਿਤ ਕਬੀਰ ਜੀਉ॥ 793

ਏਕੁ ਕੋਟੁ ਪੰਚ ਸਿਕਦਾਰਾ, ayk kot panch sikdaaraa
ਪੰਚੇ ਮਾਗਹਿ ਹਾਲਾ॥ panchay maageh haalaa.
ਜਿਮੀ ਨਾਹੀ ਮੈ ਕਿਸੀ ਕੀ ਬੋਈ, jimee naahee mai kisee kee bo-ee
ਐਸਾ ਦੇਨੁ ਦੁਖਾਲਾ॥੧॥ aisaa dayn dukhaalaa. ||1||

ਜੀਵ ਦੇ ਤਨ ਵਿੱਚ ਮਨ ਤੇ ਪੰਜਾਂ ਇੱਛਾਂ ਦਾ ਕਾਬੂ ਰਹਿੰਦਾ ਹੈ, ਹੁਕਮ ਚਲਾਉਂਦੇ ਹਨ । ਉਹ ਆਪਣਾ ਆਪਣਾ ਹੁਕਮ ਮਨਾਉਂਦੇ, ਜੀਵ ਨੂੰ ਉਸ ਪਾਸੇ ਲਾਉਂਦੇ ਹਨ । ਜਿਹੜਾ ਕਿਸੇ ਸੰਸਾਰਕ ਇੱਛਾਂ ਮਗਰ ਲੱਗਦਾ ਹੈ । ਉਸ ਦਾ ਇਹਨਾਂ ਇੱਛਾਂ ਵਿਚੋਂ ਨਿਕਲਣਾ ਮੁਸ਼ਕਲ ਹੋ ਜਾਂਦਾ ਹੈ ।

The body of a creature may remain dominated by the control of five demons of worldly desires. His worldly desires may guide him on those directions. Whosoever may become a slave of worldly desires; he may never conquer his demons of worldly desires.

ਹਰਿ ਕੇ ਲੋਗਾ ਮੋ ਕਉ, har kay logaa mo ka-o
ਨੀਤਿ ਡਸੈ ਪਟਵਾਰੀ॥ neet dasai patvaaree.
ਊਪਰਿ ਭੁਜਾ ਕਰਿ oopar bhujaa kar
ਮੈ ਗੁਰ ਪਹਿ ਪੁਕਾਰਿਆ, mai gur peh pukaari-aa
ਤਿਨਿ ਹਉ ਲੀਆ ਉਬਾਰੀ॥੧॥ ਰਹਾਉ॥ tin ha-o lee-aa ubaaree. ||1|| rahaa-o.

ਜਿਹੜਾ ਸ਼ਬਦ ਦੀ ਪਾਲਣਾ ਕਰਦਾ ਹੈ, ਉਸ ਨੂੰ ਸੰਸਾਰਕ ਇੱਛਾਂ, ਲਾਲਚ ਨਾਲ ਪਰਖ ਦੀਆਂ ਹਨ । ਜਿਹੜਾ ਸ਼ਬਦ ਦੀ ਪਾਲਣਾ ਦੇ ਰਸਤੇ ਤੇ ਅਡੋਲ ਰਹਿੰਦਾ ਹੈ । ਪ੍ਰਭ ਆਪ ਹੀ ਉਸ ਨੂੰ ਸੰਤੋਖ, ਧੀਰਜ ਬਖਸ਼ਦਾ ਹੈ ।

Whosoever may meditate, adopt the teachings of His Word; worldly wealth may try various temptation to drift him away from the right path of acceptance in His Court. Whosever may remain steady and stable on the right path in his day-to-day life; with His mercy and grace, he may be blessed with patience and contentment in his worldly environments.

ਨਉ ਡਾਡੀ ਦਸ ਮੁੰਸਫ ਧਾਵਹਿ, na-o daadee das munsaf Dhaaveh
ਰਈਅਤਿ ਬਸਨ ਨ ਦੇਹੀ॥ ra-ee-at basan na dayhee.
ਡੋਰੀ ਪੂਰੀ ਮਾਪਹਿ ਨਾਹੀ, doree pooree maapeh naahee
ਬਹੁ ਬਿਸਟਾਲਾ ਲੇਹੀ॥੨॥ baho bistaalaa layhee. ||2||

ਉਹ ਮਨ ਦੇ ਨੌਂ ਘਰ, ਸੰਸਾਰ ਦੀਆਂ ਦਸ ਦ੍ਰਿਸ਼ਾ ਵੱਲ ਧਿਆਨ ਲਾਉਂਦਾ ਹੈ । ਇਹ ਮਨ ਦਾ ਸੰਤੋਖ ਪਕਾ ਨਹੀਂ ਰਹਿਣ ਦੇਂਦੀਆਂ, ਭਟਕਣਾਂ ਵਿੱਚ ਰਖਦੀਆਂ ਹਨ । ਉਸ ਨੂੰ ਸ਼ਬਦ ਦਾ ਪੂਰ ਗਿਆਨ ਹੋਣ ਤੇ ਰੁਕਾਵਟਾ ਪਾਉਂਦੀਆਂ ਹਨ । ਬਹੁਤ ਧੋਖੇ ਦੀਆਂ ਚਾਲਾਂ ਚਲਾਉਂਦੀਆਂ ਹਨ ।

He may think about the nine doors of his mind and 10 directions of the universe. These may not let him stay steady and stable on the right path of meditation. He may remain frustrated in worldly desires. The worldly wealth may play various devious tricks to drift him from the enlightenment of the essence of His Word.

ਹਤਰਿ ਘਰ ਇਕੁ ਪੁਰਖੁ ਸਮਾਇਆ,	bahtar ghar ik purakh samaa-i-aa
ਉਨਿ ਦੀਆ ਨਾਮੁ ਲਿਖਾਈ॥	un dee-aa naam likhaa-ee.
ਧਰਮ ਰਾਇ ਕਾ ਦਫਤਰੁ ਸੋਧਿਆ,	Dharam raa-ay kaa daftar soDhi-aa
ਬਾਕੀ ਰਿਜਮ ਨ ਕਾਈ॥੩॥	baakee rijam na kaa-ee. ||3||

ਮੇਰੇ ਮਨ ਦੀਆਂ 72 ਤਹਿਆਂ, ਦਵਾਰਾਂ ਅੰਦਰ ਅਸਲੀ ਮਾਲਕ, ਪ੍ਰਭ ਰਹਿੰਦਾ ਹੈ । ਉਸ ਨੇ ਮੇਰੇ ਰੋਮ ਰੋਮ ਵਿੱਚ ਪ੍ਰਭ ਦਾ ਸ਼ਬਦ ਉਕਰਿਆ ਹੈ । ਮੇਰੀ ਮੌਤ ਤੇ, ਧਰਮਰਾਜ ਸਾਰੇ ਲੇਖੇ, ਮੇਰੇ ਕੀਤੇ ਕੰਮਾਂ ਦੀ ਪਰਖ ਕਰਦਾ ਹੈ । ਉਸ ਨੂੰ ਕੋਈ ਵੀ, ਸ਼ਬਦ ਦੀ ਪਾਲਣਾ ਤੋ ਬਿਨਾਂ ਨਹੀਂ ਲੱਭਦਾ ।

In 72 layers and walls of my mind and body, The True Master dwells and remain awake and alert in blossom. Every fiber of my body has been drenched with essence of His Word. The righteous judge evaluates all layers of my body, my worldly deeds; he may never find any layer, any limb without the essence of His Word.

ਸੰਤਾ ਕਉ ਮਤਿ ਕੋਈ ਨਿੰਦਹੁ,	santaa ka-o mat ko-ee nindahu
ਸੰਤ ਰਾਮੁ ਹੈ ਏਕੋ॥	sant raam hai ayko.
ਕਹੁ ਕਬੀਰ ਮੈ ਸੋ ਗੁਰੁ ਪਾਇਆ,	kaho kabeer mai so gur paa-i-aa
ਜਾ ਕਾ ਨਾਉ ਬਿਬੇਕੋ॥੪॥੫॥	jaa kaa naa-o bibayko ||4||5||

ਜੀਵ ਪ੍ਰਭ ਦੀ ਬੰਦਗੀ ਕਰਨ ਵਾਲੇ ਜੀਵ ਦੀ ਨਿੰਦਿਆਂ ਨਾ ਕਰੋ! ਬੰਦਗੀ ਕਰਨ ਵਾਲੇ ਪ੍ਰਭ ਦਾ ਰੂਪ ਹੀ ਬਣ ਜਾਂਦੇ ਹਨ । ਜਿਸ ਜੀਵ ਦਾ ਭਰੋਸਾ ਅਡੋਲ ਹੋ ਜਾਂਦਾ ਹੈ, ਉਸ ਨੂੰ ਪ੍ਰਭ ਦੀ ਰਹਿਮਤ ਬਖਸ਼ਿਸ਼ ਹੋ ਜਾਂਦੀ ਹੈ । ਉਸ ਨੂੰ ਸ਼ਬਦ ਦੀ ਪੂਰਨ ਸੋਝੀ ਹੋ ਜਾਂਦੀ ਹੈ ।

You should not criticize anyone who may be meditating and obeying the teachings of His Word. Whosoever may meditate with steady and stable belief in his day-to-day life; with His mercy and grace; he may be blessed with a state of mind as His true devotee. He may become a symbol of The True Master. Whosoever may have steady and stable belief; he may be blessed with His mercy and grace; he may be enlightened with the essence of His Word.

218.ਰਾਗੁ ਸੂਹੀ ਬਾਣੀ ਸ੍ਰੀ ਰਵਿਦਾਸ ਜੀਉ ਕੀ॥ 793

੧ਓ ਸਤਿਗੁਰ ਪ੍ਰਸਾਦਿ॥	ik-oNkaar satgur parsaad.
ਸਹ ਕੀ ਸਾਰ ਸੁਹਾਗਨਿ ਜਾਨੈ॥	sah kee saar suhaagan jaanai.
ਤਜਿ ਅਭਿਮਾਨੁ ਸੁਖ ਰਲੀਆ ਮਾਨੈ॥	taj abhimaan sukh ralee-aa maanai.
ਤਨੁ ਮਨੁ ਦੇਇ ਨ ਅੰਤਰੁ ਰਾਖੈ॥	tan man day-ay na antar raakhai.
ਅਵਰਾ ਦੇਖਿ ਨ ਸੁਨੈ ਅਭਾਖੈ॥੧॥	avraa daykh na sunai abhaakhai. ||1||

ਜਿਹੜਾ ਸ਼ਬਦ ਦੀ ਪਾਲਣਾ ਕਰਦਾ ਹੈ, ਕੇਵਲ ਉਹ ਹੀ ਸ਼ਬਦ ਦੀ ਪਾਲਣਾ ਦੀ ਕੀਮਤ ਜਾਣਦਾ ਹੈ । ਉਹ ਆਪਣੇ ਮਨ ਦਾ ਅਹੰਕਾਰ, ਹੈਸੀਅਤ ਨੂੰ ਗਵਾ ਲੈਂਦਾ, ਰਹਿਮਤ ਦਾ ਅਨੰਦ ਮਾਨਦਾ ਹੈ । ਉਹ ਤਨ, ਮਨ ਪ੍ਰਭ ਦੇ ਲੇਖੇ ਲਾ ਦੇਂਦਾ ਹੈ, ਮਨ ਵਿੱਚ ਕੋਈ ਭਰਮ ਨਹੀਂ ਰਖਦਾ । ਕਿਸੇ ਧਰਮ ਦੇ ਰੀਤ ਰੀਵਾਜ ਮਗਰ ਨਹੀਂ ਲੱਗਦਾ, ਨਾ ਹੀ ਸੋਚਦਾ ਹੈ ।

Whosoever may adopt the teachings of His Word, only he may know the significance of obeying the teachings of His Word. He may conquer his selfishness and ego of his worldly status. He may enjoy the bliss of His mercy and grace. He may surrender his mind, body, selfishness, and worldly status at His sanctuary. He may conquer his own suspicions of religious rituals. He may never give any significance to religious rituals.

ਸੋ ਕਤ ਜਾਨੈ ਪੀਰ ਪਰਾਈ॥	so kat jaanai peer paraa-ee.

ਜਾ ਕੈ ਅੰਤਰਿ ਦਰਦੁ ਨ ਪਾਈ॥੧॥ ਰਹਾਉ॥ — jaa kai antar darad na paa-ee. ||1|| rahaa-o.

ਜਿਹੜੇ ਜੀਵ ਨੂੰ ਹੋਰ ਕਿਸੇ ਨਾਲ ਲਗਨ ਨਾ ਹੋਵੇ । ਤਾਂ ਉਸ ਨੂੰ ਵਿੱਛੜ ਜਾਣ ਤੇ ਕਿਵੇਂ ਕੋਈ ਵਿਰਾਗ, ਦੁਖ ਹੋ ਸਕਦਾ ਹੈ?

Whosoever may not have any emotional attachment to anyone else. How may he have any renunciation of his separation?

ਦੁਖੀ ਦੁਹਾਗਨਿ ਦੁਇ ਪਖ ਹੀਨੀ॥ — dukhee duhaagan du-ay pakh heenee.
ਜਿਨਿ ਨਾਹ ਨਿਰੰਤਰਿ ਭਗਤਿ ਨ ਕੀਨੀ॥ — jin naah nirantar bhagat na keenee.
ਪੁਰ ਸਲਾਤ ਕਾ ਪੰਥੁ ਦੁਹੇਲਾ॥ — pur salaat kaa panth duhaylaa.
ਸੰਗਿ ਨ ਸਾਥੀ ਗਵਨੁ ਇਕੇਲਾ॥੨॥ — sang na saathee gavan ikaylaa. ||2||

ਜਿਸ ਦਾ ਪ੍ਰਭ ਦੇ ਸ਼ਬਦ ਤੇ ਭਰੋਸਾ ਨਹੀਂ ਹੁੰਦਾ, ਉਹ ਭਰਮਾਂ ਵਿੱਚ ਹੀ ਭਟਕਦਾ ਰਹਿੰਦਾ ਹੈ । ਉਹ ਮਾਨਸ ਜਨਮ ਅਤੇ ਮੌਤ ਪਿਛੋਂ ਦਰਬਾਰ ਵਿੱਚ ਦੋਨਾਂ ਥਾਂ ਤੇ ਹਾਰ ਜਾਂਦਾ ਹੈ । ਮੌਤ ਪਿਛੋਂ ਉਸ ਦੇ ਦਰਬਾਰ ਦਾ ਰਸਤਾ ਬਹੁਤ ਕਠਨ, ਡਰ ਵਾਲਾ ਹੁੰਦਾ ਹੈ । ਉਸ ਦੇ ਨਾਲ ਉਥੇ ਜਾਣ ਵਾਲਾ ਕੋਈ ਸਾਥੀ ਨਹੀਂ ਹੁੰਦਾ । ਉਸ ਨੂੰ ਆਪਣੇ ਕੀਤੇ ਦਾ ਹਿਸਾਬ ਆਪ ਹੀ ਦੇਣਾ ਪੈਂਦਾ ਹੈ ।

Whosoever may not have steady and stable belief on His Word, His command; he may remain frustrated in religious suspicions. He has lost both, his human life opportunity and forgiveness after death in His Court. His path, condition after death may become very terrible and miserable. He may not have any companion in His Court. He must endure the miseries of his deeds, judgement himself alone.

ਦੁਖੀਆ ਦਰਦਵੰਦੁ ਦਰਿ ਆਇਆ॥ — dukhee-aa daradvand dar aa-i-aa.
ਬਹੁਤੁ ਪਿਆਸ ਜਬਾਬੁ ਨ ਪਾਇਆ॥ — bahut pi-aas jabaab na paa-i-aa.
ਕਹਿ ਰਵਿਦਾਸ ਸਰਨਿ ਪ੍ਰਭ ਤੇਰੀ॥ — kahi ravidaas saran parabh tayree.
ਜਿਉ ਜਾਨਹੁ ਤਿਉ ਕਰੁ ਗਤਿ ਮੇਰੀ॥੩॥੧॥ — ji-o jaanhu ti-o kar gat mayree. ||3||1||

ਪ੍ਰਭ ਮੈਂ ਦੁਖਾਂ ਦਾ ਭਰਿਆਂ, ਤੇਰੀ ਸ਼ਰਣ ਵਿੱਚ ਆਇਆ ਹਾ । ਤੂੰ ਰਹਿਮਤਾਂ ਦਾ ਮਾਲਕ ਹੈ! ਤੇਰੇ ਮਿਲੱਣ ਦੀ ਭਟਕਣ, ਪਿਆਸ ਬਹੁਤ ਸਤਾਉਂਦੀ ਹੈ । ਮੇਰੀ ਕਿਸੇ ਅਰਦਾਸ ਨਾਲ ਤੇਰੀ ਰਹਿਮਤ ਦੀ ਨਜ਼ਰ ਬਖਸ਼ਿਸ਼ ਨਹੀਂ ਹੋਈ । ਮੈਂ ਬੇਵੱਸ, ਨਿਮਾਣਾ ਬਣਕੇ ਤੇਰੀ ਸ਼ਰਣ ਵਿੱਚ ਆਇਆ ਹੈ । ਜਿਸਤਰ੍ਹਾਂ ਦਾ ਤੈਨੂੰ ਭਾਉਂਦਾ ਹੈ, ਉਹ ਹੀ ਰਸਤਾ ਬਖਸ਼ੋ ।

My True Master, I am overwhelmed with worldly miseries and I have surrendered at Your sanctuary for Your forgiveness. Only You are The True Master of all virtues. I have a deep desire for the enlightenment of Your Word and Your mercy and grace. I have given up my all-other hopes and efforts; I have humbly and desperately surrendered may mind, body and worldly status at Your sanctuary. Whatsoever may be acceptable in Your Court; I may remain gratitude for any of Your blessed path in my life.

219.ਸੂਹੀ ਸ੍ਰੀ ਰਵਿਦਾਸ ਜੀ॥ 794

ਜੋ ਦਿਨ ਆਵਹਿ ਸੋ ਦਿਨ ਜਾਹੀ॥ — jo din aavahi so din jaahee.
ਕਰਨਾ ਕੂਚੁ ਰਹਨੁ ਥਿਰੁ ਨਾਹੀ॥ — karnaa kooch rahan thir naahee.
ਸੰਗੁ ਚਲਤ ਹੈ ਹਮ ਭੀ ਚਲਨਾ॥ — sang chalat hai ham bhee chalnaa.
ਦੂਰਿ ਗਵਨੁ ਸਿਰ ਊਪਰਿ ਮਰਨਾ॥੧॥ — door gavan sir oopar marnaa. ||1||

ਜਿਹੜਾ ਦਿਨ ਚੜ੍ਹਦਾ ਹੈ, ਉਹ ਬੀਤ ਜਾਂਦਾ ਹੈ । ਜੀਵ ਨੂੰ ਚਲਦੇ ਰਹਿਣਾ ਪੈਂਦਾ ਹੈ, ਕੋਈ ਵੀ ਸਦਾ ਰਹਿਣ ਵਾਲਾ ਨਹੀਂ ਹੈ । ਜਿਹੜੇ ਸਾਡੇ ਹਾਣੀ, ਉਮਰ ਦੇ ਸਨ, ਉਹ ਹਾਰ ਗਏ ਹਨ, ਅਸੀ ਵੀ ਮਰ ਜਾਣਾ ਹੈ । ਮੌਤ ਦਾ ਫਰਿਸ਼ਤਾ ਸਾਡੇ ਸਿਰ ਉਪਰ ਘੁੰਮਦਾ ਹੈ । ਅਸੀ ਬਹੁਤ ਦੂਰ ਜਾਣਾ ਹੈ, ਇਸ ਦੀ ਕੋਈ ਸੋਝੀ ਨਹੀਂ ।

The Sun rises and sets; the day must end. Everyone may have to continue with his day-to-day worldly life. His Nature continue as per His command. Most of our age group have already deceased, passed away; we are going to die soon. The devil of death remains surrounding my head. I may be going far away. I am clueless of my destination, what may happen to my soul.

ਕਿਆ ਤੂ ਸੋਇਆ ਜਾਗੁ ਇਆਨਾ॥ ki-aa too so-i-aa jaag i-aanaa.
ਤੈ ਜੀਵਨੁ ਜਗਿ ਸਚੁ ਕਰਿ ਜਾਨਾ॥੧॥ tai jeevan jag sach kar jaanaa. ||1||
ਰਹਾਉ॥ rahaa-o.

ਅਣਜਾਣ ਜੀਵ ਜਾਗ, ਕਿਉਂ ਤੂੰ ਅਣਜਾਣਤਾ ਵਿੱਚ ਕੰਮ ਕਰਦਾ ਹੈ? ਇਸ ਜੀਵਨ ਨੂੰ ਸਦਾ ਰਹਿਣ ਵਾਲਾ ਘਰ ਸਮਝ ਲਿਆ ਹੈ ।

Ignorance wake up! why are you wasting your human life opportunity in ignorance? You have believed that world may be your permanent resting place.

ਜਿਨਿ ਜੀਉ ਦੀਆ ਸੁ ਰਿਜਕੁ ਅੰਬਰਾਵੈ॥ jin jee-o dee-aa so rijak ambraavai.
ਸਭ ਘਟ ਭੀਤਰਿ ਹਾਟੁ ਚਲਾਵੈ॥ sabh ghat bheetar haat chalaavai.
ਕਰਿ ਬੰਦਿਗੀ ਛਾਡਿ ਮੈ ਮੇਰਾ॥ kar bandigee chhaad mai mayraa.
ਹਿਰਦੈ ਨਾਮੁ ਸਮ੍ਹਾਰਿ ਸਵੇਰਾ॥੨॥ hirdai naam samHaar savayraa. ||2||

ਜਿਸ ਪ੍ਰਭ ਨੇ ਮਾਨਸ ਜੀਵਨ ਬਖਸ਼ਿਆ ਹੈ, ਉਸ ਨੂੰ ਭੋਜਨ ਦਾ, ਪਾਲਣਾ ਕਰਨ ਦਾ ਵੀ ਫਿਕਰ ਹੈ । ਉਹ ਹਰਇੱਕ ਜੀਵ ਦੇ ਅੰਦਰ ਹੀ ਇਹ ਖੇਲ ਕਰਦਾ, ਕੰਮ ਕਰਦਾ ਹੈ । ਸੰਸਾਰ ਵਿੱਚ ਹੈਸੀਅਤ, ਮੋਹ ਨੂੰ ਤਿਆਗਕੇ, ਸ਼ਬਦ ਦੀ ਪਾਲਣਾ, ਸਿਮਰਨ ਕਰੋ । ਮਨ ਵਿੱਚ ਸ਼ਬਦ ਨੂੰ ਜਾਗਰਤ ਕਰੋ, ਵਸਾਵੋ । ਉਸ ਨਾਲ ਹੀ ਮਨ ਵਿੱਚ ਨਵਾਂ ਸਵੇਰਾ, ਰੋਸ਼ਨੀ ਬਖਸ਼ਿਸ਼ ਹੋ ਸਕਦੀ ਹੈ ।

The True Creator has blessed you with human body; He may have everything planed for nourishment and protection in the worldly life. He remains embedded within your soul and prevails in all events. You should renounce your ego of worldly status, attachments to worldly possessions, and relationships; you should meditate on the teachings of His Word. You should drench the teachings of His Word within your heart; with His mercy and grace, you may be rejuvenated with excitements in your worldly life.

ਜਨਮੁ ਸਿਰਾਨੋ ਪੰਥੁ ਨ ਸਵਾਰਾ॥ janam siraano panth na savaaraa.
ਸਾਂਝ ਪਰੀ ਦਹ ਦਿਸ ਅੰਧਿਆਰਾ॥ saaNjh paree dah dis anDhi-aaraa.
ਕਹਿ ਰਵਿਦਾਸ ਨਿਦਾਨਿ ਦਿਵਾਨੇ॥ kahi ravidaas nidaan divaanay.
ਚੇਤਸਿ ਨਾਹੀ ਦੁਨੀਆ ਫਨ ਖਾਨੇ॥ chaytas naahee dunee-aa fan khaanay.
੩॥੨॥ ||3||2||

ਜੀਵ ਤੇਰੀ ਉਮਰ ਖਤਮ ਹੋਣ ਤੇ ਆਈ ਹੈ । ਅਜੇ ਤੀਕ ਆਪਣੇ ਮਾਨਸ ਜਨਮ ਦਾ ਅਸਲੀ ਮੰਤਵ ਸਮਝ ਨਹੀਂ ਆਇਆ । ਥੋੜ੍ਹੇ ਚਿਰ ਨੂੰ ਮੌਤ ਦਾ ਅੰਧੇਰਾ ਆਉਣ ਵਾਲਾ ਹੈ । ਅਣਜਾਣ ਜੀਵ, ਕੀ ਤੈਨੂੰ ਸਮਝ ਨਹੀਂ, ਇਹ ਧਰਤੀ ਤਾਂ ਮੌਤ ਦਾ ਘਰ, ਜੂੰਨਾਂ ਬਦਲਨ ਵਾਲਾ ਅਸਥਾਨ ਹੈ?

Your predetermined age is almost at the end, in final stage. However, you have no understanding of the real purpose of human life opportunity. The dark spill of death may prevail anytime. Ignorant don't you understand? The universe is a platform for soul to transfer from one body to another.

220.ਸੂਹੀ ਸ੍ਰੀ ਰਵਿਦਾਸ ਜੀ॥ 794

ਊਚੇ ਮੰਦਰ ਸਾਲ ਰਸੋਈ॥ oochay mandar saal raso-ee.
ਏਕ ਘਰੀ ਫੁਨਿ ਰਹਨੁ ਨ ਹੋਈ॥੧॥ ayk gharee fun rahan na ho-ee. ||1||

ਜੀਵ ਸੰਸਾਰ ਵਿੱਚ ਭਾਵੇਂ ਤੇਰੇ ਕੋਲ ਵੱਡੇ ਮਹਿਲ, ਖਾਣੇ ਵਾਲੀ ਵੱਡੀ ਰਸੋਈ ਹੋਵੇ । ਮੌਤ ਤੋ ਪਿਛੋਂ ਤੂੰ ਇਥੇ ਇੱਕ ਪਲ ਵੀ ਰੋਕ ਨਹੀਂ ਸਕਦਾ ।

You may have a huge, elegant castle with elegant kitchen to eat, prepare food. However, after death you may not be able to stay for a moment in the castle to enjoy any delicacy.

ਇਹੁ ਤਨੁ ਐਸਾ ਜੈਸੇ ਘਾਸ ਕੀ ਟਾਟੀ॥ ih tan aisaa jaisay ghaas kee taatee.
ਜਲਿ ਗਇਓ ਘਾਸੁ ਰਲਿ ਗਇਓ ਮਾਟੀ॥੧॥ ਰਹਾਉ॥ jal ga-i-o ghaas ral ga-i-o maatee. ||1|| rahaa-o.

ਜੀਵ ਦਾ ਤਨ ਇੱਕ ਘਾਹ ਦੀ ਢੇਰੀ ਹੈ । ਤਨ, ਘਾਹ ਦੀ ਤਰ੍ਹਾਂ ਜਲ ਜਾਂਦਾ ਹੈ, ਇਹ ਭਸਮ ਦੀ ਢੇਰੀ ਹੀ ਹੋ ਜਾਂਦਾ ਹੈ ।

Your body is like a heap, bundle of grass. Your body may be burned like grace and reduced to ashes.

ਭਾਈ ਬੰਧ ਕੁਟੰਬ ਸਹੇਰਾ॥ bhaa-ee banDh kutamb sahayraa.
ਓਇ ਭੀ ਲਾਗੇ ਕਾਢੁ ਸਵੇਰਾ॥੨॥ o-ay bhee laagay kaadh savayraa. ||2||

ਤੇਰਾ ਪ੍ਰਵਾਰ, ਭੈਣ, ਭਾਈ, ਸਬੰਧੀ ਵੀ ਕਹਿਣ ਲੱਗ ਪੈਂਦੇ ਹਨ, ਇਸ ਲਾਸ਼ ਨੂੰ ਲੈ ਜਾਵੋ ।

Even your family and dear ones may also say takes away his corpse, ghost.

ਘਰ ਕੀ ਨਾਰਿ ਉਰਹਿ ਤਨ ਲਾਗੀ॥ ghar kee naar ureh tan laagee.
ਉਹ ਤਉ ਭੂਤੁ ਭੂਤੁ ਕਰਿ ਭਾਗੀ॥੩॥ uh ta-o bhoot bhoot kar bhaagee. ||3||

ਜਿਹੜਾ ਜੀਵਨ ਸਾਥੀ ਤੇਰੇ ਤਨ ਨੂੰ ਆਪਣੇ ਤਨ ਦਾ ਭਾਗ ਹੀ ਸਮਝਦਾ ਸੀ । ਉਹ ਵੀ ਤੈਨੂੰ ਭੂਤ ਕਹਿੰਦਾ ਹੈ ।

Even your spouse who was considering your body as part, limb of his/her own body. He/ she may call your corpse a ghost.

ਕਹਿ ਰਵਿਦਾਸ ਸਭੈ ਜਗੁ ਲੂਟਿਆ॥ kahi ravidaas sabhai jag looti-aa.
ਹਮ ਤਉ ਏਕ ਰਾਮੁ ਕਹਿ ਛੂਟਿਆ॥੪॥੩॥ ham ta-o ayk raam kahi chhooti-aa.4||3

ਸਾਰਾ ਸੰਸਾਰ ਹੀ ਇਸ ਧੋਖੇ ਵਿੱਚ ਰਹਿੰਦਾ ਹੈ । ਜਿਹੜਾ ਉਸ ਦੇ ਸ਼ਬਦ ਦੀ ਪਾਲਣਾ, ਸਿਮਰਨ ਕਰਦਾ ਹੈ । ਕੇਵਲ ਉਹ ਹੀ ਇਸ ਜੀਵਨ ਵਿੱਚ ਜਨਮ ਮਰਨ ਦੇ ਚੱਕਰ ਵਿਚੋਂ ਛੁਟਕਾਰ ਪਾਉਂਦਾ ਹੈ ।

The Whole world remains in deception. Whosoever may meditate or obey the teachings of His Word; with His mercy and grace, only his cycle of birth and death may be eliminated.

221. ਰਾਗੁ ਸੂਹੀ ਬਾਣੀ ਸੇਖ ਫਰੀਦ ਜੀ ਕੀ॥ 794

ੴ ਸਤਿਗੁਰ ਪ੍ਰਸਾਦਿ॥ ik-oNkaar satgur parsaad.
ਤਪਿ ਤਪਿ ਲੁਹਿ, ਲੁਹਿ ਹਾਥ ਮਰੋਰਉ॥ tap tap luhi luhi haath marora-o.
ਬਾਵਲਿ ਹੋਈ ਸੋ ਸਹੁ ਲੋਰਉ॥ baaval ho-ee so saho lora-o.
ਤੈ ਸਹਿ ਮਨ ਮਹਿ ਕੀਆ ਰੋਸੁ॥ tai seh man meh kee-aa ros.
ਮੁਝੁ ਅਵਗਨ ਸਹ ਨਾਹੀ ਦੋਸੁ॥੧॥ mujh avgan sah naahee dos. ||1||

ਪ੍ਰਭ ਮੈਂ ਤੇਰੇ ਵਿਛੋੜੇ ਦੇ ਦੁਖ ਵਿੱਚ ਜਲਦਾ ਜਾਂਦਾ ਹਾ । ਆਪਣੇ ਹੱਥ ਇਧਰ ਉਧਰ ਮਾਰਦਾ ਹਾ । ਮੈਂ ਇਸ ਵਿਰਾਗ ਵਿੱਚ ਹੀ ਪਾਗਲ ਹੋ ਗਿਆ ਹਾ । ਮੇਰਾ ਅਸਲੀ ਮਾਲਕ ਮੇਰੇ ਨਾਲ ਨਰਾਜ਼ ਹੈ । ਇਸ ਵਿੱਚ ਪ੍ਰਭ ਦਾ, ਮੇਰੇ ਮਾਲਕ ਦਾ ਕੋਈ ਦੋਸ਼ ਨਹੀਂ । ਮੇਰੇ ਵਿੱਚ ਹੀ ਬਹੁਤ ਅਉਗੁਣ, ਕਮੀਆਂ ਹਨ, ਭਰੋਸਾ ਅਡੋਲ ਨਹੀਂ ਹੈ ।

The True Master, I am burning in the renunciation of my separation from Your Holy Spirit. I am trying all my efforts. I have become insane in my renunciation. My True Master has been disappointed on my behavior. I may not blame or grievances on my True Master for my separation. I may be overwhelmed with countless sins. I have not established steady and stable belief in the teachings of His Word, in His blessings.

ਤੈ ਸਾਹਿਬ ਕੀ ਮੈ ਸਾਰ ਨ ਜਾਨੀ॥ tai saahib kee mai saar na jaanee.
ਜੋਬਨੁ ਖੋਇ ਪਾਛੈ ਪਛੁਤਾਨੀ॥੧॥ ਰਹਾਉ॥ joban kho-ay paachhai pachhutaanee. ||1|| rahaa-o.

ਮੈਨੂੰ ਆਪਣੇ ਅਸਲੀ ਮਾਲਕ, ਪ੍ਰਭ ਦੇ ਸ਼ਬਦ ਦੀ ਸੋਝੀ ਨਹੀਂ । ਮੈਂ ਆਪਣੀ ਜਵਾਨੀ ਬਰਬਾਦ ਕਰ ਲਈ ਹੈ । ਮੈਂ ਪਛਤਾਵਾ ਹੀ ਕਰਦਾ ਹਾ ।

I have no enlightenment of the teachings of His Word nor the real purpose of my human life opportunity. I had ruined my youth. I regret and repent in my life.

ਕਾਲੀ ਕੋਇਲ ਤੂ ਕਿਤ ਗੁਨ ਕਾਲੀ॥ kaalee ko-il too kit gun kaalee.
ਅਪਨੇ ਪ੍ਰੀਤਮ ਕੇ ਹਉ ਬਿਰਹੇ ਜਾਲੀ॥ apnay pareetam kay ha-o birhai jaalee.
ਪਿਰਹਿ ਬਿਹੂਨ ਕਤਹਿ ਸੁਖੁ ਪਾਏ॥ pireh bihoon kateh sukh paa-ay.
ਜਾ ਹੋਇ ਕ੍ਰਿਪਾਲੁ ਤਾ ਪ੍ਰਭੂ ਮਿਲਾਏ ॥੨॥ jaa ho-ay kirpaal taa parabhoo milaa-ay. ||2||

ਮੈਂ ਆਪਣੇ ਮਨ ਦੀ ਕੋਇਲ ਨੂੰ ਪੁੱਛਦਾ ਹਾ, ਤੇਰਾ ਰੰਗ ਇਤਨਾ ਕਾਲਾ ਕਿਉਂ ਹੈ? ਇਹ ਹੀ ਅਵਾਜ ਆਉਂਦੀ ਹੈ! ਮੈਂ ਪ੍ਰਭ ਦੇ ਵਿਛੋੜੇ ਦੇ ਵਿਰਾਗ ਵਿੱਚ ਜਲ ਕੇ ਕਾਲੀ ਹੋ ਗਈ ਹਾ । ਆਤਮਾ ਆਪਣੇ ਪ੍ਰਭ ਦੀ ਰਹਿਮਤ ਤੋ ਬਿਨਾਂ ਕਿਵੇਂ ਸੰਤੋਖ, ਧੀਰਜ ਪਾ ਸਕਦੀ ਹੈ । ਜਿਸ ਤੇ ਪ੍ਰਭ ਆਪ ਹੀ ਤਰਸ, ਰਹਿਮਤ ਬਖਸ਼ਦਾ ਹੈ । ਤਾਂ ਹੀ ਇਸ ਆਤਮਾ ਦਾ ਭਰੋਸਾ ਪ੍ਰਭ ਦੇ ਸ਼ਬਦ ਤੇ ਅਡੋਲ ਹੁੰਦਾ ਹੈ । ਪ੍ਰਭ ਦੇ ਦਰਬਾਰ ਵਿੱਚ ਪ੍ਰਵਾਨਗੀ ਬਖਸ਼ਿਸ਼ ਹੁੰਦੀ ਹੈ ।

I have asked the singing bird within my mind; why have your color become so black? I have got inner voice! I am burning in the renunciation of my separation from The Holy Spirit. I have become miserable, black. How may I be blessed with patience, contentment without the mercy and grace of my True Master? Whosoever may be blessed with His mercy and grace, only he may obey the teachings of His Word with steady and stable belief in his day-to-day life. His soul may be accepted in His Court.

ਵਿਧਣ ਖੂਹੀ ਮੁੰਧ ਇਕੇਲੀ॥ viDhan khoohee munDh ikaylee.
ਨਾ ਕੋ ਸਾਥੀ ਨਾ ਕੋ ਬੇਲੀ॥ naa ko saathee naa ko baylee.
ਕਰਿ ਕਿਰਪਾ ਪ੍ਰਭਿ ਸਾਧਸੰਗਿ ਮੇਲੀ॥ kar kirpaa parabh saaDhsang maylee.
ਜਾ ਫਿਰਿ ਦੇਖਾ ਤਾ ਮੇਰਾ ਅਲਹੁ ਬੇਲੀ॥੩॥ jaa fir daykhaa taa mayraa alhu baylee. ||3||

ਇਹ ਆਤਮ ਸੰਸਾਰ ਵਿੱਚ ਇਕੇਲੀ ਹੀ ਪ੍ਰਭ ਦੇ ਵਿਛੋੜੇ ਵਿੱਚ ਵਿਰਾਗ ਕਰਦੀ ਹੈ । ਇਸ ਦਾ ਕੋਈ ਸਾਥੀ, ਜਾ ਇਸ ਦੀ ਪੀੜ ਸਮਝਣ ਵਾਲਾ ਨਹੀਂ ਹੈ । ਪ੍ਰਭ ਆਪ ਹੀ ਰਹਿਮਤ ਬਖਸ਼ੇ, ਬੰਦਗੀ ਕਰਨ ਵਾਲੇ ਜੀਵ ਨਾਲ ਸੰਜੋਗ ਬਣਾਉਂਦਾ ਹੈ । ਤਾਂ ਅਨੁਭਵ ਹੋ ਜਾਂਦਾ ਹੈ, ਪ੍ਰਭ ਹੀ ਹਰ ਥਾਂ ਤੇ ਉਸ ਦਾ ਰਖਵਾਲਾ ਸਾਥੀ ਹੈ ।

My soul remains miserable alone in renunciation in the memory of my separation from The Holy Spirit. She may not have anyone to console her in miseries or comprehend her sufferings. Whosoever may be blessed with His mercy and grace; only he may be blessed with the association of His true devotee. Only he may realize that The True Master remains his helper and supporter everywhere in all events of life.

ਵਾਟ ਹਮਾਰੀ ਖਰੀ ਉਡੀਣੀ॥	vaat hamaaree kharee udeenee.
ਖੰਨਿਅਹੁ ਤਿਖੀ ਬਹੁਤੁ ਪਿਈਣੀ॥	khanni-ahu tikhee bahut pi-eenee.
ਉਸੁ ਊਪਰਿ ਹੈ ਮਾਰਗੁ ਮੇਰਾ॥	us oopar hai maarag mayraa.
ਸੇਖ ਫਰੀਦਾ ਪੰਥੁ ਸਮ੍ਹਾਰਿ ਸਵੇਰਾ॥ ੪॥੧॥	saykh fareedaa panth samHaar savayraa. ||4||1||

ਮੌਤ ਤੋ ਪਿਛੋਂ ਪ੍ਰਭ ਦੇ ਦਰਬਾਰ ਵਿੱਚ ਜਾਣ ਵਾਲਾ ਰਸਤਾ ਬਹੁਤ ਮਾਯੂਸੀ ਵਾਲਾ ਹੈ । ਇਹ ਦੋਂ ਧਾਰੀ ਤਰਵਾਰ ਵਰਗਾ ਤੇਜ਼ ਅਤੇ ਭੀੜਾ ਹੈ । ਮੇਰੇ ਮਨ, ਇਹ ਹੀ ਮੌਤ ਪਿਛੋਂ ਜਾਣ ਵਾਲਾ ਰਸਤਾ ਹੈ । ਇਸ ਦਾ ਖਿਆਲ ਆਪਣੇ ਮਨ ਵਿੱਚ ਰਖੋ! ਇਹ ਯਾਦ ਰਖਕੇ ਜੀਵਨ ਬਤੀਤ ਕਰੋ ।

The path after death to His Court may be very depressing. This may be very narrow and mysterious; this path may be compared with two edges sword. Always keeps in mind, the mysterious path of soul after death. You should keep the memory of your separation from His Holy Spirit fresh within and adopt the teachings of His Word in day-to-day life.

222.ਸੂਹੀ ਲਲਿਤ ਸੇਖ ਫਰੀਦ ਜੀ॥ 794

ਬੇੜਾ ਬੰਧਿ ਨ ਸਕਿਓ ਬੰਧਨ ਕੀ ਵੇਲਾ॥	bayrhaa banDh na saki-o banDhan kee vaylaa.
ਭਰਿ ਸਰਵਰੁ ਜਬ ਊਛਲੈ, ਤਬ ਤਰਣੁ ਦੁਹੇਲਾ॥੧॥	bhar sarvar jab oochhlai tab taran duhaylaa. ||1||

ਜੀਵ ਜਦੋਂ ਤੇਰੇ ਕੋਲ ਸਮਾਂ ਸੀ, ਜਵਾਨੀ ਸੀ! ਤੂੰ ਪ੍ਰਭ ਦੀ ਬੰਦਗੀ ਵਿੱਚ ਧਿਆਨ, ਸ਼ਬਦ ਦੀ ਪਾਲਣਾ ਨਹੀਂ ਕੀਤੀ । ਜਦੋਂ ਮੌਤ ਦਾ ਸਾਗਰ ਬਹੁਤ ਭਾਰੀ ਹੋ ਗਿਆ, ਸਮਾਂ ਨੇੜੇ ਆ ਗਿਆ । ਤਾਂ ਇਸ ਸੰਸਾਰਕ ਸਾਗਰ ਨੂੰ ਪਾਰ ਕਰਨਾ ਬਹੁਤ ਮੁਸ਼ਕਲ ਹੋ ਜਾਵੇਂਗਾ ।

At your early age of youth, you have wasted your time. You did not pay any attention to meditate and to obey the teachings of His Word with steady and stable belief. Now your predetermined time of death has approached, your miseries have become too intense. You may have a hard time crossing the worldly ocean to be accepted in His Court.

ਹਥੁ ਨ ਲਾਇ ਕਸੁੰਭੜੈ, ਜਲਿ ਜਾਸੀ ਢੋਲਾ॥੧॥ ਰਹਾਉ॥	hath na laa-ay kasumbh-rhai jal jaasee dholaa. ||1|| rahaa-o.

ਅਣਜਾਣਤਾ ਨਾਲ ਜੀਵਨ ਦਾ ਸਮਾਂ ਨਾ ਬਰਬਾਦ ਕਰੋ । ਇਹ ਜਵਾਨੀ ਬਿਰਥੀ ਨਾ ਬਤੀਤ ਕਰੋ ।

You should not waste the time of human life opportunity in ignorance. You may not waste your youth.

ਇਕ ਆਪੀਨ੍ਹੈ ਪਤਲੀ, ਸਹ ਕੇਰੇ ਬੋਲਾ॥	ik aapeenHai patlee sah kayray bolaa.
ਦੁਧਾ ਥਣੀ ਨ ਆਵਈ, ਫਿਰਿ ਹੋਇ ਨ ਮੇਲਾ॥੨॥	duDhaa thanee na aavee fir ho-ay na maylaa. ||2||

ਜੀਵ ਦੀ ਆਤਮਾਂ ਕਮਜ਼ੋਰ ਹੈ, ਭਰੋਸਾ ਡੋਲਦਾ ਹੈ । ਇਸ ਨਾਲ ਪ੍ਰਭ ਦੇ ਸ਼ਬਦ ਦੀ ਪਾਲਣਾ ਕਰਨਾ ਬਹੁਤ ਕਠਨ ਹੈ । ਜਿਹੜਾ ਮਾਨਸ ਜੀਵਨ ਵਿੱਚ ਬੰਦਗੀ ਨਹੀਂ ਕਰਦਾ । ਇਹ ਮਾਨਸ ਜਨਮ ਬਾਰ ਬਾਰ ਬਖਸ਼ਿਸ਼ ਨਹੀਂ ਹੋਣਾ ।

His soul may be very week, feeble; she may not remain steady and stable on the right path of meditation on the teachings of His Word. In her unstable state of mind, may be very difficult for her to meditate. Whosoever may not meditate in his human life journey; he may not be blessed human life opportunity again.

ਕਹੈ ਫਰੀਦੁ ਸਹੇਲੀਹੋ,   kahai fareed sahayleeho

ਸਹੁ ਅਲਾਏਸੀ॥   saho alaa-aysee.

ਹੰਸੁ ਚਲਸੀ ਡੁੰਮਣਾ,   hans chalsee dummnaa

ਅਹਿ ਤਨੁ ਢੇਰੀ ਥੀਸੀ॥੩॥੨॥   ah tan dhayree theesee. ||3||2||

ਜੀਵ ਵਿਹ ਸਮਝੋ ! ਜਦੋਂ ਮੌਤ ਦਾ ਹੁਕਮ ਆ ਜਾਂਦਾ ਹੈ, ਇਸ ਨੂੰ ਟਾਲਿਆ ਨਹੀਂ ਜਾ ਸਕਦਾ ।
ਆਤਮਾ ਤਨ ਛੱਡਕੇ ਵਾਪਸ ਚਲੀ ਜਾਂਦੀ ਹੈ । ਤਨ ਨਾਸ ਹੋ ਕੇ ਮਿੱਟੀ ਵਿੱਚ ਰਲ ਜਾਂਦਾ ਹੈ ।

You must realize! The time of death has been predetermined and
unavoidable. At the right time, his soul must depart abandoning all worldly
bonds. His body may be destroyed and becomes ashes, dust.

*** **

ਗੁਰੂ ਗ੍ਰੰਥ

The Guru Granth Sahib

Steek – English and Punjabi -Volume 5

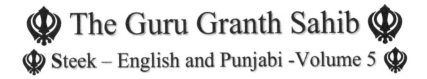

ਪੋਥੀ Volume – 5

Gurbani Page: 711 –875

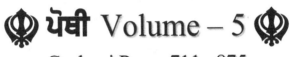

ਰਾਗੁ ਬਿਲਾਵਲੁ

Gurbani Page: **795 –858**

(# 223-423)

☬ ਰਾਗੁ ਬਿਲਾਵਲੁ (223-423) ☬

ਗੁਰੂ ਗ੍ਰੰਥ ਸਾਹਿਬ – ਮੂਲ ਮੰਤਰ ਵਿੱਚ ਪ੍ਰਭ ਦੀ ਅਵਸਥਾ ਦੀ ਸੋਝੀ ਜਾਣਕਰੀ ਦੱਸੀ ਗਈ ਹੈ!

ਮੂਲ ਮੰਤਰ ਦੇ ਪੰਜ ਭਾਗ:: **Five enlightenments of Mool Mantra:**

ਪ੍ਰਭ ਦਾ ਅਕਾਰ, ਸ੍ਰਿਸਟੀ ਦਾ ਪ੍ਰਬੰਧ, ਬਣਤਰ, ਮੁਕਤੀ, ਪ੍ਰਭ ਦੀ ਪਛਾਣ! Structure; Function; Creation; Acceptance; Recognition.

ੴ ਸਤਿ ਨਾਮੁ ਕਰਤਾ ਪੁਰਖੁ, ਨਿਰਭਉ ਨਿਰਵੈਰੁ ਅਕਾਲ ਮੂਰਤਿ ਅਜੂਨੀ ਸੈਭੰ ਗੁਰ ਪ੍ਰਸਾਦਿ॥

ik-oNkaar, sat naam, kartaa, purakh, nirbha-o, nirvair, akaal, moorat, ajoonee, saibhaN, gur parsaad.

1) **ਪ੍ਰਭ ਦਾ ਅਕਾਰ** – Structure

ੴ ik-oNkaar: The One and Only One, God, True Master. No form, shape, color, size, in Spirit only.

God, The Holy Spirit may appear in anything, anyone, anytime at His free Will; beyond any form, shape, size, or color, only Holy Spirit.

2) **ਸ੍ਰਿਸਟੀ ਦਾ ਪ੍ਰਬੰਧ:** Function and His Operation!

ਸਤਿ ਨਾਮੁ sat naam: 'naam – His Word, His command, His existence. 'sat- Omnipresent, Omniscient, Omnipotent, Axiom Unchangeable, Uncompromised, forever.

The One and Only One, God remains embedded in His Nature, in His Word; only His command pervades in the universe and nothing else exist without His mercy and grace.

3) **ਸ੍ਰਿਸਟੀ ਦੀ ਬਣਤਰ:** – Creation of the universe.

ਸੈਭੰ saibhaN: Universe, creation, soul is an expansion of His Holy spirit. Comes out of His spirit to repent, sanctify, and may be absorbed in His Holy Spirit.

The True Master, Creator Himself is The Creation, nothing else exist.

4) **ਮੁਕਤੀ** Salvation – His acceptance.

ਗੁਰ ਪ੍ਰਸਾਦਿ gur parsaad: Only with His own mercy and grace. No one may counsel nor curse His blessing.

No one may comprehend how, why, and when; He may bestow His mercy and grace or the limits and duration of His blessings.

੫) **ਪ੍ਰਭ ਦੀ ਪਛਾਣ** – Recognition

ਗੁਣ: – ਕਰਤਾ, ਪੁਰਖੁ, ਨਿਰਭਉ, ਨਿਰਵੈਰੁ, ਅਕਾਲ, ਮੂਰਤਿ, ਅਜੂਨੀ ! Virtues: - kartaa, purakh, nirbha-o nirvair, akaal, moorat, ajoonee

His virtues are unlimited and beyond any comprehension of His Creation. However, no one has ever born nor will ever be born with all these unique virtues. Whosoever may have all above virtues may be worthy to be called The One and Only One, God, True Master and only worthy of worship.

The Master Key to open the door of the right path of acceptance in His Court, salvation may be "saibhaN"! Whosoever may be drenched with the essence that all souls are an expansion of His Holy Spirit; he may realize that mankind as a brotherhood. No one may want to harm and deceive himself; he may be blessed to conquer his mind. With His mercy and grace, his cycle of birth and death may be eliminated!

223.ਬਿਲਾਵਲੁ ਮਹਲਾ ੧ ਚਉਪਦੇ ਘਰੁ ੧॥ 795-1

ੴ ਸਤਿ ਨਾਮੁ ਕਰਤਾ ਪੁਰਖੁ, ਨਿਰਭਉ ਨਿਰਵੈਰੁ ਅਕਾਲ ਮੂਰਤਿ ਅਜੂਨੀ ਸੈਭੰ ਗੁਰ ਪ੍ਰਸਾਦਿ॥

ik-oNkaar, sat naam, kartaa, purakh, nirbha-o, nirvair, akaal, moorat, ajoonee, saibhaN, gur parsaad.

ਤੂ ਸੁਲਤਾਨੁ ਕਹਾ ਹਉ ਮੀਆ,	too sultaan kahaa ha-o mee-aa
ਤੇਰੀ ਕਵਨ ਵਡਾਈ॥	tayree kavan vadaa-ee.
ਜੋ ਤੂ ਦੇਹਿ ਸੁ ਕਹਾ ਸੁਆਮੀ,	jo too deh so kahaa su-aamee
ਮੈ ਮੂਰਖ ਕਹਣੁ ਨ ਜਾਈ॥੧॥	mai moorakh kahan na jaa-ee. ‖1‖

ਪ੍ਰਭ ਤੂੰ ਸਭ ਤੋ ਵੱਡਾ ਰਾਜਾ ਹੈ, ਮੈਂ ਤੈਨੂੰ ਮਾਲਕ ਮੰਨਦਾ ਹਾ । ਇਸ ਨਾਲ ਤੇਰੀ ਕੋਈ ਵਡਿਆਈ ਨਹੀਂ ਹੁੰਦੀ । ਮੈਂ ਅਣਜਾਣ, ਕੁਝ ਜਾਣਕਾਰੀ ਨਹੀਂ, ਮੈਂ ਤੇਰੀ ਕੀ ਵਡਿਆਈ ਕਰ ਸਕਦਾ ਹਾ? ਜਿਤਨੀ ਸੋਝੀ ਬਖਸ਼ਦਾ ਹੈ, ਕੇਵਲ ਉਤਨੀ ਹੀ ਉਸਤਤ ਕਰ ਸਕਦਾ ਹਾ ।

The Omnipotent King of kings, greatest of All is my only True Master. By singing Your glory, I may not enhance Your greatness. I am ignorant from Your true nature; what may I sing the glory of Your virtues? Whatsoever may be the enlightenment blessed with Your mercy and grace, I may only sing Your glory.

ਤੇਰੇ ਗੁਣ ਗਾਵਾ ਦੇਹਿ ਬੁਝਾਈ॥	tayray gun gaavaa deh bujhaa-ee.
ਜੈਸੇ ਸਚ ਮਹਿ ਰਹਉ ਰਜਾਈ॥੧॥	jaisay sach meh raha-o rajaa-ee. ‖1‖
ਰਹਾਉ॥	rahaa-o.

ਪ੍ਰਭ ਰਹਿਮਤ ਬਖਸ਼ੋ! ਤੇਰੇ ਗੁਣਾਂ ਦੀ ਹੋਰ ਉਸਤਤ ਕਰਾ, ਸ਼ਬਦ ਦੀ ਪਾਲਣਾ ਵਿੱਚ ਲੀਨ ਹੋ ਜਾਵਾ ।

My True Master enlightens me with the greatness of Your Nature. I may keep singing the glory of Your many virtues. I may remain intoxicated in the void of Your Word.

ਜੋ ਕਿਛੁ ਹੋਆ ਸਭੁ ਕਿਛੁ ਤੁਝ ਤੇ,	jo kichh ho-aa sabh kichh tujh tay
ਤੇਰੀ ਸਭ ਅਸਨਾਈ॥	tayree sabh asnaa-ee.
ਤੇਰਾ ਅੰਤੁ ਨ ਜਾਣਾ ਮੇਰੇ ਸਾਹਿਬ,	tayraa ant na jaanaa mayray saahib
ਮੈ ਅੰਧੁਲੇ ਕਿਆ ਚਤੁਰਾਈ॥੨॥	mai anDhulay ki-aa chaturaa-ee. ‖2‖

ਪ੍ਰਭ ਸ੍ਰਿਸ਼ਟੀ ਵਿੱਚ ਸਭ ਕੁਝ ਤੇਰਾ ਹੀ ਕੀਤਾ ਹੁੰਦਾ ਹੈ । ਸਭ ਤੇਰੀ ਹੀ ਕਰਮਾਤ, ਵਡਿਆਈ ਹੈ । ਪ੍ਰਭ ਤੇਰੀ ਕਿਸੇ ਕਰਮਾਤ ਦਾ ਅੰਤ ਨਹੀਂ ਜਾਣ ਸਕਦਾ । ਤੂੰ ਸਭ ਕੁਝ ਜਾਣਦਾ ਹੈ, ਮੇਰੇ ਵਿੱਚ ਕੋਈ ਸਿਆਣਪ ਜਾ ਚਲਾਕੀ ਨਹੀਂ ਹੈ ।

Whatsoever may happen in the universe; only You command may prevail in every event. All miracles of nature may be Your greatness. The Omniscient True Master; Your miracles are beyond my understanding. I do not have any wisdom or any devious, clever plan of my own.

ਕਿਆ ਹਉ ਕਥੀ ਕਥੇ ਕਥਿ ਦੇਖਾ,	ki-aa ha-o kathee kathay kath daykhaa
ਮੈ ਅਕਥੁ ਨ ਕਥਨਾ ਜਾਈ॥	mai akath na kathnaa jaa-ee.
ਜੋ ਤੁਧੁ ਭਾਵੈ ਸੋਈ ਆਖਾ,	jo tuDh bhaavai so-ee aakhaa
ਤਿਲੁ ਤੇਰੀ ਵਡਿਆਈ॥੩॥	til tayree vadi-aa-ee. ‖3‖

ਪ੍ਰਭ ਜਿਹੜਾ ਕੁਝ ਦੇਖਦਾ ਹਾ, ਉਹ ਕੁਝ ਹੀ ਕਹਿੰਦਾ ਹੈ, ਵਖਿਆਣ ਕਰ ਸਕਦਾ ਹੈ । ਜਿਹੜੇ ਕਰਤਬ ਦੇਖ ਨਹੀਂ ਜਾ ਸਕਦਾ, ਉਹਨਾ ਦਾ ਵਖਿਆਣ ਕਿਵੇਂ ਕਰ ਸਕਦਾ ਹਾ? ਜਿਹੜੀ ਸੋਝੀ ਬਖਸ਼ਦਾ ਹੈ, ਮੈ ਉਹ ਕੁਝ ਹੀ ਬੋਲ ਸਕਦਾ ਹਾ । ਕੇਵਲ ਤੇਰੀ ਥੋੜ੍ਹੀ ਹੀ ਵਡਿਆਈ ਵਖਿਆਣ ਕਰ ਸਕਦਾ ਹਾ ।

My True Master, only visible facts of Your nature, I may understand or explain; how may I comprehend invisible miracles, events of Your Nature?

I may only speak or sing Your glory as much enlightenment has been blessed with Your mercy and grace. I may only explain very insignificant portion of Your Nature.

ਏਤੇ ਕੂਕਰ ਹਉ ਬੇਗਾਨਾ,	aytay kookar ha-o baygaanaa
ਭਉਕਾ ਇਸੁ ਤਨ ਤਾਈ॥	bha-ukaa is tan taa-ee.
ਭਗਤਿ ਹੀਣੁ ਨਾਨਕੁ ਜੇ ਹੋਇਗਾ,	bhagat heen naanak jay ho-igaa
ਤਾ ਖਸਮੈ ਨਾਉ ਨ ਜਾਈ॥੪॥ ੧॥	taa khasmai naa-o na jaa-ee. ||4||1||

ਤੇਰੇ ਅਨੇਕਾਂ ਬੰਦਗੀ ਕਰਨ ਵਾਲੇ ਹਨ! ਮੈਂ ਨਿਮਾਣਾ ਉਹਨਾਂ ਦੀ ਪੱਧਰ ਤੇ ਨਹੀਂ ਹਾ । ਆਪਣਾ ਜ਼ੋਰ ਲਾ ਕੇ ਤੇਰੀ ਉਸਤਤ ਗਾਉਂਦਾ ਹਾ । ਭਾਵੇਂ ਮੇਰੀ ਬੰਦਗੀ ਵਿੱਚ ਉਤਨੀ ਦ੍ਰਿੜ੍ਹਤਾ ਨਹੀਂ । ਫਿਰ ਵੀ ਆਪਣੇ ਮਾਲਕ ਦੇ ਸ਼ਬਦ ਦੀ ਪਾਲਣਾ ਤੇ ਅਡੋਲ ਰਹਿੰਦਾ ਹਾ ।

Many unimaginable true devotees remain intoxicated deep in the void of the meditation of Your Word. My dedication, state of mind may not be comparable to those humble souls. However, I may sing the glory of Your Word sincerely from the core of my heart. Even though, I may not have that much determination in my meditation; still, I may obey the teachings of Your Word with steady and stable belief in my day-to-day life.

224.ਬਿਲਾਵਲੁ ਮਹਲਾ ੧॥ 795-9

ਮਨੁ ਮੰਦਰੁ ਤਨੁ ਵੇਸ ਕਲੰਦਰੁ,	man mandar tan vays kalandar
ਘਟ ਹੀ ਤੀਰਥਿ ਨਾਵਾ॥	ghat hee tirath naavaa.
ਏਕੁ ਸਬਦੁ ਮੇਰੈ ਪ੍ਰਾਨਿ ਬਸਤੁ ਹੈ,	ayk sabad mayrai paraan basat hai
ਬਾਹੁੜਿ ਜਨਮਿ ਨ ਆਵਾ॥੧॥	baahurh janam na aavaa. ||1||

ਆਪਣੇ ਮਨ ਨੂੰ ਉਹ ਤੀਰਥ ਅਤੇ ਤਨ ਨੂੰ ਉਹ ਸਾਦਾ ਪਟੋਲਾ, ਕਪੜਾ ਬਣਾਇਆ ਹੈ । ਆਪਣੇ ਅੰਦਰ ਹੀ ਉਸ ਤੀਰਥ ਵਿੱਚ ਪਵਿੱਤਰਤਾ ਦਾ ਇਸ਼ਨਾਨ ਕਰਦਾ ਹਾ । ਮੇਰਾ ਭਰੋਸਾ ਹੈ! ਅਗਰ ਇੱਕ ਸ਼ਬਦ ਵੀ ਮੇਰੇ ਮਨ ਵਿੱਚ ਘਰ ਕਰ ਗਿਆ, ਮੇਰਾ ਮਾਨਸ ਜਨਮ ਸਫਲ ਹੋ ਜਾਵੇਗਾ ।

My True Master, I have made my mind as a Holy Shrine and my body as a Roomala, glorified cloth to enhance the glory of Holy shrine. I am taking a sanctifying bath in The Holy pond of nectar within my mind. I have a steady and stable belief on the teachings of Your Word; even, I am be drenched with one essence of Your Word; with Your mercy and grace, my human life opportunity may be successful.

ਮਨੁ ਬੇਧਿਆ ਦਇਆਲ ਸੇਤੀ	man bayDhi-aa da-i-aal saytee
ਮੇਰੀ ਮਾਈ॥	mayree maa-ee.
ਕਉਣੁ ਜਾਣੈ ਪੀਰ ਪਰਾਈ॥	ka-un jaanai peer paraa-ee.
ਹਮ ਨਾਹੀ ਚਿੰਤ ਪਰਾਈ॥੧॥ ਰਹਾਉ॥	ham naahee chint paraa-ee. ||1|| rahaa-o.

ਤੇਰੀ ਰਹਿਮਤ ਨਾਲ ਮੇਰੇ ਮਨ ਵਿੱਚ ਤੇਰੇ ਵਿਛੋੜੇ ਦੇ ਵਿਰਾਗ ਦੀ ਦਰਦ ਹੈ । ਹੋਰ ਕੌਣ ਮੇਰਾ ਦਰਦ ਮਹਿਸੂਸ ਕਰ ਸਕਦਾ ਹੈ? ਮੈਂ ਤਾਂ ਕੇਵਲ ਤੇਰੇ ਵਿਛੋੜੇ ਦੇ ਵਿਰਾਗ ਵਿੱਚ ਰਹਿੰਦਾ ਹਾ ।

With Your mercy and grace, I may remain in deep renunciation in the of memory of my separation from Your Holy Spirit. Who else may recognize my pain, misery, state of mind? I remain intoxicated in renunciation of the memory of my separation for Your Holy spirit.

ਅਗਮ ਅਗੋਚਰ ਅਲਖ ਅਪਾਰਾ,	agam agochar alakh apaaraa
ਚਿੰਤਾਂ ਕਰਹੁ ਹਮਾਰੀ॥	chintaa karahu hamaaree.
ਜਲਿ ਥਲਿ ਮਹੀਅਲਿ ਭਰਿਪੁਰਿ ਲੀਣਾ,	jal thal mahee-al bharipur leenaa
ਘਟਿ ਘਟਿ ਜੋਤਿ ਤੁਮ੍ਾਰੀ॥੨॥	ghat ghat jot tumHaaree. ||2||

ਪ੍ਰਭ ਤੂੰ ਜਾਣਕਾਰੀ, ਪਹੁੰਚ ਤੋ ਬਾਹਰ ਹੈ, ਮੇਰੇ ਤੇ ਰਹਿਮਤ ਬਖਸ਼ੋ, ਰਖਿਆ ਕਰੋ । ਪ੍ਰਭ ਤਿੰਨਾਂ ਸ੍ਰਿਸ਼ਟੀਆਂ ਵਿੱਚ ਹੀ ਵਾਪਰਦਾ ਹੈ, ਤੇਰੀ ਜੋਤ ਹੀ ਹਰਇੱਕ ਅੰਦਰ ਚਲਦੀ ਹੈ ।

Your Nature remains beyond the reach, comprehension of Your Creation. With Your mercy and grace, protects my honor in the universe. The True Master, Holy Spirit remains embedded within the soul of every creature and prevails in all three universes.

ਸਿਖ ਮਤਿ ਸਭ ਬੁਧਿ ਤੁਮ੍ਾਰੀ,	sikh mat sabh buDh tumHaaree
ਮੰਦਿਰ ਛਾਵਾ ਤੇਰੇ॥	mandir chhaavaa tayray.
ਤੁਝ ਬਿਨੁ ਅਵਰੁ ਨ ਜਾਣਾ	tujh bin avar na jaanaa
ਮੇਰੇ ਸਾਹਿਬਾ,	mayray saahibaa
ਗੁਣ ਗਾਵਾ ਨਿਤ ਤੇਰੇ॥੩॥	gun gaavaa nit tayray. ||3||

ਮੈਂ ਹੋਰ ਕਿਸੇ ਨੂੰ ਨਹੀਂ ਜਾਣਦਾ, ਮੈਂ ਤੇਰੀ ਹੀ ਉਸਤਤ ਗਾਉਂਦਾ ਹਾ । ਸ਼ਬਦ, ਸਿਖਿਆਂ, ਸੋਝੀ, ਦਰਬਾਰ ਸਾਰੇ ਤੇਰੇ ਵੱਸ ਅੰਦਰ ਹੀ ਹਨ ।

My Omniscient True Master, I may not recognize anyone else as my True Master. I only meditate and sing Your glory of Your Word. All the enlightenment of Your Word, wisdom of the universe and judgement remain under Your command and control.

ਜੀਅ ਜੰਤ ਸਭਿ ਸਰਣਿ ਤੁਮ੍ਾਰੀ,	jee-a jant sabh saran tumHaaree
ਸਰਬ ਚਿੰਤ ਤੁਧੁ ਪਾਸੇ॥	sarab chint tuDh paasay.
ਜੋ ਤੁਧੁ ਭਾਵੈ ਸੋਈ ਚੰਗਾ,	jo tuDh bhaavai so-ee changa
ਇਕ ਨਾਨਕ ਕੀ ਅਰਦਾਸੇ॥੪॥੨॥	ik naanak kee ardaasay. ||4||2||

ਪ੍ਰਭ ਸਾਰੇ ਤੇਰੀ ਰਹਿਮਤ ਹੀ ਮੰਗਦੇ ਹਨ, ਤੇਰੀ ਸ਼ਰਣ ਵਿੱਚ ਹੀ ਹਨ । ਤੈਨੂੰ ਸਭ ਦੀ ਭਲਾਈ ਦਾ ਹੀ ਫਿਕਰ ਰਹਿੰਦਾ ਹੈ । ਮੇਰੀ ਅਰਦਾਸ, ਤੇਰਾ ਭਾਣਾ ਹੀ ਮੇਰੇ ਮਨ ਦੀ ਮੰਗ, ਖਾਹਿਸ਼ ਬਣ ਜਾਵੇ ।

My True Master, everyone may be praying for Your forgiveness and refuge. Everyone may wish to be accepted at Your sanctuary. You are always concern about the welfare of Your Creation. I pray that Your command may become my only desire.

225.ਬਿਲਾਵਲੁ ਮਹਲਾ ੧॥ 795-14

ਆਪੇ ਸਬਦੁ ਆਪੇ ਨੀਸਾਨੁ॥	aapay sabad aapay neesaan.
ਆਪੇ ਸੁਰਤਾ ਆਪੇ ਜਾਨੁ॥	aapay surtaa aapay jaan.
ਆਪੇ ਕਰਿ ਕਰਿ ਵੇਖੈ ਤਾਣੁ॥	aapay kar kar vaykhai taan.
ਤੂ ਦਾਤਾ ਨਾਮੁ ਪਰਵਾਣੁ॥੧॥	too daataa naam parvaan. ||1||

ਪ੍ਰਭ ਤੂੰ ਹੀ ਸ਼ਬਦ ਹੈ, ਤੂੰ ਹੀ ਬੰਦਗੀ ਦਾ ਨਿਸ਼ਾਨ ਹੈ । ਤੂੰ ਆਪ ਹੀ ਜੀਵ ਦੀ ਬੰਦਗੀ ਸੁਣਦਾ ਹੈ, ਉਸ ਦੇ ਮਨ ਦੀ ਇੱਛਾਂ ਜਾਣਦਾ ਹੈ । ਤੂੰ ਆਪ ਹੀ ਜੀਵ ਨੂੰ ਪੈਦਾ ਕਰਦਾ ਹੈ, ਆਪਣੀ ਤਾਕਤ ਆਪ ਹੀ ਜਾਣਦਾ ਹੈ । ਤੂੰ ਆਪ ਹੀ ਦਾਤਾਂ ਦੇਣ ਵਾਲਾ, ਰਹਿਮਤਾਂ ਬਖਸ਼ਣ ਵਾਲਾ ਮਾਲਕ ਹੈ ।

My True Master remains embedded in the teachings of His Word; He remains the symbol of His Word, meditation. The Omniscient True Master heeds the prayer of His true devotee and remains fully aware the desire of his mind. Only, The True Master, Creator of the universe knows His power and capability. Only He is the true treasure of all virtues, blessings; with His mercy and grace, He may bestow virtues to His Creation

ਐਸਾ ਨਾਮੁ ਨਿਰੰਜਨ ਦੇਉ॥	aisaa naam niranjan day-o.
ਹਉ ਜਾਚਿਕੁ ਤੂ ਅਲਖ ਅਭੇਉ॥੧॥	ha-o jaachik too alakh abhay-o. ||1||
ਰਹਾਉ॥	rahaa-o.

ਪ੍ਰਭ ਤੂੰ ਅਨੋਖੀ ਕੁਦਰਤ ਦਾ ਮਾਲਕ ਹੈ । ਕੋਈ ਤੈਨੂੰ ਦੇਖ ਜਾ ਪੂਰਨ ਤਰ੍ਹਾਂ ਜਾਣ ਨਹੀਂ ਸਕਦਾ । ਮੈਂ ਤੇਰੇ ਦਰ ਦਾ ਮੰਗਤਾ ਹਾ ।

My True Master! You are the master of astonishing nature, virtues. You and Your Nature remain beyond any visibility and comprehension of Your Creation. I am only a beggar at Your door.

ਮਾਇਆ ਮੋਹੁ ਧਰਕਟੀ ਨਾਰਿ॥	maa-i-aa moh Dharkatee naar.
ਭੂੰਡੀ ਕਾਮਣਿ ਕਾਮਣਿਆਰਿ॥	bhooNdee kaaman kaamani-aar.
ਰਾਜੁ ਰੂਪੁ ਝੂਠਾ ਦਿਨ ਚਾਰਿ॥	raaj roop jhoothaa din chaar.
ਨਾਮੁ ਮਿਲੈ ਚਾਨਣੁ ਅੰਧਿਆਰਿ॥੨॥	naam milai chaanan anDhi-aar. ||2||

ਸੰਸਾਰਕ ਮਾਇਆ ਇੱਕ ਸਿਰਾਪੀ ਔਰਤ ਵਰਗੀ ਹੈ । ਜਿਹੜੀ ਬਦਚਲਨ, ਮੰਦੇ ਕੰਮਾਂ, ਧੋਖੇ ਵਾਲੀ ਹੁੰਦੀ ਹੈ । ਜੀਵ ਦੀ ਜਵਾਨੀ, ਜੋਬਨ, ਸੰਦਰਤਾ ਥੋੜ੍ਹਾ ਸਮਾਂ ਰਹਿਣ ਵਾਲੀ ਹੈ । ਜਿਸ ਦੀ ਪ੍ਰਭ ਦੀ ਰਹਿਮਤ ਨਾਲ ਸ਼ਬਦ ਵਿੱਚ ਲਗਨ ਲੱਗ ਜਾਂਦੀ ਹੈ । ਉਸ ਦਾ ਅੰਧੇਰਾ ਸਦਾ ਲਈ ਦੂਰ ਹੋ ਜਾਂਦਾ ਹੈ ।

Worldly wealth may be like a cursed woman. Who may be cunning with evil thoughts, deeds, and devious intention? The youth, glamor, greatness, and beauty of any creature may be short-lived. With Your mercy and grace, who may be attached to a devotional meditation; his ignorance may be eliminated forever.

ਚਖਿ ਛੋਡੀ ਸਹਸਾ ਨਹੀ ਕੋਇ॥	chakh chhodee sahsaa nahee ko-ay.
ਬਾਪੁ ਦਿਸੈ ਵੇਜਾਤਿ ਨ ਹੋਇ॥	baap disai vayjaat na ho-ay.
ਏਕੇ ਕਉ ਨਾਹੀ ਭਉ ਕੋਇ॥	aykay ka-o naahee bha-o ko-ay.
ਕਰਤਾ ਕਰੇ ਕਰਾਵੈ ਸੋਇ॥੩॥	kartaa karay karaavai so-ay. ||3||

ਮੈਂ ਸੰਸਾਰਕ ਇੱਛਾਂ ਨੂੰ ਤਿਆਗ ਦਿੱਤਾ ਹੈ, ਹੁਣ ਮੇਰੇ ਸਾਰੇ ਭਰਮ ਦੂਰ ਹੋ ਗਏ ਹਨ । ਜਿਸ ਜੀਵ ਨੂੰ ਆਪਣੇ ਪਿਤਾ ਦੀ ਜਾਣਕਾਰੀ, ਪਤਾ ਹੁੰਦਾ ਹੈ । ਉਸ ਨੂੰ ਹਰਾਮਦਾ ਨਹੀਂ ਕਿਹਾ ਜਾ ਸਕਦਾ । ਜਿਹੜਾ ਪ੍ਰਭ ਦੀ ਸ਼ਰਣ ਵਿੱਚ ਆ ਜਾਂਦਾ ਹੈ । ਉਸ ਨੂੰ ਹੋਰ ਕੋਈ ਇੱਛਾਂ ਦਾ ਡਰ ਤੰਗ ਨਹੀਂ ਕਰਦਾ । ਪ੍ਰਭ ਆਪ ਹੀ ਸਭ ਕੁਝ ਕਰਦਾ, ਸਭ ਕਰਤਬਾਂ ਦਾ ਕਾਰਨ ਹੈ ।

My True Master, with Your mercy and grace, I have renounced, conquered all my worldly desires, greed. All my suspicions have been eliminated from my day-to-day life. Whosoever may be aware about his biological father; he may never be called illegitimate (bastard) son. Whosoever may surrender his mind, body, and worldly status at His sanctuary; no worldly desires, temptations may frustrate him. Only, The True Master creates the purpose of each event and Himself prevails in every event.

ਸਬਦਿ ਮੁਏ ਮਨੁ ਮਨ ਤੇ ਮਾਰਿਆ॥	sabad mu-ay man man tay maari-aa.
ਠਾਕਿ ਰਹੇ ਮਨੁ ਸਾਚੈ ਧਾਰਿਆ॥	thaak rahay man saachai Dhaari-aa.
ਅਵਰੁ ਨ ਸੂਝੈ ਗੁਰ ਕਉ ਵਾਰਿਆ॥	avar na soojhai gur ka-o vaari-aa.
ਨਾਨਕ ਨਾਮਿ ਰਤੇ ਨਿਸਤਾਰਿਆ॥੪॥੩॥	naanak naam ratay nistaari-aa. ||4||3||

ਜਿਹੜਾ ਮਨ ਨੂੰ ਸ਼ਬਦ ਦੀ ਪਾਲਣਾ ਤੇ ਲਾਉਂਦਾ ਹੈ, ਉਸ ਨੂੰ ਮਨ ਤੇ ਜਿੱਤ ਬਖਸ਼ਿਸ਼ ਹੋ ਜਾਂਦੀ ਹੈ । ਮਨ ਤੇ ਕਾਬੂ ਪਾਉਣ ਨਾਲ ਪ੍ਰਭ ਦਾ ਸ਼ਬਦ ਮਨ ਵਿੱਚ ਘਰ ਕਰ ਜਾਂਦਾ ਹੈ । ਉਸ ਨੂੰ ਹੋਰ ਕੋਈ ਭਰਮ ਨਹੀਂ ਰਹਿੰਦਾ, ਸ਼ਬਦ ਦੀ ਪਾਲਣਾ ਵਿੱਚ ਹੀ ਅਨੰਦ ਮਾਨਦਾ, ਲੀਨ ਰਹਿੰਦਾ ਹੈ । ਇਸਤਰ੍ਹਾਂ ਸਿਮਰਨ ਵਿੱਚ ਲੀਨ ਹੋਇਆ, ਦਰਬਾਰ ਵਿੱਚ ਪ੍ਰਵਾਨ ਹੋ ਜਾਂਦਾ ਹੈ ।

Whosoever may obey the teachings of His Word with steady and stable belief in his day-to-day life; with His mercy and grace, he may conquer the ego of his mind. He may remain drenched with the essence of His Word. No religious suspicions may frustrate or disturb his peace of mind. He remains in pleasure, contented, and intoxicated in obeying the teachings of

His Word with steady and stable belief in day-to-day life. Whosoever may remain intoxicated in the void of His Word; with His mercy and grace, he may be accepted in His Court.

226.ਬਿਲਾਵਲੁ ਮਹਲਾ ੧॥ 796-5

ਗੁਰ ਬਚਨੀ ਮਨੁ ਸਹਜ ਧਿਆਨੇ॥	gur bachnee man sahj Dhi-aanay.
ਹਰਿ ਕੈ ਰੰਗਿ ਰਤਾ ਮਨੁ ਮਾਨੇ॥	har kai rang rataa man maanay.
ਮਨਮੁਖ ਭਰਮਿ ਭੁਲੇ ਬਉਰਾਨੇ॥	manmukh bharam bhulay ba-uraanay.
ਹਰਿ ਬਿਨੁ ਕਿਉ ਰਹੀਐ	har bin ki-o rahee-ai
ਗੁਰ ਸਬਦਿ ਪਛਾਨੇ॥੧॥	gur sabad pachhaanay. ||1||

ਸ਼ਬਦ ਦੀ ਪਾਲਣਾ ਕਰਨ ਨਾਲ ਮਨ ਸ਼ਬਦ ਵਿੱਚ ਲੱਗ ਜਾਂਦਾ ਹੈ । ਉਸ ਨੂੰ ਸ਼ਬਦ ਦੀ ਸੋਝੀ, ਭਰੋਸਾ ਅਡੋਲ ਹੋ ਜਾਂਦਾ, ਮਨ ਨੂੰ ਸੰਤੋਖ, ਧੀਰਜ ਬਖਸ਼ਿਸ਼ ਹੋ ਜਾਂਦਾ ਹੈ । ਮਨਮਰਜ਼ੀ ਕਰਨ ਵਾਲਾ ਸੰਸਾਰਕ ਧਰਮਾਂ ਪਿਛੇ ਲੱਗੇ ਫਿਰਦਾ ਹੈ । ਸ਼ਬਦ ਦੀ ਪਾਲਣਾ ਤੋ ਬਿਨਾਂ ਸ਼ਬਦ ਦੀ ਸੋਝੀ, ਜੀਵਨ ਦੇ ਮੰਤਵ ਦੀ ਸੋਝੀ ਬਖਸ਼ਿਸ਼ ਨਹੀਂ ਹੁੰਦੀ । ਉਸ ਤੋ ਬਿਨਾਂ ਮਾਨਸ ਜੀਵਨ ਦਾ ਕੋਈ ਲਾਹਾ ਨਹੀਂ ਹੁੰਦਾ ।

Whosoever may obey the teachings of His Word with steady and stable belief in day-to-day life; his devotion may be enhanced. With His mercy and grace, he may be blessed with enlightenment of the essence of His Word, with patience and contentment. Self-minded may remain intoxicated in religious rituals, suspicions. Without obeying the teachings of His Word with steady and stable belief in his day-to-day life; no one may be blessed with the enlightenment of the essence of His Word or the real path, purpose of human life opportunity. Without adopting the right path of acceptance in His Court; human life opportunity may be wasted, meaningless for his soul.

ਬਿਨੁ ਦਰਸਨ ਕੈਸੇ ਜੀਵਉ	bin darsan kaisay jeeva-o
ਮੇਰੀ ਮਾਈ॥	mayree maa-ee.
ਹਰਿ ਬਿਨੁ ਜੀਅਰਾ ਰਹਿ ਨ ਸਕੈ,	har bin jee-araa reh na sakai
ਖਿਨੁ ਸਤਿਗੁਰਿ ਬੂਝ ਬੁਝਾਈ॥੧॥	khin satgur boojh bujhaa-ee. ||1||
ਰਹਾਉ॥	rahaa-o.

ਪ੍ਰਭ ਸ਼ਬਦ ਦੀ ਸੋਝੀ ਤੋ ਬਿਨਾਂ ਜੀਵਨ ਕਿਵੇਂ ਜਿਉਂਦਾ ਰਹੇ ਸਕਦਾ ਹੈ? ਪ੍ਰਭ ਨੇ ਸ਼ਬਦ ਦੀ ਪਾਲਣਾ ਵਿੱਚ ਹੀ ਮਾਨਸ ਜੀਵਨ ਦੇ ਮੰਤਵ ਦੀ ਸੋਝੀ ਬਖਸ਼ੀ ਹੈ ।

How anyone may survive without the enlightenment of the essence of His Word? The True Master has embedded the enlightenment of the real purpose of human life opportunity and the right path of acceptance in His Court.

ਮੇਰਾ ਪ੍ਰਭੁ ਬਿਸਰੈ	mayraa parabh bisrai
ਹਉ ਮਰਉ ਦੁਖਾਲੀ॥	ha-o mara-o dukhaalee.
ਸਾਸਿ ਗਿਰਾਸਿ ਜਪਉ	saas giraas japa-o
ਅਪੁਨੇ ਹਰਿ ਭਾਲੀ॥	apunay har bhaalee.
ਸਦ ਬੈਰਾਗਨਿ ਹਰਿ ਨਾਮੁ ਨਿਹਾਲੀ॥	sad bairaagan har naam nihaalee.
ਅਬ ਜਾਨੇ ਗੁਰਮੁਖਿ ਹਰਿ ਨਾਲੀ॥੨॥	ab jaanay gurmukh har naalee. ||2||

ਮੈਂ ਸਾਵਸ ਗਰਾਸ ਸਿਮਰਨ, ਸ਼ਬਦ ਦੀ ਪਾਲਣਾ ਕਰਦਾ ਹਾ । ਇੱਕ ਪਲ ਵਿਸਰ ਜਾਣ ਨਾਲ ਵਿਛੋਵੇ ਦਾ ਦਰਦ ਸਹਿਆ ਨਹੀਂ ਜਾਂਦਾ । ਮੇਰੇ ਮਨ ਤੇ ਸ਼ਬਦ ਨੇ ਘਰ ਕੀਤਾ, ਉਸ ਨਾਲ ਮੈ ਸੰਸਾਰਕ ਇੱਛਾਂ ਤੋ ਰਹਿੰਤ ਰਹਿੰਦਾ ਹਾ । ਸ਼ਬਦ ਮਨ ਵਿੱਚ ਜਾਗਰਤ ਹੋਣ ਨਾਲ ਗੁਰਮਖ ਅਵਸਥਾ ਬਖਸ਼ਿਸ਼ ਹੋ ਗਈ ਹੈ । ਪ੍ਰਭ ਨੇ ਸ਼ਬਦ ਦੀ ਸੋਝੀ ਬਖਸ਼ੀ ਹੈ, ਸਦਾ ਅਟੱਲ ਰਹਿਣ ਵਾਲਾ ਪ੍ਰਭ ਦਾ ਸ਼ਬਦ ਸਦਾ ਹੀ ਮੇਰੇ ਨਾਲ ਵਸਦਾ ਹੈ ।

I meditate, obey the teachings of His Word with steady and stable belief with each breath. My human life becomes miserable, forgetting the memory of His separation even for a moment. I have been drenched with the essence of His Word; with His mercy and grace, my mind has become beyond the reach of worldly desires. I have been blessed with a state of mind as His true devotee. With His mercy and grace, I have been drenched with the essence of His Word within my mind. His Word remains my companion forever.

ਅਕਥ ਕਥਾ ਕਹੀਐ ਗੁਰ ਭਾਇ॥	akath kathaa kahee-ai gur bhaa-ay.
ਪ੍ਰਭੁ ਅਗਮ ਅਗੋਚਰੁ ਦੇਇ ਦਿਖਾਇ॥	parabh agam agochar day-ay dikhaa-ay.
ਬਿਨੁ ਗੁਰ ਕਰਣੀ	bin gur karnee ki-aa
ਕਿਆ ਕਾਰ ਕਮਾਇ॥	kaar kamaa-ay.
ਹਉਮੈ ਮੇਟਿ ਚਲੈ	ha-umai mayt chalai
ਗੁਰ ਸਬਦਿ ਸਮਾਇ॥੩॥	gur sabad samaa-ay. ||3||

ਪ੍ਰਭ ਦੀ ਰਹਿਮਤ ਨਾਲ ਸ਼ਬਦ ਦੀ ਪਾਲਣਾ ਨਾਲ, ਕਈ ਅਕਥ ਕਥਾ ਦਾ ਗਿਆਨ ਬਖਸ਼ਿਸ਼ ਹੋਇਆ, ਸੋਝੀ ਹੋ ਗਈ ਹੈ । ਪ੍ਰਭ ਜੀਵ ਦੀ ਜਾਣਕਾਰੀ, ਪਹੁੰਚ ਵਿੱਚ ਨਹੀਂ ਹੈ । ਸ਼ਬਦ ਦੀ ਸੋਝੀ ਤੋ ਬਿਨਾਂ ਕਿਸਤਰ੍ਹਾਂ ਦਾ ਜੀਵਨ ਦਾ ਢੰਗ ਬਣਾਵੇ, ਕੀ ਕੰਮ ਕਰ ਸਕਦਾ ਹੈ? ਜਿਹੜਾ ਆਪਣੇ ਅਹੰਕਾਰ ਨੂੰ ਖਤਮ ਕਰਕੇ, ਪ੍ਰਭ ਦੇ ਸ਼ਬਦ ਦੀ ਪਾਲਣਾ ਕਰਦਾ ਹੈ । ਉਸ ਦਾ ਭਰੋਸਾ ਸ਼ਬਦ ਤੇ ਅਡੋਲ ਹੋ ਜਾਂਦਾ ਹੈ ।

By obeying the teachings of His Word with steady and stable belief in my day-to-day life; with His mercy and grace, I have been enlightened with the comprehension of various secretes of His Nature. The True Master remains beyond the reach and comprehension of His Creation. Without the enlightenment of the essence of His Word, the real purpose of human life opportunity; what may I adopt the way of life in the universe? Whosoever may surrender his ego to obey the teachings of His Word; with His mercy and grace, he may remain steady and stable on the right path of acceptance in His Court.

ਮਨਮੁਖੁ ਵਿਛੁੜੈ ਖੋਟੀ ਰਾਸਿ॥	manmukh vichhurhai khotee raas.
ਗੁਰਮੁਖਿ ਨਾਮਿ ਮਿਲੈ ਸਾਬਾਸਿ॥	gurmukh naam milai saabaas.
ਹਰਿ ਕਿਰਪਾ ਧਾਰੀ ਦਾਸਨਿ ਦਾਸ॥	har kirpaa Dhaaree daasan daas.
ਜਨ ਨਾਨਕ ਹਰਿ ਨਾਮ ਧਨੁ ਰਾਸਿ॥੪॥੪॥	jan naanak har naam Dhan raas. ||4||4|

ਮਨਮਰਜ਼ੀ ਕਰਨ ਵਾਲਾ ਜੀਵ ਸੰਸਾਰਕ ਧਨ ਇਕੱਠਾ ਕਰਦਾ ਰਹਿੰਦਾ ਹੈ । ਉਸ ਦਾ ਸ਼ਬਦ ਤੇ ਭਰੋਸਾ ਅਡੋਲ ਨਹੀਂ ਹੁੰਦਾ । ਗੁਰਮਖ ਸ਼ਬਦ ਦੀ ਪਾਲਣਾ ਕਰਦਾ, ਭਰੋਸਾ ਅਡੋਲ ਰਖਦਾ ਹੈ । ਪ੍ਰਭ ਆਪ ਹੀ ਰਹਿਮਤ ਬਖਸ਼ਕੇ, ਉਸ ਨੂੰ ਆਪਣਾ ਦਾਸ ਬਣਾਉਂਦਾ, ਪ੍ਰਵਾਨਗੀ ਬਖਸ਼ਦਾ ਹੈ ।

Self-minded may remain intoxicated in collecting worldly wealth. He may not have steady and stable belief on His blessings. His true devotee obeys the teachings of His Word with steady and stable belief in his day-to-day life; with His mercy and grace, he may be blessed with a state of mind as His true devotee, he may be accepted in His Court.

227.ਬਿਲਾਵਲੁ ਮਹਲਾ ੩ ਘਰੁ ੧॥ 796-13

੧ੴ ਸਤਿਗੁਰ ਪ੍ਰਸਾਦਿ॥	ik-oNkaar satgur parsaad.
ਧ੍ਰਿਗੁ ਧ੍ਰਿਗੁ ਖਾਇਆ,	Dharig Dharig khaa-i-aa
ਧ੍ਰਿਗੁ ਧ੍ਰਿਗੁ ਸੋਇਆ,	Dharig Dharig so-i-aa
ਧ੍ਰਿਗੁ ਧ੍ਰਿਗੁ ਕਾਪੜੁ ਅੰਗਿ ਚੜਾਇਆ॥	Dharig Dharig kaaparh ang charhaa-i-aa.
ਧ੍ਰਿਗੁ ਸਰੀਰੁ ਕੁਟੰਬ ਸਹਿਤ ਸਿਉ,	Dharig sareer kutamb sahit si-o

ਜਿਤੁ ਹੁਣਿ ਖਸਮੁ ਨ ਪਾਇਆ॥ jit hun khasam na paa-i-aa.
ਪਉੜੀ ਛੁੜਕੀ ਫਿਰਿ ਹਾਥਿ ਨ ਆਵੈ, pa-orhee chhurhkee fir haath na aavai
ਅਹਿਲਾ ਜਨਮੁ ਗਵਾਇਆ॥੧॥ ahilaa janam gavaa-i-aa. ||1||

ਉਹ ਖਾਣਾ, ਸੌਣਾ, ਪਹਿਰਵਾ, ਤਨ, ਪ੍ਰਵਾਰ, ਸਾਥੀ, ਮਿੱਤਰ ਬਿਰਥੇ ਹੀ ਹਨ । ਜਿਸ ਨਾਲ ਪ੍ਰਭ ਦੀ ਪ੍ਰਵਾਨਗੀ ਦੇ ਰਸਤੇ ਦੀ, ਸ਼ਬਦ ਦੀ ਸੋਝੀ ਬਖਸ਼ਿਸ਼ ਨਹੀਂ ਹੁੰਦੀ । ਜਿਵੇਂ ਪੌੜੀ ਤੋ ਪੈਰ ਤਿਲਕ ਜਾਵੇ! ਇਸਤਰ੍ਹਾਂ ਜੀਵ ਦਾ ਮਾਨਸ ਜਨਮ ਬਿਰਥਾ ਹੀ ਬੀਤ ਗਿਆ । ਜਿਹੜਾ ਪ੍ਰਭ ਦੀ ਸ਼ਰਣ ਵਿੱਚ ਨਹੀਂ ਆਉਂਦਾ, ਉਸ ਦਾ ਮਾਨਸ ਜਨਮ ਦਾ ਇਹ ਅਮੋਲਕ ਮੌਕਾ ਬਿਰਥਾ ਹੀ ਚਲੇ ਜਾਂਦਾ ਹੈ । ਮਾਨਸ ਜਨਮ ਬਾਰ ਬਾਰ ਬਖਸ਼ਿਸ਼ ਨਹੀਂ ਹੁੰਦਾ ।

The intoxication of worldly delicacy, glamorous cloths, family, human body, friends, and associates are meaningless that may divert his mind away from the right path of the real purpose of human life opportunity. He may not be blessed with the enlightenment of the essence of His Word. This may be compared with as if he has slipped from the steps of ladder, staircase. He may waste the priceless human life opportunity. Whosoever may not surrender his mind, body at His sanctuary to obey the teachings of His Word; he may waste his priceless human life opportunity. His soul may not be sanctified to become worthy of His consideration. Human life opportunity may not be blessing very often again.

ਦੂਜਾ ਭਾਉ ਨ ਦੇਈ ਲਿਵ ਲਾਗਣਿ, doojaa bhaa-o na day-ee liv lagan
ਜਿਨਿ ਹਰਿ ਕੇ ਚਰਣ ਵਿਸਾਰੇ॥ jin har kay charan visaaray.
ਜਗਜੀਵਨ ਦਾਤਾ ਜਨ ਸੇਵਕ ਤੇਰੇ, jagjeevan daataa jan sayvak tayray
ਤਿਨ ਕੇ ਤੈ ਦੁਖ ਨਿਵਾਰੇ॥੧॥ ਰਹਾਉ॥ tin kay tai dookh nivaaray. ||1|| rahaa-o.

ਜਿਹੜਾ ਜੀਵ ਮਨ ਲਾ ਕੇ ਪ੍ਰਭ ਦੇ ਸ਼ਬਦ ਦੀ ਪਾਲਣਾ ਨਹੀਂ ਕਰਦਾ । ਉਸ ਦਾ ਧਰਮ ਦੇ ਰੀਤ ਰੀਵਾਜ ਕਰਨ ਨਾਲ ਸ਼ਬਦ ਤੇ ਭਰੋਸਾ ਅਡੋਲ ਨਹੀਂ ਹੁੰਦਾ । ਸਵਾਸਾਂ ਦਾ ਮਾਲਕ ਪ੍ਰਭ ਬਹੁਤ ਤਰਸਵਾਨ ਹੈ । ਉਹ ਆਪਣੇ ਨਿਮਾਣੇ ਦਾਸ ਦੇ ਸੰਸਾਰਕ ਇੱਛਾਂ ਦੇ ਦੁਖ ਮਿਟਾ ਦੇਂਦਾ ਹੈ ।

Whosoever may not wholeheartedly obey the teachings of His Word with steady and stable belief in his day-to-day life; by following rigidly the religious rituals; he may not remain steady and stable on obeying the teachings of His Word. The Merciful True Master of our breaths may transform the state of mind of His true devotee beyond the reach of worldly frustrations and miseries.

ਤੂ ਦਇਆਲੁ ਦਇਆਪਤਿ ਦਾਤਾ, too da-i-aal da-i-aapat daataa
ਕਿਆ ਏਹਿ ਜੰਤ ਵਿਚਾਰੇ॥ ki-aa ayhi jant vichaaray.
ਮੁਕਤ ਬੰਧ ਸਭਿ ਤੁਝ ਤੇ ਹੋਏ, mukat banDh sabh tujh tay ho-ay
ਐਸਾ ਆਖਿ ਵਖਾਣੇ॥ aisaa aakh vakhaanay.
ਗੁਰਮੁਖਿ ਹੋਵੈ ਸੋ ਮੁਕਤੁ ਕਹੀਐ, gurmukh hovai so mukat kahee-ai
ਮਨਮੁਖ ਬੰਧ ਵਿਚਾਰੇ॥੨॥ manmukh banDh vichaaray. ||2||

ਪ੍ਰਭ ਤੂੰ ਹੀ ਤਰਸਵਾਨ, ਰਹਿਮਤਾਂ ਦਾ ਮਾਲਕ, ਬਖਸ਼ਣ ਹਾਰਾ ਹੈ । ਸੰਸਾਰਕ ਨਿਮਾਣਾ ਜੀਵ ਕੀ ਕਰ ਸਕਦਾ ਹੈ? ਜਨਮ, ਮਰਨ ਤੋ ਮੁਕਤੀ ਤੇਰੇ ਹੁਕਮ ਨਾਲ, ਤੇਰੀ ਰਹਿਮਤ ਨਾਲ ਹੀ ਬਖਸ਼ਿਸ਼ ਹੋ ਸਕਦੀ ਹੈ । ਇਸ ਬਾਬਤ ਕੇਵਲ ਇਹ ਹੀ ਵਖਿਆਣ ਕੀਤਾ ਜਾ ਸਕਦਾ ਹੈ । ਜਿਹੜਾ ਤੇਰੇ ਸ਼ਬਦ ਦੀ ਪਾਲਣਾ ਕਰਦਾ, ਉਸ ਨੂੰ ਗੁਰਮਖ ਅਵਸਥਾ ਬਖਸ਼ਿਸ਼ ਹੋ ਜਾਂਦੀ ਹੈ । ਕੇਵਲ ਉਸ ਨੂੰ ਹੀ ਮੁਕਤੀ ਬਖਸ਼ਿਸ਼ ਹੁੰਦੀ ਹੈ । ਮਨਮੁਖ ਜੀਵ ਸੰਸਾਰਕ ਇੱਛਾਂ ਦੇ ਬੰਧਨ ਵਿੱਚ ਬੰਧਾ ਰਹਿੰਦਾ ਹੈ ।

The Merciful True Master, Treasure of all virtues may bestow His virtues, enlightenment of His Word to His Creation. What may any helpless creature accomplish with his own power, wisdom? The salvation from the cycle of birth and death may only be blessed with His mercy and grace. Nothing more may be explained about the salvation of soul. Whosoever may obey the teachings of Your Word with steady and stable belief in his day-to-day life; with His mercy and grace, he may be blessed with a state of mind as His true devotee. Only he may be blessed with the right path of acceptance in His Court. Self-minded may remain intoxicated in the worldly bonds of attachments.

ਸੋ ਜਨੁ ਮੁਕਤੁ ਜਿਸੁ ਏਕ ਲਿਵ ਲਾਗੀ, — so jan mukat jis ayk liv laagee
ਸਦਾ ਰਹੈ ਹਰਿ ਨਾਲੇ॥ — sadaa rahai har naalay.
ਤਿਨ ਕੀ ਗਹਣ ਗਤਿ ਕਹੀ ਨ ਜਾਈ, — tin kee gahan gat kahee na jaa-ee
ਸਚੈ ਆਪਿ ਸਵਾਰੇ॥ — sachai aap savaaray.
ਭਰਮਿ ਭੁਲਾਣੇ — bharam bhulaanay
ਸਿ ਮਨਮੁਖ ਕਹੀਅਹਿ, — se manmukh kahee-ahi
ਨਾ ਉਰਵਾਰਿ ਨ ਪਾਰੇ॥੩॥ — naa urvaar na paaray. ||3||

ਜਿਸ ਦੀ ਪ੍ਰਭ ਦੇ ਸ਼ਬਦ ਵਿੱਚ ਲਗਨ ਲੱਗੀ ਰਹਿੰਦੀ ਹੈ, ਕੇਵਲ ਉਹ ਹੀ ਮੁਕਤੀ ਦੇ ਰਸਤੇ ਰਹਿੰਦਾ ਹੈ । ਜਿਸ ਦੇ ਮਨ ਵਿੱਚ ਪ੍ਰਭ ਦਾ ਸ਼ਬਦ ਸਦਾ ਹੀ ਵਸਦਾ ਹੈ । ਉਸ ਜੀਵ ਦੇ ਮਨ ਦੀ ਅਵਸਥਾ ਦੀ ਵਿਆਖਿਆ ਨਹੀਂ ਕੀਤਾ ਜਾ ਸਕਦੀ । ਪ੍ਰਭ ਉਸ ਦੀ ਅਵਸਥਾ ਸੰਵਾਰਦਾ ਹੈ, ਪ੍ਰਵਾਨਗੀ ਦੇ ਰਸਤੇ ਤੇ ਅਡੋਲ ਰਖਦਾ ਹੈ । ਜਿਹੜਾ ਜੀਵ ਭਰਮਾਂ ਵਿੱਚ ਪਇਆ ਰਹਿੰਦਾ, ਰੀਤ ਰੀਵਾਜਾ ਨੂੰ ਮਹੱਤਤਾ ਦੇਂਦਾ ਹੈ । ਉਹ ਮਨਮੁਖ ਕਿਸੇ ਪਾਸੇ ਨਹੀਂ ਲੱਗਦਾ । ਸੰਸਾਰਕ ਜੀਵਨ ਵਿੱਚ ਜਾ ਮੌਤ ਤੋ ਪਿਛੋਂ ਵੀ ਕੋਈ ਸੋਭਾ ਬਖਸ਼ਿਸ਼ ਨਹੀਂ ਹੁੰਦੀ ਹੈ ।

Whosoever may remain intoxicated in meditation on the teachings of His Word with steady and stable belief; with His mercy and grace, only he may remain on the right path of acceptance in His Court, right path of salvation. Whosoever may remain drenched with the essence of His Word; his state of mind may become beyond the comprehension and explanation of His Creation. The True Master may groom his state of mind and keeps him steady and stable on the right path of acceptance in His Court. Whosoever may remain intoxicated in worldly suspicions; he may consider religious rituals may be significant for his human life journey. Self-minded may never be successful in his human life journey. He may not be honored in worldly life nor after death in His Court.

ਜਿਸ ਨੋ ਨਦਰਿ ਕਰੇ ਸੋਈ ਜਨੁ ਪਾਏ, — jis no nadar karay so-ee jan paa-ay
ਗੁਰ ਕਾ ਸਬਦੁ ਸਮ੍ਹਾਲੇ॥ — gur kaa sabad samHaalay.
ਹਰਿ ਜਨ ਮਾਇਆ ਮਾਹਿ ਨਿਸਤਾਰੇ॥ — har jan maa-i-aa maahi nistaaray.
ਨਾਨਕ ਭਾਗੁ ਹੋਵੈ ਜਿਸੁ ਮਸਤਕਿ — naanak bhaag hovai jis mastak
ਕਾਲਹਿ ਮਾਰਿ ਬਿਦਾਰੇ॥੪॥੧॥ — kaaleh maar bidaaray. ||4||1||

ਜਿਸ ਤੇ ਪ੍ਰਭ ਆਪ ਹੀ ਰਹਿਮਤ ਬਖਸ਼ਦਾ ਹੈ । ਕੇਵਲ ਉਹ ਹੀ ਸ਼ਬਦ ਵਿੱਚ ਲਗਨ ਲਾਉਂਦਾ ਹੈ । ਉਹ ਪ੍ਰਭ ਦੇ ਸ਼ਬਦ ਦੀ ਪਾਲਣਾ ਵਿੱਚ ਅਡੋਲ ਰਹਿੰਦਾ ਹੈ । ਸੰਸਾਰਕ ਇੱਛਾਂ ਭਰੇ ਸੰਸਾਰ ਵਿੱਚ ਉਹ ਇੱਛਾਂ ਤੋ ਰਹਿਤ ਰਹਿੰਦਾ ਹੈ । ਜਿਸ ਦੇ ਭਾਗਾਂ ਵਿੱਚ ਜਨਮ ਤੋ ਪਹਿਲੇ ਹੀ ਲਿਖਿਆ ਹੁੰਦਾ ਹੈ । ਕੇਵਲ ਉਹ ਹੀ ਮੌਤ ਤੇ ਜਿੱਤ ਪਾਉਂਦਾ, ਜੂੰਨਾਂ ਦਾ ਚੱਕਰ ਨਾਸ ਕਰ ਸਕਦਾ ਹੈ ।

Whosoever may be blessed with His mercy and grace, only he may meditate devotionally and obeys the teachings of His Word with steady and stable belief in day-to-day life. With His mercy and grace, he may become beyond the reach of worldly desires in the world dominated with worldly wealth, desires. Whosoever may have great prewritten destiny, only he may conquer the devil of death and eliminates his cycle of birth and death.

228.ਬਿਲਾਵਲੁ ਮਹਲਾ ੩॥ 797-3

ਅਤੁਲੁ ਕਿਉ ਤੋਲਿਆ ਜਾਇ॥	atul ki-o toli-aa jaa-ay.
ਦੂਜਾ ਹੋਇ ਤ ਸੋਝੀ ਪਾਇ॥	doojaa ho-ay ta sojhee paa-ay.
ਤਿਸ ਤੇ ਦੂਜਾ ਨਾਹੀ ਕੋਇ॥	tis tay doojaa naahee ko-ay.
ਤਿਸ ਦੀ ਕੀਮਤਿ ਕਿਕੁ ਹੋਇ॥੧॥	tis dee keemat kikoo ho-ay. ||1||

ਪ੍ਰਭ ਦੇ ਕਿਸੇ ਕਰਤਬ ਦਾ ਕੋਈ ਅੰਤ ਨਹੀਂ । ਉਸ ਦਾ ਅੰਤ, ਪੂਰਨ ਜਾਣਕਾਰੀ ਕਿਵੇਂ ਜਾਣੀ ਜਾ ਸਕਦੀ ਹੈ? ਅਗਰ ਕੋਈ ਪ੍ਰਭ ਦੇ ਬਰਾਬਰ ਜਾ ਵੱਡਾ ਹੋਵੇ, ਤਾਂ ਹੀ ਪ੍ਰਭ ਦੀ ਪੂਰਨ ਜਾਣਕਾਰੀ ਪਾ ਸਕਦਾ ਹੈ । ਉਸ ਤੋ ਵੱਡਾ ਜਾ ਬਰਾਬਰ ਦਾ ਹੋਰ ਕੋਈ ਨਹੀਂ ਹੈ । ਉਸ ਦੀਆਂ ਰਹਿਮਤਾਂ ਦੀ ਕੀਮਤ ਕਿਵੇਂ ਜਾਣੀ ਜਾਵੇ?

The miracles, events of His Nature remain beyond the comprehension of His Creation. How may I be enlightened to comprehend the events of His Nature? Whosoever may be as great or bigger than The True Master, only he may comprehend the extent of His miracles. No one may ever be equal or as great as The True Master. How may I comprehend the significance of events of His Nature?

ਗੁਰ ਪਰਸਾਦਿ ਵਸੈ ਮਨਿ ਆਇ॥	gur parsaad vasai man aa-ay.
ਤਾ ਕੋ ਜਾਣੈ ਦੁਬਿਧਾ ਜਾਇ॥੧॥	taa ko jaanai dubiDhaa jaa-ay. ||1||
ਰਹਾਉ॥	rahaa-o.

ਪ੍ਰਭ ਦੀ ਰਹਿਮਤ ਨਾਲ ਹੀ ਪ੍ਰਭ ਦੇ ਸ਼ਬਦ ਤੇ ਭਰੋਸਾ ਅਡੋਲ ਹੁੰਦਾ ਹੈ, ਸ਼ਬਦ ਮਨ ਵਿੱਚ ਘਰ ਕਰਦਾ ਹੈ । ਜਿਸ ਨੂੰ ਗਰਮੁਖ ਅਵਸਥਾ ਬਖਸ਼ਿਸ਼ ਹੋ ਜਾਂਦੀ ਹੈ, ਉਸ ਦੇ ਭਰਮ ਖਤਮ ਹੋ ਜਾਂਦੇ ਹਨ ।

Only with His mercy and grace, whosoever may obey the teachings of His Word with steady and stable belief in his day-to-day life; he may remain drenched with the essence of His Word. Whosever may be blessed with a state of mind as His true devotee; all his suspicions may be eliminated.

ਆਪਿ ਸਰਾਫੁ ਕਸਵਟੀ ਲਾਏ॥	aap saraaf kasvatee laa-ay.
ਆਪੇ ਪਰਖੇ ਆਪਿ ਚਲਾਏ॥	aapay parkhay aap chalaa-ay.
ਆਪੇ ਤੋਲੇ ਪੂਰਾ ਹੋਇ॥	aapay tolay pooraa ho-ay.
ਆਪੇ ਜਾਣੈ ਏਕੋ ਸੋਇ॥੨॥	aapay jaanai ayko so-ay. ||2||

ਮਾਲਕ ਆਪ ਹੀ ਆਪਣੇ ਨਿਯਮਾਂ ਨਾਲ ਜੀਵ ਦੀ ਸ਼ਬਦ ਦੀ ਕਮਾਈ, ਪਰਖਦਾ, ਪ੍ਰਵਾਨ ਕਰਦਾ ਹੈ । ਉਸ ਦੀ ਪਰਖ ਪੂਰਨ, ਕਦੇ ਗਲਤ ਨਹੀਂ ਹੁੰਦੀ । ਕੇਵਲ ਉਹ ਆਪ ਹੀ ਜਾਣਦਾ, ਆਪ ਹੀ ਇੱਕੋ ਇੱਕ ਮਾਲਕ ਹੈ, ਹੋਰ ਕੋਈ ਨਹੀਂ ਹੈ ।

The Omnipotent True Master, righteous judge evaluates and accepts the earnest wealth of His Word of His Creation with His own established principles. His established principles, purpose of human life opportunity has been engraved and remains embedded within his soul. His judgement, reward for earnings of His Word remains perfect and non-debatable. The One and only One, Omniscient True Master knows the process of His judgement; no one else may exist without His command.

ਮਾਇਆ ਕਾ ਰੂਪੁ ਸਭੁ ਤਿਸ ਤੇ ਹੋਇ॥	maa-i-aa kaa roop sabh tis tay ho-ay.
ਜਿਸ ਨੋ ਮੇਲੇ ਸੁ ਨਿਰਮਲੁ ਹੋਇ॥	jis no maylay so nirmal ho-ay.
ਜਿਸ ਨੋ ਲਾਏ ਲਗੈ ਤਿਸੁ ਆਇ॥	jis no laa-ay lagai tis aa-ay.
ਸਭੁ ਸਚੁ ਦਿਖਾਲੇ ਤਾ ਸਚਿ ਸਮਾਇ॥੩॥	sabh sach dikhaalay taa sach samaa-ay.3

ਸੰਸਾਰਕ ਮਾਇਆ ਦੇ ਸਾਰੇ ਰੂਪ, ਕਿਸਮਾਂ ਪ੍ਰਭ ਵਿਚੋਂ ਹੀ ਪੈਦਾ ਹੋਈਆਂ ਹਨ । ਜਿਸ ਤੇ ਰਹਿਮਤ ਬਖਸ਼ਦਾ ਹੈ, ਕੇਵਲ ਉਹ ਹੀ ਪਵਿੱਤਰ ਹੋ ਸਕਦਾ ਹੈ । ਕੇਵਲ ਉਹ ਹੀ ਦਰਬਾਰ ਵਿੱਚ ਪ੍ਰਵਾਨ ਹੋ ਸਕਦਾ ਹੈ । ਜਿਸ ਨੂੰ ਸ਼ਬਦ ਨਾਲ ਲਗਨ ਬਖਸ਼ਦਾ ਹੈ । ਕੇਵਲ ਉਹ ਹੀ ਸ਼ਬਦ ਵਿੱਚ ਲਗਨ ਲਾਉਂਦਾ, ਸ਼ਬਦ ਦੀ ਪਾਲਣਾ ਵਿੱਚ ਅਡੋਲ ਹੋ ਸਕਦਾ ਹੈ । ਜਿਸ ਨੂੰ ਆਪ ਹੀ ਸ਼ਬਦ ਦੀ ਸੋਝੀ ਬਖਸ਼ਦਾ ਹੈ । ਕੇਵਲ ਉਸ ਦੀ ਆਤਮਾ ਹੀ ਪ੍ਰਭ ਦੀ ਜੋਤ ਵਿੱਚ ਅਲੋਪ ਹੋ ਸਕਦੀ ਹੈ ।

All types, the symbol, virtues of worldly wealth have come out of His Holy Spirit and remain under His command. Whosoever may be blessed with a devotion to His Word; with His mercy and grace, only he may obey the teachings of His Word with steady and stable belief and remains focused. Whosoever may be blessed with the enlightenment of His Word; with His mercy and grace, his soul may immerse within The Holy Spirit.

ਆਪੇ ਲਿਵ ਧਾਤੁ ਹੈ ਆਪੇ॥	aapay liv Dhaat hai aapay.
ਆਪਿ ਬੁਝਾਏ ਆਪੇ ਜਾਪੇ॥	aap bujhaa-ay aapay jaapay.
ਆਪੇ ਸਤਿਗੁਰੁ ਸਬਦੁ ਹੈ ਆਪੇ॥	aapay satgur sabad hai aapay.
ਨਾਨਕ ਆਖਿ ਸੁਣਾਏ ਆਪੇ॥੪॥੨॥	naanak aakh sunaa-ay aapay. ||4||2||

ਪ੍ਰਭ ਆਪ ਹੀ ਕਿਸੇ ਨੂੰ ਪ੍ਰਭ ਦੇ ਸ਼ਬਦ ਵਿੱਚ ਲਗਨ ਲਾਉਂਦਾ, ਕਿਸੇ ਨੂੰ ਸੰਸਾਰਕ ਮਾਇਆ ਪਿਛੇ ਲਾਉਂਦਾ ਹੈ । ਆਪ ਹੀ ਗੁਰਮਖ ਨੂੰ ਸ਼ਬਦ ਦੀ ਸੋਝੀ, ਪ੍ਰਵਾਨਗੀ ਦਾ ਰਸਤਾ ਬਖਸ਼ਦਾ ਹੈ । ਪ੍ਰਭ ਆਪ ਹੀ ਪੂਰਨ ਗੁਰੁ, ਸਿਖਿਆਂ ਦੇਣ ਵਾਲਾ ਹੈ । ਆਪ ਹੀ ਸ਼ਬਦ ਦੇ ਰੂਪ ਵਿੱਚ ਜੀਵ ਦੇ ਮਨ ਵਿੱਚ ਜਾਗਰਤ ਹੋ ਜਾਂਦਾ ਹੈ । ਆਪ ਹੀ ਜੀਵ ਦੀ ਜੀਭ ਤੋ ਬੋਲਦਾ, ਕਥਾ, ਵਿਆਖਿਆ ਕਰਦਾ ਹੈ ।

With His mercy and grace, He may attach His true devotee to a devotional meditation and others remain intoxicated in worldly wealth. His true devotee may be enlightened with the essence of His Word. He may be blessed with the right path of acceptance in His Court. The One and only One, True Guru may inspire the right path of worldly life to His Creation. The essence of His Word remains enlightened within the heart of His true devotee. Only, The True Master may speak at the tongue of His true devotee and explains His Nature.

229.ਬਿਲਾਵਲੁ ਮਹਲਾ ੩॥ 797-9

ਸਾਹਿਬ ਤੇ ਸੇਵਕੁ, ਸੇਵ ਸਾਹਿਬ ਤੇ,	saahib tay sayvak sayv saahib tay
ਕਿਆ ਕੋ ਕਹੈ ਬਹਾਨਾ॥	ki-aa ko kahai bahaanaa.
ਐਸਾ ਇਕੁ ਤੇਰਾ ਖੇਲੁ ਬਨਿਆ ਹੈ,	aisaa ik tayraa khayl bani-aa hai
ਸਭ ਮਹਿ ਏਕੁ ਸਮਾਨਾ॥੧॥	sabh meh ayk samaanaa. ||1||

ਪ੍ਰਭ ਨੇ ਆਪ ਹੀ ਰਹਿਮਤ ਬਖਸ਼ਕੇ ਜੀਵ ਨੂੰ ਆਪਣਾ ਦਾਸ ਬਣਉਂਦਾ ਹੈ । ਆਪਣੀ ਸੇਵਾ ਬਖਸ਼ਦਾ, ਸ਼ਬਦ ਦੀ ਪਾਲਣਾ ਦੀ ਲਗਨ ਲਾਉਂਦਾ ਹੈ । ਇਸ ਵਿੱਚ ਕਿਸੇ ਦਾ ਕੋਈ ਜ਼ੋਰ ਕਿਵੇਂ ਚਲ ਸਕਦਾ ਹੈ? ਕੋਈ ਇਸ ਦੀ ਚਰਚਾ ਕਿਵੇਂ ਕਰ ਸਕਦਾ ਹੈ? ਪ੍ਰਭ ਨੇ ਆਪ ਹੀ ਆਪਣਾ ਅਨੋਖਾ ਖੇਲ ਬਣਾਇਆ ਹੈ । ਆਪ ਹੀ ਸ੍ਰਿਸ਼ਟੀ ਪੈਦਾ ਕਰਦਾ, ਆਪ ਹੀ ਹਰਇੱਕ ਵਿੱਚ ਵਸਦਾ, ਵਾਪਰਦਾ ਹੈ ।

He may accept a humble slave as His true devotee; with His mercy and grace, he may be attached to obey the teachings of His Word and serve His Creation. How may anyone have any control on His blessings? How may anyone comprehend or explain His Nature? The True Master has designed a unique play of the universe as per His own imagination. The True Master, Creator remains embedded within the soul of each creature and dwells within his body.

ਸਤਿਗੁਰਿ ਪਰਚੈ ਹਰਿ ਨਾਮਿ ਸਮਾਨਾ॥	satgur parchai har naam samaanaa.
ਜਿਸੁ ਕਰਮੁ ਹੋਵੈ ਸੋ ਸਤਿਗੁਰੁ ਪਾਏ,	jis karam hovai so satgur paa-ay

ਅਨਦਿਨੁ ਲਾਗੈ ਸਹਜ ਧਿਆਨਾ॥੧॥ ਰਹਾਉ॥ an-din laagai sahj Dhi-aanaa. ||1|| rahaa-o.

ਜਿਸ ਦੀ ਕਮਾਈ ਤੇ ਪ੍ਰਭ ਪ੍ਰਸੰਨ ਹੁੰਦਾ ਹੈ, ਪ੍ਰਵਾਨ ਕਰਦਾ ਹੈ । ਉਹ ਹੀ ਜੀਵ ਦੀ ਸ਼ਬਦ ਵਿੱਚ ਲਗਨ ਲਾਉਂਦਾ, ਅਡੋਲ ਰਹਿੰਦਾ ਹੈ । ਜਿਸ ਦੇ ਭਾਗਾਂ ਵਿੱਚ ਹੀ ਪ੍ਰਭ ਦੀ ਰਹਿਮਤ ਦੀ ਨਜ਼ਰ ਹੁੰਦੀ ਹੈ । ਕੇਵਲ ਉਹ ਹੀ ਦਿਨ ਰਾਤ ਸ਼ਬਦ ਦੀ ਬੰਦਗੀ ਵਿੱਚ ਮਸਤ ਰਹਿੰਦਾ ਹੈ ।

Whose earnings may be as per His Word; his earnings may be acceptable in His Court; with His mercy and grace, he may obey the teachings of His Word with steady and stable belief in his day-to-day life. Whosoever may have great prewritten destiny, only he may remain intoxicated in meditation in the void of His Word, day, and night.

ਕਿਆ ਕੋਈ ਤੇਰੀ ਸੇਵਾ ਕਰੇ, ki-aa ko-ee tayree sayvaa karay
ਕਿਆ ਕੋ ਕਰੇ ਅਭਿਮਾਨਾ॥ ki-aa ko karay abhimaanaa.
ਜਬ ਅਪੁਨੀ ਜੋਤਿ ਖਿੰਚਹਿ ਤੂ ਸੁਆਮੀ, jab apunee jot khincheh too su-aamee
ਤਬ ਕੋਈ ਕਰਉ ਦਿਖਾ ਵਖਿਆਨਾ॥੨॥ tab ko-ee kara-o dikhaa vakhi-aanaa.2

ਪ੍ਰਭ ਤੇਰੀ ਸੇਵਾ ਕੌਣ ਕਰ ਸਕਦਾ ਹੈ? ਇਸ ਦਾ ਅਭਿਮਾਨ, ਅਹੰਕਾਰ ਕੌਣ ਕਰ ਸਕਦਾ ਹੈ? ਜਿਸ ਦੀ ਸਵਾਸਾਂ ਦੀ ਜੋਤ ਖਤਮ ਹੋ ਜਾਂਦੀ ਹੈ । ਉਹ ਕੋਈ ਸ਼ਬਦ ਨਹੀਂ ਬੋਲ ਸਕਦਾ, ਤੇਰੇ ਸ਼ਬਦ ਦੀ ਕਥਾ ਨਹੀਂ ਕਰ ਸਕਦਾ ।

Who may serve Your Creation with his own wisdom? Who may boast about serving Your Creation? Whose capital of breaths may be exhausted with Your command; he cannot speak any word, recite, sing, or deliver sermons of Your teachings.

ਆਪੇ ਗੁਰੁ ਚੇਲਾ ਹੈ, aapay gur chaylaa hai
ਆਪੇ ਆਪੇ ਗੁਣੀ ਨਿਧਾਨਾ॥ aapay aapay gunee niDhaanaa.
ਜਿਉ ਆਪਿ ਚਲਾਏ ਤਿਵੈ ਕੋਈ ਚਾਲੈ, ji-o aap chalaa-ay tivai ko-ee chaalai
ਜਿਉ ਹਰਿ ਭਾਵੈ ਭਗਵਾਨਾ॥੩॥ ji-o har bhaavai bhagvaanaa. ||3||

ਪ੍ਰਭ ਤੂੰ ਆਪ ਹੀ ਉਹ ਮਾਲਕ ਹੈ, ਆਪ ਹੀ ਸੇਵਾ ਕਰਨ ਵਾਲਾ, ਨਿਮਾਣਾ ਦਾਸ ਹੈ । ਤੂੰ ਆਪ ਹੀ ਸ਼ਬਦ ਦੀ ਸੋਝੀ ਦਾ ਖਜ਼ਾਨਾ ਹੈ । ਜੀਵ ਨੂੰ ਜਿਸ ਕੰਮ ਤੇ ਲਾਉਂਦਾ ਹੈ, ਧੰਦਾ ਸੌਂਪਦਾ ਹੈ । ਉਹ ਤੇਰੇ ਭਾਣੇ ਨਾਲ ਹੀ ਉਹ ਕੰਮ ਕਰ ਸਕਦਾ ਹੈ ।

The True Master prevails within His humble slave, devotee to serve His Creation. The True Master remains the treasure of all enlightenment of His Word. Whatsoever worldly task may be assigned to any creature; with Your command, he may be able to perform only that task in his worldly life.

ਕਹਤ ਨਾਨਕੁ ਤੂ ਸਾਚਾ ਸਾਹਿਬੁ, kahat naanak too saachaa saahib
ਕਉਣੁ ਜਾਣੈ ਤੇਰੇ ਕਾਮਾਂ॥ ka-un jaanai tayray kaamaaN.
ਇਕਨਾ ਘਰ ਮਹਿ ਦੇ ਵਡਿਆਈ, iknaa ghar meh day vadi-aa-ee
ਇਕਿ ਭਰਮਿ ਭਵਹਿ ਅਭਿਮਾਨਾ॥੪॥੩॥ ik bharam bhaveh abhimaanaa. ||4||3||

ਪ੍ਰਭ ਤੂੰ ਹੀ ਅਸਲੀ ਮਾਲਕ ਹੈ । ਕੌਣ ਤੇਰੇ ਕਰਤਬਾਂ ਦੀ ਵਿਆਖਿਆ ਕਰ ਸਕਦਾ ਹੈ? ਪ੍ਰਭ ਕਿਸੇ ਜੀਵ ਨੂੰ ਤੂੰ ਦਰਬਾਰ ਵਿੱਚ ਥਾਂ ਬਖਸ਼ਦਾ ਹੈ । ਕਈ ਜੂੰਨਾਂ ਵਿੱਚ ਭਉਦੇ ਰਹਿੰਦੇ ਹਨ ।

The One and Only One True Master; who may comprehend, explain Your miracles? You may honor anyone in Your Court and others may remain in the cycle of birth and death.

230. ਬਿਲਾਵਲੁ ਮਹਲਾ ੩॥ 797-15

ਪੂਰਾ ਥਾਟੁ ਬਣਾਇਆ ਪੂਰੈ,	pooraa thaat banaa-i-aa poorai
ਵੇਖਹੁ ਏਕ ਸਮਾਨਾ॥	vaykhhu ayk samaanaa.
ਇਸੁ ਪਰਪੰਚ ਮਹਿ	is parpanch meh
ਸਾਚੇ ਨਾਮ ਕੀ ਵਡਿਆਈ,	saachay naam kee vadi-aa-ee
ਮਤੁ ਕੋ ਧਰਹੁ ਗੁਮਾਨਾ॥੧॥	mat ko Dharahu gumaanaa. ||1||

ਪੂਰਨ ਪ੍ਰਭ ਨੇ ਆਪਣੀ ਸ੍ਰਿਸ਼ਟੀ ਦੇ ਜੀਵ ਨੂੰ ਪੂਰਨ ਬਣਾਇਆ ਹੈ । ਆਪ ਹੀ ਉਸ ਦੇ ਵਿੱਚ ਵਸਦਾ, ਵਾਪਰਦਾ, ਪਾਲਣਾ ਕਰਦਾ ਹੈ । ਇਸ ਖੇਲ ਵਿੱਚ ਕੇਵਲ ਪ੍ਰਭ ਦੀ ਆਪਣੀ ਕੁਦਰਤ ਹੀ ਵਾਪਰਦੀ, ਪ੍ਰਭ ਦੇ ਸ਼ਬਦ ਦੀ ਹੀ ਸੋਭਾ ਹੈ । ਇਸ ਦਾ ਕੋਈ ਮਾਨਸ ਅਹੰਕਾਰ ਨਹੀਂ ਕਰ ਸਕਦਾ । ਕਿਸੇ ਦੇ ਹੁਕਮ ਅੰਦਰ, ਜਾ ਅਰਦਾਸ ਕਰਨ ਨਾਲ ਕੁਝ ਨਹੀਂ ਹੋ ਸਕਦਾ ।

The perfect True Master has created a perfect play of the universe. He dwells in the body of each creatures; he nourishes, protects, and prevails in each event of his worldly life. Only His Nature, greatness of His Word prevails in the play of the universe. No one has any control, power nor can boast about His Nature. Nothing may be bestowed or changed with any prayer, blessings or curse of any worldly guru, saint.

ਸਤਿਗੁਰ ਕੀ ਜਿਸ ਨੋ ਮਤਿ ਆਵੈ,	satgur kee jis no mat aavai
ਸੋ ਸਤਿਗੁਰ ਮਾਹਿ ਸਮਾਨਾ॥	so satgur maahi samaanaa.
ਇਹ ਬਾਣੀ ਜੋ ਜੀਅਹੁ ਜਾਣੈ,	ih banee jo jee-ahu jaanai
ਤਿਸੁ ਅੰਤਰਿ ਰਵੈ ਹਰਿ ਨਾਮਾ॥੧॥	tis antar ravai har naamaa. ||1||
ਰਹਾਉ॥	rahaa-o.

ਪ੍ਰਭ ਜਿਸ ਨੂੰ ਵੀ ਸ਼ਬਦ ਦੀ ਸੋਝੀ ਬਖਸ਼ਦਾ ਹੈ । ਉਹ ਹੀ ਪ੍ਰਭ ਦੇ ਸ਼ਬਦ ਦੀ ਪਾਲਣਾ ਵਿੱਚ ਹੀ ਲੀਨ ਹੋ ਜਾਂਦਾ ਹੈ । ਜਿਹੜਾ ਸ਼ਬਦ ਦੀ ਸੋਝੀ ਨੂੰ ਆਪਣੇ ਮਨ ਅੰਦਰ ਵਸਾਉਂਦਾ, ਜੀਵਨ ਢਾਲਦਾ ਹੈ । ਉਸ ਦੇ ਅੰਦਰ ਪ੍ਰਭ ਦੀ ਜੋਤ ਜਾਗਰਤ ਹੋ ਜਾਂਦੀ ਹੈ ।

Whosoever may be blessed with enlightenment of the essence of His Word; only he may remain intoxicated in obeying the teachings of His Word with steady and stable belief in his day-to-day life. Whosoever may adopt the teachings of His Word with steady and stable belief in his day-to-day life and remains drenched with the essence of His Word; with His mercy and grace, His Holy Spirit may glow within and shines on his forehead.

ਚਹੁ ਜੁਗਾ ਕਾ ਹੁਣਿ ਨਿਬੇੜਾ,	chahu jugaa kaa hun nibayrhaa
ਨਰ ਮਨੁਖਾ ਨੋ ਏਕੁ ਨਿਧਾਨਾ॥	nar manukhaa no ayk niDhaanaa.
ਜਤੁ ਸੰਜਮ ਤੀਰਥ	jat sanjam tirath
ਓਨਾ ਜੁਗਾ ਕਾ ਧਰਮੁ ਹੈ,	onaa jugaa kaa Dharam hai
ਕਲਿ ਮਹਿ ਕੀਰਤਿ ਹਰਿ ਨਾਮਾ॥੨॥	kal meh keerat har naamaa. ||2||

ਚਾਰ ਜੁਗਾਂ ਵਿੱਚ ਪ੍ਰਭ ਦੇ ਸ਼ਬਦ ਵਿਚੋਂ ਇੱਕੋ ਇੱਕ ਹੀ ਸਿਖਿਆਂ ਲਈ ਜਾ ਸਕਦੀ ਹੈ । ਮਾਨਸ ਜਨਮ ਵਿੱਚ ਹੀ ਪ੍ਰਭ ਦੇ ਸ਼ਬਦ ਦੀ ਸੋਝੀ ਦਾ ਅਤੱਟ ਖਜ਼ਾਨਾ ਬਖਸ਼ਿਸ਼ ਹੋ ਸਕਦਾ ਹੈ । ਪਿਛਲੇ ਜੁਗਾਂ ਵਿੱਚ ਆਪਣੇ ਆਪ ਮਨ ਤੇ ਕਾਬੂ, ਤਪ, ਤੀਰਥ ਇਸ਼ਨਾਨ ਹੀ ਧਰਮ ਦਾ ਮੁੱਢ ਬਣਾਇਆ ਹੋਇਆ ਸੀ । ਹੁਣ ਕੱਲਜੁਗ ਵਿੱਚ ਸ਼ਬਦ ਦੀ ਪਾਲਣਾ, ਉਸਤਤ ਹੀ, ਪ੍ਰਵਾਨਗੀ ਦਾ ਨਿਯਮ, ਵਿਧੀ, ਮੂਲ ਹੈ ।

In four Ancient Ages, one unique essence of His Word may be enlightened about the teachings of His Word. An unlimited treasure of virtues, His blessings may be blessed in human life journey. In previous Three Ages, control on worldly desires of mind, meditation and sanctifying bath at the Holy shrine were considered the foundation of religious, Holy living. In the

Age of Kul-Jug singing the glory, obeying, and adopting the teachings of His Word with steady and stable belief may be considered the right path of acceptance in His Court.

ਜੁਗਿ ਜੁਗਿ ਆਪੋ ਆਪਣਾ ਧਰਮੁ ਹੈ,	jug jug aapo aapnaa Dharam hai
ਸੋਧਿ ਦੇਖਹੁ ਬੇਦ ਪੁਰਾਨਾ॥	soDh daykhhu bayd puraanaa.
ਗੁਰਮੁਖਿ ਜਿਨੀ ਧਿਆਇਆ ਹਰਿ ਹਰਿ,	gurmukh jinee Dhi-aa-i-aa har har
ਜਗਿ ਤੇ ਪੂਰੇ ਪਰਵਾਨਾ॥੩॥	jag tay pooray parvaanaa. ||3||

ਧਰਮ ਦੇ ਗ੍ਰੰਥ (ਵੇਦਾਂ, ਪਰਾਨ) ਪੜ੍ਹਨ ਨਾਲ ਜਾਣਕਾਰੀ ਹੁੰਦੀ ਹੈ । ਹਰਇੱਕ ਜੁਗ ਵਿੱਚ ਪ੍ਰਭ ਦੀ ਪ੍ਰਵਾਨਗੀ ਦੀ ਆਪਣੀ ਆਪਣੀ ਵਿਧੀ ਮੰਨੀ ਗਈ ਹੈ । ਜਿਹੜਾ ਪ੍ਰਭ ਦੇ ਸ਼ਬਦ ਦੀ ਪਾਲਣਾ ਕਰਦਾ, ਭਰੋਸਾ ਅਡੋਲ ਰਖਦਾ, ਉਸ ਨੂੰ ਗੁਰਮਖ ਅਵਸਥਾ ਬਖਸ਼ਿਸ਼ ਹੁੰਦੀ ਹੈ । ਉਸ ਦੀ ਆਤਮਾ ਹੀ ਪਵਿੱਤਰ ਹੁੰਦੀ, ਪੂਰਨ ਹੋ ਜਾਂਦੀ, ਪ੍ਰਵਾਨ ਹੋ ਜਾਂਦੀ ਹੈ ।

Whosoever may read the various religious Holy Scriptures; he may comprehend that in each Ancient Age, believes a different technique to find the right path of acceptance in His Court. Whosoever may meditate, obeys the teachings of His Word with steady and stable belief in his day-to-day life; with His mercy and grace, he may be blessed with the state of mind as His true devotee. Whosoever may be accepted in His Court, only his soul may be sanctified.

ਕਹਤ ਨਾਨਕੁ ਸਚੇ ਸਿਉ ਪ੍ਰੀਤਿ ਲਾਏ,	kahat naanak sachay si-o pareet laa-ay
ਚੂਕੈ ਮਨਿ ਅਭਿਮਾਨਾ॥	chookai man abhimaanaa.
ਕਹਤ ਸੁਣਤ ਸਭੇ ਸੁਖ ਪਾਵਹਿ,	kahat sunat sabhay sukh paavahi
ਮਾਨਤ ਪਾਹਿ ਨਿਧਾਨਾ॥੪॥੪॥	maanat paahi niDhaanaa. ||4||4||

ਪ੍ਰਭ ਦੇ ਸ਼ਬਦ ਦੀ ਪਾਲਣਾ ਅਡੋਲ ਭਰੋਸੇ ਨਾਲ ਕਰਨ ਨਾਲ ਮਨ ਦੀ ਖੁਦਗ਼ਰਜ਼ੀ ਅਤੇ ਅਹੰਕਾਰ ਦਾ ਨਾਸ ਹੋ ਜਾਂਦਾ ਹੈ । ਜਿਹੜਾ ਵੀ ਪ੍ਰਭ ਦਾ ਸ਼ਬਦ ਸੁਣਦਾ, ਪੜ੍ਹਦਾ, ਬੋਲਦਾ ਹੈ । ਉਸ ਦੇ ਮਨ ਵਿੱਚ ਸੰਤੋਖ ਬਖਸ਼ਿਸ਼ ਹੋ ਜਾਂਦਾ ਹੈ । ਜਿਹੜਾ ਸ਼ਬਦ ਦੀ ਸਿਖਿਆਂ ਨੂੰ ਅਡੋਲ ਭਰੋਸੇ ਨਾਲ ਆਪਣੇ ਜੀਵਨ ਵਿੱਚ ਢਾਲ ਲੈਂਦਾ ਹੈ । ਪ੍ਰਭ ਦੀ ਰਹਿਮਤ ਨਾਲ, ਉਸ ਨੂੰ ਅਮਰ ਅਵਸਥਾ ਬਖਸ਼ਿਸ਼ ਹੋ ਜਾਂਦੀ ਹੈ ।

Whosoever may obey the teachings of His Word with steady and stable belief in his day-to-day life; with His mercy and grace, he may conquer his selfishness and ego of worldly status. Whosoever may read, recite, listen, and preach the teachings of His Word, he may be blessed with contentment. Whosoever may adopt the teachings of His Word with steady and stable belief in his day-to-day life; with His mercy and grace, he may be blessed with a state of salvation.

231. ਬਿਲਾਵਲੁ ਮਹਲਾ ੩॥ 798-2

ਗੁਰਮੁਖਿ ਪ੍ਰੀਤਿ ਜਿਸ ਨੋ ਆਪੇ ਲਾਏ॥	gurmukh pareet jis no aapay laa-ay.
ਤਿਤੁ ਘਰਿ ਬਿਲਾਵਲੁ ਗੁਰ ਸਬਦਿ ਸੁਹਾਏ॥	tit ghar bilaaval gur sabad suhaa-ay.
ਮੰਗਲੁ ਨਾਰੀ ਗਾਵਹਿ ਆਏ॥	mangal naaree gaavahi aa-ay.
ਮਿਲਿ ਪ੍ਰੀਤਮ ਸਦਾ ਸੁਖੁ ਪਾਏ॥੧॥	mil pareetam sadaa sukh paa-ay. ||1||

ਜਿਸ ਤੇ ਆਪ ਹੀ ਰਹਿਮਤ ਬਖਸ਼ਕੇ, ਸ਼ਬਦ ਦੀ ਪਾਲਣਾ ਵਿੱਚ ਲਗਨ ਲਾਉਂਦਾ ਹੈ । ਉਸ ਦੇ ਮਨ ਵਿੱਚ ਹੀ ਸ਼ਬਦ ਘਰ ਕਰਦਾ ਹੈ, ਜੀਵਨ ਸ਼ਬਦ ਨਾਲ ਢਾਲ ਲੈਂਦਾ ਹੈ । ਜਿਹੜੀ ਆਤਮਾ ਮਨੋ ਸ਼ਬਦ ਦੀ ਉਸਤਤ ਗਾਉਂਦੀ, ਸ਼ਬਦ ਦੀ ਪਾਲਣਾ ਕਰਦੀ ਹੈ । ਉਹ ਆਤਮਾ ਪਵਿੱਤਰ ਹੋ ਜਾਂਦੀ , ਉਸ ਨੂੰ ਗੁਰਮਖ ਅਵਸਥਾ ਬਖਸ਼ਿਸ਼ ਹੋ ਜਾਂਦੀ ਹੈ । ਪ੍ਰਭ ਦੀ ਰਹਿਮਤ ਨਾਲ ਉਸ ਦੇ ਮਨ ਵਿੱਚ ਸਦਾ ਰਹਿਣ ਵਾਲਾ ਸੰਤੋਖ ਬਖਸ਼ਿਸ਼ ਹੋ ਜਾਂਦਾ ਹੈ ।

Whosoever may be attached to obey the teachings of His Word; with His mercy and grace, he may be drenched with the essence of His Word. He may adopt the teachings of His Word in his day-to-day life. Whosoever may wholeheartedly sing the glory and obeys the teachings of His Word. His soul may be sanctified; with His mercy and grace, he may be blessed with a state of mind as His true devotee. He may be blessed with contentment in his day-to-day life.

ਹਉ ਤਿਨ ਬਲਿਹਾਰੈ	ha-o tin balihaarai
ਜਿਨ੍ ਹਰਿ ਮੰਨਿ ਵਸਾਏ॥	jinH har man vasaa-ay.
ਹਰਿ ਜਨ ਕਉ ਮਿਲਿਆ ਸੁਖੁ ਪਾਈਐ,	har jan ka-o mili-aa sukh paa-ee-ai
ਹਰਿ ਗੁਣ ਗਾਵੈ	har gun gaavai
ਸਹਜਿ ਸੁਭਾਏ॥੧॥ ਰਹਾਉ॥	sahj subhaa-ay. ||1|| rahaa-o.

ਉਸ ਤੋ ਕੁਰਬਾਨ ਜਾਵਾ! ਜਿਸ ਦਾ ਮਨ ਪ੍ਰਭ ਦੇ ਸ਼ਬਦ ਦੀ ਸੋਝੀ ਨਾਲ ਭਰਿਆਂ ਰਹਿੰਦਾ ਹੈ । ਉਸ ਦੀ ਸੰਗਤ ਕਰਨ ਨਾਲ, ਜੀਵਨ ਦੇ ਢੰਗ ਤੋ ਸਿਖਿਆਂ ਲੈਣ ਨਾਲ ਮਨ ਵਿੱਚ ਸੰਤੋਖ, ਸ਼ਾਤੀ ਬਖਸ਼ਿਸ਼ ਹੋ ਜਾਂਦੀ ਹੈ । ਉਹ ਸਵਾਸ ਗਰਾਸ ਸ਼ਬਦ ਦੀ ਪਾਲਣਾ ਕਰਦਾ, ਉਸਤਤ ਹੀ ਗਾਉਂਦਾ ਹੈ ।

I remain fascinated from His true devotee! Whosoever may remain overwhelmed with the enlightenment of the essence of His Word. He may be blessed with the conjugation of His true devotee. He may adopt his life experience teachings in his own day-to-day life; with His mercy and grace, he may be blessed with peace and contentment in his worldly life. He may obey and sings the glory of His Word with each breath.

ਸਦਾ ਰੰਗਿ ਰਾਤੇ ਤੇਰੈ ਚਾਏ॥	sadaa rang raatay tayrai chaa-ay.
ਹਰਿ ਜੀਉ ਆਪਿ ਵਸੈ ਮਨਿ ਆਏ॥	har jee-o aap vasai man aa-ay.
ਆਪੇ ਸੋਭਾ ਸਦ ਹੀ ਪਾਏ॥	aapay sobhaa sad hee paa-ay.
ਗੁਰਮੁਖਿ ਮੇਲੈ ਮੇਲਿ ਮਿਲਾਏ॥੨॥	gurmukh maylai mayl milaa-ay. ||2||

ਉਹ ਸਦਾ ਹੀ ਸ਼ਰਧਾ ਨਾਲ ਅਨੰਦ ਵਿੱਚ ਸ਼ਬਦ ਦੀ ਉਸਤਤ ਗਾਉਂਦਾ ਹੈ । ਪ੍ਰਭ ਆਪ ਹੀ ਰਹਿਮਤ ਬਖਸ਼ਕੇ, ਸ਼ਬਦ ਵਿੱਚ ਲਗਨ ਅਡੋਲ ਰਖਦਾ, ਸ਼ਬਦ ਮਨ ਵਿੱਚ ਘਰ ਕਰ ਜਾਂਦਾ ਹੈ । ਗੁਰਮਖ ਸਵਾਸ ਗਰਾਸ ਪ੍ਰਭ ਦੀ ਸ਼ਰਣ ਵਿੱਚ, ਸ਼ਬਦ ਦੀ ਪਾਲਣਾ ਵਿੱਚ ਅਡੋਲ ਰਹਿੰਦਾ ਹੈ । ਉਸ ਨੂੰ ਸਦਾ ਅਮਰ ਰਹਿਣ ਵਾਲੀ ਸੋਭਾ ਬਖਸ਼ਿਸ਼ ਹੋ ਜਾਂਦੀ ਹੈ ।

Whosoever may wholeheartedly with a devotion, sings the glory of His Word; with His mercy and grace, he may meditate and obeys the teachings of His Word with steady and stable belief in his day-to-day life. His true devotee may remain drenched with the essence of His Word. He may remain intoxicated obeying the teachings of His Word with each breath in His sanctuary. He may be blessed with immortal state of mind and honored forever.

ਗੁਰਮੁਖਿ ਰਾਤੇ ਸਬਦਿ ਰੰਗਾਏ॥	gurmukh raatay sabad rangaa-ay.
ਨਿਜ ਘਰਿ ਵਾਸਾ ਹਰਿ ਗੁਣ ਗਾਏ॥	nij ghar vaasaa har gun gaa-ay.
ਰੰਗਿ ਚਲੂਲੈ ਹਰਿ ਰਸਿ ਭਾਏ॥	rang chaloolai har ras bhaa-ay.
ਇਹੁ ਰੰਗੁ ਕਦੇ ਨ ਉਤਰੈ ਸਾਚਿ ਸਮਾਏ॥੩	ih rang kaday na utrai saach samaa-ay.3

ਗੁਰਮਖ ਪ੍ਰਭ ਦੇ ਸ਼ਬਦ ਦੀ ਪਾਲਣਾ ਵਿੱਚ ਅਡੋਲ, ਮਸਤ ਰਹਿੰਦਾ ਹੈ । ਉਹ ਆਪਣੇ ਭਰੋਸੇ ਨੂੰ ਅਡੋਲ ਰਖਕੇ ਸ਼ਬਦ ਨੂੰ ਮਨ ਵਿੱਚ ਵਸਾ ਲੈਂਦਾ ਹੈ । ਉਹ ਪ੍ਰਭ ਦੇ ਸ਼ਬਦ ਦੀ ਉਸਤਤ ਹੀ ਗਾਉਂਦਾ, ਸ਼ਬਦ ਦੀ ਪਾਲਣਾ ਕਰਦਾ ਰਹਿੰਦਾ ਹੈ । ਉਸ ਦੇ ਮਨ ਵਿੱਚ ਪ੍ਰਭ ਦੀ ਰਹਿਮਤ ਦਾ ਰੰਗ, ਨੂਰ ਚਮਕਦਾ ਰਹਿੰਦਾ ਹੈ । ਉਸ ਦੇ ਮਨ ਤੇ ਸ਼ਬਦ ਦਾ ਪ੍ਰਭਾਵ ਕਦੇ ਘਟਦਾ ਨਹੀਂ, ਰੰਗ ਕਦੇ ਫਿਕਾ ਨਹੀਂ ਹੁੰਦਾ, ਕਦੇ ਮਨ ਵਿੱਚ ਭਰਮ ਨਹੀਂ ਆਉਂਦਾ, ਉਹ ਬੰਦਗੀ ਵਿੱਚ ਲੀਨ ਰਹਿੰਦਾ ਹੈ ।

His true devotee remains intoxicated obeying the teachings of His Word with steady and stable belief in his day-to-day life. He may be drenched with the essence of His Word within his heart. He may remain intoxicated singing the glory and obeying the teachings of His Word with steady and stable belief in his day-to-day life. With His mercy and grace, the spiritual glow of The Holy Spirit may shine on his forehead. The influence of the teachings of His Word may never be diminished from his mind; no worldly suspicions may disturb his peace of mind. He may remain intoxicated in meditation in the void of His Word.

ਅੰਤਰਿ ਸਬਦੁ	antar sabad
ਮਿਟਿਆ ਅਗਿਆਨੁ ਅੰਧੇਰਾ॥	miti-aa agi-aan anDhayraa.
ਸਤਿਗੁਰ ਗਿਆਨੁ	satgur gi-aan
ਮਿਲਿਆ ਪ੍ਰੀਤਮੁ ਮੇਰਾ॥	mili-aa pareetam mayraa.
ਜੋ ਸਚਿ ਰਾਤੇ ਤਿਨ ਬਹੁੜਿ ਨ ਫੇਰਾ॥	jo sach raatay tin bahurh na fayraa.
ਨਾਨਕ ਨਾਮੁ ਦ੍ਰਿੜਾਏ	naanak naam drirh-aa-ay
ਪੂਰਾ ਗੁਰੁ ਮੇਰਾ॥੪॥੫॥	pooraa gur mayraa. ||4||5||

ਜਿਸ ਦੇ ਮਨ ਵਿੱਚ ਪ੍ਰਭ ਦਾ ਸ਼ਬਦ ਵਸ ਜਾਂਦਾ, ਸ਼ਬਦ ਦੀ ਸੋਝੀ ਬਖਸ਼ਿਸ਼ ਹੋ ਜਾਂਦੀ ਹੈ । ਉਸ ਦੇ ਮਨ ਵਿਚੋਂ ਭਰਮਾਂ ਦੀ ਅਗਿਆਨਤਾ ਦਾ ਅੰਧੇਰਾ ਖਤਮ ਹੋ ਜਾਂਦਾ ਹੈ । ਉਹ ਅਡੋਲ ਭਰੋਸੇ ਨਾਲ ਸ਼ਬਦ ਦੀ ਪਾਲਣਾ ਕਰਦਾ, ਸ਼ਬਦ ਦੀ ਸਮਾਧੀ ਵਿੱਚ ਵਸਦਾ ਹੈ । ਉਹ ਦਾ ਜੂੰਨਾਂ ਦਾ ਚੱਕਰ ਖਤਮ ਕਰ ਜਾਂਦਾ ਹੈ, ਫਿਰ ਕਦੇ ਮਾਤਾ ਦੇ ਗ਼ਰਬ ਵਿੱਚ ਨਹੀਂ ਜਾਂਦਾ । ਆਪ ਹੀ ਦਾਸ ਦੇ ਮਨ ਵਿੱਚ ਸ਼ਬਦ ਦੀ ਪਾਲਣਾ, ਲਗਨ ਦਾ ਬੀਜ ਬੀਜਦਾ, ਸ਼ਬਦ ਮਨ ਵਿੱਚ ਵਸਾਉਂਦਾ ਹੈ ।

Whosoever may be drenched with the essence of His Word; he may be enlightened with the essence of the teachings of His Word. All worldly religious suspicions and his ignorance from the real purpose of human life may be eliminated. He may obey the teachings of His Word with steady and stable belief and remains intoxicated in the void of His Word. His cycle of birth and death may be eliminated and he may never enter the womb of a mother. The True Master may sow the seed of meditation and drenches the essence of His Word within the mind of His true devotee.

232. ਬਿਲਾਵਲੁ ਮਹਲਾ ੩॥ 798-9

ਪੂਰੇ ਗੁਰ ਤੇ ਵਡਿਆਈ ਪਾਈ॥	pooray gur tay vadi-aa-ee paa-ee.
ਅਚਿੰਤ ਨਾਮੁ ਵਸਿਆ ਮਨਿ ਆਈ॥	achint naam vasi-aa man aa-ee.
ਹਉਮੈ ਮਾਇਆ ਸਬਦਿ ਜਲਾਈ॥	ha-umai maa-i-aa sabad jalaa-ee.
ਦਰਿ ਸਾਚੈ ਗੁਰ ਤੇ ਸੋਭਾ ਪਾਈ॥੧॥	dar saachai gur tay sobhaa paa-ee. ||1||

ਅਗਰ ਆਪ ਹੀ ਰਹਿਮਤ ਬਖਸ਼ੇ! ਤਾਂ ਹੀ ਸ਼ਬਦ, ਸ਼ਬਦ ਦੀ ਪਾਲਣਾ ਵਿੱਚ ਲਗਨ, ਮਨ ਅਡੋਲ ਹੁੰਦਾ ਹੈ । ਸ਼ਬਦ ਨਾਲ ਜੀਵਨ ਢਾਲਣ ਨਾਲ ਮਨ ਵਿਚੋਂ ਅਹੰਕਾਰ, ਇੱਛਾਂ ਦਾ ਨਾਸ ਹੋ ਜਾਂਦਾ ਹੈ । ਸ਼ਬਦ ਦੀ ਪਾਲਣਾ ਕਰਨ ਨਾਲ ਹੀ ਮਨ ਪ੍ਰਵਾਨਗੀ ਦੇ ਰਸਤੇ ਤੇ ਅਡੋਲ ਰਹਿੰਦਾ ਹੈ ।

Only with His mercy and grace, His true devotee may remain dedicated to obey the teachings of His Word with steady and stable in his day-to-day life. Whosoever may adopt the teachings of His Word with steady and stable belief in his day-to-day life; with His mercy and grace, he may conquer his ego and eliminates his worldly desires. He may remain steady and stable on the right path of acceptance in His Court.

ਜਗਦੀਸ ਸੇਵਉ ਮੈ ਅਵਰੁ ਨ ਕਾਜਾ॥	jagdees sayva-o mai avar na kaajaa.
ਅਨਦਿਨੁ ਅਨਦੁ ਹੋਵੈ ਮਨਿ ਮੇਰੈ,	an-din anad hovai man mayrai

ਗੁਰਮੁਖਿ ਮਾਗਉ ਤੇਰਾ ਨਾਮੁ ਨਿਵਾਜਾ॥ ੧॥ ਰਹਾਉ॥ gurmukh maaga-o tayraa naam nivaajaa. ||1|| rahaa-o.

ਮਾਨਸ ਜੀਵਨ ਵਿੱਚ ਪ੍ਰਭ ਦੇ ਸ਼ਬਦ ਦੀ ਪਾਲਣਾ ਕਰਨਾ ਹੀ ਇੱਕੋ ਇੱਕ ਅਸਲੀ ਧੰਦਾ ਹੈ । ਅਡੋਲ ਭਰੋਸੇ ਨਾਲ ਸ਼ਬਦ ਦੀ ਪਾਲਣਾ ਕਰਨ ਨਾਲ ਸਦਾ ਰਹਿਣ ਵਾਲਾ ਅਨੰਦ ਬਖਸ਼ਿਸ਼ ਹੋ ਜਾਂਦਾ ਹੈ । ਗੁਰਮਖ ਹਰ ਵੇਲੇ ਰਹਿਮਤ ਦੀ ਹੀ ਅਰਦਾਸ ਕਰਦਾ ਹੈ ।

To obey the teachings of His Word with steady and stable belief in day-to-day life, may be the only real purpose of human life opportunity. Whosoever may obey the teachings of His Word with steady and stable belief in his day-to-day life; with His mercy and grace, he may be blessed with everlasting pleasures within. His true devotee always prays for His forgiveness, and His refuge.

ਮਨ ਕੀ ਪਰਤੀਤਿ ਮਨ ਤੇ ਪਾਈ॥ man kee parteet man tay paa-ee.
ਪੂਰੇ ਗੁਰ ਤੇ ਸਬਦਿ ਬੁਝਾਈ॥ pooray gur tay sabad bujhaa-ee.
ਜੀਵਣ ਮਰਣੁ ਕੋ ਸਮਸਰਿ ਵੇਖੈ॥ jeevan maran ko samsar vaykhai.
ਬਹੁੜਿ ਨ ਮਰੈ ਨਾ ਜਮੁ ਪੇਖੈ॥੨॥ bahurh na marai naa jam paykhai. ||2||

ਮਨ ਵਿਚੋਂ ਹੀ ਪ੍ਰਭ ਦੇ ਸ਼ਬਦ ਤੇ ਭਰੋਸਾ ਅਡੋਲ ਹੁੰਦਾ ਹੈ । ਸ਼ਬਦ ਦੀ ਪਾਲਣਾ ਕਰਨ ਨਾਲ ਹੀ ਸ਼ਬਦ ਦੀ ਸੋਝੀ ਬਖਸ਼ਿਸ਼ ਹੁੰਦੀ ਹੈ । ਕੋਈ ਵਿਰਲਾ ਹੀ ਜੀਵਨ ਅਤੇ ਮੌਤ ਨੂੰ ਇੱਕ ਸਮਾਨ ਹੀ ਪ੍ਰਭ ਦੀ ਬਖਸ਼ਿਸ਼ ਸਮਝਕੇ ਧੰਨਵਾਦ ਕਰਦਾ ਹੈ । ਉਹ ਬਾਰ ਬਾਰ ਜਮਦੂਤ ਦੇ ਵਸ ਵਿੱਚ ਨਹੀਂ ਜਾਂਦਾ ।

Whosoever may meditate and obeys the teachings of His Word with steady and stable belief in his day-to-day life; with His mercy and grace, his belief on His blessings may be enhanced and he may be enlightened with the essence of His Word from within. However, very rare devotee may consider birth and death both as His blessings and sings His glory in gratitude; with His mercy and grace, he may never endure the misery of death again.

ਘਰ ਹੀ ਮਹਿ ਸਭਿ ਕੋਟ ਨਿਧਾਨ॥ ghar hee meh sabh kot niDhaan.
ਸਤਿਗੁਰਿ ਦਿਖਾਏ ਗਇਆ ਅਭਿਮਾਨੁ॥ satgur dikhaa-ay ga-i-aa abhimaan.
ਸਦ ਹੀ ਲਾਗਾ ਸਹਜਿ ਧਿਆਨ॥ sad hee laagaa sahj Dhi-aan.
ਅਨਦਿਨੁ ਗਾਵੈ ਏਕੋ ਨਾਮ॥੩॥ an-din gaavai ayko naam. ||3||

ਜੀਵ ਦੇ ਮਨ ਅੰਦਰ ਅਨੇਕਾਂ, ਲਖਾਂ ਹੀ ਪ੍ਰਭ ਦੇ ਸ਼ਬਦ ਦੀ ਸੋਝੀ ਦੇ ਖਜ਼ਾਨੇਂ ਹਨ । ਜਿਸ ਨੂੰ ਆਪ ਹੀ ਸ਼ਬਦ ਦੀ ਸੋਝੀ ਬਖਸ਼ਦਾ ਹੈ, ਉਸ ਦੇ ਮਨ ਵਿਚੋਂ ਅਹੰਕਾਰ ਨਾਸ ਹੋ ਜਾਂਦਾ ਹੈ । ਉਸ ਜੀਵ ਦੀ ਪ੍ਰਭ ਦੀ ਜੋਤ ਵਿੱਚ ਸਮਾਧੀ ਲੱਗ ਜਾਂਦੀ ਹੈ । ਉਹ ਦਿਨ ਰਾਤ ਪ੍ਰਭ ਦੇ ਸ਼ਬਦ ਦੀ ਉਸਤਤ ਗਾਉਂਦਾ ਹੈ ।

The human mind remains overwhelmed with unlimited treasures of enlightenment of the essence of His Word. Whosoever may be blessed with the enlightenment of the essence of His Word; his ignorance and ego may be eliminated. He may enter the void of His Word in his meditation. He may sing the glory of His Word with each breath day and night.

ਇਸੁ ਜੁਗ ਮਹਿ ਵਡਿਆਈ ਪਾਈ॥ is jug meh vadi-aa-ee paa-ee.
ਪੂਰੇ ਗੁਰ ਤੇ ਨਾਮੁ ਧਿਆਈ॥ pooray gur tay naam Dhi-aa-ee.
ਜਹ ਦੇਖਾ ਤਹ ਰਹਿਆ ਸਮਾਈ॥ jah daykhaa tah rahi-aa samaa-ee.
ਸਦਾ ਸੁਖਦਾਤਾ ਕੀਮੀਤ ਨਹੀਂ ਪਾਈ॥੪ sadaa sukh-daata keemat nahee paa-ee. 4

ਉਹ ਜੀਵ ਪੂਰਨ ਪ੍ਰਭ ਦੇ ਸ਼ਬਦ ਦੀ ਪਾਲਣਾ, ਸਿਮਰਨ ਕਰਦਾ ਹੈ । ਸ਼ਬਦ ਦੀ ਪਾਲਣਾ ਤੋਂ ਹੀ ਸੰਸਾਰ ਵਿੱਚ ਸੋਭਾ ਪਾਉਂਦਾ ਹੈ । ਉਹ ਪ੍ਰਭ ਨੂੰ ਹਰ ਥਾਂ, ਹਰਇੱਕ ਜੀਵ ਵਿੱਚ ਵਾਪਰਦਾ, ਵਸਦਾ ਮਹਿਸੂਸ ਕਰਦਾ ਹੈ । ਪ੍ਰਭ ਸਦਾ ਹੀ ਸੁਖਾਂ ਦਾ ਦਾਤਾ, ਸੁਖ ਬਖਸ਼ਦਾ ਹੈ । ਉਸ ਦੀ ਰਹਿਮਤ ਦੀ, ਕਿਸੇ ਕਰਤਬ ਦੀ ਕੀਮਤ ਜਾਣੀ ਨਹੀਂ ਜਾ ਸਕਦੀ ।

His true devotee may only meditate and obey the teachings of His Word; The Perfect True Master. Whosoever may obey the teachings of His Word; with His mercy and grace, he may be honored in the universe. He may realize, witnesses The Holy Spirit prevailing and dwelling everywhere and within every creature. The One and only One, True Master of all blessings and comforts, may bestow His virtues to anyone. His blessings and His miracles remain beyond the comprehension of His Creation.

ਪੂਰੈ ਭਾਗਿ ਗੁਰੁ ਪੂਰਾ ਪਾਇਆ॥	poorai bhaag gur pooraa paa-i-aa.
ਅੰਤਰਿ ਨਾਮੁ ਨਿਧਾਨੁ ਦਿਖਾਇਆ॥	antar naam niDhaan dikhaa-i-aa.
ਗੁਰ ਕਾ ਸਬਦੁ ਅਤਿ ਮੀਠਾ ਲਾਇਆ॥	gur kaa sabad at meethaa laa-i-aa.
ਨਾਨਕ ਤ੍ਰਿਸਨ ਬੁਝੀ	naanak tarisan bujhee
ਮਨਿ ਤਨਿ ਸੁਖੁ ਪਾਇਆ॥	man tan sukh paa-i-aa.
੫॥੬॥੪॥੬॥੧੦॥	||5||6||4||6||10||

ਵੱਡੇ ਭਾਗ ਹੋਣ ਨਾਲ ਹੀ ਪ੍ਰਭ ਦੇ ਸ਼ਬਦ ਦੀ ਪਾਲਣਾ ਵਿੱਚ ਲਗਨ ਲੱਗਦੀ ਹੈ । ਅਡੋਲ ਭਰੋਸ ਨਾਲ ਸ਼ਬਦ ਦੀ ਪਾਲਣਾ ਨਾਲ ਮਨ ਵਿਚੋਂ ਹੀ ਸ਼ਬਦ ਦਾ ਖਜ਼ਾਨਾ ਅਨੁਭਵ ਹੋ ਜਾਂਦਾ ਹੈ । ਪ੍ਰਭ ਦਾ ਸ਼ਬਦ ਮਨ ਨੂੰ ਬਹੁਤ ਮਿੱਠਾ ਲੱਗਣ, ਭਾਉਣ ਵਾਲਾ, ਨਿਮ੍ਰਤਾ ਵਾਲ ਹੈ । ਸ਼ਬਦ ਦੀ ਪਾਲਣਾ ਨਾਲ ਮਨ, ਤਨ ਵਿਚੋਂ ਇੱਛਾਂ ਦੀ ਭਟਕਣ ਨਾਸ ਹੋ ਜਾਂਦੀ, ਸੰਤੋਖ, ਸ਼ਾਂਤੀ ਅਨੰਦ ਬਖਸ਼ਿਸ਼ ਹੋ ਜਾਂਦਾ ਹੈ ।

Whosoever may have a great prewritten destiny, only he may remain meditate and obeys the teachings of His Word with steady and stable belief in his day-to-day life. With His mercy and grace, he may realize the unlimited treasure of enlightenment from within. The teachings of His Word may become very soothing, comforting to his mind and he may become humble and polite. Whosoever may obey the teachings of His Word, all his frustrations of worldly desires may be eliminated. He may be blessed with pleasure, peace and contentment within his mind and body.

233.ਰਾਗੁ ਬਿਲਾਵਲੁ ਮਹਲਾ ੪ ਘਰੁ ੩॥ 798-18

੧ਓ ਸਤਿਗੁਰ ਪ੍ਰਸਾਦਿ॥	ik-oNkaar satgur parsaad.
ਉਦਮ ਮਤਿ ਪ੍ਰਭ ਅੰਤਰਜਾਮੀ,	udam mat parabh antarjaamee
ਜਿਉ ਪ੍ਰੇਰੇ ਤਿਉ ਕਰਨਾ॥	ji-o parayray ti-o karnaa.
ਜਿਉ ਨਟੂਆ ਤੰਤੁ ਵਜਾਏ,	ji-o natoo-aa tant vajaa-ay
ਤੰਤੀ ਤਿਉ ਵਾਜਹਿ ਜੰਤ ਜਨਾ॥੧॥	tantee ti-o vaajeh jant janaa. ||1||

ਸ਼ਬਦ ਦੀ ਪਾਲਣਾ ਕਰਨ ਦੀ ਸ਼ਰਧਾ, ਲਗਨ ਪ੍ਰਭ ਦੀ ਰਹਿਮਤ ਨਾਲ ਹੀ ਬਖਸ਼ਿਸ਼ ਹੁੰਦੀ ਹੈ । ਜੀਵ, ਪ੍ਰਭ ਦੇ ਹੱਥ ਵਿੱਚ ਇੱਕ ਖਡੋਨੇ ਦੀ ਤਰ੍ਹਾਂ ਹੀ ਹੈ । ਜਿਵੇਂ ਪ੍ਰਭ ਖੇਲ ਕਰਵਾਉਂਦਾ ਹੈ, ਜੀਵ ਉਹ ਕੁਝ ਹੀ ਕਰ ਸਕਦਾ ਹੈ ।

Only with His mercy and grace, His true devotee may be blessed with a devotion to meditate and obey the teachings of His Word with steady and stable belief in his day-to-day life. Worldly creature may be like a puppet in His hand, command. He can only dance at the signal of The True Master.

ਜਪਿ ਮਨ ਰਾਮ ਨਾਮੁ ਰਸਨਾ॥	jap man raam naam rasnaa.
ਮਸਤਕਿ ਲਿਖਤ ਲਿਖੇ ਗੁਰੁ ਪਾਇਆ,	mastak likhat likhay gur paa-i-aa
ਹਰਿ ਹਿਰਦੈ ਹਰਿ ਬਸਨਾ॥੧॥ ਰਹਾਉ॥	har hirdai har basnaa. ||1|| rahaa-o.

ਆਪਣੀ ਜੀਭ ਨਾਲ ਪ੍ਰਭ ਦੇ ਸ਼ਬਦ ਦੇ ਗੁਣ ਗਾਵੋ! ਪਹਿਲੇ ਲਿਖੇ ਭਾਗਾਂ ਨਾਲ ਹੀ ਸ਼ਬਦ ਨਾਲ ਲਗਨ ਲੱਗੀ ਹੈ । ਸ਼ਬਦ ਦੀ ਪਾਲਣਾ ਕਰਨ ਨਾਲ ਸ਼ਬਦ ਮਨ ਵਿੱਚ ਜਾਗਰਤ ਹੋ ਜਾਂਦਾ ਹੈ ।

You should sing the glory of His Word with your tongue. Whosoever may have a great prewritten destiny, only he may be blessed with a devotion to meditate and to obey the teachings of His Word. With His mercy and grace, the essence of His Word may be enlightened within his heart.

ਮਾਇਆ, ਗਿਰਸਤਿ ਭ੍ਰਮਤੁ ਹੈ ਪ੍ਰਾਨੀ,	maa-i-aa girsat bharmat hai paraanee
ਰਖਿ ਲੇਵਹੁ ਜਨੁ ਅਪਨਾ॥	rakh layvhu jan apnaa.
ਜਿਉ ਪ੍ਰਹਿਲਾਦੁ ਹਰਣਾਖਸਿ ਗ੍ਰਸਿਓ,	ji-o par-hilaad harnaakhas garsi-o
ਹਰਿ ਰਾਖਿਓ ਹਰਿ ਸਰਨਾ॥੨॥	har raakhi-o har sarnaa. ‖2‖

ਪ੍ਰਭ, ਮਾਨਸ ਜੀਵ ਸੰਸਾਰਕ ਮਾਇਆ ਦੇ ਪਿਛੇ ਲੱਗਾ ਭਾਉਂਦਾ ਫਿਰਦਾ ਹੈ । ਪ੍ਰਭ ਆਪਣੇ ਨਿਮਾਣੇ ਦਾਸ ਦੀ ਰਖਿਆ ਕਰੋ! ਜਿਵੇਂ ਆਪਣੇ ਦਾਸ ਪ੍ਰਹਿਲਾਦ ਨੂੰ ਜ਼ਾਲਮ ਹਰਾਨਖਸ਼ ਤੋ ਬਚਾ ਕੇ ਆਪਣੀ ਸ਼ਰਣ ਵਿੱਚ ਰਖਿਆ ਸੀ ।

My True Master, I may remain intoxicated with worldly wealth and bonds of worldly family. With Your mercy and grace, protects Your humble slave, true devotee; as You have protected Parhilaad from his tyrant father king Harnaakhas and accepted him in Your sanctuary.

ਕਵਨ ਕਵਨ ਕੀ ਗਤਿ ਮਿਤਿ ਕਹੀਐ,	kavan kavan kee gat mit kahee-ai
ਹਰਿ ਕੀਏ ਪਤਿਤ ਪਵੰਨਾ॥	har kee-ay patit pavannaa.
ਓਹੁ ਢੋਵੈ ਢੋਰ ਹਾਥਿ ਚਮੁ ਚਮਰੇ,	oh dhovai dhor haath cham chamray
ਹਰਿ ਉਧਰਿਓ ਪਰਿਓ ਸਰਨਾ॥੩॥	har uDhaari-o pari-o sarnaa. ‖3‖

ਤੇਰੇ ਕਿਹੜੇ ਕਿਹੜੇ ਕਰਮਾਤ ਦੀ ਉਸਤਤ ਕਰਾ? ਤੂੰ ਅਨੇਕਾਂ ਹੀ ਪਾਪੀ ਜੀਵ ਬਖਸ਼ੇ ਹਨ । ਜਿਹੜਾ ਰਵੀਦਾਸ, ਮਰੇ ਜਾਨਵਾਰਾਂ ਦੀ ਖੱਲ ਲਾਹ ਕੇ ਪੇਟ ਭਰਦਾ ਸੀ । ਸ਼ਬਦ ਦੇ ਲੜ ਲਾ ਕੇ ਆਪਣੀ ਸ਼ਰਣ ਵਿੱਚ ਪਨਾਹ, ਪ੍ਰਵਾਨਗੀ ਬਖਸ਼ੀ ਹੈ ।

The True Master of unlimited virtues! which of Your miracle, may I praise, sing the glory? The poor, humble Ravi Das was removing the skin of dead animals to survive in the universe; with Your mercy and grace, he was attached to Your Word and accepted in Your sanctuary, court.

ਪ੍ਰਭ ਦੀਨ ਦਇਆਲ,	parabh deen da-i-aal
ਭਗਤ ਭਵ ਤਾਰਨ,	bhagat bhav taaran
ਹਮ ਪਾਪੀ ਰਾਖੁ ਪਪਨਾ॥	ham paapee raakh papnaa.
ਹਰਿ ਦਾਸਨ ਦਾਸ ਦਾਸ ਹਮ ਕਰੀਅਹੁ,	har daasan daas daas ham karee-ahu
ਜਨ ਨਾਨਕ ਦਾਸ ਦਾਸੰਨਾ॥੪॥੧॥	jan naanak daas daasannaa.‖4‖1‖

ਪ੍ਰਭ ਤੂੰ ਆਪਣੇ ਬੰਦਗੀ ਕਰਨ ਵਾਲੇ ਦਾਸਾਂ ਤੇ ਰਹਿਮਤ ਬਖਸ਼ਦਾ ਹੈ । ਮੈਂ ਨਿਮਾਣਾ, ਪਾਪਾਂ ਨਾਲ ਭਰਿਆਂ ਹਾ, ਰਹਿਮਤ ਬਖਸ਼ਕੇ ਸ਼ਬਦ ਦੀ ਪਾਲਣਾ ਤੇ ਲਾਵੋ! ਪਾਪ ਬਖਸ਼ਕੇ, ਬੰਦਗੀ ਤੇ ਲਾ ਕੇ ਆਪਣੇ ਦਾਸ ਦਾ ਦਾਸ ਬਣਾਵੋ! ਮੈਂ ਤੇਰੇ ਦਾਸਾਂ ਦੀ ਸੇਵਾ, ਚਾਕਰੀ ਕਰਾ ।

My Merciful True Master always bestows His virtues, protection to His true devotees. I am poor, humble, overwhelmed with sins; with Your mercy and grace, attaches me to meditate and to obey the teachings of Your Word. Forgive my sins! by attaching to serve Your true devotees; with Your mercy and grace, I may be accepted as Your true devotee. I may serve and become slave of Your slave.

234.ਬਿਲਾਵਲੁ ਮਹਲਾ ੪॥ 799-5

ਹਮ ਮੂਰਖ ਮੁਗਧ ਅਗਿਆਨ,	ham moorakh mugadh agi-aan
ਮਤੀ ਸਰਣਾਗਤਿ ਪੁਰਖ ਅਜਨਮਾ॥	matee sarnaagat purakh ajnamaa.
ਕਰਿ ਕਿਰਪਾ ਰਖਿ ਲੇਵਹੁ ਮੇਰੇ ਠਾਕੁਰ,	kar kirpaa rakh layvhu mayray thaakur
ਹਮ ਪਾਥਰ ਹੀਨ ਅਕਰਮਾ॥੧॥	ham paathar heen akarmaa. ‖1‖

ਪ੍ਰਭ ਤੂੰ ਹੀ ਰਹਿਮਤਾਂ ਦਾ ਮਾਲਕ ਹੈ । ਰਹਿਮਤ ਬਖਸ਼ਕੇ ਰਖਿਆ ਕਰੋ! ਮੈਂ ਮੂਰਖ, ਅਗਿਆਨੀ, ਤੇਰੀ ਸ਼ਰਣ ਵਿੱਚ ਆਇਆ । ਪ੍ਰਭ, ਮੇਰੇ ਵਿੱਚ ਕੋਈ ਗੁਣ ਨਹੀਂ, ਮੈਂ ਨੀਚ ਜਾਤ ਵਾਲਾ ਹਾ, ਕੋਈ ਚੰਗੇ ਕਰਮ ਵੀ ਨਹੀਂ ਕੀਤੇ ।

My Merciful True Master, treasure of all virtues and comforts, protects my honor. I am ignorant from the teachings of Your Word and I have surrendered my mind, body, and worldly status at Your sanctuary. I have no virtue of my own, born in worldly low caste and I have not performed any good deeds for Your Creation either.

ਮੇਰੇ ਮਨ ਭਜੁ ਰਾਮ ਨਾਮੈ ਰਾਮਾ॥	mayray man bhaj raam naamai raamaa.
ਗੁਰਮਤਿ ਹਰਿ ਰਸੁ ਪਾਈਐ,	gurmat har ras paa-ee-ai
ਹੋਰਿ ਤਿਆਗਹੁ ਨਿਹਫਲ ਕਾਮਾ॥੧॥	hor ti-aagahu nihfal kaamaa. ||1||
ਰਹਾਉ॥	rahaa-o.

ਮੇਰੇ ਮਨ, ਪ੍ਰਭ ਦੇ ਸ਼ਬਦ ਦਾ ਸਿਮਰਨ ਕਰੋ! ਪ੍ਰਭ ਦੇ ਸ਼ਬਦ ਦੀ ਪਾਲਣਾ ਕਰਕੇ, ਉਸ ਦੇ ਸ਼ਬਦ ਨੂੰ ਮਨ ਵਿੱਚ ਵਸਾਵੋ । ਮਨ ਵਿਚੋਂ ਬੁਰੇ ਖਿਆਲ ਤਿਆਗ ਦੇਵੋ!

You should meditate on the teachings of His Word. You should adopt the teachings of His Word with steady and stable belief in your day-to-day life. You should drench the teachings of His Word and abandon all evil thoughts from within your mind.

ਹਰਿ ਜਨ ਸੇਵਕ ਸੇ ਹਰਿ ਤਾਰੇ,	har jan sayvak say har taaray
ਹਮ ਨਿਰਗੁਨ ਰਾਖੁ ਉਪਮਾ॥	ham nirgun raakh upmaa.
ਤੁਝ ਬਿਨੁ ਅਵਰੁ ਨ ਕੋਈ ਮੇਰੇ ਠਾਕੁਰ,	tujh bin avar na ko-ee mayray thaakur
ਹਰਿ ਜਪੀਐ ਵਡੇ ਕਰੰਮਾ॥੨॥	har japee-ai vaday karammaa. ||2||

ਪ੍ਰਭ ਤੂੰ ਆਪਣੇ ਬੰਦਗੀ ਕਰਨ ਵਾਲੇ ਦਾਸ ਨੂੰ ਬਚਾ ਲੈਂਦਾ ਹੈ । ਮੇਰੀ ਕੋਈ ਹੈਸੀਅਤ, ਕੀਮਤ ਨਹੀਂ ਹੈ । ਮੇਰੀ ਰਖਿਆ ਕਰਨਾ ਤੇਰੀ ਹੀ ਵਡਿਆਈ ਹੈ । ਮੇਰਾ ਤੇਰੇ ਤੋਂ ਬਿਨਾਂ ਹੋਰ ਕੋਈ ਆਸਰਾ ਨਹੀਂ ਹੈ । ਮੇਰੇ ਚੰਗੇ ਕਰਮਾਂ ਕਾਰਨ ਹੀ, ਸ਼ਬਦ ਦੀ ਪਾਲਣਾ, ਸਿਮਰਨ ਕਰਦਾ ਹਾ ।

My True Master! You protect Your true devotee. I do not have any worldly unique status nor any worth. To protect me is only Your greatness and not by my earnings of Your Word. I absolutely have no other support except, hope on Your mercy and grace. With great prewritten destiny, I have been attached to meditate and to obey the teachings of Your Word.

ਨਾਮਹੀਨ ਧ੍ਰਿਗੁ ਜੀਵਤੇ,	naamheen dharig jeevtay
ਤਿਨ ਵਡ ਦੂਖ ਸਹੰਮਾ॥	tin vad dookh sahammaa.
ਓਇ ਫਿਰਿ ਫਿਰਿ ਜੋਨਿ ਭਵਾਈਅਹਿ,	o-ay fir fir jon bhavaa-ee-ah
ਮੰਦਭਾਗੀ, ਮੂੜ ਅਕਰਮਾ॥੩॥	mand-bhaagee moorh akarmaa. ||3||

ਜਿਹੜਾ ਪ੍ਰਭ ਦੇ ਸ਼ਬਦ ਦੀ ਪਾਲਣਾ ਨਹੀਂ ਕਰਦਾ, ਪ੍ਰਭ ਦੇ ਵਿਛੋੜੇ ਨੂੰ ਯਾਦ ਨਹੀਂ ਰਖਦਾ । ਉਸ ਦਾ ਮਾਨਸ ਜੀਵਨ ਸਿਰਾਪਿਆ ਜਾਂਦਾ ਹੈ, ਉਹ ਦੁਖ ਹੀ ਸਹਿਦਾ ਹੈ । ਉਸ ਦੇ ਮੰਦੇ ਭਾਗ ਹੀ ਹੁੰਦੇ ਹਨ, ਉਸ ਨੇ ਕੋਈ ਚੰਗੇ ਕਰਮ ਨਹੀਂ ਕੀਤੇ । ਉਹ ਬਾਰਾ ਬਾਰਾ ਜੂੰਨਾਂ ਵਿੱਚ ਜਾਂਦਾ ਹੈ ।

Whosoever may not obey the teachings of His Word or remember the misery of his separation from The Holy Spirit; his human life remains cursed. He may endure miseries in his day-to-day life. Unfortunate creature might not have performed any good deeds for mankind in his previous llives.

ਹਰਿ ਜਨ ਨਾਮੁ ਅਧਾਰੁ ਹੈ,	har jan naam adhaar hai dhur
ਧੁਰਿ ਪੂਰਬਿ ਲਿਖੇ ਵਡ ਕਰਮਾ॥	poorab likhay vad karmaa.

ਗੁਰਿ ਸਤਿਗੁਰਿ ਨਾਮੁ ਦ੍ਰਿੜਾਇਆ,	gur satgur naam drirh-aa-i-aa
ਜਨ ਨਾਨਕ ਸਫਲੁ ਜਨੰਮਾ॥੪॥੨॥	jan naanak safal jannamaa. ||4||2||

ਪ੍ਰਭ ਦਾ ਸ਼ਬਦ ਹੀ ਦਾਸ ਦੇ ਜੀਵਨ ਦਾ ਆਸਰਾ, ਅਧਾਰ ਬਣ ਜਾਂਦਾ ਹੈ । ਇਹ ਹੀ ਉਸ ਦੇ ਚੰਗੇ ਕਰਮਾਂ ਦਾ ਫਲ ਬਖਸ਼ਿਸ਼ ਹੁੰਦਾ ਹੈ । ਪ੍ਰਭ ਆਪਣੇ ਦਾਸ ਨੂੰ ਸ਼ਬਦ ਦੇ ਲੜ ਲਾਉਂਦਾ ਹੈ । ਉਸ ਦਾ ਮਾਨਸ ਜਨਮ ਸਫਲ ਹੋ ਜਾਂਦਾ ਹੈ ।

To obey the teachings of His Word may become the supporting pillar of the human life journey of His true devotee. Attachment to meditate becomes the blessings, reward of his previous lives good deeds. The True Master has infused the devotion to obey His Word within his mind. His human life opportunity may become rewarding.

235.ਬਿਲਾਵਲੁ ਮਹਲਾ ੪॥ 799-11

ਹਮਰਾ ਚਿਤੁ ਲੁਭਤ ਮੋਹਿ ਬਿਖਿਆ,	hamraa chit lubhat mohi bikhi-aa
ਬਹੁ ਦੁਰਮਤਿ ਮੈਲੁ ਭਰਾ॥	baho durmat mail bharaa.
ਤੁਮ੍ਰੀ ਸੇਵਾ ਕਰਿ ਨ ਸਕਹ,	tumhree sayvaa kar na sakah
ਪ੍ਰਭ ਹਮ ਕਿਉ ਕਰਿ ਮੁਗਧ ਤਰਾ॥੧॥	parabh ham ki-o kar mugadh taraa. ||1||

ਮੇਰਾ ਮਨ ਸੰਸਾਰਕ ਮਾਇਆ ਦੇ ਮੋਹ, ਲਾਲਚ, ਧੋਖੇ ਅਤੇ ਬੁਰੇ ਖਿਆਲਾਂ ਨਾਲ ਭਰਿਆਂ ਹੈ । ਮੇਰਾ ਮਨ ਸ਼ਬਦ ਦੀ ਪਾਲਣਾ ਵਿੱਚ ਨਹੀਂ ਲੱਗਦਾ । ਮੈਂ ਅਣਜਾਣ, ਸੰਸਾਰਕ ਸਾਗਰ ਕਿਵੇਂ ਪਾਰ ਕਰਾਗਾ?

My mind remains overwhelmed with greed, deception, and evil thoughts. I may not be able to concentrate to meditate, obey the teachings of Your Word in my day-to-day life. I remain ignorant from the essence of Your Word. How may I across the worldly ocean to be accepted in Your Court?

ਮੇਰੇ ਮਨ ਜਪਿ ਨਰਹਰ	mayray man jap narhar
ਨਾਮੁ ਨਰਹਰਾ॥	naam narharaa.
ਜਨ ਊਪਰਿ ਕਿਰਪਾ ਪ੍ਰਭਿ ਧਾਰੀ,	jan oopar kirpaa parabh dhaaree
ਮਿਲਿ ਸਤਿਗੁਰ ਪਾਰਿ ਪਰਾ॥੧॥ ਰਹਾਉ॥	mil satgur paar paraa. ||1|| rahaa-o.

ਜੀਵ, ਪ੍ਰਭ ਦੇ ਸ਼ਬਦ ਦਾ ਸਿਮਰਨ, ਪਾਲਣਾ ਕਰੋ! ਜਿਸ ਤੇ ਪ੍ਰਭ ਆਪ ਹੀ ਰਹਿਮਤ ਦੀ ਨਜ਼ਰ ਬਖਸ਼ਦਾ ਹੈ । ਉਹ ਨਿਮਾਣਾ ਸੇਵਕ, ਪ੍ਰਭ ਦੇ ਸ਼ਬਦ ਦੀ ਪਾਲਣਾ ਕਰਕੇ ਪ੍ਰਵਾਨ ਹੋ ਜਾਂਦਾ ਹੈ ।

You should meditate and obey the teachings of His Word with steady and stable belief in day-to-day life. With His mercy and grace; His humble devotee may obey the teachings of His Word. His soul may be sanctified to become worthy of His consideration.

ਹਮਰੇ ਪਿਤਾ ਠਾਕੁਰ ਪ੍ਰਭ ਸੁਆਮੀ,	hamray pitaa thaakur parabh su-aamee
ਹਰਿ ਦੇਹੁ ਮਤੀ ਜਸੁ ਕਰਾ॥	har dayh matee jas karaa.
ਤੁਮ੍ਰੈ ਸੰਗਿ ਲਗੇ ਸੇ ਉਧਰੇ,	tumhrai sang lagay say udhray
ਜਿਉ ਸੰਗਿ ਕਾਸਟ ਲੋਹ ਤਰਾ॥੨॥	ji-o sang kaasat loh taraa. ||2||

ਮੇਰੇ ਅਸਲੀ ਮਾਲਕ, ਪ੍ਰਭ ਰਹਿਮਤ ਬਖਸ਼ੋ! ਮੈਂ ਤੇਰੇ ਸ਼ਬਦ ਦਾ ਸਿਮਰਨ, ਪਾਲਣਾ ਕਰਾ, ਉਸਤਤ ਗਾਵਾ । ਜਿਹੜਾ ਤੇਰੇ ਸ਼ਬਦ ਦੇ ਲੜ ਲੱਗਾ ਰਹਿੰਦਾ ਹੈ । ਜਿਵੇਂ ਲੋਹਾ, ਲੱਕੜ ਨਾਲ ਲੱਗਕੇ ਸਾਗਰ ਪਾਰ ਕਰ ਜਾਂਦਾ, ਇਸਤਰ੍ਹਾਂ ਪ੍ਰਭ ਦਾ ਦਾਸ ਵੀ ਸ਼ਬਦ ਦੇ ਲੜ ਲੱਗਕੇ ਪ੍ਰਵਾਨ ਹੋ ਜਾਂਦਾ ਹੈ ।

My True Master with Your mercy and grace, enlightens the essence of Your Word within my mind. I may remain intoxicated in meditation, singing the glory and obeying the teachings of Your Word with steady and stable belief in my day-to-day life. As iron nail remains attached to wooden boat across the ocean; same way, whosoever may remain intoxicated in the void of Your Word; with Your mercy and grace, he may be saved.

ਸਾਕਤ ਨਰ ਹੋਛੀ ਮਤਿ ਮਧਿਮ, saakat nar hochhee mat madhim j
ਜਿਨ੍ ਹਰਿ ਹਰਿ ਸੇਵ ਨ ਕਰਾ॥ inh har har sayv na karaa.
ਤੇ ਨਰ ਭਾਗਹੀਨ ਦੁਹਚਾਰੀ, tay nar bhaagheen duhchaaree
ਓਇ ਜਨਮਿ ਮੁਏ ਫਿਰਿ ਮਰਾ॥੩॥ o-ay janam mu-ay fir maraa. ||3||

ਜਿਸ ਦਾ ਪ੍ਰਭ ਦੇ ਭਾਣੇ ਤੇ ਭਰੋਸਾ ਨਹੀਂ ਹੁੰਦਾ । ਉਹ ਸਾਕਤ, ਪ੍ਰਭ ਦੇ ਸ਼ਬਦ ਦੀ ਪਾਲਣਾ ਨਹੀਂ ਕਰ ਸਕਦਾ । ਉਹ ਜੀਵ ਮੰਦੇ ਭਾਗਾਂ ਵਾਲਾ ਹੁੰਦਾ ਹੈ, ਬਾਰ ਬਾਰ ਜੂੰਨਾਂ ਵਿੱਚ ਭਾਉਂਦਾ ਰਹਿੰਦਾ ਹੈ । ਉਹ ਮੌਤ ਦੇ ਹਵਾਲੇ ਹੀ ਹੋ ਜਾਂਦਾ ਹੈ ।

Whosoever may not have a steady and stable belief on His Word, blessings. Self-minded, non-believer may not be able to obey the teachings of His Word with steady and stable belief. Unfortunate self-minded may be captured by the devil of death and remains in the cycle of birth and death.

ਜਿਨ ਕਉ ਤੁਮ੍ ਹਰਿ ਮੇਲਹੁ ਸੁਆਮੀ, jin ka-o tumh har maylhu su-aamee
ਤੇ ਨ੍ਹਾਏ ਸੰਤੋਖ ਗੁਰ ਸਰਾ॥ tay nhaa-ay santokh gur saraa.
ਦੁਰਮਤਿ ਮੈਲੁ ਗਈ ਹਰਿ ਭਜਿਆ, durmat mail ga-ee har bhaji-aa
ਜਨ ਨਾਨਕ ਪਾਰਿ ਪਰਾ॥੪॥੩॥ jan naanak paar paraa. ||4||3||

ਜਿਸ ਤੇ ਪ੍ਰਭ ਰਹਿਮਤ ਬਖਸ਼ਦਾ ਹੈ, ਕੇਵਲ ਉਹ ਹੀ ਸ਼ਬਦ ਰੂਪੀ ਪਵਿੱਤਰ ਜਲ ਵਿੱਚ ਇਸ਼ਨਾਨ ਕਰਦਾ ਹੈ । ਪਾਪ ਧੋਅ ਲੈਂਦਾ, ਮਨ ਵਿੱਚ ਸੰਤੋਖ ਬਖਸ਼ਿਸ਼ ਹੁੰਦਾ ਹੈ । ਸ਼ਬਦ ਦੇ ਗੁਣ ਗਾਉਂਦਾ, ਪਾਲਣਾ ਕਰਦਾ ਹੈ । ਉਸ ਦੇ ਪਾਪ ਬਖਸ਼ੇ ਜਾਂਦੇ, ਪ੍ਰਵਾਨਗੀ ਬਖਸ਼ਿਸ਼ ਹੋ ਜਾਂਦੀ ਹੈ ।

Whosoever may be blessed with His mercy and grace; only he may sanctify his soul with the nectar of the essence of His Word. His sins of previous lives may be forgiven and he may be blessed with contentment in his worldly life. Whosoever may sing the glory, obeys the teachings of His Word with steady and stable belief; with His mercy and grace, his sins may be forgiven and he may be accepted in His Court.

236.ਬਿਲਾਵਲੁ ਮਹਲਾ ੪॥ 799-17

ਆਵਹੁ ਸੰਤ ਮਿਲਹੁ ਮੇਰੇ ਭਾਈ, aavhu sant milhu mayray bhaa-ee
ਮਿਲਿ ਹਰਿ ਹਰਿ ਕਥਾ ਕਰਹੁ॥ mil har har kathaa karahu.
ਹਰਿ ਹਰਿ ਨਾਮੁ ਬੋਹਿਥੁ ਹੈ ਕਲਜੁਗਿ, har har naam bohith hai kaljug
ਖੇਵਟੁ ਗੁਰ ਸਬਦਿ ਤਰਹੁ॥੧॥ khayvat gur sabad tarahu. ||1||

ਪ੍ਰਭ ਦੇ ਸ਼ਬਦ ਦੀ ਕਥਾ, ਵਿਚਾਰ ਕਰੋ! ਸ਼ਬਦ ਹੀ ਉਹ ਜਹਾਜ ਹੈ, ਮਲਾਹ ਹੈ, ਜਿਹੜਾ ਸੰਸਾਰਕ ਸਾਗਰ ਪਾਰ ਕਰ ਸਕਦਾ ਹੈ ।

Let us conjugate with His true devotee and sing the glory of The True Master of the universe. His Word may be the ship, the captain of the ship; who may safely carry our soul to the other side to be accepted in His Court.

ਮੇਰੇ ਮਨ ਹਰਿ ਗੁਣ ਹਰਿ ਉਚਰਹੁ॥ mayray man har gun har uchrahu.
ਮਸਤਕਿ ਲਿਖਤ ਲਿਖੇ ਗੁਨ ਗਾਏ, mastak likhat likhay gun gaa-ay
ਮਿਲਿ ਸੰਗਤਿ ਪਾਰਿ ਪਰਹੁ॥੧॥ ਰਹਾਉ॥ mil sangat paar parahu. ||1|| rahaa-o.

ਮੇਰੇ ਮਨ, ਪ੍ਰਭ ਦੇ ਸ਼ਬਦ ਦੇ ਗੁਣ ਗਾਵੋ! ਆਪਣੇ ਪਹਿਲੇ ਲਿਖੇ ਭਾਗਾਂ ਨਾਲ ਪ੍ਰਭ ਦੇ ਸ਼ਬਦ ਦੇ ਗੁਣ ਗਾਵੋ! ਸੰਤ ਸਰੂਪ ਦੀ ਸੰਗਤ ਵਿੱਚ ਮਿਲਕੇ, ਸ਼ਬਦ ਦੀ ਪਾਲਣਾ ਕਰੋ! ਸ਼ਬਦ ਨਾਲ ਜੀਵਨ ਢਾਲਕੇ ਇਸ ਸੰਸਾਰਕ ਸਾਗਰ ਨੂੰ ਪਾਰ ਕਰੋ!

My mind with your prewritten destiny, sings the glory of His Word with steady and stable belief in day-to-day life. You should conjugate with His true devotee and obey the teachings of His Word in day-to-day life. You may adopt the teachings of His Word and crosses the worldly ocean.

ਕਾਇਆ ਨਗਰ ਮਹਿ ਰਾਮ ਰਸੁ ਊਤਮੁ,	kaa-i-aa nagar meh raam ras ootam
ਕਿਉ ਪਾਈਐ ਉਪਦੇਸੁ ਜਨ ਕਰਹੁ॥	ki-o paa-ee-ai updays jan karahu.
ਸਤਿਗੁਰੁ ਸੇਵਿ ਸਫਲ ਹਰਿ ਦਰਸਨੁ,	satgur sayv safal har darsan
ਮਿਲਿ ਅੰਮ੍ਰਿਤੁ ਹਰਿ ਰਸੁ ਪੀਅਹੁ॥੨॥	mil amrit har ras pee-ahu. ||2||

ਤਨ ਦੇ ਅੰਦਰ ਪ੍ਰਭ ਦੀ ਜੋਤ ਵਸਦੀ ਹੈ । ਉਸ ਨੂੰ ਕਿਵੇਂ ਜਾਗਰਤ ਕਰ ਸਕਦਾ ਹਾ? ਕੀ ਕਰਨ ਨਾਲ ਜੋਤ ਨੂੰ ਜਾਗਰਤ ਕਰ ਸਕਦਾ ਹਾ? ਸ਼ਬਦ ਦੀ ਪਾਲਣਾ ਨਾਲ ਮਨ ਦੀ ਅਵਸਥਾ ਸਫਲ ਹੋ ਜਾਂਦੀ, ਸ਼ਬਦ ਦੀ ਸੋਝੀ ਬਖਸ਼ਿਸ਼ ਹੋ ਜਾਂਦੀ ਹੈ । ਸ਼ਬਦ ਦੀ ਸੋਝੀ ਨਾਲ ਮਨ ਵਿੱਚ ਸ਼ਬਦ ਦਾ ਰੰਗ ਚੜ੍ਹ ਜਾਂਦਾ, ਅਸਰ ਹੋ ਜਾਂਦਾ ਹੈ ।

His Word remains embedded within may soul. How may I enlighten the essence of His Word within? What path may I adopt to succeed in my human life opportunity? Whosoever may obey the teachings of His Word with steady and stable belief in his day-to-day life; with His mercy and grace, he may be blessed with the enlightenment of the essence of His Word. He may remain drenched with the essence of His Word within.

ਹਰਿ ਹਰਿ ਨਾਮੁ ਅੰਮ੍ਰਿਤੁ ਹਰਿ ਮੀਠਾ,	har har naam amrit har meethaa
ਹਰਿ ਸੰਤਹੁ ਚਾਖਿ ਦਿਖਹੁ॥	har santahu chaakh dikhahu.
ਗੁਰਮਤਿ ਹਰਿ ਰਸੁ ਮੀਠਾ ਲਾਗਾ,	gurmat har ras meethaa laagaa
ਤਿਨ ਬਿਸਰੇ ਸਭਿ ਬਿਖ ਰਸਹੁ॥੩॥	tin bisray sabh bikh rasahu. ||3||

ਪ੍ਰਭ ਦੇ ਸ਼ਬਦ ਦੀ ਸੋਝੀ ਰੂਪੀ ਅੰਮ੍ਰਿਤ ਬਹੁਤ ਮਿੱਠਾ ਹੈ । ਗੁਰਮਖ ਅਵਸਥਾ ਪਾਉਣ ਨਾਲ ਹੀ ਇਹ ਸਵਾਦ ਬਖਸ਼ਿਸ਼ ਹੁੰਦਾ ਹੈ । ਸ਼ਬਦ ਦੀ ਪਾਲਣਾ ਕਰਨ, ਜੀਵਨ ਢਾਲਣ ਨਾਲ ਸ਼ਬਦ ਬਹੁਤ ਮਿੱਠਾ ਲੱਗਦਾ ਹੈ । ਮਨ ਵਿਚੋਂ ਲਾਲਚ, ਧੋਖਾ ਅਤੇ ਕਾਮ ਵਾਸ਼ਨਾ ਦੂਰ ਹੋ ਜਾਂਦੀਆਂ ਹਨ ।

The nectar of the essence of His Word may be very comforting, soothing to the mind of His true devotee. Whosoever may be blessed with a state of mind as His true devotee, only he may realize the taste of the nectar of His Word. Whosoever may obey and adopt the teachings of His Word. All his demons of greed, deception and sexual desires may be eliminated and His Word becomes soothing to his mind.

ਰਾਮ ਨਾਮੁ ਰਸੁ ਰਾਮ ਰਸਾਇਣੁ,	raam naam ras raam rasaa-in
ਹਰਿ ਸੇਵਹੁ ਸੰਤ ਜਨਹੁ॥	har sayvhu sant janhu.
ਚਾਰਿ ਪਦਾਰਥ ਚਾਰੇ ਪਾਏ,	chaar padaarath chaaray paa-ay
ਗੁਰਮਤਿ ਨਾਨਕ ਹਰਿ ਭਜਹੁ॥੪॥੪॥	gurmat naanak har bhajahu. ||4||4||

ਸ਼ਬਦ ਦੀ ਪਾਲਣਾ ਕਰਨਾ ਹੀ ਮਨ ਦੀਆਂ ਸੰਸਾਰਕ ਇੱਛਾਂ ਦੇ ਰੋਗਾ ਦਾ ਇਲਾਜ ਹੈ । ਇਸ ਲਈ ਪ੍ਰਭ ਦੇ ਸ਼ਬਦ ਤੇ ਮਨ ਦਾ ਭਰੋਸਾ ਅਡੋਲ ਰਖੋ! ਪ੍ਰਭ ਦੇ ਸ਼ਬਦ ਤੇ ਭਰੋਸਾ ਅਡੋਲ ਰਖਣ ਨਾਲ ਜੀਵ ਨੂੰ ਚਾਰੇ ਪਦਾਰਥ ਬਖਸ਼ਿਸ਼ ਹੋ ਜਾਂਦੇ ਹਨ । ਜਿਸ ਕਾਰਨ ਉਸ ਨੂੰ ਮਾਨਸ ਜਨਮ ਬਖਸ਼ਿਸ਼ ਹੋਇਆ ਹੈ ।

Obeying the teachings of His Word with steady and stable belief in day-to-day life, may be the cure of all worldly miseries. Whosoever may adopt the teachings of His Word with steady and stable belief in his day-to-day life; with His mercy and grace, he may be blessed with all four virtue need for the soul to be accepted in His Court.

237.ਬਿਲਾਵਲੁ ਮਹਲਾ ੪॥ 800-5

ਖਤ੍ਰੀ ਬ੍ਰਹਮਣੁ ਸੂਦੁ ਵੈਸੁ,	khatree baraahman sood vais
ਕੋ ਜਾਪੈ ਹਰਿ ਮੰਤ੍ਰੁ ਜਪੈਨੀ॥	ko jaapai har mantar japainee.
ਗੁਰੁ ਸਤਿਗੁਰੁ ਪਾਰਬ੍ਰਹਮੁ ਕਰਿ ਪੂਜਹੁ,	gur satgur paarbarahm kar poojahu
ਨਿਤ ਸੇਵਹੁ ਦਿਨਸੁ ਸਭ ਰੈਨੀ॥੧॥	nit sayvhu dinas sabh rainee. ||1||

ਚਾਰੇ ਜਾਤਾਂ ਦੇ ਜੀਵ ਨੀਚ ਤੋਂ ਉੱਚ ਜਾਤ ਵਾਲੇ ਵਾਸਤੇ ਸ਼ਬਦ ਹੀ ਇੱਕੋ ਇੱਕ ਮੰਤ੍ਰ ਹੈ । ਸ਼ਬਦ ਨਾਲ ਜੀਵਨ ਢਾਲੋ, ਦਿਨ ਰਾਤ ਉਸ ਦੇ ਸ਼ਬਦ ਦਾ ਸਿਮਰਨ ਕਰੋ!

The teachings of His Word may be a unique one and only one technique, mantra for creatures of all worldly castes. You should meditate and adopt the teachings of His Word with steady and stable belief in day-to-day life.

ਹਰਿ ਜਨ ਦੇਖਹੁ ਸਤਿਗੁਰੁ ਨੈਨੀ॥	har jan daykhhu satgur nainee.
ਜੋ ਇਛਹੁ ਸੋਈ ਫਲੁ ਪਾਵਹੁ,	jo ichhahu so-ee fal paavhu har
ਹਰਿ ਬੋਲਹੁ ਗੁਰਮਤਿ ਬੈਨੀ॥੧॥ ਰਹਾਉ॥	bolhu gurmat bainee. ||1|| rahaa-o

ਨਿਮਾਣੇ ਦਾਸ ਪ੍ਰਭ ਨੂੰ ਸਾਮ੍ਹਣੇ, ਹਾਜਰਾ ਹਜ਼ੂਰ ਸਮਝਕੇ ਸ਼ਬਦ ਦੀ ਪਾਲਣਾ ਕਰੋ! ਸ਼ਬਦ ਦੀ ਪਾਲਣਾ ਕਰਨ ਨਾਲ ਮਨ ਦੀਆਂ ਮੁਰਾਦਾਂ ਪੂਰੀਆਂ ਹੋ ਜਾਂਦੀਆਂ ਹਨ ।

You should always obey the teachings of His Word, perform your day-to-day deeds. You must have steady and stable belief that The Omnipresent True Master may be monitoring your activities. Whosoever may obey the teachings of His Word with steady and stable belief in day-to-day life; with His mercy and grace, all his spoken and unspoken desires may be fulfilled.

ਅਨਿਕ ਉਪਾਵ ਚਿਤਵੀਅਹਿ ਬਹੁਤੇਰੇ,	anik upaav chitvee-ah bahutayray
ਸਾ ਹੋਵੈ ਜਿ ਬਾਤ ਹੋਵੈਨੀ॥	saa hovai je baat hovainee.
ਅਪਨਾ ਭਲਾ ਸਭੁ ਕੋਈ ਬਾਛੈ,	apnaa bhalaa sabh ko-ee baachhai
ਸੋ ਕਰੇ ਜਿ ਮੇਰੈ ਚਿਤਿ ਨ ਚਿਤੈਨੀ॥੨॥	so karay je mayrai chit na chitainee. ||2||

ਜੀਵ ਅਨੇਕਾਂ ਯਤਨ ਕਰਦਾ, ਕਈ ਧਰਮ ਦੇ ਰੀਤੋਂ ਰੀਵਾਜ ਕਰਦਾ ਹੈ । ਕੇਵਲ ਪ੍ਰਭ ਦਾ ਭਾਣਾ ਹੀ ਵਾਪਰਦਾ ਹੈ । ਸਭ ਆਪਣੇ ਭਲੇ ਦੇ ਕੰਮ ਹੀ ਕਰਦਾ, ਆਪਣੇ ਭਲੇ ਦੀ ਹੀ ਅਰਦਾਸ ਕਰਦਾ ਹੈ । ਪ੍ਰਭ ਦਾ ਭਾਣਾ ਅਟੱਲ ਹੀ ਰਹਿੰਦਾ ਹੈ, ਉਸ ਦੀਆਂ ਇੱਛਾਂ ਅਨੁਸਾਰ ਨਹੀਂ ਹੁੰਦਾ ।

Everyone tries all his efforts to meditate and performs the religious rituals. He hopes that something may be acceptable. However, only His unavoidable command may happen. Everyone performs good deeds for his own welfare; he prays for His forgiveness, for comfort and prosperity. Only His unavoidable command prevails that may not be as per his expectations.

ਮਨ ਕੀ ਮਤਿ ਤਿਆਗਹੁ ਹਰਿ ਜਨ,	man kee mat ti-aagahu har jan
ਏਹਾ ਬਾਤ ਕਠੈਨੀ॥	ayhaa baat kathainee.
ਅਨਦਿਨੁ ਹਰਿ ਹਰਿ ਨਾਮੁ ਧਿਆਵਹੁ,	an-din har har naam dhi-aavahu
ਗੁਰ ਸਤਿਗੁਰ ਕੀ ਮਤਿ ਲੈਨੀ॥੩॥	gur satgur kee mat lainee. ||3||

ਜੀਵ ਆਪਣੇ ਮਨ ਦੀ ਮੱਤ ਤਿਆਗੋ! ਪ੍ਰਭ ਦੇ ਭਾਣੇ, ਸ਼ਬਦ ਦੀ ਪਾਲਣਾ ਕਰੋ! ਇਹ ਹੀ ਕੰਮ ਜੀਵ ਵਾਸਤੇ ਬਹੁਤ ਮੁਸ਼ਕਲ ਹੁੰਦਾ ਹੈ । ਜੀਵ ਆਪਣੀ ਮੱਤ ਤਿਆਗ ਨਹੀਂ ਸਕਦਾ । ਜੀਵ ਦਿਨ ਰਾਤ ਪ੍ਰਭ ਦੇ ਸ਼ਬਦ ਦੀ ਪਾਲਣਾ, ਸਿਮਰਨ ਕਰੋ! ਉਸ ਦੇ ਭਾਣੇ ਨੂੰ ਅਟੱਲ ਸਮਝਕੇ ਕਾਬੂਲ ਕਰੋ !

You should abandon the clever plans, wisdom, tricks of your own mind. You should obey the teachings of His Word with steady and stable belief in your day-to-day life. This may be most difficult task for any human. He may not be able to conquer his own ego. You should meditate, obey the teachings of His Word with steady and stable belief in your day-to-day life. You must accept His blessings, worldly environment as worth blessings. You should always sing His praises in gratitude and remain contented.

ਮਤਿ ਸੁਮਤਿ ਤੇਰੈ ਵਸਿ ਸੁਆਮੀ,	mat sumat tayrai vas su-aamee
ਹਮ ਜੰਤ ਤੂ ਪੁਰਖੁ ਜੰਤੈਨੀ॥	ham jant too purakh jantainee.
ਜਨ ਨਾਨਕ ਕੇ ਪ੍ਰਭ ਕਰਤੇ ਸੁਆਮੀ,	jan naanak kay parabh kartay su-aamee
ਜਿਉ ਭਾਵੈ ਤਿਵੈ ਬੁਲੈਨੀ॥੪॥੫॥	ji-o bhaavai tivai bulainee. ||4||5||

ਪ੍ਰਭ ਸਾਡੀ ਸਿਆਣਪ ਜਾ ਮੁਰਖਤਾਈ ਤੇਰੇ ਵੱਸ ਹੈ, ਮੇਰੇ ਸਵਾਮੀ । ਮਾਨਸ ਜੀਵ ਤਾਂ ਇੱਕ ਸਾਜ ਦੀ ਨਿਆਈ ਹੀ ਹੈ । ਤੂੰ ਹੀ ਸੰਗੀਤ ਕਾਰ, ਵਜਾਉਣ ਵਾਲਾ ਹੈ । ਪ੍ਰਭ ਤੂੰ ਹੀ ਅਸਲੀ ਮਾਲਕ ਹੈ, ਜੋ ਜੀਵ ਤੋ ਬਲਾਉਂਦਾ ਹੈ । ਉਹ ਹੀ ਜੀਭ ਤੋ ਬੋਲ ਸਕਦਾ ਹੈ ।

My True Master, the ignorance or wisdom of Your Creation remains under Your control, command. Worldly creature may be like an instrument, only You may play any tone. The True Master, only Your blessed words, sound on his tongue; he may not have any control of his own.

238.ਬਿਲਾਵਲੁ ਮਹਲਾ ੪॥ 800-11

ਅਨਦ ਮੂਲੁ ਧਿਆਇਓ ਪੁਰਖੋਤਮੁ,	anad mool dhi-aa-i-o purkhotam
ਅਨਦਿਨੁ ਅਨਦ ਅਨੰਦੇ॥	an-din anad ananday.
ਧਰਮ ਰਾਇ ਕੀ ਕਾਣਿ ਚੁਕਾਈ,	dharam raa-ay kee kaan chukaa-ee
ਸਭਿ ਚੂਕੇ ਜਮ ਕੇ ਛੰਦੇ॥੧॥	sabh chookay jam kay chhanday. ||1||

ਮੈਂ ਖੇੜੇ ਦੇ ਸੋਮੇ ਦੇ ਸ਼ਬਦ ਦਾ ਸਿਮਰਨ ਕਰਦਾ, ਸ਼ਬਦ ਦੀ ਪਾਲਣਾ ਕਰਦਾ ਹਾ । ਉਸ ਨਾਲ ਮੇਰੇ ਮਨ ਵਿੱਚ ਸਦਾ ਹੀ ਅਨੰਦ ਵਸਦਾ ਹੈ । ਧਰਮਰਾਜ ਦਾ ਮੇਰੇ ਉਪਰ ਕੋਈ ਜ਼ੋਰ ਨਹੀਂ । ਮੌਤ ਦੇ ਫਰਿਸ਼ਤੇ ਤੇ ਵੀ ਜਿੱਤ ਪਾ ਲਈ ਹੈ ।

I am meditating and obeying the teachings of His Word, the fountain of all blossom, The True Master. I remain overwhelmed with pleasures and contentment in my worldly life. The righteous judge has no control on my soul. My soul has become beyond the reach of devil of death.

ਜਪਿ ਮਨ ਹਰਿ ਹਰਿ ਨਾਮੁ ਗੋਬਿੰਦੇ॥	jap man har har naam gobinday.
ਵਡਭਾਗੀ ਗੁਰੁ ਸਤਿਗੁਰੁ ਪਾਇਆ,	vadbhaagee gur satgur paa-i-aa
ਗੁਣ ਗਾਏ ਪਰਮਾਨੰਦੇ॥੧॥ ਰਹਾਉ॥	gun gaa-ay parmaananday. ||1|| rahaa-o.

ਮਨ, ਪ੍ਰਭ ਦੇ ਸ਼ਬਦ ਦਾ ਸਿਮਰਨ ਕਰੋ! ਵੱਡੇ ਭਾਗਾਂ ਨਾਲ ਮਨ, ਪ੍ਰਭ ਦੇ ਸ਼ਬਦ ਦੀ ਪਾਲਣਾ ਕਰਦਾ, ਲੜ ਲੱਗਦਾ ਹੈ । ਉਸ ਖੇੜੇ ਦੇ ਮਾਲਕ ਦੀ ਚਾਕਰੀ ਕਰਦਾ, ਪੂਜਾ ਕਰਦਾ, ਸਿਮਰਨ ਕਰਦਾ ਹਾ ।

You should meditate on the teachings of The True Master. With great prewritten destiny, I have been attached to meditate and obey the teachings of His Word. I worship, meditate, and serve The True Master of blossom.

ਸਾਕਤ ਮੂੜ ਮਾਇਆ ਕੇ ਬਧਿਕ,	saakat moorh maa-i-aa kay badhik
ਵਿਚਿ ਮਾਇਆ ਫਿਰਹਿ ਫਿਰੰਦੇ॥	vich maa-i-aa fireh firanday.
ਤ੍ਰਿਸਨਾ ਜਲਤ ਕਿਰਤ ਕੇ ਬਾਧੇ,	tarisnaa jalat kirat kay baadhay
ਜਿਉ ਤੇਲੀ ਬਲਦ ਭਵੰਦੇ॥੨॥	ji-o taylee balad bhavanday. ||2||

ਮੂਰਖ ਸਾਕਤ, ਸ਼ਬਦ ਤੇ ਭਰੋਸਾ ਨਾ ਰਖਣ ਵਾਲਾ ਮਾਇਆ ਦੇ ਪਿਛੇ ਲੱਗਾ ਰਹਿੰਦਾ ਹੈ । ਉਸ ਦੇ ਜਾਲ ਵਿੱਚ ਹੀ ਫਸਿਆ ਰਹਿੰਦਾ ਹੈ । ਉਹ ਆਪਣੇ ਪਿਛਲੇ ਕੀਤੇ ਕਰਮਾਂ ਕਰਕੇ ਹੀ ਮਾਇਆ ਦਾ ਗੁਲਾਮ ਰਹਿੰਦਾ ਹੈ । ਜਿਵੇਂ ਕੌਲੂ ਤੇ ਵਗਣ ਵਾਲਾ ਬਲਦ ਚੱਕਰ ਕੱਟਦਾ ਰਹਿੰਦਾ ਹੈ ।

Self-minded, ignorant may not meditate or believes in the teachings of His Word. He remains intoxicated with the short-lived glamor of worldly wealth. With his prewritten destiny, he may remain a slave of worldly wealth. His worldly condition may be like a bull, who may run the oil press, grinder.

ਗੁਰਮੁਖਿ ਸੇਵ ਲਗੇ ਸੇ ਉਧਰੇ,	gurmukh sayv lagay say udhray
ਵਡਭਾਗੀ ਸੇਵ ਕਰੰਦੇ॥	vadbhaagee sayv karanday.
ਜਿਨ ਹਰਿ ਜਪਿਆ ਤਿਨ ਫਲੁ ਪਾਇਆ,	jin har japi-aa tin fal paa-i-aa
ਸਭਿ ਤੂਟੇ ਮਾਇਆ ਫੰਦੇ॥੩॥	sabh tootay maa-i-aa fanday. ||3||

ਜਿਹੜਾ ਗੁਰਮਖ ਆਪਣਾ ਧਿਆਨ ਸ਼ਬਦ ਦੀ ਪਾਲਣਾ ਵਿੱਚ ਹੀ ਰਖਦਾ, ਬਚ ਜਾਂਦਾ ਹੈ । ਉਸ ਦੇ ਵੱਡੇ ਭਾਗ ਹੁੰਦੇ ਹਨ, ਉਹ ਸ਼ਬਦ ਦੀ ਸੇਵਾ, ਪਾਲਣਾ ਕਰਦਾ ਹੈ । ਜਿਹੜਾ ਪ੍ਰਭ ਦੇ ਸ਼ਬਦ ਦੀ ਕਮਾਈ ਕਰਦਾ ਹੈ, ਉਸ ਦਾ ਜਨਮ ਸਫਲ ਹੋ ਜਾਂਦਾ ਹੈ । ਸੰਸਾਰਕ ਮਾਇਆ ਦਾ ਜਾਲ ਟੁੱਟ ਜਾਂਦਾ ਹੈ, ਇੱਛਾਂ ਰਹਿਤ ਹੋ ਜਾਂਦਾ ਹੈ ।

His true devotee may keep his concentration in obeying the teachings of His Word; with His mercy and grace, he may be saved, blessed with the right path of acceptance in His Court. Whosoever may have great prewritten destiny, only he may obey the teachings of His Word and serves His Creation. Whosoever may earn the wealth of His Word; with His mercy and grace, his human life journey may be successful. His worldly bonds may be eliminated. He remains beyond the reach of worldly desires, temptations.

ਆਪੇ ਠਾਕੁਰੁ ਆਪੇ ਸੇਵਕੁ,	aapay thaakur aapay sayvak
ਸਭੁ ਆਪੇ ਆਪਿ ਗੋਵਿੰਦੇ॥	sabh aapay aap govinday.
ਜਨ ਨਾਨਕ ਆਪੇ ਆਪਿ ਸਭੁ ਵਰਤੈ,	jan naanak aapay aap sabh vartai
ਜਿਉ ਰਾਖੈ ਤਿਵੈ ਰਹੰਦੇ॥੪॥੬॥	ji-o raakhai tivai rahanday. ||4||6||

ਪ੍ਰਭ ਆਪ ਹੀ ਮਾਲਕ ਹੈ, ਆਪ ਹੀ ਬੰਦਗੀ ਕਰਨ ਵਾਲਾ ਦਾਸ ਹੈ । ਉਸ ਵਿੱਚ ਵਸਦਾ, ਆਪ ਹੀ ਸ੍ਰਿਸ਼ਟੀ ਦਾ ਰਖਵਾਲਾ, ਸ੍ਰਿਜਣ ਹਾਰਾ ਹੈ । ਪ੍ਰਭ ਆਪ ਹੀ ਹਰ ਵੇਲੇ ਵਾਪਰਦਾ ਹੈ । ਰਹਿਮਤ ਬਖਸ਼ੋ! ਜਿਵੇਂ ਰਖੋ ਉਸ ਤਰ੍ਹਾਂ ਹੀ ਜੀਵ ਚਲ ਸਕਦਾ ਹੈ ।

The True Master prevails within mind, body of His true devotee. The True Master, Creator, protector of the universe, dwells and prevails within each creature. The Omnipresent prevails everywhere in all events. His creation may live in His blessed state of environments.

239.ਰਾਗੁ ਬਿਲਾਵਲੁ ਮਹਲਾ ੪ ਪੜਤਾਲ ਘਰੁ ੧੩॥ 800-19

ੴ ਸਤਿਗੁਰ ਪ੍ਰਸਾਦਿ॥	ik-oNkaar satgur parsaad.
ਬੋਲਹੁ ਭਈਆ ਰਾਮ ਨਾਮੁ	bolhu bha-ee-aa raam naam
ਪਤਿਤ ਪਾਵਨੋ॥	patit paavno.
ਹਰਿ ਸੰਤ ਭਗਤ ਤਾਰਨੋ॥	har sant bhagat taarno.
ਹਰਿ ਭਰਿਪੁਰੇ ਰਹਿਆ॥	har bharipuray rahi-aa.
ਜਲਿ ਥਲੇ ਰਾਮ ਨਾਮੁ॥	jal thalay raam naam.
ਨਿਤ ਗਾਈਐ ਹਰਿ	nit gaa-ee-ai har
ਦੁਖ ਬਿਸਾਰਨੋ॥੧॥ ਰਹਾਉ॥	dookh bisaarno. ||1|| rahaa-o.

ਜੀਵ ਪਾਪਾਂ ਨੂੰ ਬਖਸ਼ਣ ਵਾਲੇ ਪ੍ਰਭ ਦੇ ਸ਼ਬਦ ਦੇ ਗੁਣ ਗਾਵੋ! ਉਹ ਹੀ ਦਾਸਾਂ ਨੂੰ, ਭਗਤਾਂ ਨੂੰ ਪ੍ਰਵਾਨ ਕਰਨ ਵਾਲਾ ਮਾਲਕ ਹੈ । ਪ੍ਰਭ ਹਰ ਥਾਂ ਤੇ ਹਾਜਰਾ ਹਜ਼ੂਰ, ਵਸਦਾ, ਵਾਪਰਦਾ ਹੈ । ਉਹ ਜਲ, ਥਲ ਅਤੇ ਦੋਨਾਂ ਪਾਸੇ ਹੀ ਵਾਪਰਦਾ ਹੈ । ਸ਼ਬਦ ਦਾ ਬਾਰਾ ਬਾਰਾ ਸਿਮਰਨ ਨਾਲ ਸੰਸਾਰਕ ਚਿੰਤਾਂ ਦੇ ਦੁਖ ਦੂਰ ਹੋ ਜਾਂਦੇ ਹਨ ।

You should sing the glory of The True Master, who may forgive the sins of His Creation. The True Master may accept His true devotee in His Court. The Omnipresent True Master, dwells, prevails everywhere, in water, in, under, on earth and both sides, in world and after death in His Court. Whosoever may meditate with each breath; with His mercy and grace, all his worldly desires may be eliminated.

ਹਰਿ ਕੀਆ ਹੈ ਸਫਲ ਜਨਮੁ ਹਮਾਰਾ॥	har kee-aa hai safal janam hamaaraa.
ਹਰਿ ਜਪਿਆ ਹਰਿ ਦੁਖ ਬਿਸਾਰਨਹਾਰਾ॥	har japi-aa har dookh bisaaranhaaraa.
ਗੁਰੁ ਭੇਟਿਆ ਹੈ ਮੁਕਤਿ ਦਾਤਾ॥	gur bhayti-aa hai mukat daataa.

ਹਰਿ ਕੀਈ ਹਮਾਰੀ ਸਫਲ ਜਾਤਾ॥ har kee-ee hamaaree safal jaataa.
ਮਿਲਿ ਸੰਗਤੀ ਗੁਨ ਗਾਵਨੋ॥੧॥ mil sangtee gun gaavno. ||1||

ਪ੍ਰਭ ਦੇ ਸ਼ਬਦ ਦਾ ਸਿਮਰਨ ਕਰਨ ਨਾਲ ਸਾਰੇ ਦੁਖ ਦੂਰ ਹੋ ਗਏ ਹਨ । ਪ੍ਰਭ ਨੇ ਮੇਰਾ ਮਾਨਸ ਜਨਮ ਸਫਲ ਕਰ ਦਿੱਤਾ ਹੈ । ਜਿਹੜਾ, ਪ੍ਰਭ ਦੇ ਸ਼ਬਦ ਦੀ ਸਿਖਿਆਂ ਨਾਲ ਜੀਵਨ ਢਾਲ ਲੈਂਦਾ ਹੈ, ਪ੍ਰਭ ਦੀ ਰਹਿਮਤ ਨਾਲ ਉਸ ਨੂੰ ਮੁਕਤੀ ਦੀ ਅਵਸਥਾ ਬਖਸ਼ਿਸ਼ ਹੋਈ ਹੈ । ਪ੍ਰਭ ਨੇ ਮੇਰਾ ਮਾਨਸ ਜਨਮ ਸਫਲ ਕਰ ਦਿੱਤਾ ਹੈ । ਮੈਂ ਸੰਤ ਸਰੂਪ ਦੀ ਸੰਗਤ ਵਿੱਚ ਰਲਕੇ ਪ੍ਰਭ ਦੇ ਸ਼ਬਦ ਦੇ ਗੁਣ ਗਾਉਂਦਾ ਹਾ ।

By obeying the teachings of His Word; with His mercy and grace, all the frustration, miseries of mind have been eliminated from within. My human life opportunity has been rewarded. Whosoever may adopt the teachings of His Word with steady and stable belief in his day-to-day life; with His mercy and grace, he may be blessed with a state of salvation. The True Master has made my human life journey successful. I remain in the conjugation of His Holy saint and sing the glory of His Word.

ਮਨ ਰਾਮ ਨਾਮ ਕਰਿ ਆਸਾ॥ man raam naam kar aasaa.bhaa-
ਭਾਉ ਦੂਜਾ ਬਿਨਸਿ ਬਿਨਾਸਾ॥ o doojaa binas binaasaa.
ਵਿਚਿ ਆਸਾ ਹੋਇ ਨਿਰਾਸੀ॥ vich aasaa ho-ay niraasee.so jan
ਸੋ ਜਨੁ ਮਿਲਿਆ ਹਰਿ ਪਾਸੀ॥ mili-aa har paasee.
ਕੋਈ ਰਾਮ ਨਾਮ ਗੁਨ ਗਾਵਨੋ॥ ko-ee raam naam gun gaavno.
ਜਨੁ ਨਾਨਕੁ ਤਿਸੁ ਪਗਿ ਲਾਵਨੋ॥ jan naanak tis pag laavno.
੨॥੧॥੭॥੪॥੬॥੭॥੧੭॥ ||2||1||7||4||6||7||17||

ਮਨ ਇੱਕੋ ਇੱਕ ਪ੍ਰਭ ਤੇ ਆਸ, ਭਰੋਸਾ ਰਖੋ! ਉਸ ਨਾਲ ਮਨ ਚਾਰੇ ਪਾਸੇ ਭਟਕਣ ਤੋਂ ਰੁਕ ਜਾਂਦਾ ਹੈ । ਜਿਹੜਾ ਪ੍ਰਭ ਤੇ ਆਸ, ਭਰੋਸਾ ਰਖਦਾ ਹੈ, ਉਹ ਸੰਸਾਰਕ ਇੱਛਾਂ ਤੋ ਰਹਿਤ ਰਹਿੰਦਾ ਹੈ । ਉਸ ਨਿਮਾਣੇ ਜੀਵ ਦਾ ਪ੍ਰਭ ਨਾਲ ਮਿਲਾਪ ਹੋ ਜਾਂਦਾ, ਪ੍ਰਭ ਦੀ ਰਹਿਮਤ ਬਖਸ਼ਿਸ਼ ਹੋ ਜਾਂਦੀ ਹੈ । ਜਿਹੜਾ ਪ੍ਰਭ ਦੇ ਸ਼ਬਦ ਦੇ ਗੁਣ ਗਾਉਂਦਾ ਹੈ । ਬੰਦਗੀ ਕਰਨ ਵਾਲੇ ਜੀਵ, ਉਸ ਦੇ ਦਾਸ ਬਣ ਜਾਂਦੇ ਹਨ ।

You should only hope and belief on The One and only One True Master. Whosoever may remain steady and stable on His Word, his mind may stop wandering from shrine to shrine. With His mercy and grace, he may become free from worldly desires. He may be accepted in His sanctuary. Whosoever may sing the glory and adopts the teachings of His Word with steady and stable; His true devotee may become his followers and adopts his life experience in his own day-to-day life.

240.ਰਾਗੁ ਬਿਲਾਵਲੁ ਮਹਲਾ ੫ ਚਉਪਦੇ ਘਰੁ ੧॥ 801-6

ੴ ਸਤਿਗੁਰ ਪ੍ਰਸਾਦਿ॥ ik-oNkaar satgur parsaad.
ਨਦਰੀ ਆਵੈ ਤਿਸੁ ਸਿਉ ਮੋਹੁ॥ nadree aavai tis si-o moh.
ਕਿਉ ਮਿਲੀਐ ਪ੍ਰਭ ਅਬਿਨਾਸੀ ਤੋਹਿ॥ ki-o milee-ai parabh abhinaasee tohi.
ਕਰਿ ਕਿਰਪਾ ਮੋਹਿ ਮਾਰਗਿ ਪਾਵਹੁ॥ kar kirpaa mohi maarag paavhu.
ਸਾਧਸੰਗਤਿ ਕੈ ਅੰਚਲਿ ਲਾਵਹੁ॥੧॥ saaDhsangat kai anchal laavhu. ||1||

ਮਾਨਸ ਜੋ ਵੀ ਸੰਸਾਰ ਵਿੱਚ ਦੇਖਦਾ ਹੈ, ਸਦਾ ਰਹਿਣ ਵਾਲਾ ਸਮਝਕੇ ਮੋਹ ਜੋੜਦਾ ਹੈ । ਪ੍ਰਭ ਕੇਵਲ ਤੂੰ ਹੀ ਸਦਾ ਰਹਿਣ ਵਾਲਾ, ਨਾ ਨਾਸ ਹੋਣ ਵਾਲਾ ਮਾਲਕ ਹੈ । ਤੇਰੇ ਨਾਲ ਕਿਵੇਂ ਸੰਜੋਗ ਹੋ ਸਕਦਾ ਹੈ? ਪ੍ਰਭ ਰਹਿਮਤ ਬਖਸ਼ਕੇ ਅਸਲੀ ਰਸਤੇ ਤੇ ਪਾਵੋ! ਬੰਦਗੀ ਕਰਨ ਵਾਲੇ ਸੰਤਾਂ ਦੇ ਲੜ ਲਾਵੋ!

Ignorant human, believes everything visible in the universe, nature may be permanent forever. He may become attached to that worldly gimmicks, illusion. Only, The True Master lives forever and beyond any destruction. How may I be united with You? How may I be enlightened with the essence of Your Word? With Your mercy and grace, blesses me conjugation of Your true devotee; the right path of acceptance in Your Court.

ਕਿਉ ਤਰੀਐ ਬਿਖਿਆ ਸੰਸਾਰੁ॥ ki-o taree-ai bikhi-aa sansaar.
ਸਤਿਗੁਰੁ ਬੋਹਿਥੁ ਪਾਵੈ ਪਾਰਿ॥੧॥ ਰਹਾਉ॥ satgur bohith paavai paar. ||1|| rahaa-o.

ਲਾਲਚ ਭਰਿਆਂ ਭਿਆਨਕ ਸੰਸਾਰ ਕਿਵੇਂ ਪਾਰ ਕੀਤਾ ਜਾ ਸਕਦਾ ਹਾ? ਜੀਵ, ਪ੍ਰਭ ਦੇ ਸ਼ਬਦ ਦੀ ਪਾਲਣਾ ਹੀ ਬੇੜੀ ਹੈ । ਜਿਸ ਤੇ ਸਵਾਰ ਹੋ ਕੇ ਸੰਸਾਰਕ ਸਾਗਰ ਪਾਰ ਕੀਤਾ ਜਾ ਸਕਦਾ ਹੈ ।

How may I cross the terrible ocean overwhelmed with greed of worldly wealth? To obey the teachings of His Word may be the only boat. By boarding on the boat of obeying His Word; he may safely cross the ocean.

ਪਵਨ ਝੁਲਾਰੇ ਮਾਇਆ ਦੇਇ॥ pavan jhulaaray maa-i-aa day-ay.
ਹਰਿ ਕੇ ਭਗਤ ਸਦਾ ਥਿਰੁ ਸੇਇ॥ har kay bhagat sadaa thir say-ay.
ਹਰਖ ਸੋਗ ਤੇ ਰਹਹਿ ਨਿਰਾਰਾ॥ harakh sog tay raheh niraaraa.s
ਸਿਰ ਊਪਰਿ ਆਪਿ ਗੁਰੂ ਰਖਵਾਰਾ॥੨॥ ir oopar aap guroo rakhvaaraa. ||2||

ਸੰਸਾਰਕ ਮਾਇਆ ਹਨੇਰੀ ਦੀ ਤਰ੍ਹਾਂ ਹੀ ਹੈ, ਸਭ ਨੂੰ ਜਾਲ ਵਿੱਚ ਫਸਾ ਲੈਂਦੀ ਹੈ । ਕੇਵਲ ਪ੍ਰਭ ਦੇ ਸ਼ਬਦ ਦੀ ਬੰਦਗੀ ਕਰਨ ਵਾਲਾ ਹੀ ਅਡੋਲ ਰਹਿੰਦਾ ਹੈ । ਉਹ ਸੰਸਾਰਕ ਦੁਖ, ਸੁਖ ਵਿੱਚ ਅਡੋਲ ਰਹਿੰਦਾ, ਪ੍ਰਭ ਦਾ ਧੰਨਵਾਦ ਹੀ ਕਰਦਾ ਹੈ । ਉਸ ਦਾ ਰਖਵਾਲਾ ਪ੍ਰਭ ਆਪ ਹੀ ਬਣ ਜਾਂਦਾ ਹੈ ।

Worldly wealth may be like a storm, to trap everyone in her path. His true devotee obeys the teachings of His Word with steady and stable belief in his day-to-day life; with His mercy and grace, only he may be saved. He sings the glory of His Word in all worldly environment, misery, and pleasure. The True Master becomes his protector and savior.

ਪਾਇਆ ਵੇੜੁ ਮਾਇਆ, paa-i-aa vayrh maa-i-aa
ਸਰਬ ਭੁਇਅੰਗਾ॥ sarab bhu-i-angaa.
ਹਉਮੈ ਪਚੇ ਦੀਪਕ ਦੇਖਿ ਪਤੰਗਾ॥ ha-umai pachay deepak daykh patangaa.
ਸਗਲ ਸੀਗਾਰ ਕਰੇ ਨਹੀ ਪਾਵੈ॥ ਜਾ sagal seegaar karay nahee paavai.
ਹੋਇ ਕ੍ਰਿਪਾਲੁ ਤਾ ਗੁਰੂ ਮਿਲਾਵੈ॥੩॥ jaa ho-ay kirpaal taa guroo milaavai. ||3||

ਸੰਸਾਰਕ ਮਾਇਆ ਰੂਪੀ ਨਾਗ ਸਾਰੀ ਸ੍ਰਿਸ਼ਟੀ ਨੂੰ ਆਪਣੇ ਜਾਲ ਵਿੱਚ ਫਸਾ ਲੈਂਦਾ ਹੈ । ਜਿਵੇਂ ਪਤੰਗਾ ਅਗਿਆਨਤਾ, ਮੋਹ ਕਰਕੇ ਅੱਗ ਵਿੱਚ ਜਲ ਜਾਂਦਾ ਹੈ । ਇਸਤਰ੍ਹਾਂ ਹੀ ਸੰਸਾਰਕ ਜੀਵ ਅਹੰਕਾਰ ਵਿੱਚ ਕੰਮ ਕਰਦਾ, ਇਸ ਅੱਗ ਵਿੱਚ ਜਲ ਜਾਂਦਾ ਹੈ । ਮਾਨਸ ਜੀਵਨ ਕਈ ਸ਼ਿੰਗਾਰ ਕਰਦਾ, ਬੰਦਗੀ ਦਾ ਆਸਣ ਲਾਉਂਦਾ ਹੈ । ਪਰ ਪ੍ਰਭ ਦੀ ਰਹਿਮਤ ਬਖਸ਼ਿਸ਼ ਨਹੀਂ ਹੁੰਦੀ । ਜਿਸ ਤੇ ਪ੍ਰਭ ਆਪ ਹੀ ਰਹਿਮਤ ਬਖਸ਼ਦਾ ਹੈ । ਉਸ ਨੂੰ ਸ਼ਬਦ ਦੀ ਪਾਲਣਾ ਦੇ ਲੜ ਲਾਉਂਦਾ ਹੈ ।

Worldly wealth may be like a snake to trap the whole universe in his trap. As in ignorance, a **flying insect** remains attracted to the source of light, flame and burns. Same way human may perform all deeds in his ego and he may ruin his human life opportunity. He may establish a worship throne of worldly guru and sings the glory of The True Master. However, he may not be blessed with His mercy and grace. Whosoever may be attached to meditate on the teachings of His Word; with His mercy and grace, he may be blessed with the right path of acceptance in His Court.

ਹਉ ਫਿਰਉ ਉਦਾਸੀ ha-o fira-o udaasee
ਮੈ ਇਕੁ ਰਤਨੁ ਦਸਾਇਆ॥ mai ik ratan dasaa-i-aa.
ਨਿਰਮੋਲਕੁ ਹੀਰਾ ਮਿਲੈ ਨ ਉਪਾਇਆ॥ nirmolak heeraa milai na upaa-i-aa.
ਹਰਿ ਕਾ ਮੰਦਰੁ ਤਿਸੁ ਮਹਿ ਲਾਲੁ॥ har kaa mandar tis meh laal.
ਗੁਰਿ ਖੋਲਿਆ ਪੜਦਾ gur kholi-aa parh-daa
ਦੇਖਿ ਭਈ ਨਿਹਾਲੁ॥੪॥ daykh bha-ee nihaal. ||4||

ਸੰਸਾਰਕ ਜੀਵ ਉਦਾਸੀ ਵਿੱਚ, ਬੇਚਾਰ ਹੋਇਆ ਪ੍ਰਭ ਦੇ ਸ਼ਬਦ ਦੀ ਸੋਝੀ ਢੂੰਡਦਾ ਹੈ । ਆਪਣੇ ਬੰਦਗੀ ਦੇ ਯਤਨ ਨਾਲ, ਪ੍ਰਭ ਦੀ ਰਹਿਮਤ ਬਖਸ਼ਿਸ਼ ਨਹੀਂ ਹੋ ਸਕਦੀ । ਪ੍ਰਭ ਦਾ ਅਮੋਲਕ ਸ਼ਬਦ, ਰਤਨ ਜੀਵ ਦੇ ਤਨ ਵਿੱਚ ਹੀ ਵਸਦਾ ਹੈ । ਪ੍ਰਭ ਆਪ ਹੀ ਰਹਿਮਤ ਬਖਸ਼ਕੇ ਜਿਸ ਦਾ ਪਰਦਾ ਦੂਰ ਕਰਦਾ ਹੈ, ਉਸ ਦੇ ਮਨ ਵਿੱਚ ਸ਼ਬਦ ਪ੍ਰਗਟ, ਜਾਗਰਤ ਹੋ ਜਾਂਦਾ, ਮਨ ਵਿੱਚ ਸੰਤੋਖ ਖੇੜਾ ਵਸ ਜਾਂਦਾ ਹੈ ।

Human may remain miserable, helpless searching for the enlightenment, the essence of His Word. No one may be blessed with enlightenment with his own efforts, meditation. Even thought, precious jewel, His Word remains embedded within his soul; only with His mercy and grace, his curtain may be removed. The True Master may appear from within; with His mercy and grace, he may be enlightened, overwhelmed with contentment and blossom.

ਜਿਨਿ ਚਾਖਿਆ ਤਿਸੁ ਆਇਆ ਸਾਦੁ॥	jin chaakhi-aa tis aa-i-aa saad.
ਜਿਉ ਗੂੰਗਾ ਮਨ ਮਹਿ ਬਿਸਮਾਦੁ॥	ji-o goongaa man meh bismaad.
ਆਨਦ ਰੂਪੁ ਸਭੁ ਨਦਰੀ ਆਇਆ॥	aanad roop sabh nadree aa-i-aa.
ਜਨ ਨਾਨਕ ਹਰਿ ਗੁਣ	jan naanak har gun
ਆਖਿ ਸਮਾਇਆ॥ ੫॥੧॥	aakh samaa-i-aa. ||5||1||

ਜਿਸ ਤੇ ਰਹਿਮਤ ਬਖਸ਼ਦਾ ਹੈ, ਉਸ ਨੂੰ ਹੀ ਇਹ ਮਹਿਸੂਸ ਹੁੰਦਾ ਹੈ । ਉਸ ਦੀ ਹਾਲਤ ਤਾਂ ਇੱਕ ਗੂੰਗੇ ਵਾਂਗ ਹੋ ਜਾਂਦੀ ਹੈ । ਉਹ ਹੈਰਾਨ ਹੋਇਆ, ਪ੍ਰਭ ਦੇ ਧੰਨਵਾਦ ਨਾਲ ਭਰਿਆਂ ਰਹਿੰਦਾ ਹੈ । ਜਿਸ ਦੇ ਮਨ ਵਿੱਚ ਪ੍ਰਭ ਦਾ ਸ਼ਬਦ ਜਾਗਰਤ ਹੋ ਜਾਂਦਾ ਹੈ, ਉਸ ਦੇ ਮਨ ਵਿੱਚ ਖੇੜਾ ਬਖਸ਼ਿਸ਼ ਹੋ ਜਾਂਦਾ ਹੈ । ਉਹ ਪ੍ਰਭ ਦੇ ਸ਼ਬਦ ਦੇ ਗੁਣ ਗਾਉਂਦਾ, ਸ਼ਬਦ ਦੀ ਸਮਾਧੀ ਵਿੱਚ ਵਸਦਾ, ਸ਼ਬਦ ਵਿੱਚ ਹੀ ਅਲੋਪ ਹੋ ਜਾਂਦਾ ਹੈ ।

Whosoever may be blessed with His mercy and grace, only he may realize His Holy spirit prevailing everywhere. He may act like a mute. He remains astonished and sings the glory of His Word. He remains drenched with the essence of His Word and overwhelmed with blossom. His true devotee may remain intoxicated singing the glory in the void of His Word; with His mercy and grace, he may be absorbed within His Holy Spirit.

241.ਬਿਲਾਵਲੁ ਮਹਲਾ ੫॥ 801-14

ਸਰਬ ਕਲਿਆਣ ਕੀਏ ਗੁਰਦੇਵ॥	sarab kali-aan kee-ay gurdayv.
ਸੇਵਕੁ ਅਪਨੀ ਲਾਇਓ ਸੇਵ॥	sayvak apnee laa-i-o sayv.
ਬਿਘਨੁ ਨ ਲਾਗੈ ਜਪਿ ਅਲਖ ਅਭੇਵ॥੧॥	bighan na laagai jap alakh abhayv. 1

ਪ੍ਰਭ ਸਾਰੀ ਸ੍ਰਿਸ਼ਟੀ ਦੇ ਜੀਵਾਂ ਨੂੰ ਰਹਿਮਤਾਂ ਬਖਸ਼ਦਾ ਹੈ । ਜੀਵਾਂ ਨੂੰ ਸ਼ਬਦ ਦੀ ਪਾਲਣਾ ਦੀ ਪ੍ਰੇਰਨਾ ਕਰਦਾ, ਸ਼ਬਦ ਦੇ ਲੜ ਲਾਉਂਦਾ ਹੈ । ਜਿਹੜਾ ਸ਼ਬਦ ਦੀ ਪਾਲਣਾ ਅਡੋਲ ਭਰੋਸੇ ਨਾਲ ਕਰਦਾ ਹੈ । ਉਸ ਦੇ ਰਸਤੇ ਵਿੱਚ ਕੋਈ ਸੰਸਾਰਕ ਇੱਛਾਂ ਦੀ ਭਟਕਣ ਨਹੀਂ ਆਉਂਦੀ ।

The Merciful True Master bestows virtues on all creatures of the universe every moment. He inspires everyone to obey the teachings of His Word. Whosoever may adopt the teachings of His Word with steady and stable belief in his day-to-day life; with His mercy and grace, he may become beyond the reach of worldly frustration and temptations.

ਧਰਤਿ ਪੁਨੀਤ ਭਈ ਗੁਨ ਗਾਏ॥	Dharat puneet bha-ee gun gaa-ay.
ਦੁਰਤੁ ਗਇਆ ਹਰਿ ਨਾਮੁ ਧਿਆਏ॥੧॥	durat ga-i-aa har naam Dhi-aa-ay.
ਰਹਾਉ॥	||1|| rahaa-o.

ਜਿਸ ਥਾਂ ਤੇ ਬੰਦਗੀ ਕਰਨ ਵਾਲਾ ਪ੍ਰਭ ਦੇ ਸ਼ਬਦ ਦੇ ਗੁਣ ਗਾਉਂਦਾ ਹੈ । ਉਹ ਥਾਂ ਪਵਿੱਤਰ ਹੋ ਜਾਂਦਾ ਹੈ, ਬੰਦਗੀ ਕਰਨ ਵਾਲੇ ਦੇ ਪਾਪ ਬਖਸ਼ੇ ਜਾਂਦੇ ਹਨ ।

Wherever His true devotee may meditate and sing the glory of His Word with steady and stable belief in his day-to-day life; with His mercy and grace, that place become a Holy shrine and his sins may be forgiven

ਸਭਨੀ ਥਾਂਈ ਰਵਿਆ ਆਪਿ॥ sabhnee thaaN-ee ravi-aa aap.
ਆਦਿ ਜੁਗਾਦਿ ਜਾ ਕਾ ਵਡ ਪਰਤਾਪੁ॥ aad jugaad jaa kaa vad partaap.
ਗੁਰ ਪਰਸਾਦਿ ਨ ਹੋਇ ਸੰਤਾਪੁ॥੨॥ gur parsaad na ho-ay santaap. ||2||

ਹਰ ਥਾਂ ਤੇ ਪ੍ਰਭ ਆਪ ਹੀ ਹਾਜਰਾ ਹਜ਼ੂਰ ਵਾਪਰਦਾ ਹੈ । ਯੁਗਾਂ ਯੁਗਾਂ ਤੋ ਪ੍ਰਭ ਦੇ ਸ਼ਬਦ ਦੀ ਚਰਚਾ ਹੁੰਦੀ ਆਈ ਹੈ । ਜਿਸ ਤੇ ਪ੍ਰਭ ਰਹਿਮਤ ਬਖਸ਼ਦਾ ਹੈ । ਉਸ ਨੂੰ ਕੋਈ ਉਦਾਸੀ, ਸੰਸਾਰਕ ਇੱਛਾਂ ਦਾ ਦੁਖ ਨਹੀਂ ਲੱਗਦਾ ।

The virtues of Omnipresent True Master are raining everywhere on His Creation. From Ancient Ages, the universe has been singing the glory of His Word. Whosever may become worthy of accepting His blessings; he may become beyond the reach of the temptations of worldly wealth.

ਗੁਰ ਕੇ ਚਰਨ ਲਗੇ ਮਨਿ ਮੀਠੇ॥ gur kay charan lagay man meethay.
ਨਿਰਬਿਘਨ ਹੋਇ ਸਭ ਥਾਂਈ ਵੂਠੇ॥ nirbighan ho-ay sabh thaaN-ee voothay.
ਸਭਿ ਸੁਖ ਪਾਏ ਸਤਿਗੁਰ ਤੂਠੇ॥੩॥ sabh sukh paa-ay satgur toothay. ||3||

ਪ੍ਰਭ ਦਾ ਸ਼ਬਦ, ਬੰਦਗੀ ਕਰਨ ਵਾਲੇ ਦੇ ਮਨ ਨੂੰ ਬਹੁਤ ਮਿੱਠਾ ਲੱਗਦਾ ਹੈ । ਜਿਸ ਦੇ ਮਨ ਵਿੱਚ ਸ਼ਬਦ ਜਾਗਰਤ ਹੋ ਜਾਂਦਾ, ਉਸ ਦੇ ਸਾਰੇ ਧੰਦੇ ਸਫਲ ਹੋ ਜਾਂਦੇ ਹਨ । ਉਸ ਨੂੰ ਪ੍ਰਭ ਦੇ ਸ਼ਬਦ ਦੀ ਪਾਲਣਾ ਤੋ ਹੀ ਸਭ ਸੁਖ, ਅਨੰਦ ਬਖਸ਼ਿਸ਼ ਹੋ ਜਾਂਦੇ ਹਨ ।

The teachings of His Word may become comforting to the mind of His true devotee. All his chores for the purpose of his human life opportunity may be fulfilled. He may be blessed with all pleasures and comforts by adopting the teachings of His Word with steady and stable belief in day-to-day life.

ਪਾਰਬ੍ਰਹਮ ਪ੍ਰਭ ਭਏ ਰਖਵਾਲੇ॥ paarbarahm parabh bha-ay rakhvaalay.
ਜਿਥੈ ਕਿਥੈ ਦੀਸਹਿ ਨਾਲੇ॥ jithai kithai deeseh naalay.
ਨਾਨਕ ਦਾਸ ਖਸਮਿ ਪ੍ਰਤਿਪਾਲੇ॥੪॥੨॥ naanak daas khasam partipaalay. ||4||2||

ਬੰਦਗੀ ਕਰਨ ਵਾਲੇ ਦਾ ਪ੍ਰਭ ਆਪ ਹੀ ਰਖਵਾਲਾ ਬਣ ਜਾਂਦਾ ਹੈ । ਉਸ ਨੂੰ ਪ੍ਰਭ ਹਰ ਥਾਂ ਤੇ ਹੀ ਮਹਿਸੂਸ ਹੁੰਦਾ ਹੈ । ਉਹ ਆਪਣੇ ਦਾਸ ਦੀ ਆਪ ਹੀ ਪਾਲਣਾ ਕਰਦਾ ਹੈ, ਰਖਿਆ ਕਰਦਾ ਹੈ ।

The Omnipotent True Master may accept His true devotee in His sanctuary and He becomes his protector. He may realize The Holy Spirit everywhere within each creature. He nourishes and protects His creation in the universe.

242.ਬਿਲਾਵਲੁ ਮਹਲਾ ੫॥ 801-19

ਸੁਖ ਨਿਧਾਨ ਪ੍ਰੀਤਮ ਪ੍ਰਭ ਮੇਰੇ॥ sukh niDhaan pareetam parabh mayray.
ਅਗਨਤ ਗੁਣ ਠਾਕੁਰ ਪ੍ਰਭ ਤੇਰੇ॥ agnat gun thaakur parabh tayray.
ਮੋਹਿ ਅਨਾਥ ਤੁਮਰੀ ਸਰਣਾਈ॥ mohi anaath tumree sarnaa-ee.k
ਕਰਿ ਕਿਰਪਾ ਹਰਿ ਚਰਨ ਧਿਆਈ॥੧॥ ar kirpaa har charan Dhi-aa-ee. ||1||

ਪ੍ਰਭ ਤੂੰ ਹੀ ਸੁਖ ਬਖਸ਼ਣ ਹਾਰਾ ਮਾਲਕ ਹੈ, ਤੇਰੇ ਅਣਗਿਣਤ ਹੀ ਗੁਣ ਹਨ । ਮੈਂ ਨਿਮਾਣਾ ਤੇਰੀ ਸ਼ਰਣ ਵਿੱਚ ਆਇਆ ਹਾ । ਰਹਿਮਤ ਬਖਸ਼ੋ! ਮੇਂ ਤੇਰੇ ਸ਼ਬਦ ਦੀ ਪਾਲਣਾ ਵਿੱਚ ਅਡੋਲ ਹੋ ਜਾਵਾ ।

My True Master, treasures of unlimited virtues; only You may bless any virtue to Your Creation. I am Your humble devotee surrendering at Your sanctuary for Your forgiveness. With Your mercy and grace, I may remain steady and stable in obeying Your Word.

ਦਇਆ ਕਰਹੁ ਬਸਹੁ ਮਨਿ ਆਇ॥ da-i-aa karahu bashu man aa-ay.
ਮੋਹਿ ਨਿਰਗੁਨ ਲੀਜੈ ਲੜਿ ਲਾਇ॥ mohi nirgun leejai larh laa-ay.
ਰਹਾਉ॥ rahaa-o.

ਪ੍ਰਭ ਰਹਿਮਤ ਬਖਸ਼ੋ! ਤੇਰਾ ਸ਼ਬਦ ਮਨ ਵਿੱਚ ਵਸ ਜਾਵੇ, ਜਾਗਰਤ ਹੋ ਜਾਵੇ । ਗੁਣਹੀਨ, ਅਉਗੁਣਾਂ ਭਰੇ ਮਾਨਸ ਨੂੰ ਆਪਣੇ ਸ਼ਬਦ ਦੇ ਲੜ ਲਾਵੋ!

My True Master attaches virtue-less, overwhelmed with sins to obey Your Word. With Your mercy and grace, I may be enlightened and drenched with the essence of Your Word within my heart in my day-to-day life.

ਪ੍ਰਭੁ ਚਿਤਿ ਆਵੈ ਤਾ ਕੈਸੀ ਭੀੜ॥ parabh chit aavai taa kaisee bheerh.
ਹਰਿ ਸੇਵਕ ਨਾਹੀ ਜਮ ਪੀੜ॥ har sayvak naahee jam peerh.
ਸਰਬ ਦੂਖ ਹਰਿ ਸਿਮਰਤ ਨਸੇ॥ sarab dookh har simrat nasay.
ਜਾ ਕੈ ਸੰਗਿ ਸਦਾ ਪ੍ਰਭੁ ਬਸੈ॥੨॥ jaa kai sang sadaa parabh basai. ||2||

ਜਿਸ ਦੇ ਮਨ ਵਿੱਚ ਪ੍ਰਭ ਦਾ ਸ਼ਬਦ ਵਸ ਜਾਂਦਾ ਹੈ । ਤਾਂ ਉਸ ਦਾਸ ਨੂੰ ਕਿਹੜਾ ਦੁਖ, ਸੰਸਾਰਕ ਇੱਛਾਂ ਪਰੇਸ਼ਨ ਕਰ ਸਕਦੀ ਹੈ? ਉਸ ਦੇ ਸ਼ਬਦ ਦਾ ਸਿਮਰਨ ਕਰਨ ਨਾਲ ਮਨ ਵਿਚੋਂ ਸਾਰੇ ਦੁਖ ਨਾਸ ਹੋ ਜਾਂਦੇ ਹਨ । ਉਸ ਦੇ ਮਨ ਵਿੱਚ ਸਦਾ ਰਹਿਣ ਵਾਲਾ ਮਾਲਕ ਵਸਦਾ, ਜਾਗਰਤ ਹੋ ਜਾਂਦਾ ਹੈ ।

Whosoever may remain drenched with the enlightenment of the essence of His Word; what worldly desires, miseries may frustrate his state of mind? He may conquer all his miseries and ego of worldly status. He may remain awake and alert with the essence of His Word, The True Master.

ਪ੍ਰਭ ਕਾ ਨਾਮੁ ਮਨਿ ਤਨਿ ਆਧਾਰੁ॥ parabh kaa naam man tan aaDhaar.
ਬਿਸਰਤ ਨਾਮੁ ਹੋਵਤ ਤਨੁ ਛਾਰੁ॥ bisrat naam hovat tan chhaar.
ਪ੍ਰਭ ਚਿਤਿ ਆਏ ਪੂਰਨ ਸਭ ਕਾਜ॥ parabh chit aa-ay pooran sabh kaaj.
ਹਰਿ ਬਿਸਰਤ ਸਭ ਕਾ ਮੁਹਤਾਜ॥੩॥ har bisrat sabh kaa muhtaaj. ||3||

ਬੰਦਗੀ ਕਰਨ ਵਾਲੇ ਦੇ ਮਨ ਦਾ ਆਸਰਾ ਸ਼ਬਦ ਦੀ ਪਾਲਣਾ ਕਰਨਾ ਹੀ ਹੁੰਦਾ ਹੈ । ਅਗਰ ਪ੍ਰਭ ਦਾ ਸ਼ਬਦ ਮਨ ਵਿਚੋਂ ਵਿਸਰ ਜਾਵੇ! ਉਹ ਆਪਣੇ ਆਪ ਨੂੰ, ਤਨ ਨੂੰ ਭਸਮ ਦੇ ਸਮਾਨ ਹੀ ਸਮਝਦਾ ਹੈ । ਜਿਸ ਦੇ ਮਨ ਵਿੱਚ ਪ੍ਰਭ ਦਾ ਸ਼ਬਦ ਜਾਗਰਤ ਹੋ ਜਾਂਦਾ ਹੈ । ਉਸ ਦੇ ਸਾਰੇ ਸੰਸਾਰਕ ਧੰਦੇ, ਕਾਰਜ ਸਫਲ ਹੋ ਜਾਂਦੇ ਹਨ । ਜਿਸ ਦੇ ਮਨ ਵਿਚੋਂ ਸ਼ਬਦ ਵਿਸਰ ਜਾਂਦਾ ਹੈ, ਉਸ ਨੂੰ ਸੰਸਾਰਕ ਇੱਛਾਂ ਘੇਰਾ ਪਾ ਲੈਂਦੀਆਂ ਹਨ ।

The guiding principles, supporting pillar of His true devotee may be obeying the teachings of His Word in his day-to-day life. Whosoever may forget the teachings of His Word; he may feel his body as dust, worth-less. Whosever may be enlightened with the essence of His Word; with His mercy and grace, all his chores of real purpose of human life opportunity may be fulfilled. Whosoever may abandon or forget the essence of His Word from his day-to-day life; worldly desires, temptations and miseries may overpower his state of mind.

ਚਰਨ ਕਮਲ ਸੰਗਿ ਲਾਗੀ ਪ੍ਰੀਤਿ॥ charan kamal sang laagee pareet.
ਬਿਸਰਿ ਗਈ ਸਭ ਦੁਰਮਤਿ ਰੀਤਿ॥ bisar ga-ee sabh durmat reet.
ਮਨ ਤਨ ਅੰਤਰਿ ਹਰਿ ਹਰਿ ਮੰਤ॥ man tan antar har har mant.
ਨਾਨਕ ਭਗਤਨ ਕੈ ਘਰਿ naanak bhagtan kai ghar
ਸਦਾ ਅਨੰਦ॥ ੪॥੩॥ sadaa anand. ||4||3||

ਜਿਹੜਾ ਪ੍ਰਭ ਦੇ ਸ਼ਬਦ ਦੇ ਲੜ ਲੱਗ ਜਾਂਦਾ ਹੈ । ਉਸ ਦੇ ਮਨ ਵਿਚੋਂ ਬੁਰੇ ਖਿਆਲ ਨਾਸ, ਦੂਰ ਹੋ ਜਾਂਦੇ ਹਨ । ਉਸ ਦੇ ਮਨ ਵਿੱਚ ਪ੍ਰਭ ਦੇ ਸ਼ਬਦ ਦੀ ਧੁਨ ਚਲ ਪੈਂਦੀ ਹੈ । ਉਸ ਦੇ ਮਨ ਵਿੱਚ ਅਨੰਦ ਖੇੜਾ ਵਸ ਜਾਂਦਾ ਹੈ ।

Whosoever may remain attached to the teachings of His Word. All his evil thoughts may be eliminated from his mind. With His mercy and grace, the everlasting echo of His Word may resonate within his heart. He may be blessed with overwhelming blossom or contentment.

243.ਰਾਗੁ ਬਿਲਾਵਲੁ ਮਹਲਾ ੫ ਘਰੁ ੨॥ 802-7

ਯਾਨੜੀਏ ਕੈ ਘਰਿ ਗਾਵਣਾ॥

੧ਓ ਸਤਿਗੁਰ ਪ੍ਰਸਾਦਿ॥	ik-onkaar satgur parsaad.
ਮੈ ਮਨਿ ਤੇਰੀ ਟੇਕ ਮੇਰੇ ਪਿਆਰੇ,	mai man tayree tayk mayray pi-aaray
ਮੈ ਮਨਿ ਤੇਰੀ ਟੇਕ॥	mai man tayree tayk.
ਅਵਰ ਸਿਆਣਪਾ ਬਿਰਥੀਆ ਪਿਆਰੇ,	avar si-aanpaa birthee-aa pi-aaray
ਰਾਖਨ ਕਉ ਤੁਮ ਏਕ॥੧॥ ਰਹਾਉ॥	raakhan ka-o tum ayk. ||1|| rahaa-o

ਪ੍ਰਭ ਮੇਰੇ ਮਨ ਵਿੱਚ ਕੇਵਲ ਤੇਰੇ ਤੇ ਹੀ ਆਸ, ਭਰੋਸਾ ਹੈ । ਬਾਕੀ ਸਾਰੀਆਂ ਸਿਆਣਪਾਂ, ਆਸਾਂ, ਹੋਰ ਕਿਸ ਤੇ ਆਸ ਕਰਨਾ ਬਿਰਥਾ ਹੀ ਹੈ ।

My True Master, I have only hope, faith, support of the teachings of Your Word. All other wisdoms of own mind, teachings of any worldly Guru may be useless for the real purpose of human life opportunity.

ਸਤਿਗੁਰੁ ਪੂਰਾ ਜੇ ਮਿਲੈ ਪਿਆਰੇ,	satgur pooraa jay milai pi-aaray
ਸੋ ਜਨੁ ਹੋਤ ਨਿਹਾਲਾ॥	so jan hot nihaalaa.
ਗੁਰ ਕੀ ਸੇਵਾ ਸੋ ਕਰੇ ਪਿਆਰੇ,	gur kee sayvaa so karay pi-aaray
ਜਿਸ ਨੋ ਹੋਇ ਦਇਆਲਾ॥	jis no ho-ay da-i-aalaa.
ਸਫਲ ਮੂਰਤਿ ਗੁਰਦੇਉ ਸੁਆਮੀ,	safal moorat gurday-o su-aamee
ਸਰਬ ਕਲਾ ਭਰਪੂਰੇ॥	sarab kalaa bharpooray.
ਨਾਨਕ ਗੁਰੁ ਪਾਰਬ੍ਰਹਮੁ ਪਰਮੇਸਰੁ,	naanak gur paarbarahm parmaysar
ਸਦਾ ਸਦਾ ਹਜੂਰੇ॥੧॥	sadaa sadaa hajooray. ||1||

ਜਿਸ ਦੇ ਮਨ ਵਿੱਚ ਪ੍ਰਭ ਦਾ ਸ਼ਬਦ ਜਾਗਰਤ ਹੋ ਜਾਂਦਾ ਹੈ । ਉਸ ਦੇ ਮਨ ਵਿੱਚ ਖੇੜਾ ਵਸ ਜਾਂਦਾ ਹੈ । ਜਿਸ ਤੇ ਪ੍ਰਭ ਆਪ ਰਹਿਮਤ ਦੀ ਨਜ਼ਰ ਬਖਸ਼ਦਾ ਹੈ, ਕੇਵਲ ਉਹ ਹੀ ਪ੍ਰਭ ਦੇ ਸ਼ਬਦ ਦੀ ਪਾਲਣਾ, ਸਿਮਰਨ ਕਰ ਸਕਦਾ ਹੈ । ਪ੍ਰਭ ਹੀ ਰੂਹਾਨੀ ਜੋਤ, ਸਭ ਸਮਰਥਾ, ਤਾਕਤਾਂ ਦਾ ਮਾਲਕ ਹੈ । ਪ੍ਰਭ ਆਪਣੀ ਸਾਜੀ ਸ੍ਰਿਸ਼ਟੀ ਵਿੱਚ ਸਦਾ ਹੀ ਹਾਜਰਾ ਹਜ਼ੂਰ ਵਾਪਰਦਾ ਹੈ ।

Whosoever may be enlightened with the essence of His Word, he may be blessed with overwhelming blossom in his day-to-day life. Whosoever may be blessed with a devotion, only he may meditate and obey the teachings of His Word with steady and stable belief in his day-to-day life. The Eternal Holy Spirit, Omnipotent, Omnipresent True Master remains prevailing every moment and in each event in His creation.

ਸੁਣਿ ਸੁਣਿ ਜੀਵਾ ਸੋਇ ਤਿਨਾ ਕੀ,	sun sun jeevaa so-ay tinaa kee jinh
ਜਿਨ੍ਹ ਅਪੁਨਾ ਪ੍ਰਭੁ ਜਾਤਾ॥	apunaa parabh jaataa.
ਹਰਿ ਨਾਮੁ ਅਰਾਧਹਿ ਨਾਮੁ ਵਖਾਣਹਿ,	har naam araadheh naam vakaaneh
ਹਰਿ ਨਾਮੇ ਹੀ ਮਨੁ ਰਾਤਾ॥	har naamay hee man raataa.
ਸੇਵਕੁ ਜਨ ਕੀ ਸੇਵਾ ਮਾਗੈ,	sayvak jan kee sayvaa maagai
ਪੂਰੈ ਕਰਮਿ ਕਮਾਵਾ॥	poorai karam kamaavaa.
ਨਾਨਕ ਕੀ ਬੇਨੰਤੀ ਸੁਆਮੀ,	naanak kee baynantee su-aamee
ਤੇਰੇ ਜਨ ਦੇਖਣੁ ਪਾਵਾ॥੨॥	tayray jan daykhan paavaa. ||2||

ਮੈਂ ਆਪਣੇ ਜੀਵਨ ਦਾ ਅਧਾਰ ਉਸ ਬੰਦਗੀ ਕਰਨ ਵਾਲੇ ਸੰਤ ਨੂੰ ਬਣਾਉਂਦਾ ਹਾ । ਜਿਹੜਾ ਕੇਵਲ ਸ਼ਬਦ ਨਾਲ ਜੀਵਨ ਬਤੀਤ ਕਰਦਾ, ਸ਼ਬਦ ਦੀ ਕਥਾ, ਕੀਰਤਨ ਕਰਦਾ ਹੈ । ਉਹ ਦੇ ਮਨ ਵਿੱਚ ਪ੍ਰਭ ਦੇ ਸ਼ਬਦ ਰੂਪੀ ਨੂਰ ਭਰਪੂਰ ਰਹਿੰਦਾ ਹੈ । ਬੰਦਗੀ ਕਰਨ ਵਾਲਾ, ਉਸ ਦਾਸ ਦੀ ਸੇਵਾ ਹੀ ਮੰਗਦਾ,

ਅਰਦਾਸ ਕਰਦਾ ਹੈ । ਉਹ ਆਪਣੇ ਭਾਗਾਂ ਨੂੰ ਜਗਾ ਲੈਂਦਾ ਹੈ । ਬੰਦਗੀ ਕਰਨ ਵਾਲੇ ਦੇ ਮਨ ਵਿੱਚ ਸ਼ਬਦ ਦੀ ਸੋਝੀ ਪਾਉਣ, ਸਮਾਧੀ ਵਿੱਚ ਵਸਣ ਦੀ ਇੱਛਾਂ ਭਰੀ ਰਹਿੰਦੀ ਹੈ ।

Whosoever may adopt the teachings of His Word in his day-to-day life, he may think, breaths and sings the glory of His Word. I wish to make the life experience teaching of His true devotee as the guiding principle of my day-to-day life. His mind remains overwhelmed with the eternal Spiritual glow. His true devotee prays and begs to serve His true devotee with such a state of mind. His prewritten destiny may be rewarded. He may remain anxious to be enlightened and dwells in the void of His Word.

ਵਡਭਾਗੀ ਸੇ ਕਾਢੀਅਹਿ ਪਿਆਰੇ,	vadbhaagee say kaadhee-ah pi-aaray
ਸੰਤਸੰਗਤਿ ਜਿਨਾ ਵਾਸੋ॥	santsangat jinaa vaaso.
ਅੰਮ੍ਰਿਤ ਨਾਮੁ ਅਰਾਧੀਐ,	amrit naam araadhee-ai
ਨਿਰਮਲੁ ਮਨੈ ਹੋਵੈ ਪਰਗਾਸੋ॥	nirmal manai hovai
ਜਨਮ ਮਰਣ ਦੁਖੁ ਕਾਟੀਐ ਪਿਆਰੇ,	janam maran dukh kaatee-ai pi-aaray
ਚੂਕੈ ਜਮ ਕੀ ਕਾਣੇ॥	chookai jam kee kaanay.
ਤਿਨਾ ਪਰਾਪਤਿ ਦਰਸਨੁ ਨਾਨਕ,	tinaa paraapat darsan naanak
ਜੋ ਪ੍ਰਭ ਅਪਣੇ ਭਾਣੇ॥੩॥	jo parabh apnay bhaanay. ||3||

ਜਿਹੜਾ ਸੰਤਾਂ ਦੀ ਸੰਗਤ ਵਿੱਚ ਵਸਦਾ, ਸ਼ਬਦ ਨਾਲ ਜੀਵਨ ਬਤੀਤ ਕਰਦਾ ਹੈ । ਉਹ ਜੀਵ ਵੱਡਭਾਗੀ ਹੁੰਦਾ ਹੈ । ਪ੍ਰਭ ਦੇ ਅਮੋਲਕ ਸ਼ਬਦ ਦੇ ਸਿਮਰਨ ਨਾਲ ਮਨ ਵਿੱਚ ਸ਼ਬਦ ਜਾਗਰਤ ਹੋ ਜਾਂਦਾ ਹੈ । ਜਿਸ ਦੀ ਸ਼ਬਦ ਦੀ ਕਮਾਈ ਦਰਬਾਰ ਵਿੱਚ ਪ੍ਰਵਾਨ ਹੋ ਜਾਂਦੀ ਹੈ! ਉਸ ਦਾ ਜਨਮ ਮਰਨ ਦਾ ਚੱਕਰ ਖਤਮ ਹੋ ਜਾਂਦਾ, ਮੌਤ ਦਾ ਡਰ ਦੂਰ ਹੋ ਜਾਂਦਾ ਹੈ ।

Whosoever may associate with His true devotee and adopts the teachings of His Word; he may become very fortunate. He may meditate on the teachings of His Word; with His mercy and grace, he may be enlightened with the essence of His Word. Whose earnings of His Word may be accepted in His Court; with His mercy and grace, his fear of death along with his cycle of birth and death may be eliminated.

ਊਚ ਅਪਾਰ ਬੇਅੰਤ ਸੁਆਮੀ,	ooch apaar bay-ant su-aamee
ਕਉਣੁ ਜਾਣੈ ਗੁਣ ਤੇਰੇ॥	ka-un jaanai gun tayray.
ਗਾਵਤੇ ਉਧਰਹਿ ਸੁਣਤੇ ਉਧਰਹਿ,	gaavtay udhrahi suntay udhrahi
ਬਿਨਸਹਿ ਪਾਪ ਘਨੇਰੇ॥	binsahi paap ghanayray.
ਪਸੂ ਪਰੇਤ ਮੁਗਧ ਕਉ ਤਾਰੇ,	pasoo parayt mugadh ka-o taaray
ਪਾਹਨ ਪਾਰਿ ਉਤਾਰੈ॥	paahan paar utaarai.
ਨਾਨਕ ਦਾਸ ਤੇਰੀ ਸਰਣਾਈ,	naanak daas tayree sarnaa-ee
ਸਦਾ ਸਦਾ ਬਲਿਹਾਰੈ॥੪॥੧॥੪॥	sadaa sadaa balihaarai. ||4||1||4||

ਪ੍ਰਭ ਤੂੰ ਬਹੁਤ ਮਹਾਨ ਹੈ, ਤੇਰੇ ਕਰਤਬ, ਗੁਣ ਕੌਣ ਪੂਰਨ ਤਰ੍ਹਾਂ ਜਾਣ ਸਕਦਾ ਹੈ? ਜਿਹੜਾ ਤੇਰੇ ਸ਼ਬਦ ਦੇ ਗੁਣ ਗਾਉਂਦਾ, ਸ਼ਬਦ ਦੀ ਪਾਲਣਾ ਅਡੋਲ ਭਰੋਸੇ ਨਾਲ ਕਰਦਾ ਹੈ । ਉਸ ਦੇ ਪਾਪ ਬਖਸ਼ੇ ਜਾਂਦੇ ਹਨ, ਬਚਾ ਹੋ ਜਾਂਦਾ ਹੈ । ਪ੍ਰਭ ਤੂੰ ਕਈ ਜ਼ਾਲਮ, ਮੂਰਖ, ਪੱਥਰ ਦਿਲ ਵੀ ਬਖਸ਼ ਦਿੱਤੇ ਹਨ । ਸ਼ਬਦ ਦੀ ਬੰਦਗੀ ਕਰਨ ਵਾਲਾ ਸਦਾ ਹੀ ਤੇਰੀ ਸ਼ਰਣ ਵਿੱਚ ਵਸਦਾ ਹੈ । ਸ਼ਬਦ ਦੀ ਪਾਲਣਾ ਵਿੱਚ ਅਡੋਲ, ਸਦਾ ਹੀ ਤੇਰਾ ਧੰਨਵਾਦ ਹੀ ਗਾਉਂਦਾ ਹੈ ।

The True Master, greatest of All! who may comprehend Your virtues, greatness completely? Whosoever may sing the glory, obeys the teachings of Your Word with steady and stable belief; with Your mercy and grace, all his sins may be forgiven and he may be saved. The Merciful True Master has forgiven and saved even many tyrant, foolish, ignorant, stone hearted by attaching to obey the teachings of His Word, the right path of acceptance in His Court. Your true devotee always dwells in Your sanctuary; he may always sing the glory and obeys the teachings of Your Word.

244.ਬਿਲਾਵਲੁ ਮਹਲਾ ੫॥ 802-18

ਬਿਖੈ ਬਨੁ ਫੀਕਾ ਤਿਆਗਿ ਰੀ ਸਖੀਏ,	bikhai ban feekaa ti-aag ree sakhee-ay
ਨਾਮੁ ਮਹਾ ਰਸੁ ਪੀਓ॥	naam mahaa ras pee-o.
ਬਿਨੁ ਰਸ ਚਾਖੇ ਬੁਡਿ ਗਈ ਸਗਲੀ,	bin ras chaakhay bud ga-ee saglee
ਸੁਖੀ ਨ ਹੋਵਤ ਜੀਓ॥	sukhee na hovat jee-o.
ਮਾਨੁ ਮਹਤੁ ਨ ਸਕਤਿ ਹੀ ਕਾਈ,	maan mahat na sakat hee kaa-ee
ਸਾਧਾ ਦਾਸੀ ਥੀਓ॥	saadhaa daasee thee-o.
ਨਾਨਕ ਸੇ ਦਰਿ ਸੋਭਾਵੰਤੇ,	naanak say dar sobhaavantay
ਜੋ ਪ੍ਰਭਿ ਅਪੁਨੈ ਕੀਓ॥੧॥	jo parabh apunai kee-o. ||1||

ਸੰਸਾਰਕ ਮਾਇਆ ਦੇ ਧੋਖੇ, ਲਾਲਚ ਵਾਲੇ ਸਵਾਦ ਨੂੰ ਛੱਡਕੇ, ਸ਼ਬਦ ਦੀ ਸੋਝੀ ਰੂਪੀ ਅੰਮ੍ਰਿਤ ਦਾ ਸਵਾਦ ਮਾਨੋ! ਸ਼ਬਦ ਰੂਪੀ ਅੰਮ੍ਰਿਤ ਤੋ ਬਿਨਾਂ ਸਾਰੇ ਹੀ ਸੰਸਾਰਕ ਸਾਗਰ ਵਿੱਚ ਡੁੱਬ ਜਾਂਦੇ ਹਨ । ਕਿਸੇ ਨੂੰ ਵੀ ਸੰਤੋਖ, ਅਨੰਦ ਬਖਸ਼ਿਸ਼ ਨਹੀਂ ਹੁੰਦਾ । ਕਿਸੇ ਸੰਸਾਰਕ ਗੁਰੂ, ਸੰਤ ਦੇ ਦਾਸ ਬਣਨ ਨਾਲ ਕੋਈ ਮਾਣ, ਪ੍ਰਭ ਦੀ ਰਹਿਮਤ ਬਖਸ਼ਿਸ਼ ਨਹੀਂ ਹੁੰਦੀ । ਜਿਸ ਨੂੰ ਪ੍ਰਭ ਆਪ ਹੀ ਆਪਣਾ ਦਾਸ ਬਣਾਉਂਦਾ, ਸ਼ਰਣ ਵਿੱਚ ਪਨਾਹ ਬਖਸ਼ਦਾ ਹੈ, ਕੇਵਲ ਉਸ ਦੇ ਜੀਵਨ ਵਿੱਚ ਹੀ ਸੰਤੋਖ, ਅਨੰਦ, ਖੇੜਾ ਬਖਸ਼ਿਸ਼ ਹੁੰਦਾ ਹੈ ।

You should renounce the greed, deception, and traps of worldly wealth from your day-to-day life. You should surrender your mind, body, and worldly status at His sanctuary. You should enjoy the nectar of obeying the teachings of His Word. Without the nectar of the enlightenment His Word, everyone may drown in intoxication of worldly wealth. No one may ever be blessed with contentment and blossom in his worldly environments. By adopting any worldly religion, baptism or following any worldly saint, Guru; no one may be accepted in His Court. Whosoever may be accepted as His true devotee; with His mercy and grace, only he may adopt His Word with steady and stable belief in his day-to-day life. He may be blessed with pleasure, contentment, and blossom in his worldly life.

ਹਰਿਚੰਦਉਰੀ ਚਿਤ ਭ੍ਰਮੁ ਸਖੀਏ,	harichand-uree chit bharam sakhee-ay
ਮ੍ਰਿਗ ਤ੍ਰਿਸਨਾ ਦ੍ਰੁਮ ਛਾਇਆ॥	marig tarisnaa darum chhaa-i-aa.
ਚੰਚਲਿ ਸੰਗਿ ਨ ਚਾਲਤੀ ਸਖੀਏ,	chanchal sang na chaaltee sakhee-ay
ਅੰਤਿ ਤਜਿ ਜਾਵਤ ਮਾਇਆ॥	ant taj jaavat maa-i-aa.
ਰਸਿ ਭੋਗਣ ਅਤਿ ਰੂਪ ਰਸ ਮਾਤੇ,	ras bhogan at roop ras maatay
ਇਨ ਸੰਗਿ ਸੂਖੁ ਨ ਪਾਇਆ॥	in sang sookh na paa-i-aa.
ਧੰਨਿ ਧੰਨਿ ਹਰਿ ਸਾਧ ਜਨ ਸਖੀਏ,	Dhan dhan har saadh jan sakhee-ay
ਨਾਨਕ ਜਿਨੀ ਨਾਮੁ ਧਿਆਇਆ॥੨॥	naanak jinee naam dhi-aa-i-aa. ||2||

ਸੰਸਾਰਕ ਮਾਇਆ ਇੱਕ ਰੇਗਸਥਾਨ ਵਿੱਚ ਪਾਣੀ ਦੀ ਝਲਕ ਦੀ ਤਰ੍ਹਾਂ ਹੀ ਹੈ । ਬਿਰਛ ਦੀ ਛਾਂ ਦੀ ਤਰ੍ਹਾਂ, ਸੰਸਾਰਕ ਮਾਇਆ ਵੀ ਥੋੜ੍ਹਾ ਸਮਾਂ ਅਨੰਦ ਦੇਣ ਵਾਲੀ ਹੈ । ਸੰਸਾਰਕ ਮਾਇਆ ਅੰਤ ਵਿੱਚ ਸਾਥ ਛੱਡ ਜਾਂਦੀ ਹੈ, ਇਸ ਤੇ ਭਰੋਸਾ ਨਹੀਂ ਕੀਤਾ ਜਾ ਸਕਦਾ । ਮੌਤ ਪਿਛੋਂ ਪ੍ਰਭ ਦੇ ਦਰਬਾਰ ਵਿੱਚ ਸਹਾਈ ਨਹੀਂ ਹੋ ਸਕਦੀ । ਸੰਸਾਰ ਵਿੱਚ ਅਨੇਕਾਂ ਜੀਵ ਹੀ ਸੁੰਦਰ ਔਰਤ ਨਾਲ ਕਾਮ ਵਾਸ਼ਨਾ ਵਿੱਚ ਥੋੜ੍ਹਾ ਸਮਾਂ ਅਨੰਦ ਮਹਿਸੂਸ ਕਰਨ ਦੀ ਖਾਹਿਸ਼ ਰਖਦੇ ਹਨ । ਪਰ ਇਸ ਨਾਲ ਮਨ ਵਿੱਚ ਸੰਤੋਖ ਬਖਸ਼ਿਸ਼ ਨਹੀਂ ਹੁੰਦਾ, ਉਸ ਦੀ ਹੋਰ ਔਰਤਾਂ ਨਾਲ ਕਾਮ ਵਾਸ਼ਨਾ ਪੂਰੀ ਕਰਨ ਦੀ ਇੱਛਾਂ ਵਧਦੀ ਹੈ । ਉਹ ਬੰਦਗੀ ਕਰਨ ਵਾਲਾ ਸੰਤ ਧਨ ਹੈ! ਜਿਹੜਾ ਪ੍ਰਭ ਦੇ ਸ਼ਬਦ ਦੀ ਪਾਲਣਾ ਅਡੋਲ ਭਰੋਸੇ ਨਾਲ ਕਰਦਾ ਹੈ, ਉਹ ਸੰਤੋਖ, ਸ਼ਬਦ ਦੀ ਸਮਾਧੀ ਵਿੱਚ ਵਸਦਾ ਹੈ ।

Worldly wealth may be like an illusion of water in the sandy desert, with the reflection of rays of sun on sand. Worldly wealth may provide a short-lived pleasure in human life journey like the shade of a tree. Worldly wealth may not be trust worthy and may abandon at the time of need. Worldly wealth may not support in His Court for the purpose of human life blessing. Worldly wealth has absolutely no value in His Court rather enhance the burden of your sins. Worldly wealth may enhance your desire to have a sexual pleasure with strange women; however, hc may not be contented with one encounter rather his desires become more intense. Whosoever may obey the teachings of His Word with steady and stable; with His mercy and grace, he may remain contented in the void of His Word. His true devotee with such a state of mind may be very fortunate.

ਜਾਇ ਬਸਹੁ ਵਡਭਾਗਣੀ ਸਖੀਏ,	jaa-ay bashu vadbhaagnee sakhee-ay
ਸੰਤਾ ਸੰਗਿ ਸਮਾਈਐ॥	santaa sang samaa-ee-ai.
ਤਹ ਦੂਖ ਨ ਭੂਖ ਨ ਰੋਗੁ ਬਿਆਪੈ,	tah dookh na bhookh na rog bi-aapai
ਚਰਨ ਕਮਲ ਲਿਵ ਲਾਈਐ॥	charan kamal liv laa-ee-ai.
ਤਹ ਜਨਮ ਨ ਮਰਣੁ ਨ ਆਵਣ ਜਾਣਾ,	tah janam na maran na aavan jaanaa
ਨਿਹਚਲੁ ਸਰਣੀ ਪਾਈਐ॥	nihchal sarnee paa-ee-ai.
ਪ੍ਰੇਮ ਬਿਛੋਹੁ ਨ ਮੋਹੁ ਬਿਆਪੈ,	paraym bichhohu na moh bi-aapai
ਨਾਨਕ ਹਰਿ ਏਕੁ ਧਿਆਈਐ॥੩॥	naanak har ayk dhi-aa-ee-ai. ||3||

ਜਿਹੜੀ ਆਤਮਾ, ਸੰਤਾਂ ਦੀ ਸਿਖਿਆਂ ਨਾਲ ਜੀਵਨ ਢਾਲਦੀ, ਸੰਗਤ ਵਿੱਚ ਰਹਿੰਦੀ, ਉਹ ਵੱਡੇ ਭਾਗਾਂ ਵਾਲੀ ਹੁੰਦੀ ਹੈ । ਉਹ ਆਤਮਾ, ਪ੍ਰਭ ਦੇ ਦਰਬਾਰ ਵਿੱਚ ਪ੍ਰਵਾਨ ਹੋ ਜਾਂਦੀ, ਸ਼ਬਦ ਦੀ ਸਮਾਧੀ ਵਿੱਚ ਵਸਦੀ ਹੈ । ਉਸ ਨੂੰ ਕੋਈ ਸੰਸਾਰਕ ਇੱਛਾਂ ਦੀ ਭੁੱਖ, ਦੁਖ, ਸੋਗ ਨਹੀਂ ਲੱਗਦਾ । ਉਹ ਪ੍ਰਭ ਦੀ ਸ਼ਰਣ ਵਿੱਚ ਪ੍ਰਵਾਨ ਹੋ ਜਾਂਦੀ, ਉਸ ਦਾ ਜੂੰਨਾਂ ਦਾ ਚੱਕਰ ਖਤਮ ਹੋ ਜਾਂਦਾ ਹੈ । ਉਹ ਪ੍ਰਭ ਦੇ ਸ਼ਬਦ ਦਾ ਸਿਮਰਨ ਕਰਦਾ ਹੈ! ਉਸ ਦਾ ਪ੍ਰਭ ਦੇ ਸ਼ਬਦ ਨਾਲ ਪਿਆਰ ਭਰੋਸਾ ਡੋਲਦਾ ਨਹੀਂ । ਉਸ ਨੂੰ ਕਿਸੇ ਸੰਸਾਰਕ ਪਦਾਰਥ ਨਾਲ ਕੋਈ ਮੋਹ ਨਹੀਂ ਲੱਗਦਾ ।

Whosoever may adopt the life experience teachings of His true devotee, his soul may become very fortunate. His soul may be accepted in His Court and he dwells in the void of His Word. He may never have any grievances, regrets or worldly desires. His soul may be accepted in His Court and his cycle of birth and death may be eliminated. He may meditate on the teachings of His Word and he may never lose faith on His blessings. His worldly bonds may be eliminated and he may never have any attraction, attachment with any worldly possessions.

ਦ੍ਰਿਸਟਿ ਧਾਰਿ ਮਨੁ ਬੇਧਿਆ ਪਿਆਰੇ,	darisat Dhaar man baydhi-aa pi-aaray
ਰਤੜੇ ਸਹਜਿ ਸੁਭਾਏ॥	rat-rhay sahj subhaa-ay.
ਸੇਜ ਸੁਹਾਵੀ ਸੰਗਿ ਮਿਲਿ ਪ੍ਰੀਤਮ,	sayj suhaavee sang mil pareetam
ਅਨਦ ਮੰਗਲ ਗੁਣ ਗਾਏ॥	anad mangal gun gaa-ay.
ਸਖੀ ਸਹੇਲੀ ਰਾਮ ਰੰਗਿ ਰਾਤੀ,	sakhee sahaylee raam rang raatee
ਮਨ ਤਨ ਇਛ ਪੁਜਾਏ॥	man tan ichh pujaa-ay.
ਨਾਨਕ ਅਚਰਜੁ ਅਚਰਜ ਸਿਉ ਮਿਲਿਆ,	naanak achraj achraj si-o mili-aa
ਕਹਣਾ ਕਛੂ ਨ ਜਾਏ॥੪॥੨॥੫॥	kahnaa kachhoo na jaa-ay. ||4||2||5||

ਜਿਸ ਨੂੰ ਪ੍ਰਭ ਦੀ ਰਹਿਮਤ ਬਖਸ਼ਿਸ਼ ਹੋ ਜਾਂਦੀ ਹੈ, ਉਸ ਦਾ ਮਨ ਸ਼ਬਦ ਦੀ ਸਮਾਧੀ ਵਿੱਚ ਲੀਨ ਹੋ ਜਾਂਦਾ ਹੈ । ਉਸ ਦੇ ਮਨ ਵਿੱਚ ਪੂਰਨ ਖੇੜਾ ਵਸਦਾ ਹੈ । ਪ੍ਰਭ ਦਾ ਸ਼ਬਦ ਮਨ ਵਿੱਚ ਜਾਗਰਤ ਅਤੇ ਸੁਚੇਤ ਰਹਿੰਦਾ ਹੈ । ਉਹ ਸ਼ਬਦ ਦੇ ਗੁਣ ਗਾਉਂਦਾ ਹੈ । ਆਪਣੇ ਸਾਥੀਆਂ ਨਾਲ ਰਲਕੇ ਸ਼ਬਦ ਦੀ

ਚਰਚਾ ਕਰਦਾ, ਗੁਣ ਗਾਉਂਦਾ ਹੈ । ਮਨ ਵਿੱਚ ਪੂਰਨ ਸੰਤੋਖ ਵਸਦਾ ਹੈ । ਉਸ ਦੇ ਮਨ ਵਿੱਚ ਅਨੋਖਾ ਚਮਤਕਰ ਵਾਪਰਦਾ ਹੈ! ਓਸ ਦੀ ਆਤਮਾ ਦੀ ਜੋਤ ਪ੍ਰਭ ਦੀ ਜੋਤ ਵਿੱਚ ਅਲੋਪ ਹੋ ਜਾਂਦੀ, ਸਮਾ ਜਾਂਦੀ ਹੈ । ਉਸ ਦੇ ਮਨ ਦੀ ਅਵਸਥਾ ਦੀ ਵਿਆਖਿਆ ਨਹੀਂ ਕੀਤੀ ਜਾ ਸਕਦੀ ।

Whosoever may be blessed with His mercy and grace, he may remain intoxicated in the void of His Word. He may remain overwhelmed with blossom in his life. He may remain awake, alert and drenched with essence of His Word. He remains intoxicated singing the glory in the void of His Word. He may associate with His true devotee and sings the glory of His virtues and explore the way to adopt in his day-to-day life. He may remain contented with his worldly environment. He may witness an astonishing miracle within his mind. With His mercy and grace his soul may be immersed within the Holy Spirit. His state of mind may become beyond the comprehension of His Creation.

245.ਰਾਗੁ ਬਿਲਾਵਲੁ ਮਹਲਾ ੫ ਘਰੁ ੪॥ 803-10

੧ੴ ਸਤਿਗੁਰ ਪ੍ਰਸਾਦਿ॥	ik-onkaar satgur parsaad.
ਏਕ ਰੂਪ ਸਗਲੋ ਪਾਸਾਰਾ॥	ayk roop saglo paasaaraa.
ਆਪੇ ਬਨਜੁ ਆਪਿ ਬਿਉਹਾਰਾ॥੧॥	aapay banaj aap bi-uhaaraa. ||1||

ਸ੍ਰਿਸ਼ਟੀ ਦੇ ਸਾਰੇ ਅਕਾਰ ਹੀ ਪ੍ਰਭ ਦੀ ਜੋਤ ਵਿਚੋਂ ਹੀ ਉਤਪਤ ਹੋਏ ਹਨ । ਪ੍ਰਭ ਆਪ ਹੀ ਵਪਾਰੀ ਹੈ, ਉਸ ਦਾ ਸ਼ਬਦ ਹੀ ਵਪਾਰ ਕਰਨ ਵਾਲਾ ਪਦਾਰਥ ਹੈ ।

The body structure, features of all creatures of the universe have been produced out of His Holy spirit and all are worthy of His dwellings. He remains embedded in every soul and dwells within his body. The True Master Himself is a trader and only the teachings of His Word may be worthy merchandize to trade.

ਐਸੋ ਗਿਆਨੁ ਬਿਰਲੋ ਈ ਪਾਏ॥	aiso gi-aan birlo ee paa-ay.
ਜਤ ਜਤ ਜਾਈਐ ਤਤ ਦ੍ਰਿਸਟਾਏ॥੧॥ ਰਹਾਉ॥	jat jat jaa-ee-ai tat daristaa-ay. ||1|| rahaa-o.

ਇਸਤਰ੍ਹਾਂ ਦੀ ਸੋਝੀ, ਗਿਆਨ ਕੋਈ ਵਿਰਲਾ ਹੀ ਪਾਉਂਦਾ ਹੈ । ਕਿਸੇ ਵਿਰਲੇ ਜੀਵ ਨੂੰ ਹੀ ਬਖਸ਼ਿਸ਼ ਹੁੰਦੀ ਹੈ । ਉਹ ਜਿਸ ਪਾਸੇ ਵੀ ਦੇਖਦਾ ਹੈ, ਪ੍ਰਭ ਦੀ ਹੋਂਦ, ਰਹਿਮਤ ਹੀ ਮਹਿਸੂਸ ਹੁੰਦੀ ਹੈ ।

However, very rare devotee may be blessed with such an enlightenment of the essence of His Nature. Who may realize the existence of The Holy Spirit everywhere and within each creature?

ਅਨਿਕ ਰੰਗ ਨਿਰਗੁਨ ਇਕ ਰੰਗਾ॥	anik rang nirgun ik rangaa.
ਆਪੇ ਜਲੁ ਆਪ ਹੀ ਤਰੰਗਾ॥੨॥	aapay jal aap hee tarangaa. ||2||

ਪ੍ਰਭ ਅਨੇਕਾਂ ਹੀ ਅਕਾਰਾ ਵਿੱਚ ਪ੍ਰਗਟ ਹੁੰਦਾ ਹੈ । ਪਰ ਉਹ ਇੱਕੋ ਇੱਕ ਹੀ ਅਸਲੀ ਜੋਤ ਹੈ । ਜਿਵੇਂ ਪਾਣੀ ਅਤੇ ਪਾਣੀ ਦੇ ਬੁਲਬਲੇ ਇੱਕ ਹੀ ਹੁੰਦੇ ਹਨ । ਇਸਤਰ੍ਹਾਂ, ਪ੍ਰਭ ਅਤੇ ਸ੍ਰਿਸ਼ਟੀ ਦੇ ਜੀਵਾਂ ਦੀਆਂ ਆਤਮਾਂ ਇੱਕ ਹੀ ਜੋਤ ਹੈ ।

The True Master appears in many different structures, colors; however, His Holy Spirit remains same, The One and only One. As water and drop, bubble of water remains same; same way the soul of all creature and The Holy Spirit remains same.

ਆਪ ਹੀ ਮੰਦਰੁ ਆਪਹਿ ਸੇਵਾ॥	aap hee mandar aapeh sayvaa.
ਆਪ ਹੀ ਪੂਜਾਰੀ ਆਪ ਹੀ ਦੇਵਾ॥੩॥	aap hee poojaaree aap hee dayvaa. ||3||

ਪ੍ਰਭ ਆਪ ਹੀ ਮੰਦਰ ਹੈ ਅਤੇ ਆਪ ਹੀ ਸੇਵਾ ਕਰਨ ਵਾਲਾ ਦਾਸ ਹੈ । ਆਪ ਹੀ ਪੂਜਾ ਕਰਨ ਵਾਲਾ ਪੁਜਾਰੀ ਹੈ । ਆਪ ਹੀ ਉਹ ਪ੍ਰਭ ਦਾ ਰੂਪ ਹੈ, ਜਿਸ ਦੀ ਉਹ ਪੁਜਾਰੀ ਪੂਜਾ ਕਰਦਾ ਹੈ ।

The True Master, His Word may be the temple; His Word prevails within His true devotee who may serve in the temple. The True Master, His Word prevails within the mind of the priest. His true devotee, priest worships and obeys the teachings of His Word.

ਆਪਹਿ ਜੋਗ ਆਪ ਹੀ ਜੁਗਤਾ॥ aapeh jog aap hee jugtaa.
ਨਾਨਕ ਕੇ ਪ੍ਰਭ ਸਦ ਹੀ ਮੁਕਤਾ॥ naanak kay parabh sad hee muktaa.
੪॥੧॥੬॥ ||4||1||6||

ਪ੍ਰਭ ਆਪ ਹੀ ਬੰਦਗੀ ਕਰਨ ਵਾਲਾ ਜੋਗੀ ਹੈ, ਆਪ ਹੀ ਉਸ ਦੀ ਬੰਦਗੀ, ਸ਼ਬਦ ਹੈ । ਬੰਦਗੀ ਕਰਨ ਵਾਲਾ, ਸਦਾ ਹੀ ਸ਼ਬਦ ਦੀ ਪਾਲਣਾ ਵਿੱਚ ਅਡੋਲ ਰਹਿੰਦਾ ਹੈ । ਪ੍ਰਭ ਦੀ ਰਹਿਮਤ ਨਾਲ ਮੁਕਤ ਅਵਸਥਾ ਬਖਸ਼ਿਸ਼ ਹੋ ਜਾਂਦੀ ਹੈ ।

The True Master prevails in the meditation of a Yogi. His true devotee always remains steady and stable in obeying the teachings of His Word. The Yogi, who may meditate on the teachings of His Word; with His mercy and grace, he may be blessed with a state of salvation.

246. ਬਿਲਾਵਲੁ ਮਹਲਾ ੫॥ 803-14

ਆਪਿ ਉਪਾਵਨ ਆਪਿ ਸਧਰਨਾ॥ aap upaavan aap saDharnaa.
ਆਪਿ ਕਰਾਵਨ ਦੋਸੁ ਨ ਲੈਨਾ॥੧॥ aap karaavan dos na lainaa. ||1||

ਪ੍ਰਭ ਆਪ ਹੀ ਜੀਵ ਨੂੰ ਪੈਦਾ ਕਰਦਾ ਹੈ । ਆਪ ਹੀ ਉਸ ਦੀ ਪਾਲਣਾ ਪੋਸਨਾ ਕਰਦਾ, ਜੀਵਨ ਵਿੱਚ ਸਿਖਿਆਂ ਦੇਂਦਾ ਹੈ । ਆਪ ਹੀ ਸਭ ਕੁਝ ਕਰਨ ਵਾਲਾ, ਕਾਰਨ ਬਣਾਉਣ ਵਾਲਾ ਹੈ । ਫਿਰ ਵੀ ਕਿਸੇ ਮੰਦੇ ਕੰਮ ਦਾ ਉਸ ਨੂੰ ਦੋਸ਼ ਨਹੀਂ ਦਿੱਤਾ ਜਾ ਸਕਦਾ ।

The True Master creates, nourishes, and protects His Creation. He teaches the path of worldly life to nourish, to survive in the universe and to become worth of His consideration. He creates all the purpose of worldly events and prevails in all events. However, he remains away from picking up the path to perform the deed. He always suggests two paths; you may never blame Him for your selection.

ਆਪਨ ਬਚਨੁ ਆਪ ਹੀ ਕਰਨਾ॥ aapan bachan aap hee karnaa.
ਆਪਨ ਬਿਭਉ ਆਪ ਹੀ ਜਰਨਾ॥੧॥ aapan bibha-o aap hee jarnaa. ||1||
ਰਹਾਉ॥ rahaa-o.

ਪ੍ਰਭ ਆਪ ਹੀ ਹੁਕਮ ਕਰਦਾ, ਆਪਣੇ ਹੁਕਮ ਦੀ ਪਾਲਣਾ ਕਰਵਾਉਂਦਾ ਹੈ । ਆਪ ਹੀ ਕਰਤਬ ਰਚਾਉਂਦਾ ਹੈ, ਆਪ ਹੀ ਕਰਤਬਾਂ ਦਾ ਅਨੰਦ ਮਾਨਦਾ ਹੈ ।

The True Master always decree His command and enable His Creation to perform under His command. He creates and enjoys the play of universe worry free.

ਆਪ ਹੀ ਮਸਟਿ ਆਪ ਹੀ ਬੁਲਨਾ॥ aap hee masat aap hee bulnaa.
ਆਪ ਹੀ ਅਛਲੁ ਨ ਜਾਈ ਛਲਨਾ॥੨॥ aap hee achhal na jaa-ee chhalnaa. ||2||

ਪ੍ਰਭ ਆਪ ਹੀ ਕਿਸੇ ਜੀਵ ਨੂੰ ਸੁਣਾਈ ਨਹੀਂ ਦੇਂਦਾ, ਆਪ ਹੀ ਕਿਸੇ ਜੀਵ ਨੂੰ ਸੁਣਾਈ ਦੇਂਦਾ ਹੈ । ਪ੍ਰਭ ਆਪ ਕਿਸੇ ਕਿਸਮ ਦੇ ਧੋਖੇ ਵਿੱਚ ਨਹੀਂ ਆਉਂਦਾ । ਉਸ ਦੇ ਦਰਬਾਰ ਵਿੱਚ ਕਿਸੇ ਚਲਾਕੀ ਨਾਲ ਪ੍ਰਵਾਨ ਨਹੀਂ ਹੋਇਆ ਜਾ ਸਕਦਾ ।

The everlasting echo of His Word resonates in the universe. His true devotee may hear the everlasting echo of His Word resonating within his heart. Self-minded may not hear the everlasting echo of His Word. The True Master may never be misled nor anyone may ever be accepted in His Court by deception or worldly status.

ਆਪ ਹੀ ਗੁਪਤ ਆਪਿ ਪਰਗਟਨਾ॥ aap hee gupat aap pargatnaa.
ਆਪ ਹੀ ਘਟਿ ਘਟਿ ਆਪਿ ਅਲਿਪਨਾ॥੩॥ aap hee ghat ghat aap alipanaa. ||3||

ਆਪ ਹੀ ਜੀਵ ਦੇ ਅੰਦਰ ਗੁਪਤ ਵਾਪਰਦਾ ਹੈ, ਆਪ ਹੀ ਕਿਸੇ ਨੂੰ ਮਹਿਸੂਸ ਹੁੰਦਾ ਹੈ । ਆਪ ਹੀ ਹਰਇੱਕ ਜੀਵ ਦੇ ਅੰਦਰ ਵਸਦਾ ਹੈ । ਆਪ ਹੀ ਉਸ ਦੀਆਂ ਇੱਛਾਂ ਤੋ ਅਲੱਗ ਰਹਿੰਦਾ ਹੈ ।

He may prevail in secrecy within His creation. His true devotee may realize His Holy Spirit prevailing every moment within each creature. He remains embedded within each soul; however, He remains beyond the emotional attachment of his soul.

ਆਪੇ ਅਵਿਗਤੁ ਆਪ ਸੰਗਿ ਰਚਨਾ॥ aapay avigat aap sang rachnaa.
ਕਹੁ ਨਾਨਕ ਪ੍ਰਭ ਕੇ ਸਭਿ ਜਚਨਾ॥ ੪॥੨॥੭॥ kaho naanak parabh kay sabh jachnaa. ||4||2||7||

ਪ੍ਰਭ ਆਪ ਹੀ ਸਦਾ ਅਟੱਲ ਰਹਿਣ ਵਾਲਾ ਤੱਤ ਹੈ । ਆਪ ਹੀ ਸ੍ਰਿਸ਼ਟੀ ਦਾ ਰੂਪ ਹੈ, ਸ੍ਰਿਸ਼ਟੀ ਵਿੱਚ ਸਮਾਇਆ ਹੋਇਆ ਹੈ । ਸਾਰੀ ਸ੍ਰਿਸ਼ਟੀ ਹੀ ਕੇਵਲ ਇੱਕੋ ਇੱਕ ਪ੍ਰਭ ਅੱਗੇ ਹੀ ਰਹਿਮਤ ਦੀ ਅਰਦਾਸ ਕਰਦੀ ਹੈ ।

The True Master is unique ever-living, true forever. The universe is the symbol of The True Master. He remains embedded within His creation. The whole creation always only prays for His forgiveness and refuge.

247.ਬਿਲਾਵਲੁ ਮਹਲਾ ੫॥ 803-18

ਭੂਲੇ ਮਾਰਗੁ ਜਿਨਹਿ ਬਤਾਇਆ॥ bhoolay maarag jineh bataa-i-aa.
ਐਸਾ ਗੁਰੁ ਵਡਭਾਗੀ ਪਾਇਆ॥੧॥ aisaa gur vadbhaagee paa-i-aa. ||1||

ਜਿਹੜਾ ਗਲਤ ਰਸਤੇ ਤੇ ਚਲਦੇ ਜੀਵ ਨੂੰ ਪ੍ਰਵਾਨਗੀ ਦੇ ਰਸਤੇ ਦੀ ਪ੍ਰੇਰਨਾ ਕਰਦਾ ਹੈ । ਉਸ ਅਵਸਥਾ ਵਾਲਾ ਗੁਰੂ, ਸਾਥੀ ਦੀ ਸੰਗਤ ਵੱਡੇ ਭਾਗਾਂ ਨਾਲ ਹੀ ਬਖਸ਼ਿਸ਼ ਹੁੰਦੀ ਹੈ ।

Whosoever may guide, inspire the lost soul to the right path of acceptance in His Court. Only with great prewritten destiny, his conjugation may be blessed to His true devotee.

ਸਿਮਰਿ ਮਨਾ ਰਾਮ ਨਾਮੁ ਚਿਤਾਰੇ॥ simar manaa raam naam chitaaray.
ਬਸਿ ਰਹੇ ਹਿਰਦੈ, ਗੁਰ ਚਰਨ ਪਿਆਰੇ॥੧॥ ਰਹਾਉ॥ bas rahay hirdai gur charan pi-aaray. ||1|| rahaa-o.

ਪ੍ਰਭ ਦੇ ਸ਼ਬਦ ਦਾ ਸਿਮਰਨ, ਪਾਲਣਾ ਕਰੋ! ਪ੍ਰਭ ਦੇ ਸ਼ਬਦ ਰੂਪੀ ਚਰਨਾਂ ਨੂੰ ਮਨ ਵਿੱਚ ਜਾਗਰਤ ਕਰੋ!

You should meditate, obey the teachings of His Word, and enlighten the essence of His Word within your mind.

ਕਾਮਿ ਕ੍ਰੋਧਿ ਲੋਭਿ ਮੋਹਿ ਮਨੁ ਲੀਨਾ॥ kaam krodh lobh mohi man leenaa.
ਬੰਧਨ ਕਾਟਿ ਮੁਕਤਿ ਗੁਰਿ ਕੀਨਾ॥੨॥ bandhan kaat mukat gur keenaa. ||2||

ਮਾਨਸ ਜੀਵ ਕਾਮ ਵਾਸ਼ਨਾ, ਕਰੋਧ, ਲੋਭ, ਮੋਹ ਦੇ ਜਾਲ ਵਿੱਚ ਫਸਿਆ ਰਹਿੰਦਾ, ਜੀਵਨ ਬਤੀਤ ਕਰਦਾ ਹੈ । ਜਿਸ ਨੂੰ ਪ੍ਰਭ ਰਹਿਮਤ ਬਖਸ਼ਕੇ ਸ਼ਬਦ ਦੇ ਲੜ ਲਾਉਂਦਾ ਹੈ । ਉਸ ਦੇ ਸੰਸਾਰਕ ਬੰਧਨ ਨਾਸ ਕਰਕੇ ਪ੍ਰਵਾਨਗੀ ਦੇ ਰਸਤੇ ਤੇ ਪਾਉਂਦਾ, ਮੁਕਤੀ ਬਖਸ਼ਦਾ ਹੈ ।

Human may remain intoxicated with the demons of worldly wealth like sexual desire, greed, worldly bonds, attachments and wastes his human life opportunity. Whosoever may be attached to meditate on the teachings of His Word; with His mercy and grace, all his worldly bonds may be destroyed. He may be blessed with the right path of acceptance in His Court; he may be rewarded with salvation.

ਦੁਖ ਸੁਖ ਕਰਤ ਜਨਮਿ ਫੁਨਿ ਮੂਆ॥ dukh sukh karat janam fun moo-aa.
ਚਰਨ ਕਮਲ ਗੁਰਿ ਆਸ੍ਰਮੁ ਦੀਆ॥੩॥ charan kamal gur aasram dee-aa. ||3||

ਜਿਹੜਾ ਜੀਵ ਸੰਸਾਰਕ ਇੱਛਾਂ ਦੇ ਪਿਛੇ ਲੱਗਾ ਰਹਿੰਦਾ ਹੈ! ਉਹ ਸੰਸਾਰਕ ਦੁਖ, ਸੁਖ ਭੋਗਦਾ, ਜਨਮ, ਮਰਨ ਦੇ ਚੱਕਰ ਵਿੱਚ ਹੀ ਰਹਿੰਦਾ ਹੈ । ਸ਼ਬਦ ਨੂੰ ਮਨ ਵਿੱਚ ਵਸਾਉਣ ਨਾਲ ਹੀ ਮਨ ਵਿੱਚ ਸੰਤੋਖ ਬਖਸ਼ਿਸ਼ ਹੁੰਦਾ ਹੈ ।

Whosoever may remain intoxicated in worldly desires; he may endure pleasure, miseries in his life. He remains in the cycle of birth and death. Whosoever may remain drenched with the essence of His Word within his heart in his day-to-day life; with His mercy and grace, he may be blessed with contentment in his life.

ਅਗਨਿ ਸਾਗਰ ਬੂਡਤ ਸੰਸਾਰਾ॥ agan saagar boodat sansaaraa.
ਨਾਨਕ ਬਾਹ ਪਕਰਿ ਸਤਿਗੁਰਿ ਨਿਸਤਾਰਾ॥ ੪॥੩॥੮॥ naanak baah pakar satgur nistaaraa. ||4||3||8||

ਮਾਨਸ ਜੀਵ ਇੱਛਾਂ ਭਰੀ ਅੱਗ ਦੇ ਸਾਗਰ ਵਿੱਚ ਡੁੱਬਦਾ ਜਾਂਦਾ ਹੈ । ਜਿਸ ਨੂੰ ਪ੍ਰਭ ਆਪ ਹੀ ਰਹਿਮਤ ਬਖਸ਼ਕੇ ਸ਼ਬਦ ਦੇ ਲੜ ਲਾਉਂਦਾ ਹੈ । ਉਸ ਨੂੰ ਇੱਛਾਂ ਭਰੇ ਸਾਗਰ ਵਿਚੋਂ ਬਾਹਰ ਕੱਢ ਲੈਂਦਾ ਹੈ ।

Human may remain intoxicated with sweet poison of worldly wealth. He may drown in the lava, fire of worldly desires. Whosoever may be attached to meditate on the teachings of His Word; with His mercy and grace, he may be saved from the fire of worldly desires.

248. ਬਿਲਾਵਲੁ ਮਹਲਾ ੫॥ 804-3

ਤਨੁ ਮਨੁ ਧਨੁ ਅਰਪਉ ਸਭੁ ਅਪਨਾ॥ tan man dhan arpa-o sabh apnaa.
ਕਵਨ ਸੁ ਮਤਿ ਜਿਤੁ ਹਰਿ ਹਰਿ ਜਪਨਾ॥੧॥ kavan so mats jit har har japnaa. ||1||

ਮੈਂ ਆਪਣਾ ਤਨ, ਮਨ ਆਪਣੀ ਹੈਸੀਅਤ ਸਭ ਪ੍ਰਭ ਦੇ ਲੇਖੇ ਲਾਉਂਦਾ ਹੈ । ਸੋਝੀ ਬਖਸ਼ੋ! ਕਿਸ ਵਿਧੀ ਨਾਲ ਤੇਰੇ ਸ਼ਬਦ ਦਾ ਸਿਮਰਨ ਕਰਾ, ਸ਼ਬਦ ਦੇ ਗੁਣ ਗਾਵਾ ।

The True Master, I have surrendered my mind, body, and worldly status at Your sanctuary. With Your mercy and grace, blesses me the right path to meditate and to sing the glory of Your Word.

ਕਰਿ ਆਸਾ ਆਇਓ ਪ੍ਰਭ ਮਾਗਨਿ॥ kar aasaa aa-i-o parabh maagan.
ਤੁਮ੍ ਪੇਖਤ ਸੋਭਾ ਮੇਰੈ ਆਗਨਿ॥੧॥ ਰਹਾਉ॥ tumh paykhat sobhaa mayrai aagan. ||1|| rahaa-o.

ਪ੍ਰਭ ਮੈਂ ਮਨ ਵਿੱਚ ਆਸਾਂ, ਇੱਛਾਂ ਲੈ ਕੇ ਤੇਰੇ ਦਰ ਤੇ ਅਰਦਾਸ ਕਰਦਾ ਹਾ । ਤੇਰੇ ਸ਼ਬਦ ਦੀ ਭਿੱਖਿਆਂ ਮੰਗਣ ਲਈ ਆਇਆ ਹਾ । ਜਿਸ ਨੂੰ ਤੇਰੀ ਰਹਿਮਤ ਨਾਲ, ਤੇਰੇ ਸ਼ਬਦ ਦੀ ਸੋਝੀ ਰੂਪੀ ਦਰਸ਼ਨ ਹੋ ਜਾਂਦੇ ਹਨ, ਉਸ ਦੇ ਮਨ ਵਿੱਚ ਅਨੰਦ ਖੇੜਾ ਵਸ ਜਾਂਦਾ ਹੈ ।

My True Master, I have great hopes on Your mercy and grace; I pray for Your forgiveness and devotion to obey the teachings of Your Word. Whosoever may be enlightened with the essence of Your Word; he may be blessed with pleasures and blossom within his mind.

ਅਨਿਕ ਜੁਗਤਿ ਕਰਿ ਬਹੁਤੁ ਬੀਚਾਰਉ॥ anik jugat kar bahut beechaara-o.
ਸਾਧਸੰਗਿ ਇਸੁ ਮਨਹਿ ਉਧਾਰਉ॥੨॥ saadhsang is maneh udhaara-o. ||2||

ਮੈਂ ਵੱਖਰੀਆਂ ਵੱਖਰੀਆਂ ਵਿਧੀਆਂ, ਧਰਮਾਂ ਦੇ ਰਸਤੇ ਧਾਰਨ ਕਰਕੇ ਸ਼ਬਦ ਦਾ ਸਿਮਰਨ ਕਰਨ ਦੇ ਯਤਨ ਕਰਦਾ ਹਾ । ਜਿਹੜਾ ਬੰਦਗੀ ਕਰਨ ਵਾਲੇ ਸੰਤਾਂ ਦੀ ਸੰਗਤ, ਸਿਖਿਆਂ ਨਾਲ ਜੀਵਨ ਢਾਲਦਾ ਹੈ, ਉਸ ਦੇ ਮਨ ਵਿੱਚ ਹੀ ਸ਼ਬਦ ਘਰ ਕਰ ਜਾਂਦਾ ਹੈ ।

I am trying various meditation techniques, by adopting various religious paths, rituals. Whosoever may associate and adopts the life experience teachings of His true devotee in his own day-to-day life; with His mercy and grace, he may remain drench with the essence of His Word.

ਮਤਿ ਬੁਧਿ ਸੁਰਤਿ ਨਾਹੀ ਚਤੁਰਾਈ॥ mat budh surat naahee chaturaa-ee.
ਤਾ ਮਿਲੀਐ ਜਾ ਲਏ ਮਿਲਾਈ॥੩॥ taa milee-ai jaa la-ay milaa-ee. ||3||

ਜੀਵ ਦੇ ਆਪਣੇ ਮਨ ਦੀ ਕੋਈ ਸਿਆਣਪ, ਚੁਤਰਾਈ, ਧਰਮ ਦੀ ਵਿਧੀ ਨਾਲ ਰਹਿਮਤ ਬਖਸ਼ਿਸ਼ ਨਹੀਂ ਹੋ ਸਕਦੀ । ਰਹਿਮਤ ਤਾਂ ਕੇਵਲ, ਪ੍ਰਭ ਆਪਣੀ ਰਜ਼ਾ ਨਾਲ ਹੀ ਬਖਸ਼ਿਸ਼ ਹੁੰਦੀ ਹੈ ।

No one may ever be blessed with His mercy and grace with his own clever plans, meditation, religious rituals, charity, good deeds for His Creation. His blessings, acceptance may only be bestowed with His own mercy and grace.

ਨੈਨ ਸੰਤੋਖੇ ਪ੍ਰਭ ਦਰਸਨੁ ਪਾਇਆ॥ nain santokhay parabh darsan paa-i-aa.
ਕਹੁ ਨਾਨਕ ਸਫਲੁ ਸੋ ਆਇਆ॥ kaho naanak safal so aa-i-aa.
੪॥੪॥੯॥ ||4||4||9||

ਜਿਸ ਜੀਵ ਦੇ ਮਨ ਵਿੱਚ ਪ੍ਰਭ ਦਾ ਸ਼ਬਦ ਜਾਗਰਤ ਹੋ ਜਾਂਦਾ ਹੈ । ਉਸ ਦੇ ਮਨ ਵਿੱਚ ਸੰਤੋਖ ਭਰ ਜਾਂਦਾ, ਉਸ ਦਾ ਮਾਨਸ ਜਨਮ ਸਫਲ ਹੋ ਜਾਂਦਾ ਹੈ ।

Whosoever may be enlightened with the essence of His Word; with His mercy and grace, he may be overwhelmed with contentment. His human life opportunity may be rewarded, successful.

249.ਬਿਲਾਵਲੁ ਮਹਲਾ ੫॥ 804-7

ਮਾਤ ਪਿਤਾ ਸੁਤ ਸਾਥਿ ਨ ਮਾਇਆ॥ gur pooraa vadbhaagee paa-ee-ai.
ਸਾਧਸੰਗਿ ਸਭੁ ਦੂਖੁ ਮਿਟਾਇਆ॥੧॥ mil saaDhoo har naam Dhi-aa-ee-ai. ||1||

ਜੀਵ ਦੇ ਸੰਸਾਰਕ ਸਾਥੀ ਮੌਤ ਪਿਛੋਂ ਪ੍ਰਭ ਦੇ ਦਰਬਾਰ ਵਿੱਚ ਸਾਥ ਨਹੀਂ ਦੇ ਸਕਦੇ । ਕੇਵਲ ਬੰਦਗੀ ਕਰਨ ਵਾਲੇ ਦੀ ਸ਼ਬਦ ਦੀ ਕੀਤੀ ਕਮਾਈ ਹੀ ਸਹਾਈ ਹੁੰਦੀ ਹੈ ।

*** **(ਸਾਥੀ, ਮਾਤਾ, ਪਿਤਾ, ਬੱਚੇ, ਪ੍ਰਵਾਰ, ਸੰਸਾਰਕ ਧਨ)**

All worldly associates, family may not help in the purpose of human life opportunity in His Court after death. Only the earning of His Word remains pillar of his support in His Court forever.

ਰਵਿ ਰਹਿਆ ਪ੍ਰਭੁ ਸਭ ਮਹਿ ਆਪੇ॥ paarbarahm parabh tayree sarnaa.
ਹਰਿ ਜਪੁ ਰਸਨਾ ਦੁਖੁ ਨ ਵਿਆਪੇ॥੧॥ kilbikh kaatai bhaj gur kay charnaa.
ਰਹਾਉ॥ ||1|| rahaa-o.

ਪ੍ਰਭ, ਹਰਇੱਕ ਜੀਵ ਦੇ ਅੰਦਰ ਹਾਜਰਾ ਹਜ਼ੂਰ ਵਾਪਰਦਾ ਹੈ । ਜੀਭ ਨਾਲ ਸ਼ਬਦ ਦੇ ਗੁਣ ਗਾਉਣ ਨਾਲ ਕੋਈ ਸੰਸਾਰਕ ਇੱਛਾਂ ਰੂਪੀ ਦੁਖ ਪਰੇਸ਼ਾਨ ਨਹੀਂ ਕਰਦਾ ।

The Omnipresent True Master prevails within the mind of everyone. Whosoever may sing the glory of His Word with his tongue; with His mercy and grace, he may never be frustrated with any worldly desire in his day-to-day life.

ਤਿਖਾ ਭੂਖ ਬਹੁ ਤਪਤਿ ਵਿਆਪਿਆ॥ avar karam sabh lokaachaar.
ਸੀਤਲ ਭਏ ਹਰਿ ਹਰਿ ਜਸੁ ਜਾਪਿਆ॥੨॥ mil saaDhoo sang ho-ay uDhaar. ||2||

ਜਿਸ ਜੀਵ ਦੇ ਮਨ ਵਿੱਚ ਸੰਸਾਰਕ ਇੱਛਾਂ ਰੂਪੀ ਭਟਕਣ, ਭੁੱਖ ਰਹਿੰਦੀ ਹੋਵੇ । ਉਸ ਦੇ ਮਨ ਵਿੱਚ ਸੰਤੋਖ ਕੇਵਲ ਸ਼ਬਦ ਦਾ ਭਰੋਸੇ ਨਾਲ ਸਿਮਰਨ, ਗੁਣ ਗਾਉਣ ਨਾਲ ਹੀ ਬਖਸ਼ਿਸ਼ ਹੋ ਸਕਦਾ ਹੈ ।

Whosoever may be burning with frustration of worldly desires. He may only be blessed with contentment by meditating and obeying the teachings of His Word with steady and stable belief in his day-to-day life.

ਕੋਟਿ ਜਤਨ ਸੰਤੋਖੁ ਨ ਪਾਇਆ॥ simrit saasat bayd beechaaray.
ਮਨੁ ਤ੍ਰਿਪਤਾਨਾ ਹਰਿ ਗੁਣ ਗਾਇਆ॥੩॥ japee-ai naam jit paar utaaray. ||3||

ਜੀਵ ਸੰਸਾਰ ਵਿੱਚ ਅਨੇਕਾਂ ਜਤਨ ਕਰਦਾ ਹੈ, ਧਰਮ ਦੇ ਰੀਤ ਰੀਵਾਜ ਕਰਦਾ ਹੈ । ਉਸ ਦੇ ਮਨ ਵਿੱਚ ਸੰਤੋਖ ਬਖਸ਼ਿਸ਼ ਨਹੀਂ ਹੁੰਦਾ । ਕੇਵਲ ਭਰੋਸੇ ਨਾਲ ਸ਼ਬਦ ਦੇ ਗੁਣ ਗਾਉਣ ਨਾਲ ਹੀ ਮਨ ਵਿੱਚ ਸੰਤੋਖ ਬਖਸ਼ਿਸ਼ ਹੁੰਦਾ ਹੈ ।

Human may try various meditation techniques and religious rituals; however, he may not be contented with any of his efforts. Whosoever may sing the glory of His Word with steady and stable belief in his day-to-day life; with His mercy and grace, he may be blessed with contentment.

ਦੇਹੁ ਭਗਤਿ ਪ੍ਰਭ ਅੰਤਰਜਾਮੀ॥ jan naanak ka-o parabh kirpaa karee-ai.
ਨਾਨਕ ਕੀ ਬੇਨੰਤੀ ਸੁਆਮੀ॥ saaDhoo Dhoor milai nistaree-ai.
੪॥੫॥੧੦॥ ||4||6||11||

ਬੰਦਗੀ ਕਰਨ ਵਾਲਾ ਸਦਾ ਹੀ ਪ੍ਰਭ ਅੱਗੇ ਇੱਕੋ ਇੱਕ ਹੀ ਅਰਦਾਸ ਕਰਦਾ ਹੈ । ਰਹਿਮਤਾਂ ਦੇ ਮਾਲਕ, ਰਹਿਮਤ ਬਖਸ਼ਕੇ ਸ਼ਬਦ ਦੇ ਲੜ ਲਾਵੋ!

His true devotee may only pray for one wish; The Merciful True Master blesses me devotion to obey Your Word.

250. ਬਿਲਾਵਲੁ ਮਹਲਾ ੫॥ 804-11

ਗੁਰੁ ਪੂਰਾ ਵਡਭਾਗੀ ਪਾਈਐ॥ gur pooraa vadbhaagee paa-ee-ai.
ਮਿਲਿ ਸਾਧੂ ਹਰਿ ਨਾਮੁ ਧਿਆਈਐ॥੧॥ mil saaDhoo har naam dhi-aa-ee-ai. ||1||

ਵੱਡੇ ਭਾਗਾਂ ਨਾਲ ਹੀ ਪ੍ਰਭ ਦੇ ਸ਼ਬਦ ਦੀ ਬੰਦਗੀ ਕਰਨ ਵਾਲੇ ਨਾਲ ਸੰਜੋਗ, ਸੰਗਤ ਬਖਸ਼ਿਸ਼ ਹੁੰਦੀ ਹੈ । ਉਸ ਦੇ ਜੀਵਨ ਦੀ ਸਿਖਿਆ ਆਪਣੇ ਜੀਵਨ ਵਿੱਚ ਢਾਲਕੇ, ਪ੍ਰਭ ਦੇ ਸ਼ਬਦ ਦੀ ਪਾਲਣਾ ਕਰੋ!

Whosoever may have a great prewritten destiny, he may be blessed with the conjugation of His true devotee. You should adopt the life experience teachings of His true devotee in your day-to-day life and obeys the teachings of His Word.

ਪਾਰਬ੍ਰਹਮ ਪ੍ਰਭ ਤੇਰੀ ਸਰਨਾ॥ paarbarahm parabh tayree sarnaa.
ਕਿਲਬਿਖ ਕਾਟੈ ਭਜੁ ਗੁਰ ਕੇ ਚਰਨਾ॥੧॥ kilbikh kaatai bhaj gur kay charnaa.
ਰਹਾਉ॥ ||1|| rahaa-o.

ਮੈਂ ਆਪਾ ਗਵਾ ਕੇ ਤੇਰੀ ਸ਼ਰਣ ਵਿੱਚ ਆਇਆ ਹਾ! ਰਹਿਮਤ ਬਖਸ਼ੋ! ਸ਼ਬਦ ਦੇ ਲੜ ਲਾ ਕੇ ਮੇਰੇ ਮਨ ਵਿਚੋਂ ਬੁਰੇ ਖਿਆਲ ਨਾਸ ਕਰੋ!

My True Master, I have renounced my selfishness, self-identity and I have surrendered my mind, and body at Your sanctuary for forgiveness. With Your mercy and grace, by attaching to obey the teachings of Your Word, eliminates may evil thoughts.

ਅਵਰਿ ਕਰਮ ਸਭਿ ਲੋਕਾਚਾਰ॥ avar karam sabh lokaachaar.
ਮਿਲਿ ਸਾਧੂ ਸੰਗਿ ਹੋਇ ਉਧਾਰ॥੨॥ mil saaDhoo sang ho-ay udhaar. ||2||

ਸਾਰੇ ਸੰਸਾਰਕ ਧਰਮਾਂ ਦੇ ਰੀਤ ਰੀਵਾਜ, ਬੰਦਗੀ ਦੇ ਤਰੀਕੇ ਬਿਰਥੇ ਹੀ ਹਨ । ਮਨ ਵਿੱਚ ਵਸਦੇ ਸੰਤ, ਸ਼ਬਦ ਦੀ ਸੰਗਤ, ਸ਼ਬਦ ਦੀ ਪਾਲਣਾ ਨਾਲ ਮਨ ਪ੍ਰਵਾਨਗੀ ਦੇ ਰਸਤੇ ਤੇ ਅਡੋਲ ਹੋ ਜਾਂਦਾ ਹੈ ।

All worldly religious rituals, nit-naam, charity, meditation, paath are useless for the purpose of human life journey. Whosoever may search the conjugation of The Holy Saint embedded within his soul; with His mercy and grace, by obeying the teachings of His Word, he may remain steady and stable on the right path of acceptance in His Court.

ਸਿੰਮ੍ਰਿਤਿ ਸਾਸਤ ਬੇਦ ਬੀਚਾਰੇ॥ simrit saasat bayd beechaaray.
ਜਪੀਐ ਨਾਮੁ ਜਿਤੁ ਪਾਰਿ ਉਤਾਰੇ॥੩॥ japee-ai naam jit paar utaaray. ||3||

ਮਾਨਸ ਸੰਸਾਰਕ ਧਰਮਾਂ ਦੇ ਬੰਦਗੀ ਕਰਨ ਦੇ ਸਾਰੇ ਨਿੱਤਨੇਮ ਕਰ ਲਵੇ! ਕੇਵਲ ਸ਼ਬਦ ਨਾਲ ਜੀਵਨ ਢਾਲਣ ਨਾਲ ਹੀ ਮਨ ਪ੍ਰਵਾਨਗੀ ਦੇ ਰਸਤੇ ਤੇ ਅਡੋਲ ਰਹਿੰਦਾ ਹੈ ।

Human may adopt all religious techniques of meditation and religious rituals, like nit-name, simran, charity free kitchen etc. Whosoever may adopt the teachings of His Word in day-to-day life; with His mercy and grace, only he may remain steady and stable on the right path of acceptance in His Court.

ਜਨ ਨਾਨਕ ਕਉ ਪ੍ਰਭ ਕਿਰਪਾ ਕਰੀਐ॥ jan naanak ka-o parabh kirpaa karee-ai.
ਸਾਧੂ ਧੂਰਿ ਮਿਲੈ ਨਿਸਤਰੀਐ॥ saadhoo Dhoor milai nistaree-ai.
੪॥੬॥੧੧॥ ||4||6||11||

ਜਿਸ ਤੇ ਪ੍ਰਭ, ਆਪ ਹੀ ਰਹਿਮਤ ਦੀ ਨਜ਼ਰ ਬਖਸ਼ਦਾ ਹੈ । ਉਸ ਦੇ ਮਨ ਵਿੱਚ ਨਿਮ੍ਰਤਾ, ਸੰਤਾਂ ਦੇ ਚਰਨਾਂ ਦੀ ਧੂੜ ਦੇ ਸਮਾਨ ਅਵਸਥਾ ਬਖਸ਼ਿਸ਼ ਹੁੰਦੀ ਹੈ । ਮੁਕਤੀ ਦੀ ਅਵਸਥਾ ਬਖਸ਼ਿਸ਼ ਹੁੰਦੀ ਹੈ ।

Whosoever may be blessed with His mercy and grace; his state of mind may become humble like the dust of the feet of His true devotee. With His mercy and grace, he may be blessed with a state of salvation.

251. ਬਿਲਾਵਲੁ ਮਹਲਾ ੫॥ 804-15

ਗੁਰ ਕਾ ਸਬਦੁ ਰਿਦੇ ਮਹਿ ਚੀਨਾ॥ gur kaa sabad riday meh cheenaa.
ਸਗਲ ਮਨੋਰਥ ਪੂਰਨ ਆਸੀਨਾ॥੧॥ sagal manorath pooran aaseenaa. ||1||

ਜਿਸ ਦੇ ਮਨ ਵਿੱਚ ਪ੍ਰਭ ਦਾ ਸ਼ਬਦ ਜਾਗਰਤ ਹੋ ਜਾਂਦਾ ਹੈ । ਉਸ ਦੇ ਮਨ ਦੀਆਂ ਸਾਰੀਆਂ ਮੁਰਾਦਾਂ ਹੀ ਪੂਰੀਆਂ ਹੋ ਜਾਂਦੀਆਂ ਹਨ ।

With His mercy and grace, whosoever may be enlightened with the essence of His Word within; all his spoken and unspoken desires of his mind may be satisfied.

ਸੰਤ ਜਨਾ ਕਾ ਮੁਖੁ ਊਜਲੁ ਕੀਨਾ॥ sant janaa kaa mukh oojal keenaa.
ਕਰਿ ਕਿਰਪਾ ਅਪੁਨਾ ਨਾਮੁ ਦੀਨਾ॥੧॥ kar kirpaa apunaa naam deenaa. ||1||
ਰਹਾਉ॥ rahaa-o.

ਬੰਦਗੀ ਕਰਨ ਵਾਲੇ ਤੇ ਸ਼ਬਦ ਰੂਪੀ ਰੂਹਾਨੀ ਨੂਰ ਚਮਕਦਾ, ਪ੍ਰਭ ਦੀ ਰਹਿਮਤ ਭਰਪੂਰ ਹੁੰਦੀ ਹੈ । ਉਸ ਦਾ ਮਨ ਸ਼ਬਦ ਦੀ ਸੋਝੀ ਨਾਲ ਜਾਗਰਤ ਅਤੇ ਸੁਚੇਤ ਰਹਿੰਦਾ ਹੈ ।

His true devotee may remain overwhelmed with eternal spiritual glow on his forehead. With His mercy and grace, he may remain awake and alert with the enlightenment of His Word.

ਅੰਧ ਕੂਪ ਤੇ ਕਰੁ ਗਹਿ ਲੀਨਾ॥ andh koop tay kar geh leenaa.
ਜੈ ਜੈ ਕਾਰੁ ਜਗਤਿ ਪ੍ਰਗਟੀਨਾ॥੨॥ jai jai kaar jagat pargateenaa. ||2||

ਆਪ ਹੀ ਉਸ ਦਾ ਹੱਥ ਪਕੜ ਕੇ ਇੱਛਾਂ ਭਰੇ ਸੰਸਾਰਕ ਸਾਗਰ ਵਿਚੋਂ ਕੱਢ ਲੈਂਦਾ ਹੈ । ਉਸ ਦੀ ਸੋਭਾ ਸਾਰੀ ਸ੍ਰਿਸ਼ਟੀ ਵਿੱਚ ਹੀ ਹੁੰਦੀ ਹੈ ।

Whosoever may be saved from the terrible ocean of worldly desires by attaching to obey His Word; with His mercy and grace, he may be honored in the whole universe.

ਨੀਚਾ ਤੇ ਊਚ ਊਨ ਪੂਰੀਨਾ॥ neechaa tay ooch oon pooreenaa.
ਅੰਮ੍ਰਿਤ ਨਾਮੁ ਮਹਾ ਰਸੁ ਲੀਨਾ॥੩॥ amrit naam mahaa ras leenaa. ||3||

ਉਸ ਦੇ ਮਨ ਦੀ ਅਵਸਥਾ ਬਹੁਤ ਉਤਮ ਹੋ ਜਾਂਦੀ ਹੈ, ਮਨ ਵਿੱਚ ਖੇੜਾ ਭਰ ਜਾਂਦਾ ਹੈ । ਉਸ ਦੇ ਮਨ ਵਿੱਚ ਅਮੋਲਕ ਸ਼ਬਦ ਵਸਦਾ, ਸ਼ਬਦ ਰੂਪੀ ਅੰਮ੍ਰਿਤ ਦਾ ਅਨੰਦ ਮਾਨਦਾ ਹੈ ।

His state of mind may become superb, ambrosial and he may remain overwhelmed with blossom. He may remain drenched with His ambrosial Word; he enjoys the pleasures of nectar of the essence of His Word.

ਮਨ ਤਨ ਨਿਰਮਲ ਪਾਪ ਜਲਿ ਖੀਨਾ॥ man tan nirmal paap jal kheenaa.
ਕਹੁ ਨਾਨਕ ਪ੍ਰਭ ਭਏ ਪ੍ਰਸੀਨਾ॥ kaho naanak parabh bha-ay parseenaa.
੪॥੭॥੧੨॥ ||4||7||12||

ਉਸ ਦਾ ਤਨ, ਮਨ ਪਵਿੱਤਰ ਹੋ ਜਾਂਦਾ ਹੈ । ਮਨ ਵਿਚੋਂ ਬੁਰੇ ਖਿਆਲ ਨਾਸ ਹੋ ਜਾਂਦੇ, ਪਾਪ ਬਖਸ਼ੇ ਜਾਂਦੇ ਹਨ । ਪ੍ਰਭ ਉਸ ਦੇ ਸ਼ਬਦ ਦੀ ਕਮਾਈ ਤੇ ਪ੍ਰਸੰਨ ਹੁੰਦਾ ਹੈ, ਪ੍ਰਵਾਨ ਕਰਦਾ ਹੈ ।

Whose mind, body, and soul may be sanctified; all his evil thoughts may be eliminated from within. With His mercy and grace, his sins of previous lives may be forgiven. The True Master may be pleased with his earnings of His Word; he may be accepted in His Court.

252.ਬਿਲਾਵਲੁ ਮਹਲਾ ੫॥ 804-19

ਸਗਲ ਮਨੋਰਥ ਪਾਈਅਹਿ ਮੀਤਾ॥ sagal manorath paa-ee-ah meetaa.
ਚਰਨ ਕਮਲ ਸਿਉ ਲਾਈਐ ਚੀਤਾ॥੧॥ charan kamal si-o laa-ee-ai cheetaa. ||1||

ਜਿਹੜਾ ਜੀਵ ਆਪਣਾ ਭਰੋਸਾ ਅਡੋਲ ਰਖਕੇ ਸ਼ਬਦ ਦੀ ਪਾਲਣਾ ਕਰਦਾ ਹੈ । ਉਸ ਦੇ ਮਨ ਦੀਆਂ ਮੁਰਾਦਾਂ ਪੂਰੀਆਂ ਹੋ ਜਾਂਦੀਆਂ ਹਨ ।

Whosoever may obey the teachings of His Word with steady and stable belief in his day-to-day life; with His mercy and grace, all his spoken and unspoken desires may be satisfied.

ਹਉ ਬਲਿਹਾਰੀ ਜੋ ਪ੍ਰਭੂ ਧਿਆਵਤ॥ ha-o balihaaree jo parabhoo Dhi-aavat.
ਜਲਨਿ ਬੁਝੈ ਹਰਿ ਹਰਿ ਗੁਨ ਗਾਵਤ॥੧॥ jalan bujhai har har gun gaavat. ||1||
ਰਹਾਉ॥ rahaa-o.

ਜਿਹੜਾ ਸ਼ਬਦ ਦੇ ਗੁਣ ਗਾਉਂਦਾ, ਆਪਣੇ ਮਨ ਦੀਆਂ ਇੱਛਾਂ ਤੇ ਜਿੱਤ ਪਾ ਲੈਂਦੇ, ਮਨ ਇੱਛਾਂ ਰਹਿਤ ਕਰ ਲੈਂਦਾ ਹੈ । ਮੈਂ ਉਸ ਬੰਦਗੀ ਕਰਨ ਵਾਲੇ ਦਾਸ ਤੋ ਕੁਰਬਾਨ ਜਾਵਾ!

Whosoever may sing the glory of His Word and conquers his worldly desires; he may remain beyond the reach of worldly temptations. I remain fascinated and astonished from his way of life and his state of mind.

ਸਫਲ ਜਨਮੁ ਹੋਵਤ ਵਡਭਾਗੀ॥ safal janam hovat vadbhaagee.
ਸਾਧਸੰਗਿ ਰਾਮਹਿ ਲਿਵ ਲਾਗੀ॥੨॥ saaDhsang raameh liv laagee. ||2||

ਜਿਹੜਾ ਬੰਦਗੀ ਕਰਨ ਵਾਲੇ ਸੰਤਾਂ ਦੀ ਸੰਗਤ ਕਰਕੇ, ਆਪਣਾ ਜੀਵਨ ਨੂੰ ਉਸ ਦੀ ਸਿਖਿਆਂ, ਨਾਲ ਢਾਲ ਲੈਂਦਾ ਹੈ । ਉਸ ਦਾ ਮਾਨਸ ਜਨਮ ਸਫਲ ਹੋ ਜਾਂਦਾ ਹੈ, ਉਸ ਦੇ ਭਾਗ ਖੁੱਲ੍ਹ ਜਾਂਦੇ ਹਨ ।

Whosoever may remain in the conjugation of His true devotee and adopts his life experience teachings in his own day-to-day life; with His mercy and grace, his human life opportunity, his prewritten destiny may be rewarded.

ਮਤਿ ਪਤਿ ਧਨੁ ਸੁਖ ਸਹਜ ਅਨੰਦਾ॥ mat pat Dhan sukh sahj anandaa.
ਇਕ ਨਿਮਖ ਨ ਵਿਸਰਹੁ ਪਰਮਾਨੰਦਾ॥੩॥ ik nimakh na visrahu parmaanandaa. 3

ਜਿਹੜਾ ਜੀਵ ਪ੍ਰਭ ਦੇ ਸ਼ਬਦ ਨੂੰ, ਪ੍ਰਭ ਦੇ ਵਿਛੋੜੇ ਨੂੰ ਮਨ ਵਿੱਚ ਯਾਦ ਰਖਦਾ ਹੈ । ਉਸ ਤੇ ਪ੍ਰਭ ਦੀ ਰਹਿਮਤ ਨਾਲ ਮਨ, ਤਨ ਵਿੱਚ ਸੰਤੋਖ ਖੇੜਾ ਬਖਸ਼ਿਸ਼ ਹੋ ਜਾਂਦਾ ਹੈ ।

Whosoever may keep the essence of His Word and the memory of his separation always fresh within his mind; with His mercy and grace, his mind and body may remain overwhelmed with contentment and blossom in his day-to-day life.

ਹਰਿ ਦਰਸਨ ਕੀ ਮਨਿ ਪਿਆਸ ਘਨੇਰੀ॥ har darsan kee man pi-aas ghanayree.
ਭਨਤਿ ਨਾਨਕ ਸਰਣਿ ਪ੍ਰਭ ਤੇਰੀ॥ bhanat naanak saran parabh tayree.
੪॥੮॥੧੩॥ ||4||8||13||

ਬੰਦਗੀ ਕਰਨ ਵਾਲੇ ਦੇ ਮਨ ਵਿੱਚ ਪ੍ਰਭ ਨੂੰ ਮਿਲਣ, ਸ਼ਬਦ ਦੀ ਸੋਝੀ ਪਾਉਣ ਦੀ ਸ਼ਰਧਾ ਬਹੁਤ ਡੂੰਘੀ ਹੁੰਦੀ ਹੈ । ਉਹ ਹਰ ਵੇਲੇ ਇੱਕੋ ਇੱਕ, ਪ੍ਰਭ ਦੀ ਸ਼ਰਣ ਵਿੱਚ ਪਨਾਹ ਦੀ ਅਰਦਾਸ ਕਰਦਾ ਹੈ ।

His true devotee may have a deep desire, anxiety to be enlightened with the teachings of His Word. He may only pray for His forgiveness and acceptance in His sanctuary.

253. ਬਿਲਾਵਲੁ ਮਹਲਾ ੫॥ 805-4

ਮੋਹਿ ਨਿਰਗੁਨ ਸਭ ਗੁਣਹ ਬਿਹੂਨਾ॥ mohi nirgun sabh gunah bihoonaa.
ਦਇਆ ਧਾਰਿ ਅਪੁਨਾ ਕਰਿ ਲੀਨਾ॥੧॥ da-i-aa Dhaar apunaa kar leenaa. ||1||

ਪ੍ਰਭ ਮੇਰੇ ਆਪਣੇ ਵਿੱਚ ਕੋਈ ਗੁਣ ਨਹੀਂ ਹਨ, ਕੋਈ ਸ਼ਬਦ ਦੀ ਕਮਾਈ ਨਹੀਂ ਹੈ । ਰਹਿਮਤ ਬਖਸ਼ੋ ! ਆਪਣੇ ਸ਼ਬਦ ਦੇ ਲੜ ਲਾ ਕੇ ਆਪਣਾ ਦਾਸ ਬਣਾ ਲਵੋ !

My True Master, I have no virtues of my own nor any earnings of Your Word. With Your mercy and grace, attaches me to meditate on the teachings of Your Word and makes me worthy of Your consideration.

ਮੇਰਾ ਮਨੁ ਤਨੁ ਹਰਿ ਗੋਪਾਲਿ ਸੁਹਾਇਆ॥ mayraa man tan har gopaal suhaa-i-aa.
ਕਰਿ ਕਿਰਪਾ ਪ੍ਰਭੁ ਘਰ ਮਹਿ ਆਇਆ॥ kar kirpaa parabh ghar meh aa-i-aa.
੧॥ ਰਹਾਉ॥ ||1|| rahaa-o.

ਮੇਰੇ ਮਨ, ਤਨ ਦਾ ਭਰੋਸਾ ਪ੍ਰਭ ਤੇ ਅਡੋਲ ਹੋ ਗਿਆ ਹੈ । ਬਾਕੀ ਸਭ ਆਸਾਂ ਤਿਆਗਕੇ, ਪ੍ਰਭ ਦੀ ਸ਼ਰਣ ਵਿੱਚ ਆਇਆ ਹਾ । ਪ੍ਰਭ ਨੇ ਆਪ ਹੀ ਰਹਿਮਤ ਬਖਸ਼ਕੇ ਮਨ ਵਿੱਚ ਸ਼ਬਦ ਜਾਗਰਤ ਕੀਤਾ, ਮਨ ਸੁਚੇਤ ਹੋ ਗਿਆ ਹੈ ।

I have abandoned all other hopes and I have established a steady and stable belief on His blessings; I have surrendered my mind, body, and worldly status at His sanctuary for His forgiveness. With His mercy and grace, I have been enlightened with the essence of His Word within my mind. I remain awake and alert in my meditations.

ਭਗਤਿ ਵਛਲ ਭੈ ਕਾਟਨਹਾਰੇ॥ bhagat vachhal bhai kaatanhaaray.
ਸੰਸਾਰ ਸਾਗਰ ਅਬ ਉਤਰੇ ਪਾਰੇ॥੨॥ sansaar saagar ab utray paaray. ||2||

ਪਭ ਆਪਣੇ ਦਾਸਾਂ ਦਾ ਆਪ ਰਖਵਾਲਾ ਹੁੰਦਾ ਹੈ । ਉਹ ਮੌਤ ਦਾ ਡਰ ਦੂਰ ਕਰਨ ਵਾਲਾ ਮਾਲਕ ਹੈ । ਬੰਦਗੀ ਕਰਨ ਵਾਲਾ, ਪ੍ਰਭ ਦੀ ਰਹਿਮਤ ਨਾਲ ਸੰਸਾਰਕ ਸਾਗਰ ਪਾਰ ਕਰ ਜਾਂਦਾ ਹੈ ।

The True Master becomes the protector of His true devotee. Only He may eliminate the fear of death of His true devotee. With His mercy and grace, His true devotee may be saved from the ocean of terrible worldly desires.

ਪਤਿਤ ਪਾਵਨ ਪ੍ਰਭ patit paavan parabh
ਬਿਰਦੁ ਬੇਦਿ ਲੇਖਿਆ॥ birad bayd laykhi-aa.
ਪਾਰਬ੍ਰਹਮੁ ਸੋ ਨੈਨਹੁ ਪੇਖਿਆ॥੩॥ paarbarahm so nainhu paykhi-aa. ||3||

ਧਰਮ ਦੇ ਗ੍ਰੰਥਾਂ ਵਿੱਚ ਇਹ ਲਿਖਿਆ ਹੋਇਆ ਹੈ । ਆਤਮਾ ਨੂੰ ਪਵਿੱਤਰ ਕਰਨ ਦਾ ਇਹ ਹੀ ਤਰੀਕਾ, ਵਿਧੀ ਹੈ । ਜਿਹੜਾ ਸ਼ਬਦ ਦੀ ਸਿਖਿਆਂ ਨਾਲ ਜੀਵਨ ਢਾਲਦਾ ਹੈ, ਉਹ ਆਪਣੇ ਮਨ ਦੀਆਂ ਅੱਖਾਂ ਨਾਲ ਪ੍ਰਭ ਨੂੰ ਮਹਿਸੂਸ ਕਰਦਾ, ਦਰਸ਼ਨ ਕਰ ਲੈਂਦਾ ਹੈ ।

All religious Holy Scriptures agrees on One and only One technique to sanctify our soul. Whosoever may adopt the teachings of His Word with steady and stable belief in his day-to-day life; with His mercy and grace, he may realize the existence of The Holy Spirit prevailing everywhere with his own eyes of his mind.

ਸਾਧਸੰਗਿ ਪ੍ਰਗਟੇ ਨਾਰਾਇਣ॥ saaDhsang pargatay naaraa-in.
ਨਾਨਕ ਦਾਸ ਸਭਿ ਦੂਖ ਪਲਾਇਣ॥ naanak daas sabh dookh palaa-in.
੪॥੯॥੧੪॥

||4||9||14||

ਜਿਹੜਾ ਬੰਦਗੀ ਕਰਨ ਵਾਲਾ, ਸੰਤਾਂ ਦੀ ਸੰਗਤ ਵਿੱਚ, ਸ਼ਬਦ ਦੀ ਪਾਲਣਾ ਕਰਦਾ ਹੈ । ਪ੍ਰਭ ਆਪ ਹੀ ਰਹਿਮਤ ਦੀ ਨਜ਼ਰ ਬਖਸ਼ਦਾ ਹੈ, ਉਸ ਦੇ ਮਨ ਵਿੱਚ ਜਾਗਰਤ ਹੋ ਜਾਂਦਾ ਹੈ । ਬੰਦਗੀ ਕਰਨ ਵਾਲੇ ਦੇ ਸਾਰੇ ਦੁਖ ਦੂਰ ਹੋ ਜਾਂਦੇ ਹਨ । ਮਨ ਵਿਚੋਂ ਇੱਛਾਂ ਤੇ ਜਿੱਤ ਬਖੀਸ਼ਸ ਹੋ ਜਾਂਦੀ ਹੈ ।

Whosoever may remain in the conjugation of His true devotee; he may adopt the teachings of His Word with steady and stable belief in his day-to-day life. With His mercy and grace, he may be enlightened with the essence of His Word from within. All his miseries, frustrations of worldly desires may be eliminated. He may conquer his mind, his worldly desires.

254.ਬਿਲਾਵਲੁ ਮਹਲਾ ੫॥ 805-8

ਕਵਨੁ ਜਾਨੈ ਪ੍ਰਭ ਤੁਮ੍ਰੀ ਸੇਵਾ॥ kavan jaanai parabh tumhree sayvaa.
ਪ੍ਰਭ ਅਵਿਨਾਸੀ ਅਲਖ ਅਭੇਵਾ॥੧॥ parabh avinaasee alakh abhayvaa. ||1||

ਪ੍ਰਭ ਤੂੰ ਸਦਾ ਅਟੱਲ ਰਹਿਣ ਵਾਲਾ, ਦੇਖੇ ਜਾਣ, ਜਾਣੇ ਜਾਣ ਤੋ ਬਾਹਰ ਹੈ । ਤੇਰੀ ਸੇਵਾ, ਸ਼ਬਦ ਦੀ ਕਮਾਈ ਦੀ ਕੀਮਤ ਕੌਣ ਜਾਣ ਸਕਦਾ ਹੈ?

The forever True Master remains beyond any physical visibility and comprehension of Your Creation. Who may imagine or comprehend the significance of the earnings of Your Word?

ਗੁਣ ਬੇਅੰਤ ਪ੍ਰਭ ਗਹਿਰ ਗੰਭੀਰੇ॥ gun bay-ant parabh gahir gambheeray.
ਊਚ ਮਹਲ ਸੁਆਮੀ ਪ੍ਰਭ ਮੇਰੇ॥ ooch mahal su-aamee parabh mayray.
ਤੂ ਅਪਰੰਪਰ ਠਾਕੁਰ ਮੇਰੇ॥੧॥ too aprampar thaakur mayray. ||1||
ਰਹਾਉ॥ rahaa-o.

ਪ੍ਰਭ ਦੇ ਬੇਅੰਤ ਹੀ ਗੁਣ ਹਨ, ਪ੍ਰਭ ਦੀ ਅਵਸਥਾ ਬਹੁਤ ਗੰਭੀਰ ਹੈ । ਉਸ ਦਾ ਦਰਬਾਰ, ਤਖਤ ਬਹੁਤ ਉੱਚਾ, ਜੀਵ ਦੀ ਸਮਝ ਤੋ ਬਾਹਰ ਹੈ । ਪ੍ਰਭ ਤੂੰ ਸ੍ਰਿਸ਼ਟੀ ਦਾ ਮਾਲਕ ਹੈ । ਤੇਰੀ ਕਿਸੇ ਕਰਤਬ ਦੀ ਹੱਦ ਜਾਣੀ ਨਹੀਂ ਜਾ ਸਕਦੀ ।

True Master, unlimited treasure of virtues, His Nature remains a mystery for His Creation. His Court, Royal castle, the greatest of All remains beyond the comprehension of His Creation. The limits of miracles and events of The One and only One True Master of the universe, remain beyond the comprehension of His Creation.

ਏਕਸ ਬਿਨੁ ਨਾਹੀ ਕੋ ਦੂਜਾ॥ aykas bin naahee ko doojaa.
ਤੁਮ੍ ਹੀ ਜਾਨਹੁ ਅਪਨੀ ਪੂਜਾ॥੨॥ tumh hee jaanhu apnee poojaa. ||2||

ਪ੍ਰਭ ਤੇਰੇ ਤੋ ਬਿਨਾਂ ਹੋਰ ਕੋਈ ਦੂਸਰਾ ਸ੍ਰਿਸ਼ਟੀ ਦਾ ਮਾਲਕ ਨਹੀਂ ਹੈ । ਪ੍ਰਭ ਆਪ ਹੀ ਜਾਣਦਾ ਹੈ, ਕਿਹੜਾ ਸ਼ਬਦ ਦਾ ਸਿਮਰਨ, ਪਾਲਣਾ ਅਸਲੀ ਬੰਦਗੀ, ਪੂਜਾ ਕਰਦਾ ਹੈ ।

The One and only One, True Master of the universe; no one else may exist without Your command or the master of the universe. The Omniscient True Master knows, who may be really meditating, worshiping, and obeying the teachings of Your Word with steady and stable belief in his day-to-day life.

ਆਪਹੁ ਕਛੂ ਨ ਹੋਵਤ ਭਾਈ॥ aaphu kachhoo na hovat bhaa-ee.
ਜਿਸੁ ਪ੍ਰਭੁ ਦੇਵੈ ਸੋ ਨਾਮੁ ਪਾਈ॥੩॥ jis parabh dayvai so naam paa-ee. ||3||

ਮਾਨਸ ਆਪਣੇ ਜ਼ੋਰ, ਯਤਨ ਨਾਲ ਤੇਰੇ ਸ਼ਬਦ ਦੀ ਪਾਲਣਾ ਨਹੀਂ ਕਰ ਸਕਦਾ । ਕਿਸੇ ਕੰਮ ਵਿੱਚ ਸਫਲਤਾ ਨਹੀਂ ਪਾ ਸਕਦਾ । ਜਿਸ ਨੂੰ ਰਹਿਮਤ ਬਖਸ਼ਕੇ ਸ਼ਬਦ ਦੇ ਲੜ ਲਾਉਂਦਾ ਹੈ । ਕੇਵਲ ਉਹ ਹੀ ਤੇਰੇ ਸ਼ਬਦ ਦੀ ਪਾਲਣਾ ਕਰ ਸਕਦਾ ਹੈ ।

No one can meditate or obey on the teachings of Your Word with his own determination and efforts. He may never be successful in his meditation nor his efforts may be rewarded. Whosoever may be attached to Your Word;

only he may obey the teachings of Your Word with steady and stable belief in his day-to-day life.

ਕਹੁ ਨਾਨਕ ਜੋ ਜਨੁ ਪ੍ਰਭ ਭਾਇਆ॥	kaho naanak jo jan parabh bhaa-i-aa.
ਗੁਣ ਨਿਧਾਨ ਪ੍ਰਭੁ ਤਿਨ ਹੀ ਪਾਇਆ॥ ੪॥੧੦॥੧੫॥	gun niDhaan parabh tin hee paa-i-aa. ||4||10||15||

ਜਿਸ ਦੀ ਸ਼ਬਦ ਦੀ ਕਮਾਈ ਪ੍ਰਭ ਪ੍ਰਵਾਨ ਕਰ ਲੈਂਦਾ ਹੈ, ਉਸ ਨੂੰ ਹੀ ਗੁਣਾਂ ਦਾ ਖਜ਼ਾਨਾ ਬਖਸ਼ਦਾ ਹੈ ।

Whose earnings of His Word may be accepted in His Court; with His mercy and grace, he may be blessed with unlimited treasure of His virtues.

255.ਬਿਲਾਵਲੁ ਮਹਲਾ ੫॥ 805-12

ਮਾਤ ਗਰਭ ਮਹਿ ਹਾਥ ਦੇ ਰਾਖਿਆ॥	maat garabh meh haath day raakhi-aa.
ਹਰਿ ਰਸੁ ਛੋਡਿ ਬਿਖਿਆ ਫਲੁ ਚਾਖਿਆ॥੧	har ras chhod bikhi-aa fal chaakhi-aa.1

ਪ੍ਰਭ ਹੀ ਆਤਮਾ ਦੀ ਮਾਤਾ ਦੇ ਗਰਭ ਵਿੱਚ ਰਖਿਆ ਕਰਦਾ ਹੈ । ਜਦੋਂ ਆਤਮਾ ਦਾ ਸੰਸਾਰ ਵਿੱਚ ਪ੍ਰਕਾਸ਼ ਹੁੰਦਾ, ਮਾਨਸ ਤਨ ਬਖਸ਼ਿਸ਼ ਹੋ ਜਾਂਦਾ ਹੈ । ਅਣਜਾਣ ਜੀਵ ਪ੍ਰਭ ਦੇ ਸ਼ਬਦ ਰੂਪੀ ਅੰਮ੍ਰਿਤ ਦਾ ਰਸ ਛੱਡਕੇ, ਸੰਸਾਰਕ ਮਾਇਆ ਦੇ ਰਸ ਪਿਛੇ ਲੱਗ ਪੈਂਦਾ ਹੈ ।

The True Master protects his soul in womb of her mother. However, as he enters the world dominated with short-lived glamor of worldly wealth; he may forget the real purpose of his human life opportunity. He may remain intoxicated with the sweet poison of worldly wealth.

ਭਜੁ ਗੋਬਿਦ ਸਭ ਛੋਡਿ ਜੰਜਾਲ॥	bhaj gobid sabh chhod janjaal.
ਜਬ ਜਮੁ ਆਇ ਸੰਘਾਰੈ ਮੂੜੇ,	jab jam aa-ay sanghaarai moorhay
ਤਬ ਤਨੁ ਬਿਨਸਿ ਜਾਇ ਬੇਹਾਲ॥੧॥ ਰਹਾਉ॥	tab tan binas jaa-ay bayhaal. ||1|| rahaa-o.

ਜੀਵ ਸੰਸਾਰਕ ਮਾਇਆ ਦੇ ਧੰਦੇ ਛੱਡਕੇ, ਪ੍ਰਭ ਦੇ ਸ਼ਬਦ ਦੀ ਪਾਲਣਾ ਸਿਮਰਨ ਕਰੋ! ਜਦੋਂ ਮੌਤ ਦਾ ਜਮਦੂਤ ਆਵੇਗਾ ਤਾ ਤੇਰਾ ਤਨ ਖਿਲਰ ਜਾਣਾ, ਨਾਸ ਹੀ ਹੋ ਜਾਣਾ ਹੈ ।

You should renounce the chores of your worldly desires and meditate on the teachings of His Word. The devil of death may knock at your door at predetermined time; your body may be destroyed and becomes corpse.

ਤਨੁ ਮਨੁ ਧਨੁ ਅਪਨਾ ਕਰਿ ਥਾਪਿਆ॥	tan man Dhan apnaa kar thaapi-aa.
ਕਰਨਹਾਰੁ ਇਕ ਨਿਮਖ ਨ ਜਾਪਿਆ॥੨॥	karanhaar ik nimakh na jaapi-aa. ||2||

ਜੀਵ ਆਪਣੇ ਤਨ, ਮਨ ਆਪਣੀ ਹੈਸੀਅਤ ਨੂੰ ਆਪਣਾ ਸਮਝਦਾ ਹੈ । ਜਿਸ ਦੀ ਰਹਿਮਤ ਨਾਲ, ਜੀਵ ਨੂੰ ਮਨ, ਤਨ, ਹੈਸੀਅਤ ਬਖਸ਼ਿਸ਼ ਹੁੰਦੀ ਹੈ । ਉਸ ਦਾ ਇੱਕ ਪਲ ਵੀ ਧਿਆਨ ਨਹੀਂ ਕਰਦਾ, ਉਸ ਦੇ ਸ਼ਬਦ ਦਾ ਸਿਮਰਨ ਨਹੀਂ ਕਰਦਾ ।

Ignorant, self-minded believes his mind, body, and worldly status may be his own trust. He may forget The True Master; who has blessed the priceless human life opportunity. He may never remember the misery of his separation from His Holy Spirit nor meditate on the teachings of His Word.

ਮਹਾ ਮੋਹ ਅੰਧ ਕੂਪ ਪਰਿਆ॥	mahaa moh anDh koop pari-aa.
ਪਾਰਬ੍ਰਹਮੁ ਮਾਇਆ ਪਟਲਿ ਬਿਸਰਿਆ॥੩॥	paarbarahm maa-i-aa patal bisri-aa.3

ਜੀਵ ਸੰਸਾਰਕ ਮੋਹ ਦੇ ਪਿਛੇ ਲੱਗਕੇ ਅਗਿਆਨਤਾ ਦੇ ਅੰਧੇਰੇ ਵਿੱਚ ਫਸਿਆ ਹੈ । ਸੰਸਾਰਕ ਮਾਇਆ ਦੇ ਸੁਪਨੇ, ਪਰਛਾਵੇਂ ਪਿਛੇ ਲੱਗਕੇ, ਸ਼ਬਦ ਨੂੰ ਮਨੋ ਵਿਸਾਰ ਦਿੱਤਾ ਹੈ ।

Ignorant may remain intoxicated in the sweet poison of worldly wealth. He remains in dream, illusion of the comforts of worldly wealth. He may not meditate, obeys the teachings of His Word in his day-to-day life.

ਵਡੈ ਭਾਗਿ ਪ੍ਰਭ ਕੀਰਤਨੁ ਗਾਇਆ ॥ vadai bhaag parabh keertan gaa-i-aa.
ਸੰਤਸੰਗਿ ਨਾਨਕ ਪ੍ਰਭੁ ਪਾਇਆ ॥੪॥੧੧॥੧੬॥ atsang naanak parabh paa-i-aa. ||4||11||16||

ਜਿਸ ਜੀਵ ਦੇ ਵੱਡੇ ਭਾਗ ਹੁੰਦੇ ਹਨ! ਉਸ ਦਾ ਹੀ ਮਨ ਸ਼ਬਦ ਦੀ ਪਾਲਣਾ ਕਰਨ, ਗੁਣ ਗਾਉਣ ਵਿੱਚ ਲੱਗਦਾ ਹੈ । ਸ਼ਬਦ ਨਾਲ ਜੀਵਨ ਢਾਲਣ ਨਾਲ ਪ੍ਰਭ ਦੀ ਰਹਿਮਤ ਦੀ ਨਜ਼ਰ ਬਖਸ਼ਿਸ਼ ਹੁੰਦੀ ਹੈ । ਮਨ ਵਿੱਚ ਸ਼ਬਦ ਜਾਗਰਤ ਹੁੰਦਾ ਹੈ ।

Whosoever may have a great prewritten destiny, he may sing the glory and obey the teachings of His Word with steady and stable belief in his day-to-day life. Whosoever may adopt the teachings of His Word with steady and stable belief in his day-to-day life; with His mercy and grace, he may be enlightened with the essence of His Word.

256. ਬਿਲਾਵਲੁ ਮਹਲਾ ੫॥ 805-17

ਮਾਤ ਪਿਤਾ ਸੁਤ ਬੰਧਪ ਭਾਈ॥ maat pitaa sut bandhap bhaa-ee.
ਨਾਨਕ ਹੋਆ ਪਾਰਬ੍ਰਹਮੁ ਸਹਾਈ॥੧॥ naanak ho-aa paarbarahm sahaa-ee. ||1||

ਪ੍ਰਭ ਦੀ ਰਹਿਮਤ ਨਾਲ ਹੀ ਸੰਸਾਰ ਵਿੱਚ ਮਾਤਾ, ਪਿਤਾ, ਪ੍ਰਵਾਰ ਬਖਸ਼ਿਸ਼ ਹੁੰਦਾ ਹੈ । ਪ੍ਰਭ ਆਪ ਹੀ ਬੰਦਗੀ ਕਰਨ ਵਾਲੇ ਦਾ ਮੌਤ ਪਿਛੋਂ ਸਹਾਈ ਹੁੰਦਾ ਹੈ ।

With His mercy and grace, his soul may be blessed with supporting, caring mother, father, and family. The True Master remains his protector after death in His Court.

ਸੂਖ ਸਹਜ ਆਨੰਦ ਘਣੇ॥ sookh sahj aanand ghanay.
ਗੁਰੁ ਪੂਰਾ ਪੂਰੀ ਜਾ ਕੀ ਬਾਣੀ, gur pooraa pooree jaa kee banee
ਅਨਿਕ ਗੁਣਾ ਜਾ ਕੇ ਜਾਹਿ ਨ ਗਣੇ॥੧॥ ਰਹਾਉ॥ anik gunaajaa kay jaahi na ganay. ||1|| rahaa-o.

ਪ੍ਰਭ ਜੀਵ ਤੇ ਅਨੇਕਾਂ ਹੀ ਰਹਿਮਤਾਂ ਬਖਸ਼ਦਾ ਹੈ, ਅਟੱਲ ਪ੍ਰਭ ਦਾ ਸ਼ਬਦ ਵੀ ਅਟੱਲ ਹੈ । ਉਸ ਦੀਆਂ ਰਹਿਮਤਾਂ ਦਾ ਅੰਤ, ਵਖਿਆਣ ਨਹੀਂ ਕੀਤਾ ਜਾ ਸਕਦਾ । ਉਸ ਦੇ ਗੁਣਾਂ ਦੀ ਗਿਣਤੀ ਨਹੀਂ ਕੀਤੀ ਜਾ ਸਕਦੀ ।

The True Master bestows countless blessings, virtues on His Creation. He remains true, unchanged forever. The limits and counts of His blessings, virtues, remain beyond the explanation or comprehension of His Creation.

ਸਗਲ ਸਰੰਜਾਮ ਕਰੇ ਪ੍ਰਭੁ ਆਪੇ॥ sagal saranjaam karay parabh aapay.
ਭਏ ਮਨੋਰਥ ਸੋ ਪ੍ਰਭੁ ਜਾਪੇ॥੨॥ bha-ay manorath so parabh jaapay. ||2||

ਪ੍ਰਭ ਆਪ ਹੀ ਜੀਵ ਨੂੰ ਸੰਸਾਰਕ ਧੰਦੇ ਤੇ ਲਾਉਂਦਾ ਹੈ । ਜਿਹੜਾ ਪ੍ਰਭ ਦੇ ਸ਼ਬਦ ਤੇ ਭਰੋਸਾ ਅਡੋਲ ਰਖਕੇ ਪਾਲਣਾ ਕਰਦਾ ਹੈ । ਉਸ ਦੇ ਮਨ ਦੀਆਂ ਮੁਰਾਦਾਂ ਪੂਰੀਆਂ ਹੋ ਜਾਂਦੀਆਂ ਹਨ ।

The True Master assigns unique worldly task and defines the right path of acceptance in His Court; the right path, roadmap as His Word remains embedded within his soul. Whosoever may adopt the right path, the teachings of His Word with steady and stable belief in his day-to-day life; with His mercy and grace, all his spoken and unspoken desires may be satisfied.

ਅਰਥ, ਧਰਮ, ਕਾਮ, ਮੋਖ ਕਾ ਦਾਤਾ॥ arath Dharam kaam mokh kaa daataa.
ਪੂਰੀ ਭਈ ਸਿਮਰਿ ਸਿਮਰਿ ਬਿਧਾਤਾ॥੩॥ pooree bha-ee simar simar bidhaataa.3

ਪ੍ਰਭ ਆਪ ਹੀ ਚਾਰ ਪਦਾਰਥ, ਅਰਥ, ਧਰਮ, ਕਾਮ ਅਤੇ ਮੁਕਤੀ ਬਖਸਣ ਵਾਲਾ ਮਾਲਕ ਹੈ । ਜਿਹੜਾ ਸ਼ਬਦ ਦੀ ਪਾਲਣਾ ਅਡੋਲ ਭਰੋਸੇ ਨਾਲ ਕਰਦਾ, ਜੀਵਨ ਢਾਲਦਾ ਹੈ । ਉਸ ਨੂੰ ਪਿਛਲੇ ਜਨਮਾਂ ਦੇ ਕੀਤੇ ਚੰਗੇ ਕੰਮਾਂ ਦਾ ਫਲ ਬਖਸ਼ਿਸ਼ ਹੋ ਜਾਂਦਾ ਹੈ ।

Only, The True Master controls the four virtues for soul to become worthy of His consideration. Only He may bless His true devotee these four virtues. Whosoever may obey, adopt the teachings of His Word with steady and stable belief in his day-to-day life. With His mercy and grace, his prewritten destiny may be rewarded.

**** Four Virtues – Arath, Dharam, Kaam, and Mokh!**

ਅਰਥ;Arath**:** Adopt His Word in life.

ਧਰਮ; Dharam: Self-discipline, own character! Conquer selfishness!

ਕਾਮ; Kaam: Conquer sexual desire for strange woman:

ਮੋਖ; Mokh: Salvation from birth and death cycle

Four Virtues – Raajas, Taamas, Satvas, and Salvation!

ਰਜ ਗੁਣ; Raajas: Mind concentration! The quality of energy and activity!

ਤਮ ਗੁਣ; Taamas: Mind Awareness! The quality of Darkness and inertia!

ਸਤ ਗੁਣ; Satvas: Purity, of mind! The quality of purity and light!

ਮੁਕਤ ਅਵਸਥਾ; Salvation; Beyond cycle of birth and death!

ਸਾਧਸੰਗਿ ਨਾਨਕਿ ਰੰਗੁ ਮਾਣਿਆ॥ saaDhsang naanak rang maani-aa.

ਘਰਿ ਆਇਆ ਪੂਰੈ ਗੁਰਿ ਆਣਿਆ॥ ੪॥੧੨॥੧੭॥ ghar aa-i-aa poorai gur aani-aa. ||4||12||17||

ਬੰਦਗੀ ਕਰਨ ਵਾਲਾ ਸੰਤਾਂ ਦੀ ਸੰਗਤ ਵਿੱਚ ਵਸਦਾ, ਸ਼ਬਦ ਦੀ ਪਾਲਣਾ ਕਰਦਾ ਹੈ । ਪ੍ਰਭ ਦੀਆਂ ਰਹਿਮਤਾਂ ਦਾ ਅਨੰਦ ਮਾਨਦਾ ਹੈ । ਮਾਨਸ ਜੀਵਨ ਸਫਲ ਕਰਕੇ ਪ੍ਰਭ ਦੇ ਦਰਬਾਰ ਵਿੱਚ ਪ੍ਰਵਾਨ ਹੋ ਜਾਂਦਾ ਹੈ ।

His true devotee remains in the conjugation in His Holy saints. He may adopt the teachings of His Word with steady and stable belief in his day-to-day life. He may enjoy the pleasures of His blessings. He may successfully conclude his human life journey and he may be accepted in His Court.

257.ਬਿਲਾਵਲੁ ਮਹਲਾ ੫॥ 806-2

ਸ੍ਰਬ ਨਿਧਾਨ ਪੂਰਨ ਗੁਰਦੇਵ॥੧॥ ਰਹਾਉ॥ sarab niDhaan pooran gurdayv. ||1|| rahaa-o.

ਸ਼ਬਦ ਦੀ ਸੋਝੀ ਦੇ ਸਾਰੇ ਖਜ਼ਾਨੇਂ ਹੀ ਪ੍ਰਭ ਤੋ ਬਖਸ਼ਿਸ਼ ਹੁੰਦੇ ਹਨ ।

All the treasures of enlightenment of the essence of His Nature, may only be blessed from The True Master with His mercy and grace.

ਹਰਿ ਹਰਿ ਨਾਮੁ ਜਪਤ ਨਰ ਜੀਵੇ॥ har har naam japat nar jeevay.

ਮਰਿ ਖੁਆਰੁ ਸਾਕਤ ਨਰ ਥੀਵੇ॥੧॥ mar khu-aar saakat nar theevay. ||1||

ਪ੍ਰਭ ਦਾ ਦਾਸ, ਸ਼ਬਦ ਦਾ ਸਵਾਸ ਸਵਾਸ ਸਿਮਰਨ ਕਰਦਾ, ਜੀਵਨ ਬਤੀਤ ਕਰਦਾ ਹੈ । ਜਿਹੜਾ ਪ੍ਰਭ ਦੇ ਸ਼ਬਦ ਨੂੰ ਮਨੋ ਵਿਸਾਰ ਦੇਂਦਾ ਹੈ । ਉਹ ਉਦਾਸੀ, ਦੁਖਾਂ ਵਿੱਚ ਹੀ ਜੀਵਨ ਦਾ ਸਮਾਂ ਪੂਰਾ ਕਰਕੇ ਮਰ ਜਾਂਦਾ ਹੈ ।

His true devotee may meditate and adopts on the teachings of His Word with steady and stable belief in his day-to-day life. Whosoever may abandon the teachings of His Word from his day-to-day life; he may remain frustrated with disappointments of worldly desires. He may waste his human life opportunity uselessly in intoxication of worldly wealth.

ਰਾਮ ਨਾਮੁ ਹੋਆ ਰਖਵਾਰਾ॥ raam naam ho-aa rakhvaaraa. jhakh

ਝਖ ਮਾਰਉ ਸਾਕਤੁ ਵੇਚਾਰਾ॥੨॥ maara-o saakat vaychaaraa. ||2||

ਬੰਦਗੀ ਕਰਨ ਵਾਲੇ ਦੀ ਸ਼ਬਦ ਦੀ ਪਾਲਣਾ, ਸ਼ਬਦ ਦੀ ਕਮਾਈ ਹੀ ਸਹਾਈ ਹੁੰਦੀ, ਰਖਵਾਲੀ ਬਣ ਜਾਂਦੀ ਹੈ । ਜਿਹੜਾ ਪ੍ਰਭ ਦੇ ਸ਼ਬਦ ਨੂੰ ਮਨੋ ਵਿਸਾਰ ਦੇਂਦਾ ਹੈ । ਉਹ ਆਪਣੇ ਯਤਨ ਕਰਦਾ, ਆਪਣਾ ਜੀਵਨ ਬਿਰਥਾ ਹੀ ਗਵਾ ਜਾਂਦਾ ਹੈ ।

His true devotee obeys the teachings of His Word and earns the wealth of His Word. His earnings remain his support, protection forever; even in His Court. Self-minded may abandon the teachings of His Word. He may try other religious rituals and wastes his human life opportunity.

ਨਿੰਦਾ ਕਰਿ ਕਰਿ ਪਚਹਿ ਘਨੇਰੇ॥ nindaa kar kar pacheh ghanayray.
ਮਿਰਤਕ ਫਾਸ ਗਲੈ ਸਿਰਿ ਪੈਰੇ॥੩॥ mirtak faas galai sir pairay. ||3||

ਸੰਸਾਰ ਵਿੱਚ ਅਨੇਕਾਂ ਹੀ ਜੀਵ ਨਿੰਦਿਆਂ ਕਰਦੇ ਕਰਦੇ ਆਪਣਾ ਜੀਵਨ ਗਵਾ ਲੈਂਦੇ ਹਨ । ਅੰਤ ਵਿੱਚ ਉਹਨਾਂ ਦੇ ਗਲ ਵਿੱਚ ਮੌਤ ਦਾ ਫੰਧਾ ਹੀ ਪੈਂਦਾ, ਜੂੰਨਾਂ ਦੇ ਚੱਕਰ ਵਿੱਚ ਹੀ ਜਾਂਦੇ ਹਨ ।

Many ignorant may waste human life opportunity slandering others. After death, he may be captured by the devil of death and he may remain in the cycle of birth and death.

ਕਹੁ ਨਾਨਕ ਜਪਹਿ ਜਨ ਨਾਮ॥ kaho naanak jaapeh jan naam.
ਤਾ ਕੇ ਨਿਕਟਿ ਨ ਆਵੈ ਜਾਮ॥ taa kay nikat na aavai jaam.
੪॥੧੩॥੧੮॥ ||4||13||18||

ਸ਼ਰਧਾ ਨਾਲ ਬੰਦਗੀ ਕਰਨ ਵਾਲਾ ਪ੍ਰਭ ਦੇ ਸ਼ਬਦ ਦੀ ਪਾਲਣਾ ਵਿੱਚ ਮਸਤ ਰਹਿੰਦਾ ਹੈ। ਮੌਤ ਦਾ ਜਮਦੂਤ ਉਸ ਦੇ ਨੇੜੇ ਵੀ ਨਹੀਂ, ਛੋਹ ਵੀ ਨਹੀਂ ਸਕਦਾ ।

His true devotee remains intoxicated with a devotion in meditating and obeying the teachings of His Word with steady and stable belief in his day-to-day life. With His mercy and grace, his soul may become beyond the reach of devil of death.

258.ਰਾਗੁ ਬਿਲਾਵਲੁ ਮਹਲਾ ੫ ਘਰੁ ੪ ਦੁਪਦੇ॥ 806-6

ੴ ਸਤਿਗੁਰ ਪ੍ਰਸਾਦਿ॥ ik-oNkaar satgur parsaad.
ਕਵਨ ਸੰਜੋਗ ਮਿਲਉ ਪ੍ਰਭ ਅਪਨੇ॥ kavan sanjog mila-o parabh apnay.
ਪਲੁ ਪਲੁ ਨਿਮਖ ਸਦਾ ਹਰਿ ਜਪਨੇ॥੧॥ pal pal nimakh sadaa har japnay. ||1||

ਕਿਹੜੇ ਚੰਗੇ ਭਾਗਾਂ ਨਾਲ ਮੇਰੀ ਲਗਨ ਪ੍ਰਭ ਦੇ ਸ਼ਬਦ ਵਿੱਚ ਲੱਗੀ ਹੈ? ਮੈਂ ਪਲ ਪਲ ਪ੍ਰਭ ਦੇ ਸ਼ਬਦ ਦਾ ਸਿਮਰਨ ਕਰਦਾ ਹਾ । ਸਵਾਸ ਸਵਾਸ ਪ੍ਰਭ ਦੇ ਸ਼ਬਦ ਦਾ ਹੀ ਆਸਰਾ ਲੈਂਦਾ ਹਾ ।

With what good prewritten destiny, have I been attached to meditate and to obey His Word? I meditate on the teachings of His Word with each breath. I beg for His refuge, support in every task of my life.

ਚਰਨ ਕਮਲ ਪ੍ਰਭ ਕੇ ਨਿਤ ਧਿਆਵਉ॥ charan kamal parabh kay nit Dhi-aava-o.
ਕਵਨ ਸੁ ਮਤਿ ਜਿਤੁ ਪ੍ਰੀਤਮੁ ਪਾਵਉ॥ kavan so mats jit pareetam paava-o. ||1||
੧॥ ਰਹਾਉ॥ rahaa-o.

ਸਵਾਸ ਸਵਾਸ ਪ੍ਰਭ ਦੇ ਸ਼ਬਦ ਦੀ ਪਾਲਣਾ ਕਰਦਾ ਹਾ । ਮੇਰੇ ਵਿੱਚ ਕਿਹੜੀ ਸੋਝੀ, ਸਿਆਣਪ ਹੈ? ਜਿਸ ਨਾਲ ਪ੍ਰਭ ਦੀ ਸ਼ਰਣ ਵਿੱਚ ਪਨਾਹ ਬਖਸ਼ਿਸ਼ ਹੋ ਗਈ ਹੈ ।

I meditate and obey the teachings of His Word with steady and stable with each breath. What may be my wisdom or enlightenment that I have been accepted in His sanctuary?

ਐਸੀ ਕ੍ਰਿਪਾ ਕਰਹੁ ਪ੍ਰਭ ਮੇਰੇ॥ aisee kirpaa karahu parabh mayray.
ਹਰਿ ਨਾਨਕ ਬਿਸਰੁ ਨ ਕਾਹੂ ਬੇਰੇ॥ har naanak bisar na kaahoo bayray.
੨॥੧॥੧੯॥ ||2||1||19||

ਪ੍ਰਭ ਮੇਰੇ ਤੇ ਇਸਤਰ੍ਹਾਂ ਦੀ ਰਹਿਮਤ ਦੀ ਨਜ਼ਰ ਬਖਸ਼ੋ! ਇੱਕ ਪਲ ਵੀ, ਸਵਾਸ ਵੀ ਤੇਰਾ ਸ਼ਬਦ ਮਨ ਵਿਚੋਂ ਵਿਸਰ ਨਾ ਜਾਵੇ ।

My True Master blesses me with such a state of mind that I may never abandon Your Word from my day-to-day life, even for a moment.

259.ਬਿਲਾਵਲੁ ਮਹਲਾ ੫॥ 806-9

ਚਰਨ ਕਮਲ ਪ੍ਰਭ ਹਿਰਦੈ ਧਿਆਏ॥	charan kamal parabh hirdai Dhi-aa-ay.
ਰੋਗ ਗਏ ਸਗਲੇ ਸੁਖ ਪਾਏ॥੧॥	rog ga-ay saglay sukh paa-ay. ‖1‖

ਪ੍ਰਭ ਦੇ ਕੋਮਲ ਚਰਨਾਂ ਰੂਪੀ ਸ਼ਬਦ ਦਾ ਸਿਮਰਨ ਕਰਦਾ ਹਾ । ਮੇਰੇ ਮਨ ਦੇ ਇੱਛਾਂ ਦੇ ਸਾਰੇ ਦੁਖ ਦੂਰ ਹੋ ਗਏ ਹਨ । ਮਨ ਵਿੱਚ ਪੂਰਨ ਸੰਤੋਖ ਬਖਸ਼ਿਸ਼ ਹੋ ਗਿਆ ਹੈ ।

My True Master, I meditate on the teachings of Your Word with steady and stable belief in my day-to-day life. With Your mercy and grace, all my miseries of worldly desires have been eliminated. I am overwhelmed with complete contentment.

ਗੁਰਿ ਦੁਖੁ ਕਾਟਿਆ ਦੀਨੋ ਦਾਨੁ॥	gur dukh kaati-aa deeno daan.
ਸਫਲ ਜਨਮੁ ਜੀਵਨ ਪਰਵਾਨੁ॥੧॥ ਰਹਾਉ॥	safal janam jeevan parvaan. ‖1‖ rahaa-o.

ਪ੍ਰਭ ਨੇ ਰਹਿਮਤ ਬਖਸ਼ਕੇ, ਮੇਰੇ ਇੱਛਾਂ ਦੇ ਸਾਰੇ ਦੁਖ ਖਤਮ ਕਰ ਦਿੱਤੇ ਹਨ । ਮੇਰੇ ਪਿਛਲੇ ਜਨਮ ਦੀ ਕੀਤੀ ਕਮਾਈ ਦਾ ਫਲ ਬਖਸ਼ਿਸ਼ ਹੋ ਗਿਆ, ਮਾਨਸ ਜਨਮ ਸਫਲ ਹੋ ਗਿਆ ਹੈ ।

With His mercy and grace, The True Master has cured all my miseries of worldly desires. He has rewarded my prewritten destiny; my human life opportunity has been successful.

ਅਕਥ ਕਥਾ ਅੰਮ੍ਰਿਤ ਪ੍ਰਭ ਬਾਨੀ॥	akath kathaa amrit parabh baanee.
ਕਹੁ ਨਾਨਕ ਜਪਿ ਜੀਵੇ ਗਿਆਨੀ॥ ੨॥੨॥੨੦॥	kaho naanak jap jeevay gi-aanee. ‖2‖2‖20‖

ਪ੍ਰਭ ਦੇ ਅਮੋਲਕ ਸ਼ਬਦ ਦੀ ਪੂਰਨ ਵਿਆਖਿਆ ਨਹੀਂ ਕੀਤੀ ਜਾ ਸਕਦੀ । ਦਾਸ ਅਡੋਲ ਭਰੋਸੇ ਨਾਲ ਸ਼ਬਦ ਦੀ ਪਾਲਣਾ ਕਰਦਾ, ਜੀਵਨ ਬਤੀਤ ਕਰਦਾ ਹੈ ।

The depth of essence of His Word remains beyond the comprehension of His Creation. His true devotee obeys and adopts the teachings of His Word with steady and stable belief in his day-to-day life.

260. ਬਿਲਾਵਲੁ ਮਹਲਾ ੫॥ 806-11

ਸਾਂਤਿ ਪਾਈ ਗੁਰਿ ਸਤਿਗੁਰਿ ਪੂਰੇ॥	saaNt paa-ee gur satgur pooray.
ਸੁਖ ਉਪਜੇ ਬਾਜੇ ਅਨਹਦ ਤੂਰੇ॥੧॥ ਰਹਾਉ॥	sukh upjay baajay anhad tooray. ‖1‖ rahaa-o.

ਅਟੱਲ ਪ੍ਰਭ ਨੇ ਰਹਿਮਤ ਦੀ ਨਜ਼ਰ ਬਖਸ਼ੀ, ਮਨ ਵਿੱਚ ਪੂਰਨ ਸੰਤੋਖ ਭਰ ਗਿਆ । ਮਨ ਵਿੱਚ ਸੰਤੋਖ, ਖੇੜਾ ਵਸਦਾ ਹੈ । ਮਨ ਵਿੱਚ ਸਦਾ ਚੱਲਣ ਵਾਲੀ ਸ਼ਬਦ ਦੀ ਧੁਨ ਚਲ ਪਈ ਹੈ ।

With His mercy and grace, I am drenched with the essence of His Word. I remain overwhelmed with contentment. The everlasting echo of His Word resonates within my heart nonstop.

ਤਾਪ ਪਾਪ ਸੰਤਾਪ ਬਿਨਾਸੇ॥	taap paap santaap binaasay.
ਹਰਿ ਸਿਮਰਤ ਕਿਲਵਿਖ ਸਭਿ ਨਾਸੇ॥੧॥	har simrat kilvikh sabh naasay. ‖1‖

ਸ਼ਬਦ ਦਾ ਸਿਮਰਨ ਕਰਨ ਨਾਲ ਮਨ ਵਿਚੋਂ ਬੁਰੇ ਖਿਆਲਾਂ, ਪਾਪਾਂ ਵਾਲੇ ਕੰਮਾਂ, ਇੱਛਾਂ ਦਾ ਦੁਖ ਦੂਰ ਹੋ ਗਿਆ ।

By meditating, obeying the teachings of His Word with steady and stable belief in my day-to-day life; with His mercy and grace, all my evil thoughts, desire to commit sins have been eliminated.

ਅਨਦੁ ਕਰਹੁ ਮਿਲਿ ਸੁੰਦਰ ਨਾਰੀ॥ anad karahu mil sundar naaree.
ਗੁਰਿ ਨਾਨਕਿ ਮੇਰੀ ਪੈਜ ਸਵਾਰੀ॥ gur naanak mayree paij savaaree.
੨॥੩॥੨੧॥ ||2||3||21||

ਜੀਵ ਦੀ ਆਤਮਾ, ਜੋਤ ਪ੍ਰਭ ਦੀ ਜੋਤ ਨਾਲ ਮਿਲਾਪ ਕਰਕੇ ਅਨੰਦ ਮਾਨਦੀ ਹੈ । ਪ੍ਰਭ ਆਪ ਹੀ ਬੰਦਗੀ ਕਰਨ ਵਾਲੇ ਦੀ ਲਾਜ ਰਖਦਾ, ਪਰਦਾ ਢੱਕਦਾ ਹੈ ।

The soul of His true devotee may immerse within The Holy Spirit and enjoy the bliss of The Holy Spirit. The True Master becomes the protector and savior of His true devotee and preserve his honor in the world.

261.ਬਿਲਾਵਲੁ ਮਹਲਾ ੫॥ 806-14

ਮਮਤਾ ਮੋਹ ਧ੍ਰੋਹ ਮਦਿ ਮਾਤਾ, mamtaa moh Dharoh mad maataa
ਬੰਧਨਿ ਬਾਧਿਆ ਅਤਿ ਬਿਕਰਾਲ॥ banDhan baaDhi-aa at bikraal.
ਦਿਨੁ ਦਿਨੁ ਛਿਜਤ ਬਿਕਾਰ ਕਰਤ, din din chhijat bikaar karat
ਅਉਧ ਫਾਹੀ ਫਾਥਾ ਜਮ ਕੈ ਜਾਲ॥੧॥ a-oDh faahee faathaa jam kai jaal. ||1||

ਜੀਵ ਸੰਸਾਰਕ ਮਾਇਆ ਦੇ ਨਸ਼ੇ, ਪਦਾਰਥਾਂ ਦੇ ਮੋਹ, ਧੋਖੇ ਨਾਲ, ਭਿਆਨਕ ਸੰਸਾਰਕ ਜਾਲ ਵਿੱਚ ਫਸਿਆ ਰਹਿੰਦਾ ਹੈ । ਧੋਖੇ ਅਤੇ ਲਾਲਚ ਦੇ ਪਿਛੇ ਲੱਗਕੇ ਦਿਨ ਰਾਤ ਪਾਪਾਂ ਵਾਲੇ ਕੰਮ ਕਰਦਾ, ਪਾਪਾਂ ਦਾ ਭਾਰ ਇਕੱਠਾ ਕਰਦਾ ਰਹਿੰਦਾ, ਮੌਤ ਦੇ ਜਮਦੂਤ ਦੇ ਕਾਬੂ ਵਿੱਚ ਆ ਜਾਂਦਾ ਹੈ ।

Self-minded, ignorant remains intoxicated in the sweet poison of worldly wealth, with attachments to worldly possessions, greed. He remains trapped in terrible worldly ocean. He remains intoxicated in deception, greed. He may commit sins to increase his burden of sins. He may be captured by the devil of death.

ਤੇਰੀ ਸਰਣਿ ਪ੍ਰਭ ਦੀਨ ਦਇਆਲਾ॥ tayree saran parabh deen da-i-aalaa.
ਮਹਾ ਬਿਖਮ ਸਾਗਰੁ ਅਤਿ ਭਾਰੀ, mahaa bikham saagar at bhaaree
ਉਧਰਹੁ ਸਾਧੂ ਸੰਗਿ ਰਵਾਲਾ॥੧॥ uDhrahu saaDhoo sang ravaalaa. ||1||
ਰਹਾਉ॥ rahaa-o.

ਬੰਦਗੀ ਕਰਨ ਵਾਲਾ ਦਾਸ ਤੇਰੀ ਸ਼ਰਣ ਵਿੱਚ ਆਉਂਦਾ ਹੈ । ਸ਼ਬਦ ਦੀ ਪਾਲਣਾ ਕਰਦਾ, ਸੰਤਾਂ ਦੀ ਸਿਖਿਆਂ ਨਾਲ ਜੀਵਨ ਢਾਲਦਾ ਹੈ । ਤੇਰੀ ਰਹਿਮਤ ਨਾਲ ਸੰਸਾਰਕ ਸਾਗਰ ਪਾਰ ਕਰ ਜਾਂਦਾ ਹੈ ।

Your true devotee may surrender his mind, body, and worldly status at Your sanctuary. He may adopt the life experience teachings of Your Holy Saint. He may obey the teachings of Your Word with steady and stable belief in his own day-to-day life. With Your mercy and grace, he may be saved and accepted in Your Court.

ਪ੍ਰਭ ਸੁਖਦਾਤੇ ਸਮਰਥ ਸੁਆਮੀ, parabh sukh-daatay samrath su-aamee
ਜੀਉ ਪਿੰਡੁ ਸਭੁ ਤੁਮਰਾ ਮਾਲ॥ jee-o pind sabh tumraa maal.
ਭ੍ਰਮ ਕੇ ਬੰਧਨ ਕਾਟਹੁ ਪਰਮੇਸਰ, bharam kay banDhan kaatahu parmaysar
ਨਾਨਕ ਕੇ ਪ੍ਰਭ ਸਦਾ ਕ੍ਰਿਪਾਲ॥ naanak kay parabh sadaa kirpaal.
੨॥੪॥੨੨॥ ||2||4||22||

ਸ੍ਰਿਸ਼ਟੀ ਨੂੰ ਸੁਖ ਬਖਸ਼ਣ ਵਾਲੇ ਮਾਲਕ, ਤਨ, ਮਨ ਹੈਸੀਅਤ ਸਭ ਤੇਰੀ ਅਮਾਨਤ ਹੈ । ਰਹਿਮਤਾਂ ਦੇ ਮਾਲਕ, ਰਹਿਮਤ ਦੀ ਨਜ਼ਰ ਬਖਸ਼ੋ! ਮੇਰੇ ਭਰਮ, ਅਗਿਆਨਤਾਂ ਦਾ ਅੰਧੇਰਾ ਦੂਰ ਕਰੋ! ਬਖਸ਼ ਲਵੋ!

The True Master, treasure of all comfort for the universe, my mind, body, and worldly status is only Your trust. With Your mercy and grace, eliminates all my suspicions and ignorance from the essence of Your Word.

262. ਬਿਲਾਵਲੁ ਮਹਲਾ ੫॥ 806-18

ਸਗਲ ਅਨੰਦੁ ਕੀਆ ਪਰਮੇਸਰਿ,	sagal anand kee-aa parmaysar
ਅਪਣਾ ਬਿਰਦੁ ਸਮ੍ਾਰਿਆ॥	apnaa birad samhaari-a.
ਸਾਧ ਜਨਾ ਹੋਏ ਕਿਰਪਾਲਾ,	saaDh janaa ho-ay kirpaalaa
ਬਿਗਸੇ ਸਭਿ ਪਰਵਾਰਿਆ॥੧॥	bigsay sabh parvaari-aa. ||1||

ਪ੍ਰਭ ਸ੍ਰਿਸ਼ਟੀ ਨੂੰ ਸੁਖ ਬਖਸ਼ਣ ਵਾਲਾ ਮਾਲਕ ਹੈ । ਸਾਰੀ ਸ੍ਰਿਸ਼ਟੀ ਤੇ ਰਹਿਮਤ ਦੀ ਨਜ਼ਰ ਬਖਸ਼ਦਾ, ਰਹਿਮਤਾਂ ਨਾਲ ਭਰਪੂਰ ਕਰਦਾ ਹੈ । ਬੰਦਗੀ ਕਰਨ ਵਾਲੇ ਦਾਸਾਂ ਨੂੰ ਸ਼ਰਣ ਵਿੱਚ ਪਨਾਹ ਬਖਸ਼ਦਾ ਹੈ, ਉਸ ਦੇ ਸਾਥੀਆਂ ਤੇ ਵੀ ਖੇੜਾ ਅਨੰਦ ਵਸਦਾ ਹੈ ।

The One and only One True Master, who may bless comforts to His Creation. His merciful blessings remain overwhelmed on His Creation. His true devotee may be accepted in His sanctuary, protection; his followers remain intoxicated in singing the glory of His Word.

ਕਾਰਜੁ ਸਤਿਗੁਰਿ ਆਪਿ ਸਵਾਰਿਆ॥	kaaraj satgur aap savaari-aa.
ਵਡੀ ਆਰਜਾ ਹਰਿ ਗੋਬਿੰਦ ਕੀ,	vadee aarjaa har gobind kee
ਸੂਖ ਮੰਗਲ ਕਲਿਆਣ ਬੀਚਾਰਿਆ॥ ੧॥ ਰਹਾਉ॥	sookh mangal kali-aan beechaari-aa. ||1|| rahaa-o.

ਪ੍ਰਭ ਆਪ ਹੀ ਸ੍ਰਿਸ਼ਟੀ ਦੇ ਸਾਰੇ ਕਾਰਜ ਚਲਾਉਂਦਾ ਹੈ, ਆਪ ਹੀ ਸਫਲ ਕਰਦਾ ਹੈ । ਬੰਦਗੀ ਕਰਨ ਵਾਲੇ ਨੂੰ ਸ਼ਬਦ ਦੀ ਪਾਲਣਾ ਤੇ ਅਡੋਲ ਰਖਦਾ, ਉਸ ਦੇ ਮਨ ਵਿੱਚ ਖੇੜਾ ਵਸ ਜਾਂਦਾ ਹੈ ।

The True Master creates the play of the universe; with His mercy and grace, makes these successful and satisfying. His true devotee may obey the teachings of His Word with steady and stable belief in his day-to-day life; with His mercy and grace, he may remain blossom in his life.

ਵਣ ਤ੍ਰਿਣ ਤ੍ਰਿਭਵਣ ਹਰਿਆ ਹੋਏ,	van tarin taribhavan hari-aa ho-ay
ਸਗਲ ਜੀਅ ਸਾਧਾਰਿਆ॥	saglay jee-a saaDhaari-aa.
ਮਨ ਇਛੇ ਨਾਨਕ ਫਲ ਪਾਏ,	man ichhay naanak fal paa-ay
ਪੂਰਨ ਇਛ ਪੁਜਾਰਿਆ॥੨॥੫॥੨੩॥	pooran ichh pujaari-aa. ||2||5||23||

ਪ੍ਰਭ ਸਾਰੀਆਂ ਸ੍ਰਿਸ਼ਟੀਆਂ ਵਿੱਚ ਹੀ ਰਹਿਮਤ ਦੀ ਨਜ਼ਰ ਬਖਸ਼ਦਾ ਹੈ, ਖੇੜਾ ਵਸਦਾ ਹੈ । ਜੀਵਾਂ ਦੀ ਰਖਿਆ ਕਰਦਾ ਹੈ । ਬੰਦਗੀ ਕਰਨ ਵਾਲੇ ਨੂੰ ਸ਼ਬਦ ਦੀ ਕੀਤੀ ਕਮਾਈ ਦਾ ਫਲ ਬਖਸ਼ਦਾ ਹੈ । ਉਹ ਆਪਣੇ ਮਨ ਦੀਆਂ ਮੁਰਾਦਾਂ ਪੂਰੀਆਂ ਕਰ ਜਾਂਦਾ ਹੈ ।

The Merciful True Master bestows His blessed vision on His creation and all enjoy the pleasure and blossom in worldly life. He nourishes and protects His Creation. His true devotee may be rewarded for his earnings of His Word; with His mercy and grace, all his spoken and unspoken desires may be satisfied.

263.ਬਿਲਾਵਲੁ ਮਹਲਾ ੫॥ 807-3

ਜਿਸੁ ਊਪਰਿ ਹੋਵਤ ਦਇਆਲੁ॥	jis oopar hovat da-i-aal.
ਹਰਿ ਸਿਮਰਤ ਕਾਟੈ ਸੋ ਕਾਲੁ॥੧॥ ਰਹਾਉ॥	har simrat kaatai so kaal. ||1|| rahaa-o.

ਜਿਸ ਤੇ ਪ੍ਰਭ ਰਹਿਮਤ ਦੀ ਨਜ਼ਰ ਬਖਸ਼ਦਾ, ਦਿਆਲੂ ਹੋ ਜਾਂਦਾ ਹੈ । ਉਸ ਦੇ ਬੰਦਗੀ ਕਰਦੇ ਕਰਦੇ ਸਾਰੇ ਸੰਸਾਰਕ ਇੱਛਾਂ ਦੇ ਦੁਖ ਦੂਰ ਹੋ ਜਾਂਦੇ ਹਨ ।

Whosoever may be blessed with generous blessed vision; with His mercy and grace, all his miseries of worldly desires may be eliminated.

ਸਾਧਸੰਗਿ ਭਜੀਐ ਗੋਪਾਲੁ॥	saaDhsang bhajee-ai gopaal
ਗੁਨ ਗਾਵਤ ਤੂਟੈ ਜਮ ਜਾਲੁ॥੧॥	gun gaavat tootai jam jaal. ||1||

ਜਿਹੜਾ ਸੰਤਾਂ ਦੀ ਸਿਖਿਆਂ ਨਾਲ ਜੀਵਨ ਢਾਲ ਲੈਂਦਾ ਹੈ । ਉਸ ਦਾ ਮੌਤ ਦਾ ਜਾਲ, ਚੱਕਰ ਖਤਮ ਹੋ ਜਾਂਦਾ ਹੈ ।

Whosoever may adopt the life experience teachings of His true devotee, in his day-to-day life. His fear of cycle of birth and death may be eliminated.

ਆਪੇ ਸਤਿਗੁਰੁ ਆਪੇ ਪ੍ਰਤਿਪਾਲ॥ aapay satgur aapay partipaal.
ਨਾਨਕੁ ਜਾਚੈ ਸਾਧ ਰਵਾਲ॥੨॥੬॥੨੪॥ naanak jaachai saaDh ravaal. ||2||6||24||

ਪ੍ਰਭ ਆਪ ਹੀ ਸ਼ਬਦ ਹੈ, ਸ਼ਬਦ ਬਖਸ਼ਣ ਵਾਲਾ, ਪਾਲਣਾ ਪੋਸਨਾ ਕਰਨ ਵਾਲਾ ਮਾਲਕ ਹੈ । ਬੰਦਗੀ ਕਰਨ ਵਾਲੇ ਨੂੰ ਸ਼ਬਦ ਦੀ ਪਾਲਣਾ ਕਰਦੇ, ਨਿਮ੍ਰਤਾ ਵਾਲੀ ਅਵਸਥਾ ਬਖਸ਼ਿਸ਼ ਹੋ ਜਾਂਦੀ ਹੈ ।

The True Master remains embedded as His Word, within his soul; only He may nourish and enlightens His Word within the heart of His true devotee. Whosoever may obey the teachings of His Word; with His mercy and grace, he may be blessed with humility in his life.

264. ਬਿਲਾਵਲੁ ਮਹਲਾ ੫॥ 807-5

ਮਨ ਮਹਿ ਸਿੰਚਹੁ ਹਰਿ ਹਰਿ ਨਾਮ॥ man meh sinchahu har har naam.
ਅਨਦਿਨੁ ਕੀਰਤਨੁ ਹਰਿ ਗੁਣ ਗਾਮ॥੧॥ an-din keertan har gun gaam. ||1||

ਜੀਵ ਦਿਨ ਰਾਤ, ਸਵਾਸ ਸਵਾਸ ਪ੍ਰਭ ਦੇ ਸ਼ਬਦ ਦੇ ਗੁਣ ਗਾਵੋ! ਆਪਣੇ ਮਨ ਵਿੱਚ ਸ਼ਬਦ ਰੂਪੀ ਅੰਮ੍ਰਿਤ ਦਾ ਰਸ ਮਾਣੋ!

You should day and night with each breath sing the glory of His Word. You may enjoy the nectar of the essence of His Word within.

ਐਸੀ ਪ੍ਰੀਤਿ ਕਰਹੁ ਮਨ ਮੇਰੇ॥ aisee pareet karahu man mayray.
ਆਠ ਪਹਰ ਪ੍ਰਭ ਜਾਨਹੁ ਨੇਰੇ॥੧॥ ਰਹਾਉ॥ aath pahar parabh jaanhu nayray. ||1|| rahaa-o.

ਮਨ ਪ੍ਰਭ ਦੇ ਸ਼ਬਦ ਨਾਲ ਇਸਤਰ੍ਹਾਂ ਦੀ ਪ੍ਰੀਤ ਕਰੋ! ਜਿਸ ਨਾਲ ਦਿਨ ਰਾਤ ਪ੍ਰਭ ਨੇੜੇ, ਮਨ ਅੰਦਰ ਜਾਗਰਤ ਹੋ ਜਾਵੇ, ਨੇੜੇ ਮਹਿਸੂਸ ਹੋਣ ਲੱਗ ਪਵੇ ।

You should have such a devotion to meditate on the teachings of His Word; with His mercy and grace, you may be enlightened with the essence of His Word within your heart. You may realize His Holy Spirit prevailing everywhere and always remain your companion.

ਕਹੁ ਨਾਨਕ ਜਾ ਕੇ ਨਿਰਮਲ ਭਾਗ॥ kaho naanak jaa kay nirmal bhaag.
ਹਰਿ ਚਰਨੀ ਤਾ ਕਾ ਮਨੁ ਲਾਗ॥੨॥੭॥੨੫॥ har charnee taa kaa man laag. ||2||7||25||

ਜਿਸ ਜੀਵਾਂ ਦੇ ਵੱਡੇ ਭਾਗ ਹੁੰਦੇ ਹਨ, ਉਸ ਦਾ ਮਨ ਪਵਿੱਤਰ ਹੋ ਜਾਂਦਾ ਹੈ । ਉਸ ਦਾ ਮਨ ਪ੍ਰਭ ਦੀ ਸ਼ਰਣ ਵਿੱਚ ਪ੍ਰਵਾਨ ਹੋ ਜਾਂਦਾ, ਸ਼ਬਦ ਮਨ ਵਿੱਚ ਘਰ ਕਰ ਜਾਂਦਾ ਹੈ ।

Whosoever may have great prewritten destiny, his soul may be sanctified and become worthy of His consideration. He may remain drenched with the teachings of His Word; with His mercy and grace, he may be accepted in His sanctuary.

265. ਬਿਲਾਵਲੁ ਮਹਲਾ ੫॥ 807-7

ਰੋਗੁ ਗਇਆ, ਪ੍ਰਭਿ ਆਪਿ ਗਵਾਇਆ॥ rog ga-i-aa parabh aap gavaa-i-aa.
ਨੀਦ ਪਈ, ਸੁਖ ਸਹਜ ਘਰੁ ਆਇਆ॥੧॥ ਰਹਾਉ॥ need pa-ee sukh sahj ghar aa-i-aa. ||1|| rahaa-o.

ਜਿਸ ਤੇ ਪ੍ਰਭ ਆਪ ਹੀ ਰਹਿਮਤ ਬਖਸ਼ਦਾ ਹੈ, ਉਸ ਦੇ ਮਨ ਵਿਚੋਂ ਖੁਦਗ਼ਰਜ਼ੀ ਨਾਸ ਹੋ ਜਾਂਦੀ, ਆਪਾ ਖਤਮ ਹੋ ਜਾਂਦਾ ਹੈ । ਉਸ ਦੇ ਸੰਸਾਰਕ ਇੱਛਾਂ ਦੇ ਸਾਰੇ ਰੋਗ ਨਾਸ ਹੋ ਜਾਂਦੇ ਹਨ । ਉਸ ਦੇ ਮਨ ਵਿੱਚ ਸੰਤੋਖ, ਅਨੰਦ, ਖੇੜਾ ਵਸ ਜਾਂਦਾ ਹੈ ।

Whosoever may conquer his selfishness, self-identity; with His mercy and grace, all his miseries of worldly desires may be eliminated. His mind may remain overwhelmed with contentment, pleasure, and blossom.

ਰਜਿ ਰਜਿ ਭੋਜਨੁ ਖਾਵਹੁ ਮੇਰੇ ਭਾਈ॥ raj raj bhojan kaavahu mayray bhaa-ee.
ਅੰਮ੍ਰਿਤ ਨਾਮੁ ਰਿਦ ਮਾਹਿ ਧਿਆਈ॥੧॥ amrit naam rid maahi Dhi-aa-ee. ||1||

ਜੀਵ, ਦਿਨ ਰਾਤ ਸ਼ਬਦ ਦੀ ਪਾਲਣਾ, ਸਿਮਰਨ ਕਰਕੇ, ਪ੍ਰਭ ਦੇ ਸ਼ਬਦ ਨੂੰ ਮਨ ਵਿੱਚ ਜਾਗਰਤ ਕਰੋ! ਪ੍ਰਭ ਦੇ ਸ਼ਬਦ ਦੀ ਸੋਝੀ ਰੂਪੀ ਅੰਮ੍ਰਿਤ ਦਾ ਅਨੰਦ ਮਾਣੋ!

You should meditate and obey the teachings of His Word to enlighten the essence of His Word. With His mercy and grace, you may enjoy the ambrosial nectar of the essence of His Word.

ਨਾਨਕ ਗੁਰ ਪੂਰੇ ਸਰਨਾਈ॥ naanak gur pooray sarnaa-ee.
ਜਿਨਿ ਅਪਨੇ ਨਾਮ ਕੀ ਪੈਜ ਰਖਾਈ॥ jin apnay naam kee paij rakhaa-ee.
੨॥੮॥੨੬॥ ||2||8||26||

ਜਿਹੜਾ ਬੰਦਗੀ ਕਰਨ ਵਾਲਾ ਪ੍ਰਭ ਦੀ ਸ਼ਰਣ ਵਿੱਚ ਪ੍ਰਵਾਨ ਹੋ ਜਾਂਦਾ ਹੈ । ਪ੍ਰਭ ਆਪ ਹੀ ਉਸ ਦਾ ਰਖਵਾਲਾ ਬਣ ਜਾਂਦਾ ਹੈ । ਉਸ ਦਾ ਪਰਦਾ ਢੱਕਦਾ, ਲਾਜ ਰਖਦਾ ਹੈ ।

Whosoever may be accepted in His sanctuary; with His mercy and grace, The True Master becomes his savoir and protector of his honor.

266. ਬਿਲਾਵਲੁ ਮਹਲਾ ੫॥ 807-10

ਸਤਿਗੁਰ ਕਰਿ ਦੀਨੇ, satgur kar deenay
ਅਸਥਿਰ ਘਰ ਬਾਰ॥ ਰਹਾਉ॥ asthir ghar baar. rahaa-o.

ਪ੍ਰਭ ਨੇ ਆਪ ਹੀ ਰਹਿਮਤ ਬਖਸ਼ੀ ਹੈ । ਆਪਣੇ ਸਦਾ ਰਹਿਣ ਵਾਲੇ ਘਰ ਵਿੱਚ ਥਾਂ ਬਖਸ਼ੀ ਹੈ ।

The True Master with His mercy and grace has blessed me a permanent resting place in His castle.

ਜੋ ਜੋ ਨਿੰਦ ਕਰੈ ਇਨ ਗ੍ਰਿਹਨ ਕੀ, jo jo nind karai in garihan kee
ਤਿਸੁ ਆਗੈ ਹੀ ਮਾਰੈ ਕਰਤਾਰ॥੧॥ tis aagai hee maarai kartaar. ||1||

ਜਿਹੜਾ ਵੀ ਬੰਦਗੀ ਕਰਨ ਵਾਲੇ ਘਰ ਦੀ, ਬੰਦਗੀ ਕਰਨ ਵਾਲੇ ਦੀ ਨਿੰਦਿਆਂ ਕਰਦਾ ਹੈ । ਪ੍ਰਭ ਆਪ ਹੀ ਉਸ ਦੇ ਕੰਮ ਲੇਖੇ ਵਿੱਚ ਲਿਖਦਾ ਹੈ । ਉਹ ਜੂੰਨਾਂ ਦੇ ਚੱਕਰ ਵਿੱਚ ਹੀ ਭਾਉਂਦਾ ਹੈ ।

Whosoever may abandon the teachings of His Word and he may slander the way of life of His true devotee. He increases the burden of his sins. He may remain in the cycle of birth and death.

ਨਾਨਕ ਦਾਸ ਤਾ ਕੀ ਸਰਨਾਈ, naanak daas taa kee sarnaa-ee
ਜਾ ਕੋ ਸਬਦੁ ਅਖੰਡ ਅਪਾਰ॥੨॥੯॥੨੭॥ jaa ko sabad akhand apaar. ||2||9||27||

ਬੰਦਗੀ ਕਰਨ ਵਾਲਾ, ਪ੍ਰਭ ਦੀ ਸ਼ਰਣ, ਸ਼ਬਦ ਦੀ ਪਾਲਣਾ ਵਿੱਚ ਅਡੋਲ ਰਹਿੰਦਾ ਹੈ । ਪ੍ਰਭ ਦਾ ਸ਼ਬਦ ਅਟੱਲ, ਅਥਾਹ ਹੈ, ਪ੍ਰਭ ਦਾ ਭਾਣਾ ਵਾਪਰਕੇ ਹੀ ਰਹਿੰਦਾ ਹੈ ।

His true devotee may obey the teachings of His Word with steady and stable belief in his day-to-day life; with His mercy and grace, he may dwell in His sanctuary. His Word remains true forever and overwhelmed with unlimited virtues. His unavoidable command always prevails and must be endured.

267. ਬਿਲਾਵਲੁ ਮਹਲਾ ੫॥ 807-12

ਤਾਪ ਸੰਤਾਪ ਸਗਲੇ ਗਏ, taap santaap saglay ga-ay
ਬਿਨਸੇ ਤੇ ਰੋਗ॥ binsay tay rog.
ਪਾਰਬ੍ਰਹਮਿ ਤੂ ਬਖਸਿਆ, paarbarahm too bakhsi-aa
ਸੰਤਨ ਰਸ ਭੋਗ॥ ਰਹਾਉ॥ santan ras bhog. rahaa-o.

ਜਿਹੜਾ ਜੀਵ ਸੰਤਾਂ ਦੀ ਸੰਗਤ ਕਰਦਾ, ਸਿਖਿਆਂ ਨਾਲ ਜੀਵਨ ਢਾਲਦਾ ਹੈ। ਪ੍ਰਭ ਉਸ ਦੇ ਪਿਛਲੇ ਜਨਮਾਂ ਦੇ ਕੀਤੇ ਪਾਪ ਬਖਸ਼ ਦੇਂਦਾ ਹੈ । ਉਸ ਦੇ ਮਨ ਵਿਚੋਂ ਸੰਸਾਰਕ ਇੱਛਾਂ ਦੇ ਰੋਗ, ਭਰਮ ਨਾਸ ਹੋ ਜਾਂਦੇ ਹਨ ।

Whosoever may associate with His true devotee and adopts his life experience teachings in his day-to-day life; with His mercy and grace, his sins of previous lives may be forgiven. All his frustrations of worldly desires and suspicions may be eliminated from his day-to-day life.

ਸਰਬ ਸੁਖਾ ਤੇਰੀ ਮੰਡਲੀ,	sarab sukhaa tayree mandlee
ਤੇਰਾ ਮਨੁ ਤਨੁ ਆਰੋਗ॥	tayraa man tan aarog.
ਗੁਨ ਗਾਵਹੁ ਨਿਤ ਰਾਮ ਕੇ,	gun gaavhu nit raam kay
ਇਹ ਅਵਖਦ ਜੋਗ॥੧॥	ih avkhad jog. ||1||

ਉਸ ਬੰਦਗੀ ਕਰਨ ਵਾਲੇ ਦੇ ਮਨ ਵਿੱਚ ਅਨੰਦ, ਖੇੜਾ ਵਸ ਜਾਂਦਾ ਹੈ । ਮਨ, ਤਨ ਦੇ ਸਾਰੇ ਇੱਛਾਂ ਦੇ ਰੋਗ ਦੂਰ ਹੋ ਜਾਂਦੇ ਹਨ । ਸ਼ਬਦ ਦਾ ਸਿਮਰਨ ਕਰਨਾ ਹੀ ਮਨ ਦੇ ਸਭ ਰੋਗਾਂ ਦੀ ਦਵਾਈ, ਤੱਤ ਹੈ ।

His true devotee may be blessed with pleasure and blossom in his worldly life. All frustrations, miseries of worldly desires may be eliminated, cured. Meditating on the teachings of His Word may be the cure of all worldly frustration and miseries.

ਆਇ ਬਸਹੁ ਘਰ ਦੇਸ ਮਹਿ,	aa-ay bashu ghar days meh
ਇਹ ਭਲੇ ਸੰਜੋਗ॥	ih bhalay sanjog.
ਨਾਨਕ ਪ੍ਰਭ ਸੁਪ੍ਰਸੰਨ ਭਏ,	naanak parabh suparsan bha-ay
ਲਹਿ ਗਏ ਬਿਓਗ॥ ੨॥੧੦॥੨੮॥	leh ga-ay bi-og. ||2||10||28||

ਜਿਸ ਜੀਵ ਦੇ ਮਨ ਵਿੱਚ ਸ਼ਬਦ ਘਰ ਕਰ ਜਾਂਦਾ, ਜਾਗਰਤ ਹੋ ਜਾਂਦਾ ਹੈ । ਉਸ ਦਾ ਪ੍ਰਭ ਨਾਲ ਸੰਜੋਗ ਹੋ ਜਾਂਦਾ ਹੈ, ਸੁਭਾਗਾ ਸਮਾਂ ਬਣ ਜਾਂਦਾ ਹੈ । ਪ੍ਰਭ ਦੀ ਰਹਿਮਤ ਨਾਲ ਉਸ ਦਾ ਪ੍ਰਭ ਨਾਲੋ ਵਿਛੋੜੇ ਦਾ ਸਮਾਂ ਖਤਮ ਹੋ ਜਾਂਦਾ ਹੈ, ਪੂਰਾ ਹੋ ਜਾਂਦਾ ਹੈ ।

Whosoever may be enlightened and drenched with the essence of His Word. He may become very fortunate in his human life journey; with His mercy and grace, he may be blessed with the right path of acceptance in His Court. The time of separation for his soul from His Holy Spirit may be finished.

268.ਬਿਲਾਵਲੁ ਮਹਲਾ ੫॥ 807-15

ਕਾਹੂ ਸੰਗਿ ਨ ਚਾਲਹੀ,	kaahoo sang na chaalhee
ਮਾਇਆ ਜੰਜਾਲ॥	maa-i-aa janjaal.
ਊਠਿ ਸਿਧਾਰੇ ਛਤ੍ਰਪਤਿ,	ooth siDhaaray chhatarpat
ਸੰਤਨ ਕੈ ਖਿਆਲ॥ ਰਹਾਉ॥	santan kai khi-aal. rahaa-o.

ਮੌਤ ਪਿਛੋਂ ਸੰਸਾਰਕ ਮਾਇਆ ਸਾਥ ਨਹੀਂ ਜਾਂਦੀ, ਦਰਬਾਰ ਵਿੱਚ ਸਹਾਈ ਨਹੀਂ ਹੁੰਦੀ । ਵੱਡੇ ਵੱਡੇ ਰਾਜੇ, ਸ਼ੇਨਸਾਹ ਵੀ ਖਾਲੀ ਹੱਥ ਮੌਤ ਦੇ ਹਵਾਲੇ ਹੋ ਜਾਂਦੇ, ਸਭ ਕੁਝ ਇਥੇ ਹੀ ਛੱਡ ਜਾਂਦੇ ਹਨ ।

After death, worldly wealth and worldly status remains on earth and may not have any significance in His Court. The greatest Kings, and worldly rich all may go back empty handed. All may be captured by the devil of death and endure the judgement of their worldly deeds.

ਅਹੰਬੁਧਿ ਕਉ ਬਿਨਸਨਾ,	ahaN-buDh ka-o binsanaa
ਇਹ ਧੁਰ ਕੀ ਢਾਲ॥	ih Dhur kee dhaal.
ਬਹੁ ਜੋਨੀ ਜਨਮਹਿ ਮਰਹਿ,	baho jonee janmeh mareh
ਬਿਖਿਆ ਬਿਕਰਾਲ॥੧॥	bikhi-aa bikraal. ||1||

ਇਹ ਹੀ ਰੂਹਾਨੀ ਹੁਕਮ ਹੈ, ਅਹੰਕਾਰੀ ਜੀਵ ਸੰਸਾਰਕ ਸਾਗਰ ਵਿੱਚ ਹੀ ਡੁੱਬ ਜਾਂਦਾ ਹੈ । ਜਿਹੜਾ ਸੰਸਾਰਕ ਜੀਵਨ ਧੋਖੇ, ਲਾਲਚ ਦੇ ਕੰਮ ਕਰਦਾ, ਧਨ ਇਕੱਠਾ ਕਰਦਾ ਹੈ । ਉਹ ਬਾਰ ਬਾਰ ਜੂੰਨਾਂ ਵਿੱਚ ਭਉਦਾ ਰਹਿੰਦਾ ਹੈ । ਉਹ ਜਨਮ ਲੈਂਦਾ, ਕੁਝ ਹਾਸਿਲ ਕਰਨ ਤੋ ਬਿਨਾਂ ਹੀ ਮਰ ਜਾਂਦਾ ਹੈ ।

The One and only One eternal command of The True Master prevails in the universe. Whosoever may remain intoxicated in worldly ego, he may drown in the worldly ocean. Whosoever may collect worldly wealth with greed, deceptive, evil plans; he may remain in the cycle of birth and death. He may take birth, collects some more burden of sins, and recycled.

ਸਤਿ ਬਚਨ ਸਾਧੂ ਕਹਹਿ,	sat bachan saaDhoo kaheh
ਨਿਤ ਜਪਹਿ ਗੁਪਾਲ॥	nit jaapeh gupaal.
ਸਿਮਰਿ ਸਿਮਰਿ ਨਾਨਕ ਤਰੇ,	simar simar naanak taray
ਹਰਿ ਕੇ ਰੰਗ ਲਾਲ॥ ੨॥੧੧॥੨੯॥	har kay rang laal. ||2||11||29||

ਬੰਦਗੀ ਕਰਨ ਵਾਲਾ, ਸਦਾ ਹੀ ਪ੍ਰਭ ਦੇ ਅਟੱਲ ਸ਼ਬਦ ਦੀ ਚਰਚਾ ਕਰਦਾ ਹੈ । ਉਸ ਦੇ ਸ਼ਬਦ ਦੀ ਪਾਲਣਾ, ਸਿਮਰਨ ਕਰਦਾ ਹੈ । ਉਸ ਨੂੰ ਬੰਦਗੀ ਕਰਦੇ ਕਰਦੇ ਸ਼ਬਦ ਰੂਪੀ ਰੰਗ, ਨੂਰ ਬਖਸ਼ਿਸ਼ ਹੋ ਜਾਂਦਾ ਹੈ । ਉਹ ਪ੍ਰਭ ਦੇ ਦਰਬਾਰ ਵਿੱਚ ਪ੍ਰਵਾਨ ਹੋ ਜਾਂਦਾ ਹੈ ।

His true devotee always concentrates on the essence of His Word. He remains intoxicated in meditation and obeying the teachings of His Word in his day-to-day life. With His mercy and grace, he may be blessed with spiritual glow on his forehead. He may be accepted in His Court.

269. ਬਿਲਾਵਲੁ ਮਹਲਾ ੫॥ 807-19

ਸਹਜ ਸਮਾਧਿ ਅਨੰਦ ਸੂਖ,	sahj samaaDh anand sookh
ਪੂਰੇ ਗੁਰਿ ਦੀਨ॥	pooray gur deen.
ਸਦਾ ਸਹਾਈ ਸੰਗਿ ਪ੍ਰਭ,	sadaa sahaa-ee sang parabh amrit
ਅੰਮ੍ਰਿਤ ਗੁਣ ਚੀਨ॥ ਰਹਾਉ॥	gun cheen. rahaa-o.

ਪ੍ਰਭ ਨੇ ਆਪ ਹੀ ਰਹਿਮਤ ਬਖਸ਼ੀ ਹੈ । ਮਨ ਵਿੱਚ ਪੂਰਨ ਸੰਤੋਖ, ਸ਼ਬਦ ਦੀ ਸਮਾਧੀ ਬਖਸ਼ੀ ਹੈ । ਬੰਦਗੀ ਕਰਨ ਵਾਲੇ ਦਾ ਪ੍ਰਭ, ਸਦਾ ਹੀ ਸਹਾਈ, ਰਖਵਾਲਾ ਹੁੰਦਾ ਹੈ । ਉਸ ਨੂੰ ਸ਼ਬਦ ਦੇ ਗੁਣਾਂ ਨਾਲ ਭਰਪੂਰ ਰਖਦਾ ਹੈ ।

With His mercy and grace, I am dwelling in the void of His Word with complete contentment. The True Master always remains a companion and supporter of His true devotee. With His mercy and grace, he may be blessed with overwhelming virtues.

ਜੈ ਜੈ ਕਾਰੁ ਜਗਤ੍ਰ ਮਹਿ,	jai jai kaar jagtar meh
ਲੋਚਹਿ ਸਭਿ ਜੀਆ॥	locheh sabh jee-aa.
ਸੁਪ੍ਰਸੰਨ ਭਏ ਸਤਿਗੁਰ,	suparsan bha-ay satgur
ਪ੍ਰਭੂ ਕਛੁ ਬਿਘਨੁ ਨ ਥੀਆ॥੧॥	parabhoo kachh bighan na thee-aa. ||1||

ਸਾਰੀ ਸ੍ਰਿਸ਼ਟੀ ਹੀ ਪ੍ਰਭ ਦੀ ਰਹਿਮਤ ਪਾਉਣ ਦੀ ਇੱਛਾਂ, ਸ਼ਰਧਾ ਰਖਦੀ ਹੈ । ਸਦਾ ਹੀ ਪ੍ਰਭ ਦੀ ਜੈਕਾਰ ਕਰਦੀ ਹੈ । ਬੰਦਗੀ ਕਰਨ ਵਾਲੇ ਤੇ ਪ੍ਰਭ ਦੀ ਪੂਰਨ ਬਖਸ਼ਿਸ਼ ਹੁੰਦੀ ਹੈ । ਉਸ ਦੇ ਰਸਤੇ ਵਿੱਚ ਕੋਈ ਵਿਘਨ ਨਹੀਂ ਪੈਂਦਾ ।

The whole universe remains anxious to be blessed with His mercy and grace, to be enlightened with the essence of His Word. The whole universe sings the glory of His Word. His true devotee remains overwhelmed with His blessed vision. He may never face any restrictions in his path of meditation, acceptance in His Court.

ਜਾ ਕਾ ਅੰਗੁ ਦਇਆਲ ਪ੍ਰਭ,	jaa kaa ang da-i-aal parabh
ਤਾ ਕੇ ਸਭ ਦਾਸ॥	taa kay sabh daas.
ਸਦਾ ਸਦਾ ਵਡਿਆਈਆ,	sadaa sadaa vadi-aa-ee-aa
ਨਾਨਕ ਗੁਰ ਪਾਸਿ॥ ੨॥੧੨॥੩੦॥	naanak gur paas.||2||12||30||

ਜਿਸ ਨੂੰ ਪ੍ਰਭ ਆਪ ਦਿਆਲ ਹੋ ਕੇ ਬਖਸ਼ ਲੈਂਦਾ ਹੈ । ਸਾਰੀ ਸ੍ਰਿਸ਼ਟੀ ਹੀ ਉਸ ਦੀ ਗੁਲਾਮ ਹੋ ਜਾਂਦੀ ਹੈ, ਦਾਸੀ ਬਣ ਜਾਂਦੀ ਹੈ । ਬੰਦਗੀ ਕਰਨ ਵਾਲਾ ਸਦਾ ਹੀ ਪ੍ਰਭ ਦੇ ਸ਼ਬਦ ਦੀਆਂ ਵਡਿਆਈਆਂ ਹੀ ਗਾਉਂਦਾ, ਸਿਮਰਨ ਕਰਦਾ ਰਹਿੰਦਾ ਹੈ ।

Whosoever may be accepted as His slave, true devotee; the whole universe may become his slave. He may become a part of His Holy spirit. His true devotee may always sing the virtues of His Word.

270.ਰਾਗੁ ਬਿਲਾਵਲੁ ਮਹਲਾ ੫ ਘਰੁ ੫ ਚਉਪਦੇ॥ 808-3

ੴ ਸਤਿਗੁਰ ਪ੍ਰਸਾਦਿ॥	ik-oNkaar satgur parsaad.
ਮ੍ਰਿਤ ਮੰਡਲ ਜਗੁ ਸਾਜਿਆ,	mitar mandal jag saaji-aa
ਜਿਉ ਬਾਲੂ ਘਰ ਬਾਰ॥	ji-o baaloo ghar baar.
ਬਿਨਸਤ ਬਾਰ ਨ ਲਾਗਈ,	binsat baar na laag-ee
ਜਿਉ ਕਾਗਦ ਬੂੰਦਾਰ॥੧॥	ji-o kaagad booNdaar. ||1||

ਪ੍ਰਭ ਨੇ ਥੋੜ੍ਹਾ ਸਮਾਂ ਰਹਿਣ, ਨਾਸ ਹੋ ਜਾਣ ਵਾਲੀ ਸ੍ਰਿਸ਼ਟੀ ਦੀ ਸਾਜਨਾ ਕੀਤੀ ਹੈ । ਜਿਵੇਂ ਰੇਤ ਦਾ ਕਿਲਾ ਬਣਾਇਆ ਜਾਂਦਾ ਹੈ, ਥੋੜੇ ਸਮੇਂ ਵਿੱਚ ਹੀ ਨਾਸ ਹੋ ਜਾਂਦਾ ਹੈ । ਜਿਵੇਂ ਕਾਗਜ ਪਾਣੀ ਨਾਲ ਨਾਸ ਹੋ ਜਾਂਦਾ ਹੈ ।

The True Master has created the short-lived creatures in the universe. New creature may take a birth and after predetermined time faces death. His body is like a castle of sand; as paper that may dissolve in water.

ਸੁਨਿ ਮੇਰੀ ਮਨਸਾ,	sun mayree mansaa
ਮਨੈ ਮਾਹਿ ਸਤਿ ਦੇਖੁ ਬੀਚਾਰਿ॥	manai maahi sat daykh beechaar.
ਸਿਧ ਸਾਧਿਕ ਗਿਰਹੀ ਜੋਗੀ,	siDh saaDhik girhee jogee
ਤਜਿ ਗਏ ਘਰ ਬਾਰ॥੧॥ ਰਹਾਉ॥	taj ga-ay ghar baar. ||1|| rahaa-o.

ਸੰਸਾਰਕ ਜੀਵ ਇਸ ਤੱਤ ਦੀ ਸਿਖਿਆਂ ਵਿੱਚ ਧਿਆਨ ਲਾਵੋ! ਸੰਸਾਰ ਵਿੱਚ ਕਈ ਜੋਗੀ, ਤਪ ਕਰਨ ਵਾਲੇ ਆਪਣਾ ਸੰਸਾਰਕ ਘਰ ਬਾਰ ਤਿਆਗ ਦੇਂਦੇ ਹਨ । ਉਹ ਵੀ ਅੰਤ ਵਿੱਚ ਮਰ ਗਏ ਹਨ ।

You should concentrate on one unique essence of His Nature. Many yogis, saints, renunciatory from Ancient Ages have renounced worldly comforts; however, all were captured by the devil of death.

ਜੈਸਾ ਸੁਪਨਾ ਰੈਨਿ ਕਾ, ਤੈਸਾ ਸੰਸਾਰ॥	jaisaa supnaa rain kaa taisaa sansaar.
ਦ੍ਰਿਸਟਿਮਾਨ ਸਭੁ ਬਿਨਸੀਐ,	daristimaan sabh binsee-ai
ਕਿਆ ਲਗਹਿ ਗਵਾਰ॥੨॥	ki-aa lageh gavaar. ||2||

ਇਹ ਸ੍ਰਿਸ਼ਟੀ ਦਾ ਸਾਰਾ ਖੇਲ, ਰਾਤ ਦੇ ਸੁਪਨੇ ਦੀ ਤਰ੍ਹਾਂ ਹੀ ਹੈ । ਸਭ ਕੁਝ ਜੋ ਸੰਸਾਰ ਵਿੱਚ ਦਿਸਦਾ ਹੈ, ਸਭ ਸਮਾਂ ਪਾ ਕੇ ਨਾਸ ਹੋ ਜਾਣਾ ਹੈ । ਤੂੰ ਮੂਰਖ ਕਿਉਂ ਇਸ ਨਾਲ ਮੋਹ ਲਾਉਂਦਾ, ਸੰਸਾਰਕ ਧਨ ਇਕੱਠਾ ਕਰਦਾ ਹੈ?

The play of the universe is like a night dream. Whatsoever may be visible, everything may pass on, vanish. Ignorant, why are you attached to this dream and collects worldly wealth?

ਕਹਾ ਸੁ ਭਾਈ ਮੀਤ ਹੈ,	kahaa so bhaa-ee meet hai
ਦੇਖੁ ਨੈਨ ਪਸਾਰਿ॥	daykh nain pasaar.
ਇਕਿ ਚਾਲੇ ਇਕਿ ਚਾਲਸਹਿ,	ik chaalay ik chaalsahi
ਸਭਿ ਅਪਨੀ ਵਾਰ॥੩॥	sabh apnee vaar. ||3||

ਜਾਗ! ਦੇਖ ਤੇਰੇ ਭੈਣ ਭਾਈ, ਪ੍ਰਵਾਰ, ਸਾਥੀ, ਪ੍ਰਵਾਰ ਕਿਥੇਂ ਚਲੇ ਗਏ ਹਨ? ਕਈ ਮਰ ਗਏ ਹਨ, ਕਈਆਂ ਨੇ ਮਰ ਜਾਣਾ ਹੈ । ਸਾਰੇ ਪ੍ਰਭ ਦੇ ਹੁਕਮ ਨਾਲ ਆਪਣੀ ਵਾਰੀ ਦੀ ਉਡੀਕ ਕਰਦੇ ਹਨ ।

Think about His Nature! where have your family, associates, parents have gone, passed on? Some are already dead and others are waiting their turn. All are waiting for His command and his own turn.

ਜਿਨ ਪੂਰਾ ਸਤਿਗੁਰੁ ਸੇਵਿਆ,	jin pooraa satgur sayvi-aa
ਸੇ ਅਸਥਿਰੁ ਹਰਿ ਦੁਆਰਿ॥	say asthir har du-aar.
ਜਨੁ ਨਾਨਕੁ ਹਰਿ ਕਾ ਦਾਸੁ ਹੈ,	jan naanak har kaa daas hai
ਰਖੁ ਪੈਜ ਮੁਰਾਰਿ॥੪॥੧॥੩੧॥	raakh paij muraar.||4||1||31||

ਜਿਹੜਾ ਪੂਰਨ ਗੁਰੂ ਦੇ ਸ਼ਬਦ ਨਾਲ ਜੀਵਨ ਢਾਲ ਲੈਂਦਾ, ਜੀਵਨ ਬਤੀਤ ਕਰਦਾ ਹੈ । ਉਹ ਸਦਾ ਹੀ ਅਡੋਲ ਪ੍ਰਭ ਦੀ ਸ਼ਰਣ ਵਿੱਚ ਵਸਦਾ ਹੈ । ਉਹ ਪ੍ਰਭ ਦਾ ਦਾਸ ਬਣ ਜਾਂਦਾ, ਪ੍ਰਭ ਹੀ ਉਸ ਦਾ ਮਾਣ, ਲਾਜ ਰਖਦਾ ਹੈ । ਪ੍ਰਭ ਹੀ ਉਸ ਦੀ ਅਹੰਕਾਰ ਤੇ ਜਿੱਤ ਬਖਸ਼ਦਾ ਹੈ ।

Whosoever may adopt the teachings of His Word with steady and stable belief in his day-to-day life; with His mercy and grace, he may be accepted in His sanctuary. The True Master may accept him as His true devotee and protects his honor; with His mercy and grace, he may conquer his ego.

271.ਬਿਲਾਵਲੁ ਮਹਲਾ ੫॥ 808-9

ਲੋਕਨ ਕੀਆ ਵਡਿਆਈਆ,	lokan kee-aa vadi-aa-ee-aa
ਬੈਸੰਤਰਿ ਪਾਗਉ॥	baisantar paaga-o.
ਜਿਉ ਮਿਲੈ ਪਿਆਰਾ ਆਪਨਾ,	ji-o milai pi-aaraa aapnaa
ਤੇ ਬੋਲ ਕਰਾਗਉ॥੧॥	tay bol karaaga-o. ||1||

ਜੀਵ ਲੋਕ ਦਿਖਾਵੇ ਦੀ ਬੰਦਗੀ, ਸੋਭਾ ਨੂੰ ਤਿਆਗ ਦੇਵੋ! ਅੱਗ ਵਿੱਚ ਜਲਾ ਦੇਵੋ । ਪ੍ਰਭ ਦੇ ਸ਼ਬਦ ਦੇ ਗੁਣ ਗਾਵੋ! ਜਿਸ ਨਾਲ ਪ੍ਰਭ ਦੀ ਰਹਿਮਤ ਬਖਸ਼ਿਸ਼ ਹੋ ਜਾਵੇ ।

You should abandon false prayer to win worldly fame. You should sing the glory of His Word with steady and stable belief on His blessings. You may be blessed with His mercy and grace.

ਜਉ ਪ੍ਰਭ ਜੀਉ ਦਇਆਲ ਹੋਇ,	ja-o parabh jee-o da-i-aal ho-ay
ਤਉ ਭਗਤੀ ਲਾਗਉ॥	ta-o bhagtee laaga-o.
ਲਪਟਿ ਰਹਿਓ ਮਨੁ ਬਾਸਨਾ,	lapat rahi-o man baasnaa gur
ਗੁਰ ਮਿਲਿ ਇਹ ਤਿਆਗਉ॥੧॥ ਰਹਾਉ॥	mil ih ti-aaga-o. ||1|| rahaa-o.

ਜਿਸ ਤੇ ਪ੍ਰਭ ਰਹਿਮਤ ਬਖਸ਼ਦਾ ਹੈ, ਉਹ ਜੀਵ ਸ਼ਬਦ ਦੀ ਪਾਲਣਾ ਦੇ ਲੜ ਲੱਗਦਾ ਹੈ । ਜਿਹੜਾ ਸੰਸਾਰਕ ਗੁਰੂ ਦੇ ਪਿਛੇ ਲੱਗਦਾ ਹੈ, ਉਸ ਨੂੰ ਸ਼ਬਦ ਬਖਸ਼ਣ ਵਾਲਾ ਗੁਰੂ ਮੰਨਦਾ ਹੈ । ਉਸ ਦਾ ਮੋਹ ਸੰਸਾਰਕ ਪਦਾਰਥਾਂ ਨਾਲ ਡੂੰਘਾਂ ਹੋ ਜਾਂਦਾ ਹੈ । ਸ਼ਬਦ ਦੀ ਪਾਲਣਾ ਕਰੋ! ਸੰਸਾਰਕ ਮਾਇਆ ਦੇ ਮੋਹ ਨੂੰ ਤਿਆਗ ਦੇਵੋ!

Whosoever may be blessed with His mercy and grace, he may adopt the teachings of His Word with steady and stable belief in his day-to-day life. Whosoever may consider worldly guru as the master to bless His Word. He remains intoxicated with greed and worldly attachments. You should renounce your worldly attachments and obey the teachings of His Word.

ਕਰਉ ਬੇਨਤੀ ਅਤਿ ਘਨੀ,	kara-o bayntee at ghanee
ਇਹੁ ਜੀਉ ਹੋਮਾਗਉ॥	ih jee-o homaaga-o.
ਅਰਥ ਆਨ ਸਭਿ ਵਾਰਿਆ,	arath aan sabh vaari-aa
ਪ੍ਰਿਅ ਨਿਮਖ ਸੋਹਾਗਉ॥੨॥	pari-a nimakh sohaaga-o. ||2||

ਜੀਵ ਸ਼ਰਧਾ ਨਾਲ, ਮਨ ਲਾ ਕੇ ਪ੍ਰਭ ਦੇ ਸ਼ਬਦ ਦੀ ਪਾਲਣਾ ਕਰੋ! ਆਪਣੀ ਆਤਮਾ ਪ੍ਰਭ ਦੇ ਲੇਖੇ ਲਾ ਦੇਵੋ! ਬੰਦਗੀ ਕਰਨ ਵਾਲਾ ਇੱਕ ਪਲ ਰਹਿਮਤ ਪਾਉਣ ਲਈ ਆਪਣਾ ਸਭ ਸੰਸਾਰਕ ਧਨ, ਹੈਸੀਅਤ ਤਿਆਗ ਦੇਂਦਾ ਹੈ।

You should wholeheartedly with a devotion obey the teachings of His Word. You should surrender your body, mind and worldly status at His service, sanctuary. His true devotee may sacrifice all his worldly wealth, status, and possessions to realize the glimpse of His blessing.

ਪੰਚ ਸੰਗੁ ਗੁਰ ਤੇ ਛੁਟੇ,	panch sang gur tay chhutay
ਦੋਖ ਅਰੁ ਰਾਗਉ॥	dokh ar raaga-o.
ਰਿਦੈ ਪ੍ਰਗਾਸੁ ਪ੍ਰਗਟ ਭਇਆ,	ridai pargaas pargat bha-i-aa
ਨਿਸਿ ਬਾਸੁਰ ਜਾਗਉ॥੩॥	nis baasur jaaga-o. ||3||

ਅਡੋਲ ਭਰੋਸਾ ਕਰਕੇ ਸ਼ਬਦ ਦੀ ਪਾਲਣਾ ਨਾਲ ਮਨ ਤੇ ਜਿੱਤ ਬਖਸ਼ਿਸ਼ ਹੋ ਜਾਂਦੀ ਹੈ । ਜੀਵ ਦੇ ਮਨ ਦੇ ਪੰਜਾਂ ਜਮਦੂਤਾਂ ਤੋ ਹੀ ਛੁਟਕਾਰਾ ਹੋ ਜਾਂਦਾ ਹੈ । ਸ਼ਬਦ ਮਨ ਵਿੱਚ ਜਾਗਰਤ ਹੋ ਜਾਂਦਾ ਹੈ । ਉਸ ਦੇ ਮਨ ਵਿੱਚ ਪ੍ਰਭ ਦੀ ਜੋਤ ਪ੍ਰਗਟ ਹੋ ਜਾਂਦੀ ਹੈ । ਉਹ ਦਿਨ ਰਾਤ ਜਾਗਰਤ ਅਤੇ ਸੁਚੇਤ ਰਹਿੰਦਾ ਹੈ ।

Whosoever may obey the teachings of His Word with steady and stable belief in his day-to-day life; with His mercy and grace, he may be blessed to conquer his own ego. He may eliminate the five demons from his mind, from his day-to-day life. He may be enlightened with the essence of His Word and His Holy Spirit may shine on his forehead. He remains awake and alert day and night in meditation.

ਸਰਣਿ ਸੋਹਾਗਨਿ ਆਇਆ,	saran sohaagan aa-i-aa
ਜਿਸੁ ਮਸਤਕਿ ਭਾਗਉ॥	jis mastak bhaaga-o.
ਕਹੁ ਨਾਨਕ ਤਿਨਿ ਪਾਇਆ,	kaho naanak tin paa-i-aa
ਤਨੁ ਮਨੁ ਸੀਤਲਾਗਉ॥੪॥੨॥੩੨॥	tan man seetlaaga-o. ||4||2||32||

ਜਿਸ ਦੇ ਭਾਗਾਂ ਵਿੱਚ ਪਹਿਲੇ ਹੀ ਲਿਖਿਆ ਹੁੰਦਾ ਹੈ । ਉਹ ਹੀ ਪ੍ਰਭ ਦੇ ਸ਼ਬਦ ਦੀ ਪਾਲਣਾ ਵਿੱਚ ਭਰੋਸਾ ਅਡੋਲ ਰਹਿੰਦਾ, ਪ੍ਰਭ ਦੀ ਸ਼ਰਣ ਵਿੱਚ ਆਉਂਦਾ ਹੈ । ਜਿਸ ਦੇ ਮਨ ਵਿੱਚ ਪ੍ਰਭ ਦਾ ਸ਼ਬਦ ਜਾਗਰਤ ਹੋ ਜਾਂਦਾ ਹੈ । ਉਸ ਦੇ ਮਨ ਵਿੱਚ ਸੰਤੋਖ, ਖੇੜਾ ਵਸ ਜਾਂਦਾ ਹੈ ।

Whosoever may have great prewritten destiny, he may obey the teachings of His Word with steady and stable belief in his day-to-day life. He may surrender his mind, body, and worldly status at His sanctuary. With His mercy and grace, whosoever may be enlightened with the essence of His Word; he remains overwhelmed with contentment and blossom.

272.ਬਿਲਾਵਲੁ ਮਹਲਾ ੫॥ 808-14

ਲਾਲ ਰੰਗੁ ਤਿਸ ਕਉ ਲਗਾ,	laal rang tis ka-o lagaa
ਜਿਸ ਕੇ ਵਡਭਾਗਾ॥	jis kay vadbhaagaa.
ਮੈਲਾ ਕਦੇ ਨ ਹੋਵਈ,	mailaa kaday na hova-ee
ਨਹ ਲਾਗੈ ਦਾਗਾ॥੧॥	nah laagai daagaa. ||1||

ਵੱਡੇ ਭਾਗਾਂ ਵਾਲੇ ਤੇ ਹੀ ਪ੍ਰਭ ਦੇ ਸ਼ਬਦ ਦੀ ਸੋਝੀ ਰੂਪੀ ਰੰਗ ਚੜ੍ਹਦਾ ਹੈ । ਉਸ ਦੇ ਮਨ ਵਿਚੋਂ ਪ੍ਰਭ ਦੇ ਸ਼ਬਦ ਦਾ ਰੰਗ ਕਦੇ ਫਿੱਕਾ ਨਹੀਂ ਪੈਂਦਾ । ਉਸ ਨੂੰ ਕੋਈ ਸੰਸਾਰਕ ਇੱਛਾਂ ਰੂਪੀ ਦਾਗ਼ ਨਹੀਂ ਲੱਗਦਾ ।

Whosoever may have great prewritten density, only he may be drenched with crimson color of the essence of His Word. With His mercy and grace, His crimson color may never be fainted; his devotion may never be decreased. He may never be blemished with any worldly desires.

ਪ੍ਰਭੁ ਪਾਇਆ ਸੁਖਦਾਈਆ, parabh paa-i-aa sukh-daa-ee-aa
ਮਿਲਿਆ ਸੁਖ ਭਾਇ॥ mili-aa sukh bhaa-ay.
ਸਹਜਿ ਸਮਾਨਾ ਭੀਤਰੇ, sahj samaanaa bheetray
ਛੋਡਿਆ ਨਹ ਜਾਇ॥੧॥ ਰਹਾਉ॥ chhodi-aa nah jaa-ay. ||1|| rahaa-o.

ਉਸ ਦੀ ਆਤਮਾ, ਪ੍ਰਭ ਦੇ ਸ਼ਬਦ ਦੀ ਸਮਾਧੀ ਵਿੱਚ ਵਸਦੀ, ਉਸ ਵਿਚੋਂ ਬਾਹਰ ਨਹੀਂ ਜਾਂਦੀ । ਉਹ ਸੰਤੋਖ ਦੇ ਮਾਲਕ ਦੀ ਰਹਿਮਤ ਮਹਿਸੂਸ ਕਰਦੀ, ਖੇੜੇ ਵਿੱਚ ਵਸਦੀ ਹੈ ।

His soul dwells in the void of His Word and she may never wander in any other directions, religious rituals. He realizes the blessings, existence of The True Master of all comforts and he remains overwhelmed with blossom.

ਜਰਾ ਮਰਾ ਨਹ ਵਿਆਪਈ, jaraa maraa nah vi-aapa-ee
ਫਿਰਿ ਦੂਖੁ ਨ ਪਾਇਆ॥ fir dookh na paa-i-aa.
ਪੀ ਅੰਮ੍ਰਿਤੁ ਆਘਾਨਿਆ, pee amrit aaghaani-aa
ਗੁਰਿ ਅਮਰੁ ਕਰਾਇਆ॥੨॥ gur amar karaa-i-aa. ||2||

ਉਸ ਨੂੰ ਵੱਡੀ ਉਮਰ, ਮੌਤ ਦਾ ਦੁਖ ਪਰੇਸ਼ਾਨ ਨਹੀਂ ਕਰਦਾ । ਉਸ ਨੂੰ ਬਾਰ ਬਾਰ ਮਾਤਾ ਦੇ ਗਰਭ ਵਿੱਚ ਨਹੀਂ ਜਾਣਾ ਪੈਂਦਾ । ਉਹ ਪ੍ਰਭ ਦੇ ਸ਼ਬਦ ਦੀ ਸੋਝੀ ਰੂਪੀ ਅੰਮ੍ਰਿਤ ਪੀਂਦਾ ਹੈ । ਮਨ ਵਿੱਚ ਸੰਤੋਖ ਵਸਦਾ ਹੈ, ਅਮਰ ਅਵਸਥਾ ਬਖਸ਼ਿਸ ਹੁੰਦੀ ਹੈ ।

His true devotee may never be frustrated from his old age or fear of death. He may never have to enter the womb of mother again. He enjoys the nectar of the essence of His Word. He remains overwhelmed with contentment. He may be blessed with immortal state of mind.

ਸੋ ਜਾਨੈ ਜਿਨਿ ਚਾਖਿਆ, so jaanai jin chaakhi-aa
ਹਰਿ ਨਾਮੁ ਅਮੋਲਾ॥ har naam amolaa.
ਕੀਮਤਿ ਕਹੀ ਨ ਜਾਈਐ, keemat kahee na jaa-ee-ai
ਕਿਆ ਕਹਿ ਮੁਖਿ ਬੋਲਾ॥੩॥ ki-aa kahi mukh bolaa. ||3||

ਅੰਮ੍ਰਿਤ ਦਾ ਸਵਾਦ ਉਹ ਹੀ ਜਾਣਦਾ, ਮਾਨਦਾ ਹੈ, ਜਿਸ ਦੇ ਭਾਗਾਂ ਵਿੱਚ ਹੁੰਦਾ ਹੈ । ਇਸ ਅਮੋਲਕ ਰਤਨ ਦੀ ਕੀਮਤ ਦਾ ਅੰਦਾਜ਼ਾ ਨਹੀਂ ਲਾਇਆ ਜਾ ਸਕਦਾ । ਉਸ ਦੇ ਸ਼ਬਦ ਦੀ, ਬੋਲ ਕੇ ਪੂਰਨ ਵਿਆਖਿਆ ਨਹੀਂ ਕੀਤੀ ਜਾ ਸਕਦੀ ਹੈ ।

Whosoever may have a great prewritten destiny, only he may realize the taste, significance of the nectar of the essence of His Word. The real significance of the nectar, essence of His Word remains beyond the comprehension of His Creation. The complete explanation, significance, of His true message may not be fully expressed by our tongue.

ਸਫਲ ਦਰਸੁ ਤੇਰਾ ਪਾਰਬ੍ਰਹਮ, safal daras tayraa paarbarahm
ਗੁਣ ਨਿਧਿ ਤੇਰੀ ਬਾਣੀ॥ gun niDh tayree banee.
ਪਾਵਉ ਧੂਰਿ ਤੇਰੇ ਦਾਸ ਕੀ, paava-o Dhoor tayray daas kee
ਨਾਨਕ ਕੁਰਬਾਣੀ॥੪॥੩॥੩੩॥ naanak kurbaanee. ||4||3||33||

ਪ੍ਰਭ ਦੇ ਸ਼ਬਦ ਦੀ ਸੋਝੀ ਜਨਮ ਨੂੰ ਸਫਲ ਕਰਨ ਵਾਲੀ ਕਮਾਈ ਹੈ । ਤੇਰਾ ਸ਼ਬਦ ਹੀ ਗੁਣਾਂ ਦਾ ਖਜ਼ਾਨਾ ਹੈ । ਬੰਦਗੀ ਕਰਨ ਵਾਲਾ ਸਦਾ ਹੀ ਦਾਸਾਂ ਦੇ ਚਰਨਾਂ ਦੀ ਧੂੜ ਦੀ ਹੀ ਅਰਦਾਸ ਕਰਦਾ ਹੈ । ਸਦਾ ਹੀ ਤੇਰੀਆਂ ਰਹਿਮਤਾਂ ਤੋ ਕੁਰਬਾਨ ਜਾਂਦਾ ਹੈ ।

The enlightenment of Your Word, may be the real earnings to succeed in the purpose of human life opportunity. Your Word may be the true treasure of virtues of the enlightenment. Your true devotee always prays for Your forgiveness and the dust of the feet of Your Holy saints. He remains fascinated from Your miracles, events of Your Nature.

273.ਬਿਲਾਵਲੁ ਮਹਲਾ ੫॥ 809-1

ਰਾਖਹੁ ਅਪਨੀ ਸਰਣਿ ਪ੍ਰਭ,	raakho apnee saran parabh
ਮੋਹਿ ਕਿਰਪਾ ਧਾਰੇ॥	mohi kirpaa
ਸੇਵਾ ਕਛੂ ਨ ਜਾਨਊ,	sayvaa kachhoo na jaan-oo
ਨੀਚੁ ਮੂਰਖਾਰੇ॥੧॥	neech moorkhaaray.||1||

ਪ੍ਰਭ ਰਹਿਮਤ ਬਖਸ਼ਕੇ, ਆਪਣੀ ਸ਼ਰਣ ਵਿੱਚ ਪਨਾਹ ਬਖਸ਼ੋ! ਮੂਰਖ, ਅਨਾਜਣ ਨੂੰ ਤੇਰੀ ਸੇਵਾ, ਸ਼ਬਦ ਦੀ ਪਾਲਣਾ ਕਰਨ ਦੀ ਕੋਈ ਸੋਝੀ ਨਹੀਂ ਹੈ, ਬੰਦਗੀ ਕਰਨ ਦੀ ਵਿਧੀ ਦਾ ਕੋਈ ਗਿਆਨ ਨਹੀਂ ਹੈ ।

My True Master, I am ignorant from the real path of obeying the teachings of Your Word or serve Your Creation. I have no understanding of any technique to meditate on the teachings of Your Word. I am helpless, frustrated and I have surrendered my mind, body, and worldly status at Your sanctuary for Your forgiveness. With Your mercy and grace; You may accept me in Your sanctuary.

ਮਾਨੁ ਕਰਉ ਤੁਧੁ ਊਪਰੇ,	maan kara-o tuDh oopray
ਮੇਰੇ ਪ੍ਰੀਤਮ ਪਿਆਰੇ॥	mayray pareetam pi-aaray.
ਹਮ ਅਪਰਾਧੀ ਸਦ ਭੂਲਤੇ,	ham apraaDhee sad bhooltay
ਤੁਮ੍ ਬਖਸਨਹਾਰੇ॥ ੧॥ ਰਹਾਉ॥	tumH bakhsanhaaray. ||1|| rahaa-o.

ਪ੍ਰਭ ਮੈਂ ਮਾਨਸ ਜੀਵ ਹਰ ਸਮੇਂ ਭੁੱਲਾਂ ਕਰਦਾ ਰਹਿੰਦਾ ਹਾ । ਤੂੰ ਬਖਸ਼ਣ ਹਾਰਾ ਮਾਲਕ ਰਹਿਮਤ ਬਖਸ਼ਕੇ ਸਿੱਧੇ ਰਸਤੇ ਤੇ ਪਾਉਂਦਾ ਹੈ । ਮੈਂ ਤੇਰੀਆਂ ਰਹਿਮਤਾਂ ਦਾ ਬਹੁਤ ਧੰਨਵਾਦੀ, ਬਹੁਤ ਮਾਣ ਕਰਦਾ ਹਾ । ਤੂੰ ਹੀ ਸ਼ਬਦ ਦੀ ਪਾਲਣਾ ਤੇ ਅਡੋਲ ਰਖਦਾ ਹੈ ।

In my ignorance, I am making mistakes every moment in my worldly life. Only You may forgive innocent mistakes of Your true devotee and guide him on the right path in worldly life. I am always grateful for Your blessings and I have a hope and a deep appreciation for Your forgiveness. Only with Your mercy and grace, I may remain steady and stable on the right path of acceptance in Your court.

ਹਮ ਅਵਗਨ ਕਰਹ ਅਸੰਖ ਨੀਤਿ,	ham avgan karah asaNkh neet
ਤੁਮ੍ ਨਿਰਗੁਨ ਦਾਤਾਰੇ॥	tumH nirgun daataaray.
ਦਾਸੀ ਸੰਗਤਿ ਪ੍ਰਭੂ ਤਿਆਗਿ ਏ,	daasee sangat parabhoo ti-aag ay
ਕਰਮ ਹਮਾਰੇ॥੨॥	karam hamaaray. ||2||

ਤੂੰ ਹੀ ਰਹਿਮਤਾਂ ਦਾ ਮਾਲਕ ਰਹਿਮਤਾਂ ਬਖਸ਼ਦਾ ਹੈ । ਪ੍ਰਭ, ਮੈਂ ਅਉਗੁਣਾਂ ਭਰਿਆਂ ਜੀਵ ਹਰ ਵੇਲੇ ਗਲਤੀਆਂ ਕਰਦਾ ਰਹਿੰਦਾ ਹਾ । ਮੈਂ ਤੇਰੇ ਸ਼ਬਦ ਨੂੰ ਮਨੋ ਵਿਸਾਰ ਕੇ ਸੰਸਾਰਕ ਮਾਇਆ ਦੇ ਪਿਛੇ ਲੱਗਾ ਰਹਿੰਦਾ ਹਾ । ਲਾਲਚ, ਧੋਖੇ ਵਾਲਾ ਜੀਵਨ ਬਤੀਤ ਕਰਦਾ ਰਹਿੰਦਾ ਹਾ ।

The Merciful True Master may ignore the innocent mistakes of His Creation. I may make mistakes in each step of my like and my mind remains overwhelmed with evil thoughts and sins. I have abandoned the teachings of Your Word from my day-to-day life. I remain intoxicated with worldly wealth, greed, and deception in my day-to-day life.

ਤੁਮ੍ ਦੇਵਹੁ ਸਭੁ ਕਿਛੁ ਦਇਆ ਧਾਰਿ,	tumH dayvhu sabh kichh da-i-aa Dhaar
ਹਮ ਅਕਿਰਤਘਨਾਰੇ॥	ham akirat-ghanaaray.
ਲਾਗਿ ਪਰੇ ਤੇਰੇ ਦਾਨ ਸਿਉ,	laag paray tayray daan si-o
ਨਹ ਚਿਤਿ ਖਸਮਾਰੇ॥੩॥	nah chit khasmaaray. ||3||

ਪ੍ਰਭ ਤੂੰ ਅਨੇਕਾਂ ਹੀ ਦਾਤਾਂ ਬਖਸ਼ਦਾ ਹੈ । ਮਾਨਸ ਜੀਵ ਤੇਰੀਆਂ ਬਖਸ਼ਿਸ਼ਾਂ ਨਾਲ ਬਹੁਤ ਪਿਆਰ ਕਰਦਾ ਹੈ । ਪਰ ਬਖਸ਼ਣ ਹਾਰੇ ਦੇ ਸ਼ਬਦ ਦੀ ਕੋਈ ਪ੍ਰਵਾਹ ਨਹੀਂ ਕਰਦਾ । ਉਸ ਦੇ ਭਾਣੇ ਅਨੁਸਾਰ ਜੀਵਨ ਨਹੀਂ ਢਾਲਦਾ, ਬਖਸ਼ਣ ਹਾਰਾ ਨੂੰ ਮਨ ਵਿੱਚ ਯਾਦ ਨਹੀਂ ਰਖਦਾ ।

The True Master has blessed unlimited virtues to His Creation. Self-minded may cherish Your blessing, virtue and sings the glory of Your virtues. However, he may never pay any attention to the teachings of Your Word. He may never adopt the teachings of Your Word in day-to-day life nor remember the miseries of his separation from The True Master.

ਤੁਝ ਤੇ ਬਾਹਰਿ ਕਿਛੁ ਨਹੀ,	tujh tay baahar kichh nahee
ਭਵ ਕਾਟਨਹਾਰੇ॥	bhav kaatanhaaray.
ਕਹੁ ਨਾਨਕ ਸਰਣਿ ਦਇਆਲ ਗੁਰ,	kaho naanak saran da-i-aal gur
ਲੇਹੁ ਮੁਗਧ ਉਧਾਰੇ॥੪॥੪॥੩੪॥	layho mugaDh uDhaaray. ||4||4||34||

ਪ੍ਰਭ ਤੂੰ ਹੀ ਦੁਖ ਦੂਰ ਕਰਨ ਵਾਲਾ ਮਾਲਕ ਹੈ! ਤੇਰੇ ਤੋ ਬਿਨਾਂ ਹੋਰ ਕੋਈ ਕੁਝ ਕਰਨ ਵਾਲਾ ਮਾਲਕ ਨਹੀਂ ਹੈ । ਬੰਦਗੀ ਕਰਨ ਵਾਲਾ ਸਦਾ ਹੀ ਤੇਰੀ ਸ਼ਰਣ ਵਿੱਚ ਪਨਾਹ ਦੀ ਹੀ ਅਰਦਾਸ ਕਰਦਾ ਹੈ । ਉਹ ਆਪਣੇ ਆਪ ਨੂੰ ਅਗਿਆਨੀ ਸਮਝਦਾ ਹੈ, ਸੋਝੀ ਹੀ ਮੰਗਦਾ ਹੈ ।

Only, The True Master may cure all miseries of worldly desires of His Creation. No one has any power, capability to perform any worldly deed without Your command in the universe. Your true devotee always prays for Your forgiveness, refuge, and Your sanctuary. He always considers himself ignorant and prays for You counsel for the right path of in day-to-day life.

274.ਬਿਲਾਵਲੁ ਮਹਲਾ ੫॥ 809-7

ਦੋਸੁ ਨ ਕਾਹੂ ਦੀਜੀਐ,	dos na kaahoo deejee-ai
ਪ੍ਰਭੁ ਅਪਨਾ ਧਿਆਈਐ॥	parabh apnaa Dhi-aa-ee-ai.
ਜਿਤੁ ਸੇਵਿਐ ਸੁਖੁ ਹੋਇ ਘਨਾ,	jit sayvi-ai sukh ho-ay ghanaa
ਮਨ ਸੋਈ ਗਾਈਐ॥੧॥	man so-ee gaa-ee-ai. ||1||

ਜੀਵ ਆਪਣੀ ਸੰਸਾਰਕ ਹਾਲਤ ਦਾ ਕਿਸੇ ਹੋਰ ਨੂੰ ਦੋਸ਼ ਨਾ ਦੇਵੋ! ਪ੍ਰਭ ਦੇ ਸ਼ਬਦ ਤੇ ਭਰੋਸਾ ਰਖਕੇ ਸਿਮਰਨ ਕਰੋ! ਜਿਸ ਪ੍ਰਭ ਦੀ ਸੇਵਾ ਕਰਨ ਨਾਲ ਮਨ ਵਿੱਚ ਸੰਤੋਖ ਬਖਸ਼ਿਸ਼ ਹੁੰਦਾ ਹੈ ।

You should never blame anyone else for your worldly conditions; your worldly condition may be the reward of your deeds of previous lives. Whosoever may meditate on the teachings of His Word with steady and stable belief and serves His Creation; with His mercy and grace, he may be blessed with contentment in his day-to-day life.

ਕਹੀਐ ਕਾਇ ਪਿਆਰੇ, ਤੁਝੁ ਬਿਨਾ॥	kahee-ai kaa-ay pi-aaray tujh binaa.
ਤੁਮ੍ ਦਇਆਲ ਸੁਆਮੀ,	tumH da-i-aal su-aamee
ਸਭ ਅਵਗਨ ਹਮਾ॥੧॥ ਰਹਾਉ॥	sabh avgan hamaa. ||1|| rahaa-o.

ਪ੍ਰਭ ਤੂੰ ਤਰਸਵਾਨ, ਰਹਿਮਤਾਂ ਦਾ ਮਾਲਕ ਹੈ । ਮੈਂ ਮਾਨਸ ਅਉਗੁਣਾਂ ਭਰਿਆਂ ਜੀਵਨ ਬਤੀਤ ਕਰਦਾ ਹਾ । ਪ੍ਰਭ ਤੇਰੇ ਤੋ ਬਿਨਾਂ ਹੋਰ ਕਿਸ ਅੱਗੇ ਅਰਦਾਸ ਕਰਾ, ਆਸਰਾ ਲਵਾ ?

You are The Merciful True Master the treasure of virtues, blessings. My worldly life remains overwhelmed with sins and evil thoughts. Without Your mercy and grace, where may I have any hope, support, or pray for forgiveness?

ਜਿਉ ਤੁਮ੍ ਰਾਖਹੁ ਤਿਉ ਰਹਾ,	ji-o tumH raakho ti-o rahaa
ਅਵਰੁ ਨਹੀ ਚਾਰਾ॥	avar nahee chaaraa.
ਨੀਧਰਿਆ ਧਰ ਤੇਰੀਆ,	neeDhri-aa Dhar tayree-aa
ਇਕ ਨਾਮ ਅਧਾਰਾ॥੨॥	ik naam aDhaaraa. ||2||

ਜਿਸ ਹਾਲਤ ਵਿੱਚ ਪ੍ਰਭ ਰਖਦਾ ਹੈ! ਉਸ ਅਵਸਥਾ ਵਿੱਚ ਹੀ ਜੀਵਨ ਬਤੀਤ ਕਰ ਸਕਦਾ ਹਾ । ਮੇਰੇ ਵੱਸ ਵਿੱਚ, ਕੋਈ ਆਪਣਾ ਜ਼ੋਰ ਨਹੀਂ ਹੈ । ਪ੍ਰਭ ਤੂੰ ਹੀ ਨਿਮਾਣੇ ਜੀਵਾਂ ਦਾ ਆਸਰਾ, ਮਾਣ ਰਖਣ ਵਾਲਾ ਹੈ । ਮੈਨੂੰ ਕੇਵਲ ਤੇਰਾ ਹੀ ਆਸਰਾ ਹੈ, ਤੇਰਾ ਸ਼ਬਦ ਹੀ ਮੇਰੇ ਜੀਵਨ ਦਾ ਅਧਾਰ ਹੈ ।

My Merciful True Master, whatsoever worldly condition may be blessed; I may only adopt that way of life, I do not have any power or control. Only You are the hope, support, and protector of honor of Your Creation. I only have hope on Your blessings. The teachings of Your Word are the bases of my day-to-day life.

ਜੋ ਤੁਮ੍ ਕਰਹੁ ਸੋਈ ਭਲਾ,	jo tumH karahu so-ee bhalaa
ਮਨਿ ਲੇਤਾ ਮੁਕਤਾ॥	man laytaa muktaa.
ਸਗਲ ਸਮਗ੍ਰੀ ਤੇਰੀਆ,	sagal samagree tayree-aa
ਸਭ ਤੇਰੀ ਜੁਗਤਾ॥੩॥	sabh tayree jugtaa. ||3||

ਪ੍ਰਭ, ਜਿਹੜਾ ਜੀਵ ਤੇਰੇ ਭਾਣੇ, ਸ਼ਬਦ ਨੂੰ ਅਟੱਲ ਮੰਨ ਲੈਂਦਾ ਹੈ । ਉਸ ਦੇ ਸੰਸਾਰਕ ਇੱਛਾਂ ਦੇ ਦੁਖ ਖਤਮ ਹੋ ਜਾਂਦੇ, ਮੁਕਤ ਅਵਸਥਾ ਬਖਸ਼ਿਸ਼ ਹੋ ਜਾਂਦੀ ਹੈ । ਪ੍ਰਭ ਸਾਰੀ ਸ੍ਰਿਸ਼ਟੀ ਹੀ ਤੇਰੀ ਪੈਦਾ ਕੀਤੀ ਹੋਈ ਹੈ, ਤੇਰੀ ਹੀ ਅਮਾਨਤ ਹੈ । ਸਭ ਉਪਰ ਤੇਰਾ ਹੀ ਹੁਕਮ ਚਲਦਾ ਹੈ ।

Whosoever may adopt the teachings of Your Word with steady and stable belief as an ultimate and unavoidable command; with Your mercy and grace, his worldly desires may be eliminated. He may be blessed with state of salvation. You have created the whole universe and everyone remains only Your trust, and under Your command.

ਚਰਨ ਪਖਾਰਉ ਕਰਿ ਸੇਵਾ,	charan pakhaara-o kar sayvaa
ਜੇ ਠਾਕੁਰ ਭਾਵੈ॥	jay thaakur bhaavai.
ਹੋਹੁ ਕ੍ਰਿਪਾਲ ਦਇਆਲ ਪ੍ਰਭ,	hohu kirpaal da-i-aal parabh
ਨਾਨਕੁ ਗੁਣ ਗਾਵੈ॥ ੪॥੫॥੩੫॥	naanak gun gaavai. ||4||5||35||

ਅਗਰ ਤੇਰੀ ਰਹਿਮਤ ਹੋਵੇ, ਤਾਂ ਹੀ ਸ਼ਬਦ ਰੂਪੀ ਚਰਨਾਂ ਦੀ ਸੇਵਾ ਕਰ ਸਕਦਾ ਹਾ । ਪ੍ਰਭ ਰਹਿਮਤ ਦੀ ਨਜ਼ਰ ਬਖਸ਼ੋ! ਸ਼ਬਦ ਦੇ ਲੜ ਲਾਵੋ! ਮੈਂ ਤੇਰੇ ਸ਼ਬਦ ਦੇ ਗੁਣ ਗਾਵਾ ।

Only with Your mercy and grace, I may adopt the teachings of Your Word in day-to-day life. I pray for Your forgiveness to be attached to meditate on the teachings of Your Word.

275.ਬਿਲਾਵਲੁ ਮਹਲਾ ੫॥ 809-11

ਮਿਰਤੁ ਹਸੈ ਸਿਰ ਊਪਰੇ,	mirat hasai sir oopray
ਪਸੂਆ ਨਹੀ ਬੂਝੈ॥	pasoo-aa nahee boojhai.
ਬਾਦ ਸਾਦ ਅਹੰਕਾਰ ਮਹਿ,	baad saad ahaNkaar meh
ਮਰਣਾ ਨਹੀ ਸੂਝੈ॥੧॥	marnaa nahee soojhai. ||1||

ਮੌਤ ਦਾ ਜਮਦੂਤ ਮਾਨਸ ਦੇ ਸਿਰ ਉਪਰ ਘੁੰਮਦਾ ਹੈ, ਉਸ ਦੀਆਂ ਮੂਰਖਤਾਂ ਦੇਖਦਾ ਹੈ । ਮਾਨਸ ਸੰਸਾਰਕ ਮਾਇਆ, ਅਹੰਕਾਰ, ਥੋੜ੍ਹਾ ਸਮੇਂ ਦੇ ਅਨੰਦ ਵਿੱਚ ਮਸਤ ਰਹਿੰਦਾ ਹੈ । ਮੌਤ ਦਾ ਕਦੇ ਸੋਚਦਾ, ਖਿਆਲ ਵੀ ਨਹੀਂ ਕਰਦਾ । ਮੌਤ ਪਿਛੋਂ ਸਹਾਈ ਹੋਣ ਵਾਲਾ ਧਨ ਇਕੱਠਾ ਨਹੀਂ ਕਰਦਾ ।

The devil of death remains surrounding the worldly creature and he monitors his day-to-day deeds. Human remains intoxicated with worldly wealth, ego, and short-lived pleasures. The thought of death may never change his path of worldly life. He may never earn the wealth of His Word to support him after death in His Court.

ਸਤਿਗੁਰੁ ਸੇਵਹੁ ਆਪਨਾ,	satgur sayvhu aapnaa
ਕਾਹੇ ਫਿਰਹੁ ਅਭਾਗੇ॥	kaahay firahu abhaagay.

ਦੇਖਿ ਕਸੁੰਭਾ ਰੰਗੁਲਾ, daykh kasumbhaa rangulaa
ਕਾਹੇ ਭੂਲਿ ਲਾਗੇ॥੧॥ ਰਹਾਉ॥ kaahay bhool laagay. ||1|| rahaa-o.

ਜੀਵ ਕਿਉਂ ਮੰਦੇ ਕੰਮ ਕਰਦਾ, ਬੁਰੇ ਕੰਮ ਕਰਦਾ ਜੀਵਨ ਬਤੀਤ ਕਰਦਾ ਹੈ? ਆਪਣੇ ਅਸਲੀ ਮਾਲਕ ਦੇ ਸ਼ਬਦ ਦੀ ਪਾਲਣਾ, ਸਿਮਰਨ ਕਰੋ! ਕਿਉਂ ਸੰਸਾਰਕ ਮਾਇਆ ਦੇ ਥੋੜ੍ਹਾ ਸਮਾਂ ਅਨੰਦ, ਸੁਪਨੇ ਦੇਖਕੇ, ਮੋਹ ਜੋੜਦਾ ਹੈ? ਇਸ ਪਿਛੇ ਲੱਗਾ ਫਿਰਦਾ ਹੈ ।

Why are you wasting your human life opportunity performing, evil sinful deeds? You should always meditate and obey the teachings of His Word, The True Master. Why have you been intoxicated in the short-lived dreams of worldly wealth? You remain intoxicated to collect worldly wealth.

ਕਰਿ ਕਰਿ ਪਾਪ ਦਰਬੁ ਕੀਆ, kar kar paap darab kee-aa
ਵਰਤਣ ਕੈ ਤਾਈ॥ vartan kai taa-ee.
ਮਾਟੀ ਸਿਉ ਮਾਟੀ ਰਲੀ, maatee si-o maatee ralee
ਨਾਗਾ ਉਠਿ ਜਾਈ॥੨॥ naagaa uth jaa-ee. ||2||

ਜੀਵ ਤੂੰ ਬਾਰ ਬਾਰ ਪਾਪ, ਬੁਰੇ ਕੰਮ ਕਰਕੇ ਸੰਸਾਰਕ ਧਨ ਇਕੱਠਾ ਕਰਦਾ ਹੈ । ਇਸ ਨੂੰ ਥੋੜ੍ਹਾ ਸਮਾਂ ਅਨੰਦ ਲਈ ਖਰਚ ਦੇਂਦਾ ਹੈ । ਅੰਤ ਵਿੱਚ, ਮੌਤ ਪਿਛੋਂ ਤੇਰਾ ਤਨ ਮਿਟੀ ਵਿੱਚ ਰਲ ਜਾਵੇਗਾ । ਤੇਰੀ ਆਤਮਾ ਨੇ ਨੰਗੇ ਹੀ ਵਾਪਸ ਆਪਣਾ ਲੇਖਾ ਦੇਣ ਜਾਣਾ ਹੈ ।

You are committing sinful, evil deeds to collect worldly wealth. However, you may waste for short-lived worldly pleasure. At the time of death, your perishable body is going to become dust. Your soul is going naked, empty handed to endure the judgement and miseries of your worldly deeds.

ਜਾ ਕੈ ਕੀਐ ਸ੍ਰਮੁ ਕਰੈ, jaa kai kee-ai saram karai
ਤੇ ਬੈਰ ਬਿਰੋਧੀ॥ tay bair biroDhee.
ਅੰਤ ਕਾਲਿ ਭਜਿ ਜਾਹਿਗੇ, ant kaal bhaj jaahigay
ਕਾਹੇ ਜਲਹੁ ਕਰੋਧੀ॥੩॥ kaahay jalahu karoDhee.||3||

ਜਿਹੜੇ ਸੰਸਾਰਕ ਜੀਵਾਂ ਨੂੰ ਸੁਖ ਦੇਣ ਲਈ ਤੂੰ ਕਈ ਵੈਰ, ਵਿਰੋਧ ਕਮਾਉਂਦਾ, ਬੁਰੇ ਕੰਮ ਕਰਦਾ ਹੈ । ਅੰਤ ਵਿੱਚ ਇਹਨਾਂ ਕੰਮ ਦੀ ਹੀ ਤੈਨੂੰ ਸਜ਼ਾ ਮਿਲਦੀ ਹੈ । ਤੂੰ ਕਿਉਂ ਇਹਨਾਂ ਸੰਸਾਰ ਜੀਵਾਂ ਵਾਸਤੇ ਕਈ ਵੈਰ ਕਮਾਉਂਦਾ, ਮਨ ਵਿੱਚ ਚਿੰਤਾਂ ਲਾਉਂਦਾ ਹੈ? ਅੰਤ ਵਿੱਚ ਉਹ ਤੇਰਾ ਸਾਥ ਨਹੀਂ ਦੇ ਸਕਦੇ ।

You may be performing various evil deeds and create jealously with others to provide comforts to your family, worldly relationships. In the end after death, your soul may be enduring the judgement, punishments of your evil worldly deeds. Why are you worried, committing evil deeds for providing comforts to worldly family and creating jealousy with others? No one may be able to support you for the purpose of human life opportunity in His Court.

ਦਾਸ ਰੇਣੁ ਸੋਈ ਹੋਆ, daas rayn so-ee ho-aa
ਜਿਸੁ ਮਸਤਕਿ ਕਰਮਾ॥ jis mastak karmaa.
ਕਹੁ ਨਾਨਕ ਬੰਧਨ ਛੁਟੇ, kaho naanak banDhan chhutay
ਸਤਿਗੁਰ ਕੀ ਸਰਨਾ॥ ੪॥੬॥੩੬॥ satgur kee sarnaa. ||4||6||36||

ਜਿਸ ਦੇ ਭਾਗਾਂ ਵਿੱਚ ਪਹਿਲੇ ਹੀ ਲਿਖਿਆ ਹੁੰਦਾ ਹੈ । ਕੇਵਲ ਉਹ ਹੀ ਬੰਦਗੀ ਕਰਦਾ, ਨਿਮ੍ਰਤਾ ਵਾਲਾ ਜੀਵਨ ਬਤੀਤ ਕਰਦਾ ਹੈ । ਉਸ ਦੇ ਸੰਸਾਰਕ ਬੰਧਨ ਨਾਸ ਹੋ ਜਾਂਦੇ, ਪ੍ਰਭ ਦੀ ਸ਼ਰਣ ਵਿੱਚ ਪਨਾਹ ਬਖਸ਼ਿਸ਼ ਹੋ ਜਾਂਦੀ ਹੈ ।

Whosoever may have great prewritten destiny, only he may meditate and adopts humility, politeness, and simple living in his day-to-day life. With His mercy and grace, all his worldly bonds may be eliminated. He may be accepted in His sanctuary.

276.ਬਿਲਾਵਲੁ ਮਹਲਾ ੫॥ 809-16

ਪਿੰਗੁਲ ਪਰਬਤ ਪਾਰਿ ਪਰੇ,	pingul parbat paar paray
ਖਲ ਚਤੁਰ ਬਕੀਤਾ॥	khal chatur bakeetaa.
ਅੰਧੁਲੇ ਤ੍ਰਿਭਵਣ ਸੂਝਿਆ,	anDhulay taribhavan soojhi-aa
ਗੁਰ ਭੇਟਿ ਪੁਨੀਤਾ॥੧॥	gur bhayt puneetaa. ||1||

ਜਿਹੜਾ ਨਿਮਾਣਾ ਬਣਕੇ, ਸ਼ਬਦ ਦੀ ਪਾਲਣਾ ਕਰਦਾ, ਜੀਵਨ ਬਤੀਤ ਕਰਦਾ, ਉਹ ਪ੍ਰਵਾਨ ਹੋ ਜਾਂਦਾ ਹੈ । ਮੂਰਖ ਧਰਮ ਦੇ ਗ੍ਰੰਥ ਪੜ੍ਹਕੇ ਗਿਆਨੀ, ਸਿਆਣਾ ਬਣਦਾ ਹੈ । ਜਿਹੜਾ ਅਡੋਲ ਭਰੋਸੇ ਨਾਲ ਸ਼ਬਦ ਦੀ ਪਾਲਣਾ ਕਰਦਾ, ਉਸ ਦੀ ਆਤਮਾ ਪ੍ਰਭ ਦੀ ਰਹਿਮਤ ਨਾਲ ਪਵਿੱਤਰ ਹੋ ਜਾਂਦੀ ਹੈ । ਉਸ ਨੂੰ ਤਿੰਨਾਂ ਸ੍ਰਿਸ਼ਟੀਆਂ ਦੀ ਸੋਝੀ ਬਖਸ਼ਿਸ਼ ਹੋ ਜਾਂਦੀ ਹੈ ।

Whosoever may humbly obey and adopts the teachings of His Word with steady and stable belief in his day-to-day life; with His mercy and grace, he may be accepted in His Court. Worldly scholar, religious priest read The Holy Scripture, he may become wise and knowledgeable about His Nature. Whosoever may obey the teachings of His Word with steady and stable belief in his day-to-day life; with His mercy and grace, his soul may be sanctified to become worthy of His consideration. He may be blessed with the enlightenment of His Nature.

ਮਹਿਮਾ ਸਾਧੂ ਸੰਗ ਕੀ,	mahimaa saaDhoo sang kee
ਸੁਨਹੁ ਮੇਰੇ ਮੀਤਾ॥	sunhu mayray meetaa.
ਮੈਲੁ ਖੋਈ ਕੋਟਿ ਅਘ ਹਰੇ,	mail kho-ee kot agh haray
ਨਿਰਮਲ ਭਏ ਚੀਤਾ॥ ੧॥ ਰਹਾਉ॥	nirmal bha-ay cheetaa. ||1|| rahaa-o.

ਜੀਵ ਬੰਦਗੀ ਕਰਨ ਵਾਲੇ ਦੀ ਸੰਗਤ ਵਿੱਚ ਰਲਕੇ, ਪ੍ਰਭ ਦੇ ਗੁਣ, ਚਰਚਾ, ਕਥਾ ਸੁਣੋ! ਪ੍ਰਭ ਦੇ ਸ਼ਬਦ ਦੇ ਗੁਣ ਗਾਉਣ ਨਾਲ, ਸ਼ਬਦ ਮਨ ਵਿੱਚ ਜਾਗਰਤ ਹੋ ਜਾਂਦਾ ਹੈ । ਸ਼ਬਦ ਮਨ ਵਿੱਚ ਵਸਾਉਣ ਨਾਲ ਭਰਮ ਦੂਰ ਹੋ ਜਾਂਦੇ ਹਨ । ਆਤਮਾ ਪਵਿੱਤਰ ਹੋ ਜਾਦੀ ਹੈ, ਮਨ ਦੀ ਮੈਲ ਧੋਤੀ ਜਾਂਦੀ ਹੈ ।

You should join the conjugation of His true devotee, listens to the sermons of the virtues of His Word. Whosoever may sing the glory of His Word; with His mercy and grace, he may be enlightened with the essence of His Word. Whosoever may remain drenched with the essence of His Word, all his suspicions may be eliminated. His soul may be sanctified and all his sins may be forgiven, blemish of his soul may be washed.

ਐਸੀ ਭਗਤਿ ਗੋਵਿੰਦ ਕੀ,	aisee bhagat govind kee
ਕੀਟਿ ਹਸਤੀ ਜੀਤਾ॥	keet hastee jeetaa.
ਜੋ ਜੋ ਕੀਨੋ ਆਪਨੋ,	jo jo keeno aapno
ਤਿਸੁ ਅਭੈ ਦਾਨੁ ਦੀਤਾ॥੨॥	tis abhai daan deetaa. ||2||

ਪ੍ਰਭ ਦੇ ਸ਼ਬਦ ਦੀ ਪਾਲਣਾ ਵਿੱਚ ਇਤਨੀ ਬਖਸ਼ਿਸ਼ ਹੈ । ਇੱਕ ਨਿਮਾਣਾ ਜੀਵ, ਕੀੜੀ ਦੇ ਸਮਾਨ, ਤਾਕਤਵਾਰ ਹਾਥੀ ਤੇ ਜਿੱਤ ਪਾ ਸਕਦਾ ਹੈ । ਜਿਸ ਨੂੰ ਪ੍ਰਭ ਰਹਿਮਤ ਬਖਸ਼ਕੇ ਆਪਣਾ ਦਾਸ ਬਣਾ ਲੈਂਦਾ ਹੈ । ਉਸ ਦੇ ਮਨ ਵਿਚੋਂ ਡਰ ਨਾਸ ਹੋ ਜਾਂਦਾ ਹੈ, ਨਿਡਰ ਹੋ ਜਾਂਦਾ ਹੈ ।

The earnings of His Word, obeying the teachings of His Word has such a unique blessing, power; with His mercy and grace, a helpless, simple, feeble, humble devotee may stand against a might king; an ant may conquer a mighty elephant. Whosoever may be accepted in His sanctuary as His true devotee; with His mercy and grace, all his worldly fears may be eliminated. He may become fearless and speaks truth under all worldly circumstances.

ਸਿੰਘੁ ਬਿਲਾਈ ਹੋਇ ਗਇਓ,	singh bilaa-ee ho-ay ga-i-o
ਤ੍ਰਿਣੁ ਮੇਰੁ ਦਿਖੀਤਾ॥	tarin mayr dikheetaa.
ਸ੍ਰਮੁ ਕਰਤੇ ਦਮ ਆਢ ਕਉ,	saram kartay dam aadh ka-o
ਤੇ ਗਨੀ ਧਨੀਤਾ॥੩॥	tay ganee Dhaneetaa. ||3||

ਪ੍ਰਭ ਦੀ ਰਹਿਮਤ ਨਾਲ ਨਿਮਾਣਾ ਬਿੱਲੀ ਵਰਗਾ ਜੀਵ, ਸ਼ੇਰ ਦੀ ਹੈਸੀਅਤ ਵਾਲਾ ਬਣ ਜਾਂਦਾ ਹੈ । ਪਹਾੜ ਵਰਗੀ ਮੁਸ਼ਕਲ ਇੱਕ ਪਦਰਾ ਮੈਦਾਨ, ਅਸਾਨ ਹੋ ਜਾਂਦੀ ਹੈ । ਜਿਹੜੇ ਕੋਡੀ ਦਾ ਕੰਮ ਕਰਦਾ ਸੀ! ਉਸ ਨੂੰ ਅਮੀਰਾਂ ਦਾ ਇਨਸਾਫ ਕਰਨ ਵਾਲਾ ਬਣ ਦੇਂਦਾ, ਬਖਸ਼ਿਸ਼ ਹੋ ਜਾਂਦੀ ਹੈ ।

With His mercy and grace, His humble devotee may be blessed with worldly status like a lion. Even a terrible misery like a mountain may become easy like a plan field. His life may be simple worthy of no significance; with His mercy and grace, he may become a judge to perform justice to rich and famous.

ਕਵਨ ਵਡਾਈ ਕਹਿ ਸਕਉ,	kavan vadaa-ee kahi saka-o
ਬੇਅੰਤ ਗੁਨੀਤਾ॥	bay-ant guneetaa.
ਕਰਿ ਕਿਰਪਾ ਮੁਹਿ ਨਾਮੁ ਦੇਹੁ,	kar kirpaa mohi naam dayh
ਨਾਨਕ ਦਰ ਸਰੀਤਾ॥ ੪॥੭॥੩੭॥	naanak dar sareetaa. ||4||7||37||

ਪ੍ਰਭ ਤੇਰੇ ਗੁਣ ਬੇਅੰਤ ਅਥਾਹ, ਬੇਅੰਤ ਹਨ । ਮੈਂ ਤੇਰੇ ਕਿਹੜੇ ਗੁਣਾਂ ਦੀ ਵਿਆਖਿਆ ਕਰ ਸਕਦਾ ਹਾ? ਪ੍ਰਭ ਰਹਿਮਤ ਬਖਸ਼ਕੇ ਆਪਣੇ ਸ਼ਬਦ ਦੇ ਲੜ ਲਾਵੋ! ਮਨ ਸ਼ਬਦ ਦੇ ਸਿਮਰਨ ਤੋ ਬਿਨਾਂ ਭਟਕਦਾ ਫਿਰਦਾ ਹੈ, ਸੰਤੋਖ ਨਹੀਂ ਆਉਂਦਾ ।

You are The True Master of unlimited, unimaginable virtues. Which of Your Virtue may I sing the glory? With Your mercy and grace, attaches me to obey the teachings of Your Word with steady and stable belief in my day-to-day life. Without the meditation of Your Word, I may remain wandering in worldly frustrations and may never be contented.

277. ਬਿਲਾਵਲੁ ਮਹਲਾ ੫॥ 810-2

ਅਹੰਬੁਧਿ ਪਰਬਾਦ ਨੀਤ,	ahaN-buDh parbaad neet
ਲੋਭ ਰਸਨਾ ਸਾਦਿ॥	lobh rasnaa saad.
ਲਪਟਿ ਕਪਟਿ ਗ੍ਰਿਹਿ ਬੇਧਿਆ,	lapat kapat garihi bayDhi-aa
ਮਿਥਿਆ ਬਿਖਿਆਦਿ॥੧॥	mithi-aa bikhi-aad. ||1||

ਮਾਨਸ ਹਰ ਵੇਲੇ ਲਾਲਚ, ਜੀਭ ਦੇ ਸਵਾਦ, ਅਹੰਕਾਰ ਵਿੱਚ ਫਸਿਆ ਰਹਿੰਦਾ ਹੈ । ਦਿਨ ਰਾਤ ਧੋਖੇ, ਫਰੇਬ ਨਾਲ ਧਨ ਇਕੱਠਾ ਕਰਦਾ, ਕਰਨ ਦੀ ਕੋਸ਼ਿਸ਼ ਕਰਦਾ ਹੈ । ਸੰਸਾਰਕ ਕੰਮ ਵਿੱਚ ਹੀ ਮਸਤ ਰਹਿੰਦਾ ਹੈ ।

Human may remain intoxicated in the greed of worldly wealth, ego, and the taste of his tongue. He may collect worldly wealth with deceptive plans. He may remain intoxicated in worldly chores of family life.

ਐਸੀ ਪੇਖੀ ਨੇਤ੍ਰ ਮਹਿ,	aisee paykhee naytar meh
ਪੂਰੇ ਗੁਰ ਪਰਸਾਦਿ॥	pooray gur parsaad.
ਰਾਜ ਮਿਲਖ ਧਨ ਜੋਬਨਾ,	raaj milakh Dhan jobnaa
ਨਾਮੈ ਬਿਨੁ ਬਾਦਿ॥੧॥ ਰਹਾਉ॥	naamai bin baad. ||1|| rahaa-o.

ਪ੍ਰਭ ਦੀ ਰਹਿਮਤ ਨਾਲ ਜੀਵ ਇਹ ਸਭ ਕੁਝ ਦੇਖਦਾ, ਮਹਿਸੂਸ ਕਰਦਾ ਹੈ । ਸੰਸਾਰਕ ਹੈਸੀਅਤ, ਤਾਕਤ ਧਨ, ਜਵਾਨੀ ਸਭ ਥੋੜ੍ਹਾ ਸਮਾਂ ਰਹਿਣ ਵਾਲੀ ਹੈ । ਸਦਾ ਸਾਥ ਦੇਣ ਵਾਲੀ ਨਹੀਂ, ਮਾਨਸ ਜਨਮ ਦੇ ਸਫਰ ਵਿੱਚ ਬਿਰਥੀ ਹੀ ਹੈ ।

With His mercy and grace, he may realize the short-lived pleasures, sweet poison of worldly wealth. He may realize worldly wealth, his strength, power, and youth may live for short period. Nothing may stay permanent nor any useful for the real purpose of human life opportunity.

ਰੂਪ ਧੂਪ ਸੋਗੰਧਤਾ,	roop Dhoop soganDh-taa
ਕਾਪਰ ਭੋਗਾਦਿ॥	kaapar bhogaad.
ਮਿਲਤ ਸੰਗਿ ਪਾਪਿਸਟ,	milat sang paapisat
ਤਨ ਹੋਏ ਦੁਰਗਾਦਿ॥੨॥	tan ho-ay durgaad. ||2||

ਜੀਵ ਦੀ ਸੁੰਦਰਤਾ, ਅਤਰ, ਸ਼ਾਨਦਾਰ ਕਪੜੇ, ਭੋਜਨ ਸਭ ਮਨ ਨੂੰ ਭਾਉਂਦੇ ਹਨ । ਜੀਵ ਦੇ ਪਾਪਾਂ ਭਰੇ ਤਨ ਨਾਲ ਲੱਗਕੇ ਸਭ ਕੁਝ ਮੈਲਾ ਹੋ ਜਾਂਦਾ ਹੈ ।

The human body, fragrance, glamorous cloths, and food delicacies may be very intoxicated to human mind. Whatsoever may touch the blemish body of a sinner that may become filthy with worldly wealth.

ਫਿਰਤ ਫਿਰਤ ਮਾਨੁਖੁ ਭਇਆ,	firat firat maanukh bha-i-aa
ਖਿਨ ਭੰਗਨ ਦੇਹਾਦਿ॥	khin bhangan dayhaad.
ਇਹ ਅਉਸਰ ਤੇ ਚੂਕਿਆ,	ih a-osar tay chooki-aa
ਬਹੁ ਜੋਨਿ ਭ੍ਰਮਾਦਿ॥੩॥	baho jon bharmaad. ||3||

ਅਨੇਕਾਂ ਜੂੰਨਾਂ ਵਿਚੋਂ ਭਉਦੀ ਆਤਮਾ ਨੂੰ ਮਾਨਸ ਜਨਮ ਬਖਸ਼ਿਸ਼ ਹੁੰਦਾ ਹੈ । ਇਹ ਥੋੜ੍ਹਾ ਸਮਾਂ ਰਹਿਣ ਵਾਲੀ ਅਵਸਥਾ, ਮੌਕਾ ਹੀ ਹੈ । ਇੱਕ ਪਲ ਵਿੱਚ ਹੀ ਬੀਤ ਜਾਂਦੀ ਹੈ । ਅਗਰ ਇਸ ਮੌਕੇ, ਮਾਨਸ ਜਨਮ ਵਿੱਚ ਆ ਕੇ ਸ਼ਬਦ ਦਾ ਧਨ ਇਕੱਠਾ ਨਹੀਂ ਕਰਦਾ । ਫਿਰ ਉਸ ਨੂੰ ਅਨੇਕਾਂ ਹੀ ਜੂੰਨਾਂ ਵਿੱਚ ਭਉਣਾ ਪੈਦਾ ਹੈ । ਬਾਰ ਬਾਰ ਮਾਨਸ ਜਨਮ ਦਾ ਮੌਕਾ ਬਖਸ਼ਿਸ਼ ਨਹੀਂ ਹੁੰਦਾ ।

His soul was wandering in the body of various creature and endured various miseries. With His mercy and grace, his soul has been blessed with human body for a predetermined time to sanctify and to become worthy of His considerations. The predetermined time may pass away very fast. Whosoever may not earn the wealth of His Word in his human life; he may remain in the cycle of birth and death. This ambrosial human life opportunity may not be blessed too many times.

ਪ੍ਰਭ ਕਿਰਪਾ ਤੇ ਗੁਰ ਮਿਲੇ,	parabh kirpaa tay gur milay
ਹਰਿ ਹਰਿ ਬਿਸਮਾਦ॥	har har bismaad.
ਸੂਖ ਸਹਜ ਨਾਨਕ ਅਨੰਦ,	sookh sahj naanak anand
ਤਾ ਕੈ ਪੂਰਨ ਨਾਦ॥ ੪॥੮॥੩੮॥	taa kai pooran naad. ||4||8||38||

ਪ੍ਰਭ ਦੀ ਰਹਿਮਤ ਨਾਲ ਹੀ ਸ਼ਬਦ ਦੇ ਸਿਮਰਨ ਕਰਨ ਵਿੱਚ ਲਗਨ ਲੱਗਦੀ ਹੈ । ਸ਼ਬਦ ਦੀ ਪਾਲਣਾ ਕਰਨ ਨਾਲ ਮਨ ਵਿੱਚ ਅਨੋਖਾ ਹੀ ਅਨੰਦ, ਸੰਤੋਖ, ਖੇੜਾ ਬਖਸ਼ਿਸ਼ ਹੋ ਜਾਂਦਾ ਹੈ । ਸ਼ਬਦ ਮਨ ਵਿੱਚ ਜਾਗਰਤ ਹੋ ਜਾਂਦਾ ਹੈ । ਮਨ ਵਿੱਚ ਸਦਾ ਅਟੱਲ ਚੱਲਣ ਵਾਲੀ ਧੁਨ ਚਲ ਪੈਂਦੀ ਹੈ ।

Whosoever may be attached to a devotional meditation on the teachings of His Word. He may obey the teachings of His Word with steady and stable belief in his day-to-day life. With His mercy and grace, he may be blessed with astonishing pleasure, contentment, and blossom. The everlasting echo of His Word may resonate within his mind nonstop.

278. ਬਿਲਾਵਲੁ ਮਹਲਾ ੫॥ 810-8

ਚਰਨ ਭਏ ਸੰਤ ਬੋਹਿਥਾ,	charan bha-ay sant bohithaa
ਤਰੇ ਸਾਗਰੁ ਜੇਤ॥	taray saagar jayt.
ਮਾਰਗ ਪਾਏ ਉਦਿਆਨ ਮਹਿ,	maarag paa-ay udi-aan meh
ਗੁਰਿ ਦਸੇ ਭੇਤ॥੧॥	gur dasay bhayt. ||1||

ਸੰਤ ਦੇ ਜੀਵਨ ਦੇ ਢੰਗ ਰੂਪੀ ਚਰਨ ਹੀ ਉਹ ਬੇੜੀ ਹੈ । ਜਿਸ ਤੇ ਸਵਾਰ ਹੋਣ ਨਾਲ ਸੰਸਾਰਕ ਸਾਗਰ ਪਾਰ ਕੀਤਾ ਜਾ ਸਕਦਾ ਹੈ । ਅਗਿਆਨਤਾ ਦੇ ਅੰਧੇਰੇ ਵਿੱਚ ਚਲਦੇ, ਬੰਦਗੀ ਕਰਨ ਵਾਲੇ ਨੂੰ ਪ੍ਰਭ ਆਪ ਹੀ ਸਿੱਧੇ ਰਸਤੇ ਦੀ ਸੋਝੀ ਬਖਸ਼ਦਾ ਹੈ ।

The way of life of His true devotee may be unique boat; whosoever may adopt the teaching of his life experience in his own life, he may cross the worldly ocean of desires. In the dark of ignorance, The True Master may enlighten His true devotee with the right path of acceptance in His Court.

ਹਰਿ ਹਰਿ, ਹਰਿ ਹਰਿ, ਹਰਿ ਹਰੇ,	har har har har har haray
ਹਰਿ ਹਰਿ, ਹਰਿ ਹੇਤ॥	har har har hayt.
ਊਠਤ ਬੈਠਤ ਸੋਵਤੇ ਹਰਿ,	oothat baithat sovtay har
ਹਰਿ ਹਰਿ ਚੇਤ॥੧॥ ਰਹਾਉ॥	har har chayt. ||1|| rahaa-o.

ਪ੍ਰਭ ਮੈਂ ਸਵਾਸ ਸਵਾਸ ਤੇਰੇ ਸ਼ਬਦ ਦਾ ਸਿਮਰਨ ਕਰਦਾ ਹਾ । ਤੇਰਾ ਸ਼ਬਦ ਮੇਰੇ ਰੋਮ ਰੋਮ ਵਿੱਚ ਵਸਦਾ ਹੈ । ਮੇਰੀ ਪ੍ਰੀਤ ਤੇਰੇ ਸ਼ਬਦ ਨਾਲ ਬਹੁਤ ਡੂੰਘੀ ਹੈ ।

My True Master, I meditate on the teachings of Your Word with each breath. Each fiber of my body has been drenched with the essence of Your Word. My devotion and dedication remained very intense.

ਪੰਚ ਚੋਰ ਆਗੈ ਭਗੇ,	panch chor aagai bhagay
ਜਬ ਸਾਧਸੰਗੇਤ॥	jab saaDhsangayt.
ਪੂੰਜੀ ਸਾਬਤੁ ਘਣੋ,	poonjee saabat ghano
ਲਾਭੁ ਗ੍ਰਿਹਿ ਸੋਭਾ ਸੇਤ॥੨॥	laabh garihi sobhaa sayt. ||2||

ਜਿਹੜਾ ਬੰਦਗੀ ਕਰਨ ਵਾਲਾ, ਸੰਤਾਂ ਦੀ ਸੰਗਤ ਵਿੱਚ ਆ ਜਾਂਦਾ ਹੈ! ਸ਼ਬਦ ਨਾਲ ਜੀਵਨ ਢਾਲ ਲੈਂਦਾ ਹੈ । ਉਸ ਦੇ ਮਨ ਵਿੱਚ ਇੱਛਾਂ ਦੇ ਪੰਜਾਂ ਚੋਰਾਂ ਤੇ ਜਿੱਤ ਬਖਸ਼ਿਸ਼ ਹੋ ਜਾਂਦੀ ਹੈ । ਉਸ ਦੀ ਸ਼ਬਦ ਦੀ ਕਮਾਈ ਦੇ ਧਨ ਦੀ ਪ੍ਰਭ ਆਪ ਰਖਿਆ ਕਰਦਾ ਹੈ । ਉਸ ਨੂੰ ਦਰਬਾਰ ਵਿੱਚ ਪ੍ਰਵਾਨਗੀ, ਸੋਭਾ ਬਖਸ਼ਦਾ ਹੈ ।

Whosoever may surrender his mind, body, and worldly status in the conjugation of His Holy saints. He may adopt the teachings of His Word with steady and stable belief in his day-to-day life. With His mercy and grace, he may conquer the five demons of worldly desires. The True Master may become the protector of his earnings. With His mercy and grace, he may be accepted and honored in His Court.

ਨਿਹਚਲ ਆਸਣੁ ਮਿਟੀ,	nihchal aasan mitee
ਚਿੰਤ ਨਾਹੀ ਡੋਲੇਤ॥	chint naahee dolayt.
ਭਰਮੁ ਭੁਲਾਵਾ ਮਿਟਿ ਗਇਆ,	bharam bhulaavaa mit ga-i-aa
ਪ੍ਰਭ ਪੇਖਤ ਨੇਤ॥੩॥	parabh paykhat nayt. ||3||

ਉਸ ਦੇ ਮਨ ਵਿੱਚ ਰੂਹਾਨੀ ਜੋਤ ਜਾਗ ਪੈਂਦੀ ਹੈ, ਉਸ ਦੀਆਂ ਚਿੰਤਾਂ ਦਾ ਨਾਸ ਹੋ ਜਾਂਦਾ ਹੈ । ਉਸ ਦੇ ਮਨ ਵਿੱਚ ਧਰਮਾਂ ਦੇ ਪਾਏ ਭਰਮ ਦੂਰ ਹੋ ਜਾਂਦੇ ਹਨ । ਉਸ ਨੂੰ ਪ੍ਰਭ ਦੀ ਕੁਦਰਤ, ਹਰ ਥਾਂ ਤੇ ਵਾਪਰਦੀ ਮਹਿਸੂਸ ਹੁੰਦੀ ਹੈ ।

Whosoever may be enlightened with the eternal Holy spirit: with His mercy and grace, all his worldly worries, miseries may be eliminated. All his religious suspicions may be eliminated from his mind. He may realize His Holy Spirit prevailing everywhere and in all worldly events.

ਗੁਣ ਗਭੀਰ ਗੁਨ ਨਾਇਕਾ,	gun gabheer gun naa-ikaa
ਗੁਣ ਕਹੀਅਹਿ ਕੇਤ॥	gun kahee-ahi kayt.
ਨਾਨਕ ਪਾਇਆ ਸਾਧਸੰਗਿ,	naanak paa-i-aa saaDhsang

ਹਰਿ ਹਰਿ ਅੰਮ੍ਰਿਤ॥ ੪॥੯॥੩੯॥ har har amrayt. ||4||9||39||

ਪ੍ਰਭ ਦੇ ਗੁਣ ਅਨੇਕਾਂ, ਅਨੋਖੇ ਹੀ ਹਨ । ਉਸ ਦੇ ਕਿਹੜੇ ਕਿਹੜੇ ਗੁਣ ਦੀ ਚਰਚਾ ਕੀਤੀ ਜਾਵੇ? ਜਿਹੜਾ ਬੰਦਗੀ ਕਰਨ ਵਾਲਾ ਸੰਤਾਂ ਦੀ ਸੰਗਤ ਵਿੱਚ ਰਲਕੇ, ਜੀਵਨ ਢਾਲ ਲੈਂਦਾ ਹੈ । ਉਹ ਸ਼ਬਦ ਦੀ ਸੋਝੀ ਰੁਪੀ ਅੰਮ੍ਰਿਤ ਦਾ ਰਸ ਮਾਨਦਾ ਹੈ ।

The True Master is the treasure of ambrosial unlimited virtues. Which of His virtue may I sing the glory? Whosoever may be blessed with the conjugation of His true devotees, he may adopt the teachings of His Word in his day-to-day life. With His mercy and grace, he may enjoy the nectar of the essence of His Word.

279.ਬਿਲਾਵਲੁ ਮਹਲਾ ੫॥ 810-12

ਬਿਨੁ ਸਾਧੂ ਜੋ ਜੀਵਨਾ, bin saaDhoo jo jeevnaa
ਤੇਤੋ ਬਿਰਥਾਰੀ॥ tayto birthaaree.
ਮਿਲਤ ਸੰਗਿ ਸਭਿ ਭ੍ਰਮ ਮਿਟੇ, milat sang sabh bharam mitay
ਗਤਿ ਭਈ ਹਮਾਰੀ॥੧॥ gat bha-ee hamaaree. ||1||

ਜਿਸ ਦੇ ਜੀਵਨ ਵਿੱਚ ਪ੍ਰਭ ਦੇ ਸ਼ਬਦ ਦਾ ਕੋਈ ਰੰਗ ਨਹੀਂ ਹੁੰਦਾ । ਉਸ ਦਾ ਮਾਨਸ ਜੀਵਨ ਬਿਰਥਾ ਹੀ ਹੁੰਦਾ ਹੈ । ਜਿਹੜਾ ਸ਼ਬਦ ਦੀ ਪਾਲਣਾ ਕਰਦਾ, ਜੀਵਨ ਢਾਲਣ ਲੈਂਦਾ ਹੈ । ਉਸ ਦੇ ਮਨ ਵਿਚੋਂ ਭਰਮ ਦੂਰ ਹੋ ਜਾਂਦੇ ਹਨ । ਮਨ ਪ੍ਰਵਾਨਗੀ ਦੇ ਰਸਤੇ ਤੇ ਅਡੋਲ ਹੋ ਜਾਂਦਾ ਹੈ ।

Whosoever may not adopt the teachings of His Word in his day-to-day life. He may waste his human life opportunity uselessly. Whosoever may obey and adopts the teachings of His Word with steady and stable belief in his day-to-day life; with His mercy and grace, all his suspicions of religious rituals may be eliminated. He may remain steady and stable on the right path of acceptance in His Court.

ਜਾ ਦਿਨੁ ਭੇਟੇ ਸਾਧ ਮੋਹਿ, jaa din bhaytay saaDh mohi
ਉਆ ਦਿਨ ਬਲਿਹਾਰੀ॥ u-aa din balihaaree.
ਤਨੁ ਮਨੁ ਅਪਨੋ ਜੀਅਰਾ, tan man apno jee-araa
ਫਿਰਿ ਫਿਰਿ ਹਉ ਵਾਰੀ॥੧॥ ਰਹਾਉ॥ fir fir ha-o vaaree. ||1|| rahaa-o.

ਜਿਸ ਦਿਨ ਮਨ ਵਿੱਚ ਸ਼ਬਦ ਜਾਗਰਤ ਹੋ ਜਾਂਦਾ ਹੈ, ਉਹ ਦਿਨ ਵੱਡੇ ਭਾਗਾਂ ਵਾਲਾ ਹੁੰਦਾ ਹੈ । ਮਨ ਸੰਤਾਂ ਦੇ ਜੀਵਨ ਦੀ ਸਿਖਿਆਂ ਨਾਲ ਜੀਵਨ ਢਾਲ ਲੈਂਦਾ ਹੈ । ਉਹ ਆਪਣਾ ਤਨ, ਮਨ ਆਤਮਾ ਪ੍ਰਭ ਦੇ ਸ਼ਬਦ ਦੀ ਪਾਲਣਾ ਦੇ ਲੇਖੇ ਲਾ ਦੇਂਦਾ ਹੈ ।

Whosoever may be enlightened with the essence of His Word; with His mercy and grace, that moment, day become very fortunate in his human life. He may adopt the life experience teachings of His Holy saints in his own life. He may surrender his mind, body, and worldly status at His sanctuary.

ਏਤ ਛਡਾਈ ਮੋਹਿ ਤੇ, ayt chhadaa-ee mohi tay
ਇਤਨੀ ਦ੍ਰਿੜਤਾਰੀ॥ itnee darirh-taaree.
ਸਗਲ ਰੇਨ ਇਹੁ ਮਨੁ ਭਇਆ, sagal rayn ih man bha-i-aa
ਬਿਨਸੀ ਅਪਧਾਰੀ॥੨॥ binsee apDhaaree.||2||

ਸੰਤਾਂ ਦੇ ਜੀਵਨ ਦੀ ਸਿਖਿਆਂ ਨਾਲ ਮਨ ਵਿਚੋਂ ਅਹੰਕਾਰ ਤੇ ਜਿੱਤ ਬਖਸ਼ਿਸ਼ ਹੋ ਜਾਂਦੀ ਹੈ । ਮਨ ਵਿੱਚ ਨਿਮ੍ਰਤਾ ਘਰ ਕਰ ਜਾਂਦੀ ਹੈ । ਉਹ ਆਪਣੀ ਹੈਸੀਅਤ ਬਾਕੀ ਜੀਵਾਂ ਦੇ ਚਰਨਾਂ ਦੀ ਧੂੜ ਦੇ ਸਮਾਨ ਸਮਝਦਾ ਹੈ । ਮਨ ਵਿਚੋਂ ਖ਼ੁਦਗ਼ਰਜ਼ੀ ਦਾ ਨਾਸ ਹੋ ਜਾਂਦਾ ਹੈ ।

Whosoever may adopt the life experience teachings of His Holy saints in his own day to day life; with His mercy and grace, he may conquer the ego of his own mind. He may be overwhelmed with such a humility in his life;

he may think his worldly status may be less significant than the dust of the feet of His true devotee. His selfishness may be eliminated from his mind.

ਨਿੰਦ ਚਿੰਦ ਪਰ ਦੂਖਨਾ,	nind chind par dookhnaa
ਏ ਖਿਨ ਮਹਿ ਜਾਰੀ॥	ay khin meh jaaree.
ਦਇਆ ਮਇਆ,	da-i-aa ma-i-aa ar
ਅਰੁ ਨਿਕਟਿ ਪੇਖੁ ਨਾਹੀ ਦੂਰਾਰੀ॥੩॥	nikat paykh naahee dooraaree. ||3||

ਮਨ ਵਿਚੋਂ ਬੁਰੇ ਖਿਆਲ, ਕਿਸੇ ਦੀ ਨਿੰਦਿਆਂ ਸਭ ਨਾਸ ਹੋ ਜਾਂਦੀ, ਖਤਮ ਹੋ ਜਾਂਦੀ ਹੈ । ਉਸ ਦੇ ਮਨ ਵਿੱਚ ਦਾਇਆ ਭਰ ਜਾਂਦੀ ਹੈ, ਉਹ ਪ੍ਰਭ ਨੂੰ ਸਦਾ ਹੀ ਆਪਣੇ ਨੇੜੇ, ਹਰ ਥਾਂ ਹਾਜਰਾ ਹਜ਼ੂਰ ਮਹਿਸੂਸ ਕਰਦਾ ਹੈ ।

All his evil thought and criticism of others may be eliminated. He may be overwhelmed with forgiveness, mercy for less fortunate. He may realize The Holy Spirit remains close to him and prevails in all events of life.

ਤਨ ਮਨ ਸੀਤਲ ਭਏ,	tan man seetal bha-ay
ਅਬ ਮੁਕਤੇ ਸੰਸਾਰੀ॥	ab muktay sansaaree.
ਹੀਤ ਚੀਤ ਸਭ ਪ੍ਰਾਨ ਧਨ,	heet cheet sabh paraan Dhan
ਨਾਨਕ ਦਰਸਾਰੀ॥ ੪॥੧੦॥੪੦॥	naanak darsaaree. ||4||10||40||

ਉਸ ਦੇ ਤਨ, ਮਨ ਵਿੱਚ ਪੂਰਨ ਸੰਤੋਖ ਖੇੜਾ ਵਸ ਜਾਂਦਾ ਹੈ । ਉਹ ਸੰਸਾਰਕ ਇੱਛਾਂ ਦੇ ਬੰਧਨਾ ਤੋ ਮੁਕਤ ਹੋ ਜਾਂਦਾ ਹੈ । ਜੀਵ ਦੇ ਜੀਵਨ ਵਿੱਚ ਪਿਆਰ, ਸਵਾਸ, ਹੈਸੀਅਤ ਸਭ ਕੁਝ ਪ੍ਰਭ ਦੀ ਹੀ ਰਹਿਮਤ ਨਾਲ ਹੀ ਬਖਸ਼ਿਸ਼ ਹੁੰਦਾ ਹੈ, ਪ੍ਰਭ ਦੀ ਹੀ ਅਮਾਨਤ ਹੈ ।

His mind and body may be overwhelmed with contentment and blossom in his day-to-day life. With His mercy and grace, he may renounce all his worldly bonds. He remains gratitude to The True Master for the capital of breaths, worldly status, and devotion to meditate on the teachings of His Word. He considers everything only His trust.

280.ਬਿਲਾਵਲੁ ਮਹਲਾ ੫॥ 810-18

ਟਹਲ ਕਰਉ ਤੇਰੇ ਦਾਸ ਕੀ,	tahal kara-o tayray daas kee
ਪਗ ਝਾਰਉ ਬਾਲ॥	pag jhaara-o baal.
ਮਸਤਕੁ ਅਪਨਾ ਭੇਟ ਦੇਉ,	mastak apnaa bhayt day-o
ਗੁਨ ਸੁਨਉ ਰਸਾਲ॥੧॥	gun sun-o rasaal.||1||

ਬੰਦਗੀ ਕਰਨ ਵਾਲੇ ਦਾਸ ਦੀ ਸੇਵਾ ਕਰੋ! ਉਸ ਦੇ ਜੀਵਨ ਤੋਂ ਸਿਖਿਆਂ ਲੈ ਕੇ ਆਪਣਾ ਜੀਵਨ ਢਾਲੋ! ਆਪਣੇ ਮਨ ਦੀ ਖੁਦਗ਼ਰਜ਼ੀ ਤਿਆਗਕੇ ਸ਼ਬਦ ਦੀ ਪਾਲਣਾ, ਸ਼ਬਦ ਦੇ ਗੁਣ ਗਾਵੋ!

You should serve His true devotee to provide him comforts in worldly life. You should learn and adopt his life experience teachings in day-to-day life. You should abandon your selfishness; sing the glory and obey the teachings of His Word with steady and stable belief in your day-to-day life.

ਤੁਮ੍ ਮਿਲਤੇ ਮੇਰਾ ਮਨੁ ਜੀਓ,	tumh miltay mayraa man jee-o
ਤੁਮ੍ ਮਿਲਹੁ ਦਇਆਲ॥	tumh milhu da-i-aal.
ਨਿਸਿ ਬਾਸੁਰ ਮਨਿ ਅਨਦੁ ਹੋਤ,	nis baasur man anad hot
ਚਿਤਵਤ ਕਿਰਪਾਲ॥੧॥ ਰਹਾਉ॥	chitvat kirpaal. ||1||rahaa-o.

ਪ੍ਰਭ ਰਹਿਮਤ ਬਖਸ਼ਕੇ ਸ਼ਬਦ ਦੇ ਲੜ ਲਾਵੋ! ਤੇਰਾ ਸ਼ਬਦ ਮਨ ਵਿੱਚ ਜਾਗਰਤ ਹੋਣ ਨਾਲ ਨਵਾਂ ਜੋਸ਼, ਸ਼ਰਧਾ ਬਖਸ਼ਿਸ਼ ਹੋ ਜਾਂਦੀ ਹੈ । ਜਿਹੜਾ ਦਿਨ ਰਾਤ ਸ਼ਬਦ ਦੀ ਪਾਲਣਾ ਕਰਦਾ ਹੈ, ਉਸ ਦੇ ਮਨ ਵਿੱਚ ਖੇੜਾ ਵਸ ਜਾਂਦਾ, ਬਖਸ਼ਿਸ਼ ਹੋ ਜਾਂਦਾ ਹੈ ।

With Your mercy and grace, whosoever may be enlightened with the essence of Your Word, he may be rejuvenated with a deep devotion to meditate and to adopt the teachings of Your Word. Whosoever may obey the teachings of Your Word and remains drenched with the essence of Your Word. With Your mercy and grace, all his miseries of worldly desires may be eliminated.

ਜਗਤ ਉਧਾਰਨ ਸਾਧ ਪ੍ਰਭ,	jagat udhaaran saadh parabh
ਤਿਨ੍ ਲਾਗਹੁ ਪਾਲ॥	tinh laagahu paal.
ਮੋ ਕਉ ਦੀਜੈ ਦਾਨੁ ਪ੍ਰਭ,	mo ka-o deejai daan parabh
ਸੰਤਨ ਪਗ ਰਾਲ॥੨॥	santan pag raal.||2||

ਬੰਦਗੀ ਕਰਨ ਵਾਲਾ, ਸ੍ਰਿਸ਼ਟੀ ਨੂੰ ਪ੍ਰਵਾਨਗੀ ਦੇ ਰਸਤੇ ਦੀ ਪ੍ਰੇਰਨਾ ਕਰਦਾ ਹੈ । ਉਸ ਦੇ ਜੀਵਨ ਦੀ ਸਿਖਿਆਂ ਨਾਲ ਜੀਵਨ ਢਾਲੋ! ਪ੍ਰਭ ਰਹਿਮਤ ਬਖਸ਼ੋ! ਬੰਦਗੀ ਕਰਨ ਵਾਲੇ ਜੀਵਾਂ ਦੇ ਚਰਨ ਦੀ ਧੂੜ ਬਖਸ਼ੋ!

His true devotee may always inspire others to adopt the teachings of His Word to sanctify his soul. You should adopt the life experience teachings of His true devotee in your day-to-day life. His true devotee only prays for the dust of the feet of His Holy Saints, the enlightenments of His Word.

ਉਕਤਿ ਸਿਆਨਪ ਕਛੂ ਨਹੀ,	ukat si-aanap kachh nahee
ਨਾਹੀ ਕਛੁ ਘਾਲ॥	naahee kachh
ਭ੍ਰਮ ਭੈ ਰਾਖਹੁ ਮੋਹ ਤੇ,	bharam bhai raakho moh tay
ਕਾਟਹੁ ਜਮ ਜਾਲ॥੩॥	kaatahu jam jaal.||3||

ਪ੍ਰਭ ਮੇਰੇ ਵਿੱਚ ਕੋਈ ਬੰਦਗੀ ਕਰਨ ਦੀ ਵਿਧੀ ਨਹੀਂ ਹੈ । ਨਾ ਹੀ ਕੋਈ ਚੰਗੇ ਕੰਮ ਕਰਨ ਦੀ ਸਮਰਥਾ ਹੀ ਹੈ । ਰਹਿਮਤਾਂ ਬਖਸ਼ਕੇ, ਮੇਰੇ ਮਨ ਦੇ ਭਰਮ ਦੂਰ ਕਰੋ! ਸੰਸਾਰਕ ਮੋਹ, ਦੇ ਬੰਧਨ ਕੱਟ ਦੇਵੋ! ਮੌਤ ਦੇ ਜਮਦੂਤ ਤੋ ਬਚਾ ਕਰੋ ।

My True Master, I do not know any unique technique to meditate on the teachings of Your Word nor I have any wisdom, capability to perform any good deeds at my own. With Your mercy and grace, eliminates all my suspicions of mind. By eliminating my worldly bonds and fear of death; save me from the devil of death.

ਬਿਨਉ ਕਰਉ ਕਰੁਣਾਪਤੇ,	bin-o kara-o karunaapatay
ਪਿਤਾ ਪ੍ਰਤਿਪਾਲ॥	pitaa partipaal.
ਗੁਣ ਗਾਵਉ ਤੇਰੇ ਸਾਧਸੰਗਿ,	gun gaava-o tayray saadhsang
ਨਾਨਕ ਸੁਖ ਸਾਲ॥ ੪॥੧੧॥ ੪੧॥	naanak sukh saal. ||4||11||41||

ਬੰਦਗੀ ਕਰਨ ਵਾਲੇ ਦੇ ਜੀਵਨ ਨਾਲ ਜੀਵਨ ਢਾਲਕੇ ਤੇਰੇ ਸ਼ਬਦ ਦੇ ਗੁਣ ਗਾਉਂਦਾ ਹਾ । ਤੂੰ ਹੀ ਸੁਖਾਂ ਦਾ ਦਾਤਾ ਹੈ, ਰਹਿਮਤ ਬਖਸ਼ੋ, ਮੇਰੀ ਰਖਿਆ ਕਰੋ!

I have adopted the life teachings of Your true devotee in my life and I am singing the glory of Your Word with each breath. Only You are The True Master of all comforts, protector of my honor.

281. ਬਿਲਾਵਲੁ ਮਹਲਾ ੫॥ 811-4

ਕੀਤਾ ਲੋੜਹਿ ਸੋ ਕਰਹਿ,	keetaa lorheh so karahi
ਤੁਝ ਬਿਨੁ ਕਛੁ ਨਾਹਿ॥	tujh bin kachh naahi.
ਪਰਤਾਪੁ ਤੁਮ੍ਾਰਾ ਦੇਖਿ ਕੈ,	partaap tumHaaraa daykh kai
ਜਮਦੂਤ ਛਡਿ ਜਾਹਿ॥੧॥	jamdoot chhad jaahi. ||1||

ਤੇਰੀ ਰਹਿਮਤ ਤੋ ਬਿਨਾਂ ਕੁਝ ਨਹੀਂ ਹੋ ਸਕਦਾ । ਤੇਰੇ ਬਖਸ਼ੇ ਹੋਏ ਧੰਦੇ ਹੀ ਜੀਵ ਕਰ ਸਕਦਾ ਹੈ । ਜਿਸ ਤੇ ਤੇਰੀ ਰਹਿਮਤ ਬਖਸ਼ਿਸ਼ ਹੋ ਜਾਂਦੀ ਹੈ । ਜਮਦੂਤ ਉਸ ਦੇ ਨੇੜੇ ਨਹੀਂ ਜਾ ਸਕਦਾ ।

Without your mercy and grace, nothing may happen in the universe. Your Creation may only perform Your blessed, assigned tasks. Whosoever may be blessed with Your mercy and grace, his soul may become beyond the reach devil of death.

ਤੁਮ੍ਰੀ ਕ੍ਰਿਪਾ ਤੇ ਛੂਟੀਐ, — tumHree kirpaa tay chhootee-ai
ਬਿਨਸੈ ਅਹੰਮੇਵ॥ — binsai ahaNmayv.
ਸਰਬ ਕਲਾ ਸਮਰਥ ਪ੍ਰਭ, — sarab kalaa samrath parabh pooray
ਪੂਰੇ ਗੁਰਦੇਵ॥੧॥ ਰਹਾਉ॥ — gurdayv. ||1|| rahaa-o.

ਪ੍ਰਭ ਤੂੰ ਸਰਬ ਕਲਾ ਸਮਰਥ, ਸਭ ਕੰਮ ਕਰਨ ਵਾਲਾ ਪੂਰਨ ਮਾਲਕ ਹੈ । ਜਿਸ ਤੇ ਤੇਰੀ ਰਹਿਮਤ ਬਖਸ਼ਿਸ਼ ਹੋ ਜਾਂਦੀ ਹੈ । ਉਸ ਦੇ ਮਨ ਵਿਚੋਂ ਅਹੰਕਾਰ ਦੂਰ ਹੋ ਜਾਂਦਾ, ਜਿੱਤ ਬਖਸ਼ਿਸ਼ ਹੋ ਜਾਂਦੀ ਹੈ ।

The Omnipotent True Master; You have all capability, wisdom, strength to conclude all miracles in the universe. Whosoever may be blessed with Your mercy and grace; he may conquer his own ego of worldly status.

ਖੋਜਤ ਖੋਜਤ ਖੋਜਿਆ, — khojat khojat khoji-aa
ਨਾਮੈ ਬਿਨੁ ਕੂਰੁ॥ — naamai bin koor.
ਜੀਵਨ ਸੁਖੁ ਸਭੁ ਸਾਧਸੰਗਿ, — jeevan sukh sabh saaDhsang
ਪ੍ਰਭ ਮਨਸਾ ਪੂਰੁ॥੨॥ — parabh mansaa poor. ||2||

ਧਰਮ ਦੇ ਅਨੇਕਾਂ ਗ੍ਰੰਥ ਹੀ ਖੋਜਕੇ ਦੇਖ ਲਏ ਹਨ । ਤੇਰੇ ਸ਼ਬਦ ਤੋ ਬਿਨਾਂ ਸਭ ਕੁਝ ਥੋੜੇ ਸਮੇਂ ਵਿੱਚ ਹੀ ਖਤਮ ਹੋ ਜਾਂਦਾ ਹੈ । ਬੰਦਗੀ ਕਰਨ ਵਾਲੇ ਸੰਤਾਂ ਦੀ ਸੰਗਤ, ਸਿਖਿਆਂ ਨਾਲ ਜੀਵਨ ਢਾਲਣ ਨਾਲ ਸਾਰੇ ਸੁਖ ਬਖਸ਼ਿਸ਼ ਹੋ ਜਾਂਦੇ ਹਨ ।

I have evaluated several religious Holy Scripture; without Your Word, everything else may remain for only short period. Whosoever may adopt the life experience teachings of Your true devotee in his day-to-day life; with Your mercy and grace, he may be blessed with all comforts of life.

ਜਿਤੁ ਜਿਤੁ ਲਾਵਹੁ ਤਿਤੁ ਤਿਤੁ ਲਗਹਿ, — jit jit laavhu tit tit lageh
ਸਿਆਨਪ ਸਭ ਜਾਲੀ॥ — si-aanap sabh jaalee.
ਜਤ ਕਤ ਤੁਮ੍ ਭਰਪੂਰ ਹਹੁ, — jat kat tumH bharpoor hahu
ਮੇਰੇ ਦੀਨ ਦਇਆਲੀ॥੩॥ — mayray deen da-i-aalee. ||3||

ਜਿਸ ਧੰਦੇ ਦੇ ਲੜ ਲਾਉਂਦਾ ਹੈ, ਉਹ ਧੰਦਾ ਹੀ ਕਰ ਸਕਦਾ ਹਾ । ਮੈਂ ਆਪਣੀ ਸਿਆਣਪ, ਮਨਮਰਜ਼ੀ ਪਿਛੇ ਨਹੀਂ ਭਟਕਦਾ । ਪ੍ਰਭ ਤੂੰ ਹਰ ਥਾਂ ਤੇ ਹਾਜਰਾ ਹਜ਼ੂਰ, ਭਰਪੂਰ ਵਾਪਰਦਾ ਹੈ । ਤੂੰ ਹੀ ਨਿਮਾਣੇ ਜੀਵਾਂ ਦੀ ਰਖਿਆ ਕਰਨ ਵਾਲਾ ਮਾਲਕ ਹੈ ।

My True Master, I may only perform the worldly task, blessed, assigned with Your mercy and grace. I may never follow my own wisdom or worldly temptations. The Omnipresent True Master prevails everywhere in all events in the universe. Only You are the protector of Your humble devotee.

ਸਭੁ ਕਿਛੁ ਤੁਮ ਤੇ ਮਾਗਨਾ, — sabh kichh tum tay maagnaa
ਵਡਭਾਗੀ ਪਾਏ॥ — vadbhaagee paa-ay.
ਨਾਨਕ ਕੀ ਅਰਦਾਸਿ ਪ੍ਰਭ, — naanak kee ardaas parabh
ਜੀਵਾ ਗੁਨ ਗਾਏ॥ ੪॥੧੨॥੪੨॥ — jeevaa gun gaa-ay. ||4||12||42||

ਪ੍ਰਭ ਸਾਰੀ ਸ੍ਰਿਸ਼ਟੀ ਦੇ ਜੀਵ ਹੀ ਸਭ ਕੁਝ ਤੇਰੇ ਤੋ ਮੰਗਦੇ, ਅਰਦਾਸ ਕਰਦੇ ਹਨ । ਕੇਵਲ ਵਿਰਲੇ ਵੱਡੇ ਭਾਗਾਂ ਜੀਵ ਨੂੰ ਰਹਿਮਤ ਬਖਸ਼ਿਸ਼ ਹੁੰਦੀ ਹੈ । ਬੰਦਗੀ ਕਰਨ ਵਾਲਾ ਸ਼ਬਦ ਦੀ ਪਾਲਣਾ ਨੂੰ ਹੀ ਆਪਣੇ ਸਵਾਸਾਂ ਦਾ ਅਧਾਰ ਬਣਾਉਂਦਾ ਹੈ ।

The whole universe may be praying and begging for Your mercy and grace. However, very rare, with great prewritten destiny, may be blessed with

Your mercy and grace. Your true devotee may consider obeying the teachings of Your Word as the only purpose of his human life opportunity.

282. ਬਿਲਾਵਲੁ ਮਹਲਾ ੫॥ 811-9

ਸਾਧਸੰਗਤਿ ਕੈ ਬਾਸਬੈ,	saaDhsangat kai baasbai
ਕਲਮਲ ਸਭਿ ਨਸਨਾ॥	kalmal sabh nasnaa.
ਪ੍ਰਭ ਸੇਤੀ ਰੰਗਿ ਰਾਤਿਆ,	parabh saytee rang raati-aa
ਤਾ ਤੇ ਗਰਭਿ ਨ ਗ੍ਰਸਨਾ॥੧॥	taa tay garabh na garsanaa. ||1||

ਜਿਹੜਾ ਜੀਵ ਬੰਦਗੀ ਕਰਨ ਵਾਲੇ ਦੇ ਜੀਵਨ ਦੀ ਸਿਖਿਆਂ ਨਾਲ ਜੀਵਨ ਢਾਲਦਾ ਹੈ । ਉਸ ਦੇ ਪਾਪ ਬਖਸ਼ੇ ਜਾਂਦੇ ਹਨ । ਜਿਸ ਦੇ ਮਨ ਵਿੱਚ ਪ੍ਰਭ ਦਾ ਸ਼ਬਦ ਜਾਗਰਤ ਹੋ ਜਾਂਦਾ, ਸ਼ਬਦ ਦਾ ਰੰਗ ਚੜ੍ਹ ਜਾਂਦਾ ਹੈ । ਉਸ ਨੂੰ ਮਾਤਾ ਦੇ ਗਰਭ ਵਿੱਚ ਜਾਣਾ ਨਹੀਂ ਪੈਦਾ ।

Whosoever may adopt the life experience teachings of His true devotee in his own day-to-day life; with His mercy and grace, his sins may be forgiven. Whosoever may be enlightened with the teachings of His Word; he may remain drenched with the essence of His Word; he may never enter the womb of mother again.

ਨਾਮੁ ਕਹਤ ਗੋਵਿੰਦ ਕਾ,	naam kahat govind kaa
ਸੂਚੀ ਭਈ ਰਸਨਾ॥	soochee bha-ee rasnaa.
ਮਨ ਤਨ ਨਿਰਮਲ ਹੋਈ ਹੈ,	man tan nirmal ho-ee hai
ਗੁਰ ਕਾ ਜਪੁ ਜਪਨਾ॥੧॥ ਰਹਾਉ॥	gur kaa jap japnaa.||1|| rahaa-o.

ਸ਼ਬਦ ਦਾ ਜੀਭ ਨਾਲ ਸਿਮਰਨ ਕਰਨ ਨਾਲ ਰੂਹਾਨੀ ਰਸ ਬਖਸ਼ਿਸ਼ ਹੋ ਜਾਂਦਾ, ਜੀਭ ਪਵਿੱਤਰ ਹੋ ਜਾਂਦੀ ਹੈ । ਸ਼ਬਦ ਦੇ ਗੁਣ ਗਾਉਣ, ਜੀਵਨ ਵਿੱਚ ਢਾਲਣ ਨਾਲ ਮਨ, ਤਨ ਪਵਿੱਤਰ ਹੋ ਜਾਂਦੇ ਹਨ ।

Whosoever may sing the glory the glory of His Word with his tongue; with His mercy and grace, he may be blessed with eternal, spiritual nectar and his tongue may be sanctified. Whosoever may sing the glory and adopt the teachings of His Word with steady and stable belief in his day-to-day life; with His mercy and grace, his mind and body may be sanctified.

ਹਰਿ ਰਸੁ ਚਾਖਤ ਧ੍ਰਾਪਿਆ,	har ras chaakhat Dharaapi-aa
ਮਨਿ ਰਸੁ ਲੈ ਹਸਨਾ॥	man ras lai hasnaa.
ਬੁਧਿ ਪ੍ਰਗਾਸ ਪ੍ਰਗਟ ਭਈ,	buDh pargaas pargat bha-ee
ਉਲਟਿ ਕਮਲੁ ਬਿਗਸਨਾ॥੨॥	ulat kamal bigsanaa. ||2||

ਪ੍ਰਭ ਦੇ ਸ਼ਬਦ ਦੇ ਰਸ ਦਾ ਸਵਾਦ ਚੱਖਣ ਨਾਲ ਮਨ ਵਿੱਚ ਖੁਸ਼ੀ, ਸੰਤੋਖ ਭਰ ਜਾਂਦਾ, ਬਖਸ਼ਿਸ਼ ਹੋ ਜਾਂਦਾ ਹੈ । ਮਨ ਵਿੱਚ ਸ਼ਬਦ ਜਾਗਰਤ ਹੋਣ ਨਾਲ ਰੂਹਾਨੀ ਨੂਰ ਬਖਸ਼ਿਸ਼ ਹੋ ਜਾਂਦਾ ਹੈ । ਮਨ ਦਾ ਕਮਲ ਦਾ ਫੁੱਲ ਖੇੜੇ ਵਿੱਚ ਆ ਜਾਂਦਾ ਹੈ ।

Whosoever may taste the nectar of the essence of His Word; with His mercy and grace, he may be overwhelmed with pleasure and contentment in his life. Whosoever may be enlightened with the essence of His Word; with His mercy and grace, the eternal spiritual glow may be blessed on his forehead. The lotus flower of his mind may be blossomed.

ਸੀਤਲ ਸਾਂਤਿ ਸੰਤੋਖੁ ਹੋਇ,	seetal saaNt santokh ho-ay
ਸਭ ਬੂਝੀ ਤ੍ਰਿਸਨਾ॥	sabh boojhee tarisnaa.
ਦਹ ਦਿਸ ਧਾਵਤ ਮਿਟਿ ਗਏ,	dah dis Dhaavat mit ga-ay
ਨਿਰਮਲ ਥਾਨਿ ਬਸਨਾ॥੩॥	nirmal thaan basnaa. ||3||

ਮਨ ਵਿੱਚ ਧੀਰਜ, ਸੰਤੋਖ ਭਰ ਜਾਂਦਾ ਹੈ, ਸੰਸਾਰਕ ਇੱਛਾਂ ਦੀ ਪਿਆਸ ਬੁਝ ਜਾਂਦੀ ਹੈ । ਮਨ ਦਾ ਚਾਰੇ ਪਾਸੇ ਘੁੰਮਣਾ ਖਤਮ ਹੋ ਜਾਂਦਾ ਹੈ । ਮਨ ਆਪਣੇ ਅੰਦਰੋਂ ਹੀ ਪਵਿੱਤਰ ਜੋਤ, ਪ੍ਰਭ ਦੇ ਸ਼ਬਦ ਦੀ ਸਮਾਧੀ ਵਿੱਚ ਵਸਦਾ ਹੈ ।

With His mercy and grace, His true devotee may be overwhelmed with patience and contentment; his thirst of worldly desires may be quenched. His wandering mind may become steady and stable on the right path of meditation on the teachings of His Word. He may remain intoxicated in meditation, obeying His Word in void of His Holy Spirit within his mind.

ਰਾਖਨਹਾਰੈ ਰਾਖਿਆ,	raakhanhaarai raakhi-aa
ਭਏ ਭ੍ਰਮ ਭਸਨਾ॥	bha-ay bharam bhasnaa.
ਨਾਮੁ ਨਿਧਾਨ ਨਾਨਕ ਸੁਖੀ,	naam niDhaan naanak sukhee
ਪੇਖਿ ਸਾਧ ਦਰਸਨਾ॥ ੪॥੧੩॥੪੩॥	paykh saaDh darsanaa. ||4||13||43||

ਸ੍ਰਿਸ਼ਟੀ ਦਾ ਮਾਲਕ ਆਪ ਹੀ ਉਸ ਦੀ ਰਖਿਆ ਕਰਦਾ ਹੈ । ਉਸ ਦੇ ਮਨ ਦੇ ਭਰਮ ਨਾਸ, ਖਤਮ ਹੋ ਜਾਂਦੇ ਹਨ । ਬੰਦਗੀ ਕਰਨ ਵਾਲੇ ਜੀਵ ਤੇ ਰਹਿਮਤ ਦੀ ਨਜ਼ਰ ਬਖਸ਼ਿਸ਼ ਹੋ ਜਾਂਦੀ ਹੈ । ਸ਼ਬਦ ਦੀ ਸੋਝੀ ਦਾ ਖਜ਼ਾਨਾ ਬਖਸ਼ਿਸ਼ ਹੋ ਜਾਂਦਾ ਹੈ । ਉਸ ਦੇ ਮਨ ਵਿੱਚ ਪੂਰਨ ਅਨੰਦ, ਖੇੜਾ ਵਸ ਜਾਂਦਾ ਹੈ ।

The True Master of the universe always protects His true devotee; all the suspicions of his mind may be eliminated. His true devotee may be blessed with treasure of enlightenment of the essence of His Word and he may remain overwhelmed with pleasures and blossom.

283. ਬਿਲਾਵਲੁ ਮਹਲਾ ੫॥ 811-14

ਪਾਣੀ ਪਖਾ ਪੀਸੁ ਦਾਸ ਕੈ,	paanee pakhaa pees daas kai
ਤਬ ਹੋਹਿ ਨਿਹਾਲੁ॥	tab hohi nihaal.
ਰਾਜ ਮਿਲਖ ਸਿਕਦਾਰੀਆ,	raaj milakh sikdaaree-aa
ਅਗਨੀ ਮਹਿ ਜਾਲੁ॥੧॥	agnee meh jaal. ||1||

ਅਹੰਕਾਰ ਖਤਮ ਕਰਕੇ ਸ਼ਬਦ ਦੀ ਪਾਲਣਾ ਕਰਨ ਨਾਲ ਰਹਿਮਤ ਬਖਸ਼ਿਸ਼ ਹੁੰਦੀ ਹੈ । ਹੈਸੀਅਤ ਨੂੰ ਮਿਟਾਉਣ ਨਾਲ ਹੀ ਸ਼ਰਣ ਵਿੱਚ ਪਨਾਹ ਬਖਸ਼ਿਸ਼ ਹੁੰਦੀ ਹੈ ।

Whosoever may conquer his own ego and obeys the teachings of His Word with steady and stable in his day-to-day life; he may be blessed with His mercy and grace. Whosoever may surrender his mind, body worldly status at His sanctuary; he may be accepted in His sanctuary.

ਸੰਤ ਜਨਾ ਕਾ ਛੋਹਰਾ,	sant janaa kaa chhohraa
ਤਿਸੁ ਚਰਣੀ ਲਾਗਿ॥	tis charnee laag.
ਮਾਇਆਧਾਰੀ ਛਤ੍ਰਪਤਿ,	maa-i-aaDhaaree chhatarpat
ਤਿਨ੍ ਛੋਡਉ ਤਿਆਗਿ॥੧॥ ਰਹਾਉ॥	tinH chhoda-o ti-aag. ||1|| rahaa-o.

ਜੀਵ ਆਪਣੀ ਸੰਸਾਰਕ ਹੈਸੀਅਤ ਨੂੰ ਤਿਆਗੋ! ਬੰਦਗੀ ਕਰਨ ਵਾਲੇ ਸੰਤਾਂ ਦੀ ਸਿਖਿਆਂ ਨਾਲ ਜੀਵਨ ਢਾਲੋ! ਸੰਸਾਰਕ ਮਾਇਆ ਨੂੰ ਆਪਣੇ ਜੀਵਨ ਵਿਚੋਂ ਕੱਢਕੇ, ਸ਼ਬਦ ਦੀ ਪਾਲਣਾ ਕਰਨ ਨਾਲ ਮਨ ਨੂੰ ਸ਼ੇਨਸ਼ਾਹ ਵਾਲਾ ਅਨੰਦ ਬਖਸ਼ਿਸ਼ ਹੋ ਜਾਂਦਾ ਹੈ !

You should abandon your worldly status! You should adopt the life experience teachings of His true devotee in your day-to-day life. You should renounce the worldly wealth; with His mercy and grace, you may be blessed with regal honor like kings in His Court.

ਸੰਤਨ ਕਾ ਦਾਨਾ ਰੂਖਾ,	santan kaa daanaa rookhaa
ਸੋ ਸਰਬ ਨਿਧਾਨ॥	so sarab niDhaan.
ਗ੍ਰਿਹਿ ਸਾਕਤ ਛਤੀਹ ਪ੍ਰਕਾਰ,	garihi saakat chhateeh parkaar

ਤੇ ਬਿਖੁ ਸਮਾਨ॥੨॥ tay bikhoo samaan. ||2||

ਹੱਕ ਦੀ ਕਮਾਈ ਦਾ ਸਾਦਾ ਭੋਜਨ ਹੀ ਪ੍ਰਭ ਦੇ ਸ਼ਬਦ ਦੀ ਸੋਝੀ ਦੇ ਬਰਾਬਰ ਹੈ । ਮਨ ਨੂੰ ਸੰਤੋਖ ਬਖਸ਼ਿਸ਼ ਹੁੰਦਾ ਹੈ । ਨਿੰਦਕ ਦੇ ਲੋਭ, ਪਰਾਏ ਧਨ ਦੇ 36 ਪ੍ਰਕਾਰ ਦੇ ਖਾਣੇ, ਮਾਨਸ ਦੇ ਸਫਰ ਲਈ ਜ਼ਹਿਰ ਦੇ ਬਰਾਬਰ ਹੀ ਹਨ ।

To enjoy the simple food of your earnest living may be equal to the enlightenment of the essence of His Word; with His mercy and grace, he may be blessed with contentment. The worldly delicacy of 36 kinds of food with the wealth of greed and deception may be poisonous food for the real purpose of human life opportunity.

ਭਗਤ ਜਨਾ ਕਾ ਲੂਗਰਾ, bhagat janaa kaa loograa
ਓਢਿ ਨਗਨ ਨ ਹੋਈ॥ odh nagan na ho-ee.
ਸਾਕਤ ਸਿਰਪਾਉ ਰੇਸਮੀ, saakat sirpaa-o raysmee
ਪਹਿਰਤ ਪਤਿ ਖੋਈ॥੩॥ pahirat pat kho-ee. ||3||

ਹੱਕ ਦੀ ਕਮਾਈ ਦਾ ਸਾਦਾ ਕਪੜਾ ਵੀ ਤਨ ਨੂੰ ਢੱਕ ਲੈਂਦਾ ਹੈ । ਦਰਬਾਰ ਵਿੱਚ ਸੋਭਾ ਬਖਸ਼ਦਾ ਹੈ । ਨਿੰਦਕ ਦਾ ਰੇਸ਼ਮੀ ਕਪੜਾ ਵੀ ਜੀਵ ਦੇ ਮਨ ਦੇ ਬੁਰੇ ਕੰਮਾਂ ਦਾ ਪਰਦਾ ਨਹੀਂ ਢੱਕਦਾ । ਦਰਬਾਰ ਵਿੱਚ ਪ੍ਰਵਾਨਗੀ ਨਹੀਂ ਬਖਸ਼ਦਾ ।

The simple cloth of the earnest living of his day-to-day earnings may cover his body and deficiencies of his life. Even the silky robes of self-minded, may not covers the blemish, deficiencies, sins of his life; he may be rebuked and punished in His Court.

ਸਾਕਤ ਸਿਉ ਮੁਖਿ ਜੋਰਿਐ, saakat si-o mukh jori-ai
ਅਧ ਵੀਚਹੁ ਟੂਟੈ॥ aDh veechahu tootai.
ਹਰਿ ਜਨ ਕੀ ਸੇਵਾ ਜੋ ਕਰੇ, har jan kee sayvaa jo karay
ਇਤ ਊਤਹਿ ਛੂਟੈ॥੪॥ it ooteh chhootai.||4||

ਜਿਹੜਾ ਨਿੰਦਕ ਨਾਲ ਮੋਹ ਜੋੜਦਾ, ਖੁਦਗ਼ਰਜ਼ੀ ਕਰਨ ਵਾਲੇ ਦੀ ਸੰਗਤ ਕਰਦਾ ਹੈ । ਉਸ ਦਾ ਸਾਥ ਥੋੜ੍ਹਾ ਸਮਾਂ ਹੀ ਰਹਿੰਦਾ, ਅਨੰਦ ਦੇਂਦਾ ਹੈ । ਜਿਹੜਾ ਪ੍ਰਭ ਦੇ ਸ਼ਬਦ ਦੇ ਲੜ ਲੱਗਦਾ, ਸੰਗ ਜੋੜਦਾ ਹੈ । ਉਸ ਦੀ ਸ਼ਬਦ ਦੀ ਕਮਾਈ ਸੰਸਾਰ ਵਿੱਚ ਅਤੇ ਮੌਤ ਪਿਛੋਂ ਵੀ ਸਹਾਈ ਹੁੰਦੀ ਹੈ ।

Whosoever may associate with non-believer and selfish; his association may remain comforting for a short period. Whosoever may be attached to His true devotee and adopts the teachings of His Word; with His mercy and grace, his earnings of His Word may remain his companion in his worldly life and after death in His Court.

ਸਭ ਕਿਛੁ ਤੁਮ੍ ਹੀ ਤੇ ਹੋਆ, sabh kichh tumH hee tay ho-aa
ਆਪਿ ਬਣਤ ਬਣਾਈ॥ aap banat banaa-ee.
ਦਰਸਨੁ ਭੇਟਤ ਸਾਧ ਕਾ, darsan bhaytat saaDh kaa
ਨਾਨਕ ਗੁਣ ਗਾਈ॥੫॥੧੪॥੪੪॥ naanak gun gaa-ee.||5||14||44||

ਪ੍ਰਭ ਸਾਰੀ ਸ੍ਰਿਸ਼ਟੀ ਹੀ ਤੇਰੀ ਜੋਤ ਵਿਚੋਂ ਪੈਦਾ ਹੋਈ ਹੈ, ਤੂੰ ਹੀ ਪੈਦਾ ਕਰਨ ਵਾਲਾ ਮਾਲਕ ਹੈ । ਬੰਦਗੀ ਕਰਨ ਵਾਲਾ ਤੇਰੇ ਸ਼ਬਦ ਤੇ ਭਰੋਸਾ ਅਡੋਲ ਰਖਕੇ ਪਾਲਣਾ ਕਰਦਾ ਹੈ । ਤੇਰੇ ਸ਼ਬਦ ਦੇ ਹੀ ਗੁਣ ਗਾਉਂਦਾ, ਜੀਵਨ ਬਤੀਤ ਕਰਦਾ ਹੈ ।

The True Master, Creator of the universe; Your Creation is an expansion of Your Holy Spirit. Your true devotee may sing, obeys, and adopts the teachings of Your Word with steady and stable belief in his day-to-day life.

284.ਬਿਲਾਵਲੁ ਮਹਲਾ ੫॥ 812-1

ਸ੍ਰਵਨੀ ਸੁਨਉ ਹਰਿ ਹਰਿ ਹਰੇ,	sarvanee sun-o har har haray
ਠਾਕੁਰ ਜਸੁ ਗਾਵਉ॥	thaakur jas gaava-o.
ਸੰਤ ਚਰਣ ਕਰ ਸੀਸੁ ਧਰਿ,	sant charan kar sees Dhar
ਹਰਿ ਨਾਮੁ ਧਿਆਵਉ॥੧॥	har naam Dhi-aava-o. ||1||

ਜੀਵ ਆਪਣੇ ਕੰਨਾਂ ਨਾਲ ਪ੍ਰਭ ਦੇ ਸ਼ਬਦ ਦੀ ਉਸਤਤ ਸੁਣੋ! ਆਪਣਾ ਜੀਭ ਨਾਲ ਉਸ ਦੇ ਸ਼ਬਦ ਦੇ ਗੁਣ ਗਾਵੋ! ਆਪਣੇ ਮਨ ਦੀ ਖੁਦਗ਼ਰਜ਼ੀ ਤਿਆਗਕੇ ਸ਼ਬਦ ਦੀ ਪਾਲਣਾ, ਸਿਮਰਨ ਕਰੋ!

You should listen the praises, glory of His Word with your ears and sing the glory of His Word with your tongue. You should renounce your selfishness, meditate, and obey the teachings of His Word with steady and stable belief in your day-to-day life.

ਕਰਿ ਕਿਰਪਾ ਦਇਆਲ ਪ੍ਰਭ,	kar kirpaa da-i-aal parabh
ਇਹ ਨਿਧਿ ਸਿਧਿ ਪਾਵਉ॥	ih niDh siDh paava-o.
ਸੰਤ ਜਨਾ ਕੀ ਰੇਣੁਕਾ,	sant janaa kee raynukaa
ਲੈ ਮਾਥੈ ਲਾਵਉ॥੧॥ ਰਹਾਉ॥	lai maathai laava-o.|1|| rahaa-o.

ਜਿਸ ਨੂੰ ਰਹਿਮਤ ਨਾਲ ਸ਼ਬਦ ਦੀ ਸੋਝੀ ਬਖਸ਼ਦਾ ਹੈ! ਉਹ ਬੰਦਗੀ ਕਰਨ ਵਾਲਾ ਦਾਸਾਂ ਦੇ ਚਰਨਾਂ ਦੀ ਧੂੜ ਆਪਣੇ ਮਸਤਕ ਤੇ ਲਾਉਂਦਾ ਹੈ! ਆਪਣੇ ਮਨ ਦੀ ਅਵਸਥਾ, ਨਿਮਾਣੀ, ਨਿਮ੍ਰਤਾ ਵਾਲੀ ਬਣਾਉਂਦਾ ਹੈ!

Whosoever may be blessed with the enlightenment of the teachings of His Word. He may adopt the life experience teachings of His true devotee as a vermilion on his forehead. He may transform his state of mind as humble and simple as the dust of the feet of His true devotee.

ਨੀਚ ਤੇ ਨੀਚੁ ਅਤਿ ਨੀਚੁ ਹੋਇ,	neech tay neech at neech ho-ay
ਕਰਿ ਬਿਨਉ ਬੁਲਾਵਉ॥	kar bin-o bulaava-o.
ਪਾਵ ਮਲੋਵਾ ਆਪੁ ਤਿਆਗਿ,	paav malovaa aap ti-aag
ਸੰਤਸੰਗਿ ਸਮਾਵਉ॥੨॥	satsang samaava-o. ||2||

ਨਿਮ੍ਰਤਾ ਧਾਰਨ ਕਰਕੇ, ਆਪਣੇ ਆਪ ਨੂੰ ਨੀਚ, ਛੋਟਾ ਮੰਨਕੇ ਅਰਦਾਸ ਕਰੋ! ਨਿਮਾਣੇ ਦੀ, ਲੋੜਵੰਦ ਦੀ ਮਦਦ ਕਰੋ! ਇਸਤਰ੍ਹਾਂ ਹੀ ਬੰਦਗੀ ਕਰਨ ਵਾਲੇ ਦੀ ਸੰਗਤ ਬਖਸ਼ਿਸ਼ ਹੁੰਦੀ ਹੈ ।

You should be humble, consider your worldly status insignificant and pray for His forgiveness. You should help, helpless, needy in your worldly life. Whosoever may adopt such a way of life; with His mercy and grace, he may be blessed with conjugation of His true devotee.

ਸਾਸਿ ਸਾਸਿ ਨਹ ਵੀਸਰੈ,	saas saas nah veesrai
ਅਨ ਕਤਹਿ ਨ ਧਾਵਉ॥	an kateh na Dhaava-o.
ਸਫਲ ਦਰਸਨ ਗੁਰੁ ਭੇਟੀਐ,	safal darsan gur bhaytee-ai
ਮਾਨੁ ਮੋਹੁ ਮਿਟਾਵਉ॥੩॥	maan moh mitaava-o. ||3||

ਜੀਵ ਸਵਾਸ ਸਵਾਸ ਪ੍ਰਭ ਦੇ ਸ਼ਬਦ ਦਾ ਸਿਮਰਨ ਕਰੋ! ਉਸ ਨੂੰ ਮਨੋ ਕਦੇ ਨਾ ਭੁਲਾਵੋ! ਮਨ ਵਿੱਚ ਕਿਸੇ ਹੋਰ ਨੂੰ ਮਾਲਕ, ਗੁਰੂ, ਮੁਕਤੀ ਬਖਸ਼ਣ ਵਾਲਾ ਨਾ ਸਮਝੋ! ਜਿਸ ਦੇ ਮਨ ਵਿੱਚ ਅਹੰਕਾਰ ਅਤੇ ਮੋਹ ਤੇ ਜਿੱਤ ਬਖਸ਼ਿਸ਼ ਹੋ ਜਾਂਦੀ ਹੈ । ਮਨ ਮੋਹ, ਅਹੰਕਾਰ ਤੋਂ ਰਹਿਤ ਹੋ ਜਾਂਦਾ ਹੈ । ਉਸ ਨੂੰ ਪ੍ਰਭ ਦੇ ਦਰਸ਼ਨ, ਪ੍ਰਭ ਦਾ ਸ਼ਬਦ ਮਨ ਵਿੱਚ ਜਾਗਰਤ ਹੋ ਜਾਂਦਾ ਹੈ ।

With your every breath meditate on the teachings of His Word with steady and stable belief in day-to-day life. You may never forget, abandon the memory of miseries of your separation from your mind. You may never consider any worldly Guru, religious path as the right path of salvation.

Whosoever may conquer his ego of worldly status and renounce his worldly attachments; his soul may become free from the blemish of all worldly desires. With His mercy and grace, he may be blessed with the blessed vison of The True Master, the enlightenment of the essence of His Word.

ਸਤੁ ਸੰਤੋਖੁ ਦਇਆ ਧਰਮੁ, sat santokh da-i-aa Dharam
ਸੀਗਾਰੁ ਬਨਾਵਉ॥ seegaar banaava-o.
ਸਫਲ ਸੁਹਾਗਣਿ ਨਾਨਕਾ, safal suhaagan naankaa
ਅਪੁਨੇ ਪ੍ਰਭ ਭਾਵਉ॥ ੪॥੧੫॥੪੫॥ apunay parabh bhaava-o. ||4||15||45||

ਜੀਵ ਆਪਣੇ ਮਨ ਵਿੱਚ ਧੀਰਜ, ਸੰਤੋਖ, ਨਿਮ੍ਰਤਾ, ਦਇਆ ਦਾ ਭੰਡਾਰ ਇਕੱਠਾ ਕਰੋ! ਸ਼ਬਦ ਦੀ ਕਮਾਈ ਦਾ ਧਨ ਇਕੱਠਾ ਕਰੋ! ਇਹ ਹੀ ਜੀਵਨ ਦਾ ਨਿਯਮ ਬਣਾਵੋ! ਇਹ ਹੀ ਬੰਦਗੀ ਕਰਨ ਵਾਲੇ ਦਾ ਆਪਣੇ ਗੁਰੂ, ਪ੍ਰਭ ਨਾਲ ਮਿਲਾਪ, ਸੰਜੋਗ ਹੁੰਦਾ ਹੈ । ਪ੍ਰਭ ਦੀ ਰਹਿਮਤ ਭਰਪੂਰ ਹੁੰਦੀ, ਦਰਬਾਰ ਵਿੱਚ ਸੋਭਾ ਬਖਸ਼ਿਸ ਹੁੰਦੀ ਹੈ ।

You should collect the treasure of patience, contentment with your worldly environments, humility, simple living, forgiveness, and mercy on less fortunate. Whosoever may collect the earnings of His Word, with such a way of worldly life; with His mercy and grace, His true devotee may be blessed with the conjugation of His Holy saint. He may be overwhelmed with contentment in his day-to-day life and honored in His Court.

285.ਬਿਲਾਵਲੁ ਮਹਲਾ ੫॥ 812-6

ਅਟਲ ਬਚਨ ਸਾਧੂ ਜਨਾ, atal bachan saaDhoo janaa
ਸਭ ਮਹਿ ਪ੍ਰਗਟਾਇਆ॥ sabh meh paragtaa-i-aa.
ਜਿਸੁ ਜਨ ਹੋਆ ਸਾਧਸੰਗੁ, jis jan ho-aa saaDhsang
ਤਿਸੁ ਭੇਟੈ ਹਰਿ ਰਾਇਆ॥੧॥ tis bhaytai har raa-i-aa. ||1||

ਬੰਦਗੀ ਕਰਨ ਵਾਲੇ ਸੰਤਾਂ ਦੇ ਮਨ ਵਿੱਚ ਅਟੱਲ ਸ਼ਬਦ, ਪ੍ਰਭ ਆਪ ਹੀ ਜਾਗਰਤ ਕਰਦਾ ਹੈ । ਜਿਹੜਾ ਸੰਤ ਜਨਾਂ ਦੀ ਸੰਗਤ ਵਿੱਚ ਵਸਦਾ, ਸਿਖਿਆਂ ਨਾਲ ਜੀਵਨ ਢਾਲਦਾ ਹੈ । ਪ੍ਰਭ ਦਾ ਸ਼ਬਦ ਉਸ ਦੇ ਮਨ ਵਿੱਚ ਜਾਗਰਤ ਹੋ ਜਾਂਦਾ ਹੈ ।

The True Master may keep the essence of His Word enlightened within the mind of His true devotee, Holy saint. Whosoever may adopt the life experience teachings of His true devotee in his own day-to-day life. His Word may become enlightened within his heart.

ਇਹ ਪਰਤੀਤਿ ਗੋਵਿੰਦ ਕੀ, ih parteet govind kee
ਜਪਿ ਹਰਿ ਸੁਖੁ ਪਾਇਆ॥ jap har sukh paa-i-aa.
ਅਨਿਕ ਬਾਤਾ ਸਭਿ ਕਰਿ ਰਹੇ, anik baataa sabh kar rahay
ਗੁਰੁ ਘਰਿ ਲੈ ਆਇਆ॥੧॥ਰਹਾਉ॥ gur ghar lai aa-i-aa. ||1|| rahaa-o.

ਪ੍ਰਭ ਦੇ ਸ਼ਬਦ ਦਾ ਸਿਮਰਨ ਅਡੋਲ ਭਰੋਸੇ ਨਾਲ ਕਰਨ ਨਾਲ ਮਨ ਵਿੱਚ ਸੰਤੋਖ ਵਸ ਜਾਂਦਾ ਹੈ । ਸਾਰੀ ਸ੍ਰਿਸ਼ਟੀ ਹੀ ਅਨੇਕਾਂ ਯਤਨਾਂ ਨਾਲ ਰਹਿਮਤ ਪਾਉਣ ਦੀ ਕੋਸ਼ਿਸ਼ ਕਰਦੀ ਹੈ । ਜਿਸ ਤੇ ਪ੍ਰਭ ਆਪ ਹੀ ਰਹਿਮਤ ਬਖਸ਼ਦਾ ਹੈ । ਉਸ ਦੇ ਮਨ ਵਿੱਚ ਹੀ ਸ਼ਬਦ ਜਾਗਰਤ ਹੋ ਜਾਂਦਾ ਹੈ ।

Whosoever may meditate on the teachings of His Word with steady and stable belief in his day-to-day life; he may be overwhelmed with the contentment on his worldly environment. The whole universe may try various technique to sanctify his soul to become worthy of His consideration. Whosoever may be blessed with His mercy and grace, he may be enlightened with the essence of His Word.

ਸਰਣਿ ਪਰੇ ਕੀ ਰਾਖਤਾ, saran paray kee raakh-taa
ਨਾਹੀ ਸਹਸਾਇਆ॥ naahee sehsaa-i-aa.
ਕਰਮ ਭੂਮਿ ਹਰਿ ਨਾਮੁ ਬੋਇ, karam bhoom har naam bo-ay
ਅਉਸਰੁ ਦੁਲਭਾਇਆ॥੨॥ a-osar dulbhaa-i-aa. ||2||

ਜਿਹੜਾ ਪ੍ਰਭ ਦੀ ਸ਼ਰਣ ਵਿੱਚ ਪ੍ਰਵਾਨ ਹੋ ਜਾਂਦਾ ਹੈ । ਪ੍ਰਭ ਆਪ ਹੀ ਉਸ ਦਾ ਰਖਵਾਲਾ ਬਣ ਜਾਂਦਾ ਹੈ, ਸਹਾਈ ਹੋ ਜਾਂਦਾ ਹੈ । ਇਸ ਗੱਲ ਤੇ, ਵਿਚਾਰ ਤੇ ਕੋਈ ਸ਼ੱਕ ਨਹੀਂ ਹੈ । ਜੀਵ ਆਪਣੇ ਮਾਨਸ ਜੀਵਨ ਵਿੱਚ ਚੰਗੇ ਕੰਮਾਂ, ਸ੍ਰਿਸ਼ਟੀ ਦੀ ਭਲਾਈ ਦਾ ਬੀਜ ਬੀਜੋ! ਇਹ ਮਾਨਸ ਜਨਮ ਦਾ ਦੁਰਲੱਭ ਮੌਕਾ ਬਾਰ ਬਾਰ ਨਸੀਬ ਨਹੀਂ ਹੁੰਦਾ ।

Whosoever may be accepted in His sanctuary; The True Master becomes his protector everywhere and every worldly task. This essence of His nature remains beyond any debate. You should always sow the seed of good deeds for mankind in your human life journey. Human life opportunity may not be blessed time and again.

ਅੰਤਰਜਾਮੀ ਆਪਿ ਪ੍ਰਭੁ, antarjaamee aap parabh
ਸਭ ਕਰੇ ਕਰਾਇਆ॥ sabh karay karaa-i-aa.
ਪਤਿਤ ਪੁਨੀਤ ਘਣੇ ਕਰੇ patit puneet ghanay karay
ਠਾਕੁਰ ਬਿਰਦਾਇਆ॥੩॥ thaakur birdaa-i-aa. ||3||

ਪ੍ਰਭ ਅੰਤਰਜਾਮੀ ਹੈ, ਸਭ ਜੀਵਾਂ ਦੇ ਮਨ ਦੀਆਂ ਭਾਵਨਾ ਜਾਣਦਾ ਹੈ । ਸ੍ਰਿਸ਼ਟੀ ਵਿੱਚ ਸਭ ਕੁਝ ਉਸ ਦੀ ਕੀਤਾ ਹੀ ਹੁੰਦਾ ਹੈ । ਪ੍ਰਭ ਦੇ ਸ਼ਬਦ ਦੀ ਪਾਲਣਾ ਕਰਨ ਨਾਲ ਅਨੇਕਾਂ ਹੀ ਪਾਪੀ ਬਖਸ਼ੇ ਗਏ ਹਨ । ਇਹ ਹੀ ਪ੍ਰਭ ਦੇ ਸ਼ਬਦ ਦੀ ਪਾਲਣਾ ਵਿੱਚ ਬਰਕਤ, ਸ਼ਬਦ ਦੇ ਸਿਮਰਨ ਵਿੱਚ ਸ਼ਕਤੀ ਹੈ ।

The Omniscient True Master remains aware about the state of mind of His Creation. Only His command may prevail in the universe and everything has been accomplished with His command. By obeying the teachings of His Word with steady and stable belief in his day-to-day life; with His mercy and grace, even many sinners have been forgiven and accepted in His Court. This may be a uniqueness in obeying the teachings of His Word and strength of meditation.

ਮਤ ਭੂਲਹੁ ਮਾਨੁਖ ਜਨ, mat bhoolahu maanukh jan
ਮਾਇਆ ਭਰਮਾਇਆ॥ maa-i-aa bharmaa-i-aa.
ਨਾਨਕ ਤਿਸੁ ਪਤਿ ਰਾਖਸੀ, naanak tis pat raakhsee
ਜੋ ਪ੍ਰਭਿ ਪਹਿਰਾਇਆ॥੪॥੧੬॥੪੬॥ jo parabh pehraa-i-aa. ||4||16||46||

ਅਣਜਾਣ ਸੰਸਾਰਕ ਮਾਇਆ ਦਾ ਥੋੜ੍ਹਾ ਸਮਾਂ ਅਨੰਦ ਦੇਖਕੇ ਮਾਇਆ ਪਿਛੇ ਨਾ ਲੱਗੋ! ਜਿਹੜਾ ਅਡੋਲ ਭਰੋਸੇ ਨਾਲ ਪ੍ਰਭ ਦੇ ਸ਼ਬਦ ਦੀ ਪਾਲਣਾ ਕਰਦਾ ਹੈ । ਕੇਵਲ ਉਸ ਤੇ ਹੀ ਪ੍ਰਭ ਦੀ ਰਹਿਮਤ ਦੀ ਨਜ਼ਰ ਬਖਸ਼ਿਸ਼ ਹੁੰਦੀ ਹੈ ।

Ignorant, you may not be intoxicated with the short-lived comforts and glamours of worldly wealth. Whosoever may obey the teachings of His Word with steady and stable belief in his day-to-day life; only he may be blessed with His mercy and grace.

286. ਬਿਲਾਵਲੁ ਮਹਲਾ ੫॥ 812-12

ਮਾਟੀ ਤੇ ਜਿਨਿ ਸਾਜਿਆ, maatee tay jin saaji-aa
ਕਰਿ ਦੁਰਲਭ ਦੇਹ॥ kar durlabh dayh.
ਅਨਿਕ ਛਿਦ੍ਰ ਮਨ ਮਹਿ ਢਕੇ, anik chhidar man meh dhakay
ਨਿਰਮਲ ਦ੍ਰਿਸਟੇਹ॥੧॥ nirmal daristayh. ||1||

ਪ੍ਰਭ ਨੇ ਭਸਮ ਹੋ ਜਾਣ ਵਾਲੀ ਮਿੱਟੀ ਤੋਂ ਹੀ ਇਹ ਅਮੋਲਕ ਤਨ ਨੂੰ ਸਾਜਿਆ ਹੈ । ਇਸ ਵਿੱਚ ਅਨੇਕਾਂ ਅਉਗੁਣਾਂ ਨੂੰ ਢੱਕਕੇ ਇਸ ਨੂੰ ਇੱਕ ਪਵਿੱਤਰ ਰੂਪ ਬਖਸ਼ਿਆ ਹੈ ।

The True Master has created an ambrosial body from a perishable dust. He has covered many sinful virtues and blessed a sanctified body.

ਕਿਉ ਬਿਸਰੈ ਪ੍ਰਭੁ ਮਨੈ ਤੇ,	ki-o bisrai parabh manai tay
ਜਿਸ ਕੇ ਗੁਣ ਏਹ॥	jis kay gun ayh.
ਪ੍ਰਭ ਤਜਿ ਰਚੇ ਜਿ ਆਨ ਸਿਉ,	parabh taj rachay je aan si-o
ਸੋ ਰਲੀਐ ਖੇਹ॥ ੧॥ਰਹਾਉ॥	so ralee-ai khayh.||1|| rahaa-o.

ਇਤਨੇ ਗੁਣ ਵਾਲੇ, ਗੁਣ ਬਖਸ਼ਣ ਵਾਲੇ ਮਾਲਕ ਪ੍ਰਭ ਨੂੰ ਮਨ ਵਿਚੋਂ ਕਿਵੇਂ ਵਿਸਾਰਿਆ ਜਾ ਸਕਦਾ ਹੈ? ਜਿਹੜਾ ਪ੍ਰਭ ਦੇ ਸ਼ਬਦ ਨੂੰ ਮਨੋ ਵਿਸਾਰ ਕੇ ਕਿਸੇ ਹੋਰ ਦੇ ਪਿਛੇ ਲੱਗ ਜਾਂਦਾ ਹੈ । ਅੰਤ ਵਿੱਚ ਉਸ ਦਾ ਤਨ ਤਾ ਭਸਮ ਵਿੱਚ ਹੀ ਰਲ ਜਾਂਦਾ ਹੈ ।

The True Master has blessed so many great virtues to His Creation. How may His Word be abandoned from day-to-day life? Whosoever may abandon the teachings of His Word from his day-to-day life; he may remain intoxicated in worldly wealth; his body may only become part of ashes.

ਸਿਮਰਹੁ ਸਿਮਰਹੁ ਸਾਸਿ ਸਾਸਿ,	simrahu simrahu saas saas
ਮਤ ਬਿਲਮ ਕਰੇਹ॥	mat bilam karayh.
ਛੋਡਿ ਪ੍ਰਪੰਚੁ ਪ੍ਰਭ ਸਿਉ ਰਚਹੁ,	chhod parpanch parabh si-o rachahu
ਤਜਿ ਕੂੜੇ ਨੇਹ॥੨॥	taj koorhay nayh. ||2||

ਜੀਵ ਆਪਣੇ ਮਨ ਨੂੰ ਭਰਮਾਂ ਵਿੱਚ ਨਾ ਪਾਵੋ! ਪ੍ਰਭ ਦੇ ਸ਼ਬਦ ਦਾ ਸਿਮਰਨ, ਗੁਣ ਸਵਾਸ ਸਵਾਸ ਗਾਵੋ! ਸੰਸਾਰਕ ਮਾਇਆ ਦੇ ਧੰਦੇ, ਇੱਛਾਂ ਤਿਆਗਕੇ ਸ਼ਬਦ ਦੇ ਲੜ ਲੱਗੋ! ਥੋੜ੍ਹਾ ਸਮਾਂ ਰਹਿਣ ਵਾਲੇ ਮਾਇਆ ਦੇ ਅਨੰਦ ਨੂੰ ਮਨ ਵਿਚੋਂ ਤਿਆਗ ਦੇਵੋ!

You should not become a slave of worldly religious rituals and suspicions. You should meditate and sing the glory of His Word with each breath. You should abandon the evil deeds, intoxicated with greed of Worldly wealth. You should abandon the desire of short-lived pleasures from your mind.

ਜਿਨਿ ਅਨਿਕ ਏਕ ਬਹੁ ਰੰਗ ਕੀਏ ਹੈ,	jin anik ayk baho rang kee-ay hai
ਹੋਸੀ ਏਹ॥	hosee ayh.
ਕਰਿ ਸੇਵਾ ਤਿਸੁ ਪਾਰਬ੍ਰਹਮ,	kar sayvaa tis paarbarahm
ਗੁਰ ਤੇ ਮਤਿ ਲੇਹ॥੩॥	gur tay mat layh.||3||

ਅਨੇਕਾਂ ਹੀ ਅਕਾਰਾਂ ਵਿੱਚ, ਰੰਗਾਂ ਵਿੱਚ ਇੱਕੋ ਇੱਕ ਪ੍ਰਭ ਦੀ ਹੀ ਜੋਤ ਵਸਦੀ ਹੈ । ਸਾਰੇ ਹੀ ਉਸ ਪ੍ਰਭ ਦੇ ਪੈਦਾ ਕੀਤੇ ਹੋਏ ਹਨ । ਜੀਵ, ਪ੍ਰਭ ਦੇ ਸ਼ਬਦ ਤੇ ਭਰੋਸਾ ਅਡੋਲ ਰਖਕੇ ਸ਼ਬਦ ਦੀ ਪਾਲਣਾ ਕਰੋ!

The Holy Spirit remains embedded within each soul of all creatures. His Holy Spirit dwells in all bodies in different shape and colors. The One and only One True Master has created the universe. You should with steady and stable belief obey the teachings of His Word.

ਊਚੇ ਤੇ ਊਚਾ ਵਡਾ	oochay tay oochaa vadaa
ਸਭ ਸੰਗਿ ਬਰਨੇਹ॥	sabh sang barnayh.
ਦਾਸ ਦਾਸ ਕੋ ਦਾਸਰਾ,	daas daas ko daasraa
ਨਾਨਕ ਕਰਿ ਲੇਹ॥ ੪॥੧੭॥੪੭॥	naanak kar layh. ||4||17||47||

ਪ੍ਰਭ ਤੂੰ ਹੀ ਸਭ ਤੋ ਵੱਡਾ, ਮਹਾਨ ਹੈ । ਤੂੰ ਹੀ ਜੀਵਾਂ ਦਾ ਸਦਾ ਸਾਥ ਦੇਣ ਵਾਲਾ ਅਸਲੀ ਸਾਥੀ, ਮਾਲਕ ਹੈ । ਬੰਦਗੀ ਕਰਨ ਵਾਲੇ ਦੀ ਇੱਕੋ ਇੱਕ ਹੀ ਅਰਦਾਸ ਹੁੰਦੀ ਹੈ । ਆਪਣੇ ਦਾਸਾਂ ਦੇ ਲੜ ਲਾਵੋ! ਦਾਸਾਂ ਦਾ ਦਾਸ ਬਣਾਵੋ!

The One and only One True Master, greatest of All remains a true companion and True Master of each soul. His true devotee may have one and only one prayer for His forgiveness and devotion to meditation to sanctify his soul to become worth of His consideration.

287. ਬਿਲਾਵਲੁ ਮਹਲਾ ੫॥ 812-17

ਏਕ ਟੇਕ ਗੋਵਿੰਦ ਕੀ,	ayk tayk govind kee
ਤਿਆਗੀ ਅਨ ਆਸ॥	ti-aagee an aas.
ਸਭ ਊਪਰਿ ਸਮਰਥ ਪ੍ਰਭ	sabh oopar samrath parabh
ਪੂਰਨ ਗੁਣਤਾਸ॥੧॥	pooran guntaas.||1||

ਪ੍ਰਭ ਮੈਂ ਆਪਣੇ ਮਨ ਵਿਚੋਂ ਹੋਰ ਸਭ ਆਸਾਂ ਤਿਆਗ ਦਿੱਤੀਆਂ ਹਨ । ਕੇਵਲ ਤੇਰੇ ਸ਼ਬਦ ਤੇ ਹੀ ਆਸ ਲਾਈ, ਭਰੋਸਾ ਅਡੋਲ ਕੀਤਾ ਹੈ । ਪ੍ਰਭ ਸਰਬ ਕਲਾ ਸਮਰਥ, ਗੁਣਾਂ ਦਾ ਪੂਰਨ ਖਜ਼ਾਨਾ ਹੈ ।

The True Master, I have abandoned all other hopes from my mind. I have only one hope and steady and stable belief on Your Word, blessings. The Omnipotent True Master is a perfect treasure of all virtues.

ਜਨ ਕਾ ਨਾਮੁ ਅਧਾਰੁ ਹੈ,	jan kaa naam aDhaar hai
ਪ੍ਰਭ ਸਰਣੀ ਪਾਹਿ॥	parabh sarnee paahi.
ਪਰਮੇਸਰ ਕਾ ਆਸਰਾ,	parmaysar kaa aasraa
ਸੰਤਨ ਮਨ ਮਾਹਿ॥੧॥ ਰਹਾਉ॥	santan man maahi. ||1||rahaa-o.

ਜਿਹੜਾ ਪ੍ਰਭ ਦੀ ਸ਼ਰਣ ਵਿੱਚ ਆਉਂਦਾ ਹੈ । ਪ੍ਰਭ ਦੇ ਸ਼ਬਦ ਦੀ ਪਾਲਣਾ ਹੀ ਉਸ ਦੇ ਜੀਵਨ ਦਾ ਅਧਾਰ ਬਣ ਜਾਂਦਾ ਹੈ । ਬੰਦਗੀ ਕਰਨ ਵਾਲਾ ਸਦਾ ਹੀ ਮਨ ਵਿੱਚ ਪ੍ਰਭ ਦੇ ਸ਼ਬਦ ਤੇ, ਬਖਸ਼ੇ ਤੇ ਭਰੋਸਾ ਅਡੋਲ ਰਖਕੇ ਸ਼ਬਦ ਦੀ ਪਾਲਣਾ ਕਰਦਾ ਹੈ ।

Whosoever may surrender his mind, body, and worldly status at His sanctuary; to obey the teachings of His Word may become the only purpose of his human life opportunity. His true devotee may always obey the teachings of His Word with steady and stable belief in his day-to-day life.

ਆਪਿ ਰਖੈ ਆਪਿ ਦੇਵਸੀ,	aap rakhai aap dayvsee
ਆਪੇ ਪ੍ਰਤਿਪਾਰੈ॥	aapay partipaarai.
ਦੀਨ ਦਇਆਲ ਕ੍ਰਿਪਾ ਨਿਧੇ,	deen da-i-aal kirpaa niDhay
ਸਾਸਿ ਸਾਸਿ ਸਮ੍ਾਰੈ॥੨॥	saas saas samHaarai. ||2||

ਆਪ ਹੀ ਆਪਣੇ ਪੈਦਾ ਕੀਤੇ ਜੀਵਾਂ ਦੀ ਪਾਲਣਾ ਪੋਸਨਾ, ਰਖਿਆ ਕਰਦਾ, ਰਹਿਮਤਾਂ ਬਖਸ਼ਦਾ ਹੈ । ਗੁਣਾਂ ਦਾ ਭੰਡਾਰੀ ਪ੍ਰਭ, ਨਿਮਾਣੇ ਜੀਵਾ ਦੀ ਸਵਾਸ ਸਵਾਸ ਰਖਿਆ ਕਰਦਾ ਹੈ ।

The True Master, Creator nourishes, protects, and bestows His virtue on His creation. The True Master, treasure of all virtues remains the protector of humble helpless creatures. His Creation depends and hope for His protections with each breath.

ਕਰਣਹਾਰੁ ਜੋ ਕਰਿ ਰਹਿਆ,	karanhaar jo kar rahi-aa
ਸਾਈ ਵਡਿਆਈ॥	saa-ee vadi-aa-ee.
ਗੁਰਿ ਪੂਰੈ ਉਪਦੇਸਿਆ	gur poorai updaysi-aa
ਸੁਖੁ ਖਸਮ ਰਜਾਈ॥੩॥	sukh khasam rajaa-ee.||3||

ਜੋ ਕੁਝ ਹੀ ਪ੍ਰਭ ਕਰਦਾ ਹੈ, ਬਖਸ਼ਦਾ ਹੈ, ਇਹ ਪ੍ਰਭ ਦੀ ਵਡਿਆਈ ਹੀ ਹੈ । ਪ੍ਰਭ ਦੇ ਸ਼ਬਦ ਦੀ ਪਾਲਣਾ ਤੋ ਇਹ ਹੀ ਸੋਝੀ, ਸਿਖਿਆਂ ਬਖਸ਼ਿਸ਼ ਹੁੰਦੀ ਹੈ । ਕੇਵਲ ਪ੍ਰਭ ਦੀ ਰਹਿਮਤ ਨਾਲ ਹੀ ਮਨ ਵਿੱਚ ਸੰਤੋਖ ਬਖਸ਼ਿਸ਼ ਹੁੰਦਾ ਹੈ ।

Whatsoever may be blesses to His Creation that may be all greatness of The True Master. This enlightenment of this essence of His Nature may be blessed by obeying the teachings of His Word. Only with His mercy and grace, His true devotee may be blessed with contentment.

ਚਿੰਤ ਅੰਦੇਸਾ ਗਣਤ ਤਜਿ,	chint andaysaa ganat taj
ਜਨਿ ਹੁਕਮੁ ਪਛਾਤਾ॥	jan hukam pachhaataa.
ਨਹ ਬਿਨਸੈ ਨਹ ਛੋਡਿ ਜਾਇ,	nah binsai nah chhod jaa-ay
ਨਾਨਕ ਰੰਗਿ ਰਾਤਾ॥ ੪॥੧੮॥੪੮॥	naanak rang raataa. ||4||18||48||

ਜਿਹੜਾ ਪ੍ਰਭ ਦੇ ਸ਼ਬਦ ਨੂੰ ਮਨ ਵਿੱਚ ਜਾਗਰਤ ਕਰ ਲੈਂਦਾ, ਉਹ ਪ੍ਰਭ ਦਾ ਹੁਕਮ ਪਛਾਣ ਜਾਂਦਾ ਹੈ । ਉਸ ਦੇ ਮਨ ਵਿਚੋਂ ਸਾਰੀਆਂ ਚਿੰਤਾਂ ਹੀ ਦੂਰ ਹੋ ਜਾਂਦੀਆਂ ਹਨ । ਉਸ ਆਤਮਾ ਦਾ ਪ੍ਰਭ ਨਾਲੋ ਵਿਛੋੜਾ ਨਹੀਂ ਹੁੰਦਾ । ਬੰਦਗੀ ਕਰਨ ਵਾਲਾ ਪ੍ਰਭ ਦੇ ਸ਼ਬਦ ਦੀ ਸਮਾਧੀ ਵਿੱਚ ਹੀ ਮਸਤ ਹੋ ਜਾਂਦਾ ਹੈ ।

Whosoever may be enlighten with the teachings of His Word; with His mercy and grace, he may recognize the real purpose of human life blessings. All his worries may be eliminated; his soul may never be separated from His Holy Spirit again. His true devotee may remain intoxicated within the void of His Word.

288. ਬਿਲਾਵਲੁ ਮਹਲਾ ੫॥ 813-3

ਮਹਾ ਤਪਤਿ ਤੇ ਭਈ,	mahaa tapat tay bha-ee
ਸਾਂਤਿ ਪਰਸਤ ਪਾਪ ਨਾਠੇ॥	saaNt parsat paap naathay.
ਅੰਧ ਕੂਪ ਮਹਿ ਗਲਤ ਥੇ,	anDh koop meh galat thay
ਕਾਢੇ ਦੇ ਹਾਥੇ॥੧॥	kaadhay day haathay. ||1||

ਜਿਹੜੀ ਆਤਮਾ ਸੰਸਾਰਕ ਧਰਮਾਂ ਵਿੱਚ, ਭਰਮਾਂ ਪਿਛੇ ਲੱਗੀ, ਜੰਨਾਂ ਦੇ ਚੱਕਰ ਵਿੱਚ ਫਸੀ ਹੋਈ ਸੀ । ਪ੍ਰਭ ਦਾ ਸ਼ਬਦ ਮਨ ਵਿੱਚ ਜਾਗਰਤ ਹੋਣ ਨਲ ਮਨ ਦੇ ਪਾਪ ਬਖਸ਼ੇ ਜਾਂਦੇ ਹਨ । ਮਨ ਵਿਚੋਂ ਚਿੰਤਾਂ ਦੀ ਅੱਗ ਬੁਝ ਜਾਂਦੀ ਹੈ, ਸੰਤੋਖ ਵਸ ਜਾਂਦਾ ਹੈ । ਇਸ ਵਿਚੋਂ ਬਚ ਜਾਂਦੀ ਹੈ, ਪ੍ਰਭ ਕੱਢ ਲੈਂਦਾ ਹੈ ।

Whosoever may remain intoxicated in worldly religious suspicions, rituals, he remains in the cycle of birth and death. Whosoever may be enlightened with the essence of His Word: with His mercy and grace, all his sins may be forgiven. His fire of worldly miseries and frustration of worldly desires may be extinguished. He may be drenched with the essence of His Word. The True Master may pull his soul and guide her on the right path of acceptance in His Court.

ਓਇ ਹਮਾਰੇ ਸਾਜਨਾ,	o-ay hamaaray saajnaa
ਹਮ ਉਨ ਕੀ ਰੇਨ॥	ham un kee rayn.
ਜਿਨ ਭੇਟਤ ਹੋਵਤ ਸੁਖੀ,	jin bhaytat hovat sukhee
ਜੀਅ ਦਾਨੁ ਦੇਨ॥੧॥ ਰਹਾਉ॥	jee-a daan dayn. ||1|| rahaa-o.

ਪ੍ਰਭ ਹੀ ਮੇਰਾ ਅਸਲੀ ਸਾਥੀ ਹੈ, ਮੇਰੀ ਹੈਸੀਅਤ ਉਸ ਦੇ ਦਾਸਾਂ ਦੇ ਚਰਨਾਂ ਦੀ ਧੂੜ ਦੇ ਸਮਾਨ ਵੀ ਨਹੀਂ ਹੈ । ਸ਼ਬਦ ਦੀ ਭਰੋਸੇ ਨਾਲ ਪਾਲਣਾ ਕਰਨ ਨਾਲ ਮਨ ਵਿੱਚ ਸੰਤੋਖ ਬਖਸ਼ਿਸ਼ ਹੁੰਦਾ ਹੈ । ਪ੍ਰਭ ਨੇ ਹੀ ਇਹ ਆਤਮਾ ਨੂੰ ਸਵਾਸ ਬਖਸ਼ੇ ਹਨ ।

The True Master is my only true companion. My own status may not be significant, much less than the dust of the feet of His Holy saint. Whosoever may obey the teachings of His Word with steady and stable belief in his day-to-day life; with His mercy and grace, he be blessed with contentment in his life. The True Master has blessed a capital of breath to my soul.

ਪਰਾ ਪੂਰਬਲਾ ਲੀਖਿਆ,	paraa poorbalaa leekhi-aa
ਮਿਲਿਆ ਅਬ ਆਇ॥	mili-aa ab aa-ay.
ਬਸਤ ਸੰਗਿ ਹਰਿ ਸਾਧ ਕੈ,	basat sang har saaDh kai

ਪੂਰਨ ਆਸਾਇ॥੨॥ pooran aasaa-ay. ||2||

ਸੰਤਾਂ ਦੇ ਜੀਵਨ ਦੀ ਸਿਖਿਆਂ ਨਾਲ ਜੀਵਨ ਢਾਲਣ ਨਾਲ ਮੇਰੇ ਪਿਛਲੇ ਜਨਮਾਂ ਦੇ ਕੀਤੇ ਭਾਗ ਜਾਗ ਪਏ, ਫਲ ਬਖਸ਼ਿਸ਼ ਹੋ ਗਿਆ ਹੈ । ਮਨ ਦੀਆਂ ਮੁਰਾਦਾਂ ਪੂਰੀਆਂ ਹੋ ਗਈਆਂ ਹਨ ।

By adopting the life experience teachings of His true devotee in my own life; with His mercy and grace, my prewritten destiny has been rewarded. All my spoken and unspoken desires have been fulfilled.

ਭੈ ਬਿਨਸੇ ਤਿਹੁ ਲੋਕ ਕੇ, bhai binsay tihu lok kay
ਪਾਏ ਸੁਖ ਥਾਨ॥ paa-ay sukh thaan.
ਦਇਆ ਕਰੀ ਸਮਰਥ, da-i-aa karee samrath
ਗੁਰਿ ਬਸਿਆ ਮਨਿ ਨਾਮ॥੩॥ gur basi-aa man naam. ||3||

ਮਨ ਵਿਚੋਂ ਤਿੰਨਾਂ ਸ੍ਰਿਸ਼ਟੀਆਂ ਦੇ ਭਰਮ, ਡਰ ਖਤਮ ਹੋ ਗਏ ਹਨ । ਪ੍ਰਭ ਦੀ ਰਹਿਮਤ ਨਾਲ, ਪ੍ਰਭ ਦਾ ਸ਼ਬਦ ਮਨ ਵਿੱਚ ਜਾਗਰਤ ਹੋ ਗਿਆ ਹੈ । ਮਨ ਵਿੱਚ ਸੰਤੋਖ, ਖੇੜਾ ਬਖਸ਼ਿਸ਼ ਹੋ ਗਿਆ ਹੈ ।

All my suspicions and fear of three universes have been eliminated. With His mercy and grace, I have been enlightened with the essence of His Word. I have been blessed with contentment and blossom within my mind.

ਨਾਨਕ ਕੀ ਤੂ ਟੇਕ, naanak kee too tayk
ਪ੍ਰਭ ਤੇਰਾ ਆਧਾਰ॥ parabh tayraa aaDhaar.
ਕਰਣ ਕਾਰਣ ਸਮਰਥ ਪ੍ਰਭ, karan kaaran samrath parabh
ਹਰਿ ਅਗਮ ਅਪਾਰ॥ ੪॥੧੯॥੪੯॥ har agam apaar. ||4||19||49||

ਪ੍ਰਭ ਤੂੰ ਹੀ ਸਭ ਕੁਝ ਕਰਨ ਕਰਵਾਉਣ ਵਾਲਾ ਮਾਲਕ ਹੈ । ਤੂੰ ਅਥਾਹ, ਜਾਣਕਾਰੀ ਤੋਂ ਉਪਰ ਹੈ । ਪ੍ਰਭ, ਬੰਦਗੀ ਕਰਨ ਵਾਲੇ ਨੂੰ ਤੇਰਾ ਹੀ ਆਸਰਾ ਹੈ । ਉਸ ਦੇ ਜੀਵਨ ਦਾ ਅਧਾਰ ਤੇਰੇ ਹੀ ਸ਼ਬਦ ਦੀ ਪਾਲਣਾ ਬਣ ਜਾਂਦਾ ਹੈ ।

Only the command of The Omnipotent True Master may prevail in the universe; everything may happen in the universe with His command. He has unlimited virtues and mysteries beyond the comprehension of His Creation. His true devotee always prays for His forgiveness and refuge. He always seeks His help, counsel. To obeys the teachings of His Word remains the only real purpose of his human life opportunity.

289. ਬਿਲਾਵਲੁ ਮਹਲਾ ੫॥ 813-8

ਸੋਈ ਮਲੀਨੁ ਦੀਨੁ ਹੀਨੁ, so-ee maleen deen heen
ਜਿਸੁ ਪ੍ਰਭੁ ਬਿਸਰਾਨਾ॥ jis parabh bisraanaa.
ਕਰਨੈਹਾਰੁ ਨ ਬੂਝਈ, karnaihaar na boojh-ee
ਆਪੁ ਗਨੈ ਬਿਗਾਨਾ॥੧॥ aap ganai bigaanaa.||1||

ਜਿਹੜਾ ਪ੍ਰਭ ਦਾ ਸ਼ਬਦ ਮਨ ਵਿਚੋਂ ਵਿਸਾਰ ਦੇਂਦਾ ਹੈ । ਉਸ ਦਾ ਮਨ ਮੈਲ ਨਾਲ ਭਰਿਆਂ, ਨੀਚ ਹੁੰਦਾ ਹੈ । ਉਸ ਨੂੰ ਪ੍ਰਭ ਦੇ ਸ਼ਬਦ ਦੀ ਸੋਝੀ ਬਖਸ਼ਿਸ਼ ਨਹੀਂ ਹੁੰਦੀ, ਪ੍ਰਭ ਦਾ ਹੁਕਮ ਨਹੀਂ ਪਛਾਣਦਾ । ਉਹ ਆਪਣੇ ਆਪ ਨੂੰ ਹੀ ਸਭ ਕੁਝ ਕਰਨ ਵਾਲਾ ਸਮਝਦਾ ਹੈ, ਸਭ ਕੁਝ ਉਸ ਨੇ ਆਪ ਹੀ ਕੀਤਾ ਹੈ ।

Whosoever may abandon the teachings of His Word from his day-to-day life. He remains intoxicated with the blemish of worldly wealth. He may become very mean in his day-to-day life. He may not be enlightened with the essence of His Word or recognize His command or the real purpose of his human life opportunity. Ignorant believes that he has accomplished everything in the universe with his own wisdom, hard work and self-sacrifices.

ਦੂਖੁ ਤਦੇ ਜਦਿ ਵੀਸਰੈ,	dookh taday jad veesrai
ਸੁਖੁ ਪ੍ਰਭ ਚਿਤਿ ਆਏ॥	sukh parabh chit aa-ay.
ਸੰਤਨ ਕੈ ਆਨੰਦੁ ਏਹੁ,	santan kai aanand ayhu
ਨਿਤ ਹਰਿ ਗੁਣ ਗਾਏ॥ ੧॥ਰਹਾਉ॥	nit har gun gaa-ay.||1|| rahaa-o.

ਜਿਸ ਦੇ ਮਨ ਵਿਚੋਂ ਪ੍ਰਭ ਦਾ ਸ਼ਬਦ ਵਿਸਰ ਜਾਂਦਾ ਹੈ । ਉਸ ਦੇ ਮਨ ਵਿੱਚ ਸੰਸਾਰਕ ਚਿੰਤਾਂ ਦਾ ਜ਼ੋਰ ਹੋ ਜਾਂਦਾ ਹੈ । ਜਿਸ ਦੇ ਮਨ ਵਿੱਚ ਪ੍ਰਭ ਦੇ ਸ਼ਬਦ ਤੇ ਭਰੋਸਾ ਅਡੋਲ ਹੁੰਦਾ ਹੈ । ਉਸ ਦੇ ਮਨ ਵਿੱਚ ਸੰਤੋਖ ਭਰ ਜਾਂਦਾ ਹੈ । ਬੰਦਗੀ ਕਰਨ ਵਾਲੇ ਸੰਤਾਂ ਦੇ ਜੀਵਨ ਦਾ ਇਹ ਹੀ ਢੰਗ ਹੁੰਦਾ ਹੈ । ਉਸ ਦੇ ਮਨ ਵਿੱਚ ਖੇੜਾ ਵਸਦਾ, ਉਹ ਸਵਾਸ ਸਵਾਸ ਸ਼ਬਦ ਦੇ ਗੁਣ ਗਾਉਂਦਾ ਹੈ ।

Whosoever may abandon the teachings of His Word from his day-to-day life; he may remain intoxicated with worldly wealth, worldly desires, and worries dominate his state of mind. Whosoever may obey the teachings of His Word with steady and stable belief in his day-to-day life; with His mercy and grace, his mind may be overwhelmed with contentment in his worldly environments. This may become the way of life of His true devotee. He remains contented and in blossom in all worldly environments. He sings the glory of His Word with each breath.

ਊਚੇ ਤੇ ਨੀਚਾ ਕਰੈ,	oochay tay neechaa karai
ਨੀਚ ਖਿਨ ਮਹਿ ਥਾਪੈ॥	neech khin meh thaapai.
ਕੀਮੀਤ ਕਹੀ ਨ ਜਾਈਐ,	keemat kahee na jaa-ee-ai
ਠਾਕੁਰ ਪਰਤਾਪੈ॥੨॥	thaakur partaapai.||2||

ਪ੍ਰਭ ਆਪ ਹੀ ਅਹੰਕਾਰੀ ਦੇ ਮਨ ਦਾ ਅਹੰਕਾਰ ਤੋੜਦਾ ਹੈ । ਨਿਮਾਣੇ ਨੂੰ ਇੱਕ ਪਲ ਵਿੱਚ ਹੀ ਮਾਣ, ਸੋਭਾ ਬਖਸ਼ਦਾ ਹੈ । ਪ੍ਰਭ ਦੀ ਰਹਿਮਤ ਦੀ ਕੀਮਤ ਦੀ ਵਿਆਖਿਆ ਨਹੀਂ ਕੀਤੀ ਜਾ ਸਕਦੀ ।

The True Master may enhance the honor of His humble devotee in a twinkle of eyes and rebukes the slanderer, who may be intoxicated with ego and worldly pride. He shows him his feet to realize the reality of real worldly life. The significance of His blessings may not be explained and remains beyond the comprehension of His Creations.

ਪੇਖਤ ਲੀਲਾ ਰੰਗ ਰੂਪ,	paykhat leelaa rang roop
ਚਲਨੈ ਦਿਨੁ ਆਇਆ॥	chalnai din aa-i-aa.
ਸੁਪਨੇ ਕਾ ਸੁਪਨਾ ਭਇਆ,	supnay kaa supnaa bha-i-aa
ਸੰਗਿ ਚਲਿਆ ਕਮਾਇਆ॥੩॥	sang chali-aa kamaa-i-aa. ||3||

ਜੀਵ ਸੰਸਾਰ ਦੇ ਅਨੰਦ ਭਰੇ ਸੁਪਨੇ ਦੇਖਦੇ ਹੀ ਮੌਤ ਦਾ ਸਮਾਂ ਆ ਜਾਂਦਾ, ਮਨ ਵਿੱਚ ਸੁਪਨੇ ਹੀ ਰਹਿੰਦੇ ਹਨ । ਮਨ ਦੀਆਂ ਇੱਛਾਂ ਪੂਰੀਆਂ ਨਹੀਂ ਹੁੰਦੀਆਂ, ਉਸ ਦੇ ਸਾਥ ਕੁਝ ਨਹੀਂ ਜਾਂਦਾ ।

Self-minded may remain in sweet dreams of pleasures of worldly life. The devil of death knocks at his door, all his worldly desires remain as dreams. He may not satisfy any of His worldly dream; he may not carry any earnings with him to support in His Court.

ਕਰਣ ਕਾਰਣ ਸਮਰਥ ਪ੍ਰਭ,	karan kaaran samrath parabh
ਤੇਰੀ ਸਰਣਾਈ॥	tayree sarnaa-ee.
ਹਰਿ ਦਿਨਸੁ ਰੈਣਿ ਨਾਨਕੁ ਜਪੈ,	har dinas rain naanak japai
ਸਦ ਸਦ ਬਲਿ ਜਾਈ॥੪॥੨੦॥੫੦॥	sad sad bal jaa-ee.||4||20||50||

ਪ੍ਰਭ ਤੂੰ ਹੀ ਸਭ ਕੁਝ ਕਰਨ ਕਰਵਾਉਣ ਵਾਲਾ ਮਾਲਕ ਹੈ । ਮੈਂ ਤੇਰੀ ਸ਼ਰਣ ਵਿੱਚ ਆਇਆ ਹਾ । ਬੰਦਗੀ ਕਰਨ ਵਾਲਾ ਦਿਨ ਰਾਤ ਤੇਰੇ ਸ਼ਬਦ ਦਾ ਸਿਮਰਨ ਕਰਦਾ ਹੈ । ਤੇਰੇ ਕੀਤੇ, ਬਖਸ਼ੇ ਤੋ ਸਦਾ ਹੈਰਾਨ ਹੀ ਰਹਿੰਦਾ ਹੈ ।

My Omnipotent True Master, only Your command may prevail in the universe and only You make everything happen in the universe. I have surrendered at Your sanctuary. Your true devotee may always meditate on the teachings of Your Word day and night. He always remains fascinated and astonished from Your blessings and miracles.

290.ਬਿਲਾਵਲੁ ਮਹਲਾ ੫॥ 813-13

ਜਲੁ ਢੋਵਉ ਇਹੁ ਸੀਸ ਕਰਿ,	jal dhova-o ih sees kar
ਕਰ ਪਗ ਪਖਲਾਵਉ॥	kar pag pakhlaava-o.
ਬਾਰਿ ਜਾਉ ਲਖ ਬੇਰੀਆ,	baar jaa-o lakh bayree-aa
ਦਰਸੁ ਪੇਖਿ ਜੀਵਾਵਉ॥੧॥	daras paykh jeevaava-o. ||1||

ਆਪਣੇ ਆਪ ਨੂੰ ਨੀਵਾਂ, ਨਿਮਾਣਾ ਬਣਾਕੇ ਬੰਦਗੀ ਕਰਨ ਵਾਲੇ ਦੀ ਸੇਵਾ ਕਰੋ! ਉਸ ਦੇ ਜੀਵਨ ਤੋ ਸਿਖਿਆਂ ਲੈ ਕੇ ਆਪਣਾ ਜੀਵਨ ਢਾਲਣ ਨਾਲ ਪ੍ਰਭ ਦਾ ਸ਼ਬਦ ਮਨ ਵਿੱਚ ਜਾਗਰਤ ਹੋ ਜਾਂਦਾ ਹੈ । ਮਨ ਪ੍ਰਭ ਦੀ ਹੋਂਦ ਮਹਿਸੂਸ ਕਰਕੇ ਹੈਰਾਨ ਹੀ ਹੋ ਜਾਂਦਾ ਹੈ ।

You should humbly swallow your pride, serve, and provide comforts to His true devotee. By adopting the life experience teachings of His true devote in your own day-to-day life; with His mercy and grace, you may be enlightened with the essence of His Word. You may be astonished by realizing The Holy Spirit prevailing everywhere.

ਕਰਉ ਮਨੋਰਥ ਮਨੈ ਮਾਹਿ,	kara-o manorath manai maahi apnay
ਅਪਨੇ ਪ੍ਰਭ ਤੇ ਪਾਵਉ॥	parabh tay paava-o.
ਦੇਉ ਸੂਹਨੀ ਸਾਧ ਕੈ,	day-o soohnee saaDh kai
ਬੀਜਨੁ ਢੋਲਾਵਉ॥੧॥ ਰਹਾਉ॥	beejan dholaava-o.||1|| rahaa-o.

ਜਿਹੜਾ ਸ਼ਰਧਾ ਨਾਲ ਸ਼ਬਦ ਦੀ ਪਾਲਣਾ, ਬੰਦਗੀ ਕਰਨ ਵਾਲੇ ਦੀ ਸੇਵਾ ਕਰਦਾ ਹੈ । ਪ੍ਰਭ ਆਪ ਹੀ ਰਹਿਮਤ ਬਖਸ਼ਕੇ ਉਸ ਦੀਆਂ ਮੁਰਾਦਾਂ ਪੂਰੀਆਂ ਕਰਦਾ ਹੈ । ਸ਼ਰਧਾ ਨਾਲ ਬੰਦਗੀ ਕਰਨ ਵਾਲੇ ਨੂੰ ਅਰਾਮ ਦੇਣ ਵਾਸਤੇ ਸੇਵਾ ਕਰੋ! ਆਪਣੇ ਆਪ ਨੂੰ ਉਸ ਦੇ ਚਰਨਾਂ ਦੀ ਧੂੜ ਦੇ ਸਮਾਨ ਸਮਝੋ!

Whosoever may obey the teachings of His Word with steady and stable belief and serves to provide comforts to His Holy Saint; with His mercy and grace, all his spoken and unspoken desires may be satisfied. You should serve and provide comforts to His true devotee. You should consider your worldly status less significant than the dust of his feet.

ਅੰਮ੍ਰਿਤ ਗੁਣ ਸੰਤ ਬੋਲਤੇ,	amrit gun sant boltay
ਸੁਣਿ ਮਨਹਿ ਪੀਲਾਵਉ॥	sun maneh peelaava-o.
ਉਆ ਰਸ ਮਹਿ ਸਾਂਤਿ ਤ੍ਰਿਪਤਿ ਹੋਇ,	u-aa ras meh saaNt taripat ho-ay
ਬਿਖੈ ਜਲਨਿ ਬੁਝਾਵਉ॥੨॥	bikhai jalan bujhaava-o. ||2||

ਬੰਦਗੀ ਕਰਨ ਵਾਲਾ ਆਪਣੇ ਜੀਵਨ ਦੀ ਸਿਖਿਆਂ ਦੇ ਅਮੋਲਕ ਬਚਨ ਬੋਲਦਾ ਹੈ । ਬਚਨ ਸੁਣਕੇ ਆਪਣੇ ਜੀਵਨ ਵਿੱਚ ਢਾਲੋ! ਉਸ ਨਾਲ ਮਨ ਵਿਚੋਂ ਬੁਰੇ ਖਿਆਲ ਦੂਰ ਹੋ ਜਾਂਦੇ ਹਨ । ਮਨ ਵਿਚੋਂ ਸੰਸਾਰਕ ਇੱਛਾਂ ਦੀ ਪਿਆਸ ਖਤਮ ਹੋ ਜਾਂਦੀ ਹੈ । ਮਨ ਵਿੱਚ ਸੰਤੋਖ, ਖੇੜਾ ਵਸ ਜਾਂਦਾ ਹੈ ।

His true devotee may impart a priceless experience of his worldly life. You should listen carefully his sermons and adopt the teachings of His Word in your day-to-day life. All evil thought of your mind may be eliminated. The thirst of worldly desires may be quenched from your mind forever. With His mercy and grace, you may be blessed with contentment and blossom in your life.

ਜਬ ਭਗਤਿ ਕਰਹਿ ਸੰਤ ਮੰਡਲੀ,	jab bhagat karahi sant mandlee
ਤਿਨ੍ ਮਿਲਿ ਹਰਿ ਗਾਵਉ॥	tinH mil har gaava-o.
ਕਰਉ ਨਮਸਕਾਰ ਭਗਤ ਜਨ,	kara-o namaskaar bhagat jan
ਧੂਰਿ ਮੁਖਿ ਲਾਵਉ॥੩॥	Dhoor mukh laava-o. ||3||

ਜਿਹੜਾ ਬੰਦਗੀ ਕਰਨ ਵਾਲਾ ਸ਼ਰਧਾ ਨਾਲ ਸ਼ਬਦ ਦਾ ਕੀਰਤਨ ਕਰਦਾ, ਗੁਣ ਗਾਉਂਦਾ ਹੈ । ਉਸ ਦੇ ਸਾਥ ਰਲਕੇ ਸ਼ਬਦ ਦੇ ਗੁਣ ਗਾਵੋ! ਬੰਦਗੀ ਕਰਨ ਵਾਲੇ ਨੂੰ ਦਿਲੋਂ ਪ੍ਰਨਾਮ ਕਰੋ! ਉਸ ਦੇ ਚਰਨਾਂ ਦੀ ਧੂੜ ਦਾ ਪਵਿੱਤਰਤਾ ਵਾਲਾ ਤਿਲਕ ਲਾਵੋ! ਉਸ ਦੇ ਜੀਵਨ ਤੋ ਸਿਖਿਆਂ ਨਾਲ ਆਪਣਾ ਜੀਵਨ ਢਾਲੋ!

Whosoever may devotionally meditate and sings the glory of His Word; you should remain in his conjugation and sing the glory of His Word. You should wholeheartedly honor His true devotee. You should consider the dust of his feet, as a vermilion on your forehead as a sign of purity, as a sanctifying bath at The Holy shrine. Adopt his life experience teachings in your day-to-day life.

ਊਠਤ ਬੈਠਤ ਜਪਉ ਨਾਮੁ,	oothat baithat japa-o naam
ਇਹੁ ਕਰਮੁ ਕਮਾਵਉ॥	ih karam kamaava-o.
ਨਾਨਕ ਕੀ ਪ੍ਰਭ ਬੇਨਤੀ,	naanak kee parabh bayntee
ਹਰਿ ਸਰਨਿ ਸਮਾਵਉ॥ ੪॥੨੧॥੫੧॥	har saran samaava-o. ||4||21||51||

ਜੀਵ ਸਵਾਸ ਸਵਾਸ ਪ੍ਰਭ ਦੇ ਸ਼ਬਦ ਦੀ ਪਾਲਣਾ ਕਰੋ! ਹਰਇੱਕ ਕੰਮ ਕਰਨ ਸਮੇਂ ਸ਼ਬਦ ਦੀ ਸਿਖਿਆਂ ਧਿਆਨ ਵਿੱਚ ਰਖੋ! ਬੰਦਗੀ ਕਰਨ ਵਾਲਾ ਸਦਾ ਹੀ ਇੱਕੋ ਇੱਕ ਹੀ ਅਰਦਾਸ ਕਰਦਾ ਹੈ । ਰਹਿਮਤਾਂ ਦੇ ਮਾਲਕ ਆਪਣੇ ਸ਼ਬਦ ਦੇ ਲੜ ਲਾਵੋ! ਸ਼ਰਣ ਵਿੱਚ ਪਨਾਹ ਬਖਸ਼ੋ!

You should obey the teachings of His Word with steady and stable belief in your day-to-day life. You should always keep the essence of His Word within your mind in activities of your day-to-day worldly life. His true devotee always prays for His forgiveness and to be blessed with a devotional to meditation on the teachings of His Word. My soul may become worthy of His consideration and to be accepted at His sanctuary.

291. ਬਿਲਾਵਲੁ ਮਹਲਾ ੫॥ 813-19

ਇਹੁ ਸਾਗਰੁ ਸੋਈ ਤਰੈ,	ih saagar so-ee tarai
ਜੋ ਹਰਿ ਗੁਣ ਗਾਏ॥	jo har gun gaa-ay.
ਸਾਧਸੰਗਤਿ ਕੈ ਸੰਗਿ ਵਸੈ,	saaDhsangat kai sang vasai
ਵਡਭਾਗੀ ਪਾਏ॥੧॥	vadbhaagee paa-ay. ||1||

ਜਿਹੜਾ ਸ਼ਬਦ ਦੀ ਪਾਲਣਾ ਅਡੋਲ ਭਰੋਸੇ ਨਾਲ ਕਰਦਾ ਹੈ । ਉਹ ਹੀ ਸੰਸਾਰਕ ਸਾਗਰ ਪਾਰ ਕਰ ਜਾਂਦਾ, ਦਰਬਾਰ ਵਿੱਚ ਪ੍ਰਵਾਨ ਹੋ ਸਕਦਾ ਹੈ । ਬੰਦਗੀ ਕਰਨ ਵਾਲੇ ਦੀ ਸੰਗਤ ਵੱਡੇ ਭਾਗਾਂ ਨਾਲ ਹੀ ਬਖਸ਼ਿਸ਼ ਹੁੰਦੀ ਹੈ । ਸ਼ਬਦ ਦੇ ਲੜ ਵੱਡੇ ਭਾਗਾਂ ਨਾਲ ਹੀ ਲੱਗਦਾ ਹੈ ।

Whosoever may obey the teachings of His Word with steady and stable belief in his day-to-day life; with His mercy and grace, he may be saved from the miseries of worldly desires. He may be blessed with the right path of acceptance in His Court. Whosoever may have great prewritten destiny, only he may be blessed with the conjugation of His true devotee. Only he may be attached to a devotional meditation on the teachings of His Word.

ਸੁਣਿ ਸੁਣਿ ਜੀਵੈ ਦਾਸੁ ਤੁਮ੍,	sun sun jeevai daas
ਬਾਣੀ ਜਨ ਆਖੀ॥	tumH banee jan aakhee.
ਪ੍ਰਗਟ ਭਈ ਸਭ ਲੋਅ ਮਹਿ,	pargat bha-ee sabh lo-a meh
ਸੇਵਕ ਕੀ ਰਾਖੀ॥ ੧॥ਰਹਾਉ॥	sayvak kee raakhee. ||1|| rahaa-o.

ਬੰਦਗੀ ਕਰਨ ਵਾਲੇ ਦੇ ਜੀਵਨ ਦਾ ਮੰਤਵ ਹੀ ਸ਼ਬਦ ਦੀ ਪਾਲਣਾ ਕਰਨਾ ਬਣ ਜਾਂਦਾ ਹੈ । ਪ੍ਰਭ ਆਪ ਹੀ ਰਹਿਮਤ ਬਖਸ਼ਦਾ ਹੈ, ਸ਼ਬਦ ਨੂੰ ਮਨ ਵਿੱਚ ਜਾਗਰਤ ਕਰਦਾ ਹੈ । ਬੰਦਗੀ ਕਰਨ ਵਾਲੇ ਨੂੰ ਦਾਸ ਬਣਾਉਂਦਾ ਹੈ । ਸ਼ਰਣ ਵਿੱਚ ਪਨਾਹ ਬਖਸ਼ਦਾ, ਰਖਿਆ ਕਰਦਾ ਹੈ ।

To adopt the teachings of His Word with steady and stable belief in his day-to-day life, may become the only purpose of human life opportunity of His true devotee. With His mercy and grace, he may be enlightened with the essence of His Word. He may be accepted in His court.

ਅਗਨਿ ਸਾਗਰ ਤੇ ਕਾਢਿਆ,	agan saagar tay kaadhi-aa
ਪ੍ਰਭਿ ਜਲਨਿ ਬੁਝਾਈ॥	parabh jalan bujhaa-ee.
ਅੰਮ੍ਰਿਤ ਨਾਮੁ ਜਲੁ ਸੰਚਿਆ,	amrit naam jal sanchi-aa
ਗੁਰ ਭਏ ਸਹਾਈ॥੨॥	gur bha-ay sahaa-ee.||2||

ਪ੍ਰਭ ਆਪ ਹੀ ਰਹਿਮਤ ਬਖਸ਼ਦਾ ਹੈ, ਮਨ ਦੀਆਂ ਇੱਛਾਂ ਤੇ ਜਿੱਤ ਬਖਸ਼ਦਾ ਹੈ । ਇੱਛਾਂ ਭਰੇ ਸਾਗਰ ਵਿਚੋਂ ਕੱਢ ਲੈਂਦਾ ਹੈ । ਪ੍ਰਭ ਸ਼ਬਦ ਦਾ ਬੀਜ ਮਨ ਵਿੱਚ ਬੀਜਦਾ ਹੈ, ਸ਼ਬਦ ਦੇ ਲੜ ਲਾਉਂਦਾ ਹੈ । ਆਪ ਹੀ ਮਦਦ ਕਰਦਾ ਹੈ, ਸਹਾਈ ਹੁੰਦਾ ਹੈ ।

With His mercy and grace, he may conquer his own ego, worldly desires of mind. He may be saved from the ocean of worldly desires. The True Master sows the seed of devotion to meditate within his mind. He may become his helper and supporter in his worldly life.

ਜਨਮ ਮਰਣ ਦੁਖ ਕਾਟਿਆ,	janam maran dukh kaati-aa
ਸੁਖ ਕਾ ਥਾਨੁ ਪਾਇਆ॥	sukh kaa thaan paa-i-aa.
ਕਾਟੀ ਸਿਲਕ ਭ੍ਰਮ ਮੋਹ ਕੀ,	kaatee silak bharam moh kee
ਅਪਨੇ ਪ੍ਰਭ ਭਾਇਆ॥੩॥	apnay parabh bhaa-i-aa. ||3||

ਉਸ ਆਤਮਾ ਦਾ ਜਨਮ ਮਰਨ ਦਾ ਚੱਕਰ ਖਤਮ ਹੋ ਜਾਂਦਾ ਹੈ । ਮਨ ਵਿੱਚ ਸੰਤੋਖ, ਅਰਾਮ ਕਰਨ ਵਾਲਾ ਘਰ ਬਖਸ਼ਿਸ਼ ਹੋ ਜਾਂਦਾ ਹੈ । ਮਨ ਵਿਚੋਂ ਭਰਮ, ਰੀਤ ਰੀਵਾਜ ਅਤੇ ਸੰਸਾਰ ਮੋਹ ਦਾ ਨਾਸ, ਦੂਰ ਹੋ ਜਾਂਦਾ ਹੈ । ਪ੍ਰਭ ਦਾ ਸ਼ਬਦ ਮਨ ਨੂੰ ਭਾਉਂਦਾ, ਮਨ ਵਿੱਚ ਘਰ ਕਰ ਜਾਂਦਾ, ਰਚ ਜਾਂਦਾ ਹੈ ।

With His mercy and grace, the cycle of birth and death of His true devotee may be eliminated. He may be blessed with contentment and permanent resting place in His Royal Castle. All his attachment to religious rituals and suspicions may be eliminated. The teachings of His Word may become very soothing and comforting to his mind. He may remain drenched with the essence of His Word.

ਮਤ ਕੋਈ ਜਾਣਹੁ ਅਵਰੁ ਕਛੁ,	mat ko-ee jaanhu avar kachh
ਸਭ ਪ੍ਰਭ ਕੈ ਹਾਥਿ॥	sabh parabh kai haath.
ਸਰਬ ਸੂਖ ਨਾਨਕ ਪਾਏ,	sarab sookh naanak paa-ay
ਸੰਗਿ ਸੰਤਨ ਸਾਥਿ॥੪॥੨੨॥੫੨॥	sang santan saath.||4||22||52||

ਸੰਸਾਰਕ ਜੀਵ ਕਦੇ ਭੁਲੇਖੇ ਨਾਲ ਵੀ ਹੋਰ ਕਿਸੇ ਨੂੰ ਮਾਲਕ ਨਾ ਸਮਝ ਲੈਣਾ । ਸਭ ਕੁਝ ਪ੍ਰਭ ਦੇ ਹੁਕਮ ਨਾਲ ਹੀ ਵਾਪਰਦਾ ਹੈ । ਸਭ ਚੰਗਾ ਮੰਦਾ ਕੇਵਲ ਮਨ ਦੀ ਭਾਵਨਾ, ਅਵਸਥਾ ਹੀ ਹੁੰਦੀ ਹੈ । ਬੰਦਗੀ ਕਰਨ ਵਾਲਾ ਸਦਾ ਹੀ ਸ਼ਬਦ ਦੇ ਗੁਣ ਗਾਉਂਦਾ ਹੈ । ਸੰਤਾਂ ਦੀ ਸੰਗਤ ਵਿੱਚ ਹੀ ਅਨੰਦ, ਮਾਨਦਾ, ਖੇੜੇ ਵਿੱਚ ਵਸਦਾ ਹੈ ।

You may never in your vivid dream, think anyone else as The True Master of the universe; everything may only happen under His command. The presumption of good and evil deeds may only be the thoughts and state of your own mind. His true devotee always sings the glory of His Word and enjoys the pleasure and blossom in the conjugation of His Holy saints.

292.ਬਿਲਾਵਲੁ ਮਹਲਾ ੫॥ 814-5

ਬੰਧਨ ਕਾਟੇ ਆਪਿ,	banDhan kaatay aap
ਪ੍ਰਭਿ ਹੋਆ ਕਿਰਪਾਲ॥	parabh ho-aa kirpaal.
ਦੀਨ ਦਇਆਲ ਪ੍ਰਭ ਪਾਰਬ੍ਰਹਮ,	deen da-i-aal parabh paarbarahm
ਤਾ ਕੀ ਨਦਰਿ ਨਿਹਾਲ॥੧॥	taa kee nadar nihaal. ||1||

ਜਿਸ ਤੇ ਪ੍ਰਭ ਆਪ ਹੀ ਰਹਿਮਤ ਬਖਸ਼ਦਾ ਹੈ, ਉਸ ਦੇ ਸੰਸਾਰਕ ਬੰਧਨ ਨਾਸ ਕਰਦਾ ਹੈ । ਰਹਿਮਤਾ ਦਾ ਮਾਲਕ ਨਿਮਾਣੇ ਦੀ ਆਪ ਹੀ ਰਖਿਆ ਕਰਦਾ, ਉਸ ਨੂੰ ਸ਼ਰਣ ਵਿੱਚ ਪਨਾਹ ਬਖਸ਼ਦਾ ਹੈ ।

The Merciful True Master may eliminate the worldly bonds of His true devotee. He always protects the honor of His humble true devotee and accepts him in His sanctuary.

ਗੁਰਿ ਪੂਰੈ ਕਿਰਪਾ ਕਰੀ,	gur poorai kirpaa karee
ਕਾਟਿਆ ਦੁਖੁ ਰੋਗੁ॥	kaati-aa dukh rog.
ਮਨੁ ਤਨੁ ਸੀਤਲੁ ਸੁਖੀ ਭਇਆ,	man tan seetal sukhee bha-i-aa
ਪ੍ਰਭ ਧਿਆਵਨ ਜੋਗੁ॥੧॥ ਰਹਾਉ॥	parabh Dhi-aavan jog. ||1|| rahaa-o.

ਪੂਰਨ ਗੁਰੂ, ਸ਼ਬਦ ਦੀ ਪਾਲਣਾ ਕਰਨ ਨਾਲ, ਪ੍ਰਭ ਦੀ ਰਹਿਮਤ ਬਖਸ਼ਿਸ਼ ਹੋ ਗਈ ਹੈ । ਮਨ ਵਿਚੋਂ ਸੰਸਾਰਕ ਇੱਛਾਂ ਦੇ ਸਾਰੇ ਦੁਖ, ਰੋਗ ਖਤਮ ਹੋ ਗਏ ਹਨ । ਮਨ ਵਿੱਚ ਪੂਰਨ ਸੰਤੋਖ ਵਸ ਗਿਆ ਹੈ, ਕੇਵਲ ਪ੍ਰਭ ਦੇ ਸ਼ਬਦ ਦੀ ਪਾਲਣਾ ਕਰਦਾ ਹੈ । ਕੇਵਲ ਇੱਕੋ ਇੱਕ ਪ੍ਰਭ ਹੀ ਪੂਜਣ ਯੋਗ ਹੈ ।

I obey the teachings of His Word (perfect Guru) with steady and stable belief in my day-to-day life; with His mercy and grace, all my miseries of worldly desires have been eliminated. I have been blessed with complete contentment. I may only obey the teaching of His Word; The One and only One True Master may be worthy of worship.

ਅਉਖਧੁ ਹਰਿ ਕਾ ਨਾਮੁ ਹੈ,	a-ukhaDh har kaa naam hai
ਜਿਤੁ ਰੋਗੁ ਨ ਵਿਆਪੈ॥	jit rog na vi-aapai.
ਸਾਧਸੰਗਿ ਮਨਿ ਤਨਿ ਹਿਤੈ,	saaDhsang man tan hitai
ਫਿਰਿ ਦੂਖੁ ਨ ਜਾਪੈ॥੨॥	fir dookh na jaapai. ||2||

ਸ਼ਬਦ ਦੀ ਪਾਲਣਾ ਕਰਨਾ ਹੀ ਸਾਰੇ ਸੰਸਾਰਕ ਇੱਛਾਂ ਦੇ ਰੋਗਾ ਦੀ ਦਵਾਈ ਹੈ । ਸ਼ਬਦ ਤੇ ਭਰੋਸਾ ਕਰਨ ਵਾਲੇ ਨੂੰ ਕੋਈ ਸੰਸਾਰ ਇੱਛਾਂ ਦੀ ਭਟਕਣ ਨਹੀਂ ਲੱਗਦੀ । ਜਿਹੜਾ ਬੰਦਗੀ ਕਰਨ ਵਾਲੇ ਦੀ ਸੰਗਤ ਕਰਦਾ, ਸਿਖਿਆਂ ਨਾਲ ਜੀਵਨ ਢਾਲਦਾ ਹੈ । ਉਸ ਨੂੰ ਕੋਈ ਇੱਛਾਂ ਦਾ ਦੁਖ ਨਹੀਂ ਲੱਗਦਾ ।

To adopt the teachings of His Word may be the cure of all worldly desires. Whosoever may adopt the teachings of His Word with steady and stable belief in his day-to-day life; he may never be frustrated with worldly desires. Whosoever may remain in the conjugation of His true devotee and adopts his life experience teachings in his own life; with His mercy and grace, he may become beyond the reach of any worldly temptation.

ਹਰਿ ਹਰਿ, ਹਰਿ ਹਰਿ ਜਾਪੀਐ	har har har har jaapee-ai
ਅੰਤਰਿ ਲਿਵ ਲਾਈ॥	antar liv laa-ee.
ਕਿਲਵਿਖ ਉਤਰਹਿ ਸੁਧੁ ਹੋਇ,	kilvikh utreh suDh ho-ay
ਸਾਧੂ ਸਰਣਾਈ॥੩॥	saaDhoo sarnaa-ee. ||3||

ਪ੍ਰਭ ਦੇ ਸ਼ਬਦ ਦੀ ਪਾਲਣਾ ਕਰਦੇ ਮਨ ਵਿੱਚ ਪ੍ਰਭ ਦਾ ਸ਼ਬਦ ਜਾਗਰਤ ਹੋ ਜਾਂਦਾ ਹੈ । ਮਨ ਸ਼ਬਦ ਦੀ ਸਮਾਧੀ ਵਿੱਚ ਵਸ ਜਾਂਦਾ ਹੈ । ਮਨ ਵਿਚੋਂ ਬੁਰੇ ਖਿਆਲ, ਪਾਪ ਧੋਤੇ ਜਾਂਦੇ ਹਨ । ਪ੍ਰਭ ਦੀ ਸ਼ਰਣ ਵਿੱਚ ਪਨਾਹ ਬਖਸ਼ਿਸ਼ ਹੋ ਜਾਂਦੀ ਹੈ ।

Whosoever may obey the teachings of His Word with steady and stable belief in his day-to-day life; with His mercy and grace, he may be enlightened with the essence of His Word. He may remain intoxicated in the void of His Word. All his evil thoughts may be eliminated; his sins of previous lives may be forgiven. He may be accepted in His sanctuary.

ਸੁਨਤ ਜਪਤ ਹਰਿ ਨਾਮ ਜਸੁ,	sunat japat har naam jas
ਤਾ ਕੀ ਦੂਰਿ ਬਲਾਈ॥	taa kee door balaa-ee.
ਮਹਾ ਮੰਤ੍ਰੁ ਨਾਨਕੁ ਕਥੈ,	mahaa mantar naanak kathai
ਹਰਿ ਕੇ ਗੁਣ ਗਾਈ॥੪॥੨੩॥੫੩॥	har kay gun gaa-ee. ||4||23||53||

ਜਿਹੜਾ ਪ੍ਰਭ ਦੇ ਸ਼ਬਦ ਨੂੰ ਸੁਣਦਾ, ਸਿਮਰਨ ਕਰਦਾ ਹੈ । ਉਸ ਦੇ ਮੰਦੇ ਭਾਗ, ਬੁਰੇ ਖਿਆਲ ਨੇੜੇ ਨਹੀਂ ਆਉਂਦੇ । ਪ੍ਰਭ ਦੇ ਸ਼ਬਦ ਦੀ ਪਾਲਣਾ ਅਡੋਲ ਭਰੋਸੇ ਨਾਲ ਕਰਨਾ ਹੀ ਅਸਲੀ ਸਿਮਰਨ, ਮੰਤ੍ਰ ਹੈ । ਜਿਸ ਨਾਲ ਪ੍ਰਭ ਰਹਿਮਤ ਬਖਸ਼ਦਾ ਹੈ । ਬੰਦਗੀ ਕਰਨ ਵਾਲੇ ਦਾ ਇਹ ਹੀ ਸਿਮਰਨ ਹੁੰਦਾ ਹੈ ।

Whosoever may listen the sermons and meditate on the teachings of His Word with steady and stable belief in his day-to-day life. He may become beyond the reach of misfortune and evil thoughts. To obey the teachings of His Word with steady and stable belief in day-to-day life, may be the real Simran, Mantra, meditation. His soul may be sanctified to become worthy of His consideration. Obeying the teachings of His Word may become Simran, the only purpose of life of His true devotee.

293.ਬਿਲਾਵਲੁ ਮਹਲਾ ੫॥ 814

ਭੈ ਤੇ ਉਪਜੈ ਭਗਤਿ ਪ੍ਰਭ,	bhai tay upjai bhagat parabh
ਅੰਤਰਿ ਹੋਇ ਸਾਂਤਿ॥	antar ho-ay saaNt.
ਨਾਮੁ ਜਪਤ ਗੋਵਿੰਦ ਕਾ,	naam japat govind kaa
ਬਿਨਸੈ ਭ੍ਰਮ ਭ੍ਰਾਂਤਿ॥੧॥	binsai bharam bharaaNt.||1||

ਜਿਹੜਾ ਪ੍ਰਭ ਦੇ ਵਿਛੋੜੇ ਦੇ ਵਿਰਾਗ ਨੂੰ ਮਨ ਵਿੱਚ ਯਾਦ ਰਖਦਾ ਹੈ । ਉਸ ਦੇ ਮਨ ਵਿੱਚ ਸ਼ਬਦ ਨਾਲ ਸ਼ਰਧਾ ਵਧਦੀ ਹੈ, ਭਰੋਸਾ ਅਡੋਲ ਹੁੰਦਾ ਹੈ । ਮਨ ਅੰਦਰੋਂ ਹੀ ਸ਼ਬਦ ਦੀ ਸੋਝੀ ਪ੍ਰਗਟ ਹੋ ਜਾਂਦੀ ਹੈ । ਸ਼ਬਦ ਦਾ ਸਿਮਰਨ ਕਰਨ ਨਾਲ ਮਨ ਵਿਚੋਂ ਭਰਮ, ਭੁਲੇਖੇ ਦੂਰ ਹੋ ਜਾਂਦੇ ਹਨ ।

Whosoever may remain in renunciation of the memory of his separation from The Holy Spirit remains fresh within his mind. His devotion and belief on the teachings of His Word may become more intense. With His mercy and grace, he may be blessed with peace and enlightened from within. Whosoever may meditate on the teachings of His Word; with His mercy and grace, his suspicions of religious rituals may be eliminated.

ਗੁਰੁ ਪੂਰਾ ਜਿਸੁ ਭੇਟਿਆ,	gur pooraa jis bhayti-aa
ਤਾ ਕੈ ਸੁਖਿ ਪਰਵੇਸੁ॥	taa kai sukh parvays.
ਮਨ ਕੀ ਮਤਿ ਤਿਆਗੀਐ,	man kee mat ti-aagee-ai
ਸੁਣੀਐ ਉਪਦੇਸੁ॥੧॥ ਰਹਾਉ॥	sunee-ai updays. ||1|| rahaa-o.

ਜੀਵ ਆਪਣੇ ਮਨ ਦੀਆਂ ਚਲਾਕੀਆਂ ਨੂੰ ਤਿਆਗਕੇ, ਸ਼ਬਦ ਨੂੰ ਸੁਣਕੇ, ਪਾਲਣਾ ਕਰੋ, ਆਪਣੇ ਜੀਵਨ ਵਿੱਚ ਢਾਲੋ ! ਜਿਸ ਦੇ ਮਨ ਵਿੱਚ ਸ਼ਬਦ ਦੀ ਸਿਖਿਆਂ ਦਾ ਤੱਤ ਰਚ ਜਾਂਦਾ ਹੈ, ਉਸ ਨੂੰ ਸ਼ਬਦ ਦੀ ਪਾਲਣਾ ਕਰਨ ਨਾਲ ਮਨ ਵਿੱਚ ਸੰਤੋਖ ਵਸ ਜਾਂਦਾ ਹੈ ।

You should abandon the clever tricks of your mind! You should listen, obey, and adopt the teachings of His Word with steady and stable belief in day-to-day life. Whosoever may remain drenched with the essence of His Word; with His mercy and grace, he may be blessed with contentment with all his worldly environments.

ਸਿਮਰਤ ਸਿਮਰਤ ਸਿਮਰੀਐ,
ਸੋ ਪੁਰਖੁ ਦਾਤਾਰੁ॥
ਮਨ ਤੇ ਕਬਹੁ ਨ ਵੀਸਰੈ,
ਸੋ ਪੁਰਖੁ ਅਪਾਰੁ॥੨॥

simrat simrat simree-ai
so purakh daataar.
man tay kabahu na veesrai
so purakh apaar. ||2||

ਆਪਣੇ ਮਨ ਵਿਚੋਂ ਕਦੇ ਵੀ ਅਥਾਹ, ਪਹੁੰਚ ਰਹਿਤ ਪ੍ਰਭ, ਦੇ ਸ਼ਬਦ ਨੂੰ ਨਾ ਵਿਸਾਰੋ! ਜੀਵ ਸਵਾਸ ਸਵਾਸ, ਦਾਤਾਂ ਬਖਸ਼ਣ ਵਾਲੇ ਮਾਲਕ ਦੇ ਸ਼ਬਦ ਦਾ ਸਿਮਰਨ, ਸ਼ਬਦ ਦੀ ਪਾਲਣਾ ਕਰੋ!

You should never abandon the teachings of His Word from your mind. You should meditate and obey the teachings of His Word with steady and stable belief in your day-to-day life; only, The True Master bestows His virtues on His Creation.

ਚਰਨ ਕਮਲ ਸਿਉ ਰੰਗੁ ਲਗਾ,
ਅਚਰਜ ਗੁਰਦੇਵ॥
ਜਾ ਕਉ ਕਿਰਪਾ ਕਰਹੁ ਪ੍ਰਭ,
ਤਾ ਕਉ ਲਾਵਹੁ ਸੇਵ॥੩॥

charan kamal si-o rang lagaa
achraj gurdayv.
jaa ka-o kirpaa karahu parabh
taa ka-o laavhu sayv. ||3||

ਜਿਸ ਤੇ ਪ੍ਰਭ ਆਪ ਹੀ ਰਹਿਮਤ ਬਖਸ਼ਦਾ ਹੈ। ਉਸ ਨੂੰ ਸ਼ਬਦ ਦੀ ਪਾਲਣਾ ਦੇ ਲੜ ਲਾਉਂਦਾ ਹੈ। ਉਹ ਜੀਵ ਹੀ ਪ੍ਰਭ ਦੀ ਸ਼ਰਨ ਵਿੱਚ ਆਉਂਦਾ ਹੈ। ਉਸ ਦੇ ਰੂਹਾਨੀ ਚਰਨਾਂ ਦਾ ਆਸਰਾ ਲੈਂਦਾ ਹੈ।

Whosoever may be attached to a devotional meditation on the teachings of His Word; only he may surrender his mind, body, and worldly status at His sanctuary, at His service. He always seeks His refuge and counsel in every activity of his worldly life.

ਨਿਧਿ ਨਿਧਾਨ ਅੰਮ੍ਰਿਤੁ ਪੀਆ,
ਮਨਿ ਤਨਿ ਆਨੰਦ॥
ਨਾਨਕ ਕਬਹੁ ਨ ਵੀਸਰੈ,
ਪ੍ਰਭ ਪਰਮਾਨੰਦ॥੪॥੨੪॥੫੪॥

niDh niDhaan amrit pee-aa
man tan aanand.
naanak kabahu na veesrai
parabh parmaanand.||4||24||54||

ਪ੍ਰਭ ਦੇ ਸ਼ਬਦ ਰੂਪੀ ਅੰਮ੍ਰਿਤ ਪੀਣ ਨਾਲ ਹੀ ਮਨ, ਤਨ ਵਿੱਚ ਅਨੰਦ ਖੇੜਾ ਵਸਦਾ ਹੈ। ਬੰਦਗੀ ਕਰਨ ਵਾਲਾ ਕਦੇ ਵੀ ਪ੍ਰਭ ਦੇ ਸ਼ਬਦ ਦੀ ਪਾਲਣਾ ਕਰਨਾ ਨਹੀਂ ਛੱਡਦਾ, ਕਦੇ ਭਰੋਸਾ ਡੋਲਦਾ ਨਹੀਂ।

Whosoever may taste the nectar of the essence of His Word; with His mercy and grace, his mind and body may be blessed with pleasure and blossom. His true devotee may never abandon to obey the teachings of His Word nor may ever shake his belief from His blessings.

294.ਬਿਲਾਵਲੁ ਮਹਲਾ ੫॥ 814-15

ਤ੍ਰਿਸਨ ਬੁਝੀ ਮਮਤਾ ਗਈ,
ਨਾਠੇ ਭੈ ਭਰਮਾ॥
ਥਿਤਿ ਪਾਈ ਆਨਦੁ ਭਇਆ,
ਗੁਰਿ ਕੀਨੇ ਧਰਮਾ॥੧॥

tarisan bujhee mamtaa ga-ee
naathay bhai bharmaa.
thit paa-ee aanad bha-i-aa
gur keenay Dharmaa.||1||

ਪ੍ਰਭ ਨੇ ਸ਼ਬਦ ਰੂਪੀ ਧਰਮ ਨੇ ਭਰੋਸਾ ਬਖਸ਼ਿਆ ਹੈ। ਮਨ ਵਿੱਚ ਸੰਤੋਖ, ਅਮਰ ਅਵਸਥਾ ਬਖਸ਼ਿਸ਼ ਹੋ ਗਈ ਹੈ। ਮਨ ਵਿਚੋਂ ਸੰਸਾਰਕ ਇੱਛਾਂ ਅਤੇ ਅਹੰਕਾਰ ਦਾ ਨਾਸ ਹੋ ਗਿਆ ਹੈ। ਸੰਸਾਰਕ ਧਰਮਾਂ ਦੇ ਪਾਏ ਭਰਮਾਂ ਅਤੇ ਮੌਤ ਦਾ ਡਰ ਖਤਮ ਹੋ ਗਿਆ ਹੈ।

With the essence of His Word, all my suspicions of worldly, religious ritual have been eliminated. I have been blessed with contentment and state of salvation in my worldly life. All my frustrations of worldly desires and ego of mind have been eliminated. Suspicions created by worldly religions have been eliminated along with the fear of death.

ਗੁਰੁ ਪੂਰਾ ਆਰਾਧਿਆ, gur pooraa aaraaDhi-aa
ਬਿਨਸੀ ਮੇਰੀ ਪੀਰ॥ binsee mayree peer.
ਤਨੁ ਮਨੁ ਸਭੁ ਸੀਤਲੁ ਭਇਆ, tan man sabh seetal bha-i-aa
ਪਾਇਆ ਸੁਖੁ ਬੀਰ॥੧॥ ਰਹਾਉ॥ paa-i-aa sukh beer. ||1|| rahaa-o.

ਪੂਰਨ ਗੁਰੂ ਦੇ ਸ਼ਬਦ ਦੀ ਪਾਲਣਾ ਨਾਲ ਕਰੋਧ ਤੇ ਜਿੱਤ ਬਖਸ਼ਿਸ਼ ਹੋ ਜਾਂਦੀ ਹੈ । ਮਨ, ਤਨ ਵਿੱਚ ਪੂਰਨ ਸੰਤੋਖ ਭਰ ਜਾਂਦਾ ਹੈ । ਮਨ ਖੇੜੇ ਵਿੱਚ ਵਸਦਾ, ਸ਼ਬਦ ਦੀ ਸਮਾਧੀ ਵਿੱਚ ਲੀਨ ਹੋ ਜਾਂਦਾ ਹੈ ।

Whosoever may obey the teachings of His Word, The Perfect Guru, True Master; with His mercy and grace, he may be blessed to conquer his anger of disappointments from worldly desires. The root of anger, worldly desires may be eliminated. He may remain intoxicated in meditation in the void of His Word and he may remain drenched with blossom in his day-to-day life.

ਸੋਵਤ ਹਰਿ ਜਪਿ ਜਾਗਿਆ, sovat har jap jaagi-aa
ਪੇਖਿਆ ਬਿਸਮਾਦੁ॥ paykhi-aa bismaad.
ਪੀ ਅੰਮ੍ਰਿਤੁ ਤ੍ਰਿਪਤਾਸਿਆ, pee amrit tariptaasi-aa
ਤਾ ਕਾ ਅਚਰਜ ਸੁਆਦੁ॥੨॥ taa kaa achraj su-aad.||2||

ਜਿਹੜਾ ਸ਼ਬਦ ਦੀ ਪਾਲਣਾ ਕਰਦਾ ਹੈ, ਉਹ ਅਗਿਆਨਤਾ ਵਿਚੋਂ ਜਾਗਰਤ ਹੋ ਜਾਂਦਾ ਹੈ । ਉਹ ਪ੍ਰਭ ਦੀ ਹੋਂਦ ਮਹਿਸੂਸ ਕਰਕੇ ਹੈਰਾਨ ਹੋ ਜਾਂਦਾ, ਸ਼ਰਧਾ ਨਾਲ ਭਰ ਜਾਂਦਾ ਹੈ । ਉਸ ਦਾ ਮਨ ਸ਼ਬਦ ਦੀ ਸੋਝੀ ਰੂਪੀ ਅੰਮ੍ਰਿਤ ਨਾਲ ਭਰ ਜਾਂਦਾ ਹੈ । ਸ਼ਬਦ ਦੀ ਪਾਲਣਾ ਦੀ ਇਹ ਹੀ ਰਹਿਮਤ ਹੈ ।

Whosoever may obey the teachings of His Word with steady and stable belief in his day-to-day life; with His mercy and grace, he may be enlightened from the ignorance of His Word. He may be astonished to realize His existence. He may be overwhelmed with a devotion and the nectar of the essence of His Word. This may be a unique greatness of obeying the teachings of His Word.

ਆਪਿ ਮੁਕਤੁ ਸੰਗੀ ਤਰੇ, aap mukat sangee taray
ਕੁਲ ਕੁਟੰਬ ਉਧਾਰੇ॥ kul kutamb uDhaaray.
ਸਫਲ ਸੇਵਾ ਗੁਰਦੇਵ ਕੀ, safal sayvaa gurdayv kee
ਨਿਰਮਲ ਦਰਬਾਰੇ॥੩॥ nirmal darbaaray. ||3||

ਆਪ ਵੀ ਪ੍ਰਭ ਦੇ ਦਰਬਾਰ ਵਿੱਚ ਪ੍ਰਵਾਨ ਹੋ ਜਾਂਦਾ, ਮੁਕਤ ਅਵਸਥਾ ਬਖਸ਼ਿਸ਼ ਹੋ ਜਾਂਦੀ ਹੈ । ਉਸ ਦੇ ਸਾਥੀ, ਸੰਗੀ, ਪ੍ਰਵਾਰ ਵੀ ਸ਼ਬਦ ਦੀ ਪਾਲਣਾ ਵਿੱਚ, ਪ੍ਰਵਾਨਗੀ ਦੇ ਰਸਤੇ ਤੇ ਅਡੋਲ ਹੋ ਜਾਂਦੇ ਹਨ । ਉਸ ਦੇ ਸ਼ਬਦ ਦੀ ਪਾਲਣਾ ਕਰਦੇ, ਮਾਨਸ ਜਨਮ ਸਫਲ ਹੋ ਜਾਂਦਾ ਹੈ । ਉਸ ਦੀ ਪਵਿੱਤਰ ਆਤਮਾ, ਦਰਬਾਰ ਵਿੱਚ ਪ੍ਰਵਾਨ ਹੋਣ ਯੋਗ ਹੋ ਜਾਂਦੀ ਹੈ ।

Whosoever may obey the teachings of His Word; with His mercy and grace, he may be accepted in His Court and honored with state of salvation. He may inspire his associates, followers, and family to adopt the right path of the teachings of His Word, acceptance in His Court. Whosoever may obey the teachings of His Word in his day-to-day life; with His mercy and grace, his human life journey may be rewarded. His soul may be sanctified to become worthy of His consideration.

ਨੀਚੁ ਅਨਾਥੁ ਅਜਾਨੁ ਮੈ, neech anaath ajaan mai
ਨਿਰਗੁਨੁ ਗੁਣਹੀਨੁ॥ nirgun gunheen.
ਨਾਨਕ ਕਉ ਕਿਰਪਾ ਭਈ, naanak ka-o kirpaa bha-ee
ਦਾਸੁ ਅਪਨਾ ਕੀਨੁ॥ ੪॥੨੫॥੫੫॥ daas apnaa keen.||4||25||55||

ਮੈਂ ਨੀਚ ਖਿਆਲਾਂ ਵਾਲਾ, ਅਉਗੁਣਾਂ ਭਰਿਆਂ, ਅਣਜਾਣ, ਕੋਈ ਹੈਸੀਅਤ ਨਹੀਂ ਰਖਦਾ । ਰਹਿਮਤ ਬਖਸ਼ਕੇ, ਸ਼ਬਦ ਦੇ ਲੜ ਲਾ ਕੇ ਆਪਣਾ ਦਾਸ ਬਣਾਵੋ! ਸ਼ਰਣ ਵਿੱਚ ਪਨਾਹ ਬਖਸ਼ੋ!

My True Master, I am mean overwhelmed with evil thoughts and burden of sins; I have no worldly status either. With Your mercy and grace, attaches me to a devotional meditation on the teachings of Your Word. My soul may be sanctified to become worthy of Your consideration.

295.ਬਿਲਾਵਲੁ ਮਹਲਾ ੫॥ 815 -1

ਹਰਿ ਭਗਤਾ ਕਾ ਆਸਰਾ,	har bhagtaa kaa aasraa
ਅਨ ਨਾਹੀ ਠਾਉ॥	an naahee thaa-o.
ਤਾਣੁ ਦੀਬਾਣੁ ਪਰਵਾਰ ਧਨੁ,	taan deebaan parvaar Dhan
ਪ੍ਰਭ ਤੇਰਾ ਨਾਉ॥੧॥	parabh tayraa naa-o. ||1||

ਪ੍ਰਭ ਦਾ ਸ਼ਬਦ ਹੀ ਬੰਦਗੀ ਕਰਨ ਵਾਲੇ ਦੇ ਜੀਵਨ ਦਾ ਆਸਰਾ ਹੁੰਦਾ ਹੈ । ਹੋਰ ਕੁਝ ਵੀ ਉਸ ਦੇ ਮਾਨਸ ਜੀਵਨ ਦਾ ਮੰਤਵ ਨਹੀਂ ਹੁੰਦਾ । ਪ੍ਰਭ ਦੇ ਸ਼ਬਦ ਦੀ ਪਾਲਣਾ ਕਰਨਾ ਹੀ ਉਸ ਦਾ ਤਾਨ, ਬਲ ਹੁੰਦਾ ਹੈ । ਉਸ ਦਾ ਧਨ, ਪ੍ਰਵਾਰ, ਹੈਸੀਅਤ ਬਣ ਜਾਂਦਾ ਹੈ ।

To meditate and obey the teachings of His Word with steady and stable belief, may be the only supporting pillar of His true devotee. He may not have any other purpose of his human life opportunity. To obey the teachings of His Word may become his strength, power, worldly wealth, family, and worldly status.

ਕਰਿ ਕਿਰਪਾ ਪ੍ਰਭਿ ਆਪਣੀ,	kar kirpaa parabh aapnee
ਅਪਨੇ ਦਾਸ ਰਖਿ ਲੀਏ॥	apnay daas rakh lee-ay.
ਨਿੰਦਕ ਨਿੰਦਾ ਕਰਿ ਪਚੇ,	nindak nindaa kar pachay
ਜਮਕਾਲਿ ਗ੍ਰਸੀਏ॥੧॥ ਰਹਾਉ॥	jamkaal garsee-ay.||1|| rahaa-o.

ਪ੍ਰਭ ਆਪ ਹੀ ਬੰਦਗੀ ਕਰਨ ਵਾਲੇ ਨੂੰ ਸ਼ਰਣ ਵਿੱਚ ਪਨਾਹ ਬਖਸ਼ਦਾ, ਬਚਾ ਲੈਂਦਾ ਹੈ । ਨਿੰਦਿਆਂ ਕਰਨ ਵਾਲਾ ਜਮਦੂਤਾਂ ਦੇ ਹਵਾਲੇ, ਜੂੰਨਾਂ ਵਿੱਚ ਹੀ ਭਉਦਾ ਰਹਿੰਦਾ ਹੈ ।

The True Master with His mercy and grace, may accept His true devotee in His sanctuary and saved him. Slanderer may be captured by devil of death. He remains in the cycle of birth and death.

ਸੰਤਾ ਏਕੁ ਧਿਆਵਨਾ,	santaa ayk Dhi-aavanaa
ਦੂਸਰ ਕੋ ਨਾਹਿ॥	doosar ko naahi.
ਏਕਸੁ ਆਗੈ ਬੇਨਤੀ,	aykas aagai bayntee
ਰਵਿਆ ਸ੍ਰਬ ਥਾਇ॥੨॥	ravi-aa sarab thaa-ay.||2||

ਬੰਦਗੀ ਕਰਨ ਵਾਲਾ ਇੱਕੋ ਇੱਕ ਪ੍ਰਭ ਦੇ ਸ਼ਬਦ ਦਾ ਸਿਮਰਨ, ਪਾਲਣਾ ਕਰਦਾ ਹੈ । ਹੋਰ ਕਿਸੇ ਰੀਤ ਰੀਵਾਜ ਪਿਛੇ ਨਹੀਂ ਲੱਗਦਾ । ਉਹ ਇੱਕੋ ਇੱਕ ਪ੍ਰਭ ਅੱਗੇ ਹੀ ਰਹਿਮਤ ਦੀ ਅਰਦਾਸ ਕਰਦਾ ਹੈ । ਜਿਹੜਾ ਪ੍ਰਭ ਹਰਇੱਕ ਥਾਂ ਤੇ ਹਾਜਰਾ ਹਜ਼ੂਰ ਵਸਦਾ, ਵਾਪਰਦਾ ਹੈ ।

His true devotee may only meditate and obey the teachings of His Word with steady and stable belief in his day-to-day life. He may never believe in any religious rituals or suspicions. He may only pray for His forgiveness, The Omnipresent True Master. Who remains embedded within each soul and prevails everywhere in every activity in the universe?

ਕਥਾ ਪਰਾਤਨ ਇਉ ਸੁਣੀ,	kathaa puraatan i-o sunee
ਭਗਤਨ ਕੀ ਬਾਨੀ॥	bhagtan kee baanee.
ਸਗਲ ਦੁਸਟ ਖੰਡ ਖੰਡ ਕੀਏ,	sagal dusat khand khand kee-ay
ਜਨ ਲੀਏ ਮਾਨੀ॥੩॥	jan lee-ay maanee. ||3||

ਪਰਾਤਨ ਸਮੇਂ ਦੇ ਭਗਤਾਂ ਦੀਆਂ ਕਥਾਂ ਸੁਣਨ ਤੋ ਇਹ ਹੀ ਸੋਝੀ ਹੁੰਦੀ ਹੈ । ਚਲਾਕ, ਧੋਖੇ ਬਾਜਾਂ ਨੂੰ ਜਮਦੂਤਾਂ ਦੀ ਮਾਰ ਹੀ ਪੈਂਦੀ ਹੈ । ਨਿਮਾਣੇ ਦਾਸਾਂ ਦੀ ਪ੍ਰਭ ਆਪ ਰਖਿਆ ਕਰਦਾ ਹੈ । ਸ਼ਰਣ ਵਿੱਚ ਪਨਾਹ ਬਖਸ਼ਦਾ ਹੈ ।

By listen to the sermons of Ancient Age devotees, one may be enlightened. Whosoever may be clever with devious, evil thoughts; he may be captured and punished by the devils of death. With His mercy and grace, His humble and helpless devotees may be saved and accepted in His sanctuary.

ਸਤਿ ਬਚਨ ਨਾਨਕੁ ਕਹੈ,	sat bachan naanak kahai
ਪਰਗਟ ਸਭ ਮਾਹਿ॥	pargat sabh maahi.
ਪ੍ਰਭ ਕੇ ਸੇਵਕ ਸਰਣਿ ਪ੍ਰਭ,	parabh kay sayvak saran parabh
ਤਿਨ ਕਉ ਭਉ ਨਾਹਿ॥ ੪॥੨੬॥੫੬॥	tin ka-o bha-o naahi. ||4||26||56||

ਬੰਦਗੀ ਕਰਨ ਵਾਲਾ ਅਟੱਲ ਪ੍ਰਭ ਦੇ ਸ਼ਬਦ ਦੀ ਚਰਚਾ ਕਰਦਾ ਹੈ । ਜਿਹੜਾ ਸ਼ਬਦ ਹਰਇੱਕ ਜੀਵ ਦੇ ਮਨ ਵਿੱਚ ਵਸਦਾ ਹੈ । ਬੰਦਗੀ ਕਰਨ ਵਾਲਾ ਪ੍ਰਭ ਦੀ ਸ਼ਰਣ ਵਿੱਚ, ਸ਼ਬਦ ਦੀ ਸਮਾਧੀ ਵਿੱਚ ਵਸਦਾ ਹੈ । ਉਸ ਦਾ ਮੌਤ ਦਾ ਡਰ ਨਾਸ ਹੋ ਜਾਂਦਾ, ਖਤਮ ਹੋ ਜਾਂਦਾ ਹੈ ।

His true devotee always thinks about His Word, true forever. His Word remains embedded within the soul of everyone. His true devotee remains intoxicated in void of His Word; with His mercy and grace, his fear of death may be eliminated.

296. ਬਿਲਾਵਲੁ ਮਹਲਾ ੫॥ 815-6

ਬੰਧਨ ਕਾਟੈ ਸੋ ਪ੍ਰਭੂ,	banDhan kaatai so parabhoo
ਜਾ ਕੈ ਕਲ ਹਾਥ॥	jaa kai kal haath.
ਅਵਰ ਕਰਮ ਨਹੀ ਛੂਟੀਐ	avar karam nahee chhootee-ai
ਰਾਖਹੁ ਹਰਿ ਨਾਥ॥੧॥	raakho har naath. ||1||

ਪ੍ਰਭ ਆਪ ਹੀ ਬੰਦਗੀ ਕਰਨ ਵਾਲੇ ਦੇ ਸੰਸਾਰਕ ਬੰਧਨ ਕੱਟ ਦੇਂਦਾ ਹੈ । ਪ੍ਰਭ ਦੇ ਹੁਕਮ ਅੰਦਰ ਹੀ ਮੌਤ ਦਾ ਜਮਦੂਤ ਚਲ ਸਕਦਾ ਹੈ । ਕੇਵਲ ਪ੍ਰਭ ਦੀ ਰਹਿਮਤ ਨਾਲ ਹੀ ਜੀਵ ਪ੍ਰਵਾਨਗੀ ਦੇ ਰਸਤੇ ਤੇ ਅਡੋਲ ਰਹਿੰਦਾ ਹੈ । ਕੇਵਲ ਪ੍ਰਭ ਆਪ ਹੀ ਜੀਵ ਨੂੰ ਮੁਕਤੀ ਦੀ ਅਵਸਥਾ ਬਖਸ਼ਦਾ ਹੈ, ਹੋਰ ਕੋਈ ਵਿਧੀ ਨਹੀਂ ਹੈ ।

The True Master may eliminate all the worldly bonds of His true devotee. The devil of death may only obey His command. Only with His mercy and grace; anyone may remain steady and stable on the right path of acceptance in His Court. The salvation may only be blessed with His mercy and grace; no other right path, technique of acceptance in His Court.

ਤਉ ਸਰਣਾਗਤਿ ਮਾਧਵੇ,	ta-o sarnaagat maaDhvay
ਪੂਰਨ ਦਇਆਲ॥	pooran da-i-aal.
ਛੂਟਿ ਜਾਇ ਸੰਸਾਰ ਤੇ,	chhoot jaa-ay sansaar
ਰਾਖੈ ਗੋਪਾਲ॥੧॥ ਰਹਾਉ॥	tay raakhai gopaal. ||1||rahaa-o.

ਰਹਿਮਤਾਂ ਦੇ ਮਾਲਕ! ਸ਼ਬਦ ਦੀ ਪਾਲਣਾ ਕਰਦਾ, ਤੇਰੀ ਸ਼ਰਣ ਵਿੱਚ ਆਇਆ ਹੈ । ਜਿਸ ਨੂੰ ਤੂੰ ਆਪ ਹੀ ਪਨਾਹ ਬਖਸ਼ਦਾ ਹੈ । ਕੇਵਲ ਉਹ ਹੀ ਸੰਸਾਰਕ ਇੱਛਾਂ ਦੇ ਜਾਲ ਵਿਚੋਂ ਬਚਦਾ ਹੈ ।

My True Master I have surrendered my mind, body, and worldly status at Your sanctuary. I obey the teachings of Your Word with steady and stable belief in my day-to-day life. Whosoever may be accepted in Your sanctuary, only he may be saved from the miseries of worldly desires.

ਆਸਾ ਭਰਮ ਬਿਕਾਰ,	aasaa bharam bikaar
ਮੋਹ ਇਨ ਮਹਿ ਲੋਭਾਨਾ॥	moh in meh lobhaanaa.

ਝੂਠੁ ਸਮਗ੍ਰੀ ਮਨਿ ਵਸੀ, jhooth samagree man vasee
ਪਾਰਬ੍ਰਹਮੁ ਨ ਜਾਨਾ॥੨॥ paarbarahm na jaanaa. ||2||

ਜਿਹੜਾ ਭਰਮਾਂ, ਲਾਲਚ, ਧੋਖੇ ਵਿੱਚ ਲੱਗਾ ਸੰਸਾਰਕ ਪਦਾਰਥਾਂ ਨਾਲ ਮੋਹ ਜੋੜਦਾ ਹੈ । ਉਸ ਦਾ ਮਨ ਸੰਸਾਰਕ ਇੱਛਾਂ ਦੇ ਜਾਲ ਵਿੱਚ ਫਸ ਜਾਂਦਾ ਹੈ । ਉਸ ਨੂੰ ਸ਼ਬਦ ਦੀ ਸੋਝੀ ਬਖਸ਼ਿਸ਼ ਨਹੀਂ ਹੁੰਦੀ, ਸ਼ਬਦ ਮਨ ਵਿੱਚ ਜਾਗਰਤ ਨਹੀਂ ਹੁੰਦਾ ।

Whosoever may remain intoxicated with worldly greed, deception, and suspicions, he may remain intoxicated with worldly wealth, desires. He may never be enlightened with the essence of His Word.

ਪਰਮ ਜੋਤਿ ਪੂਰਨ ਪੁਰਖ, param jot pooran purakh
ਸਭਿ ਜੀਅ ਤੁਮ੍ਾਰੇ॥ sabh jee-a tumhaaray.
ਜਿਉ ਤੂ ਰਾਖਹਿ ਤਿਉ ਰਹਾ, ji-o too raakhahi ti-o rahaa
ਪ੍ਰਭ ਅਗਮ ਅਪਾਰੇ॥੩॥ parabh agamapaaray. ||3||

ਅਥਾਹ ਪ੍ਰਭ, ਜੀਵ ਦੀ ਪਹੁੰਚ, ਜਾਣਕਾਰੀ ਵਿੱਚ ਨਹੀਂ ਹੈ । ਸਾਰੀ ਸ੍ਰਿਸ਼ਟੀ ਹੀ ਤੇਰੀ ਅਮਾਨਤ ਹੈ । ਜਿਸ ਹਾਲਤ ਵਿੱਚ ਰਖਦਾ ਹੈ, ਉਸ ਹਾਲਤ ਵਿੱਚ ਹੀ ਰਹਿੰਦਾ ਹੈ । ਹੋਰ ਕੋਈ ਚਾਰਾ ਨਹੀਂ ਹੈ ।

The True Master, treasure of unlimited virtues remains beyond reach or comprehension of His Creation. All the creatures of the universe are His trust only. Whatsoever worldly condition may be blessed, worldly creature may only remain in that condition; no one else has any control.

ਕਰਣ ਕਾਰਣ ਸਮਰਥ ਪ੍ਰਭ, karan kaaran samrath parabh
ਦੇਹਿ ਅਪਨਾ ਨਾਉ॥ deh apnaa naa-o.
ਨਾਨਕ ਤਰੀਐ ਸਾਧਸੰਗਿ, naanak taree-ai saadhsang
ਹਰਿ ਹਰਿ ਗੁਣ ਗਾਉ॥ ੪॥੨੭॥੫੭॥ har har gun gaa-o.||4||27||57||

ਪ੍ਰਭ ਤੂੰ ਹੀ ਸਭ ਕੁਝ ਕਰਨ ਕਰਵਾਉਣ ਵਾਲਾ ਅਸਲੀ ਮਾਲਕ ਹੈ । ਰਹਿਮਤ ਬਖਸ਼ਕੇ ਸ਼ਬਦ ਦੇ ਲੜ ਲਾਵੋ! ਜਿਹੜਾ ਬੰਦਗੀ ਵਾਲੇ ਸੰਤਾਂ ਦੀ ਸੰਗਤ ਕਰਦਾ, ਸਿਖਿਆਂ ਨਾਲ ਜੀਵਨ ਢਾਲਦਾ ਹੈ । ਉਹ ਦਰਬਾਰ ਵਿੱਚ ਪ੍ਰਵਾਨ ਹੋ ਜਾਂਦਾ ਹੈ ।

Only, The Omnipotent True Master prevails in the universe and nothing else may happen. With Your mercy and grace, attached me to a devotional meditation on the teachings of Your Word. Whosoever may remain in the conjugation of Your Holy saints and adopts his life experience teachings in his own day-to-day life; with Your mercy and grace, he may be accepted in Your Court.

297. ਬਿਲਾਵਲੁ ਮਹਲਾ ੫॥ 815-11

ਕਵਨੁ ਕਵਨੁ ਨਹੀ ਪਤਰਿਆ, kavan kavan nahee patri-aa
ਤੁਮ੍ਰੀ ਪਰਤੀਤਿ॥ tumhree parteet.
ਮਹਾ ਮੋਹਨੀ ਮੋਹਿਆ, mahaa mohnee mohi-aa
ਨਰਕ ਕੀ ਰੀਤਿ॥੧॥ narak kee reet. ||1||

ਕਿਹੜਾ ਜੀਵ ਸ਼ਬਦ ਦੀ ਪਾਲਣਾ ਅਡੋਲ ਭਰੋਸੇ ਨਾਲ ਕਰਦਾ, ਤੇਰੀ ਸ਼ਰਣ ਵਿੱਚ ਪ੍ਰਵਾਨ ਨਹੀਂ ਹੋਇਆ? ਜਿਹੜਾ ਸੰਸਾਰਕ ਮਾਇਆ ਦੇ ਜਾਲ ਵਿੱਚ ਫਸ ਜਾਂਦਾ, ਉਹ ਨਰਕਾਂ ਵਿੱਚ ਜਾਣ ਦੇ ਰਸਤੇ ਤੇ ਹੀ ਚਲਦਾ ਹੈ ।

Who may not have been accepted in Your Court, by obeying the teachings of Your Word with steady and stable belief in his day-to-day life? Whosoever may remain intoxicated in the greed of worldly wealth, he may remain on the path of hell, in the cycle of birth and death.

ਮਨ ਖੁਟਹਰ ਤੇਰਾ ਨਹੀ,   man khuthar tayraa nahee
ਬਿਸਾਸੁ ਤੂ ਮਹਾ ਉਦਮਾਦਾ॥   bisaas too mahaa udmaadaa.
ਖਰ ਕਾ ਪੈਖਰੁ ਤਉ ਛੁਟੈ,   khar kaa paikhar ta-o chhutai
ਜਉ ਊਪਰਿ ਲਾਦਾ॥੧॥ ਰਹਾਉ॥   ja-o oopar laadaa. ||1|| rahaa-o.

ਸ਼ਬਦ ਤੇ ਭਰੋਸਾ ਨਾ ਕਰਨ ਵਾਲੇ ਦੇ ਮਨ ਤੇ ਸੰਸਾਰਕ ਮਾਇਆ ਦਾ ਨਸ਼ਾ ਰਹਿੰਦਾ ਹੈ । ਜਿਵੇਂ ਖੋਤੇ ਨੂੰ ਤਾਂ ਹੀ ਖੁੱਲ੍ਹਾ ਛੱਡਿਆ ਜਾਂਦਾ ਹੈ । ਜਦੋਂ ਉਸ ਤੋ ਭਾਰ ਲਾਹ ਲਿਆ ਜਾਂਦਾ ਹੈ । ਇਸਤਰ੍ਹਾਂ ਮਾਨਸ ਦਾ ਸੰਸਾਰਕ ਮਾਇਆ ਦਾ ਜਾਲ ਤਾ ਹੀ ਨਾਸ ਹੁੰਦਾ ਹੈ । ਜਦੋਂ ਉਸ ਨੂੰ ਮੌਤ ਆ ਜਾਂਦੀ ਹੈ ।

Non-believer may remain intoxicated in the sweet poison of worldly wealth. Just imagine, as a donkey may only be set free; as soon as the load may be removed from his back. Same way non-believer may only escape the greed, intoxication of worldly wealth; as soon as his soul may be captured by the devil of death.

ਜਪ ਤਪ ਸੰਜਮ ਤੁਮ੍ ਖੰਡੇ,   jap tap sanjam tumh khanday
ਜਮ ਕੇ ਦੁਖ ਡਾਂਡ॥   jam kay dukh daaNd.
ਸਿਮਰਹਿ ਨਾਹੀ ਜੋਨਿ,   simrahi naahee jon
ਦੁਖ ਨਿਰਲਜੇ ਭਾਂਡ॥੨॥   dukh nirlajay bhaand. ||2||

ਕਿਸੇ ਜਪ, ਤਪ, ਹੱਠ ਨਾਲ ਕੀਤੇ ਸ਼ਬਦ ਦੇ ਸਿਮਰਨ ਦੀ ਪ੍ਰਭ ਕੋਈ ਕੀਮਤ ਨਹੀਂ ਪਾਉਂਦਾ । ਉਹ ਦੁਖ ਭੋਗਦਾ, ਮੌਤ ਦੇ ਜਮਦੂਤ ਦੇ ਹਵਾਲੇ ਹੋ ਜਾਂਦਾ ਹੈ । ਜਿਹੜਾ ਮਨ ਵਿੱਚ ਭਰੋਸਾ ਅਡੋਲ ਰਖਕੇ ਸਿਮਰਨ ਨਹੀਂ ਕਰਦਾ । ਉਹ ਜੂੰਨਾਂ ਵਿੱਚ ਭਉਦਾ, ਦੁਖ ਪਾਉਂਦਾ ਹੈ । ਉਸ ਨੂੰ ਦਰਬਾਰ ਵਿੱਚ ਲਾਨ੍ਹਤਾਂ ਹੀ ਪੈਂਦੀਆਂ ਹਨ ।

Whosoever may meditate with his determination, without a steady and stable belief on His Word; his meditation may never be accepted in His Court. His soul may be capture by the devil of death and endures miseries. He may be rebuked in His Court and remains in the cycle of birth and death.

ਹਰਿ ਸੰਗਿ ਸਹਾਈ ਮਹਾ ਮੀਤੁ,   har sang sahaa-ee mahaa meet
ਤਿਸ ਸਿਉ ਤੇਰਾ ਭੇਦੁ॥   tis si-o tayraa bhayd.
ਬੀਧਾ ਪੰਚ ਬਟਵਾਰਈ,   beeDhaa panch batvaara-ee
ਉਪਜਿਓ ਮਹਾ ਖੇਦੁ॥੩॥   upji-o mahaa khayd. ||3||

ਪ੍ਰਭ ਸਦਾ ਹੀ ਆਤਮਾ ਦਾ ਅਸਲੀ ਸਾਥੀ ਰਹਿੰਦਾ ਹੈ । ਪਰ ਮਨ ਉਸ ਦੇ ਸ਼ਬਦ ਦੀ ਪਾਲਣਾ ਨਹੀਂ ਕਰਦਾ, ਭਰੋਸਾ ਨਹੀਂ ਰਖਦਾ । ਉਸ ਦਾ ਮੋਹ ਮਨ ਦੀਆਂ ਇੱਛਾਂ ਦੇ ਪੰਜਾਂ ਜਮਦੂਤਾਂ ਨਾਲ ਹੁੰਦਾ ਹੈ । ਸੰਸਾਰਕ ਇੱਛਾਂ ਹੀ ਉਸ ਨੂੰ ਜੂੰਨਾਂ ਦੇ ਦੁਖਾਂ ਵਿੱਚ ਪਾਉਂਦੀਆਂ ਹਨ ।

The True Master always remains true companion of his soul. However, his mind may never obey the teachings of His Word with steady and stable belief in his day-to-day life. He remains attached to five demons of worldly desires, wealth. In the end, he remains in the cycle of birth and death.

ਨਾਨਕ ਤਿਨ ਸੰਤਨ ਸਰਣਾਗਤੀ,   naanak tin santan sarnaagatee
ਜਿਨ ਮਨੁ ਵਸਿ ਕੀਨਾ॥   jin man vas keenaa.
ਤਨੁ ਧਨੁ ਸਰਬਸੁ ਆਪਣਾ,   tan Dhan sarbas aapnaa
ਪ੍ਰਭਿ ਜਨ ਕਉ ਦੀਨ੍ਹਾ॥੪॥੨੮॥੫੮॥   parabh jan ka-odeenhaa. ||4||28||58||

ਜਿਹੜਾ ਆਪਣੇ ਮਨ ਦੇ ਪੰਜਾਂ ਜਮਦੂਤਾਂ ਤੇ ਜਿੱਤ ਪਾ ਲੈਂਦਾ ਹੈ । ਉਹ ਹੀ ਬੰਦਗੀ ਕਰਨ ਵਾਲੇ ਸੰਤਾਂ ਦੀ ਸੰਗਤ ਵਿੱਚ ਆਉਂਦਾ ਹੈ । ਉਹ ਆਪਣਾ ਮਨ, ਤਨ, ਸੰਸਾਰਕ ਹੈਸੀਅਤ ਪ੍ਰਭ ਨੂੰ ਭੇਟਾ ਕਰ ਦੇਂਦਾ ਹੈ । ਸ਼ਬਦ ਦੀ ਪਾਲਣਾ ਕਰਦਾ, ਦਾਸ ਬਣ ਜਾਂਦਾ ਹੈ ।

Whosoever may conquer the demons of worldly desires. Only he may join the conjugation of His true devotee. He may surrender his mind, body, and worldly status at the sanctuary of His Holy saints. He may obey the teachings of His Word with steady and stable belief in his day-to-day life; with His mercy and grace, he may be accepted as His true devotee.

298. ਬਿਲਾਵਲੁ ਮਹਲਾ ੫॥ 815-16

ਉਦਮੁ ਕਰਤ ਆਨਦੁ ਭਇਆ,	udam karat aanad bha-i-aa
ਸਿਮਰਤ ਸੁਖ ਸਾਰੁ॥	simrat sukh saar.
ਜਪਿ ਜਪਿ ਨਾਮੁ ਗੋਬਿੰਦ ਕਾ,	jap jap naam gobind kaa
ਪੂਰਨ ਬੀਚਾਰੁ॥੧॥	pooran beechaar. ||1||

ਜੀਵ ਉਦਮ ਕਰੋ! ਸੰਤੋਖ ਦੇ ਸੋਮੇ ਦੇ ਸ਼ਬਦ ਦੀ ਪਾਲਣਾ ਕਰੋ! ਉਸ ਨਾਲ ਮਨ ਵਿੱਚ ਖੇੜਾ ਬਖਸ਼ਿਸ਼ ਹੋ ਜਾਂਦਾ ਹੈ । ਪ੍ਰਭ ਦੇ ਸ਼ਬਦ ਦਾ ਬਾਰ ਬਾਰ ਸਿਮਰਨ ਕਰੋ! ਇਸ ਨਾਲ ਹੀ ਪੂਰਨ ਪ੍ਰਭ ਦੇ ਸ਼ਬਦ ਦੀ ਸੋਝੀ ਬਖਸ਼ਿਸ਼ ਹੁੰਦੀ ਹੈ ।

You should always obey the teachings of His Word, the fountain of all comforts. With His mercy and grace, he may be blessed with blossom in your life. You should meditate on the teachings of His Word with each breath! You may be blessed with the enlightenment of His Word.

ਚਰਨ ਕਮਲ ਗੁਰ ਕੇ ਜਪਤ,	charan kamal gur kay japat
ਹਰਿ ਜਪਿ ਹਉ ਜੀਵਾ॥	har jap ha-o jeevaa.
ਪਾਰਬ੍ਰਹਮੁ ਆਰਾਧਤੇ,	paarbarahm aaraaDh-tay
ਮੁਖਿ ਅੰਮ੍ਰਿਤੁ ਪੀਵਾ॥੧॥ ਰਹਾਉ॥	mukh amrit peevaa.||1|| rahaa-o.

ਪ੍ਰਭ ਦੇ ਸ਼ਬਦ ਰੂਪੀ ਚਰਨਾਂ ਦਾ ਸਿਮਰਨ ਕਰਨ ਨਾਲ ਜੀਵਨ ਬਤੀਤ ਕਰੋ! ਸ਼ਬਦ ਨਾਲ ਜੀਵਨ ਢਾਲੋ! ਸ਼ਬਦ ਦੇ ਗੁਣ ਗਾਉਣ ਨਾਲ ਜੀਭ ਵਿੱਚ ਸ਼ਬਦ ਰੂਪੀ ਅੰਮ੍ਰਿਤ ਦਾ ਰਸ ਬਖਸ਼ਿਸ਼ ਹੁੰਦਾ ਹੈ ।

You should meditate and adopt the teachings of His Word (feet) with steady and stable belief in day-to-day life. Whosoever may sing the glory of His Word with his tongue; with His mercy and grace, his tongue may be blessed with the nectar of the essence of His Word.

ਜੀਅ ਜੰਤ ਸਭਿ ਸੁਖਿ ਬਸੇ,	jee-a jant sabh sukh basay
ਸਭ ਕੈ ਮਨਿ ਲੋਚ॥	sabh kai man loch.
ਪਰਉਪਕਾਰੁ ਨਿਤ ਚਿਤਵਤੇ,	par-upkaar nit chitvatay
ਨਾਹੀ ਕਛੁ ਪੋਚ॥੨॥	naahee kachh poch.||2||

ਜਿਸ ਦੇ ਮਨ ਵਿੱਚ ਪ੍ਰਭ ਦੇ ਸ਼ਬਦ ਦੀ ਪਾਲਣਾ ਵਿੱਚ ਧਿਆਨ ਰਹਿੰਦਾ ਹੈ । ਉਹ ਸੰਤੋਖ ਨਾਲ ਜੀਵਨ ਬਤੀਤ ਕਰਦਾ ਹੈ । ਜਿਹੜਾ ਬਾਰ ਬਾਰ ਸ਼ਬਦ ਦਾ ਸਿਮਰਨ ਕਰਦਾ ਹੈ । ਉਹ ਸ੍ਰਿਸ਼ਟੀ ਦੀ ਭਲਾਈ ਦੇ ਹੀ ਕੰਮ ਕਰਦਾ ਹੈ, ਉਸ ਦੇ ਮਨ ਵਿੱਚ ਕਿਸੇ ਨਾਲ ਵਿਰੋਧ ਨਹੀਂ ਹੁੰਦਾ ।

Whosoever may remain intoxicated in obeying the teachings of His Word with steady and stable belief; with His mercy and grace, his way of life may become very contented. Whosoever may meditate on the teachings of His Word with each breath. He may always perform deeds for the welfare of His Creation. He may never have any jealousy with anyone.

ਧੰਨੁ ਸੁ ਥਾਨੁ ਬਸੰਤ ਧੰਨੁ,	Dhan so thaan basant Dhan
ਜਹ ਜਪੀਐ ਨਾਮੁ॥	jah japee-ai naam.
ਕਥਾ ਕੀਰਤਨੁ ਹਰਿ ਅਤਿ ਘਨਾ,	kathaa keertan har at ghanaa
ਸੁਖ ਸਹਜ ਬਿਸ੍ਰਾਮੁ॥੩॥	sukh sahj bisraam.||3||

ਜਿਹੜਾ ਪ੍ਰਭ ਦੇ ਸ਼ਬਦ ਦਾ ਸਿਮਰਨ ਕਰਦਾ ਹੈ । ਉਸ ਤੇ ਪ੍ਰਭ ਦੀ ਰਹਿਮਤ ਦੀ ਨਜ਼ਰ ਭਰਪੂਰ ਰਹਿੰਦੀ ਹੈ । ਉਹ ਥਾਂ ਵੱਡੇ ਭਾਗਾਂ ਵਾਲਾ ਬਣ ਜਾਂਦਾ ਹੈ, ਉਹ ਜੀਵ ਵੱਡਭਾਗੀ ਹੁੰਦਾ ਹੈ । ਉਹ

ਆਪਣੇ ਘਰ ਵਿੱਚ, ਮਨ ਵਿੱਚ ਪ੍ਰਭ ਦੇ ਸ਼ਬਦ ਦੇ ਗੁਣ ਗਾਉਂਦਾ ਹੈ । ਉਸ ਦੇ ਮਨ ਵਿੱਚ, ਘਰ ਵਿੱਚ ਪੂਰਨ ਸੰਤੋਖ, ਖੇੜਾ ਵਸਦਾ ਹੈ ।

Whosoever may meditate on the teachings of His Word; he may remain overwhelmed with contentment in his life. He may be very fortunate and his worldly place may become a Holy shrine. He may remain singing the glory of His Word with each breath; with His mercy and grace, he may be blessed with contentment and blossom in his worldly life.

ਮਨ ਤੇ ਕਦੇ ਨ ਵੀਸਰੈ,	man tay kaday na veesrai
ਅਨਾਥ ਕੋ ਨਾਥ॥	anaath ko naath.
ਨਾਨਕ ਪ੍ਰਭ ਸਰਣਾਗਤੀ,	naanak parabh sarnaagatee
ਜਾ ਕੈ ਸਭੁ ਕਿਛੁ ਹਾਥ॥ ੪॥੨੯॥੫੯॥	jaa kai sabh kichh haath. ||4||29||59||

ਬੰਦਗੀ ਕਰਨ ਵਾਲਾ ਪ੍ਰਭ ਦੇ ਸ਼ਬਦ ਦੀ ਸ਼ਰਣ ਵਿੱਚ ਵਸਦਾ, ਇੱਕੋ ਇੱਕ ਹੀ ਅਰਦਾਸ ਕਰਦਾ ਹੈ । ਰਹਿਮਤ ਬਖਸ਼ੋ! ਮਨ ਵਿਚੋਂ ਤੇਰਾ ਸ਼ਬਦ ਕਦੇ ਵੀ ਵਿਸਰ ਨਾ ਜਾਵੇ ।

His true devotee dwells in void of His Word, His sanctuary. He always prays for His forgiveness and devotion that he may never abandon His Word from his day-to-day life.

299.ਬਿਲਾਵਲੁ ਮਹਲਾ ੫॥ 816-3

ਜਿਨਿ ਤੂ ਬੰਧਿ ਕਰਿ ਛੋਡਿਆ,	jin too banDh kar chhodi-aa
ਫੁਨਿ ਸੁਖ ਮਹਿ ਪਾਇਆ॥	fun sukh meh paa-i-aa.
ਸਦਾ ਸਿਮਰਿ ਚਰਣਾਰਬਿੰਦ,	sadaa simar charnaarbind
ਸੀਤਲ ਹੋਤਾਇਆ॥੧॥	seetal hotaa-i-aa.||1||

ਜੀਵ ਪ੍ਰਭ ਨੇ ਤੈਨੂੰ ਮਤਾ ਦੇ ਗਰਭ ਵਿੱਚ ਪਾਇਆ ਹੈ । ਫਿਰ ਤੈਨੂੰ ਸੁਖਾਂ ਦੇ ਸਾਗਰ, ਸੰਸਾਰ ਵਿੱਚ ਭੇਜਿਆ, ਪੈਦਾ ਕੀਤਾ ਹੈ । ਉਸ ਦੇ ਸ਼ਬਦ ਰੂਪੀ ਚਰਨਾਂ ਦਾ ਸਿਮਰਨ, ਸ਼ਬਦ ਦੀ ਪਾਲਣਾ ਕਰੋ! ਉਸ ਨਾਲ ਮਨ ਵਿੱਚ ਧੀਰਜ ਅਤੇ ਸੰਤੋਖ ਵਸ ਜਾਂਦਾ ਹੈ, ਮਨ ਵਿੱਚ ਖੇੜਾ ਬਖਸ਼ਿਸ਼ ਹੋ ਜਾਂਦਾ ਹੈ ।

The True Master has protected your soul in the womb of your mother. You have entered the ocean of worldly comforts. You should meditate and obey the teachings of His Word (spiritual feet) with steady and stable belief in your day-to-day. With His mercy and grace, you may be drenched with patience, contentment, and blossom in your day-to-day life.

ਜੀਵਤਿਆ ਅਥਵਾ ਮੁਇਆ,	jeevti-aa athvaa mu-i-aa
ਕਿਛੁ ਕਾਮਿ ਨ ਆਵੈ॥	kichh kaam na aavai.
ਜਿਨਿ ਏਹੁ ਰਚਨੁ ਰਚਾਇਆ,	jin ayhu rachan rachaa-i-aa
ਕੋਊ ਤਿਸ ਸਿਉ ਰੰਗੁ ਲਾਵੈ॥੧॥ ਰਹਾਉ॥	ko-oo tis si-o rang laavai. ||1|| rahaa-o.

ਸੰਸਾਰਕ ਮਾਇਆ ਸੰਸਾਰ ਵਿੱਚ ਥੋੜ੍ਹਾ ਸਮਾਂ ਅਨੰਦ ਦੇਂਦੀ ਹੈ, ਮੌਤ ਪਿਛੋਂ ਸਾਥ ਛੱਡ ਜਾਂਦੀ ਹੈ, ਸਹਾਈ ਨਹੀ ਹੁੰਦੀ । ਉਸ ਨਾਲ ਮੋਹ ਲਾਉਣਾ ਬਿਰਥਾ ਹੀ ਹੈ । ਜਿਸ ਪ੍ਰਭ ਨੇ ਇਹ ਸਾਰੀ ਸ੍ਰਿਸ਼ਟੀ ਪੈਦਾ ਕੀਤੀ ਹੈ । ਕੋਈ ਵਿਰਲਾ ਹੀ ਉਸ ਨਾਲ ਮੋਹ ਲਾਉਂਦਾ ਹੈ । ਉਸ ਦੇ ਵਿਛੋੜੇ ਦੇ ਵਿਰਾਗ ਵਿੱਚ ਜੀਵਨ ਬਤੀਤ ਕਰਦਾ ਹੈ ।

Worldly wealth may provide limited comforts in worldly life. Worldly wealth may not stay with his soul after death to support in His Court. Worldly wealth, attachments may be useless for the real purpose of human life blessings. Worldly wealth may not go along after death to support his soul in His Court. The One and only One, True Master has created the whole universe; however, very few may remain attached to the teachings of His Word or in renunciation in the memory of his separation from His Holy Spirit.

ਰੇ ਪ੍ਰਾਣੀ ਉਸਨ ਸੀਤ, ray paraanee usan seet
ਕਰਤਾ ਕਰੈ ਘਾਮ ਤੇ ਕਾਢੈ॥ kartaa karai ghaam tay kaadhai.
ਕੀਰੀ ਤੇ ਹਸਤੀ ਕਰੈ, keeree tay hastee karai
ਟੂਟਾ ਲੇ ਗਾਢੈ॥੨॥ tootaa lay gaadhai.||2||

ਪ੍ਰਭ ਹੀ ਗਰਮੀ ਅਤੇ ਸਰਦੀ ਦਾ ਮੌਸਮ ਬਣਾਉਂਦਾ ਹੈ । ਆਪ ਹੀ ਜੀਵਾਂ ਦੀ ਰਖਿਆ ਕਰਦਾ ਹੈ । ਉਹ ਹੀ ਛੋਟੇ ਕੀੜੇ ਤੋ ਲੈ ਕੇ ਵੱਡੇ ਹਾਥੀ ਪੈਦਾ ਕਰਦਾ ਹੈ । ਜਿਹੜਾ ਜੀਵ ਨੂੰ ਆਪਣੇ ਨਾਲੋ ਵਿਛੋੜਾ ਦੇਂਦਾ, ਉਹ ਆਪ ਹੀ ਮਿਲੱਣ ਦਾ ਕਾਰਨ ਵੀ ਬਣਾਉਂਦਾ ਹੈ ।

The True Master may create cold or hot weather; pleasures and miseries in worldly journey. He provides the source of nourishment and protects His Creation in the universe. He has created a small incent and a big creature like elephant. Who has separated the soul from His Holy Spirit only He may create a process to immerse the soul within His Holy spirit?

ਅੰਡਜ ਜੇਰਜ ਸੇਤਜ ਉਤਭੁਜਾ, andaj jayraj saytaj ut-bhujaa
ਪ੍ਰਭ ਕੀ ਇਹ ਕਿਰਤਿ॥ parabh kee ih kirat.
ਕਿਰਤ ਕਮਾਵਨ ਸਰਬ ਫਲ, kirat kamaavan sarab fal
ਰਵੀਐ ਹਰਿ ਨਿਰਤਿ॥੩॥ ravee-ai har nirat.||3||

ਸ੍ਰਿਸ਼ਟੀ ਨੂੰ ਪੈਦਾ ਕਰਨ ਦੇ ਚਾਰੇ ਸੋਮੇ ਦੀ ਹੀ ਪ੍ਰਭ ਨੇ ਜੀਵ ਨੂੰ ਸੋਝੀ ਬਖਸ਼ੀ ਹੈ । ਪ੍ਰਭ ਦੇ ਹੁਕਮ ਦੀ ਪਾਲਣਾ ਕਰਨ, ਭਾਣੇ ਅੰਦਰ ਜੀਵਨ ਬਤੀਤ ਕਰਨਾ ਹੀ ਸਾਰੇ ਜੀਵਾਂ ਲਈ ਲਾਭਵੰਦ ਹੈ!

The True Master has enlightened His Creation with four sources of reproduction of His Creation. To obey and co-exist with each other as a one family may be the beneficial of His Creation.

***** 4 source of reproduction ****
Eggs, wombs, sweat and earth.
God's workshops of creation.

ਹਮ ਤੇ ਕਛੂ ਨ ਹੋਵਨਾ, ham tay kachhoo na hovnaa saran
ਸਰਣਿ ਪ੍ਰਭ ਸਾਧ॥ parabh saaDh.
ਮੋਹ ਮਗਨ ਕੂਪ ਅੰਧ ਤੇ, moh magan koop anDh tay
ਨਾਨਕ ਗੁਰ ਕਾਢ॥ ੪॥੩੦॥੬੦॥ naanak gur kaadh. ||4||30||60||

ਜੀਵ ਦੇ ਵੱਸ ਵਿੱਚ ਕੁਝ ਨਹੀਂ ਹੈ, ਕੁਝ ਕਰਨ ਦੀ ਸਮਰਥਾ ਨਹੀਂ ਹੈ । ਤੇਰੀ ਸ਼ਰਣ ਵਿੱਚ ਨਿਮਾਣੇ ਬਣਕੇ ਆਇਆ ਹਾ । ਰਹਿਮਤ ਬਖਸ਼ੋ! ਇਸ ਅਗਿਆਨਤਾ ਦੇ ਅੰਧੇਰੇ ਵਿਚੋਂ, ਸੰਸਾਰਕ ਮਾਇਆ ਦੇ ਨਸ਼ੇ ਵਿਚੋਂ ਕੱਢ ਲਵੋ! ਸ਼ਰਣ ਵਿੱਚ ਪਨਾਹ ਬਖਸ਼ੋ!

Worldly creature may not have any wisdom or capability to accomplish anything at his own. I have humbly surrendered my mind, body, and worldly status at Your sanctuary for forgiveness. With Your mercy and grace, save me from the ignorance from the teachings of Your Word; from the intoxication of worldly wealth and accept me at Your sanctuary.

300. ਬਿਲਾਵਲੁ ਮਹਲਾ ੫॥ 816-8

ਖੋਜਤ ਖੋਜਤ ਮੈ ਫਿਰਾ, khojat khojat mai firaa
ਖੋਜਉ ਬਨ ਥਾਨ॥ khoja-o ban thaan.
ਅਛਲ ਅਛੇਦ ਅਭੇਦ, achhal achhayd abhayd
ਪ੍ਰਭ ਐਸੇ ਭਗਵਾਨ॥੧॥ parabh aisay bhagvaan.||1||

ਮੈਂ ਪ੍ਰਭ ਦੀ ਖੋਜ ਕਰਦਾ ਜੰਗਲਾਂ ਵਿੱਚ, ਤੀਰਥਾਂ ਤੇ ਘੁੰਮਦਾ, ਢੂੰਡਦਾ ਫਿਰਦਾ ਹਾ । ਪ੍ਰਭ ਨੂੰ ਕਿਸਤਰ੍ਹਾਂ ਵੀ ਧੋਖਾ ਨਹੀਂ ਦਿੱਤਾ ਜਾ ਸਕਦਾ । ਉਹ ਨਾਸ ਨਹੀਂ ਹੋ ਸਕਦਾ । ਉਸ ਦੀ ਅਵਸਥਾ ਦੀ ਪੂਰਨ ਵਿਆਖਿਆ ਨਹੀਂ ਕੀਤੀ ਜਾ ਸਕਦੀ ।

I have been wandering in wild forests, shrine to shrine searching for the enlightenment of the essence of His Word. The True Master remains beyond any destruction or trap of any clever tricks of His creation. His Nature may not be fully comprehended by His Creation.

ਕਬ ਦੇਖਉ ਪ੍ਰਭੁ ਆਪਨਾ,	kab daykh-a-u parabh aapnaa
ਆਤਮ ਕੈ ਰੰਗਿ॥	aatam kai rang.
ਜਾਗਨ ਤੇ ਸੁਪਨਾ ਭਲਾ,	jaagan tay supnaa bhalaa
ਬਸੀਐ ਪ੍ਰਭ ਸੰਗਿ॥੧॥ ਰਹਾਉ॥	basee-ai parabhsang. ||1|| rahaa-o.

ਜਦੋਂ ਮੇਰੇ ਅੰਦਰ ਪ੍ਰਭ ਦਾ ਸ਼ਬਦ ਜਾਗਰਤ ਹੋ ਜਾਵੇਗਾ । ਮੇਰੀ ਆਤਮਾਂ ਵਿੱਚ ਉਹ ਅਨੰਦ ਖੇੜਾ ਵਸ ਜਾਵੇਗਾ । ਜਿਹੜਾ ਮਨ ਸੁਪਨੇ ਵਿੱਚ ਪ੍ਰਭ ਦੇ ਦਰਬਾਰ ਵਿੱਚ, ਸ਼ਬਦ ਦੀ ਸਮਾਧੀ ਵਿੱਚ ਵਸਦਾ ਹੈ । ਉਹ ਸੁਪਨਾ ਹੀ ਮਨ ਨੂੰ ਜਾਗਣ ਨਾਲੋ ਵੀ ਬਹੁਤਾ ਅਨੰਦ ਦੇਂਦਾ ਹੈ ।

Whosoever may be enlightened with the essence of His Word; with His mercy and grace, his soul may be blessed with worldly pleasures and blossom. Whosoever may remain intoxicated in his dream in the void of His Word. He may enjoy more blossom in his dream than waking up.

ਬਰਨ ਆਸ੍ਰਮ ਸਾਸਤ੍ਰ ਸੁਨਉ,	baran aasram saastar sun-o
ਦਰਸਨ ਕੀ ਪਿਆਸ॥	darsan kee pi-aas.
ਰੂਪੁ ਨ ਰੇਖ ਨ ਪੰਚ ਤਤ,	roop na raykh na panch tat
ਠਾਕੁਰ ਅਬਿਨਾਸ॥੨॥	thaakur abinaas.|2||

ਜਦੋਂ ਗ੍ਰੰਥਾਂ ਦੀ ਸਿਖਿਆਂ ਵਿੱਚ ਚਾਰ ਜਾਤਾਂ, ਹੈਸੀਅਤ ਅਤੇ ਜੀਵਨ ਦੀਆਂ ਚਾਰ ਅਵਸਥਾਂ ਬਾਬਤ ਪੜ੍ਹੀ ਦਾ ਹੈ । ਤਾਂ ਮਨ ਵਿੱਚ ਪ੍ਰਭ ਦੇ ਸ਼ਬਦ ਦੀ ਸੋਝੀ ਪਾਉਣ ਦੀ ਸ਼ਰਧਾ ਵਧਦੀ ਹੈ । ਪ੍ਰਭ ਅਕਾਰ ਰਹਿਤ ਹੈ, ਪੰਜਾਂ ਇੱਛਾਂ ਤੋ ਰਹਿਤ ਹੈ, ਕੋਈ ਪ੍ਰਭਾਵ ਨਹੀਂ ਹੈ । ਅਸਲੀ, ਸਦਾ ਅਟੱਲ ਰਹਿਣ ਵਾਲਾ, ਨਾ ਨਾਸ ਹੋਣ ਵਾਲਾ ਮਾਲਕ ਹੈ ।

We may read about the 4 virtues for the purpose of human life blessings, four worldly castes and worldly status; my desire, devotion to read The Holy Scripture becomes more intense. The True Master remains beyond any limitation of body structure and shape nor the control, influence of five demons of worldly desires. The True Master remains beyond any destruction and true forever and ever-living Omnipotent.

ਓਹੁ ਸਰੂਪੁ ਸੰਤਨ ਕਹਹਿ,	oh saroop santan kaheh
ਵਿਰਲੇ ਜੋਗੀਸੁਰ॥	virlay jogeesur.
ਕਰਿ ਕਿਰਪਾ ਜਾ ਕਉ ਮਿਲੇ,	kar kirpaa jaa ka-o milay
ਧਨਿ ਧਨਿ ਤੇ ਈਸੁਰ॥੩॥	Dhan Dhan tay eesur.||3||

ਜਿਹੜੇ ਬੰਦਗੀ ਕਰਨ ਵਾਲੇ ਸੰਤ, ਪ੍ਰਭ ਦੇ ਰੂਪ ਦੀ ਚਰਚਾ ਕਰਦੇ ਹਨ । ਉਹ ਸੰਤ, ਬੰਦਗੀ ਕਰਨ ਵਾਲੇ ਕਿਤਨੇ ਵੱਡਭਾਗੀ ਹਨ । ਉਹ ਜੀਵ ਵੱਡੇ ਭਾਗਾਂ ਵਾਲੇ ਬਣ ਜਾਂਦਾ ਹੈ । ਜਿਸ ਵਿੱਚ ਪ੍ਰਭ ਦਾ ਸ਼ਬਦ ਜਾਗਰਤ ਹੋ ਜਾਂਦਾ ਹੈ । ਪ੍ਰਭ ਦੀ ਰਹਿਮਤ ਦੀ ਨਜ਼ਰ ਬਖਸ਼ਿਸ਼ ਹੋ ਜਾਂਦੀ ਹੈ ।

His true devotee may sing the glory of His Word, His glow; how fortunate may be His true devotees? Whosoever may be enlightened with the essence of His Word within; with His mercy and grace, he becomes very fortunate.

ਸੋ ਅੰਤਰਿ ਸੋ ਬਾਹਰੇ,	so antar so baahray
ਬਿਨਸੇ ਤਹ ਭਰਮਾ॥	binsay tah bharmaa.
ਨਾਨਕ ਤਿਸੁ ਪ੍ਰਭੁ ਭੇਟਿਆ,	naanak tis parabh bhayti-aa
ਜਾ ਕੇ ਪੂਰਨ ਕਰਮਾ॥੪॥੩੧॥੬੧॥	jaa kay pooran karmaa. ||4||31||61||

ਉਹ ਬੰਦਗੀ ਕਰਨ ਵਾਲੇ ਨੂੰ ਸੋਝੀ ਹੋ ਜਾਂਦੀ ਹੈ । ਇੱਕੋ ਇੱਕ ਪ੍ਰਭ ਹੀ ਜੀਵ ਦੇ ਅੰਦਰ ਅਤੇ ਸੰਸਾਰ ਵਿੱਚ ਵਾਪਰਦਾ ਹੈ । ਉਸ ਦੇ ਸਾਰੇ ਭਰਮ ਦੂਰ ਹੋ ਜਾਂਦੇ ਹਨ । ਜਿਸ ਦੇ ਵੱਡੇ ਭਾਗ ਹੁੰਦੇ ਹਨ । ਇਹ ਅਵਸਥਾ ਕੇਵਲ ਉਸ ਨੂੰ ਹੀ ਬਖਸ਼ਿਸ਼ ਹੁੰਦੀ ਹੈ । ਉਸ ਦੀ ਸ਼ਬਦ ਦੀ ਕਮਾਈ ਪ੍ਰਭ ਦੇ ਦਰਬਾਰ ਵਿੱਚ ਪ੍ਰਵਾਨ ਹੋ ਜਾਂਦੀ ਹੈ ।

With His mercy and grace; His true devotee may be enlightened that The One and only One, Holy Spirit remains embedded within each soul and His command prevails. All his suspicions may be eliminated. Whosoever may have a great prewritten destiny only he may be blessed with such a state of mind. His earnings of His Word may be accepted in His Court.

301. ਬਿਲਾਵਲੁ ਮਹਲਾ ੫॥ 816-13

ਜੀਅ ਜੰਤ ਸੁਪ੍ਰਸੰਨ ਭਏ,	jee-a jant suparsan bha-ay
ਦੇਖਿ ਪ੍ਰਭ ਪਰਤਾਪ॥	daykh parabh partaap.
ਕਰਜੁ ਉਤਾਰਿਆ ਸਤਿਗੁਰੂ,	karaj utaari-aa satguroo
ਕਰਿ ਆਹਰੁ ਆਪ॥੧॥	kar aahar aap. ||1||

ਸ੍ਰਿਸ਼ਟੀ ਦੇ ਸਾਰੇ ਜੀਵ ਹੀ ਪ੍ਰਭ ਦੇ ਨੂਰ ਨੂੰ ਮਹਿਸੂਸ ਕਰਕੇ ਖੇੜੇ ਵਿੱਚ ਵਸਦੇ ਹਨ । ਉਹਨਾਂ ਦੇ ਮਨ ਵਿੱਚ ਸ਼ਰਧਾ ਵਧਦੀ ਹੈ । ਪ੍ਰਭ ਆਪ ਹੀ ਉਹਨਾਂ ਦੀ ਸ਼ਬਦ ਦੀ ਕਮਾਈ ਪ੍ਰਵਾਨ ਕਰਦਾ ਹੈ । ਉਹਨਾਂ ਦਾ ਲੇਖਾ ਪੂਰਾ ਕਰ ਦੇਂਦਾ ਹੈ । ਉਹਨਾਂ ਦਾ ਜਨਮ ਸਫਲ ਹੋ ਜਾਂਦਾ ਹੈ ।

All the creatures of the universe enjoy the blessed vision of The True Master and blossom. Whose earnings of His Word may be accepted in His Court; with His mercy and grace, his account of previous lives may be satisfied. His human life journey may become successful.

ਖਾਤ ਖਰਚਤ ਨਿਬਹਤ ਰਹੇ,	khaat kharchat nibhat rahai
ਗੁਰ ਸਬਦੁ ਅਖੂਟ॥	gur sabad akhoot.
ਪੂਰਨ ਭਈ ਸਮਗਰੀ,	pooran bha-ee samagree
ਕਬਹੂ ਨਹੀ ਤੂਟ॥੧॥ ਰਹਾਉ॥	kabhoo nahee toot.||1|| rahaa-o.

ਸ਼ਬਦ ਨੂੰ ਜੀਵਨ ਵਿੱਚ ਢਾਲਣ, ਬਾਕੀਆਂ ਨੂੰ ਪ੍ਰੇਰਨਾ ਕਰਨ ਨਾਲ, ਸ਼ਬਦ ਦੀ ਸੋਝੀ ਵਿੱਚ ਕੋਈ ਕਮੀ ਨਹੀਂ ਆਉਂਦੀ । ਪ੍ਰਭ ਨੇ ਇਹ ਖਜ਼ਾਨਾ, ਪੂਰਨ ਵਿਧੀ ਨਾਲ ਹੀ ਸੰਥਾਪਨ ਕੀਤਾ ਹੈ । ਇਸ ਵਿੱਚ ਕਦੇ ਘਾਟਾ ਨਹੀਂ ਪੈਂਦਾ । ਸ਼ਬਦ ਦੀ ਕਮਾਈ ਕਰਨ ਵਾਲੇ ਦੇ ਜੀਵਨ ਵਿੱਚ ਕਦੇ ਕੋਈ ਕਮੀ ਨਹੀਂ ਆਉਂਦੀ । ਸੰਸਾਰਕ ਇੱਛਾਂ ਦੀ ਭਟਕਣ ਨਹੀਂ ਆਉਂਦੀ ।

Whosoever may adopt the teachings of His Word and inspires, shares the teachings with others; with His mercy and grace, he may never realize any shortage of enlightenment. The True Master has designed, established the treasure of enlightenment with sound and perfect planning. His true devotee may never realize any frustration of worldly desires.

ਸਾਧਸੰਗਿ ਆਰਾਧਨਾ,	saaDhsang aaraaDhnaa
ਹਰਿ ਨਿਧਿ ਆਪਾਰ॥	har niDh aapaar.
ਧਰਮ ਅਰਥ ਅਰੁ ਕਾਮ ਮੋਖ,	Dharam arath ar kaam mokh
ਦੇਤੇ ਨਹੀ ਬਾਰ॥੨॥	daytay nahee baar. ||2||

ਬੰਦਗੀ ਕਰਨ ਵਾਲੇ ਦੇ ਜੀਵਨ ਦੇ ਅਧਾਰ ਤੇ ਜੀਵਨ ਢਾਲਕੇ ਸ਼ਬਦ ਦਾ ਸਿਮਰਨ ਕਰੋ ! ਪ੍ਰਭ ਬੇਅੰਤ ਗੁਣਾਂ ਦਾ ਭੰਡਾਰੀ ਹੈ । ਉਹ ਆਪਣੇ ਦਾਸ ਤੇ ਰਹਿਮਤਾਂ ਬਖਸ਼ਣ ਵਿੱਚ ਕਦੇ ਢਿਲ ਨਹੀਂ ਕਰਦਾ । ਸਦਾ ਹੀ ਭਰੋਸਾ ਅਡੋਲ ਰਖਦਾ ਹੈ, ਸ਼ਬਦ ਰੂਪੀ ਧਨ, ਪ੍ਰਵਾਨਗੀ ਬਖਸ਼ਦਾ ਹੈ । ਪੰਜਾਂ ਇੱਛਾਂ ਤੇ ਜਿੱਤ ਬਖਸ਼ਦਾ ਹੈ । ** ਧਰਮ ਅਰਥ, ਕਾਮ ਮੋਖ. **

You should adopt the life teachings of His true devotee in your day-to-day life and meditate on the teachings of His Word. The True Master, treasure of unlimited virtues and blessings, may never delay or hesitate bestowing His virtues on His true devotee. He may keep the belief of His true devotee steady and stable and blesses him with the earnings of His Word and accepts his earnings in His Court. With His mercy and grace, His true devotee may conquer his worldly desires.

** Four Virtues – Arath, Dharam, Kaam, and Mokh!

ਅਰਥ;Arath: Adopt His Word in life.

ਧਰਮ; Dharam: Self-discipline, own character! Conquer selfishness!

ਕਾਮ; Kaam: Conquer sexual desire for strange woman:

ਮੋਖ; Mokh: Salvation from birth and death cycle

Four Virtues – Raajas, Taamas, Satvas, and Salvation!

ਰਜ ਗੁਣ; Raajas: Mind concentration! The quality of energy and activity!

ਤਮ ਗੁਣ; Taamas: Mind Awareness! The quality of Darkness and inertia!

ਸਤ ਗੁਣ; Satvas: Purity, of mind! The quality of purity and light!

ਮੁਕਤ ਅਵਸਥਾ; Salvation; Beyond cycle of birth and death!

ਭਗਤ ਅਰਾਧਹਿ ਏਕ,
ਰੰਗਿ ਗੋਬਿੰਦ ਗੁਪਾਲ॥
ਰਾਮ ਨਾਮ ਧਨੁ ਸੰਚਿਆ,
ਜਾ ਕਾ ਨਹੀ ਸੁਮਾਰੁ॥੩॥

bhagat araaDheh ayk
rang gobind gupaal.
raam naam Dhan sanchi-aa
jaa kaa nahee sumaar. ||3||

ਬੰਦਗੀ ਕਰਨ ਵਾਲੇ, ਸ਼ਰਧਾ ਨਾਲ ਇੱਕ ਮਨ ਹੋ ਕੇ ਸ਼ਬਦ ਦੀ ਪਾਲਣਾ ਕਰਦਾ ਹੈ । ਉਹ ਪ੍ਰਭ ਦਾ ਸ਼ਬਦ ਰੂਪੀ ਧਨ ਇਕੱਠਾ ਕਰਦਾ ਹੈ । ਜਿਸ ਦੀ ਕੀਮਤ ਦਾ ਅੰਦਾਜ਼ਾ ਨਹੀਂ ਲਾਇਆ ਜਾ ਸਕਦਾ ।

His true devotee may meditate and obeys the teachings of His Word with steady and stable belief in his day-to-day life. He may earn the wealth of His Word. The significance of wealth of His Word may be beyond the imagination of His creation.

ਸਰਨਿ ਪਰੇ ਪ੍ਰਭ ਤੇਰੀਆ,
ਪ੍ਰਭ ਕੀ ਵਡਿਆਈ॥
ਨਾਨਕ ਅੰਤੁ ਨ ਪਾਈਐ,
ਬੇਅੰਤ ਗੁਸਾਈ॥੪॥੩੨॥੬੨॥

saran paray parabh tayree-aa
parabh kee vadi-aa-ee.
naanak ant na paa-ee-ai
bay-ant gusaa-ee. ||4||32||62||

ਪ੍ਰਭ ਮੈਂ ਤੇਰੀ ਸ਼ਰਣ ਵਿੱਚ ਆਇਆ ਹਾ । ਇਹ ਵੀ ਤੇਰੀ ਹੀ ਰਹਿਮਤ, ਤੇਰੀ ਹੀ ਵਡਿਆਈ ਹੈ । ਬੇਅੰਤ, ਅਥਾਹ ਪ੍ਰਭ ਤੇਰੇ ਵਿੱਚ ਕੋਈ ਕਮੀ ਨਹੀਂ, ਕੋਈ ਦਾਗ਼ ਨਹੀਂ ਲੱਗਦਾ ।

The True Master, I have surrendered my mind, body, and worldly status at Your sanctuary. This may be the greatness of Your blessing to inspire anyone to surrender at Your sanctuary. Your unlimited treasures of virtues may not have any deficiency or blemish of worldly desires.

302. ਬਿਲਾਵਲੁ ਮਹਲਾ ੫॥ 816-18

ਸਿਮਰਿ ਸਿਮਰਿ ਪੂਰਨ ਪ੍ਰਭੂ,
ਕਾਰਜ ਭਏ ਰਾਸਿ॥
ਕਰਤਾਰ ਪੁਰਿ ਕਰਤਾ ਵਸੈ,
ਸੰਤਨ ਕੈ ਪਾਸਿ॥੧॥ ਰਹਾਉ॥

simar simar pooran parabhoo
kaaraj bha-ay raas.
kartaar pur kartaa vasai
santan kai paas. ||1|| rahaa-o.

ਪੂਰਨ ਪ੍ਰਭ ਦੇ ਸ਼ਬਦ ਦੀ ਪਾਲਣਾ, ਸਿਮਰਨ ਨਾਲ ਜੀਵ ਦੇ ਮਾਨਸ ਜਨਮ ਦੇ ਸਾਰੇ ਕਾਰਜ ਸਫਲ ਹੋ ਜਾਂਦੇ ਹਨ । ਬੰਦਗੀ ਕਰਨ ਵਾਲੇ ਦੇ ਮਨ ਵਿੱਚ ਸ਼ਬਦ ਜਾਗਰਤ ਅਤੇ ਸੁਚੇਤ ਰਹਿੰਦਾ, ਵਸਦਾ ਹੈ ।

Whosoever may meditate, obeys the teachings of His Word with steady and stable belief in his day-to-day life. His human life opportunity may be rewarded. He may remain drenched, enlightened with the essence of His Word. He remains enlightened, awake and alert in the void of His Word.

ਬਿਘਨੁ ਨ ਕੋਊ ਲਾਗਤਾ,	bighan na ko-oo laagtaa
ਗੁਰ ਪਹਿ ਅਰਦਾਸਿ॥	gur peh ardaas.
ਰਖਵਾਲਾ ਗੋਬਿੰਦ ਰਾਇ,	rakhvaalaa gobind raa-ay
ਭਗਤਨ ਕੀ ਰਾਸਿ॥੧॥	bhagtan kee raas. ||1||

ਜਿਹੜਾ ਪ੍ਰਭ ਦੇ ਸ਼ਬਦ, ਬਖਸ਼ੇ ਤੇ ਭਰੋਸਾ ਅਡੋਲ ਰਖਦਾ ਹੈ, ਅਰਦਾਸ ਕਰਦਾ ਹੈ । ਉਸ ਦੇ ਮਾਨਸ ਜਨਮ ਦੇ ਸਫਰ ਵਿੱਚ ਕੋਈ ਵਿਘਨ ਨਹੀਂ ਪੈਂਦਾ । ਪ੍ਰਭ ਆਪਣੇ ਬੰਦਗੀ ਕਰਨ ਵਾਲੇ ਦੀ ਰਖਿਆ ਕਰਦਾ ਹੈ । ਉਸ ਦੀ ਸ਼ਬਦ ਦੀ ਕਮਾਈ ਲੇਖੇ ਲਾਉਂਦਾ ਹੈ ।

Whosoever may have a steady and stable belief on His Word, His blessings and he may pray for His forgiveness. He may never endure any hurdles, setback in the real purpose of human life opportunity.

ਤੋਟਿ ਨ ਆਵੈ ਕਦੇ,	tot na aavai kaday
ਮੂਲਿ ਪੂਰਨ ਭੰਡਾਰ॥	mool pooran bhandaar.
ਚਰਨ ਕਮਲ ਮਨਿ ਤਨਿ ਬਸੇ,	charan kamal man tan basay
ਪ੍ਰਭ ਅਗਮ ਅਪਾਰ॥੨॥	parabh agam apaar. ||2||

ਪ੍ਰਭ ਦੇ ਘਰ ਵਿੱਚ ਕਿਸੇ ਰਹਿਮਤ ਦੀ ਕਮੀ ਨਹੀਂ ਹੁੰਦੀ । ਉਸ ਦਾ ਰਹਿਮਤਾਂ ਦਾ ਖਜ਼ਾਨਾ ਸਦਾ ਹੀ ਭਰਿਆਂ ਰਹਿੰਦਾ ਹੈ । ਰਹਿਮਤਾਂ ਦਾ ਮੀਂਹ ਸਦਾ ਵੀ ਵਰਸਦਾ ਹੈ । ਜੀਵ ਉਸ ਦੇ ਸ਼ਬਦ ਰੂਪੀ ਚਰਨਾਂ ਨੂੰ ਮਨ ਵਿੱਚ ਵਸਾਵੋ! ਸ਼ਬਦ ਨੂੰ ਮਨ ਵਿੱਚ ਜਾਗਰਤ ਕਰੋ! ਉਹ ਪ੍ਰਭ ਅਥਾਹ, ਬੇਅੰਤ, ਪਹੁੰਚ ਤੋਂ ਬਹਾਰ ਹੈ । ਜੀਵ ਦੀ ਜਾਣਕਾਰੀ ਵਿੱਚ ਨਹੀਂ ਆਉਂਦਾ ।

The treasure of The True Master never has any shortage, deficiency of virtues, blessings. His blessings may be like a nonstop rain on His Creation. You should obey the teachings of His Word and you should keep the essence of His Word enlightened within. The Omnipotent True Master, has unlimited virtues; His power, wisdom remains beyond imagination, reach and comprehension of His Creation.

ਬਸਤ ਕਮਾਵਤ ਸਭਿ ਸੁਖੀ,	basat kamaavat sabh sukhee
ਕਿਛੁ ਊਨ ਨ ਦੀਸੈ॥	kichh oon na deesai.
ਸੰਤ ਪ੍ਰਸਾਦਿ ਭੇਟੇ,	sant parsaad bhaytay
ਪ੍ਰਭੂ ਪੂਰਨ ਜਗਦੀਸੈ॥੩॥	parabhoo pooran jagdeesai. ||3||

ਜਿਹੜਾ ਵੀ ਪ੍ਰਭ ਦੇ ਸ਼ਬਦ ਦੀ ਕਮਾਈ ਕਰਦਾ ਹੈ । ਉਸ ਦੇ ਮਨ ਵਿੱਚ ਸੰਤੋਖ ਭਰਿਆਂ ਰਹਿੰਦਾ ਹੈ । ਉਸ ਨੂੰ ਕਦੇ ਕੋਈ ਕਮੀ ਮਹਿਸੂਸ ਨਹੀਂ ਹੁੰਦੀ । ਸ਼ਬਦ ਦੀ ਪਾਲਣਾ ਕਰਨ ਨਾਲ ਹੀ ਪ੍ਰਭ ਦੀ ਰਹਿਮਤ ਬਖਸ਼ਿਸ਼ ਹੁੰਦੀ ਹੈ । ਸ਼ਬਦ ਮਨ ਵਿੱਚ ਜਾਗਰਤ ਹੋ ਜਾਂਦਾ ਹੈ ।

Whosoever may earn the wealth of His Word, he may remain overwhelmed with contentment. He may never realize any deficiency in his day-to-day life. Whosoever may obey the teachings of His Word with steady and stable belief in his day-to-day life; with His mercy and grace, he may be enlightened with the essence of His Word from within.

ਜੈ ਜੈ ਕਾਰੁ ਸਭੈ ਕਰਹਿ,	jai jai kaar sabhai karahi
ਸਚੁ ਥਾਨੁ ਸੁਹਾਇਆ॥	sach thaan suhaa-i-aa.
ਜਪਿ ਨਾਨਕ ਨਾਮੁ ਨਿਧਾਨ ਸੁਖ,	jap naanak naam niDhaan sukh

ਪੂਰਾ ਗੁਰੁ ਪਾਇਆ॥ ੪॥ ੩੩॥ ੬੩॥ pooraa gur paa-i-aa. ||4||33||63|

ਜਿਸ ਮਨ ਵਿੱਚ, ਘਰ ਵਿੱਚ ਪ੍ਰਭ ਦਾ ਸ਼ਬਦ ਜਾਗਰਤ ਹੋ ਜਾਂਦਾ ਹੈ । ਸਾਰੀ ਸ੍ਰਿਸ਼ਟੀ ਹੀ ਉਸ ਘਰ ਦੀ, ਜੀਵ ਦੀ ਸੋਭਾ ਕਰਦੀ ਹੈ । ਉਹ ਜੀਵ ਪ੍ਰਭ ਦੇ ਸ਼ਬਦ ਦੀ ਪਾਲਣਾ, ਸਿਮਰਨ ਕਰਦਾ ਹੈ । ਪ੍ਰਭ ਦੇ ਦਰਬਾਰ ਵਿੱਚ ਪ੍ਰਵਾਨ ਹੋ ਜਾਂਦਾ ਹੈ ।

Whosoever may be enlightened with the essence of His Word within; the whole creation may be honoring His true devotee. He remains intoxicated in meditation on the teachings of His Word with steady and stable belief in his day-to-day life; with His mercy and grace, he may be accepted in His Court.

303.ਬਿਲਾਵਲੁ ਮਹਲਾ ੫॥ 817-4

ਹਰਿ ਹਰਿ ਹਰਿ ਆਰਾਧੀਐ, har har har aaraaDhee-ai
ਹੋਈਐ ਆਰੋਗ॥ ho-ee-ai aarog.
ਰਾਮਚੰਦ ਕੀ ਲਸਟਿਕਾ, raamchand kee lastikaa
ਜਿਨਿ ਮਾਰਿਆ ਰੋਗੁ॥੧॥ ਰਹਾਉ॥ jin maari-aa rog. ||1||rahaa-o.

ਪ੍ਰਭ ਦੇ ਸ਼ਬਦ ਦਾ ਸਿਮਰਨ, ਪਾਲਣਾ ਅਡੋਲ ਭਰੋਸੇ ਨਾਲ ਕਰੋ! ਇਸ ਨਾਲ ਮਨ ਵਿਚੋਂ ਇੱਛਾਂ ਦੇ ਸਾਰੇ ਰੋਗ ਖਤਮ ਹੋ ਜਾਂਦੇ ਹਨ । ਅਡੋਲ ਭਰੋਸੇ ਨਾਲ ਸ਼ਬਦ ਦੀ ਪਾਲਣਾ ਕਰਨਾ ਹੀ ਸਭ ਰੋਗਾਂ ਨੂੰ ਦੂਰ ਕਰਨ ਵਾਲਾ ਮੰਤਰ ਹੈ ।

You should meditate and obey the teachings of His Word with steady and stable belief in his day-to-day life. All the frustrations and miseries of worldly desires may be eliminated from his mind. Obeying the teachings of His Word with steady and stable belief may be the real cure, mantra to eliminate all miseries of worldly desires of your mind.

ਗੁਰੁ ਪੂਰਾ ਹਰਿ ਜਾਪੀਐ, gur pooraa har jaapee-ai
ਨਿਤ ਕੀਚੈ ਭੋਗੁ॥ nit keechai bhog.
ਸਾਧਸੰਗਤਿ ਕੈ ਵਾਰਣੈ, saaDhsangat kai vaarnai
ਮਿਲਿਆ ਸੰਜੋਗੁ॥੧॥ mili-aa sanjog. ||1||

ਸ਼ਬਦ ਦੀ ਪਾਲਣਾ, ਭਰੋਸਾ ਅਡੋਲ ਕਰਨ ਨਾਲ ਮਨ ਵਿੱਚ ਖੇੜਾ ਵਸ ਜਾਂਦਾ ਹੈ । ਸੰਤਾਂ ਦੀ ਸਿਖਿਆਂ ਨਾਲ ਜੀਵਨ ਢਾਲੋ! ਇਸ ਨਾਲ ਮਨ ਵਿੱਚ ਪ੍ਰਭ ਦਾ ਸ਼ਬਦ ਜਾਗਰਤ ਹੋ ਜਾਂਦਾ ਹੈ । ਪ੍ਰਭ ਨਾਲ ਸੰਜੋਗ ਹੋ ਜਾਂਦਾ ਹੈ ।

Whosoever may obey the teachings of His Word with steady and stable belief in his day-to-day life; with His mercy and grace, he may be blessed with blossom in his life. You should adopt the life experience teachings of His true devotee in your day-to-day life; with His mercy and grace, His Word may be enlightened within. You may be blessed with the right path of acceptance in His Court.

ਜਿਸੁ ਸਿਮਰਤ ਸੁਖੁ ਪਾਈਐ, jis simrat sukh paa-ee-ai
ਬਿਨਸੈ ਬਿਓਗੁ॥ binsai bi-og.
ਨਾਨਕ ਪ੍ਰਭ ਸਰਣਾਗਤੀ, naanak parabh sarnaagatee
ਕਰਣ ਕਾਰਣ ਜੋਗੁ॥ ੨॥੩੪॥੬੪॥ karan kaaran jog.||2||34||64||

ਪ੍ਰਭ ਦੇ ਸ਼ਬਦ ਦੀ ਪਾਲਣਾ ਕਰਨ ਨਾਲ ਮਨ ਵਿੱਚ ਸੰਤੋਖ ਵਸ ਜਾਂਦਾ ਹੈ । ਪ੍ਰਭ ਤੋ ਵਿਛੋੜਾ ਦੂਰ ਹੋ ਜਾਂਦਾ ਹੈ । ਬੰਦਗੀ ਕਰਨ ਵਾਲਾ ਸਦਾ ਹੀ ਸ਼ਰਣ ਵਿੱਚ ਪਨਾਹ ਦੀ ਹੀ ਅਰਦਾਸ ਕਰਦਾ ਹੈ ।

Whosoever may obey the teachings of His Word with steady and stable belief; with His mercy and grace, he may remain overwhelmed with contentment with his own worldly environment. His separation from The

Holy Spirit may be eliminated. His true devotee may always pray for His forgiveness and His sanctuary.

304.ਰਾਗੁ ਬਿਲਾਵਲੁ ਮਹਲਾ ੫ ਦੁਪਦੇ ਘਰੁ ੫॥ 817-8

੧ਓ ਸਤਿਗੁਰ ਪ੍ਰਸਾਦਿ॥	ik-oNkaar satgur parsaad.
ਅਵਰਿ ਉਪਾਵ ਸਭਿ ਤਿਆਗਿਆ, ਦਾਰੂ ਨਾਮੁ ਲਇਆ॥	avar upaav sabh ti-aagi-aa daaroo naam la-i-aa.
ਤਾਪ ਪਾਪ ਸਭਿ ਮਿਟੇ ਰੋਗ, ਸੀਤਲ ਮਨੁ ਭਇਆ॥੧॥	taap paap sabh mitay rog seetal man bha-i-aa.||1||

ਪ੍ਰਭ, ਮੈਂ ਬੰਦਗੀ ਕਰਨ ਦੇ ਬਾਕੀ ਸਭ ਰਸਤੇ, ਧਰਮਾਂ ਦੇ ਰੀਤ ਰੀਵਾਜ ਤਿਆਗ ਦਿੱਤੇ ਹਨ । ਕੇਵਲ ਤੇਰੇ ਸ਼ਬਦ ਤੇ ਭਰੋਸੇ ਦਾ ਹੀ ਆਸਰਾ ਲਿਆ ਹੈ । ਇਸ ਨਾਲ ਮੇਰੇ ਮਨ ਦੇ ਸਾਰੇ ਬੁਰੇ ਖਿਆਲ ਨਾਸ ਹੋ ਗਏ ਹਨ, ਪਾਪ ਧੋਤੇ ਗਏ ਹਨ । ਮਨ ਵਿੱਚ ਸੰਤੋਖ, ਖੇੜਾ ਵਸ ਗਿਆ ਹੈ ।

The True Master, I have abandoned all the religious rituals, the path of worldly gurus from my day-to-day life. I have only hope and believe on the teachings of Your Word as the sole support of my human life journey. With Your mercy and grace, all my evil thoughts along with my sins of previous lives had been eliminated. I am overwhelmed with contentment and blossom in my worldly life.

ਗੁਰੁ ਪੂਰਾ ਆਰਾਧਿਆ, ਸਗਲਾ ਦੁਖੁ ਗਇਆ॥	gur pooraa aaraaDhi-aa saglaa dukh ga-i-aa.
ਰਾਖਨਹਾਰੈ ਰਾਖਿਆ, ਅਪਨੀ ਕਰਿ ਮਇਆ॥੧॥ ਰਹਾਉ॥	raakhanhaarai raakhi-aa apnee kar ma-i-aa.||1|| rahaa-o.

ਪੂਰਨ ਗੁਰੂ, ਪ੍ਰਭ ਦੇ ਸ਼ਬਦ ਦੀ ਪਾਲਣਾ ਕਰਨ ਨਾਲ ਮਨ ਵਿਚੋਂ ਸੰਸਾਰਕ ਇੱਛਾਂ ਦੇ ਸਾਰੇ ਦੁਖ ਖਤਮ ਹੋ ਗਏ ਹਨ । ਪ੍ਰਭ ਨੇ ਰਹਿਮਤ ਬਖਸ਼ਕੇ ਮਨ ਵਿੱਚ ਸ਼ਬਦ ਦੀ ਪਾਲਣਾ ਤੇ ਭਰੋਸਾ ਅਡੋਲ ਕਰ ਦਿੱਤਾ, ਡੋਲਣ ਤੋ ਬਚਾ ਲਿਆ ਹੈ ।

By obeying the teachings of His Word with steady and stable belief, all my frustrations and miseries of worldly life have been eliminated. The True Master, with His mercy and grace, has firmed may belief on the teachings of His Word and saved me from drifting to religious rituals.

ਬਾਹ ਪਕੜਿ ਪ੍ਰਭਿ ਕਾਢਿਆ, ਕੀਨਾ ਅਪਨਇਆ॥	baah pakarh parabh kaadhi-aa keenaa apna-i-aa.
ਸਿਮਰਿ ਸਿਮਰਿ ਮਨ ਤਨ ਸੁਖੀ, ਨਾਨਕ ਨਿਰਭਇਆ॥੨॥੧॥੬੫॥	simar simar man tan sukhee naanak nirbha-i-aa.||2||1||65||

ਆਪ ਹੀ ਬਾਂਹ ਪਕੜ ਕੇ ਸੰਸਾਰਕ ਇੱਛਾਂ ਭਰੇ ਸਾਗਰ ਵਿਚੋਂ ਕੱਢ ਲਿਆ, ਆਪਣਾ ਦਾਸ ਬਣਾ ਲਿਆ ਹੈ । ਸ਼ਬਦ ਦਾ ਸਵਾਸ ਸਵਾਸ ਸਿਮਰਨ ਕਰਨ ਨਾਲ ਮਨ, ਤਨ ਵਿੱਚ ਸੰਤੋਖ ਵਸ ਗਿਆ ਹੈ । ਮਨ ਵਿਚੋਂ ਮੌਤ ਦਾ ਡਰ ਖਤਮ ਹੋ ਗਿਆ ਹੈ ।

The True Master has attached me to obey the teachings of His Word (by holding my hand) and saved me from the ocean of worldly desires. He has accepted me as His true devotee. By meditating with each breath my mind and body remains overwhelmed with contentment; with His mercy and grace, my fear of death has been eliminated from my mind.

305.ਬਿਲਾਵਲੁ ਮਹਲਾ ੫॥ 817-12

ਕਰੁ ਧਰਿ ਮਸਤਕਿ ਥਾਪਿਆ,	kar Dhar mastak thaapi-aa
ਨਾਮੁ ਦੀਨੋ ਦਾਨਿ॥	naam deeno daan.
ਸਫਲ ਸੇਵਾ ਪਾਰਬ੍ਰਹਮ ਕੀ,	safal sayvaa paarbarahm kee
ਤਾ ਕੀ ਨਹੀ ਹਾਨਿ॥੧॥	taa kee nahee haan. ||1||

ਪ੍ਰਭ ਨੇ ਆਪਣਾ ਰਹਿਮਤ ਰੂਪੀ ਹੱਥ ਬਖਸ਼ਕੇ, ਸ਼ਬਦ ਦੇ ਲੜ ਲਾਇਆ ਹੈ । ਜਿਹੜਾ ਸ਼ਰਧਾ ਨਾਲ, ਅਡੋਲ ਭਰੋਸੇ ਨਾਲ ਪ੍ਰਭ ਦੇ ਸ਼ਬਦ ਦੀ ਪਾਲਣਾ ਕਰਦਾ ਹੈ । ਉਸ ਨੂੰ ਕਦੇ ਕੋਈ ਘਾਟਾ, ਕਮੀ ਮਹਿਸੂਸ ਨਹੀਂ ਹੁੰਦੀ ।

The True Master has attached me to meditate on the teachings of His Word. Whosoever may obey the teachings of His Word with steady and stable belief in his day-to-day life; with His mercy and grace, he may never realize any deficiency of anything in his real path of human life journey.

ਆਪੇ ਹੀ ਪ੍ਰਭੁ ਰਾਖਤਾ,	aapay hee parabh raakh-taa
ਭਗਤਨ ਕੀ ਆਨਿ॥	bhagtan kee aan.
ਜੋ ਜੋ ਚਿਤਵਹਿ ਸਾਧ ਜਨ,	jo jo chitvahi saaDh jan
ਸੋ ਲੇਤਾ ਮਾਨਿ॥੧॥ ਰਹਾਉ॥	so laytaa maan. ||1|| rahaa-o.

ਪ੍ਰਭ ਆਪ ਹੀ ਆਪਣੇ ਬੰਦਗੀ ਕਰਨ ਵਾਲੇ ਦੀ ਸੋਭਾ ਬਣਾਉਂਦਾ ਹੈ, ਪਰਦਾ ਢੱਕਦਾ ਹੈ । ਜਿਹੜਾ ਵੀ ਸ਼ਬਦ ਦੀ ਪਾਲਣਾ ਕਰਦਾ, ਜੀਵਨ ਸ਼ਬਦ ਨਾਲ ਢਾਲਦਾ ਹੈ । ਉਹ ਹੀ ਮਨ ਦੀਆਂ ਮੁਰਾਦਾਂ ਪੂਰੀਆਂ ਕਰ ਲੈਂਦਾ ਹੈ ।

The Merciful True Master may enhance and protects the honor of His true devotee. Whosoever may obey and adopts the teachings of His Word with steady and stable belief in his day-to-day life; with His mercy and grace, all his spoken and unspoken desires may be satisfied.

ਸਰਣਿ ਪਰੇ ਚਰਣਾਰਬਿੰਦ,	saran paray charnaarbind
ਜਨ ਪ੍ਰਭ ਕੇ ਪ੍ਰਾਨ॥	jan parabh kay paraan.
ਸਹਜਿ ਸੁਭਾਇ ਨਾਨਕ ਮਿਲੇ,	sahj subhaa-ay naanak milay
ਜੋਤੀ ਜੋਤਿ ਸਮਾਨ॥੨॥੨॥੬੬॥	jotee jot samaan. |2||2||66||

ਜਿਹੜਾ ਵੀ ਪ੍ਰਭ ਦੀ ਸ਼ਰਣ ਵਿੱਚ ਪ੍ਰਵਾਨ ਹੋ ਜਾਂਦਾ ਹੈ । ਪ੍ਰਭ ਦਾ ਸ਼ਬਦ ਹੀ ਉਸ ਦੇ ਜੀਵਨ ਦਾ ਅਧਾਰ ਬਣ ਜਾਂਦਾ ਹੈ । ਉਹ ਸ਼ਬਦ ਦੀ ਪਾਲਣਾ ਕਰਦਾ, ਸ਼ਬਦ ਦੀ ਸਮਾਧੀ ਵਿੱਚ ਮਸਤ ਹੋ ਜਾਂਦਾ ਹੈ, ਪ੍ਰਭ ਦੀ ਜੋਤ ਵਿੱਚ ਅਲੋਪ ਹੋ ਜਾਂਦਾ ਹੈ ।

Whosoever may be accepted in His sanctuary; the teachings of His Word may become the guiding principle of his day-to-day life. He may remain intoxicated in obeying the teachings of His Word; with His mercy and grace, he may be immersed within His Holy Spirit.

306.ਬਿਲਾਵਲੁ ਮਹਲਾ ੫॥ 817-15

ਚਰਣ ਕਮਲ ਕਾ ਆਸਰਾ,	charan kamal kaa aasraa
ਦੀਨੋ ਪ੍ਰਭਿ ਆਪਿ॥	deeno parabh aap.
ਪ੍ਰਭ ਸਰਣਾਗਤਿ ਜਨ ਪਰੇ,	parabh sarnaagat jan paray
ਤਾ ਕਾ ਸਦ ਪਰਤਾਪੁ॥੧॥	taa kaa sad partaap.||1||

ਜਿਸ ਜੀਵ ਨੂੰ ਪ੍ਰਭ ਆਪ ਹੀ ਰਹਿਮਤ ਬਖਸ਼ਕੇ ਸ਼ਬਦ ਦੇ ਲੜ ਲਾਉਂਦਾ ਹੈ । ਜਿਹੜਾ ਪ੍ਰਭ ਦੀ ਸ਼ਰਣ ਵਿੱਚ ਪ੍ਰਵਾਨ ਹੋ ਜਾਂਦਾ ਹੈ । ਉਸ ਦੀ ਸੋਭਾ ਸਾਰੀ ਸ੍ਰਿਸ਼ਟੀ ਵਿੱਚ ਹੀ ਹੋ ਜਾਂਦੀ ਹੈ ।

Whosoever may be attached to obey the teachings of His Word; with His mercy and grace; he may be accepted in His sanctuary. He may be honored, worshipped in the universe.

ਰਾਖਨਹਾਰ ਅਪਾਰ ਪ੍ਰਭ,	raakhanhaar apaar parabh
ਤਾ ਕੀ ਨਿਰਮਲ ਸੇਵ॥	taa kee nirmal sayv.
ਰਾਮ ਰਾਜ ਰਾਮਦਾਸ,	raam raaj raamdaas
ਪੁਰਿ ਕੀਨੇ੍ ਗੁਰਦੇਵ॥੧॥ ਰਹਾਉ॥	pur keenhay gurdayv. ||1||rahaa-o.

ਪ੍ਰਭ ਦੇ ਬਰਾਬਰ ਦਾ, ਸ਼ਰੀਕ ਕੋਈ ਹੋਰ ਨਹੀਂ ਹੈ । ਉਸ ਦੇ ਸ਼ਬਦ ਦੀ ਪਾਲਣਾ ਕਰਨ ਨਾਲ ਹੀ ਮਨ ਪਵਿੱਤਰ ਹੋ ਸਕਦਾ ਹੈ । ਪ੍ਰਭ ਦਾ ਰੂਹਾਨੀ ਤਖਤ, ਜੀਵ ਦੇ ਮਨ ਵਿੱਚ ਹੀ ਪ੍ਰਗਟ ਹੋ ਜਾਂਦਾ ਹੈ । ਸ਼ਬਦ ਮਨ ਵਿੱਚ ਜਾਗਰਤ ਹੋ ਜਾਂਦਾ ਹੈ ।

The Omnipotent True Master, greatest of All! no one may ever be equal or greater than Him exist. Whosoever may obey the teachings of His Word with steady and stable belief in his day-to-day life; with His mercy and grace, his soul may be sanctified. His eternal throne may appear within his heart. He may be enlightened with the essence of His Word.

ਸਦਾ ਸਦਾ ਹਰਿ ਧਿਆਈਐ,	sadaa sadaa har Dhi-aa-ee-ai
ਕਿਛੁ ਬਿਘਨੁ ਨ ਲਾਗੈ॥	kichh bighan na laagai.
ਨਾਨਕ ਨਾਮੁ ਸਲਾਹੀਐ,	naanak naam salaahee-ai
ਭਇ ਦੁਸਮਨ ਭਾਗੈ॥੨॥੩॥੬੭॥	bha-ay dusman bhaagai. ||2||3||67||

ਸਵਾਸ ਸਵਾਸ ਸ਼ਬਦ ਦਾ ਸਿਮਰਨ ਕਰਨ ਨਾਲ ਮਨ ਵਿੱਚ ਕੋਈ ਸੰਸਾਰਕ ਇੱਛਾਂ ਦੀ ਭਟਕਣ ਨਹੀਂ ਆਉਂਦੀ । ਮਾਨਸ ਜਨਮ ਦੇ ਸਫਰ ਵਿੱਚ ਕੋਈ ਵਿਘਨ ਨਹੀਂ ਪੈਂਦਾ । ਸ਼ਬਦ ਦੇ ਗੁਣ ਗਾਉਣ ਨਾਲ ਕੋਈ ਸੰਸਾਰਕ ਇੱਛਾਂ ਰੂਪੀ ਦੁਸ਼ਮਨ ਨੇੜੇ ਨਹੀਂ ਆਉਂਦਾ ।

Whosoever may meditate with each breath with steady and stable belief in his day-to-day life; with His mercy and grace, he may not be frustrated with any worldly desires. His journey of real purpose of human life opportunity may be satisfied. Whosoever may sing the glory of His Word with steady and stable belief; his mind may become beyond the reach of demons of worldly desires.

307.ਬਿਲਾਵਲੁ ਮਹਲਾ ੫॥ 817-18

ਮਨਿ ਤਨਿ ਪ੍ਰਭੁ ਆਰਾਧੀਐ,	man tan parabh aaraadhee-ai
ਮਿਲਿ ਸਾਧ ਸਮਾਗੈ॥	mil saaDh samaagai.
ਉਚਰਤ ਗੁਨ ਗੋਪਾਲ ਜਸੁ,	uchrat gun gopaal jas
ਦੂਰ ਤੇ ਜਮੁ ਭਾਗੈ॥੧॥	door tay jam bhaagai.||1||

ਜਿਹੜਾ ਜੀਵ ਸ਼ਬਦ ਦੀ ਪਾਲਣਾ ਅਡੋਲ ਭਰੋਸੇ ਨਾਲ ਕਰਦਾ ਹੈ । ਤਨ ਨਾਲ ਸ੍ਰਿਸ਼ਟੀ ਦੀ ਭਲਾਈ ਦੇ ਕੰਮ ਕਰਦਾ ਹੈ । ਉਹ ਹੀ ਸਾਧ ਸੰਗਤ ਬਣ ਜਾਂਦਾ ਹੈ । ਪ੍ਰਭ ਦੇ ਸ਼ਬਦ ਦੇ ਗੁਣ ਗਾਉਣ ਨਾਲ ਮੌਤ ਦਾ ਜਮਦੂਤ ਨੇੜੇ ਨਹੀਂ ਆਉਂਦਾ ।

Whosoever may obey the teachings of His Word with steady and stable belief and serves His Creation; with His mercy and grace, he may become His Holy conjugation. Whosoever may sing the glory of His Word with steady and stable belief in his day-to-day life; his soul may become beyond the reach of devil of death.

ਰਾਮ ਨਾਮੁ ਜੋ ਜਨੁ ਜਪੈ,	raam naam jo jan japai
ਅਨਦਿਨੁ ਸਦ ਜਾਗੈ॥	an-din sad jaagai.
ਤੰਤੁ ਮੰਤੁ ਨਹ ਜੋਹਈ,	tant mant nah joh-ee
ਤਿਤੁ ਚਾਖੁ ਨ ਲਾਗੈ॥੧॥ ਰਹਾਉ॥	tit chaakh na laagai. ||1||rahaa-o.

ਜਿਹੜਾ ਪ੍ਰਭ ਦੇ ਸ਼ਬਦ ਦਾ ਸਿਮਰਨ ਕਰਦਾ ਹੈ । ਉਸ ਦੇ ਮਨ ਵਿੱਚ ਸਦਾ ਚੱਲਣ ਵਾਲੀ ਸ਼ਬਦ ਦੀ ਧੁਨ ਚਲ ਪੈਂਦੀ ਹੈ । ਮਨ ਵਿੱਚ ਸ਼ਬਦ ਜਾਗਰਤ ਹੋ ਜਾਂਦਾ ਹੈ । ਮਨ ਦਿਨ ਰਾਤ ਜਾਗਰਤ ਅਤੇ

ਸੁਚੇਤ ਹੋ ਜਾਂਦਾ ਹੈ । ਉਸ ਦੇ ਮਨ ਵਿੱਚ ਧਰਮਾਂ ਦੇ ਰੀਤ ਰੀਵਾਜ ਦਾ ਕੋਈ ਪ੍ਰਭਾਵ ਨਹੀਂ ਹੁੰਦਾ । ਕਿਸੇ ਗੁਰੂ ਪੀਰ ਦਾ ਸਿਰਾਪ, ਕੋਈ ਅਸਰਾ ਨਹੀਂ ਕਰਦਾ ।

Whosoever may meditate on the teachings of His Word with steady and stable belief in his day-to-day life; with His mercy and grace, the everlasting echo of His Word may resonate within his heart. He may be enlightened with the essence of His Word. He may remain awake and alert on his real path of his human life journey. His mind remains beyond the reach of worldly religious rituals and any curse of worldly guru.

ਕਾਮ ਕ੍ਰੋਧ ਮਦ ਮਾਨ ਮੋਹ,	kaam kroDh mad maan moh
ਬਿਨਸੇ ਅਨਰਾਗੈ॥	binsay anraagai.
ਆਨੰਦ ਮਗਨ ਰਸਿ ਰਾਮ ਰੰਗਿ,	aanand magan ras raam rang
ਨਾਨਕ ਸਰਨਾਗੈ॥ ੨॥੪॥੬੮॥	naanak sarnaagai. ||2||4||68||

ਅਡੋਲ ਭਰੋਸੇ ਨਾਲ ਸ਼ਬਦ ਦੀ ਪਾਲਣਾ ਕਰਨ ਨਾਲ ਮਨ ਵਿਚੋਂ ਕਾਮ ਵਾਸ਼ਨਾ, ਕਰੋਧ, ਅਹੰਕਾਰ, ਹੈਸੀਅਤ, ਅਤੇ ਸੰਸਾਰਕ ਮੋਹ ਖਤਮ ਹੋ ਜਾਂਦਾ, ਜਿੱਤ ਬਖਸ਼ਿਸ਼ ਹੋ ਜਾਂਦੀ ਹੈ । ਜਿਹੜਾ ਪ੍ਰਭ ਦੇ ਸ਼ਬਦ ਦੀ ਸਮਾਧੀ ਵਿੱਚ ਵਸਦਾ ਹੈ । ਉਹ ਸ਼ਬਦ ਦੀ ਪਾਲਣਾ ਵਿੱਚ ਲੀਨ ਰਹਿੰਦਾ, ਅਮਰ ਅਵਸਥਾ ਬਖਸ਼ਿਸ਼ ਹੋ ਜਾਂਦੀ ਹੈ ।

Whosoever may obey the teachings of His Word with steady and stable belief in his day-to-day life; with His mercy and grace, he may conquer the demons of worldly desires; like sexual desire with strange women, anger of worldly disappointments, ego, and worldly status. Whosoever may obey the teachings of His Word; he may remain intoxicated in the void of His Word. He may be blessed with immortal state of mind, salvation, acceptance in His Court.

308.ਬਿਲਾਵਲੁ ਮਹਲਾ ੫॥ 818-3

ਜੀਅ ਜੁਗਤਿ ਵਸਿ ਪ੍ਰਭੂ ਕੈ,	jee-a jugat vas parabhoo kai
ਜੋ ਕਹੈ ਸੁ ਕਰਨਾ॥	jo kahai so karnaa.
ਭਏ ਪ੍ਰਸੰਨ ਗੋਪਾਲ ਰਾਇ,	bha-ay parsann gopaal raa-ay
ਭਉ ਕਿਛੁ ਨਹੀ ਕਰਨਾ॥੧॥	bha-o kichh nahee karnaa. ||1||

ਸਾਰੇ ਜੀਵ ਜੰਤ ਪ੍ਰਭ ਦੇ ਵੱਸ ਵਿੱਚ ਹੀ ਹਨ, ਹੁਕਮ ਅੰਦਰ ਹੀ ਚਲ ਸਕਦੇ ਹਨ । ਉਹ ਕੁਝ ਹੀ ਕਰ ਸਕਦੇ ਹਨ, ਜੋ ਵੀ ਪ੍ਰਭ ਦਾ ਹੁਕਮ ਹੁੰਦਾ ਹੈ । ਜਿਸ ਦੀ ਸ਼ਬਦ ਦੀ ਕਮਾਈ ਪ੍ਰਭ ਦੇ ਪ੍ਰਵਾਨ ਹੋ ਜਾਂਦੀ ਹੈ । ਉਸ ਨੂੰ ਕੋਈ ਹੋਰ ਡਰ ਨਹੀਂ ਰਹਿੰਦਾ, ਸਭ ਡਰ ਨਾਸ ਹੋ ਜਾਂਦੇ ਹਨ ।

All creatures are under His control and may only dance at His command. They may only perform task assigned by The True Master. Whose earnings of His Word may be accepted in His Court; with His mercy and grace, all his fears of worldly desires along with fear of death may be eliminated.

ਦੂਖੁ ਨ ਲਾਗੈ ਕਦੇ ਤੁਧੁ,	dookh na laagai kaday tuDh
ਪਾਰਬ੍ਰਹਮੁ ਚਿਤਾਰੇ॥	paarbarahm chitaaray.
ਜਮਕੰਕਰੁ ਨੇੜਿ ਨ ਆਵਈ,	jamkankar nayrh na aavee
ਗੁਰਸਿਖ ਪਿਆਰੇ॥੧॥ ਰਹਾਉ॥	gursikh pi-aaray.||1|| rahaa-o.

ਜਿਹੜਾ ਪ੍ਰਭ ਦੇ ਸ਼ਬਦ ਨੂੰ ਯਾਦ ਰਖਦਾ, ਸ਼ਬਦ ਦੀ ਪਾਲਣਾ ਕਰਦਾ ਹੈ । ਉਸ ਨੂੰ ਕੋਈ ਸੰਸਾਰਕ ਇੱਛਾਂ ਰੂਪੀ ਦੁਖ ਨਹੀਂ ਲੱਗਦਾ । ਜਿਹੜਾ ਪ੍ਰਭ ਦੇ ਸ਼ਬਦ ਦੀ ਪਾਲਣਾ ਅਡੋਲ ਭਰੋਸੇ ਨਾਲ ਕਰਦਾ ਹੈ, ਮੌਤ ਦਾ ਜਮਦੂਤ ਉਸ ਨੂੰ ਛੋਹ ਵੀ ਨਹੀਂ ਸਕਦਾ ।

Whosoever may remain in renunciation in the memory of his separation from The Holy Spirit fresh within his mind. He may obey the teachings of His Word with steady and stable belief; with His mercy and grace, no worldly miseries may frustrate his state of mind. He may become beyond the reach of devil of death.

ਕਰਨ ਕਾਰਣ ਸਮਰਥੁ ਹੈ,	karan kaaran samrath hai
ਤਿਸੁ ਬਿਨੁ ਨਹੀ ਹੋਰੁ॥	tis bin nahee hor.
ਨਾਨਕ ਪ੍ਰਭ ਸਰਣਾਗਤੀ,	naanak parabh sarnaagatee
ਸਾਚਾ ਮਨਿ ਜੋਰੁ॥ ੨॥੫॥੬੯॥	saachaa man jor.||2||5||69||

ਸਭ ਕੁਝ ਕਰਨ ਕਰਾਉਣ ਵਾਲਾ ਇੱਕੋ ਇੱਕ ਪ੍ਰਭ ਹੀ ਹੈ, ਹੋਰ ਕੋਈ ਮਾਲਕ ਨਹੀਂ ਹੈ । ਬੰਦਗੀ ਕਰਨ ਵਾਲਾ, ਪ੍ਰਭ ਦੀ ਸ਼ਰਣ ਵਿੱਚ ਪਨਾਹ ਦੀ ਹੀ ਅਰਦਾਸ ਕਰਦਾ ਹੈ । ਪ੍ਰਭ ਆਪ ਹੀ ਰਹਿਮਤ ਬਖਸ਼ਦਾ ਹੈ, ਬੰਦਗੀ ਦੇ ਰਸਤੇ ਤੇ ਅਡੋਲ ਰਖਦਾ ਹੈ ।

The One and only One True Master prevails in all events within the mind of all creatures and in worldly life; no one may exist without His command. His true devotee may only pray for His forgiveness, refuge, and His sanctuary. With His mercy and grace, He may keep His true devotee steady and stable on the right path of acceptance in His Court.

309. ਬਿਲਾਵਲੁ ਮਹਲਾ ੫॥ 818-6

ਸਿਮਰਿ ਸਿਮਰਿ ਪ੍ਰਭੁ ਆਪਨਾ,	simar simar parabh aapnaa
ਨਾਠਾ ਦੁਖ ਠਾਉ॥	naathaa dukh thaa-o.
ਬਿਸ੍ਰਾਮ ਪਾਏ ਮਿਲਿ ਸਾਧਸੰਗਿ,	bisraam paa-ay mil saaDhsang
ਤਾ ਤੇ ਬਹੁੜਿ ਨ ਧਾਉ॥੧॥	taa tay bahurh na Dhaa-o. ||1||

ਸ਼ਬਦ ਦੇ ਸਿਮਰਨ ਨਾਲ ਮਨ ਵਿਚੋਂ ਸੰਸਾਰਕ ਇੱਛਾਂ ਰੂਪੀ ਦੁਖ ਦੂਰ, ਖਤਮ, ਨਾਸ ਹੋ ਜਾਂਦੇ ਹਨ । ਸ਼ਬਦ ਨਾਲ ਜੀਵਨ ਢਾਲਣ ਨਾਲ ਮਨ ਵਿੱਚ ਸੰਤੋਖ ਖੇੜਾ ਵਸ ਜਾਂਦਾ ਹੈ । ਮਨ ਦਾ ਚਾਰੇ ਪਾਸੇ ਘੁੰਮਣਾ ਖਤਮ ਹੋ ਜਾਂਦਾ ਹੈ ।

Whosoever may meditate on the teachings of His Word, all his miseries and frustration of worldly desires may be eliminated from his mind. Whosoever may adopt the teachings of His Word with steady and stable in his day-to-day life; with His mercy and grace, his mind may stop wandering in various directions.

ਬਲਿਹਾਰ ਗੁਰ ਆਪਨੇ,	balihaaree gur aapnay
ਚਰਨਨੑ ਬਲਿ ਜਾਉ॥	charnanh bal jaa-o.
ਅਨਦ ਸੂਖ ਮੰਗਲ ਬਨੇ,	anad sookh mangal banay
ਪੇਖਤ ਗੁਨ ਗਾਉ॥੧॥ ਰਹਾਉ॥	paykhat gun gaa-o. ||1|| rahaa-o.

ਸ਼ਬਦ ਦੇ ਗੁਣ ਗਾਉਣ ਨਾਲ, ਪ੍ਰਭ ਦੀ ਰਹਿਮਤ ਦੀ ਨਜ਼ਰ ਬਖਸ਼ਿਸ਼ ਹੋ ਗਈ ਹੈ । ਮਨ ਵਿੱਚ ਸੰਤੋਖ, ਖੇੜਾ ਘਰ ਕਰ ਗਿਆ ਹੈ । ਮੇਰੇ ਭਰੋਸਾ ਪ੍ਰਭ ਦੇ ਸ਼ਬਦ ਤੇ ਅਡੋਲ ਹੋ ਗਿਆ ਹੈ । ਪ੍ਰਭ ਦੇ ਸ਼ਬਦ ਰੂਪੀ ਚਰਨਾਂ ਵਿੱਚ ਪਨਾਹ ਬਖਸ਼ਿਸ਼ ਹੋ ਗਈ ਹੈ ।

By singing the glory of His Word, I have been blessed with His mercy and grace. I am overwhelmed with contentment and blossom in my day-to-day life. I have become steady and stable on His blessings, His Word. I have been accepted at His sanctuary.

ਕਥਾ ਕੀਰਤਨੁ ਰਾਗ ਨਾਦ,	kathaa keertan raag naad
ਧੁਨਿ ਇਹੁ ਬਨਿਓ ਸੁਆਉ॥	Dhun ih bani-o su-aa-o.
ਨਾਨਕ ਪ੍ਰਭ ਸੁਪ੍ਰਸੰਨ ਭਏ,	naanak parabh suparsan bha-ay
ਬਾਂਛਤ ਫਲ ਪਾਉ॥੨॥੬॥੭੦॥	baanchhat fal paa-o. ||2||6||70||

ਜੀਵਨ ਦਾ ਧੰਦਾ ਹੀ ਸ਼ਬਦ ਦੀ ਪਾਲਣਾ, ਸ਼ਬਦ ਦੇ ਗੁਣ ਗਾਉਣਾ ਬਣ ਗਿਆ ਹੈ । ਪ੍ਰਭ ਦੇ ਸ਼ਬਦ ਦੀ ਧੁਨ ਮਨ ਵਿੱਚ ਚਲ ਪਈ ਹੈ । ਸ਼ਬਦ ਦੀ ਕਮਾਈ ਦਰਬਾਰ ਵਿੱਚ ਪ੍ਰਵਾਨ ਹੋ ਗਈ, ਮਨ ਦੀਆਂ ਮੁਰਾਦਾਂ ਪੂਰੀਆਂ ਹੋ ਗਈਆਂ ਹਨ ।

The real purpose of my human life has become singing the glory and obeying the teachings of His Word in my day-to-day. The everlasting echo of His Word has been resonating within my heart. My earnings have been accepted in His Court and all my spoken and unspoken desires have been satisfied.

310. ਬਿਲਾਵਲੁ ਮਹਲਾ ੫॥ 818-9

ਦਾਸ ਤੇਰੇ ਕੀ ਬੇਨਤੀ,	daas tayray kee bayntee
ਰਿਦ ਕਰਿ ਪਰਗਾਸੁ॥	rid kar pargaas.
ਤੁਮ੍ਰੀ ਕ੍ਰਿਪਾ ਤੇ ਪਾਰਬ੍ਰਹਮ,	tumhree kirpaa tay paarbarahm
ਦੋਖਨ ਕੋ ਨਾਸੁ॥੧॥	dokhan ko naas.‖1‖

ਨਿਮਾਣੇ ਦਾਸ ਦੀ ਅਰਦਾਸ ਹੈ! ਰਹਿਮਤ ਨਾਲ ਆਪਣਾ ਸ਼ਬਦ ਬਖਸ਼ੋ! ਮਨ ਵਿੱਚ ਜਾਗਰਤ ਕਰੋ! ਤੇਰੀ ਰਹਿਮਤ ਦੀ ਨਜ਼ਰ ਨਾਲ ਹੀ ਮਨ ਵਿਚੋਂ ਬੁਰੇ ਖਿਆਲ ਨਾਸ ਹੁੰਦੇ, ਪਾਪ ਬਖਸ਼ੇ ਜਾਂਦੇ ਹਨ ।

Your humble true devotee always prays for Your forgiveness; with Your mercy and grace, blesses the enlightenment of the essence of Your Word within my mind. Only with Your blessed vision all the sins of Your true devotee may be forgiven and his evil thoughts may be eliminated.

ਚਰਨ ਕਮਲ ਕਾ ਆਸਰਾ,	charan kamal kaa aasraa
ਪ੍ਰਭ ਪੁਰਖ ਗੁਣਤਾਸੁ॥	parabh purakh guntaas.
ਕੀਰਤਨ ਨਾਮੁ ਸਿਮਰਤ ਰਹਉ,	keertan naam simrat raha-o
ਜਬ ਲਗੁ ਘਟਿ ਸਾਸੁ॥੧॥ਰਹਾਉ॥	jab lag ghat saas.‖1‖ rahaa-o.

ਪ੍ਰਭ ਤੂੰ ਹੀ ਸੋਝੀ ਦਾ, ਗੁਣਾਂ ਦਾ ਭੰਡਾਰੀ ਹੈ । ਤੇਰੇ ਸ਼ਬਦ ਰੂਪੀ ਚਰਨ ਹੀ ਮੇਰੇ ਮਨ ਦਾ ਆਸਰਾ, ਜੀਵਨ ਦਾ ਧੰਦਾ ਹੈ । ਜਿਤਨਾ ਚਿਰ ਮੇਰੇ ਸਵਾਸ ਚਲਦੇ ਹਨ । ਤੇਰੇ ਸ਼ਬਦ ਦੇ ਗੁਣ ਗਾਉਂਦਾ, ਸ਼ਬਦ ਦੀ ਪਾਲਣਾ ਵਿੱਚ ਅਡੋਲ ਰਹਾ ।

The True Master remains the treasure of enlightenment of all virtues. To obey the teachings of Your Word, remain the real purpose and support of my human life journey. I may remain singing the glory and obey the teachings of Your Word with each breath.

ਮਾਤ ਪਿਤਾ ਬੰਧਪ ਤੂਹੈ,	maat pitaa banDhap toohai
ਤੂ ਸਰਬ ਨਿਵਾਸੁ॥	too sarab nivaas.
ਨਾਨਕ ਪ੍ਰਭ ਸਰਣਾਗਤੀ,	naanak parabh sarnaagatee
ਜਾ ਕੋ ਨਿਰਮਲ ਜਾਸੁ॥ ੨॥੭॥੭੧॥	jaa ko nirmal jaas. ‖2‖7‖71‖

ਪ੍ਰਭ ਤੂੰ ਆਪ ਹੀ ਮਾਤਾ, ਪਿਤਾ, ਪ੍ਰਵਾਰ ਵਿੱਚ ਵਾਪਰਦਾ ਹੈ । ਤੇਰੀ ਰਹਿਮਤ ਦੀ ਨਜ਼ਰ ਨਾਲ ਹੀ ਉਹ ਸਹਾਈ ਹੁੰਦੇ ਹਨ । ਬੰਦਗੀ ਕਰਨ ਵਾਲਾ ਪ੍ਰਭ ਦੇ ਸ਼ਬਦ ਦੀ ਪਾਲਣਾ ਵਿੱਚ ਅਡੋਲ ਰਹਿੰਦਾ, ਸ਼ਬਦ ਦੀ ਸਮਾਧੀ ਵਿੱਚ ਵਸਦਾ । ਸ਼ਬਦ ਦੇ ਗੁਣ ਧਾਰਨ ਕਰਨਾ ਹੀ ਮਨ ਨੂੰ ਪਵਿੱਤਰ ਕਰਨ ਵਾਲਾ ਮੰਤਰ, ਵਿਧੀ ਹੈ ।

My True Master prevails in mother, father, and family to support me in worldly life. Your true devotee may obey the teachings of Your Word with steady and stable belief and remains intoxicated in the void of Your Word. Singing the glory and adopting the teachings of His Word in day-to-day life, may be the true mantra to become worthy of His consideration.

311. ਬਿਲਾਵਲੁ ਮਹਲਾ ੫॥ 818-12

ਸਰਬ ਸਿਧਿ ਹਰਿ ਗਾਈਐ, sarab siDh har gaa-ee-ai
ਸਭਿ ਭਲਾ ਮਨਾਵਹਿ॥ sabh bhalaa manaaveh.
ਸਾਧੁ ਸਾਧੁ ਮੁਖ ਤੇ ਕਹਹਿ, saaDh saaDh mukh tay kaheh
ਸੁਣਿ ਦਾਸ ਮਿਲਾਵਹਿ॥੧॥ sun daas milaaveh. ||1||

ਪ੍ਰਭ ਸਾਰੀ ਸ੍ਰਿਸ਼ਟੀ ਹੀ ਤੇਰੇ ਸ਼ਬਦ ਦੇ ਗੁਣ ਗਾਉਂਦੀ ਹੈ । ਸ਼ਬਦ ਦੀ ਪਾਲਣਾ ਨਾਲ ਹੀ ਮਨ ਵਿੱਚ ਸੰਤੋਖ, ਰਹਿਮਤ ਦੀ ਨਜ਼ਰ ਬਖਸ਼ਿਸ਼ ਹੁੰਦੀ ਹੈ । ਸਾਰੀ ਸ੍ਰਿਸ਼ਟੀ ਹੀ ਤੇਰੇ ਸ਼ਬਦ ਨੂੰ ਰੂਹਾਨੀ ਹੁਕਮ ਮੰਨਦੀ, ਪੁਕਾਰਦੀ ਹੈ । ਬੰਦਗੀ ਕਰਨ ਵਾਲਾ ਸ਼ਬਦ ਦੀ ਪਾਲਣਾ ਵਿੱਚ ਹੀ ਲੀਨ ਰਹਿੰਦਾ ਹੈ ।

The whole universe may be singing the glory of Your Word, blessings. By obeying the teachings of Your Word, he may be blessed with contentment. The whole universe honors Your Word as an ultimate unavoidable eternal, spiritual command. Your true devotee may remain intoxicated in obeying the teachings of Your Word.

ਸੂਖ ਸਹਜ ਕਲਿਆਣ ਰਸ, sookh sahj kali-aan ras
ਪੂਰੈ ਗੁਰਿ ਕੀਨ੍॥ poorai gur keenH.
ਜੀਅ ਸਗਲ ਦਇਆਲ ਭਏ, jee-a sagal da-i-aal bha-ay
ਹਰਿ ਹਰਿ ਨਾਮੁ ਚੀਨ੍॥੧॥ ਰਹਾਉ॥ har har naam cheenH. ||1|| rahaa-o.

ਅਡੋਲ ਭਰੋਸੇ ਨਾਲ ਸ਼ਬਦ ਦੀ ਪਾਲਣਾ ਕਰਨ ਨਾਲ, ਮਾਨਸ ਜਨਮ ਵਿੱਚ ਸਾਰੇ ਸੁਖ ਬਖਸ਼ਿਸ਼ ਹੁੰਦੇ ਹਨ । ਸਾਰੀ ਸ੍ਰਿਸ਼ਟੀ ਹੀ ਪ੍ਰਭ ਦੇ ਸ਼ਬਦ ਦੇ ਗੁਣ ਗਾਉਂਦੀ, ਰਹਿਮਤਾਂ ਪਾਉਂਦੀ ਹੈ । ਮਨ ਵਿੱਚ ਸੰਤੋਖ ਬਖਸ਼ਿਸ਼ ਹੁੰਦਾ ਹੈ ।

Whosoever may obey the teachings of His Word with steady and stable belief in his day-to-day life; with His mercy and grace, he may be blessed with all comforts in his life. The whole universe may be blessed with virtues by singing the glory of His Word. His true devotee may be blessed with contentment in his own worldly environment.

ਪੂਰਿ ਰਹਿਓ ਸਰਬਤ੍ਰ ਮਹਿ, poor rahi-o sarbatar meh
ਪ੍ਰਭ ਗੁਣੀ ਗਹੀਰ॥ parabh gunee gaheer.
ਨਾਨਕ ਭਗਤ ਆਨੰਦ ਮੈ, naanak bhagat aanand mai
ਪੇਖਿ ਪ੍ਰਭ ਕੀ ਧੀਰ॥ ੨॥੮॥੭੨॥ paykh parabh kee Dheer. ||2||8||72||

ਪ੍ਰਭ ਗੁਣਾਂ ਦਾ ਭਰਪੂਰ ਸਮੁੰਦਰ, ਸਾਗਰ ਹੈ, ਹਰ ਥਾਂ ਤੇ ਹਾਜਰਾ ਹਜ਼ੂਰ ਵਾਪਰਦਾ ਹੈ । ਸ਼ਬਦ ਦੀ ਪਾਲਣਾ ਕਰਨ ਵਾਲੇ ਦੇ ਮਨ ਵਿੱਚ ਪੂਰਨ ਸੰਤੋਖ, ਖੇੜੇ ਵਸਦਾ ਹੈ ।

The Omnipresent True Master, overwhelming ocean of virtues, prevails everywhere in the universe. Whosoever may obey the teachings of His Word with steady and stable belief in his day-to-day life; with His mercy and grace, he may remain overwhelmed with contentment and blossom.

312. ਬਿਲਾਵਲੁ ਮਹਲਾ ੫॥ 818-15

ਅਰਦਾਸਿ ਸੁਣੀ ਦਾਤਾਰਿ, ardaas sunee daataar
ਪ੍ਰਭਿ ਹੋਏ ਕਿਰਪਾਲ॥ parabh ho-ay kirpaal.
ਰਾਖਿ ਲੀਆ ਅਪਨਾ ਸੇਵਕੋ, raakh lee-aa apnaa sayvko
ਮੁਖਿ ਨਿੰਦਕ ਛਾਰੁ॥੧॥ mukh nindak chhaar.||1||

ਪ੍ਰਭ ਆਪ ਹੀ ਆਪਣੇ ਬੰਦਗੀ ਕਰਨ ਵਾਲੇ ਨਿਮਾਣੇ ਦਾਸ ਦੀ ਅਰਦਾਸ ਸੁਣਦਾ ਹੈ । ਰਹਿਮਤਾਂ ਬਖਸ਼ਦਾ, ਉਸ ਦੀ ਰਖਿਆ ਕਰਦਾ ਹੈ । ਉਸ ਦਾ ਬੁਰਾ ਕਰਨ ਵਾਲੇ ਨੂੰ ਪਛਤਾਵਾ ਕਰਨਾ ਪੈਂਦਾ ਹੈ ।

The Omniscient True Master heeds the prayer of His true devotee; with His mercy and grace, He protects the honor of His true devotee. Whosoever may rebuke, slanders His true devotee, he may have to regret and repents in His Court.

ਤੁਝਹਿ ਨ ਜੋਹੈ ਕੋ ਮੀਤ, tujheh na johai ko meet
ਜਨ ਤੂੰ ਗੁਰ ਕਾ ਦਾਸ॥ jan tooN gur kaa daas.
ਪਾਰਬ੍ਰਹਮਿ ਤੂ ਰਾਖਿਆ, paarbarahm too raakhi-aa
ਦੇ ਅਪਨੇ ਹਾਥ॥੧॥ ਰਹਾਉ॥ day apnay haath. ||1||rahaa-o.

ਜਿਹੜਾ ਪ੍ਰਭ ਦੀ ਸ਼ਰਣ ਵਿੱਚ ਪ੍ਰਵਾਨ ਹੋ ਜਾਂਦਾ ਹੈ । ਉਸ ਦਾ ਕੋਈ ਵਿਰੋਧੀ ਨਹੀਂ ਰਹਿੰਦਾ । ਸਭ ਨੂੰ ਇੱਕ ਸਮਾਨ ਪ੍ਰਭ ਦਾ ਰੂਪ ਹੀ ਸਮਝਦਾ ਹੈ । ਉਹ ਪ੍ਰਭ ਦੀ ਸ਼ਰਣ ਵਿੱਚ, ਰਖਿਆ ਵਿੱਚ ਵਸਦਾ ਹੈ ।

Whosoever may be accepted in His sanctuary; he may not have any jealousy with anyone. He believes and treats everyone same way as the symbol of The True Master. He dwells within His sanctuary and protection.

ਜੀਅਨ ਕਾ ਦਾਤਾ ਏਕੁ ਹੈ, jee-an kaa daataa ayk hai
ਬੀਆ ਨਹੀ ਹੋਰੁ॥ bee-aa nahee hor.
ਨਾਨਕ ਕੀ ਬੇਨੰਤੀਆ, naanak kee banantee-aa
ਮੈ ਤੇਰਾ ਜੋਰੁ॥੨॥੯॥੭੩॥ mai tayraa jor.||2||9||73||

ਪ੍ਰਭ ਹੀ ਸ੍ਰਿਸ਼ਟੀ ਦੇ ਸਾਰੇ ਜੀਵਾਂ ਜੰਤਾਂ ਦਾ ਇੱਕੋ ਇੱਕ ਪੈਦਾ ਕਰਨ ਵਾਲਾ ਮਾਲਕ ਹੈ । ਬੰਦਗੀ ਕਰਨ ਵਾਲਾ ਸਦਾ ਇੱਕੋ ਇੱਕ ਹੀ ਅਰਦਾਸ ਕਰਦਾ ਹੈ । ਪ੍ਰਭ ਤੂੰ ਆਪ ਹੀ ਨਿਮਾਣੇ ਦਾ ਰਖਵਾਲਾ, ਮੇਰੇ ਵਿੱਚ ਕੋਈ ਬਲ, ਸਮਰਥਾ ਨਹੀਂ ਹੈ ।

The One and only One True Master is The Creator of all creatures of the universe. His true devotee may have only one prayer; The True Master, protects His humble helpless devotee, I do not have any other help or support in the universe.

313.ਬਿਲਾਵਲੁ ਮਹਲਾ ੫॥ 818-18

ਮੀਤ ਹਮਾਰੇ ਸਾਜਨਾ, ਰਾਖੇ ਗੋਵਿੰਦ॥ meet hamaaray saajnaa raakhay govind.
ਨਿੰਦਕ ਮਿਰਤਕ ਹੋਇ ਗਏ, nindak mirtak ho-ay ga-ay
ਤੁਮ੍ ਹੋਹੁ ਨਿਚਿੰਦ॥੧॥ਰਹਾਉ॥ tumH hohu nichind.||1|| rahaa-o.

ਬੰਦਗੀ ਕਰਨ ਵਾਲੇ ਦੇ ਸਭ ਸਾਥੀਆਂ ਦੀ ਪ੍ਰਭ ਆਪ ਰਖਿਆ ਕਰਦਾ ਹੈ । ਉਹਨਾਂ ਦੇ ਮਨ ਵਿਚੋਂ ਚਿੰਤਾਂ ਦੂਰ ਹੋ ਜਾਂਦੀਆਂ ਹਨ । ਪ੍ਰਭ ਆਪ ਹੀ ਉਹਨਾਂ ਦੇ ਨਿੰਦਕਾਂ ਨੂੰ ਸੋਝੀ ਬਖਸ਼ਦਾ, ਉਹ ਨਿੰਦਿਆਂ ਕਰਨਾ ਬੰਦ ਕਰ ਦੇਂਦੇ ਹਨ ।

With His mercy and grace, all associates of His true devotee may be protected. He may eliminate all worries from their minds. He may enlighten their evil doers, slanderers to realize their stupidity to change their path.

ਸਗਲ ਮਨੋਰਥ ਪ੍ਰਭਿ ਕੀਏ, sagal manorath parabh kee-ay
ਭੇਟੇ ਗੁਰਦੇਵ॥ bhaytay gurdayv.
ਜੈ ਜੈ ਕਾਰੁ ਜਗਤ ਮਹਿ, jai jai kaar jagat meh
ਸਫਲ ਜਾ ਕੀ ਸੇਵ॥੧॥ safal jaa kee sayv. ||1||

ਬੰਦਗੀ ਕਰਨ ਵਾਲਾ ਪ੍ਰਭ ਦੇ ਸ਼ਬਦ ਦੀ ਪਾਲਣਾ ਤੇ ਅਡੋਲ ਰਹਿੰਦਾ ਹੈ । ਪ੍ਰਭ ਆਪ ਹੀ ਉਸ ਦੇ ਮਾਨਸ ਜੀਵਨ ਦੇ ਧੰਦੇ ਸਫਲ ਕਰ ਦੇਂਦਾ ਹੈ । ਉਸ ਦੀ ਸ਼ਬਦ ਦੀ ਕਮਾਈ, ਪ੍ਰਭ ਦੇ ਦਰਬਾਰ ਵਿੱਚ ਪ੍ਰਵਾਨ ਹੋ ਜਾਂਦੀ ਹੈ । ਉਸ ਦੀ ਸਾਰੇ ਸੰਸਾਰ ਵਿੱਚ ਸੋਭਾ ਹੋਣ ਲੱਗ ਪੈਂਦੀ ਹੈ ।

His true devotee remains steady and stable in obeying the teachings of His Word; with His mercy and grace, all his tasks of real purpose of human life opportunity may be satisfied. His earnings of His Word may be accepted in His Court. He may be honored in the universe also.

ਊਚ ਅਪਾਰ ਅਗਨਤ ਹਰਿ, ooch apaar agnat har
ਸਭਿ ਜੀਅ ਜਿਸੁ ਹਾਥਿ॥ sabh jee-a jis haath.
ਨਾਨਕ ਪ੍ਰਭ ਸਰਣਾਗਤੀ, naanak parabh sarnaagatee
ਜਤ ਕਤ ਮੇਰੈ ਸਾਥਿ॥੨॥੧੦॥੭੪॥ jat kat mayrai saath. ||2||10||74||

ਪ੍ਰਭ ਦੀ ਹੈਸੀਅਤ, ਕਰਾਮਾਤਾਂ ਦੀ ਹੱਦ ਦੀ ਵਿਆਖਿਆ ਨਹੀਂ ਕੀਤੀ ਜਾ ਸਕਦੀ । ਸਭ ਕੁਝ ਹੀ ਪ੍ਰਭ ਦੇ ਵੱਸ ਵਿੱਚ, ਹੁਕਮ ਅੰਦਰ ਹੀ ਚਲਦਾ ਹੈ । ਦਾਸ ਸਦਾ ਹੀ ਸ਼ਬਦ ਦੀ ਪਾਲਣਾ ਕਰਦਾ ਸਮਾਧੀ ਵਿੱਚ ਅਡੋਲ ਵਸਦਾ ਹੈ । ਹਰ ਥਾਂ ਤੇ ਪ੍ਰਭ ਹਾਜਰਾ ਹਜ਼ੂਰ ਵਾਪਰਦਾ ਹੈ ।

His nature and the limits of His miracles remain beyond the comprehension and explanation of His Creation. Everything in the universe remains under His command and only His Word may prevail within each mind, body, and in the universe. His true devotee may remain steady and stable in obeying the teachings of His Word and he dwells in the void of His Word. The Omnipresent True Master prevails everywhere.

314.ਬਿਲਾਵਲੁ ਮਹਲਾ ੫॥ 819-2

ਗੁਰੁ ਪੂਰਾ ਆਰਾਧਿਆ, gur pooraa aaraaDhi-aa
ਹੋਏ ਕਿਰਪਾਲ॥ ho-ay kirpaal.
ਮਾਰਗੁ ਸੰਤਿ ਬਤਾਇਆ, maarag sant bataa-i-aa
ਤੂਟੇ ਜਮ ਜਾਲ॥੧॥ tootay jam jaal. ||1||

ਸ਼ਬਦ ਦੀ ਭਰੋਸੇ ਨਾਲ ਪਾਲਣਾ ਕਰਨ ਨਾਲ ਪ੍ਰਭ ਰਹਿਮਤ ਦੀ ਨਜ਼ਰ ਬਖਸ਼ਦਾ ਹੈ । ਸ਼ਬਦ ਮਨ ਵਿੱਚ ਜਾਗਰਤ ਹੋਣ ਨਾਲ ਸੰਸਾਰਕ ਭਰਮ ਨਾਸ ਹੋ ਜਾਂਦੇ ਹਨ ।

Whosoever may obey the teachings of His Word with steady and stable belief in his day-to-day life; he may be blessed with His mercy and grace. Whosoever may be enlightened with the essence of His Word, all his suspicions may be eliminated.

ਦੂਖ ਭੂਖ ਸੰਸਾ ਮਿਟਿਆ, dookh bhookh sansaa miti-aa
ਗਾਵਤ ਪ੍ਰਭ ਨਾਮ॥ gaavat parabh naam.
ਸਹਜ ਸੂਖ ਆਨੰਦ ਰਸ, sahj sookh aanand ras
ਪੂਰਨ ਸਭਿ ਕਾਮ॥੧॥ ਰਹਾਉ॥ pooran sabh kaam.||1|| rahaa-o.

ਪ੍ਰਭ ਦੇ ਸ਼ਬਦ ਦੇ ਗੁਣ ਗਾਉਣ ਨਾਲ ਸੰਸਾਰਕ ਚਿੰਤਾਂ ਦੇ ਸਾਰੇ ਦੁਖ, ਇੱਛਾਂ ਦੀ ਭੁੱਖ, ਭਰਮ ਦੂਰ ਹੋ ਜਾਂਦੇ ਹਨ । ਮਨ ਵਿੱਚ ਪੂਰਨ ਸੰਤੋਖ ਅਨੰਦ ਵਸ ਜਾਂਦਾ ਹੈ, ਮਨ ਖੇੜੇ ਵਿੱਚ ਵਸਦਾ ਹੈ । ਮਾਨਸ ਜਨਮ ਦੇ ਸਾਰੇ ਕਾਰਜ ਸਫਲ ਹੋ ਜਾਂਦੇ ਹਨ ।

Whosoever may sing the glory of His Word with steady and stable belief on His blessings; with His mercy and grace, all the frustration, miseries, hunger of worldly desires and religious suspicions may be eliminated. He may be overwhelmed with contentment and blossom within his mind. The real purpose of human life journey may be satisfied.

ਜਲਨਿ ਬੁਝੀ ਸੀਤਲ ਭਏ, jalan bujhee seetal bha-ay
ਰਾਖੇ ਪ੍ਰਭਿ ਆਪ॥ raakhay parabh aap.
ਨਾਨਕ ਪ੍ਰਭ ਸਰਣਾਗਤੀ, naanak parabh sarnaagatee
ਜਾ ਕਾ ਵਡ ਪਰਤਾਪ॥ ੨॥੧੧॥੭੫॥ jaa kaa vad partaap. ||2||11||75||

ਪ੍ਰਭ ਆਪ ਹੀ ਰਹਿਮਤ ਬਖਸ਼ਦਾ ਹੈ, ਮਨ ਵਿਚੋਂ ਇੱਛਾਂ ਦੀ ਪਿਆਸ ਬੁਝ ਜਾਂਦੀ ਹੈ । ਮਨ ਵਿੱਚ ਪੂਰਨ ਸੰਤੋਖ ਵਸ ਜਾਂਦਾ ਹੈ । ਸ਼ਬਦ ਦੀ ਕਮਾਈ ਪ੍ਰਵਾਨ ਹੋ ਜਾਂਦੀ , ਉਸ ਤੇ ਸ਼ਬਦ ਦਾ ਨੂਰ ਚਮਕਦਾ ਹੈ ।

Whosoever may be blessed with His mercy and grace, his thirst of worldly desires may be quenched. He may be overwhelmed with contentment. His earnings of His Word may be accepted in His Court; he may be blessed with eternal, spiritual glow on his forehead.

315.ਬਿਲਾਵਲੁ ਮਹਲਾ ੫॥ 819-6

ਧਰਤਿ ਸੁਹਾਵੀ ਸਫਲ ਥਾਨੁ,	Dharat suhaavee safal thaan
ਪੂਰਨ ਭਏ ਕਾਮ॥	pooran bha-ay kaam.
ਭਉ ਨਾਠਾ ਭ੍ਰਮੁ ਮਿਟਿ ਗਇਆ,	bha-o naathaa bharam mit ga-i-aa
ਰਵਿਆ ਨਿਤ ਰਾਮ॥੧॥	ravi-aa nit raam. ‖1‖

ਜਿਸ ਜੀਵ ਦੇ ਮਨ ਵਿੱਚ ਪ੍ਰਭ ਦਾ ਸ਼ਬਦ ਜਾਗਰਤ ਅਤੇ ਸੁਚੇਤ ਹੋ ਜਾਂਦਾ ਹੈ । ਉਸ ਦੇ ਮਨ ਵਿਚੋਂ ਮੌਤ ਦਾ ਡਰ, ਸਾਰੇ ਸੰਸਾਰਕ ਭਰਮ ਦੂਰ ਹੋ ਜਾਂਦੇ ਹਨ । ਜਿਥੇ ਉਹ ਦਾਸ ਵਸਦਾ, ਉਹ ਥਾਂ, ਘਰ, ਸੰਗਤ ਵੱਡੇ ਭਾਗਾਂ ਵਾਲੇ ਹੋ ਜਾਂਦੀ ਹੈ ।

Whosoever may be enlightened with essence of His Word; with His mercy and grace, he may remain awake and alert. His fear of death and all his suspicions may be eliminated. Wherever His true devotee may dwell that place becomes shrine and the conjugation may become very fortunate.

ਸਾਧ ਜਨਾ ਕੈ ਸੰਗਿ ਬਸਤ,	saaDh janaa kai sang basat
ਸੁਖ ਸਹਜ ਬਿਸ੍ਰਾਮ॥	sukh sahj bisraam.
ਸਾਈ ਘੜੀ ਸੁਲਖਣੀ,	saa-ee gharhee sulakh-nee simrat
ਸਿਮਰਤ ਹਰਿ ਨਾਮ॥੧॥ ਰਹਾਉ॥	har naam.‖1‖ rahaa-o.

ਬੰਦਗੀ ਵਾਲੇ ਦੀ ਸਿਖਿਆਂ ਨਾਲ ਜੀਵਨ ਢਾਲਣ ਨਾਲ ਮਨ ਵਿੱਚ ਸੰਤੋਖ ਵਸ ਜਾਂਦਾ ਹੈ । ਜਿਸ ਪਲ ਜੀਭ ਪ੍ਰਭ ਦੇ ਸ਼ਬਦ ਦੇ ਗੁਣ ਗਾਉਂਦੀ ਹੈ । ਉਹ ਪਲ, ਘੜੀ ਹੀ ਲੇਖੇ ਲੱਗ ਜਾਂਦੀ ਹੈ ।

Whosoever may adopt the life experience teachings of His true devotee in his own day-to-day life; with His mercy and grace, he may be overwhelmed with contentment within his mind. Any moment his tongue may sing the glory of His Word that moment become very fortunate.

ਪ੍ਰਗਟ ਭਏ ਸੰਸਾਰ ਮਹਿ,	pargat bha-ay sansaar meh
ਫਿਰਤੇ ਪਹਨਾਮ॥	firtay pehnaam.
ਨਾਨਕ ਤਿਸੁ ਸਰਣਾਗਤੀ,	naanak tis sarnaagatee
ਘਟ ਘਟ ਸਭ ਜਾਨ॥ ੨॥੧੨॥੭੬॥	ghat ghat sabh jaan.‖2‖12‖76‖

ਜਿਸ ਦੇ ਮਨ ਵਿੱਚ ਸ਼ਬਦ ਜਾਗਰਤ ਹੋ ਜਾਂਦਾ ਹੈ! ਉਸ ਨਿਮਾਣੇ ਦਾਸ ਦੀ ਸੰਸਾਰ ਵਿੱਚ ਸੋਭਾ ਹੋਣ ਲੱਗ ਪੈਂਦੀ ਹੈ । ਬੰਦਗੀ ਕਰਨ ਵਾਲੇ ਸਦਾ ਹੀ ਉਸ ਪੂਰਨ ਪ੍ਰਭ ਦੇ ਸ਼ਬਦ ਤੇ ਭਰੋਸਾ ਅਡੋਲ ਰਖਦਾ, ਸ਼ਬਦ ਦੀ ਸਮਾਧੀ ਵਿੱਚ ਵਸਦਾ ਹੈ । ਜਿਹੜਾ ਪ੍ਰਭ ਸਾਰੇ ਜੀਵ ਦੀ ਅਵਸਥਾ ਦਾ ਅੰਤਰਜਾਮੀ ਹੈ ।

Whosoever may be enlightened with the essence of His Word; with His mercy and grace, His humble devotee may be honored in the universe. His true devotee always obeys the teachings of His Word with steady and stable belief. He may remain intoxicated in the void of His Word, The Omniscient True Master.

316.ਬਿਲਾਵਲੁ ਮਹਲਾ ੫॥ 819-9

ਰੋਗੁ ਮਿਟਾਇਆ ਆਪਿ ਪ੍ਰਭਿ,	rog mitaa-i-aa aap parabh
ਉਪਜਿਆ ਸੁਖੁ ਸਾਂਤਿ॥	upji-aa sukh saaNt.
ਵਡ ਪਰਤਾਪੁ ਅਚਰਜ ਰੂਪੁ,	vad partaap achraj roop
ਹਰਿ ਕੀਨ੍ਹੀ ਦਾਤਿ॥੧॥	har keenHee daat. ‖1‖

ਜਿਸ ਤੇ ਪ੍ਰਭ ਆਪ ਹੀ ਰਹਿਮਤ ਬਖਸ਼ਦਾ ਹੈ । ਉਸ ਦੇ ਮਨ ਵਿਚੋਂ ਇੱਛਾਂ ਦੇ ਰੋਗ ਦੂਰ ਹੋ ਜਾਂਦੇ, ਸੰਤੋਖ ਵਸ ਦਾਂਦਾ ਹੈ । ਪ੍ਰਭ ਦੀ ਰਹਿਮਤ ਭਰਪੂਰ ਹੋ ਜਾਂਦੀ, ਉਸ ਤੇ ਸ਼ਬਦ ਦਾ ਨੂਰ ਚਮਕਦਾ ਹੈ ।

Whosoever may be blessed with His mercy and grace; all his frustrations of worldly desires, may be eliminated. He may remain drenched with the contentment in his own worldly environments.

ਗੁਰਿ ਗੋਵਿੰਦਿ ਕ੍ਰਿਪਾ ਕਰੀ,	gur govind kirpaa karee
ਰਾਖਿਆ ਮੇਰਾ ਭਾਈ॥	raakhi-aa mayraa bhaa-ee.
ਹਮ ਤਿਸ ਕੀ ਸਰਣਾਗਤੀ,	ham tis kee sarnaagatee
ਜੋ ਸਦਾ ਸਹਾਈ॥੧॥ ਰਹਾਉ॥	jo sadaa sahaa-ee.||1|| rahaa-o.

ਪ੍ਰਭ ਨੇ ਰਹਿਮਤ ਦੀ ਨਜ਼ਰ ਬਖਸ਼ੀ ਹੈ । ਮੇਰੀ ਰਖਿਆ ਕੀਤੀ ਹੈ, ਸ਼ਰਣ ਵਿੱਚ ਪਨਾਹ ਬਖਸ਼ੀ ਹੈ । ਬੰਦਗੀ ਕਰਨ ਵਾਲਾ ਸਦਾ ਹੀ ਸ਼ਬਦ ਦੀ ਪਾਲਣਾ ਵਿੱਚ ਭਰੋਸਾ ਅਡੋਲ ਰਖਦਾ ਹੈ । ਉਸ ਦਾ ਕੇਵਲ ਇੱਕੋ ਇੱਕ ਪ੍ਰਭ ਤੇ ਹੀ ਆਸਰਾ, ਆਸ ਹੁੰਦੀ ਹੈ ।

The True Master has become very generous; he has accepted me in His sanctuary. His true devotee may always obey the teachings of His Word with a steady and stable belief. He keeps all his hopes on the support of The True Master.

ਬਿਰਥੀ ਕਦੇ ਨ ਹੋਵਈ,	birthee kaday na hova-ee
ਜਨ ਕੀ ਅਰਦਾਸਿ॥	jan kee ardaas.
ਨਾਨਕ ਜੋਰੁ ਗੋਵਿੰਦ ਕਾ,	naanak jor govind
ਪੂਰਨ ਗੁਣਤਾਸਿ॥ ੨॥੧੩॥੭੭॥	kaa pooran guntaas.||2||13||77||

ਜਿਸ ਦਾਸ ਦੇ ਮਨ ਵਿੱਚ ਸ਼ਬਦ ਜਾਗਰਤ ਅਤੇ ਸੁਚੇਤ ਹੁੰਦਾ ਹੈ । ਉਸ ਦੇ ਮਨ ਦੀ ਭਾਵਨਾ ਕਦੇ ਬਿਰਥੀ ਨਹੀਂ ਜਾਂਦੀ । ਉਸ ਦੇ ਮਨ ਵਿੱਚ ਇੱਕੋ ਇੱਕ ਪ੍ਰਭ ਦੀ ਰਹਿਮਤ, ਧੰਨਵਾਦ ਦੀ ਹੀ ਇੱਛਾਂ ਹੁੰਦੀ ਹੈ । ਉਹ ਪ੍ਰਭ ਦੇ ਸ਼ਬਦ ਦੀ ਸਮਾਧੀ ਵਿੱਚ ਹੀ ਵਸਦਾ ਹੈ । ਪ੍ਰਭ ਦੇ ਸ਼ਬਦ ਦੀ ਪਾਲਣਾ ਹੀ ਉਸ ਦੀ ਹੈਸੀਅਤ ਅਤੇ ਬਲ ਬਣ ਜਾਂਦਾ ਹੈ ।

Whosoever may be enlightened with the essence of His Word, his prayer may never be wasted. With His mercy and grace, all his spoken and unspoken desires may be satisfied. He may meditate and dwells within the void of His Word. Obeying the teachings of His Word becomes his power, worldly wealth, and worldly status.

317.ਬਿਲਾਵਲੁ ਮਹਲਾ ੫॥ 819-12

ਮਰਿ ਮਰਿ ਜਨਮੇ ਜਿਨ ਬਿਸਰਿਆ,	mar mar janmay jin bisri-aa
ਜੀਵਨ ਕਾ ਦਾਤਾ॥	jeevan kaa daataa.
ਪਾਰਬ੍ਰਹਮੁ ਜਨਿ ਸੇਵਿਆ,	paarbarahm jan sayvi-aa
ਅਨਦਿਨੁ ਰੰਗਿ ਰਾਤਾ॥੧॥	an-din rang raataa.||1||

ਜਿਸ ਦੇ ਮਨ ਵਿਚੋਂ ਮਾਨਸ ਜਨਮ ਬਖਸ਼ਣ ਵਾਲੇ ਪ੍ਰਭ ਦਾ ਸ਼ਬਦ ਵਿਸਰ ਜਾਂਦਾ ਹੈ । ਪ੍ਰਭ ਦੇ ਬਖਸ਼ੇ ਦਾ ਧੰਨਵਾਦ ਨਹੀਂ ਕਰਦਾ, ਉਹ ਜੂੰਨਾਂ ਦੇ ਚੱਕਰ ਵਿੱਚ ਹੀ ਭਉਦਾ ਹੈ । ਜਿਹੜਾ ਪ੍ਰਭ ਦੇ ਸ਼ਬਦ ਦੀ ਪਾਲਣਾ ਤੇ ਅਡੋਲ ਰਹਿੰਦਾ ਹੈ । ਉਸ ਤੇ ਸ਼ਬਦ ਦਾ ਨੂਰ, ਰੰਗ ਚੜ੍ਹ ਜਾਂਦਾ ਹੈ ।

Whosoever may abandon the teachings of His Word, The Creator from his day-to-day life. He may remain in the cycle of birth and death. Whosoever may obey the teachings of His Word with steady and stable belief in his day-to-day life; with His mercy and grace, he may remain drenched, with the essence of His Word. His spiritual glow may shine on his forehead.

ਸਾਂਤਿ ਸਹਜੁ ਆਨਦੁ ਘਨਾ,	saaNt sahj aanad ghanaa
ਪੂਰਨ ਭਈ ਆਸ॥	pooran bha-ee aas.
ਸੁਖੁ ਪਾਇਆ ਹਰਿ ਸਾਧਸੰਗਿ,	sukh paa-i-aa har saaDhsang
ਸਿਮਰਤ ਗੁਣਤਾਸ॥੧॥ ਰਹਾਉ॥	simrat guntaas.‖1‖ rahaa-o.

ਉਸ ਦੇ ਮਨ ਵਿੱਚ ਸੰਤੋਖ ਭਰ ਜਾਂਦਾ ਹੈ, ਮਨ ਇੱਛਾਂ ਰਹਿਤ ਹੋ ਜਾਂਦਾ ਹੈ । ਉਸ ਨੂੰ ਅਮੋਲਕ, ਅਮਰ ਅਵਸਥਾ ਬਖਸ਼ਿਸ਼ ਹੋ ਜਾਂਦੀ, ਮੁਰਾਦਾਂ ਪੂਰੀਆਂ ਹੋ ਜਾਂਦੀਆਂ ਹਨ । ਉਹ ਬੰਦਗੀ ਕਰਨ ਵਾਲੇ ਦੀ ਸੰਗਤ ਕਰਦਾ, ਆਪਣਾ ਜੀਵਨ ਉਸ ਦੀ ਸਿਖਿਆਂ ਨਾਲ ਢਾਲਦਾ ਹੈ । ਗੁਣਾਂ ਦੇ ਭੰਡਾਰੀ ਦੇ ਸ਼ਬਦ ਦੇ ਗੁਣ ਗਾਉਂਦਾ ਹੈ ।

He may be blessed with contentment with His blessings; with His mercy and grace, he may become free from worldly desires. He may be blessed with ambrosial immortal state of mind, all his spoken and unspoken desires may be satisfied. He may associate with His true devotee and adopts his life experience teachings in his day-to-day life. He remains singing the glory of The Treasure of all virtues.

ਸੁਣਿ ਸੁਆਮੀ ਅਰਦਾਸਿ ਜਨ,	sun su-aamee ardaas jan
ਤੁਮ੍ ਅੰਤਰਜਾਮੀ॥	tumH antarjaamee.
ਥਾਨ ਥਨੰਤਰਿ ਰਵਿ ਰਹੇ,	thaan thanantar rav rahay
ਨਾਨਕ ਕੇ ਸੁਆਮੀ॥ ੨॥੧੪॥੭੮॥	naanak kay su-aamee. ‖2‖14‖78‖

ਰਹਿਮਤਾਂ ਦੇ ਮਾਲਕ ਆਪਣੇ ਨਿਮਾਣੇ ਦਾਸ ਦੀ ਅਰਦਾਸ ਸੁਣੋ! ਤੂੰ ਮਨ ਦੀ ਹਾਲਤ ਦਾ ਅੰਤਰਜਾਮੀ ਹੈ । ਪ੍ਰਭ ਤੂੰ ਹੀ ਹਰ ਥਾਂ ਤੇ ਹਾਜਰਾ ਹਜ਼ੂਰ ਵਾਪਰਦਾ ਹੈ ।

The Merciful True Master heeds the prayer of Your humble helpless devotee. Only You are omniscient about my state of mind. Only You prevail in the universe, everywhere and in each event.

318.ਬਿਲਾਵਲੁ ਮਹਲਾ ੫॥ 819-15

ਤਾਤੀ ਵਾਉ ਨ ਲਗਈ,	taatee vaa-o na lag-ee
ਪਾਰਬ੍ਰਹਮ ਸਰਣਾਈ॥	paarbarahm sarnaa-ee.
ਚਉਗਿਰਦ ਹਮਾਰੈ ਰਾਮ ਕਾਰ,	cha-ugirad hamaarai raam kaar
ਦੁਖੁ ਲਗੈ ਨ ਭਾਈ॥੧॥	dukh lagai na bhaa-ee. ‖1‖

ਜਿਹੜਾ ਪ੍ਰਭ ਦੇ ਸ਼ਬਦ ਤੇ ਭਰੋਸਾ ਅਡੋਲ ਰਖਦਾ ਹੈ, ਉਹ ਪ੍ਰਭ ਦੀ ਸ਼ਰਣ ਵਿੱਚ ਪ੍ਰਵਾਨ ਹੋ ਜਾਂਦਾ ਹੈ । ਉਸ ਨੂੰ ਕੋਈ ਸੰਸਾਰਕ ਚਿੰਤਾਂ ਦੀ ਭਟਕਣ ਨਹੀਂ ਲੱਗਦੀ । ਉਸ ਦੇ ਚਾਰੇ ਪਾਸੇ ਪ੍ਰਭ ਦੀ ਰਹਿਮਤ ਭਰੀ ਰਖਿਆ ਹੁੰਦੀ, ਦੁਵਾਰ ਬਣ ਜਾਂਦੀ ਹੈ ।

Whosoever may obey the teachings of His Word with steady and stable belief in his day-to-day life; with His mercy and grace, he may be accepted in His sanctuary. He may become beyond the reach of worldly frustrations. He may be protected with a strong shield of His blessings.

ਸਤਿਗੁਰੁ ਪੂਰਾ ਭੇਟਿਆ,	satgur pooraa bhayti-aa
ਜਿਨਿ ਬਣਤ ਬਣਾਈ॥	jin banat banaa-ee.
ਰਾਮ ਨਾਮੁ ਅਉਖਧੁ ਦੀਆ,	raam naam a-ukhaDh dee-aa
ਏਕਾ ਲਿਵ ਲਾਈ॥੧॥ ਰਹਾਉ॥	aykaa liv laa-ee.‖1‖ rahaa-o.

ਬੰਦਗੀ ਕਰਨ ਵਾਲਾ ਪ੍ਰਭ ਦੇ ਸ਼ਬਦ ਦੀ ਪਾਲਣਾ ਵਿੱਚ ਅਡੋਲ ਰਹਿੰਦਾ ਹੈ । ਜਿਸ ਪ੍ਰਭ ਨੇ ਹੀ ਸਾਰੀ ਸ੍ਰਿਸ਼ਟੀ ਦਾ ਖੇਲ ਬਣਾਇਆ ਹੈ । ਪ੍ਰਭ ਆਪ ਹੀ ਸ਼ਬਦ ਦੇ ਲੜ ਲਾਉਂਦਾ, ਸ਼ਬਦ ਨੂੰ ਮਨ ਵਿੱਚ ਜਾਗਰਤ ਅਤੇ ਸੁਚੇਤ ਰਖਦਾ ਹੈ । ਉਸ ਦੇ ਮਨ ਵਿੱਚ ਵਿਛੋੜੇ ਦਾ ਵਿਰਾਗ ਭਰਿਆਂ ਰਹਿੰਦਾ ਹੈ ।

His true devotee may remain steady and stable in obeying the teachings of His Word, The Creator of the universe. The True Master attaches His true devotee to a devotional meditation on the teachings of His Word and keeps him steady and stable on the right path. He remains overwhelmed in renunciation in the memory of his separation from The Holy Spirit.

ਰਾਖਿ ਲੀਏ ਤਿਨਿ ਰਖਨਹਾਰਿ, raakh lee-ay tin rakhanhaar
ਸਭ ਬਿਆਧਿ ਮਿਟਾਈ॥ sabh bi-aaDh mitaa-ee.
ਕਹੁ ਨਾਨਕ ਕਿਰਪਾ ਭਈ, kaho naanak kirpaa bha-ee
ਪ੍ਰਭ ਭਏ ਸਹਾਈ॥ ੨॥੧੫॥੭੯॥ parabh bha-ay sahaa-ee. ||2||15||79||

ਪ੍ਰਭ ਉਸ ਦੇ ਮਨ ਦੇ ਸਾਰੇ ਸੰਸਾਰਕ ਇੱਛਾਂ ਦੇ ਦੁਖ ਦੂਰ ਕਰ ਦੇਂਦਾ ਹੈ । ਪ੍ਰਭ ਆਪਣੇ ਬੰਦਗੀ ਕਰਨ ਵਾਲੇ ਦਾਸ ਤੇ ਰਹਿਮਤਾਂ ਦੀ ਨਜ਼ਰ ਬਖਸ਼ਦਾ ਹੈ । ਉਸ ਦੇ ਅੰਗ ਸੰਗ ਸਹਾਈ ਰਹਿੰਦਾ ਹੈ ।

The True Master may eliminate all his miseries of worldly desires. He may remain overwhelmed with His mercy and grace. The True Master remains supporter of His true devotee in his worldly life.

319.ਬਿਲਾਵਲੁ ਮਹਲਾ ੫॥ 819-19

ਅਪਣੇ ਬਾਲਕ ਆਪਿ ਰਖਿਅਨੁ, apnay baalak aap rakhi-an
ਪਾਰਬ੍ਰਹਮ ਗੁਰਦੇਵ॥ paarbarahm gurdayv.
ਸੁਖ ਸਾਂਤਿ ਸਹਜ ਆਨਦ ਭਏ, sukh saaNt sahj aanad bha-ay
ਪੂਰਨ ਭਈ ਸੇਵ॥੧॥ ਰਹਾਉ॥ pooran bha-ee sayv. ||1|| rahaa-o.

ਪ੍ਰਭ ਆਪਣੇ ਪੈਦਾ ਕੀਤੇ ਜੀਵ ਦੀ ਆਪ ਰਖਿਆ ਕਰਦਾ, ਪਾਲਣਾ ਪੋਸਨਾ ਕਰਦਾ ਹੈ । ਜਿਸ ਦੀ ਸ਼ਬਦ ਦੀ ਕਮਾਈ ਪ੍ਰਵਾਨ ਹੋ ਜਾਂਦੀ ਹੈ । ਉਸ ਦੇ ਮਨ ਵਿੱਚ ਸੰਤੋਖ ਖੇੜਾ ਵਸ ਜਾਂਦਾ ਹੈ ।

The True Master nourishes and protects all creatures of His Creation. Whose earnings of His Word may be accepted in His Court; with His mercy and grace, he may be blessed with contentment and blossom in his life.

ਭਗਤ ਜਨਾ ਕੀ ਬੇਨਤੀ, bhagat janaa kee bayntee
ਸੁਣੀ ਪ੍ਰਭਿ ਆਪਿ॥ sunee parabh aap.
ਰੋਗ ਮਿਟਾਇ ਜੀਵਾਲਿਅਨੁ, rog mitaa-ay jeevaali-an
ਜਾ ਕਾ ਵਡ ਪਰਤਾਪੁ॥੧॥ jaa kaa vad partaap.||1||

ਪ੍ਰਭ ਆਪ ਹੀ ਬੰਦਗੀ ਕਰਨ ਵਾਲੇ ਨਿਮਾਣੇ ਦਾਸ ਦੀ ਅਰਦਾਸ ਸੁਣਦਾ ਹੈ । ਉਸ ਤੇ ਰਹਿਮਤ ਬਖਸ਼ਦਾ ਹੈ, ਸ਼ਬਦ ਮਨ ਵਿੱਚ ਜਾਗਰਤ ਕਰਦਾ ਹੈ । ਉਸ ਦੇ ਸਾਰੇ ਭਰਮ, ਸੰਸਾਰਕ ਇੱਛਾਂ ਦੇ ਦੁਖ ਨਾਸ ਕਰ ਦੇਂਦਾ ਹੈ । ਉਸ ਤੇ ਸ਼ਬਦ ਰੂਪੀ ਨੂਰ ਬਖਸ਼ਦਾ ਹੈ ।

The True Master heeds the prayer of His true devotee; with His mercy and grace, he may be enlightened with the essence of His Word. All his miseries of worldly desires and religious suspicions may be eliminated. He may be blessed with eternal spiritual glow on His forehead.

ਦੋਖ ਹਮਾਰੇ ਬਖਸਿਅਨੁ, dokh hamaaray bakhsi-an
ਅਪਣੀ ਕਲ ਧਾਰੀ॥ apnee kal Dhaaree.
ਮਨ ਬਾਂਛਤ ਫਲ ਦਿਤਿਅਨੁ, man baaNchhat fal diti-an
ਨਾਨਕ ਬਲਿਹਾਰੀ॥੨॥੧੬॥੮੦॥ naanak balihaaree.||2||16||80||

ਪ੍ਰਭ ਆਪ ਹੀ ਬੰਦਗੀ ਕਰਨ ਵਾਲੇ ਦੇ ਪਾਪ ਬਖਸ਼ ਦੇਂਦਾ ਹੈ, ਲੇਖਾ ਪੂਰਾ ਕਰ ਦੇਂਦਾ ਹੈ । ਉਸ ਦੇ ਮਨ ਦੀਆਂ ਬੋਲੀਆਂ ਅਣਬੋਲੀਆਂ ਮੁਰਾਦਾਂ ਪੂਰੀਆਂ ਕਰ ਦੇਂਦਾ ਹੈ । ਬੰਦਗੀ ਕਰਨ ਵਾਲਾ ਸਦਾ ਹੀ ਪ੍ਰਭ ਦੇ ਬਖਸ਼ੇ ਦਾ ਧੰਨਵਾਦ ਹੀ ਗਾਉਂਦੇ ਰਹਿੰਦਾ ਹੈ ।

With His mercy and grace, the sins of His true devotee may be forgiven and his account of previous lives may be cleared. With His mercy and grace, his spoken and unspoken desires may be satisfied. His true devotee may always remain singing the glory and remains grateful for His blessings.

320.ਰਾਗੁ ਬਿਲਾਵਲੁ ਮਹਲਾ ੫ ਚਉਪਦੇ ਦੁਪਦੇ ਘਰੁ ੬॥ 820-4

ੴ ਸਤਿਗੁਰ ਪ੍ਰਸਾਦਿ॥ ik-oNkaar satgur parsaad.
ਮੇਰੇ ਮੋਹਨ ਸ੍ਰਵਨੀ, mayray mohan sarvanee
ਇਹ ਨ ਸੁਨਾਏ॥ ih na sunaa-ay.
ਸਾਕਤ ਗੀਤ ਨਾਦ ਧੁਨਿ, saakat geet naad Dhun
ਗਾਵਤ ਬੋਲਤ ਬੋਲ ਅਜਾਏ॥੧॥ਰਹਾਉ॥ gaavat bolat bol ajaa-ay. ||1|| rahaa-o.

ਰਹਿਮਤਾਂ ਦੇ ਮਾਲਕ, ਰਹਿਮਤ ਬਖਸ਼ੋ! ਮੇਰੇ ਕੰਨਾਂ ਵਿੱਚ ਸਾਕਤ ਦੀ ਜੀਭ ਵਿਚੋਂ ਤੇਰੇ ਸ਼ਬਦ ਦੇ ਗੀਤ, ਉਸਤਤ, ਕੀਰਤਨ ਦੀ ਧੁਨ ਨਾ ਸੁਣਾਈ ਦੇਵੇ । ਉਹ ਸੰਸਾਰਕ ਮਾਇਆ ਇਕੱਠੀ ਕਰਨ, ਲਾਲਚ ਲਈ ਕੀਰਤਨ ਕਰਦਾ ਹੈ।

The True Master, with Your mercy and grace, I may never hear singing the glory and praises of Your Word from the tongue of non-believer, self-minded. He remains intoxicated with worldly wealth; all his singing may be for greed for worldly wealth.

ਸੇਵਤ ਸੇਵਿ ਸੇਵਿ ਸਾਧ ਸੇਵਉ, sayvat sayv sayv saaDh sayva-o
ਸਦਾ ਕਰਉ ਕਿਰਤਾਏ॥ sadaa kara-o kirtaa-ay.
ਅਭੈ ਦਾਨੁ ਪਾਵਉ ਪੁਰਖ ਦਾਤੇ, abhai daan paava-o purakh daatay
ਮਿਲਿ ਸੰਗਤਿ ਹਰਿ ਗੁਣ ਗਾਏ॥੧॥ mil sangat har gun gaa-ay. ||1||

ਜਿਹੜਾ ਬੰਦਗੀ ਕਰਨ ਵਾਲੇ ਦੀ ਸੰਗਤ ਵਿੱਚ ਰਹਿੰਦਾ, ਆਪਣਾ ਜੀਵਨ ਉਸ ਦੀ ਸਿਖਿਆਂ ਨਾਲ ਬਤੀਤ ਕਰਦਾ ਹਾ । ਪ੍ਰਭ ਆਪ ਹੀ ਰਹਿਮਤ ਬਖਸ਼ਦਾ, ਉਸ ਨੂੰ ਸ਼ਬਦ ਦੇ ਲੜ ਲਾਉਂਦਾ ਹੈ । ਉਸ ਦੇ ਮਨ ਵਿਚੋਂ ਮੌਤ ਦਾ ਡਰ ਦੂਰ ਕਰਦਾ ਹੈ । ਉਹ ਸ਼ਬਦ ਦੇ ਗੁਣ ਗਾਉਂਦਾ, ਸੰਤੋਖ ਵਿੱਚ ਸ਼ਬਦ ਦੀ ਸਮਾਧੀ ਵਿੱਚ ਵਸਦਾ ਹੈ ।

Whosoever may remain in the conjugation of His true devotee, saint and adopts his life experience teachings in his own life; with His mercy and grace, he may be attached to a devotional meditation. With His mercy and grace, his fear of death may be eliminated. He remains overwhelmed with contentment and dwells in the void of His Word.

ਰਸਨਾ ਅਗਹ ਅਗਹ ਗੁਨ, rasnaa agah agah gun
ਰਾਤੀ ਨੈਨ ਦਰਸ ਰੰਗੁ ਲਾਏ॥ raatee nain daras rang laa-ay.
ਹੋਹੁ ਕ੍ਰਿਪਾਲ ਦੀਨ ਦੁਖ ਭੰਜਨ, hohu kirpaal deen dukh bhanjan
ਮੋਹਿ ਚਰਣ ਰਿਦੈ ਵਸਾਏ॥੨॥ mohi charan ridai vasaa-ay. ||2||

ਜਦੋਂ ਪ੍ਰਭ ਆਪ ਹੀ ਨਿਮਾਣੇ ਦਾਸ ਤੇ ਰਹਿਮਤ ਦੀ ਨਜ਼ਰ ਬਖਸ਼ਦਾ ਹੈ । ਉਸ ਦੇ ਮਨ ਵਿੱਚ ਸ਼ਬਦ ਜਾਗਰਤ ਹੋ ਜਾਂਦਾ ਹੈ । ਉਸ ਦੀ ਜੀਭ ਤੇ ਪ੍ਰਭ ਦੇ ਸ਼ਬਦ ਦੇ ਗੁਣਾਂ ਦਾ ਰਸ ਭਰ ਜਾਂਦਾ ਹੈ । ਮਨ ਦੀਆਂ ਅੱਖਾਂ ਪ੍ਰਭ ਦੀ ਹੋਂਦ ਮਹਿਸੂਸ ਕਰਕੇ ਮੋਹਿਤ ਹੋ ਜਾਂਦੀਆਂ ਹਨ ।

Whosoever may be enlightened with the essence of His Word; with His mercy and grace, his tongue may remain drenched with nectar of the essence of His Word. Eyes of his mind remain intoxicated by witnessing the existence of The Holy Spirit prevailing everywhere.

ਸਭਹੂ ਤਲੈ ਤਲੈ ਸਭ ਊਪਰਿ, sabhhoo talai talai sabh oopar
ਏਹ ਦ੍ਰਿਸਟਿ ਦ੍ਰਿਸਟਾਏ॥ ayh darisat daristaa-ay.
ਅਭਿਮਾਨੁ ਖੋਇ ਖੋਇ, abhimaan kho-ay kho-ay
ਖੋਇ ਖੋਈ ਹਉ, kho-ay kho-ee ha-o
ਮੋ ਕਉ ਸਤਿਗੁਰ ਮੰਤ੍ਰੁ ਦ੍ਰਿੜਾਏ॥੩॥ mo ka-o satgur mantar drirh-aa-ay. ||3||

ਜਿਸ ਦੇ ਮਨ ਵਿੱਚ ਪ੍ਰਭ ਦਾ ਸ਼ਬਦ ਜਾਗਰਤ ਹੋ ਜਾਂਦਾ ਹੈ । ਪ੍ਰਭ ਆਪ ਹੀ ਸ਼ਬਦ ਦਾ ਬੀਜ ਬੀਜਦਾ, ਮਨ ਵਿਚੋਂ ਅਹੰਕਾਰ ਦਾ ਨਾਸ ਹੋ ਜਾਂਦਾ ਹੈ । ਉਸ ਦੇ ਮਨ ਵਿੱਚ ਅਨੰਦ ਵਸਦਾ, ਮਨ ਅੰਦਰ ਅਤੇ ਬਾਹਰ ਇੱਕ ਨਿਰਾਲਾ ਖੇੜਾ ਮਹਿਸੂਸ ਹੁੰਦਾ ਹੈ ।

Whosoever may be enlightened with essence of His Word; with His mercy and grace, He sowed the seed of His Word within his heart. He may conquer the ego of his mind. He may realize a unique astonishing blossom and pleasures within his heart.

ਅਤੁਲੁ ਅਤੁਲੁ ਅਤੁਲੁ ਨਹ ਤੁਲੀਐ,	atul atul atul nah tulee-ai
ਭਗਤਿ ਵਛਲੁ ਕਿਰਪਾਏ॥	bhagat vachhal kirpaa-ay.
ਜੋ ਜੋ ਸਰਣਿ ਪਰਿਓ ਗੁਰ ਨਾਨਕ,	jo jo saran pari-o gur naanak
ਅਭੈ ਦਾਨੁ ਸੁਖ ਪਾਏ॥੪॥੧॥੮੧॥	abhai daan sukh paa-ay. ||4||1||81||

ਪ੍ਰਭ ਦੀ ਕਿਸੇ ਕਿਸਮ ਦੀ ਜਾਣਕਾਰੀ, ਤੁਲਨਾ ਨਹੀਂ ਕੀਤੀ ਜਾ ਸਕਦੀ । ਉਹ ਬੰਦਗੀ ਕਰਨ ਵਾਲੇ ਦਾਸ ਦਾ ਪਿਆਰਾ, ਆਸ਼ਕ ਹੁੰਦਾ ਹੈ । ਜਿਸ ਤੇ ਰਹਿਮਤ ਬਖਸ਼ਦਾ, ਉਸ ਦੀ ਸ਼ਰਣ ਵਿੱਚ ਪ੍ਰਵਾਨ ਹੋ ਜਾਂਦਾ ਹੈ । ਉਸ ਦੇ ਮਨ ਵਿਚੋਂ ਮੌਤ ਦਾ ਡਰ ਦੂਰ ਹੋ ਜਾਂਦਾ, ਮਨ ਵਿੱਚ ਸੰਤੋਖ ਭਰ ਜਾਂਦਾ ਹੈ ।

The nature of The True Master may not be imagined or compared with anyone else, worldly Guru. He remains a lover of His true devotees. He may always remain anxious to immerse His true devote within His Holy Spirit. With His mercy and grace, his true devotee may be accepted in His sanctuary. His fear of death may be eliminated and he may remain overwhelmed with contentment.

321. ਬਿਲਾਵਲੁ ਮਹਲਾ ੫॥ 820-10

ਪ੍ਰਭ ਜੀ ਤੂ ਮੇਰੇ ਪ੍ਰਾਨ ਅਧਾਰੈ॥	parabh jee too mayray paraan aDhaarai.
ਨਮਸਕਾਰ ਡੰਡਉਤਿ ਬੰਦਨਾ,	namaskaar dand-ut bandnaa
ਅਨਿਕ ਬਾਰ ਜਾਉ ਬਾਰੈ॥੧॥ਰਹਾਉ॥	anik baar jaa-o baarai. ||1|| rahaa-o.

ਪ੍ਰਭ ਤੂੰ ਹੀ ਮੇਰੇ ਸਵਾਸਾਂ ਦਾ ਆਸਰਾ ਹੈ, ਤੇਰਾ ਸ਼ਬਦ ਹੀ ਜੀਵਨ ਦਾ ਅਧਾਰ ਹੈ । ਮੈਂ ਨਿਮਾਣਾ ਤੇਰੇ ਅੱਗੇ ਰਹਿਮਤ ਦੀ ਅਰਦਾਸ ਕਰਦਾ, ਤੇਰੇ ਬਖਸ਼ੇ ਦਾ ਬਾਰ ਬਾਰ ਧੰਨਵਾਦ ਕਰਦਾ ਹਾ ।

The True Master, I am Your humble devotee, praying for Your forgiveness and remain gratitude for Your blessings and sing Your glory. You remain the supporting pillar of my breaths; to obey the teachings of Your Word may be the real purpose of human life opportunity.

ਊਠਤ ਬੈਠਤ ਸੋਵਤ ਜਾਗਤ,	oothat baithat sovat jaagat
ਇਹੁ ਮਨੁ ਤੁਝਹਿ ਚਿਤਾਰੈ॥	ih man tujheh chitaarai.
ਸੂਖ ਦੂਖ ਇਸੁ ਮਨ ਕੀ ਬਿਰਥਾ,	sookh dookh is man kee birthaa
ਤੁਝ ਹੀ ਆਗੈ ਸਾਰੈ॥੧॥	tujh hee aagai saarai. ||1||

ਹਰ ਵੇਲੇ, ਉਠਦੇ ਬੈਠਦੇ, ਮੇਰਾ ਮਨ ਸ਼ਬਦ ਦਾ ਹੀ ਸੋਚਦਾ, ਵਿਚਾਰ ਕਰਦਾ ਹਾ । ਮੈਂ ਆਪਣੇ ਮਨ ਦੀ ਹਾਲਤ, ਦੁਖ, ਸੁਖ ਤੇਰਾ ਭਾਣਾ ਸਮਝਕੇ ਹੀ ਪ੍ਰਵਾਨ ਕਰਦਾ, ਸਹਿੰਦਾ ਹਾ ।

The True Master with each of breath, I may think about the teachings of Your Word. I believe all worldly pleasures and miseries are Your worthy blessings and I remain contented in my worldly environments.

ਤੂ ਮੇਰੀ ਓਟ ਬਲ ਬੁਧਿ ਧਨੁ,	too mayree ot bal buDh Dhan
ਤੁਮ ਹੀ ਤੁਮਹਿ ਮੇਰੈ ਪਰਵਾਰੈ॥	tum hee tumeh mayrai parvaarai.
ਜੋ ਤੁਮ ਕਰਹੁ ਸੋਈ ਭਲ ਹਮਰੈ,	jo tum karahu so-ee bhal hamrai
ਪੇਖਿ ਨਾਨਕ ਸੁਖ ਚਰਨਾਰੈ॥੨॥੨॥੮੨	paykh naanak sukh charnaarai. ||2||2||82||

ਪ੍ਰਭ ਤੂੰ ਹੀ ਮੇਰਾ ਇੱਕੋ ਇੱਕ ਆਸਰਾ ਹੈ । ਤੇਰੇ ਸ਼ਬਦ ਦੀ ਪਾਲਣਾ ਹੀ ਮੇਰੇ ਮਨ ਦੀ ਤਾਕਤ, ਸਿਆਣਪ, ਹੈਸੀਅਤ, ਮੇਰਾ ਪ੍ਰਵਾਰ ਹੈ । ਪ੍ਰਭ ਤੇਰਾ ਭਾਣਾ ਸਦਾ ਹੀ ਸ੍ਰਿਸ਼ਟੀ ਦੀ ਭਲਾਈ ਦਾ ਧੰਦਾ, ਮਾਨਸ ਜੀਵਨ ਵਿੱਚ ਸਿੱਧਾ ਰਸਤਾ ਹੈ । ਤੇਰੇ ਸ਼ਬਦ ਦੀ ਪਾਲਣਾ ਵਿੱਚ ਹੀ ਲੀਨ ਰਹਿੰਦਾ ਹਾ।

The True Master remains my sole support and hope. To obey the teachings of Your Word remains my strength, wisdom and worldly status and worldly family. I have a steady and stable belief that Your command is always for the welfare of Your Creation. I remain intoxicated obeying the teaching in the void of Your Word.

322.ਬਿਲਾਵਲੁ ਮਹਲਾ ੫॥ 820-14

ਸੁਨੀਅਤ ਪ੍ਰਭ ਤਉ ਸਗਲ ਉਧਾਰਨ॥	sunee-at parabh ta-o sagal uDhaaran.
ਮੋਹ ਮਗਨ ਪਤਿਤ ਸੰਗਿ ਪ੍ਰਾਨੀ,	moh magan patit sang paraanee
ਐਸੇ ਮਨਹਿ ਬਿਸਾਰਨ॥੧॥ ਰਹਾਉ॥	aisay maneh bisaaran. ||1|| rahaa-o.

ਪ੍ਰਭ ਹੀ ਸਾਰੀਆਂ ਆਤਮਾਂ ਦਾ ਉਧਾਰ ਕਰਨ ਵਾਲਾ, ਪਾਪ ਬਖਸ਼ਣ ਵਾਲਾ ਮਾਲਕ ਹੈ । ਮਾਨਸ ਜੀਵ ਸੰਸਾਰਕ ਮਾਇਆ ਦੇ ਪਿਛੇ ਲੱਗਕੇ, ਜਾਲ ਵਿੱਚ ਫਸ ਜਾਂਦਾ, ਸ਼ਬਦ ਨੂੰ ਮਨੋ ਵਿਸਾਰ ਲੈਂਦਾ ਹੈ । ਸੰਸਾਰਕ ਮਾਇਆ ਦੇ ਥੋੜ੍ਹਾ ਸਮਾਂ ਰਹਿਣ ਵਾਲੇ ਅਨੰਦ ਪਿਛੇ ਲੱਗਾ ਰਹਿੰਦਾ ਹੈ ।

The One and only One, True Master remains the savior of the universe; only He may forgive the innocent mistakes of His Creation. Human may become attracted with glamor of worldly wealth and he may abandon the teachings of His Word. He remains intoxicated with short-lived pleasures of worldly wealth.

ਸੰਚਿ ਬਿਖਿਆ ਲੇ ਗ੍ਰਾਹਜੁ ਕੀਨੀ,	sanch bikhi-aa lay garaahaj keenee
ਅੰਮ੍ਰਿਤੁ ਮਨ ਤੇ ਡਾਰਨ॥	amrit man tay daaran.
ਕਾਮ ਕ੍ਰੋਧ ਲੋਭ ਰਤੁ ਨਿੰਦਾ,	kaam kroDh lobh rat nindaa
ਸਤੁ ਸੰਤੋਖੁ ਬਿਦਾਰਨ॥੧॥	sat santokhbidaaran. ||1||

ਇਸ ਹਾਲਤ ਵਾਲੇ ਜੀਵ ਨੇ ਮਾਨਸ ਜਨਮ ਵਿੱਚ ਜ਼ਹਿਰ ਹੀ ਇਕੱਠਾ ਕੀਤਾ ਹੈ । ਅਮੋਲਕ ਅੰਮ੍ਰਿਤ ਸ਼ਬਦ ਦੀ ਸੋਝੀ ਨੂੰ ਮਨੋ ਵਿਸਾਰ ਦਿੱਤਾ ਹੈ । ਉਸ ਦੇ ਮਨ ਵਿੱਚ ਪੰਜਾਂ ਸੰਸਾਰਕ ਇੱਛਾਂ ਦਾ ਕਾਬੂ, ਜ਼ੋਰ ਹੁੰਦਾ ਹੈ, ਸਦਾ ਅਟੱਲ ਰਹਿਣ ਵਾਲਾ ਸ਼ਬਦ, ਸੰਤੋਖ ਮਨ ਵਿਚੋਂ ਦੂਰ ਹੋ ਜਾਂਦਾ ਹੈ ।

- (ਕਾਮ ਵਾਸ਼ਨਾ, ਕਰੋਧ, ਲੋਭ ਮੋਹ ਅਹੰਕਾਰ)

Self-minded may only collect sweet poison of worldly wealth in his worldly life. He may be deprived from the ambrosial nectar of the essence of His Word. Five demons of worldly desires remain dominating in his way of life. He may be deprived from the everlasting essence of Word, contentment in his worldly life.

** Five demons:Sexuality, anger, greed, attachment, and ego.

ਇਨ ਤੇ ਕਾਢਿ ਲੇਹੁ ਮੇਰੇ ਸੁਆਮੀ,	in tay kaadh layho mayray su-aamee
ਹਾਰਿ ਪਰੇ ਤੁਮ੍ ਸਾਰਨ॥	haar paray tumH saaran.
ਨਾਨਕ ਕੀ ਬੇਨੰਤੀ ਪ੍ਰਭ ਪਹਿ,	naanak kee baynantee parabh peh
ਸਾਧਸੰਗਿ ਰੰਕ ਤਾਰਨ॥੨॥੩॥੮੩॥	saaDhsang rank taaran. ||2||3||83||

ਰਹਿਮਤਾਂ ਦੇ ਮਾਲਕ ਇਹਨਾਂ ਤੋ ਬਚਾ ਲਵੋ! ਮੈਂ ਨਿਮਾਣਾ ਤੇਰੀ ਸ਼ਰਣ ਵਿੱਚ ਬੇਚਾਰ ਹੋ ਕੇ ਆਇਆ ਹਾ । ਰਹਿਮਤਾਂ ਦੇ ਮਾਲਕ ਮੇਰੀ ਇੱਕੋ ਇੱਕ ਅਰਦਾਸ ਹੈ! ਬੰਦਗੀ ਕਰਨ ਵਾਲੇ ਦਾਸ ਦੀ ਸੰਗਤ ਬਖਸ਼ੋ! ਸ਼ਬਦ ਦੇ ਲੜ ਲਾ ਕੇ ਸੰਸਾਰਕ ਸਾਗਰ ਵਿਚੋਂ ਕੱਢ ਲਵੋ! ਸ਼ਰਣ ਵਿੱਚ ਪਨਾਹ ਬਖਸ਼ੋ!

The True Master, I am helpless, frustrated from demons of worldly desires. I have surrendered my mind, body, and worldly status at Your sanctuary. I have only one prayer! blesses me with the association of Your true devotee;

attaches me to a devotional meditation of Your Word and accepts me in Your sanctuary.

323.ਬਿਲਾਵਲੁ ਮਹਲਾ ੫॥ 820-17

ਸੰਤਨ ਕੈ ਸੁਨੀਅਤ, ਪ੍ਰਭ ਕੀ ਬਾਤ॥	santan kai sunee-at parabh kee baat.
ਕਥਾ ਕੀਰਤਨੁ ਆਨੰਦ ਮੰਗਲ	kathaa keertan aanand mangal
ਧੁਨਿ ਪੂਰਿ ਰਹੀ,	Dhun poor rahee
ਦਿਨਸੁ ਅਰੁ ਰਾਤਿ॥੧॥ਰਹਾਉ॥	dinas ar raat. ||1|| rahaa-o.

ਬੰਦਗੀ ਵਾਲੇ ਸੰਤ ਤੋ ਪ੍ਰਭ ਦੇ ਸ਼ਬਦ ਦੀ ਕਥਾ, ਕੀਰਤਨ ਸੁਣੋ! ਇਸ ਨਾਲ ਮਨ ਵਿੱਚ ਸ਼ਬਦ ਦੀ ਸਦਾ ਅਟੱਲ ਰਹਿਣ ਵਾਲੀ ਧੁਨ ਚਲ ਪੈਂਦੀ ਹੈ । ਜੀਵ ਦੇ ਮਨ ਵਿੱਚ ਦਿਨ ਰਾਤ ਅਨੰਦ, ਸੰਤੋਖ, ਖੇੜਾ ਵਸ ਜਾਂਦਾ ਹੈ ।

You should listen to the singing the glory of His Word and sermons of Holy saints. With His mercy and grace, the everlasting echo of His Word may resonate within your heart. You may be overwhelmed with pleasure, contentment and blossom in worldly life, day, and night.

ਕਰਿ ਕਿਰਪਾ ਅਪਨੇ ਪ੍ਰਭਿ ਕੀਨੇ,	kar kirpaa apnay parabh keenay
ਨਾਮ ਅਪੁਨੇ ਕੀ ਕੀਨੀ ਦਾਤਿ॥	naam apunay kee keenee daat.
ਆਠ ਪਹਰ ਗੁਨ ਗਾਵਤ ਪ੍ਰਭ ਕੇ,	aath pahar gun gaavat parabh kay
ਕਾਮ ਕ੍ਰੋਧ ਇਸੁ ਤਨ ਤੇ ਜਾਤ॥੧॥	kaam kroDh is tan tay jaat. ||1||

ਰਹਿਮਤਾਂ ਦੇ ਮਾਲਕ ਨੇ ਆਪ ਹੀ ਸ਼ਬਦ ਦੇ ਲੜ ਲਾਇਆ ਹੈ । ਸ਼ਬਦ ਦੀ ਪਾਲਣਾ ਤੇ ਅਡੋਲ ਰਖਕੇ ਆਪਣਾ ਦਾਸ ਬਣਾ ਲਿਆ ਹੈ । ਪ੍ਰਭ ਦੇ ਸ਼ਬਦ ਦਾ ਸਿਮਰਨ ਕਰੋ! ਮਨ ਵਿੱਚ ਸ਼ਬਦ ਨੂੰ ਜਾਗਰਤ ਕਰੋ! ਸ਼ਬਦ ਦੇ ਗੁਣ ਗਾਉਣ ਨਾਲ ਮਨ ਵਿਚੋਂ ਕਾਮ ਵਾਸ਼ਨਾ, ਕਰੋਧ ਦਾ ਨਾਸ ਹੋ ਗਿਆ ਹੈ ।

The True Master has attached me to obey the teachings of His Word. By keeping steady and stable, obeying the teachings of His Word; I have been accepted as His true devotee. You should meditate day and night and enlighten the essence of His Word within. By singing the glory of His Word, the demons of worldly desires, sexual desire and anger may be eliminated.

ਤ੍ਰਿਪਤਿ ਅਘਾਏ ਪੇਖਿ ਪ੍ਰਭ ਦਰਸਨੁ,	taripat aghaa-ay paykh parabh darsan
ਅੰਮ੍ਰਿਤ ਹਰਿ ਰਸੁ ਭੋਜਨੁ ਖਾਤ॥	amrit har ras bhojan khaat.
ਚਰਨ ਸਰਨ ਨਾਨਕ ਪ੍ਰਭ ਤੇਰੀ,	charan saran naanak parabh tayree
ਕਰਿ ਕਿਰਪਾ ਸੰਤਸੰਗਿ ਮਿਲਾਤ॥੨॥੪॥੮੪	kar kirpaa satsang milaat. ||2||4||84||

ਮਨ ਵਿੱਚ ਪ੍ਰਭ ਦਾ ਸ਼ਬਦ ਜਾਗਰਤ ਹੋਣ, ਸ਼ਬਦ ਰੂਪੀ ਦਰਸ਼ਨ ਹੋਣ ਨਾਲ ਮਨ ਵਿੱਚ ਸੰਤੋਖ, ਘਰ ਕਰ ਗਿਆ ਹੈ । ਹੁਣ ਮਨ ਕੇਵਲ ਸ਼ਬਦ ਰੂਪੀ ਹੀ ਭੋਜਨ ਖਾਣ ਦੀ ਸ਼ਰਧਾ ਰਖਦਾ ਹੈ । ਬੰਦਗੀ ਕਰਨ ਵਾਲਾ, ਪ੍ਰਭ ਦੇ ਸ਼ਬਦ ਦੀ ਸ਼ਰਣ ਵਿੱਚ ਹੀ ਵਸਦਾ, ਇੱਕੋ ਇੱਕ ਹੀ ਅਰਦਾਸ ਕਰਦਾ ਹੈ । ਰਹਿਮਤਾਂ ਦੇ ਮਾਲਕ ਬੰਦਗੀ ਕਰਨ ਵਾਲੇ ਸੰਤਾਂ ਦੀ ਸੰਗਤ ਬਖਸ਼ੋ!

With His mercy and grace, I have been enlightened with the essence of His Word. I remain contented in my worldly environments. I have only desire to enjoy the food of His Word. His true devotee dwells in His sanctuary and always prays for His forgiveness and to be blessed with the association of His Holy saint.

324.ਬਿਲਾਵਲੁ ਮਹਲਾ ੫॥ 821-2

ਰਾਖਿ ਲੀਏ ਅਪਨੇ ਜਨ ਆਪ॥	raakh lee-ay apnay jan aap.
ਕਰਿ ਕਿਰਪਾ ਹਰਿ ਹਰਿ ਨਾਮੁ ਦੀਨੋ,	kar kirpaa har har naam deeno
ਬਿਨਸਿ ਗਏ ਸਭ ਸੋਗ ਸੰਤਾਪ॥੧॥	binas ga-ay sabh sog santaap. ||1||
ਰਹਾਉ॥	rahaa-o.

ਪ੍ਰਭ ਆਪ ਹੀ ਆਪਣੇ ਬੰਦਗੀ ਕਰਨ ਵਾਲੇ ਦੀ ਰਖਿਆ ਕਰਦਾ ਹੈ । ਉਸ ਤੇ ਰਹਿਮਤ ਦੀ ਨਜ਼ਰ ਬਖਸ਼ਕੇ ਸ਼ਬਦ ਦੇ ਲੜ ਲਾਉਂਦਾ ਹੈ । ਉਸ ਦੇ ਮਨ ਦੇ ਸੰਸਾਰਕ ਇੱਛਾਂ ਦੇ ਸਾਰੇ ਦੁਖ ਦੂਰ ਹੋ ਜਾਂਦੇ ਹਨ । ਮਨ ਵਿਚੋਂ ਭਰਮ ਨਾਸ ਹੋ ਜਾਂਦੇ ਹਨ ।

The True Master protects His true devotee; with His mercy and grace, He attaches His true devotee to a devotional meditation in his day-to-day life. All his miseries of worldly desires and worldly suspicions may be eliminated from his mind.

ਗੁਣ ਗੋਵਿੰਦ ਗਾਵਹੁ ਸਭਿ ਹਰਿ ਜਨ,	gun govind gaavhu sabh har jan
ਰਾਗ ਰਤਨ ਰਸਨਾ ਆਲਾਪ॥	raag ratan rasnaa aalaap.
ਕੋਟਿ ਜਨਮ ਕੀ ਤ੍ਰਿਸਨਾ ਨਿਵਰੀ,	kot janam kee tarisnaa nivree
ਰਾਮ ਰਸਾਇਣਿ ਆਤਮ ਧ੍ਰਾਪ॥੧॥	raam rasaa-in aatam Dharaap. ||1||

ਮਾਨਸ ਜੀਵ ਆਪਣੀ ਜੀਭ ਨਾਲ ਪ੍ਰਭ ਦੇ ਸ਼ਬਦ ਦੇ ਗੁਣ ਗਾਵੇ! ਪ੍ਰਭ ਦਾ ਸ਼ਬਦ ਮਨ ਵਿੱਚ ਜਾਗਰਤ ਹੋਣ ਨਾਲ ਅਨੇਕਾਂ ਜਨਮਾਂ ਦੀਆਂ ਤ੍ਰਿਸ਼ਨਾਂ, ਇੱਛਾਂ ਪੂਰੀਆਂ ਹੋ ਜਾਂਦੀਆਂ ਹਨ । ਮਨ ਵਿੱਚ ਸਦਾ ਵਸਣ ਵਾਲਾ, ਸੰਤੋਖ, ਖੇੜਾ ਬਖਸ਼ਿਸ਼ ਹੋ ਜਾਂਦਾ ਹੈ ।

You should sing the glory, virtues of His Word with your own tongue. Whosoever may be enlightened with the essence of His Word; with His mercy and grace, his spoken and unspoken hopes and desires of many previous lives may be satisfied.

ਚਰਣ ਗਹੇ ਸਰਣਿ ਸੁਖਦਾਤੇ,	charan gahay saran sukh-daatay
ਗੁਰ ਕੈ ਬਚਨਿ ਜਪੇ ਹਰਿ ਜਾਪ॥	gur kai bachan japay har jaap.
ਸਾਗਰ ਤਰੇ ਭਰਮ ਭੈ ਬਿਨਸੇ,	saagar taray bharam bhai binsay kaho
ਕਹੁ ਨਾਨਕ ਠਾਕੁਰ ਪਰਤਾਪ॥੨॥੫॥੮੫॥	naanak thaakur partaap. ||2||5||85||

ਪ੍ਰਭ ਦੇ ਸ਼ਬਦ ਦੀ ਭਰੋਸੇ ਨਾਲ ਪਾਲਣਾ ਕਰੋ! ਆਪਣੇ ਜੀਵਨ ਨੂੰ ਸ਼ਬਦ ਨਾਲ ਢਾਲੋ! ਇਸ ਨਾਲ ਜੀਵ ਦੇ ਮਨ ਦੇ ਭਰਮ ਦੂਰ ਹੋ ਜਾਂਦੇ, ਉਹ ਇੱਛਾਂ ਭਰਿਆਂ ਸਾਗਰ ਪਾਰ ਕਰ ਜਾਂਦਾ ਹੈ । ਦਰਬਾਰ ਵਿੱਚ ਪ੍ਰਵਾਨ ਹੋ ਜਾਂਦਾ, ਪ੍ਰਭ ਦਰਬਾਰ ਵਿੱਚ ਸੋਭਾ ਬਖਸ਼ਦਾ ਹੈ ।

You should obey and adopt the teachings of His Word with steady and stable belief in your day-to-day life. With His mercy and grace, all religious suspicions of your mind may be eliminated. You may be saved from the worldly ocean of desires. You may be accepted and honored in His Court.

325. ਬਿਲਾਵਲੁ ਮਹਲਾ ੫॥ 821-6

ਤਾਪੁ ਲਾਹਿਆ, ਗੁਰ ਸਿਰਜਨਹਾਰਿ॥	taap laahi-aa gur sirjanhaar.
ਸਤਿਗੁਰ ਅਪਨੇ ਕਉ ਬਲਿ ਜਾਈ,	satgur apnay ka-o bal jaa-ee
ਜਿਨਿ ਪੈਜ ਰਖੀ ਸਾਰੈ ਸੰਸਾਰਿ॥੧॥	jin paij rakhee saarai sansaar. ||1||
ਰਹਾਉ॥	rahaa-o.

ਜੀਵ, ਸਾਰੀ ਸ੍ਰਿਸ਼ਟੀ ਦੇ ਰਖਵਾਲੇ ਪ੍ਰਭ ਤੋ ਕੁਰਬਾਨ ਜਾਵੋ! ਧੰਨਵਾਦ ਕਰੋ! ਪ੍ਰਭ ਆਪ ਹੀ ਰਹਿਮਤ ਬਖਸ਼ਕੇ ਮਨ ਵਿਚੋਂ ਸੰਸਾਰਕ ਇੱਛਾਂ ਰੂਪੀ ਰੋਗ ਦੂਰ ਕਰਦਾ, ਪਾਪ ਬਖਸ਼ਦਾ ਹੈ ।

You should remain fascinated and astonished from The True Master, Creator, and Protector of the universe. With His mercy and grace, He may eliminate all the miseries of worldly desires, religious suspicions and forgives the sins of previous lives.

ਕਰੁ ਮਸਤਕਿ ਧਾਰਿ ਬਾਲਿਕੁ ਰਖਿ ਲੀਨੋ॥ kar mastak Dhaar baalik rakh leeno.
ਪ੍ਰਭਿ ਅੰਮ੍ਰਿਤ ਨਾਮੁ ਮਹਾ ਰਸੁ ਦੀਨੋ॥੧॥ parabh amrit naam mahaa ras deeno. 1

ਆਪਣੇ ਪੈਦਾ ਕੀਤੇ ਜੀਵ ਨੂੰ ਅਮੋਲਕ ਸ਼ਬਦ ਦੀ ਸੋਝੀ ਰੂਪੀ ਅੰਮ੍ਰਿਤ ਬਖਸ਼ਦਾ ਹੈ । ਆਪ ਹੀ ਸ਼ਬਦ ਦੇ ਲੜ ਲਾ ਕੇ ਪ੍ਰਵਾਨਗੀ ਦੇ ਰਸਤੇ ਤੇ ਅਡੋਲ ਰਖਦਾ ਹੈ ।

The Merciful True Master may bestow the ambrosial nectar of the essence of His Word to His true devotee. He may devotional meditate on the teachings of His Word with steady and stable; with His mercy and grace, He may keep him on the right path of acceptance in His Court.

ਦਾਸ ਕੀ ਲਾਜ ਰਖੈ ਮਿਹਰਵਾਨੁ॥ daas kee laaj rakhai miharvaan.
ਗੁਰੁ ਨਾਨਕੁ ਬੋਲੈ ਦਰਗਹ ਪਰਵਾਨੁ॥ gur naanak bolai dargeh parvaan.
੨॥੬॥੮੬॥ ||2||6||86||

ਪ੍ਰਭ ਆਪ ਹੀ ਆਪਣੇ ਬੰਦਗੀ ਕਰਨ ਵਾਲੇ ਦੀ ਲਾਜ ਰਖਦਾ, ਪਰਦਾ ਢੱਕਦਾ ਹੈ । ਉਸ ਦੇ ਬੋਲ ਹੀ ਸ਼ਬਦ ਦਾ ਰੂਪ ਧਾਰਨ ਕਰ ਜਾਂਦੇ ਹਨ । ਉਸ ਦੀ ਕੀਤੀ ਅਰਦਾਸ ਪੂਰੀ ਹੋ ਜਾਂਦੀ ਹੈ ।

The True Master always protects the honor of His true devotee. With His mercy and grace, his spoken words may be transformed as His command and his prayer may be satisfied.

326.ਰਾਗੁ ਬਿਲਾਵਲੁ ਮਹਲਾ ੫ ਚਉਪਦੇ ਦੁਪਦੇ ਘਰੁ ੭॥ 821-10

ੴ ਸਤਿਗੁਰ ਪ੍ਰਸਾਦਿ॥ ik-oNkaar satgur parsaad.
ਸਤਿਗੁਰ ਸਬਦਿ ਉਜਾਰੋ ਦੀਪਾ॥ satgur sabad ujaaro deepaa.
ਬਿਨਸਿਓ ਅੰਧਕਾਰ ਤਿਹ ਮੰਦਰਿ, binsi-o anDhkaar tih mandar
ਰਤਨ ਕੋਠੜੀ ਖੁਲ੍ਹੀ ਅਨੂਪਾ॥੧॥ ratan koth-rhee khulHee anoopaa.
ਰਹਾਉ॥ ||1|| rahaa-o.

ਪ੍ਰਭ ਆਪ ਹੀ ਜੀਵ ਦੇ ਮਨ ਅੰਦਰ ਸ਼ਬਦ ਦੀ ਸੋਝੀ ਰੂਪੀ ਰੋਸ਼ਨੀ ਦਾ ਦੀਵਾ, ਜੋਤ ਪ੍ਰਗਟ ਕਰਦਾ ਹੈ । ਉਸ ਦੇ ਮਨ ਵਿਚੋਂ ਅਗਿਆਨਤਾ ਦਾ ਅੰਧੇਰਾ ਦੂਰ ਹੋ ਜਾਂਦਾ ਹੈ । ਸ਼ਬਦ ਦੀ ਸੋਝੀ ਰੂਪੀ ਰਤਨ ਪ੍ਰਗਟ, ਬਖਸ਼ਿਸ਼ ਹੋ ਜਾਂਦਾ ਹੈ ।

The True Master may ignite the flame of enlightenment of the essence of His Word from within of His mind; with His mercy and grace, he may realize His Holy Spirit prevailing in every event, everywhere. His ignorance from the essence of His Word may be removed. He may be blessed with ambrosial jewel, the enlightenments of the essence of His Word; the right path of acceptance in His Court.

ਬਿਸਮਨ ਬਿਸਮ ਭਏ ਜਉ ਪੇਖਿਓ, bisman bisam bha-ay ja-o paykhi-o
ਕਹਨੁ ਨ ਜਾਇ ਵਡਿਆਈ॥ kahan na jaa-ay vadi-aa-ee.
ਮਗਨ ਭਏ ਊਹਾ ਸੰਗਿ ਮਾਤੇ, magan bha-ay oohaa sang maatay
ਓਤਿ ਪੋਤਿ ਲਪਟਾਈ॥੧॥ ot pot laptaa-ee. ||1||

ਜਿਸ ਦੇ ਮਨ ਵਿੱਚ ਪ੍ਰਭ ਦਾ ਸ਼ਬਦ ਜਾਗਰਤ ਹੋ ਜਾਂਦਾ ਹੈ, ਉਹ ਹੈਰਾਨ ਹੋ ਜਾਂਦਾ ਹੈ । ਉਹ ਸ਼ਬਦ ਦੀ ਸ਼ਾਨ, ਨੂਰ ਵਡਿਆਈ ਦੀ ਵਿਆਖਿਆ ਨਹੀਂ ਕਰ ਸਕਦਾ । ਉਸ ਦੇ ਮਨ ਵਿੱਚ ਸ਼ਬਦ ਦੀ ਸੋਝੀ ਦਾ ਨਸ਼ਾ ਹੋ ਜਾਂਦਾ ਹੈ । ਮਨ ਸ਼ਬਦ ਦੀ ਸਮਾਧੀ ਵਿੱਚ ਹੀ ਲੀਨ, ਮਸਤ ਹੋ ਜਾਂਦਾ ਹੈ ।

With His mercy and grace, whosoever may be enlightened with the essence of His Word, he may remain astonished. He may never be able to explain, comprehend the glory, majesty, splendor of His Word. His mind remains intoxicated in the void of His Word.

ਆਲ ਜਾਲ ਨਹੀ ਕਛੂ ਜੰਜਾਰਾ,	aal jaal nahee kachhoo janjaaraa
ਅਹੰਬੁਧਿ ਨਹੀ ਭੋਰਾ॥	ahaN-buDh nahee bhoraa.
ਊਚਨ ਊਚਾ ਬੀਚੁ ਨ ਖੀਚਾ,	oochan oochaa beech na kheechaa
ਹਉ ਤੇਰਾ ਤੂੰ ਮੋਰਾ॥੨॥	ha-o tayraa tooN moraa. ||2||

ਉਹ ਜੀਵ ਦੇ ਮਨ ਤੇ ਸੰਸਾਰਕ ਇੱਛਾਂ ਦਾ ਕੋਈ ਪ੍ਰਭਾਵ ਨਹੀਂ ਰਹਿੰਦਾ । ਉਸ ਦੇ ਮਨ ਵਿੱਚ ਕੋਈ ਅਹੰਕਾਰ ਨਹੀ ਰਹਿੰਦਾ, ਨਿਮ੍ਰਤਾ ਨਾਲ ਭਰ ਜਾਂਦਾ ਹੈ । ਪ੍ਰਭ ਸਭ ਤੋ ਵੱਡਾ, ਉੱਚਾ ਹੈ । ਕੋਈ ਧਰਮ ਦਾ ਪਰਦਾ, ਮੈਨੂੰ ਪ੍ਰਭ ਨਾਲੋ ਅਲੱਗ ਨਹੀ ਕਰ ਸਕਦਾ । ਮੇਰਾ ਮਨ, ਤਨ ਤੇਰੀ ਅਮਾਨਤ ਹੈ, ਮੈਂ ਤੇਰਾ ਹੀ ਦਾਸ ਹਾ ।

With Your mercy and grace, my mind has become beyond the reach of worldly desires, temptation of worldly wealth. I have conquered my ego of worldly status and I have been overwhelmed with politeness and humility. The True Master is the greatest of All; no one may ever be born like Your greatness. No worldly religious curtain may ever keep me away from meditating on the teachings of Your Word. I am only Your slave; my mind, body, and worldly status is only Your trust.

ਏਕੰਕਾਰੁ ਏਕੁ ਪਾਸਾਰਾ,	aykankaar ayk paasaaraa
ਏਕੈ ਅਪਰ ਅਪਾਰਾ॥	aykai apar apaaraa.
ਏਕੁ ਬਿਸਥੀਰਨੁ ਏਕੁ ਸੰਪੂਰਨੁ,	ayk bistheeran ayk sampooran
ਏਕੈ ਪ੍ਰਾਨ ਅਧਾਰਾ॥੩॥	aykai paraan aDhaaraa. ||3|

ਪ੍ਰਭ ਤੂੰ ਇੱਕੋ ਇੱਕ ਹੀ ਹੈ, ਸਾਰੀ ਸ੍ਰਿਸ਼ਟੀ ਹੀ ਤੇਰੀ ਜੋਤ ਵਿਚੋਂ ਪੈਦਾ ਹੋਈ । ਸਾਰੀ ਸ੍ਰਿਸ਼ਟੀ ਨੂੰ ਅਡੋਲ ਰਖਦਾ ਹੈ । ਪ੍ਰਭ, ਹਰ ਕੰਮ ਵਿੱਚ ਹਾਜਰਾ ਹਜ਼ੂਰ ਵਪਰਦਾ, ਤੂੰ ਹੀ ਸਵਾਸਾਂ ਦਾ ਮਾਲਕ ਹੈ ।

The One and Only One, Creator of the universe, the whole creation is an expansion of Your Holy Spirit. With Your mercy and grace; You keep the universe, co-exist, and remains on the right path. The Omnipresent True Master, Treasure of our breaths, prevails everywhere in all events within our body and in the outside world.

ਨਿਰਮਲ ਨਿਰਮਲ ਸੂਚਾ ਸੂਚੋ,	nirmal nirmal soochaa soocho
ਸੂਚਾ ਸੂਚੋ ਸੂਚਾ॥	soochaa soocho soochaa.
ਅੰਤ ਨ ਅੰਤਾ ਸਦਾ ਬੇਅੰਤਾ,	ant na antaa sadaa bay-antaa
ਕਹੁ ਨਾਨਕ ਊਚੋ ਊਚਾ॥ ੪॥੧॥੮੭॥	kaho naanak oocho oochaa. ||4||1||87||

ਪ੍ਰਭ ਦੀ ਪਵਿੱਤਰ ਜੋਤ ਵਿੱਚ ਕੋਈ ਕਮੀ ਨਹੀਂ, ਕੋਈ ਦਾਗ਼ ਨਹੀਂ ਲੱਗ ਸਕਦਾ । ਅਥਾਹ ਪ੍ਰਭ ਦੇ ਕਿਸੇ ਕਰਤਬ ਦਾ ਕੋਈ ਅੰਤ, ਪੂਰਨ ਜਾਣਕਾਰੀ ਨਹੀਂ ਪਾ ਸਕਦਾ । ਬੰਦਗੀ ਕਰਨ ਵਾਲਾ, ਕੇਵਲ ਪ੍ਰਭ ਨੂੰ ਹੀ ਸਭ ਤੋ ਵੱਡਾ ਮਾਲਕ ਮੰਨਦਾ, ਪੂਜਾ, ਸਿਮਰਨ ਕਰਦਾ, ਗੁਣ ਗਾਉਂਦਾ ਹੈ ।

Your Holy Spirit remains sanctified, without any deficiency, blemish, and temptation of worldly desires. You remain beyond any known limits or boundaries, reach and comprehension of Your Creation. Your true devotee always believes! You are the greatest of All, only worthy of worship. He remains intoxicated in singing the glory of Your Word.

327. ਬਿਲਾਵਲੁ ਮਹਲਾ ੫॥ 821-16

ਬਿਨੁ ਹਰਿ ਕਾਮਿ ਨ ਆਵਤ ਹੈ॥	bin har kaam na aavat hay.
ਜਾ ਸਿਉ ਰਾਚਿ ਮਾਚਿ ਤੁਮ੍ ਲਾਗੇ,	jaa si-o raach maach tumH laagay
ਓਹ ਮੋਹਨੀ ਮੋਹਾਵਤ ਹੈ॥੧॥ ਰਹਾਉ॥	oh mohnee mohaavat hay. ||1|| rahaa-o.

ਸੰਸਾਰਕ ਮਾਇਆ ਮਨ ਨੂੰ ਮੋਹਨ ਵਾਲੀ ਹੈ, ਪ੍ਰਭ, ਜਿਸ ਪਾਸੇ ਜੀਵ ਦੀ ਲਗਨ ਲਾਉਂਦਾ ਹੈ, ਉਹ ਉਸ ਪਾਸੇ ਲੱਗ ਜਾਂਦਾ ਹੈ । ਜਿਹੜਾ ਮਾਇਆ ਦੇ ਪਿਛੇ ਲੱਗ ਜਾਂਦਾ ਹੈ, ਉਹ ਸੰਸਾਰਕ ਮਾਇਆ ਦੇ

ਜਾਲ ਵਿੱਚ ਫਸ ਜਾਂਦਾ ਹੈ । ਜਿਸ ਦੇ ਮਨ ਵਿੱਚ ਸ਼ਬਦ ਰਚ ਜਾਂਦਾ ਹੈ, ਉਹ ਬਚ ਜਾਂਦਾ ਹੈ । ਸ਼ਬਦ ਦੀ ਕਮਾਈ ਤੋ ਬਿਨਾਂ ਹੋਰ ਕੋਈ ਕਮਾਈ ਮਾਨਸ ਯਾਤਰਾ ਵਿੱਚ ਸਹਾਈ ਨਹੀ ਹੋ ਸਕਦੀ ।

The sweet poison of worldly wealth may be intoxicating to the mind of worldly creature. Whatsoever the attachment may be blessed to worldly creature; with His mercy and grace, he may adopt only that path in his day-to-day life. Whosoever may remain intoxicated with the sweet poison of worldly wealth; he may become her slave. Whosoever may remain drenched with the essence of the teachings of His Word; with His mercy and grace, he may be saved. Only the earning of His Word, may remain his companion and support in His Court for the real purpose of human life.

ਕਨਿਕ ਕਾਮਿਨੀ ਸੇਜ ਸੋਹਨੀ,	kanik kaaminee sayj sohnee
ਛੋਡਿ ਖਿਨੈ ਮਹਿ ਜਾਵਤ ਹੈ॥	chhod khinai meh jaavat hay.
ਉਰਝਿ ਰਹਿਓ ਇੰਦ੍ਰੀ ਰਸ ਪ੍ਰੇਰਿਓ,	urajh rahi-o indree ras parayri-o
ਬਿਖੈ ਠਗਉਰੀ ਖਾਵਤ ਹੈ॥੧॥	bikhai thag-uree khaavat hay. ||1||

ਮੌਤ ਪਿਛੋਂ ਜੀਵ, ਅੰਤ ਵਿੱਚ ਸੰਸਾਰਕ ਪਦਾਰਥ ਸੋਨਾ, ਸੁੰਦਰ ਨਾਰੀ, ਘਰ ਇਥੇ ਹੀ ਛੱਡ ਜਾਣਾ ਹੈ । ਇਕ ਪਲ ਵਿੱਚ ਹੀ ਮੌਤ ਆ ਜਾਣੀ, ਸਕਦੀ ਹੈ । ਤੂੰ ਕਾਮ ਵਾਸ਼ਨਾ ਦੇ ਮੋਹ ਵਿੱਚ ਫਸਿਆ, ਜ਼ਹਿਰ ਹੀ ਖਾਂਦਾ, ਪਾਪਾਂ ਦਾ ਧਨ ਹੀ ਇਕੱਠਾ ਕਰਦਾ ਹੈ ।

After death, you must leave behind all worldly possessions, big house and loved one in the universe. The unpredictable devil of death may knock at your door anytime and capture your soul to endure the judgement of your worldly deeds. You remain intoxicated in sexuality, sweet poison of worldly wealth and collect worldly wealth with sinful devious deeds.

ਤ੍ਰਿਣ ਕੋ ਮੰਦਰੁ ਸਾਜਿ ਸਵਾਰਿਓ,	tarin ko mandar saaj savaari-o
ਪਾਵਕੁ ਤਲੈ ਜਰਾਵਤ ਹੈ॥	paavak talai jaraavat hay.
ਐਸੇ ਗੜ ਮਹਿ ਐਠਿ ਹਠੀਲੋ,	aisay garh meh aith hatheelo
ਫੂਲਿ ਫੂਲਿ ਕਿਆ ਪਾਵਤ ਹੈ॥੨॥	fool fool ki-aa paavat hay. ||2||

ਜੀਵ ਤੂੰ ਘਾਹ, ਲੱਕੜ ਦਾ ਘਰ ਬਣਾਉਂਦਾ, ਸਜਾਵਟ ਕਰਦਾ, ਇਸ ਵਿੱਚ ਤੂੰ ਅੱਗ ਜਲਾਉਂਦਾ ਹੈ । ਇਸ ਘਰ ਵਿੱਚ ਬਹੁਤ ਅਹੰਕਾਰ ਨਾਲ ਅਰਾਮ ਕਰਦਾ, ਅਨੰਦ ਮਾਨਦਾ ਹੈ । ਮੂਰਖ ਤੇਰੀ ਸਮਝ ਵਿੱਚ ਨਹੀਂ ਆਉਂਦਾ! ਇਸ ਦਾ ਤੇਰੇ ਮਾਨਸ ਜੀਵਨ ਦੇ ਸਫਰ ਵਿੱਚ ਕੀ ਲਾਭ ਹੋਵੇਗਾ?

Human may make a house out of wood and grass as his resting place; he may decorate to please his mind and burn fire for his life comforts. He may boast in pride of his possession and enjoys comforts of worldly life in his house. The ignorant may not realize, what may be the benefit of all these worldly accomplishments and comforts for the real purpose of his human life opportunity?

ਪੰਚ ਦੂਤ ਮੂਡ ਪਰਿ ਠਾਢੇ,	panch doot mood par thaadhay
ਕੇਸ ਗਹੈ ਫੇਰਾਵਤ ਹੈ॥	kays gahay fayraavat hay.
ਦ੍ਰਿਸਟਿ ਨ ਆਵਹਿ ਅੰਧ ਅਗਿਆਨੀ,	darisat na aavahi anDh agi-aanee
ਸੋਇ ਰਹਿਓ ਮਦ ਮਾਵਤ ਹੈ॥੩॥	so-ay rahi-o mad maavat hay. ||3||

ਸੰਸਾਰਕ ਇੱਛਾਂ ਦੇ ਪੰਜੇਂ ਜਮਦੂਤ ਤੇਰੇ ਘੇਰੇ ਫਿਰਦੇ, ਤੈਨੂੰ ਆਪਣੇ ਜਾਲ ਵਿੱਚ ਪਾਈ ਰਖਦੇ ਹਨ । ਤੂੰ ਮੂਰਖ, ਅਣਜਾਨ ਉਹਨਾਂ ਨੂੰ ਦੇਖ ਨਹੀਂ ਸਕਦਾ, ਸਮਝ ਨਹੀ ਸਕਦਾ । ਆਪਣੀ ਅਗਿਆਨਤਾ, ਅਹੰਕਾਰ ਵਿੱਚ ਮਸਤ ਰਹਿੰਦਾ, ਮਾਨਸ ਜੀਵਨ ਬਿਰਥਾ ਹੀ ਬਤੀਤ ਕਰ ਜਾਂਦਾ ਹੈ ।

The five demons of worldly desires may keep him intoxicated with sweet poison of worldly wealth. Ignorant may not realize or understand their intentions. In his ignorance, he may remain intoxicated in ego of his worldly status. He may waste his human life opportunity, uselessly.

ਜਾਲੁ ਪਸਾਰਿ ਚੋਗ ਬਿਸਥਾਰੀ,	jaal pasaar chog bisthaaree
ਪੰਖੀ ਜਿਉ ਫਾਹਾਵਤ ਹੈ॥	pankhee Ji-o faahaavat hay.
ਕਹੁ ਨਾਨਕ ਬੰਧਨ ਕਾਟਨ ਕਉ,	kaho naanak banDhan kaatan ka-o
ਮੈ ਸਤਿਗੁਰੁ ਪੁਰਖੁ ਧਿਆਵਤ ਹੈ॥੪॥	mai satgur purakh Dhi-aavat hay.
੨॥੮੮॥	||4||2||88||

ਸੰਸਾਰਕ ਮਾਇਆ ਨੇ ਜਾਲ ਤੇਰੇ ਉਪਰ ਪਾਇਆ ਹੈ । ਤੂੰ ਪੰਛੀ ਦੀ ਤਰ੍ਹਾਂ ਵਿੱਚ ਜਾਲ ਵਿੱਚ ਫਸਿਆ ਹੋਇਆ ਹੈ । ਜਿਹੜਾ ਪ੍ਰਭ ਦੇ ਸ਼ਬਦ ਤੇ ਭਰੋਸਾ ਅਡੋਲ ਰਖਕੇ ਸ਼ਬਦ ਦੀ ਪਾਲਣਾ ਕਰਦਾ ਹੈ । ਪ੍ਰਭ ਆਪ ਹੀ ਉਸ ਦੇ ਸੰਸਾਰਕ ਮਾਇਆ ਦੇ ਬੰਧਨ ਕੱਟ ਦੇਂਦਾ, ਸ਼ਰਣ ਵਿੱਚ ਪਨਾਹ ਬਖਸ਼ਦਾ ਹੈ ।

You remain intoxicated with the sweet poison of worldly wealth; just like a bird remains in his cage. Whosoever may obey the teachings of His Word with steady and stable belief; with His mercy and grace, his worldly bonds may be eliminated and he may be accepted in His sanctuary.

328. ਬਿਲਾਵਲੁ ਮਹਲਾ ੫॥ 822-3

ਹਰਿ ਹਰਿ ਨਾਮੁ ਅਪਾਰ ਅਮੋਲੀ॥	har har naam apaar amolee.
ਪ੍ਰਾਨ ਪਿਆਰੋ ਮਨਹਿ ਅਧਾਰੋ,	paraan pi-aaro maneh aDhaaro
ਚੀਤਿ ਚਿਤਵਉ ਜੈਸੇ ਪਾਨ ਤੰਬੋਲੀ॥੧॥	cheet chitva-o jaisay paan tambolee.
ਰਹਾਉ॥	||1|| rahaa-o.

ਪ੍ਰਭ ਦਾ ਸ਼ਬਦ ਅਥਾਹ ਅਮੋਲਕ ਗੁਣਾਂ ਦਾ ਖਜ਼ਾਨਾ ਹੈ । ਪ੍ਰਭ ਦਾ ਸ਼ਬਦ ਹੀ ਸਵਾਸਾਂ ਦਾ ਮਾਲਕ, ਜੀਵਨ ਦਾ ਆਸਰਾ ਹੈ । ਬੰਦਗੀ ਕਰਨ ਵਾਲਾ ਦਾਸ ਪ੍ਰਭ ਨੂੰ ਸਦਾ ਹੀ ਯਾਦ ਰਖਦਾ ਹੈ । ਜਿਵੇਂ ਪਾਨ ਚੱਬਣ ਵਾਲਾ, ਪਾਨ ਦਾ ਰਸ ਯਾਦ ਰਖਦਾ ਹੈ ।

His Word has unlimited ambrosial virtues. The True Master of our breaths, may be the supporting and guiding principles of our real purpose of our human life opportunity. As the person chews betel leave, may remember the taste of betel leaves. Same way, His true devotee may keep the memory of his separation fresh within his mind with each breath.

ਸਹਜਿ ਸਮਾਇਓ ਗੁਰਹਿ ਬਤਾਇਓ,	sahj samaa-i-o gureh bataa-i-o
ਰੰਗਿ ਰੰਗੀ ਮੇਰੇ ਤਨ ਕੀ ਚੋਲੀ॥	rang rangee mayray tan kee cholee.
ਪ੍ਰਿਅ ਮੁਖਿ ਲਾਗੋ ਜਉ ਵਡਭਾਗੋ,	pari-a mukh laago ja-o vadbhaago
ਸੁਹਾਗੁ ਹਮਾਰੋ ਕਤਹੁ ਨ ਡੋਲੀ॥੧॥	suhaag hamaaro katahu na dolee. ||1||

ਮੈਂ ਸ਼ਬਦ ਦੀ ਸਿਖਿਆਂ ਨਾਲ ਜੀਵਨ ਢਾਲ ਲਿਆ ਹੈ । ਸ਼ਬਦ ਦੀ ਸਮਾਧੀ ਵਿੱਚ ਮਸਤ, ਲੀਨ ਹੋ ਗਿਆ, ਵਸਦਾ ਹਾ । ਮੇਰੇ ਤਨ, ਮਨ ਵਿੱਚ ਪ੍ਰਭ ਦੇ ਸ਼ਬਦ ਦਾ ਰੰਗ ਚੜ੍ਹ ਗਿਆ ਹੈ । ਮੇਰੇ ਵੱਡੇ ਭਾਗ ਹੋ ਗਏ ਹਨ, ਸ਼ਬਦ ਮਨ ਵਿੱਚ ਜਾਗਰਤ ਹੋ ਗਿਆ ਹੈ । ਪ੍ਰਭ ਸਦਾ ਹੀ ਮੇਰਾ ਸਹਾਈ ਰਹਿੰਦਾ ਹੈ, ਕਦੇ ਸਾਥ ਨਹੀਂ ਛੱਡਦਾ ।

I have adopted the teachings of His Word with steady and stable belief in my day-to-day life. I remain intoxicated in the void of His Word. My mind and body remain drenched with the essence of the enlightenment of His Word. My prewritten destiny has been rewarded; I have been enlightened with the essence of His Word. The True Master always remains companion and supporter of my soul and he may never abandon my soul.

ਰੂਪ ਨ, ਧੂਪ ਨ, ਗੰਧ ਨ ਦੀਪਾ,	roop na Dhoop na ganDh na deepaa
ਓਤਿ ਪੋਤਿ ਅੰਗ ਅੰਗ ਸੰਗਿ ਮਉਲੀ॥	ot pot ang ang sang ma-ulee.
ਕਹੁ ਨਾਨਕ ਪ੍ਰਿਅ ਰਵੀ ਸੁਹਾਗਨਿ,	kaho naanak pari-a ravee suhaagan
ਅਤਿ ਨੀਕੀ ਮੇਰੀ ਬਨੀ ਖਟੋਲੀ॥	at neekee mayree banee khatolee.
੨॥੩॥੮੯॥	||2||3||89||

ਮੈਨੂੰ ਕੋਈ ਧੂਪ, ਅਗਰ ਬੱਤੀ, ਜਾ ਦੀਵੇ ਦੀ ਲੋੜ ਨਹੀਂ ਰਹਿੰਦੀ । ਪ੍ਰਭ ਦਾ ਸ਼ਬਦ ਮੇਰੇ ਮਨ ਵਿੱਚ ਜਾਗਰਤ, ਮੇਰੇ ਰੋਮ ਰੋਮ ਵਿੱਚ ਵਸਦਾ ਹੈ । ਜਿਸ ਬੰਦਗੀ ਕਰਨ ਵਾਲੇ ਦੇ ਮਨ ਵਿੱਚ ਸ਼ਬਦ ਜਾਗਰਤ ਅਤੇ ਸੁਚੇਤ ਹੋ ਜਾਂਦਾ ਹੈ । ਉਸ ਦੇ ਰੋਮ ਰੋਮ ਵਿੱਚ ਖੇੜਾ ਵਸ ਜਾਂਦਾ, ਉਸ ਨੂੰ ਪ੍ਰਭ ਦੇ ਦਰਬਾਰ ਵਿੱਚ ਸੋਭਾ ਬਖਸ਼ਿਸ਼ ਹੋ ਜਾਂਦੀ ਹੈ ।

The True Master remains enlightened and drenched within each fiber of my mind and body. I may never need any incense stick or candle or lamp to worship. Whosoever may remain awake and alert with the essence of His Word; he may remain overwhelmed with blossom in each fiber of his body. With His mercy and grace, he may be accepted and honored in His Court.

329.ਬਿਲਾਵਲੁ ਮਹਲਾ ੫॥ 822-7

ਗੋਬਿੰਦ ਗੋਬਿੰਦ ਗੋਬਿੰਦ ਮਈ॥	gobind gobind gobind ma-ee.
ਜਬ ਤੇ ਭੇਟੇ ਸਾਧ ਦਇਆਰਾ,	jab tay bhaytay saaDh da-i-aaraa
ਤਬ ਤੇ ਦੁਰਮਤਿ ਦੂਰਿ ਭਈ॥੧॥ ਰਹਾਉ॥	tab tay durmat door bha-ee. ||1|| rahaa-o.

ਬੰਦਗੀ ਕਰਨ ਵਾਲਾ ਪ੍ਰਭ ਦੇ ਸ਼ਬਦ ਦੀ ਪਾਲਣਾ ਕਰਦਾ, ਪ੍ਰਭ ਦਾ ਰੂਪ ਹੀ ਬਣ ਜਾਂਦਾ ਹੈ । ਜਿਸ ਦਾ ਭਰੋਸਾ ਸ਼ਬਦ ਤੇ ਅਡੋਲ ਹੋ ਜਾਂਦਾ ਹੈ । ਉਸ ਦੇ ਮਨ ਵਿਚੋਂ ਬੁਰੇ ਖਿਆਲ ਦੂਰ ਹੋ ਜਾਂਦੇ ਹਨ । ਉਸ ਤੇ ਪ੍ਰਭ ਦੀ ਰਹਿਮਤ ਭਰੀ ਨਜ਼ਰ ਬਖਸ਼ਿਸ਼ ਹੋ ਜਾਂਦੀ ਹੈ ।

Whosoever may obey the teachings of His Word; with His mercy and grace, His true devote may become a symbol of The True Master. Whosoever may obey the teachings of His Word with steady and stable belief on His command; with His mercy and grace, all his evil thoughts may be eliminated and he may remain overwhelmed with contentment.

ਪੂਰਨ ਪੂਰਿ ਰਹਿਓ ਸੰਪੂਰਨ,	pooran poor rahi-o sampooran
ਸੀਤਲ ਸਾਂਤਿ ਦਇਆਲ ਦਈ॥	seetal saaNt da-i-aal da-ee.
ਕਾਮ ਕ੍ਰੋਧ ਤ੍ਰਿਸਨਾ ਅਹੰਕਾਰਾ,	kaam kroDh tarisnaa ahaNkaaraa
ਤਨ ਤੇ ਹੋਏ ਸਗਲ ਖਈ॥੧॥	tan tay ho-ay sagal kha-ee. ||1||

ਪੂਰਨ, ਸਰਬ ਕਲਾ ਸਮਰਥ ਸਵਾਮੀ ਹਰ ਥਾਂ ਤੇ ਹਾਜਰਾ ਹਜ਼ੂਰ ਵਾਪਰਦਾ ਹੈ । ਪ੍ਰਭ ਮਨ ਨੂੰ ਠੰਡ ਪਾਉਣ ਵਾਲਾ, ਸੰਤੋਖ ਖੇੜਾ ਬਖਸ਼ਣ ਵਾਲਾ ਮਾਲਕ ਹੈ । ਬੰਦਗੀ ਕਰਨ ਵਾਲੇ ਦੇ ਮਨ ਵਿਚੋਂ ਸੰਸਾਰਕ ਇੱਛਾਂ ਨੂੰ ਦੂਰ ਕਰ ਦੇਂਦਾ ਹੈ । (ਕਾਮ ਵਾਸ਼ਨਾ, ਕਰੋਧ, ਲਾਲਚ, ਮੋਹ, ਅਹੰਕਾਰ)

The Omnipotent, Omnipresent True Master of the universe, prevails in all events in the universe everywhere. He may provide comforts to His Creation and only His command may prevail in the universe. With His mercy and grace, He may eliminate all miseries of worldly desires from the mind of His true devotee.

ਸਤੁ ਸੰਤੋਖੁ ਦਇਆ ਧਰਮੁ ਸੁਚਿ,	sat santokh da-i-aa Dharam such
ਸੰਤਨ ਤੇ ਇਹੁ ਮੰਤੁ ਲਈ॥	santan tay ih mant la-ee.
ਕਹੁ ਨਾਨਕ ਜਿਨਿ ਮਨਹੁ ਪਛਾਨਿਆ,	kaho naanak jin manhu pachhaani-aa
ਤਿਨ ਕਉ ਸਗਲੀ ਸੋਝ ਪਈ॥੨॥੪॥੯੦॥	tin ka-o saglee sojh pa-ee. ||2||4||90||

ਬੰਦਗੀ ਕਰਨ ਵਾਲੇ ਦੇ ਮਨ ਵਿੱਚ ਧੀਰਜ, ਸੰਤੋਖ, ਦਇਆ, ਸ਼ਬਦ ਤੇ ਭਰੋਸਾ, ਮਨ ਦੀ ਪਵਿੱਤਰਤਾ, ਸਭ ਸ਼ਬਦ ਦੀ ਪਾਲਣਾ ਕਰਨ ਨਾਲ ਹੀ ਬਖਸ਼ਿਸ਼ ਹੁੰਦੀ ਹੈ । ਬੰਦਗੀ ਕਰਨ ਵਾਲੇ ਸੰਤਾਂ ਦੇ ਕਥਨ ਹਨ! ਜਿਹੜਾ ਆਪਣੇ ਮਨ ਨੂੰ ਪਛਾਣ ਲੈਂਦਾ ਹੈ, ਉਸ ਨੂੰ ਪ੍ਰਭ ਦੀ ਰਹਿਮਤ ਬਖਸ਼ਿਸ਼ ਹੋ ਜਾਂਦੀ ਹੈ ।

Whosoever may obey the teachings of His Word with steady and stable belief in his day-to-day life; with His mercy and grace, he may be blessed with patience, forgiveness, mercy, contentment, steady and stable belief on His Word, and sanctification of his soul. All Holy Scriptures claim! Whosoever may recognize the real purpose of his human life opportunity, the embedded road-map, His Word within his soul; with His mercy and grace, he may be blessed with the right path of acceptance in His Court.

330. ਬਿਲਾਵਲੁ ਮਹਲਾ ੫॥ 822-10

ਕਿਆ ਹਮ ਜੀਅ ਜੰਤ ਬੇਚਾਰੇ, ਬਰਨਿ ਨ ਸਾਕਹ ਏਕ ਰੋਮਾਈ॥	ki-aa ham jee-a jant baychaaray baran na saakah ayk romaa-ee.
ਬ੍ਰਹਮ ਮਹੇਸ ਸਿਧ ਮੁਨਿ ਇੰਦ੍ਰਾ, ਬੇਅੰਤ ਠਾਕੁਰ ਤੇਰੀ ਗਤਿ ਨਹੀ ਪਾਈ॥੧	barahm mahays siDh mun indraa bay-ant thaakur tayree gat nahee paa-ee. 1||

ਅਥਾਹ, ਬੇਅੰਤ ਪ੍ਰਭ ਮੇਰੀ ਕੀ ਹੈਸੀਅਤ ਹੈ? ਮੈਂ ਤੇਰੀ ਇੱਕ ਰੋਮ ਭਰ ਵੀ ਵਿਆਖਿਆ ਨਹੀਂ ਕਰ ਸਕਦਾ । ਅਨੇਕਾਂ ਹੀ ਬੰਦਗੀ ਕਰਨ ਵਾਲੇ ਬ੍ਰਹਮਾ, ਮਹੇਸ, ਸਿਧ, ਮੋਨੀ ਸੰਤ ਪੈਦੇ ਹੋਏ ਹਨ । ਤੇਰੀ ਅਵਸਥਾ ਦੀ ਪੂਰਨ ਜਾਣਕਾਰੀ ਕਿਸੇ ਨੂੰ ਵੀ ਬਖਸ਼ਿਸ਼ ਨਹੀਂ ਹੋਈ ।

The Omnipotent, True Master with unlimited virtues, what may be my status, state of mind? I may not even explain any insignificant events of Your Nature. You have created many Brahmas (knowledgeable scholars); Mahesh (believer of Your ultimate power); Sidhs (enlightened) and many quite (contented) saints in the universe over period. However, no one has ever fully comprehended any of Your Nature.

ਕਿਆ ਕਥੀਐ ਕਿਛੁ ਕਥਨੁ ਨ ਜਾਈ॥	ki-aa kathee-ai kichh kathan na jaa-ee.
ਜਹ ਜਹ ਦੇਖਾ ਤਹ ਰਹਿਆ ਸਮਾਈ॥੧॥ ਰਹਾਉ॥	jah jah daykhaa tah rahi-aa samaa-ee. ||1|| rahaa-o.

ਪ੍ਰਭ ਤੇਰੇ ਬਾਬਤ ਮੈਂ ਕੀ ਕਥਨ ਕਰ ਸਕਦਾ ਹਾ? ਤੇਰੀ ਪੂਰਨ ਕਥਾ ਕੀਤੀ ਨਹੀਂ ਜਾ ਸਕਦੀ । ਜੋ ਕੁਝ ਵੀ ਸ੍ਰਿਸ਼ਟੀ ਵਿੱਚ ਦਿਸਦਾ ਹੈ । ਸਭ ਵਿੱਚ ਹੀ ਤੂੰ ਹਾਜਰਾ ਹਜ਼ੂਰ ਵਾਪਰਦਾ ਮਹਿਸੂਸ ਹੁੰਦਾ ਹੈ ।

What may I explain about Your Nature? The complete understanding of Your Nature remains beyond the comprehension of Your Creation. Whatsoever, I may witness, visualize with my eyes, imagination in the universe; I may only realize Your Holy Spirit prevailing in everything.

ਜਹ ਮਹਾ ਭਇਆਨ ਦੂਖ ਜਮ ਸੁਨੀਐ, ਤਹ ਮੇਰੇ ਪ੍ਰਭ ਤੂਹੈ ਸਹਾਈ॥	jah mahaa bha-i-aan dookh jam sunee-ai tah mayray parabh toohai sahaa-ee.
ਸਰਨਿ ਪਰਿਓ ਹਰਿ ਚਰਨ ਗਹੇ ਪ੍ਰਭ, ਗੁਰਿ ਨਾਨਕ ਕਉ ਬੂਝ ਬੁਝਾਈ॥ ੨॥੫॥੯੧॥	saran pari-o har charan gahay parabh gur naanak ka-o boojh bujhaa-ee. ||2||5||91||

ਆਤਮਾ ਨੂੰ ਮੌਤ ਦੇ ਜਮਦੂਤ ਦੇ ਕਈ ਭਿਆਨਕ ਦੁਖ ਸਹਿਣੇ ਪੈਂਦੇ ਹਨ । ਪ੍ਰਭ ਤੂੰ ਆਪ ਹੀ ਬੰਦਗੀ ਕਰਨ ਵਾਲੇ ਦਾਸ ਦਾ ਸਹਾਈ ਹੁੰਦਾ, ਬਚਾ ਲੈਂਦਾ ਹੈ । ਬੰਦਗੀ ਕਰਨ ਵਾਲਾ, ਸ਼ਬਦ ਦੀ ਪਾਲਣਾ ਕਰਦਾ, ਤੇਰੀ ਸ਼ਰਣ ਵਿੱਚ ਵਸਦਾ ਹੈ । ਆਪ ਹੀ ਸ਼ਬਦ ਦੀ ਸੋਝੀ ਬਖਸ਼ਦਾ, ਸ਼ਬਦ ਮਨ ਵਿੱਚ ਜਾਗਰਤ ਕਰਦਾ ਹੈ ।

Our soul may have to endure many terrible miseries of devil of death. With Your mercy and grace; You may remain companion and supporter of Your true devotee. He may be saved from the devil of death. He may remain intoxicated in the void of Your Word; he may be accepted in Your sanctuary and saved. He may be enlightened with the essence of Your Word and he may remain awake and alert in his human life journey.

331.ਬਿਲਾਵਲੁ ਮਹਲਾ ੫॥ 822-14

ਅਗਮ ਰੂਪ ਅਬਿਨਾਸੀ ਕਰਤਾ,	agam roop abhinaasee kartaa
ਪਤਿਤ ਪਵਿਤ ਇਕ ਨਿਮਖ ਜਪਾਈਐ॥	patit pavit ik nimakh japaa-ee-ai.
ਅਚਰਜੁ ਸੁਨਿਓ ਪਰਾਪਤਿ ਭੇਟੁਲੇ,	achraj suni-o paraapat bhaytulay
ਸੰਤ ਚਰਨ ਚਰਨ ਮਨੁ ਲਾਈਐ॥੧॥	sant charan charan man laa-ee-ai. ||1||

ਸਦਾ ਅਟੱਲ ਰਹਿਣ ਵਾਲੇ ਅਥਾਹ ਮਾਲਕ, ਪਾਪ ਬਖਸ਼ਣ ਵਾਲਾ, ਮਨ ਨੂੰ ਪਵਿੱਤਰ ਕਰਨ ਵਾਲਾ ਮਾਲਕ ਹੈ । ਰਹਿਮਤ ਬਖਸ਼ਕੇ, ਇੱਕ ਪਲ ਸ਼ਬਦ ਦੇ ਸਿਮਰਨ ਦੇ ਲੜ ਲਾਵੋਂ! ਪ੍ਰਭ ਤੇਰੇ ਅਨੋਖੇ ਹੀ ਕਥਨ ਸੁਣੇ ਹਨ । ਤੂੰ ਸੰਤਾਂ ਦੀ ਸਿਖਿਆਂ ਨਾਲ ਜੀਵਨ ਢਾਲਣ ਨਾਲ, ਸ਼ਬਦ ਰੂਪੀ ਚਰਨ ਮਨ ਵਿੱਚ ਵਸਾਉਣ ਨਾਲ ਰਹਿਮਤ ਬਖਸ਼ਦਾ ਹੈ ।

You are inaccessible, imperishable Creator, forgiver of sinners, forever True Master. With Your mercy and grace, attaches me to a devotional meditation on the teachings of Your Word, even for a twinkle of eyes. I have heard astonishing miracles of Your Nature. Whosoever may adopt the life experience teachings of Your Holy saints in his day-to-day life; he may be blessed with the right path of acceptance of Your Court.

ਕਿਤੁ ਬਿਧੀਐ ਕਿਤੁ ਸੰਜਮਿ ਪਾਈਐ ॥	kit biDhee-ai kit sanjam paa-ee-ai.
ਕਹੁ ਸੁਰਜਨ ਕਿਤੁ ਜੁਗਤੀ ਧਿਆਈਐ ॥੧॥ ਰਹਾਉ ॥	kaho surjan kit jugtee Dhi-aa-ee-ai. ||1|| rahaa-o.

ਪ੍ਰਭ ਕਿਸ ਵਿਧੀ, ਬੰਦਗੀ ਨਾਲ ਤੇਰੀ ਰਹਿਮਤ ਦੀ ਨਜ਼ਰ ਬਖਸ਼ਿਸ਼ ਹੁੰਦੀ ਹੈ? ਮਾਲਕ ਰਹਿਮਤ ਬਖਸ਼ੋ! ਕਿਸਤਰ੍ਹਾਂ ਤੇਰੀ ਸੇਵਾ, ਪੂਜਾ, ਸਿਮਰਨ, ਸ਼ਬਦ ਦੀ ਪਾਲਣਾ ਕੀਤੀ ਜਾਵੇ?

My True Master! How may I meditate to sanctify my soul to become worthy of Your consideration? How may I worship, meditate, serve Your Creation, and obey the teachings of Your Word?

ਜੋ ਮਾਨੁਖੁ ਮਾਨੁਖ ਕੀ ਸੇਵਾ,	jo maanukh maanukh kee sayvaa
ਓਹੁ ਤਿਸ ਕੀ ਲਈ ਲਈ ਫੁਨਿ ਜਾਈਐ॥	oh tis kee la-ee la-ee fun jaa-ee-ai.
ਨਾਨਕ ਸਰਨਿ ਸਰਣਿ ਸੁਖ ਸਾਗਰ,	naanak saran saran sukh saagar mohi
ਮੋਹਿ ਟੇਕ ਤੇਰੋ ਇਕ ਨਾਈਐ॥੨॥੬॥੯੨	tayk tayro ik naa-ee-ai. ||2||6||92

ਜਿਹੜਾ ਮਾਨਸ ਦੂਸਰੇ ਮਾਨਸ ਦੀ ਚਾਕਰੀ ਕਰਦਾ, ਸੇਵਾ ਕਰਦਾ ਹੈ । ਉਸ ਮਾਨਸ ਨੂੰ ਉਸ ਦਾ ਸਹਾਈ ਹੋਣਾ ਚਾਹੀਦਾ ਹੈ । ਬੰਦਗੀ ਕਰਨ ਵਾਲਾ ਕੇਵਲ ਸ਼ਬਦ ਦੀ ਸ਼ਰਣ ਵਿੱਚ ਆਉਂਦਾ, ਸ਼ਬਦ ਦੀ ਪਾਲਣਾ ਕਰਦਾ ਹੈ । ਉਹ ਕੇਵਲ ਸੁਖਾਂ ਦੇ ਸਾਗਰ, ਪ੍ਰਭ ਦੇ ਸ਼ਬਦ ਦਾ ਹੀ ਆਸਰਾ ਲੈਂਦਾ ਹੈ ।

Whosoever may be a servant and slave of any other human, worldly guru; his master should support and help him in his time of need. His true devotee may only surrender his mind, body, and worldly status at His sanctuary and obeys the teachings of His Word. He may only pray for His forgiveness, support, and refuge; The True ocean, Master of all comforts.

332. ਬਿਲਾਵਲੁ ਮਹਲਾ ੫॥ 822-18

ਸੰਤ ਸਰਣਿ ਸੰਤ ਟਹਲ ਕਰੀ॥	sant saran sant tahal karee.
ਧੰਧੁ ਬੰਧੁ ਅਰੁ ਸਗਲ ਜੰਜਾਰੋ,	DhanDh banDh ar sagal janjaaro
ਅਵਰ ਕਾਜ ਤੇ ਛੂਟਿ ਪਰੀ॥੧॥ ਰਹਾਉ॥	avar kaaj tay chhoot paree. ||1|| rahaa-o.

ਸੰਤਾਂ ਦੇ ਜੀਵਨ ਤੋਂ ਸਿਖਿਆਂ ਨਾਲ ਜੀਵਨ ਢਾਲਕੇ ਸ਼ਰਣ ਵਿੱਚ ਆਇਆ ਹਾ । ਮੇਰੇ ਸੰਸਾਰਕ ਇੱਛਾਂ ਦੇ ਬੰਧਨ ਖਤਮ ਹੋ ਗਏ, ਮਾਨਸ ਜਨਮ ਦੇ ਰਸਤੇ ਦੀ ਸੋਝੀ ਬਖਸ਼ਿਸ਼ ਹੋ ਗਈ ਹੈ ।

By adopting the life experience of Your true devotee in my day-to-day life; I have surrendered my mind, body, and worldly status in Your sanctuary. All my worldly bonds have been eliminated; with Your mercy and grace, I have been enlightened with the right path of acceptance in Your court.

ਸੁਖ ਸਹਜ ਅਰੁ ਘਨੋ ਅਨੰਦਾ,	sookh sahj ar ghano anandaa
ਗੁਰ ਤੇ ਪਾਇਓ ਨਾਮੁ ਹਰੀ॥	gur tay paa-i-o naam haree.
ਐਸੋ ਹਰਿ ਰਸੁ ਬਰਨਿ ਨ ਸਾਕਉ,	aiso har ras baran na saaka-o
ਗੁਰਿ ਪੂਰੈ ਮੇਰੀ ਉਲਟਿ ਧਰੀ॥੧॥	gur poorai mayree ulat Dharee. ||1||

ਪ੍ਰਭ ਦੇ ਸ਼ਬਦ ਦੀ ਪਾਲਣਾ ਨਾਲ ਮਨ ਵਿੱਚ ਸ਼ਬਦ ਦੀ ਸੋਝੀ ਹੋ ਗਈ, ਮਨ ਜਾਗਰਤ ਹੋ ਗਿਆ, ਮਨ ਵਿੱਚ ਸੰਤੋਖ, ਖੇੜਾ ਵਸ ਗਿਆ ਹੈ । ਪ੍ਰਭ ਦੇ ਸ਼ਬਦ ਦੀ ਸੋਝੀ ਦਾ ਅਨੋਖਾ ਹੀ ਨੂਰ ਬਖਸ਼ਿਸ਼ ਹੋਇਆ ਹੈ! ਉਸ ਅਵਸਥਾ ਦੀ ਵਿਆਖਿਆ ਨਹੀਂ ਕੀਤੀ ਜਾ ਸਕਦੀ । ਪ੍ਰਭ ਦੀ ਰਹਿਮਤ ਦੀ ਨਜ਼ਰ ਨਾਲ ਮਨ ਸੰਸਾਰਕ ਇੱਛਾਂ ਤੋ ਰਹਿਤ ਹੋ ਗਿਆ ਹੈ ।

By adopting the teachings of His Word with steady and stable belief in my day-to-day life; with His mercy and grace, I have been blessed with the enlightenment of the essence of His Word. I have been blessed with contentment and blossom. I have been blessed with an astonishing eternal, spiritual glow on my forehead. I have become mute and may not explain my state of mind nor His Nature. With His mercy and grace, all my worldly desires have been eliminated.

ਪੇਖਿਓ ਮੋਹਨੁ ਸਭ ਕੈ ਸੰਗੇ,	paykhi-o mohan sabh kai sangay
ਊਨ ਨ ਕਾਹੂ ਸਗਲ ਭਰੀ॥	oon na kaahoo sagal bharee.
ਪੂਰਨ ਪੂਰਿ ਰਹਿਓ ਕਿਰਪਾ ਨਿਧਿ,	pooran poor rahi-o kirpaa niDh
ਕਹੁ ਨਾਨਕ ਮੇਰੀ ਪੂਰੀ ਪਰੀ॥	kaho naanak mayree pooree paree.
੨॥੭॥੯੩॥	||2||7||93||

ਪ੍ਰਭ ਦੀ ਜੋਤ ਹਰਇੱਕ ਜੀਵ ਵਿੱਚ ਵਸਦੀ ਨਜ਼ਰ ਆਉਂਦੀ ਹੈ । ਕੋਈ ਵੀ ਜੀਵ ਪ੍ਰਭ ਦੀ ਜੋਤ, ਰਹਿਮਤ ਤੋਂ ਵਾਂਝਾ, ਖਾਲੀ ਨਹੀਂ ਹੈ । ਪ੍ਰਭ ਹੀ ਗੁਣਾਂ ਦਾ ਭੰਡਾਰੀ, ਮਾਲਕ, ਹਰਇੱਕ ਮਨ ਵਿੱਚ, ਹਰਇੱਕ ਥਾਂ ਤੇ ਹਾਜਰਾ ਹਜ਼ੂਰ ਵਾਪਰਦਾ ਹੈ । ਉਹ ਹੀ ਮਨ ਦੀਆਂ ਮੁਰਾਦਾਂ ਪੂਰੀਆਂ ਕਰਨ ਵਾਲਾ ਮਾਲਕ ਹੈ ।

The Holy Spirit remains embedded within the soul of each creature. No soul remains without His Holy Spirit nor deprived from virtues of The True Master. The Omnipresent True Master, treasure of all virtues, prevails in every event in the universe. He may satisfy all spoken and unspoken hopes and desires of His Creation.

333. ਬਿਲਾਵਲੁ ਮਹਲਾ ੫॥ 823-3

ਮਨ ਕਿਆ ਕਹਤਾ ਹਉ ਕਿਆ ਕਹਤਾ॥	man ki-aa kahtaa ha-o ki-aa kahtaa.
ਜਾਨ ਪ੍ਰਬੀਨ ਠਾਕੁਰ ਪ੍ਰਭ ਮੇਰੇ,	jaan parbeen thaakur parabh mayray
ਤਿਸੁ ਆਗੈ ਕਿਆ ਕਹਤਾ॥੧॥ ਰਹਾਉ॥	tis aagai ki-aa kahtaa. ||1|| rahaa-o.

ਪ੍ਰਭ ਤੂੰ ਅੰਤਰਜਾਮੀ ਹੈ । ਤੇਰੇ ਅੱਗੇ ਮੈਂ ਕੀ ਅਰਦਾਸ ਕਰ ਸਕਦਾ ਹਾ? ਮਨ ਵਿੱਚ ਕੀ ਵਿਚਾਰ ਹਨ, ਇਸ ਬਾਬਤ ਮੈਂ ਕੀ ਦੱਸ ਸਕਦਾ ਹਾ? ਕੀ ਮਨ ਦੀ ਹਾਲਤ ਦੱਸ ਸਕਦਾ ਹਾ?

The Omniscient True Master; You are already aware of my state of mind! What may I pray or beg from You? What may I explain about the thoughts and hopes of my mind? How may I explain the condition of my mind?

ਅਨਬੋਲੇ ਕਉ ਤੁਹੀ ਪਛਾਨਹਿ,	anbolay ka-o tuhee pachhaaneh
ਜੋ ਜੀਅਨ ਮਹਿ ਹੋਤਾ॥	jo jee-an meh hotaa.
ਰੇ ਮਨ ਕਾਇ ਕਹਾ ਲਉ ਡਹਕਹਿ,	ray man kaa-ay kahaa la-o dehkahi

ਜਉ ਪੇਖਤ ਹੀ ਸੰਗਿ ਸੁਨਤਾ॥੧॥ ja-o paykhat hee sang suntaa. ||1||

ਪ੍ਰਭ ਆਤਮਾ ਦੀ ਸਭ ਇੱਛਾਂ ਜਾਣਦਾ ਹੈ । ਬਿਨਾਂ ਬੋਲੇ ਹੀ ਸਭ ਕੁਝ ਸੁਣਦਾ, ਜਾਣਦਾ ਹੈ । ਮੇਰੇ ਮਨ, ਕਿਉਂ ਕਿਸੇ ਜੀਵ ਨੂੰ ਧੋਖਾ ਦੇਂਦਾ ਹੈ? ਕਿਤਨਾ ਚਿਰ ਇਹ ਕਰੇਗਾ? ਪ੍ਰਭ ਤੇਰੇ ਅੰਦਰ ਵਸਦਾ, ਸਭ ਕੁਝ ਦੇਖਦਾ, ਸੁਣਦਾ, ਜਾਣਦਾ ਹੈ ।

The Omniscient True Master always remains aware about my state of mind. He remains omniscient about the intention of mind and unspoken hopes and desires of His Creation. Why are deceiving anyone else in the universe? How long may you get away with your sins? He remains embedded within your soul, witnesses, hears and knows your thoughts.

ਐਸੋ ਜਾਨਿ ਭਏ ਮਨਿ ਆਨਦ, aiso jaan bha-ay man aanad
ਆਨ ਨ ਬੀਓ ਕਰਤਾ॥ aan na bee-o kartaa.
ਕਹੁ ਨਾਨਕ ਗੁਰ ਭਏ ਦਇਆਰਾ, kaho naanak gur bha-ay da-i-aaraa
ਹਰਿ ਰੰਗੁ ਨ ਕਬਹੂ ਲਹਤਾ॥੨॥੮॥੯੪॥ har rang na kabhoo lahtaa. ||2||8||94||

ਜਿਹੜਾ ਮੰਨ ਲੈਂਦਾ ਹੈ, ਪ੍ਰਭ ਤੋ ਬਿਨਾਂ ਹੋਰ ਕੋਈ ਮਾਲਕ ਨਹੀਂ ਹੈ । ਉਸ ਦੇ ਮਨ ਵਿੱਚ ਅਨੰਦ ਖੇੜਾ ਵਸ ਜਾਂਦਾ ਹੈ । ਜਿਸ ਦੀ ਸ਼ਬਦ ਦੀ ਕਮਾਈ ਦਰਬਾਰ ਵਿੱਚ ਪ੍ਰਵਾਨ ਹੋ ਜਾਂਦੀ ਹੈ । ਪ੍ਰਭ ਦੀ ਰਹਿਮਤ ਨਾਲ ਉਸ ਦੇ ਮਨ ਵਿਚੋਂ ਪ੍ਰਭ ਦਾ ਸ਼ਬਦ ਕਦੇ ਵਿਸਰਦਾ ਨਹੀਂ ।

Whosoever may realize and accepts that The One and only One True Master of the universe; with His mercy and grace, he may be overwhelmed with blossom in his worldly life. Whose earnings of His Word may be accepted in His Court; with His mercy and grace; he may never abandon the teachings of His Word from his day-to-day life.

334. ਬਿਲਾਵਲੁ ਮਹਲਾ ੫॥ 823-6

ਨਿੰਦਕੁ ਐਸੇ ਹੀ ਝਰਿ ਪਰੀਐ॥ nindak aisay hee jhar paree-ai.
ਇਹ ਨੀਸਾਨੀ ਸੁਨਹੁ ਤੁਮ ਭਾਈ, ih neesaanee sunhu tum bhaa-ee
ਜਿਉ ਕਾਲਰ ਭੀਤਿ ਗਿਰੀਐ॥੧॥ ਰਹਾਉ॥ Ji-o kaalar bheet giree-ai. ||1|| rahaa-o.

ਜੀਵ ਨਿੰਦਕ ਦੀ ਇਹ ਨਿਸ਼ਾਨੀ ਹੁੰਦੀ ਹੈ? ਉਸ ਦੀ ਕਿਸੇ ਗੱਲ ਵਿੱਚ ਕੋਈ ਤੱਤ ਨਹੀਂ ਹੁੰਦਾ । ਉਸ ਦਾ ਪਰਦਾ ਪਲ ਵਿੱਚ ਹੀ ਖੁੱਲ੍ਹ ਜਾਂਦਾ ਹੈ ।

Slanderer has a unique identification; his comment may not have any truth or bases or real purpose. He may be exposed easily without much effort.

ਜਉ ਦੇਖੈ ਛਿਦ੍ਰੁ ਤਉ ਨਿੰਦਕੁ ਉਮਾਹੈ, ja-o daykhai chhidar ta-o nindak umaahai
ਭਲੋ ਦੇਖਿ ਦੁਖ ਭਰੀਐ॥ bhalo daykh dukh bharee-ai.
ਆਠ ਪਹਰ ਚਿਤਵੈ ਨਹੀ ਪਹੁਚੈ, aath pahar chitvai nahee pahuchai
ਬੁਰਾ ਚਿਤਵਤ ਚਿਤਵਤ ਮਰੀਐ॥੧॥ buraa chitvat chitvat maree-ai. ||1||

ਉਸ ਨੂੰ ਕਿਸੇ ਹੋਰ ਵਿੱਚ ਕੋਈ ਕਮੀ, ਅਉਗੁਣ ਦੇਖਣ ਨਾਲ, ਉਸ ਦੇ ਮਨ ਵਿੱਚ ਖੁਸ਼ੀ ਆਉਂਦੀ ਹੈ । ਕਿਸੇ ਵਿੱਚ ਕੋਈ ਗੁਣ ਦੇਖਣ ਨਾਲ ਉਸ ਦੇ ਮਨ ਵਿੱਚ ਕਰੋਧ ਮਾਯੂਸੀ ਆਉਂਦੀ ਹੈ । ਉਹ ਦਿਨ ਰਾਤ ਧੋਖੇ ਦੀਆਂ ਵਿਧੀਆਂ ਸੋਚਦਾ ਹੈ । ਉਸ ਨੂੰ ਕਿਸੇ ਕੰਮ ਵਿੱਚ ਸਫਲਤਾ ਬਖਸ਼ਿਸ਼ ਨਹੀਂ ਹੁੰਦੀ । ਉਹ ਮਨ ਵਿੱਚ ਬੁਰੇ ਖਿਆਲ ਸੋਚਦਾ ਹੀ ਮਰ ਜਾਂਦਾ, ਮਾਨਸ ਜੀਵਨ ਬਿਰਥਾ ਹੀ ਗਵਾ ਜਾਂਦਾ ਹੈ ।

Slanderer may cherish to find any weakness or blemish in anyone. He may be very annoyed, frustrated by witnessing any accomplishment or greatness of anyone. He remains thinking deceptive plans day and night. He may not succeed in any major worldly deeds. He may remain intoxicated in evil thoughts and wastes his human life opportunity uselessly.

ਨਿੰਦਕੁ ਪ੍ਰਭੂ ਭੁਲਾਇਆ	nindak parabhoo bhulaa-i-aa
ਕਾਲੁ ਨੇਰੈ ਆਇਆ,	kaal nayrai aa-i-aa
ਹਰਿ ਜਨ ਸਿਉ ਬਾਦੁ ਉਠਰੀਐ॥	har jan si-o baad uthree-ai.
ਨਾਨਕ ਕਾ ਰਾਖਾ ਆਪਿ ਪ੍ਰਭੁ ਸੁਆਮੀ,	naanak kaa raakhaa aap parabh su-
ਕਿਆ ਮਾਨਸ ਬਪੁਰੇ ਕਰੀਐ॥	aamee ki-aa maanas bapuray karee-ai.
੨॥੯॥੯੫	||2||9||95||

ਨਿੰਦਕ ਪ੍ਰਭ ਦੀ ਹੋਂਦ, ਸ਼ਬਦ ਨੂੰ ਮਨੋ ਵਿਸਾਰ ਛੱਡਦਾ ਹੈ । ਉਸ ਨੂੰ ਮੌਤ ਘੇਰਾ ਪਾਈ ਰਖਦੀ ਹੈ । ਉਹ ਬੰਦਗੀ ਕਰਨ ਵਾਲੇ ਨਿਮਾਣੇ ਜੀਵ ਦਾ ਵਿਰੋਧ ਕਰਦਾ ਹੈ । ਬੰਦਗੀ ਕਰਨ ਵਾਲੇ ਦਾ ਪ੍ਰਭ ਆਪ ਹੀ ਰਖਵਾਲਾ ਬਣ ਜਾਂਦਾ ਹੈ । ਨਿੰਦਿਆਂ ਕਰਨ ਵਾਲਾ ਉਸ ਦਾ ਕੀ ਕਰ ਸਕਦਾ ਹੈ? ਉਸ ਨੂੰ ਕੀ ਪਰੇਸ਼ਾਨ ਕਰ ਸਕਦਾ ਹੈ?

Slanderer may ignore the teachings of His Word, His existence and unpredictable death from his mind. The devil of death keeps surrounding him. He may always slander the way of life of His true devotee. His true devotee remains in His sanctuary, protection. What may a slanderer harm to His true devotee? What may frustrate His true devotee?

335.ਬਿਲਾਵਲੁ ਮਹਲਾ ੫॥ 823-11

ਐਸੇ ਕਾਹੇ ਭੂਲਿ ਪਰੇ॥	aisay kaahay bhool paray.
ਕਰਹਿ ਕਰਾਵਹਿ ਮੂਕਰਿ ਪਾਵਹਿ,	karahi karaaveh mookar paavahi
ਪੇਖਤ ਸੁਨਤ ਸਦਾ ਸੰਗਿ ਹਰੇ॥੧॥	paykhat sunat sadaa sang haray. ||1||
ਰਹਾਉ॥	rahaa-o.

ਜੀਵ ਇਸ ਭੁਲੇਖੇ ਵਿੱਚ ਕਿਉਂ ਭਉਦਾ ਫਿਰਦਾ ਹੈ? ਬੁਰੇ ਕੰਮ ਕਰਦਾ, ਬਾਕੀ ਜੀਵਾਂ ਨੂੰ ਪ੍ਰੇਰਨਾ ਕਰਦਾ, ਫਿਰ ਮੁਕਰ ਜਾਂਦਾ ਹੈ । ਪ੍ਰਭ ਅੱਗੇ ਰਹਿਮਤ ਦੀ ਅਰਦਾਸ ਕਰਦਾ ਹੈ । ਪ੍ਰਭ ਸਦਾ ਹੀ ਤੇਰੀ ਆਤਮਾ ਦੇ ਸਾਥ ਰਹਿੰਦਾ, ਸਭ ਕੁਝ ਦੇਖਦਾ, ਜਾਣਦਾ ਹੈ ।

Why are you wandering in suspicions? You are performing evil deeds, deceiving other for greed and deny your involvement or actions. You always pray for His forgiveness. He remains embedded within your soul and monitors all your worldly deeds.

ਕਾਚ ਬਿਹਾਝਨ ਕੰਚਨ ਛਾਡਨ,	kaach bihaajhan kanchan chhaadan
ਬੈਰੀ ਸੰਗਿ ਹੇਤੁ ਸਾਜਨ ਤਿਆਗਿ ਖਰੇ॥	bairee sang hayt saajan ti-aag kharay.
ਹੋਵਨੁ ਕਉਰਾ ਅਨਹੋਵਨੁ ਮੀਠਾ,	hovan ka-uraa anhovan meethaa
ਬਿਖਿਆ ਮਹਿ ਲਪਟਾਇ ਜਰੇ॥੧॥	bikhi-aa meh laptaa-ay jaray. ||1||

ਜੀਵ ਤੂੰ ਥੋੜ੍ਹਾ ਸਮਾਂ ਸੁਖ ਦੇਣ ਵਾਲੇ ਪਦਾਰਥ, ਕੱਚ ਇਕੱਠਾ ਕਰਦਾ ਹੈ । ਸਦਾ ਰਹਿਣ ਵਾਲ ਪਦਾਰਥ, ਸ਼ਬਦ ਦੀ ਪਾਲਣਾ, ਅਮੋਲਕ ਪਦਾਰਥ ਗਵਾ ਲੈਂਦਾ ਹੈ । ਜਿਹੜਾ ਸਦਾ ਸਹਾਈ ਹੁੰਦਾ ਹੈ, ਉਸ ਨੂੰ ਮਨੋ ਵਿਸਾਰ ਦੇਂਦਾ, ਵਿਰੋਧੀ ਨਾਲ ਦੋਸਤੀ ਲਾਉਂਦਾ ਹੈ । ਜਿਹੜਾ ਸੁਪਨਾ ਹੁੰਦਾ ਹੈ, ਉਸ ਨਾਲ ਪ੍ਰੀਤ ਲਾਉਂਦਾ ਹੈ, ਮਨ ਨੂੰ ਮਿੱਠਾ ਲੱਗਦਾ ਹੈ । ਤੇਰੇ ਸਾਥ ਜਾਣ ਵਾਲਾ ਸ਼ਬਦ ਦਾ ਧਨ, ਤੈਨੂੰ ਬਹੁਤ ਬੁਰਾ ਲੱਗਦਾ ਹੈ । ਤੂੰ ਲਾਲਚ ਪਿਛੇ ਲੱਗਕੇ ਮਾਨਸ ਜਨਮ ਬਿਰਥਾ ਹੀ ਗਵਾ ਲੈਂਦਾ ਹੈ ।

You always remain intoxicated with short-lived pleasures of worldly wealth and abandon the right path to earn everlasting wealth of His ambrosial Word. You always remain jealous with your friend, who may stand with you at the time of need; however, associate with someone who may abandon you at the time of need. You remain intoxicated in dream with the illusion of worldly wealth. You may remain frustrated, uncomfortable earnings the everlasting wealth of His Word that may remain your companion forever. You have wasted your human life opportunity by intoxicating with greed of worldly wealth.

ਅੰਧ ਕੂਪ ਮਹਿ ਪਰਿਓ ਪਰਾਨੀ,	anDh koop meh pari-o paraanee
ਭਰਮ ਗੁਬਾਰ ਮੋਹ ਬੰਧਿ ਪਰੇ॥	bharam gubaar moh banDh paray.
ਕਹੁ ਨਾਨਕ ਪ੍ਰਭ ਹੋਤ ਦਇਆਰਾ,	kaho naanak parabh hot da-i-aaraa
ਗੁਰੁ ਭੇਟੈ ਕਾਢੈ ਬਾਹ ਫਰੇ॥੨॥੧੦॥੯੬	gur bhaytai kaadhai baah faray. 2‖10‖96

ਮਾਨਸ ਜੀਵ ਅਗਿਆਨਤਾ ਦੇ ਅੰਧੇਰੇ ਵਿੱਚ ਡੂੰਘੇ ਭਰਮਾਂ ਵਿੱਚ ਫਸ ਜਾਦਾ ਹੈ । ਸੰਸਾਰਕ ਮਾਇਆ ਦੇ ਜ਼ਹਿਰੀਲੇ ਜਾਲ ਵਿੱਚ ਫਸ ਜਾਂਦਾ ਹੈ । ਜਿਸ ਤੇ ਪ੍ਰਭ ਆਪ ਹੀ ਰਹਿਮਤ ਬਖਸਦਾ, ਉਸ ਨੂੰ ਸ਼ਬਦ ਦੇ ਲੜ ਲਾਉਂਦਾ ਹੈ । ਸ਼ਬਦ ਦੀ ਪਾਲਣਾ ਤੇ ਅਡੋਲ ਰਖਕੇ, ਭਿਆਨਕ ਸੰਸਾਰ ਵਿਚੋਂ ਕੱਢ ਲੈਂਦਾ ਹੈ ।

Ignorance from the real purpose of human life opportunity, may remain intoxicated deep in religious suspicions and rituals. He may remain a slave of sweet poison of worldly wealth. Whosoever may be attached to a devotional meditation of the teachings of His Word. With His mercy and grace, he may obey the teachings of His Word with steady and stable belief in his day-to-day life. He may be saved from the worldly ocean of desires.

336. ਬਿਲਾਵਲੁ ਮਹਲਾ ੫॥ 823-14

ਮਨ ਤਨ ਰਸਨਾ ਹਰਿ ਚੀਨ੍ਾ॥	man tan rasnaa har cheenHaa.
ਭਏ ਅਨੰਦਾ ਮਿਟੇ ਅੰਦੇਸੇ,	bha-ay anandaa mitay andaysay
ਸਰਬ ਸੂਖ ਮੋ ਕਉ ਗੁਰਿ ਦੀਨ੍ਾ॥੧॥	sarab sookh mo ka-o gur deenHaa. ‖1‖
ਰਹਾਉ॥	rahaa-o.

ਬੰਦਗੀ ਕਰਨ ਵਾਲਾ ਤਨ, ਮਨ, ਜੀਭ ਨਾਲ ਸ਼ਬਦ ਦਾ ਸਿਮਰਨ, ਗੁਣ ਗਾਉਂਦਾ ਹੈ । ਪ੍ਰਭ ਆਪ ਹੀ ਰਹਿਮਤਾਂ ਦੀ ਨਜ਼ਰ ਬਖਸ਼ਦਾ ਹੈ! ਮਨ ਵਿਚੋਂ ਸੰਸਾਰਕ ਇੱਛਾਂ, ਭਰਮ ਦੂਰ ਕਰ ਦੇਂਦਾ, ਅਮਰ ਅਵਸਥਾ ਬਖਸ਼ਦਾ ਹੈ ।

His true devotee may surrender his mind, body, and worldly status at His sanctuary. He may meditate, sing the glory of His Word with steady and stable belief in his day-to-day life. With His mercy and grace, all his suspicions, and miseries of worldly desires may be eliminated and he may be blessed with immortal state of mind.

ਇਆਨਪ ਤੇ ਸਭ ਭਈ ਸਿਆਨਪ,	i-aanap tay sabh bha-ee si-aanap
ਪ੍ਰਭੁ ਮੇਰਾ ਦਾਨਾ ਬੀਨਾ॥	parabh mayraa daanaa beenaa.
ਹਾਥ ਦੇਇ ਰਾਖੈ ਅਪਨੇ ਕਉ,	haath day-ay raakhai apnay ka-o
ਕਾਹੂ ਨ ਕਰਤੇ ਕਛੁ ਖੀਨਾ॥੧॥	kaahoo na kartay kachh kheenaa. ‖1‖

ਪ੍ਰਭ ਆਪ ਹੀ ਸਭ ਕੁਝ ਕਰਨ ਕਰਾਉਣ ਵਾਲਾ ਮਾਲਕ ਹੈ । ਉਸ ਨੇ ਮੇਰੀ ਅਗਿਆਨਤਾ ਨੂੰ ਸ਼ਬਦ ਦੀ ਸੋਝੀ ਵਿੱਚ ਬਦਲ ਦਿੱਤਾ ਹੈ । ਉਸ ਨੇ ਆਪਣੇ ਸ਼ਬਦ ਦੇ ਲੜ ਲਾ ਕੇ ਰਖਿਆ ਕੀਤੀ ਹੈ । ਹੁਣ ਕੋਈ ਵੀ ਸੰਸਾਰਕ ਇੱਛਾਂ ਮੇਰੇ ਮਨ ਤੇ ਕੋਈ ਪ੍ਰਭਾਵ ਨਹੀਂ ਪਾ ਸਕਦੀ ।

The Omnipotent True Master prevails in every event in the universe. With His mercy and grace, he has transformed my ignorance into enlightenment of the teachings of His Word. By attaching to a devotional meditation; He has saved me from the worldly ocean of miseries. Now my state of mind has become beyond the reach of any worldly desire.

ਬਲਿ ਜਾਵਉ ਦਰਸਨ ਸਾਧੂ ਕੈ,	bal jaava-o darsan saaDhoo kai
ਜਿਹ ਪ੍ਰਸਾਦਿ ਹਰਿ ਨਾਮੁ ਲੀਨਾ॥	jih parsaad har naam leenaa.
ਕਹੁ ਨਾਨਕ ਠਾਕੁਰ ਭਾਰੋਸੈ,	kaho naanak thaakur bhaarosai
ਕਹੂ ਨ ਮਾਨਿਓ ਮਨਿ ਛੀਨਾ॥	kahoo na maani-o man chheenaa.

੨॥੧੧॥੯੭॥ ||2||11||97||

ਪ੍ਰਭ ਤੋ ਕੁਰਬਾਨ ਜਾਵਾ, ਉਸ ਦਾ ਧੰਨਵਾਦ ਹੀ ਕਰਦਾ ਰਹਿੰਦਾ ਹੈ । ਜਿਸ ਨੇ ਰਹਿਮਤ ਦੀ ਨਜ਼ਰ ਬਖਸ਼ਕੇ ਸ਼ਬਦ ਦੇ ਲੜ ਲਾਇਆ ਹੈ । ਬੰਦਗੀ ਕਰਨ ਵਾਲੇ ਦੇ ਮਨ ਵਿੱਚ ਪ੍ਰਭ ਦੇ ਸ਼ਬਦ ਤੇ ਭਰੋਸਾ ਅਡੋਲ ਹੋ ਜਾਂਦਾ ਹੈ । ਉਹ ਇੱਕ ਪਲ ਵੀ ਹੋਰ ਕਿਸੇ ਦੂਸਰੇ ਦੀ ਪੂਜਾ ਨਹੀਂ ਕਰਦਾ, ਮਾਲਕ ਨਹੀਂ ਸਮਝਦਾ ।

I remain grateful and fascinated from His mercy and grace. He has attached me to a devotional meditation on the teachings of His Word. His true devotee obeys the teachings of His Word with steady and stable in his day-to-day life. He may never consider anyone else as the savior nor worship any worldly guru.

337.ਬਿਲਾਵਲੁ ਮਹਲਾ ੫॥ 823-18

ਗੁਰਿ ਪੂਰੈ ਮੇਰੀ ਰਾਖਿ ਲਈ॥	gur poorai mayree raakh la-ee.
ਅੰਮ੍ਰਿਤ ਨਾਮੁ ਰਿਦੇ ਮਹਿ ਦੀਨੋ,	amrit naam riday meh deeno
ਜਨਮ ਜਨਮ ਕੀ ਮੈਲੁ ਗਈ॥੧॥	janam janam kee mail ga-ee. ||1||
ਰਹਾਉ॥	rahaa-o.

ਪ੍ਰਭ ਨੇ ਆਪ ਹੀ ਰਹਿਮਤ ਬਖਸ਼ਕੇ ਮੇਰੀ ਲਾਜ ਰਖ ਲਈ ਹੈ । ਸ਼ਬਦ ਦੇ ਲੜ ਲਾ ਕੇ ਅਨੇਕਾਂ ਜਨਮਾਂ ਦੀ ਮਨ ਵਿਚੋਂ ਮੈਲ ਦੂਰ ਕਰ ਦਿੱਤੀ, ਭੁੱਲਾਂ ਬਖਸ਼ ਦਿੱਤੀਆਂ ਹਨ ।

The Merciful True Master has protected my honor in the universe. With His mercy and grace, He has attached me to a devotional meditation on the teachings of His Word. He has forgiven my sins of previous lives and eliminated blemish of my soul.

ਨਿਵਰੇ ਦੂਤ ਦੁਸਟ ਬੈਰਾਈ,	nivray doot dusat bairaa-ee
ਗੁਰ ਪੂਰੇ ਕਾ ਜਪਿਆ ਜਾਪੁ॥	gur pooray kaa japi-aa jaap.
ਕਹਾ ਕਰੈ ਕੋਈ ਬੇਚਾਰਾ,	kahaa karai ko-ee baychaaraa
ਪ੍ਰਭ ਮੇਰੇ ਕਾ ਬਡ ਪਰਤਾਪੁ॥੧॥	parabh mayray kaa bad partaap. ||1||

ਸ਼ਬਦ ਦੀ ਪਾਲਣਾ ਕਰਦੇ ਮਨ ਵਿਚੋਂ ਸੰਸਾਰਕ ਇੱਛਾਂ ਦੇ ਦੁਸ਼ਮਨ, ਦੂਰ ਹੋ ਜਾਂਦੇ, ਭਰਮਾਂ ਦਾ ਨਾਸ ਹੋ ਜਾਂਦਾ ਹੈ । ਕੋਈ ਨਿੰਦਿਆਂ ਕਰਨ ਵਾਲਾ, ਸੰਸਾਰਕ ਗੁਰੂ ਪੀਰ ਕੀ ਕਰ ਸਕਦਾ, ਸਿਰਾਪ ਦੇ ਸਕਦਾ ਹੈ? ਮੇਰੇ ਮਨ ਵਿੱਚ ਪ੍ਰਭ ਦਾ ਸ਼ਬਦ ਰੂਪੀ ਨੂਰ ਵਸਦਾ ਹੈ ।

Whosoever may obey the teachings of His Word with steady and stable belief in his day-to-day; with His mercy and grace, all demons of worldly desires and suspicions of mind may be eliminated. What may the slanderer or worldly guru, overwhelmed with greed curse to His true devotee? My mind remains overwhelmed with the eternal spiritual glow of The Holy Spirit.

ਸਿਮਰਿ ਸਿਮਰਿ ਸਿਮਰਿ ਸੁਖੁ ਪਾਇਆ,	simar simar simar sukh paa-i-aa
ਚਰਨ ਕਮਲ ਰਖੁ ਮਨ ਮਾਹੀ॥	charan kamal rakh man maahee.
ਤਾ ਕੀ ਸਰਨਿ ਪਰਿਓ ਨਾਨਕ ਦਾਸੁ,	taa kee saran pari-o naanak daas
ਜਾ ਤੇ ਊਪਰਿ ਕੋ ਨਾਹੀ॥੨॥੧੨॥੯੮॥	jaa tay oopar ko naahee. ||2||12||98||

ਸ਼ਬਦ ਦਾ ਬਾਰਾ ਬਾਰ ਸਿਮਰਨ ਕਰਨ ਨਾਲ ਮਨ ਵਿੱਚ ਸੁਖ, ਸੰਤੋਖ ਭਰ ਗਿਆ ਹੈ । ਪ੍ਰਭ ਦੇ ਸ਼ਬਦ ਰੂਪੀ ਚਰਨ ਮੇਰੇ ਮਨ ਵਿੱਚ ਵਸਦੇ, ਸ਼ਬਦ ਮਨ ਵਿੱਚ ਜਾਗਰਤ ਹੋ ਗਿਆ ਹੈ । ਬੰਦਗੀ ਕਰਨ ਵਾਲਾ ਪ੍ਰਭ ਦੀ ਸ਼ਰਣ ਵਿੱਚ, ਰਖਿਆ ਵਿੱਚ ਵਸਦਾ ਹੈ । ਪ੍ਰਭ ਨਾਲੋ ਵੱਡਾ ਹੋਰ ਕੋਈ ਮਾਲਕ ਨਹੀਂ ਹੈ ।

By repeatedly meditating on the teachings of His Word with steady and stable belief in day-to-day life; with His mercy and grace, I have been blessed with overwhelming comforts and contentment in my worldly life. I am drenched with the essence of the enlightenment of His Word (Spiritual feet) within my heart. His true devotee may dwell in His sanctuary. No one else may be equal or greater than The True Master.

338. ਬਿਲਾਵਲੁ ਮਹਲਾ ੫॥ 824-3

ਸਦਾ ਸਦਾ ਜਪੀਐ ਪ੍ਰਭ ਨਾਮ॥	sadaa sadaa japee-ai parabh naam.
ਜਰਾ ਮਰਾ ਕਛੁ ਦੂਖੁ ਨ ਬਿਆਪੈ,	jaraa maraa kachh dookh na bi-aapai
ਆਗੈ ਦਰਗਹ ਪੂਰਨ ਕਾਮ॥੧॥ ਰਹਾਉ॥	aagai dargeh pooran kaam. ||1|| rahaa-o.

ਜੀਵ ਸਵਾਸ ਸਵਾਸ ਪ੍ਰਭ ਦੇ ਸ਼ਬਦ ਦਾ ਸਿਮਰਨ ਕਰੋ! ਇਸ ਨਾਲ ਬੁਢੇਪੇ ਅਤੇ ਮੌਤ ਦਾ ਦੁਖ ਪਰਸ਼ੇਨ ਨਹੀਂ ਕਰਦਾ । ਪ੍ਰਭ ਦੇ ਸ਼ਬਦ ਦੀ ਕਮਾਈ ਨਾਲ ਸੰਸਾਰ ਵਿੱਚ ਸੰਤੋਖ, ਖੇੜਾ ਬਖਸ਼ਿਸ਼ ਹੁੰਦਾ ਹੈ । ਮੌਤ ਪਿਛੋਂ ਦਰਬਾਰ ਵਿੱਚ ਪ੍ਰਵਾਨਗੀ ਬਖਸ਼ਿਸ਼ ਹੁੰਦੀ, ਮਾਨਸ ਜਨਮ ਦਾ ਸਫਰ ਸਫਲ ਹੋ ਜਾਂਦਾ ਹੈ ।

You should meditate on the teachings of His Word with each breath. With His mercy and grace, old age and fear of death may never frustrate you in human life journey. With earnings of His Word, you may be blessed with blossom and contentment. With His mercy and grace, after death you may be accepted in His Court and your human life opportunity may become rewarding.

ਆਪੁ ਤਿਆਗਿ ਪਰੀਐ ਨਿਤ ਸਰਨੀ,	aap ti-aag paree-ai nit sarnee
ਗੁਰ ਤੇ ਪਾਈਐ ਏਹੁ ਨਿਧਾਨੁ॥	gur tay paa-ee-ai ayhu niDhaan.
ਜਨਮ ਮਰਣ ਕੀ ਕਟੀਐ ਫਾਸੀ,	janam maran kee katee-ai faasee
ਸਾਚੀ ਦਰਗਹ ਕਾ ਨੀਸਾਨੁ॥੧॥	saachee dargeh kaa neesaan. ||1||

ਆਪਣੀ ਖੁਦਗ਼ਰਜ਼ੀ ਤਿਆਗਕੇ ਸ੍ਰਿਸ਼ਟੀ ਦੀ ਭਲਾਈ, ਸ਼ਬਦਾ ਦੀ ਪਾਲਣਾ ਕਰਨ ਨਾਲ ਜੂੰਨਾਂ ਦਾ ਚੱਕਰ ਖਤਮ ਹੋ ਜਾਂਦਾ ਹੈ । ਪ੍ਰਭ ਦੇ ਦਰਬਾਰ ਵਿੱਚ ਪ੍ਰਵਾਨਗੀ, ਰਹਿਮਤ ਦੀ ਇਹ ਹੀ ਨਿਸ਼ਾਨੀ ਹੈ ।

Whosoever may conquer his selfishness, ego, obeys the teachings of His Word and serves His Creation. He may be blessed with the right path of acceptance in His Court. His cycle of birth and death may be eliminated; this may be a uniqueness of a blessed soul; His true devotee.

ਜੋ ਤੁਮ੍ ਕਰਹੁ ਸੋਈ ਭਲ ਮਾਨਉ,	jo tumH karahu so-ee bhal maan-o
ਮਨ ਤੇ ਛੂਟੈ ਸਗਲ ਗੁਮਾਨੁ॥	man tay chhootai sagal gumaan.
ਕਹੁ ਨਾਨਕ ਤਾ ਕੀ ਸਰਣਾਈ,	kaho naanak taa kee sarnaa-ee
ਜਾ ਕਾ ਕੀਆ ਸਗਲ ਜਹਾਨੁ॥	jaa kaa kee-aa sagal jahaan.
੨॥੧੩॥੯੯॥	||2||13||99||

ਜਿਹੜਾ ਜੀਵ ਪ੍ਰਭ ਦੇ ਬਖਸ਼ੇ ਦਾ ਧੰਨਵਾਦ ਹੀ ਕਰਦਾ ਰਹਿੰਦਾ ਹੈ । ਉਸ ਦੇ ਮਨ ਵਿਚੋਂ ਖੁਦਗ਼ਰਜ਼ੀ, ਅਹੰਕਾਰ ਦਾ ਨਾਸ ਹੋ ਜਾਂਦਾ ਹੈ । ਜਿਹੜਾ ਸਾਰੀ ਸ੍ਰਿਸ਼ਟੀ ਨੂੰ ਪੈਦਾ ਕਰਦਾ, ਰਖਿਆ ਕਰਦਾ ਹੈ । ਬੰਦਗੀ ਕਰਨ ਵਾਲਾ, ਉਸ ਪ੍ਰਭ ਦੀ ਸ਼ਰਣ ਵਿੱਚ ਪ੍ਰਵਾਨ ਹੋ ਜਾਂਦਾ ਹੈ ।

Whosoever may remain gratitude to The True Master for His blessings with each breath; with His mercy and grace, he may conquer his ego and selfishness. The True Master creates, nourishes, and protects His Creation; His true devotee may be accepted in His sanctuary?

339.ਬਿਲਾਵਲੁ ਮਹਲਾ ੫॥ 824-6

ਮਨ ਤਨ ਅੰਤਰਿ ਪ੍ਰਭੁ ਆਹੀ॥	man tan antar parabh aahee.
ਹਰਿ ਗੁਨ ਗਾਵਤ ਪਰਉਪਕਾਰ ਨਿਤ,	har gun gaavat par-upkaar nit
ਤਿਸੁ ਰਸਨਾ ਕਾ ਮੋਲੁ ਕਿਛੁ ਨਾਹੀ॥੧॥	tis rasnaa kaa mol kichh naahee. ||1||
ਰਹਾਉ॥	rahaa-o.

ਮਨ, ਤਨ ਦੇ ਕੇਂਦਰ ਵਿੱਚ ਪ੍ਰਭ ਦਾ ਤਖਤ, ਜੋਤ ਜਾਗਰਤ ਰਹਿੰਦੀ ਹੈ । ਸਵਾਸ ਸਵਾਸ ਸ਼ਬਦ ਦੇ ਗੁਣ ਗਾਉਣ, ਸ੍ਰਿਸ਼ਟੀ ਦੀ ਭੁਲਾਈ ਕਰਦੇ ਜੀਵ ਦੇ ਬੋਲ ਅਮੋਲਕ ਸ਼ਬਦ ਬਣ ਜਾਂਦੇ ਹਨ । ਉਸ ਦੀ ਕੀਮਤ ਜਾਣੀ ਨਹੀਂ ਜਾ ਸਕਦੀ ।

The Holy spirit always remains awake and alert in the center of his body on the Royal throne of The True Master. Whosoever may sing the glory of His Word with each breath and serves His Creation; with His mercy and grace, his spoken words may become His ambrosial Word. The significance of His Words may not be imagined or comprehend by His Creation.

ਕੁਲ ਸਮੂਹ ਉਧਰੇ ਖਿਨ ਭੀਤਰਿ,	kul samooh uDhray khin bheetar
ਜਨਮ ਜਨਮ ਕੀ ਮਲੁ ਲਾਹੀ॥	janam janam kee mal laahee.
ਸਿਮਰਿ ਸਿਮਰਿ ਸੁਆਮੀ ਪ੍ਰਭੁ ਅਪਨਾ,	simar simar su-aamee parabh apnaa
ਅਨਦ ਸੇਤੀ ਬਿਖਿਆ ਬਨੁ ਗਾਹੀ॥੧॥	anad saytee bikhi-aa ban gaahee. ||1||

ਸਵਾਸ ਸਵਾਸ ਸਿਮਰਨ ਨਾਲ ਪ੍ਰਭ ਜ਼ਹਿਰ ਭਰੇ ਸਾਗਰ ਵਿੱਚ ਅਨੰਦ ਬਖਸ਼ਦਾ ਹੈ । ਇੱਕ ਪਲ ਵਿੱਚ ਹੀ ਕੁਲਾਂ ਦਾ ਉਧਾਰ ਹੋ ਜਾਂਦਾ ਹੈ । ਅਨੇਕਾਂ ਜਨਮਾਂ ਦੀ ਮਨ ਨੂੰ ਲੱਗੀ ਮੈਲ ਧੋਤੀ ਜਾਂਦੀ ਹੈ ।

Whosoever may meditate with each breath; with His mercy and grace, he may be blessed with ambrosial nectar even in universe overwhelmed with the sweet poison of worldly wealth. His sins of many previous lives may be forgiven, the blemish of his soul; his generations may be saved in a twinkle of eyes.

ਚਰਨ ਪ੍ਰਭੂ ਕੇ ਬੋਹਿਥੁ ਪਾਏ,	charan parabhoo kay bohith paa-ay
ਭਵ ਸਾਗਰੁ ਪਾਰਿ ਪਰਾਹੀ॥	bhav saagar paar paraahee.
ਸੰਤ ਸੇਵਕ ਭਗਤ ਹਰਿ ਤਾ ਕੇ,	sant sayvak bhagat har taa kay
ਨਾਨਕ ਮਨੁ ਲਾਗਾ ਹੈ ਤਾਹੀ॥	naanak man laagaa hai taahee.
੨॥੧੪॥੧੦੦॥	||2||14||100||

ਬੰਦਗੀ ਕਰਨ ਵਾਲਾ ਸ਼ਬਦ ਰੂਪੀ ਚਰਨਾਂ ਨਾਲ ਲੱਗਾ, ਪ੍ਰਭ ਦਾ ਦਾਸ ਬਣ ਜਾਂਦਾ ਹੈ । ਪ੍ਰਭ ਦੇ ਚਰਨਾਂ, ਸ਼ਬਦ ਰੂਪੀ ਬੇੜੀ ਤੇ ਸਵਾਰ ਹੋ ਕੇ ਸਾਗਰ ਪਾਰ ਕਰ ਜਾਂਦਾ ਹੈ । ਬੰਦਗੀ ਕਰਨ ਵਾਲੇ ਦੀ ਸ਼ਬਦ ਵਿੱਚ ਲਿਵ ਲੱਗੀ ਰਹਿੰਦੀ ਹੈ ।

His true devotee may remain attached to the teachings of His Word; he may be accepted in His court. Whosoever may adopt the teachings of His Word with steady and stable belief, he may be saved, accepted in His Court.

340. ਬਿਲਾਵਲੁ ਮਹਲਾ ੫॥ 824-10

ਧੀਰਉ ਦੇਖਿ ਤੁਮ੍ਹਾਰੈ ਰੰਗਾ॥	Dheera-o daykh tumHaarai rangaa.
ਤੁਹੀ ਸੁਆਮੀ ਅੰਤਰਜਾਮੀ,	tuhee su-aamee antarjaamee
ਤੂਹੀ ਵਸਹਿ ਸਾਧ ਕੈ ਸੰਗਾ॥੧॥	toohee vaseh saaDh kai sangaa. ||1||
ਰਹਾਉ॥	rahaa-o.

ਪ੍ਰਭ ਤੇਰੀ ਕੁਦਰਤ ਦਾ ਅਨੋਖਾ ਖੇਲ ਦੇਖਕੇ ਮੇਰੇ ਮਨ ਵਿੱਚ ਧੀਰਜ ਵਸ ਜਾਂਦਾ ਹੈ । ਅੰਤਰਜਾਮੀ ਮਾਲਕ, ਬੰਦਗੀ ਕਰਨ ਵਾਲੇ ਦੇ ਸਦਾ ਹੀ ਅੰਗ ਸੰਗ ਸਹਾਈ ਰਹਿੰਦਾ ਹੈ ।

His true devotee may remain astonished from the play of His Nature; his mind may remain overwhelmed with patience. The Omniscient True Master always remains companion and supporter of His true devotee.

ਖਿਨ ਮਹਿ ਥਾਪਿ ਨਿਵਾਜੇ ਠਾਕੁਰ,	khin meh thaap nivaajay thaakur
ਨੀਚ ਕੀਟ ਤੇ ਕਰਹਿ ਰਾਜੰਗਾ॥੧॥	neech keet tay karahi raajangaa. ||1||

ਪ੍ਰਭ ਤੇਰੀ ਰਹਿਮਤ ਅਨੋਖੀ ਹੀ ਹੈ । ਇੱਕ ਪਲ ਵਿੱਚ ਹੀ ਨਿਮਾਣੇ ਨੂੰ ਬਲ, ਗ਼ਰੀਬ ਨੂੰ ਰਾਜ ਭਾਗ ਬਖਸ਼ ਸਕਦਾ ਹੈ ।

Your Nature and blessings are astonishing! You may bless helpless strength and motivation; a beggar a royal worldly throne in a twinkle of eyes,

ਕਬਹੂ ਨ ਬਿਸਰੈ ਹੀਏ ਮੋਰੇ ਤੇ,	kabhoo na bisrai hee-ay moray tay
ਨਾਨਕ ਦਾਸ ਇਹੀ ਦਾਨੁ ਮੰਗਾ॥੨॥	naanak daas ihee daan mangaa.
੧੫॥੧੦੧॥	||2||15||101||

ਬੰਦਗੀ ਕਰਨ ਵਾਲਾ ਸਦਾ ਹੀ ਇੱਕੋ ਇੱਕ ਅਰਦਾਸ ਕਰਦਾ ਹੈ । ਪ੍ਰਭ ਤੇਰਾ ਸ਼ਬਦ ਮਨ ਵਿਚੋਂ ਕਦੇ ਵੀ ਵਿਸਰ ਨਾ ਜਾਵੇ ।

His true devotee always prays for His forgiveness! With Your mercy and grace, I may never abandon to obey the teachings of Your Word from my day-to-day life.

341. ਬਿਲਾਵਲੁ ਮਹਲਾ ੫॥ 824-13

ਅਚੁਤ ਪੂਜਾ ਜੋਗ ਗੋਪਾਲ॥	achut poojaa jog gopaal.
ਮਨੁ ਤਨੁ ਅਰਪਿ ਰਖਉ ਹਰਿ ਆਗੈ,	man tan arap rakha-o har aagai
ਸਰਬ ਜੀਆ ਕਾ ਹੈ ਪ੍ਰਤਿਪਾਲ॥੧॥	sarab jee-aa kaa hai partipaal. ||1||
ਰਹਾਉ॥	rahaa-o.

ਪ੍ਰਭ ਤੇਰੇ ਸ਼ਬਦ ਦੀ ਪਾਲਣਾ, ਤੇਰੀ ਪੂਜਾ ਕਰਨਾ ਹੀ ਉਤਮ, ਸੋਭਾ ਵਾਲਾ ਧੰਦਾ ਹੈ । ਆਪਣਾ ਮਨ, ਤਨ, ਆਪਣੀ ਖੁਦਗ਼ਰਜ਼ੀ ਤਿਆਗਕੇ ਪ੍ਰਭ ਦੇ ਸ਼ਬਦ ਦੀ ਪਾਲਣਾ ਕਰੋ ! ਉਹ ਹੀ ਜੀਵਾਂ ਦੀ ਪਾਲਣਾ ਪੋਸਨਾ ਕਰਨ ਵਾਲਾ ਮਾਲਕ ਹੈ ।

The True Master to obey the teachings of Your Word may be the supreme worship and task of great honor. You should surrender your mind, body, and selfishness at His sanctuary and obey the teachings of His Word. The True Master creates, nourishes, and protects His Creation.

ਸਰਨਿ ਸਮ੍ਰਥ ਅਕਥ ਸੁਖਦਾਤਾ,	saran samrath akath sukh-daata
ਕਿਰਪਾ ਸਿੰਧੁ ਬਡੋ ਦਇਆਲ॥	kirpaa sinDh bado da-i-aal.
ਕੰਠਿ ਲਾਇ ਰਾਖੈ ਅਪਨੇ ਕਉ,	kanth laa-ay raakhai apnay ka-o
ਤਿਸ ਨੋ ਲਗੈ ਨ ਤਾਤੀ ਬਾਲ॥੧॥	tis no lagai na taatee baal. ||1||

ਪ੍ਰਭ ਦੀ ਸ਼ਰਣ ਹੀ ਸਭ ਤੋ ਰਖਿਆ ਵਾਲਾ ਘਰ ਹੈ । ਉਹ ਹੀ ਸੁਖਾਂ ਦਾ ਸਾਗਰ, ਦਾਤਾਂ ਦਾ ਭੰਡਾਰੀ ਹੈ । ਜਿਸ ਨੂੰ ਪ੍ਰਭ ਆਪਣਾ ਦਾਸ ਬਣਾ ਲੈਂਦਾ ਹੈ, ਉਸ ਦੇ ਅੰਗ ਸੰਗ ਸਹਾਈ ਰਹਿੰਦਾ ਹੈ । ਉਸ ਨੂੰ ਸੰਸਾਰਕ ਚਿੰਤਾਂ ਪਰੇਸ਼ਾਨ ਨਹੀਂ ਕਰ ਸਕਦੀਆਂ, ਨੇੜੇ ਨਹੀਂ ਆ ਸਕਦੀਆਂ ।

The sanctuary of The True Master, the ocean of comforts and treasure of virtues may be the safest and most protective. Whosoever may be accepted as His true devotee; The True Master remains his pillar of support everywhere. He becomes beyond the reach of worldly frustrations and miseries.

ਦਾਮੋਦਰ ਦਇਆਲ ਸੁਆਮੀ ਸਰਬਸੁ,	daamodar da-i-aal su-aamee sarbas
ਸੰਤ ਜਨਾ ਧਨ ਮਾਲ॥	sant janaa Dhan maal.
ਨਾਨਕ ਜਾਚਿਕ ਦਰਸੁ ਪ੍ਰਭ ਮਾਗੈ,	naanak jaachik daras parabh maagai
ਸੰਤ ਜਨਾ ਕੀ ਮਿਲੈ ਰਵਾਲ॥	sant janaa kee milai ravaal.
੨॥੧੬॥੧੦੨॥	||2||16||102||

ਰਹਿਮਤਾਂ ਦਾ ਮਾਲਕ, ਬੰਦਗੀ ਕਰਨ ਵਾਲੇ ਦਾ ਸਭ ਕੁਝ, ਧਨ, ਹੈਸੀਅਤ ਹੁੰਦਾ ਹੈ । ਬੰਦਗੀ ਕਰਨ ਵਾਲਾ ਸਦਾ ਹੀ ਸ਼ਬਦ ਦੀ ਸੋਝੀ (ਦਰਸ਼ਨ) ਦੀ ਅਰਦਾਸ ਕਰਦਾ ਹੈ । ਬੰਦਗੀ ਕਰਨ ਵਾਲੇ ਸੰਤਾਂ ਦੀ ਧੂੜ, ਨਿਮ੍ਰਤਾ ਹੀ ਮੰਗਦਾ ਹੈ ।

Obeying the teachings of His Word remains the worldly wealth, status, and everything of His true devotee. He may always pray for His forgiveness and begs for enlightenment of His Word. He prays for the dust of the feet of His Holy saints and humility in his worldly life.

342. ਬਿਲਾਵਲੁ ਮਹਲਾ ੫॥ 824-17

ਸਿਮਰਤ ਨਾਮੁ ਕੋਟਿ ਜਤਨ ਭਏ॥	simrat naam kot jatan bha-ay.
ਸਾਧਸੰਗਿ ਮਿਲਿ ਹਰਿ ਗੁਨ ਗਾਏ,	saaDhsang mil har gun gaa-ay
ਜਮਦੂਤਨ ਕਉ ਤ੍ਰਾਸ ਅਹੈ॥੧॥ ਰਹਾਉ॥	jamdootan ka-o taraas ahay. ‖1‖ rahaa-o.

ਪ੍ਰਭ ਦੇ ਸ਼ਬਦ ਨੂੰ ਮਨ ਵਿੱਚ ਜਾਗਰਤ ਕਰਨਾ, ਸਿਮਰਨ ਕਰਨਾ, ਅਨੇਕਾਂ ਹੀ ਜਪ, ਤਪ ਕਰਨ ਦੇ ਬਰਾਬਰ ਹੈ । ਜਿਹੜਾ ਬੰਦਗੀ ਕਰਨ ਵਾਲੇ ਦੀ ਸੰਗਤ, ਸਿਖਿਆਂ ਨਾਲ ਜੀਵਨ ਢਾਲ ਲੈਂਦਾ ਹੈ । ਮੌਤ ਦਾ ਜਮਦੂਤ ਉਸ ਤੋ ਡਰਦਾ, ਨੇੜੇ ਨਹੀਂ ਆਉਂਦਾ ।

Whosoever may remain awake and alert in day-to-day life about the real purpose of his human life opportunity; his meditation may be more significant than many jap, tup, hard meditation, insolation, worship at Holy shrine. Whosoever may adopt the life experience teachings of His true devotee in his own day-to-day life; with His mercy and grace, the devil of death remains away from him, hiding.

ਜੇਤੇ ਪੁਨਹਚਰਨ ਸੇ ਕੀਨ੍ਹੇ,	jaytay punahcharan say keenHay
ਮਨਿ ਤਨਿ ਪ੍ਰਭ ਕੇ ਚਰਣ ਗਹੈ॥	man tan parabh kay charan gahay.
ਆਵਣ ਜਾਣੁ ਭਰਮੁ ਭਉ ਨਾਠਾ,	aavan jaan bharam bha-o naathaa
ਜਨਮ ਜਨਮ ਕੇ ਕਿਲਵਿਖ ਦਹੈ॥੧॥	janam janam kay kilvikh dahay. ‖1‖

ਪ੍ਰਭ ਦੇ ਸ਼ਬਦ ਨੂੰ ਮਨ ਵਿੱਚ ਜਾਗਰਤ ਕਰੋ! ਸ਼ਬਦ ਰੂਪੀ ਚਰਨਾਂ ਨੂੰ ਮਨ ਵਿੱਚ ਵਸਾਵੋ! ਇਸ ਨਾਲ ਅਨੇਕਾਂ ਜਪ, ਤਪ ਕਰਨ ਦਾ ਫਲ ਬਖਸ਼ਿਸ਼ ਹੁੰਦਾ ਹੈ । ਉਸ ਦਾ ਜੂੰਨਾਂ ਦਾ ਚੱਕਰ ਖਤਮ ਹੋ ਜਾਂਦਾ, ਮਨ ਵਿਚੋਂ ਭਰਮ ਨਾਸ ਹੋ ਜਾਂਦੇ ਹਨ । ਅਨੇਕਾਂ ਜਨਮਾਂ ਦੇ ਕੀਤੇ ਪਾਪ ਬਖਸ਼ੇ ਜਾਂਦੇ ਹਨ ।

You should obey the teachings of His Word and enlighten the essence of His Word within your mind. You should dwell in the void of His Word. With His mercy and grace, you may be rewarded the blessings of many japs, taps and worship at many Holy shrines. With His mercy and grace, your suspicions along with your cycle of birth and death may be eliminated. Your sins of many previous lives may be forgiven.

ਨਿਰਭਉ ਹੋਇ ਭਜਹੁ ਜਗਦੀਸੈ,	nirbha-o ho-ay bhajahu jagdeesai
ਏਹੁ ਪਦਾਰਥੁ ਵਡਭਾਗਿ ਲਹੈ॥	ayhu padaarath vadbhaag lahay.
ਕਰਿ ਕਿਰਪਾ ਪੂਰਨ ਪ੍ਰਭ ਦਾਤੇ,	kar kirpaa pooran parabh daatay
ਨਿਰਮਲ ਜਸੁ ਨਾਨਕ ਦਾਸ ਕਹੈ॥	nirmal jas naanak daas kahay.
੨॥੧੭॥੧੦੩॥	‖2‖17‖103‖

ਵੱਡੇ ਭਾਗਾਂ ਨਾਲ ਹੀ ਸੰਸਾਰਕ ਇੱਛਾਂ ਰਹਿਤ ਹੋ ਕੇ ਸ਼ਬਦ ਦੀ ਪਾਲਣਾ ਕਰਨਾ ਵਾਲੀ ਅਵਸਥਾ ਨਸੀਬ ਹੁੰਦੀ ਹੈ । ਰਹਿਮਤਾਂ ਦੇ ਮਾਲਕ, ਤਰਸ ਭਰੀ ਨਜ਼ਰ ਬਖਸ਼ੋ! ਤੇਰਾ ਨਿਮਾਣਾ ਦਾਸ ਤੇਰੇ ਪਵਿੱਤਰ ਸ਼ਬਦ ਦਾ ਸਿਮਰਨ ਕਰੇ, ਗੁਣ ਗਾਉਂਦਾ ਰਹੇ ।

Whosoever may have great prewritten destiny, he may be blessed with a state of mind as His true devotee without any blemish of worldly desires. The Merciful True Master, blesses Your true devotee with a devotion to meditate and sings the glory of Your Word. I may sing the glory of Your Word with each breath, day, and night.

343.ਬਿਲਾਵਲੁ ਮਹਲਾ ੫॥ 825 -1

ਸੁਲਹੀ ਤੇ ਨਾਰਾਇਣ ਰਾਖੁ॥	sulhee tay naaraa-in raakh.
ਸੁਲਹੀ ਕਾ ਹਾਥੁ ਕਹੀ ਨ ਪਹੁਚੈ,	sulhee kaa haath kahee na pahuchai
ਸੁਲਹੀ ਹੋਇ ਮੂਆ ਨਾਪਾਕੁ॥੧॥	sulhee ho-ay moo-aa naapaak. ‖1‖

ਰਹਾਉ॥ rahaa-o.

ਪ੍ਰਭ ਬੰਦਗੀ ਕਰਨ ਵਾਲੇ ਨੂੰ ਜ਼ਾਲਮ ਦੇ ਮੌਤ ਦੇ ਫੰਧੇ ਤੇ ਵੀ ਬਚਾ ਸਕਦਾ, ਲੈਂਦਾ ਹੈ । ਉਸ ਜ਼ਾਲਮ ਨੂੰ ਬੁਰੀ ਸਜ਼ਾ ਦੇਂਦਾ ਹੈ, ਜੂੰਨਾਂ ਦੇ ਚੱਕਰ ਵਿੱਚ ਪਾਉਂਦਾ ਹੈ ।

The True Master may save His true devotee from the tyrant, from the devil of death, even at the last moment of crucifixion. He may punish the tyrant and keeps him in the cycle of birth and death.

ਕਾਢਿ ਕੁਠਾਰੁ ਖਸਮਿ ਸਿਰੁ ਕਾਟਿਆ, kaadh kuthaar khasam sir kaati-aa
ਖਿਨ ਮਹਿ ਹੋਇ ਗਇਆ ਹੈ ਖਾਕੁ॥ khin meh ho-ay ga-i-aa hai khaak.
ਮੰਦਾ ਚਿਤਵਤ ਚਿਤਵਤ ਪਚਿਆ, mandaa chitvat chitvat pachi-aa
ਜਿਨਿ ਰਚਿਆ ਤਿਨਿ ਦੀਨਾ ਧਾਕੁ॥੧॥ jin rachi-aa tin deenaa Dhaak. ||1||

ਇੱਕ ਪਲ ਵਿੱਚ ਹੀ ਪ੍ਰਭ ਦੀ ਕੁਦਰਤ ਵਾਪਰਦੀ ਹੈ । ਜ਼ਾਲਮ ਨੂੰ ਮੌਤ ਦੇ ਘਾਟ ਉਤਾਰ ਦੇਂਦਾ, ਹੈਸੀਅਤ ਭਸਮ ਕਰ ਦੇਂਦਾ ਹੈ । ਜਿਹੜਾ ਕਿਸੇ ਦਾ ਬੁਰਾ ਸੋਚਦਾ ਹੈ, ਪ੍ਰਭ ਆਪ ਹੀ ਉਸ ਨੂੰ ਸਜ਼ਾ ਦੇਂਦਾ ਹੈ । ਜੀਵ ਨੂੰ ਪੈਦਾ ਕਰਨ ਵਾਲੇ ਦੇ ਹੁਕਮ ਨਾਲ ਹੀ ਮੌਤ ਆਉਂਦੀ ਹੈ ।

Only His command and nature may prevail in the universe in a twinkle of eyes. The tyrant may put to death and his worldly status may be eliminated as ashes. Whosoever may think evil about other; with His mercy and grace, he may endure the miseries of his own thoughts. Whosoever has created the universe, the destruction may only happen under His command. Only His command prevails both in birth and death.

ਪੁਤ੍ਰ ਮੀਤ ਧਨੁ ਕਿਛੂ ਨ ਰਹਿਓ, putar meet Dhan kichhoo na rahi-o
ਸੁ ਛੋਡਿ ਗਇਆ ਸਭ ਭਾਈ ਸਾਕੁ॥ so chhod ga-i-aa sabh bhaa-ee saak.
ਕਹੁ ਨਾਨਕ ਤਿਸੁ ਪ੍ਰਭ ਬਲਿਹਾਰੀ, kaho naanak tis parabh balihaaree
ਜਿਨਿ ਜਨ ਕਾ ਕੀਨੋ ਪੂਰਨ ਵਾਕੁ॥ jin jan kaa keeno pooran vaak.
੨॥੧੮॥੧੦੪॥ ||2||18||104||

ਸੰਸਾਰਕ ਸਾਥੀ, ਭੈਣ, ਭਾਈ, ਸਬੰਧੀ ਅੰਤ ਸਮੇਂ ਕੋਈ ਮਦਦ ਨਹੀਂ ਕਰ ਸਕਦੇ । ਸਭ ਕੁਝ ਛੱਡਕੇ ਇਕੇਲਾ ਹੀ ਵਾਪਸ ਜਾਂਦਾ ਹੈ, ਆਪਣੇ ਕੀਤੇ ਦਾ ਲੇਖਾ ਭੋਗਦਾ ਹੈ । ਜਿਹੜਾ ਆਪਣੇ ਦਾਸ ਦੇ ਮਨ ਦੀਆਂ ਅਣਬੋਲੀਆਂ ਮੁਰਾਦਾਂ ਵੀ ਪੂਰੀਆਂ ਕਰ ਦੇਂਦਾ ਹੈ । ਪ੍ਰਭ ਦਾ ਦਾਸ, ਪ੍ਰਭ ਦੀਆਂ ਰਹਿਮਤਾਂ ਤੋ ਸਦਾ ਹੀ ਹੈਰਾਨ ਰਹਿੰਦਾ, ਧੰਨਵਾਦ ਹੀ ਕਰਦਾ ਹੈ ।

Worldly family, associates, followers, and worldly status may not be able to help his soul in His Court after death. His soul must renounce everything at earth and return to face judgement for her deeds. Whosoever may satisfy the spoken and unspoken desires of His true devotee. His true devotee remains fascinated and astonished from the miracles of His Nature and he always sings the glory of The True Master.

344.ਬਿਲਾਵਲੁ ਮਹਲਾ ੫॥ 825-5

ਪੂਰੇ ਗੁਰ ਕੀ ਪੂਰੀ ਸੇਵ॥ pooray gur kee pooree sayv.
ਆਪੇ ਆਪਿ ਵਰਤੈ ਸੁਆਮੀ, aapay aap vartai su-aamee
ਕਾਰਜੁ ਰਾਸਿ ਕੀਆ ਗੁਰਦੇਵ॥੧॥ kaaraj raas kee-aa gurdayv. ||1||
ਰਹਾਉ॥ rahaa-o.

ਪੂਰਨ ਪ੍ਰਭ ਦਾ ਸ਼ਬਦ ਵੀ ਅਟੱਲ ਹੈ, ਪਾਲਣਾ ਕਰਨ ਨਾਲ ਮਨ ਪਵਿੱਤਰ ਹੋ ਜਾਂਦਾ ਹੈ । ਪ੍ਰਭ ਹਰ ਕੰਮ ਵਿੱਚ ਆਪ ਹੀ ਵਾਪਰਦਾ ਹੈ, ਕਰਨ ਕਰਾਉਣ ਦਾ ਕਾਰਨ ਬਣਾਉਂਦਾ ਹੈ । ਉਹ ਹੀ ਬੰਦਗੀ ਕਰਨ ਵਾਲੇ ਦੇ ਸਾਰੇ ਸੰਸਾਰਕ ਧੰਦੇ ਸਫਲ ਕਰ ਦੇਂਦਾ ਹੈ ।

The Word of The Perfect Guru, True Master remains the perfect way to sanctify soul of any creature to become worthy of His consideration. Only,

The True Master, His command prevails in every task; He creates the purpose of each event. Only He may make all the task of His true devotee exceed his expectations.

ਆਦਿ ਮਧਿ ਪ੍ਰਭੁ ਅੰਤਿ ਸੁਆਮੀ,	aad maDh parabh ant su-aamee
ਅਪਨਾ ਥਾਟੁ ਬਨਾਇਓ ਆਪਿ॥	apnaa thaat banaa-i-o aap.
ਅਪਨੇ ਸੇਵਕ ਕੀ ਆਪੇ ਰਾਖੈ,	apnay sayvak kee aapay raakhai
ਪ੍ਰਭ ਮੇਰੇ ਕੋ ਵਡ ਪਰਤਾਪੁ॥੧॥	parabh mayray ko vad partaap. ||1||

ਜੀਵਨ ਦੇ ਆਰੰਭ, ਸੰਸਾਰਕ ਜੀਵਨ ਅਤੇ ਮੌਤ ਪਿਛੋਂ ਆਪ ਹੀ ਵਾਪਰਦਾ ਹੈ । ਸ੍ਰਿਸ਼ਟੀ ਦਾ ਖੇਲ ਪ੍ਰਭ ਨੇ ਹੀ ਬਣਾਇਆ ਹੋਇਆ ਹੈ । ਪ੍ਰਭ ਆਪ ਹੀ ਆਪਣੇ ਸੇਵਕ ਦੀ ਰਖਿਆ ਕਰਦਾ ਹੈ । ਉਸ ਦੇ ਸ਼ਬਦ ਦਾ ਨੂਰ ਅਨੋਖਾ ਹੀ ਹੁੰਦਾ ਹੈ ।

In the beginning of the life of a creature, in his path of life and after death, only His command prevails. The True Master has created an astonishing play of the universe. He protects new born creature in all the way; The glory of His Word, His protection remains astonishing.

ਪਾਰਬ੍ਰਹਮ ਪਰਮੇਸੁਰ ਸਤਿਗੁਰ,	paarbarahm parmaysur satgur
ਵਸਿ ਕੀਨੇ੍ ਜਿਨਿ ਸਗਲੇ ਜੰਤ॥	vas keenHay jin saglay jant.
ਚਰਨ ਕਮਲ ਨਾਨਕ ਸਰਣਾਈ,	charan kamal naanak sarnaa-ee
ਰਾਮ ਨਾਮ ਜਪਿ ਨਿਰਮਲ ਮੰਤ॥	raam naam jap nirmal mant.
੨॥੧੯॥੧੦੫॥	||2||19||105||

ਸਭ ਜੀਵ, ਜੰਤ ਅਸਲੀ ਮਾਲਕ ਪ੍ਰਭ ਦੇ ਵੱਸ ਵਿੱਚ ਹੀ ਹਨ । ਉਸ ਦੇ ਹੁਕਮ ਅੰਦਰ ਹੀ ਚਲ ਸਕਦੇ ਹਨ । ਬੰਦਗੀ ਕਰਨ ਵਾਲਾ, ਸਦਾ ਹੀ ਸ਼ਬਦ ਦੀ ਸਿਖਿਆਂ ਵਿੱਚ ਭਰੋਸਾ ਅਡੋਲ ਰਖਦਾ ਹੈ । ਉਸ ਦੀ ਸ਼ਰਣ ਵਿੱਚ ਪਨਾਹ ਮੰਗਦਾ, ਉਸ ਦੇ ਪਵਿੱਤਰ ਸ਼ਬਦ ਦਾ ਸਿਮਰਨ ਕਰਦਾ ਹੈ ।

The whole creation of the universe remains under the command of The One and only One True Master, Creator of the universe. Everyone may only function in the universe under His command. His true devotee always obeys the teachings of His Word with a steady and stable belief in his day-to-day life. He always prays for His refuge, sanctuary and meditate on the teachings of His Word with steady and stable belief in day-to-day life.

345.ਬਿਲਾਵਲੁ ਮਹਲਾ ੫॥ 825-8

ਤਾਪ ਪਾਪ ਤੇ ਰਾਖੇ ਆਪ॥	taap paap tay raakhay aap.
ਸੀਤਲ ਭਏ ਗੁਰ ਚਰਨੀ ਲਾਗੇ,	seetal bha-ay gur charnee laagay
ਰਾਮ ਨਾਮ ਹਿਰਦੇ ਮਹਿ ਜਾਪ॥੧॥	raam naam hirday meh jaap. ||1||
ਰਹਾਉ॥	rahaa-o.

ਆਪ ਹੀ ਆਪਣੇ ਬੰਦਗੀ ਕਰਨ ਵਾਲੇ ਨੂੰ ਬੁਰੇ ਕੰਮਾਂ, ਦੁਖਾਂ ਤੋ ਬਚਾਕੇ ਰਖਦਾ ਹੈ । ਜਿਹੜਾ ਸ਼ਬਦ ਦਾ ਸਿਮਰਨ ਅਡੋਲ ਭਰੋਸੇ ਨਾਲ ਕਰਦਾ ਹੈ, ਉਸ ਦੇ ਮਨ ਵਿੱਚ ਸੰਤੋਖ ਖੇੜਾ ਵਸ ਜਾਂਦਾ ਹੈ ।

The True Master may keep His true devotee away from evil deeds and protects him in his worldly journey. Whosoever may meditate with steady and stable belief on the teachings of His Word; with His mercy and grace, he may be blessed with blossom in his human life journey.

ਕਰਿ ਕਿਰਪਾ ਹਸਤ ਪ੍ਰਭਿ ਦੀਨੇ,	kar kirpaa hasat parabh deenay
ਜਗਤ ਉਧਾਰ ਨਵ ਖੰਡ ਪ੍ਰਤਾਪ॥	jagat uDhaar nav khand partaap.
ਦੁਖ ਬਿਨਸੇ ਸੁਖ ਅਨਦ ਪ੍ਰਵੇਸਾ,	dukh binsay sukh anad parvaysaa
ਤ੍ਰਿਸਨ ਬੁਝੀ ਮਨ ਤਨ ਸਚੁ ਧ੍ਰਾਪ॥੧॥	tarisan bujhee man tan sach Dharaap. |1||

ਪ੍ਰਭ ਨੇ ਰਹਿਮਤ ਬਖਸ਼ਕੇ, ਸ੍ਰਿਸ਼ਟੀ ਵਿਚੋਂ ਅਗਿਆਨਤਾ ਦਾ ਅੰਧੇਰਾ ਦੂਰ ਕੀਤਾ ਹੈ । ਉਸ ਦੇ ਨੂਰ ਦੀ ਰੋਸ਼ਨੀ, ਨੌਂ ਖੰਡਾਂ ਵਿੱਚ ਹੁੰਦੀ ਹੈ, ਉਹ ਹੀ ਹਰ ਥਾਂ ਵਾਪਰਦਾ ਹੈ । ਉਸ ਦੀ ਰਹਿਮਤ ਦੀ ਨਜ਼ਰ ਨਾਲ ਮਨ ਵਿਚੋਂ ਭਰਮ, ਦੁਖ ਦੂਰ ਹੋ ਜਾਂਦੇ ਹਨ । ਮਨ ਵਿਚੋਂ ਇੱਛਾਂ ਦੀ ਪਿਆਸ ਖਤਮ ਹੋ ਜਾਂਦੀ, ਮਨ ਵਿੱਚ ਪੂਰਨ ਸੰਤੋਖ ਵਸ ਜਾਂਦਾ ਹੈ ।

With His mercy and grace, The True Master has eliminated the ignorance from the real purpose of human life opportunity. The glow of His Holy Spirit shines and prevails in all nine origins of the universe. With His mercy and grace, all religious suspicions and miseries of worldly desires may be eliminated. The thirst of worldly desires of His true devotee may be quenched. He may remain completely contented in his worldly life.

ਅਨਾਥ ਕੋ ਨਾਥੁ ਸਰਣਿ ਸਮਰਥਾ,	anaath ko naath saran samrathaa
ਸਗਲ ਸ੍ਰਿਸਟਿ ਕੋ ਮਾਈ ਬਾਪੁ॥	sagal sarisat ko maa-ee baap.
ਭਗਤਿ ਵਛਲ ਭੈ ਭੰਜਨ ਸੁਆਮੀ,	bhagat vachhal bhai bhanjan su-aamee
ਗੁਣ ਗਾਵਤ ਨਾਨਕ ਆਲਾਪ॥	gun gaavat naanak aalaap.
੨॥੨੦॥੧੦੬॥	||2||20||106||

ਜਿਸ ਜੀਵ ਦਾ ਕੋਈ ਸਿਖਿਆਂ ਦੇਣ ਵਾਲਾ ਗੁਰੂ ਨਹੀਂ ਹੁੰਦਾ । ਪ੍ਰਭ ਹੀ ਉਸ ਦਾ ਸਿਖਿਆਂ ਦੇਣ ਵਾਲਾ ਗੁਰੂ ਬਣ ਜਾਂਦਾ ਹੈ । ਪ੍ਰਭ ਸ਼ਰਣ ਵਿੱਚ ਆਏ ਦੀ ਰਖਿਆ ਕਰਦਾ, ਬਲ ਬਖਸ਼ਦਾ ਹੈ । ਉਹ ਹੀ ਸ੍ਰਿਸ਼ਟੀ ਦੇ ਜੀਵਾਂ ਦੀ ਮਾਤਾ, ਪਿਤਾ ਦੇ ਰੂਪ ਵਿੱਚ ਪਾਲਣਾ ਪੋਸਨਾ ਕਰਦਾ ਹੈ । ਉਹ ਆਪਣੇ ਬੰਦਗੀ ਕਰਨ ਵਾਲੇ ਦਾਸਾਂ ਦਾ ਪ੍ਰੇਮੀ ਹੁੰਦਾ ਹੈ । ਬੰਦਗੀ ਕਰਨ ਵਾਲਾ ਸ਼ਬਦ ਦੇ ਗੁਣ ਗਾਉਂਦਾ, ਪਾਲਣਾ ਵਿੱਚ ਮਸਤ ਰਹਿੰਦਾ ਹੈ ।

Whosoever may not have any teacher, parents to guide him in the universe; with His mercy and grace, He may become his teacher to guide him on the right path of worldly life. Whosoever may surrender his mind, body, and worldly status at His sanctuary; with His mercy and grace, he may be blessed with strength and wisdom to survive. He prevails in the universe in worldly mother and father to nourish His Creation. The True Master remains intoxicated with the devotion of His true devotee and He remains anxious to immerse him within His Holy Spirit. His true devotee always remains intoxicated in singing the glory and obeying the teachings of His Word.

346.ਬਿਲਾਵਲੁ ਮਹਲਾ ੫॥ 825-13

ਜਿਸ ਤੇ ਉਪਜਿਆ ਤਿਸਹਿ ਪਛਾਨੁ॥	jis tay upji-aa tiseh pachhaan.
ਪਾਰਬ੍ਰਹਮੁ ਪਰਮੇਸਰੁ ਧਿਆਇਆ,	paarbarahm parmaysar Dhi-aa-i-aa
ਕੁਸਲ ਖੇਮ ਹੋਏ ਕਲਿਆਨ॥੧॥	kusal khaym ho-ay kali-aan. ||1||
ਰਹਾਉ॥	rahaa-o.

ਜੀਵ ਜਿਸ ਜੋਤ ਵਿਚੋਂ ਤੂੰ ਪੈਦਾ ਹੋਇਆ ਹੈ, ਉਸ ਨੂੰ ਪਛਾਣ, ਆਪਣੇ ਮਾਨਸ ਜੀਵਨ ਦਾ ਮੰਤਵ ਸਮਝੋ ! ਸ਼ਬਦ ਦਾ ਸਿਮਰਨ, ਪਾਲਣਾ ਨਾਲ ਮਨ ਵਿੱਚ ਸੰਤੋਖ, ਖੇੜਾ, ਅਮਰ ਅਵਸਥਾ ਬਖਸ਼ਿਸ਼ ਹੋ ਜਾਂਦੀ ਹੈ ।

You should recognize the origin, the source of your creation, and the real purpose of human life opportunity. Whosoever may meditate, obeys the teachings of His Word with steady and stable belief in his day-to-day life; with His mercy and grace, he may be blessed with contentment, blossom, and immortal state of mind in his human life journey.

ਗੁਰੁ ਪੂਰਾ ਭੇਟਿਓ ਬਡ ਭਾਗੀ,	gur pooraa bhayti-o bad bhaagee
ਅੰਤਰਜਾਮੀ ਸੁਘੜੁ ਸੁਜਾਨੁ॥	antarjaamee sugharh sujaan.
ਹਾਥ ਦੇਇ ਰਾਖੇ ਕਰਿ ਅਪਨੇ,	haath day-ay raakhay kar apnay
ਬਡ ਸਮਰਥੁ ਨਿਮਾਣਿਆ ਕੋ ਮਾਨੁ॥੧॥	bad samrath nimaani-aa ko maan. ||1||

ਵੱਡੇ ਭਾਗਾਂ ਨਾਲ ਅੰਤਰਜਾਮੀ, ਸਰਬ ਕਲਾ ਸਮਰਥ ਪ੍ਰਭ ਦੇ ਸ਼ਬਦ ਦੀ ਪਾਲਣ ਵਿੱਚ ਲਗਨ ਲੱਗੀ ਹੈ । ਪ੍ਰਭ ਨੇ ਆਪਣੀ ਰਹਿਮਤ ਨਾਲ ਸ਼ਬਦ ਦੀ ਸੋਝੀ ਬਖਸ਼ੀ ਹੈ । ਆਪਣੀ ਸ਼ਰਣ ਬਖਸ਼ਕੇ ਆਪਣੇ ਦਾਸ ਦਾ ਪਰਦਾ ਢੱਕਿਆ, ਲਾਜ ਰਖੀ ਹੈ ।

With great prewritten destiny, I have been attached to meditate and obey the teachings of His Word; The Omnipotent, Omniscient True Master. With His mercy and grace, I have been enlightened with the essence of His Word. He has accepted me in His sanctuary and protected my honor.

ਭ੍ਰਮ ਭੈ ਬਿਨਸਿ ਗਏ ਖਿਨ ਭੀਤਰਿ,	bharam bhai binas ga-ay khin bheetar
ਅੰਧਕਾਰ ਪ੍ਰਗਟੇ ਚਾਨਾਣੁ॥	anDhkaar pargatay chaanaan.
ਸਾਸਿ ਸਾਸਿ ਆਰਾਧੈ ਨਾਨਕੁ,	saas saas aaraaDhai naanak
ਸਦਾ ਸਦਾ ਜਾਈਐ ਕੁਰਬਾਣੁ॥	sadaa sadaa jaa-ee-ai kurbaan.
੨॥੨੧॥੧੦੭॥	||2||21||107||

ਭਰਮ ਦੂਰ ਕਰਕੇ ਇੱਕ ਪਲ ਵਿੱਚ ਹੀ ਅਗਿਆਨਤਾ ਦਾ ਅੰਧੇਰਾ ਦੂਰ ਕੀਤਾ ਹੈ । ਮਨ ਵਿੱਚ ਸ਼ਬਦ ਨੂੰ ਜਾਗਰਤ ਕੀਤਾ ਹੈ, ਨੂਰ ਬਖਸ਼ਿਆ ਹੈ । ਬੰਦਗੀ ਕਰਨ ਵਾਲਾ ਸਵਾਸ ਸਵਾਸ ਪ੍ਰਭ ਦੇ ਸ਼ਬਦ ਦਾ ਜਾਪ ਕਰਦਾ ਹੈ । ਉਸ ਦੇ ਬਖਸ਼ੇ ਦਾ ਧੰਨਵਾਦ ਕਰਦਾ ਰਹਿੰਦਾ ਹੈ ।

With His mercy and grace, He has eliminated all religious suspicions and the ignorance of my mind. I have been enlightened with the essence of His Word and His eternal glow. His true devotee remains meditating with each breath and he remains grateful for His blessings.

347. ਬਿਲਾਵਲੁ ਮਹਲਾ ੫॥ 825-17

ਦੋਵੈ ਥਾਵ ਰਖੇ ਗੁਰ ਸੂਰੇ॥	dovai thaav rakhay gur sooray.
ਹਲਤ ਪਲਤ ਪਾਰਬ੍ਰਹਮਿ ਸਵਾਰੇ,	halat palat paarbarahm savaaray
ਕਾਰਜ ਹੋਏ ਸਗਲੇ ਪੂਰੇ॥੧॥ ਰਹਾਉ॥	kaaraj ho-ay saglay pooray. ||1|| rahaa-o.

ਪ੍ਰਭ ਦਾ ਹੁਕਮ ਹੀ ਸੰਸਾਰ ਵਿੱਚ ਅਤੇ ਮੌਤ ਪਿਛੋਂ ਦੋਨਾਂ ਥਾਂ ਤੇ ਚਲਦਾ ਹੈ । ਜੀਵ ਨੂੰ ਸਿੱਧੇ ਰਸਤੇ ਤੇ ਅਡੋਲ ਰਖਦਾ ਹੈ । ਉਸ ਦੇ ਮਾਨਸ ਜਨਮ ਦੇ ਸਾਰੇ ਕਾਰਜ ਸਵਾਰ ਦੇਂਦਾ, ਸ਼ਰਣ ਵਿੱਚ ਪ੍ਰਵਾਨ ਕਰ ਲੈਂਦਾ ਹੈ ।

Only His command prevails at both places in worldly life and after death in His Court. The True Master may inspire His Creation on the right path in the universe. With His mercy and grace, He may satisfy all purpose of human life journey and accepts his soul in His sanctuary.

ਹਰਿ ਹਰਿ ਨਾਮੁ ਜਪਤ ਸੁਖ ਸਹਜੇ,	har har naam japat sukh sehjay
ਮਜਨੁ ਹੋਵਤ ਸਾਧੂ ਧੂਰੇ॥	majan hovat saaDhoo Dhooray.
ਆਵਣ ਜਾਣ ਰਹੇ ਥਿਤਿ ਪਾਈ,	aavan jaan rahay thit paa-ee
ਜਨਮ ਮਰਣ ਕੇ ਮਿਟੇ ਬਿਸੂਰੇ॥੧॥	janam maran kay mitay bisooray. ||1||

ਬੰਦਗੀ ਕਰਨ ਵਾਲਾ ਦਾਸ ਪ੍ਰਭ ਦੇ ਸ਼ਬਦ ਦਾ ਸਵਾਸ ਸਵਾਸ ਸਿਮਰਨ ਕਰਦਾ ਹੈ । ਉਸ ਦੇ ਮਨ ਵਿੱਚ ਸੰਤੋਖ ਵਸਦਾ ਹੈ, ਨਿਮ੍ਰਤਾ ਵਾਲਾ ਬਣ ਜਾਦਾ ਹੈ । ਜਿਹੜਾ ਸੰਤਾਂ ਦੇ ਚਰਨਾਂ ਦੀ ਧੂੜ ਨਾਲ ਇਸ਼ਨਾਨ ਕਰਦਾ ਹੈ । ਉਸ ਦਾ ਜੂੰਨਾਂ ਦਾ ਲੇਖਾ ਖਤਮ ਹੋ ਜਾਂਦਾ ਹੈ, ਮਨ ਵਿੱਚ ਸੰਤੋਖ, ਖੇੜਾ ਵਸਦਾ ਹੈ । ਮਾਤਾ ਦੇ ਗਰਭ ਵਿੱਚ ਜਾਣ ਦਾ ਦੁਖ ਨਹੀਂ ਸਹਿਣਾ ਪੈਂਦਾ ।

His true devotee may meditate with each breath on the teachings of His Word. He may be blessed with humility and contentment in his human life.

Whosoever may adopt the life experience teachings of His Holy saints; with His mercy and grace, his cycle of birth and death may be eliminated. He may be blessed with contentment and blossom in his human life. He may not enter and endue the misery of the womb of mother again.

ਭ੍ਰਮ ਭੈ ਤਰੇ ਛੁਟੇ ਭੈ ਜਮ ਕੇ,	bharam bhai taray chhutay bhai jam kay
ਘਟਿ ਘਟਿ ਏਕੁ ਰਹਿਆ ਭਰਪੂਰੇ॥	ghat ghat ayk rahi-aa bharpooray.
ਨਾਨਕ ਸਰਣਿ ਪਰਿਓ ਦੁਖ ਭੰਜਨ,	naanak saran pari-o dukh bhanjan
ਅੰਤਰਿ ਬਾਹਰਿ ਪੇਖਿ ਹਜੂਰੇ॥	antar baahar paykh hajooray.
੨॥੨੨॥੧੦੮॥	||2||22||108||

ਉਹ ਭਰਮਾਂ ਦੇ, ਡਰ ਦੇ ਭਰੇ ਸੰਸਾਰ ਨੂੰ ਪਾਰ ਕਰ ਜਾਂਦਾ ਹੈ । ਉਸ ਦਾ ਮੌਤ ਦਾ ਡਰ ਖਤਮ ਹੋ ਜਾਂਦਾ ਹੈ । ਉਹ ਪ੍ਰਭ ਹਰਇੱਕ ਜੀਵ ਦੇ ਮਨ, ਤਨ ਵਿੱਚ ਵਸਦਾ, ਵਾਪਰਦਾ ਹੈ । ਬੰਦਗੀ ਕਰਨ ਵਾਲਾ ਅਡੋਲ ਭਰੋਸੇ ਨਾਲ ਸ਼ਬਦ ਦੀ ਪਾਲਣਾ ਕਰਦਾ ਉਸ ਦੀ ਸ਼ਰਣ ਵਿੱਚ ਵਸਦਾ ਹੈ । ਉਸ ਦੇ ਸ਼ਬਦ ਨੂੰ ਮਨ ਵਿੱਚ ਜਾਗਰਤ ਅਤੇ ਸੁਚੇਤ ਰਖਦਾ ਹੈ ।

His true devotee may cross the worldly ocean overwhelmed with worldly suspicions and fear of death. The True Master dwells and prevails in the mind and body of each creature. His true devotee obeys the teachings of His Word with steady and stable belief and dwells in His sanctuary. He keeps the teachings of His Word enlightened, awake and alert within his mind.

348.ਬਿਲਾਵਲੁ ਮਹਲਾ ੫॥ 826-1

ਦਰਸਨੁ ਦੇਖਤ ਦੋਖ ਨਸੇ॥	darsan daykhat dokh nasay.
ਕਬਹੁ ਨ ਹੋਵਹੁ ਦ੍ਰਿਸਟਿ ਅਗੋਚਰ,	kabahu na hovhu darisat agochar
ਜੀਅ ਕੈ ਸੰਗਿ ਬਸੇ॥੧॥ ਰਹਾਉ॥	jee-a kai sang basay. ||1|| rahaa-o.

ਪ੍ਰਭ ਦੀ ਰਹਿਮਤ ਦੀ ਨਜ਼ਰ ਨਾਲ, ਸ਼ਬਦ ਦੀ ਸੋਝੀ ਨਾਲ ਮਨ ਵਿਚੋਂ ਸੰਸਾਰਕ ਇੱਛਾਂ ਦੇ ਦੁਖ ਦੂਰ ਹੋ ਗਏ ਹਨ । ਰਹਿਮਤਾਂ ਦੇ ਮਾਲਕ, ਮੇਰੇ ਮਨ ਵਿਚੋਂ ਕਦੇ ਦੂਰ ਨਾ ਹੋਣਾ! ਮਨ ਵਿੱਚ ਸਦਾ ਹੀ ਜਾਗਰਤ ਰਹਿਣਾ ।

With His mercy and grace, with the enlightenment of the essence of His Word, all my miseries of worldly desires have been eliminated from my mind. His true devotee prays! My True Master never remains away from my soul and always guides me on the right path of human life journey.

ਪ੍ਰੀਤਮ ਪ੍ਰਾਨ ਅਧਾਰ ਸੁਆਮੀ॥	pareetam paraan aDhaar su-aamee.
ਪੂਰਿ ਰਹੇ ਪ੍ਰਭ ਅੰਤਰਜਾਮੀ॥੧॥	poor rahay parabh antarjaamee. ||1||

ਰਹਿਮਤਾਂ ਦਾ ਮਾਲਕ ਜੀਵ ਦੇ ਸਵਾਸਾਂ ਦਾ ਆਸਰਾ, ਮਾਲਕ ਹੈ । ਅੰਤਰਜਾਮੀ ਪ੍ਰਭ ਹਰਇੱਕ ਮਨ ਵਿੱਚ ਹੀ ਹਾਜਰਾ ਹਜ਼ੂਰ ਵਾਪਰਦਾ ਹੈ ।

The Omniscient True Master remains the support and controller of the breaths of His Creation. The Omnipresent prevails in each event in his worldly life.

ਕਿਆ ਗੁਣ ਤੇਰੇ ਸਾਰਿ ਸਮ੍ਾਰੀ॥	ki-aa gun tayray saar samHaaree.
ਸਾਸਿ ਸਾਸਿ ਪ੍ਰਭ ਤੁਝਹਿ ਚਿਤਾਰੀ॥੨॥	saas saas parabh tujheh chitaaree. ||2||

ਪ੍ਰਭ ਤੇਰੇ ਕਿਹੜੇ ਕਿਹੜੇ ਗੁਣ ਦੀ ਉਸਤਤ ਕਰਾ, ਗੁਣ ਗਾਵਾ? ਸਵਾਸ ਸਵਾਸ ਤੇਰੇ ਸ਼ਬਦ ਦਾ ਸਿਮਰਨ ਕਰਦਾ, ਯਾਦ ਕਰਦਾ ਹਾ ।

The True Master, which of Your virtue, may I praise or sing the glory? I remain in renunciation in the memory of my separation from The Holy Spirit with each breath.

ਕਿਰਪਾ ਨਿਧਿ ਪ੍ਰਭ ਦੀਨ ਦਇਆਲਾ॥	kirpaa niDh parabh deen da-i-aalaa.
ਜੀਅ ਜੰਤ ਕੀ ਕਰਹੁ ਪ੍ਰਤਿਪਾਲਾ॥੩॥	

jee-a jant kee karahu partipaalaa. ||3||

ਪ੍ਰਭ ਤੂੰ ਹੀ ਰਹਿਮਤਾਂ ਦਾ ਮਾਲਕ ਹੈ । ਸਾਰੇ ਜੀਵਾਂ ਜੰਤਾਂ ਦੀ ਪਾਲਣਾ ਪੋਸਨਾ, ਰਖਿਆ ਕਰਦਾ ਹੈ ।

The True Master, treasure of all blessings nourishes, protects all the creatures of the universe.

ਆਠ ਪਹਰ ਤੇਰਾ ਨਾਮੁ ਜਨੁ ਜਾਪੇ॥	aath pahar tayraa naam jan jaapay.
ਨਾਨਕ ਪ੍ਰੀਤਿ ਲਾਈ ਪ੍ਰਭਿ ਆਪੇ॥	naanak pareet laa-ee parabh aapay.
੪॥੨੩॥੧੦੯॥	||4||23||109||

ਤੇਰਾ ਨਿਮਾਣਾ ਦਾਸ ਦਿਨ ਰਾਤ ਸਵਾਸ ਸਵਾਸ ਤੇਰੇ ਸ਼ਬਦ ਦਾ ਸਿਮਰਨ ਕਰਦਾ ਹੈ । ਪ੍ਰਭ ਤੂੰ ਹੀ ਬੰਦਗੀ ਕਰਨ ਵਾਲੇ ਨੂੰ ਸ਼ਬਦ ਦੇ ਲੜ ਲਾਉਂਦਾ, ਪ੍ਰਵਾਨਗੀ ਦੇ ਰਸਤੇ ਤੇ ਅਡੋਲ ਰਖਦਾ ਹੈ ।

Your humble true devotee always meditates with each breath. With Your mercy and grace; he may be attached to meditate on the teachings of His Word and keeps him on the right path of acceptance in Your Court.

349.ਬਿਲਾਵਲੁ ਮਹਲਾ ੫॥ 826-6

ਤਨੁ ਧਨੁ ਜੋਬਨੁ ਚਲਤ ਗਇਆ॥	tan Dhan joban chalat ga-i-aa.
ਰਾਮ ਨਾਮ ਕਾ ਭਜਨੁ ਨ ਕੀਨੋ,	raam naam kaa bhajan na keeno
ਕਰਤ ਬਿਕਾਰ ਨਿਸਿ ਭੋਰੁ ਭਇਆ॥੧॥	karat bikaar nis bhor bha-i-aa. ||1||
ਰਹਾਉ॥	rahaa-o.

ਜੀਵ ਦਿਨ ਰਾਤ ਪਾਪਾਂ ਦੇ ਕੰਮ, ਲਾਲਚ ਵਿੱਚ ਜੀਵਨ ਬਤੀਤ ਕਰਦਾ ਹੈ । ਪ੍ਰਭ ਦੇ ਸ਼ਬਦ ਦਾ ਸਿਮਰਨ ਨਹੀਂ ਕਰਦਾ । ਸ਼ਬਦ ਨੂੰ ਮਨੋ ਵਿਸਾਰ ਛੱਡਦਾ ਹੈ । ਤੇਰਾ ਤਨ, ਮਨ, ਧਨ, ਹੈਸੀਅਤ ਸਾਰੇ ਸਮਾਂ ਪਾ ਕੇ ਭਸਮ ਹੋ ਜਾਂਦੇ ਹਨ ।

Self-minded may remain intoxicated with greed and sinful deeds day and night. He may abandon to meditate on the teachings of His Word. His mind, body, and worldly status may all vanish, perish over a period.

ਅਨਿਕ ਪ੍ਰਕਾਰ ਭੋਜਨ ਨਿਤ ਖਾਤੇ,	anik parkaar bhojan nit khaatay
ਮੁਖ ਦੰਤਾ ਘਸਿ ਖੀਨ ਖਇਆ॥	mukh dantaa ghas kheen kha-i-aa.
ਮੇਰੀ ਮੇਰੀ ਕਰਿ ਕਰਿ ਮੂਠਉ,	mayree mayree kar kar mooth-o
ਪਾਪ ਕਰਤ ਨਹ ਪਰੀ ਦਇਆ॥੧॥	paap karat nah paree da-i-aa. ||1||

ਸਾਰਾ ਜੀਵਨ ਅਨੇਕਾਂ ਕਿਸਮ ਦੇ ਭੋਜਨਾ ਖਾਂਦਾ ਹੈ । ਤੇਰੇ ਦੰਦ ਵੀ ਘਸ ਗਏ, ਨਿਕਲ ਗਏ ਹਨ । ਤੂੰ ਅਹੰਕਾਰ ਵਿੱਚ ਮੇਰੀ ਮੇਰੀ ਕਰਦਾ, ਪਾਪਾਂ ਵਾਲੇ ਕੰਮ ਕਰਦਾ ਰਹਿੰਦਾ ਹੈ । ਕਦੇ ਕਿਸੇ ਤੇ ਦਇਆ ਨਹੀਂ ਕਰਦਾ, ਸ੍ਰਿਸ਼ਟੀ ਦੀ ਭਲਾਈ ਦੇ ਕੰਮ ਨਹੀਂ ਕਰਦਾ ।

You always remain anxious to taste the delicacy of various foods; even your teeth have been ruined, perished. You remain intoxicated in greed and try to capture everything with any means. You may never think about mercy on less fortunate nor perform any good deeds for His Creation.

ਮਹਾ ਬਿਕਾਰ ਘੋਰ ਦੁਖ ਸਾਗਰ,	mahaa bikaar ghor dukh saagar
ਤਿਸੁ ਮਹਿ ਪ੍ਰਾਣੀ ਗਲਤੁ ਪਇਆ॥	tis meh paraanee galat pa-i-aa.
ਸਰਨਿ ਪਰੇ ਨਾਨਕ ਸੁਆਮੀ ਕੀ,	saran paray naanak su-aamee kee
ਬਾਹ ਪਕਰਿ ਪ੍ਰਭਿ ਕਾਢਿ ਲਇਆ॥	baah pakar parabh kaadh la-i-aa.
੨॥੨੪॥੧੧੦॥	||2||24||110||

ਸੰਸਾਰਕ ਸਾਗਰ ਭਿਆਨਕ ਦੁਖਾਂ ਦਾ ਭਰਿਆਂ ਸਾਗਰ ਹੈ । ਇਸ ਵਿੱਚ ਜੀਵ ਸੰਸਾਰਕ ਧੰਦੇ ਕਰਦਾ, ਮਾਇਆ ਦੇ ਜਾਲ ਵਿੱਚ ਫਸਿਆ ਰਹਿੰਦਾ ਹੈ । ਜਿਹੜਾ ਸ਼ਬਦ ਦੀ ਪਾਲਣਾ ਕਰਦਾ, ਸ਼ਰਣ ਵਿੱਚ ਆਉਂਦਾ ਹੈ । ਆਪ ਹੀ ਉਸ ਨੂੰ ਸਿੱਧੇ ਰਸਤੇ ਤੇ ਪਾਉਂਦਾ ਹੈ, ਸਾਗਰ ਵਿਚੋਂ ਪਾਰ ਕੱਢ ਲੈਂਦਾ ਹੈ ।

The universe remains as a terrible ocean overwhelmed with misery of worldly desires. Self-minded may remain intoxicated with the greed and performs worldly tasks under the influence of the worldly wealth. Whosoever may surrender his mind, body, and worldly status at His sanctuary. With His mercy and grace, he may be inspired to adopt the right path of acceptance in His Court; he may be saved from the terrible ocean of worldly desires.

350.ਬਿਲਾਵਲੁ ਮਹਲਾ ੫॥ 826-10

ਆਪਨਾ ਪ੍ਰਭੁ ਆਇਆ ਚੀਤਿ॥	aapnaa parabh aa-i-aa cheet.
ਦੁਸਮਨ ਦੁਸਟ ਰਹੇ ਝਖ ਮਾਰਤ,	dusman dusat rahay jhakh maarat
ਕੁਸਲੁ ਭਇਆ ਮੇਰੇ ਭਾਈ ਮੀਤ॥	kusal bha-i-aa mayray bhaa-ee meet.'
੧॥ਰਹਾਉ॥	||1|| rahaa-o.

ਜਿਸ ਦੇ ਮਨ ਵਿੱਚ ਪ੍ਰਭ ਦਾ ਸ਼ਬਦ ਜਾਗਰਤ ਹੋ ਜਾਂਦਾ ਹੈ । ਉਸ ਦੇ ਮਨ ਵਿੱਚ ਸੰਸਾਰਕ ਇੱਛਾਂ ਦੇ ਜਮਦੂਤ, ਦੁਸ਼ਮਨ ਬੇਚਾਰ ਹੋ ਜਾਂਦੇ ਹਨ । ਉਸ ਦੇ ਮਨ ਵਿੱਚ ਸੰਤੋਖ, ਖੁਸ਼ੀ ਵਸ ਜਾਂਦੀ ਹੈ । ਮੇਰੇ ਸਾਥੀਉ! ਇਹ ਹੀ ਮੇਰੇ ਮਨ ਦੀ ਅਵਸਥਾ ਬਖਸ਼ਿਸ਼ ਹੋ ਗਈ ਹੈ ।

Whosoever may remain in renunciation in the memory of his separation from His Holy Spirit; he may be enlightened with the essence of His Word within. All his demons of worldly desires remain frustrated and miserable within his mind. With His mercy and grace, he may be blessed with pleasure and contentment in his worldly environments. I have been blessed with such a state of mind.

ਗਈ ਬਿਆਧਿ ਉਪਾਧਿ ਸਭ ਨਾਸੀ,	ga-ee bi-aaDh upaaDh sabh naasee
ਅੰਗੀਕਾਰੁ ਕੀਓ ਕਰਤਾਰਿ॥	angeekaar kee-o kartaar.
ਸਾਂਤਿ ਸੂਖ ਅਰੁ ਅਨਦ ਘਨੇਰੇ,	saaNt sookh ar anad ghanayray
ਪ੍ਰੀਤਮ ਨਾਮੁ ਰਿਦੈ ਉਰ ਹਾਰਿ॥੧॥	pareetam naam ridai ur haar. ||1||

ਜਿਸ ਦੇ ਮਨ ਵਿਚੋਂ ਬੁਰੇ ਖਿਆਲ, ਧੋਖੇ, ਲਾਲਚ ਦੇ ਵਿਚਾਰ ਬਦਲ ਜਾਂਦੇ ਹਨ । ਆਪ ਹੀ ਰਹਿਮਤ ਦੀ ਨਜ਼ਰ ਬਖਸ਼ਕੇ ਆਪਣਾ ਦਾਸ ਬਣਾ ਲੈਂਦਾ ਹੈ । ਮੇਰੇ ਮਨ ਵਿੱਚ ਪੂਰਨ ਸੰਤੋਖ, ਖੇੜਾ ਵਸਦਾ ਹੈ । ਮਨ ਵਿੱਚ ਪ੍ਰਭ ਦਾ ਸ਼ਬਦ ਜਾਗਰਤ ਅਤੇ ਸੁਚੇਤ ਰਹਿੰਦਾ, ਸ਼ਬਦ ਦੀ ਧੁਨ ਚਲਦੀ ਹੈ ।

Whosoever may conquer his evil thoughts, deception, and greed in his worldly life; with His mercy and grace, he may be accepted in His sanctuary. I am overwhelmed with contentment and blossom in my life. I remain enlightened, awake, and alert with the essence of His Word. The everlasting echo of His Word resonates within my heart.

ਜੀਉ ਪਿੰਡੁ ਧਨੁ ਰਾਸਿ ਪ੍ਰਭ ਤੇਰੀ,	jee-o pind Dhan raas parabh tayree
ਤੂੰ ਸਮਰਥੁ ਸੁਆਮੀ ਮੇਰਾ॥	tooN samrath su-aamee mayraa.
ਦਾਸ ਅਪੁਨੇ ਕਉ ਰਾਖਨਹਾਰਾ,	daas apunay ka-o raakhanhaaraa
ਨਾਨਕ ਦਾਸ ਸਦਾ ਹੈ ਚੇਰਾ॥	naanak daas sadaa hai chayraa.
੨॥੨੫॥੧੧੧॥	||2||25||111||

ਪ੍ਰਭ ਤੂੰ ਹੀ ਸਭ ਤੋ ਤਾਕਤਵਾਰ ਅਸਲੀ ਮਾਲਕ ਹੈ । ਮੇਰਾ ਤਨ, ਮਨ, ਹੈਸੀਅਤ ਸਭ ਤੇਰੀ ਹੀ ਅਮਾਨਤ ਹੈ । ਪ੍ਰਭ ਤੂੰ ਆਪ ਹੀ ਬੰਦਗੀ ਕਰਨ ਵਾਲੇ ਦਾ ਭਰੋਸਾ ਅਡੋਲ ਰਖਦਾ, ਰਖਿਆ ਕਰਦਾ ਹੈ । ਬੰਦਗੀ ਕਰਨ ਵਾਲਾ, ਸਦਾ ਹੀ ਤੇਰੇ ਸ਼ਬਦ ਤੇ ਅਡੋਲ ਭਰੋਸੇ ਨਾਲ ਪਾਲਣਾ ਕਰਦਾ, ਸਵਾਸ ਸਵਾਸ ਸਿਮਰਨ ਕਰਦਾ ਹੈ ।

The Omnipotent True Master You are greatest of All and my only Master, savior. My mind, body, and worldly status have been blessed and remain Your trust only. With Your mercy and grace; Your true devotee remains on the right path of human life journey. He may meditate and obey the teachings of Your Word with steady and stable belief with each breath.

351.ਬਿਲਾਵਲੁ ਮਹਲਾ ੫॥ 826-14

ਗੋਬਿਦੁ ਸਿਮਰਿ ਹੋਆ ਕਲਿਆਣੁ॥	gobid simar ho-aa kali-aan.
ਮਿਟੀ ਉਪਾਧਿ ਭਇਆ ਸੁਖੁ ਸਾਚਾ,	mitee upaaDh bha-i-aa sukh saachaa
ਅੰਤਰਜਾਮੀ ਸਿਮਰਿਆ ਜਾਣੁ॥੧॥ਰਹਾਉ॥	antarjaamee simri-aa jaan. ||1|| rahaa-o.

ਅੰਤਰਜਾਮੀ ਪ੍ਰਭ ਦੇ ਸ਼ਬਦ ਦਾ ਸਿਮਰਨ ਕਰੋ! ਇਸ ਨਾਲ ਮਨ ਵਿਚੋਂ ਸੰਸਾਰਕ ਇੱਛਾਂ ਦੇ ਦੁਖ ਦੂਰ ਹੋ ਜਾਂਦੇ, ਮਨ ਵਿੱਚ ਸੰਤੋਖ, ਖੇੜਾ ਘਰ ਕਰ ਜਾਂਦਾ ਹੈ । ਸ਼ਬਦ ਦਾ ਸਿਮਰਨ, ਗੁਣ ਗਾਉਣ ਨਾਲ ਮੁਕਤ ਅਵਸਥਾ ਬਖਸ਼ਿਸ਼ ਹੋ ਜਾਂਦੀ ਹੈ ।

You should meditate on the teachings of His Word; The Omniscient True Master of the universe. With His mercy and grace, the miseries of demons of worldly desires may be eliminated. His true devotee may be blessed with contentment and blossom in his worldly life. Whosoever may meditate and sings the glory of His Word with steady and stable belief in his day-to-day life; with His mercy and grace, he may be blessed with a state of salvation.

ਜਿਸ ਕੇ ਜੀਅ ਤਿਨਿ ਕੀਏ ਸੁਖਾਲੇ,	jis kay jee-a tin kee-ay sukhaalay
ਭਗਤ ਜਨਾ ਕਉ ਸਾਚਾ ਤਾਣੁ॥	bhagat janaa ka-o saachaa taan.
ਦਾਸ ਅਪੁਨੇ ਕੀ ਆਪੇ ਰਾਖੀ,	daas apunay kee aapay raakhee
ਭੈ ਭੰਜਨ ਊਪਰਿ ਕਰਤੇ ਮਾਣੁ॥੧॥	bhai bhanjan oopar kartay maan. ||1||

ਸ੍ਰਿਸ਼ਟੀ ਦੇ ਜੀਵ ਪਭ ਦੀ ਅਮਾਨਤ ਹੀ ਹੁੰਦੇ ਹਨ । ਪ੍ਰਭ ਆਪ ਹੀ ਉਹਨਾਂ ਨੂੰ ਸੁਖ, ਅਨੰਦ ਬਖਸ਼ਦਾ ਹੈ । ਬੰਦਗੀ ਕਰਨ ਵਾਲੇ ਦਾ ਮਾਣ, ਤਾਨ, ਹੈਸੀਅਤ ਹੀ ਸ਼ਬਦ ਦੀ ਪਾਲਣਾ ਹੁੰਦਾ ਹੈ । ਜਿਹੜਾ ਦੁਖਾਂ ਦੇ ਨਾਸ ਕਰਨ ਵਾਲੇ ਮਾਲਕ ਦੇ ਸ਼ਬਦ ਤੇ ਭਰੋਸਾ ਅਡੋਲ ਰਖਦਾ ਹੈ । ਪ੍ਰਭ ਆਪ ਹੀ ਉਸ ਦੀ ਪਾਲਣਾ ਪੋਸਨਾ ਕਰਦਾ, ਰਖਿਆ ਕਰਦਾ ਹੈ ।

The True Master has created all creatures of the universe; all remains only His trust. The True Master bestows pleasure and comforts to His Creation. The honor, wisdom, strength, and worldly status of His true devotee remains the earnings of His Word. Whosoever may establish steady and stable belief on the blessings of The True Master; who may destroy all worldly miseries of His Creation. The True Master may nourish and protects him.

ਭਈ ਮਿਤ੍ਰਾਈ ਮਿਟੀ ਬੁਰਾਈ,	bha-ee mitraa-ee mitee buraa-ee
ਦ੍ਰੁਸਟ ਦੂਤ ਹਰਿ ਕਾਢੇ ਛਾਣਿ॥	darusat doot har kaadhay chhaan.
ਸੂਖ ਸਹਜ ਆਨੰਦ ਘਨੇਰੇ,	sookh sahj aanand ghanayray
ਨਾਨਕ ਜੀਵੈ ਹਰਿ ਗੁਣਹ ਵਖਾਣਿ॥	naanak jeevai har gunah vakhaan.
੨॥੨੬॥੧੧੨॥	||2||26||112||

ਪ੍ਰਭ ਉਸ ਦੇ ਮਨ ਵਿਚੋਂ ਵੈਰ ਵਿਰੋਧ ਦਾ ਨਾਸ ਕਰ ਦੇਂਦਾ ਹੈ । ਉਸ ਦੇ ਮਨ ਵਿਚੋਂ ਦੁਸ਼ਮਨ ਖਤਮ ਕਰ ਦੇਂਦਾ ਹੈ । ਮਨ ਵਿੱਚ ਸ੍ਰਿਸ਼ਟੀ ਦੇ ਜੀਵਾਂ ਨਾਲ ਪਿਆਰ ਵਧਦਾ, ਵਿਰੋਧ ਖਤਮ ਹੋ ਜਾਂਦਾ ਹੈ । ਪ੍ਰਭ ਦੇ ਸ਼ਬਦ ਦੇ ਗੁਣ ਗਾਉਣ ਨਾਲ ਮਨ ਵਿੱਚ ਸੰਤੋਖ, ਅਨੰਦ ਖੇੜਾ ਵਸ ਜਾਂਦਾ ਹੈ ।

The True Master may eliminate all the jealousy of the mind of His true devotee. All his enemies may be eliminated and transformed as his friends and supporters. His affection may be enhanced and grievances may be eliminated for His Creation. Whosoever may sing the glory of His Word, he may remain drenched with contentment and blossom within his mind.

352. ਬਿਲਾਵਲੁ ਮਹਲਾ ੫॥ 826-18

ਪਾਰਬ੍ਰਹਮ ਪ੍ਰਭ ਭਏ ਕ੍ਰਿਪਾਲ॥	paarbarahm parabh bha-ay kirpaal.
ਕਾਰਜ ਸਗਲ ਸਵਾਰੇ ਸਤਿਗੁਰ,	kaaraj sagal savaaray satgur

ਜਪਿ ਜਪਿ ਸਾਧੂ ਭਏ ਨਿਹਾਲ॥੧॥   jap jap saaDhoo bha-ay nihaal. ||1||
          ਰਹਾਉ॥   rahaa-o.

ਜਿਸ ਤੇ ਪ੍ਰਭ ਆਪ ਹੀ ਰਹਿਮਤ ਦੀ ਨਜ਼ਰ ਬਖ਼ਸ਼ਦਾ ਹੈ । ਉਸ ਜੀਵ ਦੇ ਸਾਰੇ ਮਾਨਸ ਜੀਵਨ ਦੇ
ਧੰਦੇ, ਕਾਰਜ ਸਫਲ ਹੋ ਜਾਂਦੇ ਹਨ । ਸ਼ਬਦ ਦੀ ਪਾਲਣਾ ਕਰਦਾ, ਗੁਣ ਗਾਉਂਦਾ ਬੰਦਗੀ ਕਰਨ ਵਾਲਾ
ਨਿਹਾਲ ਹੋ ਜਾਂਦਾ, ਖੇੜ ਵਿੱਚ ਵਸਦਾ ਹੈ ।

Whosoever may be blessed with His mercy and grace; all tasks of his
human life journey may be concluded successful. His true devotee may sing
the glory and obeys the teachings of His Word; he may be blessed with
pleasures, contentment, and blossom.

ਅੰਗੀਕਾਰੁ ਕੀਆ ਪ੍ਰਭਿ ਅਪਨੈ,   angeekaar kee-aa parabh apnai
    ਦੋਖੀ ਸਗਲੇ ਭਏ ਰਵਾਲ॥   dokhee saglay bha-ay ravaal.
ਕੰਠਿ ਲਾਇ ਰਾਖੇ ਜਨ ਅਪਨੇ,   kanth laa-ay raakhay jan apnay
ਉਧਰਿ ਲੀਏ ਲਾਇ ਅਪਨੈ ਪਾਲ॥੧॥   uDhar lee-ay laa-ay apnai paal. ||1||

ਪ੍ਰਭ ਆਪਣੇ ਬੰਦਗੀ ਕਰਨ ਵਾਲੇ ਦੇ ਅੰਗ ਸੰਗ ਸਹਾਈ ਰਹਿੰਦਾ ਹੈ । ਉਸ ਦੇ ਸਾਰੇ ਦੁਸ਼ਮਨ ਭਸਮ ਹੋ
ਜਾਂਦੇ ਹਨ, ਮਨ ਇੱਛਾਂ ਰਹਿਤ ਹੋ ਜਾਂਦਾ ਹੈ । ਪ੍ਰਭ ਆਪਣੇ ਬੰਦਗੀ ਕਰਨ ਵਾਲੇ ਨੂੰ ਆਪਣੀ ਰਖਿਆ
ਵਿੱਚ ਰਖਦਾ ਹੈ । ਜਿਹੜਾ ਪ੍ਰਭ ਦੇ ਸ਼ਬਦ ਰੂਪੀ ਚੋਲੇ ਨੂੰ ਪਕੜੀ ਰਖਦਾ ਹੈ । ਉਸ ਨੂੰ ਦਰਬਾਰ ਵਿੱਚ
ਪ੍ਰਵਾਨਗੀ ਬਖਸ਼ਿਸ਼ ਹੋ ਜਾਂਦੀ ਹੈ ।

The True Master may remain companion, and supporting pillar of His true
devotee. All demons of his worldly desires may be eliminated and his mind
may become beyond the reach of worldly desires. The True Master always
keeps His true devotee in His sanctuary, under His protection. Whosoever
may remain steady and stable on the path of obeying the teachings of His
Word; with His mercy and grace, he may be accepted in His Court.

ਸਹੀ ਸਲਾਮਤਿ ਮਿਲਿ ਘਰਿ ਆਏ,   sahee salaamat mil ghar aa-ay
    ਨਿੰਦਕ ਕੇ ਮੁਖ ਹੋਏ ਕਾਲ॥   nindak kay mukh ho-ay kaal.
ਕਹੁ ਨਾਨਕ ਮੇਰਾ ਸਤਿਗੁਰ ਪੂਰਾ,   kaho naanak mayraa satgur pooraa,
ਗੁਰ ਪ੍ਰਸਾਦਿ ਪ੍ਰਭ ਭਏ ਨਿਹਾਲ॥   gur parsaad parabh bha-ay nihaal.
    ੨॥੨੭॥੧੧੩॥ ||2||27||113||

ਬੰਦਗੀ ਕਰਨ ਵਾਲਾ ਆਪਣਾ ਮਾਨਸ ਜਨਮ ਸਫਲ ਕਰ ਜਾਂਦਾ ਹੈ । ਆਪਣੇ ਸਦਾ ਰਹਿਣ ਵਾਲੇ ਘਰ,
ਪ੍ਰਭ ਦੇ ਦਰਬਾਰ ਵਿੱਚ ਪ੍ਰਵਾਨ ਹੋ ਜਾਂਦਾ ਹੈ । ਨਿੰਦਕ ਜੂੰਨਾਂ ਦੇ ਚੱਕਰ ਵਿੱਚ ਹੀ ਭਉਦਾ ਰਹਿੰਦਾ ਹੈ ।
ਪ੍ਰਭ ਦਾ ਸ਼ਬਦ ਮਨ ਨੂੰ ਪਵਿੱਤਰ ਕਰਨ ਵਾਲਾ ਮੰਤ੍ਰ, ਸਿਖਿਆਂ ਦੇਣ ਵਾਲਾ ਗੁਰੂ ਹੈ । ਪ੍ਰਭ ਦੀ
ਰਹਿਮਤ ਨਾਲ ਬੰਦਗੀ ਕਰਨ ਵਾਲੇ ਦੇ ਮਨ ਵਿੱਚ ਖੇੜਾ ਵਸਦਾ ਹੈ ।

With His mercy and grace, His true devotee may conclude his human life
journey successfully. He may be accepted in His Court, at his permanent
resting place. Slanderer remains wandering in the cycle of birth and death.
The teachings of His Word are the real mantra to sanctify his soul and The
True Guru to guide on the right path of human life opportunity. With His
mercy and grace, His true devotee may remain overwhelmed with blossom
in his worldly life.

353. ਬਿਲਾਵਲੁ ਮਹਲਾ ੫॥ 827-3

ਮੂ ਲਾਲਨ ਸਿਉ ਪ੍ਰੀਤਿ ਬਨੀ॥ ਰਹਾਉ॥   moo laalan si-o pareet banee. rahaa-o.

ਪ੍ਰਭ ਦੀ ਰਹਿਮਤ ਨਾਲ, ਮੇਰੇ ਮਨ ਵਿੱਚ ਪ੍ਰਭ ਦੇ ਸ਼ਬਦ ਨਾਲ ਡੂੰਘੀ ਖਿੱਚ ਪੈਦਾ ਹੋਈ ਹੈ ।

With His mercy and grace, I have a deep intoxication with the essence of
His Word in my worldly life.

ਤੋਰੀ ਨ ਤੂਟੈ ਛੋਰੀ ਨ ਛੂਟੈ, toree na tootai chhoree na chhootai
ਐਸੀ ਮਾਧੋ ਖਿੰਚ ਤਨੀ॥੧॥ aisee maaDho khinch tanee. ||1||

ਇਸ ਪ੍ਰੀਤ ਵਿੱਚ ਕਦੇ ਵਿਚੋੜਾ ਨਹੀਂ ਆਉਂਦਾ, ਮਨ ਵਿੱਚ ਸ਼ਰਧਾ ਕਦੇ ਘਟ ਦੀ ਨਹੀਂ । ਇਸਤਰ੍ਹਾਂ ਦੀ ਸ਼ਬਦ ਨਾਲ ਲਗਨ ਬਖਸ਼ੀ ਹੈ ।

I may never abandon the teachings of His Word nor devotion may be diminished, reduced. With His mercy and grace, I have been blessed with such a devotion and dedication.

ਦਿਨਸੁ ਰੈਨਿ ਮਨ ਮਾਹਿ ਬਸਤੁ ਹੈ, dinas rain man maahi basat hai
ਤੂ ਕਰਿ ਕਿਰਪਾ ਪ੍ਰਭ ਅਪਨੀ॥੨॥ too kar kirpaa parabh apnee. ||2||

ਪ੍ਰਭ ਆਪ ਹੀ ਰਹਿਮਤ ਦੀ ਨਜ਼ਰ ਬਖਸ਼ੋ! ਤੇਰਾ ਸ਼ਬਦ ਮਨ ਵਿੱਚ ਜਾਗਰਤ ਅਤੇ ਸੁਚੇਤ ਰਹੇ, ਸਵਾਸ ਸਵਾਸ ਤੇਰੇ ਸ਼ਬਦ ਦੇ ਗੁਣ ਗਾਉਂਦਾ ਰਹਾ ।

The True Master with Your mercy and grace, I may remain singing the glory of Your Word. I may remain awake and alert in meditating on the teachings of Your Word with each breath.

ਬਲਿ ਬਲਿ ਜਾਉ ਸਿਆਮ ਸੁੰਦਰ ਕਉ, bal bal jaa-o si-aam sundar ka-o
ਅਕਥ ਕਥਾ ਜਾ ਕੀ ਬਾਤ ਸੁਨੀ॥੩॥ akath kathaa jaa kee baat sunee. ||3||

ਮੈਂ ਪਲ ਪਲ ਤੇਰੇ ਸ਼ਬਦ ਤੋ, ਕਰਤਬਾਂ ਤੋ ਕੁਰਬਾਨ ਜਾਂਦਾ, ਹੈਰਾਨ ਰਹਿੰਦਾ ਹਾ । ਇਸਤਰ੍ਹਾਂ ਦੀ ਹੀ ਮੈਂ ਸੰਤਾਂ ਤੋ ਕਥਾ ਸੁਣਦਾ ਹਾ ।

My True Master, I remain fascinated, astonished from Your miracles. I hear the similar sermons about Your Nature from Your Holy saints.

ਜਨ ਨਾਨਕ ਦਾਸਨਿ ਦਾਸੁ ਕਹੀਅਤ ਹੈ, jan naanak daasan daas kahee-at hai
ਮੋਹਿ ਕਰਹੁ ਕ੍ਰਿਪਾ ਠਾਕੁਰ ਅਪੁਨੀ ॥੪॥੨੮॥੧੧੪॥ mohi karahu kirpaa thaakur apunee. ||4||28||114||

ਪ੍ਰਭ ਰਹਿਮਤ ਬਖਸ਼ਕੇ, ਸ਼ਬਦ ਦੇ ਲੜ ਲਾਵੋ! ਆਪਣਾ ਦਾਸ ਬਣਾਕੇ ਸ਼ਰਣ ਵਿੱਚ ਪਨਾਹ ਬਖਸ਼ੋ!

My True Master with Your mercy and grace attaches me to meditate on the teachings of Your Word. With Your mercy and grace, blesses me a state of mind as Your true devotee. I may be accepted in Your sanctuary.

354.ਬਿਲਾਵਲੁ ਮਹਲਾ ੫॥ 827-6

ਹਰਿ ਕੇ ਚਰਨ ਜਪਿ ਜਾਂਉ ਕੁਰਬਾਨੁ॥ har kay charan jap jaaN-o kurbaan.
ਗੁਰੁ ਮੇਰਾ ਪਾਰਬ੍ਰਹਮ ਪਰਮੇਸੁਰੁ gur mayraa paarbarahm parmaysur
ਤਾ ਕਾ ਹਿਰਦੈ, ਧਰਿ ਮਨ ਧਿਆਨੁ॥੧ ਰਹਾਉ॥ taa kaa hirdai Dhar man Dhi-aan. ||1|| rahaa-o.

ਪ੍ਰਭ ਦੇ ਸ਼ਬਦ ਦਾ ਸਿਮਰਨ ਕਰਦਾ ਪ੍ਰਭ ਦਾ ਧੰਨਵਾਦ ਗਾਉਂਦਾ ਹਾ । ਪ੍ਰਭ ਦੇ ਸ਼ਬਦ ਨੂੰ ਮਨ ਵਿੱਚ ਜਾਗਰਤ ਰਖਦਾ, ਸਵਾਸ ਸਵਾਸ ਸ਼ਬਦ ਦੇ ਗੁਣ ਗਾਉਂਦਾ ਹਾ ।

The True Master, with Your mercy and grace, I may keep the teachings of Your Word fresh within my mind and I may sing the glory of His Word with each breath.

ਸਿਮਰਿ ਸਿਮਰਿ ਸਿਮਰਿ ਸੁਖਦਾਤਾ, simar simar simar sukh-daata
ਜਾ ਕਾ ਕੀਆ ਸਗਲ ਜਹਾਨੁ॥ jaa kaa kee-aa sagal jahaan.
ਰਸਨਾ ਰਵਹੁ ਏਕੁ ਨਾਰਾਇਣੁ, rasnaa ravhu ayk naaraa-in
ਸਾਚੀ ਦਰਗਹ ਪਾਵਹੁ ਮਾਨੁ॥੧॥ saachee dargeh paavhu maan. ||1||

ਪ੍ਰਭ ਹੀ ਸਾਰੀ ਸ੍ਰਿਸ਼ਟੀ ਨੂੰ ਪੈਦਾ ਕਰਨ ਵਾਲਾ ਅਸਲੀ ਮਾਲਕ ਹੈ । ਮੈਂ ਸੁਖਾਂ ਦੇ ਦਾਤੇ, ਅਸਲੀ ਮਾਲਕ, ਪ੍ਰਭ ਦੇ ਸ਼ਬਦ ਦਾ ਸਿਮਰਨ ਕਰਦਾ ਹੈ । ਜਿਹੜਾ ਆਪਣੀ ਜੀਭ ਨਾਲ ਸ਼ਬਦ ਦੇ ਗੁਣ ਗਾਉਂਦਾ ਹੈ । ਉਸ ਨੂੰ ਪ੍ਰਭ ਦੇ ਦਰਬਾਰ ਵਿੱਚ ਸੋਭਾ ਬਖਸ਼ਿਸ਼ ਹੁੰਦੀ ਹੈ ।

The One and only One, True Master, Creator of the universe remains the treasure of all comforts of mind. I am singing the glory and meditate on the teachings of His Word. Whosoever may sing the glory of His Word; with His mercy and grace, he may be honored in His Court.

ਸਾਧੂ ਸੰਗੁ ਪਰਾਪਤਿ ਜਾ ਕਉ,	saaDhoo sang paraapat jaa ka-o
ਤਿਨ ਹੀ ਪਾਇਆ ਏਹੁ ਨਿਧਾਨੁ॥	tin hee paa-i-aa ayhu niDhaan.
ਗਾਵਉ ਗੁਣ ਕੀਰਤਨੁ ਨਿਤ ਸੁਆਮੀ,	gaava-o gun keertan nit su-aamee
ਕਰਿ ਕਿਰਪਾ ਨਾਨਕ ਦੀਜੈ ਦਾਨੁ॥	kar kirpaa naanak deejai daan.
੨॥੨੯॥੧੧੫॥	||2||29||115||

ਜਿਹੜਾ ਸੰਤਾਂ ਦੀ ਸਿਖਿਆਂ ਨਾਲ ਜੀਵਨ ਢਾਲਦਾ ਹੈ । ਕੇਵਲ ਉਸ ਨੂੰ ਹੀ ਪ੍ਰਭ ਦੇ ਸ਼ਬਦ ਦੀ ਸੋਝੀ ਬਖਸ਼ਿਸ਼ ਹੁੰਦੀ ਹੈ । ਰਹਿਮਤਾਂ ਦੇ ਮਾਲਕ, ਰੀਹਮਤ ਬਖਸ਼ਕੇ ਸ਼ਬਦ ਦੇ ਲੜ ਲਾਵੋ ! ਮੈਂ ਦਿਨ ਰਾਤ ਸਵਾਸ ਸਵਾਸ ਤੇਰੇ ਸ਼ਬਦ ਦੇ ਗੁਣ ਗਾਵਾ !

Whosoever may adopt the life experience teachings of His true devotee in his own life; with His mercy and grace, only he may be blessed with the enlightenment of essence of His Word. The Merciful True Master blesses me with a devotion to obey the teachings of Your Word. I may sing the glory of Your Word with each breath.

355. ਬਿਲਾਵਲੁ ਮਹਲਾ ੫॥ 827-10

ਰਾਖਿ ਲੀਏ ਸਤਿਗੁਰ ਕੀ ਸਰਣ॥	raakh lee-ay satgur kee saran.
ਜੈ ਜੈ ਕਾਰੁ ਹੋਆ ਜਗ ਅੰਤਰਿ,	jai jai kaar ho-aa jag antar
ਪਾਰਬ੍ਰਹਮੁ ਮੇਰੋ ਤਾਰਣ ਤਰਣ॥੧॥	paarbarahm mayro taaran taran.
ਰਹਾਉ॥	||1|| rahaa-o.

ਪ੍ਰਭ ਨੇ ਆਪਣੀ ਸ਼ਰਣ ਵਿੱਚ ਪਨਾਹ ਬਖਸ਼ੀ ਹੈ । ਪ੍ਰਭ ਦੀ ਰਹਿਮਤ ਨਾਲ, ਬੰਦਗੀ ਕਰਨ ਵਾਲੇ ਦੀ ਸਾਰੇ ਸੰਸਾਰ ਵਿੱਚ ਸੋਭਾ ਹੁੰਦੀ ਹੈ । ਆਪ ਹੀ ਰਹਿਮਤ ਬਖਸ਼ਕੇ ਬੰਦਗੀ ਕਰਨ ਵਾਲੇ ਨੂੰ ਪ੍ਰਵਾਨਗੀ ਦੇ ਰਸਤੇ ਤੇ ਅਡੋਲ ਰਖਦਾ ਹੈ ।

The True Master has accepted me in His sanctuary. With His mercy and grace, His true devotee may be honored in the universe. With His mercy and grace, He may keep His true devotee steady and stable on the right path of acceptance in His Court.

ਬਿਸ੍ੰਭਰ ਪੂਰਨ ਸੁਖਦਾਤਾ,	bisamvbhar pooran sukh-daata
ਸਗਲ ਸਮਗ੍ਰੀ ਪੋਖਣ ਭਰਣ॥	sagal samagree pokhan bharan.
ਥਾਨ ਥਨੰਤਰਿ ਸਰਬ ਨਿਰੰਤਰਿ,	thaan thanantar sarab nirantar
ਬਲਿ ਬਲਿ ਜਾਂਈ ਹਰਿ ਕੇ ਚਰਣ॥੧॥	bal bal jaaN-ee har kay charan. ||1||

ਪੂਰਨ ਪ੍ਰਭ ਹੀ ਸ੍ਰਿਸ਼ਟੀ ਦੀ ਸਾਜਨਾ ਕਰਦਾ, ਜੀਵਾਂ ਦੀ ਪਾਲਣਾ ਪੋਸਨਾ ਕਰਦਾ ਹੈ । ਉਹ ਹੀ ਸੰਤੋਖ, ਸੁਖ ਬਖਸ਼ਣ ਵਾਲਾ ਮਾਲਕ ਹੈ । ਉਸ ਦੇ ਮਨ ਦੀਆਂ ਮੁਰਾਦਾਂ ਪੂਰੀਆਂ ਕਰਦਾ ਹੈ । ਪ੍ਰਭ ਹੀ ਸਾਰੇ ਬ੍ਰਹਮੰਡ ਵਿੱਚ ਹੀ ਸਮਇਆ ਹੋਇਆ ਹੈ । ਬੰਦਗੀ ਕਰਨ ਵਾਲਾ ਸ਼ਬਦ ਦੀ ਪਾਲਣਾ ਵਿੱਚ ਲੀਨ ਰਹਿੰਦਾ, ਰਹਿਮਤਾਂ ਦਾ ਧੰਨਵਾਦ ਗਾਉਂਦਾ ਹੈ ।

The One and only One Perfect True Master, Creator remains the treasure of all comforts and contentment. He nourishes, blesses comforts and protects His Creation in the universe. He may satisfy his spoken and unspoken desires of his mind. He remains embedded in the whole universe and in all events of His Nature. His true devotee remains intoxicated in obeying the teachings His Word. He remains grateful and sings the glory of His Word.

ਜੀਅ ਜੁਗਤਿ ਵਸਿ ਮੇਰੇ ਸੁਆਮੀ, jee-a jugat vas mayray su-aamee
ਸਰਬ ਸਿਧਿ ਤੁਮ ਕਾਰਣ ਕਰਣ॥ sarab siDh tum kaaran karan.
ਆਦਿ ਜੁਗਾਦਿ ਪ੍ਰਭੁ ਰਖਦਾ ਆਇਆ, aad jugaad parabh rakh-daa aa-i-aa
ਹਰਿ ਸਿਮਰਤ ਨਾਨਕ ਨਹੀ ਡਰਣ॥ har simrat naanak nahee daran.
੨॥੩੦॥੧੧੬॥ ||2||30||116||

ਪ੍ਰਭ ਆਪ ਹੀ ਸਭ ਕੁਝ ਕਰਨ ਕਰਾਉਣ ਵਾਲਾ ਹੈ । ਸਾਰੇ ਜੀਵ ਜੰਤ ਹੀ ਪ੍ਰਭ ਦੇ ਵੱਸ ਵਿੱਚ ਹਨ, ਉਸ ਦੇ ਹੁਕਮ ਅੰਦਰ ਹੀ ਚਲ ਸਕਦੇ ਹਨ । ਸ੍ਰਿਸ਼ਟੀ ਦੇ ਆਰੰਭ ਤੋ ਪਹਿਲੇ ਅਤੇ ਵਰਤਮਾਨ ਸਮੇਂ ਪ੍ਰਭ ਹੀ ਰਖਿਆ ਕਰਦਾ ਹੈ । ਸ਼ਬਦ ਦੀ ਪਾਲਣਾ, ਸਿਮਰਨ ਕਰਨ ਨਾਲ ਮਨ ਵਿਚੋਂ ਮੌਤ ਦਾ ਡਰ ਦੂਰ ਹੋ ਜਾਂਦਾ ਹੈ । ਸੰਸਾਰਕ ਚਿੰਤਾਂ ਨਾਸ ਹੋ ਜਾਂਦੀਆਂ ਹਨ ।

The True Master prevails in the universe and creates purposes of all worldly events. All creatures of the universe remain under His control and may only dance at His signal. He protects His creature before his birth, in the womb of mother, in worldly life and after death in His Court. Whosoever may meditate and obeys the teachings of His Word with steady and stable belief in his day-to-day life; with His mercy and grace, his fear of death and miseries of all worldly desires may be eliminated.

356.ਰਾਗੁ ਬਿਲਾਵਲੁ ਮਹਲਾ ੫ ਦੁਪਦੇ ਘਰੁ ੮॥ 827-15

ੴ ਸਤਿਗੁਰ ਪ੍ਰਸਾਦਿ॥ ik-oNkaar satgur parsaad.
ਮੈ ਨਾਹੀ ਪ੍ਰਭ ਸਭੁ ਕਿਛੁ ਤੇਰਾ॥ mai naahee parabh sabh kichh tayraa.
ਈਘੈ ਨਿਰਗੁਨ ਊਘੈ ਸਰਗੁਨ, eeghai nirgun ooghai sargun
ਕੇਲ ਕਰਤ ਬਿਚਿ ਸੁਆਮੀ ਮੇਰਾ॥੧॥ kayl karat bich su-aamee mayraa. ||1||
ਰਹਾਉ॥ rahaa-o.

ਪ੍ਰਭ ਮੇਰੀ ਕੋਈ ਹੈਸੀਅਤ, ਕੋਈ ਸਮਰਥਾ ਨਹੀਂ, ਸਭ ਕੁਝ ਤੇਰੀ ਰਹਿਮਤ ਨਾਲ ਹੀ ਹੁੰਦਾ ਹੈ । ਤੂੰ ਸੰਸਾਰ ਵਿੱਚ ਅਤੇ ਮੌਤ ਪਿਛੋਂ ਵੀ ਆਪ ਹੀ ਵਾਪਰਦਾ, ਤੇਰਾ ਹੀ ਹੁਕਮ ਚਲਦਾ ਹੈ । ਤੂੰ ਅਕਾਰ ਰਹਿਤ ਸਦਾ ਅਟੱਲ ਰਹਿਣ ਵਾਲੀ ਜੋਤ ਹੈ । ਤੂੰ ਹੀ ਚੰਗੇ, ਮੰਦੇ ਕੰਮ ਕਰਨ ਵਾਲੇ ਦੋਨਾਂ ਵਿੱਚ ਆਪ ਹੀ ਵਾਪਰਦਾ, ਤੇਰਾ ਕੀਤਾ ਹੀ ਹੁੰਦਾ ਹੈ ।

The True Master, I have no worldly status, wisdom, strength, capability of my own; everything may happen with Your command. Only Your command may prevail in the universe and after death in Your Court. You remain as eternal Holy Spirit, beyond any fixed shape, structure, body. You remain embedded within Your Creation. Your command prevails in both good and evil doer.

ਨਗਰ ਮਹਿ ਆਪਿ ਬਾਹਰਿ ਫੁਨਿ ਆਪਨ, nagar meh aap baahar fun aapan
ਪ੍ਰਭ ਮੇਰੇ ਕੋ ਸਗਲ ਬਸੇਰਾ॥ parabh mayray ko sagal basayraa.
ਆਪੇ ਹੀ ਰਾਜਨੁ ਆਪੇ ਹੀ ਰਾਇਆ, aapay hee raajan aapay hee raa-i-aa
ਕਹ ਕਹ ਠਾਕੁਰੁ ਕਹ ਕਹ ਚੇਰਾ॥੧॥ kah kah thaakur kah kah chayraa. ||1||

ਜੀਵ ਦੇ ਤਨ ਵਿੱਚ ਅਤੇ ਬਾਹਰ ਸੰਸਾਰ ਵਿੱਚ ਤੂੰ ਹੀ ਵਾਪਰਦਾ ਹੈ । ਤੂੰ ਹਰ ਥਾਂ ਹਾਜਰਾ ਹਜ਼ੂਰ ਵਸਦਾ ਹੈ । ਪ੍ਰਭ ਤੂੰ ਆਪ ਹੀ ਹੁਕਮ ਕਰਨ ਵਾਲਾ ਮਾਲਕ, ਸ਼ੇਨਸਾਹ ਹੈ, ਆਪ ਹੀ ਪਰਜਾ ਹੈ । ਆਪ ਹੀ ਮਾਲਕ ਹੈ ਆਪ ਹੀ ਗੁਲਾਮ ਵਿੱਚ ਵਾਪਰਦਾ ਹੈ ।

The Omnipresent True Master prevails within the body of a creature and outside in the universe in every event of His Nature. The King of kings, True Master prevails in mind, body His creature.

ਕਾ ਕਉ ਦੁਰਾਉ ਕਾ ਸਿਉ ਬਲਬੰਚਾ, kaa ka-o duraa-o kaa si-o balbanchaa
ਜਹ ਜਹ ਪੇਖਉ ਤਹ ਤਹ ਨੇਰਾ॥ jah jah paykha-o tah tah nayraa.

ਸਾਧ ਮੂਰਤਿ ਗੁਰੁ ਭੇਟਿਓ ਨਾਨਕ, saaDh moorat gur bhayti-o naanak
ਮਿਲਿ ਸਾਗਰ ਬੂੰਦ ਨਹੀ ਅਨ ਹੇਰਾ॥ mil saagar boond nahee An hayraa.
੨॥੧॥੧੧੭॥ |2||1||117||

ਪ੍ਰਭ ਮੈਂ ਆਪਣੇ ਕੰਮ ਕਿਸ ਤੋ ਪਰਦਾ ਰਖਕੇ ਕਰਾ? ਕਿਸ ਨੂੰ ਚਲਾਕੀ ਨਾਲ ਧੋਖਾ ਦੇਵਾ? ਜਿਥੇ ਵੀ ਦੇਖਦਾ ਹਾ, ਤੂੰ ਉਥੇ ਹੀ ਹਾਜਰਾ ਹਜ਼ੂਰ ਵਾਪਰਦਾ ਮਹਿਸੂਸ ਹੁੰਦਾ ਹੈ । ਜਿਸ ਬੰਦਗੀ ਕਰਨ ਵਾਲੇ ਨੂੰ ਸੰਤ ਅਵਸਥਾ ਬਖਸ਼ਿਸ਼ ਹੋ ਜਾਂਦੀ ਹੈ । ਜਿਵੇਂ ਪਾਣੀ ਦੀ ਬੂੰਦ ਸਾਗਰ ਵਿੱਚ ਮਿਲ ਜਾਂਦੀ, ਫਿਰ ਅਲੱਗ ਨਹੀਂ ਕੀਤੀ ਜਾ ਸਕਦੀ । ਉਸ ਦੀ ਇਹ ਅਵਸਥਾ ਇਸਤਰ੍ਹਾਂ ਦੀ ਬਣ ਜਾਂਦੀ ਹੈ, ਉਸ ਦੀ ਆਤਮਾ ਪ੍ਰਭ ਦਾ ਅੰਗ ਬਣ ਜਾਂਦੀ ਹੈ ।

From whom may I keep a secrecy in my deeds? To whom may I deceive in the universe? The Omnipresent True Master prevails and watches all actions of His Creation, everywhere. With His mercy and grace, whosoever may be blessed with a state of mind as His Holy saint, true devotee. As water drop may immerse within water and same drop may not be separated. His soul becomes indistinguishable part of The Holy Spirit.

357. ਬਿਲਾਵਲੁ ਮਹਲਾ ੫॥ 827-19

ਤੁਮ੍ ਸਮਰਥਾ ਕਾਰਨ ਕਰਨ॥ tumH samrathaa kaaran karan.
ਢਾਕਨ ਢਾਕਿ ਗੋਬਿਦ ਗੁਰ ਮੇਰੇ, dhaakan dhaak gobid gur mayray
ਮੋਹਿ ਅਪਰਾਧੀ ਸਰਨ ਚਰਨ॥੧॥ mohi apraaDhee saran charan. ||1||
ਰਹਾਉ॥ rahaa-o.

ਮੈਂ ਦਿਨ ਰਾਤ ਤੇਰੇ ਗੁਣ ਗਾਉਂਦਾ ਹਾ । ਬੇਚਾਰ ਹੋ ਕੇ, ਸਭ ਕੁਝ ਤਿਆਗਕੇ ਤੇਰੀ ਸ਼ਰਣ ਵਿੱਚ ਆਇਆ ਹਾ । ਪ੍ਰਭ ਕੇਵਲ ਤੇਰੇ ਵਿੱਚ ਹੀ ਸਭ ਕੁਝ ਕਰਨ ਕਰਾਉਣ ਦੀ ਸਮਰਥਾ ਹੈ । ਰਹਿਮਤ ਬਖਸ਼ੋ! ਮੇਰੇ ਅਉਗੁਣ ਬਖਸ਼ ਲਵੋ!

The True Master, I am singing the glory of Your Word day and night; I am frustrated from my way of life with worldly desires. By renouncing all my worldly desires, I have surrendered my mind, body, and worldly status at Your sanctuary. The Omnipotent True Master may make anything happen; with Your mercy and grace, forgives my sins and attaches me to obey the teachings of Your Word.

ਜੋ ਜੋ ਕੀਨੋ ਸੋ ਤੁਮ੍ ਜਾਨਿਓ, jo jo keeno so tumH jaani-o
ਪੇਖਿਓ ਠਉਰ ਨਾਹੀ paykhi-o tha-ur naahee
ਕਛੁ ਢੀਠ ਮੁਕਰਨ॥ kachh dheeth mukran.
ਬਡ ਪਰਤਾਪੁ ਸੁਨਿਓ ਪ੍ਰਭ ਤੁਮ੍ਰੋ, bad partaap suni-o parabh tumHro
ਕੋਟਿ ਅਘਾ ਤੇਰੋ ਨਾਮ ਹਰਨ॥੧॥ kot aghaa tayro naam haran. ||1||

ਜੋ ਕੁਝ ਵੀ ਮਾਨਸ ਕਰਦਾ ਹੈ, ਤੂੰ ਸਭ ਜਾਣਦਾ ਹੈ । ਮਾਨਸ ਕਿਉਂ ਮੂਰਖਤਾਈ ਕਰਕੇ, ਆਪਣੇ ਕੀਤੇ ਤੋ ਮੁਕਰਦਾ ਹੈ? ਸੰਤਾਂ ਦੀ ਕਥਾ ਤੋ ਤੇਰੇ ਨੂਰ, ਪ੍ਰਤਾਪ ਦੀ ਹੀ ਮਹਾਨਤਾ ਸੁਣਦਾ ਹਾ । ਤੇਰੀ ਰਹਿਮਤ ਨਾਲ ਅਨੇਕਾਂ ਹੀ ਪਾਪੀ ਬਖਸ਼ੇ ਜਾਂਦੇ, ਤੇਰੇ ਸ਼ਬਦ ਦੀ ਪਾਲਣਾ ਤੇ ਲੱਗ ਜਾਂਦੇ ਹਨ ।

The Omniscient True Master remains aware about all deeds, thoughts and hopes of Your Creation. Why anyone stupid enough to deny of his worldly deeds? I have listened sermons of the significance of Your glory, Your virtues from Your Holy saints. With Your mercy and grace, many sinners have been attached to obey the teachings of Your Word and saved. They may remain on the right path of acceptance in Your Court.

ਹਮਰੋ ਸਹਾਉ ਸਦਾ ਸਦ ਭੂਲਨ, hamro sahaa-o sadaa sad bhoolan
ਤੁਮ੍ਰੋ ਬਿਰਦੁ ਪਤਿਤ ਉਧਰਨ॥ tumHro birad patit uDhran.

ਕਰੁਣਾ ਮੈ ਕਿਰਪਾਲ ਕ੍ਰਿਪਾ ਨਿਧਿ,	karunaa mai kirpaal kirpaa niDh
ਜੀਵਨ ਪਦ ਨਾਨਕ ਹਰਿ ਦਰਸਨ॥ ੨॥੨॥੧੧੮॥	jeevan pad naanak har darsan. ||2||2||118||

ਮਾਨਸ ਸਦਾ ਹੀ ਭੁੱਲਾਂ ਕਰਦਾ ਰਹਿੰਦਾ ਹੈ । ਤੂੰ ਤਰਸਵਾਨ ਮਾਲਕ ਸਦਾ ਹੀ ਭੁੱਲਾਂ ਬਖਸ਼ਕੇ ਸਿੱਧੇ ਰਸਤੇ ਤੇ ਪਾਉਂਦਾ ਹੈ । ਪ੍ਰਭ ਤੂੰ ਹੀ ਤਰਸ ਦਾ ਭੰਡਾਰੀ, ਰਹਿਮਤਾਂ ਦਾ ਦਾਤਾ ਹੈ । ਰਹਿਮਤ ਬਖਸ਼ਕੇ ਸ਼ਬਦ ਦੇ ਲੜ ਲਾਵੋ! ਤੇਰੀ ਸ਼ਰਣ ਵਿੱਚ ਪ੍ਰਵਾਨ ਹੋ ਜਾਵਾ ।

Human may always make mistakes, commits sins in his worldly life. The Merciful True Master may forgive the innocent mistakes of His Creation and inspires on the right path of purpose of human life journey. The True Master, Treasures of blessings, with Your mercy and grace, attaches Your humble devotee to obey Your Word and accepts in Your sanctuary.

358. ਬਿਲਾਵਲੁ ਮਹਲਾ ੫॥ 828-4

ਐਸੀ ਕਿਰਪਾ ਮੋਹਿ ਕਰਹੁ॥	aisee kirpaa mohi karahu.
ਸੰਤਹ ਚਰਣ ਹਮਾਰੋ ਮਾਥਾ,	santeh charan hamaaro maathaa
ਨੈਨ ਦਰਸੁ ਤਨਿ ਧੂਰਿ ਪਰਹੁ॥੧॥	nain daras tan Dhoor parahu. ||1||
ਰਹਾਉ॥	rahaa-o.

ਪ੍ਰਭ ਇਸਤਰ੍ਹਾਂ ਦੀ ਰਹਿਮਤ ਬਖਸ਼ੋ! ਮੈਂ ਤੇਰੇ ਸ਼ਬਦ ਰੂਪੀ ਚਰਨ ਆਪਣੇ ਮਨ ਵਿੱਚ ਵਸਾਵਾ! ਸ਼ਬਦ ਮਨ ਵਿੱਚ ਜਾਗਰਤ ਹੋ ਜਾਵੇ । ਸੰਤਾਂ ਦੇ ਚਰਨਾਂ ਦੀ ਧੂੜ ਮੇਰੇ ਮੱਥੇ ਦਾ ਸ਼ਿੰਗਾਰ ਬਣ ਜਾਵੇ ।

The Merciful True Master blesses me with Your mercy and grace that I may be drenched with the essence of Your Word within my heart. The dust of the feet of Your Holy saint may become a vermilion of my forehead.

ਗੁਰ ਕੋ ਸਬਦੁ ਮੇਰੈ ਹੀਅਰੈ ਬਾਸੈ,	gur ko sabad mayrai hee-arai baasai
ਹਰਿ ਨਾਮਾ ਮਨ ਸੰਗਿ ਧਰਹੁ॥	har naamaa man sang Dharahu.
ਤਸਕਰ ਪੰਚ ਨਿਵਾਰਹੁ ਠਾਕੁਰ,	taskar panch nivaarahu thaakur
ਸਗਲੋ ਭਰਮਾ ਹੋਮਿ ਜਰਹੁ॥੧॥	saglo bharmaa hom jarahu. ||1||

ਮੇਰੇ ਜੀਵਨ ਦਾ ਢੰਗ ਹੀ ਪ੍ਰਭ ਦੇ ਸ਼ਬਦ ਅਨੁਸਾਰ ਬਣ ਜਾਵੇ । ਪ੍ਰਭ ਦਾ ਸ਼ਬਦ ਮਨ ਵਿੱਚ ਜਾਗਰਤ ਹੋ ਜਾਵੇ । ਰਹਿਮਤ ਬਖਸ਼ੋ! ਮਨ ਵਿਚੋਂ ਸੰਸਾਰਕ ਇੱਛਾਂ ਦੇ ਪੰਜਾਂ ਜਮਦੂਤਾਂ ਦਾ ਨਾਸ ਕਰ ਦੇਵੋ! ਮੇਰੇ ਮਨ ਵਿਚੋਂ ਭਰਮ ਨਾਸ ਕਰ ਦੇਵੋ!

With Your mercy and grace, the essence of Your Word may become my way of day-to-day life. I may be enlightened with the essence of Your Word within my heart. I may conquer the demons of my worldly desires. All my suspicions may be eliminated.

ਜੋ ਤੁਮ੍ ਕਰਹੁ ਸੋਈ ਭਲ ਮਾਨੈ,	jo tumH karahu so-ee bhal maanai
ਭਾਵਨੁ ਦੁਬਿਧਾ ਦੂਰਿ ਟਰਹੁ॥	bhaavan dubiDhaa door tarahu.
ਨਾਨਕ ਕੇ ਪ੍ਰਭ ਤੁਮ ਹੀ ਦਾਤੇ,	naanak kay parabh tum hee daatay
ਸੰਤਸੰਗਿ ਲੇ ਮੋਹਿ ਉਧਰਹੁ॥੨॥੩॥੧੧੯॥	satsang lay mohi uDhrahu. ||2||3||119||

ਪ੍ਰਭ ਜੋ ਵੀ ਤੇਰਾ ਭਾਣੇ ਵਾਪਰਦਾ ਹੈ! ਮੇਰਾ ਮਨ ਅਟੱਲ ਸਮਝਕੇ ਕਬੂਲ ਕਰੇ । ਉਸ ਦੀ ਪਾਲਣਾ ਕਰੇ, ਸੰਤੋਖ ਅਨੰਦ ਮਾਨੇ, ਮਨ ਵਿੱਚ ਹੋਰ ਕੋਈ ਦੂਸਰਾ ਖਿਆਲ ਵੀ ਨਾ ਆਵੇ । ਪ੍ਰਭ, ਬੰਦਗੀ ਕਰਨ ਵਾਲਾ ਸਦਾ ਹੀ ਤੇਰੇ ਅੱਗੇ ਹੀ ਅਰਦਾਸ ਕਰਦਾ, ਆਸ ਰਖਦਾ ਹੈ । ਉਹ ਬੰਦਗੀ ਕਰਨ ਵਾਲੇ ਦੀ ਸਿਖਿਆਂ ਨਾਲ ਜੀਵਨ ਢਾਲਦਾ, ਸ੍ਰਿਸ਼ਟੀ ਦੀ ਭਲਾਈ ਦੇ ਕੰਮ ਕਰਦਾ ਰਹਿੰਦਾ ਹੈ । ਸ਼ਬਦ ਦੀ ਪਾਲਣਾ ਵਿੱਚ ਲੀਨ ਰਹਿੰਦਾ ਹੈ ।

The True Master, with Your mercy and grace, I may accept Your blessings, Word as an ultimate unavoidable command. I may obey the teachings of Your Word with steady and stable belief and remain contented. I may never grievances on Your blessings. Your true devotee may always pray for Your forgiveness. He may adopt the life experience teachings of Your true devotee in his own day-to-day life and serves Your Creation. He remains intoxicated in meditation in the void of Your Word.

359. ਬਿਲਾਵਲੁ ਮਹਲਾ ੫॥ 828-8

ਐਸੀ ਦੀਖਿਆ ਜਨ ਸਿਉ ਮੰਗਾ॥	aisee deekhi-aa jan si-o mangaa.
ਤੁਮ੍ਹਰੋ ਧਿਆਨੁ ਤੁਮ੍ਹਾਰੋ ਰੰਗਾ॥	tumHro Dhi-aan tumHaaro rangaa.
ਤੁਮ੍ਹਰੀ ਸੇਵਾ ਤੁਮ੍ਹਾਰੇ ਅੰਗਾ॥੧॥	tumHree sayvaa tumHaaray angaa. ||1||
ਰਹਾਉ॥	rahaa-o.

ਤੇਰੇ ਬੰਦਗੀ ਕਰਨ ਵਾਲੇ ਤੋ ਇਹ ਹੀ ਸਿਖਿਆਂ ਮੰਗਦਾ ਹਾ । ਸ਼ਬਦ ਦੀ ਪਾਲਣਾ ਕਰਾ, ਸ਼ਬਦ ਨੂੰ ਮਨ ਵਿੱਚ ਜਾਗਰਤ ਕਰਾ, ਤੇਰੇ ਨਾਲ ਪ੍ਰੀਤ ਕਰਾ । ਸ਼ਬਦ ਦੀ ਪਾਲਣਾ ਕਰਦਾ, ਤੇਰੇ ਸ਼ਬਦ ਦੀ ਸਮਾਧੀ ਵਿੱਚ ਸਮਾ ਜਾਵਾ ।

I am seeking the counsel, the teachings from Your true devotee! I may meditate, obey the teachings of Your Word and I may be enlightened with the essence of You Word. I may remain intoxicated in the void of Your Word and I may be absorbed within Your Holy Spirit.

ਜਨ ਕੀ ਟਹਲ ਸੰਭਾਖਨੁ ਜਨ ਸਿਉ,	jan kee tahal sambhaakhan jan si-o
ਊਠਨੁ ਬੈਠਨੁ ਜਨ ਕੈ ਸੰਗਾ॥	oothan baithan jan kai sangaa.
ਜਨ ਚਰ ਰਜ ਮੁਖਿ ਮਾਥੈ ਲਾਗੀ,	jan char raj mukh maathai laagee
ਆਸਾ ਪੂਰਨ ਅਨੰਤ ਤਰੰਗਾ॥੧॥	aasaa pooran anant tarangaa. ||1||

ਤੇਰੇ ਬੰਦਗੀ ਕਰਨ ਵਾਲੇ ਦੀ ਸੰਗਤ ਬਖਸ਼ਿਸ਼ ਹੋ ਜਾਵੇ । ਉਸ ਦੇ ਜੀਵਨ ਦੀ ਸਿਖਿਆਂ ਨਾਲ ਆਪਣਾ ਜੀਵਨ ਢਾਲਾ । ਮੇਰੇ ਮਨ ਦੀ ਅਵਸਥਾ ਵਿੱਚ ਇਤਨੀ ਨਿਮ੍ਰਤਾ ਵਾਲੀ ਬਣ ਜਾਵੇ । ਉਸ ਦੇ ਚਰਨਾਂ ਦੀ ਧੂੜ ਮੇਰੇ ਮੱਥੇ ਦਾ ਸੰਧੂਰ ਬਣ ਜਾਵੇ । ਮੇਰੇ ਮਨ ਦੀਆਂ ਸਾਰੀਆਂ ਹੀ ਮੁਰਾਦਾਂ ਪੂਰੀਆਂ ਹੋ ਜਾਣ ।

With Your mercy and grace, I may be blessed with the association of Your true devotee. I may adopt the life experience teachings of Your Holy saint in my day-to-day life. I may consider my worldly status, less significant than the dust of the feet of Your true devotee. The dust of the feet of Your true devotee may become the vermilion of my forehead. With Your mercy and grace, all my spoken and unspoken desires of mind may be satisfied.

ਜਨ ਪਾਰਬ੍ਰਹਮ	jan paarbarahm
ਜਾ ਕੀ ਨਿਰਮਲ ਮਹਿਮਾ,	jaa kee nirmal mahimaa
ਜਨ ਕੇ ਚਰਨ ਤੀਰਥ ਕੋਟਿ ਗੰਗਾ॥	jan kay charan tirath kot gangaa.
ਜਨ ਕੀ ਧੂਰਿ ਕੀਓ ਮਜਨੁ,	jan kee Dhoor kee-o majan
ਨਾਨਕ ਜਨਮ ਜਨਮ ਕੇ ਹਰੇ ਕਲੰਗਾ॥	naanak janam janam kay haray kalangaa.
੨॥੪॥੧੨੦॥	||2||4||120||

ਜਿਸ ਬੰਦਗੀ ਕਰਨ ਵਾਲੇ ਤੇ ਪ੍ਰਭ ਦੀ ਇਤਨੀ ਰਹਿਮਤ ਬਖਸ਼ਿਸ਼ ਹੋ ਜਾਵੇ । ਉਸ ਦੇ ਚਰਨ ਛੋਹਣ ਨਾਲ ਹੀ ਅਨੇਕਾਂ ਪਵਿੱਤਰ ਤੀਰਥਾਂ ਦੀ ਯਾਤਰਾ ਦਾ ਫਲ ਬਖਸ਼ਿਸ਼ ਹੋ ਜਾਵੇ । ਉਸ ਦਾਸ ਦੀ ਸਿਖਿਆਂ ਨਾਲ ਜੀਵਨ ਢਾਲਣ ਨਾਲ, ਅਨੇਕਾਂ ਜਨਮਾਂ ਦੇ ਪਾਪ ਬਖਸ਼ੇ ਜਾਂਦੇ ਹਨ । ਜੂੰਨਾਂ ਦਾ ਚੱਕਰ ਖਤਮ ਹੋ ਜਾਂਦਾ ਹੈ ।

Whosoever may be blesses with such a mercy and grace; by touching his feet, the devotee may be blessed with the reward of worships at many Holy shrines. Whosoever may adopt his life experience teachings in his own life; with His mercy and grace, his sins of many previous lives may be forgiven. His cycle of birth and death may be eliminated.

360.ਬਿਲਾਵਲੁ ਮਹਲਾ ੫॥ 828-12

ਜਿਉ ਭਾਵੈ ਤਿਉ ਮੋਹਿ ਪ੍ਰਤਿਪਾਲ॥ ji-o bhaavai ti-o mohi partipaal.
ਪਾਰਬ੍ਰਹਮ ਪਰਮੇਸਰ ਸਤਿਗੁਰ, paarbarahm parmaysar satgur
ਹਮ ਬਾਰਿਕ ਤੁਮ੍ ਪਿਤਾ ਕਿਰਪਾਲ॥੧॥ ham baarik tumH pitaa kirpaal. ||1||
ਰਹਾਉ॥ rahaa-o.

ਪ੍ਰਭ ਰਹਿਮਤ ਬਖਸ਼ੋ! ਤੇਰਾ ਭਾਣਾ, ਹੁਕਮ ਵਿੱਚ ਹੀ ਮੇਰਾ ਮਨ ਵਿੱਚ ਅਨੰਦ, ਸੰਤੋਖ ਮਹਿਸੂਸ ਕਰੇ। ਪ੍ਰਭ ਤੂੰ ਹੀ ਅਸਲੀ ਮਾਲਕ ਹੈ। ਤੂੰ ਹੀ ਮਾਤਾ, ਪਿਤਾ ਦੀ ਤਰ੍ਹਾਂ ਸੋਝੀ ਵਾਲਾ, ਰਖਿਆ ਕਰਨ ਵਾਲਾ ਹੈ। ਮਾਨਸ ਤਾਂ ਅਣਜਾਣ ਬੱਚਾ, ਗਲਤੀਆਂ ਕਰਦਾ ਰਹਿੰਦਾ ਹੈ।

The True Master blesses me with such a state of mind that I may always remain contented, blossom, and sing the praises of Your blessings; The One and only One, True Master, Creator. He protects His creation as the worldly mother and father, protect their own children. I am an innocent like child and make mistakes at every step in my life.

ਮੋਹਿ ਨਿਰਗੁਣ ਗੁਣੁ ਨਾਹੀ ਕੋਈ, mohi nirgun gun naahee ko-ee
ਪਹੁਚਿ ਨ ਸਾਕਉ ਤੁਮ੍ਰੀ ਘਾਲ॥ pahuch na saaka-o tumHree ghaal.
ਤੁਮਰੀ ਗਤਿ ਮਿਤਿ ਤੁਮ ਹੀ ਜਾਨਹੁ tumree gat mit tum hee jaanhu
ਜੀਉ ਪਿੰਡੁ ਸਭੁ ਤੁਮਰੋ ਮਾਲ॥੧॥ jee-o pind sabh tumro maal. ||1||

ਮੈਂ ਅਉਗੁਣਾਂ ਭਰਿਆਂ, ਕੋਈ ਗੁਣ ਨਜ਼ਰ ਨਹੀਂ ਆਉਂਦਾ। ਮੈਨੂੰ ਤੇਰੇ ਭਾਣੇ, ਸ਼ਬਦ ਦੀ ਕੋਈ ਸੋਝੀ, ਜਾਣਕਾਰੀ ਨਹੀਂ ਹੈ। ਪ੍ਰਭ ਤੂੰ ਆਪ ਹੀ ਆਪਣੀ ਅਵਸਥਾ, ਕਰਤਬ ਜਾਣਦਾ ਹੈ। ਮੇਰਾ ਤਨ, ਮਨ, ਹੈਸੀਅਤ ਸਭ ਤੇਰੀ ਹੀ ਬਖਸ਼ਿਸ਼, ਅਮਾਨਤ ਹੈ।

My True Master, I am overwhelmed with sins and evil thoughts; I may not have any good virtues of my own. I may not have any comprehension of Your Word nor the real purpose of human life opportunity.

ਅੰਤਰਜਾਮੀ ਪੁਰਖ ਸੁਆਮੀ, antarjaamee purakh su-aamee
ਅਨਬੋਲਤ ਹੀ ਜਾਨਹੁ ਹਾਲ॥ anbolat hee jaanhu haal.
ਤਨੁ ਮਨੁ ਸੀਤਲੁ ਹੋਇ ਹਮਾਰੋ, tan man seetal ho-ay hamaaro
ਨਾਨਕ ਪ੍ਰਭ ਜੀਉ ਨਦਰਿ ਨਿਹਾਲ॥ naanak parabh jee-o nadar nihaal.
੨॥੫॥੧੨੧॥ ||2||5||121||

ਪ੍ਰਭ ਤੂੰ ਅੰਤਰਜਾਮੀ, ਜੀਵ ਦੀ ਮਨ ਦੀ ਅਵਸਥਾ, ਮਨ ਦੀਆਂ ਅਣਬੋਲੀਆਂ ਇੱਛਾਂ ਜਾਣਦਾ ਹੈ। ਜਿਸ ਦੇ ਮਨ ਵਿੱਚ ਸ਼ਬਦ ਜਾਗਰਤ ਹੋ ਜਾਂਦਾ, ਉਸ ਦੇ ਮਨ ਵਿੱਚ ਸੰਤੋਖ, ਅਨੰਦ, ਖੇੜਾ ਬਖਸ਼ਿਸ਼ ਹੋ ਜਾਂਦਾ ਹੈ।

The Omniscient True Master remains aware about the spoken and unspoken desires, hopes of His Creation. Whosoever may be enlightened with essence of His Word; with His mercy and grace, he may remain overwhelmed with pleasure, contentment, and blossom within his mind.

361. ਬਿਲਾਵਲੁ ਮਹਲਾ ੫॥ 828-16

ਰਾਖੁ ਸਦਾ ਪ੍ਰਭ ਅਪਨੈ ਸਾਥ॥ raakh sadaa parabh apnai saath.
ਤੂ ਹਮਰੋ ਪ੍ਰੀਤਮੁ ਮਨਮੋਹਨੁ, too hamro pareetam manmohan
ਤੁਝ ਬਿਨੁ ਜੀਵਨੁ ਸਗਲ ਅਕਾਥ॥੧॥ tujh bin jeevan sagal akaath. ||1||
ਰਹਾਉ॥ rahaa-o.

ਪ੍ਰਭ ਰਹਿਮਤ ਬਖਸ਼ੋ! ਸਦਾ ਹੀ ਆਪਣੇ ਸ਼ਬਦ ਦੇ ਲੜ ਲਾਈ ਰਖੋ! ਪ੍ਰਭ ਤੂੰ ਹੀ ਮੇਰਾ ਅਸਲੀ ਮਾਲਕ, ਪ੍ਰੀਤਵਾਨ ਹੈ। ਤੇਰੇ ਸ਼ਬਦ ਦੀ ਪਾਲਣਾ ਤੋ ਬਿਨਾਂ ਜੀਵਨ ਬਤੀਤ ਕਰਨਾ ਬਿਰਥਾ ਹੀ ਹੈ।

With Your mercy and grace, keeps me steady and stable on a devotional meditation on the teachings of Your Word. You are my only True Master and beloved. Without adopting the teachings of Your Word with steady and stable belief, human life opportunity may be wasted uselessly.

ਰੰਕ ਤੇ ਰਾਉ ਕਰਤ ਖਿਨ ਭੀਤਰਿ,	rank tay raa-o karat khin bheetar
ਪ੍ਰਭੁ ਮੇਰੋ ਅਨਾਥ ਕੋ ਨਾਥ॥	parabh mayro anaath ko naath.
ਜਲਤ ਅਗਨਿ ਮਹਿ ਜਨ ਆਪਿ ਉਧਾਰੇ,	jalat agan meh jan aap uDhaaray
ਕਰਿ ਅਪੁਨੇ ਦੇ ਰਾਖੇ ਹਾਥ॥੧॥	kar apunay day raakhay haath. ‖1‖

ਪ੍ਰਭ ਤੂੰ ਗ਼ਰੀਬ ਨੂੰ ਇੱਕ ਪਲ ਵਿੱਚ ਹੀ ਰਾਜ ਭਾਗ ਬਖਸ਼ ਸਕਦਾ ਹੈ । ਤੂੰ ਨਿਮਾਣੇ ਜੀਵਾਂ ਦਾ ਸਾਥੀ, ਰਖਵਾਲਾ ਬਣ ਜਾਂਦਾ ਹੈ । ਪ੍ਰਭ ਤੂੰ ਆਪਣੇ ਬੰਦਗੀ ਕਰਨ ਵਾਲੇ ਨੂੰ ਜਲਦੀ ਅੱਗ ਵਿਚੋਂ ਵੀ ਬਚਾ ਸਕਦਾ ਹੈ । ਉਸ ਨੂੰ ਆਪਣਾ ਅੰਗ ਬਣਾ ਲੈਂਦਾ, ਰਖਿਆ ਕਰਦਾ ਹੈ । ਕੋਈ ਉਸ ਨੂੰ ਛੋਹ ਵੀ ਨਹੀਂ ਸਕਦਾ, ਪਹੁੰਚ ਨਹੀਂ ਸਕਦਾ ।

The Omnipotent True Master may bestow worldly kingdom to a humble, poor beggar in a twinkle of eyes. You are the savior and protector of poor and humble. With Your mercy and grace; You may protect and save Your true devotee from a burning fire. Whosoever may be accepted in Your sanctuary; with Your mercy and grace, his soul may remain embedded within Your Holy Spirit. He may become beyond the reach and comprehension of Your Creation.

ਸੀਤਲ ਸੁਖੁ ਪਾਇਓ ਮਨ ਤ੍ਰਿਪਤੇ,	seetal sukh paa-i-o man tariptai
ਹਰਿ ਸਿਮਰਤ ਸ੍ਰਮ ਸਗਲੇ ਲਾਥ॥	har simrat saram saglay laath.
ਨਿਧਿ ਨਿਧਾਨ ਨਾਨਕ ਹਰਿ ਸੇਵਾ,	niDh niDhaan naanak har sayvaa
ਅਵਰ ਸਿਆਨਪ ਸਗਲ ਅਕਾਥ॥॥	avar si-aanap sagal akaath.
੨॥੬॥੧੨੨॥	‖2‖6‖122‖

ਬੰਦਗੀ ਕਰਨ ਵਾਲੇ ਦੇ ਮਨ ਵਿੱਚ ਸੰਤੋਖ, ਅਨੰਦ, ਖੇੜਾ ਵਸ ਜਾਂਦਾ ਹੈ । ਉਸ ਦੇ ਮਾਨਸ ਜਨਮ ਦੇ ਸਾਰੇ ਧੰਦੇ, ਕਾਰਜ ਸਫਲ ਹੋ ਜਾਂਦੇ ਹਨ । ਪ੍ਰਭ ਹੀ ਸਭ ਸਿਆਣਪਾ, ਗੁਣਾਂ ਦਾ ਭੰਡਾਰੀ ਹੈ । ਹੋਰ ਸਾਰੇ ਯਤਨ, ਬੰਦਗੀ ਕਰਨ ਦੀਆਂ ਵਿਧੀਆਂ ਬਿਰਥੀਆ ਹੀ ਹਨ ।

His true devotee may be overwhelmed with pleasure, contentment, and blossom in his worldly life. All his worldly bonds, tasks of human life may be concluded successfully. The True Master remains the treasure of all blessing for His Creations. Without adopting the teachings of His Word all other meditation, worship and charities may be useless for the real purpose of human life opportunity.

362.ਬਿਲਾਵਲੁ ਮਹਲਾ ੫॥ 829-1

ਅਪਨੇ ਸੇਵਕ ਕਉ	apnay sayvak ka-o
ਕਬਹੁ ਨ ਬਿਸਾਰਹੁ॥	kabahu na bisaarahu.
ਉਰਿ ਲਾਗਹੁ ਸੁਆਮੀ ਪ੍ਰਭ ਮੇਰੇ,	ur laagahu su-aamee parabh mayray
ਪੂਰਬ ਪ੍ਰੀਤਿ ਗੋਬਿੰਦ ਬੀਚਾਰਹੁ॥੧॥	poorab pareet gobind beechaarahu. ‖1‖
ਰਹਾਉ॥	rahaa-o.

ਪ੍ਰਭ ਆਪਣੇ ਸੇਵਕ, ਬੰਦਗੀ ਕਰਨ ਵਾਲੇ ਦਾਸ ਤੇ ਰਹਿਮਤ ਦੀ ਨਜ਼ਰ ਬਖਸ਼ੋ! ਉਸ ਦੇ ਮਨ ਵਿਚੋਂ ਕਦੇ ਸ਼ਬਦ ਨਾ ਵਿਸਰ ਜਾਵੇ । ਰਹਿਮਤ ਬਖਸ਼ੋ! ਬੰਦਗੀ ਕਰਨ ਵਾਲੇ ਸੇਵਕ ਨੂੰ ਆਪਣੀ ਸ਼ਰਣ, ਰਖਿਆ ਵਿੱਚ ਰਖੋ! ਉਸ ਦੇ ਮਨ ਵਿੱਚ ਤੇਰਾ ਸ਼ਬਦ ਸਦਾ ਹੀ ਜਾਗਰਤ ਅਤੇ ਸੁਚੇਤ ਰਹੇ ।

With Your mercy and grace, attaches Your true devotee to obey the teachings of Your Word; he may never abandon Your Word from his day-to-day life. With Your mercy and grace, he may be accepted in Your sanctuary. He may remain enlightened, awake, and alert with the essence of Your Word.

ਪਤਿਤ ਪਾਵਨ ਪ੍ਰਭ ਬਿਰਦੁ ਤੁਮ੍ਾਰੋ,	patit paavan parabh birad tumHaaro
ਹਮਰੇ ਦੋਖ ਰਿਦੈ ਮਤ ਧਾਰਹੁ॥	hamray dokh ridai mat Dhaarahu.
ਜੀਵਨ ਪ੍ਰਾਨ ਹਰਿ ਧਨੁ ਸੁਖੁ ਤੁਮ ਹੀ,	jeevan paraan har Dhan sukh tum hee
ਹਉਮੈ ਪਟਲੁ ਕ੍ਰਿਪਾ ਕਰਿ ਜਾਰਹੁ॥੧॥	ha-umai patal kirpaa kar jaarahu. ||1||

ਪ੍ਰਭ ਇਹ ਤੇਰੀ ਹੀ ਵਡਿਆਈ ਹੈ! ਪਾਪੀਆਂ ਦੇ ਅਉਗੁਣ ਬਖਸ਼ਦਾ, ਸਿੱਧੇ ਰਸਤੇ ਤੇ ਪਾਉਂਦਾ ਹੈ । ਪ੍ਰਭ ਮੇਰੀਆਂ ਗਲਤੀਆਂ ਮਾਫ ਕਰਕੇ ਸ਼ਬਦ ਦੇ ਲੜ ਲਾਵੋ! ਪ੍ਰਭ ਤੂੰ ਹੀ ਮੇਰੇ ਸਵਾਸਾਂ ਦਾ ਆਸਰਾ, ਮੇਰਾ ਤਨ, ਮਨ, ਹੈਸੀਅਤ, ਸਭ ਤੇਰੀ ਹੀ ਅਮਾਨਤ ਹੈ । ਰਹਿਮਤ ਬਖਸ਼ੋ! ਮੇਰੇ ਮਨ ਵਿਚੋਂ ਅਹੰਕਾਰ, ਖੁਦਗ਼ਰਜ਼ੀ ਦਾ ਨਾਸ ਕਰ ਦੇਵੋ!

The True Master has an astonishing greatness; He may forgive sinner and inspires him on the right path. My True Master forgives my sins and attaches me to a devotional meditation. You are the support of my breaths; my mind, body, and worldly status remains only Your trust. With Your mercy and grace, I may conquer my ego and my selfishness.

ਜਲ ਬਿਹੂਨ ਮੀਨ ਕਤ ਜੀਵਨ,	jal bihoon meen kat jeevan
ਦੂਧ ਬਿਨਾ ਰਹਨੁ ਕਤ ਬਾਰੋ॥	dooDh binaa rahan kat baaro.
ਜਨ ਨਾਨਕ ਪਿਆਸ ਚਰਨ ਕਮਲਨ੍ ਕੀ,	jan naanak pi-aas charan kamlanH kee
ਪੇਖਿ ਦਰਸੁ ਸੁਆਮੀ ਸੁਖ ਸਾਰੋ॥	paykh daras su-aamee sukh saaro.
੨॥੭॥੧੨੩॥	||2||7||123||

ਰਹਿਮਤ ਬਖਸ਼ੋ ! ਸ਼ਬਦ ਦੀ ਸੋਝੀ ਬਖਸ਼ੋ! ਜਿਵੇਂ ਪਾਣੀ ਤੋ ਬਿਨਾਂ ਮਛਲੀ ਕਿਵੇਂ ਬਚ ਸਕਦੀ ਹੈ? ਦੁੱਧ ਤੋ ਬਿਨਾਂ ਬੱਚਾ ਕਿਵੇਂ ਬਚ ਸਕਦਾ ਹੈ? ਇਸਤਰ੍ਹਾਂ ਬੰਦਗੀ ਕਰਨ ਵਾਲੇ ਨੂੰ ਤੇਰੇ ਸ਼ਬਦ ਦੀ ਪਾਲਣਾ ਕਰਨ ਤੋ ਬਿਨਾਂ ਕਿਵੇਂ ਚੈਨ ਆਉਂਦਾ ਹੈ? ਸ਼ਬਦ ਨੂੰ ਮਨ ਵਿੱਚ ਜਾਗਰਤ ਕਰਨ ਤੋ ਬਿਨਾਂ ਕਿਵੇਂ ਮਾਨਸ ਜੀਵਨ ਸਫਲ ਕਰ ਸਕਦਾ ਹੈ?

My True Master, with Your mercy and grace, enlighten me! How fish may survive without water? How may a child survive without milk? How may Your true devotee survive without meditation and obeying Your Word? How may anyone successfully conclude his human life opportunity without enlightening the essence of Your Word within?

363. ਬਿਲਾਵਲੁ ਮਹਲਾ ੫॥ 829-5

ਆਗੈ ਪਾਛੈ ਕੁਸਲੁ ਭਇਆ॥	aagai paachhai kusal bha-i-aa.
ਗੁਰਿ ਪੂਰੈ ਪੂਰੀ ਸਭ ਰਾਖੀ,	gur poorai pooree sabh raakhee
ਪਾਰਬ੍ਰਹਮਿ ਪ੍ਰਭਿ ਕੀਨੀ ਮਇਆ॥੧॥	paarbarahm parabh keenee ma-i-aa.
ਰਹਾਉ॥	||1|| rahaa-o.

ਪ੍ਰਭ ਨੇ ਰਹਿਮਤ ਦੀ ਨਜ਼ਰ ਬਖਸ਼ੀ ਹੈ । ਮੇਰੇ ਮਨ ਵਿੱਚ ਪੂਰਨ ਸੰਤੋਖ ਭਰ ਗਿਆ ਹੈ । ਚਾਰੇ ਪਾਸੇ ਅਨੰਦ, ਖੇੜਾ ਹੀ ਮਹਿਸੂਸ ਹੁੰਦਾ ਹੈ ।

With His mercy and grace, my mind has been overwhelmed with complete contentment. I have realized pleasure and blossom all around in my life.

ਮਨਿ ਤਨਿ ਰਵਿ ਰਹਿਆ ਹਰਿ ਪ੍ਰੀਤਮੁ,	man tan rav rahi-aa har pareetam
ਦੂਖ ਦਰਦ ਸਗਲਾ ਮਿਟਿ ਗਇਆ॥	dookh darad saglaa mit ga-i-aa.
ਸਾਂਤਿ ਸਹਜ ਆਨਦ ਗੁਣ ਗਾਏ,	saaNt sahj aanad gun gaa-ay
ਦੂਤ ਦੁਸਟ ਸਭਿ ਹੋਏ ਖਇਆ॥੧॥	doot dusat sabh ho-ay kha-i-aa. ||1||

ਮੇਰੇ ਤਨ, ਮਨ ਵਿੱਚ ਰੋਮ ਰੋਮ ਵਿੱਚ ਸ਼ਬਦ ਦਾ ਨੂਰ ਚੜ੍ਹ ਗਿਆ ਹੈ । ਸੰਸਾਰਕ ਇੱਛਾਂ ਦੇ ਸਾਰੇ ਦੁਖ ਦੂਰ ਹੋ ਗਏ ਹਨ । ਮੇਰਾ ਮਨ ਸੰਤੋਖ, ਖੇੜੇ ਵਿੱਚ ਪ੍ਰਭ ਦੇ ਸ਼ਬਦ ਦੇ ਗੁਣ ਗਾਉਂਦਾ ਹੈ । ਮਨ ਵਿੱਚ ਕਿਸੇ ਨਾਲ ਵੈਰ, ਵਿਰੋਧ ਨਹੀਂ, ਕੋਈ ਦੁਸ਼ਮਨ ਨਜ਼ਰ ਨਹੀਂ ਆਉਂਦਾ ।

With His mercy and grace, each fiber of my body has been drenched with the glow of His Holy spirit. My miseries of worldly desires have been eliminated. My mind remains overwhelmed with contentment and blossom. I am singing the glory of His Word. I have no enemy nor any jealousy with anyone in the world.

ਗੁਨੁ ਅਵਗੁਨੁ ਪ੍ਰਭਿ ਕਛੁ ਨ ਬੀਚਾਰਿਓ,	gun avgun parabh kachh na beechaari-o
ਕਰਿ ਕਿਰਪਾ ਅਪੁਨਾ ਕਰਿ ਲਇਆ॥	kar kirpaa apunaa kar la-i-aa.
ਅਤੁਲ ਬਡਾਈ ਅਚੁਤ ਅਬਿਨਾਸੀ,	atul badaa-ee achut abhinaasee
ਨਾਨਕੁ ਉਚਰੈ ਹਰਿ ਕੀ ਜਇਆ॥	naanak uchrai har kee ja-i-aa.
੨॥੮॥੧੨੪॥	||2||8||124||

ਪ੍ਰਭ ਨੇ ਮੇਰੇ ਗੁਣ ਅਉਗੁਣ ਦਾ ਕੋਈ ਵਿਚਾਰ ਨਹੀਂ ਕੀਤਾ, ਮੇਰਾ ਲੇਖਾ ਖਤਮ ਕਰ ਦਿੱਤਾ ਹੈ । ਰਹਿਮਤ ਬਖਸ਼ਕੇ ਆਪਣਾ ਦਾਸ ਬਣਾ ਲਿਆ ਹੈ । ਪ੍ਰਭ ਦੀ ਇਸ ਵਡਿਆਈ ਮਹਾਨਤਾ ਦੀ ਤੁਲਨਾ ਹੋਰ ਕਿਸੇ ਨਾਲ ਨਹੀਂ ਕੀਤੀ ਜਾ ਸਕਦੀ । ਸਦਾ ਅਟੱਲ ਰਹਿਣ ਵਾਲੇ ਮਾਲਕ ਦੀ ਹਰ ਥਾਂ ਤੇ ਸੋਭਾ, ਜਿੱਤ, ਜੈਕਾਰ ਹੀ ਹੁੰਦੀ ਹੈ ।

The True Master has ignored all my deficiencies and worldly deeds; with His mercy and grace, He has cleared my all accounts of previous deeds. He has accepted me as His true devotee. This unique greatness of The True Master may not be comparable with any worldly greatness. Everyone worships and honors The Omnipotent True Master; His Word remains True and unchanged forever.

364. ਬਿਲਾਵਲੁ ਮਹਲਾ ੫॥ 829-9

ਬਿਨੁ ਭੈ ਭਗਤੀ ਤਰਨੁ ਕੈਸੇ॥	bin bhai bhagtee taran kaisay.
ਕਰਹੁ ਅਨੁਗ੍ਰਹੁ ਪਤਿਤ ਉਧਾਰਨ	karahu anoograhu patit uDhaaran
ਰਾਖੁ ਸੁਆਮੀ ਆਪ ਭਰੋਸੇ॥੧॥	raakh su-aamee aap bharosay. ||1||
ਰਹਾਉ॥	rahaa-o.

ਰਹਿਮਤਾਂ ਦੇ ਮਾਲਕ! ਰਹਿਮਤ ਦੀ ਨਜ਼ਰ ਬਖਸ਼ੋ! ਮੇਰਾ ਭਰੋਸਾ ਸ਼ਬਦ ਤੇ ਅਡੋਲ ਰਖੋ! ਤੂੰ ਹੀ ਅਸਲੀ ਮਾਲਕ ਹੈ । ਸ਼ਬਦ ਦੀ ਪਾਲਣਾ ਤੋ ਬਿਨਾਂ ਕਿਵੇਂ ਕੋਈ ਦਰਬਾਰ ਵਿੱਚ ਪ੍ਰਵਾਨ ਹੋ ਸਕਦਾ ਹੈ?

The Merciful True Master of the universe with Your mercy and grace, keeps my belief steady and stable on the teachings of Your Word. How may anyone be accepted in Your Court, without adopting the teachings of Your Word with steady and stable belief in his day-to-day life?

ਸਿਮਰਨੁ ਨਹੀ ਆਵਤ ਫਿਰਤ ਮਦ ਮਾਵਤ,	simran nahee aavat firat mad maavat
ਬਿਖਿਆ ਰਾਤਾ ਸੁਆਨ ਜੈਸੇ॥	bikhi-aa raataa su-aan jaisay.
ਅਉਧ ਬਿਹਾਵਤ ਅਧਿਕ ਮੋਹਾਵਤ,	a-oDh bihaavat aDhik mohaavat
ਪਾਪ ਕਮਾਵਤ ਬੁਡੇ ਐਸੇ॥੧॥	paap kamaavat buday aisay. ||1||

ਜਿਹੜਾ ਪ੍ਰਭ ਦੇ ਸ਼ਬਦ ਦੀ ਪਾਲਣਾ ਨਹੀਂ ਕਰਦਾ, ਬੰਦਗੀ ਨਹੀਂ ਕਰਦਾ । ਉਹ ਅਹੰਕਾਰ ਦੇ ਨਸ਼ੇ ਵਿੱਚ ਮਸਤ ਹੋਇਆ ਰਹਿੰਦਾ ਹੈ । ਕੁੱਤੇ ਦੀ ਤਰ੍ਹਾਂ ਲਾਲਚ ਵਿੱਚ ਜੀਵਨ ਬਤੀਤ ਕਰਦਾ ਹੈ । ਉਹ ਆਪਣੇ ਆਪ ਨੂੰ ਧੋਖਾ ਦੇਂਦਾ, ਪਾਪ ਕਰਦਾ ਹੈ । ਮਾਨਸ ਜਨਮ ਦਾ ਜੂੰਨਾਂ ਦਾ ਚੱਕਰ ਖਤਮ ਕਰਨ ਦਾ ਮੌਕਾ ਬਰਬਾਦ ਕਰ ਜਾਂਦਾ ਹੈ ।

Whosoever may not meditate or obeys the teachings of His Word with steady and stable belief in day-to-day life; he may remain intoxicated in ego of his worldly status. He may waste his price human life opportunity like a greedy dog. He may be deceiving himself and lives his life of sins. He may be wasting his priceless human life opportunity to eliminate the cycle of birth and death.

ਸਰਨਿ ਦੁਖ ਭੰਜਨ ਪੁਰਖ ਨਿਰੰਜਨ, saran dukh bhanjan purakh niranjan
ਸਾਧੂ ਸੰਗਤਿ ਰਵਣੁ ਜੈਸੇ॥ saaDhoo sangat ravan jaisay.
ਕੇਸਵ ਕਲੇਸ ਨਾਸ ਅਘ ਖੰਡਨ, kaysav kalays naas agh khandan
ਨਾਨਕ ਜੀਵਤ ਦਰਸ ਦਿਸੇ॥੨॥੯॥੧੨੫॥ naanak jeevat daras disay. ||2||9||125||

ਪ੍ਰਭ ਤੂੰ ਹੀ ਦੁਖਾਂ ਦਾ ਨਾਸ ਕਰਨ ਵਾਲਾ ਮਾਲਕ ਹੈ । ਤੇਰੀ ਸ਼ਰਣ ਵਿੱਚ ਆਇਆ ਹਾ । ਤੇਰੇ ਦਾਸਾਂ ਦੇ ਜੀਵਨ ਦੀ ਸਿਖਿਆਂ ਨਾਲ ਜੀਵਨ ਬਤੀਤ ਕਰਦਾ, ਉਹਨਾਂ ਦੀ ਸ਼ਰਣ ਵਿੱਚ ਵਸਦਾ ਹਾ । ਆਪ ਹੀ ਰਹਿਮਤ ਬਖਸ਼ਕੇ, ਮੇਰੇ ਮਨ ਵਿਚੋਂ ਸੰਸਾਰਕ ਇੱਛਾਂ ਦੀਆਂ ਭਟਕਣਾਂ ਦੂਰ, ਨਾਸ ਕਰ ਦਿੱਤਆਂ ਹਨ । ਆਪਣਾ ਸ਼ਬਦ ਮਨ ਵਿੱਚ ਜਾਗਰਤ ਕਰ ਦਿੱਤਾ ਹੈ ।

I have surrendered my mind, body, and worldly status at Your sanctuary. Only You may destroy all miseries of worldly desires. I have adopted the life experience teachings of Your Holy saint in my day-to-day life and I remain intoxicated in his sanctuary. You have eliminated all my frustration, miseries of worldly desires; with Your mercy and grace, I have been enlightened with the essence of Your Word.

365.ਰਾਗੁ ਬਿਲਾਵਲੁ ਮਹਲਾ ੫ ਦੁਪਦੇ ਘਰੁ ੯॥ 829-14

ੴ ਸਤਿਗੁਰ ਪ੍ਰਸਾਦਿ॥ ik-oNkaar satgur parsaad.
ਆਪਹਿ ਮੇਲਿ ਲਏ॥ aapeh mayl la-ay.
ਜਬ ਤੇ ਸਰਨਿ ਤੁਮਾਰੀ ਆਏ, jab tay saran tumaaree aa-ay
ਤਬ ਤੇ ਦੋਖ ਗਏ॥੧॥ ਰਹਾਉ॥ tab tay dokh ga-ay. ||1|| rahaa-o.

ਮੈਂ ਮਨ ਦੀਆਂ ਇੱਛਾਂ ਤਿਆਗਕੇ ਤੇਰੀ ਸ਼ਰਣ ਵਿੱਚ ਆਇਆ ਹਾ । ਮੇਰੇ ਮਨ ਦੇ ਸਾਰੇ ਰੋਗ ਖਤਮ ਹੋ ਗਏ ਹਨ । ਤੂੰ ਆਪ ਹੀ ਰਹਿਮਤ ਦੀ ਨਜ਼ਰ ਬਖਸ਼ਕੇ ਆਪਣੀ ਸ਼ਰਣ ਵਿੱਚ ਪਨਾਹ ਬਖਸ਼ੀ ਹੈ ।

My True Master, I have renounced all my worldly desires and I have surrendered my mind, body, and worldly status at Your sanctuary. With Your mercy and grace, all my frustrations, miseries of worldly desires have been eliminated. You have accepted me in Your sanctuary as Your true devotee, slave.

ਤਜਿ ਅਭਿਮਾਨੁ ਅਰੁ ਚਿੰਤ ਬਿਰਾਨੀ, taj abhimaan ar chint biraanee
ਸਾਧਹ ਸਰਨ ਪਏ॥ saaDhah saran pa-ay.
ਜਪਿ ਜਪਿ ਨਾਮੁ ਤੁਮ੍ਾਰੋ ਪ੍ਰੀਤਮ, jap jap naam tumHaaro pareetam
ਤਨ ਤੇ ਰੋਗ ਖਏ॥੧॥ tan tay rog kha-ay. ||1||

ਆਪਣੇ ਮਨ ਦਾ ਅਹੰਕਾਰ, ਇੱਛਾਂ ਤਿਆਗਕੇ ਤੇਰੇ ਸੰਤਾਂ ਦੀ ਸ਼ਰਣ ਵਿੱਚ ਆਇਆ ਹਾ । ਸ਼ਬਦ ਦੀ ਪਾਲਣਾ, ਗੁਣ ਗਾਉਣ ਨਾਲ ਸੰਸਾਰਕ ਇੱਛਾਂ ਦੇ ਰੋਗ ਨਾਸ ਹੋ ਗਏ ਹਨ ।

My True Master, I have conquered my ego, renounced my worries of worldly expectations. I have surrendered my mind, body, and worldly status at the sanctuary of Your Holy saint. By singing the glory and obeying the teachings of Your Word with steady and stable belief, all my miseries and frustrations have been eliminated.

ਮਹਾ ਮੁਗਧ ਅਜਾਨ ਅਗਿਆਨੀ, mahaa mugaDh ajaan agi-aanee
ਰਾਖੇ ਧਾਰਿ ਦਏ॥ raakhay Dhaar da-ay.
ਕਹੁ ਨਾਨਕ ਗੁਰੁ ਪੂਰਾ ਭੇਟਿਓ, kaho naanak gur pooraa bhayti-o
ਆਵਨ ਜਾਨ ਰਹੇ॥੨॥੧॥੧੨੬॥ aavan jaan rahay. ||2||1||126||

ਪ੍ਰਭ, ਜਿਸ ਤੇ ਤੇਰੀ ਰਹਿਮਤ ਦੀ ਨਜ਼ਰ ਬਖਸ਼ਿਸ਼ ਹੋ ਜਾਂਦੀ ਹੈ । ਉਹ ਮੂਰਖ, ਅਣਜਾਣ, ਜ਼ਾਲਮ ਵੀ ਸ਼ਬਦ ਦੀ ਪਾਲਣਾ ਵਿੱਚ ਲੱਗਕੇ ਬਖਸ਼ਿਆ ਜਾਂਦਾ ਹੈ । ਪ੍ਰਭ ਮੈਂ ਤੇਰੀ ਸ਼ਰਣ ਵਿੱਚ ਆਇਆ ਹਾ । ਰਹਿਮਤ ਬਖਸ਼ੋ! ਮੇਰਾ ਜੂੰਨਾਂ ਦਾ ਚੱਕਰ ਖਤਮ ਕਰ ਦੇਵੋਂ!

My True Master, with Your mercy and grace; even the ignorant, sinner, tyrant may adopt the teachings of Your Word with steady and stable belief in his day-to-day life. He may be blessed with the right path of acceptance in Your Court. I have abandoned all my worldly desires and I have surrendered my mind, body, and worldly status at Your sanctuary. I am praying for Your forgiveness to eliminate my cycle of birth and death.

366. ਬਿਲਾਵਲੁ ਮਹਲਾ ੫॥ 829-18

ਜੀਵਉ ਨਾਮੁ ਸੁਨੀ॥	jeeva-o naam sunee.
ਜਉ ਸੁਪ੍ਰਸੰਨ ਭਏ ਗੁਰ ਪੂਰੇ,	ja-o suparsan bha-ay gur pooray
ਤਬ ਮੇਰੀ ਆਸ ਪੁਨੀ॥੧॥ਰਹਾਉ॥	tab mayree aas punee. ||1|| rahaa-o.

ਪ੍ਰਭ ਦੀ ਰਹਿਮਤ ਬਖਸ਼ਿਸ ਹੋ ਗਈ ਹੈ । ਮੇਰੇ ਮਨ ਦੀਆਂ ਮੁਰਾਦਾਂ ਪੂਰੀਆਂ ਹੋ ਜਾਂਦੀਆਂ ਹਨ । ਤੇਰੇ ਸ਼ਬਦ ਦੀ ਪਾਲਣਾ ਕਰਨਾ ਹੀ ਮਨ ਦਾ ਧੰਦਾ ਬਣ ਜਾਂਦਾ ਹੈ ।

With His mercy and grace; all my spoken and unspoken desires have been satisfied. To obey the teachings of His Word with steady and stable belief has become the real purpose of my life.

ਪੀਰ ਗਈ ਬਾਧੀ ਮਨਿ ਧੀਰਾ,	peer ga-ee baaDhee man Dheeraa
ਮੋਹਿਓ ਅਨਦ ਧੁਨੀ॥	mohi-o anad Dhunee.
ਉਪਜਿਓ ਚਾਉ ਮਿਲਨ ਪ੍ਰਭ ਪ੍ਰੀਤਮ,	upji-o chaa-o milan parabh pareetam
ਰਹਨੁ ਨ ਜਾਇ ਖਿਨੀ॥੧॥	rahan na jaa-ay khinee. ||1||

ਮੇਰੇ ਮਨ ਵਿਚੋਂ ਦੁਖ ਖਤਮ ਹੋ ਗਏ, ਧੀਰਜ ਵਸ ਗਿਆ ਹੈ । ਮਨ ਵਿੱਚ ਸਦਾ ਚੱਲਣ ਵਾਲੀ ਸ਼ਬਦ ਦੀ ਧੁਨ ਚਲ ਪਈ ਹੈ । ਮੇਰੇ ਮਨ ਵਿੱਚ ਪ੍ਰਭ ਨੂੰ ਮਿਲੱਣ ਦੀ ਸ਼ਰਧਾ ਬਹੁਤ ਗੰਭੀਰ ਹੋ ਗਈ ਹੈ । ਇੱਕ ਪਲ ਵੀ ਸ਼ਬਦ ਦੇ ਸਿਮਰਨ ਤੋ ਬਿਨਾਂ ਮਨ ਵਿੱਚ ਸੰਤੋਖ ਬਖਸ਼ਿਸ਼ ਨਹੀਂ ਹੁੰਦਾ ।

With His mercy and grace, all my miseries of worldly desires have been eliminated and I have been blessed with patience in my life. The everlasting echo of His Word has been resonating within my mind. My desire to be enlightened with the essence of His Word has become more intense. Even for a moment, I may not feel comfortable without meditating on the teachings of His Word.

ਅਨਿਕ ਭਗਤ ਅਨਿਕ ਜਨ ਤਾਰੇ,	anik bhagat anik jan taaray
ਸਿਮਰਹਿ ਅਨਿਕ ਮੁਨੀ॥	simrahi anik munee.
ਅੰਧੁਲੇ ਟਿਕ ਨਿਰਧਨ ਧਨੁ ਪਾਇਓ,	anDhulay tik nirDhan Dhan paa-i-o
ਪ੍ਰਭ ਨਾਨਕ ਅਨਿਕ ਗੁਨੀ॥	parabh naanak anik gunee.
੨॥੨॥੧੨੭॥	||2||2||127||

ਪ੍ਰਭ ਤੂੰ ਅਨੇਕਾਂ ਹੀ ਬੰਦਗੀ ਕਰਨ ਵਾਲੇ ਤਾਰੇ ਹਨ, ਰਹਿਮਤ ਬਖਸ਼ੀ ਹੈ । ਅਨੇਕਾਂ ਹੀ ਨਿਮਾਣੇ ਦਾਸ, ਮੋਨੀ ਭਗਤ ਤੇਰੇ ਸ਼ਬਦ ਦੀ ਸਮਾਧੀ ਵਿੱਚ ਵਸਦੇ ਹਨ । ਪ੍ਰਭ ਤੇਰਾ ਸ਼ਬਦ ਹੀ ਅੰਨ੍ਹੇ ਦਾ ਆਸਰਾ, ਗ਼ਰੀਬ ਦਾ ਧਨ ਹੈ । ਜਿਹੜਾ ਬੰਦਗੀ ਕਰਨ ਵਾਲਾ, ਤੇਰੇ ਸ਼ਬਦ ਦੇ ਗੁਣ ਧਾਰਨ ਕਰ ਲੈਂਦਾ, ਉਸ ਨੂੰ ਤੇਰੀ ਰਹਿਮਤ ਬਖਸ਼ਿਸ਼ ਹੋ ਜਾਂਦੀ ਹੈ ।

My True Master, with Your mercy and grace: You have saved many of Your true devotees. Many more Your true devotee, quite saints remain intoxicated in the void of Your Word. The teachings of Your Word may be guiding stick for a blind and worldly wealth for a poor. Whosoever may adopt the teachings of Your Word with steady and stable belief in his day-to-day life; with Your mercy and grace, he may be blessed with the right path of acceptance in Your Court.

367.ਰਾਗੁ ਬਿਲਾਵਲੁ ਮਹਲਾ ੫ ਘਰੁ ੧੩ ਪੜਤਾਲ॥ 830-3

ੴ ਸਤਿਗੁਰ ਪ੍ਰਸਾਦਿ॥	ik-oNkaar satgur parsaad.
ਮੋਹਨ ਨੀਦ ਨ ਆਵੈ ਹਾਵੈ,	mohan need na aavai haavai
ਹਾਰ ਕਜਰ ਬਸਤ੍ਰ ਅਭਰਨ ਕੀਨੇ॥	haar kajar bastar abhran keenay.
ਉਡੀਨੀ ਉਡੀਨੀ ਉਡੀਨੀ॥	udeenee udeenee udeenee.
ਕਬ ਘਰਿ ਆਵੈ ਰੀ॥੧॥ ਰਹਾਉ॥	kab ghar aavai ree. ‖1‖ rahaa-o.

ਪ੍ਰਭ ਮੈਂ ਸ਼ਿੰਗਰ ਕਰਦਾ, ਧਰਮ ਦਾ ਬਣਾ ਸਜਾਉਂਦਾ, ਤੇਰ ਦਰਬਾਰ ਸਜਾਉਂਦਾ, ਧਰਮ ਦੇ ਰੀਤ ਰੀਵਾਜ ਕਰਦਾ ਹਾ । ਫਿਰ ਵੀ ਮਨ ਵਿੱਚ ਸੰਤੋਖ, ਧੀਰਜ ਨਹੀਂ ਆਉਂਦਾ, ਮਨ ਵਿੱਚ ਉਦਾਸੀ ਚਿੰਤਾਂ, ਸੋਗ ਭਰਿਆਂ ਰਹਿੰਦਾ ਹੈ । ਸੋਝੀ ਬਖਸ਼ੋ! ਮੈਂ ਕਿਹੜਾ ਧੰਦਾ ਕਰਾ? ਜਿਸ ਨਾਲ ਤੇਰੀ ਰਹਿਮਤ ਦੀ ਨਜ਼ਰ ਬਖਸ਼ਿਸ਼ ਹੋ ਜਾਵੇ ।

My True Master, I embellish my body with worldly religious robe; I install Your throne of worship and preform all religious rituals of worship. However, my mind has not realized any patience, contentment, comforts. I remain in deep sadness, grievances in my worldly life. My True Master, with Your mercy and grace, enlighten me; what path may I adopt in my day-to-day life, to be accepted in Your Court?

ਸਰਨਿ ਸੁਹਾਗਨਿ ਚਰਨ ਸੀਸੁ ਧਰਿ॥	saran suhaagan charan sees Dhar.
ਲਾਲਨੁ ਮੋਹਿ ਮਿਲਾਵਹੁ॥	laalan mohi milaavhu.
ਕਬ ਘਰਿ ਆਵੈ ਰੀ॥੧॥	kab ghar aavai ree. ‖1‖

ਮੈਂ ਬੰਦਗੀ ਕਰਨ ਵਾਲੇ ਦੀ ਸ਼ਰਣ ਵਿੱਚ ਆਇਆ, ਉਸ ਦੇ ਜੀਵਨ, ਸਿਖਿਆਂ ਨਾਲ ਜੀਵਨ ਢਾਲਦਾ ਹਾ । ਅਰਦਾਸ ਕਰਦਾ ਹਾ! ਕਿਸ ਸਮੇਂ ਪ੍ਰਭ ਦੀ ਰਹਿਮਤ ਦੀ ਨਜ਼ਰ ਬਖਸ਼ਿਸ ਹੋਵੇਗੀ?

I have surrendered my mind, body, and worldly status at the sanctuary of His true devotee. I have adopted his life experience teachings in my day-to-day life. I am patiently waiting; when may I be blessed with His mercy and grace?

ਸੁਨਹੁ ਸਹੇਰੀ ਮਿਲਨ ਬਾਤ ਕਹਉ,	sunhu sahayree milan baat kaha-o
ਸਗਰੋ ਅਹੰ ਮਿਟਾਵਹੁ,	sagro ahaN mitaavhu
ਤਉ ਘਰ ਹੀ ਲਾਲਨੁ ਪਾਵਹੁ॥	ta-o ghar hee laalan paavhu.
ਤਬ ਰਸ ਮੰਗਲ ਗੁਨ ਗਾਵਹੁ॥	tab ras mangal gun gaavhu.
ਆਨਦ ਰੂਪ ਧਿਆਵਹੁ॥	aanad roop Dhi-aavahu.
ਨਾਨਕੁ ਦੁਆਰੈ ਆਇਓ॥	naanak du-aarai aa-i-o.
ਤਉ ਮੈ ਲਾਲਨੁ ਪਾਇਓ ਰੀ॥੨॥	ta-o mai laalan paa-i-o ree. ‖2‖

ਮੇਰੇ ਬੰਦਗੀ ਕਰਨ ਵਾਲੇ ਸਾਥੀ, ਸੰਤ ਸਰੂਪ। ਸੋਝੀ ਪਾਵੋ! ਪ੍ਰਭ ਦੀ ਰਹਿਮਤ ਕਿਸਤਰ੍ਹਾਂ ਪਾਈ ਜਾ ਸਕਦੀ ਹੈ? ਆਪਣੇ ਮਨ ਵਿਚੋਂ ਆਪਾ, ਖੁਦਗ਼ਰਜ਼ੀ ਨਾਸ ਕਰੋ! ਅਹੰਕਾਰ ਨੂੰ ਤਿਆਗੋ! ਤਾਂ ਹੀ ਪ੍ਰਭ ਆਪਣੇ ਆਪ ਹੀ ਮਨ ਵਿੱਚ ਪ੍ਰਗਟ ਹੋ ਜਾਂਦਾ ਹੈ । ਉਸ ਦਾ ਸ਼ਬਦ ਜਾਗਰਤ ਹੋ ਜਾਂਦਾ, ਤਾਂ ਮਨ ਖੇੜੇ ਵਿੱਚ ਆ ਜਾਂਦਾ ਹੈ, ਅਨੰਦ ਵਿੱਚ ਹੀ ਪ੍ਰਭ ਦੇ ਸ਼ਬਦ ਦੇ ਗੁਣ ਗਾਉਂਦਾ ਹੈ । ਬੰਦਗੀ ਕਰਨ ਵਾਲਾ, ਰਹਿਮਤਾਂ, ਖੇੜੇ ਦੇ ਮਾਲਕ, ਦੇ ਸ਼ਬਦ ਦੀ ਪਾਲਣਾ ਕਰਦਾ ਹੈ । ਆਪਾ ਤਿਆਗਕੇ ਪ੍ਰਭ ਦੇ ਦਰ ਆਉਂਦਾ ਹੈ । ਤਾਂ ਹੀ ਪ੍ਰਭ ਆਪਣੇ ਆਪ ਹੀ ਉਸ ਦੇ ਮਨ ਵਿੱਚ ਪ੍ਰਗਟ ਹੋ ਜਾਂਦਾ ਹੈ, ਸ਼ਬਦ ਮਨ ਵਿੱਚ ਜਾਗਰਤ ਹੋ ਜਾਂਦਾ ਹੈ ।

His true devotee, my companion, His Holy saint enlightens me! How may I be blessed with the enlightenment of the essence of His Word? Whosoever may abandon his selfishness, ego of worldly status and surrenders his mind and body at His sanctuary; his mind and body may be enlightened with His Holy Spirit from within. He may be overwhelmed with blossom and he may remain intoxicated in the void of His Word, singing the glory and obeying the teachings of His Word. Whosoever may abandon his selfishness, ego of worldly status and surrenders his mind and body at His sanctuary; he may be enlightened from within his body and mind.

ਮੋਹਨ ਰੂਪੁ ਦਿਖਾਵੈ॥	mohan roop dikhaavai.
ਅਬ ਮੋਹਿ ਨੀਦ ਸੁਹਾਵੈ॥	ab mohi need suhaavai.
ਸਭ ਮੇਰੀ ਤਿਖਾ ਬੁਝਾਨੀ॥	sabh mayree tikhaa bujhaanee.
ਅਬ ਮੈ ਸਹਜਿ ਸਮਾਨੀ॥	ab mai sahj samaanee.
ਮੀਠੀ ਪਿਰਹਿ ਕਹਾਨੀ॥	meethee pireh kahaanee.
ਮੋਹਨੁ ਲਾਲਨੁ ਪਾਇਓ ਰੀ॥	mohan laalan paa-i-o ree.
ਰਹਾਉ ਦੂਜਾ॥੧॥੧੨੮॥	rahaa-o doojaa. ||1||128||

ਜਿਸ ਦੇ ਮਨ ਵਿੱਚ ਪ੍ਰਭ ਦਾ ਸ਼ਬਦ ਜਾਗਰਤ ਹੋ ਜਾਂਦਾ ਹੈ । ਉਸ ਦੇ ਮਨ ਵਿੱਚ ਸ਼ਬਦ ਦੀ ਧੁਨ ਚਲ ਪੈਂਦੀ ਹੈ । ਉਸ ਦਾ ਮਨ ਸ਼ਬਦ ਦੀ ਸਮਾਧੀ ਵਿੱਚ ਚਲੇ ਜਾਂਦਾ, ਵਸਦਾ ਹੈ । ਉਸ ਦੇ ਮਨ ਵਿਚੋਂ ਇੱਛਾਂ ਦੀ ਪਿਆਸ ਖਤਮ ਹੋ ਜਾਂਦੀ, ਬੁਝ ਜਾਂਦੀ ਹੈ । ਉਸ ਦਾ ਮਨ ਸ਼ਬਦ ਦੀ ਸਮਾਧੀ ਵਿੱਚ ਸਮਾ ਜਾਂਦਾ ਹੈ । ਉਸ ਦਾ ਮਨ ਇਸ ਸਮਾਧੀ ਵਿਚੋਂ ਬਾਹਰ ਨਹੀਂ ਜਾਣਾ ਚਾਹੁੰਦਾ । ਇਸਤਰ੍ਹਾਂ ਉਸ ਵਿੱਚ ਹੀ ਅਭੇਦ ਹੋ ਜਾਂਦਾ, ਸਮਾ ਜਾਂਦਾ ਹੈ ।

Whosoever may be enlightened with the essence of His Word; with His mercy and grace, the everlasting echo of His Word may resonate within his heart. The thirst of worldly desires may be quenched from within. He may remain intoxicated in meditation in the void of His Word; with His mercy and grace, he may immerse within the Holy Spirit. He remains intoxicated within the void of His Word and he may never want to come out of the void of His Word. His soul may be absorbed within The Holy Spirit.

368. ਬਿਲਾਵਲੁ ਮਹਲਾ ੫॥ 830-9

ਮੋਰੀ ਅਹੰ ਜਾਇ ਦਰਸਨ ਪਾਵਤ ਹੇ॥	moree ahaN jaa-ay darsan paavat hay.
ਰਾਚਹੁ ਨਾਥ ਹੀ ਸਹਾਈ ਸੰਤਨਾ॥	raachahu naath hee sahaa-ee santnaa.
ਅਬ ਚਰਨ ਗਹੇ॥੧॥ ਰਹਾਉ॥	ab charan gahay. ||1|| rahaa-o.

ਮੇਰੇ ਮਨ ਵਿਚੋਂ ਅਹੰਕਾਰ ਨਾਸ ਹੋ ਗਿਆ ਹੈ । ਪ੍ਰਭ ਦੀ ਰਹਿਮਤ ਦੀ ਨਜ਼ਰ ਨਾਲ ਮਨ ਵਿੱਚ ਸ਼ਬਦ ਜਾਗਰਤ ਹੋ ਗਿਆ ਹੈ । ਮਨ ਪ੍ਰਭ ਦੇ ਸ਼ਬਦ ਦੀ ਸਮਾਧੀ ਵਿੱਚ ਲੀਨ ਹੋ ਗਿਆ ਹੈ । ਬੰਦਗੀ ਕਰਨ ਵਾਲੇ ਦਾਸਾਂ, ਸੰਤਾਂ ਦੇ ਜੀਵਨ ਦਾ ਅਧਾਰ ਹੀ ਸ਼ਬਦ ਦੀ ਪਾਲਣਾ ਹੁੰਦਾ ਹੈ, ਪ੍ਰਭ ਸਦਾ ਹੀ ਸਹਾਈ ਰਹਿੰਦਾ ਹੈ । ਪ੍ਰਭ ਦਾ ਸ਼ਬਦ ਮਨ ਵਿੱਚ ਜਾਗਰਤ ਅਤੇ ਸੁਚੇਤ ਹੋ ਜਾਂਦਾ ਹੈ ।

With His mercy and grace, I have conquered my ego of worldly status and I have been enlightened with the essence of His Word. I remain intoxicated in meditation in the void of His Word. The real purpose of human life journey of His true devotee, may be to obey the teachings of His Word. The True Master always remains companion and supporting pillar of His true devotee. The essence of the teachings of His Word remains enlightened within and he remains awake and alert.

ਆਹੈ ਮਨ ਅਵਰੁ ਨ ਭਾਵੈ	aahay man avar na bhaavai
ਚਰਨਾਵੈ, ਚਰਨਾਵੈ ਉਲਝਿਓ	charnaavai charnaavai uljhi-o
ਅਲਿ ਮਕਰੰਦ ਕਮਲ ਜਿਉ॥	al makrand kamal ji-o.
ਅਨ ਰਸ ਨਹੀ ਚਾਹੈ,	an ras nahee chaahai
ਏਕੈ ਹਰਿ ਲਾਹੈ॥੧॥	aykai har laahai. ||1||

ਮੇਰਾ ਮਨ ਪ੍ਰਭ ਦੇ ਸ਼ਬਦ ਰੂਪੀ ਚਰਨਾਂ ਵਿੱਚ ਅਡੋਲ ਹੋ ਗਿਆ ਹੈ । ਹੋਰ ਕਿਸੇ ਨੂੰ ਮਾਲਕ ਨਹੀਂ ਸਮਝਦਾ । ਮੇਰੇ ਮਨ ਦੀ ਪ੍ਰੀਤ ਸ਼ਬਦ ਨਾਲ ਇਤਨੀ ਹੋ ਗਈ ਹੈ । ਜਿਵੇਂ ਸ਼ਹਿਦ ਦੀ ਮੱਖੀ ਦੀ ਪ੍ਰੀਤ ਕਮਲ ਦੇ ਫੁੱਲ ਨਾਲ ਹੁੰਦੀ ਹੈ । ਦਾਸ ਦੇ ਮਨ ਵਿੱਚ ਹੋਰ ਕਿਸੇ ਸਵਾਦ ਦੀ ਇੱਛਾਂ ਨਹੀ ਰਹਿੰਦੀ । ਮਨ ਦਾ ਸ਼ਬਦ ਤੇ ਭਰੋਸਾ ਅਡੋਲ ਹੋ ਜਾਂਦਾ ਹੈ ।

With His mercy and grace, I have become steady and stable on the teachings of His Word (spiritual feet). I may not consider any worldly guru as The True Master. My devotion with His Word has become such intense, as the honey bee has with the lotus flower. His true devotee may not have any desire left within his mind, except the enlightenment of His Word. His belief remains steady and stable on the teachings of His Word.

ਅਨ ਤੇ ਟੂਟੀਐ ਰਿਖ ਤੇ ਛੂਟੀਐ॥	an tay tootee-ai rikh tay chhootee-ai.
ਮਨ ਹਰਿ ਰਸ ਘੂਟੀਐ,	man har ras ghootee-ai
ਸੰਗਿ ਸਾਧੂ ਉਲਟੀਐ॥	sang saaDhoo ultee-ai.
ਅਨ ਨਾਹੀ ਨਾਹੀ ਰੇ॥	an naahee naahee ray.
ਨਾਨਕ ਪ੍ਰੀਤਿ ਚਰਨ ਚਰਨ ਹੇ॥	naanak pareet charan charan hay.
੨॥੨॥੧੨੯॥	||2||2||129||

ਮੇਰਾ ਮੋਹ, ਜੋੜ ਸਾਰੇ ਸੰਸਾਰਕ ਮਾਇਆ ਤੋ ਦੂਰ ਹੋ ਗਿਆ ਹੈ । ਮੇਰੇ ਤੋ ਮੌਤ ਦਾ ਕਾਬੂ ਖਤਮ ਹੋ ਗਿਆ, ਮੇਰੇ ਮਨ ਵਿੱਚ ਸ਼ਬਦ ਰੂਪੀ ਅੰਮ੍ਰਿਤ ਭਰਪੂਰ ਹੋ ਗਿਆ ਹੈ । ਮੇਰਾ ਜੀਵਨ ਬੰਦਗੀ ਵਾਲੇ ਸੰਤਾਂ ਦੀ ਸਿਖਿਆਂ ਨਾਲ ਢਲ ਗਿਆ ਹੈ । ਸੰਸਾਰਕ ਮਾਇਆ ਦੇ ਸਾਰੇ ਧੰਦੇ ਖਤਮ ਹੋ ਗਏ, ਜਾਲ ਖਤਮ ਹੋ ਗਿਆ ਹੈ । ਬੰਦਗੀ ਕਰਨ ਵਾਲਾ, ਕੇਵਲ ਇੱਕੋ ਇੱਕ ਪ੍ਰਭ ਹੀ ਹਰ ਥਾਂ ਤੇ, ਹਰਇੱਕ ਕੰਮ ਵਿੱਚ ਵਾਪਰਦਾ ਮਹਿਸੂਸ ਕਰਦਾ ਹੈ, ਹੋਰ ਕੁਝ ਮਹਿਸੂਸ ਨਹੀਂ ਹੁੰਦਾ । ਪ੍ਰਭ ਦਾ ਸ਼ਬਦ ਹੀ ਮਨ ਵਿੱਚ ਜਾਗਰਤ ਰਹਿੰਦਾ ਹੈ ।

With His mercy and grace, all my attachment to worldly wealth, worldly bonds have been eliminated. The devil of death has no control on my soul; I am overwhelmed with the enlightenment of the teachings of His Word. I have adopted the life experience teachings of His true devotee in my day-to-day life. All my bonds, chores and traps of worldly wealth have been eliminated. His true devotee may realize His Holy Spirit may be prevailing everywhere in all tasks. His Word remains enlightened, awake and alert.

369.ਰਾਗੁ ਬਿਲਾਵਲੁ ਮਹਲਾ ੯ ਦੁਪਦੇ॥ 830-14

ੴ ਸਤਿਗੁਰ ਪ੍ਰਸਾਦਿ॥	ik-oNkaar satgur parsaad.
ਦੁਖ ਹਰਤਾ ਹਰਿ ਨਾਮੁ ਪਛਾਨੋ॥	dukh hartaa har naam pachhaano.
ਅਜਾਮਲੁ ਗਨਿਕਾ ਜਿਹ ਸਿਮਰਤ,	ajaamal ganikaa jih simrat mukat
ਮੁਕਤ ਭਏ ਜੀਅ ਜਾਨੋ॥੧॥ ਰਹਾਉ॥	bha-ay jee-a jaano. ||1|| rahaa-o.

ਮਨ ਵਿੱਚ ਯਾਦ ਰਖੋ! ਪ੍ਰਭ ਹੀ ਦੁਖ ਦੂਰ, ਦੁਖਾਂ ਦਾ ਨਾਸ ਕਰਨ ਵਾਲਾ ਮਾਲਕ ਹੈ । ਸ਼ਬਦ ਦਾ ਸਿਮਰਨ ਕਰਦਾ, ਆਜਮਲ ਡਾਕੂ, ਗੰਨਕਾ ਵੇਸਵਾ ਵੀ ਭਗਤ ਬਣ ਗਏ । ਪ੍ਰਭ ਦੇ ਦਰਬਾਰ ਵਿੱਚ ਪ੍ਰਵਾਨ ਹੋ ਗਏ ।

Always remember! The True Master may cure all the miseries of demons of worldly desires. Even the robber Azaamel and prostitute Ganikaa both become His true devotee by abandoning evil deeds and mediating on the teachings of His Word; both were accepted in His Court.

ਗਜ ਕੀ ਤ੍ਰਾਸ ਮਿਟੀ ਛਿਨਹੂ ਮਹਿ,	gaj kee taraas mitee chhinhoo meh
ਜਬ ਹੀ ਰਾਮੁ ਬਖਾਨੋ॥	jab hee raam bakhaano.
ਨਾਰਦ ਕਹਤ ਸੁਨਤ ਧ੍ਰੂਅ ਬਾਰਿਕ,	naarad kahat sunat Dharoo-a baarik bhajan maahi laptaano. ||1||

ਭਜਨ ਮਾਹਿ ਲਪਟਾਨੋ॥੧॥

ਜਦੋਂ ਹਾਥੀ ਨੇ ਪ੍ਰਭ ਨੂੰ ਮਨ ਵਿੱਚ ਯਾਦ ਕੀਤਾ । ਹਾਥੀ ਦਾ ਡਰ ਇੱਕ ਪਲ ਵਿੱਚ ਖਤਮ ਹੋ ਗਿਆ । ਭਗਤ ਨਾਰਦਾ ਦੀ ਕਥਾ ਸੁਣਕੇ, ਸਿਖਿਆਂ ਲੈ ਕੇ ਧ੍ਰਅ, ਡੂੰਘੀ ਬੰਦਗੀ, ਸਮਾਧੀ ਵਿੱਚ ਚਲੇ ਗਿਆ ।

When the elephant was captured by shark fish; by remembered The True Master in his time of misery, his fear was disappeared in a twinkle of eyes. He became fearless and saved. By listening to the sermons of prophet Naarad; child Dharoo-a went into a deep intoxication in the void of His Word.

ਅਚਲ ਅਮਰ ਨਿਰਭੈ ਪਦੁ ਪਾਇਓ, ਜਗਤ ਜਾਹਿ ਹੈਰਾਨੋ॥	achal amar nirbhai pad paa-i-o jagat jaahi hairaano.
ਨਾਨਕ ਕਹਤ ਭਗਤ ਰਛਕ ਹਰਿ, ਨਿਕਟਿ ਤਾਹਿ ਤੁਮ ਮਾਨੋ॥੨॥੧॥	naanak kahat bhagat rachhak har nikat taahi tum maano. ||2||1||

ਧ੍ਰਅ ਨੂੰ ਅਮਰ ਅਵਸਥਾ ਬਖਸ਼ਿਸ਼ ਹੋ ਗਈ, ਸਾਰੀ ਸ੍ਰਿਸ਼ਟੀ ਹੀ ਹੈਰਾਨ ਹੋ ਗਈ । ਪ੍ਰਭ ਆਪਣੀ ਸ਼ਰਣ ਵਿੱਚ ਆਏ ਸੇਵਕ ਦੀ ਆਪ ਰਖਿਆ ਕਰਦਾ ਹੈ । ਹਮੇਸ਼ਾਂ ਯਾਦ ਰਖੋ! ਉਹ ਜੀਵ ਦੇ ਤਨ ਵਿੱਚ ਹੀ ਵਸਦਾ ਹੈ, ਦੂਰ ਨਹੀਂ ਹੈ!

With His mercy and grace, child Dhroo-a was blessed with immortal state of mind. The whole universe was astonished. The True Master always protects the honor of His true devotee; who may surrender his mind, body, and worldly status at His sanctuary. Remember! His Holy Spirit remains embedded within the soul of each creature and dwells within his body and not far away from his reach.

370.ਬਿਲਾਵਲੁ ਮਹਲਾ ੯॥ 830-18

ਹਰਿ ਕੇ ਨਾਮ ਬਿਨਾ ਦੁਖੁ ਪਾਵੈ॥	har kay naam binaa dukh paavai.
ਭਗਤਿ ਬਿਨਾ ਸਹਸਾ ਨਹ ਚੂਕੈ, ਗੁਰੁ ਇਹੁ ਭੇਦੁ ਬਤਾਵੈ॥੧॥ ਰਹਾਉ॥	bhagat binaa sahsaa nah chookai gur ih bhayd bataavai. ||1|| rahaa-o.

ਪ੍ਰਭ ਦੇ ਸ਼ਬਦ ਦੀ ਪਾਲਣਾ ਨਾਲ ਹੀ ਇਹ ਭੇਦ ਖੁੱਲ੍ਹਦਾ ਹੈ! ਸ਼ਬਦ ਤੇ ਭਰੋਸਾ ਅਡੋਲ ਕਰਨ ਤੋ ਬਿਨਾਂ ਮਨ ਦੇ ਭਰਮ ਦੂਰ ਨਹੀਂ ਹੁੰਦੇ । ਸ਼ਬਦ ਦੀ ਪਾਲਣਾ ਤੋ ਬਿਨਾਂ, ਜੀਵਨ ਵਿੱਚ ਦੁਖ ਹੀ ਆਉਂਦੇ ਹਨ ।

Whosoever may obey the teachings of His Word with steady and stable belief in his day-to-day life; with His mercy and grace, he may be enlightened with one unique essence of His Nature. Without obeying the teachings of His Word with steady and stable belief, his worldly suspicions may not be eliminated from mind. Whosoever may not obey the teachings of His World; he may only endure miseries in worldly life.

ਕਹਾ ਭਇਓ ਤੀਰਥ ਬ੍ਰਤ ਕੀਏ, ਰਾਮ ਸਰਨਿ ਨਹੀ ਆਵੈ॥	kahaa bha-i-o tirath barat kee-ay raam saran nahee aavai.
ਜੋਗ ਜਗ ਨਿਹਫਲ ਤਿਹ ਮਾਨਉ, ਜੋ ਪ੍ਰਭ ਜਸੁ ਬਿਸਰਾਵੈ॥੧॥	jog jag nihfal tih maan-o jo parabh jas bisraavai. ||1||

ਅਗਰ ਤੀਰਥ ਯਾਤਰਾ ਨਾਲ ਮਨ ਪ੍ਰਭ ਦੀ ਸ਼ਰਣ ਵਿੱਚ ਨਹੀਂ ਆਉਂਦਾ, ਜੀਵਨ ਸ਼ਬਦ ਨਾਲ ਨਹੀਂ ਢਲਦਾ । ਪਵਿੱਤਰ ਤੀਰਥ ਯਾਤਰਾ, ਇਸ਼ਨਾਨ ਦਾ ਕੀ ਲਾਭ ਹੈ? ਅਗਰ ਧਰਮ ਧਾਰਨ ਕਰਨ ਨਾਲ ਮਨ ਸ਼ਬਦ ਦਾ ਸਿਮਰਨ ਨਹੀਂ ਕਰਦਾ, ਸ਼ਬਦ ਭੁੱਲ ਜਾਂਦਾ ਹੈ । ਧਰਮ ਧਾਰਨ ਦਾ, ਬਲੀ ਦੇਣ ਦਾ ਕੀ ਲਾਭ ਹੈ?

Whosoever may not surrender his mind, body, and worldly status at His sanctuary by sanctifying at The Holy Shrine nor he may adopt the teachings of His Word in his day-to-day life; what may be the benefit of Holy bath or worship at Holy Shrine? Whosoever may even after religious baptizing forget to meditate, to obey the teachings of His Word in his day-to-day life; what may be the true value, benefit of baptism for the real purpose of human life opportunity?

ਮਾਨ ਮੋਹ ਦੋਨੋ ਕਉ ਪਰਹਰਿ, maan moh dono ka-o parhar
ਗੋਬਿੰਦ ਕੇ ਗੁਨ ਗਾਵੈ॥ gobind kay gun gaavai.
ਕਹੁ ਨਾਨਕ ਇਹ ਬਿਧਿ ਕੋ ਪ੍ਰਾਨੀ, kaho naanak ih biDh ko paraanee
ਜੀਵਨ ਮੁਕਤਿ ਕਹਾਵੈ॥੨॥੨॥ jeevan mukat kahaavai. ||2||2||

ਜਿਹੜਾ ਅਹੰਕਾਰ, ਹੈਸੀਅਤ, ਸੰਸਾਰਕ ਮੋਹ ਤਿਆਗਕੇ ਸ਼ਬਦ ਦੀ ਪਾਲਣਾ ਕਰਦਾ ਹੈ । ਉਸ ਨੂੰ ਸੰਸਾਰ ਵਿੱਚ ਰਹਿੰਦੇ ਹੀ, ਅਮਰ ਅਵਸਥਾ ਬਖਸ਼ਿਸ਼ ਹੋ ਜਾਂਦੀ ਹੈ ।

Whosoever may surrender his mind, body, and ego of worldly status; he may obey the teachings of His Word with steady and stable belief in his day-to-day life. With His mercy and grace, he may be blessed with immortal state of mind in his human life journey.

371.ਬਿਲਾਵਲੁ ਮਹਲਾ ੯॥ 831-2

ਜਾ ਮੈ ਭਜਨੁ ਰਾਮ ਕੋ ਨਾਹੀ॥ jaa mai bhajan raam ko naahee.
ਤਿਹ ਨਰ ਜਨਮੁ ਅਕਾਰਥੁ ਖੋਇਆ, tih nar janam akaarath kho-i-aa
ਯਹ ਰਾਖਹੁ ਮਨ ਮਾਹੀ॥੧॥ ਰਹਾਉ॥ yeh raakho man maahee. ||1|| rahaa-o.

ਯਾਦ ਰਖੋ! ਜਿਸ ਜੀਵ ਦੇ ਮਨ ਵਿੱਚ ਪ੍ਰਭ ਦੇ ਸ਼ਬਦ ਦੀ ਪਾਲਣਾ, ਸਿਮਰਨ ਨਹੀਂ ਹੁੰਦਾ । ਉਸ ਦਾ ਮਾਨਸ ਜਨਮ ਬਿਰਥਾ ਹੀ ਬੀਤ ਜਾਂਦਾ ਹੈ ।

Whosoever may not meditate and obeys the teachings of His Word with steady and stable belief in his day-to-day life. He may be wasting his priceless human life opportunity uselessly.

ਤੀਰਥ ਕਰੈ ਬ੍ਰਤ ਫੁਨਿ ਰਾਖੈ, tirath karai barat fun raakhai
ਨਹ ਮਨੂਆ ਬਸਿ ਜਾ ਕੋ॥ nah manoo-aa bas jaa ko.
ਨਿਹਫਲ ਧਰਮੁ ਤਾਹਿ ਤੁਮ ਮਾਨਹੁ, nihfal Dharam taahi tum maanhu
ਸਾਚੁ ਕਹਤ ਮੈ ਯਾ ਕਉ॥੧॥ saach kahat mai yaa ka-o. ||1||

ਜਿਸ ਜੀਵ ਦਾ ਆਪਣੇ ਮਨ ਤੇ ਕਾਬੂ ਨਹੀਂ ਪੈਂਦਾ । ਉਸ ਦਾ ਤੀਰਥ ਯਾਤਰਾ, ਵਰਤ ਰਖਣ ਦਾ ਕੋਈ ਲਾਭ ਨਹੀਂ ਹੁੰਦਾ, ਪ੍ਰਭ ਨੂੰ ਪ੍ਰਵਾਨ ਨਹੀਂ ਹੁੰਦਾ । ਉਸ ਦਾ ਧਰਮ ਦੇ ਨਿਯਮਾਂ ਦੀ ਪਾਲਣਾ ਕਰਨਾ ਬਿਰਥਾ ਹੈ । ਇਹ ਹੀ ਪ੍ਰਭ ਦੀ ਕੁਦਰਤ ਦੀ ਅਸਲੀਅਤ, ਭੇਦ ਹੈ ।

Whosoever may not control his worldly desires and expectations. His visit to Holy Shrine, abstaining from food as part of meditation, worship may be useless. His meditation, worship may not be rewarded in His Court. His adopting the principles of religion may be useless for the purpose of human life opportunity. This may be the unique essence of His Nature.

ਜੈਸੇ ਪਾਹਨੁ ਜਲ ਮਹਿ ਰਾਖਿਓ, jaisay paahan jal meh raakhi-o
ਭੇਦੈ ਨਾਹਿ ਤਿਹ ਪਾਨੀ॥ bhaydai naahi tih paanee.
ਤੈਸੇ ਹੀ ਤੁਮ ਤਾਹਿ ਪਛਾਨਹੁ, taisay hee tum taahi pachhaanahu
ਭਗਤਿ ਹੀਨ ਜੋ ਪ੍ਰਾਨੀ॥੨॥ bhagat heen jo paraanee. ||2||

ਜਿਵੇਂ ਪੱਥਰ ਨੂੰ ਪਾਣੀ ਵਿੱਚ ਰਖਣ ਨਾਲ ਪੱਥਰ ਅੰਦਰੋਂ ਸੁੱਕਾ ਹੀ ਰਹਿੰਦਾ ਹੈ । ਇਸਤਰ੍ਹਾਂ ਭਰੋਸਾ ਅਡੋਲ ਕਰਨ ਤੋ ਬਿਨਾਂ, ਮਨ ਪ੍ਰਭ ਦੀ ਸ਼ਰਣ ਵਿੱਚ ਨਹੀਂ ਆਉਂਦਾ ।

As a stone may be kept in water for a longtime; still the stone remains dry from within, water may not soak within the stone. Same way meditation and adopting the teachings of His Word without steady and stable; his mind may never surrender at His sanctuary.

ਕਲ ਮੈ ਮੁਕਤਿ ਨਾਮ ਤੇ ਪਾਵਤ, ਗੁਰੁ ਯਹ ਭੇਦੁ ਬਤਾਵੈ॥
ਕਹੁ ਨਾਨਕ ਸੋਈ ਨਰੁ ਗਰੂਆ, ਜੋ ਪ੍ਰਭ ਕੇ ਗੁਨ ਗਾਵੈ॥੩॥੩॥

kal mai mukat naam tay paavat gur yeh bhayd bataavai.
kaho naanak so-ee nar garoo-aa jo parabh kay gun gaavai. ||3||3||

ਪ੍ਰਭ ਦੇ ਸ਼ਬਦ ਦੀ ਪਾਲਣਾ ਨਾਲ ਇਹ ਭੇਦ ਖੁੱਲ੍ਹ ਜਾਂਦਾ ਹੈ! ਕੱਲਜੁਗ ਵਿੱਚ ਸ਼ਬਦ ਦੀ ਪਾਲਣਾ ਕਰਨ ਤੋ ਬਿਨਾਂ ਹੋਰ ਕੋਈ ਪ੍ਰਵਾਨਗੀ ਦਾ, ਮੁਕਤੀ ਦਾ ਰਸਤਾ ਨਹੀਂ ਹੈ । ਜਿਹੜਾ ਪ੍ਰਭ ਦੀ ਸ਼ਰਣ ਵਿੱਚ ਆ ਕੇ ਸ਼ਬਦ ਦੀ ਪਾਲਣਾ, ਸਿਮਰਨ ਕਰਦਾ ਹੈ । ਉਸ ਤੇ ਹੀ ਪ੍ਰਭ ਦਾ ਨੂਰ ਬਖਸ਼ਿਸ਼ ਹੋ ਜਾਂਦਾ ਹੈ ।

Whosoever may obey the teachings of His Word; with His mercy and grace, he may be revealed with one unique secret of His Nature. In the Age of Kul-Jug, without obeying the teachings of His Word with steady and stable belief; there may be no other right path of acceptance in His Court. Whosoever may surrender his mind, body, and worldly status at His sanctuary; he may meditate and obeys the teachings of His Word; with His mercy and grace, the eternal spiritual glow may be shining on his forehead.

372.ਬਿਲਾਵਲੁ ਅਸਟਪਦੀਆ ਮਹਲਾ ੧ ਘਰੁ ੧੦॥ 831-8

ੴ ਸਤਿਗੁਰ ਪ੍ਰਸਾਦਿ॥
ਨਿਕਟਿ ਵਸੈ ਦੇਖੈ ਸਭੁ ਸੋਈ॥
ਗੁਰਮੁਖਿ ਵਿਰਲਾ ਬੂਝੈ ਕੋਈ॥
ਵਿਣੁ ਭੈ ਪਇਐ ਭਗਤਿ ਨ ਹੋਈ॥
ਸਬਦਿ ਰਤੇ ਸਦਾ ਸੁਖੁ ਹੋਈ॥੧॥

ik-oNkaar satgur parsaad.
nikat vasai daykhai sabh so-ee.
gurmukh virlaa boojhai ko-ee.
vin bhai pa-i-ai bhagat na ho-ee.
sabad ratay sadaa sukh ho-ee. ||1||

ਪ੍ਰਭ ਜੀਵ ਦੇ ਨੇੜੇ, ਤਨ ਵਿੱਚ ਹੀ ਵਸਦਾ ਹੈ ਅਤੇ ਸਾਰੇ ਕੰਮ ਆਪ ਦੇਖਦਾ ਹੈ । ਕਿਸੇ ਵਿਰਲੇ ਹੀ ਗੁਰਮਖ ਨੂੰ ਇਸ ਦੀ ਸੋਝੀ ਹੁੰਦੀ ਹੈ । ਵਿਛੋੜੇ ਦੇ ਵਿਰਾਗ ਤੋ ਬਿਨਾਂ ਸ਼ਬਦ ਦੀ ਪਾਲਣਾ ਵਿੱਚ ਮਨ ਅਡੋਲ ਨਹੀਂ ਹੁੰਦਾ । ਸ਼ਬਦ ਦੀ ਭਰੋਸੇ ਨਾਲ ਪਾਲਣਾ ਕਰਨ ਨਾਲ ਹੀ ਸ਼ਾਂਤੀ ਬਖਸ਼ਿਸ਼ ਹੁੰਦੀ ਹੈ ।

The Holy Spirit, His Word remains embedded within each soul and dwells with his body. However, very rare may realize the unique essence of His Nature. Without the renunciation of memory of your separation from His Holy Spirit; no one may remain steady and stable on obeying the teachings of His Word. Whosoever may obey the teachings of His Word with steady and stable belief in his day-to-day life; with His mercy and grace, he may be blessed with peace of mind.

ਐਸਾ ਗਿਆਨੁ ਪਦਾਰਥੁ ਨਾਮੁ॥
ਗੁਰਮੁਖਿ ਪਾਵਸਿ ਰਸਿ ਰਸਿ ਮਾਨੁ॥੧॥ ਰਹਾਉ॥

aisaa gi-aan padaarath naam.
gurmukh paavas ras ras maan. ||1|| rahaa-o.

ਇਸਤਰ੍ਹਾਂ ਦੀ ਪ੍ਰਭ ਦੇ ਸ਼ਬਦ ਦੀ ਪਾਲਣਾ ਕਰਨ ਨਾਲ ਸੋਝੀ ਬਖਸ਼ਿਸ਼ ਹੁੰਦੀ ਹੈ । ਗੁਰਮਖ ਭਰੋਸੇ ਨਾਲ ਸ਼ਬਦ ਦੀ ਪਾਲਣਾ ਕਰਦਾ ਅਡੋਲ ਰਹਿੰਦਾ ਹੈ ।

The nectar of the essence of His Word may be such a unique enlightenment and precious virtue. His true devotee may obey the teachings of His Word with steady and stable belief in his day-to-day life.

ਗਿਆਨੁ ਗਿਆਨੁ ਕਥੈ ਸਭੁ ਕੋਈ॥
ਕਥਿ ਕਥਿ ਬਾਦੁ ਕਰੇ ਦੁਖੁ ਹੋਈ॥
ਕਥਿ ਕਹਣੈ ਤੇ ਰਹੈ ਨ ਕੋਈ॥
ਬਿਨੁ ਰਸ ਰਾਤੇ ਮੁਕਤਿ ਨ ਹੋਈ॥੨॥

gi-aan gi-aan kathai sabh ko-ee.
kath kath baad karay dukh ho-ee.
kath kahnai tay rahai na ko-ee.
bin ras raatay mukat na ho-ee. ||2||

ਸਾਰੇ ਜੀਵ ਹੀ ਪ੍ਰਭ ਦੇ ਸ਼ਬਦ ਦੇ ਗਿਆਨ ਬਾਬਤ ਕਹਿੰਦੇ, ਲੋਚਦੇ ਹਨ । ਸ਼ਬਦ ਦਾ ਵਖਿਆਣ ਕਰਦੇ, ਕੇਵਲ ਆਪਣੇ ਮਨ ਦੀ ਸੋਚ ਨੂੰ ਹੀ ਦੱਸਦੇ ਹਨ । ਕਈ ਵਾਰ ਕਿਸੇ ਨਾਲ ਝਗੜਾ ਵੀ ਕਰਦਾ, ਇਸ

ਨਾਲ ਦੁਖ ਪਾਉਂਦਾ ਹੈ । ਇਸ ਬਾਬਤ ਕਹਿਣ ਤੋਂ ਕਿਸੇ ਨੂੰ ਰੁਕਿਆ ਨਹੀਂ ਜਾ ਸਕਦਾ । ਹਰ ਇੱਕ ਜੀਵ ਆਪਣੀ ਸੋਝੀ ਨਾਲ ਹੀ ਕਹਿੰਦਾ ਹੈ । ਸ਼ਬਦ ਦੀ ਪਾਲਣਾ ਕਰਨ ਤੋਂ ਬਿਨਾਂ ਦਰਬਾਰ ਵਿੱਚ ਪ੍ਰਵਾਨਗੀ ਬਖਸ਼ਿਸ਼ ਨਹੀਂ ਹੁੰਦੀ ।

His whole creation may remain anxious to be enlightened and talks about his understanding of His Word. Whosoever may preach, explains the essence of His Word, or may write the spiritual message of His Word; he may only explain his comprehension of the teachings of His Word. Sometimes, ignorant may argue or quarrels with others to enforce his opinion as the only right; he may suffer misery or worldly humiliation. No one may stop other from expressing his understandings. His true devotee may never enforce his opinion on others. However, without obeying the teachings of His Word with steady and stable belief; no one may be blessed with the right path of acceptance in His Court.

ਗਿਆਨੁ ਧਿਆਨੁ ਸਭੁ ਗੁਰ ਤੇ ਹੋਈ॥	gi-aan Dhi-aan sabh gur tay ho-ee.
ਸਾਚੀ ਰਹਤ ਸਾਚਾ ਮਨਿ ਸੋਈ॥	saachee rahat saachaa man so-ee.
ਮਨਮੁਖ ਕਥਨੀ ਹੈ	manmukh kathnee hai
ਪਰੁ ਰਹਤ ਨ ਹੋਈ॥	par rahat na ho-ee.
ਨਾਵਹੁ ਭੂਲੇ ਥਾਉ ਨ ਕੋਈ॥੩॥	naavhu bhoolay thaa-o na ko-ee. ||3||

ਗਿਆਨ ਅਤੇ ਧਿਆਨ ਸਭ ਪ੍ਰਭ ਦੀ ਰਹਿਮਤ ਨਾਲ ਹੀ ਬਖਸ਼ਿਸ਼ ਹੁੰਦਾ ਹੈ । ਪਰ ਸ਼ਬਦ ਦੀ ਪਾਲਣਾ ਕਰਕੇ ਆਪਣੇ ਜੀਵਨ ਵਿੱਚ ਅਪਣਾਉਣ ਤੋਂ ਬਿਨਾਂ ਮਨ ਵਿੱਚ ਸ਼ਬਦ ਦੀ ਸਿਖਿਆਂ ਘਰ ਨਹੀਂ ਕਰਦੀ, ਪ੍ਰਵਾਨਗੀ ਦਾ ਰਸਤਾ ਬਖਸ਼ਿਸ਼ ਨਹੀਂ ਹੁੰਦਾ । ਮਨਮੁਖ ਜੀਵ ਵੀ ਪਾਠ ਕਰਦਾ, ਸ਼ਬਦ ਦਾ ਪ੍ਰਚਾਰ ਕਰਦਾ ਹੈ । ਪਰ ਆਪਣਾ ਜੀਵਨ ਸ਼ਬਦ ਅਨੁਸਾਰ ਬਤੀਤ ਨਹੀਂ ਕਰਦਾ । ਸ਼ਬਦ ਦੀ ਭਰੋਸੇ ਨਾਲ ਪਾਲਣਾ ਤੋਂ ਬਿਨ ਦਰਬਾਰ ਵਿੱਚ ਕੋਈ ਥਾਂ ਬਖਸ਼ਿਸ਼ ਨਹੀਂ ਹੁੰਦਾ ।

The concentration, devotion, dedication, and enlightenment of the essence of His Word may only be blessed with His mercy and grace. However, without obeying and adopting the teachings of His Word; he may not be drenched with the essence of His Word within his heart nor he may be blessed with the right path of acceptance in His Court. Self-minded may recites The Holy Scripture, performs ritual of reading, paath and preaches the essence of The Holy scripture to other; however, he may never adopt the teachings of His Word with a steady and stable in his day-to-day life. Without obeying the teaching of His Word with steady and stable belief in his own day-to-day life; no one may ever be accepted in His Court.

ਮਨੁ ਮਾਇਆ ਬੰਧਿਓ ਸਰ ਜਾਲਿ॥	man maa-i-aa banDhi-o sar jaal.
ਘਟਿ ਘਟਿ ਬਿਆਪਿ ਰਹਿਓ ਬਿਖੁ ਨਾਲਿ॥	ghat ghat bi-aap rahi-o bikh naal.
ਜੋ ਆਂਜੈ ਸੋ ਦੀਸੈ ਕਾਲਿ॥	jo aaNjai so deesai kaal.
ਕਾਰਜੁ ਸੀਧੋ ਰਿਦੈ ਸਮ੍ਾਲਿ॥੪॥	kaaraj seeDho ridai samHaal. ||4||

ਸੰਸਾਰਕ ਇੱਛਾਂ ਦੇ ਜਾਲ ਨੇ ਮਨ ਤੇ ਕਾਬੂ ਪਾਇਆ ਹੈ । ਹਰਇੱਕ ਜੀਵ ਦੇ ਮਨ ਤੇ ਇਸ ਮਿੱਠੇ ਜ਼ਹਿਰ ਦਾ ਅਸਰ ਹੈ । ਜਿਹੜਾ ਇਸ ਵਿੱਚ ਡੂੰਘਾ ਫਸ ਜਾਂਦਾ ਹੈ, ਉਹ ਜੂੰਨਾਂ ਦੇ ਚੱਕਰ ਵਿੱਚ ਪੈ ਜਾਂਦਾ ਹੈ । ਜਿਹੜਾ ਇਸ ਜਾਲ ਨੂੰ ਤੋੜ ਦੇਂਦਾ, ਤਿਆਗ ਦੇਂਦਾ ਹੈ । ਉਸ ਦਾ ਜੀਵਨ ਸਫਲ ਹੋ ਜਾਂਦਾ, ਸ਼ਬਦ ਮਨ ਵਿੱਚ ਘਰ ਕਰ ਜਾਂਦਾ ਹੈ ।

Demons of worldly desires may control the mind of all creatures. Everyone may remain intoxicated with the sweet poison of worldly wealth. Whosoever may remain intoxicated with worldly greed; he may remain in the cycle of birth and death. Whosoever may renounce his greed and conquer his worldly desires; with His mercy and grace, he may be saved. He may remain drenched with the essence of His Word.

ਸੋ ਗਿਆਨੀ ਜਿਨਿ ਸਬਦਿ ਲਿਵ ਲਾਈ॥ so gi-aanee jin sabad liv laa-ee.
ਮਨਮੁਖਿ ਹਉਮੈ ਪਤਿ ਗਵਾਈ॥ manmukh ha-umai pat gavaa-ee.
ਆਪੇ ਕਰਤੈ ਭਗਤਿ ਕਰਾਈ॥ aapay kartai bhagat karaa-ee.
ਗੁਰਮੁਖਿ ਆਪੇ ਦੇ ਵਡਿਆਈ॥੫॥ gurmukh aapay day vadi-aa-ee. ||5||

ਜਿਹੜਾ ਸ਼ਬਦ ਦੀ ਪਾਲਣਾ ਕਰਦਾ ਹੈ, ਉਹ ਹੀ ਗਿਆਨੀ, ਸੋਝੀ ਵਾਲਾ ਹੋ ਜਾਂਦਾ ਹੈ । ਮਨਮਰਜ਼ੀ ਕਰਨ ਵਾਲਾ ਆਪਣੇ ਅਹੰਕਾਰ ਮਗਰ ਲੱਗਕੇ, ਆਪਣੀ ਪਤ ਗਵਾ ਲੈਂਦਾ, ਜੀਵਨ ਬਿਰਥਾ ਹੀ ਗਵਾ ਲੈਂਦਾ ਹੈ । ਪ੍ਰਭ ਆਪ ਹੀ ਰਹਿਮਤ ਬਖਸ਼ਕੇ, ਜੀਵ ਨੂੰ ਬੰਦਗੀ ਤੇ ਲਾਉਂਦਾ ਹੈ । ਆਪ ਹੀ ਜੀਵ ਦੀ ਬੰਦਗੀ ਪ੍ਰਵਾਨ ਕਰਦਾ ਹੈ ।

Whosoever may obey the teaching of His Word with steady and stable belief; only he may be worthy to be called an enlightened, knowledgeable about the nature of His Word. Self-minded may remain intoxicated in his ego and wastes his human life opportunity. His true devotee may be blessed with a devotion to meditate, adopt the teachings of His Word with steady and stable belief in his day-to-day life; only with His mercy and grace, his meditation may be accepted in His court.

ਰੈਣਿ ਅੰਧਾਰੀ ਨਿਰਮਲ ਜੋਤਿ॥ rain anDhaaree nirmal jot.
ਨਾਮ ਬਿਨਾ ਝੂਠੇ ਕੁਚਲ ਕਛੋਤਿ॥ naam binaa jhoothay kuchal kachhot.
ਬੇਦੁ ਪੁਕਾਰੈ ਭਗਤਿ ਸਰੋਤਿ॥ bayd pukaarai bhagat sarot.
ਸੁਣਿ ਸੁਣਿ ਮਾਨੈ ਵੇਖੈ ਜੋਤਿ॥੬॥ sun sun maanai vaykhai jot. ||6||

ਸੰਸਾਰ ਵਿੱਚ ਅਗਿਆਨਤਾ ਦਾ ਅੰਧੇਰਾ ਹੈ । ਕੇਵਲ ਸ਼ਬਦ ਵਿੱਚ ਹੀ ਗਿਆਨ ਦੀ ਰੋਸ਼ਨੀ ਹੈ । ਜਿਸ ਨੂੰ ਸ਼ਬਦ ਦੀ ਸੋਝੀ ਨਹੀਂ ਹੁੰਦੀ । ਉਸ ਦੀ ਆਤਮਾ ਮੰਦੇ ਕੰਮ ਕਰਕੇ ਮੈਲੀ ਹੋ ਜਾਂਦੀ ਹੈ । ਧਾਰਮਕ ਗ੍ਰੰਥ, ਵੇਦਾਂ, ਮਨ ਲਾ ਕੇ ਸ਼ਬਦ ਦੀ ਪਾਲਣਾ ਕਰਨ ਤੇ ਬਹੁਤ ਜ਼ੋਰ ਦੇਂਦੇ, ਮਹੱਤਤਾ ਦੱਸਦੇ ਹਨ । ਜਿਹੜਾ ਜੀਵ ਧਾਰਮਕ ਸਿਖਿਆਂ, ਸ਼ਬਦ ਨੂੰ ਸੁਣਕੇ ਆਪਣੇ ਮਨ ਦਾ ਭਰੋਸਾ ਅਡੋਲ ਕਰਦਾ ਹੈ । ਉਸ ਨੂੰ ਸ਼ਬਦ ਦੀ, ਮਾਨਸ ਜੀਵਨ ਦੇ ਮੰਤਵ ਦੀ ਸੋਝੀ ਬਖਸ਼ਿਸ਼ ਹੋ ਜਾਂਦੀ ਹੈ ।

The whole universe remains in ignorance from the real purpose of priceless human life opportunity. Only the teachings of His Word may be the pillar of light. Whosoever may not be enlightened with the essence of His Word; his soul may be blemished with sinful deeds. All religious Holy scriptures preach the significance of obey the teachings of His Word. Whosoever may hear and adopt the teachings with steady and stable belief in his day-to-day life; with His mercy and grace, he may be blessed with enlightenment of the essence of His Word.

ਸਾਸਤ੍ਰ ਸਿਮ੍ਰਿਤਿ ਨਾਮੁ ਦ੍ਰਿੜਾਮੰ॥ saastar simrit naam darirh-aam.
ਗੁਰਮੁਖਿ ਸਾਂਤਿ ਊਤਮ ਕਰਾਮੰ॥ gurmukh saaNt ootam karaamaN.
ਮਨਮੁਖਿ ਜੋਨੀ ਦੁਖ ਸਹਾਮੰ॥ manmukh jonee dookh sahaamaN.
ਬੰਧਨ ਤੂਟੇ ਇਕੁ ਨਾਮੁ ਵਸਾਮੰ॥੭॥ banDhan tootay ik naam vasaamaN. ||7||

ਧਰਮ ਦੇ ਗ੍ਰੰਥਾਂ, ਸਾਸਤ੍ਰਾਂ ਸਿਮ੍ਰਿਤ ਨੂੰ ਬਾਰ ਬਾਰ ਪੜ੍ਹਨ, ਪਾਠ ਕਰਨ ਨਾਲ ਮਨ ਵਿੱਚ ਸ਼ਬਦ ਦਾ ਬੀਜ ਬੋਈਦਾ ਹੈ । ਆਪਣੇ ਜੀਵਨ ਨੂੰ ਉਸ ਨਾਲ ਢਾਲਣ ਨਾਲ ਮਨ ਪਵਿੱਤਰ ਹੋ ਜਾਂਦਾ ਹੈ । ਮਨਮੁਖ ਜੀਵ ਜੂੰਨਾਂ ਦੇ ਚੱਕਰ ਵਿੱਚ ਜਾਂਦਾ, ਪੀੜ ਸਹਿੰਦਾ ਹੈ । ਸੰਸਾਰਕ ਬੰਧਨ ਕੇਵਲ ਸ਼ਬਦ ਤੇ ਭਰੋਸਾ ਅਡੋਲ ਕਰਨ ਨਾਲ ਹੀ ਖਤਮ ਹੁੰਦੇ ਹਨ ।

Whosoever may read repeatedly The Holy Scripture; with His mercy and grace, he may sow the seed of His Word within his heart. Whosoever may adopt the teachings in his day-to-day life; his soul may be sanctified to become worthy of His considerations. His worldly bonds may only be eliminated by obeying the teaching of His Word with steady and stable belief in his day-to-day life.

ਮੰਨੇ ਨਾਮੁ ਸਚੀ ਪਤਿ ਪੂਜਾ॥ mannay naam sachee pat poojaa.
ਕਿਸੁ ਵੇਖਾ ਨਾਹੀ ਕੋ ਦੂਜਾ॥ kis vaykhaa naahee ko doojaa.
ਦੇਖਿ ਕਹਉ ਭਾਵੈ ਮਨਿ ਸੋਇ॥ daykh kaha-o bhaavai man so-ay.
ਨਾਨਕੁ ਕਹੈ ਅਵਰੁ ਨਹੀ ਕੋਇ॥੮॥੧॥ naanak kahai avar nahee ko-ay. ||8||1||

ਸ਼ਬਦ ਨੂੰ ਅਟੱਲ ਮੰਨਕੇ, ਪਾਲਣਾ ਕਰਨ ਨਾਲ ਹੀ ਅਸਲੀ ਬੰਦਗੀ ਦਾ ਰਸਤਾ ਬਖਸ਼ਿਸ਼ ਹੁੰਦਾ ਹੈ । ਹੋਰ ਕਿਸ ਨੂੰ ਦੇਖੋ, ਮੰਨੋ! ਜਦੋਂ ਹੋਰ ਕੋਈ ਰਸਤਾ ਦੱਸਣ ਵਾਲਾ ਹੀ ਨਹੀਂ ਹੈ । ਕੇਵਲ ਸ਼ਬਦ ਦੀ ਪਾਲਣਾ ਨਾਲ ਹੀ ਮਨ ਵਿੱਚ ਸ਼ਾਂਤੀ ਬਖਸ਼ਿਸ਼ ਹੁੰਦੀ ਹੈ । ਕੇਵਲ ਇੱਕ ਪ੍ਰਭ ਹੀ, ਜੀਵ ਨੂੰ ਪ੍ਰਵਾਨਗੀ ਬਖਸ਼ ਸਕਦਾ ਹੈ ।

Whosoever may obey the teachings of His Word with steady and stable belief in his day-to-day life; with His mercy and grace, he may be blessed with the right path of acceptance in His Court. No one else may be the real guide to teach the right path. Whosoever may obey the teaching of His Word, only he may be blessed with peace of mind. Only, The True Master may accept his soul in His Court.

373.ਬਿਲਾਵਲੁ ਮਹਲਾ ੧॥ 832 -1

ਮਨ ਕਾ ਕਹਿਆ ਮਨਸਾ ਕਰੈ॥ man kaa kahi-aa mansaa karai.
ਇਹੁ ਮਨੁ ਪੁੰਨੁ ਪਾਪੁ ਉਚਰੈ॥ ih man punn paap uchrai.
ਮਾਇਆ ਮਦਿ ਮਾਤੇ ਤ੍ਰਿਪਤਿ ਨ ਆਵੈ॥ maa-i-aa mad maatay taripat na aavai.
ਤ੍ਰਿਪਤਿ ਮੁਕਤਿ ਮਨਿ ਸਾਚਾ ਭਾਵੈ॥੧॥ taripat mukat man saachaa bhaavai. ||1||

ਜੀਵ ਆਪਣੇ ਮਨ ਦੀਆਂ ਇੱਛਾਂ ਦੇ ਅਨੁਸਾਰ ਹੀ ਕੰਮ ਕਰਦਾ ਹੈ । ਮਨ ਵਿੱਚ ਦੋਨੋਂ ਚੰਗੇ, ਮੰਦੇ ਖਿਆਲ ਆਉਂਦੇ ਹਨ । ਜਿਹੜਾ ਸੰਸਾਰਕ ਮਾਇਆ ਮੋਹ ਦੇ ਮਗਰ ਲੱਗਦਾ ਹੈ । ਉਸ ਦੇ ਮਨ ਵਿੱਚ ਕਦੇ ਸੰਤੋਖ ਬਖਸ਼ਿਸ਼ ਨਹੀਂ ਹੁੰਦਾ, ਭਟਕਣ ਵਧਦੀ ਜਾਂਦੀ ਹੈ । ਜਿਹੜਾ ਪ੍ਰਭ ਦੇ ਬਖਸ਼ੇ ਤੇ ਧੀਰਜ ਰਖਦਾ, ਅਨੰਦ ਵਿੱਚ ਰਹਿੰਦਾ ਹੈ । ਕੇਵਲ ਉਸ ਨੂੰ ਹੀ ਸੰਤੋਖ ਅਤੇ ਪ੍ਰਵਾਨਗੀ ਦਾ ਰਸਤਾ ਬਖਸ਼ਿਸ਼ ਹੁੰਦਾ ਹੈ ।

Everyone may remain dominated by his own thoughts and performs day-to-day activities as per his inner thoughts. Both good (echo of His Word) and evil thoughts (worldly desires of his mind) remain within every mind. Just consider devil and angel are two-sides of the same coin. Whosoever may be dominated by evil thoughts; he may remain intoxicated with short-lived pleasures of worldly wealth. He may never realize any contentment with His blessings and his frustrations may enhance with every accomplishment. Whosoever may remain patience with His blessings; his mind may not be influenced with any pleasures and misery of worldly life. With His mercy and grace, he may be blessed with the right path of acceptance in His Court.

ਤਨੁ ਧਨੁ ਕਲਤੁ ਸਭੁ ਦੇਖੁ ਅਭਿਮਾਨਾ॥ tan Dhan kalat sabh daykh abhimaanaa.
ਬਿਨੁ ਨਾਵੈ ਕਿਛੁ ਸੰਗਿ ਨ ਜਾਨਾ॥੧॥ bin naavai kichh sang na jaanaa. ||1||
ਰਹਾਉ॥ rahaa-o.

ਜੀਵ ਆਪਣੀ ਜਵਾਨੀ, ਧਨ, ਔਰਤ, ਹੈਸੀਅਤ ਨੂੰ ਦੇਖਕੇ ਬਹੁਤ ਅਭਿਮਾਨ ਕਰਦਾ ਹੈ । ਮੌਤ ਤੋ ਪਿਛੋਂ ਸ਼ਬਦ ਦੀ ਬੰਦਗੀ ਤੋ ਬਿਨਾਂ ਕੁਝ ਵੀ ਸਾਥ ਨਹੀਂ ਜਾਂਦਾ ।

Self-minded may boast about the beauty of her spouse, worldly wealth, and worldly status. However, without the earnings of His Word, no worldly possessions may accompany him in His Court to support the real purpose of human life opportunity.

ਕੀਚਹਿ ਰਸ ਭੋਗ ਖੁਸੀਆ ਮਨ ਕੇਰੀ॥ keecheh ras bhog khusee-aa man kayree.
ਧਨੁ ਲੋਕਾਂ ਤਨੁ ਭਸਮੈ ਢੇਰੀ॥ Dhan lokaaN tan bhasmai dhayree.
ਖਾਕੂ ਖਾਕੁ ਰਲੈ ਸਭੁ ਫੈਲੁ॥ khaakoo khaak ralai sabh fail.
ਬਿਨੁ ਸਬਦੈ ਨਹੀ ਉਤਰੈ ਮੈਲੁ॥੨॥ bin sabdai nahee utrai mail. ||2||

ਜੀਵ ਥੋੜ੍ਹਾ ਚਿਰ ਸੰਸਾਰਕ ਮਾਇਆ ਦਾ ਅਨੰਦ ਮਾਨਦਾ, ਖੁਸ਼ੀ ਮਨਾਉਂਦਾ ਹੈ । ਮਰਨ ਤੇ ਸੰਸਾਰਕ ਮਾਇਆ ਹੋਰ ਕਿਸੇ ਕੋਲ ਚਲੀ ਜਾਂਦੀ ਹੈ । ਤਨ ਤਾਂ ਭਸਮ ਹੋ ਕੇ ਮਿੱਟੀ ਵਿੱਚ ਰਲ ਜਾਂਦਾ ਹੈ । ਸ਼ਬਦ ਦੀ ਬੰਦਗੀ ਤੋ ਬਿਨਾਂ, ਮਨ ਦੀ ਮੈਲ ਧੋਤੀ ਨਹੀਂ ਜਾ ਸਕਦੀ ।

Self-minded may remain intoxicated with short-lived pleasures of worldly life. After death, his wealth, possession may belong to someone else. His body may perish and become part of mother earth. Without earnings of His Word, the blemish of worldly wealth may never be eliminated; his soul may not be sanctified to become worthy of His consideration.

ਗੀਤ ਰਾਗ ਘਨ ਤਾਲ ਸਿ ਕੂਰੇ॥ geet raag ghan taal se kooray.
ਤ੍ਰਿਹੁ ਗੁਣ ਉਪਜੈ ਬਿਨਸੈ ਦੂਰੇ॥ tarihu gun upjai binsai dooray.
ਦੂਜੀ ਦੁਰਮਤਿ ਦਰਦੁ ਨ ਜਾਇ॥ doojee durmat darad na jaa-ay.
ਛੂਟੈ ਗੁਰਮੁਖਿ ਦਾਰੂ ਗੁਣ ਗਾਇ॥੩॥ chhootai gurmukh daaroo gun gaa-ay. ||3||

ਸੰਸਾਰਕ ਗੀਤ, ਰਾਗ ਅਤੇ ਧੁਨ ਸਾਰੇ ਹੀ ਥੋੜ੍ਹਾ ਸਮਾਂ ਰਹਿਣ ਵਾਲੇ ਹਨ । ਜਿਹੜਾ ਇਹਨਾਂ ਤਿੰਨਾਂ ਮਗਰ ਲੱਗਦਾ ਹੈ । ਉਹ ਪ੍ਰਭ ਦੇ ਦਰਬਾਰ ਤੋਂ ਦੂਰ ਅਤੇ ਜੂੰਨਾਂ ਦੇ ਚੱਕਰ ਵਿੱਚ ਹੀ ਰਹਿੰਦਾ ਹੈ । ਉਹ ਭਰਮਾਂ ਅਤੇ ਧਰਮਾਂ ਦੇ ਰੀਤੋ ਰੀਵਾਜਾਂ ਵਿੱਚ ਮਸਤ ਰਹਿੰਦਾ ਹੈ, ਉਸ ਦੇ ਮਨ ਦੀ ਮੂਰਖਤਾ ਸਾਥ ਨਹੀਂ ਛੱਡਦੀ । ਗੁਰਮਖ ਜੀਵ ਇਸ ਬਮਾਰੀ ਦੀ ਦਵਾਈ ਲੈਂਦਾ ਹੈ । ਸ਼ਬਦ ਦੀ ਬੰਦਗੀ ਕਰਦੇ ਨੂੰ ਪ੍ਰਵਾਨਗੀ ਦਾ ਰਸਤਾ ਬਖਸ਼ਿਸ਼ ਹੋ ਜਾਂਦਾ ਹੈ ।

Every worldly religion emphasizes the technique of meditation, **Raag, Naad, Dhoon** (Keertain, music tone-raag, sound echo); **geet, raag, ghan taal;** however, the effect of these on the mind, way of life remains short-lived. Whosoever may adopt these as way of his meditation; he may remain far away from the real path of His acceptance. He remains intoxicated with religious rituals and suspicions. His stubbornness, ignorance, foolishness of mind may never be eliminated nor his cycle of birth and death. His true devotee may swallow his pride, the bitter medicine to cure the cornice disease of stubbornness of mind, religious rituals, suspicions. He may remain intoxicated obeying the teachings of His Word; with His mercy and grace, he may be blessed with the right path of acceptance in His Court.

ਧੋਤੀ ਊਜਲ ਤਿਲਕੁ ਗਲਿ ਮਾਲਾ॥ Dhotee oojal tilak gal maalaa.
ਅੰਤਰਿ ਕ੍ਰੋਧੁ ਪੜਹਿ ਨਾਟ ਸਾਲਾ॥ antar kroDh parheh naat saalaa.
ਨਾਮੁ ਵਿਸਾਰਿ ਮਾਇਆ ਮਦੁ ਪੀਆ॥ naam visaar maa-i-aa mad pee-aa.
ਬਿਨੁ ਗੁਰ ਭਗਤਿ ਨਾਹੀ ਸੁਖੁ ਥੀਆ॥੪॥ bin gur bhagat naahee sukh thee-aa. ||4||

ਜੀਵ ਭਾਵੇਂ ਸੰਤਾਂ ਵਾਲਾ ਬਾਣਾ ਪਾਵੇ, ਚਿੱਟੀ ਧੋਤੀ, ਗੱਲ ਮਾਲ਼ਾ, ਮੱਥੇ ਤੇ ਤਿਲਕ ਲਾਵੇ, ਪਾਠ ਪੜੇ । ਪਰ ਉਹ ਇਹ ਨਾਟਕ ਹੀ ਕਰਦਾ ਹੈ । ਮਨ ਤੇ ਕੋਈ ਅਸਰ ਨਹੀਂ ਹੁੰਦਾ, ਮਨ ਵਿੱਚ ਕਰੋਧ ਅਤੇ ਲਾਲਚ ਹੀ ਭਰਿਆਂ ਰਹਿੰਦਾ ਹੈ । ਉਹ ਸ਼ਬਦ ਨੂੰ ਮਨ ਵਿਚੋਂ ਵਿਸਾਰ ਕੇ ਸੰਸਾਰਕ ਮਾਇਆ ਰੂਪੀ ਜ਼ਹਿਰ ਹੀ ਪੀਂਦਾ ਹੈ । ਸ਼ਬਦ ਦੀ ਪਾਲਣਾ ਕਰਨ ਤੋਂ ਬਿਨਾਂ ਸ਼ਾਂਤੀ, ਸੁਖ ਬਖਸ਼ਿਸ਼ ਨਹੀਂ ਹੁੰਦਾ ।

Self-minded may be baptized and adopts religious robe and performs all rituals to appear as a Holy Saint; saintly robe, symbol of purity on his forehead. He may recite The Holy religious scripture as religious norms;

however, all his meditation routine, robe is a religious act to suck blood of innocents. He may not have any long-lasting effect of his meditation routine in his day-to-day life. He may remain overwhelmed with greed for worldly wealth. He abandons the teachings of His Word from his day-to-day life and he remains intoxicated with sweet poison of worldly wealth.

ਸੂਕਰ ਸੁਆਨ ਗਰਧਭ ਮੰਜਾਰਾ॥ sookar su-aan garDhabh manjaaraa.
ਪਸੂ ਮਲੇਛ ਨੀਚ ਚੰਡਾਲਾ॥ pasoo malaychh neech chandalaa.
ਗੁਰ ਤੇ ਮੁਹੁ ਫੇਰੇ gur tay muhu fayray
ਤਿਨ੍ ਜੋਨਿ ਭਵਾਈਐ॥ tinH jon bhavaa-ee-ai.
ਬੰਧਨਿ ਬਾਧਿਆ ਆਈਐ ਜਾਈਐ॥੫॥ banDhan baaDhi-aa aa-ee-ai jaa-ee-ai.5

ਮਾਨਸ ਜੀਵ ਸੰਸਾਰ ਵਿੱਚ ਇੱਕ ਨੀਚ ਜਾਨਵਰ ਵਰਗਾ ਹੀ ਹੁੰਦਾ ਹੈ । ਜਿਹੜਾ ਜੀਵ ਜੀਵਨ ਵਿੱਚ ਸ਼ਬਦ ਦੀ ਪਾਲਣਾ ਨਹੀਂ ਕਰਦਾ, ਜੂੰਨਾਂ ਦੇ ਚੱਕਰ ਵਿੱਚ ਹੀ ਰਹਿੰਦਾ ਹੈ । ਸੰਸਾਰਕ ਇੱਛਾਂ ਦੇ ਬੰਧਨ ਵਿੱਚ ਹੀ ਜੰਮਦਾ ਮਰਦਾ ਰਹਿੰਦਾ ਹੈ ।

Self-minded may live his life, like a mean, wildly beast. Whosoever may not obey and adopts the teachings of His Word with steady and stable belief in his day-to-day life. He may remain slave of worldly bonds and in the cycle of birth and death.

ਗੁਰ ਸੇਵਾ ਤੇ ਲਹੈ ਪਦਾਰਥੁ॥ gur sayvaa tay lahai padaarath.
ਹਿਰਦੈ ਨਾਮੁ ਸਦਾ ਕਿਰਤਾਰਥੁ॥ hirdai naam sadaa kirtaarath.
ਸਾਚੀ ਦਰਗਹ ਪੂਛ ਨ ਹੋਇ॥ saachee dargeh poochh na ho-ay.
ਮਾਨੇ ਹੁਕਮੁ ਸੀਝੈ ਦਰਿ ਸੋਇ॥੬॥ maanay hukam seejhai dar so-ay. ||6||

ਜਿਹੜਾ ਸ਼ਬਦ ਦੀ ਪਾਲਣਾ ਕਰਦਾ ਹੈ, ਉਸ ਨੂੰ ਅਮੋਲਕ ਪਦਾਰਥ ਬਖਸ਼ਿਸ਼ ਹੋ ਜਾਂਦਾ ਹੈ । ਜਿਸ ਦੇ ਮਨ ਵਿੱਚ ਸ਼ਬਦ ਦੀ ਲਗਨ ਹੁੰਦੀ ਹੈ, ਉਸ ਦਾ ਲੇਖਾ ਖਤਮ ਹੋ ਜਾਂਦਾ ਹੈ । ਉਸ ਨੂੰ ਕੋਈ ਸੰਸਾਰਕ ਜੀਵਨ ਦੇ ਕੰਮਾਂ ਦਾ ਕੋਈ ਲੇਖਾ ਨਹੀਂ ਪੁੱਛਦਾ, ਸਭ ਸ਼ਬਦ ਅਨੁਸਾਰ ਹੋ ਜਾਂਦੇ ਹਨ । ਪ੍ਰਭ ਉਸ ਨੂੰ ਦਰਬਾਰ ਵਿੱਚ ਪ੍ਰਵਾਨਗੀ ਬਖਸ਼ਦਾ ਹੈ ।

Whosoever may obey and adopts the teachings of His Word with steady and stable belief in his day-to-day life; with His mercy and grace, he may be blessed with priceless fourth virtue. Whosoever may remain overwhelmed with a devotion to meditate and to obey the teachings of His Word; with His mercy and grace, all his sins may be forgiven. No one may challenge his worldly deeds; all may be accepted in His Court. With His mercy and grace, he may be accepted in His Court.

ਸਤਿਗੁਰੁ ਮਿਲੈ ਤ ਤਿਸ ਕਉ ਜਾਣੈ॥ satgur milai ta tis ka-o jaanai.
ਰਹੇ ਰਜਾਈ ਹੁਕਮੁ ਪਛਾਣੈ॥ rahai rajaa-ee hukam pachhaanai.
ਹੁਕਮੁ ਪਛਾਣਿ ਸਚੈ ਦਰਿ ਵਾਸੁ॥ hukam pachhaan sachai dar vaas.
ਕਾਲ ਬਿਕਾਲ ਸਬਦਿ ਭਏ ਨਾਸੁ॥ ੭॥ kaal bikaal sabad bha-ay naas. ||7||

ਜਿਸ ਨੂੰ ਸ਼ਬਦ ਦੀ ਸੋਝੀ ਬਖਸ਼ਿਸ਼ ਹੋ ਜਾਂਦੀ ਹੈ, ਉਹ ਜੀਵ ਆਪਣੇ ਆਪ ਨੂੰ ਪਛਾਣ ਜਾਂਦਾ ਹੈ । ਉਹ ਪ੍ਰਭ ਨੂੰ ਆਪਣੇ ਅੰਦਰੋਂ ਹੀ ਢੂੰਡ ਲੈਂਦਾ ਹੈ । ਉਹ ਪ੍ਰਭ ਦੀ ਬਖਸ਼ਿਸ਼ ਤੇ ਅਨੰਦ ਵਿੱਚ ਰਹਿੰਦਾ ਹੈ । ਜਿਹੜਾ ਪ੍ਰਭ ਦਾ ਭਾਣਾ ਮੰਨ ਲੈਂਦਾ ਹੈ । ਉਸ ਨੂੰ ਦਰਬਾਰ ਵਿੱਚ ਥਾਂ ਬਖਸ਼ਿਸ਼ ਹੋ ਜਾਂਦਾ ਹੈ, ਜਨਮ ਮਰਨ ਦਾ ਚੱਕਰ ਖਤਮ ਹੋ ਜਾਂਦਾ ਹੈ ।

Whosoever may be blessed with the enlightenment of the essence of His Word; with His mercy and grace, he may recognize the real purpose of his human life opportunity. He may be enlightened from within and he may remain awake and alert in his meditation in the void of His Word. He may enjoy his worldly environments, all pleasures, and miseries of human life as

His blessings. Whosoever may accept His Word as an ultimate command and remains grateful to The True Master; with His mercy and grace, he may be blessed with place in His Royal Castle. His cycle of birth and death may be eliminated.

ਰਹੈ ਅਤੀਤੁ ਜਾਣੈ ਸਭੁ ਤਿਸ ਕਾ॥	rahai ateet jaanai sabh tis kaa.
ਤਨੁ ਮਨੁ ਅਰਪੈ ਹੈ ਇਹੁ ਜਿਸ ਕਾ॥	tan man arpai hai ih jis kaa.
ਨਾ ਓਹੁ ਆਵੈ ਨਾ ਓਹੁ ਜਾਇ॥	naa oh aavai naa oh jaa-ay.
ਨਾਨਕ ਸਾਚੇ ਸਾਚਿ ਸਮਾਇ॥੮॥੨॥	naanak saachay saach samaa-ay. ||8||2||

ਉਹ ਜੀਵ ਸੰਸਾਰਕ ਇੱਛਾਂ ਤੋ ਰਹਿਤ ਰਹਿੰਦਾ ਹੈ । ਉਸ ਨੂੰ ਸੋਝੀ ਬਖਸ਼ਿਸ਼ ਹੋ ਜਾਂਦੀ ਹੈ, ਸਭ ਕੁਝ ਪ੍ਰਭ ਦੀ ਹੀ ਅਮਾਨਤ ਹੈ, ਉਹ ਮਨ, ਤਨ ਨੂੰ ਪ੍ਰਭ ਦੇ ਲੜ ਲਾ ਦੇਂਦਾ ਹੈ । ਉਹ ਜਨਮ ਮਰਨ ਦੇ ਚੱਕਰ ਵਿੱਚ ਨਹੀਂ ਰਹਿੰਦਾ । ਉਹ ਸ਼ਬਦ ਦੇ ਸਿਮਰਨ ਵਿੱਚ ਹੀ ਲੀਨ ਰਹਿੰਦਾ ਹੈ ।

His true devotee may remain above the reach of worldly desires; with His mercy and grace, he may be enlightened with the essence of His Nature. He realizes that everything in the universe remains only His trust. He surrenders his mind, body, and worldly status at His sanctuary to serve His Creation. He may not remain in the cycle of birth and death; with His mercy and grace, he remains intoxicated in the void of His Word.

374.ਬਿਲਾਵਲੁ ਮਹਲਾ ੩ ਅਸਟਪਦੀ ਘਰੁ ੧੦॥ 832-13

੧ਓ ਸਤਿਗੁਰ ਪ੍ਰਸਾਦਿ॥	ik-oNkaar satgur parsaad.
ਜਗੁ ਕਊਆ ਮੁਖਿ ਚੁੰਚ ਗਿਆਨੁ॥	jag ka-oo-aa mukh chunch gi-aan.
ਅੰਤਰਿ ਲੋਭੁ ਝੂਠੁ ਅਭਿਮਾਨੁ॥	antar lobh jhooth abhimaan.
ਬਿਨੁ ਨਾਵੈ ਪਾਜੁ ਲਹਗੁ ਨਿਦਾਨਿ॥੧॥	bin naavai paaj lahag nidaan. ||1||

ਸੰਸਾਰਕ ਜੀਵ ਕਾਂ ਵਾਂਗ, ਆਪਣੀ ਚੁੰਝ ਨਾਲ, ਥੋੜ੍ਹੀ ਮੱਤ ਨਾਲ, ਦਿਖਾਵੇ ਦੀ ਹੀ ਬੰਦਗੀ, ਪ੍ਰਭ ਦੇ ਸ਼ਬਦ ਦੇ ਗਿਆਨ ਵਿੱਚ ਧਿਆਨ ਮਾਰਦਾ ਹੈ । ਉਸ ਦਾ ਮਨ ਪਾਪਾਂ, ਦਿਖਾਵੇ, ਅਹੰਕਾਰ ਨਾਲ ਭਰਿਆਂ ਹੁੰਦਾ ਹੈ । ਪ੍ਰਭ ਦੇ ਸ਼ਬਦ ਦੀ ਪਾਲਣਾ ਤੋ ਬਿਨਾਂ, ਪ੍ਰਭ ਦੇ ਦਰਬਾਰ ਵਿੱਚ ਦਿਖਾਵੇ ਦੀ ਬੰਦਗੀ ਦਾ ਭੇਦ ਖੁੱਲ੍ਹ ਜਾਂਦਾ ਹੈ, ਲਾਲਚ ਅੱਗੇ ਆ ਜਾਂਦਾ ਹੈ ।

Self-minded may be like a crow with insignificant wisdom, in ignorance from the real purpose of his human life opportunity; he may perform a superficial meditation for worldly fame. He may not search within his mind, with a devotion and steady and stable belief on His blessings. He remains overwhelmed with sinful thoughts and ego of his worldly status. Without the earnings of His Word; his intention may be exposed and his greed may surface in all his deeds.

ਸਤਿਗੁਰ ਸੇਵਿ ਨਾਮੁ ਵਸੈ ਮਨਿ ਚੀਤਿ॥	satgur sayv naam vasai man cheet.
ਗੁਰੁ ਭੇਟੇ ਹਰਿ ਨਾਮੁ ਚੇਤਾਵੈ,	gur bhaytay har naam chaytaavai
ਬਿਨੁ ਨਾਵੈ ਹੋਰ ਝੂਠੁ ਪਰੀਤਿ॥੧॥	bin naavai hor jhooth pareet. ||1||
ਰਹਾਉ॥	rahaa-o.

ਪ੍ਰਭ ਦੇ ਸ਼ਬਦ ਦੀ ਪਾਲਣਾ ਕਰਨ ਨਾਲ ਸ਼ਬਦ ਮਨ ਵਿੱਚ ਘਰ ਕਰ ਜਾਂਦਾ ਹੈ । ਸ਼ਬਦ ਦਾ ਪ੍ਰਭਾਵ ਮਨ ਤੇ ਗੂੜ੍ਹਾ ਪੈ ਜਾਂਦਾ ਹੈ । ਸ਼ਬਦ ਦੀ ਪਾਲਣਾ ਤੋ ਬਿਨਾਂ ਹੋਰ ਬੰਦਗੀ ਦਿਖਾਵੇ ਦੀ ਹੀ ਹੈ ।

Whosoever may adopt the teachings of His Word with steady and stable belief, he may remain drenched with the essence of His Word. With His mercy and grace, he may remain overwhelmed with a devotion to meditate and to obey the teachings of His Word. Without obeying and adopting the teachings of His Word, all other meditations may not have any significance in His Court.

ਗੁਰਿ ਕਹਿਆ ਸਾ ਕਾਰ ਕਮਾਵਹੁ॥ gur kahi-aa saa kaar kamaavahu.
ਸਬਦੁ ਚੀਨ੍ਹਿ ਸਹਜ ਘਰਿ ਆਵਹੁ॥ sabad cheeneh sahj ghar aavhu.
ਸਾਚੈ ਨਾਇ ਵਡਾਈ ਪਾਵਹੁ॥੨॥ saachai naa-ay vadaa-ee paavhu. ||2||

ਜੀਵ ਪ੍ਰਭ ਦੇ ਹੁਕਮ ਨਾਲ, ਸ਼ਬਦ ਅਨੁਸਾਰ ਜੀਵਨ ਦੇ ਧੰਦੇ ਕਰੋ! ਸ਼ਬਦ ਦਾ ਵਿਚਾਰ ਕਰਨ, ਜੀਵਨ ਢਾਲਣ ਨਾਲ, ਮਨ ਪ੍ਰਭ ਦੀ ਸ਼ਰਣ ਵਿੱਚ ਆ ਜਾਂਦਾ ਹੈ । ਸ਼ਬਦ ਦੀ ਪਾਲਣਾ ਕਰਦੇ ਜੀਵ ਨੂੰ ਪ੍ਰਭ ਦੀ ਰਹਿਮਤ ਬਖਸ਼ਿਸ਼ ਹੋ ਜਾਂਦੀ ਹੈ ।

You should adopt the teachings of His Word with steady and stable belief in day-to-day life. Whosoever may whole-heartedly meditate and adopts the teachings of His Word; with His mercy and grace, he may be accepted in His sanctuary. He may remain overwhelmed with contentment in his worldly life.

ਆਪਿ ਨ ਬੂਝੈ ਲੋਕ ਬੁਝਾਵੈ॥ aap na boojhai lok bujhaavai.
ਮਨ ਕਾ ਅੰਧਾ ਅੰਧੁ ਕਮਾਵੈ॥ man kaa anDhaa anDh kamaavai.
ਦਰੁ ਘਰੁ ਮਹਲੁ ਠਉਰੁ ਕੈਸੇ ਪਾਵੈ॥੩॥ dar ghar mahal tha-ur kaisay paavai. ||3||

ਜਿਸ ਜੀਵ ਨੂੰ ਸ਼ਬਦ ਦੀ ਸੋਝੀ ਥੋੜ੍ਹੀ ਹੁੰਦੀ ਹੈ, ਪੂਰਨ ਜਾਣਕਾਰੀ ਨਹੀਂ ਹੁੰਦੀ । ਫਿਰ ਵੀ ਬਾਕੀ ਜੀਵਾਂ ਨੂੰ ਸ਼ਬਦ ਅਨੁਸਾਰ ਚੱਲਣ ਦੀ ਮੱਤ, ਸਿੱਖਿਆਂ ਦੇਂਦਾ ਹੈ । ਉਹ ਆਪਣਾ ਜੀਵਨ ਸ਼ਬਦ ਦੀ ਅਗਿਆਨਤਾ ਵਿੱਚ ਹੀ ਬਤੀਤ ਕਰਦਾ ਹੈ । ਉਸ ਦੇ ਮਨ ਵਿੱਚ ਕਦੇ ਸ਼ਾਂਤੀ, ਸੰਤੋਖ, ਬਖਸ਼ਿਸ਼ ਨਹੀਂ ਹੁੰਦਾ, ਪ੍ਰਭ ਦੇ ਦਰਬਾਰ ਵਿੱਚ ਪ੍ਰਵਾਨਗੀ ਦੇ ਰਸਤੇ ਦੀ ਕਦੇ ਸੋਝੀ ਬਖਸ਼ਿਸ਼ ਨਹੀਂ ਹੋ ਸਕਦੀ ।

Whosoever may be ignorant from the essence of His Word; he may not comprehend, the real purpose of human life opportunity. He may claim to be a Holy saint and inspires others to follow his way of life as right path of acceptance in His Court. He may waste his life in ignorance from the essence of His Word. He may never be blessed with any peace of mind and contentment nor blessed with the right path acceptance in His Court.

ਹਰਿ ਜੀਉ ਸੇਵੀਐ ਅੰਤਰਜਾਮੀ॥ har jee-o sayvee-ai antarjaamee.
ਘਟ ਘਟ ਅੰਤਰਿ ਜਿਸ ਕੀ ਜੋਤਿ ਸਮਾਨੀ॥ ghat ghat antar jis kee jot samaanee.
ਤਿਸੁ ਨਾਲਿ ਕਿਆ ਚਲੈ ਪਹਨਾਮੀ॥੪॥ tis naal ki-aa chalai pehnaamee. ||4||

ਪ੍ਰਭ ਅੰਤਰਜਾਮੀ ਹੈ, ਉਸ ਦੇ ਸ਼ਬਦ ਦੀ ਪਾਲਣਾ ਕਰੋ । ਹਰਇੱਕ ਜੀਵ ਦੇ ਅੰਦਰ ਪ੍ਰਭ ਦੀ ਹੀ ਜੋਤ ਚਲਦੀ ਹੈ, ਉਹ ਹੀ ਵਸਦਾ ਹੈ । ਉਸ ਤੋਂ ਕਿਵੇਂ ਕੁਝ ਛਿਪਾਇਆ ਜਾ ਸਕਦਾ ਹੈ?

You should obey the teachings of His Word, The Omniscient True Master. He, His Word remains embedded within each soul and prevails within every creature. How may anything be kept secret from Him?

ਸਾਚਾ ਨਾਮੁ ਸਾਚੈ ਸਬਦਿ ਜਾਨੈ॥ saachaa naam saachai sabad jaanai.
ਆਪੈ ਆਪੁ ਮਿਲੈ ਚੂਕੈ ਅਭਿਮਾਨੈ॥ aapai aap milai chookai abhimaanai.
ਗੁਰਮੁਖਿ ਨਾਮੁ ਸਦਾ ਸਦਾ ਵਖਾਨੈ॥੫॥ gurmukh naam sadaa sadaa vakhaanai. 5

ਪ੍ਰਭ ਦਾ ਸ਼ਬਦ ਅਟੱਲ ਹੈ । ਸ਼ਬਦ ਦੀ ਪਾਲਣਾ ਕਰਨ ਨਾਲ ਹੀ ਸੋਝੀ ਬਖਸ਼ਿਸ਼ ਹੋ ਸਕਦੀ ਹੈ । ਜਿਸ ਦੇ ਮਨ ਵਿਚੋਂ ਅਹੰਕਾਰ ਨਾਸ ਹੋ ਜਾਂਦਾ ਹੈ । ਪ੍ਰਭ ਆਪ ਹੀ ਉਸ ਨੂੰ ਪ੍ਰਵਾਨਗੀ ਦੇ ਰਸਤੇ ਤੇ ਅਡੋਲ ਰਖਦਾ ਹੈ । ਗੁਰਮਖ ਸਦਾ ਹੀ ਪ੍ਰਭ ਦੇ ਸ਼ਬਦ ਦੀ ਉਸਤਤ ਗਾਉਂਦਾ ਰਹਿੰਦਾ ਹੈ ।

The teachings of His Word remain true forever. Whosoever may obey the teachings of His Word with steady and stable belief; with His mercy and grace, he may be blessed with the enlightenment of the essence of His Nature. Whosoever may conquer the ego of his own mind; with His mercy and grace, The True Master may keep him steady and stable on the right path of acceptance in His Court. His true devotee may remain singing the glory of His Word with each breath.

ਸਤਿਗੁਰਿ ਸੇਵਿਐ ਦੂਜੀ ਦੁਰਮਤਿ ਜਾਈ॥ satgur sayvi-ai doojee durmat jaa-ee.
ਅਉਗਣ ਕਾਟਿ ਪਾਪਾ ਮਤਿ ਖਾਈ॥ a-ugan kaat paapaa mat khaa-ee.
ਕੰਚਨ ਕਾਇਆ ਜੋਤੀ ਜੋਤਿ ਸਮਾਈ॥੬॥ kanchan kaa-i-aa jotee jot samaa-ee. 6

ਸ਼ਬਦ ਦੀ ਪਾਲਣਾ ਨਾਲ ਮਨ ਵਿਚੋਂ ਬੁਰੇ ਖਿਆਲ ਨਾਸ, ਭਰਮ ਦੂਰ ਹੋ ਜਾਂਦੇ ਹਨ । ਉਸ ਦੇ ਪਾਪਾਂ ਵਾਲੇ ਕੰਮਾਂ ਦਾ ਅੰਤ ਹੋ ਜਾਂਦਾ, ਪ੍ਰਭ ਪਾਪ ਬਖਸ਼ ਦੇਂਦਾ ਹੈ । ਜਿਸ ਦੀ ਆਤਮਾ, ਪ੍ਰਭ ਦੀ ਜੋਤ ਵਿੱਚ ਅਲੋਪ ਹੋ ਜੀਦੀ ਹੈ । ਉਸ ਦੀ ਆਤਮਾ ਸੋਨੇ ਵਾਂਗ ਚਮਕਣ ਲੱਗ ਪੈਂਦੀ, ਪਵਿੱਤਰ ਹੋ ਜਾਂਦੀ ਹੈ ।

Whosoever may obey the teachings of His Word with steady and stable belief in his day-to-day life; with His mercy and grace, all his suspicions and evil thoughts may be eliminated. He may renounce his evil deeds and his sins of previous lives may be forgiven. Whose soul may be sanctified, becomes worthy of His consideration; his soul may shine and glow like a precious metal, gold with eternal glow on his forehead.

ਸਤਿਗੁਰਿ ਮਿਲਿਐ ਵਡੀ ਵਡਿਆਈ॥ satgur mili-ai vadee vadi-aa-ee.
ਦੁਖੁ ਕਾਟੈ ਹਿਰਦੈ ਨਾਮੁ ਵਸਾਈ॥ dukh kaatai hirdai naam vasaa-ee.
ਨਾਮਿ ਰਤੇ ਸਦਾ ਸੁਖੁ ਪਾਈ॥੭॥ naam ratay sadaa sukh paa-ee. ||7||

ਜਿਹੜਾ ਸ਼ਬਦ ਦੇ ਰਸਤੇ ਤੇ ਚਲਦਾ ਹੈ, ਪ੍ਰਭ ਦੀ ਰਹਿਮਤ ਨਾਲ ਉਸ ਨੂੰ ਸੰਸਾਰ ਵਿੱਚ ਵੀ ਸੋਭਾ ਬਖਸ਼ਿਸ਼ ਹੋ ਜਾਂਦੀ ਹੈ । ਉਸ ਦੇ ਸੰਸਾਰਕ ਇੱਛਾਂ ਦੇ ਦੁਖ ਖਤਮ, ਨਾਸ ਹੋ ਜਾਂਦੇ ਹਨ । ਪ੍ਰਭ ਦਾ ਸ਼ਬਦ ਮਨ ਵਿੱਚ ਵਸ ਜਾਂਦਾ ਹੈ । ਸ਼ਬਦ ਦੀ ਪਾਲਣਾ ਵਿੱਚ ਅਡੋਲ ਹੋਣ ਨਾਲ ਮਨ ਵਿੱਚ ਸੰਤੋਖ, ਅਨੰਦ ਬਖਸ਼ਿਸ਼ ਹੋ ਜਾਂਦਾ ਹੈ ।

Whosoever may adopt the teachings of His Word with steady and stable belief in his day-to-day life; with His mercy and grace, he may be honored in the universe also. All his demons of worldly desires may be destroyed, eliminated. He may be drenched with the essence of His Word within. He may remain intoxicated obeying the teachings of His Word, he may be blessed with pleasures and contentment in his worldly life.

ਗੁਰਮਤਿ ਮਾਨਿਆ ਕਰਨੀ ਸਾਰੁ॥ gurmat maani-aa karnee saar.
ਗੁਰਮਤਿ ਮਾਨਿਆ ਮੋਖ ਦੁਆਰੁ॥ gurmat maani-aa mokh du-aar.
ਨਾਨਕ ਗੁਰਮਤਿ ਮਾਨਿਆ naanak gurmat maani-aa
ਪਰਵਾਰੈ ਸਾਧਾਰੁ॥੮॥੧॥੩॥ parvaarai saaDhaar. ||8||1||3||

ਪ੍ਰਭ ਦੇ ਸ਼ਬਦ ਨਾਲ ਜੀਵਨ ਢਾਲਣ ਨਾਲ ਮਨ ਪਵਿੱਤਰ ਹੋ ਜਾਂਦਾ ਹੈ । ਸ਼ਬਦ ਦੀ ਪਾਲਣਾ ਕਰਨ ਨਾਲ ਜੀਵ ਨੂੰ ਪ੍ਰਵਾਨਗੀ ਦਾ ਰਸਤਾ ਬਖਸ਼ਿਸ਼ ਹੋ ਜਾਂਦਾ, ਰਸਤੇ ਤੇ ਚਲ ਪੈਂਦਾ ਹੈ । ਪ੍ਰਭ ਦੇ ਰਸਤੇ ਤੇ ਚੱਲਣ ਨਾਲ ਆਪਣੇ ਪਰਿਵਾਰ, ਸਾਥੀਆਂ ਨੂੰ ਮੁਕਤੀ ਦੇ ਰਸਤੇ ਤੇ ਪਾ ਜਾਂਦਾ ਹੈ ।

Whosoever may adopt the teachings of His Word with steady and stable belief in his day-to-day life, his soul may be sanctified. He may be blessed with the right path of acceptance in His Court. He may remain steady and stable on the right path of acceptance in His Court. He may inspire his family and associates on the right path of meditation and salvation.

375. ਬਿਲਾਵਲੁ ਮਹਲਾ ੪ ਅਸਟਪਦੀਆ ਘਰੁ ੧੧॥ 833-6

ੴ ਸਤਿਗੁਰ ਪ੍ਰਸਾਦਿ॥ ik-oNkaar satgur parsaad.
ਆਪੈ ਆਪੁ ਖਾਇ ਹਉ ਮੇਟੈ, aapai aap khaa-ay ha-o maytai
ਅਨਦਿਨੁ ਹਰਿ ਰਸ ਗੀਤ ਗਵਈਆ॥ an-din har ras geet gava-ee-aa.
ਗੁਰਮੁਖਿ ਪਰਚੈ ਕੰਚਨ ਕਾਇਆ, gurmukh parchai kanchan kaa-i-aa
ਨਿਰਭਉ ਜੋਤੀ ਜੋਤਿ ਮਿਲਈਆ॥੧॥ nirbha-o jotee jot mila-ee-aa. ||1||

ਜਿਹੜਾ ਆਪਾ ਖਤਮ ਕਰਕੇ, ਮਨ ਵਿਚੋਂ ਅਹੰਕਾਰ ਦੀ ਜੜ੍ਹ ਨਾਸ ਕਰਕੇ, ਦਿਨ ਰਾਤ ਪ੍ਰਭ ਦੇ ਸ਼ਬਦ ਦੀ ਉਸਤਤ ਗਾਉਂਦਾ ਹੈ । ਉਹ ਗੁਰਮਖ ਆਪਣੇ ਮਨ ਨੂੰ ਸ਼ਬਦ ਦੇ ਲੜ ਲਾ ਲੈਂਦਾ ਹੈ । ਉਸ ਦਾ ਤਨ ਸੋਨੇ ਵਾਂਗ ਕੀਮਤੀ ਹੋ ਜਾਂਦਾ ਹੈ । ਉਸ ਆਤਮਾ ਦੀ ਜੋਤ ਪ੍ਰਭ ਦੀ ਜੋਤ ਵਿੱਚ ਸਮਾ ਜਾਂਦੀ ਹੈ ।

Whosoever may eliminate his selfishness, ego and sings the glory of His Word; with His mercy and grace, he may remain devoted to obey the teachings of His Word. His human body may become priceless like precious metal gold. With His mercy and grace, his soul may be absorbed within His Holy Spirit.

ਮੈ ਹਰਿ ਹਰਿ ਨਾਮੁ ਅਧਾਰੁ ਰਮਈਆ॥	mai har har naam aDhaar rama-ee-aa.
ਖਿਨੁ ਪਲੁ ਰਹਿ ਨ ਸਕਉ ਬਿਨੁ ਨਾਵੈ,	khin pal reh na saka-o bin naavai
ਗੁਰਮੁਖਿ ਹਰਿ ਹਰਿ ਪਾਠ ਪੜਈਆ॥	gurmukh har har paath parha-ee-aa.
੧॥ਰਹਾਉ॥	||1|| rahaa-o.

ਮੇਰਾ ਮਨ ਪ੍ਰਭ ਦੇ ਸ਼ਬਦ ਦਾ ਆਸਰਾ ਹੀ ਲੈਂਦਾ ਹੈ । ਮਨ ਨੂੰ ਸ਼ਬਦ ਦੇ ਸਿਮਰਨ ਤੋ ਬਿਨਾਂ ਇੱਕ ਪਲ ਵੀ ਚੈਨ ਨਹੀਂ ਆਉਂਦਾ । ਗੁਰਮਖ ਪ੍ਰਭ ਦਾ ਸ਼ਬਦ ਪੜ੍ਹਦਾ, ਵਿਚਾਰਦਾ ਹੈ ।

My mind always seeks the refuge of His Word in his day-to-day life. He may not realize any peace and comfort without meditating. His true devotee may always read and concentrates on the teachings of His Word.

ਏਕੁ ਗਿਰਹੁ ਦਸ ਦੁਆਰ ਹੈ,	ayk girahu das du-aar hai
ਜਾ ਕੇ ਅਹਿਨਿਸਿ ਤਸਕਰ	jaa kay ahinis taskar
ਪੰਚ ਚੋਰ ਲਗਈਆ॥	panch chor laga-ee-aa.
ਧਰਮੁ ਅਰਥੁ ਸਭੁ ਹਿਰਿ ਲੇ ਜਾਵਹਿ,	Dharam arath sabh hir lay jaaveh
ਮਨਮੁਖ ਅੰਧੁਲੇ	manmukh anDhulay
ਖਬਰਿ ਨ ਪਈਆ॥ ੨॥	khabar na pa-ee-aa. ||2||

ਜੀਵ ਦੇ ਤਨ ਵਿੱਚ, ਮਨ ਦੇ ਦਸ ਦਰਵਾਜੇ, ਸੰਸਾਰਕ ਇੱਛਾਂ, ਇਦ੍ਰੀਆਂ ਹਨ । ਦਿਨ ਰਾਤ ਇਸ ਵਿੱਚ ਸੰਸਾਰਕ ਇੱਛਾਂ ਰੂਪੀ ਪੰਜ ਚੋਰ ਦਾਖਲ ਹੁੰਦੇ ਹਨ । ਉਹ ਤਨ ਵਿਚੋਂ ਸਾਰੀ ਸ਼ਬਦ ਦੀ ਕੀਤੀ ਕਮਾਈ ਲੁੱਟ ਕੇ ਲੈ ਜਾਂਦੇ ਹਨ । ਉਸ ਦੇ ਮਨ ਵਿੱਚ ਬੁਰੇ ਖਿਆਲ ਪੈਦਾ ਹੁੰਦੇ ਹਨ, ਅਗਿਆਨੀ, ਮਨਮੁਖ, ਮਨਮਰਜ਼ੀ ਕਰਨ ਵਾਲੇ ਨੂੰ ਇਸ ਦੀ ਕੋਈ ਸੋਝੀ ਨਹੀਂ ਹੁੰਦੀ ।

Within human body, his mind has 10 doors, demons of worldly desires, senses. Five demons of worldly desires enter his mind day and night. These demons rob all his earnings of His Word and infuse his mind with evil thoughts. Ignorant, self-minded may not be aware about these demons.

ਕੰਚਨ ਕੋਟੁ ਬਹੁ ਮਾਣਕਿ ਭਰਿਆ,	kanchan kot baho maanak bhari-aa
ਜਾਗੇ ਗਿਆਨ ਤਤਿ ਲਿਵ ਲਈਆ॥	jaagay gi-aan tat liv la-ee-aa.
ਤਸਕਰ ਹੇਰੂ ਆਇ ਲੁਕਾਨੇ,	taskar hayroo aa-ay lukaanay
ਗੁਰ ਕੈ ਸਬਦਿ ਪਕੜਿ ਬੰਧਿ ਪਈਆ॥੩	gur kai sabad pakarh banDh pa-ee-aa.3

ਜੀਵ ਦਾ ਤਨ ਸ਼ਬਦ ਦੀ ਸੋਝੀ ਰੂਪੀ ਰਤਨਾਂ ਨਾਲ ਭਰਿਆਂ ਹੈ । ਜਿਸ ਦਾ ਮਨ ਸ਼ਬਦ ਦੀ ਸੋਝੀ ਨਾਲ ਜਾਗਰਤ ਅਤੇ ਸੁਚੇਤ ਹੋ ਜਾਂਦਾ ਹੈ । ਉਸ ਦੇ ਮਨ ਵਿੱਚ ਪ੍ਰਭ ਦੇ ਸ਼ਬਦ ਨਾਲ ਲਗਨ, ਪਿਆਰ ਵਧਦਾ ਹੈ । ਮਨ ਨੂੰ ਲੁੱਟਣ ਵਾਲੇ ਚੋਰ, ਡਾਕੂ, ਮਨ ਵਿੱਚ ਹੀ ਲੁਕੇ ਰਹਿੰਦੇ ਹਨ । ਜਿਹੜਾ ਸ਼ਬਦ ਨਾਲ ਜੀਵਨ ਢਾਲਦਾ ਹੈ, ਉਸ ਨੂੰ ਮਨ ਤੇ, ਇਹਨਾਂ ਤੇ ਜਿੱਤ ਬਖਸ਼ਿਸ਼ ਹੋ ਜਾਂਦੀ ਹੈ ।

The True Master has embedded a priceless treasure of precious virtues within his body. Whosoever may be enlightened, awake and alert with the essence of His Word. With His mercy and grace, he may remain intoxicated within the essence of His Word. All robbers, thieves remain hidden, buried within his mind. Whosoever may adopt the teachings of His Word with steady and stable belief in his day-to-day life; with His mercy and grace, he may conquer these demons.

ਹਰਿ ਹਰਿ ਨਾਮੁ ਪੋਤੁ ਬੋਹਿਥਾ,	har har naam pot bohithaa
ਖੇਵਟੁ ਸਬਦੁ ਗੁਰੁ ਪਾਰਿ ਲੰਘਈਆ॥	khayvat sabad gur paar langh-ee-aa.
ਜਮੁ ਜਾਗਾਤੀ ਨੇੜਿ ਨ ਆਵੈ,	jam jaagaatee nayrh na aavai
ਨਾ ਕੋ ਤਸਕਰੁ ਚੋਰੁ ਲਗਈਆ॥੪॥	naa ko taskar chor laga-ee-aa. ||4||

ਪ੍ਰਭ ਦਾ ਸ਼ਬਦ ਹੀ ਸੰਸਾਰਕ ਸਾਗਰ ਪਾਰ ਕਰਨ ਵਾਲਾ ਜਹਾਜ ਹੈ, ਪ੍ਰਭ ਹੀ ਜਹਾਜ ਦਾ ਮਲਾਹ ਹੈ । ਜਿਹੜਾ ਸ਼ਬਦ ਦੀ ਪਾਲਣਾ ਕਰਦਾ ਹੈ ਉਸ ਨੂੰ ਸੋਝੀ ਬਖਸ਼ਿਸ਼ ਹੁੰਦੀ ਹੈ । ਜਿਸ ਦਾ ਮਨ ਜਾਗਰਤ ਅਤੇ ਸੁਚੇਤ ਰਹਿੰਦਾ ਹੈ । ਮੌਤ ਦਾ ਜਮਦੂਤ, ਇੱਛਾਂ ਦੇ ਚੋਰ ਉਸ ਨੂੰ ਛੋਹ ਵੀ ਨਹੀਂ ਸਕਦੇ ।

The teachings of His Word are a ship to carry to His Court and The True Master may be the captain, sailor of the ship. Whosoever may adopt the teachings of His Word with steady and stable belief in his day-to-day life; with His mercy and grace, he may be enlightened with the essence of His Nature. He may remain intoxicated, awake, and alert in the void of His Word. With His mercy and grace, his soul may become above the reach of these demons, robbers.

ਹਰਿ ਗੁਣ ਗਾਵੈ ਸਦਾ ਦਿਨੁ ਰਾਤੀ,	har gun gaavai sadaa din raatee
ਮੈ ਹਰਿ ਜਸੁ ਕਹਤੇ ਅੰਤੁ ਨ ਲਹੀਆ॥	mai har jas kahtay ant na lahee-aa.
ਗੁਰਮੁਖਿ ਮਨੂਆ ਇਕਤੁ ਘਰਿ ਆਵੈ,	gurmukh manoo-aa ikat ghar aavai
ਮਿਲਉ ਗੋੁਪਾਲ ਨੀਸਾਨੁ ਬਜਈਆ॥੫॥	mila-o gopaal neesaan baja-ee-aa. ||5||

ਮੈਂ ਦਿਨ ਰਾਤ ਪ੍ਰਭ ਦੇ ਸ਼ਬਦ ਦੇ ਗੁਣ ਗਾਉਂਦਾ ਹਾ । ਗੁਣ ਗਾਉਣ ਨਾਲ ਵੀ ਪ੍ਰਭ ਦੇ ਕਿਸੇ ਕਰਤਬ ਦਾ ਅੰਤ ਨਹੀਂ ਪਾਇਆ ਜਾ ਸਕਦਾ । ਗੁਰਮਖ ਦਾ ਮਨ ਆਪਣੇ ਅੰਦਰ ਵਾਪਸ ਆਉਂਦਾ ਹੈ । ਮਨ ਅੰਦਰੋਂ ਹੀ ਸ੍ਰਿਸ਼ਟੀ ਦੇ ਮਾਲਕ ਦੀ ਹੌਂਦ ਮਹਿਸੂਸ ਕਰ ਲੈਂਦਾ, ਜਾਗਰਤੀ ਬਖਸ਼ਿਸ਼ ਹੋ ਜਾਂਦੀ ਹੈ ।

I am singing the glory of His Word, Nature day and night; His Nature, miracles remain beyond the comprehension of His Creation. His true devotee may search within his own mind. With His mercy and grace, he may be enlightened from within and realizes His Holy Spirit prevailing everywhere in the universe.

ਨੈਨੀ ਦੇਖਿ ਦਰਸੁ ਮਨੁ ਤ੍ਰਿਪਤੈ,	nainee daykh daras man tariptai
ਸ੍ਰਵਨ ਬਾਣੀ ਗੁਰ ਸਬਦੁ ਸੁਣਈਆ॥	sarvan banee gur sabad suna-ee-aa.
ਸੁਨਿ ਸੁਨਿ ਆਤਮ ਦੇਵ ਹੈ ਭੀਨੇ,	sun sun aatam dayv hai bheenay
ਰਸਿ ਰਸਿ ਰਾਮ ਗੋਪਾਲ ਰਵਈਆ॥੬॥	ras ras raam gopaal rava-ee-aa. ||6||

ਮੈਂ ਆਪਣੇ ਮਨ ਕਮਨਾ ਨਾਲ ਪ੍ਰਭ ਦੇ ਸ਼ਬਦ ਨੂੰ ਸੁਣਦਾ ਹਾ । ਮੇਰਾ ਮਨ ਅੰਦਰ ਦੀਆਂ ਅੱਖਾਂ ਨਾਲ ਪ੍ਰਭ ਦੇ ਦਰਸ਼ਨ ਕਰਨ ਲਈ ਤਰਸਦਾ ਹੈ । ਸੁਣਦੇ ਸੁਣਦੇ ਮਨ ਵਿੱਚ ਨਿਮ੍ਰਤਾ ਬਖਸ਼ਿਸ਼ ਹੋ ਜਾਂਦੀ ਹੈ, ਸ਼ਬਦ ਦਾ ਤੱਤ ਮਹਿਸੂਸ ਹੋ ਜਾਂਦਾ ਹੈ । ਪ੍ਰਭ ਦੇ ਸ਼ਬਦ ਦਾ ਸਿਮਰਨ ਕਰਨ ਨਾਲ ਮਨ ਦੇ ਰੋਮ ਰੋਮ ਵਿੱਚ ਸੰਤੋਖ ਭਰ ਜਾਂਦਾ ਹੈ ।

I wholeheartedly listen to the sermons of the teachings of His Word. I may remain anxious to be enlightened, to witness His Holy Spirit prevailing everywhere. Whosoever may listen to the sermons of His Word with steady and stable belief; with His mercy and grace, he may be blessed with humility in his day-to-day life. He may realize the essence of His Word. He may remain overwhelmed with contentment in each fiber of his body.

ਤ੍ਰੈ ਗੁਣ ਮਾਇਆ ਮੋਹਿ ਵਿਆਪੇ,	tarai gun maa-i-aa mohi vi-aapay
ਤੁਰੀਆ ਗੁਣੁ ਹੈ ਗੁਰਮੁਖਿ ਲਹੀਆ॥	turee-aa gun hai gurmukh lahee-aa.
ਏਕ ਦ੍ਰਿਸਟਿ ਸਭ ਸਮ ਕਰਿ ਜਾਣੈ,	ayk darisat sabh sam kar jaanai

ਨਦਰੀ ਆਵੈ ਸਭੁ ਬ੍ਰਹਮੁ ਪਸਰਈਆ॥੭॥ nadree aavai sabh barahm pasra-ee-aa.7

ਮਾਨਸ ਸੰਸਾਰਕ ਮਾਇਆ ਦੇ ਤਿੰਨਾਂ ਗੁਣਾਂ, ਰੂਪਾਂ ਦੇ ਜਾਲ ਵਿੱਚ ਫਸਿਆ ਰਹਿੰਦਾ ਹੈ । ਜਿਸ ਨੂੰ ਗੁਰਮਖ ਅਵਸਥਾ ਬਖਸ਼ਿਸ਼ ਹੋ ਜਾਂਦੀ ਹੈ, ਉਸ ਨੂੰ ਸਦਾ ਰਹਿਣ ਵਾਲਾ ਖੇੜਾ ਬਖਸ਼ਿਸ਼ ਹੁੰਦਾ ਹੈ । ਜਿਹੜਾ ਇਕਾਗਰ ਮਨ ਹੋ ਕੇ ਸ੍ਰਿਸ਼ਟੀ ਵੱਲ ਦੇਖਦਾ ਹੈ । ਉਸ ਨੂੰ ਸਾਰੀ ਸ੍ਰਿਸ਼ਟੀ ਵਿੱਚ ਇੱਕੋ ਇੱਕ ਪ੍ਰਭ ਹੀ ਵਾਪਰਦਾ ਨਜ਼ਰ ਆਉਂਦਾ ਹੈ ।

Self-minded may remain intoxicated with sweet poison of three types of worldly wealth. Whosoever may be blessed with a state of mind as His true devotee, he may be blessed with everlasting blossom. Whosoever may whole-heartedly meditate and concentrates on the essence of His Word; with His mercy and grace, he may witness, The One and only One, Holy Spirit prevailing everywhere in the universe and no one else may exist.

ਰਾਮ ਨਾਮੁ ਹੈ ਜੋਤਿ ਸਬਾਈ, raam naam hai jot sabaa-ee
ਗੁਰਮੁਖਿ ਆਪੇ ਅਲਖੁ ਲਖਈਆ॥ gurmukh aapay alakh lakha-ee-aa.
ਨਾਨਕ ਦੀਨ ਦਇਆਲ ਭਏ ਹੈ, naanak deen da-i-aal bha-ay hai
ਭਗਤਿ ਭਾਇ ਹਰਿ ਨਾਮਿ ਸਮਈਆ॥ bhagat bhaa-ay har naam sama-ee-aa.
੮॥੧॥੪॥ ||8||1||4||

ਗੁਰਮਖ ਦੇ ਮਨ ਦੇ ਦਸਵੇਂ ਘਰ ਵਿੱਚ ਪ੍ਰਭ ਦੀ ਜੋਤ ਜਾਗਰਤ ਹੋ ਜਾਂਦੀ, ਮਨ ਜਾਗਰਤ ਅਤੇ ਸੁਚੇਤ ਹੋ ਜਾਂਦਾ ਹੈ । ਗੁਰਮਖ ਨਾ ਜਾਣੇ ਜਾਣਵਾਲੇ ਪ੍ਰਭ ਨੂੰ ਪਛਾਣ ਲੈਂਦਾ ਹੈ । ਪ੍ਰਭ ਨਿਮਾਣੇ ਦਾਸ ਤੇ ਰਹਿਮਤ ਬਖਸ਼ਦਾ ਹੈ । ਉਹ ਪ੍ਰਭ ਦੇ ਸ਼ਬਦ ਦੀ ਪਾਲਣਾ ਵਿੱਚ ਲੀਨ ਹੋਇਆ, ਪ੍ਰਭ ਦੇ ਸ਼ਬਦ ਵਿੱਚ ਹੀ ਅਭੇਦ ਹੋ ਜਾਂਦਾ ਹੈ ।

With His mercy and grace, His true devotee may be enlightened with essence of His Word from within and he remains awake and alert. He may be enlightened to recognize His Nature; beyond comprehension True Master. With His mercy and grace, His humble true devotee may remain intoxicated in obeying the teachings of His Word. He may be immersed within His Holy Spirit.

376.**ਬਿਲਾਵਲੁ ਮਹਲਾ ੪॥** 833-19

ਹਰਿ ਹਰਿ ਨਾਮੁ ਸੀਤਲ ਜਲੁ ਧਿਆਵਹੁ, har har naam seetal jal Dhi-aavahu
ਹਰਿ ਚੰਦਨ ਵਾਸੁ har chandan vaas
ਸੁਗੰਧ ਗੰਧਈਆ॥ suganDh ganDh-ee-aa.
ਮਿਲਿ ਸਤਸੰਗਤਿ ਪਰਮ ਪਦੁ ਪਾਇਆ, mil satsangat param pad paa-i-aa
ਮੈ ਹਿਰਡ ਪਲਾਸ ਸੰਗਿ ਹਰਿ ਬੁਹੀਆ॥੧॥ mai hirad palaas sang har buhee-aa.1

ਜੀਵ ਮਨ ਨੂੰ ਠੰਡਾ, ਸੀਤਮ ਕਰਨ ਵਾਲੇ ਸ਼ਬਦ ਦਾ ਸਿਮਰਨ ਕਰੋ! ਆਪਣੇ ਮਨ ਨੂੰ ਸ਼ਬਦ ਦੀ ਸੋਝੀ ਰੂਪੀ ਚੰਦਨ ਦੀ ਲੱਕੜੀ ਦਾ ਅਤਰ ਲਾਵੋ । ਬੰਦਗੀ ਕਰਨ ਵਾਲੇ ਨੂੰ ਸੰਤ ਸਰੂਪ ਦੀ ਸੰਗਤ ਕਰਕੇ, ਆਪਣੇ ਜੀਵਨ ਨੂੰ ਢਾਲਣ ਨਾਲ ਗੁਰਮਖ ਅਵਸਥਾ ਬਖਸ਼ਿਸ਼ ਹੁੰਦੀ ਹੈ । ਮੈਂ ਤਾਂ ਇੱਕ ਹਿਰੰਡ ਥੋੜ੍ਹੀ ਕੀਮਤ ਵਾਲਾ ਬ੍ਰਿਛ ਸੀ । ਸੰਤ ਸਰੂਪ ਦੀ ਸੰਗਤ ਦਾ ਮੇਰੇ ਉਪਰ ਅਸਰ ਹੋ ਗਿਆ ਹੈ, ਮੈਂ ਅਤਰ ਬਣ ਗਿਆ ਹਾ ।

You should meditate on the teachings of His soothing, comforting Word. You should spray the vermilion of the enlightenment of His Word; the essence of His Word may be like the sandalwood. His true devotee may associate and adopts the life experience of His Holy saint in his day-to-day life; with His mercy and grace, he may be blessed with supreme state of mind. My mind and body may be like a Castrol tree with insignificant worth; with the blessings of His true devotee, I have become like an expensive scent, fragrant.

ਜਪਿ ਜਗੰਨਾਥ ਜਗਦੀਸ ਗੁਸਈਆ॥ jap jagannaath jagdees gus-ee-aa.
ਸਰਣਿ ਪਰੇ ਸੇਈ ਜਨ ਉਬਰੇ, saran paray say-ee jan ubray
ਜਿਉ ਪ੍ਰਹਿਲਾਦ ਉਧਾਰਿ ਸਮਈਆ॥੧॥ ji-o par-hilaad uDhaar sama-ee-aa.
ਰਹਾਉ॥ ||1|| rahaa-o.

ਸ੍ਰਿਸ਼ਟੀ ਨੂੰ ਪੈਦਾ ਕਰਨ ਵਾਲੇ ਦੇ ਸ਼ਬਦ ਦਾ ਸਿਮਰਨ ਕਰੋ! ਜਿਹੜਾ ਵੀ ਨਿਮਾਣਾ ਬਣਕੇ ਪ੍ਰਭ ਦੀ ਸ਼ਰਣ ਵਿੱਚ ਆਉਂਦਾ ਹੈ, ਉਹ ਬਚ ਜਾਂਦਾ ਹੈ। ਜਿਵੇਂ ਪ੍ਰਹਿਲਾਦ ਦੀ ਰਖਿਆ ਕੀਤੀ, ਪ੍ਰਭ ਦੀ ਜੋਤ ਵਿੱਚ ਅਲੋਪ ਹੋ ਗਿਆ।

You should meditate on the teachings of His Word, The Creator, with steady and stable belief in your day-to-day life. Whosoever may humbly surrender his mind, body, and worldly status at His sanctuary; with His mercy and grace, he may be saved, protected. Same way as **Parhilaad** was saved and immersed within His Holy Spirit.

ਭਾਰ ਅਠਾਰਹ ਮਹਿ ਚੰਦਨੁ ਊਤਮ, bhaar athaarah meh chandan ootam
ਚੰਦਨ ਨਿਕਟਿ ਸਭ ਚੰਦਨੁ ਹੁਈਆ॥ chandan nikat sabh chandan hu-ee-aa.
ਸਾਕਤ ਕੂੜੇ ਊਭ ਸੁਕ ਹੂਏ, saakat koorhay oobh suk hoo-ay
ਮਨਿ ਅਭਿਮਾਨੁ man abhimaan
ਵਿਛੁੜਿ ਦੂਰਿ ਗਈਆ॥ ੨॥ vichhurh door ga-ee-aa. ||2||

ਜਿਵੇਂ ਚੰਦਨ ਦਾ ਬੂਟਾ ਬਹੁਤ ਸਗੰਧ ਵਾਲ ਹੁੰਦਾ ਹੈ। ਜਿਹੜਾ ਵੀ ਬੂਟਾ ਚੰਦਨ ਦੇ ਲਾਗੇ ਹੁੰਦਾ, ਉਸ ਵਿਚੋਂ ਵੀ ਚੰਦਨ ਵਾਂਗ ਸਗੰਧ ਆਉਂਦੀ ਹੈ। ਮੂੜ ਮੱਤ ਵਾਲਾ ਜੀਵ ਸੁੱਕਾ ਹੀ ਰਹਿੰਦਾ ਹੈ, ਉਸ ਤੇ ਕੋਈ ਅਸਰ ਨਹੀਂ ਹੁੰਦਾ। ਉਹ ਆਪਣੇ ਅਹੰਕਾਰ ਵਿੱਚ ਫਸਿਆ, ਪ੍ਰਭ ਦੀ ਰਹਿਮਤ ਤੋਂ ਬਹੁਤ ਦੂਰ ਹੋ ਜਾਂਦਾ ਹੈ।

As the sandalwood tree have very pleasant aroma; any bush, tree planted near, may also radiate similar aroma. Self-minded remains stubborn, intoxicated with his ego; he may remain ignorant from the essence of His Word. He may remain intoxicated in his ego and remains far away from His blessings.

ਹਰਿ ਗਤਿ ਮਿਤਿ ਕਰਤਾ ਆਪੇ ਜਾਣੈ, har gat mit kartaa aapay jaanai
ਸਭ ਬਿਧਿ ਹਰਿ ਹਰਿ ਆਪਿ ਬਨਈਆ॥ sabh biDh har har aap bana-ee-aa.
ਜਿਸੁ ਸਤਿਗੁਰੁ ਭੇਟੇ ਸੁ ਕੰਚਨੁ ਹੋਵੈ, jis satgur bhaytay so kanchan hovai
ਜੋ ਧੁਰਿ ਲਿਖਿਆ jo Dhur likhi-aa
ਸੁ ਮਿਟੈ ਨ ਮਿਟਈਆ॥੩॥ so mitai na mita-ee-aa. ||3||

ਕੇਵਲ ਪ੍ਰਭ ਹੀ ਹਰਇੱਕ ਜੀਵ ਦੇ ਮਨ ਦੀ ਅਵਸਥਾ ਜਾਣਦਾ ਹੈ। ਉਹ ਆਪ ਹੀ ਸਾਰੇ ਖੇਲ ਚਲਾਉਂਦਾ ਹੈ। ਜਿਹੜਾ ਆਪਣਾ ਆਪਾ ਪ੍ਰਭ ਦੇ ਸ਼ਬਦ ਦੀ ਪਾਲਣਾ ਵਿੱਚ ਲਾਉਂਦਾ ਹੈ। ਉਹ ਸੋਨਾ ਵਾਂਗ ਕੀਮਤੀ ਹੋ ਜਾਂਦਾ ਹੈ। ਭਾਗਾਂ ਵਿੱਚ ਲਿਖੇ ਨੂੰ ਕੋਈ ਮਾਨਸ ਬਦਲ ਨਹੀਂ ਸਕਦਾ।

The Omniscient True Master remains aware about the spoken and unspoken hopes and desires of His Creation. He creates and prevails in all functions of His Nature. Whosoever may surrender his mind, body, and worldly status at His sanctuary and serves His Creation. With His mercy and grace, his soul may be sanctified. No one may change or avoid his prewritten destiny; we must endure His prejudgment.

ਰਤਨ ਪਦਾਰਥ ਗੁਰਮਤਿ ਪਾਵੈ, ratan padaarath gurmat paavai
ਸਾਗਰ ਭਗਤਿ ਭੰਡਾਰ ਖੁਲ੍ਹਈਆ॥ saagar bhagat bhandaar khulH-ee-aa.
ਗੁਰ ਚਰਣੀ ਇੱਕ ਸਰਧਾ ਉਪਜੀ, gur charnee ik sarDhaa upjee
ਮੈ ਹਰਿ ਗੁਣ ਕਹਤੇ mai har gun kahtay

ਤ੍ਰਿਪਤਿ ਨ ਭਈਆ॥੪॥ taripat na bha-ee-aa. ||4||

ਪ੍ਰਭ ਨੇ ਸ਼ਬਦ ਦੀ ਪਾਲਣਾ ਵਿੱਚ ਹੀ, ਸ਼ਬਦ ਦੀ ਸੋਝੀ ਰੂਪੀ ਰਤਨ ਛਿਪਾਇਆ ਹੈ । ਮਨ ਲਾ ਕੇ ਸ਼ਰਧਾ ਨਾਲ ਸ਼ਬਦ ਦੀ ਪਾਲਣਾ ਨਾਲ ਹੀ ਸ਼ਬਦ ਦੀ ਸੋਝੀ ਬਖਸ਼ਿਸ਼ ਹੁੰਦੀ ਹੈ । ਸ਼ਬਦ ਦੀ ਸਿਖਿਆਂ ਨਾਲ ਜੀਵਨ ਢਾਲਣ, ਚਰਨਾਂ ਵਿੱਚ ਧਿਆਨ ਲਾਉਣ ਨਾਲ ਮਨ ਵਿੱਚ ਸ਼ਬਦ ਨਾਲ ਲਗਨ ਵਧਦੀ ਹੈ । ਸ਼ਬਦ ਦੀ ਪਾਲਣਾ ਅਡੋਲ ਭਰੋਸੇ ਨਾਲ ਕਰਨ ਨਾਲ ਮਨ ਦੀ ਇੱਛਾਂ ਦੀ ਭੁੱਖ ਖਤਮ ਹੋ ਜਾਂਦੀ ਹੈ ।

The True Master has embedded the precious jewel of the enlightenment of His Word in obeying the teachings of His Word. Whosoever may obey and adopts the teachings of His Word with steady and stable belief in his day-to-day life; with His mercy and grace, he may remain focused on the teachings of His Word. His devotion to meditate may be enhanced. Whosoever may obey the teachings of His Word with steady and stable belief; his thirst of worldly desires may be quenched.

ਪਰਮ ਬੈਰਾਗੁ ਨਿਤ ਨਿਤ ਹਰਿ ਧਿਆਏ, param bairaag nit nit har Dhi-aa-ay mai
ਮੈ ਹਰਿ ਗੁਣ ਕਹਤੇ ਭਾਵਨੀ ਕਹੀਆ॥ har gun kahtay bhaavnee kahee-aa.
ਬਾਰ ਬਾਰ ਖਿਨੁ ਖਿਨੁ ਪਲੁ ਕਹੀਐ, baar baar khin khin pal kahee-ai
ਹਰਿ ਪਾਰੁ ਨ ਪਾਵੈ ਪਰੈ ਪਰਈਆ॥੫॥ har paar na paavai parai para-ee-aa. ||5||

ਸ਼ਬਦ ਦਾ ਪਲ ਪਲ ਸਿਮਰਨ ਕਰਨ ਨਾਲ ਮਨ ਵਿੱਚ ਸ਼ਬਦ ਦਾ ਰੰਗ ਚੜ੍ਹ ਜਾਂਦਾ ਹੈ । ਸ਼ਬਦ ਦੇ ਬਾਰ ਬਾਰ ਗੁਣ ਗਾਉਣ ਨਾਲ ਪ੍ਰਭ ਨਾਲ ਪ੍ਰੀਤ ਪ੍ਰਗਟ ਹੁੰਦੀ ਹੈ । ਮੈਂ ਸਵਾਸ ਗਰਾਸ, ਪਲ, ਪਲ ਪ੍ਰਭ ਦੇ ਸ਼ਬਦ ਦਾ ਸਿਮਰਨ ਕਰਦਾ ਹਾ । ਉਸ ਦੇ ਕਿਸੇ ਕਰਤਬ ਦੀ ਹੱਦ ਨਹੀਂ ਜਾਣੀ ਜਾ ਸਕਦੀ, ਉਹ ਹੋਰ ਵਿਸ਼ਾਲ ਹੁੰਦਾ ਜਾਂਦਾ ਹੈ ।

Whosoever may meditate with each breath on the teachings of His Word; with His mercy and grace, he may be drenched with deep crimson color of the essence of His Word. He may realize His existence from within. He may meditate with each breath day and night. His Nature remains beyond the comprehension of His Creation; more one may be enlightened, deeper enlightenment may be blessed.

ਸਾਸਤ ਬੇਦ ਪੁਰਾਣ ਪੁਕਾਰਹਿ, saasat bayd puraan pukaareh
ਧਰਮੁ ਕਰਹੁ ਖਟੁ ਕਰਮ ਦ੍ਰਿੜਈਆ॥ Dharam karahu khat karam darirha-ee-aa.
ਮਨਮੁਖ ਪਾਖੰਡਿ ਭਰਮਿ ਵਿਗੂਤੇ, manmukh pakhand bharam vigootay
ਲੋਭ ਲਹਰਿ ਨਾਵ ਭਾਰਿ ਬੁਡਈਆ॥੬ lobh lahar naav bhaar buda-ee-aa. ||6||

ਧਰਮ ਦੇ ਗ੍ਰੰਥ, ਵੇਦਾਂ, ਸ਼ਾਸਤ੍ਰ ਚੰਗੇ ਕਰਮ ਕਰਨ ਦੀ ਪ੍ਰੇਰਨਾ ਕਰਦੇ ਹਨ । ਪਰ ਧਰਮ ਦੇ ਪ੍ਰਚਾਰਕ ਨਾਲ ਨਾਲ ਛੇ ਰੀਤ ਰੀਵਾਜ ਕਰਨਾ ਵੀ ਦੱਸਦੇ ਹਨ । ਮਨਮੁਖ ਜੀਵ ਧਰਮ ਦੇ ਪਾਏ ਭਰਮਾਂ ਵਿੱਚ ਹੀ ਰਹਿੰਦਾ ਹੈ । ਉਸ ਦੇ ਮਨ ਵਿੱਚ ਸੰਸਾਰ ਇੱਛਾਂ ਦੇ ਲਾਲਚ ਦਾ ਭਾਰ ਬਹੁਤ ਹੁੰਦਾ ਹੈ । ਉਸ ਦੀ ਸੰਸਾਰਕ ਬੇੜੀ ਡੁੱਬ ਜਾਂਦੀ ਹੈ, ਮਾਨਸ ਜਨਮ ਬਿਰਥਾ ਹੀ ਜਾਂਦਾ ਹੈ ।

Worldly religious scriptures inspire to perform good deeds for His Creation; religious preacher overwhelmed with greed, also highlights the significance of religious rituals. No exception, each worldly religion remains a slave of worldly wealth. Self-minded meditates with his ego and rigidly follows religious rituals also; he may enhance the burden of greed of his worldly desires. His human life boat may drown; he wastes his human life opportunity uselessly.

ਨਾਮੁ ਜਪਹੁ, ਨਾਮੇ ਗਤਿ ਪਾਵਹੁ, naam japahu naamay gat paavhu simrit
ਸਿਮ੍ਰਿਤਿ ਸਾਸਤ੍ਰ ਨਾਮੁ ਦ੍ਰਿੜਈਆ॥ saastar naam darirh-ee-aa.
ਹਉਮੈ ਜਾਇ ਤ ਨਿਰਮਲੁ ਹੋਵੈ, ha-umai jaa-ay ta nirmal hovai
ਗੁਰਮੁਖਿ ਪਰਚੈ gurmukh parchai

ਪਰਮ ਪਦੁ ਪਈਆ॥ ੭॥	param pad pa-ee-aa. ‖7‖

ਪ੍ਰਭ ਦੇ ਸ਼ਬਦ ਦੀ ਪਾਲਣਾ, ਸਿਮਰਨ ਕਰਨ ਨਾਲ ਮਨ ਵਿੱਚ ਸੰਤੋਖ ਬਖਸ਼ਿਸ਼ ਹੋ ਜਾਂਦਾ ਹੈ । ਸ਼ਬਦ ਵਿੱਚ ਲਗਨ ਲੱਗ ਜਾਂਦੀ ਹੈ । ਧਰਮ ਦੇ ਗ੍ਰੰਥ ਵੀ ਸ਼ਬਦ ਦੇ ਸਿਮਰਨ ਕਰਨ ਦੀ ਮਹੱਤਤਾ ਦਸਦੇ, ਪ੍ਰੇਰਨਾ ਕਰਦੇ ਹਨ । ਆਪਣੇ ਮਨ ਵਿਚੋਂ ਅਹੰਕਾਰ ਦੀ ਜੜ੍ਹ ਨਾਸ ਕਰਨ ਨਾਲ ਮਨ ਪਵਿੱਤਰ ਹੋ ਜਾਂਦਾ ਹੈ । ਗੁਰਮਖ ਦੇ ਮਨ ਵਿੱਚ ਸ਼ਰਧਾ ਵਧਦੀ ਹੈ, ਸ਼ਬਦ ਵਿੱਚ ਲਗਨ ਲੱਗਦੀ ਹੈ । ਇਸ ਨਾਲ ਉਤਮ ਅਵਸਥਾ ਬਖਸ਼ਿਸ਼ ਹੁੰਦੀ ਹੈ ।

Whosoever may meditate and obeys the teachings of His Word with steady and stable belief; with His mercy and grace, he may be blessed with contentment. He may remain intoxicated in meditation in the teachings of His Word. All worldly Holy scriptures inspire to meditate and signify the importance of meditation, Simran. Whosoever may conquer, eliminates his ego, his soul may be sanctified. His true devotee may remain intoxicated meditating in the void of His Word and his devotion may be enhanced. He may be blessed with a supreme state of mind as His true devotee.

ਇਹੁ ਜਗੁ ਵਰਨੁ ਰੂਪੁ ਸਭੁ ਤੇਰਾ,	ih jag varan roop sabh tayraa
ਜਿਤੁ ਲਾਵਹਿ ਸੇ ਕਰਮ ਕਮਈਆ॥	jit laaveh say karam kama-ee-aa.
ਨਾਨਕ ਜੰਤ ਵਜਾਏ ਵਾਜਹਿ,	naanak jant vajaa-ay vaajeh
ਜਿਤੁ ਭਾਵੈ ਤਿਤੁ ਰਾਹਿ ਚਲਈਆ॥	jit bhaavai tit raahi chala-ee-aa.
੮॥੨॥੫॥	‖8‖2‖5‖

ਪ੍ਰਭ, ਸ੍ਰਿਸ਼ਟੀ ਵਿੱਚ ਅਕਾਰ, ਰੂਪ, ਰੰਗ ਸਾਰੇ ਤੇਰੇ ਪੈਦਾ ਕੀਤੇ ਹੋਏ ਹਨ । ਜਿਸ ਤੇ ਰਹਿਮਤ ਦੀ ਨਜ਼ਰ ਬਖਸ਼ਕੇ ਸ਼ਬਦ ਦੇ ਲੜ ਲਾਉਂਦਾ ਹੈ । ਉਹ ਹੀ ਸ਼ਬਦ ਦੀ ਪਾਲਣਾ ਕਰਦਾ ਹੈ । ਪ੍ਰਭ ਮਾਨਸ ਜੀਵ ਤਾਂ ਇੱਕ ਸੰਗੀਤ ਦਾ ਸਾਜ ਹੈ, ਤੂੰ ਹੀ ਸੰਗੀਤਕਾਰ ਹੈ । ਜਿਵੇਂ ਖੇਲ ਕਰਦਾ ਹੈ, ਮਾਨਸ ਜੀਵ ਉਹ ਹੀ ਧੰਦਾ ਕਰਨ ਤੇ ਲੱਗਦਾ, ਕਰ ਸਕਦਾ ਹੈ ।

The True Master, Creator of all shapes, structures, features, colors of Your Creation have been created with Your mercy and grace. Whosoever may be attached to the teachings of Your Word; only he may obey the teachings of Your Word with steady and stable belief in his day-to-day life. Your creation may be like a musical instrument; only You are the musician. With Your command, whatsoever the play may be initiated, he may only perform that task in his human life journey.

377. ਬਿਲਾਵਲੁ ਮਹਲਾ ੪॥ 834-12

ਗੁਰਮੁਖਿ ਅਗਮ ਅਗੋਚਰੁ ਧਿਆਇਆ॥	gurmukh agam agochar Dhi-aa-i-aa.
ਹਉ ਬਲਿ ਬਲਿ ਸਤਿਗੁਰ ਸਤਿ ਪੁਰਖਈਆ॥	ha-o bal bal satgur sat purkha-ee-aa.
ਰਾਮ ਨਾਮੁ ਮੇਰੈ ਪ੍ਰਾਣਿ ਵਸਾਏ,	raam naam mayrai paraan vasaa-ay
ਸਤਿਗੁਰ ਪਰਸਿ ਹਰਿ ਨਾਮਿ ਸਮਈਆ॥੧॥	satgur paras har naam sama-ee-aa.1‖

ਗੁਰਮਖ ਨਾ ਪਹੁੰਚੇ, ਨਾ ਜਾਣੇ ਜਾਣ ਵਾਲੇ ਪ੍ਰਭ ਦੇ ਸ਼ਬਦ ਦਾ ਸਿਮਰਨ ਕਰਦਾ ਹੈ । ਮੈਂ ਪ੍ਰਭ ਤੋਂ, ਸ਼ਬਦ ਤੋਂ ਕੁਰਬਾਨ ਜਾਵਾ! ਪ੍ਰਭ ਨੇ ਆਪ ਹੀ ਰਹਿਮਤ ਬਖਸ਼ਕੇ, ਸ਼ਬਦ ਦੀ ਪਾਲਣਾ ਵਿੱਚ ਲਗਨ ਲਾਈ ਹੈ । ਸ਼ਬਦ ਦੀ ਪਾਲਣਾ ਕਰਨਾ ਹੀ ਮੇਰੇ ਸਵਾਸਾਂ ਦਾ ਆਸਰਾ ਬਣ ਗਿਆ ਹੈ । ਸ਼ਬਦ ਦੀ ਪਾਲਣਾ, ਸੋਝੀ ਨਾਲ, ਮਨ ਸ਼ਬਦ ਦੀ ਸਮਾਧੀ ਵਿੱਚ ਲੀਨ ਹੋ ਗਿਆ ਹੈ ।

His true devotee meditates on the teachings of His Word. The True Master, remains beyond reach or comprehension of His Creation. I remain fascinated and grateful for His blessings; with His mercy and grace, I have been attached to a devotional meditation on the teachings of His Word. To obey the teachings of His Word has become the purpose and support of my breaths. By obeying the teachings of His Word and with the enlightenment of the essence of His Word; I remain intoxicated in the void of His Word.

ਜਨ ਕੀ ਟੇਕ ਹਰਿ ਨਾਮੁ ਟਿਕਈਆ॥	jan kee tayk har naam tika-ee-aa.
ਸਤਿਗੁਰ ਕੀ ਧਰ ਲਾਗਾ ਜਾਵਾ,	satgur kee Dhar laagaa jaavaa
ਗੁਰ ਕਿਰਪਾ ਤੇ ਹਰਿ ਦਰੁ ਲਹੀਆ॥੧॥	gur kirpaa tay har dar lahee-aa.
ਰਹਾਉ॥	||1|| rahaa-o.

ਪ੍ਰਭ ਦੇ ਸ਼ਬਦ ਦੀ ਪਾਲਣਾ ਕਰਨਾ ਹੀ ਨਿਮਾਣੇ ਦਾਸ ਦਾ ਧੰਦਾ, ਆਸਰਾ ਹੈ । ਪ੍ਰਭ ਦੇ ਸ਼ਬਦ ਨਾਲ ਜੀਵਨ ਢਾਲਣ ਨਾਲ ਪ੍ਰਭ ਦੀ ਸ਼ਰਣ ਵਿੱਚ ਹੀ ਪ੍ਰਵਾਨਗੀ ਬਖਸ਼ਿਸ਼ ਹੋ ਜਾਵੇਗੀ । ਪ੍ਰਭ ਦੀ ਰਹਿਮਤ ਨਾਲ ਉਸ ਦੇ ਦਰਬਾਰ ਵਿੱਚ ਪ੍ਰਵਾਨ ਹੋ ਜਾਵਾਗਾ ।

To obey the teachings of His Word remains the purpose of human life journey and support of His true devotee. I have adopted the teachings of His Word with steady and stable belief in my day-to-day life; with His mercy and grace, I may be accepted in His sanctuary, His Court.

ਇਹੁ ਸਰੀਰੁ ਕਰਮ ਕੀ ਧਰਤੀ,	ih sareer karam kee Dhartee
ਗੁਰਮੁਖਿ ਮਥਿ ਮਥਿ ਤਤੁ ਕਢਈਆ॥	gurmukh math math tat kadha-ee-aa.
ਲਾਲੁ ਜਵੇਹਰ ਨਾਮੁ ਪ੍ਰਗਾਸਿਆ,	laal javayhar naam pargaasi-aa
ਭਾਂਡੈ ਭਾਉ ਪਵੈ ਤਿਤੁ ਅਈਆ॥੨॥	bhaaNdai bhaa-o pavai tit a-ee-aa. ||2||

ਮਾਨਸ ਤਨ ਹੀ ਸੰਸਾਰਕ ਕੰਮ, ਧੰਦੇ ਕਰਨ ਵਾਲੀ ਧਰਤੀ ਹੈ । ਗੁਰਮਖ ਤਨ ਰੂਪੀ ਧਰਤੀ ਤੇ ਸ਼ਬਦ ਦੀ ਕਮਾਈ ਕਰਦਾ ਹੈ । ਉਸ ਨੂੰ ਅਮੋਲਕ ਰਤਨ ਸ਼ਬਦ ਦੀ ਸੋਝੀ ਦਾ ਧਨ ਬਖਸ਼ਿਸ਼ ਹੋ ਜਾਂਦਾ ਹੈ । ਜਿਸ ਦੀ ਕੀਮਤ ਜਾਣੀ ਨਹੀਂ ਜਾ ਸਕਦੀ । ਪ੍ਰਭ ਸ਼ਬਦ ਦੀ ਸੋਝੀ ਰੂਪੀ ਰਤਨ ਜੀਵ ਦੇ ਭਾਂਡੇ ਵਿੱਚ ਪਾਉਂਦਾ ਹੈ ।

The human body may be like a field, earth, throne to perform worldly deeds. His true devotee may only perform the deeds of His Word. With His mercy and grace, he may be blessed with ambrosial jewels, the essence, and earnings of His Word. The significance of enlightenment of His Word may remain beyond the comprehension of His Creation. The True Master bestows His virtues in the vessel of his body.

ਦਾਸਨਿ ਦਾਸ ਦਾਸ ਹੋਇ ਰਹੀਐ,	daasan daas daas ho-ay rahee-ai
ਜੋ ਜਨ ਰਾਮ ਭਗਤ ਨਿਜ ਭਈਆ॥	jo jan raam bhagat nij bha-ee-aa.
ਮਨੁ ਬੁਧਿ ਅਰਪਿ ਧਰਉ ਗੁਰ ਆਗੈ,	man buDh arap Dhara-o gur aagai gur
ਗੁਰ ਪਰਸਾਦੀ ਮੈ ਅਕਥੁ ਕਥਈਆ॥੩॥	parsaadee mai akath katha-ee-aa. ||3||

ਦਾਸਾਂ ਦਾ ਦਾਸ ਬਣਕੇ, ਸੇਵਾ ਕਰਨ ਨਾਲ ਹੀ ਮਾਨਸ ਪ੍ਰਭ ਦਾ ਦਾਸ ਬਣਦਾ ਹੈ । ਮਨ ਦੀ ਚਲਾਕੀ, ਸਿਆਣਪ ਨੂੰ ਪ੍ਰਭ ਦੀ ਭੇਟਾ ਕਰਨ ਨਾਲ ਹੀ, ਪ੍ਰਭ ਰਹਿਮਤ ਬਖਸ਼ਦਾ, ਉਸ ਦੀ ਜੀਭ ਅਕਥਾ ਕਥਾ ਕਰਦੀ ਹੈ ।

Whosoever may become a humble slave of His slave and serves His true devotee. With His mercy and grace, he may be blessed with the state of mind as His true devotee. Whosoever may surrender his clever, devious plans at His sanctuary; with His mercy and grace, he may be blessed with unexplainable secretes of His Nature at his tongue.

ਮਨਮੁਖ ਮਾਇਆ ਮੋਹਿ ਵਿਆਪੇ,	manmukh maa-i-aa mohi vi-aapay
ਇਹੁ ਮਨੁ ਤ੍ਰਿਸਨਾ ਜਲਤ ਤਿਖਈਆ॥	ih man tarisnaa jalat tikha-ee-aa.
ਗੁਰਮਤਿ ਨਾਮੁ ਅੰਮ੍ਰਿਤ ਜਲੁ ਪਾਇਆ,	gurmat naam amrit jal paa-i-aa
ਅਗਨਿ ਬੁਝੀ ਗੁਰ ਸਬਦਿ ਬੁਝਈਆ॥੪॥	agan bujhee gur sabad bujha-ee-aa. ||4||

ਮਨਮੁਖ ਜੀਵ ਦਾ ਮਨ ਸੰਸਾਰਕ ਮਾਇਆ ਦੇ ਜਾਲ, ਮੋਹ ਵਿੱਚ ਫਸਿਆ ਰਹਿੰਦਾ ਹੈ । ਮਨ ਵਿੱਚ ਸੰਸਾਰਕ ਇੱਛਾਂ ਦੀ ਭਟਕਣ ਲੱਗੀ ਰਹਿੰਦੀ ਹੈ । ਸ਼ਬਦ ਦੀ ਸਿਖਿਆਂ ਨਾਲ ਜੀਵਨ ਢਾਲਣ ਨਾਲ ਅਮੋਲਕ ਅੰਮ੍ਰਿਤ ਬਖਸ਼ਿਸ਼ ਹੁੰਦਾ ਹੈ । ਪ੍ਰਭ ਦੇ ਸ਼ਬਦ ਦੀ ਸੋਝੀ ਹੀ ਮਨ ਵਿਚੋਂ ਇੱਛਾਂ ਦੀ ਅੱਗ ਬੁਝਾ ਦੇਂਦੀ ਹੈ । ਮਨ ਵਿੱਚ ਸੰਤੋਖ ਬਖਸ਼ਿਸ਼ ਹੋ ਜਾਂਦਾ ਹੈ ।

Self-minded may remain intoxicated with the worldly wealth. He remains frustrated with worldly desires and miseries of disappointments. Whosoever may adopt the teachings of His Word with steady and stable belief in his day-to-day life; with His mercy and grace, he may be blessed with ambrosial nectar of the essence of His Word. The enlightenment of the essence of His Word may extinguish the fire of worldly desires. He may be blessed with contentment.

ਇਹੁ ਮਨੁ ਨਾਚੈ ਸਤਿਗੁਰ ਆਗੈ,	ih man naachai satgur aagai
ਅਨਹਦ ਸਬਦ ਧੁਨਿ ਤੂਰ ਵਜਈਆ॥	anhad sabad Dhun toor vaja-ee-aa.
ਹਰਿ ਹਰਿ ਉਸਤਤਿ ਕਰੈ ਦਿਨੁ ਰਾਤੀ,	har har ustat karai din raatee
ਰਖਿ ਰਖਿ ਚਰਣ ਹਰਿ	rakh rakh charan har
ਤਾਲ ਪੂਰਈਆ॥ ੫॥	taal poora-ee-aa. ||5||

ਮਨ ਵਿੱਚ ਪ੍ਰਭ ਦੇ ਸ਼ਬਦ ਦੀ ਸਦਾ ਚੱਲਣ ਵਾਲੀ ਧੁਨ ਚਲ ਪੈਂਦੀ ਹੈ । ਮਨ ਵਿੱਚ ਅਨੰਦ, ਖੇੜਾ ਬਖਸ਼ਿਸ਼ ਹੋ ਜਾਂਦਾ ਹੈ । ਉਸ ਦਾ ਮਨ, ਪ੍ਰਭ ਦੇ ਸ਼ਬਦ ਦੀ ਦਿਨ ਰਾਤ ਉਸਤਤ ਗਾਉਂਦਾ ਹੈ । ਉਸ ਦੇ ਮਨ ਵਿੱਚ ਪ੍ਰਭ ਦੇ ਵਿਛੋੜੇ ਦਾ ਵਿਰਾਗ, ਸ਼ਰਧਾ ਭਰ ਜਾਂਦੀ, ਮਿਲੱਣ ਦੀ ਖਾਹਿਸ਼ ਚਮਕਦੀ ਹੈ ।

The everlasting echo of His Word may resonate with the heart of His true devotee. With His mercy and grace, he may be blessed with pleasures and blossom within his worldly life. His mind may remain overwhelmed with the renunciation of the memory of his separation from The Holy Spirit. He may remain anxious to be enlightened with the essence of His Word.

ਹਰਿ ਕੈ ਰੰਗਿ ਰਤਾ ਮਨੁ ਗਾਵੈ,	har kai rang rataa man gaavai ras
ਰਸਿ ਰਸਾਲ ਰਸਿ ਸਬਦੁ ਰਵਈਆ॥	rasaal ras sabad rava-ee-aa.
ਨਿਜ ਘਰਿ ਧਾਰ ਚੁਐ ਅਤਿ ਨਿਰਮਲ,	nij ghar Dhaar chu-ai at nirmal
ਜਿਨਿ ਪੀਆ ਤਿਨ ਹੀ ਸੁਖੁ ਲਹੀਆ॥੬॥	jin pee-aa tin hee sukh lahee-aa. ||6||

ਪ੍ਰਭ ਦੇ ਸ਼ਬਦ ਵਿੱਚ ਲੀਨ ਹੋਇਆ ਮਨ ਸ਼ਬਦ ਦੇ ਗੁਣ ਗਾਉਂਦਾ ਹੈ । ਉਸ ਦੇ ਮਨ ਦੇ ਦਸਵੇਂ ਘਰ ਵਿਚੋਂ ਅਮੋਲਕ ਅੰਮ੍ਰਿਤ ਸਿੰਮਦਾ, ਵਗਦਾ ਹੈ । ਜਿਹੜਾ ਵੀ ਪੀ ਲੈਂਦਾ ਹੈ, ਉਹ ਖੇੜੇ ਵਿੱਚ ਚਲੇ ਜਾਂਦਾ, ਮਨ ਵਿੱਚ ਸੰਤੋਖ ਭਰ ਜਾਂਦਾ ਹੈ ।

His true devotee may remain intoxicated singing the glory in the void of His Word. The ambrosial nectar of the essence of His Word may be oozing out from his 10th castle of his body. Whosoever may taste that nectar of the essence of His Word; with His mercy and grace, he may be blessed with contentment and blossom.

ਮਨਹਠਿ ਕਰਮ ਕਰੈ ਅਭਿਮਾਨੀ,	manhath karam karai abhimaanee
ਜਿਉ ਬਾਲਕ ਬਾਲੂ ਘਰ ਉਸਰਈਆ॥	ji-o baalak baaloo ghar usra-ee-aa.
ਆਵੈ ਲਹਰਿ ਸਮੁੰਦ ਸਾਗਰ ਕੀ,	aavai lahar samund saagar kee
ਖਿਨ ਮਹਿ ਭਿੰਨ ਭਿੰਨ ਢਹਿ ਪਈਆ॥੭॥	khin meh bhinn bhinn dheh pa-ee-aa. ||7||

ਮਨਮੁਖ ਆਪਣੇ ਅਹੰਕਾਰ ਵਿੱਚ ਬਹੁਤ ਕੰਮ ਕਰਦਾ, ਚੰਗੇ ਕਰਮ ਕਰਦਾ ਹੈ । ਇਹ ਸਾਰੇ ਹੀ ਰੇਤ ਦੇ ਬਣੇ ਬੰਗਲੇ ਵਾਂਗ ਥੋੜ੍ਹਾ ਸਮਾਂ ਹੀ ਰਹਿੰਦੇ, ਅਨੰਦ ਦੇਂਦੇ ਹਨ । ਜਿਵੇਂ ਬੱਚਾ ਰੇਤ ਦਾ ਕਿਲ੍ਹਾ ਬਣਾਉਂਦਾ ਹੈ, ਪਾਣੀ ਦੀ ਛੱਲ ਨਾਲ ਢਹਿ ਜਾਂਦਾ ਹੈ ।

Self-minded may perform many worldly deeds in his ego; some may be good for His Creation. All his worldly deeds may provide short-lived comforts in his life. As a kid makes a sand castle at beach and his sand castle may be ruined with wave of ocean.

ਹਰਿ ਸਰੁ ਸਾਗਰੁ ਹਰਿ ਹੈ,	har sar saagar har hai
ਆਪੇ ਇਹੁ ਜਗੁ ਹੈ,	aapay ih jag hai
ਸਭੁ ਖੇਲੁ ਖੇਲਈਆ॥	sabh khayl khayla-ee-aa.
ਜਿਉ ਜਲ ਤਰੰਗ ਜਲੁ ਜਲਹਿ ਸਮਾਵਹਿ,	ji-o jal tarang jal jaleh samaaveh
ਨਾਨਕ ਆਪੇ ਆਪਿ ਰਮਈਆ॥	naanak aapay aap rama-ee-aa.
੮॥੩॥੬॥	||8||3||6||

ਪ੍ਰਭ ਆਪ ਹੀ ਟੋਭਾ ਹੈ, ਆਪ ਹੀ ਸਾਗਰ ਹੈ । ਸਾਰਾ ਸੰਸਾਰ ਹੀ ਉਸ ਦਾ ਬਣਾਇਆ ਖੇਲ, ਆਪ ਹੀ ਚਲਾਉਂਦਾ ਹੈ । ਜਿਵੇਂ ਪਾਣੀ ਦੀ ਛੱਲ ਪਾਣੀ ਵਿੱਚ ਹੀ ਸਮਾ ਜਾਂਦੀ ਹੈ । ਇਸਤਰ੍ਹਾਂ ਪ੍ਰਭ ਆਪਣੇ ਆਪ ਵਿਚੋਂ ਹੀ ਸ੍ਰਿਸ਼ਟੀ ਪੈਦਾ ਕਰਦਾ ਹੈ । ਆਪਣੇ ਆਪ ਵਿੱਚ ਹੀ ਸਮਾ ਲੈਂਦਾ ਹੈ ।

The True Master may be a small paddle of water and the ocean. The True Master has created the play of universe and only He prevails in all events. As the wave of water may disappear within water; same way His Creation, may be an expansion of His Holy Spirit. Sanctified soul may be absorbed within His Holy Spirit.

378.ਬਿਲਾਵਲੁ ਮਹਲਾ ੪॥ 835-6

ਸਤਿਗੁਰੁ ਪਰਚੈ ਮਨਿ ਮੁੰਦ੍ਰਾ ਪਾਈ,	satgur parchai man mundraa paa-ee
ਗੁਰ ਕਾ ਸਬਦੁ ਤਨਿ ਭਸਮ ਦ੍ਰਿੜਈਆ॥	gur kaa sabad tan bhasam darirh-ee-aa.
ਅਮਰ ਪਿੰਡ ਭਏ ਸਾਧੂ ਸੰਗਿ,	amar pind bha-ay saaDhoo sang
ਜਨਮ ਮਰਨ ਦਾਉ ਮਿਟਿ ਗਈਆ॥੧॥	janam maran do-oo mit ga-ee-aa. ||1||

ਸੰਤ ਸਰੂਪ ਦੀ ਸੰਗਤ ਵਿੱਚ ਮਨ ਆਪਣੇ ਕੰਨਾਂ ਵਿੱਚ ਸ਼ਬਦ ਰੂਪੀ ਮੁੰਦ੍ਰਾਂ ਪਾਉਂਦਾ ਹੈ । ਆਪਣੇ ਤਨ ਤੇ ਸ਼ਬਦ ਦੀ ਸੋਝੀ ਰੂਪੀ ਭਸਮ ਲਾਉਂਦਾ ਹੈ । ਸੰਤ ਸਰੂਪ ਦੇ ਜੀਵਨ ਅਨੁਸਾਰ ਜੀਵਨ ਢਾਲੋ! ਇਸ ਨਾਲ ਜੂੰਨਾਂ ਦਾ ਚੱਕਰ ਖਤਮ ਹੋ ਜਾਂਦਾ ਹੈ ।

His true devotee may adopt the essence of His Word, in the conjugation of His Holy saint, as ear rings of his mind. He may rub the enlightenment of His Word as dust, as vermilion. Whosoever may adopt the life experience teachings of His Holy saint in his own life. With His mercy and grace, his cycle of birth and death may be eliminated.

ਮੇਰੇ ਮਨ ਸਾਧਸੰਗਤਿ ਮਿਲਿ ਰਹੀਆ॥	mayray man saaDhsangat mil rahee-aa.
ਕ੍ਰਿਪਾ ਕਰਹੁ ਮਧਸੂਦਨ ਮਾਧਉ,	kirpaa karahu maDhsoodan maaDha-o
ਮੈ ਖਿਨੁ ਖਿਨੁ ਸਾਧੂ ਚਰਣ	mai khin khin saaDhoo charan
ਪਖਈਆ॥੧॥ ਰਹਾਉ॥	pakha-ee-aa. ||1|| rahaa-o.

ਮਨ ਸੰਤ ਸਰੂਪ ਦੀ ਸਿਖਿਆਂ ਤੇ ਚਲਦਾ ਰਹੋ! ਪ੍ਰਭ ਦੀ ਰਹਿਮਤ ਦੀ ਅਰਦਾਸ ਕਰੋ! ਹਰ ਪਲ, ਸਵਾਸ ਗਰਾਸ ਮੈਂ ਤੇਰੇ ਸ਼ਬਦ ਦੀ ਪਾਲਣਾ ਵਿੱਚ ਲੀਨ ਰਹਾ!

You should adopt the life experience teachings of His Holy saint in your mind. Always pray for His forgiveness and devotion to obey the teachings of His Word with each breath forever.

ਤਜੈ ਗਿਰਸਤੁ ਭਇਆ ਬਨ ਵਾਸੀ,	tajai girsat bha-i-aa ban vaasee
ਇਕੁ ਖਿਨੁ ਮਨੂਆ ਟਿਕੈ ਨ ਟਿਕਈਆ॥	ik khin manoo-aa tikai na tika-ee-aa.
ਧਾਵਤੁ ਧਾਇ ਤਦੇ ਘਰਿ ਆਵੈ,	Dhaavat Dhaa-ay taday ghar aavai har
ਹਰਿ ਹਰਿ ਸਾਧੂ ਸਰਣਿ ਪਵਈਆ॥੨॥	har saaDhoo saran pava-ee-aa. ||2||

ਜੀਵ ਆਪਣਾ ਪਰਿਵਾਰ ਛੱਡਕੇ ਜੰਗਲਾਂ ਵਿੱਚ ਭਉਦਾ ਫਿਰਦਾ ਹੈ । ਪਰ ਉਸ ਦੇ ਮਨ ਵਿਚੋਂ ਇੱਕ ਪਲ ਵੀ ਸੰਸਾਰਕ ਇੱਛਾਂ ਦੂਰ ਨਹੀਂ ਹੁੰਦੀਆਂ । ਮਨ ਵਿੱਚ ਸੰਤੋਖ ਨਹੀਂ ਆਉਂਦਾ । ਜਿਸ ਦੇ ਮਨ ਵਿੱਚ ਪ੍ਰਭ ਦੇ ਸ਼ਬਦ ਤੇ ਭਰੋਸਾ ਅਡੋਲ ਹੋ ਜਾਂਦਾ ਹੈ । ਪ੍ਰਭ ਦੀ ਸ਼ਰਣ ਵਿੱਚ ਆਉਂਦਾ ਹੈ । ਉਸ ਦੇ ਬੇਚੈਨ ਮਨ ਵਿੱਚ ਹੀ ਸੰਤੋਖ ਬਖਸ਼ਿਸ਼ ਹੋ ਜਾਂਦਾ ਹੈ ।

Ignorant self-minded may renounce his family life and wanders in the wild jungle to find peace from worldly desires. However, he may not control, conquer the demons of his worldly desires. He may not be blessed with contentment of His blessings. Whosoever may surrender his mind, body, and worldly status at His sanctuary and obeys the teachings of His Word with steady and stable belief in his day-to-day life; with His mercy and grace, he may be blessed with peace of mind and contentment.

ਧੀਆ ਪੂਤ ਛੋਡਿ ਸੰਨਿਆਸੀ,	Dhee-aa poot chhod sani-aasee
ਆਸਾ ਆਸ ਮਨਿ ਬਹੁਤੁ ਕਰਈਆ॥	aasaa aas man bahut kara-ee-aa.
ਆਸਾ ਆਸ ਕਰੈ ਨਹੀ ਬੂਝੈ,	aasaa aas karai nahee boojhai
ਗੁਰ ਕੈ ਸਬਦਿ ਨਿਰਾਸ ਸੁਖੁ ਲਹੀਆ॥੩॥	gur kai sabad niraas sukh lahee-aa. ||3||

ਸੰਨਿਆਸੀ ਆਪਣੇ ਬੱਚੇ ਤਾਂ ਛੱਡ ਦੇਂਦਾ ਹੈ, ਮੋਹ ਤੇ ਕਾਬੂ ਪਾ ਲੈਂਦਾ ਹੈ । ਪਰ ਉਸ ਦੇ ਮਨ ਵਿਚੋਂ ਆਸਾਂ, ਸੰਸਾਰਕ ਇੱਛਾਂ ਖਤਮ ਨਹੀਂ ਹੁੰਦੀਆਂ । ਮਨ ਵਿੱਚ ਇੱਛਾਂ ਰਹਿਣ ਨਾਲ, ਮਨ ਸ਼ਬਦ ਦੀ ਪਾਲਣਾ ਵਿੱਚ ਇਕਾਗਰ ਨਹੀਂ ਹੁੰਦਾ । ਜਿਹੜਾ ਸ਼ਬਦ ਤੇ ਭਰੋਸਾ ਅਡੋਲ ਰਖਦਾ ਹੈ । ਬਿਨਾਂ ਕਿਸੇ ਸੰਸਾਰਕ ਆਸ ਤੋ ਸ਼ਬਦ ਦੀ ਪਾਲਣਾ ਕਰਦਾ ਰਹਿੰਦਾ ਹੈ । ਉਸ ਦੇ ਮਨ ਵਿੱਚ ਆਸਾਂ, ਇੱਛਾਂ ਤੇ ਜਿੱਤ ਬਖਸ਼ਿਸ਼ ਹੋ ਸਕਦੀ ਹੈ ।

The renunciatory may renounce his children, family, his comfortable living, and he may conquer his attachments. However, he may not be able to eliminate his hopes and worldly desires. Whosoever may have worldly desires within his mind, he may never, wholeheartedly concentrate on obeying the teachings of His Word. Whosoever may obey the teachings of His Word with steady and stable belief in his day-to-day life, without any hope or worldly desire; with His mercy and grace, he may be blessed with peace of mind and he may conquer his worldly desires.

**** The Sannyaasi renounces his daughters and sons, but his mind still conjures up all sorts of hopes and desires.**

ਉਪਜੀ ਤਰਕ ਦਿਗੰਬਰੁ ਹੋਆ ਮਨੁ,	upjee tarak digambar ho-aa man
ਦਹ ਦਿਸ ਚਲਿ ਚਲਿ ਗਵਨੁ ਕਰਈਆ॥	dah dis chal chal gavan kara-ee-aa.
ਪ੍ਰਭਵਨੁ ਕਰੈ ਬੂਝੈ ਨਹੀ ਤ੍ਰਿਸਨਾ,	parbhavan karai boojhai nahee tarisnaa
ਮਿਲਿ ਸੰਗਿ ਸਾਧ	mil sang saaDh
ਦਇਆ ਘਰੁ ਲਹੀਆ॥ ੪॥	da-i-aa ghar lahee-aa. ||4||

ਜਿਹੜਾ ਜੀਵ ਜੰਗਲਾਂ ਵਿੱਚ ਜਾਂਦਾ ਹੈ । ਆਪਣੇ ਆਪ ਨੂੰ ਸੰਸਾਰਕ ਇੱਛਾਂ ਤੋ ਵਾਂਝਾ ਕਰ ਲੈਂਦਾ ਹੈ । ਸੰਸਾਰਕ ਇੱਛਾਂ ਆਪਣੇ ਮਨ ਦੀ ਪਹੁੰਚ ਤੋ ਉਪਰ ਹੋ ਜਾਂਦੀਆਂ ਹਨ । ਪਰ ਫਿਰ ਵੀ ਮਨ ਦਸ ਪਾਸੇ ਘੁੰਮਦਾ ਫਿਰਦਾ ਹੈ, ਯਤਨ ਕਰਦਾ ਰਹਿੰਦਾ ਹੈ । ਇੱਕ ਤੇ ਭਰੋਸਾ ਅਡੋਲ ਨਹੀਂ ਕਰ ਸਕਦਾ, ਮਨ ਚਾਰੇ ਪਾਸੇ ਘੁੰਮਦਾ, ਮਨ ਵਿੱਚ ਸੰਤੋਖ ਨਹੀਂ ਆਉਂਦਾ । ਸੰਤ ਸਰੂਪ ਦੇ ਜੀਵਨ ਨਾਲ ਜੀਵਨ ਢਾਲੋ! ਇਸ ਨਾਲ ਹੀ ਮਨ ਵਿੱਚ ਪ੍ਰਭ ਦੀ ਰਹਿਮਤ, ਸੰਤੋਖ, ਨਿਮ੍ਰਤਾ, ਤਰਸ ਬਖਸ਼ਿਸ਼ ਹੋ ਜਾਂਦਾ ਹੈ ।

Whosoever may renounce his family, worldly comfort and wanders in the wild; he may keep the worldly comforts beyond his reach. However, his mind may remain wandering in all 10 directions. He may never concentrate and obeys the teachings of His Word with steady and stable belief in his day-to-day life. You should adopt the life experience teachings of His Holy

Saint in your day-to-day life. With His mercy and grace, you may be blessed with humility, forgiveness, and mercy on less fortunate and contentment with His blessings.

ਆਸਣ ਸਿਧ ਸਿਖਹਿ ਬਹੁਤੇਰੇ,	aasan siDh sikheh bahutayray
ਮਨਿ ਮਾਗਹਿ	man maageh
ਰਿਧਿ ਸਿਧਿ ਚੇਟਕ ਚੇਟਕਈਆ॥	riDh siDh chaytak chaytka-ee-aa.
ਤ੍ਰਿਪਤਿ ਸੰਤੋਖੁ ਮਨਿ ਸਾਂਤਿ ਨ ਆਵੈ,	taripat santokh man saaNt na aavai
ਮਿਲਿ ਸਾਧੂ ਤ੍ਰਿਪਤਿ	mil saaDhoo taripat
ਹਰਿ ਨਾਮਿ ਸਿਧਿ ਪਈਆ॥੫॥	har naam siDh pa-ee-aa. ||5||

ਉਹ ਸੂਝਵਾਨ, ਸਿਧ ਬੰਦਗੀ ਕਰਨ ਦੇ ਅਨੇਕਾਂ ਹੀ ਆਸਣਾਂ ਦੀ ਜਾਣਕਾਰੀ ਪਾ ਲੈਂਦਾ ਹੈ । ਪਰ ਮਨ ਵਿਚੋਂ ਧਨ, ਸ਼ਕਤੀ, ਕਰਾਮਾਤਾਂ ਪਾਉਣ ਦੀ ਇੱਛਾਂ ਖਤਮ ਨਹੀਂ ਹੁੰਦੀ । ਮਨ ਵਿੱਚ ਸੰਤੋਖ ਧੀਰਜ, ਖੇੜਾ ਬਖਸ਼ਿਸ਼ ਨਹੀਂ ਹੁੰਦਾ । ਜਿਹੜਾ ਸੰਤ ਸਰੂਪ ਦੀ ਸਿਖਿਆਂ ਨਾਲ ਜੀਵਨ ਢਾਲਣ ਲੈਂਦਾ ਹੈ । ਮਨ ਵਿੱਚ ਸੰਤੋਖ, ਸ਼ਬਦ ਦੀ ਸੋਝੀ, ਪਵਿੱਤਰਤਾ ਬਖਸ਼ਿਸ਼ ਹੋ ਜਾਂਦੀ, ਮਨ ਪਵਿੱਤਰ ਹੋ ਜਾਂਦਾ ਹੈ ।

Yogi, enlightened Sidh may learn and practice many techniques of worship and meditation; however, he may never conquer his desire to collect worldly wealth, spiritual and miracle power, blessings. He may never be blessed or realize contentment in his worldly condition, environments. Whosoever may adopt the life teachings of His Holy saint in his own day-to-day life; with His mercy and grace, he may be blessed with contentment, the essence of His Word. His soul may be sanctified to become worthy of His consideration.

ਅੰਡਜ, ਜੇਰਜ, ਸੇਤਜ, ਉਤਭੁਜ,	andaj jayraj saytaj ut-bhuj sabh
ਸਭਿ ਵਰਨ ਰੂਪ ਜੀਅ ਜੰਤ ਉਪਈਆ॥	varan roop jee-a jant upa-ee-aa.
ਸਾਧੂ ਸਰਣਿ ਪਰੈ ਸੋ ਉਬਰੈ,	saaDhoo saran parai so ubrai
ਖਤ੍ਰੀ, ਬ੍ਰਾਹਮਣੁ, ਸੂਦੁ, ਵੈਸੁ,	khatree baraahman sood vais
ਚੰਡਾਲੁ ਚੰਡਈਆ॥੬॥	chandaal chand-ee-aa. ||6||

ਜੀਵ ਦਾ ਜਨਮ, ਅੰਡੇ, ਮਾਂ ਦੀ ਕੁੱਖ, ਪਸੀਨੇ ਅਤੇ ਧਰਤੀ ਵਿਚੋਂ ਹੋ ਸਕਦਾ, ਹੁੰਦਾ ਹੈ । ਪ੍ਰਭ ਨੇ ਅਨੇਕਾਂ ਕਿਸਮਾਂ ਦੇ ੳਕਾਰ ਅਤੇ ਰੰਗ ਬਣਾਏ ਹਨ । ਜਿਹੜਾ ਪ੍ਰਭ ਦੀ ਸ਼ਰਣ ਵਿੱਚ ਪਨਾਹ ਲੈਂਦਾ ਹੈ, ਉਹ ਪ੍ਰਵਾਨ ਹੋ ਜਾਂਦਾ ਹੈ । ਭਾਵੇਂ ਉਸ ਕਿਸੇ ਜਾਤ ਵਾਲਾ ਧਰਮ ਨੂੰ ਮੰਨਣ ਵਾਲਾ ਵੀ ਹੋਵੇ ।

The True Master has enlightened His Creation with four sources of birth, reproduction of His Creation. From egg, womb of mother, sweat of a creature and from earth. He has created various forms, shape and colors. Whosoever may surrender his mind, body, and worldly status at His sanctuary; he may be blessed with the right path of acceptance in His Court. He may be from any worldly high or low caste; the most untouchable of the untouchables.

**** From egg, womb of mother, sweat of a creature and from earth. ****

**** Brahman, Khshatriya, Soodra, Vasihya ****

ਨਾਮਾ ਜੈਦੇਉ ਕੰਬੀਰੁ ਤ੍ਰਿਲੋਚਨੁ,	naamaa jaiday-o kabeer tarilochan
ਅਉਜਾਤਿ ਰਵਿਦਾਸੁ ਚਮਿਆਰੁ ਚਮਈਆ॥	a-ujaat ravidaas chami-aar chama-ee-aa.
ਜੋ ਜੋ ਮਿਲੈ ਸਾਧੂ ਜਨ ਸੰਗਤਿ,	jo jo milai saaDhoo jan sangat
ਧਨੁ ਧੰਨਾ ਜਟੁ ਸੈਣੁ	Dhan Dhannaa jat sain
ਮਿਲਿਆ ਹਰਿ ਦਈਆ॥੭॥	mili-aa har da-ee-aa. ||7||

ਨਾਮਾ, ਜੈ ਦੇਵ, ਕਬਰਿ, ਤ੍ਰਿਲੋਚਨ, ਰਵੀਦਾਸ ਸਾਰੇ ਛੋਟੀ ਜਾਤ ਦੇ ਹੀ ਸਨ । ਸੈਨ ਨਾਈ, ਧੰਨੇ ਨੂੰ ਸੰਤ ਸਰੂਪ ਦੀ ਸੰਗਤ ਕਰਨ ਨਾਲ ਹੀ ਪ੍ਰਭ ਦੀ ਰਹਿਮਤ ਬਖਸ਼ਿਸ਼ ਹੋ ਗਈ । ਪ੍ਰਭ ਦੇ ਦਰਬਾਰ ਵਿੱਚ ਪ੍ਰਵਾਨ ਹੋ ਗਏ ।

The Ancient prophets, **Naam Dev, Jai dev, Kabeer, Trilochan, a-ujaat Ravi das, Sain, Dhanna** all were from low worldly caste; with His mercy and grace, by adopting the life teachings of His Holy Saint; all were accepted in His Court.

ਸੰਤ ਜਨਾ ਕੀ ਹਰਿ ਪੈਜ ਰਖਾਈ,	sant janaa kee har paij rakhaa-ee
ਭਗਤਿ ਵਛਲੁ ਅੰਗੀਕਾਰੁ ਕਰਈਆ॥	bhagat vachhal angeekaar kara-ee-aa.
ਨਾਨਕ ਸਰਣਿ ਪਰੇ ਜਗਜੀਵਨ ਹਰਿ	naanak saran paray jagjeevan har
ਹਰਿ ਕਿਰਪਾ ਧਾਰਿ ਰਖਈਆ॥੮॥੪॥੭	har kirpaa Dhaar rakha-ee-aa. ‖8‖4‖7‖

ਪ੍ਰਭ ਆਪਣੇ ਬੰਦਗੀ ਕਰਨ ਵਾਲੇ ਦੀ ਲਾਜ ਰਖਦਾ ਹੈ । ਉਹ ਆਪਣੇ ਬੰਦਗੀ ਕਰਨ ਵਾਲੇ ਨੂੰ ਆਪਣਾ ਹੀ ਅੰਗ ਬਣਾ ਲੈਂਦਾ ਹੈ । ਬੰਦਗੀ ਕਰਨ ਵਾਲਾ ਸਦਾ ਹੀ ਪ੍ਰਭ ਦੇ ਸ਼ਬਦ ਦੀ ਪਾਲਣਾ ਕਰਦਾ ਹੈ । ਪ੍ਰਭ ਦੀ ਸ਼ਰਣ ਵਿੱਚ ਰਹਿੰਦਾ ਹੈ, ਪ੍ਰਭ ਆਪ ਹੀ ਉਸ ਦਾ ਰਖਵਾਲਾ ਬਣ ਜਾਂਦਾ ਹੈ ।

The True Master always protects the honor of His true devotee. The True Master may treat his soul as His own limb. His true devotee may always obey the teachings of His Word with steady and stable belief in his day-to-day life. He may always remain in His sanctuary and protection.

379.ਬਿਲਾਵਲੁ ਮਹਲਾ ੪॥ 835-19

ਅੰਤਰਿ ਪਿਆਸ ਉਠੀ ਪ੍ਰਭ ਕੇਰੀ,	antar pi-aas uthee parabh kayree
ਸੁਣਿ ਗੁਰ ਬਚਨ ਮਨਿ ਤੀਰ ਲਗਈਆ॥	sun gur bachan man teer laga-ee-aa.
ਮਨ ਕੀ ਬਿਰਥਾ ਮਨ ਹੀ ਜਾਣੈ,	man kee birthaa man hee jaanai
ਅਵਰੁ ਕਿ ਜਾਣੈ ਕੋ ਪੀਰ ਪਰਈਆ॥੧॥	avar ke jaanai ko peer para-ee-aa. ‖1‖

ਮੇਰੇ ਮਨ ਵਿੱਚ ਪ੍ਰਭ ਦੇ ਮਿਲੱਣ ਦੀ ਇੱਛਾਂ ਦਾ ਬਹੁਤ ਜ਼ੋਰ ਹੈ । ਸ਼ਬਦ ਸੁਣਨ ਨਾਲ ਮਨ ਤੇ ਡੂੰਘਾਂ ਪ੍ਰਭਾਵ ਪੈ ਗਿਆ ਹੈ, ਅਸਰ ਹੋ ਗਿਆ ਹੈ । ਮੇਰੇ ਮਨ ਦੇ ਦਰਦ ਦੀ ਜਾਣਕਾਰੀ, ਅਵਸਥਾ ਕੇਵਲ ਮੇਰੇ ਮਨ ਨੂੰ ਹੀ ਪਤਾ ਹੈ । ਇਸ ਦਰਦ ਨੂੰ ਹੋਰ ਕੋਈ ਜੀਵ ਕਿਵੇਂ ਜਾਣ ਸਕਦਾ ਹੈ?

I have a deep devotion and desire to be enlightened with the essence of His Word. By listening to the sermons of His Word, my mind has been affected with intense desire to be enlightened. Only, The True Master knows the pain and misery of my mind. How may anyone else comprehend the condition of my mind?

ਰਾਮ ਗੁਰਿ ਮੋਹਨਿ ਮੋਹਿ ਮਨੁ ਲਈਆ॥	raam gur mohan mohi man la-ee-aa.
ਹਉ ਆਕਲ ਬਿਕਲ ਭਈ ਗੁਰ ਦੇਖੇ,	ha-o aakal bikal bha-ee gur daykhay
ਹਉ ਲੋਟ ਪੋਟ ਹੋਇ ਪਈਆ॥੧॥	ha-o lot pot ho-ay pa-ee-aa. ‖1‖
ਰਹਾਉ॥	rahaa-o.

ਪ੍ਰਭ ਦੇ ਸ਼ਬਦ ਦਾ ਮਨ ਤੇ ਗੂੜ੍ਹਾ ਰੰਗ ਚੜ੍ਹ ਗਿਆ ਹੈ । ਮੇਰਾ ਮਨ ਪ੍ਰਭ ਦੇ ਦਰਸ਼ਨ ਨਾਲ ਹੈਰਾਨ, ਅਚੰਭਾ ਹੋਇਆ ਹੈ । ਪ੍ਰਭ ਦੀ ਰਹਿਮਤ ਦੇ ਖੇੜੇ ਵਿੱਚ ਵਸਦਾ ਹਾ ।

The teachings of His Word have been drenched with a profound effect on my state of mind. I have been fascinated and astonished with His blessed vision, the enlightening of the essence of His Word. My mind has been overwhelmed with contentment and blossom.

ਹਉ ਨਿਰਖਤ ਫਿਰਉ ਸਭਿ ਦੇਸ ਦਿਸੰਤਰ,	ha-o nirkhat fira-o sabh days disantar
ਮੈ ਪ੍ਰਭ ਦੇਖਨ ਕੋ	mai parabh daykhan ko
ਬਹੁਤੁ ਮਨਿ ਚਈਆ॥	bahut man cha-ee-aa.

ਮਨੁ ਤਨੁ ਕਾਟਿ ਦੇਉ ਗੁਰ ਆਗੈ,	man tan kaat day-o gur aagai
ਜਿਨਿ ਹਰਿ	jin har
ਪ੍ਰਭ ਮਾਰਗੁ ਪੰਥੁ ਦਿਖਈਆ॥ ੨॥	parabh maarag panth dikha-ee-aa. ||2||

ਮੈਂ ਦੇਸ਼ ਪਰਦੇਸ਼ ਵਿੱਚ, ਧਰਤੀ ਅਤੇ ਜੰਗਲਾਂ ਵਿੱਚ ਢੂੰਡਦਾ ਫਿਰਦਾ ਹਾ । ਮਨ ਵਿੱਚ ਪ੍ਰਭ ਨੂੰ ਪ੍ਰਵਾਨ ਹੋਣ ਦੀ ਬਹੁਤ ਸ਼ਰਧਾ ਹੈ । ਜਿਹੜਾ ਮੈਨੂੰ ਪ੍ਰਭ ਦੀ ਪ੍ਰਵਾਨਗੀ ਦੇ ਰਸਤੇ ਤੇ ਪਾ ਦੇਵੇ । ਮੈਂ ਆਪਣਾ ਮਨ, ਤਨ ਉਸ ਦਾਸ, ਸਿਖਿਆਂ ਦੇਣ ਵਾਲੇ ਦੀ ਭੇਟਾ ਕਰਾ, ਲੇਖੇ ਲਾ ਦੇਵਾ ।

I have been wandering all over from country to country; shrine to shrine. I have a deep desire to be enlightened with the essence of His Word, acceptance in His sanctuary. Whosoever may guide me on the right path of meditation; I may surrender my mind, body, and worldly status at his service to provide him with worldly comforts.

ਕੋਈ ਆਨਿ ਸਦੇਸਾ ਦੇਇ	ko-ee aan sadaysaa day-ay
ਪ੍ਰਭ ਕੇਰਾ,	parabh kayraa
ਰਿਦ ਅੰਤਰਿ ਮਨਿ ਤਨਿ ਮੀਠ ਲਗਈਆ॥	rid antar man tan meeth laga-ee-aa.
ਮਸਤਕੁ ਕਾਟਿ ਦੇਉ ਚਰਣਾ ਤਲਿ,	mastak kaat day-o charnaa tal
ਜੋ ਹਰਿ ਪ੍ਰਭੁ ਮੇਲੇ	jo har parabh maylay
ਮੇਲਿ ਮਿਲਈਆ॥੩॥	mayl mila-ee-aa. ||3||

ਅਗਰ ਕੋਈ ਮੈਨੂੰ ਪ੍ਰਭ ਦੀ ਕਥਾ ਸੁਣਾਵੇ । ਮਨ ਨੂੰ ਬਹੁਤ ਹੀ ਮਿੱਠੀ ਲੱਗਦੀ, ਮਨ ਨੂੰ ਭਾਉਂਦੀ ਹੈ । ਜਿਹੜਾ ਮੈਨੂੰ ਪ੍ਰਭ ਦੀ ਪ੍ਰਵਾਨਗੀ ਦੇ ਰਸਤੇ ਤੇ ਪਾ ਦੇਵੇ, ਮੈਂ ਆਪਣਾ ਜੀਵਨ ਉਸੇ ਦੇ ਲੇਖੇ ਲਾ ਦੇਵਾ ।

Whosoever may sing the glory, sermons of His Word that are very soothing and comforting to my mind. Whosoever may guide me on the right path of meditation and acceptance in His Court; I may surrender my mind, body, and worldly status at his service.

ਚਲੁ ਚਲੁ ਸਖੀ	chal chal sakhee
ਹਮ ਪ੍ਰਭੁ ਪਰਬੋਧਹ,	ham parabh parboDheh
ਗੁਣ ਕਾਮਣ ਕਰਿ ਹਰਿ ਪ੍ਰਭੁ ਲਹੀਆ॥	gun kaaman kar har parabh lahee-aa.
ਭਗਤਿ ਵਛਲੁ ਉਆ ਕੋ	bhagat vachhal u-aa ko
ਨਾਮੁ ਕਹੀਅਤੁ ਹੈ,	naam kahee-at hai
ਸਰਣਿ ਪ੍ਰਭੂ ਤਿਸੁ ਪਾਛੈ ਪਈਆ॥੪॥	saran parabhoo tis paachhai pa-ee-aa. ||4||

ਆਉ ਸਾਥੀਉ ! ਪ੍ਰਭ ਦੇ ਸ਼ਬਦ ਦੀ ਸੋਝੀ ਪਾਈਏ! ਸ਼ਬਦ ਦੇ ਗੁਣ ਆਪਣੇ ਜੀਵਨ ਵਿੱਚ ਧਾਰਨ ਕਰਕੇ ਰਹਿਮਤ ਪਾਈਏ । ਪ੍ਰਭ ਤੂੰ ਬੰਦਗੀ ਕਰਨ ਵਾਲੇ ਦਾਸਾਂ ਦਾ ਪਰੇਮੀ ਦੱਸਿਆ ਜਾਂਦਾ ਹੈ । ਉਸ ਬੰਦਗੀ ਕਰਨ ਵਾਲੇ ਦੇ ਜੀਵਨ ਅਨੁਸਾਰ ਆਪਣਾ ਜੀਵਨ ਢਾਲੋ । ਜਿਸ ਨੂੰ ਪ੍ਰਭ ਦੀ ਰਹਿਮਤ ਬਖਸ਼ਿਸ਼ ਹੋਈ ਹੈ ।

Let us adopt the life experience teachings of His true devotee and sanctify our soul to become worthy of His consideration. My True Master remains fond of His true devotee. Who may have been blessed with His mercy and grace? You should adopt the life experience teachings of His true devotee in your day-to-day.

ਖਿਮਾ ਸੀਗਾਰ ਕਰੇ ਪ੍ਰਭ ਖੁਸੀਆ,	khimaa seegaar karay parabh khusee-
ਮਨਿ ਦੀਪਕ ਗੁਰ ਗਿਆਨੁ ਬਲਈਆ॥	aa man deepak gur gi-aan bala-ee-aa.
ਰਸਿ ਰਸਿ ਭੋਗ ਕਰੇ ਪ੍ਰਭੁ ਮੇਰਾ,	ras ras bhog karay parabh mayraa
ਹਮ ਤਿਸੁ ਆਗੈ	ham tis aagai
ਜੀਉ ਕਟਿ ਕਟਿ ਪਈਆ ॥ ੫॥	jee-o kat kat pa-ee-aa. ||5||

ਜਿਹੜੀ ਆਤਮਾ ਆਪਣੇ ਵਿੱਚ ਤਰਸ ਅਤੇ ਭੁੱਲਾਂ ਮਾਫ ਕਰਨਾ ਧਾਰਨ ਕਰ ਲੈਂਦੀ ਹੈ । ਉਸ ਦੇ ਮਨ ਵਿੱਚ ਰਹਿਮਤ, ਜਾਗਰਤੀ ਬਖਸ਼ਿਸ਼ ਹੋ ਜਾਂਦੀ ਹੈ । ਪ੍ਰਭ ਸ਼ਬਦ ਦੀ ਸੋਝੀ ਬਖਸ਼ਦਾ, ਅਗਿਆਨਤਾ ਦੂਰ ਕਰਦਾ ਹੈ । ਜਿਸ ਦੀ ਸ਼ਬਦ ਦੀ ਕਮਾਈ ਦਰਬਾਰ ਵਿੱਚ ਪ੍ਰਵਾਨ ਹੋ ਜਾਂਦੀ ਹੈ, ਉਹ ਦਾਸ ਆਪਣਾ ਮਨ, ਤਨ, ਹੈਸੀਅਤ ਪ੍ਰਭ ਦੇ ਲੇਖੇ ਲਾ ਦੇਂਦਾ ਹੈ ।

Whosoever may adopt humility, simple living, learn the art of forgiveness of others mistakes, weakness and pity, mercy on helpless, less fortunate; with His mercy and grace, he may be blessed with enlightenment of His Word. His ignorance and suspicions may be eliminated. Whose earnings of His Word may be accepted in His Court; with His mercy and grace, he may surrender his mind, body, and worldly status at His sanctuary.

ਹਰਿ ਹਰਿ ਹਾਰੁ ਕੰਠਿ ਹੈ ਬਨਿਆ,	har har haar kanth hai bani-aa man
ਮਨੁ ਮੋਤੀਚੂਰੁ ਵਡ ਗਹਨ ਗਹਨਈਆ॥	moteechoor vad gahan gehna-ee-aa.
ਹਰਿ ਹਰਿ ਸਰਧਾ ਸੇਜ ਵਿਛਾਈ,	har har sarDhaa sayj vichhaa-ee
ਪ੍ਰਭੁ ਛੋਡਿ ਨ ਸਕੈ	parabh chhod na sakai
ਬਹੁਤੁ ਮਨਿ ਭਈਆ॥੬॥	bahut man bha-ee-aa. ||6||

ਮੈਂ ਪ੍ਰਭ ਦੇ ਸ਼ਬਦ ਨੂੰ ਗਲ ਦੀ ਮਾਲ਼ਾ ਬਣਾਇਆ ਹੈ । ਮੇਰੇ ਮਨ ਦੀ ਸ਼ਰਧਾ, ਮਨ ਦਾ ਸ਼ਿੰਗਾਰ ਬਣ ਗਈ ਹੈ । ਆਪਣੇ ਭਰੋਸੇ ਦੀ ਸੇਜ ਵਿਛਾਈ ਹੈ । ਮੈਂ ਉਸ ਦੇ ਸ਼ਬਦ ਦੀ ਪਾਲਣਾ ਕਰਨਾ ਛੱਡ ਨਹੀਂ ਸਕਦਾ । ਮੇਰੇ ਮਨ ਵਿੱਚ ਪ੍ਰਭ ਦੇ ਸ਼ਬਦ ਨਾਲ ਸ਼ਰਧਾ ਭਰੀ ਹੈ ।

I have made the teachings of His Word as the rosary of my neck. My devotion and dedication have become the embellishment of my mind. I have decorated the throne of worship with my steady and stable belief on the teachings of His Word. My mind remains overwhelmed with a devotion to meditate and obey the teachings of His Word. With His mercy and grace, I may never renounce the teachings of His Word from my day-to-day life.

ਕਹੈ ਪ੍ਰਭੁ ਅਵਰੁ ਅਵਰੁ ਕਿਛੁ ਕੀਜੈ,	kahai parabh avar avar kichh keejai
ਸਭੁ ਬਾਦਿ ਸੀਗਾਰੁ ਫੋਕਟ ਫੋਕਟਈਆ॥	sabh baad seegaar fokat fokta-ee-aa.
ਕੀਓ ਸੀਗਾਰੁ ਮਿਲਣ ਕੈ ਤਾਈ,	kee-o seegaar milan kai taa-ee
ਪ੍ਰਭੁ ਲੀਓ ਸੁਹਾਗਨਿ	parabh lee-o suhaagan
ਥੂਕ ਮੁਖਿ ਪਈਆ॥੭॥	thook mukh pa-ee-aa. ||7||

ਜਿਹੜਾ ਪ੍ਰਭ ਦੇ ਸ਼ਬਦ ਦੀ ਸਿਖਿਆਂ ਨਾਲ ਜੀਵਨ ਬਤੀਤ ਨਹੀਂ ਕਰਦਾ, ਉਸ ਦੀ ਬੰਦਗੀ, ਸ਼ਿੰਗਰ, ਧਰਮ ਦਾ ਬਾਣਾ ਸਭ ਬਿਰਥਾ ਹੀ ਹੁੰਦਾ ਹੈ । ਕੇਵਲ ਵੱਡੇ ਭਾਗਾਂ ਵਾਲੀ ਆਤਮਾ ਹੀ ਪ੍ਰਵਾਨਗੀ ਦੇ ਰਸਤੇ ਤੇ ਅਡੋਲ ਰਹਿੰਦੀ ਹੈ । ਬਾਕੀ ਸਾਰੀਆਂ ਰਸਤੇ ਤੋ ਡੋਲ ਜਾਂਦੀਆਂ ਹਨ ।

Whosoever may not adopt the teachings of His Word with steady and stable belief in his day-to-day life. All his religious baptism, routine meditation, charities, good deeds may be useless for the real purpose of his human life opportunity. Whosoever may have a great prewritten destiny, only he may remain steady and stable on the right path of acceptance in His Court. Everyone else may drift away from the right path with slight temptation of worldly wealth.

ਹਮ ਚੇਰੀ ਤੂ ਅਗਮ ਗੁਸਾਈ,	ham chayree too agam gusaa-ee
ਕਿਆ ਹਮ ਕਰਹ ਤੇਰੈ ਵਸਿ ਪਈਆ॥	ki-aa ham karah tayrai vas pa-ee-aa.
ਦਇਆ ਦੀਨ ਕਰਹੁ ਰਖਿ ਲੇਵਹੁ,	da-i-aa deen karahu rakh layvhu
ਨਾਨਕ ਹਰਿ ਗੁਰ ਸਰਣਿ ਸਮਈਆ॥	naanak har gur saran sama-ee-aa.
੮॥੫॥੮॥	||8||5||8||

ਪ੍ਰਭ ਮੈਂ ਤੇਰਾ ਗੁਲਾਮ ਹਾ, ਮੈਂ ਆਪਣੀ ਮਰਜ਼ੀ ਨਾਲ ਕੀ ਕਰ ਸਕਦਾ ਹਾ? ਤੇਰੇ ਹੁਕਮ ਅੰਦਰ ਹੀ ਵਸਦਾ ਹਾ । ਤਰਸਵਾਨ ਪ੍ਰਭ, ਆਪਣੇ ਨਿਮਾਣੇ ਦਾਸ ਦੀ ਰਖਿਆ ਕਰਦਾ ਹੈ । ਬੰਦਗੀ ਕਰਨ ਵਾਲਾ ਉਸ ਦੀ ਪਨਾਹ ਵਿੱਚ ਹੀ ਰਹਿੰਦਾ ਹੈ ।

My True Master, I am Your slave; what may I accomplish at my own wisdom? I may only remain under Your command. The Merciful True Master always protects His humble true devotee. His true devotee always remains intoxicated in the void of His Word and dwells at His sanctuary.

380.ਬਿਲਾਵਲੁ ਮਹਲਾ ੪॥ 836-13

ਮੈ ਮਨਿ ਤਨਿ ਪ੍ਰੇਮੁ ਅਗਮ ਠਾਕੁਰ ਕਾ,	mai man tan paraym agam thaakur kaa
ਖਿਨੁ ਖਿਨੁ ਸਰਧਾ	khin khin sarDhaa
ਮਨਿ ਬਹੁਤੁ ਉਠਈਆ॥	man bahut utha-ee-aa.
ਗੁਰ ਦੇਖੇ ਸਰਧਾ ਮਨ ਪੂਰੀ,	gur daykhay sarDhaa man pooree
ਜਿਉ ਚਾਤ੍ਰਿਕ ਪ੍ਰਿਉ ਪ੍ਰਿਉ ਬੂੰਦ	ji-o chaatrik pari-o pari-o boond
ਮੁਖਿ ਪਈਆ॥੧॥	mukh pa-ee-aa. ||1||

ਮੇਰੇ ਮਨ, ਤਨ ਵਿੱਚ ਪ੍ਰਭ ਦੇ ਵਿਛੋੜਾ ਦਾ ਵਿਰਾਗ ਭਰਿਆਂ ਹੈ । ਪਲ ਪਲ ਮੇਰਾ ਭਰੋਸਾ ਪ੍ਰਭ ਦੇ ਸ਼ਬਦ ਤੇ ਅਡੋਲ ਰਹਿੰਦਾ ਹੈ । ਪ੍ਰਭ ਦੀ ਰਹਿਮਤ ਪਾਉਣ ਨਾਲ ਹੀ ਮੇਰੇ ਮਨ ਦੀਆਂ ਮੁਰਾਦਾਂ ਪੂਰੀਆਂ ਹੁੰਦੀਆਂ ਹਨ । ਜਿਵੇਂ ਬਾਬੀਹੇ ਦੇ ਮੂੰਹ ਵਿੱਚ ਵਰਖਾ ਦੀ ਬੂੰਦ ਨਾਲ ਹੀ ਮਨ ਨੂੰ ਸ਼ਾਂਤੀ ਆਉਂਦੀ ਹੈ ।

My mind remains overwhelmed with renunciation with my memory of separation from The Holy Spirit. I obey the teachings of His Word with steady and stable belief in my day-to-day life with each breath. Whosoever may be blessed with His mercy and grace, all his spoken and unspoken desires may be satisfied. As rain bird may only be satisfied and enjoy peace of mind with a drop of rain water falling in his mouth.

ਮਿਲੁ ਮਿਲੁ ਸਖੀ ਹਰਿ ਕਥਾ ਸੁਨਈਆ॥	mil mil sakhee har kathaa suna-ee-aa.
ਸਤਿਗੁਰੁ ਦਇਆ ਕਰੇ ਪ੍ਰਭੁ ਮੇਲੇ,	satgur da-i-aa karay parabh maylay
ਮੈ ਤਿਸੁ ਆਗੈ ਸਿਰੁ ਕਟਿ ਕਟਿ ਪਈਆ॥	mai tis aagai sir kat kat pa-ee-aa. ||1||
੧॥ ਰਹਾਉ॥	rahaa-o.

ਆਉ ਸਾਥੀਉ ! ਰਲਕੇ ਪ੍ਰਭ ਦੀ ਕਥਾ ਸੁਣੀਏ । ਜਿਸ ਨੂੰ ਪ੍ਰਭ ਆਪ ਹੀ ਰਹਿਮਤ ਦੀ ਨਜ਼ਰ ਬਖਸ਼ਕੇ ਸ਼ਬਦ ਦੇ ਲੜ ਲਾਉਂਦਾ ਹੈ । ਕੇਵਲ ਉਹ ਹੀ ਆਪਣਾ ਤਨ, ਮਨ ਪ੍ਰਭ ਦੇ ਲੇਖੇ ਲਾ ਸਕਦਾ ਹੈ ।

Let us listen to the sermons of the teachings of His Word. Whosoever may be blessed to obey the teachings of His Word; with His mercy and grace, only he may surrender his mind, body, and worldly status at His sanctuary, to serve His Creation.

ਰੋਮਿ ਰੋਮਿ ਮਨਿ ਤਨਿ ਇਕ ਬੇਦਨ,	rom rom man tan ik baydan
ਮੈ ਪ੍ਰਭ ਦੇਖੇ	mai parabh daykhay
ਬਿਨੁ ਨੀਦ ਨ ਪਈਆ॥	bin need na pa-ee-aa.
ਬੈਦਕ ਨਾਟਿਕ ਦੇਖਿ ਭੁਲਾਨੇ,	baidak naatik daykh bhulaanay
ਮੈ ਹਿਰਦੈ ਮਨਿ ਤਨਿ	mai hirdai man tan
ਪ੍ਰੇਮ ਪੀਰ ਲਗਈਆ॥੨॥	paraym peer laga-ee-aa. ||2||

ਮੇਰੇ ਰੋਮ ਰੋਮ ਵਿੱਚ ਪ੍ਰਭ ਦੇ ਵਿਛੋੜੇ ਦੇ ਵਿਰਾਗ, ਦਰਦ ਹੈ । ਪ੍ਰਭ ਦੇ ਸ਼ਬਦ ਦੀ ਪਾਲਣਾ ਤੋ ਬਿਨਾਂ ਮਨ ਨੂੰ ਚੈਨ, ਸੰਤੋਖ ਬਖ਼ੀਸ਼ਸ਼ ਨਹੀਂ ਹੁੰਦਾ । ਸੰਸਾਰਕ ਵੈਦ ਮੇਰੇ ਮਨ ਦੀ ਹਾਲਤ ਦੇਖਕੇ ਹੈਰਾਨ ਹੁੰਦੇ ਹਨ । ਮੇਰੇ ਮਨ ਵਿੱਚ ਪ੍ਰਭ ਦੇ ਵਿਛੋੜੇ ਦਾ ਵਿਰਾਗ ਭਰਿਆਂ ਹੋਇਆ ਹੈ ।

Every fiber of my body has been drenched with renunciation of my miseries of my memory of separation from The Holy Spirit. Without obeying the teachings of His Word, I may not realize any peace of mind or contentment with my worldly condition. Worldly doctors remain astonished from the condition of my mind. My mind remains overwhelmed with the renunciation of my memory of separation from The Holy Master.

ਹਉ ਖਿਨੁ ਪਲੁ ਰਹਿ ਨ ਸਕਉ	ha-o khin pal reh na saka-o
ਬਿਨੁ ਪ੍ਰੀਤਮ,	bin pareetam
ਜਿਉ ਬਿਨੁ ਅਮਲੈ ਅਮਲੀ ਮਰਿ ਗਈਆ॥	ji-o bin amlai amlee mar ga-ee-aa.
ਜਿਨ ਕਉ ਪਿਆਸ ਹੋਇ ਪ੍ਰਭ ਕੇਰੀ,	jin ka-o pi-aas ho-ay parabh kayree
ਤਿਨ੍ ਅਵਰੁ ਨ ਭਾਵੈ	tinH avar na bhaavai
ਬਿਨੁ ਹਰਿ ਕੋ ਦੁਈਆ॥੩॥	bin har ko du-ee-aa. ||3||

ਪ੍ਰਭ ਦੇ ਸ਼ਬਦ ਦੀ ਪਾਲਣਾ, ਸਿਮਰਨ ਤੋ ਬਿਨਾਂ ਮਨ ਨੂੰ ਚੈਨ ਬਖਸ਼ਿਸ਼ ਨਹੀਂ ਹੁੰਦਾ । ਜਿਵੇਂ ਅਮਲੀ ਨੂੰ ਨਸ਼ੇ ਤੋ ਬਿਨਾਂ ਚੈਨ ਨਹੀਂ ਮਿਲਦਾ । ਜਿਸ ਦੇ ਮਨ ਵਿੱਚ ਪ੍ਰਭ ਨੂੰ ਮਿਲੱਣ ਦੀ ਪਿਆਸ ਹੁੰਦੀ ਹੈ । ਉਸ ਨੂੰ ਹੋਰ ਕੁਝ ਕਰਨ ਨਾਲ ਸੰਤੋਖ ਬਖਸ਼ਿਸ਼ ਨਹੀਂ ਹੁੰਦਾ ।

His true devotee may never feel comfortable without meditating and obeying the teachings of His Word with steady and stable belief in his day-to-day life. As an addicted remains uncomfortable without intoxication. Whosoever may have a deep devotion, dedication, and thirst for the enlightenment of His Word; he may not feel comfortable, satisfied with contentment with any other meditation or accomplishments.

ਕੋਈ ਆਨਿ ਆਨਿ ਮੇਰਾ ਪ੍ਰਭੂ ਮਿਲਾਵੈ,	ko-ee aan aan mayraa parabhoo milaavai
ਹਉ ਤਿਸੁ ਵਿਟਹੁ	ha-o tis vitahu
ਬਲਿ ਬਲਿ ਘੁਮਿ ਗਈਆ॥	bal bal ghum ga-ee-aa.
ਅਨੇਕਾਂ ਜਨਮ ਕੇ ਵਿਛੁੜੇ ਜਨ ਮੇਲੇ,	anayk janam kay vichhurhay jan maylay
ਜਾ ਸਤਿ ਸਤਿ ਸਤਿਗੁਰ	jaa sat sat satgur
ਸਰਣਿ ਪਵਈਆ॥੪॥	saran pava-ee-aa. ||4||

ਜਿਹੜਾ ਪ੍ਰਭ ਦੀ ਪ੍ਰਵਾਨਗੀ ਦੇ ਰਸਤੇ ਤੇ ਪਾ ਦੇਵੇ! ਮੈਂ ਆਪਣਾ ਜੀਵਨ ਉਸ ਦੇ ਲੇਖੇ ਲਾ ਦੇਵਾ । ਮੇਰੀ ਅਨੇਕਾਂ ਜਨਮਾਂ ਦੀ ਵਿਛੜੀ ਆਤਮਾ, ਪ੍ਰਭ ਦੀ ਸ਼ਰਣ ਵਿੱਚ ਆ ਕੇ ਪ੍ਰਵਾਨ ਹੋ ਗਈ ਹੈ, ਪਨਾਹ ਬਖਸ਼ਿਸ਼ ਹੋ ਗਈ ਹੈ ।

Whosoever may guide me on the right path of acceptance in His Court. I may surrender my mind, body, and worldly status at his disposal. My soul, separated from many lives cycles has surrendered at His sanctuary. With His mercy and grace, I have been accepted in His sanctuary, His Court.

ਸੇਜ ਏਕ ਏਕੋ ਪ੍ਰਭੁ ਠਾਕੁਰੁ,	sayj ayk ayko parabh thaakur
ਮਹਲੁ ਨ ਪਾਵੈ ਮਨਮੁਖ ਭਰਮਈਆ॥	mahal na paavai manmukh bharma-ee-aa.
ਗੁਰੁ ਗੁਰੁ ਕਰਤ ਸਰਣਿ ਜੇ ਆਵੈ,	gur gur karat saran jay aavai
ਪ੍ਰਭੁ ਆਇ ਮਿਲੈ ਖਿਨੁ	parabh aa-ay milai khin dheel
ਢੀਲ ਨ ਪਈਆ॥੫॥	na pa-ee-aa. ||5||

ਮਨ ਅੰਦਰ ਇੱਕੋ ਇੱਕ ਹੀ ਤਖਤ ਹੈ, ਜਿਸ ਤੇ ਪ੍ਰਭ ਬਰਾਜ਼ਮਾਨ ਹੁੰਦਾ ਹੈ । ਕੇਵਲ ਪਵਿੱਤਰ ਆਤਮਾ ਹੀ ਤਖਤ ਤੇ ਦਾਖਲ, ਅਲੋਪ ਹੋ ਸਕਦੀ ਹੈ । ਪ੍ਰਭ ਦੇ ਸ਼ਬਦ ਦਾ ਸਿਮਰਨ ਕਰਦੀ, ਉਹ ਸ਼ਰਣ ਵਿੱਚ ਪ੍ਰਵਾਨ ਹੋ ਜਾਂਦੀ ਹੈ । ਪ੍ਰਭ ਇੱਕ ਪਲ ਵੀ ਨਹੀਂ ਲਾਉਂਦਾ, ਉਸ ਵਿੱਚ ਪ੍ਰਗਟ ਹੋ ਜਾਂਦਾ ਹੈ । ਮਨਮੁਖ ਦੀ ਆਤਮਾ ਪ੍ਰਭ ਦੀ ਹਜ਼ੂਰੀ ਵਿੱਚ ਦਾਖਲ ਨਹੀਂ ਹੋ ਸਕਦੀ । ਉਹ ਜੂੰਨਾਂ ਵਿੱਚ ਭਉਦੀ ਰਹਿੰਦੀ ਹੈ ।

The One and only One, True Master, has His throne in Royal castle at 10th door within his body. With His mercy and grace, only the sanctified soul may enter through the 10th door. Whosoever may remain intoxicated in meditation, only his soul may be accepted in His sanctuary. The True Master may not delay even a moment to appear within his heart. Self-minded may never enter nor His 10th door visible to his soul. Her soul wanders in the cycle of birth and death.

ਕਰਿ ਕਰਿ ਕਿਰਿਆਚਾਰ ਵਧਾਏ,	kar kar kiri-aachaar vaDhaa-ay
ਮਨਿ ਪਾਖੰਡ ਕਰਮੁ ਕਪਟ ਲੋਭਈਆ॥	man pakhand karam kapat lobha-ee-aa.
ਬੇਸੁਆ ਕੈ ਘਰਿ ਬੇਟਾ ਜਨਮਿਆ,	baysu-aa kai ghar baytaa janmi-aa
ਪਿਤਾ ਤਾਹਿ ਕਿਆ ਨਾਮੁ ਸਦਈਆ॥੬॥	pitaa taahi ki-aa naam sada-ee-aa. ||6||

ਮਨ ਭਾਵੇਂ ਧਰਮ ਦੇ ਕਈ ਰੀਤੋ ਰੀਵਜ ਕਰੇ । ਮਨ ਭਰਮਾਂ, ਅਹੰਕਾਰ, ਬੁਰੇ ਖਿਆਲਾਂ, ਲਾਲਚ ਨਾਲ ਭਰਿਆਂ ਰਹਿੰਦਾ ਹੈ । ਉਸ ਦੀ ਹਾਲਤ ਵੇਸਵਾ ਦੇ ਬੱਚੇ ਵਰਗੀ ਹੁੰਦੀ ਹੈ, ਜਿਸ ਨੂੰ ਪਿਤਾ ਦੇ ਨਾਮ ਦੀ ਵੀ ਜਾਣਕਾਰੀ ਨਹੀਂ ਹੁੰਦੀ ।

Self-minded may meditate and performs religious rituals very rigidly; however, his mind remains dominated with worldly suspicions, ego, evil thoughts, worldly greed. His condition, state of mind may be like son a prostitute; who may not know the identity of his biological father?

ਪੂਰਬ ਜਨਮਿ ਭਗਤਿ ਕਰਿ ਆਏ,	poorab janam bhagat kar aa-ay
ਗੁਰਿ ਹਰਿ ਹਰਿ ਹਰਿ	gur har har har
ਹਰਿ ਭਗਤਿ ਜਮਈਆ॥	har bhagat jama-ee-aa.
ਭਗਤਿ ਭਗਤਿ ਕਰਤੇ ਹਰਿ ਪਾਇਆ,	bhagat bhagat kartay har paa-i-aa jaa
ਜਾ ਹਰਿ ਹਰਿ ਹਰਿ ਹਰਿ ਨਾਮਿ ਸਮਈਆ॥੭॥	har har har har naam sama-ee-aa. ||7||

ਜਿਹੜਾ ਪਿਛਲੇ ਜਨਮ ਦੇ ਚੰਗੇ ਕੀਤੇ ਕਰਮਾਂ ਨਾਲ ਮਾਨਸ ਜਨਮ ਵਿੱਚ ਆਉਂਦਾ ਹੈ । ਉਸ ਦੀ ਸ਼ਬਦ ਵਿੱਚ ਲਗਨ ਲੱਗਦੀ ਹੈ, ਮਨ ਵਿੱਚ ਸ਼ਰਧਾ ਰਹਿੰਦੀ ਹੈ । ਸ਼ਬਦ ਦੀ ਪਾਲਣਾ ਕਰਦੇ, ਉਸ ਦੇ ਮਨ ਵਿਚੋਂ ਹੀ ਪ੍ਰਭ ਦੀ ਹੋਂਦ ਪ੍ਰਗਟ ਹੋ ਜਾਂਦੀ ਹੈ । ਮਨ ਸ਼ਬਦ ਦੀ ਜੋਤ ਵਿੱਚ ਹੀ ਲੀਨ ਹੋ ਜਾਂਦਾ ਹੈ ।

Whosoever may have a great prewritten destiny, he may be blessed with human life opportunity. He may devotionally meditate and remains dedicated steady and stable on the right path of acceptance in His Court. He may remain intoxicated in the void of His Word; with His mercy and grace, he may be immersed in His Holy Spirit.

ਪ੍ਰਭਿ ਆਣਿ ਆਣਿ ਮਹਿੰਦੀ ਪੀਸਾਈ,	parabh aan aan mahindee peesaa-ee
ਆਪੇ ਘੋਲਿ ਘੋਲਿ ਅੰਗਿ ਲਈਆ॥	aapay ghol ghol ang la-ee-aa.
ਜਿਨ ਕਉ ਠਾਕੁਰਿ ਕਿਰਪਾ ਧਾਰੀ,	jin ka-o thaakur kirpaa Dhaaree
ਬਾਹ ਪਕਰਿ ਨਾਨਕ ਕਢਿ ਲਈਆ॥	baah pakar naanak kadh la-ee-aa.
੮॥੬॥੨॥੧॥੬॥੯॥	||8||6||2||1||6||9||

ਜਿਵੇਂ ਮਹਿੰਦੀ ਰਗੜਕੇ ਉਸ ਦਾ ਰੰਗ ਬਣਾਇਆ ਜਾਂਦਾ ਹੈ । ਫਿਰ ਤਨ ਤੇ ਸਜਾਵਟ ਲਈ ਲਾਇਆ ਜਾਂਦਾ ਹੈ । ਜਿਸ ਦਾ ਪ੍ਰਭ ਆਪ ਹੀ ਰਹਿਮਤ ਬਖਸ਼ਕੇ, ਹੱਥ ਪਕੜਦਾ ਹੈ, ਉਹ ਸ਼ਬਦ ਦੀ ਪਾਲਣਾ ਕਰਦਾ ਸਾਗਰ ਪਾਰ ਕਰ ਜਾਂਦਾ, ਦਰਬਾਰ ਵਿੱਚ ਪ੍ਰਵਾਨ ਹੋ ਜਾਂਦਾ ਹੈ ।

As the color of Mendi may be prepared by grinding, rubbing. The color may enhance the beauty of a bride. Whosoever may be blessed with right path of acceptance in His Court; The True Master may hold his hand, arms to save his soul from the terrible worldly ocean. With His mercy and grace, he may be accepted in His Court.

381.ਰਾਗੁ ਬਿਲਾਵਲੁ ਮਹਲਾ ੫ ਅਸਟਪਦੀ ਘਰੁ ੧੨॥ 837-8

ੴ ਸਤਿਗੁਰ ਪ੍ਰਸਾਦਿ॥ ik-oNkaar satgur parsaad.
ਉਪਮਾ ਜਾਤ ਨ ਕਹੀ, ਮੇਰੇ ਪ੍ਰਭ ਕੀ, upmaa jaat na kahee mayray parabh kee
ਉਪਮਾ ਜਾਤ ਨ ਕਹੀ॥ upmaa jaat na kahee.
ਤਜਿ ਆਨ ਸਰਣਿ ਗਹੀ॥੧॥ ਰਹਾਉ॥ taj aan saran gahee. ||1|| rahaa-o.

ਪ੍ਰਭ ਤੇਰੀ ਰਹਿਮਤ ਦੀ, ਸ਼ਬਦ ਦੀ ਉਸਤਤ ਪੂਰਨ ਤਰ੍ਹਾਂ ਕਰਨ ਦੀ ਮਾਨਸ ਨੂੰ ਸੋਝੀ ਨਹੀਂ ਹੈ । ਮੈਂ ਮਨ ਦੀਆਂ ਇੱਛਾਂ ਤਿਆਗਕੇ ਤੇਰੀ ਸ਼ਰਣ ਵਿੱਚ ਆਇਆ ਹਾ । ਆਪਣਾ ਭਰੋਸਾ ਤੇਰੇ ਸ਼ਬਦ ਤੇ ਅਡੋਲ ਰਖਿਆ ਹੈ ।

The True Master, to sing the glory of Your virtues completely, remains beyond the comprehension of Your Creation. I have abandoned all my worldly desires and I have surrendered my mind, body, and worldly status at Your sanctuary. I obey the teachings of Your Word with steady and stable belief in my day-to-day life.

ਪ੍ਰਭ ਚਰਨ ਕਮਲ ਅਪਾਰ॥ parabh charan kamal apaar.
ਹਉ ਜਾਉ ਸਦ ਬਲਿਹਾਰ॥ ha-o jaa-o sad balihaar.
ਮਨਿ ਪ੍ਰੀਤਿ ਲਾਗੀ ਤਾਹਿ॥ man pareet laagee taahi.
ਤਜਿ ਆਨ ਕਤਹਿ ਨ ਜਾਹਿ॥੧॥ taj aan kateh na jaahi. ||1||

ਪ੍ਰਭ ਤੇਰੇ ਸ਼ਬਦ ਰੂਪੀ ਚਰਨਾਂ ਵਿੱਚ ਬੇਅੰਤ ਹੀ ਗੁਣ ਹਨ । ਜਿਹਨਾਂ ਦੀ ਪੂਰਨ ਸੋਝੀ ਨਹੀਂ ਪਾਈ ਜਾ ਸਕਦੀ । ਮੈਂ ਸਦਾ ਹੀ ਤੇਰੀ ਕੁਦਰਤ ਤੋਂ ਕੁਰਬਾਨ ਜਾਂਦਾ, ਹੈਰਾਨ ਹੀ ਰਹਿੰਦਾ ਹਾ । ਮੇਰੇ ਮਨ ਦੀ ਤੇਰੇ ਸ਼ਬਦ ਨਾਲ ਲਗਨ ਲੱਗੀ ਹੈ, ਤੇਰੇ ਸ਼ਬਦ ਤੇ ਭਰੋਸਾ ਅਡੋਲ ਹੋਇਆ ਹੈ । ਅਗਰ ਮੇਰਾ ਭਰੋਸਾ ਡੋਲ ਗਿਆ ਤਾਂ ਮੇਰੇ ਜੀਵਨ ਦਾ ਹੋਰ ਕੋਈ ਮੰਤਵ ਨਹੀਂ ਹੈ, ਜੀਵਨ ਬਿਰਥਾ ਹੀ ਬਤੀਤ ਕਰਨਾ ਹੈ ।

My True Master, Your Word has unlimited virtue to sanctify soul a creature. All virtues of Your Word remain beyond the comprehension of Your Creation. I always remain fascinated and astonished from Your miracles, Your Nature. With Your mercy and grace, I have been attached to a devotional meditation on the teachings of Your Word with steady and stable belief in my day-to-day life. Without obeying the teachings of Your Word; the priceless human life opportunity may be wasted uselessly.

ਹਰਿ ਨਾਮ ਰਸਨਾ ਕਹਨ॥ har naam rasnaa kahan.
ਮਲ ਪਾਪ ਕਲਮਲ ਦਹਨ॥ mal paap kalmal dahan.
ਚੜਿ ਨਾਵ ਸੰਤ ਉਧਾਰਿ॥ charh naav sant uDhaar.
ਭੈ ਤਰੇ ਸਾਗਰ ਪਾਰਿ॥੨॥ bhai taray saagar paar. ||2||

ਮੈਂ ਆਪਣੀ ਜੀਭ ਨਾਲ ਤੇਰੇ ਸ਼ਬਦ ਦੇ ਗੁਣ ਗਾਉਂਦਾ, ਸਿਮਰਨ ਕਰਦਾ ਹਾ । ਮੇਰੇ ਮਨ ਦੇ ਬੁਰੇ ਖਿਆਲ ਦੂਰ ਹੋ ਜਾਦੇ ਹਨ । ਬੰਦਗੀ ਕਰਨ ਵਾਲੇ ਸੰਤਾਂ ਦੀ ਸਿਖਿਆਂ ਨਾਲ ਜੀਵਨ ਢਾਲਣ ਨਾਲ, ਮਨ ਪ੍ਰਵਾਨਗੀ ਦੇ ਰਸਤੇ ਤੇ ਅਡੋਲ ਹੋ ਜਾਂਦਾ ਹੈ । ਉਸ ਰਸਤੇ ਤੇ ਚਲਦਾ ਜੀਵ ਪ੍ਰਭ ਦੇ ਦਰਬਾਰ ਵਿੱਚ ਪ੍ਰਵਾਨ ਹੋ ਜਾਂਦਾ ਹੈ ।

I meditate and sing the glory of His Word with my tongue. Whosoever may sing the glory of His Word with steady and stable belief; with His mercy and grace, all his evil thoughts may be eliminated. Whosoever may adopt the life experience teachings of His Holy saint in his own day-to-day life; with His mercy and grace, he may become steady and stable on the right path of acceptance in His Court. Whosoever may remain steady and stable on that right path, he may be accepted in His Court.

ਮਨਿ ਡੋਰਿ ਪ੍ਰੇਮ ਪਰੀਤਿ॥ man dor paraym pareet.
ਇਹ ਸੰਤ ਨਿਰਮਲ ਰੀਤਿ॥ ih sant nirmal reet.
ਤਜਿ ਗਏ ਪਾਪ ਬਿਕਾਰ॥ taj ga-ay paap bikaar.
ਹਰਿ ਮਿਲੇ ਪ੍ਰਭ ਨਿਰੰਕਾਰ॥੩॥ har milay parabh nirankaar. ||3||

ਮਨ ਸ਼ਬਦ ਦੀ ਲਗਨ, ਡੋਰੀ ਨਾਲ ਬੰਧਾ ਰਹਿੰਦਾ ਹੈ । ਇਹ ਹੀ ਬੰਦਗੀ ਕਰਨ ਵਾਲੇ ਦਾ ਪ੍ਰਵਾਨਗੀ ਦਾ ਰਸਤਾ ਹੈ । ਇਸ ਨਾਲ ਮਨ ਵਿਚੋਂ ਬੁਰੇ ਖਿਆਲ, ਲਾਲਚ, ਪਾਪ ਦਾ ਨਾਸ ਹੋ ਜਾਂਦਾ ਹੈ । ਅਕਾਰ ਰਹਿਤ ਪ੍ਰਭ ਦੀ ਰਹਿਮਤ ਦੀ ਨਜ਼ਰ ਬਖਸ਼ਿਸ਼ ਹੋ ਜਾਂਦੀ ਹੈ ।

His true devotee remains bonded with the rope of the devotion of His Word. Adopting the teachings of His Word with steady and stable belief, may be the right path of acceptance in His Court. With his meditation, devotion, all his evil thoughts, greed and sins may be eliminated. He may remain overwhelmed with His mercy and grace.

ਪ੍ਰਭ ਪੇਖੀਐ ਬਿਸਮਾਦ॥ parabh paykhee-ai bismaad.
ਚਖਿ ਅਨਦ ਪੂਰਨ ਸਾਦ॥ chakh anad pooran saad.
ਨਹ ਡੋਲੀਐ ਇਤ ਊਤ॥ nah dolee-ai it oot.
ਪ੍ਰਭ ਬਸੇ ਹਰਿ ਹਰਿ ਚੀਤ॥੪॥ parabh basay har har cheet. ||4||

ਪ੍ਰਭ ਦੇ ਸ਼ਬਦ ਦੀ ਪਾਲਨਾ ਕਰਨ ਨਾਲ ਮਨ ਵਿੱਚ ਅਨੋਖਾ ਨੂਰ ਬਖਸ਼ਿਸ਼ ਹੋ ਜਾਂਦਾ ਹੈ । ਪ੍ਰਭ ਦੀ ਰਹਿਮਤ ਦੇ ਖੇੜੇ ਦਾ ਅਨੰਦ ਮਹਿਸੂਸ ਹੁੰਦਾ ਹੈ । ਜੀਵ ਦੇ ਮਨ ਦਾ ਭਰੋਸਾ ਅਡੋਲ ਹੋ ਜਾਂਦਾ ਹੈ । ਉਸ ਦੇ ਮਨ ਵਿੱਚ ਪ੍ਰਭ ਦਾ ਸ਼ਬਦ ਜਾਗਰਤ ਹੋ ਜਾਂਦਾ ਹੈ ।

Whosoever may obey the teachings of His Word with steady and stable belief in his day-to-day life; with His mercy and grace, he may be blessed with astonishing spiritual glow on his forehead. He may realize pleasures and blossom. His belief remains steady and stable on His blessings; he remains contented with his worldly environments. With His mercy and grace, he may be enlightened with the essence of His Word.

ਤਿਨ੍ ਨਾਹਿ ਨਰਕ ਨਿਵਾਸੁ॥ tinH naahi narak nivaas.
ਨਿਤ ਸਿਮਰਿ ਪ੍ਰਭ ਗੁਣਤਾਸੁ॥ nit simar parabh guntaas.
ਤੇ ਜਮੁ ਨ ਪੇਖਹਿ ਨੈਨ॥ tay jam na paykheh nain.
ਸੁਨਿ ਮੋਹੇ ਅਨਹਤ ਬੈਨ॥੫॥ sun mohay anhat bain. ||5||

ਜਿਹੜਾ ਸਵਾਸ ਸਵਾਸ ਪ੍ਰਭ ਦੇ ਸ਼ਬਦ ਦਾ ਸਿਮਰਨ ਕਰਦਾ ਹੈ । ਉਸ ਨੂੰ ਮਾਤਾ ਦੇ ਗਰਭ (ਨਰਕ) ਵਿੱਚ ਨਹੀਂ ਜਾਣਾ ਪੈਂਦਾ । ਉਸ ਦੇ ਮਨ ਵਿੱਚ ਸ਼ਬਦ ਜਾਗਰਤ ਹੋ ਜਾਂਦਾ ਹੈ । ਉਸ ਦੇ ਮਨ ਵਿੱਚ ਸ਼ਬਦ ਦੀ ਸਦਾ ਰਹਿਣ ਵਾਲੀ ਧੁਨ ਚਲ ਪੈਂਦੀ ਹੈ । ਉਸ ਨੂੰ ਕਦੇ ਮੌਤ ਦੇ ਜਮਦੂਤ ਦੇ ਦਰਸ਼ਨ ਨਹੀ ਕਰਨੇ ਪੈਂਦੇ ।

Whosoever may meditate on the teachings of His Word with steady and stable belief in his day-to-day life; with His mercy and grace, his soul may not enter the womb of mother again. He may be enlightened with the essence of His Word. The everlasting echo of His Word may resonate within his heart. His soul may become beyond the reach of the devil of death.

ਹਰਿ ਸਰਣਿ ਸੂਰ ਗੁਪਾਲ॥ har saran soor gupaal.
ਪ੍ਰਭ ਭਗਤ ਵਸਿ ਦਇਆਲ॥ parabh bhagat vas da-i-aal.
ਹਰਿ ਨਿਗਮ ਲਹਹਿ ਨ ਭੇਵ॥ har nigam laheh na bhayv.
ਨਿਤ ਕਰਹਿ ਮੁਨਿ ਜਨ ਸੇਵ॥੬॥ nit karahi mun jan sayv. ||6||

ਮੈਂ ਉਸ ਰਹਿਮਤਾਂ ਦੇ ਮਾਲਕ ਦੀ ਸ਼ਰਣ ਵਿੱਚ ਆਇਆ ਹਾ । ਪ੍ਰਭ ਬੰਦਗੀ ਕਰਨ ਵਾਲੇ ਦਾਸ ਦੀ ਪ੍ਰੀਤ ਵਿੱਚ ਬੰਧਾ ਹੋਇਆ ਹੈ । ਪ੍ਰਭ ਸਦਾ ਹੀ ਰਹਿਮਤ, ਤਰਸ ਬਖਸ਼ਦਾ ਹੈ । ਧਰਮ ਦੇ ਗ੍ਰੰਥ ਉਸ ਦਾ ਪੂਰਨ ਭੇਦ ਨਹੀਂ ਜਾਣਦੇ, ਵਿਆਖਿਆ ਨਹੀਂ ਕਰ ਸਕਦੇ । ਮੌਨੀ ਸੰਤ ਸਦਾ ਹੀ ਪ੍ਰਭ ਦੀ ਰਜ਼ਾ ਵਿੱਚ ਰਹਿੰਦਾ, ਉਸ ਦੇ ਸ਼ਬਦ ਦੀ ਪਾਲਣਾ ਕਰਦਾ ਰਹਿੰਦਾ ਹੈ ।

I have surrendered my mind, body, and worldly status at His sanctuary, The Merciful True Master. I remain bonded with my devotion, attachment to the way of life of His true devotee. The Merciful True Master always bestows virtues and remains gracious on His true devotee. Religious Holy Scriptures may not be able to fully explain or comprehend His Nature. His quite saint always remains contented and obeys the teachings of His Word.

ਦੁਖ ਦੀਨ ਦਰਦ ਨਿਵਾਰ॥	dukh deen darad nivaar.
ਜਾ ਕੀ ਮਹਾ ਬਿਖੜੀ ਕਾਰ॥	jaa kee mahaa bikh-rhee kaar.
ਤਾ ਕੀ ਮਿਤਿ ਨ ਜਾਨੈ ਕੋਇ॥	taa kee mit na jaanai ko-ay.
ਜਲਿ ਥਲਿ ਮਹੀਅਲਿ ਸੋਇ॥੭॥	jal thal mahee-al so-ay. ||7||

ਪ੍ਰਭ ਨਿਮਾਣੇ ਦੀ ਰਖਿਆ ਕਰਨ ਵਾਲਾ, ਗ਼ਰੀਬਾਂ ਦਾ ਸਹਾਈ ਰਹਿੰਦਾ ਹੈ । ਉਸ ਦੇ ਸ਼ਬਦ ਦੀ ਪਾਲਣਾ ਕਰਨਾ ਬਹੁਤ ਮੁਸ਼ਕਲ, ਕਠਨ ਹੈ, ਮਨ ਡੋਲ ਜਾਂਦਾ ਹੈ । ਪ੍ਰਭ ਦੇ ਸ਼ਬਦ ਦੀ ਕਿਸੇ ਨੂੰ ਪੂਰਨ ਸੋਝੀ ਬਖਸ਼ਿਸ਼ ਨਹੀਂ ਹੁੰਦੀ । ਪ੍ਰਭ ਜਲ, ਥਲ, ਹਰਇੱਕ ਥਾਂ ਤੇ ਹਾਜਰਾ ਹਜ਼ੂਰ ਵਾਪਰਦਾ ਹੈ ।

The True Master always remains a supporting pillar and protector of poor, helpless. The teachings of His Word may be very difficult to adopt in day-to-day life. Human mind may drift away with temptation, sweet poison of worldly wealth and wanders in different directions. No one may ever be blessed to fully comprehend the essence of His Word. The Omnipresent True Master always prevails everywhere in all events of the universe.

ਕਰਿ ਬੰਦਨਾ ਲਖ ਬਾਰ॥	kar bandnaa lakh baar.
ਥਕਿ ਪਰਿਓ ਪ੍ਰਭ ਦਰਬਾਰ॥	thak pari-o parabh darbaar.
ਪ੍ਰਭ ਕਰਹੁ ਸਾਧੂ ਧੂਰਿ॥	parabh karahu saaDhoo Dhoor.
ਨਾਨਕ ਮਨਸਾ ਪੂਰਿ॥੮॥੧॥	naanak mansaa poor. ||8||1||

ਜੀਵ ਸਵਾਸ ਸਵਾਸ ਉਸ ਦੇ ਸ਼ਬਦ ਦਾ ਸਿਮਰਨ ਕਰੋ! ਉਸ ਦਾ ਦਰ ਕਦੇ ਨਾ ਛੱਡੋ! ਸ਼ਬਦ ਦੀ ਪਾਲਣਾ ਕਰਦੇ ਕਰਦੇ ਭਰੋਸਾ ਅਡੋਲ ਰਖੋ! ਬੰਦਗੀ ਕਰਨ ਵਾਲੇ ਸਦਾ ਹੀ ਪ੍ਰਭ ਅੱਗੇ ਅਰਦਾਸ ਕਰਦਾ ਹੈ । ਰਹਿਮਤ ਦੇ ਮਾਲਕ ਮਨ ਵਿੱਚ ਇਤਨੀ ਨਿਮਰਤਾ ਬਖਸ਼ੋ! ਮਨ ਦੀ ਅਵਸਥਾ ਬੰਦਗੀ ਕਰਨ ਵਾਲੇ ਸੰਤਾਂ ਦੇ ਚਰਨਾਂ ਦੀ ਧੂੜ ਦੇ ਸਮਾਨ ਬਣ ਜਾਵੇ । ਪ੍ਰਭ ਆਪ ਹੀ ਬੰਦਗੀ ਕਰਨ ਵਾਲੇ ਦੇ ਮਨ ਦੀਆਂ ਮੁਰਾਦਾਂ ਪੂਰੀਆਂ ਕਰਦਾ ਹੈ ।

You should meditate on the teachings of His Word with steady and stable belief in day-to-day life. You should never abandon your hopes nor lose faith on His blessings. His true devotee always prays for His forgiveness! with His mercy and grace, he may be blessed with such a humble state of mind; he may feel, his worldly status much less significant that the dust of the feet of His true devotee.

382.ਬਿਲਾਵਲੁ ਮਹਲਾ ੫॥ 837-18

ਪ੍ਰਭ ਜਨਮ ਮਰਨ ਨਿਵਾਰਿ॥	parabh janam maran nivaar.
ਹਾਰਿ ਪਰਿਓ ਦੁਆਰਿ॥	haar pari-o du-aar.
ਗਹਿ ਚਰਨ ਸਾਧੂ ਸੰਗ॥	geh charan saaDhoo sang.
ਮਨ ਮਿਸਟ ਹਰਿ ਹਰਿ ਰੰਗ॥	man misat har har rang.
ਕਰਿ ਦਇਆ ਲੇਹੁ ਲੜਿ ਲਾਇ॥	kar da-i-aa layho larh laa-ay.

ਨਾਨਕਾ ਨਾਮੁ ਧਿਆਇ॥੧॥ naankaa naam Dhi-aa-ay. ||1||

ਪ੍ਰਭ ਮੈਂ ਤੇਰੇ ਦਰ ਤੇ ਬੇਚਾਰ ਹੋ ਕੇ ਆਇਆ ਹਾ ਰਹਿਮਤ ਦੀ ਨਜ਼ਰ ਬਖਸ਼ੋ! ਮੇਰਾ ਜੂੰਨਾਂ ਦਾ ਚੱਕਰ ਖਤਮ ਕਰ ਦੇਵੋਂ! ਜਿਹੜਾ ਬੰਦਗੀ ਕਰਨ ਵਾਲੇ ਸੰਤਾਂ ਦੀ ਸਿਖਿਆਂ ਨਾਲ ਜੀਵਨ ਢਾਲ ਲੈਂਦਾ ਹੈ। ਉਸ ਨੂੰ ਪ੍ਰਭ ਦਾ ਸ਼ਬਦ ਬਹੁਤ ਮਿੱਠਾ ਲੱਗਦਾ, ਮਨ ਵਿੱਚ ਅਨੰਦ ਦੇਂਦਾ ਹੈ। ਪ੍ਰਭ ਆਪ ਹੀ ਰਹਿਮਤ ਬਖਸ਼ਦਾ, ਬੰਦਗੀ ਕਰਨ ਵਾਲੇ ਨੂੰ ਸ਼ਬਦ ਦੇ ਲੜ ਲਾਉਂਦਾ ਹੈ। ਬੰਦਗੀ ਕਰਨ ਵਾਲਾ ਅਡੋਲ ਭਰੋਸੇ ਨਾਲ ਸ਼ਬਦ ਦੀ ਪਾਲਣਾ ਕਰਦਾ ਹੈ।

My True Master, I am frustrated from my worldly condition and I have surrendered my mind, body, and worldly status at Your sanctuary for Your forgiveness. With Your mercy and grace, eliminates my cycle of birth and death. Whosoever may adopt the life experience teachings of His Holy saint in his own day-to-day life; with His mercy and grace, the essence of His Word may become very soothing and comforting to his mind. He may be attached to a devotional meditation on the teachings of His Word. His true devotee may always obey the teachings of His Word with steady and stable belief in his day-to-day life.

ਦੀਨਾ ਨਾਥ ਦਇਆਲ ਮੇਰੇ ਸੁਆਮੀ, deenaa naath da-i-aal mayray su-aamee
ਦੀਨਾ ਨਾਥ ਦਇਆਲ॥ deenaa naath da-i-aal.
ਜਾਚਉ ਸੰਤ ਰਵਾਲ॥੧॥ ਰਹਾਉ॥ jaacha-o sant ravaal. ||1|| rahaa-o.

ਰਹਿਮਤ ਦੇ ਮਾਲਕ, ਨਿਮਾਣੇ ਦਾ ਮਾਣ ਰਖਣ ਵਾਲੇ ਪ੍ਰਭ ਰਹਿਮਤ ਬਖਸ਼ੋ! ਆਪਣੇ ਬੰਦਗੀ ਕਰਨ ਵਾਲੇ ਦਾਸ ਨੂੰ ਸੰਤਾਂ ਦੇ ਚਰਨਾਂ ਦੀ ਧੂੜ ਬਖਸ਼ੋ!

The Merciful True Master, protector of the honor of poor and helpless! with Your mercy and grace, blesses Your humble devotee with the dust of the feet, association of Your Holy saint.

ਸੰਸਾਰੁ ਬਿਖਿਆ ਕੂਪ॥ sansaar bikhi-aa koop.
ਤਮ ਅਗਿਆਨ ਮੋਹਤ ਘੂਪ॥ tam agi-aan mohat ghoop.
ਗਹਿ ਭੁਜਾ ਪ੍ਰਭ ਜੀ ਲੇਹੁ॥ geh bhujaa parabh jee layho.
ਹਰਿ ਨਾਮੁ ਅਪੁਨਾ ਦੇਹੁ॥ har naam apunaa dayh.
ਪ੍ਰਭ ਤੁਝ ਬਿਨਾ ਨਹੀ ਠਾਉ॥ parabh tujh binaa nahee thaa-o.
ਨਾਨਕਾ ਬਲਿ ਬਲਿ ਜਾਉ॥੨॥ naankaa bal bal jaa-o. ||2||

ਸੰਸਾਰ ਇੱਛਾਂ ਰੂਪੀ ਜ਼ਹਿਰ ਦਾ ਭਰਿਆਂ ਸਾਗਰ ਹੈ। ਇਸ ਵਿੱਚ ਅਗਿਆਨਤਾ ਦਾ ਡੂੰਘਾਂ ਅੰਧੇਰਾ ਅਤੇ ਮੋਹ ਦਾ ਜਾਲ, ਜ਼ੋਰ ਹੈ। ਰਹਿਮਤਾਂ ਦੇ ਮਾਲਕ! ਰਹਿਮਤ ਬਖਸ਼ਕੇ ਸ਼ਬਦ ਦੇ ਲੜ ਲਾਵੋਂ! ਆਪਣਾ ਦਾਸ ਬਣਾਕੇ ਰਖਿਆ ਕਰੋ! ਤੇਰੇ ਘਰ ਤੋ ਬਿਨਾਂ ਹੋਰ ਕੋਈ ਅਰਾਮ ਕਰਨ ਵਾਲਾ ਘਰ ਨਹੀਂ, ਹੋਰ ਕੋਈ ਅਸਲੀ ਮਾਲਕ ਨਹੀਂ ਹੈ। ਮੈਂ ਸ਼ਬਦ ਤੋ ਸਦਾ ਹੀ ਕੁਰਬਾਨ ਜਾਂਦਾ, ਸਿਮਰਨ ਕਰਦਾ ਹਾ।

The World is an ocean overwhelmed with the poison of worldly desires. The Worldly emotional attachments remain dominating with deep darkness of ignorant from the teachings of His Word. With Your mercy and grace, blesses Your true devotion to obey the teachings of Your Word; my soul may become worthy of Your consideration; accepts me as Your slave and protects my honor in the universe. There may be no other permanent resting place for soul nor anyone else may be True Master, protector. I may always meditate and remain fascinated and astonished from Your Nature.

ਲੋਭਿ ਮੋਹਿ ਬਾਧੀ ਦੇਹ॥ lobh mohi baaDhee dayh.
ਬਿਨੁ ਭਜਨ ਹੋਵਤ ਖੇਹ॥ bin bhajan hovat khayh.
ਜਮਦੂਤ ਮਹਾ ਭਇਆਨ॥ jamdoot mahaa bha-i-aan.
ਚਿਤ ਗੁਪਤ ਕਰਮਹਿ ਜਾਨ॥ chit gupat karmeh jaan.

ਦਿਨੁ ਰੈਨਿ ਸਾਖਿ ਸੁਨਾਇ॥ din rain saakh sunaa-ay.
ਨਾਨਕਾ ਹਰਿ ਸਰਨਾਇ॥੩॥ naankaa har sarnaa-ay. ||3||

ਮਾਨਸ ਤਨ ਲਾਲਚ ਅਤੇ ਸੰਸਾਰ ਮੋਹ ਦੇ ਜਾਲ ਵਿੱਚ ਫਸਿਆ ਹੋਇਆ ਹੈ । ਪ੍ਰਭ, ਤੇਰੇ ਸ਼ਬਦ ਦੇ ਸਿਮਰਨ ਤੋਂ ਬਿਨਾਂ ਤਨ ਨੇ ਇੱਕ ਦਿਨ ਭਸਮ ਹੋ ਜਾਣਾ ਹੈ । ਪ੍ਰਭ ਮੌਤ ਦੇ ਜਮਦੂਤ ਤੋਂ ਬਹੁਤ ਡਰ ਲੱਗਦਾ ਹੈ । ਚਿਤਰ, ਗੁਪਤ ਮੇਰੇ ਸਾਰੇ ਕੰਮ ਦੇਖਦੇ ਹਨ । ਧਰਮਰਾਜ ਮੇਰੇ ਕੀਤੇ ਦਾ ਲੇਖਾ ਲਿਖਦਾ ਹੈ, ਇਹ ਲੇਖਾ ਮੈਨੂੰ ਭੁਗਤਨਾ ਪੈਣਾ ਹੈ । ਮੈਂ ਬੇਚਾਰ ਹੋ ਕੇ ਤੇਰੀ ਸ਼ਰਣ ਵਿੱਚ ਆਇਆ ਹਾ । ਰਹਿਮਤ ਬਖਸ਼ੋ!

Human body remains overwhelmed with greed and trapped in the worldly emotions. Without meditating on the teachings of Your Word, my body may only become ashes someday. I am very scared from the treatment of devil of death. **Chitragupta** witnesses and writes all my good and bad deeds. I may have to face the righteous judge and endure the misery of my deeds. I have surrender at Your sanctuary for Your forgiveness.

ਭੈ ਭੰਜਨਾ ਮੁਰਾਰਿ॥ bhai bhanjnaa muraar.
ਕਰਿ ਦਇਆ ਪਤਿਤ ਉਧਾਰਿ॥ kar da-i-aa patit uDhaar.
ਮੇਰੇ ਦੋਖ ਗਨੇ ਨ ਜਾਹਿ॥ mayray dokh ganay na jaahi.
ਹਰਿ ਬਿਨਾ ਕਤਹਿ ਸਮਾਹਿ॥ har binaa kateh samaahi.
ਗਹਿ ਓਟ ਚਿਤਵੀ ਨਾਥ॥ geh ot chitvee naath.
ਨਾਨਕਾ ਦੇ ਰਖੁ ਹਾਥ॥੪॥ naankaa day rakh haath. ||4||

ਪ੍ਰਭ ਹੀ ਮੌਤ ਦਾ ਡਰ ਅਤੇ ਅਹੰਕਾਰ ਦਾ ਨਾਸ ਕਰਨ ਵਾਲਾ ਮਾਲਕ ਹੈ । ਰਹਿਮਤ ਬਖਸ਼ੋ! ਮੇਰੇ ਪਾਪ ਬਖਸ਼ ਲਵੋ! ਪ੍ਰਭ ਮੇਰੇ ਪਾਪਾਂ ਦੀ ਗਿਣਤੀ ਕੀਤੀ ਨਹੀਂ ਜਾ ਸਕਦੀ । ਪ੍ਰਭ ਤੇਰੇ ਤੋ ਬਿਨਾਂ ਮੇਰਾ ਪਰਦਾ ਰਖਣ ਵਾਲਾ, ਲੇਖਾ ਖਤਮ ਕਰਨ ਵਾਲਾ ਹੋਰ ਕੌਣ ਹੈ? ਮੇਰੇ ਮਨ ਵਿੱਚ ਤੇਰੇ ਸ਼ਬਦ ਦੀ ਪਾਲਣਾ ਦੀ ਸ਼ਰਧਾ ਹੈ । ਮੈਂ ਤੇਰੇ ਸ਼ਬਦ ਦੇ ਲੜ ਲੱਗਾ ਹਾ । ਰਹਿਮਤ ਬਖਸ਼ੋ! ਆਪਣੀ ਸ਼ਰਣ ਵਿੱਚ ਪਨਾਹ ਬਖਸ਼ਕੇ ਬਚਾ ਲਵੋ!

Only, The True Master may eliminate my fear of death and my ego. My sins are beyond any count, imagination. Who else may protect my honor, and forgives my sins? I have a deep devotion to obey the teachings of Your Word. I remain intoxicated in meditation in void of Your Word. With Your mercy and grace, accepts me in Your sanctuary.

ਹਰਿ ਗੁਣ ਨਿਧੇ ਗੋਪਾਲ॥ har gun niDhay gopaal.
ਸਰਬ ਘਟ ਪ੍ਰਤਿਪਾਲ॥ sarab ghat partipaal.
ਮਨਿ ਪ੍ਰੀਤਿ ਦਰਸਨ ਪਿਆਸ॥ man pareet darsan pi-aas.
ਗੋਬਿੰਦ ਪੂਰਨ ਆਸ॥ gobind pooran aas.
ਇਕ ਨਿਮਖ ਰਹਨੁ ਨ ਜਾਇ॥ ik nimakh rahan na jaa-ay.
ਵਡ ਭਾਗਿ ਨਾਨਕ ਪਾਇ॥੫॥ vad bhaag naanak paa-ay. ||5||

ਪ੍ਰਭ ਤੂੰ ਹੀ ਗੁਣਾਂ ਦਾ ਭੰਡਾਰੀ ਹੈ, ਜੀਵ ਦੀ ਪਾਲਣਾ ਪੋਸਨਾ ਕਰਨ ਵਾਲਾ ਮਾਲਕ ਹੈ । ਮਨ ਵਿੱਚ ਤੇਰੇ ਦਰਸ਼ਨ ਦੀ ਬਹੁਤ ਪਿਆਸ ਹੈ, ਸ਼ਬਦ ਦੀ ਪਾਲਣਾ ਦੀ ਸ਼ਰਧਾ ਹੈ । ਰਹਿਮਤ ਬਖਸ਼ੋ! ਤੇਰੇ ਸ਼ਬਦ ਤੇ ਭਰੋਸਾ ਅਡੋਲ ਰਖੋ, ਮੇਰੀ ਇੱਛਾਂ ਪੂਰੀ ਕਰੋ! ਪ੍ਰਭ ਇੱਕ ਪਲ ਵੀ ਤੇਰੇ ਸ਼ਬਦ ਦੇ ਸਿਮਰਨ ਤੋ ਬਿਨਾਂ ਸੰਤੋਖ ਬਖਸ਼ਿਸ਼ ਨਹੀਂ ਹੁੰਦਾ । ਵੱਡੇ ਭਾਗਾਂ ਨਾਲ ਹੀ ਪ੍ਰਭ ਬੰਦਗੀ ਕਰਨ ਵਾਲੇ ਤੇ ਰਹਿਮਤ ਬਖਸ਼ਦਾ ਹੈ । ਸ਼ਬਦ ਨੂੰ ਮਨ ਵਿੱਚ ਜਾਗਰਤ ਕਰਦਾ ਹੈ ।

My True Master, treasure of all virtues, nourishes and protects His Creation. I have profound desire to be enlightened with the essence of Your Word. I always obey the teachings of Your Word with a steady and stable belief on Your blessings. With Your mercy and grace, satisfies my spoken and unspoken desires of mind. Without meditating on the teachings of Your Word; I may never feel comfortable, contented, even for a moment. Whosoever may have a great prewritten destiny, only he may be enlightened with the essence of His Word.

ਪ੍ਰਭ ਤੁਝ ਬਿਨਾ ਨਹੀ ਹੋਰ॥	parabh tujh binaa nahee hor.
ਮਨਿ ਪ੍ਰੀਤਿ ਚੰਦ ਚਕੋਰ॥	man pareet chand chakor.
ਜਿਉ ਮੀਨ ਜਲ ਸਿਉ ਹੇਤੁ॥	ji-o meen jal si-o hayt.
ਅਲਿ ਕਮਲ ਭਿੰਨੁ ਨ ਭੇਤੁ॥	al kamal bhinn na bhayt.
ਜਿਉ ਚਕਵੀ ਸੂਰਜ ਆਸ॥	ji-o chakvee sooraj aas.
ਨਾਨਕ ਚਰਨ ਪਿਆਸ॥੬॥	naanak charan pi-aas. ||6||

ਪ੍ਰਭ ਤੇਰੇ ਤੋ ਬਿਨਾਂ ਹੋਰ ਕੋਈ ਮਾਲਕ ਨਹੀਂ ਹੈ । ਜਿਵੇਂ ਚਕੋਰ ਦੀ ਚੰਦ, ਮੱਛੀ ਦੀ ਪਾਣੀ, ਮੱਖੀ ਦੀ ਫੁੱਲ, ਚਕਵੀ ਦੀ ਸੂਰਜ ਦੀ ਕਿਰਨ ਨਾਲ ਪ੍ਰੀਤ ਹੁੰਦੀ ਹੈ । ਇਸਤਰ੍ਹਾਂ ਹੀ ਮੇਰੀ ਤੇਰੇ ਸ਼ਬਦ ਨਾਲ ਪ੍ਰੀਤ ਹੈ । ਰਹਿਮਤ ਬਖਸ਼ੋ! ਸ਼ਬਦ ਦੀ ਪਾਲਣਾ ਤੇ ਮਨ ਅਡੋਲ ਰਖੋ!

You are The One and only One my True Master. As bird C**hako**r may have love and devotion with moon, fish with water, honey bee with flower, **Chakvee** with the ray of Sun. Same way my love, attachment remains with the teachings of Your Word. With Your mercy and grace, keeps me steady and stable on obeying the teachings of Your Word.

ਜਿਉ ਤਰੁਨਿ ਭਰਤ ਪਰਾਨ॥	ji-o tarun bharat paraan.
ਜਿਉ ਲੋਭੀਐ ਧਨੁ ਦਾਨੁ॥	ji-o lobhee-ai Dhan daan.
ਜਿਉ ਦੂਧ ਜਲਹਿ ਸੰਜੋਗੁ॥	ji-o dooDh jaleh sanjog.
ਜਿਉ ਮਹਾ ਖੁਧਿਆਰਥ ਭੋਗੁ॥	ji-o mahaa khuDhi-aarath bhog.
ਜਿਉ ਮਾਤ ਪੂਤਹਿ ਹੇਤੁ॥	Ji-o maat pooteh hayt.
ਹਰਿ ਸਿਮਰਿ ਨਾਨਕ ਨੇਤ॥੭॥	har simar naanak nayt. ||7||

ਜਿਵੇਂ ਲੜਕੀ ਆਪਣੇ ਪਤੀ ਤੇ ਭਰੋਸਾ, ਆਸ ਰਖਦੀ ਹੈ । ਲਾਲਚੀ ਮਨ ਸਦਾ ਹੀ ਧਨ ਇਕੱਠਾ ਕਰਦਾ ਹੈ । ਜਿਵੇਂ ਦੁੱਧ ਦਾ ਪਾਣੀ ਨਾਲ ਸੰਜੋਗ ਹੁੰਦਾ ਹੈ । ਭੁੱਖੇ ਦਾ ਭੋਜਨ ਨਾਲ, ਮਾਂ ਦਾ ਬੱਚੇ ਨਾਲ ਪਿਆਰ, ਮੋਹ ਹੁੰਦਾ ਹੈ । ਇਸਤਰ੍ਹਾਂ ਹੀ ਬੰਦਗੀ ਕਰਨ ਵਾਲੇ ਦਾ ਪ੍ਰਭ ਦੇ ਸ਼ਬਦ ਦੀ ਪਾਲਣਾ ਨਾਲ ਮੋਹ ਹੁੰਦਾ ਹੈ ।

My hope and devotion with Your Word may be very intense. As wife may have love and trust on her husband for her protection; greedy mind remains intoxicated with collecting worldly wealth; water may have with milk; poor, hungry may have with food; child may have with mother. Same way, His true devotee has intense, profound love, attachment with His Word; he remains intoxicated in obeying the teachings of His Word.

ਜਿਉ ਦੀਪ ਪਤਨ ਪਤੰਗ॥	ji-o deep patan patang.
ਜਿਉ ਚੋਰੁ ਹਿਰਤ ਨਿਸੰਗ॥	ji-o chor hirat nisang.
ਮੈਗਲਹਿ ਕਾਮੈ ਬੰਧੁ॥	maiglahi kaamai banDh.
ਜਿਉ ਗ੍ਰਸਤ ਬਿਖਈ ਧੰਧੁ॥	ji-o garsat bikh-ee DhanDh.
ਜਿਉ ਜੂਆਰ ਬਿਸਨੁ ਨ ਜਾਇ॥	ji-o joo-aar bisan na jaa-ay.
ਹਰਿ ਨਾਨਕ ਇਹੁ ਮਨੁ ਲਾਇ॥੮॥	har naanak ih man laa-ay. ||8|

ਜਿਵੇਂ ਭਵਰਾ, ਰੋਸ਼ਨੀ ਦੀ ਲਾਟ ਵਿੱਚ ਜਲ ਜਾਂਦਾ ਹੈ । ਚੋਰ ਚੋਰੀ ਕਰਨ ਸਮੇਂ ਢਿਲ ਨਹੀਂ ਕਰਦਾ । ਹਾਥੀ ਕਾਮ ਵਾਸ਼ਨਾ ਵਿੱਚ ਬੰਧਾ ਹੁੰਦਾ ਹੈ । ਪਾਪੀ ਬੁਰੇ ਕੰਮ ਦਾ ਹੀ ਸੋਚਦਾ ਹੈ । ਜੁਵਾਰੀ ਨੂੰ ਜੂਏ ਦੀ ਆਦਤ, ਲਾਲਚ ਨਹੀਂ ਛੱਡਦਾ । ਇਸਤਰ੍ਹਾਂ ਬੰਦਗੀ ਕਰਨ ਵਾਲੇ ਦੀ ਪ੍ਰੀਤ ਸ਼ਬਦ ਦੀ ਪਾਲਣਾ ਨਾਲ ਹੁੰਦੀ ਹੈ । ਉਹ ਪ੍ਰਭ ਦਾ ਦਰ ਕਦੇ ਨਹੀਂ ਛਡਦਾ, ਉਸ ਦਾ ਭਰੋਸਾ ਕਦੇ ਡੋਲਦਾ ਨਹੀਂ ।

As **Bhavra** may be burned with flame of fire; thief may never be lazy or careless while steeling; elephant remains intoxicated with sexuality; sinner may only think or plan evil deeds; gambler may never forsake greed from his day-to-day life. Same way His true devotee remains intoxicated in obeying the teachings of His Word. He may never abandon to obey the teachings of His Word nor forsaken his belief on His blessings.

ਕੁਰੰਕ ਨਾਦੈ ਨੇਹੁ॥	kurank naadai nayhu.
ਚਾਤ੍ਰਿਕੁ ਚਾਹਤ ਮੇਹੁ॥	chaatrik chaahat mayhu.
ਜਨ ਜੀਵਨਾ ਸਤਸੰਗਿ॥	jan jeevnaa satsang.
ਗੋਬਿਦੁ ਭਜਨਾ ਰੰਗਿ॥	gobid bhajnaa rang.
ਰਸਨਾ ਬਖਾਨੈ ਨਾਮੁ॥	rasnaa bakhaanai naam.
ਨਾਨਕ ਦਰਸਨ ਦਾਨੁ॥੯॥	naanak darsan daan. ||9||

ਜਿਵੇਂ ਹਿਰਨ ਟੱਲੀ ਦੀ ਅਵਾਜ਼, ਚਾਤ੍ਰਿਕ ਦਾ ਮੀਂਹ ਦੀ ਬੂੰਦ ਨਾਲ ਲਗਨ ਹੁੰਦੀ ਹੈ । ਇਸਤਰ੍ਹਾਂ ਹੀ ਬੰਦਗੀ ਕਰਨ ਵਾਲੇ ਦੀ ਸੰਤਾਂ ਦੀ ਸੰਗਤ ਕਰਨ ਵਿੱਚ ਪ੍ਰੀਤ ਹੁੰਦੀ ਹੈ । ਪ੍ਰਭ ਦੇ ਸ਼ਬਦ ਦੇ ਗੁਣ ਗਾਉਣ ਨਾਲ ਉਸ ਦੀ ਰਸਨਾ, ਜੀਭ ਪਵਿੱਤਰ ਹੋ ਜਾਂਦੀ ਹੈ । ਉਸ ਦੇ ਮਨ ਵਿੱਚ ਸਦਾ ਚੱਲਣ ਵਾਲੀ ਸ਼ਬਦ ਦੀ ਧੁਨ ਚਲ ਪੈਂਦੀ ਹੈ । ਪ੍ਰਭ ਆਪ ਹੀ ਰਹਿਮਤ ਬਖਸ਼ਕੇ, ਉਸ ਨੂੰ ਪ੍ਰਵਾਨਗੀ ਦੇ ਰਸਤੇ ਤੇ ਅਡੋਲ ਰਖਦਾ ਹੈ ।

As dear remains alert and astonished with the sound of bell; **rain bird, chaatrik** has a deep love with the drop of rain. Same way His true devotee has a deep attachment with the conjugation of His Holy saints. Whosoever may be singing the glory of His Word; with His mercy and grace, his tongue may be sanctified. The everlasting echo of His Word may resonate within his heart. With His mercy and grace, He may keep His true devotee steady and stable on the right path of acceptance.

ਗੁਨ ਗਾਇ ਸੁਨਿ ਲਿਖਿ ਦੇਇ॥	gun gaa-ay sun likh day-ay.
ਸੋ ਸਰਬ ਫਲ ਹਰਿ ਲੇਇ॥	so sarab fal har lay-ay.
ਕੁਲ ਸਮੂਹ ਕਰਤ ਉਧਾਰੁ॥	kul samooh karat uDhaar.
ਸੰਸਾਰੁ ਉਤਰਸਿ ਪਾਰਿ॥	sansaar utras paar.
ਹਰਿ ਚਰਨ ਬੋਹਿਥ ਤਾਹਿ॥	har charan bohith taahi.
ਮਿਲਿ ਸਾਧਸੰਗਿ ਜਸੁ ਗਾਹਿ॥	mil saaDhsang jas gaahi.
ਹਰਿ ਪੈਜ ਰਖੈ ਮੁਰਾਰਿ॥	har paij rakhai muraar.
ਹਰਿ ਨਾਨਕ ਸਰਨਿ ਦੁਆਰਿ॥੧੦॥੨॥	har naanak saran du-aar. ||10||2||

ਜਿਹੜਾ ਪ੍ਰਭ ਦੇ ਸ਼ਬਦ ਨੂੰ ਸੁਣਦਾ, ਗਾਉਂਦਾ, ਲਿਖਦਾ ਹੈ । ਉਹ ਸ਼ਬਦ ਦੀ ਕਮਾਈ ਦਾ ਧਨ ਇਕੱਠਾ ਕਰਦਾ, ਫਲ ਬਖਸ਼ਿਸ਼ ਹੋ ਜਾਂਦਾ ਹੈ । ਉਹ ਆਪਣੀਆਂ ਕੁਲਾਂ ਦਾ ਉਧਾਰ ਕਰ ਜਾਂਦਾ ਹੈ । ਉਹ ਪ੍ਰਭ ਦੇ ਸ਼ਬਦ ਰੂਪੀ ਬੇੜੀ ਤੇ ਸਵਾਰ ਹੋ ਜਾਂਦਾ ਹੈ, ਪ੍ਰਭ ਦੇ ਦਰਬਾਰ ਵਿੱਚ ਪ੍ਰਵਾਨ ਹੋ ਜਾਂਦਾ, । ਉਹ ਬੰਦਗੀ ਕਰਨ ਵਾਲੇ ਦੀ ਸੰਗਤ ਵਿੱਚ ਸ਼ਬਦ ਦਾ ਸਿਮਰਨ ਕਰਦਾ ਹੈ । ਪ੍ਰਭ ਦੀ ਸ਼ਰਣ ਵਿੱਚ ਪ੍ਰਵਾਨ ਹੋ ਜਾਂਦਾ, ਪ੍ਰਭ ਉਸ ਦੀ ਰਖਿਆ ਕਰਦਾ ਹੈ । ਆਪਣੇ ਦਰਬਾਰ ਵਿੱਚ ਪ੍ਰਵਾਨਗੀ ਬਖਸ਼ਦਾ ਹੈ ।

Whosoever may listen to the sermons, sings the glory of His Word, or writes the spiritual message of His Holy Scripture; with His mercy and grace, he may be blessed with the wealth of His Word. He may inspire his generation by sowing the seed of meditation. He may be blessed with the right path of meditation; with His mercy and grace, he may be accepted in His Court. He remains in the conjugation of His true devotee and meditates. He may be accepted in His sanctuary; The True Master becomes his savior and He may accept him in His Court.

383.ਬਿਲਾਵਲੁ ਮਹਲਾ ੧॥ ਥਿਤੀ ਘਰੁ ੧੦ ਜਤਿ॥ 838-18

੧ਓ ਸਤਿਗੁਰ ਪ੍ਰਸਾਦਿ॥	ik-oNkaar satgur parsaad.
ਏਕਮ ਏਕੰਕਾਰੁ ਨਿਰਾਲਾ॥	aykam aykankaar niraalaa.
ਅਮਰੁ ਅਜੋਨੀ ਜਾਤਿ ਨ ਜਾਲਾ॥	amar ajonee jaat na jaalaa.
ਅਗਮ ਅਗੋਚਰੁ ਰੂਪੁ ਨ ਰੇਖਿਆ॥	agam agochar roop na raykh-i-aa.
ਖੋਜਤ ਖੋਜਤ ਘਟਿ ਘਟਿ ਦੇਖਿਆ॥	khojat khojat ghat ghat daykhi-aa.
ਜੋ ਦੇਖਿ ਦਿਖਾਵੈ, ਤਿਸ ਕਉ ਬਲਿ ਜਾਈ॥	jo daykh dikhaavai tis ka-o bal jaa-ee.
ਗੁਰ ਪਰਸਾਦਿ ਪਰਮ ਪਦੁ ਪਾਈ॥੧॥	gur parsaad param pad paa-ee. ||1||

ਇੱਕੋ ਇੱਕ ਨਿਰਾਲਾ ਪ੍ਰਭ ਹੀ ਸ੍ਰਿਸ਼ਟੀ ਨੂੰ ਪੈਦਾ ਕਰਨ ਵਾਲਾ ਹੈ । ਸਦਾ ਰਹਿਣ ਵਾਲਾ ਜਨਮ ਮਰਨ, ਜਾਤ, ਅਕਾਰ ਤੋ ਰਹਿਤ ਹੈ । ਜੀਵ ਦੀ ਜਾਣਕਾਰੀ, ਪਹੁੰਚ ਤੋ ਰਹਿਤ, ਉਪਰ ਹੈ । ਉਹ ਹਰਇੱਕ ਜੀਵ ਵਿੱਚ ਹੀ ਵਸਦਾ, ਵਾਪਰਦਾ ਹੈ । ਉਸ ਤੋ ਕਰਬਾਣ ਜਾਈਏ! ਆਪ ਹੀ ਜੀਵ ਨੂੰ ਸੋਝੀ ਬਖਸ਼ਦਾ, ਜਾਣਨ ਦੀ ਪ੍ਰੇਰਨਾ, ਖਿੱਚ ਪਾਉਂਦਾ ਹੈ । ਆਪਣੀ ਰਹਿਮਤ ਨਾਲ ਹੀ ਗੁਰਮਖ ਨੂੰ ਅਮੋਲਕ ਅਵਸਥਾ, ਸ਼ਬਦ ਦੀ ਸੋਝੀ ਬਖਸ਼ਦਾ ਹੈ ।

The One and only One astonishing True Creator of the universe lives forever and remains unchanged, beyond birth and death, worldly caste, shape, size, color, or comprehension of His Creation. He remains embedded within the soul of each creature and prevails within his body. I remain fascinated, astonished from His miracles, His Nature. He may inspire His creation to recognize the real purpose of human life blessings; with His mercy and grace, His true devotee may be enlightened with the essence of His Word the ambrosial state of mind.

ਕਿਆ ਜਪੁ ਜਾਪਉ ਬਿਨੁ ਜਗਦੀਸੈ॥	ki-aa jap jaapa-o bin jagdeesai.
ਗੁਰ ਕੈ ਸਬਦਿ ਮਹਲੁ ਘਰੁ ਦੀਸੈ॥੧॥ ਰਹਾਉ॥	gur kai sabad mahal ghar deesai. ||1|| rahaa-o.

ਪ੍ਰਭ ਦੇ ਸ਼ਬਦ ਦੀ ਪਾਲਣਾ ਤੋ ਬਿਨਾਂ ਹੋਰ ਕੁਝ ਵੀ ਸ਼ਬਦ ਦੀ ਕਮਾਈ ਨਹੀਂ ਹੋ ਸਕਦੀ ਹੈ । ਇਹ ਵੀ ਸ਼ਬਦ ਦੀ ਪਾਲਣਾ ਕਰਨ ਨਾਲ ਹੀ ਸੋਝੀ ਬਖਸ਼ਿਸ਼ ਹੁੰਦੀ ਹੈ । ਪ੍ਰਭ ਦੀ ਹੋਂਦ ਜੀਵ ਦੇ ਅੰਦਰੋਂ ਹੀ ਮਹਿਸੂਸ ਹੁੰਦੀ ਹੈ ।

Without obeying, adopting the teachings of His Word, no other meditation, worship may earn the wealth of His Word. This essence of His Word remains embedded within obeying the teachings of His Word and His true devotee may be enlightened. His true devotee may realize His existence, His Holy Spirit from within his mind.

ਦੂਜੈ ਭਾਇ ਲਗੇ ਪਛੁਤਾਣੇ॥	doojai bhaa-ay lagay pachhutaanay.
ਜਮ ਦਰਿ ਬਾਧੇ ਆਵਣ ਜਾਣੇ॥	jam dar baaDhay aavan jaanay.
ਕਿਆ ਲੈ ਆਵਹਿ ਕਿਆ ਲੇ ਜਾਹਿ॥	ki-aa lai aavahi ki-aa lay jaahi.
ਸਿਰਿ ਜਮਕਾਲੁ ਸਿ ਚੋਟਾ ਖਾਹਿ॥	sir jamkaal se chotaa khaahi.
ਬਿਨੁ ਗੁਰ ਸਬਦ ਨ ਛੂਟਸਿ ਕੋਇ॥	bin gur sabad na chhootas ko-ay.
ਪਾਖੰਡਿ ਕੀਨੈ ਮੁਕਤਿ ਨ ਹੋਇ॥੨॥	pakhand keenHai mukat na ho-ay. ||2||

ਦੂਜੀ ਅਵਸਥਾ: ਜਿਹੜਾ ਕਿਸੇ ਹੋਰ, ਸੰਸਾਰਕ ਗੁਰੂ ਦੀ ਪੂਜਾ ਕਰਦਾ ਹੈ । ਉਸ ਨੂੰ ਪਛਤਾਵਾਂ ਹੀ ਕਰਨਾ ਪੈਂਦਾ ਹੈ, ਉਹ ਜਮਾਂ ਦੇ ਚੱਕਰ ਵਿੱਚ, ਜੂੰਨਾਂ ਵਿੱਚ ਹੀ ਰਹਿੰਦਾ ਹੈ । ਉਹ ਇਸ ਸੰਸਾਰ ਵਿੱਚ ਕੀ ਆਸ ਲੈ ਕੇ ਆਉਂਦਾ ਹੈ? ਕੀ ਕਮਾਈ ਕਰਕੇ ਜਾਂਦਾ ਹੈ? ਉਸ ਨੂੰ ਜਮਦੂਤਾਂ ਦੀ ਮਾਰ ਪੈਂਦੀ ਹੈ । ਪ੍ਰਭ ਦੇ ਸ਼ਬਦ ਦੀ ਬੰਦਗੀ ਤੋ ਬਿਨਾਂ ਕੋਈ ਜਨਮ ਮਰਨ ਤੋ ਬਚ ਨਹੀਂ ਸਕਦਾ । ਹੋਰ ਕੋਈ ਪਖੰਡ ਜਾ ਧਰਮ ਦੇ ਪਿਛੇ ਲੱਗਕੇ ਦਰਬਾਰ ਵਿੱਚ ਪ੍ਰਵਾਨਗੀ ਬਖਸ਼ਿਸ਼ ਨਹੀਂ ਹੁੰਦੀ ।

Whosoever may worship any worldly Guru as his savior, protector; he may have to regret and repents after death. He may be captured by the devil of death and he may remain in the cycle of birth and death. What may be his hope and the purpose of his human life opportunity? What may be his earnings to support him in His Court after death? He may be captured by the devil of death and remains in the cycle of birth and death. Without meditating on the teachings of His Word steady and stable belief, no one may be saved from devil of death, or eliminates his cycle of birth and death. By any religious baptism or adopting any other worships, like aakand paath, free-kitchen, langar for helpless, charity; no one may be blessed with the right path of acceptance in His Court.

ਆਪੇ ਸਚੁ ਕੀਆ ਕਰ ਜੋੜਿ॥	aapay sach kee-aa kar jorh.
ਅੰਡਜ ਫੋੜਿ ਜੋੜਿ ਵਿਛੋੜਿ॥	andaj forh jorh vichhorh.
ਧਰਤਿ ਅਕਾਸੁ ਕੀਏ ਬੈਸਣ ਕਉ ਥਾਉ॥	Dharat akaas kee-ay baisan ka-o thaa-o.
ਰਾਤਿ ਦਿਨੰਤੁ ਕੀਏ ਭਉ ਭਾਉ॥	raat dinant kee-ay bha-o bhaa-o.
ਜਿਨਿ ਕੀਏ ਕਰਿ ਵੇਖਣਹਾਰਾ॥	jin kee-ay kar vaykhanhaaraa.
ਅਵਰੁ ਨ ਦੂਜਾ ਸਿਰਜਣਹਾਰਾ॥੩॥	avar na doojaa sirjanhaaraa. ||3||

ਪ੍ਰਭ ਨੇ ਆਪ ਹੀ ਸ੍ਰਿਸ਼ਟੀ ਬਣਾਈ ਹੈ । ਵੱਖਰੀਆਂ ਧਾਤਾਂ ਨੂੰ ਜੋੜਕੇ, ਜੀਵ ਦਾ ਤਨ ਪੈਦਾ ਕਰਦਾ, ਮੌਤ ਦੇਂਦਾ ਹੈ । ਆਪ ਹੀ ਧਰਤੀ ਅਤੇ ਅਕਾਸ਼, ਜੀਵਾਂ ਦੇ ਰਹਿਣ ਲਈ ਬਣਾਏ ਹਨ । ਉਸ ਨੇ ਆਪ ਹੀ ਦਿਨ, ਰਾਤ, ਡਰ ਅਤੇ ਪਿਆਰ ਬਣਾਇਆ ਹੈ । ਜਿਸ ਪ੍ਰਭ ਨੇ ਸ੍ਰਿਸ਼ਟੀ ਪੈਦਾ ਕੀਤੀ ਹੈ, ਆਪ ਹੀ ਦੇਖਦਾ, ਪਾਲਣਾ ਕਰਵਾਉਂਦਾ ਹੈ । ਪ੍ਰਭ ਤੋ ਬਿਨਾਂ ਹੋਰ ਕੋਈ ਕੁਝ ਕਰਨ ਵਾਲਾ ਨਹੀਂ ਹੈ ।

The One and only One Creator of the universe has created body of a creature by combining various metals. He has prewritten and established the cycle of birth and death. He has created earth, sky for dwelling for His Creation. He had also created, the play of day and night; love and hatred in the universe. The Omniscient Creator witnesses all events of His Nature and enforces the compliance of His command on His Creation. Without, The True Creator, no one may function in His Nature.

ਤ੍ਰਿਤੀਆ ਬ੍ਰਹਮਾ ਬਿਸਨੁ ਮਹੇਸਾ॥	taritee-aa barahmaa bisan mahaysaa.
ਦੇਵੀ ਦੇਵ ਉਪਾਏ ਵੇਸਾ॥	dayvee dayv upaa-ay vaysaa.
ਜੋਤੀ ਜਾਤੀ ਗਣਤ ਨ ਆਵੈ॥	jotee jaatee ganat na aavai.
ਜਿਨਿ ਸਾਜੀ ਸੋ ਕੀਮਤਿ ਪਾਵੈ॥	jin saajee so keemat paavai.
ਕੀਮਤਿ ਪਾਇ ਰਹਿਆ ਭਰਪੂਰਿ॥	keemat paa-ay rahi-aa bharpoor.
ਕਿਸੁ ਨੇੜੈ ਕਿਸੁ ਆਖਾ ਦੂਰਿ॥੪॥	kis nayrhai kis aakhaa door. ||4||

ਤੀਜੀ ਅਵਸਥਾ– ਪ੍ਰਭ ਨੇ ਆਪ ਹੀ ਜੀਵਾਂ ਨੂੰ ਸੇਧ ਦੇਣ ਲਈ ਦੇਵਤੇ ਪੈਦਾ ਕੀਤੇ ਹਨ । ਬ੍ਰਹਮਾ, ਬਿਸ਼ਨ, ਮਹੈਸ਼, ਨਾਨਕ ਆਦਿ, ਜੀਵਨ ਦੇ ਨਿਯਮ, ਧਰਮ ਦੇ ਗ੍ਰੰਥ ਬਣਾਏ ਹਨ । ਜੀਵ ਨੂੰ ਭਗਤਾਂ ਦੀ ਰੋਸ਼ਨੀ, ਗਿਆਨ ਦੀ ਹੱਦ, ਗਿਣਤੀ ਦੀ ਜਾਣਕਾਰੀ ਨਹੀਂ ਹੈ । ਪ੍ਰਭ ਆਪ ਹੀ ਭਗਤਾਂ ਦੇ ਮਨ ਦੀ ਅਵਸਥਾ, ਜੀਵਨ ਦੀ ਮਹੱਤਤਾ ਜਾਣਦਾ ਹੈ । ਆਪ ਹੀ ਹਰਇੱਕ ਜੀਵ ਦੇ ਕੰਮ ਪਰਖਦਾ ਹੈ, ਹਰਇੱਕ ਵਿੱਚ ਆਪ ਹੀ ਵਾਪਰਦਾ ਹੈ । ਜੀਵ ਨੂੰ ਜਾਣਕਾਰੀ ਨਹੀਂ, ਕੌਣ ਉਸ ਦੇ ਨੇੜੇ ਜਾ ਦੂਰ ਹੈ ।

The True Master from time to time sends His prophets (**Brahma, Biseen, Mehesh, Jesus, Nanak many others)** in the universe to guide, inspire His Creation to recognize the real purpose of human life opportunity. He has created various Holy scriptures to enlighten the real path of human life, opportunity for His Creation. The count of Ancient prophets and limits of their enlightenment remains beyond the comprehension of His Creation.

Only, The True Creator may know the state of mind, significance and the real accomplishment of these prophets, massagers of The True Master. The True Master may judge their path and prevails in each event of His Nature. Who may move closer or drift away after adopting his path in the universe, remains beyond the comprehension of His Creation?

ਚਉਥਿ ਉਪਾਏ ਚਾਰੇ ਬੇਦਾ॥	cha-uth upaa-ay chaaray baydaa.
ਖਾਣੀ ਚਾਰੇ ਬਾਣੀ ਭੇਦਾ॥	khaanee chaaray banee bhaydaa.
ਅਸਟ ਦਸਾ ਖਟੁ ਤੀਨਿ ਉਪਾਏ॥	asat dasaa khat teen upaa-ay.
ਸੋ ਬੂਝੈ ਜਿਸੁ ਆਪਿ ਬੁਝਾਏ॥	so boojhai jis aap bujhaa-ay.
ਤੀਨਿ ਸਮਾਂਵੈ ਚਉਥੈ ਵਾਸਾ॥	teen samaavai cha-uthai vaasaa.
ਪ੍ਰਣਵਤਿ ਨਾਨਕ ਹਮ ਤਾ ਕੇ ਦਾਸਾ॥੫॥	paranvat naanak ham taa kay daasaa. 5||

ਚੌਥੀ ਅਵਸਥਾ- ਉਸ ਨੇ ਚਾਰ ਵੇਦ, ਧਰਮ ਦੇ ਗ੍ਰੰਥ ਬਣਾਏ । ਜੀਵ ਨੂੰ ਪੈਦਾ ਕਰਨ ਦੇ ਚਾਰ ਸੋਮੇਂ ਬਣਾਏ ਹਨ । ਉਹਨਾਂ ਦੀ ਪਛਾਣ ਉਹਨਾਂ ਦੀ ਬੋਲੀ ਤੋਂ ਕੀਤੀ । ਉਸ ਨੇ 18 ਪਰਾਨ, 6 ਸਾਸਤ੍ਰ, ਤਿੰਨ ਸੰਸਾਰਕ ਮਾਇਆ ਦੇ ਗੁਣ ਪੈਦਾ ਕੀਤੇ ਹਨ । ਆਪ ਹੀ ਜਾਣਦਾ ਹੈ, ਕਿ ਕਿਸ ਨੂੰ ਇਹਨਾਂ ਦੀ ਸੋਝੀ, ਜਾਣਕਾਰੀ ਬਖਸ਼ਦਾ ਹੈ । ਮਾਇਆ ਦੇ ਤਿੰਨਾਂ ਗੁਣ ਤੇ ਜਿੱਤ ਪਾਉਣ ਨਾਲ ਹੀ ਚੌਥੀ, ਮੁਕਤੀ ਦੀ ਅਵਸਥਾ ਬਖਸ਼ਿਸ਼ ਹੁੰਦੀ ਹੈ । ਪ੍ਰਭ ਦੇ ਦਾਸ ਬਣਕੇ, ਸ਼ਬਦ ਦੇ ਗੁਣ ਆਪਣੇ ਜੀਵਨ ਵਿੱਚ ਧਾਰਨ ਕਰੋ !

He has created four **Vedas**, all religious Holy Scriptures. He has created four sources of reproduction of His Creation. He defined the sound of their tongue as communication and recognition of his type, religion. He has created numerous Holy Scriptures and three virtues of worldly wealth. Only He knows, who may be enlightened with the essence of the virtues of His Word and up to what extent. Whosoever may conquer the three virtues of worldly wealth; with His mercy and grace, he may be blessed with the right path of acceptance in His Court and state of salvation. You should humbly surrender your mind, body, and worldly status at His sanctuary and adopt the teachings of His Word with steady and stable belief in day-to-day life.

ਪੰਚਮੀ ਪੰਚ ਭੂਤ ਬੇਤਾਲਾ॥	panchmee panch bhoot baytaalaa.
ਆਪਿ ਅਗੋਚਰੁ ਪੁਰਖੁ ਨਿਰਾਲਾ॥	aap agochar purakh niraalaa.
ਇਕਿ ਭ੍ਰਮਿ ਭੂਖੇ ਮੋਹ ਪਿਆਸੇ॥	ik bharam bhookhay moh pi-aasay.
ਇਕਿ ਰਸੁ ਚਾਖਿ ਸਬਦਿ ਤ੍ਰਿਪਤਾਸੇ॥	ik ras chaakh sabad tariptaasay.
ਇਕਿ ਰੰਗਿ ਰਾਤੇ ਇਕਿ ਮਰਿ ਧੂਰਿ॥	ik rang raatay ik mar Dhoor.
ਇਕਿ ਦਰਿ ਘਰਿ ਸਾਚੈ ਦੇਖਿ ਹਦੂਰਿ॥੬॥	ik dar ghar saachai daykh hadoor. ||6||

5- **ਪੰਜਵੀ ਅਵਸਥਾ** ਵਿੱਚ ਉਸ ਨੇ ਪੰਜ ਜਮਦੂਤ, ਸੰਸਾਰਕ ਇੱਛਾਂ ਪੈਦਾ ਕੀਤੀਆਂ । ਆਪ ਪੰਜਾਂ ਤੋਂ ਅਲੱਗ ਰਹਿੰਦਾ, ਆਪਣੇ ਕਾਬੂ ਵਿੱਚ ਰਖਦਾ ਹੈ । ਕਈ ਜੀਵ ਇੱਛਾਂ ਦੀਆਂ ਭਟਕਣਾਂ, ਭਰਮਾਂ ਵਿੱਚ ਹੀ ਰਹਿੰਦੇ ਹਨ । ਕਈ ਸੰਸਾਰਕ ਇੱਛਾਂ ਤੇ ਜਿੱਤ ਪਾ ਕੇ ਸ਼ਬਦ ਦੀ ਪਾਲਣਾ ਵਿੱਚ ਅਡੋਲ ਰਹਿੰਦੇ ਹਨ । ਕਈ ਸ਼ਬਦ ਦੀ ਪਾਲਣਾ ਵਿੱਚ ਲੀਨ ਰਹਿੰਦੇ ਵੀ ਮਰ ਕੇ, ਭਸਮ ਹੋ ਜਾਂਦੇ ਹਨ । ਕਈ ਸ਼ਬਦ ਦੀ ਪਾਲਣਾ ਕਰਦੇ ਪ੍ਰਭ ਦੇ ਦਰਬਾਰ ਵਿੱਚ ਪ੍ਰਵਾਨ ਹੋ ਜਾਂਦੇ, ਸਦ ਰਹਿਣ ਵਾਲੇ ਦੀ ਹਜ਼ੂਰੀ ਵਿੱਚ ਰਹਿੰਦੇ ਹਨ ।

He has created five demons of worldly desires. He remains beyond the attachment, reach of theses demons; all remains under His command and control. Some may remain frustrated with worldly desires, religious rituals, and suspicions. With His mercy and grace, some may conquer the demons of worldly desires and obeys the teachings of His Word with steady and stable in his day-to-day life; with His mercy and grace, some may remain intoxicated in meditation in the void of His Word. Some self-minded may waste human life opportunity and just become ashes. With His mercy and grace, His true devotee may be blessed with right path of acceptance. He may be blessed with a place in the royal castle in His presence of forever.

ਝੂਠੇ ਕਉ ਨਾਹੀ ਪਤਿ ਨਾਉ॥ jhoothay ka-o naahee pat naa-o.
ਕਬਹੁ ਨ ਸੂਚਾ ਕਾਲਾ ਕਾਉ॥ kabahu na soochaa kaalaa kaa-o.
ਪਿੰਜਰਿ ਪੰਖੀ ਬੰਧਿਆ ਕੋਇ॥ pinjar pankhee banDhi-aa ko-ay.
ਛੇਰੀਂ ਭਰਮੈ ਮੁਕਤਿ ਨ ਹੋਇ॥ chhayreeN bharmai mukat na ho-ay.
ਤਉ ਛੂਟੈ ਜਾ ਖਸਮੁ ਛਡਾਏ॥ ta-o chhootai jaa khasam chhadaa-ay.
ਗੁਰਮਤਿ ਮੇਲੇ ਭਗਤਿ ਦ੍ਰਿੜਾਏ॥੭॥ gurmat maylay bhagat drirh-aa-ay. ||7||

ਜਿਸ ਦੀ ਲਗਨ ਥੋੜ੍ਹਾ ਸਮਾਂ ਰਹਿਣ ਵਾਲੇ ਪਦਾਰਥਾਂ ਨਾਲ ਹੁੰਦੀ ਹੈ । ਉਸ ਨੂੰ ਕੋਈ ਮਾਣ ਬਖਸ਼ਿਸ਼ ਨਹੀਂ ਹੁੰਦਾ, ਆਤਮਾ ਕਦੇ ਪਵਿੱਤਰ ਨਹੀਂ ਹੁੰਦੀ । ਉਹ ਇਸ ਸੰਸਾਰ ਵਿੱਚ ਇੱਕ ਪਿੰਜਰੇ ਵਿੱਚ ਬੰਦ ਪੰਛੀ ਦੀ ਤਰ੍ਹਾਂ ਹੀ ਰਹਿੰਦਾ ਹੈ । ਉਹ ਸੰਸਾਰਕ ਪਿੰਜਰੇ ਵਿੱਚ ਜੂੰਨਾਂ ਦੇ ਨਾ ਖਤਮ ਹੋਣ ਵਾਲੇ ਚੱਕਰ ਵਿੱਚ ਹੀ ਰਹਿੰਦਾ ਹੁੰਦਾ । ਜਿਸ ਤੇ ਪ੍ਰਭ ਆਪ ਰਹਿਮਤ ਬਖਸ਼ਕੇ ਸ਼ਬਦ ਦੀ ਪਾਲਣਾ ਤੇ ਲਾਉਂਦਾ ਹੈ । ਕੇਵਲ ਉਹ ਹੀ ਇਸ ਪਿੰਜਰੇ ਵਿਚੋਂ ਛੁਟਦਾ, ਸ਼ਬਦ ਦੀ ਬੰਦਗੀ ਕਰਕੇ ਪ੍ਰਵਾਨ ਹੋ ਜਾਂਦਾ ਹੈ ।

Whosoever may remain intoxicated with the short-lived pleasures of worldly wealth; he may never be honored in His Court nor his soul ever be sanctified. His human life journey may be like a caged bird. He remains in the cage, never ending cycle of birth and death. With His mercy and grace, whosoever may be blessed with a devotion to obey the teachings of His Word; only he may be accepted in His Court and freed from this cage.

ਖਸਟੀ ਖਟੁ ਦਰਸਨ ਪ੍ਰਭ ਸਾਜੇ॥ khastee khat darsan parabh saajay.
ਅਨਹਦ ਸਬਦੁ ਨਿਰਾਲਾ ਵਾਜੇ॥ anhad sabad niraalaa vaajay.
ਜੇ ਪ੍ਰਭ ਭਾਵੈ ਤਾ ਮਹਲਿ ਬੁਲਾਵੈ॥ jay parabh bhaavai taa mahal bulaavai.
ਸਬਦੇ ਭੇਦੇ ਤਉ ਪਤਿ ਪਾਵੈ॥ sabday bhayday ta-o pat paavai.
ਕਰਿ ਕਰਿ ਵੇਸ ਖਪਹਿ ਜਲਿ ਜਾਵਹਿ॥ kar kar vays khapeh jal jaaveh.
ਸਾਚੈ ਸਾਚੇ ਸਾਚਿ ਸਮਾਵਹਿ॥੮॥ saachai saachay saach samaaveh. ||8||

6- **ਛੇਵੀ ਅਵਸਥਾ** ਤੇ ਪ੍ਰਭ ਨੇ 6 ਜੋਗਾਂ ਦੇ ਢੰਗ ਪੈਦਾ ਕੀਤੇ । ਆਪਣੇ ਆਪ ਨੂੰ ਸਦਾ ਰਹਿਣ ਵਾਲੀ ਸ਼ਬਦ ਦੀ ਧੁਨ ਵਿੱਚ ਲੈ ਆਉਂਦਾ ਹੈ । ਜਿਸ ਦੀ ਸ਼ਬਦ ਦੀ ਕਮਾਈ ਦਰਬਾਰ ਵਿੱਚ ਪ੍ਰਵਾਨ ਹੋ ਜਾਂਦੀ ਹੈ, ਉਸ ਜੀਵ ਨੂੰ ਹੀ ਦਰਬਾਰ ਵਿੱਚ ਸੱਦਾ ਪੈਂਦਾ ਹੈ । ਜਿਸ ਦੇ ਮਨ ਵਿੱਚ ਸ਼ਬਦ ਘਰ ਕਰ ਜਾਂਦਾ, ਉਸ ਨੂੰ ਨਿਹਾਲ ਕਰਦਾ ਹੈ । ਜਿਹੜਾ ਕੇਵਲ ਧਰਮ ਦਾ ਬਾਣਾ ਪਾਉਂਦਾ, ਆਪਣਾ ਜੀਵਨ ਬਿਰਥਾ ਹੀ ਗਵਾ ਲੈਂਦਾ ਹੈ । ਅਡੋਲ ਭਰੋਸੇ ਨਾਲ ਸ਼ਬਦ ਦੀ ਪਾਲਣਾ ਕਰਨ ਨਾਲ ਹੀ ਰਹਿਮਤ ਬਖਸ਼ਿਸ਼ ਹੁੰਦੀ ਹੈ । ਉਸ ਦੀ ਜੋਤ ਵਿੱਚ ਅਭੇਦ ਹੋਇਆ ਜਾ ਸਕਦਾ ਹੈ ।

He has created 6 techniques of meditation and He has embedded His Holy Spirit within the everlasting echo of His Word. Whose earnings of His Word may be accepted in His Court; with His mercy and grace, only he may be invited to His Court. Whosoever may remain drenched with the essence of His Word; with His mercy and grace, he may be overwhelmed with virtues beyond his wild imagination. Whosoever may obey the teachings of His Word with steady and stable belief in his day-to-day life; with His mercy and grace, he may be immersed within His Holy Spirit.

ਸਪਤਮੀ ਸਤੁ ਸੰਤੋਖੁ ਸਰੀਰਿ॥ saptamee sat santokh sareer.
ਸਾਤ ਸਮੁੰਦ ਭਰੇ ਨਿਰਮਲ ਨੀਰਿ॥ saat samund bharay nirmal neer.
ਮਜਨੁ ਸੀਲੁ ਸਚੁ ਰਿਦੈ ਵੀਚਾਰਿ॥ majan seel sach ridai veechaar.

ਗੁਰ ਕੈ ਸਬਦਿ ਪਾਵੈ ਸਭਿ ਪਾਰਿ॥ gur kai sabad paavai sabh paar.
ਮਨਿ ਸਾਚਾ ਮੁਖਿ ਸਾਚਉ ਭਾਇ॥ man saachaa mukh saacha-o bhaa-ay.
ਸਚੁ ਨੀਸਾਣੈ ਠਾਕ ਨ ਪਾਇ॥੯॥ sach neesaanai thaak na paa-ay. ||9||

7 – **ਸੱਤਵੀ ਅਵਸਥਾ**– ਜਿਸ ਦਾ ਮਨ, ਤਨ ਪ੍ਰਭ ਦੇ ਸ਼ਬਦ ਵਿੱਚ ਲੀਨ ਹੋ ਜਾਂਦਾ ਹੈ । ਉਸ ਦੇ ਮਨ ਦੇ ਅੰਦਰ ਹੀ ਸੱਤਵਾਂ ਸਾਗਰ, ਅੰਮ੍ਰਿਤ ਨਾਲ ਭਰ ਦੇਂਦਾ, ਬਖਸ਼ਦਾ ਹੈ । ਜਿਹੜਾ ਆਪਣੇ ਇਖਲਾਕ ਨਾਲ ਇਸ ਸਾਗਰ ਵਿੱਚ ਇਸ਼ਨਾਨ ਕਰਦਾ ਹੈ । ਉਸ ਦੇ ਮਨ ਵਿੱਚ ਪ੍ਰਭ ਦੀ ਜੋਤ ਜਾਗਰਤ ਹੋ ਜਾਂਦੀ ਹੈ । ਜਿਹੜਾ ਭਰੋਸਾ ਅਡੋਲ ਕਰ ਲੈਂਦੇ ਹਨ, ਉਹ ਸਾਗਰ ਪਾਰ ਕਰ ਜਾਂਦੇ ਹਨ । ਉਸ ਦੇ ਮਨ ਵਿੱਚ ਪ੍ਰਭ ਦਾ ਸ਼ਬਦ ਘਰ ਕਰ ਜਾਂਦਾ, ਜੀਭ ਤੇ ਉਸਤਤ ਦੇ ਮਿੱਠੇ ਸ਼ਬਦ ਬਖੀਸ਼ਸ਼ ਹੁੰਦੇ ਹਨ । ਜਿਹੜਾ ਸ਼ਬਦ ਦੀ ਪਾਲਣਾ ਵਿੱਚ ਇਸਤਰ੍ਹਾਂ ਮਸਤ ਹੋ ਜਾਂਦਾ ਹੈ, ਉਸ ਨੂੰ ਦਰਬਾਰ ਵਿਚ ਪ੍ਰਵਾਨ ਹੋਣ ਵਿੱਚ ਕੋਈ ਰੁਕਾਵਟ ਨਹੀਂ ਆਉਂਦੀ ।

Whosoever may remain intoxicated in void of His Word; with His mercy and grace, seventh ocean of His nectar may be blessed and flowing from the 10th door of his body and mind. Whosoever may take a soul sanctifying bath in the nectar of His Word; with His mercy and grace, he may be enlightened with the essence of His Word. Whosoever may remain steady and stable on the right path of meditation, he may be saved and accepted in His Court. His mind may remain drenched with the essence of His Word. He may remain intoxicated singing the sweet, melodious songs of His praised with his tongues. With His mercy and grace, he may not have any restriction entering His Court.

ਅਸਟਮੀ ਅਸਟ ਸਿਧਿ ਬੁਧਿ ਸਾਧੈ॥ astamee asat siDh buDh saaDhai.
ਸਚੁ ਨਿਹਕੇਵਲੁ ਕਰਮਿ ਅਰਾਧੈ॥ sach nihkayval karam araaDhai.
ਪਉਣ ਪਾਣੀ ਅਗਨੀ ਬਿਸਰਾਉ॥ pa-un paanee agnee bisraa-o.
ਤਹੀ ਨਿਰੰਜਨੁ ਸਾਚੋ ਨਾਉ॥ tahee niranjan saacho naa-o.
ਤਿਸੁ ਮਹਿ ਮਨੂਆ ਰਹਿਆ ਲਿਵ ਲਾਇ॥ tis meh manoo-aa rahi-aa liv laa-ay.
ਪ੍ਰਣਵਤਿ ਨਾਨਕੁ ਕਾਲੁ ਨ ਖਾਇ॥੧੦॥ paranvat naanak kaal na khaa-ay. ||10||

8- **ਅੱਠਵੀ ਅਵਸਥਾ**– ਜਿਹੜਾ ਆਪਣਾ ਮਨ ਸ਼ਬਦ ਦੇ ਲੜ ਲਾ ਦੇਂਦਾ ਹੈ । ਉਸ ਨੂੰ ਰਿਧੀਆਂ ਸਿਧੀਆਂ, ਚਮਤਕਾਰ ਕਰਨ ਦੀ ਸੋਝੀ ਬਖਸ਼ਿਸ਼ ਹੋ ਜਾਂਦੀ ਹੈ । ਉਸ ਨੂੰ ਆਪਣੇ ਮਨ ਦੀ ਪਵਿੱਤਰਤਾ ਨਾਲ ਰਹਿਮਤਾਂ ਬਖਸ਼ਿਸ਼ ਹੁੰਦੀਆਂ ਹਨ । ਹਵਾ, ਪਾਣੀ, ਅੱਗਨੀ ਵਿੱਚ ਜੀਵ ਨੂੰ ਤਬਾਹ ਕਰਨ ਵਾਲੇ ਗੁਣਾਂ ਨੂੰ ਵਿਸਾਰ ਦੇਵੋ! ਸ਼ਬਦ ਦੀ ਪਾਲਣਾ ਨਾਲ ਮਨ ਨੂੰ ਪਵਿੱਤਰ ਕਰੋ, ਪ੍ਰਭ ਦੇ ਵਿਛੋੜੇ ਦੇ ਵਿਰਾਗ ਵਿੱਚ ਧਿਆਨ ਰਖੋ । ਇਸ ਤੋ ਬਿਨਾਂ ਤਨ ਕੇਵਲ ਮੌਤ ਦੀ ਅੱਗ ਵਿੱਚ ਹੀ ਭਸਲ ਹੋ ਜਾਂਦਾ ਹੈ ।

Whosoever may surrender his mind, body at His sanctuary to obey the teachings of His Word; with His mercy and grace, he may be blessed with the enlightenments of miracle power of The True Master. His soul may be sanctified and becomes worthy of His consideration. You should abandon the thoughts of evil, destructive powers within air, fire, and water. You should sanctify with the essence of His Word; with the renunciation of your memory of separation from The Holy Spirit. Without such a devotion and dedication, his body may only burn to ashes; he may not benefit from his human life opportunity.

ਨਾਉ ਨਉਮੀ ਨਵੇ ਨਾਥ ਨਵ ਖੰਡਾ॥ naa-o na-umee navay naath nav khanda.
ਘਟਿ ਘਟਿ ਨਾਥੁ ਮਹਾ ਬਲਵੰਡਾ॥ ghat ghat naath mahaa balvandaa.
ਆਈ ਪੂਤਾ ਇਹੁ ਜਗੁ ਸਾਰਾ॥ aa-ee pootaa ih jag saaraa.
ਪ੍ਰਭ ਆਦੇਸੁ ਆਦਿ ਰਖਵਾਰਾ॥ parabh aadays aad rakhvaaraa.

ਆਦਿ ਜੁਗਾਦੀ ਹੈ ਭੀ ਹੋਗੁ॥ aad jugaadee hai bhee hog.
ਓਹੁ ਅਪਰੰਪਰੁ ਕਰਣੈ ਜੋਗੁ॥੧੧॥ oh aprampar karnai jog. ||11||

9– ਨੌਂਵੀ ਅਵਸਥਾ – ਜੀਵ ਉਸ ਨੌ ਨਾਥਾਂ ਦੇ ਮਾਲਕ ਦੇ ਚਰਨਾਂ ਵਿੱਚ ਆਉਂਦਾ ਹੈ । ਜਿਹੜਾ ਧਰਤੀ ਦੀਆਂ ਨੌ ਤਹਿਆਂ, ਪਤਾਲਾਂ, ਹਰਇੱਕ ਜੀਵ ਦੇ ਮਨ ਵਿੱਚ ਵਸਦਾ ਹੈ । ਉਸ ਦੇ ਸ਼ਬਦ ਦਾ ਖਿਆਲ ਕਰੋ, ਧੰਨਵਾਦ ਕਰੋ । ਸਾਰੇ ਜੀਵ ਹੀ ਮਾਇਆ ਦੇ ਬੱਚੇ, ਗੁਲਾਮ, ਪ੍ਰੇਮੀ ਹਨ । ਜਿਹੜਾ ਆਪਣਾ ਮਨ, ਤਨ ਪ੍ਰਭ ਨੂੰ ਸੌਪ ਦੇਂਦਾ ਹੈ । ਪ੍ਰਭ ਆਪਣੇ ਭਗਤਾ ਦੀ ਜੁਗਾਂ, ਜੁਗਾਂ ਤੋ ਰਖਿਆ ਕਰਦਾ ਆਇਆ ਹੈ । ਉਹ ਸ੍ਰਿਸ਼ਟੀ ਤੋ ਪਹਿਲੇ ਵੀ ਸੀ, ਹੁਣ ਵੀ ਹੈ, ਅੱਗੇ ਵੀ ਅਟੱਲ ਰਹਿਣ ਵਾਲਾ ਮਾਲਕ ਹੈ । ਉਸ ਸਭ ਕੁਝ ਕਰਦਾ, ਕਰਨ ਯੋਗ ਹੈ, ਸਮਰਥਾ ਰਖਦਾ ਹੈ ।

In this stage, His true devotee may surrender his mind, body, and worldly status at His sanctuary; The King of Kings, Nath of all nine Nath. Who remains embedded within nine layers of underworld and within the soul of each creature? You should focus on the teachings of His Word and sings the praises and glory of His Word. Whosoever may surrender his mind, body, and worldly status at His sanctuary; The True Master has been protecting His true devotees from Ages. The True Master was true and exist before the creation, in the present worldly environments and after the destruction of present creation; before the birth of a creature, in his worldly life and after his death in His Court. The Omnipotent True Master prevails in every event and capable of making anything, everything possible.

ਦਸਮੀ ਨਾਮੁ ਦਾਨੁ ਇਸਨਾਨੁ॥ dasmee naam daan isnaan.
ਅਨਦਿਨੁ ਮਜਨੁ ਸਚਾ ਗੁਣ ਗਿਆਨੁ॥ an-din majan sachaa gun gi-aan.
ਸਚਿ ਮੈਲੁ ਨ ਲਾਗੈ sach mail na laagai
ਭ੍ਰਮੁ ਭਉ ਭਾਗੈ॥ bharam bha-o bhaagai.
ਬਿਲਮੁ ਨ ਤੂਟਸਿ ਕਾਚੈ ਤਾਗੈ॥ bilam na tootas kaachai taagai.
ਜਿਉ ਤਾਗਾ ਜਗੁ ਏਵੈ ਜਾਣਹੁ॥ ji-o taagaa jag ayvai jaanhu.
ਅਸਥਿਰੁ ਚੀਤੁ ਸਾਚਿ ਰੰਗੁ ਮਾਣਹੁ॥੧੨॥ asthir cheet saach rang maanhu. ||12||

10– ਦਸਵੀ ਅਵਸਥਾ– ਇਸ ਵਿੱਚ ਜੀਵ ਸ਼ਬਦ ਦੀ ਪਾਲਣਾ ਕਰਦਾ ਹੈ । ਪੁੰਨ ਦਾਨ ਕਰਦਾ, ਮਨ ਨੂੰ ਇੱਛਾਂ ਤੋ ਰਹਿਤ ਰਖਦਾ ਹੈ । ਪ੍ਰਭ ਦੇ ਸ਼ਬਦ ਦਾ ਸਿਮਰਨ ਕਰਦਾ, ਉਸਤਤ ਗਾਉਂਦਾ ਹੈ । ਜਿਹੜਾ ਜੀਵ ਸ਼ਬਦ ਤੇ ਭਰੋਸਾ ਅਡੋਲ ਰਖਦਾ ਹੈ । ਉਸ ਦਾ ਮਨ ਇੱਛਾਂ ਦੇ ਜਾਲ ਵਿੱਚ ਨਹੀਂ ਫਸਦਾ, ਭਰਮ ਦੂਰ ਹੋ ਜਾਂਦੇ ਹਨ । ਮਾਨਸ ਜੀਵਨ ਦਾ ਸਫਰ ਇੱਕੇ ਕੱਚੇ ਧਾਗੇ ਵਾਂਗ ਹੀ ਹੈ । ਉਹ ਥੋੜ੍ਹੀ ਮੁਸ਼ਕਲ ਪੈਣ ਤੇ ਟੁੱਟ, ਡੋਲ ਜਾਂਦਾ ਹੈ । ਅਪਣੇ ਭਰੋਸੇ ਨੂੰ ਅਡੋਲ ਰਖਣ ਨਾਲ ਹੀ ਪ੍ਰਭ ਦੀ ਪ੍ਰਵਾਨਗੀ ਬਖਸ਼ਿਸ਼ ਹੋ ਸਕਦੀ ਹੈ ।

In this stage; His true devotee may obey the teachings of His Word with steady and stable belief in his day-to-day life. He may perform some charity, donation and keeps his mind beyond the reach of worldly desires. He may meditate and sings the glory of His Word. Whosoever may obey the teachings of His Word with steady and stable belief; with His mercy and grace, all his suspicions may be eliminated. He may become beyond the temptation of worldly desires. Worldly life journey may be like a raw thread. He may drift into wrong direction with minor worldly hardships. Whosoever may remain steady and stable on the right path; with His mercy and grace, only he may be accepted in His Court.

ਏਕਾਦਸੀ ਇਕੁ ਰਿਦੈ ਵਸਾਵੈ॥ aykaadasee ik ridai vasaavai.
ਹਿੰਸਾ ਮਮਤਾ ਮੋਹੁ ਚੁਕਾਵੈ॥ hinsaa mamtaa moh chukhaavai.
ਫਲੁ ਪਾਵੈ ਬ੍ਰਤੁ ਆਤਮ ਚੀਨੈ॥ fal paavai barat aatam cheenai.

ਪਾਖੰਡਿ ਰਾਚਿ ਤਤੁ ਨਹੀ ਬੀਨੈ॥ pakhand raach tat nahee beenai.
ਨਿਰਮਲੁ ਨਿਰਾਹਾਰੁ ਨਿਹਕੇਵਲੁ॥ nirmal niraahaar nihkayval.
ਸੂਚੈ ਸਾਚੇ ਨਾ ਲਾਗੈ ਮਲੁ॥੧੩॥ soochai saachay naa laagai mal. ||13||

11 – ਗਿਆਰਾਂਵੀ ਅਵਸਥਾ – ਪ੍ਰਭ ਦਾ ਸ਼ਬਦ ਜਿਸ ਮਨ ਵਿੱਚ, ਘਰ ਵਿੱਚ ਵਸਾਉਂਦਾ ਹੈ । ਉਸ ਦੇ ਮਨ ਵਿਚੋਂ ਜ਼ੁਲਮ, ਅਹੰਕਾਰ, ਹੈਸੀਆ, ਮੋਹ ਦੂਰ ਹੋ ਜਾਂਦਾ ਹੈ । ਜੀਵ ਨੂੰ ਆਪਣੇ ਆਪ ਦੀ ਜਾਣਕਾਰੀ ਹੋ ਜਾਂਦੀ ਹੈ । ਉਸ ਨੂੰ ਆਪਣੀ ਕੀਤੀ ਕਮਾਈ ਦਾ ਫਲ ਬਖਸ਼ਿਸ਼ ਹੋ ਜਾਂਦਾ ਹੈ । ਜਿਹੜਾ ਪੰਖਡ ਦੀ ਬੰਦਗੀ ਕਰਦਾ ਹੈ, ਉਸ ਨੂੰ ਇਹ ਅਵਸਥਾ ਬਖਸ਼ਿਸ਼ ਨਹੀਂ ਹੁੰਦੀ । ਉਸ ਦੀ ਪਵਿੱਤਰਤਾ ਕਦੇ ਮੈਲੀ ਨਹੀਂ ਹੋ ਸਕਦੀ, ਕੋਈ ਧੋਖਾ ਨਹੀਂ ਦੇ ਸਕਦਾ । ਪ੍ਰਭ ਆਪਣੇ ਆਪ ਵਿੱਚ ਪੂਰਨ, ਪਵਿੱਤਰ, ਮੋਹ ਤੋ ਰਹਿਤ ਹੈ ।

Whosoever may be drenched with essence of His Word; with His mercy and grace; he may conquer his own ego, pride of his worldly status, evil thoughts, and attachments. His true devotee may be enlightened with the essence of His Word from within. He may recognize the real purpose of his human life blessings. His earnings may be rewarded. Whosoever may meditate in his ego of worldly status, to get worldly fame, religious baptism, he may never be blessed with such a state of mind. His blemish of worldly desires may never be sanctified. The Holy Spirit remains sanctified, perfect and beyond the reach of any attachments.

ਜਹ ਦੇਖਉ ਤਹ ਏਕੋ ਏਕਾ॥ jah daykh-a-u tah ayko aykaa.
ਹੋਰਿ ਜੀਅ ਉਪਾਏ ਵੇਕੋ ਵੇਕਾ॥ hor jee-a upaa-ay vayko vaykaa.
ਫਲੋਹਾਰ ਕੀਏ ਫਲੁ ਜਾਇ॥ falohaar kee-ay fal jaa-ay.
ਰਸ ਕਸ ਖਾਏ ਸਾਦੁ ਗਾਵਇ॥ ras kas khaa-ay saad gavaa-ay.
ਕੂੜੈ ਲਾਲਚਿ ਲਪਟੈ ਲਪਟਾਇ॥ koorhai laalach laptai laptaa-ay.
ਛੂਟੈ ਗੁਰਮੁਖਿ ਸਾਚੁ ਕਮਾਇ॥੧੪॥ chhootai gurmukh saach kamaa-ay. ||14||

ਪ੍ਰਭ ਹੀ ਹਰ ਥਾਂ ਹਾਜਰਾ ਹਜ਼ੂਰ ਮੌਜੂਦ ਹੈ, ਉਸ ਨੇ ਹੀ ਸਾਰੇ ਜੀਵ ਪੈਦਾ ਕੀਤੇ ਹਨ । ਜਿਹੜਾ ਕੇਵਲ, ਮਿੱਠਾ ਹੀ ਖਾਦਾ, ਜਾ ਫਲ ਹੀ ਖਾਦਾ ਹੈ! ਉਹ ਜੀਵਨ ਦਾ ਫਲ ਗਵਾ ਲੈਂਦਾ ਹੈ, ਉਸ ਨੂੰ ਮਾਨਸ ਜੀਵਨ ਦੇ ਮੰਤਵ ਦੀ ਸੋਝੀ ਬਖਸ਼ਿਸ਼ ਨਹੀਂ ਹੁੰਦੀ । ਜਿਹੜਾ ਕੇਵਲ ਅਮੋਲਕ, ਕੀਮਤੀ ਖਾਣਾ ਹੀ ਖਾਦਾ ਹੈ, ਉਹ ਜੀਵਨ ਦੀ ਅਸਲੀਅਤ ਨਹੀਂ ਜਾਣਦਾ । ਉਹ ਜੀਵ ਧੋਖੇ, ਲਾਲਚ ਵਿੱਚ, ਇੱਛਾਂ ਦੇ ਜਾਲ ਵਿੱਚ ਫਸ ਜਾਂਦਾ ਹੈ । ਜਿਸ ਨੂੰ ਗੁਰਮਖ ਅਵਸਥਾ ਬਖਸ਼ਿਸ਼ ਹੋ ਜਾਂਦੀ ਹੈ । ਸ਼ਬਦ ਦੀ ਕਮਾਈ ਕਰਦਾ, ਉਹ ਨੂੰ ਮਨ ਦੀਆਂ ਇੱਛਾਂ ਦੇ ਜਾਲ ਤੋ ਰਹਿਤ ਰਖਦਾ ਹੈ ।

The One and only One, Omnipresent Creator prevails in every event in the universe. Whosoever may only eat sweet food and fruit, he may waste the true benefit of human life opportunity. He may not be blessed with the enlightenment of the essence of His Word. Whosoever may eat only expensive delicacies in his life; he may be deprived from the reality of real human life. He may remain intoxicated in greed; deceptive plans and he may be trapped by worldly desires. Whosoever may be blessed with a state of mind as His true devotee. He may earn the wealth of His Word and his mind may remain beyond the reach of worldly desires.

ਦੁਆਦਸਿ ਮੁਦ੍ਰਾ ਮਨੁ ਅਉਧੂਤਾ॥ du-aadas mudraa man a-uDhootaa.
ਅਹਿਨਿਸਿ ਜਾਗਹਿ ਕਬਹਿ ਨ ਸੂਤਾ॥ ahinis jaageh kabeh na sootaa. jaagat
ਜਾਗਤੁ ਜਾਗਿ ਰਹੇ ਲਿਵ ਲਾਇ॥ jaag rahai liv laa-ay.
ਗੁਰ ਪਰਚੈ ਤਿਸੁ ਕਾਲੁ ਨ ਖਾਇ॥ gur parchai tis kaal na khaa-ay.
ਅਤੀਤ ਭਏ ਮਾਰੇ ਬੈਰਾਈ॥ ateet bha-ay maaray bairaa-ee.

ਪ੍ਰਣਵਤਿ ਨਾਨਕ ਤਹ ਲਿਵ ਲਾਈ॥੧੫॥ paranvat naanak tah liv laa-ee. ||15||

12– **ਬਾਰਾਂਵੀ ਅਵਸਥਾ** – ਜਿਹੜੇ ਜੀਵ ਦਾ ਮਨ ਇੱਛਾਂ ਵਿੱਚ ਨਹੀਂ ਲੱਗਦਾ । ਉਹ ਪ੍ਰਭ ਦੀ ਬੰਦਗੀ ਵਿੱਚ ਦਿਨ ਰਾਤ ਜਾਗਰਤ ਰਹਿੰਦੇ ਹਨ । ਉਹ ਜਾਗਰਤ ਅਤੇ ਸੁਚੇਤ ਹੋਏ, ਪ੍ਰਭ ਦੇ ਸ਼ਬਦ ਦੇ ਲੜ ਲੱਗਾ ਰਹਿੰਦਾ ਹੈ । ਪ੍ਰਭ ਦੇ ਸ਼ਬਦ ਦੇ ਭਰੋਸੇ ਵਾਲੇ ਨੂੰ ਮੌਤ ਖਤਮ ਨਹੀਂ ਕਰ ਸਕਦੀ । ਜਿਹੜਾ ਸੰਸਾਰਕ ਇੱਛਾਂ ਤੋ ਰਹਿਤ ਰਹਿੰਦਾ ਹੈ, ਉਹ ਪੰਜਾਂ ਜਮਦੂਤਾਂ ਤੇ ਕਾਬੂ ਪਾ ਲੈਂਦਾ ਹੈ । ਉਹ ਸਦਾ ਰਹਿਣ ਵਾਲੀ ਪ੍ਰਭ ਦੇ ਸ਼ਬਦ ਦੀ ਸਮਾਧੀ ਵਿੱਚ ਵਸਦਾ ਹੈ ।

Whosoever may not fall into the trap of sweet poison of worldly wealth; with His mercy and grace, he may remain awake and alert in his meditation. He may obey the teachings of His Word with steady and stable belief in his day-to-day life. His soul may become beyond the reach of devil of death. With His mercy and grace, he may conquer his demons of worldly desires. He may meditate in the void of His Word, forever The True Master.

ਦੁਆਦਸੀ ਦਇਆ ਦਾਨੁ ਕਰਿ ਜਾਣੈ॥ du-aadasee da-i-aa daan kar jaanai.
ਬਾਹਰਿ ਜਾਤੋ ਭੀਤਰਿ ਆਣੈ॥ baahar jaato bheetar aanai.
ਬਰਤੀ ਬਰਤ ਰਹੇ ਨਿਹਕਾਮ॥ bartee barat rahai nihkaam.
ਅਜਪਾ ਜਾਪੁ ਜਪੈ ਮੁਖਿ ਨਾਮ॥ ajpaa jaap japai mukh naam.
ਤੀਨਿ ਭਵਣ ਮਹਿ ਏਕੋ ਜਾਣੈ॥ teen bhavan meh ayko jaanai.
ਸਭਿ ਸੁਚਿ ਸੰਜਮ ਸਾਚੁ ਪਛਾਣੈ॥੧੬॥ sabh such sanjam saach pachhaanai. ||16||

ਉਹ ਦੂਸਰੇ ਤੇ ਤਰਸ, ਦਾਨ, ਸੇਵਾ ਵਿੱਚ ਮਸਤ ਰਹਿੰਦਾ ਹੈ । ਆਪਣਾ ਵਿਖਾਵੇ ਵਾਲੇ ਮਨ ਨੂੰ, ਕੰਮਾਂ ਨੂੰ ਆਪਣੇ ਅੰਦਰ ਹੀ ਰਖਦਾ ਹੈ । ਮਨ ਨੂੰ ਇੱਛਾਂ ਤੋ ਰਹਿਤ ਰਖਣ ਦਾ ਵਰਤ ਰਖਦਾ, ਅਭਿਆਸ ਕਰਦਾ ਹੈ । ਉਹ ਪ੍ਰਭ ਦੇ ਅਕਥ ਕਰਤਬਾਂ ਦਾ ਵਖਿਆਣ ਕਰਦਾ ਹੈ । ਉਸ ਨੂੰ ਸੋਝੀ ਬਖਸ਼ਿਸ਼ ਹੋ ਜਾਂਦੀ ਹੈ, ਤਿੰਨਾਂ ਸ੍ਰਿਸ਼ਟੀਆਂ ਵਿੱਚ ਇੱਕੋ ਇੱਕ ਪ੍ਰਭ ਹੀ ਵਾਪਰਦਾ ਹੈ । ਸ਼ਬਦ ਦੀ ਪਾਲਣਾ ਕੇਵਲ ਮਨ ਨੂੰ ਇੱਛਾਂ ਤੋ ਰਹਿਤ ਰਖਣ ਨਾਲ ਹੀ ਹੋ ਸਕਦੀ ਹੈ ।

He may adopt forgiveness, mercy on less fortunate, charity and service of His Creation. He keeps evil, feeling of meditation for worldly favor hidden within his mind. He may practice abstaining from worldly desires. He may be blessed with enlightenment of un-explainable events of His Nature. He may be enlightened that The One and only One True Master prevails in all three universes. Whosoever may obey the teachings of His Word with steady and stable belief in his day-to-day life; with His mercy and grace, only he may remain beyond the reach of worldly wealth

ਤੇਰਸਿ ਤਰਵਰ ਸਮੁਦ ਕਨਾਰੈ॥ tayras tarvar samud kanaarai.
ਅੰਮ੍ਰਿਤੁ ਮੂਲੁ ਸਿਖਰਿ ਲਿਵ ਤਾਰੈ॥ amrit mool sikhar liv taarai.
ਡਰ ਡਰਿ ਮਰੈ ਨ ਬੂਡੈ ਕੋਇ॥ dar dar marai na boodai ko-ay.
ਨਿਡਰੁ ਬੂਡਿ ਮਰੈ ਪਤਿ ਖੋਇ॥ nidar bood marai pat kho-ay.
ਡਰ ਮਹਿ ਘਰੁ ਘਰ ਮਹਿ ਡਰੁ ਜਾਣੈ॥ dar meh ghar ghar meh dar jaanai.
ਤਖਤਿ ਨਿਵਾਸੁ ਸਚੁ ਮਨਿ ਭਾਣੈ॥੧੭॥ takhat nivaas sach man bhaanai. ||17||

13– **ਤੇਰਵੀ ਅਵਸਥਾ** – ਵਿੱਚ ਉਹ ਇੱਕ ਉਸ ਬ੍ਰਿਛ ਦੀ ਤਰ੍ਹਾਂ ਹੁੰਦੇ ਹਨ । ਜਿਹੜਾ ਸਮੁੰਦਰ ਦੇ ਕਨਾਰੇ ਤੇ ਹੈ । ਅਗਰ ਉਸ ਦਾ ਮਨ ਉਸ ਪ੍ਰਭ ਵਿੱਚ ਲੀਨ ਹੋਇਆ ਹੋਵੇ । ਉਸ ਦੀਆਂ ਜੜ੍ਹਾ ਸਦਾ ਰਹਿਣ ਵਾਲੀਆਂ ਬਣ ਸਕਦੀਆਂ ਹਨ । ਉਹ ਕਦੇ ਵੀ ਪ੍ਰਭ ਦੇ ਵਿਛੋੜੇ ਵਿੱਚ ਨਹੀਂ ਜਾਂਦਾ, ਡੁੱਬਦਾ ਨਹੀਂ । ਉਸ ਦੇ ਮਨ ਵਿੱਚ ਪ੍ਰਭ ਦੇ ਵਿਛੋੜਾ ਦਾ ਡਰ ਰਹਿੰਦਾ ਹੈ । ਉਸ ਦੇ ਮਨ ਵਿੱਚ ਉਹ ਨਿਡਰ ਆਪ ਵਸਦਾ, ਉਹ ਪ੍ਰਭ ਨੂੰ ਜਾਣ ਜਾਂਦਾ ਹੈ । ਪ੍ਰਭ ਉਸ ਦੇ ਮਨ ਵਿੱਚ, ਤਖਤ ਤੇ ਬੈਠਾ, ਮਨ ਨੂੰ ਖੇੜੇ ਵਿੱਚ ਰਖਦਾ ਹੈ ।

In this stage; His true devote becomes like a tree in the shore of the ocean: Whosoever may remain intoxicated in meditation in the teachings of His Word, his roots may live forever. He may never endure the misery of separation from The Holy spirit; he may never drown in the worldly ocean. He always worried about the separation from the path of meditation. The fearless True Master remains awake and alert within his mind, body. He may recognize the real purpose of human life opportunity. With His mercy, he may be enlightened with some virtues of His Nature. The True Master remains awake and alert within his mind and remains in blossom.

ਚਉਦਸਿ ਚਉਥੇ ਥਾਵਹਿ ਲਹਿ ਪਾਵੈ॥	cha-udas cha-uthay thaaveh leh paavai.
ਰਾਜਸ ਤਾਮਸ ਸਤ ਕਾਲ ਸਮਾਵੈ॥	raajas taamas sat kaal samaavai.
ਸਸੀਅਰ ਕੈ ਘਰਿ ਸੂਰੁ ਸਮਾਵੈ॥	sasee-ar kai ghar soor samaavai.
ਜੋਗ ਜੁਗਤਿ ਕੀ ਕੀਮਤਿ ਪਾਵੈ॥	jog jugat kee keemat paavai.
ਚਉਦਸਿ ਭਵਨ ਪਾਤਾਲ ਸਮਾਏ॥	cha-udas bhavan paataal samaa-ay.
ਖੰਡ ਬ੍ਰਹਮੰਡ ਰਹਿਆ ਲਿਵ ਲਾਏ॥੧੮॥	khand barahmand rahi-aa liv laa-ay. 18

14- ਚੌਦਵੀ ਅਵਸਥਾ - ਇਸ ਵਿੱਚ ਮੁਕਤੀ ਦੇ ਦਰਬਾਰ ਵਿੱਚ ਦਾਖਲ ਹੁੰਦਾ ਹੈ । ਉਹ ਤਿੰਨੇਂ ਇੱਛਾਂ, ਰਾਜਸ, ਤਾਮਸ, ਸਾਤਸ ਤੇ ਜਿੱਤ ਪਾ ਲੈਂਦਾ ਹੈ । ਇਸ ਅਵਸਥਾ ਵਿੱਚ ਜਿਵੇਂ ਸੂਰਜ, ਚੰਦ ਦੇ ਘਰ ਵਿੱਚ ਦਾਖਲ ਹੁੰਦਾ ਹੈ । ਉਹ ਜੀਵ ਜੋਗ, ਬੰਦਗੀ ਦੀ ਵਿਧੀ ਦੀ ਕੀਮਤ ਜਾਣ ਜਾਂਦਾ ਹੈ । ਉਸ ਪ੍ਰਭ ਦੀ ਜੋਤੀ ਵਿੱਚ ਲੀਨ ਰਹਿੰਦਾ ਹੈ । ਜਿਹੜਾ ਪ੍ਰਭ 14 ਸ੍ਰਿਸ਼ਟੀਆਂ ਵਿੱਚ ਵਾਪਰਦਾ ਹੈ । ਉਹ ਸਾਰੇ ਪਤਾਲ (underworld) **ਮੰਡਲ,** solar **ਬ੍ਰਹਮੰਡ ਤੋ ਵੱਖਰਾ ਹੈ ।**

In this state of mind; he may be blessed to conquer three virtues of worldly wealth. With His mercy and grace, he may enter the salvation state of mind, he may be blessed with fourth virtues. As if he has entered the house of light, Sun, and Moon. His true devote may be enlightened with the significance of meditation and obeying His Word. He remains focused on His Word, The True Master, who may remain embedded within all 14 universes. Still remains beyond the reach of their emotions.

** Three Virtues of worldly wealth – **Arath, Dharam, Kaam,!**
ਅਰਥ;Arath**:** Adopt His Word in life.
ਧਰਮ; Dharam: Self-discipline, own character! Conquer selfishness!
ਕਾਮ; Kaam: Conquer sexual desire for strange woman:

** Three Virtues of worldly wealth – **Raajas, Taamas, Satvas**
ਰਜ ਗੁਣ; Raajas: Mind concentration! The quality of energy and activity!
ਤਮ ਗੁਣ; Taamas: Mind Awareness! The quality of Darkness and inertia!
ਸਤ ਗੁਣ; Satvas: Purity, of mind! The quality of purity and light!

ਅਮਾਵਸਿਆ ਚੰਦੁ ਗੁਪਤੁ ਗੈਣਾਰਿ॥	amaavasi-aa chand gupat gainaar.
ਬੂਝਹੁ ਗਿਆਨੀ ਸਬਦੁ ਬੀਚਾਰਿ॥	boojhhu gi-aanee sabad beechaar.
ਸਸੀਅਰੁ ਗਗਨਿ ਜੋਤਿ ਤਿਹੁ ਲੋਈ॥	sasee-ar gagan jot tihu lo-ee.
ਕਰਿ ਕਰਿ ਵੇਖੈ ਕਰਤਾ ਸੋਈ॥	kar kar vaykhai kartaa so-ee.
ਗੁਰ ਤੇ ਦੀਸੈ ਸੋ ਤਿਸ ਹੀ ਮਾਹਿ॥	gur tay deesai so tis hee maahi.
ਮਨਮੁਖਿ ਭੂਲੇ ਆਵਹਿ ਜਾਹਿ॥੧੯॥	manmukh bhoolay aavahi jaahi. ||19||

ਅਮੱਸਿਆ ਦੀ ਰਾਤ ਨਵੇਂ ਚੰਦ ਦੀ ਰਾਤ ਹੁੰਦੀ ਹੈ । ਇਸ ਵਿੱਚ ਚੰਦ ਅਕਾਸ਼ ਵਿੱਚ ਗੁਪਤ ਹੁੰਦਾ ਹੈ । ਗਿਆਨੀ ਜੀਵ ਇਸ ਬਾਬਤ ਸੋਚਕੇ, ਸ਼ਬਦ ਦਾ ਵਿਚਾਰ, ਵਖਿਆਣ ਕਰੋ । ਇਸ ਦਿਨ, ਚੰਦ ਤਿੰਨਾਂ ਸ੍ਰਿਸ਼ਟੀਆਂ ਨੂੰ ਹੀ ਰੋਸ਼ਨੀ ਦੇਂਦਾ ਹੈ । ਸ੍ਰਿਸ਼ਟੀ ਨੂੰ ਸਾਜਕੇ ਸਿਰਜਣ ਹਾਰਾ ਆਪ ਹੀ ਆਪਣੇ ਪੈਦਾ ਕੀਤੇ ਜੀਵਾਂ ਨੂੰ ਦੇਖਦਾ, ਪਾਲਣਾ ਕਰਦਾ ਹੈ । ਜਿਸ ਨੂੰ ਸ਼ਬਦ ਦੀ ਪਾਲਣਾ ਕਰਕੇ ਸੋਝੀ ਬਖਸ਼ਿਸ਼ ਹੋ ਜਾਂਦੀ ਹੈ, ਉਹ ਪ੍ਰਭ ਦਾ ਰੂਪ ਹੀ ਬਣ ਜਾਂਦਾ ਹੈ । ਮਨਮੁਖ ਪ੍ਰਭ ਨੂੰ ਵਿਸਾਰ ਕੇ ਜੂੰਨਾਂ ਦੇ ਚੱਕਰ ਵਿੱਚ ਹੀ ਰਹਿੰਦਾ ਹੈ ।

This state of mind, a new night begins, as moon disappears within sky; the soul of His true devotee may immerse within Holy Spirit. Worldly scholar thinks about His Nature such a way to comprehend and explain His Nature. In this day, the moon shines in all three universes; His devotee may be enlightened with nature of three universe. The True Master creates, monitors, nourishes and protects His Creation. Whosoever may be enlightened with the essence of His Word, His Nature; with His mercy and grace, he may become symbol of The True Master. Self-minded may abandon the teachings of His Word from his day-to-day life and remains in the cycle of birth and death.

ਘਰੁ ਦਰੁ ਥਾਪਿ ਥਿਰੁ ਥਾਨਿ ਸੁਹਾਵੈ॥	ghar dar thaap thir thaan suhaavai.
ਆਪੁ ਪਛਾਣੈ ਜਾ ਸਤਿਗੁਰੁ ਪਾਵੈ॥	aap pachhaanai jaa satgur paavai.
ਜਹ ਆਸਾ ਤਹ ਬਿਨਸਿ ਬਿਨਾਸਾ॥	jah aasaa tah binas binaasaa.
ਫੂਟੈ ਖਪਰੁ ਦੁਬਿਧਾ ਮਨਸਾ॥	footai khapar dubiDhaa mansaa.
ਮਮਤਾ ਜਾਲ ਤੇ ਰਹੇ ਉਦਾਸਾ॥	mamtaa jaal tay rahai udaasaa.
ਪ੍ਰਣਵਤਿ ਨਾਨਕ	paranvat naanak
ਹਮ ਤਾ ਕੇ ਦਾਸਾ॥ ੨੦॥੧॥	ham taa kay daasaa. ||20||1||

ਜਿਹੜਾ ਆਪਣੇ ਮਨ ਅੰਦਰ, ਪ੍ਰਭ ਦਾ ਘਰ ਵਸਾ ਲੈਂਦਾ ਹੈ । ਉਹ ਆਪਣੇ ਅੰਦਰ ਹੀ, ਸਦਾ ਰਹਿਣ ਵਾਲਾ ਥਾਂ ਬਣਾ ਲੈਂਦਾ ਹੈ । ਜਿਹੜਾ ਆਪਣੇ ਆਪ ਨੂੰ ਪਛਾਣ ਲੈਂਦਾ ਹੈ, ਉਸ ਨੂੰ ਸ਼ਬਦ ਦੀ ਸੋਝੀ ਬਖਸ਼ਿਸ਼ ਹੋ ਜਾਂਦੀ ਹੈ । ਜਿਥੇ ਵੀ ਕੋਈ ਸੰਸਾਰਕ ਆਸ ਜ਼ੋਰ ਕਰਦੀ ਹੈ, ਮਨ ਤੇ ਕਾਬੂ ਪਾਉਂਦੀ ਹੈ । ਉਥੇ ਹੀ ਮਨ ਇੱਛਾਂ ਦੇ ਜਾਲ ਵਿੱਚ ਫਸ ਜਾਂਦਾ, ਸੰਸਾਰਕ ਆਸ ਹੀ ਤਬਾਹੀ ਦੀ ਜੜ੍ਹ ਹੈ । ਜਿਹੜੇ ਮਨ ਵਿੱਚ ਭਰਮ ਆ ਜਾਂਦਾ ਹੈ । ਉਸ ਦਾ ਭਰੋਸਾ ਸ਼ਬਦ ਤੇ ਅਡੋਲ ਨਹੀਂ ਰਹਿੰਦਾ ।

Whosoever may be drenched with the enlightenment of the essence of His Word. He may be blessed with His everlasting throne within his own mind, body. Whosoever may recognize the real purpose of his human life opportunity; with His mercy and grace, he may be blessed with the enlightenment of the essence of His Word. Whosoever may be dominated by any worldly expectation; his worldly desire may conquer his mind. He may become a slave of the worldly desire. Worldly hope, expectation may ruin his belief and right path of acceptance in His Court.

384.ਬਿਲਾਵਲੁ ਮਹਲਾ ੩ ਵਾਰ ਸਤ ਘਰੁ ੧੦॥ 841-1

੧ੳ ਸਤਿਗੁਰ ਪ੍ਰਸਾਦਿ॥	ik-oNkaar satgur parsaad.
ਆਦਿਤ ਵਾਰਿ ਆਦਿ ਪੁਰਖੁ ਹੈ ਸੋਈ॥	aadit vaar aad purakh hai so-ee.
ਆਪੇ ਵਰਤੈ ਅਵਰੁ ਨ ਕੋਈ॥	aapay vartai avar na ko-ee.
ਓਤਿ ਪੋਤਿ ਜਗੁ ਰਹਿਆ ਪਰੋਈ॥	ot pot jag rahi-aa paro-ee.
ਆਪੇ ਕਰਤਾ ਕਰੈ ਸੁ ਹੋਈ॥	aapay kartaa karai so ho-ee.
ਨਾਮਿ ਰਤੇ ਸਦਾ ਸੁਖੁ ਹੋਈ॥	naam ratay sadaa sukh ho-ee.
ਗੁਰਮੁਖਿ ਵਿਰਲਾ ਬੂਝੈ ਕੋਈ॥੧॥	gurmukh virlaa boojhai ko-ee. ||1||

ਆਦਿਤ ਵਾਰ (ਐਤਵਾਰ) ਇੱਕੋ ਇੱਕ ਪ੍ਰਭ ਹੈ । ਸ੍ਰਿਸ਼ਟੀ ਦੇ ਮੁੱਢ ਵਿੱਚ ਇੱਕੋ ਇੱਕ ਪ੍ਰਭ ਹੀ ਸੀ । ਉਹ ਹੀ ਸਭ ਥਾਂ ਵਿੱਚ ਵਸਦਾ ਸੀ, ਉਸ ਤੋ ਬਿਨਾਂ ਹੋਰ ਕੁਝ ਨਹੀਂ ਸੀ । ਉਸ ਨੇ ਆਪ ਹੀ ਸ੍ਰਿਸ਼ਟੀ ਦਾ ਸਾਰਾ ਜਾਲ, ਖੇਲ, ਚੱਕਰ ਬਣਾਇਆ ਹੈ । ਸਭ ਕੁਝ ਪ੍ਰਭ ਦਾ ਕੀਤਾ ਹੁੰਦਾ, ਵਾਪਰਕੇ ਹੀ ਰਹਿੰਦਾ ਹੈ । ਸ਼ਬਦ ਦੀ ਪਾਲਣਾ ਕਰਦੀ, ਸਮਾਧੀ ਵਿੱਚ ਵਸਦੀ ਆਤਮਾ ਸਦਾ ਹੀ ਅਨੰਦ, ਸ਼ਾਂਤੀ, ਖੇੜੇ ਵਿੱਚ ਰਹਿੰਦੀ ਹੈ । ਕਿਸੇ ਵਿਰਲਾ ਹੀ ਗੁਰਮਖ ਨੂੰ ਇਸ ਦੀ ਸੋਝੀ ਹੁੰਦੀ ਹੈ, ਜਾਗਰਤੀ ਹੁੰਦੀ ਹੈ ।

In the beginning, The One and only One was in His void, complete silence. Only He prevails and no one else exist in the universe. He has created the play of the universe and prevails in every event in the universe. Whosoever may obey the teachings of His Word with steady and stable belief in his day-to-day life; with His mercy and grace, he may be blessed with pleasure, peace of mind and blossom. However, very rare His true devotee may be enlightened with His Nature.

ਹਿਰਦੈ ਜਪਨੀ ਜਪਉ ਗੁਣਤਾਸਾ॥	hirdai japnee japa-o guntaasaa.
ਹਰਿ ਅਗਮ ਅਗੋਚਰੁ ਅਪਰੰਪਰ ਸੁਆਮੀ,	har agam agochar aprampar su-
ਜਨ ਪਗਿ ਲਗਿ ਧਿਆਵਉ	aamee jan pag lag Dhi-aava-o
ਹੋਇ ਦਾਸਨਿ ਦਾਸਾ॥ ੧॥ ਰਹਾਉ॥	ho-ay daasan daasaa. ||1|| rahaa-o.

ਆਪਣੇ ਮਨ ਵਿੱਚ ਪ੍ਰਭ ਨੂੰ ਯਾਦ ਰਖੋ! ਸਿਮਰਨ ਕਰੋ! ਸ਼ਬਦ ਦੀ ਪਾਲਣਾ ਵਿੱਚ ਹੀ ਸਾਰੇ ਸੋਝੀ ਦੇ ਖਜ਼ਾਨੇਂ ਹਨ । ਪ੍ਰਭ ਜੀਵ ਦੀ ਪਹੁੰਚ, ਜਾਣਕਾਰੀ, ਦੇਖਣ ਵਿੱਚ ਨਹੀਂ ਆਉਂਦਾ । ਜਿਹੜਾ ਪ੍ਰਭ ਦੇ ਚਰਨਾਂ ਵਿੱਚ ਧਿਆਨ ਰਖਦਾ, ਸ਼ਬਦ ਦੀ ਪਾਲਣਾ ਕਰਦਾ ਹੈ । ਉਸ ਦਾ ਦਾਸ ਬਣ ਜਾਂਦਾ ਹੈ ।

You should always remember your separation from The Holy Spirit. All treasures of enlightenments remain embedded within obeying the teachings of His Word. The True Master remains beyond reach, visibility, and comprehension of His Creation. Whosoever may concentrate and obeys the teachings of His Word with steady and stable belief in his day-to-day life, he may be accepted as His true devotee in His Court.

ਸੋਮਵਾਰਿ ਸਚਿ ਰਹਿਆ ਸਮਾਇ॥	somvaar sach rahi-aa samaa-ay.
ਤਿਸ ਕੀ ਕੀਮਤਿ ਕਹੀ ਨ ਜਾਇ॥	tis kee keemat kahee na jaa-ay.
ਆਖਿ ਆਖਿ ਰਹੇ ਸਭਿ ਲਿਵ ਲਾਇ॥	aakh aakh rahay sabh liv laa-ay.
ਜਿਸੁ ਦੇਵੈ ਤਿਸੁ ਪਲੈ ਪਾਇ॥	jis dayvai tis palai paa-ay.
ਅਗਮ ਅਗੋਚਰੁ ਲਖਿਆ ਨ ਜਾਇ॥	agam agochar lakhi-aa na jaa-ay.
ਗੁਰ ਕੈ ਸਬਦਿ ਹਰਿ ਰਹਿਆ ਸਮਾਇ॥੨॥	gur kai sabad har rahi-aa samaa-ay. 2

ਸੋਮਵਾਰ! ਪ੍ਰਭ ਹਰ ਥਾਂ ਤੇ ਵਸਦਾ ਹੈ, ਵਾਪਰਦਾ ਹੈ । ਉਸ ਦੇ ਕਿਸੇ ਕਰਤਬ ਦੀ ਪੂਰਨ ਕੀਮਤ, ਵਿਆਖਿਆ ਨਹੀਂ ਕੀਤੀ ਜਾ ਸਕਦੀ । ਉਸ ਦੇ ਦਾਸ, ਬਾਰ ਬਾਰ ਉਸ ਦੀ ਸੋਭਾ ਗਾਉਂਦੇ, ਕਥਾ, ਵਿਚਾਰ ਕਰਦੇ ਹਨ । ਸ਼ਬਦ ਦੀ ਪਾਲਣਾ ਦੇ ਲੜ ਲੱਗੇ ਰਹਿੰਦੇ ਹਨ । ਜਿਸ ਤੇ ਪ੍ਰਭ ਰਹਿਮਤ ਬਖਸ਼ਦਾ ਹੈ, ਉਹ ਹੀ ਸ਼ਬਦ ਦੀ ਪਾਲਣਾ ਦੇ ਲੜ ਲੱਗਦਾ ਹੈ । ਪ੍ਰਭ ਦੀ ਪੂਰਨ ਜਾਣਕਾਰੀ,

ਵਿਆਖਿਆ ਕੀਤੀ ਨਹੀਂ ਜਾ ਸਕਦੀ, ਜੀਵ ਦੀ ਪਹੁੰਚ ਵਿੱਚ ਨਹੀਂ ਹੈ । ਸ਼ਬਦ ਦੀ ਪਾਲਣਾ ਨਾਲ ਹੀ ਪ੍ਰਭ ਦੀ ਹੋਂਦ ਹਰ ਥਾਂ ਵਸਦੀ, ਵਾਪਰ ਦੀ ਮਹਿਸੂਸ ਹੁੰਦੀ ਹੈ ।

Monday: The Omnipresent True Master dwells and prevails everywhere all time. His Nature, miracles are beyond any comprehension and explanation of His Creation. His true devotee may sing the glory, listens the sermons and remains intoxicated in obeying the teachings of His Word. Whosoever may be blessed with a devotion to obey the teachings His Word; with His mercy and grace, only he may obey the teachings of His Word with steady and stable belief in his day-to-day life. The True Master remains beyond reach, explanation of His miracles, comprehension of His Creation. Whosoever may obey the teachings of His Word, he may realize the existence of The Holy Spirit

ਮੰਗਲਿ ਮਾਇਆ ਮੋਹੁ ਉਪਾਇਆ॥	mangal maa-i-aa moh upaa-i-aa.
ਆਪੇ ਸਿਰਿ ਸਿਰਿ ਧੰਧੈ ਲਾਇਆ॥	aapay sir sir DhanDhai laa-i-aa.
ਆਪਿ ਬੁਝਾਏ ਸੋਈ ਬੂਝੈ॥	aap bujhaa-ay so-ee boojhai.
ਗੁਰ ਕੈ ਸਬਦਿ ਦਰੁ ਘਰੁ ਸੂਝੈ॥	gur kai sabad dar ghar soojhai.
ਪ੍ਰੇਮ ਭਗਤਿ ਕਰੇ ਲਿਵ ਲਾਇ॥	paraym bhagat karay liv laa-ay.
ਹਉਮੈ ਮਮਤਾ ਸਬਦਿ ਜਲਾਇ॥੩॥	ha-umai mamtaa sabad jalaa-ay. ||3||

ਮੰਗਲਵਾਰ! ਪ੍ਰਭ ਨੇ ਜੀਵ ਦਾ ਸੰਸਾਰ ਨਾਲ ਮੋਹ ਪੈਦਾ ਕੀਤਾ । ਸੰਸਾਰਕ ਮਾਇਆ ਨਾਲ ਜੋੜ ਬਣਾਇਆ ਹੈ । ਉਸ ਨੇ ਆਪ ਹੀ ਸਾਰੇ ਜੀਵਾਂ ਨੂੰ ਵੱਖਰੇ ਵੱਖਰੇ ਧੰਦੇ ਤੇ ਲਾਉਂਦਾ ਹੈ । ਆਪ ਹੀ ਜਾਣਦਾ ਹੈ, ਕਿਸ ਜੀਵ ਨੂੰ ਪ੍ਰਭ ਦੇ ਸ਼ਬਦ ਦੀ ਸੋਝੀ ਪਾਉਂਦਾ ਹੈ । ਸ਼ਬਦ ਦੀ ਪਾਲਣਾ ਨਾਲ ਹੀ ਜੀਵ ਨੂੰ ਮਨ ਦੇ ਦਸਵੇਂ ਘਰ ਦੀ ਸੋਝੀ ਬਖਸ਼ਿਸ਼ ਹੋ ਜਾਂਦੀ ਹੈ । ਉਹ ਮਨ ਲਾ ਕੇ ਪ੍ਰਭ ਦੇ ਸ਼ਬਦ ਦੀ ਪਾਲਣਾ ਕਰਦਾ ਹੈ । ਉਸ ਦੀ ਅਹੰਕਾਰ ਅਤੇ ਖੁਦਗ਼ਰਜ਼ੀ ਜਲ ਜਾਂਦੀ ਹੈ, ਨਾਸ ਹੋ ਜਾਂਦੀ ਹੈ ।

The True Master has infused the worldly attached in the mind of human, pride of belonging and attachment to worldly wealth. He assigns various worldly tasks to survive and for nourishment. With His mercy and grace, His true devotee may be enlightened with the essence of His Word. Some may enter in the 10th castle by obeying the teachings of His Word. His true devotee may remain intoxicated in obeying the teachings of His Word; with His mercy and grace, his selfishness may be eliminated

ਬੁਧਵਾਰਿ ਆਪੇ ਬੁਧਿ ਸਾਰੁ॥	buDhvaar aapay buDh saar.
ਗੁਰਮੁਖਿ ਕਰਣੀ ਸਬਦੁ ਵੀਚਾਰੁ॥	gurmukh karnee sabad veechaar.
ਨਾਮਿ ਰਤੇ ਮਨੁ ਨਿਰਮਲੁ ਹੋਇ॥	naam ratay man nirmal ho-ay.
ਹਰਿ ਗੁਣ ਗਾਵੈ ਹਉਮੈ ਮਲੁ ਖੋਇ॥	har gun gaavai ha-umai mal kho-ay.
ਦਰਿ ਸਚੈ ਸਦ ਸੋਭਾ ਪਾਏ॥	dar sachai sad sobhaa paa-ay.
ਨਾਮਿ ਰਤੇ ਗੁਰ ਸਬਦਿ ਸੁਹਾਏ॥੪॥	naam ratay gur sabad suhaa-ay. ||4||

ਬੁਧਵਾਰ!– ਪ੍ਰਭ ਆਪ ਹੀ ਜੀਵ ਨੂੰ ਸ਼ਬਦ ਦੀ ਸੋਝੀ ਬਖਸ਼ਦਾ ਹੈ । ਗੁਰਮਖ ਸ਼ਬਦ ਦੀ ਪਾਲਣਾ ਕਰਦਾ, ਸੰਸਾਰ ਦੀ ਭਲਾਈ ਵਾਲੇ ਕੰਮ ਕਰਦਾ ਹੈ । ਸ਼ਬਦ ਦੀ ਪਾਲਣਾ ਵਿੱਚ ਲੀਨ ਹੋਇਆ ਮਨ ਪਵਿੱਤਰ ਹੋ ਜਾਂਦਾ ਹੈ । ਪ੍ਰਭ ਦੇ ਸ਼ਬਦ ਦੇ ਸਿਮਰਨ ਕਰਨ ਨਾਲ ਮਨ ਵਿਚੋਂ ਬੁਰੇ ਖਿਆਲ ਨਾਸ ਹੋ ਜਾਂਦੇ ਹਨ । ਮਨ ਵਿਚੋਂ ਅਹੰਕਾਰ ਦੀ ਮੈਲ ਧੋਤੀ ਜਾਂਦੀ ਹੈ । ਪ੍ਰਭ ਦੇ ਦਰਬਾਰ ਵਿੱਚ ਸਦਾ ਵਸਣ ਵਾਲੀ ਥਾਂ, ਘਰ ਬਖਸ਼ਿਸ਼ ਹੋ ਜਾਂਦਾ ਹੈ । ਸ਼ਬਦ ਦੀ ਪਾਲਣਾ ਵਿੱਚ ਲੀਨ, ਮਸਤ ਹੋਇਆ ਜੀਵ ਸਿਮਰਨ ਕਰਦਾ ਰਹਿੰਦਾ ਹੈ ।

Wednesday: The True Master may bless the enlightenment of the essence of His Word. His true devotee obeys the teachings of His Word and performs the good deeds for the welfare of His Creation. Whosoever may meditate on the teachings of His Word; with His mercy and grace, evil thoughts of his mind may be eliminated and his blemish of ego of his mind may be cleaned. He may be blessed with a permanent place in His Court. His true devotee may remain intoxicated in meditating and obeying the teachings of His Word.

ਲਾਹਾ ਨਾਮੁ ਪਾਏ ਗੁਰ ਦੁਆਰਿ॥	laahaa naam paa-ay gur du-aar.
ਆਪੇ ਦੇਵੈ ਦੇਵਣਹਾਰੁ॥	aapay dayvai dayvanhaar.
ਜੋ ਦੇਵੈ ਤਿਸ ਕਉ ਬਲਿ ਜਾਈਐ॥	jo dayvai tis ka-o bal jaa-ee-ai.
ਗੁਰ ਪਰਸਾਦੀ ਆਪੁ ਗਵਾਈਐ॥	gur parsaadee aap gavaa-ee-ai.
ਨਾਨਕ ਨਾਮੁ ਰਖਹੁ ਉਰ ਧਾਰਿ॥	naanak naam rakhahu ur Dhaar.
ਦੇਵਣਹਾਰੇ ਕਉ ਜੈਕਾਰੁ॥੫॥	dayvanhaaray ka-o jaikaar. ||5||

ਅਹੰਕਾਰ ਤਿਆਗਕੇ, ਸ਼ਰਣ ਵਿੱਚ ਆਉਣ ਨਾਲ ਮਾਨਸ ਜਨਮ ਸਫਲ ਕਰ ਲੈਂਦਾ ਹੈ । ਦਾਤਾਂ ਦਾ ਮਾਲਕ ਪ੍ਰਭ ਆਪ ਹੀ ਦਾਤਾਂ ਬਖਸ਼ਦਾ ਹੈ । ਜੀਵ ਉਸ ਤੋ ਕੁਰਬਾਨ ਜਾਵੋ! ਜਿਹੜਾ ਸਾਰੇ ਜੀਵਾਂ ਨੂੰ ਦਾਤਾਂ ਬਖਸ਼ਦਾ ਹੈ । ਪ੍ਰਭ ਦੀ ਰਹਿਮਤ ਨਾਲ ਮਨ ਵਿਚੋਂ ਆਪਾ ਮਿਟ ਜਾਂਦਾ, ਸ਼ਬਦ ਮਨ ਵਿੱਚ ਘਰ ਕਰ ਜਾਂਦਾ ਹੈ । ਜੀਵ ਪ੍ਰਭ ਦੀ ਸਦਾ ਹੀ ਜੈਕਾਰ ਕਰੋ, ਉਸਤਤ ਕਰੋ, ਧੰਨਵਾਦ ਕਰੋ!

His true devotee may surrender his mind, body, and worldly status at His sanctuary; with His mercy and grace, he may be blessed with the right path of acceptance in His Court. The True Owner, Treasurer of all virtues may bless His virtues to His true devotee. You should remain fascinated and astonished from His greatness, The True Master; who may bless virtues to every creature. With His mercy and grace, His true devotee may conquer his self- identity and remains drenched with the essence of His Word. You should always remain grateful to The True Master for all the blessings.

ਵੀਰਵਾਰਿ ਵੀਰ ਭਰਮਿ ਭੁਲਾਏ॥	veervaar veer bharam bhulaa-ay.
ਪ੍ਰੇਤ ਭੂਤ ਸਭਿ ਦੂਜੈ ਲਾਏ॥	parayt bhoot sabh doojai laa-ay.
ਆਪਿ ਉਪਾਏ ਕਰਿ ਵੇਖੈ ਵੇਕਾ॥	aap upaa-ay kar vaykhai vaykaa.
ਸਭਨਾ ਕਰਤੇ ਤੇਰੀ ਟੇਕਾ॥	sabhnaa kartay tayree taykaa.
ਜੀਅ ਜੰਤ ਤੇਰੀ ਸਰਣਾਈ॥	jee-a jant tayree sarnaa-ee.
ਸੋ ਮਿਲੈ ਜਿਸੁ ਲੈਹਿ ਮਿਲਾਈ॥੬॥	so milai jis laihi milaa-ee. ||6||

ਵੀਰਵਾਰ! ਮਨ ਦੇ 52 ਸੂਰਮੇ ਭਰਮਾਂ ਵਿੱਚ ਪੈ ਜਾਂਦੇ, ਆਪਣੀ ਬਹਾਦਰੀ ਤੇ ਅਭਿਮਾਨ ਕਰਨ ਲੱਗ ਪੈਂਦੇ ਹਨ । ਸਾਰੇ ਭੂਤ ਪ੍ਰੇਤ ਹੀ ਭਰਮਾਂ ਵਿੱਚ ਭਟਕਦੇ ਰਹਿੰਦੇ, ਉਹਨਾਂ ਦਾ ਇੱਕੋ ਇੱਕ ਤੇ ਭਰੋਸਾ ਨਹੀਂ ਟਿਕਦਾ । ਆਪ ਹੀ ਭੂਤ, ਪਰੇਤਾਂ ਨੂੰ ਪੈਦਾ ਕਰਦਾ ਹੈ, ਆਪ ਹੀ ਉਹਨਾਂ ਨੂੰ ਨਾਸ ਕਰਦਾ ਹੈ । ਪ੍ਰਭ ਤੂੰ ਹੀ ਸਾਰੀ ਸ੍ਰਿਸ਼ਟੀ ਦੇ ਜੀਵ ਦਾ ਅਧਾਰ, ਆਸਰਾ ਹੈ । ਸਾਰੀ ਸ੍ਰਿਸ਼ਟੀ ਦੇ ਜੀਵ, ਜੰਤ ਤੇਰੀ ਰਖਿਆ ਵਿੱਚ ਹੀ ਹਨ । ਜਿਸ ਤੇ ਤੂੰ ਆਪ ਹੀ ਰਹਿਮਤ ਬਖਸ਼ਦਾ ਹੈ । ਕੇਵਲ ਉਹ ਹੀ ਤੇਰੇ ਦਰਬਾਰ ਵਿੱਚ ਪ੍ਰਵਾਨ ਹੁੰਦਾ ਹੈ ।

Thursday: all the 52 warriors of his mind may remain in suspicions and may boast about their bravery. All ghosts remain frustrated in suspicions and may not have steady and stable belief on The One and only One True Master. All ghosts of mind have been created by The True Master and only, he may destroy all ghosts. All creatures of the universe are under Your protection and the teachings of Your Word remains the purpose of worldly life journey. Whosoever may be blessed with Your mercy and grace, only he may be accepted in Your Court.

ਸੁਕ੍ਰਵਾਰਿ ਪ੍ਰਭੁ ਰਹਿਆ ਸਮਾਈ॥	sukarvaar parabh rahi-aa samaa-ee.
ਆਪਿ ਉਪਾਇ ਸਭ ਕੀਮਤਿ ਪਾਈ॥	aap upaa-ay sabh keemat paa-ee.
ਗੁਰਮੁਖਿ ਹੋਵੈ ਸੁ ਕਰੈ ਬੀਚਾਰੁ॥	gurmukh hovai so karai beechaar.
ਸਚੁ ਸੰਜਮੁ ਕਰਣੀ ਹੈ ਕਾਰ॥	sach sanjam karnee hai kaar.
ਵਰਤੁ ਨੇਮੁ ਨਿਤਾਪ੍ਰਤਿ ਪੂਜਾ॥	varat naym nitaaparat poojaa.
ਬਿਨੁ ਬੂਝੇ ਸਭੁ ਭਾਉ ਹੈ ਦੂਜਾ॥੭॥	bin boojhay sabh bhaa-o hai doojaa. ||7||

ਸੁਕ੍ਰਵਾਰਿ ! ਪ੍ਰਭ ਹਰ ਥਾਂ ਵਸਦਾ ਵਾਪਰਦਾ ਹੈ । ਆਪ ਹੀ ਸ੍ਰਿਸ਼ਟੀ ਨੂੰ ਪੈਦਾ ਕਰਦਾ ਹੈ, ਜੀਵਾਂ ਦੇ ਕੰਮਾਂ ਦੀ ਕੀਮਤ ਪਾਉਂਦਾ ਹੈ । ਜਿਹੜਾ ਜੀਵ ਸ਼ਬਦ ਦੀ ਪਾਲਣਾ ਕਰਕੇ ਗੁਰਮਖ ਬਣਦਾ ਹੈ । ਕੇਵਲ ਉਸ ਨੂੰ ਹੀ ਇਸ ਦੀ ਸੋਝੀ ਬਖਸ਼ਦਾ ਹੈ । ਉਹ ਆਪਣੇ ਮਨ ਦੀ ਖੁਦਗ਼ਰਜ਼ੀ ਤੇ ਜਿੱਤ ਪਾ ਕੇ, ਸ਼ਬਦ ਦੀ ਕਮਾਈ ਕਰਦਾ ਹੈ । ਸ਼ਬਦ ਦੀ ਸੋਝੀ ਤੋਂ ਬਿਨਾਂ ਜਪ, ਤਪ, ਵਰਤ, ਧਰਮ ਦੇ ਰੀਤੋ ਰੀਵਾਜ ਬਿਰਥੇ ਹੀ ਹਨ । ਜੀਵ ਨੂੰ ਪ੍ਰਭ ਦੇ ਸ਼ਬਦ ਤੇ ਭਰੋਸਾ ਅਡੋਲ ਕਰਨ ਤੋਂ ਦੂਰ ਲੈ ਜਾਂਦੇ, ਰਖਦੇ ਹਨ ।

Friday, The True Master prevails everywhere. The True Creator rewards the earnings of His Word of His Creation. Whosoever may be blessed with a state of mind as His true devotee, only he may be blessed with the enlightenment of the essence of His Word. He may conquer his mind, selfishness, worldly desires and earns the wealth of His Word. Without obeying the teachings of His Word, all the meditation, Simran, religious rituals, rigid discipline and concentration of mind may be useless. These routines may carry him away from establishing steady and stable belief on His blessings, His command.

ਛਨਿਛਰਵਾਰਿ ਸਉਣ ਸਾਸਤ ਬੀਚਾਰੁ॥	chhanichharvaar sa-un saasat beechaar.
ਹਉਮੈ ਮੇਰਾ ਭਰਮੈ ਸੰਸਾਰੁ॥	ha-umai mayraa bharmai sansaar.
ਮਨਮੁਖੁ ਅੰਧਾ ਦੂਜੈ ਭਾਇ॥	manmukh anDhaa doojai bhaa-ay.
ਜਮ ਦਰ ਬਾਧਾ ਚੋਟਾ ਖਾਇ॥	jam dar baaDhaa chotaa khaa-ay.
ਗੁਰ ਪਰਸਾਦੀ ਸਦਾ ਸੁਖੁ ਪਾਏ॥	gur parsaadee sadaa sukh paa-ay.
ਸਚੁ ਕਰਣੀ ਸਾਚਿ ਲਿਵ ਲਾਏ॥੮॥	sach karnee saach liv laa-ay. ||8||

ਛਨੀਛਰਵਾਰ! ਜੀਵ ਧਰਮ ਦੇ ਗ੍ਰੰਥਾਂ ਦੇ ਪਿਛੇ ਲੱਗਦਾ ਹੈ । ਉਸ ਦੇ ਮਨ ਵਿੱਚ ਅਹੰਕਾਰ ਅਤੇ ਖੁਦਗ਼ਰਜ਼ੀ ਵਧਦੀ ਹੈ । ਮਨ ਸੰਸਾਰਕ ਇੱਛਾਂ ਦੇ ਜਾਲ ਵਿੱਚ ਫਸ ਜਾਂਦਾ ਹੈ । ਮਨਮੁਖ ਧਰਮਾਂ ਦੇ ਭਰਮਾਂ ਵਿੱਚ ਹੀ ਫਸਦਾ, ਸੰਸਾਰਕ ਮੋਹ ਵਿੱਚ ਉਲਝ ਜਾਂਦਾ ਹੈ । ਉਹ ਮੌਤ ਦੇ ਫਰਿਸ਼ਤੇ ਦੇ ਬੰਧਨਾਂ ਵਿੱਚ ਬੰਧਾ ਦੁਖ ਪਾਉਂਦਾ ਹੈ । ਕੇਵਲ ਪ੍ਰਭ ਦੀ ਰਹਿਮਤ ਨਾਲ ਹੀ ਜੀਵ ਦੇ ਮਨ ਵਿੱਚ ਸੰਤੋਖ, ਸ਼ਾਂਤੀ ਬਖਸ਼ਿਸ਼ ਹੁੰਦੀ ਹੈ । ਉਸ ਦੇ ਕੰਮ ਸ਼ਬਦ ਅਨੁਸਾਰ ਸ੍ਰਿਸ਼ਟੀ ਦੀ ਭਲਾਈ ਦੇ ਹੁੰਦੇ ਹਨ । ਉਸ ਦੀ ਲਗਨ ਪ੍ਰਭ ਦੇ ਸ਼ਬਦ ਵਿੱਚ, ਚਰਨਾਂ ਵਿੱਚ ਹੀ ਲੱਗੀ ਰਹਿੰਦੀ ਹੈ ।

Saturday: whosoever may follow the teaching of religious Holy Scriptures; his ego and selfishness may enhance in his worldly life. He may become a victim of worldly desires. Self-minded remains entangled in religious suspicions and remain emotionally attached to his family bonds. He may be captured by the devil of death. His true devotee may be blessed with peace of mind and contentment in his worldly life; with His mercy and grace, all his deeds may become as per His Word and for the welfare of His Creation. He may remain focused on obeying the teachings of His Word.

ਸਤਿਗੁਰੁ ਸੇਵਹਿ ਸੇ ਵਡਭਾਗੀ॥	satgur sayveh say vadbhaagee.
ਹਉਮੈ ਮਾਰਿ ਸਚਿ ਲਿਵ ਲਾਗੀ॥	ha-umai maar sach liv laagee.
ਤੇਰੈ ਰੰਗਿ ਰਾਤੇ ਸਹਜਿ ਸੁਭਾਇ॥	tayrai rang raatay sahj subhaa-ay.
ਤੂ ਸੁਖਦਾਤਾ ਲੈਹਿ ਮਿਲਾਇ॥	too sukh-daata laihi milaa-ay.

ਏਕਸ ਤੇ ਦੂਜਾ ਨਾਹੀ ਕੋਇ॥ aykas tay doojaa naahee ko-ay.
ਗੁਰਮੁਖਿ ਬੂਝੈ ਸੋਝੀ ਹੋਇ॥੯॥ gurmukh boojhai sojhee ho-ay. ||9||

ਜਿਹੜਾ ਪ੍ਰਭ ਦੇ ਸ਼ਬਦ ਦੀ ਪਾਲਣਾ ਕਰਦਾ ਹੈ, ਉਹ ਵੱਡੇ ਭਾਗਾਂ ਵਾਲਾ ਬਣ ਜਾਂਦਾ ਹੈ । ਅਹੰਕਾਰ ਤੇ ਜਿੱਤ ਪਾ ਕੇ, ਸ਼ਬਦ ਦੀ ਸਮਾਧੀ ਵਿੱਚ ਵਸਣ ਲੱਗ ਪੈਂਦੇ ਹਨ । ਉਸ ਦੀ ਲਗਨ ਪ੍ਰਭ ਦੇ ਸ਼ਬਦ ਵਿੱਚ ਅਡੋਲ ਹੋ ਜਾਂਦੀ ਹੈ । ਸੁਖਾਂ ਦਾ ਦਾਤਾ, ਆਪ ਹੀ ਰਹਿਮਤ ਬਖਸ਼ਕੇ, ਆਪਣੀ ਸ਼ਰਣ ਵਿੱਚ ਪਨਾਹ, ਦਰਬਾਰ ਵਿੱਚ ਪ੍ਰਵਾਨਗੀ ਬਖਸ਼ਦਾ ਹੈ । ਹਰਇੱਕ ਜੀਵ ਹੀ ਇੱਕੋ ਇੱਕ ਪ੍ਰਭ ਦੀ ਜੋਤ ਵਿਚੋਂ ਹੀ ਪੈਦਾ ਹੁੰਦਾ ਹੈ । ਹੋਰ ਕੋਈ ਦੂਸਰਾ ਨਹੀਂ ਜੋ ਇਹ ਕੁਝ ਕਰ ਸਕਦਾ ਹੈ । ਜਿਹੜਾ ਪ੍ਰਭ ਦੇ ਸ਼ਬਦ ਦੀ ਪਾਲਣਾ ਕਰਦਾ, ਉਸ ਨੂੰ ਗੁਰਮਖ ਅਵਸਥਾ ਬਖਸ਼ਿਸ਼ ਹੋ ਜਾਂਦੀ ਹੈ । ਉਸ ਨੂੰ ਇਹ ਜਾਣਕਾਰੀ ਹੋ ਜਾਂਦੀ ਹੈ ।

Whosoever may obey the teachings of His Word, he may become very fortunate. He may conquer his ego and dwells in the void of His Word. He may obey the teachings of His Word with steady and stable in his day-to-day life. The Merciful True Master may accept him in His sanctuary, in His Court. The whole creation is an expansion of His Holy Spirit. No one else has any power to do anything without His blessings. Whosoever may be blessed with a state of mind as His true devotee; with His mercy and grace, he may be enlightened with this essence of His Nature.

ਪੰਦ੍ਰਹ ਥਿਤੀਂ ਤੈ ਸਤ ਵਾਰ॥ pandreh thiteeN tai sat vaar.
ਮਾਹਾ ਰੁਤੀ ਆਵਹਿ ਵਾਰ ਵਾਰ॥ maahaa rutee aavahi vaar vaar.
ਦਿਨਸੁ ਰੈਣਿ ਤਿਵੈ ਸੰਸਾਰੁ॥ dinas rain tivai sansaar.
ਆਵਾ ਗਉਣੁ ਕੀਆ ਕਰਤਾਰਿ॥ aavaa ga-on kee-aa kartaar.
ਨਿਹਚਲੁ ਸਾਚੁ ਰਹਿਆ ਕਲ ਧਾਰਿ॥ nihchal saach rahi-aa kal Dhaar.
ਨਾਨਕ ਗੁਰਮੁਖਿ ਬੂਝੈ naanak gurmukh boojhai
ਕੋ ਸਬਦੁ ਵੀਚਾਰਿ॥੧੦॥੧॥ ko sabad veechaar.||10||1||

ਪ੍ਰਭ ਸਦਾ ਹੀ ਅਟੱਲ ਰਹਿਣ ਵਾਲਾ ਮਾਲਕ, ਸਭ ਕੁਝ ਆਪਣੇ ਵੱਸ ਵਿੱਚ ਹੀ ਰਖਦਾ ਹੈ । ਚੰਦ ਦੇ 15 ਦਿਨ ਅਤੇ ਹਫਤੇ ਦੇ 7 ਦਿਨ, ਮਹਿਨੇ, ਰੁੱਤ, ਦਿਨ ਰਾਤ ਬਾਰ ਬਾਰ ਆਉਂਦੇ ਰਹਿੰਦੇ ਹਨ । ਇਸਤਰ੍ਹਾਂ ਸੰਸਾਰ ਦਾ ਖੇਲ ਚਲਦਾ ਰਹਿੰਦਾ, ਜੰਮਣਾ ਮਰਨਾ ਪ੍ਰਭ ਦੇ ਵੱਸ ਵਿੱਚ, ਆਪ ਹੀ ਬਣਾਇਆ ਹੈ । ਜਿਹੜਾ ਪ੍ਰਭ ਦੇ ਸ਼ਬਦ ਦੀ ਪਾਲਣਾ ਕਰਦਾ ਹੈ, ਉਸ ਨੂੰ ਗੁਰਮਖ ਅਵਸਥਾ ਬਖਸ਼ਿਸ਼ ਹੋ ਜਾਂਦੀ ਹੈ । ਕੇਵਲ ਇਹ ਜਾਣਕਾਰੀ ਪਾਉਂਦਾ ਹੈ, ਉਸ ਨੂੰ ਹੀ ਇਸ ਦੀ ਸੋਝੀ ਹੁੰਦੀ ਹੈ ।

The True Master remains unchanged forever and everything remains and happen under His control. All 15 days of moon cycle, 7 days of week, various months of year, all seasons of the year repeats over a period. Same way the play of the universe, the cycle of birth and death continue from Ancient Ages; The True Master keeps under His command, control. Whosoever may obey the teachings of His Word; with His mercy and grace, he may be blessed with a state of mind as His true devotee. Only, he may be blessed with the play of His Nature.

385.ਬਿਲਾਵਲੁ ਮਹਲਾ ੩॥ 842-3

ਆਦਿ ਪੁਰਖੁ ਆਪੇ ਸ੍ਰਿਸਟਿ ਸਾਜੇ॥	aad purakh aapay sarisat saajay.
ਜੀਅ ਜੰਤ ਮਾਇਆ ਮੋਹਿ ਪਾਜੇ॥	jee-a jant maa-i-aa mohi paajay.
ਦੂਜੈ ਭਾਇ ਪਰਪੰਚਿ ਲਾਗੇ॥	doojai bhaa-ay parpanch laagay.
ਆਵਹਿ ਜਾਵਹਿ ਮਰਹਿ ਅਭਾਗੇ॥	aavahi jaaveh mareh abhaagay.
ਸਤਿਗੁਰਿ ਭੇਟਿਐ ਸੋਝੀ ਪਾਇ॥	satgur bhayti-ai sojhee paa-ay.
ਪਰਪੰਚੁ ਚੂਕੈ ਸਚਿ ਸਮਾਇ॥੧॥	parpanch chookai sach samaa-ay. ||1||

ਪ੍ਰਭ ਦਾ ਕੋਈ ਆਰੰਭ, ਅੰਤ ਨਹੀਂ ਹੈ, ਉਹ ਆਪ ਹੀ ਸ੍ਰਿਸ਼ਟੀ ਦੀ ਸਾਜਨਾ ਕਰਦਾ ਹੈ । ਸ੍ਰਿਸ਼ਟੀ ਦੇ ਸਾਰੇ ਜੀਵ ਸੰਸਾਰਕ ਮਾਇਆ ਦੇ ਜਾਲ ਵਿੱਚ ਫਸੇ ਰਹਿੰਦੇ ਹਨ । ਪ੍ਰਭ ਨੂੰ ਛਡਕੇ ਦੂਜੇ ਨਾਲ ਸੰਜੋਗ ਬਣਾਉਣ, ਮਾਲਕ ਸਮਝਣ ਕਰਕੇ ਅਤੇ ਬਖਸ਼ੇ ਤੇ ਭਰੋਸਾ ਡੋਲਣ ਕਰਕੇ ਹੀ ਸੰਸਾਰਕ ਮਾਇਆ ਦੇ ਪਿਛੇ ਲੱਗੇ ਰਹਿੰਦੇ ਹਨ । ਉਹ ਮੰਦੇ ਭਾਗਾਂ ਵਾਲੇ ਬਾਰ ਬਾਰ ਜਨਮ, ਮਰਨ ਦੇ ਚੱਕਰ ਵਿੱਚ ਹੀ ਰਹਿੰਦੇ ਹਨ । ਜਿਹੜਾ ਪ੍ਰਭ ਦੇ ਸ਼ਬਦ ਦੀ ਪਾਲਣਾ ਕਰਦਾ, ਉਸ ਨੂੰ ਸ਼ਬਦ ਦੀ ਸੋਝੀ ਬਖਸ਼ਿਸ਼ ਹੋ ਜਾਂਦੀ ਹੈ । ਉਸ ਦਾ ਸੰਸਾਰਕ ਮਾਇਆ ਦਾ ਜਾਲ ਨਾਸ ਹੋ ਜਾਂਦਾ, ਟੁੱਟ ਜਾਂਦਾ ਹੈ । ਉਹ ਪ੍ਰਭ ਦੀ ਪ੍ਰਵਾਨਗੀ ਦੇ ਰਸਤੇ ਤੇ ਚਲਦਾ, ਪ੍ਰਭ ਦੀ ਜੋਤ ਵਿੱਚ ਅਭੇਦ ਹੋ ਜਾਂਦਾ ਹੈ ।

The True Master, Creator of the universe has no beginning nor end of His existence. All creatures of the universe remain intoxicated with the sweet poison of worldly wealth. Whosoever may not have steady and stable belief that One and only One True Master and Creator of the universe; he may adopt and baptize by worldly religion. He may consider the deceased Ancient prophet, worldly guru as the master of all blessings and controller of the imaginary presumed haven. He may become a slave of worldly wealth. He may become very unfortunate and he remains in the cycle of birth and death. Whosoever may obey the teachings of His Word with steady and stable belief as an ultimate unavoidable command; with His mercy and grace, he may be enlightened with the essence of His Word. All his bonds of worldly wealth may be broken; with His mercy and grace, he may be blessed with the right path of acceptance in His Court. He may be accepted in His Court.

ਜਾ ਕੈ ਮਸਤਕਿ ਲਿਖਿਆ ਲੇਖੁ॥	jaa kai mastak likhi-aa laykh.
ਤਾ ਕੈ ਮਨਿ ਵਸਿਆ ਪ੍ਰਭੁ ਏਕੁ॥੧॥	taa kai man vasi-aa parabh ayk. ||1||
ਰਹਾਉ॥	rahaa-o.

ਜਿਸ ਦੇ ਭਾਗਾਂ ਵਿੱਚ ਜਨਮ ਤੋਂ ਪਹਿਲੇ ਹੀ ਲਿਖਿਆ ਹੁੰਦਾ ਹੈ । ਉਸ ਦੇ ਮਨ ਵਿੱਚ ਹੀ ਪ੍ਰਭ ਦਾ ਸ਼ਬਦ ਘਰ ਕਰ ਜਾਂਦਾ, ਵਸਦਾ ਹੈ ।

Whosoever may have a great prewritten destiny, only he may remain drenched with the essence of His Word.

ਸ੍ਰਿਸਟਿ ਉਪਾਇ ਆਪੇ ਸਭੁ ਵੇਖੈ॥	sarisat upaa-ay aapay sabh vaykhai.
ਕੋਇ ਨ ਮੇਟੈ ਤੇਰੈ ਲੇਖੈ॥	ko-ay na maytai tayrai laykhai.
ਸਿਧ ਸਾਧਿਕ ਜੇ ਕੋ ਕਹੈ ਕਹਾਏ॥	siDh saaDhik jay ko kahai kahaa-ay.
ਭਰਮੇ ਭੂਲਾ ਆਵੈ ਜਾਏ॥	bharmay bhoolaa aavai jaa-ay.
ਸਤਿਗੁਰੁ ਸੇਵੈ ਸੋ ਜਨੁ ਬੂਝੈ॥	satgur sayvai so jan boojhai.
ਹਉਮੈ ਮਾਰੇ ਤਾ ਦਰੁ ਸੂਝੈ॥੨॥	ha-umai maaray taa dar soojhai. ||2||

ਸ੍ਰਿਸ਼ਟੀ ਦਾ ਸ੍ਰਿਜਣ ਹਾਰਾ ਸੰਸਾਰ ਵਿੱਚ ਸਭ ਕੁਝ ਵਿੱਚ ਵਾਪਰਦਾ, ਆਪ ਹੀ ਦੇਖਦਾ ਹੈ । ਉਸ ਦਾ ਲਿਖਿਆ ਕੋਈ ਮੇਟ ਨਹੀਂ ਸਕਦਾ, ਉਸ ਦਾ ਭਾਣਾ ਕੋਈ ਟਾਲ ਨਹੀਂ ਸਕਦਾ । ਜਿਹੜਾ ਆਪਣੇ ਆਪ ਨੂੰ ਗਿਆਨਵਾਨ, ਸਿਧ ਸਮਝਦਾ ਹੈ । ਉਹ ਭਰਮਾਂ ਵਿੱਚ, ਜੂੰਨਾਂ ਦੇ ਚੱਕਰ ਵਿੱਚ ਹੀ ਰਹਿੰਦਾ ਹੈ ।

ਜਿਹੜਾ ਪ੍ਰਭ ਦੇ ਸ਼ਬਦ ਦੀ ਅਡੋਲ ਭਰੋਸੇ ਨਾਲ ਪਾਲਣਾ ਕਰਦਾ, ਕੇਵਲ ਪ੍ਰਭ ਆਪ ਹੀ ਜਾਣਦਾ ਹੈ! ਉਸ ਨੂੰ ਅਸਲੀ ਦਾਸ ਅਵਸਥਾ ਬਖਸ਼ਿਸ਼ ਹੁੰਦੀ ਹੈ । ਜਿਹੜਾ ਆਪਣੇ ਮਨ ਦੇ ਅਹੰਕਾਰ ਤੇ ਜਿੱਤ ਪਾ ਲੈਂਦਾ ਹੈ । ਉਸ ਨੂੰ ਪ੍ਰਭ ਦੇ ਦਰਬਾਰ ਦੀ ਸੋਝੀ ਬਖਸ਼ਿਸ਼ ਹੋ ਜਾਂਦੀ ਹੈ ।

The True Creator of the universe witnesses and monitors every event in the universe. No one may avoid or change his own prewritten destiny. Whosoever may consider himself, worldly scholar, enlightened, worldly guru; he may remain in religious suspicions and he remains in the cycle of death. Only, The True Master may know; who may be obeying the teachings of His Word with steady and stable belief in his day-to-day life; with His mercy and grace, he may be blessed with a state of mind as His true devotee. Whosoever may conquer his ego of his worldly status, only he may be blessed with the enlightenment of His Nature.

ਏਕਸੁ ਤੇ ਸਭੁ ਦੂਜਾ ਹੂਆ॥ aykas tay sabh doojaa hoo-aa.
ਏਕੋ ਵਰਤੈ ਅਵਰੁ ਨ ਬੀਆ॥ ayko vartai avar na bee-aa.
ਦੂਜੇ ਤੇ ਜੇ ਏਕੋ ਜਾਣੈ॥ doojay tay jay ayko jaanai.
ਗੁਰ ਕੈ ਸਬਦਿ ਹਰਿ ਦਰਿ ਨੀਸਾਣੈ॥ gur kai sabad har dar neesaanai.
ਸਤਿਗੁਰੁ ਭੇਟੇ ਤਾ ਏਕੋ ਪਾਏ॥ satgur bhaytay taa ayko paa-ay.
ਵਿਚਹੁ ਦੂਜਾ ਠਾਕਿ ਰਹਾਏ॥੩॥ vichahu doojaa thaak rahaa-ay. ||3||

ਇੱਕੋ ਇੱਕ ਪ੍ਰਭ ਦੀ ਜੋਤ ਤੋਂ ਹੀ ਸਾਰੀ ਸ੍ਰਿਸ਼ਟੀ ਪੈਦਾ ਹੋਈ ਹੈ । ਉਹ ਹੀ ਸਭ ਅੰਦਰ ਵਸਦਾ, ਵਾਪਰਦਾ ਹੈ, ਹੋਰ ਦੂਸਰਾ ਕੋਈ ਨਹੀਂ ਹੈ । ਜਿਹੜਾ ਮਨ ਦੇ ਭਰਮ ਦੂਰ ਕਰ ਲੈਂਦਾ ਹੈ, ਕਿ ਹੋਰ ਕੋਈ ਪ੍ਰਭ ਦੇ ਬਰਾਬਰ ਨਹੀਂ ਹੈ । ਉਸ ਨੂੰ ਪ੍ਰਭ ਦੇ ਸ਼ਬਦ ਦੀ ਸੋਝੀ ਬਖਸ਼ਿਸ਼ ਹੋ ਜਾਂਦੀ ਹੈ । ਕੇਵਲ ਸ਼ਬਦ ਦੇ ਪਾਲਣਾ ਕਰਨ ਨਾਲ ਹੀ ਪ੍ਰਭ ਦੇ ਪ੍ਰਵਾਨਗੀ ਦੇ ਰਸਤੇ ਦੀ ਸੋਝੀ ਬਖਸ਼ਿਸ਼ ਹੁੰਦੀ ਹੈ । ਪ੍ਰਭ ਦੀ ਜੋਤ ਮਹਿਸੂਸ ਹੁੰਦੀ ਹੈ । ਜਿਹੜਾ ਪ੍ਰਭ ਦੇ ਸ਼ਬਦ ਤੇ ਭਰੋਸਾ ਅਡੋਲ ਰਖਦਾ, ਪ੍ਰਭ ਦੀ ਸ਼ਰਣ ਵਿੱਚ ਆ ਜਾਂਦਾ ਹੈ । ਉਸ ਨੂੰ ਹੀ ਪ੍ਰਭ ਦੀ ਰਹਿਮਤ ਬਖਸ਼ਿਸ਼ ਹੋ ਸਕਦੀ ਹੈ । ਉਸ ਦੇ ਮਨ ਵਿਚੋਂ ਭਰਮ, ਦੂਸਰੇ ਤੇ ਭਰੋਸਾ ਕਰਨਾ ਖਤਮ ਹੋ ਜਾਂਦਾ ਹੈ ।

The whole creation is an expansion of His Holy Spirit. His Holy spirit remains embedded within each soul as His Word, as a unique roadmap for his soul to be sanctified to become worthy of His consideration. No one else dwells and prevails within his body, mind and in the universe. Whosoever may eliminate his suspicion that no one equal of greater than Him, may ever be born or may become The True Master of the universe; with His mercy and grace, he may be blessed with the enlightenment of His Word, Nature. Whosoever may obey the teachings of His Word with steady and stable belief, only he may be blessed with the right path of acceptance in His Court He may realize His Holy Spirit prevailing in the universe. Whosoever may wholeheartedly surrender his mind, body, and worldly status at His sanctuary; he may be blessed with His mercy and grace. All his religious suspicions to consider any worldly prophet, guru as master worthy of worship may be eliminated.

ਜਿਸ ਦਾ ਸਾਹਿਬੁ ਡਾਢਾ ਹੋਇ॥ jis daa saahib daadhaa ho-ay.
ਤਿਸ ਨੋ ਮਾਰਿ ਨ ਸਾਕੈ ਕੋਇ॥ tis no maar na saakai ko-ay.
ਸਾਹਿਬ ਕੀ ਸੇਵਕੁ ਰਹੈ ਸਰਣਾਈ॥ saahib kee sayvak rahai sarnaa-ee.
ਆਪੇ ਬਖਸੇ ਦੇ ਵਡਿਆਈ॥ aapay bakhsay day vadi-aa-ee.
ਤਿਸ ਤੇ ਊਪਰਿ ਨਾਹੀ ਕੋਇ॥ tis tay oopar naahee ko-ay.
ਕਉਣੁ ਡਰੈ ਡਰੁ ਕਿਸ ਕਾ ਹੋਇ॥੪॥ ka-un darai dar kis kaa ho-ay. ||4||

ਜਿਸ ਦਾ ਮਾਲਕ ਇਤਨਾ ਤਾਕਤਵਾਰ, ਸ੍ਰਿਸ਼ਟੀ ਦਾ ਮਾਲਕ, ਰਖਵਾਲਾ ਹੁੰਦਾ ਹੈ । ਉਸ ਨੂੰ ਕੋਈ ਨਾਸ ਨਹੀਂ ਕਰ ਸਕਦਾ । ਪ੍ਰਭ ਦਾ ਸੇਵਕ ਹਰ ਵੇਲੇ ਹੀ ਪ੍ਰਭ ਦੀ ਸ਼ਰਣ, ਸ਼ਬਦ ਦੀ ਪਾਲਣਾ ਵਿੱਚ ਹੀ ਰਹਿੰਦਾ ਹੈ । ਪ੍ਰਭ ਆਪ ਹੀ ਭੁੱਲਾਂ ਬਖਸ਼ਦਾ, ਉਸ ਦੀ ਰਖਿਆ, ਲਾਜ ਰਖਦਾ ਹੈ । ਪ੍ਰਭ ਉਪਰ ਹੋਰ ਕਿਸੇ ਦਾ ਹੁਕਮ ਨਹੀਂ ਚਲਦਾ । ਫਿਰ ਉਸ ਨੂੰ ਕਿਸ ਕਿਸਮ ਦਾ ਡਰ ਹੋ ਸਕਦਾ ਹੈ? ਉਸ ਦਾ ਦਾਸ ਹੋਰ ਕਿਸੇ ਤੋ ਕਿਵੇਂ ਡਰ ਸਕਦਾ ਹੈ?

Whosoever may be accepted under the protection of The Omnipotent True Master of the universe; no one may be able to hurt him. His true devotee always remains in His sanctuary and obeys the teachings of His Word. With His mercy and grace, He may forgive his mistakes, sins, and protects his honor. The True Master is not a slave of anyone else. How may He be afraid of any other power? How may His true devotee be afraid from anyone else?

ਗੁਰਮਤੀ ਸਾਂਤਿ ਵਸੈ ਸਰੀਰ॥	gurmatee saaNt vasai sareer.
ਸਬਦੁ ਚੀਨ੍ਹਿ ਫਿਰਿ ਲਗੈ ਨ ਪੀਰ॥	sabad cheeneh fir lagai na peer.
ਆਵੈ ਨ ਜਾਇ ਨਾ ਦੁਖੁ ਪਾਏ॥	aavai na jaa-ay naa dukh paa-ay.
ਨਾਮੇ ਰਾਤੇ ਸਹਜਿ ਸਮਾਏ॥	naamay raatay sahj samaa-ay.
ਨਾਨਕ ਗੁਰਮੁਖਿ ਵੇਖੈ ਹਦੂਰਿ॥	naanak gurmukh vaykhai hadoor.
ਮੇਰਾ ਪ੍ਰਭੁ ਸਦ ਰਹਿਆ ਭਰਪੂਰਿ॥੫॥	mayraa parabh sad rahi-aa bharpoor. ||5||

ਸ਼ਬਦ ਦੀ ਪਾਲਣਾ ਕਰਨ ਨਾਲ ਮਨ, ਤਨ ਵਿੱਚ ਸ਼ਾਂਤੀ, ਸੰਤੋਖ ਬਖਸ਼ਿਸ਼ ਹੋ ਜਾਂਦਾ ਹੈ । ਪ੍ਰਭ ਦੇ ਸ਼ਬਦ ਦੀ ਪਾਲਾਨਾ ਕਰਨ ਵਾਲੇ ਨੂੰ ਕੋਈ ਦੁਖ ਛੋਹ ਨਹੀਂ ਸਕਦਾ । ਉਸ ਨੂੰ ਜੂੰਨਾਂ ਦੇ ਚੱਕਰ ਵਿੱਚ, ਜਨਮ ਮਰਨ ਦਾ ਦੁਖ ਨਹੀਂ ਸਹਿਣਾ ਪੈਂਦਾ । ਉਹ ਸ਼ਬਦ ਦੀ ਸਮਾਧੀ ਵਿੱਚ ਵਸਦਾ ਹੋਇਆ, ਪ੍ਰਭ ਦੀ ਜੋਤ ਵਿੱਚ ਹੀ ਅਲੋਪ ਹੋ ਜਾਂਦਾ ਹੈ । ਗੁਰਮਖ, ਪ੍ਰਭ ਨੂੰ ਸਦਾ ਹੀ ਆਪਣੇ ਸਾਥ ਹਾਜਰ, ਵਾਪਰਦਾ ਦਾ ਮਹਿਸੂਸ ਕਰਦਾ ਹੈ । ਸ੍ਰਿਸ਼ਟੀ ਦਾ ਮਾਲਕ ਹਰ ਸਮੇਂ, ਹਰ ਥਾਂ ਹੀ ਵਾਪਰਦਾ ਹੈ ।

Whosoever may obey the teachings of His Word with steady and stable belief in his day-to-day life; with His mercy and grace, he may be blessed with peace of mind and contentment. Whosoever may remain intoxicated in obeying the teachings of His Word, no worldly miseries may influence his state of mind. With His mercy and grace, he may not enter the womb of mother or endure the misery of birth and death cycle. He may remain intoxicated in the void of His Word; he may be immersed in The Holy Spirit. He may realize His Holy Spirit prevailing within every creature and in every event in the world.

ਇਕਿ ਸੇਵਕ ਇਕਿ ਭਰਮਿ ਭੁਲਾਏ॥	ik sayvak ik bharam bhulaa-ay.
ਆਪੇ ਕਰੇ ਹਰਿ ਆਪਿ ਕਰਾਏ॥	aapay karay har aap karaa-ay.
ਏਕੋ ਵਰਤੈ ਅਵਰੁ ਨ ਕੋਇ॥	ayko vartai avar na ko-ay.
ਮਨਿ ਰੋਸੁ ਕੀਜੈ ਜੇ ਦੂਜਾ ਹੋਇ॥	man ros keejai jay doojaa ho-ay.
ਸਤਿਗੁਰੁ ਸੇਵੇ ਕਰਣੀ ਸਾਰੀ॥	satgur sayvay karnee saaree.
ਦਰਿ ਸਾਚੈ ਸਾਚੇ ਵੀਚਾਰੀ॥੬॥	dar saachai saachay veechaaree. ||6||

ਪ੍ਰਭ ਆਪ ਹੀ ਸਭ ਕੁਝ ਕਰਦਾ ਹੈ, ਸਭ ਕੁਝ ਕਰਨ ਦਾ ਕਾਰਨ ਬਣਦਾ ਹੈ । ਉਸ ਦਾ ਹੀ ਹੁਕਮ ਚਲਦਾ ਹੈ, ਹੋਰ ਕਿਸੇ ਦਾ ਕੋਈ ਜ਼ੋਰ ਨਹੀਂ ਹੁੰਦਾ । ਅਗਰ ਕੋਈ ਕਰਨ ਵਾਲ ਹੋਰ ਅਤੇ ਮਾਲਕ ਹੋਰ ਹੋਵੇ, ਤਾਂ ਹੀ ਮਨ ਕਿਸੇ ਕੋਲ ਸ਼ਕਾਇਤ ਕਰ ਸਕਦਾ ਹੈ । ਪ੍ਰਭ ਦੇ ਭਾਣੇ ਨੂੰ ਸਤਿ ਕਰਕੇ ਸਵੀਕਾਰ ਕਰਨਾ ਹੀ ਸਭ ਤੋ ਉਤਮ ਕੰਮ ਹੈ । ਪ੍ਰਭ ਇਨਸਾਫ ਕਰਨ ਵਾਲਾ ਦਾਤਾ, ਮਾਲਕ ਹੈ । ਉਸ ਦੇ ਦਰਬਾਰ ਵਿੱਚ ਸਦਾ ਹੀ ਇਨਸਾਫ ਕੀਤਾ ਜਾਂਦਾ, ਹੁੰਦਾ ਹੈ ।

The True Master creates the purpose of each event and prevails in every event in the universe. Only His command may prevail in the universe and no other power may exist or stand against him. If someone else may prevail in any events in the universe and The Master may be a different then you may complain about your grievances to the higher authority for justice. To obey His Word as an ultimate unavoidable command may be the wisest and supreme task. The True Master of justice and only His unchallengeable justice may prevail in the universe. His Creation may not comprehend; why and what may be His judgement.

ਥਿਤੀ ਵਾਰ ਸਭਿ ਸਬਦਿ ਸੁਹਾਏ॥	thitee vaar sabh sabad suhaa-ay.
ਸਤਿਗੁਰੁ ਸੇਵੇ ਤਾ ਫਲੁ ਪਾਏ॥	satgur sayvay taa fal paa-ay.
ਥਿਤੀ ਵਾਰ ਸਭਿ ਆਵਹਿ ਜਾਹਿ॥	thitee vaar sabh aavahi jaahi.
ਗੁਰ ਸਬਦੁ ਨਿਹਚਲੁ ਸਦਾ ਸਚਿ ਸਮਾਹਿ॥	gur sabad nihchal sadaa sach samaahi.
ਥਿਤੀ ਵਾਰ ਤਾ ਜਾ ਸਚਿ ਰਾਤੇ॥	thitee vaar taa jaa sach raatay.
ਬਿਨੁ ਨਾਵੈ ਸਭਿ ਭਰਮਹਿ ਕਾਚੇ॥੭॥	bin naavai sabh bharmeh kaachay. ||7||

ਜਿਹੜਾ ਪ੍ਰਭ ਦੇ ਸ਼ਬਦ ਦਾ ਵਿਚਾਰ, ਪਾਲਣਾ ਕਰਦਾ ਹੈ । ਚੰਦ ਦੇ 15 ਦਿਨ, ਹਫਤੇ ਦੇ 7 ਦਿਨ ਸਾਰੇ ਹੀ ਸੁਭਾਗੇ ਹੁੰਦੇ ਹਨ, ਕੋਈ ਭਰਮ ਨਾ ਕਰੋ! ਸ਼ਬਦ ਦੀ ਪਾਲਣਾ ਕਰਨ ਵਾਲੇ ਨੂੰ ਸ਼ਬਦ ਦੀ ਕਮਾਈ ਦਾ ਫਲ ਜਰੂਰ ਬਖਸ਼ਦਾ ਹੈ । ਇਹ ਦਿਨ, ਪਲ ਸਾਰੇ ਆਉਂਦੇ ਹਨ, ਬੀਤ ਜਾਂਦੇ ਹਨ । ਪਰ, ਪ੍ਰਭ ਦਾ ਸ਼ਬਦ, ਸ਼ਬਦ ਦੀ ਕਮਾਈ, ਭਾਣਾ ਸਦਾ ਹੀ ਰਹਿਣ ਵਾਲਾ ਹੈ । ਸ਼ਬਦ ਦੀ ਪਾਲਣਾ ਨਾਲ ਹੀ ਮਨ ਨੂੰ ਸ਼ਾਂਤੀ, ਸੰਤੋਖ ਬਖਸ਼ਿਸ਼ ਹੁੰਦਾ ਹੈ । ਜੀਵ ਪ੍ਰਭ ਦੇ ਸ਼ਬਦ ਦੀ ਸਮਾਧੀ ਵਿੱਚ ਵਸਣ ਲੱਗ ਪੈਂਦਾ, ਪ੍ਰਭ ਦੀ ਜੋਤ ਵਿੱਚ ਅਭੇਦ ਹੋ ਜਾਂਦਾ ਹੈ । ਪ੍ਰਭ ਦੇ ਸ਼ਬਦ ਦੀ ਪਾਲਣਾ ਤੋ ਬਿਨਾਂ ਸਾਰੇ ਹੀ ਭਰਮਾਂ ਵਿੱਚ ਹੀ ਭਟਕਦੇ ਰਹਿੰਦੇ ਹਨ । ਜਿਸ ਦਿਨ ਆਤਮਾ ਪ੍ਰਭ ਦੀ ਜੋਤ ਵਿੱਚ ਅਲੋਪ ਹੋ ਜਾਂਦੀ ਹੈ । ਉਹ ਦਿਨ ਹੀ ਸੁਭਾਗਾ ਬਣ ਜਾਂਦਾ, ਹੋ ਜਾਂਦਾ ਹੈ!

Whosoever may obey the teachings of His Word with steady and stable belief in his day-to-day life; all days of the year may become very fortunate for him. You should not create any suspicions within your mind. Whosoever may earn the wealth of His Word in his day-to-day life; The True Master may always reward his earnings of His Word; his earnings may never be wasted, ignored. The days and moments of the year comes and passes away; however, the earning of His Word remains forever with His true devotee. Whosoever may obey the teachings of His Word; he may be blessed with peace and contentment in his worldly life. He may remain intoxicated in the void of His Word; with His mercy and grace, he may immerse within His Holy Spirit. Without adopting the teachings of His Word with steady and stable belief in day-to-day life; all creatures remain intoxicated in religious suspicions. Whose sanctified soul of may be immersed within Holy Spirit that moment, day becomes fortunate for His true devotee.

ਮਨਮੁਖ ਮਰਹਿ ਮਰਿ ਬਿਗਤੀ ਜਾਹਿ॥	manmukh mareh mar bigtee jaahi.
ਏਕੁ ਨ ਚੇਤਹਿ ਦੂਜੈ ਲੋਭਾਹਿ॥	ayk na cheeteh doojai lobhaahi.
ਅਚੇਤ ਪਿੰਡੀ ਅਗਿਆਨ ਅੰਧਾਰੁ॥	achayt pindee agi-aan anDhaar.
ਬਿਨੁ ਸਬਦੈ ਕਿਉ ਪਾਏ ਪਾਰੁ॥	bin sabdai ki-o paa-ay paar.
ਆਪਿ ਉਪਾਏ ਉਪਾਵਣਹਾਰੁ॥	aap upaa-ay upaavanhaar.
ਆਪੇ ਕੀਤੋਨੁ ਗੁਰ ਵੀਚਾਰੁ॥੮॥	aapay keeton gur veechaar. ||8||

ਮਨਮੁਖ, ਪ੍ਰਭ ਦੇ ਸ਼ਬਦ ਦੀ ਪਾਲਣਾ ਨਹੀਂ ਕਰਦਾ, ਪਰ ਧਰਮ ਦੇ ਰੀਤੋ ਰੀਵਾਜ ਵਿੱਚ ਭਰੋਸਾ ਰਖਦਾ ਹੈ । ਮਨਮੁਖ ਜੀਵ ਮੌਤ ਤੋ ਪਿਛੋਂ ਮੰਦੀਆਂ ਜੂੰਨਾਂ ਵਿੱਚ ਹੀ ਰਹਿੰਦਾ ਹੈ । ਸ਼ਬਦ ਦੀ ਪਾਲਣਾ ਤੋ ਬਿਨਾਂ ਕਿਵੇਂ ਕੋਈ ਪ੍ਰਭ ਦੇ ਦਰਬਾਰ ਵਿੱਚ ਪ੍ਰਵਾਨ ਹੋ ਸਕਦਾ ਹੈ? ਜੀਵ ਦਾ ਤਨ ਅਤੇ ਮਨ ਅਗਿਆਨਤਾ ਵਿੱਚ ਹੀ ਕੰਮ ਕਰਦਾ ਰਹਿੰਦਾ ਹੈ । ਸ੍ਰਿਸ਼ਟੀ ਨੂੰ ਸ੍ਰਿਜਣ ਵਾਲਾ ਆਪ ਹੀ ਸਾਰੇ ਰਸਤੇ, ਵਿਧੀਆਂ ਬਖਸ਼ਦਾ, ਆਪ ਹੀ ਸ਼ਬਦ ਦਾ ਵਿਚਾਰ, ਵਖਿਆਣ ਬਖਸ਼ਦਾ ਹੈ ।

Self-minded may not obey the teachings of His Word with steady and stable belief in his day-to-day life; however, he may perform religious rituals very rigidly. Self-minded may be cycled through mean creature life cycles. Without obeying the teachings of His Word; how may anyone be accepted in His Court? His mind and body may perform all his worldly deeds in ignorance from the real purpose of human life opportunity. The Creator may design the right path of acceptance in His Court. He may infuse the explanation of His Nature on his tongue of His true devotee.

ਬਹੁਤੇ ਭੇਖ ਕਰਹਿ ਭੇਖਧਾਰੀ॥	bahutay bhaykh karahi bhaykh-Dhaaree.
ਭਵਿ ਭਵਿ ਭਰਮਹਿ ਕਾਚੀ ਸਾਰੀ॥	bhav bhav bharmeh kaachee saaree.
ਐਥੈ ਸੁਖੁ ਨ ਆਗੈ ਹੋਇ॥	aithai sukh na aagai ho-ay.
ਮਨਮੁਖ ਮੁਏ ਅਪਣਾ ਜਨਮੁ ਖੋਇ॥	manmukh mu-ay apnaa janam kho-ay.
ਸਤਿਗੁਰੁ ਸੇਵੇ ਭਰਮੁ ਚੁਕਾਏ॥	satgur sayvay bharam chukaa-ay.
ਘਰ ਹੀ ਅੰਦਰਿ ਸਚੁ ਮਹਲੁ ਪਾਏ॥੯॥	ghar hee andar sach mahal paa-ay. ||9||

ਧਰਮ ਦੇ ਪੁਜਾਰੀ, ਸੇਵਕ, ਵੱਖਰੇ ਬਾਣੇ ਨੂੰ ਮਹੱਤਤਾ ਦੇਂਦੇ ਹਨ, ਰਹਿਤਨਾਮਾ ਮੰਨਦੇ ਹਨ । ਉਹ ਭਰਮਾਂ ਵਿੱਚ ਉਲਝੇ ਹੋਏ, ਧਰਮ ਦੇ ਰੀਤੋ ਰੀਵਾਜ, ਨੂੰ ਸ਼ਬਦ ਦੀ ਪਾਲਣਾ ਸਮਝਣ ਲੱਗ ਪੈਂਦਾ ਹੈ । ਉਸ ਨੂੰ ਸੰਸਾਰ ਵਿੱਚ ਵੀ, ਮੌਤ ਪਿਛੋਂ ਵੀ ਕੋਈ ਸ਼ਾਂਤੀ, ਅਰਾਮ ਵਾਲੀ ਅਵਸਥਾ ਬਖਸ਼ਿਸ਼ ਨਹੀਂ ਹੁੰਦੀ । ਮਨਮੁਖ ਜੀਵ ਆਪਣਾ ਮਾਨਸ ਜੀਵਨ ਬਿਰਥਾ ਹੀ ਗਵਾ ਜਾਂਦਾ ਹੈ । ਪ੍ਰਭ ਦੇ ਸ਼ਬਦ ਦੀ ਪਾਲਣਾ ਕਰਨ ਨਾਲ ਮਨ ਦੇ ਭਰਮ ਨਾਸ ਹੋ ਜਾਂਦੇ ਹਨ । ਉਸ ਦੇ ਆਪਣੇ ਮਨ ਦੇ ਅੰਦਰ ਹੀ ਦਸਵੇਂ ਘਰ, ਪ੍ਰਭ ਦਾ ਦਰਬਾਰ ਪ੍ਰਗਟ ਹੋ ਜਾਂਦਾ ਹੈ ।

Religious priest, baptized devotee may attach too much significance to various religious robe and consider as a sign of purity. He may remain entangled in religious suspicions and consider religious rituals as obeying the teachings of His Word. He may never be blessed with any peace or resting place, either in worldly life nor after death in His Court. Self-minded may waste his human life opportunity uselessly. Whosoever may obey the teachings of His Word; with His mercy and grace, all his suspicions may be eliminated and His 10th castle may appear within his own mind and body.

ਆਪੇ ਪੂਰਾ ਕਰੇ ਸੁ ਹੋਇ॥	aapay pooraa karay so ho-ay.
ਏਹਿ ਥਿਤੀ ਵਾਰ ਦੂਜਾ ਦੋਇ॥	ayhi thitee vaar doojaa do-ay.
ਸਤਿਗੁਰ ਬਾਝਹੁ ਅੰਧੁ ਗੁਬਾਰੁ॥	satgur baajhahu anDh gubaar.
ਥਿਤੀ ਵਾਰ ਸੇਵਹਿ ਮੁਗਧ ਗਵਾਰ॥	thitee vaar sayveh mugaDh gavaar.
ਨਾਨਕ ਗੁਰਮੁਖਿ ਬੂਝੈ ਸੋਝੀ ਪਾਇ॥	naanak gurmukh boojhai sojhee paa-ay.
ਇਕਤੁ ਨਾਮਿ ਸਦਾ ਰਹਿਆ ਸਮਾਇ॥ ੧੦॥੨॥	ikat naam sadaa rahi-aa samaa-ay. ||10||2||

ਜੋ ਕੁਝ ਵੀ ਪੂਰਨ ਪ੍ਰਭ ਮਾਲਕ ਕਰਦਾ ਹੈ, ਕੇਵਲ ਉਹ ਹੀ ਹੁੰਦਾ ਹੈ । ਚੰਦ ਦੀ ਥਿਤੀਂ, ਹਫਤੇ ਦੇ ਵਾਰ ਦਾ ਵਿਚਾਰ ਕਰਨਾ ਕੇਵਲ ਮਨ ਦੇ ਭਰਮ ਹੀ ਹੰਦੇ ਹਨ । ਜਿਹੜਾ ਥਿਤੀਂ, ਵਾਰ ਦਾ ਵਿਚਾਰ ਕਰਦਾ ਹੈ, ਉਹ ਅਣਜਾਣ, ਮੂਰਖ ਹੀ ਹੁੰਦਾ ਹੈ । ਪ੍ਰਭ ਦੇ ਸ਼ਬਦ ਦੀ ਸੋਝੀ ਤੋ ਬਿਨਾਂ ਸਭ ਕੁਝ

ਅਗਿਆਨਤਾ ਵਿੱਚ ਹੀ ਹੁੰਦਾ ਹੈ । ਗੁਰਮਖ ਨੂੰ ਇਸ ਦੀ ਸੋਝੀ ਬਖਸ਼ਿਸ਼ ਹੋ ਜਾਂਦੀ ਹੈ, ਉਹ ਪ੍ਰਭ ਦੀ ਰਜ਼ਾ ਅਨੁਭਵ ਕਰਦਾ ਹੈ । ਉਹ ਸਦਾ ਹੀ ਪ੍ਰਭ ਦੇ ਸ਼ਬਦ ਦੀ ਸਮਾਧੀ ਵਿੱਚ ਲੀਨ ਰਹਿੰਦਾ ਹੈ ।

Whatsoever may be His command, only that may prevail in the universe. Whosoever may worry about some auspicious day, season, month, day of moon; all may be the suspicions of ignorant mind. Without the essence of His Word, everything else may the ignorance of mind. His true devotee may be enlightened with essence of His Nature. He may realize the existence of The Holy Spirit and remains intoxicated in the void of His Word.

386.ਬਿਲਾਵਲੁ ਮਹਲਾ ੧॥ ਛੰਤ ਦਖਣੀ॥ P 843-5

੧ੳ ਸਤਿਗੁਰ ਪ੍ਰਸਾਦਿ॥	ik-oNkaar satgur parsaad.
ਮੁੰਧ ਨਵੇਲੜੀਆ ਗੋਇਲਿ ਆਈ ਰਾਮ॥	munDh navaylrhee-aa go-il aa-ee raam.
ਮਟੁਕੀ ਡਾਰਿ ਧਰੀ	matukee daar Dharee
ਹਰਿ ਲਿਵ ਲਾਈ ਰਾਮ॥	har liv laa-ee raam.
ਲਿਵ ਲਾਇ ਹਰਿ ਸਿਉ ਰਹੀ ਗੋਇਲਿ,	liv laa-ay har si-o rahee go-il
ਸਹਜਿ ਸਬਦਿ ਸੀਗਾਰੀਆ॥	sahj sabad seegaaree-aa.
ਕਰ ਜੋੜਿ ਗੁਰ ਪਹਿ ਕਰਿ ਬਿਨੰਤੀ,	kar jorh gur peh kar binantee
ਮਿਲਹੁ ਸਾਚਿ ਪਿਆਰੀਆ॥	milhu saach pi-aaree-aa.
ਧਨ ਭਾਇ ਭਗਤੀ ਦੇਖਿ ਪ੍ਰੀਤਮ,	Dhan bhaa-ay bhagtee daykh pareetam
ਕਾਮ ਕ੍ਰੋਧੁ ਨਿਵਾਰਿਆ॥	kaam kroDh nivaari-aa.
ਨਾਨਕ ਮੁੰਧ ਨਵੇਲ ਸੁੰਦਰਿ,	naanak munDh navayl sundar
ਦੇਖਿ ਪਿਰੁ ਸਾਧਾਰਿਆ॥੧॥	daykh pir saaDhaari-aa. ||1||

ਅਣਜਾਣ, ਭੋਲੀ ਆਤਮਾ ਮਾਨਸ ਜਨਮ ਲੈ ਕੇ ਸੰਸਾਰ ਵਿੱਚ ਆਉਂਦੀ ਹੈ । ਜਿਹੜਾ ਮਨ ਦੀਆਂ ਇੱਛਾਂ ਇੱਕ ਪਾਸੇ ਰਖਕੇ, ਸ਼ਬਦ ਦੀ ਪਾਲਣਾ ਕਰਨ ਲੱਗ ਪੈਂਦਾ ਹੈ । ਸ਼ਬਦ ਦੀ ਪਾਲਣਾ ਕਰਦਾ, ਨਿਮ੍ਰਤਾ ਨਾਲ ਰਹਿਮਤ ਦੀ ਅਰਦਾਸ ਕਰਦਾ ਹੈ । ਪ੍ਰਭ ਉਸ ਦੀ ਬੰਦਗੀ ਤੇ ਪ੍ਰਸੰਨ ਹੋ ਕੇ ਰਹਿਮਤ ਬਖਸ਼ਦਾ, ਕਾਮ ਵਾਸ਼ਨਾ, ਕਰੋਧ ਖਤਮ ਕਰ ਦੇਂਦਾ ਹੈ । ਉਸ ਭੋਲੀ ਆਤਮਾ ਦੇ ਚਿਹਰੇ ਤੇ ਰਹਿਮਤ ਦਾ ਨੂਰ, ਮਨ ਵਿੱਚ ਸ਼ਾਂਤੀ, ਸੰਤੋਖ ਬਖਸ਼ਿਸ਼ ਹੋ ਜਾਂਦਾ ਹੈ ।

Ignorant soul may be blessed with human life opportunity to be sanctified, to become worthy of His consideration. Whosoever may renounce his worldly desires and obeys the teachings of His Word. He may humbly pray for His forgiveness; with His mercy and grace, his sexual desire for strange women, anger of worldly disappointments may be eliminated. He may be blessed with spiritual glow on his forehead, peace, and contentment in His worldly life.

ਸਚਿ ਨਵੇਲੜੀਏ ਜੋਬਨਿ ਬਾਲੀ ਰਾਮ॥	sach navaylrhee-ay joban baalee raam.
ਆਉ ਨ ਜਾਉ ਕਹੀ,	aa-o na jaa-o kahee
ਅਪਨੇ ਸਹ ਨਾਲੀ ਰਾਮ॥	apnay sah naalee raam.
ਨਾਹ ਅਪਨੇ ਸੰਗਿ ਦਾਸੀ,	naah apnay sang daasee
ਮੈ ਭਗਤਿ ਹਰਿ ਕੀ ਭਾਵਏ॥	mai bhagat har kee bhaav-ay.
ਅਗਾਧਿ ਬੋਧਿ ਅਕਥੁ ਕਥੀਐ	agaaDh boDh akath kathee-ai
ਸਹਜਿ ਪ੍ਰਭ ਗੁਣ ਗਾਵਏ॥	sahj parabh gun gaav-ay.
ਰਾਮ ਨਾਮ ਰਸਾਲ ਰਸੀਆ,	raam naam rasaal rasee-aa
ਰਵੈ ਸਾਚਿ ਪਿਆਰੀਆ॥	ravai saach pi-aaree-aa.
ਗੁਰਿ ਸਬਦੁ ਦੀਆ ਦਾਨੁ ਕੀਆ,	gur sabad dee-aa daan kee-aa
ਨਾਨਕਾ ਵੀਚਾਰੀਆ॥੨॥	naankaa veechaaree-aa. ||2||

ਜੀਵ ਤੇਰੀ ਅਣਜਾਣਤਾ ਹੀ ਤੈਨੂੰ ਭੋਲਾ ਬਣਾਉਂਦੀ ਹੈ । ਆਪਣੇ ਮਨ ਨੂੰ ਭਟਕਣਾਂ ਤੋ ਬਚਾਕੇ ਸ਼ਬਦ ਦੀ ਪਾਲਣ ਤੇ ਅਡੋਲ ਹੋ ਜਾਵੋ । ਪ੍ਰਭ ਦੇ ਸ਼ਬਦ ਦੀ ਬੰਦਗੀ ਤੇ ਅਡੋਲ ਰਹਿਣ ਨਾਲ, ਉਸਤਤ ਕਰਨ ਨਾਲ, ਤੇਰੀ ਬੰਦਗੀ ਪ੍ਰਭ ਨੂੰ ਭਾਉਂਦੀ ਹੈ । ਪ੍ਰਭ ਰਹਿਮਤ ਬਖਸ਼ਕੇ ਅਕਥ ਕਰਤਬਾਂ ਦੀ ਸੋਝੀ ਬਖਸ਼ਦਾ ਹੈ । ਜਿਹੜਾ ਲਾਲਚ ਤੋਂ ਬਿਨਾਂ ਪ੍ਰਭ ਦੇ ਸ਼ਬਦ ਦੀ ਉਸਤਤ ਗਾਉਂਦਾ ਹੈ । ਉਸ ਤੇ ਸਦਾ ਰਹਿਣ ਵਾਲਾ ਰੱਬੀ ਨੂਰ ਬਖਸ਼ਿਸ਼ ਹੋ ਜਾਂਦਾ ਹੈ । ਉਸ ਨੂੰ ਪ੍ਰਭ ਦੀ ਰਹਿਮਤ ਨਾਲ ਸ਼ਬਦ ਦੀ ਸੋਝੀ ਬਖਸ਼ਿਸ਼ ਹੋ ਜਾਂਦੀ ਹੈ । ਮਨ ਸ਼ਬਦ ਦੀ ਪਾਲਣਾ ਵਿੱਚ ਅਡੋਲ ਹੋ ਜਾਂਦਾ ਹੈ ।

Your ignorance may make you humble and respectful. You should control your mind from worldly desires. You should obey the teachings of His Word with steady and stable in your day-to-day life; with His mercy and grace, you may be enlightened with the essence of His Word. Whosoever may sing the glory of The True Master without any greed; with His mercy and grace, he may be blessed with spiritual glow on his forehead. He may remain intoxicated in obeying the teachings in void of His Word.

ਸ੍ਰੀਧਰ ਮੋਹਿਅੜੀ	sareeDhar mohi-arhee
ਪਿਰ ਸੰਗਿ ਸੂਤੀ ਰਾਮ॥	pir sang sootee raam.
ਗੁਰ ਕੈ ਭਾਇ ਚਲੋ,	gur kai bhaa-ay chalo
ਸਾਚਿ ਸੰਗੂਤੀ ਰਾਮ॥	saach sangootee raam.
ਧਨ ਸਾਚਿ ਸੰਗੂਤੀ ਹਰਿ ਸੰਗਿ ਸੂਤੀ,	Dhan saach sangootee har sang
ਸੰਗਿ ਸਖੀ ਸਹੇਲੀਆ॥	sootee sang sakhee sahaylee-aa.
ਇਕ ਭਾਇ ਇਕ ਮਨਿ ਨਾਮੁ ਵਸਿਆ,	ik bhaa-ay ik man naam vasi-aa
ਸਤਿਗੁਰੂ ਹਮ ਮੇਲੀਆ॥	satguroo ham maylee-aa.
ਦਿਨੁ ਰੈਣਿ ਘੜੀ ਨ ਚਸਾ ਵਿਸਰੈ,	din rain gharhee na chasaa visrai
ਸਾਸਿ ਸਾਸਿ ਨਿਰੰਜਨੋ॥	saas saas niranjano.
ਸਬਦਿ ਜੋਤਿ ਜਗਾਇ ਦੀਪਕੁ,	sabad jot jagaa-ay deepak
ਨਾਨਕਾ ਭਉ ਭੰਜਨੋ॥੩॥	naankaa bha-o bhanjno. ‖3‖

ਜਿਸ ਦੀ ਬੰਦਗੀ ਪ੍ਰਭ ਨੂੰ ਭਾਉਂਦੀ ਹੈ, ਉਸ ਨੂੰ ਸ਼ਬਦ ਦੀ ਪਾਲਣਾ ਤੇ ਭਰੋਸਾ ਅਡੋਲ ਰਖਦਾ ਹੈ । ਉਸ ਦਾ ਮਨ ਇੱਧਰ ਉਧਰ ਸੰਸਾਰਕ ਇੱਛਾਂ ਵਿੱਚ ਭਟਕਦਾ ਨਹੀਂ । ਮਨ ਇੱਕੋ ਇੱਕ ਤੇ ਅਡੋਲ ਹੋ ਜਾਂਦਾ, ਉਸ ਦੇ ਮਨ ਵਿੱਚ ਸ਼ਬਦ ਘਰ ਕਰ ਜਾਂਦਾ ਹੈ, ਉਸ ਦਾ ਪ੍ਰਭ ਨਾਲ ਮਿਲਾਪ, ਸ਼ਬਦ ਦੀ ਸੋਝੀ ਬਖਸ਼ਿਸ਼ ਹੋ ਜਾਂਦੀ ਹੈ । ਉਹ ਸਵਾਸ ਗਰਾਸ ਦਿਨ ਰਾਤ ਸ਼ਬਦ ਦੀ ਉਸਤਤ ਗਾਉਂਦਾ, ਪਾਲਣਾ ਕਰਦਾ ਹੈ । ਉਹ ਆਪਣਾ ਮਨ ਇੱਕ ਪਲ ਵੀ ਭਰਮਾਂ ਵਿੱਚ ਨਹੀਂ ਲਾਉਂਦਾ । ਸ਼ਬਦ ਦੀ ਸੋਝੀ ਨਾਲ ਸੰਸਾਰਕ ਇੱਛਾਂ ਦਾ ਡਰ ਖਤਮ ਹੋ ਜਾਂਦਾ ਹੈ ।

Whose meditation may be accepted in His Court; with His mercy and grace, he may obey the teachings of His Word with steady and stable belief in his day-to-day life. He may remain drenched with the essence of His Word. His contentment on His blessing may become his true union with The True Master. He may sing the glory and obey the teachings of His Word with each breath. He may never remain in religious suspicions. He may conquer the fear of worldly desires, disappointments with the essence of His Word.

ਜੋਤਿ ਸਬਾਇੜੀਏ	jot sabaa-irhee-ay
ਤ੍ਰਿਭਵਣ ਸਾਰੇ ਰਾਮ॥	taribhavan saaray raam.
ਘਟਿ ਘਟਿ ਰਵਿ ਰਹਿਆ	ghat ghat rav rahi-aa
ਅਲਖ ਅਪਾਰੇ ਰਾਮ॥	alakh apaaray raam.
ਅਲਖ ਅਪਾਰ ਅਪਾਰੁ ਸਾਚਾ,	alakh apaar apaar saachaa
ਆਪੁ ਮਾਰਿ ਮਿਲਾਈਐ॥	aap maar milaa-ee-ai.

ਹਉਮੈ ਮਮਤਾ ਲੋਭੁ ਜਾਲਹੁ,	ha-umai mamtaa lobh jaalahu
ਸਬਦਿ ਮੈਲੁ ਚੁਕਾਈਐ॥	sabad mail chukhaa-ee-ai.
ਦਰਿ ਜਾਇ ਦਰਸਨੁ ਕਰੀ ਭਾਣੈ,	dar jaa-ay darsan karee bhaanai
ਤਾਰਿ ਤਾਰਣਹਾਰਿਆ॥	taar taaranhaari-aa.
ਹਰਿ ਨਾਮੁ ਅੰਮ੍ਰਿਤੁ ਚਾਖਿ ਤ੍ਰਿਪਤੀ,	har naam amrit chaakh tariptee
ਨਾਨਕਾ ਉਰ ਧਾਰਿਆ॥੪॥੧॥	naankaa ur Dhaari-aa. ||4||1||

ਪ੍ਰਭ ਦੀ ਜੋਤ ਤਿੰਨਾਂ ਸ੍ਰਿਸ਼ਟੀਆਂ ਵਿੱਚ ਹੀ ਵਾਪਰਦੀ ਹੈ । ਹਰਇੱਕ ਜੀਵ ਦੇ ਹਿਰਦੇ ਵਿੱਚ ਵਸਦੇ, ਪ੍ਰਭ ਦਾ ਅੰਤ ਨਹੀਂ ਪਾਇਆ ਜਾ ਸਕਦਾ, ਕੋਈ ਦੇਖ ਨਹੀਂ ਸਕਦਾ । ਉਹ ਨਾ ਦੇਖਾਈ ਦੇਣ ਵਾਲਾ, ਬੇਅੰਤ, ਸਦਾ ਰਹਿਣ ਵਾਲਾ ਦਾਤਾ ਹੈ । ਮਨ ਦੀਆਂ ਇੱਛਾਂ ਤੇ ਕਾਬੂ, ਆਪਾ ਖਤਮ ਕਰਨ ਨਾਲ ਹੀ ਮਹਿਸੂਸ ਹੋ ਸਕਦਾ ਹੈ । ਆਪਣੇ ਹੈਸੀਅਤ ਦਾ ਅਭਿਮਾਨ, ਲਾਲਚ, ਮੋਹ ਤਿਆਗਕੇ ਮਨ ਨੂੰ ਸ਼ਬਦ ਦੀ ਪਾਲਣਾ ਨਾਲ ਪਵਿੱਤਰ ਕਰੋ । ਇਸ ਨਾਲ ਮੌਤ ਤੋ ਪਿਛੋਂ ਦਰਬਾਰ ਵਿੱਚ ਪ੍ਰਵਾਨਗੀ ਬਖਸ਼ਿਸ਼ ਹੁੰਦੀ ਹੈ । ਉਸ ਦੇ ਦਰਸ਼ਨ ਕਰਨ ਦੀ ਰਹਿਮਤ ਬਖਸ਼ਿਸ਼ ਹੋ ਸਕਦੀ ਹੈ । ਸ਼ਬਦ ਦੀ ਪਾਲਣਾ ਕਰਨ ਨਾਲ ਸੰਸਾਰਕ ਇੱਛਾਂ ਦੀ ਤ੍ਰਿਸ਼ਨਾ ਖਤਮ ਹੋ ਜਾਂਦੀ ਹੈ । ਪ੍ਰਭ ਦੀ ਜੋਤ ਮਨ ਵਿੱਚ ਜਾਗਰਤ ਹੋ ਜਾਂਦੀ ਹੈ ।

His Holy Spirit prevails in all three universes. His Word, Holy Spirit remains embedded within each soul. The True Master always blesses virtues to His Creation. He remains beyond the visibility and comprehension of His Creation. Whosoever may abandon his worldly desires and surrenders his mind, body, and worldly status at His sanctuary; with His mercy and grace, he may realize His existence prevailing everywhere. You should conquer your ego of worldly status, greed, attachment to worldly possession, relationship to sanctify your soul to become worthy of His consideration. You may be enlightened with the essence of His Word; with His mercy and grace, you may be accepted in His Court after death. Whosoever may obey the teachings of His Word; with His mercy and grace, all his worldly desires may be eliminated and he may be enlightened from within.

387.ਬਿਲਾਵਲੁ ਮਹਲਾ ੧॥ 843-18

ਮੈ ਮਨਿ ਚਾਉ ਘਣਾ,	mai man chaa-o ghanaa
ਸਾਚਿ ਵਿਗਾਸੀ ਰਾਮ॥	saach vigaasee raam.
ਮੋਹੀ ਪ੍ਰੇਮ ਪਿਰੇ,	mohee paraym piray
ਪ੍ਰਭਿ ਅਬਿਨਾਸੀ ਰਾਮ॥	parabh abhinaasee raam.
ਅਵਿਗਤੋ ਹਰਿ ਨਾਥੁ ਨਾਥਹੁ,	avigato har naath naathah
ਤਿਸੈ ਭਾਵੈ ਸੋ ਥੀਐ॥	tisai bhaavai so thee-ai.
ਕਿਰਪਾਲੁ ਸਦਾ ਦਇਆਲੁ ਦਾਤਾ,	kirpaal sadaa da-i-aal daataa
ਜੀਆ ਅੰਦਰਿ ਤੂੰ ਜੀਐ॥	jee-aa andar tooN jee-ai.
ਮੈ ਅਵਰੁ ਗਿਆਨੁ ਨ ਧਿਆਨੁ ਪੂਜਾ,	mai avar gi-aan na Dhi-aan poojaa
ਹਰਿ ਨਾਮੁ ਅੰਤਰਿ ਵਸਿ ਰਹੇ॥	har naam antar vas rahay.
ਭੇਖੁ ਭਵਨੀ ਹਠੁ ਨ ਜਾਨਾ,	bhaykh bhavnee hath na jaanaa
ਨਾਨਕਾ ਸਚੁ ਗਹਿ ਰਹੇ॥੧॥	naankaa sach geh rahay. ||1||

ਮੇਰੇ ਮਨ ਵਿੱਚ, ਸ਼ਬਦ ਦੀ ਸੋਝੀ ਨਾਲ ਡੂੰਘਾਂ ਅਨੰਦ ਬਖਸ਼ਿਸ਼ ਹੋਇਆ ਹੈ । ਮਨ ਵਿੱਚ ਸਦਾ ਰਹਿਣ ਵਾਲੇ ਪ੍ਰਭ ਨਾਲ ਪ੍ਰੀਤ ਅਡੋਲ ਹੋ ਗਈ ਹੈ । ਪ੍ਰਭ ਦੀ ਰਹਿਮਤ ਨਾਲ ਹੀ ਸੰਸਾਰ ਵਿੱਚ ਸਭ ਕੁਝ ਹੁੰਦਾ ਹੈ । ਕ੍ਰਿਪਾਲ, ਦਿਆਲੂ ਪ੍ਰਭ ਸਦਾ ਹੀ ਜੀਵਾਂ ਅੰਦਰ ਰਹਿਮਤਾਂ ਬਖਸ਼ਦਾ ਹੈ । ਮੈਨੂੰ ਹੋਰ ਕੋਈ ਸੋਝੀ ਨਹੀਂ, ਕੇਵਲ ਪ੍ਰਭ ਦੇ ਸ਼ਬਦ ਦੇ ਸਿਮਰਨ ਵਿੱਚ ਹੀ ਲੀਨ ਰਹਿੰਦਾ ਹਾ । ਮੈਨੂੰ ਧਰਮ ਦੇ ਬਾਣੇ, ਤੀਰਥ

ਯਾਤਰਾ, ਇਸ਼ਨਾਨ ਦੀ ਕੋਈ ਇੱਛਾਂ ਨਹੀਂ । ਮੈਂ ਕੇਵਲ ਪ੍ਰਭ ਦੇ ਸ਼ਬਦ ਦੀ ਪਾਲਣਾ ਦਾ ਹੀ ਆਸਰਾ ਰਖਦਾ ਹਾ ।

With His mercy and grace, I have been blessed with deep pleasures and blossom within my mind. I have an unshakable devotion, attachment with ever-living merciful True Master of the universe. Only His command may prevail in every event in the universe. His Word remains embedded within each soul; He always nourishes, protects, and blesses His Creation the virtues for survival. I have no other worries of worldly desires or disappointments; I remain intoxicated in meditation in the void of His Word. I have no desire for any religious baptism or robe, worship at any Holy Shrine or sanctification bath in any Holy pond. All Holy scriptures have been created to teach the right path to sanctify our soul. I only obey the teachings of His Word with steady and stable belief and pray, hope for His forgiveness.

ਭਿੰਨੜੀ ਰੈਣਿ ਭਲੀ,	bhinrhee rain bhalee
ਦਿਨਸ ਸੁਹਾਏ ਰਾਮ॥	dinas suhaa-ay raam.
ਨਿਜ ਘਰਿ ਸੂਤੜੀਏ,	nij ghar soot-rhee-ay
ਪਿਰਮੁ ਜਗਾਏ ਰਾਮ॥	piram jagaa-ay raam.
ਨਵ ਹਾਣਿ ਨਵ ਧਨ ਸਬਦਿ ਜਾਗੀ,	nav haan nav Dhan sabad jaagee
ਆਪਣੇ ਪਿਰ ਭਾਣੀਆ॥	aapnay pir bhaanee-aa.
ਤਜਿ ਕੂੜੁ ਕਪਟੁ ਸੁਭਾਉ ਦੂਜਾ,	taj koorh kapat subhaa-o doojaa
ਚਾਕਰੀ ਲੋਕਾਣੀਆ॥	chaakree lokaanee-aa.
ਮੈ ਨਾਮੁ ਹਰਿ ਕਾ ਹਾਰੁ ਕੰਠੇ,	mai naam har kaa haar kanthay
ਸਾਚ ਸਬਦੁ ਨੀਸਾਣਿਆ॥	saach sabad neesaani-aa.
ਕਰ ਜੋੜਿ ਨਾਨਕੁ ਸਾਚੁ ਮਾਗੈ,	kar jorh naanak saach maagai
ਨਦਰਿ ਕਰਿ ਤੁਧੁ ਭਾਣਿਆ॥੨॥	nadar kar tuDh bhaani-aa. ||2||

ਜਦੋਂ ਮਨ ਵਿੱਚ ਸਦਾ ਚੱਲਣ ਵਾਲੀ ਪ੍ਰਭ ਦੇ ਸ਼ਬਦ ਦੀ ਗੂੰਜ ਚਲ ਪੈਂਦੀ ਹੈ । ਉਹ ਰਾਤ ਬਹੁਤ ਸਹਾਵਨੀ, ਦਿਨ ਬਹੁਤ ਖੇੜੇ ਵਾਲੇ ਲੱਗਦੇ ਹਨ । ਮਨ ਸ਼ਬਦ ਦੀ ਗੂੰਜ ਵਿੱਚ ਹੀ ਜਾਗਰਤ, ਸੁਚੇਤ ਰਹਿੰਦਾ ਹੈ । ਮੈਂ ਮਨ ਦੇ ਫਰੇਬ, ਧੋਖਾ, ਭਰਮ, ਸੰਸਾਰਕ ਗੁਰੂਆਂ, ਪੀਰਾਂ ਦੀ ਚਾਕਰੀ ਕਰਨੀ ਛੱਡ ਦਿੱਤੀ ਹੈ । ਪ੍ਰਭ ਦੇ ਸ਼ਬਦ ਦੀ ਮਾਲ਼ਾ ਆਪਣੇ ਗਲ ਵਿੱਚ ਪਾਈ ਹੈ, ਸ਼ਬਦ ਦਾ ਹੀ ਤਿਲਕ ਮੱਥੇ ਤੇ ਲਾਇਆ ਹੈ । ਇਸਤਰ੍ਹਾਂ ਨਿਮ੍ਰਤਾ ਨਾਲ ਪ੍ਰਭ ਅੱਗੇ ਸ਼ਬਦ ਦੀ ਪਾਲਣਾ, ਸੋਝੀ ਦੀ ਅਰਦਾਸ ਕਰੋ ।

Whosoever may hear the everlasting echo of His Word resonating within his mind; his nights become very pleasant and his days may be overwhelmed with blossom. I remain awake and alert with everlasting echo of His Word within. I have abandoned falsehood, deception, religious suspicions and worshipping any worldly saint, guru from my day-to-day life. I have a rosary of the essence of His Word in my neck. The essence of His Word has become a mark of purity, vermilion on my forehead. You should adopt such a humility and pray for His forgiveness and refuge.

ਜਾਗੁ ਸਲੋਨੜੀਏ,	jaag salonrhee-ay
ਬੋਲੈ ਗੁਰਬਾਣੀ ਰਾਮ॥	bolai gurbaanee raam.
ਜਿਨਿ ਸੁਣਿ ਮੰਨਿਅੜੀ,	jin sun mani-arhee
ਅਕਥ ਕਹਾਣੀ ਰਾਮ॥	akath kahaanee raam.
ਅਕਥ ਕਹਾਣੀ ਪਦੁ ਨਿਰਬਾਣੀ,	akath kahaanee pad nirbaanee
ਕੋ ਵਿਰਲਾ ਗੁਰਮੁਖਿ ਬੂਝਏ॥	ko virlaa gurmukh boojh-ay.

ਓਹੁ ਸਬਦਿ ਸਮਾਏ ਆਪੁ ਗਵਾਏ,	oh sabad samaa-ay aap gavaa-ay
ਤ੍ਰਿਭਵਣ ਸੋਝੀ ਸੁਝਏ॥	taribhavan sojhee soojh-ay.
ਰਹੇ ਅਤੀਤੁ ਅਪਰੰਪਰਿ ਰਾਤਾ,	rahai ateet aprampar raataa
ਸਾਚੁ ਮਨਿ ਗੁਣ ਸਾਰਿਆ॥	saach man gun saari-aa.
ਓਹੁ ਪੂਰਿ ਰਹਿਆ ਸਰਬ ਠਾਈ,	oh poor rahi-aa sarab thaa-ee
ਨਾਨਕਾ ਉਰਿ ਧਾਰਿਆ॥੩॥	naankaa ur Dhaari-aa. ||3||

ਪ੍ਰਭ ਦੇ ਸ਼ਬਦ ਦੀ ਉਸਤਤ, ਸਿਮਰਨ ਕਰੋ । ਉਸ ਦੇ ਅਕਥ ਸ਼ਬਦ ਨੂੰ ਸੁਣਕੇ ਭਰੋਸਾ ਅਡੋਲ ਰਖੋ । ਕੋਈ ਵਿਰਲਾ ਗੁਰਮਖ ਹੀ ਉਸ ਦੀ ਅਕਥ ਕਹਾਣੀ, ਕਰਤਬ ਆਪਣੇ ਜੀਵਨ ਵਿੱਚ ਅਪਣਾਉਂਦਾ ਹੈ । ਜਿਹੜਾ ਜੀਵ ਆਪਣਾ ਆਪਾ ਮਿਟਾ ਕੇ ਸ਼ਬਦ ਵਿੱਚ ਲੀਨ ਹੋ ਜਾਂਦਾ ਹੈ । ਉਸ ਨੂੰ ਤਿੰਨਾਂ ਸ੍ਰਿਸ਼ਟੀਆਂ ਦੀ ਸੋਝੀ ਬਖਸ਼ਿਸ਼ ਹੋ ਜਾਂਦੀ ਹੈ । ਸੰਸਾਰਕ ਤਿੰਨਾਂ ਮਾਇਆਂ ਦੀ ਕਮਜ਼ੋਰੀ ਦੀ ਸੋਝੀ ਬਖਸ਼ਿਸ਼ ਹੋ ਜਾਂਦੀ ਹੈ । ਜਿਹੜਾ ਮਨ ਨੂੰ ਸੰਸਾਰਕ ਇੱਛਾਂ ਤੋ ਰਹਿਤ ਰਖਕੇ ਸ਼ਬਦ ਦੀ ਪਾਲਣਾ ਕਰਦਾ ਹੈ । ਉਸ ਨੂੰ ਪ੍ਰਭ ਦੀ ਸ਼ਰਣ ਬਖਸ਼ਿਸ਼ ਹੋ ਜਾਂਦੀ ਹੈ, ਉਹ ਪ੍ਰਭ ਨੂੰ ਸਭ ਥਾਂ ਤੇ ਦੇਖਦਾ, ਵਾਪਰਦਾ ਮਹਿਸੂਸ ਕਰਦਾ ਹੈ । ਪ੍ਰਭ ਦੀ ਜੋਤ, ਸ਼ਬਦ ਦੀ ਸੋਝੀ ਨੂੰ ਮਨ ਵਿੱਚ ਜਾਗਰਤ ਕਰ ਲੈਂਦਾ ਹੈ ।

You should meditate and sing the glory of The True Master. You should listen to the sermons of the essence of His Word with a steady and stable belief on His blessings. However, very rare devotee may comprehend the essence of unexplainable miracles of His nature. Whosoever may surrender his self-identity, worldly status at His sanctuary; with His mercy and grace, he may remain intoxicated within the void of His Word. He may be enlightened with the nature of three universes and the weakness of three virtues of worldly wealth. Whosoever may remain beyond the reach of worldly wealth and obeys the teachings of His Word with steady and stable belief in his day-to-day life; with His mercy and grace, he may be accepted in His sanctuary. He may realize His existence and witnesses His Holy Spirit prevailing in every event in the universe. He remains awake and alert with the essence of His Word and the eternal glow of the Holy Spirit within.

ਮਹਲਿ ਬੁਲਾਇੜੀਏ	mahal bulaa-irhee-ay
ਭਗਤਿ ਸਨੇਹੀ ਰਾਮ॥	bhagat sanayhee raam.
ਗੁਰਮਤਿ ਮਨਿ ਰਹਸੀ,	gurmat man rahsee
ਸੀਝਸਿ ਦੇਹੀ ਰਾਮ॥	seejhas dayhee raam.
ਮਨੁ ਮਾਰਿ ਰੀਝੈ ਸਬਦਿ ਸੀਝੈ,	man maar reejhai sabad seejhai
ਤ੍ਰੈ ਲੋਕ ਨਾਥੁ ਪਛਾਣਏ॥	tarai lok naath pachhaan-ay.
ਮਨੁ ਡੀਗਿ ਡੋਲਿ ਨ ਜਾਇ ਕਤ ਹੀ,	man deeg dol na jaa-ay kat hee
ਆਪਣਾ ਪਿਰੁ ਜਾਣਏ॥	aapnaa pir jaan-ay.
ਮੈ ਆਧਾਰੁ ਤੇਰਾ ਤੂ ਖਸਮੁ ਮੇਰਾ,	mai aaDhaar tayraa too khasam mayraa
ਮੈ ਤਾਣੁ ਤਕੀਆ ਤੇਰਓ॥	mai taan takee-aa tayra-o.
ਸਾਚਿ ਸੂਚਾ ਸਦਾ ਨਾਨਕ,	saach soochaa sadaa
ਗੁਰ ਸਬਦਿ ਝਗਰੁ ਨਿਬੇਰਓ॥੪॥੨॥	naanak gur sabad jhagar nibayra-o. 4||2||

ਪ੍ਰਭ ਆਪਣੇ ਬੰਦਗੀ ਕਰਨ ਵਾਲੇ ਨੂੰ ਦਰਬਾਰ ਵਿੱਚ ਬਲਾਉਂਦਾ, ਪ੍ਰਵਾਨਗੀ ਬਖਸ਼ਦਾ ਹੈ । ਉਸ ਦਾ ਮਨ, ਤਨ ਸ਼ਬਦ ਦੀ ਸੋਝੀ ਨਾਲ ਭਰਿਆਂ ਰਹਿੰਦਾ ਹੈ । ਜੀਵ ਆਪਣੇ ਮਨ ਤੇ ਕਾਬੂ ਪਾ ਕੇ, ਸ਼ਬਦ ਤੇ ਭਰੋਸਾ ਅਡੋਲ ਰਖੋ । ਸ਼ਬਦ ਨਾਲ ਜੀਵਨ ਢਾਲਣ ਨਾਲ ਤਿੰਨਾਂ ਸ੍ਰਿਸ਼ਟੀਆਂ ਦੇ ਮਾਲਕ ਦੀ ਪਛਾਣ ਬਖਸ਼ਿਸ਼ ਹੋ ਜਾਂਦੀ ਹੈ । ਮਨ ਭਰਮਾਂ, ਸੰਸਾਰਕ ਇੱਛਾਂ ਦੀਆਂ ਭਟਕਣ ਤੋ ਅਡੋਲ ਹੋ ਜਾਂਦਾ, ਸ਼ਬਦ ਦੀ ਸੋਝੀ ਬਖਸ਼ਿਸ਼ ਹੋ ਜਾਂਦੀ ਹੈ । ਕੇਵਲ ਪ੍ਰਭ ਦਾ ਸ਼ਬਦ ਹੀ ਮੇਰੇ ਜੀਵਨ ਦਾ ਆਸਰਾ, ਅਧਾਰ ਹੈ, ਤੇਰੀ

ਰਹਿਮਤ ਤੇ ਜੀਵਨ ਬਤੀਤ ਕਰਦਾ ਹਾ । ਜਿਸ ਦੀ ਆਤਮਾ ਸ਼ਬਦ ਦੀ ਪਾਲਣਾ ਨਾਲ ਪਵਿੱਤਰ ਹੋ ਜਾਂਦੀ ਹੈ । ਉਸ ਦੇ ਮਨ ਵਿਚੋਂ ਸੰਸਾਰਕ ਇੱਛਾਂ ਦੇ ਸਾਰੇ ਝਗੜੇ ਹੀ ਖਤਮ ਹੋ ਜਾਂਦੇ ਹਨ ।

The Merciful True Master may invite and open the 10th gate for His true devotee in His Court. He may be blessed with overwhelming enlightenment of His Word. You should control your worldly desires and obey the teachings of His Word with steady and stable belief in day-to-day life. Whosoever may adopt the teachings of His Word, The True Master of three universes; with His mercy and grace, he may conquer his worldly desires. He may be blessed with the enlightenment of the essence of His Word. To obey the teachings of His Word remains the guiding principle and support of my worldly life. Whosoever may sanctify his mind, body, and soul by obeying the teachings of His Word; with His mercy and grace, all his quarrels of worldly desires may be eliminated from his day-to-day life.

388.ਬਿਲਾਵਲੁ ਮਹਲਾ ੪ ਮੰਗਲ॥ 844-12

ਛੰਤ॥	**chhant.**
੧ਓ ਸਤਿਗੁਰ ਪ੍ਰਸਾਦਿ॥	ik-oNkaar satgur parsaad.
ਮੇਰਾ ਹਰਿ ਪ੍ਰਭੁ ਸੇਜੈ ਆਇਆ,	mayraa har parabh sayjai aa-i-aa
ਮਨੁ ਸੁਖਿ ਸਮਾਣਾ ਰਾਮ॥	man sukh samaanaa raam.
ਗੁਰਿ ਤੁਠੈ ਹਰਿ ਪ੍ਰਭੁ ਪਾਇਆ,	gur tuthai har parabh paa-i-aa
ਰੰਗਿ ਰਲੀਆ ਮਾਣਾ ਰਾਮ॥	rang ralee-aa maanaa raam.
ਵਡਭਾਗੀਆ ਸੋਹਾਗਣੀ,	vadbhaagee-aa sohaaganee
ਹਰਿ ਮਸਤਕਿ ਮਾਣਾ ਰਾਮ॥	har mastak maanaa raam.
ਹਰਿ ਪ੍ਰਭੁ ਹਰਿ ਸੋਹਾਗੁ ਹੈ,	har parabh har sohaag hai
ਨਾਨਕ ਮਨਿ ਭਾਣਾ ਰਾਮ॥੧॥	naanak man bhaanaa raam. ||1||

ਮੇਰਾ ਮਨ ਆਪਣੇ ਅੰਦਰ ਹੀ ਪ੍ਰਭ ਦਾ ਤਖਤ ਜਾਗਰਤ ਹੋ ਗਿਆ ਹੈ । ਪ੍ਰਭ ਨੇ ਦਸਵਾਂ ਦਰਵਾਜ਼ਾ ਖੁੱਲ੍ਹ ਦਿੱਤਾ, ਆਤਮਾ ਪ੍ਰਭ ਦੀ ਜੋਤ ਵਿੱਚ ਅਲੋਪ ਹੋ ਗਈ ਹੈ । ਪ੍ਰਭ ਦੀ ਰਹਿਮਤ ਨਾਲ, ਪ੍ਰਭ ਦੇ ਸ਼ਬਦ ਦੀ ਪਾਲਣਾ ਵਿੱਚ ਲਗਨ ਲੱਗੀ ਹੈ, ਮਨ ਵਿੱਚ ਸ਼ਰਧਾ ਜਾਗਰਤ ਹੋਈ ਹੈ । ਜਿਸ ਦੇ ਭਾਗਾਂ ਵਿੱਚ ਪ੍ਰਭ ਦੇ ਸ਼ਬਦ ਨਾਲ ਲਗਨ ਹੁੰਦੀ ਹੈ । ਉਹ ਵੱਡੇ ਭਾਗਾਂ ਵਾਲਾ ਹੁੰਦਾ ਹੈ, ਸ਼ਬਦ ਦੀ ਪਾਲਣਾ ਕਰਦਾ ਹੈ । ਬੰਦਗੀ ਕਰਨ ਵਾਲੇ ਨੂੰ ਅਸਲੀ ਮਾਲਕ ਪ੍ਰਭ ਬਹੁਤ ਚੰਗਾ ਲੱਗਦਾ ਹੈ ।

His Royal throne has been enlightened with my body. With His mercy and grace, He has opened the 10th gate and my soul has been absorbed within His Holy spirit. With His mercy and grace, I am intoxicated in obeying the teachings of His Word and my devotion has been intensified. Whosoever may have great prewritten destiny, only he may obey the teachings of His Word with steady and stable belief in his day-to-day life. The teachings of His Word may become very soothing and comforting to the mind of His true devotee.

ਨਿੰਮਾਣਿਆ ਹਰਿ ਮਾਣੁ ਹੈ,	nimaaniaa har maan hai
ਹਰਿ ਪ੍ਰਭੁ ਹਰਿ ਆਪੈ ਰਾਮ॥	har parabh har aapai raam.
ਗੁਰਮੁਖਿ ਆਪੁ ਗਵਾਇਆ,	gurmukh aap gavaa-i-aa
ਨਿਤ ਹਰਿ ਹਰਿ ਜਾਪੈ ਰਾਮ॥	nit har har jaapai raam.
ਮੇਰੇ ਹਰਿ ਪ੍ਰਭ ਭਾਵੈ ਸੋ ਕਰੈ,	mayray har parabh bhaavai so karai
ਹਰਿ ਰੰਗਿ ਹਰਿ ਰਾਪੈ ਰਾਮ॥	har rang har raapai raam.
ਜਨੁ ਨਾਨਕੁ ਸਹਜਿ ਮਿਲਾਇਆ,	jan naanak sahj milaa-i-aa
ਹਰਿ ਰਸਿ ਹਰਿ ਧ੍ਰਾਪੈ ਰਾਮ॥੨॥	har ras har Dharaapai raam. ||2||

ਪ੍ਰਭ ਆਪਣੇ ਆਪ ਵਿੱਚ ਪੂਰਨ, ਨਿਮਾਣੇ ਦੀ ਲਾਜ ਰਖਣ ਵਾਲਾ ਹੈ । ਗੁਰਮਖ ਜੀਵ ਆਪਣੇ ਮਨ ਵਿਚੋਂ ਖੁਦਗ਼ਰਜ਼ੀ ਖਤਮ ਕਰ ਲੈਂਦਾ ਹੈ । ਉਹ ਸਵਾਸ ਸਵਾਸ ਪ੍ਰਭ ਦੇ ਸ਼ਬਦ ਦੇ ਗੁਣ ਗਾਉਂਦਾ ਹੈ । ਸ਼ਬਦ ਦੀ ਪਾਲਣਾ ਕਰਨ ਨਾਲ, ਮਨ ਤੇ ਪ੍ਰਭ ਦੇ ਸ਼ਬਦ ਦਾ ਰੰਗ ਚੜ੍ਹ ਜਾਂਦਾ ਹੈ । ਉਹ ਬੰਦਗੀ ਕਰਨ ਵਾਲਾ, ਸ਼ਬਦ ਦੀ ਪਾਲਣਾ ਨਾਲ ਖੇੜੇ ਵਿੱਚ ਰਹਿੰਦਾ ਹੈ । ਉਹ ਅਸਾਨੀ ਨਾਲ ਹੀ ਪ੍ਰਭ ਦੇ ਦਰਬਾਰ ਵਿੱਚ ਪ੍ਰਵਾਨ ਹੋ ਜਾਂਦਾ ਹੈ ।

The Omnipotent, Perfect True Master always protects the honor of His true devotee. His true devotee may conquer his selfishness and signs the glory of His Word with each breath. Whosoever may obey the teachings of His Word with steady and stable belief; with His mercy and grace, he may remain drenched with the crimson color of the essence of His Word. He may remain overwhelmed with blossom in his worldly life; with His mercy and grace, he may easily be accepted in His Court.

ਮਾਣਸ ਜਨਮਿ ਹਰਿ ਪਾਈਐ,	maanas janam har paa-ee-ai
ਹਰਿ ਰਾਵਣ ਵੇਰਾ ਰਾਮ॥	har raavan vayraa raam.
ਗੁਰਮੁਖਿ ਮਿਲੁ ਸੋਹਾਗਣੀ,	gurmukh mil sohaaganee
ਰੰਗੁ ਹੋਇ ਘਣੇਰਾ ਰਾਮ॥	rang ho-ay ghanayraa raam.
ਜਿਨ ਮਾਣਸ ਜਨਮਿ ਨ ਪਾਇਆ,	jin maanas janam na paa-i-aa
ਤਿਨ੍ ਭਾਗੁ ਮੰਦੇਰਾ ਰਾਮ॥	tinH bhaag mandayraa raam.
ਹਰਿ ਹਰਿ ਹਰਿ ਹਰਿ ਰਾਖੁ ਪ੍ਰਭ,	har har har har raakh parabh
ਨਾਨਕੁ ਜਨੁ ਤੇਰਾ ਰਾਮ॥੩॥	naanak jan tayraa raam. ‖3‖

ਪ੍ਰਭ ਨੇ ਮਾਨਸ ਜਨਮ, ਪ੍ਰਭ ਦੀ ਰਹਿਮਤ ਪਾਉਣ ਲਈ ਹੀ ਬਖਸ਼ਿਆ ਹੈ । ਮਾਨਸ ਜਨਮ ਹੀ ਪ੍ਰਭ ਦੇ ਸ਼ਬਦ ਦੀ ਪਾਲਣਾ ਕਰਨ ਦਾ ਸਮਾਂ ਹੈ । ਜਿਸ ਗੁਰਮਖ ਦੇ ਮਨ ਵਿੱਚ ਪ੍ਰਭ ਦੇ ਵਿਛੋੜੇ ਦਾ ਵਿਰਾਗ ਡੂੰਘਾਂ ਹੁੰਦਾ ਹੈ । ਉਹ ਪ੍ਰਭ ਦੇ ਪ੍ਰਵਾਨ ਹੋ ਜਾਂਦੇ ਹਨ । ਜਿਸ ਨੂੰ ਮਾਨਸ ਜਨਮ ਬਖਸ਼ਿਸ਼ ਨਹੀਂ ਹੋਇਆ, ਉਹ ਮੰਦੇ ਭਾਗਾਂ ਵਾਲੇ ਹੀ ਹੁੰਦਾ ਹੈ । ਪ੍ਰਭ ਆਪ ਹੀ ਬੰਦਗੀ ਕਰਨ ਵਾਲੇ ਦੀ ਰਖਿਆ ਕਰਦਾ ਹੈ । ਉਹ ਪ੍ਰਭ ਦਾ ਹੀ ਅੰਗ ਬਣ ਜਾਂਦਾ ਹੈ ।

The True Master has blessed his soul with human life opportunity to be sanctified and to become worthy of His consideration. The real purpose of human life opportunity may be to meditate and to obey the teachings of His Word with steady and stable belief in day-to-day life. Whosoever may remain in deep renunciation in the memory of his separation from His Holy Spirit; with His mercy and grace, he may be accepted in His Court. Whosoever may not be blessed with human body, he remains misfortunate and far away from His castle. The True Master becomes the protector, savior of His true devotee as He protects His own limb.

ਗੁਰਿ ਹਰਿ ਪ੍ਰਭੁ ਅਗਮੁ ਦ੍ਰਿੜਾਇਆ,	gur har parabh agam drirh-aa-i-aa
ਮਨੁ ਤਨੁ ਰੰਗਿ ਭੀਨਾ ਰਾਮ॥	man tan rang bheenaa raam.
ਭਗਤਿ ਵਛਲੁ ਹਰਿ ਨਾਮੁ ਹੈ,	bhagat vachhal har naam hai
ਗੁਰਮੁਖਿ ਹਰਿ ਲੀਨਾ ਰਾਮ॥	gurmukh har leenaa raam.
ਬਿਨੁ ਹਰਿ ਨਾਮ ਨ ਜੀਵਦੇ,	bin har naam na jeevday
ਜਿਉ ਜਲ ਬਿਨੁ ਮੀਨਾ ਰਾਮ॥	Ji-o jal bin meenaa raam.
ਸਫਲ ਜਨਮੁ ਹਰਿ ਪਾਇਆ,	safal janam har paa-i-aa
ਨਾਨਕ ਪ੍ਰਭਿ ਕੀਨਾ ਰਾਮ॥੪॥੧॥੩॥	naanak parabh keenaa raam. ‖4‖1‖3‖

ਪ੍ਰਭ ਨੇ ਆਪ ਹੀ ਰਹਿਮਤ ਬਖਸ਼ਕੇ ਸ਼ਬਦ ਨਾਲ ਲਗਨ ਲਾਈ ਹੈ । ਮਨ ਵਿੱਚ ਪ੍ਰਭ ਦੇ ਸ਼ਬਦ ਦਾ ਗੂੜਾ ਰੰਗ ਚੜ੍ਹਿਆ ਹੋਇਆ ਹੈ । ਬੰਦਗੀ ਕਰਨ ਵਾਲਾ, ਪ੍ਰਭ ਦੇ ਸ਼ਬਦ ਦੀ ਪਾਲਣਾ ਕਰਨ ਦੇ ਨਸ਼ੇ

ਵਿੱਚ ਰਹਿੰਦਾ ਹੈ । ਉਸ ਨੂੰ ਗੁਰਮਖ ਅਵਸਥਾ ਬਖਸ਼ਿਸ਼ ਹੋ ਜਾਂਦੀ ਹੈ, ਪ੍ਰਭ ਦੇ ਦਰਬਾਰ ਵਿੱਚ ਪ੍ਰਵਾਨ ਹੋ ਜਾਂਦਾ ਹੈ । ਪ੍ਰਭ ਦੇ ਸ਼ਬਦ ਦੀ ਪਾਲਣਾ ਕਰਨ ਤੋਂ ਬਿਨਾਂ ਉਸ ਦੇ ਮਨ ਵਿੱਚ ਚੈਨ ਨਹੀਂ ਆਉਂਦਾ । ਉਸ ਦੀ ਹਾਲਤ ਪਾਣੀ ਤੋਂ ਬਿਨਾਂ ਮੱਛੀ ਵਰਗੀ ਹੁੰਦੀ ਹੈ । ਪ੍ਰਭ ਦੀ ਰਹਿਮਤ ਨਾਲ ਬੰਦਗੀ ਕਰਨ ਵਾਲੇ ਦਾ ਮਾਨਸ ਜਨਮ ਸਫਲ ਹੋ ਜਾਂਦਾ ਹੈ ।

The True Master has blessed devotion to obey the teachings of His Word; with His mercy and grace, I am drenched with crimson color of the essence of His Word on my mind. His true devotee remains intoxicated in obeying the teachings of His Word; with His mercy and grace, he may be accepted in His Court. His true devotee may remain uncomfortable, frustrated, without meditating on the teachings of His Word. His condition may be compared with a fish without water; with His mercy and grace, he may conclude his human life journey successfully.

389.ਬਿਲਾਵਲੁ ਮਹਲਾ ੪ ਸਲੋਕੁ॥ 845- 2

ਹਰਿ ਪ੍ਰਭੁ ਸਜਣੁ ਲੋੜਿ ਲਹੁ,	har parabh sajan lorh lahu
ਮਨਿ ਵਸੈ ਵਡਭਾਗੁ॥	man vasai vadbhaag.
ਗੁਰਿ ਪੂਰੈ ਵੇਖਾਲਿਆ,	gur poorai vaykhaali-aa
ਨਾਨਕ ਹਰਿ ਲਿਵ ਲਾਗੁ॥੧॥	naanak har liv laag. ||1||

ਜੀਵ ਆਪਣਾ ਧਿਆਨ ਪ੍ਰਭ ਦੇ ਸ਼ਬਦ ਦੀ ਪਾਲਣਾ ਵਿੱਚ ਹੀ ਰਖੋ! ਵੱਡੇ ਭਾਗਾਂ ਨਾਲ ਹੀ ਪ੍ਰਭ ਦਾ ਸ਼ਬਦ ਮਨ ਵਿੱਚ ਵਸਦਾ ਹੈ । ਪ੍ਰਭ ਦੇ ਸ਼ਬਦ ਦੀ ਪਾਲਣਾ ਤੋਂ ਹੀ ਇਸ ਦੀ ਸੋਝੀ ਬਖਸ਼ਿਸ਼ ਹੁੰਦੀ ਹੈ ।

You should concentrate on obeying the teachings of His Word with steady and stable belief in your day-to-day life. Only with great prewritten destiny, His Word may be drenched within the heart of His true devotee. The essence of His Nature remains embedded within His Word; with His mercy and grace, His devotee may obey the teachings of His Word with steady and stable belief in his day-to-day life.

ਛੰਤ॥	**chhant.**
ਮੇਰਾ ਹਰਿ ਪ੍ਰਭੁ ਰਾਵਣਿ ਆਈਆ,	mayraa har parabh raavan aa-ee-aa
ਹਉਮੈ ਬਿਖੁ ਝਾਗੇ ਰਾਮ॥	ha-umai bikh jhaagay raam.
ਗੁਰਮਤਿ ਆਪੁ ਮਿਟਾਇਆ,	gurmat aap mitaa-i-aa
ਹਰਿ ਹਰਿ ਲਿਵ ਲਾਗੇ ਰਾਮ॥	har har liv laagay raam.
ਅੰਤਰਿ ਕਮਲੁ ਪਰਗਾਸਿਆ,	antar kamal pargaasi-aa
ਗੁਰ ਗਿਆਨੀ ਜਾਗੇ ਰਾਮ॥	gur gi-aanee jaagay raam.
ਜਨ ਨਾਨਕ ਹਰਿ ਪ੍ਰਭੁ ਪਾਇਆ,	jan naanak har parabh paa-i-aa
ਪੂਰੈ ਵਡਭਾਗੇ ਰਾਮ॥੧॥	poorai vadbhaagay raam. ||1||

ਜਿਹੜੀ ਆਤਮਾ ਆਪਣੇ ਵਿਚੋਂ ਅਹੰਕਾਰ ਦੀ ਜੜ੍ਹ ਨਾਸ ਕਰ ਦੇਂਦੀ ਹੈ । ਉਸ ਨੂੰ ਹੀ ਪ੍ਰਭ ਦੀ ਰਹਿਮਤ ਬਖਸ਼ਿਸ਼ ਹੋ ਸਕਦੀ ਹੈ । ਸ਼ਬਦ ਦੀ ਪਾਲਣਾ ਕਰਦੀ ਆਤਮਾ ਆਪਣੇ ਮਨ ਵਿਚੋਂ ਖੁਦਗ਼ਰਜ਼ੀ ਖਤਮ ਕਰ ਲੈਂਦੀ, ਆਪਾ ਮਿਟਾ ਦੇਂਦੀ ਹੈ, ਪ੍ਰਭ ਦੇ ਸ਼ਬਦ ਦੀ ਪਾਲਣਾ ਵਿੱਚ ਲੀਨ ਹੋ ਜਾਂਦੀ ਹੈ । ਉਸ ਦੇ ਮਨ ਦਾ ਕਮਲ ਦਾ ਫੁੱਲ ਖੇੜੇ ਵਿੱਚ ਰਹਿੰਦਾ, ਮਨ ਵਿੱਚ ਜਾਗਰਤੀ ਬਖਸ਼ਿਸ਼ ਹੋ ਜਾਂਦੀ ਹੈ । ਬੰਦਗੀ ਕਰਨ ਵਾਲੇ ਦੇ ਵੱਡੇ ਭਾਗ ਹੋ ਜਾਂਦੇ ਹਨ, ਪ੍ਰਭ ਦੀ ਰਹਿਮਤ ਬਖਸ਼ਿਸ਼ ਹੋ ਜਾਂਦੀ ਹੈ ।

Whosoever may conquer his ego of worldly status from his mind; he may be blessed with His mercy and grace. Whosoever may wholeheartedly obey the teachings of His Word; with His mercy and grace, he may be able to conquer, eliminate his own selfishness and self-identity. He may remain intoxicated in obeying the teachings of His Word; he may remain awake and alert. The lotus flower of his mind may enjoy everlasting blossom. His true devotee may become very fortunate and accepted in His Court.

ਹਰਿ ਪ੍ਰਭੁ ਹਰਿ ਮਨਿ ਭਾਇਆ,	har parabh har man bhaa-i-aa
ਹਰਿ ਨਾਮਿ ਵਧਾਈ ਰਾਮ॥	har naam vaDhaa-ee raam.
ਗੁਰਿ ਪੂਰੈ ਪ੍ਰਭੁ ਪਾਇਆ,	gur poorai parabh paa-i-aa
ਹਰਿ ਹਰਿ ਲਿਵ ਲਾਈ ਰਾਮ॥	har har liv laa-ee raam.
ਅਗਿਆਨੁ ਅੰਧੇਰਾ ਕਟਿਆ,	agi-aan anDhayraa kati-aa
ਜੋਤਿ ਪਰਗਟਿਆਈ ਰਾਮ॥	jot pargati-aa-ee raam.
ਜਨ ਨਾਨਕ ਨਾਮੁ ਅਧਾਰੁ ਹੈ,	jan naanak naam aDhaar hai
ਹਰਿ ਨਾਮਿ ਸਮਾਈ ਰਾਮ॥੨॥	har naam samaa-ee raam. ॥2॥

ਪ੍ਰਭ ਦਾ ਸ਼ਬਦ ਉਸ ਦੇ ਮਨ ਵਿੱਚ ਵਸ ਜਾਂਦਾ ਹੈ । ਉਸ ਦੇ ਮਨ ਵਿੱਚ ਸਦਾ ਰਹਿਣ ਵਾਲੀ ਧੁਨ ਚਲ ਪੈਂਦੀ ਹੈ । ਪੂਰਨ ਗੁਰੂ ਦੇ ਸ਼ਬਦ ਦੀ ਪਾਲਣਾ ਕਰਨ ਨਾਲ ਹੀ ਸ਼ਬਦ ਦੀ ਸੋਝੀ ਬਖਸ਼ਿਸ਼ ਹੋ ਸਕਦੀ ਹੈ, ਉਸ ਦਾ ਮਨ ਇਕਾਗਰ ਹੋ ਕੇ ਸ਼ਬਦ ਦਾ ਸਿਮਰਨ ਕਰਦਾ ਹੈ । ਉਸ ਦੇ ਮਨ ਵਿਚੋਂ ਅਗਿਆਨਤਾ ਦਾ ਅੰਧੇਰਾ ਦੂਰ ਹੋ ਜਾਂਦਾ ਹੈ । ਮਨ ਵਿੱਚ ਪ੍ਰਭ ਦੀ ਜੋਤ ਜਾਗਰਤ ਹੋ ਜਾਂਦੀ ਹੈ । ਜਿਹੜਾ ਕੇਵਲ ਸ਼ਬਦ ਦੀ ਪਾਲਣਾ ਨੂੰ ਹੀ ਜੀਵਨ ਦਾ ਆਧਰਾ ਬਣਾਉਂਦਾ ਹੈ । ਉਹ ਪ੍ਰਭ ਦੀ ਜੋਤ ਵਿੱਚ ਅਲੋਪ ਹੋ ਜਾਂਦਾ ਹੈ ।

His true devotee may be drenched with the essence of His Word; with His mercy and grace, the everlasting echo of His Word may resonate within his heart. Whosoever may obey the teachings of His Word, The One and only One, perfect Guru; with His mercy and grace, he may be blessed with the enlightenment of His Word. His ignorance from the real purpose of human life opportunity may be eliminated. The spiritual glow of enlightenment of His Word may shine on his forehead. Whosoever may adopt the teachings of His Word as the real purpose of His human life opportunity; with His mercy and grace, he may be absorbed within His Holy Spirit.

ਧਨ ਹਰਿ ਪ੍ਰਭਿ ਪਿਆਰੈ ਰਾਵੀਆ,	Dhan har parabh pi-aarai raavee-aa
ਜਾ ਹਰਿ ਪ੍ਰਭ ਭਾਈ ਰਾਮ॥	jaaN har parabh bhaa-ee raam.
ਅਖੀ ਪ੍ਰੇਮ ਕਸਾਈਆ,	akhee paraym kasaa-ee-aa
ਜਿਉ ਬਿਲਕ ਮਸਾਈ ਰਾਮ॥	Ji-o bilak masaa-ee raam.
ਗੁਰਿ ਪੂਰੈ ਹਰਿ ਮੇਲਿਆ,	gur poorai har mayli-aa
ਹਰਿ ਰਸਿ ਆਘਾਈ ਰਾਮ॥	har ras aaghaa-ee raam.
ਜਨ ਨਾਨਕ ਨਾਮਿ ਵਿਗਸਿਆ,	jan naanak naam vigsi-aa
ਹਰਿ ਹਰਿ ਲਿਵ ਲਾਈ ਰਾਮ॥੩॥	har har liv laa-ee raam. ॥3॥

ਜਿਸ ਨੂੰ ਪ੍ਰਭ ਦੀ ਰਹਿਮਤ ਬਖਸ਼ਿਸ਼ ਹੋ ਜਾਂਦੀ ਹੈ, ਉਸ ਦੀ ਆਤਮਾ ਵਿੱਚ ਖੇੜਾ ਵਸ ਜਾਂਦਾ ਹੈ, ਮਨ ਵਿੱਚ ਸ਼ਰਧਾ ਭਰ ਜਾਂਦੀ ਹੈ । ਜਿਵੇਂ ਬਿੱਲੀ, ਚੂਹੇ ਦੀ ਤਾੜ ਵਿੱਚ ਬੈਠੀ ਰਹਿੰਦੀ ਹੈ । ਪ੍ਰਭ ਆਪ ਹੀ ਮਨ ਨੂੰ ਸ਼ਬਦ ਦੀ ਪਾਲਣਾ ਤੇ ਅਡੋਲ ਰਖਦਾ ਹੈ । ਮਨ ਵਿੱਚ ਸ਼ਬਦ ਦੀ ਸੋਝੀ ਨਾਲ ਸੰਤੋਖ ਵਸ ਜਾਂਦਾ ਹੈ । ਪ੍ਰਭ ਦੀ ਬੰਦਗੀ ਕਰਨ ਵਾਲਾ ਦਾਸ ਸ਼ਬਦ ਦੀ ਪਾਲਣਾ ਵਿੱਚ ਮਸਤ, ਲੀਨ ਰਹਿੰਦਾ ਹੈ ।

Whosoever may be blessed with His mercy and grace, his soul may be overwhelmed with blossom and devotion. As cat may remain focused to capture mouse; same way The True Master may keep His true devotee steady and stable on the right path of acceptance in His Court. He may remain intoxicated in meditation in the void of His Word and he may remain contented with His blessings.

ਹਮ ਮੂਰਖ ਮੁਗਧ ਮਿਲਾਇਆ,	ham moorakh mugaDh milaa-i-aa
ਹਰਿ ਕਿਰਪਾ ਧਾਰੀ ਰਾਮ॥	har kirpaa Dhaaree raam.
ਧਨੁ ਧੰਨੁ ਗੁਰੂ ਸਾਬਾਸਿ ਹੈ,	Dhan Dhan guroo saabaas hai
ਜਿਨਿ ਹਉਮੈ ਮਾਰੀ ਰਾਮ॥	jin ha-umai maaree raam.
ਜਿਨ੍ ਵਡਭਾਗੀਆ ਵਡਭਾਗੁ ਹੈ,	jinH vadbhaagee-aa vadbhaag hai
ਹਰਿ ਹਰਿ ਉਰ ਧਾਰੀ ਰਾਮ॥	har har ur Dhaaree raam.
ਜਨ ਨਾਨਕ ਨਾਮੁ ਸਲਾਹਿ ਤੂ,	jan naanak naam salaahi too
ਨਾਮੇ ਬਲਿਹਾਰੀ ਰਾਮ॥੪॥੨॥੪॥	naamay balihaaree raam. ||4||2||4||

ਮੈਨੂੰ ਅਣਜਾਣ, ਮੂਰਖ, ਮਾਨਸ ਨੂੰ ਪ੍ਰਭ ਦੀ ਪ੍ਰਵਾਨਗੀ ਦੇ ਰਸਤੇ ਦੀ ਕੋਈ ਸੋਝੀ ਨਹੀਂ ਹੈ । ਪ੍ਰਭ ਦਾ ਸ਼ਬਦ ਹੀ ਸਿਖਿਆਂ ਦੇਣ ਵਾਲਾ ਗੁਰੂ ਹੈ । ਸ਼ਬਦ ਦੀ ਪਾਲਣਾ ਕਰਨ ਨਾਲ ਮਨ ਆਪਣੇ ਅਹੰਕਾਰ ਤੇ ਜਿੱਤ ਪਾ ਲੈਂਦਾ ਹੈ । ਜਿਹੜਾ ਪ੍ਰਭ ਦਾ ਸ਼ਬਦ ਆਪਣੇ ਮਨ ਵਿੱਚ ਵਸਾ ਲੈਂਦਾ ਹੈ । ਉਹ ਵੱਡੇ ਭਾਗਾਂ ਵਾਲਾ ਹੋ ਜਾਂਦੇ ਹਨ । ਬੰਦਗੀ ਕਰਨ ਵਾਲਾ ਸ਼ਬਦ ਦੇ ਗੁਣ ਗਾਉਂਦਾ ਹੈ । ਆਪਣਾ ਮਨ, ਤਨ ਸ਼ਬਦ ਦੀ ਪਾਲਣਾ ਦੇ ਲੇਖੇ ਲਾ ਦੇਂਦਾ ਹੈ ।

I am ignorant from essence of Your Word, the right path of acceptance in Your Court. With Your mercy and grace, blesses me the association of a true guide in the universe. By adopting his life experience and obeying the teachings of Your Word; I may conquer the ego of my mind. Whosoever may be drenched with the essence of His Word within his heart; with His mercy and grace, he may become very fortunate. He may surrender his mind, body, and worldly status at His sanctuary, service and sings the glory of His Word with each breath.

390.ਬਿਲਾਵਲੁ ਮਹਲਾ ੫ ਛੰਤ॥ 845-12

ੴ ਸਤਿਗੁਰ ਪ੍ਰਸਾਦਿ॥	ik-oNkaar satgur parsaad.
ਮੰਗਲ ਸਾਜੁ ਭਇਆ,	mangal saaj bha-i-aa
ਪ੍ਰਭੁ ਅਪਨਾ ਗਾਇਆ ਰਾਮ॥	parabh apnaa gaa-i-aa raam.
ਅਬਿਨਾਸੀ ਵਰੁ ਸੁਣਿਆ,	abhinaasee var suni-aa
ਮਨਿ ਉਪਜਿਆ ਚਾਇਆ ਰਾਮ॥	man upji-aa chaa-i-aa raam.
ਮਨਿ ਪ੍ਰੀਤਿ ਲਾਗੈ ਵਡੈ ਭਾਗੈ,	man pareet laagai vadai bhaagai
ਕਬ ਮਿਲੀਐ ਪੂਰਨ ਪਤੇ॥	kab milee-ai pooran patay.
ਸਹਜੇ ਸਮਾਈਐ ਗੋਵਿੰਦੁ ਪਾਈਐ,	sehjay samaa-ee-ai govind paa-ee-ai
ਦੇਹੁ ਸਖੀਏ ਮੋਹਿ ਮਤੇ॥	dayh sakhee-ay mohi matay.
ਦਿਨੁ ਰੈਣਿ ਠਾਢੀ ਕਰਉ ਸੇਵਾ,	din rain thaadhee kara-o sayvaa
ਪ੍ਰਭੁ ਕਵਨ ਜੁਗਤੀ ਪਾਇਆ॥	parabh kavan jugtee paa-i-aa.
ਬਿਨਵੰਤਿ ਨਾਨਕ ਕਰਹੁ ਕਿਰਪਾ,	binvant naanak karahu kirpaa
ਲੈਹੁ ਮੋਹਿ ਲੜਿ ਲਾਇਆ॥੧॥	laihu mohi larh laa-i-aa. ||1||

ਜਦੋਂ ਮਨ ਮਸਤ ਹੋ ਕੇ ਪ੍ਰਭ ਦੇ ਸ਼ਬਦ ਦੇ ਗੁਣ ਗਾਉਂਦਾ ਹੈ । ਉਹ ਸਮਾਂ ਸੁਭਾਗਾ ਬਣ ਜਾਂਦਾ ਹੈ । ਜਿਸ ਦੇ ਮਨ ਵਿੱਚ ਅਟੱਲ ਪ੍ਰਭ ਦਾ ਸ਼ਬਦ ਜਾਗਰਤ ਹੋ ਜਾਂਦਾ ਹੈ । ਉਸ ਦੇ ਮਨ ਵਿੱਚ ਸ਼ਰਧਾ, ਖੇੜਾ ਵਸ ਜਾਂਦਾ ਹੈ । ਵੱਡੇ ਭਾਗਾਂ ਨਾਲ ਮਨ ਵਿੱਚ ਸ਼ਬਦ ਨਾਲ ਪ੍ਰੀਤ, ਭਰੋਸਾ ਅਡੋਲ ਹੋ ਗਿਆ ਹੈ । ਰਹਿਮਤਾਂ ਦੇ ਮਾਲਕ, ਤੇਰੇ ਨਾਲ ਕਦੋਂ ਮਿਲਾਪ ਹੋਵੇਗਾ? ਤੇਰਾ ਸ਼ਬਦ ਮਨ ਵਿੱਚ ਕਦੋਂ ਜਾਗਰਤ ਹੋਵੇਗਾ? ਮੇਰੇ ਬੰਦਗੀ ਕਰਨ ਵਾਲੇ ਸੰਤ ਸਰੂਪ ਮੱਤ ਬਖਸ਼ੋ! ਮਨ ਦੀ ਕਿਹੜੀ ਅਵਸਥਾ ਬਣ ਜਾਵੇ ਤਾਂ ਸ਼ਬਦ ਮਨ ਵਿੱਚ ਜਾਗਰਤ ਹੁੰਦਾ ਹੈ? ਦਿਨ ਰਾਤ, ਮਨ ਵਿੱਚ ਧੀਰਜ, ਸੰਤੋਖ ਰਖਕੇ, ਸਵਾਸ ਸਵਾਸ ਪ੍ਰਭ ਦੇ ਸ਼ਬਦ ਦੀ ਪਾਲਣਾ ਕਰੋ! ਇਸ ਅਵਸਥਾ ਵਿੱਚ ਹੀ ਪ੍ਰਭ ਦੀ ਰਹਿਮਤ ਦੀ ਨਜ਼ਰ ਬਖਸ਼ਿਸ਼ ਹੁੰਦੀ

ਹੈ । ਬੰਦਗੀ ਕਰਨ ਵਾਲਾ ਪ੍ਰਭ ਅੱਗੇ ਅਰਦਾਸ ਕਰਦਾ ਹੈ । ਰਹਿਮਤਾਂ ਦੇ ਮਾਲਕ ਆਪਣੇ ਸ਼ਬਦ ਦੇ ਲੜ ਲਾਵੋ! ਤੇਰੇ ਸ਼ਬਦ ਦੀ ਸਮਾਧੀ ਵਿੱਚ ਲੀਨ ਹੋ ਜਾਵਾ ।

When the mind of His true devotee may be intoxicated in signing the glory of His Word that moment, time may become fortunate; with His mercy and grace, he may earn the wealth of His Word and accepted in His Court. Whosoever may be enlightened with the essence of His Word within; he may be overwhelmed with a devotion and blossom. With my great prewritten destiny, my belief has become steady and stable on the right path of acceptance. My True Master enlightens me; how may I be blessed union with Your Holy Spirit? How may I be enlightened with the essence of Your Word? My True Master guides me on the right path; what may I adopt in my life to sanctify my soul to become worthy of Your consideration, acceptance? You should with patience and contentment obey the teachings of His Word with each breath. The Merciful True Master may heed the prayer of His true devotee for His forgiveness; His true devotee may remain intoxicated in the void of His Word.

ਭਇਆ ਸਮਾਹੜਾ,	bha-i-aa samaahrhaa
ਹਰਿ ਰਤਨੁ ਵਿਸਾਹਾ ਰਾਮ॥	har ratan visaahaa raam.
ਖੋਜੀ ਖੋਜਿ ਲਧਾ,	khojee khoj laDhaa
ਹਰਿ ਸੰਤਨ ਪਾਹਾ ਰਾਮ॥	har santan paahaa raam.
ਮਿਲੇ ਸੰਤ ਪਿਆਰੇ ਦਇਆ ਧਾਰੇ,	milay sant pi-aaray da-i-aa Dhaaray
ਕਥਹਿ ਅਕਥ ਬੀਚਾਰੋ॥	katheh akath beechaaro.
ਇਕ ਚਿਤਿ ਇਕ ਮਨਿ ਧਿਆਇ ਸੁਆਮੀ,	ik chit ik man Dhi-aa-ay su-aamee
ਲਾਇ ਪ੍ਰੀਤਿ ਪਿਆਰੋ॥	laa-ay pareet pi-aaro.
ਕਰ ਜੋੜਿ ਪ੍ਰਭ ਪਹਿ ਕਰਿ ਬਿਨੰਤੀ,	kar jorh parabh peh kar binantee
ਮਿਲੈ ਹਰਿ ਜਸੁ ਲਾਹਾ॥	milai har jas laahaa.
ਬਿਨਵੰਤਿ ਨਾਨਕ ਦਾਸੁ ਤੇਰਾ,	binvant naanak daas tayraa
ਮੇਰਾ ਪ੍ਰਭੁ ਅਗਮ ਅਥਾਹਾ॥੨॥	mayraa parabh agam athaahaa. ||2||

ਜਿਸ ਦੇ ਮਨ ਦਾ ਭਰੋਸਾ ਸ਼ਬਦ ਦੀ ਪਾਲਣਾ ਤੇ ਅਡੋਲ ਹੋ ਜਾਂਦਾ ਹੈ । ਉਸ ਦੇ ਮਨ ਵਿੱਚ ਸ਼ਰਧਾ, ਖੁਸ਼ੀ ਵਸ ਜਾਂਦੀ ਹੈ । ਬੰਦਗੀ ਕਰਨ ਵਾਲੇ ਦੀ ਅਰਦਾਸ ਪੂਰੀ ਹੋ ਜਾਂਦੀ ਹੈ । ਮਨ ਵਿੱਚ ਸ਼ਬਦ ਜਾਗਰਤ ਹੋ ਜਾਂਦਾ ਹੈ । ਪ੍ਰਭ ਦੀ ਰਹਿਮਤ ਨਾਲ ਬੰਦਗੀ ਕਰਨ ਵਾਲੇ ਸੰਤ ਨਾਲ ਸੰਗਤ ਬਖਸ਼ਿਸ਼ ਹੋ ਗਈ ਹੈ । ਉਸ ਨੇ ਤਰਸ ਕੀਤਾ ਪ੍ਰਭ ਦੀ ਅਕਥ ਕਥਾ ਦੀ ਵਿਆਖਿਆ ਕੀਤੀ । ਮੇਰਾ ਮਨ ਅਡੋਲ ਹੋ ਗਿਆ ਹੈ । ਮੈਂ ਸ਼ਰਧਾ ਨਾਲ ਬਿਨਾਂ ਸੰਸਾਰਕ ਇੱਛਾਂ ਦੇ ਸ਼ਬਦ ਦਾ ਸਵਾਸ ਸਵਾਸ ਸਿਮਰਨ ਕਰਦਾ ਹਾ । ਮੈਂ ਅਡੋਲ ਮਨ ਹੋ ਕੇ ਪ੍ਰਭ ਅੱਗੇ ਅਰਦਾਸ ਕਰਦਾ ਹਾ । ਰਹਿਮਤਾਂ ਦੇ ਮਾਲਕ ਸ਼ਬਦ ਦੀ ਪਾਲਣਾ ਦੀ ਦਾਤ ਬਖਸ਼ੋ! ਰਹਿਮਤਾਂ ਦਾ ਮਾਲਕ ਆਪਣੇ ਬੰਦਗੀ ਕਰਨ ਵਾਲੇ ਦਾਸ ਦੀ ਅਰਦਾਸ ਸੁਣਦਾ ਹੈ । ਉਸ ਨੂੰ ਆਪਣੀ ਸ਼ਰਣ ਵਿੱਚ ਪਨਾਹ ਬਖਸ਼ਦਾ ਹੈ ।

Whosoever may obey the teachings of His Word with steady and stable belief in his day-to-day life; he may be overwhelmed with a devotion and pleasures in his worldly life. The True Master may satisfy the prayers of His true devotee and he may be enlightened with the essence of His Word. With His mercy and grace, I have been blessed with the association, conjugation with His true devotee, he has recited the sermons of His unexplainable nature. I have been overwhelmed with a devotion and I am obeying the teachings of His Word with each breath, without any expectation of worldly reward. I wholeheartedly pray for the devotion to obey the teachings of His

Word. The Merciful True Master may heed the prayer of His humble devotee and He may accept him in His sanctuary.

ਸਾਹਾ ਅਟਲੁ ਗਣਿਆ,	saahaa atal gani-aa
ਪੂਰਨ ਸੰਜੋਗੋ ਰਾਮ॥	pooran sanjogo raam.
ਸੁਖਹ ਸਮੂਹ ਭਇਆ,	sukhah samooh bha-i-aa
ਗਇਆ ਵਿਜੋਗੋ ਰਾਮ॥	ga-i-aa vijogo raam.
ਮਿਲਿ ਸੰਤ ਆਏ ਪ੍ਰਭ ਧਿਆਏ,	mil sant aa-ay parabh Dhi-aa-ay
ਬਣੇ ਅਚਰਜ ਜਾਞੀਆਂ॥	banay achraj jaanjee-aaN.
ਮਿਲਿ ਇਕਤ੍ਰ ਹੋਏ ਸਹਜਿ ਢੋਏ,	mil ikatar ho-ay sahj dho-ay
ਮਨਿ ਪ੍ਰੀਤਿ ਉਪਜੀ ਮਾਞੀਆ॥	man pareet upjee maanjee-aa.
ਮਿਲਿ ਜੋਤਿ ਜੋਤੀ ਓਤਿ ਪੋਤੀ,	mil jot jotee ot potee
ਹਰਿ ਨਾਮੁ ਸਭਿ ਰਸ ਭੋਗੋ॥	har naam sabh ras bhogo.
ਬਿਨਵੰਤਿ ਨਾਨਕ ਸਭ ਸੰਤਿ ਮੇਲੀ,	binvant naanak sabh sant maylee
ਪ੍ਰਭੁ ਕਰਨ ਕਾਰਣ ਜੋਗੋ॥੩॥	parabh karan kaaran jogo. ‖3‖

ਮੇਰੇ ਸੰਸਾਰ ਵਿਚੋਂ ਵਾਪਸ ਜਾਣ ਦਾ ਸਮਾਂ ਨਿਯਤ ਹੋ ਗਿਆ ਹੈ । ਇਹ ਮੇਰਾ ਪ੍ਰਭ ਨਾਲ ਸੰਜੋਗ ਦਾ ਸਮਾਂ ਹੈ । ਮੇਰੇ ਮਨ ਵਿੱਚ ਪੂਰਨ ਸੰਤੋਖ, ਧੀਰਜ ਹੈ । ਮੇਰਾ ਪ੍ਰਭ ਨਾਲੋ ਵਿਛੋੜਾ ਖਤਮ ਹੋ ਗਿਆ ਹੈ । ਸਾਰੇ ਬੰਦਗੀ ਕਰਨ ਵਾਲੇ ਸਾਥੀ ਹੀ ਇਕੱਠੇ ਹੋ ਕੇ ਪ੍ਰਭ ਦੇ ਸ਼ਬਦ ਦੇ ਗੁਣ ਗਾਉਂਦੇ ਹਨ । ਮੇਰੀ ਵਾਪਸ ਜਾਣ ਦੇ ਮੌਕੇ ਦੀ ਖੁਸ਼ੀ ਮਨਾਉਂਦੇ ਹਨ । ਇਹਨਾਂ ਬੰਦਗੀ ਕਰਨ ਵਾਲੇ ਸਾਥੀਆਂ ਨੂੰ ਦੇਖਕੇ ਦਾਸ ਦੇ ਮਨ ਵਿੱਚ ਖੇੜਾ ਵਸ ਜਾਂਦਾ ਹੈ । ਬੰਦਗੀ ਕਰਨ ਵਾਲੇ ਦੀ ਆਤਮਾ ਸ਼ਬਦ ਦੀ ਸਮਾਧੀ ਵਿੱਚ ਲੀਨ ਹੋਏ ਹੀ ਪ੍ਰਭ ਦੀ ਜੋਤ ਵਿੱਚ ਸਮਾ ਜਾਂਦੀ, ਅਲੋਪ ਹੋ ਜਾਂਦੀ ਹੈ । ਬੰਦਗੀ ਕਰਨ ਵਾਲਾ ਪ੍ਰਭ ਦੇ ਸ਼ਬਦ ਰੂਪੀ ਅੰਮ੍ਰਿਤ ਦਾ ਅਨੰਦ, ਰਸ ਮਾਨਦਾ ਹੈ । ਬੰਦਗੀ ਕਰਨ ਵਾਲਾ ਦਾਸ ਪ੍ਰਭ ਅੱਗੇ ਅਰਦਾਸ ਕਰਦਾ ਹੈ । ਪ੍ਰਭ ਤੂੰ ਹੀ ਸਭ ਕੁਝ ਕਰਨ ਕਰਾਉਣ ਵਾਲਾ ਮਾਲਕ ਹੈ । ਆਪਣੇ ਦਾਸ ਨੂੰ ਦਰਬਾਰ ਵਿੱਚ ਪ੍ਰਵਾਨ ਕਰ ਲਵੋ! ਆਪਣਾ ਅੰਗ ਬਣਾ ਲਵੋ!

The time of my death, return to His Court has been predetermined. This may be the time of acceptance of my soul in His sanctuary. I have a complete patience and contentment within my mind that my separation from my True Master may be eliminated this time. All my brothers are singing the glory of His Word and celebrating my return to my permanent home. By witnessing these devotees celebrating; I am overwhelmed with blossom. His true devotee remains intoxicated in the void of His Word and his soul may be immersed with The Holy Spirit. He always prays for His forgiveness! Only Your command may prevail in the universe; with Your mercy and grace; You may accept my soul in Your sanctuary and make me Your limb.

ਭਵਨੁ ਸੁਹਾਵੜਾ	bhavan suhaavrhaa
ਧਰਤਿ ਸਭਾਗੀ ਰਾਮ॥	Dharat sabhaagee raam.
ਪ੍ਰਭੁ ਘਰਿ ਆਇਅੜਾ,	parabh ghar aa-i-arhaa
ਗੁਰ ਚਰਣੀ ਲਾਗੀ ਰਾਮ॥	gur charnee laagee raam.
ਗੁਰ ਚਰਣੀ ਲਾਗੀ ਸਹਜਿ ਜਾਗੀ,	gur charan laagee sahj jaagee
ਸਗਲ ਇਛਾ ਪੁੰਨੀਆ॥	sagal ichhaa punnee-aa.
ਮੇਰੀ ਆਸ ਪੂਰੀ ਸੰਤ ਧੂਰੀ,	mayree aas pooree sant Dhooree
ਹਰਿ ਮਿਲੇ ਕੰਤ ਵਿਛੁੰਨਿਆ॥	har milay kant vichhunni-aa.
ਆਨੰਦ ਅਨਦਿਨੁ ਵਜਹਿ ਵਾਜੇ,	aanand an-din vajeh vaajay
ਅਹੰ ਮਤਿ ਮਨ ਕੀ ਤਿਆਗੀ॥	ahaN mat man kee ti-aagee.

ਬਿਨਵੰਤਿ ਨਾਨਕ ਸਰਣਿ ਸੁਆਮੀ, binvant naanak saran su-aamee
ਸੰਤਸੰਗਿ ਲਿਵ ਲਾਗੀ॥੪॥੧॥ satsang liv laagee. ||4||1||

ਮੇਰੇ ਮਨ ਵਿੱਚ ਪ੍ਰਭ ਦਾ ਸ਼ਬਦ ਜਾਗਰਤ ਹੋਣ ਨਾਲ, ਮੇਰੀ ਤਨ ਰੂਪੀ ਧਰਤੀ, ਸੁਭਾਗੀ ਹੋ ਗਈ ਹੈ । ਮੇਰਾ ਮਨ ਸ਼ਬਦ ਵਿੱਚ ਲੀਨ ਹੋ ਗਿਆ ਹੈ, ਮੇਰੇ ਮਨ ਵਿੱਚ ਖੇੜਾ ਵਸ ਗਿਆ ਹੈ । ਮਨ ਦੀਆਂ ਮੁਰਾਦਾਂ ਪੂਰੀਆਂ ਹੋ ਗਈਆਂ ਹਨ । ਲੰਮੇ ਸਮਾਂ ਤੋ ਵਿਛੋੜੀ ਆਤਮਾ ਦੀਆਂ ਮੁਰਾਦਾਂ ਸੰਤਾਂ ਦੇ ਚਰਨਾਂ ਦੀ ਧੂੜ ਨਾਲ ਪੂਰੀਆਂ ਹੋ ਗਈਆਂ ਹਨ । ਦਿਨ ਰਾਤ ਮਨ ਵਿੱਚ ਸਦਾ ਚੱਲਣ ਵਾਲੀ ਧੁਨ ਚਲ ਪਈ ਹੈ । ਮੇਰੇ ਮਨ ਵਿਚੋਂ ਮੂਰਖਤਾ ਵਾਲੀ, ਮਨਮਰਜ਼ੀ, ਹੱਠ ਖਤਮ ਹੋ ਗਿਆ ਹੈ । ਸੰਤਾਂ ਦੀ ਸਿਖਿਆਂ ਨਾਲ ਜੀਵਨ ਢਾਲਣ ਨਾਲ ਪ੍ਰਭ ਦੀ ਸ਼ਰਣ ਵਿੱਚ ਪ੍ਰਵਾਨਗੀ ਬਖਸ਼ਿਸ਼ ਹੋ ਗਈ ਹੈ ।

I have been enlightened with the essence of His Word; my body (earth) has become fortunate. I have been intoxicated with the essence of His Word and I am overwhelmed with blossom in my life. By adopting the life experience teachings of His Holy saints, the dust of their feet; all my spoken and unspoken desires have been satisfied. The everlasting echo of His Word has been resonating within my mind. The ignorance, stubbornness, self-determination of my mind has been eliminated. By adopting the life experience teachings of His true devotee, I have been accepted in His Court.

391.ਬਿਲਾਵਲੁ ਮਹਲਾ ੫॥ 846-7

ਭਾਗ ਸੁਲਖਣਾ bhaag sulakh-naa
ਹਰਿ ਕੰਤੁ ਹਮਾਰਾ ਰਾਮ॥ har kant hamaaraa raam.
ਅਨਹਦ ਬਾਜਿਤ੍ਰਾ anhad baajitraa
ਤਿਸੁ ਧੁਨਿ ਦਰਬਾਰਾ ਰਾਮ॥ tis Dhun darbaaraa raam.
ਆਨੰਦ ਅਨਦਿਨੁ ਵਜਹਿ ਵਾਜੇ, aanand an-din vajeh vaajay,
ਦਿਨਸੁ ਰੈਣਿ ਉਮਾਹਾ॥ dinas rain omaahaa.
ਤਹ ਰੋਗ ਸੋਗ ਨ ਦੂਖੁ ਬਿਆਪੈ, tah rog sog na dookh bi-aapai
ਜਨਮ ਮਰਣੁ ਨ ਤਾਹਾ॥ janam maran na taahaa.
ਰਿਧਿ ਸਿਧਿ ਸੁਧਾ ਰਸੁ ਅੰਮ੍ਰਿਤੁ, riDh siDh suDhaa ras amrit
ਭਗਤਿ ਭਰੇ ਭੰਡਾਰਾ॥ bhagat bharay bhandaaraa.
ਬਿਨਵੰਤਿ ਨਾਨਕ ਬਲਿਹਾਰਿ ਵੰਞਾ, binvant naanak balihaar vanjaa
ਪਾਰਬ੍ਰਹਮ ਪ੍ਰਾਨ ਅਧਾਰਾ॥੧॥ paarbarahm paraan aDhaaraa. ||1||

ਪ੍ਰਭ ਦੇ ਦਰਬਾਰ ਵਿੱਚ ਦਿਨ ਰਾਤ ਸ਼ਬਦ ਦੀ ਧੁਨ ਚਲਦੀ ਹੈ । ਮੇਰੇ ਮਨ ਵਿੱਚ ਦਿਨ ਰਾਤ ਸ਼ਬਦ ਦੀ ਧੁਨ ਚੱਲਣ ਨਾਲ ਅਮਰ ਅਵਸਥਾ ਬਖਸ਼ਿਸ਼ ਹੋ ਜਾਂਦੀ ਹੈ । ਮੇਰੇ ਵੱਡੇ ਭਾਗ ਹੋ ਗਏ! ਪ੍ਰਭ ਦੇ ਦਰਬਾਰ ਵਿੱਚ ਪ੍ਰਵਾਨਗੀ ਬਖਸ਼ਿਸ਼ ਹੋ ਗਈ ਹੈ । ਮਨ ਵਿਚੋਂ ਇੱਛਾਂ ਦੇ ਦੁਖ, ਸੋਗ ਨਾਸ ਹੋ ਗਏ, ਕੋਈ ਜੂੰਨਾਂ ਦਾ ਚੱਕਰ ਪਰੇਸ਼ਾਨ ਨਹੀਂ ਕਰਦਾ । ਪ੍ਰਭ ਦੇ ਦਰਬਾਰ ਵਿੱਚ ਰਿਧੀਆਂ, ਸਿਧੀਆਂ, ਸ਼ਬਦ ਦਾ ਬੇਅੰਤ ਖਜ਼ਾਨਾ ਹੈ । ਬੰਦਗੀ ਕਰਨ ਵਾਲਾ ਸਦਾ ਹੀ ਪ੍ਰਭ ਦੇ ਕਰਤਬਾਂ ਤੋ ਹੈਰਾਨ ਹੀ ਰਹਿੰਦਾ ਹੈ । ਉਹ ਹੀ ਜੀਵ ਦੇ ਸਵਾਸਾਂ ਦਾ ਆਸਰਾ, ਮਾਲਕ ਹੈ ।

With His mercy and grace, I have become fortunate and accepted in His Court. The everlasting echo of His Word resonates non-stop in His Court. With the everlasting echo resonating within my mind; I have been blessed with a state of mind as His true devotee. All my frustrations of mind, grievances and cycle of birth and death have been eliminated. His treasure remains overwhelmed with unlimited virtues, miracles. His true devotee remains fascinated and astonished from the miracles of His Nature. He always seeks His support and refuge with each breath.

ਸੁਣਿ ਸਖੀਅ ਸਹੇਲੜੀਹੋ,	sun sakhee-a sahaylrheeho
ਮਿਲਿ ਮੰਗਲੁ ਗਾਵਹ ਰਾਮ॥	mil mangal gaavah raam.
ਮਨਿ ਤਨਿ ਪ੍ਰੇਮੁ ਕਰੇ ਤਿਸੁ,	man tan paraym karay tis
ਪ੍ਰਭ ਕਉ ਰਾਵਹ ਰਾਮ॥	parabh ka-o raavah raam.
ਕਰਿ ਪ੍ਰੇਮੁ ਰਾਵਹ ਤਿਸੈ ਭਾਵਹ,	kar paraym raavah tisai bhaavah
ਇਕ ਨਿਮਖ ਪਲਕ ਨ ਤਿਆਗੀਐ॥	ik nimakh palak na ti-aagee-ai.
ਗਹਿ ਕੰਠਿ ਲਾਈਐ ਨਹ ਲਜਾਈਐ,	geh kanth laa-ee-ai nah lajaa-ee-ai
ਚਰਨ ਰਜ ਮਨੁ ਪਾਗੀਐ॥	charan raj man paagee-ai.
ਭਗਤਿ ਠਗਉਰੀ ਪਾਇ ਮੋਹਹ,	bhagat thag-uree paa-ay mohah
ਅਨਤ ਕਤਹੂ ਨ ਧਾਵਹ॥	anat kathoo na Dhaavah.
ਬਿਨਵੰਤਿ ਨਾਨਕ ਮਿਲਿ ਸੰਗਿ ਸਾਜਨ,	binvant naanak mil sang saajan
ਅਮਰ ਪਦਵੀ ਪਾਵਹ॥੨॥	amar padvee paavah. ||2||

ਮੇਰੇ ਸਾਥੀਉ! ਰਲਕੇ ਪ੍ਰਭ ਦੇ ਸ਼ਬਦ ਦੇ ਗੁਣ ਗਾਵੋ! ਮਨ ਇਕਾਗਰ ਕਰਕੇ, ਭਰੋਸਾ ਅਡੋਲ ਕਰਕੇ ਸ਼ਰਧਾ ਨਾਲ ਸ਼ਬਦ ਦੀ ਪਾਲਣਾ ਕਰੋ! ਸ਼ਬਦ ਨੂੰ ਮਨ ਵਿੱਚ ਵਸਾਵੋ! ਸ਼ਰਧਾ ਨਾਲ ਸ਼ਬਦ ਦਾ ਸਿਮਰਨ ਕਰਨ ਨਾਲ ਪ੍ਰਭ ਰਹਿਮਤ ਬਖਸ਼ਦਾ ਹੈ । ਉਸ ਨੂੰ ਇੱਕ ਪਲ ਵੀ ਮਨੋ ਵਿਚੋਂ ਨਾ ਵਸਾਰੋ! ਪ੍ਰਭ ਦੇ ਸ਼ਬਦ ਦੀ ਪਾਲਣਾ ਕਰਦੇ, ਕਦੇ ਸੰਸਾਰਕ ਜੀਵਾਂ ਦੀ ਸੋਚ ਦੀ ਪ੍ਰਵਾਹ ਨਾ ਕਰੋ! ਮਨ ਵਿੱਚ ਇਤਨੀ ਨਿਮ੍ਰਤਾ ਵਸਾਵੋ! ਬੰਦਗੀ ਕਰਨ ਵਾਲੇ ਸੰਤਾਂ ਦੇ ਚਰਨਾਂ ਦੀ ਧੂੜ ਨਾਲ ਇਸ਼ਨਾਨ ਕਰੋ! ਸ਼ਬਦ ਦੇ ਨਸ਼ੇ ਵਿੱਚ ਮਨ ਨੂੰ ਮਸਤ ਰਖਕੇ ਉਸ ਦੇ ਸ਼ਬਦ ਦੇ ਗੁਣ ਗਾਵੋ । ਕਦੇ ਮਨ ਨੂੰ ਹੋਰ ਪਾਸੇ ਨਾ ਲਾਵੋ! ਬੰਦਗੀ ਕਰਨ ਵਾਲਾ ਅਰਦਾਸ ਕਰਦਾ ਹੈ । ਰਹਿਮਤਾਂ ਦੇ ਮਾਲਕ ਰਹਿਮਤ ਬਖਸ਼ੋ! ਤੇਰੇ ਸ਼ਬਦ ਦੀ ਪਾਲਣ ਵਿੱਚ ਲੀਨ, ਤੇਰੇ ਦਰਬਾਰ ਵਿੱਚ ਪ੍ਰਵਾਨ ਹੋ ਜਾਵਾ । ਅਮਰ ਅਵਸਥਾ ਬਖਸ਼ਿਸ਼ ਹੋ ਜਾਵੇ ।

Let us sing the glory and obey the teachings of His Word with steady and stable belief in day-to-day life. Whosoever may remain drenched with the essence of His Word; The Merciful True Master may become very gracious on his devotion and meditation. You should never abandon His Word from your mind even for a moment nor worry about worldly relationships and bonds. You should remain humble as the dust of the feet of His true devotee, Holy saint. You should remain intoxicated in meditation in the void of His Word. You may never have any other thoughts within your mind. His true devotee always prays for His forgiveness and begs for devotion to His Word to become worthy of His consideration. With His mercy and grace, he may be blessed with immortal state of mind.

ਬਿਸਮਨ ਬਿਸਮ ਭਈ ਪੇਖਿ,	bisman bisam bha-ee paykh
ਗੁਣ ਅਬਿਨਾਸੀ ਰਾਮ॥	gun abhinaasee raam.
ਕਰੁ ਗਹਿ ਭੁਜਾ ਗਹੀ,	kar geh bhujaa gahee
ਕਟਿ ਜਮ ਕੀ ਫਾਸੀ ਰਾਮ॥	kat jam kee faasee raam.
ਗਹਿ ਭੁਜਾ ਲੀਨ੍ਹੀ ਦਾਸਿ ਕੀਨ੍ਹੀ,	geh bhujaa leenHee daas keenHee
ਅੰਕੁਰਿ ਉਦੋਤੁ ਜਣਾਇਆ॥	ankur udot janaa-i-aa.
ਮਲਨ ਮੋਹ ਬਿਕਾਰ ਨਾਠੇ,	malan moh bikaar naathay
ਦਿਵਸ ਨਿਰਮਲ ਆਇਆ॥	divas nirmal aa-i-aa.
ਦ੍ਰਿਸਟਿ ਧਾਰੀ ਮਨਿ ਪਿਆਰੀ,	darisat Dhaaree man pi-aaree
ਮਹਾ ਦੁਰਮਤਿ ਨਾਸੀ॥	mahaa durmat naasee.
ਬਿਨਵੰਤਿ ਨਾਨਕ ਭਈ ਨਿਰਮਲ,	binvant naanak bha-ee nirmal
ਪ੍ਰਭ ਮਿਲੇ ਅਬਿਨਾਸੀ॥੩॥	parabh milay abhinaasee. ||3||

ਪ੍ਰਭ ਦਾ ਸ਼ਬਦ ਮਨ ਵਿੱਚ ਜਾਗਰਤ ਹੋਣ ਨਾਲ ਮਨ ਵਿੱਚ ਅਨੋਖਾ ਖੇੜਾ ਵਸ ਗਿਆ । ਪ੍ਰਭ ਨੇ ਰਹਿਮਤ ਬਖਸ਼ਕੇ, ਮੌਤ ਦਾ ਬੰਧਨ ਨਾਸ ਕਰ ਦਿੱਤਾ ਹੈ । ਪ੍ਰਭ ਨੇ ਸ਼ਬਦ ਦੇ ਲੜ ਲਾ ਕੇ ਆਪਣਾ ਦਾਸ ਬਣਾ ਲਿਆ, ਮੇਰੀ ਆਤਮਾ ਉਸ ਦਾ ਅੰਗ ਬਣ ਗਈ । ਮੇਰੇ ਮਨ ਵਿਚੋਂ ਲਾਲਚ, ਮੋਹ ਧੋਖੇ ਦੇ ਖਿਆਲ ਦੂਰ ਹੋ ਗਏ ਹਨ । ਮਨ ਨਿਰਮਲ ਹੋ ਗਿਆ, ਨਵਾਂ ਜੀਵਨ ਆਰੰਭ ਹੋ ਗਿਆ । ਪ੍ਰਭ ਦੀ ਰਹਿਮਤ ਨਾਲ ਸ਼ਰਣ ਵਿੱਚ ਪਨਾਹ ਬਖਸ਼ਿਸ਼ ਹੋ ਗਈ, ਮਨ ਵਿਚੋਂ ਸਾਰੇ ਰੋਗ ਦੂਰ ਹੋ ਗਏ ਹਨ । ਬੰਦਗੀ ਕਰਨ ਵਾਲਾ ਦਾਸ ਸਦਾ ਹੀ ਅਰਦਾਸ ਕਰਦਾ ਹੈ । ਰਹਿਮਤਾਂ ਦੇ ਮਾਲਕ ਰਹਿਮਤ ਬਖਸ਼ੋ ! ਮਨ ਨੂੰ ਪਵਿੱਤਰ ਕਰਕੇ, ਪਾਪ ਬਖਸ਼ੋ ! ਸ਼ਬਦ ਨੂੰ ਮਨ ਵਿੱਚ ਜਾਗਰਤ ਕਰੋ ! ਆਪਣੇ ਦਰਬਾਰ ਵਿੱਚ ਪ੍ਰਵਾਨਗੀ ਬਖਸ਼ੋ !

With the enlightenment of the essence His Word, I have been drenched with astonishing pleasures and blossom. With His mercy and grace, my cycle of birth and death has been eliminated. He has accepted me as His true devotee in His sanctuary. All my evil thoughts, greed, worldly attachments have been eliminated. The True Master has blessed rejuvenation in my life; with His mercy and grace, I have been accepted in His sanctuary and all my miseries of worldly desires have been eliminated. His true devotee always prays for His forgiveness and begs for devotion to obey His Word to become worthy of His consideration. The Merciful True Master may immerse his soul within His Holy Spirit.

ਸੂਰਜ ਕਿਰਣਿ ਮਿਲੇ ਜਲ ਕਾ,	sooraj kiran milay jal kaa
ਜਲੁ ਹੂਆ ਰਾਮ॥	jal hoo-aa raam.
ਜੋਤੀ ਜੋਤਿ ਰਲੀ ਸੰਪੂਰਨੁ ਥੀਆ ਰਾਮ॥	jotee jot ralee sampooran thee-aa raam.
ਬ੍ਰਹਮੁ ਦੀਸੈ ਬ੍ਰਹਮੁ ਸੁਣੀਐ,	barahm deesai barahm sunee-ai
ਏਕੁ ਏਕੁ ਵਖਾਣੀਐ॥	ayk ayk vakhaanee-ai.
ਆਤਮ ਪਸਾਰਾ ਕਰਣਹਾਰਾ,	aatam pasaaraa karanhaaraa
ਪ੍ਰਭ ਬਿਨਾ ਨਹੀ ਜਾਣੀਐ॥	parabh binaa nahee jaanee-ai.
ਆਪਿ ਕਰਤਾ ਆਪਿ ਭੁਗਤਾ,	aap kartaa aap bhugtaa
ਆਪਿ ਕਾਰਣੁ ਕੀਆ॥	aap kaaran kee-aa.
ਬਿਨਵੰਤਿ ਨਾਨਕ ਸੇਈ ਜਾਣਹਿ,	binvant naanak say-ee jaaneh
ਜਿਨ੍ਹੀ ਹਰਿ ਰਸੁ ਪੀਆ॥੪॥੨॥	jinHee har ras pee-aa. ‖4‖2‖

ਜਿਵੇਂ ਸੂਰਜ ਦੀ ਕਿਰਨ ਸੂਰਜ ਵਿੱਚ ਮਿਲ ਜਾਂਦੀ, ਪਾਣੀ ਦੀ ਛੱਲ ਪਾਣੀ ਵਿੱਚ ਮਿਲ ਜਾਂਦੀ ਹੈ । ਇਸਤਰ੍ਹਾਂ ਹੀ ਜੀਵ ਦੀ ਆਤਮਾ, ਪ੍ਰਭ ਦੀ ਜੋਤ ਵਿੱਚ ਅਭੇਦ ਹੋ ਕੇ ਪੂਰਨ ਪਵਿੱਤਰ ਹੋ ਜਾਂਦੀ ਹੈ । ਸਭ ਪਾਸੇ ਪ੍ਰਭ ਦੀ ਧੁਨ ਸੁਣਦੀ ਹੈ, ਉਹ ਪ੍ਰਭ ਨੂੰ ਦੇਖਦਾ ਮਹਿਸੂਸ ਕਰਦਾ ਹੈ । ਕੇਵਲ ਪ੍ਰਭ ਦੇ ਸ਼ਬਦ ਦਾ ਹੀ ਕਥਨ ਕਰਦਾ, ਪ੍ਰਭ ਆਪ ਹੀ ਉਸ ਵਿੱਚ ਬੋਲਦਾ, ਸੁਣਦਾ ਹੈ । ਪ੍ਰਭ ਨੇ ਆਪਣੀ ਜੋਤ ਨੂੰ ਹੀ ਪਸਾਰ ਕੇ ਸ੍ਰਿਸ਼ਟੀ ਨੂੰ ਪੈਦਾ ਕਰਦਾ ਹੈ । ਪ੍ਰਭ ਦੀ ਜੋਤ ਤੋ ਬਿਨਾਂ ਸ੍ਰਿਸ਼ਟੀ ਵਿੱਚ ਹੋਰ ਕੁਝ ਨਹੀਂ ਹੈ । ਪ੍ਰਭ ਆਪ ਹੀ ਕਰਤਾ ਹੈ, ਆਪ ਹੀ ਪੈਦਾ ਕੀਤਾ ਜੀਵ ਵਿੱਚ ਵਸਦਾ ਹੈ । ਆਪ ਹੀ ਸਭ ਕੁਝ ਕਰਦਾ ਹੈ, ਆਪ ਹੀ ਅਨੰਦ ਮਾਨਦਾ ਹੈ । ਬੰਦਗੀ ਕਰਨ ਵਾਲਾ ਪ੍ਰਭ ਅੱਗੇ ਅਰਦਾਸ ਕਰਦਾ ਹੈ । ਜਿਹੜਾ ਤੇਰੇ ਸ਼ਬਦ ਦੀ ਪਾਲਣਾ ਵਿੱਚ ਭਰੋਸਾ ਅਡੋਲ ਰਖਦਾ ਹੈ । ਕੇਵਲ ਉਹ ਹੀ ਤੇਰੀਆਂ ਰਹਿਮਤਾਂ ਦਾ ਅਨੰਦ ਮਾਨਦਾ ਹੈ ।

As the ray of Sun may disappear within Sun and wave of water may immerse within water. Same way a sanctified soul may be immersed with His Holy Spirit. He may hear the everlasting echo of His Word everywhere and realizes His Holy Spirit prevailing in every event in the universe. He may only speak the virtues of His Word; The Holy Spirit remains awake and alert within and His Word remains drenched on his tongue. The worldly creation may be an expansion of His Holy Spirit and nothing else exist without His Holy Spirit or without His command. The True Master, His Word remains embedded within the soul of each creature. He prevails in every event in the universe and Himself enjoy His Nature. His true devotee may only pray for His refuge. Whosoever may obey the teachings of His Word with steady and stable belief in his day-to-day life; with His mercy and grace, only he may enjoy the pleasures of His blessings.

392.ਬਿਲਾਵਲੁ ਮਹਲਾ ੫ ਛੰਤ॥ 847-1

੧ੴ ਸਤਿਗੁਰ ਪ੍ਰਸਾਦਿ॥	ik-oNkaar satgur parsaad.
ਸਖੀ ਆਉ ਸਖੀ ਵਸਿ ਆਉ,	sakhee aa-o sakhee vas aa-o
ਸਖੀ ਅਸੀ ਪਿਰ ਕਾ ਮੰਗਲੁ ਗਾਵਹ॥	sakhee asee pir kaa mangal gaavah.
ਤਜਿ ਮਾਨੁ ਸਖੀ ਤਜਿ ਮਾਨੁ ਸਖੀ,	taj maan sakhee taj maan sakhee
ਮਤੁ ਆਪਣੇ ਪ੍ਰੀਤਮ ਭਾਵਹ॥	mat aapnay pareetam bhaavah.
ਤਜਿ ਮਾਨੁ ਮੋਹੁ ਬਿਕਾਰੁ ਦੂਜਾ,	taj maan moh bikaar doojaa
ਸੇਵਿ ਏਕੁ ਨਿਰੰਜਨੋ॥	sayv ayk niranjano.
ਲਗੁ ਚਰਣ ਸਰਣ ਦਇਆਲ ਪ੍ਰੀਤਮ,	lag charan saran da-i-aal pareetam
ਸਗਲ ਦੁਰਤ ਬਿਖੰਡਨੋ॥	sagal durat bikhandno.
ਹੋਇ ਦਾਸ ਦਾਸੀ ਤਜਿ ਉਦਾਸੀ,	ho-ay daas daasee taj udaasee
ਬਹੁੜਿ ਬਿਧੀ ਨ ਧਾਵਾ॥	bahurh biDhee na Dhaavaa.
ਨਾਨਕੁ ਪਇਅੰਪੈ ਕਰਹੁ ਕਿਰਪਾ,	naanak pa-i-ampai karahu kirpaa
ਤਾਮਿ ਮੰਗਲੁ ਗਾਵਾ॥੧॥	taam mangal gaavaa. ||1||

ਮੇਰੇ ਬੰਦਗੀ ਕਰਨ ਵਾਲੇ ਸਾਥੀਉ! ਰਲਕੇ ਪ੍ਰਭ ਦੇ ਸ਼ਬਦ ਦੀ ਚਰਚਾ, ਸ਼ਬਦ ਦੇ ਗੁਣ ਗਾਵੋ! ਜਿਹੜਾ ਆਪਣੇ ਮਨ ਦਾ ਅਹੰਕਾਰ ਖਤਮ ਕਰਕੇ ਸ਼ਬਦ ਦੇ ਗੁਣ ਗਾਉਂਦਾ ਹੈ । ਉਸ ਨੂੰ ਪ੍ਰਭ ਦੀ ਰਹਿਮਤ ਬਖਸ਼ਿਸ਼ ਹੋ ਜਾਂਦੀ ਹੈ । ਆਪਣੇ ਮਨ ਵਿਚੋਂ ਲਾਲਚ, ਮੋਹ ਅਹੰਕਾਰ ਤਿਆਗਕੇ, ਆਪਣਾ ਭਰੋਸਾ ਅਡੋਲ ਰਖਕੇ ਪਵਿੱਤਰ ਪ੍ਰਭ ਦੇ ਸ਼ਬਦ ਦੀ ਪਾਲਣਾ ਕਰਦਾ ਹੈ । ਪ੍ਰਭ ਹੀ ਮੌਤ ਦਾ ਡਰ ਦੂਰ ਕਰਨ ਵਾਲਾ ਮਾਲਕ ਹੈ । ਉਹ, ਪ੍ਰਭ ਦੇ ਦਾਸਾਂ ਦਾ ਦਾਸ ਬਣ ਜਾਂਦਾ ਹੈ । ਉਸ ਦਾਸ ਦੇ ਜੀਵਨ ਦੀ ਸਿਖਿਆਂ ਨਾਲ ਜੀਵਨ ਢਾਲਕੇ ਆਪਣਾ ਜੀਵਨ ਬਤੀਤ ਕਰਦਾ ਹੈ । ਉਸ ਦੇ ਮਨ ਤੇ ਕਿਸੇ ਸੰਸਾਰਕ ਇੱਛਾਂ ਦਾ ਕੋਈ ਪ੍ਰਭਾਵ ਨਹੀਂ ਹੁੰਦਾ । ਬੰਦਗੀ ਕਰਨ ਵਾਲਾ ਸਦਾ ਹੀ ਰਹਿਮਤ ਦੀ ਅਰਦਾਸ ਕਰਦਾ ਹੈ! ਮਾਲਕ ਆਪਣੇ ਸ਼ਬਦ ਦੀ ਪਾਲਣਾ ਦੇ ਲੜ ਲਾਵੋ! ਮੈਂ ਸਦਾ ਹੀ ਤੇਰੇ ਸ਼ਬਦ ਦੇ ਗੁਣ ਗਾਵਾ ।

Let us join to discuss and sing the glory of His virtues. Whosoever may conquer his ego, renounce his greed, and sings the glory of His Word with steady and stable belief in his day-to-day life; with His mercy and grace, he may be blessed with conjugation of His Holy saints. Only, The True Master may eliminate the fear of death from his mind; with His mercy and grace, he may become humble and slave of His slaves. Whosoever may adopt the life teachings of His true devotee in his own life; his mind may remain beyond the reach of worldly desires. His true devotee has one and only one prayer! The Merciful True Master blesses me a devotion to obey the teachings of Your Word. I may remain singing the glory of Your Word.

ਅੰਮ੍ਰਿਤੁ ਪ੍ਰਿਅ ਕਾ ਨਾਮੁ,	amrit pari-a kaa naam
ਮੈ ਅੰਧੁਲੇ ਟੋਹਨੀ॥	mai anDhulay tohnee.
ਓਹ ਜੋਹੈ ਬਹੁ ਪਰਕਾਰ,	oh johai baho parkaar
ਸੁੰਦਰਿ ਮੋਹਨੀ॥	sundar mohnee.
ਮੋਹਨੀ ਮਹਾ ਬਚਿਤ੍ਰਿ ਚੰਚਲਿ,	mohnee mahaa bachitar chanchal

ਅਨਿਕ ਭਾਵ ਦਿਖਾਵਏ॥	anik bhaav dikhaava-ay.
ਹੋਇ ਢੀਠ ਮੀਠੀ ਮਨਹਿ ਲਾਗੈ,	ho-ay dheeth meethee maneh laagai
ਨਾਮੁ ਲੈਣ ਨ ਆਵਏ॥	naam lain na aav-ay.
ਗ੍ਰਿਹ ਬਨਹਿ ਤੀਰੈ ਬਰਤ ਪੂਜਾ,	garih baneh teerai barat poojaa
ਬਾਟ ਘਾਟੈ ਜੋਹਨੀ॥	baat ghaatai johnee.
ਨਾਨਕੁ ਪਇਅੰਪੈ ਦਇਆ ਧਾਰਹੁ,	naanak pa-i-ampai da-i-aa Dhaarahu
ਮੈ ਨਾਮੁ ਅੰਧੁਲੇ ਟੋਹਨੀ॥੨॥	mai naam anDhulay tohnee. ||2||

ਪ੍ਰਭ ਦਾ ਸ਼ਬਦ ਹੀ ਉਹ ਆਸਰਾ ਹੁੰਦਾ ਹੈ । ਜਿਵੇਂ ਅੰਨ੍ਹੇ ਨੂੰ ਰਸਤਾ ਤੇ ਚੱਲਣ ਵਾਲੀ ਸੋਟੀ ਦਾ ਆਸਰਾ ਹੁੰਦਾ ਹੈ । ਸੰਸਾਰਕ ਮਾਇਆ ਅਨੇਕਾਂ ਤਰੀਕਿਆਂ ਨਾਲ ਜੀਵ ਨੂੰ ਆਪਣੇ ਪਿਛੇ ਲਾਉਂਦੀ ਹੈ । ਜਿਵੇਂ ਚਲਾਕ ਔਰਤ ਕਿਸੇ ਮਰਦ ਤੇ ਡੋਰਾ ਪਾਉਂਦੀ ਹੈ । ਸੰਸਾਰਕ ਮਾਇਆ ਵਿੱਚ ਇਤਨੀਆਂ ਚਲਾਕੀਆਂ ਹਨ । ਅਨੇਕਾਂ ਗਿਆਨੀ, ਬੰਦਗੀ ਕਰਨ ਵਾਲੇ ਵੀ ਆਪਣੇ ਜਾਲ ਵਿੱਚ ਫਸਾ ਲੈਂਦੀ ਹੈ । ਮਾਨਸ ਆਤਮਾ, ਮਨ ਪ੍ਰਭ ਦੇ ਸ਼ਬਦ ਦਾ ਸਿਮਰਨ ਕਰਨਾ ਹੀ ਭੁੱਲ ਜਾਂਦਾ ਹੈ । ਸੰਸਾਰਕ ਮਾਇਆ, ਘਰ ਵਿੱਚ, ਜੰਗਲ ਵਿੱਚ, ਪਵਿੱਤਰ ਤੀਰਥ ਤੇ, ਵਰਤ ਰਖਣ ਵਾਲੇ, ਸ਼ਬਦ ਦੀ ਪਾਲਣਾ ਕਰਨ ਵਾਲੇ ਸਾਰੇ ਜੀਵਾਂ ਤੇ ਧਿਆਨ ਰਖਦੀ, ਚਾਲ ਚਲਾਉਂਦੀ ਹੈ । ਬੰਦਗੀ ਕਰਨ ਵਾਲਾ, ਪ੍ਰਭ ਅੱਗੇ ਅਰਦਾਸ ਕਰਦਾ ਹੈ । ਰਹਿਮਤਾਂ ਦੇ ਮਾਲਕ, ਮੈਂ ਅਣਜਾਣ, ਅੰਨ੍ਹਾ ਹੀ ਹਾ! ਰਹਿਮਤ ਬਖਸ਼ੋ! ਆਪਣੇ ਸ਼ਬਦ ਦੇ ਲੜ ਲਾਵੋ! ਤੇਰਾ ਸ਼ਬਦ ਹੀ ਇਸ ਅੰਨ੍ਹੇ ਨੂੰ ਰਸਤੇ ਤੇ ਚੱਲਣ ਵਾਲੀ ਸੋਟੀ ਬਣ ਜਾਵੇ ।

The essence of His Word is like a guiding stick for blind. Worldly wealth may play many tricks of sweet poison to capture worldly creatures. Worldly wealth may be compared with a devious, lustrous, gorgeous young woman; who may attract rich and powerful in the universe. She has many clever, devious tricks in her sleeves. Many staunch devotees of His Word have been attracted and captured by her. His devotee may even forget the disciplines, teachings of His Word from his day-to-day life. Worldly wealth also keeps a careful eye on His true devote, who may renounce his family and worldly comforts and wanders in voids, wild jungles, devotee worships at Holy shrine, taking sanctifying bath, abstain food to sanctify soul, followers of His Word and she may play a unique trick to entice them. His true devotee may pray for His forgiveness! I am ignorant and blind from the real purpose of human life opportunity; with Your mercy and grace, attaches me to meditate on the teachings of Your Word. The teachings of Your Word may become a guiding stick for my blind soul.

ਮੋਹਿ ਅਨਾਥ ਪ੍ਰਿਅ ਨਾਥ,	mohi anaath pari-a naath
ਜਿਉ ਜਾਨਹੁ ਤਿਉ ਰਖਹੁ॥	Ji-o jaanhu ti-o rakhahu.
ਚਤੁਰਾਈ ਮੋਹਿ ਨਾਹਿ,	chaturaa-ee mohi naahi
ਰੀਝਾਵਉ ਕਹਿ ਮੁਖਹੁ॥	reejhaava-o kahi mukhahu.
ਨਹ ਚਤੁਰਿ ਸੁਘਰਿ ਸੁਜਾਨ ਬੇਤੀ,	nah chatur sughar sujaan baytee
ਮੋਹਿ ਨਿਰਗੁਨਿ ਗੁਨੁ ਨਹੀ॥	mohi nirgun gun nahee.
ਨਹ ਰੂਪ ਧੂਪ ਨ ਨੈਣ ਬੰਕੇ,	nah roop Dhoop na nain bankay
ਜਹ ਭਾਵੈ ਤਹ ਰਖੁ ਤੁਹੀ॥	jah bhaavai tah rakh tuhee.
ਜੈ ਜੈ ਜਇਅੰਪਹਿ ਸਗਲ ਜਾ ਕਉ,	jai jai ja-i-ampeh sagal jaa ka-o
ਕਰੁਣਾਪਤਿ ਗਤਿ ਕਿਨਿ ਲਖਹੁ॥	karunaapat gat kin lakhahu.
ਨਾਨਕੁ ਪਇਅੰਪੈ ਸੇਵ ਸੇਵਕੁ,	naanak pa-i-ampai sayv sayvak
ਜਿਉ ਜਾਨਹੁ ਤਿਉ ਮੋਹਿ ਰਖਹੁ॥੩॥	ji-o jaanhu ti-o mohi rakhahu. ||3||

ਪ੍ਰਭ ਮੇਰੇ ਨਿਮਾਣਾ ਦਾ ਕੋਈ ਆਸਰਾ, ਮਦਦ ਕਰਨ ਵਾਲਾ ਮਾਲਕ ਨਹੀਂ ਹੈ । ਤੂੰ ਹੀ ਮੇਰਾ ਅਸਲੀ ਮਾਲਕ ਹੈ । ਜਿਸਤਰ੍ਹਾਂ ਤੇਰੀ ਰਜ਼ਾ ਹੈ, ਉਸ ਹਾਲਤ ਵਿੱਚ ਹੀ ਮੇਰੇ ਮਨ ਵਿੱਚ ਸੰਤੋਖ ਬਖਸ਼ੋ! ਮੇਰੇ ਵਿੱਚ ਕੋਈ ਸਿਆਣਪ, ਚਲਾਕੀ ਨਹੀਂ ਹੈ । ਕਿਸਤਰ੍ਹਾਂ ਅਰਦਾਸ ਕਰਾ, ਤੇਰੀ ਰਹਿਮਤ ਦੀ ਨਜ਼ਰ ਬਖਸ਼ਿਸ਼ ਹੋਵੇ? ਪ੍ਰਭ ਮੈਂ ਆਉਗਣਾਂ ਭਰਿਆਂ, ਮੇਰੇ ਵਿੱਚ ਕੋਈ ਸਿਆਣਪ, ਵਿਧੀ, ਗੁਣ ਨਹੀਂ ਹਨ । ਮੇਰੀ ਵਿੱਚ ਕੋਈ ਸੁੰਦਰਤਾ, ਕੋਈ ਮਨ ਨੂੰ ਮੋਹਿਤ ਕਰਨ ਵਾਲੀਆਂ ਅੱਖਾਂ ਨਹੀਂ ਹਨ । ਰਹਿਮਤ ਬਖਸ਼ੋ! ਜਿਸ ਹਾਲਤ ਵਿੱਚ ਰਖੋ! ਉਸ ਹਾਲਤ ਵਿੱਚ ਹੀ ਤੇਰੇ ਬਖਸ਼ਾ ਦਾ ਧੰਨਵਾਦ ਕਰਾ । ਪ੍ਰਭ ਸਭ ਕੰਮ ਵਿੱਚ ਤੇਰੀ ਹੀ ਜੈਕਾਰ, ਜਿੱਤ ਹੁੰਦੀ ਹੈ । ਕਿਸਤਰ੍ਹਾਂ ਤੇਰੀ ਕਿਸੇ ਅਵਸਥਾ ਦੀ ਵਿਆਖਿਆ ਕਰਾ? ਤੂੰ ਹੀ ਰਹਿਮਤਾਂ ਦਾ ਦਾਤਾ ਹੈ! ਬੰਦਗੀ ਕਰਨ ਵਾਲਾ ਸਦਾ ਹੀ ਅਰਦਾਸ ਕਰਦਾ ਹੈ । ਰਹਿਮਤ ਬਖਸ਼ੋ! ਅਪਣੀ ਰਜ਼ਾ, ਸ਼ਰਣ ਵਿੱਚ ਪਨਾਹ ਬਖਸ਼ੋ!

My True Master, I am helpless and have no support, guide, or protector in the universe; only You are my protector, savior and The True Creator, Master. Whatsoever worldly condition may be blessed, I may remain contented in my life. I do not have any clever plan or wisdom of my own; how may I pray of Your blessings? I am overwhelmed with evil, sinful plans, no wisdom, virtues of my own, nor any unique beauty, attraction in my eyes. With Your mercy and grace, whatsoever the worldly condition may be blessed; I may always sing Your glory and remain contended. In every event in the universe, only You command prevails and only Your victory. How may I comprehend and explain Your Nature? The One and only One treasure of blessings! Your true devotee always prays for Your forgiveness and begs for Your sanctuary.

ਮੋਹਿ ਮਛੁਲੀ ਤੁਮ ਨੀਰ,	mohi machhulee tum neer
ਤੁਝ ਬਿਨੁ ਕਿਉ ਸਰੈ॥	tujh bin ki-o sarai.
ਮੋਹਿ ਚਾਤ੍ਰਿਕ ਤੁਮ੍ ਬੂੰਦ,	mohi chaatrik tumH boond
ਤ੍ਰਿਪਤਉ ਮੁਖਿ ਪਰੈ॥	taripta-o mukh parai.
ਮੁਖਿ ਪਰੈ ਹਰੈ ਪਿਆਸ ਮੇਰੀ,	mukh parai harai pi-aas mayree
ਜੀਅ ਹੀਆ ਪ੍ਰਾਨਪਤੇ॥	jee-a hee-aa paranpatay.
ਲਾਡਲੇ ਲਾਡ ਲਡਾਇ ਸਭ ਮਹਿ,	laadilay laad ladaa-ay sabh meh
ਮਿਲੁ ਹਮਾਰੀ ਹੋਇ ਗਤੇ॥	mil hamaaree ho-ay gatay.
ਚੀਤਿ ਚਿਤਵਉ ਮਿਟੁ ਅੰਧਾਰੇ,	cheet chitva-o mit anDhaaray
ਜਿਉ ਆਸ ਚਕਵੀ ਦਿਨੁ ਚਰੈ॥	Ji-o aas chakvee din charai.
ਨਾਨਕੁ ਪਇਅੰਪੈ ਪ੍ਰਿਅ ਸੰਗਿ ਮੇਲੀ,	naanak pa-i-ampai pari-a sang maylee
ਮਛੁਲੀ ਨੀਰੁ ਨ ਵੀਸਰੈ॥੪॥	machhulee neer na veesrai. ||4||

ਪ੍ਰਭ ਮੈਂ ਇੱਕ ਮਛਲੀ ਦੀ ਤਰ੍ਹਾਂ, ਤੂੰ ਪਾਣੀ ਦੀ ਤਰ੍ਹਾਂ ਹੈ । ਮੈਂ ਤੇਰੇ ਤੋ ਬਿਨਾਂ ਕਿਵੇਂ ਸਵਾਸ ਲੈ ਸਕਦਾ ਹਾ? ਮੈਂ ਇਕ ਬਾਬੀਏ ਦੀ ਤਰ੍ਹਾਂ ਹਾ, ਜਿਹੜਾ ਤੇਰੇ ਮੀਂਹ ਦੀ ਬੂੰਦ ਲਈ ਤਰਸਦਾ ਹੈ । ਤੇਰੀ ਰਹਿਮਤ ਦੀ ਬੂੰਦ ਨਾਲ ਹੀ ਮਨ ਵਿੱਚ ਸੰਤੋਖ ਬਖਸ਼ਿਸ਼ ਹੁੰਦਾ ਹੈ । ਜਦੋਂ ਤੇਰੇ ਸ਼ਬਦ ਦੀ ਬੂੰਦ ਮੇਰੇ ਮੂੰਹ ਵਿੱਚ ਪੈਂਦੀ ਹੈ, ਮਨ ਦੀ ਪਿਆਸ ਬੁਝਦੀ ਹੈ । ਪ੍ਰਭ ਤੂੰ ਹੀ ਆਤਮਾ ਦਾ ਮਾਲਕ ਹੈ, ਮੇਰਾ ਮਨ, ਸਵਾਸ ਤੇਰੀ ਹੀ ਅਮਾਨਤ ਹਨ । ਪ੍ਰਭ ਆਪ ਹੀ ਆਪਣੇ ਪੈਦਾ ਕੀਤੇ ਜੀਵਾਂ ਨੂੰ ਅਨੰਦ ਬਖਸ਼ਦਾ ਹੈ । ਸ਼ਬਦ ਮਨ ਵਿੱਚ ਜਾਗਰਤ ਹੋਣ ਨਾਲ ਹੀ ਮੁਕਤ ਅਵਸਥਾ ਬਖਸ਼ਿਸ਼ ਹੁੰਦੀ ਹੈ । ਪ੍ਰਭ ਜਦੋਂ ਮਨ ਵਿੱਚ ਤੇਰੀ ਯਾਦ ਆਉਂਦੀ ਹੈ, ਭਰਮ ਦੂਰ ਹੋ ਜਾਂਦੇ ਹਨ । ਜਿਵੇਂ ਚਕਵੀ ਦੀ ਸੂਰਜ ਦੀ ਕਿਰਨ ਦੇਖਣ ਨਾਲ ਮਨ ਵਿੱਚ ਖੁਸ਼ੀ ਆਉਂਦੀ ਹੈ । ਬੰਦਗੀ ਕਰਨ ਵਾਲਾ ਪ੍ਰਭ ਅੱਗੇ ਅਰਦਾਸ ਕਰਦਾ ਹੈ! ਰਹਿਮਤਾਂ ਦੇ ਮਾਲਕ ਰਹਿਮਤ ਬਖਸ਼ੋ! ਆਪਣੀ ਸ਼ਰਣ ਵਿੱਚ ਪਨਾਹ ਬਖਸ਼ੋ! ਇਹ ਆਤਮਾ ਮਛਲੀ ਵਰਗੀ ਹੈ । ਜਿਹੜੀ ਪਾਣੀ ਨੂੰ ਕਦੇ ਨਹੀਂ ਭੁਲਦੀ, ਪਾਣੀ ਤੋ ਬਿਨਾਂ ਮਰ ਜਾਂਦੀ ਹੈ ।

My True Master; You are like water; ocean and I am like a fish breathing and surviving within water. How may I breathe and survive without water? I am like a rain-bird crying for the drop of rain water in my mouth. My thirst may only be quenched with the drop of rainy water falling in my mouth. My mind, soul and breaths are all blessed by You and only Your trust. You may bestow virtues and pleasure to Your Creation. Whosoever may be enlightened with the essence of Your Word, he may be blessed with a state of salvation. Whosoever may remain in renunciation in the memory of his separation from Your Holy Spirit, all his worldly suspicions may be eliminated. I have become excited, rejuvenated by obeying the teaching of Your Word as **chakvee** may become excited by seeing the first ray of Sun. Your true devotee always prays and begs for Your forgiveness and refuge. As fish may not survive without water, I may not remain in peace without meditating and obeying the teachings of Your Word.

ਧਨਿ ਧੰਨਿ ਹਮਾਰੇ ਭਾਗ,	Dhan Dhan hamaaray bhaag
ਘਰਿ ਆਇਆ ਪਿਰੁ ਮੇਰਾ॥	ghar aa-i-aa pir mayraa.
ਸੋਹੈ ਬੰਕ ਦੁਆਰ ਸਗਲਾ ਬਨੁ ਹਰਾ॥	sohay bank du-aar saglaa ban haraa.
ਹਰ ਹਰਾ ਸੁਆਮੀ ਸੁਖਹ ਗਾਮੀ,	har haraa su-aamee sukhah gaamee
ਅਨਦ ਮੰਗਲ ਰਸੁ ਘਣਾ॥	anad mangal ras ghanaa.
ਨਵਲ ਨਵਤਨ ਨਾਹੁ ਬਾਲਾ,	naval navtan naahu baalaa
ਕਵਨ ਰਸਨਾ ਗੁਨ ਭਣਾ॥	kavan rasnaa gun bhanaa.
ਮੇਰੀ ਸੇਜ ਸੋਹੀ ਦੇਖਿ ਮੋਹੀ,	mayree sayj sohee daykh mohee
ਸਗਲ ਸਹਸਾ ਦੁਖੁ ਹਰਾ॥	sagal sahsaa dukh haraa.
ਨਾਨਕੁ ਪਇਅੰਪੈ ਮੇਰੀ ਆਸ ਪੂਰੀ	naanak pa-i-ampai mayree aas pooree
ਮਿਲੇ ਸੁਆਮੀ ਅਪਰੰਪਰਾ॥੫॥੧॥੩॥	milay su-aamee apramparaa. ‖5‖1‖3‖

ਮੇਰੇ ਵੱਡੇ ਭਾਗ ਹੋ ਗਏ । ਮੇਰੇ ਮਨ ਵਿੱਚ ਪ੍ਰਭ ਦਾ ਸ਼ਬਦ ਜਾਗਰਤ ਹੋ ਗਿਆ ਹੈ । ਪ੍ਰਭ ਦੇ ਦਰਬਾਰ ਦਾ ਦਰਵਾਜ਼ਾ ਕਿਤਨਾ ਸੁੰਦਰ ਹੈ, ਚਾਰੇ ਪਾਸੇ ਹੀ ਅਨੰਦ ਖੁਸ਼ੀ ਵਸ ਗਈ ਹੈ । ਸੁਖਾਂ ਦੇ ਸਾਗਰ, ਦਾਤੇ ਨੇ ਮੇਰੇ ਮਨ ਵਿੱਚ ਨਵੀਂ ਸ਼ਰਧਾ ਪੈਦਾ ਕੀਤੀ ਹੈ । ਮੇਰੇ ਮਨ ਵਿੱਚ ਸੰਤੋਖ, ਅਨੰਦ ਖੇੜਾ ਵਸ ਗਿਆ ਹੈ, ਮੇਰਾ ਮਾਲਕ ਸਦਾ ਹੀ ਜਵਾਨ ਰਹਿੰਦਾ ਹੈ । ਆਪਣੀ ਜੀਭ ਨਾਲ ਉਸ ਦੇ ਸ਼ਬਦ ਦੇ ਕਿਹੜੇ, ਕਿਹੜੇ ਗੁਣ ਗਾਵਾ? ਮੇਰੇ ਮਨ ਵਿੱਚ ਪ੍ਰਭ ਦਾ ਤਖਤ, ਸੇਜ ਅਨੋਖੀ, ਬਹੁਤ ਸ਼ਾਨ ਵਾਲੀ ਹੈ । ਉਸ ਨੂੰ ਦੇਖਕੇ ਮੇਰੇ ਮਨ ਦੇ ਸਾਰੇ ਭਰਮ, ਦੁਖ ਦੂਰ ਹੋ ਗਏ ਹਨ । ਬੰਦਗੀ ਕਰਨ ਵਾਲਾ ਪ੍ਰਭ ਅੱਗੇ ਅਰਦਾਸ ਕਰਦਾ ਹੈ! ਰਹਿਮਤਾਂ ਦੇ ਮਾਲਕ ਤੇਰੇ ਘਰ ਵਿੱਚ ਰਹਿਮਤਾਂ ਦੀ ਕੋਈ ਕਮੀ ਨਹੀਂ ਆਉਂਦੀ । ਰਹਿਮਤ ਬਖਸ਼ਕੇ ਨਿਮਾਣੇ ਨੂੰ ਸ਼ਰਣ ਵਿੱਚ ਪ੍ਰਵਾਨ ਕਰੋ! ਮਨ ਦੀਆਂ ਮੁਰਾਦਾਂ ਪੂਰੀਆਂ ਕਰੋ ।

With great prewritten destiny, I have been enlightened with the essence of His Word. How wonderful, glamorous may be His 10th castle, I realize pleasure and blossom everywhere. The True Master of all comforts has created a rejuvenation within my mind. I am overwhelmed with pleasure, contentment, and blossom in my life. My True Master remains young forever. Which of His virtue may I sing with my tongue? His throne, Royal castle within my mind is so splendorous; all my suspicions and miseries of worldly desires have been eliminated. His true devotee always prays and begs for His forgiveness and refuge in His sanctuary. Your treasure has no deficiency; with Your mercy and grace, accepts me in Your sanctuary and satisfy my spoken and unspoken desires.

393.ਬਿਲਾਵਲੁ ਮਹਲਾ ੫ ਛੰਤ ਮੰਗਲ॥ 847-18

ਸਲੋਕੁ॥	salok.
੧ੳ ਸਤਿਗੁਰ ਪ੍ਰਸਾਦਿ॥	ik-oNkaar satgur parsaad.
ਸੁੰਦਰ ਸਾਂਤਿ ਦਇਆਲ ਪ੍ਰਭ,	sundar saaNt da-i-aal parabh
ਸਰਬ ਸੁਖਾ ਨਿਧਿ ਪੀਉ॥	sarab sukhaa niDh pee-o.
ਸੁਖ ਸਾਗਰ ਪ੍ਰਭ ਭੇਟਿਐ,	sukh saagar parabh bhayti-ai
ਨਾਨਕ ਸੁਖੀ ਹੋਤ ਇਹੁ ਜੀਉ॥੧॥	naanak sukhee hot ih jee-o. ||1||

ਪ੍ਰਭ ਸੁੰਦਰ, ਸੰਤੋਖ ਦਾ ਦਾਤਾ, ਤਰਸਵਾਨ ਹੈ । ਉਹ ਰਹਿਮਤਾਂ, ਸੁਖ, ਸੰਤੋਖ ਬਖਸ਼ਣ ਵਾਲਾ ਅਸਲੀ ਮਾਲਕ ਹੈ । ਜਿਸ ਤੇ ਪ੍ਰਭ ਰਹਿਮਤ ਦੀ ਨਜ਼ਰ ਬਖਸ਼ਦਾ ਹੈ । ਉਸ ਦੇ ਮਨ ਵਿੱਚ ਪੂਰਨ ਖੇੜਾ ਵਸ ਜਾਂਦਾ ਹੈ ।

The Merciful True Master, the treasure of unlimited virtues may be The One and only One to bless comforts, blessings on His Creation. Whosoever may be blessed with His mercy and grace; he may be overwhelmed with complete blossom in his life.

ਛੰਤ॥	chhant.
ਸੁਖ ਸਾਗਰ ਪ੍ਰਭੁ ਪਾਈਐ,	sukh saagar parabh paa-ee-ai
ਜਬ ਹੋਵੈ ਭਾਗੋ ਰਾਮ॥	jab hovai bhaago raam.
ਮਾਨਨਿ ਮਾਨੁ ਵਞਾਈਐ,	maanan maan vanjaa-ee-ai
ਹਰਿ ਚਰਣੀ ਲਾਗੋ ਰਾਮ॥	har charnee laago raam.
ਛੋਡਿ ਸਿਆਨਪ ਚਾਤੁਰੀ,	chhod si-aanap chaaturee
ਦੁਰਮਤਿ ਬੁਧਿ ਤਿਆਗੋ ਰਾਮ॥	durmat buDh ti-aago raam.
ਨਾਨਕ ਪਉ ਸਰਣਾਈ ਰਾਮ ਰਾਇ,	naanak pa-o sarnaa-ee raam raa-ay
ਥਿਰੁ ਹੋਇ ਸੁਹਾਗੋ ਰਾਮ॥੧॥	thir ho-ay suhaago raam. ||1||

ਜਿਸ ਜੀਵ ਦੇ ਭਾਗ ਜਾਗ ਪੈਂਦੇ ਹਨ, ਉਸ ਨੂੰ ਸੰਤੋਖ, ਅਨੰਦ ਬਖਸ਼ਿਸ਼ ਹੋ ਜਾਂਦਾ ਹੈ । ਉਹ ਪ੍ਰਭ ਦੇ ਸ਼ਬਦ ਦੀ ਪਾਲਣਾ ਵਿੱਚ ਅਡੋਲ ਹੋ ਜਾਂਦਾ ਹੈ, ਆਪਣੀ ਉਸਤਤ, ਨਿੰਦਿਆਂ ਦੀ ਕੋਈ ਪ੍ਰਵਾਹ ਨਹੀਂ ਕਰਦਾ । ਮਨ ਦੀਆਂ ਚਲਾਕੀਆਂ, ਧੋਖੇ, ਲਾਲਚ ਨੂੰ ਤਿਆਗਕੇ ਆਪਣੇ ਮਨ ਵਿੱਚ ਬੁਰੇ ਖਿਆਲਾਂ ਦਾ ਨਾਸ ਕਰ ਦੇਂਦਾ ਹੈ । ਉਹ ਬੰਦਗੀ ਕਰਨ ਵਾਲਾ ਪ੍ਰਭ ਦੀ ਸ਼ਰਣ ਵਿੱਚ ਆ ਜਾਂਦਾ ਹੈ । ਉਸ ਦੇ ਮਨ ਵਿੱਚ ਪੂਰਨ ਸੰਤੋਖ, ਖੇੜਾ ਵਸ ਜਾਂਦਾ ਹੈ ।

Whose great prewritten destiny may be rewarded, he may be blessed with contentment and pleasure in his life. His state of mind may become beyond the effect of worldly praises or rebuke. He remains intoxicated in obeying the teachings of His Word. He may abandon clever, devious, deceptive plans of his mind and surrender at His sanctuary. He may realize complete contentment and blossom in his life.

ਸੋ ਪ੍ਰਭੁ ਤਜਿ ਕਤ ਲਾਗੀਐ,	so parabh taj kat laagee-ai
ਜਿਸੁ ਬਿਨੁ ਮਰਿ ਜਾਈਐ ਰਾਮ॥	jis bin mar jaa-ee-ai raam.
ਲਾਜ ਨ ਆਵੈ ਅਗਿਆਨ ਮਤੀ,	laaj na aavai agi-aan matee
ਦੁਰਜਨ ਬਿਰਮਾਈਐ ਰਾਮ॥	durjan birmaa-ee-ai raam.
ਪਤਿਤ ਪਾਵਨ ਪ੍ਰਭੁ ਤਿਆਗਿ ਕਰੇ,	patit paavan parabh ti-aag karay
ਕਹੁ ਕਤ ਠਹਰਾਈਐ ਰਾਮ॥	kaho kat thehraa-ee-ai raam.
ਨਾਨਕ ਭਗਤਿ ਭਾਉ ਕਰਿ ਦਇਆਲ ਕੀ,	naanak bhagat bhaa-o kar da-i-aal kee
ਜੀਵਨ ਪਦੁ ਪਾਈਐ ਰਾਮ॥੨॥	jeevan pad paa-ee-ai raam. ||2||

ਜਿਸ ਪ੍ਰਭ ਦੀ ਰਹਿਮਤ ਤੋਂ ਬਿਨਾਂ ਜੀਵ ਸਵਾਸ ਵੀ ਨਹੀਂ ਲੈ ਸਕਦਾ । ਉਸ ਦੇ ਸ਼ਬਦ ਦੀ ਪਾਲਣਾ ਛੱਡਕੇ ਕਿਵੇਂ ਹੋਰ ਕਿਸੇ ਦੀ ਪੂਜਾ ਕਰ ਸਕਦਾ ਹੈ? ਉਸ ਬੁਰੇ ਖਿਆਲਾਂ ਵਾਲੇ ਨੂੰ ਕੋਈ ਸ਼ਰਮ ਵੀ ਨਹੀਂ ਹੁੰਦੀ, ਚਾਰੇ ਪਾਸੇ ਹੱਥ ਮਾਰਦਾ, ਯਤਨ ਕਰਦਾ ਰਹਿੰਦਾ ਹੈ । ਪ੍ਰਭ ਨੂੰ ਵਿਸਾਰ ਕੇ ਕਿਥੇ ਅਰਾਮ ਕਰਨ ਵਾਲਾ ਅਸਥਾਨ ਲੱਭੇਗਾ, ਜਾਵੇਗਾ? ਕੇਵਲ ਪ੍ਰਭ ਹੀ ਜੀਵ ਦੀਆਂ ਭੁੱਲਾਂ ਬਖਸ਼ਣ ਵਾਲਾ ਮਾਲਕ ਹੈ । ਜਿਹੜਾ ਪ੍ਰਭ ਦੇ ਵਿਛੋੜੇ ਦੇ ਵਿਰਾਗ ਵਿੱਚ ਲੀਨ ਰਹਿੰਦਾ ਹੈ, ਉਸ ਨੂੰ ਬਖਸ਼ਿਸ਼ ਹੋ ਜਾਂਦੀ ਹੈ ।

Without His mercy and grace, he may not breath or survive. By abandoning the teachings of His Word; whom may he worship? Evil doer may not have any shame of his deeds; he keeps trying and praying shrine to shrine for His mercy and grace. The One and only One, True Master may forgive any sins or mistakes of His Creation. By abandoning the teachings of His Word; where may he search for any resting place for his soul? Whosoever may remain in renunciation in the memory of his separation from His Holy Spirit, he may be blessed a place in His court.

ਸ੍ਰੀ ਗੋਪਾਲੁ ਨ ਉਚਰਹਿ ਬਲਿ ਗਈਏ,	saree gopaal na uchrahi bal ga-ee-ay
ਦੁਹਚਾਰਣਿ ਰਸਨਾ ਰਾਮ॥	duhchaaran rasnaa raam.
ਪ੍ਰਭੁ ਭਗਤਿ ਵਛਲੁ ਨਹ ਸੇਵਹੀ,	parabh bhagat vachhal nah sayvhee
ਕਾਇਆ ਕਾਕ ਗ੍ਰਸਨਾ ਰਾਮ॥	kaa-i-aa kaak garsanaa raam.
ਭ੍ਰਮਿ ਮੋਹੀ ਦੂਖ ਨ ਜਾਣਹੀ,	bharam mohee dookh na jaanhee
ਕੋਟਿ ਜੋਨੀ ਬਸਨਾ ਰਾਮ॥	kot jonee basnaa raam.
ਨਾਨਕ ਬਿਨੁ ਹਰਿ ਅਵਰੁ ਜਿ ਚਾਹਨਾ,	naanak bin har avar je chaahnaa
ਬਿਸਟਾ ਕ੍ਰਿਮ ਭਸਮਾ ਰਾਮ॥੩॥	bistaa kiram bhasmaa raam. ||3||

ਬੰਦਗੀ ਕਰਨ ਵਾਲਾ ਪ੍ਰਭ ਅੱਗੇ ਅਰਦਾਸ ਕਰਦਾ ਹੈ । ਪ੍ਰਭ, ਅਗਰ ਮੇਰੀ ਜੀਭ ਵਿੱਚ ਤੇਰੇ ਸ਼ਬਦ ਦੇ ਗੁਣ ਗਾਉਣ ਦੀ ਸੋਝੀ ਨਹੀਂ ਬਖਸ਼ਣੀ, ਇਸ ਜੀਭ ਨੂੰ ਅੱਗ ਵਿੱਚ ਜਲਾ ਦੇਵੋ! ਅਗਰ ਮੇਰਾ ਤਨ ਵਿੱਚ ਤੇਰੀ ਸੇਵਾ ਕਰਨ, ਸ਼ਬਦ ਦੀ ਪਾਲਣਾ ਕਰਨੀ ਨਹੀਂ ਬਖਸ਼ਣੀ, ਇਸ ਨੂੰ ਕਾਵਾਂ ਦੇ ਖਾਣਾ ਵਾਲਾ ਭੋਜਨ ਬਣਾ ਦੇਵੋ! ਜਿਸ ਦਾ ਮਨ ਧਰਮ ਦੇ ਭਰਮਾਂ ਵਿੱਚ ਪਇਆ, ਉਹ ਇੱਛਾਂ ਦੇ ਦੁਖ ਵਿੱਚ ਰਹਿੰਦਾ ਹੈ । ਉਹ ਇੱਛਾਂ ਰਹਿਤ ਨਹੀਂ ਹੁੰਦਾ, ਉਸ ਦੀ ਆਤਮਾ ਅਨੇਕਾਂ ਜੂੰਨਾਂ ਵਿੱਚ ਹੀ ਭਉਦੀ ਰਹਿੰਦੀ ਹੈ । ਜਿਸ ਮਨ ਵਿੱਚ ਤੇਰੇ ਮਿਲੱਣ ਦੀ ਇੱਛਾ ਤੋਂ ਬਿਨਾਂ ਹੋਰ ਇੱਛਾਂ ਹੋਣ, ਉਹ ਰੂੜੀ ਦੇ ਕੀੜੇ ਦੀ ਤਰ੍ਹਾਂ ਹੀ ਖਤਮ ਹੋ ਜਾਂਦਾ ਹੈ ।

His true devotee always has one prayer! The True Master, if I am not going to be blessed with a devotion on my tongue to sing the glory of Your Word; You may burn my tongue. If You are not going to bless devotion to my body to obey the teachings of Your Word and serve Your Creation; You may make my flesh as a food for crows. Whosoever may remain in worldly rituals, suspicions; he may endure the miseries of worldly desires. He may not become blemish free and his cycle of birth and death may not be eliminated. Whosoever may remain intoxicated with worldly desire, except to be enlightened of His Word; his worldly life may be like a worm of manure and he may be destroyed in manure.

ਲਾਇ ਬਿਰਹੁ ਭਗਵੰਤ ਸੰਗੇ,	laa-ay birahu bhagvant sangay
ਹੋਇ ਮਿਲੁ ਬੈਰਾਗਨਿ ਰਾਮ॥	ho-ay mil bairaagan raam.
ਚੰਦਨ ਚੀਰ ਸੁਗੰਧ ਰਸਾ,	chandan cheer suganDh rasaa
ਹਉਮੈ ਬਿਖੁ ਤਿਆਗਨਿ ਰਾਮ॥	ha-umai bikh ti-aagan raam.
ਈਤ ਊਤ ਨਹ ਡੋਲੀਐ,	eet oot nah dolee-ai
ਹਰਿ ਸੇਵਾ ਜਾਗਨਿ ਰਾਮ॥	har sayvaa jaagan raam.
ਨਾਨਕ ਜਿਨਿ ਪ੍ਰਭੁ ਪਾਇਆ,	naanak jin parabh paa-i-aa

ਆਪਣਾ ਸਾ ਅਟਲ ਸੁਹਾਗਨਿ ਰਾਮ ॥੪॥੧॥੪॥	aapnaa saa atal suhaagan raam. ||4||1||4||

ਜਿਹੜਾ ਪ੍ਰਭ ਦੇ ਸ਼ਬਦ ਦੀ ਪਾਲਣਾ ਵਿੱਚ ਅਡੋਲ ਹੋ ਜਾਂਦਾ ਹੈ, ਉਹ ਸੰਸਾਰਕ ਇੱਛਾਂ ਤੋਂ ਰਹਿਤ ਹੋ ਜਾਂਦੇ ਹਨ। ਉਸ ਦਾ ਪ੍ਰਭ ਨਾਲ ਮਿਲਾਪ ਹੋ ਜਾਂਦਾ ਹੈ। ਸ਼ਬਦ ਮਨ ਵਿੱਚ ਜਾਗਰਤ ਹੋ ਜਾਂਦਾ ਹੈ, ਸ਼ਰਣ ਵਿੱਚ ਪ੍ਰਵਾਨ ਹੋ ਜਾਂਦੇ ਹਨ। ਇਹ ਚੰਦਨ ਦੀ ਲੱਕੜੀ ਦੀ ਸਗੰਧ, ਅਤਰ, ਧਾਰਮਕ ਬਾਣੇ, ਫੁੱਲਾਂ ਦੀ ਸਗੰਧ ਅਤੇ ਮਨ ਦੇ ਅਹੰਕਾਰ ਨੂੰ ਤਿਆਗ ਦੇਵੋ! ਮਨ ਨੂੰ ਚਾਰੇ ਪਾਸੇ ਨਾ ਲਾਵੋ! ਇੱਕੋ ਇੱਕ ਤੇ ਭਰੋਸਾ ਅਡੋਲ ਰਖਕੇ ਸ਼ਬਦ ਦੀ ਪਾਲਣਾ ਕਰੋ! ਇਸ ਨਾਲ ਪ੍ਰਭ ਦੀ ਰਹਿਮਤ ਦੀ ਨਜ਼ਰ ਬਖਸ਼ਿਸ਼ ਹੋ ਜਾਂਦੀ ਹੈ। ਸਦਾ ਰਹਿਣ ਵਾਲਾ ਘਰ ਬਖਸ਼ਿਸ਼ ਹੋ ਜਾਂਦਾ ਹੈ।

Whosoever may obey the teachings of His Word with steady and stable belief in his day-to-day life; with His mercy and grace, he may become beyond the reach of worldly desires. He may be enlightened with the essence of His Word; with His mercy and grace, he may be accepted in His sanctuary. You should abandon worldly glamor, like aroma of sandalwood, fragrance, religious robe, aroma of flowers from your mind. Control your wandering mind and obey the teachings of His Word with steady and stable belief in your life; with His mercy and grace, you may be blessed with a permanent resting place in His Court.

394.ਬਿਲਾਵਲੁ ਮਹਲਾ ੫॥ 848-11

ਹਰਿ ਖੋਜਹੁ ਵਡਭਾਗੀਹੋ,	har khojahu vadbhaageeho
ਮਿਲਿ ਸਾਧੂ ਸੰਗੇ ਰਾਮ॥	mil saaDhoo sangay raam.
ਗੁਨ ਗੋਵਿਦ ਸਦਾ ਗਾਈਅਹਿ,	gun govid sad gaa-ee-ah
ਪਾਰਬ੍ਰਹਮ ਕੈ ਰੰਗੇ ਰਾਮ॥	paarbarahm kai rangay raam
ਸੋ ਪ੍ਰਭੁ ਸਦ ਹੀ ਸੇਵੀਐ,	so parabh sad hee sayvee-ai
ਪਾਈਅਹਿ ਫਲ ਮੰਗੇ ਰਾਮ॥	paa-ee-ah fal mangay raam.
ਨਾਨਕ ਪ੍ਰਭ ਸਰਨਾਗਤੀ,	naanak parabh sarnaagatee
ਜਪਿ ਅਨਤ ਤਰੰਗੇ ਰਾਮ॥੧॥	jap anat tarangay raam. ||1||

ਬੰਦਗੀ ਕਰਨ ਵਾਲੇ ਸੰਤਾਂ ਦੀ ਸਿਖਿਆਂ ਨਾਲ ਜੀਵਨ ਢਾਲਕੇ ਸ਼ਬਦ ਦੇ ਗੁਣ ਗਾਵੋ! ਸ਼ਬਦ ਦੀ ਪਾਲਣਾ ਨਾਲ ਬੰਦਗੀ ਕਰਨ ਵਾਲੇ ਦਾਸ ਦੀ ਸੰਗਤ ਬਖਸ਼ਿਸ਼ ਹੁੰਦੀ ਹੈ। ਸਵਾਸ ਸਵਾਸ ਸਿਮਰਨ ਕਰਨ ਨਾਲ ਮਨ ਦੀਆਂ ਮੁਰਾਦਾਂ ਪੂਰੀਆਂ ਹੋ ਜਾਂਦੀਆਂ ਹਨ। ਪ੍ਰਭ ਦੇ ਸ਼ਬਦ ਦੀ ਪਾਲਣਾ ਕਰਦਾ ਮਨ, ਸ਼ਰਣ ਵਿੱਚ ਵਸਦਾ ਹੈ। ਮਨ ਪ੍ਰਭ ਦੇ ਸ਼ਬਦ ਦੇ ਰੰਗ ਵਿੱਚ ਰੰਗਿਆ ਰਹਿੰਦਾ, ਸ਼ਬਦ ਦੀ ਸਮਾਧੀ ਵਿੱਚ ਮਸਤ ਰਹਿੰਦਾ ਹੈ।

You should adopt the life experience teachings of His Holy saint in your day-to-day life. Whosoever may obey the teachings of His Word with steady and stable belief, he may be enlightened with Holy conjugation within his mind and body. Whosoever may sing the glory of His Word with each breath; with His mercy and grace, his spoken and unspoken desires may be satisfied. Whosoever may obey the teachings of His Word, he may dwell in His sanctuary. He remains drenched with the essence of His Word and remains intoxicated in the void of His Word.

ਇਕੁ ਤਿਲੁ ਪ੍ਰਭੂ ਨ ਵੀਸਰੈ,	ik til parabhoo na veesrai
ਜਿਨਿ ਸਭੁ ਕਿਛੁ ਦੀਨਾ ਰਾਮ॥	jin sabh kichh deenaa raam.
ਵਡਭਾਗੀ ਮੇਲਾਵੜਾ,	vadbhaagee maylaavarhaa
ਗੁਰਮੁਖਿ ਪਿਰੁ ਚੀਨ੍ਹਾ ਰਾਮ॥	gurmukh pir cheenHaa raam.
ਬਾਹ ਪਕੜਿ ਤਮ ਤੇ ਕਾਢਿਆ,	baah pakarh tam tay kaadhi-aa

ਕਰਿ ਅਪੁਨਾ ਲੀਨਾ ਰਾਮ॥	kar apunaa leenaa raam.
ਨਾਮੁ ਜਪਤ ਨਾਨਕ ਜੀਵੈ,	naam japat naanak jeevai
ਸੀਤਲੁ ਮਨੁ ਸੀਨਾ ਰਾਮ॥੨॥	seetal man seenaa raam. ||2||

ਜਿਸ ਦੀ ਰਹਿਮਤ ਨਾਲ ਸਭ ਕੁਝ ਬਖਸ਼ਿਸ਼ ਹੁੰਦਾ, ਉਸ ਨੂੰ ਇੱਕ ਪਲ ਵੀ ਮਨ ਵਿਚੋਂ ਨਾ ਵਿਸਾਰੋ! ਵੱਡੇ ਭਾਗਾਂ ਨਾਲ ਹੀ ਪ੍ਰਭ, ਸ਼ਬਦ ਦੇ ਲੜ ਲਾਉਂਦਾ, ਮਨ ਪ੍ਰਭ ਦੇ ਸ਼ਬਦ ਦਾ ਸਿਮਰਨ ਕਰਦਾ ਹੈ। ਪ੍ਰਭ ਆਪ ਹੀ ਰਹਿਮਤ ਬਖਸ਼ਦਾ ਹੈ, ਆਪ ਹੀ ਰਖਵਾਲਾ ਬਣਕੇ, ਬੰਦਗੀ ਦੇ ਰਸਤੇ ਤੇ ਅਡੋਲ ਰਖਦਾ ਹੈ। ਸੰਸਾਰਕ ਅਗਿਆਨਤਾ ਦੇ ਅੰਧੇਰੇ ਵਿਚੋਂ ਕੱਢ ਲੈਂਦਾ ਹੈ। ਬੰਦਗੀ ਕਰਨ ਵਾਲਾ ਸ਼ਬਦ ਦਾ ਸਿਮਰਨ ਕਰਦਾ ਹੈ, ਉਸ ਦੇ ਮਨ ਵਿੱਚ ਪੂਰਨ ਸੰਤੋਖ, ਖੇੜਾ ਵਸ ਜਾਂਦਾ ਹੈ।

The True Master has blessed human life opportunity and all comforts of life; You should not forget, abandon the teachings of His Word, even for a moment from your day-to-day life. Whosoever may have a great prewritten destiny, only he may be attached to meditate on the teachings of His Word. The Merciful True Master may become his protector; with His mercy and grace, He may guide on the right path of acceptance in His Court. With His mercy and grace, his ignorance from the teachings of His Word may be eliminated. He may be blessed with contentment and blossom in his life.

ਕਿਆ ਗੁਣ ਤੇਰੇ ਕਹਿ ਸਕਉ,	ki-aa gun tayray kahi saka-o
ਪ੍ਰਭ ਅੰਤਰਜਾਮੀ ਰਾਮ॥	parabh antarjaamee raam.
ਸਿਮਰਿ ਸਿਮਰਿ ਨਾਰਾਇਣੈ ਭਏ,	simar simar naaraa-inai bha-ay
ਪਾਰਗਰਾਮੀ ਰਾਮ॥	paargaraamee raam.
ਗੁਨ ਗਾਵਤ ਗੋਵਿੰਦ ਕੇ,	gun gaavat govind kay
ਸਭ ਇਛ ਪੁਜਾਮੀ ਰਾਮ॥	sabh ichh pujaamee raam.
ਨਾਨਕ ਉਧਰੇ ਜਪਿ ਹਰੇ,	naanak uDhray jap haray
ਸਭਹੂ ਕਾ ਸੁਆਮੀ ਰਾਮ॥੩॥	sabhhoo kaa su-aamee raam. ||3||

ਅੰਤਰਜਾਮੀ ਪ੍ਰਭ ਮੈਂ ਤੇਰੇ ਕਿਹੜੇ ਕਿਹੜੇ ਗੁਣ ਦੀ ਚਰਚਾ, ਉਸਤਤ ਕਰਾ? ਸਵਾਸ ਸਵਾਸ ਸਿਮਰਨ ਕਰਨ ਨਾਲ ਆਤਮਾ ਸੰਸਾਰਕ ਸਾਗਰ ਪਾਰ ਕਰ ਜਾਂਦੀ ਹੈ। ਪ੍ਰਭ ਦੇ ਸ਼ਬਦ ਦੇ ਗੁਣ ਗਾਉਂਦੇ ਮਨ ਦੀਆਂ ਸਾਰੀਆਂ ਮੁਰਾਦਾਂ ਪੂਰੀਆਂ ਹੋ ਜਾਂਦੀਆਂ ਹਨ। ਬੰਦਗੀ ਕਰਨ ਵਾਲਾ ਸ਼ਬਦ ਦੀ ਪਾਲਣਾ ਵਿੱਚ ਅਡੋਲ ਰਹਿੰਦਾ ਹੈ। ਉਹ ਦਰਬਾਰ ਵਿੱਚ ਪ੍ਰਵਾਨ ਹੋ ਜਾਂਦਾ ਹੈ।

The Omniscient True Master, which of Your virtue may I sing the glory? Whosoever may sing the glory of His Word with each breath, he may be saved from the miseries of worldly desires. Whosoever may sing the glory of His Word; with His mercy and grace, all his spoken and unspoken desires may be satisfied. His true devotee may remain steady and stable in obeying the teachings of His Word; with His mercy and grace, he may be accepted in His Court.

ਰਸ ਭਿੰਨਿਅੜੇ ਅਪੁਨੇ ਰਾਮ ਸੰਗੇ,	ras bhini-arhay apunay raam sangay
ਸੇ ਲੋਇਣ ਨੀਕੇ ਰਾਮ॥	say lo-in neekay raam.
ਪ੍ਰਭ ਪੇਖਤ ਇਛਾ ਪੁੰਨੀਆ,	parabh paykhat ichhaa punnee-aa
ਮਿਲਿ ਸਾਜਨ ਜੀ ਕੇ ਰਾਮ॥	mil saajan jee kay raam.
ਅੰਮ੍ਰਿਤ ਰਸੁ ਹਰਿ ਪਾਇਆ,	amrit ras har paa-i-aa
ਬਿਖਿਆ ਰਸ ਫੀਕੇ ਰਾਮ॥	bikhi-aa ras feekay raam.
ਨਾਨਕ ਜਲੁ ਜਲਹਿ ਸਮਾਇਆ,	naanak jal jaleh samaa-i-aa
ਜੋਤੀ ਜੋਤਿ ਮੀਕੇ ਰਾਮ॥੪॥੨॥੫॥੯॥	jotee jot meekay raam. ||4||2||5||9||

ਜਿਸ ਦੇ ਮਨ ਦੀਆਂ ਅੱਖਾਂ ਪ੍ਰਭ ਦੀ ਪ੍ਰੀਤ ਨਾਲ ਰਚੀਆ ਰਹਿੰਦੀਆਂ ਹਨ । ਉਹ ਮਨ ਦੀਆਂ ਅੱਖਾਂ ਉਤਮ, ਵੱਡੇ ਭਾਗਾਂ ਵਾਲੀਆਂ ਹੁੰਦੀਆਂ ਹਨ । ਪ੍ਰਭ ਦੇ ਦਰਸ਼ਨ ਕਰਨ, ਸ਼ਬਦ ਮਨ ਵਿੱਚ ਜਾਗਰਤ ਹੋਣ ਨਾਲ ਮਨ ਦੀਆਂ ਮੁਰਾਦਾਂ ਪੂਰੀਆਂ ਹੋ ਜਾਂਦੀਆਂ ਹਨ । ਜਿਸ ਤੇ ਪ੍ਰਭ ਦੇ ਸ਼ਬਦ ਰੂਪੀ ਅੰਮ੍ਰਿਤ ਦਾ ਰਸ ਬਖਸ਼ਿਸ਼ ਹੁੰਦਾ ਹੈ, ਉਸ ਦੇ ਮਨ ਲਈ ਸੰਸਾਰਕ ਮਾਇਆ ਦਾ ਰਸ ਬਿਰਥਾ ਹੀ ਹੁੰਦਾ, ਕੋਈ ਪ੍ਰਭਾਵ ਨਹੀ ਹੁੰਦਾ । ਜਿਵੇਂ ਪਾਣੀ ਦੀ ਛੱਲ ਪਾਣੀ ਵਿੱਚ ਮਿਲ ਜਾਂਦੀ ਹੈ । ਇਸਤਰ੍ਹਾਂ ਦਾਸ ਦੀ ਆਤਮਾ ਪ੍ਰਭ ਦੀ ਜੋਤ ਵਿੱਚ ਅਲੋਪ ਹੋ ਜਾਂਦੀ ਹੈ ।

Whosoever may remain drenched with essence of His Word with a devotion, his eves become very fortunate. Whosoever may be enlightened with the essence of His Word, he may remain awake and alert in his meditation. With His mercy and grace, all his spoken and unspoken desires may be satisfied. Whosoever may be blessed with the nectar of the teachings of His Word; he may become above the temptation of worldly wealth. As the wave of ocean immerses within ocean water; same way the soul separated from His Holy Spirit, may be immersed in The Holy Spirit.

395.ਬਿਲਾਵਲੁ ਕੀ ਵਾਰ ਮਹਲਾ ੪॥ ਸਲੋਕ ਮਃ ੪॥ 849 -1

ੴ ਸਤਿਗੁਰ ਪ੍ਰਸਾਦਿ॥	ik-oNkaar satgur parsaad.
ਹਰਿ ਉਤਮੁ ਹਰਿ ਪ੍ਰਭੁ ਗਾਵਿਆ,	har utam har parabh gaavi-aa
ਕਰਿ ਨਾਦੁ ਬਿਲਾਵਲੁ ਰਾਗੁ॥	kar naad bilaaval raag.
ਉਪਦੇਸੁ ਗੁਰੂ ਸੁਣਿ ਮੰਨਿਆ,	updays guroo sun mani-aa
ਧੁਰਿ ਮਸਤਕਿ ਪੂਰਾ ਭਾਗੁ॥	Dhur mastak pooraa bhaag.
ਸਭ ਦਿਨਸੁ ਰੈਣਿ ਗੁਣ ਉਚਰੈ,	sabh dinas rain gun uchrai
ਹਰਿ ਹਰਿ ਹਰਿ ਉਰਿ ਲਿਵ ਲਾਗੁ॥	har har har ur liv laag.
ਸਭੁ ਤਨੁ ਮਨੁ ਹਰਿਆ ਹੋਇਆ,	sabh tan man hari-aa ho-i-aa
ਮਨੁ ਖਿੜਿਆ ਹਰਿਆ ਬਾਗੁ॥	man khirhi-aa hari-aa baag.
ਅਗਿਆਨੁ ਅੰਧੇਰਾ ਮਿਟਿ ਗਇਆ,	agi-aan anDhayraa mit ga-i-aa
ਗੁਰ ਚਾਨਣੁ ਗਿਆਨੁ ਚਰਾਗੁ॥	gur chaanan gi-aan charaag.
ਜਨੁ ਨਾਨਕੁ ਜੀਵੈ ਦੇਖਿ ਹਰਿ,	jan naanak jeevai daykh har
ਇਕ ਨਿਮਖ ਘੜੀ ਮੁਖਿ ਲਾਗੁ॥੧॥	ik nimakh gharhee mukh laag. ||1||

ਜਿਸ ਜੀਵ ਦੇ ਭਾਗਾਂ ਵਿੱਚ ਪਹਿਲੇ ਹੀ ਲਿਖਿਆ ਹੋਇਆ ਹੈ । ਕੇਵਲ ਉਹ ਹੀ ਪ੍ਰਭ ਦੇ ਉਤਮ ਸ਼ਬਦ ਨੂੰ ਬਿਲਾਵਲੁ ਰਾਗ ਦੀ ਧੁਨ ਨਾਲ ਗਾਉਂਦਾ ਹੈ । ਪ੍ਰਭ ਦੇ ਸ਼ਬਦ ਨੂੰ ਪੜ੍ਹਕੇ, ਸੁਣਕੇ ਉਸ ਨਾਲ ਆਪਣਾ ਜੀਵਨ ਢਾਲਦਾ ਹੈ । ਦਿਨ ਰਾਤ ਸ਼ਬਦ ਦਾ ਧੰਨਵਾਦ ਗਾਉਂਦਾ, ਸ਼ਬਦ ਵਿੱਚ ਹੀ ਲੀਨ ਰਹਿੰਦਾ ਹੈ । ਪ੍ਰਭ ਦੇ ਸ਼ਬਦ ਦੀ ਸਮਾਧੀ ਵਿੱਚ ਵਸਦਾ ਮਨ ਸੰਤੋਖ, ਖੇੜ੍ਹੇ ਵਿੱਚ ਹੀ ਰਹਿੰਦਾ ਹੈ । ਸ਼ਬਦ ਦੀ ਪਾਲਣਾ ਕਰਨ ਨਾਲ ਸੋਝੀ, ਅਗਿਆਨਤਾ ਦਾ ਅੰਧਰਾ ਖਤਮ ਹੋ ਜਾਂਦਾ ਹੈ । ਪ੍ਰਭ ਰਹਿਮਤ ਬਖਸ਼ੋ! ਇੱਕ ਪਲ ਲਈ ਚਰਨਾਂ ਵਿੱਚ ਨਿਵਾਸ ਬਖਸ਼ੋ, ਦਰਸ਼ਨ ਦੇਵੋ!

Whosoever may have a great prewritten destiny, only he may be blessed to sing the glory of His Word in the **Bilaaval raag**. He may read, understands, and listens the sermons of His Word and adopts the teachings of His Word with steady and stable belief in his day-to-day life. He may remain intoxicated in singing the glory and thanks of The True Master. He may remain in blossom and contentment in the void of His Word. Whosoever may obey the teachings of His Word with steady and stable belief; with His mercy and grace, his ignorance from the real purpose of human life opportunity may be eliminated. He always prays for one wish! Bless Your blessed vision even for a moment.

ਮਃ ੩॥	mehlaa 3.
ਬਿਲਾਵਲੁ ਤਬ ਹੀ ਕੀਜੀਐ,	bilaaval tab hee keejee-ai
ਜਬ ਮੁਖਿ ਹੋਵੈ ਨਾਮੁ॥	jab mukh hovai naam.
ਰਾਗ ਨਾਦ ਸਬਦਿ ਸੋਹਣੇ,	raag naad sabad sohnay
ਜਾ ਲਾਗੈ ਸਹਜਿ ਧਿਆਨੁ॥	jaa laagai sahj Dhi-aan.
ਰਾਗ ਨਾਦ ਛੋਡਿ ਹਰਿ ਸੇਵੀਐ,	raag naad chhod har sayvee-ai
ਤਾ ਦਰਗਹ ਪਾਈਐ ਮਾਨੁ॥	taa dargeh paa-ee-ai maan.
ਨਾਨਕ ਗੁਰਮੁਖਿ ਬ੍ਰਹਮੁ ਬੀਚਾਰੀਐ,	naanak gurmukh barahm beechaaree-ai
ਚੂਕੈ ਮਨਿ ਅਭਿਮਾਨੁ॥੨॥	chookai man abhimaan. ||2||

ਜਿਸ ਦੀ ਜੀਭ ਤੇ ਪ੍ਰਭ ਦੇ ਧੰਨਵਾਦ ਦੇ ਸ਼ਬਦ ਹੁੰਦੇ ਹਨ । ਬਿਲਾਵਲੁ ਰਾਗ ਦਾ ਪੂਰਾ ਅਨੰਦ ਉਸ ਨੂੰ ਹੀ ਆਉਂਦਾ ਹੈ । ਜਿਸ ਦਾ ਧਿਆਨ ਪ੍ਰਭ ਦੇ ਚਰਨਾਂ ਵਿੱਚ ਹੋਵੇ, ਉਸ ਨੂੰ ਹੀ ਬਿਲਾਵਲੁ ਰਾਗ, ਸ਼ਬਦ ਮਨ ਨੂੰ ਸ਼ਾਹਾਨੇ ਲੱਗਦੇ ਹਨ । ਜੀਵ ਇਸ ਰਾਗ, ਧੁਨ ਵਿੱਚ ਲਗਨ ਨਾ ਲਾਵੇ! ਸਗੋਂ ਪ੍ਰਭ ਦੇ ਸ਼ਬਦ ਦੀ ਪਾਲਣਾ ਵਿੱਚ ਮਸਤ ਰਹੋ! ਤਾਂ ਹੀ ਪ੍ਰਭ ਦੇ ਦਰਬਾਰ ਵਿੱਚ ਪ੍ਰਵਾਨਗੀ ਬਖਸ਼ਿਸ਼ ਹੁੰਦੀ ਹੈ । ਗੁਰਮਖ ਸ਼ਬਦ ਵਿੱਚ ਧਿਆਨ ਰਖਦਾ ਹੈ, ਮਨ ਵਿਚੋਂ ਅਹੰਕਾਰ ਤੇ ਜਿੱਤ ਬਖਸ਼ਿਸ਼ ਹੋ ਜਾਂਦੀ ਹੈ ।

Whosoever may have the praises, gratitude of The True Master on his tongue; with His mercy and grace, he may enjoy the complete pleasure of **Bilaaval raag**. Whosoever may remain intoxicated on the essence of His Word, all raags, music tone, melodious sound of the singer may be soothing to his mind. You should not attach too much significance to raags, music tone, melodious sound of the singer rather remains intoxicated with the essence of His Word. With His mercy and grace, you may be accepted in His Court. His true devotee remains focused on the teachings of His Word; with His mercy and grace, he may conquer his ego.

ਪਉੜੀ॥	pa-orhee.
ਤੂ ਹਰਿ ਪ੍ਰਭੁ ਆਪਿ ਅਗੰਮੁ ਹੈ,	too har parabh aap agamm hai
ਸਭਿ ਤੁਧੁ ਉਪਾਇਆ॥	sabh tuDh upaa-i-aa.
ਤੂ ਆਪੇ ਆਪਿ ਵਰਤਦਾ,	too aapay aap varatdaa
ਸਭੁ ਜਗਤੁ ਸਬਾਇਆ॥	sabh jagat sabaa-i-aa.
ਤੁਧੁ ਆਪੇ ਤਾੜੀ ਲਾਈਐ,	tuDh aapay taarhee laa-ee-ai
ਆਪੇ ਗੁਣ ਗਾਇਆ॥	aapay gun gaa-i-aa.
ਹਰਿ ਧਿਆਵਹੁ ਭਗਤਹੁ ਦਿਨਸੁ ਰਾਤਿ,	har Dhi-aavahu bhagtahu dinas raat
ਅੰਤਿ ਲਏ ਛਡਾਇਆ॥	ant la-ay chhadaa-i-aa.
ਜਿਨਿ ਸੇਵਿਆ ਤਿਨਿ ਸੁਖੁ ਪਾਇਆ,	jin sayvi-aa tin sukh paa-i-aa
ਹਰਿ ਨਾਮਿ ਸਮਾਇਆ॥੧॥	har naam samaa-i-aa. ||1||

ਪ੍ਰਭ ਤੂੰ ਜੀਵ ਦੀ ਪਹੁੰਚ ਵਿੱਚ ਨਹੀਂ, ਤੂੰ ਹੀ ਸਾਰੀ ਸ੍ਰਿਸ਼ਟੀ ਸਾਜੀ ਹੈ । ਤੂੰ ਆਪ ਹੀ ਸਾਰੀ ਸ੍ਰਿਸ਼ਟੀ ਵਿੱਚ ਵਸਦਾ, ਦੇਖਦਾ, ਵਾਪਰਦਾ ਹੈ । ਤੂੰ ਆਪ ਬਹੁਤ ਡੂੰਘੀ ਸਮਾਧੀ ਵਿੱਚ ਲੀਨ ਹੋਇਆ ਸ਼ਬਦ ਦੀ ਉਸਤਤ ਗਾਉਂਦਾ ਹੈ । ਜਿਹੜਾ ਬੰਦਗੀ ਕਰਨ ਵਾਲਾ ਦਿਨ ਰਾਤ ਤੇਰੇ ਸ਼ਬਦ ਦੀ ਪਾਲਣਾ, ਸਿਮਰਨ ਕਰਦਾ ਹੈ । ਤੂੰ ਆਪ ਹੀ ਉਸ ਦੀ ਰਖਿਆ ਕਰਦਾ ਹੈ । ਜਿਹੜਾ ਪ੍ਰਭ ਦੇ ਸ਼ਬਦ ਦੀ ਪਾਲਣਾ ਵਿੱਚ ਲੀਨ ਮਸਤ ਰਹਿੰਦਾ ਹੈ । ਉਸ ਨੂੰ ਆਪਣੇ ਮਨ ਵਿੱਚ ਸ਼ਾਂਤੀ, ਸੰਤੋਖ ਬਖਸ਼ਿਸ਼ ਹੋ ਜਾਂਦਾ ਹੈ ।

The One and only One, True Creator remains embedded within His Creation; He dwells, witnesses, and prevails in the universe. He remains beyond the comprehension of His Creation. He remains singing the glory of His Word in deep void. His true devotee may meditate, sings, and obeys the teachings of His Word with steady and stable belief in his day-to-day life;

with His mercy and grace, he may be accepted in His sanctuary. Whosoever may remain intoxicated in obeying the teachings of His Word; he may be blessed with peace, contentment in his worldly life.

396.ਸਲੋਕ ਮਃ ੩॥849-10

੧ੳ ਸਤਿਗੁਰ ਪ੍ਰਸਾਦਿ॥	ik-oNkaar satgur parsaad.
ਦੂਜੈ ਭਾਇ ਬਿਲਾਵਲੁ ਨ ਹੋਵਈ,	doojai bhaa-ay bilaaval na hova-ee
ਮਨਮੁਖਿ ਥਾਇ ਨ ਪਾਇ॥	manmukh thaa-ay na paa-ay.
ਪਾਖੰਡਿ ਭਗਤਿ ਨ ਹੋਵਈ,	pakhand bhagat na hova-ee
ਪਾਰਬ੍ਰਹਮੁ ਨ ਪਾਇਆ ਜਾਇ॥	paarbarahm na paa-i-aa jaa-ay.
ਮਨਹਠਿ ਕਰਮ ਕਮਾਵਣੇ,	manhath karam kamaavnay
ਥਾਇ ਨ ਕੋਈ ਪਾਇ॥	thaa-ay na ko-ee paa-ay.
ਨਾਨਕ ਗੁਰਮੁਖਿ ਆਪੁ ਬੀਚਾਰੀਐ,	naanak gurmukh aap beechaaree-ai
ਵਿਚਹੁ ਆਪੁ ਗਵਾਇ॥	vichahu aap gavaa-ay.
ਆਪੇ ਆਪਿ ਪਾਰਬ੍ਰਹਮੁ ਹੈ,	aapay aap paarbarahm hai
ਪਾਰਬ੍ਰਹਮੁ ਵਸਿਆ ਮਨਿ ਆਇ॥	paarbarahm vasi-aa man aa-ay.
ਜੰਮਣੁ ਮਰਣਾ ਕਟਿਆ,	jaman marnaa kati-aa
ਜੋਤੀ ਜੋਤਿ ਮਿਲਾਇ॥੧॥	jotee jot milaa-ay. ‖1‖

ਭਰਮਾਂ ਵਿੱਚ ਪਏ ਹੋਏ ਮਨਮੁਖ ਜੀਵ ਨੂੰ ਬਿਲਾਵਲੁ ਰਾਗ ਦਾ ਅਨੰਦ ਨਹੀਂ ਆਉਂਦਾ । ਦਿਖਾਵੇ ਦੀ ਬੰਦਗੀ ਨਾਲ ਰਹਿਮਤ ਬਖਸ਼ਿਸ਼ ਨਹੀਂ ਹੁੰਦੀ, ਮਨ ਦਾ ਭਰੋਸਾ ਇੱਕ ਤੇ ਅਡੋਲ ਨਹੀਂ ਰਹਿੰਦਾ । ਮਨ ਹੱਠ ਕਰਨ ਵਾਲਾ ਧਰਮ ਦੇ ਰੀਤ ਰੀਵਾਜ ਕਰਦਾ ਹੈ । ਉਸ ਨੂੰ ਰੀਤ ਰੀਵਾਜਾਂ ਨਾਲ ਪ੍ਰਭ ਦੇ ਦਰਬਾਰ ਵਿੱਚ ਪ੍ਰਵਾਨਗੀ ਬਖਸ਼ਿਸ਼ ਨਹੀਂ ਹੁੰਦੀ । ਜਿਹੜਾ ਗੁਰਮਖ ਆਪਣੇ ਆਪ ਨੂੰ ਪਛਾਣ ਜਾਂਦਾ ਹੈ । ਉਹ ਆਪਣੇ ਮਨ ਵਿਚੋਂ ਖੁਦਗ਼ਰਜ਼ੀ ਖਤਮ ਕਰ ਦੇਂਦਾ, ਆਪਾ ਮਿਟਾ ਦੇਂਦਾ ਹੈ । ਪ੍ਰਭ ਆਪ ਹੀ ਉਸ ਦੇ ਮਨ ਵਿੱਚ ਜਾਗਰਤ ਹੋ ਜਾਂਦਾ, ਵਸਣ ਲੱਗ ਪੈਂਦਾ ਹੈ । ਉਸ ਦਾ ਜੂੰਨਾਂ ਦਾ ਚੱਕਰ ਖਤਮ ਹੋ ਜਾਂਦਾ, ਉਸ ਦੀ ਜੋਤ ਪ੍ਰਭ ਦੀ ਜੋਤ ਵਿੱਚ ਅਲੋਪ ਹੋ ਜਾਂਦੀ ਹੈ ।

Whosoever may remain intoxicated in religious rituals, self-minded may not realize the pleasure of **Bilevel raag**. Whosoever may meditate to win a worldly fame, he may never remain steady and stable on the right path of meditation. Whosoever may pray with the determination of his own mind, he may perform religious rituals very rigidly; however, he may never be blessed with the right path of acceptance in His Court. His true devotee may recognize the real purpose of his human life opportunity. He may eliminate his selfishness and self-identity. He may be enlightened with the teachings of His Word within his heart. With His mercy and grace, his cycle of birth and death may be eliminated and his soul may immerse within Holy Spirit.

ਮਃ ੩॥	**mehlaa 3.**
ਬਿਲਾਵਲੁ ਕਰਿਹੁ ਤੁਮ੍ ਪਿਆਰਿਹੋ,	bilaaval karihu tumH pi-aariho
ਏਕਸੁ ਸਿਉ ਲਿਵ ਲਾਇ॥	aykas si-o liv laa-ay.
ਜਨਮ ਮਰਣ ਦੁਖੁ ਕਟੀਐ,	janam maran dukh katee-ai
ਸਚੇ ਰਹੇ ਸਮਾਇ॥	sachay rahai samaa-ay.
ਸਦਾ ਬਿਲਾਵਲੁ ਅਨੰਦੁ ਹੈ,	sadaa bilaaval anand hai
ਜੇ ਚਲਹਿ ਸਤਿਗੁਰ ਭਾਇ॥	jay chaleh satgur bhaa-ay.
ਸਤਸੰਗਤੀ ਬਹਿ ਭਾਉ ਕਰਿ,	satsangtee bahi bhaa-o kar
ਸਦਾ ਹਰਿ ਕੇ ਗੁਣ ਗਾਇ॥	sadaa har kay gun gaa-ay.
ਨਾਨਕ ਸੇ ਜਨ ਸੋਹਣੇ,	naanak say jan sohnay

ਜਿ ਗੁਰਮੁਖਿ ਮੇਲਿ ਮਿਲਾਇ॥੨॥ je gurmukh mayl milaa-ay. ||2||

ਜੀਵ ਸ਼ਬਦ ਦੀ ਪਾਲਣਾ ਕਰੋ, ਉਸ ਨਾਲ ਬਿਲਾਵਲੁ ਰਾਗ ਦਾ ਅਨੰਦ ਬਖਸ਼ਿਸ਼ ਹੋ ਜਾਂਦਾ ਹੈ । ਉਸ ਨਾਲ ਜੂੰਨਾਂ ਦਾ ਚੱਕਰ ਖਤਮ ਹੋ ਜਾਂਦਾ ਹੈ, ਆਤਮਾ ਪ੍ਰਭ ਦੀ ਜੋਤ ਵਿੱਚ ਹੀ ਅਭੇਦ ਹੋ ਜਾਂਦੀ ਹੈ । ਜਿਹੜਾ ਜੀਵ ਪ੍ਰਭ ਦੇ ਸ਼ਬਦ ਦੀ ਪਾਲਣਾ ਨਾਲ ਜੀਵਨ ਢਾਲਦਾ ਹੈ । ਉਸ ਦੇ ਮਨ ਵਿੱਚ ਸਦਾ ਹੀ ਬਿਲਾਵਲੁ ਰਾਗ ਵਰਗਾ ਅਨੰਦ ਖੇੜਾ ਰਹਿੰਦਾ ਹੈ । ਬੰਦਗੀ ਕਰਨ ਵਾਲੇ ਦੀ ਸੰਗਤ ਵਿੱਚ ਰਲਕੇ ਸਦਾ ਹੀ ਸ਼ਬਦ ਦੀ ਉਸਤਤ ਗਾਉਂਦਾ ਹੈ । ਜਿਹੜਾ ਪ੍ਰਭ ਦੀ ਸਮਾਧੀ ਵਿੱਚ ਵਸਣ ਲੱਗ ਪੈਂਦਾ ਹੈ । ਉਹ ਗੁਰਮਖ ਕਿਤਨਾ ਸੁਭਾਗਾ ਹੁੰਦਾ ਹੈ!

Whosoever may obey the teachings of His Word; he may be blessed with pleasure like **Bilaaval raag.** His cycle of birth and death may be eliminated and his soul may immerse within His Holy Spirit. Whosoever may adopt the teachings of His Word with steady and stable belief in his day-to-day life; with His mercy and grace, he may be blessed with a pleasure, comforts, blossom like **Bilevel raag.** He may be blessed with the conjugation of His true devotee and sings the glory of His Word. Whosoever may dwell in the void of His Word; how fortunate may he become?

ਪਉੜੀ॥	pa-orhee.
ਸਭਨਾ ਜੀਆ ਵਿਚਿ ਹਰਿ ਆਪਿ,	sabhnaa jee-aa vich har aap
ਸੋ ਭਗਤਾ ਕਾ ਮਿਤੁ ਹਰਿ॥	so bhagtaa kaa mit har.
ਸਭੁ ਕੋਈ ਹਰਿ ਕੈ ਵਸਿ,	sabh ko-ee har kai vas
ਭਗਤਾ ਕੈ ਅਨੰਦੁ ਘਰਿ॥	bhagtaa kai anand ghar.
ਹਰਿ ਭਗਤਾ ਕਾ ਮੇਲੀ ਸਰਬਤ ਸਉ,	har bhagtaa kaa maylee sarbat sa-o
ਨਿਸੁਲ ਜਨ ਟੰਗ ਧਰਿ॥	nisul jan tang Dhar.
ਹਰਿ ਸਭਨਾ ਕਾ ਹੈ ਖਸਮੁ,	har sabhnaa kaa hai khasam
ਸੋ ਭਗਤ ਜਨ ਚਿਤਿ ਕਰਿ॥	so bhagat jan chit kar.
ਤੁਧੁ ਅਪੜਿ ਕੋਇ ਨ ਸਕੈ,	tuDh aparh ko-ay na sakai
ਸਭ ਝਖਿ ਝਖਿ ਪਵੈ ਝੜਿ॥੨॥	sabh jhakh jhakh pavai jharh. ||2||

ਜਿਹੜਾ ਪ੍ਰਭ ਸਾਰੇ ਜੀਵਾਂ ਅੰਦਰ ਵਸਦਾ ਹੈ, ਉਹ ਹੀ ਬੰਦਗੀ ਕਰਨ ਵਾਲੇ ਦਾ ਸਾਥੀ ਹੁੰਦਾ ਹੈ । ਸ੍ਰਿਸ਼ਟੀ ਵਿੱਚ ਸਭ ਕੁਝ ਪ੍ਰਭ ਦੇ ਭਾਣੇ ਅੰਦਰ ਹੀ ਵਾਪਰਦਾ ਹੈ । ਬੰਦਗੀ ਕਰਨ ਵਾਲੇ ਦੇ ਮਨ ਵਿੱਚ ਸਦਾ ਹੀ ਖੇੜਾ ਵਸਦਾ ਹੈ । ਪ੍ਰਭ ਦੇ ਸ਼ਬਦ ਦੀ ਪਾਲਣਾ ਕਰਨ ਵਾਲਾ ਦੇ ਸਦਾ ਹੀ ਸਾਥ ਰਹਿੰਦਾ ਹੈ । ਉਹ ਬੇਫਿਕਰ ਹੋਏ ਜੀਵਨ ਬਤੀਤ ਕਰਦਾ ਹੈ । ਪ੍ਰਭ ਹੀ ਅਸਲੀ ਮਾਲਕ ਹੁੰਦਾ ਹੈ! ਬੰਦਗੀ ਕਰਨ ਵਾਲਾ ਇਹ ਤੱਤ ਕਦੇ ਵੀ ਮਨ ਵਿਚੋਂ ਭੁਲਾਉਂਦਾ ਨਹੀਂ । ਸਦਾ ਹੀ ਯਾਦ ਰਖਦਾ ਹੈ! ਕੋਈ ਵੀ ਜੀਵ ਪ੍ਰਭ ਵਾਂਗ, ਗੁਣਾਂ ਵਾਲਾ ਨਹੀਂ ਬਣ ਸਕਦਾ । ਜਿਹੜਾ ਜੀਵ ਕੋਸ਼ਿਸ਼ ਕਰਦਾ ਹੈ! ਉਹ ਕੋਸ਼ਿਸ਼ ਕਰਦਾ ਮਰ ਜਾਂਦਾ, ਨਾਸ ਹੋ ਜਾਂਦਾ ਹੈ ।

The True Master remains embedded within each soul and His everlasting echo of His Word resonates within non-stop. He remains a companion and supporter of His true devotee. Only His command may prevail in the universe in all events. His true devotee may remain overwhelmed with blossom within his mind. His true devotee may remain worry-free obeying His command. His true devotee may never forget the teachings of His Word, The One and only One, True Master of the universe. He always remembers! no one may ever be born like The True Master or with same greatness or virtues. Whosoever may claim to be like God or himself is a walking God; he may be rebuked in His Court.

397. ਸਲੋਕ ਮਃ ੩॥ 850-1

ਬ੍ਰਹਮੁ ਬਿੰਦਹਿ ਤੇ ਬ੍ਰਾਹਮਣਾ,	barahm bindeh tay barahmanaa
ਜੇ ਚਲਹਿ ਸਤਿਗੁਰ ਭਾਇ॥	jay chaleh satgur bhaa-ay.
ਜਿਨ ਕੈ ਹਿਰਦੈ ਹਰਿ ਵਸੈ,	jin kai hirdai har vasai
ਹਉਮੈ ਰੋਗੁ ਗਵਾਇ॥	ha-umai rog gavaa-ay.
ਗੁਣ ਰਵਹਿ ਗੁਣ ਸੰਗ੍ਰਹਹਿ,	gun raveh gun sangar-hahi
ਜੋਤੀ ਜੋਤਿ ਮਿਲਾਇ॥	jotee jot milaa-ay
ਇਸੁ ਜੁਗ ਮਹਿ ਵਿਰਲੇ ਬ੍ਰਾਹਮਣ,	is jug meh virlay baraahman
ਬ੍ਰਹਮੁ ਬਿੰਦਹਿ ਚਿਤੁ ਲਾਇ॥	barahm bindeh chit laa-ay.
ਨਾਨਕ ਜਿਨ੍ ਕਉ ਨਦਰਿ ਕਰੇ ਹਰਿ,	naanak jinH ka-o nadar karay har
ਸਚਾ ਸੇ ਨਾਮਿ ਰਹੇ ਲਿਵ ਲਾਇ॥੧॥	sachaa say naam rahay liv laa-ay. ||1||

ਜਿਹੜਾ ਪ੍ਰਭ ਦੇ ਭਾਣੇ, ਸ਼ਬਦ ਵਿੱਚ ਅਡੋਲ ਰਹਿੰਦਾ ਹੈ । ਕੇਵਲ ਉਹ ਹੀ ਗਿਆਨਵਾਨ, ਬ੍ਰਹਮਣ, ਪ੍ਰਭ ਨੂੰ ਜਾਣ ਸਕਦਾ ਹੈ । ਜਿਸ ਦੇ ਮਨ ਵਿੱਚ ਸ਼ਬਦ ਘਰ ਕਰ ਜਾਂਦਾ, ਉਸ ਨੂੰ ਅਹੰਕਾਰ ਦੇ ਰੋਗ ਤੇ ਜਿੱਤ ਬਖਸ਼ਿਸ਼ ਹੋ ਜਾਂਦੀ ਹੈ । ਉਹ ਪ੍ਰਭ ਦੇ ਸ਼ਬਦ ਦੇ ਗੁਣ ਗਾਉਂਦਾ, ਉਸ ਨੂੰ ਸ਼ਬਦ ਦੇ ਗੁਣ ਬਖਸ਼ਿਸ਼ ਹੋ ਜਾਂਦੇ ਹਨ । ਉਸ ਦੀ ਆਤਮਾਂ ਪ੍ਰਭ ਦੀ ਜੋਤ ਵਿੱਚ ਅਭੇਦ ਹੋ ਜਾਂਦੀ ਹੈ । ਜਿਹੜਾ ਪ੍ਰਭ ਦੀ ਹੋਂਦ ਮਹਿਸੂਸ ਕਰਦਾ, ਸ਼ਬਦ ਵਿੱਚ ਧਿਆਨ ਲਾਉਂਦਾ, ਸ਼ਬਦ ਦੀ ਸਮਾਧੀ ਵਿੱਚ ਵਸਦਾ ਹੈ । ਸੰਸਾਰਕ ਵਿੱਚ ਕੋਈ ਵਿਰਲਾ ਹੀ ਗਿਆਨਵਾਨ, ਇਸ ਅਵਸਥਾ ਵਾਲਾ ਹੁੰਦਾ ਹੈ । ਜਿਸ ਤੇ ਪ੍ਰਭ ਰਹਿਮਤ ਬਖਸ਼ਦਾ ਹੈ! ਉਹ ਸ਼ਬਦ ਵਿੱਚ ਹੀ ਲੀਨ ਰਹਿੰਦਾ ਹੈ ।

Whosoever may obey the teachings of His Word with steady and stable belief in his day-to-day life; with His mercy and grace, he may be enlightened and he may recognize His Nature, the real purpose of his human life opportunity. Whosoever may be drenched with the essence of His Word; with His mercy and grace, he may be blessed to conquer his own ego. He may remain singing the glory of His Word; with His mercy and grace, he may be blessed with some virtues of His Nature. His soul may be immersed within The Holy Spirit. Whosoever may realize His Holy Spirit prevailing everywhere; he may remain intoxicated in the void of His Word. However, very rare devotee, worldly saint may be blessed with such a state of mind. Whosoever may be blessed with His mercy and grace, only he may remain intoxicated in the void of His Word.

ਮਃ ੩॥	**mehlaa 3.**
ਸਤਿਗੁਰ ਕੀ ਸੇਵ ਨ ਕੀਤੀਆ,	satgur kee sayv na keetee-aa
ਸਬਦਿ ਨ ਲਗੋ ਭਾਉ॥	sabad na lago bhaa-o.
ਹਉਮੈ ਰੋਗੁ ਕਮਾਵਣਾ,	ha-umai rog kamaavanaa
ਅਤਿ ਦੀਰਘੁ ਬਹੁ ਸੁਆਉ॥	at deeragh baho su-aa-o.
ਮਨਹਠਿ ਕਰਮ ਕਮਾਵਣੇ,	manhath karam kamaavnay
ਫਿਰਿ ਫਿਰਿ ਜੋਨੀ ਪਾਇ॥	fir fir jonee paa-ay.
ਗੁਰਮੁਖਿ ਜਨਮੁ ਸਫਲੁ ਹੈ,	gurmukh janam safal hai
ਜਿਸ ਨੋ ਆਪੇ ਲਏ ਮਿਲਾਇ॥	jis no aapay la-ay
ਨਾਨਕ ਨਦਰੀ ਨਦਰਿ ਕਰੇ,	naanak nadree nadar karay
ਤਾ ਨਾਮ ਧਨੁ ਪਲੈ ਪਾਇ॥੨॥	taa naam Dhan palai paa-ay. ||2||

ਜਿਹੜਾ ਸ਼ਬਦ ਦੀ ਪਾਲਣਾ ਨਹੀਂ ਕਰਦਾ, ਉਸ ਦੀ ਸ਼ਬਦ ਨਾਲ ਲਗਨ, ਪ੍ਰੀਤ ਨਹੀਂ ਹੁੰਦੀ । ਉਸ ਦੀ ਸੰਸਾਰ ਵਿੱਚ ਕੀਤੀ ਕਮਾਈ ਨਾਲ ਅਹੰਕਾਰ ਦਾ ਹੀ ਰੋਗ ਲੱਗਦਾ ਹੈ । ਮਨ ਵਿੱਚ ਖੁਦਗ਼ਰਜ਼ੀ ਹੀ ਰਹਿੰਦੀ, ਅਹੰਕਾਰ ਵਿੱਚ ਕੰਮ ਕਰਦਾ, ਜੂੰਨਾਂ ਦੇ ਚੱਕਰ ਵਿੱਚ ਹੀ ਰਹਿੰਦਾ ਹੈ । ਗੁਰਮਖ ਜੀਵ ਦਾ

ਮਾਨਸ ਜਨਮ ਲੈਣਾ ਸਫਲ ਹੋ ਜਾਂਦਾ ਹੈ । ਉਹ ਇਸ ਜਨਮ ਵਿੱਚ ਪ੍ਰਭ ਦੇ ਦਰਬਾਰ ਵਿੱਚ ਪ੍ਰਵਾਨ ਹੋ ਜਾਂਦਾ ਹੈ । ਅਗਰ ਪ੍ਰਭ ਆਪ ਹੀ ਰਹਿਮਤ ਬਖਸ਼ੇ, ਤਾਂ ਹੀ ਪ੍ਰਭ ਦੇ ਸ਼ਬਦ ਦੀ ਕਮਾਈ ਦਾ ਧਨ ਜੀਵ ਨੂੰ ਬਖਸ਼ਿਸ਼ ਹੁੰਦਾ ਹੈ ।

Whosoever may not obey the teachings of His Word, he may not remain steady and stable on the path of meditation. With his worldly deeds, even with his meditation, his ego may be enhanced. He remains selfish, in his ego of worldly status and in the cycle of birth and death. His true devotee remains on the right path of acceptance in His Court. His human life journey may be rewarded and he may be accepted in His Court. Only with His mercy and grace, His true devotee may be blessed with the earnings of His Word.

ਪਉੜੀ॥	**pa-orhee.**
ਸਭ ਵਡਿਆਈਆ ਹਰਿ ਨਾਮ ਵਿਚਿ,	sabh vadi-aa-ee-aa har naam vich
ਹਰਿ ਗੁਰਮੁਖਿ ਧਿਆਈਐ॥	har gurmukh Dhi-aa-ee-ai.
ਜਿ ਵਸਤੁ ਮੰਗੀਐ ਸਾਈ ਪਾਈਐ,	je vasat mangee-ai saa-ee paa-ee-ai
ਜੇ ਨਾਮਿ ਚਿਤੁ ਲਾਈਐ॥	jay naam chit laa-ee-ai.
ਗੁਹਜ ਗਲ ਜੀਅ ਕੀ ਕੀਚੈ,	guhaj gal jee-a kee keechai
ਸਤਿਗੁਰੂ ਪਾਸਿ	satguroo paas
ਤਾ ਸਰਬ ਸੁਖੁ ਪਾਈਐ॥	taa sarab sukh paa-ee-ai.
ਗੁਰੁ ਪੂਰਾ ਹਰਿ ਉਪਦੇਸੁ ਦੇਇ,	gur pooraa har updays day-ay
ਸਭ ਭੁਖ ਲਹਿ ਜਾਈਐ॥	sabh bhukh leh
ਜਿਸੁ ਪੂਰਬਿ ਹੋਵੈ ਲਿਖਿਆ,	jis poorab hovai likhi-aa
ਸੋ ਹਰਿ ਗੁਣ ਗਾਈਐ॥੩॥	so har gun gaa-ee-ai. ||3||

ਗੁਰਮਖ ਪ੍ਰਭ ਦੇ ਸ਼ਬਦ ਨਾਲ ਜੀਵਨ ਢਾਲਦਾ ਹੈ । ਸਾਰੀਆਂ ਹੀ ਵਡਿਆਈਆਂ ਪ੍ਰਭ ਦੇ ਸ਼ਬਦ ਦੀ ਪਾਲਣਾ ਵਿੱਚ ਹੀ ਹਨ । ਜਿਸ ਜੀਵ ਦਾ ਮਨ ਪ੍ਰਭ ਦੀ ਸ਼ਰਣ ਵਿੱਚ ਪਨਾਹ ਲੈ ਲੈਂਦਾ ਹੈ । ਉਸ ਦੇ ਮਨ ਦੀਆਂ ਸਾਰੀਆਂ ਹੀ ਮੁਰਾਦਾਂ ਪੂਰੀਆਂ ਹੋ ਜਾਂਦੀਆਂ ਹਨ । ਜਿਹੜਾ ਜੀਵ ਆਪਣੇ ਮਨ ਦੀ ਗੁਪਤ ਆਸ ਪ੍ਰਭ ਅੱਗੇ ਰਖਦਾ ਹੈ । ਤਾਂ ਉਸ ਨੂੰ ਪੂਰਨ ਸ਼ਾਤੀ ਬਖਸ਼ਿਸ਼ ਹੋ ਜਾਂਦੀ ਹੈ । ਜਿਸ ਨੂੰ ਪ੍ਰਭ ਸ਼ਬਦ ਦੀ ਸੋਝੀ ਬਖਸ਼ਦਾ ਹੈ । ਉਸ ਦੇ ਮਨ ਵਿਚੋਂ ਸੰਸਾਰਕ ਇੱਛਾਂ ਦੀਆਂ ਭਟਕਣਾਂ ਖਤਮ ਹੋ ਜਾਂਦੀਆਂ ਹੈ । ਜਿਸ ਜੀਵ ਦੇ ਭਾਗਾਂ ਵਿੱਚ ਪਹਿਲੇ ਹੀ ਇਹ ਲਿਖਿਆ ਹੁੰਦਾ ਹੈ । ਉਹ ਹੀ ਹਰ ਵੇਲੇ ਪ੍ਰਭ ਦੇ ਸ਼ਬਦ ਦੀ ਉਸਤਤ ਗਾਉਂਦਾ ਹੈ ।

His true devotee may adopt the teachings of His Word with steady and stable belief in his day today life. All the blessings and greatness may be blessed by obeying the teachings of His Word. Whosoever may surrender his mind, body, and worldly status at His sanctuary; with His mercy and grace, all his spoken and unspoken desires may be satisfied. Whosoever may pray for his hidden desire, hope; with His mercy and grace, he may be blessed with peace of mind and contentment. He may be enlightened with the essence of His Word; all his worldly desires and ego of his worldly status may be eliminated. Whosoever may have a great prewritten destiny, only he may sing the glory of His Word with each breath day and night.

398.ਸਲੋਕ ਮਃ ੩॥ 850-9

ਸਤਿਗੁਰ ਤੇ ਖਾਲੀ ਕੋ ਨਹੀ,	satgur tay khaalee ko nahee
ਮੇਰੈ ਪ੍ਰਭਿ ਮੇਲਿ ਮਿਲਾਏ॥	mayrai parabh mayl milaa-ay.
ਸਤਿਗੁਰ ਕਾ ਦਰਸਨੁ ਸਫਲੁ ਹੈ,	satgur kaa darsan safal hai
ਜੇਹਾ ਕੋ ਇਛੇ ਤੇਹਾ ਫਲੁ ਪਾਏ॥	jayhaa ko ichhay tayhaa fal paa-ay.

ਗੁਰ ਕਾ ਸ਼ਬਦੁ ਅੰਮ੍ਰਿਤੁ ਹੈ,	gur kaa sabad amrit hai
ਸਭ ਤ੍ਰਿਸਨਾ ਭੁਖ ਗਵਾਏ॥	sabh tarisnaa bhukh gavaa-ay.
ਹਰਿ ਰਸੁ ਪੀ ਸੰਤੋਖੁ ਹੋਆ,	har ras pee santokh ho-aa
ਸਚੁ ਵਸਿਆ ਮਨਿ ਆਏ॥	sach vasi-aa man aa-ay.
ਸਚੁ ਧਿਆਇ ਅਮਰਾ ਪਦੁ ਪਾਇਆ,	sach Dhi-aa-ay amraa pad paa-i-aa
ਅਨਹਦ ਸ਼ਬਦ ਵਜਾਏ॥	anhad sabad vajaa-ay.
ਸਚੋ ਦਹ ਦਿਸਿ ਪਸਰਿਆ,	sacho dah dis pasri-aa
ਗੁਰ ਕੈ ਸਹਜਿ ਸੁਭਾਏ॥	gur kai sahj subhaa-ay.
ਨਾਨਕ ਜਿਨ ਅੰਦਰਿ ਸਚੁ ਹੈ,	naanak jin andar sach hai
ਸੇ ਜਨ ਛਪਹਿ ਨ	say jan chhapeh na
ਕਿਸੈ ਦੇ ਛਪਾਏ॥੧॥	kisai day chhapaa-ay. ||1||

ਪ੍ਰਭ ਸਦਾ ਹੀ ਰਹਿਮਤ ਬਖਸ਼ਦਾ ਹੈ, ਦਰ ਤੋ ਕੋਈ ਨਿਮਾਣਾ ਮੰਗਤਾ ਖਾਲੀ ਨਹੀਂ ਜਾਂਦਾ । ਜਿਹੜਾ ਮਨ ਦਾ ਅਹੰਕਾਰ ਤਿਆਗ ਕੇ ਚਰਨਾਂ ਵਿੱਚ ਆ ਜਾਂਦਾ ਹੈ । ਉਸ ਜੀਵ ਦਾ ਮਾਨਸ ਜਨਮ ਸਫਲ ਹੋ ਜਾਂਦਾ, ਮਨ ਦੀਆਂ ਆਸਾਂ ਪੂਰੀਆਂ ਹੋ ਜਾਂਦੀਆਂ ਹਨ । ਪ੍ਰਭ ਦੇ ਸ਼ਬਦ ਦੀ ਪਾਲਣਾ ਹੀ ਇਹ ਅਮੋਲਕ ਅੰਮ੍ਰਿਤ ਹੈ, ਜਿਸ ਨਾਲ ਮਨ ਦੀਆਂ ਇੱਛਾਂ ਦੀ ਪਿਆਸ ਖਤਮ ਹੋ ਜਾਂਦੀ ਹੈ । ਸ਼ਬਦ ਦੀ ਪਾਲਣਾ, ਉਸਤਤ ਕਰਨ ਨਾਲ ਮਨ ਵਿੱਚ ਧੀਰਜ ਬਖਸ਼ਿਸ਼ ਹੋ ਜਾਂਦਾ ਹੈ, ਪ੍ਰਭ ਦਾ ਸ਼ਬਦ ਮਨ ਵਿੱਚ ਘਰ ਕਰ ਜਾਂਦਾ ਹੈ । ਪ੍ਰਭ ਦੇ ਸ਼ਬਦ ਨਾਲ ਜੀਵਨ ਢਾਲਣ ਨਾਲ ਅਮਰ ਅਵਸਥਾ ਬਖਸ਼ਿਸ਼ ਹੋ ਜਾਂਦੀ ਹੈ । ਮਨ ਵਿੱਚ ਸਦਾ ਚੱਲਣ ਵਾਲੀ ਧੁਨ ਚਲ ਪੈਂਦੀ ਹੈ । ਅਟੱਲ ਪ੍ਰਭ ਹੀ ਹਰ ਥਾਂ ਤੇ ਆਪ ਹੀ ਵਾਪਰਦਾ ਹੈ । ਸ਼ਬਦ ਦੀ ਪਾਲਣਾ ਕਰਨ ਨਾਲ ਇਸ ਦੀ ਜਾਣਕਾਰੀ, ਮਹਿਸੂਸ ਹੋ ਜਾਂਦੀ ਹੈ । ਜਿਸ ਦੇ ਅੰਦਰ ਪ੍ਰਭ ਦੇ ਸ਼ਬਦ ਦਾ ਨੂਰ ਬਖਸ਼ਿਸ਼ ਹੋ ਜਾਂਦਾ ਹੈ । ਪ੍ਰਭ ਦਾ ਨੂਰ ਛਿਪਾਇਆ ਨਹੀਂ ਜਾ ਸਕਦਾ । ਭਾਵੇਂ ਕੋਈ ਜੀਵ ਕਿਤਨਾ ਵੀ ਯਤਨ ਕਰ ਲਵੇਂ ।

No humble beggar may ever be return empty handed from His door. Whosoever may abandon his ego and surrender his mind and body at His sanctuary; with His mercy and grace, his human life journey may be rewarded and all his spoken and unspoken desires may be satisfied. Obeying the teachings of His Word may be the nectar of the essence of His Word that may quench the thirst of his worldly desires. Whosoever may sing the glory, obeys the teachings of His Word with steady and stable belief, he may be blessed with patience in his worldly life. He may be drenched with the essence of His Word. Whosoever may adopt the teachings of His Word with steady and stable belief in his day-to-day life; with His mercy and grace, he may be blessed with immortal state of mind. The everlasting echo of His Word may resonate within his heart. He may realize the existence of His Holy Spirit everywhere; this state of mind may only be blessed by obeying the teachings of His Word. Whosoever may be blessed with the glow of His Holy Spirit; his enlightenment may never be hidden from the universe. Even thought, His true devotee may try his best to remain hidden.

ਮਃ ੩॥	**mehlaa 3.**
ਗੁਰ ਸੇਵਾ ਤੇ ਹਰਿ ਪਾਈਐ,	gur sayvaa tay har paa-ee-ai
ਜਾ ਕਉ ਨਦਰਿ ਕਰੇਇ॥	jaa ka-o nadar karay-i.
ਮਾਨਸ ਤੇ ਦੇਵਤੇ ਭਏ,	maanas tay dayvtay bha-ay
ਸਚੀ ਭਗਤਿ ਜਿਸੁ ਦੇਇ॥	sachee bhagat jis day-ay.
ਹਉਮੈ ਮਾਰਿ ਮਿਲਾਇਅਨੁ,	ha-umai maar milaa-i-an

ਗੁਰ ਕੈ ਸਬਦਿ ਸੁਚੇਇ॥	gur kai sabad suchay-ay.
ਨਾਨਕ ਸਹਜੇ ਮਿਲਿ ਰਹੇ,	naanak sehjay mil rahay
ਨਾਮੁ ਵਡਿਆਈ ਦੇਇ॥੨॥	naam vadi-aa-ee day-ay. ||2||

ਸ਼ਬਦ ਦੀ ਪਾਲਣਾ ਕਰਨ ਨਾਲ ਹੀ ਪ੍ਰਭ ਦੀ ਰਹਿਮਤ, ਸ਼ਬਦ ਦੀ ਸੋਝੀ ਬਖਸ਼ਿਸ਼ ਹੁੰਦੀ ਹੈ । ਜਿਸ ਤੇ ਪ੍ਰਭ ਰਹਿਮਤ ਬਖਸ਼ਦਾ ਹੈ, ਉਹ ਜੀਵ ਦੀ ਮਨ ਦੀ ਅਵਸਥਾ, ਮਾਨਸ ਤੋਂ ਹੀ ਦੇਵਤੇ, ਅਵਤਾਰ ਵਾਲੀ ਬਖਸ਼ਿਸ਼ ਹੋ ਜਾਂਦਾ ਹੈ । ਉਹ ਆਪਣੇ ਮਨ ਦੇ ਅਹੰਕਾਰ ਤੇ ਜਿੱਤ ਪਾ ਕੇ ਪ੍ਰਭ ਵਿੱਚ ਅਭੇਦ ਹੋ ਜਾਂਦਾ, ਉਸ ਦੀ ਆਤਮਾ ਪਵਿੱਤਰ ਹੋ ਜਾਂਦੀ ਹੈ । ਜਿਹੜਾ ਪ੍ਰਭ ਦੇ ਸ਼ਬਦ ਦੀ ਸਮਾਧੀ ਵਿੱਚ ਵਸਦਾ ਹੈ । ਉਸ ਤੇ ਪ੍ਰਭ ਦੀ ਰਹਿਮਤ ਭਰਪੂਰ ਰਹਿੰਦੀ ਹੈ ।

Whosoever may obey the teachings of His Word with steady and stable belief in his day-to-day life; with His mercy and grace, he may be blessed with the enlightenment of His Word. His state of mind may be transformed from human to angel, prophet. He may conquer his ego and surrenders his mind, body, and worldly status at His sanctuary; his soul may become sanctified and worthy of His consideration. Whosoever may remain intoxicated within the void of His Word; he may remain overwhelmed with essence of His Word.

ਪਉੜੀ॥	**pa-orhee.**
ਗੁਰ ਸਤਿਗੁਰ ਵਿਚਿ ਨਾਵੈ ਕੀ	gur satgur vich naavai kee
ਵਡੀ ਵਡਿਆਈ,	vadee vadi-aa-ee
ਹਰਿ ਕਰਤੈ ਆਪਿ ਵਧਾਈ॥	har kartai aap vaDhaa-ee.
ਸੇਵਕ ਸਿਖ ਸਭਿ	sayvak sikh sabh
ਵੇਖਿ ਵੇਖਿ ਜੀਵਨ੍ਹਿ,	vaykh vaykh jeevniH
ਓਨ੍ਹਾ ਅੰਦਰਿ ਹਿਰਦੈ ਭਾਈ॥	onHaa andar hirdai bhaa-ee.
ਨਿੰਦਕ ਦੁਸਟ ਵਡਿਆਈ	nindak dusat vadi-aa-ee
ਵੇਖਿ ਨ ਸਕਨਿ,	vaykh na sakan
ਓਨ੍ਹਾ ਪਰਾਇਆ ਭਲਾ ਨ ਸੁਖਾਈ॥	onHaa paraa-i-aa bhalaa na sukhaa-ee.
ਕਿਆ ਹੋਵੈ ਕਿਸ ਹੀ ਕੀ ਝਖ ਮਾਰੀ,	ki-aa hovai kis hee kee jhakh maaree
ਜਾ ਸਚੇ ਸਿਉ ਬਣਿ ਆਈ॥	jaa sachay si-o ban aa-ee.
ਜਿ ਗਲ ਕਰਤੇ ਭਾਵੈ	je gal kartay bhaavai
ਸਾ ਨਿਤ ਨਿਤ ਚੜੈ ਸਵਾਈ,	saa nit nit charhai savaa-ee
ਸਭ ਝਖਿ ਝਖਿ ਮਰੈ ਲੋਕਾਈ॥੪॥	sabh jhakh jhakh marai lokaa-ee. ||4||

ਪ੍ਰਭ ਨੇ ਆਪ ਹੀ ਸ਼ਬਦ ਦੀ ਪਾਲਣਾ ਵਿੱਚ ਆਪਣੇ ਗੁਣ, ਵਡਿਆਈ ਬਖਸ਼ੀ ਹੈ । ਪ੍ਰਭ ਦੇ ਸ਼ਬਦ ਦੀ ਪਾਲਣਾ ਕਰਨ ਵਾਲੇ ਸੇਵਕ, ਦਾਸ ਪ੍ਰਭ ਦੀ ਰਹਿਮਤ ਮਹਿਸੂਸ ਕਰਕੇ ਸੰਤੋਖ ਵਿੱਚ ਰਹਿੰਦਾ ਹੈ । ਇਹ ਉਸ ਦੇ ਮਨ ਨੂੰ ਭਾਉਂਦੀ ਹੈ । ਜਿਸ ਦੇ ਮਨ ਵਿੱਚ ਕਿਸੇ ਦੀ ਨਿੰਦਿਆਂ, ਬੁਰੇ ਖਿਆਲ ਹੁੰਦੇ ਹਨ । ਉਹ ਸ਼ਬਦ ਦੀ ਪਾਲਣਾ ਦੀ ਮਹੱਤਤਾ ਨਹੀਂ ਸਮਝਦਾ । ਉਸ ਨਾਲ ਸ਼ਬਦ ਦਾ ਵਿਚਾਰ ਕਰਨ, ਚਰਚਾ ਕਰਨ ਨਾਲ ਕੀ ਲਾਭ ਹੋ ਸਕਦਾ ਹੈ? ਸ਼ਬਦ ਦੀ ਭਰੋਸੇ ਨਾਲ ਪਾਲਣਾ ਕਰਨ ਵਿੱਚ ਹੀ ਪ੍ਰਭ ਦੀ ਰਹਿਮਤ ਬਖਸ਼ਿਸ਼ ਹੁੰਦੀ ਹੈ । ਜਿਸ ਦੀ ਬੰਦਗੀ ਪ੍ਰਭ ਨੂੰ ਪ੍ਰਵਾਨ ਹੋ ਜਾਂਦੀ, ਉਸ ਤੇ ਪ੍ਰਭ ਦੀ ਰਹਿਮਤ ਦਿਨੋ ਦਿਨ ਵਧਦੀ ਜਾਂਦੀ ਹੈ । ਬਾਕੀ ਸਭ ਕੁਝ ਦਿਖਾਵੇ ਦੀ ਹੀ ਬੰਦਗੀ ਹੈ ।

The True Master has embedded the greatness of His Word within obeying the teachings of His Word. Whosoever may obey the teachings of His Word; with His mercy and grace, he may realize the existence of The True Master prevailing everywhere. He remains contented with his own worldly condition. The teachings of His Word remain very soothing, comforting to his mind. Whosoever may remain dominated with evil thoughts within his mind; he may never realize the significance of obeying the teachings of His Word. What may be the benefit of discussing the teachings, essence of His Word with him? His mercy and grace may only be blessed by obeying the teachings of His Word. Whose earnings of His Word may be accepted in His Court; his earnings of His Word may increase day and night. All other meditations are just for worldly fame.

399. ਸਲੋਕ ਮਃ ੩॥ 850-19

ਧ੍ਰਿਗੁ ਏਹ ਆਸਾ ਦੂਜੇ ਭਾਵ ਕੀ,	Dharig ayh aasaa doojay bhaav kee
ਜੋ ਮੋਹਿ ਮਾਇਆ ਚਿਤੁ ਲਾਏ॥	jo mohi maa-i-aa chit laa-ay.
ਹਰਿ ਸੁਖੁ ਪਲ੍ਹਰਿ ਤਿਆਗਿਆ,	har sukh palHar ti-aagi-aa
ਨਾਮੁ ਵਿਸਾਰਿ ਦੁਖੁ ਪਾਏ॥	naam visaar dukh paa-ay.
ਮਨਮੁਖ ਅਗਿਆਨੀ ਅੰਧੁਲੇ,	manmukh agi-aanee anDhulay
ਜਨਮਿ ਮਰਹਿ ਫਿਰਿ ਆਵੈ ਜਾਏ॥	janam mareh fir aavai jaa-ay.
ਕਾਰਜ ਸਿਧਿ ਨ ਹੋਵਨੀ,	kaaraj siDh na hovnee
ਅੰਤਿ ਗਇਆ ਪਛੁਤਾਏ॥	ant ga-i-aa pachhutaa-ay.
ਜਿਸੁ ਕਰਮੁ ਹੋਵੈ ਤਿਸੁ ਸਤਿਗੁਰੁ ਮਿਲੈ,	jis karam hovai tis satgur milai
ਸੋ ਹਰਿ ਹਰਿ ਨਾਮੁ ਧਿਆਏ॥	so har har naam Dhi-aa-ay.
ਨਾਮਿ ਰਤੇ ਜਨ ਸਦਾ ਸੁਖੁ ਪਾਇਨ੍ਹਿ,	naam ratay jan sadaa sukh paa-iniH
ਜਨ ਨਾਨਕ ਤਿਨ ਬਲਿ ਜਾਏ॥੧॥	jan naanak tin bal jaa-ay. ||1||

ਉਸ ਗੁਰੂ ਪੀਰ ਤੇ ਆਸ ਕਰਨੀ ਬਿਰਥੀ ਹੀ ਹੈ, ਜਿਸ ਦੀ ਸਿਖਿਆਂ ਨਾਲ ਮਨ ਸੰਸਾਰਕ ਮਾਇਆ ਵਾਲੇ ਕੰਮ ਵੱਲ ਲੱਗ ਜਾਵੇ । ਜਿਹੜਾ ਸੰਸਾਰਕ ਇੱਛਾਂ ਪਾਉਣ ਲਈ, ਮਨ ਦੀ ਸ਼ਾਂਤੀ ਗਵਾ ਲੈਂਦਾ ਹੈ । ਉਹ ਸ਼ਬਦ ਨੂੰ ਵਿਸਾਰ ਕੇ ਮਨ ਦੀਆਂ ਇੱਛਾਂ ਪਿਛੇ ਲੱਗਕੇ ਦੁਖ ਪਾਉਂਦਾ ਹੈ । ਮਨਮੁਖ ਅਗਿਆਨੀ, ਸ਼ਬਦ ਦੀ ਸੋਝੀ ਤੋ ਬਿਨਾਂ ਹੀ ਜਨਮ ਲੈਂਦਾ, ਮਰ ਜਾਂਦਾ ਹੈ । ਜੂੰਨਾਂ ਦੇ ਚੱਕਰ ਵਿੱਚ ਭਉਦਾ ਫਿਰਦਾ ਹੈ । ਉਸ ਦੇ ਸੰਸਾਰਕ ਧੰਦੇ ਪੂਰੇ ਨਹੀਂ ਹੁੰਦੇ, ਸੰਸਾਰਕ ਇੱਛਾਂ ਖਤਮ ਨਹੀਂ ਹੁੰਦੀਆਂ । ਅੰਤ ਵਿੱਚ ਸੋਗ ਕਰਦਾ ਪਛਤਾਵਾ ਕਰਦਾ ਮਰ ਜਾਂਦਾ ਹੈ । ਜਿਸ ਨੂੰ ਪ੍ਰਭ ਦੀ ਰਹਿਮਤ ਬਖਸ਼ਿਸ਼ ਹੋ ਜਾਂਦੀ ਹੈ, ਕੇਵਲ ਉਹ ਪ੍ਰਭ ਦੇ ਸ਼ਬਦ ਦੀ ਪਾਲਣਾ ਕਰਦਾ, ਸ਼ਬਦ ਦੀ ਉਸਤਤ ਗਾਉਂਦਾ ਹੈ । ਉਸ ਬੰਦਗੀ ਕਰਨ ਵਾਲੇ ਤੋ ਕੁਰਬਾਨ ਜਾਵਾ! ਜਿਹੜਾ ਨਿਮਾਣਾ ਦਾਸ ਸ਼ਬਦ ਦੀ ਪਾਲਣਾ ਕਰਦਾ ਖੇੜੇ ਵਿੱਚ ਰਹਿੰਦਾ ਹੈ ।

Any worldly guru may inspire and diverts your mind to the glamor of worldly wealth; to adopt his life experience teachings may be useless for the real purpose of human life opportunity. Considering him savior may be useless, ignorance from the essence of His Word. Whosoever may lose his peace of mind to gain worldly wealth, he may abandon His Word and endure miseries of worldly desires. He may remain wandering in the cycle of birth and death. His worldly tasks may never be completed nor his worldly desires may ever be satisfied. In the end after death, he may regret and repents. Whosoever may be blessed with His mercy and grace, only he may sing the glory and obey the teachings of His Word with steady and stable belief in his day-to-day life. I may remain fascinated and astonished from His humble devotee, who may remain contented and in blossom obeying the teachings of His Word.

ਮਃ ੩॥	**mehlaa 3.**
ਆਸਾ ਮਨਸਾ ਜਗਿ ਮੋਹਣੀ,	aasaa mansaa jag mohnee
ਜਿਨਿ ਮੋਹਿਆ ਸੰਸਾਰੁ॥	jin mohi-aa sansaar.
ਸਭੁ ਕੋ ਜਮ ਕੇ ਚੀਰੇ ਵਿਚਿ ਹੈ,	sabh ko jam kay cheeray vich hai

ਜੇਤਾ ਸਭੁ ਆਕਾਰੁ॥	jaytaa sabh aakaar.
ਹੁਕਮੀ ਹੀ ਜਮੁ ਲਗਦਾ,	hukmee hee jam lagdaa
ਸੋ ਉਬਰੈ ਜਿਸੁ ਬਖਸੈ ਕਰਤਾਰੁ॥	so ubrai jis bakhsai kartaar.
ਨਾਨਕ ਗੁਰ ਪਰਸਾਦੀ ਏਹੁ ਮਨੁ,	naanak gur parsaadee ayhu man
ਤਾਂ ਤਰੈ ਜਾ ਛੋਡੈ ਅਹੰਕਾਰੁ॥	taaN tarai jaa chhodai ahaNkaar.
ਆਸਾ ਮਨਸਾ ਮਾਰੇ ਨਿਰਾਸੁ ਹੋਇ,	aasaa mansaa maaray niraas ho-ay
ਗੁਰ ਸਬਦੀ ਵੀਚਾਰੁ॥੨॥	gur sabdee veechaar. ‖2‖

ਸੰਸਾਰਕ ਆਸਾਂ ਅਤੇ ਇੱਛਾਂ ਮਨ ਨੂੰ ਮੋਹਣ ਵਾਲੀਆਂ ਹਨ । ਇਹਨਾਂ ਨੇ ਸਾਰੀ ਸ੍ਰਿਸ਼ਟੀ ਨੂੰ ਹੀ ਆਪਣੇ ਜਾਲ ਵਿੱਚ ਫਸਇਆ ਹੈ । ਜਿਹੜਾ ਜੀਵ ਸੰਸਾਰ ਵਿੱਚ ਪੈਦਾ ਹੁੰਦਾ ਹੈ, ਉਹ ਮੌਤ ਦੇ ਫਰਿਸ਼ਤੇ ਦੇ ਬੰਧਨ ਵਿੱਚ ਹੀ ਹੈ । ਪ੍ਰਭ ਦੇ ਹੁਕਮ ਅਨੁਸਾਰ ਹੀ ਮੌਤ ਦਾ ਫਰਿਸ਼ਤਾ ਜੀਵ ਤੇ ਭਾਰੀ ਹੋ ਜਾਂਦਾ ਹੈ । ਜਿਸ ਨੂੰ ਪ੍ਰਭ ਆਪ ਬਖਸ਼ਦਾ! ਕੇਵਲ ਉਹ ਹੀ ਇਸ ਤੋ ਬਚਦਾ ਹੈ । ਜਿਹੜਾ ਆਪਣੇ ਮਨ ਦੇ ਅਹੰਕਾਰ ਤੇ ਜਿੱਤ ਪਾ ਲੈਂਦਾ, ਅਹੰਕਾਰ ਤਿਆਗ ਦੇਂਦਾ ਹੈ, ਕੇਵਲ ਉਹ ਹੀ ਪ੍ਰਭ ਦੀ ਰਹਿਮਤ ਨਾਲ ਪਾਰ ਹੁੰਦਾ ਹੈ । ਪ੍ਰਭ ਦੇ ਸ਼ਬਦ ਨਾਲ ਜੀਵਨ ਢਾਲਣ ਨਾਲ ਹੀ ਆਸਾਂ ਅਤੇ ਇੱਛਾਂ ਤੇ ਕਾਬੂ ਬਖਸ਼ਿਸ਼ ਹੁੰਦਾ ਹੈ । ਮਨ ਸੰਸਾਰਕ ਮੋਹ ਤੋ ਰਹਿਤ ਹੋ ਸਕਦਾ ਹੈ ।

Worldly desires are intoxicating to mind of worldly creatures. The whole creation remains intoxicated with the sweet poison of worldly wealth. He remains bonded and under control of devil of death. The devil of death may capture his soul at predetermined time. Whosoever may be blessed with His mercy and grace, only he may be saved. Whosoever may abandon his ego and surrenders his mind, body, and worldly status at His sanctuary; with His mercy and grace, he may be saved. Whosoever may adopt the teachings of His Word with steady and stable belief in his day-to-day life; with His mercy and grace, he may conquer his own mind and he becomes free from worldly desires.

ਪਉੜੀ॥	**pa-orhee.**
ਜਿਥੈ ਜਾਈਐ ਜਗਤ ਮਹਿ,	jithai jaa-ee-ai jagat meh
ਤਿਥੈ ਹਰਿ ਸਾਈ॥	tithai har saa-ee.
ਅਗੈ ਸਭੁ ਆਪੇ ਵਰਤਦਾ,	agai sabh aapay varatdaa
ਹਰਿ ਸਚਾ ਨਿਆਈ॥	har sachaa ni-aa-ee.
ਕੂੜਿਆਰਾ ਕੇ ਮੁਹ ਫਿਟਕੀਅਹਿ,	koorhi-aaraa kay muh fitkee-ah
ਸਚੁ ਭਗਤਿ ਵਡਿਆਈ॥	sach bhagat vadi-aa-ee.
ਸਚੁ ਸਾਹਿਬੁ ਸਚਾ ਨਿਆਉ ਹੈ,	sach saahib sachaa ni-aa-o hai
ਸਿਰਿ ਨਿੰਦਕ ਛਾਈ॥	sir nindak chhaa-ee.
ਜਨ ਨਾਨਕ ਸਚੁ ਅਰਾਧਿਆ,	jan naanak sach araaDhi-aa
ਗੁਰਮੁਖਿ ਸੁਖੁ ਪਾਈ॥੫॥	gurmukh sukh paa-ee. ‖5‖

ਸੰਸਾਰ ਵਿੱਚ ਜਿਥੇ ਵੀ ਜੀਵ ਜਾਂਦਾ ਹੈ, ਦੇਖਦਾ ਹੈ, ਪ੍ਰਭ ਹਰ ਥਾਂ ਮੌਜੂਦ ਹੁੰਦਾ ਹੈ । ਮੌਤ ਤੋ ਪਿਛੇ ਵੀ ਪ੍ਰਭ ਦਾ ਭਾਣਾ ਹੀ ਚਲਦਾ, ਆਪ ਹੀ ਵਾਪਰਦਾ ਹੈ । ਬੰਦਗੀ ਕਰਨ ਵਾਲੇ ਦੀ ਸੋਭਾ, ਨਿੰਦਿਆਂ ਕਰਨ ਵਾਲੇ ਨੂੰ ਲਾਨ੍ਹਤਾਂ ਹੀ ਪੈਂਦੀਆਂ ਹਨ । ਪ੍ਰਭ ਆਪ ਪਵਿੱਤਰ ਹੈ, ਉਸ ਦੇ ਸਭ ਕਰਤਬ ਹੀ ਇਨਸਾਫ ਵਾਲੇ ਹੁੰਦਾ ਹਨ । ਧੋਖੇ ਬਾਜ, ਨਿੰਦਿਆ ਕਰਨ ਵਾਲੇ ਦਾ ਮੂੰਹ ਕਾਲਾ ਹੀ ਹੁੰਦਾ ਹੈ । ਜਿਹੜਾ ਗੁਰਮਖ ਸ਼ਬਦ ਦੀ ਪਾਲਣਾ, ਸਿਮਰਨ ਕਰਦਾ ਹੈ, ਉਸ ਨੂੰ ਸੁਖ ਬਖਸ਼ਿਸ਼ ਹੁੰਦਾ ਹੈ ।

The True Master remains embedded within His Nature, Creation. Wherever His true devotee may go, he always realizes His existence and His Holy Spirit prevailing; even after death, only His command may prevail. Whosoever may criticize and slanders His true devotee, he may be rebuked in His Court. Evil doer, cheater may only be disgraced, rebuked in His Court. Whosoever may meditate and obeys the teachings of His Word with steady and stable belief in his day-to-day life, he may be blessed with comforts in his life.

400.ਸਲੋਕ ਮਃ ੩॥ 851-9

ਪੂਰੈ ਭਾਗਿ ਸਤਿਗੁਰੁ ਪਾਈਐ,	poorai bhaag satgur paa-ee-ai
ਜੇ ਹਰਿ ਪ੍ਰਭੁ ਬਖਸ ਕਰੇਇ॥	jay har parabh bakhas karay-i.
ਉਪਾਵਾ ਸਿਰਿ ਉਪਾਉ ਹੈ,	opaavaa sir opaa-o hai
ਨਾਉ ਪਰਾਪਤਿ ਹੋਇ॥	naa-o paraapat ho-ay.
ਅੰਦਰੁ ਸੀਤਲੁ ਸਾਂਤਿ ਹੈ,	andar seetal saaNt hai
ਹਿਰਦੈ ਸਦਾ ਸੁਖੁ ਹੋਇ॥	hirdai sadaa sukh ho-ay.
ਅੰਮ੍ਰਿਤੁ ਖਾਣਾ ਪੈਨ੍ਣਾ,	amrit khaanaa painHnaa
ਨਾਨਕ ਨਾਇ ਵਡਿਆਈ ਹੋਇ॥੧॥	naanak naa-ay vadi-aa-ee ho-ay. ||1||

ਜਿਸ ਦੇ ਚੰਗੇ ਭਾਗ ਹੁੰਦੇ ਹਨ, ਉਸ ਤੇ ਪ੍ਰਭ ਰਹਿਮਤ ਬਖਸ਼ਸ਼ਾ ਹੈ । ਉਹ ਹੀ ਸ਼ਬਦ ਦੀ ਪਾਲਣਾ ਕਰਦਾ ਹੈ, ਉਸ ਨੂੰ ਸ਼ਬਦ ਦੀ ਸੋਝੀ ਬਖਸ਼ਿਸ਼ ਹੁੰਦੀ ਹੈ । ਪ੍ਰਭ ਦੇ ਸ਼ਬਦ ਦੀ ਪਾਲਣਾ ਹੀ ਸਭ ਤੋ ਉਤਮ ਕੰਮ, ਧੰਦਾ ਹੁੰਦਾ ਹੈ । ਮਨ ਵਿੱਚ ਸੰਤੋਖ ਘਰ ਕਰ ਜਾਂਦਾ ਹੈ, ਪ੍ਰਭ ਦੀ ਰਹਿਮਤ ਨਾਲ ਮਨ ਖੇੜ੍ਹੇ ਵਿੱਚ ਰਹਿੰਦਾ ਹੈ । ਉਸ ਦਾ ਮਨ, ਪ੍ਰਭ ਦੇ ਸ਼ਬਦ ਦਾ ਭੋਜਨ ਖਾਂਦਾ, ਬਾਣਾ ਪਾਉਂਦਾ ਹੈ । ਪ੍ਰਭ ਦੇ ਸ਼ਬਦ ਦੀ ਪਾਲਣਾ ਕਰਨ ਨਾਲ ਹੀ ਪ੍ਰਵਾਨਗੀ ਬਖਸ਼ਿਸ਼ ਹੁੰਦੀ ਹੈ ।

Whosoever may have a great prewritten destiny, only he may obey the teachings of His Word with steady and stable belief in his day-to-day life; with His mercy and grace, he may be enlightened with the essence of His Word. To obey the teachings of His Word, may be the supreme task for the real purpose of human life opportunity. His true devotee may be blessed with contentment and blossom in his life. His mind may enjoy the food and robe of His Word in his worldly life. Whosoever may obey the teachings of His Word, only he may be accepted in His Court.

ਮਃ ੩॥	**mehlaa 3.**
ਏ ਮਨ, ਗੁਰ ਕੀ ਸਿਖ ਸੁਣਿ,	ay man gur kee sikh sun
ਪਾਇਹਿ ਗੁਣੀ ਨਿਧਾਨੁ॥	paa-ihi gunee niDhaan.
ਸੁਖਦਾਤਾ ਤੇਰੈ ਮਨਿ ਵਸੈ,	sukh-daata tayrai man vasai ha-umai
ਹਉਮੈ ਜਾਇ ਅਭਿਮਾਨੁ॥	jaa-ay abhimaan.
ਨਾਨਕ ਨਦਰੀ ਪਾਈਐ,	naanak nadree paa-ee-ai
ਅੰਮ੍ਰਿਤੁ ਗੁਣੀ ਨਿਧਾਨੁ॥੨॥	amrit gunee niDhaan. ||2||

ਮਨ, ਪ੍ਰਭ ਦੇ ਸ਼ਬਦ ਦੀ ਪਾਲਣਾ ਕਰੋ! ਉਸ ਨਾਲ ਹੀ ਸ਼ਬਦ ਦੀ ਸੋਝੀ ਦੇ ਖਜ਼ਾਨੇਂ ਬਖਸ਼ਿਸ਼ ਹੁੰਦੇ, ਸੁਖਾਂ ਦਾ ਦਾਤਾ ਮਨ ਵਿੱਚ ਵਸਦਾ ਹੈ । ਮਨ ਵਿਚੋਂ ਅਹੰਕਾਰ ਅਤੇ ਹੈਸੀਅਤ ਖਤਮ ਹੋ ਜਾਂਦੀ ਹੈ । ਪ੍ਰਭ ਦੀ ਰਹਿਮਤ ਨਾਲ ਹੀ ਸ਼ਬਦ ਰੂਪੀ ਅੰਮ੍ਰਿਤ, ਸੋਝੀ ਦਾ ਖਜ਼ਾਨਾ ਬਖਸ਼ਿਸ਼ ਹੁੰਦਾ ਹੈ ।

You should obey the teachings of His Word with steady and stable belief in day-to-day life; with His mercy and grace, all the treasure of the essence of His Word may blessed. He may remain drenched with the essence of His Word of The True Master of all comforts. He may conquer his ego and pride of his worldly status; with His mercy and grace, he may be blessed with the nectar of the essence of His Word and treasures of enlightenment.

ਪਉੜੀ॥	**pa-orhee.**
ਜਿਤਨੇ ਪਾਤਿਸਾਹ ਸਾਹ ਰਾਜੇ,	jitnay paatisaah saah raajay
ਖਾਨ, ਉਮਰਾਵ, ਸਿਕਦਾਰ,	khaan umraav sikdaar

ਹਹਿ ਤਿਤਨੇ ਸਭਿ ਹਰਿ ਕੇ ਕੀਏ॥	heh titnay sabh har kay kee-ay.
ਜੋ ਕਿਛੁ ਹਰਿ ਕਰਾਵੈ ਸੁ ਓਇ ਕਰਹਿ,	jo kichh har karaavai so o-ay karahi
ਸਭਿ ਹਰਿ ਕੇ ਅਰਥੀਏ॥	sabh har kay arthee-ay.
ਸੋ ਐਸਾ ਹਰਿ ਸਭਨਾ ਕਾ ਪ੍ਰਭੁ,	so aisaa har sabhnaa kaa parabh
ਸਤਿਗੁਰ ਕੈ ਵਲਿ ਹੈ,	satgur kai val hai
ਤਿਨਿ ਸਭਿ ਵਰਨ ਚਾਰੇ ਖਾਣੀ,	tin sabh varan chaaray khaanee
ਸਭ ਸ੍ਰਿਸਟਿ ਗੋਲੇ ਕਰਿ ਸਤਿਗੁਰ ਅਗੈ,	sabh sarisat golay kar satgur agai
ਕਾਰ ਕਮਾਵਣ ਕਉ ਦੀਏ॥	kaar kamaavan ka-o dee-ay.
ਹਰਿ ਸੇਵੇ ਕੀ ਐਸੀ ਵਡਿਆਈ	har sayvay kee aisee vadi-aa-ee
ਦੇਖਹੁ ਹਰਿ ਸੰਤਹੁ,	daykhhu har santahu
ਜਿਨਿ ਵਿਚਹੁ ਕਾਇਆ ਨਗਰੀ,	jin vichahu kaa-i-aa nagree
ਦੁਸਮਨ ਦੂਤ ਸਭਿ ਮਾਰਿ ਕਢੀਏ॥	dusman doot sabh maar kadhee-ay.
ਹਰਿ ਹਰਿ ਕਿਰਪਾਲੁ ਹੋਆ	har har kirpaal ho-aa
ਭਗਤ ਜਨਾ ਉਪਰਿ,	bhagat janaa upar
ਹਰਿ ਆਪਣੀ ਕਿਰਪਾ ਕਰਿ	har aapnee kirpaa kar
ਹਰਿ ਆਪਿ ਰਖਿ ਲੀਏ॥੬॥	har aap rakh lee-ay. ||6||

ਸੰਸਾਰਕ ਰਾਜੇ ਮਹਾਂਰਾਜੇ, ਗਿਆਨੀ ਸੂਜਵਾਨ ਸਾਰੇ ਹੀ ਪ੍ਰਭ ਦੇ ਪੈਦਾ ਕੀਤੇ ਹੋਏ ਹਨ । ਜੋ ਵੀ ਪ੍ਰਭ ਉਹਨਾਂ ਤੋਂ ਕਰਵਾਉਂਦਾ ਹੈ, ਉਹ ਕੁਝ ਹੀ ਉਹ ਕਰ ਸਕਦੇ ਹਨ । ਉਹ ਸਾਰੇ ਹੀ ਪ੍ਰਭ ਦੇ ਦਰ ਦੇ ਮੰਗਤੇ ਹੀ ਹਨ, ਪ੍ਰਭ ਹੀ ਉਹਨਾਂ ਦਾ ਆਸਰਾ ਹੁੰਦਾ ਹੈ । ਇਸਤਰ੍ਹਾਂ ਦਾ ਹੀ ਅਸਲੀ ਮਾਲਕ ਪ੍ਰਭ ਹੈ, ਅਸਲੀ ਗੁਰੂ ਹੈ । ਸਾਰੀਆਂ ਜਾਤਾਂ, ਪੈਦਾ ਕਰਨ ਦੇ ਚਾਰੇ ਸੋਮੇ, ਸ੍ਰਿਸ਼ਟੀ ਹੀ ਪ੍ਰਭ ਦੀ ਗੁਲਾਮ ਹੈ । ਪ੍ਰਭ ਹੀ ਉਹਨਾਂ ਤੋਂ ਸਭ ਧੰਦੇ ਕਰਵਾਉਂਦਾ ਹੈ । ਸਭ ਵਡਿਆਈ, ਪ੍ਰਭ ਦੇ ਸ਼ਬਦ ਦੀ ਪਾਲਣਾ ਨਾਲ ਹੀ ਬਖਸ਼ਿਸ਼ ਹੁੰਦੀ ਹੈ! ਇਸ ਨਾਲ ਮਨ ਵਿਚੋਂ ਸਾਰੇ ਦੁਸ਼ਮਣਾਂ ਤੇ ਜਿੱਤ ਬਖਸ਼ਿਸ਼ ਹੋ ਜਾਂਦੀ, ਮਨ ਵਿੱਚ ਕੋਈ ਬੁਰਾ ਖਿਆਲ ਨਹੀਂ ਰਹਿੰਦਾ । ਪ੍ਰਭ ਆਪ ਹੀ ਆਪਣਾ ਦਾਸ ਬਣਾਕੇ ਰਖਿਆ ਕਰਦਾ ਹੈ ।

All worldly creatures, kings, saints, prophets have been created by His command. Only with His mercy and grace, everyone may perform worldly deeds. All creatures are beggars at His door and prays for His forgiveness and blessings. The Merciful True Master has such a unique greatness. The creatures of all worldly castes, four sources of reproduction remain His slave and may only prevail under His command. The Master may perform all tasks through His Creation. To obey the teachings of His Word has unique greatness; with His mercy and grace, all demons of worldly desires may be conquered. Whosoever may obey the teachings of His Word with steady and stable belief in day-to-day life; with His mercy and grace, he may conquer all demons his worldly desires. All his evil thoughts from his mind may be eliminated. He may be accepted him as His true devotee and He protects his honor.

401.ਸਲੋਕ ਮਃ ੩॥ 851-17

ਅੰਦਰਿ ਕਪਟੁ ਸਦਾ ਦੁਖੁ ਹੈ,	andar kapat sadaa dukh hai
ਮਨਮੁਖ ਧਿਆਨੁ ਨ ਲਾਗੈ॥	manmukh Dhi-aan na laagai.
ਦੁਖ ਵਿਚਿ ਕਾਰ ਕਮਾਵਣੀ,	dukh vich kaar kamaavnee
ਦੁਖੁ ਵਰਤੈ ਦੁਖੁ ਆਗੈ॥	dukh vartai dukh aagai.
ਕਰਮੀ ਸਤਿਗੁਰੁ ਭੇਟੀਐ,	karmee satgur bhaytee-ai
ਤਾ ਸਚਿ ਨਾਮਿ ਲਿਵ ਲਾਗੈ॥	taa sach naam liv laagai.
ਨਾਨਕ ਸਹਜੇ ਸੁਖੁ ਹੋਇ,	naanak sehjay sukh ho-ay

ਅੰਦਰਹੁ ਭ੍ਰਮੁ ਭਉ ਭਾਗੈ॥੧॥ andrahu bharam bha-o bhaagai.||1||

ਮਨਮੁਖ ਦਾ ਮਨ ਸ਼ਬਦ ਦੀ ਪਾਲਣਾ ਵਿੱਚ ਕਦੇ ਨਹੀਂ ਲੱਗਦਾ । ਉਸ ਦੇ ਮਨ ਅੰਦਰ ਸੰਸਾਰਕ ਇੱਛਾਂ ਦੀ ਭਟਕਣ ਨਾਲ ਸਦਾ ਹੀ ਦੁਖ, ਚਿੰਤਾਂ ਰਹਿੰਦੀ ਹੈ । ਉਹ ਸੰਸਾਰਕ ਚਿੰਤਾਂ ਨੂੰ ਪੂਰੀਆਂ ਕਰਨ ਲਈ ਕੰਮ ਕਰਦਾ ਰਹਿੰਦਾ ਹੈ । ਇਹ ਇੱਛਾਂ ਦੀ ਅੱਗ ਕਦੇ ਬੁਝਦੀ ਨਹੀਂ, ਦੁਖਾਂ ਵਿੱਚ ਹੀ ਮਰਦਾ, ਮੌਤ ਤੋ ਪਿਛੋਂ ਵੀ ਦੁਖ ਹੀ ਪਾਉਂਦਾ ਹੈ । ਅਗਰ ਚੰਗੇ ਭਾਗ ਹੋਣ ਤਾਂ ਹੀ ਪ੍ਰਭ ਦੇ ਸ਼ਬਦ ਦੀ ਪਾਲਣਾ ਕੀਤੀ ਜਾ ਸਕਦੀ, ਪਾਲਣਾ ਵਿੱਚ ਲਗਨ ਲੱਗਦੀ ਹੈ । ਉਸ ਜੀਵ ਦੇ ਮਨ ਵਿਚੋਂ ਡਰ, ਚਿੰਤਾਂ ਦੂਰ ਹੋ ਜਾਂਦੀਆਂ, ਮਨ ਵਿੱਚ ਪੂਰਨ ਸੰਤੋਖ, ਸ਼ਾਂਤੀ ਬਖਸ਼ਿਸ਼ ਹੋ ਜਾਂਦੀ ਹੈ ।

Self-minded may never remain steady and stable on meditating or obeying the teachings of His Word. He may remain frustrated and miserable with worldly temptation and desires. He may perform even sinful worldly deeds to satisfy his worldly desires. He may endure miseries; the lava of his worldly desire may never be quenched and even after death. Whosoever may have a great prewritten destiny, only he may obey the teachings of His Word and he may remain steady and stable on the right path of acceptance in His Court. All his worries of worldly desires and fear of death may be eliminated; with His mercy and grace, he may be blessed with peace of mind and contentment.

ਮਃ ੩॥ **mehlaa 3.**

ਗੁਰਮੁਖਿ ਸਦਾ ਹਰਿ ਰੰਗੁ ਹੈ, gurmukh sadaa har rang hai
ਹਰਿ ਕੇ ਨਾਉ ਮਨਿ ਭਾਇਆ॥ har kaa naa-o man bhaa-i-aa.
ਗੁਰਮੁਖਿ ਵੇਖਣੁ ਬੋਲਣਾ, gurmukh vaykhan bolnaa
ਨਾਮੁ ਜਪਤ ਸੁਖੁ ਪਾਇਆ॥ naam japat sukh paa-i-aa.
ਨਾਨਕ ਗੁਰਮੁਖਿ ਗਿਆਨੁ ਪ੍ਰਗਾਸਿਆ, naanak gurmukh gi-aan pargaasi-aa
ਤਿਮਰ ਅਗਿਆਨੁ ਅੰਧੇਰੁ ਚੁਕਾਇਆ॥੨॥ timar agi-aan anDhayr chukaa-i-aa.2

ਗੁਰਮਖ ਦੇ ਮਨ ਵਿੱਚ ਸਦਾ ਹੀ ਪ੍ਰਭ ਦੇ ਸ਼ਬਦ ਨਾਲ ਲਗਨ ਰਹਿੰਦੀ ਹੈ । ਉਸ ਦੇ ਮਨ ਨੂੰ ਪ੍ਰਭ ਦਾ ਸ਼ਬਦ ਭਾਉਂਦਾ, ਚੰਗਾ ਲੱਗਦਾ ਹੈ । ਗੁਰਮਖ ਪ੍ਰਭ ਦੇ ਸ਼ਬਦ ਦੀ ਪਾਲਣਾ, ਵਿਚਾਰ, ਕਥਾ ਕਰਦਾ ਹੈ । ਪ੍ਰਭ ਦੇ ਸ਼ਬਦ ਦੀ ਉਸਤਤ ਕਰਦੇ, ਮਨ ਵਿੱਚ ਸੰਤੋਖ, ਸ਼ਾਂਤੀ ਬਖਸ਼ਿਸ਼ ਹੋ ਜਾਂਦੀ ਹੈ । ਮਨ ਵਿਚੋਂ ਅਗਿਆਨਤਾ ਦਾ ਅੰਧੇਰਾ ਖਤਮ ਹੋ ਜਾਂਦਾ, ਸ਼ਬਦ ਦਾ ਨੂਰ ਚਮਕਦਾ ਹੈ ।

His true devotee may obey the teachings of His Word with steady and stable belief in his day-to-day life. The teachings of His Word may become very soothing and comforting to his mind. His true devotee may obey the teachings of His Word, listens to the sermons, and sings the glory of His Word; with His mercy and grace, he may be blessed with peace and contentment. His ignorance from the real purpose of human life opportunity may be eliminated and the essence of His Word may be enlightened within.

ਮਃ ੩॥ **mehlaa 3.**

ਮਨਮੁਖ ਮੈਲੇ ਮਰਹਿ ਗਵਾਰ॥ manmukh mailay mareh gavaar.
ਗੁਰਮੁਖਿ ਨਿਰਮਲ gurmukh nirmal
ਹਰਿ ਰਾਖਿਆ ਉਰ ਧਾਰਿ॥ har raakhi-aa ur Dhaar.
ਭਨਤਿ ਨਾਨਕੁ ਸੁਣਹੁ ਜਨ ਭਾਈ॥ bhanat naanak sunhu jan bhaa-ee.
ਸਤਿਗੁਰੁ ਸੇਵਿਹੁ ਹਉਮੈ ਮਲੁ ਜਾਈ॥ satgur sayvihu ha-umai mal jaa-ee.
ਅੰਦਰਿ ਸੰਸਾ ਦੂਖੁ ਵਿਆਪੇ, andar sansaa dookh vi-aapay
ਸਿਰਿ ਧੰਧਾ ਨਿਤ ਮਾਰ॥ sir DhanDhaa nit maar.
ਦੂਜੈ ਭਾਇ ਸੂਤੇ ਕਬਹੁ ਨ ਜਾਗਹਿ, doojai bhaa-ay sootay kabahu na jaageh

ਮਾਇਆ ਮੋਹ ਪਿਆਰ॥	maa-i-aa moh pi-aar.
ਨਾਮੁ ਨ ਚੇਤਹਿ ਸਬਦੁ ਨ ਵੀਚਾਰਹਿ,	naam na cheeteh sabad na vichaareh
ਇਹੁ ਮਨਮੁਖ ਕਾ ਬੀਚਾਰ॥	ih manmukh kaa beechaar.
ਹਰਿ ਨਾਮੁ ਨ ਭਾਇਆ,	har naam na bhaa-i-aa
ਬਿਰਥਾ ਜਨਮੁ ਗਵਾਇਆ,	birthaa janam gavaa-i-aa
ਨਾਨਕ ਜਮੁ ਮਾਰਿ ਕਰੇ ਖੁਆਰ॥੩॥	naanak jam maar karay khu-aar. ||3||

ਮਨਮੁਖ ਜੀਵ ਅਣਜਾਣ, ਮੂਰਖ ਹੁੰਦਾ ਹੈ, ਮਨ ਬੁਰੇ ਖਿਆਲਾਂ ਨਾਲ ਭਰਿਆਂ ਹੁੰਦਾ ਹੈ । ਗੁਰਮਖ ਦਾ ਮਨ ਪਵਿੱਤਰ ਰਹਿੰਦਾ ਹੈ, ਮਨ ਵਿੱਚ ਸ਼ਬਦ ਵਸਦਾ, ਸ਼ਬਦ ਦੀ ਪਾਲਣਾ ਵਿੱਚ ਹੀ ਮਸਤ ਰਹਿੰਦਾ ਹੈ । ਭਗਤ ਜਨੋ, ਧਿਆਨ ਵਿੱਚ ਰਖੋ ! ਸ਼ਬਦ ਦੀ ਪਾਲਣਾ ਕਰਨ ਨਾਲ ਮਨ ਵਿਚੋਂ ਅਹੰਕਾਰ ਦੀ ਮੈਲ ਨਾਸ ਹੋ ਜਾਂਦੀ ਹੈ । ਜੀਵ ਦੇ ਮਨ ਵਿੱਚ ਹਰਵੇਲੇ ਭਰਮ ਹੀ ਘੇਰਾ ਪਾਈ ਰਖਦੇ ਹਨ । ਉਸ ਦੇ ਵਿਚਾਰ ਸੰਸਾਰਕ ਇੱਛਾਂ ਦੀ ਭਟਕਣ ਵਿੱਚ ਰਹਿੰਦੇ ਹਨ । ਇੱਕ ਤੇ ਭਰੋਸਾ ਅਡੋਲ ਨਾ ਹੋਣ ਕਾਰਨ, ਉਹ ਭਰਮਾਂ ਦੇ ਸੁਪਨੇ ਵਿੱਚ ਹੀ ਰਹਿੰਦਾ ਹੈ । ਉਸ ਦੀ ਲਗਨ ਸੰਸਾਰਕ ਮਾਇਆ ਵਿੱਚ ਹੀ ਰਹਿੰਦੀ ਹੈ । ਉਹ ਪ੍ਰਭ ਦੀ ਰਹਿਮਤ, ਸ਼ਬਦ ਦਾ ਵਿਚਾਰ ਨਹੀਂ ਕਰਦਾ, ਯਾਦ ਨਹੀਂ ਰਖਦਾ । ਇਹ ਹੀ ਮਨਮੁਖ ਜੀਵ ਦੇ ਹਲਾਤ, ਧੰਦਾ ਹੁੰਦਾ ਹੈ । ਉਸ ਦੇ ਮਨ ਵਿੱਚ ਪ੍ਰਭ ਦੇ ਸ਼ਬਦ ਨਾਲ ਲਗਨ ਨਹੀਂ ਹੁੰਦੀ, ਮਾਨਸ ਜਨਮ ਬਿਰਥਾ ਹੀ ਗਵਾ ਜਾਂਦਾ ਹੈ । ਮੌਤ ਦਾ ਫਰਿਸ਼ਤਾ ਉਸ ਨੂੰ ਜੂੰਨਾਂ ਵਿੱਚ ਹੀ ਪਾਉਂਦਾ ਹੈ ।

Ignorant self-minded remains overwhelmed with evil thoughts. His true devotee remains intoxicated in obey the teachings of His Word and his soul remain sanctified. Remember! By obeying the teachings of His Word, the blemish of worldly desires may be eliminated from his mind. Human mind remains intoxicated with religious suspicions. His mind, thoughts remains dominated with worldly desires, frustrations. He wastes his human life opportunity in dream land, due to lack of belief on His blessings. He may remain intoxicated with the fantasy of worldly desire and he may never think about the teachings of His Word in his day-to-day life. Self-minded remains in such a miserable state of mind in his day-to-day tasks. Without his dedication to obey the teachings of His Word; he may waste his human life opportunity. The devil of death may capture his soul. His soul may endure the pain of birth in lower class creature.

ਪਉੜੀ॥	**pa-orhee.**
ਜਿਸ ਨੋ ਹਰਿ ਭਗਤਿ ਸਚੁ ਬਖਸੀਅਨੁ,	jis no har bhagat sach bakhsee-an
ਸੋ ਸਚਾ ਸਾਹੁ॥	so sachaa saahu.
ਤਿਸ ਕੀ ਮੁਹਤਾਜੀ ਲੋਕੁ ਕਢਦਾ,	tis kee muhtaajee lok kadh-daa horat
ਹੋਰਤੁ ਹਟਿ ਨ ਵਥੁ ਨ ਵੇਸਾਹੁ॥	hat na vath na vaysaahu.
ਭਗਤ ਜਨਾ ਕਉ ਸਨਮੁਖੁ ਹੋਵੈ,	bhagat janaa ka-o sanmukh hovai
ਸੁ ਹਰਿ ਰਾਸਿ ਲਏ ਵੇਮੁਖ ਭਸੁ ਪਾਹੁ॥	so har raas la-ay vaimukh bhas paahu.
ਹਰਿ ਕੇ ਨਾਮ ਕੇ ਵਾਪਾਰੀ	har kay naam kay vaapaaree
ਹਰਿ ਭਗਤ ਹਹਿ	har bhagat heh
ਜਮੁ ਜਾਗਾਤੀ ਤਿਨਾ ਨੇੜਿ ਨ ਜਾਹੁ॥	jam jaagaatee tinaa nayrh na jaahu.
ਜਨ ਨਾਨਕਿ ਹਰਿ ਨਾਮ ਧਨੁ ਲਦਿਆ,	jan naanak har naam Dhan ladi-aa
ਸਦਾ ਵੇਪਰਵਾਹੁ॥੭॥	sadaa vayparvaahu. ||7||

ਜਿਸ ਨੂੰ ਪ੍ਰਭ ਰਹਿਮਤ ਬਖਸ਼ਕੇ, ਸ਼ਬਦ ਦੇ ਲੜ ਲਾਉਂਦਾ ਹੈ ਉਹ ਹੀ ਅਸਲੀ ਸ਼ੇਨਸਾਹ ਹੁੰਦਾ ਹੈ । ਸੰਸਾਰਕ ਜੀਵ ਵੀ ਉਸ ਦੇ ਪਿਛੇ ਚਲਦੇ ਹਨ । ਉਹ ਸ਼ਬਦ ਤੋ ਬਿਨਾਂ ਕੋਈ ਹੋਰ ਵਪਾਰ ਨਹੀਂ ਕਰਦਾ, ਨਾ ਹੀ ਸਿਖਿਆਂ ਦੇਂਦਾ ਹੈ । ਜਿਹੜਾ ਜੀਵ ਪ੍ਰਭ ਦੇ ਸ਼ਬਦ ਦੀ ਪਾਲਣਾ ਵਿੱਚ ਲਗਨ ਲਾਉਂਦਾ ਹੈ । ਉਹ ਪ੍ਰਭ ਦੇ ਨੇੜੇ ਆ ਜਾਂਦਾ, ਸਨਮੁਖ ਹੋ ਜਾਂਦਾ ਹੈ । ਜਿਹੜਾ ਸ਼ਬਦ ਨੂੰ ਯਾਦ ਨਹੀਂ ਰਖਦਾ, ਰਹਿਮਤ

ਤੋ ਦੂਰ ਹੋ ਜਾਂਦਾ, ਬੇਮੁਖ ਹੋ ਜਾਂਦਾ ਹੈ । ਜਿਹੜਾ ਪ੍ਰਭ ਦੇ ਸ਼ਬਦ ਦੀ ਪਾਲਣਾ ਕਰਦਾ, ਉਸ ਦਾ ਵਪਾਰੀ ਹੁੰਦਾ ਹੈ । ਮੌਤ ਦਾ ਫਰਿਸ਼ਤਾ ਉਸ ਦੇ ਨੇੜੇ ਵੀ ਨਹੀਂ ਜਾ ਸਕਦਾ । ਪ੍ਰਭ ਦੇ ਸ਼ਬਦ ਦੀ ਕਮਾਈ ਇਕੱਠੀ ਕਰਦਾ, ਉਹ ਸਦਾ ਹੀ ਬੇਫਿਕਰ ਰਹਿੰਦਾ ਹੈ ।

Whosoever may be blessed with His mercy and grace, he may remain devoted to obey the teachings of His Word; his state of mind may be like a true king. Worldly creatures may follow the teachings of his life. He may never perform any worldly task except the teachings of His Word nor counsel any other advice to anyone. Whosoever may remain intoxicated in obeying the teachings of His Word, his soul may be sanctified and he may become close to The True Master. Whosoever may not obey the teachings of His Word; he may be deprived from His mercy and grace and he may become self-minded. Whosoever may obey and trades the teachings of His Word; his soul may become beyond the reach of devil of death. He may be blessed with the earnings of His Word and he remains worry free in all worldly environments.

402.ਸਲੋਕ ਮਃ ੩॥ 852-9

ਇਸੁ ਜੁਗ ਮਹਿ ਭਗਤੀ ਹਰਿ ਧਨੁ ਖਟਿਆ,	is jug meh bhagtee har Dhan khati-aa
ਹੋਰੁ ਸਭੁ ਜਗਤੁ ਭਰਮਿ ਭੁਲਾਇਆ॥	hor sabh jagat bharam bhulaa-i-aa.
ਗੁਰ ਪਰਸਾਦੀ ਨਾਮੁ ਮਨਿ ਵਸਿਆ,	gur parsaadee naam man vasi-aa
ਅਨਦਿਨੁ ਨਾਮੁ ਧਿਆਇਆ॥	an-din naam Dhi-aa-i-aa.
ਬਿਖਿਆ ਮਾਹਿ ਉਦਾਸ ਹੈ,	bikhi-aa maahi udaas hai ha-umai
ਹਉਮੈ ਸਬਦਿ ਜਲਾਇਆ॥	sabad jalaa-i-aa.
ਆਪਿ ਤਰਿਆ ਕੁਲ ਉਧਰੇ,	aap tari-aa kul uDhray
ਧੰਨੁ ਜਣੇਦੀ ਮਾਇਆ॥	Dhan janaydee maa-i-aa.
ਸਦਾ ਸਹਜੁ ਸੁਖੁ ਮਨਿ ਵਸਿਆ,	sadaa sahj sukh man vasi-aa
ਸਚੇ ਸਿਉ ਲਿਵ ਲਾਇਆ॥	sachay si-o liv laa-i-aa.
ਬ੍ਰਹਮਾ ਬਿਸਨੁ ਮਹਾਦੇਉ ਤ੍ਰੈ,	barahmaa bisan mahaaday-o tarai
ਗੁਣ ਭੁਲੇ ਹਉਮੈ ਮੋਹੁ ਵਧਾਇਆ॥	gun bhulay ha-umai moh vaDhaa-i-aa.
ਪੰਡਿਤ ਪੜਿ ਪੜਿ ਮੋਨੀ ਭੁਲੇ,	pandit parh parh monee bhulay
ਦੂਜੈ ਭਾਇ ਚਿਤੁ ਲਾਇਆ॥	doojai bhaa-ay chit laa-i-aa.
ਜੋਗੀ ਜੰਗਮ ਸੰਨਿਆਸੀ ਭੁਲੇ,	jogee jangam sani-aasee bhulay
ਵਿਣੁ ਗੁਰ ਤਤੁ ਨ ਪਾਇਆ॥	vin gur tat na paa-i-aa.
ਮਨਮੁਖ ਦੁਖੀਏ ਸਦਾ	manmukh dukhee-ay sadaa
ਭ੍ਰਮਿ ਭੁਲੇ,	bharam bhulay
ਤਿਨ੍ਹੀ ਬਿਰਥਾ ਜਨਮੁ ਗਵਾਇਆ॥	tinHee birthaa janam gavaa-i-aa.
ਨਾਨਕ ਨਾਮਿ ਰਤੇ	naanak naam ratay
ਸੇਈ ਜਨ ਸਮਧੇ,	say-ee jan samDhay
ਜਿ ਆਪੇ ਬਖਸਿ ਮਿਲਾਇਆ॥੧॥	je aapay bakhas milaa-i-aa. ||1||

ਸੰਸਾਰ ਵਿੱਚ ਸ਼ਬਦ ਦੀ ਪਾਲਣਾ ਕਰਨ ਵਾਲੇ ਪ੍ਰਭ ਦੇ ਸ਼ਬਦ ਦਾ ਧਨ ਖੱਟਦੇ ਹਨ । ਬਾਕੀ ਸਾਰੇ ਜੀਵ ਭਰਮਾਂ ਵਿੱਚ ਹੀ ਭਉਦੇ ਰਹਿੰਦੇ ਹਨ । ਪ੍ਰਭ ਦੀ ਰਹਿਮਤ ਨਾਲ ਹੀ ਜੀਵ ਪ੍ਰਭ ਦੇ ਸ਼ਬਦ ਦੀ ਦਿਨ ਰਾਤ ਪਾਲਣਾ ਕਰਦਾ ਹੈ । ਰਹਿਮਤ ਨਾਲ ਹੀ ਪ੍ਰਭ ਦਾ ਸ਼ਬਦ ਮਨ ਵਿੱਚ ਘਰ ਕਰਦਾ ਹੈ । ਇੱਛਾਂ ਭਰੇ ਸੰਸਾਰ ਵਿੱਚ ਵੀ ਦਾਸ ਸੰਸਾਰਕ ਇੱਛਾਂ ਤੋ ਰਹਿਤ ਰਹਿੰਦਾ ਹੈ । ਸ਼ਬਦ ਦੀ ਪਾਲਣਾ ਨਾਲ ਮਨ ਵਿਚੋਂ ਅਹੰਕਾਰ, ਹੈਸੀਅਤ ਦਾ ਨਾਸ ਹੋ ਜਾਂਦਾ ਹੈ । ਉਹ ਆਪ ਤਾਂ ਅਮਰ ਹੋ ਜਾਂਦਾ ਹੈ, ਆਪਣੀਆਂ ਕੁਲਾਂ, ਬੰਦਗੀ ਤੇ ਲਾ ਕੇ ਤਾਰ ਜਾਂਦਾ ਹੈ । ਜਿਹੜੀ ਮਾਂ ਉਸ ਬੱਚੇ ਨੂੰ ਜਨਮ ਦੇਂਦੀ ਹੈ, ਵੱਡੇ ਭਾਗਾਂ

ਵਾਲੀ ਹੁੰਦੀ ਹੈ । ਉਸ ਦੇ ਮਨ ਵਿੱਚ ਸਦਾ ਰਹਿਣ ਵਾਲਾ ਖੇੜਾ ਵਸਦਾ ਹੈ । ਉਸ ਦੀ ਲਗਨ ਪ੍ਰਭ ਦੇ ਸ਼ਬਦ ਦੀ ਪਾਲਣਾ ਵਿੱਚ ਅਡੋਲ ਰਹਿੰਦੀ ਹੈ । ਬ੍ਰਹਮਾ, ਬਿਸ਼ਨ, ਮਹੇਸ਼ ਸੰਸਾਰਕ ਮਾਇਆ ਦੇ ਤਿੰਨਾਂ ਰੂਪਾਂ ਦੇ ਜਾਲ ਵਿੱਚ ਫਸੇ ਹਨ । ਉਹਨਾਂ ਦੇ ਮਨ ਵਿੱਚ ਸੰਸਾਰਕ ਮਾਇਆ ਦਾ ਅਹੰਕਾਰ ਵਧਦਾ ਰਹਿੰਦਾ ਹੈ । ਪੰਡਿਤ, ਵਿਦਵਾਨ, ਸੁਝਵਾਲ, ਮੌਨਧਾਰੀ ਧਰਮ ਦੇ ਗ੍ਰੰਥ ਪੜ੍ਹਦੇ ਹਨ । ਇਹਨਾਂ ਵਿਚਾਰਾਂ ਵਿੱਚ ਦਿਵਾਨੇ ਹੋਏ ਰਹਿੰਦੇ ਹਨ । ਇੱਕ ਤੇ ਭਰੋਸਾ ਅਡੋਲ ਨਹੀਂ ਹੁੰਦਾ, ਹੋਰ ਦੂਸਰੇ ਨਾਲ ਸੰਜੋਗ ਬਣਾਉਂਦੇ, ਲਗਨ ਲਾਉਂਦੇ ਹਨ । ਜੋਗੀ, ਸੰਨਿਆਸੀ ਪਵਿੱਤਰ ਤੀਰਥਾਂ ਦੀ ਯਾਤਰ ਵਿੱਚ ਮਸਤ ਰਹਿੰਦੇ ਹਨ । ਉਹਨਾਂ ਨੂੰ ਪ੍ਰਭ ਦੇ ਸ਼ਬਦ ਦੀ ਸੋਝੀ ਨਹੀਂ ਹੁੰਦੀ । ਮਨਮੁਖ ਜੀਵ ਧਰਮ ਦੇ ਰੀਤ ਰੀਵਾਜ ਕਰਦਾ ਭਰਮਾਂ ਵਿੱਚ ਫਸਿਆ ਰਹਿੰਦਾ ਹੈ । ਉਹ ਮਾਨਸ ਜਨਮ ਬਿਰਥਾ ਹੀ ਗਵਾ ਜਾਂਦਾ ਹੈ । ਜਿਹੜਾ ਪ੍ਰਭ ਦੇ ਸ਼ਬਦ ਦੀ ਪਾਲਣਾ ਵਿੱਚ ਅਡੋਲ ਰਹਿੰਦਾ ਹੈ । ਪ੍ਰਭ ਆਪ ਹੀ ਉਸ ਨੂੰ ਬਖਸ਼ਦਾ, ਦਰਬਾਰ ਵਿੱਚ ਪ੍ਰਵਾਨ ਕਰ ਲੈਂਦਾ ਹੈ ।

Whosoever may obey the teachings of His Word; with His mercy and grace, he may earn the wealth of His Word. Everyone else may remain in worldly suspicions. His true devotee may remain intoxicated in obeying the teachings of His Word; with His mercy and grace, he may be drenched with the essence of His Word. He may remain beyond the reach of worldly temptation in the ocean of worldly desires and temptations. He may conquer the ego of his worldly status. He may be blessed with immortal state of mind and he may save his generations by inspiring on the right path of meditation. Whosoever may remain intoxicated in the void of His Word and overwhelmed with blossom; his mother may be very fortunate; Worldly prophets like **Brahama, Bishain, Mahesh** were intoxicated and remained slave of different virtue of Worldly wealth. Whosoever may worship worldly prophets; his ego and greed of worldly wealth may be enhanced with their teachings. Worldly scholars, saints, quite saints all read worldly Holy scriptures and become insane in evaluating the teachings in these Holy Scriptures. He may not develop a steady and stable belief on The One and only One True Master. In his ignorance, he may remain searching the enlightenment from worldly prophets and Gurus. Yogi, renunciatory remains intoxicated in wandering shrine to shrine searching for peace of mind and enlightenment. No one may be blessed with enlightenment of the right path of acceptance in His Court. Self-minded may remain intoxicated with religious rituals; he wastes his human life opportunity uselessly. Whosoever may obey the teachings of His Word with steady and stable in his day-to-day life; with His mercy and grace, he may be blessed with the right path of acceptance in His Court.

ਮਃ ੩॥	**mehlaa 3.**
ਨਾਨਕ ਸੋ ਸਾਲਾਹੀਐ,	naanak so salaahee-ai
ਜਿਸੁ ਵਸਿ ਸਭੁ ਕਿਛੁ ਹੋਇ॥	jis vas sabh kichh ho-ay.
ਤਿਸਹਿ ਸਰੇਵਹੁ ਪ੍ਰਾਣੀਹੋ,	tiseh sarayvhu paraaneeho
ਤਿਸੁ ਬਿਨੁ ਅਵਰੁ ਨ ਕੋਇ॥	tis bin avar na ko-ay.
ਗੁਰਮੁਖਿ ਅੰਤਰਿ ਮਨਿ ਵਸੈ,	gurmukh antar man vasai
ਸਦਾ ਸਦਾ ਸੁਖੁ ਹੋਇ॥੨॥	sadaa sadaa sukh ho-ay. ||2|

ਪ੍ਰਭ ਦੇ ਸ਼ਬਦ ਦੀ ਉਸਤਤ, ਸਿਮਰਨ ਕਰੋ ! ਜਿਸ ਦੇ ਵੱਸ ਵਿੱਚ ਸਾਰੀ ਸ੍ਰਿਸ਼ਟੀ, ਸਭ ਕੁਝ ਹੀ ਹੈ । ਉਸ ਤੋ ਬਿਨਾਂ ਹੋਰ ਕੋਈ ਅਸਲੀ ਮਾਲਕ ਨਹੀਂ ਹੈ । ਗੁਰਮਖ ਦੇ ਮਨ ਵਿੱਚ ਸ਼ਬਦ ਵਸਦਾ ਹੈ । ਉਹ ਸਦਾ ਹੀ ਖੇੜੇ ਵਿੱਚ, ਅਨੰਦ ਵਿੱਚ ਰਹਿੰਦਾ ਹੈ ।

You should meditate and sing the glory of The One and only One True Master; everything may only happen under His command. No worldly prophet or guru may become or replaces The True Master. His true devotee may remain drenched with the essence of His Word; with His mercy and grace, he may remain overwhelmed with pleasure and blossom in his life.

ਪਉੜੀ॥	**pa-orhee.**
ਜਿਨੀ ਗੁਰਮੁਖਿ ਹਰਿ ਨਾਮ	jinee gurmukh har naam
ਧਨੁ ਨ ਖਟਿਓ,	Dhan na khati-o
ਸੇ ਦੇਵਾਲੀਏ ਜੁਗ ਮਾਹਿ॥	say dayvaalee-ay jug maahi.
ਓਇ ਮੰਗਦੇ ਫਿਰਹਿ	o-ay mangday fireh
ਸਭ ਜਗਤ ਮਹਿ,	sabh jagat meh
ਕੋਈ ਮੁਹਿ ਥੁਕ ਨ ਤਿਨ ਕਉ ਪਾਹਿ॥	ko-ee muhi thuk na tin ka-o paahi.
ਪਰਾਈ ਬਖੀਲੀ ਕਰਹਿ ਆਪਣੀ,	paraa-ee bakheelee karahi aapnee
ਪਰਤੀਤਿ ਖੋਵਨਿ	parteet khovan
ਸਗਵਾ ਭੀ ਆਪੁ ਲਖਾਹਿ॥	sagvaa bhee aap lakhaahi.
ਜਿਸੁ ਧਨ ਕਾਰਣਿ ਚੁਗਲੀ ਕਰਹਿ,	jis Dhan kaaran chuglee karahi
ਸੋ ਧਨ ਚੁਗਲੀ ਹਥਿ ਨ ਆਵੈ	so Dhan chuglee hath na aavai
ਓਇ ਭਾਵੈ ਤਿਥੈ ਜਾਹਿ॥	o-ay bhaavai tithai jaahi.
ਗੁਰਮੁਖਿ ਸੇਵਕ ਭਾਇ	gurmukh sayvak bhaa-ay
ਹਰਿ ਧਨੁ ਮਿਲੈ,	har Dhan milai
ਤਿਥਹੁ ਕਰਮਹੀਣ ਲੈ ਨ ਸਕਹਿ,	tithhu karamheen lai na sakahi
ਹੋਰ ਥੈ ਦੇਸ ਦਿਸੰਤਰਿ	hor thai days disantar
ਹਰਿ ਧਨੁ ਨਾਹਿ॥ ੮॥	har Dhan naahi. ‖8‖

ਜਿਹੜਾ ਮਾਨਸ ਜਨਮ ਵਿੱਚ ਸ਼ਬਦ ਦੀ ਕਮਾਈ ਨਹੀਂ ਕਰਦਾ । ਉਸ ਪਾਸ ਮੌਤ ਤੋ ਪਿਛੋਂ ਸਾਥ ਲੈ ਜਾਣ ਵਾਲਾ ਕੋਈ ਧਨ ਨਹੀਂ ਹੁੰਦਾ । ਉਹ ਸਾਰੇ ਸੰਸਾਰ ਵਿੱਚ ਮੰਗਦਾ ਫਿਰਦਾ, ਵੱਖਰੇ ਵੱਖਰੇ ਤੀਰਥਾਂ ਤੇ ਇਸ਼ਨਾਨ, ਪੁੰਨ ਦਾਨ ਕਰਦਾ ਹੈ । ਕਿਸੇ ਥਾਂ ਤੋ ਵੀ ਸ਼ਾਂਤੀ ਬਖਸ਼ਿਸ਼ ਨਹੀਂ ਹੁੰਦੀ । ਉਹ ਪਰਾਈ ਅਮਾਨਤ ਤੇ ਕਬਜਾ ਕਰਦਾ, ਆਪਣੀ ਸ਼ਬਦ ਦੀ ਕਮਾਈ ਵੀ ਗਵਾ ਲੈਂਦਾ ਹੈ । ਜਿਸ ਸੰਸਾਰਕ ਧਨ ਇਕੱਠਾ ਕਰਨ ਲਈ ਬੁਰੇ ਧੰਦੇ ਕਰਦਾ ਹੈ । ਮੌਤ ਪਿਛੋਂ ਸੰਸਾਰਕ ਧਨ ਸਾਥ ਨਹੀਂ ਜਾਂਦਾ । ਮੰਦੇ ਭਾਗਾਂ ਵਾਲੇ ਨੂੰ ਸ਼ਬਦ ਦਾ ਧਨ ਬਖਸ਼ਿਸ਼ ਨਹੀਂ ਹੁੰਦਾ । ਗੁਰਮਖ ਸ਼ਬਦ ਨਾਲ ਜੀਵਨ ਢਾਲਕੇ ਸਦਾ ਰਹਿਣ ਵਾਲਾ ਧਨ ਇਕੱਠਾ ਕਰਦਾ ਹੈ । ਸ਼ਬਦ ਦਾ ਧਨ ਕੇਵਲ ਪ੍ਰਭ ਦੇ ਸ਼ਬਦ ਦੀ ਪਾਲਣਾ ਨਾਲ ਹੀ ਬਖਸ਼ਿਸ਼ ਹੁੰਦਾ ਹੈ । ਜੰਗਲਾਂ ਵਿੱਚ ਤਪ ਕਰਨ ਜਾ ਤੀਰਥ ਯਾਤਰਾ ਨਾਲ ਬਖਸ਼ਿਸ਼ ਨਹੀਂ ਹੋ ਸਕਦਾ ।

Whosoever may not earn the wealth of His Word in his human life journey; after death, he may not have any assets or wealth to support in His Court. He remains wandering and begging in the world, worshipping at shrine to shrine, taking sanctifying bath. He may never realize any peace of mind. He may rob, capture the earnest earnings of other; his worldly good deeds and meditation may not be rewarded in His Court. He may be committing sins to collect worldly wealth; however, worldly wealth may not remain with his soul after death nor has any value in His Court. Whosoever may not have great prewritten destiny, he may never stay focused on obeying the teachings of His Word, nor he may be blessed with everlasting wealth of His Word. His true devotee may adopt the teachings of His Word with steady and stable belief in his day-to-day life; with His mercy and grace, his earnings of His Word remain with him even after death to support in His Court. Wealth of His Word may only be blessed by adopting the teachings of His Word. Earnings of His Word may never be blessed with sanctifying bath at Holy shrine, meditation, charity, religious baptism, or any religious rituals.

403. ਸਲੋਕ ਮਃ ੩॥ 853-2

ਗੁਰਮੁਖਿ ਸੰਸਾ ਮੂਲਿ ਨ ਹੋਵਈ,	gurmukh sansaa mool na hova-ee
ਚਿੰਤਾਂ ਵਿਚਹੁ ਜਾਇ॥	chintaa vichahu jaa-ay.
ਜੋ ਕਿਛੁ ਹੋਇ ਸੁ ਸਹਜੇ ਹੋਇ,	jo kichh ho-ay so sehjay ho-ay
ਕਹਣਾ ਕਿਛੂ ਨ ਜਾਇ॥	kahnaa kichhoo na jaa-ay.
ਨਾਨਕ ਤਿਨ ਕਾ ਆਖਿਆ ਆਪਿ ਸੁਣੇ,	naanak tin kaa aakhi-aa aap sunay
ਜਿ ਲਇਅਨੁ ਪੰਨੈ ਪਾਇ॥੧॥	je la-i-an pannai paa-ay. ||1||

ਗੁਰਮਖ ਦਾ ਭਰੋਸਾ ਇੱਕ ਪਲ ਵੀ ਪ੍ਰਭ ਦੇ ਬਖਸ਼ੇ ਤੋ ਡੋਲਦਾ ਨਹੀਂ, ਕਦੇ ਅਭਿਮਾਨ, ਅਹੰਕਾਰ ਨਹੀਂ ਹੁੰਦਾ । ਉਸ ਦੇ ਮਨ ਵਿੱਚ ਕੋਈ ਸੰਸਾਰਕ ਇੱਛਾਂ ਦੀ ਚਿੰਤਾਂ ਨਹੀਂ ਹੁੰਦੀ । ਉਹ ਪ੍ਰਭ ਦੇ ਬਖਸ਼ੇ ਦਾ ਧੰਨਵਾਦ ਹੀ ਕਰਦਾ ਹੈ । ਆਪਣੇ ਆਪ ਤੇ, ਆਪਣੇ ਮਨ ਤੇ ਕੋਈ ਪ੍ਰਭਾਵ ਨਹੀਂ ਹੁੰਦਾ । ਇਸ ਬਾਬਤ ਹੋਰ ਕੁਝ ਕਿਹਾ ਨਹੀਂ ਜਾ ਸਕਦਾ । ਜਿਸ ਨੂੰ ਆਪਣੀ ਸ਼ਰਣ ਵਿੱਚ ਪਨਾਹ ਬਖਸ਼ਦਾ, ਪ੍ਰਭ ਉਸ ਦਾ ਬੋਲਿਆਂ ਪ੍ਰਵਾਨ ਕਰਦਾ ਹੈ ।

His true devotee may never lose his faith from His blessings and he may never have any ego or pride of his worldly accomplishments. He may never have any worldly desire or frustration. He always remains grateful for His blessings; no worldly pleasure or misery have any influence on His state of mind. Nothing more may be explained about the state of mind of His true devotee. Whosoever may be accepted in His sanctuary; with His mercy and grace, his spoken words may be transformed as His unavoidable command.

ਮਃ ੩॥	**mehlaa 3.**
ਕਾਲੁ ਮਾਰਿ ਮਨਸਾ ਮਨਹਿ ਸਮਾਣੀ,	kaal maar mansaa maneh samaanee
ਅੰਤਰਿ ਨਿਰਮਲੁ ਨਾਉ॥	antar nirmal naa-o.
ਅਨਦਿਨੁ ਜਾਗੈ ਕਦੇ ਨ ਸੋਵੈ,	an-din jaagai kaday na sovai
ਸਹਜੇ ਅੰਮ੍ਰਿਤੁ ਪਿਆਉ॥	sehjay amrit pi-aa-o.
ਮੀਠਾ ਬੋਲੇ ਅੰਮ੍ਰਿਤ ਬਾਣੀ,	meethaa bolay amrit banee
ਅਨਦਿਨੁ ਹਰਿ ਗੁਣ ਗਾਉ॥	an-din har gun gaa-o.
ਨਿਜ ਘਰਿ ਵਾਸਾ ਸਦਾ ਸੋਹਦੇ,	nij ghar vaasaa sadaa sohday
ਨਾਨਕ ਤਿਨ ਮਿਲਿਆ ਸੁਖੁ ਪਾਉ॥੨॥	naanak tin mili-aa sukh paa-o. ||2||

ਜਿਸ ਦੇ ਮਨ ਵਿੱਚ ਸ਼ਾਂਤੀ, ਸੰਤੋਖ, ਅਨੰਦ ਭਰਿਆਂ ਰਹਿੰਦਾ ਹੈ । ਉਹ ਦਿਨ ਰਾਤ ਸ਼ਬਦ ਦੀ ਪਾਲਣਾ ਵਿੱਚ ਸੁਚੇਤ ਰਹਿੰਦਾ, ਕਦੇ ਆਲਸ ਨਹੀਂ ਕਰਦਾ । ਉਸ ਤੇ ਪ੍ਰਭ ਦੇ ਸ਼ਬਦ ਰੂਪੀ ਅੰਮ੍ਰਿਤ ਦਾ ਡੂੰਘਾਂ ਪ੍ਰਭਾਵ ਰਹਿੰਦਾ ਹੈ । ਉਸ ਦੇ ਬੋਲ ਨਿਮ੍ਰਤਾ ਵਾਲੇ ਹੁੰਦੇ, ਉਸ ਦੇ ਬੋਲ ਵੀ ਅੰਮ੍ਰਿਤ ਭਰੇ ਬਣ ਜਾਂਦੇ ਹਨ । ਉਹ ਸਵਾਸ ਗਰਾਸ ਪ੍ਰਭ ਦੇ ਸ਼ਬਦ ਦੀ ਉਸਤਤ ਹੀ ਗਾਉਂਦਾ ਹੈ । ਉਹ ਸਦਾ ਹੀ ਆਪਣੇ ਮਨ ਅੰਦਰ, ਪ੍ਰਭ ਨਾਲ ਹੀ ਵਸਦਾ ਹੈ । ਉਸ ਨੂੰ ਮਿਲੱਣ ਨਾਲ ਮਨ ਨੂੰ ਸੰਤੋਖ, ਸ਼ਾਂਤੀ ਬਖਸ਼ਿਸ਼ ਹੋ ਜਾਂਦੀ ਹੈ । ਉਸ ਦੇ ਜੀਵਨ ਤੋਂ ਸੇਧ ਲੈਣ ਨਾਲ ਪ੍ਰਭ ਦੀ ਰਹਿਮਤ ਦੀ ਨਜ਼ਰ ਬਖਸ਼ਿਸ਼ ਹੋ ਜਾਂਦੀ ਹੈ । ਉਹ ਆਪਣੇ ਮਨ ਦੀਆਂ ਇੱਛਾਂ ਤੇ ਜਿੱਤ ਪਾ ਕੇ, ਮੌਤ ਤੇ ਜਿੱਤ ਪਾ ਲੈਂਦੇ ਹਨ ।

Whosoever may obey the teachings of His Word and he remains awake and alert. He may remain overwhelmed with peace of mind, pleasure, and contentment in his life. He may never become lazy in obeying the teachings of His Word. He may remain drenched with the essence of the teachings of His Word. His tongue may speak very politely and humbly. He remains singing the glory of His Word and remains drenched with the essence of His

Word. Whosoever may associate, in his conjugation of His true devotee, he remains contented and in peace. Whosoever may adopt the life experience teachings of His true devotee in his own life; with His mercy and grace, he may conquer his worldly desires and devil of death.

ਪਉੜੀ॥	pa-orhee.
ਹਰਿ ਧਨੁ ਰਤਨ ਜਵੇਹਰੀ,	har Dhan ratan javayharee
ਸੋ ਗੁਰਿ ਹਰਿ ਧਨੁ	so gur har Dhan
ਹਰਿ ਪਾਸਹੁ ਦੇਵਾਇਆ॥	har paashu dayvaa-i-aa.
ਜੇ ਕਿਸੈ ਕਿਹੁ ਦਿਸਿ ਆਵੈ	jay kisai kihu dis aavai
ਤਾ ਕੋਈ ਕਿਹੁ ਮੰਗਿ ਲਏ,	taa ko-ee kihu mang la-ay
ਅਕੈ ਕੋਈ ਕਿਹੁ ਦੇਵਾਏ,	akai ko-ee kihu dayvaa-ay
ਏਹੁ ਹਰਿ ਧਨੁ ਜੋਰਿ ਕੀਤੈ,	ayhu har Dhan jor keetai
ਕਿਸੈ ਨਾਲਿ ਨ ਜਾਇ ਵੰਡਾਇਆ॥	kisai naal na jaa-ay vandaa-i-aa.
ਜਿਸ ਨੋ ਸਤਿਗੁਰ ਨਾਲਿ ਹਰਿ ਸਰਧਾ ਲਾਏ,	jis no satgur naal har sarDhaa laa-ay
ਤਿਸੁ ਹਰਿ ਧਨ ਕੀ ਵੰਡ ਹਥਿ ਆਵੈ,	tis har Dhan kee vand hath aavai
ਜਿਸ ਨੋ ਕਰਤੈ ਧੁਰਿ ਲਿਖਿ ਪਾਇਆ॥	jis no kartai Dhur likh paa-i-aa.
ਇਸੁ ਹਰਿ ਧਨ ਕਾ ਕੋਈ ਸਰੀਕੁ ਨਾਹੀ,	is har Dhan kaa ko-ee sareek naahee
ਕਿਸੈ ਕਾ ਖਤੁ ਨਾਹੀ,	kisai kaa khat naahee
ਕਿਸੈ ਕੈ ਸੀਵ ਬੰਨੈ ਰੋਲੁ ਨਾਹੀ,	kisai kai seev bannai rol naahee
ਜੇ ਕੋ ਹਰਿ ਧਨ ਕੀ ਬਖੀਲੀ ਕਰੇ,	jay ko har Dhan kee bakheelee karay
ਤਿਸ ਕਾ ਮੁਹੁ ਹਰਿ	tis kaa muhu har
ਚਹੁ ਕੁੰਡਾ ਵਿਚਿ	chahu kundaa vich
ਕਾਲਾ ਕਰਾਇਆ॥	kaalaa karaa-i-aa.
ਹਰਿ ਕੇ ਦਿਤੇ ਨਾਲਿ	har kay ditay naal
ਕਿਸੈ ਜੋਰੁ ਬਖੀਲੀ ਨ ਚਲਈ,	kisai jor bakheelee na chal-ee
ਦਿਹੁ ਦਿਹੁ ਨਿਤ ਨਿਤ ਚੜੈ ਸਵਾਇਆ॥੯॥	dihu dihu nit nit charhai savaa-i-aa. 9

ਪ੍ਰਭ ਨੇ ਸ਼ਬਦ ਦੀ ਪਾਲਣਾ ਵਿੱਚ ਹੀ ਆਪਣੀ ਰਹਿਮਤ ਦੇ ਜਵਾਹਰ, ਰਤਨ ਬਖਸ਼ੇ ਹਨ । ਉਸ ਦੇ ਸ਼ਬਦ ਦੀ ਕਮਾਈ, ਧਨ ਹੈ । ਅਗਰ ਇਹ ਧਨ ਕਿਸੇ ਹੋਰ ਨੂੰ ਦਿਸਦਾ ਹੋਵੇ । ਤਾਂ ਇਹ ਧਨ ਉਸ ਜੀਵ ਪਾਸੋ ਮੰਗ ਲਵੇਂ, ਜਾ ਉਸ ਕੋਲੋ ਪ੍ਰਾਪਤ ਕਰਨ ਦਾ ਕਾਰਨ, ਢੰਗ ਬਣਾਵੇ । ਜਿਵੇਂ ਸੰਸਾਰਕ ਪ੍ਰਾਪਤੀ ਦੀ ਵੰਡ ਕੀਤੀ ਜਾ ਸਕਦੀ ਹੈ । ਸ਼ਬਦ ਦਾ ਧਨ ਕੋਈ ਵੀ ਕਿਸੇ ਕੋਲੋ ਖੋਂਅ, ਵੰਡ ਨਹੀਂ ਸਕਦਾ । ਕੋਈ ਆਪਣੀ ਤਾਕਤ, ਹੈਸੀਅਤ ਦਾ ਜ਼ੋਰ ਪਾ ਕੇ ਹਾਸਿਲ ਨਹੀਂ ਕਰ ਸਕਦਾ । ਜਿਸ ਤੇ ਪ੍ਰਭ ਆਪ ਹੀ ਰਹਿਮਤ ਬਖਸ਼ਦਾ, ਸ਼ਬਦ ਦੀ ਪਾਲਣਾ ਦੀ ਲਗਨ ਲਾਉਂਦਾ ਹੈ । ਉਸ ਨੂੰ ਇਸ ਧਨ ਦੀ ਵੰਡ ਬਖਸ਼ਿਸ਼ ਹੁੰਦੀ ਹੈ । ਜਿਸ ਦੇ ਭਾਗਾਂ ਵਿੱਚ ਪਹਿਲੇ ਹੀ ਲਿਖਿਆ ਹੁੰਦਾ ਹੈ । ਕੇਵਲ ਉਸ ਨੂੰ ਹੀ ਬਖਸ਼ਿਸ਼ ਹੁੰਦੀ ਹੈ । ਪ੍ਰਭ ਦੇ ਸ਼ਬਦ ਦੀ ਕਾਮਈ ਦਾ ਕੋਈ ਭਾਈਵਾਲ ਨਹੀਂ ਹੁੰਦਾ । ਕੋਈ ਖੋਂਅ ਨਹੀਂ ਸਕਦਾ, ਕੋਈ ਝਗੜਾ ਨਹੀਂ ਕਰ ਸਕਦਾ । ਜਿਹੜਾ ਇਸ ਧਨ ਦੀ ਨਿੰਦਿਆਂ ਕਰਦਾ ਹੈ । ਉਸ ਤੇ ਪ੍ਰਭ ਦੀ ਰਹਿਮਤ ਬਖਸ਼ਿਸ਼ ਨਹੀਂ ਹੁੰਦੀ, ਸੰਸਾਰ ਵਿੱਚ ਕੋਈ ਸੋਭਾ ਨਹੀਂ ਹੁੰਦੀ । ਪ੍ਰਭ ਦੇ ਬਖਸ਼ੇ ਨਾਲ ਕੋਈ ਧੋਖਾ ਕਰਕੇ, ਫਰੇਬ ਕਰਕੇ ਖੋਂਅ ਨਹੀਂ ਸਕਦਾ । ਇਹ ਹਰ ਰੋਜ਼ ਵਧਦੀ ਜਾਂਦੀ ਹੈ ।

The True Master has embedded the jewels of His virtues, blessings in obeying the teachings of His Word. This may be the reward, the earnings of obeying the teachings of His Word. Whosoever may be blessed, only he may see, recognize the earnings of His Word, no one may borrow or find the way to grab, rob from him. As the worldly wealth may be distributed among partners, no one may become a partner in the wealth of His Word. No one may be able to acquire the earnings of His Word by his worldly status or power of any kind. Whosoever may be blessed with the attachment to obey His Word; with His mercy and grace, he may be blessed with earnings of His Word. He may become a partner in His treasure. Whosoever may have a great prewritten destiny, only he may be blessed with the wealth of His Word. He may become a partner in His treasure of wealth of His Word. No one may argue or rob the earnings of His Word from His true devotee. Whosoever may slander the earnings of His Word or His true devotee; he may never be honored in His Court or worldly life. No one may play any deceptive, clever trick with his earnings of His Word; his earnings of His Word may enhance day and night.

404.ਸਲੋਕ ਮਃ ੩॥ 853-11

ਜਗਤੁ ਜਲੰਦਾ ਰਖਿ ਲੈ,	jagat jalandaa rakh lai
ਆਪਣੀ ਕਿਰਪਾ ਧਾਰਿ॥	aapnee kirpaa Dhaar.
ਜਿਤੁ ਦੁਆਰੈ ਉਬਰੈ,	jit du-aarai ubrai
ਤਿਤੈ ਲੈਹੁ ਉਬਾਰਿ॥	titai laihu ubaar.
ਸਤਿਗੁਰਿ ਸੁਖੁ ਵੇਖਾਲਿਆ,	satgur sukh vaykhaali-aa
ਸਚਾ ਸਬਦੁ ਬੀਚਾਰਿ॥	sachaa sabad beechaar.
ਨਾਨਕ ਅਵਰੁ ਨ ਸੁਝਈ,	naanak avar na sujh-ee
ਹਰਿ ਬਿਨੁ ਬਖਸਣਹਾਰੁ॥੧॥	har bin bakhsanhaar.||1||

ਪ੍ਰਭ ਸਾਰੀ ਸ੍ਰਿਸ਼ਟੀ ਹੀ ਇੱਛਾਂ ਦੀ ਅੱਗ ਵਿੱਚ ਜਲ ਰਹੀ, ਫਸੀ ਹੈ । ਰਹਿਮਤ ਬਖਸ਼ੋ, ਤਰਸ ਕਰੋ! ਨਿਮਾਣੇ ਜੀਵਾਂ ਨੂੰ ਇਸ ਅੱਗ ਵਿਚੋਂ ਬਚਾ ਲਵੋ । ਜਿਸ ਤਰੀਕੇ ਨਾਲ ਵੀ ਬਚਾ ਸਕਦਾ ਹੈ, ਉਹ ਹੀ ਭਲਾ ਹੈ । ਪ੍ਰਭ ਨੇ ਸ਼ਬਦ ਦੀ ਪਾਲਣਾ, ਸੋਝੀ ਵਿੱਚ ਹੀ ਸੰਤੋਖ, ਸ਼ਾਂਤੀ ਬਖਸ਼ੀ ਹੈ । ਸੇਵਕ ਪ੍ਰਭ ਤੋ ਬਿਨਾਂ ਹੋਰ ਕਿਸੇ ਦਾ ਆਸਾਰਾ ਨਹੀਂ ਲੈਂਦਾ, ਪ੍ਰਭ ਤੇ ਅਡੋਲ ਭਰੋਸਾ ਰਖਦਾ ਹੈ ।

The True Master, the whole creation remains intoxicated and burning in the fire of worldly desires. With Your mercy and grace; You may save Your humble devotee from the lava of worldly desires. Whatsoever path may be blessed, I may remain grateful. Whosoever may obey the teachings of His Word, only he may be blessed with peace of mind and contentment. His true devotee may never acknowledge any worldly guru as savior or pray for his support. His belief remains steady and stable on His blessings and an ultimate unavoidable command.

ਮਃ ੩॥	mehlaa 3.
ਹਉਮੈ ਮਾਇਆ ਮੋਹਣੀ,	ha-umai maa-i-aa mohnee
ਦੂਜੈ ਲਗੈ ਜਾਇ॥	doojai lagai jaa-ay.
ਨਾ ਇਹ ਮਾਰੀ ਨ ਮਰੈ,	naa ih maaree na marai
ਨਾ ਇਹ ਹਟਿ ਵਿਕਾਇ॥	naa ih hat vikaa-ay.
ਗੁਰ ਕੈ ਸਬਦਿ ਪਰਜਾਲੀਐ,	gur kai sabad parjaalee-ai
ਤਾ ਇਹ ਵਿਚਹੁ ਜਾਇ॥	taa ih vichahu jaa-ay.
ਤਨੁ ਮਨੁ ਹੋਵੈ ਉਜਲਾ,	tan man hovai ujlaa
ਨਾਮੁ ਵਸੈ ਮਨਿ ਆਇ॥	naam vasai man aa-ay.
ਨਾਨਕ ਮਾਇਆ ਕਾ ਮਾਰਣੁ ਸਬਦੁ ਹੈ,	naanak maa-i-aa kaa maaran sabad hai
ਗੁਰਮੁਖਿ ਪਾਇਆ ਜਾਇ॥੨॥	gurmukh paa-i-aa jaa-ay. ||2||

ਅਹੰਕਾਰ ਅਤੇ ਸੰਸਾਰਕ ਇੱਛਾਂ ਪਿਛੇ ਲੱਗਣ ਨਾਲ ਜੀਵ ਦਾ ਭਰੋਸਾ ਡੋਲ ਜਾਂਦਾ ਹੈ । ਭਰਮਾਂ ਦੇ ਪਿਛੇ ਲਗਿਆ, ਇੱਛਾਂ ਦੀ ਭੁੱਖ ਕਦੇ ਖਤਮ ਨਹੀਂ ਹੁੰਦੀ, ਮਨ ਵਿਚੋਂ ਨਾਸ ਨਹੀਂ ਕੀਤਾ ਜਾ ਸਕਦੀ । ਮਨ ਦਾ ਸੰਤੋਖ ਕਿਸੇ ਦਕਾਨ ਵਿਚੋਂ ਖਰੀਦੀਆ ਨਹੀਂ ਜਾ ਸਕਦਾ, ਸ਼ਬਦ ਦੀ ਪਾਲਣਾ ਕਰਨ ਨਾਲ ਹੀ

ਇਹ ਮਨ ਵਿਚੋਂ ਹੀ ਨਾਸ ਹੋ ਜਾਂਦਾ ਹੈ । ਮਨ ਵਿੱਚ ਸੰਤੋਖ ਬਖਸ਼ਿਸ਼ ਹੋ ਜਾਂਦਾ, ਇਸ ਦਾ ਖਿਆਲ ਮਨ ਵਿਚੋਂ ਖਤਮ ਹੋ ਜਾਂਦਾ ਹੈ । ਜੀਵ ਦਾ ਤਨ ਅਤੇ ਮਨ ਪਵਿੱਤਰ ਹੋ ਜਾਂਦਾ, ਉਹ ਆਪਣੇ ਮਨ ਵਿੱਚ ਵਸਣ ਲੱਗ ਪੈਂਦਾ ਹੈ । ਸੰਸਾਰਕ ਮਾਇਆ ਮੋਹ ਦਾ ਇਲਾਜ ਇੱਕੋ ਇੱਕ ਹੀ ਹੈ । ਕੇਵਲ ਅਡੋਲ ਭਰੋਸੇ ਨਾਲ ਸ਼ਬਦ ਦੀ ਪਾਲਣਾ ਨਾਲ ਹੀ ਖਤਮ ਹੋ ਸਕਦਾ ਹੈ । ਗੁਰਮਖ ਨੂੰ ਸ਼ਬਦ ਦੀ ਪਾਲਣਾ ਕਰਨ ਨਾਲ ਬਖਸ਼ਿਸ਼ ਹੋ ਜਾਂਦਾ ਹੈ ।

Whosoever may remain in ego of his worldly status, he may never remain steady and stable on the path of obeying His Word nor his hunger for worldly desires may ever be satisfied. He may never abandon or conquer his own ego from his day-to-day life. No one may buy the contentment of mind at local market place. Whosoever may obey the teachings of His Word with steady and stable belief in his day-to-day life; with His mercy and grace, he may be able to eliminate his hunger of worldly desires. He may conquer his worldly desires and he may be blessed with contentment. Whosoever may sanctify his soul, mind, and body, he may start dwelling within his own mind. The cure of worldly attachment and sweet poison of worldly wealth may only be blessed by adopting the teachings of His Word. His earnings of His Word may be rewarded with acceptance in His court.

ਪਉੜੀ॥	**pa-orhee.**
ਸਤਿਗੁਰ ਕੀ ਵਡਿਆਈ ਸਤਿਗੁਰਿ ਦਿਤੀ,	satgur kee vadi-aa-ee satgur ditee
ਧੁਰਹੁ ਹੁਕਮੁ ਬੁਝਿ ਨੀਸਾਣੁ॥	Dharahu hukam bujh neesaan.
ਪੁਤੀ ਭਾਤੀਈ ਜਾਵਾਈ ਸਕੀ	putee bhaatee-ee jaavaa-ee sakee
ਅਗਹੁ ਪਿਛਹੁ ਟੋਲਿ ਡਿਠਾ	agahu pichhahu tol dithaa
ਲਾਹਿਓਨੁ ਸਭਨਾ ਕਾ ਅਭਿਮਾਨੁ॥	laahi-on sabhnaa kaa abhimaan.
ਜਿਥੈ ਕੋ ਵੇਖੈ ਤਿਥੈ	jithai ko vaykhai tithai
ਮੇਰਾ ਸਤਿਗੁਰੂ,	mayraa satguroo
ਹਰਿ ਬਖਸਿਓਸੁ ਸਭੁ ਜਹਾਨੁ॥	har bakhsi-os sabh jahaan.
ਜਿ ਸਤਿਗੁਰ ਨੋ ਮਿਲਿ ਮੰਨੇ,	je satgur no mil mannay
ਸੁ ਹਲਤਿ ਪਲਤਿ ਸਿਝੈ,	so halat palat sijhai je
ਜਿ ਵੇਮੁਖੁ ਹੋਵੈ	vaimukh hovai
ਸੁ ਫਿਰੈ ਭਰਿਸਟ ਥਾਨੁ॥	so firai bharisat thaan.
ਜਨ ਨਾਨਕ ਕੈ ਵਲਿ ਹੋਆ	jan naanak kai val ho-aa
ਮੇਰਾ ਸੁਆਮੀ,	mayraa su-aamee
ਹਰਿ ਸਜਣ ਪੁਰਖੁ ਸੁਜਾਨੁ॥	har sajan purakh sujaan.
ਪਉਦੀ ਭਿਤਿ ਦੇਖਿ ਕੈ	pa-udee bhit daykh kai
ਸਭਿ ਆਇ ਪਏ ਸਤਿਗੁਰ ਕੀ	sabh aa-ay pa-ay satgur kee
ਪੈਰੀ, ਲਾਹਿਓਨੁ ਸਭਨਾ	pairee laahi-on sabhnaa
ਕਿਅਹੁ ਮਨਹੁ ਗੁਮਾਨੁ॥੧੦॥	ki-ahu manhu gumaan. ||10||

ਪ੍ਰਭ ਨੇ ਆਪ ਹੀ, ਸ਼ਬਦ ਦੀ ਪਾਲਣਾ ਦੀ ਬਹੁਤ ਉਪਮਾ ਕੀਤੀ ਹੈ । ਸ਼ਬਦ ਦੀ ਪਾਲਣਾ ਕਰਨਾ ਹੀ ਪ੍ਰਭ ਦੀ ਰਹਿਮਤ ਦੀ ਨਿਸ਼ਾਨੀ ਹੈ । ਸ਼ਬਦ ਦੀ ਪਾਲਣਾ ਕਰਨ ਨਾਲ ਹੀ ਸਾਰੇ ਪਰਿਵਾਰਕ ਮੋਹ, ਅਹੰਕਾਰ ਤੇ ਜਿੱਤ, ਸ਼ਬਦ ਦੀ ਸੋਝੀ ਬਖਸ਼ਿਸ਼ ਹੁੰਦੀ ਹੈ । ਜਿਹੜਾ ਪ੍ਰਭ ਦੇ ਸ਼ਬਦ ਦੀ ਅਡੋਲ ਭਰੋਸੇ ਨਾਲ ਪਾਲਣਾ ਕਰਦਾ ਹੈ । ਉਸ ਨੂੰ ਹਰ ਥਾਂ ਤੇ ਪ੍ਰਭ ਦੀ ਰਹਿਮਤ ਵਾਪਰਦੀ ਨਜ਼ਰ ਆਉਂਦੀ ਹੈ । ਪ੍ਰਭ ਦੀ ਰਹਿਮਤ ਉਸ ਤੇ ਸੰਸਾਰ ਵਿੱਚ, ਮੌਤ ਤੋ ਪਿਛੋਂ ਵੀ ਭਰਪੂਰ ਰਹਿੰਦੀ ਹੈ । ਜਿਹੜਾ ਪ੍ਰਭ ਦੇ ਸ਼ਬਦ ਦੀ ਪਾਲਣਾ ਨਹੀਂ ਕਰਦਾ, ਮੂੰਹ ਫੇਰ ਲੈਂਦਾ ਹੈ । ਉਸ ਦਾ ਮਨ ਬੁਰੇ ਖਿਆਲਾਂ, ਕੰਮਾਂ ਨਾਲ ਭਰਿਆਂ ਰਹਿੰਦਾ ਹੈ । ਜਿਸ ਬੰਦਗੀ ਕਰਨ ਵਾਲੇ ਦਾ ਪ੍ਰਭ ਦੀ ਰਹਿਮਤ ਨਾਲ ਭਰੋਸਾ ਅਡੋਲ ਹੋ ਜਾਂਦਾ

ਹੈ । ਉਹ ਪ੍ਰਭ ਨੂੰ ਹਰਇੱਕ ਥਾਂ ਤੇ ਹੀ ਸਾਥੀ ਮਹਿਸੂਸ ਕਰਦਾ ਹੈ । ਉਸ ਤੇ ਪ੍ਰਭ ਦੀ ਰਹਿਮਤ ਭਰਪੂਰ ਹੋ ਜਾਂਦੀ ਹੈ । ਉਸ ਦੇ ਜੀਵਨ ਤੋ ਪ੍ਰਭਾਵਤ ਹੋ ਕੇ ਬਾਕੀ ਜੀਵ ਵੀ ਉਸ ਰਸਤੇ ਤੇ ਚੱਲਣ ਲੱਗ ਪੈਂਦੇ ਹਨ । ਸ਼ਬਦ ਦੀ ਪਾਲਣਾ ਨਾਲ ਮਨ ਵਿਚੋਂ ਅਹੰਕਾਰ, ਹੈਸੀਅਤ ਦਾ ਜ਼ੋਰ ਨਾਸ ਹੋ ਜਾਂਦਾ ਹੈ ।

The True Master has emphasized a great significance to obey the teachings of His Word. To obey the teachings of His Word may be the sign of His blessings. Whosoever may obey the teachings of His Word; with His mercy and grace, he may conquer his worldly bonds, ego of his worldly status. He may be blessed with the enlightenment of the essence of His Word. Whosoever may obey the teachings of His Word with steady and stable belief; with His mercy and grace, he may realize His Holy Spirit prevailing everywhere. Whosoever may abandon the teachings of His Word from his thoughts; he may remain dominated with evil, sinful plan in his day-to-day life. Whosoever may remain on the right path; The True Master may remain his companion everywhere. He may remain overwhelmed with His mercy and grace. Many other humans may become influenced by his way of life and adopt his way of life in their own life. By obeying the teachings of His Word; he may be blessed to conquer his ego.

405.ਸਲੋਕ ਮਹਲਾ ੧॥ 854-2

ੴ ਸਤਿਗੁਰ ਪ੍ਰਸਾਦਿ॥	ik-oNkaar sat naam
ਕੋਈ ਵਾਹੇ ਕੋ ਲੁਣੈ	ko-ee vaahay ko lunai
ਕੋ ਪਾਏ ਖਲਿਹਾਨਿ॥	ko paa-ay khalihaan.
ਨਾਨਕ ਏਵ ਨ ਜਾਪਈ,	naanak ayv na jaap-ee
ਕੋਈ ਖਾਇ ਨਿਦਾਨਿ॥੧॥	ko-ee khaa-ay nidaan.||1||

ਸੰਸਾਰ ਵਿੱਚ ਕੋਈ ਬੀਜ ਪਾਉਂਦਾ ਹੈ, ਹੋਰ ਕੋਈ ਉਸ ਦੇ ਪੱਕਣ ਤੇ ਕਟਾਈ ਕਰਦਾ ਹੈ । ਹੋਰ ਕੋਈ ਇਸ ਦੇ ਦਾਣੇ ਕੱਢਦਾ ਹੈ । ਇਸ ਦਾ ਕੋਈ ਪਤਾ ਨਹੀਂ ਅਖੀਰ ਵਿੱਚ ਇਹ ਦਾ ਖਾਣਾ ਕਿਸ ਦੇ ਨਸੀਬ ਵਿੱਚ ਹੁੰਦਾ ਹੈ ।

The True Master has created an astonishing play of the universe. Someone may sow the seed to grow the crops; someone else may harvest the final crops and takes out the grain. No human may ever comprehend, who may be blessed to eat and enjoy the fruit.

ਮਃ ੧॥	**mehlaa 1.**
ਜਿਸੁ ਮਨਿ ਵਸਿਆ ਤਰਿਆ ਸੋਇ॥	jis man vasi-aa tari-aa so-ay.
ਨਾਨਕ ਜੋ ਭਾਵੈ ਸੋ ਹੋਇ॥੨॥	naanak jo bhaavai so ho-ay. ||2||

ਜਿਸ ਮਨ ਵਿੱਚ ਪ੍ਰਭ ਦਾ ਸ਼ਬਦ ਘਰ ਕਰ ਜਾਂਦਾ ਹੈ, ਕੇਵਲ ਉਹ ਹੀ ਪ੍ਰਵਾਨ ਹੁੰਦਾ ਹੈ । ਸੰਸਾਰ ਵਿੱਚ ਸਭ ਕੁਝ ਉਸ ਦੇ ਭਾਣੇ ਨਾਲ ਹੀ ਵਾਪਰਦਾ, ਹੁੰਦਾ ਹੈ ।

Whosoever may remain drenched with the essence of His Word; with His mercy and grace, only he may be accepted in His Court. Everything may only happen with His command.

ਪਉੜੀ॥	**pa-orhee.**
ਪਾਰਬ੍ਰਹਮਿ ਦਇਆਲਿ ਸਾਗਰੁ ਤਾਰਿਆ॥	paarbarahm da-i-aal saagar taari-aa.
ਗੁਰਿ ਪੂਰੈ ਮਿਹਰਵਾਨਿ	gur poorai miharvaan
ਭਰਮੁ ਭਉ ਮਾਰਿਆ॥	bharam bha-o maari-aa.
ਕਾਮ ਕ੍ਰੋਧੁ ਬਿਕਰਾਲੁ	kaam kroDh bikraal
ਦੂਤ ਸਭਿ ਹਾਰਿਆ॥	doot sabh haari-aa.
ਅੰਮ੍ਰਿਤ ਨਾਮੁ ਨਿਧਾਨੁ	amrit naam niDhaan

ਕੰਠਿ ਉਰਿ ਧਾਰਿਆ॥	kanth ur Dhaari-aa.
ਨਾਨਕ ਸਾਧੂ ਸੰਗਿ	naanak saaDhoo sang
ਜਨਮੁ ਮਰਣੁ ਸਵਾਰਿਆ॥੧੧॥	janam maran savaari-aa.|11||

ਪ੍ਰਭ ਦੀ ਰਹਿਮਤ ਨਾਲ ਹੀ ਜੀਵ ਨੂੰ ਸ਼ਬਦ ਦੀ ਸੋਝੀ, ਪਾਲਣਾ ਦੀ ਲਗਨ ਲੱਗਦੀ ਹੈ । ਉਸ ਨਾਲ ਜੀਵਨ ਢਾਲਣ ਨਾਲ ਭਰਮ ਦੂਰ ਹੋ ਜਾਂਦੇ, ਦਰਬਾਰ ਵਿੱਚ ਪ੍ਰਵਾਨ ਹੋ ਜਾਂਦਾ ਹੈ । ਮਨ ਵਿਚੋਂ ਕਰੋਧ, ਹੈਸੀਅਤ, ਅਹੰਕਾਰ ਪੂਰਨ ਤਰ੍ਹਾਂ ਨਾਸ ਹੋ ਜਾਂਦਾ ਹੈ । ਉਸ ਨੂੰ ਸ਼ਬਦ ਦੇ ਗਿਆਨ ਦੇ ਨੌਂ ਖਜ਼ਾਨੇਂ ਬਖਸ਼ਿਸ਼ ਹੋ ਜਾਂਦੇ ਹਨ । ਉਸ ਦੇ ਮਨ ਤੇ, ਜੀਭ ਤੇ ਪ੍ਰਭ ਦੇ ਸ਼ਬਦ ਦੀ ਉਸਤਤ ਜਾਗਰਤ ਹੋ ਜਾਂਦੀ ਹੈ । ਇਸਤਰ੍ਹਾਂ ਦੇ ਜੀਵ ਦੀ ਸੰਗਤ ਕਰੋ! ਉਸ ਦੇ ਜੀਵਨ ਦੇ ਢੰਗ ਨਾਲ ਜੀਵਨ ਢਾਲਣ ਨਾਲ ਦਰਬਾਰ ਵਿੱਚ ਪ੍ਰਵਾਨਗੀ ਬਖਸ਼ਿਸ਼ ਹੋ ਸਕਦੀ ਹੈ ।

Whosoever may be blessed with His mercy and grace, only he may obey the teachings of His Word with steady and stable belief in his day-to-day life. He may be blessed with the enlightenment of the essence of His Word. Whosoever may adopt the teachings in His Word, his suspicions may be eliminated and he may be accepted in His Court. He may conquer his anger; ego and he may be blessed with nine treasures; his tongue may remain overwhelmed with the glory of His Word. You should join the conjugation of such a devotee. Whosoever may adopt the life experience teachings of his life, with His mercy and grace, he may be accepted in His Court.

406.ਸਲੋਕ ਮਃ ੩॥ 854-9

ਜਿਨ੍ਹੀ ਨਾਮੁ ਵਿਸਾਰਿਆ,	jinHee naam visaari-aa
ਕੂੜੇ ਕਹਣ ਕਹੰਨ੍ਹਿ॥	koorhay kahan kahaNniH.
ਪੰਚ ਚੋਰ ਤਿਨਾ ਘਰੁ ਮੁਹਨ੍ਹਿ,	panch chor tinaa ghar muhniH
ਹਉਮੈ ਅੰਦਰਿ ਸੰਨ੍ਹਿ॥	ha-umai andar saNniH.
ਸਾਕਤ ਮੁਠੇ ਦੁਰਮਤੀ,	saakat muthay durmatee
ਹਰਿ ਰਸੁ ਨ ਜਾਣੰਨ੍ਹਿ॥	har ras na jaanaNniH.
ਜਿਨ੍ਹੀ ਅੰਮ੍ਰਿਤੁ ਭਰਮਿ ਲੁਟਾਇਆ,	jinHee amrit bharam lutaa-i-aa
ਬਿਖੁ ਸਿਉ ਰਚਹਿ ਰਚੰਨ੍ਹਿ॥	bikh si-o racheh rachaNniH.
ਦੁਸਟਾ ਸੇਤੀ ਪਿਰਹੜੀ,	dustaa saytee pirharhee
ਜਨ ਸਿਉ ਵਾਦੁ ਕਰੰਨ੍ਹਿ॥	jan si-o vaad karaNniH.
ਨਾਨਕ ਸਾਕਤ ਨਰਕ ਮਹਿ,	naanak saakat narak meh
ਜਮਿ ਬਧੇ ਦੁਖ ਸਹੰਨ੍ਹਿ॥	jam baDhay dukh sahaNniH.
ਪਇਐ ਕਿਰਤਿ ਕਮਾਵਦੇ,	pa-i-ai kirat kamaavday
ਜਿਵ ਰਾਖਹਿ ਤਿਵੈ ਰਹੰਨ੍ਹਿ॥੧॥	jiv raakhahi tivai rahaNniH. ||1||

ਜਿਹੜਾ ਸ਼ਬਦ ਦੀ ਪਾਲਣਾ ਨਹੀਂ ਕਰਦਾ । ਉਸ ਦੇ ਕੰਮ ਸੰਸਾਰਕ ਇੱਛਾਂ, ਲਾਲਚ ਵਾਲੇ ਹੁੰਦੇ ਹਨ । ਉਸ ਦੇ ਮਨ ਅੰਦਰ ਪੰਜਾਂ ਚੋਰਾਂ, ਕਾਮ, ਕਰੋਧ, ਲੋਭ, ਮੋਹ ਅਹੰਕਾਰ ਤੇ ਜਿੱਤ ਬਖਸ਼ਿਸ਼ ਨਹੀਂ ਹੋ ਸਕਦੀ । ਉਸ ਦੇ ਮਨ ਵਿੱਚ ਹੈਸੀਅਤ ਦੇ ਅਭਿਮਾਨ ਦਾ ਜ਼ੋਰ ਰਹਿੰਦਾ ਹੈ । ਉਹ ਮਨ ਵਿੱਚ ਬੁਰੇ ਖਿਆਲ, ਧੋਖੇ ਦੀਆਂ ਚਾਲਾਂ, ਵਿਧੀਆਂ ਹੀ ਸੋਚਦਾ ਹੈ । ਉਸ ਨੂੰ ਪ੍ਰਭ ਦੀ ਰਹਿਮਤ ਦੀ ਬਰਕਤ ਦੀ ਕੋਈ ਸੋਝੀ, ਮਹੱਤਤਾ ਨਹੀਂ ਹੁੰਦੀ । ਜਿਹੜਾ ਪ੍ਰਭ ਦਾ ਸ਼ਬਦ ਰੂਪੀ ਅੰਮ੍ਰਿਤ ਗਵਾ ਲੈਂਦਾ ਹੈ । ਉਹ ਸੰਸਾਰਕ ਇੱਛਾਂ ਦੇ ਜਾਲ ਵਿੱਚ ਹੀ ਫਸਿਆ ਰਹਿੰਦਾ ਹੈ । ਉਹ ਧੋਖੇ ਬਾਜਾ ਨਾਲ ਦੋਸਤੀ ਲਾਉਂਦਾ, ਸਾਥ ਕਰਦਾ ਹੈ । ਬੰਦਗੀ ਕਰਨ ਵਾਲੇ ਦੀ ਨਿੰਦਿਆਂ ਕਰਦਾ, ਅਪਮਾਣ ਕਰਦਾ ਹੈ । ਉਹ ਜੀਵ, ਮੌਤ ਦੇ ਜਮ ਦੇ ਹਵਾਲੇ ਹੁੰਦਾ, ਜੂੰਨਾਂ ਦੇ ਚੱਕਰ ਵਿੱਚ ਹੀ ਦੁਖ ਭੋਗਦਾ ਹੈ । ਉਹ ਆਪਣੇ ਪਿਛਲੇ ਜਨਮ ਦੇ ਕੀਤੇ ਕੰਮਾਂ ਦੀ ਹੀ ਸਜ਼ਾ ਭੁਗਤਦਾ ਹੈ । ਪ੍ਰਭ ਉਸ ਦੀ ਲਗਨ ਇਸ ਪਾਸੇ ਹੀ ਲਾਈ ਰਖਦਾ ਹੈ ।

Whosoever may not obey the teachings of His Word; all his deeds may be driven by worldly greed and desires. He may remain dominated by the five demons of worldly desires. His ego of worldly status remains dominating in his way of life. He may remain planning evil, sinful deeds. He may not have any comprehension or significance of enlightenment of the essences of His Word. Whosoever may waste the nectar of the essence of His Word, the real purpose human life opportunity; he remains intoxicated in worldly desires. He may associate with robbers, cheaters, losers; he may criticize and slanders His true devotee. He may be captured by the devil of death and he may endure the miseries of cycle of birth and death. He may be enduring the judgement of his previous lives. The True Master keeps him on that path of destruction.

ਮਃ ੩॥	**mehlaa 3.**
ਜਿਨ੍ੀ ਸਤਿਗੁਰੁ ਸੇਵਿਆ, ਤਾਣੁ ਨਿਤਾਣੇ ਤਿਸੁ॥	jinHee satgur sayvi-aa taan nitaanay tis.
ਸਾਸਿ ਗਿਰਾਸਿ ਸਦਾ ਮਨਿ ਵਸੈ, ਜਮੁ ਜੋਹਿ ਨ ਸਕੈ ਤਿਸੁ॥	saas giraas sadaa man vasai jam johi na sakai tis.
ਹਿਰਦੈ ਹਰਿ ਹਰਿ ਨਾਮ ਰਸੁ, ਕਵਲਾ ਸੇਵਕਿ ਤਿਸੁ॥	hirdai har har naam ras kavlaa sayvak tis.
ਹਰਿ ਦਾਸਾ ਕਾ ਦਾਸੁ ਹੋਇ, ਪਰਮ ਪਦਾਰਥੁ ਤਿਸੁ॥	har daasaa kaa daas ho-ay param padaarath tis.
ਨਾਨਕ ਮਨਿ ਤਨਿ ਜਿਸੁ ਪ੍ਰਭੁ ਵਸੈ, ਹਉ ਸਦ ਕੁਰਬਾਣੈ ਤਿਸੁ॥	naanak man tan jis parabh vasai ha-o sad kurbaanai tis.
ਜਿਨ੍ ਕਉ ਪੂਰਬਿ ਲਿਖਿਆ, ਰਸੁ ਸੰਤ ਜਨਾ ਸਿਉ ਤਿਸੁ॥੨॥	jinH ka-o poorab likhi-aa ras sant janaa si-o tis.||2||

ਜਿਹੜਾ ਜੀਵ ਪ੍ਰਭ ਦੇ ਸ਼ਬਦ ਦੀ ਪਾਲਣਾ ਕਰਦਾ, ਭਰੋਸਾ ਅਡੋਲ ਰਖਦਾ ਹੈ । ਪ੍ਰਭ ਉਸ ਨਿਮ੍ਰਤਾ ਵਾਲੇ ਜੀਵ ਨੂੰ ਮਾਣ ਵਾਲੇ ਧੰਦੇ ਬਖਸ਼ਦਾ ਹੈ । ਜਿਸ ਦੇ ਸਵਾਸ ਗਰਾਸ ਵਿੱਚ ਪ੍ਰਭ ਵਸਦਾ ਹੈ । ਉਸ ਨੂੰ ਮੌਤ ਦਾ ਫਰਿਸ਼ਤਾ ਛੋਹ ਵੀ ਨਹੀਂ ਸਕਦਾ । ਉਸ ਦੇ ਮਨ ਅੰਦਰ ਸ਼ਬਦ ਵਸਦਾ ਹੈ, ਸੰਸਾਰਕ ਮਾਇਆ ਉਸ ਦੀ ਗੁਲਾਮ ਹੁੰਦੀ ਹੈ । ਜਿਹੜਾ ਜੀਵ ਪ੍ਰਭ ਦੇ ਸੇਵਕਾਂ ਦਾ ਸੇਵਕ ਬਣ ਜਾਂਦਾ ਹੈ । ਪ੍ਰਭ ਉਸ ਤੇ ਰਹਿਮਤਾਂ, ਸੋਭਾ ਬਖਸ਼ਦਾ ਹੈ । ਜੀਵ ਉਸ ਬੰਦਗੀ ਕਰਨ ਵਾਲੇ ਜੀਵਾਂ ਤੋਂ ਕੁਰਬਾਨ ਜਾਵੇ! ਜਿਸ ਦੇ ਤਨ, ਮਨ ਵਿੱਚ ਪ੍ਰਭ ਦਾ ਸ਼ਬਦ ਘਰ ਕਰ ਜਾਂਦਾ ਹੈ । ਜਿਸ ਦੇ ਭਾਗਾਂ ਵਿੱਚ ਜਨਮ ਤੋਂ ਪਹਿਲੇ ਹੀ ਇਹ ਲਿਖਿਆ ਹੁੰਦਾ ਹੈ । ਕੇਵਲ ਉਸ ਨੂੰ ਹੀ ਪ੍ਰਭ ਦੀ ਰਹਿਮਤ ਨਾਲ ਇਹ ਲਗਨ ਲੱਗਦੀ ਹੈ ।

Whosoever may obey the teachings of His Word with steady and stable belief in his day-to-day life; with His mercy and grace, he may be blessed with the deeds to bring honor to The True Master. He may meditate with each breath and his soul may become beyond the reach of devil of death. He may remain drenched with the essence of His Word and worldly wealth may remain his slave. Whosoever may serve His true devotee; with His mercy and grace, he may be blessed with honor. His true devotee remains fascinated, astonished from His Holy saint; who may remain drenched with the essence of His Word. Whosoever may have a great prewritten destiny, only he may remain intoxicated in obeying the teachings of His Word.

ਪਉੜੀ॥	**pa-orhee.**
ਜੋ ਬੋਲੇ ਪੂਰਾ ਸਤਿਗੁਰੂ, ਸੋ ਪਰਮੇਸਰਿ ਸੁਣਿਆ॥	jo bolay pooraa satguroo so parmaysar suni-aa.
ਸੋਈ ਵਰਤਿਆ ਜਗਤ ਮਹਿ, ਘਟਿ ਘਟਿ ਮੁਖਿ ਭਣਿਆ॥	so-ee varti-aa jagat meh ghat ghat mukh bhani-aa.

ਬਹੁਤੁ ਵਡਿਆਈਆ ਸਾਹਿਬੈ,	bahut vadi-aa-ee-aa saahibai
ਨਹ ਜਾਹੀ ਗਣੀਆ॥	nah jaahee ganee-aa.
ਸਚੁ ਸਹਜੁ ਅਨਦੁ, ਸਤਿਗੁਰੂ ਪਾਸਿ	sach sahj anad satguroo paas
ਸਚੀ ਗੁਰ ਮਣੀਆ॥	sachee gur manee-aa.
ਨਾਨਕ ਸੰਤ ਸਵਾਰੇ ਪਾਰਬ੍ਰਹਮਿ,	naanak sant savaaray paarbarahm
ਸਚੇ ਜਿਉ ਬਣਿਆ॥੧੨॥	sachay ji-o bani-aa. ‖12‖

ਜੋ ਕੁਝ ਵੀ ਪ੍ਰਭ ਦਾ ਦਾਸ ਬੋਲਦਾ ਹੈ, ਪ੍ਰਭ ਆਪ ਹੀ ਉਸ ਨੂੰ ਸੁਣਦਾ ਹੈ । ਪ੍ਰਭ ਹੀ ਹਰਇੱਕ ਮਨ ਅੰਦਰ ਵਸਦਾ ਹੈ । ਹਰਇੱਕ ਦੀ ਜੀਭ ਵਿੱਚ ਉਸ ਦੇ ਬੋਲ ਹੀ ਹਨ । ਪ੍ਰਭ ਦੇ ਸ਼ਬਦ ਦੀ ਪਾਲਣਾ ਦੀਆਂ ਬਹੁਤ ਹੀ ਵਡਿਆਈਆਂ ਹਨ । ਉਹਨਾਂ ਦੀ ਗਿਣਤੀ ਨਹੀਂ ਕੀਤੀ ਜਾ ਸਕਦੀ, ਅੰਤ ਨਹੀਂ ਆਉਂਦਾ । ਪ੍ਰਭ ਨੇ ਆਪ ਹੀ, ਸ਼ਬਦ ਦੀ ਪਾਲਣਾ ਵਿੱਚ ਸੰਤੋਖ, ਖੇੜਾ ਬਖਸ਼ਿਆ ਹੈ । ਪ੍ਰਭ ਆਪ ਹੀ ਬੰਦਗੀ ਕਰਨ ਵਾਲੇ ਜੀਵ, ਸੰਤ ਤੇ ਰਹਿਮਤ ਬਖਸ਼ਦਾ ਹੈ । ਆਪ ਹੀ ਉਸ ਵਿੱਚ ਜਾਗਰਤ ਹੁੰਦਾ, ਉਹ ਪ੍ਰਭ ਦਾ ਰੂਪ ਹੀ ਬਣ ਜਾਂਦਾ ਹੈ ।

The True Master may heed the prayer of His true devotee. The True Master remains embedded within the soul and dwells within the body of everyone. Everyone may only speak; whatsoever words may be blessed on his tongue. Unlimited greatness and virtues may be blessed by obeying the teachings of His Word. The extent of His greatness may remain beyond the imagination of His creation. The True Master has embedded contentment and blossom in obeying the teachings of His Word. The Merciful True Master remains generous on His true devotee; with His eternal spiritual glow, he may be transformed as of symbol of The True Master.

407. ਸਲੋਕ ਮਃ ੩॥ 854-15

ਅਪਣਾ ਆਪੁ ਨ ਪਛਾਣਈ,	apnaa aap na pachhaan-ee
ਹਰਿ ਪ੍ਰਭੁ ਜਾਤਾ ਦੂਰਿ॥	har parabh jaataa door.
ਗੁਰ ਕੀ ਸੇਵਾ ਵਿਸਰੀ,	gur kee sayvaa visree
ਕਿਉ ਮਨੁ ਰਹੈ ਹਜੂਰਿ॥	ki-o man rahai hajoor.
ਮਨਮੁਖਿ ਜਨਮੁ ਗਵਾਇਆ,	manmukh janam gavaa-i-aa
ਝੂਠੈ ਲਾਲਚਿ ਕੂਰਿ॥	jhoothai laalach koor.
ਨਾਨਕ ਬਖਸਿ ਮਿਲਾਇਅਨੁ,	naanak bakhas milaa-i-an
ਸਚੈ ਸਬਦਿ ਹਦੂਰਿ॥੧॥	sachai sabad hadoor. ‖1‖

ਜਿਹੜੇ ਜੀਵ ਨੂੰ ਆਪਣੇ ਆਪ ਦੀ ਜਾਣਕਾਰੀ, ਸੋਝੀ ਨਹੀਂ ਹੁੰਦੀ । ਉਹ ਪ੍ਰਭ ਨੂੰ ਬਹੁਤ ਦੂਰ ਸਮਝਦਾ ਹੈ । ਉਹ ਪ੍ਰਭ ਦੇ ਸ਼ਬਦ ਦੀ ਪਾਲਣਾ ਨਹੀਂ ਕਰਦੇ । ਪ੍ਰਭ ਦਾ ਸ਼ਬਦ ਕਿਵੇਂ ਉਸ ਦੇ ਮਨ ਵਿੱਚ ਘਰ ਕਰ ਸਕਦਾ ਹੈ? ਉਸ ਦੇ ਕੰਮਾਂ ਵਿੱਚ ਸ਼ਬਦ ਦਾ ਪ੍ਰਭਾਵ ਕਿਵੇਂ ਪੈ ਸਕਦਾ ਹੈ? ਉਹ ਮਨਮੁਖ ਥੋੜ੍ਹਾ ਸਮਾਂ ਰਹਿਣ ਵਾਲੇ ਅਨੰਦ, ਇੱਛਾਂ ਦੇ ਲਾਲਚ ਪਿਛੇ ਲੱਗਦਾ ਹੈ । ਮਾਨਸ ਜਨਮ ਬਿਰਥਾ ਹੀ ਗਵਾ ਲੈਂਦਾ ਹੈ । ਜਿਹੜਾ ਸ਼ਬਦ ਦੀ ਪਾਲਣਾ ਵਿੱਚ ਅਡੋਲ ਰਹਿੰਦਾ ਹੈ । ਪ੍ਰਭ ਆਪ ਹੀ ਉਸ ਨੂੰ ਬਖਸ਼ਦਾ, ਸਦਾ ਹੀ ਉਸ ਦੇ ਸਾਥ ਰਹਿੰਦਾ ਹੈ ।

Whosoever may not recognize the purpose of his human life opportunity; he may consider The True Master far away; he may never meditate or obey the teachings of His Word. How may he be drenched with the essence of His Word? How may the teachings of His Word have any influence in his day-to-day deeds? Self-minded may remain intoxicated with the glamor of short-lived pleasures of worldly wealth. He may waste his human life opportunity. Whosoever may obey the teachings of His Word with steady and stable belief in his day-to-day life; with His mercy and grace, he may be accepted as His slave, true devotee. The True Master may always remain his companion and supporter.

ਮਃ ੩॥	**mehlaa 3.**
ਹਰਿ ਪ੍ਰਭੁ ਸਚਾ ਸੋਹਿਲਾ,	har parabh sachaa sohilaa
ਗੁਰਮੁਖਿ ਨਾਮੁ ਗੋਵਿੰਦੁ॥	gurmukh naam govind.
ਅਨਦਿਨੁ ਨਾਮੁ ਸਲਾਹਣਾ,	an-din naam salaahnaa
ਹਰਿ ਜਪਿਆ ਮਨਿ ਆਨੰਦੁ॥	har japi-aa man aanand.
ਵਡਭਾਗੀ ਹਰਿ ਪਾਇਆ,	vadbhaagee har paa-i-aa
ਪੂਰਨੁ ਪਰਮਾਨੰਦੁ॥	pooran parmaanand.
ਜਨ ਨਾਨਕ ਨਾਮੁ ਸਲਾਹਿਆ,	jan naanak naam sahaali-aa
ਬਹੁੜਿ ਨ ਮਨਿ ਤਨਿ ਭੰਗੁ॥੨॥	bahurh na man tan bhang. ‖2‖

ਪ੍ਰਭ ਦਾ ਸ਼ਬਦ ਹੀ ਪ੍ਰਭ ਦਾ ਬੋਲ ਹੈ । ਗੁਰਮਖ ਜੀਵ ਹਰ ਵੇਲੇ ਉਸ ਦੇ ਸ਼ਬਦ ਦੇ ਗੁਣ ਹੀ ਗਾਉਂਦਾ ਹੈ, ਦਿਨ ਰਾਤ ਪ੍ਰਭ ਦੇ ਸ਼ਬਦ ਦੀ ਪਾਲਣਾ, ਸਿਮਰਨ ਕਰਦਾ ਹੈ । ਉਸ ਦੇ ਮਨ ਤੇ ਸਦਾ ਹੀ ਖੇੜਾ ਰਹਿੰਦਾ ਹੈ । ਪ੍ਰਭ ਦੀ ਰਹਿਮਤ ਨਾਲ ਹੀ ਸ਼ਬਦ ਦੀ ਪਾਲਣਾ, ਸ਼ਬਦ ਮਨ ਵਿੱਚ ਘਰ ਕਰ ਜਾਂਦਾ ਹੈ । ਉਹ ਜੀਵ ਪ੍ਰਭ ਦੇ ਸ਼ਬਦ ਦੀ ਜੋਤ ਦੀ ਸਮਾਧੀ ਵਿੱਚ ਵਸਦਾ ਹੈ । ਜਿਹੜਾ ਪ੍ਰਭ ਦੇ ਸ਼ਬਦ ਦੀ ਸਮਾਧੀ ਵਿੱਚ ਵਸਦਾ ਹੈ । ਉਸ ਦੀ ਸਮਾਧੀ ਕਦੇ ਭੰਗ ਨਹੀਂ ਹੁੰਦੀ ।

The everlasting echo of His Word may remain resonating within our heart. His true devotee always sings the praises, glory of His Word. He may meditate and obeys the teachings of His Word with steady and stable belief in his day-to-day life. With His mercy and grace, he may remain drenched with the essence of His Word. He remains intoxicated in the void of His Word and his concentration may never be disturbed.

ਪਉੜੀ॥	**pa-orhee.**
ਕੋਈ ਨਿੰਦਕੁ ਹੋਵੈ ਸਤਿਗੁਰੂ,	ko-ee nindak hovai satguroo
ਕਾ ਫਿਰਿ ਸਰਣਿ ਗੁਰ ਆਵੈ॥	kaa fir saran gur aavai.
ਪਿਛਲੇ ਗੁਨਹ ਸਤਿਗੁਰੁ ਬਖਸਿ ਲਏ,	pichhlay gunah satgur bakhas la-ay
ਸਤਸੰਗਤਿ ਨਾਲਿ ਰਲਾਵੈ॥	satsangat naal ralaavai.
ਜਿਉ ਮੀਹਿ ਵੁਠੈ	Ji-o meehi vuthai
ਗਲੀਆ ਨਾਲਿਆ ਟੋਭਿਆ ਕਾ,	galee-aa naali-aa tobhi-aa kaa
ਜਲੁ ਜਾਇ ਪਵੈ ਵਿਚਿ ਸੁਰਸਰੀ,	jal jaa-ay pavai vich sursaree
ਸੁਰਸਰੀ ਮਿਲਤ	sursaree milat
ਪਵਿੱਤਰ ਪਾਵਨੁ ਹੋਇ ਜਾਵੈ॥	pavitar paavan ho-ay jaavai.
ਏਹ ਵਡਿਆਈ ਸਤਿਗੁਰ ਨਿਰਵੈਰ ਵਿਚਿ,	ayh vadi-aa-ee satgur nirvair vich
ਜਿਤੁ ਮਿਲਿਐ ਤਿਸਨਾ ਭੁਖ ਉਤਰੈ,	jit mili-ai tisnaa bhukh utrai
ਹਰਿ ਸਾਂਤਿ ਤੜ ਆਵੈ॥	har saaNt tarh aavai.
ਨਾਨਕ ਇਹੁ ਅਚਰਜੁ ਦੇਖਹੁ	naanak ih achraj daykhhu
ਮੇਰੇ ਹਰਿ ਸਚੇ ਸਾਹ ਕਾ,	mayray har sachay saah kaa
ਜਿ ਸਤਿਗੁਰੂ ਨੋ ਮੰਨੈ	je satguroo no mannai
ਸੁ ਸਭਨਾਂ ਭਾਵੈ॥੧੩॥੧॥ ਸੁਧੁ॥	so sabhnaaN bhaavai.‖13‖1‖ suDh.

ਜਿਹੜਾ ਜੀਵ ਪ੍ਰਭ ਦੇ ਸ਼ਬਦ ਦੀ ਪਾਲਣਾ ਨਾ ਵੀ ਕਰਦਾ ਹੋਵੇ । ਉਹ ਵੀ ਆਪਣੀਆਂ ਭੁੱਲਾਂ ਮੰਨਕੇ ਪ੍ਰਭ ਦੇ ਸ਼ਬਦ ਦੀ ਸ਼ਰਣ ਵਿੱਚ ਮਨੋ ਆ ਜਾਵੇ । ਪ੍ਰਭ ਰਹਿਮਤ ਦੀ ਨਜ਼ਰ ਨਾਲ ਉਸ ਨੂੰ ਵੀ ਬਖਸ਼ ਦੇਂਦਾ ਹੈ, ਪਿਛਲੇ ਅਉਗੁਣ ਬਖਸ਼ਕੇ ਪ੍ਰਵਾਨਗੀ ਦੇ ਰਸਤੇ, ਅਡੋਲ ਰਖਦਾ, ਦਾਸ ਬਣਾ ਕੇ ਰਖਿਆ ਕਰਦਾ ਹੈ । ਜਿਵੇਂ ਮੀਂਹ ਨਾਲ ਸਾਰੀਆਂ ਨਾਲੀਆਂ ਦਾ ਗੰਦਾ ਪਾਣੀ ਸਾਗਰ ਵਿੱਚ ਮਿਲ ਜਾਂਦਾ ਹੈ ।

ਉਹ ਸਾਰਾ ਹੀ ਗੰਗਾ ਦਾ ਰੂਪ ਬਣ ਜਾਂਦਾ ਹੈ । ਜਦੋਂ ਸਾਰੇ ਚੰਗੇ, ਮੰਦੇ ਕੰਮ ਕਰਨ ਵਾਲੇ ਸ਼ਬਦ ਦੀ ਪਾਲਣਾ ਕਰਦੇ ਹਨ । ਪ੍ਰਭ ਵਿੱਚ ਇਹ ਖਾਸ ਵਡਿਆਈ ਹੈ! ਉਹਨਾਂ ਤੇ ਸ਼ਬਦ ਦਾ ਰੰਗ ਚੜ੍ਹ ਜਾਂਦਾ, ਮਨ ਪਵਿੱਤਰ ਹੋ ਜਾਂਦਾ, ਬੁਰੇ ਖਿਆਲ ਨਾਸ ਹੋ ਜਾਂਦੇ ਹਨ । ਉਸ ਦੇ ਮਨ ਦੀਆਂ ਭਟਕਣਾਂ ਖਤਮ ਹੋ ਜਾਂਦੀਆਂ, ਮਨ ਵਿੱਚ ਖੇੜਾ ਬਖਸ਼ਿਸ਼ ਹੋ ਜਾਂਦਾ ਹੈ । ਜੀਵ, ਪ੍ਰਭ ਦਾ ਇਹ ਅਨੋਖਾ ਹੀ ਖੇਲ ਦੇਖੋ! ਜਿਹੜਾ ਪ੍ਰਭ ਦੇ ਸ਼ਬਦ ਦੀ ਪਾਲਣਾ ਕਰਦਾ ਹੈ । ਪ੍ਰਭ ਆਪ ਹੀ ਉਸ ਤੇ ਰਹਿਮਤ ਬਖਸ਼ਦਾ ਹੈ, ਸਾਰੇ ਹੀ ਉਸ ਦੀ ਸੋਭਾ ਕਰਦੇ ਹਨ ।

Whosoever may not be following the teachings of His Word; however, once he may recognize his weakness, mistakes, and surrenders his mind, body, and worldly status at His sanctuary. The True Master may ignore his sins, guides and keeps him on the right path of acceptance in His Court. As with rain the dirty water of streets, drains, rivers may immerse within the ocean; the whole stream of water becomes the flow Holy Ganges. Whosoever may perform good deeds and bad deeds, once he remains drenched with crimson color of the essence of His Word. All his evil thoughts may be eliminated from his mind. All his frustrations of worldly desires may be eliminated and he may be blessed with blossom. The nature of The True Master remains fascinating and astonishing. Whosoever may adopt the teachings of His Word with steady and stable belief in his day-to-day life; with His mercy and grace, the whole universe may honor him.

408.ਬਿਲਾਵਲੁ ਬਾਣੀ ਕਬੀਰ ਜੀਉ ਕੀ॥ 855-6

ੴ ਸਤਿ ਨਾਮੁ	ik-oNkaar sat naam
ਕਰਤਾ ਪੁਰਖੁ ਗੁਰ ਪ੍ਰਸਾਦਿ॥	kartaa purakh gur parsaad.
ਐਸੋ ਇਹੁ ਸੰਸਾਰੁ ਪੇਖਨਾ,	aiso ih sansaar paykhnaa
ਰਹਨੁ ਨ ਕੋਊ ਪਈਹੈ ਰੇ॥	rahan na ko-oo pa-eehai ray.
ਸੂਧੇ ਸੂਧੇ ਰੇਗਿ ਚਲਹੁ ਤੁਮ,	sooDhay sooDhay rayg chalhu tum
ਨਤਰ ਕੁਧਕਾ ਦਿਵਈਹੈ ਰੇ॥ ੧॥	natar kuDhkaa diva-eehai ray. ||1||
ਰਹਾਉ॥	rahaa-o.

ਇਹ ਸੰਸਾਰ ਇੱਕ ਸੁਪਨਾ ਹੈ, ਇਥੇ ਕੋਈ ਵੀ ਸਦਾ ਰਹਿਣ ਵਾਲਾ ਨਹੀਂ ਹੈ । ਜੀਵ ਇਸ ਵਿੱਚ ਸਿੱਧੇ ਰਸਤੇ ਤੇ ਚਲੋ! ਸ਼ਬਦ ਦੀ ਪਾਲਣਾ ਤੋ ਬਿਨਾਂ ਜੂੰਨਾਂ ਦੇ ਚੱਕਰ ਵਿੱਚ ਪੈ ਜਾਵੇਗਾ ।

The universe, human life may be like a short-lived dream, not a permanent resting place for your soul. You should adopt the right path of the teachings of His Word. Without earnings of His Word, your cycle of birth and death may not be eliminated.

ਬਾਰੇ ਬੂਢੇ ਤਰੁਨੇ ਭਈਆ,	baaray boodhay tarunay bha-ee-aa
ਸਭਹੂ ਜਮੁ ਲੈ ਜਈਹੈ ਰੇ॥	sabhhoo jam lai ja-eehai ray.
ਮਾਨਸੁ ਬਪੁਰਾ ਮੂਸਾ ਕੀਨੋ,	maanas bapuraa moosaa keeno
ਮੀਚੁ ਬਿਲਈਆ ਖਈਹੈ ਰੇ॥੧॥	meech bila-ee-aa kha-eehai ray. ||1||

ਇਸ ਸੰਸਾਰ ਵਿੱਚ ਬੱਚੇ, ਜਵਾਨ ਅਤੇ ਬੁੱਢੇ ਸਾਰੇ ਹੀ ਸਮਾਂ ਪਾ ਕੇ ਮੌਤ ਦੇ ਹਵਾਲੇ ਹੋ ਜਾਂਦੇ ਹਨ । ਪ੍ਰਭ ਨੇ ਮਾਨਸ ਨੂੰ ਇੱਕ ਨਿਮਾਣੇ ਚੂਹੇ ਦੀ ਤਰ੍ਹਾਂ ਬਣਾਇਆ ਹੈ । ਮੌਤ ਨੂੰ ਬਿੱਲੀ ਦਾ ਰੂਪ ਬਖਸ਼ਿਆ ਹੈ । ਜਿਹੜੀ ਇਸ ਨੂੰ ਖਤਮ ਕਰ ਦੇਂਦੀ ਹੈ ।

After a predetermined time, all creatures, infant, child, young, old may die and face the judgement their worldly deeds. The True Master has made human like a mouse and devil of death like a cat. She may capture and eliminate his existence from world.

ਧਨਵੰਤਾ ਅਰੁ ਨਿਰਧਨ ਮਨਈ, Dhanvantaa ar nirDhan man-ee
ਤਾ ਕੀ ਕਛੂ ਨ ਕਾਨੀ ਰੇ॥ taa kee kachhoo na kaanee ray.
ਰਾਜਾ ਪਰਜਾ ਸਮ ਕਰਿ ਮਾਰੈ, raajaa parjaa sam kar maarai
ਐਸੋ ਕਾਲੁ ਬਡਾਨੀ ਰੇ॥੨॥ aiso kaal badaanee ray. ||2||

ਮੌਤ ਗ਼ਰੀਬ ਜਾ ਅਮੀਰ ਨੂੰ ਇੱਕ ਤਰ੍ਹਾਂ ਹੀ ਸਮਝਕੇ ਖਤਮ ਕਰਦੀ ਹੈ । ਰਾਜੇ ਅਤੇ ਪਰਜਾ ਸਾਰੇ ਹੀ ਸਵਾਸਾਂ ਦੇ ਮੁਹਤਾਜ ਹੀ ਹਨ ।

The devil of death may eliminate rich or poor, king or his slaves without any discrimination. Everyone remains as a slave of predetermined capital of breaths.

ਹਰਿ ਕੇ ਸੇਵਕ ਜੋ ਹਰਿ ਭਾਏ, har kay sayvak jo har bhaa-ay
ਤਿਨ੍ ਕੀ ਕਥਾ ਨਿਰਾਰੀ ਰੇ॥ tinH kee kathaa niraaree ray.
ਆਵਹਿ ਨ ਜਾਹਿ ਨ ਕਬਹੂ ਮਰਤੇ, aavahi na jaahi na kabhoo martay
ਪਾਰਬ੍ਰਹਮ ਸੰਗਾਰੀ ਰੇ॥੩॥ paarbarahm sangaaree ray. ||3||

ਜਿਹੜਾ ਜੀਵ ਅਡੋਲ ਭਰੋਸੇ ਨਾਲ ਪ੍ਰਭ ਦੇ ਸ਼ਬਦ ਦੀ ਪਾਲਣਾ ਕਰਦਾ ਹੈ । ਉਸ ਦੇ ਮਨ ਦੀ ਅਵਸਥਾ, ਕਥਾ ਵੱਖਰੀ ਹੀ, ਨਿਰਾਲੀ ਹੀ ਹੁੰਦੀ ਹੈ । ਉਹ ਜਨਮ ਮਰਨ ਦੇ ਚੱਕਰ ਵਿੱਚ ਨਹੀਂ ਰਹਿੰਦਾ । ਉਹ ਸਦਾ ਹੀ ਪ੍ਰਭ ਦੇ ਸੰਗ ਰਹਿੰਦਾ ਹੈ ।

Whosoever may obey the teachings of His Word with steady and stable belief in his day-to-day life; with His mercy and grace, his state of mind and the story of his soul may become unique, astonishing. He may not remain in the cycle of birth and death. He may become a part of The Holy Spirit.

ਪੁਤ੍ਰ ਕਲਤ੍ਰ ਲਛਿਮੀ ਮਾਇਆ, putar kaltar lachhimee maa-i-aa ihai
ਇਹੈ ਤਜਹੁ ਜੀਅ ਜਾਨੀ ਰੇ॥ tajahu jee-a jaanee ray.
ਕਹਤ ਕਬੀਰੁ ਸੁਨਹੁ ਰੇ ਸੰਤਹੁ, kahat kabeer sunhu ray santahu
ਮਿਲਿਹੈ ਸਾਰਿਗਪਾਨੀ ਰੇ॥੪॥੧॥ milihai saarigpaanee ray. ||4||1||

ਜੀਵ ਯਾਦ ਰਖੋ! ਇਹ ਤੇਰੀ ਆਤਮਾਂ ਹੈ! ਸੰਸਾਰਕ ਮੋਹ, ਬੱਚੇ, ਪਰਿਵਾਰ, ਧਨ ਦੌਲਤ ਨੂੰ ਤਿਆਗਣ ਨਾਲ ਹੀ ਪ੍ਰਭ ਦੀ ਰਹਿਮਤ ਬਖਸ਼ਿਸ਼ ਹੁੰਦੀ ਹੈ, ਉਸ ਨਾਲ ਮਿਲਾਪ ਹੁੰਦਾ ਹੈ ।

Whosoever may abandon his worldly bonds of family and attachment to worldly wealth. With His mercy and grace, his soul may be blessed with the right path of acceptance in His Court.

409. ਬਿਲਾਵਲੁ ਬਾਣੀ ਕਬੀਰ ਜੀ॥ 855

ਬਿਦਿਆ ਨ ਪਰਉ ਬਾਦੁ ਨਹੀ ਜਾਨਉ॥ bidi-aa na para-o baad nahee jaan-o.
ਹਰਿ ਗੁਨ ਕਥਤ ਸੁਨਤ ਬਉਰਾਨੋ॥੧॥ har gun kathat sunat ba-uraano. ||1||

ਪ੍ਰਭ ਮੈਂ ਕੋਈ ਗਿਆਨ ਵਾਲੀ ਕਿਤਾਬ ਨਹੀਂ ਪੜ੍ਹਦਾ, ਕਥਾ ਨਹੀਂ ਸੁਣਦਾ । ਤੇਰੇ ਸ਼ਬਦ ਦਾ ਸਿਮਰਨ ਕਰਦਾ, ਗੁਣ ਗਾਉਂਦਾ ਹੀ ਤੇਰੇ ਵਿਛੋੜੇ ਵਿੱਚ ਦਿਵਾਨਾ ਹੋ ਗਿਆ ਹਾ ।

My True Master, I may not read any religious book nor listen to the sermons of any worldly saint. I am meditating and singing the glory of Your Word. I remain intoxicated in renunciation in memory of my separation from Your Holy Spirit.

ਮੇਰੇ ਬਾਬਾ ਮੈ ਬਉਰਾ mayray baabaa mai ba-uraa
ਸਭ ਖਲਕ ਸੈਆਨੀ ਮੈ ਬਉਰਾ॥ sabh khalak sai-aanee mai ba-uraa.
ਮੈ ਬਿਗਰਿਓ ਬਿਗਰੈ ਮਤਿ ਅਉਰਾ॥੧॥ mai bigri-o bigrai mat a-uraa. ||1||
ਰਹਾਉ॥ rahaa-o.

ਮੈਂ ਦਿਵਾਨਾ ਹੋ ਗਿਆ, ਮੈਨੂੰ ਸਾਰਾ ਸੰਸਾਰ ਹੀ ਮੇਰੇ ਨਾਲ ਦਿਵਾਨਾ ਦਿਖਾਈ ਦੇਂਦਾ ਹੈ । ਮੈਂ ਸੰਸਾਰ ਨਾਲੋਂ ਵੱਖਰੇ ਕੰਮ ਕਰਦਾ ਹਾ, ਜਿਹੜੇ ਸੰਸਾਰ ਨੂੰ ਭਾਉਂਦੇ ਨਹੀਂ ਹਨ । ਸਾਰੇ ਮੇਰੇ ਨਾਲ ਪਾਗਲਾ ਵਾਲਾ

ਵਰਤਾਉ ਕਰਦੇ ਹਨ । ਮੇਰੀ ਆਸ ਹੈ, ਕੋਈ ਵੀ ਮੇਰਾ ਪਿਛਾ ਨਾ ਕਰੇ । ਮੇਰੇ ਰਸਤੇ ਤੇ ਚਲਕੇ ਦੁਖ ਨਾ ਪਾਵੇ ।

My True Master, I am insanely in renunciation in the memory of my separation from Your Holy Spirit. My day-to-day activities are different from everyone else and no one approve my way of worldly life. Everyone thinks and treats me as insane. I hope no one may follow my way of life; no one may not endure miseries by adopting my very tedious and mysterious way of life.

ਆਪਿ ਨ ਬਉਰਾ ਰਾਮ ਕੀਓ ਬਉਰਾ॥ aap na ba-uraa raam kee-o ba-uraa.
ਸਤਿਗੁਰੁ ਜਾਰਿ ਗਇਓ ਭ੍ਰਮੁ ਮੋਰਾ॥੨॥ satgur jaar ga-i-o bharam moraa. ||2||

ਪ੍ਰਭ ਨੇ ਹੀ ਮੈਨੂੰ ਇਸਤਰ੍ਹਾਂ ਦਾ ਦਿਵਾਨਾ ਬਣਾਇਆ ਹੈ । ਅਸਲੀ ਮਾਲਕ ਨੇ ਮੇਰੇ ਸਾਰੇ ਭਰਮ ਦੂਰ ਕਰ ਦਿੱਤੇ ਹਨ ।

The True Master has made me such an insane in my passion for His Word. The True Master has eliminated all my suspicions.

ਮੈ ਬਿਗਰੇ ਅਪਨੀ ਮਤਿ ਖੋਈ॥ mai bigray apnee mat kho-ee.
ਮੇਰੇ ਭਰਮਿ ਭੂਲਉ ਮਤਿ ਕੋਈ॥੩॥ mayray bharam bhoola-o mat ko-ee. ||3||

ਮੇਰਾ ਮਨ ਵਿਗੜ ਗਿਆ ਹੈ, ਇਸ ਨੇ ਆਪਣੀ ਬੁੱਧੀ ਖੋਂਅ ਲਈ ਹੈ । ਪ੍ਰੇਰਨਾ ਕਰਦਾ ਹੈ, ਮੇਰੇ ਪਿਛੇ ਕੋਈ ਨਾ ਲੱਗੇ, ਆਪਣਾ ਰਸਤਾ ਨਾ ਗਵਾਏ ।

My mind stubborned has lost his senses. I pray, no one may follow my lead; he may not lose his peace of mind or way of life.

ਸੋ ਬਉਰਾ ਜੋ ਆਪੁ ਨ ਪਛਾਨੈ॥ so ba-uraa jo aap na pachhaanai.
ਆਪੁ ਪਛਾਨੈ ਤ ਏਕੈ ਜਾਨੈ॥੪॥ aap pachhaanai ta aykai jaanai. ||4||

ਜਿਹੜਾ ਆਪਣੇ ਆਪ ਨੂੰ ਪਛਾਣਦਾ ਨਹੀਂ, ਕੇਵਲ ਉਹ ਹੀ ਪਾਗਲ ਹੁੰਦਾ ਹੈ । ਜਿਹੜਾ ਆਪਣੇ ਆਪ ਨੂੰ ਜਾਣ ਜਾਂਦਾ ਹੈ, ਉਹ ਪ੍ਰਭ ਦੀ ਹੋਂਦ ਮਹਿਸੂਸ ਕਰ ਲੈਂਦਾ ਹੈ ।

Whosoever may not recognize the real purpose of his human life journey; only he may be insane. Whosoever may realize the real purpose of his human life opportunity; with His mercy and grace, he may realize His Holy Spirit prevailing everywhere.

ਅਬਹਿ ਨ ਮਾਤਾ ਸੁ ਕਬਹੁ ਨ ਮਾਤਾ॥ abeh na maataa so kabahu na maataa.
ਕਹਿ ਕਬੀਰ ਰਾਮੈ ਰੰਗਿ ਰਾਤਾ॥੫॥੨॥ kahi kabeer raamai rang raataa. ||5||2||

ਜਿਹੜਾ ਪ੍ਰਭ ਦੇ ਸ਼ਬਦ ਦੇ ਨਸ਼ੇ ਵਿੱਚ ਮਸਤ ਨਹੀਂ ਰਹਿੰਦਾ, ਉਹ ਕਦੇ ਵੀ ਪ੍ਰਭ ਦੇ ਸ਼ਬਦ ਦੀ ਪਾਲਣਾ ਨਹੀਂ ਕਰ ਸਕਦਾ । ਬੰਦਗੀ ਕਰਨ ਵਾਲੇ ਜੀਵ, ਪ੍ਰਭ ਦੇ ਸ਼ਬਦ ਦੇ ਰੰਗ ਵਿੱਚ ਰੰਗੇ ਰਹਿੰਦੇ ਹਨ ।

Whosever may not remain intoxicated with the teachings of His Word; he may never obey the teachings of His Word with steady and stable belief in his day-to-day life. His true devotee remains drenched with the essence of His Word.

410.ਬਿਲਾਵਲੁ ਬਾਣੀ ਕਬੀਰ ਜੀ॥ 856

ਗ੍ਰਿਹੁ ਤਜਿ ਬਨ ਖੰਡ ਜਾਈਐ, garihu taj ban khand jaa-ee-ai
ਚੁਨਿ ਖਾਈਐ ਕੰਦਾ॥ chun khaa-ee-ai kandaa.
ਅਜਹੁ ਬਿਕਾਰ ਨ ਛੋਡਈ, ajahu bikaar na chhod-ee
ਪਾਪੀ ਮਨੁ ਮੰਦਾ॥੧॥ paapee man mandaa.||1||

ਜੀਵ ਭਾਵੇਂ ਆਪਣਾ ਘਰ ਬਾਰ ਛੱਡਕੇ ਜੰਗਲਾਂ ਵਿੱਚ ਚਲੇ ਜਾਵੇ, ਜੜ੍ਹਾਂ ਬੂਟੀਆਂ ਖਾ ਕੇ ਆਪਣਾ ਪੇਟ ਭਰੇ । ਫਿਰ ਵੀ ਮਨ ਦੇ ਬੁਰੇ ਖਿਆਲ, ਧੋਖਾ ਕਰਨ ਦੀ ਨੀਅਤ ਖਤਮ ਨਹੀਂ ਹੁੰਦੀ ।

Anyone may renounce his home, family life, worldly comforts and he may wander in wild jungle. He may eat weeds, bark, and wild nuts. Even then his evil thoughts, deceptive intentions may never be eliminated.

ਕਿਉ ਛੂਟਉ ਕੈਸੇ ਤਰਉ,	ki-o chhoota-o kaisay tara-o
ਭਵਜਲ ਨਿਧਿ ਭਾਰੀ॥	bhavjal niDh bhaaree.
ਰਾਖੁ ਰਾਖੁ ਮੇਰੇ ਬੀਠੁਲਾ,	rhwau] raakh raakh mayray beethulaa
ਜਨੁ ਸਰਨਿ ਤੁਮ੍ਾਰੀ॥੧॥ ਰਹਾਉ॥	jan saran tumHaaree. ||1|| rahaa-o.

ਕਿਵੇਂ ਕੋਈ ਇਸ ਜੰਜਾਲ ਵਿਚੋਂ ਛੁਟੇ? ਕਿਵੇਂ ਭਿਆਨਕ ਸੰਸਾਰਕ ਸਾਗਰ ਪਾਰ ਕੀਤਾ ਜਾਵੇ? ਪ੍ਰਭ ਸੋਝੀ, ਰਸਤਾ ਬਖਸ਼ੋ! ਇਹ ਨਿਮਾਣਾ ਸੇਵਕ ਤੇਰੇ ਦਰ ਤੇ ਪਨਾਹ ਵਿੱਚ ਆਇਆ, ਰਖਿਆ ਕਰੋ ।

How may I get rid of my worldly bonds? How may I cross worldly oceans? My True Master guides me on the right path. I have humbly surrendered my mind, body, and worldly identity at Your sanctuary for Your forgiveness and protection.

ਬਿਖੈ ਬਿਖੈ ਕੀ ਬਾਸਨਾ,	bikhai bikhai kee baasnaa
ਤਜੀਅ ਨਹ ਜਾਈ॥	tajee-a nah jaa-ee.
ਅਨਿਕ ਜਤਨ ਕਰਿ ਰਾਖੀਐ,	anik jatan kar raakhee-ai
ਫਿਰਿ ਫਿਰਿ ਲਪਟਾਈ॥੨॥	fir fir laptaa-ee. ||2||

ਮੇਰੇ ਮਨ ਦੀ ਧੋਖੇ ਕਰਨ ਦੀ ਨੀਅਤ ਨਹੀਂ ਭਰਦੀ, ਪਾਪਾਂ ਵਾਲੇ ਖਿਆਲ ਮਨੋ ਵਿਚੋਂ ਦੂਰ ਨਹੀਂ ਹੁੰਦੇ । ਜੀਵ ਬਹੁਤ ਤਰ੍ਹਾਂ ਦੇ ਯਤਨ ਕਰਦਾ, ਮਨ ਨੂੰ ਇਹਨਾਂ ਤੋ ਵਾਂਝਾ ਰਖਦਾ ਹੈ । ਫਿਰ ਵੀ ਇਹ ਮਨ ਤੇ ਬਾਰ ਬਾਰ ਆਉਂਦੇ, ਜ਼ੋਰ ਕਰ ਜਾਂਦੇ ਹਨ ।

My devious intention may never be satisfied; my evil thoughts and sinful desires may never be eliminated from my mind. Human may try various efforts to deprive his mind from worldly luxuries, comforts. Even then these thoughts may come time to time and these thoughts may eventually over power his mind.

ਜਰਾ ਜੀਵਨ ਜੋਬਨੁ ਗਇਆ,	jaraa jeevan joban ga-i-aa
ਕਿਛੁ ਕੀਆ ਨ ਨੀਕਾ॥	kichh kee-aa na neekaa.
ਇਹੁ ਜੀਅਰਾ ਨਿਰਮੋਲਕੋ,	ih jee-araa nirmolko
ਕਉਡੀ ਲਗਿ ਮੀਕਾ॥੩॥	ka-udee lag meekaa. ||3||

ਮੇਰੀ ਜਵਾਨੀ ਅਤੇ ਬੁਢੇਪਾ ਵੀ ਖਤਮ ਹੋ ਗਿਆ ਹੈ । ਮੈਂ ਸ਼ਬਦ ਦੀ ਪਾਲਣਾ ਵਾਲਾ, ਕੋਈ ਭਲਾ ਕੰਮ ਨਹੀਂ ਕੀਤਾ । ਅਮੋਲਕ ਮਾਨਸ ਜਨਮ ਨੂੰ ਮਾਮੂਲੀ ਹੀ ਸਮਝਕੇ, ਬਿਰਥਾ ਹੀ ਗਵਾ ਲਿਆ ਹੈ ।

My youth and old age have long been wasted. I have not obeyed the teachings of His Word nor I have done any good deeds for His Creation. I have considered human life opportunity as very insignificant and I have wasted priceless human life opportunity.

ਕਹੁ ਕਬੀਰ ਮੇਰੇ ਮਾਧਵਾ,	kaho kabeer mayray maaDhvaa
ਤੂ ਸਰਬ ਬਿਆਪੀ॥	too sarab bi-aapee.
ਤੁਮ ਸਮਸਰਿ ਨਾਹੀ ਦਇਆਲੁ,	tum samsar naahee da-i-aal
ਮੋਹਿ ਸਮਸਰਿ ਪਾਪੀ॥੪॥੩॥	mohi samsar paapee. ||4||3||

ਪ੍ਰਭ ਤੂੰ ਹੀ ਸਾਰੇ ਜੀਵਾਂ ਵਿੱਚ ਵਸਦਾ, ਵਾਪਰਦਾ ਹੈ । ਤੇਰੇ ਵਰਗਾ ਤਰਸਵਾਨ, ਦਿਆਲੂ ਹੋਰ ਕੋਈ ਨਹੀਂ ਹੈ । ਮੇਰਾ ਵਰਗਾ, ਹੋਰ ਕੋਈ ਪਾਪੀ ਨਹੀਂ ਹੈ ।

My True Master remains embedded within the soul of every creature and prevails in every event in the universe. There may not be any one equal or greater, or merciful and generous like Your greatness nor any one may be a worse sinner than me.

411.ਬਿਲਾਵਲੁ ਬਾਣੀ ਕਬੀਰ ਜੀ॥ 856

ਨਿਤ ਉਠਿ ਕੋਰੀ ਗਾਗਰਿ,	nit uth koree gaagar
ਆਨੈ ਲੀਪਤ ਜੀਉ ਗਇਓ॥	aanai leepat jee-o ga-i-o.
ਤਾਨਾ ਬਾਨਾ ਕਛੂ ਨ ਸੂਝੈ,	taanaa baanaa kachhoo na soojhai
ਹਰਿ ਹਰਿ ਰਸਿ ਲਪਟਿਓ॥੧॥	har har ras lapti-o. ||1||

ਬੰਦਗੀ ਕਰਨ ਵਾਲਾ ਹਰ ਰੋਜ਼ ਨਾਸ ਹੋ ਜਾਣ ਵਾਲੇ ਤਨ ਨੂੰ ਸਵਾਰਕੇ ਸ਼ਬਦ ਦੀ ਪਾਲਣਾ, ਬੰਦਗੀ ਕਰਦਾ ਹੈ । ਸੰਸਾਰ ਦੇ ਸਾਰੇ ਧੰਦੇ ਛੱਡਕੇ, ਲਾਲਚ ਛੱਡਕੇ ਸ਼ਬਦ ਵਿੱਚ ਮਗਨ ਰਹਿੰਦਾ ਹੈ ।

His true devotee, Kabeer may start his day by cleaning his perishable body and remembering the purpose of his human life opportunity; he may obey the teachings of His Word. He may abandon all his worldly chores and control his greed for worldly materials; he may remain intoxicated in meditation in the void of His Word.

ਹਮਾਰੇ ਕੁਲ ਕਉਨੇ ਰਾਮੁ ਕਹਿਓ॥	hamaaray kul ka-unay raam kahi-o.
ਜਬ ਕੀ ਮਾਲਾ ਲਈ ਨਿਪੂਤੇ,	jab kee maalaa la-ee nipootay
ਤਬ ਤੇ ਸੁਖੁ ਨ ਭਇਓ॥੧॥ਰਹਾਉ॥	tab tay sukh na bha-i-o. ||1|| rahaa-o.

ਕੀ ਸਾਡੇ ਸਾਰੇ ਖਾਨਦਾਨ ਵਿੱਚ ਕਿਸੇ ਨੇ ਪ੍ਰਭ ਦੇ ਸ਼ਬਦ ਦਾ ਸਿਮਰਨ ਕੀਤਾ ਹੈ? ਮੇਰਾ ਬੱਚਾ ਜੋ ਅਣਜਾਣ ਹੈ! ਉਸ ਨੇ ਮਾਲ਼ਾ ਲੈ ਕੇ ਉਸ ਦਾ ਸ਼ਬਦ ਗਾਉਣਾ ਆਰੰਭ ਕੀਤਾ ਹੈ । ਉਸ ਨੂੰ ਕੋਈ ਸ਼ਾਂਤੀ, ਸੰਤੋਖ ਬਖਸ਼ਿਸ਼ ਨਹੀਂ ਹੋਇਆ ।

His mother may thinks! Has anyone of his forefathers ever meditated on the teachings of His Word such a way? My young, ignorant child has picked up rosary and he has started singing the glory of The True Creator. He has not realized any peace of mind, contentment in his worldly life.

ਸੁਨਹੁ ਜਿਠਾਨੀ ਸੁਨਹੁ ਦਿਰਾਨੀ,	sunhu jithaanee sunhu diraanee
ਅਚਰਜੁ ਏਕੁ ਭਇਓ॥	achraj ayk bha-i-o.
ਸਾਤ ਸੂਤ ਇਨਿ ਮੁਡੀਂਏ ਖੋਏ,	saat soot in mudeeNay kho-ay
ਇਹੁ ਮੁਡੀਆ ਕਿਉ ਨ ਮੁਇਓ॥੨॥	ih mudee-aa ki-o na mu-i-o. ||2||

ਮੇਰੇ ਸਾਥੀਓ ਦੇਖੋ! ਇੱਕ ਅਨੋਖਾ ਭਾਣਾ ਹੀ ਵਾਪਰਿਆ ਹੈ । ਮੇਰੇ ਲੜਕੇ ਨੇ ਮੇਰਾ ਰੋਟੀ ਦਾ ਧੰਦਾ, ਕੰਮ ਛੱਡ ਦਿੱਤਾ ਹੈ । ਉਹ ਮਰ ਕਿਉਂ ਨਾ ਗਿਆ?

My close associates! you may witness an astonishing miracle has happened in my life. My son has abandoned all worldly chores to support worldly family. Why was he not died in my womb?

ਸਰਬ ਸੁਖਾ ਕਾ ਏਕੁ ਹਰਿ ਸੁਆਮੀ,	sarab sukhaa kaa ayk har su-aamee
ਸੋ ਗੁਰਿ ਨਾਮੁ ਦਇਓ॥	so gur naam da-i-o.
ਸੰਤ ਪ੍ਰਹਲਾਦ ਕੀ ਪੈਜ ਜਿਨਿ ਰਾਖੀ,	sant parahlaad kee paij jin raakhee
ਹਰਨਾਖਸੁ ਨਖ ਬਿਦਰਿਓ॥੩॥	harnaakhas nakh bidri-o. ||3||

ਪ੍ਰਭ ਹੀ ਸਾਰੇ ਸੁਖਾਂ ਦਾ ਅਸਲੀ ਮਾਲਕ ਹੈ । ਸ਼ਬਦ ਦੀ ਸੋਝੀ ਤੋ ਹੀ ਇਸ ਦਾ ਗਿਆਨ ਬਖਸ਼ਿਸ਼ ਹੋਇਆ ਹੈ । ਪ੍ਰਭ ਨੇ ਹੀ ਪ੍ਰਲਾਹਦਾ ਦੀ ਰਖਿਆ ਕੀਤੀ ਸੀ । ਉਸ ਦੇ ਜ਼ਾਲਮ ਪਿਤਾ ਰਾਜੇ ਹਰਨਾਖਸ਼ ਨੂੰ ਖਤਮ ਕੀਤਾ ਸੀ ।

The True Master is the treasure of all comforts and blessings; with His mercy and grace, I have been enlightened with the essence of His Nature by adopting the teachings of His Word. The True Master has protected His true devotee **Paarhlaad** from his tyrant father, king **Harnaakash** and destroyed his tyranny.

ਘਰ ਕੇ ਦੇਵ ਪਿਤਰ ਕੀ ਛੋਡੀ,
ਗੁਰ ਕੋ ਸਬਦੁ ਲਇਓ॥
ਕਹਤ ਕਬੀਰੁ ਸਗਲ ਪਾਪ ਖੰਡਨ,
ਸੰਤਹ ਲੈ ਉਧਾਰਿਓ॥੪॥੪॥

ghar kay dayv pitar kee chhodee
gur ko sabad la-i-o.
kahat kabeer sagal paap khandan
santeh lai uDhaari-o. ||4||4||

ਮੈਂ ਸੰਸਾਰਕ ਗੁਰੂਆਂ ਨੂੰ ਛੱਡ ਦਿੱਤਾ ਹੈ । ਖਾਨਦਾਨ ਦੇ ਪਿਛਲੇ ਸਮੇਂ ਤੋ ਚਲਦੇ ਰੀਤ ਰੀਵਾਜ ਤਿਆਗ ਦਿੱਤੇ ਹਨ । ਕੇਵਲ ਪ੍ਰਭ ਦੇ ਸ਼ਬਦ ਦੀ ਓਟ ਲਈ ਹੈ । ਪ੍ਰਭ ਹੀ ਸਾਰੇ ਪਾਪਾਂ ਦਾ ਨਾਸ ਕਰਨ ਵਾਲਾ ਮਾਲਕ ਹੈ । ਉਹ ਸੰਤਾਂ, ਆਪਣੇ ਭਗਤਾਂ ਦੀ ਆਪ ਹੀ ਰਖਿਆ ਕਰਦਾ ਹੈ ।

I have abandoned the teachings of worldly gurus. I have abandoned all previous, Ancient religious rituals of my forefathers. I am only searching for the refuge of the teachings of His Word and I have become steady and stable on path of meditation. The True Master remains the protector and savior of His true devotees.

412.ਬਿਲਾਵਲੁ ਬਾਣੀ ਕਬੀਰ ਜੀ॥ 856

ਕੋਊ ਹਰਿ ਸਮਾਨਿ ਨਹੀ ਰਾਜਾ॥
ਏ ਭੂਪਤਿ ਸਭ ਦਿਵਸ ਚਾਰਿ ਕੇ,
ਝੂਠੇ ਕਰਤ ਦਿਵਾਜਾ॥੧॥ਰਹਾਉ॥

ko-oo har samaan nahee raajaa.
ay bhoopat sabh divas chaar kay,
jhoothay karat divaajaa. ||1|| rahaa-o.

ਪ੍ਰਭ ਦੇ ਬਰਾਬਰ ਦਾ ਕੋਈ ਹੋਰ ਸ਼ੇਨਸਾਹ, ਰਾਜਾ ਨਹੀਂ ਹੈ । ਸੰਸਾਰਕ ਰਾਜੇ, ਥੋੜ੍ਹਾ ਸਮਾਂ ਰਹਿਣ ਵਾਲੇ, ਆਪਣੀ ਸ਼ਾਨ ਦਾ ਵਿਖਾਵਾ ਕਰਦੇ ਹਨ ।

No worldly king may be equal, or greater king than The Mighty, True Master. His throne remains supreme forever. Worldly kings may be short-lived with limited worldly power and boast their false ego of power and glory.

ਤੇਰੋ ਜਨੁ ਹੋਇ ਸੋਇ ਕਤ ਡੋਲੈ,
ਤੀਨਿ ਭਵਨ ਪਰ ਛਾਜਾ॥
ਹਾਥੁ ਪਸਾਰਿ ਸਕੈ ਕੋ ਜਨ ਕਉ,
ਬੋਲਿ ਸਕੈ ਨ ਅੰਦਾਜਾ॥੧॥

tayro jan ho-ay so-ay kat dolai
teen bhavan par chhaajaa.
haath pasaar sakai ko jan ka-o
bol sakai na andaajaa. ||1||

ਪ੍ਰਭ ਤੂੰ ਤਿੰਨਾਂ ਸ੍ਰਿਸ਼ਟੀਆਂ ਦਾ ਆਪ ਹੀ ਮਾਲਕ ਹੈ । ਤੇਰੀ ਰਹਿਮਤ, ਕੁਦਰਤ ਦਾ ਅੰਦਾਜ਼ਾ ਨਹੀ ਲਾਇਆ ਜਾ ਸਕਦਾ । ਪ੍ਰਭ ਤੇਰੇ ਸੰਗ ਆ ਕੇ ਤੇਰਾ ਨਿਮਾਣਾ ਸੇਵਕ ਕਿਵੇਂ ਡੋਲ ਸਕਦਾ ਹੈ?

My Omnipotent True Master! Your power and greatness remain beyond the imagination, comprehension of Your Creation. Your command prevails in all three universes. Whosoever may be accepted in Your sanctuary; how may he be worried or scared from anything, anyone in the universe?

ਚੇਤਿ ਅਚੇਤ ਮੂੜ ਮਨ ਮੇਰੇ,
ਬਾਜੇ ਅਨਹਦ ਬਾਜਾ॥
ਕਹਿ ਕਬੀਰ ਸੰਸਾ ਭ੍ਰਮੁ ਚੂਕੋ,
ਧ੍ਰੂ ਪ੍ਰਹਿਲਾਦ ਨਿਵਾਜਾ॥੨॥੫॥

chayt achayt moorh man mayray
baajay anhad baajaa.
kahi kabeer sansaa bharam chooko
Dharoo par-hilaad nivaajaa. ||2||5||

ਅਣਜਾਣ ਮਨ ਆਪਣਾ ਧਿਆਨ ਇਸ ਪਾਸੇ, ਸ਼ਬਦ ਦੀ ਪਾਲਨਾ ਵਿੱਚ ਲਾਵੋ! ਸ਼ਬਦ ਦੀ ਧੁਨ ਆਪਣੇ ਮਨ ਵਿੱਚ ਚਲਾਵੋ । ਪ੍ਰਭ, ਮੇਰੇ ਮਨ ਦੇ ਸਾਰੇ ਭਰਮ ਦੂਰ ਹੋ ਗਏ ਹਨ । ਉਹ ਪ੍ਰਭ ਹੀ ਮੇਰਾ ਰਖਵਾਲਾ ਹੈ! ਜਿਸ ਨੇ ਧ੍ਰੂਅ ਅਤੇ ਪ੍ਰਹਿਲਾਦ ਦੀ ਰਖਿਆ ਕੀਤੀ ਸੀ ।

My ignorant mind, focus on the teachings of His Word in the universe. The everlasting echo of His Word may resonate within your heart. With His mercy and grace, all my suspicions have been eliminated. The True Master has accepted me in His sanctuary and he has become my protector. The same True Master saved His true devotee **Dharoo and Parhilaad.**

413.ਬਿਲਾਵਲੁ ਬਾਣੀ ਕਬੀਰ ਜੀ॥ 856

ਰਾਖਿ ਲੇਹੁ ਹਮ ਤੇ ਬਿਗਰੀ॥	raakh layho ham tay bigree.
ਸੀਲੁ ਧਰਮੁ ਜਪੁ ਭਗਤਿ ਨ ਕੀਨੀ,	seel Dharam jap bhagat na keenee
ਹਉ ਅਭਿਮਾਨ ਟੇਢ ਪਗਰੀ॥੧॥	ha-o abhimaan taydh pagree. ||1||
ਰਹਾਉ॥	rahaa-o.

ਪ੍ਰਭ ਮੇਰੀ ਰਖਿਆ ਕਰੋ, ਮੇਰੇ ਕੋਲੋ ਗਲਤੀ ਹੋ ਗਈ ਹੈ । ਮੈਂ ਆਪਣੇ ਆਪ ਨੂੰ ਨਿਮਾਣਾ ਨਹੀਂ ਬਣਾਇਆ, ਸ਼ਬਦ ਦੀ ਪਾਲਣਾ, ਸ੍ਰਿਸ਼ਟੀ ਦੀ ਭਲਾਈ ਦੇ ਕੰਮ ਨਹੀਂ ਕੀਤੇ । ਅਹੰਕਾਰ ਅਤੇ ਹੈਸੀਅਤ ਦੇ ਅਭਿਮਾਨ ਵਿੱਚ ਗਲਤ ਰਸਤੇ ਤੇ ਜੀਵਨ ਬਤੀਤ ਕਰਦਾ ਹਾ ।

My True Master, I have committed sins in my worldly life. I have not adopted humility in my worldly life nor I have adopted the teachings of Your Word in my day-to-day life. I have not performed any good deeds to serve Your Creation. I remained intoxication with my ego of worldly status in my human life journey and I have adopted wrong path in my life.

ਅਮਰ ਜਾਨਿ ਸੰਚੀ ਇਹ ਕਾਇਆ,	amar jaan sanchee ih kaa-i-aa
ਇਹ ਮਿਥਿਆ ਕਾਚੀ ਗਗਰੀ॥	ih mithi-aa kaachee gagree.
ਜਿਨਹਿ ਨਿਵਾਜਿ ਸਾਜਿ ਹਮ ਕੀਏ,	jineh nivaaj saaj ham kee-ay
ਤਿਸਹਿ ਬਿਸਾਰਿ ਅਵਰ ਲਗਰੀ॥੧॥	tiseh bisaar avar lagree. ||1||

ਮੈਂ ਸੋਚਣ ਲੱਗ ਪਿਆ, ਇਹ ਸਦਾ ਰਹਿਣ ਵਾਲਾ ਤਨ ਹੈ । ਇਸ ਨੂੰ ਅਰਾਮ ਦੇਣ ਵਾਲੇ ਯਤਨ ਕਰਨ ਲੱਗ ਪਿਆ । ਪਰ ਇਹ ਤਾਂ ਥੋੜ੍ਹਾ ਸਮਾਂ ਰਹਿਣ ਵਾਲਾ, ਨਾਸ ਹੋ ਜਾਣ ਵਾਲਾ ਹੀ ਹੈ । ਮੈਂ ਤਨ ਬਖਸ਼ਣ ਵਾਲੇ ਮਾਲਕ ਨੂੰ ਮਨ ਵਿਚੋਂ ਭੁਲਾ ਛੱਡਿਆ, ਇਸ ਤਨ ਦੀ ਪਾਲਣਾ ਪੋਸਨਾ ਕੀਤੀ ਹੈ । ਮੈਂ ਹੋਰ ਹੀ ਕਿਸੇ ਸੰਸਾਰਕ ਗੁਰੂ ਪਿਛੇ ਲੱਗਕੇ, ਭਰਮਾਂ ਵਿੱਚ ਫਸ ਗਿਆ ਹਾ ।

In my ignorance, I believed my human body may be a permanent resting place for my soul. I have focused all my attention to provide comforts to my perishable body. However, I have realized my perishable body may remain only for predetermined time. I have abandoned the true trustee of my human body; who has blessed me another opportunity to sanctify my soul. I have become a slave of my body, worldly desires. I remain intoxicated with worldly wealth, following the teachings of human gurus. I have become slave of religious rituals and suspicions.

ਸੰਧਿਕ ਤੋਹਿ ਸਾਧ ਨਹੀ ਕਹੀਅਉ,	sanDhik tohi saaDh nahee kahee-a-o
ਸਰਨਿ ਪਰੇ ਤੁਮਰੀ ਪਗਰੀ॥	saran paray tumree pagree.
ਕਹਿ ਕਬੀਰ ਇਹ ਬਿਨਤੀ ਸੁਨੀਅਹੁ,	kahi kabeer ih bintee sunee-ahu
ਮਤ ਘਾਲਹੁ ਜਮ ਕੀ ਖਬਰੀ॥੨॥੬॥	mat ghaalhu jam kee khabree. ||2||6||

ਪ੍ਰਭ, ਮੈਂ ਚੋਰ ਹਾ, ਸੰਤ ਕਹਿਣ ਦੇ ਯੋਗ ਨਹੀਂ ਹਾ । ਮੈਂ ਤੇਰੇ ਚਰਨਾਂ ਵਿੱਚ ਆਇਆ ਹਾ । ਪ੍ਰਭ ਮੇਰੀ ਅਰਦਾਸ ਸੁਣੋ! ਰਹਿਮਤ ਬਖਸ਼ੋ! ਸਿੱਧੇ ਰਸਤੇ ਤੇ ਪਾਵੋ । ਮੌਤ ਦੇ ਫਰਿਸ਼ਤੇ ਤੋ ਬਚਾ ਲਵੋ ।

My True Master, I am dishonest, thief, not worthy to be called saint. I have regretted, repented and I am surrendering my mind, body, and worldly identity at Your sanctuary. I am praying for Your forgiveness to bless me with the right path of human life journey. With Your mercy and grace, I may be saved from the miseries of devil of death.

414. ਬਿਲਾਵਲੁ ਬਾਣੀ ਕਬੀਰ ਜੀ॥ 856

ਦਰਮਾਦੇ ਠਾਢੇ ਦਰਬਾਰਿ॥	darmaaday thaadhay darbaar.
ਤੁਝ ਬਿਨੁ ਸੁਰਤਿ ਕਰੈ ਕੋ ਮੇਰੀ,	tujh bin surat karai ko mayree
ਦਰਸਨੁ ਦੀਜੈ ਖੋਲ੍ਹਿ ਕਿਵਾਰ॥੧॥	darsan deejai kholiH kivaar. ||1||
ਰਹਾਉ॥	rahaa-o.

ਪ੍ਰਭ ਤੇਰੇ ਦਰ ਤੇ ਤੇਰਾ ਨਿਮਾਣਾ ਸੇਵਕ ਖੜ੍ਹਾ ਹੈ । ਤੇਰੇ ਤੋ ਬਿਨਾਂ ਹੋਰ ਕਿਹੜਾ ਮੇਰੀ ਰਖਿਆ ਕਰ ਸਕਦਾ ਹੈ? ਰਹਿਮਤ ਬਖਸ਼ੋ ! ਆਪਣਾ ਦਰ ਖੋਲ੍ਹਕੇ ਆਪਣੇ ਦਾਸ ਨੂੰ ਦਰਸ਼ਨ, ਪਨਾਹ ਬਖਸ਼ੋ ।

My True Master; Your humble, helpless slave has surrendered his mind, body, and worldly status at Your sanctuary; I am praying and begging for Your refuge at Your door. Who else may protect me in the universe? Only You may accept your humble slave in your refuge.

ਤੁਮ ਧਨ ਧਨੀ ਉਦਾਰ ਤਿਆਗੀ,	tum Dhan Dhanee udaar ti-aagee
ਸ੍ਰਵਨਨ੍ ਸੁਨੀਅਤੁ ਸੁਜਸੁ ਤੁਮ੍ਾਰ॥	saravnanH sunee-at sujas tumHaar.
ਮਾਗਉ ਕਾਹਿ ਰੰਕ ਸਭ ਦੇਖਉ,	maaga-o kaahi rank sabh daykh-a-u
ਤੁਮ੍ ਹੀ ਤੇ ਮੇਰੋ ਨਿਸਤਾਰੁ॥੧॥	tumH hee tay mayro nistaar. ||1||

ਪ੍ਰਭ ਤੂੰ ਅਮੀਰਾਂ ਤੋ ਅਮੀਰ, ਮਿਹਰਬਾਨਾਂ ਤੋ ਮਿਹਰਬਾਨ ਹੈ । ਤੇਰਾ ਕਿਸੇ ਨਾਲ ਮੋਹ ਨਹੀਂ ਹੈ । ਮੈਂ ਆਪਣੇ ਕੰਨਾਂ ਨਾਲ ਤੇਰੀ ਉਸਤਤ ਸੁਣਦਾ ਹਾ, ਜੀਭ ਨਾਲ ਗਾਉਂਦਾ ਹਾ । ਮੈਂ ਹੋਰ ਕਿਸੇ ਕੋਲੋ ਕਿਉਂ ਮੰਗਾ? ਮੈਂ ਦੇਖਦਾ ਹੈ, ਸਾਰੇ ਜੀਵ ਹੀ ਤੇਰੇ ਦਰ ਤੇ ਮੰਗਤੇ ਹਨ । ਮੁਕਤੀ ਤੇਰੀ ਰਹਿਮਤ ਨਾਲ ਹੀ ਬਖਸ਼ਿਸ਼ ਹੋ ਸਕਦੀ ਹੈ ।

My True Master! You are The King of kings; The merciful of all merciful in the universes. You may not have any emotional attachment with any worldly creations. All are blemished souls and all creatures have been sent to the universe to become worthy of Your consideration. I hear the greatness of Your virtues with my ears, witness Your glory with my eyes and sings the glory of Your Word with my tongue. Why should I be praying and begging from anyone else? I have realized everyone, including worldly gurus are beggars at your door. What may worldly guru offer me? The 4th virtue, salvation may only be blessed with Your mercy and grace, no other technique.

ਜੈਦੇਉ ਨਾਮਾ ਬਿਪ ਸੁਦਾਮਾ,	jaiday-o naamaa bip sudaamaa
ਤਿਨ ਕਉ ਕ੍ਰਿਪਾ ਭਈ ਹੈ ਅਪਾਰ॥	tin ka-o kirpaa bha-ee hai apaar.
ਕਹਿ ਕਬੀਰ ਤੁਮ ਸੰਮ੍ਰਥ ਦਾਤੇ,	kahi kabeer tum samrath daatay
ਚਾਰਿ ਪਦਾਰਥ ਦੇਤ ਨ ਬਾਰ॥੨॥੭॥	chaar padaarath dayt na baar. ||2||7||

ਪ੍ਰਭ ਤੇਰੀ ਹੀ ਰਹਿਮਤ ਨਾਲ ਜੈਦੇਵ, ਨਾਮਾ, ਗ਼ਰੀਬ ਸਦਾਮੇ ਨੂੰ ਸੋਝੀ ਬਖਸ਼ਿਸ਼ ਹੋਈ । ਤੇਰੇ ਰਹਿਮਤ ਅਤੱਟ ਹੋ ਗਈ । ਤੂੰ ਸਭ ਤੋ ਤਾਕਤਵਾਰ, ਵੱਡਾ ਦਾਨੀ ਹੈ । ਇੱਕ ਪਲ ਵਿੱਚ ਹੀ ਤੂੰ ਕਿਸੇ ਨੂੰ ਚਾਰੇ ਪਦਾਰਥ ਹੀ ਬਖਸ਼ ਦੇਂਦਾ ਹੈ ।

My True Master, with Your mercy and grace; Your humble devotees **Jai Dev, Naama, Bip, and Sudaamaa** were enlightened with essence of the teachings of Your Word, Nature. They were blessed with unlimited treasure of Your virtues. You are the greatest of All, powerful and giver. You may bless all four virtues to anyone in a twinkle of eyes.

415. ਬਿਲਾਵਲੁ ਬਾਣੀ ਕਬੀਰ ਜੀ॥ 857

ਡੰਡਾ ਮੁੰਦ੍ਰਾ ਖਿੰਥਾ ਆਧਾਰੀ॥	dandaa mundraa khinthaa aaDhaaree.
ਭ੍ਰਮ ਕੈ ਭਾਇ	bharam kai bhaa-ay
ਭਵੈ ਭੇਖਧਾਰੀ॥੧॥	bhavai bhaykh-Dhaaree. ||1||

ਸੰਸਾਰਕ ਜੋਗੀ, ਚੱਲਣਵਾਲੀ ਸੋਟੀ, ਕੰਨਾਂ ਵਿੱਚ ਸੰਤੋਖ ਦੀਆਂ ਮੰਦ੍ਰਾਂ ਪਾਉਂਦਾ ਹੈ । ਗਲ ਵਿੱਚ ਫਕੀਰਾ ਵਾਲਾ ਚੋਲਾ ਅਤੇ ਹੱਥ ਵਿੱਚ ਮੰਗਣ ਵਾਲਾ ਬਾਟਾ ਰਖਦਾ ਹੈ । ਸੰਤਾਂ ਵਾਲਾ ਚੋਲਾ ਪਾ ਕੇ ਦਰ, ਦਰ ਤੇ ਮੰਗਣ ਜਾਂਦਾ ਹੈ । ਉਸ ਦਾ ਇੱਕੋ ਇੱਕ ਤੇ ਭਰੋਸਾ ਅਡੋਲ ਨਹੀਂ ਰਹਿੰਦਾ, ਉਸ ਦਾ ਮਨ ਭਰਮਾਂ ਵਿੱਚ ਫਸਿਆ ਰਹਿੰਦਾ ਹੈ ।

Worldly saint, Yogi may keep a guiding stick in his hand and wears the rings of contentment in his ears. He may wear a humble, simple robe like a saint; who has renounced worldly luxuries. However, he keeps a bowl for begging, offering door to door from worldly creatures. He remains intoxicated with religious suspicions. He may not have a belief on the blessings of The One and only One True Creator; he may remain in religious suspicions.

ਆਸਨੁ ਪਵਨ ਦੂਰਿ ਕਰਿ ਬਵਰੇ॥	aasan pavan door kar bavray.
ਛੋਡਿ ਕਪਟੁ ਨਿਤ ਹਰਿ ਭਜੁ ਬਵਰੇ॥੧॥ ਰਹਾਉ॥	chhod kapat nit har bhaj bavray. ||1|| rahaa-o.

ਅਣਜਾਣ ਜੀਵ ਆਪਣਾ ਜੋਗ ਦਾ ਆਸਣ ਛੱਡੋ । ਮੰਤ੍ਰ ਨਾਲ ਸਵਾਸਾਂ ਤੇ ਕਾਬੂ ਪਾਉਣਾ ਛੱਡੋ । ਧੋਖਾ ਅਤੇ ਫਰੇਬ ਛੱਡੋ ਅਤੇ ਪ੍ਰਭ ਦੇ ਸ਼ਬਦ ਦੀ ਬੰਦਗੀ ਕਰੋ ।

Ignorant Yogi, religious preacher renounces your religious robe and worship platform. Renounce your efforts to control your breath with miracle power. The miracle power may weed out over a period! Look what have happen to your forefathers? They all have passed away. You should renounce all religious rituals and adopt the teachings of His Word.

ਜਿਹ ਤੂ ਜਾਚਹਿ ਸੋ ਤ੍ਰਿਭਵਨ ਭੋਗੀ॥	jih too jaacheh so taribhavan bhogee.
ਕਹਿ ਕਬੀਰ ਕੇਸੌ ਜਗਿ ਜੋਗੀ॥੨॥੮॥	kahi kabeer kaysou jag jogee. ||2||8||

ਜੋਗੀ ਜੋ ਤੂੰ ਮੰਗਦਾ ਹੈ! ਮਨ ਵਿੱਚ ਮੰਗਣ ਦੀ ਭਾਵਨਾ ਹੈ! ਉਹਨਾਂ ਦਾ ਤਿੰਨਾਂ ਸ੍ਰਿਸ਼ਟੀਆਂ ਵਿੱਚ ਹੀ ਜੀਵ ਅਨੰਦ ਮਾਨਦੇ ਹਨ । ਕੇਵਲ ਪ੍ਰਭ ਹੀ ਅਸਲੀ ਜੋਗੀ ਹੈ ।

Worldly saint, Yogi, whatsoever, you may have desire to beg within your mind. Many worldly creatures already enjoy the comforts of all these in three universes. The One and only One, True Master may be a real Yogi.

416. ਬਿਲਾਵਲੁ ਬਾਣੀ ਕਬੀਰ ਜੀ॥ 857

ਇਨਿ੍ ਮਾਇਆ ਜਗਦੀਸ ਗੁਸਾਈ, ਤੁਮ੍ਹਰੇ ਚਰਨ ਬਿਸਾਰੇ॥	ayniH maa-i-aa jagdees gusaa-ee tumHray charan bisaaray.
ਕਿੰਚਤ ਪ੍ਰੀਤਿ ਨ ਉਪਜੈ ਜਨ ਕਉ, ਜਨ ਕਹਾ ਕਰਹਿ ਬੇਚਾਰੇ॥੧॥ ਰਹਾਉ॥	kichant pareet na upjai jan ka-o jan kahaa karahi baychaaray. ||1|| rahaa-o.

ਇਸ ਸੰਸਾਰਕ ਮਾਇਆ ਦੇ ਜਾਦੂ ਨਾਲ, ਤੈਨੂੰ ਸ਼ਬਦ ਹੀ ਭੁੱਲ ਗਿਆ ਹੈ । ਪੈਭ ਨਿਮਾਣੇ ਜੀਵ ਦੇ ਮਨ ਵਿੱਚ ਤੇਰੇ ਸ਼ਬਦ ਦਾ ਥੋੜ੍ਹਾ ਵੀ ਪਿਆਰ, ਲਗਨ ਨਹੀਂ ਲੱਗਦੀ । ਤੇਰਾ ਇਹ ਨਿਮਾਣਾ ਦਾਸ ਕੀ ਕਰ ਸਕਦਾ ਹੈ?

The worldly wealth has intoxicated my mind and I have forgot the real purpose of my human life opportunity. I forgot to obey the teachings of Your Word from my day-to-day life. I do not have any devotion or dedication to meditate and obey the teachings of Your Word. What may your helpless creature accomplish at his own?

ਧ੍ਰਿਗੁ ਤਨੁ, ਧ੍ਰਿਗੁ ਧਨੁ, ਧ੍ਰਿਗੁ ਇਹ ਮਾਇਆ, ਧ੍ਰਿਗੁ ਧ੍ਰਿਗੁ ਮਤਿ ਬੁਧਿ ਫੰਨੀ॥	Dharig tan Dharig Dhan Dharig ih maa-i-aa Dharig Dharig mat buDh fannee.
ਇਸ ਮਾਇਆ ਕਉ ਦ੍ਰਿੜੁ ਕਰਿ ਰਾਖਹੁ, ਬਾਂਧੇ ਆਪ ਬਚੰਨੀ॥੧॥	is maa-i-aa ka-o darirh kar raakho baaNDhay aap bachannee. ||1||

ਜੀਵ ਇਸ ਤਨ ਨੂੰ, ਧਨ ਨੂੰ, ਇਸ ਸੰਸਾਰਕ ਮਾਇਆ ਨੂੰ ਠੋਕਰ ਮਾਰ ਦਵੇ । ਚਲਾਕੀ, ਸਿਆਣਪ ਨੂੰ ਠੋਕਰ ਮਾਰਕੇ, ਮਾਇਆ ਦੀ ਇੱਛਾਂ ਤੇ ਕਾਬੂ ਪਾਵੇ । ਇਹ ਸਭ ਕੁਝ ਸ਼ਬਦ ਦੀ ਪਾਲਣਾ, ਸੋਝੀ ਪਾਉਣ ਨਾਲ ਹੀ ਬਖਸ਼ਿਸ਼ ਹੁੰਦਾ ਹੈ ।

You should stop giving significance to your body, worldly wealth, and status. You should abandon your clever plans and own wisdom of your mind. Everything in the universe may only be blessed, by obeying the teachings of His Word and with the enlightenment of the essence of His Word.

ਕਿਆ ਖੇਤੀ ਕਿਆ ਲੇਵਾ ਦੇਈ,	ki-aa khaytee ki-aa layvaa day-ee
ਪਰਪੰਚ ਝੂਠੁ ਗੁਮਾਨਾ॥	parpanch jhooth gumaanaa.
ਕਹਿ ਕਬੀਰ ਤੇ ਅੰਤਿ ਬਿਗੂਤੇ,	kahi kabeer tay ant bigootay
ਆਇਆ ਕਾਲੁ ਨਿਦਾਨਾ॥੨॥੯॥	aa-i-aa kaal nidaanaa.||2||9||

ਸੰਸਾਰਕ ਧੰਦੇ, ਸੰਸਾਰਕ ਵਪਾਰ ਕਿਸ ਕੰਮ ਦੇ ਹਨ? ਸੰਸਾਰਕ ਮੋਹ, ਅਹੰਕਾਰ ਇਹ ਥੋੜ੍ਹਾ ਸਮਾਂ ਰਹਿਣ ਵਾਲਾ ਜਾਲ ਹੀ ਹੈ । ਅੰਤ ਵਿੱਚ ਇਹ ਸਭ ਕੁਝ ਜੀਵ ਨੂੰ ਤਬਾਹ ਕਰ ਦੇਂਦਾ, ਮੌਤ ਤੇ ਖਾਲੀ ਹੱਥ ਹੀ ਚਲੇ ਜਾਂਦਾ ਹੈ ।

What may be the real significance of worldly chores, trades for the real purpose of human life opportunity? The ego and attachment to worldly possessions may be short-lived trap of worldly wealth. In the end, the ego may ruin your human life opportunity. After death, you may return empty handed without any earnings of His Word and carrying additional burden of worldly life sins to endure His judgement.

417.ਬਿਲਾਵਲੁ ਬਾਣੀ ਕਬੀਰ ਜੀ॥ 857

ਸਰੀਰ ਸਰੋਵਰ ਭੀਤਰੇ ਆਛੈ,	sareer sarovar bheetray aachhai
ਕਮਲ ਅਨੂਪ॥	kamal anoop.
ਪਰਮ ਜੋਤਿ ਪੁਰਖੋਤਮੋ,	param jot purkhotamo
ਜਾ ਕੈ ਰੇਖ ਨ ਰੂਪ॥੧॥	jaa kai raykh na roop.||1||

ਜੀਵ ਦੇ ਇਸ ਤਨ ਦੇ ਸਰੋਵਰ ਵਿੱਚ ਇੱਕ ਅਨੋਖਾ, ਸੁੰਦਰ ਕਮਲ ਦਾ ਫੁੱਲ ਹੈ । ਇਸ ਵਿੱਚ ਆਤਮਾਂ, ਪ੍ਰਭ ਦੀ ਜੋਤ ਵਸਦੀ ਹੈ, ਜਿਸ ਦਾ ਕੋਈ ਅਕਾਰ ਨਹੀਂ ।

His Word, a very tender astonishing lotus flower dwells in the ocean of his human body. Within his body a shapeless, structureless His Word remains embedded within his soul.

ਰੇ ਮਨ ਹਰਿ ਭਜੁ,	ray man har bhaj
ਭ੍ਰਮੁ ਤਜਹੁ ਜਗਜੀਵਨ ਰਾਮ॥੧॥	bharam tajahu jagjeevan raam. ||1||
ਰਹਾਉ॥	rahaa-o.

ਜੀਵ ਆਪਣੇ ਮਨ ਵਿੱਚ ਪ੍ਰਭ ਦੇ ਸ਼ਬਦ ਦੀ ਧੁਨ ਚਲਾਵੇ, ਸਿਮਰਨ ਕਰੋ । ਆਪਣੇ ਮਨ ਦੇ ਭਰਮ ਦੂਰ ਕਰੋ! ਪ੍ਰਭ ਹੀ ਜੀਵ ਦੇ ਸਵਾਸਾਂ ਦਾ ਮਾਲਕ ਹੈ ।

You should abandon the religious rituals and suspicions. You should obey the teachings of His Word and resonate the everlasting echo of His Word within your heart. The True Master, controller of your breath dwells within your body.

ਆਵਤ ਕਛੂ ਨ ਦੀਸਈ,	aavat kachhoo na dees-ee
ਨਹ ਦੀਸੈ ਜਾਤ॥	nah deesai jaat.
ਜਹ ਉਪਜੈ ਬਿਨਸੈ,	jah upjai binsai
ਤਹੀ ਜੈਸੇ ਪੁਰਿਵਨ ਪਾਤ॥੨॥	tahee jaisay purivan paat. ||2||

ਸੰਸਸਾਰ ਵਿੱਚ ਨਾ ਤਾਂ ਕੋਈ ਆਉਂਦਾ ਦਿੱਸਦਾ ਹੈ । ਨਾ ਹੀ ਕੋਈ ਜਾਂਦਾ, ਮਰਦਾ ਹੀ ਦਿੱਸਦਾ ਹੈ । ਜਨਮ ਮਰਨ ਦਾ ਚੱਕਰ ਅਨੋਖਾ ਹੀ ਹੈ । ਜਿਵੇਂ ਲਿੱਲੀ ਦੇ ਪੱਤੇ ਡਿੰਗ ਪੈਂਦੇ ਹਨ ।

No one may see any soul coming in the universe nor anyone may see soul leaving the universe. The cycle of birth and death may be an astonishing miracle of His Nature. This may be described as the Lilly flower, withers its leaves.

ਮਿਥਿਆ ਕਰਿ ਮਾਇਆ,	mithi-aa kar maa-i-aa
ਤਜੀ ਸੁਖ ਸਹਜ ਬੀਚਾਰਿ॥	tajee sukh sahj beechaar.
ਕਹਿ ਕਬੀਰ ਸੇਵਾ ਕਰਹੁ,	kahi kabeer sayvaa karahu
ਮਨ ਮੰਝਿ ਮੁਰਾਰਿ॥੩॥੧੦॥	man manjh muraar. ||3||10||

ਜੀਵ ਸੰਸਾਰਕ ਮਾਇਆ ਇੱਕ ਦਿਖਾਵਾ ਹੈ । ਕੇਵਲ ਸ਼ਬਦ ਦਾ ਵਿਚਾਰ ਕਰਕੇ ਹੀ ਮਨ ਵਿੱਚ ਸ਼ਾਂਤੀ, ਸੰਤੋਖ ਬਖਸ਼ਿਸ਼ ਹੋ ਸਕਦਾ ਹੈ । ਅਗਰ ਜੀਵ ਪ੍ਰਭ ਦੇ ਸ਼ਬਦ ਦਾ ਆਪਣੇ ਮਨ ਵਿੱਚ ਸਿਮਰਨ ਕਰੇ । ਪ੍ਰਭ ਹੀ ਸਾਰੇ ਘਮੰਡਾਂ ਦਾ, ਭੂਤਾਂ ਦਾ ਨਾਸ ਕਰਨ ਵਾਲਾ ਹੈ ।

Worldly wealth may be a false, illusion of short-lived glory of worldly wealth. Whosoever may adopt the teachings of His Word with steady and stable belief in his day-to-day life; with His mercy and grace, only he may be blessed with peace and contentment. Whosoever may meditate on the teachings of His Word within his mind. The True Master takes over and destroy his ego and his demons of worldly desires.

418. ਬਿਲਾਵਲੁ ਬਾਣੀ ਕਬੀਰ ਜੀ॥ 857

ਜਨਮ ਮਰਨ ਕਾ ਭ੍ਰਮੁ ਗਇਆ,	janam maran kaa bharam ga-i-aa
ਗੋਬਿਦ ਲਿਵ ਲਾਗੀ॥	gobid liv laagee.
ਜੀਵਤ ਸੁੰਨਿ ਸਮਾਨਿਆ,	jeevat sunn samaani-aa
ਗੁਰ ਸਾਖੀ ਜਾਗੀ॥੧॥ ਰਹਾਉ॥	gur saakhee jaagee.||1|| rahaa-o.

ਜਿਸ ਜੀਵ ਦੀ ਪ੍ਰਭ ਦੇ ਸ਼ਬਦ ਵਿੱਚ ਲਗਨ ਲੱਗ ਜਾਂਦੀ ਹੈ । ਉਸ ਦਾ ਜਨਮ ਮਰਨ ਦਾ ਸੁਪਨਾ, ਭਰਮ ਦੂਰ ਹੋ ਜਾਂਦਾ ਹੈ । ਮੈਂ ਆਪਣੇ ਜੀਵਨ ਵਿੱਚ ਪ੍ਰਭ ਦੇ ਸ਼ਬਦ ਵਿੱਚ ਹੀ ਲੀਨ ਹੋਇਆ ਹਾ । ਸ਼ਬਦ ਦੀ ਸੋਝੀ ਨੇ ਸੁਚੇਤ ਕਰ ਦਿੱਤਾ ਹੈ ।

Whosoever may remain dedicated in obeying the teachings of His Word; with His mercy and grace, his suspicions, fear of cycle of birth and death may be eliminated. I have been intoxicated in the void of His Word. I remain awake and alert with the enlightenment of the essence of His Word.

ਕਾਸੀ ਤੇ ਧੁਨਿ ਊਪਜੈ,	kaasee tay Dhun oopjai
ਧੁਨਿ ਕਾਸੀ ਜਾਈ॥	Dhun kaasee jaa-ee.
ਕਾਸੀ ਫੂਟੀ ਪੰਡਿਤਾ,	kaasee footee panditaa
ਧੁਨਿ ਕਹਾਂ ਸਮਾਈ॥੧॥	Dhun kahaaN samaa-ee. ||1||

ਜਦੋਂ ਤਾਂਬੇ ਦੇ ਭਾਂਡੇ ਤੇ ਚੋਟ ਮਾਰੋ ਤਾਂ ਉਸ ਵਿਚੋਂ ਧੁਨ ਨਿਕਲਦੀ ਹੈ । ਉਹ ਧੁਨ ਉਸ ਵਿੱਚ ਹੀ ਸਮਾ ਜਾਂਦੀ ਹੈ । ਸੰਸਾਰਕ ਗਿਆਨੀ, ਪੰਡਿਤ ਇਸ ਦਾ ਵਿਚਾਰ ਕਰੋ ! ਜਦੋਂ ਭਾਂਡਾ ਟੁੱਟ ਜਾਂਦਾ ਹੈ ਤਾਂ ਇਹ ਧੁਨ ਕਿਥੇ ਚਲੇ ਜਾਂਦੀ ਹੈ ?

Worldly saint, creature think about! Once someone hit a brass container, a loud sound may be heard. Slowly the sound may be absorbed in the vessel. Once the brass container may break, cut into pieces, where has the sound might been disappeared, gone?

ਤ੍ਰਿਕੁਟੀ ਸੰਧਿ ਮੈ ਪੇਖਿਆ, tarikutee sanDh mai paykhi-aa
ਘਟ ਹੂ ਘਟ ਜਾਗੀ॥ ghat hoo ghat jaagee.
ਐਸੀ ਬੁਧਿ ਸਮਾਚਰੀ, aisee buDh samaacharee
ਘਟ ਮਾਹਿ ਤਿਆਗੀ॥੨॥ ghat maahi ti-aagee. ||2||

ਮੈਂ ਸਾਰੀ ਸ੍ਰਿਸ਼ਟੀ ਵਿੱਚ ਹੀ ਦੇਖਦਾ ਹਾ । ਸਾਰੀ ਸ੍ਰਿਸ਼ਟੀ ਹੀ ਮਾਇਆ ਦੇ ਤਿੰਨਾਂ ਅਉਗੁਣਾਂ ਨਾਲ ਭਰੀ ਹੈ । ਪ੍ਰਭ ਦਾ ਸ਼ਬਦ ਹਰਇੱਕ ਜੀਵ ਦੇ ਹਿਰਦੇ ਵਿੱਚ ਹੀ ਸੁਚੇਤ ਰਹਿੰਦਾ ਹੈ । ਇਸਤਰ੍ਹਾਂ ਦੀ ਹੀ ਮੈਨੂੰ ਆਪਣੇ ਅੰਦਰੋਂ ਸੋਝੀ ਬਖਸ਼ਿਸ਼ ਹੋਈ ਹੈ । ਮੈਂ ਸੰਸਾਰਕ ਮੋਹ ਤੋ ਰਹਿਤ ਹੋ ਗਿਆ ਹਾ ।

I may visualize all creature of the universe; everyone remains intoxicated with three blemishes of worldly wealth. His Word remains awake and alert within every soul all time. I have been blessed with such an enlightenment from within. My mind has become beyond the reach of worldly bonds.

ਆਪੁ ਆਪ ਤੇ ਜਾਨਿਆ, aap aap tay jaani-aa
ਤੇਜ ਤੇਜੁ ਸਮਾਨਾ॥ tayj tayj samaanaa.
ਕਹੁ ਕਬੀਰ ਅਬ ਜਾਨਿਆ, kaho kabeer ab jaani-aa
ਗੋਬਿਦ ਮਨੁ ਮਾਨਾ॥੩॥੧੧॥ gobid man maanaa. ||3||11||

ਮੈਂ ਆਪਣੇ ਆਪ ਨੂੰ ਪਛਾਣ ਲਿਆ ਹੈ । ਮੇਰੀ ਜੋਤ ਪ੍ਰਭ ਦੀ ਜੋਤ ਵਿੱਚ ਅਲੋਪ ਹੋ ਗਈ ਹੈ । ਹੁਣ ਮੈਨੂੰ ਸ੍ਰਿਸ਼ਟੀ ਦੇ ਮਾਲਕ, ਪ੍ਰਭ ਦੀ ਸੋਝੀ ਬਖਸ਼ਿਸ਼ ਹੋ ਗਈ । ਮੇਰੇ ਮਨ ਵਿੱਚ ਸ਼ਾਂਤੀ, ਸੰਤੋਖ ਭਰ ਗਿਆ ਹੈ ।

I have recognized the real purpose of my human life opportunity. My soul has been immersed within His Holy Spirit. I have enlightened with some virtues of His Nature. I am overwhelmed with peace and contentment within my mind.

419.ਬਿਲਾਵਲੁ ਬਾਣੀ ਕਬੀਰ ਜੀ॥ 857

ਚਰਨ ਕਮਲ ਜਾ ਕੈ ਰਿਦੈ ਬਸਹਿ, charan kamal jaa kai ridai baseh
ਸੋ ਜਨੁ ਕਿਉ ਡੋਲੈ ਦੇਵ॥ so jan ki-o dolai dayv.
ਮਾਨੌ ਸਭ ਸੁਖ ਨਉ ਨਿਧਿ, maanou sabh sukh na-o niDh
ਤਾ ਕੈ ਸਹਜਿ ਸਹਜਿ ਜਸੁ ਬੋਲੈ ਦੇਵ॥ taa kai sahj sahj jas bolai dayv.
ਰਹਾਉ॥ rahaa-o.

ਜਿਸ ਦੇ ਮਨ ਵਿੱਚ ਪ੍ਰਭ ਦੇ ਚਰਨ, ਸ਼ਬਦ ਦੀ ਸਿਖਿਆਂ ਵਸ ਜਾਂਦੀ ਹੈ । ਤਾਂ ਫਿਰ ਉਸ ਜੀਵ ਦਾ ਭਰੋਸਾ ਕਿਵੇਂ ਡੋਲ ਸਕਦਾ ਹੈ? ਜਿਹੜਾ ਮਨ, ਤਨ ਨਾਲ ਪ੍ਰਭ ਦੇ ਸ਼ਬਦ ਦਾ ਸਿਮਰਨ ਕਰਦਾ ਹੈ । ਸ਼ਬਦ ਦੇ ਨੌਂ ਖਜ਼ਾਨੇਂ, ਸਾਰੇ ਸੁਖ ਉਸ ਜੀਵ ਨੂੰ ਬਖਸ਼ਿਸ਼ ਹੋ ਜਾਂਦੇ ਹਨ!

Whosoever may be drenched with the essence of His Word! How may his belief from the teachings of His Word be drifted, shaken? Whosoever may surrender his mind, body, and worldly status at His sanctuary; with His mercy and grace, he may be blessed with nine treasures of enlightenment of His Word, all worldly comforts and contentment.

ਤਬ ਇਹ ਮਤਿ ਜਉ ਸਭ ਮਹਿ ਪੇਖੈ, tab ih mat ja-o sabh meh paykhai
ਕੁਟਿਲ ਗਾਂਠਿ ਜਬ ਖੋਲੈ ਦੇਵ॥ kutil gaaNth jab kholai dayv.
ਬਾਰੰ ਬਾਰ ਮਾਇਆ ਤੇ ਅਟਕੈ, baaraN baar maa-i-aa tay atkai
ਲੈ ਨਰਜਾ ਮਨੁ ਤੋਲੈ ਦੇਵ॥੧॥ lai narjaa man tolai dayv. ||1||

ਜਿਹੜਾ ਹਰਇੱਕ ਜੀਵ ਵਿੱਚ ਹੀ ਪ੍ਰਭ ਦਾ ਪ੍ਰਵੇਸ ਦੇਖਦਾ ਹੈ । ਇਸਤਰ੍ਹਾਂ ਦੀ ਸਿਆਣਪ, ਸੋਝੀ ਉਸ ਜੀਵ ਵਿੱਚ ਹੀ ਆਉਂਦੀ, ਬਖਸ਼ਿਸ਼ ਹੁੰਦੀ ਹੈ! ਜਿਸ ਦੀ ਭਰਮਾਂ ਦੀ ਗੰਢ ਪ੍ਰਭ ਆਪ ਹੀ ਖੁੱਲ੍ਹ ਦੇਂਦਾ ਹੈ, ਬਾਰ ਬਾਰ ਉਹ ਆਪਣੇ ਮਨ ਵਿੱਚ ਮਾਇਆ ਤੇ ਕਾਬੂ ਪੱਕਾ ਰਖਦਾ ਹੈ । ਉਹ ਜੀਵ ਪ੍ਰਭ ਦੀ ਤੱਕੜੀ ਨਾਲ ਆਪਣੇ ਮਨ ਨੂੰ ਤੋਲਦਾ, ਮਾਪਦਾ ਹੈ ।

Whosoever may witness same Holy Spirit prevailing within every creature of the universe. Such a wisdom, enlightenment may only be blessed with His mercy and grace. Whose curtain of secrecy may be removed by The True Master; with His mercy and grace, he may keep his control on all three virtues of worldly wealth all time, with each breath. He may search within his own mind and evaluates his deeds with the measuring scale of His Word

ਜਹ ਉਹੁ ਜਾਇ ਤਹੀ ਸੁਖੁ ਪਾਵੈ, jah uho jaa-ay tahee sukh paavai
ਮਾਇਆ ਤਾਸੁ ਨ ਝੋਲੈ ਦੇਵ॥ maa-i-aa taas na jholai dayv.
ਕਹਿ ਕਬੀਰ ਮੇਰਾ ਮਨੁ ਮਾਨਿਆ, kahi kabeer mayraa man maani-aa
ਰਾਮ ਪ੍ਰੀਤਿ ਕੀਓ ਲੈ ਦੇਵ॥੨॥੧੨॥ raam pareet kee-o lai dayv. ||2||12||

ਉਹ ਜੀਵ ਜਿਥੇ ਵੀ ਜਾਂਦਾ ਹੈ, ਸੰਤੋਖ ਨਾਲ ਹੀ ਰਹਿੰਦਾ ਹੈ । ਸੰਸਾਰਕ ਮਾਇਆ ਉਸ ਨੂੰ ਤੰਗ ਨਹੀਂ ਕਰਦੀ । ਮੇਰੇ ਮਨ ਵਿੱਚ ਪ੍ਰਭ ਦੇ ਸ਼ਬਦ ਤੇ ਭਰੋਸਾ ਅਡੋਲ ਹੈ । ਉਸ ਦੇ ਸ਼ਬਦ ਦੇ ਸਿਮਰਨ ਵਿੱਚ ਹੀ ਲੀਨ ਰਹਿੰਦਾ ਹਾ ।

His true devotee may go anywhere; whatsoever worldly condition he may face, pleasures or misery; he remains contented with His blessings in his worldly environments. With His mercy and grace, I have a steady and stable belief on His Word, command. I remain intoxicated in the meditation in void of His Word.

420.ਬਿਲਾਵਲੁ ਬਾਣੀ ਭਗਤ ਨਾਮਦੇਵ ਜੀ ਕੀ॥ 858

ੴ ਸਤਿਗੁਰ ਪ੍ਰਸਾਦਿ॥ ik-oNkaar satgur parsaad.
ਸਫਲ ਜਨਮੁ ਮੋ ਕਉ ਗੁਰ ਕੀਨਾ॥ safal janam mo ka-o gur keenaa.
ਦੁਖ ਬਿਸਾਰਿ ਸੁਖ ਅੰਤਰਿ ਲੀਨਾ॥੧॥ dukh bisaar sukh antar leenaa. ||1||

ਪ੍ਰਭ ਨੇ ਮੇਰਾ ਮਾਨਸ ਜਨਮ ਸਫਲ ਕਰ ਦਿੱਤਾ ਹੈ । ਸਾਰੇ ਦੁਖ ਦੂਰ ਹੋ ਗਏ, ਅੰਦਰੋਂ ਹੀ ਸ਼ਾਂਤੀ, ਸੰਤੋਖ ਬਖਸ਼ਿਸ਼ ਹੋ ਗਿਆ ਹੈ ।

With His mercy and grace, my human life journey has become successful. I have been blessed with peace and contentment from within my mind.

ਗਿਆਨ ਅੰਜਨੁ ਮੋ ਕਉ ਗੁਰਿ ਦੀਨਾ॥ gi-aan anjan mo ka-o gur deenaa.
ਰਾਮ ਨਾਮ ਬਿਨੁ ਜੀਵਨੁ ਮਨ ਹੀਨਾ॥੧॥ raam naam bin jeevan man heenaa. ||1||
ਰਹਾਉ॥ rahaa-o.

ਪ੍ਰਭ ਨੇ ਮੈਨੂੰ ਸ਼ਬਦ ਦੀ ਸੋਝੀ ਵਾਲੀ ਬਾਮ ਬਖਸ਼ੀ ਹੈ । ਮੈਨੂੰ ਸੋਝੀ ਬਖਸੀ ਹੈ, ਪ੍ਰਭ ਦੇ ਸ਼ਬਦ ਦੀ ਪਾਲਣਾ ਤੋ ਬਿਨਾਂ ਮਾਨਸ ਜੀਵਨ ਬਿਰਥਾ ਹੀ ਬੀਤ ਜਾਂਦਾ, ਮਾਨਸ ਜੀਵਨ ਦਾ ਕੋਈ ਲਾਭ ਨਹੀਂ ਹੈ ।

The True Master has blessed me the bam of enlightenment on my eyes of my mind. I have been enlightened that without obeying the teachings of His Word with steady and stable belief in day-to-day life; my human life opportunity may be wasted uselessly.

ਨਾਮਦੇਇ ਸਿਮਰਨੁ ਕਰਿ ਜਾਨਾਂ॥ naamday-ay simran kar jaanaaN.
ਜਗਜੀਵਨ ਸਿਉ ਜੀਉ ਸਮਾਨਾਂ॥੨॥੧॥ jagjeevan si-o jee-o samaanaaN. ||2||1||

ਜੀਵ ਸ਼ਬਦ ਦਾ ਸਿਮਰਨ ਕਰਕੇ ਹੀ ਪ੍ਰਭ ਨੂੰ ਪਛਾਣ ਸਕਦਾ ਹੈ । ਜਿਹੜਾ ਪ੍ਰਭ ਨੂੰ ਪਛਾਣ ਜਾਂਦਾ ਹੈ । ਉਸ ਦੀ ਆਤਮਾ ਪ੍ਰਭ ਦੀ ਜੋਤ ਵਿੱਚ ਅਲੋਪ ਹੋ ਜਾਂਦੀ ਹੈ ।

Whosoever may remain intoxicated meditating in the void of His Word; with His mercy and grace, he may realize the real purpose of human life opportunity. His soul may immerse within His Holy Spirit.

421.ਬਿਲਾਵਲੁ ਬਾਣੀ ਰਵਿਦਾਸ ਭਗਤ ਕੀ॥ 858

੧ੳ ਸਤਿਗੁਰ ਪ੍ਰਸਾਦਿ॥	ik-oNkaar satgur parsaad.
ਦਾਰਿਦੁ ਦੇਖਿ ਸਭ ਕੋ ਹਸੈ,	daarid daykh sabh ko hasai
ਐਸੀ ਦਸਾ ਹਮਾਰੀ॥	aisee dasaa hamaaree.
ਅਸਟ ਦਸਾ ਸਿਧਿ ਕਰ ਤਲ,	asat dasaa siDh kar talai
ਸਭ ਕ੍ਰਿਪਾ ਤੁਮਾਰੀ॥੧॥	sabh kirpaa tumaaree.||1||

ਪ੍ਰਭ ਮੇਰੀ ਗ਼ਰੀਬੀ ਵੱਲ ਦੇਖਕੇ ਸੰਸਾਰਕ ਜੀਵ ਮੇਰਾ ਮਖੌਲ ਬਣਾਉਂਦੇ ਸਨ । ਪਰ ਤੇਰੀ ਰਹਿਮਤ ਨਾਲ ਮੇਰਾ ਧਿਆਨ ਤੇਰੇ ਸ਼ਬਦ ਵਿੱਚ ਅਡੋਲ ਹੋ ਗਿਆ ਹੈ । ਹੁਣ ਮੇਰੇ ਹੱਥ ਵਿੱਚ 18 ਮੰਤ੍ਰ ਬਖਸ਼ਿਸ਼ ਹੋ ਗਏ ਹਨ ।

My True Master, everyone may be making mockery of my worldly poverty. With Your mercy and grace, my concentration remains steady and stable in obeying the teachings of Your Word. I have been blessed with 18 mantras of enlightenments from within my mind.

ਤੂ ਜਾਨਤ ਮੈ ਕਿਛੁ ਨਹੀ,	too jaanat mai kichh nahee
ਭਵ ਖੰਡਨ ਰਾਮ॥	bhav khandan raam.
ਸਗਲ ਜੀਅ ਸਰਨਾਗਤੀ	sagal jee-a sarnaagatee
ਪ੍ਰਭ ਪੂਰਨ ਕਾਮ॥੧॥ ਰਹਾਉ॥	parabh pooran kaam. ||1|| rahaa-o.

ਪ੍ਰਭ ਤੂੰ ਜਾਣਦਾ ਹੈ, ਮੇਰੀ ਆਪਣੀ ਕੋਈ ਹੈਸੀਅਤ ਨਹੀਂ ਹੈ । ਤੂੰ ਆਪ ਹੀ ਜੀਵ ਦੇ ਸਾਰੇ ਡਰ ਖਤਮ ਕਰਨ ਵਾਲਾ ਹੈ । ਸਾਰੀ ਸ੍ਰਿਸ਼ਟੀ ਹੀ ਤੇਰੀ ਸ਼ਰਣ ਵਿੱਚ ਪਨਾਹ ਮੰਗਦੀ ਹੈ । ਤੂੰ ਹੀ ਸਾਰੀ ਸ੍ਰਿਸ਼ਟੀ ਦੇ ਕਾਰਜ ਸਫਲ ਕਰਨ ਵਾਲਾ ਅਸਲੀ ਮਾਲਕ ਹੈ ।

The Omniscient True Master! I may not have any worldly status or identity. Only You may eliminate all fears of Your true devotee. The whole universe may be anxious to seek Your refuge. The One and only One, True Master of the universe may accept the earnings of His Word in His Court; only then his human life journey be successful.

ਜੋ ਤੇਰੀ ਸਰਨਾਗਤਾ, ਤਿਨ ਨਾਹੀ ਭਾਰੁ॥	jo tayree sarnaagataa tin naahee bhaar.
ਊਚ ਨੀਚ ਤੁਮ ਤੇ ਤਰੇ,	ooch neech tum tay taray
ਆਲਜੁ ਸੰਸਾਰੁ॥੨॥	aalaj sansaar. ||2||

ਪ੍ਰਭ, ਜਿਸ ਨੂੰ ਤੂੰ ਆਪਣੀ ਸ਼ਰਣ ਵਿੱਚ ਪਨਾਹ ਬਖਸ਼ਦਾ ਹੈ । ਉਸ ਦਾ ਸੰਸਾਰਕ ਪਾਪਾਂ ਤੋ ਛੁਟਕਾਰਾ ਹੋ ਜਾਂਦਾ ਹੈ । ਤੂੰ ਕਈਆਂ ਗ਼ਰੀਬਾਂ ਅਤੇ ਅਮੀਰਾਂ ਨੂੰ ਇਸ ਸੰਸਾਰਕ ਸ਼ਰਮਿੰਦਗੀ ਤੋ ਬਚਿਆ ਹੈ ।

Whosoever may be accepted in Your sanctuary; with Your mercy and grace, his sins may be forgiven and his worldly bonds may be eliminated. You have saved many rich and poor creatures from embarrassment, from the beginning of the universe.

ਕਹਿ ਰਵਿਦਾਸ ਅਕਥ ਕਥਾ,	kahi ravidaas akath kathaa
ਬਹੁ ਕਾਇ ਕਰੀਜੈ॥	baho kaa-ay kareejai.
ਜੈਸਾ ਤੂ ਤੈਸਾ ਤੁਹੀ,	jaisaa too taisaa tuhee
ਕਿਆ ਉਪਮਾ ਦੀਜੈ॥੩॥੧॥	ki-aa upmaa deejai. ||3||1||

ਪ੍ਰਭ ਤੇਰੀ ਅਕਥ ਕਥਾ ਬਾਬਤ ਹੋਰ ਕੁਝ ਜੀਵ ਨੂੰ ਸੋਝੀ ਨਹੀਂ ਹੁੰਦੀ । ਪ੍ਰਭ ਆਪਣੀ ਅਵਸਥਾ ਕੇਵਲ ਆਪ ਹੀ ਜਾਣਦਾ ਹੈ । ਤੇਰੀ ਉਸਤਤ ਕਰਨ ਨਾਲ, ਸਾਰੇ ਗੁਣ ਵਖਿਆਣ ਨਹੀਂ ਕੀਤੇ ਜਾ ਸਕਦੇ ।

Your unexplainable nature remains beyond the comprehension of Your Creation. Only You know the full extent of Your Nature. By singing the glory of Your Word, all Your virtues may not be imagined, counted, or comprehended by Your Creation.

422. ਬਿਲਾਵਲੁ ਬਾਣੀ ਰਵਿਦਾਸ ਭਗਤ ਕੀ॥ 858

ਜਿਹ ਕੁਲ ਸਾਧੁ ਬੈਸਨੌ ਹੋਇ॥	jih kul saaDh baisnou ho-ay.
ਬਰਨ ਅਬਰਨ ਰੰਕੁ ਨਹੀ ਈਸੁਰੁ,	baran abran rank nahee eesur
ਬਿਮਲ ਬਾਸੁ ਜਾਨੀਐ ਜਗਿ ਸੋਇ॥੧॥	bimal baas jaanee-ai jag so-ay.
ਰਹਾਉ॥	||1|| rahaa-o.

ਜਿਸ ਪਰਿਵਾਰ ਵਿੱਚ ਤੇਰੀ ਰਹਿਮਤ ਵਾਲਾ ਜੀਵ ਪੈਦਾ ਹੁੰਦਾ ਹੈ । ਭਾਵੇਂ ਉਹ ਉੱਚੀ ਜਾ ਨੀਵੀਂ ਜਾਤ ਵਾਲਾ, ਅਮੀਰ ਜਾ ਗ਼ਰੀਬ ਹੋਵੇ । ਉਸ ਦੇ ਕੰਮਾਂ ਦੀ, ਪਵਿੱਤਰ ਖਿਆਲਾਂ ਦੀ ਚਰਚਾ ਸਾਰੇ ਸੰਸਾਰ ਵਿੱਚ ਚਲ ਪੈਂਦੀ ਹੈ ।

With Your mercy and grace, any blessed soul may be born from the womb of any mother; she may be rich or poor mother. The whole universe remains astonished from day-to-day life of Your blessed soul. The whole creation may sing his glory. He may not be influenced with any glory or slander by the universe.

ਬ੍ਰਹਮਨ ਬੈਸ ਸੂਦ ਅਰੁ ਖ੍ਤ੍ਰੀ,	barahman bais sood ar kha-ytaree
ਡੋਮ ਚੰਡਾਰ ਮਲੇਛ ਮਨ ਸੋਇ॥	dom chandaar malaychh man so-ay.
ਹੋਇ ਪੁਨੀਤ ਭਗਵੰਤ ਭਜਨ ਤੇ,	ho-ay puneet bhagvant bhajan tay
ਆਪੁ ਤਾਰਿ ਤਾਰੇ ਕੁਲ ਦੋਇ॥੧॥	aap taar taaray kul do-ay. ||1||

ਭਾਵੇਂ, ਬ੍ਰਹਮਣ, ਵੈਸ, ਸੂਦ, ਖਸ਼ਤ੍ਰੀ, ਕਵੀ, ਚੰਡਾਲ, ਜਾ ਮੰਦੇ ਕੰਮ ਕਰਨ ਵਾਲਾ ਹੋਵੇ । ਸਾਰੇ ਹੀ ਸ਼ਬਦ ਨੂੰ ਆਪਣੇ ਜੀਵਨ ਵਿੱਚ ਢਾਲਣ ਨਾਲ ਪਵਿੱਤਰ ਹੋ ਜਾਂਦੇ ਹਨ । ਆਪਣੇ ਆਪ ਨੂੰ ਤੇਰੇ ਦਰਬਾਰ ਵਿੱਚ ਪ੍ਰਵਾਨ ਹੋਣ ਦੇ ਯੋਗ ਬਣ ਸਕਦੇ ਹਨ । ਆਪਣੇ ਸਾਥੀਆਂ, ਪਰਿਵਾਰ ਨੂੰ ਰਸਤੇ ਤੇ ਪਾ ਕੇ ਪ੍ਰਵਾਨ ਕਰਾ ਜਾਂਦੇ, ਦਾਸ ਬਣਾ ਜਾਂਦਾ ਹਨ ।

Human from all worldly castes, even singer, poet, tyrant, murderers, evil doers may sanctify their soul by adopting the teachings of Your Word with steady and stable belief in their day-to-day life. Each soul may become worthy of Your consideration. Your true devotee may inspire his followers and family to adopt the teachings of Your Word with steady and stable belief in their day-to-day life. His family and followers may become worthy of Your consideration.

ਧੰਨਿ ਸੁ ਗਾਉ, ਧੰਨਿ ਸੋ ਠਾਉ,	Dhan so gaa-o Dhan so thaa-o
ਧੰਨਿ ਪੁਨੀਤ ਕੁਟੰਬ ਸਭ ਲੋਇ॥	Dhan puneet kutamb sabh lo-ay.
ਜਿਨਿ ਪੀਆ ਸਾਰ ਰਸੁ ਤਜੇ,	jin pee-aa saar ras tajay
ਆਨ ਰਸ ਹੋਇ ਰਸ ਮਗਨ	aan ras ho-ay ras magan
ਡਾਰੇ ਬਿਖੁ ਖੋਇ॥੨॥	daaray bikh kho-ay. ||2||

ਜਿਹੜਾ ਤੇਰੇ ਸ਼ਬਦ ਦਾ ਰਸ ਮਾਨਦਾ ਹੈ, ਜਿਥੇ ਉਹ ਜੀਵ ਪੈਦਾ ਹੰਦਾ ਹੈ, ਉਹ ਜਨਮ ਅਸਥਾਨ, ਨਗਰ, ਮਾਤਾ, ਪਿਤਾ ਸਭ ਧੰਨ, ਵੱਡੇ ਭਾਗਾਂ ਵਾਲੇ ਬਣ ਜਾਂਦੇ ਹਨ । ਉਹ ਸਾਰੇ ਸੰਸਾਰਕ ਇੱਛਾਂ ਦੇ ਰਸ ਤਿਆਗਕੇ ਤੇਰੇ ਚਰਨਾਂ ਵਿੱਚ ਨਿਵਾਸ ਕਰਦਾ ਹੈ । ਉਹ ਤੇਰੇ ਸ਼ਬਦ ਦੇ ਨਾਸ਼ੇ ਵਿੱਚ ਲੀਨ ਰਹਿੰਦਾ, ਪਾਪਾਂ ਅਤੇ ਧੋਖੇ ਵਾਲੇ ਕੰਮ, ਖਿਆਲ ਤਿਆਗ ਦੇਂਦਾ ਹੈ ।

Whosoever may enjoy the nectar of the essence of the enlightenment of the teachings of Your Word. With Your mercy and grace, his mother, father, and his place of birth may all become very fortunate. He may abandon all the pleasures of worldly wealth and he may remain on the right path of obeying Your Word with steady and stable belief in his day-to-day life. He remains intoxicated in the void of Your Word; with Your mercy and grace, he may abandon his evil thoughts and deeds from his day-to-day life.

ਪੰਡਿਤ ਸੂਰ ਛਤ੍ਰਪਤਿ ਰਾਜਾ,	pandit soor chhatarpat raajaa
ਭਗਤ ਬਰਾਬਰਿ ਅਉਰੁ ਨ ਕੋਇ॥	bhagat baraabar a-or na ko-ay.
ਜੈਸੇ ਪੁਰੈਨ ਪਾਤ ਰਹੇ ਜਲ ਸਮੀਪ,	jaisay purain paat rahai jal sameep
ਭਨਿ ਰਵਿਦਾਸ ਜਨਮੇ ਜਗਿ ਓਇ॥੩॥੨॥	bhan ravidaas janmay jag o-ay. 3||2

ਸੰਸਾਰ ਵਿੱਚ ਧਰਮ ਦੇ ਗਿਆਨੀ, ਪ੍ਰਚਾਰਕ, ਜੋਧੇ, ਅਤੇ ਸ਼ੇਨਸਾਹ ਵਿਚੋਂ ਕੋਈ ਵੀ, ਪ੍ਰਭ ਦੇ ਦਰਬਾਰ ਵਿੱਚ ਸ਼ਬਦ ਦੀ ਪਾਲਣਾ ਕਰਨ ਵਾਲੇ ਨਿਮਾਣੇ ਦੇ ਬਰਾਬਰ ਨਹੀਂ ਹੁੰਦਾ ਹੈ । ਜਿਵੇਂ ਚਮੇਲੀ, ਲਿੱਲੀ ਦੇ, ਕਮਲ ਦੇ ਪੱਤੇ ਪਾਣੀ ਉਪਰ ਤੱਰਦੇ ਹਨ, ਡੁੱਬਦੇ ਨਹੀਂ । ਇਸਤਰ੍ਹਾਂ ਬੰਦਗੀ ਕਰਨ ਵਾਲਾ ਸੰਸਾਰਕ ਗੰਦਗੀ ਦੇ ਜਲ ਵਿੱਚ ਮੈਲਾ ਨਹੀਂ ਹੁੰਦਾ ।

With Your mercy and grace, none of the worldly scholar, priest, religious preachers, teachers, warrior, kings may be even come close to the honor of Your humble true devotee. He may remain intoxicated in the void of Your Word. As the leaves of lotus flower may never drown in water, never smell filthy in dirty, smelly water; same way the soul of Your true devotee may never be blemished with blemish of worldly desires.

423.ਬਾਣੀ ਸਧਨੇ ਕੀ ਰਾਗੁ ਬਿਲਾਵਲੁ॥ 858॥ Sadhana

੧ਓ ਸਤਿਗੁਰ ਪ੍ਰਸਾਦਿ॥	ik-oNkaar satgur parsaad.
ਨ੍ਰਿਪ ਕੰਨਿਆ ਕੇ ਕਾਰਨੈ,	nrip kanniaa kay kaarnai
ਇਕੁ ਭਇਆ ਭੇਖਧਾਰੀ॥	ik bha-i-aa bhaykh-Dhaaree.
ਕਾਮਾਰਥੀ ਸੁਆਰਥੀ,	kaamaarathee su-aarthee
ਵਾ ਕੀ ਪੈਜ ਸਵਾਰੀ॥੧॥	vaa kee paij savaaree. ||1||

ਇੱਕ ਰਾਜ ਕੁਮਾਰੀ ਦੇ ਪਿਆਰ ਵਿੱਚ ਇੱਕ ਜੀਵ ਨੇ ਵਿਸਨੂੰ ਦਾ ਭੇਖ ਧਾਰਨ ਕੀਤਾ । ਭਾਵੇਂ ਉਸ ਦੇ ਮਨ ਦੀ ਇੱਛਾਂ ਉਸ ਨਾਲ ਸੰਜੋਗ ਬਣਾਉਣ ਵਾਲੀ, ਆਪਣੇ ਸਵਾਰਥ ਦੀ ਇੱਛਾਂ ਹੀ ਸੀ । ਫਿਰ ਵੀ ਪ੍ਰਭ ਨੇ ਉਸ ਦੀ ਲਾਜ ਰਖੀ! ਭਗਤ ਵਿਸਨੂੰ ਦਾ ਮਾਣ ਰਖਿਆ, ਰਖਿਆ ਕੀਤੀ ।

Once a prince adopted a robe like prophet **Vishnu** in a love for beautiful gorgeous princess to win her love. Even though his intention was for his obsession for her; however, The True Master, has protected and honored his belief and devotion on ultimate blessings of prophet Vishnu as symbol The True Master.

ਤਵ ਗੁਨ ਕਹਾ ਜਗਤ ਗੁਰਾ,	tav gun kahaa jagat guraa
ਜਉ ਕਰਮੁ ਨ ਨਾਸੈ॥	ja-o karam na naasai.
ਸਿੰਘ ਸਰਨ ਕਤ ਜਾਈਐ,	singh saran kat jaa-ee-ai
ਜਉ ਜੰਬੁਕੁ ਗ੍ਰਾਸੈ॥੧॥ਰਹਾਉ॥	ja-o jaNbuk garaasai. ||1|| rahaa-o.

ਸੰਸਾਰ ਦੇ ਗੁਰੂ, ਤੇਰੀ ਕੀ ਕੀਮਤ ਹੈ, ਹੈਸੀਅਤ ਹੈ? ਅਗਰ ਤੂੰ ਕਿਸੇ ਦੇ ਕੀਤੇ ਮੰਦੇ ਕੰਮ ਮਾਫ ਨਹੀਂ ਕਰਵਾ ਸਕਦਾ? ਕਿਸੇ ਜੀਵ ਨੂੰ ਸ਼ੇਰ ਦੀ ਪਨਾਹ ਲੈਣ ਦਾ ਕੀ ਲਾਭ ਹੈ? ਅਗਰ ਉਸ ਦੀ ਇੱਜ਼ਤ ਕਿਸੇ ਗਿੱਦੜ ਨੇ ਹੀ ਲੁੱਟ ਲੈਣੀ ਹੈ । ਅਗਰ ਉਸ ਜੀਵ ਨੂੰ ਗਿੱਦੜ ਤੋ ਨਹੀਂ ਬੱਚਾ ਸਕਦਾ?

Any worldly guru, who may not have sins of his follower forgiven in His Court; What may be his value, status in His Court? What may be the benefit of taking refuge in the sanctuary of a mighty tiger; if his honor may be robbed by a Jackal? Who may not save him from Jackal?

ਏਕ ਬੂੰਦ ਜਲ ਕਾਰਨੇ,	ayk boond jal kaarnay
ਚਾਤ੍ਰਿਕੁ ਦੁਖੁ ਪਾਵੈ॥	chaatrik dukh paavai.
ਪ੍ਰਾਨ ਗਏ ਸਾਗਰੁ ਮਿਲੈ,	paraan ga-ay saagar milai
ਫੁਨਿ ਕਾਮਿ ਨ ਆਵੈ॥੨॥	fun kaam na aavai. ||2||

ਜਿਵੇਂ ਚਾਤ੍ਰਿਕ ਵਰਖਾ ਦੇ ਪਾਣੀ ਦੀ ਇੱਕ ਬੂੰਦ ਲਈ ਕਿਤਨੇ ਦੁਖ ਪਾਉਂਦਾ ਹੈ । ਅਗਰ ਉਸ ਦੇ ਸਵਾਸ ਖਤਮ ਹੋ ਜਾਣ ਤਾਂ ਫਿਰ ਉਸ ਨੂੰ ਸਾਗਰ ਵੀ ਬਖਸ਼ਿਸ਼ ਹੋ ਜਾਵੇ । ਉਸ ਨੂੰ ਕੋਈ ਅਰਾਮ, ਅਨੰਦ ਨਹੀਂ ਮਿਲਦਾ ।

How many miseries may a rain-bird endure to be blessed with one drop of rain water in his mouth. He may be blessed with ocean after his breaths are exhausted; what may be benefit of his sufferings? His soul may never be blessed with comforts and contentment.

ਪ੍ਰਾਨ ਜੁ ਥਾਕੇ ਥਿਰੁ ਨਹੀ,	paraan jo thaakay thir nahee
ਕੈਸੇ ਬਿਰਮਾਵਉ॥	kaisay birmaava-o.
ਬੂਡਿ ਮੂਏ ਨਉਕਾ ਮਿਲੈ,	ood moo-ay na-ukaa milai kaho
ਕਹੁ ਕਾਹਿ ਚਢਾਵਉ॥੩॥	kaahi chadhaava-o. ||3||

ਪ੍ਰਭ ਹੁਣ ਮੇਰਾ ਸਰੀਰ ਕਮਜ਼ੋਰ ਹੋ ਗਿਆ ਹੈ, ਜ਼ਿਆਦਾ ਚਿਰ ਜਿਉਂਦਾ ਨਹੀਂ ਰਹਿਣਾ । ਮੈਂ ਕਿਤਨਾ ਚਿਰ ਹੋਰ ਧੀਰਜ ਕਰਾ? ਅਗਰ ਮੈਂ ਡੁੱਬ ਗਿਆ, ਜਾ ਮਰ ਗਿਆ ਤਾਂ ਮੈਨੂੰ ਕਿਸ਼ਤੀ ਭੇਜ ਦੇਵੇਗਾ । ਮੈਂ ਉਸ ਕਿਸ਼ਤੀ ਤੇ ਕਿਵੇਂ ਸਵਾਰ ਹੋਵਾਗਾ?

My True Master, how much more may I keep patience and hope for Your blessings? My perishable body, old, feeble may not survive for long. Once I may drown in the worldly ocean of desires, died. You may send a boat to carry my body; how may my soul ride the ship for Your castle.

ਮੈ ਨਾਹੀ ਕਛੁ ਹਉ ਨਹੀ,	mai naahee kachh ha-o nahee
ਕਿਛੁ ਆਹਿ ਨ ਮੋਰਾ॥	kichh aahi na moraa.
ਅਉਸਰ ਲਜਾ ਰਾਖਿ ਲੇਹੁ,	a-osar lajaa raakh layho
ਸਧਨਾ ਜਨੁ ਤੋਰਾ॥੪॥੧॥	saDhnaa jan toraa. ||4||1||

ਪ੍ਰਭ ਮੇਰੀ ਕੋਈ ਹੈਸੀਅਤ ਨਹੀਂ, ਮੇਰੇ ਕੋਲ ਕੁਝ ਵੀ ਨਹੀਂ ਹੈ । ਮੇਰਾ ਕਿਸੇ ਨਾਲ ਸਬੰਧ, ਮੋਹ ਨਹੀਂ ਹੈ । ਮੇਰੀ ਰਖਿਆ ਕਰੋ! ਆਪਣੇ ਦਰ ਤੇ ਪ੍ਰਵਾਨਗੀ ਬਖਸ਼ੋ! ਤੇਰਾ ਹੀ ਨਿਮਾਣਾ ਦਾਸ ਹਾ ।

My True Master, I have no worldly status nor any possession. I do not have any worldly bonds or attachment to any worldly family. With Your mercy and grace, accepts me in Your sanctuary; I am only Your slave.

*** ***

ਗੁਰੂ ਗ੍ਰੰਥ

The Guru Granth Sahib

Steek – English and Punjabi -Volume 5

ਪੋਥੀ Volume – 5

Gurbani Page: 711 – 875

ਰਾਗੁ ਗੋਂਡ

Gurbani Page: **859 – 875)**

(# 424-472)

☬ ਰਾਗੁ ਗੋਂਡ (424-472)☬

ਗੁਰੂ ਗ੍ਰੰਥ ਸਾਹਿਬ – ਮੂਲ ਮੰਤਰ ਵਿੱਚ ਪ੍ਰਭ ਦੀ ਅਵਸਥਾ ਦੀ ਸੋਝੀ ਜਾਣਕਰੀ ਦੱਸੀ ਗਈ ਹੈ!

ਮੂਲ ਮੰਤਰ ਦੇ ਪੰਜ ਭਾਗ:: **Five enlightenments of Mool Mantra:**

ਪ੍ਰਭ ਦਾ ਅਕਾਰ, ਸ਼੍ਰਿਸਟੀ ਦਾ ਪ੍ਰਬੰਧ, ਬਣਤਰ, ਮੁਕਤੀ, ਪ੍ਰਭ ਦੀ ਪਛਾਣ! Structure; Function; Creation; Acceptance; Recognition.

ੴ ਸਤਿ ਨਾਮੁ ਕਰਤਾ ਪੁਰਖੁ, ਨਿਰਭਉ ਨਿਰਵੈਰੁ ਅਕਾਲ ਮੂਰਤਿ ਅਜੂਨੀ ਸੈਭੰ ਗੁਰ ਪ੍ਰਸਾਦਿ॥

ik-oNkaar, sat naam, kartaa, purakh, nirbha-o, nirvair, akaal, moorat, ajoonee, saibhaN, gur parsaad.

1) **ਪ੍ਰਭ ਦਾ ਅਕਾਰ** – Structure

ੴ ik-oNkaar: The One and Only One, God, True Master. No form, shape, color, size, in Spirit only.

God, The Holy Spirit may appear in anything, anyone, anytime at His free Will; beyond any form, shape, size, or color, only Holy Spirit.

2) **ਸ਼੍ਰਿਸਟੀ ਦਾ ਪ੍ਰਬੰਧ:** Function and His Operation!

ਸਤਿ ਨਾਮੁ sat naam: 'naam – His Word, His command, His existence. 'sat- Omnipresent, Omniscient, Omnipotent, Axiom Unchangeable, Uncompromised, forever.

The One and Only One, God remains embedded in His Nature, in His Word; only His command pervades in the universe and nothing else exist without His mercy and grace.

3) **ਸ਼੍ਰਿਸਟੀ ਦੀ ਬਣਤਰ:** – Creation of the universe.

ਸੈਭੰ saibhaN: Universe, creation, soul is an expansion of His Holy spirit. Comes out of His spirit to repent, sanctify, and may be absorbed in His Holy Spirit.

The True Master, Creator Himself is The Creation, nothing else exist.

4) **ਮੁਕਤੀ** Salvation – His acceptance.

ਗੁਰ ਪ੍ਰਸਾਦਿ gur parsaad: Only with His own mercy and grace. No one may counsel nor curse His blessing.

No one may comprehend how, why, and when; He may bestow His mercy and grace or the limits and duration of His blessings.

੫) **ਪ੍ਰਭ ਦੀ ਪਛਾਣ** – Recognition

ਗੁਣ: – ਕਰਤਾ, ਪੁਰਖੁ, ਨਿਰਭਉ, ਨਿਰਵੈਰੁ, ਅਕਾਲ, ਮੂਰਤਿ, ਅਜੂਨੀ ! Virtues: - kartaa, purakh, nirbha-o nirvair, akaal, moorat, ajoonee

His virtues are unlimited and beyond any comprehension of His Creation. However, no one has ever born nor will ever be born with all these unique virtues. Whosoever may have all above virtues may be worthy to be called The One and Only One, God, True Master and only worthy of worship.

The Master Key to open the door of the right path of acceptance in His Court, salvation may be "saibhaN"! Whosoever may be drenched with the essence that all souls are an expansion of His Holy Spirit; he may realize that mankind as a brotherhood. No one may want to harm and deceive himself; he may be blessed to conquer his mind. With His mercy and grace, his cycle of birth and death may be eliminated!

424.ਰਾਗੁ ਗੋਂਡ ਚਉਪਦੇ ਮਹਲਾ ੪ ਘਰੁ ੧॥ 859-3. Raag Gond

ੴ ਸਤਿ ਨਾਮੁ ਕਰਤਾ ਪੁਰਖੁ, ਨਿਰਭਉ ਨਿਰਵੈਰੁ ਅਕਾਲ ਮੂਰਤਿ ਅਜੂਨੀ ਸੈਭੰ ਗੁਰ ਪ੍ਰਸਾਦਿ॥

ik-oNkaar, sat naam, kartaa, purakh, nirbha-o, nirvair, akaal, moorat, ajoonee, saibhaN, gur parsaad.

ਜੇ ਮਨਿ ਚਿਤਿ ਆਸ ਰਖਹਿ ਹਰਿ ਊਪਰਿ	jay man chit aas rakheh har oopar taa
ਤਾ ਮਨ ਚਿੰਦੇ ਅਨੇਕ ਅਨੇਕ ਫਲ ਪਾਈ॥	man chinday anayk anayk fal paa-ee.
ਹਰਿ ਜਾਣੈ ਸਭੁ ਕਿਛੁ ਜੋ ਜੀਇ ਵਰਤੈ,	har jaanai sabh kichh jo jee-ay vartai
ਪ੍ਰਭੁ ਘਾਲਿਆ ਕਿਸੈ ਕਾ	parabh ghaali-aa kisai kaa
ਇਕੁ ਤਿਲੁ ਨ ਗਵਾਈ॥	ik til na gavaa-ee.
ਹਰਿ ਤਿਸ ਕੀ ਆਸ ਕੀਜੈ ਮਨ ਮੇਰੇ,	har tis kee aas keejai man mayray
ਜੋ ਸਭ ਮਹਿ	jo sabh meh
ਸੁਆਮੀ ਰਹਿਆ ਸਮਾਈ॥੧॥	su-aamee rahi-aa samaa-ee. ||1||

ਜਿਹੜਾ ਜੀਵ ਆਪਣੇ ਮਨ ਵਿੱਚ ਪ੍ਰਭ ਦੇ ਬਖਸ਼ੇ ਤੇ ਭਰੋਸਾ ਅਡੋਲ ਰਖਦਾ ਹੈ । ਉਸ ਦੇ ਮਨ ਦੀਆਂ ਮੁਰਾਦਾਂ ਪੂਰੀਆ ਹੋ ਜਾਂਦੀਆ ਹਨ । ਅੰਤਰਜਾਮੀ ਪ੍ਰਭ ਸਭ ਕੁਝ ਜਾਣਦਾ ਹੈ । ਉਹ ਸ਼ਬਦ ਦੀ ਕਮਾਈ ਦਾ ਫਲ ਜਰੂਰ ਬਖਸ਼ਦਾ ਹੈ, ਸ਼ਬਦ ਦੀ ਕਮਾਈ ਕਦੇ ਬਿਰਥਾ ਨਹੀਂ ਜਾਂਦੀ । ਜੀਵ ਆਪਣੀ ਆਸ ਪ੍ਰਭ ਉਪਰ ਹੀ ਰਖੋ! ਅਸਲੀ ਮਾਲਕ, ਜੀਵ ਦੇ ਤਨ ਵਿੱਚ ਵਸਦਾ, ਵਾਪਰਦਾ ਹੈ ।

Whosoever may remain contented with His blessing, with his own worldly environment; with His mercy and grace, all his spoken and unspoken desires may be satisfied. The Omniscient True Master knows every event of the nature and what may happen in the life of any creature. The True Master always rewards the earnings of His Word of everyone; the earnings of His Word may never be wasted. You should always keep Your hope and keep your belief steady and stable on His blessings. The True Master remains embedded within his soul and prevails in all events of his worldly life.

ਮੇਰੇ ਮਨ ਆਸਾ	mayray man aasaa
ਕਰਿ ਜਗਦੀਸ ਗੁਸਾਈ॥	kar jagdees gusaa-ee.
ਜੋ ਬਿਨੁ ਹਰਿ ਆਸ ਅਵਰ ਕਾਹੂ ਕੀ ਕੀਜੈ,	jo bin har aas avar kaahoo kee keejai
ਸਾ ਨਿਹਫਲ ਆਸ ਸਭ ਬਿਰਥੀ ਜਾਈ॥੧॥	saa nihfal aas sabh birthee jaa-ee. ||1||
ਰਹਾਉ॥	rahaa-o.

ਮਨ ਆਪਣੀ ਆਸ, ਭਰੋਸਾ ਸ੍ਰਿਸ਼ਟੀ ਦੇ ਅਸਲੀ ਮਾਲਕ ਤੇ ਰਖੋ! ਜਿਹੜਾ ਹੋਰ ਕਿਸੇ ਤੇ ਆਸ ਰਖਦਾ ਹੈ, ਉਸ ਦੀ ਆਸਾਂ ਪੂਰੀ ਨਹੀਂ ਹੁੰਦੀ । ਉਸ ਨੂੰ ਨਰਾਜ਼ਗੀ ਹੀ ਮਿਲਦੀ ਹੈ । ਉਸ ਦੀ ਆਸ ਬਿਰਥੀ ਹੀ ਜਾਂਦੀ ਹੈ ।

You should always pray to The True Master and keep your faith, belief on His blessings. Whosoever may pray and begs from any worldly guru, his hopes may not be fulfilled; worldly guru is also a beggar at His door. He may be disappointed and his hope may not be fulfilled.

ਜੋ ਦੀਸੈ ਮਾਇਆ ਮੋਹ ਕੁਟੰਬੁ ਸਭੁ,	jo deesai maa-i-aa moh kutamb sabh
ਮਤ ਤਿਸ ਕੀ ਆਸ ਲਗਿ ਜਨਮੁ ਗਵਾਈ॥	mat tis kee aas lag janam gavaa-ee.
ਇਨ੍ ਕੈ ਕਿਛੁ ਹਾਥਿ ਨਹੀ	inH kai kichh haath nahee
ਕਹਾ ਕਰਹਿ ਇਹਿ ਬਪੁੜੇ	kahaa karahi ihi bapurhay
ਇਨ੍ ਕਾ ਵਾਹਿਆ ਕਛੁ ਨ ਵਸਾਈ॥	inH kaa vaahi-aa kachh na vasaa-ee.
ਮੇਰੇ ਮਨ ਆਸ ਕਰਿ	mayray man aas kar
ਹਰਿ ਪ੍ਰੀਤਮ ਅਪੁਨੇ ਕੀ	har pareetam apunay kee
ਜੋ ਤੁਝੁ ਤਾਰੈ ਤੇਰਾ	jo tujh taarai tayraa

ਕੁਟੰਬੁ ਸਭੁ ਛਡਾਈ॥੨॥ kutamb sabh chhadaa-ee. ||2||

ਜਿਹੜਾ ਸ੍ਰਿਸ਼ਟੀ ਵਿੱਚ ਧਨ ਦੌਲਤ, ਪ੍ਰਵਾਰ ਤੇ ਆਸ ਰਖਦਾ ਹੈ, ਕੁਝ ਵੀ ਉਸ ਦੇ ਸਾਥ ਨਹੀਂ ਜਾਂਦਾ । ਉਹ ਆਪਣਾ ਮਾਨਸ ਜਨਮ ਬਿਰਥਾ ਹੀ ਗਵਾ ਜਾਂਦਾ ਹੈ । ਕਿਸੇ ਮਾਨਸ ਦੇ ਹੱਥ ਵੱਸ ਕੁਝ ਨਹੀਂ, ਨਿਮਾਣਾ ਮਾਨਸ ਕੀ ਕਰ ਸਕਦਾ ਹੈ? ਉਸ ਦਾ ਕੀਤਾ ਕੁਝ ਨਹੀਂ ਹੁੰਦਾ । ਜੀਵ ਆਪਣਾ ਭਰੋਸਾ ਉਸ ਮਾਲਕ ਤੇ ਪ੍ਰਭ ਤੇ ਰਖੋ! ਉਹ ਹੀ ਜੀਵ ਦੀ ਸ਼ਬਦ ਦੀ ਕਮਾਈ ਪ੍ਰਵਾਨ ਕਰਦਾ ਹੈ । ਤੇਰੇ ਪ੍ਰਵਾਰ ਨੂੰ ਵੀ ਬੰਦਗੀ ਦੇ ਰਸਤੇ ਤੇ ਅਡੋਲ ਕਰਕੇ ਬਚਾ ਸਕਦਾ ਹੈ ।

Whosoever may keep his hope on worldly wealth, possessions, and worldly family; after death nothing may go along with him to support in His Court for the real purpose of human life blessing. You should not waste your human life opportunity, depending on worldly wealth and worldly family. No worldly Guru has any power; what may he bless anyone? You should always depend and keep your belief steady and stable on The True Master of the universe; only with His mercy and grace, you may be saved from demons of worldly desires, worldly wealth. He may even inspire your family and associates on the right path of acceptance in His Court.

ਜੇ ਕਿਛੁ ਆਸ ਅਵਰ ਕਰਹਿ ਪਰਮਿਤ੍ਰੀ, jay kichh aas avar karahi parmitree
ਮਤ ਤੂੰ ਜਾਣਹਿ mat tooN jaaneh
ਤੇਰੈ ਕਿਤੈ ਕੰਮਿ ਆਈ॥ tayrai kitai kamm aa-ee.
ਇਹ ਆਸ ਪਰਮਿਤ੍ਰੀ ਭਾਉ ਦੂਜਾ ਹੈ ih aas parmitree bhaa-o doojaa hai khin
ਖਿਨ ਮਹਿ ਝੂਠੁ ਬਿਨਸਿ ਸਭ ਜਾਈ॥ meh jhooth binas sabh jaa-ee.
ਮੇਰੇ ਮਨ ਆਸਾਂ ਕਰਿ mayray man aasaa kar
ਹਰਿ ਪ੍ਰੀਤਮ ਸਾਚੇ ਕੀ, har pareetam saachay kee
ਜੋ ਤੇਰਾ ਘਾਲਿਆ jo tayraa ghaali-aa
ਸਭੁ ਥਾਇ ਪਾਈ॥੩॥ sabh thaa-ay paa-ee. ||3||

ਜਿਹੜਾ ਪ੍ਰਭ ਤੋਂ ਬਿਨਾਂ ਹੋਰ ਕਿਸੇ ਸਾਥੀ ਦੀ ਆਸ ਰਖਦਾ, ਕੋਈ ਮਦਦ ਕਰੇਗਾ । ਸਮਾਂ ਪੈਣ ਤੇ ਮਹਿਸੂਸ ਹੋ ਜਾਵੇਗਾ, ਮਾਨਸ ਜਨਮ ਬਿਰਥਾ ਹੀ ਬੀਤ ਗਿਆ ਹੈ । ਕਿਸੇ ਹੋਰ ਤੇ ਆਸ ਰਖਣੀ, ਪ੍ਰਭ ਤੇ ਭਰੋਸਾ ਡੋਲਨ ਕਰਕੇ ਹੀ ਹੁੰਦੀ ਹੈ । ਇੱਕ ਪਲ ਵਿੱਚ ਮੌਕਾ ਆਉਣ ਤੇ ਸਾਥ ਨਹੀਂ ਦੇਂਦਾ । ਮਨ ਅਸਲੀ ਮਾਲਕ ਤੇ ਆਸ, ਭਰੋਸਾ ਰਖੋ! ਜਿਹੜਾ ਤੇਰੀ ਕੀਤੀ ਕਮਾਈ ਦਾ ਫਲ ਜ਼ਰੂਰ ਬਖਸ਼ਦਾ ਹੈ । ਸ਼ਬਦ ਦੀ ਪਾਲਣਾ ਕਰਨ ਨਾਲ, ਜੀਵ ਉਸ ਦੇ ਦਰਬਾਰ ਵਿੱਚ ਪ੍ਰਵਾਨ ਹੋ ਜਾਂਦਾ ਹੈ ।

Whosoever may depend upon any worldly possession, family, friend, or associate to help at the time of need, misery; he may realize a rude awakening that he had wasted his human life opportunity. Whosoever may not be contented with His blessings; only he may pray any worldly guru or adopt any religious baptism. Everyone may disappear at the time of his need or misery. You should always be contented with His blessings. He always rewards the earnings of His Word and His reward remains justice and true forever. Whosoever may obey the teachings of His Word with steady and stable belief in his day-to-day life; with His mercy and grace, he may be saved and accepted in His Court.

ਆਸਾ ਮਨਸਾ ਸਭ ਤੇਰੀ aasaa mansaa sabh tayree
ਮੇਰੇ ਸੁਆਮੀ, mayray su-aamee
ਜੈਸੀ ਤੂ ਆਸ ਕਰਾਵਹਿ jaisee too aas karaaveh
ਤੈਸੀ ਕੋ ਆਸ ਕਰਾਈ॥ taisee ko aas karaa-ee.
ਕਿਛੁ ਕਿਸੀ ਕੈ ਹਥਿ ਨਾਹੀ kichh kisee kai hath naahee
ਮੇਰੇ ਸੁਆਮੀ, mayray su-aamee

ਐਸੀ ਮੇਰੈ ਸਤਿਗੁਰਿ ਬੂਝ ਬੁਝਾਈ॥
ਜਨ ਨਾਨਕ ਕੀ ਆਸ ਤੂ ਜਾਣਹਿ ਹਰਿ,
ਦਰਸਨੁ ਦੇਖਿ ਹਰਿ ਦਰਸਨਿ ਤ੍ਰਿਪਤਾਈ॥
॥੪॥੧॥

aisee mayrai satgur boojh bujhaa-ee.
jan naanak kee aas too jaaneh har
darsan daykh har darsan tariptaa-ee.
||4||1||

ਪ੍ਰਭ ਮਾਨਸ ਦੀਆਂ ਆਸਾਂ, ਇੱਛਾਂ ਸਭ ਤੇਰੀਆਂ ਹੀ ਬਖਸ਼ੀਆਂ ਹੋਈਆ ਹਨ । ਜਿਹੜੀ ਆਸ, ਇੱਛਾ ਦੀ ਭਾਵਨਾ ਜੀਵ ਦੇ ਮਨ ਵਿੱਚ ਪੈਦਾ ਕਰਦਾ ਹੈ । ਮਾਨਸ ਦੇ ਮਨ ਵਿੱਚ ਉਹ ਹੀ ਆਸ, ਇੱਛਾ ਆਉਂਦੀ ਹੈ । ਹੋਰ ਕਿਸੇ ਦੇ ਵੱਸ ਵਿੱਚ ਕੁਝ ਨਹੀਂ ਹੈ । ਇਹ ਹੀ ਸ਼ਬਦ ਦੀ ਪਾਲਣਾ ਤੋ ਸੋਝੀ ਬਖਸ਼ਿਸ਼ ਹੁੰਦੀ ਹੈ । ਕੇਵਲ ਪ੍ਰਭ ਹੀ ਆਪਣੇ ਸੇਵਕ ਦੇ ਮਨ ਦੀ ਅਵਸਥਾ ਜਾਣਦਾ ਹੈ । ਤੇਰੀ ਰਹਿਮਤ ਨਾਲ ਮਨ ਵਿੱਚ ਸੰਤੋਖ ਬਖਸ਼ਿਸ਼ ਹੁੰਦਾ ਹੈ ।

My True Master, all worldly desires, hopes have been created with Your command. Whatsoever hope, desire may be infused within his mind by Your command, only that desire remain dominating within his mind and in worldly life; no one else may have any control. This may be a unique enlightenment blessed by obeying the teachings of Your Word. The Omniscient True Master remains aware about his worldly condition, hopes and desires of his mind. Only with Your mercy and grace, he may realize contentment with his own worldly environment.

425.ਗੋਂਡ ਮਹਲਾ ੪॥ 860-3

ਐਸਾ ਹਰਿ ਸੇਵੀਐ, ਨਿਤ ਧਿਆਈਐ,
ਜੋ ਖਿਨ ਮਹਿ ਕਿਲਵਿਖ
ਸਭਿ ਕਰੇ ਬਿਨਾਸਾ॥
ਜੇ ਹਰਿ ਤਿਆਗਿ ਅਵਰ ਕੀ ਆਸ ਕੀਜੈ,
ਤਾ ਹਰਿ ਨਿਹਫਲ ਸਭ ਘਾਲ ਗਵਾਸਾ॥
ਮੇਰੇ ਮਨ ਹਰਿ ਸੇਵਿਹੁ
ਸੁਖਦਾਤਾ ਸੁਆਮੀ,
ਜਿਸੁ ਸੇਵਿਐ ਸਭ ਭੁਖ ਲਹਾਸਾ॥੧॥

aisaa har sayvee-ai nit Dhi-aa-ee-ai
jo khin meh kilvikh
sabh karay binaasaa.
jay har ti-aag avar kee aas keejai
taa har nihfal sabh ghaal gavaasaa.
mayray man har sayvihu
sukh-daata su-aamee
jis sayvi-ai sabh bhukh lahaasaa. ||1||

ਪ੍ਰਭ ਦੇ ਸ਼ਬਦ ਦਾ ਸਿਮਰਨ ਕਰੋ! ਜਿਹੜਾ ਇੱਕ ਪਲ ਵਿੱਚ ਹੀ ਜੀਵ ਦੇ ਸਾਰੇ ਪਾਪ ਬਖਸ਼ ਦੇਂਦਾ ਹੈ । ਜਿਹੜਾ ਪ੍ਰਭ ਦੇ ਸ਼ਬਦ ਨੂੰ ਵਿਸਾਰ ਕੇ, ਕਿਸੇ ਤੇ ਹੋਰ ਤੇ ਆਸ, ਭਰੋਸਾ ਰਖਦਾ ਹੈ । ਉਸ ਦੀ ਕੀਤੀ ਬੰਦਗੀ ਬਿਰਥਾ ਹੀ ਜਾਂਦੀ ਹੈ । ਸਦਾ ਹੀ ਸੁਖਾਂ ਦੇ ਦਾਤੇ, ਪ੍ਰਭ ਦੇ ਸ਼ਬਦ ਦਾ ਸਿਮਰਨ ਕਰੋ । ਉਹ ਹੀ ਮਨ ਦੀਆਂ ਸਾਰੀਆਂ ਇੱਛਾਂ ਦੀ ਭਟਕਣਾਂ ਖਤਮ ਕਰ ਸਕਦਾ ਹੈ ।

You should meditate on the teachings of His Word, The True Master. He may forgive sins of previous lives and eliminates all miseries in a twinkle of eyes. Whosoever may abandon the teachings of His Word from his day-to-day life; he may pray and begs from worldly guru, his meditation, prayer may not be rewarded. You should always meditate and obey the teachings of His Word, The True Master of all comforts and blessings. Only He may eliminate all the frustrations of demons of worldly desires.

ਮੇਰੇ ਮਨ ਹਰਿ ਉਪਰਿ ਕੀਜੈ ਭਰਵਾਸਾ॥
ਜਹ ਜਾਈਐ ਤਹ ਨਾਲਿ ਮੇਰਾ ਸੁਆਮੀ,
ਹਰਿ ਅਪਨੀ ਪੈਜ ਰਖੈ ਜਨ ਦਾਸਾ॥੧॥
ਰਹਾਉ॥

mayray man har oopar keejai bharvaasaa.
jah jaa-ee-ai tah naal mayraa su-aamee
har apnee paij rakhai jan daasaa. ||1||
rahaa-o.

ਜੀਵ ਆਪਣਾ ਭਰੋਸਾ ਪ੍ਰਭ ਦੀ ਬਖਸ਼ਿਸ਼ ਉਪਰ ਰਖੋ! ਪ੍ਰਭ ਸਦਾ ਹੀ ਜੀਵ ਦੇ ਤਨ ਵਿੱਚ ਉਸ ਦਾ ਸਾਥੀ ਹੁੰਦਾ ਹੈ । ਉਹ ਆਪਣੇ ਬੰਦਗੀ ਕਰਨ ਵਾਲੇ ਦੀ ਲਾਜ ਰਖਦਾ ਹੈ ।

You should always be contented with His blessings and the judgement of The True Master of the universe. He remains embedded within and companion of your soul everywhere. He may never forsake His Creation and He always protects the honor of His true devotee.

ਜੇ ਅਪਨੀ ਬਿਰਥਾ ਕਹਹੁ ਅਵਰਾ ਪਹਿ	jay apnee birthaa kahhu avraa peh
ਤਾ ਆਗੈ ਅਪਨੀ ਬਿਰਥਾ	taa aagai apnee birthaa
ਬਹੁ ਬਹੁਤੁ ਕਢਾਸਾ॥	baho bahut kadhaasaa.
ਅਪਨੀ ਬਿਰਥਾ ਕਹਹੁ	apnee birthaa kahhu
ਹਰਿ ਅਪੁਨੇ ਸੁਆਮੀ ਪਹਿ,	har apunay su-aamee peh
ਜੋ ਤੁਮ੍ਰੇ ਦੂਖ ਤਤਕਾਲ ਕਟਾਸਾ॥	jo tumHray dookh tatkaal kataasaa.
ਸੋ ਐਸਾ ਪ੍ਰਭੁ ਛੋਡਿ	so aisaa parabh chhod
ਅਪਨੀ ਬਿਰਥਾ ਅਵਰਾ ਪਹਿ ਕਹੀਐ,	apnee birthaa avraa peh kahee-ai
ਅਵਰਾ ਪਹਿ ਕਹਿ ਮਨ ਲਾਜ ਮਰਾਸਾ॥੨॥	avraa peh kahi man laaj maraasaa. 2||

ਅਗਰ ਕੋਈ ਆਪਣੇ ਮਨ ਦੇ ਦੁਖ ਕਿਸੇ ਹੋਰ ਨੂੰ ਦੱਸਦਾ ਹੈ । ਤਾਂ ਉਹ ਜੀਵ ਆਪਣੇ ਮਨ ਦੇ ਵੱਡੇ ਦੁਖ ਦੱਸਣ ਲੱਗ ਪੈਦਾ ਹੈ । ਇਸ ਕਰਕੇ ਆਪਣੇ ਮਨ ਦੇ ਦੁਖ ਕੇਵਲ ਪ੍ਰਭ ਅੱਗੇ ਰਖੋਂ, ਅਰਦਾਸ ਕਰੋ । ਉਹ ਇੱਕ ਪਲ ਵਿੱਚ ਹੀ ਤੇਰੇ ਸਾਰੇ ਦੁਖ ਦੂਰ ਕਰ ਦੇਂਦਾ, ਬਖਸ਼ ਦੇਂਦਾ ਹੈ । ਇਸਤਰ੍ਹਾਂ ਦੇ ਮਾਲਕ ਨੂੰ ਭੁਲਾ ਕੇ ਆਪਣੇ ਮਾਨਸ ਜਨਮ ਬਿਰਥਾ ਹੀ ਗਵਾ ਕੇ ਨਰਾਜ਼ਗੀ ਨਾਲ ਮਰ ਜਾਵੇਗਾ ।

Whosoever may share his miseries of life with any worldly friend or guide; he may try to console him with much bigger miseries of his own life that may be real or just hypothetical story. You should pray and share your miseries with The Omniscient True Master of the universe. He may forgive your sins and eliminates all miseries. He may guide you on the right path of human life journey. Whosoever may abandon the teachings of His Word from his day-to-day life; he may waste his human life opportunity and dies in disappointments.

ਜੋ ਸੰਸਾਰੈ ਕੇ ਕੁਟੰਬ ਮਿਤ੍ਰ ਭਾਈ	jo sansaarai kay kutamb mitar bhaa-ee
ਦੀਸਹਿ ਮਨ ਮੇਰੇ,	deeseh man mayray
ਤੇ ਸਭਿ ਅਪਨੈ ਸੁਆਇ ਮਿਲਾਸਾ॥	tay sabh apnai su-aa-ay milaasaa.
ਜਿਤੁ ਦਿਨਿ ਉਨ੍ ਕਾ ਸੁਆਉ ਹੋਇ	jit din unH kaa su-aa-o ho-ay
ਨ ਆਵੈ ਤਿਤੁ ਦਿਨਿ	na aavai tit din
ਨੇੜੈ ਕੋ ਨ ਢੁਕਾਸਾ॥	nayrhai ko na dhukaasaa.
ਮਨ ਮੇਰੇ ਅਪਨਾ ਹਰਿ ਸੇਵਿ ਦਿਨੁ ਰਾਤੀ,	man mayray apnaa har sayv din raatee
ਜੋ ਤੁਧੁ ਉਪਕਰੈ ਦੂਖਿ ਸੁਖਾਸਾ॥੩॥	jo tuDh upkarai dookh sukhaasaa. ||3||

ਜਿਹੜੇ ਸੰਸਾਰ ਵਿੱਚ ਪ੍ਰਵਾਰ, ਮਿੱਤਰ, ਸਾਥੀ ਦੇਖਦਾ ਹੈ, ਤੇਰਾ ਸੰਜੋਗ ਹੁੰਦਾ ਹੈ । ਪ੍ਰਭ ਦੇ ਬਣਾਏ ਹੋਏ ਰਿਸ਼ਤੇ ਹੀ ਹਨ । ਉਹ ਸਾਰੇ ਹੀ ਆਪਣੇ ਸਵਾਰਥ ਨਾਲ ਹੀ ਸੰਜੋਗ ਵਿੱਚ ਆਉਂਦੇ ਹਨ । ਜਿਸ ਦਿਨ ਉਹਨਾਂ ਦਾ ਸਵਾਰਥ ਪੂਰਾ ਹੋ ਜਾਂਦਾ ਹੈ, ਉਹ ਤੇਰੇ ਨੇੜੇ ਨਹੀਂ ਆਉਂਦੇ । ਸਦਾ ਹੀ ਅਸਲੀ ਮਾਲਕ ਦੇ ਸ਼ਬਦ ਦੀ ਪਾਲਣਾ ਕਰੋ! ਜਿਹੜਾ ਹਰ ਕੰਮ ਵਿੱਚ ਤੇਰਾ ਸਹਾਈ ਹੁੰਦਾ ਹੈ, ਭਰੋਸਾ ਅਡੋਲ ਰਖਦਾ ਹੈ ।

Whatsoever the family, relationships and friends have been blessed; with His mercy and grace, He has established and rewarded for your deeds of previous lives. Everyone has his own agenda, motive. As soon as his motive may be satisfied, he may never come close or save you from your miseries. You should always obey the teachings of His Word with steady and stable belief in your day-to-day life; with His mercy and grace, He remains your companion and keeps your belief steady and stable on the right path.

ਤਿਸ ਕਾ ਭਰਵਾਸਾ ਕਿਉ ਕੀਜੈ	tis kaa bharvaasaa ki-o keejai
ਮਨ ਮੇਰੇ,	man mayray
ਜੋ ਅੰਤੀ ਅਉਸਰਿ ਰਖਿ ਨ ਸਕਾਸਾ॥	jo antee a-osar rakh na sakaasaa.
ਹਰਿ ਜਪੁ ਮੰਤੁ ਗੁਰ ਉਪਦੇਸੁ ਲੈ ਜਾਪਹੁ,	har jap mant gur updays lai jaapahu
ਤਿਨ੍ ਅੰਤਿ ਛਡਾਏ	tinH ant chhadaa-ay
ਜਿਨ੍ ਹਰਿ ਪ੍ਰੀਤਿ ਚਿਤਾਸਾ॥	jinH har pareet chitaasaa.
ਜਨ ਨਾਨਕ ਅਨਦਿਨੁ ਨਾਮੁ ਜਪਹੁ	jan naanak an-din naam japahu
ਹਰਿ ਸੰਤਹੁ,	har santahu
ਇਹੁ ਛੂਟਣ ਕਾ ਸਾਚਾ ਭਰਵਾਸਾ॥	ih chhootan kaa saachaa bharvaasaa.
੪॥੨॥	||4||2||

ਜਿਹੜਾ ਸੰਸਾਰਕ ਗੁਰੂ ਅੰਤ ਸਮੇਂ ਪ੍ਰਭ ਦੇ ਦਰਬਾਰ ਵਿੱਚ ਸਹਾਈ ਨਹੀਂ ਹੋ ਸਕਦਾ । ਉਸ ਤੇ ਭਰੋਸਾ ਕਿਉਂ ਕੀਤਾ ਜਾਵੇ? ਜੀਵ, ਪ੍ਰਭ ਦੇ ਸ਼ਬਦ ਦਾ ਸਿਮਰਨ, ਪਾਲਣਾ ਕਰੋ! ਜਿਹੜਾ ਪ੍ਰਭ ਨੂੰ ਹਰ ਵੇਲੇ ਯਾਦ ਰਖਦਾ ਹੈ । ਅੰਤ ਸਮੇਂ ਮੌਤ ਤੇ ਪ੍ਰਭ ਆਪ ਹੀ ਆਪਣੇ ਦਾਸ ਦਾ ਸਹਾਈ ਹੁੰਦਾ ਹੈ । ਬੰਦਗੀ ਕਰਨ ਵਾਲਾ ਦਿਨ ਰਾਤ ਪ੍ਰਭ ਦੇ ਸ਼ਬਦ ਦਾ ਵਿਚਾਰ, ਪਾਲਣਾ ਕਰਦਾ ਹੈ । ਇਹ ਹੀ ਉਸ ਦਾ ਆਸਰਾ, ਜੀਵਨ ਦਾ ਅਧਾਰ ਬਣ ਜਾਂਦਾ ਹੈ ।

Whosoever may not be a witness or support in His Court for the real purpose of human life opportunity; why should you pray or depend on his (worldly guru) support? You should always meditate, obey the teachings of His Word with steady and stable belief in day-to-day life. Whosoever may remain in renunciation in the memory of his separation from His Holy Spirit; with His mercy and grace, The True Master may become his supporter in His Court. His true devotee may meditate and obeys the teachings of His Word with steady and stable belief in his day-to-day life. This may become the only real purpose of his human life opportunity and guiding principle of his day-to-day life.

426.ਗੋਂਡ ਮਹਲਾ ੪॥ 860-14

ਹਰਿ ਸਿਮਰਤ ਸਦਾ ਹੋਇ ਅਨੰਦੁ,	har simrat sadaa ho-ay anand
ਸੁਖੁ ਅੰਤਰਿ ਸਾਂਤਿ ਸੀਤਲ ਮਨੁ ਅਪਨਾ॥	sukh antar saaNt seetal man apnaa.
ਜੈਸੇ ਸਕਤਿ ਸੂਰੁ ਬਹੁ ਜਲਤਾ,	jaisay sakat soor baho jaltaa
ਗੁਰ ਸਸਿ ਦੇਖੇ	gur sas daykhay
ਲਹਿ ਜਾਇ ਸਭ ਤਪਨਾ॥੧॥	leh jaa-ay sabh tapnaa. ||1||

ਪ੍ਰਭ ਦੇ ਸ਼ਬਦ ਦੀ ਪਾਲਣਾ ਨਾਲ ਮਨ ਵਿੱਚ ਸਦਾ ਰਹਿਣ ਵਾਲਾ ਖੇੜਾ ਬਖਸ਼ਿਸ਼ ਹੁੰਦਾ ਹੈ । ਮਨ ਸੰਤੋਖ ਵਿੱਚ ਵਸਦਾ, ਸੀਤਲ, ਠੰਡਾ ਰਹਿੰਦਾ ਹੈ । ਸੰਸਾਰਕ ਮਾਇਆ ਇੱਕ ਤਪਦੇ ਸੂਰਜ ਵਰਗੀ ਹੀ ਹੈ । ਜਿਹੜਾ ਪ੍ਰਭ ਦੇ ਸ਼ਬਦ ਦੀ ਪਾਲਣਾ ਕਰਦਾ ਹੈ । ਸ਼ਬਦ, ਗੁਰੂ ਉਸ ਨੂੰ ਚੰਦ ਵਰਗਾ ਅਰਾਮ ਬਖਸ਼ਦਾ, ਗਰਮੀ ਦੂਰ ਕਰ ਦੇਂਦਾ ਹੈ ।

Whosoever may obey the teachings of His Word with steady and stable belief in his day-to-day life; with His mercy and grace, he may be blessed with blossom in his life. He may remain calm and contented like ocean. Worldly wealth may be considered as a scorching heat. Whosoever may obey the teachings of His Word with steady and stable belief in his day-to-day life; with His mercy and grace, he may be blessed with a calm and comforting relief like cool moon lighted night.

ਮੇਰੇ ਮਨ ਅਨਦਿਨੁ ਧਿਆਇ ਨਾਮੁ ਹਰਿ ਜਪਨਾ॥
ਜਹਾ ਕਹਾ ਤੁਝੁ ਰਾਖੈ ਸਭ ਠਾਈ,
ਸੋ ਐਸਾ ਪ੍ਰਭੁ ਸੇਵਿ ਸਦਾ ਤੂ ਅਪਨਾ॥ ੧॥ ਰਹਾਉ॥

mayray man an-din Dhi-aa-ay naam har japnaa.
jahaa kahaa tujh raakhai sabh thaa-ee
so aisaa parabh sayv sadaa too apnaa. ||1|| rahaa-o.

ਮਨ ਦਿਨ ਰਾਤ ਪ੍ਰਭ ਦੇ ਸ਼ਬਦ ਦਾ ਸਿਮਰਨ ਕਰੋ! ਗੁਣ ਗਾਵੋ! ਉਹ ਸੰਸਾਰ ਵਿੱਚ, ਮੌਤ ਤੋ ਪਿਛੋਂ ਵੀ ਤੇਰਾ ਰਖਵਾਲਾ ਹੋਵੇਗਾ । ਇਸਤਰ੍ਹਾਂ ਦੀ ਅਵਸਥਾ ਵਾਲੇ ਅਸਲੀ ਸਾਥੀ, ਪ੍ਰਭ ਦੇ ਸ਼ਬਦ ਦੀ ਸਦਾ ਪਾਲਣਾ ਕਰੋ!

You should meditate and sing the glory of His Word with steady and stable belief in day and night. He remains companion and supporter in worldly life and after death in His Court. You should only obey the teachings of His Word, The True Master of such a unique state of mind.

ਜਾ ਮਹਿ ਸਭਿ ਨਿਧਾਨ
ਸੋ ਹਰਿ ਜਪਿ ਮਨ ਮੇਰੇ,
ਗੁਰਮੁਖਿ ਖੋਜਿ ਲਹਹੁ ਹਰਿ ਰਤਨਾ॥
ਜਿਨ ਹਰਿ ਧਿਆਇਆ,
ਤਿਨ ਹਰਿ ਪਾਇਆ ਮੇਰਾ ਸੁਆਮੀ,
ਤਿਨ ਕੇ ਚਰਣ ਮਲਹੁ ਹਰਿ ਦਸਨਾ॥੨॥

jaa meh sabh niDhaan
so har jap man mayray
gurmukh khoj lahhu har ratnaa.
jin har Dhi-aa-i-aa
tin har paa-i-aa mayraa su-aamee
tin kay charan malahu har dasnaa.||2||

ਜਿਹੜਾ ਸਾਰੇ ਰਤਨਾਂ ਦਾ ਭੰਡਾਰੀ ਹੈ, ਉਸ ਪ੍ਰਭ ਦੇ ਸ਼ਬਦ ਦੀ ਪਾਲਣਾ ਕਰੋ । ਗੁਰਮਖ ਉਸ ਦੇ ਸ਼ਬਦ ਦੀ ਪਾਲਣਾ ਕਰਕੇ ਇਹ ਖੋਜ ਲੈਂਦਾ ਹੈ । ਜਿਹੜਾ ਇੱਕਾਗਰ ਮਨ ਹੋ ਕੇ ਸ਼ਬਦ ਦਾ ਸਿਮਰਨ ਕਰਦਾ, ਉਸ ਨੂੰ ਰਹਿਮਤ ਬਖਸ਼ਿਸ਼ ਹੋ ਜਾਂਦੀ ਹੈ । ਉਸ ਦੀ ਸੇਵਾ ਕਰੋ! ਉਸ ਦੇ ਜੀਵਨ ਤੋ ਸਿਖਿਆਂ ਲੈ ਕੇ ਆਪਣਾ ਜੀਵਨ ਢਾਲੋ!

You should obey the teachings of His Word, The True Master, treasure of all jewels of enlightenment! His true devotee may wholeheartedly search within. Whosoever may wholeheartedly meditate; he may be blessed with His mercy and grace. You should associate, server His true devotee and adopt his life experience teachings in your day-to-day life.

ਸਬਦੁ ਪਛਾਣਿ ਰਾਮ ਰਸੁ ਪਾਵਹੁ ,
ਓਹੁ ਊਤਮੁ ਸੰਤੁ ਭਇਓ ਬਡ ਬਡਨਾ॥
ਤਿਸੁ ਜਨ ਕੀ ਵਡਿਆਈ
ਹਰਿ ਆਪਿ ਵਧਾਈ,
ਓਹੁ ਘਟੈ ਨ ਕਿਸੈ ਕੀ ਘਟਾਈ,
ਇਕੁ ਤਿਲੁ ਤਿਲੁ ਤਿਲਨਾ॥੩॥

sabad pachhaan raam ras paavhu
oh ootam sant bha-i-o bad badnaa.
tis jan kee vadi-aa-ee
har aap vaDhaa-ee
oh ghatai na kisai kee ghataa-ee
ik til til tilnaa. ||3||

ਜਿਹੜਾ ਪ੍ਰਭ ਦੇ ਸ਼ਬਦ ਦੀ ਪਾਲਣਾ ਕਰਦਾ, ਉਸ ਨੂੰ ਸ਼ਬਦ ਦੀ ਸੋਝੀ ਬਖਸ਼ਿਸ਼ ਹੋ ਜਾਂਦੀ ਹੈ । ਉਸ ਜੀਵ ਦੀ ਅਵਸਥਾ ਉਤਮ ਹੋ ਜਾਂਦੀ ਹੈ, ਉਹ ਸੰਤ ਸਰੂਪ ਬਣ ਜਾਂਦਾ ਹੈ । ਪ੍ਰਭ ਆਪ ਹੀ ਉਸ ਜੀਵ ਦੀ ਸੋਭਾ ਬਣਾਉਂਦਾ ਹੈ । ਜਿਹੜੀ ਕਿਸੇ ਦੇ ਕੁਝ ਕੀਤੇ ਘਟਦੀ ਨਹੀਂ, ਸੋਭਾ ਵਧਦੀ ਜਾਂਦੀ ਹੈ ।

Whosoever may obey the teachings of His Word with steady and stable belief in his day-to-day life; with His mercy and grace, he may be blessed with the enlightenment of the essence of His Word. His state of mind may be sanctified, supreme; he may become a symbol of The True Master. The True Master may enhance his glory in the universe. The glory of His blessings may never be diminished by the curse of any worldly guru; his glory may always increase every moment.

ਜਿਸ ਤੇ ਸੁਖ ਪਾਵਹਿ ਮਨ ਮੇਰੇ,	jis tay sukh paavahi man mayray
ਸੋ ਸਦਾ ਧਿਆਇ ਨਿਤ ਕਰ ਜੁਰਨਾ॥	so sadaa Dhi-aa-ay nit kar jurnaa.
ਜਨ ਨਾਨਕ ਕਉ ਹਰਿ ਦਾਨੁ ਇਕੁ ਦੀਜੈ,	jan naanak ka-o har daan ik deejai
ਨਿਤ ਬਸਹਿ ਰਿਦੈ ਹਰੀ ਮੋਹਿ ਚਰਨਾ॥ ੪॥੩॥	nit baseh ridai haree mohi charnaa. ||4||3||

ਜੀਵ, ਪ੍ਰਭ ਤੋ ਸਦਾ ਹੀ ਸੁਖ ਬਖਸ਼ਿਸ਼ ਹੁੰਦਾ ਹੈ । ਉਸ ਦੇ ਸ਼ਬਦ ਦੀ ਸਦਾ ਹੀ ਮਨ ਇੱਕਾਗਰ ਕਰਕੇ ਪਾਲਣਾ ਕਰੋ! ਰਹਿਮਤਾਂ ਦੇ ਮਾਲਕ ਆਪਣੇ ਦਾਸ ਤੇ ਰਹਿਮਤ ਬਖਸ਼ੋ! ਤੇਰਾ ਸ਼ਬਦ ਮੇਰੇ ਮਨ ਵਿੱਚ ਵਸ ਜਾਵੇ, ਘਰ ਕਰ ਜਾਵੇ ।

The True Master may always bestow comforts of worldly life, priceless opportunity of human body. You should always obey the teachings of His Word with steady and stable belief in your day-to-day life. You may remain drenched with the essence of Your Word with His mercy and grace.

427.ਗੋਂਡ ਮਹਲਾ ੪॥ 861-3

ਜਿਤਨੇ ਸਾਹ ਪਾਤਿਸਾਹ, ਉਮਰਾਵ ਸਿਕਦਾਰ, ਚਉਧਰੀ,	Jitnay saah paatisaah umraav sikdaar cha-uDhree
ਸਭਿ ਮਿਥਿਆ ਝੂਠੁ ਭਾਉ ਦੂਜਾ ਜਾਣੁ॥	sabh mithi-aa jhooth bhaa-o doojaa jaan.
ਹਰਿ ਅਬਿਨਾਸੀ ਸਦਾ ਥਿਰੁ ਨਿਹਚਲੁ,	har abhinaasee sadaa thir nihchal
ਤਿਸੁ ਮੇਰੇ ਮਨ ਭਜੁ ਪਰਵਾਣੁ॥੧॥	tis mayray man bhaj parvaan. ||1||

ਸੰਸਾਰਕ ਰਾਜੇ, ਮਹਾਰਾਜੇ, ਮੁਖੀ, ਥੋੜ੍ਹਾ ਸਮਾਂ ਰਹਿਣ ਵਾਲੇ ਧਨ ਦੀ ਕਮਾਈ ਕਰਦੇ ਹਨ । ਉਹਨਾਂ ਦਾ ਇੱਕੋ ਇੱਕ ਪ੍ਰਭ ਤੇ ਭਰੋਸਾ ਅਡੋਲ ਨਹੀਂ ਹੁੰਦਾ, ਉਸ ਦੇ ਸ਼ਬਦ ਦੀ ਸੋਝੀ ਨਹੀਂ ਹੁੰਦੀ । ਅਟੱਲ ਪ੍ਰਭ ਸਦਾ ਸਾਥ ਦੇਣਵਾਲਾ, ਨਾ ਬਦਲਨ ਵਾਲਾ ਮਾਲਕ ਹੈ । ਉਹ ਆਪ ਹੀ ਸ਼ਬਦ ਦੀ ਕਮਾਈ ਪ੍ਰਵਾਨ ਕਰਦਾ ਹੈ ।

All worldly kings, chiefs, rich always remain intoxicated, collecting worldly wealth for short-lived comforts in worldly life. No one may have steady and stable belief on His judgement nor may comprehend His Word, Nature. The One and only One True Master remains unchanged and companion of his soul forever. Who may accept his earns of His Word in His Court?

ਮੇਰੇ ਮਨ ਨਾਮੁ ਹਰੀ ਭਜੁ ਸਦਾ ਦੀਬਾਣੁ॥	mayray man naam haree bhaj sadaa deebaan.
ਜੋ ਹਰਿ ਮਹਲੁ ਪਾਵੈ ਗੁਰ ਬਚਨੀ,	jo har mahal paavai gur bachnee
ਤਿਸੁ ਜੇਵਡੁ ਅਵਰੁ ਨਾਹੀ ਕਿਸੈ ਦਾ ਤਾਣੁ॥ ੧॥ ਰਹਾਉ॥	tis jayvad avar naahee kisai daa taan. ||1|| rahaa-o.

ਜੀਵ ਪ੍ਰਭ ਦੇ ਸ਼ਬਦ ਦੀ ਸਦਾ ਪਾਲਣਾ ਕਰੋ! ਉਹ ਸਦਾ ਹੀ ਤੇਰਾ ਰਖਵਾਲਾ ਬਣ ਜਾਂਦਾ ਹੈ । ਜਿਹੜਾ ਸ਼ਬਦ ਦੀ ਪਾਲਣਾ ਕਰਕੇ, ਪ੍ਰਭ ਦੇ ਦਰਬਾਰ ਵਿੱਚ ਪ੍ਰਵਾਨ ਹੋ ਜਾਂਦਾ ਹੈ । ਇਸ ਨਾਲੋ ਵੱਡਾ ਫਲ, ਵੱਡੀ ਬਖਸ਼ਿਸ਼ ਹੋਰ ਕੋਈ ਨਹੀਂ ਹੁੰਦੀ ।

You should always obey the teachings of His Word with steady and stable belief in day-to-day life; with His mercy and grace, He may become the protector of His true devotee. Whosoever may be accepted in His Court by obeying the teachings of His Word with steady and stable belief in his day-to-day life. No other reward may be more significant for the real purpose of his human life opportunity.

ਜਿਤਨੇ ਧਨਵੰਤ ਕੁਲਵੰਤ ਮਿਲਖਵੰਤ	jitnay Dhanvant kulvant milakhvant
ਦੀਸਹਿ ਮਨ ਮੇਰੇ,	deeseh man mayray
ਸਭਿ ਬਿਨਸਿ ਜਾਹਿ	sabh binas jaahi
ਜਿਉ ਰੰਗੁ ਕਸੁੰਭ ਕਚਾਣੁ॥	ji-o rang kasumbh kachaan.
ਹਰਿ ਸਤਿ ਨਿਰੰਜਨੁ ਸਦਾ ਸੇਵਿ	har sat niranjan sadaa sayv
ਮਨ ਮੇਰੇ,	man mayray
ਜਿਤੁ ਹਰਿ ਦਰਗਹ ਪਾਵਹਿ ਤੂ ਮਾਣੁ॥੨॥	Jit har dargeh paavahi too maan. ||2||

ਜਿਤਨੇ ਵੀ ਧਨ ਦੌਲਤ ਵਾਲੇ ਜੀਵ ਸੰਸਾਰ ਵਿੱਚ ਦਿੱਸਦੇ ਹਨ । ਜਿਵੇਂ ਸੂਰਜ ਮੁੱਖੀ ਫੁੱਲ ਥੋੜ੍ਹੇ ਸਮੇਂ ਵਿੱਚ ਹੀ ਮੁਰਝਾ ਜਾਂਦਾ ਹੈ, ਇਸਤਰ੍ਹਾਂ ਖਤਮ ਹੋ ਜਾਂਦੇ ਹਨ । ਜੀਵ ਉਸ ਪਵਿੱਤਰ ਪ੍ਰਭ ਦੇ ਸ਼ਬਦ ਦੀ ਪਾਲਣਾ ਕਰੋ! ਉਹ ਸਦਾ ਹੀ ਅਟੱਲ ਰਹਿਣ ਵਾਲਾ ਮਾਲਕ ਹੈ । ਉਹ ਹੀ ਦਰਬਾਰ ਵਿੱਚ ਪ੍ਰਵਾਨਗੀ, ਸੋਭਾ ਬਖਸ਼ਦਾ ਹੈ ।

You may see many rich, mighty, glorified Holy saints, gurus in the universe over a period. All may be withered like sun flower after limited glow. All may perish and their memory may be fainted over a period. You should obey the teachings of His Word; who may remain sanctified, blemished free and true forever. Only He may accept and honors his soul in His Court.

ਬ੍ਰਾਹਮਣੁ ਖਤ੍ਰੀ ਸੂਦ ਵੈਸ	baraahman khatree sood vais
ਚਾਰਿ ਵਰਨ ਚਾਰਿ ਆਸ੍ਰਮ ਹਹਿ	chaar varan chaar aasram heh
ਜੋ ਹਰਿ ਧਿਆਵੈ ਸੋ ਪਰਧਾਨੁ॥	jo har Dhi-aavai so parDhaan.
ਜਿਉ ਚੰਦਨ ਨਿਕਟਿ ਵਸੈ	ji-o chandan nikat vasai
ਹਿਰਡੁ ਬਪੁੜਾ	hirad bapurhaa
ਤਿਉ ਸਤਸੰਗਤਿ ਮਿਲਿ ਪਤਿਤ ਪਰਵਾਣੁ॥੩॥	ti-o satsangat mil patit parvaan. 3

ਸੰਸਾਰ ਵਿੱਚ ਚਾਰ ਜਾਤਾਂ, ਬ੍ਰਾਹਮਣ, ਕਸ਼ਿਤ੍ਰੀ, ਸੂਦ, ਵੇਸ਼, ਹਨ । ਇਹ ਸੰਸਾਰਕ ਜੀਵਨ ਦੀਆਂ, ਮਾਨਸ ਦੇ ਮਨ ਦੀਆਂ ਚਾਰ ਅਵਸਥਾ ਹੀ ਹਨ । ਜਿਹੜਾ ਪ੍ਰਭ ਦੇ ਸ਼ਬਦ ਦੀ ਪਾਲਣਾ ਕਰਦਾ ਹੈ । ਉਹ ਹੀ ਪ੍ਰਭ ਦੇ ਦਰਬਾਰ ਵਿੱਚ ਪ੍ਰਵਾਨ ਹੁੰਦਾ, ਸੋਭਦਾ ਹੈ । ਜਿਵੇਂ ਚੰਦਨ ਦੇ ਕੋਲ ਰਹਿਣ ਵਾਲਾ ਹਿਰਡ ਦਾ ਬੂਟਾ ਵੀ ਸੁਗੰਧ ਵਾਲਾ ਬਣ ਜਾਂਦਾ ਹੈ । ਇਸਤਰ੍ਹਾਂ, ਜਿਹੜਾ ਪਾਪੀ ਵੀ ਸੰਤ ਸਰੂਪ ਦੀ ਸੰਗਤ ਵਿੱਚ ਆ ਜਾਂਦਾ ਹੈ, ਉਸ ਨੂੰ ਵੀ ਕੁਝ ਗੁਣ ਬਖਸ਼ਿਸ਼ ਹੋ ਜਾਂਦੇ ਹਨ । ਉਹ ਸ਼ਬਦ ਦੀ ਪਾਲਣਾ ਤੇ ਲੱਗਕੇ ਪ੍ਰਵਾਨ ਹੋ ਸਕਦਾ ਹੈ ।

All four classes defined in the universe may be based on religious rituals, worldly chores, or state of mind of a creature. Whosoever may adopt the teachings of His Word with steady and stable belief in his day-to-day life; with His mercy and grace, he may be blessed with the right path of acceptance in His Court and he may be honored. As any bush may be grown near the sandalwood, she may have some aroma like sandalwood. Same way once a sinner may remain in the conjugation of His true devotee; with His mercy and grace, he may be blessed with some virtues of His Nature. He may obey the teachings of His Word with steady and stable belief in his day-to-day life; with His mercy and grace, he may be accepted in His court.

***** baraahman, khatree, sood, vais. *****

ਓਹੁ ਸਭ ਤੇ ਊਚਾ ਸਭ ਤੇ ਸੂਚਾ,	oh sabh tay oochaa sabh tay soochaa
ਜਾ ਕੈ ਹਿਰਦੈ ਵਸਿਆ ਭਗਵਾਨੁ॥	jaa kai hirdai vasi-aa bhagvaan.
ਜਨ ਨਾਨਕੁ ਤਿਸ ਕੇ ਚਰਨ ਪਖਾਲੈ,	jan naanak tis kay charan pakhaalai
ਜੋ ਹਰਿ ਜਨੁ ਨੀਚੁ ਜਾਤਿ ਸੇਵਕਾਣੁ॥੪॥੪॥	jo har jan neech jaat sayvkaan. ||4||4|

ਜਿਸ ਦੇ ਮਨ ਵਿੱਚ ਪ੍ਰਭ ਦਾ ਸ਼ਬਦ ਵਸ ਜਾਂਦਾ, ਘਰ ਕਰ ਜਾਂਦਾ ਹੈ । ਉਸ ਜੀਵ ਦੀ ਆਤਮਾ ਪਵਿੱਤਰ ਹੋ ਜਾਂਦੀ ਹੈ । ਜਿਸ ਦੇ ਮਨ ਵਿੱਚ ਸ਼ਬਦ ਵਸਦਾ ਹੈ, ਬੰਦਗੀ ਕਰਨ ਵਾਲੇ ਉਸ ਨੂੰ ਪ੍ਰਨਾਮ ਕਰਦੇ ਹਨ । ਭਾਵੇਂ ਉਹ ਕਿਸੇ ਨੀਚ ਜਾਤ ਦਾ ਵੀ ਹੋਵੇ । ਪਰ ਉਹ ਪ੍ਰਭ ਦਾ ਦਾਸ ਬਣ ਜਾਂਦਾ ਹੈ । ਉਸ ਦੀ ਅਵਸਥਾ ਉਤਮ ਹੋ ਜਾਂਦੀ ਹੈ ।

Whosoever may be drenched with the essence of His Word; with His mercy and grace, his soul may be sanctified and becomes worthy of His consideration. Whosoever may remain overwhelmed with the essence of His Word; His true devotee may always honor, worship him, irrespective of his worldly caste or creed. He becomes His true devotee and his state of mind may become supreme.

428.ਗੋਂਡ ਮਹਲਾ ੪॥ 861-11

ਹਰਿ ਅੰਤਰਜਾਮੀ ਸਭਤੈ ਵਰਤੈ,	har antarjaamee sabh-tai vartai
ਜੇਹਾ ਹਰਿ ਕਰਾਏ ਤੇਹਾ ਕੋ ਕਰਈਐ॥	jayhaa har karaa-ay tayhaa ko kara-ee-ai.
ਸੋ ਐਸਾ ਹਰਿ ਸੇਵਿ ਸਦਾ ਮਨ ਮੇਰੇ,	so aisaa har sayv sadaa man mayray
ਜੋ ਤੁਧਨੋ ਸਭ ਦੂ ਰਖਿ ਲਈਐ॥੧॥	jo tuDhno sabh doo rakh la-ee-ai. ||1||

ਅੰਤਰਜਾਮੀ ਪ੍ਰਭ ਸਭ ਜੀਵਾਂ ਦੇ ਤਨ ਵਿੱਚ ਵਸਦਾ, ਵਾਪਰਦਾ ਹੈ । ਜਿਸ ਧੰਦੇ ਤੇ ਉਹ ਜੀਵ ਨੂੰ ਲਾਉਂਦਾ ਹੈ । ਜੀਵ ਉਹ ਹੀ ਕੰਮ, ਧੰਦਾ ਕਰ ਸਕਦਾ, ਕਰਦਾ ਹੈ । ਜੀਵ ਉਸ ਪ੍ਰਭ ਦੇ ਸ਼ਬਦ ਦਾ ਸਿਮਰਨ ਕਰੋ! ਜਿਹੜਾ ਤੇਰੀ ਸਭ ਤੋਂ ਹੀ ਰਖਿਆ ਕਰੇ, ਸਦਾ ਹੀ ਸਹਾਈ ਹੋਵੇ ।

The Omniscient True Master, His Word remain embedded within the soul of each creature and dwell within his body. Whatsoever the task may be assigned to any creature, he may only perform that task in the universe. You should meditate and obey the teachings of His Word; who may remain your companion and protector everywhere.

ਮੇਰੇ ਮਨ ਹਰਿ ਜਪਿ	mayray man har jap
ਹਰਿ ਨਿਤ ਪੜਈਐ॥	har nit parha-ee-ai.
ਹਰਿ ਬਿਨੁ ਕੋ ਮਾਰਿ ਜੀਵਾਲਿ ਨ ਸਾਕੈ,	har bin ko maar jeevaal na saakai
ਤਾ ਮੇਰੇ ਮਨ ਕਾਇਤੁ ਕੜਈਐ॥੧॥	taa mayray man kaa-it karha-ee-ai. ||1||
ਰਹਾਉ॥	rahaa-o.

ਮਨ ਪ੍ਰਭ ਦੇ ਸ਼ਬਦ ਦਾ ਸਿਮਰਨ ਕਰੋ, ਸ਼ਬਦ ਦੀ ਪਾਲਣਾ ਕਰੋ । ਉਸ ਬਾਬਤ ਹਰ ਰੋਜ਼ ਜਾਣਕਾਰੀ ਪਾਵੋ! ਪ੍ਰਭ ਤੋਂ ਬਿਨਾਂ ਹੋਰ ਕੋਈ ਨਾ ਮੌਤ ਦੇ ਸਕਦਾ, ਨਾ ਹੀ ਮੌਤ ਤੋਂ ਬਚਾ ਹੀ ਸਕਦਾ ਹੈ । ਇਸ ਕਰਕੇ ਹੋਰ ਕਿਸੇ ਦੀ ਕਿਉਂ ਪ੍ਰਵਾਹ ਕਰੋ?

You should meditate and obey the teachings of His Word with steady and stable belief in your day-to-day life. You should dig deeper in your soul to be enlightened with the essence of His Word. No one else may have any power to bless birth or death. Only, The One and only One, True Savior may eliminate the fear of death. Why should you worry to please anyone, worship any worldly guru?

ਹਰਿ ਪਰਪੰਚੁ ਕੀਆ ਸਭੁ ਕਰਤੈ,	har parpanch kee-aa sabh kartai
ਵਿਚਿ ਆਪੇ ਆਪਣੀ ਜੋਤਿ ਧਰਈਐ॥	vich aapay aapnee jot Dhara-ee-ai.
ਹਰਿ ਏਕੋ ਬੋਲੈ ਹਰਿ ਏਕੁ ਬੁਲਾਏ,	har ayko bolai har ayk bulaa-ay
ਗੁਰਿ ਪੂਰੈ ਹਰਿ ਏਕੁ ਦਿਖਈਐ॥੨॥	gur poorai harayk dikha-ee-ai. ||2||

ਪ੍ਰਭ ਨੇ ਹੀ ਸਾਰੀ ਸ੍ਰਿਸ਼ਟੀ ਸਾਜੀ ਹੈ । ਹਰਇੱਕ ਵਿੱਚ ਆਪਣੀ ਜੋਤ, ਰੋਸ਼ਨੀ ਪਾਈ ਹੈ । ਇੱਕੋ ਇੱਕ ਪ੍ਰਭ ਹੀ ਸਭ ਜੀਵਾਂ ਵਿੱਚ ਬੋਲਦਾ, ਬਲਾਉਂਦਾ ਹੈ । ਪੂਰਨ ਗੁਰੂ, ਸ਼ਬਦ ਦੀ ਸੋਝੀ ਤੋਂ ਹੀ ਇਹ ਸੋਝੀ ਬਖਸ਼ਿਸ਼ ਹੁੰਦੀ ਹੈ ।

The One and only One True Master has created the universe and infused His Holy Spirit within every creature. The One and only One True Master speaks within everyone. His tongue may be the outlet of his state of mind. With His mercy and grace, He may reveal the teachings of His Word, the essence of His Nature.

ਹਰਿ ਅੰਤਰਿ ਨਾਲੇ ਬਾਹਰਿ ਨਾਲੇ,	har antar naalay baahar naalay
ਕਹੁ ਤਿਸੁ ਪਾਸਹੁ ਮਨ ਕਿਆ ਚੋਰਈਐ॥	kaho tis paashu man ki-aa chora-ee-ai.
ਨਿਹਕਪਟ ਸੇਵਾ ਕੀਜੈ ਹਰਿ ਕੇਰੀ,	nihakpat sayvaa keejai har kayree
ਤਾਂ ਮੇਰੇ ਮਨ ਸਰਬ ਸੁਖ ਪਈਐ॥੩॥	taaN mayray man sarab sukh pa-ee-ai. 3

ਪ੍ਰਭ ਤਨ ਅੰਦਰ ਵੀ ਵਸਦਾ, ਸਭ ਕੁਝ ਦੇਖਦਾ ਹੈ । ਉਸ ਤੋ ਕਿਉਂ ਕੋਈ, ਕੀ ਲੁਕਾਇਆ ਜਾ ਸਕਦਾ ਹੈ? ਇੱਕਾਗਰ ਮਨ ਹੋ ਕੇ ਸ਼ਬਦ ਦੀ ਪਾਲਣਾ, ਸੇਵਾ ਕਰਨ ਨਾਲ ਮਨ ਵਿੱਚ ਪੂਰਨ ਸੰਤੋਖ ਬਖਸ਼ਿਸ਼ ਹੋ ਜਾਂਦਾ ਹੈ ।

The True Master dwells, prevails within the body and monitors all events of His nature. What may be hidden from Him? Why should you keep any secret from Him? Whosoever may server and obey the teachings of His Word with steady and stable belief; with His mercy and grace, he may be blessed with contentment in his worldly life.

ਜਿਸ ਦੇ ਵਸਿ ਸਭੁ ਕਿਛੁ	jis dai vas sabh kichh
ਸੋ ਸਭ ਦੂ ਵਡਾ,	so sabh doo vadaa
ਸੋ ਮੇਰੇ ਮਨ ਸਦਾ ਧਿਅਈਐ॥	so mayray man sadaa Dhi-a-ee-ai.
ਜਨ ਨਾਨਕ ਸੋ ਹਰਿ ਨਾਲਿ ਹੈ ਤੇਰੈ,	jan naanak so har naal hai tayrai
ਹਰਿ ਸਦਾ ਧਿਆਇ	har sadaa Dhi-aa-ay
ਤੂ ਤੁਧੁ ਲਏ ਛਡਈਐ॥੪॥੫॥	too tuDh la-ay chhada-ee-ai. ||4||5||

ਜੀਵ ਪ੍ਰਭ ਦੇ ਵੱਸ ਵਿੱਚ ਸਭ ਕੁਝ ਹੈ, ਉਹ ਹੀ ਸਭ ਤੋ ਵੱਡਾ ਹੈ । ਉਸ ਦੇ ਸ਼ਬਦ ਦੀ ਸਦਾ ਹੀ ਪਾਲਣਾ ਕਰੋ! ਉਹ ਹਰਇੱਕ ਜੀਵ ਦੇ ਸਦਾ ਹੀ ਸਾਥ ਰਹਿੰਦਾ ਹੈ । ਉਹ ਆਪਣੇ ਬੰਦਗੀ ਕਰਨ ਵਾਲੇ ਦੀ ਸਦਾ ਹੀ ਰਖਿਆ ਕਰਦਾ ਹੈ ।

The One and only One True Master, greatest of all dwells within the body of every creature. You should always obey the teachings of His Word with steady and stable belief in day-to-day life. He always remains companion of your soul. He always protects His true devotee.

429.ਗੋਂਡ ਮਹਲਾ ੪॥ 861-18

ਹਰਿ ਦਰਸਨ ਕਉ ਮੇਰਾ ਮਨੁ	har darsan ka-o mayraa man
ਬਹੁ ਤਪਤੈ,	baho taptai
ਜਿਉ ਤ੍ਰਿਖਾਵੰਤੁ ਬਿਨੁ ਨੀਰ॥੧॥	Ji-o tarikhaavaNt bin neer. ||1||

ਪ੍ਰਭ ਦੇ ਦਰਸ਼ਨ ਕਰਨ ਲਈ ਮਨ ਵਿੱਚ ਬਹੁਤ ਭਟਕਣ ਰਹਿੰਦੀ ਹੈ । ਜਿਵੇਂ ਪਿਆਸੇ ਮਾਨਸ ਦੇ ਮਨ ਵਿੱਚ ਪਾਣੀ ਲਈ ਖਿੱਚ ਹੁੰਦੀ ਹੈ ।

I remain very anxious for His blessed vision, the enlightenment of the teachings of His Word. As a thirsty person remains anxious and frustrated for water to drink.

ਮੇਰੈ ਮਨਿ ਪ੍ਰੇਮੁ ਲਗੋ ਹਰਿ ਤੀਰ॥	mayrai man paraym lago har teer.
ਹਮਰੀ ਬੇਦਨ ਹਰਿ ਪ੍ਰਭੁ ਜਾਨੈ,	hamree baydan har parabh jaanai
ਮੇਰੇ ਮਨ ਅੰਤਰ ਕੀ ਪੀਰ॥੧॥ ਰਹਾਉ॥	mayray man antar kee peer. ||1|| rahaa-o.

ਪ੍ਰਭ ਦਾ ਸ਼ਬਦ ਰੂਪੀ ਤੀਰ ਮੇਰੇ ਮਨ ਵਿੱਚ ਚੀਰ ਪਾ ਗਿਆ ਹੈ । ਪ੍ਰਭ ਮੇਰੇ ਮਨ ਦਾ ਵਿਰਾਗ, ਦਰਦ ਸਭ ਕੁਝ ਜਾਣਦਾ ਹੈ ।

The arrow of the essence of His Word has pierced through my heart. The Omniscient True Master remains aware about my renunciation and misery of my mind.

ਮੇਰੇ ਹਰਿ ਪ੍ਰੀਤਮ ਕੀ | mayray har pareetam kee
ਕੋਈ ਬਾਤ ਸੁਨਾਵੈ, | ko-ee baat sunaavai
ਸੋ ਭਾਈ ਸੋ ਮੇਰਾ ਬੀਰ॥੨॥ | so bhaa-ee so mayraa beer. ||2||

ਜਿਹੜਾ ਵੀ ਪ੍ਰਭ ਦੀ ਕਥਾ ਸੁਣਾਉਂਦਾ ਹੈ, ਉਹ ਹੀ ਮੇਰਾ ਮਿੱਤਰ ਬਣ ਜਾਂਦਾ ਹੈ । ਮੇਰੇ ਮਨ ਨੂੰ ਬਹੁਤ ਪਿਆਰਾ ਲੱਗਦਾ ਹੈ ।

Whosoever may recite the sermons of His Word; he may become my close friend. He may become very dear to my mind.

ਮਿਲੁ ਮਿਲੁ ਸਖੀ ਗੁਣ ਕਹੁ ਮੇਰੇ, | mil mil sakhee gun kaho mayray
ਪ੍ਰਭ ਕੇ ਲੇ ਸਤਿਗੁਰ ਕੀ ਮਤਿ ਧੀਰ॥੩॥ | parabh kay lay satgur kee mat Dheer. 3

ਆਓ ਸਾਥੀਓ ! ਰਲਕੇ ਪ੍ਰਭ ਦੇ ਸ਼ਬਦ ਦੇ ਗੁਣ ਗਾਵੋ ! ਸ਼ਬਦ ਨਾਲ ਜੀਵਨ ਢਾਲਣ ਨਾਲ ਮਨ ਵਿੱਚ ਸੰਤੋਖ, ਅਨੰਦ, ਖੇੜਾ ਬਖਸ਼ਿਸ਼ ਹੋ ਜਾਂਦਾ ਹੈ ।

Let us join to sing the glory of His Word. Whosoever may adopt the teachings of His Word; with His mercy and grace, he may be blessed with pleasure, contentment, and blossom in his life.

ਜਨ ਨਾਨਕ ਕੀ ਹਰਿ ਆਸ ਪੁਜਾਵਹੁ, | jan naanak kee har aas pujaavahu
ਹਰਿ ਦਰਸਨਿ ਸਾਂਤਿ ਸਰੀਰ॥੪॥੬॥ | har darsan saaNt sareer. ||4||6||
ਛਕਾ॥੧॥ | chhakaa 1||

ਪ੍ਰਭ ਰਹਿਮਤ ਬਖਸ਼ੋ ! ਮੇਰੇ ਮਨ ਦੀਆਂ ਆਸਾਂ ਪੂਰੀਆਂ ਕਰੋ । ਤੇਰਾ ਸ਼ਬਦ ਮਨ ਵਿੱਚ ਵਸਣ ਨਾਲ ਮਨ ਵਿੱਚ ਖੇੜਾ ਬਖਸ਼ਿਸ਼ ਹੋ ਜਾਂਦਾ ਹੈ । ਮਨ ਸੀਤਲ ਹੋ ਜਾਂਦਾ ਹੈ ।

The Merciful True Master satisfies spoken and unspoken desires of my mind. With the enlightenment of the essence of Your Word, my mind remains intoxicated and contented in the void of Your Word.

430.ਰਾਗੁ ਗੋਂਡ ਮਹਲਾ ੫ ਚਉਪਦੇ ਘਰੁ ੧॥ 862-3

ੴ ਸਤਿਗੁਰ ਪ੍ਰਸਾਦਿ॥ | ik-oNkaar satgur parsaad.
ਸਭੁ ਕਰਤਾ ਸਭੁ ਭੁਗਤਾ॥੧॥ ਰਹਾਉ॥ | sabh kartaa sabh bhugtaa. ||1|| rahaa-o.

ਪ੍ਰਭ ਆਪ ਹੀ ਸ੍ਰਿਸ਼ਟੀ ਪੈਦਾ ਕਰਨ ਵਾਲਾ ਮਾਲਕ ਹੈ । ਸ੍ਰਿਸ਼ਟੀ ਵੀ ਆਪ ਹੀ ਹੈ ।

The True Master, Creator of the universe remains embedded within His Creation, Nature.

ਸੁਨਤੋ ਕਰਤਾ ਪੇਖਤ ਕਰਤਾ॥ | sunto kartaa paykhat kartaa.
ਅਦ੍ਰਿਸਟੋ ਕਰਤਾ ਦ੍ਰਿਸਟੋ ਕਰਤਾ॥ | adristo kartaa daristo kartaa.
ਓਪਤਿ ਕਰਤਾ ਪਰਲਉ ਕਰਤਾ॥ | opat kartaa parla-o kartaa.
ਬਿਆਪਤ ਕਰਤਾ ਅਲਿਪਤੋ ਕਰਤਾ॥੧॥ | bi-aapat kartaa alipato kartaa. ||1|

ਪ੍ਰਭ ਸਭ ਦੀ ਅਰਦਾਸ ਸੁਣਦਾ ਹੈ । ਉਸ ਦੇ ਕੀਤੇ ਕੰਮ ਦੇਖਦਾ ਹੈ । ਪ੍ਰਭ ਹੀ ਸਭ ਵਿੱਚ ਗੁਪਤ ਵਾਪਰਦਾ ਹੈ । ਆਪ ਹੀ ਕਿਸੇ ਜੀਵ ਵਿੱਚ ਪ੍ਰਗਟ ਹੁੰਦਾ, ਦਿਖਾਈ ਦੇਂਦਾ ਹੈ । ਪ੍ਰਭ ਹੀ ਜੀਵ ਨੂੰ ਪੈਦਾ ਕਰਦਾ, ਉਸ ਨੂੰ ਮੌਤ ਦੇਂਦਾ, ਖਤਮ ਕਰਦਾ ਹੈ । ਪ੍ਰਭ ਹਰਇੱਕ ਆਤਮਾ ਵਿੱਚ ਹੀ ਸਮਾਇਆ ਹੈ । ਪਰ ਆਪ ਆਤਮਾ ਦੇ ਮੋਹ ਤੋਂ ਅਲੱਗ ਹੈ ।

The True Master hears the prayer of all creature; The Omniscient remains aware of his hopes and desires. He evaluates his deeds and rewards as per the earnings of His Word. He prevails and remains embedded within his deeds. He may remain hidden in some deeds and may become visible in other deeds. The cycle of birth and death remains under His command. He remains embedded within his soul; however, He remains beyond the emotional reach of his soul.

ਬਕਤੋ ਕਰਤਾ ਬੂਝਤ ਕਰਤਾ॥ bakto kartaa boojhat kartaa.
ਆਵਤੁ ਕਰਤਾ ਜਾਤੁ ਭੀ ਕਰਤਾ॥ aavat kartaa jaat bhee kartaa.
ਨਿਰਗੁਨ ਕਰਤਾ ਸਰਗੁਨ ਕਰਤਾ॥ nirgun kartaa sargun kartaa.
ਗੁਰ ਪ੍ਰਸਾਦਿ ਨਾਨਕ ਸਮਦ੍ਰਿਸਟਾ॥੨॥੧॥ gur parsaad naanak samdristaa. ||2||1||

ਪ੍ਰਭ ਆਪ ਹੀ ਜੀਵ ਦੀ ਜੀਭ ਤੋ ਬੋਲਦਾ ਹੈ । ਆਪ ਹੀ ਬੋਲੇ ਸ਼ਬਦ ਦਾ ਮੰਤਵ ਜਾਣਦਾ ਹੈ । ਪ੍ਰਭ ਦੀ ਜੋਤ, ਆਪ ਹੀ ਜੀਵ ਵਿੱਚ ਆਉਂਦੀ, ਆਪ ਹੀ ਵਾਪਸ ਜਾਂਦੀ ਹੈ । ਪ੍ਰਭ ਆਪ ਹੀ ਗੁਣ ਹੀਣ ਜੀਵ ਵਿੱਚ, ਗੁਣਾਂ ਨਾਲ ਭਰਪੂਰ ਜੀਵ ਵਿੱਚ ਵੀ ਵਸਦਾ ਹੈ । ਬੰਦਗੀ ਕਰਨ ਵਾਲਾ ਹਰਇੱਕ ਨੂੰ ਇੱਕ ਸਮਾਨ ਹੀ ਪ੍ਰਭ ਦਾ ਰੂਪ, ਜੋਤ ਹੀ ਸਮਝਦਾ, ਮਹਿਸੂਸ ਕਰਦਾ ਹੈ ।

The True Master speaks at the tongue of worldly creature and only He may know the purpose of his comments. The True Master infuses soul within his human body and only He may take away his soul. His soul is an expansion of His Holy Spirit. He dwells within the body of both virtues less and creature with overwhelmed virtues. His true devotee considers everyone as the symbol of The True Master. He realizes His Holy spirit prevail everywhere.

431.ਗੋਂਡ ਮਹਲਾ ੫॥ 862-7

ਫਾਕਿਓ ਮੀਨ ਕਪਿਕ ਕੀ ਨਿਆਈ, faaki-o meen kapik kee ni-aa-ee
ਤੂ ਉਰਝਿ ਰਹਿਓ ਕਸੁੰਭਾਇਲੇ॥ too urajh rahi-o kasumbhaa-ilay.
ਪਗ ਧਾਰਹਿ ਸਾਸੁ ਲੇਖੈ ਲੈ, pag Dhaareh saas laykhai lai
ਤਉ ਉਧਰਹਿ ਹਰਿ ਗੁਣ ਗਾਇਲੇ॥੧॥ ta-o uDhrahi har gun gaa-ilay. ||1||

ਜੀਵ ਦਾ ਮਨ ਉਸ ਮੱਛੀ ਦੀ ਤਰ੍ਹਾਂ ਸੰਸਾਰਕ ਮਾਇਆ ਦੇ ਜਾਲ ਵਿੱਚ ਫਸ ਜਾਂਦਾ ਹੈ । ਬੰਦਰ ਦੀ ਤਰ੍ਹਾਂ ਚਾਰੇ ਪਾਸੇ ਹੱਥ ਮਾਰਦਾ ਹੈ । ਜੀਵ ਤੇਰੇ ਸਵਾਸ ਅਤੇ ਕਦਮ ਜਨਮ ਤੇ ਹੀ ਮਿਥੇ ਹੋਏ ਹਨ । ਕੇਵਲ ਸ਼ਬਦ ਦੀ ਪਾਲਣਾ ਕਰਨ, ਗੁਣ ਗਾਉਣ ਨਾਲ ਹੀ ਬਚਾ ਹੋ ਸਕਦਾ ਹੈ ।

Mind of a creature remains entangled in the worldly wealth as fish feels comfortable in water, ocean. He may try his own efforts like monkey and as a puppet of worldly wealth. The number of breaths and steps on earth of every creature have been predetermined before his birth. Only by singing the glory and obeying the teachings of His Word; with His mercy and grace, he may be saved from the jaws of devil of death.

ਮਨ ਸਮਝੁ ਛੋਡਿ ਆਵਾਇਲੇ॥ man samajh chhod aavaa-ilay.
ਅਪਨੇ ਰਹਨ ਕਉ ਠਉਰੁ ਨ ਪਾਵਹਿ, apnay rahan ka-o tha-ur na paavahi
ਕਾਏ ਪਰ ਕੈ ਜਾਇਲੇ॥੧॥ ਰਹਾਉ॥ kaa-ay par kai jaa-ilay. ||1|| rahaa-o.

ਜੀਵ ਆਪਣੀ ਸੋਚ ਨੂੰ ਪ੍ਰਭ ਦੇ ਸ਼ਬਦ ਦੀ ਪਾਲਣਾ ਤੇ ਲਾਵੋ! ਚਾਰੇ ਪਾਸੇ ਘੁੰਮਣ ਤੇ ਕਾਬੂ ਪਾਵੋ! ਤੂੰ ਆਪਣੇ ਜੀਵਨ ਦੇ ਢੰਗ ਨਾਲ ਕੋਈ ਸੰਤੋਖ ਹਾਸਿਲ ਨਹੀਂ ਕੀਤਾ, ਨਾ ਕਰ ਸਕਦਾ ਹੈ । ਕਿਉਂ ਬਾਕੀ ਜੀਵਾਂ ਨੂੰ ਇਸ ਰਸਤੇ ਦੀ ਪ੍ਰੇਰਨਾ ਕਰਦਾ ਹੈ?

You should focus your wisdom on obeying the teachings of His Word. You should control, conquer your wandering mind. You have not achieved any contentment with your way of life nor you may accomplish anything. Why are you misleading others on the same path?

ਜਿਉ ਮੈਗਲੁ ਇੰਦ੍ਰੀ ਰਸਿ ਪ੍ਰੇਰਿਓ, ji-o maigal indree ras parayri-o
ਤੂ ਲਾਗਿ ਪਰਿਓ ਕੁਟੰਬਾਇਲੇ॥ too laag pari-o kutambaa-ilay.
ਜਿਉ ਪੰਖੀ ਇਕਤ੍ਰ ਹੋਇ ਫਿਰਿ ਬਿਛੁਰੈ, ji-o pankhee ikatar ho-ay fir bichhurai

ਥਿਰੁ ਸੰਗਤਿ ਹਰਿ ਹਰਿ ਧਿਆਇਲੇ॥੨॥ thir sangat har har Dhi-aa-ilay. ||2||

ਜਿਵੇਂ ਹਾਥੀ ਕਾਮ ਵਾਸ਼ਨਾ ਦੇ ਜਾਲ ਵਿੱਚ ਫਸਿਆ ਰਹਿੰਦਾ ਹੈ । ਇਸਤਰ੍ਹਾਂ ਹੀ ਜੀਵ ਸੰਸਾਰਕ ਮੋਹ ਦੇ ਜਾਲ ਵਿੱਚ ਫਸਿਆ ਰਹਿੰਦਾ ਹੈ । ਸੰਸਾਰਕ ਜੀਵ, ਪੰਛੀ ਦੀ ਤਰ੍ਹਾਂ ਹੀ ਹਨ । ਹਰਇੱਕ ਇੱਕੋ ਤਰੀਕੇ ਨਾਲ ਹੀ ਸੰਸਾਰ ਵਿੱਚ ਜਨਮ ਲੈਂਦਾ ਹੈ । ਆਪਣਾ ਜੀਵਨ ਵੱਖਰੇ ਵੱਖਰੇ ਤਰੀਕੇ ਨਾਲ ਬਤੀਤ ਕਰਦਾ ਹੈ । ਜਿਹੜਾ ਪ੍ਰਭ ਦੇ ਸ਼ਬਦ ਦੀ ਪਾਲਣਾ ਵਿੱਚ ਅਡੋਲ ਹੋ ਜਾਂਦਾ ਹੈ । ਉਸ ਨੂੰ ਸੰਤੋਖ ਅਨੰਦ ਬਖਸ਼ਿਸ਼ ਹੁੰਦਾ ਹੈ ।

As an elephant remains intoxicated with his urge of sexuality; same way human remains intoxicated in the sweet poison of worldly wealth, he is like a bird. Everyone comes to earth with same purpose of human life; however, everyone may adopt different way of life, dance at a different drum beating. Whosoever may adopt the teachings of His Word with steady and stable belief in his day-to-day life; with His mercy and grace, he may be blessed with pleasure and contentment in his worldly life.

ਜੈਸੇ ਮੀਨੁ ਰਸਨ ਸਾਦਿ ਬਿਨਸਿਓ, jaisay meen rasan saad binsi-o
ਓਹੁ ਮੂਠੌ ਮੂੜ ਲੋਭਾਇਲੇ॥ oh moothou moorh lobhaa-ilay.
ਤੂ ਹੋਆ ਪੰਚ ਵਾਸਿ ਵੈਰੀ, too ho-aa panch vaas vairee
ਕੈ ਛੂਟਹਿ ਪਰੁ ਸਰਨਾਇਲੇ॥੩॥ kai chhooteh par sarnaa-ilay. ||3||

ਜਿਵੇਂ ਮੱਛੀ ਆਪਣੇ ਮਨ ਦੇ ਸਵਾਦ ਕਰਕੇ ਨਾਸ ਹੋ ਜਾਂਦੀ ਹੈ । ਇਸਤਰ੍ਹਾਂ ਹੀ ਮੂਰਖ ਮਨ ਦੇ ਲਾਲਚ ਕਾਰਨ ਤਬਾਹ ਹੋ ਜਾਂਦਾ ਹੈ । ਮਾਨਸ ਜਨਮ ਬਿਰਥਾ ਹੀ ਗਵਾ ਲੈਂਦਾ ਹੈ । ਮਾਨਸ ਮਨ ਦੀਆਂ ਪੰਜਾਂ ਇੱਛਾਂ ਦੇ ਕਾਬੂ ਵਿੱਚ ਆ ਜਾਂਦਾ ਹੈ । ਕੇਵਲ ਸ਼ਬਦ ਦੀ ਸ਼ਰਣ ਵਿੱਚ ਆਇਆ ਹੀ, ਇੱਛਾਂ ਤੇ ਜਿੱਤ ਬਖਸ਼ਿਸ਼ ਹੁੰਦੀ ਹੈ ।

As a fish may be capture due to greed of different taste; same way ignorant, self-minded may waste his human life opportunity due to his greed for worldly wealth. He may become a slave of five demons of worldly desires. Whosoever may surrender his mind, body, and worldly desires at His sanctuary; with His mercy and grace, he may conquer his worldly desires.

ਹੋਹੁ ਕ੍ਰਿਪਾਲ ਦੀਨ ਦੁਖ ਭੰਜਨ, hohu kirpaal deen dukh bhanjan
ਸਭਿ ਤੁਮ੍ਰੇ ਜੀਅ ਜੰਤਾਇਲੇ॥ sabh tumHray jee-a jantaa-ilay.
ਪਾਵਉ ਦਾਨੁ ਸਦਾ ਦਰਸੁ ਪੇਖਾ, paava-o daan sadaa daras paykhaa
ਮਿਲੁ ਨਾਨਕ ਦਾਸ ਦਸਾਇਲੇ॥੪॥੨॥ mil naanak daas dasaa-ilay. ||4||2||

ਰਹਿਮਤਾਂ ਦੇ ਮਾਲਕ, ਰਹਿਮਤ ਦੀ ਨਜ਼ਰ ਬਖਸ਼ੋ! ਸ੍ਰਿਸ਼ਟੀ ਦੇ ਸਾਰੇ ਜੀਵ ਹੀ ਤੇਰੇ ਪੈਦਾ ਕੀਤੇ ਹੋਏ ਹਨ । ਤੇਰੀ ਹੀ ਅਮਾਨਤ ਹਨ । ਬੰਦਗੀ ਕਰਨ ਵਾਲਾ ਸਦਾ ਹੀ ਅਰਦਾਸ ਕਰਦਾ ਹੈ ! ਪ੍ਰਭ ਰਹਿਮਤ ਬਖਸ਼ੋ! ਮੈਂ ਸਦਾ ਹੀ ਤੇਰੇ ਦਰਸ਼ਨ ਪਾਵਾ । ਤੇਰੇ ਸ਼ਬਦ ਦੀ ਪਾਲਣਾ ਵਿੱਚ ਅਡੋਲ ਹੋ ਜਾਵਾ, ਸਮਾਧੀ ਵਿੱਚ ਵਸਾ ।

The Merciful True Master, Creator; everyone has been created with Your command and only Your trust. Your true devotee may always pray for Your forgiveness. With Your mercy and grace, I may be enlightened and remain intoxicated in the void of Your Word.

432.ਰਾਗੁ ਗੋਂਡ ਮਹਲਾ ੫ ਚਉਪਦੇ ਘਰੁ ੨॥ 862-14

ੴ ਸਤਿਗੁਰ ਪ੍ਰਸਾਦਿ॥ ik-oNkaar satgur parsaad.
ਜੀਅ ਪ੍ਰਾਨ ਕੀਏ ਜਿਨਿ ਸਾਜਿ॥ jee-a paraan kee-ay Jin saaj.
ਮਾਟੀ ਮਹਿ ਜੋਤਿ ਰਖੀ ਨਿਵਾਜਿ॥ maatee meh jot rakhee nivaaj.
ਬਰਤਨ ਕਉ ਸਭੁ ਕਿਛੁ bartan ka-o sabh kichh
ਭੋਜਨ ਭੋਗਾਇ॥ bhojan bhogaa-ay.

ਸੋ ਪ੍ਰਭੁ ਤਜਿ ਮੂੜੇ ਕਤ ਜਾਇ॥੧॥ so parabh taj moorhay kat jaa-ay. ||1||

ਪ੍ਰਭ ਨੇ ਮਿੱਟੀ ਦੇ ਤਨ ਵਿੱਚ ਆਪਣੀ ਜੋਤ ਬਖਸ਼ੀ ਹੈ । ਇਸ ਵਿੱਚ ਸਵਾਸ ਬਖਸ਼ਕੇ ਆਤਮਾ ਦਾ ਘਰ ਬਣਾਇਆ ਹੈ । ਪ੍ਰਭ ਹੀ ਆਤਮਾ ਦੇ ਵਾਸਤੇ ਭੋਜਨ, ਅਨੰਦ ਬਖਸ਼ਦਾ ਹੈ । ਫਿਰ ਵੀ ਮੂਰਖ ਜੀਵ, ਪ੍ਰਭ ਦੀਆਂ ਰਹਿਮਤਾਂ ਨੂੰ ਭੁਲਾ ਲੈਂਦਾ ਹੈ । ਮੂਰਖ ਜੀਵ, ਪ੍ਰਭ ਨੂੰ ਮਨੋ ਵਿਸਾਰ ਕੇ ਕਿਥੇ ਜਾਵੇਂਗਾ?

The True Master has infused His Holy Spirit within perishable body of creature, created from dirt. He has blessed a capital of breaths and established a temporary, resting place, house for soul. He has also blessed nourishment and comforts for his body. Ignorant, self-minded forgets His blessings and ignores the teachings of His Word. Ignorant by renouncing the teachings of His Word from your day-to-day life; where may you seek refuge after death?

ਪਾਰਬ੍ਰਹਮ ਕੀ ਲਾਗਉ ਸੇਵ॥ paarbarahm kee laaga-o sayv.
ਗੁਰ ਤੇ ਸੁਝੈ ਨਿਰੰਜਨ ਦੇਵ॥੧॥ gur tay sujhai niranjan dayv. ||1||
ਰਹਾਉ॥ rahaa-o.

ਜੀਵ ਆਪਣੇ ਜੀਵਨ ਨੂੰ ਪ੍ਰਭ ਦੇ ਸ਼ਬਦ ਦੀ ਪਾਲਣਾ, ਸੇਵਾ ਤੇ ਲਾਵੋ! ਸ਼ਬਦ ਦੀ ਪਾਲਣਾ ਨਾਲ ਹੀ ਸ਼ਬਦ ਮਨ ਵਿੱਚ ਜਾਗਰਤ ਹੋ ਜਾਂਦਾ ਹੈ । ਪ੍ਰਭ ਦੀ ਕੁਦਰਤ ਦੀ ਸੋਝੀ ਬਖਸ਼ਿਸ਼ ਹੋ ਜਾਂਦੀ ਹੈ ।

You should adopt the teachings of His Word and serve His Creation. Whosoever may adopt the teachings of His Word; with His mercy and grace, he may be enlightened with the essence of His Word, His Nature.

ਜਿਨਿ ਕੀਏ ਰੰਗ ਅਨਿਕ ਪਰਕਾਰ॥ Jin kee-ay rang anik parkaar.
ਓਪਤਿ ਪਰਲਉ ਨਿਮਖ ਮਝਾਰ॥ opat parla-o nimakh majhaar.
ਜਾ ਕੀ ਗਤਿ ਮਿਤਿ ਕਹੀ ਨ ਜਾਇ॥ jaa kee gat mit kahee na jaa-ay.
ਸੋ ਪ੍ਰਭੁ ਮਨ ਮੇਰੇ ਸਦਾ ਧਿਆਇ॥੨॥ so parabh man mayray sadaa Dhi-aa-ay. 2

ਪ੍ਰਭ ਨੇ ਸ੍ਰਿਸ਼ਟੀ ਵਿੱਚ ਅਨੇਕਾਂ ਕਿਸਮ ਦੇ ਖੇਲ ਬਣਾਏ ਹਨ । ਉਹ ਆਪ ਹੀ ਜੀਵ ਨੂੰ ਜਨਮ ਦੇਂਦਾ ਹੈ, ਆਪ ਹੀ ਮੌਤ ਦੇਂਦਾ ਹੈ । ਆਪ ਹੀ ਖੇਲ ਆਰੰਭ ਕਰਦਾ, ਆਪ ਹੀ ਇਹ ਖਤਮ ਕਰਦਾ ਹੈ । ਪ੍ਰਭ ਦੀ ਕੁਦਰਤ ਦੀ ਕਿਸੇ ਅਵਸਥਾ ਦੀ ਵਿਆਖਿਆ ਨਹੀਂ ਕੀਤੀ ਜਾ ਸਕਦੀ । ਜੀਵ ਮਨ ਵਿੱਚ ਭਰੋਸਾ ਅਡੋਲ ਰਖਕੇ ਸ਼ਬਦ ਦੀ ਪਾਲਣਾ ਕਰੋ!

The Master has created several types of play in the universe. He gives birth to new born and after predetermined time gives him death. He starts the pay and finishes the play with His mercy and grace. His Nature may remain beyond the comprehension or explanation of His Creation. You should obey the teachings of His Word with steady and stable belief in day-to-day life.

ਆਇ ਨ ਜਾਵੈ ਨਿਹਚਲੁ ਧਨੀ॥ aa-ay na jaavai nihchal Dhanee.
ਬੇਅੰਤ ਗੁਨਾ ਤਾ ਕੇ ਕੇਤਕ ਗਨੀ॥ bay-ant gunaa taa kay kaytak ganee.
ਲਾਲ ਨਾਮ ਜਾ ਕੈ ਭਰੇ ਭੰਡਾਰ॥ laal naam jaa kai bharay bhandaar.
ਸਗਲ ਘਟਾ ਦੇਵੈ ਆਧਾਰ॥੩॥ sagal ghataa dayvai aaDhaar. ||3||

ਪ੍ਰਭ ਸਦਾ ਅਟੱਲ ਰਹਿਣ ਵਾਲਾ, ਜਨਮ ਮਰਨ ਦੇ ਚੱਕਰ ਤੋਂ ਰਹਿਤ ਹੈ । ਉਸ ਦੇ ਅਣਗਿਣਤ ਹੀ ਗੁਣ ਹਨ । ਮਾਨਸ ਕਿਤਨੇ ਗੁਣਾਂ ਦੀ ਗਿਣਤੀ ਕਰ ਸਕਦਾ ਹੈ? ਪ੍ਰਭ ਦੇ ਘਰ ਵਿੱਚ ਸ਼ਬਦ ਰੂਪੀ ਰਤਨਾਂ ਦਾ ਭਰਪੂਰ ਖਜ਼ਾਨਾ ਹੈ । ਉਹ ਹਰਇੱਕ ਆਤਮਾ ਨੂੰ ਹੀ ਆਸਰਾ ਬਖਸ਼ਦਾ ਹੈ ।

The True Master of unlimited virtues remains beyond the cycle of birth and death. The real count of His virtue remains beyond the imagination of His Creation. How may His Creation imagine, count His virtues? The True Master remains the supporting pillar of each soul and a treasure overwhelmed with virtue.

ਸਤਿ ਪੁਰਖੁ ਜਾ ਕੋ ਹੈ ਨਾਉ॥	sat purakh jaa ko hai naa-o.
ਮਿਟਹਿ ਕੋਟਿ ਅਘ ਨਿਮਖ ਜਸੁ ਗਾਉ॥	miteh kot agh nimakh jas gaa-o.
ਬਾਲ ਸਖਾਈ ਭਗਤਨ ਕੋ ਮੀਤ॥	baal sakhaa-ee bhagtan ko meet.
ਪ੍ਰਾਨ ਅਧਾਰ ਨਾਨਕ ਹਿਤ ਚੀਤ॥ ੪॥੧॥੩॥	paraan aDhaar naanak hit cheet. ||4||1||3||

ਪ੍ਰਭ ਦਾ ਸ਼ਬਦ ਸਦਾ ਹੀ ਅਟੱਲ ਰਹਿਣ ਵਾਲਾ ਹੈ । ਉਸ ਦਾ ਭਾਣਾ ਟਾਲਿਆ ਨਹੀਂ ਜਾ ਸਕਦਾ । ਸ਼ਬਦ ਤੇ ਭਰੋਸਾ ਅਡੋਲ ਰਖਕੇ ਗੁਣ ਗਾਉਣ ਨਾਲ ਅਨੇਕਾਂ ਹੀ ਪਾਪ ਧੋਤੇ ਜਾਂਦੇ ਹਨ । ਪ੍ਰਭ ਹੀ ਆਤਮਾ ਦਾ ਅਸਲੀ ਸਾਥੀ ਹੈ, ਜਨਮ ਤੋਂ ਹੀ ਵੱਖਰੇ ਵੱਖਰੇ ਰੂਪ ਵਿੱਚ ਪ੍ਰਗਟ ਹੋ ਕੇ ਆਤਮਾ ਨਾਲ ਖੇਲ ਕਰਦਾ ਹੈ । ਪ੍ਰਭ ਹੀ ਆਤਮਾ ਦਾ ਆਸਰਾ, ਜੀਵਨ ਦਾ ਅਧਾਰ, ਸਵਾਸਾਂ ਦਾ ਮਾਲਕ ਹੈ । ਬੰਦਗੀ ਕਰਨ ਵਾਲਾ ਸਦਾ ਹੀ ਉਸ ਦੀ ਯਾਦ ਮਨ ਵਿੱਚ ਜਾਗਰਤ ਰਖਦਾ ਹੈ । ਉਸ ਦੇ ਵਿਛੋੜੇ ਦੇ ਵਿਰਾਗ ਵਿੱਚ ਵਸਦਾ ਹੈ ।

His unavoidable Word remains true forever, always happens and passes on. Whosoever may sing the glory of His Word with steady and stable belief in his day-to-day life; with His mercy and grace, his sins of previous lives may be forgiven. The True Master may be the only real companion of his soul. The True Master may appear in different way to play with his soul. The True Master remains the support of his breath and guides him in his human life journey. His true devotee always remains in renunciation in the memory of his separation from His Holy Spirit, fresh within his mind in day-to-day life.

433.ਗੋਂਡ ਮਹਲਾ ੫॥ 863-3

ਨਾਮ ਸੰਗਿ ਕੀਨੋ ਬਿਉਹਾਰੁ॥	naam sang keeno bi-uhaar.
ਨਾਮੋ ਹੀ ਇਸੁ ਮਨ ਕਾ ਅਧਾਰੁ॥	naamo hee is man kaa aDhaar.
ਨਾਮੋ ਹੀ ਚਿਤਿ ਕੀਨੀ ਓਟ॥	naamo hee chit keenee ot.
ਨਾਮੁ ਜਪਤ ਮਿਟਹਿ ਪਾਪ ਕੋਟਿ॥੧॥	naam japat miteh paap kot. ||1||

ਬੰਦਗੀ ਕਰਨ ਵਾਲਾ ਪ੍ਰਭ ਦੇ ਸ਼ਬਦ ਦੀ ਪਾਲਣਾ, ਵਪਾਰ ਕਰਦਾ ਹੈ । ਪ੍ਰਭ ਦਾ ਸ਼ਬਦ ਹੀ ਉਸ ਦੇ ਜੀਵਨ ਦਾ ਅਧਾਰ ਹੁੰਦਾ ਹੈ । ਉਹ ਹਰਇੱਕ ਕੰਮ ਵਿੱਚ ਹੀ ਪ੍ਰਭ ਦਾ ਆਸਰਾ ਲੈਂਦਾ ਹੈ । ਰਹਿਮਤ ਦੀ ਹੀ ਅਰਦਾਸ ਕਰਦਾ ਹੈ । ਸ਼ਬਦ ਦੀ ਪਾਲਣਾ ਕਰਨ ਨਾਲ ਮਨ ਵਿਚੋਂ ਬੁਰੇ ਖਿਆਲ ਨਾਸ ਹੋ ਜਾਂਦੇ, ਅਨੇਕਾਂ ਪਾਪ ਬਖਸ਼ੇ ਜਾਂਦੇ ਹਨ ।

His true devotee may obey the teachings of His Word with steady and stable belief; the earnings of His Word remains as the trading capital of his trade in human life journey. The teachings of His Word may become the guiding principle of his human life journey. He always prays for His forgiveness, guidance, and support in every event in his life. Whosoever may obey the teachings of His Word with steady and stable belief in his day-to-day life; with His mercy and grace, his evil thoughts may be eliminated. The True Master may forgive his sins of many previous lives.

ਰਾਸਿ ਦੀਈ ਹਰਿ ਏਕੋ ਨਾਮੁ॥	raas dee-ee har ayko naam.
ਮਨ ਕਾ ਇਸਟੁ ਗੁਰ ਸੰਗਿ ਧਿਆਨੁ॥੧॥ ਰਹਾਉ॥	rhwau] man kaa isat gur sang Dhi-aan. ||1|| rahaa-o.

ਪ੍ਰਭ ਹਰਇੱਕ ਆਤਮਾ ਵਿੱਚ ਹੀ ਆਪਣਾ ਸ਼ਬਦ ਬਖਸ਼ਦਾ ਹੈ । ਆਤਮਾ ਦੇ ਜੀਵਨ ਦਾ ਮੰਤਵ ਹੀ ਪ੍ਰਭ ਦੇ ਸ਼ਬਦ ਦੀ ਪਾਲਣਾ ਕਰਨਾ ਹੁੰਦਾ ਹੈ । ਆਪਣਾ ਜੀਵਨ ਸ਼ਬਦ ਨਾਲ ਢਾਲਣਾ ਹੀ ਹੁੰਦਾ ਹੈ ।

His Word remains embedded within each soul; His Word may be the roadmap for the real purpose of his human life opportunity. His true devotee may obey and adopts the teachings of His Word with steady and stable belief in his day-to-day life as the real purpose of human life opportunity.

ਨਾਮੁ ਹਮਾਰੇ ਜੀਅ ਕੀ ਰਾਸਿ॥ naam hamaaray jee-a kee raas.
ਨਾਮੋ ਸੰਗੀ ਜਤ ਕਤ ਜਾਤ॥ naamo sangee jat kat jaat.
ਨਾਮੋ ਹੀ ਮਨਿ ਲਾਗਾ ਮੀਠਾ॥ naamo hee man laagaa meethaa.
ਜਲਿ ਥਲਿ ਸਭ ਮਹਿ ਨਾਮੋ ਡੀਠਾ॥੨॥ jal thal sabh meh naamo deethaa. ||2||

ਪ੍ਰਭ ਦਾ ਸ਼ਬਦ ਹੀ ਆਤਮਾ ਦਾ ਸੰਸਾਰ ਵਿੱਚ ਵਪਾਰ ਕਰਨ ਵਾਲਾ ਧਨ ਹੁੰਦਾ ਹੈ । ਸ਼ਬਦ ਸਦਾ ਹੀ ਆਤਮਾ ਦੇ ਸਾਥ ਰਹਿੰਦਾ ਹੈ । ਬੰਦਗੀ ਕਰਨ ਵਾਲੇ ਦੇ ਮਨ ਨੂੰ ਪ੍ਰਭ ਦਾ ਸ਼ਬਦ ਬਹੁਤ ਮਿੱਠਾ ਲੱਗਦਾ ਹੈ । ਪ੍ਰਭ ਨੂੰ, ਸ਼ਬਦ ਨੂੰ ਜਲ, ਥਲ ਅਤੇ ਹਰਇੱਕ ਥਾਂ ਤੇ ਵਾਪਰਦਾ ਮਹਿਸੂਸ ਕਰਦਾ ਹੈ ।

The essence of the teachings of His Word may be the trading capital of His true devotee. Earnings of His Word remains a true companion of his soul. The teachings of His Word may be very comforting to the mind of His true devotee. He may realize The Holy Spirit prevailing in water, on, in, under earth and everywhere in the universe.

ਨਾਮੇ ਦਰਗਹ ਮੁਖ ਉਜਲੇ॥ naamay dargeh mukh ujlay.
ਨਾਮੇ ਸਗਲੇ ਕੁਲ ਉਧਰੇ॥ naamay saglay kul uDhray.
ਨਾਮਿ ਹਮਾਰੇ ਕਾਰਜ ਸੀਧ॥ naam hamaaray kaaraj seeDh.
ਨਾਮ ਸੰਗਿ ਇਹੁ ਮਨੂਆ ਗੀਧ॥੩॥ naam sang ih manoo-aa geeDh. ||3||

ਪ੍ਰਭ ਦੇ ਸ਼ਬਦ ਦੀ ਪਾਲਣਾ ਨਾਲ ਆਤਮਾ ਨੂੰ ਪ੍ਰਭ ਦੇ ਦਰਬਾਰ ਵਿੱਚ ਨੂਰ ਬਖਸ਼ਿਸ਼ ਹੁੰਦਾ ਹੈ । ਸ਼ਬਦ ਦੀ ਪਾਲਣਾ ਕਰਨ ਨਾਲ ਮਾਨਸ ਦੀਆਂ ਕੁਲਾਂ ਹੀ ਇਸ ਰਸਤੇ ਤੇ ਚਲਕੇ ਪ੍ਰਵਾਨ ਹੋ ਜਾਂਦੀਆ ਹਨ । ਪ੍ਰਭ ਦੇ ਸ਼ਬਦ ਦੀ ਪਾਲਣਾ ਕਰਦੇ ਮਾਨਸ ਦੇ ਸਾਰੇ ਸੰਸਾਰਕ ਧੰਦੇ, ਮਾਨਸ ਜਨਮ ਸਫਲ ਹੋ ਜਾਂਦਾ ਹੈ । ਬੰਦਗੀ ਕਰਨ ਵਾਲਾ ਸ਼ਬਦ ਦੀ ਪਾਲਣਾ ਵਿੱਚ ਹੀ ਲੀਨ ਰਹਿੰਦਾ ਹੈ ।

Whosoever may be obeying the teachings of His Word with steady and stable belief in his day-to-day life; with His mercy and grace, his soul may be blessed with spiritual glory on his forehead. His new generations may adopt the right path of acceptance in His Court. All his worldly tasks and purpose of his human life opportunity may be fulfilled. His true devotee may remain intoxicated in obeying the teachings of His Word.

ਨਾਮੇ ਹੀ ਹਮ ਨਿਰਭਉ ਭਏ॥ naamay hee ham nirbha-o bha-ay.
ਨਾਮੇ ਆਵਨ ਜਾਵਨ ਰਹੇ॥ naamay aavan jaavan rahay.
ਗੁਰਿ ਪੂਰੈ ਮੇਲੇ ਗੁਣਤਾਸ॥ gur poorai maylay guntaas.
ਕਹੁ ਨਾਨਕ ਸੁਖਿ ਸਹਜਿ ਨਿਵਾਸੁ॥ kaho naanak sukh sahj nivaas.
੪॥੨॥੪॥ ||4||2||4||

ਪ੍ਰਭ ਦੇ ਸ਼ਬਦ ਦੀ ਪਾਲਣਾ ਕਰਦੇ ਮਨ ਦਾ ਭਰੋਸਾ ਅਡੋਲ ਹੋ ਜਾਂਦਾ, ਡਰ ਰਹਿਤ ਹੋ ਜਾਂਦਾ ਹੈ । ਸਭ ਕੁਝ ਪ੍ਰਭ ਦਾ ਕੀਤਾ ਹੀ ਹੋ ਸਕਦਾ ਹੈ । ਇਸ ਭਰੋਸੇ ਨਾਲ ਉਸ ਦਾ ਜੂੰਨਾਂ ਦਾ ਚੱਕਰ ਖਤਮ ਹੋ ਜਾਂਦਾ ਹੈ । ਸ਼ਬਦ ਦੀ ਪਾਲਣਾ ਕਰਦੇ ਮਨ ਨੂੰ ਸ਼ਬਦ ਦੇ ਗੁਣਾਂ ਦੀ ਸੋਝੀ ਬਖਸ਼ਿਸ਼ ਹੋ ਜਾਂਦੀ ਹੈ । ਪ੍ਰਭ ਦਾ ਸ਼ਬਦ ਮਨ ਵਿੱਚ ਜਾਗਰਤ ਅਤੇ ਸੁਚੇਤ ਹੋ ਜਾਂਦਾ ਹੈ ।

Whosoever may obey the teachings of His Word, he remains contented, steady, and stable on His judgement. He may become fearless from the devil of death. Everything may only happen under His command. With his belief on an ultimate power of The True Master; with His mercy and grace, his cycle of birth and death may be eliminated. He may be enlightened with many virtues of His Word. He remains awake and alert with the enlightenment of the essence of His Word.

434.ਗੋਂਡ ਮਹਲਾ ੫॥ 863-8

ਨਿਮਾਨੇ ਕਉ ਜੋ ਦੇਤੋ ਮਾਨੁ॥	nimaanay ka-o jo dayto maan.
ਸਗਲ ਭੂਖੇ ਕਉ ਕਰਤਾ ਦਾਨੁ॥	sagal bhookhay ka-o kartaa daan.
ਗਰਭ ਘੋਰ ਮਹਿ ਰਾਖਨਹਾਰੁ॥	garabh ghor meh raakhanhaar.
ਤਿਸੁ ਠਾਕੁਰ ਕਉ ਸਦਾ ਨਮਸਕਾਰੁ॥੧॥	tis thaakur ka-o sadaa namaskaar. ||1||

ਜਿਸ ਨਿਮਾਣੇ ਦਾ ਕੋਈ ਹੋਰ ਆਸਰਾ ਨਹੀਂ ਹੁੰਦਾ, ਪ੍ਰਭ ਉਸ ਨੂੰ ਮਾਣ ਬਖਸ਼ਦਾ ਹੈ । ਭੁੱਖੇ ਨੂੰ ਖਾਣ ਲਈ ਭੋਜਨ ਬਖਸ਼ਦਾ ਹੈ । ਜੀਵ ਸਦਾ ਹੀ ਪ੍ਰਭ ਦੇ ਸ਼ਬਦ ਦੀ ਪਾਲਣਾ ਕਰੋ! ਰਹਿਮਤ ਦੀ ਅਰਦਾਸ ਕਰੋ! ਪ੍ਰਭ ਹੀ ਜੀਵ ਦੀ ਮਾਤਾ ਦੇ ਗਰਭ ਵਿੱਚ ਰਖਿਆ ਕਰਦਾ ਹੈ ।

Whosoever may not have any companion, support in the universe; The True Master bestows him honor in the universe. He may provide source of nourishment for hungry, helpless. You should always obey the teachings of His Word with steady and stable belief and pray for His forgiveness. With His mercy and grace, He protects the fetus in the womb of mother.

ਐਸੋ ਪ੍ਰਭੁ ਮਨ ਮਾਹਿ ਧਿਆਇ॥	aiso parabh man maahi Dhi-aa-ay.
ਘਟਿ ਅਵਘਟਿ ਜਤ ਕਤਹਿ ਸਹਾਇ॥੧॥ ਰਹਾਉ॥	ghat avghat jat kateh sahaa-ay. ||1|| rahaa-o.

ਪ੍ਰਭ ਹੀ ਜੀਵ ਦੇ ਚੰਗੇ, ਮਾੜੇ ਸਮੇਂ ਤੇ ਰਖਵਾਲਾ ਹੁੰਦਾ, ਮਦਦ ਕਰਦਾ, ਸਿੱਧੇ ਰਸਤੇ ਤੇ ਪਾਉਂਦਾ ਹੈ । ਜੀਵ, ਇਸ ਅਵਸਥਾ ਵਾਲੇ ਪ੍ਰਭ ਦੇ ਸ਼ਬਦ ਦਾ ਸਿਮਰਨ ਕਰੋ!

The One and only One True Master remains the protector and companion of his soul at good time, miseries to guide on the right path in human life journey. You should meditate on the teachings His Word with steady and stable belief in your day-to-day life; The True Master with such a unique virtue, state of nature.

ਰੰਕੁ ਰਾਉ ਜਾ ਕੈ ਏਕ ਸਮਾਨਿ॥	rank raa-o jaa kai ayk samaan.
ਕੀਟ ਹਸਤਿ ਸਗਲ ਪੂਰਾਨ॥	keet hasat sagal pooraan.
ਬੀਓ ਪੂਛਿ ਨ ਮਸਲਤਿ ਧਰੈ॥	bee-o poochh na maslat Dharai.
ਜੋ ਕਿਛੁ ਕਰੈ ਸੁ ਆਪਹਿ ਕਰੈ॥੨॥	jo kichh karai so aapeh karai. ||2||

ਪ੍ਰਭ ਦੀ ਨਜ਼ਰ ਵਿੱਚ ਨਿਮਾਣਾ ਜੀਵ ਅਤੇ ਸ਼ਹਿਨਸ਼ਾਹ ਇੱਕ ਬਰਾਬਰ ਹੀ ਹੁੰਦੇ ਹਨ । ਛੋਟੀ ਤੋਂ ਛੋਟੀ ਕੀੜੀ ਅਤੇ ਵੱਡੇ ਤੋਂ ਵੱਡੇ ਹਾਥੀ ਵਿੱਚ ਆਪ ਹੀ ਵਾਪਰਦਾ, ਰਖਿਆ ਕਰਦਾ ਹੈ । ਸਭ ਕੁਝ ਆਪਣੀ ਰਜ਼ਾ ਨਾਲ ਹੀ ਕਰਦਾ ਹੈ । ਪ੍ਰਭ ਕਿਸੇ ਹੋਰ ਜੀਵ ਦੀ ਸਲਾਹ ਨਹੀਂ ਲੈਂਦਾ ।

The True Master may always treat a poor, hopeless creature, and worldly king same way. Everyone may be treated, judged, honored, or rebuked same way for their own worldly deeds. His Word remains embedded within the soul of smallest worm and in biggest creature like an elephant and protects in the universe. Everything may happen only with His command. He may never counsel with anyone or any worldly prophet.

ਜਾ ਕਾ ਅੰਤੁ ਨ ਜਾਨਸਿ ਕੋਇ॥	jaa kaa ant na jaanas ko-ay.
ਆਪੇ ਆਪਿ ਨਿਰੰਜਨੁ ਸੋਇ॥	aapay aap niranjan so-ay.
ਆਪਿ ਅਕਾਰੁ ਆਪਿ ਨਿਰੰਕਾਰੁ॥	aap akaar aap nirankaar.
ਘਟ ਘਟ ਘਟਿ ਸਭ ਘਟ ਆਧਾਰੁ॥੩॥	ghat ghat ghat sabh ghat aaDhaar. ||3||

ਪੂਰਨ, ਪਵਿੱਤਰ ਪ੍ਰਭ ਦੇ ਕਿਸੇ ਕਰਤਬ ਦਾ ਕੋਈ ਅੰਤ, ਭੇਦ ਮਾਨਸ ਦੀ ਸਮਝ ਤੋਂ ਬਹਾਰ ਹੈ । ਅਕਾਰ ਰਹਿਤ ਆਪਣੀ ਰਜ਼ਾ ਨਾਲ ਕਿਸੇ ਵੀ ਅਕਾਰ ਵਿੱਚ ਪ੍ਰਗਟ ਹੋ ਸਕਦਾ ਹੈ । ਪ੍ਰਭ ਹਰਇੱਕ ਮਨ, ਆਤਮਾ ਵਿੱਚ ਆਪ ਹੀ ਵਸਦਾ, ਵਾਪਰਦਾ, ਮਦਦ ਕਰਦਾ, ਸਿੱਧੇ ਰਸਤੇ ਤੇ ਪਾਉਂਦਾ ਹੈ ।

The nature, limits of miracles of The Perfect, Holy True Master remain beyond the comprehension of His Creation. He may appear in any shape, structure or within any creature at his own free-will anytime. He remains embedded within every soul; with His mercy and grace, he prevails, protects, and guides every creature on the right path of worldly life.

ਨਾਮ ਰੰਗਿ ਭਗਤ ਭਏ ਲਾਲ॥	naam rang bhagat bha-ay laal.
ਜਸੁ ਕਰਤੇ ਸੰਤ ਸਦਾ ਨਿਹਾਲ॥	jas kartay sant sadaa nihaal.
ਨਾਮ ਰੰਗਿ ਜਨ ਰਹੇ ਅਘਾਇ॥	naam rang jan rahay aghaa-ay.
ਨਾਨਕ ਤਿਨ ਜਨ ਲਾਗੈ ਪਾਇ॥੪॥੩॥੫॥	naanak tin jan laagai paa-ay. ||4||3||5||

ਪ੍ਰਭ ਦੇ ਸ਼ਬਦ ਦੀ ਪਾਲਣਾ ਕਰਨ ਨਾਲ ਜੀਵ ਪ੍ਰਭ ਦਾ ਦਾਸ ਬਣ ਸਕਦਾ ਹੈ । ਸ਼ਬਦ ਦੀ ਪਾਲਣਾ, ਗੁਣ ਗਾਉਣ ਨਾਲ, ਸੰਤ ਅਵਸਥਾ ਬਖਸ਼ਿਸ਼ ਹੋ ਜਾਂਦੀ ਹੈ । ਉਹ ਸਦਾ ਹੀ ਖੇੜੇ ਵਿੱਚ ਵਸਦਾ ਹੈ । ਜਿਹੜਾ ਪ੍ਰਭ ਦੇ ਸ਼ਬਦ ਦੀ ਪਾਲਣਾ ਅਡੋਲ ਭਰੋਸੇ ਨਾਲ ਕਰਦਾ ਹੈ, ਉਸ ਦੇ ਮਨ ਵਿੱਚ ਸੰਤੋਖ ਭਰਿਆਂ ਰਹਿੰਦਾ ਹੈ । ਬੰਦਗੀ ਕਰਨ ਵਾਲਾ ਉਸ ਦੇ ਜੀਵਨ ਦੇ ਅਧਾਰ ਤੇ ਆਪਣਾ ਜੀਵਨ ਢਾਲਦਾ, ਉਸ ਨੂੰ ਪ੍ਰਨਾਮ ਕਰਦਾ ਹੈ ।

Whosoever may sing the glory, obeys the teachings of His Word with steady and stable belief in his day-to-day life; with His mercy and grace, he may be blessed with a state of mind as His true devotee, a saint. He may remain overwhelmed with contentment in his day-to-day life. His true devotee may adopt his life experience teachings in his own life and he may honor, worship him in the universe.

435.ਗੋਂਡ ਮਹਲਾ ੫॥ 863-14

ਜਾ ਕੈ ਸੰਗਿ ਇਹੁ ਮਨੁ ਨਿਰਮਲੁ॥	jaa kai sang ih man nirmal.
ਜਾ ਕੈ ਸੰਗਿ ਹਰਿ ਹਰਿ ਸਿਮਰਨੁ॥	jaa kai sang har har simran.
ਜਾ ਕੈ ਸੰਗਿ ਕਿਲਬਿਖ ਹੋਹਿ ਨਾਸ॥	jaa kai sang kilbikh hohi naas.
ਜਾ ਕੈ ਸੰਗਿ ਰਿਦੈ ਪਰਗਾਸ॥੧॥	jaa kai sang ridai pargaas. ||1||

ਉਸ ਜੀਵ ਦੀ ਸੰਗਤ ਕਰਨ ਨਾਲ, ਉਸ ਦੇ ਜੀਵਨ ਦੀ ਸਿਖਿਆਂ ਨਾਲ ਜੀਵਨ ਢਾਲਣ ਨਾਲ ਮਨ ਪਵਿੱਤਰ ਹੋ ਜਾਂਦਾ ਹੈ । ਮਨ ਵਿਚੋਂ ਬੁਰੇ ਖਿਆਲ ਨਾਸ ਹੋ ਜਾਂਦੇ ਹਨ । ਉਸ ਦਾ ਸਾਥ ਕਰਨ ਨਾਲ ਪ੍ਰਭ ਦਾ ਸ਼ਬਦ ਮਨ ਵਿੱਚ ਜਾਗਰਤ ਹੋ ਜਾਂਦਾ ਹੈ । ਉਸ ਦਾ ਸਾਥ ਕਰਨ ਨਾਲ ਮਨ ਦੇ ਪਾਪ ਬਖਸ਼ੇ ਜਾਂਦੇ ਹਨ । ਮਨ ਵਿੱਚ ਪ੍ਰਭ ਦੀ ਜੋਤ ਜਾਗਰਤ ਹੋ ਜਾਂਦੀ ਹੈ ।

Whosoever may associate with His true devotee and adopts his life experience teachings in his own life; with His mercy and grace, his evil thoughts may be eliminated and his soul may be sanctified. The essence of the teachings of His Word may be enlightened within his heart. His sins of previous lives may be forgiven; the spiritual glow may shine on his forehead.

ਸੇ ਸੰਤਨ ਹਰਿ ਕੇ ਮੇਰੇ ਮੀਤ॥	say santan har kay mayray meet.
ਕੇਵਲ ਨਾਮੁ ਗਾਈਐ ਜਾ ਕੈ ਨੀਤ॥੧॥ ਰਹਾਉ॥	kayval naam gaa-ee-ai jaa kai neet. ||1|| rahaa-o.

ਉਹ ਬੰਦਗੀ ਕਰਨ ਵਾਲਾ ਸੰਤ ਹੀ ਮੇਰਾ ਅਸਲੀ ਮਿੱਤਰ, ਸਾਥੀ ਹੈ । ਉਸ ਦੇ ਜੀਵਨ ਦਾ ਧੰਦਾ ਹੀ ਪ੍ਰਭ ਦੇ ਸ਼ਬਦ ਦੇ ਗੁਣ ਗਾਉਣਾ ਬਣ ਜਾਂਦਾ ਹੈ ।

His true devotee with such a state of mind, becomes my true friend and companion. The purpose of his human life opportunity may become to sing the glory of His Word.

ਜਾ ਕੈ ਮੰਤ੍ਰਿ ਹਰਿ ਹਰਿ ਮਨਿ ਵਸੈ॥	jaa kai mantar har har man vasai.
ਜਾ ਕੈ ਉਪਦੇਸਿ ਭਰਮੁ ਭਉ ਨਸੈ॥	jaa kai updays bharam bha-o nasai.
ਜਾ ਕੈ ਕੀਰਤਿ ਨਿਰਮਲ ਸਾਰ॥	jaa kai keerat nirmal saar.
ਜਾ ਕੀ ਰੇਨੁ ਬਾਂਛੈ ਸੰਸਾਰ॥੨॥	jaa kee rayn baaNchhai sansaar. ||2||

ਜਿਸ ਦੇ ਮਨ ਵਿੱਚ ਪ੍ਰਭ ਦਾ ਸ਼ਬਦ ਰੂਪੀ ਮੰਤਰ ਵਸ ਜਾਂਦਾ, ਘਰ ਕਰ ਜਾਂਦਾ ਹੈ । ਉਸ ਦੇ ਮਨ ਦੇ ਸਾਰੇ ਭਰਮ ਦੂਰ ਹੋ ਜਾਂਦੇ ਹਨ । ਪ੍ਰਭ ਦੇ ਸ਼ਬਦ ਦੇ ਗੁਣ ਗਾਉਣ ਨਾਲ ਮਨ ਪਵਿੱਤਰ ਹੋ ਜਾਂਦਾ ਹੈ । ਬੰਦਗੀ ਕਰਨ ਵਾਲਾ ਸਦਾ ਹੀ, ਉਸ ਸੰਤ ਦੇ ਚਰਨਾਂ ਦੀ ਧੂੜ ਹੀ ਮੰਗਦਾ, ਅਰਦਾਸ ਕਰਦਾ ਹੈ ।

Whosoever may be drenched with essence of His Word, Holy Mantra; with His mercy and grace, all his worldly suspicions may be eliminated. He may sing the glory of His Word, his soul may be sanctified and become worthy of His consideration. His true devotee always prays for the dust of the feet of His Holy saint with such a state of mind.

ਕੋਟਿ ਪਤਿਤ ਜਾ ਕੈ ਸੰਗਿ ਉਧਾਰ॥	kot patit jaa kai sang uDhaar.
ਏਕੁ ਨਿਰੰਕਾਰੁ ਜਾ ਕੈ ਨਾਮ ਅਧਾਰ॥	ayk nirankaar jaa kai naam aDhaar.
ਸਰਬ ਜੀਆਂ ਕਾ ਜਾਨੈ ਭੇਉ॥	sarab jee-aaN kaa jaanai bhay-o.
ਕ੍ਰਿਪਾ ਨਿਧਾਨ ਨਿਰੰਜਨ ਦੇਉ॥੩॥	kirpaa niDhaan niranjan day-o. ||3||

ਅਨੇਕਾਂ ਹੀ ਪਾਪੀ ਉਸ ਦੀ ਸੰਗਤ ਕਰਨ ਨਾਲ ਤਰ ਜਾਂਦੇ ਹਨ । ਸ਼ਬਦ ਦੀ ਪਾਲਣਾ ਤੇ, ਸਿੱਧੇ ਰਸਤੇ ਤੇ ਚੱਲ ਪੈਂਦੇ ਹਨ । ਉਸ ਨੂੰ ਕੇਵਲ ਪ੍ਰਭ, ਅਕਾਰ ਰਹਿਤ ਦੀ ਹੀ ਓਟ, ਆਸਰਾ ਰਹਿੰਦਾ ਹੈ । ਪ੍ਰਭ ਸਾਰੀ ਸ੍ਰਿਸ਼ਟੀ ਦੇ ਜੀਵਾਂ ਦੇ ਮਨ ਦੀ ਅਵਸਥਾ ਦਾ ਅੰਤਰਜਾਮੀ ਹੈ । ਪ੍ਰਭ ਰਹਿਮਤਾਂ ਦਾ ਖਜ਼ਾਨਾ, ਰੂਹਾਨੀ ਜੋਤ ਹੀ ਹੈ ।

Whosoever may associate with His true devotee with such a state of mind; with His mercy and grace, all his sins of previous lives may be forgiven. He may adopt the teachings of His Word; the right path of human life journey, opportunity. His true devotee may always pray for His forgiveness and His refuge; The One and only One True Master. The Omniscient True Master remains aware about the state of mind of all worldly creatures. The True Master, treasure of blessings is an eternal spiritual Holy spirit.

ਪਾਰਬ੍ਰਹਮ ਜਬ ਭਏ ਕ੍ਰਿਪਾਲ॥	paarbarahm jab bha-ay kirpaal.
ਤਬ ਭੇਟੇ ਗੁਰ ਸਾਧ ਦਇਆਲ॥	tab bhaytay gur saaDh da-i-aal.
ਦਿਨੁ ਰੈਣਿ ਨਾਨਕੁ ਨਾਮੁ ਧਿਆਏ॥	din rain naanak naam Dhi-aa-ay.
ਸੂਖ ਸਹਜ ਆਨੰਦ ਹਰਿ ਨਾਏ॥	sookh sahj aanand har naa-ay.
੪॥੪॥੬॥	||4||4||6||

ਜਿਸ ਤੇ ਪ੍ਰਭ ਆਪ ਹੀ ਰਹਿਮਤ ਬਖਸ਼ਦਾ ਹੈ । ਉਸ ਜੀਵ ਦੀ ਲਗਨ ਸ਼ਬਦ ਵਿੱਚ ਲੱਗਦੀ, ਸ਼ਬਦ ਦੇ ਲੜ ਲੱਗਦਾ ਹੈ । ਬੰਦਗੀ ਕਰਨ ਵਾਲਾ ਦਿਨ ਰਾਤ, ਸਵਾਸ ਸਵਾਸ ਸ਼ਬਦ ਦਾ ਸਿਮਰਨ ਕਰਦਾ ਹੈ । ਸ਼ਬਦ ਤੇ ਭਰੋਸਾ ਅਡੋਲ ਰਖਣ ਨਾਲ ਹੀ ਮਨ ਵਿੱਚ ਸੰਤੋਖ, ਖੇੜਾ ਬਖਸ਼ਿਸ਼ ਹੁੰਦਾ ਹੈ ।

Whosoever may be blessed with His mercy and grace; only he may remain devoted to meditation and obeying the teachings of His Word in his day-to-day life. His true devotee may meditate on the teachings of His Word with each breath day and night. Whosoever may keep his belief steady and stable on His justice, blessings; with His mercy and grace, he may be blessed with contentment and blossom in his day-to-day life.

436.ਗੋਂਡ ਮਹਲਾ ੫॥ 864-1

ਗੁਰ ਕੀ ਮੂਰਤਿ ਮਨ ਮਹਿ ਧਿਆਨੁ॥	gur kee moorat man meh Dhi-aan.
ਗੁਰ ਕੈ ਸਬਦਿ ਮੰਤ੍ਰੁ ਮਨੁ ਮਾਨ॥	gur kai sabad mantar man maan.
ਗੁਰ ਕੇ ਚਰਨ ਰਿਦੈ ਲੈ ਧਾਰਉ॥	gur kay charan ridai lai Dhaara-o.
ਗੁਰੁ ਪਾਰਬ੍ਰਹਮੁ ਸਦਾ ਨਮਸਕਾਰਉ॥੧॥	gur paarbarahm sadaa namaskaara-o. 1||

ਜੀਵ ਪ੍ਰਭ ਦੀ ਮੂਰਤ, ਨੂੰ ਆਪਣੇ ਮਨ ਵਿੱਚ ਵਸਾਵੋ! ਪ੍ਰਭ ਦੇ ਅਟੱਲ ਸ਼ਬਦ ਦੀ ਪਾਲਣਾ ਕਰਕੇ, ਮਾਨਸ ਜੀਵਨ ਦੇ ਮੰਤਵ ਦੀ ਸਿਖਿਆਂ ਹਾਸਿਲ ਕਰੋ । ਪ੍ਰਭ ਦੇ ਸ਼ਬਦ ਰੂਪੀ ਚਰਨਾਂ ਨੂੰ ਮਨ ਵਿੱਚ ਜਾਗਰਤ ਰਖੋ! ਨਿਮ੍ਰਤਾ ਨਾਲ ਨਿਮਾਣੇ ਬਣਕੇ ਪ੍ਰਭ ਅੱਗੇ ਰਹਿਮਤ ਦੀ ਅਰਦਾਸ ਕਰੋ!

You should engrave the picture of The True Master, the essence of His Word within your heart and remember your separation from His Holy Spirit day-to-day life. You should obey the teachings of His Word with steady and stable belief as an ultimate command in your day-to-day life. You may be enlightened with the right path and real purpose of human life opportunity. Keeps the teachings of His Word, His spiritual feet enlightened within your mind and humbly pray for His forgiveness.

ਮਤ ਕੋ ਭਰਮਿ ਭੁਲੈ ਸੰਸਾਰਿ॥	mat ko bharam bhulai sansaar.
ਗੁਰ ਬਿਨੁ ਕੋਇ ਨ ਉਤਰਸਿ ਪਾਰਿ॥੧॥	gur bin ko-ay na utras paar. ||1||
ਰਹਾਉ॥	rahaa-o.

ਜੀਵ ਸੰਸਾਰ ਵਿੱਚ ਧਰਮਾਂ ਦੇ ਪਾਏ ਭਰਮਾਂ ਪਿਛੇ ਨਾ ਲੱਗੋ! ਪ੍ਰਭ ਦੇ ਸ਼ਬਦ ਦੀ ਪਾਲਣਾ, ਪ੍ਰਭ ਦੀ ਰਹਿਮਤ ਤੋ ਬਿਨਾਂ ਕੋਈ ਵੀ ਪ੍ਰਭ ਦੇ ਦਰਬਾਰ ਵਿੱਚ ਪ੍ਰਵਾਨ ਨਹੀਂ ਹੋ ਸਕਦਾ ।

You should not remain intoxicated with religious suspicions and rituals. Whosoever may adopt the teachings of His Word with steady and stable belief in day-to-day life; with His mercy and grace; only he may be accepted in His Court. There may not be any other technique.

ਭੂਲੇ ਕਉ ਗੁਰਿ ਮਾਰਗਿ ਪਾਇਆ॥	bhoolay ka-o gur maarag paa-i-aa.
ਅਵਰ ਤਿਆਗਿ ਹਰਿ ਭਗਤੀ ਲਾਇਆ॥	avar ti-aag har bhagtee laa-i-aa.
ਜਨਮ ਮਰਨ ਕੀ ਤ੍ਰਾਸ ਮਿਟਾਈ॥	janam maran kee taraas mitaa-ee.
ਗੁਰ ਪੂਰੇ ਕੀ ਬੇਅੰਤ ਵਡਾਈ॥੨॥	gur pooray kee bay-ant vadaa-ee. ||2||

ਪ੍ਰਭ ਹੀ ਗਲਤ ਰਸਤੇ ਤੇ ਚਲਦੇ, ਅਣਜਾਣ ਜੀਵ ਨੂੰ ਸਿੱਧੇ ਰਸਤੇ ਦੀ ਸੋਝੀ ਬਖਸ਼ਦਾ ਹੈ । ਜਿਹੜਾ ਸੰਸਾਰਕ ਮੋਹ ਤਿਆਗਕੇ, ਸ਼ਬਦ ਦੀ ਪਾਲਣਾ ਦੇ ਲੜ ਲੱਗ ਜਾਂਦਾ ਹੈ । ਉਸ ਦਾ ਜੂੰਨਾਂ ਦਾ ਚੱਕਰ ਖਤਮ ਹੋ ਜਾਂਦਾ ਹੈ । ਪ੍ਰਭ ਦੀਆਂ ਰਹਿਮਤਾਂ ਦਾ ਭੇਦ ਮਾਨਸ ਦੀ ਸਮਝ ਵਿੱਚ ਨਹੀਂ ਆਉਂਦਾ ।

The Merciful True Master may guide his ignorant devotee, from wrong path in his life, to the right path of meditation and acceptance in His Court. Whosoever may abandon his worldly attachments and obeys the teachings of His Word in his day-to-day life; with His mercy and grace, his cycle of birth and death may be eliminated. The extent, limits of His blessings remains beyond the comprehension of His Creation.

ਗੁਰ ਪ੍ਰਸਾਦਿ ਊਰਧ ਕਮਲ ਬਿਗਾਸ॥	gur parsaad ooraDh kamal bigaas.
ਅੰਧਕਾਰ ਮਹਿ ਭਇਆ ਪ੍ਰਗਾਸ॥	anDhkaar meh bha-i-aa pargaas.
ਜਿਨਿ ਕੀਆ ਸੋ ਗੁਰ ਤੇ ਜਾਨਿਆ॥	Jin kee-aa so gur tay jaani-aa.
ਗੁਰ ਕਿਰਪਾ ਤੇ ਮੁਗਧ ਮਨੁ ਮਾਨਿਆ॥੩	gur kirpaa tay mugaDh man maani-aa. 3

ਜਿਸ ਤੇ ਪ੍ਰਭ ਦੀ ਰਹਿਮਤ ਬਖਸ਼ਿਸ਼ ਹੋ ਜਾਂਦੀ ਹੈ । ਉਸ ਦੇ ਮਨ ਦਾ ਕਮਲ ਦਾ ਫੁੱਲ, ਰਹਿਮਤਾਂ ਮੰਗਣ ਵਾਲਾ ਬਾਟਾ ਸਿੱਧਾ ਹੋ ਜਾਂਦਾ ਹੈ । ਉਸ ਦੇ ਮਨ ਦੀ ਅਗਿਆਨਤਾ ਦੇ ਅੰਧੇਰੇ ਵਿੱਚ ਰੋਸ਼ਨੀ ਹੋ ਜਾਂਦੀ ਹੈ । ਸ਼ਬਦ ਦੀ ਪਾਲਣਾ ਕਰਦੇ ਮਨ ਨੂੰ ਸ਼ਬਦ ਦੀ ਸੋਝੀ ਬਖਸ਼ਿਸ਼ ਹੋ ਜਾਂਦੀ ਹੈ ।

Whosoever may be blessed with His mercy and grace; the lotus flower of his mind may be blossomed. His begging bowl becomes straight and may retain the alms of His blessings; his ignorance from the essence of His Word may be eliminated. Whosoever may remain steady and stable on the right path of meditation; with His mercy and grace, he may be blessed with the enlightenment of the essence of His Word.

ਗੁਰੁ ਕਰਤਾ ਗੁਰੁ ਕਰਣੈ ਜੋਗੁ॥	gur kartaa gur karnai jog.
ਗੁਰੁ ਪਰਮੇਸਰੁ ਹੈ ਭੀ ਹੋਗੁ॥	gur parmaysar hai bhee hog.
ਕਹੁ ਨਾਨਕ ਪ੍ਰਭਿ ਇਹੈ ਜਨਾਈ॥	kaho naanak parabh ihai janaa-ee.
ਬਿਨੁ ਗੁਰ ਮੁਕਤਿ ਨ ਪਾਈਐ ਭਾਈ॥	bin gur mukat na paa-ee-ai bhaa-ee.
੪॥੫॥੭॥	||4||5||7||

ਪ੍ਰਭ ਹੀ ਸ੍ਰਿਸ਼ਟੀ ਨੂੰ ਪੈਦਾ ਕਰਨ ਵਾਲਾ ਮਾਲਕ ਹੈ । ਸਭ ਕੁਝ ਕਰਨ ਕਰਵਾਉਣ ਦੀ ਸਮਰਥਾ, ਕੇਵਲ ਪ੍ਰਭ ਦੇ ਵੱਸ ਵਿੱਚ ਹੀ ਹੈ । ਪ੍ਰਭ ਹੀ ਸਦਾ ਰਹਿਣ ਵਾਲਾ ਮਾਲਕ ਹੈ । ਉਹ ਹੀ ਸ੍ਰਿਸ਼ਟੀ ਤੋ ਪਹਿਲੇ ਵੀ ਅਟੱਲ ਸੀ, ਹੁਣ ਵੀ ਅਟੱਲ ਹੈ । ਪ੍ਰਭ ਹੀ ਬੰਦਗੀ ਕਰਨ ਵਾਲੇ ਨੂੰ ਸਿਮਰਨ ਦੀ ਪ੍ਰੇਰਨਾ ਕਰਦਾ, ਅਡੋਲ ਰਖਦਾ ਹੈ । ਪ੍ਰਭ ਦੀ ਰਹਿਮਤ ਤੋ ਬਿਨਾਂ ਮੁਕਤੀ ਬਖਸ਼ਿਸ਼ ਨਹੀਂ ਹੋ ਸਕਦੀ ।

The Omnipotent Creator, True Master, has all the capability to perform any deeds in the universe. The permanent, true forever True Master, creates the purpose and technique to make things happen. His nature was prevailing unchanged before the beginning of His Creation, in the present and would be after the destruction of His Creation. No one may avoid His Nature, decree; He may create anything or destroy everything. He may inspire His true devotee to meditate on the teachings of His Word with steady and stable on the right path. Salvation may only be blessed with His mercy and grace.

437.ਗੋਂਡ ਮਹਲਾ ੫॥ 864-8

ਗੁਰੂ ਗੁਰੂ ਗੁਰੁ ਕਰਿ ਮਨ ਮੋਰ॥	guroo guroo gur kar man mor.
ਗੁਰੂ ਬਿਨਾ ਮੈ ਨਾਹੀ ਹੋਰ॥	guroo binaa mai naahee hor.
ਗੁਰ ਕੀ ਟੇਕ ਰਹਹੁ ਦਿਨੁ ਰਾਤਿ॥	gur kee tayk rahhu din raat.
ਜਾ ਕੀ ਕੋਇ ਨ ਮੇਟੈ ਦਾਤਿ॥੧॥	jaa kee ko-ay na maytai daat. ||1||

ਪ੍ਰਭ ਤੋ ਬਿਨਾਂ ਹੋਰ ਕੋਈ ਆਸਰਾ, ਕੋਈ ਸਦਾ ਸਾਥ ਰਹਿਣ ਵਾਲਾ ਸਾਥੀ ਨਹੀਂ ਹੈ । ਪ੍ਰਭ ਦੇ ਸ਼ਬਦ ਦਾ ਸਵਾਸ ਸਵਾਸ ਸਿਮਰਨ ਕਰੋ! ਜੀਵ ਆਪਣਾ ਭਰੋਸਾ ਪ੍ਰਭ ਦੀ ਰਹਿਮਤ ਤੇ, ਸ਼ਬਦ ਤੇ ਅਡੋਲ ਰਖੋ! ਪ੍ਰਭ ਦੀ ਬਖਸ਼ਿਸ਼ ਕੋਈ ਖਤਮ ਨਹੀਂ ਕਰ ਸਕਦਾ, ਰੋਕ ਨਹੀਂ ਸਕਦਾ ।

The True Master may only be the true companion of his soul forever. You should meditate and obey the teachings of His Word with steady and stable belief with each breath in your day-to-day life. No worldly guru may curse to remove, stop, or restrict His blessing.

ਗੁਰੁ ਪਰਮੇਸਰੁ ਏਕੋ ਜਾਣੁ॥	gur parmaysar ayko jaan.
ਜੋ ਤਿਸੁ ਭਾਵੈ ਸੋ ਪਰਵਾਣੁ॥੧॥ ਰਹਾਉ॥	jo tis bhaavai so parvaan. ||1|| rahaa-o.

ਜੀਵ ਪ੍ਰਭ ਦੇ ਸ਼ਬਦ (ਗੁਰੂ) ਨੂੰ ਪ੍ਰਭ ਦਾ ਰੂਪ ਹੀ ਸਮਝੋ! ਜਿਹੜਾ ਗੁਰੂ ਦੀ ਸਿਖਿਆਂ, ਸ਼ਬਦ ਨਾਲ ਜੀਵਨ ਢਾਲ ਲੈਂਦਾ ਹੈ । ਉਸ ਤੇ ਪ੍ਰਭ ਰਹਿਮਤ ਦੀ ਨਜ਼ਰ ਬਖਸ਼ਦਾ ਹੈ ।

You should realize that the teachings of His Word are the symbol of The True Master Himself. The enlightenment of the essence of His Word as His blessed vision, opening of the 10th gate. Whosoever may adopt the teachings of His Word with steady and stable belief in his day-to-day life; with His mercy and grace, he may be accepted in His sanctuary.

ਗੁਰ ਚਰਣੀ ਜਾ ਕਾ ਮਨੁ ਲਾਗੈ॥ gur charnee jaa kaa man laagai.
ਦੂਖੁ ਦਰਦੁ ਭ੍ਰਮੁ ਤਾ ਕਾ ਭਾਗੈ॥ dookh darad bharam taa kaa bhaagai.
ਗੁਰ ਕੀ ਸੇਵਾ ਪਾਏ ਮਾਨੁ॥ gur kee sayvaa paa-ay maan.
ਗੁਰ ਊਪਰਿ ਸਦਾ ਕੁਰਬਾਨੁ॥੨॥ gur oopar sadaa kurbaan. ||2||

ਜਿਸ ਜੀਵ ਦਾ ਮਨ ਪ੍ਰਭ ਦੇ ਸ਼ਬਦ ਦੀ ਪਾਲਣਾ ਵਿੱਚ ਅਡੋਲ ਹੋ ਜਾਂਦਾ । ਉਸ ਦੀ ਸੰਸਾਰਕ ਇੱਛਾਂ ਦੀਆਂ ਭਟਕਣਾਂ ਖਤਮ ਹੋ ਜਾਂਦੀਆਂ ਹਨ । ਉਸ ਦੇ ਭਰਮ ਨਾਸ ਹੋ ਜਾਂਦੇ ਹਨ । ਬੰਦਗੀ ਕਰਨ ਵਾਲਾ, ਸਵਾਸ ਸਵਾਸ ਪ੍ਰਭ ਦੀਆਂ ਰਹਿਮਤਾਂ ਦਾ ਧੰਨਵਾਦ ਗਾਉਂਦਾ ਹੈ ।

Whosoever may obey the teachings of His Word with steady and stable belief in his day-to-day life; with His mercy and grace, all his suspicions and frustrations of worldly desires, worldly wealth may be eliminated. His true devotee may always prays for His forgiveness with each breath. He remains grateful of His blessings and sings the glory of His virtues.

ਗੁਰ ਕਾ ਦਰਸਨੁ ਦੇਖਿ ਨਿਹਾਲ॥ gur kaa darsan daykh nihaal.
ਗੁਰ ਕੇ ਸੇਵਕ ਕੀ ਪੂਰਨ ਘਾਲ॥ gur kay sayvak kee pooran ghaal.
ਗੁਰ ਕੇ ਸੇਵਕ ਕਉ ਦੁਖੁ ਨ ਬਿਆਪੈ॥ gur kay sayvak ka-o dukh na bi-aapai.
ਗੁਰ ਕਾ ਸੇਵਕੁ ਦਹ ਦਿਸਿ ਜਾਪੈ॥੩॥ gur kaa sayvak dah dis jaapai. ||3||

ਪ੍ਰਭ ਦੇ ਸ਼ਬਦ ਦੀ ਸੋਝੀ ਰੂਪੀ ਦਰਸ਼ਨ ਕਰਨ ਨਾਲ ਮਨ ਵਿੱਚ ਖੇੜਾ ਵਸ ਗਿਆ ਹੈ । ਮਨ ਨਿਹਾਲ ਹੋ ਗਿਆ ਹੈ । ਪ੍ਰਭ ਦੇ ਸ਼ਬਦ ਦੀ ਪਾਲਣਾ ਕਰਨਾ ਹੀ ਸਭ ਤੋ ਉਤਮ ਧੰਦਾ ਹੈ । ਸ਼ਬਦ ਦੀ ਬੰਦਗੀ ਕਰਨ ਵਾਲੇ ਨੂੰ ਕਦੇ ਸੰਸਾਰਕ ਇੱਛਾ ਰੂਪੀ ਦੁਖ ਨਹੀਂ ਲੱਗਦਾ । ਬੰਦਗੀ ਕਰਨ ਵਾਲੇ ਦਾਸ ਦੀ ਚਾਰੇ ਪਾਸੇ ਸੋਭਾ ਹੁੰਦੀ ਹੈ ।

Whosoever may be enlightened with the essence of His Word, witness His spiritual blessed vision, he may remain overwhelmed with blossom in his worldly life. He may remain astonished with unimaginable eternal glow of His Holy Spirit. To obey the teachings of His Word may be the most supreme and rewarding task of human life opportunity. Whosoever may remain intoxicated in the void of His Word; he may never be frustrated with any worldly miseries. With His mercy and grace, His true devotee may be honored all over the universe.

ਗੁਰ ਕੀ ਮਹਿਮਾ ਕਥਨੁ ਨ ਜਾਇ॥ gur kee mahimaa kathan na jaa-
ਪਾਰਬ੍ਰਹਮੁ ਗੁਰੁ ਰਹਿਆ ਸਮਾਇ॥ ay.paarbarahm gur rahi-aa samaa-ay.
ਕਹੁ ਨਾਨਕ ਜਾ ਕੇ ਪੂਰੇ ਭਾਗ॥ kaho naanak jaa kay pooray bhaag.
ਗੁਰ ਚਰਣੀ ਤਾ ਕਾ ਮਨੁ ਲਾਗ॥੪॥੬॥੮॥ gur charnee taa kaa man laag. 4||6||8||

ਗੁਰੁ, ਸ਼ਬਦ ਦੀ ਮਹਿਮਾ, ਵਡਿਆਈ ਦੀ ਵਿਆਖਿਆ ਨਹੀਂ ਕੀਤੀ ਜਾ ਸਕਦੀ । ਪ੍ਰਭ ਆਪਣੇ ਸ਼ਬਦ ਵਿੱਚ ਹੀ ਸਮਾਇਆ ਰਹਿੰਦਾ ਹੈ । ਜਿਸ ਜੀਵ ਦੇ ਵੱਡੇ ਭਾਗ ਹੁੰਦੇ ਹਨ । ਕੇਵਲ ਉਹ ਹੀ ਪ੍ਰਭ ਦੇ ਸ਼ਬਦ ਦੀ ਪਾਲਣਾ ਵਿੱਚ ਅਡੋਲ ਰਹਿੰਦਾ ਹੈ ।

The greatness, the glory of True Guru, the teachings of His Word remains beyond the comprehension of His Creation. The True Master remains embedded within the teachings of His Word. Whosoever may have great prewritten destiny, only he may obey the teachings of His Word with steady and stable belief in his day-to-day life.

438.ਗੋਂਡ ਮਹਲਾ ੫॥ 864-14

ਗੁਰੁ ਮੇਰੀ ਪੂਜਾ ਗੁਰੁ ਗੋਬਿੰਦੁ॥ gur mayree poojaa gur gobind.
ਗੁਰੁ ਮੇਰਾ ਪਾਰਬ੍ਰਹਮੁ ਗੁਰੁ ਭਗਵੰਤੁ॥ gur mayraa paarbarahm gur bhagvant.
ਗੁਰੁ ਮੇਰਾ ਦੇਉ ਅਲਖ ਅਭੇਉ॥ gur mayraa day-o alakh abhay-o.

ਸਰਬ ਪੂਜ ਚਰਨ ਗੁਰ ਸੇਉ॥੧॥ sarab pooj charan gur say-o. ||1||

ਬੰਦਗੀ ਕਰਨ ਵਾਲਾ ਦਾਸ ਪ੍ਰਭ ਦੇ ਸ਼ਬਦ ਦੀ ਪਾਲਣਾ, ਪੂਜਾ ਕਰਦਾ ਹੈ । ਪ੍ਰਭ ਦਾ ਸ਼ਬਦ, ਸ਼ਬਦ ਦੀ ਸੋਝੀ ਹੀ ਪ੍ਰਭ ਦੇ ਦਰਸ਼ਨ ਹੁੰਦੇ ਹਨ । ਪ੍ਰਭ ਇੱਕੋ ਇੱਕ ਰੂਹਾਨੀ ਜੋਤ ਹੈ । ਉਸ ਦੀ ਹੋਂਦ ਗੁਪਤ, ਦੇਖਣ ਵਿੱਚ ਨਹੀ ਹੈ । ਬੰਦਗੀ ਕਰਨ ਵਾਲਾ ਪ੍ਰਭ ਦੇ ਸ਼ਬਦ ਰੂਪੀ ਚਰਨ ਮਨ ਵਿੱਚ ਵਸਾਉਂਦਾ ਹੈ ।

His true devotee may worship and obey the teachings of His Word with steady and stable belief in his day-to-day life. The enlightenment of His Word may be the true blessed vision of The True Master. He only exists as an eternal Holy Spirit without any physical shape, structure, or color. He remains beyond three known worldly recognitions. His true devotee remains drenched with the essence of His Word within his heart.

ਗੁਰ ਬਿਨੁ ਅਵਰੁ ਨਾਹੀ ਮੈ ਥਾਉ॥ gur bin avar naahee mai thaa-o.

ਅਨਦਿਨੁ ਜਪਉ ਗੁਰੂ ਗੁਰ ਨਾਉ॥੧॥ ਰਹਾਉ॥ an-din japa-o guroo gur naa-o. ||1|| rahaa-o.

ਪ੍ਰਭ ਤੋ ਬਿਨਾਂ ਜੀਵ ਦਾ ਹੋਰ ਕੋਈ ਆਸਰਾ, ਸਦਾ ਸਾਥ ਰਹਿਣ ਵਾਲਾ ਸਾਥੀ ਨਹੀਂ ਹੈ । ਬੰਦਗੀ ਕਰਨ ਵਾਲਾ ਸਵਾਸ ਸਵਾਸ ਸ਼ਬਦ ਦਾ ਸਿਮਰਨ ਕਰਦਾ ਰਹਿੰਦਾ ਹੈ ।

The One and only One True Master may be the support and real companion of the soul forever. His true devotee may meditate with each breath on the teachings of His Word.

ਗੁਰੁ ਮੇਰਾ ਗਿਆਨੁ ਗੁਰੁ ਰਿਦੈ ਧਿਆਨੁ॥ gur mayraa gi-aan gur ridai Dhi-aan.

ਗੁਰੁ ਗੋਪਾਲੁ ਪੁਰਖੁ ਭਗਵਾਨੁ॥ gur gopaal purakh bhagvaan.

ਗੁਰ ਕੀ ਸਰਣਿ ਰਹਉ ਕਰ ਜੋਰਿ॥ gur kee saran raha-o kar jor.

ਗੁਰੂ ਬਿਨਾ ਮੈ ਨਾਹੀ ਹੋਰੁ॥੨॥ guroo binaa mai naahee hor. ||2||

ਪ੍ਰਭ ਦਾ ਸ਼ਬਦ ਹੀ ਰੂਹਾਨੀ ਗਿਆਨ ਦਾ ਮਾਲਕ ਹੈ । ਬੰਦਗੀ ਕਰਨ ਵਾਲਾ ਪ੍ਰਭ ਦੇ ਸ਼ਬਦ ਦੀ ਸਮਾਧੀ ਵਿੱਚ ਅਡੋਲ ਰਹਿੰਦਾ ਹੈ । ਸ੍ਰਿਸ਼ਟੀ ਦਾ ਅਸਲੀ ਮਾਲਕ, ਆਪਣੇ ਆਪ ਵਿੱਚ ਪੂਰਨ ਹੈ । ਬੰਦਗੀ ਕਰਨ ਵਾਲਾ ਨਿਮਾਣਾ ਬਣਕੇ ਪ੍ਰਭ ਦੀ ਸ਼ਰਣ ਵਿੱਚ ਪਨਾਹ ਦੀ ਭੀਖ ਮੰਗਦਾ ਹੈ । ਉਹ ਹੋਰ ਕਿਸੇ ਪਾਸੋ ਆਸਰਾ ਨਹੀਂ ਮੰਗਦਾ, ਕਿਸੇ ਦੀ ਪੂਜਾ ਨਹੀਂ ਕਰਦਾ ।

The True Master, the teachings of His Word may be the treasure of eternal, spiritual enlightenments. His true devotee remains intoxicated in the void of His Word. The True Master of the universe remains perfect in all respects, sanctified, and blemish free. His true devotee humbly surrenders his mind, body, and worldly status at His sanctuary and prays for His forgiveness. He may never wander anywhere or worship any worldly prophet or guru.

ਗੁਰੁ ਬੋਹਿਥੁ ਤਾਰੇ ਭਵ ਪਾਰਿ॥ gur bohith taaray bhav paar.

ਗੁਰ ਸੇਵਾ ਜਮ ਤੇ ਛੁਟਕਾਰਿ॥ gur sayvaa jam tay chhutkaar.

ਅੰਧਕਾਰ ਮਹਿ ਗੁਰ ਮੰਤ੍ਰੁ ਉਜਾਰਾ॥ anDhkaar meh gur mantar ujaaraa.

ਗੁਰ ਕੈ ਸੰਗਿ ਸਗਲ ਨਿਸਤਾਰਾ॥੩॥ gur kai sang sagal nistaaraa. ||3||

ਪ੍ਰਭ ਦੇ ਸ਼ਬਦ ਦੀ ਪਾਲਣਾ ਹੀ ਜਹਾਜ਼ ਹੈ । ਜਿਹੜਾ ਜੀਵ ਨੂੰ ਭਿਆਨਕ ਸੰਸਾਰਕ ਸਾਗਰ ਪਾਰ ਕਰਾ ਸਕਦਾ ਹੈ । ਜਿਹੜਾ ਪ੍ਰਭ ਦੇ ਸ਼ਬਦ ਦੀ ਪਾਲਣਾ ਤੇ ਅਡੋਲ ਰਹਿੰਦਾ ਹੈ, ਉਹ ਮੌਤ ਦੇ ਜਮਦੂਤ ਤੋ ਬਚ ਸਕਦਾ ਹੈ । ਅਗਿਆਨਤਾ ਦੇ ਅੰਧੇਰੇ ਵਿੱਚ ਪ੍ਰਭ ਦਾ ਸ਼ਬਦ ਹੀ ਇੱਕ ਰੋਸ਼ਨੀ ਦਾ ਮੁਨਾਰਾ ਹੈ । ਪ੍ਰਭ ਦੇ ਸ਼ਬਦ ਦੀ ਪਾਲਣਾ ਕਰਦਾ ਜੀਵ, ਦਰਬਾਰ ਵਿੱਚ ਪ੍ਰਵਾਨ ਹੋ ਜਾਂਦਾ ਹੈ ।

To adopt the teachings of His Word acts like a ship to carry his soul on the other side of the worldly ocean overwhelmed with terrible miseries. Whosoever may remain steady and stable on the right path of obeying His Word; with His mercy and grace, he may be saved from the devil of death.

His Word remains as a pillar of enlightenment in the ignorance from the real purpose of human life blessings.

ਗੁਰੁ ਪੂਰਾ ਪਾਈਐ ਵਡਭਾਗੀ॥	gur pooraa paa-ee-ai vadbhaagee.
ਗੁਰ ਕੀ ਸੇਵਾ ਦੂਖੁ ਨ ਲਾਗੀ॥	gur kee sayvaa dookh na laagee.
ਗੁਰ ਕਾ ਸਬਦੁ ਨ ਮੇਟੈ ਕੋਇ॥	gur kaa sabad na maytai ko-ay.
ਗੁਰੁ ਨਾਨਕੁ ਨਾਨਕੁ ਹਰਿ ਸੋਇ॥ ੪॥੭॥੯॥	gur naanak naanak har so-ay. ‖4‖7‖9‖

ਵੱਡੇ ਭਾਗਾ ਨਾਲ ਹੀ ਜੀਵ ਦੀ ਲਗਨ ਸ਼ਬਦ ਦੀ ਪਾਲਣਾ ਵਿੱਚ ਲੱਗਦੀ ਹੈ । ਸ਼ਬਦ ਮਨ ਵਿੱਚ ਜਾਗਰਤ ਹੋ ਜਾਂਦਾ ਹੈ । ਸ਼ਬਦ ਦੀ ਪਾਲਣਾ ਕਰਦੇ ਜੀਵ ਨੂੰ ਕੋਈ ਸੰਸਾਰਕ ਦੁਖ ਪਰੇਸ਼ਾਨ ਨਹੀਂ ਕਰਦਾ । ਬੰਦਗੀ ਕਰਦਾ ਹੋਇਆ ਦਾਸ, ਆਪਾ ਮਿਟਾ ਕੇ ਪ੍ਰਭ ਵਿੱਚ ਅਭੇਦ ਹੋ ਜਾਂਦਾ ਹੈ । ਪ੍ਰਭ ਉਸ ਵਿੱਚ ਆਪ ਹੀ ਪ੍ਰਗਟ ਹੋ ਜਾਂਦਾ ਹੈ ।

Whosoever may have a great prewritten destiny, only he may obey the teachings of His Word with steady and stable belief in his day-to-day life. With His mercy and grace, he may be enlightened with the essence of His Word. No worldly misery may frustrate or influence his state of mind. He remains intoxicated in the void of His Word; with His mercy and grace, he may be immersed within Holy Spirit. The True Master may appear within his heart.

439.ਗੋਂਡ ਮਹਲਾ ੫॥ 865-1

ਰਾਮ ਰਾਮ ਸੰਗਿ ਕਰਿ ਬਿਉਹਾਰ॥	raam raam sang kar bi-uhaar.
ਰਾਮ ਰਾਮ ਰਾਮ ਪ੍ਰਾਨ ਅਧਾਰ॥	raam raam raam paraan aDhaar.
ਰਾਮ ਰਾਮ ਰਾਮ ਕੀਰਤਨੁ ਗਾਇ॥	raam raam raam keertan gaa-ay.
ਰਮਤ ਰਾਮੁ ਸਭ ਰਹਿਓ ਸਮਾਇ॥੧॥	ramat raam sabh rahi-o samaa-ay. ‖1‖

ਜੀਵ ਕੇਵਲ ਪ੍ਰਭ ਦੇ ਸ਼ਬਦ ਦੀ ਪਾਲਣਾ ਕਰੋ! ਜੀਵਨ ਢਾਲੋ! ਪ੍ਰਭ ਹੀ ਜੀਵ ਦੇ ਸਵਾਸਾਂ ਦਾ ਅਧਾਰ, ਆਸਰਾ, ਮਾਲਕ ਹੈ । ਬੰਦਗੀ ਕਰਨ ਵਾਲਾ ਦਿਨ ਰਾਤ ਪ੍ਰਭ ਦੇ ਸ਼ਬਦ ਦੇ ਹੀ ਗੁਣ ਗਾਉਂਦਾ ਹੈ । ਪ੍ਰਭ ਹੀ ਹਰ ਥਾਂ ਤੇ ਹਾਜਰਾ ਹਜ਼ੂਰ ਵਸਦਾ, ਵਾਪਰਦਾ ਹੈ ।

You should obey and adopt the teachings of His Word with steady and stable belief in your day-to-day life; stop wandering from shrine to shrine, worldly gurus. His Word remains the supporting, guiding principle of human life journey and the real purpose of breathes. His true devotee may sing the glory and obeys the teachings of His Word with steady and stable belief in his day-to-day life; with His mercy and grace, he may realize The Holy Spirit prevailing everywhere in the universe.

ਸੰਤ ਜਨਾ ਮਿਲਿ ਬੋਲਹੁ ਰਾਮ॥	sant janaa mil bolhu raam.
ਸਭ ਤੇ ਨਿਰਮਲ ਪੂਰਨ ਕਾਮ॥੧॥ ਰਹਾਉ॥	sabh tay nirmal pooran kaam. ‖1‖ rahaa-o.

ਜੀਵ ਬੰਦਗੀ ਕਰਨ ਵਾਲੇ ਜੀਵ ਦੇ ਸਾਥ ਰਲਕੇ, ਪ੍ਰਭ ਦੇ ਸ਼ਬਦ ਦੇ ਗੁਣ ਗਾਵੋ! ਸ਼ਬਦ ਦੀ ਪਾਲਣਾ ਕਰਦੇ ਜੀਵ ਦੇ ਮਾਨਸ ਜੀਵਨ ਦੇ ਸਾਰੇ ਧੰਦੇ ਸਫਲ ਹੋ ਜਾਂਦੇ ਹਨ ।

You should associate with His true devotee and sings the glory of His Word. Whosoever may obey the teachings of His Word with steady and stable belief in his day-to-day life; with His mercy and grace, all chores of his human life journey may be concluded successfully.

ਰਾਮ ਰਾਮ ਧਨੁ ਸੰਚਿ ਭੰਡਾਰ॥	raam raam Dhan sanch bhandaar.
ਰਾਮ ਰਾਮ ਰਾਮ ਕਰਿ ਆਹਾਰ॥	raam raam raam kar aahaar.
ਰਾਮ ਰਾਮ ਵੀਸਰਿ ਨਹੀ ਜਾਇ॥	raam raam veesar nahee jaa-ay.
ਕਰਿ ਕਿਰਪਾ ਗੁਰਿ ਦੀਆ ਬਤਾਇ॥੨॥	kar kirpaa gur dee-aa bataa-ay. ‖2‖

ਜੀਵ ਪ੍ਰਭ ਦੇ ਸ਼ਬਦ ਦੀ ਪਾਲਣਾ ਕਰਨਾ ਹੀ ਆਪਣੇ ਮਾਨਸ ਜੀਵਨ ਦਾ ਧੰਦਾ ਬਣਾਵੇ! ਪ੍ਰਭ ਦੇ ਸ਼ਬਦ ਦੀ ਕਮਾਈ ਦਾ ਧਨ ਇਕੱਠਾ ਕਰੋ! ਜੀਵ ਕਦੇ ਆਪਣੇ ਮਨ ਵਿਚੋਂ ਪ੍ਰਭ ਦਾ ਸ਼ਬਦ ਨਾ ਵਿਸਾਰੋ! ਸ਼ਬਦ ਦੀ ਪਾਲਣਾ ਕਰਨ ਨਾਲ ਹੀ ਪ੍ਰਭ ਨੇ ਇਹ ਸੋਝੀ ਬਖਸ਼ੀ ਹੈ ।

To obey the teachings of His Word may be the real purpose of human life opportunity. You should only earn, collect the earnings of His Word. You should never abandon the teachings of His Word from your day-to-day life. Whosoever may obey the teachings of His Word with steady and stable belief in his day-to-day life; with His mercy and grace, only he may be blessed with enlightenment of this essence of His Nature.

ਰਾਮ ਰਾਮ ਰਾਮ ਸਦਾ ਸਹਾਇ॥	raam raam raam sadaa sahaa-ay.
ਰਾਮ ਰਾਮ ਰਾਮ ਲਿਵ ਲਾਇ॥	raam raam raam liv laa-ay.
ਰਾਮ ਰਾਮ ਜਪਿ ਨਿਰਮਲ ਭਏ॥	raam raam jap nirmal bha-ay.
ਜਨਮ ਜਨਮ ਕੇ ਕਿਲਬਿਖ ਗਏ॥੩॥	janam janam kay kilbikh ga-ay. ‖3‖

ਜੀਵ ਪ੍ਰਭ ਦੇ ਸ਼ਬਦ ਦੀ ਪਾਲਣਾ ਵਿੱਚ ਧਿਆਨ ਲਾਵੋ! ਪ੍ਰਭ ਹੀ ਜੀਵ ਦਾ ਸਦਾ ਸਾਥ ਦੇਣ ਵਾਲਾ ਸਾਥੀ, ਮਦਦ ਕਰਨ ਵਾਲਾ ਹੈ । ਪ੍ਰਭ ਦੇ ਸ਼ਬਦ ਦੀ ਪਾਲਣਾ ਕਰਦਾ ਮਨ ਪਵਿੱਤਰ ਹੋ ਜਾਂਦਾ ਹੈ । ਸ਼ਬਦ ਦੀ ਪਾਲਣਾ ਕਰਦੇ ਮਨ ਦੇ ਅਨੇਕਾਂ ਜਨਮਾਂ ਦੇ ਪਾਪ ਬਖਸ਼ੇ ਜਾਂਦੇ ਹਨ ।

You should remain focused on the teachings of His Word. The One and only One True Master remains companion, supporter, and protector of his soul forever. Whosoever may obey the teachings of His Word with steady and stable belief in his day-to-day life; with His mercy and grace, all his sins on previous lives may be forgiven and his soul may be sanctified to become worthy of His consideration.

ਰਮਤ ਰਾਮ ਜਨਮ ਮਰਣੁ ਨਿਵਾਰੈ॥	ramat raam janam maran nivaarai.
ਉਚਰਤ ਰਾਮ ਭੈ ਪਾਰਿ ਉਤਾਰੈ॥	uchrat raam bhai paar utaarai.
ਸਭ ਤੇ ਊਚ ਰਾਮ ਪਰਗਾਸ॥	sabh tay ooch raam pargaas.
ਨਿਸਿ ਬਾਸੁਰ ਜਪਿ ਨਾਨਕ ਦਾਸ॥	nis baasur jap naanak daas.
੪॥੮॥੧੦॥	‖4‖8‖10‖

ਸ਼ਬਦ ਦਾ ਸਿਮਰਨ ਕਰਦੀ ਆਤਮਾ ਦਾ ਜਨਮ ਮਰਨ ਦਾ ਚੱਕਰ ਖਤਮ ਹੋ ਜਾਂਦਾ ਹੈ । ਬਾਰ ਬਾਰ ਸ਼ਬਦ ਦੇ ਗੁਣ ਗਾਉਂਦਾ ਜੀਵ ਸੰਸਾਰਕ ਸਾਗਰ ਪਾਰ ਕਰ ਜਾਂਦਾ ਹੈ । ਪ੍ਰਭ ਦੇ ਸ਼ਬਦ ਦਾ ਨੂਰ ਹੀ ਸਭ ਤੋ ਅਮੋਲਕ, ਉਤਮ ਹੈ । ਉਸ ਦਾ ਦਾਸ ਦਿਨ ਰਾਤ ਸ਼ਬਦ ਦੀ ਪਾਲਣਾ, ਸਿਮਰਨ ਕਰਦਾ ਹੈ ।

Whosoever may meditate on the teachings of His Word with steady and stable belief in his day-to-day life; with His mercy and grace, his cycle of birth and death may be eliminated. He may be saved from the worldly ocean of desires. He may be blessed with eternal spiritual glow on his forehead. His true devotee may meditate and obey the teachings of His Word with steady and stable belief day and night in his life.

440. ਗੋਂਡ ਮਹਲਾ ੫॥ 865-7

ਉਨ ਕਉ ਖਸਮਿ ਕੀਨੀ ਠਾਕਹਾਰੇ॥	un ka-o khasam keenee thaakhaaray.
ਦਾਸ ਸੰਗ ਤੇ ਮਾਰਿ ਬਿਦਾਰੇ॥	daas sang tay maar bidaaray.
ਗੋਬਿੰਦ ਭਗਤ ਕਾ ਮਹਲੁ ਨ ਪਾਇਆ॥	gobind bhagat kaa mahal na paa-i-aa.

ਰਾਮ ਜਨਾ ਮਿਲਿ ਮੰਗਲੁ ਗਾਇਆ॥੧॥ raam janaa mil mangal gaa-i-aa. ||1||

ਪ੍ਰਭ ਨੇ ਰਹਿਮਤ ਦੀ ਨਜ਼ਰ ਬਖਸ਼ਕੇ, ਇੱਛਾਂ ਦੇ ਪੰਜਾਂ ਜਮਦੂਤਾਂ ਨੂੰ ਰੋਕ ਲਿਆ ਹੈ । ਪ੍ਰਭ ਨੇ ਮੇਰੀ ਉਹਨਾਂ ਤੇ ਜਿੱਤ ਬਖਸ਼ਕੇ, ਉਹਨਾਂ ਦਾ ਜ਼ੋਰ ਖਤਮ ਕਰ ਦਿੱਤਾ ਹੈ । ਉਹ ਜਮਦੂਤ ਪ੍ਰਭ ਦੇ ਦਾਸ ਦੇ ਘਰ ਦਾਖਲ ਨਹੀਂ ਹੋ ਸਕਦੇ । ਪ੍ਰਭ ਦਾ ਦਾਸ, ਬੰਦਗੀ ਕਰਨ ਵਾਲੇ ਸੰਤਾਂ ਨਾਲ ਰਲਕੇ ਪ੍ਰਭ ਦੇ ਸ਼ਬਦ ਦੇ ਗੁਣ ਗਾਉਣ ਵਿੱਚ ਮਸਤ ਰਹਿੰਦਾ ਹੈ ।

The True Master has restricted the five demons of worldly desires; with His mercy and grace, I have been blessed a victory on the 5 demons of worldly desires. My soul has become beyond the reach of the devil of death. His true devotee may associate with His Holy saints and he may remain intoxicated in singing the glory in the void of His Word.

ਸਗਲ ਸ੍ਰਿਸਟਿ ਕੇ ਪੰਚ ਸਿਕਦਾਰ॥ sagal sarisat kay panch sikdaar.
ਰਾਮ ਭਗਤ ਕੇ ਪਾਨੀਹਾਰ॥੧॥ ਰਹਾਉ॥ raam bhagat kay paaneehaar. ||1|| rahaa-o.

ਇੱਛਾਂ ਦੇ ਜਮਦੂਤਾਂ ਦਾ ਸਾਰੇ ਸੰਸਾਰ ਵਿੱਚ ਹੀ ਜ਼ੋਰ ਚਲਦਾ ਹੈ । ਸਾਰੀ ਸ੍ਰਿਸ਼ਟੀ ਹੀ ਉਹਨਾਂ ਦੇ ਵੱਸ ਵਿੱਚ ਹੋ ਜਾਂਦੀ ਹੈ । ਪਰ ਪ੍ਰਭ ਨੇ ਉਹਨਾਂ ਜਮਦੂਤਾਂ ਨੂੰ ਬੰਦਗੀ ਕਰਨ ਵਾਲੇ ਦਾਸ ਦਾ ਗੁਲਾਮ ਬਣਾਇਆ ਹੈ ।

The demons of worldly desires dominate and control the whole universe. The True Master has made the demons of worldly desires as slave of His true devotee.

ਜਗਤ ਪਾਸ ਤੇ ਲੇਤੇ ਦਾਨੁ॥ jagat paas tay laytay daan.
ਗੋਬਿੰਦ ਭਗਤ ਕਉ ਕਰਹਿ ਸਲਾਮੁ॥ gobind bhagat ka-o karahi salaam.
ਲੂਟਿ ਲੇਹਿ ਸਾਕਤ ਪਤਿ ਖੋਵਹਿ॥ loot layhi saakat pat khoveh.
ਸਾਧ ਜਨਾ ਪਗ ਮਲਿ ਮਲਿ ਧੋਵਹਿ॥੨॥ saaDh janaa pag mal mal Dhoveh. ||2||

ਉਹ ਜਮਦੂਤ ਸਾਰੇ ਜੀਵਾਂ ਤੋਂ ਹੀ ਚੰਦਾ ਇਕੱਠਾ ਕਰਦੇ ਹਨ । ਪਰ ਬੰਦਗੀ ਕਰਨ ਵਾਲੇ ਦਾਸ ਨੂੰ ਪ੍ਰਨਾਮ ਕਰਦੇ ਹਨ । ਉਹ ਸਾਕਤ ਜੀਵਾਂ ਤੇ ਜ਼ੋਰ ਪਾਉਂਦੇ, ਧਨ ਲੁੱਟਦੇ, ਅਪਮਾਨ ਕਰਦੇ ਹਨ । ਪਰ ਬੰਦਗੀ ਕਰਨ ਵਾਲੇ ਜੀਵਾਂ ਦੇ ਪੈਰ ਧੋਂਦੇ ਹਨ ।

The demons of worldly desires may collect bounty from all worldly creatures; however, they remain slave of His true devotee. They respect, worship, and obey his command. These demons dominate self-minded and non-believers, rob their earnings of good deeds and rebuke them. However, the demons serve His true devotees.

ਪੰਚ ਪੂਤ ਜਣੇ ਇਕ ਮਾਇ॥ panch poot janay ik maa-ay.
ਉਤਭੁਜ ਖੇਲੁ ਕਰਿ ਜਗਤ ਵਿਆਇ॥ ut-bhuj khayl kar jagat vi-aa-ay.
ਤੀਨਿ ਗੁਣਾ ਕੈ ਸੰਗਿ ਰਚਿ ਰਸੇ॥ teen gunaa kai sang rach rasay.
ਇਨ ਕਉ ਛੋਡਿ ਊਪਰਿ ਜਨ ਬਸੇ॥੩॥ in ka-o chhod oopar jan basay. ||3||

ਇਹ ਪੰਜੇਂ ਜਮਦੂਤ ਇੱਕ ਮਾਤਾ ਦੇ ਹੀ ਬੱਚੇ ਹਨ । ਇਹ ਸਾਰੇ ਸੰਸਾਰ ਵਿੱਚ ਹੀ ਆਪਣਾ ਖੇਲ ਕਰਦੇ ਹਨ । ਸੰਸਾਰਕ ਮਾਇਆ ਦੇ ਤਿੰਨਾਂ ਰੂਪਾਂ ਨਾਲ ਰਲਕੇ ਖੁਸ਼ੀ ਮਨਾਉਂਦੇ ਹਨ । ਜਿਹੜਾ ਤਿੰਨਾਂ ਤੇ ਜਿੱਤ ਪਾਉਂਦਾ, ਤਿਆਗ ਦੇਂਦਾ ਹੈ । ਉਹ ਪ੍ਰਭ ਦੀ ਸ਼ਰਣ ਵਿੱਚ ਪ੍ਰਵਾਨ ਹੋ ਜਾਂਦਾ ਹੈ ।

The five demons of worldly desires are children of the same mother. The whole creation dance at their signal. These demons join forces with three virtues of worldly wealth and enjoy their devious game. Whosoever may conquer 5 demons of worldly desires and 3 virtues of worldly wealth; with His mercy and grace, he may be accepted in His Court.

ਕਰਿ ਕਿਰਪਾ ਜਨ ਲੀਏ ਛਡਾਇ॥ kar kirpaa jan lee-ay chhadaa-ay.
ਜਿਸ ਕੇ ਸੇ ਤਿਨਿ ਰਖੇ ਹਟਾਇ॥ Jis kay say tin rakhay hataa-ay.
ਕਹੁ ਨਾਨਕ ਭਗਤਿ ਪ੍ਰਭ ਸਾਰੁ॥ kaho naanak bhagat parabh saar.
ਬਿਨੁ ਭਗਤੀ ਸਭ ਹੋਇ ਖੁਆਰੁ॥ bin bhagtee sabh ho-ay khu-aar.
੪॥੯॥੧੧॥ ||4||9||11||

ਪ੍ਰਭ ਆਪਣੇ ਦਾਸ ਤੇ ਰਹਿਮਤ, ਰਖਿਆ ਦੀ ਨਜ਼ਰ ਬਖਸ਼ਕੇ ਇਹਨਾਂ ਤੋਂ ਬਚਾ ਲੈਂਦਾ ਹੈ । ਬੰਦਗੀ ਕਰਨ ਵਾਲਾ, ਪ੍ਰਭ ਦੀ ਸ਼ਰਣ ਵਿੱਚ ਵਸਦਾ ਹੈ । ਪੰਜੇ ਜਮਦੂਤ ਉਸ ਤੋਂ ਦੂਰ ਰਹਿੰਦੇ ਹਨ । ਜੀਵ ਪ੍ਰਭ ਦੇ ਸ਼ਬਦ ਦੀ ਪਾਲਣਾ ਕਰਨਾ ਉਤਮ ਧੰਦਾ ਹੈ । ਭਰੋਸਾ ਅਡੋਲ ਰਖਕੇ ਸ਼ਬਦ ਦੀ ਪਾਲਣਾ ਕਰੋ! ਸਿਮਰਨ ਤੋਂ ਬਿਨਾਂ ਮਾਨਸ ਜੀਵਨ ਬਿਰਥਾ ਹੀ ਬਤੀਤ ਹੋ ਜਾਂਦਾ ਹੈ ।

With His mercy and grace, His true devotee may be saved from the demons of worldly desires. He may remain intoxicated in the void of His Word in the sanctuary of The True Master. These five demons of worldly desires remain far away from His true devotee. To obey the teachings of His Word may be the supreme chore of human life journey. You should always obey the teachings of His Word with steady and stable belief in your day-to-day life. The human life opportunity may be wasted without meditation.

441.ਗੋਂਡ ਮਹਲਾ ੫॥ 865-13

ਕਲਿ ਕਲੇਸ ਮਿਟੇ ਹਰਿ ਨਾਇ॥ kal kalays mitay har naa-ay.
ਦੁਖ ਬਿਨਸੇ ਸੁਖ ਕੀਨੋ ਠਾਉ॥ dukh binsay sukh keeno thaa-o.
ਜਪਿ ਜਪਿ ਅੰਮ੍ਰਿਤ ਨਾਮੁ ਅਘਾਏ॥ jap jap amrit naam aghaa-ay.
ਸੰਤ ਪ੍ਰਸਾਦਿ ਸਗਲ ਫਲ ਪਾਏ॥੧॥ sant parsaad sagal fal paa-ay. ||1||

ਸ਼ਬਦ ਦੇ ਸਿਮਰਨ ਨਾਲ ਮਨ ਵਿੱਚ ਸੰਸਾਰਕ ਇੱਛਾਂ ਦੀਆਂ ਭਟਕਣਾਂ ਦਾ ਨਾਸ ਹੋ ਜਾਂਦਾ ਹੈ । ਭਰਮ ਖਤਮ ਹੋ ਜਾਂਦੇ, ਮਨ ਵਿੱਚ ਸੰਤੋਖ ਭਰ ਜਾਂਦਾ ਹੈ । ਸਵਾਸ ਸਵਾਸ ਸਿਮਰਨ ਨਾਲ ਸ਼ਬਦ ਰੂਪੀ ਅੰਮ੍ਰਿਤ ਮਨ ਵਿੱਚ ਰਚ ਜਾਂਦਾ ਹੈ । ਮਨ ਵਿੱਚ ਅਨੰਦ ਵਸ ਜਾਦਾ ਹੈ । ਪ੍ਰਭ ਦੀ ਰਹਿਮਤ ਨਾਲ ਸ਼ਬਦ ਦੀ ਕਮਾਈ ਦਾ ਫਲ ਬਖਸ਼ਿਸ਼ ਹੋ ਜਾਂਦਾ ਹੈ ।

Whosoever may be meditating on the teachings of His Word with steady and stable belief in his day-to-day life; with His mercy and grace, all his suspicions and frustrations of worldly desires may be eliminated. He may be overwhelmed with contentment in his worldly environments. Whosoever may meditate on the teachings of His Word with each breath, he may remain drenched with the nectar of the essence of His Word. He may be blessed with pleasure and his earnings of His Word may be rewarded.

ਰਾਮ ਜਪਤ ਜਨ ਪਾਰਿ ਪਰੇ॥ raam japat jan paar paray.
ਜਨਮ ਜਨਮ ਕੇ ਪਾਪ ਹਰੇ॥੧॥ ਰਹਾਉ॥ janam janam kay paap haray. ||1|| rahaa-o.

ਪ੍ਰਭ ਦੇ ਸ਼ਬਦ ਦੀ ਪਾਲਣਾ ਕਰਦਾ, ਜੀਵ ਪ੍ਰਭ ਦੇ ਦਰਬਾਰ ਵਿੱਚ ਪ੍ਰਵਾਨ ਹੋ ਜਾਂਦਾ ਹੈ । ਉਸ ਦੇ ਅਨੇਕਾਂ ਜਨਮਾਂ ਦੇ ਕੀਤੇ ਪਾਪ ਬਖਸ਼ੇ ਜਾਂਦੇ ਹਨ । ਜੂੰਨਾਂ ਦਾ ਚੱਕਰ ਖਤਮ ਹੋ ਜਾਂਦਾ ਹੈ ।

Whosoever may adopt the teachings of His Word with steady and stable belief in his day-to-day life; with His mercy and grace, his sins of previous lives may be forgiven. He may be accepted in His Court and his cycle of birth and death may be eliminated.

ਗੁਰ ਕੇ ਚਰਨ ਰਿਦੈ ਉਰਿ ਧਾਰੇ॥ gur kay charan ridai ur Dhaaray.
ਅਗਨਿ ਸਾਗਰ ਤੇ ਉਤਰੇ ਪਾਰੇ॥ agan saagar tay utray paaray.
ਜਨਮ ਮਰਣ ਸਭ ਮਿਟੀ ਉਪਾਧਿ॥ janam maran sabh mitee upaaDh.
ਪ੍ਰਭ ਸਿਉ ਲਾਗੀ ਸਹਜਿ ਸਮਾਧਿ॥੨॥ parabh si-o laagee sahj samaaDh. ||2||

ਬੰਦਗੀ ਕਰਨ ਵਾਲੇ ਦਾਸ ਦੇ ਮਨ ਵਿੱਚ ਪ੍ਰਭ ਦਾ ਸ਼ਬਦ ਜਾਗਰਤ ਹੋ ਜਾਂਦਾ, ਬਖਸ਼ਿਸ਼ ਹੋ ਜਾਂਦਾ ਹੈ । ਉਹ ਇੱਛਾਂ ਦੀ ਅੱਗ ਦਾ ਭਰਿਆਂ ਸੰਸਾਰਕ ਸਾਗਰ ਪਾਰ ਕਰ ਜਾਂਦਾ ਹੈ । ਉਸ ਦੇ ਜਨਮ ਮਰਨ ਦੇ ਦੁਖ ਖਤਮ ਹੋ ਜਾਂਦੇ ਹਨ । ਜੂੰਨਾਂ ਦਾ ਚੱਕਰ ਖਤਮ ਹੋ ਜਾਂਦਾ ਹੈ । ਉਹ ਸ਼ਬਦ ਦਾ ਸਿਮਰਨ ਕਰਦਾ, ਸ਼ਬਦ ਦੀ ਸਮਾਧੀ ਵਿੱਚ ਵਸਦਾ ਹੈ ।

With His mercy and grace, the essence of His Word may be enlightened within the mind of His true devotee. He may keep the teachings of His Word fresh within his mind in his day-to-day life. With His mercy and grace, he may be saved from the worldly ocean of desires and miseries. All the miseries of birth and death may be eliminated. He remains meditating in the void of His Word.

ਥਾਨ ਥਨੰਤਰਿ ਏਕੋ ਸੁਆਮੀ॥	thaan thanantar ayko su-aamee.
ਸਗਲ ਘਟਾ ਕਾ ਅੰਤਰਜਾਮੀ॥	sagal ghataa kaa antarjaamee.
ਕਰਿ ਕਿਰਪਾ ਜਾ ਕਉ ਮਤਿ ਦੇਇ॥	kar kirpaa jaa ka-o mat day-ay.
ਆਠ ਪਹਰ ਪ੍ਰਭ ਕਾ ਨਾਉ ਲੇਇ॥੩॥	aath pahar parabh kaa naa-o lay-ay. ||3||

ਹਰਇੱਕ ਥਾਂ, ਧਰਤੀ ਅਤੇ ਅਕਾਸ਼ ਦੇ ਵਿੱਚ ਵੀ ਪ੍ਰਭ ਹੀ ਸਮਾਇਆ ਹੋਇਆ ਹੈ । ਉਹ ਹਰਇੱਕ ਮਨ ਦੀ ਅਵਸਥਾ ਦਾ ਅੰਤਰਜਾਮੀ ਹੈ । ਜਿਸ ਨੂੰ ਪ੍ਰਭ ਆਪ ਹੀ ਸੋਝੀ ਬਖਸ਼ਦਾ ਹੈ । ਉਹ ਦਿਨ ਰਾਤ, ਪ੍ਰਭ ਦੇ ਸ਼ਬਦ ਦੀ ਪਾਲਣਾ ਵਿੱਚ ਲੀਨ ਹੋ ਜਾਂਦਾ ਹੈ ।

The Omniscient True Master remains embedded everywhere, in water, in, on, under earth and in sky; he remains aware about the state of mind and unspoken hopes of His Creation. Whosoever may be enlightened with the essence of His Word; with His mercy and grace, he may remain intoxicated in the void of His Word.

ਜਾ ਕੈ ਅੰਤਰਿ ਵਸੈ ਪ੍ਰਭੁ ਆਪਿ॥	jaa kai antar vasai parabh aap.
ਤਾ ਕੈ ਹਿਰਦੈ ਹੋਇ ਪ੍ਰਗਾਸੁ॥	taa kai hirdai ho-ay pargaas.
ਭਗਤਿ ਭਾਇ ਹਰਿ ਕੀਰਤਨੁ ਕਰੀਐ॥	bhagat bhaa-ay har keertan karee-ai.
ਜਪਿ ਪਾਰਬ੍ਰਹਮੁ ਨਾਨਕ ਨਿਸਤਰੀਐ॥	jap paarbarahm naanak nistaree-ai.
੪॥੧੦॥੧੨॥	||4||10||12||

ਜਿਸ ਦੇ ਮਨ ਵਿੱਚ ਪ੍ਰਭ ਦਾ ਸ਼ਬਦ ਜਾਗਰਤ ਹੋ ਜਾਂਦਾ ਹੈ! ਉਸ ਵਿੱਚ ਪ੍ਰਭ ਦੀ ਜੋਤ ਦਾ ਨੂਰ ਚਮਕਦਾ ਹੈ । ਮਨ ਦਾ ਭਰੋਸਾ ਅਡੋਲ ਰਖਕੇ, ਸ਼ਰਧਾ ਨਾਲ ਪ੍ਰਭ ਦੇ ਸ਼ਬਦ ਦੇ ਗੁਣ ਗਾਉਣ ਨਾਲ, ਪ੍ਰਭ ਰਹਿਮਤ ਬਖਸ਼ਕੇ ਪ੍ਰਵਾਨ ਕਰ ਲੈਂਦਾ ਹੈ ।

Whosoever may remain drenched with the essence of the teachings of His Word; he may be bless with eternal, spiritual glow on his forehead. He may sing the glory of His Word with a devotion, steady and stable belief in his day-to-day life; with His mercy and grace, he may be accepted in His Court.

442.ਗੋਂਡ ਮਹਲਾ ੫॥ 865-19

ਗੁਰ ਕੇ ਚਰਨ ਕਮਲ ਨਮਸਕਾਰਿ॥	gur kay charan kamal namaskaar.
ਕਾਮੁ ਕ੍ਰੋਧੁ ਇਸੁ ਤਨ ਤੇ ਮਾਰਿ॥	kaam kroDh is tan tay maar.
ਹੋਇ ਰਹੀਐ ਸਗਲ ਕੀ ਰੀਨਾ॥	ho-ay rahee-ai sagal kee reenaa.
ਘਟਿ ਘਟਿ ਰਮਈਆ	ghat ghat rama-ee-aa
ਸਭ ਮਹਿ ਚੀਨਾ॥੧॥	sabh meh cheenaa.||1||

ਨਿਮ੍ਰਤਾ ਨਾਲ ਪ੍ਰਭ ਦੇ ਸ਼ਬਦ ਰੂਪੀ ਚਰਨਾਂ ਵਿੱਚ ਵਸਣ ਨਾਲ ਮਨ ਵਿਚੋਂ ਕਾਮ, ਕਰੋਧ ਦਾ ਨਾਸ ਹੋ ਜਾਂਦਾ ਹੈ । ਆਪਣੇ ਮਨ ਨੂੰ ਨਿਮਾਣਾ ਬਣਾਉਣ ਨਾਲ, ਇਸ ਅਵਸਥਾ ਵਿੱਚ ਜੀਵਨ ਢਾਲਣ ਨਾਲ, ਉਹ ਹਰਇੱਕ ਜੀਵ ਵਿੱਚ ਹੀ ਪ੍ਰਭ ਨੂੰ ਵਸਦਾ ਮਹਿਸੂਸ ਕਰਦਾ ਹੈ ।

Whosoever may surrender his mind, body, and worldly status at His sanctuary; with His mercy and grace, he may conquer his demons of sexuality and anger from within his mind. Whosoever may humbly adopt the teachings of His Word with steady and stable belief in his day-to-day life; with His mercy and grace, he may realize His Holy Spirit prevailing within everyone and everywhere.

ਇਨ ਬਿਧਿ ਰਮਹੁ ਗੋਪਾਲ ਗੋੁਬਿੰਦੁ॥	in biDh ramhu gopaal gobind.
ਤਨੁ ਧਨੁ ਪ੍ਰਭ ਕਾ ਪ੍ਰਭ ਕੀ ਜਿੰਦੁ॥੧॥ ਰਹਾਉ॥	tan Dhan parabh kaa parabh kee Jind. ||1||rahaa-o.

ਇਸਤਰ੍ਹਾਂ ਦੇ ਜੀਵਨ ਦੇ ਢੰਗ ਨਾਲ ਸੰਸਾਰ ਵਿੱਚ ਜੀਵਨ ਬਤੀਤ ਕਰੋ! ਜੀਵ ਦਾ ਤਨ, ਮਨ, ਸੰਸਾਰਕ ਹੈਸੀਅਤ (ਧਨ) ਸਭ ਪ੍ਰਭ ਦੀ ਅਮਾਨਤ ਹੀ ਹੈ ।

You should adopt such a guiding principle in your worldly life. Your mind, body, and worldly status remains the trust of The True Master, Creator.

ਆਠ ਪਹਰ ਹਰਿ ਕੇ ਗੁਣ ਗਾਉ॥	aath pahar har kay gun gaa-o.
ਜੀਅ ਪ੍ਰਾਨ ਕੋ ਇਹੈ ਸੁਆਉ॥	jee-a paraan ko ihai su-aa-o.
ਤਜਿ ਅਭਿਮਾਨੁ ਜਾਨੁ ਪ੍ਰਭੁ ਸੰਗਿ॥	taj abhimaan jaan parabh sang.
ਸਾਧ ਪ੍ਰਸਾਦਿ ਹਰਿ ਸਿਉ ਮਨੁ ਰੰਗਿ॥੨॥	saaDh parsaad har si-o man rang. ||2||

ਜੀਵ ਦਿਨ ਰਾਤ ਪ੍ਰਭ ਦੇ ਸ਼ਬਦ ਦੇ ਗੁਣ ਗਾਵੋ! ਮਾਨਸ ਜੀਵਨ ਦਾ ਇਹ ਹੀ ਮੰਤਵ ਹੈ, ਅਸਲੀ ਧੰਦਾ ਹੈ । ਜਿਹੜਾ ਜੀਵ ਆਪਣੇ ਮਨ ਵਿਚੋਂ ਅਹੰਕਾਰ ਨੂੰ ਤਿਆਗ ਦੇਂਦਾ ਹੈ । ਉਹ ਪਭ ਦੀ ਹੋਂਦ ਮਹਿਸੂਸ ਕਰ ਲੈਂਦਾ ਹੈ, ਪ੍ਰਭ ਨੂੰ ਜਾਣ ਜਾਂਦਾ ਹੈ । ਪ੍ਰਭ ਦੀ ਰਹਿਮਤ ਦੀ ਨਜ਼ਰ ਨਾਲ ਸ਼ਬਦ ਦਾ ਰੰਗ ਮਨ ਤੇ ਚੜ੍ਹ ਜਾਂਦਾ ਹੈ ।

You should sing the glory of The True Master day and night. This may be the real purpose of human life opportunity. Whosoever may conquer his own ego of worldly status from within; with His mercy and grace, he may realize the existence of The Holy Spirit prevailing everywhere. He may be enlightened with the real purpose of his human life blessing.

ਜਿਨਿ ਤੂੰ ਕੀਆ ਤਿਸ ਕਉ ਜਾਨੁ॥	Jin tooN kee-aa tis ka-o jaan.
ਆਗੈ ਦਰਗਹ ਪਾਵੈ ਮਾਨੁ॥	aagai dargeh paavai maan.
ਮਨੁ ਤਨੁ ਨਿਰਮਲ ਹੋਇ ਨਿਹਾਲੁ॥	man tan nirmal ho-ay nihaal.
ਰਸਨਾ ਨਾਮੁ ਜਪਤ ਗੋਪਾਲ॥੩॥	rasnaa naam japat gopaal. ||3||

ਜਿਹੜਾ ਜੀਵ ਪੈਦਾ ਕਰਨ ਵਾਲੇ ਮਾਲਕ ਨੂੰ ਜਾਣ ਜਾਂਦਾ ਹੈ । ਉਸ ਨੂੰ ਮੌਤ ਪਿਛੋਂ ਵੀ ਮਾਣ ਬਖਸ਼ਿਸ਼ ਹੁੰਦਾ ਹੈ । ਪ੍ਰਭ ਦਰਬਾਰ ਵਿੱਚ ਸੋਭਾ ਬਖਸ਼ਦਾ ਹੈ । ਉਸ ਦਾ ਮਨ, ਤਨ, ਆਤਮਾ ਪਵਿੱਤਰ ਹੋ ਜਾਂਦੀ ਹੈ, ਮਨ ਵਿੱਚ ਖੇੜਾ ਵਸਦਾ ਹੈ । ਪ੍ਰਭ ਦੇ ਸ਼ਬਦ ਦੇ ਬੋਲ ਉਸ ਦੀ ਰਸਨਾ ਤੇ ਆਉਂਦੇ ਹਨ । ਉਹ ਜੀਭ ਨਾਲ ਪ੍ਰਭ ਦੇ ਸ਼ਬਦ ਦੇ ਗੁਣ ਗਾਉਂਦਾ, ਪ੍ਰਭ ਦੀ ਜੋਤ ਵਿੱਚ ਅਭੇਦ ਹੋ ਜਾਂਦਾ ਹੈ ।

Whosoever may remember the real purpose of his human life opportunity; he may know The True Master. With His mercy and grace, he may be blessed with honor in His Court after death. His mind, body, and soul may be sanctified and he may be blessed with blossom within his heart. The sermons of His Word remain overwhelmed on his tongue and he sings the glory of His Word with his tongue. The Merciful True Master of forgiveness may keep him steady and stable on the right path of obeying His Word, he may immerse within His Holy Spirit.

ਕਰਿ ਕਿਰਪਾ ਮੇਰੇ ਦੀਨ ਦਇਆਲਾ॥	kar kirpaa mayray deen da-i-aalaa.
ਸਾਧੂ ਕੀ ਮਨੁ ਮੰਗੈ ਰਵਾਲਾ॥	saaDhoo kee man mangai ravaalaa.
ਹੋਹੁ ਦਇਆਲ ਦੇਹੁ ਪ੍ਰਭ ਦਾਨੁ॥	hohu da-i-aal dayh parabh daan.

ਨਾਨਕੁ ਜਪਿ ਜੀਵੈ ਪ੍ਰਭ ਨਾਮੁ॥ ੪॥੧੧॥੧੩॥ naanak jap jeevai parabh naam. ||4||11||13||

ਉਹ ਪ੍ਰਭ ਅੱਗੇ ਇੱਕ ਹੀ ਅਰਦਾਸ ਕਰਦਾ ਹੈ । ਮੇਰੇ ਮਨ ਵਿੱਚ ਸੰਤਾਂ ਦੇ ਚਰਨਾਂ ਦੀ ਧੂੜ ਪਾਉਣ ਦੀ ਇੱਛਾ ਸਦਾ ਹੀ ਭਰੀ ਰਹੇ । ਪ੍ਰਭ ਆਪ ਹੀ ਰਹਿਮਤ ਬਖਸ਼ਦਾ ਹੈ । ਜੀਵ ਨੂੰ ਪ੍ਰਭ ਦੇ ਸ਼ਬਦ ਦੇ ਲੜ ਲਾਉਂਦਾ ਹੈ । ਉਹ ਸ਼ਬਦ ਦੇ ਗੁਣ ਗਾਉਂਦਾ, ਸ਼ਬਦ ਦੀ ਸਮਾਧੀ ਵਿੱਚ ਵਸਦਾ ਹੈ ।

His true devotee may have only one desire within his mind. I may always remain anxious to be blessed with the dust of the feet of Your Holy saint, the essence of the teachings of His Word. With His mercy and grace, he may be attached to meditate on the teachings of His Word. He remains intoxicated singing the glory in the void of His Word.

443.ਗੋਂਡ ਮਹਲਾ ੫॥ 866-7

ਧੂਪ ਦੀਪ ਸੇਵਾ ਗੋਪਾਲ॥ Dhoop deep sayvaa gopaal.
ਅਨਿਕ ਬਾਰ ਬੰਦਨ ਕਰਤਾਰ॥ anik baar bandan kartaar.
ਪ੍ਰਭ ਕੀ ਸਰਣਿ ਗਹੀ ਸਭ ਤਿਆਗਿ॥ parabh kee saran gahee sabh ti-aag.
ਗੁਰ ਸੁਪ੍ਰਸੰਨ ਭਏ ਵਡ ਭਾਗਿ॥੧॥ gur suparsan bha-ay vad bhaag. ||1||

ਉਹ ਆਪਣੀ ਸ਼ਰਧਾ ਨੂੰ ਧੂਪ ਬਣਾਕੇ ਸ਼ਬਦ ਦੀ ਪਾਲਣਾ, ਸ੍ਰਿਸ਼ਟੀ ਸੇਵਾ ਕਰਦਾ ਹਾ । ਬਾਰ ਬਾਰ ਪ੍ਰਭ ਦੇ ਸ਼ਬਦ ਤੋਂ ਕੁਰਬਾਨ ਜਾਂਦਾ, ਪ੍ਰਨਾਮ ਕਰਦਾ, ਧੰਨਵਾਦ ਕਰਦਾ ਹਾ । ਮੇਰੇ ਵੱਡੇ ਭਾਗ ਹੋ ਗਏ ਹਨ! ਆਪਣੀਆਂ ਸਾਰੀਆਂ ਸੰਸਾਰਕ ਇੱਛਾਂ ਤਿਆਗਕੇ ਪ੍ਰਭ ਤੇਰੀ ਸ਼ਰਣ ਵਿੱਚ ਆਇਆ ਹਾ । ਪ੍ਰਭ ਨੇ ਰਹਿਮਤ ਦੀ ਨਜ਼ਰ ਬਖਸ਼ੀ ਹੈ । ਮਨ ਵਿੱਚ ਸੰਤੋਖ ਭਰ ਗਿਆ ਹੈ ।

His true devotee may consider his devotion as an aroma, fragrance stick to obey the teachings of His Word and serves His Creation. I remain fascinated and astonished from the teachings of His Word, worship and remains gratitude for His blessings. With His mercy and grace, my prewritten destiny has been rewarded to conquer my worldly desires. I have surrendered my mind, body, and worldly status at His sanctuary; with His mercy and grace, I have been overwhelmed with contentment.

ਆਠ ਪਹਰ ਗਾਈਐ ਗੋਬਿੰਦੁ॥ aath pahar gaa-ee-ai gobind.
ਤਨੁ ਧਨੁ ਪ੍ਰਭ ਕਾ ਪ੍ਰਭ ਕੀ ਜਿੰਦੁ॥੧॥ ਰਹਾਉ॥ tan Dhan parabh kaa parabh kee Jind. ||1|| rahaa-o.

24 ਘੰਟੇ, ਦਿਨ ਰਾਤ ਪ੍ਰਭ ਦੇ ਸ਼ਬਦ ਦੇ ਗੁਣ ਗਾਵੋ! ਸ਼ਬਦ ਦੀ ਪਾਲਣਾ ਕਰੋ! ਜੀਵ ਦਾ ਤਨ, ਸੰਸਾਰਕ ਹੈਸੀਅਤ (ਧਨ) ਸਭ ਪ੍ਰਭ ਦੀ ਅਮਾਨਤ ਹੀ ਹੈ ।

You should sing the glory and obey the teachings of His Word with steady and stable belief day and night. Your body, mind, worldly status, and capital of breaths remain only His trust.

ਹਰਿ ਗੁਣ ਰਮਤ ਭਏ ਆਨੰਦ॥ har gun ramat bha-ay aanand.
ਪਾਰਬ੍ਰਹਮ ਪੂਰਨ ਬਖਸੰਦ॥ paarbarahm pooran bakhsand.
ਕਰਿ ਕਿਰਪਾ ਜਨ ਸੇਵਾ ਲਾਏ॥ kar kirpaa jan sayvaa laa-ay.
ਜਨਮ ਮਰਣ ਦੁਖ ਮੇਟਿ ਮਿਲਾਏ॥੨॥ janam maran dukh mayt milaa-ay. ||2||

ਪ੍ਰਭ ਦੇ ਸ਼ਬਦ ਦੇ ਗੁਣ ਗਾਉਂਦੇ ਮਨ ਵਿਚ ਖੇੜਾ ਘਰ ਕਰ ਜਾਂਦਾ ਹੈ । ਪ੍ਰਭ ਹੀ ਜੀਵ ਦੀਆ ਭੁਲਾਂ ਬਖਸ਼ਣ ਵਾਲਾ ਅਸਲੀ ਮਾਲਕ ਹੈ । ਆਪ ਹੀ ਰਹਿਮਤ ਬਖਸ਼ਕੇ ਜੀਵ ਨੂੰ ਸ਼ਬਦ ਦੇ ਲੜ ਲਾਉਦਾ ਹੈ । ਜੀਵ ਸ਼ਬਦ ਦੀ ਪਾਲਨਾ ਵਿਚ ਅਡੋਲ ਹੋਇਆ, ਪ੍ਰਭ ਦੀ ਜੋਤ ਵਿਚ ਅਭੇਦ ਹੋ ਜਾਂਦਾ ਹੈ।

Whosoever may sing the glory of His Word; with His mercy and grace, he may be overwhelmed with blossom within his mind. The Merciful True Master, forgiver of sins may attach His true devotee to obey the teachings of His Word. Whosoever may remain intoxicated in obeying the teachings of His Word; with His mercy and grace, he may immerse within His Holy Spirit.

ਕਰਮ ਧਰਮ ਇਹੁ ਤਤੁ ਗਿਆਨੁ॥	karam Dharam ih tat gi-aan.
ਸਾਧਸੰਗਿ ਜਪੀਐ ਹਰਿ ਨਾਮੁ॥	saaDhsang japee-ai har naam.
ਸਾਗਰ ਤਰਿ ਬੋਹਿਥ ਪ੍ਰਭ ਚਰਣ॥	saagar tar bohith parabh charan.
ਅੰਤਰਜਾਮੀ ਪ੍ਰਭ ਕਾਰਣ ਕਰਣ॥੩॥	antarjaamee parabh kaaran karan. ||3||

ਸ਼ਬਦ ਦੀ ਪਾਲਣਾ ਹੀ ਇੱਕੋ ਇੱਕ ਵਿਧੀ ਹੈ । ਜਿਸ ਨਾਲ ਚੰਗੇ ਕੰਮਾਂ, ਸੰਸਾਰਕ ਭਲਾਈ ਦੇ ਕੰਮਾਂ ਦਾ ਫਲ ਬਖਸ਼ਿਸ਼ ਹੋ ਸਕਦਾ ਹੈ । ਸ਼ਬਦ ਦੀ ਸੋਝੀ ਬਖਸ਼ਿਸ਼ ਹੋ ਸਕਦੀ ਹੈ । ਬੰਦਗੀ ਕਰਨ ਵਾਲੇ ਦੀ ਸੰਗਤ ਵਿੱਚ ਰਲਕੇ ਸ਼ਬਦ ਦੇ ਗੁਣ ਗਾਵੋ! ਸ਼ਬਦ ਦੀ ਪਾਲਣਾ ਕਰੋ! ਪ੍ਰਭ ਦੇ ਸ਼ਬਦ ਰੂਪੀ ਚਰਨ ਹੀ ਉਹ ਕਿਸ਼ਤੀ ਹੈ । ਜਿਹੜੀ ਜੀਵ ਨੂੰ ਸੰਸਾਰਕ ਸਾਗਰ ਦੇ ਪਾਰ ਕਰ ਸਕਦੀ ਹੈ । ਅੰਤਰਜਾਮੀ ਪ੍ਰਭ ਹੀ ਸਭ ਕਾਰਨਾ ਦਾ ਕਰਨ ਵਾਲਾ ਅਸਲੀ ਮਾਲਕ ਹੈ ।

To obey the teachings of His Word with steady and stable belief in day-to-day life, may be a unique technique. With His mercy and grace, his good deeds for service of His Creation may be rewarded. He may be blessed with enlightenment of His Word. You should join the conjugation of His true devotee and sing the glory and obey the teachings of His Word. The enlightenment of the essence of His Word may be a boat to save his soul in the ocean of worldly desires. The Omniscient True Master, creates the purpose of all events in the universe.

ਰਾਖਿ ਲੀਏ ਅਪਨੀ ਕਿਰਪਾ ਧਾਰਿ॥	raakh lee-ay apnee kirpaa Dhaar.
ਪੰਚ ਦੂਤ ਭਾਗੇ ਬਿਕਰਾਲ॥	panch doot bhaagay bikraal.
ਜੂਐ ਜਨਮੁ ਨ ਕਬਹੂ ਹਾਰਿ॥	joo-ai janam na kabhoo haar.
ਨਾਨਕ ਕਾ ਅੰਗੁ ਕੀਆ ਕਰਤਾਰਿ॥	naanak kaa ang kee-aa kartaar.
੪॥੧੨॥੧੪॥	||4||12||14||

ਪ੍ਰਭ ਨੇ ਆਪਣੀ ਰਹਿਮਤ ਦੀ ਨਜ਼ਰ ਬਖਸ਼ਕੇ ਰਖਿਆ ਕੀਤੀ ਹੈ । ਇੱਛਾਂ ਦੇ ਪੰਜੇਂ ਜਮਦੂਤ ਨਾਸ ਹੋ ਗਏ ਹਨ । ਹੁਣ ਮੇਰਾ ਮਾਨਸ ਜਨਮ ਬਿਰਥਾ ਬਤੀਤ ਨਹੀਂ ਹੁੰਦਾ । ਪ੍ਰਭ ਆਪ ਹੀ ਮੇਰਾ ਰਖਵਾਲਾ ਬਣ ਗਿਆ ਹੈ ।

The Merciful True Master with His mercy and grace has protected me and eliminated 5 demons of worldly desires. Now my priceless human life journey may not be wasted uselessly. The True Master has become my protector, savior.

444.ਗੋਂਡ ਮਹਲਾ ੫॥ 866-13

ਕਰਿ ਕਿਰਪਾ ਸੁਖ ਅਨਦ ਕਰੇਇ॥	kar kirpaa sukh anad karay-i.
ਬਾਲਕ ਰਾਖਿ ਲੀਏ ਗੁਰਦੇਵਿ॥	baalak raakh lee-ay gurdayv.
ਪ੍ਰਭ ਕਿਰਪਾਲ ਦਇਆਲ ਗੋੁਬਿੰਦ॥	parabh kirpaal da-i-aal gobind.
ਜੀਅ ਜੰਤ ਸਗਲੇ ਬਖਸਿੰਦ॥੧॥	jee-a jant saglay bakhsind. ||1||

ਪ੍ਰਭ ਨੇ ਰਹਿਮਤ ਦੀ ਨਜ਼ਰ ਬਖਸ਼ਕੇ ਮਨ ਵਿੱਚ ਸੰਤੋਖ, ਅਨੰਦ ਬਖਸ਼ਿਆ ਹੈ । ਪ੍ਰਭ ਨੇ ਆਪਣੇ ਦਾਸ ਦੀ ਆਪ ਹੀ ਰਖਿਆ ਕੀਤੀ ਹੈ । ਤਰਸਵਾਨ ਪ੍ਰਭ ਸਾਰੀ ਸ੍ਰਿਸ਼ਟੀ ਦਾ ਹੀ ਅਸਲੀ ਮਾਲਕ ਹੈ । ਉਹ ਆਪਣੇ ਸਾਰੇ ਜੀਵਾਂ ਤੇ ਹੀ ਰਹਿਮਤਾਂ ਬਖਸ਼ਦਾ ਹੈ ।

The True Master with His mercy and grace, has blessed pleasure and contentment within my mind. I have been accepted as His true devotee in His sanctuary, protection. The Merciful True Master always bestows His virtues on His Creation.

ਤੇਰੀ ਸਰਣਿ ਪ੍ਰਭ ਦੀਨ ਦਇਆਲ॥ tayree saran parabh deen da-i-aal.
ਪਾਰਬ੍ਰਹਮ ਜਪਿ ਸਦਾ ਨਿਹਾਲ॥੧॥ ਰਹਾਉ॥ paarbarahm jap sadaa nihaal. ||1|| rahaa-o.

ਰਹਿਮਤ ਦੇ ਮਾਲਕ, ਤੇਰੀ ਸ਼ਰਣ ਵਿੱਚ ਆਇਆ ਹਾ । ਪਨਾਹ ਬਖਸ਼ੋ! ਸ਼ਬਦ ਦਾ ਸਿਮਰਨ ਕਰਦੀ ਆਤਮਾ ਤੇਰੀ ਰਹਿਮਤ ਨਾਲ ਖੇੜੇ ਵਿੱਚ ਵਸਦੀ ਹੈ । ਅਮਰ ਅਵਸਥਾ ਬਖਸ਼ਿਸ਼ ਹੋ ਜਾਂਦੀ ਹੈ ।

The Merciful True Master, I have surrendered my mind, body, and worldly status at Your sanctuary. I remain intoxicated in meditation in the void of Your Word; with Your mercy and grace, my mind remains overwhelmed with blossom. I have been blessed with immortal state of mind.

ਪ੍ਰਭ ਦਇਆਲ ਦੂਸਰ ਕੋਈ ਨਾਹੀ॥ parabh da-i-aal doosar ko-ee naahee.
ਘਟ ਘਟ ਅੰਤਰਿ ਸਰਬ ਸਮਾਹੀ॥ ghat ghat antar sarab samaahee.
ਅਪਨੇ ਦਾਸ ਕਾ ਹਲਤੁ ਪਲਤੁ ਸਵਾਰੈ॥ apnay daas kaa halat palat savaarai.
ਪਤਿਤ ਪਾਵਨ ਪ੍ਰਭ ਬਿਰਦੁ ਤੁਮ੍ਾਰੈ॥੨॥ patit paavan parabh birad tumHaarai.|2||

ਪ੍ਰਭ ਦੀ ਜੋਤ ਹੀ ਹਰਇੱਕ ਤਨ ਵਿੱਚ ਸਮਾਈ ਹੈ । ਪ੍ਰਭ ਤੋ ਬਿਨਾਂ ਹੋਰ ਕੁਝ ਨਹੀ ਹੈ । ਉਹ ਆਪਣੇ ਦਾਸ ਨੂੰ ਸਿੱਧੇ ਰਸਤੇ ਤੇ ਪਾਉਂਦਾ ਹੈ, ਜਨਮ ਸਫਲ ਕਰ ਦੇਂਦਾ ਹੈ । ਪ੍ਰਭ ਆਪਣੇ ਦਾਸਾਂ ਦੇ ਪਾਪ ਬਖਸ਼ਕੇ ਸ਼ਬਦ ਦੀ ਪਾਲਣਾ ਤੇ ਲਾਉਂਦਾ ਹੈ ।

The Holy Spirit remains embedded within each soul. Nothing may happen in the universe without His command, His blessings. The Merciful True Master may guide His true devotee on the right path. He may be blessed with success in his human life journey. The True Master may forgive the sins of His true devotee. He may be inspired to obey the teachings of His Word in day-to-day life.

ਅਉਖਧ ਕੋਟਿ ਸਿਮਰਿ ਗੋਬਿੰਦ॥ a-ukhaDh kot simar gobind.
ਤੰਤੁ ਮੰਤੁ ਭਜੀਐ ਭਗਵੰਤ॥ tant mant bhajee-ai bhagvant.
ਰੋਗ ਸੋਗ ਮਿਟੇ ਪ੍ਰਭ ਧਿਆਏ॥ rog sog mitay parabh Dhi-aa-ay.
ਮਨ ਬਾਂਛਤ ਪੂਰਨ ਫਲ ਪਾਏ॥੩॥ man baaNchhat pooran fal paa-ay. ||3||

ਪ੍ਰਭ ਦੇ ਸ਼ਬਦ ਦਾ ਸਿਮਰਨ ਹੀ ਲੱਖਾਂ ਸੰਸਾਰਕ ਇੱਛਾਂ ਦੇ ਰੋਗਾ ਦਾ ਇਲਾਜ ਹੈ । ਸਭ ਜੰਤਰ ਮੰਤਰ ਪ੍ਰਭ ਦੇ ਸ਼ਬਦ ਦੀ ਪਾਲਣਾ ਵਿੱਚ ਹੀ ਹਨ । ਪ੍ਰਭ ਦੇ ਸ਼ਬਦ ਦੀ ਪਾਲਣਾ ਕਰਨ ਨਾਲ ਮਨ ਦੇ ਭਰਮ ਨਾਸ, ਦੁਖ ਦੂਰ ਹੋ ਜਾਂਦੇ ਹਨ । ਜੀਵ ਮਨ ਦੀਆਂ ਮੁਰਾਦਾ ਪੂਰੀਆਂ ਕਰ ਲੈਂਦਾ ਹੈ ।

To meditate with steady and stable on His blessings, judgement may be the real cure of all miseries of worldly desires. All the miracle powers remain embedded in obeying the teachings of His Word with steady and stable belief in day-to-day life. All his suspicions may be eliminated from his mind; with His mercy and grace, all his spoken and unspoken desires may be satisfied.

ਕਰਨ ਕਾਰਨ ਸਮਰਥ ਦਇਆਰ॥ karan kaaran samrath da-i-aar.
ਸਰਬ ਨਿਧਾਨ ਮਹਾ ਬੀਚਾਰ॥ sarab niDhaan mahaa beechaar.
ਨਾਨਕ ਬਖਸਿ ਲੀਏ ਪ੍ਰਭਿ ਆਪਿ॥ naanak bakhas lee-ay parabh aap.
ਸਦਾ ਸਦਾ ਏਕੋ ਹਰਿ ਜਾਪਿ॥ ੪॥੧੩॥੧੫॥ sadaa sadaa ayko har jaap. ||4||13||15||

ਸਭ ਕੰਮਾਂ ਦਾ ਕਰਨ ਕਰਵਾਉਣ ਵਾਲਾ ਮਾਲਕ ਪ੍ਰਭ ਆਪ ਹੀ ਹੈ । ਸ਼ਬਦ ਨੂੰ ਮਨ ਵਿੱਚ ਜਾਗਰਤ ਕਰਨ ਨਾਲ, ਸੋਝੀ ਦੇ ਖਜ਼ਾਨੇ ਬਖਸ਼ਿਸ਼ ਹੋ ਜਾਂਦੇ ਹਨ । ਜੀਵ ਸਵਾਸ ਸਵਾਸ ਪ੍ਰਭ ਦੇ ਸ਼ਬਦ ਦਾ ਸਿਮਰਨ ਕਰੋ! ਜੀਭ ਨਾਲ ਉਸ ਦੇ ਗੁਣ ਗਾਵੋ!

The Omnipotent True Master creates all purposes of events in the universe. He prevails in every event to conclude successfully. Whosoever may adopt the teachings of His Word with steady and stable belief in his day-to-day life; with His mercy and grace, he may be blessed with treasures of enlightenments of the essence of His Word. You should always with each breath meditate on the teachings of His Word. You should sing the glory of His Word with your tongue.

445.ਗੋਂਡ ਮਹਲਾ ੫॥ 866-19

ਹਰਿ ਹਰਿ ਨਾਮੁ ਜਪਹੁ ਮੇਰੇ ਮੀਤ॥ har har naam japahu mayray meet.
ਨਿਰਮਲ ਹੋਇ ਤੁਮ੍ਹਾਰਾ ਚੀਤ॥ nirmal ho-ay tumHaaraa cheet.
ਮਨ ਤਨ ਕੀ ਸਭ ਮਿਟੈ ਬਲਾਇ॥ man tan kee sabh mitai balaa-ay.
ਦੂਖੁ ਅੰਧੇਰਾ ਸਗਲਾ ਜਾਇ॥੧॥ dookh anDhayraa saglaa jaa-ay. ||1||

ਪ੍ਰਭ ਦੇ ਸ਼ਬਦ ਦਾ ਸਿਮਰਨ ਕਰੋ! ਇਸ ਨਾਲ ਮਨ ਵਿਚੋਂ ਬੁਰੇ ਖਿਆਲ ਦੂਰ ਹੋ ਜਾਂਦੇ, ਮਨ ਪਵਿੱਤਰ ਹੋ ਜਾਂਦਾ ਹੈ । ਜੀਵ ਦੇ ਤਨ, ਮਨ ਦੇ ਸਾਰੇ ਮੰਦੇ ਭਾਗ ਦੂਰ ਹੋ ਜਾਂਦੇ, ਖਤਮ ਹੋ ਜਾਂਦੇ ਹਨ । ਸਾਰੇ ਭਰਮ ਦੂਰ ਹੋ ਜਾਂਦੇ ਹਨ । ਮਨ ਵਿਚੋਂ ਅਗਿਆਨਤਾ ਦਾ ਅੰਧੇਰਾ ਦੂਰ ਹੋ ਜਾਂਦਾ ਹੈ ।

You should meditate on the teachings of His Word; with His mercy and grace, all evil thoughts of your mind may be eliminated and your soul may be sanctified. All misfortunes and suspicions of your mind and body may be eliminated; with His mercy and grace, the ignorance of your mind from the teachings of His Word may be eliminated.

ਹਰਿ ਗੁਣ ਗਾਵਤ ਤਰੀਐ ਸੰਸਾਰੁ॥ har gun gaavat taree-ai sansaar.
ਵਡ ਭਾਗੀ ਪਾਈਐ ਪੁਰਖੁ ਅਪਾਰੁ॥੧॥ ਰਹਾਉ॥ vad bhaagee paa-ee-ai purakh apaar. ||1|| rahaa-o.

ਜਿਹੜਾ ਸ਼ਬਦ ਦਾ ਸਿਮਰਨ ਕਰਦਾ, ਗੁਣ ਗਾਉਂਦਾ ਹੈ, ਉਹ ਸੰਸਾਰਕ ਸਾਗਰ ਪਾਰ ਕਰ ਜਾਂਦਾ ਹੈ । ਉਸ ਦੇ ਵੱਡੇ ਭਾਗ ਹੋ ਜਾਂਦੇ ਹਨ, ਸ਼ਬਦ ਮਨ ਵਿੱਚ ਜਾਗਰਤ ਹੋ ਜਾਂਦਾ ਹੈ । ਰਹਿਮਤ ਦੀ ਨਜ਼ਰ ਬਖਸ਼ਿਸ਼ ਹੋ ਜਾਂਦੀ ਹੈ ।

Whosoever may meditate and sings the glory of His Word; with His mercy and grace, he may be saved from the worldly ocean of desires. He may become fortunate and enlightened with the essence of His Word. He remains overwhelmed with His mercy and grace.

ਜੋ ਜਨੁ ਕਰੈ ਕੀਰਤਨੁ ਗੋਪਾਲ॥ jo jan karai keertan gopaal.
ਤਿਸ ਕਉ ਪੋਹਿ ਨ ਸਕੈ ਜਮਕਾਲੁ॥ tis ka-o pohi na sakai jamkaal.
ਜਗ ਮਹਿ ਆਇਆ ਸੋ ਪਰਵਾਣੁ॥ jag meh aa-i-aa so parvaan.
ਗੁਰਮੁਖਿ ਅਪਨਾ ਖਸਮੁ ਪਛਾਣੁ॥੨॥ gurmukh apnaa khasam pachhaan. ||2||

ਜਿਹੜਾ ਜੀਵ ਮਨੋ ਪ੍ਰਭ ਦੇ ਸ਼ਬਦ ਦੇ ਗੁਣ ਗਾਉਂਦਾ ਹੈ । ਉਹ ਨੂੰ ਮੌਤ ਦਾ ਜਮਦੂਤ ਛੋਹ ਵੀ ਨਹੀਂ ਸਕਦਾ । ਬੰਦਗੀ ਕਰਨ ਵਾਲੇ ਜੀਵ ਨੂੰ ਗੁਰਮਖ ਅਵਸਥਾ ਬਖਸ਼ਿਸ਼ ਹੋ ਜਾਂਦੀ ਹੈ । ਉਹ ਪ੍ਰਭ ਦੀ ਸ਼ਰਣ ਵਿੱਚ ਵਸਦਾ ਹੈ । ਉਸ ਦਾ ਜੂੰਨਾਂ ਦਾ ਚੱਕਰ ਖਤਮ ਹੋ ਜਾਂਦਾ ਹੈ ।

Whosoever may wholeheartedly sing the glory of His Word with steady and stable belief in his day-to-day life; with His mercy and grace, his soul may become beyond the reach of devil of death. He may be blessed with a state of mind as His true devotee. He may remain intoxicated in the void of His Word and his cycle of birth and death may be eliminated.

ਹਰਿ ਗੁਣ ਗਾਵੈ ਸੰਤ ਪ੍ਰਸਾਦਿ॥ har gun gaavai sant parsaad.
ਕਾਮ ਕ੍ਰੋਧ ਮਿਟਹਿ ਉਨਮਾਦ॥ kaam kroDh miteh unmaad.
ਸਦਾ ਹਜੂਰਿ ਜਾਣੁ ਭਗਵੰਤ॥ sadaa hajoor jaan bhagvant.
ਪੂਰੇ ਗੁਰ ਕਾ ਪੂਰਨ ਮੰਤ॥੩॥ pooray gur kaa pooran mant. ||3||

ਜਿਸ ਤੇ ਪ੍ਰਭ ਦੀ ਰਹਿਮਤ ਦੀ ਨਜ਼ਰ ਬਖਸ਼ਿਸ਼ ਹੋ ਜਾਂਦੀ ਹੈ । ਉਸ ਦਾ ਧਿਆਨ ਸ਼ਬਦ ਦੇ ਗੁਣ ਗਾਉਣ ਵਿੱਚ ਅਡੋਲ ਹੁੰਦਾ ਹੈ । ਉਸ ਦੇ ਮਨ ਵਿਚੋਂ ਕਾਮ ਵਾਸ਼ਨਾ, ਕਰੋਧ, ਪਾਗਲ ਪਨ ਦਾ ਨਾਸ ਹੋ ਜਾਂਦਾ ਹੈ । ਉਹ ਪ੍ਰਭ ਨੂੰ ਸਦਾ ਹੀ ਹਾਜਰਾ ਹਜ਼ੂਰ ਮਹਿਸੂਸ ਕਰਦਾ ਹੈ । ਪੂਰਨ ਪ੍ਰਭ ਦਾ ਸ਼ਬਦ ਹੀ ਪੂਰਨ ਮੰਤ੍ਰ ਹੈ ।

Whosoever may be blessed with His mercy and grace, he may remain focused in meditating and singing the glory of His Word. The demons of sexuality and anger may be eliminated from his mind. He may realize His Holy Spirit prevailing everywhere. His Word may be a unique perfect mantra to sanctify your soul to become worthy of His consideration.

ਹਰਿ ਧਨੁ ਖਾਟਿ ਕੀਏ ਭੰਡਾਰ॥ har Dhan khaat kee-ay bhandaar.
ਮਿਲਿ ਸਤਿਗੁਰ ਸਭਿ ਕਾਜ ਸਵਾਰ॥ mil satgur sabh kaaj savaar.
ਹਰਿ ਕੇ ਨਾਮ ਰੰਗ ਸੰਗਿ ਜਾਗਾ॥ har kay naam rang sang jaagaa.
ਹਰਿ ਚਰਣੀ ਨਾਨਕ ਮਨੁ ਲਾਗਾ॥ har charnee naanak man laagaa.
੪॥੧੪॥੧੬॥ ||4||14||16||

ਪ੍ਰਭ ਦੇ ਸ਼ਬਦ ਦੀ ਪਾਲਣਾ ਕਰਕੇ, ਸ਼ਬਦ ਦੀ ਕਮਾਈ ਦਾ ਧਨ ਇਕੱਠਾ ਕਰਦਾ ਹੈ । ਸ਼ਬਦ ਮਨ ਵਿੱਚ ਜਾਗਰਤ ਹੋਣ ਨਾਲ ਮਾਨਸ ਜਨਮ ਦੇ ਧੰਦੇ ਸਫਲ ਹੋ ਜਾਂਦੇ ਹਨ । ਮਾਨਸ ਯਾਤਰਾ ਸਫਲ ਹੋ ਜਾਂਦੀ ਹੈ । ਪ੍ਰਭ ਦਾ ਸ਼ਬਦ ਮਨ ਵਿੱਚ ਜਾਗਰਤ ਰਹਿੰਦਾ ਹੈ । ਉਹ ਸਦਾ ਹੀ ਸੁਚੇਤ ਰਹਿੰਦਾ ਹੈ । ਸਵਾਸ ਸਵਾਸ ਸ਼ਬਦ ਦਾ ਸਿਮਰਨ ਕਰਦਾ, ਸ਼ਬਦ ਦੀ ਸਮਾਧੀ ਵਿੱਚ ਵਸਦਾ ਹੈ ।

His true devotee may obey the teachings of His Word and earns the wealth of His Word. The essence of His Word remains enlightened within his mind in his day-to-day life. His human life opportunity may be rewarded. The essence of His Word remains enlightened within his mind. He remains awake and alert in his meditation. He remains intoxicated in meditation in the void of His Word.

446.ਗੋਂਡ ਮਹਲਾ ੫॥ 867-6

ਭਵ ਸਾਗਰ ਬੋਹਿਥ ਹਰਿ ਚਰਣ॥ bhav saagar bohith har charan.
ਸਿਮਰਤ ਨਾਮੁ ਨਾਹੀ ਫਿਰਿ ਮਰਣ॥ simrat naam naahee fir maran.
ਹਰਿ ਗੁਣ ਰਮਤ ਨਾਹੀ ਜਮ ਪੰਥ॥ har gun ramat naahee jam panth.
ਮਹਾ ਬੀਚਾਰ ਪੰਚ ਦੂਤਹ ਮੰਥ॥੧॥ mahaa beechaar panch dootah manth. ||1||

ਪ੍ਰਭ ਦੇ ਸ਼ਬਦ ਰੂਪੀ ਚਰਨ ਹੀ ਭਿਆਨਕ ਸੰਸਾਰਕ ਸਾਗਰ ਪਾਰ ਜਾਣ ਵਾਲੀ ਬੇੜੀ ਹੈ । ਜਿਹੜਾ ਪ੍ਰਭ ਦੇ ਸ਼ਬਦ ਨੂੰ ਮਨ ਵਿੱਚ ਜਾਗਰਤ ਰਖਦਾ ਹੈ । ਉਹ ਜਨਮ ਮਰਨ ਦੇ ਚੱਕਰ ਤੋਂ ਰਹਿਤ ਹੋ ਜਾਂਦਾ ਹੈ । ਸ਼ਬਦ ਦਾ ਸਿਮਰਨ ਕਰਨ ਨਾਲ ਆਤਮਾ ਨੂੰ ਜਮਦੂਤਾਂ ਦੇ ਰਸਤੇ ਤੇ ਨਹੀਂ ਜਾਣਾ ਪੈਂਦਾ, ਜਮਦੂਤਾਂ ਦੇ ਵੱਸ ਵਿੱਚ ਨਹੀਂ ਰਹਿੰਦੀ, ਆਤਮਾ ਨੂੰ ਪੰਜਾਂ ਇੱਛਾਂ ਦੇ ਜਮਦੂਤਾਂ ਤੇ ਜਿੱਤ ਬਖਸ਼ਿਸ਼ ਹੋ ਜਾਂਦੀ ਹੈ ।

The enlightenment of the essence of His Word may be a boat to carry his soul to His Court. Whosoever may keep the essence of His Word fresh within his mind; he remains in renunciation in the memory of his separation from The Holy Spirit. With His mercy and grace, his cycle of birth and death may be eliminated. Whosoever may remain intoxicated in meditation in the void of His Word. His soul may become beyond the reach of devil of death. He may conquer his five demons of worldly desires.

ਤਉ ਸਰਣਾਈ ਪੂਰਨ ਨਾਥ॥	ta-o sarnaa-ee pooran naath.
ਜੰਤ ਅਪਨੇ ਕਉ ਦੀਜਹਿ ਹਾਥ॥੧॥	jant apnay ka-o deejeh haath. ‖1‖
ਰਹਾਉ॥	rahaa-o.

ਪ੍ਰਭ, ਮੈਂ ਆਪਾ ਤਿਆਗਕੇ ਤੇਰੀ ਸ਼ਰਣ ਵਿੱਚ ਆਇਆ ਹਾ । ਰਹਿਮਤ ਦੀ ਨਜ਼ਰ ਬਖਸ਼ਕੇ ਆਪਣਾ ਦਾਸ ਬਣਾ ਲਵੋ ! ਰਖਿਆ ਕਰੋ !

My True Master, I have humbly surrendered my mind, body, selfishness, worldly status at Your sanctuary; I am praying for Your forgiveness. With Your mercy and grace accepts me as Your true devotee in Your sanctuary.

ਸਿਮ੍ਰਿਤਿ ਸਾਸਤ੍ਰ ਬੇਦ ਪੁਰਾਣ॥	simrit saastar bayd puraan.
ਪਾਰਬ੍ਰਹਮ ਕਾ ਕਰਹਿ ਵਖਿਆਣ॥	paarbarahm kaa karahi vakhi-aan.
ਜੋਗੀ ਜਤੀ ਬੈਸਨੋ ਰਾਮਦਾਸ॥	jogee jatee baisno raamdaas.
ਮਿਤਿ ਨਾਹੀ ਬ੍ਰਹਮ ਅਬਿਨਾਸ॥੨॥	mit naahee barahm abinaas. ‖2‖

ਧਰਮ ਦੇ ਗ੍ਰੰਥ, ਪ੍ਰਭ ਦੇ ਅਨੇਕਾਂ ਗੁਣਾਂ ਦੀ ਵਿਆਖਿਆ ਕਰਦੇ ਹਨ (ਸਿਮ੍ਰਿਤਿ, ਸਾਸਤ੍ਰ, ਬੇਦ, ਆਦਿ ਸਾਰੇ ਹੀ ਗ੍ਰੰਥ) । ਅਨੇਕਾਂ ਹੀ ਬੰਦਗੀ ਕਰਨ ਵਾਲੇ ਭਗਤ ਸਭ ਪ੍ਰਭ ਦੇ ਗੁਣ ਗਾਉਂਦੇ ਹਨ ।(ਜੋਗੀ, ਜਤੀ, ਵਿਸ਼ਨੂੰ ਦੇ ਸੇਵਕ ਆਦਿ) । ਕਿਸੇ ਨੂੰ ਵੀ ਪ੍ਰਭ ਦੇ ਕਿਸੇ ਕਰਤਬ ਦਾ ਪੂਰਨ ਗਿਆਨ, ਹੱਦ ਦੀ ਸੋਝੀ ਬਖਸ਼ਿਸ਼ ਨਹੀਂ ਹੋਈ ।

Worldly religious Holy scriptures describes many virtues, greatness of His Nature. All devotees of all religions, aspects of life, meditate, and sing the glory of His Word; everyone may remain anxious to be enlightened with the essence of His Word, His Nature. However, no one ever has been blessed with the extent, limits of any event of His Nature. His Nature remains beyond the comprehension of His Creation.

ਕਰਣ ਪਲਾਹ ਕਰਹਿ ਸਿਵ ਦੇਵ॥	karan palaah karahi siv dayv.
ਤਿਲੁ ਨਹੀ ਬੂਝਹਿ ਅਲਖ ਅਭੇਵ॥	til nahee boojheh alakh abhayv.
ਪ੍ਰੇਮ ਭਗਤਿ ਜਿਸੁ ਆਪੇ ਦੇਇ॥	paraym bhagat Jis aapay day-ay.
ਜਗ ਮਹਿ ਵਿਰਲੇ ਕੇਈ ਕੇਇ॥੩॥	jag meh virlay kay-ee kay-ay. ‖3‖

ਬੰਦਗੀ ਕਰਨ ਵਾਲੇ ਭਗਤ, ਦੇਵੀ, ਦੇਵਤੇ ਪ੍ਰਭ ਦੇ ਸ਼ਬਦ ਵਿੱਚ ਲੀਨ ਰਹਿੰਦੇ ਹਨ । ਫਿਰ ਵੀ ਉਹਨਾਂ ਨੇ ਨਾ ਜਾਣੇ ਜਾਣ ਵਾਲੇ, ਨਾ ਦੇਖੇ ਜਾਣ ਵਾਲੇ ਪ੍ਰਭ ਦੀ ਤਿਲ ਮਾਤਰਾ ਵੀ ਸੋਝੀ ਨਹੀਂ ਪਾਈ । ਕੋਈ ਵਿਰਲਾ ਹੀ ਬੰਦਗੀ ਕਰਨ ਵਾਲਾ ਦਾਸ ਹੈ । ਜਿਸ ਨੂੰ ਪ੍ਰਭ ਆਪ ਹੀ ਰਹਿਮਤ ਬਖਸ਼ਕੇ ਸ਼ਬਦ ਦੇ ਲੜ ਲਾਉਂਦਾ ਹੈ । ਸ਼ਬਦ ਦੀ ਪਾਲਣਾ ਤੇ ਅਡੋਲ ਰਖਦਾ ਹੈ ।

All devotees of the universe from Ancient Ages, remain intoxicated in the void of His Word. However, no one ever has been blessed, enlightened with even insignificant understand of His Nature. The essence and purpose of His Nature remains beyond visibility and comprehension of His creation. However, very rare of His true devotee may be attached to a devotional meditate on the teachings of His Word; with His mercy and grace, he may remain steady and stable on the right path of meditation.

ਮੋਹਿ ਨਿਰਗੁਣ ਗੁਣੁ ਕਿਛਹੂ ਨਾਹਿ॥	mohi nirgun gun kichhahoo naahi.
ਸਰਬ ਨਿਧਾਨ ਤੇਰੀ ਦ੍ਰਿਸਟੀ ਮਾਹਿ॥	sarab niDhaan tayree daristee maahi.
ਨਾਨਕੁ ਦੀਨੁ ਜਾਚੈ ਤੇਰੀ ਸੇਵ॥	naanak deen jaachai tayree sayv.
ਕਰਿ ਕਿਰਪਾ ਦੀਜੈ ਗੁਰਦੇਵ॥	kar kirpaa deejai gurdayv.
੪॥੧੫॥੧੭॥	‖4‖15‖17‖

ਕਿਸੇ ਮਾਨਸ ਵਿੱਚ ਆਪਣੇ ਆਪ ਵਿੱਚ ਕੋਈ ਗੁਣ, ਸਮਰਥਾ ਨਹੀਂ ਹੈ । ਸਭ ਗੁਣਾਂ, ਰਹਿਮਤਾਂ ਦਾ ਖਜ਼ਾਨਾ ਤੇਰੇ ਵੱਸ ਵਿੱਚ ਹੀ ਹੈ । ਬੰਦਗੀ ਕਰਨ ਵਾਲੇ ਦੇ ਮਨ ਵਿੱਚ ਸ਼ਬਦ ਦੀ ਪਾਲਣਾ ਕਰਨ ਦੀ ਇੱਛਾ ਰਹਿੰਦੀ ਹੈ । ਜਿਸ ਤੇ ਆਪ ਹੀ ਰਹਿਮਤ ਬਖਸ਼ਦਾ ਹੈ । ਕੇਵਲ ਉਹ ਹੀ ਤੇਰੇ ਸ਼ਬਦ ਨੂੰ ਮਨ ਵਿੱਚ ਜਾਗਰਤ ਕਰ ਸਕਦਾ ਹੈ ।

My True Master, no one may have any virtue of his own and capability to accomplish anything in the universe. All virtues and treasures remain under Your control, command. Your true devotee may always remain anxious to be enlightened with the essence of Your Word. Only with Your mercy and grace; Your devotee may be enlightened with the essence of Your Word within; he may remain awake and alert.

447.ਗੋਂਡ ਮਹਲਾ ੫॥ 867-13

ਸੰਤ ਕਾ ਲੀਆ ਧਰਤਿ ਬਿਦਾਰਉ॥ sant kaa lee-aa Dharat bidaara-o.
ਸੰਤ ਕਾ ਨਿੰਦਕੁ ਅਕਾਸ ਤੇ ਟਾਰਉ॥ sant kaa nindak akaas tay taara-o.
ਸੰਤ ਕਉ ਰਾਖਉ ਅਪਨੇ ਜੀਅ ਨਾਲਿ॥ sant ka-o raakha-o apnay jee-a naal.
ਸੰਤ ਉਧਾਰਉ ਤਤਖਿਣ ਤਾਲਿ॥੧॥ sant uDhaara-o tat-khin taal. ||1||

ਬੰਦਗੀ ਕਰਨ ਵਾਲੇ ਦਾ ਬੁਰਾ ਕਰਨ ਵਾਲੇ ਨੂੰ ਪ੍ਰਭ ਆਪ ਹੀ ਹੋਰ ਰਸਤੇ ਤੇ ਪਾਉਂਦਾ ਹੈ । ਅਸਲੀ ਰਸਤਾ ਭੁਲ ਜਾਂਦਾ ਹੈ । ਉਸ ਦੇ ਬੰਦਗੀ ਕਰਦੇ ਕਰਦੇ ਮਨ ਵਿੱਚ ਅਹੰਕਾਰ ਭਰ ਜਾਂਦਾ ਹੈ । ਉਹ ਜੂੰਨਾਂ ਦੇ ਚੱਕਰ ਵਿੱਚ, ਜਮਦੂਤ ਦੇ ਵੱਸ ਵਿੱਚ ਆ ਜਾਂਦਾ ਹੈ । ਪ੍ਰਭ ਆਪਣੇ ਬੰਦਗੀ ਕਰਨ ਵਾਲੇ ਨੂੰ ਆਪਣੇ ਅੰਗ ਸੰਗ ਰਖਦਾ, ਸ਼ਬਦ ਦੀ ਪਾਲਣਾ ਤੇ ਅਡੋਲ ਰਖਦਾ ਹੈ । ਉਹ ਸ਼ਬਦ ਦੀ ਸਮਾਧੀ ਵਿੱਚ ਵਸਦਾ ਹੀ ਪ੍ਰਭ ਦੀ ਜੋਤ ਵਿੱਚ ਅਲੋਪ ਹੋ ਜਾਂਦਾ ਹੈ ।

Whosoever may rebuke and think evil for His true devotee; The True Master may infuse ego in his mind and he may forget the right path of meditation. He may be captured by devil of death and remains in the cycle of birth and death. The True Master may protect His true devotee in His sanctuary as his own limb. He remains intoxicated in the void of His Word; with His mercy and grace, he may be immersed within His Holy Spirit.

ਸੋਈ ਸੰਤੁ ਜਿ ਭਾਵੈ ਰਾਮ॥ so-ee sant je bhaavai raam.
ਸੰਤ ਗੋਬਿੰਦ ਕੈ ਏਕੈ ਕਾਮ॥੧॥ ਰਹਾਉ॥ sant gobind kai aykai kaam. ||1|| rahaa-o.

ਜਿਸ ਦੀ ਸ਼ਬਦ ਦੀ ਕਮਾਈ ਪ੍ਰਭ ਪ੍ਰਵਾਨ ਕਰ ਲੈਂਦਾ ਹੈ । ਕੇਵਲ ਉਸ ਨੂੰ ਹੀ ਸੰਤ ਅਵਸਥਾ ਬਖਸ਼ਿਸ਼ ਹੁੰਦੀ ਹੈ । ਬੰਦਗੀ ਕਰਨ ਵਾਲੇ ਸੰਤ ਦਾ ਅਤੇ ਪ੍ਰਭ ਦਾ ਇਕੋ ਹੀ ਧੰਦਾ, ਸ੍ਰਿਸ਼ਟੀ ਦੀ ਭਲਾਈ ਕਰਨਾ, ਸਿੱਧੇ ਰਸਤੇ, ਸ਼ਬਦ ਦੀ ਪਾਲਣਾ ਦੀ ਪ੍ਰੇਰਨਾ ਕਰਨਾ ਹੁੰਦਾ ਹੈ ।

Whose meditation, earnings of His Word may be accepted in His Court; with His mercy and grace, only he may be blessed with a state of mind as His true devotee, saint. The True Master and His true devotee both have only one motive, to perform deeds for the welfare of His mankind, inspires His Creation to obey the teachings of His Word and guides on the right path of acceptance in His Court.

ਸੰਤ ਕੈ ਊਪਰਿ ਦੇਇ ਪ੍ਰਭੁ ਹਾਥ॥ sant kai oopar day-ay parabh haath.
ਸੰਤ ਕੈ ਸੰਗਿ ਬਸੈ ਦਿਨੁ ਰਾਤਿ॥ sant kai sang basai din raat.
ਸਾਸਿ ਸਾਸਿ ਸੰਤਹ ਪ੍ਰਤਿਪਾਲਿ॥ saas saas santeh partipaal.
ਸੰਤ ਕਾ ਦੋਖੀ ਰਾਜ ਤੇ ਟਾਲਿ॥੨॥ sant kaa dokhee raaj tay taal. ||2||

ਬੰਦਗੀ ਕਰਨ ਵਾਲੇ ਦੇ ਉਪਰ ਹਰ ਸਮੇਂ ਹੀ ਪ੍ਰਭ ਦਾ ਰਖਿਆ ਵਾਲਾ ਹੱਥ ਰਹਿੰਦਾ ਹੈ । ਉਸ ਦੇ ਮਨ ਵਿੱਚ ਸਦਾ ਹੀ ਪ੍ਰਭ ਦਾ ਸ਼ਬਦ ਜਾਗਰਤ ਅਤੇ ਸੁਚੇਤ ਰਹਿੰਦਾ ਹੈ । ਬੰਦਗੀ ਕਰਨ ਵਾਲਾ ਸੰਤ ਸਵਾਸ ਸਵਾਸ, ਅਡੋਲ ਭਰੋਸੇ ਨਾਲ ਪ੍ਰਭ ਦੇ ਸ਼ਬਦ ਦਾ ਸਿਮਰਨ ਕਰਦਾ ਹੈ । ਪ੍ਰਭ ਆਪ ਹੀ ਸੰਤਾਂ ਦੇ ਬੁਰਾ ਕਰਨ ਵਾਲੇ ਦੀ ਸਮਰਥਾ ਨਾਸ ਕਰ ਦੇਂਦਾ ਹੈ ।

His true devotee always remains overwhelmed with His blessings and protection. He remains awake and alert with the essence of His Word. His true devotee may meditate on the teachings of His Word with steady and stable belief in his day-to-day life. Whosoever may slander, hurt, or evil thoughts for His true devotee; with His mercy and grace, He may eliminate his capability and wisdom.

ਸੰਤ ਕੀ ਨਿੰਦਾ ਕਰਹੁ ਨ ਕੋਇ॥	sant kee nindaa karahu na ko-ay.
ਜੋ ਨਿੰਦੈ ਤਿਸ ਕਾ ਪਤਨੁ ਹੋਇ॥	jo nindai tis kaa patan ho-ay.
ਜਿਸ ਕਉ ਰਾਖੈ ਸਿਰਜਨਹਾਰੁ॥	Jis ka-o raakhai sirjanhaar.jhakh
ਝਖ ਮਾਰਉ ਸਗਲ ਸੰਸਾਰੁ॥੩॥	maara-o sagal sansaar. ||3||

ਜੀਵ ਬੰਦਗੀ ਕਰਨ ਵਾਲੇ ਦਾ ਬੁਰਾ, ਨਿੰਦਿਆਂ ਨਾ ਕਰੋ! ਨਿੰਦਿਆਂ ਕਰਨ ਵਾਲੇ ਨੂੰ ਪ੍ਰਭ ਆਪ ਹੀ ਹੋਰ ਰਸਤੇ ਤੇ ਪਾਉਂਦਾ ਹੈ । ਜੂੰਨਾਂ ਦੇ ਚੱਕਰ ਵਿੱਚ ਚਲੇ ਜਾਂਦਾ ਹੈ । ਜਿਸ ਦੀ ਪ੍ਰਭ ਆਪ ਰਖਿਆ ਕਰਦਾ ਹੈ, ਸ਼ਰਣ ਵਿੱਚ ਪਨਾਹ ਬਖਸ਼ਦਾ ਹੈ । ਸੰਸਾਰ ਵਿੱਚ ਕੋਈ ਵੀ ਜੀਵ ਉਸ ਦਾ ਬੁਰਾ ਨਹੀਂ ਕਰ ਸਕਦਾ । ਪ੍ਰਭ ਆਪ ਹੀ ਲਾਜ ਰਖਦਾ ਹੈ ।

You should never rebuke or think evil of His true devotee. Whosoever may slander His true devotee; with His mercy and grace, he may be inspired on different path in his life. He remains in the cycle of death. Whosoever may be accepted in His sanctuary, protection; no one on earth may hurt him; The True Master may always protect his honor.

ਪ੍ਰਭ ਅਪਨੇ ਕਾ ਭਇਆ ਬਿਸਾਸੁ॥	parabh apnay kaa bha-i-aa bisaas.
ਜੀਉ ਪਿੰਡੁ ਸਭੁ ਤਿਸ ਕੀ ਰਾਸਿ॥	jee-o pind sabh tis kee raas.
ਨਾਨਕ ਕਉ ਉਪਜੀ ਪਰਤੀਤਿ॥	naanak ka-o upjee parteet.
ਮਨਮੁਖ ਹਾਰ ਗੁਰਮੁਖ ਸਦ ਜੀਤਿ॥	manmukh haar gurmukh sad jeet.
੪॥੧੬॥੧੮॥	||4||16||18||

ਬੰਦਗੀ ਕਰਨ ਵਾਲੇ ਦਾ ਭਰੋਸਾ ਪ੍ਰਭ ਦੇ ਬਖਸ਼ੇ ਤੇ ਅਡੋਲ ਰਹਿੰਦਾ ਹੈ । ਉਹ ਆਪਣਾ ਤਨ, ਮਨ, ਧਨ (ਹੈਸੀਅਤ) ਪ੍ਰਭ ਦੇ ਲੇਖੇ ਲਾ ਦੇਂਦਾ ਹੈ । ਉਸ ਦੀ ਹੀ ਅਮਾਨਤ ਸਮਝਦਾ ਹੈ । ਬੰਦਗੀ ਕਰਨ ਵਾਲੇ ਦਾਸ ਵਿੱਚ ਇਸਤਰ੍ਹਾਂ ਦੀ ਸ਼ਰਧਾ ਰਹਿੰਦੀ, ਮਨ ਅਡੋਲ ਰਹਿੰਦਾ ਹੈ । ਮਾਨਸ ਜਨਮ ਵਿੱਚ ਮਨਮੁਖ ਜੀਵ ਆਪਣੀ ਮਨ ਦੀ ਮਰਜ਼ੀ ਪਿਛੇ ਲੱਗਾ ਰਹਿੰਦਾ ਹੈ । ਜੂੰਨਾਂ ਦੇ ਚੱਕਰ ਵਿੱਚ ਰਹਿੰਦਾ ਹੈ । ਗੁਰਮਖ ਸਿਮਰਨ ਕਰਦਾ ਪ੍ਰਵਾਨ ਹੋ ਜਾਂਦਾ ਹੈ । ਜੂੰਨਾਂ ਦਾ ਚੱਕਰ ਖਤਮ ਕਰ ਲੈਂਦਾ ਹੈ ।

His true devotee always keeps his belief steady and stable on His blessings, His judgement. He may surrender his mind, body, and worldly status at His sanctuary and considers as only His trust. His devotion for meditation and anxiety for enlightenment of the essence of His Word may remain overwhelmed within his mind. Self-minded remains intoxicated with the sweet poison of worldly wealth, he remains in the cycle of birth and death. His true devotee remains on the right path of meditation; with His mercy and grace, his cycle of birth and death may be eliminated.

448. ਗੋਂਡ ਮਹਲਾ ੫॥ 867-19

ਨਾਮੁ ਨਿਰੰਜਨੁ ਨੀਰਿ ਨਰਾਇਣ॥	naam niranjan neer naraa-in.
ਰਸਨਾ ਸਿਮਰਤ ਪਾਪ ਬਿਲਾਇਣ॥੧॥	rasnaa simrat paap bilaa-in. ||1||
ਰਹਾਉ॥	rahaa-o.

ਪ੍ਰਭ ਦਾ ਸ਼ਬਦ ਹੀ ਅਮੋਲਕ ਅੰਮ੍ਰਿਤ ਹੈ । ਜੀਭ ਨਾਲ ਸ਼ਬਦ ਦੇ ਗੁਣ ਗਾਉਣ ਨਾਲ ਮਨ ਦੇ ਬੁਰੇ ਖਿਆਲ ਨਾਸ ਹੋ ਜਾਦੇ, ਪਾਪ ਬਖਸ਼ੇ ਜਾਂਦੇ ਹਨ ।

The teachings of His Word may be a unique ambrosial nectar. Whosoever may sing the glory of His Word with his tongue; with His mercy and grace, all his evil thoughts may be eliminated and his sins may be forgiven.

ਨਾਰਾਇਣ ਸਭ ਮਾਹਿ ਨਿਵਾਸ॥	naaraa-in sabh maahi nivaas.
ਨਾਰਾਇਣ ਘਟਿ ਘਟਿ ਪਰਗਾਸ॥	naaraa-in ghat ghat pargaas.
ਨਾਰਾਇਣ ਕਹਤੇ ਨਰਕਿ ਨ ਜਾਹਿ॥	naaraa-in kahtay narak na jaahi.
ਨਾਰਾਇਣ ਸੇਵਿ ਸਗਲ ਫਲ ਪਾਹਿ॥੧॥	naaraa-in sayv sagal fal paahi. ||1||

ਪ੍ਰਭ ਦੀ ਜੋਤ ਹੀ ਹਰਇੱਕ ਆਤਮਾ ਵਿੱਚ ਸਮਾਈ ਹੋਈ ਹੈ । ਆਤਮਾ ਪ੍ਰਭ ਦੀ ਜੋਤ ਵਿਚੋਂ ਹੀ ਉਤਪੰਨ ਹੋਈ ਹੈ । ਪ੍ਰਭ ਦੀ ਜੋਤ ਦੀ ਰੋਸ਼ਨੀ ਹਰਇੱਕ ਮਨ ਵਿੱਚ ਵਸਦੀ ਹੈ । ਜਿਹੜਾ ਪ੍ਰਭ ਦੇ ਸ਼ਬਦ ਦਾ ਸਿਮਰਨ ਕਰਦਾ ਹੈ । ਉਹ ਕਦੇ ਨਰਕ ਵਿੱਚ ਨਹੀਂ ਜਾਂਦਾ । ਜਮਦੂਤ ਦੇ ਵੱਸ ਵਿੱਚ ਨਹੀਂ ਰਹਿੰਦਾ । ਉਸ ਨੂੰ ਸ਼ਬਦ ਦੀ ਕਮਾਈ ਦਾ ਫਲ ਬਖਸ਼ਿਸ਼ ਹੋ ਜਾਂਦਾ ਹੈ ।

The Holy Spirit remains embedded within the soul of each creature. The soul of all creatures is an expansion of The Holy Spirit. The enlightenment of His Holy Spirit remains within each soul. Whosoever may meditate on the teachings of His Word with steady and stable belief in his day-to-day life; with His mercy and grace, he may not enter hell, in cycle of birth and death. His soul may become beyond the reach of demons of worldly desires. He may be blessed with the reward of his meditation, earnings of His Word.

ਨਾਰਾਇਣ ਮਨ ਮਾਹਿ ਅਧਾਰ॥	naaraa-in man maahi aDhaar.
ਨਾਰਾਇਣ ਬੋਹਿਥ ਸੰਸਾਰ॥	naaraa-in bohith sansaar.
ਨਾਰਾਇਣ ਕਹਤ ਜਮੁ ਭਾਗਿ ਪਲਾਇਣ॥	naaraa-in kahat jam bhaag palaa-in.
ਨਾਰਾਇਣ ਦੰਤ ਭਾਨੇ ਡਾਇਣ॥੨॥	naaraa-in dant bhaanay daa-in. ||2||

ਬੰਦਗੀ ਕਰਨ ਵਾਲੇ ਦੇ ਜੀਵਨ ਦਾ ਅਧਾਰ ਹੀ ਸ਼ਬਦ ਦਾ ਸਿਮਰਨ ਬਣ ਜਾਂਦਾ ਹੈ । ਪ੍ਰਭ ਦਾ ਸ਼ਬਦ ਹੀ ਜਹਾਜ਼ ਹੈ । ਜਿਸ ਤੇ ਸਵਾਰ ਹੋਏ ਸੰਸਾਰਕ ਸਾਗਰ ਪਾਰ ਕੀਤਾ ਜਾ ਸਕਦਾ ਹੈ । ਜਿਹੜਾ ਆਪਣੀ ਜੀਭ ਨਾਲ ਸ਼ਬਦ ਦੇ ਗੁਣ ਗਾਉਂਦਾ, ਸਿਮਰਨ ਕਰਦਾ ਹੈ । ਉਹ ਮੌਤ ਦੇ ਜਮਦੂਤ ਦੇ ਵੱਸ ਵਿੱਚ ਨਹੀਂ ਰਹਿੰਦਾ । ਉਸ ਤੇ ਪ੍ਰਭਾਵ ਕਰਨ ਵਾਲੀ ਸੰਸਾਰਕ ਮਾਇਆ ਦੇ ਦੰਦ, ਪ੍ਰਭ ਆਪ ਹੀ ਨਾਸ ਕਰ ਦੇਂਦਾ ਹੈ ।

The way of life, the purpose of life of His true devotee may become to obey the teachings of His Word. The teachings of His Word may be a ship to carry His true devotee to His Court. Whosoever may sing the glory of His Word with his tongue and meditates on the teachings of His Word. With His mercy and grace, his soul may become beyond the reach of devil of death. The True Master may destroy the teeth of worldly wealth that may influence his state of mind.

ਨਾਰਾਇਣ ਸਦ ਸਦ ਬਖਸਿੰਦ॥	naaraa-in sad sad bakhsind.
ਨਾਰਾਇਣ ਕੀਨੇ ਸੂਖ ਅਨੰਦ॥	naaraa-in keenay sookh anand.
ਨਾਰਾਇਣ ਪ੍ਰਗਟ ਕੀਨੋ ਪਰਤਾਪ॥	naaraa-in pargat keeno partaap.
ਨਾਰਾਇਣ ਸੰਤ ਕੋ ਮਾਈ ਬਾਪ॥੩॥	naaraa-in sant ko maa-ee baap. ||3||

ਪ੍ਰਭ ਸਦਾ ਹੀ ਜੀਵਾਂ ਦੀਆਂ ਭੁਲਾਂ ਬਖਸ਼ਦਾ ਰਹਿੰਦਾ ਹੈ । ਸਦਾ ਹੀ ਆਪਣੇ ਪੈਦਾ ਕੀਤੇ ਜੀਵਾਂ ਨੂੰ ਰਹਿਮਤਾਂ, ਅਨੰਦ, ਖੇੜਾ ਬਖਸ਼ਦਾ ਹੈ । ਪ੍ਰਭ ਆਪਣੀ ਹੋਂਦ, ਜੋਤ ਆਪ ਹੀ ਬੰਦਗੀ ਕਰਨ ਵਾਲੇ ਦਾਸ ਵਿੱਚ ਪ੍ਰਗਟ ਕਰਦਾ ਹੈ । ਆਪ ਹੀ ਮਾਤਾ ਪਿਤਾ ਦੇ ਰੂਪ ਵਿੱਚ ਪ੍ਰਗਟ ਹੁੰਦਾ ਹੈ । ਮਾਤਾ, ਪਿਤਾ ਦੀ ਤਰ੍ਹਾਂ ਬੰਦਗੀ ਕਰਨ ਵਾਲੇ ਦੀ ਰਖਿਆ ਕਰਦਾ ਹੈ

The True Master may forgive the sins of His true devotee. The True Master may bless pleasure and blossom within the heart of His true devotee. He appears, prevails within the heart of his worldly mother and father to nourish and protect His creature. He becomes the protector of His Creation as worldly mother and father may protect their own children.

ਨਾਰਾਇਣ ਸਾਧਸੰਗਿ ਨਰਾਇਣ॥ naaraa-in saaDhsang naraa-in.
ਬਾਰੰ ਬਾਰ ਨਰਾਇਣ ਗਾਇਣ॥ baaraN baar naraa-in gaa-in.
ਬਸਤੁ ਅਗੋਚਰ ਗੁਰ ਮਿਲਿ ਲਹੀ॥ basat agochar gur mil lahee.
ਨਾਰਾਇਣ ਓਟ ਨਾਨਕ ਦਾਸ ਗਹੀ॥ naaraa-in ot naanak daas gahee.
੪॥੧੭॥੧੯॥ ||4||17||19||

ਪ੍ਰਭ ਆਪ ਹੀ ਬੰਦਗੀ ਕਰਨ ਵਾਲੇ ਦੀ ਸੰਗਤ ਵਿੱਚ ਹਾਜਰਾ ਹਜ਼ੂਰ ਵਸਦਾ ਹੈ । ਜੀਵ ਬਾਰ ਬਾਰ ਸਵਾਸ ਸਵਾਸ ਪ੍ਰਭ ਦੇ ਸ਼ਬਦ ਦਾ ਸਿਮਰਨ ਕਰੋ! ਪ੍ਰਭ ਦੇ ਸ਼ਬਦ ਦੀ ਪਾਲਣਾ ਕਰਨ ਨਾਲ ਸ਼ਬਦ ਮਨ ਵਿੱਚ ਜਾਗਰਤ ਹੋ ਜਾਂਦਾ ਹੈ । ਪ੍ਰਭ ਦੇ ਸ਼ਬਦ ਦੀ ਸੋਝੀ ਬਖਸ਼ਿਸ਼ ਹੋ ਜਾਂਦੀ ਹੈ । ਬੰਦਗੀ ਕਰਨ ਵਾਲਾ, ਪ੍ਰਭ ਦੇ ਸ਼ਬਦ ਦੇ ਲੜ ਲੱਗੇ ਰਹਿੰਦਾ, ਭਰੋਸਾ ਅਡੋਲ ਰਖਦਾ ਹੈ ।

The True Master remains awake and alert within the heart of His true devotee. You should always meditate on the teachings of His Word with each breath. Whosoever may obey the teachings of His Word with steady and stable belief; with His mercy and grace, he may be enlightened with the essence of His Word. His true devotee remains steady and stable on meditating on the teachings of His Word.

449.ਗੋਂਡ ਮਹਲਾ ੫॥ 868-6

ਜਾ ਕਉ ਰਾਖੈ ਰਾਖਣਹਾਰੁ॥ jaa ka-o raakhai raakhanhaar.
ਤਿਸ ਕਾ ਅੰਗੁ ਕਰੇ ਨਿਰੰਕਾਰੁ॥੧॥ tis kaa ang karay nirankaar. ||1||
ਰਹਾਉ॥ rahaa-o.

ਜਿਸ ਜੀਵ ਦੀ ਪ੍ਰਭ ਆਪ ਰਖਿਆ ਕਰਦਾ ਹੈ । ਉਸ ਦੇ ਮਨ ਵਿੱਚ ਪ੍ਰਭ ਦਾ ਸ਼ਬਦ ਜਾਗਰਤ ਅਤੇ ਸੁਚੇਤ ਰਹਿੰਦਾ ਹੈ । ਪ੍ਰਭ ਉਸ ਦੇ ਅੰਗ ਸੰਗ ਸਹਾਈ ਰਹਿੰਦਾ ਹੈ ।

Whosoever may be accepted in His sanctuary; The True Master may become his protector. The essence of His Word remains enlightened within his heart and he remains awake and alert in meditation in the void of His Word. The Master becomes his companion and supporter.

ਮਾਤ ਗਰਭ ਮਹਿ ਅਗਨਿ ਨ ਜੋਹੈ॥ maat garabh meh agan na johai.
ਕਾਮੁ ਕ੍ਰੋਧੁ ਲੋਭੁ ਮੋਹੁ ਨ ਪੋਹੈ॥ kaam kroDh lobh moh na pohai.
ਸਾਧਸੰਗਿ ਜਪੈ ਨਿਰੰਕਾਰੁ॥ saaDhsang japai nirankaar.
ਨਿੰਦਕ ਕੈ ਮੁਹਿ ਲਾਗੈ ਛਾਰੁ॥੧॥ nindak kai muhi laagai chhaar. ||1||

ਉਸ ਨੂੰ ਮਾਤਾ ਦੇ ਗਰਭ ਵਿੱਚ ਅੱਗ ਦਾ ਸੇਕ, ਦੁਖ ਨਹੀਂ ਲੱਗਦਾ । ਮਨ ਦੀਆਂ ਇੱਛਾਂ ਕਾਮ, ਕਰੋਧ, ਲਾਲਚ, ਮੋਹ ਦਾ ਉਸ ਤੇ ਕੋਈ ਪ੍ਰਭਾਵ ਨਹੀਂ ਹੁੰਦਾ । ਬੰਦਗੀ ਕਰਨ ਵਾਲਾ, ਸੰਗਤ ਵਿੱਚ ਰਲਕੇ ਪ੍ਰਭ ਦੇ ਸ਼ਬਦ ਦੇ ਗੁਣ ਗਾਉਂਦਾ ਹੈ । ਨਿੰਦਿਆਂ ਕਰਨ ਵਾਲੇ ਨੂੰ ਸੰਸਾਰ ਵਿੱਚ ਲਾਨ੍ਹਤਾਂ ਹੀ ਪੈਂਦੀਆ ਹਨ ।

Whosoever may be accepted in His sanctuary, he may be protected in the womb of her mother and he may not face miseries. His mind may not have any frustrations of demons of worldly desires; he may not have any influence on his state of mind. He may join the conjugation of His Holy saint and sings the glory of His Word. Whosoever may criticize His true devotee, he may be rebuked in the universe.

ਰਾਮ ਕਵਚੁ ਦਾਸ ਕਾ ਸੰਨਾਹੁ॥ raam kavach daas kaa sannahu.
ਦੂਤ ਦੁਸਟ ਤਿਸੁ ਪੋਹਤ ਨਾਹਿ॥ doot dusat tis pohat naahi.
ਜੋ ਜੋ ਗਰਬੁ ਕਰੇ ਸੋ ਜਾਇ॥ jo jo garab karay so jaa-ay.
ਗਰੀਬ ਦਾਸ ਕੀ ਪ੍ਰਭੁ ਸਰਣਾਇ॥੨॥ gareeb daas kee parabh sarnaa-ay. ||2||

ਬੰਦਗੀ ਕਰਨ ਵਾਲੇ ਨੂੰ ਪ੍ਰਭ ਦੀ ਰਖਿਆ ਰਹਿੰਦੀ ਹੈ । ਮਨ ਦੀਆਂ ਭਾਵਨਾਂ, ਦੁਸ਼ਮਨ ਛੋਹ ਨਹੀਂ ਸਕਦੇ । ਜਿਹੜਾ ਮਨ ਦੇ ਅਹੰਕਾਰ ਵਿੱਚ ਕੰਮ ਕਰਦਾ ਹੈ ! ਉਹ ਆਪਣਾ ਮਾਨਸ ਜਨਮ ਬਿਰਥਾ ਹੀ ਬਤੀਤ ਕਰ ਜਾਂਦਾ ਹੈ । ਬੰਦਗੀ ਕਰਨ ਵਾਲਾ ਦਾਸ ਪ੍ਰਭ ਦੀ ਸ਼ਰਣ ਵਿੱਚ ਰਹਿੰਦਾ ਹੈ ।

His true devotee may remain protected in His sanctuary. No demons of worldly desires, worldly wealth may not influence his way of life. Self-minded may remain in his ego, he may waste his human life opportunity uselessly. His true devotee remains in His sanctuary in blossom.

ਜੋ ਜੋ ਸਰਣਿ ਪਇਆ ਹਰਿ ਰਾਇ॥ jo jo saran pa-i-aa har raa-ay.
ਸੋ ਦਾਸੁ ਰਖਿਆ ਅਪਣੈ ਕੰਠਿ ਲਾਇ॥ so daas rakhi-aa apnai kanth laa-ay.
ਜੇ ਕੋ ਬਹੁਤੁ ਕਰੇ ਅਹੰਕਾਰੁ॥ jay ko bahut karay ahaNkaar.
ਓਹੁ ਖਿਨੁ ਮਹਿ ਰੁਲਤਾ ਖਾਕੂ ਨਾਲਿ॥੩॥ oh khin meh rultaa khaakoo naal. ||3||

ਜਿਹੜਾ ਵੀ ਆਪਾ ਤਿਆਗਕੇ ਪ੍ਰਭ ਦੀ ਸ਼ਰਣ ਵਿੱਚ ਪਨਾਹ ਲੈਂਦਾ ਹੈ । ਪ੍ਰਭ ਆਪ ਹੀ ਉਸ ਦੇ ਅੰਗ ਸੰਗ ਸਹਾਈ ਹੁੰਦਾ ਹੈ । ਜਿਹੜਾ ਆਪਣੇ ਕੀਤੇ ਤੇ ਬਹੁਤ ਅਹੰਕਾਰ ਕਰਦਾ, ਲੋਕ ਦਿਖਾਵਾ ਕਰਦਾ ਹੈ । ਪ੍ਰਭ ਇੱਕ ਪਲ ਵਿੱਚ ਹੀ ਰਹਿਮਤ ਦੀ ਨਜ਼ਰ ਦੂਰ ਕਰ ਦੇਂਦਾ ਹੈ । ਉਹ ਮਾਨਸ ਜਨਮ ਬਿਰਥਾ ਗਵਾ ਕੇ ਭਸਮ ਵਿੱਚ ਰਲ ਜਾਂਦਾ ਹੈ ।

Whosoever may surrender his mind, body, and worldly status at His sanctuary. The True Master becomes his companion and supporter. Whosoever may boast about his own accomplishment, wisdom, or ego; His mercy and grace may disappear from him. He may waste his human life opportunity uselessly and his body becomes ashes only.

ਹੈ ਭੀ ਸਾਚਾ ਹੋਵਣਹਾਰੁ॥ hai bhee saachaa hovanhaar.
ਸਦਾ ਸਦਾ ਜਾਈਂ ਬਲਿਹਾਰ॥ sadaa sadaa jaa-eeN balihaar.
ਅਪਣੇ ਦਾਸ ਰਖੇ ਕਿਰਪਾ ਧਾਰਿ॥ apnay daas rakhay kirpaa Dhaar.
ਨਾਨਕ ਕੇ ਪ੍ਰਭ ਪ੍ਰਾਣ ਅਧਾਰ॥ naanak kay parabh paraan aDhaar.
੪॥੧੮॥੨੦॥ ||4||18||20||

ਪ੍ਰਭ ਦੀ ਹੋਂਦ, ਸ਼ਬਦ ਸਦਾ ਹੀ ਅਟੱਲ ਰਹਿਣ ਵਾਲਾ ਹੈ । ਬੰਦਗੀ ਕਰਨ ਵਾਲਾ ਸਦਾ ਹੀ ਉਸ ਦਾ ਧੰਨਵਾਦ ਹੀ ਗਾਉਂਦਾ ਰਹਿੰਦਾ ਹੈ । ਉਸ ਦੇ ਕਰਤਬਾਂ ਤੋਂ ਹੈਰਾਨ ਹੀ ਰਹਿੰਦਾ ਹੈ । ਆਪ ਹੀ ਆਪਣੇ ਬੰਦਗੀ ਕਰਨ ਵਾਲੇ ਤੇ ਰਹਿਮਤ ਦੀ ਨਜ਼ਰ ਬਖਸ਼ਦਾ ਹੈ । ਪ੍ਰਭ ਹੀ ਉਸ ਦੇ ਸਵਾਸਾਂ ਦਾ ਆਸਰਾ ਹੁੰਦਾ ਹੈ । ਸ਼ਬਦ ਦੀ ਪਾਲਣਾ ਹੀ ਉਸ ਦੇ ਮਾਨਸ ਜੀਵਨ ਦਾ ਮੰਤਵ ਹੁੰਦਾ ਹੈ ।

The existence of The True Master and His Word remains true forever. His true devotee remains grateful and sings the glory of His Word. He remains fascinated and astonished from His miracles. The True Master remains merciful on His true devotee. The True Master becomes the support of His breathes. The only purpose of his human life may become to obey the teachings of His Word.

450.ਗੋਂਡ ਮਹਲਾ ੫॥ 868-12

ਅਚਰਜ ਕਥਾ ਮਹਾ ਅਨੂਪ॥ achraj kathaa mahaa anoop.
ਪ੍ਰਾਤਮਾ ਪਾਰਬ੍ਰਹਮ ਕਾ ਰੂਪੁ॥ ਰਹਾਉ॥ paraatamaa paarbarahm kaa roop. rahaa-o.

ਪ੍ਰਭ ਦੇ ਸ਼ਬਦ ਦੀ, ਜੋਤ ਦੀ ਅਸਚਰਜ ਹੀ ਕਥਾ ਹੈ । ਪ੍ਰਭ ਦਾ ਸ਼ਬਦ ਹੀ ਪ੍ਰਭ ਦਾ ਰੂਪ ਹੈ ।

His Word, His Holy Spirit may have a unique and astonishing story. The teachings of His Word may be the symbol of His existence.

ਨਾ ਇਹੁ ਬੂਢਾ ਨਾ ਇਹੁ ਬਾਲਾ॥ naa ih boodhaa naa ih baalaa.
ਨਾ ਇਸੁ ਦੂਖੁ ਨਹੀ ਜਮ ਜਾਲਾ॥ naa is dookh nahee jam jaalaa.
ਨਾ ਇਹੁ ਬਿਨਸੈ ਨਾ ਇਹੁ ਜਾਇ॥ naa ih binsai naa ih jaa-ay.
ਆਦਿ ਜੁਗਾਦੀ ਰਹਿਆ ਸਮਾਇ॥੧॥ aad jugaadee rahi-aa samaa-ay. ||1||

ਪ੍ਰਭ ਵਿੱਚ ਨਾ ਹੀ ਬਚਪਨ, ਨਾ ਹੀ ਅਣਜਾਣਤਾ, ਨਾ ਹੀ ਬੁੱਢਾ, ਕਮਜ਼ੋਰ ਹੀ ਹੁੰਦਾ ਹੈ । ਹਰ ਵੇਲੇ ਨਿਰੋਗ ਰਹਿੰਦਾ ਹੈ । ਪ੍ਰਭ ਜਨਮ ਮਰਨ ਦੇ ਚੱਕਰ ਵਿੱਚ ਨਹੀਂ ਹੁੰਦਾ । ਨਾ ਹੀ ਇਹ ਜੀਵ ਦੀ ਆਤਮਾ ਦਾ ਸਾਥ ਹੀ ਛੱਡਦਾ ਹੈ । ਇਹ ਸ੍ਰਿਸ਼ਟੀ ਤੋਂ ਪਹਿਲੇ ਵੀ ਅਟੱਲ ਸੀ, ਹੁਣ ਵੀ ਅਟੱਲ ਹੈ । ਇਹ ਸਦਾ ਹੀ ਹਰਇੱਕ ਥਾਂ ਤੇ ਹਾਜਰਾ ਹਜ਼ੂਰ ਵਾਪਰਦਾ ਹੈ ।

The True Master, may not be an innocent like a child, ignorant, nor old and feeble. He always remains healthy and rejuvenated. He remains beyond the cycle of birth and death. His Word remains embedded within every soul and He may never abandon his soul. The True Master was true before the beginning of the creation, in the worldly life of a creature and will be true, unchanged after destruction. His Holy Spirit remains Omnipresent everywhere and within every action of His Nature.

ਨਾ ਇਸੁ ਉਸਨੁ ਨਹੀ ਇਸੁ ਸੀਤੁ॥ naa is usan nahee is seet.
ਨਾ ਇਸੁ ਦੁਸਮਨੁ ਨਾ ਇਸੁ ਮੀਤੁ॥ naa is dusman naa is meet.
ਨਾ ਇਸੁ ਹਰਖੁ ਨਹੀ ਇਸੁ ਸੋਗੁ॥ naa is harakh nahee is sog.
ਸਭੁ ਕਿਛੁ ਇਸ ਕਾ ਇਹੁ ਕਰਨੈ ਜੋਗੁ॥੨॥ sabh kichh is kaa ih karnai jog. ||2||

ਇਸ ਨੂੰ ਕੋਈ ਗਰਮੀ, ਸਰਦੀ ਦਾ ਪ੍ਰਭਾਵ ਨਹੀਂ ਹੁੰਦਾ । ਨਾ ਹੀ ਇਸ ਦਾ ਕੋਈ ਦੁਸ਼ਮਨ ਹੈ, ਨਾ ਹੀ ਕੋਈ ਮਿੱਤਰ, ਸੰਗੀ ਹੀ ਹੈ । ਇਸ ਨੂੰ ਕਿਸੇ ਕੀਤੇ ਦਾ ਪਛਤਾਵਾ, ਸੋਗ, ਉਦਾਸੀ ਨਹੀਂ ਹੁੰਦੀ । ਸ੍ਰਿਸ਼ਟੀ ਵਿੱਚ ਸਭ ਕੁਝ ਉਸ ਦੀ ਹੀ ਅਮਾਨਤ ਹੈ । ਉਹ ਸਭ ਕੁਝ ਕਰਨ ਦੀ ਸਮਰਥਾ ਰਖਦਾ ਹੈ ।

The True Master, The Holy Spirit never feels the effect of hot wealth nor cold weather. The True Master has no emotion, friend, or foe. He may never repent, grieve nor sad, depressed, disappointed. The Omnipotent True Master prevails in every action, nothing can happen in the universe without His command. Everything in the universe remains only His Trust.

ਨਾ ਇਸੁ ਬਾਪੁ ਨਹੀ ਇਸੁ ਮਾਇਆ॥ naa is baap nahee is maa-i-aa.
ਇਹੁ ਅਪਰੰਪਰੁ ਹੋਤਾ ਆਇਆ॥ ih aprampar hotaa aa-i-aa.
ਪਾਪ ਪੁੰਨ ਕਾ ਇਸੁ ਲੇਪੁ ਨ ਲਾਗੈ॥ paap punn kaa is layp na laagai.
ਘਟ ਘਟ ਅੰਤਰਿ ਸਦ ਹੀ ਜਾਗੈ॥੩॥ ghat ghat antar sad hee jaagai. ||3||

ਉਸ ਨੂੰ ਜਨਮ ਦੇਣ ਵਾਲਾ ਕੋਈ ਮਾਤਾ, ਪਿਤਾ ਨਹੀਂ ਹੈ । ਇਹ ਆਰੰਭ ਤੋਂ ਹੀ ਹੁੰਦਾ ਆਇਆ ਹੈ । ਇਹ ਕਿਸੇ ਚੰਗੇ, ਮੰਦੇ ਕੰਮ ਦੇ ਲੇਖੇ ਵਿੱਚ ਨਹੀਂ ਹੈ । ਉਸ ਤੋਂ ਵੱਡਾ ਲੇਖਾ ਲਿਖਣ ਵਾਲਾ ਹੋਰ ਕੋਈ ਨਹੀਂ ਹੈ । ਉਹ ਹਰਇੱਕ ਤਨ ਵਿੱਚ ਜਾਗਰਤ ਅਤੇ ਸੁਚੇਤ ਹੀ ਰਹਿੰਦਾ ਹੈ ।

The True Master may never take birth from the womb of a mother nor semen of father and eggs of mother. He never walks in the universe within any flesh and blood. His Word controls the mind of anyone; with His mercy and grace, His true devotee may perform miracles. He was same before the creation of universe. Never call any walking flesh and blood walking God.

ਤੀਨਿ ਗੁਣਾ ਇਕ ਸਕਤਿ ਉਪਾਇਆ॥	teen gunaa ik sakat upaa-i-aa.
ਮਹਾ ਮਾਇਆ ਤਾ ਕੀ ਹੈ ਛਾਇਆ॥	mahaa maa-i-aa taa kee hai chhaa-i-
ਅਛਲ ਅਛੇਦ ਅਭੇਦ ਦਇਆਲ॥	aa. achhal achhayd abhayd da-i-aal.
ਦੀਨ ਦਇਆਲ ਸਦਾ ਕਿਰਪਾਲ॥	deen da-i-aal sadaa kirpaal.
ਤਾ ਕੀ ਗਤਿ ਮਿਤਿ ਕਛੂ ਨ ਪਾਇ॥	taa kee gat mit kachhoo na paa-ay.
ਨਾਨਕ ਤਾ ਕੈ ਬਲਿ ਬਲਿ ਜਾਇ॥	naanak taa kai bal bal jaa-ay.
੪॥੧੯॥੨੧॥	||4||19||21||

ਪ੍ਰਭ ਨੇ ਤਿੰਨ ਗੁਣ ਬਖਸ਼ਕੇ ਸੰਸਾਰਕ ਮਾਇਆ ਪੈਦਾ ਕੀਤੀ ਹੈ । ਸੰਸਾਰਕ ਮਾਇਆ ਉਸ ਦੇ ਵੱਸ ਵਿੱਚ ਹੀ ਹੈ, ਉਸ ਦਾ ਹੀ ਪਰਛਾਵਾਂ ਹੈ । ਉਸ ਨੂੰ ਕੋਈ ਧੋਖਾ ਨਹੀਂ ਦੇ ਸਕਦਾ, ਕੋਈ ਪ੍ਰਭਾਵਤ ਨਹੀਂ ਕਰ ਸਕਦਾ । ਉਹ ਸਦਾ ਹੀ ਨਿਮਾਣੇ ਦੀ ਰਖਿਆ ਕਰਦਾ, ਰਹਿਮਤ ਦੀ ਨਜ਼ਰ ਬਖਸ਼ਦਾ, ਸਦਾ ਹੀ ਤਰਸਵਾਨ ਹੈ । ਉਸ ਦੀ ਅਵਸਥਾ, ਕਿਸੇ ਕਰਤਬ ਦੀ ਹੱਦ ਨਹੀਂ ਜਾਣੀ ਜਾ ਸਕਦੀ, ਵਿਆਖਿਆ ਨਹੀਂ ਕੀਤੀ ਜਾ ਸਕਦੀ । ਬੰਦਗੀ ਕਰਨ ਵਾਲਾ ਸਦਾ ਹੀ ਉਸ ਦੀਆਂ ਰਹਿਮਤਾਂ ਤੋ ਕੁਰਬਾਨ ਜਾਂਦਾ, ਹੈਰਾਨ ਹੀ ਰਹਿੰਦਾ ਹੈ ।

The True Master has created worldly wealth by infusing three unique virtues; Worldly wealth remains under His command and acts like His shadow. She may not have any existence of her own. No one may ever be able to deceive or influence The True Master. He always remains merciful, generous and protects His humble and helpless true devotee. His Nature and limits, extent of His miracles remain beyond comprehension of His Creation. His true devotee always remains fascinated and astonished from His blessings.

451.ਗੋਂਡ ਮਹਲਾ ੫॥ 869-1

ਸੰਤਨ ਕੈ ਬਲਿਹਾਰੈ ਜਾਉ॥	santan kai balihaarai jaa-o.
ਸੰਤਨ ਕੈ ਸੰਗਿ ਰਾਮ ਗੁਨ ਗਾਉ॥	santan kai sang raam gun gaa-o.
ਸੰਤ ਪ੍ਰਸਾਦਿ ਕਿਲਵਿਖ ਸਭਿ ਗਏ॥	sant parsaad kilvikh sabh ga-ay.
ਸੰਤ ਸਰਣਿ ਵਡਭਾਗੀ ਪਏ॥੧॥	sant saran vadbhaagee pa-ay. ||1||

ਬੰਦਗੀ ਕਰਨ ਵਾਲਾ, ਸੰਤਾਂ ਦੇ ਜੀਵਨ ਦੇ ਢੰਗ ਤੋ ਹੈਰਾਨ ਹੀ ਰਹਿੰਦਾ ਹੈ । ਉਸ ਦੇ ਸਾਥ ਰਲਕੇ ਸ਼ਬਦ ਦੇ ਗੁਣ ਗਾਉਂਦਾ, ਆਪਣਾ ਜੀਵਨ ਢਾਲਦਾ ਹੈ । ਪ੍ਰਭ ਦੀ ਰਹਿਮਤ ਨਾਲ ਉਸ ਦੇ ਮਨ ਵਿਚੋਂ ਬੁਰੇ ਖਿਆਲ ਦੂਰ ਹੋ ਜਾਂਦੇ, ਪਾਪ ਬਖਸ਼ੇ ਜਾਂਦੇ ਹਨ । ਵੱਡੇ ਭਾਗਾਂ ਵਾਲੇ ਜੀਵ ਨੂੰ ਹੀ ਬੰਦਗੀ ਕਰਨ ਵਾਲੇ ਦੀ ਸੰਗਤ ਨਸੀਬ ਹੁੰਦੀ ਹੈ ।

His true devotee always remains fascinated, astonished from the way of life of His Holy saint. He remains in his conjugation and sings the glory of His Word. He may adopt his life experience teachings in his own day-to-day life. With His mercy and grace, all his evil thoughts may be eliminated from his mind and his sins of previous lives may be forgiven. Whosoever may have a great prewritten destiny, only he may be blessed with the association of His Holy saint, true devotee.

ਰਾਮੁ ਜਪਤ ਕਛੁ ਬਿਘਨੁ ਨ ਵਿਆਪੈ॥	raam japat kachh bighan na vi-aapai.
ਗੁਰ ਪ੍ਰਸਾਦਿ ਅਪੁਨਾ ਪ੍ਰਭੁ ਜਾਪੈ॥੧॥	gur parsaad apunaa parabh jaapai.
ਰਹਾਉ॥	||1|| rahaa-o.

ਸ਼ਬਦ ਦਾ ਸਿਮਰਨ ਕਰਦੇ, ਜੀਵ ਦੇ ਮਾਨਸ ਸਫਲ ਵਿੱਚ ਕੋਈ ਵਿਘਨ ਨਹੀਂ ਪੈਂਦਾ । ਉਸ ਤੇ ਰਹਿਮਤ ਭਰਪੂਰ ਰਹਿੰਦੀ ਹੈ । ਉਹ ਸ਼ਬਦ ਦੀ ਪਾਲਣਾ ਤੇ ਅਡੋਲ ਰਹਿੰਦਾ ਹੈ ।

Whosoever may meditate on the teachings of His Word with steady and stable belief in his day-to-day life; with His mercy and grace, he may never face any hurdle or restriction in his real path of human life journey. He remains overwhelmed with His blessings. He remains steady and stable on obeying the teachings of His Word in his day-to-day life.

ਪਾਰਬ੍ਰਹਮੁ ਜਬ ਹੋਇ ਦਇਆਲ॥ paarbarahm jab ho-ay da-i-aal.
ਸਾਧੂ ਜਨ ਕੀ ਕਰੈ ਰਵਾਲ॥ saaDhoo jan kee karai ravaal.
ਕਾਮੁ ਕ੍ਰੋਧੁ ਇਸੁ ਤਨ ਤੇ ਜਾਇ॥ kaam kroDh is tan tay jaa-ay.
ਰਾਮ ਰਤਨੁ ਵਸੈ ਮਨਿ ਆਇ॥੨॥ raam ratan vasai man aa-ay. ||2||

ਜਿਸ ਬੰਦਗੀ ਕਰਨ ਵਾਲੇ ਦੀ ਕਮਾਈ ਪ੍ਰਭ ਆਪ ਹੀ ਪ੍ਰਵਾਨ ਕਰਦਾ, ਰਹਿਮਤ ਬਖਸ਼ਦਾ ਹੈ । ਉਸ ਨੂੰ ਆਪਣਾ ਦਾਸ ਬਣਾ ਲੈਂਦਾ ਹੈ, ਸੰਤਾਂ ਦੇ ਚਰਨਾਂ ਦੀ ਧੂੜ ਬਖਸ਼ਦਾ ਹੈ । ਉਸ ਦੇ ਮਨ ਵਿਚੋਂ ਕਾਮ ਵਾਸ਼ਨਾ, ਕਰੋਧ ਦਾ ਨਾਸ ਹੋ ਜਾਂਦਾ ਹੈ । ਉਸ ਦੇ ਮਨ ਵਿੱਚ ਅਮੋਲਕ ਸ਼ਬਦ ਜਾਗਰਤ ਹੋ ਜਾਂਦਾ, ਵਸ ਜਾਂਦਾ ਹੈ ।

Whosoever may be blessed with His mercy and grace, his earnings of His Word may be accepted in His Court. He may be blessed with the state of mind as His true devotee and the association of His Holy saints. With His mercy and grace, all demons of his worldly desires like sexual desire for strange opposite sex (women/ men), anger may be eliminated. He may be drenched and enlightened with His ambrosial Word from within his mind.

ਸਫਲੁ ਜਨਮੁ ਤਾ ਕਾ ਪਰਵਾਣੁ॥ safal janam taaN kaa parvaan.
ਪਾਰਬ੍ਰਹਮੁ ਨਿਕਟਿ ਕਰਿ ਜਾਣੁ॥ paarbarahm nikat kar jaan.
ਭਾਇ ਭਗਤਿ ਪ੍ਰਭ ਕੀਰਤਨਿ ਲਾਗੈ॥ bhaa-ay bhagat parabh keertan laagai.
ਜਨਮ ਜਨਮ ਕਾ ਸੋਇਆ ਜਾਗੈ॥੩॥ janam janam kaa so-i-aa jaagai. ||3||

ਜਿਹੜਾ ਸਦਾ ਹੀ ਪ੍ਰਭ ਨੂੰ ਆਪਣੇ ਨੇੜੇ, ਅੰਦਰ ਹੀ ਵਸਦਾ ਮਹਿਸੂਸ ਕਰਦਾ ਹੈ । ਉਸ ਦਾ ਮਾਨਸ ਜਨਮ ਸਫਲ ਹੋ ਜਾਂਦਾ ਹੈ । ਜਿਹੜਾ ਪ੍ਰਭ ਦੇ ਸ਼ਬਦ ਤੇ ਭਰੋਸਾ ਅਡੋਲ ਰਖਕੇ ਸ਼ਬਦ ਦੇ ਗੁਣ ਗਾਉਂਦਾ ਹੈ । ਉਸ ਦਾ ਮਨ ਅਨੇਕਾਂ ਜਨਮਾਂ ਤੋ ਅਗਿਆਨਤਾ ਦੇ ਅੰਧੇਰੇ ਵਿਚੋਂ ਜਾਗਰਤ ਹੋ ਜਾਂਦਾ ਹੈ ।

Whosoever may realize His Holy Spirit prevailing everywhere; with His mercy and grace, his human life opportunity may be rewarded. Whosoever may sing the glory of His Word with steady and stable belief on His blessings; with His mercy and grace, his ignorance and suspicion of many previous lives may be eliminated.

ਚਰਨ ਕਮਲ ਜਨ ਕਾ ਆਧਾਰੁ॥ charan kamal jan kaa aaDhaar.
ਗੁਣ ਗੋਵਿੰਦ ਰਉਂ ਸਚੁ ਵਾਪਾਰੁ॥ gun govind ra-uN sach vaapaar.
ਦਾਸ ਜਨਾ ਕੀ ਮਨਸਾ ਪੂਰਿ॥ daas janaa kee mansaa poor.
ਨਾਨਕ ਸੁਖੁ ਪਾਵੈ ਜਨ ਧੂਰਿ॥ naanak sukh paavai jan Dhoor.
੪॥੨੦॥੨੨॥੬॥੨੮॥ ||4||20||22||6||28||

ਉਹ ਪ੍ਰਭ ਦੇ ਸ਼ਬਦ ਦੇ ਗੁਣ ਗਾਉਂਦਾ, ਜੀਵਨ ਢਾਲਦਾ, ਇਹ ਹੀ ਉਸ ਦਾ ਅਸਲੀ ਵਪਾਰ, ਜੀਵਨ ਦਾ ਧੰਦਾ ਬਣ ਜਾਂਦਾ ਹੈ । ਉਸ ਦੇ ਜੀਵਨ ਦਾ ਆਸਰਾ, ਧੰਦਾ ਹੀ ਸ਼ਬਦ ਦੀ ਪਾਲਣਾ ਕਰਨਾ ਬਣ ਜਾਂਦਾ ਹੈ । ਉਹ ਬੰਦਗੀ ਕਰਨ ਵਾਲੇ ਸੰਤਾਂ ਦੇ ਚਰਨਾਂ ਦੀ ਧੂੜ ਵਿੱਚ ਹੀ ਅਨੰਦ ਮਹਿਸੂਸ ਕਰਦਾ ਹੈ । ਪ੍ਰਭ ਆਪ ਹੀ ਉਸ ਦੇ ਮਨ ਦੀਆਂ ਮੁਰਾਦਾਂ ਪੂਰੀਆਂ ਕਰਦਾ ਹੈ ।

His true devotee may sing the glory of His Word, adopts the teachings of His Word with steady and stable belief in his day-to-day life. With His mercy and grace, the purpose of human life opportunity may become obeying and adopting the teachings of His Word with steady and stable belief in his day-to-day life. His true devotee may only realize comforts and pleasure in the association of His Holy saint. With His mercy and grace, all his spoken and unspoken hopes and desires may be satisfied.

452.ਰਾਗੁ ਗੋਂਡ ਅਸਟਪਦੀਆ ਮਹਲਾ ੫ ਘਰੁ ੨॥ 869-8

ੴ ਸਤਿਗੁਰ ਪ੍ਰਸਾਦਿ॥ ik-oNkaar satgur parsaad.
ਕਰਿ ਨਮਸਕਾਰ ਪੂਰੇ ਗੁਰਦੇਵ॥ kar namaskaar pooray gurdayv.
ਸਫਲ ਮੂਰਤਿ ਸਫਲ ਜਾ ਕੀ ਸੇਵ॥ safal moorat safal jaa kee sayv.
ਅੰਤਰਜਾਮੀ ਪੁਰਖੁ ਬਿਧਾਤਾ॥ antarjaamee purakh biDhaataa.
ਆਠ ਪਹਰ ਨਾਮ ਰੰਗਿ ਰਾਤਾ॥੧॥ aath pahar naam rang raataa. ||1||

ਪ੍ਰਭ ਦੇ ਸ਼ਬਦ ਦੀ ਪਾਲਣਾ, ਸਿਮਰਨ ਕਰੋ! ਉਸ ਦਾ ਸ਼ਬਦ, ਰੂਪ, ਨੂਰ ਅਮੋਲਕ ਹੈ । ਸ਼ਬਦ ਦੀ ਪਾਲਣਾ ਕਰਨਾ ਹੀ ਸਾਥ ਰਹਿਣ ਵਾਲਾ ਧਨ ਬਖਸ਼ਿਸ਼ ਹੁੰਦਾ ਹੈ । ਪ੍ਰਭ ਹੀ ਜੀਵ ਦੇ ਭਾਗ ਲਿਖਣ ਵਾਲਾ ਮਾਲਕ ਹੈ । ਉਹ ਮਨ ਦੀ ਅਵਸਥਾ ਦਾ ਅੰਤਰਜਾਮੀ ਹੈ । ਬੰਦਗੀ ਕਰਨ ਵਾਲਾ, ਦਿਨ ਰਾਤ ਸ਼ਬਦ ਦੀ ਪਾਲਣਾ, ਸਮਾਧੀ ਵਿੱਚ ਲੀਨ ਰਹਿੰਦਾ ਹੈ ।

You should meditate and obey the teachings of His Word with steady and stable belief in day-to-day life. The teachings of His Word are ambrosial jewel. Whosoever may obey the teachings of His Word; with His mercy and grace, he may be blessed the wealth of His Word. The earnings of His Word always remain companion of his soul and support in His Court for the real purpose of his human life journey. The One and only One, Omniscient True Master engraves his roadmap, destiny, His Word on his soul with His inkless pen. His true devotee may meditate and obeys the teachings of His Word and he remains intoxicated in the void of His Word.

ਗੁਰੁ ਗੋਬਿੰਦ ਗੁਰੂ ਗੋਪਾਲ॥ gur gobind guroo gopaal.
ਅਪਨੇ ਦਾਸ ਕਉ ਰਾਖਨਹਾਰ॥੧॥ apnay daas ka-o raakhanhaar. ||1||
ਰਹਾਉ॥ rahaa-o.

ਪ੍ਰਭ ਦਾ ਸ਼ਬਦ ਹੀ ਪ੍ਰਭ ਦਾ ਰੂਪ ਹੈ । ਆਪਣੇ ਦਾਸ ਤੇ ਰਹਿਮਤ ਬਖਸ਼ਣ ਵਾਲਾ ਮਾਲਕ ਹੈ ।

The teachings of His Word are the symbol of The True Master. He remains embedded within the essence of His Word. He always bestows His blessings on His true devotee in his human life journey.

ਪਾਤਿਸਾਹ ਸਾਹ ਉਮਰਾਉ ਪਤੀਆਏ॥ paatisaah saah umraa-o patee-aa-ay.
ਦੁਸਟ ਅਹੰਕਾਰੀ ਮਾਰਿ ਪਚਾਏ॥ dusat ahaNkaaree maar pachaa-ay.
ਨਿੰਦਕ ਕੈ ਮੁਖਿ ਕੀਨੋ ਰੋਗੁ॥ nindak kai mukh keeno rog.
ਜੈ ਜੈ ਕਾਰੁ ਕਰੈ ਸਭੁ ਲੋਗੁ॥੨॥ jai jai kaar karai sabh log. ||2||

ਉਹ ਹੀ ਸੰਸਾਰਕ ਰਾਜੇ, ਹਾਕਮ ਪੈਦਾ ਕਰਦਾ ਹੈ । ਉਸ ਦੇ ਵੱਸ ਵਿੱਚ ਹੀ ਹਨ । ਉਹ ਹੀ ਅਹੰਕਾਰੀ ਜੀਵਾਂ ਦਾ ਮਾਣ ਤੋੜਦਾ ਹੈ । ਉਹ ਹੀ ਨਿੰਦਿਆਂ ਕਰਨ ਵਾਲੇ ਦੇ ਮਨ ਵਿੱਚ, ਜੀਭ ਤੇ ਬੁਰੇ ਬੋਲ ਬਖਸ਼ਦਾ ਹੈ । ਸ੍ਰਿਸ਼ਟੀ ਦੇ ਸਾਰੇ ਜੀਵ ਹੀ ਉਸ ਦੀ ਜੈਕਾਰ ਕਰਦੇ ਹਨ । ਹਰਇੱਕ ਕੰਮ ਵਿੱਚ ਉਸ ਦੀ ਹੀ ਜਿੱਤ ਮਹਿਸੂਸ ਕਰਦੇ, ਧੰਨਵਾਦ ਕਰਦੇ ਹਨ ।

The True Master has created all worldly kings, rulers. All remains under His command and only His command prevails in their worldly rule. He may show mighty, self-minded with ego his own feet and reality of his human life journey. He has infused rude thoughts and words at the tongue of slanderer. The whole universe sings His glory and remains gratitude for His blessings. His true devotee may realize only His command prevails in every event in the universe and claims His victory, he may remain gratitude.

ਸੰਤਨ ਕੈ ਮਨਿ ਮਹਾ ਅਨੰਦੁ॥ santan kai man mahaa anand.
ਸੰਤ ਜਪਹਿ ਗੁਰਦੇਉ ਭਗਵੰਤੁ॥ sant jaapeh gurday-o bhagvant.
ਸੰਗਤਿ ਕੇ ਮੁਖ ਊਜਲ ਭਏ॥ sangat kay mukh oojal bha-ay.

ਸਗਲ ਥਾਨ ਨਿੰਦਕ ਕੇ ਗਏ॥੩॥ sagal thaan nindak kay ga-ay. ||3||

ਬੰਦਗੀ ਕਰਨ ਵਾਲਾ ਸੰਤ ਪ੍ਰਭ ਦੇ ਸ਼ਬਦ ਦਾ ਸਿਮਰਨ ਕਰਦਾ, ਗੁਣ ਗਾਉਂਦਾ ਹੈ । ਉਸ ਦੇ ਮਨ ਵਿੱਚ ਸਦਾ ਹੀ ਖੇੜਾ ਵਸਦਾ ਹੈ । ਸੰਤਾਂ ਦੇ ਸੰਗ ਸਿਮਰਨ ਕਰਦੇ ਬੰਦਗੀ ਕਰਨ ਵਾਲੇ ਤੇ ਸ਼ਬਦ ਦਾ ਨੂਰ ਚਮਕਦਾ, ਬਖਸ਼ਿਸ਼ ਹੋ ਜਾਂਦਾ ਹੈ । ਉਸ ਦੀ ਨਿੰਦਿਆਂ ਕਰਨ ਵਾਲੇ ਨੂੰ ਦਰਬਾਰ ਵਿੱਚ ਕੋਈ ਥਾਂ ਬਖਸ਼ਿਸ਼ ਨਹੀਂ ਹੁੰਦੀ ।

His true devotee meditates and sings the glory of His Word; with His mercy and grace, he may be blessed with blossom in his day-to-day life. Whosoever may meditate in the conjugation of His Holy saint, he may be blessed with the spiritual glow on his forehead. Whosoever may criticize, slanders His true devotee, he may never be blessed with the right path of acceptance in His Court.

ਸਾਸਿ ਸਾਸਿ ਜਨੁ ਸਦਾ ਸਲਾਹੈ॥ saas saas jan sadaa salaahay.
ਪਾਰਬ੍ਰਹਮ ਗੁਰ ਬੇਪਰਵਾਹੈ॥ paarbarahm gur bayparvaahay.
ਸਗਲ ਭੈ ਮਿਟੇ ਜਾ ਕੀ ਸਰਨਿ॥ sagal bhai mitay jaa kee saran.
ਨਿੰਦਕ ਮਾਰਿ ਪਾਏ ਸਭਿ ਧਰਨਿ॥੪॥ nindak maar paa-ay sabh Dharan. ||4||

ਬੰਦਗੀ ਕਰਨ ਵਾਲਾ ਸਵਾਸ ਸਵਾਸ ਸ਼ਬਦ ਦਾ ਸਿਮਰਨ ਕਰਦਾ ਹੈ । ਰਹਿਮਤਾਂ ਦਾ ਮਾਲਕ ਪ੍ਰਭ ਬੇਪ੍ਰਵਾਹ ਖੇੜੇ ਵਿੱਚ ਰਹਿੰਦਾ, ਰਹਿਮਤਾਂ ਬਖਸ਼ਦਾ ਹੈ । ਸ਼ਰਣ ਵਿੱਚ ਵਸਦੇ ਜੀਵ ਦੇ ਮਨ ਦੇ ਸਾਰੇ ਹੀ ਭਰਮ, ਡਰ ਦੂਰ ਹੋ ਜਾਂਦੇ ਹਨ । ਨਿੰਦਿਆਂ ਕਰਨ ਵਾਲਾ ਜੂੰਨਾਂ ਦੇ ਚੱਕਰ ਵਿੱਚ ਦੁਖ ਭੋਗਦਾ ਹੈ ।

His true devotee may meditate on the teachings of His Word with each breath in his day-to-day life. The Merciful True Master always remains in blossom, carefree. He may always bestow His virtues on His Creation. Whosoever may remain intoxicated in the void of His Word; with His mercy and grace, he may be accepted in His sanctuary, his suspicions, fear of death may be eliminated. The slanderer of His true devotee may remain in miseries of birth and death cycle.

ਜਨ ਕੀ ਨਿੰਦਾ ਕਰੈ ਨ ਕੋਇ॥ jan kee nindaa karai na ko-ay.
ਜੋ ਕਰੈ ਸੋ ਦੁਖੀਆ ਹੋਇ॥ jo karai so dukhee-aa ho-ay.
ਆਠ ਪਹਰ ਜਨੁ ਏਕੁ ਧਿਆਏ॥ aath pahar jan ayk Dhi-aa-ay.
ਜਮੂਆ ਤਾ ਕੈ ਨਿਕਟਿ ਨ ਜਾਏ॥੫॥ jamoo-aa taa kai nikat na jaa-ay. ||5||

ਜੀਵ ਬੰਦਗੀ ਕਰਨ ਵਾਲੇ ਦਾਸ ਦੀ ਨਿੰਦਿਆਂ, ਬੁਰਾ ਨਾ ਕਰੋ! ਜਿਹੜਾ ਬੁਰਾ ਕਰਦਾ ਹੈ । ਉਸ ਨੂੰ ਦੁਖ ਹੀ ਨਸੀਬ ਹੁੰਦੇ ਹਨ । ਜਿਹੜਾ ਬੰਦਗੀ ਕਰਨ ਵਾਲਾ, ਦਿਨ ਰਾਤ ਪ੍ਰਭ ਦੇ ਸ਼ਬਦ ਦਾ ਸਿਮਰਨ ਕਰਦਾ ਹੈ । ਮੌਤ ਦਾ ਜਮਦੂਤ ਉਸ ਦੇ ਨੇੜੇ ਵੀ, ਛੋਹ ਨਹੀਂ ਸਕਦਾ ।

You should not rebuke, criticize, or hurt His true devotee. Whosoever may rebuke or hurt His true devotee, he may only endure miseries in his human life journey. Whosoever may meditate on the teachings of His Word day and night; his soul may become beyond the reach of devil of death.

ਜਨ ਨਿਰਵੈਰ ਨਿੰਦਕ ਅਹੰਕਾਰੀ॥ jan nirvair nindak ahaNkaaree.
ਜਨ ਭਲ ਮਾਨਹਿ ਨਿੰਦਕ ਵੇਕਾਰੀ॥ jan bhal maaneh nindak vaykaaree.
ਗੁਰ ਕੈ ਸਿਖਿ ਸਤਿਗੁਰੂ ਧਿਆਇਆ॥ gur kai sikh satguroo Dhi-aa-i-aa.
ਜਨ ਉਬਰੇ ਨਿੰਦਕ ਨਰਕਿ ਪਾਇਆ॥੬॥ jan ubray nindak narak paa-i-aa. ||6||

ਬੰਦਗੀ ਕਰਨ ਵਾਲੇ ਨੂੰ ਕਦੇ ਬਦਲਾ ਲੈਣ ਦੀ ਭਾਵਨਾ ਨਹੀਂ ਹੁੰਦੀ । ਨਿੰਦਕ ਦੇ ਮਨ ਵਿੱਚ ਅਹੰਕਾਰ ਦਾ ਜ਼ੋਰ ਰਹਿੰਦਾ ਹੈ । ਬੰਦਗੀ ਕਰਨ ਵਾਲਾ ਸਦਾ ਹੀ ਪ੍ਰਭ ਦੀ ਰਹਿਮਤ ਦੀ ਹੀ ਅਰਦਾਸ ਕਰਦਾ, ਧੰਨਵਾਦ ਕਰਦਾ ਰਹਿੰਦਾ ਹੈ । ਪ੍ਰਭ ਦੀ ਰਹਿਮਤ ਨਾਲ ਬੰਦਗੀ ਕਰਨ ਵਾਲਾ ਦਰਬਾਰ ਵਿੱਚ ਪ੍ਰਵਾਨ ਹੋ

ਜਾਂਦਾ ਹੈ । ਨਿੰਦਕ ਦੇ ਮਨ ਵਿੱਚ ਸਦਾ ਹੀ ਬੁਰੇ ਖਿਆਲਾਂ ਦਾ ਜ਼ੋਰ ਰਹਿੰਦਾ ਹੈ । ਉਹ ਜੂੰਨਾਂ ਦੇ ਚੱਕਰ ਵਿੱਚ ਹੀ ਰਹਿੰਦਾ ਹੈ ।

His true devotee may never have any desire, thoughts of revenge, jealousy within his mind. Slanderer may perform his worldly deeds in his ego of worldly status. His true devote always remain gratitude of His blessings; he always prays for His forgiveness and His refuge. Slanderer always remains dominated with evil thoughts within his mind. He may remain in the cycle of birth and death.

ਸੁਣਿ ਸਾਜਨ ਮੇਰੇ ਮੀਤ ਪਿਆਰੇ॥	sun saajan mayray meet pi-aaray.
ਸਤਿਬਚਨ ਵਰਤਹਿ ਹਰਿ ਦੁਆਰੇ॥	sat bachan varteh har du-aaray.
ਜੈਸਾ ਕਰੇ ਸੁ ਤੈਸਾ ਪਾਏ॥	jaisaa karay so taisaa paa-ay.
ਅਭਿਮਾਨੀ ਕੀ ਜੜ ਸਰਪਰਜਾਏ॥੭॥	abhimaanee kee jarh sarpar jaa-ay. ‖7‖

ਮੇਰੇ ਸਾਥੀ, ਮਿੱਤਰ ਇਸ ਕਥਾ ਵਿੱਚ ਧਿਆਨ ਲਾਵੋ! ਇਹ ਸ਼ਬਦ ਪ੍ਰਭ ਦੇ ਦਰਬਾਰ ਵਿੱਚ ਪ੍ਰਵਾਨ ਹੋ ਜਾਂਦੇ ਹਨ । ਇਸ ਵਿਧੀ ਨਾਲ ਪ੍ਰਭ ਦੇ ਦਰਬਾਰ ਵਿੱਚ ਪ੍ਰਵਾਨ ਹੋਇਆ ਜਾ ਸਕਦਾ ਹੈ । ਜਿਸਤਰ੍ਹਾਂ ਦਾ ਕੋਈ ਬੀਜਦਾ ਹੈ । ਉਸ ਦਾ ਹੀ ਫਲ ਬਖਸ਼ਿਸ਼ ਹੁੰਦਾ ਹੈ । ਅਹੰਕਾਰੀ ਦੇ ਮਨ ਦੀ ਮੁਰਾਦ ਕਦੇ ਪੂਰੀ ਨਹੀਂ ਹੁੰਦੀ । ਜੂੰਨਾਂ ਦੇ ਚੱਕਰ ਵਿੱਚ ਹੀ ਭਉਦਾ ਰਹਿੰਦਾ ਹੈ ।

You should pay a special intention to this unique essence of His Nature! Whosoever may adopt this essence of His Word with steady and stable belief in his day-to-day life; with His mercy and grace, he may be accepted in His Court. Whatsoever one may sow in his worldly life; he may be rewarded the fruit of his own earnings in His Court. Whosoever may remain in the ego of his worldly status; his hopes and desires may never be satisfied. He remains in the cycle of birth and death.

ਨੀਧਰਿਆ ਸਤਿਗੁਰ ਧਰ ਤੇਰੀ॥	neeDhri-aa satgur Dhar tayree.
ਕਰਿ ਕਿਰਪਾ ਰਾਖਹੁ ਜਨ ਕੇਰੀ॥	kar kirpaa raakho jan kayree.
ਕਹੁ ਨਾਨਕ ਤਿਸੁ ਗੁਰ ਬਲਿਹਾਰੀ॥	kaho naanak tis gur balihaaree.
ਜਾ ਕੈ ਸਿਮਰਨਿ ਪੈਜ ਸਵਾਰੀ॥	jaa kai simran paij savaaree.
੮॥੧॥੨੯॥	‖8‖1‖29‖

ਪ੍ਰਭ ਤੂੰ ਹੀ ਨਿਮਾਣੇ ਜੀਵ ਦਾ ਆਸਰਾ ਹੈ, ਰਹਿਮਤ ਬਖਸ਼ੋ! ਇਸ ਨਿਮਾਣੇ ਬੰਦਗੀ ਕਰਨ ਵਾਲੇ ਨੂੰ ਆਪਣਾ ਦਾਸ ਬਣਾ ਲਵੋ! ਬੰਦਗੀ ਕਰਨ ਵਾਲਾ ਸਦਾ ਹੀ ਪ੍ਰਭ ਦੇ ਕਰਤਬਾਂ, ਰਹਿਮਤਾਂ ਤੋ ਹੈਰਾਨ ਹੀ ਰਹਿੰਦਾ ਹੈ । ਬੰਦਗੀ ਕਰਨ ਵਾਲਾ ਪ੍ਰਭ ਦੇ ਸ਼ਬਦ ਦੀ ਪਾਲਣਾ ਤੇ ਅਡੋਲ ਰਹਿੰਦਾ ਹੈ । ਪ੍ਰਭ ਆਪ ਹੀ ਰਹਿਮਤ ਦੀ ਨਜ਼ਰ ਬਖਸ਼ਕੇ ਬਚਾ ਲੈਂਦਾ ਹੈ ।

The True Master remains the pillar of support for His true devotee; with Your mercy and grace, His true devotee may be accepted in His court. Your true devotee always remains fascinated and astonished from His miracles. His true devotee may obey the teachings of His Word with steady and stable belief in his day-to-day life. With His mercy and grace, he may be saved from the miseries of demons of worldly desire.

453.ਰਾਗੁ ਗੋਂਡ ਬਾਣੀ ਕਬੀਰ ਜੀ ਘਰੁ ੧॥ 870-1

੧ਓ ਸਤਿਗੁਰ ਪ੍ਰਸਾਦਿ॥	ik-oNkaar satgur parsaad.
ਸੰਤੁ ਮਿਲੈ ਕਿਛੁ ਸੁਨੀਐ ਕਹੀਐ॥	sant milai kichh sunee-ai kahee-ai.
ਮਿਲੈ ਅਸੰਤੁ ਮਸਟਿ ਕਰਿ ਰਹੀਐ॥੧॥	milai asant masat kar rahee-ai. ‖1‖

ਜੀਵ ਅਗਰ ਕਿਸੇ ਬੰਦਗੀ ਕਰਨ ਵਾਲੇ ਜੀਵ ਨਾਲ ਮਿਲਾਪ ਹੋਵੇ । ਤਾਂ ਉਸ ਨਾਲ ਆਪਣੇ ਮਨ ਦੇ ਭਰਮ, ਵਿਚਾਰ ਸਾਂਝੇ ਕਰੋ! ਉਸ ਦੇ ਵਿਚਾਰ ਸੁਣੋ, ਉਸ ਨੇ ਆਪਣੇ ਮਨ ਦੇ ਭਰਮ ਕਿਸਤਰ੍ਹਾਂ ਖਤਮ

ਕੀਤੇ ਹਨ । ਜਿਸ ਜੀਵ ਦੀ ਪ੍ਰਭ ਦੇ ਸ਼ਬਦ ਨਾਲ ਕੋਈ ਲਗਨ ਨਾ ਹੋਵੇ, ਉਸ ਨਾਲ ਪ੍ਰਭ ਦੇ ਸ਼ਬਦ ਦਾ ਵਿਚਾਰ ਕਰਨ ਦਾ ਕੋਈ ਲਾਭ ਨਹੀਂ ਹੁੰਦਾ, ਕੋਈ ਸੋਝੀ ਬਖਸ਼ਿਸ਼ ਨਹੀਂ ਹੁੰਦੀ ।

With His mercy and grace, you may be blessed with association of His true devotee; you should share your suspicions and doubt with him and seeks his counsel. How had he overcome the suspicion of his mind, religious rituals and conquered his own mind? Whosoever may not have any devotion to meditate or understanding His Word; you may stay away from him. You may not benefit anything by discussing the teachings of His Word with him.

ਬਾਬਾ ਬੋਲਨਾ ਕਿਆ ਕਹੀਐ॥ baabaa bolnaa ki-aa kahee-ai.

ਜੈਸੇ ਰਾਮ ਨਾਮ ਰਵਿ ਰਹੀਐ॥੧॥ ਰਹਾਉ॥ jaisay raam naam rav rahee-ai. ||1|| rahaa-o.

ਪ੍ਰਭ ਅਗਰ ਮੈਂ ਕੁਝ ਬੋਲਾਂ, ਕੋਈ ਵਿਚਾਰ ਕਰਾ, ਕੀ ਵਿਚਾਰ ਕਰ ਸਕਦਾ ਹਾ? ਕਿਸਤਰ੍ਹਾਂ ਦੇ ਸ਼ਬਦ ਬੋਲਾ, ਜਿਸ ਨਾਲ ਧਿਆਨ ਸ਼ਬਦ ਨਾਲੋ ਦੂਰ ਨਾ ਜਾਵੇ । ਮਨ ਸ਼ਬਦ ਵਿੱਚ ਹੀ ਲੀਨ ਹੋਵੇ, ਸ਼ਬਦ ਉਸ ਦੇ ਭਾਣੇ ਅੰਦਰ ਹੀ ਹੋਣ ।

My True Master, what may I speak or discuss about the teachings of Your Word? What may I say or discuss that my concentration may not move away from the teachings of Your Word? I wish my spoken words always remain within the teachings of Your Word and my mind may always remain intoxicated in the void of Your Word.

ਸੰਤਨ ਸਿਉ ਬੋਲੇ ਉਪਕਾਰੀ॥ santan si-o bolay upkaaree.

ਮੂਰਖ ਸਿਉ ਬੋਲੇ ਝਖ ਮਾਰੀ॥੨॥ moorakh si-o bolay jhakh maaree. ||2||

ਜਿਹੜਾ ਜੀਵ ਬੰਦਗੀ ਕਰਨ ਵਾਲੇ ਨਾਲ ਵਿਚਾਰ ਕਰਦਾ ਹੈ, ਉਸ ਦੀ ਪ੍ਰਭ ਦੇ ਸ਼ਬਦ ਨਾਲ ਪ੍ਰੀਤ ਵਧਦੀ ਹੈ, ਭਰੋਸਾ ਪੱਕਾ ਹੁੰਦਾ ਹੈ । ਜਿਹੜਾ ਪ੍ਰਭ ਦੇ ਸ਼ਬਦ ਵਿੱਚ ਕੋਈ ਲਗਨ ਨਹੀਂ ਲਾਉਂਦਾ, ਉਸ ਨਾਲ ਸ਼ਬਦ ਦਾ ਵਿਚਾਰ ਕਰਨਾ ਕੇਵਲ ਸਮਾਂ ਹੀ ਗਵਾਉਣਾ ਹੈ ।

Whosoever may discuss the teachings of His Word, Gurbani with His true devotee; with His mercy and grace, his devotion and belief on His blessings may be enhance. However, who may not have any devotion with the teachings of His Word; by discussing the teachings of His Word with him, may be just wasting your priceless time of human life journey.

ਬੋਲਤ ਬੋਲਤ ਬਢਹਿ ਬਿਕਾਰਾ॥ bolat bolat badheh bikaaraa.

ਬਿਨੁ ਬੋਲੇ ਕਿਆ ਕਰਹਿ ਬੀਚਾਰਾ॥੩॥ bin bolay ki-aa karahi beechaaraa. ||3||

ਅਗਰ ਕਿਸੇ ਮੰਤਵ ਤੋ ਬਿਨਾਂ ਹੀ ਬੋਲਿਆ ਜਾਵੇ । ਤਾਂ ਸੰਸਾਰਕ ਇੱਛਾਂ ਦੇ ਖਿਆਲ, ਲਾਲਚ, ਧੋਖੇ ਦੇ ਖਿਆਲ ਵਧਦੇ ਹਨ । ਅਗਰ ਚੁਪ ਹੀ ਰਹੇ ਤਾ ਇਹਨਾਂ ਖਿਆਲਾਂ ਦਾ ਹੋਰ ਵਾਧਾ ਨਹੀਂ ਹੁੰਦਾ ।

Whosoever may speak without any real purpose or without invitation; his demons of desires, evil thoughts may become more intense within his mind. However, by remaining quiet, the fire of worldly desires may not spread.

ਕਹੁ ਕਬੀਰ ਛੂਛਾ ਘਟੁ ਬੋਲੈ॥ kaho kabeer chhoochhaa ghat bolai.

ਭਰਿਆ ਹੋਇ ਸੁ ਕਬਹੁ ਨ ਡੋਲੈ ੪॥੧॥ bhari-aa ho-ay so kabahu na dolai. ||4||1||

ਜਿਹੜਾ ਭਾਂਡਾ ਖਾਲੀ ਹੋਵੇ, ਉਸ ਨੂੰ ਛੋਹਣ ਨਾਲ ਜ਼ਿਆਦਾ ਅਵਾਜ ਆਉਂਦੀ ਹੈ । ਜਿਹੜਾ ਭਾਂਡਾ ਭਰਿਆਂ ਹੋਵੇ, ਉਸ ਨੂੰ ਛੋਹਣ ਨਾਲ ਥੋੜ੍ਹੀ ਅਵਾਜ ਆਉਂਦੀ ਹੈ । ਇਸਤਰ੍ਹਾਂ ਜਿਸ ਨੂੰ ਘੱਟ ਗਿਆਨ ਹੁੰਦਾ ਹੈ, ਉਹ ਜ਼ਿਆਦਾ ਬੋਲਦਾ ਹੈ, ਆਪਣਾ ਖਿਆਲ ਠੋਸਦਾ ਹੈ । ਜਿਸ ਨੂੰ ਗਿਆਨ ਹੋ ਜਾਂਦਾ ਹੈ, ਉਹ ਕੇਵਲ ਸੋਝੀ ਵਾਲਾ ਹੀ ਜਵਾਬ ਦੇਂਦਾ ਹੈ ।

You may realize by knocking empty or not full vessel, it makes loud noise;

vessel full with liquid makes much less loud noise. Same way whosoever may have little understanding of the teachings of His Word; he may enforce his opinion, understanding more forcefully and pulls more logic or different quotes from the same Holy scripture to prove his thought process, opinion. Whosoever he may have in depth understanding, he may express his own comprehension of His Word, own experience in his life.

454.ਰਾਗੁ ਗੋਂਡ ਬਾਣੀ ਕਬੀਰ ਜੀ॥ 870

ਨਰੂ ਮਰੈ ਨਰੁ ਕਾਮਿ ਨ ਆਵੈ॥	naroo marai nar kaam na aavai.
ਪਸੂ ਮਰੈ ਦਸ ਕਾਜ ਸਵਾਰੈ॥੧॥	pasoo marai das kaaj savaarai. ||1||

ਮਾਨਸ ਦੇ ਮਰਨ ਤੇ ਉਸ ਦਾ ਤਨ ਕਿਸੇ ਵਰਤੋਂ ਵਿੱਚ ਨਹੀਂ ਆਉਂਦਾ । ਪਰ ਅਗਰ ਜਾਨਵਰ ਮਰਦਾ ਹੈ । ਉਸ ਦਾ ਤਨ ਕਈ ਕਾਰਜ ਸਵਾਰਦਾ ਹੈ, ਕਿਤਨੀ ਵਰਤੋਂ ਵਿੱਚ ਆਉਂਦਾ ਹੈ ।

Imagine human corpse has no value, assets for mankind, rather becomes a liability for disposal. However, animal corpse may serve many valuable purposes for His Creation. Animal corpse is more valuable than human corpse.

ਅਪਨੇ ਕਰਮ ਕੀ ਗਤਿ ਮੈ ਕਿਆ ਜਾਨਉ॥	apnay karam kee gat mai ki-aa jaan-o.
ਮੈ ਕਿਆ ਜਾਨਉ ਬਾਬਾ ਰੇ॥੧॥	mai ki-aa jaan-o baabaa ray. ||1||
ਰਹਾਉ॥	rahaa-o.

ਮੈਨੂੰ ਸੋਝੀ ਬਖਸ਼ੋ! ਮੇਰੇ ਕੀਤੇ ਕੰਮ ਤੇਰੇ ਭਾਣੇ ਅਨੁਸਾਰ ਹੀ ਹੋਣ । ਮੈਂ ਆਪਣੇ ਕੀਤੇ ਕੰਮਾਂ ਦੀ ਕੀ ਕੀਮਤ ਜਾਣਦਾ ਹਾ?

With Your mercy and grace, enlightens the teachings of Your Word from within; all my worldly deeds may become as per the teachings of Your Word. How may I know the true significance of my deeds in Your Court?

ਹਾਡ ਜਲੇ ਜੈਸੇ ਲਕਰੀ ਕਾ ਤੂਲਾ॥	haad jalay jaisay lakree kaa toolaa.
ਕੇਸ ਜਲੇ ਜੈਸੇ ਘਾਸ ਕਾ ਪੂਲਾ॥੨॥	kays jalay jaisay ghaas kaa poolaa. ||2||

ਜਦੋਂ ਮਾਨਸ ਦਾ ਤਨ ਅੱਗ ਦੇ ਭੇਟਾ ਕੀਤਾ ਜਾਂਦਾ ਹੈ । ਉਸ ਦੀਆਂ ਹੱਡੀਆਂ, ਲਕੜ ਦੇ ਬਾਲਣ, ਵਾਲ ਘਾਹ ਦੀ ਤਰ੍ਹਾਂ ਜਲ ਜਾਂਦੇ ਹਨ ।

When human corpse may be cremated; his bones may burn like wood and his hairs like grass.

ਕਹੁ ਕਬੀਰ ਤਬ ਹੀ ਨਰੁ ਜਾਗੈ॥	kaho kabeer tab hee nar jaagai.
ਜਮ ਕਾ ਡੰਡੁ ਮੂੰਡ ਮਹਿ ਲਾਗੈ॥੩॥੨॥	jam kaa dand moond meh laagai. ||3||2||

ਮਾਨਸ ਜੀਵ ਪ੍ਰਭ ਨੂੰ ਭੁਲਾਈ ਰਖਦਾ ਹੈ । ਜਦੋਂ ਮੌਤ ਦਾ ਫਰਿਸ਼ਤਾ ਲੈਣ ਆ ਜਾਂਦਾ ਹੈ । ਪ੍ਰਭ ਦੀ ਯਾਦ ਉਸ ਵੇਲੇ ਹੀ ਆਉਂਦੀ ਹੈ ।

Ignorant human may forget the existence and power of The True Master. However, once the devil of death may knock at his door at predetermined time with His command; only then he may remember, regrets, and repents.

455.ਰਾਗੁ ਗੋਂਡ ਬਾਣੀ ਕਬੀਰ ਜੀ॥ 870

ਆਕਾਸਿ ਗਗਨੁ ਪਾਤਾਲਿ ਗਗਨੁ ਹੈ,	aakaas gagan paataal gagan hai
ਚਹੁ ਦਿਸਿ ਗਗਨੁ ਰਹਾਇਲੇ॥	chahu dis gagan rahaa-ilay.
ਆਨਦ ਮੂਲੁ ਸਦਾ ਪੁਰਖੋਤਮੁ,	aanad mool sadaa purkhotam ghat
ਘਟੁ ਬਿਨਸੈ ਗਗਨੁ ਨ ਜਾਇਲੇ॥੧॥	binsai gagan na jaa-ilay. ||1||

ਅਕਾਸ਼, ਧਰਤੀ, ਪਤਾਲ ਵਿੱਚ ਹਰ ਥਾਂ, ਚਾਰੇ ਪਾਸੇ ਹੀ ਪ੍ਰਭ ਵਸਦਾ, ਵਾਪਰਦਾ ਹੈ । ਪ੍ਰਭ ਸਦਾ ਹੀ ਦਾਤਾਂ ਦਾ ਭੰਡਾਰੀ ਹੈ, ਸਦਾ ਹੀ ਦਾਤਾਂ ਬਖਸ਼ਦਾ ਰਹਿੰਦਾ ਹੈ । ਪ੍ਰਭ ਦੀ ਜੋਤ, ਸ਼ਬਦ, ਜੀਵ ਦੇ ਤਨ ਨਾਲ ਨਾਸ ਨਹੀਂ ਹੁੰਦਾ ।

The Omnipresent True Master dwells and prevails everywhere in sky, in water, in, on earth and in all directions. The treasure of eternal spiritual virtues always bestows His blessings on His Creation. His Holy Spirit, His Word and his soul may not vanish with death of his body.

ਮੋਹਿ ਬੈਰਾਗੁ ਭਇਓ॥ mohi bairaag bha-i-o.
ਇਹੁ ਜੀਉ ਆਇ ਕਹਾ ਗਇਓ॥੧॥ ih jee-o aa-ay kahaa ga-i-o. ||1||
ਰਹਾਉ॥ rahaa-o.

ਜਿਸ ਜੀਵ ਦਾ ਖਿਆਲ ਇਸ ਪਾਸੇ ਜਾਂਦਾ ਹੈ । ਇਹ ਆਤਮਾ ਕਿਥੋਂ ਆਈ ਹੈ ਅਤੇ ਮਰਨ ਤੋ ਪਿਛੋਂ ਕਿਥੇ ਜਾਵੇਗੀ? ਉਸ ਜੀਵ ਦੇ ਮਨ ਵਿੱਚ ਉਦਾਸੀ ਆ ਜਾਂਦੀ ਹੈ ।

Whosoever may wonder in thoughts within his mind. Where has his soul come from and where may his soul go after death of his human body? He may become very depressed and sad.

ਪੰਚ ਤਤੁ ਮਿਲਿ ਕਾਇਆ ਕੀਨ੍ਹੀ, panch tat mil kaa-i-aa keenHee
ਤਤੁ ਕਹਾ ਤੇ ਕੀਨੁ ਰੇ॥ tat kahaa tay keen ray.
ਕਰਮ ਬਧ ਤੁਮ ਜੀਉ ਕਹਤ ਹੌ, karam baDh tum jee-o kahat hou
ਕਰਮਹਿ ਕਿਨਿ ਜੀਉ ਦੀਨੁ ਰੇ॥੨॥ karmeh kin jee-o deen ray. ||2||

ਸੰਸਾਰਕ ਜੀਵ ਇਹ ਮੰਨਦੇ ਹਨ! ਕਿ ਪੰਜਾਂ ਧਾਤਾਂ ਨੂੰ ਮਿਲਾਕੇ ਜੀਵ ਦਾ ਤਨ ਬਣਿਆ ਹੈ । ਪਰ ਇਹ ਪੰਜੇਂ ਧਾਤਾਂ ਕਿਥੋਂ ਪੈਦਾ ਹੋਈਆ ਹਨ? ਸੰਸਾਰਕ ਲਿਖਤਾਂ ਦੱਸਦੀਆਂ ਹਨ! ਕਿ ਆਤਮਾ ਆਪਣੇ ਕਰਮਾਂ ਦਾ ਭਾਰ ਆਪਣੇ ਨਾਲ ਲਈ ਫਿਰਦੀ ਹੈ । ਪਰ ਇਸ ਤਨ ਨੂੰ ਕਿਸ ਨੇ ਕਰਮ ਬਖਸ਼ੇ ਹਨ?

All human in the universe believe that body of any creature has been created from five elements of His Nature. However, the whole universe remains wondering; from where have these elements been created? Worldly Holy scripture stresses that his soul carries the burden, blemish of sins of her previous lives. However, he remains fascinated; who might have burdened his body with blemish of his soul? Why has his body endured the judgement of the blemish of her soul?

ਹਰਿ ਮਹਿ ਤਨੁ ਹੈ ਤਨ ਮਹਿ ਹਰਿ ਹੈ, har meh tan hai tan meh har hai
ਸਰਬ ਨਿਰੰਤਰਿ ਸੋਇ ਰੇ॥ sarab nirantar so-ay ray.
ਕਹਿ ਕਬੀਰ ਰਾਮ ਨਾਮੁ ਨ ਛੋਡਉ, kahi kabeer raam naam na chhoda-o
ਸਹਜੇ ਹੋਇ ਸੁ ਹੋਇ ਰੇ॥੩॥੩॥ sehjay ho-ay so ho-ay ray. ||3||3||

ਪ੍ਰਭ ਇਸ ਤਨ ਵਿੱਚ ਹੀ ਹੈ, ਅਤੇ ਪ੍ਰਭ ਦੇ ਵਿੱਚ ਹੀ ਤਨ ਹੈ । ਪ੍ਰਭ ਹੀ ਤਨ ਵਿੱਚ ਵਾਪਰਦਾ ਹੈ । ਬੰਦਗੀ ਕਰਨ ਵਾਲਾ ਪ੍ਰਭ ਦੇ ਸ਼ਬਦ ਦੀ ਪਾਲਣਾ ਕਰਨਾ ਕਦੇ ਛੱਡਦਾ ਨਹੀਂ । ਉਹ ਪ੍ਰਭ ਦੇ ਕੀਤੇ, ਬਖਸ਼ੇ ਨੂੰ ਪ੍ਰਵਾਨ ਕਰਦਾ ਹੈ ।

The True Master dwells in the same body remains embedded within his soul. His Holy Spirit remains drenched within each fiber or limb of his body. Only, His Word prevails within His body. His true devotee may never abandon the path of obeying the teachings of His Word. He may accept His blessings, as an ultimate unavoidable command, His worthy blessings.

456. ਰਾਗੁ ਗੋਂਡ ਬਾਣੀ ਕਬੀਰ ਜੀਉ ਕੀ ਘਰੁ ੨॥ 870

ੴ ਸਤਿਗੁਰ ਪ੍ਰਸਾਦਿ॥ ik-oNkaar satgur parsaad.
ਭੁਜਾ ਬਾਂਧਿ ਭਿਲਾ ਕਰਿ ਡਾਰਿਓ॥ bhujaa baaNDh bhilaa kar daari-o.
ਹਸਤੀ ਕ੍ਰੋਪਿ ਮੂੰਡ ਮਹਿ ਮਾਰਿਓ॥ hastee karop moond meh maari-o.
ਹਸਤਿ ਭਾਗਿ ਕੈ ਚੀਸਾ ਮਾਰੈ॥ hasat bhaag kai cheesaa maarai.
ਇਆ ਮੂਰਤਿ ਕੈ ਹਉ ਬਲਿਹਾਰੈ॥੧॥ i-aa moorat kai ha-o balihaarai. ||1||

ਮੌਕੇ ਦੇ ਹਾਕਮ ਦੇ ਹੁਕਮ ਨਾਲ ਮੇਰੇ ਹੱਥ ਪੈਰ ਜੂੜ ਕੇ ਮੈਨੂੰ ਹਾਥੀ ਅੱਗੇ ਸੁੱਟ ਦਿੱਤਾ । ਮੈਨੂੰ ਕੁਚਲ ਦੇਣ ਲਈ ਹਾਥੀ ਨੂੰ ਅੱਗੇ ਵਧਾਉਣ ਦੀ ਕੋਸ਼ਿਸ਼ ਕੀਤੀ । ਪਰ ਹਾਥੀ ਨੇ ਜੂੜੇ ਜੀਵ ਵਿੱਚ ਪ੍ਰਭ ਦੀ ਸ਼ਕਲ ਦੇਖੀ, ਜਿਹੜਾ ਹਰਇੱਕ ਦੇ ਅੰਦਰ ਵਸਦਾ ਹੈ । ਉਹ ਪਿਛੇ ਹੱਟ ਗਿਆ । ਮੈਂ ਉਸ ਪ੍ਰਭ ਦੇ ਚਮਤਕਾਰ ਤੋ ਵਾਰੇ ਜਾਵਾ । ਜਿਸ ਨੇ ਹਾਥੀ ਨੂੰ ਸੋਝੀ ਦੇ ਬਖਸ਼ੀ ।

The worldly ruler ordered to tie my hand and feet to be crushed under the feet of elephant. His guard tried the elephant to move forward to comply the order of the ruler. An astonishing miracle happened; the elephant witnesses The Holy Spirit embedded within my soul in my body. The elephant bowed his head and cried. I remained astonished from His miracle; who might have enlightened the soul of the elephant.

ਆਹਿ ਮੇਰੇ ਠਾਕੁਰ ਤੁਮਰਾ ਜੋਰੁ॥	aahi mayray thaakur tumraa jor.
ਕਾਜੀ ਬਕਿਬੋ ਹਸਤੀ ਤੋਰੁ॥੧॥ ਰਹਾਉ॥	kaajee bakibo hastee tor. ||1|| rahaa-o.

ਮੇਰੀ ਇੱਕੋ ਹੀ ਅਰਦਾਸ ਸੀ ! ਪ੍ਰਭ ਤੂੰ ਹੀ ਮੇਰਾ ਰਖਵਾਲਾ ਹੈ, ਮੈਂ ਕੁਝ ਨਹੀਂ ਹਾ । ਜੋ ਤੈਨੂੰ ਭਉਂਦਾ ਹੈ, ਉਹ ਹੀ ਭਲਾ ਹੈ । ਕਾਜੀ, ਹਾਕਮ ਹਾਥੀ ਦੇ ਕੋਚਵਾਨ ਨੂੰ ਤਾੜਦਾ ਹੈ ਕਿ ਇਸ ਨੂੰ ਕੁਚਲ ਦੇਵੋ ।

I have only one prayer thought within my mind. You are the protector of Your Creation; I have no identity of my own. Your command is always for the welfare of Your Creation. The judge of the ruler, priest and the handler of the elephant were forcing elephant to comply the command of handler.

ਰੇ ਮਹਾਵਤ ਤੁਝੁ ਡਾਰਉ ਕਾਟਿ॥	ray mahaavat tujh daara-o kaat.
ਇਸਹਿ ਤੁਰਾਵਹੁ ਘਾਲਹੁ ਸਾਟਿ॥	iseh turaavahu ghaalhu saat.
ਹਸਤਿ ਨ ਤੋਰੈ ਧਰੈ ਧਿਆਨੁ॥	hasat na torai Dharai Dhi-aan.
ਵਾ ਕੈ ਰਿਦੈ ਬਸੈ ਭਗਵਾਨੁ॥੨॥	vaa kai ridai basai bhagvaan. ||2||

ਹਾਕਮ ਕੋਚਵਾਨ ਨੂੰ ਧਮਕੀ ਦੇਂਦਾ ਹੈ । ਅਗਰ ਹਾਥੀ ਨੇ ਕਬੀਰ ਨੂੰ ਕੁਚਲ ਨਾ ਦਿੱਤਾ । ਤਾਂ ਉਸ ਨੂੰ ਕਤਲ ਕਰ ਦਿੱਤਾ ਜਾਵੇਗਾ । ਪਰ ਹਾਥੀ ਅੱਗੇ ਨਹੀਂ ਵਧਦਾ ਸਗੋਂ ਉਸ ਜੀਵ ਨੂੰ ਪ੍ਰਨਾਮ ਕਰਦਾ ਹੈ । ਪ੍ਰਭ ਦੇ ਵਿੱਚ ਧਿਆਨ ਲਾਉਂਦਾ ਹੈ । ਪ੍ਰਭ ਉਸ ਦੇ ਮਨ ਵਿੱਚ ਜਾਗਰਤ ਹੋ ਜਾਂਦਾ ਹੈ ।

The judge threatens the handler of elephant; in case his elephant may not crush Kabeer; he would be slaughtered terribly. The elephant instead of moving forward, bow at the feet of Kabeer with tears of repentance. He went in renunciation in the memory of his separation from Holy Spirit; with His mercy and grace, the eternal Holy glow started shining on the forehead of elephant.

ਕਿਆ ਅਪਰਾਧੁ ਸੰਤ ਹੈ ਕੀਨ੍ਾ॥	ki-aa apraaDh sant hai keenHaa.
ਬਾਂਧਿ ਪੋਟ ਕੁੰਚਰ ਕਉ ਦੀਨ੍ਾ॥	baaNDh pot kunchar ka-o deenHaa.
ਕੁੰਚਰੁ ਪੋਟ ਲੈ ਲੈ ਨਮਸਕਾਰੈ॥	kunchar pot lai lai namaskaarai.
ਬੂਝੀ ਨਹੀ ਕਾਜੀ ਅੰਧਿਆਰੈ॥੩॥	boojhee nahee kaajee anDhi-aarai. ||3||

ਹਾਥੀ ਦੇ ਮਨ ਵਿੱਚ ਇਹ ਖਿਆਲ ਆਉਂਦਾ ਹੈ! ਉਸ ਸੰਤ ਸਰੂਪ ਨੇ ਕੀ ਗਲਤੀ ਕੀਤੀ ਹੈ? ਕਿ ਉਸ ਨੂੰ ਜੂੜ ਕੇ ਹਾਥੀ ਅੱਗੇ ਰਖਿਆ ਗਿਆ ਹੈ । ਹਾਥੀ ਨੇ ਉਸ ਜੂੜੇ ਹੋਏ ਜੀਵ ਨੂੰ ਚੁੱਕ ਕੇ ਉਸ ਅੱਗੇ ਸਿਰ ਝੁਕਾਉਂਦਾ ਹੈ । ਕਾਜੀ, ਨੂੰ ਇਸ ਦੀ ਸੋਝੀ ਨਹੀਂ ਉਹ ਪ੍ਰਭ ਦੇ ਗਿਆਨ ਤੋ ਅੰਨ੍ਹਾ ਹੈ ।

The mind of elephant was wondering, what may be the mistake, sin of poor humble Kabeer? He has been tied to be crushed. He bowed in front of His true devotee, Kabeer. The priest, judge of ruler was blind, ignorant from the command of The True Master, His Word.

ਤੀਨਿ ਬਾਰ ਪਤੀਆ ਭਰਿ ਲੀਨਾ॥ teen baar patee-aa bhar leenaa.
ਮਨ ਕਠੋਰੁ ਅਜਹੂ ਨ ਪਤੀਨਾ॥ man kathor ajhoo na pateenaa.
ਕਹਿ ਕਬੀਰ ਹਮਰਾ ਗੋਬਿੰਦੁ॥ kahi kabeer hamraa gobind.
ਚਉਥੇ ਪਦ ਮਹਿ ਜਨ ਕੀ ਜਿੰਦੁ॥ cha-uthay pad meh jan kee jind.
੪॥੧॥੪॥ ||4||1||4||

ਕਾਜੀ ਨੇ ਤਿੰਨ ਵਾਰ ਇਹ ਕਰਨ ਦੀ ਕੋਸਿਸ਼ ਕੀਤੀ । ਫਿਰ ਵੀ ਕਾਜੀ ਦੇ ਮਨ ਵਿੱਚ ਕੋਈ ਸੋਝੀ ਨਾ ਹੋਈ । ਇਸਤਰ੍ਹਾਂ ਦਾ ਹੀ ਮੇਰਾ ਅਸਲੀ ਮਾਲਕ, ਪ੍ਰਭ ਹੈ । ਉਸ ਦੇ ਬੰਦਗੀ ਕਰਨ ਵਾਲੇ ਪ੍ਰਭ ਦੇ ਘਰ ਦੀ ਚੋਥੀ ਅਵਸਥਾ ਵਿੱਚ ਵਸਦੇ ਹਨ ।

The priest, judge of ruler tried this exercise three times; however, he was not enlightened with essence of His Word. My Omnipotent True Master of the universe has such a unique greatness. His true devotee remains intoxicated in His sanctuary in 4th state of mind, salvation.

457.ਰਾਗੁ ਗੋਂਡ ਬਾਣੀ ਕਬੀਰ ਜੀ॥ 871

ਨਾ ਇਹੁ ਮਾਨਸੁ ਨਾ ਇਹੁ ਦੇਉ॥ naa ih maanas naa ih day-o.
ਨਾ ਇਹੁ ਜਤੀ ਕਹਾਵੈ ਸੇਉ॥ naa ih jatee kahaavai say-o.
ਨਾ ਇਹੁ ਜੋਗੀ ਨਾ ਅਵਧੂਤਾ॥ naa ih jogee naa avDhootaa.
ਨਾ ਇਸੁ ਮਾਇ ਨ ਕਾਹੂ ਪੂਤਾ॥੧॥ naa is maa-ay na kaahoo pootaa. ||1||

ਪ੍ਰਭ ਨਾ ਤਾ ਮਾਨਸ ਹੀ ਹੈ, ਨਾ ਹੀ ਕੋਈ ਦੇਵਤਾ ਹੈ, ਨਾ ਜਤੀ ਹੈ । ਨਾ ਹੀ ਸ਼ਿਵਾਂ ਦਾ ਪੁਜਾਰੀ ਹੈ, ਨਾ ਹੀ ਇਹ ਜੋਗੀ ਹੈ ਨਾ ਹੀ ਅਦੁੱਤੀ ਹੈ । ਨਾ ਹੀ ਕਿਸੇ ਦੀ ਮਾਂ, ਨਾ ਹੀ ਕਿਸੇ ਦਾ ਪੁੱਤਰ ਹੀ ਹੈ ।

The True Master, Holy Spirit is not a human, angel, celibate, worshipper of shiva, yogi or hermit. He is not a mother nor a son of anyone.

ਇਆ ਮੰਦਰ ਮਹਿ ਕੌਨ ਬਸਾਈ॥ i-aa mandar meh koun basaa-ee.
ਤਾ ਕਾ ਅੰਤੁ ਨ ਕੋਊ ਪਾਈ॥੧॥ taa kaa ant na ko-oo paa-ee. ||1||
ਰਹਾਉ॥ rahaa-o.

ਤਾ ਇਹ ਕੌਣ ਹੈ ਜੋ ਇਸ ਤਨ ਦੇ ਮੰਦਰ ਵਿੱਚ ਵਸਦਾ ਹੈ? ਉਸ ਦੀ ਕੋਈ ਹੱਦ, ਕਿਸੇ ਕਿਸਮ ਦਾ ਅੰਤ ਕੋਈ ਨਹੀਂ, ਜਾਣ ਨਹੀਂ ਸਕਦਾ ਹੈ ।

Who may be dwelling in the temple of body? His Nature, limits and type remain mystery beyond the comprehension of His Creation.

ਨਾ ਇਹੁ ਗਿਰਹੀ ਨਾ ਓਦਾਸੀ॥ naa ih girhee naa odaasee.
ਨਾ ਇਹੁ ਰਾਜ ਨ ਭੀਖ ਮੰਗਾਸੀ॥ naa ih raaj na bheekh mangaasee.
ਨਾ ਇਸੁ ਪਿੰਡੁ ਨ ਰਕਤੂ ਰਾਤੀ॥ naa is pind na raktoo raatee.
ਨਾ ਇਹੁ ਬ੍ਰਹਮਨੁ ਨਾ ਇਹੁ ਖਾਤੀ॥੨॥ naa ih barahman naa ih khaatee. ||2||

ਨਾ ਤਾ ਉਹ ਗ੍ਰਿਸਤੀ ਹੈ ਅਤੇ ਨਾ ਹੀ ਸੰਨਿਆਸੀ ਹੈ । ਨਾ ਹੀ ਸ਼ਹਿਨਸ਼ਾਹ ਹੈ, ਨਾ ਹੀ ਮੰਗਤਾ ਹੈ । ਨਾ ਹੀ ਇਸ ਦਾ ਕੋਈ ਤਨ, ਨਾ ਹੀ ਇਸ ਵਿੱਚ ਕੋਈ ਖ਼ੂਨ ਹੀ ਹੈ । ਨਾ ਹੀ ਇਹ ਬ੍ਰਹਮਣ ਹੈ ਨਾ ਹੀ ਕਸ਼ਤਰੀ ਹੈ ।

He is not a family person, a renouncer of world, king, beggar. He has no body nor a drop of blood. He is not a Brahmin (Scholar of Gurbani) nor a Kshatriya, a brave warrior or conqueror.

ਨਾ ਇਹੁ ਤਪਾ ਕਹਾਵੈ ਸੇਖੁ॥ naa ih tapaa kahaavai saykh.
ਨਾ ਇਹੁ ਜੀਵੈ ਨ ਮਰਤਾ ਦੇਖੁ॥ naa ih jeevai na martaa daykh.
ਇਸੁ ਮਰਤੇ ਕਉ ਜੇ ਕੋਊ ਰੋਵੈ॥ is martay ka-o jay ko-oo rovai.
ਜੋ ਰੋਵੈ ਸੋਈ ਪਤਿ ਖੋਵੈ॥੩॥ jo rovai so-ee pat khovai. ||3||

ਨਾ ਹੀ ਕੋਈ ਤਪ, ਬੰਦਗੀ ਕਰਦਾ ਹੈ, ਨਾ ਹੀ ਆਪਣੇ ਆਪ ਤੇ ਕਾਬੂ ਹੀ ਰਖਦਾ ਹੈ । ਨਾ ਹੀ ਉਸ ਨੂੰ ਕੋਈ ਜਿਉਂਦਾ ਦੇਖਦਾ ਹੈ, ਨਾ ਹੀ ਮਰਦਾ ਦੇਖਦਾ ਹੈ । ਅਗਰ ਕੋਈ ਉਸ ਦੀ ਮੌਤ ਤੇ ਰੋਂਦਾ ਹੈ, ਉਹ ਦਰਬਾਰ ਵਿਚੋਂ ਫਿਟਕਾਰਿਆ ਜਾਂਦਾ ਹੈ ।

He may not be called austere, self-discipline or sheikh either. No one may see Him die or living. Whosoever may grievances on His death; he may be rebuked in His Court.

ਗੁਰ ਪ੍ਰਸਾਦਿ ਮੈ ਡਗਰੋ ਪਾਇਆ॥ gur parsaad mai dagro paa-i-aa.
ਜੀਵਨ ਮਰਨੁ ਦੋਊ ਮਿਟਵਾਇਆ॥ jeevan maran do-oo mitvaa-i-aa.
ਕਹੁ ਕਬੀਰ ਇਹੁ ਰਾਮ ਕੀ ਅੰਸੁ॥ kaho kabeer ih raam kee aNs.
ਜਸ ਕਾਗਦ ਪਰ ਮਿਟੈ ਨ ਮੰਸੁ॥ jas kaagad par mitai na mans.
੪॥੨॥੫॥ ||4||2||5||

ਪ੍ਰਭ ਦੀ ਰਹਿਮਤ ਨਾਲ ਮੈਨੂੰ ਉਸ ਰਸਤੇ ਦੀ ਸੋਝੀ ਹੋ ਗਈ ਹੈ । ਜਿਸ ਨਾਲ ਮੇਰਾ ਜਨਮ ਮਰਨ ਦਾ ਚੱਕਰ ਖਤਮ ਹੋ ਗਿਆ ਹੈ । ਸਾਰੇ ਜੀਵ ਹੀ ਪ੍ਰਭ ਦੀ ਹੀ ਸੰਤਾਨ ਹਨ । ਇਹ ਇਸਤਰ੍ਹਾਂ ਦੇ ਕਾਗਜ ਤੇ ਲਿਖਤ ਹੈ ਜੋ ਮਿਟਾਈ ਨਹੀਂ ਜਾ ਸਕਦੀ ।

With His mercy and grace, I have been enlightened with the right path, purpose of human life opportunity. My fear and cycle of birth and death has been eliminated. All worldly creatures have been created as only His trust, The True Master. His description has been written on such a place, on paper that may never be erased.

458.ਰਾਗੁ ਗੋਂਡ ਬਾਣੀ ਕਬੀਰ ਜੀ॥ 871

ਤੂਟੇ ਤਾਗੇ ਨਿਖੁਟੀ ਪਾਨਿ॥ tootay taagay nikhutee paan.
ਦੁਆਰ ਊਪਰਿ ਝਿਲਕਾਵਹਿ ਕਾਨ॥ du-aar oopar jhilkaavahi kaan.
ਕੂਚ ਬਿਚਾਰੇ ਫੂਏ ਫਾਲ॥ kooch bichaaray foo-ay faal.
ਇਆ ਮੁੰਡੀਆ ਸਿਰਿ ਚਢਿਬੋ ਕਾਲ॥੧॥ i-aa mundee-aa sir chadhibo kaal. ||1||

ਦਰਵਾਜੇ ਤੇ ਬੰਧੇ ਸੂਤਕ ਵਾਲੇ ਸ਼ਿਰੀ ਦਾ ਧਾਗਾ ਟੁੱਟ ਗਿਆ, ਪੱਤੇ ਝੜ ਗਏ ਹਨ । ਕੇਵਲ ਇਸ ਸ਼ਿਰੀ ਦੀਆਂ ਟਾਣੀਆਂ ਹੀ ਲਮਕ ਦੀਆਂ ਹਨ । ਉਹ ਸ਼ਿਰੀ ਦੀਆਂ ਟਾਣੀਆ ਵੀ ਭੁਰ ਗਈਆ ਹਨ । ਜੀਵ ਦਾ ਤਨ ਵੀ ਉਸ ਸ਼ਿਰੀ ਵਰਗਾ ਹੁੰਦਾ ਹੈ । ਜਦੋਂ ਮੌਤ ਆ ਜਾਂਦੀ ਹੈ, ਤਾਂ ਉਸ ਤਨ ਦੀ ਡੋਰੀ, ਧਾਗਾ ਟੁੱਟ ਜਾਂਦਾ ਹੈ ।

When the youth passes away, the strength of his body becomes feeble and only structure of his body remains as same. All his limbs may become stiff without original flexibility. Slowly and slowly his capital of breathes may be exhausted and the devil of death has entered his house, body to capture his soul.

ਇਹੁ ਮੁੰਡੀਆ ਸਗਲੋ ਦ੍ਰਬੁ ਖੋਈ॥ ih mundee-aa saglo darab kho-ee.
ਆਵਤ ਜਾਤ ਨਾਕ ਸਰ ਹੋਈ॥੧॥ਰਹਾਉ॥ aavat jaat naak sar ho-ee. ||1|| rahaa-o.

ਉਸ ਗੰਜੇ ਜੀਵ ਨੇ ਆਪਣਾ ਸਾਰਾ ਸੰਸਾਰਕ ਧਨ ਗਵਾ ਲਿਆ ਹੈ, ਖੋਹ ਲਿਆ ਹੈ । (ਗੰਜੇ–ਵਾਲਾਂ ਤੋ ਬਿਨਾਂ ਵਾਲੇ ਜੀਵ) ਇਸ ਜੂੰਨਾਂ ਦੇ ਚੱਕਰ ਨੇ ਉਸ ਨੂੰ ਬਹੁਤ ਮਾਯੂਸ ਕਰ ਦਿੱਤਾ ਹੈ ।

Human has lost all his worldly possessions and wealth and returning empty handed back to endure the judgements of his worldly deeds. The cycle of birth and death has made him miserable.

ਤੁਰੀ ਨਾਰਿ ਕੀ ਛੋਡੀ ਬਾਤਾ॥ turee naar kee chhodee baataa.
ਰਾਮ ਨਾਮ ਵਾ ਕਾ ਮਨੁ ਰਾਤਾ॥ raam naam vaa kaa man raataa.
ਲਰਿਕੀ ਲਰਿਕਨ ਖੈਬੋ ਨਾਹਿ॥ larikee larikan khaibo naahi.
ਮੁੰਡੀਆ ਅਨਦਿਨੁ ਧਾਪੇ ਜਾਹਿ॥੨॥ mundee-aa an-din Dhaapay jaahi. ||2||

ਜਦੋਂ ਬੰਦਗੀ ਕਰਨ ਵਾਲੇ (ਕਬੀਰ) ਨੂੰ ਸ਼ਬਦ ਦੀ ਸੋਝੀ, ਰਹਿਮਤ ਬਖਸ਼ਿਸ਼ ਹੋ ਜਾਂਦੀ ਹੈ । ਉਸ ਦਾ ਸਾਰੇ ਸੰਸਾਰਕ ਧੰਦਿਆਂ ਨਾਲੋ ਮੋਹ ਖਤਮ ਹੋ ਜਾਂਦਾ ਹੈ । ਉਹ ਦਿਨ ਰਾਤ ਪ੍ਰਭ ਦੇ ਸ਼ਬਦ ਦੇ ਸਿਮਰਨ ਵਿੱਚ ਹੀ ਲੀਨ ਰਹਿੰਦਾ ਹੈ । ਉਸ ਦੇ ਲੜਕੀ ਅਤੇ ਲੜਕੇ ਕੋਲ ਖਾਣ ਲਈ ਕੋਈ ਭੋਜਨ ਨਹੀਂ ਹੈ । ਪਰ ਇਹ ਵਾਲਾਂ ਤੋ ਬਿਨਾਂ ਬੁੱਢਾ ਦਿਨ ਰਾਤ ਸ਼ਬਦ ਦਾ ਹੀ ਭੋਜਨ ਖਾਦਾ ਹੈ ।

Whosoever may be blessed with the enlightenment of the essence of His Word; his worldly bonds and the attachment to worldly chores may be eliminated. He remains intoxicated in meditation in the void of His Word. His worldly family may be hungry for worldly wealth, comforts, pleasures. However, the soul of old man enjoys the food of His Word.

ਇਕ ਦੁਇ ਮੰਦਰਿ ਇਕ ਦੁਇ ਬਾਟ॥	ik du-ay mandar ik du-ay baat.
ਹਮ ਕਉ ਸਾਥਰੁ ਉਨ ਕਉ ਖਾਟ॥	ham ka-o saathar un ka-o khaat.
ਮੂਡ ਪਲੋਸਿ ਕਮਰ ਬਧਿ ਪੋਥੀ॥	mood palos kamar baDh pothee.
ਹਮ ਕਉ ਚਾਬਨੁ ਉਨ ਕਉ ਰੋਟੀ॥੩॥	ham ka-o chaaban un ka-o rotee. ||3||

ਧਰਮ ਦੇ ਪ੍ਰਚਾਰ ਕਰਨ ਵਾਲੇ ਇੱਕ, ਦੋਂ ਪਹਿਲੇ ਆਉਂਦੇ ਹਨ । ਇੱਕ, ਦੋਂ ਉਹਨਾਂ ਦੇ ਪਿਛੇ ਆਉਂਦੇ ਹਨ । ਘਰ ਵਾਲੇ ਆਪ ਜ਼ਮੀਨ ਤੇ ਬਿਸਤਰਾ ਲਾਉਂਦੇ ਹਨ । ਉਹਨਾਂ ਪ੍ਰਚਾਰ ਕਰਨ ਵਾਲਿਆ ਨੂੰ ਆਪਣੇ ਮੰਜੇ ਦੇਂਦੇ ਹਨ । ਉਹ ਵਾਲਾਂ ਤੋ ਬਿਨਾਂ ਵਾਲੇ ਜੀਵ, ਪ੍ਰਚਾਰਕ ਆਪਣੇ ਕੋਲ ਪੋਥੀ ਰਖਦੇ ਹਨ । ਕਮਰ ਨਾਲ ਕਮਰ ਕੱਸਾ ਬੰਨਕੇ ਰਖਦੇ ਹਨ । ਉਹਨਾਂ ਨੂੰ ਚੰਗਾ ਭੋਜਨ ਦਿੱਤਾ ਜਾਂਦਾ ਹੈ, ਘਰ ਵਾਲੇ ਜੋ ਕੁਝ ਬਚਦਾ ਹੈ, ਖਾਦੇ ਹਨ ।

Worldly preachers come in groups, few comes first and few comes after them. The family may provide them best food in their reach, provide the beds and themselves may sleep on floor. These preachers may carry some portion of Holy scripture with them. The family may provide and entertain them with good food and themselves may eat left over.

ਮੁੰਡੀਆ ਮੁੰਡੀਆ ਹੂਏ ਏਕ॥	mundee-aa mundee-aa hoo-ay ayk.
ਏ ਮੁੰਡੀਆ ਬੂਡਤ ਕੀ ਟੇਕ॥	ay mundee-aa boodat kee tayk.
ਸੁਨਿ ਅੰਧਲੀ ਲੋਈ ਬੇਪੀਰਿ॥	sun anDhlee lo-ee baypeer.
ਇਨੑ ਮੁੰਡੀਅਨ ਭਜਿ ਸਰਨਿ ਕਬੀਰ॥ ੪॥੩॥੬॥	inH mundee-an bhaj saran kabeer. ||4||3||6||

ਉਹ ਘਰ ਵਾਲੇ ਵੀ ਉਹਨਾਂ ਜੋਗੀਆਂ ਦੇ ਪਿਛੇ ਲੱਗ ਪੈਂਦੇ ਹਨ । ਜੋਗੀਆਂ ਨੂੰ ਸਿਖਿਆਂ ਦੇਣ ਵਾਲੇ, ਤਾਰਨ ਵਾਲੇ ਸਮਝਦੇ ਹਨ । ਅਣਜਾਣ ਜੀਵ ਸਮਝੋ! ਇਹਨਾਂ ਜੋਗੀਆ ਨੂੰ ਪ੍ਰਭ ਦੀ ਪ੍ਰਵਾਨਗੀ ਦੇ ਰਸਤੇ ਦੀ ਕੋਈ ਸੋਝੀ ਨਹੀਂ । ਬੰਦਗੀ ਕਰਨ ਵਾਲੇ (ਕਬੀਰ) ਇਹਨਾਂ ਜੋਗੀਆਂ ਦੇ ਰਸਤੇ ਦੀ ਪਰਖ ਜਾਣ ਲੈਂਦੇ ਹਨ ।

His family may listen to their teachings and believes these yogis may be the savior of mankind. Remember these preachers with fancy religious robes may not have any clue of the right path of His house; the path of salvation. With His mercy and grace, His true devotee may be enlightened to know the enlightenment of these preachers, yogis.

459. ਰਾਗੁ ਗੋਂਡ ਬਾਣੀ ਕਬੀਰ ਜੀ॥ 871

ਖਸਮੁ ਮਰੈ ਤਉ ਨਾਰਿ ਨ ਰੋਵੈ॥	khasam marai ta-o naar na rovai.
ਉਸੁ ਰਖਵਾਰਾ ਅਉਰੋ ਹੋਵੈ॥	us rakhvaaraa a-uro hovai.
ਰਖਵਾਰੇ ਕਾ ਹੋਇ ਬਿਨਾਸ॥	rakhvaaray kaa ho-ay binaas.
ਆਗੈ ਨਰਕੁ ਈਹਾ ਭੋਗ ਬਿਲਾਸ॥੧॥	aagai narak eehaa bhog bilaas. ||1||

ਜਿਵੇਂ ਕਿਸੇ ਔਰਤ ਦਾ ਪਤੀ ਮਰ ਜਾਵੇ ਤਾ ਉਹ ਔਰਤ ਸੋਗ ਵਿੱਚ ਰੋਂਦੀ ਨਹੀਂ । ਉਸ ਦਾ ਹੋਰ ਕੋਈ ਮਰਦ ਰਖਵਾਲਾ ਬਣ ਜਾਂਦਾ ਹੈ । ਕਿਸੇ ਹੋਰ ਦਾ ਆਸਰਾ ਲੱਭ ਲੈਂਦੀ ਹੈ । ਅਗਰ ਉਹ ਵੀ ਮਰ ਜਾਵੇ

ਤਾਂ ਉਹ ਸੰਸਾਰ ਦੀਆਂ ਨਜ਼ਰਾਂ ਵਿੱਚ ਨਰਕੀ ਜਾਂਦੀ ਹੈ । ਉਹ ਸੰਸਾਰਕ ਕਾਮ ਵਾਸ਼ਨਾ ਵਿੱਚ ਹੀ ਰਹਿੰਦੀ ਹੈ ।

Whose husband may die due to any unfortunate reason, his spouse may not cry in grievances for long and moves on. She may restart her life with another partner. Someone else may become her support or provider. However, if second husband may also die without unexplainable circumstances; she may be considered cursed women. She may remain miserable in her sexual desires. Kabeer Ji! As one dies, the worldly wealth may not grieve, it may provide worldly pleasure to someone else.

ਏਕ ਸੁਹਾਗਨਿ ਜਗਤ ਪਿਆਰੀ॥ ayk suhaagan jagat pi-aaree.
ਸਗਲੇ ਜੀਅ ਜੰਤ ਕੀ ਨਾਰੀ॥੧॥ saglay jee-a jant kee naaree. ||1||
ਰਹਾਉ॥ rahaa-o.

ਸੰਸਾਰ ਵਿੱਚ ਸਾਰੇ ਜੀਵ ਹੀ ਮਾਇਆ ਨਾਲ ਮੋਹ ਕਰਦੇ ਹਨ । ਇਹ ਸਾਰੇ ਜੀਵਾਂ ਦੀ ਇੱਕ ਪਤਨੀ ਵਰਗੀ ਹੀ ਹੁੰਦੀ ਹੈ ।

The whole worldly creature remains attached to worldly wealth; everyone wants to slave her. She is like a spouse, wife to every creature.

ਸੋਹਾਗਨਿ ਗਲਿ ਸੋਹੈ ਹਾਰੁ॥ sohaagan gal sohai haar.
ਸੰਤ ਕਉ ਬਿਖੁ ਬਿਗਸੈ ਸੰਸਾਰੁ॥ sant ka-o bikh bigsai sansaar.
ਕਰਿ ਸੀਗਾਰੁ ਬਹੈ ਪਖਿਆਰੀ॥ kar seegaar bahai pakhi-aaree.
ਸੰਤ ਕੀ ਠਿਠਕੀ ਫਿਰੈ ਬਿਚਾਰੀ॥੨॥ sant kee thithkee firai bichaaree. ||2||

ਜਿਸ ਦੇ ਕੋਲ ਇਹ ਹੁੰਦੀ ਹੈ, ਉਹ ਆਪਣੇ ਆਪ ਤੇ ਬਹੁਤ ਘਮੰਡ ਕਰਦਾ ਹੈ । ਬੰਦਗੀ ਕਰਨ ਵਾਲੇ ਇਸ ਨੂੰ ਜ਼ਹਿਰ ਹੀ ਸਮਝਦੇ ਹਨ । ਪਰ ਸਾਰਾ ਸੰਸਾਰ ਹੀ ਇਸ ਨਾਲ ਅਨੰਦ ਮਾਣਦਾ ਹੈ । ਇਹ ਮਾਇਆ ਵੇਸਵਾ ਦੀ ਤਰ੍ਹਾਂ ਹੁੰਦੀ ਹੈ । ਇੱਕ ਮਾਲਕ ਨਾਲ ਸੰਜੋਗ ਨਹੀਂ ਰਖਦੀ । ਸੰਤ ਸਰੂਪ ਇਸ ਨੂੰ ਠੋਕੁਰ ਮਾਰਦੇ ਹਨ । ਇਹ ਉਹਨਾਂ ਤੇ ਆਪਣਾ ਪ੍ਰਭਾਵ ਪਾਉਣ ਦੇ ਯਤਨ ਕਰਦੀ ਹੈ ।

Whosoever may company gorgeous, beauty, as wife (worldly wealth); he may boast about her beauty and charms. His true devotee considers worldly wealth as a sweet poison. However, the whole universe may enjoy short-lived pleasure with worldly wealth. This worldly wealth may be classified as a worldly hoe, prostitute; she may never remain loyal to one master; she may never be satisfied with one husband. His true devotee kicks her out of his life. However, she may keep playing new, different tricks and traps repeatedly.

ਸੰਤ ਭਾਗਿ ਓਹ ਪਾਛੈ ਪਰੈ॥ sant bhaag oh paachhai parai.
ਗੁਰ ਪਰਸਾਦੀ ਮਾਰਹੁ ਡਰੈ॥ gur parsaadee maarahu darai.
ਸਾਕਤ ਕੀ ਓਹ ਪਿੰਡ ਪਰਾਇਣਿ॥ saakat kee oh pind paraa-in.
ਹਮ ਕਉ ਦ੍ਰਿਸਟਿ ਪਰੈ ਤ੍ਰਖਿ ਡਾਇਣਿ॥੩॥ ham ka-o darisat parai tarakh daa-in. ||3||

ਉਹ ਸੰਤਾਂ ਦੇ ਪਿਛੇ ਪਿਛੇ ਫਿਰਦੀ ਹੈ । ਪ੍ਰਭ ਦੀ ਰਹਿਮਤ ਵਾਲੇ ਜੀਵਾਂ ਤੋਂ ਡਰਦੀ ਹੈ, ਉਹਨਾਂ ਦੀ ਗੁਲਾਮ ਰਹਿੰਦੀ ਹੈ । ਇਹ ਮਾਇਆ ਸਾਕਤ ਜੀਵ ਦਾ ਤਨ ਹੈ, ਉਸ ਦੇ ਸਵਾਸਾਂ ਦੀ ਪੂੰਜੀ ਹੈ । ਪਰ ਉਹ ਬੰਦਗੀ ਕਰਨ ਵਾਲੇ ਲਈ ਤਾ ਇਹ ਇੱਕ ਭੁੱਖੀ ਡੈਣ ਦੀ ਤਰ੍ਹਾਂ ਹੀ ਹੁੰਦੀ ਹੈ ।

Worldly wealth may be keep begging from His true devotee, saint. She remains afraid from His true devotee and she may remain his slave. However, she may be the capital of breaths for the self-minded and non-believer. However, His true devotee considers worldly wealth as hungry deplorable devil.

ਹਮ ਤਿਸ ਕਾ ਬਹੁ ਜਾਨਿਆ ਭੇਉ॥ ham tis kaa baho jaani-aa bhay-o.
ਜਬ ਹੁਏ ਕ੍ਰਿਪਾਲ ਮਿਲੇ ਗੁਰਦੇਉ॥ jab hoo-ay kirpaal milay gurday-o.
ਕਹੁ ਕਬੀਰ ਅਬ ਬਾਹਰਿ ਪਰੀ॥ kaho kabeer ab baahar paree.
ਸੰਸਾਰੈ ਕੈ ਅੰਚਲਿ ਲਰੀ॥੪॥੪॥੭॥ sansaarai kai anchal laree. ||4||4||7||

ਜਦੋਂ ਪ੍ਰਭ ਦੀ ਰਹਿਮਤ ਦੀ ਨਜ਼ਰ ਨਾਲ ਮੈਨੂੰ ਸ਼ਬਦ ਦੀ ਸੋਝੀ ਹੋ ਗਈ । ਮੈਨੂੰ ਮਾਇਆ ਦੇ ਭੇਦ ਦੀ ਜਾਣਕਾਰੀ ਹੋ ਗਈ ਹੈ । ਉਸ ਮਾਇਆ ਨੂੰ ਆਪਣੇ ਮਨ ਤੋ ਤਿਆਗ ਦਿੱਤਾ ਹੈ । ਪਰ ਇਹ ਸੰਸਾਰ ਦੇ ਸਾਰੇ ਜੀਵਾਂ ਨੂੰ ਆਪਣੇ ਪਿਛੇ ਲਾਈ ਰਖਦੀ ਹੈ ।

With His mercy and grace, I have been enlightened with reality, weakness of the worldly wealth. I have abandoned worldly wealth from my mind. However, she keeps a tight control, grip on the whole universe.

460.ਰਾਗੁ ਗੋਂਡ ਬਾਣੀ ਕਬੀਰ ਜੀ॥ 872

ਗ੍ਰਿਹਿ ਸੋਭਾ ਜਾ ਕੈ ਰੇ ਨਾਹਿ॥ garihi sobhaa jaa kai ray naahi.
ਆਵਤ ਪਹੀਆ ਖੂਧੇ ਜਾਹਿ॥ aavat pahee-aa khooDhay jaahi.
ਵਾ ਕੈ ਅੰਤਰਿ ਨਹੀ ਸੰਤੋਖੁ॥ vaa kai antar nahee santokh.
ਬਿਨੁ ਸੋਹਾਗਨਿ ਲਾਗੈ ਦੋਖੁ॥੧॥ bin sohaagan laagai dokh. ||1||

ਜਿਸ ਜੀਵ ਦੇ ਘਰ ਵਿੱਚ ਪ੍ਰਭ ਦੀ ਰਹਿਮਤ ਨਹੀਂ ਹੁੰਦੀ । ਉਸ ਘਰ ਵਿੱਚ ਆਉਣ ਵਾਲਾ ਨਿਰਾਸਾ ਹੀ ਜਾਂਦਾ ਹੈ । ਉਸ ਜੀਵ ਦੇ ਮਨ ਵਿੱਚ ਸੰਤੋਖ ਨਹੀਂ ਹੁੰਦਾ । ਉਸ ਦੇ ਮਨ ਨੂੰ ਇਸਤਰ੍ਹਾਂ ਦਾ ਦੁਖ ਹੁੰਦਾ ਹੈ । ਜਿਵੇਂ ਕਿਸੇ ਔਰਤ ਨੂੰ ਪਤੀ ਤੋ ਬਿਨਾਂ ਸੰਸਾਰ ਵਿੱਚ ਦੁਖ ਹੁੰਦਾ ਹੈ ।

Whosoever may be deprived from His mercy and grace, The True Master; whosoever may come as a guest in his house, he may be disappointed. The host of the house may not have peace of mind, contentment in his worldly life. He may be having such a misery in his worldly life; as a widow may remain miserable in worldly life.

ਧਨੁ ਸੋਹਾਗਨਿ ਮਹਾ ਪਵੀਤ॥ Dhan sohaagan mahaa paveet.
ਤਪੇ ਤਪੀਸਰ ਡੋਲੈ ਚੀਤ॥੧॥ ਰਹਾਉ॥ tapay tapeesar dolai cheet. ||1|| rahaa-o.

ਉਸ ਸੁਹਾਗਨ (ਸੰਸਾਰਕ ਮਾਇਆ) ਦੇ ਵਾਰੇ ਵਾਰੇ ਜਾਈਏ! ਜਿਹੜੀ ਵੱਡੇ ਵੱਡੇ ਸੰਤਾਂ ਦਾ ਭਰੋਸਾ ਵੀ ਡੋਲ ਦੇਂਦੀ ਹੈ ।

His true devotee may remain fascinated and astonished from miracles of that bride, worldly wealth; who may sake the belief of many Holy saints, devotees.

ਸੋਹਾਗਨਿ ਕਿਰਪਨ ਕੀ ਪੂਤੀ॥ sohaagan kirpan kee pootee.
ਸੇਵਕ ਤਜਿ ਜਗਤ ਸਿਉ ਸੂਤੀ॥ sayvak taj jagat si-o sootee.
ਸਾਧੂ ਕੈ ਠਾਢੀ ਦਰਬਾਰਿ॥ saaDhoo kai thaadhee darbaar.
ਸਰਨਿ ਤੇਰੀ ਮੋ ਕਉ ਨਿਸਤਾਰਿ॥੨॥ saran tayree mo ka-o nistaar. ||2||

ਜਿਹੜਾ ਬੰਦਗੀ ਕਰਨ ਵਾਲਾ ਸ਼ਬਦ ਨੂੰ ਵਿਸਾਰ ਕੇ ਹੋਰ ਰਸਤੇ ਤੇ ਚਲਦਾ ਹੈ । ਉਸੁ ਦੀ ਹਾਲਤ ਉਸ ਸੁਹਾਗਨ ਵਾਲੀ ਹੁੰਦੀ ਹੈ । ਜਿਹੜੀ ਆਪਣੇ ਪਤੀ ਨੂੰ ਛੱਡਕੇ ਹੋਰ ਨਾਲ ਕਾਮ ਵਾਸ਼ਨਾ ਪੂਰੀ ਕਰਦੀ ਹੈ । ਉਹ ਬੁਰੇ ਖਿਆਲਾਂ ਵਾਲੀ ਜਾਦੂਗਰਨੀ ਦੀ ਬੇਟੀ ਹੀ ਹੁੰਦੀ ਹੈ । ਉਹ ਬੰਦਗੀ ਕਰਨ ਵਾਲੇ ਦੇ ਦਰ ਤੇ ਖੜ੍ਹੀ ਉਸ ਦੀ ਪਨਾਹ ਮੰਗਦੀ ਹੈ । ਕਿ ਉਸ ਨੇ ਹੁਣ ਸਾਰੇ ਬੁਰੇ ਕੰਮ ਛੱਡ ਦਿੱਤੇ ਹਨ । ਉਸ ਨੂੰ ਸਿੱਧੇ ਰਸਤੇ ਤੇ ਪਾ ਕੇ ਬਚਾ ਲਵੇ ।

Whosoever may abandon the path of meditation and obeying the teachings of His Word and he may wander after worldly religious gurus. His state of mind may be like a bride, who may remain anxious to satisfy her sexuality, urge with strange man for greed of money or just lust. She may be a juggler of evil thoughts and devious plans. She surrenders at the door of His true devotee to beg for forgiveness and to guide her on the right path. She begged that she has abandoned her devious past.

ਸੋਹਾਗਨਿ ਹੈ ਅਤਿ ਸੁੰਦਰੀ॥ sohaagan hai at sundree.
ਪਗ ਨੇਵਰ ਛਨਕ ਛਨਹਰੀ॥ pag nayvar chhanak chhanharee.
ਜਉ ਲਗੁ ਪ੍ਰਾਨ ਤਊ ਲਗੁ ਸੰਗੇ॥ ja-o lag paraan ta-oo lag sangay.
ਨਾਹਿ ਤ ਚਲੀ ਬੇਗਿ ਉਠਿ ਨੰਗੇ॥੩॥ naahi ta chalee bayg uth nangay. ||3||

ਉਹ ਸੁਹਾਗਨ ਆਪਣੇ ਆਪ ਨੂੰ ਸ਼ਿੰਗਾਰ ਕੇ ਰਖਦੀ, ਬਹੁਤ ਸੁੰਦਰ ਬਣਕੇ ਰਹਿੰਦੀ ਹੈ । ਪੈਰਾਂ ਦੀਆਂ ਝਾਂਜਰਾਂ ਵਿਚੋਂ ਬਹੁਤ ਮਨ ਨੂੰ ਮੋਹਨ ਵਾਲਾ ਸੰਗੀਤ ਨਿਕਲਦਾ ਹੈ । ਉਹ ਆਦਮੀ ਦੇ ਪਿਛੇ ਲੱਗੀ ਰਹਿੰਦੀ ਹੈ । ਜਿਤਨਾ ਚਿਰ ਉਸ ਆਦਮੀ ਵਿੱਚ ਸਵਾਸ ਚਲਦੇ ਹਨ । ਪਰ ਜਦੋਂ ਸਵਾਸ ਖਤਮ ਹੋ ਜਾਣ। ਤਾ ਉਹ ਇੱਕ ਪਲ ਵਿੱਚ ਉਸ ਨੂੰ ਛੱਡਕੇ ਕਿਸੇ ਹੋਰ ਪਿਛੇ ਚੱਲ ਪੈਂਦੀ ਹੈ ।

She may embellish with her glamorous outlook and treats herself. She may wear jingling anklets that creates an intoxicating sound. She may follow her rich prey till his last breath. However, she may never be loyal to him. As soon his breathes are exhausted, she may follow another prey even better.

ਸੋਹਾਗਨਿ ਭਵਨ ਤ੍ਰੈ ਲੀਆ॥ sohaagan bhavan tarai lee-aa.
ਦਸ ਅਠ ਪੁਰਾਣ ਤੀਰਥ ਰਸ ਕੀਆ॥ das ath puraan tirath ras kee-aa.
ਬ੍ਰਹਮਾ ਬਿਸਨੁ ਮਹੇਸਰ ਬੇਧੇ॥ barahmaa bisan mahaysar bayDhay.
ਬਡੇ ਭੂਪਤਿ ਰਾਜੇ ਹੈ ਛੇਧੇ॥੪॥ baday bhoopat raajay hai chhayDhay. ||4||

ਉਸ ਸੁਹਾਗਨ ਨੇ ਤਿੰਨਾਂ ਸ੍ਰਿਸ਼ਟੀਆਂ ਵਿੱਚ ਹੀ ਆਪਣਾ ਜਾਲ, ਕਾਬੂ ਪਇਆ ਹੈ । 18 ਪਰਾਣ, ਸਾਰੇ ਪਵਿੱਤਰ੍ਹਾਂ ਤੀਰਥ ਵੀ ਉਸ ਦੇ ਜਾਲ ਵਿੱਚ ਫਸੇ ਹਨ । ਉਸ ਨੇ ਬ੍ਰਹਮਾ, ਵਿਸ਼ਨੂੰ, ਸ਼ਿਵਾਂ ਦੇ ਦਿਲ ਤੇ ਕਾਬੂ ਪਇਆ ਹੈ । ਉਹਨਾਂ ਦਾ ਮਨ ਡੋਲ ਗਿਆ । ਇਸ ਨੇ ਵੱਡੇ ਵੱਡੇ ਰਾਜੇ ਮਹਾਂਰਾਜੇ ਤਬਾਹ ਕੀਤੇ ਹਨ ।

The bride of worldly wealth has captured the soul of all three universes. She has contaminated and slaved all religious scriptures, readers, worshippers, and all worldly Holy shrines. The renowned worldly prophets like **Barahmaa, Bisan, Mahaysar** were all captured with her sweet poison. They have been diverted from the right path of acceptance in His Court. She has ruined may mighty worldly kings.

ਸੋਹਾਗਨਿ ਉਰਵਾਰਿ ਨ ਪਾਰਿ॥ sohaagan urvaar na paar.
ਪਾਂਚ ਨਾਰਦ ਕੈ ਸੰਗਿ ਬਿਧਵਾਰਿ॥ paaNch naarad kai sang biDhvaar.
ਪਾਂਚ ਨਾਰਦ ਕੇ ਮਿਟਵੇ ਫੂਟੇ॥ paaNch naarad kay mitvay footay.
ਕਹੁ ਕਬੀਰ ਗੁਰ ਕਿਰਪਾ ਛੂਟੇ॥੫॥੫॥੮॥ kaho kabeer gur kirpaa chhootay. ||5||5||8||

ਉਸ ਸੁਹਾਗਨ ਦੀ ਕਿਸੇ ਕੰਮ ਦੀ ਕੋਈ ਹੱਦ ਨਹੀਂ ।ਉਹ ਆਪਣੀ ਜਿੱਤ ਪਾਉਣ ਲਈ ਕੁਝ ਵੀ ਕਰ ਸਕਦੀ ਹੈ । ਉਹ ਪੰਜਾਂ ਇੰਦ੍ਰੀਆਂ ਨਾਲ ਪੂਰਾ ਸੰਜੋਗ ਰਖਦੀ ਹੈ । ਜਦੋਂ ਪੰਜਾਂ ਇੰਦ੍ਰੀਆਂ ਦਾ ਕੱਚਾ ਭਾਂਡਾ ਟੁੱਟ ਜਾਂਦਾ ਹੈ । ਕੇਵਲ ਪ੍ਰਭ ਦੀ ਰਹਿਮਤ ਨਾਲ ਹੀ ਉਸ ਤੋ ਛੁਟਕਾਰਾ ਹੋ ਸਕਦਾ ਹੈ । ਕੇਵਲ ਪ੍ਰਭ ਹੀ ਬਚਾ ਸਕਦਾ ਹੈ ।

The bride of worldly wealth may have no limit or boundaries; where she may draw a line to accomplish her goal. She keeps a good coordination with 5 demons of worldly desires. When the raw vessel of 5 demons breaks; only with His mercy and grace; His true devotee may be saved. Only True Master may save from her jaws.

461. ਰਾਗੁ ਗੋਂਡ ਬਾਣੀ ਕਬੀਰ ਜੀ॥ 872

ਜੈਸੇ ਮੰਦਰ ਮਹਿ ਬਲਹਰ ਨਾ ਠਾਹਰੈ॥ jaisay mandar meh balhar naa thaahrai.
ਨਾਮ ਬਿਨਾ ਕੈਸੇ ਪਾਰਿ ਉਤਰੈ॥ naam binaa kaisay paar utrai.
ਕੁੰਭ ਬਿਨਾ ਜਲੁ ਨਾ ਟੀਕਾਵੈ॥ kumbh binaa jal naa teekaavai.
ਸਾਧੂ ਬਿਨੁ ਐਸੇ ਅਬਗਤੁ ਜਾਵੈ॥੧॥ saaDhoo bin aisay abgat jaavai. ||1||

ਜਿਵੇਂ ਮਕਾਨ ਦੀ ਭਾਰ ਵਾਲੀ ਛਤੀਰੀ ਕੱਢ ਦੇਣ ਨਾਲ ਛੱਤ ਖੜ੍ਹੀ ਨਹੀਂ ਰਹਿੰਦੀ । ਇਸਤਰ੍ਹਾਂ ਸਿਮਰਨ ਤੋ ਬਿਨਾਂ ਸੰਸਾਰ ਸਾਗਰ ਕਿਵੇਂ ਪਾਰ ਕੀਤਾ ਜਾ ਸਕਦਾ ਹੈ? ਜਿਵੇਂ ਭਾਂਡੇ ਤੋ ਬਿਨਾਂ ਪਾਣੀ ਨਹੀਂ ਰਖਿਆ ਜਾ ਸਕਦਾ । ਇਸਤਰ੍ਹਾਂ ਕਿਸੇ ਸੰਤ ਸਰੂਪ ਦੀ ਸੰਗਤ, ਸਿਖਿਆਂ, ਸ਼ਬਦ ਨਾਲ ਜੀਵਨ ਢਾਲਣ ਤੋ ਬਿਨਾਂ, ਜੀਵ ਮਾਯੂਸੀ ਵਿੱਚ ਹੀ ਮਾਨਸ ਜਨਮ ਬਿਰਥਾ ਹੀ ਗਵਾ ਲੈਂਦਾ ਹੈ ।

As by taking away the central beam; the roof may not remain steady and stable. Same way without adopting the teachings of His Word; how may anyone cross the worldly ocean of desires? As without any vessel, water may not be stored. Same way without adopting the teachings of His Word with steady and stable belief in his day-to-day life; his mind remains miserable in worldly desires.

ਜਾਰਉ ਤਿਸੈ ਜੁ ਰਾਮੁ ਨ ਚੇਤੈ॥ jaara-o tisai jo raam na chaytai.
ਤਨ ਮਨ ਰਮਤ ਰਹੇ ਮਹਿ ਖੇਤੈ॥੧॥ ਰਹਾਉ॥ tan man ramat rahai meh khaytai. ||1|| rahaa-o.

ਜਿਹੜਾ ਜੀਵ ਪ੍ਰਭ ਦੇ ਸ਼ਬਦ ਦੀ ਪਾਲਣਾ ਨਹੀਂ ਕਰਦਾ । ਸੰਸਾਰਕ ਇੱਛਾਂ ਵਿੱਚ ਹੀ ਜਲਦਾ ਰਹਿੰਦਾ, ਇਹਨਾਂ ਵਿੱਚ ਹੀ ਉਸ ਦਾ ਮਨ ਲੱਗਾ ਰਹਿੰਦਾ ਹੈ ।

Whosoever may not adopt the teachings of His Word in his day-to-day life; he remains frustrated, burning in worldly desires. He may remain intoxicated in worldly desires.

ਜੈਸੇ ਹਲਹਰ ਬਿਨਾ ਜਿਮੀ ਨਹੀ ਬੋਈਐ॥ jaisay halhar binaa jimee nahee bo-ee-ai.
ਸੂਤ ਬਿਨਾ ਕੈਸੇ ਮਣੀ ਪਰੋਈਐ॥ soot binaa kaisay manee paroee-ai.
ਘੁੰਡੀ ਬਿਨੁ ਕਿਆ ਗੰਠਿ ਚੜ੍ਹਾਈਐ॥ ghundee bin ki-aa ganth charhHaa-ee-ai.
ਸਾਧੂ ਬਿਨੁ ਤੈਸੇ ਅਬਗਤੁ ਜਾਈਐ॥੨॥ saaDhoo bin taisay abgat jaa-ee-ai. ||2||

ਜਿਵੇਂ ਹਲ ਤੋ ਬਿਨਾਂ ਜ਼ੀਮਨ ਵਿੱਚ ਫਸਲ ਬੀਜੀ ਨਹੀਂ ਜਾ ਸਕਦੀ । ਇਸਤਰ੍ਹਾਂ ਡੋਰੀ ਤੋ ਬਿਨਾਂ ਮਾਲ਼ਾ ਨਹੀਂ ਪਰੋਈ ਜਾ ਸਕਦੀ । ਇਸਤਰ੍ਹਾਂ ਡੋਰੀ ਦੀ ਘੁੰਡੀ ਤੋ ਬਿਨਾਂ ਗੰਢ ਨਹੀਂ ਬੰਨ੍ਹੀ ਨਹੀਂ ਜਾ ਸਕਦੀ । ਇਸਤਰ੍ਹਾਂ ਸੰਤ ਸਰੂਪ ਦੀ ਸਿਖਿਆਂ, ਸ਼ਬਦ ਨਾਲ ਜੀਵਨ ਢਾਲਣ ਤੋ ਬਿਨਾਂ ਸ਼ਬਦ ਤੇ ਭਰੋਸਾ ਅਡੋਲ ਨਹੀਂ ਹੁੰਦਾ ।

As without cultivating land, crops may not be sowed. Same way without thread, rosary for worship may not be stringed together. Same way without loop a knot may not be tied. Same way without adopting the teachings of His Word with steady and stable belief in his day-to-day life; the right path of acceptance may not be blessed.

ਜੈਸੇ ਮਾਤ ਪਿਤਾ ਬਿਨੁ ਬਾਲੁ ਨ ਹੋਈ॥ jaisay maat pitaa bin baal na ho-ee.
ਬਿੰਬ ਬਿਨਾ ਕੈਸੇ ਕਪਰੇ ਧੋਈ॥ bimb binaa kaisay kapray Dho-ee.
ਘੋਰ ਬਿਨਾ ਕੈਸੇ ਅਸਵਾਰ॥ ghor binaa kaisay asvaar.
ਸਾਧੂ ਬਿਨੁ ਨਾਹੀ ਦਰਵਾਰ॥੩॥ saaDhoo bin naahee darvaar. ||3||

ਜਿਵੇਂ ਮਾਤਾ ਅਤੇ ਪਿਤਾ ਦੇ ਸੰਜੋਗ ਤੋ ਬਿਨਾਂ ਬੱਚਾ ਪੈਦਾ ਨਹੀਂ ਹੋ ਸਕਦਾ । ਜਿਵੇਂ ਪਾਣੀ ਅਤੇ ਸਾਬਨ ਤੋ ਬਿਨਾਂ ਕਪੜੇ ਕਿਵੇਂ ਧੋਤੇ ਜਾ ਸਕਦੇ ਹਨ? ਜਿਵੇਂ ਘੋੜੇ ਤੋ ਬਿਨਾਂ ਸਵਾਰੀ ਕਿਵੇਂ ਕੀਤੀ ਜਾ ਸਕਦੀ ਹੈ? ਸ਼ਬਦ ਨਾਲ ਜੀਵਨ ਢਾਲਣ ਤੋ ਬਿਨਾਂ ਪ੍ਰਵਨਗੀ ਕਿਵੇਂ ਬਖਸ਼ਿਸ਼ ਹੋ ਸਕਦੀ ਹੈ?

As without the semen of male and eggs of female; a new born may not be conceived. How may one wash cloths without water and soap? Same way without horse, how may one ride on horse? Same way without adopting the teachings of His Word; how may His true devotee be accepted in His Court?

ਜੈਸੇ ਬਾਜੇ ਬਿਨੁ ਨਹੀ ਲੀਜੈ ਫੇਰੀ॥	jaisay baajay bin nahee leejai fayree.
ਖਸਮਿ ਦੁਹਾਗਨਿ ਤਜਿ ਅਉਹੇਰੀ॥	khasam duhaagan taj a-uhayree.
ਕਹੈ ਕਬੀਰੁ ਏਕੈ ਕਰਿ ਕਰਨਾ॥	kahai kabeer aykai kar karnaa.
ਗੁਰਮੁਖਿ ਹੋਇ ਬਹੁਰਿ ਨਹੀ ਮਰਨਾ॥ ੪॥੬॥੯॥	gurmukh ho-ay bahur nahee marnaa. ||4||6||9||

ਜਿਵੇਂ ਸੰਗੀਤ ਤੋ ਬਿਨਾਂ ਨਾਚ ਨਹੀਂ ਹੋ ਸਕਦਾ । ਇਸਤਰ੍ਹਾਂ ਪਤੀ ਤੋ ਬਿਨਾਂ ਔਰਤ ਸੁਹਾਗਨ ਨਹੀਂ ਬਣ ਸਕਦੀ । ਪ੍ਰਭ ਨੇ ਹਰਇੱਕ ਜੀਵ ਦੇ ਤਨ ਵਿੱਚ ਹੀ ਸ਼ਬਦ ਬਖਸ਼ਿਆ ਹੈ । ਗੁਰਮਖ ਅਵਸਤਾ ਹਾਸਿਲ ਕਰ ਲੈਣ ਨਾਲ ਫਿਰ ਬਾਰ ਬਾਰ ਮਰਨਾ ਨਹੀਂ ਪੈਂਦਾ ।

As without the music, one may not dance. Same way without a husband a woman may not become bride, wedded woman. The True Master has embedded the roadmap, His Word within his soul. Whosoever may adopt the teachings of His Word; with His mercy and grace, he may be blessed with a state of mind as His true devotee. His cycle of birth and death may be eliminated.

462. ਰਾਗੁ ਗੋਂਡ ਬਾਣੀ ਕਬੀਰ ਜੀ॥ 872

ਕੂਟਨੁ ਸੋਇ ਜੁ ਮਨ ਕਉ ਕੂਟੈ॥	kootan so-ay jo man ka-o kootai.
ਮਨ ਕੂਟੈ ਤਉ ਜਮ ਤੇ ਛੂਟੈ॥	man kootai ta-o jam tay chhootai.
ਕੁਟਿ ਕੁਟਿ ਮਨੁ ਕਸਵਟੀ ਲਾਵੈ॥	kut kut man kasvatee laavai.
ਸੋ ਕੂਟਨੁ ਮੁਕਤਿ ਬਹੁ ਪਾਵੈ॥੧॥	so kootan mukat baho paavai. ||1||

ਜਿਹੜਾ ਆਪਣੇ ਮਨ ਨੂੰ ਕਾਬੂ ਵਿੱਚ ਰਖਦਾ ਹੈ । ਕੇਵਲ ਉਹ ਹੀ ਸੂਰਮਾ ਹੁੰਦਾ ਹੈ । ਜਿਹੜਾ ਆਪਣੇ ਮਨ ਤੇ ਕਾਬੂ ਪਾ ਲੈਂਦਾ ਹੈ । ਉਹ ਮੌਤ ਦੇ ਫਰਿਸ਼ਤੇ ਤੋ ਬਚ ਜਾਂਦਾ, ਸਕਦਾ ਹੈ । ਆਪਣੇ ਮਨ ਨੂੰ ਬਾਰ ਬਾਰ ਪਰਖਕੇ ਇਸ ਨੂੰ ਸ਼ਬਦ ਦੀ ਕਸਵਟੀ ਤੇ ਤੋਲਦਾ ਹੈ । ਇਸਤਰ੍ਹਾਂ ਸ਼ਬਦ ਨਾਲ ਜੀਵਨ ਢਾਲਣ ਨਾਲ ਪ੍ਰਵਾਨ ਹੋ ਜਾਂਦਾ ਹੈ ।

Whosoever may control the demons of worldly desires of his mind; with His mercy and grace, only he may be the warrior. He may be saved from the devil of death. He may evaluate his worldly deeds time and again with the measuring scale of His Word. Whosoever may adopt the teachings of His Word such a way in his day-to-day life; with His mercy and grace, he may be accepted in His Court.

ਕੂਟਨੁ ਕਿਸੈ ਕਹਹੁ ਸੰਸਾਰ॥	kootan kisai kahhu sansaar.
ਸਗਲ ਬੋਲਨ ਕੇ ਮਾਹਿ ਬੀਚਾਰ॥੧॥ ਰਹਾਉ॥	sagal bolan kay maahi beechaar. ||1|| rahaa-o.

ਜਿਹੜਾ ਆਪਣੇ ਵਿਚਾਰ ਸੋਚ ਕੇ ਬੋਲਦਾ ਹੈ । ਸੰਸਾਰ ਵਿੱਚ ਉਸ ਨੂੰ ਆਪਣੇ ਇਰਾਦੇ ਵਿੱਚ ਪੱਕਾ ਕਹਿਆ ਜਾ ਸਕਦਾ ਹੈ ।

Whosoever may comment on any subject by comparing with the teachings of His Word; only he may be regarded as His true devotee.

ਨਾਚਨੁ ਸੋਇ ਜੁ ਮਨ ਸਿਉ ਨਾਚੈ॥	naachan so-ay jo man si-o naachai.
ਝੂਠਿ ਨ ਪਤੀਐ ਪਰਚੈ ਸਾਚੈ॥	jhooth na patee-ai parchai saachai.
ਇਸੁ ਮਨ ਆਗੇ ਪੂਰੈ ਤਾਲ॥	is man aagay poorai taal.
ਇਸੁ ਨਾਚਨ ਕੇ ਮਨ ਰਖਵਾਲ॥੨॥	is naachan kay man rakhvaal. ||2||

ਜਿਸ ਦੇ ਮਨ ਵਿਚੋਂ ਨਾਚ ਦੀ ਧੁਨ ਆਉਂਦੀ ਹੈ । ਅਸਲੀ ਨੱਚਣ ਵਾਲਾ ਉਹ ਹੀ ਹੁੰਦਾ ਹੈ । ਲੋਕ ਦਿਖਾਵੇ ਦੇ ਨਾਚ ਨਾਲ ਪ੍ਰਭ ਪ੍ਰਸੰਨ ਨਹੀਂ ਹੁੰਦਾ, ਪ੍ਰਭ ਕੇਵਲ ਮਨ ਦੇ ਨਾਚ ਨਾਲ ਹੀ ਪ੍ਰਸੰਨ ਹੁੰਦਾ ਹੈ । ਜੀਵ ਆਪਣੇ ਮਨ ਵਿੱਚ ਉਸ ਢੋਲ ਦੀ ਗੂੰਜ ਨੂੰ ਵਜਾਵੇ । ਆਪ ਹੀ ਇਸਤਰ੍ਹਾਂ ਦੇ ਮਨ ਵਾਲੇ ਦਾ ਨਾਚ ਚਲਾਉਂਦਾ, ਲਾਜ ਰਖਦਾ ਹੈ ।

Whosoever may dance on the tone, echo from within his mind, only he may be a true dancer. The True Master may not be pleased with the dance to get worldly fame or worldly greed. You may create the tone, echo of that drum beating from within your own mind. Whosoever may have such a state of mind; with His mercy and grace, He may rejuvenate that dance within his mind. He may protect his honor in the universe and in His Court.

ਬਜਾਰੀ ਸੋ ਜੁ ਬਜਾਰਹਿ ਸੋਧੈ॥	bajaaree so jo bajaarahi soDhai.
ਪਾਂਚ ਪਲੀਤਹ ਕਉ ਪਰਬੋਧੈ॥	paaNch paleeteh ka-o parboDhai.
ਨਉ ਨਾਇਕ ਕੀ ਭਗਤਿ ਪਛਾਨੈ॥	na-o naa-ik kee bhagat pachhaanai.
ਸੋ ਬਾਜਾਰੀ ਹਮ ਗੁਰ ਮਾਨੇ॥੩॥	so baajaaree ham gur maanay. ||3||

ਜਿਹੜਾ ਆਪਣੇ ਸਰੀਰ ਨੂੰ ਸਵਾਰ ਕੇ ਨੱਚਦਾ ਹੈ । ਬਜਾਰ ਵਿੱਚ ਨੱਚਣ ਵਾਲਾ ਉਹ ਹੀ ਅਸਲੀ ਕਲਾਕਾਰ ਹੁੰਦਾ ਹੈ । ਉਹ ਨਾਚ ਦੇ ਪੰਜਾਂ ਕਲਾਂ ਨਾਲ ਪਿਆਰ ਕਰਦਾ ਹੈ । ਜਿਹੜਾ ਆਪਣਾ ਮਨ, ਤਨ ਲਾ ਕੇ ਪ੍ਰਭ ਦੇ ਸ਼ਬਦ ਦਾ ਨਾਚ ਕਰਦਾ ਹੈ । ਉਹ ਹੀ ਬਾਕੀ ਜੀਵਾਂ ਨੂੰ ਬੰਦਗੀ ਕਰਨ ਦੀ ਸਿਖਿਆਂ ਦੇ ਸਕਦਾ ਹੈ ।

Whosoever may embellish and prepare his body to dance; in the universe he may be regarded as an artist, respected dancer in his profession. Whosoever may dedicate his mind and body to dance on the essence of His Word with steady and stable belief in his day-to-day life; with His mercy and grace, he may teach others, the art of dancing on the tone, teachings of His Word.

ਤਸਕਰੁ ਸੋਇ ਜਿ ਤਾਤਿ ਨ ਕਰੈ॥	taskar so-ay je taat na karai.
ਇੰਦ੍ਰੀ ਕੈ ਜਤਨਿ ਨਾਮੁ ਉਚਰੈ॥	indree kai jatan naam uchrai.
ਕਹੁ ਕਬੀਰ ਹਮ ਐਸੇ ਲਖਨ॥	kaho kabeer ham aisay lakhan.
ਧੰਨੁ ਗੁਰਦੇਵ ਅਤਿ ਰੂਪ ਬਿਚਖਨ॥	Dhan gurdayv at roop bichkhan.
੪॥੭॥੧੦॥	||4||7||10||

ਜਿਹੜਾ ਸ਼ਬਦ ਦਾ ਤੱਤ ਨਹੀਂ ਜਾਣਦਾ, ਕੇਵਲ ਉਹ ਹੀ ਅਸਲੀ ਚੋਰ (ਤਸਕਰੁ–ਅਣਜਾਣ– ਚੋਰ) ਹੁੰਦਾ ਹੈ । ਉਹ ਸ਼ਬਦ ਦੀ ਪਾਲਣਾ ਨਹੀਂ ਕਰਦਾ । ਆਪਣੀਆਂ ਇੰਦ੍ਰੀਆਂ, ਮਨ ਦੀਆਂ ਇੱਛਾਂ ਪੂਰੀਆਂ ਕਰਨ ਲਈ ਸ਼ਬਦ ਗਾਉਂਦਾ ਹੈ । ਜਿਹੜੇ ਗੁਣ ਪ੍ਰਭ ਬਖਸ਼ਦਾ ਹੈ, ਸੰਸਾਰਕ ਜੀਵਾਂ ਵਿੱਚ ਕੇਵਲ ਉਹ ਹੀ ਗੁਣ ਹੁੰਦੇ ਹਨ । ਪ੍ਰਭ ਦੀ ਰਹਿਮਤ ਨਾਲ, ਸ਼ਬਦ ਦੀ ਪਾਲਣਾ ਕਰਨ ਨਾਲ, ਇਹ ਸੋਝੀ ਬਖਸ਼ਿਸ਼ ਹੋਈ ਹੈ ।

Whosoever may not be enlightened with the essence of His Word, he may remain ignorant from His Nature. He may not obey the teachings of His Word with steady and stable belief in his day-to-day life. Whatsoever virtues may be blessed with His mercy and grace, His creature may have only that much virtues within. With His mercy and grace, I have been enlightened with this essence of His Word.

463.ਰਾਗੁ ਗੋਂਡ ਬਾਣੀ ਕਬੀਰ ਜੀ॥ 873

ਧੰਨੁ ਗੁਪਾਲ ਧੰਨੁ ਗੁਰਦੇਵ॥	Dhan gupaal Dhan gurdayv.
ਧੰਨੁ ਅਨਾਦਿ ਭੂਖੇ ਕਵਲੁ ਟਹਕੇਵ॥	Dhan anaad bhookhay kaval tehkayv.
ਧਨੁ ਓਇ ਸੰਤ ਜਿਨ ਐਸੀ ਜਾਨੀ॥	Dhan o-ay sant jin aisee jaanee.
ਤਿਨ ਕਉ ਮਿਲਿਬੋ ਸਾਰਿੰਗਪਾਨੀ॥੧॥	tin ka-o milibo saringpaanee. ||1||

ਉਹ ਪ੍ਰਭ, ਉਹ ਗੁਰੂ (ਪ੍ਰਭ ਦਾ ਸ਼ਬਦ) ਧੰਨ ਹੈ । ਉਹ ਸ਼ਬਦ ਦਾ ਭੋਜਨ (ਅਨਾਜ) ਧੰਨ ਹੈ । ਜਿਸ ਨਾਲ ਮਨ ਦੇ ਕਮਲ ਦਾ ਫੁੱਲ ਖੇੜੇ ਵਿੱਚ ਆ ਜਾਂਦਾ ਹੈ । ਉਹ ਸੰਤ, ਸ਼ਬਦ ਦੀ ਸਿਖਿਆਂ ਦੇਣ ਵਾਲਾ ਧੰਨ ਹੈ । ਜਿਸ ਦੀ ਸਿਖਿਆਂ ਨਾਲ ਜੀਵਨ ਢਾਲਣ ਨਾਲ ਸ਼ਰਣ ਵਿੱਚ ਪਨਾਹ ਬਖਸ਼ਿਸ਼ ਹੋ ਜਾਂਦੀ ਹੈ ।

The teachings of His Word, True Guru, the essence, nourishment of His Word may be very fortunate; by adopting the teachings of His Word with steady and stable belief in his day-to-day life; with His mercy and grace, the lotus flower of his mind may be blossomed. By adopting the life experience teachings of His Holy saint within his own day-to-day life; with His mercy and grace, his soul may be accepted in His sanctuary.

ਆਦਿ ਪੁਰਖ ਤੇ ਹੋਇ ਅਨਾਦਿ॥	aad purakh tay ho-ay anaad.
ਜਪੀਐ ਨਾਮੁ ਅੰਨ ਕੈ ਸਾਦਿ॥੧॥	japee-ai naam ann kai saad. ||1||
ਰਹਾਉ॥	rahaa-o.

ਜਿਸ ਨੇ ਪ੍ਰਭ ਦੇ ਸ਼ਬਦ ਦਾ ਰਸ ਮਾਨਿਆ ਹੋਵੇ । ਉਸ ਹੀ ਪ੍ਰਭ ਦੇ ਸ਼ਬਦ ਦਾ ਸਿਮਰਨ, ਪਾਲਣਾ ਕਰਦਾ ਹੈ । ਸਦਾ ਰਹਿਣ ਵਾਲੇ ਪ੍ਰਭ ਦਾ ਸ਼ਬਦ ਹੀ ਉਹ ਅਨਾਜ ਹੈ ।

Whosoever may be drenched with overwhelming essence of the nectar of His Word; only he may meditate and obey the teachings of His Word with steady and stable belief in his day-to-day life. The teachings of His Word may be the everlasting nourishment of his soul.

ਜਪੀਐ ਨਾਮੁ ਜਪੀਐ ਅੰਨੁ॥	japee-ai naam japee-ai ann.
ਅੰਭੈ ਕੈ ਸੰਗਿ ਨੀਕਾ ਵੰਨੁ॥	ambhai kai sang neekaa vann.
ਅੰਨੈ ਬਾਹਰਿ ਜੋ ਨਰ ਹੋਵਹਿ॥	annai baahar jo nar hoveh.
ਤੀਨਿ ਭਵਨ ਮਹਿ ਅਪਨੀ ਖੋਵਹਿ॥੨॥	teen bhavan meh apnee khoveh. ||2||

ਪ੍ਰਭ ਦੇ ਸ਼ਬਦ (ਅਨਾਜ) ਦਾ ਹੀ ਸਿਮਰਨ ਕਰਨਾ ਚਾਹੀਦਾ ਹੈ । ਸ਼ਬਦ (ਪਾਣੀ) ਨਾਲ ਜੀਵਨ ਢਾਲਣ ਨਾਲ ਹੀ ਰੂਹਾਨੀ ਅੰਮ੍ਰਿਤ ਬਖਸ਼ਿਸ਼ ਹੋ ਜਾਂਦਾ ਹੈ । ਜਿਹੜਾ ਪ੍ਰਭ ਦੇ ਸ਼ਬਦ (ਅਨਾਜ) ਦੀ ਪਾਲਣਾ ਤੋਂ ਵਾਂਝਾ ਰਹਿੰਦਾ ਹੈ । ਉਹ ਤਿੰਨਾਂ ਸ੍ਰਿਸ਼ਟੀਆਂ ਵਿੱਚ ਹੀ ਆਪਣਾ ਮਾਣ ਗਵਾ ਲੈਂਦਾ ਹੈ । ਉਹ ਪ੍ਰਵਾਨਗੀ ਦੇ ਰਸਤੇ ਤੇ ਨਹੀਂ ਹੁੰਦਾ, ਜੂੰਨਾਂ ਦੇ ਚੱਕਰ ਵਿੱਚ ਹੀ ਰਹਿੰਦਾ ਹੈ ।

You should meditate and adopt (eat) the nourishment of the food, the teachings of His Word with steady and stable belief in day-to-day life; with His mercy and grace, he may be blessed with eternal nectar of the essence of His Word. Whosoever may be deprived from obeying the teachings of His Word; he may lose his honor in all three universes. He may not be blessed with the right path of acceptance in His Court. He may remain in the cycle of birth and death.

ਛੋਡਹਿ ਅੰਨੁ ਕਰਹਿ ਪਾਖੰਡ॥	chhodeh ann karahi pakhand.
ਨਾ ਸੋਹਾਗਨਿ ਨਾ ਓਹਿ ਰੰਡ॥	naa sohaagan naa ohi rand.
ਜਗ ਮਹਿ ਬਕਤੇ ਦੂਧਾਧਾਰੀ॥	jag meh baktay dooDhaaDhaaree.
ਗੁਪਤੀ ਖਾਵਹਿ ਵਟਿਕਾ ਸਾਰੀ॥੩॥	guptee khaaveh vatikaa saaree. ||3||

ਜਿਹੜਾ ਸ਼ਬਦ ਦੀ ਪਾਲਣਾ, ਅਨਾਜ ਨੂੰ ਤਿਆਗ ਦੇਂਦਾ ਹੈ, ਉਹ ਕੇਵਲ ਪਾਖੰਡ ਹੀ ਕਰਦਾ ਹੈ । ਉਹ ਨਾ ਤਾਂ ਪ੍ਰਭ ਦੀ ਬੰਦਗੀ ਦੇ ਰਸਤੇ ਹੀ ਚਲਦਾ ਹੈ, ਨਾ ਹੀ ਸੰਸਾਰਕ ਰਸਤੇ ਤੇ ਚਲਦਾ ਹੈ । ਆਪਣਾ ਅਸਲੀ ਰਸਤਾ ਭੁੱਲ ਗਿਆ ਹੈ । ਜਿਹੜਾ ਲੋਕ ਦਿਖਾਵੇ ਲਈ ਕੇਵਲ ਦੁੱਧ ਨਾਲ ਹੀ ਪੇਟ ਭਰਦਾ, ਅਨਾਜ ਨਹੀਂ ਖਾਂਦਾ, ਉਹ ਗੁਪਤ ਤਰੀਕੇ ਨਾਲ ਅਨਾਜ ਖਾਂਦਾ ਹੈ । ਪ੍ਰਭ ਨੇ ਤਨ ਦੀ ਪਾਲਣਾ ਲਈ ਅਨਾਜ ਬਣਾਇਆ, ਬਖਸ਼ਿਆ ਹੈ ।

Whosoever may abandon to obey the teachings of His Word, grain food for nourishment; he only deceit others. He may never stay on the right path of meditation on the teachings of His Word nor stay on the path of worldly family life. He has lost the right path, the purpose of human life journey. Whosoever may only satisfy his hunger with milk to impress innocents; he may be eating grain secretly. The True Master has created grain for the nourishment of the stomach of His Creation.

ਅੰਨੈ ਬਿਨਾ ਨ ਹੋਇ ਸੁਕਾਲੁ॥	annai binaa na ho-ay sukaal.
ਤਜਿਐ ਅੰਨਿ ਨ ਮਿਲੈ ਗੁਪਾਲੁ॥	taji-ai ann na milai gupaal.
ਕਹੁ ਕਬੀਰ ਹਮ ਐਸੇ ਜਾਨਿਆ॥	kaho kabeer ham aisay jaani-aa.
ਧੰਨੁ ਅਨਾਦਿ ਠਾਕੁਰ ਮਨੁ ਮਾਨਿਆ॥	Dhan anaad thaakur man maani-aa.
੪॥੮॥੧੧॥	॥4॥8॥11॥

ਜਿਹੜਾ ਅਨਾਜ ਤਿਆਗ ਦੇਂਦਾ ਹੈ, ਉਸ ਨੂੰ ਸੰਤੋਖ ਬਖਸ਼ਿਸ਼ ਨਹੀਂ ਹੁੰਦਾ, ਮਨ ਦੀ ਤ੍ਰਿਸ਼ਨਾ ਖਤਮ ਨਹੀਂ ਹੁੰਦੀ । ਅਨਾਜ ਨੂੰ ਤਿਆਗਣ ਨਾਲ ਪ੍ਰਭ ਦੀ ਪ੍ਰਵਾਨਗੀ ਦਾ ਰਸਤਾ ਬਖਸ਼ਿਸ਼ ਨਹੀਂ ਹੁੰਦਾ । ਪ੍ਰਭ ਦੀ ਪ੍ਰਵਾਨਗੀ ਦਾ ਰਸਤਾ ਕੇਵਲ ਸ਼ਬਦ ਦੀ ਸਿਖਿਆਂ ਨਾਲ ਆਪਣਾ ਜੀਵਨ ਢਾਲਣ ਨਾਲ ਹੀ ਬਖਸ਼ਿਸ਼ ਹੁੰਦਾ ਹੈ । ਉਹ ਅਨਾਜ, ਪ੍ਰਭ ਦਾ ਸ਼ਬਦ ਧੰਨ ਹੈ! ਜਿਸ ਨਾਲ ਪ੍ਰਭ ਦੇ ਸ਼ਬਦ ਤੇ ਭਰੋਸਾ ਅਡੋਲ ਹੁੰਦਾ ਹੈ । ਪ੍ਰਭ ਦਾ ਸ਼ਬਦ ਮਨ ਵਿੱਚ ਘਰ ਕਰ ਜਾਂਦਾ ਹੈ ।

Whosoever may abandon grain from his diet, day-to-day eating, his hunger, craving for food may never be satisfied or eliminated. By abandoning grain from your diet, no one ever has been blessed with the right path of acceptance in His Court. Whosoever may adopt the teachings of His Word with steady and stable belief in his day-to-day life; with His mercy and grace, he may be blessed with the right path of acceptance in His Court. The grain, essence of the teachings of His Word may be great, very fortunate; by eating, drenching within day-to-day life, his belief may be enhanced and become steady and stable on the teachings of His Word. He may remain overwhelmed with the essence of His Word within his mind and in his day-to-day life.

464. ਰਾਗੁ ਗੋਂਡ ਬਾਣੀ ਨਾਮਦੇਉ ਜੀ ਕੀ ਘਰੁ ੧॥ 873

੧ਓ ਸਤਿਗੁਰ ਪ੍ਰਸਾਦਿ॥	ik-oNkaar satgur parsaad.
ਅਸੁਮੇਧ ਜਗਨੇ॥	asumayDh jagnay.
ਤੁਲਾ ਪੁਰਖ ਦਾਨੇ॥	tulaa purakh daanay.
ਪ੍ਰਾਗ ਇਸਨਾਨੇ॥੧॥	paraag isnaanay. ॥1॥

ਸੰਸਾਰਕ ਜੀਵ ਧਰਮ ਦੇ ਰੀਤ ਰੀਵਾਜ ਕਰਦਾ ਹੈ । ਅਸਮੇਧ ਜੱਗ ਲਾਉਣਾ, ਘੋੜੇ ਦਾ ਬਲੀਦਾਨ ਕਰਨਾ, ਆਪਣੇ ਤਨ ਦੇ ਬਰਾਬਰ ਸੋਨਾ ਦਾਨ ਕਰਨਾ, ਪਵਿੱਤਰ ਤੀਰਥ ਤੇ ਇਸ਼ਨਾਨ ਕਰਨਾ ।

Worldly religion has created ritual and suspicions to suck the blood of innocents. Religion preaches that by performing following rituals, he may be accepted in His Court. Worldly rituals are like run a free kitchen for hungry, helpless; sacrifice, crucify horse; donate gold equal to your body weight and sanctifying bath at Holy shrine.

ਤਉ ਨ ਪੁਜਹਿ ਹਰਿ ਕੀਰਤਿ ਨਾਮਾ॥	ta-o na pujeh har keerat naamaa.
ਅਪੁਨੇ ਰਾਮਹਿ ਭਜੁ ਰੇ ਮਨ ਆਲਸੀਆ॥	apunay raameh bhaj ray man aalsee-aa.
੧॥ ਰਹਾਉ॥	॥1॥rahaa-o.

ਇਹ ਪ੍ਰਭ ਦੇ ਸ਼ਬਦ ਦੇ ਸਿਮਰਨ ਕਰਨ ਦੇ ਬਰਾਬਰ ਨਹੀਂ ਹਨ । ਅਸਲੀ ਬੰਦਗੀ ਕਰਨ ਵਾਲਾ ਜੀਵ ਆਪਣਾ ਜੀਵਨ ਸ਼ਬਦ ਨਾਲ ਢਾਲਦਾ ਹੈ ।

All these rituals, worships may not be comparable to meditate, obey, adopt the teachings of His Word; these may not be accepted in His Court. His true devotee may adopt the teachings of His Word with steady and stable belief in his day-to-day life. He remains contented with His blessings.

ਗਇਆ ਪਿੰਡੁ ਭਰਤਾ॥ ga-i-aa pind bhartaa.
ਬਨਾਰਸਿ ਅਸਿ ਬਸਤਾ॥ banaaras as bastaa.
ਮੁਖਿ ਬੇਦ ਚਤੁਰ ਪੜਤਾ॥੨॥ mukh bayd chatur parh-taa. ||2||

ਮਿੱਠੇ ਬੋਲ, ਦਾਨ ਕਰਨਾ, ਧਾਰਮਕ ਅਸਥਾਨ ਤੇ ਵਸਣਾ, ਜਾ ਉੱਚੀ ਉੱਚੀ, ਧਾਰਮਕ ਗ੍ਰੰਥ (ਵੇਦਾਂ ਆਦਿ) ਦਾ ਪਾਠ ਕਰਨਾ, ਪੜ੍ਹਨਾ ।

Other religious rituals, practices were also considered path of His acceptance in His Court. Like speak politely, charity work with wealth or by hand, dwelling near Holy shrine, reciting religious Holy Scripture loud or perform paath.

ਸਗਲ ਧਰਮ ਅਛਿਤਾ॥ sagal Dharam achhitaa.
ਗੁਰ ਗਿਆਨ ਇੰਦ੍ਰੀ ਦ੍ਰਿੜਤਾ॥ gur gi-aan indree darirh-taa.
ਖਟੁ ਕਰਮ ਸਹਿਤ ਰਹਤਾ॥੩॥ khat karam sahit rahtaa. ||3||

ਧਰਮ ਦੇ ਰੀਤ ਰੀਵਾਜ ਕਰਨਾ, ਕਿਸੇ ਸੰਤ ਦੀ ਸਿਖਿਆਂ ਨਾਲ ਕਾਮ ਵਾਸ਼ਨਾ ਤੇ ਕਾਬੂ ਰਖਣਾ, ਜਾ ਧਰਮ ਦੇ 6 ਛੇ ਰੀਤ ਰੀਵਾਜ ਕਰਨਾ ਵੀ ਹਨ।

Other religious ritual, practices were also popular! By adopting the teachings of some worldly saint, Holy saint and control sexual desire for strange women or man or performs 6 religious' rituals.

ਸਿਵਾ ਸਕਤਿ ਸੰਬਾਦੰ॥ sivaa sakat sambaadaN.
ਮਨ ਛੋਡਿ ਛੋਡਿ ਸਗਲ ਭੇਦੰ॥ man chhod chhod sagal bhaydaN.
ਸਿਮਰਿ ਸਿਮਰਿ ਗੋਬਿੰਦੰ॥ simar simar gobindaN.
ਭਜੁ ਨਾਮਾ ਤਰਸਿ ਭਵ ਸਿੰਧੰ॥੪॥੧॥ bhaj naamaa taras bhav sinDhaN. ||4||1||

ਧਾਰਮਕ ਰੀਤ ਰੀਵਾਜ ਨਾਲ ਸ਼ਿਵ ਸ਼ਕਤੀ ਹਾਸਿਲ ਕਰਨਾ । ਜੀਵ ਇਹ ਸਾਰੇ ਰੀਤ ਰੀਵਾਜ, ਪਾਖੰਡ ਤਿਆਗਕੇ ਪ੍ਰਭ ਦੇ ਸ਼ਬਦ ਨਾਲ ਜੀਵਨ ਢਾਲੋ, ਪਾਲਣਾ ਕਰੋ । ਕੇਵਲ ਇਸ ਨਾਲ ਹੀ ਸੰਸਾਰਕ ਸਾਗਰ ਪਾਰ ਕੀਤਾ ਜਾ ਸਕਦਾ ਹੈ । ਜੂੰਨਾਂ ਦਾ ਚੱਕਰ ਖਤਮ ਕੀਤਾ ਜਾ ਸਕਦਾ ਹੈ ।

By adopting above religious technique to acquire miracle power blessings, controlling the demons of desires of your mind. You should abandon these rituals from your day-to-day life. You should adopt the teachings of His Word with steady and stable belief in your day-to-day life. Only by adopting the teachings of His Word with steady and stable belief in day-to-day life; with His mercy and grace, your soul may be sanctified to become worthy of His consideration. You may be blessed with the right path of acceptance in His Court; your cycle of birth and death may be eliminated.

465.ਰਾਗੁ ਗੋਂਡ ਬਾਣੀ ਨਾਮਦੇਉ ਜੀ॥ 873

ਨਾਦ ਭ੍ਰਮੇ ਜੈਸੇ ਮਿਰਗਾਏ॥ naad bharamay jaisay mirgaa-ay.
ਪ੍ਰਾਨ ਤਜੇ ਵਾ ਕੋ ਧਿਆਨੁ ਨ ਜਾਏ॥੧॥ paraan tajay vaa ko Dhi-aan na jaa-ay. ||1||

ਜਿਵੇਂ ਹਿਰਨ ਸ਼ਿਕਾਰੀ ਦੀ ਟੱਲੀ ਦੀ ਅਵਾਜ ਨਾਲ ਮੋਹਿਤ ਹੋ ਜਾਂਦਾ ਹੈ । ਉਸ ਅਵਾਜ ਵਾਲੇ ਪਾਸੇ ਜਾਂਦਾ ਹੈ । ਆਪਣੀ ਜਾਨ ਖਤਮ ਕਰ ਜਾਂਦਾ ਹੈ, ਪਰ ਉਹ ਅਵਾਜ ਮਨ ਵਿਚੋਂ ਨਹੀਂ ਜਾਂਦੀ ।

As a deer may become intoxicated with the sound of the bell of the hunter. He became anxious to find where the sound may be coming; he may fall into the trap of hunter and crucified. However, the sound of bell may never faint from his mind.

ਐਸੇ ਰਾਮਾ ਐਸੇ ਹੇਰਉ॥ aisay raamaa aisay hayra-o.
ਰਾਮੁ ਛੋਡਿ ਚਿਤੁ ਅਨਤ ਨ ਫੇਰਉ॥੧॥ ਰਹਾਉ॥ raam chhod chit anat na fayra-o. ||1|| rahaa-o.

ਜੀਵ, ਇਸਤਰ੍ਹਾਂ ਹੀ ਆਪਣਾ ਧਿਆਨ ਪ੍ਰਭ ਦੇ ਚਰਨਾਂ ਵਿੱਚ ਰਖੋ । ਉਸ ਦੇ ਸ਼ਬਦ ਦੀ ਪਾਲਣਾ ਕਰਨ ਨੂੰ ਤਿਆਗਕੇ, ਹੋਰ ਕਿਸੇ ਪਾਸੇ ਨਾ ਲੱਗੋ ।

You should focus your attention in the teachings of His Word with such a dedication and devotion. You should not abandon the teachings of His Word and wander after worldly guru or religion rituals.

ਜਿਉ ਮੀਨਾ ਹੇਰੈ ਪਸੂਆਰਾ॥ ji-o meenaa hayrai pasoo-aaraa.
ਸੋਨਾ ਗਢਤੇ ਹਿਰੈ ਸੁਨਾਰਾ॥੨॥ sonaa gadh-tay hirai sunaaraa. ||2||

ਜਿਵੇਂ ਮਛਲੀ ਪਕੜਨ ਵਾਲਾ ਮੱਛੀ ਵਿੱਚ ਹੀ ਧਿਆਨ ਰਖਦਾ ਹੈ । ਸੰਨਿਆਰਾ ਆਪਣੇ ਸੋਨੇ ਦੇ ਘੜੇ ਗਹਿਣੇ ਵਿੱਚ ਧਿਆਨ ਰਖਦਾ ਹੈ ।

As a fisherman remains focused in catching fish and gold smith may focus on the art of jewelry.

ਜਿਉ ਬਿਖਈ ਹੇਰੈ ਪਰ ਨਾਰੀ॥ ji-o bikh-ee hayrai par naaree.
ਕਉਡਾ ਡਾਰਤ ਹਿਰੈ ਜੁਆਰੀ॥੩॥ ka-udaa daarat hirai ju-aaree. ||3||

ਜਿਵੇਂ ਮਰਦ ਕਾਮ ਵਾਸ਼ਨਾ ਵਿੱਚ ਹੋਰ ਔਰਤ ਵੱਲ ਧਿਆਨ, ਖਿੱਚ ਲਾਉਂਦਾ ਹੈ । ਜਵਾਰੀ ਜਿੱਤ ਦੇ ਲਾਲਚ ਵਿੱਚ ਆਪਣੇ ਪੱਤੇ, ਡਾਇਸ ਸੁੱਟਦਾ, ਖੇਲਦਾ ਹੈ ।

As male sexual predator always preys on vulnerable women. Gambler may play his game of cards.

ਜਹ ਜਹ ਦੇਖਉ ਤਹ ਤਹ ਰਾਮਾ॥ jah jah daykh-a-u tah tah raamaa. har
ਹਰਿ ਕੇ ਚਰਨ ਨਿਤ ਧਿਆਵੈ ਨਾਮਾ॥ ੪॥੨॥ kay charan nit Dhi-aavai naamaa. ||4||2||

ਇਸਤਰ੍ਹਾਂ ਬੰਦਗੀ ਕਰਨ ਵਾਲਾ ਹਰ ਵੇਲੇ ਪ੍ਰਭ ਦੇ ਸ਼ਬਦ ਵਿੱਚ ਧਿਆਨ ਰਖਦਾ ਹੈ । ਹਰ ਥਾਂ ਉਸ ਨੂੰ ਹੀ ਮਹਿਸੂਸ ਕਰਦਾ ਹੈ । ਉਹ ਹਰ ਵੇਲੇ ਉਸ ਦੇ ਸ਼ਬਦ ਦੀ ਪਾਲਣਾ ਵਿੱਚ ਹੀ ਲੀਨ ਰਹਿੰਦਾ ਹੈ ।

Same way, His true devotee remains intoxicated and concentrates on the teachings of His Word. He may realize the existence of The Holy Spirit prevailing everywhere. He remains intoxicated in meditation in the void of His Word.

466. ਰਾਗੁ ਗੋਂਡ ਬਾਣੀ ਨਾਮਦੇਉ ਜੀ॥ 873

ਮੋ ਕਉ ਤਾਰਿ ਲੇ ਰਾਮਾ ਤਾਰਿ ਲੇ॥ mo ka-o taar lay raamaa taar lay.
ਮੈ ਅਜਾਨੁ ਜਨੁ ਤਰਿਬੇ, ਨ ਜਾਨਉ ਬਾਪ ਬੀਠੁਲਾ ਬਾਹ ਦੇ॥੧॥ ਰਹਾਉ mai ajaan jan taribay na jaan-o baap beethulaa baah day. ||1|| rahaa-o.

ਪ੍ਰਭ ਮੈਨੂੰ ਆਪਣੇ ਦਰਬਾਰ ਦੇ ਰਸਤੇ ਦੀ, ਸ਼ਬਦ ਵਿੱਚ ਲਗਨ ਬਖਸ਼ੋ! ਅਣਜਾਣ ਨੂੰ ਸੰਸਾਰਕ ਸਾਗਰ ਵਿੱਚ ਤਰਨ ਦੀ ਜਾਣਕਾਰੀ ਨਹੀਂ ਹੈ । ਆਪਣਾ ਆਸਰਾ, ਆਪਣਾ ਹੱਥ ਪਸਾਰ ਕੇ ਰਖਿਆ ਕਰੋ ।

My True Master blesses me a devotion to obey the teachings of Your Word and the right path of acceptance in Your Court. I am ignorant, I may not know how to swim in the ocean of worldly desires. With Your mercy and grace, extend your hand of support to protect me in the universe.

ਨਰ ਤੇ ਸੁਰ ਹੋਇ ਜਾਤ ਨਿਮਖ ਮੈ, ਸਤਿਗੁਰ ਬੁਧਿ ਸਿਖਲਾਈ॥ nar tay sur ho-ay jaat nimakh mai satgur buDh sikhlaa-ee.
ਨਰ ਤੇ ਉਪਜਿ ਸੁਰਗ ਕਉ ਜੀਤਿਓ, ਸੋ ਅਵਖਧ ਮੈ ਪਾਈ॥੧॥ nar tay upaj surag ka-o jeeti-o so avkhaDh mai paa-ee. ||1||

ਪ੍ਰਭ ਦੀ ਰਹਿਮਤ ਨਾਲ ਇੱਕ ਪਲ ਵਿੱਚ ਹੀ ਮੇਰੀ ਅਵਸਥਾ ਬਦਲ ਗਈ ਹੈ । ਮੈਂ ਨਾਸ ਹੋ ਜਾਣ ਵਾਲੇ ਮਾਨਸ ਤੋ ਫਰਿਸ਼ਤਾ ਬਣ ਗਿਆ ਹਾ । ਮਾਨਸ ਤਨ ਵਿੱਚ ਜਨਮ ਲੈ ਕੇ ਆਪਣੇ ਮਨ ਤੇ ਜਿੱਤ ਪਾ ਲਈ ਹੈ । ਪ੍ਰਭ ਦੇ ਦਰਬਾਰ ਵਿੱਚ ਥਾਂ ਬਖਸ਼ਿਸ਼ ਹੋ ਗਈ ਹੈ । ਇਹ ਪ੍ਰਭ ਦੀ ਰਹਿਮਤ ਨਾਲ, ਪ੍ਰਭ ਦੇ ਸ਼ਬਦ ਦੇ ਸਿਮਰਨ ਨਾਲ ਹੀ ਬਖਸ਼ਿਸ਼ ਹੋਇਆ ਹੈ ।

With His mercy and grace my state of mind has been transformed. I have been transformed from a perishable human to an angel, massager of God. With His mercy and grace, I have conquered my mind in my human life opportunity. By meditating on the teachings of His Word with steady and stable belief in my day-to-day life, I have been blessed with a place in His castle.

ਜਹਾ ਜਹਾ ਧੂਅ ਨਾਰਦੁ ਟੇਕੇ, ਨੈਕੁ ਟਿਕਾਵਹੁ ਮੋਹਿ॥ jahaa jahaa Dhoo-a naarad taykay naik tikaavahu mohi.
ਤੇਰੇ ਨਾਮ ਅਵਿਲੰਬਿ ਬਹੁਤੁ ਜਨ ਉਧਰੇ, ਨਾਮੇ ਕੀ ਨਿਜ ਮਤਿ ਏਹ॥੨॥੩॥ tayray naam avilamb bahut jan uDhray naamay kee nij mat ayh. ||2||3|

ਪ੍ਰਭ ਜਿਸ ਥਾਂ ਤੇ ਧ੍ਰਅ ਅਤੇ ਨਾਰਦ ਦਾ ਰਹਿਣ ਵਾਲਾ ਥਾਂ ਹੈ । ਉਥੇ ਮੈਨੂੰ ਵੀ ਥਾਂ ਬਖਸ਼ੋ! ਸ਼ਬਦ ਦੇ ਆਸਰੇ ਤੇ ਅਨੇਕਾਂ ਹੀ ਜੀਵ ਤਰ ਗਏ ਹਨ, ਇਹ ਹੀ ਮੇਰਾ ਭਰੋਸਾ ਹੈ ।

You have blessed special place to **Naarad and Dhroo** in Your castle. With Your mercy and grace; You may bless Your meek Naama a place in Your Court. I have a steady and stable belief; You have saved many devotees.

467.ਰਾਗੁ ਗੋਂਡ ਬਾਣੀ ਨਾਮਦੇਉ ਜੀ॥ 874

ਮੋਹਿ ਲਾਗਤੀ ਤਾਲਾਬੇਲੀ॥ mohi laagtee taalaabaylee.
ਬਛਰੇ ਬਿਨੁ ਗਾਇ ਅਕੇਲੀ॥੧॥ bachhray bin gaa-ay akaylee. ||1||

ਪ੍ਰਭ ਮੈਂ ਬਹੁਤ ਬੇਚੈਨ, ਉਦਾਸ ਹਾ । ਜਿਵੇਂ ਵੱਛੇ ਦੇ ਖੋਹ ਜਾਣ ਤੇ ਗਊ ਮਾਯੂਸ ਹੋ ਜਾਂਦੀ ਹੈ ।

My True Master, I am very desperate and miserable, as a cow may be miserable losing her calf.

ਪਾਨੀਆ ਬਿਨੁ ਮੀਨੁ ਤਲਫੈ॥ paanee-aa bin meen talfai. aisay
ਐਸੇ ਰਾਮ ਨਾਮਾ ਬਿਨੁ ਬਾਪੁਰੋ ਨਾਮਾ॥੧॥ ਰਹਾਉ॥ raam naamaa bin baapuro naamaa. ||1||rahaa-o.

ਜਿਵੇਂ ਪਾਣੀ ਤੋ ਬਿਨਾਂ ਮਛਲੀ ਤੜਪਦੀ ਹੈ । ਇਸਤਰ੍ਹਾਂ ਤੇਰੇ ਸ਼ਬਦ ਦੀ ਸੋਝੀ ਤੋ ਬਿਨਾਂ ਮੈਂ ਪਰੇਸ਼ਾਨ, ਤੜਪਦਾ ਹਾ ।

As a fish may remain miserable without water; same way I may remain frustrated and miserable without the enlightenment of the essence of Your Word.

ਜੈਸੇ ਗਾਇ ਕਾ ਬਾਛਾ ਛੂਟਲਾ॥ jaisay gaa-ay kaa baachhaa chhootlaa.
ਥਨ ਚੋਖਤਾ ਮਾਖਨੁ ਘੂਟਲਾ॥੨॥ than chokh-taa maakhan ghootlaa. ||2||

ਜਿਵੇਂ ਗਊ ਦਾ ਵੱਛਾ, ਖੁੱਲ੍ਹਾ ਛੱਡ ਦੇਵੋ ਤਾਂ ਗਊ ਦਾ ਦੁੱਧ ਚੁੰਘਦਾ ਹੈ । ਉਸ ਥਾਂ ਤੇ ਹੀ ਜਾਂਦਾ ਹੈ ।

When the calf may become loose, un-tied from his post; he may run to suck milk from his mother cow. He may always go that place.

ਨਾਮਦੇਉ ਨਾਰਾਇਨੁ ਪਾਇਆ॥ naamday-o naaraa-in paa-i-aa.
ਗੁਰੁ ਭੇਟਤ ਅਲਖੁ ਲਖਾਇਆ॥੩॥ gur bhaytat alakh lakhaa-i-aa. ||3||

ਜਿਸ ਬੰਦਗੀ ਕਰਨ ਵਾਲੇ ਜੀਵ ਨੂੰ ਸ਼ਬਦ ਦੀ ਸੋਝੀ ਹੋ ਜਾਂਦੀ ਹੈ । ਉਸ ਨੂੰ ਅਕਥ ਕਥਾ ਦਾ ਗਿਆਨ ਹੋ ਜਾਂਦਾ ਹੈ । ਨਾ ਦੇਖੇ ਜਾਣ ਵਾਲੇ ਕਰਤਬ ਸਮਝ ਆ ਜਾਂਦੇ ਹਨ ।

Whosoever may be enlightened with the essence of His Word within. He may be enlightened with His unexplainable Nature.

ਜੈਸੇ ਬਿਖੈ ਹੇਤ ਪਰ ਨਾਰੀ॥ jaisay bikhai hayt par naaree.
ਐਸੇ ਨਾਮੇ ਪ੍ਰੀਤਿ ਮੁਰਾਰੀ॥੪॥ aisay naamay pareet muraaree. ||4||

ਜਿਵੇਂ ਕਾਮ ਵਾਸ਼ਨਾ ਦੇ ਨਸ਼ੇ ਵਿੱਚ ਮਾਨਸ ਦੂਸਰੀ ਔਰਤ ਨਾਲ ਭੋਗ ਕਰਦਾ ਹੈ । ਉਹ ਇਸ ਇੱਛਾਂ ਵਿੱਚ ਹੀ ਪਾਗਲ ਹੋਇਆ ਫਿਰਦਾ ਹੈ । ਇਸਤਰ੍ਹਾਂ ਬੰਦਗੀ ਕਰਨ ਵਾਲਾ ਪ੍ਰਭ ਦੇ ਸ਼ਬਦ ਵਿੱਚ ਹੀ ਮਸਤ ਹੋਇਆ ਰਹਿੰਦਾ ਹੈ ।

As a sexual predator may remain intoxicated with sexuality and his congenial relationship with strange woman. He remains insane with his anxiety of sexual obsession, urge. Same way His true devotee remains intoxicated in obeying the teachings of His Word.

ਜੈਸੇ ਤਾਪਤੇ ਨਿਰਮਲ ਘਾਮਾ॥ jaisay taaptay nirmal ghaamaa.
ਤੈਸੇ ਰਾਮ ਨਾਮਾ taisay raam naamaa
ਬਿਨੁ ਬਾਪੁਰੋ ਨਾਮਾ॥੫॥੪॥ bin baapuro naamaa.||5||4||

ਜਿਵੇਂ ਧੁੱਪ (ਸੂਰਜ ਦੀ ਗਰਮੀ) ਨਾਲ ਧਰਤੀ ਤੜਪਦੀ ਹੈ । ਇਸਤਰ੍ਹਾਂ ਹੀ ਬੰਦਗੀ ਕਰਨ ਵਾਲਾ ਸ਼ਬਦ ਦੀ ਪਾਲਣਾ ਤੋ ਬਿਨਾ ਤੜਪਦਾ ਹੈ ।

As the earth may be scorched with summer weather; same way, His true devotee may remain anxious, frustrated without the enlightenment of the essence of the teachings of His Word.

468.ਰਾਗੁ ਗੋਂਡ ਬਾਣੀ ਨਾਮਦੇਉ ਜੀਉ ਕੀ ਘਰੁ ੨॥ 874

ੴ ਸਤਿਗੁਰ ਪ੍ਰਸਾਦਿ॥ ik-oNkaar satgur parsaad.
ਹਰਿ ਹਰਿ ਕਰਤ ਮਿਟੇ ਸਭਿ ਭਰਮਾ॥ har har karat mitay sabh bharmaa.
ਹਰਿ ਕੋ ਨਾਮੁ ਲੈ ਊਤਮ ਧਰਮਾ॥ har ko naam lai ootam Dharmaa.
ਹਰਿ ਹਰਿ ਕਰਤ ਜਾਤਿ ਕੁਲ ਹਰੀ॥ har har karat jaat kul haree. so har
ਸੋ ਹਰਿ ਅੰਧੁਲੇ ਕੀ ਲਾਕਰੀ॥੧॥ anDhulay kee laakree. ||1||

ਪ੍ਰਭ ਦੇ ਸ਼ਬਦ ਦਾ ਸਿਮਰਨ ਕਰਨ ਨਾਲ ਮਨ ਦੇ ਸਾਰੇ ਭਰਮ ਦੂਰ ਹੋ ਜਾਂਦੇ ਹਨ । ਪ੍ਰਭ ਦੇ ਸ਼ਬਦ ਦੀ ਪਾਲਣਾ ਕਰਨਾ ਹੀ ਸਭ ਤੋ ਉਤਮ ਧਰਮ ਹੈ । ਪ੍ਰਭ ਦੇ ਸ਼ਬਦ ਨਾਲ ਜੀਵਨ ਢਾਲੋ! ਇਸ ਨਾਲ ਸੰਸਾਰਕ ਹੈਸੀਅਤ, ਖਾਨਦਾਨੀ ਦਾ ਫਰਕ ਖਤਮ ਹੋ ਜਾਂਦਾ ਹੈ । ਪ੍ਰਭ ਦਾ ਸ਼ਬਦ, ਰਸਤੇ ਤੋ ਭੁਲੇ ਜੀਵਨ ਨੂੰ ਆਸਰਾ, ਰਸਤਾ ਦੇਣ ਵਾਲਾ ਸਾਥੀ ਬਣ ਜਾਂਦਾ ਹੈ ।

Whosoever may meditate on the teachings of His Word with steady and stable belief in his day-to-day life; with His mercy and grace, all his suspicions may be eliminated. To obey the teachings of His Word may be the supreme task of human life journey. You should adopt the teachings of His Word with steady and stable belief in your day-to-day life. With His mercy and grace, the distinction of family ancestral pedigrees, genealogy may be eliminated. Whosoever may have lost the right path of his human life journey; the teachings of His Word may become a guide and companion of his soul forever.

ਹਰਏ ਨਮਸਤੇ ਹਰਏ ਨਮਹ॥ har-ay namastay har-ay namah.
ਹਰਿ ਹਰਿ ਕਰਤ ਨਹੀ ਦੁਖੁ ਜਮਹ॥੧॥ har har karat nahee dukh jamah.
ਰਹਾਉ॥ ||1|| rahaa-o.

ਜੀਵ ਪ੍ਰਭ ਦੇ ਸ਼ਬਦ ਅੱਗੇ ਸਿਰ ਝੁਕਾਓ, ਸਤਿਕਾਰ ਕਰੋ । ਸ਼ਬਦ ਨਾਲ ਜੀਵਨ ਢਾਲਣ ਨਾਲ ਮੌਤ ਦੇ ਫਰਿਸ਼ਤੇ ਦੀ ਮਾਰ ਨਹੀਂ ਪੈਂਦੀ । ਜੂੰਨਾਂ ਵਿੱਚ ਨਹੀਂ ਜਾਣਾ ਪੈਂਦਾ ।

You should always with respect, devotion, and with steady and stable belief on His blessings bow in-front of the teachings of His Word. Whosoever may adopt the teachings of His Word with steady and stable in his day-to-day life; with His mercy and grace, his soul may become beyond the reach of devil of death. His cycle of birth and death may be eliminated.

ਹਰਿ ਹਰਨਾਖਸ ਹਰੇ ਪਰਾਨ॥	har harnaakhas haray paraan.
ਅਜੈਮਲ ਕੀਓ ਬੈਕੁੰਠਹਿ ਥਾਨ॥	ajaimal kee-o baikuntheh thaan.
ਸੂਆ ਪੜਾਵਤ ਗਨਿਕਾ ਤਰੀ॥	soo-aa parhaavat ganikaa taree.
ਸੋ ਹਰਿ ਨੈਨਹੁ ਕੀ ਪੂਤਰੀ॥੨॥	so har nainhu kee pootree. ||2||

ਪ੍ਰਭ ਨੇ ਜ਼ਾਲਮ ਰਾਜੇ ਹਰਨਾਖਸ਼ ਨੂੰ ਖਤਮ ਕਰ ਦਿੱਤਾ । ਅਜੇਮਲ ਵਰਗੇ ਡਾਕੂ ਨੂੰ ਤਾਰ ਦਿੱਤਾ, ਦਰਬਾਰ ਵਿੱਚ ਥਾਂ ਬਖਸ਼ੀ । ਗਨਿਕਾ ਵੇਸਵਾ, ਤੋਤੇ ਨੂੰ ਰਾਮ ਰਾਮ ਬੋਲਦੀ, ਦਰਬਾਰ ਵਿੱਚ ਪ੍ਰਵਾਨ ਹੋ ਗਈ । ਪ੍ਰਭ ਦਾ ਸ਼ਬਦ, ਹੀ ਬੰਦਗੀ ਕਰਨ ਵਾਲੇ ਜੀਵ ਦੀਆਂ ਅੱਖਾਂ ਦੀ ਰੋਸ਼ਨੀ ਬਣ ਜਾਂਦਾ ਹੈ ।

The True Master has eliminated, slaughtered tyrant king **Harnaakhas**. He has saved robber **Ajaimal** and blessed him place in His Court. **Ganikaa**, prostitute was saved by teaching parrot word "Ram" as name of The True Master. The teachings of His Word may become the pillar of enlightenment for His true devotee.

ਹਰਿ ਹਰਿ ਕਰਤ ਪੂਤਨਾ ਤਰੀ॥	har har karat pootnaa taree.
ਬਾਲ ਘਾਤਨੀ ਕਪਟਹਿ ਭਰੀ॥	baal ghaatnee kaptahi bharee.
ਸਿਮਰਨ ਦ੍ਰੋਪਦ ਸੁਤ ਉਧਰੀ॥	simran daropad sut uDhree.
ਗਊਤਮ ਸਤੀ ਸਿਲਾ ਨਿਸਤਰੀ॥੩॥	ga-ootam satee silaa nistaree. ||3||

ਧੋਖੇ ਬਾਜ, ਬੱਚੇ ਮਾਰਨ ਵਾਲੀ ਪੂਤਨੀ ਵੀ ਪ੍ਰਭ ਦੇ ਸ਼ਬਦ ਦਾ ਜਾਪ ਕਰਦੀ ਕਰਦੀ, ਪ੍ਰਭ ਦੇ ਦਰਬਾਰ ਵਿੱਚ ਪ੍ਰਵਾਨ ਹੋ ਗਈ । ਪ੍ਰਭ ਦੇ ਸ਼ਬਦ ਦਾ ਸਿਮਰਨ ਕਰਦੀ ਦਰੋਪਦੀ ਦੀ ਇੱਜ਼ਤ ਬਚ ਗਈ, ਪ੍ਰਵਾਨ ਹੋ ਗਈ । ਜਿਹੜੀ ਗੌਤਮ ਰਿਸ਼ੀ ਦੀ ਪਤਨੀ, ਗੌਤਮ ਰਿਸ਼ੀ ਦੇ ਸਰਾਫ ਨਾਲ ਪੱਥਰ ਬਣ ਗਈ ਸੀ, ਉਹ ਵੀ ਪ੍ਰਭ ਦੇ ਸ਼ਬਦ ਦਾ ਸਿਮਰਨ ਕਰਦੀ, ਪ੍ਰਵਾਨ ਹੋ ਗਈ ।

By meditating on the teachings of His Word, Pootnaa, baby killer was blessed with the right path of acceptance in His Court. Family pride of **Daraopati** was saved by meditating, remembering, and praying for His forgiveness. Wife of His true devotee **Ga-ootam** was saved from curse and accepted in His Court.

ਕੇਸੀ ਕੰਸ ਮਥਨੁ ਜਿਨਿ ਕੀਆ॥	kaysee kans mathan jin kee-aa.
ਜੀਅ ਦਾਨੁ ਕਾਲੀ ਕਉ ਦੀਆ॥	jee-a daan kaalee ka-o dee-aa.
ਪ੍ਰਣਵੈ ਨਾਮਾ ਐਸੋ ਹਰੀ॥	paranvai naamaa aiso haree.
ਜਾਸੁ ਜਪਤ ਭੈ ਅਪਦਾ ਟਰੀ॥੪॥੧॥੫॥	jaas japat bhai apdaa taree. ||4||1||5||

ਜਿਵੇਂ ਪ੍ਰਭ ਨੇ ਕੰਸ ਨੂੰ ਖਤਮ ਕੀਤਾ, ਕਾਲੀ ਨੂੰ ਜੀਵਨ ਦੀ ਬਖਸ਼ਿਸ਼ ਕੀਤੀ । ਇਸਤਰ੍ਹਾਂ ਬੰਦਗੀ ਕਰਨ ਵਾਲੇ, ਪ੍ਰਭ ਦੇ ਸ਼ਬਦ ਤੇ ਭਰੋਸਾ ਅਡੋਲ ਰਖਦਾ ਹੈ । ਅਡੋਲ ਭਰੋਸੇ ਨਾਲ ਮੌਤ ਦਾ ਡਰ ਅਤੇ ਸੰਸਾਰਕ ਇੱਛਾਂ ਦੇ ਭਰਮ ਦੂਰ ਹੋ ਜਾਂਦੇ ਹਨ ।

The True Master eliminated tyrant, **Kanas** and saved helpless Kali and blessed with life. Whosoever may obey the teachings of His Word with steady and stable belief in his day-to-day life; with His mercy and grace, his fear of death, religious suspicions may be eliminated.

469. ਰਾਗੁ ਗੋਂਡ ਬਾਣੀ ਨਾਮਦੇਉ ਜੀ॥ 874

ਭੈਰਉ ਭੂਤ ਸੀਤਲਾ ਧਾਵੈ॥	bhairo bhoot seetlaa Dhaavai.
ਖਰ ਬਾਹਨੁ ਉਹੁ ਛਾਰੁ ਉਡਾਵੈ॥੧॥	khar baahan uho chhaar udaavai. ||1||

ਜਿਹੜਾ ਜੀਵ ਭੂਤਾਂ, ਪਰੇਤਾਂ ਤੇ ਵਿਸ਼ਵਾਸ ਰਖਦਾ, ਜਾਦੂ ਮੰਤਰ ਕਰਦਾ ਹੈ । ਉਹ ਜਿਵੇਂ ਕੋਈ ਖੋਤੇ ਤੇ ਸਵਾਰ ਹੋ ਕੇ ਘੱਟਾ ਉਡਾਉਂਦਾ, ਆਪਣੇ ਉਪਰ ਪਾਉਂਦਾ ਹੈ ।

Whosoever may believe in ghost and devils and performs religious rituals, and believes in power of miracles. He is just like, someone may ride a donkey and getting dust on his body all over.

ਹਉ ਤਉ ਏਕੁ ਰਮਈਆ ਲੈਹਉ॥ ha-o ta-o ayk rama-ee-aa laiha-o.
ਆਨ ਦੇਵ ਬਦਲਾਵਨਿ ਦੈਹਉ॥੧॥ aan dayv badlaavan daiha-o. ||1||
ਰਹਾਉ॥ rahaa-o.

ਬੰਦਗੀ ਕਰਨ ਵਾਲਾ ਕੇਵਲ ਪ੍ਰਭ ਦੇ ਸ਼ਬਦ ਦਾ ਹੀ ਸਿਮਰਨ ਕਰਦਾ ਹੈ । ਉਹ ਬਾਕੀ ਸੰਸਾਰਕ ਗੁਰੂਆਂ ਦਾ ਪਿਛਾ ਛੱਡ ਦੇਂਦਾ, ਤਿਆਗ ਦੇਂਦਾ ਹੈ ।

His true devotee may only meditate on the teachings of His Word with steady and stable belief in his day-to-day life. He may renounce other paths, teachings, rituals inspired by worldly religions, worldly gurus.

ਸਿਵ ਸਿਵ ਕਰਤੇ ਜੋ ਨਰੁ ਧਿਆਵੈ॥ siv siv kartay jo nar Dhi-aavai.
ਬਰਦ ਚਢੇ ਡਉਰੂ ਢਮਕਾਵੈ॥੨॥ barad chadhay da-uroo dhamkaavai. ||2||

ਜਿਹੜਾ ਸ਼ਿਵ ਸ਼ਿਵ ਕਰਦਾ, ਸੰਸਾਰਕ ਗੁਰੂਆਂ ਦੀ ਸਿਖਿਆ ਦਾ ਸਿਮਰਨ ਕਰਦਾ ਹੈ । ਉਹਨਾਂ ਦੀ ਉਸਤਤ ਵਿੱਚ ਮਗਨ ਰਹਿੰਦਾ ਹੈ । ਉਸ ਦੀ ਪਹੁੰਚ ਕੇਵਲ ਬਲਦ ਤੇ ਸਵਾਰੋ ਹੋਏ ਸ਼ਿਵ, ਜੋ ਢੋਲ ਵਜਾਉਂਦਾ ਹੈ, ਸੰਸਾਰਕ ਗੁਰੁ ਤੀਕ ਹੀ ਪਹੁੰਚ ਹੁੰਦੀ ਹੈ ।

Whosoever may consider worldly guru, the master of salvation and adopt his preaching in his day-to-day life. He may be blessed with, whatsoever may be in power of the worldly guru. Worldly guru is also beggar at the door of The True Master and praying for His forgiveness.

ਮਹਾ ਮਾਈ ਕੀ ਪੂਜਾ ਕਰੈ॥ mahaa maa-ee kee poojaa karai.
ਨਰ ਸੈ ਨਾਰਿ ਹੋਇ ਅਉਤਰੈ॥੩॥ nar sai naar ho-ay a-utarai. ||3||

ਜਿਹੜਾ ਕਿਸੇ ਦੇਵੀ ਦੀ ਪੂਜਾ ਕਰਦਾ, ਮਾਇਆ ਦੀ ਪੂਜਾ ਕਰਦਾ ਹੈ । ਜੂੰਨਾਂ ਦੇ ਚੱਕਰ ਵਿੱਚ ਹੀ ਰਹਿੰਦਾ ਹੈ । ਔਰਤ ਬਣਕੇ ਜਨਮ ਲੈਂਦਾ ਹੈ, ਮਰਦ ਦੀ ਜੂੰਨ ਵਿੱਚ ਨਹੀਂ ਆਉਂਦਾ ।

Whosoever may worship worldly prophets; he may remain intoxicated in the sweet poison of worldly wealth. He remains in the cycle of birth and death. In next life cycle, his soul may be placed in weak, female body.

ਤੂ ਕਹੀਅਤ ਹੀ ਆਦਿ ਭਵਾਨੀ॥ too kahee-at hee aad bhavaanee.
ਮੁਕਤਿ ਕੀ ਬਰੀਆ ਕਹਾ ਛਪਾਨੀ॥੪॥ mukat kee baree-aa kahaa chhapaanee. 4

ਅਗਰ ਕੋਈ ਭਵਾਨੀ ਦੇਵੀ ਨੂੰ ਹੀ ਸਦਾ ਰਹਿਣ ਵਾਲਾ ਪ੍ਰਭ ਦਾ ਰੂਪ ਸਮਝਦਾ ਹੈ । ਉਹ ਮੁਕਤੀ ਦੇ ਸਮੇਂ ਤੇ ਕਿੱਥੇ ਲੁਕਣਗੇ?

Whosoever may worship worldly guru and considers him/her as the savior, master of salvation. After death, where may his soul hide in His Court.

ਗੁਰਮਤਿ ਰਾਮ ਨਾਮ ਗਹੁ ਮੀਤਾ॥ gurmat raam naam gahu meetaa.
ਪ੍ਰਣਵੈ ਨਾਮਾ ਇਉ ਕਹੈ ਗੀਤਾ॥ paranvai naamaa i-o kahai geetaa.
੫॥੨॥੬॥ ||5||2||6||

ਜੀਵ ਪ੍ਰਭ ਦੇ ਸ਼ਬਦ ਦੀ ਪਾਲਣਾ ਕਰੋ, ਉਸ ਨਾਲ ਜੀਵਨ ਢਾਲੋ । ਉਸ ਦੇ ਸ਼ਬਦ ਦੀ ਪਾਲਣਾ ਹੀ ਧਰਮ ਦੇ ਗ੍ਰੰਥਾਂ, ਗੀਤਾਂ ਵਿੱਚ ਵੀ ਦੱਸੀ ਗਈ ਹੈ ।

You should obey and adopt the teachings of His Word with steady and stable belief in his day-to-day life. All worldly Holy Scripture highlights the significance of obeying the teachings of His Word.

470.ਬਿਲਾਵਲੁ ਗੋਂਡ - ਬਾਣੀ ਨਾਮਦੇਉ ਜੀ॥ 874

ਆਜੁ ਨਾਮੇ ਬੀਠਲੁ ਦੇਖਿਆ, aaj naamay beethal daykhi-aa
ਮੂਰਖ ਕੋ ਸਮਝਾਊ ਰੇ॥ ਰਹਾਉ॥ moorakh ko samjhaa-oo ray. rahaa-o.

ਅੱਜ ਮੈਂ ਪ੍ਰਭ ਦੇ ਦਰਸ਼ਨ ਕੀਤੇ ਹਨ । ਮੈਂ ਅਣਜਾਣ ਜੀਵਾਂ ਨੂੰ ਸਮਝਾਵਾਗਾ ।

With His mercy and grace, I have been blessed with His blessed vision, the enlightenment of the essence of His Word. I may help and inspire the innocent on the right path of meditation on the teachings of His Word. The right path of human life journey.

ਪਾਂਡੇ ਤੁਮਰੀ ਗਾਇਤ੍ਰੀ,	paaNday tumree gaa-itaree
ਲੋਧੇ ਕਾ ਖੇਤੁ ਖਾਤੀ ਥੀ॥	loDhay kaa khayt khaatee thee.
ਲੈ ਕਰਿ ਠੇਗਾ ਟਗਰੀ ਤੋਰੀ,	lai kar thaygaa tagree toree
ਲਾਂਗਤ ਲਾਂਗਤ ਜਾਤੀ ਥੀ॥੧॥	laaNgat laaNgat jaatee thee. ||1||

ਗਿਆਨੀ ਤੇਰੇ ਮਨ ਦੀ ਅਵਸਥਾ ਸ਼ਬਦ ਦੀ ਪਾਲਣਾ ਛੱਡਕੇ ਹੋਰ ਰਸਤੇ ਤੇ ਚਲਦੀ ਹੈ । ਪ੍ਰਭ ਨੇ (ਖੇਤ ਦੇ ਮਾਲਕ ਨੇ) ਉਸ ਤੇ ਦਰਬਾਰ ਵਿੱਚ ਪਾਬੰਦੀ ਲਾ ਦਿੱਤੀ ਹੈ । ਹੁਣ ਉਹ ਗਲਤ ਰਸਤੇ ਤੇ ਹੀ ਭਟਕਦਾ ਰਹਿੰਦਾ ਹੈ ।

Worldly scholar, guru, teacher, saint, your state of mind has been diverted. You have abandoned the teachings of His Word; you are following and preaching different path to your followers. The True Master has restricted, banned your entry to His Court. Now you may remain frustrated on the wrong path. You may remain in cycle of birth and death.

ਪਾਂਡੇ ਤੁਮਰਾ ਮਹਾਦੇਉ	paaNday tumraa mahaaday-o
ਧਉਲੇ ਬਲਦ ਚੜਿਆ,	Dha-ulay balad charhi-aa
ਆਵਤੁ ਦੇਖਿਆ ਥਾ॥	aavat daykhi-aa thaa.
ਮੋਦੀ ਕੇ ਘਰ ਖਾਣਾ ਪਾਕਾ,	modee kay ghar khaanaa paakaa
ਵਾ ਕਾ ਲੜਕਾ ਮਾਰਿਆ ਥਾ॥੨॥	vaa kaa larhkaa maari-aa thaa. ||2||

ਧਰਮ ਦੇ ਗਿਆਨੀ, ਸ਼ਿਵਾਂ ਦੇ ਪੁਜਾਰੀ, ਮੈਂ ਤੇਰੇ ਸ਼ਿਵ ਨੂੰ ਬਲਦ ਤੇ ਸਵਾਰ ਦੇਖਿਆ ਸੀ । ਉਸ ਦੇ ਸਵਾਗਤ ਲਈ ਵੱਡੇ ਦੁਨੀਦਾਰ ਦੇ ਘਰ ਖਾਣਾ ਤਿਆਰ ਹੋਇਆ ਸੀ । ਸ਼ਿਵਾਂ ਨੇ ਉਸ ਦੁਨੀਦਾਰ ਦੇ ਬੱਚੇ ਨੂੰ ਹੀ ਕਤਲ ਕਰ ਦਿੱਤਾ ।

Religious preacher, scholar, worshipper of Shiva, with His mercy and grace, I have seen your prophet shiva riding bull. Worldly rich follower prepared a feast to honor him; he does not want to dine in the house of humble and poor. However, he cursed the son of his host and killed him.

ਪਾਂਡੇ ਤੁਮਰਾ ਰਾਮਚੰਦੁ,	paaNday tumraa raamchand
ਸੋ ਭੀ ਆਵਤੁ ਦੇਖਿਆ ਥਾ॥	so bhee aavat daykhi-aa thaa.
ਰਾਵਨ ਸੇਤੀ ਸਰਬਰ ਹੋਈ,	raavan saytee sarbar ho-ee
ਘਰ ਕੀ ਜੋਇ ਗਵਾਈ ਥੀ॥੩॥	ghar kee jo-ay gavaa-ee thee. ||3||

ਸੰਸਾਰਕ ਗਿਆਨੀ ਤੇਰਾ ਰਾਮ ਚੰਦਰ ਵੀ ਦੇਖਿਆ ਸੀ । ਉਹ ਰਾਵਨ ਨਾਲ ਲੜਦਾ ਆਪਣੀ ਪਤਨੀ ਗਵਾ ਬੈਠਾ ।

The True Master also has shown me the condition, state of mind of your prophet **Ram Chand**. He was disobedient to His command. He was fighting with king **Raavan** and lost his honor, his wife as a punishment for his disobedience.

ਹਿੰਦੂ ਅੰਨ੍ਹਾ ਤੁਰਕੂ ਕਾਣਾ॥	hindoo anHaa turkoo kaanaa.
ਦੁਹਾਂ ਤੇ ਗਿਆਨੀ ਸਿਆਣਾ॥	duhaaN tay gi-aanee si-aanaa.
ਹਿੰਦੂ ਪੂਜੈ ਦੇਹੁਰਾ	hindoo poojai dayhuraa
ਮੁਸਲਮਾਣੁ ਮਸੀਤਿ॥	musalmaan maseet.
ਨਾਮੇ ਸੋਈ ਸੇਵਿਆ	naamay so-ee sayvi-aa

ਜਹ ਦੇਹੁਰਾ ਨ ਮਸੀਤਿ॥੪॥੩॥੭॥ jah dayhuraa na maseet. ||4||3||7||

ਸੰਸਾਰ ਵਿੱਚ ਹਿੰਦੂ ਵੀ ਗਿਆਨ ਤੋ ਅੰਧੇ ਹਨ, ਮੁਸਲਮਾਨ ਵੀ ਗਿਆਨ ਤੋ ਹੀਣ ਹਨ । ਜਿਹੜਾ ਪ੍ਰਭ ਦੇ ਸ਼ਬਦ ਦੀ ਪਾਲਣਾ ਕਰਦਾ ਹੈ, ਕੇਵਲ ਉਸ ਨੂੰ ਹੀ ਸ਼ਬਦ ਦੀ ਸੋਝੀ ਬਖਸ਼ਿਸ਼ ਹੁੰਦੀ ਹੈ । ਉਸ ਨੂੰ ਹੀ ਮਾਨਸ ਜੀਵਨ ਦੇ ਮੰਤਵ ਦੀ ਸੋਝੀ ਬਖਸ਼ਿਸ਼ ਹੁੰਦੀ ਹੈ । ਹਿੰਦੂ ਮੰਦਰ ਵਿੱਚ ਪੂਜਾ ਕਰਦਾ, ਸਿਮਰਨ ਕਰਦਾ, ਪ੍ਰਭ ਦਾ ਘਰ ਮੰਨਦਾ ਹੈ । ਮੁਸਲਮਾਨ ਮਸੀਤ ਨੂੰ ਪ੍ਰਭ ਦਾ ਘਰ ਸਮਝਦਾ ਹੈ । ਸਿੱਖ ਗੁਰਦਵਾਰੇ ਮੱਥਾ ਟੇਕਦਾ, ਗ੍ਰੰਥ ਨੂੰ ਹੀ ਪ੍ਰਭ ਮੰਨਕੇ ਅਰਦਾਸ ਕਰਦਾ ਹੈ । ਗੁਰਦਵਾਰੇ ਨੂੰ ਹੀ ਸਵਰਗ ਮੰਨਦਾ ਹੈ । ਸਾਰੇ ਹੀ ਰਸਤਾ ਭੁਲ ਗਏ ਹਨ, ਸੰਸਾਰਕ ਮਾਇਆ ਦੇ ਗਲਾਮ ਹੋ ਗਏ ਹਨ । ਬੰਦਗੀ ਕਰਨ ਵਾਲਾ, ਪ੍ਰਭ ਨੂੰ ਹਰ ਥਾਂ ਤੇ ਹਾਜਰਾ ਹਜ਼ੂਰ ਸਮਝਦਾ, ਉਸ ਦਾ ਤਖਤ ਆਪਣੇ ਤਨ ਵਿੱਚ ਜਾਗਰਤ ਕਰਦਾ ਹੈ । ਪ੍ਰਭ ਦੇ ਸ਼ਬਦ ਦੀ ਪਾਲਣਾ ਕਰਦਾ, ਉਸ ਦੇ ਵਿਛੋੜੇ ਦੇ ਵਿਰਾਗ ਵਿੱਚ ਹੀ ਜੀਵਨ ਬਤੀਤ ਕਰਦਾ ਹੈ ।

All religion fanatics remains ignorant from the real purpose of human life opportunity. Hindu believes! God resides in temple and he worships in temple. He may carve a picture of Ancient deceased prophet on stone. He believes! God only blesses through His prophet. Muslim believes! God dwells in Mosque far away in west in Makkah. Sikh may not be any exception! He believes the written doctrine of Ancient saints compiled in Guru Granth Sahib as the symbol of God. The True Master only blesses by worshiping the doctrine of Guru Granth Sahib. They treat Guru Granth Sahib as a living Guru and honor as God. He serves Him symbolic food before eating himself. God does not need food, air nor heat or cold. All religions are ignorant from the right path of His acceptance in His Court. All religions have become puppets and slave of sweet poison of worldly wealth. All are right in their belief and may not be proved by any means. His true devotee remains intoxicating in meditation and renunciation in the memory of his separation from His Holy Spirit.

471.ਰਾਗੁ ਗੋਂਡ ਬਾਣੀ ਰਵਿਦਾਸ ਜੀਉ ਕੀ ਘਰੁ ੨॥ 875

ੴ ਸਤਿਗੁਰ ਪ੍ਰਸਾਦਿ॥ ik-oNkaar satgur parsaad.
ਮੁਕੰਦ ਮੁਕੰਦ ਜਪਹੁ ਸੰਸਾਰ॥ mukand mukand japahu sansaar.
ਬਿਨੁ ਮੁਕੰਦ ਤਨੁ ਹੋਇ ਅਉਹਾਰ॥ bin mukand tan ho-ay a-uhaar.
ਸੋਈ ਮੁਕੰਦੁ ਮੁਕਤਿ ਕਾ ਦਾਤਾ॥ so-ee mukand mukat kaa daataa.
ਸੋਈ ਮੁਕੰਦੁ ਹਮਰਾ ਪਿਤ ਮਾਤਾ॥੧॥ so-ee mukand hamraa pit maataa. ||1||

ਸਾਰਾ ਸੰਸਾਰ ਹੀ ਪ੍ਰਭ (ਮੁਕੰਦ) ਦੇ ਸ਼ਬਦ ਦਾ ਸਿਮਰਨ ਕਰਦਾ ਹੈ । ਪ੍ਰਭ ਦੇ ਸ਼ਬਦ ਦੀ ਪਾਲਣਾ ਤੋ ਬਿਨਾਂ ਇਹ ਤਨ ਇੱਕ ਭਸਮ ਦੀ ਢੇਰੀ ਹੀ ਹੈ । ਪ੍ਰਭ ਹੀ ਸਾਰੀ ਸ੍ਰਿਸ਼ਟੀ ਦੀ ਮੁਕਤੀ ਦਾ ਦਾਤਾ, ਮਾਲਕ ਹੈ । ਉਹ ਹੀ ਸਾਰੇ ਜੀਵਾਂ ਦੇ ਪੈਦਾ ਕਰਨ ਵਾਲਾ (ਮਾਤਾ, ਪਿਤਾ) ਮਾਲਕ ਹੈ ।

The whole universe meditates on the teachings of His Word. Without obeying the teachings of His Word, human life opportunity may be wasted and his body may only become ashes. Only, The True Master may forgive the sins of any creature and blesses the right path of acceptance in His Court. The One and only One Creator prevails within his worldly mother and father to nourish and protect in the universe.

ਜੀਵਤ ਮੁਕੰਦੇ ਮਰਤ ਮੁਕੰਦੇ॥ jeevat mukanday marat mukanday.
ਤਾ ਕੇ ਸੇਵਕ ਕਉ ਸਦਾ ਅਨੰਦੇ॥੧॥ ਰਹਾਉ॥ taa kay sayvak ka-o sadaa ananday. ||1||rahaa-o.

ਜੀਵ ਸੰਸਾਰਕ ਜੀਵਨ ਵਿੱਚ ਵੀ ਪ੍ਰਭ ਦੇ ਸ਼ਬਦ ਦਾ ਸਿਮਰਨ ਕਰੋ । ਮੌਤ ਸਮੇਂ ਵੀ ਉਸ ਦਾ ਧੰਨਵਾਦ ਹੀ ਕਰੋ । ਸ਼ਬਦ ਦਾ ਸਿਮਰਨ ਕਰਨ ਵਾਲਾ ਹਮੇਸ਼ਾ ਹੀ ਪ੍ਰਭ ਦੀ ਰਹਿਮਤ ਵਿੱਚ ਹੀ ਰਹਿੰਦਾ ਹੈ ।

You should meditate on the teachings of His Word in worldly life and remain grateful after death in His Court. Whosoever may meditate on the teachings of His Word; with His mercy and grace, he always remains in the sanctuary and within the boundary of His Word.

ਮੁਕੰਦ ਮੁਕੰਦ ਹਮਾਰੇ ਪ੍ਰਾਨੰ॥	mukand mukand hamaaray paraanaN.
ਜਪਿ ਮੁਕੰਦ ਮਸਤਕਿ ਨੀਸਾਨੰ॥	jap mukand mastak neesaanaN.
ਸੇਵ ਮੁਕੰਦ ਕਰੈ ਬੈਰਾਗੀ॥	sayv mukand karai bairaagee.
ਸੋਈ ਮੁਕੰਦੁ ਦੁਰਬਲ ਧਨੁ ਲਾਧੀ॥੨॥	so-ee mukand durbal Dhan laaDhee. ||2||

ਪ੍ਰਭ (ਮੁਕੰਦ) ਹੀ ਜੀਵ ਦੇ ਸਵਾਸਾਂ ਦਾ ਮਾਲਕ ਹੈ । ਸ਼ਬਦ ਦੀ ਪਾਲਣਾ ਨਾਲ ਜੀਵ ਦੇ ਮੱਥੇ ਤੇ ਅਨੋਖਾ ਹੀ ਰਹਿਮਤ ਦਾ ਨੂਰ ਬਖਸ਼ਿਸ਼ ਹੋ ਜਾਂਦਾ ਹੈ । ਜਿਹੜਾ ਜੀਵ ਪ੍ਰਭ ਦੇ ਵਿਛੋੜੇ ਦੇ ਵਿਰਾਗ ਵਿੱਚ ਰਹਿੰਦਾ ਹੈ । ਪ੍ਰਭ ਦੇ ਸ਼ਬਦ ਦਾ ਧਨ ਹੀ ਉਸ ਦੀ ਕਮਾਈ ਹੁੰਦੀ ਹੈ ।

The True Master remains the true controller of the capital of breaths of His Creation. Whosoever may obey the teachings of His Word with steady and stable belief; with His mercy and grace, he may be blessed with spiritual glow on his forehead. Whosoever may remain in renunciation of the memory of his separation from His Holy Spirit. His earnings of His Word may remain as his companion forever, in world and after death in His Court.

ਏਕੁ ਮੁਕੰਦੁ ਕਰੈ ਉਪਕਾਰੁ॥	ayk mukand karai upkaar.
ਹਮਰਾ ਕਹਾ ਕਰੈ ਸੰਸਾਰੁ॥	hamraa kahaa karai sansaar.
ਮੇਟੀ ਜਾਤਿ ਹੂਏ ਦਰਬਾਰਿ॥	maytee jaat hoo-ay darbaar.
ਤੁਹੀ ਮੁਕੰਦ ਜੋਗ ਜੁਗ ਤਾਰਿ॥੩॥	tuhee mukand jog jug taar. ||3||

ਜਿਸ ਜੀਵ ਤੇ ਪ੍ਰਭ ਰਹਿਮਤ ਦੀ ਨਜ਼ਰ ਬਖਸ਼ਦਾ ਹੈ । ਸੰਸਾਰਕ ਜੀਵ ਉਸ ਵੱਲ ਕੋਈ ਨਜ਼ਰ ਵੀ ਨਹੀਂ ਕਰ ਸਕਦਾ, ਕੁਝ ਵਿਗਾੜ ਨਹੀਂ ਸਕਦਾ । ਪ੍ਰਭ ਦੇ ਸ਼ਬਦ ਦੀ ਬੰਦਗੀ ਕਰਨ ਨਾਲ ਜੀਵ ਦਰਬਾਰ ਵਿੱਚ ਦਾਖਲ ਹੋ ਜਾਂਦਾ ਹੈ । ਉਸ ਦੀ ਸੰਸਾਰਕ ਹੈਸੀਅਤ ਮਿਟ ਜਾਂਦੀ ਹੈ । ਪ੍ਰਭ ਜੁਗਾਂ ਜੁਗਾਂ, ਚਾਰੇ ਜੁਗਾਂ ਵਿੱਚ ਹੀ ਇਹ ਕਰਦਾ ਆਇਆ ਹੈ ।

Whosoever may be accepted in His sanctuary; no one in the world can harm, hurt, or curse him. His true devotee may not have any restriction entering His castle. His own identity, worldly status may be eliminated. The True Master has been protecting the honor of His true devotee from Ancient Ages.

ਉਪਜਿਓ ਗਿਆਨੁ ਹੂਆ ਪਰਗਾਸ॥	upji-o gi-aan hoo-aa pargaas.
ਕਰਿ ਕਿਰਪਾ ਲੀਨੇ ਕੀਟ ਦਾਸ॥	kar kirpaa leenay keet daas.
ਕਹੁ ਰਵਿਦਾਸ ਅਬ ਤ੍ਰਿਸਨਾ ਚੂਕੀ॥	kaho ravidaas ab tarisnaa chookee.
ਜਪਿ ਮੁਕੰਦ ਸੇਵਾ ਤਾਹੂ ਕੀ॥੪॥੧॥	jap mukand sayvaa taahoo kee. ||4||1||

ਪ੍ਰਭ ਦੇ ਸ਼ਬਦ ਦੀ ਪਾਲਣਾ ਕਰਨ ਨਾਲ ਸ਼ਬਦ ਦੀ ਸੋਝੀ ਬਖਸ਼ਿਸ਼ ਹੋਈ ਹੈ । ਇਸ ਨਾਲ ਮਨ ਵਿੱਚ ਉਸ ਦੀ ਜੋਤ ਪ੍ਰਗਟ ਹੋ ਗਈ । ਪ੍ਰਭ ਨੇ ਆਪਣੇ ਦਾਸ ਨੂੰ ਆਪਣੀ ਸ਼ਰਣ ਵਿੱਚ ਪਨਾਹ ਬਖਸ਼ੀ ਹੈ । ਇਸ ਨਾਲ ਬੰਦਗੀ ਕਰਨ ਵਾਲੇ ਦੀ ਤ੍ਰਿਸ਼ਨਾ ਖਤਮ ਹੋ ਗਈ ਹੈ । ਉਹ ਕੇਵਲ ਮੁਕਤੀ ਦੇ ਮਾਲਕ ਦੇ ਸ਼ਬਦ ਨਾਲ ਹੀ ਜੀਵਨ ਢਾਲਦਾ ਹੈ ।

By obeying the teachings of His Word with steady and stable belief in day-to-day life; with His mercy and grace, He has blessed the enlightenment of the essence of His Word. His Holy Spirit has appeared within my heart. I have been accepted as His true devotee in His sanctuary. All worldly desires and frustration of His true devotee have been eliminated. He only adopts the teachings of His Word, The True Master of salvation in his day-to-day life.

472.ਰਾਗੁ ਗੋਂਡ ਬਾਣੀ ਰਵਿਦਾਸ ਜੀ॥ 875

ਜੇ ਓਹੁ ਅਠਸਠਿ ਤੀਰਥ ਨ੍ਹਾਵੈ॥ jay oh athsath tirath nHaavai.jay
ਜੇ ਓਹੁ ਦੁਆਦਸ ਸਿਲਾ ਪੂਜਾਵੈ॥ oh du-aadas silaa poojaavai.
ਜੇ ਓਹੁ ਕੂਪ ਤਟਾ ਦੇਵਾਵੈ॥ jay oh koop tataa dayvaavai.
ਕਰੈ ਨਿੰਦ ਸਭ ਬਿਰਥਾ ਜਾਵੈ॥੧॥ karai nind sabh birthaa jaavai. ||1||

ਜਿਹੜਾ ਜੀਵ 68 ਪਵਿੱਤਰ ਅਸਥਾਨਾਂ ਤੇ ਇਸ਼ਨਾਨ ਕਰੇ । ਸਿਵ ਦੇ 12 ਪੱਥਰਾਂ ਦੀ ਪੂਜਾ ਕਰੇ । ਸ੍ਰਿਸ਼ਟੀ ਦੀ ਭਲਾਈ ਲਈ ਖੂਹ ਬਣਾਵੇ, ਜਾਨਵਰਾਂ ਲਈ ਤਲਾਬ ਬਣਾਵੇ । ਫਿਰ ਵੀ ਅਗਰ ਉਹ ਕਿਸੇ ਦੀ ਨਿੰਦਿਆਂ ਕਰਦਾ ਹੈ। ਤਾਂ ਇਹ ਪੁੰਨ ਸਭ ਬਿਰਥੇ ਹੀ ਜਾਂਦੇ, ਪ੍ਰਭ ਨੂੰ ਪ੍ਰਵਾਨ ਨਹੀਂ ਹੁੰਦੇ ।

Whosoever may take a sanctifying bath at 68 Holy ponds, shrines; he may worship 12 stones of shiva; digs water well for mankind and water pond for animals. However, who may criticize, rebuke His true devotee; all his worships, good deeds may not be rewarded, accepted in His Court.

ਸਾਧ ਕਾ ਨਿੰਦਕੁ ਕੈਸੇ ਤਰੈ॥ saaDh kaa nindak kaisay tarai.
ਸਰਪਰ ਜਾਨਹੁ ਨਰਕ ਹੀ ਪਰੈ॥੧॥ sarpar jaanhu narak hee parai. ||1||
ਰਹਾਉ॥ rahaa-o.

ਬੰਦਗੀ ਕਰਨ ਵਾਲੇ ਦੀ ਨਿੰਦਿਆਂ ਕਰਨ ਵਾਲਾ ਕਿਵੇਂ ਪ੍ਰਭ ਨੂੰ ਪ੍ਰਵਾਨ ਹੋ ਸਕਦਾ ਹੈ? ਉਹ ਜੂੰਨਾਂ ਦੇ ਚੱਕਰ ਵਿੱਚ ਹੀ ਰਹਿੰਦਾ ਹੈ ।

Whosoever may slander, rebukes His true devotee; how may he be accepted in His Court? He remains wandering in the cycle of birth and death.

ਜੇ ਓਹੁ ਗ੍ਰਹਨ ਕਰੈ ਕੁਲਖੇਤਿ॥ jay oh garahan karai kulkhayt.
ਅਰਪੈ ਨਾਰਿ ਸੀਗਾਰ ਸਮੇਤਿ॥ arpai naar seegaar samayt.
ਸਗਲੀ ਸਿੰਮ੍ਰਿਤਿ ਸ੍ਰਵਨੀ ਸੁਨੈ॥ saglee simrit sarvanee sunai.
ਕਰੈ ਨਿੰਦ ਕਵਨੈ ਨਹੀ ਗੁਨੈ॥੨॥ karai nind kavnai nahee gunai. ||2||

ਅਗਰ ਕੋਈ ਸੂਰਜ ਦੇ ਗ੍ਰਹਿਣ ਸਮੇਂ ਕੁਰਕਸ਼ੇਤਰ ਇਸ਼ਨਾਨ ਕਰੇ । ਜਾ ਆਪਣੀ ਜਵਾਨ ਪਤਨੀ ਦਾਨ ਵਿੱਚ ਦੇ ਦੇਵੇ ਅਤੇ ਸਿਮ੍ਰਿਤੀ ਦਾ ਪਾਠ ਸੁਣੇ । ਅਗਰ ਉਹ ਨਿੰਦਿਆਂ ਕਰਨ ਲੱਗ ਪਵੇ ਤਾਂ ਇਹ ਸਭ ਬਿਰਥੇ ਹੀ ਜਾਂਦੇ ਹਨ ।

Whosoever may worship and takes a sanctifying bath **at KurKsatar** in the time of **Sun Eclipse**; he may offer his young bride as donation and listens the paath of Holy Scripture of Summitries. However, who may slander, rebukes His true devotee; all his worship and charity may be wasted and not rewarded in His Court.

ਜੇ ਓਹੁ ਅਨਿਕ ਪ੍ਰਸਾਦ ਕਰਾਵੈ॥ jay oh anik parsaad karaavai.
ਭੂਮਿ ਦਾਨ ਸੋਭਾ ਮੰਡਪਿ ਪਾਵੈ॥ bhoom daan sobhaa mandap paavai.
ਅਪਨਾ ਬਿਗਾਰਿ ਬਿਰਾਂਨਾ ਸਾਂਢੈ॥ apnaa bigaar biraaNnaa saaNdhai.
ਕਰੈ ਨਿੰਦ ਬਹੁ ਜੋਨੀ ਹਾਂਢੈ॥੩॥ karai nind baho jonee haaNdhai. ||3||

ਅਗਰ ਕੋਈ ਵੱਡੇ ਲੰਗਰ ਲਾਵੇ, ਜ਼ਮੀਨ ਦਾਨ ਕਰੇ, ਜਾ ਸੰਸਾਰਕ ਭਲਾਈ ਲਈ ਸਰਾ, ਗੁਰਦੁਵਾਰਾ, ਮੰਦਰ ਬਣਵਾਏ । ਆਪਣੇ ਭਲਾਈ ਦੇ ਕੰਮ ਛੱਡਕੇ, ਦੂਸਰਿਆਂ ਦੀ ਭਲਾਈ ਦੇ ਕੰਮ ਕਰੇ । ਤਾਂ ਵੀ ਅਗਰ ਉਹ ਜੀਵ ਕਿਸੇ ਦੀ ਨਿੰਦਿਆਂ ਕਰੇ । ਇਹ ਸਭ ਬਿਰਥੇ ਹੀ ਜਾਂਦੇ ਹਨ । ਉਹ ਅਨੇਕਾਂ ਜੂੰਨਾਂ ਦੇ ਚੱਕਰ ਵਿੱਚ ਚਲੇ ਜਾਂਦਾ ਹੈ ।

Whosoever may run a free kitchen for helpless, poor needy; donate much land for good cause. He may build temple and community hall, shelter for needy; he may abandon his selfish needs and support the needs of others. Even then if he slanders, rebuke His true devotee; all his good deeds may not be rewarded in His Court. He remains in the cycle of birth and death.

ਨਿੰਦਾ ਕਹਾ ਕਰਹੁ ਸੰਸਾਰਾ॥   nindaa kahaa karahu sansaaraa.

ਨਿੰਦਕ ਕਾ ਪਰਗਟਿ ਪਾਹਾਰਾ॥   nindak kaa pargat paahaaraa.

ਨਿੰਦਕੁ ਸੋਧਿ ਸਾਧਿ ਬੀਚਾਰਿਆ॥   nindak soDh saaDh beechaari-aa.

ਕਹੁ ਰਵਿਦਾਸ ਪਾਪੀ ਨਰਕਿ ਸਿਧਾਰਿਆ   kaho ravidaas paapee narak siDhaari-aa.

੪॥੨॥੧੧॥੭॥੨॥੪੯॥ ਜੋੜੁ॥ ||4||2||11||7||2||49|| jorh.

ਜੀਵ ਤੂੰ ਕਿਸੇ ਦੀ ਨਿੰਦਿਆਂ ਕਰਨ ਵਿੱਚ ਕਿਉਂ ਲੱਗਦਾ ਹੈ? ਨਿੰਦਿਆਂ, ਜਾ ਚੁੱਗਲੀ ਦੀ ਅਸਲੀਅਤ ਤਾਂ ਖੁਲ੍ਹ ਹੀ ਜਾਂਦੀ ਹੈ । ਬੰਦਗੀ ਕਰਨ ਵਾਲਾ ਜੀਵ, ਨਿੰਦਿਆਂ ਕਰਨ ਵਾਲੇ ਦੀ ਅਵਸਥਾ ਬਾਬਤ ਜਦੋਂ ਸੋਚਦਾ ਹੈ । ਤਾਂ ਉਸ ਨੂੰ ਇਹ ਹੀ ਸੋਝੀ ਬਖਸ਼ਿਸ਼ ਹੁੰਦੀ ਹੈ! ਨਿੰਦਿਆਂ ਕਰਨ ਵਾਲੇ ਨੂੰ ਪ੍ਰਭ ਦੇ ਦਰਬਾਰ ਵਿੱਚ ਕਦੇ ਥਾਂ ਬਖਸ਼ਿਸ਼ ਨਹੀਂ ਹੁੰਦੀ । ਉਹ ਪਾਪੀ ਹੀ ਹੁੰਦਾ ਹੈ, ਨਰਕ ਵਿੱਚ ਹੀ ਜਾਂਦਾ ਹੈ ।

Why have you been indulged in slandering others? Your truth, reality may be exposed eventually. His true devotee, when he thinks about the state of mind of the person who may slander others or rebuke His true devote; he may be blessed with unique enlightenment. Whosoever may slander and rebukes His true devotee; he may never be accepted in His Court. The slanderer, sinner may remain in hell, in the cycle of birth and death.

***  ***

☬ Theme of The Guru Granth Sahib Ji. ☬

1. ਪ੍ਰਭ ਕੌਣ ਹੈ?

ਪ੍ਰਭ ਇੱਕੋ ਇੱਕ ਰੂਹਾਨੀ ਜੋਤ, ਜਿਹੜੀ ਕਦੇ ਨਾਸ਼ ਨਹੀਂ ਹੋ ਸਕਦੀ, ਆਪਣੇ ਆਪ ਵਿਚੋਂ ਹੀ ਉਤਪਤ ਹੁੰਦੀ ਹੈ । ਪ੍ਰਭ ਦਾ ਆਸਣ ਜੀਵ ਦੇ ਤਨ ਵਿੱਚ ਹੀ ਹੈ, ਆਤਮਾ ਦੇ ਸਾਥ, ਆਤਮਾ ਦੀਆਂ ਇੱਛਾਂ ਤੋਂ ਰਹਿਤ ਰਹਿੰਦਾ ਹੈ ।

2. ਆਤਮਾ ਕੀ ਹੈ?

ਆਤਮਾ ਰੂਹਾਨੀ ਜੋਤ ਦਾ ਮੈਲਾ ਹੋਇਆ ਅੰਗ ਹੈ । ਆਤਮਾ ਅਕਾਰ ਰਹਿਤ ਹੈ, ਕਿਸੇ ਵੀ ਅਕਾਰ ਵਿੱਚ ਆ ਸਕਦੀ ਹੈ । ਆਤਮਾ ਸਦਾ ਹੀ ਜਵਾਨ ਰਹਿੰਦੀ, ਕਦੇ ਨਾਸ਼ ਨਹੀਂ ਹੁੰਦੀ, ਮਰਦੀ ਨਹੀਂ । ਆਤਮਾ ਕੇਵਲ ਇੱਕ ਤਨ ਵਿਚੋਂ ਦੂਸਰੇ ਤਨ ਵਿਚ ਪੈਦਾ ਹੋ ਜਾਂਦੀ ਹੈ ।

3. ਸ੍ਰਿਸ਼ਟੀ ਕੀ ਹੈ?

ਸ੍ਰਿਸ਼ਟੀ ਪ੍ਰਭ ਦੀ ਜੋਤ ਦਾ ਹੀ ਪਸਾਰਾ ਹੈ, ਪ੍ਰਭ ਆਪ ਹੀ ਸ੍ਰਿਸਟੀ ਹੈ । ਸ੍ਰਿਸ਼ਟੀ ਆਤਮਾ ਦੇ ਤਨ ਬਦਲਨ ਵਾਲਾ ਆਸਣ ਹੈ । ਸ੍ਰਿਸ਼ਟੀ ਵਿੱਚ ਵੱਖਰੀ ਵੱਖਰੀ ਕਿਸਮਾਂ ਦੇ ਜੀਵ ਹੀ ਪ੍ਰਭ ਦੇ ਬਣਾਏ ਹੋਏ ਧਰਮ ਹਨ ।

4. ਸ੍ਰਿਸ਼ਟੀ ਵਿਚ ਕੌਣ ਜਨਮ ਲੈਂਦਾ ਹੈ?

ਰੂਹਾਨੀ ਜੋਤ ਦਾ ਮੈਲਾ ਹੋਇਆ ਅੰਗ: ਤਨ; ਪ੍ਰਭ ਦਾ ਸ਼ਬਦ (ਪਵਿੱਤਰ ਜੋਤ); ਮਨ, ਆਤਮਾ ਨੂੰ ਅਸਲੀ ਰਸਤੇ ਤੇ ਚਲਾਉਣ ਲਈ ; ਮਨ ਦੀ ਪਛਾਣ ਹੀ ਆਤਮਾ ਨੂੰ ਪਾਵਿਤ੍ਰ ਕਰਨ ਦਾ ਰਸਤਾ ।

5. ਸ਼ਬਦ ਕੀ ਹੈ?

ਸ਼ਬਦ ਹੀ ਪ੍ਰਭ ਦਾ ਰੂਪ ਹੈ, ਕਦੇ ਨਾਸ਼ ਨਹੀਂ ਹੁੰਦਾ, ਲਿਖਿਆ ਨਹੀਂ ਜਾ ਸਕਦਾ । ਇਸ ਦੀ ਗੂੰਜ ਸਦਾ ਹੀ ਚਲਦੀ ਰਹਿੰਦੀ ਹੈ । ਸਦਾ ਹੀ ਆਤਮਾ ਦੇ ਸਾਥ ਰਹਿੰਦਾ, ਕਦੇ ਸਾਥ ਨਹੀਂ ਛੱਡਦਾ, ਆਤਮਾ ਦੀਆਂ ਇੱਛਾਂ ਤੋਂ ਰਹਿਤ ਰਹਿੰਦਾ ਹੈ । ਮਨ ਦਾ ਅਹੰਕਾਰ ਹੀ ਆਤਮਾ ਅਤੇ ਸ਼ਬਦ ਵਿਚ ਪਰਦਾ ਹੈ ।

6. ਆਤਮਾ ਨੂੰ ਪ੍ਰਭ ਤੋਂ ਵਿਛੋੜਾ ਕਿਉਂ ਹੁੰਦਾ?

ਅਹੰਕਾਰ ਨਾਲ ਪ੍ਰਭ ਨਾਲੋਂ ਵਿਛੋੜਾ ਹੁੰਦਾ ਹੈ ।

7. ਆਤਮਾ ਦਾ ਪ੍ਰਭ ਨਾਲ ਮਿਲਾਪ ਕਿਵੇਂ ਹੋ ਸਕਦਾ ਹੈ?

ਜਦੋਂ ਆਤਮਾ ਚਾਰ ਪਦਾਰਥ ਹਾਸਿਲ ਕਰ ਲੈਂਦੀ ਹੈ । ਜਦੋਂ ਆਤਮਾ ਪਹਿਲੇ ਤਿੰਨੋਂ ਗੁਣ (ਰਜ, ਤਮ, ਸਤ) ਹਾਸਿਲ ਕਰ ਲੈਂਦੀ, ਜਿੱਤ ਪਾ ਲੈਂਦੀ ਹੈ! ਅਗਰ ਪ੍ਰਭ ਆਪ ਹੀ ਰਹਿਮਤ ਦੀ ਨਜ਼ਰ ਬਖਸ਼ੇ ਤਾਂ ਮੁਕਤ ਅਵਸਥਾ ਬਖਸ਼ ਹੋ ਸਕਦੀ ਹੈ ।

8. ਮੁਕਤ ਅਵਸਥਾ ਕੀ ਹੈ?

ਇਸ ਸਮੇਂ ਆਤਮਾ ਦੀ ਜੋਤ ਪਵਿੱਤਰ ਹੋ ਜਾਂਦੀ, ਪ੍ਰਭ ਦੀ ਜੋਤ ਵਿਚ ਅਭੇਦ ਹੋਣ ਦੇ ਯੋਗ ਹੋ ਜਾਂਦੀ ਹੈ । ਫਿਰ ਉਸ ਨੂੰ ਪ੍ਰਭ ਦੀ ਜੋਤ ਵਿਚੋਂ ਅਲੱਗ ਨਹੀਂ ਕੀਤਾ ਜਾ ਸਕਦਾ । ਆਤਮਾ ਦੀ ਆਪਣੀ ਹੌਂਦ ਖਤਮ ਹੋ ਜਾਂਦੀ ਹੈ । ਉਹ ਸ੍ਰਿਸ਼ਟੀ ਦੀ ਅਵਾਜ, ਅਰਦਾਸ ਸੁਣ ਨਹੀਂ ਸਕਦੀ । ਆਪਣੇ ਆਪ ਵਿੱਚ ਕੁਝ ਕਰਨ ਦੀ ਸਮਰਥਾ ਨਹੀਂ ਹੁੰਦੀ ।

9. ਚਾਰ ਪਦਾਰਥ ਕਿਹੜੇ ਹਨ?

ਰਜ ਗੁਣ-! ਤਮ ਗੁਣ! ਸਤ ਗੁਣ! ਮੁਕਤ ਅਵਸਥਾ

10.ਮੌਤ ਕੀ ਹੈ?

ਮੌਤ ਕੇਵਲ ਮਨ ਦੀਆਂ ਇੱਛਾਂ ਦੀ ਹੁੰਦੀ ਹੈ, ਤਨ ਮਿੱਟੀ ਦਾ ਭਾਗ , ਮਿੱਟੀ ਵਿੱਚ ਰਲ ਜਾਂਦਾ ਹੈ ।

11.ਆਤਮਾ ਦੀ ਪਵਿੱਤਰਤਾ ਦੀਆਂ ਕਿਹੜੀਆਂ ਅਵਸਥਾਂ ਹਨ?

○ **ਬੰਦਗੀ ਕਰਨ ਦੀ ਅਵਸਥਾ- ਇਹ ਪਹਿਲੀ ਅਵਸਥਾ ਹੈ!**

ਮਨ ਦੇ ਧਿਆਨ ਨੂੰ ਸ਼ਬਦ ਦੀ ਅਵਾਜ, ਗੂੰਜ ਵੱਲ ਲਾਉਣਾ, ਆਪਣੀ ਖੁਦਗ਼ਰਜੀ ਤੇ ਜਿੱਤ ਪਾਉਣੀ, ਸ੍ਰਿਸ਼ਟੀ ਦੀ ਭਲਾਈ ਦੇ ਕੰਮ ਕਰਨੇ, ਹਮੇਸ਼ਾ ਮਨ ਵਿਚ ਧਿਆਨ ਰੱਖਣਾ, ਪ੍ਰਭ ਦੀ ਜੋਤ ਹੀ ਹਰਇੱਕ ਤਨ ਵਿਚ ਵਸਦੀ ਹੈ । ਇਸ ਅਵਸਥਾ ਵਿਚ ਵੀ ਮਨ ਦਾ ਭਰੋਸਾ ਅਡੋਲ ਨਹੀਂ ਹੁੰਦਾ, ਸੰਸਾਰਕ ਮਾਇਆ ਦੇ ਥੋੜ੍ਹੇ ਸਮੇਂ ਰਹਿਣ ਵਾਲੇ ਅਨੰਦ, ਜਾਲ ਵਿੱਚ ਫਸ ਸਕਦਾ ਹੈ, ਰਸਤਾ ਛੱਡ ਸਕਦਾ ਹੈ ।

○ **ਗੁਰਮਖ ਅਵਸਥਾ !**

ਮਨ ਦਾ ਭਰੋਸਾ ਪ੍ਰਭ ਦੇ ਬਖਸ਼ੇ ਤੇ ਅਡੋਲ ਹੋ ਜਾਂਦਾ ਹੈ । ਮਨ ਸਦਾ ਹੀ ਸੁਚੇਤ ਰਹਿੰਦਾ ਹੈ, ਮਨ ਇੱਛਾਂ ਰਹਿਤ ਹੋ ਜਾਂਦਾ ਹੈ । ਮਨ ਦੇ ਭਰੋਸੇ ਨੂੰ ਸੰਸਾਰਕ ਮਾਇਆ ਦੀ ਕਸਵਟੀ ਨਾਲ ਪਰਖਿਆ ਜਾਂਦਾ ਹੈ । ਗੁਰੂ ਪੀਰ ਵੀ ਇਸ ਅਵਸਥਾ ਵਿੱਚ ਪਹੁੰਚ ਕੇ ਡੋਲ ਜਾਂਦੇ ਹਨ! ਸੰਸਾਰਕ ਮਾਇਆ ਦੇ ਜਾਲ ਵਿਚ ਫਸ ਜਾਂਦੇ ਹਨ! ਆਪਣੀ ਪੂਜਾ ਕਰਵਾਉਣ ਲੱਗ ਪੈਂਦੇ, ਆਪਣੇ ਆਪ ਨੂੰ ਗੁਰੂ, ਪੀਰ, ਫਕੀਰ, ਪ੍ਰਭ ਦਾ ਬੰਦਾ ਸਦਾਉਂਦੇ ਹਨ! ਆਪਣੇ ਰਹਿਤਨਾਲੇ ਦਾ ਉਪਦੇਸ਼ ਕਰਦੇ ਹਨ । ਸੰਸਾਰਕ ਧਰਮ ਪੈਦਾ ਹੋ ਜਾਂਦੇ ਹਨ ।

○ **ਦਾਸ ਅਵਸਥਾ !**

ਇਹ ਆਤਮਾ ਦੇ ਵਿਛੋੜੇ ਦੀ ਅੰਤਮ ਅਵਸਥਾ ਹੁੰਦੀ ਹੈ । ਉਸ ਦੀ ਸ਼ਬਦ ਦੀ ਕਮਾਈ ਪ੍ਰਭ ਪ੍ਰਵਾਨ ਕਰ ਲੈਂਦਾ, ਆਪਣੀ ਸ਼ਰਣ ਵਿਚ ਪ੍ਰਵਾਨਗੀ ਬਖਸ਼ਦਾ ਹੈ । ਉਸ ਆਤਮਾ ਦਾ ਆਵਾਗਉਣ, ਜਨਮ ਮਰਨ ਖਤਮ ਹੋ ਜਾਂਦਾ ਹੈ ।

12.ਧਾਰਮਕ ਗ੍ਰੰਥਾਂ ਵਿੱਚ ਕੀ ਲਿਖਿਆ ਹੈ?

ਧਾਰਮਕ ਗ੍ਰੰਥਾਂ ਵਿੱਚ ਪ੍ਰਭ ਦੇ ਸ਼ਬਦ ਬਾਬਤ, ਪ੍ਰਭ ਬਾਬਤ ਕੁਝ ਲਿਖਿਆ ਨਹੀਂ ਜਾ ਸਕਦਾ । ਧਾਰਮਕ ਗ੍ਰੰਥ, ਪ੍ਰਭ ਦੀ ਰਹਿਮਤ ਪਾਉਣ ਦੀ ਕੁੰਜੀ, ਜੀਵਨ ਢਾਲਣ ਦੀ ਵਿਧੀ, ਸਭ ਸਿੱਧੇ ਰਸਤੇ ਹੀ ਹਨ । ਧਾਰਮਕ ਗ੍ਰੰਥ, ਲਿਖਤਾਂ ਕੇਵਲ ਸ੍ਰਿਸ਼ਟੀ ਵਿਚ ਦੇਖੇ ਜਾਣ ਵਾਲੀਆਂ, ਥੋੜ੍ਹਾ ਸਮਾਂ ਪਾ ਕੇ ਨਾਸ਼ ਹੋ ਜਾਣ ਵਾਲੀਆਂ ਸ੍ਰਿਸ਼ਟੀ ਦੀਆਂ ਘਟਨਾਵਾਂ ਬਾਬਤ ਹੀ ਲਿਖ ਸਕਦੇ ਹਨ!

13.ਧਾਰਮਕ ਪ੍ਰਚਾਰਕ, ਅਰਥ ਲਿਖਣ ਵਾਲੇ ਕੀ ਦੱਸ ਦੇ ਹਨ?

ਹਰਇੱਕ ਜੀਵ ਜਿਤਨੀ ਪ੍ਰਭ ਸੋਝੀ ਬਖਸ਼ਦਾ ਹੈ, ਉਹ ਹੀ ਲਿਖ ਸਕਦਾ ਹੈ । ਕੇਵਲ ਆਪਣੇ ਮਨ ਦੀ ਭਾਵਨਾ, ਅਵਸਥਾ ਹੀ ਪ੍ਰਗਟ ਕਰਦਾ ਹੈ । ਜਿਹੜਾ ਆਪਣਾ ਜੀਵਨ ਸ਼ਬਦ ਅਨੁਸਾਰ ਢਾਲਦਾ ਹੈ, ਉਹ ਹੀ ਪ੍ਰਭ ਦਾ ਦਾਸ, ਸ਼ਰਣ ਵਿੱਚ ਪ੍ਰਵਾਨ ਹੋ ਸਕਦਾ ਹੈ ।

1. 11 SIKH GURU JI & FAMILY HISTORY

1. Guru Nanak Dev Ji – Apr15th,1469 - Sept 22nd 1539			
F- Metha Kalu , M- Tripta	*B- Nanakana Sahib, D- Kartarpur*	*W- Salakhani*	*S-Shri Chand, S-Laxshmi Chand*
2. Guru Angand Dev Ji – Mar 31st, 1504 –Mar 29th 1552			
F - Pharu Mal M - Pam Kaur	*B- Mata De Saran D- Khadur Sahib*	*W- Khevi*	*S- Dutu, Dasu D-Anakhi, Amaru*
3. Guru Amar Das Ji – May 15th, 1479 – Sept 1st 1574			
F-Taj Bhan M- Salakhani	*B- Baserkay D- Goindwal*	*W- Mansa Devi*	*S- Mohani, Mohari D- Dhani, Bhani*
4. Guru Ram Das Ji – Asu 26 , 1534 – Asu 2, 1581			
F-Har Das Sodhi M- Daeja Kaur	*B- Lahore, D- Goindwal*	*W- Bhani*	*S- Prithi Chand, S-Mah Dev, S- Aurjan Dev*
5. Guru Aurjan Dev Ji – Apr 15th, 1562 - May 30th, 1606			
F- Ram Das M- Bhani	*B – Goindwal D- Lohore*	*W- Ganga*	*S - Hergobind*
6. Guru Hergobind Ji – Jun 14th, 1594 - Mar 3rd , 1644			
F- Aurjan Dev M- Ganga	*B – Guru Ki Wadali D- Kirtpur*	*W – Damodri, Nanaki, Maha Devi*	*S- Gurdita (Dem). S- Suraj Mal(Mah) S- Ani Rai (Dem) S- Atal Rai (Mah) S- Tegh Bahadur (Nan) D- Viru (Dem)*
.7 Guru Her Rai Ji – Feb 26th, 1630 - Oct 6th, 1661			
F - Gurdita M- Nahal Kaur	*B- Kirtpur D- Kirtpur*	*W- Kotkaljani Kishen Kaur*	*S- Ram Rai (Kotkaljani) S- Her Krishn (Kishen)*
8 Guru Her Krishen Ji – July 7th, 1656 - Mar 30th, 1664			
F- Her Rai M- Kishen Kaur	*B- Kirtpur D- Dehli*		
9 Guru Tegh Bahadur Ji – Apr 1st , 1621 - Nov 11th, 1674			
F- Hergobind M- Nanaki	*B - Guru Ka Mahal D- Delhi*	*W - Gujari*	*S - Gobind Rai*
10. Guru Gobind Singh Ji – Dec 22nd , 1666 - Oct 7th, 1708			
F - Tegh Bahadur M- Gujari	*B – Patna D- Nadar (Hazoor-sahib)*	*W- Jito Sunderi Sahib Kaur*	*S- Ajit Singh (Sunderi) S_ Zora Singh (Jito) S- Fathia Singh (Jito) S- Zujjar Singh (Jito)*
• *11. Guru Granth Sahib - Oct 7th , 1708 – Forever lives –* • *Baba Mani Singh First Sawadar @ Amritsar - died Jun 14th 1738*			
Baba Budha ji- First Granthi (1506 – 1630) of Aad Granth- compiled by Guru Aurjan Dev ji			

Note : ਲਹਿਣਾ ਜੀ – ਗੁਰੂ ਅੰਗਦ ਬਣ ਗਏ;
ਕਰਮਾ (ਜੈਠਾ) ਜੀ – ਗੁਰੂ ਰਾਮ ਦਾਸ ਬਣ ਗਏ;
ਗਿਆਤ ਮੱਲ ਜੀ – ਗੁਰੂ ਤੇਗ ਬਹਾਦਰ ਬਣ ਗਏ।

2. ਪੰਜ ਪਿਆਰੇ:

ਸਿੰਘ ਦੇ ਚਿਨ੍ਹ: ਕ੍ਰਿਪਾਨ, ਕੰਘਾ, ਕੱੜਾ, ਕਛਹਿਰਾ, ਕੇਸ।

ਲੱਖੀ ਸ਼ਾਹ ਵਨਜਾਰਾ, ਨਕਾਈਆ ਬਾਬੇ ਨੇ ਆਪਣੇ ਘਰ ਨੂੰ ਅੱਗ ਭੇਟਾ ਕਰਕੇ

– ਤੇਗ ਬਹਾਦਰ ਜੀ ਨੂੰ ਅੰਤਮ ਸਲਾਮੀ ਦਿੱਤੀ ।

1. ਭਾਈ ਦਯਾ ਸਿੰਘ :		
	ਜਨਮ	1725 ਬਿਕ੍ਰਮੀ ਫੱਗਨ ਦੀ ਸੰਗ੍ਰਾਂਦਿ, ਐਤਵਾਰ।
	ਥਾਪਣਾ:	13 ਸਾਲ ਦੀ ਉਮਰ ਵਿਚ ਅਨੰਦਪੁਰ ਸਾਹਿਬ ਗੁਰੂ ਦੀ ਸ਼ਰਣ ਆਏ।
	ਜੋਤੀ ਜੋਤ ਸਮਾਏ	1765 ਬਿਕ੍ਰਮੀ ਨੂੰ ਅੱਸੂ, ਸ੍ਰੀ ਅਬਿਚਲ ਨਗਰ, ਹਜੂਰ ਸਾਹਿਬ।
	ਭਗਤ	
2. ਭਾਈ ਧਰਮ ਸਿੰਘ		ਪਿਤਾ – ਪਰਮ ਸੁਖ, ਮਾਤਾ– ਅਨੰਤੀ, ਦਿੱਲੀ – ਜੱਟ।
	ਜਨਮ	1727 ਬਿਕ੍ਰਮੀ ਵੈਸਾਖ ੧੩ ਸੋਮਵਾਰ, ਪਹਿਲੀ ਰਾਤ,
	ਥਾਪਣਾ:	25 ਸਾਲ ਦੀ ਉਮਰ ਵਿਚ ਅਨੰਦਪੁਰ ਸਾਹਿਬ ਗੁਰੂ ਦੀ ਸ਼ਰਨ ਆਏ।
	ਜੋਤੀ ਜੋਤ ਸਮਾਏ	1768 ਬਿਕ੍ਰਮੀ, ਸ੍ਰੀ ਅਬਿਚਲ ਨਗਰ, ਹਜੂਰ ਸਾਹਿਬ।
	ਭਗਤ	ਭਗਤ ਧੰਨੇ ਜੀ ਦੇ ਅਵਤਾਰ ਸਨ
3. ਭਾਈ ਹਿੰਮਤ ਸਿੰਘ		ਪਿਤਾ– ਮਾਲ ਦੇਉ, ਮਾਤਾ–ਲਾਲ ਦੇਈ– ਜਗਨ ਨਾਥ ਪੁਰੀ ਦੇ ਝੀਵਰ
	ਜਨਮ	1721 ਬਿਕ੍ਰਮੀ ਜੇਠ ੧੫, ਗੁਰੂ ਤੇਗ ਬਹਾਦਰ ਦੇ ਡੇਰੇ – ਬਾਬੇ ਬਕਾਲੇ।
	ਥਾਪਣਾ:	xx ਸਾਲ ਦੀ ਉਮਰ ਵਿਚ ਅਨੰਦਪੁਰ ਸਾਹਿਬ ਗੁਰੂ ਦੀ ਸ਼ਰਣ ਆਏ।
	ਜੋਤੀ ਜੋਤ ਸਮਾਏ	1761 ਬਿਕ੍ਰਮੀ ਨੂੰ ਸਾਹਿਬਜਾਦਿਆ ਨਾਲ, ਸ੍ਰੀ ਚਮਕੌਰ ਸਾਹਿਬ ।
	ਭਗਤ	ਚੱਤ੍ਰ ਭੁਜੀ ਨੂੰ ਪਕੜਨ ਵਾਲੇ ਪੰਧਕ ਦਾ ਅਵਤਾਰ ਸਨ
4. ਭਾਈ ਮੁਹਕਮ ਸਿੰਘ		ਪਿਤਾ– ਜਗਜੀਵਨ ਰਾਇ, ਮਾਤਾ – ਸੰਭਲੀ ਜੀ।
	ਜਨਮ	1736 ਬਿਕ੍ਰਮੀ 5 ਚੇਤ ਦਵਾਰਕਾ ਵਾਸੀ, ਨਾਮਾ ਵਾਸੀ ਸਨ ।
	ਥਾਪਣਾ:	15 ਸਾਲ ਦੀ ਉਮਰ ਵਿਚ ਮਾਤਾ ਪਿਤਾ ਨਾਲ ਗੁਰੂ ਗੋਬਿੰਦ ਜੀ ਦੇ ਸ਼ਰਣ।
	ਜੋਤੀ ਜੋਤ ਸਮਾਏ	1761 ਬਿਕ੍ਰਮੀ ਨੂੰ ਸਾਹਿਬਜਾਦਿਆ ਨਾਲ, ਸ੍ਰੀ ਚਮਕੌਰ ਸਾਹਿਬ ।
	ਭਗਤ	ਭਗਤ:– ਭਗਤ ਨਾਮਦੇਵ ਜੀ ਦੇ ਅਵਤਾਰ ਸਨ।
5. ਭਾਈ ਸਾਹਿਬ ਸਿੰਘ		ਪਿਤਾ – ਗੁਰ ਨਾਰੈਣ, ਮਾਤਾ – ਅਨੰਕਪਾ ਜੀ। ।
	ਜਨਮ	1732 ਬਿਕ੍ਰਮੀ ੫ ਮੱਘਰ, ਬਿਦਰਪੁਰੀ ਦੇ ਵਾਸੀ ਸਨ
	ਥਾਪਣਾ:	11 ਸਾਲ ਦੀ ਉਮਰ ਵਿਚ ਗੁਰੂ ਗੋਬਿੰਦ ਸਿੰਘ ਜੀ ਦੇ ਸ਼ਰਣ ਭੇਟਾ ਕੀਤੇ।
	ਜੋਤੀ ਜੋਤ ਸਮਾਏ	1761 ਬਿਕ੍ਰਮੀ ਨੂੰ ਸਾਹਿਬਜਾਦਿਆ ਨਾਲ, ਸ੍ਰੀ ਚਮਕੌਰ ਸਾਹਿਬ ।
	ਭਗਤ	ਭਗਤ:– ਸੈਨ ਭਗਤ ਦੇ ਅਵਤਾਰ ਸਨ।

3. ਸਾਹਿਬਜ਼ਾਦੇ:

4 ਸਾਹਿਬਜ਼ਾਦੇ::	ਪਿਤਾ – ਗੁਰੂ ਗੋਬਿੰਦ ਸਿੰਘ ਜੀ
	ਅਜੀਤ ਸਿੰਘ–ਮਾਤਾ ਸੰਦਰੀ ਜੀ, ਜੋਜਾਰ ਸਿੰਘ – ਮਾਤਾ ਜੀਤੋ ਜੀ ਜੋਰਾਵਰ ਸਿੰਘ–ਮਾਤਾ ਜੀਤੋ ਜੀ, ਫਤੇਹ ਸਿੰਘ – ਮਾਤਾ – ਜੀਤੋ ਜੀ।

4. ਬੰਦਾ ਸਿੰਘ (ਮਾਧੋ) ਨੂੰ ਪੰਜਾਂ ਸਿੰਘਾਂ ਦੇ ਮਾਤਹਿਤ ਜੰਗੀ ਕੰਮ ਕਰਨਵਾਲਾ ਥਾਪੀਆ।

ਬਾਬਾ ਬਾਜ ਸਿੰਘ	ਬਾਬਾ ਬਿਨੋਦ ਸਿੰਘ	ਬਾਬਾ ਕਾਹਨ ਸਿੰਘ	ਬਾਬਾ ਬਿਜੈ ਸਿੰਘ	ਬਾਬਾ ਰਾਮ ਸਿੰਘ
ਭੰਗੂ ਜੀ ਨੇ ਮਾਝੇ ਦੇ ਸਿੰਘ ਦੱਸਿਆ ਹੈ				
ਬਾਬਾ ਬਾਜ ਸਿੰਘ	ਬਾਬਾ ਬਿਨੋਦ ਸਿੰਘ	ਬਾਬਾ ਕਾਹਨ ਸਿੰਘ	ਬਾਬਾ ਦਾਇਆ ਸਿੰਘ	ਬਾਬਾ ਰਣ ਸਿੰਘ

5. ਜੋਗ – 7 ਪ੍ਰਕਾਰ ਦੇ ਜੋਗ ਦੱਸੇ ਗਏ ਹਨ।

ਮੰਤ੍ਰ ਜੋਗ	ਹਠ ਜੋਗ	ਗਿਆਨ ਜੋਗ	ਰਾਜ ਜੋਗ:
ਭਗਤ ਜੋਗ	ਅਗਰਭਤ ਜੋਗ	ਸ਼ਗਰਭਤ ਜੋਗ	

6. ਵਰਾਗ:

ਕਾਰਨ ਵੈਰਾਗ	ਮੰਦਾ ਵੈਰਾਗ	ਵਸੀਕਾਰ ਵੈਰਾਗ	ਯਤਮਾਨ ਵੈਰਾਗ	ਵਿਤ੍ਰੇਕ ਵੈਰਾਗ
ਏਕ ਇੰਦ੍ਰੇ ਵੈਰਾਗ	ਤੀਬਰ ਵੈਰਾਗ	ਘੋੜਾ ਵੈਰਾਗ	ਤਰ ਤਮ ਵੈਰਾਗ	ਗਧਾ ਵੈਰਾਗ
ਤਰ ਤੀਬਰ ਵੈਰਾਗ	ਸ਼ੇਰ ਵੈਰਾਗ			

7. ਨੌ ਮੁੰਨੀ:

ਅਤ੍ਰਿ–ਅਨਸੂਆ	ਅੰਗਰਾ–ਸਰਧਾ	ਪੁਲਹ–ਗਤਿ	ਕ੍ਰਤੂ–ਕ੍ਰਿਆ	ਮਰੀਚ–ਕਲਾ
ਪੁਲਸਤਯ–ਹਵਿਭੁਗ	ਭ੍ਰਿਗੂ–ਖਿਆਤਿ	ਅਤਵਣ–ਸ਼ਾਤਿ	ਵਸ਼ਿਸ਼ਟ–ਅਰੁੰਧਤੀ	

8. 14 ਰਤਨ:

ਸ੍ਰੀ	ਮਣ	ਰੰਭਾ	ਧਨੰਤਰ	ਧਨੁਖ
ਗਜਰਾਜ	ਬਾਜ	ਧੇਨ	ਬਿਖ– ਨਿੰਦਾ–ਜ਼ਹਿਰ	ਸਸਿ
ਕਲਪਤਰ	ਸੰਖ	ਅਮੀ	ਬਾਰਨੀ–ਨਾਮ ਦੀ ਮਸਤੀ	

9. 4 ਜੁਗ ਇੱਕ ਚੋਕੜੀ = 432000 ਸਾਲ:

ਸਤ ਜੁਗ – 4 ਚੋਕੜੀ	ਤ੍ਰੁਤੇ ਜੁਗ – 3 ਚੋਕੜੀ	ਦੁਅਪਰ ਜੁਗ – 2 ਚੋਕੜੀ	ਕਲ ਜੁਗ – 1 ਚੋਕੜੀ

10. 9 ਖੰਡ:

ਕੁਰੂ ਖੰਡ	ਹਿਰਨਮਯ ਖੰਡ	ਇਲਾਬ੍ਰਤ ਖੰਡ	ਕੇਤਮਾਲ ਖੰਡ	ਹਰੀ ਵਰਖ ਖੰਡ
ਰੰਮਯਕ ਖੰਡ	ਕਿੰਪੁਰਸ਼ ਖੰਡ	ਭੱਦਰ ਖੰਡ	ਭਾਰਤ ਖੰਡ	

11. 4 ਵੇਦ: ਪ੍ਰਭ ਨੇ ਬ੍ਰਹਮਾ ਜੀ ਨੂੰ ਬਖਸ਼ੇ।

ਸ਼ਾਮ ਵੇਦ	ਰਿਗ ਵੇਦ	ਯੁਜਰ ਵੇਦ	ਅਥਰਬਣ ਵੇਦ

12. 9 ਨਾਥ:

ਪ੍ਰਾਨ ਨਾਥ	ਗੋਪੀ ਨਾਥ	ਸੂਰਤ ਨਾਥ	ਗੋਰਖ ਨਾਥ	ਮਛੰਦਰ ਨਾਥ

ਆਦਿ ਨਾਥ –ਸ਼ਿਵ ਦਾ ਅਵਤਾਰ	ਮਛੰਦਰ ਨਾਥ –ਮਾਇਆ ਦਾ ਅਵਤਾਰ	ਉਦੇ ਨਾਥ – ਪਾਰਬਤੀ ਦਾ ਅਵਤਾਰ
ਸੰਤੋਖ ਨਾਥ –ਵਿਸ਼ਨੂੰ ਦਾ ਅਵਤਾਰ	ਕੰਥੜ ਨਾਥ – ਗਣੇਸ਼ ਦਾ ਅਵਤਾਰ	ਸਤਿ ਨਾਥ – ਬ੍ਰਹਮਾ ਦਾ ਅਵਤਾਰ
ਅਚੰਭ ਨਾਥ – ਚੰਬੇ ਦਾ ਰਾਜਾ, ਪਰਬਤ ਦਾ ਅਵਤਾਰ	ਚੌਰੰਜੀ ਨਾਥ – ਪੂਰਨ ਭਗਤ ਸਾਲਬਾਹਨ ਦਾ ਪੁਤਰ	ਗੋਰਖ ਨਾਥ – ਮਹਾਦੇਵ ਦਾ ਅਵਤਾਰ

13. ਭਗਤ 4 ਪ੍ਰਕਾਰ ਦੇ ਹਨ॥

ਅਰਥਾ ਅਰਥੀ – ਕਾਮਨਾ ਨੂੰ ਲੈ ਕੇ ਭਗਤੀ ਕਰਨੀ (ਧ੍ਰ),
ਆਰਤ ਭਗਤ – ਦੁਖ ਵੇਲੇ ਪ੍ਰਮੇਸ਼ਰ ਨੂੰ ਚੇਤੇ ਕਰਨਾ – ਪ੍ਰਹਲਾਦ
ਅਨੰਨਿ ਭਗਤ– ਪਿੰਡ ਪਰੈ ਤਉ ਪ੍ਰੀਤ ਨ ਤੋਰਉ – ਨਾਮ ਦੇਵ ਜੀ
ਗਿਆਨੀ ਭਗਤ – ਬਾਬਾ ਬੁੱਢਾ ਜੀ, ਭਾਈ ਮਨੀ ਸਿੰਘ, ਬਾਬਾ ਦੀਪ ਸਿੰਘ

14. ਮਨ ਦੀ ਸੱਤਾ:

ਵਿਵਹਾਰਕ ਸੱਤਾ	ਪ੍ਰਮਾਰਥਕ ਸੱਤਾ	ਪ੍ਰਾਤੀਭਾਸਕ ਸੱਤਾ

15. ਮਨ ਦੀ ਇੱਛਾ

ਸ਼ੁਭ ਇੱਛਾ	ਸੁਵਿਚਾਰਨਾ	ਤਨੂੰਮਾਨਸਾ	ਸਤੁਆਪਤ
ਅਸੰਸਕਤ	ਪਦਾਰਥਾਭਾਵਨੀ	ਤੁਰੀਆਪਦ	

16. 40 ਮੁਕਤੇ– ਮਾਤਾ ਭਾਗੋ ਦੇ ਲਾਡਲੇ। ਮੁਕਤੱਸਰ।

ਗੁਰੂ ਗੋਬਿੰਦ ਸਿੰਘ ਜੀ ਅੱਗੇ ਲੋਹੇ ਦੀ ਚਾਦਰ ਬਣ ਗਏ ।
ਮਹਾਂ ਸਿੰਘ ਜਥੇਦਾਰ ਨੇ ਗੁਰੂ ਗੋਬਿੰਦ ਸਿੰਘ ਜੀ ਦੀ ਗੋਦ ਵਿਚ ਪਰਾਨ ਤਿਆਗੇ।

ਸਮੀਰ ਸਿੰਘ	ਸਰਜਾ ਸਿੰਘ	ਸਾਧੂ ਸਿੰਘ	ਸ਼ੁਹੇਲ ਸਿੰਘ	ਸ਼ੁਲਤਾਨ ਸਿੰਘ
ਸੋਭਾ ਸਿੰਘ	ਸੰਤ ਸਿੰਘ	ਹਰਸਾ ਸਿੰਘ	ਹਰੀ ਸਿੰਘ	ਕਰਨ ਸਿੰਘ
ਕਰਮ ਸਿੰਘ	ਕਾਲਾ ਸਿੰਘ	ਕੀਰਤਿ ਸਿੰਘ	ਕਿਰਪਾਲ ਸਿੰਘ	ਖੁਸ਼ਾਲ ਸਿੰਘ
ਗੁਲਾਬ ਸਿੰਘ	ਗੰਗਾ ਸਿੰਘ	ਗੰਡਾ ਸਿੰਘ	ਘਰਬਾਰਾ ਸਿੰਘ	ਚੰਬਾ ਸਿੰਘ
ਜਾਦੋ ਸਿੰਘ	ਜੋਗਾ ਸਿੰਘ	ਜੰਗ ਸਿੰਘ	ਦਯਾਲ ਸਿੰਘ	ਦਰਬਾਰਾ ਸਿੰਘ
ਦਿਲਬਾਗ ਸਿੰਘ	ਧਰਮ ਸਿੰਘ	ਧੰਨਾ ਸਿੰਘ	ਨਿਹਾਲ ਸਿੰਘ	ਨਿਧਾਨ ਸਿੰਘ
ਬੂੜ ਸਿੰਘ	ਭਾਗ ਸਿੰਘ	ਭੋਲਾ ਸਿੰਘ	ਭੰਗਾ ਸਿੰਘ	ਮਹਾਂ ਸਿੰਘ
ਮੱਜਾ ਸਿੰਘ	ਮਾਨ ਸਿੰਘ	ਮੈਯਾ ਸਿੰਘ	ਰਾਇ ਸਿੰਘ	ਲਛਮਣ ਸਿੰਘ

17. ਗੁਰੂ ਗ੍ਰੰਥ – ਦਾਸਾਂ ਦੀ ਬਾਣੀ –

ਗੁਰੂ ਗੋਬਿੰਦ ਸਿੰਘ ਜੀ ਨੇ 11th ਸਦਾ ਅਟੱਲ ਗੁਰੂ ਥਾਪਿਆ।

6 – ਗੁਰੂ	19 – ਭਗਤ			11 – ਭੱਟ	
ਗੁਰੂ ਨਾਨਕ ਦੇਵ ਜੀ	ਕਬੀਰ ਜੀ	ਧੰਨਾ ਜੀ	ਸੂਰਦਾਸ ਜੀ	ਕਲ੍ਯ ਜੀ	ਸਲ੍ਯ ਜੀ
ਗੁਰੂ ਅੰਗਦ ਦੇਵ ਜੀ	ਨਾਮ ਦੇਵ ਜੀ	ਜੈ ਦੇਵ ਜੀ	ਰਾਮਾ ਨੰਦ ਜੀ	ਗਯੰਦ ਜੀ	ਭਲ੍ਯ ਜੀ
ਗੁਰੂ ਅਮਰਦਾਸ ਜੀ	ਰਵੀਦਾਸ ਜੀ	ਸੈਣ ਜੀ	ਪਰਮਾਨੰਦ ਜੀ	ਭਿਖਾ ਜੀ	ਬਲ੍ਯ ਜੀ
ਗੁਰੂ ਰਾਮਦਾਸ ਜੀ	ਫਰੀਦ ਜੀ	ਸਧਨੇ ਜੀ	ਮਰਦਾਨਾ ਜੀ	ਕੀਰਤ ਜੀ	ਹਰਿਬੰਸ
ਗੁਰੂ ਅਰਜਨ ਦੇਵ ਜੀ	ਤ੍ਰਿਲੋਚਨ ਜੀ	ਭੀਖਨ ਜੀ	ਸੁੰਦਰ ਜੀ	ਮਥੁਰਾ ਜੀ	ਨਲ੍ਯ ਜੀ
ਗੁਰੂ ਤੇਗ਼ ਬਹਾਦਰ ਜੀ	ਬੈਣੀ ਜੀ	ਪੀਪਾ ਜੀ	ਸੱਤਾ ਅਤੇ ਬਲਵੰਡ ਜੀ	ਝਾਲਪ ਜੀ	

18. ਮਾਹਰਾਜਾ ਰਣਜੀਤ ਸਿੰਘ ਦੀ ਵੰਸ਼ਵਲੀ by Bhai Kahan Singh Nabha

ਬੁਧ ਸਿੰਘ Death 1716	
ਨੌਧ ਸਿੰਘ Death 1752	ਚੰਦਾ ਸਿੰਘ – ਸੰਧਾਵਾਲੀਆ
	ਚੜ੍ਹਤ ਸਿੰਘ 1721 -1774
	ਮਹਾ ਸਿੰਘ 1760 -1792
ਮਹਰਾਜਾ ਰਣਜੀਤ ਸਿੰਘ 1780 -1839	

ਖੜਕ ਸਿੰਘ 1802 -1840	ਸ਼ੇਰ ਸਿੰਘ 1807 -1843	ਦਲੀਪ ਸਿੰਘ 1837 -1893
ਨੌਨਿਹਾਲ ਸਿੰਘ 1821 -1940		

ਮਹਰਾਜਾ ਰਣਜੀਤ ਸਿੰਘ ਦੇ ਹੋਰ 4 ਪੁਤਰ – ਇਤਹਾਸ ਵਿਚ ਪ੍ਰਸਿੱਧ ਨਹੀਂ ਹਨ ।			
ਤਾਰਾ ਸਿੰਘ	ਮਲਤਾਨ ਸਿੰਘ	ਕਸ਼ਮੀਰ ਸਿੰਘ	ਪਸ਼ੌਰਾ ਸਿੰਘ

ਮਹਰਾਜਾ ਰਣਜੀਤ ਸਿੰਘ ਦੇ ਸੈਨਾਪਤੀ				
ਸਰਦਾਰ ਸ਼ਾਮ ਸਿੰਘ ਅਟਾਰੀ ਵਾਲਾ	ਸਰਦਾਰ ਹਰੀ ਸਿੰਘ ਨਲਵਾ	ਸਰਦਾਰ ਗ਼ੌਸ ਖਾਨ	ਫੂਲਾ ਸਿੰਘ ਅਕਾਲੀ	ਦੀਵਾਨ ਮੋਹਕਮ ਚੰਦ

19. ਹਿੰਦੂ ਧਰਮ ਦੇ 24 ਅਵਤਾਰ – ਦਸਮ ਗ੍ਰੰਥ – ਬਚਿਤ੍ਰ ਨਾਟਕ ।

ਅਵਤਾਰ			
1. ਮੱਛ	2. ਕੱਛ	3. ਛਰਿ ਸਮੁੰਦ੍ਰ ਰਤਨ	4. ਨਾਰਾਇਣ ਚਤੁਰਥ
5. ਮੋਹਨੀ	6. ਬੈਰਾਹ	7. ਨਰਸਿੰਘ	8. ਪਰਸਰਾਮ
9. ਬਾਵਨ	10. ਬ੍ਰਹਮਾ	11. ਰੁਦ੍ਰ	12. ਜਲੰਧਰ
13. ਬਿਸਨ	14.ਮਧੁ ਕੈਟਭ ਬਧ	15.ਅਰਹੰਤ ਵੇਦ	16. ਮਨੁ ਰਾਜਾ
17. ਧੰਨਤਰ ਬੈਦ	18. ਸੂਰਜ	19. ਚੰਦ੍ਰ	20. ਰਾਮ ਚੰਦਰ
21. ਕ੍ਰਿਸ਼ਨਾ	22. ਨਰ	23. ਬਉਧ	24. ਨਿਹਕਲੰਕੀ
10. ਅਵਤਾਰ ਬ੍ਰਹਮਾ ਜੀ – 7 ਭਗਤ			
1. ਬਾਲਮੀਕ	2. ਕੱਸ਼ਪ	3. ਸ਼ੁਕ੍ਰ	4. ਬਚੇਸ
5. ਬਿਆਸ	6. ਖਟ ਰਿਖੀ	7. ਕਾਲ ਦਾਸ ਰਿਖੀ	
11. ਅਵਤਾਰ ਰੁਦ੍ਰ ਜੀ		ਭਗਤ – ਪਾਰਸ ਨਾਥ	

20. ਅਵਤਾਰ ਰੁਦ੍ਰ ਜੀ ਦੇ 24 ਗੁਰੂ – ਦਸਮ ਗ੍ਰੰਥ ।

24 ਗੁਰੂ ਦਾ ਨਾਮ			
1	ਦੱਤ ਗੁਰੂ	13	ਭ੍ਰਿਤ ਤ੍ਰੈ ਦਸਮੋ ਗੁਰੂ
2	ਮਨ ਗੁਰੂ	14	ਛਤਰ ਦਸਮੋ ਗੁਰੂ
3	ਤ੍ਰਿਤੀ ਮਕਰਕਾ ਗੁਰੂ	15	ਬਾਨਗਨ ਪੰਦਰਵੇਂ ਗੁਰੂ
4	ਚਤਰਥ ਗੁਰੂ	16	ਚਾਂਵਡ ਸੋਰਵੇਂ ਗੁਰੂ
5	ਪੰਚਮ ਨਾਮ ਗੁਰੂ	17	ਦੁਪੀਰਾ ਸਤਾਰਵੇਂ ਗੁਰੂ
6	ਧੁਨੀਆ ਗੁਰੂ	18	ਮ੍ਰਿਗਹਾ ਅਠਾਰਸਵੋਂ ਗੁਰੂ
7	ਮਾਛੀ ਸਪਤਮੋ ਗੁਰੂ	19	ਨਲਨੀ ਸੁਕ ਉਨੀਵੇਂ ਗੁਰੂ
8	ਚੇਰੀ ਅਸਟਮੋ ਗੁਰੂ	20	ਸ਼ਾਹ ਬੀਸਵੇਂ ਗੁਰੂ
9	ਭਨਜਾਰਾ ਨਵਮੋ ਗੁਰੂ	21	ਸੁਕ ਪੜਾਵਤ ਨਰ ਗੁਰੂ
10	ਕਾਛਨ ਦਸਮੋ ਗੁਰੂ	22	ਹਰ ਬਾਹਤ ਬਾਈਸਵੇਂ ਗੁਰੂ
11	ਸੁਰੱਥ ਯਾਰਮੋ ਗੁਰੂ	23	ਤ੍ਰਿਆ ਜੱਛਣੀ ਤੇਈਸਮੋ ਗੁਰੂ
12	ਬਾਲੀ ਦੁਅ ਦਸਮੋ ਗੁਰੂ	24	Carnation Guru

21. 52 Poets of Sri Guru Gobind Singh jI – by Bhai Kahan Singh Nabha

#	Name	#	Name	#	Name
1	Uday Rai	21	Gurdas	41	Brij Lal
2	Ani Rai	22	Gopal	42	Mathura
3	Amrit Rai	23	Chandan	43	Madan Singh
4	Allu	24	Chanda	44	Madan Giri
5	Asa Singh	25	Jamaal	45	Malloo
6	Alim	26	Tehkin	46	Maan Dass
7	Ishavar Das	27	Dharm Singh	47	Mala Singh
8	Sukh Dev	28	Dhanna Singh	48	Mangal
9	Sukha Singh	29	Dhayan Singh	49	Ram
10	Sukhia	30	Nannoo	50	Rawal
11	Sudama	31	Nishchal Dass	51	Roshan Singh
12	Sainpat	32	Nihal Chand	52	Lakha
13	Shyam	33	Nand Singh		
14	Heer	34	Nand Lal		
15	Hussain Ali	35	Pindi Dass		
16	Hans Ram	36	Ballabh		
17	Kallu	37	Balloo		
18	Kuveresh	38	Bidhi Chand		
19	Khan Chand	39	Bulland		
20	Gunia	40	Brikh		

☬ ਅਰਦਾਸ ☬

ੴ ਸਤਿ ਨਾਮੁ॥

ਵਾਹਿਗੁਰੂ ਜੀ ਕੀ ਫਤਹਿ॥ ਸ੍ਰੀ ਭਗੌਤੀ ਜੀ ਸਹਾਇ॥

ਤੂ ਠਾਕੁਰੁ, ਤੁਮ ਪਹਿ ਅਰਦਾਸਿ॥ ਜੀਉ ਪਿੰਡੁ, ਸਭੁ ਤੇਰੀ ਰਾਸਿ॥

ਤੁਮ, ਮਾਤ, ਪਿਤਾ, ਹਮ ਬਾਰਿਕ ਤੇਰੇ॥

ਤੁਮਰੀ ਕ੍ਰਿਪਾ, ਮਹਿ ਸੂਖ ਘਨੇਰੇ॥

ਕੋਇ ਨ ਜਾਨੈ, ਤੁਮਰਾ ਅੰਤੁ॥ ਊਚੇ ਤੇ, ਊਚਾ ਭਗਵੰਤ॥

ਸਗਲ ਸਮਗ੍ਰੀ, ਤੁਮਰੈ ਸੂਤ੍ਰਿ ਧਾਰੀ॥ ਤੁਮ ਤੇ ਹੋਇ, ਸੁ ਆਗਿਆਕਾਰੀ॥

ਤੁਮਰੀ ਗਤਿ ਮਿਤਿ, ਤੁਮ ਹੀ ਜਾਨੀ॥

ਨਾਨਕ ਦਾਸ, ਸਦਾ ਕੁਰਬਾਨੀ॥੮॥੪॥

☬ ਦਹੋਰਾ ☬

ਸਗਲ ਦੁਆਰ ਕਉ ਛਾਡਿ ਕੈ ਗਹਿਓ ਤੁਹਾਰੋ ਦੁਆਰ॥

ਬਾਂਹਿ ਗਹੇ ਕੀ ਲਾਜ ਅਸ ਗੋਬਿੰਦ ਦਾਸ ਤੁਹਾਰ॥

ਨਾਨਕ ਨਾਮ ਚੜ੍ਹਦੀ ਕਲਾ । ਤੇਰੇ ਭਾਣੇ ਸਰਬੱਤ ਦਾ ਭਲਾ ।

ੴ ਬੋਲੇ ਸੋ ਨਿਹਾਲ, ਸਤਿ ਸ੍ਰੀ ਅਕਾਲ ।

ਵਾਹਿਗੁਰੂ ਜੀ ਕਾ ਖਾਲਸਾ, ਵਾਹਿਗੁਰੂ ਜੀ ਕੀ ਫਤਹਿ॥

Guru Granth Sahib

Forgiveness is the foundation of the right path of Salvation

which may lead to

Mercy, **T**olerance, **P**atience and **C**ontentment on **His Word**

Ref: Japji Sahib -16

ਅਵਲਿ ਅਲਹ ਨੂਰੁ ਉਪਾਇਆ ਕੁਦਰਤਿ ਕੇ ਸਭ ਬੰਦੇ ॥

ਏਕ ਨੂਰ ਤੇ ਸਭੁ ਜਗੁ ਉਪਜਿਆ ਕਉਨ ਭਲੇ ਕੋ ਮੰਦੇ ॥੧॥

aval alah noor upaa-i-aa kudrat kay sabh banday.

ayk noor tay sabh jag upji-aa ka-un bhalay ko manday. ||1||

Soul is an expansion of indestructible The Holy Spirit.

Ref: Mool Mantra and Kabeer Page 1349

Whoever **l**ives by the **S**word will **d**ie by the **S**word.

Ref: Guru Gobind Singh Ji, Juses

The Holy Bible :: Elect Your Path Wisely

If a blind man leads a blind man, both will fall into a pit.

Steady and stable **Belief** is foundation of the right path of **E**nlightenment.

which may leads to

Faith – **G**oodness- **K**nowledge- **S**elf-control- **P**erseverance.

Perseverance – **G**odliness- **B**rotherly **k**indness- **L**ove. **To Christ**!

Ref: 2Peter 1-5/6/7/10.

Prayer to The One and Only One - God

ਸਗਲ ਦੁਆਰ ਕਉ ਛਾਂਡਿ ਕੈ, ਗਹਿਓ ਤੁਹਾਰੋ ਦੁਆਰ॥

ਬਾਂਹਿ ਗਹੇ ਕੀ ਲਾਜ ਅਸ ਗੋਬਿੰਦ ਦਾਸ ਤੁਹਾਰ॥

ਨਾਨਕ ਨਾਮ ਚੜ੍ਹਦੀ ਕਲਾ। ਤੇਰੇ ਭਾਣੇ ਸਰਬੱਤ ਦਾ ਭਲਾ।

ੴ ਬੋਲੇ ਸੋ ਨਿਹਾਲ, ਸਤਿ ਸ੍ਰੀ ਅਕਾਲ।

ਵਾਹਿਗੁਰੂ ਜੀ ਕਾ ਖਾਲਸਾ, ਵਾਹਿਗੁਰੂ ਜੀ ਕੀ ਫਤਹਿ॥

Ref: Sikh Religious Concept.

Printed in the United States
By Bookmasters